తెలంగాణ చరిత్ర - సంస్కృతి

రచయితలు

ఆచార్య వి. రామకృష్ణారెడ్డి (రిటైర్డ్)
చరిత్ర శాఖ, డా॥ బి.ఆర్.అంబేద్కర్ సార్వత్రిక విశ్వవిద్యాలయం
హైదరాబాదు

డా. జి. అంజయ్య
అసిస్టెంట్ ప్రొఫెసర్, చరిత్ర శాఖ,
ఉస్మానియా విశ్వవిద్యాలయం, హైదరాబాదు

డా. వడ్డాణం శ్రీనివాసరావు
చరిత్ర శాఖాధిపతి
డా॥ బి.ఆర్. అంబేద్కర్ సార్వత్రిక విశ్వవిద్యాలయం
హైదరాబాదు

డా. ఎస్. అంజయ్య
అసిస్టెంట్ ప్రొఫెసర్, చరిత్ర శాఖ
యూనివర్సిటీ పి.జి. కళాశాల, సికింద్రాబాద్

డా. పి. రమేష్
అసిస్టెంట్ ప్రొఫెసర్, చరిత్రశాఖ,
యూనివర్సిటీ మహిళా కళాశాల, కోఠి, హైదరాబాదు

డా. బి. సుదక్షణ
అసిస్టెంట్ ప్రొఫెసర్ ఇన్ హిస్టరీ
ప్రభుత్వ మహిళా డిగ్రీ కళాశాల, సంగారెడ్డి, మెదక్

డా. కె. శ్రీనివాస్
అసిస్టెంట్ ప్రొఫెసర్ ఇన్ హిస్టరీ, ప్రభుత్వ డిగ్రీ కళాశాల
పరకాల, వరంగల్

డా. పి. మురళి
చరిత్ర శాఖ, నిజాం కళాశాల, హైదరాబాదు

ఆచార్య ఇ. సుధారాణి
చరిత్ర శాఖ, డా॥ బి.ఆర్.అంబేద్కర్ సార్వత్రిక విశ్వవిద్యాలయం
హైదరాబాదు

డా. డి. సత్యనారాయణ
క్యూరేటర్, ట్రైబల్ మ్యూజియం
హైదరాబాదు

డా. జి. దయాకర్
అసిస్టెంట్ ప్రొఫెసర్, చరిత్రశాఖ
డా॥ బి.ఆర్. అంబేద్కర్ సార్వత్రిక విశ్వవిద్యాలయం
హైదరాబాదు

డా. టి. దయాకర్ రావు
అసిస్టెంట్ ప్రొఫెసర్, చరిత్రశాఖ
కాకతీయ విశ్వవిద్యాలయం, వరంగల్

డా. బి. లావణ్య
అసిస్టెంట్ ప్రొఫెసర్, చరిత్రశాఖ
నిజాం కళాశాల, హైదరాబాదు

డా. పి. సదానందం
అసిస్టెంట్ ప్రొఫెసర్, చరిత్రశాఖ
కాకతీయ విశ్వవిద్యాలయం, వరంగల్

శ్రీ కె. కిషన్‌రెడ్డి
సీనియర్ లెక్చరర్ ఇన్ హిస్టరీ
ప్రభుత్వ మహిళా డిగ్రీ కళాశాల, కరీంనగర్

డా. ఎస్. వెంకటరత్నం
చరిత్రశాఖ, నిజాం కళాశాల, హైదరాబాదు

డా. యం. జితేందర్ రెడ్డి
చరిత్రశాఖ, నిజాం కళాశాల, హైదరాబాదు

సంపాదకులు

ఆచార్య వి. రామకృష్ణారెడ్డి (రిటైర్డ్)
చరిత్ర శాఖ, డా॥ బి.ఆర్.అంబేద్కర్ సార్వత్రిక విశ్వవిద్యాలయం
హైదరాబాదు

ఆచార్య అడపా సత్యనారాయణ (రిటైర్డ్)
చరిత్ర శాఖ, ఉస్మానియా విశ్వవిద్యాలయం
హైదరాబాదు

ఆచార్య ఇ. సుధారాణి
చరిత్ర శాఖ, డా॥ బి.ఆర్.అంబేద్కర్ సార్వత్రిక విశ్వవిద్యాలయం, హైదరాబాదు

తెలుగు అకాడమి
హైదరాబాదు

AA000438

telangaaNa caritra - samskruti (Telangana History - Culture) : Competitive Examination Series Authors : Dr. G. Anjaiah, Dr. Vaddanam Srinivas Rao, Dr. S. Anjaiah, Dr. P. Ramesh, Dr. B. Sudakshana, Dr. K. Srinivas, Dr. P. Murali, Dr. D. Satyanarayana, Dr. G. Dayakar, Dr. T. Dayakar Rao, Dr. B. Lavanya, Dr. P. Sadanandam, Sri K. Kishan Reddy, Dr. S. Venkatratnam, Dr. M. Jitender Reddy; **Editors :** Prof. V. Rama Krishna Reddy (Rtd.), Prof. A. Satyanarayana (Rtd.), Prof. E. Sudharani; **Reprint : 2023**, Pp. vi + 770 + iv.

©TELUGU AKADEMI
Hyderabad

First Edition : 2015
Reprint : 2016, 2019, 2022, 2023
Copies : 5001

Published by TELUGU AKADEMI, Hyderabad- 500 029 under the Centrally Sponsored Scheme of Production of Books and Literature in Regional Languages at the University level of the Government of India in the Ministry of Human Resource Development, New Delhi.

Price : Rs. 374=00

Printed in India
Laser Typeset at **M/s Srinivasa Text Graphics,** Hyderabad
Printed at **M/s Olive Printers,** Hyderabad

తెలుగు అకాడమి సమన్వయ సంఘం

శ్రీమతి ఎ. శ్రీదేవసేన, ఐ.ఎ.ఎస్
సంచాలకులు

డా॥ ఎం. వెంకటేశం, ఎం.ఎ., ఎల్.ఎల్.బి., పిహెచ్.డి.
ఉపసంచాలకులు (FAC)

డా॥ ఎస్. వేదవ్యాస్, ఎం.ఎస్సి., పిహెచ్.డి.
రీసెర్చ్ అసిస్టెంట్

భూమిక

తెలుగు అకాడమి రాష్ట్ర భాషా సంస్థగా ఆవిర్భవించిన నాటి నుంచి తెలుగు మాధ్యమంలో చదివే విద్యార్థుల కోసం పాఠ్య పఠనీయ గ్రంథాలను సిద్ధంచేసి ప్రచురిస్తోంది. ఈ కృషి మొదట ఇంటర్ స్థాయి నుంచి ఆరంభమైనా అనతికాలంలోనే డిగ్రీ, స్నాతకోత్తర స్థాయికి విస్తరించింది.

అకాడమి 1991 నుంచి ఇంటర్మీడియట్ తెలుగు మాధ్యమంలో చదివే విద్యార్థుల ఉపయోగార్థం ఇంజనీరింగ్, వైద్యం మొదలైన ప్రవేశ పరీక్షల కోసం ప్రశ్నలనిధులను ప్రచురిస్తోంది. 1999 నుంచి విద్యార్థుల సౌకర్యం కోసం ఇంగ్లీషు మాధ్యమంలో కూడా తెలుగు అకాడమి ఇంటర్మీడియట్ పాఠ్యపుస్తకాలు మారిన సిలబస్‌కు అనుగుణంగా తయారుచేసి ప్రచురిస్తున్నది.

గతంలో తెలుగు అకాడమి పోటీపరీక్షలకు హాజరయ్యే విద్యార్థుల ఉపయోగార్థం ముఖ్యమైన సబ్జెక్టులలో ప్రశ్నలనిధులను ప్రచురించింది. నిపుణులైన ఆచార్యుల సంపాదకత్వంలో భూగోళశాస్త్రం, రాజనీతిశాస్త్రం, ప్రభుత్వపాలనశాస్త్రం, తెలుగు సాహిత్యం, మనోవిజ్ఞానశాస్త్రం, జనరల్ స్టడీస్ ప్రశ్నలనిధులు ఇదివరకు తయారుచేసి విడుదల చేయడం జరిగింది. అయితే ఇటీవల తెలంగాణ రాష్ట్ర పబ్లిక్ సర్వీస్ కమీషన్ వారు విడుదల చేసిన పలు ఉద్యోగ ప్రకటనల నిమిత్తం రూపొందించిన సిలబస్‌ను దృష్టిలో ఉంచుకొని ఈ పుస్తకాన్ని తయారు చేయడం జరిగింది. అనుభవజ్ఞులైన విషయనిపుణులు ఈ పుస్తకాన్ని రూపొందించారు. వివిధ స్థాయిల్లో నిర్వహించే పోటీ పరీక్షలకే కాకుండా, జాతీయస్థాయిలో UPSC, సివిల్ సర్వీస్ పరీక్షలకు హాజరయ్యే విద్యార్థులకు ఈ పుస్తకం ఆశించిన ప్రయోజనాన్ని అందిస్తుందని విశ్వసిస్తున్నాం.

ఈ పుస్తకంపై తమ అమూల్యమైన సూచనలను, సలహాలను తెలియచేసినట్లయితే మలి ప్రచురణలో పరిష్కరించే వీలుంటుందని భావిస్తున్నాం.

సంచాలకులు
తెలుగు అకాడమి

ప్రవేశిక

తెలంగాణ రాష్ట్రంగా ఏర్పడటంతో దీని చరిత్ర, సంస్కృతుల అధ్యయనం, అవగాహనల పట్ల దృష్టి జిజ్ఞాసలు పెరగసాగాయి. అనాది నుంచి నేటి వరకు కూడా, భౌగోళిక, పాలన, ఆర్థిక, సామాజిక, సాంస్కృతికరంగాల్లో ఈ ప్రాంతం దాని ప్రత్యేకతను, వైవిధ్యాన్ని, ప్రాధాన్యతను నిలుపుకుంటూ రావడం జరిగింది. సంయుక్త హైదరాబాద్ రాష్ట్రంలో, ఆమాటకొస్తే అవిభక్త ఆంధ్రప్రదేశ్ రాష్ట్రంలో కూడా, తెలంగాణా ప్రజలు, నాయకులు, ఉద్యమాలు, సంస్కరణల బాటలో ముందుండటం జరిగింది. ప్రకృతి, మానవ వనరులు పుష్కలంగా ఉన్న ఈ నూతన రాష్ట్రం, పాలకుల ఉత్సాహం, పట్టుదలతో, ఆకాశమే హద్దుగా, ప్రగతిపథంలో పయనిస్తోంది.

తెలుగు అకాడమి అందిస్తున్న ఈ గ్రంథంలో, తెలంగాణా చరిత్ర పరిచయాంశాలు, చరిత్ర పూర్వయుగ విశేషాలు ప్రథమంగా ప్రస్తావించబడినాయి. చారిత్రక యుగ పరిణామాలను, పఠనా సౌలభ్యం, అవగాహన, కాలక్రమణిక దృష్ట్యా, ప్రాచీన, మధ్య, ఆధునిక యుగాల శీర్షికల్లో చర్చించడం జరిగింది. శాతవాహనులు, ఇక్ష్వాకులు, వాకాటకులు, విష్ణుకుండులు, చాళుక్యులు, రాష్ట్ర కూటులు, ప్రధాన ప్రాచీన రాజవంశాలుగా ఏలుబడి చేయగా, కాకతీయులు, పద్మనాయకులు, వెలమలు, కుతుబ్ షాహీలు ఆధునికయుగంలో పాలన సాగించగా, ఆసఫ్‌జాహీలు ఆధునికయుగంలో నాల్గింట మూడొంతులకాలం తమ సుదీర్ఘ పాలనను అందించడం జరిగింది. ఈ అన్ని రాజవంశాల పాలనా కాలానికి సంబంధించి, ఒక్కొక్క దాని రాజకీయ పరిణామాలు, పరిపాలనా విధానం, ఆర్థికాభివృద్ధి, సామాజికవ్యవస్థ, సాంస్కృతిక ప్రగతి వివరంగా పరిశీలించబడినాయి. రాజ్యవిస్తరణ హద్దులను సూచించే చారిత్రక పటాలు, ఆయా రాజవంశాల ఉనికిని చాటే ఒకటి, రెండు ప్రసిద్ధ నిర్మాణాల చిత్రాలను కూడా పొందుపర్చడం జరిగింది. హైదరాబాద్ రాష్ట్ర స్వాతంత్ర్య పోరాటం, తెలంగాణా సాయుధ రైతాంగ పోరాటం, ప్రత్యేక తెలంగాణ రాష్ట్ర సాధనకై సాగిన సమరం, ఇత్యాది ప్రజాపోరాటాలు, విప్లవాలకు విస్తృతస్థానం కల్పించబడింది. ఆదివాసి, దళిత, స్త్రీ ఉద్యమాలు, విద్యా సంస్కరణలు, పత్రికల పాత్రలాంటి సామాజికాంశాలకు కూడా తగుస్థానమివ్వడం జరిగింది.

విద్యార్థులకు, పాఠకులకు ఈ గ్రంథాన్ని సాధ్యమైనంత తక్కువ సమయంలో అందజేయడానికై సర్వవిధాల ప్రయత్నం జరిగింది. ఇది తప్పక వారి ఆకాంక్షలను నెరవేరుస్తూ, అన్ని విధాల తోడ్పడగలదని ఆశిస్తున్నాం.

- సంపాదకులు

విషయ సూచిక

01

తెలంగాణా - పరిచయాంశాలు

రెండు తరాల ప్రజలు ఆరు దశాబ్దాల పాటు జరిపిన సుదీర్ఘ పోరాట ఫలితం మన నూతన తెలంగాణా రాష్ట్రం భారతదేశంలో 29వ రాష్ట్రంగా అవతరించడం. ఉద్యమ చరిత్రకు పరిసమాప్తి పలికి ఒక నూతన అభివృద్ధి శకానికి శ్రీకారం చుట్టిందని చెప్పాలి. ఈ ప్రాంత ప్రజల మాతృభాష తెలుగైనప్పటికీ ప్రభుత్వ వ్యవహారాల విషయంలో గానీ, కనీసం పాఠశాల విద్యనభ్యసించడానికి గాని 1948 వరకూ అవకాశం లేకుండా పోయింది. ఇకపోతే, గ్రామాధికారుల, బడా భూస్వాముల, మత దురహంకారుల దౌష్ట్యాన్ని ఎదిరించి, తమ స్వేచ్ఛా స్వాతంత్ర్యాలకై తమ ప్రాణాలనే తృణప్రాయంగా అర్పించిన ఘనత తెలంగాణా రైతులు, కౌలు దార్లు, కార్మికులు, తదితర సామాన్య ప్రజలకు దక్కుతుంది. తెలుగు ప్రజలు ఎక్కడెక్కడ ఉన్నా అందరూ ఒకే గొడుకు కిందకు రావాలనే ఆశయాన్ని తెలంగాణా ప్రజలు స్వాగతించినప్పటికీ మంత్రివర్గ పదవుల్లో, ఉద్యోగ నియామకాల్లో, తెలంగాణా మిగులు నిధులను ఖర్చు చేయడం లాంటి కీలక విషయాల్లో తమ పట్ల, తమ ప్రాంతం పట్ల వివక్షత చూపుతూ, సమాన గౌరవ ప్రతిపత్తులు ఇవ్వలేదనే ఉక్రోషం, అభిప్రాయం ఈ ప్రాంత ప్రజల్లో, నాయకుల్లో గట్టిగా నాటుకోవడం జరిగింది. దీని పర్యవసానమే తెలంగాణా రాష్ట్ర ఆవిర్భావం. నూతన యౌవన ఉత్సాహంతో, నాయకుల దీక్షతో, ప్రజల ఆకాంక్షలతో ఈ రాష్ట్రం తెలుగు ప్రజల కీర్తి ప్రతిష్ఠలను దిగంతాలకు చాటుతుందని ఆశిద్దాం.

తెలంగాణా పదోత్పత్తి

తెలంగాణా అనే పదం అత్యంత ప్రాచీనమైందిగా చెప్పాలి. ఒక విధంగా చూస్తే, తెలుగు ప్రజల గుర్తింపు పురాణాల్లోనూ, ఇతర సాహిత్యాధారాల్లో పేర్కొన్న 'త్రిలింగ' అనే మాట నుంచి వచ్చిందనే విషయంపై ఇంచుమించు ఏకాభిప్రాయముంది. ప్రముఖ పురావస్తు శాస్త్రవేత్త పరబ్రహ్మశాస్త్రి గారి అభిప్రాయం ప్రకారం, తెలుగువారు నివసించిన ప్రాంతం త్రిలింగ దేశంగా వ్యవహరించబడింది. దీని ప్రకారం, ప్రస్తుత తెలంగాణాను తొలి ఆంధ్రదేశానికి నాందిగా భావించాలి. తెలంగాణాలో జీవ నదైన గోదావరిని 'తెలివాహ నది' గా వ్యవహరించేవారు. తద్వారా, ఈ నదీ పరీవాహక ప్రాంతంలో నివసించే ప్రజలను త్రిలింగులుగా వ్యవహరించి, కాలక్రమంలో త్రిలింగ దేశంగానూ, తెలంగాణాగానూ స్థిరపడి ఉండొచ్చు. మలి మౌర్యుల కాలంలో వచ్చిన గ్రీక్ రచనలు ఇదే పేరును సూచిస్తాయి. ఉదాహరణకు, టాలమీ రచనలను పేర్కొనొచ్చు. రాజ శాసనాల్లో త్రిలింగ, తిలింగ, తెలంగ అనే శబ్దాలను విరివిగా వాడారు. గంగరాజు ఇంద్రవర్మ పుర్లి శాసనం నుంచి మొదలుకొని, వివిధ కాకతీయ శాసనాలు ఈ మూడు పదాలను పర్యాయ పదాలుగా వాడాయి.

తెలంగాణా పదాన్ని సార్థకం చేసి, స్థిరపరచిన ఘనత కాకతీయానంతర రచయితలకు దక్కుతుంది. కాకతీయుల కాలం నుంచి, ఉత్తర భారతదేశం నుంచి, ఢిల్లీ సుల్తానులు దక్షిణ భారతదేశం మీద చేసిన దండయాత్రలు, ముస్లిం విద్యావేత్తలు, ఆస్థాన రచయితల దృష్టిని తెలంగాణా వైపుకు మళ్లించాయి. ఈ రచనల్లో అనేక చోట్ల ఈ ప్రస్తావన

కనిపించి, క్రమంగా ప్రస్తుతం చెలామణిలో ఉన్న 'తెలంగాణా' అనే పేరు స్థిరపడింది. దీనికి అనేక ఉదాహరణలను పేర్కొనొచ్చు. పి.శ్రీరామశర్మ అభిప్రాయం ప్రకారం, ఆమీర్ ఖుస్రో నుంచి అబుల్ ఫజల్ మధ్య కాలంలో అంటే స్థూలంగా అల్లాఉద్దీన్ ఖిల్జీ నుంచి అక్బర్ కాలం మధ్యలో, తెలంగాణా అనే పేరు వ్యావహారికంగా మారింది. ఈ అభిప్రాయాన్ని శాసనాధారాలు కూడా సమర్థిస్తున్నాయి. 'తెలంగాణ' అనే పదం, మెదక్ జిల్లా సంగారెడ్డిలోని తెల్లాపూర్ శాసనం (క్రీ.శ.1417), ప్రతాప రుద్రగణపతి వెలిచర్ల శాసనం, శ్రీకృష్ణదేవరాయల తిరుమల, చిన్న కంచి శాసనాల్లో స్పష్టంగా పేర్కొనబడింది. దీనికి తోడుగా, కొన్ని వర్ణాల, సామాజిక వర్గాల వర్ణనల్లో కూడా తెలంగాణా వాడుక ప్రభావముంది. కాకతీయుల కాలంలో కొన్ని శాఖల బ్రాహ్మణులను 'తెలగాణ్యులు' అంటే, తెలంగాణాకు చెందినవారిగా ప్రస్తావించారు. సురవరం ప్రతాపరెడ్డి గారు ఈ వాదంతో ఏకీభవించడం మాత్రమే కాకుండా, 'ఆణెము' అంటే, దేశము కాబట్టి, గోలకొండ స్థాపన సమయంలో కూడా తెలంగాణా వాడుకం ప్రాచుర్యాన్ని చెందిందని చెప్పారు. వీటన్నింటి ఆధారంగా ఇంచుమించు, కాకతీయుల పాలనా కాలం నుంచి, నేటి తెలంగాణా, దాని రూపురేఖలను దిద్దుకొంటూ రావడం జరిగింది.

తెలంగాణా చారిత్రక ప్రాముఖ్యత

తెలంగాణా చరిత్రకు విశేష ప్రాముఖ్యత ఉంది. ఈ ప్రాముఖ్యత చరిత్ర పూర్వయుగం నుంచి సమకాలీన చరిత్ర వరకూ విస్తరించింది. పాత రాతియుగంలోని భారతదేశపు ఇతర ప్రదేశాలతో సరితూగగలిగిన చారిత్రకత, తెలంగాణాకు ఉంది. ఉదాహరణకు, దిగువ పాతరాతి యుగానికి చెందిన అషూలియన్ సాంకేతిక సంప్రదాయానికి, పనిముట్లు, ఆవాస స్థలాలు, రాష్ట్రంలోని పెద్దపల్లి తాలూకా, రామగుండం, గోదావరిఖని ప్రాంతాల్లో లభ్యమయ్యాయి. ఇవి కేవలం ఉదాహరణలు మాత్రమే. నిశితంగా పరిశీలిస్తే పది జిల్లాల్లోని అనేక ప్రాంతాల్లో లభించిన అవశేషాల వల్ల, మానవ నాగరికతా ప్రగతి పథంలో ప్రధాన భూమిక వహించిన పాత, మధ్య, నవీన శిలాయుగాల సంస్కృతులకు, తెలంగాణా కూడా ఒక కేంద్ర బిందువని చెప్పాలి.

తరవాత, ప్రాంతీయ రాజ్యాల ఆవిర్భావం జరిగిన క్రీ.పూ. ఆరవ శతాబ్దంలో తెలంగాణా కూడా ప్రముఖ పాత్ర పోషించింది. ఆనాటి ప్రముఖ జనపదాలలో ఒకటైన అస్మక జనపదం, నిజామాబాద్ ప్రాంతంలో ఉందని, ఈనాటి బోధన్ దానికి రాజధాని అని చరిత్రకారుల అభిప్రాయం. భారతదేశ సంస్కృతిని విశ్వవ్యాప్తం చేసిన గౌతమ బుద్ధుని కాలంలో తెలంగాణా ప్రాంతం విశేషంగా విలసిల్లింది.

అర్థశాస్త్రంలోని అంశాలను విశదీకరిస్తే, మౌర్య సామ్రాజ్య కాలంలో వర్తక వ్యాపారాలకు ప్రసిద్ధి చెందిన దక్షిణాపథ వర్తక మార్గాల్లో తెలంగాణాకు కూడా ప్రధాన పాత్ర ఉంది. కౌటిల్యుడు మొదట దక్షిణాపథ వర్తక మార్గాలు అంతగా ప్రాముఖ్యత లేనివని చెప్పినా, తరవాతి అధ్యాయాల్లో తన అభిప్రాయాన్ని మార్చుకొని అవి అత్యంత ప్రశస్తమైనవని చెప్పాడు.

మలి మౌర్యుల కాలంలో శాతవాహనులు సాధించిన ఘనతలో, ఆంధ్ర ప్రాంతానికి ఇంతవరకూ చరిత్రకారులు ఎక్కువ ప్రాధాన్యతనిచ్చి, తెలంగాణాపై తక్కువ దృష్టిని పెట్టారు. కాని, ఆచార్య పరబ్రహ్మశాస్త్రి గారి అభిప్రాయం ప్రకారం, తెలంగాణాలోని నిజామాబాదు ప్రాంతం శాతవాహనుల జన్మస్థలం అయ్యే అవకాశాలు మెండుగా ఉన్నాయి. మొదట ఇక్కడ స్థిరపడిన తరవాతే వీరు ధాన్యకటకం లేదా ధరణికోట, అమరావతి ప్రాంతాలకు వెళ్లారనే వాదానికి చాలా బలం క్రమంగా చేకూరుతోంది. ఈ అంశంపై మరింత పరిశోధన చేపట్టాల్సిన అవసరం ఉంది.

ఆర్థికపరంగా కూడా తెలంగాణా శాతవాహనుల సామ్రాజ్యంలో ప్రముఖ పాత్ర పోషించింది. ప్రసిద్ధ చరిత్రకారుడు మల్లంపల్లి సోమశేఖర శర్మ చెప్పిన ప్రకారం, తెలంగాణాలోని కొండాపురం శాతవాహనుల టంకశాల నగరం. వరంగల్లు సమీపంలో కూడా సాద్వవాహన పేరుతో కొన్ని నాణేలు లభ్యం కావడం గమనార్హం. శాతవాహనుల అనంతరం పాలించిన రాజవంశాలకూ, తెలంగాణాకు విశిష్ట సంబంధం ఉంది. అయితే, దీనిపై భిన్నాభిప్రాయాలు ఉన్నాయి. నాగార్జున కొండ సమీపంలోని విజయపురి రాజధానిగా పరిపాలించిన ఇక్ష్వాకులు, దక్షిణ తెలంగాణాలోని కొన్ని ప్రస్తుత జిల్లాలపై ఆధిపత్యం చెలాయించారని, వారి వంశస్థుడైన శాంతమూలుడు అస్మక, ములక (ప్రాచీన తెలంగాణా నామధేయులు) ప్రాంతాలను జయించాడని బి.ఎన్.శాస్త్ర గారు తెలిపారు. ఇక్ష్వాకుల అనంతర కాలంలో ప్రస్తుతం ఉన్న గ్రంథాల్లో తెలంగాణా ప్రాంతాన్ని విస్మరించారని చెప్పక తప్పదు. అయితే, స్థూలంగా ఇక్ష్వాకులకు సమకాలీనంగాను, వారి అనంతరం ఉత్తర తెలంగాణా వాకాటకుల ఆధిపత్యంలోకి వెళ్లి ఉంటుందనేది ప్రధాన భావం.

వారి అనంతరం విష్ణుకుండుల యుగంలో తెలంగాణా ప్రాంత ప్రాభవం పెరిగింది. ఈ రాష్ట్రంలో క్రీ.శ. నాలుగో శతాబ్ది చివరలో విష్ణుకుండులు అధికారానికి వచ్చారనే విషయంలో సందేహం లేదు. రాజ్య విస్తరణలో భాగంగా, వీరు క్రమంగా తమ స్వస్థలమైన తెలంగాణాను వదిలి, మహబూబ్‌నగర్, నల్గొండ ప్రాంతం నుంచి తూర్పు దిశగా, వేంగీ వైపుగా అంటే, ఈనాటి ఆంధ్రప్రదేశ్‌లోని ఏలూరు పట్టణం దిశగా వ్యాప్తి చెందారు.

విష్ణుకుండుల అనంతరం, బాదామి చాళుక్యుల పరిపాలనలో తెలంగాణా ప్రాంతం ఉండేదనడానికి ఆధారాలున్నాయి. కర్నూలు - మహబూబ్‌నగర్ జిల్లాల సరిహద్దుల్లో దొరికిన రెండో పులకేశి శాసనంలో, చాళుక్య విషయాలు (విషయం అంటే ప్రాంతం లేదా ఒక పరిపాలనా విభాగం) ప్రస్తావించబడ్డాయి. చాళుక్యుల కాలంలో ప్రసిద్ధి చెందిన భవభూతి క్రీ.శ. ఏడు - ఏనిమిది శతాబ్దాల్లో తెలంగాణా ప్రాంతంలోనే వర్ధిల్లాడు. వీరి తరవాత కాలంలో రాష్ట్రకూటుల సామంతులైన వేములవాడ చాళుక్యులు (క్రీ.శ.750-973) మధ్య కాలంలో బోధన్, వేములవాడ కేంద్రాలుగా పశ్చిమోత్తర తెలంగాణా ప్రాంతంలో పరిపాలించారు. దీన్ని 'సంపాద లక్షదేశం' గా వ్యవహరించేవారు. గోదావరి నదికి దక్షిణాన, మంజీరా నది నుంచి మహాకాళేశ్వరం వరకూ వ్యాపించిన భూభాగాన్ని 'పోదనపాడు' అని వ్యవహరించారు. దీనికి గల మరొక పేరే సంపాద లక్షదేశం. ఈ ప్రాంతాలన్నీ వేములవాడ చాళుక్యుల ప్రాంతంలో ఉండేవి.

వీరి తదనంతరం, కందూరు చోడులు, కల్యాణీ చాళుక్యుల కాలంలో, సాంస్కృతికంగా, రాజకీయంగా తెలంగాణా ప్రాంతం అభివృద్ధిచెందింది. నల్గొండ దుర్గం, కొలనుపాక, ఖమ్మం జిల్లాలోని నేలకొండపల్లి వంటి ప్రాంతాల ప్రస్తావన నాటి శాసనాల్లో విరివిగా ఉంది. వీటన్నింటి ఫలితంగా తెలంగాణా రాజకీయంగా, సాంస్కృతికంగా విశేష గుర్తింపు పొందిందని చెప్పొచ్చు. కల్యాణీ చాళుక్యుల పతనం నుంచి కాకతీయ సామ్రాజ్య ఆవిర్భావం వరకూ తొలి కాకతీయులతో పాటు, ముదిగొండ చాళుక్యులు, పొలవాస నాయకులు, కందూరి చోడులు తెలంగాణాలోని వివిధ ప్రాంతాలను పరిపాలించారు.

అదృష్టవశాత్తు కాకతీయ యుగం నుంచి కుతుబ్‌షాహీలు, ఆసఫ్ జాహీల పరిపాలనా కాలాంతం వరకు, తెలంగాణా చరిత్ర, చరిత్రకారుల దృష్టిని బాగానే ఆకర్షించింది. ఈ కాలంలో జరిగిన రాజకీయ, ఆర్థిక, సామాజిక, సాంస్కృతిక పరిణామాలు తెలంగాణాకు తిరుగులేని చారిత్రక ఉనికి, ప్రాధాన్యతను సంతరించిపెట్టాయి. వీటిపై కొన్ని రచనలు జరిగినా, నాటి పారశీక, ఉర్దూ భాషల్లో ఉన్న రాతప్రతుల ఆధారంగా చేసుకొని, పలు అంశాలపై పరిశోధన చేయాల్సిన అవసరం ఎంతైనా ఉంది.

పైన చర్చించిన విషయాలాధారంగా, చరిత్ర పూర్వయుగం నుంచి ఆధునిక కాలం వరకూ, తెలంగాణా చరిత్రకు గర్వించదగ్గ విశిష్టత ఉందని తెలుస్తోంది. సమకాలీన చరిత్రలో కూడా తొలిసారిగా ప్రత్యేక రాష్ట్రంగా ఆవిర్భవించిన తెలంగాణా నూతనోత్సాహంతో కొత్త పుంతలను తొక్కుతూ ప్రగతి పథంలో పయనిస్తోంది.

తెలంగాణా చరిత్ర ఆధారాలు

చరిత్ర రచన ఒక శాస్త్రీయ పద్ధతి ప్రకారం జరుగుతుంది. చరిత్రను పునర్నిర్మించడానికి గల ఆధారాలను ప్రధానంగా లిఖిత పూర్వక ఆధారాలు, పురావస్తు ఆధారాలుగా విభజించొచ్చు. మానవజాతి నాగరికతా సంస్కృతుల అభివృద్ధి క్రమానుగతంగా జరిగింది. ఈ దశకు చేరడానికి ముందు భాష, లిపి లేకుండా అనేక వేల సంవత్సరాలు మానవులు మనుగడ సాగించారు. ఇటువంటి లిపి లేని దశను చరిత్ర పూర్వయుగంగా వ్యవహరిస్తారు. ఈ కాలానికి సంబంధించిన వివరాలను తెలుసుకొనేందుకు కేవలం పురావస్తు ఆధారాలపై మాత్రమే ఆధారపడాల్సి వస్తుంది. నివాస స్థలాలకు సంబంధించిన అవశేషాలు లేదా కట్టడాలు, శాసనాలు, నాణేలను పురావస్తు ఆధారాలుగా వ్యవహరిస్తారు.

సాహిత్య ఆధారాలు

సాహిత్య లేదా లిఖిత పూర్వక ఆధారాలు ఏ ప్రాంతపు చరిత్రకైనా చాలా ముఖ్యమైన ఆధారాలు. వీటినే స్వదేశీ, విదేశీ రచనలుగాను, స్వదేశీ రచనలను లౌకిక, మతపరమైన గ్రంథాలుగాను వ్యవహరిస్తారు. మతపరమైన గ్రంథాలలో వైదిక, బౌద్ధ, జైన మత గ్రంథాలు ప్రాచీన తెలంగాణా చరిత్రకు ఆధారాలుగా ఉన్నాయి. ఉదాహరణకు, ఆచార్య నాగార్జునుని రచనలు, ఇతర జైన, బౌద్ధమత గ్రంథాలను, వేములవాడ చాళుక్య రాజు రెండో అరికేసరి ఆస్థాన కవి అయిన పంప రచించిన ప్రముఖ గ్రంథం 'ఆది పురాణాల' ను పేర్కొనొచ్చు.

అలాగే మతేతర లేదా లౌకిక గ్రంథాల ద్వారా ఆనాటి సామాజిక, ఆర్థిక స్థితిగతులు, రాజకీయ పరిస్థితులు, పరిపాలనాంశాలు తెలుస్తాయి. హాలుడు అనే శాతవాహన రాజు రచించిన 'గాథా సప్తశతి' కొంత శృంగార పూర్వకమైన గ్రంథమైనప్పటికీ సమాజ స్థితిగతులకు దర్పణం పడుతుంది. పంప కవి రచించిన 'విక్రమార్క విజయం', విద్యానాథుడు రచించిన 'ప్రతాపరుద్ర యశోభూషణం' ఈ కోవకు చెందినవే. కౌటిల్యుని 'అర్థశాస్త్రం' లోని అంశాలను సూక్ష్మంగా పరిశీలిస్తే దక్షిణాపథ వర్తక వ్యాపారాలను గూర్చి ప్రస్తావించిన అధ్యాయాల్లో, తెలంగాణాకు సంబంధించిన ఆర్థిక స్థితిగతులు కనిపిస్తాయి.

ఇక విదేశీ రచనల విషాయనికొస్తే, క్రీ.శ. తొలి శతాబ్దాల్లో వచ్చిన గ్రీకు రచనలు ప్రత్యక్షంగాను, పరోక్షంగాను తెలంగాణా రాష్టానికి సంబంధించిన వివరాలను తెలియచేస్తాయి. ఉదాహరణకు, 'ఎర్ర సముద్రపు దినచర్య' అనే అజ్ఞాత నావికుడు రచించిన గ్రంథంలో తెలంగాణా ప్రాంతం నుంచి ఆంధ్రా కోస్తా ప్రాంతానికి ఏ విధంగా వస్తువుల ఎగుమతులు, దిగుమతులు జరిగేవో పరోక్షంగా ప్రస్తావించబడింది. ఈ అంశాలపై లోతుగా పరిశీలన చేయాల్సిన అవసరం ఉంది.

తెలంగాణా మధ్యయుగ చారిత్రకాధారాలకు సంబంధించి సాహిత్యపరమైన ఆధారాల్లో, ప్రొఫెసర్ హెచ్.కె. షేర్వానీ రచించిన ది కుతుబ్‌షాహీస్ ఆఫ్ గోల్కొండ; డా హీరానందశాస్త్రి విరచిత షితాబ్‌ఖాన్ ఆఫ్ వరంగల్; ప్రొసీడింగ్స్ ఆఫ్ ది హైదరాబాద్ ఆర్కియోలాజికల్ & హిస్టారికల్ సొసైటి, జనవరి నుంచి ఆగస్ట, 1941; డా.యన్.వెంకటరమణయ్యా & శ్రీమల్లంపల్లి సోమశేఖరశర్మ అందించిన 'ది కాకతీయాస్ ఆఫ్ వరంగల్'; బి.యజ్దాని (ఎడిటెడ్) ఎర్లీ హిస్టరీ ఆఫ్

ది డక్కన్, సంపుటి-II, భాగం-IX లో; మారేమండ రామారావ్ (ఎడిటెడ్) 'కాకతీయ సంచిక' (ఆంధ్రా హిస్టారికల్ రీసెర్చి సొసైటి, రాజమండ్రి, 1935); పి.శ్రీనివాసాచార్ 'పొలిటికల్, సోషల్ అండ్ రెలిజియస్ కండిషన్స్ ఆఫ్ ది డక్కన్ అండర్ ది కాకతీయాస్' ఇన్ ది ప్రొసీడింగ్స్ ఆఫ్ ది హైదరాబాద్ ఆర్కియోలాజికల్ & హిస్టారికల్ సొసైటి, జనవరి టు ఆగస్ట్, 1941 లను పేర్కొనొచ్చు.

తెలంగాణా ఆధునిక చరిత్రంతా అసఫ్‌జాహీల పాలనతో నిండి ఉంది. వీరి పాలనకు సంబంధించిన సాహిత్యాధారాలు ఎక్కువగానే ఉన్నా, వీటిని అధ్యయనం చేసి, తదనుగుణంగా చేయబడిన రచనలు తక్కువే అని చెప్పాలి. నాటి ప్రభుత్వ శాఖల కార్యకలాపాలు, ఉత్తరప్రత్యుత్తరాలు, ప్రధానంగా పారశీక, అరబిక్ భాషల పదజాలం, అంకెలతో నిండిన ఉర్దూ భాషలో ఉండటం, వీటితో ఆధునిక పరిశోధకులకు పరిచయం లేకపోవడం, ఆటంకంగా ఏర్పడిందనే విషయాన్ని మనం గ్రహించాల్సుంటుంది. అయితే, ఆంగ్లంలో ఉన్న నివేదికలను (వివిధ శాఖల పరమైనవి) మాత్రం అధికంగా అధ్యయనం చేయడం జరుగుతూ వస్తోంది.

అసఫ్‌జాహీల పాలనకు సంబంధించిన సాహిత్యాధారాలు వివిధ రూపాల్లో ఉన్నాయి. సుబేదారీ రికార్డులు, ప్రభుత్వశాఖలకు సంబంధించిన రెవిన్యూ రికార్డులు, అడ్మినిస్ట్రేటివ్ రిపోర్ట్స్, అగ్రికల్చరల్ స్టాటిస్టిక్స్, ఇండస్ట్రియల్ స్టాటిస్టిక్స్, సెన్సెస్ రిపోర్ట్స్, స్టాటిస్టికల్ ఆబ్‌స్ట్రాక్ట్స్, విలేజ్ లిస్ట్స్, ట్రేడ్ స్టాటిస్టిక్స్, ఎకనామిక్ సర్వే రిపోర్ట్స్ మొదలయినవి ఉన్నాయి. సుబేదారీ రికార్డులకు సంబంధించి, వరంగల్ సుబా (వరంగల్, కరీంనగర్, ఆదిలాబాద్ జిల్లాలు) పైన, డా.వి.రామకృష్ణారెడ్డి 1987 లో ది ఎకనామిక్ డెవలప్‌మెంట్ ఆఫ్ హైదరాబాద్ స్టేట్ (వరంగల్ సుబా), 1911-1950 అనే గ్రంథాన్ని వెలువరించడం జరిగింది. ఇక మెదక్ సుబా (మెదక్, నిజామాబాద్, మహబూబ్‌నగర్, నల్గొండ జిల్లాలు) కు సంబంధించి, ఆచార్య వి.రామకృష్ణారెడ్డి మేజర్ రీసెర్చి ప్రాజెక్ట్‌ను చేపట్టి, సోషల్ అండ్ ఎకనమిక్ డైనమిక్స్ ఆఫ్ మెదక్ సుబా ఆఫ్ ఫార్మర్ హైదరాబాద్ స్టేట్, 1905-1950 ఎ.డి.ను; అగ్రికల్చర్ డెవలప్‌మెంట్ ఆఫ్ మెదక్ సుబా ఆఫ్ ఫార్మర్ హైదరాబాద్ స్టేట్, 1905-1950 ఎ.డి.ను వరసగా 2012, 2014 ల్లో ప్రాజెక్ట్ రిపోర్ట్స్‌గా తీసుకురావడం జరిగింది.

ప్రత్యేక అంశాలపై సర్వే నిర్వహించి, రిపోర్ట్‌లు లేదా నివేదికలను ప్రభుత్వానికి, వాటి అమలు నిమిత్తం సమర్పించడం జరిగింది. వీటిలో ప్రాధాన్యతా రీత్యా ప్రథమంగా వచ్చేవి, నాటి ప్రభుత్వానికి ఆర్థిక సలహాదారుగా పనిచేసిన శ్రీ యస్.కేశవ అయ్యంగార్ ఆర్థిక సర్వేలను జరిపి, ఎకనమిక్ ఇన్వెస్టిగేషన్స్ ఇన్ ది హైదరాబాద్ స్టేట్, 1929-30; రూరల్ ఎకనమిక్ ఎన్‌క్వైరీస్ ఇన్ హైదరాబాద్ స్టేట్, 1949-51 లను అందించడం జరిగింది. తదుపరి, ఇదే కోవలో టెనెన్సీ కమిటి రిపోర్ట్ (1940), రిపోర్ట్ ఆన్ అగ్రికల్చరల్ ఇనడెటెడ్‌నెస్ (1937), ది బ్యాంకింగ్ ఎన్‌క్వైరీ కమిటి రిపోర్ట్ (1930), ది అగ్రేరియన్ రిఫార్మ్స్ కమిటి రిపోర్ట్ (1949), రాయల్ కమీషన్ రిపోర్ట్ ఆన్ జాగీర్ అడ్మినిస్ట్రేషన్ అండ్ రిఫార్మ్స్ (1947) వస్తాయి.

వివిధ ప్రభుత్వ శాఖలకు సంబంధించిన అడ్మినిస్ట్రేటివ్ రిపోర్ట్స్, అగ్రికల్చర్ స్టాటిస్టిక్స్, ఇండస్ట్రియల్ స్టాటిస్టిక్స్, ట్రేడ్ స్టాటిస్టిక్స్, ఇంకా స్టాటిస్టికల్ ఆబ్‌స్ట్రాక్ట్స్, విలేజ్ లిస్ట్స్ విలువైన సమాచారాన్ని, గణాంకాలనందిస్తున్నాయి. సెన్సెస్ రిపోర్ట్స్, లైవ్‌స్టాక్ సెన్సెస్ రిపోర్ట్స్, లేబర్ సెన్సెస్ రిపోర్ట్స్ ఆయా విషయాలకు సంబంధించి ముఖ్యమైన సమాచారాన్ని అందిస్తున్నాయి.

హైదరాబాద్ రాష్ట్రంలో వచ్చిన ప్రజా ఉద్యమాలు, సామాజిక ఉద్యమాలు, రైతాంగ పోరాటం, స్వాతంత్ర్య పోరాటం, విలీనోద్యమాన్ని గురించి వీటిలో పాల్గొన్న నాయకులు, పరోక్షంగా సంబంధమున్న వారు కావించిన రచనలు, వీటికి సంబంధించిన విలువైన, బహుముఖ సమాచారాన్ని మనకు అందించడం జరిగింది. శ్రీ మాడపాటి హన్మంతరావు, మందుముల నర్సింగరావ్, స్వామి రామానందతీర్థ, మాదిరాజు రామకోటేశ్వరరావు, పి.సుందరయ్య, రావి నారాయణరెడ్డి, డి.వెంకటేశ్వరరావు, యమ్.బసవపున్నయ్య, సురవరం ప్రతాపరెడ్డి వీరంతా ఈ కోవకు చెందినవారే.

నాటి వార్తా పత్రికలైన గోల్కొండ పత్రిక, దక్కన్ క్రానికల్, మీజాన్, ది హిందు, రయ్యత్; సంచికలైన హైదరాబాద్ ఇన్ఫర్మేషన్, ది హైదరాబాద్ బులెటెన్, ఎకనమిక్ అండ్ పొలిటికల్ వీక్లీ, విలువైన, విభిన్నమైన సమాచారాన్నందివ్వడం జరిగింది.

హైదరాబాద్ డిస్ట్రిక్ట్ గెజిటీర్స్, 1931-1936; యమ్.వి.రాజగోపాల్ (ఎడిటెడ్) ఆంధ్రప్రదేశ్ డిస్ట్రిక్ట్ గెజిటీర్స్, 1976, ఇంపీరియల్ గెజిటీర్ ఆఫ్ ఇండియా, ప్రొవిన్షియల్ సిరీస్, హైదరాబాద్ స్టేట్, 1909, యన్.రమేశన్ (ఎడిటెడ్) ది ఫ్రీడమ్‌స్ట్రగుల్ ఇన్ హైదరాబాద్, నాల్గు సంపుటాలు, 1966, కీలక సమాచారాన్నందిస్తున్నాయి.

వీటన్నింటికి తోడు, నాటి కొన్ని వ్యక్తిగత రచనలు కూడా ఎంతో ప్రముఖమైన ఆధారాలుగా ఉన్నాయి. యస్.హెచ్.బిల్గ్రామి & సి.విల్‌మోట్‌లు రచించిన హిస్టారికల్ అండ్ డిస్క్రిప్టివ్ స్కెచ్ ఆఫ్ హిజ్ హైనెస్ ది నిజామ్స్ డొమినియన్స్, 1983; ఎ.ఐ.ఖురేషి, ది ఎకనమిక్ డెవలప్‌మెంట్ ఆఫ్ హైదరాబాద్, సంపుటం-1, 1941; మౌల్విచిరాగ్ అలి, హైదరాబాద్ (దక్కన్) అండర్ సర్ సాలార్‌జంగ్, సంపుటి-1, 1884; జె.డి.బి.గ్రిబుల్, ఎ హిస్టరీ ఆఫ్ ది దక్కన్, సంపుటం-1, 1896; క్రిస్టఫ్‌వాన్ ఫ్యూరర్ & హైమండార్ఫ్ ట్రైబల్ హైదరాబాద్ లాంటివి వీటిలోకొస్తాయి.

పురావస్తు ఆధారాలు

ప్రాచీన తెలంగాణా చరిత్రకు అనేక పురావస్తు ఆధారాలు ఉన్నాయి. వీటిని సాధారణంగా కట్టడాలు, శాసనాలు, నాణేలుగా విభజించొచ్చు. చరిత్ర పూర్వయుగానికి సంబంధించి అనేక ఆధారాలు ప్రాచీన శిలాయుగం, నవీన శిలాయుగానికి చెందిన నివాస స్థలాలు, మృణ్మయ పాత్రలు, సమాధులు మొదలైనవాటి ద్వారా లభ్యమౌతున్నాయి. ప్రాచీన శిలాయుగ ఆవాసాలు తెలంగాణాలో కోకొల్లలుగా కనిపిస్తాయి. ఆదిలాబాద్ జిల్లాలోని ఆసిఫాబాద్, లక్సెట్టిపేట, మహబూబ్‌నగర్ జిల్లాలోని అమ్రాబాద్, నల్గొండ జిల్లాలోని ఏలేశ్వరం, రామగిరి, నార్కట్‌పల్లి, వలిగొండ వంటి అనేక ప్రాంతాల్లో లభ్యమయ్యాయి.

నవీన శిలాయుగానికి సంబంధించిన బూడిద దిబ్బలు, నునుపైన రాతి పనిముట్లు, కుండ పెంకులు తెలంగాణా అంతటా లభ్యమయ్యాయి. అలాగే, బృహత్ శిలాయుగం లేదా మెగాలిథిక్ కాలానికి చెందిన సమాధులు, హైదరాబాద్ (కొండాపూర్, బోయినపల్లి), నల్గొండ, కరీంనగర్ లాంటి పలు ప్రాంతాల్లో కనిపిస్తాయి.

ఇక తరవాతి కాలాలకు సంబంధించిన అనేక పురావస్తు ఆధారాలు, శాసనాలు, నాణేల రూపంలో విరివిగా లభ్యమయ్యాయి. వీటిలో శాసనాలు అనేక విధాలుగా రాజకీయ పరిస్థితులను తెలియచేస్తే, నిజామాబాద్ వంటి ప్రాంతాల్లో దొరికిన నాణేలు ఆర్థిక స్థితిగతులను తెలుసుకొనేందుకు ఉపకరిస్తాయి. తెలంగాణాలో తొలి శాసనాలు శాతవాహనుల పాలనలో వేయబడ్డాయి. తొలి శాసనాలు ప్రాకృతంలో ప్రధానంగా, సంస్కృతంలో కొంత వరకుండగా, క్రీ.శ.3వ శతాబ్ది నుంచి సంస్కృతం, శాసన భాషగా, ప్రాకృతాన్ని వెనకకు నెట్టింది. చాళుక్య శాసనాల్లో సంస్కృతం,

కన్నడం రెండూ కనిపించగా, కాకతీయుల నాటి నుంచి సంస్కృతంతో పాటు తెలుగును వాడటం మొదలైంది. కోటిలింగాల (కరీంనగర్ జిల్లా), నానేఘాట్, నాసిక్, కార్లే (మహారాష్ట్ర ప్రాంతం) శాసనాలు శాతవాహనుల కాలానికి చెందినవి కాగా, చందుపట్ల (నల్గొండ జిల్లా), హనుమకొండ వేయిస్తంభాల శాసనం, బయ్యారం చెరువు శాసనం, పాలంపేట శాసనం, మోటుపల్లి శాసనం (వరంగల్ జిల్లా) మొదలయినవి కాకతీయుల పాలనా కాలానికి చెందినవిగా ఉన్నాయి. ఈ శాసనాలు ఆయా రాజుల సైనిక విజయాలు, ఫలితంగా బిరుదులను స్వీకరించి, రాజసూయ, అశ్వమేధ యాగాలను జరపడం, మత, ధార్మిక, విద్యా సంస్థలకు దానాలివ్వడం లాంటి సమాచారాన్నిస్తుండగా, కాకతి గణపతిదేవుడు జారీ చేసిన మోటుపల్లి శాసనం మాత్రం వీటికి భిన్నంగా, సముద్ర వ్యాపార విశేషాలను తెలియచేస్తుంది. నాడు చైనా, మ్యాన్మర్ (బర్మా), శ్రీలంక, ఆగ్నేయాసియా దేశాలతో నౌకా వ్యాపారం కొనసాగించబడింది.

శాతవాహనుల నుంచి ఆయా రాజ వంశాల వారు తమ నాణేలను ముద్రించి, చెలామణిలో, తమ స్వతంత్రాధికార చిహ్నంగా జారీ చేయడం జరిగింది. సీసం, పొంటిన్, రాగి, వెండి నాణేలను శాతవాహనులు విడుదల చేయడం జరిగింది. ఆ యుగంలో 'కర్షాపన' అని పిలువబడే వెండి నాణెం బాగా వాడుకలో ఉండేది. ఈ యుగంలో వాడబడిన బంగారు నాణేలను 'సువర్ణ' అని వ్యవహరించడం జరిగింది. ఈ లోహ నాణేల ముద్రణ పుష్కలంగా ఉన్నట్లైతే, అది ఆయా పాలకుల ఆర్థిక సిరిసంపదలకు సూచకం కాగా, వీటి ముద్రణ పల్చబడినట్లైతే, అది వారి రాజ్య ఆర్థిక స్థితిగతులు క్షీణిస్తున్నాయనే సంకేతాన్నిస్తున్నట్లుగా భావించబడుతుంది. మరొక విషయమేమంటే, చివరి గొప్ప శాతవాహన చక్రవర్తైన యజ్ఞశ్రీశాతకర్ణి ఓడ గుర్తు లేదా బొమ్మతో నాణేలను విడుదల చేయడం, ఆనాడు విదేశీ లేదా నౌకా వాణిజ్యం విరివిగా సాగుతున్నదనే విషయాన్ని సూచిస్తుంది. తెలంగాణాలో శాతవాహనుల పాలనా కాలంలో పురావస్తు తవ్వకాల ఫలితంగా, ధూళికట్ట, పెద్దబంకూర్, కొండాపూర్, కోటిలింగాల లాంటి ప్రదేశాలు గొప్ప మార్కెట్ పట్టణాలుగా ఉన్నట్లు భావించబడుతుంది.

పురావస్తు ఆధారాల్లో తదుపరి వచ్చేవి, వాస్తు నిర్మాణాలు. వీటిని స్థూలంగా లౌకికపరమైన, మతపరమైనవిగా వర్గీకరించొచ్చు. లౌకికపరమైన నిర్మాణాల్లో రాజ భవనాలు, కోటలు, స్మృతి చిహ్నాలు, విద్యా, వైద్య సంస్థలు చేరతాయి. ఓరుగల్లు, భువనగిరి కోటలు, దోమకొండ, గద్వాల్, కొల్లాపూర్, వనపర్తి సంస్థానాల భవనాలు, గోల్కొండ కోట, చార్మినార్, ఉస్మానియా విశ్వవిద్యాలయ ఆర్ట్స్ కళాశాల భవనం, ఉస్మానియా వైద్యశాల, లెజిస్లేటివ్ అసెంబ్లీ భవనం, జూబిలి హాల్ ఈ కోవకు చెందిన కొన్ని ప్రశస్తమైన నిర్మాణాలుగా ఉన్నాయి. వీటి నిర్మాణం, భిన్న కళారీతుల మిశ్రమంతో కూడుకోవడం విశేషం. ఇక మతపరమైన నిర్మాణాల్లో, బౌద్ధ, జైన, శైవ, వైష్ణవ, ఇస్లాం మతాల ప్రభావం కనిపిస్తుంది. తెలంగాణా ప్రాంతంలోని ధూళికట్ట, ఫణిగిరి, కీసరగుట్టలో బౌద్ధమత ప్రభావిత నిర్మాణాలు; కొలనుపాకలో జైన దేవాలయం; అలంపురం, వేములవాడ, బెజ్జంకి, హనుమకొండ, పాలంపేట, పానగల్లు, పిల్లలమర్రి మొదలయిన ప్రదేశాల్లో హైందవ దేవాలయాలు అలరారుతున్నాయి. ఫణిగిరి, ధూళికట్ట, పెద్దబంకూర్‌ల్లో గల బౌద్ధ స్తూపాలు, ప్రసిద్ధ అశోక మౌర్యుడు నిర్మించిన సాంచీ స్థూపాన్ని, నిర్మాణంలో, శిల్పాలను చెక్కడంలో పోలి ఉన్నాయి. ఇవి శాతవాహనుల నాటి వాస్తు, శిల్పకళలకు ప్రతీకలుగా ఉన్నాయి. వేములవాడ చాళుక్యులు, కళ్యాణి చాళుక్యుల కృషి ఫలితంగా, కొలనుపాక జైన దేవాలయం వెలసి, అభివృద్ధిచెందింది. ముదిగొండ చాళుక్యులు, కళ్యాణి చాళుక్యులు, కాకతీయులు శైవ దేవాలయాల నిర్మాణానికి, విష్ణుకుండులు తెలంగాణాలోని బూరుగుగడ్డ, మక్తల, లింగగిరి లాంటి ప్రదేశాల్లో వైష్ణవ ఆలయాల నిర్మాణానికి, బ్రహ్మదేవునికి మరెక్కడా ఆలయం లేని సందర్భంలో, అలంపురంలో పశ్చిమ చాళుక్యులు నవబ్రహ్మ లేదా స్వర్గబ్రహ్మ ఆలయాల నిర్మాణానికి కారకులయ్యారు.

కాకతీయ ఓరుగల్లు కోట తోరణ ద్వారం

వాస్తు నిర్మాణాలపై చెక్కబడిన శిల్పాలు, బుద్ధుని జాతక కథలు, జీవిత విశేషాలతో పాటు, ప్రజల సామాజిక జీవనం, మతాభిప్రాయాలు, సాంస్కృతిక జీవితానికి అద్దం పడుతున్నాయి. ప్రజల వేషధారణ, వృత్తులు, అభిరుచుల గురించి చెప్పకనే చెబుతున్నాయి. కళాచాతుర్యానికొస్తే, కొన్ని అద్భుత కళాఖండాలుగా నిల్చాయి. కాకతీయ ఓరుగల్లు కోట తోరణ ద్వారం, పాలంపేటలోని రామప్ప దేవాలయంలోని నంది విగ్రహం, మదనికలు, లేదా నృత్యాన్ని అభినయించే నాట్యకత్తెల రూపాలు, వీటిలో కొన్నింటిగా పేర్కొనొచ్చు. ముఖ్యంగా, ఈ నంది విగ్రహం ప్రత్యేకత, మనం ఎటువైపు నుంచి దాన్ని చూచినా, అది మనవైపు చూస్తున్నట్లుగా ఉండటం.

శాతవాహనులు చిత్రకళను కూడా ఆదరించి, పోషించారు. అయితే, వీరి చిత్రకళా సృష్టికి అజంతా గుహలు ప్రధాన కేంద్రంగా ఉండి, మానవాకృతులను మల్చడంలో ప్రపంచ ప్రసిద్ధినిగాంచాయి. కాకతీయులు కూడా చిత్రకళాభివృద్ధికి తోడ్పడ్డారు. వీరి పాలనా కాలం నాటి చిత్రాలు త్రిపురాంతం, పిల్లలమర్రి, నాగులపాడులో దర్శనమిస్తున్నాయి.

ఈ విధంగా తెలంగాణా చరిత్రను తెలుసుకొనేందుకు పలు ఆధారాలున్నాయి. వీటిపై ఇంకా పరిశీలన, పరిశోధనకు అవకాశం ఉంది.

ఉనికి, భౌగోళిక లక్షణాలు - ప్రాముఖ్యతా ప్రభావాలు

తెలంగాణా భౌగోళిక పరిస్థితులు, ఉనికి ఈ నూతన రాష్ట్రానికి ఒక విశిష్టతను ఆపాదించాయి. ప్రాచీన కాలంలో దక్షిణాపథంగాను, మధ్యయుగ తదనంతర కాలాల్లో దక్కన్‌గా పిలువబడిన భారత ద్వీపకల్పంలో తెలంగాణా ఒక అంతర్భాగం. భౌగోళికంగా 15° 55’ నుంచి 19° 55’ ఉత్తర అక్షాంశాల మధ్య, అదే విధంగా 77° 22.35’ నుంచి 81° 2.23’ తూర్పు రేఖాంశాల మధ్య తెలంగాణా విస్తరించి ఉంది.

వాస్తవానికి తెలంగాణా ఉనికి, భౌగోళిక పరిస్థితులను ప్రత్యేకమైనవిగా పేర్కొనొచ్చు. ఎందుకంటే, చరిత్ర పూర్వయుగం నుంచి 2014 లో తెలంగాణా రాష్ట్ర ఆవిర్భావం వరకూ ఆంధ్ర ప్రాంతంతో ముడిపడి ఉన్నా, తెలంగాణాకు భౌగోళికంగా, రాజకీయంగా, ఆర్థికంగా, సామాజికంగా, సాంస్కృతికంగా ఒక ప్రత్యేక గుర్తింపు ఉంది.

తెలంగాణా రాష్ట్రంలోని నదులు, పర్వతాలు ఒక ప్రత్యేకతను సంతరించుకొనేందుకు తోడ్పడ్డాయి. ఉదాహరణకు, ఉత్తరాన గోదావరి, ప్రాణహిత నదులు ఉంటే, దక్షిణాన కృష్ణా, తుంగభద్ర నదులు కనిపిస్తాయి. వివిధ పర్వత పంక్తులు విభిన్న నైసర్గిక స్వరూపాన్ని ఇవ్వడం జరిగింది. నల్గొండ జిల్లాలోని డిండి నది నుంచి ఖమ్మం జిల్లాలోని కందికల్ గుట్టల

వరకు ఉన్న భౌగోళిక విభాగాలు, ఉత్తర, పశ్చిమ దిశల్లో కర్ణాటక, మహారాష్ట్రలను తెలంగాణా ప్రాంతం నుంచి వేరుచేసే సహజ సరిహద్దులుగా ఉన్నాయి.

ఇతర కొండలు, పర్వతాలను పరిశీలిస్తే, ఆంధ్రప్రదేశ్‌లోని శ్రీకాకుళంలో ప్రారంభమైన తూర్పు కనుమల్లో భాగమైన నల్లమల కొండలు మహబూబ్‌నగర్ జిల్లాలో కూడా ఉన్నాయి. పడమటి కనుమలకు చెందిన సహ్యాద్రి శ్రేణి అజంతా శ్రేణి నుంచి విడివడి, ఆగ్నేయ దిశగా తెలంగాణాలోనికి వచ్చాయి. ఇవి ఆదిలాబాద్ జిల్లాలో ప్రవేశించాయి. వివిధ ప్రాంతాల్లో ఈ కొండలను నిర్మల్ గుట్టలు, రాఖీ గుట్టలు (కరీంనగర్), కందికల్ గుట్టలు (ఖమ్మం, వరంగల్) వంటి పేర్లతో పిలుస్తారు.

ఇక జీవనదుల ప్రస్తావనకు వస్తే, తెలంగాణా అనేక నదులకు ఆలవాలం. తెలుగు ప్రజల సంస్కృతితో అవినాభావ సంబంధం ఉన్న గోదావరికి గల 720 కి.మీ.ల పరీవాహక ప్రాంతంలో (ఆంధ్రప్రదేశ్, తెలంగాణాలు కలిపి) 79% తెలంగాణాలోనే ఉంది. అలాగే, సిద్ధేశ్వరం వద్ద తెలంగాణాల్లో ప్రవేశించే కృష్ణానదికి చెందిన మొత్తం రెండు రాష్ట్రాల్లో ఉన్న 450 కి.మీ. ల పరీవాహక ప్రాంతంలో 68.5 శాతం తెలంగాణాలో ఉంది. ఈ విధంగా గోదావరి, కృష్ణా నదులు తెలంగాణాను సస్యశ్యామలం చేయడానికి ఎంతగానో దోహదపడతాయి.

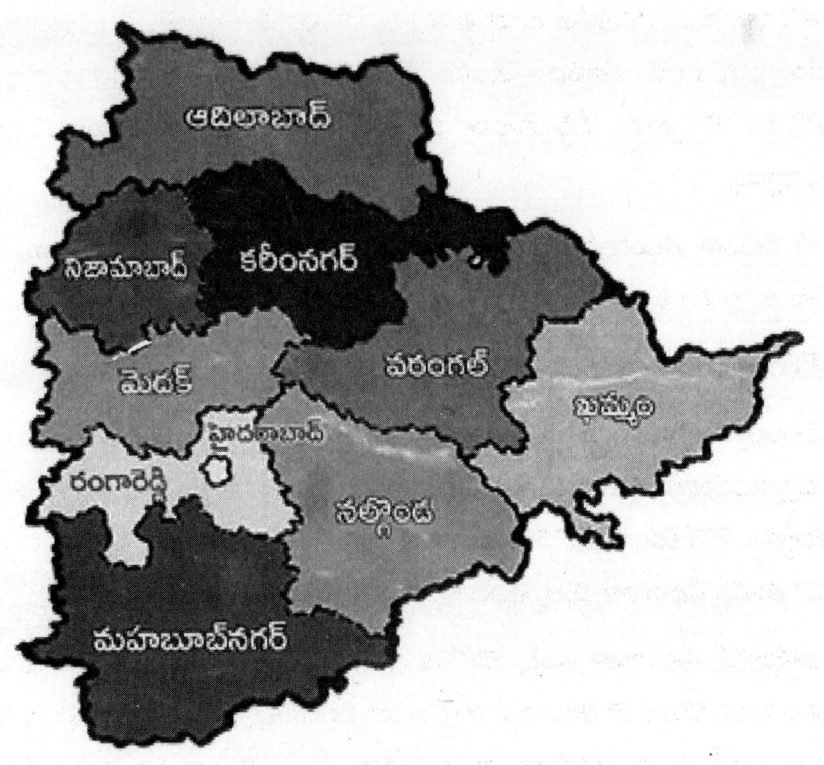

తెలంగాణ రాష్ట్ర పటం

ఇక ఉపనదులు కూడా అనేకం. తుంగభద్ర, భీమ, మంజీర, ప్రాణహిత, మూసీ, డిండి, పాలేరు, మున్నేరు, పెన్‌గంగా, వార్ధా వీటిలో ముఖ్యమైనవి. భౌగోళికంగా, తెలంగాణా అనేక ఎగుడు దిగుడు ప్రాంతాలుగా ఉండటం వల్ల చెరువుల నిర్మాణానికి అత్యంత అనువైనది. కాకతీయుల కాలంలో ఈ శాస్త్రీయ అంశాన్ని గుర్తించి అనేక చెరువుల నిర్మాణాన్ని చేపట్టారు. నాటి నుంచి నేటి వరకు ప్రసిద్ధి గాంచిన రామప్ప, పాఖాల, లక్నవరం, ఘనపూర్ తటాకాలు

(వరంగల్ జిల్లాలో) వీరు నిర్మించినవే. ఆంధ్రప్రదేశ్ అవతరణ సందర్భంగా తెలంగాణా ఆంధ్రలో విలీనం అయ్యేనాటికి, ఈ ప్రాంతంలో పెద్ద, చిన్న చెరువులు కలిసి ఇంచుమించు 20,000 దాకా ఉన్నాయి. ప్రత్యేక తెలంగాణా రాష్ట్ర ఆవిర్భావానంతరం, ఈ చెరువుల పునరుద్ధరణకు ప్రభుత్వం 'మిషన్ కాకతీయను' ప్రారంభించింది.

వాతావరణం

తెలంగాణా ప్రాంతంలో వాతావరణం, మార్చి నెల నుంచి సెప్టెంబర్ వరకు వేడిగా, తేమగా ఉండి, మిగిలిన మాసాల్లో సమశీతోష్ణంగా ఉంటుంది. సంవత్సరం నాల్గు కాలాలు (seasons) గా విభజించబడింది. చలి కాలం డిసెంబర్ నుంచి ఫిబ్రవరి వరకుంటే, దీని తదుపరి ఎండా కాలం మార్చి నుంచి మే నెల వరకు కొనసాగుతుంది. జూన్ నుంచి సెప్టెంబర్ వరకు నైరుతి రుతుపవనాలు వర్షించే కాలం కాగా, అక్టోబర్, నవంబర్ మాసాలు రుతుపవన తదనంతర లేదా తిరోగమన కాలంగా పరిగణించబడుతుంది. మరొక ముఖ్య విషయమేమంటే, కొండ ప్రదేశాలు, గోదావరి, ప్రాణహిత నదులకు దగ్గరగా ఉన్న ప్రాంతాల్లో అనారోగ్యకరమైన, మలేరియా వ్యాధికారకమైన వాతావరణం నెలకొనగా, దీనికి భిన్నంగా, మధ్య మైదాన ప్రాంతాలు మలేరియా సోకని, ఆరోగ్యకర వాతావరణంతో కూడుకొని ఉండటం జరిగింది.

నైరుతి రుతుపవనాల రాకతో, గాలిలో తేమ జూన్ నెలలో హఠాత్తుగా పెరుగుతుంది. వర్షా కాలంలో ఇది కొనసాగుతూ, గాలిలో తేమ శాతం 65 నుంచి 80 వరకుండి, చలి కాలం, పొడి వాతావరణం రావడంతో, ఇది క్రమేణా తగ్గుతూంటుంది. మార్చి నుంచి మే నెల కాలంలో, ఎండలు రావడంతో, గాలిలో తేమ శాతం 25కు పడిపోతుంది. అయితే, గమనించాల్సిన విషయమేమంటే, ఎండా కాలంలో పొడి వాతావరణం, మరట్వాడా కంటే తెలంగాణాలో తక్కువగా ఉంటుంది. దీనికి కారణం, తెలంగాణాలో చెరువులు, వీటికి సంబంధించిన సేద్యపు నీటి ప్రాజెక్టుల రిజర్వాయర్లు, వీటికి తోడు పెద్ద అటవీ ప్రాంతాలు ఉండటం వల్ల ఎండా కాలంలో కూడా గాలిలో తేమ ఒక మోస్తరుగా కొనసాగుతూ ఉంటుంది. మరట్వాడాలో దీనికి భిన్నంగా, చెరువులు కాని, అడవులు కాని అంతగా లేకపోవడం జరిగింది.

రుతుపవన, రుతుపవన తదుపరి సమయాల్లో బంగాళాఖాతంలో తుఫానులు, అల్పపీడన ద్రోణులేర్పడి, పడమరగా, వాయవ్యంగా కదులుతుండటం వల్ల, తెలంగాణాలోని వాతావరణాన్ని ప్రభావితం చేసి, విస్తృతంగా భారీ వర్షాలు కురవడం, బలమైన ఈదురు గాలులు వీయడం జరుగుతుంది. ఉరుములతో కూడిన జల్లులు ప్రధానంగా ఎండా కాలంలో నైరుతి రుతుపవనాల సమయంలో పడతాయి. ధూళితో కూడిన గాలులు ఎండా కాలం మధ్యాహ్న వేళల్లో సాధారణంగా వీస్తుంటాయి.

శీతోష్ణ స్థితి

ఫిబ్రవరి మాసాంతం నుంచి శీతోష్ణ స్థితి పెరుగుదల మొదలౌతుంది. మే నెలలో అత్యధిక ఉష్ణోగ్రత ఉంటుంది. ఈ నెలలోని కొన్ని రోజుల్లో హనుమకొండ, ఖమ్మం, భద్రాచలం, రామగుండం లాంటి ప్రదేశాల్లో ఉష్ణోగ్రత 47° సెంటిగ్రేడ్ (116.6° ఫారెన్‌హీట్)కు చేరుతుంటుంది. అయితే, ఉరుములతో కూడిన జల్లులు మధ్యాహ్న వేళల్లో, కొన్ని రోజుల్లో రావడంతో, ప్రజలకు వడగాడ్పుల నుంచి కొంత ఉపశమనం లభించేది. జూన్ రెండో వారం నుంచి నైరుతి

రుతుపవనాలు ప్రవేశించడంతో, ఉష్ణోగ్రతలో తగ్గుదల ఏర్పడుతుంది. అక్టోబర్ మొదటి వారానికల్లా, రుతుపవనాలు ఆగిపోయి, పగటి ఉష్ణోగ్రతలో స్వల్ప తగ్గుదల ఏర్పడుతుంది. అక్టోబర్ తదుపరి, పగటి, రాత్రి ఉష్ణోగ్రతలు త్వర త్వరగా పడిపోవడమౌతుంది. డిసెంబర్ మాసంలో చలి అత్యధికంగా ఉండి, రాత్రి ఉష్ణోగ్రతలు కొన్నిసార్లు 9° సెంటిగ్రేడ్ (48.2^{o} ఫారెన్‌హీట్) కు పడిపోవడం జరుగుతుంది. ఫిబ్రవరి తదుపరి, ఉష్ణోగ్రతలు పెరగడం ప్రారంభమౌతుంది.

జూన్, జూలై, ఆగస్ట్, సెప్టెంబర్ మాసాల్లో సాధారణంగా పడమర గాలులు; అక్టోబర్, నవంబర్, డిసెంబర్, జనవరి, ఫిబ్రవరి మాసాల్లో తూర్పు గాలులు; మార్చి, ఏప్రిల్, మే నెలల్లో వాయవ్య గాడ్పులు తరచుగా వీస్తాయి. తేలికపాటి నుంచి ఒక మోస్తరు బలమైన గాలులు, ఎండాకాలం ద్వితీయార్ధంలో, నైరుతి రుతుపవనాల తొలి కాలంలో ఉంటాయి.

ఖనిజ వనరులు - ప్రాముఖ్యతా ప్రభావాలు

ఆర్థికపరంగా తెలంగాణాకు సహజ వనరులు, సంపద పుష్కలంగా ఉన్నాయి. ఖనిజ సంపదకు ఢోకాలేదు. తాండూరు, ఆదిలాబాద్, సింగరేణి, కొత్తగూడెం, ఖమ్మం ప్రాంతాల్లో బొగ్గు గనులు విస్తారంగా ఉన్నాయి. దేశంలోనే వీటికి ప్రథమస్థానముండి, విస్తారంగా రైల్వేలకు సరఫరా చేయడంతో పాటు రామగుండం థర్మల్ విద్యుచ్ఛక్తి ఉత్పత్తికి ఇంధనాన్ని అందిస్తున్నాయి. ఇనుము లభ్యత బాగుంది. ఖమ్మం, ఆదిలాబాద్, వరంగల్ ప్రాంతాల్లో ముడి ఇనుప గనులున్నాయి. ఆస్‌బెస్టాస్, బైరైట్స్, సున్నపురాయి, నాపరాయి పుష్కలంగా లభ్యమౌతున్నాయి. ఈ నేపథ్యంలో ఖమ్మం (ఇల్లెందు), మహబూబ్‌నగర్, ఆదిలాబాద్, రంగారెడ్డి, నల్గొండ జిల్లాల్లో వివిధ రకాల ఖనిజ వనరులున్నాయి. వీటన్నింటి ఆధారంగా నల్గొండ జిల్లాలో సిమెంట్ పరిశ్రమ కేంద్రీకృతమైంది.

తెలంగాణాలో విస్తారంగా గ్రానైట్ రాళ్లు లభిస్తున్నాయి. ఇవి వివిధ రంగుల్లో లభిస్తున్నాయి. వీటిని భవన నిర్మాణాల్లో ప్రముఖంగా వాడుతున్నారు. ఇవి గట్టితనం, ఏళ్ల తరబడి స్వచ్ఛత, సుందరతను కోల్పోకుండా ఉంటాయని చెప్పడానికి ఉస్మానియా విశ్వవిద్యాలయ ఆర్ట్స్ కళాశాల భవనమే గొప్ప దృష్టాంతం. ఇంకా వీటిని పాలిష్ బండలుగా మల్చి, భవనాల నేల పరుపు (ఫ్లోరింగ్) కు వాడటం జరుగుతోంది. ఇసుక వనరులు తక్కువ అవుతున్న నేడు ఈ రాళ్లను పొడిచేసి, ఆ పొడిని ఇసుకకు బదులుగా సిమెంట్‌తో కలిపి, నిర్మాణ పనుల్లో విరివిగా వాడుతున్నారు. హుస్సేన్‌సాగర్‌లోని బుద్ధుడు కూడా ఈ గ్రానైట్ శిల నుంచి మల్చబడ్డవాడే. నల్ల బంగారం (బొగ్గు) తో పాటు, ఈ గ్రానైట్ నిక్షేపాలు, ప్రకృతి తెలంగాణాకు ప్రసాదించిన గొప్ప వరాలు, సౌభాగ్యాలు.

జాతి, సామాజిక స్వరూపం

ఇక్కడి ప్రజలు ద్రవిడ జాతికి చెందినవారు. నలుపు, గోధుమ రంగు శరీర ఛాయలో ఉంటారు. ప్రజల మాతృభాష తెలుగైనప్పటికీ, 433 సంవత్సరాల సుదీర్ఘ సుల్తానులు, నిజామ్‌ల పాలనా ఫలితంగా, నాటి విద్యార్థులు ఉర్దూను తప్పనిసరిగా అభ్యసించడమే కాక, దీని ప్రభావం తెలుగుపై పడి, ఇక్కడి తెలుగు, ఆంధ్ర, రాయలసీమ ప్రాంతాల తెలుగుతో పోల్చుకొంటే, ప్రాంతీయపరమైన యాసను, వినూత్నతను పుణికిపుచ్చుకొంది.

ఈ సందర్భంలో తెలంగాణా సామాజిక స్వరూపాన్ని స్థూలంగా అర్థం చేసుకోవాల్సి ఉంది. తెలంగాణా సామాజిక, ఆర్థిక సర్వే - 2015 ఆధారంగా, తెలంగాణా సామాజిక స్వరూపం ప్రధానంగా గ్రామీణ స్వభావాన్ని కలిగి ఉందని చెప్పొచ్చు. మొత్తం జనాభాలో 61.33 శాతం ప్రజలు గ్రామీణ ప్రాంతాల్లో నివసిస్తుంటే, మిగిలిన 38.67 శాతం ప్రజలు పట్టణాల్లో నివసిస్తున్నారు. జనాభా పెరుగుదల 2001, 2011 మధ్య కాలంలో 18.77 శాతం నుంచి (అంతకు ముందు దశాబ్దంతో పోలిస్తే) 13.58 శాతానికి తగ్గడం జరిగింది. ఇది తెలంగాణా సమాజంలో ఒక కొత్త అభివృద్ధి పోకడను సూచిస్తుంది. ఈ కాలంలో పట్టణ జనాభాలో 38.12% వృద్ధి కనిపించింది. అంతకుముందు దశాబ్దంలో, ఇది కేవలం 25.13 శాతం మాత్రమే పెరిగింది. సీమాంధ్ర ప్రాతం నుంచి అవిభక్త రాష్ట్ర కాలంలో హైదరాబాద్‌కు వలస వచ్చిన వారి సంఖ్య పెరగడం, దీనికి ప్రధాన కారణంగా పేర్కొనొచ్చు.

ఇక జనసాంద్రత విషయానికొస్తే, ఇది ఆదిలాబాద్‌లో కనిష్ఠంగా ప్రతి చదరపు కిలోమీటర్‌కు 170 మంది నుంచి హైదరాబాద్‌లో చదరపు కిలో మీటర్‌కు 18,172 కు గరిష్ఠంగా చేరింది. తెలంగాణా సమాజంలో స్త్రీల సంఖ్య జాతీయ సగటు కంటే ఎక్కువ. నిజామాబాద్, ఆదిలాబాద్, కరీంనగర్, ఖమ్మంల్లో పురుషుల కంటే స్త్రీల సంఖ్య ఎక్కువ. మిగతా ప్రాంతాల్లో సగటున తెలంగాణా రాష్ట్రంలో ప్రతీ 1000 మంది పురుషులకు 988 మంది స్త్రీలున్నారు. 1991 నుంచి స్త్రీ, పురుషుల నిష్పత్తిలో గణనీయమైన, అభిలాషదాయకమైన మార్పు వచ్చింది. ఈ పోకడ తెలంగాణా సామాజిక స్వరూపంలో ఒక విశిష్టమైన లక్షణం. అయితే సున్నా నుంచి ఆరు సంవత్సరాల మధ్య వయస్సులో ఉన్న పిల్లల్లో స్త్రీ, పురుషుల నిష్పత్తిని మెరుగుపర్చాల్సిన అవసరం కనిపిస్తుంది.

తెలంగాణా సామాజిక స్వరూపంలో వర్గపరంగా కొన్ని వ్యత్యాసాలు, ప్రత్యేకతలున్నాయి. మొత్తం సమాజంలో అధిక సంఖ్యాకులు వెనుకబడిన తరగతులకు చెందినవారు. రాష్ట్ర మొత్తం జనాభాలో షెడ్యూల్డ్ కులాల వారు 15.44 శాతం, షెడ్యూల్డ్ తెగలవారు 9.34 శాతం మంది ఉన్నారు. జాతీయ సగటు కంటే షెడ్యూల్డ్ తెగల జనాభా తెలంగాణాలో అధికంగా ఉంది. అదే విధంగా, తెగల జనాభాలో స్పష్టమైన పెరుగుదల కనిపిస్తుంది. స్థూలంగా చెప్పాలంటే, ఈ నూతన రాష్ట్ర సామాజిక వ్యవస్థలో 80 శాతం ప్రజలు వెనుకబడిన, షెడ్యూల్డు తెగలు, షెడ్యూల్డు కులాలకు చెందినవారుగా ఉన్నారు.

అక్షరాస్యత విషయంలో తెలంగాణా కొంతవరకు వెనుకబడి ఉంది. అక్షరాస్యతా రేటు జాతీయ సగటైన 72.99 శాతం కంటే తక్కువగా 66.46 శాతం వద్ద ఉంది. ఇది ఒరిస్సా, ఛత్తీస్‌గడ్, మధ్యప్రదేశ్‌ల్లోని అక్షరాస్యతా శాతం కంటే తక్కువగా ఉండటం వల్ల నూతన రాష్ట్ర ప్రథమ ప్రభుత్వం దీనిపై దృష్టి సారించాల్సుంది.

ఆర్థిక వ్యవస్థ ప్రధాన లక్షణాలు

తెలంగాణా ఆర్థిక వ్యవస్థ అభివృద్ధి దశలో ఉంది. దీనిలో వ్యవసాయం, పరిశ్రమలు, సేవారంగాలు ప్రధానమైనవి. స్థూల జాతీయోత్పత్తి (గ్రాస్ డొమెస్టిక్ ప్రాడక్ట్) పెరగడానికి తెలంగాణా సేవల రంగం చాలా దోహదం చేసింది. 2014-15 సంవత్సరంలో రాష్ట్రంలో సేవల రంగం 9.7 శాతం అభివృద్ధిచెందగా, పరిశ్రమల రంగం 4.1 శాతం వృద్ధిని సాధించింది. ఇక వ్యవసాయం విషయానికి వస్తే, ఈ రంగం 10.3 శాతం క్షీణించింది. అయితే ప్రస్తుత

ఆర్థిక సంవత్సరంలో ఈ క్షీణత మరింతగా పెరిగే అవకాశం కన్పిస్తోంది. గమనించాల్సిన విషయమేమంటే తెలంగాణా రాష్ట్రం గడిచిన ఒక సంవత్సరంలో విదేశీ మదుపరులను విశేషంగా ఆకర్షిస్తోంది.

తలసరి ఆదాయంలో పెరుగదలను ప్రజల ఆర్థికాభివృద్ధికి ఒక ముఖ్యమైన సూచిగా భావిస్తారు. ప్రభుత్వ సమాచారం ప్రకారం, తలసరి ఆదాయం రూ. 1,03,889 లకు పెరిగింది. అంతకుముందు సంవత్సరంలో ఇది కేవలం రూ. 95,361 గా మాత్రమే ఉంది. ఈ తలసరి ఆదాయంలో పోకడలు ఆరోగ్యదాయకంగా ఉన్నాయి. ఈ ఎదుగుదల కొనసాగితే తెలంగాణాలో నిరుపేదల అభ్యున్నతి, మొత్తం మీద ఆర్థికాభివృద్ధి జరుగుతుందనడంలో సందేహం లేదు. ఆర్థిక వ్యవస్థకు రాష్ట్రంలో ప్రామాణికంగా అభివృద్ధి జరిగే అవకాశాలు ఉన్నాయి. వీటితోపాటుగా, కొన్ని సవాళ్లను ఎదుర్కొనేందుకు రాష్ట్రం సన్నద్ధం కావాలనే భావం నూతన రాష్ట్ర తొలి సామాజిక, ఆర్థిక సర్వేలో వ్యక్తపర్చబడింది.

తెలంగాణా సాంస్కృతిక వ్యవస్థ పునాదులు

తరతరాల సుదీర్ఘ చరిత్రలో తెలంగాణా తనకంటూ ఒక ప్రత్యేకమైన సంస్కృతి, వారసత్వాలను సంపాదించుకొంది. దీనికి పునాదులు ప్రాచీన మధ్యయుగాల్లోనే ఏర్పడ్డాయి. విశిష్టమైన పండుగలు, వాస్తు శిల్ప కళల అభివృద్ధి, తెలుగు సాహిత్యాభివృద్ధి ఈ ప్రత్యేక సంస్కృతికి ప్రతి యుగంలోనూ దోహదం చేశాయి. ఈ సంస్కృతీ స్వరూపాలను, వాటి అభివృద్ధిని కింది విధంగా సూక్ష్మంగా గమనించొచ్చు.

తెలంగాణా సంస్కృతిలో ప్రధాన భాగమైన బతుకమ్మ పండుగను పరిశీలిస్తే, ఆ సంస్కృతీ విశిష్టత, చారిత్రకత విశదమౌతుంది. విశ్వవిఖ్యాతి చెందిన తంజావూరులోని రాజరాజేశ్వర ఆలయంలోని మహాశివలింగం వేములవాడకు చెందింది అనడానికి ఆధారాలున్నాయి. ఈ దేవాలయాన్ని నిర్మించిన చోళరాజైన రాజరాజు, కరీంనగర్‌లోని వేములవాడ నుంచి 'బృహత్' శివలింగాన్ని అంటే, మహాశివలింగాన్ని తంజావూరు తరలించి, బృహదీశ్వరాలయంలో ప్రతిష్ఠించాడు. తెలంగాణా ప్రజలు దీనికి బాధపడినా, పార్వతీ అమ్మవారిని ఊరడించే ప్రయత్నంలో, పూలతో మేరు పర్వతంలా పేర్చి, దానిపై పసుపుతో గౌరీదేవిని రూపొందించి, దసరా పండుగ సందర్భంలో ఆటపాటలతో తిరిగి రమ్మని ప్రార్థిస్తూ, నీటిలో నిమజ్జనం చేయడం ఈ బతుకమ్మ పండుగ ఉద్దేశం. ప్రస్తుత కాలంలో బహుళ ప్రాచుర్యాన్ని సంపాదించిన తెలంగాణా బతుకమ్మ సాంస్కృతిక కార్యక్రమాలకు ఇంతటి చరిత్ర ఉంది.

అలాగే, కాకతీయుల కాలం నుంచి సమ్మక్క, సారక్క గిరిజనుల జాతరలు నిరంతరాయంగా ఈనాటి వరకూ తెలంగాణాలో కొనసాగుతున్నాయి. ఆసఫ్‌జాహీ వంశస్థుడైన నిజాం సికందర్‌జా కాలం నుంచి సికింద్రాబాద్ లష్కర్ వద్ద నిర్మించిన మహంకాళి ఆలయ బోనాలు విశేషంగా ప్రాచుర్యాన్ని పొందాయి. ఆషాఢ మాసంలో జరిగే ఈ బోనాలు తెలంగాణాకే ఒక ప్రత్యేక ఆకర్షణగా మారాయి. అమ్మవారి సోదరుడిగా పరిగణింపబడే పోతురాజు, రంగం పండుగ కార్యక్రమాలు ఈ బోనాల్లో ప్రధాన ఘట్టాలు.

కాకతీయుల కాలం నాటి వీరశైవ సైనికుల పేరిణి శివతాండవ నృత్యం కొన్ని ప్రాంతాల్లో గిరిజనులు చేసే దింసా నృత్యం, గోండులు, ఇతర తెగల ప్రజలు అభినయించే గుసాడి నృత్యం, గరగల నృత్యం, జానపద కళలైన జంగంలు, దాసరుల, అసాధుల గేయాలు, గంగిరెద్దులాట, పాల్కురికి సోమనాథుని పండితారాధ్య చరిత్రలో పేర్కొన్న

పిచ్చుకుంట్ల గీతాలు, బుడబుక్కలు, అతి ప్రాచీన జానపద నృత్య కళైన కప్పతల్లి, ఒగ్గు కథలు తెలంగాణా సంస్కృతిలో ప్రధాన భాగాలుగా అలరారుతున్నాయి.

ఇదే విధంగా సాహిత్య, వాస్తు శిల్పాలు శాతవాహనుల కాలం నుంచి కాకతీయులు, కుతుబ్‌షాహీలు, ఆసఫ్‌జాహీల కాలం వరకూ నిరాటంకంగా అభివృద్ధి చెందాయి. ఈ కళాస్వరూపాలు తెలంగాణాలో అడుగడుగునా కనిపిస్తాయి. శాతవాహనుల నాటి అమరావతి బౌద్ధ స్తూపం, కాకతీయుల ఓరుగల్లు కోట తోరణ ద్వారం, కుతుబ్‌షాహీల చార్మినార్, గోల్కొండ కోట, ఆసఫ్‌జాహీల భవన నిర్మాణాలైన ఉస్మానియా విశ్వవిద్యాలయ ఆర్ట్స్ కళాశాల, లెజిస్లేటివ్ అసెంబ్లీ, జూబిలీ హాల్, ఉస్మానియా వైద్యశాల లాంటి నిర్మాణాలను, అలనాటి వాస్తు, శిల్ప కళారీతులకు మచ్చుతునకలుగా పేర్కొనొచ్చు. దేశీయ, విదేశీయ వాస్తు, శిల్ప సంప్రదాయాలు - గాంధార, చాళుక్య, ఇండో సారసనిక్ శైలులు- పాలకుల అభిరుచులు, అభిప్రాయాలను అనుసరించి అజేయంగా వాడబడ్డాయి. ఇవి నేటికీ రాజ్యాలు అంతరించినా, రాజులు లేకున్నా, వారి స్మృతి చిహ్నాలుగా నిల్చి, గత వైభవాన్ని సూక్ష్మంలో మోక్షంగా చాటుతున్నాయి. వీటన్నంటి ఫలితంగా, తెలంగాణా సంస్కృతి ఒక లౌకిక, మిశ్రమ సంస్కృతికి దారితీసి మత సామరస్యంతో కూడిన ప్రజా వికాసానికి దోహదం చేసే సమర్థతను సముపార్జించుకొందని గుర్తించాలి. రాబోయే రోజుల్లో ఈ సాంస్కృతిక అభివృద్ధి మరింతగా రాష్ట్ర ప్రయోజనాలకు, వికాసానికి దోహదం చేస్తుందని ఆశించొచ్చు.

ఇంతటి ప్రాముఖ్యత, విశిష్టత కలిగిన తెలంగాణా చరిత్ర, సంస్కృతి పట్ల చరిత్ర విద్యార్థుల్లో, తెలంగాణా ప్రజల్లో అవగాహన కలిగించాల్సిన అవసరం ఎంతైనా ఉంది. దురదృష్టవశాత్తు అవిభక్త ఆంధ్రప్రదేశ్‌లో తెలంగాణా చరిత్ర, సంస్కృతిపై శాస్త్రీయ పద్ధతిలో పరిశోధన జరగలేదు. ఈ లోటును పూరించే ప్రయత్నంలో భాగంగానే ఈ గ్రంథ రచనను చేపట్టడం జరిగింది. ప్రప్రథమంగా ఈ ప్రాంత ప్రజల మాతృభాషలో వారి చరిత్రను చరిత్ర పూర్వ యుగాన్నుంచి, నూతన రాష్ట్ర ఆవిర్భావం వరక్కూడా, సమగ్రమైన రీతిలో తెలిపే ప్రయత్నమిది.

ప్రాచీనయుగం, మధ్యయుగం, ఆధునికయుగం అనే మూడు భాగాలుగా విభజింపబడిన ఈ గ్రంథంలో ఆయా రాజ వంశాలకు సంబంధించిన రాజకీయ పరిణామాలు, పరిపాలనా విధానం, ఆర్థిక, సామాజిక, సాంస్కృతికాభివృద్ధి, చారిత్రకాధారాల సహితంగా చర్చించడమైంది. వారి పాలిత ప్రాంతాలను సూచించే పటాలు, వాస్తు కళాఖండాలకు కొన్ని మచ్చుతునకలను పొందుపర్చడం జరిగింది. ఈ గ్రంథం విద్యార్థులకు, పాఠకులకు తప్పక ఉపయోగకరంగా నిలుస్తుందని ఆశిద్దాం.

02

చరిత్ర పూర్వ యుగం

"మానవ జీవన పరిణామ క్రమాన్ని ఒక పూర్తి స్థాయి సినిమాగా తీస్తే, అందులో ఒక నిమిషం మాత్రమే చరిత్ర ఉంటుంది. మిగతా మొత్తం చరిత్ర పూర్వ యుగం ఉంటుంది" అని ప్రపంచ ప్రఖ్యాతి గాంచిన చరిత్రకారుడు, గార్డన్ చైల్డ్ అన్నారు. చరిత్ర పూర్వ యుగమంటే, మానవ చరిత్ర నిర్మాణానికి లిఖిత పూర్వక ఆధారాలు లేని యుగమని అర్థం. లిఖిత ఆధారాలు లభిస్తున్న గత 2300 సంవత్సరాల కాలాన్ని, చారిత్రక యుగం అన్నారు. ఇప్పటి వరకు తెలిసిన ఆధారాల మేరకు, చారిత్రక యుగాని కంటే సుమారు మూడు లక్షల సంవత్సరాల ముందు నుంచే తెలంగాణలో మానవ మనుగడ కొనసాగుతున్నది.

ఆధారాలు

ఇంతటి సుదీర్ఘమైన చరిత్ర పూర్వ యుగానికి సంబంధించిన ఆధారాలు మాత్రం చాలా తక్కువగా అందుబాటులో ఉన్నాయి. 19వ శతాబ్దం మధ్య కాలంలో, రాబర్ట్ బ్రూస్ ఫూట్ నల్గొండ జిల్లాలోని వలిగొండలో కనుక్కొన్న బృహత్ శిలాయుగపు సమాధులు, తెలంగాణ చరిత్ర పూర్వ యుగపు అధ్యయనానికి మొదటిసారిగా తెరతీశాయి. 1914 లో ఏర్పాటైన హైదరాబాదు రాష్ట్ర పురావస్తు శాఖ, శాస్త్రీయంగా చరిత్ర పూర్వ యుగపు స్థలాలను గుర్తించింది. ఆ శాఖ 1953 లో ప్రచురించిన 'యాంటిక్వేరియన్ రిమైన్స్ ఇన్ హైదరాబాద్ స్టేట్' అనే పుస్తకంలో, తెలంగాణ చరిత్ర పూర్వ యుగానికి సంబంధించి, 118 స్థలాలను సంరక్షిత స్థలాలుగా పేర్కొంది. వాటిల్లో, ఆసిఫాబాద్, సిర్పూర్ (నిర్మల్ ప్రాంతం) లలో వృక్ష శిలాజాలు, 20 కొత్త రాతి యుగపు స్థలాలు, 96 బృహత్ శిలాయుగపు స్థలాలు కనిపిస్తాయి. కొత్త రాతి యుగం కంటే ముందు యుగపు స్థలాలను ఆ రిపోర్టు పేర్కొనలేదు.

1956 లో ఆంధ్రప్రదేశ్ రాష్ట్రం ఏర్పడ్డాక, పురావస్తు శాఖ వందలాది చరిత్ర పూర్వయుగ స్థలాలను గుర్తించింది. అయితే, వాటిల్లో ఎక్కువ భాగం, ముంపు సంరక్షక పురావస్తు తవ్వకాల (Salvage Archaeology) వల్లనే వెలుగు చూశాయి. సాల్వేజ్ ఆర్కియాలజీ అంటే, ముప్పు పొంచి ఉన్న స్థలాలను అధ్యయనం చేయడం. నదీ లోయల్లోనే మానవ మనుగడ వికసించింది. నదులపై తెలంగాణలో గత శతాబ్దం నుంచి ఆనకట్టలు కడుతూ వచ్చారు. అలా మనకు నాగార్జునసాగర్, శ్రీరాంసాగర్, శ్రీశైలం, తుంగభద్ర, జూరాల, నిజాంసాగర్ మొదలైన ప్రాజెక్టులు అందుబాటులోకి వచ్చాయి. పోలవరం ప్రాజెక్ట్ ప్రస్తుత ఆంధ్రప్రదేశ్‌లో అందుబాటులోకి రానున్నది. ఈ ప్రాజెక్టుల్లో మునిగిపోయిన చారిత్రక, చరిత్ర పూర్వయుగ స్థలాలను పురావస్తు శాఖ అధ్యయనం చేసి, వాటి వివరాలను నివేదికలుగా ప్రచురించింది. అవి, ఈ అధ్యాయానికి ప్రధాన ఆధారాలు.

పురావస్తు శాఖ సంచాలకులుగా పనిచేసిన వి.వి.కృష్ణశాస్త్రి, తెలంగాణలోని అనేక చరిత్ర పూర్వయుగ స్థలాలను, ప్రత్యేకించి చిత్రలేఖనాలున్న స్థలాలను గుర్తించారు. తెలుగు విశ్వవిద్యాలయ శ్రీశైలం పీఠంలో ఆచార్యులుగా పనిచేసిన కె.తిమ్మారెడ్డి, మహబూబ్‌నగర్ జిల్లాలో పారే కృష్ణానది ఎడమ ఒడ్డున ఉన్న చరిత్ర పూర్వయుగపు స్థలాలను వెలుగులోకి

తెచ్చారు. వారితోపాటు, హైదరాబాద్ కేంద్రీయ విశ్వవిద్యాలయ ఆచార్యులు, ఎం.ఎల్.కె.మూర్తి, పోలవరం ప్రాజెక్ట్‌లో మునిగిపోనున్న దిగువ గోదావరి లోయలోని స్థలాలను పరిశోధించారు.

తెలంగాణ చరిత్ర పూర్వయుగానికి సంబంధించి, వ్యక్తిగత ఆసక్తితో పరిశోధన చేసిన వారిలో పేర్కొనదగిన వారు, ఠాకూర్ రాజా రాంసింగ్, ద్యావనపల్లి సత్యనారాయణ. ఉత్తర తెలంగాణలో పారే గోదావరి లోయలో, బాసర నుంచి భద్రాచలం మధ్య ఉన్న ఎన్నో స్థలాలను రాజా రాంసింగ్ గుర్తించారు. మానవ పరిణామ క్రమంలో, మొదటి దశ నుంచే తెలంగాణాలో ఆధారాలున్నాయని ఆయన నిరూపించారు. సత్యనారాయణ గత ఐదు సంవత్సరాల కాలంలో, సుమారు పది చరిత్ర పూర్వయుగ స్థలాలను కనుక్కొని, ఈ మధ్య పత్రికల ద్వారా ప్రకటించారు. ఆంధ్రప్రదేశ్ పురావస్తు శాఖలో పనిచేసిన బి.సుబ్రమణ్యం, 2012 నాటి ప్రపంచ తెలుగు మహాసభల సందర్భంగా రచించిన 'తెలుగు నేలపై పురావస్తు పరిశోధనలు' అనే పుస్తకం, తెలంగాణ చరిత్ర పూర్వయుగ అధ్యయనానికి ఒక ముఖ్యాధారం.

చరిత్ర పూర్వయుగం

చరిత్ర పూర్వయుగంలో మానవులు ప్రధానంగా రాతి ఆయుధాలను వాడారు. కాబట్టి, రాతి ఆయుధాల వాడి (Sharpness), పరిమాణాన్ని బట్టి, చరిత్రకారులు కింది విధంగా విభజన చేశారు. తెలంగాణాకు సంబంధించి అవి, వాటి కాలపు వివరాలు ఇలా ఉన్నాయి.

1.	దిగువ పాత రాతి యుగం	3 నుంచి 1.30 లక్షల సంవత్సరాల క్రితం
2.	మధ్య పాత రాతి యుగం	1.0 లేదా 0.50 నుంచి 0.20 లక్షల సంవత్సరాలు
3.	ఎగువ పాత రాతి యుగం	20,000 నుంచి 10,000 సంవత్సరాల క్రితం
4.	మధ్య రాతి యుగం	క్రీ.పూ. 8,500 నుంచి 3,000 సంవత్సరాల క్రితం
5.	కొత్త రాతి యుగం	క్రీ.పూ. 3,000 నుంచి 1,500 సంవత్సరాల క్రితం
6.	రాక్షసగూళ్ళ యుగం	క్రీ.పూ. 1,500 నుంచి క్రీ.శ. 300 వరకు

కొత్త రాతి యుగంలో రాగి వంటి లోహాలను పనిముట్లుగా వాడటం ప్రారంభమైంది. రాక్షసగూళ్ళ యుగంలో ఇనుప పనిముట్లను వాడటం కొత్తగా ప్రారంభమైంది. కాబట్టి, ఈ యుగాన్ని అయో (ఇనుప) యుగమని కూడా అంటారు. ఈ యుగంలోనే పట్టణాలు, చిన్న చిన్న రాజ్యాలు, లిపి మొదలైన నాగరికతా చిహ్నాలు తలెత్తడం ప్రారంభమైంది. కాబట్టి, ఈ యుగాన్ని చరిత్ర పూర్వయుగం, చారిత్రక యుగం మధ్య సంధి యుగం (ప్రోటో హిస్టరీ) అని లేదా పురా చారిత్రక యుగమని కూడా పిలుస్తారు. మానవులు దిగువ పాత రాతి యుగంలో గులక రాయి పనిముట్లు (Pebbles), మధ్య పాత రాతి యుగంలో రాతి పెచ్చుల (flakes) పనిముట్లు, ఎగవ పాత రాతియుగంలో కొచ్చెటి పనిముట్లు (blades and burins), మధ్య రాతియుగంలో చిన్న చిన్న రాతి పనిముట్లు (microliths), కొత్త రాతి యుగంలో నున్నటి పనిముట్లు, రాక్షసగూళ్ళ యుగంలో ఇనుప లోహ పనిముట్లు వాడారు. కాబట్టి, ఆయా యుగాలను ఆయా పనిముట్ల పేర్లతో కూడా పిలుస్తారు.

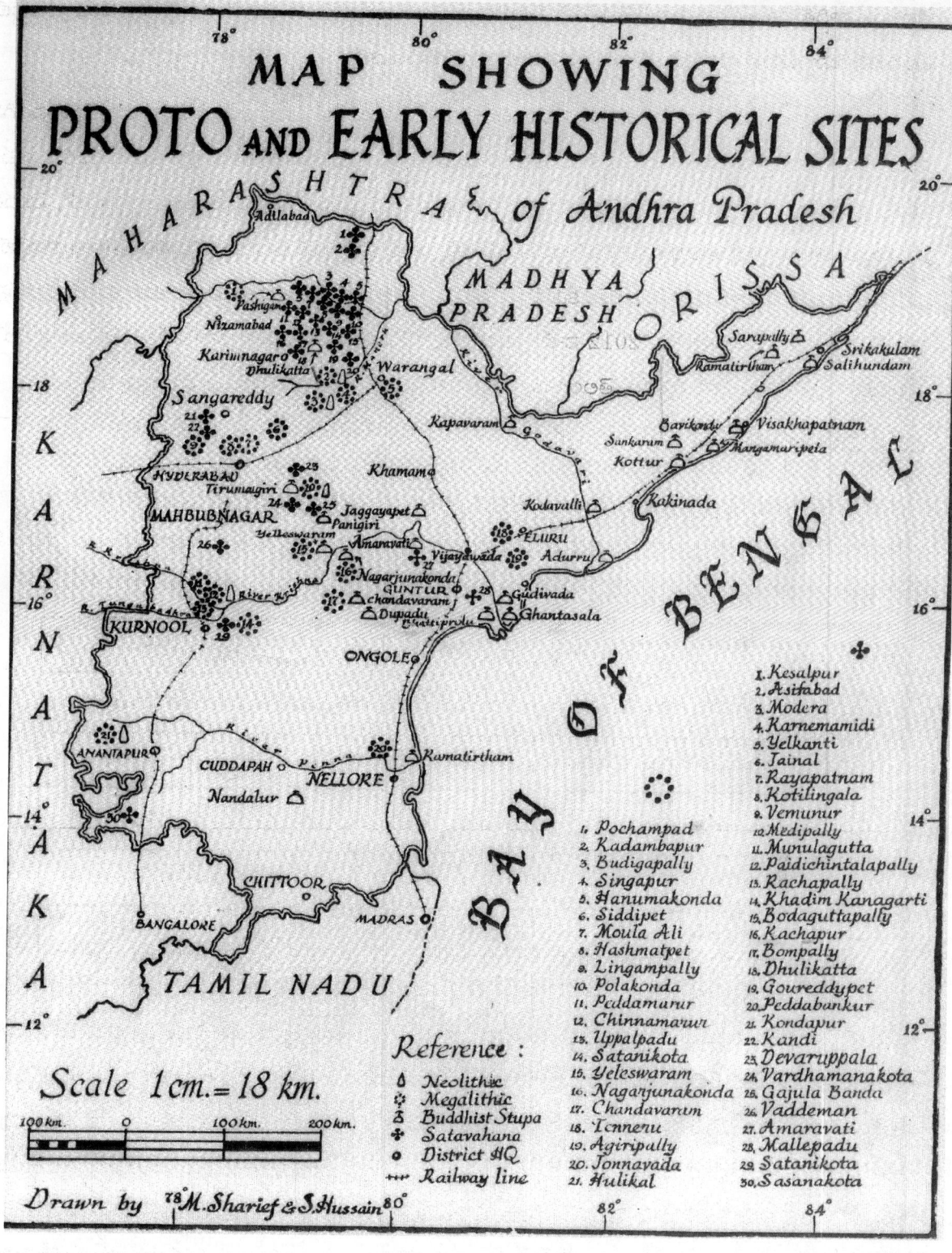

MAP SHOWING
PROTO AND EARLY HISTORICAL SITES
of Andhra Pradesh

1. Kesalpur
2. Asifabad
3. Modera
4. Karnemamidi
5. Yelkanti
6. Jainal
7. Rayapatnam
8. Kotilingala
9. Vemunur
10. Medipally
11. Munulagutta
12. Paidichintalapally
13. Rachapally
14. Khadim Kanagarti
15. Bodaguttapally
16. Kachapur
17. Bompally
18. Dhulikatta
19. Goureddypet
20. Peddabunkur
21. Kondapur
22. Kandi
23. Devaruppala
24. Vardhamanakota
25. Gajula Banda
26. Vaddeman
27. Amaravati
28. Mallepadu
29. Satanikota
30. Sasanakota

1. Pochampad
2. Kadambapur
3. Budigapally
4. Singapur
5. Hanumakonda
6. Siddipet
7. Moula Ali
8. Hashmatpet
9. Lingampally
10. Polakonda
11. Peddamurur
12. Chinnamarur
13. Uppalpadu
14. Satanikota
15. Yeleswaram
16. Nagarjunakonda
17. Chandavaram
18. Tenneru
19. Agiripally
20. Jonnayada
21. Hulikal

Reference :
△ Neolithic
✿ Megalithic
⌂ Buddhist Stupa
✤ Satavahana
⊙ District HQ
+++ Railway line

Scale 1cm. = 18 km.
100 km.   100 km.   200 km.

Drawn by M.Sharief & S.Hussain

దిగువ పాత రాతి యుగం - లక్షణాలు

తెలంగాణలో చిన్న చిన్న గుట్టల వరుసల పక్కన, మహబూబ్‌నగర్, నల్గొండ జిల్లాల్లో సరిహద్దుగా పారే కృష్ణానది ఎడమ ఒడ్డున ఉన్న నల్లమల అడవుల్లోని పీఠభూమి పైన, దిగువ పాత రాతి యుగపు ఆనవాళ్ళు అనేకం కనిపించాయి. దిగువ గోదావరి లోయలో ఈ యుగపు ఆవాసాలు, కరీంనగర్ జిల్లాలోని పెద్దపల్లి చుట్టుపక్కల 300 చ.కి.మీ. మేర, రామగుండం, గోదావరిఖని ప్రాంతాల్లో ఎక్కువగా కేంద్రీకృతమయ్యాయి. సిర్పూర్ నుంచి నస్పూర్, మంచిర్యాల, చెన్నూరు నుంచి వేమనపల్లి దాకా, తూర్పు ఆదిలాబాద్ జిల్లాలోను, కడెంనదికి ఉపనది అయిన పెద్దవాగు కుడి గట్టు మీదున్న బోత్, పొచ్చెర గ్రామాల్లోను, నిర్మల్ సమీపపు సువర్ణనది కుడి గట్టు మీదున్న చిట్యాలలోను, వరంగల్ జిల్లాలోని ఏటూరునాగారం అడవుల్లో ఉన్న ఎక్కల, సెలిబాక గ్రామాల్లోను, ఖమ్మం జిల్లాలోని పాల్వంచ, చర్ల, గోదావరి లోయలోనూ, ఈ యుగ స్థావరాలు 500 చ.కి.మీ. నుంచి 1,000 చ.కి.మీ. మేర విస్తరించి ఉన్నాయని ఠాకూర్ రాజా రాంసింగ్ కనుక్కొన్నారు.

ఆదిలాబాద్ జిల్లాలోని బోత్, పొచ్చెర జలపాతం, కరీంనగర్ జిల్లాలోని గోదావరిఖని, రామగుండం, ఖమ్మం జిల్లాలోని పాల్వంచ, నల్గొండ జిల్లాలోని రాయవరం, ఏలేశ్వరం, నాగార్జునకొండ, మహబూబ్‌నగర్ జిల్లాలోని చంద్రగుప్త పట్టణం, ఈర్లదిన్నె మొదలైన స్థలాలను దిగువ పాత రాతి యుగానికి చెందిన ముఖ్యమైన స్థలాలుగా గుర్తించారు.

పాత రాతియుగం పనిముట్లు

పెద్ద పెద్ద ఆకారాలతో ఉండే చేతి గొడ్డళ్ళు, గోకుడు రాళ్ళు (chopping tools), వృత్తాకారపు రాళ్ళు (discoids) ఈ యుగపు మనుషులకు వేటలో, ఆహార సేకరణలో ఉపయోగపడ్డాయి. ఈ కాలపు ఆయుధాలు ఆఫ్రికాలోని అష్యూలియన్ ప్రాంతపు ఆయుధాలతో పోలి ఉన్నాయి. ఆనాటి మనుషుల జీవనం ఇంచుమించుగా జంతువుల జీవన విధానాన్నే పోలి ఉండేది. గుహలు, పెద్ద పెద్ద చెట్ల తొర్రలు వారికి విశ్రాంతి సమయ ఆవాసాలుగా ఉపయోగపడేవి.

మధ్య పాత రాతి యుగం - పరిణామ క్రమంలో మార్పులు

ఈ కాలపు రాతి పనిముట్లు అనేక నదీ లోయల్లో దిగువ పాతి రాతి యుగపు పనిముట్లతో పాటుగా, గుట్టలు గుట్టలుగా లభించాయి. ఇవి ప్రధానంగా రాతి పెచ్చులతో (flakes) చేసినవి. కృష్ణానది ఎడమ ఒడ్డున మహబూబ్‌నగర్ జిల్లాలో ఉన్న యాపలదేవిపాడు దగ్గర జరిపిన తవ్వకాల్లో, మొదటిసారిగా ఎద్దు (bosnamadicius) అస్థిపంజరం అవశేషాలు, ఈ యుగపు పనిముట్లతో పాటుగా దొరకడం ప్రాధాన్యతను సంతరించుకొంది. అంటే, ఆనాటి మానవులకు ఎద్దులతో సంబంధం ఏర్పడిందని అర్థమౌతుంది.

ఈ యుగపు మానవులు చిన్నతరహా చేతి గొడ్డళ్ళు, గండ్ర గొడ్డళ్ళను, గోకుడు రాళ్ళను వాడారు. ఒక ముఖం, రెండు ముఖాలున్నవి, పార్శ్వంలో అంచుగలవి, తిన్ననైనవి, వాలు, పుటాకార, కుంభాకార, పుటాకార-కుంభాకార

రకాల అలుగులు (drills), (ఆరె – తోలుకు రంధ్రాలు చేసేవి) awls borers (రంధ్రాలను చేయడానికి ఉపయోగించేవి), సాదా ముఖం, రెండు ముఖాల కొనలున్నవి, తోక ఉన్నవి, వాలిన భుజాలు కలవి లాంటి పలురకాల పెచ్చులతో చేసిన రాతి పనిముట్లను ఆనాటి మానవులు వాడినట్లు ఆధారాలు దొరికాయి.

ఈ యుగానికి చెందిన ప్రధానమైన స్థలాలు, ఈ ప్రాంతాల్లో కనిపించాయి. అవి: మహబూబ్‌నగర్ జిల్లాలోని నల్లమల అడవుల్లో ఉన్న అప్పాపూర్, బోరాపూర్, చంద్రగుప్త పట్టణం లేదా చాకలిశిల, సలేశ్వరం, కదలీవనం, మేడిమాన్‌కల్, క్యాతూరు, సోమశిల, దసరాపల్లె, నల్గొండ జిల్లాలో ఉన్న ఏలేశ్వరం, నాగార్జునకొండ, వరంగల్ జిల్లాలో ఉన్న గణపవరం, ఆదిలాబాద్ జిల్లాలో ఉన్న ఆసిఫాబాద్, పొచ్చెర, నస్పూర్, మర్లవాయి, కరీంనగర్ జిల్లాలో ఉన్న గోదావరిఖని, మేడిపల్లి, బుచ్చయ్యపల్లి, రామగుండం, మల్కాపురం మొదలయినవి.

ఎగువ పాత రాతి యుగం – పనిముట్ల సాంకేతికతలో మార్పులు

భౌగోళిక, వాతావరణ పరంగా, ఈ యుగం ప్లైస్టోసీన్ (హిమ యుగం) ముగింపు దశను, హోలోసీన్ (ఉష్ణోగ్రతలు పెరుగుతున్న దశ) ఆరంభ దశను సూచిస్తుంది. ఈ యుగంలో జీవించిన ప్రజలు బ్లేడ్ పనిముట్లు, పక్క అంచు ఉన్న బ్లేడ్ పనిముట్లు, కొన్ని చోట్ల ఎముకలతో చేసిన పనిముట్లను వాడారు. రాతి గుహల్లో రంగు బొమ్మలను గీయడం ఈ యుగంలో నేర్చుకొన్నారు.

ఈ యుగపు మనుషుల స్థావరాలు, పనిముట్లు, తెలంగాణాలో, కొండ దిగువ ప్రాంతాల్లో, నదీతీర పర్యావరణ వ్యవస్థల లోతట్టు ప్రాంతాల్లో వెలుగు చూశాయి. ఆదిలాబాద్ జిల్లాలో ఉన్న వాంకిడి, గోదావరి లోయలో ఉన్న చెర్ల, బోర్నగూడెం, లక్నవరం, లింగవరం, పేరవరం, రాయవరం, వీరవరం, ఎల్లవరం, వరంగల్ జిల్లాలో ఉన్న ఏటూరునాగారం, పాకాల, కృష్ణానదీ లోయలో ఉన్న ఏలేశ్వరం, నాగార్జునకొండ, చంద్రగుప్త పట్టణం, కదలీవనం, మేడిమాన్‌కల్ మొదలైన ప్రాంతాల్లో, ఎగువ పాత రాతి యుగానికి చెందిన ముఖ్యమైన స్థలాలున్నాయి.

మధ్య రాతి యుగం – ప్రగతి పథంలో మరో అడుగు

మధ్య రాతి యుగం, భౌగోళిక వాతావరణ పరంగా, తొలి హోలోసీన్ యుగానికి చెందింది. ఆనాటి నుంచి మానవ వికాసానికి ఎక్కువ అనుకూల పరిస్థితులు అందుబాటులోకి వచ్చాయి. ఈ యుగంలో మానవులు అతి చిన్న (సూక్ష్మమైన) రాతి ఆయుధాలను వాడారు. కాబట్టి, ఈ యుగాన్ని సూక్ష్మ రాతి యుగమని కూడా అన్నారు. కేవలం రాతి ఆయుధాలనే వాడిన మానవ యుగాల్లో ఇది చివరిది. దీని తరవాత వచ్చిన కొత్త రాతి యుగంలో రాతితోపాటు, ఎముకలు, లోహపు ఆయుధాలు, పనిముట్లను కూడా వాడారు.

హైదరాబాద్‌లోని కేంద్రీయ విశ్వవిద్యాలయం ప్రధాన ద్వారం దగ్గర కనిపించే స్మారక శిల వద్ద జరిపిన తవ్వకాల్లో చెర్ట్‌తో చేసిన సూక్ష్మరాతి పనిముట్లు బయటపడ్డాయి. వాటిల్లో గోకుడు రాళ్ళు, బ్యాక్డ్ బ్లేడ్లు ముఖ్యమైనవి. ఈ ప్రాంతం నదీ తీరాన లేకపోయినా, ఇక్కడ మధ్య రాతి యుగపు పనిముట్లు దొరికాయంటే, ఆ యుగపు ప్రజలు నదీ తీరాలతోపాటు, అనేక విశాలమైన నేలల్లో కూడా నివసించారని తెలుస్తుంది.

మధ్య రాతి యుగానికి చెందిన గుహల్లోని రంగు చిత్రాల్లో, 150 కి పైగా బొమ్మలు కనిపిస్తాయి. వీటిల్లో ప్రధానంగా జింక, చెవుల పిల్లి, హైనా, కుక్క, నక్క, తాబేలు, రేఖాగణిత నమూనాలు, ముసుగు ఉన్న మానవాకృతులు,

చేతి ముద్రలు ఎరుపు రంగులో కనిపిస్తాయి. ఇవి ఎక్కువగా సున్నపురాయి, గ్రానైట్ రాయి, ఇసుకరాయి కొండ గుహల్లో కనిపిస్తాయి.

ఈ యుగానికి చెందిన మొదటి తరం చిత్రలేఖనాలు, మహబూబ్‌నగర్ జిల్లాలోని సంగనోనిపల్లి రాతి గుహల్లో ఉన్నాయి. వాటిల్లో ప్రధానమైనవి జింకల చిత్రాలు. వాటి పరిమాణం పెద్దగా ఉంది. బొమ్మను వేసే కుంచె జింక శిరస్సు నుంచి మొదలై, వీపు, పృష్ఠ భాగం వైపు కదిలినట్లు రంగు క్రమంగా పలుచన కావడాన్ని బట్టి తెలుస్తున్నది. ఇదే లక్షణం సంగనోనిపల్లి సమీపంలోని దుప్పడ్ గట్టు, పోతన్‌పల్లి, మన్నెంకొండ చిత్రాల్లో కూడా కనిపిస్తుంది. ఈ యుగపు చిత్రలేఖనాలు రంగారెడ్డి జిల్లాలోని కోకాపేట, కరీంనగర్ జిల్లాలోని రామగుండం, మెదక్ జిల్లాలోని హస్తలాపూర్, వరంగల్ జిల్లాలోని పాండవుల గుట్ట, నర్సాపూర్‌లలో ఉన్న రాతి గుహల్లో కూడా ఉన్నాయి.

కొత్త రాతి యుగం - విశిష్ట లక్షణాలు

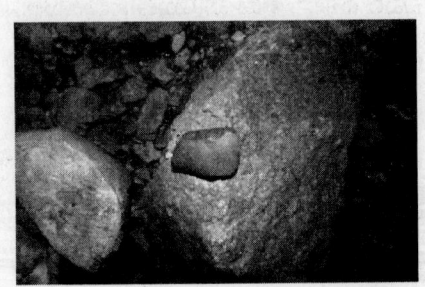

చెక్కి తయారుచేసిన రాతి పనిముట్లను, మరో రాతి మీద రాకి రాకి నునుపుగా చేసుకోవడంతో, ఇలాంటి పనిముట్లను వాడిన మానవుల యుగాన్ని కొత్త రాతి యుగమన్నారు. ఈ యుగంలోనే, ఎముకలతో కూడా ఆయుధాలు, పనిముట్లను తయారుచేసుకొనేవారు. ఈ యుగం మలి దశలోనేమో, రాగి, కంచు లోహాలతో పనిముట్లను తయారు చేసుకోవడం నేర్చుకొన్నారు. వీటి సహాయంతో, భూమిని తవ్వి మొక్కలను నాటడం, పెంచడం, పంటలను పండించడం నేర్చుకొన్నారు. పంటలను పండించడం అనే ప్రక్రియ మూడు ముఖ్యమైన ఆవిష్కరణలకు దారితీసింది.

కొత్త రాతియుగం - రాతి గొడ్డలి

1) పంటలు పండే వరకు పంటచేల దగ్గరే ఉండాలి. కాబట్టి, అక్కడే ఇళ్లు కట్టుకొని 'స్థిరనివాసాన్ని' ఏర్పర్చుకోవాల్సొచ్చింది. తద్వారా కుటుంబం, సమాజం, గ్రామం ఏర్పడ్డాయి. 2) పండిన పంటలను నిల్వ ఉంచుకోవడానికి పాత్రలు అవసరమయ్యాయి. ఈ అవసరం కుండలు, బానలను తయారుచేసుకోడానికి కారణమైంది. మొదట చేత్తోనే కుండలను మట్టితో తయారుచేసి, కాల్చి, గట్టిపర్చేవారు. తరవాత కుమ్మరి చక్రాన్ని కనుక్కొని, దాని మీద నునుపైన కుండలను తయారు చేసుకోవడం నేర్చుకొన్నారు. కుండల తయారీతో నిల్వ భావన పెరిగి, 'వ్యక్తిగత ఆస్తి' అనే భావన పుట్టి, అంతకు ముందున్న సమానత్వ భావన కనుమరుగై, ధనికా-పేద సమాజ ఏర్పాటుకు దారితీసింది. 3) పంటలను పెద్ద ఎత్తున పండించడానికి, పశువులను మచ్చిక చేసుకొన్నారు. పంటల ఉత్పత్తులను రవాణా చేయడానికి 'చక్రాల బండ్లు' అందుబాటులోకి వచ్చి, వ్యాపార పుట్టుకకు దారితీశాయి. ఇలా ఈ యుగంలో మానవులు ఆహార సేకరణ స్థాయి నుంచి, ఆహార ఉత్పత్తి స్థాయికి ఎదిగారు కాబట్టి, ఈ పరిణామాన్ని గార్డన్ చైల్డ్ 'కొత్త రాతి యుగ విప్లవం' అన్నాడు.

కొత్త రాతి యుగానికి చెందిన మొదటి దశ ఆవాసాలు గ్రానైట్ గుట్టల మీదనో, లేదా గుట్టల మీదున్న చదునైన ప్రదేశాల మీదనో, లేదా లోయల అడుగు భాగాల్లోనే ఉండేవి. కరీంనగర్ జిల్లాలోని గోదావరి లోయ ప్రాంతంలో పారే మానేరు నదీ తీరంలో, తొగర్రాయి, కదంబాపూర్, పెద్ద బొంకూరు వంటి చాలా ఆవాసాలున్నాయి. ఇదే ప్రాంతంలో పారే పెద్దవాగు తీరంలో కూడా, బుడిగెపల్లి, పాలకొండ, కోలకొండ, దేవరపల్లి వంటి స్థలాల్లో, ఈ కొత్త రాతి యుగపు స్థావరాలున్నాయి. తొగర్రాయి ఆవాసంలో, పైకి పొడుచుకు వచ్చిన గ్రానైట్ రాతి గుట్టల దగ్గర, పనిముట్లను తయారుచేసే

స్థలం, లేదా పరిశ్రమ కనిపించింది. కదంబాపూర్‌లో మహబూబ్‌నగర్ జిల్లాలోని ఐజలో, గొడ్డళ్లను సానబట్టే రాళ్ళు చాలా కనిపించాయి. ఇలాంటి సానబట్టే రాళ్లు, మహబూబ్‌నగర్ జిల్లాలోనే పెద్ద రేవల్ల అనే గ్రామ పరిధిలో ఉన్న గుట్టపైన ఉన్నాయి. కరీంనగర్ జిల్లాలోని వెల్గటూరు మండలంలో 'సానబండ' అనే పేరుతో ఒక గ్రామమే ఉంది.

పనిముట్ల సాంకేతికతలో పురోగతి

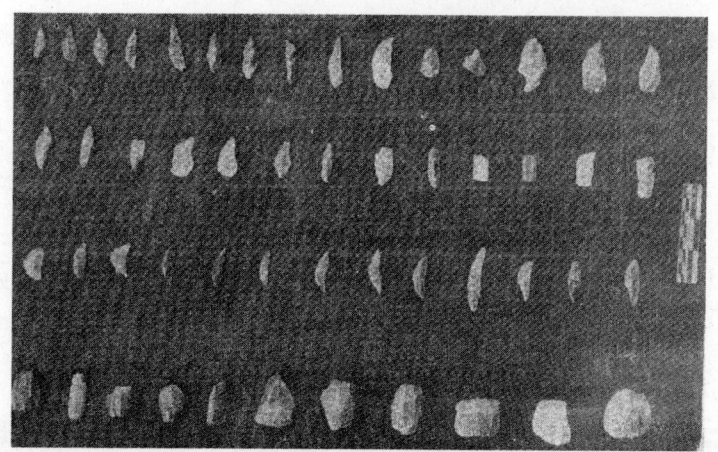

కొత్త రాతి యుగంలో ముఖ్యంగా త్రిభుజాకారపు గొడ్డళ్లు, బాడిసలు, ఒడిసెల రాళ్లు, మద్దురాళ్లు, కలవాలు, పాత్రాలు, చెర్ట్‌తో చేసిన బ్లేడు, అర్ధచంద్రాకారపు పనిముట్లు వాడుకలో ఉండేవి. ఈ యుగం చివరి దశలో, బ్లేడు పనిముట్ల పరిశ్రమతో పాటు, రాగి, కంచు వస్తువులు మహబూబ్‌నగర్‌లోని చిన్నమారూరు, చాగటూరుల్లో లభించాయి. ఇలా లోహపు పనిముట్లు లభించడమనేది, బహుశా మహారాష్ట్ర, మధ్య భారతదేశంలోని హరప్పా ఉత్తర తామ్ర శిలా యుగ సంస్కృతులతో సంబంధాల వల్ల అయ్యుండొచ్చని కొందరు చరిత్రకారులు భావించారు. మీసాల రాగి ఖడ్గాలు మెదక్ జిల్లాలోని రిమ్మన గూడెంలో లభించాయి. ఈ రాగి నిల్వల సంస్కృతి (Copper Hoard Culture) గంగానదీ తీర ప్రాంతం నుంచి తెలంగాణాకు విస్తరించిందని చరిత్రకారులు భావిస్తున్నారు. ఈ రాగి కత్తులకు, ఇరాన్‌లో దొరికిన రాగి కత్తులకు పోలిక ఉండటం ఆధారంగా, అక్కడి ప్రజలే ఇక్కడికి కదిలి వచ్చారని, అల్చిన్ అనే చరిత్రకారుడు చెప్పాడు. ఈ ఇరు ప్రాంతాల వస్తు సంస్కృతి, ఖనన సంస్కృతుల మధ్య కూడా పోలికలున్నాయి అంటారు ఆయన.

సూక్ష్మ శిలా పరికరాలు

కొత్త రాతి యుగంలో మట్టి పాత్రలను, ప్రధానంగా చేత్తోనే చేసేవారు. బూడిద రంగు, లేదా లేత గోధుమ రంగు పాత్రలుండేవి. ఈ పాత్రలకు నలుపు, లేదా ఎరుపు నునుపు చేసిన పూత ఉండేది. ఎక్కువగా కెంపు రంగు అలంకారం ఉండేది. చిల్లుల జాడీలు, కుండలు కూడా ఈ యుగంలో వాడకంలో ఉండేవి. వాటి ఉపరితలాలు ముతకగా ఉండేవి. ఇలాంటి కుండలకు, తొలి సింధూ నాగరికతకు చెందిన కుండలతో దగ్గరి పోలికలున్నాయి. అలాగే, బెలూచిస్తాన్, తొలి హరప్పా నాగరికతకు చెందిన కుండలతో కూడా పోలిక కలిగి ఉన్నాయి. కొన్ని చోట్ల బూడిద రంగు, లేత పసుపు రంగు గల పాత్రలను చక్రం మీద తయారుచేశారు. అవి మహారాష్ట్రలోని తామ్ర శిలా యుగానికి చెందిన జోర్వే పాత్రలతో సామ్యాన్ని కలిగి ఉన్నాయి. జోర్వే పాత్రలు క్రీ.పూ.1400-1050 మధ్య కాలానికి చెందినవి.

ఆర్థిక వ్యవస్థ లక్షణాలు

కొత్త రాతి యుగపు ఆర్థిక వ్యవస్థ,పశుపోషణ, వ్యవసాయం మీద ఆధారపడింది. మహబూబ్‌నగర్ జిల్లాలోని ఉట్నూరు వంటి ప్రదేశాల్లో వెలుగు చూసిన బూడిద కుప్పలు, కొన్ని అడవి జంతువుల దొడ్లు, లేదా పశువుల్ని మందగా

గుహ చిత్రాలు - రాచకొండ, నల్గొండ జిల్లా

ఉంచిన కొట్టాలకు నిదర్శనాలని తెలిసింది. పశువుల పేడ కుప్పలను ఒక కర్మకాండలాగా దహనం చేయడం వల్ల, బూడిద కుప్పలేర్పడ్డాయని అల్చిన్ చెప్పాడు. తవ్వకాల్లో బయటపడిన అవశేషాల ద్వారా, ఆవులు, గేదెలు, గొర్రెలు, మేకలు, పందులు, కుక్కలు, పిట్టలను ఆనాటి మానవులు మచ్చిక చేసుకొన్నారని తెలిసింది. కొన్ని కొత్త రాతి యుగపు ఆవాసాల్లో, పశుపోషణ ప్రాధాన్యాన్ని తెలిపే మూపురపు ఎద్దుల టెర్రకోట (కాల్చిన మట్టి) బొమ్మలు, రాతి బొమ్మలు, రాతి చిత్రలేఖనాలు వెలుగుచూశాయి. ఈ యుగపు రంగు చిత్రాలు, రేఖా చిత్రాలు కరీంనగర్ జిల్లాలోని బూదగవి, వరంగల్ జిల్లాలోని పాండవుల గుట్ట, నల్గొండ జిల్లాలోని రాచకొండ, ఖమ్మం జిల్లాలోని నల్లముడి, మహబూబ్‌నగర్ జిల్లాలోని దుప్పడ్ గట్టు, దొంగల గట్టు, తదితర ప్రాంతాల్లో వెలుగు చూశాయి. ఈ యుగపు ఎద్దుల చిత్రాలు వంపు తిరిగిన కొమ్ములు, మూపురాలు, గంగడోలు, పొడవాటి శరీరాలతో చాలా అందగా కనిపిస్తాయి. బాణాలు పట్టుకొన్న మనుషులు వాటి పక్కన కనిపిస్తారు. కొన్ని చోట్ల మూపురపు ఎద్దులు ఢీకొంటున్నట్లు చిత్రించబడ్డాయి.

కొన్ని కొత్త రాతియుగపు స్థిర ఆవాసాల్లో లభించిన గింజల అవశేషాలను బట్టి, ఆ కాలపు ప్రజలు ప్రధానంగా జొన్నలు, రాగులు, పప్పులు (పెసలు, మినుములు, ఉలవలు), వడ్లు పండించేవారని తెలుస్తోంది. పంటలను ప్రధానంగా వర్షాధారంగానే పండించేవారు.

మృత సంస్కార విధానం

కొత్త రాతి యుగంలో చనిపోయిన వారి (శవం) తలను ఉత్తరం వైపు పెట్టి, ఖననం చేసేవారు. నాగార్జునకొండలో ఆవాస ప్రాంతంలోనే, ఇద్దరు శిశువులను కుండలో సమాధి చేసిన ఆధారాలు వెలుగుచూశాయి.

తెలంగాణాలో పలుచోట్ల కొత్త రాతియుగపు ప్రాంతాలు అయో యుగంలోకి చొచ్చుకొచ్చాయి.

రాక్షస గూళ్ళ యుగం - పరిణామ ప్రక్రియలో తొంగిచూచిన మార్పులు

క్రీ.పూ.1500 సంవత్సరాల నుంచి, క్రీ.శ.300 సంవత్సరాల మధ్య తెలంగాణాలోని ప్రజలు, చనిపోయిన వారి అస్థిపంజరాలను మట్టి శవపేటికలో గాని, రాతి గూడులో గాని పెట్టి, పూడ్చి, ఆ గూడు చుట్టూ పెద్ద పెద్ద రాళ్లను వలయాకారంలో నిలిపేవారు. కొన్ని చోట్ల గూడు నిర్మాణంలో వాడిన రాళ్లు కూడా భారీ పరిమాణంలో ఉన్నాయి. కాబట్టి, ఈ యుగాన్ని రాక్షసగూళ్ల యుగం లేదా పెద్ద రాతియుగమని, ఈ యుగంలో మొదటిసారిగా ఇనుప వస్తువులను విరివిగా వాడారు కాబట్టి, అయో యుగమని పిలుస్తారు. స్థానిక ప్రజలు పాండవుల గూళ్లు, వీర్లపాడులని కూడా ఈ గూళ్లని పిలుస్తారు.

రాక్షస గూళ్ల నిర్మాణం, రకాలు, ప్రయోజనం

మనిషి చనిపోయినా ఆత్మ జీవించి ఉంటుందని, అది గ్రామాల్లోకి వచ్చి, ప్రజలకు హాని చేయకుండా సమాధి వరకే పరిమితమై ఉండటానికి, చనిపోయిన వ్యక్తి బతికున్నప్పుడు వాడిన పనిముట్లతో పాటు, అతనికి ఇష్టమైన ఆహార

రాక్షస గూళ్లు మల్లూరు గుట్ట మీద, వరంగల్ జిల్లా

పదార్థాలను కుండలో పెట్టి, సమాధిలో నిక్షిప్తం చేసేవారు. చాలా సందర్భాల్లో చనిపోయిన వ్యక్తికి ప్రియమైన పెంపుడు జంతువులను కూడా అతనితోపాటు ఖననం చేసేవారు. ఇలాంటి రాక్షస గూళ్లు ప్రపంచమంతా కనిపించినప్పటికీ, ఐరోపా, ఆసియా ప్రాంతాల్లో ఎక్కువగా ఉన్నాయి. భారతదేశమంతటా ఈ రాక్షస గూళ్లు ఉన్నప్పటికీ, దక్కన్‌లోనే ఎక్కువగా కనిపిస్తున్నాయి. తెలంగాణాలో మరీ ఎక్కువ. గుట్టల పైనుండే సమతల ప్రదేశాల్లోనూ, లోయల్లోనూ, నీటి వనరుల దగ్గర ఎక్కువగా కనిపిస్తాయి. ఇప్పటి వరకు జరిగిన పరిశోధనల ప్రకారం, హైదరాబాద్ కేంద్రీయ విశ్వవిద్యాలయ ఆవరణలో ఉన్న ఒక రాక్షస గూడు సమాధి, దేశంలోనే మొదటిదని తేలింది. దానిలో దొరికిన ఆహారపు గింజలు, ఇప్పటికీ 4,250 సంవత్సరాల కిందటివని శాస్త్రీయ పరీక్షలు నిర్ధారించాయి.

రాక్షస గూళ్లు కొన్ని అప్పటికప్పుడు నిర్మించినవి కాగా, మరి కొన్నేమో, మనిషి బతికున్నప్పుడే నిర్మించుకొన్నవి. రాక్షస గూళ్లల్లో కొన్ని కుటుంబ సమాధులు, మరి కొన్ని సామూహిక సమాధులు కూడా ఉన్నాయి.

ఈ యుగపు సమాధులను మొదటి తరహా సమాధులు, రెండవ తరహా సమాధులని విభజించొచ్చు. చనిపోయిన మనుషులను అలాగే సమాధి చేస్తే, అలాంటి సమాధులను మొదటి తరహా సమాధులని, అలా కాకుండా శవాలను కాల్చిన లేదా దహనం చేసిన తరవాత, మిగిలిన అవశేషాలను (ఎముకలను) సమాధి చేస్తే, వాటిని రెండో తరహా సమాధులని నిర్వచించొచ్చు.

రాక్షస గూళ్లను నిర్మాణం ఆధారంగా, నాలుగు రకాలుగా విభజించొచ్చు. అవి

1) గుంత సమాధులు (pit burials or cairns)

2) గూడు సమాధులు (cist burials)

3) గది సమాధులు (dolmens)

4) గుహ సమాధులు (rock-cut burials)

గుంత తవ్వి, అందులో మట్టి శవపేటికలో గాని, దీర్ఘచతురస్రాకారపు రాతి పలకల గదిలో గాని, అస్థిపంజరాన్ని పెట్టి, పూడ్చి, దాని చుట్టూ వలయాకారంలో పెద్ద పెద్ద రాళ్లను నిలిపితే, దాన్ని గుంత సమాధి అంటారు. దీర్ఘచతురస్రాకారపు

రాతి గదిని పూర్తిగా పూడ్చివేయకుండా, ఒక మూరెడు ఎత్తు భూమి ఉపరితలం పైకి కనిపించే విధంగా పూడ్చి, దాని మీద ఒక రాతి సల్పను పెడితే, అది గూడు సమాధి. రాతి సమాధి మొత్తం భూమి ఉపరితలం మీదనే ఉంటే, అది గది సమాధి (dolmen). కొండల్లో గుండ్రటి గుహలను తొల్చి, వాటిల్లో శవాలను పెట్టి, కప్పు వేస్తే, అవి గుహ సమాధులు. మహబూబ్‌నగర్ జిల్లాలోని ఉప్పలపాడు గుంత సమాధిలో పడవ ఆకారపు శవపేటిక ఆధారాలు లభ్యం కాగా, చిన్నమారూర్ గూడు సమాధిపై తడిక గుర్తులు కనిపించాయి.

మొదటి రెండు రకాల సమాధులు ఎక్కువగా కృష్ణానది ఎడమ ఒడ్డున కనిపిస్తే, గది సమాధులేమో గోదావరి కుడి ఒడ్డున ఎక్కువగా కనిపిస్తాయి. గుహ సమాధులు కూడా కొన్ని గోదావరి తీర ప్రాంతంలోనే కనిపిస్తున్నాయి. రాతి పలకల గూడు కొన్నిసార్లు స్వస్తిక్ లేదా "+" ఆకారంలో కూడా కనిపిస్తున్నది. గూడు నిర్మాణంలో వాడిన నాలుగు రాతి సల్పల్లో, ఏదో ఒక దానికి, ముఖ్యంగా తూర్పువైపు రాతి పలకకు, ఒక్కోసారి రంధ్రం కనిపిస్తుంది. ఆ రంధ్రం చనిపోయిన మనిషి ఆత్మ సంచరించేందుకో, లేదా సమాధి క్రతువులు నిర్వహించినప్పుడు, ఆహార పదార్థాలు, ఇతరత్రా వస్తువులు సమాధి గూడు లోపల పెట్టడానికో, ఉద్దేశించుంటుందని భావిస్తున్నారు. రంధ్రం కాకుండా, కొన్నిసార్లు రాతి తలుపుల మాదిరి, రాతి చెక్కలు కనిపిస్తున్నాయి. ఇలాంటివి వరంగల్, ఖమ్మం జిల్లాల్లో ఉన్న ఏటూరునాగారం అడవుల్లో ఎక్కువగా కనిపిస్తున్నాయి. ఇదే అడవుల్లోని మల్లూరు గుట్టపై ఉన్న గది సమాధులైతే, నిర్మాణ కళలో ఉచ్ఛస్థితిని అందుకొన్నాయి. వాటి భారీ పరిమాణం, వాటి చుట్టూ నున్నగా చెక్కి నిలిపిన రాతి కంచెలు, సమాధి గదుల లోపల 'పల్నాటి సున్నపురాయి' తొట్లెలు, సమాధి అరుగులపైన రోళ్లు, వందలాది సమాధుల మధ్యలో ఉన్న మూడు కోట గోడలు, ఆ కాలపు పట్టణీకరణను, నగర రాజ్య మూలాలను చూసి, ఎవరైనా ఆశ్చర్యచకితులౌతారు.

తెలంగాణాలోని రాక్షసుగూళ్ల దగ్గర రకరకాల నిలువు రాళ్లు కూడా కొన్నిచోట్ల కనిపిస్తాయి. హైదరాబాద్ కేంద్రీయ విశ్వవిద్యాలయం ఆవరణలో, నల్గొండ జిల్లాలోని ఫణిగిరి, ఆలేరు ప్రాంతంలో, వరంగల్ జిల్లాలోని బొమ్మెర, లేబర్తి, మెదక్ జిల్లాలోని శివారు వెంకటాపూర్ మొదలైన ప్రదేశాల్లో నిలువు రాళ్లు కనిపించాయి. ఇవి సమాధి ఉనికిని తెలియచేస్తాయి. ఇవి, గజం నుంచి ఐదు గజాల ఎత్తు వరకు ఉంటాయి. నిలువు రాళ్లు వరుసగా, సమాంతర వరుసలుగా కూడా, మహబూబ్‌నగర్ జిల్లాలో కనిపిస్తాయి. మానవాకార శిలలు, శిలువ ఆకార శిలలు, వరంగల్ జిల్లాలోని జానంపేట, మంగపేట, ఖమ్మం జిల్లాలోని గుండాల, కాంచనపల్లి మొదలైన గోదావరి లోయ ప్రాంతంలో మాత్రమే గృహ సమాధుల (dolmenoid cist burials) దగ్గర కనిపించాయి. శిలువ రాళ్లు మాత్రం ప్రపంచంలో మరెక్కడా కనిపించలేదు. ఈజిప్ట్‌లోని పిరమిడ్ రాళ్లపై శిలువలను పట్టుకొన్న దేవతలను చిత్రించారు. కాబట్టి, ఆ మధ్యధరా ప్రాంతంతో తెలంగాణాకు సంబంధం ఉన్నట్లు చరిత్రకారులు విశ్లేషిస్తున్నారు. గోదావరి తీరంలో ఉన్న పోచంపాడు (నిజామాబాద్ జిల్లా), కాంచనపల్లి మొదలైన చోట్ల, దీర్ఘచతురస్రాకార వేదికలు కనిపించాయి. అవి, శవాన్ని రాబందుల వంటి పక్షులకు ఆహారపు వేదికలు గాని, పనిముట్లు తయారుచేసుకొనే అరుగులు గాని అయ్యుంటాయని భావిస్తున్నారు.

గూళ్ల తవ్వకాల్లో బయల్పడ్డ వివిధ వస్తువులు, వాటి సాంస్కృతిక, సామాజిక ప్రాధాన్యత

రాష్ట్రంలోని ప్రతి మండలంలో రాక్షస గూళ్లు ఉండగా, పురావస్తు శాఖ వారు సుమారు యాభై సమాధులను తవ్వారు. వాటిల్లో బయల్పడిన వస్తువులు, ఆ యుగపు మనుషుల సాంస్కృతిక విశేషాలను తెలియచేస్తున్నాయి.

అంత్య క్రియలకై వాడిన పలురకాల పాత్రలు, కుండలు, వాటి మూతలు, గుండ్రటి మూకుళ్లు, ముక్కాలు పీటలు మొదలైనవి ఎన్నో లభ్యమయ్యాయి. వాటిపై గోరు నొక్కులు, వేలి ముద్రలు, తాడుతో ఒత్తిన డిజైన్లు, రేఖా

చిత్రాలు, కుమ్మరి చిహ్నాలు (Graffitie marks) కనిపించాయి. మహబూబ్‌నగర్ జిల్లాలోని చిన్నమారూరులో, కుండపై తెలుపు రంగు పూత కనపడింది. ఖమ్మం జిల్లాలోని రుద్రమకోటలో గుండ్రటి మట్టి కుండల కింద నాలుగు కాళ్లున్నాయి. అంటే, మట్టి పాత్రల తయారీలో, ఈ యుగం మానవులు చాలా ప్రగతిని సాధించారని చెప్పొచ్చు.

ఎరుపు-నలుపు రంగు పాత్రలు, పూర్తి నలుపు రంగుతో మెరిసే పాత్రలు, ఈ యుగంలో ప్రత్యేకతను సంతరించుకొన్నాయి. ఇవి ఎక్కువగా సమాధుల్లో వాడే పాత్రలుగా పేరొందాయి. అయితే, ఇవి ఒండ్రు మట్టితో, కుమ్మరి సారె (చక్రం) మీదనే తయారయ్యాయి. ఇక, నునుపు లేని ముతక పాత్రల్లో చెప్పుకోదగినవి, పెద్ద పెద్ద కుండలు, బానలు, శవ పేటికలు. నలుపు-ఎరుపు రంగులు ఒకే పాత్రకు ఒక్కోవైపుకు కనిపించడానికి కారణం, అలాంటి పాత్రలను ఒకదానిపై ఒకటి బోర్లించి కాల్చడం వల్ల, పై భాగం నలుపుగా, కింది భాగం ఎరుపుగా తయారయ్యాయి.

అలంకరణకు ఉపయోగించిన మట్టి పూసలు, మహబూబ్‌నగర్ జిల్లాలోని వీరాపురంలో లభించాయి. హైదరాబాద్ దగ్గరున్న మౌలాలీలో మట్టి గాజులు లభించాయి. మట్టి బొమ్మలు చాలా చోట్ల వెలుగులోకి వచ్చాయి. నిజామాబాదు జిల్లాలోని పోచంపాడులో కుక్కలు, మహబూబ్‌నగర్ జిల్లాలోని ఉప్పేరులో, కొమ్ములు తిరిగిన పొట్టేలు, శేరుపల్లిలో పొడవాటి కొమ్ముల దున్నపోతు, కరీంనగర్ జిల్లాలోని పెద్ద బొంకూరులో దున్నపోతు తల, మొదలైన మట్టి బొమ్మలు లభించాయి. వీటిని ఆనాటి మానవులు తమ ప్రయోజనాల కోసం మచ్చిక చేసుకున్నారని తెలుస్తున్నది. దున్నపోతులను వ్యవసాయం, రవాణా అవసరాలకై వాడుకొని ఉంటారు. హైదరాబాద్ శివార్లలో ఉన్న హస్మత్ పేటలో, నాగలి కర్రు వంటి వస్తువు దొరకడం, ఇందుకొక నిదర్శనం.

ఇంచుమించు ప్రతి సమాధిలో ఇనుప వస్తువులున్నాయి. వేట, యుద్ధాల్లో వాడిన చిన్నపాటి కొడవళ్లు, గొడ్డళ్లు, బల్లెపు మొనలు, కత్తులు, ఖడ్గాలు, బల్లెంలు, బ్లేడ్లు, బాడిసలు, ఉలులు, త్రిశూలాలు, గుర్రపు నాడాలు, ఏనుగును అదిలించే అంకుశాలు, పలుచోట్ల దొరికాయి. వీటి వల్ల, గుర్రాలు, ఏనుగులను మచ్చిక చేసుకొని, వాటిని రవాణా, వేట, యుద్ధాల్లో ఉపయోగించుకొన్నారని అర్థమౌతుంది. మహబూబ్‌నగర్ జిల్లాలోని చిన్నమారూరులో దొరికిన చేపలు పట్టే గాలాలు, ఆనాటి మనుషుల ఆహార ప్రాధాన్యాన్ని తెలియచేస్తున్నాయి.

రాగి కత్తులు, కత్తి పిడులు, గంటలు, గాజులు, ఉంగరాలు, సూదులు పలు సమాధుల్లో దొరికాయి. వెండి, బంగారు వస్తువులు కూడా దొరికాయి. కొన్ని చాలా స్వల్పంగా మాత్రమే. కరీంనగర్ జిల్లాలోని కదంబాపూర్‌లో బంగారు పూసలు, చెవి పోగులు, నల్గొండ జిల్లాలోని రాయగిరిలో వెండి, బంగారు పూసలు, చెవి పోగులు, ఖమ్మం జిల్లాలోని పోలిచెట్టి చెరువుగడ్డలో బంగారు ఉంగరం లభించాయి. మహబూబ్‌నగర్ జిల్లాలోని శేరుపల్లి, చిన్నమారూరు, పెద్దమారూరుల్లో లభించిన జాతి రాళ్లైన కెంపు (agate), కురువిందం (carnelian), సూర్యకాంతమణి (jasper), పద్మరాగమణి (amethyst), స్ఫటిక రాళ్లు వివిధ ఆకారాల్లో ఆభరణాలుగా వాడినట్లు కనిపించాయి. పోచంపాడు, చిన్నమారూరుల్లో, కొమ్ముతో చేసిన దువ్వెనలు, ఖమ్మం జిల్లాలోని నెల్లిమిల్లిలో దంతపు పూసలు, గాజులు, హస్మత్‌పేటలో ఎముకలతో చేసిన పూసలు లభించాయి.

పలు రాక్షస గూళ్లలో, ప్రత్యేకించి కృష్ణానది ఒడ్డున మహబూబ్‌నగర్ జిల్లాలో ఉన్న వీరాపురంలోని సమాధుల్లో అనేక రకాల ఆహార ధాన్యాల ఆధారాలు లభించాయి. వాటిల్లో ముఖ్యమైనవి, వరి, బార్లీ, కొర్రలు వంటి తృణ ధాన్యాలు, ఉలవ, బఠాణీ, మినుము, కంది, చిక్కుడు వంటి పప్పు లేదా కాయ ధాన్యాలు, రేగుపండ్లు, ఉసిరికాయలు

మొదలైనవి. ఇదే జిల్లా శేరుపల్లి, ఉట్నూరుల్లో వరి పౌష్టికాహార ధాన్యంగా వెలుగు చూసింది. హైదరాబాద్ కేంద్రీయ విశ్వవిద్యాలయంలోని సమాధిలో రాగులు బయటపడ్డాయి.

చారిత్రక యుగ తొలి వెలుగులు, పునాదులు

అయో యుగంలో ప్రజలు ప్రధానంగా పశుపోషణ, వ్యవసాయం చేసి, ధాన్యాలను నిల్వచేసుకొన్నారు కాబట్టి, నిరంతరం ఆహార సేకరణకై పాటుపడాల్సిన అవసరం లేదు. కాబట్టి, వారికి ఖాళీ సమయం దొరికింది. ఆలోచనా వికాసం జరిగి, కళాతృష్ణ పెరిగి, చిత్రకళను నేర్చుకొన్నారు. ప్రకృతి సిద్ధంగా లభించే ఎరుపు, నలుపు, తెలుపు రంగులతో, కొండ గుహల్లో బొమ్మలు గీశారు. అలాంటి బొమ్మల గుహలు వరంగల్ జిల్లాలోని నర్సాపూర్, మెదక్ జిల్లాలోని ఎద్దనూర్, శివారు వెంకటాపూర్, వర్గల్, ఖమ్మం జిల్లాలోని రామచంద్రాపురం, నల్లముడి, రంగారెడ్డి జిల్లాలోని కోకాపేట, మహబూబ్‌నగర్ జిల్లాలోని ముడుమల మొదలైన చోట్ల ఉన్నాయి.

ఈ గుహల్లో ముఖ్యంగా వేటాడే చిత్రాలు, కత్తి, డాలు, ధనస్సు, బాణం, బల్లెం మొదలైన ఆయుధాలు పట్టుకొని తలపడుతున్న యుద్ధ వీరులు, గుర్రాన్ని, ఏనుగును స్వారీ చేస్తున్న మనుషులు, కుక్క, మూపురపు ఎద్దు, పశువులు, జింకలు, పక్షులు, చిరుత, కుందేలు, నక్క, తాబేలు, ఎంద్రకాయలు మొదలైనవి చిత్రించబడ్డాయి. గుహ రాళ్లపై చెక్కిన రేఖా చిత్రాల్లో, ప్రధానంగా త్రిశూలం, చక్కంలో నుంచి దూరిపోయే త్రిశూలం, బల్లెం కనిపిస్తాయి. కొన్ని చోట్ల కాళ్లు, చేతులు మాత్రమే ఉన్న మానవాకృతి గల బొమ్మలు (anthropomorphic figures) కనిపించాయి. ఇవి ఆనాటి ప్రజల గణనాయకుణ్ణి గాని, పూర్వీకులను గాని సూచిస్తాయేమో! ముడుమలలోని గుహలో నలుపు రంగుతో అమ్మతల్లి దేవతను (Mother Goddess), చేతులు పైకెత్తి, కాళ్లు చాచినట్లు, రొమ్ములు జారినట్లు చిత్రించారు. ఆచిత్ర దేవత సంతానం, పాడి పంటలనిచ్చే దేవతగా కొలువబడి ఉంటుంది. ముడుమలలోని మరో చిత్రలేఖనంలో, ఒక ఆవు తోకను ఎత్తి, జననేంద్రియాలను ప్రదర్శిస్తున్నట్లుగా చిత్రించబడింది. పశుపోషణ ప్రధాన వృత్తిగా గల ఆనాటి ప్రజలు, ఆవును కూడా పశు సంపద వృద్ధి కోసం గోమాతగా పూజించారని, ఆ చిత్రం వల్ల అర్థమౌతుంది. పాడి పంటల సమృద్ధే తరవాత సమాజం వేగంగా వృద్ధి చెందడానికి ప్రధాన హేతువైంది.

పశుపోషణ, భూసాగు అనే కొత్త వృత్తుల వల్ల ఆహారం సమృద్ధిగా లభించి, సమాజం కూడా విస్తరించింది. విస్తరించిన సమాజాన్ని నియంత్రణ చేయడానికి రాజకీయ వ్యవస్థ అవసరమైంది. అలా తెలంగాణాలోనే కాకుండా మొత్తం దక్షిణ భారతదేశంలోనే మొట్టమొదటిసారిగా, నిజామాబాద్ జిల్లాలోని బోధన్‌లో 'అశ్మక' అనే జనపదం (రాజ్యం) ఏర్పడింది. క్రీ.పూ. 6వ శతాబ్దం నాటికి. దానిలాగే ఉత్తర తెలంగాణాలోని గోదావరి లోయలో మరికొన్ని చిన్న చిన్న రాజ్యాలు ఏర్పాటయ్యాయి. ఆ రాజ్యాల పేర్లు స్పష్టంగా తెలియకున్నా కరీంనగర్ జిల్లాలోని కోటిలింగాలలో జరిపిన తవ్వకాల్లో లభించిన నాణేల మీద ఆ రాజుల పేర్లు స్పష్టంగా తెలుస్తాయి. అవి: గోబద, సిరి నారన, సిరి కంవాయ, సిరి సమగోప. 'సమగోప' నాణేల మీద 'సాతవాహన' అనే పేరు పునర్ముద్రించబడింది కాబట్టి సమగోప రాజును తొలగించి, దక్షిణ భారతదేశంలోనే మొట్టమొదటి సామ్రాజ్యం (శాతవాహనులది) ఏర్పాటైంది.

03

శాతవాహన యుగం - పరిణామాలు

శాతవాహన పూర్వయుగం

తెలంగాణకు అతి ప్రాచీన చరిత్ర ఉంది. ఇది ఉత్తర, దక్షిణ దేశాల సంగమస్థానం. తెలంగాణ అనే పదం మాత్రం ఢిల్లీ సుల్తానుల కాలం నుంచి వ్యవహారంలోకి వచ్చింది. అమీర్ ఖుస్రూ అనే కవి 'తెలంగాణ'ను పేర్కొన్నాడు. తెలంగాణ-ఆంధ్ర ప్రాంతమే కాకుండా, తమిళనాడు వరకు గల ప్రాంతాన్ని తెలంగాణగా ఆనాడు వ్యవహరించేవారు. గోల్కొండ కుతుబ్‌షాహీల కాలంలో తెలంగాణ అంటే కోస్తాంధ్ర కూడా అని అర్థం. నిజాంల పాలనలోని ఉత్తర సర్కారులు (కోస్తా), సీడెడ్ జిల్లాల (రాయలసీమ) ను ఈస్ట్ ఇండియా కంపెనీకి ఇచ్చివేసిన తరవాత హైదరాబాద్ రాష్ట్రంలోని తెలుగు భాషా ప్రాంతాన్ని తెలంగాణగా వ్యవహరించడం సాధారణమైంది. తెలుగు భాష మాట్లాడే వారిని ఆంధ్రులని వారు నివసించే ప్రాంతాన్ని ఆంధ్రదేశమని ప్రాచీన కాలం నుంచి పేర్కొనడం జరిగింది. బౌద్ధ జాతక కథలు (క్రీ.పూ.600-400) గోదావరి - కృష్ణానదుల మధ్య ప్రాంతాన్ని అంధపథం (ఆంధ్రపథం), అంధకరర్థం (ఆంధ్ర రాష్ట్రం) అని పేర్కొన్నాయి.

శాతవాహన పూర్వయుగం - చారిత్రక విశేషాలు

ఆంధ్రుల ప్రస్తావన మొదటిసారి ఋగ్వేదంలో భాగమైన ఐతరేయ బ్రాహ్మణంలో (క్రీ.పూ.1000) ఉంది. విశ్వామిత్రుడు తన యాభై మంది కుమారులను వింధ్య పర్వతాలకు దక్షిణంగా దండకారణ్యంలో ఆంధ్ర, పుండ్ర, పుళింద, శబర, మూతిబలతో కలిసి జీవించమని శపించాడని ఉంది. అప్పటికే, ఈ జాతులన్ని దక్షిణ భారతదేశంలో ఉన్నాయని, ఇవి అనార్య జాతులని తెలుస్తుంది. మౌర్యులకు పూర్వమే సాహసికులైన వర్తకులు, మత బోధకులు ఉత్తరాది నుంచి దక్షిణాదికి వచ్చారు. పురాణాలు, మహాభారతం, సంగమ సాహిత్యం, అగస్త్య మహర్షి ఆర్య సంస్కృతిని దక్షిణాపథానికి తెచ్చినవాడుగా వర్ణించాయి. అగస్త్యుడు దేవతల కోసం వింధ్యుడి మదమును అణచి దక్షిణ దేశాన్ని చేరుకొన్నాడని, సముద్రాల నీరంతా తాగాడని మహాభారతంలో ఉంది. దీనిని బట్టి, ఆర్యులు భూమార్గం, సముద్ర మార్గాన దక్షిణ దేశాన్ని చేరుకొన్నారని చెప్పొచ్చు.

అంగుత్తర నికాయ అనే బౌద్ధ గ్రంథం, క్రీ.పూ. ఆరో శతాబ్దంలో వెలసిన షోడశ మహాజనపదాల్లో, దక్షిణ భారతదేశంలో వెలసిన ఏకైక జనపదం అశ్మక (నిజామాబాద్, కరీంనగర్, ఆదిలాబాద్ జిల్లాలు)ను గూర్చి పేర్కొంది. దీని రాజధాని పోదన (నేటి బోధన్). సుత్తపిటక భాగమైన సుత్తనిపాదంలో భావరి వృత్తాంతముంది. గోదావరికి ఇరువైపుల అళక (అశ్మక), ములక (నాందేడ్, ఔరంగాబాద్ జిల్లాలు) రాజ్యాలున్నాయని, అవి 'అంధక రాష్ట్రాలు'గా పేర్కొంది. ములక రాజధాని ప్రతిష్ఠానపురం (పైఠాన్).

క్రీ.పూ. నాల్గో శతాబ్దంలో భారతదేశాన్ని సందర్శించిన మెగస్తనీస్ అనే గ్రీక్ రాయబారి, తన 'ఇండికా'లో ఆంధ్రులకు ముప్పది కోటలున్న నగరాలున్నాయని, ఒక లక్ష కాల్బలం, రెండు వేల అశ్విక బలం, ఒక వెయ్యి గజ దళం

ఉన్నట్లు పేర్కొన్నాడు. ఇదే విషయాన్ని ప్లినీ కూడా పేర్కొన్నాడు. మెగస్తనీస్ చెప్పిన కోటల్లో, తెలంగాణలో బోధన్, కోటిలింగాల, ధూళికట్ట, పెదబంకూర్, కొండాపూర్, ఫణిగిరి, గాజులబండ, ఇంద్రపురిగా గుర్తించారు. ఆంధ్రప్రదేశ్‌లో సాతానికోట, వీరాపురం, భట్టిప్రోలు, ధాన్యకటకం, విజయపురి, సువర్ణగిరి, వేంగి, నరసాల మొదలయిన వాటిని గుర్తించారు. అశోకుడు 13వ శిలాశాసనంలో తన రాజ్యానికి దక్షిణంగా కళింగ, ఆంధ్ర, భోజక, రఠిక రాజ్యాలున్నట్లు వారు తన ధర్మాన్ని పాటిస్తున్నారని పేర్కొన్నాడు. మౌర్యుల్లో చివరి వాడైన బృహద్రధుడిని, అతని సేనాని పుష్యమిత్రశుంగుడు హత్యచేసి క్రీ.పూ.187 లో అధికారంలోకి వచ్చాడు. ఈ కుట్రను వ్యతిరేకించి, ఆంధ్రులు తిరుగుబాటు చేయగా, వారిని శుంగులు ఓడించారని, కాళిదాసు మాళవికాగ్నిమిత్ర నాటకంలో పేర్కొన్నాడు.

దక్కన్‌లో మౌర్యుల పతనం తరవాత శాతవాహనులకు పూర్వం, క్రీ.పూ. రెండు, ఒకటి శతాబ్దాల్లో స్థానిక రాజులు చిన్న చిన్న రాజ్యాలను పాలించారు. తెలంగాణా, ఆంధ్రప్రదేశ్‌లో శాతవాహన పూర్వ రాజుల శాసనాలు, నాణేలు దొరికాయి. క్రీ.పూ. మూడో శతాబ్దం నాటి భట్టిప్రోలు స్థూపంలోని దాతుకరండ శాసనాల్లో, కుభీరకుడనే రాజు నిగమసభ, గోష్ఠీల సహాయంతో పరిపాలన చేసినట్లు ఉంది. వడ్డెమాను శాసనంలో రాజసోమకుడు, గుంటుపల్లి, వేల్పూరు శాసనాలలో సరిసద, మహాసద, అశోకసద, శివసద, శివమకసద అనే పేర్లు ఉన్నాయి. కొండాపూర్, హైదరాబాద్, కోటిలింగాలలో మహారథి, మహాతలవర నాణేలు దొరికాయి. కోటిలింగాలలో గోబద, సమగోప, నారన, కంవాయసిరి (శాతవాహన పూర్వ రాజుల) నాణేలు దొరికాయి. వీరాపురంలో కూడా శివమహాహస్తిన్, శివస్కందహస్తిన్ నాణేలు దొరికాయి. శాతవాహన పూర్వ యుగానికే చెందిన జనావాసాల్లో ఎరుపు; నలుపు-ఎరుపు మట్టి పాత్రలు, దక్కన్‌లోని కొండాపూర్, పెదబంకూర్, కోటిలింగాల మొదలైన చోట్ల దొరికాయి. వీరు ఇనుమును కరిగించి, నాగలికర్రు, వివిధ రకాలైన పనిముట్లను తయారుచేసుకొన్నారు. కరీంనగర్ జిల్లాలోని పెద్దబంకూరులో కమ్మరి కొలిమిని కూడా కనుక్కొన్నారు.

శాతవాహనులు

తెలంగాణ చరిత్ర, సంస్కృతిలో శాతవాహనుల పాలనా కాలం పలు రంగాల్లో, మార్గదర్శకత్వాన్ని నెరపింది. తెలంగాణానే కాకుండా, దక్షిణ భారతదేశాన్ని పరిపాలించిన తొలి ప్రధాన రాజ వంశం శాతవాహనులది. దక్షిణ భారతదేశంలో మొదటి విశాల సామ్రాజ్యాన్ని వీరు స్థాపించారు. దక్షిణ భారతదేశానికి రాజకీయ సమైక్యతను కల్పించి, సాంస్కృతిక సేవను ఒనరించారు. వీరి పాలనలో సామాజిక, ఆర్థిక, సాంస్కృతిక రంగాల్లో ప్రగతిశీలక మార్పులు చోటు చేసుకొన్నాయి. సాహిత్య, వాస్తు, శిల్ప కళలకు రాజాదరణ గొప్పగా లభించింది. మౌర్యుల కాలంలో సామంతులుగా ఉండి, కణ్వ వంశ కాలంలో స్వతంత్రాన్ని ప్రకటించుకొన్నారు. తెలంగాణాలోని కోటిలింగాల (కరీంనగర్ జిల్లా)లో వీరి పాలన ప్రారంభమై, తరవాత ప్రతిష్ఠానపురం (పైఠాన్) రాజధానైంది. మలి శాతవాహనుల కాలం నాటికి, ధనకటకానికి (ధాన్యకటకం) మార్పు చేయడం జరిగింది. ఉత్తర భారతదేశంలో మగధ వరకు తమ దిగ్విజయ యాత్రలను నిర్వహించారు. శాతవాహన సామ్రాజ్యం పశ్చిమాన అరేబియా సముద్రం నుంచి తూర్పున బంగాళాఖాతం వరకు వ్యాపించింది. ఉత్తరాన గంగానది వరకు విస్తరించింది. క్రీ.పూ.ఒకటో శతాబ్దం నుంచి, క్రీ.శ. మూడో శతాబ్దం మధ్య భాగం వరకు, అంటే, సుమారు రెండున్నర శతాబ్దాల సుదీర్ఘ కాలం శాతవాహనులు పరిపాలించారు.

ద్రావిడ దేశం, ఆర్యావర్తం మధ్య సాంస్కృతిక సమన్వయాన్ని సాధించి, శాతవాహనులు చరిత్రాత్మకమైన పాత్రను నిర్వహించారని, కెం.ఎం.పణిక్కర్ అభిప్రాయపడ్డారు.

చారిత్రక ఆధారాలు

శాతవాహన చరిత్రను పునర్‌నిర్మించడానికి గల ఆధారాలను రెండు రకాలుగా వర్గీకరించొచ్చు. అవి 1) పురావస్తు ఆధారాలు; 2) సాహిత్య ఆధారాలు. పురావస్తు ఆధారాల్లో శాసనాలు, నాణేలు, కట్టడాలు, చిత్రలేఖనం శిల్పాలు మొదలైనవి ఉన్నాయి.

శాసనాలు

శాతవాహనుల శాసనాలు బ్రాహ్మి లిపిలో, ప్రాకృత భాషలో ఉన్నాయి. శాతవాహన రాజులు, వారి బంధువులు వీటిని వేయించారు. సుదీర్ఘ పాలనా కాలానికి చెందిన 24 శాసనాలు మాత్రమే దొరికాయి. ఎనిమిది నాసిక్‌లోను, ఐదు కన్హేరీలోను, మూడు కార్లేలోను, ఒకటి భిల్సాలో, రెండు నానాఘాట్‌లో, ఒకటి మ్యాకదోని (కర్నూలు జిల్లా) లో, ఒకటి చిన్న గంజాంలో, రెండు అమరావతిలో, ఒకటి కొడవలిలో లభ్యమయ్యాయి. శాతవాహనుల్లో తొలి, మలి శాతవాహనుల శాసనాలు మాత్రమే దొరికాయి. కాని, మధ్యలోని వారి శాసనాలు దొరక లేదు. నానేఘాట్ శాసనాన్ని మొదటి శాతకర్ణి భార్య, రాణి నాయనిక (నాగానిక) వేయించింది. ఇది అలంకార శాసనం. దీనిపై తొలి శాతవాహన రాజుల ప్రతిమలు చెక్కబడ్డాయి. కన్హేరీ శాసనాన్ని కృష్ణుడు (కన్హ) వేయించాడు. గోతమీ బాలసిరి (గౌతమీ బాలశ్రీ) వేయించిన నాసిక్ శాసనం, తన కొడుకు గోతమీపుత సిరి సాతకణి (గౌతమీ పుత్రశ్రీ శాతకర్ణి) విజయాలను ప్రస్తావించింది. తన మనుమడు వాసిఠిపుత సిరి పులుమావి (వాసిష్ఠీపుత్రశ్రీ పులుమావి) 19వ పాలనా సంవత్సరంలో దీన్ని వేయించింది. వాసిష్ఠీపుత్ర పులుమావి, అతని వారసులు కూడా కొన్ని శాసనాలను వేయించారు.

శాతవాహనులవే కాకుండా, వారి సమకాలీనులు వేయించిన శాసనాలు కూడా శాతవాహనుల కాల నిర్ణయం కోసం ఉపయోగపడుతున్నాయి. మహామేఘవాహన వంశానికి చెందిన కళింగ రాజు, ఖారవేలుడు వేయించిన హాథిగుంఫ శాసనం, అతని సమకాలీనుడైన శాతకర్ణి గురించి సమాచారాన్ని తెలియచేస్తుంది.

నాణేలు

ధూళికట్ట వద్ద లభ్యమైన పులోమావి వేయించిన వెండి నాణెం (రెండు వైపులా)

శాతవాహనులు సీసం, రాగి నాణేలను అధిక సంఖ్యలో ముద్రించారు. రాగి, తగరం, లోహాల మిశ్రమంతో పోటిన్ నాణేలను కూడా ముద్రించారు. గౌతమీపుత్ర శాతకర్ణి నుంచి వెండి నాణేలను కూడా ఉపయోగించారు. రాజులు తమ నాణేలపై రాజు పేరు, బిరుదులు, కొన్ని సందర్భాల్లో తండ్రి పేరును కూడా ముద్రించేవారు. వీటిపై గల రాతలను ప్రాచీన లిపి శాస్త్రం సహాయంతో, ఇవి ఏ కాలానికి చెందినవో గుర్తించొచ్చు. వీటిపై కొన్ని సంకేతాలను- వృషభం, ఏనుగు, సింహం, కొండ, ఉజ్జయిని చిహ్నం, ఓడ,

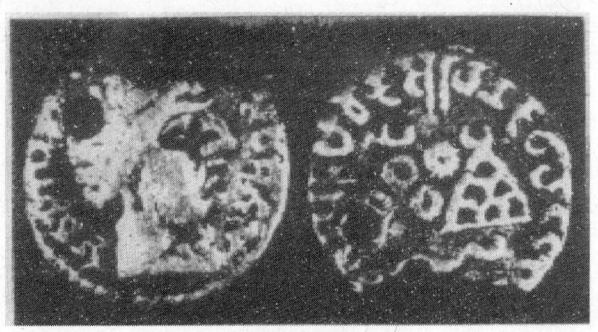

సూర్యుడు, చంద్రుడు, కమలం, శంఖం-ముద్రించేవారు. కోటిలింగాలలో సాతవాహన, చిముక సాతవాహన, మొదటి శాతకర్ణి నాణేలు దొరికాయి. చిముకుని నాణేలు కేవలం కోటిలింగాలలోనే ఎక్కువ సంఖ్యలో దొరకడం వల్ల, శాతవాహనుల మొదటి నివాస స్థలం తెలంగాణ అని నిర్ణయించడంలో ఇవి తోడ్పడుతున్నాయి. సంగనభట్ల నరహరిశర్మ అనే తపాలా శాఖ ఉద్యోగి, కోటిలింగాలలో లభ్యమైన నాణేలను సేకరించి, 1970 లో ప్రముఖ శాసన పరిశోధకుడు, డా॥ పి.వి.పరబ్రహ్మశాస్త్రి గారికి అందచేశాడు. ఈ నాణేల ద్వారా, ఎందరో పురాణాల్లో, శాసనాల్లో పేర్కొన్న రాజుల పేర్లు వెలుగులోకి వచ్చాయి. శ్రీముకశాతవాహన, శాతకర్ణి రాజుల నాణేలతో పాటు, శాతవాహనులకు పూర్వం పాలించిన స్థానిక రాజులైన గోబద, నారన, కంవాయసిరి, సమగోప మొదలైన రాజుల నాణేలు కూడా లభ్యమయ్యాయి. మహాతలవర, మహాసేనాపతి సెబక వంటి సామంత రాజులకు చెందిన నాణేలు కూడా తవ్వకాల్లో దొరికాయి.

శాతవాహనుల నాణేలు నెవాసా, మస్కి (కర్ణాటక) త్రిపురి (మధ్యప్రదేశ్) నాగార్జునకొండ, కొండాపూర్, పెద్దబంకూర్‌ల్లో కూడా లభ్యమయ్యాయి. కొన్ని సమయాల్లో ఒక పాలకుని నాణేలపై వేరొక పాలకుని చిహ్నాలను ముద్రించొచ్చు. వీటిని పునర్ముద్రిత నాణే (Restruck coins) లంటారు. సాధారణంగా, ఈ రాజులిరువురూ సమకాలీనులు కావడమో, లేదా వారసత్వ రూపంలో, లేదా తిరుగుబాటు ద్వారా, లేదా గెలుపొందటం ద్వారా సింహాసనాన్ని ఆక్రమించటమో జరుగుతుంది. తరహాల, జోగల్‌తంబి (నాసిక్) వద్ద పశ్చిమ క్షాత్రపరాజు నహపాణునకు చెందిన వెండి నాణేల రాశి (9270 నాణేలు) లభించింది. ఈ నాణేలను గౌతమీపుత్ర శాతకర్ణి పునర్ముద్రింపచేశాడు. నహపాణునిపై గౌతమీపుత్ర శాతకర్ణి తిరుగులేని విజయాన్ని సాధించాడని చెప్పొచ్చు. నల్గొండ జిల్లాలోని ఫణిగిరి బౌద్ధ క్షేత్రంలో రెండవ రుద్రసేనుని నాణేలు లభించాయి. క్షాత్రపులతో శాతవాహనులకు దగ్గరి సంబంధాలున్న విషయం తెలుస్తూంది. యజ్ఞశ్రీ శాతకర్ణి పాలనా కాలానికి చెందిన ఓడ బొమ్మతో ఉన్న నాణేలు, నాగార్జునకొండలో లభించాయి. శాతవాహనుల కాలంలో జరిగిన సముద్ర వ్యాపారాన్ని గూర్చి ఇవి తెలియచేస్తున్నాయి. శాతవాహనుల పాలనలో ఉన్నతాధికారులైన మహాతలవర, మహాసేనాపతి, మహారథి, మహాగ్రామిక అనే వారిక్కూడా నాణేలను ముద్రించే అధికారముండేది. మహారథైన సదకన (సాతకణి) కలలాయ తన సొంత నాణేలను కూడా జారీచేశాడు. దక్షిణ భారతదేశంలో అనేక చోట్ల రోమన్ నాణేలు దొరికాయి. భారతదేశానికి, రోమ్ సామ్రాజ్యానికి మధ్య గల వ్యాపార సంబంధాల ఫలితంగా, నాణేలు మన దేశంలోకి ప్రవేశించాయి.

తవ్వకాలు, నిర్మాణాలు

పురావస్తు స్థలాలను శాస్త్రీయంగా తవ్వి, దొరికిన వస్తువుల ఆధారంగా, కార్బన్ పద్ధతిన కాల నిర్ణయం చేయడం జరుగుతుంది. తెలంగాణ రాష్ట్రంలో ఫణిగిరి, గాజులబండ, కోటిలింగాల, పెద్దబంకూర్, కదంబాపూర్, ధూళికట్టలో, ఆంధ్రప్రదేశ్‌లోని అమరావతి, భట్టిప్రోలు, గుడివాడ, జగ్గయ్యపేట, గుంటుపల్లి, రామతీర్థం, శాలిహుండం మొదలైన చోట్ల జరిగిన తవ్వకాల వల్ల, శాతనాహనుల నాటి అనేక ఆసక్తికర విషయాలు వెలుగులోకి వచ్చాయి.

కొండాపూర్

మెదక్ జిల్లాలో ఉంది. క్రీ.పూ. మూడో శతాబ్దం నాటికే ఇది ఒక పట్టణంగా ఆవిర్భవించింది. శాతవాహనుల కంటే పూర్వమే ఇది 'అశిక' (రంగారెడ్డి, హైదరాబాద్, మెదక్ జిల్లాలు) రాజ్యానికి రాజధానిగా ఉండేది. మెగస్తనీస్ పేర్కొన్న ఆంధ్రుల ముప్పది కోటల్లో ఇది ఒకటి. రోమన్ సామ్రాజ్యంతో జరిగే వాణిజ్యానికి దక్షిణాదిన ఇది ఒక ప్రధాన కేంద్రంగా ఉండేది. ఇక్కడ టైబీరియస్ కైసర్ చిహ్నం గల రోమన్ సెప్టెర్సిస్‌తో చేసిన కంఠహారం దొరికింది. శాతవాహనులకు

చెందిన సుమారు 4000 నాణేలు ఇక్కడ దొరికాయి. సదవాహన, గౌతమీపుత్ర శాతకర్ణి, వాసిష్ఠీపుత్రశాతకర్ణి, వాసిష్ఠీపుత్ర పులుమావి, మూడో శివశ్రీ పులుమావి, యజ్ఞశ్రీశాతకర్ణి నాణేలు ఇందులో ఉన్నాయి. కొండాపూర్‌ను శాతవాహనుల 'టంకశాల నగరమ'ని మల్లంపల్లి సోమశేఖరశర్మ వ్యాఖ్యానించారు.

కోటిలింగాల

కరీంనగర్ జిల్లాలోని గోదావరి, పెద్దవాగు సంగమ స్థానంలో ఉంది. 1980-1983 వరకు రాష్ట్ర పురావస్తు శాఖ వారు జరిపిన తవ్వకాలలో శాతవాహనుల కోట గోడలు, ఒక బురుజు బయటపడినాయి. ఇక్కడ శ్రీముకుడి, మరియు తొలి శాతవాహనుల నాణేలు, శాతవాహనుల పూర్వపు రాజుల నాణేలు, విద్ధాంక నాణేలు కూడా దొరికాయి. క్రీ.పూ. నాల్గో శతాబ్దం నాటికే కోటిలింగాల ప్రాధాన్యతను సంతరించుకొంది. శాతవాహనుల సామ్రాజ్యానికి ఇది తొలి రాజధాని. ఇక్కడ దొరికిన ఇసుకరాతి స్తంభంపై బ్రాహ్మి లిపిలో 'నాగగోపినికయ' అని ఉంది. ఇక్కడికి సమీపంలో గల మునుల గుట్టపై జైనుల శిలాచ్ఛాదాలను కనుక్కొన్నారు.

పెద్దబంకూరు

కరీంనగర్ జిల్లాలోని హుస్సేమియా వాగు ఒడ్డున ఉంది. ఒక రైతుకు పొలంలో 22 వేలకు పైగా ఉన్న శాతవాహనుల నాణేల కుండ దొరికింది. 1968-74 మధ్య కాలంలో పురావస్తు శాఖ వారు తవ్వకాలు నిర్వహించగా, శాతవాహనుల కాలం నాటి మూడు ఇటుక కోటలు, ఇటుకతో కట్టిన 22 చేద బావులు, మట్టి గాజులతో నిర్మించిన మరొక బావి బయటపడ్డాయి. ఇనుప గొడ్డళ్ళు, మేకులు, కత్తులు, బరిసెలు, కొడవళ్ళు, ఉలులు మొదలయినవి దొరికాయి. పూసలు, గాజులు, టెర్రకోట ముద్రికలు తవ్వకాలలో దొరికాయి. శాతవాహన, శాతకర్ణి, పులుమావి, శివశ్రీ పులుమావి మొదలైన శాతవాహన రాజుల నాణేలు, విద్ధాంక నాణేలు దొరికాయి. రోమన్ చక్రవర్తులైన ఆగస్టస్ సీజర్, టైబీరియస్ నాణేలు కూడా దొరికాయి.

ధూళికట్ట

కరీంనగర్ జిల్లా హుస్సేమియా వాగు ఒడ్డున ఉంది. 1972-75 మధ్య పురావస్తు శాఖ తవ్వకాలను జరిపింది. శాతవాహనుల కాలం నాటి బౌద్ధ స్థూపాన్ని వి.వి.కృష్ణశాస్త్రి వెలుగులోకి తెచ్చారు. స్థూపం చుట్టూ గల రాతి ఫలకాల మీద కొన్ని బ్రాహ్మి లిపిలో ఉన్న శాసనాలు ఉన్నాయి. ధూళికోట (మట్టికోట) ధూళికట్టగా ఉచ్చరించబడుతున్నది. కోట లోపల రాజ భవనాలు, బావులు, ధాన్యాగారాలు, ప్రాకారాలు బయటపడ్డాయి. ఇనుప ఆయుధాలు, పనిముట్లు, టెర్రకోట బొమ్మలు, ఏనుగు దంతం దువ్వెన, మట్టి పాత్రలు ఇక్కడ దొరికాయి. మౌర్యుల కాలం నాటి విద్ధాంక నాణేలు దొరికాయి.

బౌద్ధ నిర్మాణాల్లో ప్రధానమైనవి స్థూపాలు, చైత్యాలు, సంఘారామాలు. శాతవాహన శిల్పం అమరావతి శిల్పంగా పేరుగాంచింది. ఈ శిల్పాల వల్ల ప్రజల వేషధారణ, శిరోజాలంకరణ, ఆభరణాలు మనకు తెలుస్తున్నాయి. ప్రజల మత భావాలు, శిల్పకళారీతులు కూడా ఈ కళాఖండాల ద్వారా అవగతమౌతున్నాయి.

సాహిత్య ఆధారాలు

సాహిత్య ఆధారాల్లో పురాణాలు, జైన, బౌద్ధ గ్రంథాలు, విదేశీ రచనలు ఇత్యాదులున్నాయి. వాయు, బ్రహ్మాండ, విష్ణు, భాగవత, మత్స్య పురాణాలు ఆంధ్రుల వంశావళులను వివరించాయి. భవిష్య పురాణంలోని భాగమైన 'కలియుగ

రాజ వృత్తాంతం'లో ఆంధ్రుల వంశావళికి సంబంధించిన వివరాలున్నాయి. పురాణాలు శాతవాహన పాలన అంతమైన కొన్ని శతాబ్దాల తరవాత రచించబడ్డాయి. పురాణాల ఆధారంగా శాతవాహనుల వంశ క్రమాన్ని చెప్పడం కష్టం. పురాణాల కంటే శాసనాలు, నాణేలు విశ్వసనీయమైన ఆధారాలు. పౌరాణిక జాబితాలోని 30 మంది రాజుల్లో నాలుగు నుంచి 22 వరకు చారిత్రక అంధకారం నెలకొంది. పార్గిటర్ పండితుడు పురాణాలను 'డైనాస్టీస్ ఆఫ్ కలి ఏజ్' (Dynasties of Kali age) అనే పేరుతో ఆంగ్లంలోకి అనువాదం చేశాడు. హాలుని కాలానివి అని చెప్పే 'బృహత్కథ', "గాథాసప్తశతి", హాలుని కాలపు సైనిక లావాదేవీలు వస్తువుగా గల ప్రాకృత గ్రంథం 'లీలావతి', బృహత్కథ ఆధారంగా రాసిన కథా సరిత్సాగరం, శాతవాహనుల కాలం నాటి పాలనా విశేషాలు, ప్రజల స్థితిగతులపై వెలుగును ప్రసరింపచేస్తున్నాయి. వాత్స్యాయనుడు రచించిన 'కామసూత్రం' ఆ కాలం నాటి సాంఘిక, ఆర్థిక పరిస్థితులను వివరిస్తుంది.

విదేశీ ఆధారాలలో గ్రీక్, రోమన్ రచనలు ప్రధానమైనవిగా పేర్కొనొచ్చు. మెగస్తనీస్ క్రీ.పూ. 4వ శతాబ్దంలో మౌర్యుల ఆస్థానానికి రాయబారిగా వచ్చాడు. ఇతడు 'ఇండికా' గ్రంథంలో ఆంధ్రుల గుర్చి పేర్కొన్నాడు. ప్లినీ అనే (క్రీ.శ.23-79) రోమన్ చరిత్రకారుడు 'ఇండికా'లో మెగస్తనీస్ పేర్కొన్న విషయాలను వివరించాడు. ప్లినీ రోమన్ చరిత్రకారుడు, ప్రకృతి శాస్త్రజ్ఞుడు, తత్వవేత్త. రోమన్ సేనా నాయకుడు. 'హిస్టోరియా నాచురాలి' (Natural History) అనే గ్రంథాన్ని రాశాడు. ఇది తూర్పుదేశాల చరిత్ర, ప్రకృతి, సాంఘిక, ఆర్థిక, భౌగోళిక పరిస్థితుల గురించి తెలియచేసే మౌలిక గ్రంథం. క్రీ.శ.80 ప్రాంతంలో ఒక అజ్ఞాత నావికుడు రాసిన 'పెరిప్లస్ ఆఫ్ ది ఎరిత్రియన్ సీ' ఆనాటి రోమ్, భారతదేశ వాణిజ్య సంబంధాలను, ఓడరేవులను పేర్కొంటుంది. ఈజిప్షియన్ గ్రీక్ అయిన టాలమీ (క్రీ.శ.1 వ శతాబ్ది) తన గ్రంథం 'జాగ్రఫీ'లో కూడా శాతవాహన రాజ్యంలోని వాణిజ్య పట్టణాలను, ఓడరేవులను పేర్కొన్నాడు.

శాతవాహనుల జన్మభూమి

శాతవాహనుల జన్మస్థానం గురించి, తొలి రాజధాని గురించి, చరిత్రకారుల్లో భిన్నాభిప్రాయాలున్నాయి.

కోస్తాంధ్ర వాదం

శాతవాహనుల తొలి నివాసం ఆంధ్ర అని, ఆర్.జి.భండార్కర్ (1895), వి.ఏ.స్మిత్ (1902), బార్నెట్, ఇ.జె.రాప్సన్ మొదలైన చరిత్రకారులు అభిప్రాయపడ్డారు. కృష్ణా, గోదావరి నదుల మధ్య భాగమే శాతవాహనుల మొదటి స్థావరమని, పురాణాల్లో ఆంధ్రులుగా పేర్కొన్న వీరు, ఆంధ్ర ప్రాంతానికి చెందిన వారేనని, వీరి జన్మభూమి కోస్తాంధ్ర అని, మొదటి రాజధాని ధాన్యకటకం (అమరావతి) అని, భండార్కర్ పేర్కొన్నాడు. వి.ఏ.స్మిత్, డా॥ బర్గెస్ ఆంధ్రుల తొలి రాజధాని కృష్ణా జిల్లాలోని శ్రీకాకుళం, వారి నివాసం కృష్ణా, గోదావరి మైదాన ప్రాంతమని అభిప్రాయపడ్డారు. బౌద్ధ వాఙ్మయంలోని 'సెరివణిజ జాతకం' ప్రకారం, తెలివాహనదిపై ఉన్న 'అంధ్రనగరి' శాతవాహనుల తొలి రాజధాని అని, డి.ఆర్.భండార్కర్ తెలిపాడు. తెలివాహ నది నేటి ఒడిశాలోని మహానదికి ఉపనదైన 'తెల్' అని తెలిపాడు. హెచ్.సి.రాయచౌదరి తెలివాహ నదియే కృష్ణానది అని, నేటి విజయవాడ అంధ్రనగరి కావొచ్చు అన్నాడు. శాతవాహనుల జన్మస్థలం కోస్తాంధ్రగా, వారు తూర్పు నుంచి పశ్చిమానికి విస్తరించారని గుర్తి వెంకట్రావు అన్నారు. కోస్తాంధ్రలో మలి శాతవాహన రాజుల నాణేలు, శాసనాలు లభ్యం కావడం వల్ల, మలి శాతవాహనుల కాలానికి రాజధాని, కోస్తాంధ్రలోని ధాన్యకటకం (అమరావతి)కి మార్చారని చెప్పొచ్చు.

మహారాష్ట్ర వాదం

తొలి శాతవాహనులకు చెందిన నానేఘాట్, నాసిక్ శాసనాలు, నాణేలు మహారాష్ట్రలో లభ్యం కావడం వల్ల, వాటికి దగ్గరలోనే వారి రాజధాని ఉంటుందని, కాబట్టి మహారాష్ట్ర శాతవాహనుల జన్మస్థలమని, ప్రతిష్ఠానపురం (పైథాన్) వారి మొదటి రాజధానని, పి.టి.శ్రీనివాస అయ్యంగార్, కె.గోపాలాచారి, డి.సి.సర్కార్, భండారీలు తెలిపారు. వీరు శాతవాహనుల జన్మభూమి మహారాష్ట్ర అని, వాసిష్ఠీపుత్ర పులుమావి ఆంధ్రదేశాన్ని జయించి పాలించాడని పేర్కొన్నారు. తమ వాదనకు మద్దతుగా, కింది కారణాలను పేర్కొన్నారు.

1. తొలి శాతవాహనుల శాసనాలు నానేఘాట్, నాసిక్‌లలో మాత్రమే దొరకడం.
2. కళింగ రాజు ఖారవేలుడు తన హాథిగుంఫ శాసనంలో శాతకర్ణి రాజ్యంపైకి దాడిని పంపినట్లు పేర్కొనడం.
3. గౌతమీ బాలశ్రీ నాసిక్ శాసనంలో, గౌతమీపుత్ర శాతకర్ణి సామ్రాజ్యంలో ఆంధ్రలోని ఏ ప్రాంతాలను పేర్కొనక పోవడం.
4. ఆంధ్రలో లభ్యమైన మొదటి శాతవాహన శాసనం అమరావతి శాసనం. దీన్ని వాసిష్ఠీపుత్రశ్రీ పులుమావి వేయించాడు. అంతకు పూర్వం రాజులెవ్వరి శాసనాలు ఆంధ్రలో లభించక పోవడం.

విదర్భ వాదం

శాతవాహనుల జన్మభూమి విదర్భ ప్రాంతమని, వి.వి.మిరాశి (1941) పేర్కొన్నాడు. శాతవాహనులు ఆంధ్ర భృత్యులు కాని, ఆంధ్రులు కారని తెలిపాడు. నాసిక్ దగ్గర గల శాసనంలో గౌతమీపుత్ర శాతకర్ణి తనను బేనాకటసామి అని వర్ణించుకొన్నాడు. బేనానది మీద గల కటకము అనేది శాతకర్ణి రాజధానై ఉండొచ్చని, బేనానది వైన్‌గంగా నదికి ఉపనదైన 'కన్హాన్'తో ముడిపెట్టి, మిరాశి విదర్భ శాతవాహనుల మొదటి జన్మస్థలమని వాదించాడు. కాని, అనేకులు ఈ వాదాన్ని బలపర్చలేదు. మొదటి శాతకర్ణి, గౌతమీపుత్ర శాతకర్ణి సామ్రాజ్యంలో విదర్భ అంతర్భాగం మాత్రమేనని, నానాఘాట్, నాసిక్ శాసనాలను బట్టి చెప్పొచ్చు.

కర్ణాటక వాదం

శాతవాహనుల జన్మస్థలం కర్ణాటకలోని బళ్ళారనే వాదాన్ని, డా॥ వి.యస్.సుక్తాంకర్ లేవనెత్తారు. అందుకు ఆయన 1) కడపటి శాతవాహన రాజు పులుమావికి చెందిన కర్నూలు జిల్లాలోని మ్యాకదోని శాసనం; 2) పల్లవ రాజు నాల్గవ శివస్కందవర్మ వేయించిన హీరహడగళ్ళి, తామ్ర శాసనాలను సాక్ష్యంగా వివరించారు. మ్యాకదోని శాసనం 'సాతవాహని హార' అనే ప్రదేశాన్ని పేర్కొంది. హీరహడగళ్ళి శాసనం కూడా 'సాతవాహని రఠ' అనే పేరుతో ఆ ప్రదేశాన్ని పేర్కొంది. ఇవి రెండూ శాతవాహనుల పేరు మీద వెలసిన జిల్లా, రాష్ట్రాలు. శాతవాహనుల పేరు మీద ఒక ప్రాంతాన్ని పిలవడం వల్ల, ఆ ప్రాంతమే శాతవాహనుల జన్మస్థలమని సుక్తాంకర్ అభిప్రాయపడ్డారు. శాతవాహనులు ఆంధ్రుల్లో ఒక ఉప వంశమని, ఆంధ్రులు, ఆంధ్ర భృత్యులు రెండూ వేరు వేరు వంశాలని, అదే విధంగా పురాణాల్లో

పేర్కొన్న ఆంధ్రులు, శాసనాల్లో పేర్కొన్న శాతవాహనులు కూడా ఒక్కటి కాదని, మొదటిసారి పేర్కొన్నాడు. ఆంధ్రులు ఆంధ్ర ప్రాంతంలో పరిపాలిస్తుండగా, శాతవాహనులు మహారాష్ట్ర ప్రాంతాన్ని పరిపాలించారని డా॥ సుక్తాంకర్ వాదించాడు. సాతవాహనిహార, సాతవాహనిరఠ అనే పేర్లు శాసనాల్లో పేర్కొన్నంత మాత్రాన, బళ్ళారి శాతవాహనుల జన్మస్థలమని నిర్ణయించలేం.

తెలంగాణ వాదం

తొలి శాతవాహన రాజులైన చిముక శాతవాహన, శాతకర్ణి, నాణేలు తెలంగాణాలోని కోటిలింగాల, పెద్ద బంకూరు, ధూళికట్ట, కదంబాపూర్, కొండాపూర్‌ల్లో లభ్యమయ్యాయి. శ్రీముకుని నాణేలు కేవలం కోటిలింగాల్లోనే దొరకడం వల్ల, అతడే శాతవాహన వంశ స్థాపకుడని, అందువల్ల శాతవాహనుల పాలన తెలంగాణలోనే ప్రారంభమైందని, అజయ్‌మిత్రశాస్త్రి, దేమె రాజిరెడ్డి, ఠాకూర్ రాజారాం సింగ్, కృష్ణశాస్త్రి మొదలైన వారు పేర్కొన్నారు. శాతవాహన అనే రాజు ఈ సామ్రాజ్య స్థాపకుడని, వీరి పాలన కోటిలింగాల నుంచే ప్రారంభమైందని, పురావస్తు తత్వవేత్త పి.వి.పరబ్రహ్మశాస్త్రి పేర్కొన్నాడు. శాతవాహనుల మొదటి రాజధాని కోటిలింగాల. దానికే, ఆంధ్రనగరమనే పేరుండేదని తెలుస్తోంది. శాతవాహనులకు పూర్వం పాలించిన స్థానిక రాజులైన గోబద, నారన, కంవాయసిరి, సమగోప మొదలైన రాజుల నాణేలు లభ్యమయ్యాయి. ఖారవేలుడు హాథిగుంఫా శాసనంలో కూడా శాతకర్ణి రాజ్యం పైన పశ్చిమ దిశగా దండెత్తాడనే విషయం కూడా ఈ వాదనకు బలాన్ని చేకూరుస్తుంది. మొదటి శాతవాహన రాజ్యం తెలంగాణలోనే ఏర్పడినట్లు చెప్పడమే సమంజసం.

శాసనాలు, నాణేలు లభ్యమైన ప్రదేశాల ఆధారంగా, నిస్సందేహంగా శాతవాహనులు కోటిలింగాల్లో రాజ్య స్థాపన చేసి, దక్షిణ మహారాష్ట్రకు మొదట వ్యాప్తి చేసినట్లు తెలుస్తుంది. కాని, తెలంగాణా నుంచి కోస్తాంధ్రకు మొదట విస్తరించిన ఆధారాలు లేవని చెప్పొచ్చు.

శాతవాహనులు - ఆంధ్రులు ఒక్కటేనా?

శాసనాల్లో శాతవాహనులని, పురాణాల్లో ఆంధ్రులు, ఆంధ్రభృత్యులని పేర్కొన్నవారు ఒక్కటేనని, విన్సెంట్ స్మిత్, ఇ.జె.రాప్సన్, ఆర్.జి.భండార్కర్, ఎల్.డి.బార్నెట్, మారెమండ రామారావు మొదలైన చరిత్రకారులు పేర్కొన్నారు. మత్స్య, వాయు పురాణాల్లో పేర్కొన్న ఆంధ్రుల వంశావళిలోని పేర్లు శాసనాల్లోని రాజుల పేర్లతో సరిపోవడం వల్ల, ఆంధ్రులు- శాతవాహనులు ఒక్కరేనని, ఆంధ్ర అనేది జాతినామమైతే, శాతవాహన అనేది వంశనామం, లేదా కుటుంబ నామం. కన్హేరి, నాసిక్ శాసనాల్లో శాతవాహన కుల అనే మాట ఉంది. క్రీ.శ. 4 వ శతాబ్ది నాటి శివస్కంద వర్మ మైదవోలు శాసనంలో, అంధాపథ (ఆంధ్ర పథం) ముఖ్య పట్టణం ధాన్యకటకం అని చెప్పబడింది. కాబట్టి, జాతిపేరు మీదనే ఆ ప్రాంతానికి ఆ పేరు వచ్చినట్లు స్పష్టమౌతూంది. శాతవాహనులను, శాలివాహనులని, శాతకర్ణులని, ఆంధ్రులని, ఆంధ్రభృత్యులని పిలవడం జరిగింది. శాతవాహన రాజైన హాలుడు తాను సంకలనం చేసిన గాథాసప్తశతిలో శాలివాహన, శాతవాహన, శాతకర్ణి పేర్లను పర్యాయ పదాలుగా వాడాడు. హేమచంద్రుడు రచించిన వ్యాకరణంలో 'శాలివాహన' అనే పదం శాతవాహనకు అపభ్రంశమని పేర్కొన్నాడు. శాతవాహన పదానికి సద, సాత, సాలి అన్న రూపాంతరాలున్నాయి. నాణేలపై గల శాత, శతి అనే పదాలు శాతవాహన, శాతకర్ణి పదాల సంక్షిప్త రూపాలై ఉండొచ్చు. జినప్రభసూరి అనే జైన రచయిత, వందల కొద్దీ వాహనాలను దానం చేసినందున, శాతవాహనుడని పిలువబడ్డాడన్నాడు.

శాతవాహనుడంటే, వాహనాన్ని పొందినవాడని అర్థం. బహుశ, మౌర్యుల సైనిక సేవలో ఉన్నత హోదా పొందిన వ్యక్తి అని అర్థం కావచ్చు. శాతవాహనులను ఆంధ్రభృత్యులని కూడా పురాణాలు పేర్కొన్నాయి. శాతవాహనులు ఆంధ్రుల్లో ఒక ఉప వంశమని, వారు భృత్యులు (సేవకులు) గా మహారాష్ట్రలో పాలించి, తరవాత స్వతంత్రాన్ని ప్రకటించుకొన్నారని అభిప్రాయపడ్డారు. ఈ వాదాన్ని హెచ్.సి.రాయ్‌చౌదరి, శ్రీనివాసశాస్త్రి సమర్థించారు. కోటిలింగాలను రాజధానిగా చేసుకొని పాలించిన సమగోపుని వద్ద, సిరిశాతవాహనుడనే రాజు సేనానిగా పనిచేసి, తరవాత స్వతంత్రాన్ని ప్రకటించుకొన్నాడని, అందుకే పురాణాలు శాతవాహనులను ఆంధ్రభృత్యులుగా పేర్కొన్నారని పి.వి.పరబ్రహ్మశాస్త్రి అభిప్రాయపడ్డారు. శాతవాహనులు ఆంధ్రులు కారని, వారు పురాణాల్లో పేర్కొన్నట్లు ఆంధ్రభృత్యులని, అంటే ఆంధ్రులకు సామంతులుగా ఉండి, స్వతంత్రాధికారాన్ని సాధించారని రాయ్‌చౌదరి, శ్రీనివాసశాస్త్రి మొదలైనవారు భావించారు. శాతవాహనులు ఆంధ్ర దేశాన్ని పాలిస్తున్న కాలంలో సంకలనమైనందున, పురాణాలు వీరిని ఆంధ్రులని వర్ణించి ఉండొచ్చునని రాయ్‌చౌదరి అభిప్రాయపడ్డారు. ఆంధ్రుల భాష తెలుగు; కాని శాతవాహనులు వాడింది ప్రాకృత భాష. అందువల్ల శాతవాహనులు ఆంధ్రేతరులేనని శ్రీనివాసశాస్త్రి వాదన. అశ్వమేధ యాగాన్ని చేసిన రాజ కుమారుడిని శాతవాహనుడు, లేదా శాతహరనుడంటారు. గుణాఢ్యుని బృహత్కథ ఆధారంగా రచించిన కథాసరిత్సాగరం ప్రకారం, సింహ రూపంలో ఉండే సాత అనే యక్షునిపై అధిరోహించిన వాడు కాబట్టి, సాతవాహనుడయ్యాడని భావించబడింది. దీపకర్ణిరాజు ఆ సింహాన్ని వధించి, ఆ బాలుడిని పెంచుకొన్నాడని, అందువల్ల అతడికి శాతవాహనుడనే పేరు వచ్చిందనే గాథ ఉంది.

కాల నిర్ణయం

శాతవాహనుల కాలనిర్ణయం ఒక జటిలమైన సమస్య. శాతవాహనుల పాలన ఆరంభంపై చరిత్రకారుల్లో భేదాభిప్రాయముంది. కాని, వారి సామ్రాజ్యం మాత్రం క్రీ.శ.225 లేదా 230 ప్రాంతంలో అంతమైందనే విషయంలో ఏకాభిప్రాయం కలదు. మత్స్య పురాణం 30 మంది ఆంధ్ర రాజులు సుమారు 456 సంవత్సరాలు పాలించారని పేర్కొంది. వాయు పురాణం 17 మంది రాజులు 272 సంవత్సరాలు పాలించారని పేర్కొంది. శాసనాల్లో, నాణేల్లో గల కొందరు రాజుల పేర్లు పురాణాల్లో లేవు. పురాణాలు పేర్కొన్న రాజుల నాణేలు, శాసనాలు దొరక లేదు. పురాణాలను పరిశోధించిన పార్గిటర్ పండితుడు ఆంధ్ర రాజుల పట్టికను రూపొందించాడు. ఈ పట్టికపై ఆధారపడి, వి.వి.మిరాశి, డా॥ కె.గోపాలాచారి, గుర్తి వెంకటరావు, మారేమండ రామారావుల దీర్ఘకాల క్రమణికను సమర్థించారు. సుమారు క్రీ.పూ.220 నుంచి క్రీ.శ.225 వరకు, అంటే, సుమారు 450 సంవత్సరాలుగా నిర్ణయించారు. క్రీ.పూ.271 లో బిందుసారుడు మరణించగా, అశోకుడికి తన సోదరులతో వారసత్వ పోరాటం జరుగుతున్న సమయంలో, సిముకుడు దీన్ని అవకాశంగా తీసుకొని స్వతంత్రించాడని గుర్తి వెంకటరావు అభిప్రాయపడ్డాడు.

శ్రీముకుడు కణ్వ రాజు సుశర్మను వధించి, మగధను ఆక్రమించి, శాతవాహన రాజ్యాన్ని స్థాపించాడని, అన్ని పురాణాలు పేర్కొన్నాయి. ఈ వాదనను అంగీకరిస్తే, శాతవాహనుల పాలన క్రీ.పూ.30 ప్రాంతంలో ప్రారంభమౌతుంది. ఆర్.జి.భండార్కర్, శ్రీముకుడు శుంగులను నిర్మూలించి, క్రీ.పూ. 73 లో స్వతంత్ర రాజ్యాన్ని స్థాపించాడని పేర్కొన్నాడు. దినేష్ చంద్ర సర్కార్ పండితుడు క్రీ.పూ.30 లో శ్రీముకుడు స్వతంత్ర రాజ్యాన్ని స్థాపించాడని అభిప్రాయపడ్డారు.

శాతవాహనుల పాలనారంభాన్ని హెచ్.సి.రాయ్‌చౌదరి క్రీ.పూ. 60, ఎ.ఎం.శాస్త్రి క్రీ.పూ. 52, పి.వి.పరబ్రహ్మశాస్త్రి క్రీ.పూ. 80 గా నిర్ణయించారు. ఇది సంక్షిప్త కాలక్రమణిక. అంటే, రెండున్నర శతాబ్దాలు శాతవాహనులు పరిపాలించారనే వాదనను సమర్థించారు.

తొలి శాతవాహన రాజుల్లో ఒకడైన శాతకర్ణికి, కళింగ చక్రవర్తి ఖారవేలుడికి గల సమకాలీనత ఆధారంగా కాల నిర్ణయం చేయబడింది. ఈ నిర్ణయం చాలా వరకు నానేఘాట్, హాతిగుంఫ శాసన లిపిని బట్టి శాస్త్రజ్ఞులు నిర్ణయించిన శాసనాల కాలం మీద ఆధారపడింది. మలి శాతవాహనుల కాల నిర్ణయం సమకాలీన శక, క్షహరాట, కర్దమ, పశ్చిమ క్షాత్రప రాజుల కాలంతో నిర్ణయించబడింది. చస్తనుడు, నహపాణుడు, రుద్రదాముడు మొదలైన వారికి, శాతవాహన రాజుల సమకాలీనతను దృష్టిలో ఉంచుకొని కాల నిర్ణయం చేయబడింది.

గౌతమీ బాలశ్రీ వేయించిన నాసిక్ శాసనంలో గౌతమీపుత్ర శాతకర్ణిని శక, యవన, క్షహరాటులపై విజయం సాధించాడని చెప్పబడింది. నహపాణుడు, అతని అల్లుడు ఉషవదత్తుడు వేసిన శాసన లిపి ఆధారంగా కూడా, సమకాలీనతను పరిశోధించారు. జోగల్‌తంబి నాణేల రాశిలో నహపాణుని నాణేలను పునర్ముద్రించినట్లు ఉంది. దీన్ని బట్టి, గౌతమీపుత్ర శాతకర్ణి నహపాణుని ఓడించినట్లు తెలుస్తోంది. తొలి శాతవాహనుల శాసనాలు క్రీ.పూ. ఒకటో శతాబ్దానికి చెందినవిగా లిపి శాస్త్రజ్ఞులు నిర్ధారించారు. నేవస, బ్రహ్మపురి,చంద్రవల్లుల్లో జరిగిన తవ్వకాల ఆధారంగా, శాతవాహనుల పాలన క్రీ.పూ. మొదటి శతాబ్దంలో ప్రారంభమై, సుమారు 250 సంవత్సరాలు కొనసాగి, క్రీ.శ. 225 ప్రాంతంలో అంతమైందనే విషయాన్ని, అనేక మంది చరిత్రకారులు అంగీకరిస్తున్నారు.

శాతవాహనుల కులం

శాతవాహనులు బ్రాహ్మణులని, బ్రాహ్మణేతరులని పండితుల్లో భిన్నాభిప్రాయాలున్నాయి. గౌతమీపుత్ర శాతకర్ణిని 'ఏకబ్రాహ్మణుడని' అంటే, అద్వితీయమైన బ్రాహ్మణుడని, క్షత్రియ దర్పమానమర్దన అంటే, క్షత్రియుల గర్వమణిచాడని, ద్విజవర కుటుంబ వివర్ధనుడని, అంటే బ్రాహ్మణుల అభ్యుదయం కోసం పాటుపడినవాడని పేర్కొనడం జరిగింది. నాసిక్ శాసనంలోని వర్ణనను బట్టి, శాతవాహనులు బ్రాహ్మణులని కొందరు వాదించారు. శాతవాహన రాజులు తమ పేరుతో గౌతమీపుత్ర, వాశిష్ఠీపుత్ర వంటి తల్లి గోత్రం కూడా చేర్చడం జరిగింది. తమది బ్రాహ్మణ రక్తమని, సాధికారికంగా ప్రకటించుకొన్నారు. ధర్మశాస్త్రాలను అనుసరించి రాజ్యపాలన చేయడం క్షత్రియుల ధర్మం. నాసిక్ శాసనంలో గౌతమీ బాలశ్రీని 'రాజర్షివధువు' 'క్షత్రియపత్ని' అని పేర్కొనడం, శాతవాహనులు అశ్వమేధ, రాజసూయ యాగాలను చేయడం వల్ల, శాతవాహనులు క్షత్రియులని చెప్పడానికి అవకాశముంది. 'ద్వాత్రింశత్ పుత్తలిక' అనే గ్రంథం, శాతవాహనుల మూల పురుషుడు గోదావరి తీరంలోని ఓ నాగజాతి రాజుకు బ్రాహ్మణ వితంతువుకు జన్మించాడని పేర్కొంది. అందుకే శాతవాహనులు నాగజాతికి చెందినవారని కొందరు పండితులు పేర్కొన్నారు. భాగవత పురాణంలో సిముకుడు వృషలుడుగా పేర్కొనబడ్డాడు. అంటే, మిశ్రమ కులానికి చెందిన వాడని చెప్పబడింది. శాతవాహన అనే పదానికి కన్నడంలో రైతు అని, కాబట్టి, శూద్రులని కొందరు పేర్కొన్నారు. మౌర్యుల అనంతరం మగధను పాలించిన శుంగ, కణ్వ వంశ రాజులు బ్రాహ్మణులు. దక్షిణ భారతదేశంలో శాతవాహనులు కూడా వైదిక మత పునరుద్ధరణకు కృషిచేశారు. శాతవాహనులు మరాఠా, శకులతో వైవాహిక సంబంధాల ద్వారా, వైదిక యజ్ఞయాగాలను నిర్వహించడం ద్వారా, సాంఘికంగా ఉన్నత స్థాయిని పొంది, బ్రాహ్మణీకతను సంతరించుకొన్నారని చెప్పొచ్చు.

...వాహనుల పాలన - రాజకీయ పరిణామాలు

చరిత్రకారులు శాతవాహనులను తొలి శాతవాహనులు, మలి శాతవాహనులుగా విభజించారు. స్థాపన నుంచి గౌతమీపుత్ర శాతకర్ణి రాజ్యానికి వచ్చేవరకు గల రాజులను తొలి శాతవాహనులని, గౌతమీపుత్ర శాతకర్ణి నుంచి చివరి రాజుల వరకు, మలి శాతవాహనులని అంటున్నారు.

శ్రీముకుడు

'సాదవాహన', 'సాతవాహన' చిముక పేరుతో నాణేలు కొండాపూర్, కోటిలింగాల, పరంగల్ సమీపంలో, ఔరంగాబాద్, జున్నార్, నెవాస వద్ద దొరికాయి. ఈ నాణేలపై ఉన్న లిపి ప్రాతిపదికగా 'సాద్వాహనుడు', శ్రీముకుడు ఒక్కటేనని అజయ్‌మిత్ర శాస్త్రి, డా. దేమె రాజిరెడ్డిగార్లు పేర్కొన్నారు. 'శాతవాహన' అనే పేరు ధరించిన ఏకైక వ్యక్తి శ్రీముకుడేనని పేర్కొన్నారు.

ఆంధ్ర జాతీయుడైన శ్రీముకుడు కణ్వ వంశ రాజు సుశర్మను వధించి, నామమాత్రంగా ఉన్న శుంగుల అధికారాన్ని తొలగించి, రాజ్యాన్ని స్థాపించాడని పురాణాలు పేర్కొన్నాయి. పురాణాలు సింధకుడు, బలపుచ్ఛకుడు, బలి అని పేర్కొన్నాయి. కోటిలింగాల్లో మాత్రమే ఇతని నాణేలు లభ్యమయ్యాయి. కోటిలింగాల ఇతడి రాజధాని. నాణేలపై 'సిరిచిముక', 'సిరిసాతవాహన', 'సిరిచిముక సాతవాహన' అనే మూడు రకాల పేర్లతో కూడిన నాణేలు దొరికాయి. నానేఘాట్ ప్రతిమా శాసనంలో 'రాయసిముక శాతవాహన సిరిమతో' అని ఇతడి గూర్చి రాయబడింది. ఒక జైన గాథ ప్రకారం, శ్రీముకుడు జైన మతాన్ని స్వీకరించి, అనేక ఆలయాలను నిర్మించాడు. ఇతడు 23 సంవత్సరాలు పరిపాలించినట్లు పురాణాలు తెలుపుతున్నాయి. ఇతడు తన పరిపాలన చివరి సంవత్సరాల్లో దుర్మార్గుడు, ప్రజాకంటకుడైనందున ప్రజలు తిరుగుబాటు చేసి, పదవీచ్యుతుణ్ని చేసి, హత్యగావించడం జరిగింది. చివరి రోజుల్లో శ్రీముకుడు వైదిక ధర్మాన్ని ఆచరించడం వల్ల, జైన సాహిత్యంలో ఇతడిని దుర్మార్గుడిగా చిత్రించారని చెప్పొచ్చు.

కృష్ణుడు (కన్హ)

శ్రీముకుని తరవాత అతని సోదరుడు కృష్ణుడు రాజయ్యాడు. ఇతడు 18 సంవత్సరాలు పాలించాడని పురాణాలు పేర్కొంటున్నాయి. శాతవాహనుల్లో శాసనాన్ని వేయించిన మొదటి రాజు ఇతడే. ఇతడి నాసిక్ శాసనంలో శాతవాహన పాలనా పద్ధతిని, మౌర్యుల విధానంలో తీర్చిదిద్దినట్లు తెలుస్తుంది. నాసిక్‌లో బౌద్ధ బిక్షువుల కోసం మహామాత్రుడు ఒక గుహను నిర్మించినట్లు, అది ప్రస్తావిస్తుంది. కృష్ణుడి కాలం నాటికి, శాతవాహన రాజ్యం పశ్చిమంగా నాసిక్ వరకు వ్యాపించింది.

మొదటి శాతకర్ణి

పురాణాల జాబితాలో ఇతడు మూడో రాజు. ఇతడు శ్రీముకుని కుమారుడు. ఇతడే నానేఘాట్ శాసనంలో పేర్కొన్న శాతకర్ణి అని ఎక్కువ మంది చరిత్రకారులు భావిస్తున్నారు. 18 సంవత్సరాలు పాలించాడు. శాతకర్ణి భార్య నాయనిక (నాగనిక) మహారథి త్రణకయిరో కూతురు. నానేఘాట్ అలంకార శాసనంపై, నాగానిక, చనిపోయిన ఆమె భర్త శాతకర్ణి, మహారథి త్రణకయిరో, ఆమె కుమారులు-కుమార హకుశ్రీ, సతిశ్రీమత్, కుమార శాతవాహన, వేదిశ్రీ (పెద్ద కుమారుడు) ప్రతిమలున్నాయి.

దేవి నాగానిక తన భర్తతో కలిసి అనేక యజ్ఞయాగాలను నిర్వహించింది. శాతకర్ణి మరణానంతరం, తన కుమారుడు వేదిశ్రీకి యుక్త వయస్సు వచ్చేంతవరకు, పాలనా బాధ్యతను చేపట్టింది. శాతకర్ణి రెండు అశ్వమేధ యాగాలు, ఒక రాజసూయ యాగంతో పాటు, 20 క్రతువులను నిర్వహించాడు. ఈ సందర్భంగా, వేల కొద్ది కర్షాపణాలు, ఆవులు, ఏనుగులు, గుర్రాలను దానం చేశాడు. నాగనిక తన భర్త శాతకర్ణిని 'అప్రతిహత చక్ర' వీర, శూర, దక్షిణాపథపతి అని వర్ణించింది.

హాథిగుంఫ శాసనం ప్రకారం, తన రెండో పాలనా సంవత్సరంలో ఖారవేలుడు శాతకర్ణిని లెక్కచేయకుండా, పశ్చిమంగా సైన్యాన్ని పంపాడు. సైన్యం కణ్ణ బేణానదిని చేరుకొంది. మూషికా నగరంపై దాడి చేసి, బీభత్సాన్ని సృష్టించింది. మూషిక నగరం అంటే, శాతవాహనుల కొండాపూర్ అని, పితుండ నగరం గుంటుపల్లి అని డా॥ ఆర్.సుబ్రహ్మణ్యం అభిప్రాయపడ్డాడు. కాని, చుళ్ళ కళింగ జాతకం, అశ్మక రాజు అరుణుడు కళింగను జయించాడని పేర్కొంటుంది. బహుశ, ఖారవేలుడిపై శాతకర్ణి విజయం సాధించి ఉండొచ్చునని కొందరు చరిత్రకారులు పేర్కొన్నారు.

మొదటి శాతకర్ణి తరవాత పురాణాల్లో 23 వ రాజుగా పేర్కొన్న గౌతమీపుత్ర శాతకర్ణి వరకు, 18 మంది రాజుల జాబితాను మత్స్య పురాణం పేర్కొంది. కాని, వీరికి సంబంధించిన శాసనాలు గాని, నాణేలు గాని లభించ లేదు.

రెండో శాతకర్ణి

ఇతడు పురాణాల్లో పేర్కొన్న ఆరో రాజు. ఇతడు 56 సంవత్సరాలు పరిపాలించాడు. సాంచీ స్థూపంపై గల శాసనం ఇతడిదేనని కొందరు పండితులు భావిస్తున్నారు. ఇతడు శకుల నుంచి మాళవను ఆక్రమించాడు.

రెండో శాతకర్ణి తరవాత వరసగా లంబోదరుడు, అపీలకుడు, మేఘస్వాతి, స్వాతి, స్కందస్వాతి, మృగేంద్రస్వాతికర్ణి, కుంతల శాతకర్ణి, స్వాతికర్ణి అనే ఎనిమిది మంది రాజులు పాలించారు. వీరిలో అపీలకుడిదిగా భావిస్తున్న పెద్ద రాగి నాణెం చాందా జిల్లాలో దొరికింది. అపీలకుడు పురాణాల్లో ఎనిమిదో రాజు. ఇతడు పన్నెండేండ్లు పాలన చేశాడని పురాణాల్లో చెప్పబడింది. మొదటి పులుమావి కాలంలో శక, పహ్లవ దాడులు, వాయవ్య భారతదేశంలో గందరగోళ పరిస్థితులను సృష్టించాయి. ఇతని అధికారాన్ని అంతమొందించేందుకు శకులు, పహ్లవులు చేసిన ప్రయత్నాలు విఫలమయ్యాయి. పులోమావి మరణానంతరం, శక రాజు నహపాణుడు శాతవాహన రాజ్యంపై దండెత్తి, మహారాష్ట్రలోని ప్రాంతాల్ని వశపర్చుకొని, మహాక్షాత్రప బిరుదును ధరించాడు. ఇతని చేతిలో ఓడిపోయిన రాజుల్లో సుందర శాతకర్ణి, చకోర శాతకర్ణి, శివస్వాతి ఉన్నారు.

హాలుడు

శాతవాహన చక్రవర్తుల్లో 17 వ రాజు హాలుడు. ఇతడు సారస్వతాభిమాని, సాహితీవేత్త. కవి వత్సలుడని బిరుదు ఉంది. బాణుడు తన హర్ష చరిత్రలో గాథాసప్తశతిని హాలుడు రచించాడని పేర్కొన్నాడు. సింహళ రాకుమార్తె లీలావతిని వివాహం చేసుకొన్నాడు. సప్తమ గోదావరి వద్ద భీమేశ్వర సన్నిధిలో ఈ వివాహం జరిగినట్లు కుతూహలుడి లీలావతి కావ్యంలో పేర్కొనడం జరిగింది. సప్తమ గోదావరి కరీంనగర్ జిల్లాలోని వేంపల్లి వెంకట్రావు పేట అని డా॥సంగనభట్ల నర్సయ్య సాక్ష్యాధారాలతో నిరూపించాడు.

మలి శాతవాహనులు

గౌతమీపుత్ర శాతకర్ణి (క్రీ.శ.106 - 130)

గౌతమీపుత్ర శాతకర్ణి శాతవాహనులందరిలో గొప్పవాడు. ఇతడు పురాణాలు పేర్కొన్న జాబితాలో 23వ వాడు. ఇతడు 24 సంవత్సరాలు సమర్ధవంతంగా పరిపాలించాడు. ఇతడి తల్లి గౌతమీ బాలశ్రీ, కుమారుడి విజయాలను, గొప్పతనాన్ని పొగడుతూ, అతని మరణానంతరం నాసిక్ ప్రశస్తిని వేయించింది. ఈ శాసనం గౌతమీపుత్ర శాతకర్ణి కుమారుడు వాసిష్ఠీపుత్ర పులుమావి 18వ పాలనా సంవత్సరంలో వేయబడింది. అందుకే గౌతమీ బాలశ్రీ నాసిక్ శాసనంలో, తాను ఒక గొప్ప వ్యక్తికి తల్లినని, మరొక రాజుకు, మహారాజ పితామహినని చెప్పుకొంది. గౌతమీపుత్ర శాతకర్ణి శకులను, యవనులను, పల్లవులను ఓడించాడు. క్షాత్రప వంశాన్ని నిర్మూలించాడు. శాతకర్ణి, అనుప, అపరాంత, సౌరాష్ట్ర, కుకుర, అవంతి రాజ్యాలను జయించాడు. గౌతమీపుత్ర శాతకర్ణి రాజ్యంలో అశిక (హైదరాబాద్, మెదక్ జిల్లాలు) అశ్మక (నిజామాబాద్, ఔరంగాబాద్ జిల్లాలు), ములక (పైథాన్ ప్రాంతం), అపరాంత (బొంబాయి, కొంకణ్, పూనా ప్రాంతం), అనూప (మాహిష్మతి ఎగువ ప్రాంతం), విదర్భ (నాగపూర్, బీరార్), అకర (విదిశ, తూర్పు మాళవ), అవంతి (ఉజ్జయిని, పశ్చిమ మాళవ), సౌరాష్ట్ర (దక్షిణ కథియవాడ్ ప్రాంతం), కుకుర (దక్షిణ రాజస్థాన్) మొదలైనవి ఉన్నాయి. ఇతడికి వింధ్య, అచవత, పరియాత్ర, సహ్య, కణ్వగిరి, సిరితన, మలయ, మహేంద్ర, సేత, చకోర మొదలైన పర్వత ప్రాంతాలకు అధిపతి అనే బిరుదు కలదు.

నాసిక్ శాసనం గౌతమీపుత్ర శాతకర్ణిని 'శాతవాహన కుల యశః ప్రతిష్ఠాపనకరుడని', 'క్షత్రియ దర్పమాన మర్దను'డని, 'క్షహరాటవంశ నిరవశేషకరుడ'ని, శక, యవన, పహ్లవ నిషూదనుడని ప్రశంసించింది. అంతే కాకుండా, అతడు 'ఏకబ్రాహ్మణు'డని, 'ఏకశూరు'డని, 'ఏకధనుర్ధారు'డని, 'ఆగమనిలయు'డని, త్రివర్గాలయిన ధర్మార్థకామాలను చక్కగా ఆచరణలో పెట్టాడని, వర్ణసాంకర్యాన్ని మాన్పినవాడని చెప్తోంది. 'త్రిసముద్రతోయ పీతవాహన' (మూడు సముద్రాల నీరు తాగిన గుర్రాలు కలవాడు) అనే బిరుదు కలదు. పశ్చిమ క్షాత్రప రాజు నహపాణుని నాణేలను గౌతమీపుత్ర శాతకర్ణి పునర్ముద్రించినవి, జోగల్‌తంబి వద్ద ఒక రాశిగా (9270 నాణేలు) లభ్యమయ్యాయి. గౌతమీపుత్ర శాతకర్ణి నహపాణునిపై విజయం సాధించినట్లు తెలుస్తోంది. గౌతమీపుత్ర శాతకర్ణి నాసిక్ గుహల్లో రెండు శాసనాలను రాయించాడు. ఒకటి, అతని 18వ పాలనా సంవత్సరానికి చెందింది. మరొకటి 24 వ పాలనా సంవత్సరానికి చెందింది. ఇతడి నాణేలు కొండాపూర్, పెద్దబంకూర్‌లలో వందల కొద్దీ దొరికాయి.

వాసిష్ఠీపుత్ర పులుమావి (రెండో పులుమావి) (క్రీ.శ.130-154)

ఇతడి శాసనాలు నాసిక్, కార్లే, అమరావతి, మ్యాకదోని, బనవాసి మొదలైన చోట్ల ఉన్నాయి. ఇతడి రాజధాని ధాన్యకటకం. గౌతమీ బాలశ్రీ నాసిక్ శాసనం పులోమావిని దక్షిణాపథేశ్వరుడని పేర్కొంది.

వాసిష్ఠీపుత్ర శాతకర్ణి (క్రీ.శ.154-165)

క్షాత్రపరుద్రదాముడు తన జునాగఢ్ శాసనంలో దక్షిణాపథ ప్రభువు శాతకర్ణిని రెండు పర్యాయాలు ఓడించినట్లు పేర్కొన్నాడు. ఈ ప్రస్తావన వాసిష్ఠీపుత్ర శాతకర్ణికి సంబంధించిందై ఉంటుంది. ఇతడి పేరుతో ఉన్న వెండి నాణేలు, సీసం నాణేలు గోదావరి, కృష్ణా ప్రాంతాల్లో దొరికాయి. ఇతడి రాణి చెక్కించిన కన్హేరీ శాసనంలో, అతని ప్రస్తావన ఉంది.

ఈమె తనను మహాక్షాత్రప (రుద్రదామన్) కుమార్తెగా చెప్పుకొంది. వాసిష్ఠీపుత్ర పులుమావి కాలం నాటికి, శాతవాహనులు తమ సామ్రాజ్యంలోని మహారాష్ట్ర భూభాగాన్ని క్షాత్రప రాజులకు కోల్పోయి ఉంటారు.

యజ్ఞశ్రీ శాతకర్ణి (క్రీ.శ.165-194)

శాతవాహనుల్లో చివరి గొప్పవాడు. ఇతడు పురాణాల్లో 26వ వాడు. కన్హేరి వద్ద రెండు శాసనాలు, నాసిక్, చినగంజాం (కృష్ణా జిల్లా) వద్ద కూడా శాసనాలు లభ్యమయ్యాయి. పురాణాలు 29 సంవత్సరాలు పాలించినట్లు పేర్కొన్నాయి. రెండు తెరచాపలున్న ఓడ బొమ్మ నాణేలు దొరికాయి. ఇతడు ఆచార్య నాగార్జునుడిని, బౌద్ధ మతాన్ని పోషించాడని అంటారు. ఇతడిని బాణుని హర్షచరిత్ర 'త్రిసముద్రాధీశ్వరు'డని శ్లాఘించింది. అయితే, కథాసరిత్సాగరం ప్రకారం, నాగార్జునుడు శాతవాహన యువరాజు చేతిలో హత్యచేయబడ్డాడని, అనంతరం రాజ్యం అల్లకల్లోలమైందని సూచిస్తోంది. యజ్ఞశ్రీ రుద్రదాముని చేతిలో ఓడిపోయి, పశ్చిమ ప్రాంతాన్ని కోల్పోయాడు.

యజ్ఞశ్రీ తరవాత ముగ్గురు శాతవాహన రాజులు 17 సంవత్సరాలు పాలించారు. వారు విజయశాతకర్ణి, చందశ్రీ, నాల్గవ పులుమావి. వీరిలో చివరివాడు నాల్గవ పులుమావి. ఇతడు వేయించిన మ్యాకదోని (కర్నూలు జిల్లా) శాసనం దొరికింది. ఇతని తరవాత సామ్రాజ్యం పతనమైంది. అభీరులు, ఇక్ష్వాకులు, చుటు వంశీయులు, పల్లవులు విజృంభించి, స్వతంత్రులై, సొంత రాజ్యాల నేర్పాటు చేసుకొన్నారు. అంతటితో, శాతవాహన యుగం అంతరించింది.

పరిపాలనా వ్యవస్థ

శాతవాహనులు మొదట్లో మౌర్యుల పాలనా సంప్రదాయాలను అనుసరించారు. తమ తరవాతి రాజ వంశాలకు పరిపాలనా విధానంలో ఆదర్శప్రాయులయ్యారు. నాసిక్, కార్లే గుహ శాసనాల ద్వారా, వీరి పాలనా విధానం గూర్చి వివరాలు తెలుస్తున్నాయి.

చక్రవర్తి అధికారాలు

రాజు రాజ్యానికి అధిపతి. అతడే సర్వాధికారి, సర్వ సైన్యాధ్యక్షుడు. వంశపారంపర్య రాచరికం కొనసాగింది. శాతవాహన రాజులు కొందరు మాతృనామాలు కలిగి ఉన్నా, రాజ్యాధికారం మాత్రం మగ వారికే సంక్రమించేది. రాజులు రాజ, మహారాజ వంటి బిరుదులను ధరించారు. అశ్వమేధ, రాజసూయ యాగాలను నిర్వహించారు. శాతవాహనుల కాలం నాటికి, రాజు దైవాంశ సంభూతుడనే భావన ఏర్పడింది. రాజును రాముడు, విష్ణువు మొదలైన పురాణ పురుషుల లక్షణాలు కలిగి ఉన్నట్లుగా భావించారు. ధర్మశాస్త్రబద్ధంగా పరిపాలించాలనేది ఆనాటి రాజుల ఆదర్శం. రాజు ధర్మశాస్త్రబద్ధంగా, ధర్మరక్షకుడిగా ఉండాలనే నియమం ఉండేది.

చక్రవర్తి పరిపాలనా సిబ్బంది

రాజుకు పరిపాలనలో సహాయపడటానికి అమాత్యులు, మహామాత్రులు, విశ్వాసమాత్యులు అనేవారుండేవారు. మహారథులు (రాష్ట్రాన్ని పాలించే అధికారులు), మహాభోజకులు (రాష్ట్ర పాలకుడి హోదా), మహాసేనాపతి (సైన్యాధిపతి), భండారిక (వస్తురూపంలో ఆదాయాన్ని భద్రపరిచేవాడు), హెరణిక, లేదా హిరణ్యక (కోశాధికారి), దూతకులు (గూఢచారులు), లేఖక (చక్రవర్తి కార్యదర్శి), నిబంధకర (దస్తావేజులను నమోదుచేసే ఉద్యోగి), మహాతరక (రాజు

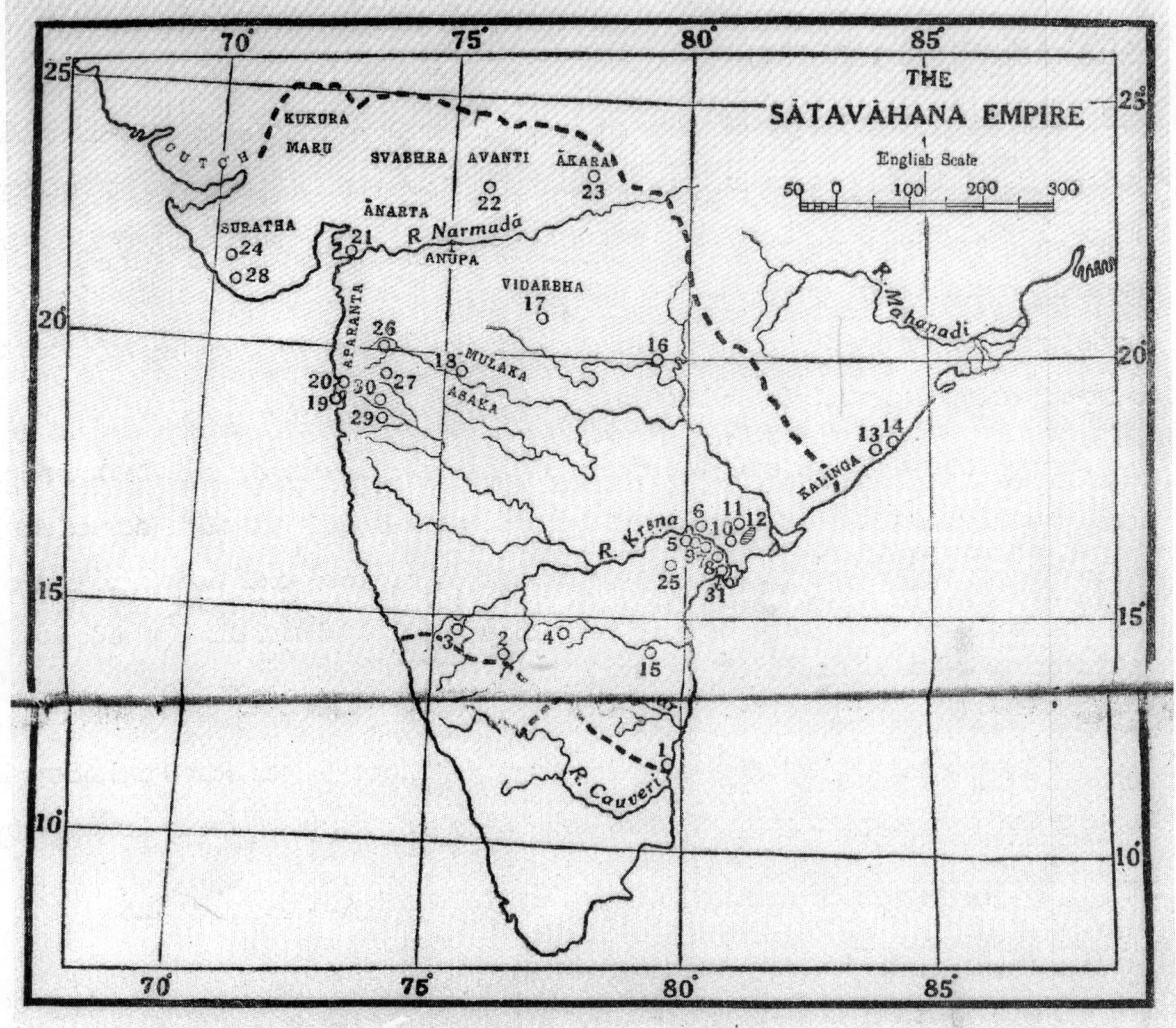

BOUNDARIES OF THE SĀTAVĀHANA EMPIRE MARKED THUS ----

1. Cuddalore	9. Amaravati	17. Akola	25. Vinukoṇḍa
2. Chitaldoorg	10. Gudivada	18. Patithāṇa	26. Nāsik
3. Banavāsī	11. Ellore	19. Bombay	(Govadhana)
4. Anantapur	12. Kollair Lake	20. Supāra	27. Junnar
5. Dhānyakataka	13. Chicacole	21. Bharukaccha	28. Prabhāsa
6. Nandigama	14. Kalingapatam	22. Ujjeni	29. Māmāla
7. Guntur	15. Cuddappah	23. Vidisā	30. Kārla
8. Tenali	16. Chanda	24. Girnār	31. Bhattiprolu

శాతవాహన సామ్రాజ్యం

అంగరక్షకుడు), మహామాత్రులు (బౌద్ధభిక్షువుల బాధ్యతలను చూచేవారు), గ్రామకుడు (గ్రామాధికారి) మొదలైన ఉద్యోగులుండేవారు.

పరిపాలనా విభాగాలు - అధిపతులు

శాతవాహనుల రాజ్యాన్ని 1) రాజకంఖేట ప్రాతం, 2) సామంతుల ప్రాంతాలు, 3) సరిహద్దు ప్రాంతాలని మూడు విభాగాలుగా విభజించారు. రాజు ప్రత్యక్ష పాలనలో ఉన్న ప్రాంతాన్ని రాజకంఖేట అనేవారు. మైసూరులో చుటు, కొల్లాపూర్‌లో కుర, విజయపురిలో ఇక్ష్వాక, మహారాష్ట్రలో మహారథులు, మహాభోజులు మొదలైనవారు సామంత రాజులు. సామంత రాజులతో శాతనాహనులకు వివాహ సంబంధాలుండేవి. శాతవాహనుల పాలనా చివరి కాలంలో రాజ్య రక్షణ కోసం, సరిహద్దు ప్రాంతాలను సేనాపతుల ఆధీనంలో ఉంచారు. వీరే క్రమంగా భూస్వాములుగా అవతరించారు. ఒక మహారథి సదకన (శాతకర్ణి) కలలాయ, తన సొంత నాణేలను కూడా జారీ చేశాడు.

శాతవాహనులు తమ రాజ్యాన్ని కొన్ని ఆహారాలుగా (రాష్ట్రాలు) విభజించారు. వీటి పాలకులను అమాత్యులనేవారు. సోపారహార, గోవర్ధనహార (నాసిక్), మామలహార (పూనే), సాతవాహనిహార మొదలైన ఆహారాలు, రాజధాని పేర్లతో కనిపిస్తాయి. నగరాలను నిగమాలనేవారు. వీటి పాలక సంస్థలను నిగమ సభలనే వారు. భట్టిప్రోలు శాసనంలో ఇటువంటి నిగమ సభ ప్రస్తావన ఉంది. కుల పెద్దలను గహపతులనేవారు. వీరు నిగమ సభలో సభ్యులుగా ఉండేవారు. నగరాలు వాణిజ్య కేంద్రాలు కూడా కాబట్టి, నిగమ సభలు వాణిజ్య సంఘాలు కూడా. తెలంగాణలో కోటిలింగాల, ధూళికట్ట, ఏలేశ్వరం (నల్గొండ), కొండాపూర్, ఆంధ్రప్రదేశ్‌లో ధాన్యకటకం, విజయపురి (నాగార్జున కొండ), మహారాష్ట్రలో గోవర్ధన, సోపార, ప్రతిష్ఠానపురం (పైథాన్), కర్ణాటకలోని బ్రహ్మగిరి, ఆనాటి నగరాలు.

గ్రామీణ పాలనా వ్యవస్థ

ఆహారం తరవాత పాలనా విభాగం, గ్రామం. గ్రామ పాలనా బాధ్యతను చూసే అధికారిని 'గామిక' (గ్రామిక), లేదా గుమిక (గుల్మిక లేదా గౌల్మిక) అనేవారు. హీరహడగళ్ళి శాసనంలో, గాథాసప్తశతిలో గుమికుల ప్రస్తావన ఉంది. కొన్ని సందర్భాల్లో ఈ గ్రామ పెద్దలు ఒక్క గ్రామానికి కాక, అనేక గ్రామాలపై ఆధిపత్యాన్ని కలిగి ఉండేవారు. సైనికాధికారులనే గ్రామాధికారులుగా నియమించేవారు. రాజుకు చెల్లించాల్సిన పన్నులను వసూలు చేయడం, శాంతిభద్రతలను కాపాడటం, ఇతని ముఖ్య విధులు. గ్రామాధికారి పదవి వంశపారంపర్యంగా సంక్రమించేది. వంశపారంపర్యంగా పదవులను పొందడం వల్ల, గ్రామాధికారులు రాజకీయంగా బలపడటానికి అవకాశం ఉండేది. ఇది క్రమంగా భూస్వామ్య వ్యవస్థకు దారితీసింది. గ్రామంలోని ప్రజలు వెట్టి చేయాల్సివచ్చేది. ఇంటి పనులు, పొలం పనులు చేయాలి. స్త్రీలు చేసే రకరకాల వెట్టిని కామసూత్రం పేర్కొంది.

సైన్య నిర్వహణా విధానం

శాతవాహనులు పెద్ద సైన్యాన్ని పోషించారని, ప్లినీ, సంగమ సాహిత్యం ద్వారా తెలుస్తుంది. రాజే సర్వసైన్యాధికారి. మహాసేనాపతి సైనిక విషయాలను చూచేవాడు. యుద్ధ సమయంలో రాజే స్వయంగా సైన్యాలను నడిపేవాడు. పశ్చిమాన

శకులతో నిరంతరం యుద్ధాలను చేశారు. వీరి సైన్యంలో రథ, గజ, అశ్విక, పదాతి అనే చతురంగ బలాలుండేవి. విలుకాండ్రు కూడా ఉండేవారు. గజ, అశ్వ దళాధిపతులు తలపాగాలను ధరించేవారు. మిగిలిన వారికంటే వీరి హోదా ఉన్నతంగా ఉండేది. శాతవాహనుల సైనిక శిబిరాలను స్కందవారం, కటకమని పిలిచేవారు. స్కందవారం అనేది తాత్కాలిక సైనిక శిబిరం. నగరాల్లోని సైన్యాగారాలను 'కటకాల'నేవారు. ప్రతి ఆహారంలో సైన్యాన్ని పోషించేవారు. శాతవాహనుల పాలనలో సైనిక వర్గాలు ప్రధాన పాత్రను వహించాయి. గ్రామీణ పాలన గౌల్మికుల (గుల్మిక) చేతిలో ఉండేది. వీరు కూడా సైనికాధికారులే. తొమ్మిది రథాలు, తొమ్మిది ఏనుగులు, ఇరువది ఐదు గుర్రాలు, నలభై ఐదు మంది కాల్బలాన్ని కలిగిన సైనిక పటాలాధికారిని గౌల్మికుడనేవారు. రాజ్య రక్షణలో కోటలకు ప్రాధాన్యత ఉండేది. పట్టణాల చుట్టూ కోటలను నిర్మించేవారు. కోటిలింగాల, ధూళికట్టల్లో కోటలు, బురుజులు, సింహద్వారాలు బయల్పడ్డాయి. అమరావతి శిల్పాల్లో యుద్ధాలు, సైనిక నిర్వహణ గురించిన చిత్రాలున్నాయి. సైనికులు కత్తి, గద, చిన్నసైజు బల్లేలు, డాలు, రక్షక కవచం వంటి ఆయుధాలను ఉపయోగించేవారు.

న్యాయ నిర్వహణ

న్యాయాన్ని 'ధర్మం' అని కూడా ఉంటారు. రాజు ధర్మశాస్త్రాల ఆధారంగా పాలించడం ఆనాటి సంప్రదాయం. అధర్మపరులను శిక్షించడం, సాంఘిక కట్టుబాట్లైన ఆశ్రమ ధర్మాలను కాపాడటం, రాజు విధుల్లో ఒకటి. సామాజిక చట్టాలు సక్రమంగా అమలయ్యేలా చూడటం రాజుల విధి. గ్రామాల్లో తలెత్తే వివాదాలను గ్రామాధికారి పరిష్కరించేవాడు. మౌర్యుల కాలంలో లాగా సివిల్, క్రిమినల్ కేసుల పరిష్కారం కోసం ప్రత్యేక న్యాయస్థానాలున్నట్లు ఆధారాలు లేవు. స్వల్ప నేరాలకు జరిమానా లాంటి శిక్షలను విధించేవారు. ఇతర నేరాలకు అంగచ్ఛేదం, దేశాంతరవాస శిక్ష, మరణ శిక్షలను అమలు చేసేవారు. న్యాయ విధానం ఉన్నత వర్గాలకు అనుకూలంగా ఉండేది. అమాయకులను పట్టుకొని, హింసించి నేరం అంగీకరించేట్లు చేసేవారు.

భూమి శిస్తు, రెవిన్యూ విధానం

ప్రభుత్వానికి భూమి శిస్తు ప్రధాన ఆదాయ మార్గం. రాజులు భూమి శిస్తుగా రాజభోగ, దేయమేయ అనే రెండు రకాల పన్నులను విధించేవారు. సాధారణంగా భూమి శిస్తును పంటలో 1/6 వంతు మేరకు వసూలు చేసేవారు. గౌతమీపుత్ర శాతకర్ణి ధర్మాన్ని, న్యాయాన్ని అనుసరించే పన్నులను విధించేవాడని నాసిక్ శాసనం ద్వారా తెలుస్తుంది. రహదార్లపై సుంకాలు, గనులు, రేవులు, బాటలు, వృత్తులపై పన్ను విధించడం జరిగింది. వృత్తులపై 'కరుకర' అనే పేరు గల పన్నును విధించేవారు. ఉప్పు తయారీపై ప్రభుత్వానికి గుత్తాధిపత్యం ఉండేది. జరిమానాల ద్వారా కూడా ప్రభుత్వానికి ఆదాయం వచ్చేది. ప్రభుత్వానికి పన్నులను ధన రూపంలో చెల్లించేవారు. ధాన్య రూపంలో చెల్లించే అవకాశం కూడా ఉండేది. బ్రాహ్మణులు, సన్యాసులు అన్ని పన్నుల నుంచి మినహాయింపును పొందేవారు. బ్రాహ్మణులకు, బౌద్ధ భిక్షువులకు భూదానాలు చేయడం, మొదటి సారి శాతవాహనుల నుంచి ప్రారంభమైంది. ఈ విధంగా దానం చేసిన మొదటి చక్రవర్తి గౌతమీపుత్ర శాతకర్ణి. ప్రభుత్వ అధికారులకు దానం చేసిన భూములపై ఎటువంటి అజమాయిషీ ఉండేది

కాదు. రాజులు దాన ధర్మాలకు, మత సంస్థలకు, యజ్ఞయాగాదులకు బాగా ఖర్చుపెట్టడం వల్ల, ప్రభుత్వ ఖజానాపై అధిక భారం పడింది.

సామంతుల అధికారాల పెంపు - ప్రభావం

శాతవాహనుల కాలం నాటికి ప్రభుత్వ విధానంలో భూస్వామ్య పద్ధతి క్రమక్రమంగా చోటు చేసుకోసాగింది. ప్రాంతీయ ప్రభుత్వాలు సామంత ప్రభువుల చేతిలోకి రావడం మొదలైంది. చక్రవర్తికి వార్షిక కప్పం చెల్లిస్తూ, సైనిక సహాయం అందిస్తూ, మహాభోజులు, మహారథులు అనే స్వతంత్ర ప్రతిపత్తి కలిగిన పదవులు వాడుకలోకి వచ్చాయి. శాతవాహనుల పతనానంతరం, వీళ్ళలో చాలా మంది స్వతంత్ర రాజ్యాలను స్థాపించారు.

మ్యాకదోని (కర్నూలు జిల్లా)లో శాతవాహన రాజు శ్రీపులుమావి 8వ పాలనా సంవత్సరానికి సంబంధించిన శాసనంలో, మహాసేనాపతి, పదవీ నిర్వహణ ఒప్పందం కింద ఒక ఆహారం (జిల్లా) మీద హక్కును పొందాడు. సైన్యాల నిర్వాహణ కోసం దీన్ని పొందాడు. అందులోని ఒక గ్రామాన్ని తన కింది అధికారికి తిరిగి కౌలుకు ఇచ్చాడు. దీన్నే ఎగువ స్థాయి నుంచి భూస్వామ్య వ్యవస్థ వచ్చిందనడానికి మొదటి ఆధారమని డి.జి.కోశాంబి పేర్కొన్నాడు. గ్రామీణ పాలన గౌల్మికుల (గుల్మిక) చేతిలో ఉండేది. వీరు కూడా సైనికాధికారులే. గౌల్మికుడు అంటే 30 మంది సైనికులకు నాయకుడని అర్థం. గ్రామీణ ప్రాంతాల్లో శాంతిభద్రతల పరిరక్షణకు సైనికాధికారులనే నియమించేవారు.

ఆర్థికాభివృద్ధి

వ్యవసాయం

శాతవాహనుల కాలంలో దక్కన్‌లో ఎక్కువ ఆర్థికాభివృద్ధి జరిగింది. వ్యవసాయం, పరిశ్రమలు అభివృద్ధి చెందాయి. వ్యవసాయం ప్రజల ప్రధాన వృత్తి. వరి, జొన్న, జనుము, నువ్వులు, చెరకు ప్రధాన పంటలు. గోధుమ, కంది, పెసర, ఆముదం, కొబ్బరి, పత్తి ఇతర పంటలు. భూములను దున్నడానికి ఎద్దులతోపాటు, గాడిదలు, దున్నలను కూడా ఉపయోగించేవారు. శాసనాల్లో ఆవులు, భూములు, గ్రామాలను దానంగా ఇచ్చేవారని పేర్కొనడాన్ని బట్టి, ప్రజా జీవితంలో వాటికున్న ప్రాముఖ్యత స్పష్టమౌతుంది. రాజుకు సొంత భూములుండేవి. బంజరు భూముల సాగు కోసం, గ్రామాల్లో రైతుల చేత వెట్టి (విష్ఠి) చేయించేవారు. కాలువలు, ఆనకట్టలు ఉన్నప్పటికి, వ్యవసాయానికి బావులే ప్రధాన నీటి సరఫరా ఆధారాలు. కాలువలు, బావుల నుంచి నీళ్ళు తోడటానికి ఉదక యంత్రాలను వాడేవారు. దీన్నే 'పర్షియా చక్రం' అంటారు. దీనికి బక్కెట్లను ఒక దండగా చక్రానికి అమర్చి, జంతువులతో నడిపేవారు. మ్యాకదోని శాసనం ప్రకారం, ఒక గహపతి (ఇంటి యజమాని) జలాశయాన్ని నిర్మించినట్లు ప్రస్తావించబడింది.

శాతవాహనుల కాలం నాటి శాసనాల వల్ల, మత సంస్థలకు, వ్యవసాయానికి, చెట్లు పెంచేందుకు, గ్రామాలు, భూములను దానంగా ఇచ్చారని తెలుస్తుంది. రాజు గ్రామాలను గాని, భూములను గాని దానంగా ఇచ్చేందుకు, రైతుల యాజమాన్యంలోని భూములనాక్రమించకుండా, వాటిని రైతుల నుంచి ఖరీదుకు కొని మాత్రమే దానంగా ఇచ్చేవాడు. కన్హేరి శాసనాల ద్వారా బౌద్ధ ఆరామాలకు, బౌద్ధ సన్యాసులకు, వర్తకులు, సామాన్య ప్రజలు భూములను స్వతంత్రంగా

దానం ఇచ్చేవారని తెలుస్తుంది. ఒక సన్యాసికి వస్త్రాలను సమర్పించేందుకు ముగుదాసుడు అనే వ్యక్తి కొంత భూమిని దానమిచ్చినట్లుగా, నాసిక్ శాసనం పేర్కొంది. క్షాత్రప నహపాణుని అల్లుడు, ఉషవదత్తుడు (ఋషభదత్తుడు) అశ్వభూతి అనే ఒక బ్రాహ్మణుని నుంచి భూమిని 4000 కర్షాపణాలకు కొని దాన్ని తిరిగి దానం ఇచ్చినట్లుగా మరొక నాసిక్ శాసనం పేర్కొంది. గౌతమీపుత్ర శాతకర్ణి బౌద్ధ సన్యాసులకు భూములు దానంగా ఇవ్వడమే గాక, ఆ భూముల మీద పరిపాలన, ఆర్థిక సంబంధమైన హక్కులను కూడా వారికి ఇచ్చాడని, నాసిక్ శాసనం తెలుపుతుంది. ఈ భూములపై వారు పన్ను చెల్లించనవసరం లేదు.

పరిశ్రమలు, వృత్తులు

శాతవాహనుల కాలంలో కుటీర పరిశ్రమలు అభివృద్ధిచెందాయి. మెదక్, నిజామాబాద్, కరీంనగర్, వరంగల్ జిల్లాల్లోని ఇనుప ఖనిజ నిక్షేపాలను శాతవాహనులు ఉపయోగించుకొన్నట్లు ఆధారాలున్నాయి. ఇటుకలను కాల్చడం, గుండ్రని చేద బావుల్ని తవ్వడం నేర్చుకొన్నారు. పెద్దబంకూర్ (కరీంనగర్ జిల్లా) లో క్రీ.పూ. 200 నుంచి క్రీ.శ. 200 మధ్య కాలంలో కాల్చిన ఇటుకలను, ఇంటి కప్పులకు పనికివచ్చే సమతలంగా ఉన్న పెంకులను ఉపయోగించారు. ఇక్కడే 22 ఇటుక కట్టడం బావులు బయటపడ్డాయి. ఇక్కడ మురికి నీటి కాలువలను కూడా నిర్మించుకొన్నారు.

శాతవాహన యుగంలో 18 రకాల వృత్తులుండేవని శాసనాల వల్ల తెలుస్తుంది. కోలికులు (నేతకారులు), తిలపిషకులు (నూనె తీసేవారు), కాసాకారులు (ఇత్తడి పనివారు), కులరికులు (కుమ్మరులు), తెసకారులు (మెరుగుపెట్టే వారు), కమారులు (కమ్మరులు), మాలాకారులు (పూల వర్తకులు), ఓదయంత్రికులు (ఉదక యంత్రాలను తయారుచేసేవారు), లోహవాణియలు (ఇనుప వర్తకులు), సువణకారులు (సువర్ణకారులు), వధకులు (వడ్రంగులు), సేలవధకులు (రాతి పనివారు), అవేసినులు (చేతి వృత్తులవారు), లేఖకులు (రాయసగాళ్లు), చమ్మకారులు (చర్మకారులు), పసకరులు (మేదరివారు), మీఠికులు (రాయి మెరుగుపెట్టే వారు), గధికులు (సుగంధ ద్రవ్యాల వర్తకులు), మణికారులు (రత్నపనివారు) అనే వృత్తుల వారిని శాసనాలు పేర్కొంటున్నాయి.

శాతవాహన యుగంలో ఒక్కొక్క వృత్తిని అనుసరించిన వారు ఒక్కొక్క శ్రేణిగా ఏర్పడ్డారు. ప్రతి శ్రేణికి 'శ్రేష్ఠి' అనే అధ్యక్షుడు ఉండేవాడు. శ్రేణులు వారి ప్రయోజనాలను పలురకాలుగా కాపాడేవి. జున్నార్ శాసనాలు 'ధన్నుక' (ధాన్యం) 'కాసాకార' 'తెసకార' శ్రేణులను పేర్కొన్నాయి. గోవర్ధనలో 'కౌలీకనికాయ' శ్రేణులుండేవి. నాసిక్ శాసనాలు 'కులరిక' శ్రేణి, 'తిలపషక' శ్రేణి, 'ఒదయంత్రిక' శ్రేణి, మొదలయిన శ్రేణులను పేర్కొన్నాయి. శ్రేణులు నేటి బాంకుల కార్యకలాపాలను కూడా నిర్వహించేవి. అవి డిపాజిట్లను తీసుకొనేవి. అప్పులను కూడా ఇచ్చేవి. జున్నార్ శాసనం నుంచి బౌద్ధ మతానికి చెందిన ఒక వ్యక్తి, రెండు వ్యవసాయ క్షేత్రాల నుంచి వచ్చిన ఆదాయాన్ని, 'కొనచిక' అనే పట్టణంలో ఉన్న శ్రేణిలో డిపాజిట్ చేసి, దానిపై వడ్డీ ద్వారా వచ్చే ఆదాయాన్ని చెట్లు నాటేందుకు నిర్దేశించాడని తెలుస్తుంది. జున్నార్ శాసనం నుంచి ధాన్యం వ్యాపారుల శ్రేణి, ఏడు గదులు కలిగిన గుహను, జలాశయాన్ని, దానంగా ఇచ్చిందని తెలుస్తుంది. వాటి కార్యకలాపాల్లో నిజాయితీ, నిష్పక్షపాతం ఉండేవి. శ్రేణుల్లో ఉంచబడిన డిపాజిట్లు, వ్యాపారస్థులకు పెట్టుబడులుగా ఉపయోగపడి, వారి వ్యాపార కార్యకలాపాలకు ప్రోత్సహకరంగా ఉండేవి. శ్రేణులు దానంగా ఇచ్చిన ఆస్తిని కూడా

స్వీకరించేవి. వాటిపై వచ్చిన ఆదాయాన్ని, నిర్దేశించిన ప్రత్యేక ప్రయోజనాల మీద ఖర్చుపెట్టేవి. అప్పులు ఇచ్చి, వాటి మీద వడ్డీ కూడా వసూలు చేసేవారు. సాధారణంగా సంవత్సరానికి 12 శాతం వడ్డీ ఉండేది. ఉషవదత్తుని నాసిక్ శాసనం, గోవర్ధనలోని చేనేత పనివారి శ్రేణి రెండు డిపాజిట్లను స్వీకరించినట్లుగా పేర్కొంది. అందులో మొదటిది, నెలకు ఒక శాతం వడ్డీరేటు మీద 2,000 కార్షాపణలు; రెండోది నెలకు 3/4 శాతం వడ్డీరేటు మీద రూ.1000 కార్షాపణలు; మొదటి డిపాజిట్ మీద వచ్చే వడ్డీ మొత్తాన్ని, నాసిక్‌లోని గుహలో వర్షాకాలం నివాసం ఏర్పాటు చేసుకొన్న బౌద్ధ సన్యాసులకు ప్రతి ఒక్కరికి సంవత్సరానికి వస్త్రాలు కొనేందుకు గాను, 12 కార్షాపణలుగా ఖర్చుపెట్టడానికి ఉద్దేశింపబడింది. రెండో డిపాజిట్ మీద వచ్చే వడ్డీ మొత్తాన్ని, ఆ బౌద్ధ సన్యాసులకు ఇతర అవసరాల నిమిత్తం ఖర్చుపెట్టేందుకు ఇవ్వబడింది.

దేశీయ, విదేశీయ వ్యాపార ప్రగతి

శాతవాహన యుగంలో దేశీయ, విదేశీయ వ్యాపారం అభివృద్ధిచెందింది. విదేశీ వ్యాపారం చేసే వర్తకులకు సార్థవాహులని పేరు. వర్తకులు కూడా శ్రేష్ఠి (సెట్టి) అనే వాని నాయకత్వంలో, ఒక శ్రేణిగా ఏర్పడ్డారు. శాతవాహన రాజ్యంలో, మహారాష్ట్రలో ప్రతిష్ఠానం, తగర, జున్నార్, నాసిక్, వైజయంతి; ఆంధ్రప్రదేశ్‌లో ధాన్యకటకం, విజయపురి, గూడూరు (కృష్ణా జిల్లా), కంటకసేల (ఘంటసాల) వర్తక కేంద్రాలుగా ప్రధానమైనవి. తెలంగాణాలో కోటిలింగాల, ధూళికట్ట, కొండాపూర్‌లు ప్రధానమైన వర్తక కేంద్రాలు. వివిధ ప్రాంతాలను కలుపుతూ మార్గాలు కూడా ఉండేవి. ఎడ్ల బండి ప్రధాన ప్రయాణ సాధనం. భారతదేశం, రోమ్ మధ్య జరిగిన వాణిజ్యాన్ని గూర్చి తెలిపే అనేకాధారాలున్నాయి. ఒక అజ్ఞాత నావికుడు రాసిన 'పెరిప్లస్ ఆఫ్ ది ఎరిత్రియన్‌సి', ఈజిప్షియన్-గ్రీక్ భౌగోళిక శాస్త్రవేత్త టాలమీ రచించిన 'జాగ్రఫీ' అనే గ్రంథం, రోమన్ నావికుడు ప్లినీ రచించిన 'నాచురల్ హిస్టరీ' అనే గ్రంథం వివరాలను అందిస్తున్నాయి. భారతదేశంలోని వర్తక కేంద్రాలు, రేవు పట్టణాలు, వర్తక మార్గాలు, వాణిజ్య వస్తువులు, ఆదిగా గల వివరాలను అందిస్తున్నాయి. దక్షిణ భారతదేశంలో ఎక్కువగా దొరికిన రోమన్ నాణేలు, సాహిత్య గ్రంథాల్లోని వివరాలను ధృవపరుస్తున్నాయి. రోమన్ నాణేలు ఆంధ్రప్రదేశ్‌లో నెల్లూరు, అత్తిరాల (కడప జిల్లా), అమరావతి, నాగార్జునకొండ, వినుకొండ, చేబ్రోలు, ఒంగోలు, నంద్యాలలో; తెలంగాణలో నల్గొండ జిల్లాలో గూటిపర్తి, అక్కినపల్లి, ఏలేశ్వరం, కరీంనగర్ జిల్లాలో నుస్తులాపూర్, పెద్దబంకూర్, ఖమ్మం జిల్లా నాగవరప్పాడులో, విడివిడిగా, కుప్పలుగా కూడా దొరికాయి. తమిళనాడులోని అరికమేడు (పాండిచ్చేరి సమీపంలో) వద్ద ఎన్నో బంగారు నాణేలు దొరికాయి. అరికమేడు రోమన్ వర్తక కేంద్రం. ప్రతి సంవత్సరం రోమ్ నుంచి భారతదేశానికి ఒక కోటి 25 లక్షల దీనార్‌లు, రోమన్ సామ్రాజ్యం నుంచి చేరేవని ప్లినీ పేర్కొన్నాడు. రోమన్ సామ్రాజ్యానికి బానిస స్త్రీలు, రకరకాలైన జంతువులను, నెయ్యి, నువ్వుల నూనె, పట్టు, పట్టు వస్త్రాలు, నూలు బట్టలు, మిరియాలు, వనమూలికలు, తమలపాకులు, బెల్లం, చందనం చెక్కలు, టేకు చెక్కలు, కొబ్బరి కాయలు, కొబ్బరి నూనె, ఉల్లిపాయలు, చింతపండు, సుగంధ ద్రవ్యాలు, ఉక్కు నూలు గుడ్డలను ఎగుమతి చేసేవారు. శ్రీలంక నుంచి ముత్యాలు, ఇండియా నుంచి వజ్రాలు ఎగుమతయ్యేవి. ముజిరిస్ (క్రాంగనూర్, కేరళ) నుంచి మిరియాలు పెద్ద మొత్తంలో ఎగుమతవుతున్నట్లు పెరిప్లస్ పేర్కొంది. భారతదేశం దిగుమతి చేసుకొనే

వస్తువుల్లో బంగారం, వెండి, రాగి, గాజు సామానులు, మైపూతలు, మత్తుపానీయాలు, మొదలయినవున్నాయి. వాణిజ్యం మొదటి నుంచి భారతీయులకే లాభదాయకంగా ఉండేది. అందువల్ల రోమన్ దేశపు బంగారం పెద్ద మొత్తంలో భారతదేశం చేరింది.

శాతవాహనుల కాలంలో పశ్చిమ తీరంలోని సొపార్ (సోపార), కల్యాణ్ (కల్యాణి), భరుకచ్ఛం (బ్రోచ్) వంటి రేవు పట్టణాల ద్వారా విదేశీ వర్తకం కొనసాగింది. తూర్పు తీరంలో కంటకసేల (ఘంటసాల), కొడ్డూర (గూడూరు), మైసోలియా (మచిలీపట్నం), అల్లోసిగ్నేలు (అదుర్రు) ఓడరేవులని టాలమీ తెలిపాడు.

సామాజిక వ్యవస్థ

కుతూహలుని లీలావతి, హాలుని గాథాసప్తశతి, గుణాఢ్యుని బృహత్కథ ఆధారంగా రాయబడ్డ కథాసరిత్సాగరం, అమరావతి, భట్టిప్రోలు నాగార్జునకొండ స్థూపాలపై గల శిల్పాల ఆధారంగా, శాతవాహనుల కాలం నాటి సామాజిక పరిస్థితులను గ్రహించొచ్చు. శాతవాహన యుగం నాటికే బ్రాహ్మణులు, క్షత్రియులు, వైశ్యులు, శూద్రులు అనే చాతుర్వర్ణ వ్యవస్థ తెలంగాణ సమాజంలో వేళ్ళూనింది. దీన్ని ఆర్యుల సంస్కృతి తెలంగాణాకు వ్యాపించిన పరిణామంగా భావించొచ్చు. బ్రాహ్మణులు వేద, వేదాంగాల అధ్యయనం చేసేవారు. క్షత్రియులు క్షత్రియ విద్యను అభ్యసించేవారు. వైశ్యులు వర్తక వ్యాపారాలను నిర్వహించడం, శూద్రులు వ్యవసాయం చేయడం వృత్తి ధర్మంగా భావించారు. సమాజంలో బ్రాహ్మణులకు గౌరవముండేది. బ్రాహ్మణులకు దానాలను కూడా చేసేవారు. వారికి పన్నుల నుంచి మినహాయింపు ఉండేది. వర్ణ ధర్మాలను పాటించేలా చూడటం రాజుల విధి. గ్రీకులు, శకులు, పహ్లవులు, కుషాణులు, మొదలగు విదేశీయులు భారతీకరణ పొంది, క్షత్రియులుగా గుర్తింపు పొందారు. వారు హిందూ మతాన్ని గాని, బౌద్ధ మతాన్ని గాని స్వీకరించారు. శక నహపాణుని కుమార్తె దక్షమిత్ర, అల్లుడు ఉషవదత్తుడు, చస్తనుని కుమారుడు జయదమనుడు, శక రుద్రదమనుడు మొదలైన వారందరూ హిందువుల పేర్లను పెట్టుకొన్నట్లు గమనించొచ్చు. శాతవాహన యుగంలో కుల వ్యవస్థ అంత కఠినంగా లేదు. కులాంతర వివాహాలు జరిగినట్లు, కథాసరిత్సాగరంలో ఉంది. హాలుడు శ్రీలంక రాకుమారి లీలావతిని వివాహం చేసుకొన్నట్లు, 'లీలావతి' కావ్యంలో ఉంది. మొదటి శాతకర్ణి, మహారథి త్రణకయిరో కూతురును వివాహం చేసుకొన్నాడు. మరొక శాతవాహన రాజు శక రుద్రదమనుని కూతురును వివాహం చేసుకొన్నాడు. అయితే, గౌతమీపుత్ర శాతకర్ణి, పైవాటికి భిన్నంగా, తాను వర్ణ సాంకర్యాన్ని రూపుమాపడానికి ప్రయత్నించానని గర్వంగా చెప్పుకోవడం జరిగింది.

శాతవాహనుల కాలంలో సమిష్టి కుటుంబ వ్యవస్థ ఉండేది. కుటుంబంలోని సభ్యులందరు ఉమ్మడిగా చేసిన దానాల వివరాలు శాసనాల్లో ఉన్నాయి. పితృస్వామ్య వ్యవస్థ నెలకొన్నప్పటికి, స్త్రీలకు సమాజంలో గౌరవం, స్వేచ్ఛ ఉండేవి. ఉన్నత కుటుంబీకులైన మహిళలు తమ భర్త పదవుల హోదాను ధరించేవారు. మహాభోజియని, మహాసేనాపత్ని, మహాతలవరిని లాంటి బిరుదులు ధరించేవారు. చాలా మంది శాతవాహన రాజులు తమ పేరుకు ముందు, తల్లిపేరును ధరించేవారు. గౌతమీపుత్ర శాతకర్ణి, గౌతమీపుత్ర యజ్ఞశ్రీ శాతకర్ణి, వాసిష్టీపుత్ర పులుమావి, కౌశకీపుత్ర శాతకర్ణి తమ పేర్లకు ముందు తల్లి గోత్రాన్ని (గౌతమీ, వశిష్ట) ధరించారు. కొందరు రాణులు పరిపాలనలో కూడా భాగస్వాములయ్యారు. మొదటి శాతకర్ణి భార్య నాగానిక, తన భర్త మరణానంతరం, కుమారుడు వేదిశ్రీకి సంరక్షకురాలుగా రాజ్యభారాన్ని వహించింది. గౌతమీపుత్ర శాతకర్ణి తల్లి గౌతమీ బాలశ్రీ వేయించిన నాసిక్ ప్రశస్తిలో, తాను స్వతంత్రంగా చేసిన దానాల వివరాలు ఉన్నాయి. స్త్రీలు వర్తక సంస్థల్లో, వివిధ పరిశ్రమలకు సంబంధించిన శ్రేణి, నిగమాల్లో, పెట్టుబడులను కూడా పెట్టేవారు.

శాతవాహనుల నాటి శాసనాలు వివిధ వృత్తి పనివారిని పేర్కొన్నాయి. ఒక్కొక్క వృత్తి తరవాతి కాలంలో కులంగా మార్పు చెందింది. హాలిక (వ్యవసాయదారులు), గధిక (సువాసన ద్రవ్యాలను తయారుచేసేవారు), వధిక (వడ్రంగి), కోలికులు (నేతపనివారు), తిలపిసక (గానుగ కట్టేవారు), కమర (కమ్మరి), కులరిక (కుమ్మరులు), ఉదయంత్రిక (నీటిపారుధల నిపుణులు), ధన్నిక (ధాన్య వర్తకులు), వసకర (వెదురు పనివారు), ధన్నక (ధాన్యవర్తకులు) మొదలగు వృత్తులుండేవి.

శాతవాహనుల కాలం నాటి తెలుగు ప్రజల వస్త్రధారణ ఆనాటి శిల్పాలు, చిత్రాల వల్ల తెలుస్తుంది. తెలంగాణలోని కోటిలింగాల, ధూళికట్ట, పెద్దబంకూరు, కదంబాపూర్, కొండాపూర్, మొదలైన చోట్ల జరిపిన తవ్వకాల్లో మట్టి గాజులు, కడియాలు, రకరకాల పూసలు, చెవి పోగులు, కంకణాలు, కాళ్ళ అందెలు, దండ కడియాలు లభ్యమయ్యాయి. స్త్రీలు, పురుషులు ఆభరణాలను ధరించేవారు. అమరావతి శిల్పాలు, చిత్రాలు, ప్రజల వస్త్రధారణకు సాక్ష్యంగా ఉన్నాయి. సంగీతం, నృత్యం అభివృద్ధిచెందాయి. ఎడ్ల పందేలు, కోడి పందేలు నాటి ప్రజల ఇతర వినోదాలుగా ఉన్నాయి.

శాతవాహనుల కాలంలో బానిస వ్యవస్థ ఉండేది. ధనవంతుల ఇళ్ళలోను, కర్మాగారాల్లోను, వ్యవసాయ పనుల్లోను, వ్యాపారుల వద్ద బానిసలు పనిచేసేవారు. గుణాఢ్యుని బృహత్కథలో అనేక సందర్భాల్లో బానిస వ్యాపారాన్ని గురించి ప్రస్తావన చేయబడింది. వారిని అతి నీచంగా చూచేవారని పేర్కొన్నాడు.

నాటి మత రంగ పరిణామాలు

శాతవాహనుల కాలంలో వైదిక, బౌద్ధ, జైన మతాలు దక్కన్‌లో విరాజిల్లాయి.

వైదిక మతం

శాతవాహన రాజుల్లో చాలా మంది వైదిక మతస్థులు. మొదటి శాతకర్ణి అనేక వైదిక క్రతువులను నిర్వహించాడు. ఈ సందర్భంలో బ్రాహ్మణులకు వేలకొలది గోవులను, కార్షాపణాలను దానం చేసినట్లు నానేఘాట్ శాసనం తెలుపుతుంది. తన కుమారులలో ఒకరికి వేదశ్రీ అని పేరు పెట్టుకొన్నాడు. గౌతమీపుత్ర శాతకర్ణి బ్రాహ్మణుల సమర్ధకుడు మాత్రమే కాదు (ఏక బ్రాహ్మణ). అతడు సంప్రదాయ శాస్త్రాలను అధ్యయనం చేయడంతో పాటు (ఆగమ నిలయుడు), రాముడు, కేశవుడు, అర్జునుడు, భీమసేనుడు వంటి పురాణ పురుషులను ఆదర్శంగా తీసుకొన్నాడని నాసిక్ శాసనం పేర్కొంటుంది. నానేఘాట్ శాసనంలో సంకర్షణ, వాసుదేవుడు, ఇంద్రుడు, సూర్యచంద్రులు, దిక్పాలకులైన వాసవ, కుబేర, వరుణ, యమ లను స్తుతించడమైంది. క్రతువు ప్రధానంగా ఉన్న వైదిక మతం స్థానంలో, భక్తియే ప్రధానమైన పౌరాణిక హిందూ మతం చోటు చేసుకొన్నట్లు తెలుస్తుంది. నానేఘాట్ శాసనంలో సంకర్షణ, వాసుదేవ, కేశవ, గోవర్ధన, కృష్ణ, గోపాల వంటి పేర్లను బట్టి, వైష్ణవ మతం, లేదా భాగవత మతం కూడా ప్రారంభమైందని తెలుస్తుంది. గాధాసప్తశతి కృష్ణుని మధుమథనుడని, దామోదరుడని కీర్తించింది. ఇందులో గోపికలు, యశోద ప్రస్తావన ఉంది. విష్ణువు సర్వవ్యాపకుడు అని భోధించే తత్వాన్ని వైష్ణవం అంటారు. కృష్ణవాసుదేవుడు భాగవత తత్వానికి ఆద్యుడు. భాగవత తత్వం రెండవ దశలో వైష్ణవ మతంగా మారింది.

గాధాసప్తశతిలో ప్రారంభం, ముగింపులో పశుపతి, గౌరీ స్తోత్రముంది. శైవారాధన కూడా క్రీ.పూ. 2 శతాబ్దం నాటికి చోటు చేసుకొంది. క్రీ.పూ. 2వ శతాబ్దం నాటి అతిపెద్ద శివలింగం చిత్తూరు జిల్లాలోని గుడిమల్లంలో ఉంది. ఇక్కడి శివలింగంపై శివుని ప్రతిమ ఉంది. శైవంలో అతి ప్రాచీనమైన పాశుపత శైవాన్ని క్రీ.శ. ఒకటవ శతాబ్దంలో లకులీస శివాచార్యులు స్థాపించారు. శాతవాహనుల కాలంలో ఇది దక్షణాదికి వ్యాపించింది. శక్తి తత్వం కూడా ప్రారంభమైంది.

జైనం

బౌద్ధమతం కోస్తాంధ్రలో, జైన మతం తెలంగాణలో ప్రబలంగా ఉండేది. మొదటి జైన మత తీర్థంకరుడైన ఋషభనాథుడు వారణాసి రాజు. ఇతని తర్వాత అతని పెద్ద కుమారుడు ఉత్తముడు కాశీకి రాజు కాగా, రెండవ రాజు బాహుబలి అశ్మక (బోధన్) కు పాలకుడయ్యాడు. జైన తీర్థంకరుల్లో, పదవ వాడైన శీతలనాథుడి జన్మస్థలం ఖమ్మం జిల్లా భద్రాచలం (బాదలపురి). క్రీ.పూ.4వ శతాబ్దంలో మగధలో కరువు సంభవించగా, భద్రబాహు నాయకత్వంలో, జైనులు కర్ణాటకలోని శ్రావణ బెళగోళకు వెళ్ళి, 12 సంవత్సరాలుండి తిరిగి మగధ వెళ్ళారు. భద్రబాహు మూలంగా జైన మతం కర్ణాటక, ఆంధ్ర, తెలంగాణాకు వ్యాపించింది. అశోకుని మనుమడు సంప్రతి జైన మతాన్ని స్వీకరించి, ఆంధ్ర దేశానికి జైన ప్రచారకులను పంపాడు.

శాతవాహన సామ్రాజ్య స్థాపకుడైన శ్రీముకుడు జైనుడు. ఇతడి రాజధాని కోటిలింగాల వద్ద గల మునుల గుట్టపై జైనులు సల్లేఖన దీక్ష కోసం చెక్కిన నాలుగు రాతిశయ్యలున్నాయి. ఇక్కడ శ్రీముకుని నాణేలు దొరికాయి. ప్రతిష్ఠానపురానికి వచ్చిన కాలకసూరి అనే జైనాచార్యుని ఒక శాతవాహన రాజు ఆదరించినట్లు కాలకసూరి ప్రబంధం పేర్కొంది. అయితే ఆ రాజు ఎవరో తెలియదు. కళింగ రాజు ఖారవేలుడు వేయించిన శాసనం పశ్చిమగోదావరి జిల్లాలోని గుంటుపల్లిలో ఉంది. గుంటుపల్లి గుహలు కూడా జైనమతానికి చెందినవిగా చరిత్రకారులు భావిస్తున్నారు. క్రీ.శ. ఒకటో శతాబ్దంలో కుందకుందాచార్యులు అనే జైన మతాచార్యులు కర్నూలు జిల్లాలోని కొనకండ్ల వద్ద గల కొండపై నివాసముండేవాడు. అందుకే ఇతడికి కొండకుందాచారి అనే పేరు వచ్చింది. ఇతడి అసలు పేరు పద్మనంది. కొండకుందాచారి 'సమయాసారం', 'మూలాచారం' "పంచశక్తీయ", "ప్రవచనసార" మనే గ్రంథాలను రాశాడు. ఇతడు దిగంబర జైనుడు - జైనమతంలో అనేకాంత వాదాన్ని ప్రచారం చేశాడు. సింహనంది, అర్హబలి లాంటి జైన సన్యాసులు ఈ కాలం వారే. వేణాకతటీపురి (విజయవాడ)లో జైన మత సంఘయానం ఉండేది. జైనులు ఇక్కడ మహాసభను నిర్వహించారు.

బౌద్ధమతం

క్రీ.పూ 6 వ శతాబ్దంలో బుద్ధుడు స్థాపించిన బౌద్ధ మతం అతడి జీవిత కాలంలోనే తెలంగాణా-ఆంధ్ర ప్రాంతాలకు వ్యాపించింది. షంబల రాజు సుచేంద్రుని కోరికపై బుద్ధుడు అమరావతిని సందర్శించి, కాలచక్రమూల తంత్రోపదేశం చేశాడని, టిబెటన్ బౌద్ధుల విశ్వాసం. కాలచక్ర అనేది టిబెటన్ అత్యున్నత యోగ తంత్రంకు చెందిన ఒక బౌద్ధతాంత్రిక పద్ధతి. అశోకుని పాలనకు పూర్వమే బౌద్ధ మతం తెలంగాణ ప్రాంతానికి వ్యాపించినట్లు సుత్తనిపాదం, కథావత్తులాంటి గ్రంథాలు ప్రస్తావిస్తున్నాయి. సుత్తనిపాదంలోని బావరి వృత్తాంతం దీనికి ఉదాహరణ. అశ్మక రాజ్యంలో (కరీంనగర్, నిజామాబాద్, ఆదిలాబాద్) గోదావరి నదిలోని కవిటవన ద్వీపంలో నివసిస్తున్న బావరి, రాజగృహలోనున్న బుద్ధుడిని కలుసుకోవడానికి, 16 మంది జ్ఞానులైన తన శిష్యులను పంపాడు. వారు బుద్ధుడిని కలుసుకొని అతని బోధనలు విని బౌద్ధ మతం స్వీకరించారు. వారు తిరిగొచ్చి, తమ గురువు బావరికి ఈ విషయాన్ని తెలుపగా, అతడు కూడా బౌద్ధ మతాన్ని స్వీకరించాడు. కరీంనగర్ జిల్లాలోని బావనకుర్తి ఇతని నివాసమని కొందరు పండితుల అభిప్రాయము.

బుద్ధుని మహాపరినిర్యాణం తర్వాత వంద సంవత్సరాలకు రెండవ బౌద్ధ సంగీతి (మహాసభ) వైశాలిలో జరిగింది. మహాదేవ భిక్షువు నాయకత్వంలో ఆంధ్ర నుంచి వెళ్ళిన యువ భిక్షువులు బౌద్ధ సంఘ నియమావళిలో (వినయ) మార్పులు కావాలని పట్టుబట్టినారు. సనాతన భిక్షువులు మార్పులను వ్యతిరేకించారు. దీనితో బౌద్ధ సంఘంలో విభేదాలేర్పడి, థేరవాదులు, మహాసాంఘికులుగా విడిపోయారు. మహాసాంఘిక శాఖకు జన్మభూమి ధాన్యకటకమేనని భావించొచ్చు. అశోకుని 13 వ శిలా శాసనం ఆంధ్రులు అప్పటికే బౌద్ధ ధర్మాన్ని అనుసరిస్తున్నట్లు పేర్కొన్నది. పాటలీపుత్రంలో మూడవ బౌద్ధ సంగీతి జరిగింది. ఈ సభలోని చర్చల్లో 'అంధకులు' (ఆంధ్రులు) పాల్గొన్నారని 'కథావత్తు' పేర్కొన్నది. క్రీ.పూ.2వ శతాబ్దం నాటికే తెలంగాణలో బౌద్ధ మతం గట్టిగా వేళ్ళూనుకొని ఉన్నట్లు ధూళికట్ట, పాశగాం స్థూపాలు

సాక్ష్యాలుగా ఉన్నాయి. పాశగాం బౌద్ధ స్థూపాన్ని 'చెన్నుపూస' అనే బౌద్ధ పండితుడు నిర్మించినట్లు బి.యన్.శాస్త్రి పేర్కొన్నాడు. దీని ప్రాచీన పేరు చెన్న పూసగాం. అది తర్వాత కాలంలో పాశగాం గా మారింది. పూస అంటే ఆచార్యుడని అర్థం.

శాతవాహన రాజులు వైదిక మతావలంబికులైనప్పటికి, బౌద్ధ మతాన్ని కూడా పోషించారు. శాతవాహన రాణులు మాత్రం బౌద్ధ మతాన్ని విశేషంగా ఆదరించారు. గౌతమీపుత్ర శాతకర్ణి తన తల్లి గౌతమీబాలశ్రీ గౌరవార్థం, త్రిరశ్మి వద్ద ఒక గ్రామాన్ని బౌద్ధ భిక్షువులకు దానంగా ఇచ్చాడు. శాతవాహనుల సమకాలీనుడైన సింహళ రాజు దుష్టిగామిణి, (క్రీ.పూ. మొదటి శతాబ్దం) తామ్రపర్ణిలోని (సింహళం) అనురాధపురంలో నిర్మించిన బౌద్ధ స్తూపోత్సవానికి పల్లవబొగ్గ (పల్నాడు) నుంచి చైత్యకవాద ప్రవర్తకుడైన మహాస్థవిరుడి నాయకత్వంలో 4 లక్షల అరవై వేల మంది భిక్షు సంఘంతో వెళ్ళాడని, సింహళ బౌద్ధ గ్రంథం, మహావంశం తెలుపుతుంది.

రాజ కుటుంబీకులే గాకుండా, అధికారులు, వర్తకులు, వృత్తిపనివారు, ధనవంతులైన స్త్రీలు బౌద్ధాన్ని ఆదరించి పోషించినట్లు శాసనాలు తెలుపుతున్నాయి. బౌద్ధ బిక్షువుల కోసం గ్రామాలను, భూములను, ధనాన్ని దానం చేయడంలో పోటీపడ్డారు. నాసిక్, జున్నార్, కన్హేరి మొదలైన శాసనాలు, వివిధ శ్రేణులు కొంత ధనాన్ని డిపాజిట్ చేసి దాని మీద వచ్చే వడ్డీని బౌద్ధ భిక్షువుల కోసం దానం చేసినట్లు వివరిస్తున్నాయి. రాజుల ఆదరణ కంటే, వ్యాపార వర్గాలు, వివిధ వృత్తుల వారి ఆదరణ మూలంగానే బౌద్ధ మతం విరాజిల్లిందని చెప్పొచ్చు.

బౌద్ధ మత వ్యాప్తి మూలంగా దక్కన్‌లో చైత్యాలు, స్తూపాలు, విహారాలు నిర్మించబడ్డాయి. మహారాష్ట్రలో భాజ, కార్లా, నాసిక్, కన్హేరి, కొండనె, బేడ్సా. ఆంధ్రప్రదేశ్‌లో అమరావతి, నాగార్జునకొండ, భట్టిప్రోలు, శాలిహుండం, అల్లూరు, ఘంటసాల, జగ్గయ్యపేట, చందవరం, దూపాడు, చినగంజాం, శంఖవరం, గుంటుపల్లి, రామతీర్థం, బొజ్జన్నకొండ, గుమ్మడిదుర్రు, గుడివాడ, గోలి, తెలంగాణలో కొండాపూర్, ఫణిగిరి, తిరుమలగిరి (నల్గొండ జిల్లా) ధూళికట్ట, పాశెగాం, మీర్జంపేట (కరీంనగర్ జిల్లా) ముఖ్యమైన బౌద్ధ ప్రదేశాలు.

క్రీ.శ. మొదటి శతాబ్దంలో ఆంధ్రలోనే మహాయాన బౌద్ధం అవతరించింది. మహాసాంఘికులే మహాయానులుగా, పిలువబడ్డారు. అందుకే బుద్ధఘోషుడు మహాసాంఘికులను అంధక శాఖలుగా వ్యవహరించాడు. హీనయానం అంటే చిన్న బండి అని అర్థం. వీరు సంప్రదాయవాదులు. బుద్ధుడు మహోన్నత వ్యక్తి. ప్రతి ఒక్కడు ఆ స్థితికి చేరుకోవచ్చు. ఎవరికి వారు నిర్వాణం పొందడం వీరి లక్ష్యం. బుద్ధుడిని విగ్రహాలుగా చెక్కి పూజించ రాదు. బుద్ధుని కేవలం చిహ్న రూపంలో మాత్రమే ఆరాధించాలి. మహాయానం అంటే పెద్ద బండి అని అర్థం. వీలైనంత మందిని నిర్వాణ మార్గంలో పెట్టాలి. ఎవరికి వారు నిర్వాణం పొందటమనే సూత్రం బుద్ధుని బోధనలకు వ్యతిరేకం. అది స్వార్థంతో కూడుకున్నది. మహాయానులు బుద్ధుడిని విగ్రహాలుగా చెక్కి పూజిస్తారు. బౌద్ధ నియమావళిలో, బౌద్ధ ధర్మంలో మార్పు కోరే వారిని మహాయానులు అంటారు. నాసిక్, కార్లా శాసనాల్లో భద్రయానీయుల ప్రసక్తి ఉంది. సోపారలో ధర్మోత్తరీయులనే మరొక శాఖ వారున్నారు. ఈ రెండూ థేర వాదంలోని శాఖలే. మహా సాంఘికుల్లో పూర్వశైలీయులు (పుబ్బశైలం) అపరశైలీయులు అనే శాఖలు అవతరించాయి. అమరావతి పూర్వశైలీయులకు, నాగార్జునకొండ అపరశైలీయులకు ప్రధాన కేంద్రాలుగా ఉండేవి. బౌద్ధ మతంలోని రాజగిరుకులు, మహిశాసకులు, సిద్ధాంతికులు వంటి శాఖలు కూడా ఆంధ్రదేశంలో ఉండేవి. బౌద్ధ మతంలో 18 శాఖలేర్పడగా, అందులో తొమ్మిది శాఖలు ఆంధ్రదేశంలోనే ఉండేవి. శాసనాల ఆధారంగా అమరావతిలో చైత్యక అనే మరొక శాఖ ఉండేదని తెలుస్తుంది. బుద్ధుడికి మొదట లోకోత్తర లక్షణాలు ఆపాదించి, విగ్రహారాధనకు అంకురార్పణ చేసిన వారు ఆంధ్రులైన చైత్యకులు. ఈ నూతన భావం ఫలితంగా బుద్ధుని జీవిత ఘట్టాలను-కమలం (పుట్టుక), గుర్రం (మహాభినిష్క్రమణం), బోధి వృక్షం (జ్ఞానోదయం), ధర్మచక్రం (ధర్మచక్ర ప్రవర్తనం), స్తూపం (నిర్వాణం), త్రిశూలం (త్రిరత్నాలు), ఉనికి (పాదాలు) - మొదలైన వాటిని చెక్కి ఆరాధించడం ప్రారంభమైంది.

ఆచార్య నాగార్జునుడు శాతవాహన రాజు యజ్ఞశ్రీ శాతకర్ణికి సమకాలీనుడు. బహుముఖ ప్రజ్ఞాశాలి. అనేక శాస్త్రాల్లో పండితుడు. ఇతనిని రెండవ బుద్ధుడు అంటారు. 'లంకావతార సూత్రం' ననుసరించి, ఇతడు 'వేదలి' అనే

గ్రామంలో జన్మించాడు. 'వేదలి' తెలంగాణలోనే ఉండి ఉంటుందని పండితుల అభిప్రాయం. చైనా యాత్రికుడు హ్యూయన్‌త్సాంగ్ ప్రకారం, దక్షిణ కోసల ప్రాంతానికి చేరువలో నాగార్జునుడు నివసించాడు. నాగార్జునకొండ, అమరావతిలో విశ్వవిద్యాలయాల నేర్పరచి సర్వ విద్యలను బోధించిన మహా పండితుడు. నాగార్జున తత్వానికి మాధ్యమికవాదమని పేరు. నాగార్జునుడు ఆత్మ తత్వాన్ని ఆమోదించ లేదు. దీనినే 'శూన్యవాదం' అంటారు. ఇతడు మహాయాన తత్వాన్ని శూన్యవాదంగా చెప్పాడు. దీనిని 'మాధ్యమికకారిక' అనే గ్రంథంలో ప్రస్తావించారు. చైనా వాఙ్మయంలో దాదాపు 20 గ్రంథాలు నాగార్జునుని రచనలుగా ఉన్నట్లు చెప్పడం జరుగుతుంది. ఈ గ్రంథంలో కొన్నింటిని ఇత్సింగ్ భారతదేశాన్ని సందర్శించిన సమయంలో, చిన్న పిల్లలు కంఠస్థం చేస్తున్నట్లు, పెద్దలు జీవిత కాలమంతా పఠిస్తున్నట్లు పేర్కొన్నాడు.

బౌద్ధ మతంలో నాగ దేవతారాధన కూడా ఉంది. స్తూపాలను పెనవేసుకొని ఉన్నట్లు సర్పాలను చిత్రించారు. ధూళికట్ట స్తూపంపై ఐదు తలల నాగముచిలింద శిల్పాన్ని అద్భుతంగా చెక్కారు. అమరావతి, నాగార్జునకొండల్లో ఆసీనుడైన బుద్ధుని తలపై నాగులు పడగపట్టి ఉంటాయి. నాగులు, నాగ రాజులు, వారి భార్యలు, స్తూపాల ముందు ప్రార్థనా భంగిమల్లో ఉండి, బోధనలను తిలకిస్తున్నట్లుగా శిల్పాలు చెక్కారు.

విద్యా, సాహిత్య ప్రగతి

శాతవాహన యుగంలో ప్రాకృతం, పాళీ, సంస్కృత భాషల్లో అపార సాహిత్యం వెలువడింది. శాతవాహనుల కాలంలో ప్రాకృతం రాజభాష. మహారాష్ట్రి ప్రాకృతం ఒక మాండలిక భాష. ప్రాకృతం తెలుగుభాషను ప్రభావితం చేసింది. శాతవాహన రాజు హాలుడు స్వయంగా కవి. 700 ప్రాకృత పద్యాలతో 'సత్తసయి' (గాథాసప్తశతి)ని సంకలనం చేశాడు. గాథ లంటే పద్యాలు. ఇందులో చక్కటి సాహిత్య విలువలున్నాయి. గాథాసప్తశతిలో అనేక తెలుగు పదాలున్నాయి. ఉదాహరణకు, అత్తం, అమ్మి, అందం, అద్దం, పొట్టి, పాడి మొదలగునవి. హాలుడికి 'కవి వత్సలుడు' అనే బిరుదు ఉంది. కుమారిలుడు, శ్రీపాలితుడు మొదలగు కవులు, హాలుని చేత సన్మానం పొందారు. గాథాసప్తశతి రచనకు తోడ్పడిన వారిలో అణులక్ష్మి, అనుపలబ్ధ, రేవ, మాధవి మొదలైన స్త్రీలున్నారు. భాష, చక్కని ప్రకృతి వర్ణణ, గ్రామీణ జీవితం ఇందులో ఉన్నాయి.

పైశాచి భాషలో మంత్రి గుణాఢ్యుడు ఏడు వేల శ్లోకాలతో 'బృహత్కథ'లో ఏడు కథలను వివరించాడు. పైశాచి భాష ప్రాకృతంలో మాండలికం. పైశాచి భాషలో ఉన్నందున శాతవాహన రాజు ఆదరణకు నోచుకోలేదని, ఆ బాధతో గుణాఢ్యుడు తాళపత్ర గ్రంథంలోని పత్రాలను ఒకటి తరవాత ఒకటి అగ్నికి ఆహుతి చేస్తుండగా, అది తెలిసిన రాజు అక్కడకు వెళ్లి ఆపాడని, మిగిలింది మాత్రమే మనకు దక్కిందని తెలుస్తోంది. గాంగ వంశీయుడైన దుర్వినుతుడు దీన్ని సంస్కృతంలోకి అనువాదం చేశాడు. 'పంచతంత్రం' వంటి నీతి కథలు ఇందులో ఉన్నాయి. గుణాఢ్యుడి నివాసం కొండాపూర్ అని కృష్ణశాస్త్రి అభిప్రాయం. బృహత్కథ ఆధారంగానే సోమదేవసూరి సంస్కృతంలో 'కథా సరిత్సాగరం' అనే గ్రంథాన్ని రచించాడు. క్షేమేంద్రుడు 'బృహత్కథామంజరి'ని రాశాడు. హాలుని కాలానికి చెందినవాడుగా భావిస్తున్న శర్వవర్మ 'కాతంత్ర' వ్యాకరణ'మనే సంస్కృత గ్రంథాన్ని రచించాడు.

వాత్స్యాయనుడు 'కామ సూత్రాలు' అనే గ్రంథాన్ని మలి శాతవాహనుల కాలంలోనే లేదా తరవాత కాలంలోనో రాశాడు. శృంగారం, శృంగార జీవితానికి సంబంధించిన అన్ని విషయాలను నిర్మొహమాటంగా, శాస్త్రీయంగా వివరించాడు. కుతూహలుడు మహారాష్ట్ర ప్రాకృతంలో 'లీలావతి' అనే కావ్యాన్ని రాశాడు. హాలుడు, సింహళ రాకుమారి లీలావతికి సప్తమ గోదావరి సమీపంలోనే, భీమేశ్వర సన్నిధిలో వివాహం జరిగిందని, ఆ ప్రదేశం కరీంనగర్ జిల్లాలోని వేంపల్లి వెంకట్రావు పల్లి అని, కొందరు పండితులు అభిప్రాయపడ్డారు. ఒక శాతవాహన రాజు ఆచార్య నాగార్జునుని ఆదరించాడని 'లీలావతి' గ్రంథంలో ఉంది. ఆచార్య నాగార్జునుడు యజ్ఞశ్రీ శాతకర్ణికి సమకాలికుడు. టిబెటన్ సంప్రదాయాన్ననుసరించి, తన చివరి రోజులు నాగార్జునకొండలో గడిపినట్లు తెలుస్తుంది. శాతవాహన రాజు యజ్ఞశ్రీకి రాసిన 'సుహృల్లేఖ' అనే లేఖా సముదాయాన్ని, చిన్న పిల్లలు కూడా కంఠస్థం చేసేవారని, క్రీ.శ.700 ప్రాంతంలో భారతదేశాన్ని సందర్శించిన ఇత్సింగ్ అనే చైనా యాత్రికుడు తెలిపాడు. ఆచార్య నాగార్జునుడు సంస్కృతంలో 'ప్రజ్ఞాపారమిత', 'అష్టా సాహస్రిక', 'మూలమధ్యమికారికావళి', 'విగ్రహవ్యార్తిని', 'ద్వాదశనికాయము', 'శూన్యసప్తతి' మొదలైన అనేక గ్రంథాలను రచించాడు. మహాయాన బౌద్ధులు సంస్కృతాన్ని బోధనా భాషగా, రచనా మాధ్యమంగా స్వీకరించారు.

ప్రాకృతం, సంస్కృత భాషలే కాకుండా, దేశి అనే ఒక భాష కూడా ఉండేది. తెలుగు, కన్నడ భాషలకు ఈ భాష మూలమని, తెలుగు భాషకు, దేశీ భాషకు సంబంధమున్నదని, డి.సి.సర్కార్ అభిప్రాయపడ్డాడు.

శాతవాహన యుగంలో ధాన్యకటకం, నాగార్జునకొండల్లో విశ్వవిద్యాలయాలు స్థాపించబడ్డాయి. వీటిలో వ్యాకరణం, రాజనీతి, అర్థశాస్త్రం, తర్కం, గణితం, న్యాయశాస్త్రం, జ్యోతిషశాస్త్రం, ఖగోళశాస్త్రం మొదలయినవి బోధించేవారు. ఈ విశ్వవిద్యాలయాల్లో విదేశీ విద్యార్థులు సైతం విద్యాభ్యాసం చేసేవారు.

వాస్తు కళల ప్రగతి

అమరావతి బౌద్ధ స్తూపం

బౌద్ధ మతం దక్కన్‌కు వ్యాప్తి చెందడం వల్ల, శాతవాహనుల కాలంలో అనేక స్థూపాలు, విహారాలు, చైత్యాలు నిర్మించబడ్డాయి. స్థూపమనగా బుద్ధుడు, లేదా బౌద్ధ భిక్షువుల అవశేషాలపై నిర్మించే ఒక కట్టడం. మొదట మూల స్థానంలో అవశేషాలను నిక్షిప్తం చేసి, చుట్టూ గుండ్రంగా మేధి (సిలిండర్) నిర్మిస్తారు. దానిపై అర్ధగోళాకారపు డోమ్‌ను నిర్మిస్తారు. చుట్టు ప్రదక్షణ పథం, ఆయక స్థంభాలు, ప్రాకారాలు, ద్వారాల చుట్టూ తోరణాలను నిర్మిస్తారు. చివరగా దీనిపైన 'హర్మిక' ఛత్రం వంటిది అలంకరిస్తారు. విహారమనగా భిక్షువులు, భిక్షుకిల నివాస మందిరం. వీటిని సంఘారామాలని కూడా వ్యవహరిస్తారు. వీటిని చైత్యం సమీపంలో నిర్మించేవారు. విహారాలు దీర్ఘచతురస్ర లేదా

చతురస్రాకారంలో ఉంటాయి. విహారాలు వరండాను కలిగి ఉంటాయి. లోపల మందిరం, దానికి మూడు వైపులా వరుసగా గదులు, ప్రతి గదిలో భిక్షువులు నిద్రించడానికి రాతి బల్లలు ఉండేవి. చుట్టూ తోటలూ, ప్రార్థనకు, సమావేశానికి, వ్యాయామానికి సదుపాయాలున్న విహారాలను ఆరామాలు అంటారు. పట్టణాలకు దగ్గరగా తాత్కాలికంగా వర్షా కాలంలో విడిది చేసిన తోటలను వర్షారామాలు అనేవారు. చైత్యం బౌద్ధుల ప్రార్థనా మందిరం. అనేక స్థంభాలు గల విశాలమైన గదిని దీని కోసం తొలిపిస్తారు. ఆంధ్రప్రదేశ్‌లో గల స్థూపాల్లో అమరావతి, నాగార్జునకొండ ముఖ్యమైనవి. ఇవి కాకుండా, భట్టిప్రోలు, ఘంటసాల, జగ్గయ్యపేట, శాలిహుండం, బావికొండ, తొట్లకొండ, సంకరం (బొజ్జన్నకొండ), గోలి, అనుపు, మొదలైనవి కూడా ఆంధ్రప్రదేశ్ రాష్ట్రంలో ఉన్నాయి. తెలంగాణా రాష్ట్రంలో ధూళికట్ట, పాశాయిగాం, మీర్జంపేట (కరీంనగర్ జిల్లా), ఫణిగిరి (నల్గొండ), తిరుమలగిరిల్లో స్థూపాలున్నాయి. ధూళికట్ట, పాశాయిగాం స్థూపాలు అమరావతి స్థూపం కంటే ప్రాచీనమైనవి. ధూళికట్ట బౌద్ధ స్థూపం క్రీ.పూ. రెండో శతాబ్దంలో నిర్మించబడినట్లు తెలుస్తుంది. ఇక్కడి ఒక ఫలకం మీద గౌతమ బుద్ధుని పాద ముద్రల పైన ఐదు శిరస్సులు గల ముచిలింద నాగుని శిల్పాన్ని చెక్కారు. ఆ కాలంలో బుద్ధుని మానవ రూపంలో చూపడం నిషేధం కాబట్టి, బుద్ధునికి గుర్తుగా ఆయన పాదాలను చూపించారు. బ్రాహ్మి లిపిలో లఘు శాసనాలు కూడా ఉన్నాయి.

శాతవాహనుల కాలం నాటి శిల్ప కళకు అమరావతి శిల్ప కళ అని పేరు. క్రీ.పూ. రెండో శతాబ్దం నుంచి క్రీ.శ.రెండో శతాబ్దం వరకు ఈ కళ ఉచ్ఛ స్థితిలో ఉంది. అమరావతి, నాగార్జునకొండ, జగ్గయ్యపేట కేంద్రాలుగా, ఈ శిల్ప కళా రీతి అభివృద్ధిచెందింది. అమరావతి స్తూపంపై నలు వైపుల వేదికపై ఐదు స్థంభాలు నిర్మించబడ్డాయి. ఇవి బుద్ధుడి జీవితంలోని ఐదు ఘట్టాలను సూచిస్తాయి. కమలం పుట్టుకను, గుర్రం మహాభినిష్క్రమణాన్ని, బోధి వృక్షం అతని జ్ఞానోదయాన్ని, ధర్మచక్రం అతని దివ్య సందేశాన్ని, స్తూపం అతని మహా పరినిర్వాణాన్ని సూచిస్తాయి. అమరావతి శిల్ప కళా రీతి ఆనాం, థాయిలాండ్, జావా, సుమత్రా, బోర్నియో మొదలగు ఆగ్నేయాసియా దేశాలకు విస్తరించింది. జేమ్స్ ఫెర్గుసన్ 'ట్రీ అండ్ సర్పెంట్ వర్షిప్' గ్రంథంలో అమరావతి వాస్తు కళకు అత్యంత ప్రాచుర్యాన్ని కల్పించాడు.

చిత్రలేఖనం

అజంతా గుహల్లోని తొమ్మిది, పది సంఖ్యల గుహల్లోని వర్ణ చిత్రాలు శాతవాహనుల కాలం నాటివని కళా విమర్శకుల అభిప్రాయం. అజంతా గుహలు మహారాష్ట్రలోని ఔరంగాబాదు జిల్లాలో ఉన్నాయి. బౌద్ధ మతంలోని మహాయాన శాఖకు చెందిన జాతక కథల్లోని ఇతివృత్తాన్ని చిత్రాలుగా వేశారు. బుద్ధుడు, బోధిసత్వుల చిత్రాలు ఇందులో ఉన్నాయి. బోధి వృక్షాన్ని పూజించడం, 15 మంది బృందం నాట్యం చేయడం, తదితర చిత్రాలు ఇందులో ఉన్నాయి. అజంతా చిత్రాలకు అమరావతి శిల్పాలకు గల పోలికలను బట్టి, ఇవి శాతవాహనుల కాలానికి చెందినవిగా నిర్ధారణ చేశారు. బేడ్సా, పిటల్‌ఖోరా, జున్నార్‌లలోని గుహాలయాల్లో కూడా ఆనాటి చిత్రాలున్నాయి.

మౌర్య సామ్రాజ్య పతనం తరవాత దక్కన్‌లో శాతవాహనులు స్వతంత్రించి విశాల సామ్రాజ్యాన్ని స్థాపించారు. ఉత్తర-దక్షిణ భారత దేశాల మధ్య, దక్కన్ వారధిగా పని చేసింది. క్రీ.శ. ఒకటో శతాబ్దం నుంచి, క్రీ.శ. మూడో శతాబ్దం వరకు, సుమారు రెండున్నర శతాబ్దాలు పరిపాలించారు. మొదట కోటిలింగాలను, తరవాత ప్రతిష్ఠానం,

ధాన్యకటకంలను రాజధానిగా చేసుకొన్నారు. శాతవాహన రాజుల్లో మొదటి శాతకర్ణి, గౌతమీపుత్ర శాతకర్ణి, రెండో శాతకర్ణి, వాసిష్ఠీపుత్ర పులుమావి, యజ్ఞశ్రీ శాతకర్ణి సుప్రసిద్ధులు. దక్షిణా పథాన్ని రాజకీయంగా సమైక్యం చేసి, శాంతిభద్రతలను సమకూర్చారు. సమర్థవంతమైన పాలనను నెలకొల్పారు. శాతవాహన రాజ్యం ఆర్థికంగా, సుసంపన్నంగా ఉండేది. దేశీయ, విదేశీయ వాణిజ్యం అభివృద్ధి చెందింది. రోమ్ దేశంతో ముమ్మరంగా వ్యాపారం జరిగింది. పట్టణాలు, వృత్తి శ్రేణులు అభివృద్ధి చెందాయి. శాతవాహనులు గొప్ప సాహితీ ప్రియులు. ప్రాకృత భాషను పోషించారు. శాతవాహన యుగంలో వైదిక, బౌద్ధ మతాలు ప్రజాదరణ పొందాయి. బౌద్ధ మతం సంపూర్ణ వికాసాన్ని పొందింది. బౌద్ధ మతంలో మహాయానం, హీనయానమే కాకుండా, అనేక శాఖలేర్పడ్డాయి. శాతవాహనుల కాలం నాటి కళ బౌద్ధ కళగా పేరుగాంచింది. బౌద్ధ స్తూపాలు, చైత్యాలు, విహారాల నిర్మాణం విస్తృతంగా జరిగింది. దక్కన్‌లో ప్రథమ విశాల సామ్రాజ్యాన్ని ఏర్పర్చి, సుస్థిర, సుదీర్ఘ పాలననందించి, ప్రజల ఆర్థిక, సామాజిక వికాసానికి, వైదిక, బౌద్ధ మతాలు, ప్రాకృత, సంస్కృత భాషలు, వాస్తు, శిల్ప, చిత్ర కళల విశేష ప్రగతికి దోహదమొనర్చిన శాతవాహనుల పాలన చరిత్రలో చిరస్మరణీయం.

04

శాతవాహనానంతర యుగం - ఇక్ష్వాకులు

శాతవాహన సామ్రాజ్యం పతనమయిన తరవాత, దక్షిణాపథంలో వివిధ ప్రాంతీయ రాజ్యాలు అవతరించాయి. కర్ణాటకలోని బనవాసి (వైజయంతి) రాజధానిగా, చుటు శాతకర్ణిలు; మహారాష్ట్ర ప్రాంతంలో (కొంకణ్, అపరాంత) అభీరులు; తెలంగాణ-కోస్తాంధ్ర ప్రాంతంలో ఇక్ష్వాకులు స్వాతంత్ర్యాన్ని ప్రకటించుకొన్నారు. శాతవాహన సామ్రాజ్యం పతనమై, తూర్పు చాళుక్య రాజ్యం (వేంగి) ఏర్పడే వరకు గల నాలుగు శతాబ్దాల మధ్య కాలంలో, మొదటి 80 సంవత్సరాలు, క్రీ.శ. 220 నుంచి క్రీ.శ. 300 వరకు ఇక్ష్వాకులు రాజకీయాధిపత్యాన్ని చెలాయించారు. చివరి శాతవాహన రాజు నాల్గో పులుమావిని ఇక్ష్వాకు రాజు శ్రీశాంతమూలుడు తొలగించి, స్వాతంత్ర్యాన్ని ప్రకటించుకొన్నాడు. వీరి శాసనాలు, నాణేలు దొరికిన ప్రదేశాలను బట్టి, వీరి సామ్రాజ్యం ఆంధ్రప్రదేశ్‌లో కృష్ణా, గుంటూరు, కర్నూలు, ప్రకాశం జిల్లాలకు, తెలంగాణాలోని నల్గొండ, ఖమ్మం, మహబూబ్‌నగర్ వరకు విస్తరించిందని చెప్పొచ్చు. వీరు నాగార్జునకొండ లోయలోని విజయపురి రాజధానిగా చేసుకొన్నారు. శాతవాహన రాజు విజయశాతకర్ణి శాసనం ఇక్కడ దొరకడం వల్ల, బహుశ ఇతని పేరు మీద దీనికి విజయపురి అనే పేరు వచ్చి ఉంటుందని చరిత్రకారుల అభిప్రాయం. ఇక్ష్వాకుల రాజ చిహ్నం సింహం. వీరి పాలనా కాలంలో నాగార్జునకొండ, లేదా విజయపురి, ప్రముఖ బౌద్ధక్షేత్రంగా, వైజ్ఞానిక కేంద్రంగా విరాజిల్లింది. ఇక్ష్వాకుల కాలంలో వాస్తు, శిల్పకళలు అభివృద్ధి చెందాయి.

ఆధారాలు

ఇక్ష్వాకుల చరిత్రకు పురావస్తు, సాహిత్య ఆధారాలున్నాయి. పురావస్తు ఆధారాల్లో శాసనాలు, నాణేలు, కట్టడాలు, వాస్తు శిల్పాలు మొదలయినవున్నాయి. నాగార్జునకొండ, జగ్గయ్యపేట (కృష్ణా జిల్లా) రామిరెడ్డిపల్లి, ఫణిగిరి మొదలగు చోట్ల దొరికిన శాసనాలు, ఇక్ష్వాకుల చరిత్రకు ముఖ్యమైన ఆధారాలుగా ఉన్నాయి. ఈ శాసనాలు ప్రాకృత భాషలో, బ్రాహ్మి లిపిలో రాయబడ్డాయి. ఏహువల శాంతమూలుడి కాలం నుంచి, శాసనాలు సంస్కృతంలో వేయబడ్డాయి. ఇక్ష్వాకుల శాసనాలను నాలుగు రకాలుగా వర్గీకరించొచ్చు: 1. మహాస్థూపం, ఆయక స్థంభాలపై చెక్కినవి; 2. చైత్య గృహ శాసనాలు; 3. వేరుచేయబడిన స్థంభాల శాసనాలు; 4. శిల్పాలపై గల శాసనాలు.

ఇక్ష్వాకుల నాణేలు నాగార్జునకొండ, ఫణిగిరి, నేలకొండపల్లి, వడ్డమాను (మహబూబ్‌నగర్ జిల్లా) ఏలేశ్వరం (నల్గొండ జిల్లా) మొదలగు చోట్ల దొరకడాన్ని బట్టి, వారి రాజ్యం ఆ ప్రాంతాలకు విస్తరించిందని చెప్పొచ్చు. శాతవాహనుల నాణేలు విస్తారంగా దొరకగా, ఇక్ష్వాకుల నాణేలు చాలా పరిమితంగా దొరికాయి. ఇక్ష్వాకులు బంగారు, వెండి నాణేలను ముద్రించ లేదు. అవి పరిమాణంలో కూడా చిన్నవి. నాగార్జునకొండలో 148 శాతవాహన రాజుల నాణేలు దొరికాయి. శాతవాహనుల పాలనలో కూడా నాగార్జునకొండ ఒక ముఖ్య కేంద్రంగా ఉన్నట్లు చెప్పొచ్చు. నాగార్జునకొండలో రోమన్ చక్రవర్తుల, రాణుల నాణేలు దొరికాయి. టైబీరియస్ హెడ్రియాన్, ఫాస్టేనా రాణి నాణేలు నాగార్జునకొండలో, ఏలేశ్వరంలో, సెప్టిమస్ సెవెరస్ మొదలయిన రోమన్ చక్రవర్తుల నాణేలు దొరికాయి.

నాగార్జునకొండ, రామిరెడ్డిపల్లి, నేలకొండపల్లి, ఫణిగిరి, అనుపు మొదలయిన చోట్ల గల బౌద్ధ స్తూపాలు, చైత్యాలు, తోరణాలు, వాటి మీద గల శిల్పాలు, సమకాలీన మత, సాంఘిక పరిస్థితులను తెలుసుకోవడానికి తోడ్పడుతున్నాయి. నాగార్జునకొండ తవ్వకాల్లో ఇక్ష్వాకుల నాటి (క్రీ.శ.3వ శతాబ్దం) కోట, బౌద్ధ స్తూపాలు, విహారాలు, చైత్యాలు, ఆరామాలు, దేవాలయాలు, స్నానఘట్టాలు మొదలయినవి ఎన్నో బయల్పడ్డాయి. 1926 లో ఎ.రంగనాథ సరస్వతి అనే పురావస్తు శాఖలో పనిచేసే తెలుగు అసిస్టెంట్, మొదటి సారి నాగార్జునకొండ అవశేషాలను గుర్తించాడు. తర్వాత ఎన్.హెచ్.లాంఘర్స్ట్, 1938 లో బి.యన్.రామచంద్రన్ తవ్వకాలను నిర్వహించారు. 1954 లో రాయప్రోలు సుబ్రహ్మణ్యం ఆధ్వర్యంలో పెద్ద ఎత్తున తవ్వకాలు జరిగాయి. తవ్వకాల్లో బయల్పడిన ప్రాచీన శిల్పాలు, శాసనాలు, ఇతర వస్తువులను, కొన్నింటిని నాగార్జునకొండ పైకి, మరి కొన్నింటిని సమీపంలోని 'అనుపు'కు తరలించారు.

సాహిత్య ఆధారాల్లో, మత్స్య, వాయు, బ్రహ్మాండ, విష్ణు, భాగవత పురాణాలు ముఖ్యమైనవి. ఇక్ష్వాకు రాజుల పేర్లు, వారి పరిపాలనా కాలాన్ని వివరిస్తున్నాయి. పురాణాలన్ని దాదాపు క్రీ.శ. 2వ శతాబ్దంలో రాయబడ్డ భవిష్య పురాణంలోని సమాచారాన్నే స్వీకరించాయి. పురాణాలు క్రీ.శ. 4వ శతాబ్దం వరకు, అంటే, గుప్త రాజుల పాలనారంభం (మొదటి చంద్రగుప్తుడు) వరకు గల రాజవంశాల గూర్చి వివరించాయి. 11వ శతాబ్దానికి చెందిన కన్నడ గ్రంథం 'ధర్మామృతం' అంగదేశపు ఇక్ష్వాకు రాజు యశోధరుడు కృష్ణానది ముఖద్వారం వద్ద, ప్రతిపాలపురం (భట్టిప్రోలు) రాజధానిగా, ఒక రాజ్యాన్ని నెలకొల్పినట్లు పేర్కొంటున్నది. ఒక ప్రాచీన ప్రాకృత కావ్యమాధారంగా, న్యాయసేనుడు 'ధర్మామృతం' అనే గ్రంథాన్ని రాశాడు.

జన్మస్థలం

ఇక్ష్వాకుల జన్మస్థలంపై చరిత్రకారుల్లో ఏకాభిప్రాయం లేదు. ఇక్ష్వాకులు మొదట ఆంధ్రభృత్యువులు (ఆంధ్రుల సేవకులు). అంటే, వీరు శాతవాహనులకు మహాతలవరులుగా, మహాసేనాపతులుగా పనిచేశారు. శాతవాహనుల లాగా మాతృనామాలు ధరించడం, 'స్కంధ'తో కూడిన 'అణక'తో పూర్తయ్యే పేర్లను కల్గి ఉండటం వల్ల, వీరిపై శాతవాహనుల ప్రభావం ఉందని తెలుస్తుంది. వాయు పురాణం ప్రకారం, సూర్య వంశ కర్త ఇక్ష్వాకువు. ఇతడు మనువు యొక్క తొమ్మిది మంది కుమారుల్లో పెద్దవాడు. ఇతడు అయోధ్య రాజధానిగా పాలించాడు. ఇతనికి వంద మంది కుమారులున్నారు. వారిలో వికాక్షి పెద్దవాడు. ఇక్ష్వాకువు తర్వాత అయోధ్యకు వికాక్షి రాజైనాడు. మిగిలిన వారిలో ఏబదిమంది, ఉత్తర హిందూస్థానంలో చిన్న చిన్న రాజ్యాలకు అధిపతులు కాగా, మిగిలిన 49 మంది రాకుమారులు దక్షిణ భారతదేశంలో రాజ్యాలను స్థాపించారు. విష్ణు పురాణం ప్రకారం కోసల (దక్షిణ ప్రాంతం) రాజ్యాన్ని కుశుడు స్థాపించి, కోశస్థలి నుంచి పాలన సాగించాడు. ధర్మశాస్త్ర కర్తల్లో ఒకడైన బౌద్ధాయనుడు దక్షిణ భారతీయుల్లో మేనత్త కూతుళ్ళను వివాహం చేసుకొనే సంప్రదాయం ఉందని పేర్కొన్నాడు. వీరపురుషదత్తుడు తన ఇద్దరు మేనత్త కూతుళ్ళను వివాహం చేసుకొనడాన్ని బట్టి, ఇక్ష్వాకులు దక్షిణ భారతీయులేనని కొందరు పండితులు పేర్కొన్నారు. ఉత్తర భారతీయుల్లో ఈ సంప్రదాయం లేదు.

ఇక్ష్వాకులు ద్రావిడ భాషా కుటుంబానికి చెందినవారు. ముఖ్యంగా కన్నడిగులని (పశ్చిమ దక్కన్) స్టెన్‌కోనో, వోగెల్‌లు అభిప్రాయపడ్డారు. ఇక్ష్వాకులు తమిళులని డా॥ కె.రాజగోపాలాచారి పేర్కొన్నాడు. ఇక్ష్వాకులు ఉత్తర భారతదేశంలోని కోసల నుంచి వలసవచ్చారని రాప్సన్, బూలర్‌లు అభిప్రాయపడ్డారు. కన్నడ జైన గ్రంథం 'ధర్మామృతం' అంగ దేశపు రాజు యశోధరుడు, కృష్ణా నది ముఖ ద్వారం వద్ద ప్రతిపాలపురం (భట్టిప్రోలు) రాజధానిగా ఒక రాజ్యాన్ని నెలకొల్పినట్లు

పేర్కొంటున్నది. బిషప్ కాల్డ్‌వెల్, ఇక్ష్వాకులు స్థానికులైన ఆంధ్రులేనని, వీరు ఉత్తర భారతదేశం నుంచి వలస వచ్చిన వారు కాదని పేర్కొన్నాడు. ఇక్ష్వాకులు 'ఇక్షు' చిహ్నం గల ప్రాచీన స్థానిక గణికులని, బి.యస్.యల్.హన్మంతరావు అభిప్రాయపడ్డారు.

శ్రీపర్వతీయులు - ఇక్ష్వాకులు: పుట్టు పూర్వోత్తరాలు

ఇక్ష్వాకుల పుట్టుపూర్వోత్తరాల గురించి చరిత్రకారుల మధ్య భిన్నాభిప్రాయాలున్నాయి. పురాణాలు వీరిని 'శ్రీపర్వతీయులు, ఆంధ్రభృత్యులు, శ్రీపర్వతీయాంధ్రులు' అని పేర్కొన్నాయి. నాగార్జునకొండ నుంచి ప్రారంభమై, శ్రీశైల పర్వతం చుట్టూ ఉన్న నల్లమలై కొండల వరకు గల పర్వత శ్రేణిని శ్రీపర్వతమని పురాణాలు, బౌద్ధ గ్రంథాలు వర్ణించాయి. జగ్గయ్యపేట, నాగార్జునకొండలో దొరికిన ఇక్ష్వాకుల ప్రాకృత శాసనాలు, శ్రీశాంతమూలుడు ఇక్ష్వాక మహారాజనియు, అతని రాజధాని విజయపురి, శ్రీపర్వతానికి పశ్చిమ దిశలో ఉందని తెలియచేశాయి. క్రీ.శ.3, 4 శతాబ్దాల్లో శ్రీపర్వతానికి విజయపురి అనే పేరుండేదని శాసనాల వల్ల తెలుస్తుంది. ఇక్ష్వాకు రాజులు తమ పేర్లకు ముందు తల్లి పేరును ధరించే సంప్రదాయాన్ని శాతవాహనుల నుంచి స్వీకరించారు. ఈ సంప్రదాయం వీరితోనే అంతమైంది. తర్వాత పాలించిన పల్లవులు, బృహత్పలాయనులు, ఆనందగోత్రజులు, శాలంకాయనులు, ఈ సంప్రదాయాన్ని పాటించలేదు. అంతేగాకుండా, సిరి, సామి పదాలను (కొడబలిసిరి, శాంతిసిరి, హమ్మసిరి) బట్టి, ఇక్ష్వాకులు శాతవాహనుల భృత్యులనే సంకేతాన్ని సూచిస్తున్నట్లుగా కనపడుతుంది. అంతే గాకుండా, శాతవాహనుల దగ్గర వీరు మహాతలవరులుగా పనిచేశారు. కాబట్టి, ఇక్ష్వాకులు, శ్రీపర్వతీయులు ఒక్కరేనని, ఆంధ్రశాతవాహనుల భృత్యుల వంశానికి చెందినవారే, శ్రీపర్వతీయాంధ్రులని మొదట కె.పి.జయస్వాల్ వివరించారు. అందువల్ల శ్రీపర్వతీయులు, ఇక్ష్వాకులు, ఆంధ్రభృత్యులు ఒక్కటేనని, వేర్వేరు కాదని స్పష్టంగా చెప్పొచ్చు.

కాల నిర్ణయం

ఇక్ష్వాకుల పాలనా కాలంపై చరిత్రకారుల్లో ఏకాభిప్రాయం లేదు. మత్స్య పురాణం ఆంధ్రుల అనంతరం వారి భృత్యులైన శ్రీపర్వతీయులు ఏడుగురు రాజులు 52 సంవత్సరాలు పాలించారని తెలియచేస్తుంది. మత్స్య పురాణంలోని 'ద్విపంచాశతమ్' అనే పదాన్ని బట్టి 52 సంవత్సరాలు లేదా 100 సంవత్సరాలని భావించాల్సి ఉంటుందని, పార్గిటర్ అభిప్రాయపడ్డాడు. శాసనాలననుసరించి, శాంతమూలుడు కనీసం 13 సంవత్సరాలు పాలించాడని, అతని 13వ పాలనా సంవత్సరంలో వేసిన శాసనాన్ని బట్టి చెప్పొచ్చు. శాంతమూలుని తర్వాత, అతని కుమారుడు వీరపురుషదత్తుడు 20 సంవత్సరాలు పాలించాడు. ఇతని కుమారుడు ఎహువల శాంతమూలుడు 24 సంవత్సరాలు పాలించాడు. ఫణిగిరి శాసనాన్ని బట్టి, రుద్రపురుషదత్తుడు 18 సంవత్సరాలు పాలించినట్లు తెలుస్తుంది.

నాగార్జునకొండలో బయల్పడిన శాసనాల ప్రకారం, ఇక్ష్వాకుల పాలనా కాలం కనీసం 75 సంవత్సరాలుంటుందని డి.సి.సర్కార్ పేర్కొన్నాడు. ఆయన వీరపురుషదత్తుని నాగార్జునకొండ శాసనాన్ని పునఃక్రోడీకరించి, ఇక్ష్వాకుల పాలనా కాలాన్ని ఈ విధంగా సవరించాడు.

వీరపురుషదత్తుడు - క్రీ.శ. 255 - 275

ఎహువల శాంతమూలుడు - క్రీ.శ. 280 - 335

రుద్రపురుషదత్తుడు - క్రీ.శ. 335 - 345

నాగార్జునకొండలోని అభీర వసుసేనుని శాసనం క్రీ.శ.278 నాటిదని సర్కార్ నిర్ణయించాడు. ఇక్ష్వాకులను ఓడించి, క్రీ.శ.275 నుంచి 280 వరకు, ఐదు సంవత్సరాలు నాగార్జునకొండను వారి స్వాధీనంలో ఉంచుకొన్నారని, అభిప్రాయపడ్డాడు. కాని, మారేమండ రామారావు, వి.వి.మిరాశీలు సర్కార్ వాదనను ఆమోదించలేదు. వీరపురుషదత్తుని, ఎహువల శాంతమూలుని పాలనా కాలంలో విజయపురిలో బౌద్ధ, హిందూ నిర్మాణాలు విరివిగా జరిగాయని, అభీరవసుసేనుని దండయాత్ర జరిగి ఉంటే, ఆ నిర్మాణాలు జరిగి ఉండేవి కావని వాదించారు. అభీర వసుసేనుడి శాసనం పేర్కొంటున్న రాజులు ఇక్ష్వాకుల బంధుమిత్రులని, కాబట్టి, అష్టభుజస్వామి విగ్రహ ప్రతిష్ఠాపన సమయాన, వారు సమావేశమైనట్లు, ఈ శాసనం తెలుపుతుందని రామారావు పేర్కొన్నాడు.

పి.వి.పరబ్రహ్మశాస్త్రి గారు ఇక్ష్వాకుల కాల నిర్ణయాన్ని ఈ విధంగా చేశారు.

శాంతమూలుడు	-	క్రీ.శ.230 - 245
వీరపురుషదత్తుడు	-	క్రీ.శ.245 - 270
ఎహువల శాంతమూలుడు	-	క్రీ.శ.270 - 285
రుద్రపురుషదత్తుడు	-	క్రీ.శ.285 - 300

శాతవాహన సామ్రాజ్యం క్రీ.శ.220-225 మధ్యలో పతనమైందనే విషయంలో చరిత్రకారుల్లో ఎటువంటి భేదాభిప్రాయాలు లేవు. ఇక్ష్వాక రాజ్యంపై పల్లవ దండయాత్రను తెలిపే మంచికల్లు శాసనాన్ని అనుసరించి, క్రీ.శ.300 ప్రాంతంలో ఇక్ష్వాక రాజ్యం పతనమైనట్లు చెప్పొచ్చు. కాబట్టి, ఇక్ష్వాకుల పాలన క్రీ.శ.220-300 మధ్య, 80 సంవత్సరాలు కొనసాగిందని భావించొచ్చు. దీనిననుసరించి, ఇక్ష్వాక రాజుల పాలనా కాలాన్ని ఈ విధంగా నిర్ణయించొచ్చు.

శాంతమూలుడు	-	క్రీ.శ.220 - 233
వీరపురుషదత్తుడు	-	క్రీ.శ.233 - 253
ఎహువలశాంతమూలుడు	-	క్రీ.శ.253 - 277
అభీరవసుసేనుని మధ్యంతర పాలన	-	క్రీ.శ.277-78 - 283
రుద్రపురుషదత్తుడు	-	క్రీ.శ.283 - 301

ఇక్ష్వాకుల కులం

ఇక్ష్వాకులు బ్రాహ్మణులని, క్షత్రియులని, స్థానిక గణ జాతులకు చెందిన వారని, పండితులు వివిధ అభిప్రాయాలను వ్యక్తం చేశారు. వీరపురుషదత్తుడు నాగార్జునకొండ శాసనంలో, తాము అయోధ్యను పాలించిన (కోసల రాజ్యం) ఇక్ష్వాక వంశస్థుడైన శ్రీరామచంద్రుని, శాక్యముని గౌతమబుద్ధుని వంశానికి చెందిన వారమని, చెప్పుకొన్నాడు. ఇక్ష్వాకులు స్థానిక గణ జాతులలో ఒకరు. బౌద్ధ మతాన్ని స్వీకరించిన వీరపురుషదత్తుడు, తాము శాక్యముని బుద్ధుని వంశానికి చెందిన వారమని, చెప్పుకొన్నాడు. ప్రాచీన చరిత్రలో రాజులు తమ వంశాన్ని పౌరాణిక రాజుల వంశాలకు జోడించి చెప్పుకొనే సంప్రదాయముంది. ఇక్ష్వాకులు తమ పేరుతో వాసిష్ఠీపుత్ర, మాఠరీపుత్ర వంటి తల్లి యొక్క బ్రాహ్మణ గోత్రాన్ని చేర్చడం చేత, వీరు బ్రాహ్మణులని కొందరు అభిప్రాయపడ్డారు. శాంతమూలుడు అశ్వమేధ, వాజపేయ,

అగ్నిష్టోమ, అగ్నిహోత్ర యాగాలను నిర్వహించాడు. ఈ యాగాలు క్షత్రియులే నిర్వహిస్తారు. కాబట్టి, ఇక్ష్వాకులు క్షత్రియులని మరి కొందరి వాదన. ఇక్ష్వాకులు క్షత్రియులని డా॥భండార్కర్ అభిప్రాయపడ్డాడు. శాసనాల్లో తాము సూర్య వంశానికి చెందిన ఇక్ష్వాకు రాజు సంతతికి చెందిన వారమని చెప్పుకొన్నారని అన్నాడు. ఇక్ష్వాకులు బహుశ క్షత్రియుడైన తండ్రికి, బ్రాహ్మణురాలైన తల్లికి జన్మించిన మిశ్రమ సంతతి వారై ఉండొచ్చని భండార్కర్ అభిప్రాయపడ్డాడు. ఇక్ష్వాకులు మొదట స్థానిక గణ జాతులకు చెందిన వారుగా ఉండి, పాలకులైన తర్వాత, శాతవాహనుల లాగా సాంఘిక ఔన్నత్యాన్ని పొంది, బ్రాహ్మణీకరణ చెందినవారై ఉండొచ్చు.

ఇక్ష్వాకుల పాలనా కాలం : రాజకీయ పరిణామాలు

ఇక్ష్వాకుల శాసనాల ఆధారంగా నలుగురు ఇక్ష్వాక రాజుల గురించి మాత్రమే సమాచారం లభిస్తుంది. వారే:

1. వాసిష్ఠీపుత్ర శాంతమూలుడు (క్రీ.శ.220-233)
2. మాఠరీపుత్ర వీరపురుషదత్తుడు (క్రీ.శ.233-253)
3. ఎహువల శాంతమూలుడు (క్రీ.శ.253-277)
4. రుద్రపురుషదత్తుడు (క్రీ.శ.283-301)

వాసిష్ఠీపుత్ర శాంతమూలుడు (క్రీ.శ.220-233)

ఇతడు స్వతంత్ర ఇక్ష్వాక రాజ్య స్థాపకుడు. హిరణ్యకులు, పూగియ వంశీయులతో కలిసి, శాతవాహన రాజు నాల్గో పులుమావిని తొలగించి, స్వాతంత్ర్యాన్ని ప్రకటించుకొన్నాడు. తెలంగాణ – కోస్తాంధ్ర ప్రాంతాన్ని తన పరిపాలనలోకి తెచ్చాడు. ఇతడి శాసనాలు రెంటాల, కేశనపల్లి వద్ద దొరికాయి. శాంతమూలుడి గొప్పతనాన్ని గురించి, అతని కుమారుడు వీరపురుషదత్తుడు వేసిన నాగార్జునకొండ శాసనాల్లో ఉంది. 'అనేక గో హలశత సహస్ర పద యిశ' అంటే, కోట్ల బంగారు నాణేలను, వేలకొలది గోవులను, ఎద్దులను, నాగళ్ళను, భూమిని, దానంగా ఇచ్చాడని అర్థం. శాంతమూలుడి స్మారక స్తూపం ఐదో ఫలకంపై గల శిల్పంలో శాంతమూలుడు శిరోముండనం చేయించుకొని, చేతిలో కర్రతో, అగ్నిష్టోమ నిర్వాహకుడిగా కన్పిస్తాడు. అతడి భుజాలపై జింక చర్మం కప్పి ఉంది. సాధారణ దుస్తులతో, కాళ్ళకు చెప్పులు లేకుండా, అతని తలపై ఛత్రముంది. ఒక సేవకుడు నీటితో ఉన్న పాత్రను పట్టుకొని కన్పిస్తాడు. ఐదుగురు బ్రాహ్మణుల్లో ఒకరు కుడిచేయితో రాజు నుంచి దానాన్ని స్వీకరిస్తున్నాడు. శాంతమూలుడి ఘనతను అతని సోదరీమణులు హర్మ్యశ్రీ, శాంతిశ్రీలు, తమ శాసనాల్లో ప్రశంసించారు. కాని, వారు తమ తండ్రి పేరును మాత్రం ఎక్కడా ప్రస్తావించ లేదు. శాంతమూలుడు అశ్వమేధ, అగ్నిష్టోమ, అగ్నిహోత్ర, వాజపేయ యాగాలను చేశాడు. వాజపేయ యాగాన్ని కేవలం సామ్రాట్‌లు, చక్రవర్తులు మాత్రమే నిర్వహించేవారు. నాగార్జునకొండ తవ్వకాల్లో అశ్వమేధ వేదిక బయటపడ్డది. శాంతమూలుడికి 'మహారాజ' అనే బిరుదు ఉంది. అతడి సామ్రాజ్య విస్తరణపై ఎటువంటి సమాచారం దొరకలేదు. సమకాలీన రాజవంశాలైన పూగియ, ధనిక కుటుంబాలతో వివాహ సంబంధాలనేర్పర్చుకొన్నాడు. తన సోదరి శాంతిశ్రీని పూగియ వంశానికి చెందిన మహాసేనాపతి, మహాతలవరైన మహాస్కందశ్రీకిచ్చి వివాహం చేశాడు. అందుకే శాంతిశ్రీని శాసనాలు మహాదానపత్ని, మహాతలవరని వర్ణించాయి. వీరికి స్కందసాగరుడనే కుమారుడున్నాడు. శాంతమూలుడి ఇంకొక సోదరి హర్మ్యశ్రీ భర్త పేరు, అతని వంశాన్ని గూర్చి వివరాలు లభ్యం కాలేదు. శాంతమూలుడు తన కూతురు అడవి శాంతిశ్రీని ధనిక కుటుంబానికి చెందిన మహాసేనాపతి, మహాదండనాయకుడైన స్కందవిశాఖనాగకిచ్చి వివాహం చేశాడు. శాంతమూలుడు

వైదిక మతావలంబికుడు. ఉజ్జయినిలోని స్కందకార్తికేయుని (మహాసేనుడు) భక్తుడని శాసనాల్లో ఉంది. ఇతడి ఇద్దరు సోదరీమణులు మాత్రం బౌద్ధ మతంలో విశ్వాసమున్నవారు.

మాఠరీపుత్ర శ్రీవీరపురుషదత్తుడు (క్రీ.శ.233 - 253)

వీరపురుషదత్తుడు శాంతమూలుని కుమారుడు. ఇతడి శాసనాలు నాగార్జునకొండ, జగ్గయ్యపేట, ఉప్పుగుందూరు, అల్లూరులో దొరికాయి. ఇతడు ఇక్ష్వాక వంశంలో గొప్పవాడు. సమకాలీన రాజవంశాలతో వైవాహిక సంబంధాలను ఏర్పాటు చేసుకొన్నాడు. వారి మద్దతుతో, సుస్థిరమైన రాజ్యాన్ని ఏర్పాటు చేశాడు. నాగార్జునకొండ శాసనాన్ననుసరించి, ఇతడికి ఐదుగురు భార్యలున్నారు. ఇతని మేనత్త హర్మ్యశ్రీ, కూతుళ్ళు, బపిశ్రీ, షష్టిశ్రీ, మరో మేనత్త శాంతిశ్రీ కూతురును వివాహం చేసుకొన్నాడు. చస్తనుని సంతతికి చెందిన శక క్షాత్రప రాకుమారి (ఉజ్జయిని) మహాదేవి రుద్రభట్టారికను వివాహం చేసుకొన్నాడు. ఐదో భార్య మహాదేవి భట్టిదేవ. వీరపురుషదత్తుని ఏకైక కూతురు కొడబలిశ్రీని, చుటు వంశానికి చెందిన కుంతలదేశ మహారాజైన విష్ణురుద్ర శివలానంద శాతకర్ణికిచ్చి (బనవాసి), వివాహం చేసినట్లు, ఎహువల శ్రీశాంతమూలుని 11వ రాజ్య సంవత్సరంలో, కొడబలిశ్రీ వేయించిన శాసనంలో ఉంది.

మాఠరీపుత్ర వీర పురుషదత్తుడు వైదిక మతాన్ని అణచదానికి చేసిన ప్రయత్నాన్ని సూచించే శిల్పం

వీరపురుషదత్తుడు మొదట వైదిక మతాన్ని అనుసరించాడు. తర్వాత బౌద్ధ మతాన్ని స్వీకరించాడు. ఇతడి పాలనా కాలాన్ని ఆంధ్రదేశ బౌద్ధ మత చరిత్రలో ఉజ్వలమైన ఘట్టంగా పేర్కొనొచ్చు. నాగార్జునకొండలోని ఒక శిల్పంలో రాజు తన కుడి కాలుతో శివ లింగాన్ని తాకుతున్నట్లు ఉంది. అది వీరపురుషదత్తుడు శైవ మతాన్ని త్యజించిన విషయాన్ని తెలుపుతుందని కొందరు పండితులు అభిప్రాయపడ్డారు. కాని, ఆ శిల్పం మాంధాత జాతకంలోని భాగమే కాని, వీరపురుషదత్తునికి చెందినది కాదని తెలుస్తుంది. నాగార్జునకొండపై బౌద్ధ నిర్మాణాలకు కారకురాలైన రాకుమార్తె, వీరపురుషదత్తుని మేనత్త శాంతిశ్రీ. వీరపురుషదత్తుని ఆరవ రాజ్య సంవత్సరంలో బుద్ధుడి ధాతువును నిక్షిప్తం చేసిన మహాచైత్యాన్ని నాగార్జునకొండలో నిర్మించింది. నాగార్జునకొండ శాసనాన్ననుసరించి, బ్రాహ్మణులు, శ్రమణులు, పేద ప్రజల పట్ల ఎంతో ప్రేమ కలిగి ఉండి, వారి క్షేమాన్ని కోరింది. తన అల్లుడు వీరపురుషదత్తుని 18వ పాలనా సంవత్సరంలో అతడి విజయాన్ని, ఆయురారోగ్యాలను కోరుతూ, మరొక శాసనాన్ని వేయించింది. శాంతిశ్రీ వల్ల ఇక్ష్వాక రాణులు, వీరపురుషదత్తుని ఐదుగురు భార్యలు బౌద్ధ మతాన్ని ఆదరించి పోషించారు.

ఎహువల శాంతమూలుడు (క్రీ.శ.253-277)

ఇతడినే వాసిష్ఠీపుత్ర బహుబల శాంతమూలుడు, రెండవ శాంతమూలుడని అంటారు. ఇతడు మహాదేవి వాసిష్ఠీభట్టిదేవ, వీరపురుషదత్తుల కుమారుడు. తాత పేరును పెట్టుకొనే సంప్రదాయం ఇక్ష్వాకుల నుంచే ప్రారంభమైంది. తర్వాత ఈ సంప్రదాయాన్ని గుప్తులు, వాకాటకులు, పల్లవులు, విష్ణుకుండులు, శాలంకాయనులు అనుసరించారు. ఇతడి శాసనాలు నాగార్జునకొండ తవ్వకాల్లో దొరికాయి. శాంతమూలుని 11 వ పాలనా సంవత్సరం కంటే ముందే, ఒక ముఖ్యమైన యుద్ధం చేసినట్లు, ఈ యుద్ధంలో అతడి సేనాధిపతైన 'ఎలిశ్రీ' కార్తికేయుని కృప వల్ల విజయం సాధించినట్లు,

ఒక శాసనంలో ఉంది. ఈ శాసనం ఎహువల శాంతమూలుని పదకొండవ రాజ్య సంవత్సరంలో ఎలిశ్రీ వేయించాడు. ఎలిశ్రీ 'ఏలేశ్వరం' అనే పట్టణాన్ని నిర్మించి, 'సర్వదేవాలయ' మనే పేరు మీద ఒక శివాలయాన్ని నిర్మించినట్లు తెలుస్తుంది.

ఇక్ష్వాకు రాజ్యం

నాగార్జునకొండ తవ్వకాల్లో అభీర రాజు వసుసేనుడు, ముప్పదవ (30) రాజ్య సంవత్సరాన వేయించిన ఒక శాసనం దొరికింది. ఈ శాసనంలో అవంతి రాజు శకరుద్రదమనడు, అభీరరాజు వసుసేనుడు, బనవాసి (చుటు) రాజైన విష్ణురుద్ర శివలానంద శాతకర్ణి మొదలైన వారి ప్రస్తావన ఉంది. వీరు అష్టభుజస్వామి విగ్రహాన్ని ప్రతిష్ఠించినట్లు ఈ శాసనంలో ఉంది. కాని, అప్పటి ఇక్ష్వాక రాజు పేరు శాసనంలో లేకపోవడం అనేక అనుమానాలకు తావిస్తుంది. ఇక్ష్వాక రాజ్యంపై అభీర వసుసేనునికి అండగా నిల్చి, విజయపురిని ఆక్రమించి, అష్టభుజస్వామి విగ్రహాన్ని ప్రతిష్ఠించారని, డి.సి.సర్కార్ అభిప్రాయం. కొన్ని సంవత్సరాలు అభీరులు నాగార్జునకొండ ప్రాంతాన్ని పాలించినట్లు తెలుస్తుంది. ఇక్ష్వాక రాజ్య రాజధానిలోనే అభీరవసుసేనుని శాసనముందంటే, అది ముమ్మాటికి అతని దండయాత్రగానే భావించాల్సి ఉంటుంది.

ఎహువల శాంతమూలుని కాలం నాటికి ప్రాకృతం స్థానంలో సంస్కృతం రాజ భాషగా స్థిరపడింది. ఇతడు వైదిక మతాన్ని అనుసరించాడు. స్వామి మహాసేనుని భక్తుడు. ఇతడి పాలనలో విజయపురిలో కార్తికేయాలయం, పుష్పభద్రస్వామి ఆలయం, నోడిగిరీశ్వరాలయం, దేవీ ఆలయం మొదలయినవి నిర్మించబడ్డాయి.

రుద్రపురుషదత్తుడు (క్రీ.శ.283-301)

గురజాల (గుంటూరు జిల్లా), నాగార్జునకొండ, ఫణిగిరిలో దొరికిన నాణేలపై గల లిపి ఆధారంగా, శాసనాలపై గల పేరును బట్టి, రుద్రపురుషదత్తుడు చివరి ఇక్ష్వాక రాజని, చరిత్రకారులు గుర్తించారు. ఇతడు ఎహువల శాంతమూలుని కుమారుడు. ఇతడి నాల్గో పాలనా సంవత్సరంలో, నోదుకశ్రీ అనే అతడు తన దైవమైన హలంపురస్వామికి కొంత భూమిని దానంగా ఇచ్చాడని శాసనంలో ఉంది. దీనిని, గుంటూరు జిల్లాలోని నాగులాపురంగా చరిత్రకారులు గుర్తించారు.

రెండో వీరపురుషదత్తుడు

ఇతడు రుద్రపురుషదత్తుని సోదరుడు. యువరాజుగా ఉన్నప్పుడే మరణించినట్లు శాసనాల వల్ల తెలుస్తుంది.

కంచి పల్లవుల విజృంభణ వల్ల, ఇక్ష్వాకుల రాజ్యం పతనమైంది. పల్లవులు ఇక్ష్వాకుల రాజధాని విజయపురిని ఆక్రమించారు. పల్లవ సింహవర్మ శాసనం గుంటూరు జిల్లా, మంచికల్లు గ్రామంలో దొరికింది. ప్రాకృత భాషలోనున్న ఈ శాసన లిపి, ఇక్ష్వాకుల శాసన లిపిని పోలి ఉందని, శాసన లిపిశాస్త్ర పరిశోధకులు గుర్తించారు. ఇంతవరకు దొరికిన పల్లవ శాసనాల్లో, ఇదే అతి పురాతనమైంది. ఇక్ష్వాకుల రాజధానికి ఇంత దగ్గరలో పల్లవుల శాసనం ఉండటాన్ని బట్టి, పల్లవుల దండయాత్ర జరిగిందని తెలుస్తుంది. ఇక్ష్వాక రాజ్యం పతనమైన తర్వాత, వారి సామంతులు కృష్ణా లోయలో బృహత్పలాయనులు, గుంటూరు మండలంలో ఆనందగోత్రజులు, స్వాతంత్ర్యాన్ని ప్రకటించుకొన్నారు.

పరిపాలనా వ్యవస్థ

శాతవాహనుల పాలనా విధానాన్నే, కొద్ది మార్పులతో, ఇక్ష్వాకులు అనుసరించారు. వీరి పరిపాలనా విధానాన్ని గూర్చి తెలుసుకోవడానికి శాసనాలే ప్రధాన ఆధారం.

కేంద్ర ప్రభుత్వం

రాజు పరిపాలనలో సర్వాధికారి, నిరంకుశుడు. అన్ని అధికారాలు అతని చేతుల్లోనే ఉండేవి. రాజు ధర్మశాస్త్రాలు, స్మృతులు వివరించిన విధంగా పరిపాలించేవాడు. రాజులు బ్రాహ్మణుల పట్ల అనుసరించాల్సిన విధులను పేర్కొనడం జరిగింది. అందువల్ల, రాజు ధర్మాన్ని రక్షించే వాడే కాని, రూపొందించేవాడు కాదని అర్థం చేసుకోవాలి. రాజులు తమ విజయాలను వర్ణిస్తూ, తమ తండ్రి, తాతల గొప్పతనాన్ని శ్లాఘిస్తూ, శాసనాలు వేయించారు. వాసిష్టీపుత్ర శాంతమూలుడు 'మహారాజ' బిరుదును ధరించాడు. రాజులు పొరుగు రాజ్యాలపై విజయం సాధించడానికి ఆసక్తిని ప్రదర్శించేవారు. తమ విజయ సూచకంగా, అశ్వమేధ, వాజపేయ, అగ్నిష్టోమ వంటి యాగాలను నిర్వహించారు. ఈ వైదిక క్రతువుల ద్వారా తాము దైవాంశ సంభూతులుగా ప్రకటించుకొన్నారు. శాతవాహనుల కాలంలో సూత్రప్రాయంగా ఉన్న దైవదత్త రాజ్యాధికారం, ఇక్ష్వాకుల కాలం నాటికి స్పష్టంగా ఏర్పడింది. రాజు భూమి మీద భగవంతుని స్వరూపమని, రాజు అధికారాన్ని వ్యతిరేకిస్తే, భగవంతుడిని వ్యతిరేకించినట్లేనని భావించేవారు.

అమాత్యులు, అధికారులు

ఇక్ష్వాకుల శాసనాలు మహాతలవర, మహాసేనాపతి, మహాదండనాయక, కోష్టాగారిక (కోశాధికారి) అనే అధికారులను పేర్కొన్నాయి. ఒకే వ్యక్తి రెండు లేదా అంతకంటే ఎక్కువ పదవులను కూడా నిర్వహించేవాడు. పూగియ వంశానికి చెందిన వాసిష్ఠీపుత్ర స్కందశ్రీ, హిరణ్య వంశానికి చెందిన వాసిష్ఠీపుత్ర స్కందచలికి రెమ్మణక లాంటి వారు, మహాసేనాపతి, మహాతలవరి, మహాదండనాయక బిరుదులను ధరించారు. మహాతలవరులు సామంతస్థాయి కలిగిన అధికారులు. వీరు శాంతిభద్రతలను కాపాడేవారు. కేంద్ర ప్రభుత్వంలో మహాసేనాపతి, మహాదండనాయక అనే వారుండేవారు. మహాసేనాపతి సైనిక వ్యవహారాలను చూచేవాడు. మహాదండనాయకుడు నేర విచారణ చేసి, శిక్షలను విధించేవాడు. అంటే, న్యాయపరమైన విధులను నిర్వహించేవాడు. అధికారులతో రాజకుటుంబాలకు వైవాహిక సంబంధాలుండేవి.

స్థానిక పాలన

ఇక్ష్వాకులు తమ సామ్రాజ్యాన్ని కొన్ని 'రాష్ట్రా'లుగా విభజించారు. అల్లూరు, అమరావతి శాసనాల్లో 'రఠ'ల (రాష్ట్రం) ప్రస్తావన ఉంది. కొన్ని గ్రామాల సముదాయమే రాష్ట్రం. రాష్ట్రం శాతవాహనుల పాలనలోని 'ఆహారం' కు సమానమైన విభాగం. పూగి రాష్ట్రం, హిరణ్య రాష్ట్రం, ముండ రాష్ట్రం మొదలగు పేర్లు శాసనాల్లో ఉన్నాయి. ఇక్ష్వాకుల శాసనాల్లో గల 'రథికుడు', 'రథి', రాష్ట్ర పాలకుడు. ఇక్ష్వాకులు 'రాష్ట్రా'లను వేర్వేరు పేర్లతో, వివిధ స్థాయిల్లో విభజించారు. ఐదు గ్రామాలను 'గ్రామపంచక' గా పిల్చేవారు. 'మహాగ్రామ' అనే విభాగాన్ని 'మహాగ్రామిక' అనే ఉద్యోగి అధీనంలో ఉంచారు. గ్రామ పాలనాధికారం వంశపారంపర్యంగా జరిగేది. ఇక్ష్వాకుల శాసనాలు గ్రామాధికారిని 'తలవర' అని పేర్కొంటున్నాయి. అనేక గ్రామాధికారులపై అధికారం కలిగిన వాడు 'మహాతలవరి' అని భావించొచ్చు. రాజులు గ్రామాలను, భూములను దానం చేసినప్పుడు, ఆ గ్రామాధికారిని, గ్రామ ముఖ్యులను సమావేశపర్చి తెలియచేసేవారని తెలుస్తుంది.

న్యాయ పాలన

న్యాయ పాలనలో రాజే అత్యున్నతాధికారి. మహాదండనాయకుడు కేంద్రంలో నేరాలను విచారణ చేసి, శిక్షలను విధించేవాడు. న్యాయ విచారణకు ప్రత్యేకంగా ధర్మాసనాలు కూడా ఉండేవి. శిక్షలు కఠినంగా ఉండేవి. దేశద్రోహం, రాజద్రోహం నేరాలకు మరణ శిక్షను విధించేవారు. చిన్న నేరాలకు జరిమానాలను విధించడం, కొరడాలతో కొట్టడం వంటివి ఉండేవి. ఇక్ష్వాకుల న్యాయ విధానాన్ని గూర్చి తెలిపే ఆధారాలు ఎక్కువగా లభ్యం కాలేదు. కాని, శాతవాహనానంతర యుగానికే చెందిన విష్ణుకుండ రాజు మూడో మాధవవర్మ పాలమూరు శాసనంలో, తనను అనేక దివ్య పరీక్షలను నిర్వహించిన వాడుగా వర్ణించుకొన్నాడు. నేర నిర్ధారణ కోసం తొమ్మిది రకాల దివ్య పరీక్షలుండేవని తెలుస్తుంది. అవి

1. తులా దివ్య: తూకం వేసి నేరస్థుణ్ని నిర్ధారణ చేయడం
2. అగ్ని దివ్య: నేరస్థుడు కాళ్ళు కాలకుండా నిప్పుల మీద నడవాలి.
3. జల దివ్య: నీళ్ళలో ప్రయోగించిన బాణాలను మునిగి తేవాలి
4. విష దివ్య: త్రాచు పామున్న కుండ నుంచి కాటు పడకుండా ఉంగరాన్ని తీయాలి.
5. కోశ దివ్య: దేవతా విగ్రహాలను కడిగిన నీరు తాగి బ్రతకాలి.
6. తండుల దివ్య: మంత్రించిన బియ్యాన్ని నమలాలి.

7. తప్తమస్క దివ్య: మరుగుతున్న నూనెలోంచి నాణేన్ని తీయాలి.

8. ఫల దివ్య: కాలుతున్న బల్లెపు ఆరును చేతపట్టుకోవాలి. తర్వాత ఆ చేతిలో ధాన్యాన్ని నలపాలి.

9. ధర్మాధర్మ దివ్య: ధర్మమూర్తి విగ్రహాన్ని, అధర్మమూర్తి విగ్రహాన్ని ఒక జాడిలో వేసి నేరం మోపబడిన వ్యక్తి తీసే విగ్రహాన్ని బట్టి, నేర నిర్ధారణ చేసేవారు.

సైనిక వ్యవస్థ

శాతవాహనుల సైనిక విధానాన్నే ఇక్ష్వాకులు పాటించారు. సైన్యంలో రథ, గజ, తురగ, కాల్బలాలనే చతురంగ బలాలుండేవి. విలకాండ్రు కూడా ఉండేవారు. మహాసేనాపతి సైన్యాన్ని పర్యవేక్షణ చేసేవాడు. రాజు దండయాత్రల సందర్భంలో సైన్యానికి అవసరమైన నిత్యావసరాలను అంటే పాలు, పెరుగు, కూరగాయలను ఆయా గ్రామ ప్రజలు సమకూర్చాలి. కూర్చునేందుకు ఆసనాలు, పడుకొనేందుకు మంచాలను అమర్చడం లాంటి సౌకర్యాలను కల్పించాలి. సైనిక వర్గాలకు పాలనలో అత్యంత ప్రాముఖ్యత ఏర్పడింది. నాటి రాజ్య మనుగడ, దాని సైనిక బలం విజయాలపై ఆధారపడింది కాబట్టి, సైన్య నిర్వహణ, పోషణకు అత్యంత ప్రాధాన్యతనిచ్చి, రాజ్యాదాయంలో అధిక శాతాన్ని వినియోగించడం జరిగింది. సర్వసాధారణంగా, యుద్ధ సమయాల్లో రాజే స్వయంగా సైన్యాన్ని నడిపిస్తూ, నాయకత్వాన్ని చేపట్టేవాడు. గూఢచారుల ద్వారా శత్రు సైన్య బలాబలాలను, బలహీనతలను తెలుసుకొని తదనుగుణంగా యుద్ధ తంత్రాన్ని సిద్ధం చేసుకోవడం జరిగేది. కత్తులు, బల్లెంలు ప్రధాన ఆయుధాలుగా ఉండి, శిరస్త్రాణం, డాలు రక్షణకు వాడబడేవి. బాణాలను కూడా సంధించడం జరిగేది. యుద్ధ సమయాల్లో, సమీప గ్రామాల పంటలకు, ప్రజలకు విపరీత నష్టం జరిగి, భయానక వాతావరణం నెలకొనేది.

ఆదాయ, వ్యయాలు

ప్రభుత్వానికి భూమి శిస్తే ప్రధాన ఆదాయ మార్గం. దానిని 'భాగ' అనే వారు. అంటే, పంటలో రాజు భాగమని అర్థం. సాధారణంగా, పంటలో 1/6 వంతును భూమిశిస్తుగా వసూలు చేసేవారు. 'భోగ' అనే మరొక రకమైన భూమి శిస్తును స్థానిక పాలకులు వసూలు చేసుకొని, అనుభవించేవారు. ధన రూపంలో 'హిరణ్యం' లేదా 'దేయం', ధాన్య రూపంలో 'మేయం' అనే పన్నును వసూలు చేసేవారు. పరిశ్రమలు, వృత్తులు, వ్యాపారంపైన 'కర' అనే పన్నును వసూలు చేసేవారు. ఉప్పు, పంచదార లాంటి వివిధ వాణిజ్య వస్తువులపై పన్నులను విధించే వారు. రహదారులపై సుంకాన్ని విధించేవారు. అడవులు, పచ్చిక మైదానాలు రాజుకే చెందుతాయి. నీటి తీరువా పన్నును కూడా వసూలు చేసేవారు. వస్తు రూపంలో చెల్లించే సుంకాల్లో ప్రధానంగా చెప్పవల్సింది పశువులకు సంబంధించి విధించేది. వ్యవసాయదారులు తమ పశువులు ఈనిన మొదటి దూడను ప్రభుత్వానికి సుంకంగా సమర్పించే వారని మిరాశి వివరించారు.

రాజ్యాదాయాన్ని నాలుగు భాగాలుగా ఖర్చు చేసే వారని తెలుస్తుంది. ఒక భాగం ప్రభుత్వ నిర్వహణకు, సైన్య పోషణకు, పెద్ద ప్రభుత్వోద్యోగుల జీతభత్యాలకిచ్చేందుకూ, రెండో భాగం దేవాలయ నిర్మాణానికి, దైవారాధనకు, అందలి ఉత్సవ నిర్వహణకు, మూడో భాగం కవులు, పండితులు, మహామేధావంతుల పోషణకు, నాల్గో భాగం వివిధ మతాలకు బహుమతులుగా ఇచ్చేందుకు ఖర్చు చేసేవారని తెలుస్తుంది. అధిక సంఖ్యాక ప్రజలు చేపట్టిన వ్యవసాయాభివృద్ధికై దోహదం చేసే చెరువులు, కాలువల నిర్మాణానిక్కూడా పాలకులు రాజ్యాదాయంలో కొంత సొమ్మును వెచ్చించడం జరిగింది.

సామాజిక పరిస్థితులు

శాతవాహనానంతర సమాజంలో చాతుర్వర్ణాలతో పాటు, అనేక మిశ్రమ కులాలు, ఉపకులాలు అవతరించాయి. ప్రతి వ్యక్తి పుట్టుకతోనే, తన పూర్వీకుల వృత్తి, దానితో కూడిన సాంఘిక స్థితిని పొందేవాడు. తర్వాత కాలంలో వృత్తిపరంగా కులాలు ఏర్పడ్డాయి. వర్ణ సాంకర్యం కాకుండా చూడటం, రాజులు తమ ధర్మంగా భావించారు. అయినప్పటికి, వర్ణ సాంకర్యం జరిగేది. తమ వృత్తి ధర్మానికి భిన్నమైన వృత్తులను కూడా స్వీకరించిన సందర్భాలున్నాయి. దీనిని 'వర్ణసాంకర్య'మనే వారు. నాగార్జునకొండ శాసనాలననుసరించి, ఇక్ష్వాకుల కాలంలో పూగీయులు, హిరణ్యకులు, ముండలు, ధనికులు, నాగులు, సెబకులు, కులహకుల్లాంటి శాఖలున్నాయని తెలుస్తుంది. ఇక్ష్వాకులు పూగీయ, ధనిక, హిరణ్యక లాంటి స్థానిక కుటుంబాల వారితోనూ, ఉజ్జయినీ క్షాత్రపులతోనూ, వైవాహిక సంబంధాలను పెట్టుకోవాల్సొచ్చింది.

సమాజంలో బ్రాహ్మణుల స్థాయి మెరుగుపడింది. ఇక్ష్వాక రాజులు వైదిక క్రతువులను నిర్వహించడం, బ్రాహ్మణులను ఉన్నత పదవుల్లో నియమించడం, దేవాలయాలను నిర్మించడం వల్ల, బ్రాహ్మణుల ఆర్థిక స్థితి మెరుగు పడింది. రాజులు బ్రాహ్మణులకు భూమిని బ్రహ్మదేయంగా ఇచ్చారు. దానం చేసిన గ్రామంలోకి రాజోద్యోగులు ప్రవేశించరాదు. ఇటువంటి గ్రామాలకు 18 రకాల పన్నుల నుండి మినహాయింపు ఉండేది. క్రమంగా, దాన గ్రహీత సమాజంలో బలమైన వ్యక్తిగా అవతరించాడు. ఈ భూములను శూద్రులే సాగు చేసేవారు. రాజుకు, ప్రజలకు మధ్య భూస్వాములనే వర్గం అవతరించింది. బ్రాహ్మణులు తాము అధ్యయనం చేసే వేదశాఖను, అనుసరించే ధర్మసూత్రాలను బట్టి, మూడు శాఖలుగా ఏర్పడ్డారు. వారు, వేద పండితులు, దేవాలయ అర్చకులు, రాజోద్యోగులు. క్రీ.శ. రెండో శతాబ్దం నాటికి, శక, యవన, పహ్లవ, అభీర మొదలయిన విదేశీ జాతుల సంస్కృతీకరణ జరిగింది. వారు భారతీయ జీవన స్రవంతిలో కలిసిపోయారు. వారు పరిపాలకులు కావడం వల్ల, సమాజంలో క్షత్రియ సాంఘిక హోదాను పొందారు. శూద్రులు కూడా రాజకీయ ప్రాబల్యాన్ని పొంది, బ్రాహ్మణులను ఆదరించి, వైదిక క్రతువులను నిర్వహించి, క్షత్రియులుగా పరిగణింపబడ్డారు. వైశ్యులు వర్తక, వ్యాపారాలను చేసేవారు. పెద్ద వ్యాపారాలను వర్తక సంఘాలే నిర్వహించేవి. వీరు శ్రేణులుగా ఏర్పడేవారు. వైశ్యులే గాకుండా, సాలె, తెలిక, కమ్మరులు కూడా వర్తకాన్ని నిర్వహించేవారు.

సమాజంలో అధిక సంఖ్యాకులు శూద్రులు. వీరిలో వివిధ వృత్తుల వారున్నారు. వ్యవసాయదారులను హాలికులనే వారు. కమ్మరులు, కుమ్మరులు, వడ్రంగులు, సాలెవారు, రజకులు, క్షురకులు, చర్మకారులు మొదలగు అనేక చేతి వృత్తుల వారున్నారు. ఈ యుగం నాటి శాసనాల్లో 'రథకరు'లకు చేసిన దానాలను గూర్చి పేర్కొనడం జరిగింది. వీరిప్పటికి యజ్ఞోపవీతాన్ని ధరించి, విశ్వబ్రాహ్మణులమని, విశ్వకర్మ సంతతి వాళ్ళమని చెప్పుకుంటారు. కంసాలి, కమ్మర, కంచర, కాశి, వడ్రంగి వృత్తుల వారు, రథకులు ఒక్కటేనని చెబుతారు. వీరిక్కూడా రాజులు మాన్యాలనివ్వడం జరిగింది.

ఇక్ష్వాకుల కాలంలో కూడా, ఉన్నత కుటుంబాలకు చెందిన స్త్రీలు స్వతంత్రంగా దానాలు చేయడాన్ని, అమరావతి, నాగార్జునకొండ శాసనాలు పేర్కొంటున్నాయి. నాగార్జునకొండ వద్ద మహాచైత్యానికి, రాజ కుటుంబానికి చెందిన స్త్రీలు విరివిగా దానధర్మాలను చేశారు. ఇక్ష్వాక రాజులు వైదిక మతాన్ని అనుసరించినప్పటికి, స్త్రీలు మాత్రం బౌద్ధ మతాన్ని ఆదరించి, అనేక చైత్యాలను నిర్మించి, దానధర్మాలను చేశారు. శాతవాహనుల లాగా, ఇక్ష్వాక రాజులు తమ పేరుకు ముందు తల్లి పేరును చేర్చుకొన్నారు.

ఆర్థిక పరిస్థితులు

భూస్వామ్య వ్యవస్థ

శాతవాహనానంతర యుగంలోని రాజ్యవ్యవస్థ, భూస్వామ్య విధానంపై ఆధారపడింది. రాజు భూమికి సర్వాధికారనే సిద్ధాంతం భూస్వామ్య విధానానికి మూలమైంది. దీనికి దైవదత్తరాచరిక విధానం కూడా దోహదం చేసింది. భూమిని సాగుచేస్తున్న రైతుకు, భూమిపై హక్కులు తొలగిపోయాయి. అతడు సేద్యపు బానిస లాగా దిగజారిపోయాడు. రాజులు తమ ఇష్టానుసారం బ్రాహ్మణులకు, మత సంస్థలకు భూదానాలు, గ్రామ దానాలు ప్రకటించడం వల్ల, వారికి భూమిపై సర్వ హక్కులు లభించాయి. తర్వాత కాలంలో పరిపాలనా యంత్రాంగంలోని ఉన్నతాధికారులకు జీతాలు చెల్లించకుండా, అంతకు సమానమైన ఆదాయాన్నిచ్చే భూములనిచ్చేవారు. రాజులు మత సంస్థలకు, ఉద్యోగులకు, బ్రాహ్మణులకు భూదానాలను చేశారు. ప్రభుత్వాదాయానికి వ్యవసాయం ప్రధానమైనందున, రాజులు దాని అభివృద్ధి కోసం కృషి చేశారు. శాంతమూలుడు లక్షలాది నాగళ్ళను, ఆవులను, ఎద్దులను, బంగారాన్ని దానం చేశాడు. అంటే, వ్యవసాయాభివృద్ధికి కృషిచేశాడు. అడవులను నరికివేసి, కొత్తగా భూములను సాగులోకి తేవడమైంది. నీటి పారుదల కోసం కాలువలను, చెరువులను నిర్మించారు. నాగార్జునకొండలో అటువంటి కృత్రిమ నిర్మాణమొకటి బయల్పడింది.

రాజులు చేపట్టిన భూదానాలు కూడా వ్యవసాయాభివృద్ధికి తోడ్పడ్డాయి. బ్రాహ్మణులకు రుతువులు, పంచాగం, విత్తనాలు, నేలల స్వభావం, ప్రకృతి వైపరీత్యాల గురించి తెలుసు. బ్రాహ్మణులకు దానమిచ్చిన గ్రామాలకు 18 రకాల పన్నుల నుండి మినహాయింపు ఉండేది. ఈ విషయాన్ని పల్లవ శివస్కందవర్మ వేయించిన హీరహడగళ్ళి, మైదవోలు దాన శాసనాలు తెలియచేస్తున్నాయి. దానమిచ్చిన గ్రామాల్లోకి రాజోద్యోగులు కూడా ప్రవేశించరాదు. శాతవాహనానంతర యుగంలో కొత్త తరహా భూసంబంధాలు ఏర్పడ్డాయి. భూస్వామ్య వ్యవస్థ వేళ్ళూనడం ప్రారంభమైంది. స్థానిక పాలకులు రాజుకు విధేయులుగా ఉంటూ, కప్పాన్ని చెల్లించేవారు. సైన్యాన్ని పోషించి, యుద్ధ సమయంలో రాజుకు సరఫరా చేసేవారు. గ్రామాధికారులు స్థానిక పాలకుడికి విధేయులుగా ఉంటూ, వారి ఆదాయం నుండి కొంత భాగాన్ని చెల్లించడం జరిగేది.

వ్యవసాయం - పంటలు

వ్యవసాయం ప్రజల ప్రధానమైన జీవనాధారమైంది. వరి, గోధుమ, చెరకు వంటి మాగాణి పంటలు, జొన్న, సజ్జ, రాగులు వంటి మెట్ట పైరులు, కందుల వంటి పప్పు ధాన్యాలు, నువ్వులు, ఆముదాల వంటి నూనె గింజలు, జనుము వంటి పశుగ్రాసం, పత్తి ఆనాటి ముఖ్యమైన పంటలుగా ఉన్నాయి. పత్తి మెట్ట, మాగాణి పంటగా పండించబడేది. వ్యాపార పంటైన కొబ్బరి, తీర ప్రాంతాల ఆర్థికాభివృద్ధికి తోడ్పడింది. క్రీ.శ. రెండో శతాబ్దంలో ఉన్న శక పాలకుడు, ఋషభదత్తుడు ముప్పై రెండు వేల కొబ్బరి చెట్లు, ఎనిమిది వేల కొబ్బరి చెట్లు ఉన్న రెండు తోటలను బ్రాహ్మణులకు దానం చేశాడని, నాసిక్ శాసనం ద్వారా తెలుస్తుంది. రవాణా సౌకర్యాలు, నౌకాయానం అంతగా అభివృద్ధి కాని నాడు, పంటల ఉత్పత్తులకు స్థానిక మార్కెట్లే వ్యాపార కేంద్రాలుగా ఉన్నాయి.

చేతివృత్తులు - శ్రేణులు

నాగార్జునకొండ తవ్వకాల్లో వృత్తిపని వారి ఇండ్లు బయటపడ్డాయి. ఒక ఇంట్లో స్వర్ణకారుల వృత్తి సామాగ్రి, అంటే, అచ్చులు, మూసలు దొరికాయి. అనేక రకాలైన బంగారు, వెండి కళాత్మక వస్తువులు దొరికాయి. ఇక్ష్వాకుల శాసనాల్లో 'పర్ణిక శ్రేణి' (తమలపాకుల వారి శ్రేణి), పూసిక శ్రేణి (మిఠాయి తయారీదార్లు), మరొక శాసనంలో కులిక ప్రముఖుడు (శ్రేణి నాయకుడు) అనే పదాలు కన్పిస్తున్నాయి. కొంతమంది వృత్తి పనివారు ఒక దేవాలయాన్ని, మంటపాన్ని కట్టించి, దాని నిర్వహణకై అక్షయ నిధిని ఏర్పాటు చేసినట్లు తెల్పే ఒక శాసనం దొరికింది. గ్రామాల్లో చేతి పరిశ్రమలు కొనసాగుతున్నట్లు విళపట్టి శాసనం సూచిస్తుంది.

దేశీయ, విదేశీయ వాణిజ్యం

ఇక్ష్వాకుల కాలంలో కూడా రోమ్ దేశంతో వాణిజ్యం కొనసాగింది. నాగార్జునకొండలో రోమన్ నాణేలు లభ్యమయ్యాయి. విజయపురి (నాగార్జునకొండ) లో రోమన్ వర్తక కేంద్రముండేదని తెలుస్తుంది. దేశీయ, విదేశీయ వాణిజ్యం వైశ్యుల అధీనంలో ఉండేది. క్రీ.శ.3 వ శతాబ్దం నాటికే రోమ్ దేశంతో వాణిజ్యం క్రమంగా క్షీణించడం ప్రారంభమైంది. దేశంలో బలమైన కేంద్రీకృతాధికారం లేనందు వల్ల చిన్న చిన్న రాజ్యాలేర్పడి తరచుగా యుద్ధాలు చేయడం వల్ల, దేశీయ వాణిజ్యానికి, కుటీర పరిశ్రమలకు నష్టం వాటిల్లింది. నగరాలు, గ్రామాల పతనం ప్రారంభమైంది. తెలంగాణ, ఆంధ్రప్రదేశ్‌లో అత్యధిక సంఖ్యలో దొరికిన శాతవాహనుల నాణేలతో పోల్చినప్పుడు, శాతవాహనానంతర రాజ వంశాల నాణేలు అత్యల్పం. అంతేగాక, శాతవాహనుల తదుపరి మరెవ్వరూ ఓడ బొమ్మతో నాణేలను వెయ్యలేదు. క్రీ.శ. మూడో శతాబ్దం తర్వాత రోమన్ సామ్రాజ్యంలో వర్తకం ఇంతకు పూర్వం లాగా సముద్ర మార్గం ద్వారా కాక, ఎక్కువగా భూమార్గాల ద్వారా జరిగింది. కాబట్టి, ఉత్తర భారతదేశపు వర్తక కేంద్రాలకు అధిక ప్రాధాన్యత కల్గింది. ఇక్ష్వాక రాజు వీరపురుషదత్తుని పరిపాలనా 14 వ సంవత్సరంలో వేసిన నాగార్జునకొండ శాసనం, ఘంటసాలను పేర్కొంది. కృష్ణానది ముఖద్వారంలో ఉండటం చేత, ప్రధాన ఓడరేవుగా వర్ధిల్లింది. శాతవాహనుల కాలం నుండి బరుకచ్చం (బ్రోచ్), కల్యాణి (మహారాష్ట్ర), సొపార్, మైసోలియా (మచిలీపట్నం) లు ఓడ రేవులుగా కొనసాగాయి. భారతదేశం నుండి సుగంధ ద్రవ్యాలు, ఇనుము, ఉక్కు, నూలు గుడ్డలు, కొబ్బరి కాయలు, మొదలగు వాటిని ఎగుమతి చేసి, బంగారం, వెండి, రాగి, మత్తు పానీయాలు, గాజు సామగ్రి మొదలగు వాటిని దిగుమతి చేసుకొనేవారు. వాణిజ్యం భారతదేశానికి అనుకూలంగా ఉండేది. అందువల్ల రోమన్ సామ్రాజ్యం భారతదేశ వ్యాపారం మీద నిషేధాన్ని విధించడంతో చేతివృత్తులు, పట్టణాలు పతనమైనాయి.

దేశీయ, విదేశీయ వాణిజ్యం క్షీణించడం చేత, వ్యవసాయ రంగానికి ప్రాధాన్యత పెరిగింది. ద్రవ్య ఆర్థిక వ్యవస్థకు బదులు, వస్తు మార్పిడి విధానం బలపడింది. కావలసిన వస్తువులు, సేవలను పొందేందుకు, ధాన్యం బదులు ఇవ్వడం జరిగింది. రాజులు నాణేలను జారీచేసే అవసరం లేకుండా పోయింది. నగర సంస్కృతి క్షీణించి, దాని స్థానంలో గ్రామీణ సంస్కృతి వృద్ధి చెందింది. గ్రామ అవసరాలను తీర్చడమే ఆనాటి లక్ష్యంగా మారింది.

సాంస్కృతిక వికాసం

ఇక్ష్వాకుల పాలనలో మత, సాహిత్య, వాస్తు కళారంగాలు గణనీయమైన ప్రగతిని సాధించాయి. వైదిక, బౌద్ధ, జైన మతాలు వర్ధిల్లాయి. ప్రాకృతం రాజభాషైనప్పటికీ, సంస్కృతం మంచి ఆదరణ, అభివృద్ధిని సాధించింది. బౌద్ధ

స్తూపాలు, విహారాలు, చైత్యాలు, నవగ్రహ, సర్వదేవాలయ హైందవ దేవాలయాలు నాటి వాస్తు శిల్ప కళారీతులను కనువిందు చేస్తున్నాయి.

మత రంగ ప్రగతి

బౌద్ధం

ఇక్ష్వాకు రాజుల్లో వీరపురుషదత్తుడు తప్ప, మిగిలిన ముగ్గురు రాజులు వైదిక మతావలంబులు. కాని, వారి రాణులు మాత్రం బౌద్ధ మతాన్ని ఆదరించి, దానాలను చేశారు. క్రీ.శ. రెండో శతాబ్దం నాటికి నాగార్జునకొండ భారతదేశంలోనే ప్రసిద్ధ బౌద్ధ ఆరామంగా విలసిల్లింది. నాగార్జునకొండ శాసనాలు అనేక బౌద్ధ మత శాఖలను పేర్కొంటున్నాయి. మహా సాంఘికుల్లో పూర్వశైలీయులు (పుబ్బశైలులు) అపరశైలీయులు, బహుశ్రుతీయులు అనే శాఖలు అవతరించాయి. అమరావతి పూర్వశైలీయులకు, నాగార్జునకొండ అపరశైలీయులకు ప్రధాన కేంద్రాలుగా ఉండేవి. బౌద్ధంలోని రాజగిరికులు, మహీశాసకులు, సిద్ధాంతికులు వంటి శాఖలు కూడా నాగార్జునకొండలో ఉండేవి. ఇక్ష్వాక రాజు వీరపురుషదత్తుని కాలం బౌద్ధ మతానికి ఉజ్వలమైందని చెప్పొచ్చు. ఇతడి మేనత్త శాంతిశ్రీ, వీరపురుషదత్తుని ఆరో పాలనా సంవత్సరంలో, బుద్ధుడి ధాతువును నిక్షిప్తం చేసిన మహాచైత్యాన్ని నాగార్జునకొండలో నిర్మించి, తొమ్మిది ఆయక స్థంభాలను నెలకొల్పింది. ఆయక స్థంభంపై ప్రాకృతంలో 'సమ్మ సంభుధన ధాతు వర పరిగ్రహిత' అని ఉంది. అంటే, 'బుద్ధుని యొక్క శ్రేష్ఠమైన అస్తికను పరిగ్రహించినది' అని అర్థం. బ్రాహ్మణులు, శ్రమణులు, పేద ప్రజలను కనికరించి, శాంతిశ్రీ అనేక దానాలను చేసింది. ఆమె కుటుంబ సభ్యుల పట్ల ఎంతో ప్రేమ కలిగి, వారి క్షేమాన్ని కోరింది. మొత్తం ప్రపంచ ప్రజానీకం, సమస్త జీవులు ఉభయ లోకాల్లో ఆనందాన్ని పొందాలని శాంతిశ్రీ ఆకాంక్షించింది. తన ప్రయోజనాల కంటే అందరి క్షేమం కోరే మహాయన బౌద్ధాన్ని గుర్తు చేస్తుంది. నాగార్జునకొండలో బయల్పడిన బౌద్ధ శిల్పాలు అక్కడ మహాయానం విలసిల్లిందని రూఢి పరుస్తున్నాయి.

రాజ కుటుంబానికి చెందిన వీరేగాక, సామాన్య స్త్రీలు కూడా బౌద్ధ విహారాలకు దానాలను చేసి, శాసనాలను వేయించారు. రాజ భాండాగారికుడైన బోదిశర్మ మేనకోడలు, ఉపాసిక బోదిశ్రీ, విజయపురిలో, చుళదమ్మగిరి వద్ద ఒక ఆరామాన్ని నిర్మించింది. ఇది సింహళ విహారంగా ప్రసిద్ధికెక్కింది. సింహళ దేశం నుండి వచ్చిన బౌద్ధ ప్రచారకులు, కాశ్మీర, గాంధార, చీన, చిలాట, తోసలి, అపరాంత, వంగ, వనవాస, యవన, దమిళ, పాలూర, మొదలగు దేశాల్లో, ధర్మ ప్రచారం చేసేవారని పేర్కొనడం జరిగింది. వీరపురుషదత్తుని కుమార్తె కొడబలిశ్రీ, మహీశాసికుల కోసం ఒక విహారాన్ని నిర్మించినట్లు ఒక శాసనంలో ఉంది. ఎహువల శాంతమూలుని కాలంలో, అతని తల్లి మహాదేవి భట్టిదేవ బహుశ్రుతీయులు కొరకు, ఒక మహావిహారాన్ని, ఒక మహాచైత్యాన్ని నిర్మించింది.

సింహళం, నాగార్జునకొండ మధ్య, బౌద్ధ మత సంబంధాలుండేవి. శ్రీలంక నుండి బౌద్ధ భిక్షువులు నాగార్జునకొండను సందర్శించడానికి వచ్చేవారు. నాగార్జునకొండ శాసనాలననుసరించి, మహా సాంఘిక ఆచార్యులు ఐదు నికాయల్లోని దిఘనికాయ, మజ్జిమ నికాయలను కంఠస్తం చేసేవారని తెలుస్తుంది. ఆంధ్రప్రదేశ్‌లో నాగార్జునకొండతో పాటు, జగ్గయ్యపేట, చినగంజాం, రామిరెడ్డిపల్లి, బావికొండ, తెలంగాణాలో నేలకొండపల్లి, తుమ్మల గూడెం, గాజులబండ (నల్గొండ జిల్లా) ప్రధాన బౌద్ధ మత కేంద్రాలుగా విరాజిల్లాయి. దిఘ, మజ్జిమ నికాయలననుసరించి, బాదంత ఆనందుడు అపరమహావినసైలీయ శాఖకు చెందిన వాడని తెలుస్తుంది. ఇతడు క్రీ.శ. మూడో శతాబ్దికి చెందినవాడు. బహుశ ఇతని

ప్రోద్భలం మీటనే పేరపురుషదత్తుడు బౌద్ధ మతాన్ని స్వీకరించి ఉంటాడు. ఆర్యదేవుడు, ధర్మనంది, బాదంత ఆనందుడు, ఆచార్య నాగార్జునుని శిష్యులు. ఆర్యదేవుడు 'చిత్తశుద్ధి ప్రకరణ' మనే గ్రంథాన్ని రచించాడు. ఇతడు వైదికాచారాలను అపహాస్యం చేసినందు వల్ల, వైదికులచేత హత్యకు గురయ్యాడు.

శాతవాహనానంతర యుగంలో (క్రీ.శ. మూడో శతాబ్దం నుండి క్రీ.శ. ఏడవ శతాబ్దం మొదటి పాదం వరకు) భావవివేకుడు, బుద్ధఘోషుడు, ధర్మకీర్తి, సిద్ధ నాగార్జునుడు వంటి వారు తమ కార్యకలాపాలను సాగించారు. క్రీ.శ. ఐదవ శతాబ్దానికి చెందిన భావవివేకుడు నాగార్జునుని మాధ్యమిక శాస్త్రంపై 'ప్రజ్ఞాప్రదీప' అనే వ్యాఖ్యానాన్ని రచించాడు. మహాయానానికి ఆచార్య నాగార్జునుడెంతటి వాడో, థేరవాదానికి (హీనయానం) బుద్ధఘోషుడంతటివాడు. శ్రీలంక భాషలో ఉన్న అట్ట కథలను పాళీ భాషలో రాయాలనే సంకల్పంతో శ్రీలంకకు వెళ్ళి, అమరాధపురం విహారంలో నివసిస్తూ, అక్కడి థేరవాదుల కోసం 'విశుద్ధమొగ్గ' అనే గ్రంథాన్ని రాశాడు. ధర్మకీర్తి నలంద విశ్వవిద్యాలయంలో విద్యాభ్యాసం చేశాడు. కంచి ధర్మపాలుని శిష్యుడు. ప్రపంచంలో బౌద్ధ తర్కానికి పేరు ప్రఖ్యాతులను కల్పించాడు. సిద్ధనాగార్జునుడు ధాన్యకటకం, శ్రీపర్వతంపై నివాసమున్నాడు. ఇతడు బౌద్ధంలో తాంత్రిక వాదమైన వజ్రయాన మతస్థుడు. ఇతడు తెలుగువాడని రామిరెడ్డిపల్లి శాసనం తెలుపుతుంది. ఇతడు రససిద్ధి, స్వర్ణసిద్ధి, వజ్రయాన సిద్ధిని పొందాడు. మధువు, మాంసం, మత్స్యం, ముద్ర, మైధునం అనే పంచమ కార్యాలను వజ్రయానశాఖ వారు ఆచరిస్తారు. సాధారణ నీతి నియమాలు తమకు వర్తించవని తమ చర్యలను సమర్థించుకొంటారు. ధాన్యకటకం, శంఖవరం, రామతీర్థం, శాలిహుండం వజ్రయాన కేంద్రాలు. ఇక్ష్వాకుల కాలంలో రాజాదరణ, ప్రజాదరణ పొందిన బౌద్ధ మతం, తర్వాత కాలంలో క్షీణించడం ప్రారంభమైంది.

జైనం

ఇక్ష్వాకుల కాలంలో పెనుగొండ, పిఠాపురం, నేదునూరు, తాటిపాక, ఆర్యవటం, ద్రాక్షారామం ప్రధాన జైన మత కేంద్రాలు. ఆర్యవటంలో క్రీ.శ. మూడో శతాబ్దానికి చెందిన ఆరు తీర్థంకరుల విగ్రహాలు దొరికాయి.

పౌరాణిక హిందూ మతం - శైవ, వైష్ణవాలు

ఇక్ష్వాక రాజు శ్రీశాంతమూలుడు అశ్వమేధ, వాజపేయ, అగ్నిష్టోమ, అగ్నిహోత్ర ఇత్యాది వైదిక క్రతువులను నిర్వహించాడు. ఇతడు పౌరాణిక దేవతలైన విరూపాక్షపతి (శివుడు), మహాసేన (స్కంద), కార్తికేయుల పాదభక్తుడు. ఎహువల శాంతమూలుడు పుష్పభద్రస్వామి అనే పేరుతో, శివాలయాన్ని నాగార్జునకొండలో నిర్మించాడు. ఇతని సేనాని ఎలిశ్రీ, కుమారస్వామికి 'సర్వదేవ' అనే పేరుతో, శివాలయాన్ని నిర్మించినట్లు శాసనాల ద్వారా తెలుస్తుంది. 'నోడగేశ్వర' అనే ఆలయం నాగార్జునకొండలో ఉన్నట్లు, దాని కోసం ఒక వర్తకుని కూతురు రతవశ్య, మరికొందరు కలిసి 'నోడగేశ్వర' స్వామికి దానధర్మాలు చేసినట్లు తెలుస్తుంది. ఎహువల శాంతమూలుని కాలంలో, ఇక్ష్వాక రాజ్యంపై దండెత్తి వచ్చిన అభీర వసుసేనుడి సేనాని శివసేనుడు, నాగార్జునకొండలో 'అష్టభుజస్వామి' అనే పేరున, వైష్ణవాలయాన్ని నిర్మించినట్లు, అతడి శాసనం తెలియచేస్తుంది. ఇక్ష్వాకుల కాలంలో మాతృదేవతారాధన కూడా ఉండేది. నాగార్జునకొండలో హారీతి దేవాలయం నిర్మింపబడింది. ఆనాడు స్త్రీలు సంతానం కోసం, హారీతి దేవాలయంలోని సప్తమాత్రికల వద్ద గాజులను సమర్పించేవారని శాసనాల ద్వారా తెలుస్తుంది. ఇక్ష్వాకుల కాలంలో పౌరాణిక శైవ, వైష్ణవ, శాక్తేయ మతాలు ఆదరింపబడ్డాయి. స్కంద గణపతి, యక్షుడు, హారీతి దేవతా గణాన్ని పూజించారు.

భాషా సాహిత్యాలు - ప్రగతి, పురోగతి

ఇక్ష్వాకుల కాలంలో ప్రాకృతమే రాజభాషైనప్పటికి, క్రీ.శ. నాల్గో శతాబ్దం నుండి శాసనాల్లోనూ, సాహిత్యంలోనూ ప్రాకృత భాష స్థానాన్ని సంస్కృతం ఆక్రమించింది. మహాయాన బౌద్ధ మతం అవతరించడం, బౌద్ధ మతం స్థానంలో వైదిక మతం బలపడటం కూడా ఇందుకు కారణాలుగా చెప్పొచ్చు. ఎహువల శాంతమూలుని పరిపాలనా పదకొండవ సంవత్సరానికి పూర్వం, శాసనాలు ప్రాకృతంలో ఉన్నాయి. తర్వాత కాలం నాటివి సంస్కృతంలో ఉన్నాయి. ఆయనకు ముందు పాలించిన వీరపురుషదత్తుని శాసనాలు సంస్కృతంలో ఉన్నాయి. ఎహువల శాంతమూలుని సేనాని ఎలిశ్రీ వేసిన సర్వదేవ శాసనం కూడా సంస్కృతంలోనే ఉంది. బృహత్పలాయన రాజు జయవర్మ కొండముడి శాసనం కూడా సంస్కృత భాషలో ఉంది. శాలంకాయనులు, ఆనంద గోత్రజుల శాసనాల్లో ప్రాకృతం, సంస్కృతం రెండు భాషలుపయోగించారు. విష్ణుకుండుల శాసనాలన్నీ సంస్కృతంలోనే ఉన్నాయి.

సంస్కృత భాషకు రాజాదరణ లభించింది. రాజులు వేదపండితులకు గ్రామాలను, భూములను దానం చేశారు. ఇక్ష్వాకుల కాలంలో ధాన్యకటకం (అమరావతి), నాగార్జునకొండల్లో ప్రసిద్ధిగాంచిన విశ్వవిద్యాలయాలు వర్ధిల్లాయి. ఇక్కడికి విద్యార్జన కోసం శ్రీలంక, టిబెట్, నేపాల్ నుండే గాక, మన దేశంలోని అన్ని ప్రాంతాల నుండి బౌద్ధ భిక్షువులు వచ్చేవారని క్రీ.శ. ఎనిమిదవ శతాబ్దానికి చెందిన ఉద్యోతనుడు 'కువలయమాల' అనే గ్రంథంలో పేర్కొన్నాడు. ఆచార్య నాగార్జునుని శిష్యుడు ఆర్యదేవుడు 'చిత్తశుద్ధి ప్రకరణం' అనే గ్రంథాన్ని రాశాడు. ఇక్ష్వాకుల శాసనాల్లో ఖగోళ విజ్ఞానం, వైద్యం, గణితం మొదలైన శాస్త్రాల ప్రసక్తి ఉంది. క్రీ.శ. ఏడవ శతాబ్దంలో భారతదేశాన్ని సందర్శించిన చైనా యాత్రికుడు హ్యూయాన్‌త్సాంగ్, శ్రీపర్వత విహారం నిరాదరణకు గురైనట్లు పేర్కొన్నాడు.

వాస్తు కళలు - పరిణామ పురోగతి

క్రీ.శ. 3, 4 శతాబ్దాల్లో దక్కన్‌లో బౌద్ధ కళలు, వాస్తు పద్ధతి ఉజ్వలంగా వర్ధిల్లాయి. శాతవాహన సామ్రాజ్యం పతనమైనప్పటికి, వాస్తు కళలు అంతరించలేదు. నాగార్జునకొండ తవ్వకాల్లో క్రీ.శ. మూడో శతాబ్దానికి చెందిన శత్రుదుర్భేద్యమైన కోట, కందకం, కోట లోపలి అనేక భవనాలు, బహిరంగ ప్రదర్శశాల (స్టేడియం) శాంతమూలుని అశ్వమేధ వేదిక, బౌద్ధ స్తూపాలు, విహారాలు, చైత్యాలు, ఆరామాలు, దేవాలయాలు, స్నానఘట్టాలు మొదలైనవెన్నో బయల్పడినాయి. క్రీడాస్థలం వివిధ అంతస్తుల్లో నిర్మించబడ్డది. భారత దేశంలో ఎక్కడ ఇటువంటి నిర్మాణం బయల్పడలేదు. దీనిని రోమన్ నిపుణుల సహాయంతో నిర్మించి ఉంటారని, కొందరు పండితుల అభిప్రాయం. నాగార్జునకొండలో సుమారు 30 బౌద్ధ ఆరామాలుండేవి. బౌద్ధంలో వివిధ శాఖలకు చెందిన వారు వీటిని నిర్మించారు. క్రీ.శ. మూడో శతాబ్దం నుండి బౌద్ధమతంలో వచ్చిన మార్పులకు నిదర్శనంగా, నాగార్జునకొండ నిల్చింది. బౌద్ధ మతంలోని అపరమహావినశైలీయ, మహావిహారవాసిని, మహీశాసిక, బహుశృతీయ శాఖల ప్రభావం అక్కడి వాస్తు శిల్పంపై ప్రసరించింది. బుద్ధుడిని మానవ రూపంలో చూపడం ఇంతకు పూర్వం నిషేధం. కాని, అపరమహావినశైలీయ శాఖ నుండి వచ్చిన ఆదరణ మూలంగా, బుద్ధుని విగ్రహాలను అందంగా చెక్కారు.

క్రీ.శ. మూడో శతాబ్దంలో నిర్మించిన బౌద్ధ స్తూపాలు, విహారాలు, తెలంగాణాలో నేలకొండపల్లి (ఖమ్మం జిల్లా) గాజులబండ (నల్గొండ జిల్లా), తుమ్మల గూడెం (నల్గొండ జిల్లా), నందికొండ (నల్గొండ జిల్లా)లో ఉన్నాయి. ఆంధ్రప్రదేశ్ రాష్ట్రంలో గోలి, చందవరం, దూపాడు, నంబూరు, ఉప్పుగుండూరు, రెంటాల మొదలైన చోట్ల ఉన్నాయి. నాగార్జునకొండలో

మూడు రకాలైన స్తూపాలున్నాయి. అవి: 1) బుద్ధుడు లేదా ప్రముఖ బౌద్ధ భిక్షువు శరీర అవశేషాలైన ఎముకలు, దంతాలు, వెంట్రుకలు, గోళ్ళు మొదలైన వాటిపై నిర్మించే స్తూపాలు; 2) బౌద్ధ భిక్షువులు వాడిన భిక్షా పాత్రలు, వస్తువులు మొదలైన వాటిపై నిర్మించే స్తూపాలు; 3) అస్తికలు, వస్తువులు ఏవి లేకుండా, బుద్ధునిదో, ఆయన శిష్యులదో స్మృతి చిహ్నంగా కట్టిన స్తూపాలు.

నేలకొండపల్లిలో దొరికిన బుద్ధ విగ్రహం

నాగార్జునకొండ వద్ద ఆరవ నంబరు స్తూపానికి సంబంధించిన శిల్ప కళ

అమరావతి శిల్ప నిర్మాణ చివరి ఘట్టం ఇక్ష్వాకుల కాలంలో కూడా కొనసాగింది. అమరావతి శిల్ప సంప్రదాయం నాగార్జునకొండ శిల్ప నిర్మాణంలో ఉన్నత శిఖరాలకు చేరుకొన్నది. ఇక్ష్వాకుల కాలంలో నాగార్జునకొండ ఈ శిల్పకళకు కేంద్రమైంది. బుద్ధుడిని చిహ్నాల రూపంలో శిల్పులు మల్చు పద్ధతి ఇంకా ఆగిపోలేదు. బుద్ధుడి జీవితానికి సంబంధించిన పాదాలు, అశ్వం, బోధివృక్షం, ధర్మచక్రం, స్తూపం, త్రిశూలం చిహ్నాలుగా చెక్కబడ్డాయి. బుద్ధుడు, యశోధర, రాహులుడి కలయిక, శిబి జాతకం, మాంధాత జాతకం వంటి కథలు, నాగార్జునకొండ, ఘంటశాల, గుమ్మడిదుర్రు, గోలి, చైత్యములందు మలచబడినాయి. బుద్ధ ప్రతిమలు, శాంతమూలుని స్మారక స్తంభం, వీరపురుషదత్తుని బ్రాహ్మణ మత నిరసన, బౌద్ధ మతావలంబనం, వీరపురుషదత్తుడు తిరుగుబాటునణచడం, మైథున శిల్పాలు మొదలయినవి ఇక్ష్వాకుల శిల్ప కళా ఖండాలు.

శాతవాహనానంతర కాలంలో నిర్మించబడ్డ అతి ముఖ్యమైన స్తూపం నేలకొండపల్లిలో ఉంది. ఒక మహాస్తూపం, చతుశ్శాల రకం విహారాలు, నిలువెత్తు బుద్ధుని విగ్రహాలు అనేకం ఇక్కడ బయల్పడ్డాయి. క్రీ.శ. మూడో శతాబ్దం నుండి, క్రీ.శ. ఆరో శతాబ్దం వరకు, ఈ నిర్మాణాలు జరిగాయి. బుద్ధుని కంచు విగ్రహం, పాలరాయిపై చెక్కిన తొమ్మిది బుద్ధ విగ్రహాలు, తవ్వకాల్లో బయటపడ్డాయి. విగ్రహాలు లభించిన చోటుకు సమీపంలోనే పాలరాతి ముక్కలు, నీటి తొట్టెలు బయల్పడటం చేత, అది బుద్ధ విగ్రహాలను తయారుచేసే శిల్ప కర్మాగారమని వి.వి.కృష్ణశాస్త్రి అభిప్రాయం. నేలకొండపల్లి

బుద్ధ విగ్రహాలు అమరావతి శిల్పకళకు అద్దం పడుతున్నాయి. గాజులబండలో బౌద్ధ స్తూపం, విహారం, చైత్య అవశేషాలు బయల్పడ్డాయి. సున్నపు రాయితో చేసిన రెండు సింహాల బొమ్మలు ఇక్కడ దొరికాయి. నందికొండలో కొన్ని బౌద్ధ నిర్మాణాలు బయల్పడ్డాయి.

ఇక్ష్వాకుల కాలంలో హైందవ దేవాలయాల నిర్మాణం ప్రారంభమైంది. ఎహువల శాంతమూలుని కాలంలో, నాగార్జునకొండలో కార్తికేయ, పుష్పభద్ర, అష్టభుజస్వామి, హారీతి, కుబేర, నవగ్రహ ఆలయాలు నిర్మింపబడినట్లు నాగార్జునకొండ తవ్వకాల్లో బయల్పడిన శిథిలాల ద్వారా తెలుస్తుంది. ఏలేశ్వరం (నల్గొండ జిల్లా)లో సర్వ దేవాలయం నిర్మింపబడింది. నాగార్జునకొండలోని దేవాలయాలు, గర్భగుడి, అంతరాళం, మంటపం, ధ్వజస్తంభం, ప్రాకారమనే విభాగాలతో, ఆగమశాస్త్రం ప్రకారం నిర్మించారని తెలుస్తుంది. పౌరాణిక, ఇతిహాస గాథల శిల్పాలను, దేవాలయాల్లో ప్రతిష్ఠించడం ఇక్ష్వాకుల కాలంలో కొనసాగింది. నాగార్జునకొండ శిల్పాల్లోని స్త్రీమూర్తుల్లో శృంగారానుభూతి ఎక్కువగా గోచరిస్తుంది. స్త్రీల శిల్పాలు సన్నగాను, వయ్యారంగాను మలచబడినాయి.

శాతవాహనుల సామంతులుగా అధికారాన్ని ప్రారంభించిన ఇక్ష్వాకులు, వారి పతనానంతరం స్వతంత్ర పాలన సాగిస్తూ, వారి పాలనా విధానం,సాంస్కృతిక రీతులను కొనసాగించడం జరిగింది. వీరి పేర్లు కూడా, శాతవాహనుల లాగా, ముందు మాతృ నామాన్ని చేర్చడం జరిగింది. సమీప రాజ వంశాల వారితో వైవాహిక సంబంధాలనేర్పర్చుకొని, తద్వారా తమ అధికార సుస్థిరత, వ్యాప్తికి కృషి చేయడం జరిగింది. ఇక్ష్వాక పాలకులు విస్తారంగా దానాలను నిర్వహించి, వాటిలో భూమితో పాటు, ఎద్దులను, నాగళ్లను, గోవులను కూడా వేల సంఖ్యలో ప్రదానం చేసి, వ్యవసాయాభివృద్ధి పట్ల తమ ఆసక్తిని, ప్రోత్సాహాన్ని కనబర్చారు. ఇదే ఆశయంతో చెరువులు, కాలువల నిర్మాణాన్ని కూడా చేపట్టడం జరిగింది. వీరి పాలనలో శూద్రులు, స్త్రీలు సామాజిక రంగంలో స్వాతంత్ర్యాన్ని, ప్రగతిని పొందగలిగారు. ఆర్థిక రంగంలో వ్యవసాయంతో పాటు చేతి వృత్తుల పరిశ్రమలు, దేశీయ, విదేశీయ వాణిజ్యం వృద్ధి చెందాయి. రోమ్ నగరంతో విదేశీ వ్యాపారం సాగినట్లుగా తెలుస్తుంది. కృష్ణానదీ ముఖద్వారంలో ఉన్న ఘంటసాల ప్రధాన ఓడరేవుగా నిల్చింది. బౌద్ధ, జైనాలు, శైవ, వైష్ణవాల వ్యాప్తి, సంస్కృత భాషా వ్యాప్తికి, వాస్తు, శిల్పాల ప్రగతికి దోహదమైంది. అమరావతి, నాగార్జునకొండ, నేలకొండపల్లి, తుమ్మల గూడెం, గాజులబండ, మొదలగు ప్రదేశాల్లో ఇక్ష్వాకులు నిర్మించిన బౌద్ధ స్తూపాలు, విహారాలు, స్మృతి చిహ్నాలు, శైవ, వైష్ణవ ఆలయాలు, వారి కళాభివృద్ధికి, సాంస్కృతిక సేవకు, నీరాజనం పడుతున్నాయి.

05

శాతవాహనానంతర యుగం - వాకాటకులు

క్రీ.శ. మూడో శతాబ్దం మధ్య భాగం నుంచి ఆరో శతాబ్దం మధ్య భాగం వరకు దక్కన్‌ను పరిపాలించిన రాజ వంశాలన్నింటిలో వాకాటకులకు ప్రత్యేకమైన స్థానముంది. దక్కన్ సంస్కృతిని ప్రభావితం చేసిన అతి ముఖ్యమైన రాజ వంశం వాకాటకులది. శాతవాహన సామ్రాజ్యం పతనమయిన తరవాత మహారాష్ట్రలోని నాసిక్ సమీపంలో అభీరులు, తూర్పు బీరార్ ప్రాంతంలో వాకాటకులు స్వాతంత్ర్యాన్ని ప్రకటించుకొన్నారు. కొద్ది కాలంలోనే అభీర రాజ్యం బలహీనపడగా, వాకాటకులు బలపడి శాతవాహనులకు వారసులుగా అధికార విస్తరణ చేశారు. బీరార్ ప్రాంతంలో శాతవాహనులకు సామంతులుగా ఉండి, తరవాత కాలంలో స్వతంత్రులయ్యారు. ఉత్తరాన గుప్త, నాగ వంశాలతో, తూర్పు దక్కన్‌లో విష్ణుకుండులతో, పశ్చిమ దక్కన్‌లో కదంబులతో వైవాహిక సంబంధాలనేర్పరుచుకొన్నారు. వాకాటక సామ్రాజ్యం పశ్చిమాన అరేబియా, తూర్పున ఛత్తీస్‌గడ్, ఉత్తరాన మాళవ, గుజరాత్, బుందేల్‌ఖండ్, బాఘేల్‌ఖండ్, దక్షిణాన తుంగభద్రా నదీ తీరం వరకు వ్యాపించింది. పూర్వపు నిజాం రాజ్యంలోని నాందేడ్, ఔరంగాబాద్ జిల్లాలు, తెలంగాణాలోని ఆదిలాబాద్, కరీంనగర్, నిజామాబాదు జిల్లాలను వాకాటకుల్లోని వత్సగుల్మ శాఖ రాజులు పాలించారు. విదర్భ, బాఘేల్‌ఖండ్ ప్రాంతం వాకాటకులకు ప్రధాన రాజకీయ కేంద్రమైంది. తొలి వాకాటకుల శాసనాల ప్రకారం, 'పురికా పట్టణం', 'చనక' వీరి మొదటి రాజధానులు. తరవాత, వార్ధా సమీపంలోని ప్రవరపురం (పౌనార్) రాజధానైంది. క్రీ.శ.250 నుంచి క్రీ.శ.550 వరకు మూడు శతాబ్దాలు, వాకాటకులు సుదీర్ఘమైన పాలనను సాగించారు. దక్కన్, మధ్య భారత ప్రాంతంలో రాజకీయ స్థిరత్వాన్ని కల్పించి, శాంతిభద్రతలను చేకూర్చారు. మత విషయంలో ఉదారత్వాన్ని ప్రదర్శించారు. విద్య, సాహిత్యం, కళలను పోషించారు.

చారిత్రక ఆధారాలు

శాసనాలు

వాకాటక చరిత్రకు గల శాసనాధారాల్లో కొన్ని మాత్రమే రాతి పలక శాసనాలున్నాయి. మిగతావన్నీ రాగి రేకులపై చెక్కిన శాసనాలే. ఇందులో కొన్ని మాత్రమే వత్సగుల్మ (బాసిం) శాఖకు చెందినవి కాగా, ఎక్కువగా నందివర్ధన-ప్రవరపుర శాఖకు చెందినవిగా ఉన్నాయి. వాకాటకుల శాసనాలు సంస్కృత భాషలో, బ్రాహ్మి లిపిలో ఉన్నాయి. వీటిలో ఎక్కువగా దాన శాసనాలే ఉన్నాయి. ఇవి సన్యాసులకు, దేవాలయాలకు, బ్రాహ్మణులకు, అధికారులకు దానం చేసిన భూముల వివరాలను తెలియచేయడమే గాక, వీటి నుంచి రాజుల వంశ చరిత్ర, భూదాన వివరాలు, దాతలు, దానగ్రహీతలు, దానం చేయబడ్డ గ్రామాల వంటి వివరాలు తెలుస్తున్నాయి. దాన గ్రహీతల వంశవృక్షం, వారి స్వస్థలం, వారికి గల పాండిత్య విశేషాలను కూడా, దాన శాసనాల్లో పేర్కొనేవారు.

నందివర్ధన - ప్రవరపుర శాఖ రాజుల శాసనాలు

1. రెండో రుద్రసేనుడు తన ఐదవ రాజ్య సంవత్సరంలో వేయించిన నాలుగు మంథాల్ తామ్ర శాసనాలు. ఇవి రుద్రసేనుడి వైష్ణవ మతాభిమానాన్ని తెలియచేస్తున్నాయి.
2. రెండో ప్రవర సేనుడి ఇండోర్, యవత్మల్, మసోద్, మంథాల్ శాసనాలు - 19 మంది బ్రాహ్మణులకు భూదానం చేస్తూ, మసోద్ శాసనాలను వేయించాడు. ఇదివరకే దానం చేయబడ్డ భూమిని, వారికి తిరిగి దాఖలుపరుస్తూ, యవత్మల్ శాసనాలను వేయించాడు.
3. రెండో పృథ్వీసేనుని మాంథాల్, మహర్జారీ శాసనాలు.
4. 1912 లో రెండో ప్రవరసేనుని పాలనా కాలంలో ప్రభావతి గుప్త వేయించిన మిరేగాంవ్ శాసనాలు, పూనా సమీపంలో దొరికాయి. వాకాటకుల చరిత్రపై ఈ శాసనాలు కొత్త వెలుగును ప్రసరింపచేశాయి. ప్రభావతి గుప్త రెండో రుద్రసేనుని భార్య అని, గుప్త వంశ రాజు రెండో చంద్రగుప్తుని కూతురని తెలియవచ్చింది. ఇందులో తాను వాకాటక మహారాజశ్రీ దామోదరసేన, ప్రవరసేన జననిగా పేర్కొంది. గుప్త వంశ రాజుల, వాకాటక వంశ రాజుల సమకాలీనత ఆధారంగా, వాకాటకుల కాల నిర్ణయం చేయడానికి ఈ శాసనం ప్రధాన ఆధారంగా ఉపయోగపడింది.

వత్సగుల్మ శాఖ

వాకాటక రాజు రెండో వింధ్యాశక్తి 37 వ రాజ్య సంవత్సరంలో వేయించిన బాసిం శాసనాలు విదర్భలోని అకోలా జిల్లాలో 1939 లో దొరకడంతో, వాకాటకుల్లోని వత్సగుల్మ అనే మరొక శాఖ గురించి మొదటిసారి తెలియవచ్చింది. ఈ శాసనం లభించే వరకు వాకాటకుల్లో ఒకే ఒక ప్రధాన శాఖ మాత్రమే ఉండేదని పండితులు భావించారు. మొదటి ప్రవరసేనుడు మరణించిన తరవాత, వాకాటకుల్లో నాలుగు శాఖలేర్పడ్డాయని, గౌతమీపుత్రుడు నందివర్ధన-ప్రవరపుర శాఖను, సర్వసేనుడు వత్సగుల్మ శాఖను స్థాపించగా, మిగిలిన రెండు శాఖల గురించి తెలియడం లేదని ఆచార్య వి.వి. మిరాశీ పేర్కొన్నారు.

దేవసేనుని హిస్సే-బొరాలా శిలా శాసనం

అకోలా జిల్లాలోని బాసిం సమీపంలో ఈ శాసనం లభించింది. దేవసేనుని అధికారి ఆర్య స్వామిల్లదేవుడు సుదర్శన సరోవరాన్ని నిర్మించినట్లు తెలుస్తుంది. దేవసేనుని ఐదో పాలనా సంవత్సరంలో బీదర్ శాసనాలను వేయించాడు. బీదర్ సమీపంలోని ఒక గ్రామాన్ని దానం చేస్తూ, ఈ శాసనాన్ని వేయించాడు.

ప్రభావతి గుప్త కాలం నాటి రామ్‌టెక్ శాసనం

ప్రభావతి గుప్త దాతృత్వాన్ని ప్రశంసిస్తూ, ఆమె కుమారుడు, పేరు తెలియని ఆమె కూతురు ఈ శాసనాన్ని వేయించారు.

నాణేలు

వాకాటకుల సమకాలీన పొరుగు రాజ్యాలైన కదంబులు, విష్ణుకుండులు, ఇక్ష్వాకులు కూడా తమ సొంత నాణేలను విడుదల చేశారు. కాని, వాకాటకులు మాత్రం తమవైన సొంత నాణేలను ముద్రించలేదని తెలుస్తుంది. ఇప్పటి వరకు వారి నాణేలు అతి తక్కువగా దొరికాయి. కాబట్టి, సమకాలీన రాజ వంశాలు ముద్రించిన నాణేలనే చెలామణికి అనుమతించారని భావించొచ్చు. గుప్త రాజులతో, విష్ణుకుండులతో గల మైత్రీ బంధం వల్ల, వారి నాణేలనే ఉపయోగించారని చెప్పొచ్చు. శక క్షాత్రపుల వెండి నాణేలు, వాకాటక రాజ్య భూభాగంలో విడిగాను, రాసులుగాను కూడా దొరికాయి. దీన్నిబట్టి, వాకాటకులు శక క్షాత్రప నాణేల చెలామణిని తమ రాజ్యంలో అనుమతించారని పండితుల అభిప్రాయం.

కార్షాపణాలుగా పిలువబడే వెండి విద్ధాంక నాణేలు (punch-marked coins) మన దేశంలో మధ్య యుగం వరకు చెలామణిలో ఉండేవి. కాబట్టి, వాకాటక రాజ్యంలో శాతవాహనుల నాణేలు, క్షాత్రపుల నాణేలు లభించడాన్ని బట్టి, వాకాటకుల కాలం వరకు కూడా వీటి చెలామణి జరిగిందని వి.యస్.అగ్రవాలా అభిప్రాయపడ్డారు. గుప్తుల కాలంలో భారతదేశాన్ని సందర్శించిన చైనా యాత్రికుడు ఫాహియాన్ (క్రీ.శ.400-411), ప్రజలు కౌరీలను (గవ్వలు) మారక ద్రవ్యంగా వాడుతున్నారని పేర్కొన్నాడు.

నందివర్ధన - ప్రవరపుర వాకాటక శాఖకు చెందిన రాజుల నాణేలను కొన్నింటిని ఇటీవల వార్ధా సమీపంలో పౌనార్ వద్ద కనుక్కోవడం జరిగిందని అజయమిత్రశాస్త్రి ప్రకటించారు. ఈ నాణేలను చౌక లోహాలతో ముద్రించారు. రెండో పృథ్వీసేనుని రాగి నాణెంపై బ్రాహ్మి లిపిలో 'శ్రీ మహారాజ పృథ్వీ' అని ఉంది. మరొక రాజు నరేంద్రసేనుడిదిగా భావించే నాణెంపై 'శ్రీ రేంద్ర' అని బ్రాహ్మి లిపిలో ఉంది.

భౌతిక అవశేషాలు

పౌనార్, మన్సార్, నందపూర్, రాంటెక్, నగర మొదలయిన చోట్ల వాకాటకుల కాలం నాటి భౌతిక అవశేషాలు బయటపడ్డాయి. 1967 లో పౌనార్ (ప్రవరపురం) వద్ద నాగపూర్ విశ్వవిద్యాలయానికి చెందిన ప్రాచీన భారతదేశ చరిత్ర, పురావస్తు శాఖ విభాగం వారు తవ్వకాలు నిర్వహించగా అనేక చారిత్రకాంశాలు వెలుగులోకి వచ్చాయి. వారి భౌతిక సంస్కృతి తెలియవచ్చింది. పౌనార్‌లో వాకాటకుల కంటే పూర్వమే క్రీ.పూ.1000 నాటికే జనావాసం ఉన్నట్లు అజయ్‌మిత్రశాస్త్రి పేర్కొన్నారు. అయితే, వాకాటకుల కాలం నాటికి పౌనార్ రాజకీయ, వాణిజ్య, సాంస్కృతిక కేంద్రంగా విలసిల్లిందని తెలుస్తుంది. ఇక్కడి తవ్వకాల్లో, ప్రాచీన కాలం నాటి విద్ధాంక నాణేలు మొదలుకొని, ఆధునిక బోంస్లేల వరకు గల వివిధ రాజ వంశాల నాణేలు లభించాయి.

ప్రణాళికాబద్ధంగా నిర్మించిన భవనాలు, ఇంటి పైకప్పు పెంకులు, గుండ్రటి బావులు, నలుపు-ఎరుపు రంగు మట్టి పాత్రలు, వారు ఉపయోగించిన వివిధ రకాలైన పనిముట్లు, వస్తు సామగ్రి, ఆభరణాలు, తాయెత్తులు తవ్వకాల్లో దొరికాయి. దుర్గ శిల్పం (మంథాల్), కూర్చున్న కేవల నర్సింహుని శిల్పం, శేషశయన విష్ణు, బుద్ధుని విగ్రహాలు మొదలయినవి ఎన్నో శిల్పాలు లభించాయి. ఇవి ఆనాటి ప్రజల వేషధారణ, శిరోజాలంకరణ, సాంఘిక, మత విశ్వాసాలను తెలియచేస్తున్నాయి.

దేశంలోనే ప్రఖ్యాతిగాంచిన అజంతా వద్ద గల 16, 17 గుహల్లోని బుద్ధుని, బోధిసత్వుల చిత్రాలు, ఆనాటి కళలను తెలియచేస్తాయి. వీటిని వాకాటక రాజులు, వారి సామంతులు తొలిపించారు.

సాహిత్య ఆధారాలు

వాకాటకుల చరిత్రకు సాహిత్యాధారాలు కూడా ఉన్నాయి. పురాణాలు మత సంబంధమైన గ్రంథాలైనప్పటికి, ప్రాచీన భారతదేశపు వివిధ రాజ వంశాలు, వారి పాలనా కాలాన్ని పేర్కొంటున్నాయి. అష్టాదశ పురాణాల్లో వాయు, మత్స్య, విష్ణు, బ్రహ్మాండ, భాగవత పురాణాలైన ఐదింటిలో రాజ వంశానుక్రమణికలున్నాయి. వీటిని భవిష్య పురాణం ఆధారంగా చెప్పడం జరుగుతోంది. గుప్త వంశ ఆవిర్భావంతో పురాణాలు పేర్కొనే వివరాలు పరిసమాప్తమౌతాయి. వింధ్యకులు అనే రాజ వంశాన్ని వింధ్యాశక్తి స్థాపించాడని పురాణాలు పేర్కొన్నాయి. ఈ విధ్యంకులు కళంకిత యవనులని పురాణాలు పేర్కొన్నాయి. వింధ్యాశక్తి కుమారుడైన ప్రవరుడు సామ్రాజ్య విస్తరణ చేసి, నాలుగు అశ్వమేధ యాగాలను నిర్వహించాడని పురాణాలు పేర్కొన్నాయి.

దండి 'దశకుమార చరిత్ర'లోని 'విస్రుతచరిత'లో వాకాటక రాజ్య పతనం ఏ విధంగా జరిగిందో వివరంగా పేర్కొన్నాడు. వాకాటక రాజ్యం పతనమైన ఒక శతాబ్దం తరవాత దశకుమార చరిత్ర రాయబడినప్పటికి, వాకాటక రాజు హరిసేనుని తరవాత సామంత రాజులు చేసిన కుట్రలను, వాకాటక రాజుల బలహీనతలను గురించి పేర్కొనడం జరిగింది. రెండో చంద్రగుప్తుని కాలంలో జీవించిన కాళిదాసు రచనలు, ఆనాటి సామాజిక, ఆర్థిక, సాంస్కృతిక విషయాలను తెలియచేస్తున్నాయి. కాళిదాసు 'మేఘదూతం' కావ్యంలో పేర్కొన్న రామగిరి 'రాంటెక్'గా మిరాశీ పండితుడు పేర్కొన్నాడు. వాకాటక రాజు రెండో ప్రవరసేనుడు రాసిన 'సేతుబంధం' కావ్యం కూడా ఆనాటి విషయాలను తెలియచేస్తుంది.

జన్మస్థలం

వాకాటకుల జన్మస్థలాన్ని గురించి చరిత్రకారుల్లో అనేక వాదోపవాదాలున్నాయి. వీరి జన్మస్థలాన్ని నిర్ధారించే నిర్దిష్టమైన ఆధారాలేవి ఇంతవరకు లభించలేదు. ప్రధానంగా, వాకాటకులు ఉత్తరాది వారని, దక్షిణాది వారని రెండు అభిప్రాయాలున్నాయి.

ఉత్తర భారతదేశ వాదం

పురాణాల ఆధారంగా ఉత్తర భారతదేశంలోని బుందేల్‌ఖండ్-బాగేల్‌ఖండ్ (వింధ్య ప్రాంతం) వాకాటకుల జన్మస్థలమని డా॥కె.పి.జయస్వాల్ అభిప్రాయపడ్డారు. బుందేల్‌ఖండ్‌లోని పన్నా సమీపంలోని కిలాకిలా నదీ తీరం వీరి జన్మస్థలమని పేర్కొన్నారు. ఝాన్సీ జిల్లాలోని 'బగట్' లేదా 'వాకాట్' అనే గ్రామం నుంచి 'వాకాటక' అనే వంశం పేరొచ్చిందని వివరించారు. అలహాబాద్ శాసనంలో సముద్రగుప్తుడు ఓడించినట్లు పేర్కొన్న ఆర్యావర్తం రాజుల్లోని రుద్రదేవుడు వాకాటక రాజు రుద్రసేనుడేనన్నాడు. కాని, మిరాశీ, ఆల్టేకర్‌లు ఈ అభిప్రాయంతో ఏకీభవించలేదు. వాకాటకులను వింధ్యకులని, తొలి పాలకుడిని వింధ్యాశక్తి అని పురాణాలు పేర్కొన్నాయి. ఇతడి రాజధాని 'పురిక', 'చనక'గా పేర్కొన్నాయి. వింధ్యాశక్తి కుమారుడు ప్రవిరుడు 60 సంవత్సరాలు పాలించాడని పేర్కొన్నాయి. ప్రవిరుడిని ప్రవరసేనునిగా, పురికా నగరాన్ని వింధ్య పర్వతాల సమీపంలోని 'రిక్షావత్'గా భావించి, వాకాటకుల తొలి నివాసం మధ్య భారతమని (వింధ్య ప్రాంతం) విన్సెంట్ స్మిత్ అభిప్రాయపడ్డారు.

మధ్యప్రదేశ్‌లోని నిమద్ జిల్లాలో 'వాకాడ్' అనే పేరుతో నాలుగు గ్రామాలున్నాయి. వాకాటక శాసనాల్లోని 'వాకాటకనం' అనే పదానికి వాకాటక ప్రాంతమని అర్థం. కాబట్టి, మధ్యప్రదేశ్ వీరి మొదటి నివాసమని యస్.వి.సోహని పేర్కొన్నాడు. వాకాటకుల జన్మస్థలం తూర్పు మాళవ (విదిశ) అని, పురాణాల ఆధారంగా డి.సి.సర్కార్ నిరూపించే

ప్రయత్నం చేశాడు. వాకాటక శాసనాలేవి ఉత్తర భారతదేశంలో లభించలేదు. చాందా జిల్లాలోని దేవ్‌టేక్ వద్ద మొదటి రుద్రసేనుని శాసనం దొరికింది. కాబట్టి, వింధ్య పర్వతాలకు దక్షిణంగా విదర్భ ప్రాంతంలోనే వాకాటకులు మొదట రాజ్యాన్ని ఏర్పాటు చేశారని చెప్పొచ్చు. బీరార్ ప్రాంతం వాకాటకుల తొలి నివాసమని హెచ్.సి.రాయ్‌చౌదరి పేర్కొన్నాడు.

దక్షిణ భారతదేశ వాదం

వాకాటకుల జన్మస్థలం దక్షిణ భారతదేశమని ఆచార్య వి.వి.మిరాశీ అభిప్రాయపడ్డారు. అందుకనేక సాక్ష్యాధారాలను వివరించాడు. క్రీ.శ.మూడో శతాబ్దానికి చెందిన ఒక అమరావతి శాసనంలో 'వాకాటక' అనే పేరు గల గహపతి (గృహపతి) ఇద్దరు భార్యలతో, బంధువులు, స్నేహితులతో కలిసి, అవలా స్తూపాన్ని దర్శించి, వారి ఆయురారోగ్యాల కోసం దానాలు చేసినట్లుంది. వాకాటక అనే మాటకు వాకాట గ్రామవాసి అని అర్థముంది. అందు వల్ల, అమరావతి ప్రాంతంలో 'వాకాట' అనే గ్రామం ఉండొచ్చని మిరాశీ అభిప్రాయపడ్డారు. వాకాటక గహపతియే వాకాటక వంశ మూలపురుషుడై ఉండొచ్చని మిరాశీ పేర్కొన్నాడు. ఈ వాదాన్నే ఎ.యస్.ఆల్టేకర్ కూడా సమర్థించాడు.

సాంచి, బార్హుత్ లాగానే అమరావతి కూడా ఆనాడు ప్రసిద్ధిగాంచిన బౌద్ధమత క్షేత్రమయినందు వల్ల రాజగృహం, పాటలీపుత్రం ఇత్యాది అన్ని ప్రాంతాల నుంచి యాత్రికులు అమరావతిని సందర్శించడానికి వచ్చేవారని తెలుస్తుంది. కాబట్టి, వాకాటక గహపతి అమరావతి సమీపం నుంచే వచ్చారని చెప్పే ఆధారం లేదని మరొక వర్గం వాదిస్తోంది.

వాకాటక రాజు రెండో వింధ్యాశక్తి బాసిం తామ్ర శాసనాల్లో, పల్లవ శివస్కందవర్మ హీరహడగళ్ళి, మైదవోలు శాసనాల్లో గల సాంకేతిక పదాల పోలికలను బట్టి పల్లవ రాజ్యం, వాకాటక రాజ్యం దక్షిణాదికి చెందిన పొరుగు రాజ్యాలని మిరాశీ అభిప్రాయపడ్డారు. అంతేకాకుండా, బాసిం తామ్ర శాసనాలు వాకాటక రాజు వింధ్యాశక్తిని 'హారీతిపుత్రు'డని పేర్కొన్నాయి. దక్షిణాదికి చెందిన కదంబులు (కర్ణాటక), బాదామి చాళుక్యులు మాత్రమే ఈ బిరుదులు ధరించారు. వాకాటక రాజులు మొదటి ప్రవరసేనుడు, సర్వసేనుడు, వింధ్యాశక్తిలను బాసిం శాసనాలు 'ధర్మమహారాజ' అనే బిరుదుతో ప్రశంసించాయి. దక్షిణానికి చెందిన కదంబులు, పల్లవులు తప్ప మరే రాజ వంశాల వారు ఈ బిరుదును ధరించలేదు. వాకాటక మంత్రి వరాహదేవుని ఘటోత్కచ గుహ శాసనం, దక్షిణాదికి చెందిన 'వల్లూరు' బ్రాహ్మణులను (హస్తిభోజుడు, వరాహదేవుడు మొదలయిన వారు) తరతరాలుగా మంత్రులుగా నియమించినట్లు పేర్కొంది. ప్రస్తుత కరీంనగర్ జిల్లాలోని 'వేలూరు' అనే గ్రామమే శాసనంలో పేర్కొన్న 'వల్లూరు' అని మిరాశీ పేర్కొన్నాడు.

వార్ధాకు 8 కి.మీ. దూరంలో గల 'పౌనార్' (ప్రవరపురం) వాకాటకుల రాజధాని అని మిరాశీ పేర్కొన్నాడు. దీనిని రెండో ప్రవరసేనుడు నిర్మించాడు. ఈ వాదాన్నే నేడు ఎక్కువ మంది చరిత్రకారులు సమర్థిస్తున్నారు. ఎందుకంటే రెండో ప్రవరసేనుడి ఐదు శాసనాలు ఇక్కడి నుంచే విడుదల చేయబడ్డాయి.

కాల నిర్ణయం

వాకాటకుల పాలనా కాలంపై చరిత్రకారుల్లో ఏకాభిప్రాయం లేదు. బూలర్ పండితుడు వాకాటకులు ఐదవ శతాబ్దానికి చెందిన వారన్నాడు. డా॥ ఫ్లీట్, కీల్‌హార్న్‌లు వాకాటకులు ఎనిమిదవ శతాబ్దానికి చెందిన వారని పేర్కొన్నారు. 1912 లో ప్రభావతి గుప్తకు చెందిన పూనా శాసనాలు దొరకడంతో వాకాటకుల కాల నిర్ణయంపై దాదాపు ఏకాభిప్రాయం కుదిరింది. గుప్త రాజు రెండో చంద్రగుప్తుడి కూతురు ప్రభావతి గుప్త అనే విషయం కూడా ఈ శాసనాల వల్ల తెలియవచ్చింది. గుప్త, వాకాటక రాజుల సమకాలీనత ఆధారంగా, వాకాటక రాజుల కాల నిర్ణయం చేయడానికి

వీలయింది. 1939 లో, వాకాటక రాజు రెండో వింధ్యాశక్తి తామ్ర శాసనాలు విదర్భలోని అకోలా జిల్లా బాసిం లేదా వాసిం వద్ద దొరకడంతో, వాకాటకుల గురించి మరింత సమాచారం తెలియవచ్చింది. ఈ శాసనం లభించే వరకు వాకాటకుల్లో ఒకే ఒక ప్రధానమైన శాఖ మాత్రమే ఉండేదని పండితులు భావించారు. కాని, బాసిం శాసనాల ఆధారంగా, మొదటి ప్రవరసేనుని మరణం తరవాత, వాకాటకుల్లో నాలుగు శాఖలేర్పడ్డాయని మిరాశీ పేర్కొన్నాడు. క్రీ.శ.250 నుంచి క్రీ.శ.550 వరకు వాకాటకులు మూడు శతాబ్దాలు పరిపాలించారని చెప్పొచ్చు.

కులం

వాకాటకుల వంశం గురించి ప్రస్తావన పురాణాల్లో లేదు. వింధ్యకులు అనే ఒక రాజ వంశాన్ని వింధ్యాశక్తి స్థాపించాడని పురాణాలు పేర్కొన్నాయి. అతని కుమారుడైన ప్రవిరుడు నాల్గు అశ్వమేధ యాగాలను చేశాడని పేర్కొన్నాయి. పురాణాల్లో పేర్కొన్న వింధ్యకులు, ప్రవిరులు, శాసనాల్లోని వాకాటకులు ఒక్కటేనని చరిత్రకారుల అభిప్రాయం. శాతవాహనులు-ఆంధ్రుల లాగానే, వాకాటక అనేది వంశం లేదా కుటుంబ నామం కాగా, వింధ్యకులు అనేది వారు మొదట నివసించిన ప్రదేశం పేరని కొందరి అభిప్రాయం. ఒక ప్రాంతాన్ని బట్టి వంశానికి పేరు రావడమనేది సర్వసాధారణమైన విషయం. అజంతా శిలా శాసనం ఆధారంగా, డా॥భావుదాజీ వాకాటకులు గ్రీక్ జాతికి చెందిన వారన్నాడు. అనేక క్రతువులు నిర్వహించి, బ్రాహ్మణీకం చెందారని పేర్కొన్నాడు. శుంగ, కణ్వ వంశ రాజులు లాగానే, వాకాటకులు కూడా శాసనాల్లో బ్రాహ్మణులమని చెప్పుకొన్నారు. వింధ్యాశక్తి విష్ణువృద్ధ గోత్రానికి చెందిన బ్రాహ్మణుడని శాసనాలు వర్ణించాయి. వాకాటకులు సమకాలీన రాజ వంశాలైన గుప్త, నాగ, విష్ణుకుండు, కదంబులతో వైవాహిక సంబంధాలనేర్పాటు చేసుకొన్నారు.

రాజకీయ పరిణామాలు

మొదటి వింధ్యాశక్తి (క్రీ.శ.250-270)

వింధ్యాశక్తి వాకాటక వంశ స్థాపకుడని పురాణాలు పేర్కొంటున్నాయి. అజంతా శాసనాల్లో కూడా ఇతడు పేర్కొనబడ్డాడు. అజంతాలోని 16 వ గుహ శాసనం వింధ్యాశక్తిని వాకాటక వంశధ్వజుడని, అదే విధంగా ద్విజుడని పేర్కొంది. పురాణాలు ఇతడిని విదిశ (భిల్సా, భోపాల్ సమీప ప్రాంతం), పురిక (విదర్భ ప్రాంతం) పాలకుడిగా పేర్కొంటున్నాయి. శాతవాహనులను సామంత రాజుగా నాగపూర్, బీరార్ ప్రాంతాన్ని పాలించాడు. ఇతడు ఎటువంటి బిరుదులను ధరించలేదు.

మొదటి ప్రవరసేనుడు (క్రీ.శ.270-330)

వింధ్యాశక్తి మరణానంతరం, అతని కుమారుడు ప్రవరసేనుడు రాజయ్యాడు. ప్రవరుడు 60 సంవత్సరాలు పాలన చేసినట్లు పురాణాలు పేర్కొన్నాయి. నిజమైన వాకాటక సామ్రాజ్య నిర్మాత ఇతడే. ఇతడు పెద్ద సామ్రాజ్యాన్ని నిర్మించాడు. ఇతడి సామ్రాజ్యంలో ఉత్తర మహారాష్ట్ర, బీరార్, మధ్యప్రదేశ్, దక్షిణ కోసల, తెలంగాణ ప్రాంతాలు అంతర్భాగాలయ్యాయి. సిశుకుడు పరిపాలించే పురికా రాజ్యాన్ని ఆక్రమించాడు. ప్రవరసేనుడు వైదిక మతావలంబకుడు. ఇతడు వాజపేయ, అతిరాత్ర, అగ్నిష్టోమ లాంటి వైదిక క్రతువులను నిర్వహించాడు. నాలుగు అశ్వమేధ యాగాలను చేశాడు. రెండో వింధ్యాశక్తి బాసిం శాసనం ఇతడిని 'సామ్రాట్', 'ధర్మమహారాజ'ని పేర్కొంది. తనకు తాను హారీతి

పుత్రునిగా చెప్పుకొన్నాడు. ఈ సందర్భంగా బ్రాహ్మణులకు పెద్ద ఎత్తున దానాలను చేశాడు.

పురాణాల ప్రకారం ప్రవరసేనుడికి నల్గురు కుమారులున్నారు. అందులో పెద్ద కుమారుడైన గౌతమపుత్రుడికి పద్మావతి రాజ్య పాలకుడైన భారశివనాగ వంశస్థుడైన భావనాగుని కుమార్తెనిచ్చి వివాహం జరిపించాడు. కాని, గౌతమీపుత్రుడు తండ్రి జీవించి ఉండగానే, అకాల మరణాన్ని పొందాడు. రెండో కుమారుడు శర్వసేనుడు వాకాటక వంశంలోని 'వత్సగుల్మ' శాఖ స్థాపకుడు. మిగిలిన ఇద్దరు కుమారుల పేర్లుగాని, వారు స్థాపించిన వంశాలు గాని తెలియడం లేదు.

ప్రవరపుర - నందివర్ధన శాఖ

మొదటి రుద్రసేనుడు (క్రీ.శ.330-355)

ప్రవరసేనుని తరవాత అతని మనుమడు (గౌతమీపుత్రుని కుమారుడు) మొదటి రుద్రసేనుడు రాజ్యానికి వచ్చాడు. ఇతడు నందివర్ధనం (నాగపూర్ జిల్లా) రాజధానిగా పాలించాడు. వాకాటకులు గుప్త రాజులతో వైవాహిక సంబంధాలను నెలకొల్పుకొన్నారు. రుద్రసేనుడి ఒకే ఒక శిలా శాసనం చంద్రాపూర్‌లో లభించింది. భారశివనాగ వంశ రాజు భావనాగుని గురించి వాకాటక శాసనాల్లో పదే పదే పేర్కొనడాన్ని బట్టి, వారి మద్దతు ఇతనికి లభించిందని చెప్పొచ్చు.

రుద్రసేనుడు అనేక రాజకీయ సంక్షోభాలనెదుర్కొన్నాడు. వాకాటక రాజ్యం నాలుగు భాగాలుగా విడిపోయింది. అతని పినతండ్రుల వ్యతిరేకత వల్ల, వాకాటకుల అధికారం కొద్ది కాలం మసక బారింది. కాని, తన తాత (మాతామహుడు) పద్మావతి పురాధీశ్వరుడైన భావనాగుని సహాయంతో, వాకాటక రాజ్య పూర్వ వైభవాన్ని పునరుద్ధరించాడు. సముద్రగుప్తుడు ఓడించిన తొమ్మిది మంది ఆర్యావర్త రాజుల్లోని రుద్రదేవుడు, వాకాటక రాజు రుద్రసేనుడేనని కె.పి.జయస్వాల్ అభిప్రాయపడ్డాడు. కాని, ఈ వాదంతో ఎ.యస్.ఆల్టేకర్ విభేదించాడు. రుద్రదేవుడు, రుద్రసేనుడు ఒక్కటి కాదని, ఇద్దరు వేర్వేరన్నాడు. వాకాటకులు సముద్రగుప్తునికి లోబడినట్లు ఎటువంటి ఆధారాలు లేవని, వారు గుప్త శకాన్ని తమ శాసనాల్లో ఉపయోగించుకోలేదని, కేవలం తమ రాజ్య సంవత్సరాలను మాత్రమే ఉపయోగించారని మిరాశీ పేర్కొన్నాడు. సముద్రగుప్తుని అలహాబాద్ శాసనంలో వాకాటక రాజుల ప్రస్తావన లేదు. అంటే, సముద్రగుప్తుడు వాకాటకులతో శత్రుత్వానికి బదులుగా వారితో మైత్రి చేసి, పశ్చిమ క్షాత్రపులనోడించాడని చెప్పొచ్చు. రుద్రసేనుడు మహాభైరవుని భక్తుడు. ఇతని పాలన చివరి దశలో బాసిం రాజు (వత్సగుల్మ శాఖ) వింధ్యాసేనుడు కుంతల రాజ్యాన్ని, భాగేల్‌ఖండ్‌లను జయించాడు.

మొదటి పృథ్వీసేనుడు (క్రీ.శ.355-380)

రుద్రసేనుని తరవాత, అతని కుమారుడు పృథ్వీసేనుడు రాజ్యానికొచ్చాడు. ఇతడు 25 సంవత్సరాలు పాలించాడు. రుద్రసేనుడు సత్యవాది, దాత, విజ్ఞుడు, బహుముఖ ప్రజ్ఞాశాలి. ఇతడిని పాండవుల్లో జ్యేష్టుడైన ధర్మరాజుతో పోల్చారు. ఇతడి పాలనా కాలం శాంతియుతంగా నడిచింది. గుప్త రాజు రెండో చంద్రగుప్తుడు మొదటి పృథ్వీసేనుని సహాయంతో, శక క్షాత్రప రాజులను (మాళవ) ఓడించాడు. వీరి స్నేహబంధం మరింత దృఢంగా ఉండేందుకు, రెండో చంద్రగుప్తుడు తన కూతురు ప్రభావతి గుప్తను యువరాజైన రెండో రుద్రసేనునికిచ్చి వివాహం చేశాడు. పృథ్వీసేనుడు రాజధానిని నాగపూర్ సమీపంలోని నందివర్ధనానికి మార్చాడు. ఇతడు మహేశ్వరుని భక్తుడు.

రెండో రుద్రసేనుడు (క్రీ.శ.380-385)

పృథ్వీసేనుని అనంతరం, అతని కుమారుడు రెండో రుద్రసేనుడు రాజ్యానికొచ్చాడు. ఇతడు స్వల్ప కాలంలోనే, అంటే, నాలుగైదేండ్లలోనే మరణించాడు. ఇతడు తన పూర్వీకుల లాగా శైవ మతాన్ని స్వీకరించక, తన భార్య ప్రభావతి గుప్త ప్రాద్బలంతో, వైష్ణవ మతాన్ని స్వీకరించాడు. రెండో చంద్రగుప్తుని కాలంలో వాకాటక రాజ్యంపై గుప్తుల ప్రాబల్యం పెరిగింది. గుప్త రాజులకు వాకాటక రాజ్యం సామంత రాజ్యంగా మారింది.

రెండో రుద్రసేనునికి ఇద్దరు కుమారులు. వారు, దివాకర సేనుడు (క్రీ.శ.385-400), దామోదరసేనుడు. ప్రభావతి గుప్త, బాలుడైన తన కుమారుడు దివాకరసేనుని సింహాసనంపై కూర్చోబెట్టి, తానే కొద్ది కాలం సంరక్షకురాలిగా అధికారాన్ని చేపట్టింది. దివాకరసేనుని మరణానంతరం, దామోదరసేనుడిని సింహాసనంపై కూర్చోబెట్టింది. ఈ విధంగా, ఇద్దరు కుమారులకు సంరక్షకురాలిగా ప్రభావతిగుప్త 13 సంవత్సరాలు పాలనా బాధ్యతను చేపట్టింది. పూనా శాసనంలో ప్రభావతిగుప్త తనకు తాను దివాకరసేన - దామోదరసేన జననిగా చెప్పుకొంది. అంతేకాకుండా, తాను దేవగుప్తుని కూతురుగా పేర్కొంది. దేవగుప్తుడే గుప్తరాజు రెండో చంద్రగుప్త విక్రమాదిత్యుడని చరిత్రకారుల అభిప్రాయం.

రెండో ప్రవరసేనుడు (క్రీ.శ.400-440)

దామోదరసేనునికే రెండో ప్రవరసేనుడనే పేరుంది. విదర్భ ప్రాంతంలోని అమరావతి, వార్ధా, బెతుల్, నాగపూర్, చింద్వారా, భండార, బాలాఘాట్ మొదలయిన చోట్ల, ఇతని 17 తామ్ర శాసనాలు లభించాయి. మొత్తం బీరార్ ప్రాంతం ఇతని సామ్రాజ్యంలో చేరింది. ప్రవరపురమనే నగరాన్ని నిర్మించి, రాజధానిగా చేసుకొన్నాడు. దీనిని వార్ధా జిల్లాలోని 'పౌనార్'గా గుర్తించారు. ఇతడు శైవ భక్తుడు. ఇతర మతాల పట్ల సహన భావం చూపాడు. ఇతడు కవి, పండితుడు. 'సేతుబంధ' మనే కావ్యాన్ని మహారాష్ట్ర ప్రాకృతంలో రాశాడు. తన నూతన రాజధాని ప్రవరపురంలో శ్రీరామచంద్రుని కోసం ఒక అద్భుతమైన దేవాలయాన్ని నిర్మించాడు.

నరేంద్రసేనుడు (క్రీ.శ.440-460)

ప్రవరసేనుని తరవాత, అతని కుమారుడు నరేంద్రసేనుడు రాజయ్యాడు. ఇతడు కుంతల రాకుమారి అజ్జిత-భట్టారికను వివాహమాడాడు. ఈమే కదంబ రాజు కాకుత్సవర్మ కూతురు. కోసల, మేకల (అమరకంతక పర్వతాల సమీపంలోని రాజ్యం) మాళవ రాజులు ఇతని సార్వభౌమాధికారాన్ని అంగీకరించారు. దూర ప్రాంతాలపై గుప్తుల అధికారం క్రమంగా క్షీణిస్తూ వచ్చింది. ఇతని చివరి పాలనా కాలంలో నలరాజు భావదత్తవర్మ (బస్తర్ ప్రాంతం) దండయాత్ర చేసి, వాకాటకుల పూర్వ రాజధాని నందివర్ధనను ఆక్రమించాడు. కాని, నరేంద్రసేనుడు కదంబుల సహాయంతో పోగొట్టుకొన్న భూభాగాలను తిరిగి ఆక్రమించి, వాకాటక రాజ్య పతనాన్ని నిరోధించాడు. బస్తర్ (ఛత్తీస్‌గడ్) లోని నల రాజ్య భూభాగాలను కూడా ఆక్రమించాడు.

రెండో పృథ్వీసేనుడు (క్రీ.శ.460-480)

నరేంద్రసేనుని తరవాత అతని కుమారుడు రెండో పృథ్వీసేనుడు రాజ్యానికి వచ్చాడు. ఇతడు ప్రధాన వాకాటక వంశంలో చివరివాడు. రెండుసార్లు వాకాటక లక్ష్మిని పునరుద్ధరించినట్లు బాలాఘాట్ శాసనంలో పేర్కొన్నాడు. వత్సగుల్మ శాఖకు చెందిన హరిసేనుడు, నలవంశ రాజు భావదత్తవర్మలు ఈ దాడులను చేసి ఉండొచ్చు. ఆంధ్ర, తెలంగాణ నుంచి

విష్ణుకుండు రాజు మాధవవర్మ కూడా దండెత్తి వచ్చి పృథ్వీసేనుని ఓడించాడు. మాధవవర్మకు పృథ్వీసేనుడు తన కూతురునిచ్చి వివాహం చేశాడు. పృథ్వీసేనునికి కుమారులు లేనందు వల్ల, మాధవవర్మ వాకాటక రాజ్యాన్ని కూడా పొందాడు.

పృథ్వీసేనుని మరణానంతరం, వత్సగుల్మ శాఖ రాజు హరిసేనుడు ఉత్తర విదర్భను ఆక్రమించాడు. దీంతో, రెండు శతాబ్దాల ప్రధాన వాకాటక రాజ్యం అంతరించింది. హరిసేనుని అజంతా శాసనం అతనికి లోబడిన సామంత రాజ్యాల్లో, అశ్మక రాజ్యాన్ని కూడా పేర్కొంది. అశ్మకను (తెలంగాణ) పరిపాలిస్తున్నది విష్ణుకుండులే. హరిసేనుని పక్షాన, వాకాటక ప్రధాన శాఖను నిర్మూలించారని తెలుస్తోంది. విష్ణుకుండుల నాణేలు దక్షిణ మహారాష్ట్ర, నాగపూర్, విదర్భ, నాసిక్‌లలో విస్తృతంగా దొరికాయి. మాధవవర్మ కుమారుడే మొదటి విక్రమేంద్ర భట్టారకవర్మ తన శాసనాల్లో వాకాటక మహాదేవి సుతుడనీ, విష్ణుకుండు, వాకాటక వంశ ద్వయాలంకరిష్ణుడని, పరమసౌగతుడు (బౌద్ధుడు), మహాకవి అని చెప్పుకొన్నాడు.

వాకాటకులు - వత్సగుల్మ శాఖ

సర్వసేనుడు (క్రీ.శ.330-355)

1939 లో లభించిన బాసిం తామ్ర శాసనాలు, అజంతా శాసనాలు వత్సగుల్మ శాఖ గురించి తెలియచేస్తున్నాయి. మొదటి ప్రవరసేనుని కనిష్ఠ సోదరుడు, సర్వసేనుడు ఈ శాఖ స్థాపకుడు. విదర్భ (బీరార్) ప్రాంతంలోని అకోలా జిల్లాలోని నేటి బాసిం (వత్సగుల్మ)ను రాజధానిగా చేసుకొన్నాడు. సహ్యాద్రి పర్వతాల నుంచి గోదావరి నది వరకు గల భూభాగాన్ని జయించి పాలించాడు. ఇతడు గొప్ప సాహితీ పోషకుడు. స్వయంగా కవి. 'ధర్మమహారాజ' బిరుదును ధరించాడు. ఇతడు ప్రాకృత కావ్యం 'హరివిజయం'ను రచించాడు.

వింధ్యాసేనుడు (క్రీ.శ.355-400)

ఇతడినే బాసిం శాసనాలు వింధ్యాశక్తిగా పేర్కొంటున్నాయి. ఇతడు తన 37 వ రాజ్య సంవత్సరంలో ఈ శాసనాలను వేయించాడు. ఇతని మంత్రి ప్రవరుడు దక్షిణంగా ఉన్న కుంతల రాజును ఓడించాడని తెలుస్తోంది.

రెండో ప్రవరసేనుడు (క్రీ.శ.400-415)

వింధ్యసేనుని తరవాత అతని కుమారుడు రెండో ప్రవరసేనుడు రాజ్యానికి వచ్చాడు. ఇతని మరణానంతరం 8 సంవత్సరాల బాలుడైన ఇతని కుమారుడు రాజ్యానికొచ్చాడు. ఇతని పేరుగాని, పరిపాలన గురించి తెలియచేసే ఆధారాలు లభించలేదు.

దేవసేనుడు (క్రీ.శ.450-475)

రెండో వరాహహాదేవుని ఘటోత్కచ గుహ శాసనం, దేవసేనుని దేవరాజుగా పేర్కొంది. ఇతడు విలాసాలతో గడిపాడు. కాని, రాజ్య పాలనను సమర్థుడైన అతని మంత్రి హస్తిభోజునికప్పగించాడు. దేవసేనుడి అధికారి స్వామిలదేవుడు 'సుదర్శన' అనే జలాశయాన్ని బాసిం సమీపంలో నిర్మించాడు.

హరిసేనుడు (క్రీ.శ.475-500)

దేవసేనుని తరవాత అతని కుమారుడు హరిసేనుడు రాజయ్యాడు. వత్సగుల్మ శాఖలో ఇతడందరి కంటే గొప్పవాడు. ఇతడి కాలంలో వాకాటక రాజ్య కీర్తిప్రతిష్ఠలు అత్యున్నత స్థాయికి చేరుకొన్నాయి. అజంతా శాసనాల్లో అతడు జయించిన ఘూర్జర (గుజరాత్), మాళవ, దక్షిణ కోసల (ఛత్తీస్‌గఢ్) కళింగ, అశ్మక (తెలంగాణ), కుంతల (దక్షిణ మహారాష్ట్ర) రాజ్యాల పేర్లున్నాయి. ఇతడి సామ్రాజ్యం ఉత్తరాన మాళవ, దక్షిణాన కుంతల, పశ్చిమాన అరేబియా సముద్రం నుంచి తూర్పున బంగాళాఖాతం వరకు వ్యాపించింది. భారతదేశంలో సమకాలీన రాజ్యాలేవీ ఇంత విస్తీర్ణం కలిగి లేవు. జయించిన రాజ్యాలను తన సామ్రాజ్యంలో విలీనం చేయకుండా, సాలీనా కప్పం చెల్లించే ఒప్పందంపై స్వతంత్రంగా పాలించేట్లు అనుమతించాడు. ఇతడు గొప్ప విజేతగానే కాకుండా, పరిపాలకుడిగా కూడా పేరుగాంచాడు. హస్తిభోజుని కుమారుడు వరాహదేవుడు ఇతని మంత్రి. అజంతాలోని 16వ గుహను తొలిపించింది ఇతడే. ఇతడి శాసనమే వత్సగుల్మ శాఖ గురించి తెలుసుకోవడానికి ప్రధాన ఆధారం.

హరిసేనుడి తరవాత వాకాటక రాజ్యం బలహీనపడింది. ఇతని తరవాత, ఒకరిద్దరు అతని వారసులు పరిపాలించినప్పటికి, వారి పేర్లు మాత్రం తెలియడం లేదు. రుషిక లేదా అసిక (అశ్మక) ప్రాంతాన్ని (కరీంనగర్, ఆదిలాబాద్, నిజామాబాద్ జిల్లాలు) వాకాటకులకు సామంతులుగా విష్ణుకుండులు పాలించారు. ఉభయ వాకాటక వంశ శాఖల మధ్య చెలరేగిన పోరాటాల్లో హరిసేనుడు విజయం సాధించినప్పటికి, వాకాటకుల వాస్తవాధికారం ఆనాటికే బలహీనపడిందని చెప్పొచ్చు. దీనిని అవకాశంగా తీసుకొని, విష్ణుకుండు గోవిందవర్మ స్వతంత్రించి, రాజ్య విస్తరణకు పూనుకొన్నాడని చెప్పే శాసనాధారాలు లభించాయి. ఈ సందర్భంలోనే కర్ణాటకకు చెందిన కదంబులు, ఉత్తర మహారాష్ట్ర నుంచి కాలచూరి రాజులు, బస్తర్ నుంచి నల వంశం దండెత్తి, చాలా భాగాలను ఆక్రమించాయి.

పరిపాలనా వ్యవస్థ

వాకాటకుల పరిపాలనా విధానాన్ని తెలుసుకోవడానికి వారి శాసనాలే ప్రధాన ఆధారం. వాకాటకులు సుస్థిరమైన, పటిష్టమైన పాలనా యంత్రాంగాన్ని ఏర్పాటు చేశారు. ప్రజలకు తాము తండ్రి లాంటి వారమని చెప్పుకొన్నారు. వాకాటకులది సంప్రదాయసిద్ధమైన రాచరికం. రాజు దైవాంశ సంభూతుడనే భావన లేదు. రాజులు నిరంకుశులు కారు. స్మృతులు, ధర్మశాస్త్రాలననుసరించి పాలించేవారు.

వాకాటకుల పాలన కేంద్రీకృతమైంది కాదు. ఆనాటికి రవాణా సౌకర్యాలు సరిగ్గా లేనందు వల్ల వికేంద్రీకరణ అవసరమైంది. తమ సామ్రాజ్యాన్ని కొన్ని రాజ్యాలు లేదా రాష్ట్రాలుగా విభజించారు. శాసనాల్లో 1) భోజకట రాజ్యం; 2) అరమ్మి రాజ్యం; 3) వరుచ్ఛి రాజ్యం పేర్లున్నాయి. ప్రతి రాష్ట్రాన్ని తిరిగి విషయాలుగా విభజించారు. విషయాలను ఆహారాలు, భోగాలు లేదా భుక్తులుగా విభజించారు. ఆహారం, భోగ, భుక్తికి గల తేడా ఏమిటో తెలియడంలేదు. ప్రతి భోగంలో కొన్ని నగరాలు, పట్టణాలు, గ్రామాలుండేవి. వాకాటకులు కొన్ని ప్రాంతాల్లో విషయాలను 'పట్టా'లుగా 'మార్గా'లుగా విభజించారు. 'మార్గ' అనే పదం శాతవాహన, గుప్తుల శాసనాల్లో కన్పించదు. గ్రామ పరిపాలనను గ్రామాధికారులు నిర్వహించేవారు. రాజులు గ్రామ, భూదానాలను చేసినప్పుడు గ్రామాధికారులను సమావేశపర్చి తెలియచేసే వారని, శాసనాల వల్ల తెలుస్తోంది. 'గ్రామకూట' అనే శాసనాల్లోని పదాన్ని బట్టి గ్రామప్రముఖులని గ్రహించొచ్చు.

వాకాటక శాసనాల్లో మంత్రిపరిషత్ గురించిన వివరాలు ఎక్కువగా లేవు. మంత్రి, సచివ, సర్వాధ్యక్ష, సేనాపతి, దండనాయక వంటి పేర్లు మాత్రం శాసనాల్లో ఉన్నాయి. వాకాటకులు తమ శాసనాల్లో సేనాపతులు, మంత్రుల పేర్లను కూడా పేర్కొన్నారు. భటులు, ఛాత్రులు, రజుకలు, గ్రామకూట, కులపుత్ర, దేవరిక మొదలయిన అధికారులుండేవారు.

ప్రభుత్వానికి భూమి శిస్తు ప్రధాన ఆదాయం. సాధారణంగా పంటలో 1/4 వంతు నుంచి 1/6 వంతును వసూలు చేసేవారు. ప్రత్యక్ష పన్నుల ద్వారా కూడా రాజ్యానికి ఆదాయం వచ్చేది. ఎగుమతి, దిగుమతి సుంకాలు, ఇతర పన్నులను కూడా వసూలు చేసేవారు. ఉప్పు తయారిపై ప్రభుత్వానికి ఏకస్వామ్యం ఉండేది. మద్యం తయారీ ద్వారా కూడా ప్రభుత్వానికి ఆదాయం చేకూరేది. పండితులకు, బ్రాహ్మణులకు, దేవాలయాలకు దానం చేసిన గ్రామాలపై, భూములపై కొన్ని రకాల పన్నుల నుంచి మినహాయింపు ఉండేది. ఏ ఏ పన్నుల నుంచి మినహాయింపు ఉందో బాసిం తామ్ర శాసనాలు పేర్కొంటున్నాయి. ఉద్యోగులకు కూడా జీతాలకు బదులుగా భూములిచ్చేవారు. ప్రభుత్వ అధికారులు గ్రామాలకొచ్చినప్పుడు వారికి నిత్యావసరాలను సమకూర్చాల్సొచ్చేది. ఉచిత, నిర్బంధ సేవలను చేయాల్సొచ్చేది. పన్నుల ద్వారా వచ్చే ఆదాయాన్ని, సైన్య పోషణకు, యుద్ధాలకు, రాజ్య నిర్వహణకు, దేవాలయ నిర్మాణం కోసం ఖర్చు చేసేవారు.

వాకాటకులు పెద్ద సైన్యాన్ని పోషించారు. సేనాపతి సైనిక విషయాలను పర్యవేక్షించేవాడు. వాకాటక శాసనాలు మూడు రకాలైన సామంత రాజ్యాలను పేర్కొంటున్నాయి. 1) దండయాత్ర భయంతో తమంతట తామే లొంగిపోయిన రాజ్యాలు; 2) దాడి వల్ల లొంగిపోయిన రాజ్యాలు; 3) యుద్ధంలో జయింపబడిన రాజ్యాలు. సామంతులు తమ ప్రాంతంలో శాంతిభద్రతలను కాపాడుతూ, సైన్యాన్ని పోషించి, రాజుకు యుద్ధ సమయంలో సైన్యాన్ని సమకూర్చేవారు. ఇది ఒక రకమైన భూస్వామ్య వ్యవస్థ. వాకాటకుల పాలనలో సైనిక వర్గాలకు ప్రాధాన్యత పెరిగింది.

రాజే న్యాయ వ్యవస్థలో అత్యున్నతాధికారి. స్మృతులు, ఆచారాలననుసరించి తీర్పులను చెప్పేవారు. గ్రామ స్థాయిలో గ్రామాధికారులే న్యాయ విచారణ చేసేవారు. వాకాటక శాసనాల్లోని 'సదండ-నిగ్రహ' అనే పదాన్ని బట్టి, స్వల్ప నేరాలకు జరిమానాలను విధించే వారని తెలుస్తోంది. బహుశ, ఈ జరిమానాలను ధన రూపంలో వసూలు చేసేవారు.

ఆర్థిక పరిస్థితులు

శాతవాహనుల కాలంలో విలసిల్లిన దేశీయ, విదేశీయ వ్యాపారం, వాకాటకుల కాలం నాటికి క్షీణ దశకు వచ్చింది. శ్రేణులు, పట్టణాలు దెబ్బతిన్నాయి. వాకాటకుల నాణేలు లభించకపోవడాన్ని, వాణిజ్య క్షీణతగా భావించొచ్చు. రోమ్-భారతదేశం మధ్య వాణిజ్యం క్షీణించడంతో వాకాటక రాజులు వ్యవసాయాన్ని ప్రోత్సహించారు. వాకాటక రాజులు నీటి పారుదల సౌకర్యాలను ఏర్పాటు చేశారు. ఆనకట్టలు, కాలువలు, జలాశయాలను నిర్మించారు. వాకాటక రాజు దేవసేనుని హిస్సే-బోరాలా శాసనంలో, స్వామిల్లదేవుడనే అధికారి సుదర్శన సరోవరాన్ని నిర్మించినట్లు చెప్పబడింది. వ్యాఘ్రదేవుని గంజ్ శిలా శాసనం కూడా జలాశయ నిర్మాణాన్ని పేర్కొంటున్నది. జలాశయాన్ని 'విరాక' అనే పేరుతో పేర్కొన్నారు.

వాకాటక రాజులు బ్రాహ్మణులు, పండితులు, ప్రభుత్వాధికారులకు, సైనికులకు, గ్రామ మహత్తరులకు భూదానాలు చేయడం అధికమైంది. వాకాటక శాసనాల్లో ఎక్కువగా బ్రాహ్మణులకిచ్చిన భూదానాలకు సంబంధించిన వివరాలున్నాయి. తమ పూర్వీకుల పుణ్యం కోసం గోవులు, ఏనుగులు, అశ్వాలు, గ్రామాలను దానం చేశారు. దానం చేసిన గ్రామాలకు

అనేక ప్రత్యేక సౌకర్యాలు, మినహాయింపులనిచ్చారు. రెండో వింధ్యాశక్తి బాసిం శాసనాలు వీటి జాబితాను పేర్కొంటున్నాయి. రాజభటులు గ్రామాల్లోకి ప్రవేశించరాదు. కొన్ని రకాల పన్నుల నుంచి మినహాయింపు ఉండేది. దానగ్రహీతలు రాజద్రోహానికి, నేరాలకు పాల్పడరాదు. ఇతర గ్రామాలకు హాని కల్గించరాదు, భూదానాలు, భూస్వామ్య వ్యవస్థ అవతరించడానికి దారితీసింది. వీటిని సాగుచేయడానికి రైతులచే వెట్టి (విష్టి) చేయించేవారు. గ్రామంలోని ప్రజలు నిర్బంధంగా సైనికులకు, ప్రభుత్వోద్యోగులకు అనేక రకాల ఉచిత సేవలను చేయాల్సివచ్చేది.

సామాజిక పరిస్థితులు

హైందవ సమాజంలో చాతుర్వర్ణాలతో పాటు, అనేక మిశ్రమ కులాలు అవతరించాయి. వాకాటకుల కాలంలో కులాలు అంత దృఢంగా అవతరించలేదు. వర్ణసాంకర్యం కూడా జరుగుతుండేది. వివాహాలెక్కువగా అదే కులం వారితోనే జరిగేవి. బ్రాహ్మణుడైన రెండో రుద్రసేనుడు రెండో చంద్రగుప్తుని కుమార్తె ప్రభావతి గుప్తను వివాహం చేసుకొన్నాడు. వాకాటకులు కదంబులు, విష్ణుకుండులతో వైవాహిక సంబంధాలనేర్పాటు చేసుకొన్నారు. వాకాటకులు బ్రాహ్మణులైనప్పటికి, క్షాత్ర ధర్మాన్ని పాటించారు. వీరిని బ్రాహ్మక్షాత్రియులంటారు. ఈ యుగంలో బ్రాహ్మణులకు సమాజంలో గౌరవం పెరుగుతూ వచ్చింది. వారు కేవలం పండితులే కాక, పరిపాలకులుగా కూడా ప్రసిద్ధులయ్యారు. వాకాటకులు బ్రాహ్మణులను మంత్రులుగా నియమించుకొన్నారు. వత్సగుల్మ శాఖకు చెందిన రాజులు హస్తిభోజుడు, వరాహదేవుడనే బ్రాహ్మణులను మంత్రులుగా నియమించుకొన్నారు. వైశ్యులకు పూర్వమున్న స్థాయి ఈ యుగంలో కొద్దిగా తగ్గింది. ప్రభావతిగుప్త వంటి స్త్రీలు పరిపాలనా బాధ్యతలను చేపట్టారు.

మత పరిణామాలు

వాకాటక రాజ్యంలో వైదిక మతం, బౌద్ధ మతం వృద్ధిచెందాయి. ఎక్కువ మంది వాకాటక రాజులు శైవులు. కొందరు వైష్ణవులు. వాకాటక రాణి ప్రభావతిగుప్త ప్రభావంతో రెండో రుద్రసేనుడు వైష్ణవుడిగా మారాడు. ఇతడు చక్రపాణి భక్తుడిగా, పరమ భాగవతునిగా వర్ణించబడ్డాడు. ప్రభావతిగుప్తని 'అత్యంత భాగవద్భక్త'గా శాసనాలు పేర్కొన్నాయి. రెండో పృథ్వీసేనుడు కూడా వైష్ణవుడే. ఇతడు పరమ భాగవతుడిగా వర్ణింపబడ్డాడు. ఇతర వాకాటక రాజులైన మొదటి ప్రవరసేనుడు, మొదటి రుద్రసేనుడు, మొదటి పృథ్వీసేనుడు శైవులు. మొదటి రుద్రసేనుడు మహాభైరవుని భక్తుడు. మొదటి పృథ్వీసేనుడు మహేశ్వర భక్తుడు.

మొదటి ప్రవరసేనుడు ఒక శివాలయాన్ని నిర్మించాడు. మొదటి రుద్రసేనుడు ధర్మస్థానమనే దేవాలయాన్ని నిర్మించి, తన ఇష్టదేవతకు అంకితమిచ్చాడు. రెండో ప్రవరసేనుడు శంభుని భక్తుడు. తన రాజధాని ప్రవరపురంలో రామచంద్ర దేవాలయాన్ని నిర్మించాడు. వాకాటకుల కాలంలో దేవాలయాల నిర్మాణం ముమ్మరంగా జరిగింది. రాంటెక్ (మహారాష్ట్ర)లో రామచంద్ర దేవాలయం, వరాహ దేవాలయం, వామనావతార దేవాలయం (త్రివిక్రమ దేవాలయం), కేవల నర్సింహదేవాలయాలు నిర్మించబడ్డాయి.

ప్రధాన వాకాటక శాఖకు చెందిన రాజులు వైదిక మతాభిమానులు కాగా, వత్సగుల్మ శాఖ రాజులు బౌద్ధ మతాభిమానులు. వత్సగుల్మ శాఖ రాజుల సామంతులైన అనూప, రిషిక రాజులు బౌద్ధ మతాన్ని పోషించారు. హరిసేనుని మంత్రి వరాహదేవుడు బౌద్ధమత సమర్థకుడు. ఇతడు బౌద్ధమతస్థుల కోసం అజంతా, ఘటోత్కచలో గుహాలయాలను తొలిపించాడు.

విద్య, సాహిత్యాభివృద్ధి

వాకాటకుల కాలంలో సంస్కృత, ప్రాకృత సాహిత్యాలు అభివృద్ధిచెందాయి. వాకాటకులు తమ శాసనాలను సంస్కృత భాషలో వేయించారు. వాకాటక రాజులు సాహిత్యాన్ని పోషించడమే కాకుండా, స్వయంగా కావ్యాలను, సుభాషితాలను రచించడం జరిగింది. వాకాటకుల కాలం నాటి 'వైదర్భి సంస్కృతి శైలి'ని ప్రత్యేకంగా దండి పేర్కొన్నాడు. వాకాటక రాజు సర్వసేనుడు 'హరివిజయం' అనే ప్రాకృత కావ్యాన్ని రాశాడు. కొన్ని ప్రాకృత గాథలను (పద్యాలు) కూడా రాశాడు. సర్వసేనుడి కృషి మూలంగా వత్సగుల్మ ప్రముఖ విద్యా, సాంస్కృతిక కేంద్రంగా విలసిల్లింది. 'హరివిజయం' కావ్యాన్ని దండి ప్రశంసించాడు. ఈ కావ్యంలో శ్రీకృష్ణుడు స్వర్గం నుంచి పారిజాతం చెట్టును తెచ్చే గాథను వివరించాడు. ఈ గ్రంథం లభించకపోయినప్పటికి, తరవాత రచయితలు తమ రచనల్లో హరివిజయంలోని విషయాలను పేర్కొన్నారు. ప్రవరసేనుడు రచించినట్లుగా పేర్కొనే 'సేతుబంధం' అనే ప్రాకృత కావ్యం ఆనాటి కావ్యాల్లోనే ప్రసిద్ధమైందిగా బాణభట్టు, రామదాసు లాంటి వారు ప్రశంసించారు. దీనిలో 15 'ఆశ్వాసాలు'న్నాయి. క్షేమేంద్రుడు కూడా తన 'ఔచిత్య విచార చర్చ'లో ప్రవరసేనుని కావ్యాన్ని అత్యద్భుతమైందిగా శ్లాఘించాడు. ప్రవరసేనుడు 'సేతుబంధు' కావ్యంలోని ప్రతి ఆశ్వాసం చివరలో కాళిదాసు విరచితమైందని చెప్పడం వల్ల ఇది ఉభయుల సంయుక్త రచనగా కొందరు పండితులు భావిస్తున్నారు. కాళిదాసు వాకాటక రాజ్యానికి గుప్త రాజు రెండో చంద్రగుప్తునిచేత పంపబడ్డాడని, రామగిరిలో 'మేఘసందేశం' (మేఘదూతం)ను రాశాడని కొందరు పండితుల అభిప్రాయం. రామగిరిని వి.వి.మిరాశి ప్రస్తుత రాంటెక్‌గా గుర్తించారు.

ప్రవరసేనుడు తన తాత, తల్లి లాగానే పరమ భాగవతుడు, రామభక్తుడు. శ్రీరామచంద్రుడు శ్రీలంకపై దండెత్తే విషయాన్ని ఈ కావ్యంలో పేర్కొన్నాడు. ఈ సందర్భంగా రాముడు వెళ్ళే దారిలో ఉన్న వింధ్య, సహ్య, మలయ, మహేంద్రగిరి పర్వతాలను పేర్కొన్నాడు.

వాకాటకుల కాలంలో ప్రవరపురం (పౌనార్) వత్సగుల్మ (బాసిం) గొప్ప విద్యా కేంద్రాలుగా కూడా విలసిల్లాయి. బ్రహ్మదేయాలు, అగ్రహారాలు వైదిక అధ్యయన కేంద్రాలుగా ఆవిర్భవించాయి.

వాస్తు శిల్పాలు, చిత్రకళల ప్రగతి

వాకాటకుల వాస్తు శిల్పం వారి దేవాలయాల్లో, అజంతా గుహల్లో కన్పిస్తోంది. పౌనార్, మన్సార్, నందపూర్, రాంటెక్, నగర మొదలయిన చోట్ల వాకాటకులు నిర్మించిన దేవాలయాలెన్నో ఉన్నాయి. వాకాటకులు కట్టడ దేవాలయాలను, గుహ దేవాలయాలను నిర్మించారు. వాకాటకుల వాస్తు కళలపై గుప్తుల వాస్తు కళల ప్రభావం ప్రసరించింది. వాకాటక రాజులు రాంటెక్‌లో రామచంద్ర దేవాలయం, వరాహ దేవాలయం, వామనావతార దేవాలయం (త్రివిక్రమ దేవాలయం), కేవల నర్సింహ దేవాలయాలను నిర్మించారు. రెండో ప్రవరసేనుడు ప్రవరపురంలో రామచంద్ర దేవాలయాన్ని నిర్మించాడు. రాంటెక్ శాసనం ప్రకారం, మొదటి రుద్రసేనుడు చిక్కంబూరి వద్ద ధర్మస్థానమనే శివాలయాన్ని నిర్మించినట్లు తెలుస్తోంది.

వాకాటక శిల్పాల్లో పొడవైన శరీరం, సన్నని నాజూకైన నడుము, సౌష్ఠవంగా ఉండే శరీర పైభాగాలు, మొదలగు లక్షణాలు, శాతవాహనుల కాలం నాటి అమరావతి, నాగార్జునకొండ, జగ్గయ్యపేట శిల్పాలను పోలి ఉన్నాయి. పౌనార్, మంథాల్, రాంటెక్, జబల్‌పూర్‌లోని శిల్పాలు, వాకాటకుల శిల్పకళకు అద్దం పడుతున్నాయి. నందివర్ధనం, ప్రవరపురం ప్రధాన కళా కేంద్రాలుగా విలసిల్లాయి. అజంతాలో 15 వ గుహలో గంగా-యమున శిల్పాలను చెక్కడం జరిగింది. 16, 17, 19 గుహల్లో గంగా-యమునా శిల్పాల స్థానంలో, సాలభంజికలను చెక్కడం జరిగింది. బౌద్ధ శిల్పాల్లో సాలభంజికలను చెక్కడం వాకాటకుల కాలం నుంచి ప్రారంభమైంది.

అజంతా శిల్పాలు, చిత్రాలు మానవుడి అసాధారణ కళా సృష్టిగా, అద్భుతమైన కళాఖండాలుగా విమర్శకులు వర్ణించారు. వీటి కాల నిర్ణయంపై పండితుల్లో ఏకాభిప్రాయం లేదు. సుమారు ఏడు శతాబ్దాలు ఈ కళ కొనసాగింది. అజంతాలో 30 గుహలున్నాయి. 1819 లో వీటిని కెప్టెన్ జాన్‌స్మిత్ అనుకోకుండా గుర్తించాడు. వీటిలో కొన్ని గుహలు థేరవాదానికి, మరికొన్ని మహాయానానికి చెంది ఉన్నాయి. బుద్ధుని జీవితంలోని ముఖ్య ఘట్టాలను, బౌద్ధ జాతక కథలను ఇందులో చిత్రించారు. మొదటి గుహలో మహాజనక జాతకం, 17 వ గుహలో మహాహంస జాతకం, మాతృపోషక జాతకం దృశ్యాలు చెక్కబడ్డాయి. దీపంకర జాతకంలోని దీపంకర బుద్ధుడిని 26 వ గుహలో అనేకసార్లు చెక్కడం జరిగింది. 19 వ గుహలో బుద్ధుడు కపిలవస్తు నగరంలో యశోధర, రాహులుడి ఎదుట భిక్షాటన చేసే దృశ్యం చెక్కబడింది. బుద్ధుడి మహాపరినిర్యాణం 26 వ గుహలో చెక్కడం జరిగింది. ఒకటో గుహ విహారంలో ధర్మచక్ర ప్రవర్తన ముద్రలో ఉన్న బుద్ధ విగ్రహం దర్శనమిస్తుంది. బుద్ధునికిరువైపుల పద్మపాణి, వజ్రపాణిలున్నారు. పద్మపాణి లేదా అవలోకితేశ్వర బుద్ధుడి చిత్రం, అజంతా చిత్రాల్లోనే తలమానికమైంది.

అజంతాలోని 16వ గుహను వాకాటక రాజు హరిసేనుడి మంత్రి వరాహదేవుడు తొలిపించాడు. అన్ని గుహల్లో ఇది ప్రధానమైంది. ఇందులో బుద్ధుడి జీవితంలోని చివరి ఘట్టాలను, జాతక కథలను చిత్రాలుగా చిత్రించారు. అజంతాలోని 17 వ విహార గుహను హరిసేనుని సామంతుడు ఉపేంద్రగుప్తుడు (రిషిక రాజ్యం) తొలిపించాడు. ఇందులో అన్ని గుహల్లో కంటే ఎక్కువ చిత్రాలున్నాయి. పైగా, అవి చెక్కుచెదరకుండా ఉన్నాయి.

బుద్ధభద్రుడు, మధురదాసుడు, బాదంత ధర్మదత్తుడు అనే బౌద్ధ సన్యాసులు కూడా అజంతాలోని కొన్ని బుద్ధ విగ్రహాలను తొలిపించారు. వాకాటకుల చిత్రాలు ఔరంగాబాద్, ఘటోత్కచ (ఔరంగాబాద్ జిల్లా), బాగ్ (మధ్యప్రదేశ్)లో కూడా ఉన్నాయి. అజంతా గుహల్లో వాకాటక రాజులు, వారి సామంతులు వేసిన శాసనాలున్నాయి.

శాతవాహనుల అనంతరం దక్కన్‌లో పాలించిన ప్రసిద్ధ రాజ వంశాల్లో వాకాటకులు ముందుగా వస్తారు. తెలంగాణాలోని ఆదిలాబాద్, కరీంనగర్, నిజామాబాద్ ప్రాంతాలు వీరి రాజ్య భాగాల్లో ఉండటం జరిగింది. తదుపరి కాలంలో ఈ ప్రాంతాల్లో స్వతంత్ర పాలన సాగించిన విష్ణుకుండులు వీరికి సామంతులుగా ఉండటం గమనార్హం. వాకాటకులు ఉత్తరాన గుప్తులు, దక్షిణాన కదంబులతో వైవాహిక, సత్సంబంధాలనేర్పర్చుకొని, తమ రాజ్య సుస్థిరత, శాంతిభద్రతలకు చక్కటి పునాదులనేర్పర్చుకోవడం జరిగింది. పరిపాలన, ఆర్థిక రంగాల్లో, ప్రజా సంక్షేమం, సైన్య నిర్వహణ, సమర్థతకు ప్రాధాన్యతనివ్వడం జరిగింది. విద్య, సారస్వత రంగాల్లో, సంస్కృత, ప్రాకృత భాషల ప్రగతికి విద్యా కేంద్రాల నిర్వహణకు చర్యలను తీసుకోవడం జరిగింది. శైవ, వైష్ణవ, బౌద్ధమతాలు ఆదరణను పొందాయి. మిశ్రమ కులాలు అవతరించాయి. పౌనార్, బాసిం రాజధానుల్లో పలు హైందవ దేవాలయాలు, అజంతా గుహల్లో బుద్ధుని జీవితగాథలు, జాతక కథలు, శిల్ప, చిత్రకళలు ఉట్టిపడే విధంగా తీర్చిదిద్దబడ్డాయి. దక్కన్ చరిత్రలో వాకాటకుల పాలనా కాలం చిరస్మరణీయమైంది.

06

విష్ణుకుండుల పాలనా వైభవం

తెలుగుదేశ చరిత్రలో అత్యంత ప్రాధాన్యం గల రాజవంశాల్లో విష్ణుకుండులకు ప్రముఖ స్థానం ఉంది. వీరు తెలుగుదేశ కీర్తిని దిగంతాలకు వ్యాపింపచేయడమే కాకుండా, మతం, భాషా, సాంస్కృతిక రంగాల్లో ఎన్నో కొత్త ఒరవడులను ప్రవేశపెట్టారు. కృష్ణానది ఉత్తర గట్టున తమ రాజకీయ ప్రస్థానాన్ని ప్రారంభించి, నర్మదానది వరకు తమ సామ్రాజ్యాన్ని విస్తరించి, మూడు సముద్రాల (అరేబియా, బంగాళాఖాతం, హిందూ మహాసముద్రం) మధ్య దేశాన్ని కూడా కొంత కాలం పరిపాలించారు. క్రీ.శ.358 నుంచి క్రీ.శ.569 వరకు, సుమారు రెండు వందల పది సంవత్సరాలు వీరు ప్రధానంగా కృష్ణానదికి ఉత్తరంగా ఉన్న తెలంగాణను, ఉత్తరాంధ్రను పరిపాలించారు. వీరి రాజధానులు అమరపురం, ఇంద్రపాల నగరం, దెందులూరు. అమరపురం నేటి మహబూబ్‌నగర్ జిల్లాలోని అమ్రాబాద్ మండల కేంద్రం. శక్రపురం అనే మరో పేరు గల ఇంద్రపాల నగరం నల్గొండ జిల్లాలోని వలిగొండ మండలంలోని తుమ్మలగూడెం గ్రామ శివార్లలో ఉంది. దెందులూరు పశ్చిమ గోదావరి జిల్లాలోని పెదవేగి దగ్గర ఉంది. ఆంధ్రప్రదేశ్‌లోని బెజవాడ కూడా విష్ణుకుండులకు కొంత కాలం రాజధానిగా ఉన్నట్లు తెలుస్తున్నది. పురనిసంగమం అని తెలుస్తున్న వారి మరో రాజధాని, అమ్రాబాదు మండలంలోని సంగనిగుండాల గాని, అలంపురం దగ్గరలోని సంగమేశ్వరం గాని అయ్యుంటుంది. సంగనిగుండాల దగ్గర మేడిమానుకల్ గ్రామ శివార్లలో ఒక నాటి పట్టణపు శిథిలాలు ఉన్నాయి.

ఆధారాలు

విష్ణుకుండుల చరిత్రకు ప్రధాన ఆధారాలు శాసనాలు. వారి కాలంలో వేయించిన శాసనాలు 13 కాగా, వారి తర్వాతి కాలంలో వేయించిన 8 శాసనాలు కూడా విష్ణుకుండుల చరిత్రను తెలియచేస్తున్నాయి. ఈ ఇరవైఒక్క శాసనాల్లో, 16 రాగి రేకుల శాసనాలు కాగా, 5 శిలా శాసనాలు. విష్ణుకుండుల కాలంలో వేసిన శాసనాలు ఇవి:

శాసనం పేరు	ప్రాంతం
1. తుమ్మల గూడెం రాగి శాసనాలు - 2	వలిగొండ మండలం, నల్గొండ జిల్లా
2. చైతన్యపురి శిలా శాసనం	హైదరాబాద్
3. కీసర గుట్ట శిలా శాసనం	రంగారెడ్డి జిల్లా
4. సలేశ్వరం శిలా శాసనం	అమ్రాబాద్ మండలం, మహబూబ్‌నగర్ జిల్లా
5. వేల్పూరు శిలా శాసనం	సత్తెనపల్లి, గుంటూరు జిల్లా
6. ఈపూరు రాగి శాసనాలు - 2	తెనాలి, గుంటూరు జిల్లా
7. రామతీర్థం రాగి శాసనం	విశాఖపట్నం జిల్లా
8. చిక్కుళ్ళ రాగి శాసనం	తుని, తూర్పు గోదావరి జిల్లా
9. తుండి రాగి శాసనం	తుని, తూర్పు గోదావరి జిల్లా
10. పొలమూరు రాగి శాసనాలు	రామచంద్రాపురం, తూర్పు గోదావరి జిల్లా
11. ఖానాపూర్ రాగి శాసనం	సతార జిల్లా, మహారాష్ట్ర

విష్ణుకుండులు వేయించిన నాణేలు, కట్టించిన కోట గోడలు, నగరాలు, గుహాలయాలు, వాటి తవ్వకాల్లో బయటపడిన అనేక వస్తువులు, పనిముట్లు, శిల్పాలు మొదలైనవి వారి కాలపు చరిత్ర నిర్మాణంలో తోడ్పడతాయి. వారి కాలపు 'జనాశ్రయ ఛందో విచ్ఛిత్తి', 'సేతుబంధ' మొదలైన గ్రంథాలు కూడా, ఆనాటి చారిత్రక పరిణామాలను అర్థం చేసుకోవడంలో ఉపకరిస్తాయి.

జన్మస్థలం

విష్ణుకుండులు తమను తాము అమరపురీశులమని, శ్రీపర్వతస్వామి పాదానుధ్యానం వల్ల తమ రాజ్యం, శ్రీపర్వతం రెండు వైపులా విస్తరించిందని చెప్పుకొన్నారు. ఇందుకొక బలమైన కారణంగా సముద్రగుప్తుని దండయాత్ర గురించి చెప్పొచ్చు. ఆయన ఉత్తర భారతదేశంలోని పాటలీపుత్ర (బీహారు రాజధాని పాట్నా) నుంచి మొదలుకొని, నలు దిక్కులా అనేక దిగ్విజయ యాత్రలు చేసి, రాజులందరిని ఓడించి, తమ ప్రాంతీయ సంస్కృతులను హిందూమతానుగుణంగా సంస్కృతీకరించే హామీ మీద, వారి రాజ్యాలను వారికి ఇచ్చేశాడని చరిత్రకారుడు పి.వి.పరబ్రహ్మశాస్త్రి తెలిపారు. సముద్రగుప్తుడు ఓడించిన వారిలో అప్పటి వరకు కృష్ణానది వరకు రాజ్యాధికారాన్ని కలిగి ఉన్న పల్లవులు కూడా ఉన్నారు. ఈ సంఘటన తరవాత కృష్ణానదీ తీర ప్రాంతంలో విష్ణుకుండులు విజృంభించారు. వీరు కూడా ఆనాటి రాజలందరి లాగానే 'సంస్కృతీకరణ'ను ప్రవేశపెట్టారు. అశ్వమేధ, రాజసూయ తదితర యజ్ఞాలు చేసి, తమ రాజ్యాధికారాన్ని సగర్వంగా ప్రకటించుకొన్నారు. 'హిరణ్యగర్భ' అనే యాగం చేసి, బ్రాహ్మణులు, క్షత్రియుల తేజస్సును తెచ్చిపెట్టుకొన్నారు. ఇదే క్రమంలో, అమ్రాబాద్ మండలంలోని మునులూరు (నేటి మున్ననూరు) కోట ప్రాంతం నుంచి ఎదిగిన వీరు, కొత్త రాజధాని మామిడిపురం పేరును అమరపురం అన్నారు. అక్కడికి దగ్గరలోని ప్రసిద్ధ ఉమామహేశ్వర క్షేత్ర ప్రాంతం, మామిడిచెట్ల వనాలకు, ప్రత్యేకించి తుమ్మెద మామిడిచెట్లకు పేరుగాంచింది. రెండు దశాబ్దాల క్రితం వరకు కూడా ఉమామహేశ్వరంలో తుమ్మెద మామిడిచెట్టు ఉండేది. ఆ చెట్టు కిందనే ఆలయం ఉండేది. ఆ చెట్టు మామిడి కాయలను పగులగొడితే, అందులో నుంచి తుమ్మెదలు వచ్చేవి. ఈ ప్రాంతంలో 'మామిడి' పేరుతో చేను, చెలక, ఊర్లు కూడా ఉన్నాయి. అమ్రాబాద్ దగ్గర్లోనే 'మొలకమామిడి' అనే ఊరు ఇప్పటికీ ఉంది. మామిడిని సంస్కృతంలో ఆమ్రం అని, తుమ్మెదను 'భ్రమరం' అని అంటారు. అలా తుమ్మెద మామిడి భ్రమరామ్రం అవుతుంది. ఈ పదం 13వ శతాబ్దం నాటి నిత్యానాథ సిద్ధుని 'రసరత్నాకరం'లో కూడా ఉంది. భ్రమరామ్రం కాస్తా భ్రమరాంబై, శ్రీశైలంలోని మల్లికార్జునునికి భార్య అయింది. మల్లికార్జున అంటే సంస్కృతంలో మల్లెపూలతో పూజింపబడిన మద్ది (అర్జున) చెట్టు అని అర్థం. ఇప్పటికి కూడా శ్రీశైలంలో గర్భగుడికి ఉత్తర దిశలో మద్ది కాండంతో తయారుచేసిన వృద్ధ మల్లికార్జున లింగాన్ని చూడొచ్చు.

మొత్తం మీద చెప్పేదేమంటే, విష్ణుకుండులు సంస్కృతీకరణలో భాగంగా, తమ ప్రాంతపు పేరు మామిడివనాన్ని ఆమ్రపురంగా, అమరపురంగా మార్చారు. విష్ణుకుండులు వైదిక మతాన్ని అవలంబించారు కాబట్టి, వేదాల్లో ఇంద్రుడు ప్రధాన దైవం కాబట్టి, అతని పేరున అమరపురం అని, అతని మరో పేరున శక్రపురమని, తరవాత తమ మరో రాజధాని పేరును ఇంద్రపాల నగరం అని సంస్కృత పేర్లు పెట్టుకొన్నారు.

విష్ణుకుండులు యజ్ఞాలను నిర్వహించారు. బ్రాహ్మణులకు అగ్రహారాలను దానం చేశారు. బావులు, చెరువులు తవ్వించారని వారి శాసనాల్లో రాసి ఉంది. వీటికి భౌతిక ఆధారాలు అనేకం మున్ననూర్, అమ్రాబాద్ ప్రాంతాల్లో లభిస్తున్నాయి. విష్ణుకుండుల యజ్ఞ, స్నానవాటిక, మున్ననూర్ దగ్గర్లోని ప్రతాపరుద్ర కోటలో ఉన్న ఒక ప్రాచీనాలయం

పక్కన ఉంది. ఈ కోట కింద ఉత్తర దిశలో ఉన్న బ్రాహ్మణపల్లి అనే ఊరును విష్ణుకుండులు బ్రాహ్మణులకు అగ్రహారంగా ఇచ్చి ఉంటారు. ఆ ఊరి బ్రాహ్మణులే విష్ణుకుండుల చేత వేల యజ్ఞాలు చేయించి ఉంటారు.

విష్ణుకుండి వంశపు తొలి రాజుల్లో ఒకడైన గోవిందరాజు తన రాణి పరమభట్టారిక దేవి, శక్రపురం (ఇంద్రపాలనగరం)లో నిర్మించిన పరమభట్టారిక మహాదేవి విహారానికి, ప్రేణ్కపర, ఎన్మదల గ్రామాలను దానం చేసినట్లు శాసనాల్లో ఉంది. ఎన్మదల గ్రామం పేరు కొద్దిగా మారి, ఎల్మల పేరుతో ఇప్పటికీ అమ్రాబాద్ మండలంలో ఉంది. అయితే ఇంచుమించు అలాంటి పేరుతో ఉన్న గ్రామం మరొకటి, నల్గొండ జిల్లాలో కూడా ఉంది. ఇక ప్రతాపరుద్ర కోట పైన, దాని చుట్టుపక్కల ఎన్నో ప్రాచీన చెరువులున్నాయి. వీటిల్లో కొన్నింటిని విష్ణుకుండులే తవ్వించి ఉంటారు.

అమరపురంలో భూతగ్రాహకస్వామి (యముడు) ఆలయం ఉన్నట్లు, విష్ణుకుండి మాధవ వర్మ దంతముఖ స్వామి (గణపతి) విగ్రహ ప్రతిష్ఠ చేసినట్లు కూడా వారి శాసనాలు తెలుపుతున్నాయి. అమ్రాబాద్‌లో శిలా యుగాలకు చెందిన అనేక సమాధులున్నట్లు, వాటిలో కొన్నింటిని తాము సేకరించినట్లు, ప్రముఖ చరిత్రకారులు వి.వి.కృష్ణశాస్త్రి, ఠాకూర్ రాజారాంసింగ్‌లు తెలిపారు. వాటిని ఇప్పటికీ ఆ ఊరి నైరుతి దిశలోను, తూర్పు దిక్కున చూడొచ్చు. ఇలా వందల సంఖ్యలో సమాధులున్నాయి కాబట్టి, సమాధుల (మరణం) అధిపతి యముడికి, ఆ ఊరిలో ఆలయాన్ని కట్టారు. ఇక నాలుగు అడుగుల ఎత్తున్న నల్లని గణపతి విగ్రహాన్ని ఈ రోజు కూడా అమ్రాబాదు ఊరవతల (తూర్పున) చూడొచ్చు. తొలి తరం గణపతి విగ్రహాలకు కిరీటం ఉండేది కాదు. అమ్రాబాద్ గణపతి విగ్రహానికి కూడా కిరీటం లేదు. కాబట్టి, ఇది విష్ణుకుండులు ప్రతిష్ఠించిందే. ఆ విగ్రహం పక్కనే 'వెంకయ్య బావి' ఉంది. ఈ గణపతికి తర్వాతి శతాబ్దాల్లో కూడా పూజలు జరిగాయని శాసనాలు చెప్తున్నాయి. కాబట్టి, భక్తుల సౌకర్యార్థం ఆ బావిని కూడా తమ శాసనాల్లో చెప్పుకున్నట్లు, విష్ణుకుండులే తవ్వించారేమో. అమ్రాబాద్‌కు సమీపంలోని మాధవోనిపల్లె, మాచారం అనే గ్రామాలున్నాయి. ఇవి కూడా విష్ణుకుండి రాజులు మాధవవర్మ, మంచణల పేర్ల మీద ఏర్పడినట్లు కన్పిస్తున్నాయి. కారణం, ఆ ఊళ్లల్లో వారి కాలపు శిథిలాలు కన్పిస్తుండటం.

బి.ఎన్.శాస్త్రి సేకరించి ప్రచురించిన వివరాల ప్రకారం, కోటప్పకొండ స్థల మహత్త్యంలో త్రికూటం అంటే రుద్రశిఖరం, విష్ణుశిఖరం, బ్రహ్మశిఖరాల సముదాయమని, వాటిల్లో బ్రహ్మ శిఖరం మీద, కింద శలంకయ్య అనే భక్తుడు శివుడికి, ఆనందవల్లి అనే శివ భక్తురాలికి ఆలయాలు కట్టించాడని, ఆ ఆలయ స్వామిని కోటప్ప అంటున్నారని తెలుస్తున్నది. ఇవే వివరాలు, కొన్ని తేడాలతో, క్రీ.శ.1280 ప్రాంతంలో పాల్కురికి సోమనాథుడు రచించిన 'పండితారాధ్య చరిత్ర'లోని పర్వత ప్రకరణంలో కనిపిస్తున్నాయి. సోమనాథుడు శ్రీపర్వతంపై దక్షిణాన కుండ ఆకారంలో 'గుండ తీర్థం', ఉత్తరాన 'మల్లికాకుండం', వాటి ముందర 'మోక్షేశ్వరం', పశ్చిమాన బ్రహ్మేశ్వరం ఉన్నాయన్నాడు. ఇప్పుడు కూడా మున్ననూరుకు 10 కి.మీ. దూరంలో గుండం తీర్థాన్ని (waterfalls), 30 కి.మీ.దూరంలో మల్లికాకుండాన్ని (మల్లెల తీర్థం), వాటి ముందర సర్వేశ్వరం లేదా సలేశ్వరాన్ని చూడొచ్చు. సలేశ్వరంలోని రెండంతస్థుల గుహల్లో ఇక్ష్వాకుల కాలం నాటి ఇటుకల ($18 \times 10 \times 2^{1/2}$ అంగుళాలు) గోడలు, విష్ణుకుండుల, తొలి చాళుక్యుల కాలం నాటి ఇటుకల ($16 \times 10 \times 2^{1/2}$ అంగుళాలు) గోడలు, ఆ ఇరువురి కాలాలకు చెందిన శాసనాలు ఉన్నాయి. బ్రహ్మేశ్వరం మున్ననూరు ఈశాన్య ప్రాంతంలో ఉంది. ఆ ఊరికి ఆగ్నేయంలో మల్లప్ప గుట్ట ఉంది. దాని మీద మల్లప్ప స్వామి ఆలయం, దాని గోడ మీద చిన్న బ్రాహ్మీ శాసనం, మల్లప్ప గుట్ట కింద చెరువు అంచున విష్ణుకుండుల చిహ్నాలతో (కుండలు, లంఘించు

సింహాలు) కూడిన ఆలయం ఉంది. ఇక శలంకయ్య కట్టించిన ఆనందవల్లి ఆలయం, ప్రతాపరుద్ర కోట కింద వాయవ్య మూలలో, మూడు రోడ్ల మూల మలుపులో ఉంది. ఆనందవల్లి కన్యగానే శివుడి వరం వల్ల కొడుకును కన్నది కాబట్టి, ఆమెను ప్రజలు పతితగా చిత్రించి, ఆమెకు గుండు గీయించారు. తరవాత శివ మహిమను గ్రహించాక, ఆమెకు గుడి కట్టారు కాబట్టి, ఆమెను బోడగుండు దేవత అనేవారు. ఆ విగ్రహం, దాని ముందు పచ్చని శివలింగం 1965-66 లో ఇక్కడ రోడ్డు వేసేటప్పుడు దెబ్బతిన్నాయి. ఆ దేవత బోడగుండు ముక్క (కుడి భాగం) ఇటీవల ఒక పరిశోధకునికి దొరికింది.

మొత్తం మీద చెప్పేదేమిటంటే, పురాతత్వ, శాసన, సాహిత్యాధారాలు తెలియచేస్తున్న కుండాలు (సుమారు 50) మహబూబ్‌నగర్ జిల్లాలోని మున్ననూరు-అమ్రాబాద్ ప్రాంతాల్లో కన్పిస్తున్నాయి కాబట్టి, విష్ణుకుండులు వాటిల్లో ఏదో ఒక కుండం దగ్గర నుంచి, ముఖ్యంగా మల్లెల తీర్థ మైదాన ప్రాంతం నుంచి ఎదిగారని నిర్ధారించొచ్చు.

రాజకీయ పరిణామాలు

క్రీ.శ.355 ప్రాంతం వరకు విజయపురి (నాగార్జునకొండ) రాజధానిగా, కృష్ణా నదికి రెండు వైపులా, ఆంధ్రప్రదేశ్ మధ్య ప్రాంతపు జిల్లాలను ఇక్ష్వాకులు పరిపాలించారు. వారిని, దక్షిణాన కంచి నుంచి పాలిస్తున్న పల్లవులు ఓడించి, కృష్ణా నదీ ప్రాంతాన్ని శ్రీశైలం వరకు తమ ఆధీనంలోకి తెచ్చుకొన్నారు. కాని, త్వరలోనే క్రీ.శ.358 ప్రాంతంలో పాటలీపుత్రం (నేటి బీహార్ రాజధాని పాట్నా) నుంచి ఉత్తర, మధ్య భారతదేశాన్ని పరిపాలిస్తున్న గుప్త చక్రవర్తి సముద్రగుప్తుడు దక్షిణ దిగ్విజయ యాత్రలో పల్లవులను ఓడించి, తిరిగి వెళ్ళిపోయాడు. దీన్ని అదనుగా తీసుకొని, అంతకు ముందు ఇక్ష్వాకు సామంతులుగా పనిచేసిన ఆనందగోత్రికులు (కందార రాజులు), కృష్ణా-గుంటూరు ప్రాంతంలో, వారికి ఉత్తరాన వేంగి (ఏలూరు ప్రాంతం) ప్రాంతంలో శాలంకాయనులు, తదితరులు స్వతంత్రించారు. ఇక తెలంగాణాలో స్వతంత్రించిన వారు విష్ణుకుండులు.

అది మొదలు, విష్ణుకుండులు మొత్తం తెలంగాణా ప్రాంతాన్ని, కొంత కాలం (క్రీ.శ.5వ శతాబ్ది ఉత్తరార్థం) మహారాష్ట్ర ప్రాంతాన్ని, సుమారు రెండు వందల సంవత్సరాలు పరిపాలించారు. విష్ణుకుండి రాజుల్లో సుమారు పది మంది కన్పిస్తున్నారు. కాని, వారిలో ముగ్గురు, నలుగురేసి ఇంద్రవర్మలు, మాధవవర్మలు కనిపించడంతో, ఎవరి తరవాత ఎవరు పాలించారో నిర్ధారించడం కష్టమౌతుంది. అయితే, కింద తెలిపిన రాజుల కాలక్రమాన్ని ఎక్కువ మంది చరిత్రకారులు అంగీకరిస్తున్నారు.

1. ఇంద్రవర్మ (క్రీ.శ.358-370)
2. మొదటి మాధవవర్మ (క్రీ.శ.370-398)
3. గోవిందవర్మ (క్రీ.శ.398-440)
4. రెండో మాధవవర్మ (క్రీ.శ.440-495)
5. దేవవర్మ (క్రీ.శ.495-496)
6. మూడో మాధవవర్మ (క్రీ.శ.496-510)
7. మొదటి విక్రమేంద్రవర్మ (క్రీ.శ.510-525)
8. రెండో ఇంద్ర (భట్టారక) వర్మ (క్రీ.శ.525-555)
9. రెండో విక్రమేంద్రవర్మ (క్రీ.శ.555-569)

మంచణ్ణ భట్టారకుడు అనేవాడు కూడా కొంత కాలం క్రీ.శ.570 ప్రాంతంలో అమ్రాబాద్ ప్రాంతంలో పరిపాలించినట్లు తెలుస్తున్నది.

మొదటి ఇద్దరు రాజులు మహబూబ్‌నగర్, నల్లగొండ జిల్లాల్లో, అంటే దక్షిణ తెలంగాణాలో తమ రాజకీయ ప్రస్థానాన్ని ప్రారంభించి, తర్వాతి రాజుల విజృంభణకు మార్గాన్ని సుగమం చేశారు.

గోవిందవర్మ భుజ బలంతో విష్ణుకుండి రాజ్యాన్ని శ్రీపర్వతానికి (శ్రీశైలం-నాగార్జునకొండ) రెండు వైపులా విస్తరింపచేశాడు. పల్లవులను ఓడించి, గుండ్లకమ్మనది వరకు ఆక్రమించాడు. కోస్తాంధ్రలోని గుణపాశపురంలో బలవంతుడైన మూలరాజు బిడ్డను పెండ్లాడి, అతని సహాయంతో వేంగిలోని శాలంకాయనులను ఓడించి, వారి రాజ్యాన్ని తన రాజ్యంలో కలుపుకొన్నాడు. ఉత్తరాన, మూసీ నదికి ఆవలి ప్రాంతాలు కూడా ఆయన రాజ్యంలో ఉండేవి. ఇందుకు నిదర్శనాలుగా హైదరాబాద్‌లోని చైతన్యపురిలో గల అతని కాలపు శిలా శాసనం, హైదరాబాదు శివారులో గల కీసరగుట్ట (కేసరి గుట్ట) పైన గల విష్ణుకుండి కోట, దేవాలయ శిథిలాలు మొదలైన వాటిని గూర్చి చెప్పుకోవచ్చు. కేసరిగుట్ట కింద కేసరివాగు ఉంది. వాగు గట్టున ఉన్న ప్రాంతం పేరు, గట్టుకేసరి. దాన్ని ఇప్పుడు ఘట్‌కేసర్ అంటున్నారు. కేసరి అంటే సింహం. అది విష్ణుకుండుల రాజ చిహ్నం. ఆ రాజముద్ర ఒకటి కీసర గుట్ట పైన ఇటీవల లభించింది.

రెండో మాధవవర్మ (క్రీ.శ.440-495) విష్ణుకుండి రాజులందరిలోకీ గొప్పవాడు. ఈయన అనేక యుద్ధాలు (ఇంచుమించు వందకు పైగా) చేసి, బహుశా అన్ని యుద్ధాల్లోనూ విజయం సాధించి, ఒక్కొక్క విజయానికి గుర్తుగా కీసర గుట్ట పైన ఒక్కొక్క శివలింగాన్ని ప్రతిష్ఠ చేశాడు. ఈయన విజయం సాధించిన ప్రతి చోటా రామలింగేశ్వర దేవాలయాన్ని కట్టించాడు. అలా, ఈ రోజు వరక్కూడా ఈయన కట్టించిన రామలింగేశ్వర దేవాలయాలు, వేల్పూరు (గుంటూరు జిల్లా సత్తెనపల్లి తాలూకా), ఈపూరు, ఇంద్రపాలనగరం, కీసర గుట్టల్లో పూజలు అందుకొంటున్నాయి.

రెండో మాధవవర్మ దిగ్విజయాల్లో కొన్నింటిని ఇలా పేర్కొనొచ్చు. గుణపాశపురం పాలకుడు, బంధువు కూడా అయిన ప్రభాకరుని సహాయంతో, కళింగను (ఉత్తర కోస్తాంధ్ర + దక్షిణ ఒడిషా) ఆక్రమించాడు. తన 33వ రాజ్య పాలనా సంవత్సరంలో, పల్లవులపై దాడి చేసి, మళ్ళీ గుండ్లకమ్మ నది వరకు విష్ణుకుండి రాజ్యాన్ని విస్తరించాడు. పడమర దిక్కున మహారాష్ట్రలో వాకాటక రాజులు చాలా శక్తిమంతులు. ఆ వంశ ప్రధాన శాఖలో చివరి రాజైన పృథ్వీసేనుని (క్రీ.శ.460-480), రెండో మాధవవర్మ ఓడించి, అతని బిడ్డను పెళ్లి చేసుకొన్నాడు.

పైన పేర్కొన్న విజయాలతో రెండో మాధవవర్మ 'ప్రాగ్దక్షిణాపదాంభోనిధిరేవా సరిత్సలిలవలయ', భూమి భర్తయై 'అనేక సామన్త మకుటమణిఖచిత చరణయుగళు'డైనాడు. అంటే ఆయన రాజ్యం తూర్పున బంగాళాఖాతం నుంచి పడమర అరేబియా సముద్రం వరకు, దక్షిణ సముద్రం (బహుశా పులికాట్ సరస్సు) నుంచి ఉత్తరాన రేవా (నర్మదా) నది వరకు విస్తరించింది. ఎంతో మంది సామంత రాజులు ఆయన పాదాలపై వాలారు. ఇందులో అతిశయోక్తి ఏమీ లేదు. ఆయన శాసనం ఒకటి మహారాష్ట్రలోని ఖానాపూర్‌లో దొరికింది. విష్ణుకుండి నాణేలు మహారాష్ట్ర అంతటా దొరికాయి. రెండో మాధవవర్మకు ఉన్న 'త్రివర నగర భవనగత సుందరీ హృదయ నందన' (త్రివర నగరంలోని భవనాల్లో ఉండే అందగత్తెల హృదయాలను ఆనందింపచేసినవాడు) అనే బిరుదులోని త్రివరనగరం, నర్మదా నదిపై ఉన్న జబల్‌పూర్ దగ్గరలో త్రిపురి లేదా తేవార్. వి.వి.మిరాశీ త్రివరనగరం, దక్షిణ కోసల (బస్తర్) పాండు వంశ రాజు తీవర దేవుని

రాజధాని అంటే, ఇంకొందరు చరిత్రకారులు ఉత్తర కళింగను పాలించిన సోమ వంశీయుల రాజధాని అని వాదించారు. వీటిల్లో ఏది త్రివరనగరం అయినా, రెండో మాధవవర్మ రాజ్యం ఉత్తరాన నర్మదా-మహానదీ రేవుల వరకు విస్తరించిందనేది మాత్రం సుస్పష్టం.

విష్ణుకుందులకు, పల్లవులకు మధ్య ఎప్పుడూ యుద్ధాలు జరుగుతూ ఉండేవి. అందుకని, పల్లవుల దండయాత్రలను అరికట్టే ఉద్దేశంతో రెండో మాధవవర్మ తన రాజధాన్ని వేంగి సమీపంలోని దెందులూరు పురానికి మార్చి, తమ మొదటి రాజధాని అమరపురి కోట గోడలను పెంచి, బలిష్టపర్చి, అక్కడ తన పెద్ద కొడుకు దేవవర్మను రాజప్రతినిధిగా నియమించాడు.

రెండో మాధవవర్మ తన విజయాలను ప్రకటించుకొనేందుకు, 11 అశ్వమేధ యాగాలు, 16 రాజసూయ యాగాలు, వాజపేయ, పురుషమేధ మొదలైన వేయి యాగాలు చేశాడని విష్ణుకుండి శాసనాలు పేర్కొన్నాయి. ఈయన న్యాయ విధానాలను దేవతలు కూడా హర్షించారట. ఈయన బిరుదు 'జనాశ్రయ'తో మొదలయ్యే 'జనాశ్రయ ఛందోవిచ్ఛిత్తి' అనే ఛందో గ్రంథాన్ని ఈయనే రచించినట్టు తెలుస్తున్నది. ఈయన ఇలా ఎన్నో విషయాల్లో గొప్పవాడు కాబట్టే, అతడ్ని కాకతీయులు మొదలుకొని ఎంతో మంది రాజులు తమ వంశ కర్తగా చెప్పుకొన్నారు.

రెండో మాధవవర్మకు, వాకాటదేవికి పుట్టినవాడైనందున విక్రమేంద్రవర్మకు, 'విష్ణుకుండి వాకాటక వంశద్వయాలంకార జన్మ' అనే నామాంతరం ఉంది. 'మహాకవి' బిరుదాంకితుడైన ఇతని వ్యాసంగాన్ని అదనుగా తీసుకొని, అమరపురిలో దేవవర్మ కొడుకు మూడో మాధవవర్మ స్వతంత్రం ప్రకటించుకొన్నాడు. ఈ మాధవవర్మ కందార (ఆనందగోత్రీక) వంశాన్ని పూర్తిగా నిర్మూలించి, వారి బిరుదైన 'త్రికూట మలయాధిప' అనే బిరుదును తను ధరించాడు. అంటే, వారి ప్రాంతాన్ని తన ఆధీనంలోకి తెచ్చుకున్నాడన్నమాట. ఏమైనా విక్రమేంద్రవర్మ వాకాటక సింహాసనం నుంచి తరిమివేయబడో, లేదా తన రాజధాని దెందులూరు నుంచో వచ్చి, మూడో మాధవవర్మను అణిచేసి, విష్ణుకుండి రాజ్యాన్ని ఓ దశాబ్దిన్నర కాలం (క్రీ.శ.510-525) పాలించాడు.

విక్రమేంద్రవర్మ తరవాత అతని కొడుకు రెండో ఇంద్రవర్మ రాజయ్యాడు. కాని, అతని పైకి మూడో మాధవవర్మ చాళుక్యుల (పులకేశి) సహాయంతో కాలుదువ్వాడు. ఇందుకు నిదర్శనంగా పులకేశి బిరుదు 'రణవిక్రమ' అనే పదం చెక్కిన శాసనాలు ఏలేశ్వరంలో దొరికాయి. ఈ సంపర్కం తోటే చాళుక్యులు విష్ణుకుందుల 'ఆశ్రయ' పదం ఉన్న బిరుదులు ధరించసాగారు. ఏమైనప్పటికీ, రెండో ఇంద్రవర్మ మూడో మాధవవర్మను, ఇతర దాయాదులను (పాలివాండ్లను) ఓడించి, అమరపురి రాజ్యాన్ని 'రాజు క్షేత్రం'లో కలుపుకొని ఉంటాడు. ఇదిలా జరుగుతుండగా ఉత్తర-ఈశాన్యంలో కళింగ సామంతులు కూటమిగా ఏర్పడి, రెండో ఇంద్రవర్మని ఎదిరించ ప్రయత్నించారు. కాని, వారితో చేసిన యుద్ధంలో రెండో ఇంద్రవర్మనే విజయాన్ని సాధించి, రాజ్యాన్ని కాపాడాడు. ఉత్తర భారత మౌఖరి రాజైన ఈశానవర్మ శలిక, ఆంధ్ర రాజులను జయించినట్లు చెప్పుకొన్నాడు. అంటే, ఈశానవర్మ చేసిన దక్షిణ దిగ్విజయ యాత్రలో, రెండో ఇంద్రవర్మ ఓడిపోయి, తన బిడ్డ ఇంద్రభట్టారికాదేవిని, ఈశానవర్మ కొడుకు శర్వవర్మకు ఇచ్చి, పెళ్లి చేసి, వారితో స్నేహం, బంధుత్వం నెరిపాడు.

రెండో ఇంద్రవర్మ చనిపోయిన తరవాత, అతని కొడుకు రెండో విక్రమేంద్ర భట్టారకవర్మను చిన్న వయస్సులోనే వారి మంత్రి మండలి సింహాసనాన్ని ఎక్కించింది. ఇతని బిరుదు 'సకల భువన రక్షాభరణైకాశ్రయ' ఇతని రాజ్య విస్తృతి చాలా విశాలమైందని సూచిస్తుంది. ఇతని పదకొండవ రాజ్య పాలనా సంవత్సరంలో, పల్లవ సింహవర్మ విష్ణుకుండి రాజ్యంపై దండెత్తాడు. గుంటూరు జిల్లాలోని ధాన్యకటక పరిసరాల్లో, క్రీ.శ.566 ప్రాంతంలో యుద్ధం జరిగినట్లు,

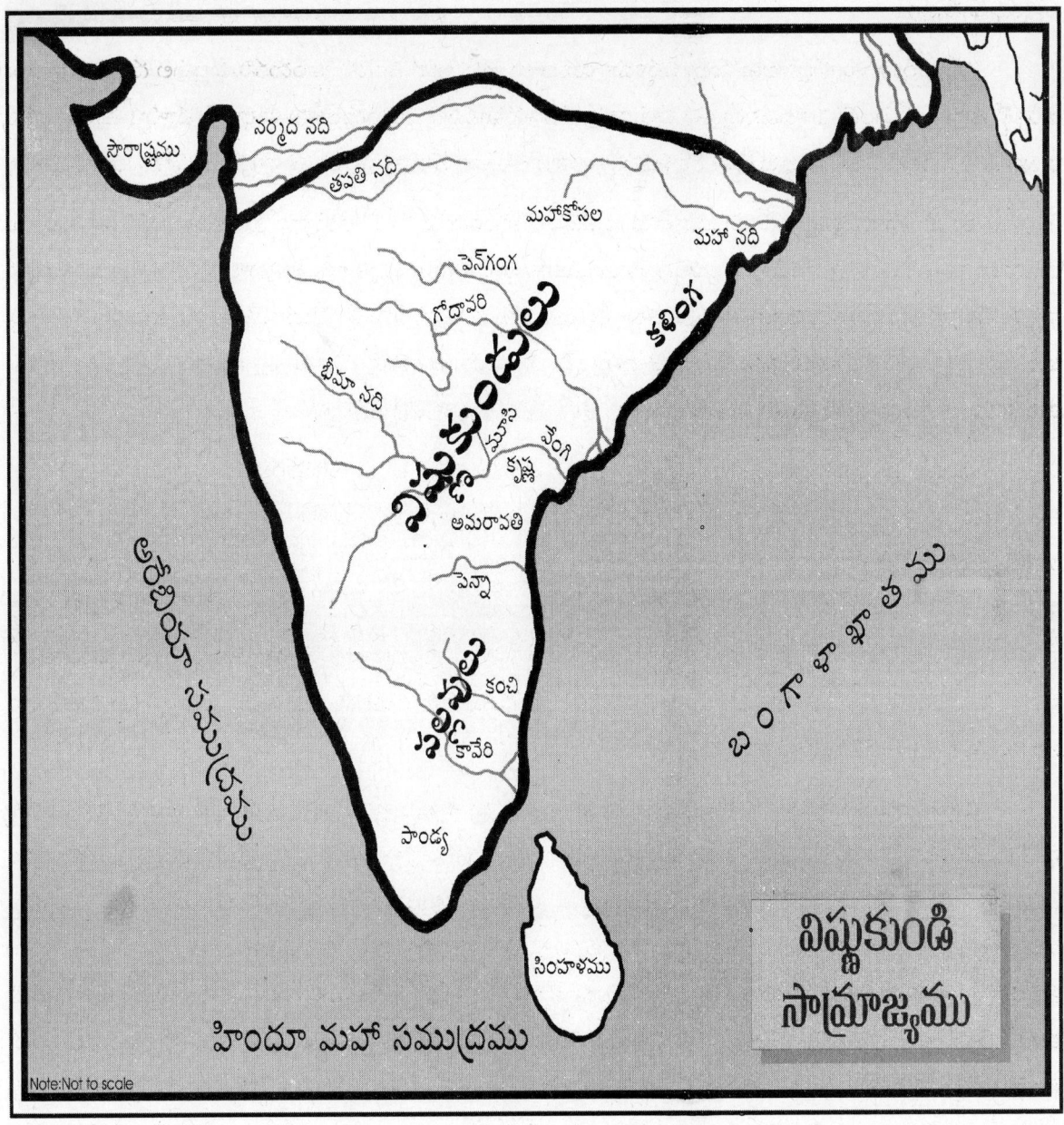

సౌరాష్ట్రము
నర్మద నది
తపతి నది
మహాకోసల
మహా నది
పెన్‌గంగ
గోదావరి
కళింగ
భీమా నది
విష్ణుకుండులు
మూసి
వేంగి
కృష్ణ
అమరావతి
పెన్నా
పల్లవులు
కంచి
కావేరి
పాండ్య
అరేబియా సముద్రము
బంగాళాఖాతము
సింహళము
హిందూ మహా సముద్రము
విష్ణుకుండి సామ్రాజ్యము
Note:Not to scale

రెండో విక్రమేంద్రవర్మకు పృథ్వీమూలుని సహాయం లభించినట్లు కనిపిస్తుంది. ఏమైనా, ఈ యుద్ధంలో రెండో విక్రమేంద్రుడు విజయాన్ని సాధించి, అందుకు గుర్తుగా ఇంద్రపాలనగరంలోని పరమభట్టారికా మహాదేవి విహారానికి దానధర్మాలు చేశాడు. ఇదే సమయంలో, పిష్ఠపురంలో రణదుర్జయ పృథ్వీమహారాజు స్వతంత్రతను ప్రకటించుకొన్నాడు. అతని రాజ్యంలో గోదావరి, ఖమ్మం, నల్గొండ జిల్లాలుండేవి.

కొంత కాలం సైన్యాన్ని సమకూర్చుకొని రెండో విక్రమేంద్రవర్మ పృథ్వీమహారాజు మీద దాడి చేశాడు. కాని, ఆ యుద్ధంలో రెండో విక్రమేంద్రవర్మ మరణించాడు. దాంతో విష్ణుకుండి వంశం అనతి కాలంలోనే అంతరించింది. కాబట్టి, పృథ్వీమూలుడు కూడా స్వతంత్రించి, గోదావరి జిల్లాల ప్రాంతాలను పరిపాలించాడు.

అలా విష్ణుకుండి రాజ్యం అంతరించిన సంవత్సరం క్రీ.శ.569-570 ప్రాంతం నుంచి సుమారు అర శతాబ్ది కాలం, అంటే క్రీ.శ.617 వరకు, వారి రాజ్య భాగాలను ఆగ్నేయ ఆంధ్రలో పృథ్వీమహారాజు, గుంటూరు - కృష్ణా - గోదావరి జిల్లాల్లో పృథ్వీమూలరాజు పరిపాలించారు. వీరిరువురిని, క్రీ.శ.617 లో జయించి, బాదామి చాళుక్య రాజు రెండో పులకేశి తన రాజ్యాన్ని తెలంగాణా, ఆంధ్ర ప్రాంతాల్లో విస్తరింపచేశాడు.

పాలనా విధానం

విష్ణుకుండుల పాలన అనేక కోణాల్లో గొప్పదనాన్ని కలిగిందని తెలుస్తున్నది. వీరు స్వపరాక్రమంతో, భుజ బలంతో రాజ్యాన్ని సంపాదించుకొన్నా, శ్రీపర్వతస్వామి పాదాలను ధ్యానించడం వల్ల, ప్రజాపాలనాధికారం పొందామని చెప్పుకోవడం, వారి నాణేలపై కూడా 'శ్రీపర్వత' అనే అక్షరాలు చెక్కించడంలో, వారి వినయ విధేయతలు వ్యక్తమౌతున్నాయి. వారు 'నయ, వినయ, ఉత్సాహం మొదలైన సద్గుణ సంపత్తి' కలవారు. సక్రమ ప్రజాపాలన వల్ల కీర్తిని గాంచారు. వారి సక్రమ పరిపాలన వల్ల భిక్షువులు, అనాథలు, అనాధులు, యాచకులు, వ్యాధిపీడితులు, దీనులు, కృపణ జనులు కూడా న్యాయంగా సంపాదించుకొనగలిగారు. ద్విజులకు (బ్రాహ్మణులకు), కులీనులకు (రాజోద్యోగులకు) ఆశ్రయభూతులయ్యారు. అంటే, వారికి భూములు, గ్రామాలు, పదవులిచ్చి, వారి కృషి ద్వారా, ప్రజల్లో శాంతిసౌభాగ్యాలు వెల్లివిరిసేట్లు చూశారు. వారికి వేలకొలది దాసీదాసులను కూడా దానం చేశారు. 'శయనాసన యానపాన భోజన భవన వసనాభరణం'లను (మంచాలు, కుర్చీలు, ప్రయాణసాధనాలు, భోజన పానీయాలు, భవనాలు, నగలను) దానం చేశారు. కన్యా దానాలు కూడా చేశారు. వీటితో, వారికి పేదల్లో మంచి పేరు ప్రఖ్యాతులు లభించాయి. మాధవవర్మ నిరంతరం తల్లిదండ్రుల పాదాలను సేవించేవాడట. వీటి వల్ల విష్ణుకుండులు ప్రజాసంక్షేమ కాముకులని, కాబట్టి వారి పాలనలో ప్రజలు సుఖసంతోషాలను అనుభవించారని అర్థమౌతుంది.

శాతవాహనుల తరవాత దక్కన్‌లో విశాల సామ్రాజ్యాన్ని పరిపాలించిన ఘనత కూడా విష్ణుకుండులకే దక్కుతుంది. వీరి పాలనలో సుమారు అర శతాబ్ది కాలం, మహారాష్ట్ర, తెలంగాణ, ఆంధ్రప్రదేశ్ రాష్ట్రాలు ఉండేవి. అయితే, ఎక్కువ కాలం మాత్రం, కృష్ణా నదికి ఉత్తరాన గల తెలంగాణా, కోస్తాంధ్ర ఉన్నాయి. అంత విశాలమైన రాజ్యాన్ని ఏలారు కాబట్టే, విష్ణుకుండులు 'మహారాజ' అనే బిరుదును ధరించారు. వీరు అన్ని వర్గాల ప్రజలకు ఆశ్రయభూతులయ్యారు కాబట్టే, 'సకలభువనైకాశ్రయ, జనాశ్రయ, సత్యాశ్రయ, ఉత్తమాశ్రయ, విక్రమాశ్రయ' మొదలైన బిరుదులను ధరించారు. అందువల్ల, వీరు తరవాతి తరాల రాజులకు ఆదర్శప్రాయులయ్యారు. అలా, తరవాతి కాలపు చాళుక్య రాజులు 'ఆశ్రయ' బిరుదులను ధరించారు. కాకతీయులు మాధవవర్మను తమ వంశ కర్తగా చెప్పుకొన్నారు. పిఠాపురం రాజులు, వెలమలు కూడా అదే మాట చెప్పుకొన్నారు.

న్యాయ పాలనకు విష్ణుకుండులు పెట్టింది పేరు. మాధవవర్మ 'దివ్యాలు' అనే న్యాయ విధులను కనిపెట్టాడు. చింతకాయలు అమ్ముకొనే ఒక స్త్రీ కొడుకుపై ఏమరపాటున తన రథాన్ని పోనిచ్చి చంపిన రాకుమారునికి, మాధవవర్మ ఉరిశిక్ష విధించాడట. అందుకు హర్షించి, మల్లీశ్వరస్వామి బెజవాడలో కనక వర్షం కురిపించి, రాకుమారుడ్ని, చనిపోయిన చింత్రిణీ స్త్రీ కొడుకును బతికించాడని, అక్కడి శాసనంలో ఉంది. ఇదే విషయం తర్వాతి కాలపు సాహిత్య గ్రంథాల్లో (నాచికేతోపాఖ్యానం, ప్రబోధచంద్రోదయం, పంచతంత్రం మొదలైనవి) కూడా ఉంది. అలా విష్ణుకుండులు సత్వం, సత్యం, త్యాగం మొదలైన సద్గుణ సంపత్తిచే కీర్తిని గాంచారు. అలా వారు బ్రాహ్మణులు, క్షత్రియుల కంటే గొప్ప తేజస్సు కలవారయ్యారు. అయితే, ఒక మాధవవర్మకు 'హిరణ్యగర్భ' అనే బిరుదు ఉంది కాబట్టి, హిరణ్యగర్భ యాగం చేసిన విష్ణుకుండులు మొదట తెలంగాణాలోని స్థానిక శూద్రులే అని చెప్పొచ్చు.

విష్ణుకుండి రాజ్యంలో రాజే సర్వాధికారి, నిరంకుశుడు. అంటే, పాలనా విషయాల్లోనూ ఆయన మాటే అంతిమ నిర్ణయం. అయితే, రాజు నిర్ణయాలు ప్రజాభిప్రాయాన్ని, ప్రజా సంక్షేమాన్ని అనుసరించి ఉండేవి. మంత్రి మండలి అభిప్రాయాలకు కూడా రాజాస్థానంలో సముచితమైన స్థానం ఉండేది. వారు ఒక్కో మారు రాజును కూడా సింహాసనంపై అధిష్టించేవారు. మాధవవర్మ ప్రాడ్వివాకులతో (న్యాయవేత్తలతో) చర్చించాకే, తన కొడుకుకు మరణ దండన విధించాడట. శూరులకు, కులీనులకు విష్ణుకుండులు తగిన ఆశ్రయం కల్పించేవారు.

విష్ణుకుండులు తమ దేశాన్ని రాష్ట్రాలుగా, రాష్ట్రాన్ని విషయాలుగా, విషయాన్ని గ్రామాలుగా విభజించారు. రాష్ట్రానికి పాలకుడు రాష్ట్రికుడు. విష్ణుకుండుల దేశంలో పఱకి రాష్ట్రం, ప్లక్కి రాష్ట్రం, కర్మ రాష్ట్రం, కళింగ రాష్ట్రం మొదలైన రాష్ట్రాలుండేవి. విషయానికి పాలకుడు విషయాధిపతి, విష్ణుకుండుల రాజ్యంలో గృధ్రవాడి విషయం, నేత్రపాటి (నతవాడి) విషయం, మొదలైన విషయాలుండేవి. ఈ పాలనా విభాగాలు గాక, రాజ్యంలో కొంత భాగానికి రాజు కొడుకును 'యువరాజు'గా నియమించడం కూడా ఉంది. ఇంకా కొన్ని సామంత రాజ్యాలు విష్ణుకుండి రాజ్యానికి లోబడి పాలించేవి. మాధవవర్మ కింద అనేక సామంతులు, గోవిందవర్మ కింద అన్య సామంతులు, సకల సామంతులు ఉండేవారని శాసనాల్లో ఉంది. వారిలో కొందరితో విష్ణుకుండులు వైవాహిక సంబంధాలను కూడా నెరిపారు. అవి కూడా విష్ణుకుండుల రాజ్య రక్షణకు, విస్తృతికి దోహదం చేశాయి. విష్ణుకుండి రాజుకు తన దేశాన్ని పరిపాలించడంలో యువరాజు, మహామాత్య, అమాత్య, రహస్యాధికారి, అంతరంగికుడు, తదితర అధికారులు తోడ్పడేవారు.

రాజ్య రక్షణ, విస్తరణలో భాగంగా విష్ణుకుండులు అనేక కోటలను కట్టించారు. అలా కట్టిన కొత్త కోటలకు తమ మొదటి రాజధాని పేరు (అమరపురం)నే, అదే అర్థం వచ్చే మరో పేరు పెట్టారు. అలా మనకు నల్లగొండ జిల్లా రామన్నపేట తాలూకాలో ఇంద్రపాలనగరం, బెజవాడలోని ఇంద్రకీలాద్రి, నిజామాబాద్‌లోని ఇందూరు కనిపిస్తాయి. ఇందూరు, కీసరగుట్ట వారి స్థానిక స్థావరాలై ఉంటాయి. వేంగి దగ్గరలో ఉన్న వారి మరో రాజధాని ఌెందులూరు లేదా దెందులూరు. పల్లవుల దాడి నుంచి తన రాజ్యాన్ని రక్షించుకోడానికి, విష్ణుకుండులు తమ మొదటి రాజధాని అమ్రాబాదు ప్రాంతంలో, తెలుగు దేశంలోనే అతి పెద్ద కోట కట్టారు. ఆ కోట గోడ పొడవు సుమారు 200 కిలోమీటర్లు. ఆ కోట గోడను ఎప్పుడూ కడుతూనే ఉండేవారు కాబట్టి, ఆ ప్రాంతంలో తరచుగా తమ ఇంటి ఆవరణ గోడలను కడుతూ ఉండేవాడిని 'వీడు పటాలభద్రుని కోట లాగా కడుతూనే ఉన్నాడు' అని ఇప్పటికీ సామెత లాగా అంటూ ఉంటారు.

ఆర్థికాభివృద్ధి

విష్ణుకుండుల నాటి గ్రామాల్లో స్వయంసమృద్ధమైన ఆర్థిక వ్యవస్థ ఉండేది. అంటే, వ్యవసాయదారులు, వివిధ వృత్తుల ప్రజలు ఒకరిపై ఒకరు ఆధారపడి బతికేవారు. రాజులు వ్యవసాయాభివృద్ధికై చర్యలు తీసుకొన్నారు. బ్రాహ్మణులకు అగ్రహారాలతో పాటు, ఆ గ్రామంలో సాగు చేస్తున్న రైతులను, కొంత మంది దాసీ దాస జనాలను దానం చేశారు. రుతువుల గురించి పరిజ్ఞానం ఉన్న బ్రాహ్మణులు, ఈ సేవకుల సహాయంతో వ్యవసాయ విస్తృతి చేశారు. అలా కొత్త భూములు సాగులోకి వచ్చాయి. విష్ణుకుండులు వ్యవసాయ బావులను, చెరువులను అనేకం తవ్వించారని వారి శాసనాలు తెలుపుతున్నాయి. వాటి ద్వారా మాగాణి పంటలు కూడా పండేవి. ఆనాడు భూమిని నివర్తనాల్లో కొలిచేవారు.

విష్ణుకుండుల రాజ్యంలో స్వదేశీ, విదేశీ వర్తక వాణిజ్యాలు కూడా కొనసాగాయి. వారి నాణేలు తెలంగాణాలోని ఏలేశ్వరం, భువనగిరి, సుల్తానాబాద్ (కరీంనగర్ జిల్లా) లో, ఆంధ్రలోని బొజ్జన్నకొండ, యలమంచిలి (విశాఖపట్నం జిల్లా) ల్లో, మహారాష్ట్రలోని నాసిక్, ఖానాపూర్, నాగపూర్‌ల్లో, మధ్యప్రదేశ్‌లోని బ్రహ్మగిరి తదితర ప్రదేశాల్లో దొరికాయి. కాబట్టి ఈ ప్రాంతాల్లో వారి కాలంలో స్వదేశీ వర్తకం జరిగిందని చెప్పొచ్చు. శాలంకాయనుల నుంచి వేంగిని, కళింగుల నుంచి వారి రాజ్యాన్ని ఆక్రమించాక, విష్ణుకుండుల విదేశీ వాణిజ్యం విస్తరించింది. కోస్తాంధ్రలో వారివి ఎక్కువ నాణేలు దొరకడం, వాటిపై ఓడ గుర్తు ఉండటం, రెండో మాధవవర్మకు త్రిసముద్రాధిపతి అనే బిరుదు ఉండటం, వారి విదేశీ వాణిజ్య ప్రాముఖ్యాన్ని సూచిస్తున్నాయి. మోటుపల్లి, కోడూరు మొదలైన తూర్పు తీర పట్టణాల నుంచి, బర్మా, సయాం, కంబోడియా, చైనా, జపాన్, సిలోన్, సుమత్రా, జావా, బోర్నియో, మలయ, ఆరకాన్ మొదలైన తూర్పు దేశాలతో, ఈజిప్ట్, రోమ్, గ్రీస్ మొదలైన పశ్చిమ దేశాలతో, విదేశీ వాణిజ్యం జరిగేది. కృష్ణా నది పైన ఉన్న వాడపల్లి, బెజవాడ, అమరావతి, మోటుపల్లి, ఘంటసాల, కోడూరు, అలంపురం-కూడలిసంగం మొదలైన ప్రదేశాలు ప్రధానంగా స్వదేశీ వర్తక కూడళ్ళు గాను, తరచుగా విదేశీ వర్తక కేంద్రాలు గాను కూడా పని చేసేవి. అలంపురం దగ్గరి కూడలి సంగమేశ్వరంలో జరిపిన తవ్వకాల్లో, రోమన్ చక్రవర్తి కాన్‌స్టాంటిన్ (క్రీ.శ.306-337) ది ఒక బంగారు నాణెంతో పాటు, మరి కొన్ని ఇతర నాణేలు దొరికాయి. వీటిని బట్టి, కృష్ణా-తుంగభద్ర నదుల సంగమ ప్రదేశం విష్ణుకుండుల కంటే ముందు నుంచే విదేశీ వర్తక కేంద్రమని, అది విష్ణుకుండుల కాలంలోనూ కొనసాగిందని స్పష్టమౌతుంది.

క్రీ.శ.5వ శతాబ్దారంభ దశాబ్దాల్లో విష్ణుకుండుల రాజ్యంలో గవ్వలు కూడా ద్రవ్యంగా చెలామణి అయ్యాయని చైనా యాత్రికుడు ఫాహియాన్ రాశాడు. మరో చైనా యాత్రికుడు హ్యుయన్‌త్సాంగ్ శ్రీపర్వతం మీద బంగారంతో చేసిన నిలువెత్తు బుద్ధ విగ్రహాలు ఉన్నాయని రాశాడు. అవి దొరకలేదు కాని, ఒకటి నుంచి ఐదు అంగుళాల ఎత్తు ఉన్న రాగి బుద్ధ విగ్రహాలు మాత్రం (క్రీ.శ.4-5 శతాబ్దాల నాటివి) బుద్ధాంలో, అమరావతిలో దొరికాయి. వీటిని బట్టి, ఆనాడు కంసాలి వృత్తి పనివారు మంచి నైపుణ్యం గలవారని తెలుస్తున్నది. కీసరగుట్ట పైన దొరికిన ఒక నశం డబ్బి (పోత ఇనుముతో మామిడి పిందె ఆకారంలో చేసినది - 7 సెం.మీ.) ఇందుకు మరొక నిదర్శనం. మొత్తం మీద విష్ణుకుండుల కాలంలో భిక్షువులు, బ్రాహ్మణులు, అనాధలు, యాచకులు, వ్యాధిగ్రస్థులు, దీనులు, కృపణ జనులు అందరు కూడా అనుభవించేంతగా, న్యాయంగా సంపాదించిన ధనసమృద్ధి ఉండేదని శాసనాలు చెప్తున్నాయి కాబట్టి, ఆనాటి ఆర్థిక వ్యవస్థ పటిష్టమైనదని చెప్పొచ్చు.

సామాజిక పరిస్థితులు

విష్ణుకుండులు 'దానమానాదులచే అనురక్తమగు వర్ణాశ్రమ స్వజన పరిజనులైనవారు' అని వారి శాసనాల్లో ఉంది. గోవిందవర్మ వర్ణాశ్రమ ధర్మాన్ని గౌరవించేవాడట. ఇలా వారు చతుర్వర్ణాల ప్రజలు (బ్రాహ్మణ, క్షత్రియ, వైశ్య, శూద్ర కులాలు) తమ తమ వృత్తి ధర్మాలను పాటించేట్లుగా చేసే ప్రయత్నం చేశారు. అయితే, మొదటి, రెండు కులాలకు ఎక్కువ గౌరవముండేదని స్పష్టమౌతుంది. విష్ణుకుండులలో కొందరు 'పరమ బ్రాహ్మణ్య' అని బిరుదు వహించడం, 'బ్రహ్మక్షత్ర తేజస్సు'ను ధరించడం, 'హిరణ్యగర్భ' యాగం చేసి ఆ బిరుదు ధరించడం మొదలైనవి, బ్రాహ్మణ, క్షత్రియ వర్ణాల ప్రాముఖ్యాన్ని తెలియచేస్తాయి. అంటే, శూద్రులైన విష్ణుకుండులు అనేక యాగాలు చేసి, పై కులాల స్థాయికి పాకినట్లుంది. బ్రాహ్మణులకు అనేక అగ్రహారాలిచ్చారు. కులీనులకు కూడా పదవులిచ్చి గౌరవించారు.

వైశ్యులు స్వదేశీ, విదేశీ వ్యాపారాల్లో నిమగ్నమై ఉండేవారట. శూద్రుల్లో కంసాలివారు, శిల్పులు, చేనేత పనివారు మొదలైన వారికి సముచిత స్థానం ఉండేది. రైతుల కృషి దేశానికి వెన్నెముక కాబట్టి, కొందరు రైతులక్కూడా అగ్రహారాలను మాన్యాలతోపాటు దానం చేసేవారు. అదీ గాక, దాసీదాస జనాలను కూడా వేల సంఖ్యలో దానం చేసేవారట. వీరి వల్ల వ్యవసాయాభివృద్ధి, వ్యాపారాభివృద్ధి జరిగేదేమో కాని, వారి మానవ హక్కులను కాలరాచినట్లే అర్థమౌతుంది. పురుష మేధాలు (యాగాల్లో పురుషులను బలివ్వడం) కూడా చేసిన ఆ రోజుల్లో, దాసీదాసులను దానమివ్వడం పెద్ద లెక్క కాదేమో! అయితే విష్ణుకుండులు చేసిన కన్యా దానాల వల్ల, కన్యల తల్లిదండ్రులు, అత్త మామలు, వధూవరులు అందరూ సంతోషించేవారనే చెప్పాలి. విష్ణుకుండులు ఇంకా శయన, ఆసన, యాస, పాన, భోజన, భవన, వసన, ఆభరణాలను కూడా దానం చేసేవారట. ఇలా ఆ రాజులు చేసిన అనేక దానాలు ప్రజలకు సంతోషాన్ని కల్గించడమే కాక, ప్రజల్లో కూడా తమకు కలిగి ఉన్నంత మేరలో దానం చేసే సంస్కృతిని వ్యాపింపచేసి ఉంటాయి. మాధవవర్మ తన తల్లింద్రండుల పాదాలను నిరంతరం సేవించేవాడట. దీన్ని బట్టి, ఆనాటి ప్రజలు కూడా తల్లిదండ్రులు, పెద్దల పట్ల భయభక్తులు కలిగి ఉండేవారని చెప్పొచ్చు.

సాంస్కృతికాభివృద్ధి

విష్ణుకుండులు వైదిక మతానుయాయులు. శ్రీపర్వత స్వామి వారి కుల దైవం. వారి పేర్లు వారు వైదికులని, పరమ మహేశ్వర, పరమ బ్రహ్మణ్య వంటి వారి బిరుదులు వారు శివ భక్తులని, బ్రాహ్మణ మతావలంబీకులని తెలియచేస్తున్నాయి. విష్ణుకుండులు స్వతంత్రులు కావడానికి కొద్ది కాలం ముందే, శ్రీశైల ప్రాంత రాజును సముద్రగుప్తుడు జయించి, వేయించిన అలహాబాద్ శాసనంలో 'పరమభట్టారకా పాదానుధ్యాతస్య' అని ఉంది. ఈ వాక్యం విష్ణుకుండుల 'శ్రీపర్వతస్వామి పాదానుధ్యాతస్య' అనే శాసన వాక్యంతో పోలిక కలిగి ఉంది. తొలి తరం విష్ణుకుండి రాజు గోవిందవర్మ భార్య పరమభట్టారికాదేవి పేరు కూడా, గుప్తుల ఇష్ట దైవం పేరై ఉంది. శ్రీపర్వతస్వామికి లేదా శ్రీశైలం మల్లికార్జున స్వామికి, చంద్రగుప్తుడు అనే రాజు బిడ్డ లేదా చెల్లెలైన చంద్రవతి (సంద్రవతి)కి మధ్య ఉన్న భక్తి భావ సంబంధమై కూడా ఎన్నో కథనాలున్నాయి. ఆమె ప్రతిష్టించిందని చెబుతున్న గుప్తమహేశ్వర ఆలయ శిథిలాలు, ఇప్పటికీ శ్రీశైలం ఉత్తర ద్వార క్షేత్రమైన ఉమామహేశ్వరానికి ఉత్తరాన ప్రతాపరుద్ర కోట కింద వాయవ్య మూలన, రోడ్డుకు దక్షిణాన, ఫర్లాంగు దూరంలో ఉన్నాయి. రెండో మాధవవర్మ వాకాటకదేవిని పెళ్లి చేసుకొన్నాక, విష్ణుకుండులు వైదిక-బ్రాహ్మణ మతాన్ని తప్ప, ఇతర మతాలను పోషించినట్లు కనపడదు. వాకాటకులు గుప్తుల బంధువులు. అందువల్ల వారు కూడా, గుప్తుల్లాగే వైదిక-బ్రాహ్మణ మతాన్నే అవలంబించారు. వాకాటకుల ప్రభావం విష్ణుకుండులపై పడి ఉంటుంది. మొత్తం

మీద అర్థమయ్యేదేమిటంటే, గుప్తులు-వాకాటకుల ప్రభావం మూలాన, విష్ణుకుండులు సంస్కృతీకరణ చెంది, వైదిక-బ్రాహ్మణ మతావలంబకులయ్యారు.

వైదిక-పౌరాణిక మతం

క్రీ.శ.4, 5 శతాబ్దాల్లో బౌద్ధ మతం ప్రజల్లో బాగా ప్రచారంలో ఉన్నందున, విష్ణుకుండులు ఆ మతాన్ని పోషించినా, అందులో కూడా ఎక్కువగా బ్రాహ్మణులకే దానం చేసినట్లు కనిపిస్తుంది. ఏది ఏమైనా, విష్ణుకుండులు నిజానికి వైదిక, పౌరాణిక మతావలంబకులు. వారి పేర్లన్నీ వైదిక, వైష్ణవ మత సంబంధాలు. ఇంద్రభట్టారకవర్మ, అతని కొడుకు విక్రమేంద్రవర్మ, 'పరమ మహేశ్వర' బిరుదులను ధరించారు. విష్ణుకుండులు తాము 'శ్రీపర్వత స్వామి పాదానుధ్యానం' వల్ల, ప్రజా పరిపాలనాధికారం పొందామని చెప్పుకొన్నారు. వారి నాణేలపై కూడా 'శ్రీపర్వత' అనే పదాన్ని చెక్కించారు. శ్రీపర్వత పాదంలోనే (ఉమా) మహేశ్వర దేవాలయం ఉంది. ఇది అమ్రాబాద్ మండలం లోనే ఉంది. శ్రీశైల దేవస్థాన ఉత్తర ద్వారంగా పేరొందింది. శ్రీశైలం మల్లికార్జునుడు కూడా, విష్ణుకుండుల కాలంలోనే ఆ పేరుతో ప్రచారం పొందాడు. రెండో మాధవవర్మ ఆజ్ఞతో, ఆయన 33వ రాజ్య పాలనా సంవత్సరంలో, యుద్ధభేరి (నగారా), దంతముఖస్వామి (గణపతి) విగ్రహ ప్రతిష్ఠలు జరిగాయి (క్రీ.శ.489). ఆ విగ్రహానికి ప్రజలందరూ పూజలు చేసేవారట. ఈ వివరాలు సరిపోయే వెంకయ్య (గణపతి) విగ్రహం అమ్రాబాద్ ఊరవతల ఉంది. ఆ వెంకయ్య విగ్రహం దగ్గరలో వెంకయ్య బావి, శివపార్వతుల ఆలయ శిథిలాలున్నాయి. దానికి కొన్ని కిలోమీటర్ల దూరంలో, కొండల్లో, గణేశ్వర ఆలయం ఉంది. నగారా ఇప్పుడు ఉమామహేశ్వర ఆలయ ఆవరణలో ఉంది. గోవిందవర్మ అనేక 'దేవాయతనాలు' కట్టించాడని శాసనాధారం. విష్ణుకుండులు కట్టించిన ఆలయాలు ఎక్కువగా వారి తొలి రాజధాని అమ్రాబాద్ మండలంలో గల, నల్లమల అడవుల్లోని లోయల్లో, జలపాతాల కింద, గుహల్లో ఉన్నాయి. వారికి సమకాలికులుగా, వారి రాజ్యపు తూర్పు భాగాలను పరిపాలించే ఆనందగోత్రీకులు లేదా కందార రాజులు (అత్తివర్మ) వంకేశ్వరంలోని 'శంభు'ను కొలిచారట. ఒక వంకేశ్వరాలయం అమ్రాబాద్ మండలంలోనే ఉంది. కందార రాకుమారి పేరైన 'అవనీతలాంతవతి' అనే పదబంధం కూడా అమ్రాబాద్ 'పీఠభూమి'నే సూచిస్తోంది.

అదేమి చిత్రమో గాని, అక్కన్న-మాదన్న గుహలు, అక్కన్న-మాదన్నలు కట్టించినట్లుగా చెప్పబడుతున్న దేవాలయాలు అన్నీ విష్ణుకుండి రాజు రెండో మాధవవర్మ కట్టించినవే. అలాంటి వాటిల్లో బెజవాడ (ఇంద్రకీలాద్రి) కనకదుర్గ ఆలయ సముదాయంలోని అక్కన్న-మాదన్న గుహలను, కీసర గుట్టలోని అక్కన్న-మాదన్నలు కట్టించినట్లుగా చెప్పబడుతున్న మందిరాలను, హైదరాబాదు శివార్లలోని మహేశ్వరం ఆలయాన్ని ఉదాహరణలుగా చూపొచ్చు. నిజానికి వీటన్నింటిని రెండో మాధవవర్మ కట్టించాడు. హిందూ మతాన్ని ఉద్ధరించే విషయంలో పోలికలున్నందున, మాధవవర్మ పేరు అక్కన్న-మాదన్నలకు (17 వ శతాబ్దంలో) అన్వయమైందేమో.

రెండో మాధవవర్మ ఎక్కువగా రామలింగేశ్వరాలయాలను కట్టించాడు. ఆయన విజయం సాధించినప్పుడల్లా, విజయం సాధించిన చోటల్లా వాటిని కట్టించాడు. అలా మనకు గుంటూరు జిల్లాలో సత్తెనపల్లి తాలూకాలోని వేల్పూరు రామలింగేశ్వరాలయం, ఈపూరు రామలింగేశ్వరాలయం, కీసరగుట్టలో రామలింగేశ్వరాలయం నేటి వరకు కూడా పూజలందుకొంటూ కనిపిస్తున్నాయి. అమ్రాబాద్ మండలంలోని ఉమామహేశ్వర ఆలయ స్థల చరిత్రలో కూడా రాముని ప్రసక్తి కనిపిస్తుంది. ఆ ఆలయానికి ఆగ్నేయంలో రామ పాదాల గుర్తులున్నాయి. వీటిని బట్టి అక్కడ కూడా మొదట

రామలింగేశ్వరమే ఉండేదని స్పష్టమౌతున్నది. ఉమామహేశ్వరాలయానికి ఉత్తరాన మున్ననూర్ వైపు వెళ్ళే దారి పక్కన పల్లవేశ్వరాలయం ఉంది. దీన్ని, రెండు మూడు సార్లు విష్ణుకుండులపై దండెత్తిన పల్లవులు తమ విజయ సూచకంగా కట్టించారు. అది ఆనవాయితీగా, రెండో మాధవవర్మ కూడా తను సాధించిన అనేక విజయాలకు గుర్తులుగా, ఒక్కొక్క విజయానికి ఒకటి చొప్పున, కీసరగుట్ట పైన రామేశ్వర లింగ ప్రతిష్ఠలు చేశాడు. విష్ణుకుండులు వైష్ణవులు కాబట్టి, శివ లింగాలను, రామ లింగాలన్నారు. ఇదే దృష్టాంతాన్ని, తర్వాతి కాలపు తూర్పు చాళుక్య రాజు రెండో విజయాదిత్యుడు (నరేంద్ర మృగరాజ విజయాదిత్యుడు రాష్ట్రకూట గోవిందుడనే మృగరాజు (సింహం) పై విజయం సాధించినవాడు) కూడా తన 108 విజయాలకు గుర్తుగా, 108 చాళుక్య భీమేశ్వరాలయాలను కట్టించాడు. రెండో మాధవవర్మ 'స్నానపుణ్యోదక పవిత్రీకృత శీర్షః' (పుణ్యస్నానాలచే పవిత్రమైన శిరస్సు కలవాడు) అని వర్ణించబడ్డాడు. దీని వల్ల, ఆయన కాలంలో తీర్థయాత్రలకు, పుణ్యస్నానాలకు ప్రాముఖ్యం బాగా ఉండేదని తెలుస్తున్నది.

విక్రమేంద్రవర్మ 'నేత్రపాటి విషయం'లోని త్రియంబకనాథ దేవాలయానికి, లేదా సోమగిరీశ్వరనాథ దేవునికీ, దేవ భోగముగా రేగోన్ట గ్రామాన్ని దానం చేశాడు. విష్ణుకుండులు 'గ్రామ క్షేత్ర హిరణ్య ద్విరద తురగ గోబలీవర్ధ శయనాసన యాన పాన భోజన భవన వసనాభరణము'లతో పాటు, కన్యలను, వేలకొలది దాసులను కూడా దానం చేశారని, వారి శాసనాలు పేర్కొంటున్నాయి.

విష్ణుకుండులు అనేక యజ్ఞయాగాది క్రతువులను నిర్వహించారు. రెండో మాధవవర్మ 'ఏకాదశాశ్వమేధ, అవబృథ, అవధౌత, జగత్కల్మష, అగ్నిష్టోమ, బహుసువర్ణ, పురుషమేధ, వాజపేయ, షోడశ రాజసూయ ప్రాజాపత్యనేక పౌండరీక, శత సహస్రయాజినో' అని కీర్తించబడ్డారు. వేలకొలది దాసులను, కన్యలను దానమివ్వడం, పురుషులను యజ్ఞాల్లో బలివ్వడం వంటి ఆచారాలు, ఆనాడు ప్రజలందరూ సమానులు కారనే విషయాన్ని తెలియచేస్తున్నాయి. విష్ణుకుండులు చేసిన యజ్ఞాలకు గుర్తుగా, మున్ననూరు కోటలో వారి కాలపు అవబృథ స్నానవాటిక కనిపిస్తున్నది.

బౌద్ధ మతం

విష్ణుకుండుల పాలనా కాలం తొలి దశ నాటికి, సమాజంలో బౌద్ధ మతం బాగా వ్యాప్తిలో ఉండేది. జనరంజక పాలకులు ప్రజాభిప్రాయాన్ని గౌరవించాలి కాబట్టి, తొలి తరం విష్ణుకుండి రాజులు తాము వైదిక మతానుయాయులైనప్పటికీ, బౌద్ధ మత సంస్థలను పోషించారు. అలా, గోవిందవర్మ తన 37 వ విజయరాజ్య సంవత్సరం, వైశాఖ పూర్ణిమ నాడు పద్దెనిమిది శాఖలు కలిగిన బౌద్ధ ధర్మం నెరిగిన దశబలబలికి పద్నాలుగవ ఆర్య సంఘాన్ని ఉద్దేశించి, తన రాణి ఇంద్రపాలనగరంలో కట్టించిన పరమభట్టారికా దేవి మహా విహారానికి దీప, ధూప, గంధ, పుష్ప, ధ్వజ, పాన, భోజన, శయన, ఆసన, గ్రాస, భైషజ్య (వైద్య), చేండస్ఫుటిత శీర్ణ సంస్కారాలు, మొదలయిన క్షేమాలు కలగడానికి పేణ్కపఱ గ్రామపు నిధులు, ఉపనిధులు, దండకరవృష్టులు, ఉచ్ఛిష్ట భాగాలు అన్నింటితో కూడ ధారాపూర్వకంగా దానం చేశాడు. అదే సంఘానికి ఎన్మదల గ్రామాన్ని కూడా దానం చేశాడు. అదే విహారానికి విక్రమేంద్రవర్మ ఇఱుణ్డెరో అనే గ్రామాన్ని, భిక్ష సంఘాల అనుభవం కోసం, క్రీ.శ.566 లో దానం చేశాడు. గోవిందవర్మ మామ పృథ్వీమూలుడు కూడా తన రాజధాని గుణపాశపురంలో (తూర్పు గోదావరి జిల్లా) తోఖలిఖాత మహావిహారాన్ని కట్టించాడు. అతని కొడుకు హరివర్మ

గుణపాశపురంలోనే మరో విహారాన్ని కట్టించాడు. దానికి కట్టచెరువు అనే గ్రామాన్ని దానం చేశాడు. తాటికొండ దగ్గర శాక్యభిక్షు విహారాన్ని కట్టించాడు.

గోవిందవర్మ శోభా సముదాయాలైన అనేక మహా విహారాలను ప్రతిష్ఠ చేశాడని, విక్రమేంద్రవర్మ నలు దిక్కులందున్న పూజనీయ భిక్షు సంఘాల అనుభవం కోసం దానాలు చేశాడని, శాసనాలు తెలియచేస్తున్నాయి. అంటే, ఆనాడు విష్ణుకుండులు వారి రాజ్యం నాలుగు దిక్కులా బౌద్ధ ఆరామ విహారాలను కట్టించారని, లేదా అప్పటికే మనుగడలో ఉన్న వాటికి పెద్ద ఎత్తున మరమ్మత్తులు, విస్తృత కార్యక్రమాలు చేపట్టారని తెలుస్తున్నది. ఇందుకు నిదర్శనాలుగా, మనకు హైదరాబాదు పరిసరాల్లోని చైతన్యపురి కాలనీలో గల గోవిందరాజ విహారం, కీసరగుట్ట, కొండాపురం, బౌద్ధ శిథిలాలు, నల్గొండ జిల్లాలోని ఫణిగిరి, గాజులబండ ఆరామ, స్థూప విహారాలు, ఖమ్మం జిల్లాలోని నేలకొండపల్లి స్థూప ఆరామాలు మొదలైనవి నేటికీ కనిపిస్తున్నాయి. ఫణిగిరిలో 2011 లో చేపట్టిన తవ్వకాల్లో, ఆరు ఆరామాలు బయటపడ్డాయి. ఒక్కో ఆరామంలో ఏడు గదులున్నాయి. ఆంధ్రలో కూడా జగ్గయ్యపేట, శాలిహుండం, రామతీర్థం, తొట్లకొండ, బొజ్జన్నకొండ, రామతీర్థం, బుద్ధాం తదితర ప్రదేశాల్లో బౌద్ధ కట్టడాలున్నాయి. అయితే, వీటిల్లో చాలామటుకు అంతకు పూర్వం నుంచి కూడా మనుగడలో ఉన్నవే. కాని వాటిల్లో పెద్ద ఎత్తున విస్తృత కార్యక్రమాలు చేపట్టబడింది విష్ణుకుండుల కాలంలో, ఇందుకొక ఉదాహరణగా, సలేశ్వర విహారాన్ని గూర్చి చెప్పుకోవచ్చు. ఇది మహబూబ్‌నగర్ జిల్లాలోని అమ్రాబాద్ మండలంలో కృష్ణా నది ఉత్తరపు/ఎడమ ఒడ్డున, నల్లమల అడవుల్లోని గుట్టల మధ్య గల ఒక లోయలో ఉంది. ఇక్ష్వాకుల కాలంలో బౌద్ధ భిక్షువుల కోసం ఇక్కడ విహారం కట్టబడింది. ఇందుకు నిదర్శనాలుగా, ఇక్కడ ఇక్ష్వాకుల కాలపు ఇటుక ($18 \times 10 \times 2^{1/2}$ అంగుళాలు) కట్టడాలు, విష్ణుకుండుల కాలపు బ్రాహ్మీ లిపి శాసనాలు, ఆ తర్వాతి కాలపు ఇటుక ($10 \times 10 \times 2^{1/2}$ అంగుళాలు) కట్టడాలు, శిలా కట్టడాలు, ప్రాచీన తెలుగు-కన్నడ లిపి శాసనాలు నేటి వరకూ కన్పిస్తున్నాయి.

హైదరాబాద్‌లోని చైతన్యపురిలో బౌద్ధ మతానికి చెందిన హీనయాన శాఖ ఉండేది. అక్కడ కొసగుండ్ల నరసింహస్వామి గుహాలయం దగ్గర గల ఒక పెద్ద బండరాయి పైన ఆరు వరుసల ప్రాకృత శాసనం ఉంది. అందులో 'పుధగిరిపైన మహావిహారాన్ని ప్రతిష్ఠించిన మహావీతరాగ వాసుదేవ సిరిదాముని శిష్యుడును, బౌద్ధ సన్యాసియును అయినటువంటి పిండపతిక దామధరుని శాఖకు చెందిన బ్రమదేవ థెవిరుని శిష్యుడైన భదంత సంఘదేవుడు, గోవిందరాజ విహారానికి గంధం, బట్టలు సమకూర్చే వ్యక్తుల ఉపయోగం కోసం, శిలా వసతి (రాతి ఇల్లు) కట్టించాడు' అని రాసి ఉంది. ఇందులో పేర్కొన్న గోవిందరాజ విహారం, శిలా వసతి మూసీ నది కుడి ఒడ్డున ఉండటం, దీనికి సుమారు 60-70 కిలోమీటర్ల దూరంలో మూసీ నది ఒడ్డున విష్ణుకుండుల నగరం, ఇంద్రపాలనగరం ఉండటం గమనార్హం. హైదరాబాద్ ప్రాంతంలో దొరికిన అత్యంత ప్రాచీన శాసనం ఈ చైతన్యపురి శాసనం. ఇది క్రీ.శ.5వ శతాబ్దారంభ కాలం నాటిది. చైతన్యపురికి కొన్ని కిలోమీటర్ల దూరంలోనే ఉన్న కీసరగుట్టపై మహాయాన బౌద్ధం ఆనవాళ్ళు కనిపిస్తున్నాయి. అందుకు నిదర్శనంగా చరిత్రకారుడు శ్రీ కుర్రా జితేంద్రబాబు అక్కడ సేకరించిన మహాయాన కర్త, ఆచార్య నాగార్జునుని లోహ విగ్రహాన్ని చూడొచ్చు. అయితే, కూర్చుని ఉన్న మూర్తి తలపై నాగ పడగ ఉండటం, 23 వ జైన తీర్థంకరుని విగ్రహ విషయంలో కూడా పరిపాటే. కాబట్టి, ఇది గనక నిజమైతే, కీసరగుట్ట ప్రాంతంలో ఆనాడు జైన మతం కూడా

వర్ధిల్లిందని చెప్పాలి. ఇక ఈ శాసనంలో పేర్కొన్న పుధగిరి గనక మగధ రాజధాని రాజగృహ దగ్గరి పాండవ పర్వతం (పాట్నా దగ్గర) గనక అయినట్లయితే, రాజగృహలోని థేరవాదుల మహావిహారానికి అనుబంధంగా ఉన్న విహారం ఒకటి చైతన్యపురిలో ఉండేదని చెప్పవలసి ఉంటుంది. ఈ శాసనంలో చెప్పిన పిండపాతికులు హీనయాన బౌద్ధ మతానికి చెందిన ఒక ప్రత్యేక శాఖీయులు. బౌద్ధ మతంలో ఆనాడు 18 శాఖలుండేవని, వాటన్నింటినీ ఎరిగిన మహనీయుడు దశబలబలి అని ఒక శాసనంలో రాయబడింది. ఆయా శాఖల్లో ఎన్నో సంఘాలుండేవి. అట్లాంటి వాటిల్లో ఒకటి, 14వ ఆర్య సంఘం. అశనపుర ఆర్య సంఘానికి విక్రమేంద్రవర్మ త్రిలోకాశ్రయ రాజమహా విహారాన్ని కట్టించి, దాని ప్రతినిధి సంఘదాసునికి రెండు గ్రామాలను, వాటి తోటలతో సహా దానం చేశాడు. విక్రమేంద్రవర్మను మహాబోధిసత్వ, పరమసౌగత అనే బౌద్ధ సంబంధ బిరుదులతో సంబోధించడం జరిగింది. సంఘదాసుడు తామ్రపర్ణికి (శ్రీలంక) చెందిన క్షేమాచార్య శాఖకు చెందినవాడు.

బౌద్ధ మతాన్ని పోషించిన చివరి తెలుగు రాజులు విష్ణుకుండులు. క్రీ.శ. 5వ శతాబ్దాంతం నాటికి, కృష్ణా నదికి దక్షిణాన, అంటే, నేటి అమరావతి, నాగార్జునకొండ ప్రాంతాల్లో, బౌద్ధ మతంలో మరొక ప్రధాన శాఖైన వజ్రయానం రూపుదిద్దుకొంది. ఆ శాఖలోని బౌద్ధ సంఘంలోకి స్త్రీలు, మద్యమాంసాలు, మాయ మంత్రాలు ప్రవేశించి, క్రమక్రమంగా పవిత్రతను, తద్వారా ప్రజాభిమానాన్ని కోల్పోయి, చివరికి అటువంటి బౌద్ధ స్థలాలు బొంకుల దిబ్బలుగా, లంజల దిబ్బలుగా పేరుపడ్డాయి. కరీంనగర్ జిల్లాలో ఉన్న బొంకూరు, చిన్న బొంకూరు, పెద్ద బొంకూరు, లంజమడుగు, కృష్ణా జిల్లాలోని జగ్గయ్యపేట దగ్గరి లంజల దిబ్బ మొదలైనవి కొన్ని ఉదాహరణలు మాత్రమే.

ఆనాటి బౌద్ధ మతంలో చోటుచేసుకొన్న ఇంకొక పరిణామమేమిటంటే, ఆ మత సంఘాలు, ఆరామ-విహారాల్లో బ్రాహ్మణాధిక్యం చోటు చేసుకోవడం. గోవిందవర్మ శాసనంలో 'అనన్త బ్రాహ్మణ సంభారస్య' అని విహార ప్రతిష్ఠాపన సందర్భంలో చెప్పబడటం, ఇందుకొక నిదర్శనం. ఈ బ్రాహ్మణులు క్రమంగా బుద్ధుణ్ని, విష్ణువు యొక్క తొమ్మిదవ అవతారంగా చిత్రించారు. కాబట్టి, కొన్ని బౌద్ధ క్షేత్రాలు వైష్ణవ క్షేత్రాలుగా మారాయి. ముఖ్యంగా, నరసింహాలయాలుగా మారాయి. బుద్ధుని కాలం నుంచే బౌద్ధ మత ప్రాంతమైన ధర్మపురి (కరీంనగర్ జిల్లా) విష్ణుకుండుల కాలంలోనే రామలింగేశ్వర స్వామి, నరసింహస్వామి ఆలయాల ప్రాంతంగా మారి ఉంటుంది.

బౌద్ధ మతానికి సంబంధించిన చివరి గొప్ప తత్వవేత్తలు విష్ణుకుండుల రాజ్యంలో నివసించారు. క్రీ.శ. 5వ శతాబ్దానికి చెందిన తర్క పండితుడు దిజ్నాగుడు, కొంత కాలం వేంగిలో నివసించాడు. అక్కడ ఆయన సాంఖ్యకారికా రచయితైన ఈశ్వర కృష్ణునితో వాగ్వాదాలు జరిపాడు. మరి కొంత కాలం, ఆయన కరీంనగర్ జిల్లాలోని రామగిరి (రామగుండం), మునులగుట్ట (కోటిలింగాల దగ్గర) ప్రాంతంలో జీవించినట్లు, కాళిదాసు రచన 'మేఘ సందేశం' కావ్యంలోని గోదావరి ప్రాంత వర్ణన వల్ల అర్థమౌతున్నది. దిజ్నాగుడు వందకు పైగా రచనలు చేశాడు. 'ప్రమాణ సముచ్చయం' అనే ప్రసిద్ధ గ్రంథాన్ని సంస్కృతంలో రాశాడు. యోగాచార పంథాను బోధించాడు. తెలుగు దేశానికి చెందిన బౌద్ధ మహా పండితులలో ఆయన ఆఖరి వాడు. బాసరలో కూడ ఒక స్థూపం, చిన్న శాసనాలు కొన్ని ఉన్నాయి. దిజ్నాగుడు ఆ ప్రాంతంలో కూడా కొంత కాలం గడిపినట్లు తెలుస్తున్నది.

జైన మతం

క్రీ.శ.1115 లో నయసేనుడు అనే జైన కవి కన్నడంలో రచించిన 'ధర్మామృతం' అనే గ్రంథంలో, 'శ్రీపర్వతం', దాని పరిసరాలకు ఆ పేర్లు ఎలా వచ్చాయో వివరణ ఉంది. ప్రతీపాలపురం రాజధానిగా, వేంగీ దేశాన్ని ఏలుతున్న ఇక్ష్వాకు వంశపు రాజు ప్రియబలుని సోదరుడు శ్రీధరముని, ఋషినివాస పర్వతంపై తపస్సు చేసినందువల్ల, ఆ పర్వతానికి ఆయన పేరులోని మొదటి అక్షరం ఆధారంగా, శ్రీపర్వతం అనే పేరు వచ్చిందని, ఆయనకు పూజ చేయాలని వచ్చిన దేవతలు కూడిన స్థలానికి అమరావతి అని పేరు వచ్చిందని, ఆయన 'అర్జున' వృక్షం (మద్ది చెట్టు) కింద తపస్సు చేస్తుండగా, ఆకాశ దేవతలు అతనిపై 'మల్లె'పూవులు కురిపించి, పూజించారు కాబట్టి, ఆ స్థలానికి మల్లికార్జునం అని పేరు వచ్చిందని, ఆ గ్రంథంలో కథనాలున్నాయి. మహబూబ్‌నగర్ జిల్లాలోని అమ్రాబాద్ మండలంలో ఉన్న వటవేర్లపల్లి దగ్గరే మల్లెల తీర్థం ఉంది కాబట్టి, అదే మల్లికార్జునం కావడానికి కూడా అవకాశం ఉంది. నాసిక్‌లోని పులుమావి (రెండవ శతాబ్ది ప్రథమార్ధం) శాసనంలో పేర్కొనబడిన 'సిరిధాన్', శ్రీధరుని పేరు మీదనే వెలసిందేమో. ఇప్పుడు అమ్రాబాద్‌గా పిలువబడుతున్న అమరావతి మండలంలో, పై గ్రంథంలో పేర్కొన్న అన్ని స్థలాలు ఉన్నాయి. అవి, ఋషుల చెరువు ప్రాంతం, లేదా శ్రీశైల శిఖర ప్రాంతమే శ్రీపర్వతం, అమరావతియే అమ్రాబాద్, మల్లికార్జునమే శ్రీశైల మల్లికార్జున దేవాలయ ప్రాంతం. జైన ఋషులను 'మునులు' అని పిలుస్తారు కాబట్టి, శ్రీధరుడు తదితర జైన మునులు తపస్సు చేసిన ప్రాంతం పేరు మునులూరు అయి ఉంటుంది. ఈ ఊరు (ఇప్పుడు మున్ననూరు) కూడా అమ్రాబాద్ మండలంలోనే ఉంది. ఈ గ్రంథంలో ఇంకా ఇంద్రప్రభుడు అనే ప్రెగ్గడ (మంత్రి) ఋషినివాస ప్రాంతానికి వచ్చి, శ్రీధరుడ్ని తీసుకొని వెళ్ళి, వేంగీ దేశానికి కొంత కాలం రాజును చేశాడని చెప్పబడింది. కాబట్టి, ఇంద్రవర్మ అనే వాడు విష్ణుకుండుల మొదటి రాజు కాబట్టి, అతణ్ని శ్రీధరుడు అమ్రాబాద్ ప్రాంతానికి పాలకుడుగా నియమించి ఉండొచ్చు అనిపిస్తుంది. మొత్తం మీద, శ్రీశైల ప్రాంతం మొదటి జైన ప్రాంతమని, అది విష్ణుకుండుల ఏలుబడిలో ఉండేదని అర్థమౌతుంది. తొలి తరం విష్ణుకుండి రాజు గోవిందవర్మ మామ పృథ్వీమూలుడు, వడ్డమానులోని జైన విహారానికి దానాలు చేయడం కూడా, ఆనాటి జైన మత ప్రభావాన్ని తెలుపుతుంది. ఉమామహేశ్వరానికి తూర్పున ముక్కిరిదా(వా)ని గుడి ఉంది. కరీంనగర్ జిల్లాలోని వెల్గటూరు మండలంలో ఉన్న మునులగుట్ట దగ్గర కూడా, ముక్కిరాపేట ఉంది. ముక్కిర ఆ విధంగా జైన సంబంధ దేవత అని అర్థమవుతుంది.

అయితే, జైన మతం విష్ణుకుండుల కాలంలోనే కనుమరుగు కావడం కూడా జరిగింది. జైనంలో ఆనాడు పుట్టిన కాపాలిక తెగ అనుయాయులు, తమ మంత్ర తంత్రాలతో, అన్య స్త్రీ సంగమాలు, తాగి తందనాలు ఆడటాలు మొదలైన కృత్యాలతో ప్రజాభిమానాన్ని కోల్పోయి, జైన మత క్షీణతకు కారణమయ్యారు. జైన ఆలయాలు శివాలయాలయ్యాయి. నయసేనుని కథనం ప్రకారం, శ్రీశైలమే దానికి గొప్ప ఉదాహరణ. కళింగలోని (ఒడిషా) మహానది ఒడ్డున గల జయమంగళ గ్రామంలో పుట్టిన ఆంధ్రుడు కుమారిలభట్టు, మొదట జైన విద్యను అభ్యసించి, జైనంలో హర్షించదగ్గది ఏమీ లేదని తెలుసుకొన్న తరవాత, జైన మతాన్ని ఖండించి, జైనుల నెందరినో వైదిక మతంలోకి ఆకర్షించాడట. అతని శిష్యులు కూడా వైదిక మతాన్ని బాగా ప్రచారం చేశారు. అలా, జైన మతం నుంచి, వైదిక మతంలోకి మారిన వాళ్ళలో విష్ణుకుండుల మొదటి రాజు ఇంద్రవర్మ కూడా ఒకడేమో.

సారస్వతాభివృద్ధి

విష్ణుకుండులు ఘటికాస్థానాలను ఏర్పాటుచేసి, వాటిల్లో వేద విద్యలను పోషించారు. వేదాధ్యయనం, విప్రుల ప్రశంస వారి శాసనాల్లో కనిపిస్తుంది. వేదాభ్యసన అధ్యయనాలు చేసే బ్రాహ్మణులకు విష్ణుకుండులు అగ్రహారాలిచ్చారు. అగ్రహారాలు పొందిన వారిలో, మనకు శాసనాల ద్వారా అగ్నిశర్మ, ఈశ్వరశర్మ తదితరుల పేర్లు తెలుస్తున్నాయి. అగ్రహారాల్లో వ్యవసాయాభివృద్ధి కూడా జరిగింది. హైదరాబాద్ శివార్లలోని ఘట్‌కేసరి, విష్ణుకుండుల నాటి ఘటికాస్థానమే అనడానికి నిదర్శనంగా, దానికి దగ్గరలోని కీసరగుట్టపై విష్ణుకుండుల కాలపు కట్టడాలు బయల్పడ్డాయి. అగ్రహారాలు, దానధర్మాలు పొందినవారు, అనేక విద్యాసారస్వతాల్లో నిష్ణాతులు. బౌద్ధ మత గురువు దశబలబలి నాలుగు వేదాల్లో విశారదుడు, సర్వశాస్త్రాల్లో పారంగతుడు, పెద్దెనిమిది బౌద్ధ ధర్మాలు తెలిసినవాడు, సకల జ్ఞేయ జ్ఞాని అని శాసన సాక్ష్యం చెబుతున్నది.

విష్ణుకుండి రాజులు కూడా మేధావులై. ఇహ పరములందు సాటిలేని దృష్టి కలిగినవారు. గోవిందవర్మ 'షడభిజ్ఞ' అని వర్ణించబడ్డాడు. విక్రమేంద్రవర్మకు 'మహాకవి', 'పరమ సోగతస్య' (బుద్ధుని అంతటి జ్ఞాని) అనే బిరుదులున్నాయి. ఇంద్రభట్టారకవర్మకు 'ఘటికావాప్త పుణ్యసంచయ' అనే బిరుదుంది. రెండో మాధవవర్మ 'విద్వద్విజగురు విప్రావృద్ధ తపస్వీ జనాశ్రయః' అని కీర్తించబడ్డాడు. ఈ బిరుదులన్ని విష్ణుకుండి రాజులందరు స్వయంగా కవిపండితులని, కవిపండిత పోషకులని తెలియచేస్తున్నాయి.

విష్ణుకుండుల కాలం ప్రత్యేకత ఏమిటంటే, వీరి కాలం నాటికి ప్రాకృతం తెర మరుగై, దాని స్థానంలో సంస్కృతం రాజభాష అయింది. బౌద్ధ మతం కనుమరుగవడంతో పాటే, బౌద్ధం భాష ప్రాకృతం కూడా కనుమరుగైంది. గోవిందవర్మ కాలం నాటి చైతన్యపురి శాసనం, బౌద్ధ మత, ప్రాకృత భాషలకు సంబంధించింది కావడం గమనార్హం. ఆ తరవాత శాసనాలన్నీ సంస్కృతంలో వెలువడ్డాయి.

అయితే, సామాన్య ప్రజల భాష మాత్రం తెలుగు. విక్రమేంద్రవర్మ చిక్కుళ్ళ శాసనంలో (సంస్కృతం), 'విజయ రాజ్య సంవత్సరంబుళ్' అనే మాట ఉంది. అందులో 'ంబుళ్' అనే పద భాగం తెలుగుది. 'ళ్' తెలుగులో బహు వచన రూపమైన 'లు'కు పూర్వ రూపం. 'ంబు', 'బు' లు 'ము' కు బదులుగా వాడబడతాయి. మొత్తం మీద, సంస్కృతంలో 'సంవత్సరా' అని ఉండవలసిన చోట 'సంవత్సరములు' అనే తెలుగు మాటకు సమానమైన 'సంవత్సరంబుళ్' వాడబడింది కాబట్టి, ఆ శాసన రచయిత పైన ప్రజల భాష తెలుగు ప్రభావం ఎంతో ఉందని అర్థమౌతున్నది. విష్ణుకుండుల శాసనాల్లో పేర్కొనబడిన గ్రామాల పేర్లన్నీ తెలుగువే. అలా, మనకు కింది పదాలు తెలుస్తున్నాయి. కుడవాడ, వెలిమ్బలి, మరొకకి, కళిక, పురణిసంగమ, పెరువాటిక, ఱెందుళూరు, రావరేవ, రేగోన్ణమ్, పేణ్కపర, ఇరుణ్డెరో, తుండి, పఱకి విషయం, నేత్రపాటి విషయం, కీసరగుట్టపై ఉన్న ఒక గుండుకు 'తొలచువాండ్లు' అనే అచ్చ తెలుగు పదం చెక్కబడింది.

'జనాశ్రయ ఛందో విచ్ఛిత్తి' అనే సంస్కృత ఛందో గ్రంథంలో కూడా, తెలుగు భాషా ప్రస్తావనలు చాలా ఉన్నాయి. 'జనాశ్రయ' అనేది రెండో మాధవవర్మ బిరుదు కాబట్టి, ఈ గ్రంథాన్ని ఆయనే రచించాడనిపిస్తుంది. అయితే, గణస్వామి అనే ఆయన, రాజు బిరుదు (జనాశ్రయ) పేరుతో రాసి ఉంటాడని కూడా పండితులు సందేహిస్తున్నారు. ఈ

గ్రంథపు 'అవతారిక' లభించకపోవడంతో, ఈ సందేహాలు తలెత్తాయి. ఈ గ్రంథంలోని ఐదవ అధ్యాయంలో, తెలుగు కవిత్వానికి సంబంధించిన గణాలు, యతులు, ప్రాసలు, జాతి పద్యాల వివరణ ఉంది. జాతి పద్యాలకు చెందినదిగా, 'శీర్షిక' పద్య లక్షణాలు వివరించబడ్డాయి. 'శీర్షిక'నే తెలుగులో సీస పద్యం. ఆ అధ్యాయంలో తెలిపిన ఇతర జాతి, ఉపజాతి పద్యాల లక్షణాలు కూడా తెలుగు ఛందస్సుకు అనుగుణంగా ఉన్నాయి. ఆ అధ్యాయంలో వివరించబడిన ద్విపద, త్రిపద పద్యాల్లో, ద్విపద పద్యాలు ఇప్పటి వరకూ కూడా తెలుగులో కనిపిస్తుండటం గమనార్హం. పదవ శతాబ్దారంభంలో మల్లియ రేచన రచించిన తెలుగు ఛందో గ్రంథం 'కవిజనాశ్రయం'లో కూడా, 'జనాశ్రయ' పదం కనిపించడంతో, ఈ గ్రంథానికి కూడా 'జనాశ్రయ ఛందో విచ్ఛిత్తి'లోనే మూలాలున్నాయని, అప్పటికే తెలుగులో పద్య రచన ఉందని, కాబట్టే పద్య లక్షణాల గ్రంథం బయటికి వచ్చిందని అర్థమౌతున్నది.

వాస్తు, శిల్ప కళాభివృద్ధి

విష్ణుకుండుల కాలంలో వాస్తు నిర్మాణాలు కొత్త శైలిని సంతరించుకొన్నాయి. వారి రాజధాని నగరాలు, వాటి చుట్టు పక్కలున్న గుహలు, ఆలయాలు, ఆరామ విహారాదుల నిర్మాణాలకు నెలవులయ్యాయి. తెలంగాణలో విష్ణుకుండుల రాజధానులైన అమరావతి (అమ్రాబాద్), ఇంద్రపాలనగరం, కీసరగుట్టల్లో వీరి కోటలున్నాయి. కీసరగుట్ట కింద చెరువుని ఆనుకొని, విశాలమైన భవనాలు, అంతఃపురాలు, శివాలయాలు, శక్తి ఆలయాలెన్నో ఇటుకలతో నిర్మితమై, ఇప్పటికీ వెలుగు చూస్తూనే ఉన్నాయి. పదిహేను వందల ఏళ్ల కిందటి ఆ ఆలయాల్లో, ఈ నాటిలాగే గర్భగృహం, అర్ధమండపం, ముఖ మండపం ఉండటం గమనార్హం. భువనగిరి కోటను కూడా మొదట విష్ణుకుండులే కట్టించినట్లు తెలిపే వారి రాజ చిహ్నం, లంఘిస్తున్న సింహం శిల్పాలు ఆ కోటగోడల మీద కనిపిస్తాయి.

విష్ణుకుండుల కాలంలో రాజులు, రాజ బంధువులు, ఇతర ధనికులు కట్టించి అభివృద్ధి చేసిన బౌద్ధ విహారాలు, ఆరామాలు ప్రధానంగా హైదరాబాద్‌లోని చైతన్యపురి, నల్గొండ జిల్లాలోని ఇంద్రపాలనగరం, ఫణిగిరి, తిరుమలగిరి, గాజులబండ, ఖమ్మం జిల్లాలోని నేలకొండపల్లి ప్రాంతాల్లో వెలుగు చూశాయి. చైతన్యపురిలో గోవిందరాజు 'రాజ విహారాన్ని' కట్టించగా, అతని పట్టపు రాణి ఇంద్రపాలనగరంలో తన పేరు మీదనే పరమభట్టారికా మహాదేవి విహారాన్ని కట్టించింది. ఇటీవలే ఈ విహార ప్రాంతంలో రెండు చోట్ల ఉన్న గుహలపై చెక్కిన బౌద్ధ ఆచార్యుల శిల్పాలను గుర్తించడమైంది. ఫణిగిరిలో ప్రభుత్వం చేపట్టిన తవ్వకాల్లో, బౌద్ధ జాతక కథలతో చెక్కిన శిల్పాలు, బుద్ధుని పాదుకలు, చైత్యాలు, స్థూపాలు, సన్యాసుల ఆరామ విహారాలు, మంటపాలు బయటపడ్డాయి. తిరుమలగిరిలోని బౌద్ధ స్థూపం, ఫణిగిరి పైనుంచి చూస్తే, కనిపించేంత దూరంలోనే ఉంది. నేలకొండపల్లిలోని బౌద్ధ స్థూపం ఎంత పెద్దదంటే, దాన్ని విరాట్ స్థూపమని పిలిచేవారు. రాను, రాను విరాటరాజు గద్దెగా పిలువబడుతూ వచ్చింది. ఇక్కడి తవ్వకాల్లో బుద్ధుని పాలరాతి శిల్పాలు, లోహ విగ్రహాలు వెలుగు చూశాయి.

కరీంనగర్ జిల్లాలోని మంథని పట్టణం చుట్టు పక్కలున్న ఎల్.మడుగుపై ఉన్న గుహలు, గౌరీగుండం జలపాతంపై ఉన్న గుహల్లో కనిపించే మంటప స్తంభాలపై విష్ణుకుండి కాలపు చైత్యాలంకరణలు కనిపిస్తున్నాయి. కాబట్టి, అవి కూడా ఆనాటి బౌద్ధుల ఆరామాలే అని చెప్పొచ్చు. ఎల్.మడుగు కిందివైపున కోమటి గుహలు సమకాలీన జైన మతస్థులకు ఆరామాలుగా మనుగడలో ఉన్నట్లు తెలుస్తున్నది.

విష్ణుకుండుల జన్మస్థానమైన అమరావతికి సమీపంలో ఉన్న ఉమామహేశ్వరం, సలేశ్వరం గుహలు, అలంపురం శైవ-శక్తి ఆలయాలుగా వెలుగొందాయి. విష్ణుకుండుల్లో కొందరు 'పరమ మహేశ్వరులు'గా కీర్తించబడటం, వారి శైవ భక్తిని సూచిస్తుంది. వారి నాణేలపైన కనిపించే 'శ్రీపర్వత' అనే పదం కూడా వారి శైవ భక్తితోపాటు, వారు శ్రీపర్వతంపైన కట్టించిన శైవాలయాలను సూచిస్తుంది. ఉమామహేశ్వరం తర్వాతి కాలంలో శ్రీశైల క్షేత్రానికి ఉత్తర ద్వార క్షేత్రంగా ప్రసిద్ధిగాంచింది. ఉమామహేశ్వరంలో పల్లవులు చెక్కించిన శివ లింగం, విష్ణుకుండులు చేయించిన నగారా భేరి ఇప్పటికీ ఉన్నాయి. సలేశ్వరంలో ఉన్న రెండు గుహాలయాల్లో ఒక ఆలయం గోడకు 'విశ్వేశ కక్కలస' అని రాసి ఉన్న బ్రాహ్మీ శాసనాన్ని డా॥ ద్యావనపల్లి గుర్తించాడు. అలంపురం విష్ణుకుండుల కంటే ముందువారైన ఇక్ష్వాకుల కాలం నుంచే మనుగడలో ఉండేదనే శాసనాధారం దొరికింది. అలంపురం, బాల బ్రహ్మేశ్వరునితో పాటు, జోగులాంబ క్షేత్రంగా కూడా పేరుగాంచింది. విష్ణుకుండుల తరవాత వచ్చిన రాజులు ఇక్కడ నవబ్రహ్మ ఆలయాలను కట్టించారు. ప్రకాశం, నెల్లూరు జిల్లాల సరిహద్దుల్లో ఉన్న భైరవ కోనలో విష్ణుకుండుల కాలపు గుహాలయాలున్నాయి.

ఉండవల్లి వద్ద గల నాలుగు అంతస్తుల గుహాలయం

విష్ణుకుండుల మరో రాజధానైన విజయవాడ చుట్టు పక్కలున్న ఉండవల్లి, మొగల్రాజపురం, ఇంద్రకీలాద్రి అనే గుట్టల్లో కూడా అంతస్థులుగా చెక్కి, బౌద్ధ ఆరామ విహారాలను నిర్మించారు. వాటి గోడలు, లేదా స్తంభాల అడుగు భాగంలో 'శ్రీ ఉత్పత్తి పిడుగు' అని రాసి ఉన్నట్లే, సలేశ్వరం, వరంగల్ జిల్లాలోని పాండవులగుట్ట గుహాలయాల్లో కూడా రాతలున్నాయి. బౌద్ధ, జైన మతస్థులను పారదోలిన శైవ మతస్థులు అలా రాశారని కొందరు చరిత్రకారులు భావించారు. మరి కొందరేమో, ఆ రాతలు వాస్తు శిల్పుల సంఘం పేరును సూచిస్తుందన్నారు. ఏది నిజమో నిర్ధారించలేకున్నా, ఆనాడు వాస్తు శిల్పులకు సంఘం ఉన్నది మాత్రం నిజం అని తెలిపే పదం 'తొలుచువాండ్లు' కీసరగుట్టలో దొరికింది.

విష్ణుకుండులు కృష్ణానదికి ఎగువనున్న యావత్ తెలుగు దేశాన్ని రెండు శతాబ్దాలకు పైగా పాలించి, అంతకు ముందు మనుగడలో ఉన్న మిశ్రమ సంస్కృతి (composite culture) స్థానంలో హైందవ ప్రధాన సంస్కృతిని ప్రవేశపెట్టి,

ఆ తర్వాతి కాలపు రాజులకు మార్గదర్శకులయ్యారు. వీరి వాస్తు శిల్ప రీతులను దక్షిణాన పల్లవులు, పశ్చిమాన చాళుక్యులు అనుసరించడం, వీరి ఘనతకు ఒక నిదర్శనం మాత్రమే. విష్ణుకుండి మాధవవర్మ (పేరు) ను కాకతీయుల వంటి అత్యంత ప్రజాదరణ కలిగిన రాజులు కూడా తమ మూల పురుషుడుగా చెప్పుకోవడంలో విష్ణుకుండుల సంక్షేమ పాలనా వైభవం వెల్లడౌతూంది. వీరు వైదిక మతాన్ని ఆచరిస్తూ, క్రతుకర్మ కాండలను నిర్వహించినప్పటికీ, ఇతర మతాలైన బౌద్ధ, జైనాలను కూడా ఆదరించి, వాటి సంస్థలకు, భిక్షువులకు విరివిగా దానాలు చేయడం, వీరి మత సహన విధానాన్ని చాటుతుంది. గోవిందవర్మ, రెండో మాధవవర్మలాంటి విష్ణుకుండు పాలకులు స్వయంగా సంస్కృతంలో రచనలను చేయడంతో పాటు, ముఖ్యమైన ప్రదేశాల్లో ఘటికల నేర్పర్చి, వీరు సాహిత్యాభివృద్ధికి, కవి పండుతుల పోషణకు ఇతోధికంగా తోడ్పటం జరిగింది. తెలంగాణాలోనే తమ రాజకీయ జీవితాన్ని ప్రారంభించిన తొలి రాజ వంశంగా తమ పాలనా వైభవంతో ఈ ప్రాంతానికి విశిష్టతను, ప్రజలకు సుఖశాంతులను అందచేసిన ఘనత విష్ణుకుండులకు దక్కుతుంది.

07

చాళుక్య యుగం

శాతవాహనుల తరవాత దక్షిణ భారతదేశ పలు ప్రాంతాల్లో సుమారు ఆరు శతాబ్దాల పాటు పాలన సాగించిన ప్రఖ్యాత రాజ వంశం చాళుక్య వంశం. ఈ పాలనా కాలం దక్షిణ భారతదేశ చరిత్రలో చాళుక్య యుగంగా ప్రసిద్ధిచెందింది. వీరిలో బీజాపూరు జిల్లా యందలి బాదామి (వాతాపి)ని రాజధానిగా చేసుకొని పరిపాలించిన వారిది మాతృ శాఖ. ఈ వంశంలో నుంచి శాఖగా విస్తరించిన తూర్పు చాళుక్య వంశం నాలుగున్నర శతాబ్దాల పాటు వేంగిని అవిచ్ఛిన్నంగా పాలించి, చివరలో తంజావూరు చోళులకు వారసులై తమిళ దేశాన్ని కూడా రెండున్నర శతాబ్దాల పాటు పాలించారు. వీరి కాలంలో రాజకీయంగానే కాక, సాంస్కృతికపరంగా దక్షిణదేశ సంస్కృతి శోభాయమానంగా విలసిల్లింది. ఇక్ష్వాకులు, విష్ణుకుండుల కాలంలో మొగ్గ తొడిగిన హైందవ సంస్కృతి చాళుక్యల కాలంలో వికసించింది. వీరి కాలంలో ప్రాచీన వేదాంతం, సాహిత్యం, శిల్పకళలు తమ తుది రూపాన్ని సంతరించుకొని అత్యున్నత దశకు చేరుకోవడం జరిగింది. కర్ణాటక, గుజరాత్, మహారాష్ట్ర, ఆంధ్రదేశాల్లో వీరు నిర్మించిన దేవాలయాలు, అద్భుత శిల్ప కళలకు నిలయమై చాళుక్య శైలిని చాటుతున్నాయి. తెలుగు, కన్నడ, మరాఠి, గుజరాతి, ఇత్యాది ప్రాంతీయ భాషలన్నీ చాళుక్యుల కాలంలో నూతన రూపాన్ని సంతరించుకొన్నాయి. చాళుక్య వంశంలో బాదామి చాళుక్య వంశం ప్రధాన శాఖ. ఈ వంశం మహారాష్ట్ర, కర్ణాటక ప్రాంతాలను (క్రీ.శ.543-752 వరకు) పరిపాలించింది. తదుపరి, తూర్పు చాళుక్యులు (వేంగి చాళుక్యులు) (క్రీ.శ.624-1075); రాష్ట్రకూటులకు సామంతులుగా పశ్చిమోత్తర తెలంగాణా ప్రాంతాలను పరిపాలించిన వేములవాడ చాళుక్యులు (క్రీ.శ.750-973); ఖమ్మం పరిసర ప్రాంతాలను పాలించిన ముదిగొండ చాళుక్యులు (క్రీ.శ.850-1200); బాదామి చాళుక్య వంశానికి చెందిన కళ్యాణి చాళుక్యులు (క్రీ.శ.973-1157) ఆయా ప్రాంతాల్లో పాలన సాగించారు. ఇట్టి పాలన ఆయా ప్రాంతాల్లో అనేక నూతన పరిణామాలకు దారితీసి అవి ప్రాంతీయ పాలనా కేంద్రాలుగా అభివృద్ధిచెంది, అనేక రంగాల్లో ఒక ప్రత్యేకతను సంతరించుకోవడానికి దోహదమైంది.

ఆధారాలు

దక్షిణ భారత పాలక వంశాల చరిత్ర లాగానే చాళుక్యుల చరిత్ర కూడా ప్రధానంగా శిల లేదా తామ్ర శాసనాల మీద ఆధారపడి ఉంది. తూర్పు చాళుక్యుల గురించి అధిక సమాచారం తామ్ర పత్ర శాసనాల మీద ఆధారపడి ఉంది. ఆనాటి తామ్ర పత్ర శాసనాలు కూడా మనకెన్నో లభ్యమౌతున్నాయి. ఇతర రాజ వంశాల శాసనాలకు భిన్నంగా, తూర్పు చాళుక్యుల తామ్ర పత్ర శాసనాల్లో మనకెన్నో ప్రత్యేకతలు కనిపిస్తున్నాయి. వీరి కాలంలో మనం మూడు స్పష్టమైన దశలను గమనించొచ్చు. కుబ్జవిష్ణువర్ధనుడి నుంచి ఐదవ విష్ణువర్ధనుడి వరకు ఉన్న తొలి కాలపు రాజుల శాసనాల్లో మూడు తరాల వంశస్థుల పేర్లు మాత్రమే కనిపిస్తాయి. అంటే, శాసనదాత, అతని తండ్రి, తాతల పేర్లు ఉంటాయి. ఆ పైన వారి విజయాలను గురించి చారిత్రకంగా విలువ కలిగిన ఎలాంటి సమాచారం లభ్యం కాదు. శాసనాల్లో ఏ రాజు తరవాత ఏ రాజు పరిపాలించిదన్న సమాచారం తప్ప మరెలాంటి సూచనలు మనకు కనిపించవు. అయితే, గుణగ విజయాదిత్యుడు లేదా మూడవ విజయాదిత్యుడు సింహాసనం అధిష్టించినప్పటి నుంచి తూర్పు చాళుక్యుల్లో

కొంత మార్పు కనిపిస్తుంది. ఇతని సాతలూరు దానశాసనం ప్రకారం, గుణగవిజయాదిత్యుడి వంశ పూర్వ రాజుల కాలక్రమం, వారు పరిపాలించిన కాలం, వారి పాలనా కాలంలో జరిగిన, పేర్కొనదగిన సంఘటనలను ఇవ్వడం జరిగింది. గుణగవిజయాదిత్యుడు మొదటి అమోఘవర్షుడికి (రాష్ట్రకూట) సామంతుడని, అతనికి కప్పం చెల్లించాడని నీల్‌గుండ్ శాసనం (క్రీ.శ.866) తెలియచేస్తుంది. ఇతర సామంత రాజులకు భిన్నంగా, గుణగవిజయాదిత్యుడు మొదటి అమోఘవర్షుడి వాహ్యాళి బాటను శుభ్రపరచాడని సంజన్ తామ్ర పత్ర శాసనం (క్రీ.శ.872) ద్వారా తెలుస్తుంది. తూర్పు చాళుక్యుల్లో కుబ్జవిష్ణువర్ధనుడు, బాదామి చాళుక్య రాజు రెండో పులకేశి అంగీకారంతో, వేంగిని స్వతంత్రంగా పరిపాలించాడు. అయితే, కొప్పారం శాసనంలో (క్రీ.శ.631) పులకేశి, విష్ణువర్ధనుని 'యువరాజు' అని వ్యవహరించగా, చీపురుపల్లి శాసనంలో (క్రీ.శ.641) విష్ణువర్ధనుడు 'మహారాజ' బిరుదును ధరించి, పరిపాలన సాగించాడని ఈ శాసనం ద్వారా తెలుస్తుంది. అదే విధంగా, బాదామి చాళుక్యుల్లో గొప్పవాడైన రెండో పులకేశి చరిత్రను తెలుసుకోవడానికి ప్రధాన ఆధారం, అతని ఐహోల్ శాసనం. ఈ శాసనాన్ని అతని యుద్ధ మంత్రి రవికీర్తి సంస్కృత భాషలో రచించాడు. ఈ శాసనం ప్రకారం పులకేశి రాజ్యానికి రాగానే, అంతర్యుద్ధ కాలంలో తిరుగుబాటు చేసిన తన సామంతులను ఓడించి, తన అధికారాన్ని స్థిరపర్చుకొన్నాడు. కొప్పారం శాసనం (క్రీ.శ.610-611) ప్రకారం, రెండో పులకేశి తీరాంధ్ర ప్రాంతాన్ని జయించాడని తెలుస్తుంది.

అదే విధంగా, చాళుక్య శాఖల్లో తెలంగాణా ప్రాంతాన్ని పరిపాలించిన చాళుక్యుల్లో వేములవాడ చాళుక్యులకు సంబంధించి, వీరి పరిపాలనా విషయాలను తెలుసుకోడానికి కొన్ని శాసనాలు, గ్రంథాలు, తామ్ర శిలా శాసనాలు ప్రధాన ఆధారాలుగా ఉన్నాయి. ఈ తామ్ర శాసనాల్లో మొదటి అరికేసరి కొల్లిపర తామ్ర శాసనం వస్తుంది. దాన్ని కొందరు ప్రామాణికం కాదని తోసిపుచ్చారు; దీనిలో మొదటి అరికేసరి విజయాలు, పాలనా విశేషాలు తెలియచేయబడ్డాయి. వినయాదిత్య యుద్ధమల్లుని రెండో కుమారుడైన బీరగృహుడు రాయించిన కురువగట్టు శిలా శాసనం (మహబూబ్‌నగర్) వీరి గురించి తెలియచేస్తుంది. పై రెండు శాసనాలు క్రీ.శ. 8వ శతాబ్దికి చెందినవి. తరవాత ఐదో శతాబ్ది మొదటి అర్ధ భాగానికి చెందిన రెండో అరికేసరి వేములవాడ తామ్ర శాసనం, చెన్నూర్ తామ్ర శాసనాల (క్రీ.శ.941) ప్రకారం, మొదటి యుద్ధమల్లుని వ్యతిరేకించిన ముదిగొండ చాళుక్య రాజైన విజయాదిత్యునిపై యుద్ధమల్లుడు దండెత్తగా, ఇతడు వేములవాడ రెండు అరికేసరిని ఆశ్రయించగా, అతడికి ఆశ్రయమియ్యటమే గాక, చెన్నూరు ప్రాంత పాలకుడిగా నియమించాడని చెన్నూరు తామ్ర శాసనం (క్రీ.శ.941) తెలియచేస్తుంది. తరవాత పేర్కొనదగిన శిలా శాసనం, కరీంనగర్ తామ్ర శాసనం (క్రీ.శ.946). ఈ శాసనం యుద్ధమల్లుడి నుంచి అరికేసరి వరకు వేములవాడ చాళుక్యుల రాజ్యంలో జరిగిన విషయాలను తెలియచేస్తుంది. రెండో అరికేసరి ఆస్థానంలో ప్రసిద్ధిచెందిన పంప మహాకవి సోదరుడైన జనవల్లభుడు రాయించిన కుర్క్యాల శాసనం (క్రీ.శ.940) ఇతని చరిత్రను తెలుసుకోడానికి ప్రధాన ఆధారంగా ఉంది. పంపమహాకవి 'ఆది పురాణాన్ని' (క్రీ.శ.941 లో) రచించాడని, కుర్క్యాల శాసనం (క్రీ.శ.940) ద్వారా తెలుస్తుంది. మూడో అరికేసరి కాలంలో వేయించిన పర్భణి తామ్ర శాసనం (క్రీ.శ.966) ప్రకారం, మూడో అరికేసరి సుబాదారు జైన ఆలయాలను నిర్మించాడని తెలియవస్తుంది. అరికేసరి వేయించిన రేపాక శాసనం (క్రీ.శ.968) ప్రకారం, రేపాకలో జైనాలయాన్ని నిర్మించి, భూదానాలు చేసినట్లు తెలియవస్తుంది. వాఙ్మయాధారాల్లో పంప మహాకవి కన్నడంలో రచించిన విక్రమార్జున విజయం వీరి కాలంలో ప్రముఖమైన గ్రంథం. పంప, రెండో అరికేసరి (క్రీ.శ.930-941)చేత ఆదరించబడి ఈ రచనను చేశాడు. ఇందులో కూడా రెండో అరికేసరి ప్రశస్తి విశ్లేషించి చెప్పబడింది. దీనిలో, రాష్ట్రకూటులతో గల సంబంధాన్ని కూడా వివరించడం జరిగింది. వేములవాడ చాళుక్యుల చివరి రాజుల కాలంలో సోమదేవసూరి అనే జైన

విద్వాంసుడు రచించిన 'యశస్థిలక చంపూ కావ్యం' ముఖ్యమైన ఆధార గ్రంథం. దీన్నే 'యశోధర చరిత్ర' అని కూడా పిలుస్తారు. ఈ గ్రంథం ఆనాటి జైన మత సిద్ధాంతాలను, మత, సాంఘిక, విషయాలను, కొన్ని రాజకీయాంశాలను తెలుసుకోడానికి మిక్కిలిగా తోడ్పడుతుంది. సోమదేవసూరి యొక్క మరొక గ్రంథం 'నీతి కావ్యామృత' కూడా ఆనాటి ప్రధాన వాఙ్మయాధారంగా పరిగణించబడుతూంది.

ముదిగొండ చాళుక్యుల కాలంలో ఇద్దరు మాత్రమే తామ్రశాసన దాతలుగా కనిపిస్తారు. వీరి తామ్ర శాసనాల్లో వీరి వంశానికి చెందిన పూర్వ చరిత్ర కొంత తెలుపబడింది. వీటిలో మొదటిది, నాల్గో కుసుమాయుధుని మొగల్‌చెరువు శాసనం. దీనిలో వేంగీ చాళుక్య ప్రశస్తి లాగానే ఈ చాళుక్యులు కూడా మానవ్యసగోత్రులనీ, హారతీపుత్రులనీ, కౌశిక ప్రసాదం వల్ల రాజ్యాన్ని పొందారని, సప్తమాతృకలచేత, పరిపాలించబడేవారని, నారాయణుని అనుగ్రహంచేత వరాహలాంఛనాన్ని పొందినవారని వర్ణింపబడ్డారు. ఈ శాసనం, అయోధ్యతో వారికి సంబంధాలున్నట్లు తెలియచేస్తుంది. వీరి కాలాన్ని గురించి తెలుసుకోడానికి ఆరో కుసుమాయుధుని క్రివ్వక శాసనం, చాళుక్య గొణగరస వరంగల్ ప్రాంతాన్ని పరిపాలించిన విధానాన్ని గూర్చి 'నారాయణగిరి తామ్ర శాసనం' (క్రీ.శ.1004), విశదపరుస్తుంది. బెజవాడ తామ్ర శాసనం (క్రీ.శ.892) ప్రకారం, కుసుమాయుధుడు కుకిపఱ్రు అనే గ్రామాన్ని పోతమయ్య అనే బ్రాహ్మణుడికి దానం చేసినట్లు ఈ శాసనం ద్వారా తెలుస్తుంది. కొరవి శాసనం (క్రీ.శ.935) కూడా ప్రధాన ఆధారంగా ఉంది.

శాసనాల తరవాత పురావస్తు ఆధారాల్లో వచ్చేవి, నాటి నాణేలు. తూర్పు చాళుక్య శక్తివర్మ (క్రీ.శ.999-1011) కాలంలో చాళుక్య చంద్ర అనే పేరుతో జారీచేసిన కొన్ని బంగారు నాణేలు ఆరకాన్, సయామ్‌ల్లో కొన్ని సంవత్సరాల క్రితం కనుక్కోవడం జరిగింది. చాళుక్యుల యుగంలో బంగారు, వెండి, రాగి నాణేలు చెలమాణిలో ఉన్నాయి. ఈ నాణేలు ఆయా రాజుల గూర్చి తెలియచేసే పురావస్తు ఆధారాలు. వీరి కాలంలో బంగారు నాణేన్ని 'గద్య' అని పిల్చేవారు. అది 88 గ్రైన్‌ల బరువుండేది. 'గద్య' నాణేలకు వేరే పేర్లు, రాజనారాయణ గద్య, సురభి గద్య, త్యాగ గద్య. వీరి కాలంలో వెండి నాణెం పేరు 'మాడా'. 'కాసు' అనేది వీరు ఉపయోగించిన రాగి నాణెం. ఈ నాణేలు కూడా చాళుక్యుల నాటి విషయాలను తెలియచేస్తున్నాయి.

చాళుక్యుల కాలం నాటి వాస్తు, శిల్ప నిర్మాణాలు, వారి మత పోషణ, శిల్పకళాభివృద్ధికి తార్కాణాలుగా నిలుస్తున్నాయి. వీరి వ్యక్తిగత మతమేదైనప్పటికీ, జైన, శైవ, వైష్ణవ ఆదిగా గల అన్ని మతాల వారిని సమదృష్టితో చూశారనే విషయం, వీరి వాస్తు నిర్మాణాల ద్వారా విదితమౌతుంది. వీరి సర్వమతాదరణతో పాటు వీరి వాస్తు నిర్మాణాలు, వాస్తు, శిల్పకళల అభివృద్ధికి, వీరు చేసిన కృషికి తార్కాణాలుగా నిలుస్తున్నాయి. త్రిమూర్తుల్లో మొదటి వాడైన బ్రహ్మదేవునికి, పవిత్ర భారతావనిలో ఎక్కడా ఆలయాలు లేవనకుండా, పశ్చిమ చాళుక్యులు అలంపూర్‌లో నవబ్రహ్మ ఆలయాల నిర్మాణం గావించడం, ఎంతో ప్రత్యేకతను సంతరించుకొంది. అదే విధంగా, వేములవాడ చాళుక్యులు, వేములవాడలో నిర్మించిన రాజరాజేశ్వరాలయం, వీరి కాలం నాటి శైవాలయంగా ప్రసిద్ధిగాంచింది. చాళుక్యుల వాస్తు శిల్ప కళాశైలి, ముఖ్యంగా అలంపూర్‌లో ప్రత్యేకతను సంతరించుకొంది. ఇదే పశ్చిమ చాళుక్యులు, బాదామి, పట్టదకల్, ప్రదేశాల్లో పలు ప్రసిద్ధ వాస్తు నిర్మాణాలను రూపొందించడం జరిగింది. ఇది, వారి వాస్తు, శిల్పకళా ఖండాలుగా అలరారుతున్నాయి. చాళుక్య చక్రవర్తుల సర్వమతాదరణ, వాస్తు, శిల్పకళల అభివృద్ధికి వీరందించిన విశేష కృషి వారి వాస్తు శిల్ప, కళాశైలి, వారి వాస్తు నిర్మాణాల ద్వారా విదితమౌతుంది.

చాళుక్య పదోత్పత్తి

చాళుక్యుల వంశనామోత్పత్తి జన్మస్థానాల గురించి తెలిపే స్పష్టమైన ఆధారాలు లేవు. వేరువేరు శాసనాల్లో ఉన్న విషయాలు కథలై, సత్యాన్ని మరుగుపరుస్తున్నాయి. కొన్ని గాథలు చాళుక్యుల్ని అయోధ్యను పరిపాలించిన చంద్రవంశం వాళ్లని చెప్పాయి. విజయ కాంక్షతో దక్షిణాపథానికి వచ్చి కాలక్రమేణ ఇక్కడే స్థిరపడ్డట్టు పేర్కొన్నాయి. కాని, ఆ శాసనాల్లో పేర్కొన్న ఇలాంటి కథలన్నీ, తరవాతి శతాబ్దాల్లోవి కావడం వల్ల, అయోధ్య ఎప్పుడూ చంద్రవంశీయుల రాజధాని కాకపోవడం వల్ల, ఆధునిక చరిత్రకారులు పూర్తిగా లెక్కలోకి తీసుకోరు. గుజరాత్‌ను ఏలిన సోలంకీల శాసనాల్లో చాళుక్యుల వంశానికి మూలపురుషుడు బ్రహ్మదేవుని చుళకం నుంచి పుట్టాడని, కాబట్టి వీరికి చాళుక్య అని పేరు వచ్చిందని వివరించాయి. ఈ కథనే బిల్హణుడు తన 'విక్రమాంకదేవ చరిత్ర'లో మరొక విధంగా వర్ణించాడు. పూర్వం రాక్షస బాధను భరించలేక, ఇంద్రుడు, బ్రహ్మదేవుని ప్రార్థించుటకు వెళ్లాడని, అప్పుడు బ్రహ్మదేవుడు సూర్యుడికి అర్ఘ్యమిస్తున్నాడని, ఇంద్రుని ప్రార్థన విని, బ్రహ్మ తన చుళుకంలోకి తీక్షణంగా చూడగా, అందులో నుంచి కవచం ధరించి, ధనుర్బాణాలతో ఉన్న వీరుడు ఉద్భవించాడని, అతడు బ్రహ్మదేవుని చుళుకం నుంచి (దోసిలి) ఉద్భవించాడు కాబట్టి అతనికి చాళుక్యుడని పేరు వచ్చిందని, అతని సంతతి వారే చాళుక్యులని వర్ణించారు. కళ్యాణి చాళుక్య ఐదో విక్రమాదిత్యుని కౌథమ్ శాసనంలో ఇంకొక రకంగా వర్ణించబడింది. ఈ శాసనం ప్రకారం చాళుక్యులు అయోధ్యను ఏలిన చంద్రవంశపు రాజులని, 59 మంది రాజులు అయోధ్యను ఏలిన తరవాత ఆ వంశంవారు దక్షిణానికి వలసవెళ్లి, అక్కడ రాజ్యాన్ని స్థాపించుకొన్నారని, 16 మంది రాజులు పరిపాలించిన తరవాత, ఆ రాజ్యం కూడ పతనం కాగా, కొన్ని తరాల తరవాత, జయసింహ వల్లభుడు రాష్ట్రకూటులను ఓడించి, చాళుక్య వంశాధికారాన్ని పునఃప్రతిష్ఠ చేశాడని కౌథమ్ శాసనం వివరించింది. 'చలిక' అనే పదం మొదటగా క్రీ.శ.3 వ శతాబ్దం నాటి, నాగార్జున కొండల్లోని ఇక్ష్వాకుల ఓ శాసనంలో ఉంది; దానిలో 'ఖందచలిక రెమ్మణక' అనే పేరు గల ఇక్ష్వాకుల సామంతుడు, హిరణ్యరాష్ట్ర (కడప జిల్లా) పు రాజుగా పేర్కొనబడతాడు. ఇందులో ఉన్న 'చలిక' అనే పదాన్ని చాళుక్య పదానికి పూర్వరూపమని అనుకొంటే, చాళుక్యుడైన రెమ్మణక అని అర్థం చేసుకోగలం. చాళుక్య శాసనాల్లో చాళుక్య శబ్దానికి పర్యాయ పదాలుగా సలికి, సలుకి, చెల్క, చెలల్య, చెల్కి, చెలక్య, చాళుక్య అనే పదాలు కనిపిస్తున్నాయి. ఇది ద్రావిడ భాషా కుటుంబానికి చెందిన ఒక తెగ అయి ఉంటుందని భావించారు. ఆ పేరు, తరవాత వారి వంశ నామంగా ప్రసిద్ధిచెంది ఉండొచ్చు. డాక్టర్ రైస్ ప్రకారం, చాళుక్యులు మధ్య ఆసియాలోని సెల్యూకస్ వంశానికి సంబంధించిన వారని అభిప్రాయపడ్డారు. వీరి అభిప్రాయానికి ముఖ్య ఆధారం, చాళుక్య, సెల్యూకస్ శబ్దాల మధ్య ఉన్న సారూప్యత కాబట్టి, దీన్ని విశ్వసించజాలం. డి.సి.సర్కార్ చాళుక్యులు తమను తాము క్షత్రియులుగా చెప్పుకొన్న కన్నడ కుటుంబానికి చెందినవారని, ఉత్తరాపథంలోని చూలికులతో వీరికి సంబంధం ఉందని తెలిపినప్పటికీ, ఈ వాదానికి ఎటువంటి ఆధారాలు లేవు. చాళుక్యుల్లో ఒకడైన విమలాదిత్యుడి రణస్తిపూడి శాసనంలో చెప్పిన విషయాన్ని బట్టి, చాళుక్యుల మూలపురుషుడు విష్ణుభట్టు సోమయాజనే ఆయన ఆశ్రయంలో, 'ముదివేము' అనే అగ్రహారంలో ఉండేవాడు. ఆ ముదివేము అగ్రహారం ఇప్పటికీ కడప జిల్లాలో అంటే, ఆనాటి హిరణ్యరాష్ట్రంలో ఉంది. అలాగే రెండో పులకేశి తుమ్మెయనూర్ శాసనం, కర్నూల్, మహబూబ్‌నగర్ జిల్లాల్లోని కొన్ని ప్రాంతాల్ని, చాళుక్య విషయమని తెలియచేస్తుంది. జాతి పేరును బట్టి నివాస ప్రాంతాలకు పేరు రావడమనేది సంప్రదాయం కాబట్టి, ములక, అస్సక, ఆంధ్ర, మహిషక మొదలైన జాతుల్లాగే 'చలికి' అనే జాతి ఉండేది. వారి జన్మస్థానమే చాళుక్య విషయమైందనీ చరిత్రకారులు భావిస్తారు. మహారాష్ట్ర దేశంలో 'చలికి' అనే కులం వారున్నారు. వారు తాము చాళుక్య కులం వారమని చెప్పుకొంటారు. బీదర్ వద్ద చల్కపురి అనే గ్రామం ఉంది. దీనికి సమీపంలో 'చల్కి' అనే పేరుగల నది కూడా ఉంది. రెండో పులకేశిని 'మహారాష్ట్రాధిపతి' అని హ్యుయాన్‌త్సాంగ్ పేర్కొన్నాడు. ఈ కారణాల వల్ల దుర్గాప్రసాద్ దీక్షిత్ ప్రకారం, బీదర్, ఉస్మానాబాద్ జిల్లా ప్రాంతాలను చాళుక్యుల జన్మభూమి అని,

నూతన సిద్ధాంతాన్ని ప్రతిపాదించారు. చాళుక్యులు, కదంబుల లాగా మానవ్యగోత్ర కులమని, హారీతీపుత్రుల మనీ చెప్పుకొన్నారు. అలాగే, చాళుక్య వంశంలోని పులకేశి, బిట్టరస అనే పేర్లు కూడా, కర్ణాటక దేశానికి చెందినవే. పులకేశి అనే పదానికి వాస్తవరూపం, పొలికేసి, అంటే నడినెత్తి మీద జుట్టు అని అర్థం. దక్షిణ భారతదేశంలో ప్రాచీన శిల్పాల్లో యుద్ధ వీరులు నడినెత్తి మీద జుట్టును ముడివేసుకొన్నట్లు కనిపించే చిత్రాలున్నాయి. ఆ వీరులను పులకేశి అని, అష్టవీరుడని పిలిచేవారట. అరస అనే పదానికి (కన్నడ) రాజు అని అర్థం. ఈ అరస అనే పదం వేంగి, వేములవాడ చాళుక్య శాఖల వారి పేర్లలోను, కొన్ని శాసనాల్లోనూ కనిపిస్తుంది. కాబట్టి, చాళుక్యులు కర్ణాటక దేశస్తులని, బి.సి.సర్కార్ మొదలయిన పండితులు భావించారు.

రాజకీయ పరిణామాలు

బాదామి (లేదా పశ్చిమ) చాళుక్యులు (క్రీ.శ.543-752)

చాళుక్యుల పూర్వీకులు విజయపురిని రాజధానిగా ఆంధ్రదేశాన్ని ఏలిన ఇక్ష్వాకులకు సామంతులుగా, కడప జిల్లాలోని హిరణ్యరాష్ట్రాన్ని పాలించారు. వీరి జన్మభూమి హిరణ్య రాష్ట్రం. దాంతో పాటే, తెలంగాణాలోనూ, మహబూబ్‌నగర్ జిల్లా ప్రాంతాన్ని కలిపి పాలించారు. క్రీ.శ.నాల్గో శతాబ్ది ప్రథమ భాగంలో పల్లవులు, ఇక్ష్వాకులను కూలదోసి, ఆంధ్రదేశాన్ని స్వాధీనం చేసుకున్నారు. వారికి చాళుక్యులు విధేయులుగా ఉండటానికి ఇష్టపడలేదు. కాబట్టి, వీరు పల్లవులతో విభేదించి స్వతంత్రులు కావడానికి ప్రయత్నించారు. త్రిలోచన పల్లవుడు వీరిపై దండెత్తి ఓడించాడు. ఇదే సందర్భంలో, కదంబ రాజ్య మయూరశర్మకు పల్లవులతో విరోధం ఏర్పడి, చాళుక్యులతో కలిసి, పల్లవులతో పోరాడారు. దాని ఫలితంగా మయూరశర్మ, అతనితో పాటే చాళుక్యులు, కర్ణాటక దేశంలోకి వెళ్లి, బాదామి ప్రాంతంలో రాజ్యాన్ని స్థాపించారు. వీరి రాజలాంఛనం, వరాహం. చాళుక్య వంశానికి మూలపురుషుడు, జయసింహుడు లేదా జయసింహ వల్లభుడు. ఇతడు మాన్యఖేట రాష్ట్రకూటులను జయించాడు. రాష్ట్రకూట వంశంలో అభిమన్యుడనే రాజు వేయించిన ఉండికవాటిక తామ్రశాసనంలో జయసింహుడు అనే ఒక సేనాధిపతి పేరు ఉంది. ఈ జయసింహుడే రెండో పులకేశి ఐహోల్ శాసనంలో చాళుక్య రాజ్యస్థాపకుడిగా పేర్కొన్న జయసింహ వల్లభుడని అభిప్రాయం. జయసింహుని తరవాత అతని కుమారుడు రణరాగుడు చాళుక్య సింహాసనమధిష్టించాడు.

మొదటి పులకేశి (క్రీ.శ.535 - 566)

రణరాగుని కుమారుడు మొదటి పులకేశి. ఇతడు స్వతంత్ర చాళుక్య రాజ్య స్థాపకుడు. చాళుక్య రాజ్యాధికారాన్ని సామంత స్థాయి నుంచి తొలగించి, స్వతంత్ర రాజ్యంగా ఏర్పాటు చేశాడు. కదంబులను ధిక్కరించి, వాతాపిని ఆక్రమించి, అక్కడ బలిష్టమైన కోటను (క్రీ.శ.543) నిర్మించి, దాన్ని రాజధానిగా చేసుకొన్నాడు. బాదామి ప్రాంతంలో లభించిన (క్రీ.శ.543) శాసనంలో, అతని విజయాలు వివరించబడ్డాయి. ఇతని విజయాలను తెలియచేయడానికి, అశ్వమేధ యాగాన్ని నిర్వహించాడు. ఇతని శాసనం ఒకటి ఏలేశ్వరంలో లభించింది కాబట్టి, ఇతని రాజ్యం నల్గొండ జిల్లా వరకు విస్తరించిందని చెప్పొచ్చు. చాళుక్య వంశీయుల్లో ప్రథమంగా 'మహారాజ' బిరుదును ధరించింది ఇతడే.

కీర్తివర్మ (క్రీ.శ.566-597)

మొదటి పులకేశి అనంతరం ఇతని కుమారుడు కీర్తివర్మ పరిపాలించాడు. ఇతడు తండ్రి అంతటి సమర్థుడు. మహాపరాక్రమశాలి. శెంద్రక రాజవంశానికి చెందిన రాజకుమారి ఇతని భార్య. ఇతడు కొంకణ ప్రాంతాన్ని ఏలిన

మౌర్యులు, బనవాసి కదంబులను, బళ్ళారిని ఏలిన నలవంశీయులను ఓడించి, కొంకణం వరకు రాజ్యాన్ని విస్తరించాడు. రాజధాని వాతాపి (బాదామి) నగరంలో అనేక రాజప్రాసాదాలను, అద్భుత దేవాలయాలను నిర్మించి, ఆ నగరాన్ని సుందర నగరంగా తీర్చిదిద్దాడు. చరిత్రకారులు ఇతణ్ని వాతాపిని సుందర నగరంగా నిర్మించిన మొదటి వ్యక్తిగా పొగిడారు.

మంగళేశుడు (క్రీ.శ.598-609)

కీర్తివర్మ పెద్ద కుమారుడు రెండో పులకేశి పసివాడైనందు వల్ల అతని తమ్ముడు మంగళేశుడు సింహాసనానికి వచ్చి, కదంబులను ఓడించి, రేవతి ద్వీపాన్ని అంటే గోవాను జయించి, రాజ్యాన్ని పెంచాడు. మంగళేశుడికి 'పరమభాగవత' అనే బిరుదు ఉంది. ఇతని తదనంతరం చాళుక్య సింహాసనానికి తన వారసులకే దక్కాలని ప్రయత్నించడంతో, కీర్తివర్మ కుమారుడైన రెండో పులకేశి, మంగళేశునికి మధ్య వారసత్వ యుద్ధం ఏర్పడి మంగళేశుని వధించి, శక సంవత్సరం 581 అంటే క్రీ.శ.609 వ సంవత్సరంలో సింహాసనమధిష్ఠించాడని, అతని హైదరాబాద్ శాసనం (క్రీ.శ.612) ద్వారా తెలుస్తుంది.

రెండో పులకేశి (క్రీ.శ.609-642)

పశ్చిమ చాళుక్య వంశ రాజుల్లో రెండో పులకేశి అగ్రగణ్యుడు. రెండో పులకేశి రాకతో దక్షిణ భారతదేశ చరిత్రలో చాళుక్య యుగం ప్రారంభమైంది. ఇతడు చాళుక్య వంశంలోనే కాక, దక్షిణ భారతదేశంలోనే అగ్రగణ్యుడు. భారత చక్రవర్తులైన మౌర్యచంద్రగుప్త, గుప్తవంశ చంద్రగుప్తులతో పోల్చదగ్గవాడు. ఇతడు అనేక దిగ్విజయ యాత్రలు చేసి, మహారాష్ట్ర, మాళవ, కళింగ, ఆంధ్ర, కర్ణాటకాలను జయించి చాళుక్య రాజ్యాన్ని, మహాసామ్రాజ్యంగా మార్చాడు. ఈ విజయ పరంపరతో చాళుక్యుల కీర్తి ప్రతిష్ఠలు మారుమోగాయి. అంతేకాక, నాటి ఉత్తరదేశ చక్రవర్తి హర్షుని ఓడించి, నాటి యావత్ భారతదేశంలో ప్రథముడుగా నిల్చాడు. ఇతని విజయాల వల్లనే అంతవరకు చిన్న రాజ్యంగా ఉన్న చాళుక్య రాజ్యం మహావృక్షమై, దక్షిణ దేశమంతా వ్యాపించి, దక్షిణదేశ చరిత్రలో చాళుక్య యుగమనే ఘనకీర్తిని వారి వంశానికి కలిగించింది. ఐహోలు (అయ్యావోలు) ప్రశస్తిలో రవికీర్తి (రెండో పులకేశి యుద్ధ మంత్రి) పులకేశి విజయ యాత్రలన్నింటిని విపులంగా వర్ణించాడు. మొదట దక్షిణాపథం మీద ఆధిపత్యాన్ని సంపాదించే ఉద్దేశంతో, దిగ్విజయ యాత్రలను సాగించి, కదంబ, గాంగ, ఆలూప, మౌర్య, లాట, మాళవ, ఘూర్జర రాజులను జయించాడు. కర్ణాటక, మహారాష్ట్రలు మొత్తం అతనికి స్వాధీనమైయ్యాయి. నర్మదా నదీ తీరంలో ఉత్తరాధిపతి హర్షవర్ధునునిపై యుద్ధం (క్రీ.శ.632) తప్పలేదు. ఈ యుద్ధంలో తన సైన్యాలను అతిశక్తిమంతంగా రూపొందించి, స్వయంగా హర్షుని ఓడించినట్లుగా, అయ్యావోలు శాసనం తెలుపుతుంది. యుద్ధానంతరం, నర్మదానది ఇరు రాజ్యాల సరిహద్దుగా నిర్ణయించబడటం జరిగింది. ఈ యుద్ధం చరిత్రలో ప్రసిద్ధిగాంచిన యుద్ధంగా పేర్కొనబడింది. ఈ యుద్ధం తరవాత రెండో పులకేశి 'పరమేశ్వర' (Lord Paramount) బిరుదు ధరించాడు. ఉత్తర భారతదేశంలో గెల్చిన ప్రాంతాల్ని తన సోదరుల్లో ఒక్కొక్కరి ఆధిపత్యంలో కొన్నింటిని ఉంచి, తూర్పు దిగ్విజయ యాత్రకు బయలుదేరడం జరిగింది. కోసల, కళింగ రాజ్యాలను జయించి, వేంగిపై దండెత్తాడు. ఆంధ్రదేశంలో ఆనాటికి అస్తవ్యస్తంగా ఉన్న అరాచక పరిస్థితులు, పులకేశికి బాగా అనుకూలించాయి. తెలంగాణ, రాయలసీమల్లోని అధిక భాగాలు అప్పటికే అతని స్వాధీనమయ్యాయి. కృష్ణానది దిగువ ప్రాంతాలు పల్లవుల ఆక్రమణలో ఉన్నాయి. వేంగి రాజ్యం దుర్జయుల ఆధీనంలో ఉంది. కళింగ నుంచి ప్రవేశించిన పులకేశి, ఆంధ్రలో మొదటగా దుర్జయులతో పోరాడాల్సొచ్చింది. పిష్టపురం, కుణాల యుద్ధాల్లో రణదుర్జయులనోడించి, వేంగిని ఆక్రమించాడు. రెండో పులకేశి కొప్పారం, మారటూర్ శాసనాలను బట్టి ఆంధ్రలో ఇచ్చిన దానధర్మాలు తెలియవస్తున్నాయి. పల్లవుల రాజధాని కాంచీపురం దాకా వెళ్లి 'పుల్లలూర్' వద్ద జరిగిన ఘోర యుద్ధంలో పల్లవ మహేంద్రవర్మ

(క్రీ.శ.600-630) ను ఓడించాడు. బాదామి చాళుక్య – పల్లవుల మధ్య ఘర్షణలు జరుతున్నప్పుడే, వేంగి చాళుక్యులు బాదామి వారికి సహాయంగా, కృష్ణానది దిగువన పల్లవ భూభాగాన్ని జయించి, తమ రాజ్యంలో కలుపుకొన్నారు. మొదటి మహేంద్రవర్మ మరణంతో రెండో పులకేశి పల్లవ రాజ్యాన్ని పూర్తిగా స్వాధీనం చేసుకొనే ఉద్దేశంతో మళ్లీ దాడి చేశాడు. రాయలసీమ ప్రాంతంలో ఉన్న బాణులు, ఈ సందర్భంలో చాళుక్యుల ఆధిపత్యానికి లోబడ్డారు. పెరియాల, మణిమంగళం, సూరమార మొదలైన ఎన్నోచోట్ల, పల్లవ – చాళుక్య సైన్యాల మధ్య పోరాటాలు జరిగాయి. ఎన్నో పల్లవ ప్రాంతాలు పులకేశి స్వాధీనమైయ్యాయి. కాని, మొదటి నరసింహవర్మ (క్రీ.శ.630-668) కాలంలో యుద్ధాలు తీవ్ర రూపాన్ని ధరించి, పులకేశి పల్లవుల చేతిలో మరణించాడు. నరసింహవర్మ బాదామి వరకు వెళ్లి, దాని ప్రభావాన్ని మట్టుపెట్టి, 'వాతాపికొండ' బిరుదాన్ని ధరించాడు. ఈ యుద్ధం క్రీ.శ.642 లో 'మణిమంగళం' వద్ద జరిగింది. రెండో పులకేశి రాజరికం ఈ విధంగా ముగిసినప్పటికి, దక్షిణాపథ చరిత్రలోని గొప్ప చక్రవర్తుల్లో అతి పరాక్రమవంతుడుగా ఇతణ్ని పరిగణిస్తారు. ఇతని ఆస్థానానికి పర్షియా చక్రవర్తి ఖుస్రూను తన రాయబారిగా పంపాడు. ఈ రాయబారి పులకేశి ఆస్థానాన్ని సందర్శించినట్లు, అజంతా గుహల్లో చిత్రించబడి ఉంది. అదే విధంగా ఇతని కాలంలో చైనా యాత్రికుడు హ్యుయాన్‌త్సాంగ్ క్రీ.శ.641 లో పులకేశి దర్బారును దర్శించి చాళుక్య రాజ్యం సువిశాలమైందని, సిరిసంపదలతో తులతూగుతున్నదని, పులకేశి క్షత్రియుడని, ఇతనికి గొప్ప సైన్యం ఉందని తెలియచేశాడు.

రెండో పులకేశి మరణం, నరసింహవర్మ విజృంభణతో బాదామి ప్రతిష్ఠ దిగజారింది. పల్లవుల సైన్యాలు రాజ్యాన్ని దోచుకొని, అరాచకాన్ని సృష్టించాయి. పులకేశి కొడుకులైన ఆదిత్యవర్మ, చంద్రాదిత్య, విక్రమాదిత్య, జయసింహలు రాజ్యాన్ని శత్రువుల నుంచి రక్షించుకొనే విషయంలో కూడా ఐక్యంగా ఉండలేకపోయారు.

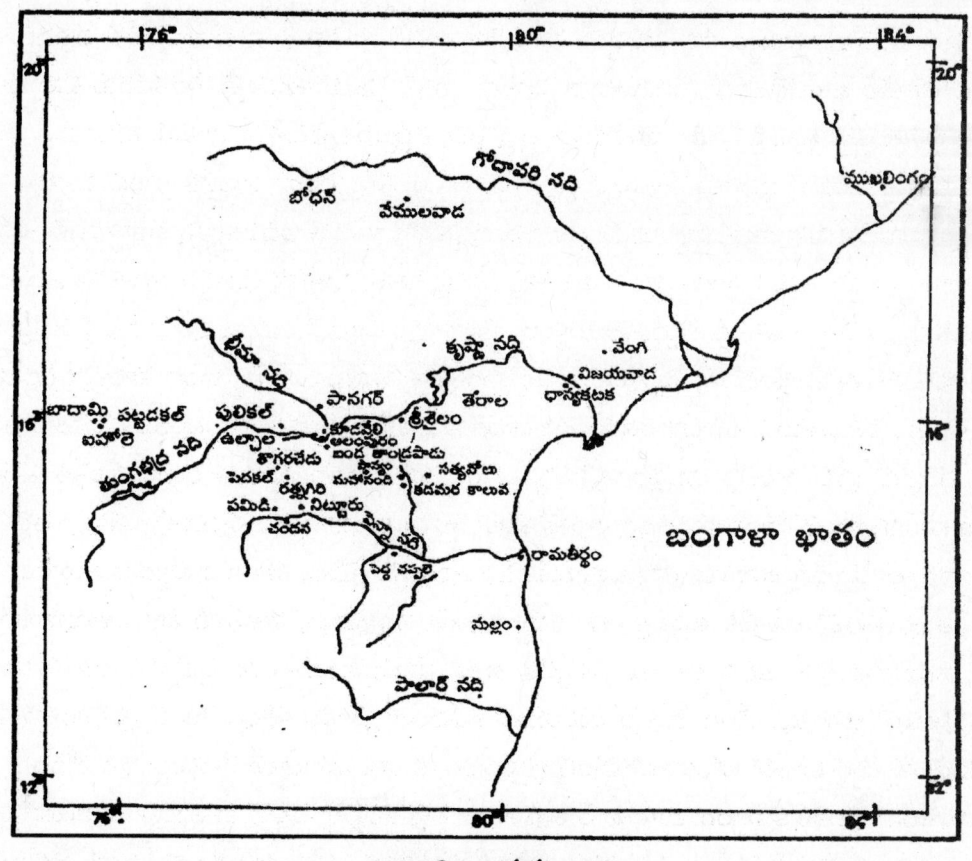

బాదామి చాళుక్య రాజ్యం

విక్రమాదిత్యుడు (క్రీ.శ.642-680)

రెండో పులకేశి మూడో కుమారుడైన విక్రమాదిత్యుడు (క్రీ.శ.642-680) నడుంకట్టి, రాజ్యాన్ని పల్లవుల బారి నుంచి కాపాడి, వారికి సహాయపడిన పాండ్య, చోళ, కలభ్రులను జయించాడు. ఇతని కాలంలో చాళుక్య-పల్లవ ఘర్షణ కొనసాగింది. చాళుక్య అధికారాన్ని త్రిసముద్రాల వరకు వ్యాపింపచేశాడు. ఈ దండయాత్రల్లో తనతో సహకరించిన సోదరుడైన జయసింహవర్మను లాట (దక్షిణ గుజరాత్) రాజ్యానికి రాజప్రతినిధిగా నియమించాడు.

వినయాదిత్యుడు (క్రీ.శ.680-696)

విక్రమాదిత్యుని కుమారుడు వినయాదిత్యుడు పూర్వుల నుంచి సంక్రమించిన రాజ్యాన్ని సమర్థవంతంగా పరిపాలన చేసి, మరింత అభివృద్ధిచేశాడు. ఇతని పాలన శాంతియుతంగా సాగింది. ఇతడు ఉత్తర భారతదేశంపై చేసిన దండయాత్ర ఇతని శాసనాల్లో కనిపిస్తుంది. ఎన్నో యుద్ధాలుచేసి, కలభ్ర, కేరళ, హైహయ, మాళవ, చోళ, పాండ్య రాజుల నుంచి కానుకలను స్వీకరించాడు. చివరికి పరమేశ్వరవర్మన్ గాంగరాజు సేనల చేతిలో 'విలందే' యుద్ధంలో అశువులు బాశాడు.

విజయాదిత్యుడు (క్రీ.శ.696-733)

విక్రమాదిత్యుని కుమారుడైన విజయాదిత్యుడు పెద్ద సైన్యంతో దండెత్తి, ఉత్తరాపథంలో కొన్ని రాజవంశాల్ని జయించి, గంగా-యమునా తోరణాన్ని, పాల ధ్వజాన్ని తమ అధికార చిహ్నంగా స్వాధీనపర్చుకొన్నాడు. బాదామిలో వినయాదిత్యుడు మరణించడం వల్ల ఇతడు క్రీ.శ.696 లో రాజరిక బాధ్యతలను చేపట్టాడు. పట్టడకల్ లేదా కెసువలోల్‌లో కొన్ని ఆలయాలను ఇతడు నిర్మించాడు.

రెండో విక్రమాదిత్యుడు (క్రీ.శ.733-744)

విజయాదిత్యుని తరవాత అతని కుమారుడైన రెండో విక్రమాదిత్యుడు అధికార పగ్గాలను చేపట్టాడు. ఇతడు తన పాలనా కాలంలో సింధు ప్రాంతంలో పెరుగుతున్న అరబ్బుల అధికారాన్ని, వారు జరిపిన దాడులను ఎదుర్కోవాల్సొచ్చింది. పల్లవ మల్ల అనే బిరుదును ధరించిన రెండో నందివర్మ (క్రీ.శ.695-722) ఇతని సమకాలికుడు. వీరి మధ్య జరిగిన అనేక యుద్ధాల్లో, బాదామీలు పల్లవులను ఓడించారు. పాండ్య, చోళ, కేరళ, కలభ్ర రాజ్యాల్ని జయించి, చిహ్నంగా దక్షిణ సముద్ర తీరంలో విజయస్తంభాన్ని ప్రతిష్ఠించాడు. కాలచుర్య వంశానికి చెందిన 'లోకమహాదేవి', 'రాజానీత్రైలోక్యదేవి'లు ఇతని భార్యలు. వీరి పేరు మీదనే 'పట్టడకల్'లో 'లోకేశ్వరాలయం' త్రైలోకేశ్వరాలయం నిర్మించబడ్డాయి.

రెండో కీర్తివర్మ (క్రీ.శ.745-752)

రెండో విక్రమాదిత్యుని కుమారుడు, రెండో కీర్తివర్మ రాజ్యానికి వచ్చాడు. పశ్చిమ చాళుక్య (బాదామి/వాతాపి) వంశంలో ఆఖరివాడు. ఇతని కాలంలో చాళుక్య అధికారం క్షీణించడం ఆరంభమైంది. కీర్తివర్మ కాలంలో చాలా గడ్డు పరిస్థితులను ఎదుర్కోవాల్సొచ్చింది. రాష్ట్రకూట దంతిదుర్గుడు ఎల్లోరా ప్రాంతాన్ని ఆక్రమించడమే కాకుండా, చాళుక్య సామంతులైన కోసల, కళింగ రాజుల్ని, తెలుగు చోళుల్ని తనవైపు తిప్పుకొన్నాడు. చివరకు దంతిదుర్గుడు క్రీ.శ.752 లో బాదామి చాళుక్య వంశాన్ని కూలదోసి, కర్ణాటకలో రాష్ట్రకూట రాజ్యాన్ని స్థాపించాడు. బాదామి చాళుక్య అధికార

క్షీణతను వివరించే శాసనాలు మహారాష్ట్ర పరిసర ప్రాంతాల్లో దొరికాయి. వాటిలో రెండో కీర్తివర్మ వేయించినట్లు పేర్కొన్న 'ఎవియర్ శిలా ఫలకం, ది మెరాజ్‌ప్లేట్స్' వారి పతనాన్ని వివరిస్తున్నది.

తూర్పు చాళుక్యులు (వేంగి చాళుక్యులు) (క్రీ.శ.624-1075)

తెలుగు సంస్కృతికి, సాహిత్యానికి ఎనలేని సేవచేసిన రాజవంశాల్లో తూర్పు చాళుక్యులు (వేంగి) ముఖ్యులు. తూర్పు చాళుక్యులనే వేంగి చాళుక్యులంటారు. కృష్ణా, గోదావరిల మధ్య ఉన్న వేంగి ప్రాంతం వీరికి రాజధాని కావడం వల్ల, వీరిని వేంగి చాళుక్యులన్నారు. మాతృ రాజ్యమైన బాదామి చాళుక్యుల నుంచి వచ్చిన ఎన్నో రాజ్యాల్లో, ప్రముఖమైన రాజ్యం తూర్పు చాళుక్యులది. బాదామి చాళుక్యుల తరవాత ఆంధ్రదేశంలో అత్యంత ప్రశంసనీయమైన చరిత్రగలవారు, ఆంధ్రదేశాన్ని నాలుగున్నర శతాబ్దాల కాలం పాలన చేసిన వారు తూర్పు చాళుక్యులు. వీరి పాలన క్రీ.శ.624 నుంచి 1075 వరకు గల సుదీర్ఘ కాలం సాగింది. ఆంధ్రేతరులని పరిగణించడం సహజమే అయినప్పటికి, వేంగిలో స్థిరపడి, స్థానిక భాష భావంతో పరిపాలన సాగిస్తూ, ఆంధ్ర సంస్కృతిని పరిరక్షణ చేశారు. చోళులు, చాళుక్యులు మొదలయిన రాజవంశాలు వారి వారి ఆధిక్యత కోసం పోటీపడి, ఆంధ్ర దేశాన్ని యుద్ధరంగంగా మార్చినా వేంగి చాళుక్యులు ఆంధ్రదేశపు స్వాతంత్ర్యాన్ని, గౌరవ ప్రతిష్ఠలను నిలబెట్టే ప్రయత్నం చేశారు.

రాజకీయ పరిణామాలు

వేంగిలో చాళుక్య రాజ్యస్థాపనా కాలాన్ని గురించి విభిన్న అభిప్రాయాలున్నాయి. వారి శాసనాల్లోని అంశాలను బట్టి వేంగిలో వాళ్ల పాలన, క్రీ.శ.624 లో ఆరంభమైంది. వీరి పాలనా కాలాన్ని క్రీ.శ.624 నుంచి 1075 వరకు మూడు ప్రధాన భాగాలుగా విభజించారు. ప్రధానంగా తూర్పు చాళుక్య యుగాన్ని మూడు ఘట్టాలుగా విభజించారు. మొదటిది క్రీ.శ.624-753, వేంగి రాజ్య ప్రశాంతత, రెండో ఘట్టం క్రీ.శ.753-973, దీనిలో వేంగికి, రాష్ట్రకూటులకు బద్ధవైరం ఏర్పడటం. మూడో ఘట్టం క్రీ.శ.973-1075 లో రాష్ట్రకూట రాజ్య పతనం, కళ్యాణి చాళుక్యుల ఆవిర్భావం సంభవించాయి. వేరువేరు ఘట్టాల్లో ఆక్రమణ జరిగినా, వేంగిపై ఆధిపత్యం మాత్రం క్రీ.శ.624 లోనే ప్రారంభమైంది. బాదామి చాళుక్య రాజైన రెండో పులకేశి వేంగి ప్రాంతాన్ని జయించిన తరవాత, తన సోదరుడైన కుబ్జ విష్ణువర్ధనుని ఆ ప్రాంత రాజప్రతినిధిగా నియమించాడు. ఇతన్నే వేంగి చాళుక్య రాజ్య స్థాపకుడంటారు.

కుబ్జ విష్ణువర్ధనుడు (క్రీ.శ.624-641)

కుబ్జ విష్ణువర్ధనుడు వేంగి దేశాన్ని పెద్దనిమిదేండ్ల కాలం పాలించినట్లు తూర్పు చాళుక్య శాసనాలు ముక్త కంఠంగా చెబుతున్నాయి. ఇతను వేంగి రాజ్య ప్రతినిధిగా వచ్చిన తరవాత, తూర్పు చాళుక్య రాజ్యం అనతి కాలంలో స్వతంత్ర రాజ్యంగా రూపొంది, విస్తృతం చేయబడింది. ఇతనికి 'విషమసిద్ధి', 'కామదేవ', 'మకరధ్వజ' అనే బిరుదులున్నాయి. ఇతడు గొప్ప వీరుడు. ఇతడు ఎట్టి శత్రుదుర్భేద్యమైన దుర్గాలను కూడా వశపర్చుకోగలడనే కీర్తి ఉంది. అందువల్ల 'విషమసిద్ధి' అనే బిరుదొచ్చింది. ఇతడు క్రీ.శ.631 వరకు, అన్న రెండో పులకేశి ప్రతినిధిగా వేంగి దేశాన్ని పాలించాడు. క్రీ.శ.631 సంవత్సరం నాటి కొప్పరం శాసనం, ఇతన్ని స్వతంత్రంగా పరిపాలించడానికి పులకేశి అనుమతించినట్లు తెలియచేస్తుంది. ఇతని శాసనాలు చీపురుపల్లి, తిమ్మాపురం మొదలైన చోట్ల లభించాయి. వీటిని బట్టి ఇతని రాజ్యం, ఉత్తరాన విశాఖపట్టణం నుంచి దక్షిణాన కమ్మనాటి వరకు గలదని విశదమౌతూంది. ఈ శాసనాలు, ఇతడు తనను మహారాజుగా ప్రకటించుకొన్నాడని తెలియచేస్తున్నాయి. కుబ్జవిష్ణువర్ధనుని కాలం నుంచి చాళుక్య రాజ్యంలో సామంత

రాజ్యాలు ఏర్పడినట్లు తెలుస్తుంది. యుద్ధాల్లో ఇతనికి సహాయపడిన సేవకులకు చిన్న రాజ్యాలనిచ్చి సత్కరించాడు. వాటిలో కళింగను పాలించిన గాంగ వంశ మూడో ఇంద్రవర్మను ఓడించి, సామంత రాజుగా చేసుకొన్నాడు. ఇతడు విష్ణుభక్తుడని, పరమభాగవతుడని తిమ్మాపురం శాసనం కీర్తించింది. అయినప్పటికి అతడు కార్తికేయకాకి అంటే, దుర్గభక్తుడని కూడా ప్రసిద్ధి కలదు. కాని, ఆయన భార్య అయ్యణమహాదేవి జైన మతాభిమాని. ఆమె బెజవాడ (నేటి విజయవాడ) లో జైన సన్యాసుల కోసం నేడుంబవసది అనే జైన మఠాన్ని నిర్మించి ఒక గ్రామాన్ని దానం చేసింది. ఇతని కాలంలో హ్యుయాన్‌త్సాంగ్ (చైనా యాత్రికుడు - క్రీ.శ.600-644) పర్యటించి అప్పటి స్థితిగతులను వివరించాడు. రెండో పులకేశి క్రీ.శ.631-641 మధ్య కాలంలో రెండు పర్యాయాలు పల్లవ రాజ్యంపై దండెత్తాడు. చివరి దండయాత్రలో పల్లవ నరసింహవర్మ వాతాపిని ముట్టడించి అక్కడ జరిగిన యుద్ధంలో కుబ్జవిష్ణువర్ధనుడు అన్నకు సహాయంగా వెళ్లి అన్నతో పాటే మరణించాడని చరిత్రకారులు భావించారు. కుబ్జవిష్ణువర్ధనుడు నేర్పరైన దళనాయకుడు, అసమాన పరాక్రమశాలి, ధైర్య,శౌర్యాలకు ఆటపట్టు. ఎంత అభేద్యమైన స్థల, వన, గిరి దుర్గాలనైనా ఛేదించి కైవసం చేసుకోగల సమర్థుడు. ఇతని తరవాత, పెద్ద కుమారుడు మొదటి జయసింహుడు క్రీ.శ.642 లో సింహాసనమధిష్టించాడు.

మొదటి జయసింహుడు (క్రీ.శ.642-673)

కుబ్జవిష్ణువర్ధనుని మరణానంతరం అతని జ్యేష్ఠపుత్రుడు జయసింహుడు రాజయ్యాడు. ఇతన్నే మొదటి జయసింహ వల్లభుడుంటారు. జయసింహ పేరు గల పూర్వ చాళుక్య రాజుల్లో ఇతడు ప్రథముడు. ఇతడు ముప్పైమూడేళ్లు పరిపాలన చేసినట్లు చాళుక్య శాసనాల వల్ల తెలుస్తోంది. ఇతనికి 'సకలలోకాశ్రయ', 'సర్వసిద్ధి' అనే బిరుదులు కలవు. ఇతని పాలన శాంతియుతంగా జరిగినప్పటికి, కొన్ని యుద్ధాలు జరిగినట్లు, ఇతని పుళంబూర్ శాసనం తెలియచేస్తుంది. ఇతడు నెల్లూరు ప్రాంతంలో ఉన్న బోయ రాజులపై ఆధిపత్యాన్ని సుస్థిరం చేశాడు. ఇతని కాలంలో గుంటూరు జిల్లా, నరసరావుపేట మండలంలోని విప్పర్ల గ్రామంలో తెలుగు భాషలో శాసనం వేయించబడింది. ఇది తూర్పు చాళుక్యుల నాటి మొదటి తెలుగు శాసనం. దీని వల్ల, చాళుక్య రాజ్యంలో మొదటి జయసింహవల్లభుని కాలం నుంచే తెలుగు భాష ప్రాచుర్యంలో ఉందని తెలుస్తుంది. ఈ విధంగా మొదటి జయసింహవల్లభుడు మహావైభవంతో రాజ్యపాలన చేసి, క్రీ.శ.673 ప్రాంతంలో దేహం చాలించాడు.

ఇంద్రభట్టారకుడు (క్రీ.శ.673)

మొదటి జయసింహవల్లభుని మరణానంతరం, ఇతనికి సంతానం లేనందు వల్ల అతని తమ్ముడు ఇంద్రభట్టారకుడు సింహాసనాన్ని అధిష్టించి ఏడురోజులు మాత్రమే రాజ్యాన్ని పాలించాడు. ఈ వారంలో కొండనాగూరు శాసనాన్ని వేయించాడు. ఇతనికి త్యాగధనుడు, మకరధ్వజుడనే బిరుదులు కలవు.

రెండో విష్ణువర్ధనుడు (క్రీ.శ.673-82)

ఇతడు ఇంద్రభట్టారకుని కుమారుడు. ప్రజలు ఇతన్ని ధర్మశాస్త్రవేత్త అని పొగిడారు. ఇతనికి 'విషమసిద్ధి', 'మకరధ్వజుడు', 'సర్వలోకాశ్రయ', 'ప్రళయాదిత్య' అనే బిరుదులున్నాయి. తాత కుబ్జవిష్ణువర్ధనుని బిరుదులను ధరించినట్లు 'విషమసిద్ధి' బిరుదు ద్వారా తెలుస్తుంది.

మంగి యువరాజు (క్రీ.శ.682-706)

రెండో విష్ణువర్ధనుని తరవాత, అతని కుమారుడు మంగి యువరాజు సింహాసనమధిష్టించి, 25 సంవత్సరాలు పాలించాడు. ఇతనికి 'విజయసిద్ధి' అనే బిరుదుంది. ఇతని శాసనాలు విశాఖపట్నం నుంచి ఒంగోలు వరకు రాజ్యాన్ని విస్తరించినట్లు తెలియచేస్తున్నాయి. ఇతనికి చాలామంది భార్యలున్నారు. వారి వల్ల ముగ్గురు కుమారులు, పృథ్వీపోరి అనే ఒక కుమార్తె కలిగారు.

రెండో జయసింహుడు (క్రీ.శ.706-718)

మంగి యువరాజు పెద్ద కుమారుడైన రెండో జయసింహుడు రాజ్యాన్ని పాలించాడు. ఇతని కాలం నుంచి వారసత్వ యుద్ధాలు ప్రారంభమైయ్యాయి. ఇలాంటి యుద్ధాల వల్ల చాళుక్య రాజ్యం బలహీనపడింది. ఇతనికి పిల్లలు లేకపోవడం వల్ల తదనంతరం ఇతని సోదరులైన కొక్కిలి మహారాజు (క్రీ.శ.718-19) ఇతని తరవాత, ఇతని అన్న మూడో విష్ణువర్ధనుడు సింహాసనాన్ని అధిష్టించాడు.

మూడో విష్ణువర్ధనుడు (క్రీ.శ.719-55)

కొక్కిలి మహారాజు తరవాత ఇతని అన్న మూడో విష్ణువర్ధనుడు సింహాసనాన్ని అధిష్టించాడు. ఇరువురి సోదరుల మధ్య రాజ్యాధికారపోరు జరిగింది. కొక్కిలి ఆరు నెలల పాటు పాలించిన తరవాత, చివరకు మూడో విష్ణువర్ధనుడు తిరగబడటంతో మధ్య కళింగ ప్రాంతమైన ఎలమంచిలి రాజ్యానికి పారిపోయాడు. ఇతడు ఈ గొడవల్లో ఉన్నప్పుడే నెల్లూర్ ప్రాంతంలో ఉన్న బోయ కొట్టాల్ని, పల్లవులు తిరిగి స్వాధీనం చేసుకొన్నారు. ఇతనికి 'త్రిభువనాంకుశ' అనే బిరుదు కలదు. ఇతని భార్య పేరు విజయమహాదేవి. ఇతడు అనేక తామ్ర శాసనాలను విడుదలచేశాడు.

మొదటి విజయాదిత్యుడు (క్రీ.శ.755-72)

మూడో విష్ణువర్ధనుని తరవాత అధికారాన్ని చేపట్టిన మొదటి విజయాదిత్యుని కాలం చరిత్రలో ముఖ్యమైంది. ఇతని కాలం నుంచి తూర్పు చాళుక్యులు రెండోదశలోకి అడుగుపెట్టారు. క్రీ.శ.755 ప్రాంతంలో బాదామి చాళుక్య వంశాన్ని అంతమొందించి, రాష్ట్రకూటులు దంతిదుర్గుని నాయకత్వాన నూతన సామ్రాజ్యాన్ని స్థాపించారు. వీరి ముఖ్య పట్టణం మాన్యఖేటం. హైదరాబాద్ రాష్ట్రమందలి లాతూరు గ్రామం వీరి మొదటి నివాస స్థానం. ఇతని కాలం నుంచి ప్రారంభమైన చాళుక్య-రాష్ట్రకూటుల మధ్య యుద్ధాలు సుమారు 200 సంవత్సరాల పాటు కొనసాగి, చరిత్రను రక్తసిక్తం చేశాయి. రాష్ట్రకూటులనెదుర్కోవడానికి చాళుక్యులు ఎన్ని ప్రయత్నాలు చేసినా, ఓటమి తప్పలేదు. శత్రువర్గంలో అంతర్గత కలహాలను అవకాశంగా తీసుకొన్న చాళుక్యులు ఓటమి పాలైయ్యారు. తెలంగాణా ప్రాంతంలో వేములవాడను పాలిస్తున్న మొదటి అరికేసరి నాయకత్వంలో రాష్ట్రకూటులు, వేంగి త్రికళింగపై దాడిచేశారు. చివరకు మాన్యఖేట సార్వభౌమాధికారాన్ని వేంగి అంగీకరించాల్సొచ్చింది. ఇతనికి త్రిభువనాంకుశ బిరుదుంది.

నాల్గో విష్ణువర్ధనుడు (క్రీ.శ.772-808)

మొదటి విజయాదిత్యుని కుమారుడు నాల్గో విష్ణువర్ధనుడు వేంగిని పాలించాడు. ఇతడు రాష్ట్రకూట మొదటి కృష్ణునికి సామంతుడిగా జీవితాన్ని ప్రారంభించాడు. ఇతని తండ్రి ఓడిపోవడం వల్ల ఇతనికి ఈ గతి పట్టింది. ఇతని కాలంలో రాష్ట్రకూట రాజు మొదటి కృష్ణుడు క్రీ.శ.722 లో మరణించగా, అతని కుమారుల మధ్య వారసత్వ యుద్ధం

జరిగి, ధృవుడు క్రీ.శ.780 లో సింహాసనమధిష్టించాడు. వారసత్వ యుద్ధంలో, ధృవుని అన్న గోవిందునికి, విష్ణువర్ధనుడు సహాయం చేశాడు. ధృవుడు తన అన్నకు సహాయం చేసిన విషువర్ధనుని మీదకు తన సామంత రాజ్యమైన తెలంగాణాలో వేములవాడ చాళుక్య వంశానికి చెందిన మొదటి అరకేసరిని వేంగిపైకి పంపగా, అరికేసరి విష్ణువర్ధనుని ఓడించాడు. అరికేసరి వేంగిని, కళింగను జయించినట్లు 'పర్భణి శాసనం' (క్రీ.శ.966) తెలియచేస్తుంది. విష్ణువర్ధనుడు రాష్ట్రకూట సార్వభౌమాధికారాన్ని అంగీకరించి, తన కూతురైన శీలమహాదేవిని ధృవునికిచ్చి వివాహం చేశాడు. కాని, ఇలాంటి రాజకీయ ఒప్పందాలు ఏవీ ఈ రెండు వంశాల మధ్య ఏర్పడ్డ బద్ధవైరాన్ని ఆపలేకపోయాయి.

రెండో విజయాదిత్యుడు (క్రీ.శ.808-847)

ఇతనికి నరేంద్ర మృగరాజు అనే పేరు కూడా ఉంది. విజయాదిత్యుడు రాష్ట్రకూట సామంతులైన పశ్చిమ గాంగ, వేలమువాడ చాళుక్యులతో అంతులేని పోరాటాలను జరిపాడు. కత్తి చేత బట్టి రాత్రింబవళ్ళు యుద్ధ భూమిలో నివసించాడని, చాళుక్య శాసనాలు తెలియచేస్తున్నాయి. ఇతనికి, భీమసలుకి మధ్య రాజ్యం కోసం ఏర్పడ్డ వారసత్వ తగాదాల్లో, రాష్ట్రకూటులు కలగచేసుకోవడంతో వేంగి రాజ్య ప్రతిష్ఠ దెబ్బతింది. అయినప్పటికి, ఇతడు హైహయ వంశానికి చెందిన నృపరుద్రుని సహాయంతో భీమసలుకి మద్దతుదారులైన రాష్ట్రకూట, పశ్చిమ గాంగ సైన్యాలతో 12 సంవత్సరాలకు పైగా 108 యుద్ధాలు చేసి చివరకు వేంగిని ఆక్రమించాడు. ఈ విజయాల వల్ల అతనికి 'నరేంద్రేశ్వర', 'నరేంద్రమృగరాజు', 'చాళుక్యరాయ', 'విక్రమదావళి' అనే బిరుదులు వచ్చాయి. రాష్ట్రకూట సింహాసనాన్ని అధిష్టించిన అమోఘవర్షుడు చిన్న వయస్కుడు కావడంతో ఇతని ధాటిని ఎదుర్కోలేకపోయాడు. రాష్ట్రకూట రాజ్య సంరక్షణ బాధ్యతలను నిర్వహిస్తున్న గుజరాత్ ప్రాంతపు సామంతుడైన సువర్ణవర్ష కర్కరాజు ఇతని ఆధిపత్యాన్ని అంగీకరిస్తూ తన కూతురు శీలమహాదేవిని విజయాదిత్యుని కుమారుడైన కలివిష్ణువర్ధనుడికిచ్చి వివాహం చేశాడు. ఘూర్జర, ప్రతీహారులను మధ్య భారతంలో జయించాడు. ఇంతటితో ఇతని మిగిలిన కాలమంతా ప్రశాంతంగా సాగింది. తను యుద్ధాలు చేసిన 108 ప్రాంతాల్లో శివాలయాలను నిర్మించాడు. ప్రతి యుద్ధభూమిలో శివలింగ ప్రతిష్ఠ చేసి, శివాలయాన్ని నిర్మించాడట. బెజవాడకు ఇతని వల్లనే ఆ పేరు వచ్చిందని చెప్తారు.

కలివిష్ణువర్ధనుడు (క్రీ.శ.847-48)

రెండో విజయాదిత్యుని తరవాత అతని కుమారుడు కలివిష్ణువర్ధనుడు (ఐదో విష్ణువర్ధనుడు) గద్దెనెక్కాడు. ఇతనికి నల్గురు కుమారులు- మూడో విజయాదిత్యుడు, విక్రమాదిత్యుడు, నృపకాముడు, యుద్ధమల్లుడు.

గుణగ విజయాదిత్యుడు (మూడో విజయాదిత్యుడు - క్రీ.శ.849-892)

తూర్పు చాళుక్యుల్లో అగ్రగణ్యుడు గుణగ విజయాదిత్యుడు. అనేక సద్గుణాలంకృతుడగుటచేత, గుణాంక విజయాదిత్యుడని కూడా వ్యవహరించేవారు. చాళుక్యుల విజయ పతాకాన్ని ఉత్తర దేశంలో గంగానది నుంచి దక్షిణ దేశంలో కావేరి దాకా వీరవిహారం చేయించింది ఇతడే. సుమారుగా నాల్గు దశాబ్దాల కాలం యుద్ధాల్లో, సంక్షోభంలో గడిచింది. ఈ ప్రాంతాలందు సామంతులను అణచి, శాంతిని స్థాపించుటకై ఇతడు ప్రభుభక్తి కల్గిన పాండురంగడు, వినయడిశర్మ, రాజాదిత్యుడు మొదలైన బ్రాహ్మణులను సేనానులుగా నియమించాడు. పాండురంగడు బోయ కొట్టాలను

జయించి, నెల్లూరును పట్టుకొని ఆ దిక్కున శాంతిని స్థాపించాడు. ఈ ప్రాంతపు భద్రత కోసం, కందుకూరును కేంద్రంగా బెజవాడ (విజయవాడ)తో సమానమనిపించేంత బలిష్టమైన దుర్గంగా తీర్చిదిద్దాడు. ఇతని తల్లి శీలమహాదేవి రాష్ట్రకూటాంగనైనను, ఏ కారణంగానో ఈ రెండు వంశాల మధ్య సుస్థిర శాంతి నెలకొనలేదు. రాష్ట్రకూటుల సమాచారాన్ని బట్టి అమోఘవర్షుడు ఉన్నంత కాలం, చాళుక్యులు (గుణగ) వారి అధికారానికి లొంగి ఉన్నారు. ఈ సందర్భంలో గుణగ విజయాదిత్యుడు గాంగవాడిని, నోలంబవాడిని క్రీ.శ.870 లో జయించాడు. గాంగవాడి పాలకుడు రణవిక్రముని శివగంగ వద్ద ఓడించాడు. రాష్ట్రకూటులు, వారికి సహాయపడ్డ ఎంతోమంది ఇతరులు గుణగ విజయాదిత్యుని సేనాపతుల చేతుల్లో ఓడిపోయి, ఇబ్బందులపాలయ్యారు. అచలపురం, కిరణపురం, చక్రకూటం మొదలైన దుర్గాలన్నీ ధ్వంసమైయ్యాయి. గంగ, నర్మదా నదుల మధ్య ప్రాంతమైన డాహళ రాజ్యం, దక్షిణ కోసల, కళింగ రాజ్యం ఇత్యాదులన్నింటిని, చాళుక్య సైన్యాలు వశపర్చుకొన్నాయి. అఖండ విజయాన్ని సాధించి, తన పంతం, ప్రతీకారాన్ని తీర్చుకొన్న గుణగవిజయాదిత్యుడి అధికారాన్ని రాష్ట్రకూట కృష్ణుడు అంగీకరించక తప్పలేదు. అప్పటి వరకు రాష్ట్రకూట ప్రభువుల సార్వభౌమాధికారానికి, దర్పానికి చిహ్నాలుగా ఉండే పాళి ధ్వజాన్ని, గంగ-యమున తోరణాన్ని, గుణగవిజయాదిత్యుడు తన స్వాధీనం చేసుకొన్నాడు.

గుణగవిజయాదిత్యుడి కాలంలో తూర్పు చాళుక్యుల అధికారం, మహానది నుంచి పులికాట్ సరస్సు దాకా వ్యాపించింది. దక్షిణాపథ రాజకీయాల్లో వారి అధికారానికి ఎదురులేకపోయింది. ఈయన జారీ చేసిన ఎన్నో శాసనాల్లో విపులంగా ఆనాటి రాజకీయ విషయాలెన్నో ఉన్నాయి. అమోఘవర్షుడు చనిపోయిన తరవాత (క్రీ.శ.880) ఇతని కుమారుడు రెండో కృష్ణుడు అధికారాన్ని చేపట్టగా, రెండో కృష్ణుడిని గుణగవిజయాదిత్యుడు ఓడించడం జరిగింది. గత్యంతరం లేక విజయాదిత్యుడితో సంధి చేసుకొని అతని సార్వభౌమాధికారాన్ని అంగీకరిస్తాడు. ఈ వివరాలు ధర్మవరం, అత్తిలి, పాడేరు శాసనాల్లో ఉన్నాయి. గుణగవిజయాదిత్యుని సాతలూరు శాసనం ప్రకారం, ఇతడు పల్లవులు, పాండ్యులపై విజయాలు సాధించినట్లు తెలుస్తుంది. పల్లవ, పాండ్యులను ఓడించి, పాండురంగుని ఆశ్రయించిన చోళ రాజును విజయాదిత్యుడు రక్షించి ఉండొచ్చు. ఈ చోళరాజు ఆదిత్యచోళుడై ఉండొచ్చని, డాక్టర్ నేలటూరి వెంకటరమణయ్య భావించారు. నాటి వేములవాడ రాజైన బద్దెగను ఓడించడం కూడా కొన్ని శాసనాల్లో కనిపిస్తుంది. దక్షిణాపథాన్నంతటిని జయించి, మహాఘనత సాధించిన రాష్ట్రకూటులను సామంతులుగా చేసుకొని ఏకచ్ఛత్రాధిపతై, దక్షిణ దేశానికి సార్వభౌముడైయ్యాడు. త్రిపురమర్త్యమహేశ్వర, పరచక్రరామ, రణరంగశూద్రక అనే బిరుదులను ధరించాడు. చాళుక్యుల వంశ ప్రతిష్ఠకు, వేంగి రాజ్య గౌరవానికి, గుణగవిజయాదిత్యుడు చేసిన కృషి అపూర్వం. ఇతని తరవాత వేంగి చాళుక్య కుటుంబంలో సింహాసనం కోసం వైరం ఏర్పడింది. వాళ్లలో వారే కలహించుకోవడం వల్ల వేంగి రాజకీయాల్లో ఇతరుల ప్రవేశానికి అవకాశమిచ్చారు. దీన్ని అవకాశంగా తీసుకొని, ఎన్నో ఆక్రమిత ప్రాంతాలను తిరిగి శత్రువులు వశపర్చుకొన్నారు. గాంగ రాజైన వజ్రహస్తుడు త్రికళింగ రాజ్యాన్ని తన రాజ్యంలో కలుపుకొన్నాడు. వీరు వేంగి రాజ్య ప్రతిష్ఠను దిగజార్చారు. అంతేకాక, వేంగి చాళుక్య మూల బలంలో కూడా చీలికలు రావడమంటే, రాజ్యంలోని పరిస్థితులు ఎంత ఘోరంగా తయారయ్యాయో అర్థమౌతుంది.

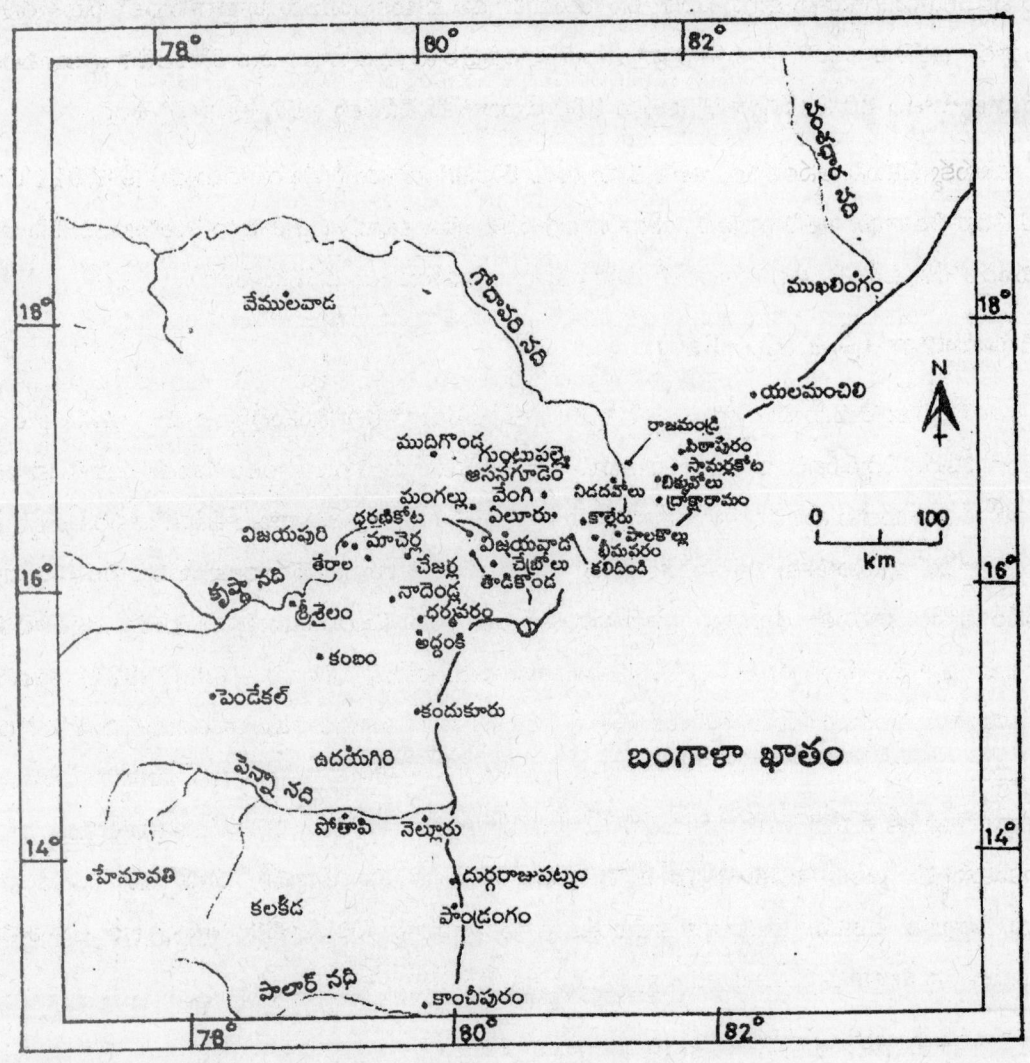

వేంగి చాళుక్య రాజ్యం

మొదటి చాళుక్య భీముడు (క్రీ.శ.892-921)

మొదటి చాళుక్య భీముడు సింహాసనమధిష్టించడాన్ని, అతని పినతండ్రి, గుణగ విజయాదిత్యుని తమ్ముడైన మొదటి యుద్ధమల్లుడు వ్యతిరేకించాడు. అతడు రాజు కావలెనని రాష్ట్రకూట కృష్ణుని సహాయాన్ని అర్థించాడు. చాళుక్య భీముని పాలనా కాలం ప్రశాంతంగా సాగలేదు. గుణగవిజయాదిత్యుని కాలంలో పరాభవానికి గురైన వేములవాడ రాజు బద్దెగుడు, రాష్ట్రకూట సైన్యాలతో వచ్చి చాళుక్య భీముణ్ణి కొల్లేరు వద్ద జరిగిన యుద్ధంలో బంధించాడు. బహుశా, కొల్లేరు జలదుర్గంలో చాళుక్య భీముడు తలదాచుకొన్నప్పుడు ఈ సంఘటన జరిగినట్లుంది. రాష్ట్రకూట సైన్యాన్ని ఓడించడానికి ముదిగొండ చాళుక్య రాజైన కుసుమాయుధుని కలుపుకొన్నాడని, కొరవి తామ్రశాసనం (క్రీ.శ.935) తెలియచేస్తుంది. చాళుక్య భీముడు తన పెంపుడు తల్లి కుమారుడైన మహాకాలుడిని దండనాధునిగా చేసుకొని రాష్ట్రకూటులను ఓడించి, పారదోలాడు. ఈ దారుణ సంగ్రామంలో భీముని కుమారుడు ఇఱిమర్తిగండ, నిడదవోలు, పెరవంగూరు యుద్ధాల్లో రాష్ట్రకూటులను సంహరించి తాను రణభూమికి బలయ్యాడు. ఇట్టి శూరాగ్రేసరుడైన తనయుని స్మారకంగా

భీముడు వెడతలూరు గ్రామాన్ని అగ్రహారంగా చేసి దానమిచ్చాడు. చాళుక్య భీముడు ద్రాక్షారామంలో భీమేశ్వరస్వామిని ప్రతిష్ఠించాడు. ఇతని కాలంలో, క్రీ.శ.900 ప్రాంతంలో కాంచీపుర పల్లవుల సామ్రాజ్యం చోళులచేత జయింపబడింది. ఈయన రాజ్య కాలం 30 సంవత్సరాల్లో, ఇతడు 360 యుద్ధాలను చేసినట్లు ఇతని శాసనాల్లో ఉంది.

చాళుక్య భీముని అనంతరం, అతని కుమారుడు కొల్లభిగండ (నాల్గో విజయాదిత్యుడు) క్రీ.శ.921 లో ఆరు మాసాలే పరిపాలించాడు. ఇతని కాలంలో కళింగ గాంగ వంశస్థుడైన మూడో వజ్రహస్తుడు తిరుగుబాటు చేస్తే అతనిపై విరజాయుద్ధం చేసి ఓడించి, అదే యుద్ధంలో ఇతను కూడా చనిపోయినట్లు కనపడుతుంది.

మొదటి అమ్మరాజు (క్రీ.శ.921-927)

నాల్గో విజయాదిత్యుడు (కొల్లభిగండ) తరవాత ఇతడు సింహాసనమధిష్టించాడు. ఇతని కాలంలోనే రాజమహేంద్రపురం నిర్మింపబడి, చాళుక్యుల రాజధాని అయిందని చెప్తారు. వేంగి ప్రాంతం సమతల మైదాన ప్రాంతంలో ఉండటంతో శతృదాడులకు సులభంగా గురిఅవుతుండేది. కాబట్టి, అమ్మరాజు తన రాజధానిని గోదావరికి ఉత్తర తీరాన స్థాపించుకొన్నాడు. అమ్మరాజుకు రాజమహేంద్రుడనే బిరుదు కలదు. మొదటి అమ్మరాజు మరణానంతరం చాళుక్య సింహాసనం కోసం వారసత్వ యుద్ధాలు ప్రారంభమైయ్యాయి. గుణగవిజయాదిత్యుని సోదరుల్లో విక్రమాదిత్యుడు, యుద్ధమల్లుడు ఉన్నారు. గుణగ తరవాత విక్రమాదిత్యుని కుమారుడు చాళుక్య భీముడు (క్రీ.శ.892-921) రాజయ్యాడు. మొదటి అమ్మరాజు వరకు విక్రమాదిత్యుని సంతతివారే వేంగి సింహాసనమధిష్టించారు. కాని, గుణగ మరొక సోదరుడు యుద్ధమల్లుడు, అతని సంతతి వారు దీన్ని సహించక, వారసత్వ యుద్ధాన్ని ప్రకటించారు. మొదటి యుద్ధమల్లుని పుత్రుడు తాళరాజు (క్రీ.శ.927). ఇతని పుత్రుడైన రెండో యుద్ధమల్లుడు క్రీ.శ.928-934 సంవత్సరాల మధ్య రాజ్యాన్ని ఆక్రమించుకున్నారు. ఇతడు తనకు భద్రత లేదని భావించి, రాజధానిని బెజవాడకు మార్చాడని కొందరి వాదన. దేవాలయ నిర్మాణం చేశాడు. స్వయంగా కార్తికేయునికి దేవాలయాన్ని నిర్మించాడట. అక్కడ ఒక శిలాశాసనాన్ని వేయించాడట. ఆ శిలాశాసనమే బెజవాడ శిలాశాసనం (క్రీ.శ.930) గా ప్రసిద్ధిచెందింది.

రెండో చాళుక్య భీముడు (క్రీ.శ.934-945)

మొదటి అమ్మరాజు సవతి తమ్ముడయిన రెండో చాళుక్య భీముడు, రెండో యుద్ధమల్లుణ్ణి తరిమి, రాజ్యాన్ని ఆక్రమించుకొన్నాడు. ఇతడు రాజ్యం కోసం తనతో పోటీపడిన తాతబిక్కి, రాజమార్తాండ, లోవబిక్కి, అయ్యప మొదలైన ఎందరినో చంపి, సింహాసనాన్ని ఆక్రమించాడు. వేంగి రాజకీయాల మీద రాష్ట్రకూటుల ప్రభావం లేకుండా కొంత వరకు చేయగలిగాడు. ఇతని భార్య అంకిదేవి, కళింగరాజు కుమార్తె కాబట్టి, వాళ్ళ సహాయం ఇతనికి లభించి ఉండొచ్చు. ఇతని కాలంలో రాష్ట్రకూట రాజ్యంలో నాల్గో గోవిందునిపై వచ్చిన సామంత రాజ్యాల తిరుగుబాటు (వేములవాడ చాళుక్యులు) ఇతనికి అవకాశంగా మారింది. ఇతనికి, రెండో అమ్మరాజు, దానార్ణవుడనే ఇద్దరు కుమారులు ఉన్నారు.

రెండో అమ్మరాజు (క్రీ.శ.945-970)

ఇతడు వేంగి పాలకుడై 25 సంవత్సరాలు పరిపాలించాడు. రెండుసార్లు రాజ్యభ్రష్టుడయ్యాడు. ఇతని తల్లి పేరు లోకమహాదేవి. పట్టాభిషేకమైన వెంటనే మొదటి యుద్ధమల్లుని మనుమలైన బాదపరాజు (క్రీ.శ.945), రెండో తాళపలిద్దరిని వెళ్లగొట్టి రాజ్యాన్ని ఆక్రమించి, కొంత కాలం పరిపాలించాడు. అంతలోనే రాష్ట్రకూట మూడో కృష్ణుడు కొంత సైన్యాన్ని అమ్మరాజుపైకి పంపి, అమ్మరాజును కళింగకు పారదోలి రాజ్యాన్ని ఆక్రమించి సింహాసనాన్ని అధిష్టించాడు. ఇది చాలా

ఊహాగానాలకు తావిస్తోంది. మూడో కృష్ణుడు వెనుదిరిగిన వెంటనే, అమ్మరాజు వేంగికి వచ్చి, రాజ్యాన్ని వశపర్చుకొని క్రీ.శ.970 వరకు పరిపాలించాడు. ఇతని పేరిట అనేక శాసనాలున్నాయి. బెజవాడలో ఇతడు నరేంద్రమృగరాజుచేత కట్టబడిన సమస్తభువనాశ్రయమనే శైవ దేవాలయానికి దానం చేశాడు. ఇతని కాలంలో కాలాముఖ శాఖ వృద్ధిచెందింది. కాని, చివర్లో క్రీ.శ.970 సంవత్సరంలో అన్న దానార్ణవుడు ఇతనిపై దండెత్తాడు. మొదటిసారి ఓడిపోయి, ముదిగొండ చాళుక్యుల సహాయమర్థించాడు. వారితో పాటే రాష్ట్రకూట మూడో కృష్ణుని సహాయంతో, తమ్ముడు రెండో అమ్మరాజును సంహరించి, వేంగి సింహాసనాన్ని అధిష్ఠించాడు.

దానార్ణవుడు (క్రీ.శ.970-73)

రెండో అమ్మరాజు తరవాత అధికారాన్ని చేపట్టాడు. ఇతని తల్లి ఊర్జపాయ కళింగ ప్రాంత రాజకుమార్తె. మూడో కృష్ణుడు సహాయం చేసినప్పటికి, వేంగి చాళుక్యులు పోగొట్టుకొన్న దక్షిణాంధ్రను జయించాడు. క్రీ.శ.972 లో రాష్ట్రకూటుల అధికారం క్షీణించడంతో దీన్ని అవకాశంగా తీసుకొని రేనాటిపై దండెత్తాడు. వెలనాడు, కొణిదెస, పొత్తపినాడులను తన ఆధీనంలోకి తీసుకొని తనకు సహాయపడిన ముదిగొండ చాళుక్యులకు పొత్తపినాడును బహూకరించాడు. దీంతో 300 గ్రామాల ఏలుబడిని పొందాడు. సమర్థవంతంగా దానార్ణవుడు పాలిస్తుండగా, రెండో అమ్మరాజుకు బంధువైన జటాచోడ భీముడు ఇతనిపై దండెత్తి, సంహరించి, రాజుగా ప్రకటించుకొన్నాడు.

జటాచోడ భీముడు (క్రీ.శ.973-999)

ఇతని కాలంతో వేంగి రాజకీయ చరిత్ర మూడో దశలోకి అడుగుపెట్టింది. ఇతడు వేంగి రాజకీయాల్లోకి దూసుకొచ్చాడు. కైలాసనాథ దేవాలయంలో ఉన్న శాసనం ఇతని గురించి తెలియచేస్తుంది. ఇతడు నేటి కర్నూలు జిల్లాలోని పెద్దకల్లును రాజధానిగా చేసుకొని పరిపాలించాడు. తండ్రి పేరు జటాచోళుడు, తల్లి వల్లభీగండ (విజయాదిత్యుని కుమార్తె), మొదటి చాళుక్య భీముని మనుమరాలు. ఇతడు చోళవంశస్తుడు. వేంగి రాజ్యాన్ని స్వభాగిని విషయంగా చెప్పుకోడాన్ని బట్టి రెండో అమ్మరాజు భార్య ఇతని సోదరికావొచ్చు. అమ్మరాజును చంపి, దానార్ణవుడు వేంగి రాజ్యాన్ని ఆక్రమించుకోవడం ఇతనికి కోపకారణమై, వేంగిపై దండెత్తి దానార్ణవుని చంపి, వేంగి రాజ్యాన్ని స్వాధీనం చేసుకొన్నాడు. వేంగి చాళుక్యుల శాసనాల్లో ఇతని గురించి ప్రస్తావన చేయలేదు. దానార్ణవుడి కుమారులైన శక్తివర్మ, విమలాదిత్యులు కళింగ రాజ్యానికిపారిపోయి గాంగ కామార్ణవుని సహాయంతో వేంగి మీద దండెత్తారు. వీరిని ఎదుర్కోడానికి ఇతడు అన్నివైపులా ఎడతెగని యుద్ధాలను చేశాడు. కళింగ రాజ్యాన్ని ఓడించాడు. వేంగి, కళింగ రాజ్యాల్లో ఇతని అధికారం బలపడటంతో దిక్కుతోచని శక్తివర్మ, విమలాదిత్యులు ఆశ్రయం కోసం చోళ రాజ్యానికి పారిపోయారు. ఆ సమయాన చోళ రాజ్యం శక్తిమంతుడైన రాజరాజచోళుని (క్రీ.శ.985-1013) పాలనలో ఉంది. అప్పుడు దక్షిణ దేశ రాజకీయాల్లో చోళులకు, కర్ణాటకలోని పశ్చిమ చాళుక్యులకు ఆధిపత్యం కోసం ఘర్షణలు మొదలయ్యాయి. దూరదృష్టి కలిగిన రాజరాజు పశ్చిమ చాళుక్యుల విజృంభణను అడ్డుకోడానికి, వేంగి రాజ్యంలో చోళుల ప్రాబల్యం అవసరమని గ్రహించాడు. రాజకీయ సంబంధాన్ని బంధుత్వంతో ముడిపెట్టి వేంగి చాళుక్య - చోళ సంబంధాలు బలపడటానికి తన కూతురు కుందవ్వను విమలాదిత్యునకిచ్చి వివాహం చేశాడు. చోళరాజుల సహాయంతో శక్తివర్మ వేంగిలో తిరిగి ప్రవేశించి, జటాచోడ భీమునితో యుద్ధానికి దిగాడు. ఈ యుద్ధాల గురించి ప్రభుపత్రు, పేన్నేరు శాసనాలు తెలియచేస్తున్నాయి. జటాచోడ భీముడు శక్తివర్మను, చోళసైన్యాన్ని కాంచీపురం దాకా తరిమికొట్టాడు. కాని, కాంచీపురం సమీపంలోనే క్రీ.శ.999 లో వీరితో జరిగిన యుద్ధంలో మరణించాడు. వేంగి, కళింగ రాజ్యాలు శక్తివర్మ వశమయ్యాయి.

శక్తివర్మ (క్రీ.శ.1000-1011)

శక్తివర్మ జటాచోడ భీముని ఓడించి, రాజ్యానికి క్రీ.శ.1000 లో వచ్చాడు. వేంగి, కళింగ రాజ్యాలు ఇతని వశమయ్యాయి. ఇతని తరవాత సింహాసనమధిష్ఠించిన తమ్ముడు విమలాదిత్యుడు (క్రీ.శ.1011-1018) పరిపాలించాడు. అయితే, ఈ సోదరులిద్దరూ వేంగిని తమ స్వాధీనం చేసుకోవాలని తపనపడ్డారు. చాళుక్యుల వంశ గౌరవం క్షీణించడం మొదలైంది. వేంగి రాజ్యంలో చోళుల పెత్తనాన్ని ఉపేక్షిస్తే అది దక్షిణ రాజకీయాల్లో సమతుల్యతను దెబ్బతీస్తుందని పశ్చిమ చాళుక్యులు గుర్తించారు. చోళ సామ్రాజ్య విస్తరణ పశ్చిమ చాళుక్యులకు ఇష్టం లేదు. అందువల్లనే చోళ రాజరాజు (క్రీ.శ.985-1013) కు పశ్చిమ చాళుక్య సత్యాశ్రయుడికి (క్రీ.శ.997-1009) మధ్య ఘర్షణలు ప్రారంభమయ్యాయి. వీరి మధ్య స్పర్థలకు వేంగి రాజ్యం కేంద్రమైంది. శాంతిభద్రతలు పూర్తిగా నశించి, పరిపాలనే ప్రశ్నార్థకమైంది. దీని వల్ల వేంగి చాళుక్యుల బలహీనత బయటపడి, రాజకీయంగా వేంగికి చాలా నష్టం జరిగింది. శక్తివర్మకు 'చాళుక్య చంద్రుడు' అనే బిరుదు ఉంది. ఈ బిరుదుతో ముద్రితమైన బంగారు నాణేలు కొన్ని అరకాన్ తీరప్రాంతంలో కనిపించాయి. ఇందువల్ల వ్యాపారులు ఆ కాలంలో ఆంధ్ర నుంచి వర్తకం కోసం ద్వీపాంతరాలకు పోయారని స్పష్టమౌతోంది.

విమలాదిత్యుడు (క్రీ.శ.1011-1018)

శక్తివర్మ గతించిన తరవాత, అతని తమ్ముడు విమలాదిత్యుడు రాజ్యాధిపతి అయ్యాడు. అతని పట్టాభిషేక మహోత్సవం క్రీ.శ.1011 మే నెలలో జరిగింది. రాజమార్తాండ, ముమ్మడిభీమ అనేవి అతని బిరుదులు. విమలాదిత్యుని ఎనిమిది ఏండ్ల కాలంలో చెప్పదగిన విశేషాలు అంతగా లేవు. అతని కాలంలో వేంగిపై మళ్లీ కర్ణాటకులు దండెత్తి వచ్చారని, వారిని ఎదుర్కొనలేక, ఇతడు చోళమండలానికి పారిపోయి, మామ సహాయంతో మళ్లీ వచ్చి రాజ్యాన్ని స్వాధీనం చేసుకొన్నాడని కొందరు చరిత్రకారుల అభిప్రాయం. విమలాదిత్యుడు మొదట శైవుడైనా అపర వయసున జైన ధర్మాన్ని స్వీకరించాడు. దేశిగణాచార్యుడైన త్రికాలయోగి సిద్ధాంత దేవుడు, ఇతనికి దీక్షా గురువు. అతని కోసం విమలాదిత్యుడు విశాఖపట్టణ మండలంలోని రామతీర్థంలో రామకొండ అనే గుహాలయాన్ని నిర్మించి ఇచ్చాడు.

రాజరాజ నరేంద్రుడు (క్రీ.శ.1019-61)

విమలాదిత్యుడికి భార్యలు ఇద్దరు. వారిలో చోళ చక్రవర్తి రాజరాజు కుమార్తె కుందవ్వ ఒకరు. విమలాదిత్యునికి కుందవ్వ ద్వారా ఒక పుత్రుడు కలిగాడు. విమలాదిత్యునికి మేళిమ మరొక ధర్మపత్ని. ఆమె తెలుగు చోళుల ఇంటి ఆడపడుచు. వీరిలో కుందవ్వకు రాజరాజ నరేంద్రుడు, మేళిమకు విజయాదిత్యుడు జన్మించారు. విమలాదిత్యుని అనంతరం అతని పుత్రుడు రాజరాజ నరేంద్రుడు రాజ్యభారాన్ని వహించాడు. కాని, రాజ్యం అతని వశం కాకపోవడం వల్ల మరో నాలుగేళ్లు గడిచిన పిమ్మట కాని అతనికి పట్టాభిషేకం చేసుకోడానికి వీలుకలిగింది. ఇతడు రాజు కావడం ఇతని సవతి తమ్ముడైన విజయాదిత్యునికి ఇష్టం లేదు. అతడు కర్ణాటక చాళుక్య చక్రవర్తి రెండో జయసింహునితో కళింగ గాంగ రాజైన మధుకామార్ణవునితో స్నేహం చేసుకొని వేంగిని ఆక్రమించుకొన్నాడు. విజయాదిత్యునితో, అతని సహాయులతో ప్రతిఘటించి, యుద్ధం చేసి, తన అధికారాన్ని నిలబెట్టుకోడానికి రాజరాజనరేంద్రునికి తగిన సామర్థ్యాలు లేకపోవడం వల్ల, అతడు తన పూర్వీకుల మార్గంలో చోళమండలానికి పోయి చోళ చక్రవర్తి సహాయాన్ని అర్థించాడు. అప్పటికి రాజరాజ నరేంద్రుని మాతామహుడైన రాజరాజ చోళుడు అస్తమించడంతో అతని మేనమామ రాజేంద్ర చోళ చక్రవర్తి సామ్రాజ్యాన్ని పాలిస్తున్నాడు. వేంగి తన చేతి నుంచి జారి పరహస్తగతమవడం కంటకప్రాయమై అతణ్ణి బాధింపసాగింది.

మేనల్లుని దుస్థితికి అతనికి జాలి కలిగింది. అందువల్ల వేంగిని మళ్లీ జయించడానికి నిశ్చయించి, దానికి తగిన ప్రణాళికను సిద్ధం చేశాడు. అనతి కాలంలోనే రాజరాజ నరేంద్రుని మేనమామ రాజేంద్రచోళ చక్రవర్తి దండెత్తి వచ్చి విజయాదిత్యుని, అతని మిత్రులను ఓడించి, వేంగి నుంచి తరిమికొట్టి క్రీ.శ.1022, ఆగస్ట్ 16 న రాజరాజ నరేంద్రుని పట్టాభిషేకాన్ని జరిపించాడు. రాజేంద్రచోళుని కూతురు అమ్మంగదేవి ఇతని భార్య. ఇతని రాజ్య కాలంలోని చాలా విషయాలు అస్పష్టంగా ఉన్నాయి. చోళులు ఇతనికి సహాయపడితే, వేంగిలో చోళుల పలుకుబడిని సహించలేని పశ్చిమ చాళుక్యులు, కళింగ రాజ్యాలు, విజయాదిత్యునికి తోడ్పడ్డాయి. ఒకవైపు ఆహవమల్ల సోమేశ్వరుడు క్రీ.శ.1042 లో పశ్చిమ చాళుక్య రాజ్యానికి, క్రీ.శ.1044 లో రాజాధిరాజు చోళ రాజ్యానికి పరిపాలకులు కావడంతో, ఘర్షణలు తీవ్రస్థాయికి చేరాయి. వేంగి, కళింగ రాజ్యాలను సోమేశ్వరుడు జయించాడు. వాళ్ల సామంతులైన శోభనరసు లాంటి వాళ్లు కూడా వేంగీపురవరేశ్వర బిరుదాన్ని ధరించారు. కాని, వేంగిలో వీళ్ల ఆధిపత్యాన్ని నాశనం చేయడం కోసం రాజాధిరాజు ఎన్నో ప్రయత్నాలను చేశాడు. పదేళ్లకు పైగా ఎన్నో యుద్ధాలు సాగాయి. ధరణికోట దగ్గర జరిగిన యుద్ధంలో గంగాధర, గండపయ్య లాంటి పశ్చిమ చాళుక్య సేనాదిపతులు వధింపబడ్డారు. చోళ సైన్యాలు కొల్లిపాక వరకు ఆక్రమించాయి. ఇతని కాలంలో చోళ -పశ్చిమ చాళుక్యుల మధ్య జరిగిన యుద్ధాలు వాటి వివరాలు అస్పష్టంగా ఉన్నాయి. క్రీ.శ.1053 లో జరిగిన కొప్పం యుద్ధంలో రాజాధిరాజు మరణించడంతో, రాజరాజ నరేంద్రుడు చోళ రక్షణ కోల్పోయినట్లైంది. ఇటువంటి పరిస్థితుల్లో ఆహవమల్ల సోమేశ్వరుడి ఆధిపత్యాన్ని అంగీకరించక తప్పలేదు. ఇతని సమకాలీనుడైన భోజమహారాజు సంస్కృత కవులను పోషించినట్లే ఇతడు కూడా తెలుగు కవులను పోషించి ఘనత పొందాడు. భోజుని సేవ కంటే ఇతడు ఆంధ్ర భాషకు చేసిన సేవ ఎంతో విశేషంగా ఉంది. శబ్దశాసనుడనే బిరుదాంకితుడైన నన్నయ్య ఇతని ఆస్థానమందున్నాడు. ఇతడు ఆంధ్ర మహాభారతాన్ని మొదటి రెండున్నర పర్వాలను రచించాడు. భారతాన్ని రచించడంలో నన్నయ్యకు నారాయణభట్టు సహకరించాడు.

రాజరాజ నరేంద్రుని మరణానంతరం అతని కుమారుడు రాజేంద్రుడు సింహాసనాన్ని అధిష్టించాల్సి ఉంది. ఇక్కడ జరిగిన సంఘటనలు అస్పష్టంగా ఉన్నాయి. రాజేంద్రుడు అధికారాన్ని చేపట్టకుండా పినతండ్రైన విజయాదిత్యుడు (క్రీ.శ.1061-75) దాన్ని ఆక్రమించుకొని ఉండటం వల్ల అది సాధ్యపడలేదు. ఇతని మామైన రెండో రాజేంద్ర చోళుడు ఏడో విజయాదిత్యుని వేంగి నుంచి పారదోలి, రాజేంద్రుడు అతని తండ్రి రాజ్యాన్ని పునఃప్రతిష్టింపచేయ ప్రయత్నించాడు. రెండో రాజేంద్ర చోళుని తరవాత, వీర రాజేంద్రుడు పలుమార్లు దండయాత్ర జరిపి, చివరన, అంటే క్రీ.శ.1067 లో వేంగి, కళింగ చక్రకూటాలను జయించాడు. ఏ కారణం చేతనో రాజేంద్రుడు అతని తండ్రి రాజ్యాన్నీయక, పినతండ్రి ప్రత్యర్థిన విజయాదిత్యుణ్నే అక్కడ స్థిరపర్చి చక్రకూట మండలంలో ఉంచాడు. తరవాత స్వల్ప కాలంలో వీరరాజేంద్రుడు మరణించగా, రాజేంద్రుడు చక్రకూటం నుంచి వేంగికి వచ్చి విజయాదిత్యుని ఓడించి, వేంగిని చోళ సామ్రాజ్యంలో కలపడానికి విజయాదిత్యునిపై యుద్ధానికి రాగా, విజయాదిత్యునికి పూర్వగాంగ రాజు రాజరాజ దేవేంద్రవర్మ, ఛేదిరాజు యశఃకర్ణదేవుడు సహాయం చేయడం వల్ల రాజేంద్ర సైన్యాన్ని ఓడించారు. రాజేంద్రుడు దేవేంద్రవర్మకు తన కూతురు రాజసుందరినిచ్చి వివాహం చేసి విజయాదిత్యుని ఓడించడానికి పన్నాగాన్ని పన్నడం జరిగింది. క్రీ.శ.1075 లో విజయాదిత్యుడు మరణించడంతో వేంగి చాళుక్య వంశం అంతరించింది. కుళోత్తుంగ చోళ బిరుదుతో చోళ సింహాసనాన్ని అధిష్టించిన రాజేంద్రుడు చివరకు వేంగిని, చోళ సామ్రాజ్యంలో విలీనం చేశాడు.

వేంగిలో చోళ - పశ్చిమ చాళుక్యుల సంబంధాలు

చోళ రాజరాజు తన సామ్రాజ్య ప్రయోజనాలను దృష్టిలో ఉంచుకొని వేంగిని తన ఏలుబడిలోకి తేవడానికి నిరాశ్రయులైన దానార్ణవుని కుమారులు శక్తివర్మ, విమలాదిత్యులను చేరదీశాడు. అంతే కాక, వీరిలో చిన్నవాడైన విమలాదిత్యునికి తన కుమార్తె కుందవ్వనిచ్చి వివాహం చేశాడు. వేంగికి శక్తివర్మను రాజుగా చేశాడు. వేంగి రాజ్యం చోళ రక్షిత రాజ్యంగా మారింది. వేంగి రాజ్యంలో చోళుల పలుకుబడి పెరగడం వల్ల దక్షిణాపథ సార్వభౌమత్వంపై కన్నేసిన కళ్యాణి చాళుక్యులకు కంటగింపైంది. దీంతో చోళులకు, కళ్యాణి చాళుక్యులకు, వేంగి యుద్ధభూమిగా ఎన్నో యుద్ధాలు కొనసాగాయి. తూర్పు చాళుక్య శక్తివర్మ, కళ్యాణి చాళుక్యుల దాడిని ఎదుర్కొని, చోళుల సహాయంతో తిప్పికొట్టాడు. అతని తమ్ముడు విమలాదిత్యుడు, చోళ రాకుమార్తె కుందవ్వను జటాచోడ భీముని కుమార్తె మేళిమను వివాహం చేసుకొన్నాడు.

వేంగి చోళుల ఆధిపత్యం నుంచి విముక్తవ్వాలని, కళింగ రాజు మధుకామార్ణవుడు, అదేవిధంగా చోళుల ప్రాబల్యాన్ని అంతం చేయాలని, కళ్యాణి రాజు జయసింహ చూస్తుండటంతో వీరిద్దరి సహాయంతో వేంగి సింహాసనాన్ని ఆక్రమించాలని ఏడో విజయాదిత్యుడు పన్నిన కుతంత్రాల వల్ల ఏర్పడిన అలజడితో రాజరాజ నరేంద్రుని పట్టాభిషేకం ఆలస్యమైంది. రాజరాజ నరేంద్రుడు చోళుల సహాయంతో వేంగిని ఆక్రమించాలన్న విజయాదిత్యుని ప్రయత్నాలను వమ్ము చేశాడు. కళ్యాణి రాజు జయసింహుడు మరణించడంతో అతని కుమారుడు ఆహవమల్ల సోమేశ్వరుడు కళ్యాణి సింహాసనమధిష్టించాడు. తరవాత, రాజేంద్రచోళుడు మరణించడంతో రాజాధిరాజు సింహాసనానికి వచ్చాడు. వీరిద్దరి కాలంలో చాళుక్య-చోళ సంఘర్షణ తారాస్థాయికి చేరింది. వేంగి అల్లకల్లోలమైంది. ఆహవమల్లుడు చోళుల ప్రయత్నాలను వమ్ము చేసి, వేంగిలో కళ్యాణి ప్రాబల్యాన్ని నెలకొల్పాడు. ఆహవమల్లుడు మరణించడంతో (క్రీ.శ.1068), అతని కుమారుల మధ్య అంతర్యుద్ధం జరిగింది. తరవాత, రెండు సంవత్సరాలకు వీర రాజేంద్రుడు, కొన్ని వారాల్లో అతని కుమారుడు అధిరాజేంద్రుడు మరణించారు. తూర్పు చాళుక్య రాజేంద్రుడు గంగైకొండ చోళపురాన్ని వశం చేసుకొని, కులోత్తుంగ చోళ నామంతో సింహాసనమధిష్టించాడు. ఏడో విజయాదిత్యుడు మరణించాక (క్రీ.శ.1075) వేంగి, చోళ సామ్రాజ్యంలో కలిసిపోయింది.

వేములవాడ చాళుక్యులు (క్రీ.శ.750-973)

వేములవాడ చాళుక్యులు రాష్ట్రకూటుల సామంతులు. పశ్చిమోత్తర తెలంగాణా ప్రాంతాలను పరిపాలించారు. కరీంనగర్ జిల్లాలో వేములవాడ వీరి రాజధాని. వీరు రాష్ట్రకూటులకు సామంతులుగా క్రీ.శ.750 నుంచి 973 వరకు, రమారమి 225 సంవత్సరాలు పరిపాలించారు. రాష్ట్రకూటుల దయతో ప్రారంభమైన వీరి రాజ్యం, మళ్లీ వీరితోనే అంతరించింది. వీరి చరిత్ర తెలుసుకోడానికి ఆరు శిలాశాసనాలు, రెండు తామ్ర శాసనాలు లభించాయి. కురువగట్టు శిలాశాసనం (మహబూబ్‌నగర్), రెండో అరికేసరి వేయించిన కరీంనగర్ (క్రీ.శ.946), వేములవాడ శిలాశాసనాలు ప్రముఖంగా వీరి గురించి తెలియచేసే శాసనాలు. రెండో అరికేసరి వేయించిన చెన్నూరు శిలాశాసనం (క్రీ.శ.941) ఆధారంగా, మొదటి యుద్ధమల్లుని వ్యతిరేకించిన ముదిగొండ చాళుక్య రాజైన విజయాదిత్యునిపై దండయాత్ర చేయగా విమలాదిత్యుడు వేములవాడ రెండో అరికేసరిని ఆశ్రయించగా, ఇతడు విజయాదిత్యునికి ఆశ్రయమివ్వడమే కాక చెన్నూరు ప్రాంత పాలకుడిగా నియమించాడు. జినవల్లభుని కుర్క్యాల శాసనం (క్రీ.శ.940), కరీంనగర్ మ్యూజియంలోని

శిలాశాసనాలు, వేములవాడ చాళుక్యుల వంశవృక్షాన్ని తెలియచేస్తే, మొదటి అరికేసరి కొల్లిపర తామ్రశాసనం, మూడో అరికేసరి పర్భణి తామ్రశాసనం (క్రీ.శ.966), వీరి చరిత్ర నిర్మాణానికుపకరిస్తున్నాయి. పంప రచించిన విక్రమార్జున విజయం, సోమదేవసూరి అనే జైన విద్వాంసుడు రచించిన యశస్తిలక చంపూ కావ్యం, దీన్ని యశోధర చరిత్రని కూడా చెప్తారు. ఈ గ్రంథాలు జైన మత సిద్ధాంతాన్ని ప్రతిపాదించినా, ఈ గ్రంథం ఆనాటి మత, సాంఘిక విషయాలను, అనన్య లభ్యాలైన కొన్ని రాజకీయాంశాలను తెలుసుకోడానికి మిక్కిలిగా తోడ్పడుతున్నాయి. సోమదేవసూరి 'నీతి వాక్యామృత'మనే వేరొక గ్రంథాన్ని కూడా రచించాడు. కరీంనగర్ జిల్లాలో వేములవాడ, రేపాక, కోరుట్ల, బొమ్మలగుట్ట మొదలైన ప్రదేశాల్లో వీరు నిర్మించిన హిందూ, జైన ఆలయాలు, వీరి గురించి తెలుసుకోడానికి పురావస్తు ఆధారాలుగా ఉపయోగపడుతున్నాయి. ఈ వంశపు రాజుల గురించి లభ్యమౌతున్న సమాచారాన్నంతటిని సేకరించి, నేలటూరి వెంకటరమణయ్య సమగ్ర పరిశోధన చేసి ఆంగ్లంలో, తెలుగులో కొన్ని గ్రంథాలను రచించాడు.

వీరి శాసనాల ప్రకారం, వేములవాడ చాళుక్య వంశానికి మూలపురుషుడు సత్యాశ్రయ రణవిక్రముడు (క్రీ.శ.650-675), ఇతని కుమారుడు పృథ్వీపతి (క్రీ.శ.675-700), మహారాజు (క్రీ.శ.700-725) ఇతని కుమారుడు పృదువిక్రముడు(క్రీ.శ.725-750) పరిపాలన చేశారు. కానీ వీరి పాలనా వివరాలు, ఎక్కడ పరిపాలించింది, వారి రాజ్య వివరాలు స్పష్టంగా తెలియడం లేదు.

వినయాదిత్య యుద్ధమల్లుడు (క్రీ.శ.750-775)

వేములవాడ చాళుక్య రాజ్యానికి మూలపురుషుడు వినయాదిత్య యుద్ధమల్లుడు. ఈ శాఖకు చెందిన మొదటి నల్గురు పాలకుల రాజకీయ చరిత్ర, వినయాదిత్య యుద్ధమల్లుడి వరకు అస్పష్టంగా ఉంది. వినయాదిత్య యుద్ధమల్లుని గొప్ప విజేతగా అభివర్ణిస్తారు. ఇతడు ధారాశ్రయ జయసింహవర్మ కుమారుడని చరిత్రకారుల అభిప్రాయం. పులకేశి సోదరుడే ఈ వినయాదిత్య యుద్ధమల్లుడని కొందరి వాదన. ఇతడు రాష్ట్రకూట సామ్రాజ్య స్థాపకుడైన దంతిదుర్గుని వద్ద సేనాధిపతిగా చేరి అతని యుద్ధాల్లో పాల్గొన్నాడు. ఇతడు సపాదలక్ష దేశాన్ని (సపాదలక్ష అంటే 1 లక్షా 25 వేల గ్రామాలను కలిగిన రాజ్యం) పాలించాడనీ, ఆ దేశాన్ని మరెవరూ పరిపాలించగలిగి ఉండేవారు కాదనీ, పొదనలో ఓ పెద్ద తైల తటాకంలో తన ఏనుగులన్నింటిని స్నానం చేయించాడని, శతృదుర్భేద్యమైన చిత్రకూట దుర్గాన్ని జయించి, దంతిదుర్గుని మెప్పును పొందాడని తెలుస్తుంది. ఇతని సేవలకు మెచ్చిన దంతిదుర్గుడు, బోధన్ (నిజామాబాద్), కరీంనగర్ ప్రాంతాలకు సామంత రాజుగా నియమించాడు. ఇతడు బోధన్ పట్టణాన్ని రాజధానిగా చేసుకొని పరిపాలించాడు. ఇతనికి గజబలం ఎక్కువగా ఉందని, పంప విక్రమార్జున విజయంలో ఉంది. ఇతడు తురుష్క, యవన, బర్బర, కాశ్మీర, కాంభోజ, మగధ, కళింగ, గాంగ, పల్లవ, పాండ్య, కేరళ ప్రాంతాలను జయించాడు. ఈ రాజ్యాల ప్రభువులు యుద్ధమల్లుని పాదపూజ చేశారని కొల్లిపర తామ్రశాసనాలు పేర్కొంటున్నాయి.

మొదటి అరికేసరి (క్రీ.శ.775-800)

మొదటి అరికేసరి తన తండ్రి వినయాదిత్య యుద్ధమల్లుని తరవాత అధికారాన్ని చేపట్టాడు. ఇతడు రాష్ట్రకూట ధృవుని (క్రీ.శ.780-793) కి సామంతుడు. ధృవునికి, అతని సోదరుడు, రెండో గోవిందునికి జరిగిన వారసత్వ యుద్ధంలో మొదటి అరికేసరి ధృవుని సమర్థించాడు. తూర్పు చాళుక్య రాజు నాల్గో విష్ణువర్ధనుడు గోవిందునికి సహాయం చేయగా,

దీనికి ప్రతీకారంగా ధృవుడు అతనిపై చేసిన యుద్ధాలను మొదటి అరికేసరి నిర్వహించినట్లు, ఈ యుద్ధాల్లో విష్ణువర్ధనుడు ఓడి తన కూతురైన శీలమహాదేవిని రాష్ట్రకూట ధృవరాజుకిచ్చి వివాహం చేసి సంధి చేసుకొన్నాడని, కొల్లిపర తామ్రశాసనం తెలియచేస్తుంది. ఈ విజయాలకు సూచికగా ధృవుడు, మొదటి అరికేసరికి మహబూబ్‌నగర్ జిల్లాలో నాగర్‌కర్నూల్, నల్గొండ జిల్లాలో రామడుగు ప్రాంతాలను బహూకరించాడని కురువగట్టు శాసనం (మహబూబ్‌నగర్) తెలియచేస్తుంది. వీటి ఆక్రమణతో వారి రాజ్యం తూర్పుగా విస్తరించడంతో రాజధానిని బోధన్ నుంచి వేములవాడకు మార్చాడు. మొదటి అరికేసరి కాలముఖ శైవాచార్యుడైన సద్యశ్శివాచార్యుని శిష్యుడైన ముగ్ధశివాచార్యునికి బెల్మొగ గ్రామాన్ని విద్యాదానంగా ఇచ్చాడు. ఇతని రాజ్యం నల్గొండ, కరీంనగర్, మహబూబ్‌నగర్ ప్రాంతాల వరకు వ్యాపించింది. ఈ అరికేసరి గొప్ప విద్వాంసుడని, గజతంత్రం, ధనుర్విద్య, ఆయుర్వేదంలో ప్రజ్ఞకలవాడని, కొల్లిపర శాసనం ద్వారా తెలిస్తుంది. ఇతనికి సమస్తలోకాశ్రయ, త్రిభువనమల్ల, రాజత్రినేత్ర, సాహసరాయాది బిరుదులున్నాయి. మొదటి అరికేసరి తరవాత కుమారులు వరసగా మొదటి నరసింహుడు (క్రీ.శ.800-825), అతని కుమారుడు రెండో యుద్ధమల్లుడు (క్రీ.శ.825-850) పరిపాలించారు. వీరిద్దరి యాభై సంవత్సరాల కాలంలో ఎటువంటి విజయాలు, విశేషాలు లేవు. తదుపరి రాజ్యాధికారాన్ని పొందిన బద్దెగ పేరు ప్రఖ్యాతులను గడించాడు.

బద్దెగ (క్రీ.శ.850-895)

రెండో యుద్ధమల్లుని తరవాత అతని కుమారుడు బద్దెగుడు రాజ్యాభిషిక్తుడైయ్యాడు. ఇతనికి 'సోలదగండ' అనే బిరుదు ఉంది. అంటే అపజయమెరుగని యోధుడని అర్థం. ఇతడు నలభైరెండు రణరంగాల్లో విజయాన్ని సాధించి, కీర్తించబడ్డాడు. కాబట్టి, ఈ బిరుదు రావడం జరిగింది. ఈ యుద్ధాల్లో చాలామంది శతృవులు బలైపోయారు. ఇతడు వేంగి రాజ్యంపై దండెత్తి, మొదటి చాళుక్య భీముని ఓడించి, మడుగులోని భయంకర ముసలిని పట్టుకొన్నట్లు, చాళుక్య భీముని బద్దెగ బంధించాడని పర్భణి శాసనం (క్రీ.శ.966) తెలియచేస్తుంది.

గుణగవిజయాదిత్యుని కూడా ఓడించినట్లు, తూర్పు చాళుక్య శాసనాలు తెలియచేస్తున్నాయి. గుణగవిజయాదిత్యుని మరణానంతరం, రాష్ట్రకూట రెండో కృష్ణుడు తూర్పు చాళుక్యులపై జరిపిన ప్రతీకార యుద్ధంలో బద్దెగ ప్రముఖపాత్ర నిర్వహించాడు. ముదిగొండ చాళుక్య వంశానికి చెందిన కుసుమాయుధుడు, బద్దెగను ఓడించి, తరిమి, చాళుక్య భీముణ్ణి విడిపించి, సింహాసనాధీశుణ్ణి చేశాడు. సోలదగండ అని బిరుదు ఉన్నప్పటికి, పరాజయం పాలుకాక తప్పలేదు. ఇతడు వేములవాడలో తన పేరు మీద బద్దెగేశ్వర ఆలయాన్ని నిర్మించాడు. ఇదే ఇప్పుడు వేములవాడలో ఉన్న భీమేశ్వరాలయంగా ప్రసిద్ధిచెందింది. బద్దెగ తరవాత అతని కుమారుడు మూడో యుద్ధమల్లుడు సింహాసనాన్ని అధిష్టించి, క్రీ.శ.895 నుంచి 915 వరకు పాలించాడు. అయితే, ఇతని పాలనా విశేషాల సమాచారం లేదు. ఇతని అనంతరం ఇతని కుమారుడు రెండో నరసింహుడు (క్రీ.శ.915-930) అధికారాన్ని చేపట్టడంతో పాలనా విజయాలు చోటుచేసుకోవడం జరిగింది.

రెండో నరసింహుడు (క్రీ.శ.915-930)

తన తండ్రి మూడో యుద్ధమల్లునికి ఉత్తరాధికారిగా రాజ్యానికి వచ్చినవాడు రెండో నరసింహుడు. అతడు క్రీ.శ. 915 లో సింహాసనమధిష్టించాడు. ఇతడు మహాశక్తిమంతుడైన యుద్ధవీరుడు. ఎన్నో యుద్ధాల్లో విజయాన్ని చేపట్టాడు. గంగానది వరకు దండయాత్ర చేసి ఆనాటి చరిత్రలో తన వ్యక్తిత్వానికొక ప్రాధాన్యతను కల్పించుకున్న వాడు

రెండో నరసింహుడు. ఉత్తర, మధ్య భారత ప్రాంతాల్లో అతడు చేసిన యుద్ధాలను కీర్తిస్తూ, పంప కవి విక్రమార్జున విజయంలోను, రెండో అరికేసరి వేములవాడ శాసనంలోను కళ్ళకుకట్టినట్లు అభివర్ణించడం జరిగింది. ఇతడు రాష్ట్రకూట మూడో ఇంద్రుని (క్రీ.శ.915-922) సామంతుడు. రాష్ట్రకూట మూడో ఇంద్రుని ఉత్తర జైత్ర యాత్రలో పాల్గొన్నాడు. ఇతని ఆజ్ఞమేరకు ఉత్తర ప్రాంతంపై దండెత్తి, లాట, సప్తమాళవను జయించి, వారి నుంచి కప్పాన్ని వసూలు చేశాడు. తదుపరి, కన్యాకుబ్జంపై దండెత్తి ఘూర్జర ప్రతీహార రాజైన మహీపాలుని (క్రీ.శ.912-944) ఓడించి, తరిమేశాడు. మూడో ఇంద్రుని సహాయంతో మహీపాలుని మీద దాడి చేయడంతో ప్రతీహార రాజ్యానికి చావుదెబ్బ తగిలింది. మళ్లీ రాజ్యం కోలుకొన్నది లేదు. మహీపాలుడు పారిపోవడంతో, అతణ్ణి వెంబడించిన రెండో నరసింహుని అశ్వాలు గంగానదిలో స్నానాలు చేశాయని, ఆ తరవాత ఈ విజయానికి చిహ్నంగా, తిరిగి వస్తున్న క్రమంలో కాళప్రియం వద్ద విజయస్తంభాన్ని నాటాడని వేములవాడ శాసనం తెలియచేస్తుంది. ఈ కాళప్రియం యమునానది తీరంలో ఉన్నట్లు, ఆల్టేకర్ అభిప్రాయం. రెండో నరసింహుడు, మూడో ఇంద్రుడు స్నేహితులు, బంధువులు, సమకాలికులు. ఏవిధంగా అంటే, రెండో నరసింహుని భార్య అయిన జాకవ్వ, మూడో ఇంద్రుని సోదరి. ఈ జాకవ్వ కుమారుడే రెండో అరికేసరి. వేములవాడ చాళుక్యుల్లో అగ్రగణ్యుడని పంప కవి రాసిన విక్రమార్జున విజయం తెలియచేస్తుంది. రెండో నరసింహుని విజయాలను మెచ్చుకొని, తన సోదరినిచ్చి వివాహం చేసుండొచ్చు. ఇతని కాలంలో వేములవాడలో జైన చౌముఖాలు చెక్కించబడ్డాయి. తన సైనిక శక్తి, నాయకత్వ లక్షణాలే రెండో నరసింహుడి అసాధారణ ఉన్నతికి కారణమయ్యాయి. పరిమిత అధికారం కలిగిన సాధారణ నాయకుడు అలాంటి ఉన్నతిని కలలో కూడా ఊహించలేడు.

రెండో అరికేసరి (క్రీ.శ.930-955)

వేములవాడ చాళుక్య నాయకుల్లో రెండో అరికేసరి పేరెన్నికగన్న పాలకుడు. అతణ్ణి పండితుడిగా, యుద్ధవీరుడిగా, మంచి పాలకుడిగా, గొప్ప నిర్మాతగా, కవిపోషకుడిగా కీర్తిస్తారు. ఇతని పోషణలోనే కన్నడ సాహిత్యంలో మొట్ట మొదటి గొప్ప గ్రంథం, పంప కవి విక్రమార్జున విజయం రచించబడింది. ఇతని పాలనా కాలంలోనే వేములవాడలో ఆదిత్య గృహం నిర్మితమైంది. ఇతని కాలంలో రాష్ట్రకూట రాజ్యంలో వారసత్వ యుద్ధం వచ్చింది. రెండో అరికేసరి మూడో ఇంద్రుని కుమార్తె రేవకనిర్మాడిని, మరొక రాష్ట్రకూట రాకుమారి లోకాంబికను వివాహం చేసుకొన్నాడు. మూడో ఇంద్రుని కుమారుడు రెండో అమోఘవర్షుడు గద్దెనెక్కగా ఇతణ్ణి తొలగించి, తమ్ముడు నాల్గో గోవిందుడు సింహాసనాన్ని ఆక్రమించాడు. అయితే, అతడు శాంతిలేని జీవితమే గడిపాడు. అతని క్రూరత్వం, అవినీతికర ప్రవర్తన వల్ల అతనికెంతో మంది ప్రత్యర్థులు తయారయ్యారు. అతని పినతండ్రి బద్దెగ, బద్దెగ కుమారుడు కృష్ణుడు, నాల్గో గోవిందుని సింహాసన భ్రష్టుడిని చేసే పథకాలు రచించారు.

రాష్ట్రకూట రాజ్యంలో మార్పు వచ్చినట్లే, ఇదే కాలంలో వేంగి రాజ్యంలో కూడా వారసత్వ యుద్ధాలు ప్రారంభమయ్యాయి. మొదటి చాళుక్య భీముని తరవాత, వేంగి రాజ్యంలో వారసత్వ యుద్ధాలు సంభవించాయి. మొదటి చాళుక్య భీముని నాల్గో కుమారుడు, అనంతరం మొదటి అమ్మరాజు క్రీ.శ.922 లో అధికారాన్ని చేపట్టి క్రీ.శ.928 వరకు పరిపాలన సాగించారు. తరవాత మొదటి భీముని రెండో కుమారుడైన రెండో విక్రమాదిత్యుడి 11 నెలల పాలన తదుపరి రెండో యుద్ధమల్లుడు (మొదటి తాళరాజు కుమారుడు) రాష్ట్రకూట గోవిందుని సహాయంతో భీముణ్ణి తొలగించి, వేంగి సింహాసనమధిష్టించాడు. ముదిగొండ చాళుక్య విజయాదిత్యుడు సైతం రెండో అరికేసరితో చేరి, రాష్ట్రకూటులతో

పోరాడాడు. ఈ పరిస్థితుల్లో రెండో అరికేసరి బద్దెగను వేములవాడకు ఆహ్వానించి, అతణ్ణి రాష్ట్రకూట సార్వభౌమునిగా ప్రకటించి నాల్గో గోవిందుని సైన్యాలను పెక్కు యుద్ధాల్లో ఓడించి, తరిమి, బద్దెగను (మూడో అమోఘవర్షుడనే పేరుతో) రాష్ట్రకూట సింహాసనంపై ప్రతిష్ఠించాడు.

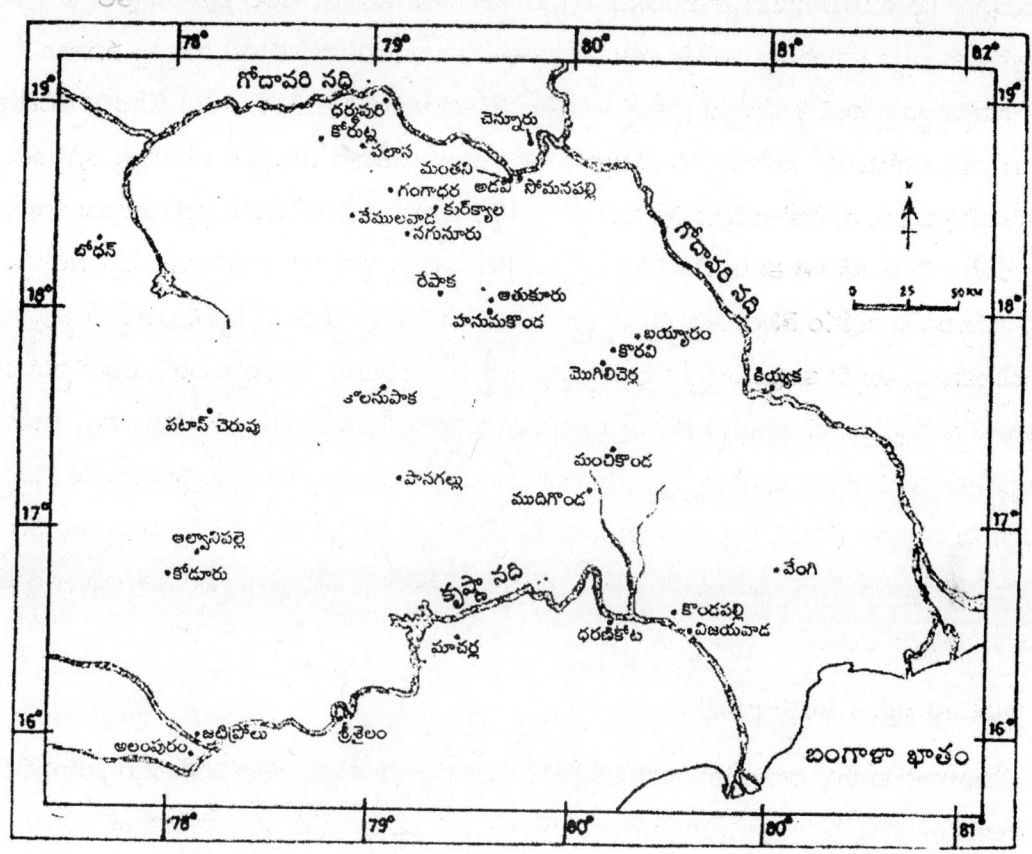

వేములవాడ చాళుక్య రాజ్యం

ఈ విధంగా, సమకాలీన రాజకీయాల్లో రెండో అరికేసరి ప్రముఖ పాత్ర వహించాడు. ఇతడు సాంబరాంకుశ, అమ్మనగంధవారణ, ఉదాత్తనారాయణ, గుణనిధి, గుణార్ణవ, శరణాగత, వజ్రపంజర, ప్రియగళ, త్రిభువనమల్ల, సామంతచూడామణి అనే బిరుదులను ధరించాడు. రెండో అరికేసరికి సంబంధించిన నాల్గు శాసనాల్లో వేములవాడ శాసనం అతిముఖ్యమైంది. ఇది సంస్కృత శాసనం. ఈ శాసనంలో వినయాదిత్య యుద్ధమల్లు నుంచి రెండో అరికేసరి వరకు గల వేములవాడ చాళుక్య వంశవృక్షం ఇవ్వబడింది. ఇదే శాసనం, రెండో అరికేసరి యుద్ధమంత్రి, పెద్దనార్యుడు వేములవాడలో ఆదిత్యాలయాన్ని నిర్మించాడని తెలియచేస్తుంది. ఇతడు ఈ దేవాలయానికి సంక్రాతి రోజున వచ్చి 100 నివర్తనాల భూమిని దానం చేశాడు. పంప కవి ఇతని ఆస్థాన కవి. ఇతడు విక్రమార్జున విజయంలో రెండో అరికేసరిని అర్జునితో పోల్చాడు. ఇంతటి అద్భుత కావ్యాన్ని రచించిన పంప కవిని చూసి ఆనందభరితుడై రెండో అరికేసరి జగిత్యాల తాలూకాలోని ధర్మపురి గ్రామాన్ని అగ్రహారంగా ఇచ్చాడు. రెండో అరికేసరి రాజ్యం బోధన్ నుంచి చెన్నూరు వరకు విస్తరించినట్లు క్రీ.శ. 941 సంవత్సరంలో ఆదిలాబాద్ జిల్లాలోని చెన్నూరులో దొరికిన బద్దెగ శాసనం తెలియచేస్తుంది.

ఇతనికి ఇద్దరు కుమారులు. పెద్ద కుమారుడు వేగరాజు, రేవకనిర్మాడికి జన్మించాడు. రెండోవాడు రెండో బద్దెగుడు లోకాంబికకు జన్మించాడు.

వేగరాజు (క్రీ.శ.955-960)

రెండో అరికేసరి తరవాత అతని పెద్ద కుమారుడు వేగరాజు రాజ్యాధికారాన్ని చేపట్టాడు. ఇతడు కూడా రాష్ట్రకూట మూడో కృష్ణుని సామంతుడు. ఇతడు గంగాధర పట్టణాన్ని రాజధానిగా చేసుకొని రాజ్యమేలుతూ మూడో కృష్ణునితో కూడా యేల్పాడిలో (చిత్తూరు జిల్లా) ఉన్న సమయాన శక సంవత్సరం 881 అంటే, క్రీ.శ.959 సంవత్సరంలో సోమదేవసూరి యశస్తిలక అనే చంపూ కావ్యాన్ని ఇతని కాలంలో పూర్తిచేసినట్లు తన గ్రంథంలో తెలియచేశాడు.

రెండో బద్దెగుడు (క్రీ.శ.960-965)

వేగరాజుకు సంతానం లేనందున అతని తమ్ముడు రెండో బద్దెగుడు (భద్రదేవుడు) సింహాసనాన్ని అధిష్ఠించాడు. ఇతడు వేములవాడలో ఒక శాసనం వేయించి, సోమదేవసూరి కోసం శుభదామ జినాలయమనే పేరుతో ఒక గౌడసంఘ జైన మఠాన్ని నిర్మించాడు. ఇతడి కాలంలో బొమ్మలగట్టు గొప్ప జైన మత కేంద్రంగా వర్ధిల్లింది.

మూడో అరికేసరి (క్రీ.శ.965-973)

రెండో బద్దెగుని తరవాత అతని కుమారుడు మూడో అరికేసరి అధికారాన్ని పొందాడు. ఇతడు వేములవాడ చాళుక్య వంశంలో చివరివాడు. ఇతడు పర్భణి శాసనం (క్రీ.శ.966), కరీంనగర్ తామ్రశాసనం (క్రీ.శ.946) అనే రెండు తామ్రశాసనాలను వేయించాడు. ఇతని రాజధాని వేములవాడ. ఇతని తండ్రి సోమదేవసూరి కోసం నిర్మించిన శుభదామ జినాలయానికి, రేపాక గ్రామాన్ని దానం చేశాడు. ఈ గ్రామం ప్రస్తుతం సిరిసిల్ల తాలూకాలో ఉంది. రేపాక శాసనం (క్రీ.శ.968) ద్వారా, రేపాకలో జైన ఆలయాన్ని నిర్మించి, భూదానం చేసినట్లు తెలుస్తుంది. ఇతడికి పాంబరాంకుశ, విద్యాధర, విక్రమార్జున, సామంతచూడామణి అనే బిరుదులున్నాయి. క్రీ.శ.973 లో రాష్ట్రకూట వంశాన్ని అంతం చేసి, రెండో తైలపుడు కళ్యాణి చాళుక్య సామ్రాజ్యాన్ని స్థాపించాడు. రాష్ట్రకూటులతో పాటే వేములవాడ చాళుక్య పాలన క్రీ.శ.973 లో అంతమైంది.

వేములవాడ చాళుక్యులు కరీంనగర్, నిజామాబాద్ జిల్లాల్లో స్వర్ణయుగమనేట్లుగా పాలించారు. ఆ ప్రాంతాల్లో అనేక హైందవ, జైన దేవాలయాలను నిర్మించారు. వీరి కాలంలో రాజరాజేశ్వరాలయం, బద్దిగేశ్వర (భీమేశ్వర) ఆలయం ప్రసిద్ధిగాంచాయి. తెలంగాణా ప్రాంతంలో వేములవాడ చాళుక్యులు నిర్వహించిన పాత్ర అద్వితీయమైంది.

ముదిగొండ చాళుక్యులు (క్రీ.శ.850-1200)

నేటి తెలంగాణాలోని కొరవి సీమలో ముదిగొండ (ఖమ్మం జిల్లా) రాజధానిగా, మంచికొండనాడును పాలించిన వారు ముదిగొండ చాళుక్యులు. ఖమ్మం, వరంగల్లు ప్రాంతాలను 'కొరవిసీమ' అంటారు. కొరవిసీమలో తూర్పు ప్రాంతాన్ని మంచికొండనాడని పిల్చేవారు. వేములవాడ చాళుక్య రాజ్యం లాగానే ముదిగొండ రాజ్యం కూడా వేంగి, మాల్ఖేడ్ సామ్రాజ్యాల సరిహద్దుల్లో ఉంది. అయితే, ఖమ్మం, వరంగల్, కృష్ణా జిల్లాల్లో గోదావరి పారే అటవీ భూములన్నీ ఈ రాజ్యంలోనివే. ఈ రాజ్యం వేంగి రాజ్యంలోకి ప్రవేశించే అన్ని మార్గాలను శాసించింది. వేంగి చాళుక్యుల వాయవ్య సరిహద్దులను రక్షించే బాధ్యతను ముదిగొండ చాళుక్యులు వహించారు. వేములవాడ చాళుక్యులు వీరి ఇరుగుపొరుగు రాజ్యాలైన తూర్పు చాళుక్యులు, రాష్ట్రకూటులకు సామంతులుగా, విశ్వాసపాత్రులుగా ఉండి పాలన సాగించారు.

వీరి చరిత్రను తెలుసుకోడానికి ప్రముఖమైన ఆధారాలు, తూర్పు చాళుక్య యుగం వరకు కొరవి తామ్రశాసనం (క్రీ.శ.935), మొఘల్-చెరువు శాసనాలు, అనంతర చరిత్రకు విరియాల వారి గూడూరు శాసనం (క్రీ.శ.1124), కుసుమాయుధుని క్రివ్వక (కుక్కనూరు) శాసనం, ప్రధానాధారాలుగా ఉన్నాయి. ఈ శాసనాల్లో తేదీలు లేనందు వల్ల, వీటిలో సమాచారం సరిగా లేనందు వల్ల స్పష్టంగా వీరి చరిత్ర తెలియచేయడానికి అవకాశం లేకుండా ఉంది.

రణమర్ధుడు

ముదిగొండ చాళుక్య వంశానికి మూలపురుషుడు రణమర్ధుడు. ఇతడు పశ్చిమ చాళుక్య వంశానికి చెందినవాడై ఉంటాడు. తూర్పు చాళుక్యుల సహాయంతో కొరవి మండలాన్ని సంపాదించి, ముదిగొండ నుంచి పరిపాలించాడు.

కుసుమాయుధుడు (క్రీ.శ.870-895)

రణమర్ధుని తదనంతరం, కుమారుడు కుసుమాయుధుడు కొరవి శాసనం ప్రకారం అధికారాన్ని చేపట్టాడు. ఇతడు గుణగవిజయాదిత్యుడు, చాళుక్య భీమునికి సమకాలికుడు. ఇతని కాలంలో నెలకొన్న వేంగి చాళుక్య - మాన్యఖేట సంఘర్షణలో ప్రముఖపాత్ర వహించాడు. గుణగవిజయాదిత్యుని మరణానంతరం, రాష్ట్రకూట రెండో కృష్ణుడు, ప్రతీకార కాంక్షతో ముందుగా కొరవి ప్రాంతాన్ని ఆక్రమించి ఆ తరవాత వేంగి చాళుక్యులపై దండెత్తాడు. ఈ సందర్భంలో కుసుమాయుధుడు రాష్ట్రకూటులపై దాడిచేసి, చాళుక్య భీముణ్ణి బంధించిన రెండో కృష్ణుడి నుంచి ఇతణ్ణి విడిపించి, సింహాసనంపై నిలపడమేకాక, కొరవిసీమ నుంచి రాష్ట్రకూటులను పారదోలి చాకచక్యంగా సామ్రాజ్యాన్ని రక్షించుకొన్నాడు. చాళుక్య భీమునికి సామ్రాజ్యాన్ని అప్పచెప్పడంతో కుసుమాయుధుని పలువిధాలుగా గౌరవించాడు.

గొణగయ్య (క్రీ.శ.895-910)

కుసుమాయుధునికి గొణగయ్య, నిరవద్య అనే ఇద్దరు కుమారులున్నారు. గుణగవిజయాదిత్యునిపై ఉన్న అభిమానంతో, గొణగయ్య అనే నామకరణం చేశాడు. గొణగయ్య గుణగవిజయాదిత్య పదానికి హ్రస్వరూపమే. గొణగయ్యనే కరిగొణగ (నల్లని గొణగ) అని కూడా పిలుస్తారు. కుసుమాయుధుని తరవాత గొణగయ్య సింహాసనమధిష్టించాడు. చాళుక్య భీముని అనంతరం వేంగిలో జరిగిన అంతఃకలహాల వల్ల గొణగయ్య వేంగి చాళుక్యుల అభిమానాన్ని కోల్పోయాడు. ఈ పరిణామాలను అవకాశంగా తీసుకొన్న తమ్ముడు నిరవద్య (క్రీ.శ.910-935), గొణగయ్యను తొలగించి, తాను ముదిగొండ చాళుక్య సింహాసనమధిష్టించాడు. ఈ విషయాన్ని కొరవి శాసనం తెలియచేస్తుంది. రాజ్యాన్ని కోల్పోయిన గొణగయ్య వేములవాడ చాళుక్య వంశానికి చెందిన రెండో అరికేసరి (క్రీ.శ.930-955) ని ఆశ్రయించాడు. రెండో అరికేసరి సహాయంతో గొణగయ్య తన తమ్ముడు నిరవద్యను కూలదోసి తిరిగి ముదిగొండ రాజ్యాన్ని సంపాదించాడు. అనంతర కాలంలో గొణగయ్య సంతతి వారే ముదిగొండ రాజ్యాన్ని పరిపాలించారు.

ఇటువంటి పరిస్థితుల్లో కాకతీయ రాజ్యం ఉద్భవించింది. బహుశా, ముదిగొండ చాళుక్యులను అరికట్టే ఉద్దేశంతో రాష్ట్రకూటుల రాజు రెండో కృష్ణుడు తన సేనాధిపతైన ఎరియ రాష్ట్రకూటుని 'కుర్రవాడి'పై అధిపతిగా నియమించాడు. కుర్రవాడి కొరవి రాజ్య అంతర్భాగమే. ఎరియ తండ్రి గుండయ రాష్ట్రకూటుడు. ఇతని గురించి ప్రస్తావన చాళుక్య భీముని మచిలీపట్నం శాసనంలో ఉంది. ఈ శాసనంలో గుండయ కాస్త దండేవ గుండనగా వర్ణింపబడ్డాడు. బహుశా, ఎరియ ఓరుగల్లు (నేటి వరంగల్) ను రాజధానిగా చేసుకొని ఉంటాడు. దాంతో, కాకతీయ వంశం ప్రతిష్ఠించబడింది. కాబట్టి, ఈ కాలం నుంచి కాకతీయ-ముదిగొండ చాళుక్య సంఘర్షణ ప్రారంభమైంది. ముదిగొండ-కాకతీయుల సంఘర్షణ తొలి ఘట్టంలోని వివరాలు స్పష్టంగా తెలియరావడం లేదు. కాకతీయుల విజృంభణ వల్ల, చాళుక్యులు కొరవిని తాత్కాలికంగా విడిచి వెళ్ళాల్సి వచ్చినట్లు కనిపిస్తుంది. ఎరియ కుమారుడు బేతియ, బేతియ కుమారుడు కాకర్త్యగుండన.

బేతియను తరిమి, ముదిగొండ చాళుక్యులు తిరిగి కొరవిసీమను ఆక్రమించినట్లు కన్పిస్తుంది. అయితే వీరి కాలంలో చాళుక్య సింహాసనం కోసం జరిగిన సంఘర్షణలో, దానార్ణవుడు తన తమ్ముడు అమ్మరాజమహేంద్రుని చంపి, వేంగి సింహాసనమధిష్టించాడు. ఇందుకు సహకరించిన కాకర్త్యగుండనను దానార్ణవుడు నతనాడిలో పాలకుడిగా నియమించాడు. ముదిగొండ చాళుక్యులను రేనాటి ప్రాంతానికి పంపించేందుకు ప్రయత్నించాడు. ఇంతలో వేంగి రాజ్యంలో, రాష్ట్రకూట రాజ్యంలోను రాజకీయ పరిస్థితులు మారిపోయాయి. వేంగి రాజ్యంలో దానార్ణవుని తొలగించి, జటాచోడ భీముడు, రాష్ట్రకూట రాజ్యంలో రాష్ట్రకూట వంశాన్ని తొలగించి, రెండో తైలపుడు (కళ్యాణి చాళుక్యులు) గద్దెనెక్కారు. ఇటువంటి పరిస్థితిలో కాకర్త్యగుండన కొరవిసీమపై దండెత్తి, ముదిగొండ చాళుక్యులను ఓడించి తన తండ్రి బేతియ పోగొట్టుకున్న కుర్రవాడి రాజ్యాన్ని తిరిగి స్వాధీనం చేసుకొన్నాడు. రాజ్యాన్ని పోగొట్టుకొన్న ముదిగొండ చాళుక్యులు రెండో తైలపుని ఆశ్రయిస్తే, వీరిద్దరూ చాళుక్య కుటుంబాలకు చెందినవారు కాబట్టి, రాష్ట్రకూటులు తన విరోధి సేనానులు కాబట్టి, కాకతీయులను తొలగించి, ముదిగొండ చాళుక్యులకు కొరవిసీమను ఇప్పించడానికి రెండో తైలపుడు నిశ్చయించుకున్నాడు. రెండో తైలపుడు (క్రీ.శ.973-997) తన సేనానైన విరియాల ఎర్రభూపతిని నియోగించాడు. ఎర్రభూపతి కాకర్త్యగుండనను ఓడించి, వధించి, బొట్టు బేతని కొరవిసీమలో రాజుగా ప్రతిష్ఠించినట్లు, గూడూరు శాసనం (క్రీ.శ.1124) తెలియచేస్తుంది. క్రివ్వక శాసనం ప్రకారం, ఎర్రభూపతి ప్రతిష్ఠించిన బొట్టు బేతడు (క్రీ.శ.1125-1150) ముదిగొండ చాళుక్య వంశస్తుడని తెలుస్తుంది. ఏది ఏమైనప్పటికి, ఈ రెండు శాసనాల ఆధారంగా ముదిగొండ చాళుక్య వంశానికి చెందిన బొట్టుబేతడు తిరిగి కొరవిసీమకు రాజయ్యాడని తెలుస్తుంది.

ముదిగొండ చాళుక్య రాజ్యం

కాకర్త్యగుండన మరణం వల్ల, అతని కుమారుడు గరుడ బేతరాజు పసివాడు కావడం వల్ల, రాజ్యాన్ని కోల్పోయి దిక్కులేనివాడయ్యాడు. పసివాడని చూసిన ఎఱ్ఱభూపతి భార్య, కామసాని జాలిపడి, తైలపుని ఆశ్రయించి, బేతరాజుకు తిరిగి రాజ్యాన్ని ఇప్పించింది. తైలపుడు గరుడ బేతరాజుకు హనుమకొండ ప్రాంతాన్ని ఇచ్చాడు. ఈ ఏర్పాటు వల్ల వరంగల్‌లో కాకతీయులు, కొరవిసీమలో ముదిగొండ చాళుక్యులు స్థిరపడి, వీరిరువురు రెండో తైలపునికి సామంతులయ్యారు. కళ్యాణి చాళుక్యులకు సామంతులైన ముదిగొండ చాళుక్యులపైకి, కాకతి రుద్రుడు దండెత్తి వారిని పారదోలినట్లుగా పాలంపేట శాసనం తెలియచేస్తుంది. అనంతర కాలంలో రుద్రదేవుని మరణంతో తిరిగి ముదిగొండ చాళుక్యులు కొరవిసీమను ఆక్రమించారు.

ఆరో కుసుమాయుధుడు (క్రీ.శ.1150-1175)

ముదిగొండ చాళుక్యుల్లో చివరివాడు ఆరో కుసుమాయుధుడని క్రివ్వక శాసనం ద్వారా తెలుస్తుంది. ఇతడి తమ్ముడు నాగటిరాజు (క్రీ.శ.1175-1200) కాలంలో గణపతి దేవుడు (కాకతీయ రాజ్యం) ముదిగొండ చాళుక్య రాజ్యంపై దండెత్తి, వారిని ఓడించి, తరిమాడు. దీనితో, ముదిగొండ చాళుక్య రాజ్యం కాకతీయ సామ్రాజ్యంలో అంతర్భాగమైంది. చివరి ముదిగొండ చాళుక్యులు తమ రాజ్యాన్ని పోగొట్టుకొని వేంగికి వెళ్ళి కొన్నాళ్ళు అక్కడే జీవించి మరణించారని, వారి మరణంతో ముదిగొండ చాళుక్య వంశం అంతరించినట్లుగా తెలుస్తుంది.

ముదిగొండ చాళుక్యుల వంశవృక్షం

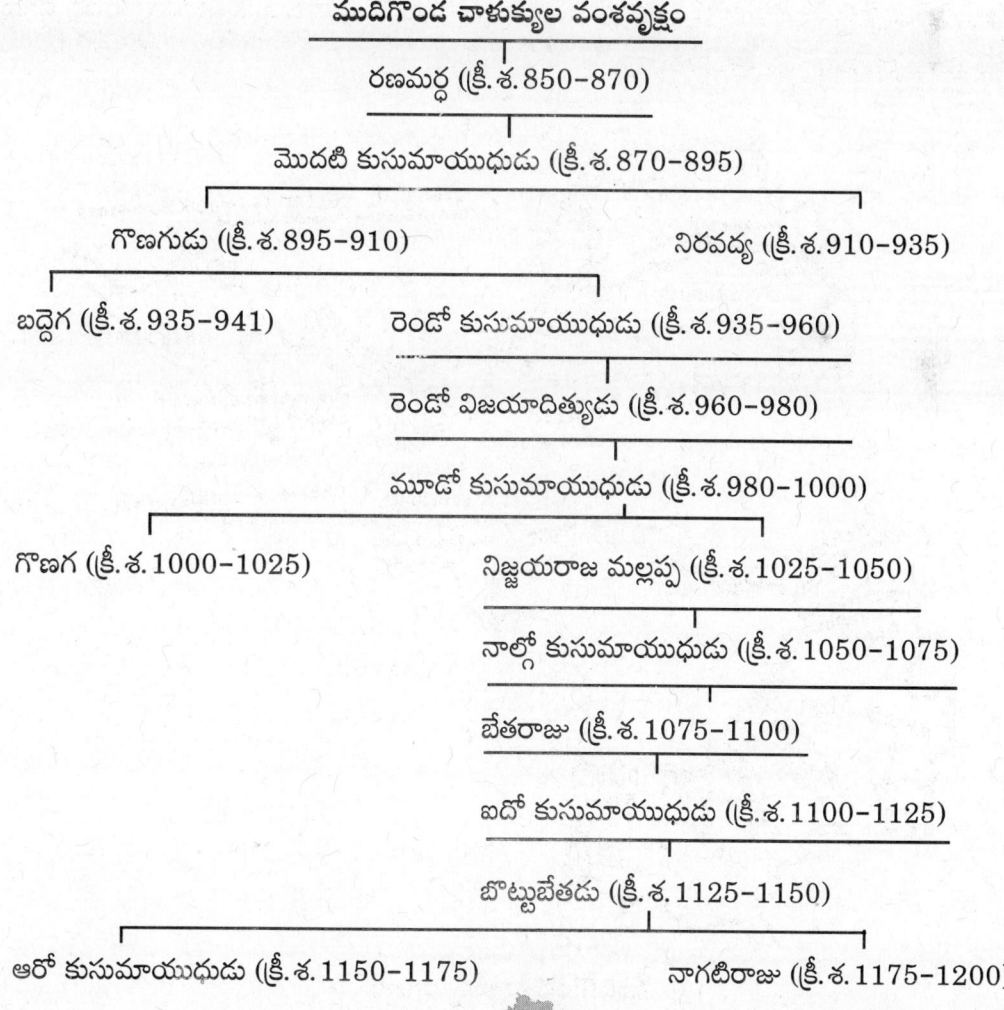

రణమర్ద (క్రీ.శ.850-870)

మొదటి కుసుమాయుధుడు (క్రీ.శ.870-895)

గొణగుడు (క్రీ.శ.895-910) నిరవద్య (క్రీ.శ.910-935)

బద్దెగ (క్రీ.శ.935-941) రెండో కుసుమాయుధుడు (క్రీ.శ.935-960)

రెండో విజయాదిత్యుడు (క్రీ.శ.960-980)

మూడో కుసుమాయుధుడు (క్రీ.శ.980-1000)

గొణగ (క్రీ.శ.1000-1025) నిజ్జయరాజ మల్లప్ప (క్రీ.శ.1025-1050)

నాల్గో కుసుమాయుధుడు (క్రీ.శ.1050-1075)

బేతరాజు (క్రీ.శ.1075-1100)

ఐదో కుసుమాయుధుడు (క్రీ.శ.1100-1125)

బొట్టుబేతడు (క్రీ.శ.1125-1150)

ఆరో కుసుమాయుధుడు (క్రీ.శ.1150-1175) నాగటిరాజు (క్రీ.శ.1175-1200)

కళ్యాణి చాళుక్యులు (క్రీ.శ.973-1157)

దక్షిణాపథాన్ని నిరంకుశంగా పాలించి, ఆంధ్రదేశంపై తమ ప్రభావ ప్రాభవాలను నెరపిన గొప్ప రాజవంశాల్లో ఒకటిగా పేర్కొనదగింది, కళ్యాణి చాళుక్య రాజ వంశం. వీరి శాసన భాష కన్నడమే అయినా, పాలించిన ప్రాంతం ఎక్కువగా కర్ణాటకమే అయినా, వీరు తెలంగాణాకు చెందినవారని మేరుతుంగాచార్యుల 'ప్రబంధ చింతామణి', 'రాసమాలా ప్రబంధం' తెలియచేస్తున్నాయి. కళ్యాణి చాళుక్యులను పశ్చిమ చాళుక్యులని కూడా పిలుస్తారు. వీరు బాదామి చాళుక్య వంశానికి చెందినవారు. బాదామి చాళుక్య వంశాన్ని కూలదోసి, దంతిదుర్గుడు స్థాపించిన రాష్ట్రకూట సామ్రాజ్యం రెండున్నర శతాబ్దాలపాటు కొనసాగి, కళ్యాణి చాళుక్య వంశానికి చెందిన రెండో తైలపుని చేతిలో పతనమైంది. కళ్యాణి చాళుక్యుల మొదటి రాజధాని మాన్యఖేటం; తరవాత కళ్యాణిని రాజధానిగా చేసుకొని పరిపాలన సాగించారు. సుమారు 200 సంవత్సరాలకు పైగా పరిపాలించారు. వీరి రాజ్యస్థాపకుడు రెండో తైలవుడు.

రెండో తైలపుడు (క్రీ.శ.973-997)

ఇతడు క్రీ.శ.957 నాటికి రాష్ట్రకూట సామంతుడు. రాష్ట్రకూట సామంతుడిగా అనుమకొండ ప్రాంతాన్ని పరిపాలించిన సత్యాశ్రయ భీమరసు వంశంవాడు. నాల్గో విక్రమాదిత్య, బొంతాదేవిల కుమారుడు. బొంతాదేవి ఛేది రాకుమార్తె కావడం వల్ల, రాష్ట్రకూటులను కూలదోయడంలో తైలపునికి వాళ్ల సహాయం కూడా లభించి ఉంటుంది. తొలి శాసనాల్లో ఇతడు చివరి బాదామి చాళుక్య రాజు రెండో కీర్తివర్మ పినతండ్రైన భీమరసు వంశం వాడని కొందరి అభిప్రాయం. తైలపుడు కూడా రాష్ట్రకూట సామంతుడిగా ఉన్నట్లు, అతని మహామండలేశ్వర బిరుదం తెలుపుతుంది. క్రీ.శ.973 లో చివరి రాష్ట్రకూట రాజైన రెండో కర్కుని జయించి, కళ్యాణి చాళుక్య సార్వభౌమత్వాన్ని స్థాపించాడు. ఇతనికి క్రీ.శ.957 నాటికి ఎటువంటి బిరుదులు లేవు. క్రీ.శ.965 నాటికి మహాసామంతాధిప, చాళుక్యరామ, సత్యాశ్రయ కులతిలక, ఆహవమల్ల, పృథ్వీవల్లభ అనే బిరుదులను ధరించాడు. చోళ చక్రవర్తైన రాజరాజు ఇతని సమకాలికుడు. అనుమకొండ రాజధానిగా చేసుకొని పశ్చిమ తెలంగాణాను తాతముత్తాతలు రాష్ట్రకూట సామంతులై పాలిస్తున్నట్లు, శాసనాధారాలతో పాటు, తైలపుడు తెలంగాణాధిపతని, ప్రబంధ చింతామణి రాసమాల ప్రబంధాల కథనం నిరూపిస్తున్నాయి. రెండో తైలపుని భార్య జాకవ్వ రాష్ట్రకూట రెండో కర్కుని కుమార్తె. ఉత్తర ప్రాంతంలో పారమార ముంజరాజు ఇతని శత్రువు. ముంజరాజు రెండో తైలపుని ప్రతిద్వంద్విగా యుద్ధాలను చేయసాగాడు. పదహారు పర్యాయాలు తైలపుని మీదకు దండెత్తి వచ్చాడు అయితే, ఒక పర్యాయం ఖైదు చేయబడి, తప్పించుకొని, పారిపోయాడు. ఆఖరి పర్యాయం క్రీ.శ.995 లో, ముంజరాజు గోదావరి దాటగానే, తైలప సామంతుడు యాదవ భిల్లముడు అతన్ని ఢీకొని, రణరంగంలో చంపాడు. తైలపుడు ముంజరాజుని చెరబట్టింది వాస్తవమే కాని, అతని వితంతు సోదరి మృణాలవతి ముంజుని వలచి, అతడు పారిపోడానికి సహాయపడగా అతడు పట్టుబడి ఘోరంగా వధించబడ్డాడని ప్రబంధ చింతామణి తెలియచేస్తుంది.

రెండో తైలపుడికి దక్షిణాన చోళుల బాధ తప్పలేదు. శాసనాలు ఇతన్ని చోళుల పాలిట కార్చిచ్చని వర్ణించడాన్ని బట్టి వీరు చోళులతో ఎన్నో పోరాటాలు సాగించారని తెలుస్తుంది. రెండో తైలపునికి చోళులతో వైరం ఏర్పడింది. ఆనాటి చోళ రాజరాజు మైసూరును ఆక్రమించి, విజృంభించగా క్రీ.శ.992 లో తైలపుడు వారిని ఓడించి వారి గజబలాలను కానుకగా తీసుకొన్నాడు. తైలపుడు పారమార, చోళులను మాత్రమే గాక, లాట, ఘూర్జర, పల్లికోట మొదలైన దేశాలను జయించాడు. బనవాసి దేశం ఇతని రాజ్యంలో కలిసింది. చాళుక్య వంశీయుడైన బాడపరాజు ఇతని సేనాని. కన్నడ కవిరత్నత్రయంలో ఒకడైన రన్నకవి తైలపుని ఆస్థానంలో వర్ధిల్లాడు.

సత్యాశ్రయుడు (క్రీ.శ.997-1008)

ఇతడు రెండో తైలపుని పెద్ద కుమారుడు. ఇతడు ఇరివబెందగ, అకలంకచరిత బిరుదాలను ధరించాడు. ఇతడు క్రీ.శ.997 లో కళ్యాణి చాళుక్య సింహాసనమధిష్టించాడు. ఇతడు యువరాజుగా ఉన్నప్పుడే తండ్రికి కుడి భుజంగా ఉండి, అనేక యుద్ధాల్లో సహాయం చేశాడు. సత్యాశ్రయుడు విస్తృతంగా యుద్ధంలోకి చొచ్చుకొని పోయేవాడని ఇరివబెందగ అనే బిరుదు ద్వారా తెలుస్తుంది. ఇతని కాలంలో చోళులతో వైరం, తీవ్రరూపం దాల్చింది. వేంగి రాజకీయాల్లో దానార్ణవుని కుమారులైన శక్తివర్మ, విమలాదిత్యలకు ఆశ్రయమిచ్చి, చోళులు వేంగికి చేరువ కావడం, దక్షిణాపథ రాజకీయాల దృష్ట్యా సత్యాశ్రయుడు సహించలేదు. అదీకాక, చోళ రాజరాజు కర్ణాటకపై దండెత్తి, గాంగవాడిని, నోలంబవాడిని జయించాడు. వీటన్నింటి కారణంగా, ఇతని కాలం యావత్తు, చోళులతో అవిశ్రాంతమైన పోరాటల్లో గడిచింది. తన కుమార్తె పంపాదేవిని పల్లవ రాజైన ఇరివనోలంబాధి రాజుకిచ్చి వివాహం చేశాడు. చాళుక్య సైన్యాల నుంచి వేంగిని కాపాడటానికి రాజరాజు ఒక సైన్యాన్ని వేంగి దేశంలోకి శక్తివర్మకు సహాయంగా పంపి, మరొక సేనతో తన కుమారుడు రాజేంద్రచోళుని రట్టపాడి పైకి దండయాత్రకు పంపాడు. నవలక్ష ధనుర్ధర సేనతో దొనవూరు సమీపంలో దండు విడిసి, స్త్రీ, బాల, వృద్ధ, బ్రాహ్మణ అనే విచక్షణ లేకుండా ప్రజలను వధించి, రాజ్యాన్ని కొల్లగొట్టాడని మెట్టూర్ శాసనం (క్రీ.శ.1007) తెలియచేస్తుంది. బనవాసి, కొల్లిపాకలను జయించాడని, చోళ శాసనాలు తెలియచేస్తున్నాయి. వేంగి నుంచి చాళుక్య సైన్యాలను, చోళ సైన్యాలు మళ్లీ కొల్లిపాక వద్ద ఎదుర్కొని ఓడించాయి. సత్యాశ్రయుడు కొంత అవమానానికి గురయ్యాడు. సత్యాశ్రయుడికి జైన పండితుడైన విమలచంద్రుడు గురువు.

ఐదో విక్రమాదిత్యుడు (క్రీ.శ.1008-1018)

సత్యాశ్రయునికి కుమారులు లేనందు వల్ల అతని సోదరుడు దశవర్మ ముందే చనిపోవడం వల్ల తమ్ముని కుమారుడు ఐదో విక్రమాదిత్యుడు రాజ్యాధికారాన్ని క్రీ.శ.1008 లో పొంది, క్రీ.శ.1018 వరకు పరిపాలించాడు. ఇతడు త్రిభువనమల్ల బిరుదాన్ని వహించాడు. సత్యాశ్రయుని అల్లుడైన నొలంబాధిరాజు ఇతని ఆధిపత్యాన్ని అంగీకరించినా, సత్యాశ్రయుని కుమారుడు, బనవాసి వ్యవహారాలను చూస్తున్న కుందమరసు ఇతణ్ణి ప్రతిఘటిస్తూనే ఉన్నాడు. కుందమరసు కూడ చోళులతో పోరాడినట్లు చోళుల పాలిట మృత్యువుగా వర్ణించుకోడాన్ని బట్టి తెలుస్తోంది. ఇతడు ఉదారుడు, దానధర్మాలను చేశాడు. ఇతనికి అక్కాదేవి అనే సోదరి ఉంది.

రెండో జయసింహుడు (క్రీ.శ.1018-1042)

ఐదో విక్రమాదిత్యుని తరవాత అయ్యన అనే అతని తమ్ముడు రాజయ్యాడు. కాని, పట్టాభిషేకం జరిగే లోపే అయ్యన గతించాడు. ఇతని తమ్ముడైన రెండో జయసింహుడు సింహాసనమధిష్టించాడు. రెండో జయసింహుని రాచరికం ఆరంభమయ్యే సమయానికి, రాజ్యం చిక్కుల్లో ఉంది. ముంజరాజుకు జరిగిన అవమానానికి ప్రతీకారంగా భోజరాజు చాళుక్య రాజ్యం మీద దండెత్తి రాజ్య భాగాలను ఆక్రమించాడు. కర్ణాటక, లాట, కొంకణ ప్రాంతాల్ని భోజుడు జయించి, విజయోత్సవాల్ని జరిపినట్లు శాసనాలు పేర్కొంటున్నాయి. అయితే, పారమార శాసనాల్లోని అంశాలకు విరుద్ధంగా, వారిని జయసింహుడు జయించి, కొల్హాపుర ఉత్తర ప్రాంతాల దాకా ఆక్రమించినట్లు చాళుక్య శాసనాలు తెలుపుతున్నాయి. జయసింహుని సేనాని 'చావణరసు'కు కొంకణ ధూమకేత అనే బిరుదు కూడా ఉంది. వీటన్నింటిని బట్టి, క్రీ.శ.1020-24 ప్రాంతంలో చాళుక్య-పారమార వంశీయుల మధ్య ఘర్షణలు తీవ్రస్థాయిలో ఉన్నట్లు తెలుస్తోంది. జయసింహుడు

స్వయంగా పారమార రాజుపై దండెత్తాడు. క్రీ.శ.1019 లో సప్తమాళవను జయించినట్లు చాళుక్య శాసనాలు తెలియచేస్తున్నాయి. జయసింహుడు చోళుల నుంచి కూడ యుద్ధాన్ని ఎదుర్కోవాల్సివచ్చింది. నోలంబవాడి, బళ్ళారి ప్రాంతాలు చోళుల ఆక్రమణకు గురయ్యాయి. కాని, తరవాత ఈ ప్రాంతాలన్నింటిని స్వాధీనం చేసుకొన్నట్లు శాసనాలు తెలియచేస్తున్నాయి. రాజేంద్ర చోళుడు ఇతన్ని మాస్కీ దగ్గర జరిగిన యుద్ధంలో జయించి, క్రీ.శ.1026 నాటికి రట్టపాడి ప్రాంతాల్ని ఆక్రమించాడు. ఫలితంగా, చోళుల పోరు తీవ్రమైంది. ఇతడు క్రీ.శ.1028 లో కళ్యాణదుర్గ నిర్మాణాన్ని ప్రారంభించాడని కొందరంటారు. రెండో జయసింహునికి దేవలమహాదేవి, సుగ్గలదేవులనే ఇద్దరు భార్యలున్నారు. ఈ రాణు లిద్దరూ క్రీ.శ.1029 లో పాసుపతాచార్యుడయిన బ్రహ్మరాశి పండితునికి 'పులిగెర' ప్రాంతాన్ని దానం చేశారు. బ్రహ్మరాశి పండితునికి దానం చేశారు. ఇతడు మొదట్లో జైనమత సిద్ధాంతాలను నమ్మినా, రాణుల ప్రోత్సాహం వల్ల కాలాముఖ శైవమతాన్ని స్వీకరించాడు. ఇతని రాజ్యం ఆంధ్రదేశంలో రాయలసీమ ప్రాంతంలో కడప, అనంతపురం జిల్లాలు, తెలంగాణా ప్రాంతమంతా విస్తరించి ఉంది. ఇతనికి జగదేకమల్ల, త్రైలోకమల్ల, విక్రమసింహ అనే బిరుదులున్నాయి.

మొదటి సోమేశ్వరుడు (క్రీ.శ.1042-68)

రెండో జయసింహుని తరవాత, కుమారుడు మొదటి సోమేశ్వరుడు అధికార పగ్గాలను క్రీ.శ.1042 లో చేతబూని, క్రీ.శ.1068 వరకు పరిపాలన సాగించాడు. ఇతనికి ఆహవమల్ల, రాజనారాయణ, త్రైలోకమల్ల అనే బిరుదులున్నాయి. ఇతడు కళ్యాణి చాళుక్యుల్లో గొప్పవాడు. ఇతడు కళ్యాణి నగరాన్ని నిర్మించి, తన రాజధానిగా చేసుకొని పరిపాలించాడని బిల్హణుడు విక్రమాంకదేవ చరిత్రలో పేర్కొన్నాడు. ఇతని పట్టపురాణి మైలాలదేవి క్రీ.శ.1059 లో శ్రీశైలాన్ని దర్శించి, కాలాముఖ శైవ గురువైన సురేశ్వరజైన పండితునికి కానుకలను సమర్పించింది. ఇతని రాజ్య కాలంలో కూడ చోళులతో సుమారుగా పన్నెండు భీకర యుద్ధాలను చేశాడు. ఇతడు పాలనాధికారాన్ని చేపట్టే నాటికే పొట్లకెరె ప్రాంతపు రాజ్య వ్యవహారాలను చూసేవాడు. మొదటి సోమేశ్వరుడు సింహాసనానికి రాగానే, మరొకసారి విజయాదిత్యుడు వేంగిని ఆక్రమించాలని ప్రయత్నించడంతో మొదటి సోమేశ్వరుని సహాయాన్ని అర్థించాడు. వేంగిలో చోళుల అధికారాన్ని తొలగించొచ్చని తమ సైన్యాన్ని పంపాడు. ఈ సైన్యంతో విజయాదిత్యుడు రాజరాజ నరేంద్రుని ఓడించి, తరిమి, వేంగిని ఆక్రమించాడు. సోమేశ్వరుని జైత్రయాత్ర వేంగి, కళింగ, పాంచాల, మగధ, మాళవ, కేరళ రాజ్యాలపైకి సాగినట్లు వర్ణించబడింది. పారమార రాజులతో మొదలైన పోరాటాలు, ఇతని కాలంలో కొనసాగాయి. పారమార రాజులకు సహాయంగా, వీరిపై కొంకణ, శేవుణ, వింధ్య ప్రాంతాల పాలకులు కూడా వచ్చారు. మొదటి సోమేశ్వరుని సేనానైన నాగవర్మ అనేక యుద్ధాల్లో పాల్గొని, సమర్థవంతంగా పోరాడి, విజయాలను సాధించినట్లు తెలుస్తుంది.

తెలంగాణా ప్రాంతంలో ప్రముఖ పాత్ర వహించిన కాకతీయులు, ఇతని కాలంలో ప్రాచుర్యానికొచ్చారు. సోమేశ్వరుడు కొంకణ, చక్రకూటాలపై చేసిన దండయాత్రలో కాకతీయ మొదటి ప్రోలరాజు పాల్గొన్నట్లు, అతని సేవలకు మెచ్చి అనుమకొండపై ఆధిపత్యాన్నిచ్చి గౌరవించినట్లు తెలుస్తుంది. ప్రోలుని కుమారుడైన బేతరాజు, సోమేశ్వరుడితో కలిసి పారమారులతోను, చోళులతోను చేసిన యుద్ధాల్లో పాల్గొన్నాడు. రాజరాజ చోళుని రాజనీతి కారణంగా, వేంగి రాజకీయాల్లో చోళుల ప్రాబల్యం పెరిగి, ఆ కారణం వల్ల పశ్చిమ చాళుక్యులతో పోరాటాలు మొదలయ్యాయి. వేంగి సింహాసనానికి రాజరాజ నరేంద్రుడు వచ్చాక (క్రీ.శ.1022-61) వేంగిలో చోళ ప్రాబల్యం మరింత పెరిగింది. పరిస్థితులు

దిగజారి అంతర్గత కలహాలు చోటుచేసుకున్నాయి. రాజరికం కోసం అర్రులు చాస్తున్న రాజరాజ నరేంద్రుని సవతి సోదరుడైన విజయాదిత్యుడు, వేంగి రాజకీయాల్లో పశ్చిమ చాళుక్యుల ప్రవేశానికి ఒక అవకాశమయ్యాడు. చోళుల సహాయంతో రాజరికం చేస్తూ, వారి కనుసన్నల్లో మెలుగుతున్న రాజరాజ నరేంద్రుని ప్రతిఘటిస్తున్న విజయాదిత్యునికి తోడ్పడి, చోళ సైన్యాలతో ఎన్నో యుద్ధాలను చేశాడు. ప్రముఖ చోళ సేనానులు ముగ్గురు, పశ్చిమ చాళుక్యుల సైన్యాల చేతిలో హతమైనట్లు, రాజరాజ నరేంద్రుని కలిదిండి శాసనం తెలియచేస్తుంది. సోమేశ్వరుని కాలంలోను పోరాటాలు చాలా ఉధృతిలో జరిగాయి. చోళుల చేతిలో ఇతని సేనాధిపతులైన గండప్పయ్య, గంగాధరలు యుద్ధంలో మరణించారు. విజయాదిత్య, విక్రమాదిత్య, మధుసూదన, గణపతి, అంగమయ్య (సేనాధిపతి) వీరంతా పారిపోయారు. చోళులు విజృంభించడంతో పశ్చిమ చాళుక్యులు ఎంతో నష్టపోవడమే గాక, ఎన్నో నగరాలు ధ్వంసమయ్యాయి. క్రీ.శ.1053–54 నాటి కొప్పం యుద్ధంలో పశ్చిమ చాళుక్యులు, చోళ రాజాధిరాజుని సంహరించారు. చోళుల నుంచి సహాయం లభించని రాజరాజ నరేంద్రుడు విధిలేని పరిస్థితుల్లో పశ్చిమ చాళుక్యుల ఆధిపత్యాన్ని అంగీకరించాడు. సోమేశ్వరుడు ఎన్నో యుద్ధాలను, అంటే, కంచి దండయాత్ర (క్రీ.శ.1049), కొప్పం యుద్ధం (క్రీ.శ.1053–54), వేంగిపై దాడి (క్రీ.శ.1061), ముడక్కరు యుద్ధం (క్రీ.శ.1062) లను చేసి ఇతని అధీనంలో ఉన్న రాజ్య భాగాలను, ఇతని భార్య అయిన మైలాలదేవిని బనవాసి ప్రాంతాలపై, పుత్రుడైన రెండో సోమేశ్వరుని, బెల్వల, పులిగెరె ప్రాంతాలపై, మరో పుత్రుడు ఆరో విక్రమాదిత్యుణ్ని గాంగవాడి ప్రాంతంపై పర్యవేక్షకులుగా నియమించాడు.

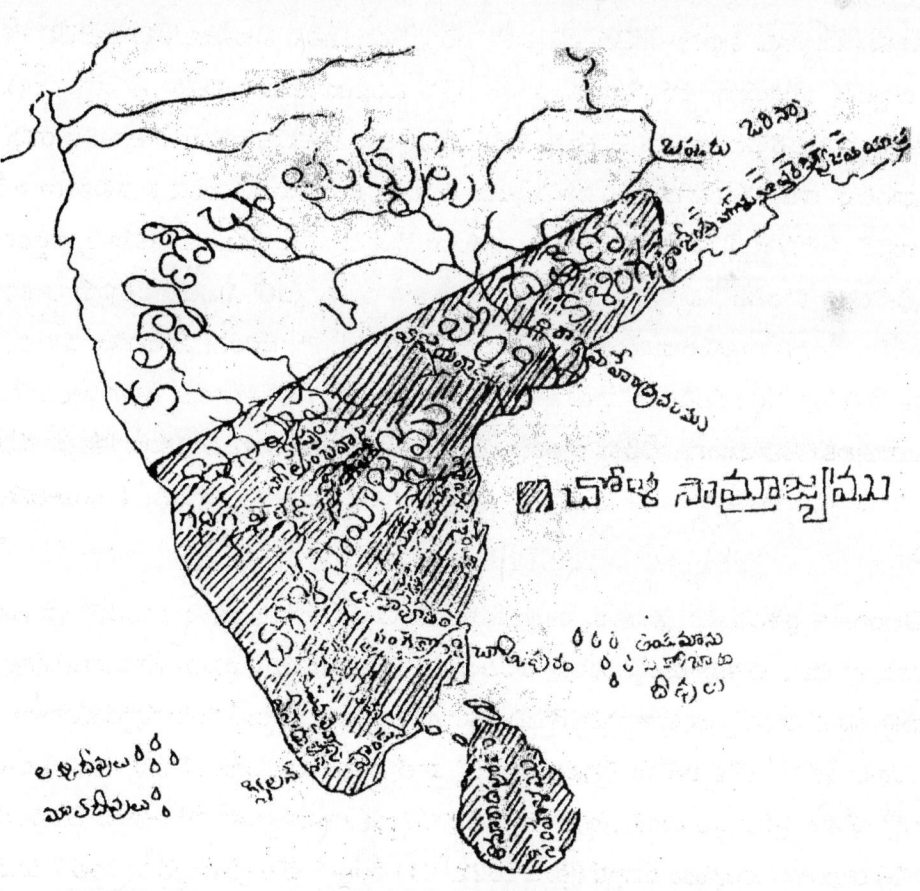

కల్యాణి చాళుక్య రాజ్యం

ఎన్నో విజయాలను సాధించిన సోమేశ్వరుని జీవితం, ఆఖరి దశ విషాదాంతంగా మారింది. చివరి రోజుల్లో కూడలి సంగమం వద్ద జరిగిన రెండు యుద్ధాల్లో సోమేశ్వరుడు ఓడిపోయాడు. తరవాత రోజు యుద్ధానికి రమ్మని కబరు పంపాడు. కాని, చోళుల సైన్యాలు మరుసటి రోజున నిర్ణీత సమయానికి రాగా, సోమేశ్వరుడు యుద్ధ భూమికి రాలేదు. ఇతడు రాకపోవడంతో వీర రాజేంద్రుడు రాజ్యాన్ని ఆక్రమించుకోవడంతో, చివరిసారి కూడా అపజయం కలగడంతో మొదటి సోమేశ్వరుడు అవమానం భరించలేక తీవ్రమైన వ్యాధిసోకి, అనారోగ్యం కారణంగా క్రీ.శ.1068, మార్చి 28వ తేదీన మేళతాళాలతో వెళ్లి తుంగభద్ర నదిలో దూకి ఆత్మహత్య చేసుకొన్నాడు. ఇతడు చనిపోవడంలో ఎన్నో అనుమానాలున్నాయి. కాని, నల్గురు చక్రవర్తులతో నిరంతరం పోరాటాల్లో మునిగిన వ్యక్తి మొదటి సోమేశ్వరుడు.

రెండో సోమేశ్వరుడు (క్రీ.శ.1068-1076)

మొదటి సోమేశ్వరుని తరవాత ఇతని కుమారుడైన రెండో సోమేశ్వరుడు క్రీ.శ.1068 నుంచి 1076 వరకు పాలన సాగించాడు. ఇతడికి భువనైకమల్ల అనే బిరుదు ఉంది. ఇతడు రాజ్యానికి రాగానే చోళ-చాళుక్య సంఘర్షణ తిరిగి ప్రారంభమైంది. ఇతని సోదరులైన జయసింహ, ఆరో విక్రమాదిత్యులు నోలంబవాడి, బనవాసి ప్రాంతాల్ని ఆక్రమించి, ఇతనిపై తిరుగుబాటు చేశారు. చోళ వీరరాజేంద్రుడు చాళుక్య రాజ్యంపై దండయాత్ర చేశాడు. చాళుక్యుల గుర్రపు దళం చోళుల సైన్యాలను ఓడించి, గుత్తి దుర్గాన్ని కాపాడాయి. సోమేశ్వరుడు తన తమ్ముడు ఆరో విక్రమాదిత్యను గాంగవాడి రక్షణకు ఉంచితే, ఇతనికి రాజ్యకాంక్ష కలిగి అన్నపై తిరుగుబాటు చేసి, ఓడించి, రాజ్యాన్ని ఆక్రమించినట్లు బిల్హణుడి విక్రమాంకదేవ చరిత్ర తెలియచేయడం జరిగింది.

ఆరో విక్రమాదిత్యుడు (క్రీ.శ.1076-1126)

రెండో సోమేశ్వరుని తమ్ముడు, మొదటి సోమేశ్వరుని కుమారుడైన ఇతడు కళ్యాణిలో పట్టాభిషేకం చేసుకొని క్రీ.శ.1076 నుంచి 1126 వరకు పాలన సాగించాడు. ఇతణ్ణి పశ్చిమ చాళుక్య రాజుల్లో గొప్పవాడిగా భావిస్తారు. ఇతని ఆస్థాన కవి అయిన బిల్హణుని విక్రమాంకదేవ చరిత్ర ఇతడి గురించి వివరాలను తెలియచేస్తుంది. రాజ్యాధికారాన్ని చేపట్టిన మొదటి సంవత్సరమే తొలి చర్యగా, అప్పటి వరకు వాడుకలో ఉన్న శాలివాహన శకాన్ని మారుస్తూ విక్రమ శకాన్ని ఆరంభించాడు. క్రీ.శ.1076 నుంచి చాళుక్య విక్రమ శకం ప్రారంభమైంది. ఇతడికి కళ్యాణి రాజధానిగా ఉన్నప్పటికి, ప్రజారంజక పాలనా విధానాన్ని మెరుగుపర్చడానికి, వివిధ ప్రాంతాలను అంటే, విజయపురం, విక్రమపురం మొదలైన ప్రాంతాలను ఉప ముఖ్య పట్టణాలుగా తీర్చిదిద్దాడు. తరచుగా ఉప ముఖ్య పట్టణాల్లో తిరుగుతూ శాంతిని నెలకొల్పాడు. ఇతనికి జనాదరణ ఎక్కువైంది. పరిపాలన జనాభిమాన్ని చూరగొంది. క్రీ.శ.1080 లో తమ్ముడు జయసింహ తిరుగుబాటుకు ప్రయత్నించగా అది అణచివేయబడింది. రాజ్య ప్రాంతాల్ని ఆక్రమించదలచి వేంగి పాలకుడిని ఓడించాడు. ఇతని కాలంలో హోయసాల విష్ణువర్ధనుడు కొంత రాజ్యాన్ని ఆక్రమించాడు. ఉచ్చంగి, బెళ్వల ప్రాంతాల గుండా హోయసాలులు కృష్ణానది వరకు ఆక్రమించారు. వీరిని అవకాశంగా తీసుకొని, మిగతా సామంత రాజ్యాలవారు తిరుగుబాటుకు ప్రయత్నించారు. ఇతని కాలంలో బిల్హణుడు, విజ్ఞానేశ్వరుడనే కవులను పోషించాడు. ఇతని కాలం అన్ని రంగాల్లో అభివృద్ధిచెందిందని చరిత్రకారులు తెలిపారు. ఇతనికి త్రిభువనమల్ల అనే బిరుదు కూడా ఉంది.

మూడో సోమేశ్వరుడు (క్రీ.శ.1126-1138)

ఆరో విక్రమాదిత్యుని అనంతరం అతని కుమారుడు మూడో సోమేశ్వరుడు క్రీ.శ.1126 నుంచి 1138 వరకు రాజ్యమేలాడు. విజ్ఞానసర్వస్వమని వర్ణించిన అభిలషితార్థ చింతామణి అనే గ్రంథాన్ని రచించాడు. దీన్నే మానసోల్లాసం అని కూడా అంటారు. ఇతడు రాజైన వెంటనే బనవాసి, గాంగవాడి ప్రాంతాల్ని సామంతుల నుంచి వశం చేసుకున్నాడు. కాని, ఇతని కాలంలోనే వేంగి రాజ్యం కళ్యాణి చాళుక్యుల ఆధిపత్యాన్ని ధిక్కరించింది.

జగదేకమల్లుడు (క్రీ.శ.1138-1151)

ఇతని కాలంలో హోయసాలులు విజృంభించారు. ఇతడు మూడో సోమేశ్వరుని కుమారుడు. జగదేకమల్లుని తరవాత అతని తమ్ముడైన మూడో తైలపుడు (క్రీ.శ.1151-57), అధికారాన్ని చేపట్టాడు. ఇతని పాలనా కాలం కూడ, సామంత రాజుల యుద్ధాల్లోనే గడిచింది. అప్పటికే, వీరి మంత్రిత్వ బాధ్యతలను నిర్వహిస్తున్న కాలచూరి బిజ్జలుడు బలపడుతూ సామంత రాజ్యాల సహకారాన్ని పొందగలిగాడు. బిజ్జలుని మంత్రి, సుప్రసిద్ధ మత సంస్కర్త బసవేశ్వరుడు. బిజ్జలుడు జైన మతాభిమాని. క్రీ.శ.1157 లో మూడో తైలపుని కాలచూరి బిజ్జలుడు తరిమి కొట్టడంతో రాజధానిని వదిలి పారిపోయాడు. మూడో తైలపుని కుమారుడు నాల్గో సోమేశ్వరుడు క్రీ.శ.1183 లో కళ్యాణి రాజ్యానికి వస్తే, హోయసాల మూడో బల్లాలుడు నాల్గో సోమేశ్వరుని ఓడించి, పారదోలాడు. సోమేశ్వరుడు కొంత కాలం అజ్ఞాతంలో జీవించి, చివరకు క్రీ.శ.1200 లో మరణించాడు. దీంతో కళ్యాణి చాళుక్య వంశం అంతరించింది.

చాళుక్య యుగ పరిపాలనా విధానం

చాళుక్య యుగంలో తీరాంధ్ర మాత్రం వేంగి రాజ్యం కింద సమైక్య పశ్చిమాంధ్రలో సామంత రాజవంశాలు పాలిస్తూ ఉండేవి. ఈ సామంతులు తమ సార్వభౌములకు యుద్ధాల్లో తోడ్పడుతూ తమ రాజ్యాలను సర్వస్వతంత్రులుగానే పరిపాలించారు. వీరి ఆస్థానాలు సార్వభౌమస్థానాలకు నమూనాలు. వీరికి మంత్రి మండళ్లు ఉండేవి. వీరు పరస్పర యుద్ధాల్లో నిమగ్నులై ఉండేవారు. దేశం, జాతి, కుటుంబ మర్యాదలను తృణీకరించి, స్వార్థపరులై సింహాసనానికై పోరాడారు. వీరిలో భీమసలుకి, యుద్ధమల్లుడు దేశ స్వాతంత్ర్యాన్ని తాకట్టుపెట్టడానికి సైతం వెనుకాడలేదు. నాడు సైన్యాలు దేశంలో యథేచ్ఛగా వీరవిహారం చేస్తూ ఉండేవి. వేంగి, ధరణికోట, నెల్లూరు, ఖమ్మం పెక్కుమార్లు ధ్వంసమైయ్యాయి. చాలా గ్రామాలు భస్మీపటలమయ్యాయి. దేశం యావత్తూ ఒక పెద్ద యుద్ధ శిబిరంగా తయారైందనడంలో అతిశయోక్తి కాదు. ఇంకొక కోణంలో కొన్ని రాజ్యాలు స్వర్ణయుగంగా కూడా వర్ధిల్లాయి (వేములవాడ చాళుక్యులు). దక్షిణ భారతదేశంలో క్రీ.శ.6వ శతాబ్దం నుంచి 12వ శతాబ్దం వరకు పరిపాలించిన చాళుక్యుల కాలంలో వారి పాలన, ఆర్థిక, మత విధానాలు, అలాగే సాంఘిక జీవన విధానం, వాస్తు శిల్పకళ, ముఖ్యంగా తెలంగాణా ప్రాంతంలో నెలకొల్పిన దేవాలయాలు, వాటి నిర్మాణం, భాషా సాహిత్యాలు, లలిత కళల పోషణ, అభివృద్ధి తరవాతి రాజవంశాల వారికి మార్గదర్శకాలుగా నిల్చాయి. ఇక్కడ ముఖ్యంగా గమనించాల్సిన విషయమేమంటే ఈ విభిన్న పరిణామాల ప్రభావం నాటి ప్రజా జీవనం, ప్రగతిపై ప్రసరించింది.

చక్రవర్తి, అధికారాలు, హోదా

చాళుక్యుల పరిపాలన రాచరికం. అది వంశపారంపర్యమైనటువంటిది. రాజే సర్వాధికారి. రాజు అధికారం సప్తాంగ సమన్వితం (రాజు, మంత్రి, రాజ్యం, కోశం, సైన్యం, మిత్రం దుర్గం) రాజ్య వ్యవహార నిర్వహణలో రాజుకు

యువరాజు తోడ్పడేవాడు. కొడుకులు లేని రాజులు, తమ్ములను, తమ్ముడి కొడుకునో యువరాజుగా నియమించేవారు. యువరాజును ఉపరాజు అనేవారు. చాళుక్య రాజులు, పరమేశ్వర, పరమభట్టారక, పరమమహేశ్వర, పృధ్వీవల్లభ, భువనాశ్రయ, రాజాధిరాజ, రాజపరమేశ్వర అనే బిరుదులను ధరించేవారు. చక్రవర్తి సర్వాధికారి అయినప్పటికి ధర్మశాస్త్రాల ప్రకారం పరిపాలించాలన్న ఆచారం ఉంది. కాబట్టి, చాళుక్య చక్రవర్తులు ధర్మశాస్త్రబద్ధంగా పరిపాలించారు. ఈ యుగంలో రాజుకు, ప్రజలకు మధ్య అంతరాలు ఏర్పడినప్పటికి చక్రవర్తి ప్రజలను కాపాడటం, ప్రజల మధ్య తగవులను తీర్చి, న్యాయం చెప్పడం, దేశంలో శాంతిభద్రతలను నెలకొల్పడం, పరాయి దండయాత్రల నుంచి రాజ్యాన్ని కాపాడటం, చక్రవర్తి ప్రధాన బాధ్యతలుగా ఉండేవి. ఈ బాధ్యతలను నిర్వహించడానికి చక్రవర్తి మంత్రిమండలిని ఏర్పాటుచేసుకొన్నాడు.

మంత్రి మండలి

చక్రవర్తికి పరిపాలనలో సహాయపడటానికి మంత్రిమండలిని ఏర్పాటు చేసుకోవడమైంది. మంత్రి మండలిలో ధర్మశాస్త్రాలు తెలిసినవారు, సేనాధిపతులు, ముఖ్య రాజబంధువులు సభ్యులుగా ఉండేవారు. చక్రవర్తికి మంత్రి, సేనాపతి, కోశాధికారి, పురోహితుడు, యువరాజు మొదలైనవారు పరిపాలనలో సలహాలిస్తుండేవారు. ఈ ఉద్యోగాలను సాధారణంగా, ధర్మనీతి, విశ్వాసపాత్రులు, శీలవంతులు, ధర్మనీతి శాస్త్రజ్ఞులైన బ్రాహ్మణులు వంశపారంపర్యంగా నిర్వహించినట్లు కనిపిస్తుంది. చాళుక్యుల కాలంలో క్రమంగా శూద్రవంశం వారు కూడా ఈ పదవులను నిర్వహించారు. వీరే కాక, ప్రాచీన నీతిశాస్త్రాల్లో పద్దెనిమిది మంది తీర్థులు- సప్తాంగాల వారు- ఈ పదవులను నిర్వహించినట్లు తెలుస్తుంది. రెండో అరికేసరి కాలం నాటి వేములవాడ శాసనంలో మహాసంధివిగ్రహ, తంత్రపాల, సత్రాధిపాల అనే ఉద్యోగులున్నట్లు తెలుపబడింది. శాసనాల్లో కన్పించిన నియోగాధికృత, నియోగవల్లభ అనే ఉద్యోగులు బహుశా వివిధ శాఖల పర్యవేక్షకులై ఉంటారు. కాకతీయ శాసనాల్లోని బహత్తర (72) నియోగాధిపతులు, వీరి వారసులని చెప్పొచ్చు. ఈ ఉద్యోగుల సేవలకు ప్రతిఫలంగా, భూదానాలను పారితోషికంగా పొందుతుండేవారు.

స్థానిక పరిపాలన

చాళుక్యుల పరిపాలన కొంతమేరకు చోళుల విధానాన్ని పోలి ఉంది. వీరి కాలంలో పరిపాలనా సౌలభ్యం కోసం సామ్రాజ్యాన్ని రాష్ట్రాలుగా, రాష్ట్రాలను విషయాలుగా విభజించారు. విషయాలకు నాడులు అని కూడా పేరుండేది. కమ్మనాడు, ప్రోలనాడు, అత్తిలినాడు, వేంగినాడు మొదలైనవి స్థానిక పాలనా విభాగాల కొన్ని పేర్లు. రాష్ట్రానికి - రాష్ట్రాధిపతి; విషయానికి, విషయాధిపతి; గ్రామానికి గ్రామణి అనే వారు ఆయా విభాగాల అధిపతులుగా ఉండేవారు. స్థానిక పాలన చాలా భాగం సామంత రాజుల ఆధీనంలో ఉండేది. ఎలమంచలి, పిఠాపురం, ముదిగొండల్లో చాళుక్య వంశ శాఖల వారే అధికారాన్ని నిర్వహించేవారు. వీరు కాక, పట్టవర్ధని, దుర్జయ, హైహయాది సామంత రాజవంశాలు విజృంభించాయి. వేంగి రాజ్యంలో ముప్పై విషయాలున్నట్లు శాసనాల ద్వారా తెలుస్తుంది. రాయలసీమ ప్రాంతంలో సీమనాడు అనే పేర్లు కనిపిస్తాయి. దక్షిణాంధ్రలో రాష్ట్రాలను 'కొట్టాలు' అని పిలువబడుతున్నాయి. వీటిని గురించి పెరుంబాగపాడిలోని పులినాడు శాసనాలు పేర్కొంటున్నాయి. పాలనా వ్యవస్థకు గ్రామమే పునాది. ప్రతి గ్రామంలో గ్రామసభ ఉండేది. తూర్పు చాళుక్యుల కాలంలో గ్రామ వ్యవస్థ స్థిర రూపాన్ని దాల్చింది. గ్రామేయకులు రాష్ట్రకూట ప్రముఖ గ్రామాధికారులు. గ్రామ పాలన కమిటీల ద్వారా చేసినట్లు రెండో చాళుక్య భీముని మచిలీపట్నం శాసనం తెలియచేస్తుంది. గ్రామ వ్యవహారాల్లో ముఖ్యమైన నిర్ణయాలు గ్రామాధికారుల సమక్షంలో జరిగేవి. చక్రవర్తులు సైతం గ్రామాల్లో భూదానాలు చేసినప్పుడు వీరి సమ్మతిని పొందేవారు. రేనాడులో గ్రామసభలున్నట్లు శాసనాల ద్వారా

తెలుస్తుంది. వీరి కాలంలో కరణాలనే వారు గ్రామ లెక్కలను నిర్వహించేవారు. కుంగనూరులో అడవల్లం అనే వ్యక్తిని గ్రామ కరణంగా గ్రామసభ నియమించినట్లు శాసనాల ద్వారా తెలుస్తుంది.

రాజ్య ఆదాయ, వ్యయాలు

చాళుక్యుల ప్రభుత్వానికి ముఖ్య ఆదాయం, నాడు రాజులకు సామంతుల కట్టే కప్పం. కొన్ని గ్రామాలు వ్యక్తిగత పన్నులు కాక, గ్రామం మొత్తం సంవత్సరానికి ఇంతని నిర్ణయించి, పన్నులు చెల్లించేవారు. ఈ పద్ధతిని గ్రామవార్ పద్ధతి అంటారు. భూమి శిస్తుతోపాటు అనేక రకాల పన్నులుండేవి. భూమి శిస్తు పంటలో ఆరోవంతుగా ఉండేది. పన్నులను ధన రూపంలో కాని, ధాన్య రూపంలో కాని చెల్లించేవారు. అగ్రహారాలనిచ్చే సమయంలో సర్వకర పరిహారం అనే మాట, పన్నుల బాహుళ్యాన్ని తెలుపుతుంది. వీరి కాలంలో వైదుంబ రాజైన భువన త్రినేత్రుడు సింహాసనం ఎక్కిన సందర్భంలో రేనాడు రైతులపై ఉన్న దేగరచ పన్ను, పడేవాలు పన్ను, పడియేరి పన్ను, సంధివిగ్రహ పన్నులను తొలగించినట్లు తెలుస్తుంది. కల్లవక్కం, విడనలి, విషయ సుంకం, బీరదాయం, చిట్టవాటం మొదలైన పన్నులు రాయలసీమ శాసనాల్లో కన్పిస్తున్నాయి. క్రీ.శ.935 లో ముదిగొండ చాళుక్య రాజైన నిరవద్యుడు వేయించిన కొరవి శాసనాన్ని బట్టి, తెలంగాణా ప్రాంతంలో పన్నులను రాజులు గ్రామ నాయకుల నుంచి గుత్తగా వసూలు చేసినట్లు తెలుస్తుంది. ఈ శాసనం, నేరస్తులపై విధించే దండనలు, ఇతర చిల్లర పన్నులను ఆ గ్రామ నాయకుడే వసూలు చేసుకోవచ్చని చెప్తుంది. ఇదే కాలానికి చెందిన చిత్తూరు జిల్లా, వాయల్పాడు తాలూకాలోని వైదుంబ 'ఇరుగయ మహారాజు' శాసనం, రట్టోడి రట్టగుడి మొదలైన గ్రామ నాయకులు, దొగరాజపన్ను, పడేవాళె పన్ను, పడియేరి పన్ను, సంధివిగ్రహ పన్ను మాత్రమే రాజుకు చెల్లించి, మిగిలిన చిల్లర పన్నులను తామే మిగుల్చుకోవచ్చని చెప్పింది. దొగరాజ పన్ను అంటే, యువరాజు భృతికోసం చెల్లించాల్సిన పన్ను, పడేవాళె పన్ను అంటే, సైన్యాన్ని నిర్వహించడానికి విధించే పన్ను, సంధివిగ్రహ పన్ను అంటే, శత్రువుల దాడి నుంచి రాజ్యాన్ని కాపాడటానికి విధించే పన్ను. తూర్పు చాళుక్య మొదటి అమ్మరాజు క్రీ.శ.935 లో జారీచేసిన చేవూరు తామ్ర శాసనంలో, ముమికిలి అనే గ్రామానికి గ్రామాధికారిని నియమిస్తూ ఆ గ్రామంలో గ్రామణి మాన్యానికి చెల్లించే ఎనిమిది గద్యాణలను మాత్రం రాజుకు చెల్లించాలని, మిగిలిన చిల్లర పన్నులను అతడు చెల్లించనక్కరలేదని ఉంది.

పైన పేర్కొన్న పన్నులే కాక, పంట కాలంలో వచ్చే పంటను బట్టి చెల్లించాల్సిన అదనపు పన్నును ఉద్యోగులు నిర్ణయిస్తుంటారు. దాన్ని వసూలు చేయడానికి రాచ కరణాలు, రాచ సెట్టీలు ఉండేవారు. వీరి కాలంలో వృత్తి పన్నులు విధించడం కూడా ఉంది. కుమ్మరి, చాకలి, రజక, నాయిబ్రాహ్మణ, అగసాలి, కమ్మరి మొదలైన చేతివృత్తి పనివారందరూ వృత్తి పన్నులు చెల్లించాలి. అలాగే, పొలాలకు నీళ్లుతోడే రాట్నాల మీద, ఇంటి పన్ను, గానుగ పన్ను, పశువుల మీద పన్ను, గొర్రెలమీద పన్ను, అంగడి పన్ను మొదలైన పన్నుల ద్వారా చాళుక్యులకు ఆదాయం చేకూరేది.

చాళుక్య రాజులు తమకు వివిధ రకాల పన్నుల ద్వారా వచ్చిన ఆదాయాన్ని అనేక విధాలుగా ఖర్చు పెట్టేవారు. చాళుక్యుల కాలంలో సైన్యానికి, రాజ కుటుంబ పోషణకు, ఉద్యోగుల జీతభత్యాలకు, ప్రజాహిత కార్యాలకు, దాన ధర్మాలకు వెచ్చించేవారు. రాజు తనకు వచ్చే ఆదాయంలో ఆరో వంతును ఎప్పుడూ ఖజానాలో ఉంచాలని, మిగిలిన దానిలో సగం సైన్యానికి, పన్నెండో వంతును రాజ కుటుంబ ఖర్చులకు, మరో పన్నెండో వంతును ఉద్యోగుల జీతభత్యాలకు, మరో పన్నెండో వంతును ప్రజా సంక్షేమానికి, చివరి పన్నెండో వంతును దానధర్మాలకు ఖర్చుపెట్టాలని రాజు ఆజ్ఞాపించేవాడని, శుక్రుని నీతిసారం అనే గ్రంథం ద్వారా తెలుస్తుంది. నాటి ప్రజాహిత కార్యక్రమాల్లో, దేవాలయాల నిర్మాణం, వాటి

పోషణ, కవి, పండిత, కళాకారుల ఆదరణ, పోషణ, విద్యా వ్యాసంగాల అభివృద్ధి, సాగునీటి తటాకాల నిర్మాణం, నిర్వహణ, ఇత్యాది అంశాలు ప్రధానంగా చోటుచేసుకున్నాయి. వీటికి తోడు దాన ధర్మాలు, యజ్ఞయాగాది క్రతువుల నిర్వహణ, మత సంస్థలకు, మఠాలకు విరాళాల్లాంటి అంశాలు కూడా లేకపోలేదు.

న్యాయ నిర్వహణా విధానం

చాళుక్యుల కాలం నాటి పాలకులు పాటించిన న్యాయ వ్యవస్థను గురించి స్పష్టంగా తెలియదు. కొన్ని శాసనాల్లో న్యాయవ్యవస్థ ప్రస్తావనలున్నాయి. రాజ్యానికి రాజు ప్రధాన న్యాయాధీశుడు. రాష్ట్రాల్లో రాష్ట్రాధిపతులు, విషయాల్లో విషయాధిపతులు తీర్పులిచ్చేవారు. గ్రామాల్లో గ్రామ సభలు తీర్పులిచ్చేవి. సామాన్యమైన వివాదాలన్నీ గ్రామ సభల్లోనే పరిష్కారమయ్యేవి. వీరి కాలంలో ప్రాడ్వివాకులనే ప్రత్యేక న్యాయాధికారులుండేవారు. గ్రామాల మధ్య పొలిమేరల గురించి, ఏటి నీళ్ళను గురించి వివాదాలేర్పడినప్పుడు రాజులు ప్రాడ్వివాకుల చేత గాని, తన మంత్రుల ద్వారా గాని, కుల పెద్దలతో గాని, వివాదాలను పరిష్కరించేవారు. ఈ ధర్మాసనాలను యజ్ఞవల్క్య స్మృతి వంటి ప్రాచీన స్మృతి గ్రంథాల్లో చెప్పబడిన సూత్రాలను అనుసరించి, ఏర్పాటు చేసేవారు. ఈ ధర్మాసనాలు చెప్పే తీర్పులను జయపత్రాలనే పేరుతో, రాజముద్రికతో ఇచ్చేవారు. ముద్రలు వేయడానికి రాజుల వద్ద ముద్రవర్తులనే ప్రత్యేక ఉద్యోగులుండేవారు. మొదట తెలుగు శాసనంగా పరిగణించే కొరవి తామ్రశాసనం (క్రీ.శ.935), చాళుక్యులు పాటించిన నేర విచారణా పద్ధతిని గురించి వివరిస్తుంది. విజ్ఞానేశ్వరుని మితాక్షరి, సోమదేవసూరి నీతికావ్యామృత అనే గ్రంథాలు, ఆనాటి ధర్మశాస్త్ర గ్రంథాలుగా చెప్పబడుతున్నాయి. యలమంచిలి చాళుక్య కుటుంబానికి సమకాలీనుడిగా చెప్పబడుతున్న ప్రతాపరుద్ర గజపతి చేత రాయబడినట్లుగా వాడుకలో ఉన్న స్మృతి సంగ్రహంగా మరో పేరు కలిగిన సరస్వతీ విలాసం కూడా, చాళుక్యుల కాలానికి చెందిన న్యాయం, చట్టాలను గురించి తెలియచేస్తుంది.

ధర్మాన్ని పరిరక్షించడానికి, నేరగాళ్లను శిక్షించే అర్హత, పరిపాలించే రాజులకే ఉంటుంది. కాబట్టి, న్యాయ వ్యవస్థకు అత్యున్నతమైన స్థానంలో రాజు ఉన్నప్పటికి, రాజ్యంలో వివిధ ప్రాంతాల్లో న్యాయస్థానాలను స్థాపించి, వాటిలో న్యాయాధికారులను నియమించారు. కొల్లిపర తామ్రశాసనం ప్రకారం, మొదటి అరికేసరి ఒక న్యాయాధీశునిగా, ధర్మసభ అనబడే ఒక న్యాయస్థానాన్ని ఏర్పాటుచేశాడని తెలుస్తుంది. సరస్వతీ విలాసం ప్రకారం, న్యాయ సభల్లోని సభ్యులు, మూడు, ఐదు, ఏడు మంది ఉంటూ, వారికి చట్టం, వేదాలు తెలిసి, సత్యం, నిష్పక్షపాతం కలిగి ఉండాలనే నియమాలున్నాయి. అలాగే, రాజ్య సంప్రదాయాలు, శాస్త్రాలు తెలియనివారు, క్రూరులైనవారికి సభ్యత్వం నిరాకరించబడింది. చాళుక్యుల కాలంలో శ్రేణులకు కూడా ప్రత్యేక న్యాయస్థానాలున్నాయి. వైశ్య పురాణంలో చెప్పినట్లు, రాజమహేంద్రవర అనే రాజు తీసుకొన్న తప్పుడు నిర్ణయాలకు వ్యతిరేకంగా, పద్దెనిమిది పట్టణాలకు చెందిన వైశ్యులు కలిగిన ఒక వైశ్య సంఘం ముక్త కంఠంతో ఎదిరించింది. గ్రామాల్లో దొంగతనాలు జరగకుండా చూసే బాధ్యత గ్రామ తలారనే ఉద్యోగిది. ఇతణ్ణి గ్రామానికి చెందిన ప్రముఖ సేవకుడిగా భావిస్తారు. ఇతణ్ణి గ్రామ రక్షకభటుడని, పట్టిలక, పట్టేరా, పటేల్ అని పిల్చేవారు. ఇతని విధి, దొంగతనం గ్రామంలో జరిగితే, ఆ దొంగను పట్టివ్వాలి. అలా దొంగను పట్టుకోలేకపోతే దొంగిలించిన వస్తువు విలువను అతడే చెల్లించాలి. ఇటువంటి పద్ధతిని అచ్చుకావలి పద్ధతి అంటారు. చాళుక్యుల కాలంలో అత్యంత కఠినమైన శిక్ష మరణదండన. కొన్ని చోట్ల బ్రాహ్మణులకు శిక్ష తీవ్రత కొంత తగ్గినప్పటికి, వీరు శిక్షల నుంచి తప్పించుకొనేవారు కాదు. నాటి సాహిత్యంలో చెప్పినట్లు, క్రిమినల్ కేసుల్లో శిక్షల తీవ్రతను బట్టి చేతులు, కాళ్లను తీసేయడం, చెవులు, ముక్కులను కోయడం, చేతి, కాళ్ల మునివేళ్లను కత్తిరించడం, శరీరాన్ని మంటల్లో కాల్చడం లాంటి

కఠినమైన శిక్షలుండేవి. ఒకవేళ రాజాస్థాన ఉద్యోగి తప్పు చేసినట్లైతే, అతణ్ణి ఉద్యోగం నుంచి తీసేసి, ఆదాయ మార్గాలను తగ్గించేవారు. ఇలాంటి సంఘటన, శక్తివర్మ దానం చేసిన పబుబర్రు అనే గ్రామంలో గ్రామణి, రాజు విధేయుడిగా పనిచేయకపోవడంతో అతణ్ణి రాజు ఉద్యోగం నుంచి తొలగించడం జరిగింది. ఈ సంఘటనను ఆధారంగా చేసుకొని ముదిగొండ, వేంగి చాళుక్యులు శక్తివర్మ చట్టాలను పాటించడం జరిగింది. ఒక వ్యక్తి ఎవరినైనా చంపితే, 120 ద్రమ్మాలు, ఎవరినైనా హింసిస్తే ఆ నేరానికి 60 ద్రమ్మాలు శిక్ష కింద జరిమానాగా విధించేవారు. అదే విధంగా స్త్రీలను చెరిస్తే వారికి జరిమానా 25 ద్రమ్మాలు. ఇదే శిక్షను వైదుంబ రాజైన భువనత్రినేత్ర శ్రీ మాధవిగేయ మహారాజ శాసనం ప్రకారం అత్యాచారం జరిగిన సంఘటనతో, మగ, ఆడవారికి శిక్షలను విధించేవారు. ఈ నేరంలో మగవారికి జరిమానాగా 64 గద్యానాలు, ఆడవారికి ముక్కును కత్తిరించేవారు. మొత్తం మీద శిక్షలు కఠినంగా ఉన్నాయి.

సైన్య నిర్వహణా విధానం

చాళుక్య చక్రవర్తులు యుద్ధాల్లో సైన్యాలకు స్వయంగా నాయకత్వం వహించేవారు. అయినప్పటికి, వీరి వద్ద సుశిక్షుతులైన సైన్యాధిపతులుండేవారు. క్షత్రియులు ధైర్యసాహసాలు గల సైనికులుగా పేరొందారు. చాళుక్య, పల్లవ, చోళ, రాష్ట్రకూట, కళ్యాణి చాళుక్యుల సంఘర్షణ వల్ల రాజవంశాల మధ్య నిరంతరం పోరాటాలు జరుగుతూ ఉండేవి. కాబట్టి, సైనికుల అవసరం పెరిగి, అన్ని కులాల నుంచి ధైర్యసాహసాలు కలిగిన వ్యక్తులను తీసుకొని సైనికులుగా, సేనాధిపతులుగా నియమించారు. యుద్ధాల కారణంగా, చక్రవర్తి తనకు లభించిన ఆదాయం నుంచి యుద్ధ దోపిడీల ద్వారా వచ్చిన ఆదాయం నుంచి అధిక మొత్తం సైనిక పోషణకు ఖర్చుచేసేవాడు. చాళుక్య సామంత రాజ్యాల వారు ఎప్పుడు అంటే అప్పుడు, తమ సైన్యంతో వచ్చి చాళుక్య రాజ్య రక్షణకు యుద్ధాలను చేసేవారు. కాబట్టి, తూర్పు చాళుక్య రాజ్యానికి ప్రధాన బలం వారి సామంత సైన్యాలుగా పేర్కొన్నారు. చాళుక్యుల కాలంలో పదాతి దళం, గజదళం, నౌకాదళం అనేవి ప్రధాన భాగాలు. రెండో పులకేశి ఐహోల్ శాసనం ఆరు రకాలైన సైన్య వ్యవస్థ గురించి వివరిస్తుంది. ఇవి 1) మూల అంటే, వంశపారంపర్యపు దళం; 2) భృత్య అంటే, సైనికులవెంట ఉండేవారు; 3) శ్రేణి అంటే వృత్తి సంఘ సామంత సైన్యాలు; 4) మిత్ర అంటే, మిత్ర రాజ్యాల సేనలు; 5) ఆటవిక అంటే, ఆటవిక జాతుల సేనలు; 6) అమిత్ర అంటే, బంధితులైన సేనలు. సైనిక ఉద్యోగులను మహాబలాధికృత (మహాసేనాని), బలాధ్యక్ష (సేనాని) అని వ్యవహరించేవారు. వీరి కాలంలో కోటలు దుర్గాధిపతి అధీనంలో ఉండేవి. దుర్గ రక్షణ బాధ్యత పూర్తిగా దుర్గాధిపతిపై ఉండేది. వీరి ఆధీనంలో కూడా కొంత సైన్యం ఉండేది. ఈ సైన్య పోషణకు చక్రవర్తి ధనాన్ని కాని, గ్రామాలపై వచ్చే ఆదాయాన్ని కాని కేటాయిస్తారు.

చాళుక్య యుగ ఆర్థిక వికాసం

వ్యవసాయం, నీటిపారుదల, పంటలు, భూమిశిస్తు, ఇతర పన్నులు

చాళుక్యుల కాలంలో ప్రజలు ఎక్కువగా భూమ్మీద, వ్యవసాయం మీద ఆధారపడటం ఎక్కువైంది. ఈ పరిణామం శాతవాహనులనంతరం ప్రారంభమైంది. బ్రాహ్మణులు, ఆలయాలు, భూములు, అగ్రహారాలు పొంది, భూస్వాములుగా రూపొందారు. వీరి భూములను శూద్రులు సాగుచేస్తూ, వారి పట్ల విధేయులై ఉండేవారు. భూమ్మీద ఒత్తిడి రావడం కారణంగా, వ్యవసాయ విస్తరణ తప్పనిసరైంది. గ్రామాల్లో సాగుదల పెరగడం వల్ల బంజరు భూముల్ని, ఇతర అటవీ భూముల్ని పంట భూములుగా మార్చడం అవసరమైంది. పన్ను విధింపు కోసం, వ్యవసాయ భూముల్ని రకరకాలుగా

విభజించారు. పల్లపు భూములు లేదా తరి భూములు, మెట్ట భూములు, గరువులు, తోట భూములుగా విభజించారు. నీటి సౌకర్యం, భూసారాన్ని బట్టి, పంట దిగుబడిని బట్టి, శిస్తు నిర్ణయం జరిగేది. చాళుక్యుల కాలం నాటి శాసనాల్లో వాణిజ్య పంటలైన కొబ్బరి, తమలపాకు, పోక తోటలు, మామిడి, చెరకు, పత్తి, కాయధాన్యాలు, పప్పు ధాన్యాల గురించి ప్రస్తావించబడింది.

వ్యవసాయానికి నీటిపారుదల అత్యంత ఆవశ్యకం కాబట్టి, చక్రవర్తులు నీటి వనరులను సమకూర్చడానికి ఆవలు, కుంటలు, చెరువులు, బావులను ఏర్పర్చి నదులకు కాలువలను తవ్వించి, ఆ నీటిని వ్యవసాయానికి ఉపయోగించేవారు. సంపన్నులు, సామంతులు, ధనిక రైతులు తటాకాల నిర్మాణం కోసం, నిర్వహణ కోసం సహాయపడేవారు. రెండో అమ్మరాజు కాలంలో తాడికొండ శాసనంలో పేర్కొన్న చైత తటాకం, భీమసముద్రం, ఈనాటికీక్కడ సేద్య భూములకు నీరందిస్తున్నాయి. గుంటూరు జిల్లా, చేబ్రోలులో అనంత సరోవరం అనే పేరుగల పెద్ద తటాకం ఉన్నట్లు, పశ్చిమ చాళుక్యుల శాసనం తెలియచేస్తుంది. మహబూబ్‌నగర్ (తెలంగాణ) జిల్లాలో భీమసముద్రం అనే తటాకం ఉన్నట్లు అక్కడి శాసనాలు తెలియచేస్తున్నాయి. నల్గొండ జిల్లాలో పెద్ద చెరువు ఉన్నట్లు, దాని కింద 12 నివర్తనాల భూమి, బ్రాహ్మణులకు దానం చేసినట్లు శాసనాలు తెలియచేస్తున్నాయి. మెదక్ జిల్లాలో మదివోజనకిరే అనే చెరువుంది. రెండో కులోత్తుంగ రాజేంద్రుని సామంతులు, పొలినాయక చెరువు, పొట్ట చెరువులను తవ్వించారు. కొత్త భూములను సాగులోకి తెచ్చిన వారికి, ప్రారంభంలో కొన్ని సంవత్సరాలు పన్ను లేకుండా చేసి, వ్యవసాయాన్ని ప్రోత్సహించారు. తోటల్ని, తేట భూముల్ని ఆలయాలకు దానం చేసినట్లు శాసనాల్లో చెప్పబడింది. ద్రాక్షారామం భీమేశ్వరుని ఆలయంలో అఖండ దీప నిర్వహణకు 2000 వేల పోక చెట్ల తోటను, నిజామాబాద్ జిల్లా (తెలంగాణ) పెంట గ్రామంలో దేవునికి ఒక మామిడి తోటను, బాపట్ల ఆలయానికి ఒక మామిడి తోటను ఇచ్చినట్లు శాసనాల్లో ఉంది.

భూమి మీద హక్కులకు సంబంధించి ప్రతి భూస్వామికి దాన, క్రయ, విక్రయాలకు తన భూమీమ్మీద సంపూర్ణ అధికారముండేది. కాని, అవి చేసే ముందు, సంబంధిత గ్రామపెద్దలు అధికారుల ఆమోదాన్ని పొందాలి. కాని, బంజరు భూమీమ్మీద ఎవరికి సొంత హక్కు ఉండదు. ఏదైనా ఒక గ్రామాన్ని దానం చేసినప్పుడు, పన్నుల మినహాయింపు ఏమేరకు ఇవ్వబడింది, సర్వకర పరిహారం ద్వారా తెలుస్తుంది. అంటే, అన్ని పన్నుల నుంచి పరిహారింపబడిందని అర్థం. రాజులు, సామంతులు కూడా దానాలిచ్చిన సందర్భంలో అవసరాలను బట్టి, వ్యక్తుల సొంత భూముల్ని కొని, ఇచ్చే ఆచారముండేది. దానమిచ్చిన భూముల్ని అంతర్యుద్ధ సమయాల్లో, కల్లోల సమయాల్లో, చెదిరిపోతే, తరవాతి కాలపు పాలకులు వాటిని పునరుద్ధరించి ఇచ్చేవారు. కొన్ని సందర్భాల్లో, దాన ప్రతిగ్రహీత తనకిచ్చిన భూముల్ని వేరే కొంతమందికి పంచడం కనిపిస్తుంది. రెండో విష్ణువర్ధనుడు కొణికె గ్రామాన్ని విదుశర్మకు దానం చేస్తే, ఆయన కొంత భూమిని కొంతమందికి పంచి ఇచ్చాడు. అత్యంత క్లిష్టపరిస్థితుల్లో దేవాలయ భూముల మీద, అగ్రహారాల మీద పన్నులను విధించేవారు.

చాళుక్యుల కాలంలో ఒకేసారి కొంత మొత్తం ముందే చెల్లిస్తే, పూర్తిగా పన్ను తొలగించిన సందర్భాలున్నాయి. ప్రభుత్వమే నీటి వనరులను ఏర్పాటు చేస్తే, దానికి పన్ను, పశువుల మీద పన్ను ఉండేది. అరి, తగ్గు, తెరె, సిద్దాయం మొదలైనవి వ్యవసాయ సంబంధమైన పన్నులు. పంట మార్పిడి తరవాత చెల్లించే పన్నును అరి అంటారు. పండినా, ఎండినా సంబంధం లేకుండా ముందుగానే నిర్ధారించిన పన్నునే సిద్దాయమంటారు. చాళుక్యుల కాలంలో విత్తనాలను చల్లడం ద్వారాను, చేలల్లో నారును నాటే విధానం ద్వారాను వ్యవసాయం జరిగేది. ఆనాటి కాలంలో నివర్తన, మర్తు,

ఖండిక, పుట్టి మొదలైన కొలమానాలుండేవి. ఇప్పటికీ తెలంగాణా ప్రాంతంలో పుట్టెడు, మానిక, సోల అనే కొలమానాలున్నాయి. భూమి కొలతలకు రాజమాన, ముమ్మిడి భీమకోల, జేనకోల, రాజరాజకోల మొదలైన గెడలు వాడుకలో ఉన్నాయి. పంటల పరిస్థితుల్ని, రకాల్ని, వర్షానికున్న సంబంధాన్ని 'సస్యానంద' అనే గ్రంథం వర్ణిస్తుంది. పన్నులు వసూలు చేసేటప్పుడు కొన్ని చోట్ల ఘర్షణలు కూడా జరిగేవి. భూములకు సరిహద్దులను నిర్ణయించి, రాళ్లను పాతేవారు. పంటలు పక్వానికి రాకుండా, పన్ను వసూలు చేయకూడదని, పంట పొలాల మీద సైన్యాన్ని మోహరింప కూడదని, ఇవి రాజ్యాన్ని నాశనం చేస్తాయని, సోమదేవసూరి లాంటి వారి అభిప్రాయం.

విజయాదిత్య రాజు వేంగి మండలంలో మల్లీశ్వరమహాదేవ పట్టణంలోని భూములపై కింది విధంగా ప్రజలకు, వివిధ రకాలుగా పన్నును నిర్ణయించాడు.

ఊడ్పు వరి నేల	-	పుట్టి ఒక్కంటికి	-	2 చిన్నాలు
ఊడ్పు నేల	-	పుట్టి ఒక్కంటికి	-	6 చిన్నాలు
మెట్ట నేల	-	పుట్టి ఒక్కంటికి	-	4 చిన్నాలు
జొన్న నేల	-	పుట్టి ఒక్కంటికి	-	ఈ భాగం శిథిలమైంది, శాసనంలో కూడా లేదు
కొత్త నేల	-	పుట్టి ఒక్కంటికి	-	2 చిన్నాలు
నువ్వు నేల	-	పుట్టి ఒక్కంటికి	-	ఈ భాగం కూడా శాసనంలో లేదు.

వీటిని బట్టి, భూమి ఉత్పాదకతను బట్టి, శిస్తు నిర్ధారితమయ్యేదని, కొత్త సాగులోకి మళ్లించిన భూములకు శిస్తులో రాయితీలు కల్పించి ప్రోత్సహించేవారని తెలుస్తుంది. వీరు వ్యవసాయంతో పాటు పశు సంపదకు కూడా ప్రోత్సాహమిచ్చారు.

పరిశ్రమలు

చాళుక్య యుగంలో పరిశ్రమలు, వ్యాపార, వాణిజ్యాలు బాగానే ఉన్నట్లు చాళుక్య శాసనాల ద్వారా తెలుస్తుంది. వీరి కాలంలో వ్యవసాయానికి కావాల్సిన అనుబంధ పరిశ్రమలు, ఆభరణాల తయారి, నిత్య జీవితంలో ప్రజలు వాడే వస్తు వాహనాలు, చిన్న చిన్న వృత్తిపరమైన ఉత్పత్తులు తయారయ్యే పరిశ్రమలున్నాయి. వీరి కాలంలో వ్యవసాయం వల్ల లభించిన సంపదల్లో ఎక్కువ భాగం యుద్ధాలకు, విలాసాలకు, ఆడంబరాలకు వినియోగమైందే తప్ప, ఉత్పత్తికి, ప్రజాహిత కార్యక్రమాలకు, తక్కువ మొత్తం ఖర్చు చేయడం జరిగింది. వృత్తి మాన్యాలనిచ్చి, పన్నును మాఫీచేసి, చేతివృత్తుల వారు గ్రామాల్లో స్థిరపడేట్లు, పాలకవర్గం చర్యలు తీసుకొంది. వీరు గ్రామాల్లో అరకలు, మంచాలు, బల్లలు, పీటలను తయారుచేయడం జరిగింది. ఇనుప నాగళ్లను తయారు చేయడం, కుండలను తయారు చేయడాన్ని కూడా వీరు చేపట్టారు. ద్రాక్షారామం ప్రాంతంలోని ఒక శాసనంలో తెలికి, కుమ్మరి, కమ్మరి, కంసాలి, కంచరి, మేదరి మొదలైన వాళ్లకు పన్ను మినహాయింపు పొందిన మాన్యాల్ని ఇచ్చినట్లు తెలుస్తుంది. వంశపారంపర్యంగా వస్తున్న కులవిద్యల్ని నిపుణతతో చేపడుతున్నప్పటికి, వారి ఉత్పత్తులు చాలావరకు గ్రామస్థాయి వినిమయాలకు సరిపోయేవి. చాళుక్య యుగంలో వస్త్ర పరిశ్రమ కొనసాగింది. ఇక్కడ అన్ని తరగతుల వారికి సరిపడే విధంగా రకరకాల వస్త్రాలను నేసేవారు.

చక్రవర్తులు, రాణులు ధరించడానికి సన్నని వలిపాలు నేసేవారు. సామాన్య ప్రజలకు నేత బట్టలు ఉండేవి. బంగారం మొదలుకొని, ఇనుము వరకు అన్ని లోహాలతోనూ పనిముట్లు, పాత్రలు ఎంతో నేర్పుతో చేసేవారు. చాలా గ్రామాల్లో నూనె గానుగలు, నేత మగ్గాలు ఉండేవి.

వ్యాపార, వాణిజ్యాలు

చాళుక్య యుగంలో వ్యాపార వాణిజ్యాలు విలసిల్లాయి. పరిశ్రమలు గ్రామీణ అవసరాలకే పరిమితమైనా బలమైన వర్తక శ్రేణులు వ్యాపారాన్ని జోరుగా సాగించేవి. వీరి వ్యాపారం కొన్ని వస్తువులకు మాత్రమే పరిమితమైంది. చక్రవర్తులకు, సైనికావసరాలకు కావాల్సిన అనేక రకాల ఆయుధాలు, ధనికవర్గం వారికి కావాల్సిన భోగ విలాస వస్తువులు, సుగంధ ద్రవ్యాలు, అత్తర్లు, వలిపాలు, వజ్రాలు, కెంపులు, ముత్యాలు, మణులు, అత్యంత నాణ్యమైన వస్త్రాలతో వ్యాపారం జరుగుతుండేది. గ్రామాల్లో వస్తు మార్పిడి ఎక్కువగా ఉండేది. పట్టణాల్లో నాణేల చెలామణి జరుగుతుండేది. ఈ కాలంలో బలమైన వర్తక శ్రేణులు ఏర్పడ్డాయి. సంపన్నులైన వ్యాపారస్తులు, శ్రేణుల్లో సభ్యులుగా ఉండి, వ్యాపారాన్ని సాగించారు. ఈ శ్రేణులకు రాజ్యంలో పెద్ద పరపతి ఉండేది. వీరి కాలంలో వైశ్యులు, తెలీలు, పెరికలు, బలంజులు అనే శ్రేణులున్నట్లు నాటి శాసనాలు తెలుపుతున్నాయి. పన్నులు, రుసుముల రూపంలో ఎంతో ధనం ఈ శ్రేణుల ద్వారా ప్రభుత్వానికి చేకూరేది. సంతలు, యాత్రా స్థలాలు, వాణిజ్య కేంద్రాలుగా రూపుదిద్దుకొన్నాయి. వారపు సంతలో వ్యాపారం బాగానే సాగేది. కొణిదెనలో సంత, ప్రతి లక్ష్మీవారం సాగేదని శాసనాల ద్వారా తెలుస్తుంది.

చాళుక్యుల కాలంలో వర్తకం ప్రధానంగా వైశ్యుల చేతిలో ఉండేది. వీరికి నకరములు అనే పేరుంది. ప్రతి నకరానికి ఒక శ్రేష్టి ఉన్నాడు. పెనుగొండను ప్రధాన నగరంగా చేసుకొని, వేంగి రాజ్యంలో 18 ప్రధాన నగరాలు కేంద్రంగా వ్యాపారం సాగింది. వేంగి, ఘంటసాల, విశాఖనగరం, నిడదవోలు మొదలైనవి వ్యాపార కేంద్రాలుగా ఉన్నాయి. చాళుక్యుల కాలానికి చెందిన అహదనకర శాసనం రూఢిగా సమకాలీన వర్తక, వాణిజ్య శ్రేణుల క్రియా కలాపాలను తెలుపుతుంది. పృథ్వీవల్లభపట్నం ఆనాటి ఒక ప్రముఖ రేవు పట్టణంగా భావింపబడుతుంది. తూర్పు చాళుక్యుల నాణేలు బర్మా, సయాం దేశాల్లో దొరకటాన్ని బట్టి, వారి ఖండాంతర వ్యాపారం తెలుస్తుంది. ఆంధ్రలో ఎన్నో రేవు పట్టణాలకు తమిళ పేర్లు పెట్టబడ్డాయి. ఈ కాలంలోనే విశాఖపట్టణానికి కుళోత్తుంగ చోళ పట్టణమని, ఘంటసాలకు చోళ పాండ్యపురమని, మోటుపల్లికి దేశీయకొండ పట్టణమని నామకరణం జరిగింది.

చాళుక్యుల కాలంలో గ్రామాల్లో వస్తు మార్పిడి పద్ధతి అమల్లో ఉన్నప్పటికి, ద్రవ్య చెలామణి కూడా వాడుకలో ఉంది. గద్యాణ, మాఢ, పణం, కలంజు, ద్రమ్మాలు ఇత్యాది వేరు వేరు నాణేల పేర్లు శాసనాల్లో ఉన్నాయి. అవి, బంగారం, వెండి, రాగి నాణేల పేర్లను సూచిస్తాయి. పావులూరి మల్లన్న గ్రంథం ద్వారా ఆనాడు వాడుకలో ఉన్న వేరు వేరు నాణేల సంబంధాలు కింది విధంగా ఉన్నాయి.

4 గోకర కానులు	- 1 సోరకాని
4 సోర కానులు	- 1 పీఠ
4 పీఠలు	- 1 కాని
4 కానులు	- 1 వీశం

4 వీశాలు - 1 పట్టిక

4 పట్టికలు - 1 చిన్నం

4 చిన్నాలు - 1 మాఢ

ఈ నాణేలే కాక, సోల, మానిక, అడ్డె, కుంచం పేర్లతో ద్రవ్యమానాలు, తులం, శేరు, వీశె, మణుగు, పుట్టి పేర్లతో కొలమానాలు ఆనాడు వాడుకలో ఉండేవి.

వ్యాపార శ్రేణులు అన్ని సరుకులను అమ్మేవి కావు. ఒక్కొక్క శ్రేణి ఒక్కొక్క సరుకును అమ్మేది. ఒకే సరకు అమ్మేవారు ఒక శ్రేణిగా ఏర్పడేవారు. ఆ సరకు వారు తప్ప వేరే వారు అమ్మడానికి వీలు లేదు. ఎవరి వ్యాపారం వారే చేసుకొనేవారు. అంగడికి అమ్మకానికి తెచ్చే వస్తువుల మీద పేరు సుంకం, స్థల సుంకం విధింపబడేవి. రేవు సుంకం ఎగుమతుల మీద, దిగుమతుల మీద వసూలు చేయబడేది. ఉప్పు మీద, పశువుల అమ్మకాల మీద, కొనుగోళ్లమీద పన్ను ఉండేది. వీటిని అధికారులే విధించి, వసూలు చేసేవారు. కొల్పువీశాలు పేరుతో కొలగారం పన్ను ఉండేది. ధాన్యం మొదలైన వాటిని కొలిచేటప్పుడు కొలిచిన మొత్తంలో పదహారో వంతు సుంకాన్ని తీసుకునేవారు.

చాళుక్య యుగంలో వైదిక మతం విదేశ నౌకాయానాన్ని అనుమతించలేదు. అందువల్ల, వీరు విదేశీ వ్యాపారం పెద్దగా చేసింది లేదు. వీరి కాలంలో తూర్పు దేశాల నుంచి తూర్పు దీవుల నుంచి, చైనా వారి ఓడల్లో సరుకులు వచ్చేవి. అవే ఓడల్లో ఆ కాలం నాటి సరుకులను, ఆ దేశాలకు తీసుకెళ్లేవి. వీరి కాలంలో వ్యాపారం ఇతర దేశాలకు పరిమితంగా సాగిందని, శాసనాల ద్వారా తెలుస్తుంది. చైనా వారి ఓడల్లో ఇక్కడి నుంచి సరుకులను పంపేవారు. బర్మా, చైనాలకు తూర్పు చాళుక్యులు తమ దేశ రాయబారులను పంపి, స్నేహ సంబంధాలను పాటించారు. అయినప్పటికి, పెద్దగా విదేశీ వ్యాపారం సాగలేదు. దేశంలో పండిన కొన్ని సరుకులు, తయారైన వస్త్రాలు విదేశాలకు ఎగుమతవుతుండేవి. చక్రవర్తులకు కావాల్సిన గుర్రాలు, సుగంధ ద్రవ్యాలు విదేశాల నుంచి దిగుమతి అవుతుండేవి. పన్నెండో శతాబ్దికి చెందిన పావులూరి మల్లన్న తన సారసంగ్రహగణితంలో వస్తువుల ధరలను కూడా ఇవ్వడం జరిగింది.

చాళుక్య యుగ సామాజికాభివృద్ధి

వీరి కాలంలో సాంఘిక పరిస్థితులను తెలుసుకోడానికి ఆ కాలపు శాసనాలు ఉపయోగపడుతున్నాయి. వీరి కాలంలో వైదిక బ్రాహ్మణ మతం ప్రాధాన్యతను పొంది, వర్ణ వ్యవస్థ స్థిర రూపాన్ని దాల్చింది. వర్ణాశ్రమ ధర్మరక్షణ వీరి ఏలుబడిలో చక్కగా జరిగినట్లు తెలుస్తుంది. చాతుర్వర్ణ వ్యవస్థకు ఈ కాలంలో మరిన్ని మార్పులేర్పడ్డాయి. వృత్తులను బట్టి వలసలు, ప్రాంతీయ ప్రాతిపదికలను బట్టి, వేరు, వేరు మతాల ప్రభావాన్ని బట్టి చాలా కులాల్లో విభాగాలేర్పడ్డాయి. చాతుర్వర్ణాల స్థానే, ఎన్నో కులాలు, విభాగాలు ఏర్పడ్డాయి. అట్టడుగు వర్గాల వారి జీవన విధానంలో సామాజిక పరమైన ఉన్నతి ఈ దశలోనే లభించింది. ఎవరైన వారి అభీష్టాలను బట్టి దానధర్మాలు చేసుకొనే హక్కు ఈ యుగం నుంచే అమల్లోకి వచ్చింది. అందరికి లభ్యం కాని సంస్కృత విద్య ఈ యుగం నుంచి అందరికి లభించింది. ఎవరి కుల ధర్మాలను నిలుపుకోడానికి, మార్చుకోడానికి, స్వయం నిర్ణయం తీసుకొనే అధికారం ఆ కులాల వారికే ఉండేది. అప్పటి సామాజిక పరిస్థితులను బట్టి, కొన్ని రకాల వేడుకలు, కొన్ని కులాల వారికే పరిమితమయ్యాయి. వేరు వేరు కులాల గౌరవ మర్యాదలకు, కులపు హెచ్చు తగ్గులకు సంబంధించిన శాసనాలు ఈ కాలంలో కన్పిస్తాయి. ఈ కాలంలో వివిధ కులాలు, వర్ణాల వారి మధ్య వివాహ సంబంధాలు, సహపంక్తి భోజనాల గురించి స్పష్టంగా తెలియడం లేదు.

బ్రాహ్మణులు

చాళుక్యుల చాతుర్వర్ణ వ్యవస్థలో బ్రాహ్మణులది ప్రథమ స్థానం. సమాజంలో అగ్రభాగాన ఉంటారు. ఈ యుగంలోని శాసనాలు వీరి గురించి తెలియచేస్తున్నాయి. ఆనాటి సమాజంలో ఎక్కువగా సంస్కృత విద్యనభ్యసించి, వేద వేదాంగ విద్యల అధ్యయన, అధ్యాపనల్ని బాధ్యతగా స్వీకరించిన కారణంగా, వీరికి సమాజంలో ప్రత్యేక స్థానముంది. వీరి రాజవంశాల శాసనాలన్నింటిలో వీరి ప్రస్తావన ఉంది. చాలామంది చక్రవర్తులు బ్రాహ్మణులకు అగ్రహారాలనిచ్చారు. ఈ విధానాన్ని రెండో పులకేశి స్వయంగా ప్రారంభించాడు. చాళుక్య యుగంలో పాలక వంశాలకు బాసటగా నిల్చిన మంత్రులు, దండనాయకులు అందరూ బ్రాహ్మణ వర్గానికి చెందినవారే. గోత్ర, ప్రవర శాఖ మొదలైన వాటిని బట్టి, బ్రాహ్మణుల్లో కూడా కొన్ని విభాగాలున్నాయి. ఏ ప్రాంతం కేంద్రంగా ఏ ఏ బ్రాహ్మణ కుటుంబాలు ఉండేవో, ఆ ప్రాంతాలను బట్టి వారు గుర్తింపబడేవారు. మత, రాజకీయ రంగాల్లో ఏర్పడిన అసంతృప్తి, రాజాదరణ, ఈతి బాధల కారణంగా బ్రాహ్మణ కుటుంబాలు క్రీ.శ. 9వ శతాబ్దం నుంచి వలసలు వెళ్లడం సంభవించింది. ఇలా వలస వెళ్లిన వారికి పాలకులే వసతిని కల్పించేవారు. చాళుక్యుల కాలంలో, ఘంటసాల ప్రాంతంలో రెండువేల బ్రాహ్మణ కుటుంబాలకు ఇళ్ల స్థలాలు ఇవ్వబడ్డాయి. చాళుక్య యుగంలో జన్మతః వీరికి సంక్రమించినదనుకుంటున్న ఔన్నత్యం కంటే, వీరి గౌరవప్రదమైన వృత్తి కారణంగానే, సమాజంలో వీరి స్థానం గుర్తింపబడేది. వైదిక విద్యా సంబంధమైన అంశాల పోషణ నిమిత్తం, వీరికి ఉపాధి కోసం ఇవ్వబడ్డ లెక్కలన్నీ అగ్రహారాల ప్రస్తావన శాసనాల్లో కనిపిస్తుంది.

క్షత్రియులు

వేంగి చాళుక్యుల కాలంలో అనేక యుద్ధాలు జరిగాయి. ఈ యుద్ధాల్లో పాల్గొనడానికి చాలామంది సైనికులు కావాల్సొచ్చింది. ఈ క్షత్రియులు యుద్ధ సమయాల్లో సైనికులుగా వెళ్లి, యుద్ధం చేసేవారు. పాలనా బాధ్యతలను విధిగా పరిగణించే క్షత్రియులు, యోధుల వర్ణంగా గుర్తింపబడ్డారు. చాళుక్యుల కాలం నుంచి అన్ని వర్గాల ప్రజలు అన్ని రకాల పనుల్లో పాల్గొనేవారు. పూర్వపు క్షత్రియులతో సమానమని చాటుకోవడం కోసం చాళుక్యుల కాలం నుంచి ప్రతి కులవంశం తాము ఏదో ఒక పురాణ పురుషుణ్ణుంచి ఉద్భవించినట్లు చెప్పుకోవడం ఆనవాయితీ పొందింది, ఈ కాలంలో చంద్రవంశం వారు, సూర్య వంశం వారని చెప్పుకోవడం శాసనాల్లో ఉంది. క్షాత్రధర్మాన్ని నిర్వహించే వాడే క్షత్రియుడనే భావం ప్రబలింది.

వైశ్యులు

చాతుర్వర్ణ వ్యవస్థలో మూడో వర్గమే ఈ వైశ్యులు. వీరి వృత్తి వ్యాపారం. వీరిని శ్రేష్టి, సెట్టి, కోమటని కూడా అంటారు. గోమటేశ్వరుని భక్తులు (జైనం) కాబట్టి, వీరిని గోమట్లు లేదా కోమట్లు అని పిలుస్తారు. చాళుక్యుల కాలంలో వీరి వృత్తి వర్తక వ్యాపారాలు. దేశం లోపల, బయటా, శ్రేణులుగా ఏర్పడి, వీరు చేసే వ్యాపారం విస్తరణ చెందుతూ వీరు ధనవంతులు కావడానికి ఉపయోగపడింది. వైశ్యులు తమ ఆస్తుల రక్షణ, వ్యాపార ప్రయాణాల్లో భద్రతకు, సొంత సైన్యాలను ఏర్పర్చుకోవడం, పరిపాలనకు సైతం అప్పులివ్వడం, ఆర్థికంగా వీరి ఎదుగుదలను సూచిస్తుంది. వైశ్యులు కూడా గోత్రనామాలను ధరించారు. వైశ్యులు హక్కుల కోసం, కాలపరిషత్తులనదగు 'నకరము' (నగరము) లను ఏర్పాటు చేసుకొనేవారు. వీరి కుల సంబంధ సమస్యలను పరిరక్షించడానికి శ్రేణులు కృషి చేసాయి. పెనుగొండలోని వాసవీకన్యక వీరి కుల దేవత. ఆ వాసవీకన్యకను ఓ చాళుక్యరాజు బలాత్కరించబోగా, ఆమె అగ్నిలోకి దూకి, మరణించిందనే

వారి కుల పురాణంలో చారిత్రక సత్యం లేదు. పరిపాలకుల ఆజ్ఞల కంటే, కుల ధర్మాన్ని పాటించడం, సాంఘిక కార్యకలాపాలకు కుల పెద్దల అనుమతి తీసుకోవడం జరిగేది.

శూద్రులు

చాతుర్వర్ణ వ్యవస్థలో నాల్గో వర్గానికి చెందినవారు శూద్రులుగా వ్యవహరింపబడుతున్నారు. ఇతర కులాల్లాగే జీవన మార్గం కోసం చేపట్టిన వృత్తి, పుట్టుక, ప్రాంతీయత మొదలైన బేధాలను బట్టి, ఈ కాలంలో కూడా ఎన్నో విభాగాలేర్పడ్డాయి. వీరిలో సేద్యవృత్తిని చేపట్టిన వారు కొందరు, చేతివృత్తులనవలంబించిన వారు మరికొందరు. మధ్య యుగాల్లో సైనిక వృత్తినవలంబించిన వారిలో ఎక్కువమంది శూద్ర వర్ణం వారే. పరిశ్రమల్లో, చేతివృత్తులతో పాటు, ఆలయాల్లోని కార్యకలాపాల్లో వీరి ప్రమేయం ఉంది. చాళుక్యుల కాలంలో శూద్రులు కొందరు రాజ్యాధికారాన్ని చేపట్టడానికి అవకాశం కలిగింది. చాళుక్య సామంతులైన వెలనాటి రాజులు, కొండపడమట్లు, త్యాగి, పరిచ్ఛేది మొదలైన వారంతా, శూద్ర కులానికి చెందిన వారే. చాళుక్యుల కాలంలో శూద్రులు ఆత్మవిశ్వాసంతో జీవించడానికి అవకాశం ఏర్పడింది. సాంఘిక హోదా కోసం వృత్తి కులాల వారు కూడా ఎంతో తపనపడ్డారని, సమకాలీన చరిత్రకారులు తెలిపారు. వ్యవసాయం విస్తరించడంతో వీరి ఆర్థిక పరిస్థితి కూడా క్రమంగా మెరుగుకావడం జరిగింది. శూద్రుల్లో వెలమ, కమ్మ మొదలైన విభాగాలు, ఆయా ప్రాంతీయ విభాగాల్ని బట్టి వచ్చాయని (వెలనాడు, కమ్మనాడు), రెడ్డి అనేది తొలి దశలో రాష్ట్రకూట ప్రముఖుడు లేదా రట్టోడి అనే గ్రామ పరిపాలనకు సంబంధించిన అధికారని, క్రమంగా శూద్రుల్లోని ఒక విభాగం పేరుగా మిగిలిపోయిందని తెలపడమైంది. చాళుక్య యుగ శాసనాల్లో, ద్రాక్షారామ సమీపంలోని ఎదురుపల్లి గ్రామంలో తెలికి, కుమ్మరి, కంసాలి, కంచరి, కొబ్బరి, పోకతోటల వారికి, మంగలి, చాకలి, మేదరి, చర్మకారులకు వేరు వేరుగా మాన్యాలిస్తున్నట్లు ఉంది. శూద్రుల్లో వేరు వేరు కుల విభాగాల గురించి, వివాహ మర్యాదల గురించి, కుల బహిష్కరణల గురించి చారిత్రాకాధారాల్లో తెలియచేశారు. అన్ని కులాల, వృత్తుల వారి లాగే, వేశ్యలు కూడా శ్రేణులుగా ఏర్పడి తమ హక్కుల రక్షణ కోసం ఉద్యమించినట్లు ఎన్నో శాసనాల్లో ప్రస్తావించబడిన విషయం, 'సానిమున్నూర్వురు' అనే వ్యవస్థను బట్టి తెలుస్తుంది.

స్త్రీల స్థానం

చాళుక్యుల కాలంలో నెలకొన్న పితృస్వామ్యమైన సమాజంలో, స్త్రీలపై ఆంక్షలుండేవి. స్త్రీల గౌరవ, హోదాలకు అవేమీ అడ్డంకి కాలేదు. స్మృతి గ్రంథాలు, జైన గ్రంథాలు, స్త్రీల స్వేచ్ఛలపై పరిమితులు, ఆంక్షలను విధించినప్పటికి, అవి పూర్తిగా సమకాలీన వాస్తవాలను ప్రతిఫలిస్తున్నాయని అనుకోనక్కర్లేదు. రాజకీయాలు మొదలుకొని, లలిత కళల వరకు, కొన్ని వర్గాల స్త్రీల ప్రమేయ, ప్రవేశాల్ని పేర్కొంటున్న ఆధారాలెన్నో ఉన్నాయి. చాళుక్య-రాష్ట్రకూట సంబంధాల్లో వైవాహిక దౌత్యం విఫలమైనప్పటికి, ఇతర సందర్భాల్లో, ముఖ్యంగా చోళ రాకుమార్తె వరసగా చాళుక్య రాజుల్ని పరిణయమాడటంతో చరిత్రలో గణనీయమైన మార్పులు ఏర్పడ్డాయి. కుందవ్వ, అమ్మంగదేవి, మధురాంతకి వంటి వారి కారణంగానే వేంగి రాజరికంపై చోళ ప్రభావం ఏర్పడినట్లు భావించొచ్చు. ఉన్నత కులాల స్త్రీలు, వేశ్యలు, లలితకళల్లోను, ఇతర అవసర విద్యల్లోను, ప్రావీణ్యాన్ని గడించేవారు.

విద్యా వ్యవస్థ

చాళుక్య యుగంలో మత సంబంధమైన వైదిక విద్యలకు ఎంతో ఆదరణ లభించింది. వేద వేదాంగాలు, పురాణేతిహాసాలు, ధర్మశాస్త్ర, ఆగమ, వ్యాకరణ, వేదాంత, తర్క, ఖగోళ, రాజనీతి, గణిత, ఆయుర్వేద శాస్త్రాలు అభ్యసించినట్లు తెలుస్తుంది. వీరి కాలంలో, చాలా దాన శాసనాల్లో, దానగ్రహీతలైన బ్రాహ్మణుల విజ్ఞాన సంపత్తి, గొప్పగా వర్ణించబడింది. పెద్ద మద్దాలి శాసనంలో గుప్తశర్మ ఒక్క తర్కం మీదే డెబ్బై వ్యాఖ్యానాలను అభ్యసించినట్లు చెప్పబడింది. నిడుప్రు శాసనంలో కట్టెశర్మ వేద, ఇతిహాస, పురాణ, ధర్మశాస్త్ర, ఉపనిషత్తులను క్షుణ్ణంగా అభ్యసించినట్లు చెప్పబడింది. అతని తాత మండశర్మ, కల్ప, పురాణ, ఇతిహాస, ధర్మశాస్త్రాల్లో పండితుడిగా అసనపుర ఘటికాస్థానంలో ఉండేవాడట. చాళుక్యుల కాలంలో అసనపురం ఒక ప్రముఖ ఘటికాస్థానంగా ప్రసిద్ధికెక్కింది. అత్యంత ఉన్నతమైన విద్యా కేంద్రాన్ని ఘటికాస్థానమంటారు. వీరి కాలంలో ఆయుర్వేద, ధనుర్వేద, గాంధర్వ, అర్థశాస్త్రాలను బోధించేవారు. ఇటువంటి ఘటికల్లో పట్టభద్రులైన వారిని ఘటశాసిగా పిలుస్తారు. రాజరాజ నరేంద్రుడు తాను పురాణాలు, ధర్మశాస్త్రాలు, కావ్య, నాటకాలను పఠించి ఈశ్వరాగమాల పట్ల శ్రద్ధ వహించినట్లు చెప్పుకొన్నాడు. విద్యాభ్యాసం ప్రముఖంగా, అగ్రహారాలు, బ్రహ్మపురిల్లు, ఘటికలు, ఆలయాలు, మఠాల్లో జరిగేది. సంప్రదాయమైన సంస్కృత విద్యాభివృద్ధికి, అగ్రహారాలు పట్టుకొమ్మలుగా నిల్చాయి. విద్యా, సాంస్కృతిక పోషణకు, పండితులకు అగ్రహారాలిచ్చేవారు. అగ్రహారాల్లో, ఆలయ మఠాల్లో, విద్య ఉచితంగా బోధించి, భోజన వసతి సదుపాయాలను కల్పించినట్లు తెలిపే ఆధారాలున్నాయి.

హేమవతిలోని నోలంబేశ్వర ఆలయం ఒక ఘటికా స్థానం. అక్కడ తొంభై మందికి పైగా విద్యార్థులకు భోజన సదుపాయాలు కల్పించబడ్డాయని హిరె సముద్ర శాసనం పేర్కొంటుంది. కొన్ని విద్యా కేంద్రాలకు గ్రంథాలయాలు కూడా ఉన్నాయి. నాగాయిలో ఒక పెద్ద గ్రంథాలయాన్ని, విద్యా కేంద్రానికి అనుబంధంగా నడిపారు. విద్యా విధానానికి ప్రభుత్వ పరిపాలకుల ఆర్థిక సహాయం, వ్యక్తుల, సంస్థల, శ్రేణుల సహాయసహకారాలు తోడ్పడ్డాయి. కొన్ని ఆలయాలు విద్యా సత్రాల్ని నడిపాయి. గణితశాస్త్రంలో కూడా ఈ కాలంలో ఎంతో కృషి జరిగింది. రాజరాజ నరేంద్రుడి కాలంలో ఉన్న పావులూరి మల్లన, మహావీరాచారుడనే జైన పండితుడు రచించిన గణితశాస్త్రాన్ని, సారసంగ్రహ గణితమనే పేరుతో అనువదించాడు. ఈ గ్రంథం ఆనాడు వాడుకలో ఉన్న నాణేలు, మానాలు, కొలతల గురించి పేర్కొటుంది.

చాళుక్య యుగం - సాంస్కృతికాభివృద్ధి

మత రంగ విశేషాలు

చాళుక్య రాజుల నుంచి అగ్రహారాలను స్వీకరించిన వారిలో, వైదిక మతానికి మూల స్తంభాలైన బ్రాహ్మణులే ఎక్కువగా ఉన్నారు. చాళుక్యుల కాలంలో వైదిక మతం అత్యున్నత స్థానంలో ఉంది. పూర్వమీమాంస వేదాంత పద్ధతిని ప్రచారం చేసిన కుమారిలభట్టు, ఈ యుగం వాడే. వైదిక మతపు స్వీయ సంస్కరణల కారణంగా, వ్రత, దానాల పట్ల, విగ్రహారాధన, ప్రధానమైన ఆలయ నిర్మాణాలపట్ల ఆదరణ పెరిగింది. ఈ యుగంలో ఆలయ నిర్మాణాన్ని ఒక ఉద్యమంగా, ఒక సాంఘిక అవసరంగా ప్రభుత్వాలు చేపట్టడం, ఈ యుగంలో చెప్పుకోదగ్గ విషయం. ఎన్ని యుద్ధాలను తమ జీవిత కాలంలో చేశారో, అన్ని ఆలయాలను నిర్మించడం చాళుక్య రాజ్యాల సంప్రదాయంగా మారింది. నూట ఎనిమిది యుద్ధాలు చేసిన రెండో విజయాదిత్యుడు 108 ఆలయాలను నిర్మిస్తే, 360 యుద్ధాలను చేసిన చాళుక్య భీముడు 360 ఆలయాలను నిర్మించాడు. బిక్కవోలులోని ఆలయ సముదాయం, గుణగవిజయాదిత్యుని కాలంలోను

ప్రముఖ శైవక్షేత్రాలైన పంచారామాలు, మొదటి చాళుక్య భీముని కాలంలో నిర్మించబడ్డాయి. రాజరాజ నరేంద్రుని కాలంలో ఎన్నో ఆలయాలు నిర్మించబడ్డాయి. దేవాలయాల్లో జాతర్లు జరిగేవి. ఈ జాతర్లలో విగ్రహాల ఊరేగింపు ముఖ్యమైన అంశం. చేబ్రోలు [illegible] జాతర [illegible]

బెజవాడ శాసనం (క్రీ.శ.930) లో సూచించబడింది.

శైవం

వీరి కాలంలో శైవానికి ప్రజాదరణ ఉంది. శివదీక్షలో రుద్రాక్ష, విభూతి, గురుపాదోదకం ప్రధానాంశాలు. శైవ శాఖల్లో దీక్షా విధానంలో వ్యత్యాసాలున్నాయి. క్రీ.శ. 7వ శతాబ్ది నాటి శాసనంలో శివమండల దీక్ష ప్రసక్తి ఉంది. బెజవాడ లాంటి చోట్ల సింహపరిషత్తులనే ప్రచార పరిషత్తులను స్థాపించారు. శ్రీశైలం, అలంపురం, ద్రాక్షారామం శైవ కేంద్రాలే. శ్రీశైలాన్ని కాపాలిక కేంద్రంగా భవభూతి వర్ణించాడు. చాళుక్యుల తొలి దశలో నిర్మించిన రమారమి అన్ని ఆలయాలు, శైవానికి సంబంధించినవే. శివుని మహాప్రతిగా సన్నెచోడుడు వర్ణించాడు. కాపాలిక వ్రతమే మహావ్రతం. శ్రీశైలం, అలంపురం, బెజవాడ (నేటి విజయవాడ), పిఠాపురం ఆనాటి శక్తి పూజా కేంద్రాలు. ఈ యుగంలో కర్ణాటకలో బసవేశ్వరుడు (క్రీ.శ.1100-70) వీరశైవోద్యమాన్ని ప్రారంభించాడు. ఇతని కంటే ముందే, ఏకాంత రామయ్య, శ్రీపతి పండితుడు, వీరశైవ సిద్ధాంతాలను ప్రచారం చేశారు. శివాధిక్యాన్ని నిరూపించడానికి ఏకాంత రామయ్య తలను కత్తిరించుకొని, తిరిగి పొందాడట. శ్రీపతి పండితుడు (విజయవాడ) నిప్పును ఉత్తరీయంలో ముడిచి, శివుని ఆధిక్యాన్ని చాటాడట. శివుడే పరమదైవం అనే భావం, లింగాధరణ భక్తిసాధనంగా, లింగ, అంగ సమైక్య సాధన, వీరశైవంలో ప్రధానాంశాలు. వీరశైవాన్ని ఆగమాంతం అన్నారు. బసవేశ్వరుని అనంతరం, మల్లికార్జున పండితుడు శైవాన్ని ప్రచారం చేశాడు. ఇతడు దేశాటన చేస్తూ జైన, బౌద్ధులను నిర్మూలించి శైవ ప్రచారాన్ని సాగించాడు. విజయవాడలోని భువనాశ్రయ శివాలయానికి రెండో అమ్మరాజు తాడికొండ గ్రామాన్ని దానం చేశాడు. శివాలయ పక్షాన, ఈ దానాన్ని స్వీకరించిన వాడు ప్రభూతరాశి అనే శైవాచార్యుడు. వేములవాడ చాళుక్యులు కూడ, శైవాచార్యులకు దానాలిచ్చారు. వీరిలో మొదటి అరికేసరి ఏలేశ్వరంలో, సద్యోశివాచార్యునకు బెల్మొగమను గ్రామాన్ని విద్యాదానంగా ఇచ్చాడు.

వైష్ణవం

రామానుజుని ప్రచారంతో కలిగిన నూతనోత్తేజంతో శైవంతో పోటీపడింది. చాళుక్య-చోళ యుగంలో చాలా ద్రావిడ వైష్ణవ కుటుంబాలున్నాయి. కొమ్మనమంత్రి 32 క్షేత్రాల్లో విష్ణు ప్రతిష్ఠలు చేసినట్లు కేయూరబాహు చరిత్ర తెలియచేస్తుంది. వైష్ణవ దీక్షలో చక్రాంకితాలు, పుండ్రధారణ, ఉచ్ఛిష్ట భోజనం, దాసనామ ధారణ, ఏకాదశీ వ్రతం ప్రధానాంశాలు.

చాళుక్యుల యుగంలో శైవ, వైష్ణవాల కోసం తీవ్రవాద ఉద్యమాలు బయలుదేరాయి. రామానుజాచార్యులు కింది వర్ణాల వారికి వైష్ణవ దీక్షను ఇచ్చాడు. కాని, వర్ణవ్యవస్థను ఖండించలేదు. పల్నాటి బ్రహ్మనాయుడు వీరవైష్ణవాన్ని ప్రచారం చేశాడు. వీరశైవ, వీరవైష్ణవ మతాలకు తోడుగా శాఖా విభేదాలకు అతీతమై, సంప్రదాయసిద్ధమైన స్మార్త మతానికి ప్రోత్సాహం లభించింది. బాపట్ల భావనారాయణ స్వామి ఆలయం, సర్పవరపు భావనారాయణస్వామి ఆలయం, సామర్లకోటలోని మాండవ్య నారాయణస్వామి ఆలయం లాంటి వైష్ణవ క్షేత్రాలు చాళుక్యుల కాలంలో ప్రాచుర్యాన్ని సంపాదించాయి.

బౌద్ధ మతం

పండితారాధ్యుని జీవిత చరిత్ర ద్వారా, చందోలు ప్రాంతంలో, బహుశా నేటి బుద్ధాంల్లో బౌద్ధులున్నట్లు తెలుస్తుంది. అమరావతీ శాసనంలోని 'చైత్యమత్యున్నతంయత్ర నానాచిత్రసూచితత్వం' అనే వాక్యాన్ని బట్టి, ధాన్యకటక మహాచైత్యం నష్టం కాలేదు కాని, బుద్ధుడు విష్ణుమూర్తి అవతారంగా మాత్రమే పూజలందుకొన్నట్లు అమరావతి, కరీంనగర్, బెక్కల్లు శాసనాలు తెలుపుతున్నాయి. ఈ విధంగా నామమాత్రమైన బుద్ధారాధన, పండితారాధ్యుని తీవ్రవాద శైవ ప్రచార ఫలితంగా అంతమైంది. క్రీ.శ. 5, 6 శతాబ్దాల తరవాత బౌద్ధం క్షీణించనారంభించింది.

జైన మతం

బాదామి, వేంగి, కళ్యాణి చాళుక్యుల కాలంలో జైన మతాన్ని పోషించినట్లు శాసనాధారాలు లభిస్తున్నాయి. కుబ్జవిష్ణువర్ధనుని పట్టపురాణి, అయ్యణమహాదేవి, బెజవాడలో నెడుంబవసదిని నెలకొల్పి, దానికి 'ముషినికొండ' అనే గ్రామాన్ని దానం చేసింది. రెండో అమ్మరాజు తన భార్య చామెకాంబ కోరిక మీద జైనులకు 'కలచుంబర్రు' గ్రామాన్ని దానం చేశాడు. కర్మ రాష్ట్ర విషయాధ్యక్షుడైన దుర్గరాజు కోరికపై కటకాభరణ జినాలయాల నిర్మాణానికి ఎన్నో దానాలిచ్చాడు. సేనాపతులైన భీమ, నరవాహనుల కోరిక మీద బెజవాడలో జినాలయాల నిర్మాణానికి పెదగాదెలవర్రు గ్రామాన్నిచ్చాడు. రామతీర్థం, బిక్కవోలు, అనుమకొండ, పొట్లచెరువు, కొలనుపాక (నల్గొండ), వర్ధమానపురం మొదలైనవి కొన్ని ప్రముఖ జైన కేంద్రాలు. నేటి తెలంగాణా ప్రాంతంలో రాష్ట్రకూటుల సామంతులుగా, అనాడు పరిపాలించిన వేములవాడ చాళుక్యుల రాజధానైన వేములవాడ, తొలి రాజధానైన పోదనపురం (బోధన్), ప్రముఖ జైన కేంద్రాలుగా వర్ధిల్లాయి. ఒక్క పొట్లచెరువు (పటాన్ చెరువు) లోనే 500 జైన వసదులుండేవి. వేంగి చాళుక్య రాజైన విమలాదిత్యుడు కూడా జైన మతాన్ని ఆదరించాడు. ఇతడు తన చివరి కాలంలో జినధర్మాన్ని అవలంబించాడని చెప్పబడుతుంది. క్రీ.శ.1178 లో కళింగాన్ని పాలిస్తున్న అనంతవర్మ రాజరాజదేవుని కాలంలో కన్నమ నాయకుడనే వర్తకుడు విశాఖపట్టణ జిల్లా భోగారం గ్రామంలో, రాజరాజ జినాలయాన్ని కట్టించి దానికి భూదానం చేశాడు. జమ్మలమడుగు తాలూకాలో ఉన్న దానవులపాడు ఒక గొప్ప జైన క్షేత్రంగా వర్ధిల్లింది. వేములవాడ చాళుక్యుల కాలంలో శనిగారంలో, యుద్ధమల్ల జినాలయం, వేములవాడలో బద్దెగ జినాలయం, లేదా శుభదామ జినాలయం, రేపాకలో అరికేసరి జినాలయం నిర్మించబడ్డాయి. బోధన్‌లో పూర్వం ఒక గోమతేశ్వరుని విగ్రహముండేదట. దీన్ని చూసి కర్ణాటకలోని శ్రావణ బెళగొళలో క్రీ.శ.970-990 ప్రాంతంలో రాచమల్ల గంగరాజు మంత్రి, చాముండరాయుడు గోమతేశ్వరుని ప్రతిమను ప్రతిష్ఠించాడు.

వేములవాడ రాజుల వద్ద సోమదేవసూరి అనే జైనాచార్యుడు ఉండేవాడు. ఇతడు గొప్ప విద్వాంసుడు. యశస్థిలక చంపూ కావ్యం (దీన్నే యశోధర చరిత్ర అంటారు) ను రచించాడు. ఇతని ఇంకో గ్రంథం 'నీతి కావ్యామృతం'. ఇతని కోసం బద్దెగ నృపాలుడు వేములవాడలో శుభదామ జినాలయాన్ని నిర్మించాడు. దీని నిర్వహణకు మూడో అరికేసరి 'వనికటుపల్లి' గ్రామాన్ని దానం చేశాడు. పంప కవి తన విక్రమార్జున విజయంలో కూడా జైన తీర్థంకరుల చరిత్రను వివరించాడు. పంప సోదరుడైన జినవల్లభుడు, జైన మతాభిమాని. ఇతడు కరీంనగర్‌కు 20 కి.మీ. దూరంలో కుర్క్యాల సమీపంలో ఒక గుట్టపైన జైన దేవతైన చక్రేశ్వరి విగ్రహాన్ని మలిపించి, అక్కడ ఉత్సవాలు జరుపుతున్నట్లు శాసనాన్ని రాయించాడు. తెలంగాణాలోని ప్రాచీన జైన క్షేత్రాల్లో అనుమకొండ ఒకటి. ఇప్పటి పద్మాక్షి గుట్టపైన, పూర్వం జైన దేవతైన పద్మావతి అనే పార్శ్వనాథ జైన తీర్థంకరుని శాసనదేవి ప్రతిమలు ఉన్నాయి. జైన సంఘంలో యతులు, ఉపాసకులు, ఇద్దరూ ఉండటం విశేషం. జైనుల్లో సంఘ, గణ, గచ్ఛ, బలి, అన్వయ అనే విభాగాలుండేవి. జైనుల

విద్యాభ్యాసం 'ఓం నమః సిద్ధానమః' అనే సూత్రంతో ప్రారంభమయ్యేది. దానికి 'శివాయనమః' చేర్చి దాన్ని శైవ సూత్రంగా మార్చారని కొందరి అభిప్రాయం.

సారస్వతాభివృద్ధి

ఇంతవరకు అరణ్య వృక్షం లాగా అజ్ఞాత స్థితిలో పడి ఉన్న ఆంధ్ర భాషా కల్పతరువు, చాళుక్యుల కాలం నుంచి పత్ర, పుష్ప, ఫల శోభితమై నయనానంద మొనగూర్ప మొదలైంది. చాళుక్య యుగంలో ప్రారంభమైన సారస్వత మహోద్యమం పురోగమించసాగింది. చాళుక్య – చోళ యుగం నాటి తెలుగు శాసనాలు చాలా భాగం పద్యాల్లో ఉన్నాయి. ప్రతి పద్య శాసనం, ఒక చిన్న ఖండ కావ్యం. చేబ్రోలు శాసనాన్ని బట్టి, సాహిత్య పరిశ్రమ స్వభావాన్ని గురించి, ఆనాడు తెలుగులో మార్గ, దేశి కవితా రీతులున్నవని తెలుస్తుంది. నన్నెచోడుడు ఈ యుగ కవుల్లో అగ్రగణ్యుడు. తెలుగు భాషలో తెలిసినంత వరకు మొదటి రాజ కవి ఇతడే. కవిరాజశేఖర బిరుదాంకితుడు. ఇతని కుమార సంభవంలో కన్నడ భాషా సాహిత్య సంప్రదాయాల ప్రభావం ఎక్కువ. శాతవాహనులు, ఇక్ష్వాకులు మొదలైన వారి కాలంలో ప్రాకృతం రాజభాషగా ఉండి, విష్ణుకుండుల కాలం నుంచి సంస్కృతం రాజభాషగా ఉంది. దేశ భాషపైన తెలుగు, జన వ్యవహారాలందు మాత్రమే నిల్చింది. మొట్టమొదటగా, తెలుగుకు రాజభాషా గౌరవాన్ని ప్రసాదించింది తూర్పు చాళుక్యులు. వీరి కాలంలో శాసనాలు ఎక్కువగా సంస్కృతంలో ఉన్నా, తెలుగులో కూడా వీరు శాసనాలను వేయించారు. కర్ణాటకలో బాదామి చాళుక్యులు కన్నడ భాషలో శాసనాలను రాయించారు.

మొదటగా తెలుగులో రాజశాసనాలను రాయించే ఆచారాన్ని ప్రవేశపెట్టింది, రేనాటిని పాలిస్తున్న తెలుగు చోళ ప్రభువులు. మొదటి జయసింహవల్లభుని విప్పర్ల శాసనం తూర్పు చాళుక్యుల మొదటి శాసనం. మల్లికార్జున పండితారాధ్యుడు శివతత్వ సారాన్ని రచించాడు. 400 కు పైగా కంద పద్యాలున్న ఈ గ్రంథాన్ని, శతకంగానే పండితులు గుర్తిస్తున్నారు. అందువల్ల తెలుగులో శతక ప్రక్రియకు శ్రీకారం చుట్టిన ఘనత, పండితారాధ్యునిదే. తెలుగు భాషను వాడిన వారిలో రేనాటి చోడులు, పశ్చిమ చాళుక్యులు వారి సామంతులైన బాణ రాజులున్నారు. ఈ శాసన భాషలో మొదటి దశలో శాసనాలన్ని వచనంలో రాయబడుతుండేవి. ఈనాటి భాషలో ప్రాకృత పదాలు విస్తారంగా తెలుగులో కలిసిపోయాయి. శాసన రూపంలో ఉన్న తెలుగు మనకర్థమయ్యేది కాదు. రెడ్డి శబ్దం ఆ కాలంలో రట్టగుడి, రట్టడి, రట్టోడి అనే రూపంలో ప్రయోగించబడుతుండేది. చాళుక్యుల కాలంలో పురుగులు అనేందుకు ప్రువ్వులు అని, నాశనము చేయువాడు అనేందుకు 'రచ్చువాన్రు' అనే స్వరూపంలో కనిపిస్తాయి. ఇప్పుడు మనం బహువచన ప్రత్యయంగా 'లు'ను వాడుతున్నాం. ప్రాచీన కాలంలో దీని రూపంలో 'ళ్', 'ళు' లుగా ఉండేది. గుదులు, మదులు అనేందుకు, గుద్లు, మద్లు అని అన్నారు. పడమట అనేందుకు బదులు పరుట అని చోళ, చోడ అనేందుకు చోర అని అనడం జరిగింది.

మిక్కిలిగా ప్రాచీన శాసనాల్లోని వాక్య రచనా పద్ధతిలో కొంత విశేషం ఉంది. ఇప్పటి మన వాక్యంలో విశేషణాలతో కూడిన కర్త ముందుగాను, తరవాత కర్మ మొదలైన ఇతర పదాలు వస్తాయి. మొదటి జయసింహవల్లభుని మాచెర్ల శాసనంలోను, రేనాటి చోళుల పొట్లదుర్తి–మాలెపాడు శాసనంలోనూ దీనికి భిన్నమైన వాక్య రచనా విధానముంది. చాళుక్యుల కాలంలో, గుణగవిజయాదిత్యుని కాలం నాటికే, తెలుగు భాష, సంస్కృత ప్రభావాన్ని సంతరించుకొంది. సూత్రగణాబద్ధాలైన దేశీయ ఛందస్సుతో కవిత్వ రచన మొదలైంది. పాండురంగని శాసనంలో తరువోజ, కందుకూరు, ధర్మవరం శాసనాల్లో సీసపద్యాలు, బెజవాడ శాసనం (క్రీ.శ.930) లో మధ్యాక్కర ఉన్నాయి. క్రమంగా, తెలుగు భాష కావ్య రూపాన్ని సంతరించుకొంది. కన్నడంలో తొలి కావ్యమైన విక్రమార్జునవిజయం రచించిన పంపకవి వీరి కాలం

వాడే. చాళుక్య యుగ కవుల్లోనే కాక, తెలుగు కవులందరిలో తిక్కన సోమయాజి అగ్రగణ్యుడని పండితుల అభిప్రాయం. తిక్కనది కవి పండిత కుటుంబం. భాస్కర మంత్రి భాస్కర రామాయణం రాశాడని ప్రతీతి. కాదంబరిని తెలుగు పద్య కావ్యంగా రచించిన కేతన, తిక్కన పెద్ద తండ్రై ఉండొచ్చు. తిక్కన మహామంత్రి, మహాకవి మాత్రమే కాదు. అతడొక సాంస్కృతిక మహోద్యమం. సాహిత్యరంగంలో విశిష్ట పాత్ర ఉంది. తిక్కన రచించిన నిర్వచనోత్తర రామాయణంను మనుమసిద్ధికి అంకితమిచ్చాడు. పాల్కురికి సోమనాథుడు రచించిన పండితారాధ్య చరిత్ర, బసవపురాణం తెలుగులో ప్రముఖ రచనలుగా పేరుగాంచాయి. దశకుమార చరిత్ర, విజ్ఞానేశ్వరాన్ని రచించిన కేతన, మార్కండేయ పురాణాన్ని రచించిన మారన, వీరి కాలం వారే. నన్నయకు నారాయణభట్టు తోడుగా నిల్చాడు. నారాయణభట్టు, నన్నయకు ఆంధ్ర మహాభారత రచనలో సహాయమందించాడు. ఈ విధంగా తెలుగు భాషాభ్యున్నతికి పాటుపడిన యుగం చాళుక్యుల యుగమని పేర్కొనొచ్చు.

కళాభివృద్ధి

చాళుక్యుల కాలం నాటి రాజాస్థానాలు, ఆలయాలు, సంగీత, నృత్య, వాస్తుశిల్ప కళలకు నిలయాలు. తొలి చాళుక్యులు వారి రాజధానైన బాదామిలో దాని పరిసర ప్రాంతాల్లో అనేక గుహాలయాలను నిర్మించారు. కర్ణాటకలోని ఐహోల్, పట్టడకల్‌లలో ప్రముఖమైన ఆలయాలు వెలిశాయి. ఐహోల్ ప్రాంతంలో సుమారు 70 దేవాలయాలు, పట్టడకల్‌లో 10 దేవాలయాలను వారి వాస్తు శిల్పకళాశైలి ఉట్టిపడే విధంగా నిర్మించారు. ఈ దేవాలయాలను దీర్ఘచతురస్రాకారపు వేదికను నిర్మించి, దానిపై పైకప్పు భరించే స్తంభాల వరసను ఏర్పర్చారు. బహుశా, ఇదే తొలి దేవాలయం. దీని నాల్గు వైపుల గోడలు ఉండవు. దీన్ని సంథాగారం అంటారు. ఇటువంటి నిర్మాణం గ్రామ పెద్దల, ప్రజల సమావేశానికి ఉపయోగించి ఉంటారు.

అలంపురం నవబ్రహ్మ దేవాలయాలు

వేములవాడ భీమేశ్వరాలయం

నేటి తెలంగాణా రాష్ట్రంలో మహబూబ్‌నగర్ జిల్లాలో పావన తుంగభద్రానది తీరాన ఉన్న అలంపూర్‌లో నవబ్రహ్మ దేవాలయాలని పిలువబడుతున్న తొమ్మిది దేవాలయాలున్నాయి. వీటిలో ఆరు దేవాలయాలకు చుట్టూ ప్రాకారం నిర్మించబడి ఉంది. ఈ ప్రాకారానికి వెలుపల మిగిలిన దేవాలయాలున్నాయి. ఈ దేవాలయాలన్నింటి పేరు చివర బ్రహ్మ అనే పదం ఉంది. కాని, ఇవన్నీ శివాలయాలు. అందులో శివలింగాలు ప్రతిష్టించబడి ఉన్నాయి. ఈ తొమ్మిది ఆలయాల్లో విశ్వబ్రహ్మ ఆలయం పెద్దది. ఈ ఆలయాలు నేటికి పూజలందుకొంటున్నాయి. తెలంగాణ ప్రాంతంలో వేములవాడలో నిర్మించిన దేవాలయాలన్నీ తొమ్మిది, పదవ శతాబ్దానికి చెందినవి. వీటిలో భీమేశ్వర

ఆలయం ముఖ్యమైంది. ఈ ఆలయం తొమ్మిదవ శతాబ్దికి చెందింది. దీన్ని బద్దెగుడు నిర్మించాడు. పూర్వం దీన్ని బద్దిగేశ్వర ఆలయమనేవారు. దీనిలో గర్భగృహ ముఖ ద్వారంపై గజలక్ష్మి ఉంది. గర్భ గృహపు గోడల్లో నాల్గు స్తంభాలున్నాయి. ఇది తొలి చాళుక్యుల సంప్రదాయం. వేములవాడలోని భీమలింగేశ్వరాలయంలో అంతరాళపు ఉత్తర గోడపై మహిషాసురమర్దని శిల్పం చెక్కబడి ఉంది. వేములవాడలో మరొక ఆలయం, నాగేశ్వర ఆలయం. ఇది రెండో అరికేసరి కాలంలో నిర్మించబడింది. వర్తకులు పూజించే దేవుని 'నగరేశ్వర' అనేవారు. గర్భాలయంలో శివలింగం ప్రతిష్ఠించబడి ఉంది. మూడో అరికేసరి రేపాకలో ఒక జిన ఆలయాన్ని నిర్మించినట్లు శాసనాల ద్వారా తెలుస్తుంది. కరీంనగర్ జిల్లాలో మంథెనకు 22 కి.మీ. దూరంలో ఉన్న అడవిసోమనపల్లి గ్రామం పక్కన ఉన్న కొండలో నాలుగు గుహాలయాలున్నాయి. వేంగి చాళుక్యులు తీరాంధ్రలో అనేక దేవాలయాలను నిర్మించారు. వీరు వాస్తు, శిల్ప కళాభిమానాన్ని ప్రదర్శించారు. వీరి నిర్మాణాల్లో, పల్లవ-చాళుక్య సంప్రదాయాల ప్రభావం కనిపిస్తుంది. రెండో విజయాదిత్యుడు 108 దేవాలయాను నిర్మించినట్లు చెప్పుకున్నాడు. బిక్కవోలులో విజయేశ్వరాలయ నిర్మాత, గుణగవిజయాదిత్యుడని, శాసన సాక్ష్యం కనిపిస్తుంది. చాళుక్య భీముడు ద్రాక్షారామంలో భీమేశ్వరాలయాలను నిర్మించాడు. పంచారామాల్లోని భీమవరం, పాలకొల్లు, అమరావతి ఆలయాలు కూడా చాళుక్యుల నిర్మాణాలే. యుద్ధమల్లుడు బెజవాడలో కుమారస్వామి ఆలయాన్ని నిర్మించాడు. రెండో విక్రమాదిత్యుని పట్టమహిషైన మహాదేవి, తన భర్త విజయాలకు చిహ్నంగా, పట్టడకల్‌లో అద్భుతమైన శైవాలయాన్ని నిర్మించింది. నల్గొండ జిల్లాలోని ఏలేశ్వరంలో అనేక ప్రాచీన శివాలయాలు బయల్పడ్డాయి. గుణగవిజయాదిత్యుడు, బిక్కవోలులో ఆరు దేవాలయాలను నిర్మించాడు. ఈ ఆరు దేవాలయాల్లో ఒక్క గోలింగేశ్వరాలయం తప్ప మిగిలిన ఆలయాలు శిథిలావస్థలో ఉన్నాయి. గోలింగేశ్వరాలయం చంద్రశేఖరాలయం, రాజరాజేశ్వరాలయం- ఇవన్నీ చతురస్ర ప్రణాళికతో 2, 3 అంతస్తులు, కళ, నాగర విమానాలతో నిర్మింపబడి ఉన్నాయి. తరవాత కాలంలో వీటిని పునర్‌నిర్మించారు. రాజరాజేశ్వరాలయాన్ని రాజరాజ నరేంద్రుడు నిర్మించాడు.

చాళుక్యుల కాలంలో సంగీతం, నృత్యం కూడా రాజాస్థానాల్లోనూ, ఆలయాల్లోనూ పోషించబడ్డాయి. అమ్మరాజుకు, కవిగాయక కల్పతరువు అనే బిరుదు ఉండేది. మొదటి చాళుక్య భీముడు గాంధర్వ విద్యావేదిని అయిన చెల్లవ్వకు మాన్యాల్నిచ్చి ఆదరించాడు. ఆమె తండ్రైన మల్లప్ప సంగీత విద్యలో తుంబురుని లాంటి వాడని వర్ణించబడింది. ఆనాటి శిల్పాల్లో వీణ, పిల్లనగ్రోవి, మృదంగం, తాళాల వంటి వాద్యాలు కనిపిస్తాయి. నర్తకులు, వాద్యగాండ్రు, నాట్యాచార్యుల పేర్లు శాసనాల్లో కనిపిస్తాయి. పండితారాధ్య చరిత్రలో ఎన్నో రకాల నృత్య గేయాలు, కుమారసంభవంలో వివిధ రకాలైన రాగాలు కనిపిస్తాయి.

చాళుక్య యుగంలో చిత్రలేఖనానికి ఎంతో ప్రాముఖ్యత ఉంది. చాళుక్య రాజధానైన బాదామిలో గల చిత్రలేఖనం, దక్కన్ చిత్రలేఖనానికి చక్కటి ప్రతీకని చెప్పొచ్చు. క్రీ.శ.578 లో బాదామిలో 2, 3 గుహాలయాల్లో ఉన్న చిత్రలేఖనం తొలి బ్రాహ్మణిక చిత్రలేఖనానికి చక్కటి నిదర్శనంగా పేర్కొనొచ్చు. విజయవాడ జమ్మిదొడ్డి శిల్పాల్లోను, చేబ్రోలులో దొరికిన ఒక శిల్పంలోనూ, నృత్య, వాద్య గోష్ఠులున్నాయి. నృత్యగీత మిశ్రమమైన కోలాటం, నాటి వినోదాల్లో ముఖ్యమైంది.

దక్షిణ భారతదేశ చరిత్రలో చాళుక్యులు పరిపాలించిన కాలం ఒక మహోన్నత యుగంగా పరిగణించొచ్చు. వీరి సుదీర్ఘ పాలనలో ఆరో శతాబ్దం నుంచి పన్నెండో శతాబ్దం వరకు రాజకీయ ఐక్యతను సాధించి, దక్షిణాపథంపై విదేశీ దండయాత్రలను సమర్థవంతంగా ఎదుర్కొన్న పాలకులు ఈ చాళుక్యులు. వీరి కాలంలో ఉత్తర భారతంలో వచ్చిన అరబ్బుల దాడిని, వీరు పశ్చిమ ప్రాంతాలకు రాకుండా కొంతవరకు నిరోధించగలిగారు. చాళుక్య రాజులు నిరంతర

యుద్ధాల్లో పాల్గొనప్పటికి దక్షిణాపథాన్ని అన్ని రంగాల్లో అభివృద్ధిపర్చి శాతవాహనుల పాలనను తలపింపచేశారు. వేంగి రాజధానిగా పరిపాలించిన చాళుక్యుల కాలంలో చాళుక్య భీముని పాలన పేర్కొనదగింది. ఇతని కాలంలో ద్రాక్షారామంలో భీమేశ్వరాలయం, చాళుక్య భీమవరంలో మరో భీమేశ్వరాలయాన్ని నిర్మించి, చాళుక్యుల ఖ్యాతిని ఉన్నత శిఖరాలకు తీసుకెళ్లాడు. వీరి కాలంలో బౌద్ధం వెనకబడినా, జైన మతం గొప్పగా వర్ధిల్లింది. బాదామి చాళుక్యుల కాలంలో రెండో పులకేశి తన దిగ్విజయాత్రల్లో భాగంగా తెలంగాణ, రాయలసీమలో అత్యధిక భాగాలను ఆక్రమించుకొని, చాళుక్యుల ఔన్నత్యాన్ని చాటాడు. తెలంగాణ ప్రాంతాలను పరిపాలించిన వేములవాడ చాళుక్యులు గొప్ప పరిపాలనను తెలంగాణాకు అందించారు. బద్దెగుడి కాలంలో నలభైరెండు యుద్ధాలను చేసి అపజయమెరుగని యుద్ధవీరుని లాంటి యోధులు, ఈ యుగానికి వన్నె తెచ్చారు. వేములవాడ చాళుక్యుల కాలంలో రెండో అరికేసరి రాష్ట్రకూటుల సంబంధాల ద్వారా సామ్రాజ్యాన్ని విస్తరింపచేశాడు. ముదిగొండ చాళుక్యులు కూడా తూర్పు చాళుక్యుల విశ్వాసాలతో తెలంగాణ ప్రాంతాన్ని పరిపాలించారు. చాళుక్యుల కాలంలో స్థానిక పరిపాలన ఆనాటి చోళుల పరిపాలన విధానాన్ని పోలి ఉన్నప్పటికి, తమ సామ్రాజ్యాన్ని భాగాలుగా విభజించి, పరిపాలనను అందించడం జరిగింది. అభినందనీయ విషయమేమంటే, రాజ్య ఆదాయంలో అధిక శాతం ప్రజా సంక్షేమ కార్యక్రమాలకు ఖర్చుపెట్టి, ప్రజల మన్ననలను పొందడం జరిగింది. చాళుక్యుల సైన్య నిర్వహణలో కూడా నూతనమైన మార్పులు చోటుచేసుకొన్నాయి. రెండో పులకేశి ఐహోల్ శాసనంలో ఆరు రకాలైన సైన్య వ్యవస్థ ఏర్పాటు గురించి ప్రస్తావించడం జరిగింది. నేరస్థులను పట్టుకొనే బాధ్యత స్థానిక అధికారులపై ఉంచడం, న్యాయ విచారణలో గ్రామ సభలకు ప్రాధాన్యతనివ్వడం, ఉపయోగకరమైన, ప్రశంసాత్మకమైన చర్యలుగా ఉన్నాయి. చాళుక్యులు చెరువుల నిర్మాణానికి ప్రాధాన్యతనిచ్చి వాటిని తవ్వించి, పంటల ఉత్పత్తి పెంపుదలకు దోహదం చేయడం జరిగింది. రెండో అమ్మరాజు కాలంలో తాడికొండ శాసనంలో చెప్పిన చైత తటాకం, భీమసముద్రం ఈనాటికి సేద్య భూములకు నీరందిస్తున్నాయి. వ్యవసాయంతో పాటు పరిశ్రమలు, వ్యాపార వాణిజ్యాలు అభివృద్ధి మార్గంలో నడిచాయి. చేతివృత్తుల్లో పలురకాల వస్త్రాలను నేయడం ప్రాధాన్యతను సంతరించుకొంది. నాటి సమాజంలో చాతుర్వర్ణ వ్యవస్థ నెలకొన్నప్పటికీ, శూద్రులు, స్త్రీలు తమ కార్యక్రమాలను, హక్కులను, స్వేచ్ఛా స్వాతంత్ర్యాలతో చేపట్టడానికి అవకాశాలు కల్పించబడ్డాయి. శైవ, జైన మతాలు మంచి ఆదరణ, అభివృద్ధిని పొందాయి. వీటిని ప్రతిఫలిస్తూ, అలంపురం, వేములవాడ, కొలనుపాక, ఐహోల్, పట్టడకల్ లాంటి ప్రదేశాల్లో చాళుక్య వాస్తు, శిల్పకళాశైలికి తార్కాణంగా నేటికీ ప్రసిద్ధిగాంచిన శైవ, జైన ఆలయాల నిర్మాణం చేయడం జరిగింది. శైవ, జైన మతాల తదుపరి, వైష్ణవ మతం కూడా ప్రాచుర్యాన్ని పొంది ఆదరించబడింది. సారస్వత రంగంలో ప్రాకృత, సంస్కృత భాషల్లో మొదలైన శాసనాలు, రచనలు క్రమంగా తూర్పు చాళుక్యులు, వేములవాడ చాళుక్యుల పాలనా కాలంలో ఈ ప్రాంతపు ప్రజల భాషైన తెలుగులో శాసనాలు, ఇతర రచనలు ప్రారంభమై, రాజరాజ నరేంద్రుని ఆస్థాన కవైన నన్నయ మహాభారత ఆంధ్రీకరణను చేపట్టడంతో తెలుగు వాఙ్మయ భాషాభివృద్ధికి మార్గం సుగమమైంది. చాళుక్యుల ఆరు శతాబ్దాల సుదీర్ఘ పాలన, రాజకీయ, పరిపాలన, ఆర్థిక, సామాజిక, సాంస్కృతిక రంగాల్లో సుస్థిర, ప్రశంసాత్మక, ప్రజారంజక, భావి రాజవంశాలకు ఆదర్శవంతమైన, మార్గదర్శకమైన విధానాలను, మార్పులను ప్రవేశపెట్టినట్లుగా మనం గమనించొచ్చు. ఆ విధంగా వారి పాలనా కాలం ఒక యుగంగా, తెలంగాణా, ఆ మాటకొస్తే దక్షిణ భారతదేశ చరిత్రలో నిల్చిందనేది నిర్వివాదాంశం.

08

రాష్ట్రకూటులు

దక్షిణ భారతదేశ చరిత్రలో రాష్ట్రకూటుల స్థానం విశిష్టమైంది. రాష్ట్రకూటులు బాదామి చాళుక్యులకు సామంతులుగా ఉండి, ఆ రాజ్య శిథిలాలపై స్వతంత్ర, సువిశాల సామ్రాజ్యాన్ని నిర్మించారు. తెలంగాణలోని పలు జిల్లాలు రాష్ట్రకూటుల పాలనలో ఉండేవి. వారి రాజధాని కర్ణాటక ప్రాంతంలోని మాన్యఖేటం

పుట్టుపూర్వోత్తరాలు

రాష్ట్రకూటుల పుట్టుపూర్వోత్తరాల గురించి చరిత్రకారుల్లో భిన్నాభిప్రాయాలున్నాయి. వారి రాజకీయ జీవనం మహారాష్ట్రలో ప్రారంభమైందని కొందరు భావిస్తే, కర్ణాటకయే వారి స్వరాష్ట్రమని కొందరు వాదిస్తున్నారు. డా॥ ఫ్లీట్, రాష్ట్రకూటులు ఉత్తర భారతదేశానికి చెందిన రాథోడ్ సంతతికి చెందినవారని భావించాడు. మౌర్యుల కాలం నాటి రజ్జకలే (రాష్ట్ర పాలకులు), రాష్ట్రకూటులై ఉంటారని భండార్కర్ పేర్కొనడం జరిగింది. డా॥ బార్నల్, వీరు తెలుగు వారని, కొంత కాలానికి వారినే రెడ్లు అని పేర్కొనడం జరిగిందని తెలిపాడు. రట్టడి లేదా రథసారథులుగా ఉండి, ఆ తరవాత రెడ్డిగా మారిన తెలుగువారని మల్లంపల్లి సోమశేఖరశర్మ చెప్పాడు. ఆల్టేకర్, ఒకప్పుడు 'రాష్ట్రకూట' అనేది ఉద్యోగుల నామంగా ఉండి, తరవాత వారు స్వతంత్ర రాజ్యాన్ని స్థాపించడం వల్ల, అది వంశ నామంగా రూఢి అయిందని చెప్పాడు.

రాష్ట్రకూట పదం జాతి నామం కాదు. పూర్వ కాలంలో, 'గ్రామకూట' అంటే గ్రామాధికారని అర్థమైనట్లే, 'రాష్ట్రకూట' అంటే, 'రాష్ట్రాధికారి' అని అర్థం తీసుకొన్నట్లైతే, 'రాష్ట్రకూట' అనే పదం ఉద్యోగ నామాన్ని సూచిస్తుందని చెప్పొచ్చు. మౌర్యుల కాలంలో 'రాష్ట్రీయ' అనే అతడు, గుజరాత్, కథియవార్ వంటి పెద్ద ప్రాంతాలకు రాజప్రతినిధిగా ఉండే వాడు. క్రీస్తు శకం తొలి శతాబ్దాల్లో రథికులు, మహారథికులు, మహారాష్ట్ర, బీరార్‌ల్లో చిన్న ప్రాంతాలను పరిపాలించి, కేంద్ర ప్రభుత్వం బలహీనమైనప్పుడు వారు స్వతంత్ర రాజ్యాలను ఏర్పాటు చేశారు.

రాష్ట్రకూట పదాన్ని తమ వంశ నామంగా ధరించినట్లు తెలుస్తుంది. స్వతంత్రులైన రాష్ట్రకూటుల్లో, 'లట్టలూరు పురవరాధీశ్వరులు' ముఖ్యులు. బీదర్ జిల్లాలోని కన్నడ ప్రాంతమైన నేటి లాటూరే ఆనాటి లట్టులూరని తెలుస్తుంది. కాబట్టి, వీరి మాతృ భాష కన్నడమే అయి ఉండాలి. వీరు బాదామి చాళుక్యుల కాలంలో, వారికి సామంతులుగా ఉండే వారు. వీళ్ళు మహారాష్ట్ర ప్రాంతాల్లోని 'రథిక' వంశానికి సంబంధించిన వాళ్ళు గాని, ఆంధ్ర, కర్ణాటక ప్రాంతాల్లోని 'రెడ్డి' కుటుంబానికి చెందిన వాళ్ళు గాని అయి ఉంటారు. వీళ్ళ వంశ గాథల్లో శ్రీకృష్ణుని సోదరుడైన సాత్యకి నుంచి ఉద్భవించిన జాతిగా, రాష్ట్రకూటులు పేర్కొనబడ్డారు. బీదర్, మహారాష్ట్ర ప్రాంతాలను పాలిస్తూ, బాదామి రాజ్య ప్రతిష్ఠతకు సహకరించి, ఆ రాజ్యం విచ్ఛిన్నం కాగానే, రాష్ట్రకూటులు స్వతంత్ర రాజ్యాన్ని స్థాపించి, కొద్ది కాలంలోనే దక్షిణాపథానికి సార్వభౌములయ్యారు.

రాజకీయ పరిణామాలు

రాష్ట్రకూటులు సుమారు రెండు వందల సంవత్సరాలు పరిపాలించారు. ఎలిచ్‌పూర్ ప్రాంతాన్ని క్రీ.శ.631 లో పాలించిన నన్నరాజు సోదరుడుని, వాళ్ల వంశంలో పూర్వీకుడిగా భావిస్తారు. రాష్ట్రకూట వంశానికి మూల పురుషుడు, మొదటి ఇంద్రరాజు (క్రీ.శ.696-710). చాళుక్య వంశీయుల సామంతులుగా, మాన్యఖేట, పడమర తెలంగాణా ప్రాంతాలను పరిపాలించాడు. ఇతని తరవాత, మొదటి గోవిందరాజు లేదా వర్మ (క్రీ.శ.710-725), మొదటి కర్కరాజు (క్రీ.శ.725-735), రెండో ఇంద్రరాజు (క్రీ.శ.735-748), బాదామి చాళుక్యులకు సామంతులుగా ఉండేవారు.

దంతిదుర్గుడు (క్రీ.శ.748-758)

స్వతంత్ర రాష్ట్రకూట రాజ్య స్థాపకుడు దంతిదుర్గుడు. ఇతడు రెండో ఇంద్రరాజు కుమారుడు. మహాబల పరాక్రమ వంతుడు. తీక్షణ బుద్ధి కలవాడు. దంతిదుర్గుడు బాదామి చాళుక్య రాజైన రెండో కీర్తివర్మను (క్రీ.శ.753) ఓడించి, స్వతంత్ర రాష్ట్రకూట రాజ్యాన్ని స్థాపించాడు. తెలంగాణలో చాలా భాగం వారి సామ్రాజ్యంలో ఉండేది. అంతకు పూర్వం, పశ్చిమ చాళుక్యుల రాజైన రెండో విక్రమాదిత్యునికి సామంతుడిగా, అనేక దండయాత్రల్లో పాల్గొని, పల్లవ, మాళవ, గుజరాత్ ప్రాంతాల్ని జయించాడు. క్రీ.శ.738 లో జరిగిన యుద్ధంలో అరబ్బులను తీవ్రంగా ఓడించాడు. ఈ ఘన విజయానికి ఆనందించిన రెండో విక్రమాదిత్యుడు, దంతిదుర్గునికి 'పృథ్వీవల్లభ', 'ఖడ్గావలోక' అనే బిరుదులను ప్రదానం చేశాడు. దంతిదుర్గుడు నాసిక్, పూనా, సతారా, కొల్హాపూర్ జిల్లాలను ఆక్రమించాడు. మహారాష్ట్రకంతటికీ అధిపతై, 'మహారాజాధి రాజ', 'పరమ మహేశ్వర', 'పరమభట్టారక' బిరుదులను ధరించాడు. క్రీ.శ.757 నాటికి కంచి, కళింగ, కోసల, శ్రీశైలం, మాళ్వ, లాట, సింధు దేశాలను జయించాడు. దంతిదుర్గుని సయంగడ్ శాసనాలు, ఎల్లోరాలోని దశావతార గుహాలయ శాసనం, ఇతని మహత్తరమైన యుద్ధ విజయాలను వర్ణిస్తున్నాయి. ఇతడు మాళవపై దండెత్తి, దాన్ని జయించి, రాజధానైన ఉజ్జయినిలో హిరణ్యగర్భ దానాన్ని చేసి, తన విజయాన్ని ప్రకటించాడు. తన కుమార్తెను పల్లవ రాజైన రెండో నందివర్మకిచ్చి వివాహం చేశాడు. తన స్వల్ప పరిపాలన కాలంలోనే విశాలమైన రాష్ట్రకూట రాజ్యాన్ని నిర్మించి, క్రీ.శ.758 లో మరణించాడు.

మొదటి కృష్ణుడు (క్రీ.శ.758-772)

దంతిదుర్గుని తరవాత, మొదటి కృష్ణుడు పరిపాలించాడు. దంతిదుర్గుడు చేపట్టిన జైత్రయాత్రల్ని ఇతడు నిర్వహించాడు. దక్షిణ కొంకణాన్ని ఆక్రమించి, యువ రాజైన రెండో గోవిందుణ్ని వేంగి పైకి పంపాడు. గోవిందుడు వేంగి చాళుక్య రాజు, నాల్గో విష్ణువర్ధనుణ్ని ఓడించి, కొంత భూభాగాన్ని ఆక్రమించాడు. మొదటి కృష్ణుని కాలంలో, వేంగి చాళుక్యులకు, రాష్ట్రకూటులకు వైరం ప్రారంభమైంది. కృష్ణుడికి 'సుభతుంగ', 'అకాలవర్షుడు' అనే బిరుదులున్నాయి. ఇతడు గొప్ప కళా పోషకుడు కూడా. ఎల్లోరాలోని కైలాసనాథ దేవాలయాన్ని (ఏకశిలా నిర్మితం) నిర్మించాడు. ఈ దేవాలయ నిర్మాణం దాదాపు వంద సంవత్సరాలు కొనసాగింది. దీనికి వరల్డ్ హెరిటేజ్ సైట్ గుర్తింపు లభించింది.

రెండో గోవిందుడు (క్రీ.శ.772-780)

మొదటి కృష్ణుని తరవాత రెండో గోవిందుడు క్రీ.శ.772-780 ల మధ్య పాలించాడు. గంగవాడి యుద్ధంలో విజయాన్ని సాధించాడు. ఇతణ్ని 'సువర్ణ గోవిందరాజ'ని, 'ప్రభూతవర్షుడ'ని అంటారు.

ధృవరాజు (క్రీ.శ.780-792)

ధృవరాజు తన అన్న అయిన రెండో గోవిందుడిని వధించి, సింహాసనాన్ని ఆక్రమించి, కంచి, గంగవాడి, వేంగి, మాళవ రాజులను ఓడించాడు. ధృవుడు తూర్పు చాళుక్య రాజైన నాల్గో విష్ణువర్ధనుణ్ని ఓడించి, అతని కుమార్తె శీలమహాదేవిని వివాహం చేసుకొన్నాడు. ధృవుడు అసమాన బలపరాక్రమాలు కలవాడు. దక్షిణాపథమే గాక, ఉత్తర భారతదేశాన్ని జయించి, ఆ రాజులను సామంతులుగా చేసుకొన్నాడు. త్రైపాక్షిక యుద్ధాల్లో ప్రవేశించిన మొదటి రాష్ట్రకూట రాజు ధృవుడు. పాల వంశం, ప్రతీహార వంశాల, రాష్ట్రకూట వంశాల మధ్య త్రైపాక్షిక యుద్ధాలు జరిగాయి. పాల రాజైన ధర్మపాలుడు, ప్రతీహార కనోజ్ రాజైన వత్స రాజును ఓడించి, విజయానికి గుర్తుగా, గంగా-యమున తోరణాన్ని తన రాజ్య చిహ్నంగా మల్చుకొన్నాడు.

స్థానిక రాజ్యంగా ఉన్న రాష్ట్రకూట రాజ్యాన్ని, ఉత్తర భారతదేశానికి కూడా విస్తరింపచేసి, అఖిల భారత చరిత్రలో రాష్ట్రకూటులకు ఒక ప్రత్యేక స్థానాన్ని కల్పించాడు. ఇతనికి 'శ్రీవల్లభ', 'నిరూపకేలివల్లభ', 'దానార్ణవ' అనే బిరుదులున్నాయి. ఈ దండయాత్రలో సాధించిన విజయాల వల్ల, రాష్ట్రకూటుల సైనిక శక్తి, రాజ్య ప్రతిష్ఠ ఇనుమడించాయి. తన పదమూడేళ్ళ పాలనా కాలంలో, రాష్ట్రకూట రాజ్యాన్ని సువిశాల సామ్రాజ్యంగా వ్యాపింపచేశాడు. ఈ యుద్ధాలన్నింటిలో, అతని కుమారులు స్తంభ, కర్క, గోవింద, ఇంద్రుడు తోడ్పడ్డారు.

మూడో గోవిందుడు (క్రీ.శ.793-814)

ధృవుని తరవాత, అతని కుమారుడు, మూడో గోవిందుడు అధికారాన్ని చేపట్టాడు. ఇతడు రాష్ట్రకూటుల్లో అగ్రగణ్యుడు. గోవిందుడికి 'ప్రభూతవర్ష', 'రాజాధిరాజ', 'రాజపరమేశ్వర', 'త్రిభువనధవళి', 'శ్రీవల్లభ', 'జనవల్లభ', 'కీర్తినారాయణ' అనే బిరుదులున్నాయి. సంజన్ శాసనంలో ఇతని గొప్పతనం, విజయాలున్నాయి. పల్లవ, పశ్చిమ గాంగ, ఘూర్జర ప్రతీహార, పాలాది రాజులతో యుద్ధాలను చేసి, విజయాన్ని సాధించాడు. ఇతడు ప్రతీహార రాజైన రెండో నాగభటుణ్ని ఓడించాడు. సింహాసనమధిష్ఠించి, 22 సంవత్సరాలు పాలించాడు. జీవిత కాలమంతా యుద్ధాలందే గడిపాడు. ఇతని విజయ యాత్రలు చిత్రకూటం, ఉజ్జయిని, బెంగాల్, కాళప్రియం, గంగా-యమునా తీర ప్రాంత మైదానం వరకు విస్తరించాయి. ఇతనితో సింహళ దేశ పాలకుడు మిత్రుడయ్యాడు. బ్రోచ్ పాలకుడైన శ్రీభవన కూడా ఇతనితో సత్సంబంధాలనేర్పర్చుకొన్నాడు. గోవిందుడు ఉత్తర దండయాత్రలో ఉన్నప్పుడే, దక్షిణ దేశ పల్లవ, పాండ్య, కేరళ, గాంగ రాజులు ఇతనికి వ్యతిరేకంగా ఒక రాజ్యకూటమిని ఏర్పర్చారు. ఇది తెలిసి, మూడో గోవిందుడు మెరుపులాగా వారిపై దాడి చేసి, రాజకూటమిని క్రీ.శ.802 నాటికి విచ్ఛిన్నం చేశాడు. ఈ విధంగా రాష్ట్రకూట చక్రవర్తుల్లో మూడో గోవిందుడు సాటిలేని ధైర్యసాహసాలు కలిగి, గొప్ప సేనాపతిగా, రాజనీతి దురంధరుడుగా ప్రసిద్ధిగాంచాడు. ఇతని కాలంలో రాష్ట్రకూటుల పేరు, కీర్తిప్రతిష్ఠలు అత్యున్నత స్థితికి చేరుకొన్నాయి.

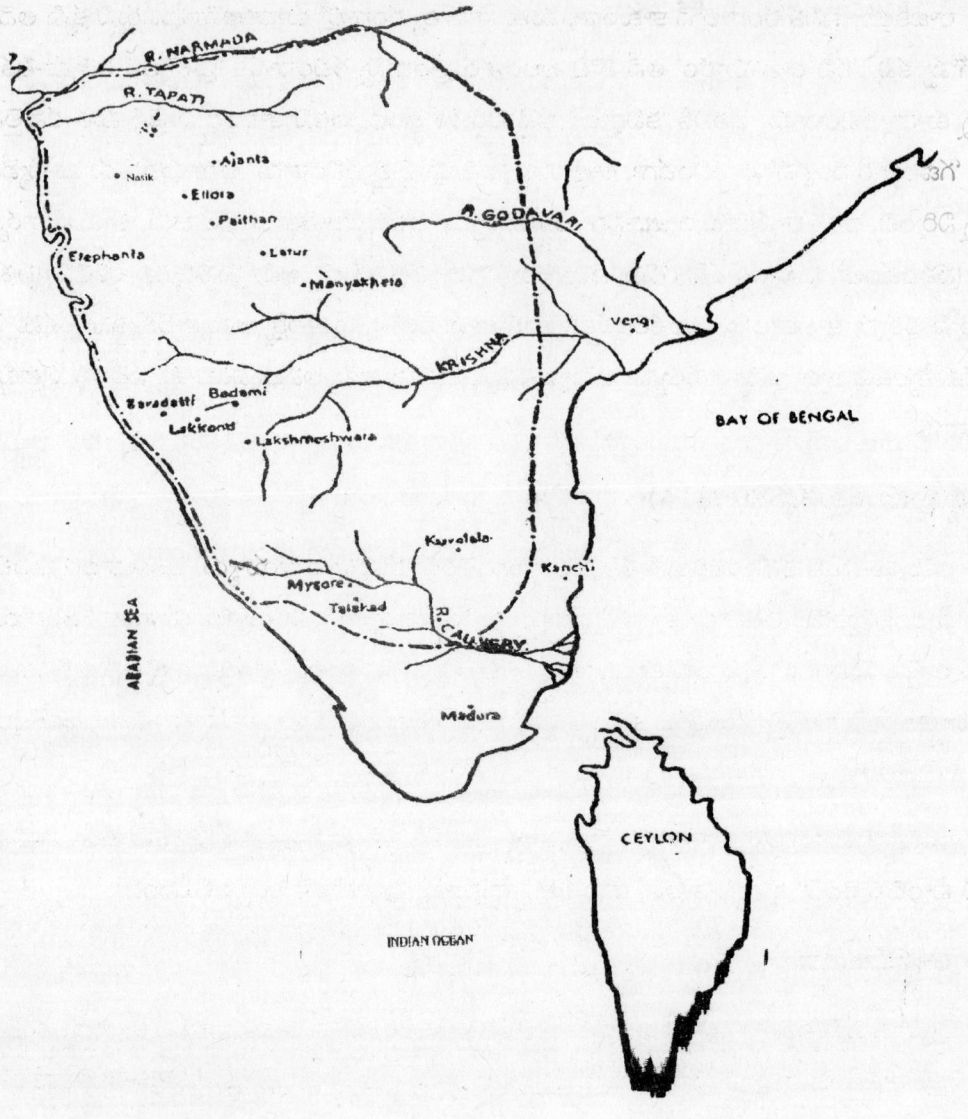

అమోఘవర్షుడు (క్రీ.శ.814-880)

మూడో గోవిందుని తరవాత అతని ఏకైక కుమారుడు అమోఘవర్షుడు పరిపాలించాడు. ఇతని అసలు పేరు శర్యుడు. రాజ్యానికి వచ్చేసరికి పిన్నవయస్కుడైనందున, అతని పిన తండ్రి ఇంద్రుని కుమారుడు కర్కరాజు సంరక్షకుడిగా రాజ్య భారాన్ని చేపట్టాడు. అమోఘవర్షుని కాలం తిరుగుబాట్లతోను, అంతఃకలహాలతోను, యుద్ధాలతోనూ గడిచింది. ఇతడు వేంగి రాజైన గుణగ విజయాదిత్యుని ఓడించాడు. దక్షిణ దేశ రాజకీయాల్లో, వైవాహిక సంబంధాల ద్వారా, కొన్ని రాజ వంశాలతో తన సంబంధాన్ని బలపర్చుకొన్నాడు. దక్షిణాన గాంగవాడి రాజు నితిదుర్గుడు, స్వాతంత్ర్యాన్ని ప్రకటించుకొన్నాడు. ఈ రాజును అమోఘవర్షుడు ఓడించి, రాజనీతిజ్ఞతతో దాన్ని తిరిగి గాంగరాజు కిచ్చివేసి, తన కుమార్తెను చంద్రబ్బలచ్చెను గాంగ రాజు కుమారుడు, బూతుగా కిచ్చి వివాహాన్ని జరిపాడు. మరొక కూతురైన రేవక నిర్మాడిని (శంఖ) పల్లవ రాజైన నందివర్మకిచ్చి వివాహాన్ని జరిపాడు. తన సోదరిని వేంగి యువ రాజైన ఏడో విష్ణువర్ధనునికిచ్చి వివాహాన్ని చేశాడు. తూర్పు చాళుక్య గుణగ విదయాదిత్యుడు ఇతనికి సామంతుడయ్యాడు.

రాజకీయ, సైనిక రంగాల్లోనే కాకుండా, మత, సాహిత్య రంగాల్లో కూడా అమోఘవర్షుని కృషి అమోఘమైంది. ఇతడు గొప్ప కవి. 'కవి రాజ మార్గం' అనే తొలి అలంకార గ్రంథాన్ని రచించాడు. 'ప్రశ్నోత్తర రత్నమాలిక' అనే మరో కావ్యాన్ని కూడా రచించాడు. ఇతనికి 'కవిరాజు' అనే బిరుదు ఉంది. ఇతని కాలంలోని జైన మత కవులైన మహావీర ఆచార్య, 'గణితసార సంగ్రహా'న్ని రచించగా, శాత్తాయన 'అమోఘవృత్తి' రచించాడు. అమోఘవర్షుడు మాన్యఖేట (మాల్ఖేడ్) నగరాన్ని నిర్మించి, దాన్ని రాష్ట్రకూట రాజధానిగా చేసుకొన్నాడు. అరబ్ యాత్రికుడు సులేమాన్, ఈయన కార్యకలాపాలను వర్ణిస్తూ ప్రపంచంలో ప్రఖ్యాతి వహించిన నలుగురు గొప్ప చక్రవర్తుల్లో అమోఘవర్షుడు ఒకడని ప్రశంసించాడు. రాజ్యంలోని కరువు కాటకాలను నిలువరించడానికి కొల్హాపూర్‌లోని మహాలక్ష్మి అమ్మవారికి తన ఎడమ చేతి వేళ్ళను బలిగా సమర్పించిన రాజు అమోఘవర్షుడు. అమోఘవర్షుడు జైన మతాన్ని అవలంబించాడు. సల్లేఖన వ్రతాన్ని ఆచరించి, మరణించాడు.

రెండో కృష్ణుడు (క్రీ.శ.880-914)

అమోఘవర్షుని తదనంతరం, అతని కుమారుడు రెండో కృష్ణుడు రాజయ్యాడు. ఇతని కాలం నుంచి రాష్ట్రకూట పతనం ప్రారంభమైంది. ప్రతీహార, కళింగ, గాంగ, మగధ రాజ్యాలతో నిరంతరం యుద్ధాలు జరిగాయి. ఘూర్జర ప్రతీహార రాజైన మిహిరభోజుడు రాష్ట్రకూట రాజ్యాన్ని కబళించాడు. తూర్పు చాళుక్య రాజైన గుణగ విజయాదిత్యుడు రాష్ట్రకూట రాజ్యంపై దండెత్తి, కిరణపుర, అచలపుర, చక్రకూట పురాలను మంట కలిపాడు. చోళ రాజైన పరాంతకునితో తలపడి ఓడిపోయాడు.

రెండో కృష్ణుడు తన కూతురుని చోళ రాజు మొదటి ఆదిత్యునికిచ్చి వివాహం చేశాడు. అనేక యుద్ధాల్లో ఓటమిని పొందిన రెండో కృష్ణుని కాలం, రాష్ట్రకూట సామ్రాజ్య పునాదులనే కదిలించివేసింది.

కడపటి రాష్ట్రకూటులు

రెండో కృష్ణుని తరవాత మూడో ఇంద్రుడు (క్రీ.శ.914-928) పరిపాలించాడు. ఇతని కాలంలో ఆరబ్ యాత్రికుడు అల్-మసూది రాష్ట్రకూట రాజ్యాన్ని సందర్శించాడు. తదుపరి రెండో అమోఘవర్షుడు (క్రీ.శ.928-929), నాల్గో గోవిందుడు (క్రీ.శ.930-936) రాష్ట్రకూట రాజ్యాన్ని పరిపాలించారు. నాల్గో గోవిందుడు తూర్పు ముదిగొండ చాళుక్యుల తిరుగుబాట్లతో విరక్తిచెంది, రాజ్యాన్ని వదిలేసి పారిపోయాడు. ఫలితంగా, మూడో అమోఘవర్షుడు (క్రీ.శ.936-939), మూడో కృష్ణుడు (క్రీ.శ.939-966), మొదలయిన వారు రాష్ట్రకూట రాజ్యాన్ని పాలించారు.

మూడో కృష్ణుడి కాలంలో రాష్ట్రకూటుల ప్రతిభను పునరద్ధరించడం జరిగింది. చోళుల రాజ్యంపై దండెత్తి, యువరాజు రాజాదిత్యను చంపి, 'తంజావూర్ కొండ' అనే బిరుదును పొందాడు. తక్కోళం యుద్ధంలో మొదటి పరాంతక చోళుడిని ఓడించి, రామేశ్వరంలో తన విజయ స్తంభాన్ని నిల్పడం జరిగింది. అంతే గాక, ఉత్తర దండయాత్ర చేసి, ఉజ్జయిని ప్రభువు మహీపాలుణ్ని ఓడించాడు.

మూడో కృష్ణుడి తదుపరి, అతని తమ్ముడు ఖొట్టిగ రాజయ్యాడు. క్రీ.శ.967-972 ల మధ్య పరిపాలించాడు. మాళవ రాజు హర్షసేయకుడు ఖొట్టిగను ఓడించి, మాన్యఖేటాన్ని విధ్వంశం చేయగా, అవమానానికి కుంగిపోయి, ఖొట్టిగ మరణించాడు. రాష్ట్రకూటుల్లో చివరి రాజు, రెండో కర్కరాజు (క్రీ.శ.972-973). ఇతని కాలంలో సామంతులు స్వతంత్రులయ్యారు. ఇటువంటి పరిస్థితుల్లో తొండవాడిని పాలించే సామంత రాజైన చాళుక్య తైలపుడు, కర్కరాజునోడించి,

చంపి, మాన్యఖేటాన్ని ఆక్రమించాడు. దాంతో, రాష్ట్రకూటుల పాలనాధికారం శాశ్వతంగా అంతరించింది. రెండో తైలపుడు కల్యాణి చాళుక్య వంశ పాలనను స్థాపించాడు.

రాష్ట్రకూట సామ్రాజ్య వైభవం

అఖిల భారత చరిత్రలోనే వీరి పాలనా కాలం ఒక విశిష్టతను సంతరించుకొంది. అసమాన బలపరాక్రమాలు గల రాష్ట్రకూట చక్రవర్తులు, కన్యాకుబ్జం నుంచి కన్యాకుమారి వరకు సువిశాల సామ్రాజ్యాన్ని నెలకొల్పడమే గాక, సమర్థవంతమైన పరిపాలనా విధానాన్ని అనుసరించి, ప్రజల శ్రేయోభివృద్ధికి పాటుపడి, ప్రజారంజకులయ్యారు. భారతదేశ చరిత్రలో వీర యుగాన్ని సృష్టించిన రాష్ట్రకూటులు పటిష్ఠమైన పరిపాలనా వ్యవస్థను నెలకొల్పి, ప్రజాహితంగా పరిపాలించారు. ప్రథమంలో వారికి ఎల్లిచ్‌పూర్, ఎల్లోరా, పైఠాన్ నగరాలు రాజధానులుగా ఉండి, తరవాత అమోఘవర్షుని కాలంలో మాన్యఖేటం రాజధానిగా ఉండేది.

పరిపాలనా విధానం

రాష్ట్రకూట సామ్రాజ్యానికి మహారాజు లేదా చక్రవర్తి సర్వాధికారి. ఇతడు రాజ్య తంత్రంలో స్వతంత్రుడు. రాజ్యాధికారం వంశపారంపర్యంగా ఉండేది. రాష్ట్రకూట రాజులు 'మహారాజాధిరాజ', 'ధారావర్ష', 'విక్రమావలోక' అనే బిరుదులను ధరించేవారు. సాధారణంగా రాజరికం వంశపారంపర్యమే అయినప్పటికి, కొన్ని సందర్భాల్లో జ్యేష్ఠ కుమారుడి కంటే అతని సమర్థుడైన కుమారుడున్నట్లైతే, దేశ శ్రేయస్సు దృష్ట్యా, అతణ్ని రాజుగా చేసే ఆచారం ఈ కాలంలో ఉండేది. రాజు సర్వసైన్యాధ్యక్షుడు. యుద్ధాల్లో స్వయంగా సైన్యాలను నడిపేవాడు. ఆడంబరంతో కూడిన రాజాస్థానం, ఆ చక్రవర్తుల బలాధిక్యతకు ప్రతీక. ఆస్థానానికి సామంత ప్రభువులు, విదేశీ రాయబారులు, కవులు, వైద్యులు, జ్యోతిష్కులు, ఉన్నత పౌర, సైనిక ప్రభుత్వాధికారులు, శ్రేణుల ప్రతినిధులు హాజరయ్యేవారు.

అమాత్య వర్గం

రాజ్య పాలనలో రాజుకు సహాయంగా మంత్రులుండేవారు. మంత్రుల్లో ముఖ్యమైన వారిని మహామంత్రని పిల్చేవారు. మంత్రి వర్గంలో ప్రధానమంత్రి, ఆర్థిక మంత్రి, కోశాగారాధికారి, న్యాయమంత్రి, సైన్యాధిపతి, పురోహితుడుండేవారు. శాసనాలు 'మహామాత్య', 'మహాసంధి విగ్రహక' పదవులను పేర్కొన్నాయి. భిన్న ప్రాంతాల్లో నియమితులైన రాజోద్యోగులను 'రాజస్థానీయ' అనే వారు. రాష్ట్రకూట సామ్రాజ్యంలో కొంత భాగం చక్రవర్తి ప్రత్యక్ష పాలనలో, మరి కొంత భాగం సామంత రాజుల అధీనంలో ఉండేది. సామంత ప్రభువులు సార్వభౌముని ఆజ్ఞలను పాటించి కప్పాన్ని చెల్లిస్తూ, ఒప్పందం ప్రకారం రాజుకు సైన్యాలను అందించేవారు. రాష్ట్రకూట రాజులు సామంత ప్రభువులు తిరుగుబాటు చేయకుండా తగినంత కట్టుదిట్టం చేశారు.

స్థానిక పాలనా వ్యవస్థ

రాజులు రాజ్యాన్ని రాష్ట్రం, విషయం, గ్రామాలుగా విభజించారు. రాష్ట్రానికి 'మహాసామంత' లేదా 'మహామండలేశ్వర' ప్రధాన పాలనాధికారి. వీరు సామంతుల స్థాయికి చెందిన వారు. 'విషయపతి', 'భోగపతి' అని పిలువబడే జిల్లా అధికారులను కూడా రాజే నియమించేవాడు. పట్టణాన్ని పాలించేవాడు 'నగరపతి', గ్రామానికి సాధారణంగా గ్రామపతి అధిపతిగా ఉండేవాడు. 'మహాజనముల'నబడే గ్రామ సభ, అగ్రహారాలకు సంబంధించింది. ఉమ్మడి గ్రామ సభలు సాధారణంగా కర్షక సభను కలిగి ఉండేవి.

సైనిక వ్యవస్థ

రాష్ట్రకూటులు పెద్ద సైన్యాలను పోషించారు. ఆల్టేకర్ అభిప్రాయం ప్రకారం, వీరి సైన్యం ఐదు లక్షల కంటే తక్కువ. సాధారణంగా సైన్యంలో అధిక భాగాన్ని రాజధాని నగరంలో నిలిపేవారు. సైన్యంలో కాల్బలానికి అధిక ప్రాధాన్యత ఉండేది. వీరి సైనిక వ్యవస్థలో అన్ని వర్ణాలకు చెందిన సైనికులు కనిపిస్తారు. జైన మతస్థులైన బంకేయ, శ్రీవిజయ లాంటి వారు సేనాధిపతులుగా ఉండేవారు. యుద్ధంలో మరణించిన సైనికులకు ప్రభుత్వం భృతులనిచ్చేది. సేనానులు సామంత రాజ మర్యాదలతో గజ, తురగ, రథములననుభవించుచుండిరి. వర్తకులు దండయాత్రల్లో సైన్యావసరాలకు వస్తు సముదాయాలను గుత్తగా విక్రయించెడి వారు. చోరోద్ధారణికులు, దండపోశికలు ఆనాటి రక్షక భటులు.

రెవిన్యూ పాలన

రాజ్యానికి ముఖ్యాదాయం భూమి శిస్తు. దీనికి తోడు 'పడేనాళ పన్ను' అంటే, సైన్య నిర్వహణ కోసం విధించే పన్నును వసూలు చేసేవారు. సంధివిగ్రహ పన్నును దేశ రక్షణ కోసం విధించేవారు. వ్యాపారుల నుంచి పెద్ద మొత్తాల్లో రహదారి సుంకాలు, సంత సుంకాలనీ, దేశీయ, విదేశీ వ్యాపారుల నుంచి అధిక సుంకాలు వసూలు చేయబడేవి. రాజరిక వ్యవస్థ వేళూనిన కొద్దీ, ప్రజలపై పన్నుల భారం అధికమైంది. పన్నులను వాయిదాల పద్ధతిలో వసూలు చేసినట్లు అనేక ఉదాహరణలున్నాయి. ఎక్కువగా పన్నును ధాన్య రూపంలో చెల్లించినా, ద్రవ్య రూపంలో కూడా చెల్లించినట్లు, నాటి సమాచారాధారాల నుంచి గుర్తించొచ్చు. వ్యాపారం కోసం పత్తి, పోకలు, నువ్వులు మొదలయినవి పండిస్తే, ఎక్సైజ్ పన్నులాగా, అదనపు పన్నులను వసూలు చేసేవారు. ఇంకా వృత్తి పన్నులను కూడా విధించేవారు. కుమ్మరి, చాకలి, నాయీ బ్రాహ్మణ, కమ్మరి మొదలయిన చేతివృత్తి పని వారందరూ వృత్తి పన్నులను చెల్లించాలి. అలాగే, పొలాలకు నీరు తోడే రాట్నాల మీద, ఏతాల మీద పన్నుండేది. ఆస్తి పన్నుల్లో భూమి పన్ను గాక, ఇంటి పన్ను, గానుగ పన్ను, పశువుల పన్ను, గొర్రెమందల పన్ను, అంగడి పన్ను మొదలయినవి చోటుచేసుకొన్నాయి.

వచ్చిన ఆదాయంలో మూడు భాగాలు సైన్య నిర్వహణకు, ఒక భాగం మూల నిధికి, 1/12 వ వంతు ధర్మాలకు, అంతఃపుర, రాజ్య నిర్వహణకు వినియోగపడినట్లుగా తెలుస్తుంది. సగటున 15% కూడివరము స్థానిక గ్రామాధికారులకే ప్రజోపయోగార్థం వదలివేసేవారు. దీనికి తోడు 8 1/3 శాతం మేలావరము నుంచి ప్రజోపయోగ కార్యాలకు కేంద్రం ప్రభుత్వమిచ్చెడిది.

న్యాయ పాలన

రాజు సామ్రాజ్యమంతటికి ప్రధాన న్యాయాధిపతి. గ్రామ సభకు చెందిన 'ధర్మాసనం' ద్వారా, న్యాయ పరిపాలన కావించబడింది. రాజు, రాచరికానికి వ్యతిరేక చర్యలను రాజు స్వయంగా పరిశీలించి, శిక్షించేవాడు.

ఆర్థిక పరిస్థితులు

రాష్ట్రకూటుల నాటి ఆర్థికాభివృద్ధికి వ్యవసాయం, పరిశ్రమలు, గ్రామీణ వృత్తులు, వాణిజ్యం దోహదం చేశాయి.

వ్యవసాయం

వ్యవసాయం ఆర్థిక వ్యవస్థకు మూలాధారంగా ఉండేది. ఉద్యోగ నిర్వహణ కోసం ఇచ్చిన భూదానాల కారణంగా, విశాల భూభాగాలు సాగులోకి తీసుకురావడమైంది. పశ్చిమ భారతంలో భూమి సారవంతమైందని, వరి, పండ్లు సమృద్ధిగా ఉండేవని, అరబ్ చరిత్రకారులు రాశారు. కర్ణాటక, మహారాష్ట్రలలో జొన్న, మొక్క జొన్నను పండించారు. ఈ కాలంలో, ఆంధ్ర, తమిళనాడు, కర్ణాటక ప్రాంతాల్లో వరి, పత్తి సాగుచేసినట్లు గుర్తించబడింది. కొబ్బరి, తాటి తోటలు విస్తారంగా ఉండేవి. కర్ణాటకలో పోక తోటలు కూడా విస్తారంగా పెంచబడ్డాయి.

దక్షిణ భారతంలో వ్యవసాయ భూమిని 'ఎరిపట్టి' లేదా 'చెరువుకట్టు భూమి' అని ప్రత్యేకంగా వ్యవహరించారు. ద్వీపకల్పమంతటా, చెరువుల మీద ఆధారపడిన వ్యవసాయమే, ఎక్కువగా ఉంది. భూమి పంటలో ఆరవ లేదా పదవ భాగాన్ని, వ్యవసాయదారుడు పన్నుగా చెల్లించేవాడు. ఇంతే గాక, గ్రామాల్లో చెరువులు, మొదలైన నీటిపారుదల వనరులు, ఆలయాల నిర్వహణకు, ఇతర ఖర్చుల కోసం, వ్యవసాయదారులు అనేక స్థానిక పన్నులను కూడా చెల్లించే వారు.

పరిశ్రమలు

పరిశ్రమలన్నింటిలో ప్రసిద్ధికెక్కింది వస్త్ర పరిశ్రమ. గుజరాత్, బీరార్, తెలంగాణ ఈ పరిశ్రమలకు ముఖ్య కేంద్రాలుగా ఉన్నాయి. దేశంలో తయారైన వస్త్రాలను అధిక పరిమాణంలో విదేశాలకు ఎగుమతి చేసేవారు. వివిధ పరిశ్రమలవారు శ్రేణులుగా ఏర్పడ్డట్లు తెలుస్తూంది. వస్త్ర, నూలు పరిశ్రమలతో పాటు, సుగంధ ద్రవ్యాలు, గంధం, కలప, టేకు, తోలు, పరిశ్రమలుండేవి.

వివిధ వృత్తులు

రాష్ట్రకూట రాజ్యంలో గ్రామ పాలనలో పరిపాలనాధికారులే కాకుండా, ద్వాదశ వృత్తుల వారున్నట్లు, వారి సహకారంతో గ్రామ పాలన సక్రమంగా జరుగుతున్నట్లు తెలుస్తూంది. గ్రస్తి, తలారి, జ్యోతిష్కుడు, కమ్మరి, కుమ్మరి, వడ్రంగి, చాకలి, మంగలి, గ్రామ ఉపాధ్యాయుడు, చర్మకార, సాలె వృత్తుల వారు, వీటిలో భాగంగా ఉన్నారు. అష్టాదశ వృత్తులవారు ఉండేవారు. రైతులు, గొర్రెల, పశు పోషకులు, చేనేత వర్గం వారు, గుమాస్తాలు, దుకాణ యజమానులు, సైనికులు, కళాకారుల, పండితులు, వ్యాపారుల వృత్తులు కూడా నాటి ఆర్థిక జీవనంలో చోటుచేసుకొన్నాయి.

వాణిజ్యం - వర్తకం

వాణిజ్య కలాపం అంతగా అభివృద్ధి చెందలేదు. దక్షిణ భారతదేశపు తూర్పు, పశ్చిమ కోస్తాలకు, పశ్చిమ, ఆగ్నేయాసియా దేశాలకు మధ్య జరిగిన వ్యాపారాన్ని గురించి, 'కాస్ మాస్ ఇండికో ప్లూస్టెస్' పేర్కొంది. మిరియాలు, ఏలకులు, ముత్యాలు మొదలైనవి ప్రధాన ఎగుమతి సరుకులు. వాయవ్య సరిహద్దు నుంచి గుర్రాలను దిగుమతి చేసే వ్యాపారంలో పెరుగుదల, ఈ కాలంలో స్పష్టంగా కనిపిస్తుంది. బట్టలు, తత్సంబంధ పరిశ్రమలు, లోహ పరిశ్రమ,

కంసాలి వృత్తి కళ ఈ కాలంలో అభివృద్ధిచెందాయి. చాలామటుకు, ఇవన్నీ ఆయా ప్రాంతాలకే పరిమితమయ్యాయి. కాని, క్రీ.శ.11, 12 శతాబ్దాల్లో వ్యాపారం కొత్త ఉత్సాహాన్ని పుంజుకుంది.

'మనిగారమ్', 'నానాదేశీయులు', 'తిస్సెవ ఆయుత్త ఐన్నూర్‌వర్' అని వృత్తి సంఘాల వారు, దక్షిణంలో వర్తకాన్ని వ్యవస్థీకరించారు. వీటి అన్నింటిలో 'ఐన్నూరువర్' లేదా 'అయ్యావోలెపుర' '500 స్వాములు' అనేది చాలా ప్రాముఖ్యత చెందిన వర్తక సంఘం. వీరు భారతదేశంలోని అన్ని ప్రాంతాలను, పర్షియా, ఆగ్నేయాసియా దేశాలను కూడా సందర్శించారు. వీరు ప్రముఖ వర్తకుల న్యాయ సంరక్షకులు. 'మనిగారమ్' అనేది స్థానిక వర్తక సంఘం. 'నగరమ్' అంటే, దక్షిణ భారతంలో ఒక వ్యవస్థీకరించబడిన విక్రయ కేంద్రం.

చైనా, శ్రీవిజయ దేశాలతో వ్యాపారం, ఈ యుగంలోని గుర్తింపదగిన విశేషం. తూర్పు తీరంలో మహాబలిపురం, నాగపట్టణం, కావేరి పట్టణం, మోటుపల్లి, కృష్ణపట్టణం, పశ్చిమ తీరంలో చౌల్, సోప్రా, కాలికట్‌లు ప్రసిద్ధ రేవు పట్టణాలు.

సామాజిక వ్యవస్థ

దక్కన్‌లో, దక్షిణ భారతంలో సామాజిక నిర్మాణం ప్రధానంగా శాస్త్రాల్లో పేర్కొన్న వర్ణాశ్రమ ధర్మం, చతుర్వర్ణాల విభజనను అనుసరించి ఉంది. పరిపాలకులు వర్ణాశ్రమ ధర్మాన్ని కొనసాగించినట్లు, అన్ని కాలాల్లోని శాసనాలు ప్రకటించాయి. బ్రాహ్మణులు మత, కర్మకాండల్లో ఆధిక్యత కలిగి ఉన్నందున, సమాజంలో వారు విశిష్టమైన, ఉన్నతమైన స్థానాన్ని ఆక్రమించారు. సేనాపతులు, మంత్రులు వంటి సైనిక, పరిపాలక వృత్తులను చేపట్టి, ఆర్థిక స్తోమతను పెంచుకొని, వీరు ఒక ప్రముఖమైన పాత్రను నిర్వహించారు. ఇదే విధంగా, వైదిక పాండిత్యాన్ని అధ్యయనం చేయడం ద్వారా, పన్నులతో నిమిత్తం లేకుండా రాజుల నుంచి అగ్రహారాలను లేదా 'బ్రహ్మదేయాల'ను దానాలుగా పొందారు. క్రీ.శ.10, 11 శతాబ్దాల నుంచి దక్కన్‌లో దక్షిణ భారతంలో దేవాలయాలు వ్యవస్థలుగా రూపొందడం చేత, 'బ్రహ్మదేయాలు' క్షీణించినట్లు అంచనా వేయబడింది. దీనితో పాటు, వృత్తి విద్యల వారికి, వర్తక తరగతుల వారికి పెరుగుతూ వచ్చిన ఆధిక్యత వల్ల, బ్రాహ్మణుల ఆర్థిక పరిస్థితి దిగజారిపోయింది. కేవలం, సిద్ధాంత రీత్యా, మత పరమైన ఆధిక్యత మాత్రం మిగిలింది.

దండయాత్రల వల్ల బ్రాహ్మణులు వలస వెళ్లడం జరిగింది. మాల్ఖేడ్ రాష్ట్రకూటులు అనేక పురోహిత కుటుంబాలను వెంట తెచ్చారు. బ్రాహ్మణులు ఏ ఏ భౌగోళిక విభాగాలలో నివసించారో, వాటినను‌సరించే వారిలో తెగలు ఏర్పడ్డాయి. పాలక వర్గం వారు క్షత్రియ స్థానం తమకు చెందాలన్నారు. రాష్ట్రకూటులు క్షత్రియుల్లో 'సత్‌క్షత్రియు'లనే ఒక ప్రత్యేక ఉపతెగగా పరిగణించబడ్డారు. సామాన్య క్షత్రియులు, 'ద్విజుల' కర్మకాండలను పాటించేవారు. తమ స్థాయిని పెంచుకోవడానికి తమ తమ వంశాలను, చంద్ర, సూర్య రాజ వంశాలకు చెందిన వారుగా చెప్పుకొన్నారు.

వైశ్యులు వర్తక, వ్యవసాయ తరగతులకు చెంది, 'కోమట్లు', 'సేఠ్'లు అనే పేర్లతో వీరు తరచుగా పిలువబడ్డారు. తమ వ్యాపార కార్యకలాపాలను కొనసాగించడానికి పూర్వ కాలం నుంచి వారందరికి ఒక సమైక్య సంఘం ఉండేది.

శూద్రులు ప్రధానంగా వ్యవసాయం, వ్యవసాయ కూలి, సైనిక సేవ వంటి వృత్తులను చేపట్టారు. శూద్రులు, ఛండాలురకు మధ్య పెరిగిన విభేదం వల్ల శూద్రులు అధిక స్థాయిని అందుకున్నారు. 'రట్టడి' లేదా రెడ్డి వెల్లాల, కాపు

అనేవి ప్రధాన శూద్ర తరగతులు. క్రీ.శ.10, 11 శతాబ్దాల వరకు వృత్తి విద్యల వారు, కూలీలు, ఛండాలురు, దిగువ స్థాయిలోనే ఉన్నారు. క్రీ.శ. 10వ శతాబ్దానికి చెందిన సాహిత్య గ్రంథం 'యశస్థిలక'లో వెట్టిచాకిరి నిరసించబడింది.

ఈ విధంగా భూస్వామ్య రైతు వర్గం అవతరణతో పాటు, క్రీ.శ.9, 10 శతాబ్దాల్లో కర్ణాటక, ఆంధ్ర ప్రాంతాల్లో 'గురవ' వర్గం వారు శివాలయాల్లో పురోహిత స్థానాన్ని పొందడం, మరొక గమనించదగ్గ విషయం.

క్రీ.శ. 11 వ శతాబ్దంలో 'పంచాణం వారు' అని ఆంధ్రలో, 'ఇడంగై' అని తమిళనాడులో వృత్తివిద్యల వర్గం అవతరణ ముఖ్యంగా గమనించాల్సిన విషయం. వీరశైవం, ఆరాధ్యశైవం, శ్రీవైష్ణవం వంటి నూతన మతోద్యమాలు, వృత్తి తరగతులు, భూస్వామ్య రైతులచేత పోషించబడ్డాయి.

విద్యా, సారస్వతాల ప్రగతి

విద్య, సారస్వత పోషణలో రాష్ట్రకూట చక్రవర్తులు అత్యంత ఆసక్తిని కనబర్చారు. దేశంలో ఉన్నత విద్యా ప్రమాణాలకు ఎక్కువ ప్రాధాన్యతనిచ్చినట్లు తెలుస్తుంది. ఉన్నత విద్యాభివృద్ధికి రాష్ట్రకూట మహారాజులు, సంపన్నులు అగ్రహారాలను, భూములను బ్రాహ్మణులకు దానం చేసేవారు. అగ్రహారాలు సంస్కృత విద్యలకు కేంద్రాలుగా ఉండేవి. దేవాలయ ప్రాంగణాలు సైతం విద్యాలయాలుగా రూపొందాయి. ఉదాహరణకు, కర్ణాటక ప్రాంతంలో సెలొర్గిలోని త్రయిపురుష దేవాలయంలో ఉన్న పెద్ద కళాశాల్లో 27 వసతి గృహాలున్నట్లు తెలుస్తుంది. జైన, బౌద్ధ మతాలు తమ మత విద్యను బోధించేవి.

విద్యార్జన కోసం విద్యార్థులు దూర ప్రాంతాల నుంచి ఇక్కడికి వచ్చేవారు. రాజ్యంలో ఉన్న ముఖ్య నగరాలు, పుణ్యక్షేత్రాలు కూడా విద్యా కేంద్రాలుగా వర్ధిల్లాయి. అందుకు మాల్ఖేడ్, నాసిక్, పైఠాన్ నగరాలు ముఖ్యమైనవిగా ఉన్నాయి. వేదాలు, వ్యాకరణం, జ్యోతిష్యం, సాహిత్యం, మీమాంస, ధర్మశాస్త్రం, పురాణాలు, న్యాయశాస్త్రం, సంస్కృత విద్య, ఉన్నత విద్యా విషయాలుగా ఉండేవి. రాష్ట్రకూట రాజులు సంస్కృతం, కన్నడ భాషలను పోషించారు.

క్రీ.శ.779 లో ధృవ మహారాజు ధూలియా శాసనంలో దాన గ్రహీతలు వేద, వేదాంగ, ఇతిహాస, పురాణ, వ్యాకరణ, మీమాంస, తర్కశాస్త్రాల్లో పండితులుగా ఉన్నారు. సంస్కృత వ్యాకరణం సమస్త శాస్త్రాలకు ఆమూలకందమని పేర్కోవడం జరిగింది. ధార్వాడ్ మండలంలోని భుజభేశ్వరాలయంలోని మఠానికి క్రీ.శ.975 లో 50 మత్తరుల (200 ఎకరాలుగావచ్చు) భూమిని దానం చేసినట్లుంది. ఆ మఠంలో విద్యార్థులకు విద్య, ఆహారం ఉచితం. దేవాలయాలకు ఇచ్చిన దానాల్లో ఏతచ్ఛాయలనున్న విద్యాశాలలకు, విద్యార్థులకు, పుస్తకాలకు కూడా దానాలు కన్పిస్తున్నాయి. ఆనాటి దేవాలయాలు, విద్యాలయాలు, అగ్రహారాలు కళాశాలలు.

ధార్వాడ్ మండలంలోని కౌలాస్ అగ్రహారంలో ఒక సంస్కృత విద్యాపీఠముంది. అందులో 200 బ్రాహ్మణ కుటుంబాలు వ్యాకరణ, నీతిశాస్త్ర, సాహిత్య, పురాణ విద్యలయందు నిష్ణాతులు.

సాహిత్యం

సంస్కృతం రాష్ట్రకూట రాజ్యంలో రాజభాష. జైన వాఙ్మయం రాష్ట్రకూట రాజ్యంలో విలసిల్లింది. హలాయుధుడు 'కవిరహస్యము'ను మూడవ కృష్ణరాజు కాలంలో రచించాడు. ఇందులో సంస్కృత ధాతువుల వివరణ, కృష్ణమహారాజు ప్రశస్తి ఉంది. జినసేనుడు అమోఘవర్షునకు పరమ గురువు. అతని ఆది పురాణాన్ని అతని శిష్యుడు గుణచంద్రుడు

పూరించాడు. ఆది పురాణం జైన తీర్థంకరుల జీవిత చరిత్ర. 'పార్శ్వాభ్యుదయం'లో జినసేనుడు మేఘ సందేశంలోని ప్రతి శ్లోక పాదమును జైన పార్శ్వుని జీవితానికి అన్వయించి అద్భుతంగా అర్థసమన్వయాన్ని సల్పినాడు. 'అమోఘవృత్తి' అనే వ్యాకరణాన్ని శకటాయనుడు, 'గణితసారసంగ్రహము'ను గణితయాన వీరాచార్యుడు, అమోఘవర్షుని కాలంలో రచించారు.

కన్నడ భాషలో మొదటి అలంకార గ్రంథమైన 'కవిరాజమార్గం'ను అమోఘవర్షుడు రచించాడు. ఇతడు 'రత్నమాలిక', 'నీతికావ్యం'ను కూడా రచించాడు. కన్నడ కవిత్రయంలో రెండో వాడైన 'పొన్న' మూడో కృష్ణుని ఆస్థాన కవి. ఇతడు 'శాంతి పురాణం'ను రచించాడు. రాష్ట్రకూట సామంతులైన వేములవాడ చాళుక్యుల ఆస్థానంలో కన్నడ త్రయంలో మొదటి వాడైన పంపకవి 'ఆది పురాణం' 'విక్రమార్జున విజయం' గ్రంథాలను రచించాడు.

వాస్తు కళ

తొలి నాటి ఇటుక, కలపతో కూడిన నిర్మాణ విధాన స్థానంలో, రాతి కట్టడాలు, గుహాలయాలు క్రీ.శ. 6వ, 7వ శతాబ్దాల నుంచి చోటుచేసుకున్నాయి. ప్రస్తుత తమిళనాడు, కేరళ ప్రాంతాలను దిగువ ద్రావిడ దేశమని ఆంధ్ర, కర్ణాటక ప్రాంతాలను ఎగువ ద్రావిడ దేశమని ఉదహరించేవారు. దిగువ ద్రావిడ దేశంలోని కట్టడాలకు 'ద్రావిడ రీతి' లేదా శైలి ప్రధాన భూమిక కాగా, ఎగువ ద్రావిడ దేశంలోని దేవాలయ నిర్మాణాలు 'నగర రీతి' వ్యాప్తికి చిహ్నాలు. ఇవి క్రీ.శ. 7వ, 8వ శతాబ్దాల్లో కనబడతాయి.

ఏకశిలా నిర్మిత కైలాసనాథ ఆలయం, ఎల్లోరా

రాష్ట్రకూటుల కాలంలో, ఎల్లోరాలోని గుహాలయాలు మలచబడ్డాయి. మొదటి గుహలో దశావతార దేవాలయాన్ని దంతిదుర్గుడు నిర్మించాడు. ఈ ఆలయంలోని నంది మండపం, రాష్ట్రకూటుల కళకు చాలా ప్రాచీనమైన నిదర్శనం. ఎల్లోరాలోని 'కైలాసనాథ ఆలయం' రాష్ట్రకూట రాజు అయిన మొదటి కృష్ణుని కళాసృష్టి. ఈ ఏకశిలా ఆలయం, ఒక గర్భగుడి, ఒక ముఖ మండపం, ముంగిలిలో ఒక కప్పబడిన చావడిని కలిగి ఉంది. దిగువ అంతస్తు ఉపయుక్తం కానిది. ఇది అలంకృతమైన పునాదిని, గూళ్లను కలిగిన స్తంభాకార గోడను మనకు చూపెడుతుంది. ఉపయుక్తమైన అంతస్తు

సమతలం కూడా ఇదే నమూనాలో ఉంది. ఇందులో కూడా ముందుకు చొప్పించబడిన మండపం, ఉత్తర, దక్షిణ, పడమరలో ద్వారాలున్నాయి. మండపం కప్పు మీద మధ్య భాగంలో పెద్ద పెద్ద రేకులు గల తామర పువ్వు ఉంది. దీని ఉపరితల కట్టడం నాల్గు అంతస్తుల్లో ఉంది. ప్రధాన పూజా మందిరం చుట్టూ ఏడు చిన్న ఆలయాలు, ఒక నంది మండపం ఉన్నాయి. ఈ విధంగా, దక్షిణ భారతంలో ఉన్న విధానం ప్రకారంగానే ఆలయ పథకం ఎనిమిది పూజా మందిరాలతో ఏర్పాటు చేయబడింది. గోపురం రెండతస్తులను కల్గి, పై భాగం గుడిసె బండి ఆకారపు కప్పును కలిగి ఉంది. ఈ ఆలయం, విగ్రహ శాస్త్రంలోని శివుని అన్ని రూపాలను, హిందూ మత పురాణ గాథలను వివరించే అద్భుత శిల్ప కళా ఖండాలకు నిలయం.

ఎల్లోరాలోని మిగతా గుహాలయాల్లో 'ఛోటా కైలాస ఆలయం', పదిహేనవ గుహ ముంగిలిలో ఉన్న మండపం, పట్టడకల్‌లోని జైనాలయం ప్రసిద్ధికెక్కిన మచ్చుతునకలు.

శిల్ప కళ

దశావతార దేవాలయం అద్భుత శిల్ప కళతో నిర్మితమైంది. దీని గోడలను శైవ, వైష్ణవ దేవతామూర్తులతో అలంకరించారు. హిరణ్యకశిపుని వధించే నరసింహ విగ్రహం ఈ ఆలయ శిల్పాలన్నింటిలోకి ప్రసిద్ధికెక్కింది. ఇదే ఎల్లోరాలోని కైలాసనాథ ఆలయంలో శివుని ప్రతిమలు గొప్ప కళాశైలిలో చెక్కబడ్డాయి. బొంబాయి సమీపంలోని ఎలిఫెంటా దీవిలోని గుహాలయాలు అత్యంత మనోహరాలైన విగ్రహ మూర్తులతో ఉన్నాయి. ఈ శిల్పాల్లో త్రిమూర్తుల ముఖాలతో చెక్కబడిన మహేశ్వరుని విగ్రహం, రాష్ట్రకూటుల మహోన్నత శిల్ప కళకు నిదర్శనమే గాక, ప్రపంచ ప్రఖ్యాతిని పొందింది. సృష్టి, స్థితి లయకారుడిగా మహేశ్వరుని శిల్ప రూపాన్ని ప్రతిష్ఠించడం ప్రశంసనీయం.

చిత్రలేఖనం

ఎల్లోరాలోని కైలాసనాథ ఆలయ గోడల మీద, కప్పుల కింది భాగాన వేసిన చిత్రాలు, రాష్ట్రకూట కాలానికి చెందిన చిత్రలేఖనానికి ఉత్తమ నమూనాలు. నటరాజ, 'లింగోద్భవ', 'విద్యాధరుల' చిత్రాలు ఆకర్షణీయమైన రంగులతో నిశితమైన వర్ణనలతో ఉన్నాయి. చిత్రలేఖనంలో వీరు చాలామటుకు శిల్ప శైలిని సన్నిహితంగా అనుసరించారు. ఎల్లోరాలోని 'ఇంద్రసభ' అనే జైన గుహలోని చిత్రాలు చక్కని శైలితో, విశాలమైన విప్పారిన నేత్రాలతో కూడుకొని ఉన్నాయి.

మత రంగ పరిణామాలు

శైవ మతం

శైవ మతం, దాని శాఖలు బహుళంగా వ్యాప్తిలో ఉన్నట్లు, శాసన, సాహిత్యాధారాలు రుజువు చేస్తున్నాయి. దక్కన్‌లో రాష్ట్రకూటుల కాలంలో 'కాలాముఖ', 'కాపాలిక' తెగలు ప్రచారంలోకి వచ్చాయి. 'గురవ' వర్గం అనబడే బ్రాహ్మణేతర భక్త బృందం ఉనికిలోకి వచ్చినట్లు, క్రీ.శ. 9వ శతాబ్దపు శాసనాలు రుజువు చేస్తున్నాయి. వీరు బ్రహ్మచర్య వ్రతంపై ప్రమాణ స్వీకారం చేసి, శివాలయాల్లో పూజారులుగా పనిచేయాలి. శ్రీశైలం ఒక గొప్ప 'కాపాలిక' కేంద్రంగా పరిగణనలోకి వచ్చింది.

వైష్ణవ మతం

రాష్ట్రకూట రాజులు ధరించిన 'శ్రీపృధ్వీవల్లభ' అనే బిరుదు, బహుశ వారు విష్ణు అవతారమని చెప్పుకోవడానికి కావచ్చు. 'అవతారాల' ఆరాధన అనేది వైష్ణవ మత ముఖ్య లక్షణంగా ఏర్పడింది. దక్కన్ దక్షిణ భారతదేశంలోని నారాయణాంశం ప్రసిద్ధి చెందింది. శయన, ఆసీన, నిలుచున్న రూపాల్లోని విష్ణువు చాలా ప్రచారాన్నందుకొన్నాడు. 'ఆళ్వారులు' ఈ రూపాల్లోని విష్ణువును స్తుతించారు. అన్నింటిలోను 'శయన' రూపం విష్ణువు ఉన్నత దశ; అంటే, 'పర' తత్వానికి చిహ్నం. లక్ష్మీ దేవతారాధన, వైష్ణవ మతంలోని మరొక ముఖ్య లక్షణం. ఈ కాలంలో శ్రీరంగం, కంచి, అహోబిలం, తిరుమల, శ్రీకూర్మాలు వైభవాన్ని సంతరించుకున్న వైష్ణవ కేంద్రాలు.

బౌద్ధ మతం

ఆంధ్రలో బౌద్ధ స్థిర నివాసాలన్నీ నిర్మానుష్యంగా ఉన్నాయని, బ్రాహ్మణ మత సంబంధమైన దేవాలయాలు అనేకం కలవని హ్యూయన్‌త్సాంగ్ పేర్కొన్నాడు. శ్రీపర్వతం వజ్రపాణి ధరణీ ఆరాధనకు ముఖ్య కేంద్ర స్థాయినందుకొంది.

వజ్రయాన బౌద్ధ మతం క్రీ.శ. 7వ శతాబ్దం నుంచి జనాదరణను పొందింది. ఇది మహాయాన బౌద్ధంలో వచ్చిన మార్పుల ఫలితంగా ఏర్పడింది. దీనినే తాంత్రిక బౌద్ధమని కూడా అంటారు. ఇందులో 'వజ్రయాన', 'సహజయాన', 'కాలచక్రయాన' అని పిలువబడే మూడు అగోచర ఆచారాలు ఇమిడి ఉన్నాయి. ఈ ఉద్యమంలోని గురువులను, లేదా ఆచార్యులను 'సిద్ధు' లంటారు. వీరి మొత్తం సంఖ్య 84. వజ్రయాన పూజా విధానంలో 'మంత్ర', 'ముద్ర', 'మండల' వంటి కాల్పనిక వేడుకలిమిడి ఉన్నాయి. ఆంధ్రలో క్రీ.శ.12, 13వ శతాబ్దాల వరకు, అమరావతి, గుంటుపల్లి, శ్రీపర్వతం, లేదా నాగార్జునకొండ, శాలిహుండం, తమిళనాడులో నాగపట్టణం, కంచి సుప్రసిద్ధ బౌద్ధ మత కేంద్రాలుగా ఉన్నాయి.

జైన మతం

ఈ కాలంలో జైన మతం, బౌద్ధ మతం కంటే ఎక్కువ వ్యాప్తి చెంది, ఆదరణ, పలుకుబడి కలిగి ఉంది. జైనులైన అధికారులు, ప్రభువులను ఆంధ్ర ప్రాంతంలో నియమించి, రాష్ట్రకూటులు జైన మత వ్యాప్తికి దోహదం చేశారు. అకలంక, పంప, పొన్న అనే వారు ఆంధ్రలో జైన మతంతో సంబంధం గల గొప్ప వ్యక్తులు. మూల సంఘ, యావనీయ, ద్రవిడ సంఘ అనే ప్రసిద్ధ జైన శాఖలు ఆంధ్రలో వ్యాప్తిలో ఉన్నాయి. పెరూర్, దానువులపాడు, వేములపాడు, రామతీర్థం, హనుమకొండ, పటాన్‌చెరు, కొల్లిపాక అనేవి ఆంధ్రలో ప్రఖ్యాతి గాంచిన జైన మత కేంద్రాలు.

కర్ణాటక ప్రాంతంలో రాష్ట్రకూటులు జైన మత ప్రధాన పోషకులు. రాష్ట్రకూట రాజు అయిన ఒకటో అమోఘవర్షుడు, చాముండరాయ అనేవాడు పేరెన్నికగన్న జైన మత పోషకులు. అసంఖ్యాకంగా ఉన్న జైన మత కేంద్రాల్లో, శ్రావణ బెలగోళ మిక్కిలి ప్రసిద్ధమైంది. కర్ణాటకలో దిగంబర జైన శాఖ ఆచరణలో ఉంది.

ఈ విధంగా రాష్ట్రకూటులు దక్షిణ భారతదేశ, తెలంగాణా చరిత్రలో ప్రముఖ పాత్ర వహించారు. సమకాలీన అరబ్ యాత్రికుడు సులేమాన్, ప్రపంచ ప్రసిద్ధిగాంచిన గొప్ప చక్రవర్తుల్లో ఒక్కడిగా, రాష్ట్రకూట చక్రవర్తి అమోఘవర్షుని

పరిగణించడం గర్వించదగ్గ విషయం. వీరి సామ్రాజ్య సరిహద్దులు, కనోజ్ నుంచి కన్యాకుమారి వరకు విస్తరించడం, వారి సైనిక విజయాలు, బలపరాక్రమాలకు నిదర్శనంగా నిలిచింది. వీరి పాలనా విధానం కేంద్ర ప్రభుత్వ పటిష్టతకు, స్థానిక పాలనా స్వేచ్ఛల మధ్య, చక్కని సమతుల్యతను సాధింగలిగింది. శాసనాలు, రచనల ద్వారా కన్నడ, సంస్కృత భాషల ప్రగతికి, జైన మతాన్ని విశేషంగా ఆదరించినా, హైందవ, బౌద్ధాలే కాకుండా, ఇస్లాం మతం పట్ల కూడా సహన భావాన్ని ప్రదర్శించి, వాటి స్వేచ్ఛ, అభివృద్ధికి దోహదపడే చర్యలను, రాష్ట్రకూట చక్రవర్తులు తీసుకోవడం జరిగింది. మత సారస్వతాలతో పాటు, వాస్తు, శిల్ప కళాభివృద్ధికి కూడా వారు విశేషంగా తోడ్పటం వారి సాంస్కృతిక అద్వితీయ అభిమానాసక్తులను తెలియచేస్తున్నాయి. ఎల్లోరాలోని దశావతారాలయం, కైలాసనాథాలయం, ఎలిఫెంటా దీవిలోని మహేశ్వరుని విగ్రహం, వీరి ఏక శిలా నిర్మిత వాస్తు కళా శైలి, లేసు పద్ధతి, అలంకరణ విన్యాసానికి చెరగని మచ్చుతునకలుగా నిల్చి, చూపురలను మంత్రముగ్ధులుగా చేస్తున్నాయి. తెలంగాణానే కాకుండా, దక్షిణాపథ చరిత్రలోనే రాష్ట్రకూటుల పాలనా కాలం ఉజ్వలంగా, పరిపూర్ణంగా భాసిల్లుతూంది.

9

కాకతీయ యుగం, పాలన - ప్రగతి

క్రీ.శ. 10వ శతాబ్దం నుంచి 13వ శతాబ్దం వరకు దక్కన్‌లోని తెలుగు ప్రాంతాలను కాకతీయులు, కన్నడ ప్రాంతాలను హోయసాలులు, మరాఠ ప్రాంతాన్ని యాదవులు, తమిళ ప్రాంతాన్ని పాండ్యులు పరిపాలించారు. వీరందరు హిందూ సంస్కృతికి, తమ, తమ స్థానిక ప్రజానీకానికి విశేష సేవలందించి పేరు ప్రఖ్యాతలు సంపాదించుకొన్నారు. వీరిలో ప్రజాసేవతత్పరత, ధర్మబద్ధత, పరమతసహనం, వీరోచిత పోరాటపటిమ, మాతృభూమిపట్ల భక్తి ఉన్నప్పటికీ వారిలో వివిధ కారణాల వల్ల ఏర్పడిన అనైక్యత వారి వంశాల పతనానికి కారణమైంది. చివరికి ఈ నాలుగు హిందూ రాజ్యాలు ఉత్తర భారతాన్ని పాలిస్తున్న ఢిల్లీ సుల్తానుల దాడులకు గురై పతనమయ్యాయి. మధ్యయుగ దక్కన్, దక్షిణాపథ చరిత్ర వీరి సేవల వల్ల సాధించిన రాజకీయ, సాంస్కృతిక విజయాల వల్ల సుసంపన్నమైంది. నేటికీ వీరి కట్టడాలు, రచనలు, పరిపాలనా సూత్రాలు మార్గదర్శకంగా నిలిచాయి. తెలంగాణాలో రాష్ట్రకూటులకు సేనలుగా, చాళుక్యులకు రాష్ట్ర పాలకులుగా, దుర్గాధిపతులుగా సేవలందించిన కాకతీయులు వారి పట్టుదల, శౌర్యప్రతాపాలు, నిజాయితీ వల్ల స్వతంత్రులై అనుమకొండ, ఓరుగల్లు రాజధానులుగా సుమారు మూడు శతాబ్దాలకు పైగా తెలుగు భాష మాట్లాడే తెలంగాణా, ఆంధ్ర, రాయలసీమ ప్రజలను పరిపాలించి శాశ్వత కీర్తిని గడించారు. నేటి తెలంగాణా సంస్కృతికి తొలిబీజాలు కాకతీయుల కాలంలోనే వేయబడ్డాయని చెప్పడంలో ఎంతో వాస్తవం కలదు. వీరి నుంచి పొందిన స్ఫూర్తితో ముసునూరి, రెడ్డి, విజయనగర రాజులు దక్షిణాపథాన గొప్ప సేవచేశారు.

ఆధారాలు

కాకతీయుల చరిత్ర అధ్యయనానికి ఉపకరిస్తున్న ఆధారాలను రెండు రకాలుగా విభజించవచ్చు అవి 1) పురావస్తు ఆధారాలు, 2) వాఙ్మయ ఆధారాలు.

పురావస్తు ఆధారాల్లో శాసనాలు, నాణేలు, కట్టడాలు ప్రధానమైనవి. ఈ శాసనాల నుంచి లభించిన అమూల్య సమాచారం కాకతీయ రాజ్య సరిహద్దులు, సైనిక విజయాలు, సామాజిక, ఆర్థిక, సైనిక విషయాలను నిర్ధారించడంలో ఉపకరిస్తుంది. వారి కాలంలో నాణేలు వెండి, రాగి, బంగారు లోహాలతో ముద్రించడమైంది. వీటిలో కేసరిగద్యానం, నిష్కాలు, మాడలు, కేసరిచిన్నము, పాటివరాహం మొదలైనవి ముఖ్యమైనవి. కాకతీయుల కాలం నాటి కట్టడాల్లో ప్రధానమైనవి ఓరుగల్లు కోట, కాకతీయుల తోరణాలు, అనుమకొండ వేయిస్తంభాల గుడి, పాలంపేట రామప్పగుడి, పిల్లలమర్రి, నాగులపాడు, ఘనపురం మొదలైన చోట్ల కట్టించిన దేవాలయాలు, వాటి గోడలపై, ద్వారాలపై, స్తంభాలపై చెక్కిన వివిధ రకాల బొమ్మలు ఆనాటి వస్త్రాలంకరణ పద్ధతిని, ఆభరణాలను, వాడుకలో ఉన్న ఇతిహాస ఘట్టాలను తెలియచేస్తున్నాయి.

కాకతీయుల చరిత్ర అధ్యయనానికి ఉపకరిస్తున్న పురావస్తు, సాహిత్య ఆధారాల పట్టిక

క్ర.సం.	శాసనం/రచయిత	శాసనం వేయించిన రాజు/ అధికారి	కాలం/సం॥	చారిత్రక ప్రాముఖ్యత
1.	మాగల్లు శాసనం	తూర్పు చాళుక్య రాజు దానార్ణవుడు	క్రీ.శ.956 దానార్ణవుడు E.A.I P.P.57FF	కాకత్యగుండ్యన తన యజమాని అయిన ఒక బ్రాహ్మణునికి మాగల్లు గ్రామాన్ని దానం చేయమని కోరిన వివరణ తెలియచేస్తుంది.
2.	అనుమకొండ వేయిస్తంభాలగుడి శాసనం	రుద్రదేవుడు	క్రీ.శ.1063	రుద్రదేవుడు 1063లో స్వాతంత్ర్యాన్ని ప్రకటించుకొన్నట్లు తెలియచేస్తుంది.
3.	దాక్షారామం శాసనం	రెండవ ప్రోలరాజు మంత్రి ఇనంగాల బ్రహ్మిరెడ్డి	క్రీ.శ.1158	రెండో ప్రోలరాజు తరవాత అతని కుమారుడైన రుద్రదేవుడు రాజ్యానికి వచ్చాడని తెలియచేస్తుంది.
4.	బయ్యారం శాసనం (ఖమ్మం)	కాకతి మైలాంబ గణపతిదేవుని సోదరి	క్రీ.శ.1219	ఖమ్మం జిల్లాలోని బయ్యారం చెరువు మైలాంబ తవ్వించింది.
5.	మోటుపల్లి అభయ శాసనం	గణపతిదేవుడు	క్రీ.శ.1244	విదేశీ వర్తకులకు అభయం ఇచ్చే వివరాలు.
6.	చందుపట్ల శాసనం (నల్గొండ)	రుద్రమదేవి బంటు పువ్వులముమ్మడి	క్రీ.శ.1289	రుద్రమదేవి అంబదేవుని తిరుగుబాటును అణిచే ప్రయత్నంలో ప్రాణాలు కోల్పోయిందని ఆమెకు పుణ్యం లభించాలని స్థానిక సోమనాథుని గుడికి ఆమె బంటు పువ్వులముమ్మడి భూదానం చేసాడని తెలుపుతుంది.
7.	త్రిపురాంతకం శాసనం (నెల్లూరు)	అంబదేవుడు రుద్రమ అధికారి	క్రీ.శ.1291	అంబదేవుని విజయాలను వివరిస్తుంది.
8.	సలకవీడు శాసనం	రెండో ప్రతాపరుద్రుడు	క్రీ.శ.1317	కావేరి శ్రీరంగనాథస్వామికి, పాండ్యుల మీద విజయానికి సూచికగా రాజుగారి ఆదేశం ప్రకారం దేవేరి నాయకుడు ఏరువ భూమిలోని సలకలవీడు గ్రామాన్ని దానం చేశాడు. అనేక సుంకాల ప్రస్తావన కలదు.
9.	మల్కాపురం శాసనం	గణపతిదేవుడు	క్రీ.శ.1261	విద్యా మండపాల ప్రసక్తి కలదు.
10.	కొలనుపల్లి శాసనం (మహబూబ్‌నగర్)	రెండో ప్రతాపరుద్రుడు	క్రీ.శ.1321	చెన్నకేశవస్వామికి, నరసింహస్వామి ఆలయాలకు దానాలు చేసినట్లు తెలియచేస్తుంది.

కాకతీయుల చరిత్ర అధ్యయనానికి ఉపకరిస్తున్న సాహిత్య రచనలు

క్ర.సం.	గ్రంథం	రచయిత	భాష	వివరాలు
1.	పండితారాధ్య చరితం, బసవ పురాణం	పాల్కురికి సోమనాథుడు	తెలుగు	కాకతీయుల కాలం నాటి శైవమత స్థితిని, ఇతర మతాల వివరాలు ఇస్తుంది.
2.	నీతిసారం లేదా నీతిశాస్త్రముక్తావళి	బద్దెన	తెలుగు	రాజనీతిని, రాజధర్మ స్వరూపాన్ని వివరిస్తుంది.
3.	శివయోగసారం	కొలను గణపతిదేవుడు	తెలుగు	గణపతిదేవుని కొలువులో ఉన్న ఇందులూరి నాయకుల చరిత్ర.
4.	క్రీడాభిరామం	వినుకొండ వల్లభరాయుడు	తెలుగు	వరంగల్ కోటలోని ప్రజల జీవన పరిస్థితుల వర్ణన.
5.	ప్రతాపరుద్రీయం లేదా ప్రతాపరుద్రయశోభూషణం	విద్యానాథుడు	సంస్కృతం	రెండో ప్రతాపరుద్రుని ఆస్థానకవి.
6.	నృత్త రత్నావళి	జాయపసేనాని	సంస్కృతం	నృత్య, నాట్య లక్షణాలు వివరిస్తుంది.
7.	ఆంధ్ర మహాభారతం	తిక్కనసోమయాజి	తెలుగు	గణపతిదేవుని మిత్రుడు, నెల్లూరు రాజు అయిన మనుమసిద్ధి ఆస్థాన కవి తిక్కన.
8.	నిర్వచనోత్తర రామాయణం	తిక్కనసోమయాజి	తెలుగు	విరాటపర్వం.

ఇదేవిధంగా కాకతీయుల చరిత్రను అధ్యయనం చేయడానికి సమకాలీన కవులు, పండితులు, చరిత్రకారులు, బాటసారుల రాతలు ఎంతో ఉపకరిస్తున్నాయి. ఇవి తెలుగు, సంస్కృతం, అరబిక్, పర్షియన్ మొదలైన భాషల్లో కలవు. కొన్ని వివరాలను కింది పట్టిక తెలియచేస్తుంది.

	తెలుగు రచనలు	సంస్కృత రచనలు	ఇతర భాషా రచనలు
1.	పండితారాధ్య చరిత్ర, బసవ పురాణం, పాల్కూర్కి సోమనాథుడు ఆనాటి మతస్థితిగతులు, ముఖ్యంగా శైవమతం ఉజ్వల దశను తెలియచేస్తున్నాయి.	ప్రతాపరుద్ర యశోభుషణం. దీని రచయిత రెండో ప్రతాప రుద్రుని ఆస్థానకవి విద్యానాథుడు. కాకతీయుల-కేంద్ర ప్రభుత్వ స్వభావం, సైనికవ్యవస్థ గూర్చి వివరాలను ఇస్తుంది.	ఫెరిష్టా రాసిన తారీఖ్-ఇ-ఫెరిష్టా
2.	నీతిసార ముక్తావళి. రచయిత బద్దెన. ఈ రచన కాకతీయ రాజ్య, రాజకీయ వ్యవస్థ స్వభావ, స్వరూపాలను వర్ణిస్తుంది.	నృత్త రత్నావళి. దీని రచయిత గణపతిదేవుని సేనాని అయిన జాయప. ఇది ఆనాటి నాట్య,నృత్య రీతులను తెలియచేస్తుంది. పాలంపేట రామప్పగుడి గోడలపై నృత్యభంగిమలను దీని నుంచే స్వీకరించి చెక్కారు.	ఇసామి రాసిన ఫుతూ-వుస్-సలాతీన్

	తెలుగు రచనలు	సంస్కృత రచనలు	ఇతర భాషా రచనలు
3.	ప్రతాప చరిత్ర-ఏకామ్రనాథుడు. కాకతీయుల చరిత్రకు సంబంధించి అనేక అంశాలు తెలియచేస్తుంది.		బరనీ రాసిన తారీఖ్-ఇ-ఫిరోజ్‌షా
4.	క్రీడాభిరామం. దీని రచయిత వినుకొండ వల్లభరాయుడు. ఓరుగల్లు కోట లోపల నివసిస్తున్న అష్టాదశ ప్రజల జీవన పరిస్థితిని వివరిస్తుంది.		ఇబన్-బటూటా రచన - రెహలా
5.	సిద్ధేశ్వర చరిత్ర దీన్ని కాసె సర్వప్ప రాశాడు. కాకతీయుల చరిత్రపై కొంత సమాచారాన్ని ఇస్తుంది.		మార్కొపోలో యాత్ర వివరాలు తెలిపే 'ది ట్రావెల్స్' అనే రచన. రుద్రమదేవి కాలంలో మోటుపల్లి ఓడరేవులో దిగిన మార్కోపోలో అక్కడి విదేశీ వ్యాపార వివరాలు వర్ణించాడు.
6.	నీతిసారం కాకతి రుద్రదేవుని రచన. రాజ్య నిర్వహణ వివరాలు తెలియచేస్తుంది.		పైన పేర్కొన్న ముస్లిం రచనలు దక్షిణాపథం సరిసంపదలు, ఢిల్లీ సుల్తానేత్ సైన్యాల దాడులు, పరిణామాలు వివరిస్తాయి. మోటుపల్లి రేవు, విదేశీ వ్యాపారం గురించి మార్కొపోలో అకౌంటు తెలియచేస్తుంది.

కాకతీయుల ఉనికి - తొలి చరిత్ర

కాకతీయుల పుట్టుక లేదా ఉనికి తెలుసుకోవడానికి అనేక శాసనాలు, సాహిత్య రచనలు కొంత సమాచారాన్ని అందచేస్తున్నాయి. ఈ విధంగా లభించిన చారిత్రక సమాచారం చరిత్రకారులను రెండు విభిన్న అభిప్రాయాలు వ్యక్తీకరించే విధంగా చేసింది. తూర్పు చాళుక్య రాజైన దానార్ణవుని మాగల్లు శాసనం (క్రీ.శ.956) లో మొదటిసారిగా 'కాకర్త్యగుండ్యన' అనే వ్యక్తి, అతనికి మూడు తరాల పూర్వీకుల ప్రశస్తి ఉంది. ఇతడే కాకతీయ వంశ మూలపురుషుడని చాలామంది చరిత్రకారుల వాదన. కాకతీయుల జన్మస్థానం విషయంలో కూడా ఏకాభిప్రాయం లేదు. కాకతీపురం అనే గ్రామం వారి నివాసం కావడం వల్ల వారికి కాకతీయులు అనే పేరు వచ్చిందని కొందరు చరిత్రకారుల అభిప్రాయం. మరొక వర్గం పై అభిప్రాయాన్ని వ్యతిరేకించారు. ఈ రెండో వర్గం వారు ఈ భావనను వ్యతిరేకించి 'కాకతి' అనే స్థానిక మాతృదేవతను (జైన దేవత) పూజించడం వల్ల వారికి కాకతీయులని పేరు వచ్చిందని అభిప్రాయపడ్డారు. 'విద్యానాథుని' ప్రతాపరుద్రీయ వ్యాఖ్యాత, క్రీ.శ.15వ శతాబ్దంలో జీవించిన వాడూ అయిన కుమారస్వామి సోమపీథి ఈ వంశస్థులకు కాకతీయులన్న పేరు రావడానికి కారణం దుర్గ రూపాల్లో ఒకటి అయిన కాకతిదేవత ఆరాధకులు కావడం వల్ల వారికి కాకతీయులు అనే పేరు వచ్చిందని అభిప్రాయం వ్యక్తీకరించాడు (కాకతీయులు, P.29) క్రీడాభిరామం రచయిత అయిన

వినుకొండ వల్లభరాయుడు తన రచనలో 'కాకతిదేవత విగ్రహ' ప్రస్తావన చేసాడు. ఓరుగల్లులో కాకతమ్మ ఏకవీరులనే విగ్రహాలను పక్కపక్కనే ప్రతిష్ఠించారనీ క్రీడాభిరామం పేర్కొంటోంది ('కాకతమ్మకు సైదోడు ఏకవీరా' (క్రీడాభిరామం పద్యం సం.128)) పదహారో శతాబ్ది తొలి భాగానికి చెందిన 'షితాబ్‌ఖాన్' వేయించిన శాసనం (IAP Wgp.296, Vol.II 132_136) ఢిల్లీ సుల్తానుల సైన్యాలు వరంగల్ కోటలోని 'కాకతి విగ్రహాన్ని' ధ్వంసం చేయగా, ఆ జగన్మాతృకను, కాకతి రాజ్య 'పద్మపీఠి' అయిన ఆ దేవత విగ్రహాన్ని షితాబ్‌ఖాన్ (సీతాపతి) పునఃప్రతిష్ఠించాడని పేర్కొంటుంది. కాకతిదేవత దుర్గామాత రూపాల్లో ఒకటి అని హిందూ పురాణాల్లో కనిపించకపోయినప్పటికీ, కొంతమేరకు అంగీకారం కానప్పటికీ దుర్గాదేవిగా భావించే అసంఖ్యాక గ్రామదేవతల్లో ఆమె కూడా ఒకటిగా భావించవచ్చు. పైగా ఏకవీరతో ఆమెను కలిపి చెప్తారు. ఏకవీర నిశ్చయంగా గ్రామదేవతే కాబట్టి పై అభిప్రాయానికి మద్దతు లభిస్తుంది.

సామంత కాకతీయులు

తొలి కాకతీయులను చరిత్రకారులు సామంత కాకతీయులుగా వర్ణించారు. వీరిలో మొదటివాడు 'కాకర్త్యగుండ్యన'. ఇతని పేరు మొదటిసారిగా దానార్ణవుని మాగల్లు శాసనంలో పేర్కొనడమైంది. కాకర్త్యగుండ్యన మొదలుకొని ఒకటవ రుద్రుడు లేదా రుద్రదేవుడి వరకు అంటే క్రీ.శ.956 నుంచి క్రీ.శ.1162 వరకు నేటి కరీంనగర్, వరంగల్, ఖమ్మం ప్రాంతాలను పరిపాలించిన కాకతీయులను సామంత కాకతీయ రాజులు అంటారు. వీరిలో కాకర్త్యగుండ్యన, రాష్ట్రకూట, ఎఱయ రాష్ట్రకూట, మొదటి బేతరాజు (క్రీ.శ.995-1052), మొదటి ప్రోలరాజు (క్రీ.శ.1052-1076), రెండవ బేతరాజు (క్రీ.శ.1076-1108), రెండవ ప్రోలరాజు (క్రీ.శ.1116-1157), రుద్రదేవుడు (క్రీ.శ.1158-1162) ముఖ్యులు. ఇందులో చివరి రాజైన రుద్రదేవుడి మొదటి దశను క్రీ.శ.1158-1162 సామంతరాజు దశగా, క్రీ.శ.1163-1195 వరకు పాలించిన దశను సార్వభౌమదశగా పేర్కొనడం జరిగింది.

కాకర్త్యగుండ్యన రాష్ట్రకూట రాజైన రెండో కృష్ణుని తరఫున వేంగిపై జరిగిన దండయాత్రలో రాష్ట్రకూట సైన్యాల తరఫున పాల్గొన్నాడు. బెజవాడ దుర్గాన్ని వేంగి చాళుక్యల నుంచి, రెండో కృష్ణుని సైన్యాలు ఆక్రమించడంలో కాకర్త్య గుండ్యన కీలకపాత్ర పోషించాడు. కాని వేంగీ చాళుక్య సేనలతో జరిగిన 'పెరువంగూరు' యుద్ధంలో కాకర్త్య గుండ్యన ప్రాణాలు కోల్పోయాడు. తన సేవకుని విశ్వాసానికి, ధైర్యసాహసాలకు ముగ్ధుడైన రాష్ట్రకూట చక్రవర్తి, అతని కొడుకైన ఎఱియను 'కుఱివాడి' (వరంగల్) సీమకు అధిపతిగా నియమించాడు. దీన్ని ముదిగొండ చాళుక్యలు పాలించేవారు. వేంగీరాజ్యాధిపతులకు, రాష్ట్రకూట రాజులకు మధ్యగల కీలక భూభాగాలపై తమ ఆధిపత్యాన్ని నెలకొల్పాలని రాష్ట్రకూటులు వ్యూహం పన్నారు. ఈ లక్ష్యసాధన కోసం ముదిగొండ చాళుక్యులను రాష్ట్రకూటులు తమ అదుపులో ఉంచారు. ఎఱయ రాష్ట్రకూటుణ్ని 'కుఱివాడి' పాలకునిగా నియమించడంతో తెలంగాణాలో మొదటిసారిగా కాకతీయుల పాలన ఆరంభమైంది. ఇక్కడి ప్రజలతో వారికి సంబంధాలు బలపడ్డాయి.

మొదటి బేతరాజు

కాకర్త్యగుండ్యన మరణించేనాటికి మొదటి బేతరాజు చిన్నవాడైనందు వల్ల అతని రాజ్యాన్ని సంరక్షించే భారం అతని మేనత్త కామసాని ఆమె భర్త విరియాల ఎఱ్ఱభూపతులపై పడింది. భయంకర యుద్ధంలో బేతరాజు శత్రువులను చంపి, సింహాసనాన్ని శత్రువులబారి నుంచి రక్షించి, దుర్జయ వంశీయ విరియాల ఎఱ్ఱభూపతి, బేతరాజును కాకతీపురంలో ప్రతిష్ఠించాడు. బేతరాజు శత్రువులు ముదిగొండ చోళులై ఉండవలెను. ఎఱ్ఱభూపతి బేతరాజు అధికారం కొరవిసీమకు విస్తరించాడు. ఎఱ్ఱభూపతి మరణం బేతరాజు శత్రువులకు మరొక అవకాశం కల్పించింది.

కాకర్త్యగుండ్యన వేంగీ చాళుక్యుల సామంతుడు, తూర్పు చాళుక్య వంశాన్ని తొలగించి వేంగీ సింహాసనం ఆక్రమించిన జటాచోడ భీముడు గుండ్యన సంతతిని తొలగించే ఉద్దేశంతో బేతరాజుపై అతని శత్రువులను పురికొల్పి అనుమకొండపై దండెత్తడానికి సిద్ధంగా ఉంటాడు. రానున్న ప్రమాదాన్ని గుర్తించిన కానుసాని, కల్యాణి చాళుక్య ప్రభువును సార్వభౌమునిగా గుర్తించమని బేతరాజుకు సలహా ఇచ్చింది. బేతరాజు కల్యాణి చాళుక్యుల సామంతుడైనందున వారి సహాయంతో వేంగిదండును ఎదుర్కోవడానికి కామసాని సిద్ధపడింది. బేతరాజుకు 'కాకతిపురాధినాథ' అనే బిరుదు ఉండేది.

మొదటి ప్రోలరాజు (క్రీ.శ.1050-1075)

మొదటి బేతరాజు కుమారుడు మొదటి ప్రోలరాజు. ఖాజీపేట, పిల్లలమర్రి, పాలంపేట శాసనాలు ఇతని ఘనకార్యాలను పేర్కొంటున్నాయి. మహాశూరుడైన ప్రోలరాజు చక్రకూట విషయాన్ని చక్కదిద్దాడని, కొంకణ మండలాన్ని జయించాడని, భద్రంగపురాధీశ్వరుని తరిమాడని, పురుకూటాధీశుడైన గొన్నరాజును యుద్ధంలో సంహరించాడని తెలుపుతున్నాయి. కల్యాణి చాళుక్య సోమేశ్వరుడు ఇతని సేవలకు మెచ్చి అనుమకొండ విషయానికి ఇతన్ని వంశపారంపర్య హక్కులతో సామంత ప్రభువుగా గుర్తించాడు. అనుమకొండ విషయం కాకతీయులకు ఇదివరకే లోబడి ఉన్నా సార్వభౌముని గుర్తింపు వల్ల కాకతీయ రాజవంశానికి శాస్త్రీయ హోదా లభించింది.

ప్రోలరాజు విజయాల్లో ఎక్కువ శాతం తన సార్వభౌముని యుద్ధాలకు సంబంధించినవే. మొదటి సోమేశ్వరుడు తన కుమారుడైన విక్రమాదిత్యుని నాయకత్వాన చోళదేశంపై దండు పంపెనని బిల్హణుడి విక్రమాంకదేవ చరిత్రం తెలుపుతున్నది. విక్రమాదిత్యుని సైన్యం కొంకణిని జయించి, కేరళ, పాండ్యదేశాల గుండా నడచి గంగైకొండ పురం చేరి ముట్టడి ఆరంభించింది. గంగైకొండ చోళపురాన్ని పట్టుకొన్న అనంతరం కాంచీపురానికి నడిచి ఆ పట్టణాన్ని కూడా ఆక్రమించింది. అక్కడ నుంచి ఆ సైన్యం వేంగి నడిచి అక్కడ నుంచి చక్రకూటం చేరింది. కొంకణ, గంగైకొండ, కాంచీ యుద్ధాల్లో విక్రమాదిత్యుని సరసన పోరాడిని ప్రోలరాజు కల్యాణి చాళుక్య సైన్యం వెంట నడిచి, చోళుల ఆధీనంలో ఉన్న చక్రకూటాన్ని విడిపించి ఆ కోటను సార్వభౌముని ఆధీనం చేశాడు. ఇంద్రావతీనది ఒడ్డున ఉన్న భద్రంగ పురాధీశుని ఓడించి అడవులకు తరిమికొట్టాడు. పురుకూటాధీశుని ఓడించి చంపాడు. పురుకూటం కుడా బస్తరు సమీపంలో ఉన్నదే. ఈ యుద్ధాలన్నీ కల్యాణి చాళుక్యుల దిగ్విజయ యాత్రకు సంబంధించినవి. ఆ తరవాత వరంగల్లు సమీపంలో ఉన్న కొడవర్తి దుగ్గరాజును నిర్జించి ఆ సంస్థానాన్ని తన రాజ్యంలో కలుపుకొన్నాడు.

రెండో బేతరాజు (క్రీ.శ.1075-1108)

మొదటి ప్రోలరాజు మరణానంతరం అతని కుమారుడు రెండో బేతరాజు సింహాసనం అధిష్ఠించాడు. ఇతని అనుమకొండ శాసనం (క్రీ.శ.1070-80)లో లేని 'త్రిభువనమల్ల' బిరుదు, క్రీ.శ.1090 సంవత్సరం కాజీపేట శాసనంలో 'విక్రమచక్రీయ' అనే బిరుదుతోపాటు ఉండటం వల్ల కల్యాణి చాళుక్య సార్వభౌముడైన ఆరో విక్రమాదిత్యుడికి అతడి సోదరుడైన రెండో సోమేశ్వరుడికి జరిగిన అంతర్యుద్ధంలో రెండో బేతరాజుపై ఆరో విక్రమాదిత్యుడు చర్యను తీసుకోగా అతడు అత్యంత ప్రమాదావస్థకు గురి అయ్యాడని, ఆ ప్రమాదం నుంచి అతని మిత్రులు తప్పించుకొన్నారనీ, చివరకు బేతరాజు ఆరో విక్రమాదిత్యుడికి లొంగిపోగా, ఆరో విక్రమాదిత్యుడు అతనికి 1000 'సబ్బిసాయిర' మండలాన్ని కూడా ఇచ్చాడని ప్రసిద్ధ చరిత్రకారుడు నేలటూరి వెంకటరమణయ్య అభిప్రాయపడ్డారు. ఓడిపోయిన సామంతుడు సాష్టాంగపడినందు వల్ల మెచ్చి కొత్త ప్రాంతాన్ని కూడా అతనికి ఇచ్చాడనే వాదన అంగీకారయోగ్యంగా లేదు. ఈ

కాలంలో చోళ చాళుక్యులకు, కల్యాణి చాళుక్యులకు తీరని శత్రుత్వం ఉన్నందువల్ల వేంగిని ఆక్రమించదలచిన కల్యాణి చాళుక్యులు కాకతీయుల సహాయం కోరి ఉండవచ్చు. బేతరాజు అందుకు ఒప్పుకోక స్వతంత్రించి ఉండవచ్చు. ఇతని మంత్రి వైజాండాధీశుడు సరికొత్త మార్గం ఆలోచించి, తన యజమాని గౌరవాన్ని పెంచే ప్రయత్నంచేశాడు. ఆరో విక్రమాదిత్యుడు వేంగిని ఆక్రమించడంలో అతని మంత్రి కీలకపాత్ర పోషించాడు. దీనికి సంతోషపడిన ఆరో విక్రమాదిత్యుడు బేతరాజుకు 1000 సబ్బిసాయిర మండలం అప్పగించాడు. దీని వల్ల బేతరాజు గౌరవం ఇనుమడించింది. మహామండలేశ్వర, త్రిభువనమల్ల, విక్రమచక్రి మొదలైన బిరుదులు ధరించాడు. రెండో బేతరాజు ఆధ్యాత్మిక గురువు రామేశ్వర దీక్షితులు. క్రీ.శ.1108 లో రెండో బేతరాజు మరణించగా, అతని కుమారుడైన దుర్గనృపతి సింహాసనం అధిష్టించాడని ఆధారాలు పేర్కొంటున్నాయి.

రెండో ప్రోలరాజు (క్రీ.శ.1115-1157)

ఇతడు సామంత కాకతీయుల్లో రెండో శక్తిమంతమైన రాజు. క్రీ.శ.1116 నుంచి 1157 వరకు, అన్న దుర్గరాజు తరవాత సింహాసనం అధిష్టించి పాలించాడు. ఇతడు రాజ్యానికి రాగానే ముందుగా తన రాజ్యభూభాగాలకు సరిహద్దులో ఉన్న కల్యాణి చాళుక్యుల సామంతులతో యుద్ధంచేసి విజయం సాధించాడు. ఇతని కుమారుడైన రుద్రదేవుని ప్రసిద్ధ అనుమకొండ వేయిస్తంభాలగుడి శాసనం ఈ విషయాన్ని బలపరుస్తుంది. రెండో ప్రోలరాజు చేతిలో కొలనుపాక పాలకుడైన పరమార జగ్గదేవుడు పరాజయం పొందాడు. క్రీ.శ.1137లో కల్యాణి చాళుక్యరాజైన రెండో జగదేకమల్లుడు రెండో ప్రోలరాజు మిత్రుడు. ఇరు రాజ్యాల సైన్యాలు కందూరిపై దండెత్తి తైలవుణ్ని ఓడించాయి. ఇతడు భీమచోదుణ్ని ఓడించి వధించాడు. అతని మిత్రులందరూ ప్రోలుని శక్తికి తలవంచారు. శ్రీశైలం వరకు తన సైన్యాలను నడిపి అక్కడ విజయస్తంభాన్ని నాటాడు. ఇతని కాలం నుంచే పొలవాస ప్రభువులకు, అనుమకొండ ప్రభువులకు మధ్య సంఘర్షణ కొనసాగుతున్నదని, వీరిద్దరూ కేవలం సామంత శ్రేణికి చెందినవారు అయినా, కళ్యాణ చాళుక్య మూలరాజ వంశంలో ఏర్పడ్డ వారసత్వ తగాదాల్లో ఇరు పక్షాలవారు ఒక్కొక్క సందర్భంలో ఒక్కొక్క పక్షాన్ని వహించేవారు. ప్రోలరాజు వెలనాటి రాజేంద్ర చోళునితో యుద్ధం చేశాడు. దీనికి కారణం జననాథపురాన్ని ఏలుతున్న చాళుక్యులు ప్రోలరాజు సహాయాన్ని అర్థించారు. తెలంగాణాలో కళ్యాణి చాళుక్యుల ప్రాచుర్యానికి అడ్డుకట్టవేసి, కాకతీయులను ఒక బలోపేతమైన శక్తిగా తీర్చిదిద్దడంలో రెండో ప్రోలుడు సఫలీకృతుడైనాడు. చివరి ప్రోలరాజు శత్రురాజుల సేనల చేతిలో హతుడైనాడు. ఇతని కుమారుడే రుద్రదేవుడు. ఇతడు క్రీ.శ.1158 లో రాజ్యానికి వచ్చాడు. క్రీ.శ.1162 వరకు సామంత రాజుగానే రాజ్యాధికారం చెలాయించాడు. ఆ తరవత స్వాతంత్ర్యం ప్రకటించుకున్నాడు.

సార్వభౌమ కాకతీయులు / స్వతంత్ర కాకతీయులు (క్రీ.శ.1163-1323)

కాకతీయ పాలకులను చరిత్రకారులు రెండు రకాలుగా వర్గీకరించారు. వీరు, క్రీ.శ.956-1162 వరకు పరిపాలించిన సామంత కాకతీయులు, క్రీ.శ.1163-1323 వరకు పరిపాలించిన స్వతంత్ర కాకతీయులు. సామంత కాకతీయుల్లో మొదటి వ్యక్తి కాకత్యగుండ్యన కాగా చివరి వాడు మొదటి రుద్రుడు. రెండో ప్రోలరాజు పెద్ద కుమారుడైన రుద్రదేవుడు క్రీ.శ.1158 నుంచి క్రీ.శ.1162 వరకు కళ్యాణి చాళుక్యులకు సామంతుడిగా వ్యవహరించాడు (అతడు క్రీ.శ.1163 లో వేయించిన హనుమకొండ వేయిస్తంభాల గుడి శాసనం). అతడు అదే సంవత్సరంలో పూర్తిస్థాయి స్వాతంత్ర్యాన్ని ప్రకటించుకొన్నట్లు తెలియచేస్తుంది. స్వతంత్ర కాకతీయ పాలకుల్లో రుద్రదేవుడు (క్రీ.శ.1163-1195), మహాదేవుడు (క్రీ.శ.1195-1199), గణపతిదేవుడు (క్రీ.శ.1199-1262), రుద్రమదేవి (క్రీ.శ.1262-1289), రెండో ప్రతాపరుద్రుడు (క్రీ.శ.1289-1323) ప్రముఖులు. వీరు మొత్తం నూటఅరవై ఏండ్లపాటు 'వరంగల్' రాజధానిగా నేటి

తెలంగాణా, ఆంధ్రప్రదేశ్‌లలో ఉన్న భూభాగాలను పరిపాలించారు. తెలుగు భాష మాట్లాడే ప్రజానీకాన్ని ఐక్యంచేసి, తెలుగు సంస్కృతికి అద్వితీయ సేవలు చేసి మధ్యయుగ తెలంగాణా, దక్షిణాపథ చరిత్రలో శాశ్వత కీర్తిని గడించారు. స్వతంత్ర కాకతీయ రాజులు తమ సమకాలీన హిందూ రాజులైన యాదవులతో, హొయసాలులతో, పాండ్యులతో పోరాడారు. చివరికి ఢిల్లీ సుల్తాన్ సైన్యాల దాడులకు కాకతీయ రాజ్యం క్రీ.శ.1323 లో అంతరించింది.

రుద్రదేవుడు (క్రీ.శ.1158-1162 & 1163-1195)

కాకతీయ వంశ పాలకుల్లో రుద్రదేవుడి కాలానికి ఒక ప్రత్యేకత, చారిత్రక ప్రాధాన్యత కలదు. ఇతడి పరిపాలనా కాలాన్ని రెండు దశలుగా విభజించవచ్చు. క్రీ.శ.1158-1162 వరకు సామంతరాజుగా, రెండోదశ క్రీ.శ.1163 నుంచి క్రీ.శ.1195 వరకు స్వతంత్ర రాజుగా పరిపాలన. ఇతడి హనుమకొండ వేయిస్తంభాల గుండి శాసనం (క్రీ.శ.1163) రుద్రదేవుడు క్రీ.శ.1163లో సంపూర్ణ స్వాతంత్ర్యాన్ని ప్రకటించుకొని తెలంగాణాలో మొదటిసారిగా విశాల రాజ్యాన్ని స్థాపించాడని తెలియచేస్తుంది. రుద్రదేవుని తల్లి ముప్పమాంబ, తండ్రి రెండో ప్రోలరాజు. రుద్రదేవుడు తన తండ్రి రెండో ప్రోలరాజు తరవాత క్రీ.శ.1158 లో సింహాసనం అధిష్టించాడు. ఇతడి మంత్రి ఇనంగాల బ్రహ్మారెడ్డి వేయించిన ద్రాక్షారామం శాసనం (క్రీ.శ.1158) ప్రకారం రుద్రుడు మహాపరాక్రమశాలి. చాళుక్య చోళరాజైన రెండవ రాజరాజుకు సమకాలికుడు. ఈ శాసనం రుద్రున్ని అనుమకొండ రుద్రుడు అని పేర్కొంటుంది.

రుద్రదేవుడు తన తండ్రిని ఎదిరించిన 'నగర' (కరీంనగర్ నగనూర్) పాలకుడైన దొమ్మరాజును, పొలవాస (కరీంనగర్) పాలకుడైన రెండో మేడరాజు, మైలిగదేవుడు, చోడోదయుడు మొదలైన వారిని యుద్ధంలో ఓడించి తన ఆధిపత్యాన్ని తెలంగాణాలో నెలకొల్పాడనీ హనుమకొండ వేయిస్తంభాలగుడి శాసనం తెలియచేస్తుంది. రుద్రదేవుడు మైలగి దేవుణ్ని, అతని మిత్రసేనలను ఓడించిన తరవాత 'కలచురి' రాజ్యంపై దండెత్తాడని పి.వి.పరబ్రహ్మశాస్త్రిగారు పేర్కొన్నారు. కలచురి రాజ్యాన్ని ఆక్రమించడంతో అతని అధికారం ఉత్తరాన గోదావరి వరకు విస్తరించింది. 'సబ్బినాడు' ప్రాంతం కూడా కాకతీయుల వశమైంది. ఈ విజయాలతో ఉత్తేజితమైన రుద్రదేవుడు తన సేనలను కందూరి చోళుల రాజ్యంపైకి నడిపాడు. ఇదే సమయంలో కందూరి రాజ్యంలో కుమారతైలవుడు మరణించగా అతనివారసులైన కందూరి చోడ భీముడు (ఇతడి రాజధాని వర్ధమానపురం), పానుగల్లులో కందూరి ఉదయచోడుడు సింహాసనం కోసం తలపడ్డారు. దీన్ని అవకాశంగా తీసుకొని రుద్రదేవుడు కందూరి రాజ్యాన్ని జయించి తన సామ్రాజ్యంలో విలీనం చేసుకొన్నాడు. రాజనీతి దురంధరుడైన రుద్రదేవుడు కందూరిచోడుని కుమారుడైన ఉదయచోడుణ్ని తన మిత్రునిగా భావించి, అతని కుమార్తె (పద్మావతి)ను వివాహమాడి ఆ రాజ్యానికి అతణ్ని సామంతుడిగా నియమించాడు. క్రీ.శ.1202 నాటి రుద్రదేవుడి మిత్రుడైన 'చెరకు' వంశనాయకుడు 'బొల్లయ్య' వేయించిన 'జమ్మలూరు శాసనం' రుద్రుడు విశాలమైన శ్రీశైలం అటవీ ప్రాంతాన్ని చెరకునాయలకు అప్పగించాడని పేర్కొంటుంది. ఈ విజయాలవల్ల రుద్రదేవుని ఆధిపత్యం నేటి నల్గొండ, మహబూబ్‌నగర్‌లపై నెలకొల్పబడింది. దీనితో ఇతని రాజ్యసరిహద్దులు ఉత్తరాన గోదావరి వరకు, పశ్చిమాన బీదర్ వరకు, దక్షిణాన శ్రీశైలం వరకు వ్యాపించింది. రుద్రుడు ఈ విజయాలకు సూచకంగా ఒక విజయశాసనాన్ని అనుమకొండలో వేయించి, రుద్రేశ్వర, వాసుదేవ, సూర్యదేవుల విగ్రహాలను ప్రతిష్ఠించి ఒక గొప్ప ఆలయాన్ని నిర్మించాడు.

తన తండ్రి మరణానికి కారకులైన వెలనాటి రాజులపై రుద్రుడు యుద్ధం ప్రకటించాడు. దీనికి పలనాటి యుద్ధం అని పేరు. నలగామరాజు, రుద్రుని సహాయం అర్థించడం ఒక చక్కని అవకాశంగా కలిసివచ్చాయి. ఇదే కాలంలో పిఠాపురం చాళుక్యులు రుద్రునితో స్నేహం కోరారు. రుద్రదేవుడు వెలనాటి చోడుల రాజ్యాన్ని ఆక్రమించడానికి

వ్యూహం రచించి, వారి సామంతులైన కొండపడమటి నాయకులపై దాడిచేస్తాడు. త్రిపురాంతకంలో లభించిన శాసన సమాచారం పై వివరాలను బలపరుస్తుంది. రుద్రదేవుని పరిపాలనా కాలంలో కాకతీయ సైన్యాలు, యాదవ సేనలతో పోరాడాయి. కాకతీయరాజు (రుద్రుడు) తన భూభాగాలను పశ్చిమదిశగా విస్తరింపచేయడానికి చేసిన ప్రయత్నాలే క్రీ.శ.1195 లో యాదవ రాజైన జైతూగి (జైత్రపాలుడు) రుద్రదేవునితో పోరాడాడు. ఈ యుద్ధంలో కాకతీయ చక్రవర్తి సేనలు ఓడాయి, రుద్రదేవుడు ప్రాణాలు కోల్పోయాడు.

రుద్రదేవుని ఘనత

కాకతీయుల సార్వభౌమాధికారాన్ని వరంగల్ కేంద్రంగా నెలకొల్పింది రుద్రదేవుడు. ఇతడు మహాధీరుడు, పరిపాలనావేత్త, రాజనీతిజ్ఞుడు. ప్రజాహితాన్నే పరమావధిగా భావించి పరిపాలించాడు.

ఇతని ఆస్థానంలో, పరిపాలనలో ఇతనికి నమ్మకస్తులు, సమర్థులు అయిన అనేకమంది మంత్రులు, అధికారులు సహకరించారు. వీరిలో అత్యంత సమర్థుడు వెల్లంకి కుటుంబానికి చెందిన గంగాధరుడు. క్రీ.శ.1170 నాటి కరీంనగర్ శాసనం గంగాధరుని రాజకీయ చరిత్రను వివరిస్తుంది. రెండో ప్రోలరాజు కొలువులో సేనాధిపతిగా చేరిన గంగాధరుడు అనుమకొండ పరిపాలనా బాధ్యత నిర్వహించాడని, కరీంనగర్ శాసనం పేర్కొంటుంది. ఆ తరవాత గంగాధరుడు రుద్రదేవుని సేనాధిపతిగా విధులు నిర్వహించాడు. అనేక దండయాత్రల్లో పాల్గొని తన యజమాని అభిమానం పొందాడు. కొంత కాలం 'సబ్బినాడు' పరిపాలన నిర్వహించాడు. అనుమకొండలో గంగాధరుడు ఒక చెరువును, ప్రసన్నకేశవస్వామిగుడిని కట్టించాడు.

రుద్రదేవుడు కళాభిమాని, కళాపోషకుడు. అనేక ఆలయాలను నిర్మించాడు. వేయిస్తంభాలగుడి అతని నిర్మాణమే. ఇతడే పౌర, సైనిక పరిపాలనా సౌలభ్యం అవసరాల కోసం అనుమకొండకు సమీపంలో వరంగల్ లేదా ఓరుగల్లు కోట నిర్మాణాన్ని పూర్తిచేశాడు. ఇదే కాకతీయుల కొత్త రాజధాని అయింది. ఇతడు కవి, సాహిత్య పోషకుడు, విద్యావంతులకు రుద్రదేవుడు కల్పతరువు వంటి వాడని క్రీ.శ.1196 నాటి పిల్లలమర్రి నాయరెడ్డి శాసనం తెలియచేస్తుంది (PSR.P.148) ద్రాక్షారామ శాసనం రుద్రదేవుణ్ని 'వినయభూషణుడని' తెలుపుతుంది. బద్దెన రచించిన 'నీతిసార ముక్తావళి'లోని ఒక పద్యం ప్రకారం 'నీతిశాస్త్ర' రచయిత రుద్రదేవుడు. రుద్రదేవుడికి పుత్రులు లేనందువల్ల అతని తమ్ముడు మహాదేవుడు క్రీ.శ.1195 లో కాకతీయ రాజ్యాధికారాన్ని చేపట్టాడు. ఈ విషయాన్ని 'ఖండవల్లి తామ్రదాన పత్రం' సమర్థిస్తుంది (పరమబ్రహ్మశాస్త్రి P.103; E.A.IV P-109).

మహాదేవుడు

మహాదేవుడు రెండో ప్రోలరాజు కుమారుడు. ఇతడు రుద్రదేవుని తమ్ముళ్లలో పెద్దవాడు. ఇతని పరిపాలనా కాలంలో (1155-1199) చరిత్రకు సంబంధించిన శాసన, సాహిత్య సమాచారం బహుకొద్దిగా లభ్యమైంది. మహాదేవుని కాలానికి చెందిన రెండు శాసనాలు మనకు లభించాయి. అవి 1) కరీంనగర్ జిల్లా, పెద్దపల్లి తాలూకాలోని సుండెల్ల గ్రామ శాసనం. ఇది క్రీ.శ.1197 నాటిది, 2) వరంగల్ కోటలో లభించిన విరిగిన శాసనం. దీనిలో సంవత్సరం, తారీఖు మొదలైన వివరాలు లేవు.

మహాదేవుడు తన పరిపాలనా కాలంలో చేసిన యుద్ధం ఒక్కటే. యాదవ రాజ్యంపై దండెత్తి పరాజయం పొంది ప్రాణాలు కోల్పోయాడని తెలుస్తుంది. యాదవరాజైన జైత్రపాలుడు త్రిలింగాధిపతిని యుద్ధభూమిలో వధించి, యువకుడైన గణపతిదేవుణ్ని చెరసాల నుంచి విముక్తుణ్ని చేసి, వరంగల్ రాజ్య సింహాసనంపై కూర్చోపెట్టాడనీ యాదవ రామచంద్రదేవుడు వేయించిన 'పైఠాన్ తామ్ర పత్రాలు' తెలియచేస్తున్నాయని పరబ్రహ్మశాస్త్రిగారు పేర్కొన్నారు. ఇదే విషయాన్ని ప్రతాప చరిత్ర, సోమదేవరాజీయం లాంటి సాహిత్య రచనలు సమర్థిస్తున్నాయి. ఇతడి కాలంలో సామంతులు తిరుగుబాట్లు లేవదీశారు.

మహాదేవుడి భార్య బయ్యాంబ వీరికి గణపతిదేవుడనే కుమారుడు, ఇద్దరు కుమార్తెలు. వారు మైలాంబ, కుందమాంబ. మహాదేవుడు శైవమతాభిమాని. ఇతని గురువు ధ్రువేశ్వర పండితుడు (PSR P.149). ఇతని సేనాధిపతుల్లో రేచెర్ల రుద్రుడు కడు సమర్థుడు. విశ్వాసపాత్రుడు. యాదవరాజుల చేతిలో కాకతీయ సేనలు పరాజయంపొంది, రాజ్యం సంక్షోభంలో ఉన్న క్లిష్టతరుణంలో చాకచక్యంగా వ్యవహరించి, కాకతీయుల అధికారాన్ని కాపాడాడు.

గణపతిదేవుడు (క్రీ.శ.1199-1263)

కాకతీయుల్లో అత్యంత పరాక్రమశాలియైన గణపతిదేవుడు క్రీ.శ.1199 లో సింహాసనాన్ని అధిష్టించాడు. ఇతని తల్లిదండ్రులు బయ్యాంబ, మహాదేవుడు. యాదవరాజైన జైతుగితో చేసిన యుద్ధంలో ఇతడి తండ్రి మరణించాడు. యువకుడైన గణపతిదేవుడు బంది అయ్యాడు. రేచెర్ల రుద్రసేనాని కృషి ఫలితంగా యాదవరాజు గణపతిదేవుణ్ని చెరసాల నుంచి విడుదలచేయగా, అల్లకల్లోలంగా ఉన్న కాకతీయ రాజ్యాధిపతిగా గణపతిదేవుణ్ని పట్టాభిషిక్తుణ్ని చేసి, రేచెర్ల రుద్రుడు, మల్యాల చౌండుడు నుంచి ఎదురయ్యే ఆంతరంగిక తిరుగుబాట్లను అణిచి, శత్రురాజుల దాడులను ఎదుర్కొనే ప్రయత్నం చేశారు.

గణపతిదేవుడు యావత్ తెలుగు భాష మాట్లాడే ప్రజలందరినీ సమైక్యం చేశాడు. అతనికి ముందు, అతని తరవాతి ఏ చక్రవర్తి పరిపాలించనంత ఎక్కువ కాలం, అంటే అరవైమూడేండ్ల సుదీర్ఘ కాలం (క్రీ.శ.1199-1262) వరకు సమర్థవంతంగా వరంగల్ రాజధానిగా నేటి తెలంగాణా, ఆంధ్రా ప్రాంతాలను పరిపాలించాడు. ఇతని పరిపాలనా కాలానికి సంబంధించిన తొలి శాసనం క్రీ.శ.1199 డిసెంబర్ 26 నాటిది. ఇది కరీంనగర్ జిల్లా మంథెనలో లభించింది (Inscriptions of Andhra Pradesh, Karimnagar, No.28).

యాదవరాజైన జైతుగి తన వద్ద బందీగా ఉన్న గణపతిదేవుణ్ని ఏ కారణాల వల్ల విడుదలచేశాడో అన్న విషయంపై చరిత్రకారుల్లో ఏకాభిప్రాయం లేదు. అయినప్పటికీ చాలామంది చరిత్రకారులు హొయసాల చక్రవర్తి అయిన రెండో బల్లాలుడు, కాకతీయ రాజ్యంలో నెలకొన్న రాజకీయ అస్థిరతను అవకాశంగా తీసుకొని తన రాజ్య సరిహద్దులను ఆ ప్రాంతం వైపు వ్యాపింపచేయలన్న వ్యూహం పన్ని ఉంటాడు. ఇదే జరిగితే, యాదవరాజులకు బద్ధశత్రువులైన హొయసాల రాజు రెండో బల్లాలుడి కీర్తి ప్రతిష్ఠలు మరింత ఇనుమడిస్తాయి. ఇది జరగడం ఏమాత్రం ఇష్టంగాలేని యాదవరాజు జైతుగి, గణపతిదేవుణ్ని తన చెర నుంచి విడుదలచేసి, కాకతీయ రాజ్యం సింహాసనంపై ప్రతిష్ఠించే ఏర్పాటుచేశాడు. దీన్ని రాజకీయ ఎత్తుగడగా భావించారు చరిత్రకారులు. పైగా యాదవరాజు జైతుగి తన కూతురైన సోమలదేవిని, గణపతిదేవునికి ఇచ్చి వివాహం జరిపించాడు.

కాకతీయ గణపతిదేవుని సమకాలిక యాదవ రాజులు - సంబంధాలు

క్ర. సం.	రాజు	వంశం	పరిపాలనా కాలం	విశేషాలు
1.	జైతుగి (జైత్రపాలుడు)	యాదవ (దేవగిరి)	క్రీ.శ.1193-1199	జైతుగితో జరిగిన యుద్ధంలో గణపతిదేవుని తండ్రి మహాదేవుడు మరణించాడు.
2.	సింఘన	యాదవ	క్రీ.శ.1200-1247	హొయసాలులతో యుద్ధాలు-విజయం.
3.	కృష్ణుడు	యాదవ	క్రీ.శ.1246-1261	--
4.	మహాదేవుడు	యాదవ	క్రీ.శ.1261-1271	హొయసాలులతో యుద్ధాలు
5.	రామచంద్రదేవుడు	యాదవ	క్రీ.శ.1271-1311	హొయసాలులతో యుద్ధపరాజయం. ఢిల్లీసుల్తాన్ జలాలుద్దీన్ ఫిరోజ్ సేనల దాడి యాదవ సేనల ఓటమి, రామచంద్రదేవుడు సామంతరికం అంగీకరించడం.
6.	శంకరదేవుడు	యాదవ	క్రీ.శ.1311-1313	మాలిక్‌కపూర్ నేతృత్వంలో యాదవ రాజ్యంపై దండయాత్ర, శంకరదేవుడు ఓటమి, మరణం.
7.	హరపాలదేవుడు	యాదవ	క్రీ.శ.1313-1317	అల్లావుద్దీన్ ఖిల్జీ కుమారుడైన ముబారక్‌షా ఖిల్జీ యాదవ రాజ్యంపై దండయాత్ర, హరపాలుని ఓటమి, మరణం, యాదవ రాజ్య అస్తమయం.

కాకతీయ గణపతిదేవుని సమకాలిక హొయసాల రాజులు - సంబంధాలు

క్ర. సం.	రాజు	వంశం	పరిపాలనా కాలం	విశేషాలు
1.	రెండో వీరబల్లాలుడు	హొయసాల	క్రీ.శ.1170-1220	యాదవరాజు బిల్లమదేవుణ్ని ఓడించాడు.
2.	రెండో నరసింహుడు	హొయసాల	క్రీ.శ.1220-1254	--
3.	మూడో నరసింహుడు	హొయసాల	క్రీ.శ.1254-1295	యాదవ రామచంద్రునితో యుద్ధాలు - విజయం, పాండ్య రాజైన మారవర్మ కులశేఖరుని చేతిలో పరాజయం.
4.	మూడో బల్లాలుడు	హొయసాల	క్రీ.శ.1295-1342	క్రీ.శ.1305 యాదవ రాజ్యంపై దండెత్తి రామచంద్రుని సేనలను ఓడించాడు.

గణపతిదేవుడి సైనిక విజయాలు - ప్రాముఖ్యత

గణపతిదేవుడు కాకతీయ వంశ రాజులందరిలోకి అగ్రగణ్యుడు. గొప్ప విజేత, విశాల సామ్రాజ్య నిర్మాత. తన సుదీర్ఘ అరవైమూడేళ్ళ పరిపాలనా కాలంలో అద్భుత సైనిక విజయాలను సాధించాడు అతని సేనాధిపతులు రేచెర్ల రుద్రుడు, మాల్యాల చౌడుడు మొదలైనవారు అతని విజయాల్లో ప్రముఖపాత్ర పోషించారు. గణపతిదేవుని దండయాత్రలు దశలవారిగా జరిగాయి. అతడు ఆక్రమించిన అన్ని రాజ్యాలను తన సామ్రాజ్యంలో ప్రత్యక్షంగా విలీనం చేయలేదు. కొన్ని రాజ్యాల పాలకులను సామంతులుగా గుర్తించాడు. మరికొందరితో వైవాహిక సంబంధాలు నెలకొల్పుకొన్నాడు. రాజనీతిని ప్రదర్శించాడు. దౌత్య సంబంధాలకు ప్రాధాన్యత ఇచ్చాడు.

గణపతిదేవుడు కాకతీయ రాజ్య సింహాసనం అధిష్టించే నాటికి తీరాంధ్ర ప్రాంతంలో అంతవరకూ అధికారం చెలాయించిన తూర్పు చాళుక్య, చోళ-చాళుక్య, కళ్యాణి చాళుక్య రాజవంశాల అధికారం బలహీనపడింది. ఆ రోజుల్లో తీరాంధ్ర ప్రాంతంలో అత్యంత బలవంతమైన రాజ్యం 'వెలనాటి రాజ్యం'. దీని పాలకుడు రెండో రాజేంద్రచోళుని మనుమడైన 'పృథ్వీశ్వరుడు'. ఇతడు మహాపరాక్రమశాలి. ఇతడు పొరుగు రాజ్యాలపై దండెత్తి విజయాలుసాధించి వారిని తన సామంతులుగా చేసుకొన్నాడు. ఇతని సామంతుల్లో కొలను రాజులు (కొల్లేరు), గుంటూరు, ప్రకాశం జిల్లా ప్రాంతంలో కోటరాజులు, కొణిదెన తెలుగుచోళులు నెల్లూరు, కడప, చెంగల్పట్ జిల్లాల ప్రాంతాన్ని తెలుగుచోళులు, ఏరువను నెల్లూరు చోళుల సామంతులు, కృష్ణానది తీరంలోని భూభాగాలను గుడిమెట్ట-చాగవంశీయులు, కృష్ణానది ఉత్తరభాగమైన నేటి ఖమ్మం జిల్లా ప్రాంతాన్ని నతవాడి రాజులు ప్రాంతాలను పరిపాలించేవారు. తీరాంధ్రలోని కొన్ని ప్రాంతాలపై కళింగ గంగావంశీయుల అధికారం కొనసాగేది. ఈ విధంగా చిన్న చిన్న రాజ్యాలుగా విడిపోయి ఉన్న తీరాంధ్రపై తన సార్వభౌమాధికారాన్ని నెలకొల్పాలన్న లక్ష్యంతో గణపతిదేవుడు క్రీ.శ.1201 లో తీరాంధ్రపై దాడికి బయలుదేరాడు. కాకతీయ చక్రవర్తి గణపతిదేవుని బావమరిది నతవాడి రుద్రుడు వేయించిన క్రీ.శ. 1201 నాటి బెజవాడ శాసనం (E.I. Vol. VI. P.159) తీరాంధ్ర ప్రాంతాన్ని పరిపాలిస్తున్న పృథ్వీశ్వరుని రాజ్యంపై దండెత్తిన గణపతిదేవుడి సేనలు అఖండ విజయాన్ని సాధించాయని తెలియచేస్తుంది. ఈ దండయాత్ర కాలంలోనే కాకతీయ సేనలు ధరణికోటకు చెందిన కోట నాయకుల భూభాగాలపై దండెత్తాయి. కోటనాయకులు గణపతిదేవుని సార్వభౌమాధికారాన్ని అంగీకరించి సామంతులుగా మారారు. ఆ తరవాత గణపతిదేవుని సేనలు కృష్ణా ముఖద్వారం వద్ద ఉన్న దివిసీమను పాలిస్తున్న అయ్యవంశ పాలకులపై దాడిచేశాయి. ఈ దివిసీమ పాలకుడైన పిన్నచోడుడు వీరోచితంగా కాకతీయ సైన్యాలతో పోరాడి ఓటమిపాలయ్యాడు. 'దివి ద్వీపం' ఆక్రమించినందుకు సూచికగా గణపతిదేవుని సేనాధిపతి మలయాల చౌండుడు 'ద్వీపిలుంటాక' 'దీవిచూరకార' అనే బిరుదులు ధరించాడు (PSR ఆంధ్రదేశ చరిత్ర-సంస్కృతి క్రీ.శ.1336 వరకు పుట సం.151, తెలుగు అకాడమి 2009.) రాజనీతిజ్ఞుడైన గణపతిదేవుడు దివిసీమను తన సామ్రాజ్యంలో విలీనం చేసుకోకుండా పిన్నచోడుడినే దివిని పరిపాలించే ఏర్పాటుచేశాడు. దీని ముఖ్య ఉద్దేశం దివిని ఏలుతున్న అయ్యవంశస్థుల శక్తిసామర్థ్యాలను కాకతీయ రాజ్య విస్తరణకూ, సుస్థిరతకు ఉపయోగించుకోవడానికి. ఈ లక్ష్యం కాకతీయ, అయ్యవంశాల మధ్య వైవాహిక సంబంధాలను ఏర్పరచింది. అయ్యవంశ పిన్నచోడుడు తన ఇద్దరు కుమార్తెలు 'నారాంబ', పేరాంబ'లను గణపతిదేవునికి ఇచ్చి వివాహం జరిపించాడు. పిన్నచోడుని కుమారుడైన జాయపను గణపతిదేవుడు తన కొలువులోకి తీసుకొని గజసాహిణిగా నియమించి గౌరవించాడు. అయ్యవంశజులు, కాకతీయ చక్రవర్తికి సామంతులుగా మారడంతో పృథ్వీశ్వరుని బలం క్షీణించింది. కాకతీయ సేనల శక్తిని గ్రహించిన నెల్లూరు

చోడతిక్కరాజు మొదలైన పాలకులు గణపతిదేవుని పక్షంచేరారు. పృథ్వీశ్వరుడు తన సైన్యంతో గణపతిదేవుని సేనలతో ముఖాముఖి యుద్ధంలో ఓడిపోయి ప్రాణాలు కోల్పోయాడు. కాకతీయ చక్రవర్తి గణపతిదేవుని శాసనాల్లో అతనికి 'పృథ్వీశ్వర శిరః కందుక క్రీడా వినోద' (పృథ్వీశ్వరుని తల అనే బంతితో ఆడుకొన్నవాడు) అని వర్ణించబడింది. క్రీ.శ.1206 నాటి పృథ్వీశ్వరుని కోశాధికారియైన 'అనంతుడు' వేయించిన శ్రీకూర్మం శాసనం (S.I.I. Vol. V. No.1254; పి.వి.పరబ్రహ్మశాస్త్రి, తెలుగు పుట సం.108) వెలనాటి పాలకుని చిట్టచివరి శాసనం అయినందువల్ల పృథ్వీశ్వరుడు గణపతిదేవుని సైన్యాల చేతిలో 1206 సంవత్సరం తరవాత కొద్ది కాలానికే ఓడిపోయి మరణించి ఉండవచ్చు అన్న పరబ్రహ్మశాస్త్రిగారి వాదన సబబుగా అనిపిస్తుంది. గణపతిదేవుడు జాయపసేనానిని వెలనాడు ప్రాంతానికి వైస్రాయిగా నియమించాడు.

గణపతిదేవుడి దక్షిణదేశ దండయాత్ర (క్రీ.శ.1207-1209)

గణపతిదేవుడు దక్షిణదేశంపై రెండుసార్లు దండయాత్ర చేశాడు. దీనికి ముఖ్యకారణం సమకాలీన రాజకీయ పరిస్థితులు. ముఖ్యంగా పన్నెండో శతాబ్దపు పూర్వభాగంలో ఏర్పడిన తెలుగు చోళుల నెల్లూరి రాజ్యం (నెల్లూర్, కడప, చెంగల్పట్ జిల్లాలు కలిసిన ప్రాంతం)లో ఏర్పడిన రాజకీయ పరిణామాలు ఈ దండయాత్రకు కారణమయ్యాయి. నెల్లూరు తెలుగు చోళరాజైన నల్లసిద్ధి విక్రమసింహపురి (నెల్లూరు) రాజధానిగా ఈ రాజ్యాన్ని పరిపాలించాడు. చోళ చక్రవర్తి రెండో రాజాధిరాజు (క్రీ.శ.1173) బలహీనతను ఆసరగా తీసుకుని ఇతడు స్వాతంత్ర్యం ప్రకటించుకొన్నాడు. ఇతని తరవాత నెల్లూరు తెలుగు చోళ రాజ్యాన్ని అతని వారసులైన మొదటి బేతరాజు, ఎర్రసిద్ధి పరిపాలించారు. ఎర్రమనుమసిద్ధికి మొదటి మనుమసిద్ధి, తమ్మసిద్ధి అనే ఇద్దరు కుమారులున్నారు. ఇదే కాలంలో చోళ చక్రవర్తి మూడో కులోత్తుంగ చోళుడు (క్రీ.శ.1178-1216) నెల్లూర్ తెలుగుచోళ రాజ్యవ్యవహారాల్లో జోక్యంచేసుకున్నాడు. మొదటి మనుమసిద్ధి నెల్లూర్ తెలుగుచోళ సింహాసనాన్ని అధిష్టించగానే మూడోకులోత్తుంగ చోళుడు తన సేనలతో నెల్లూరుపై దండెత్తాడు. మనుమసిద్ధి పరాజయం పొందాడు. చోళరాజు కులోత్తుంగుడు తన సార్వభౌమత్వాన్ని అంగీకరించిన 'నల్లసిద్ధికి' నెల్లూర్ తెలుగుచోళ రాజ్యం అప్పగించాడు. క్రీ.శ.1187-1204 మధ్య కాలంలో లభించిన మూడోకులోత్తుంగ చోళుని శాసనాలు నల్లసిద్ధి అతనికి సామంతుడిగా నెల్లూర్‌ను పాలించినట్లు తెలియచేస్తున్నాయి. ఆ తరవాత నల్లసిద్ధి తమ్ముడైన తమ్మసిద్ధి నెల్లూర్‌ను పరిపాలించాడు. ఈ తరుణంలో మొదటి మనుమసిద్ధి కుమారుడైన తిక్కభూపాలుడు, నెల్లూర్ తెలుగుచోళ రాజ్య సింహాసనం ఆశించి 'గణపతిదేవుని' సహాయాన్ని కోరాడు. ఈ కారణం వల్లనే కాకతీయ చక్రవర్తి తన సైన్యంతో నెల్లూర్ తెలుగుచోళ రాజ్యంపై క్రీ.శ.1207-08లో దండెత్తి, తమ్మసిద్ధిని ఓడించి, నెల్లూరు రాజ్యాధిపతిగా చోడతిక్కభూపాలుణ్ని నిలిపాడు. ఇతడు సమర్థుడు, వీరుడు, పరిపాలనాదక్షుడు. ఆ తరవాత గణపతిదేవుని సేనలు చోళరాజధానియైన కంచిపై దాడిచేశాయి. ఈ మొదటి దక్షిణదేశ విజయాలను క్రీ.శ.1228 నాటి చేబ్రోలు శాసనం, క్రీ.శ.1231 నాటి జాయపసేనాని వేయించిన 'గణపేశ్వరం' శాసనాలు సమర్థిస్తున్నాయి. (పరబ్రహ్మశాస్త్రి, తెలుగు అనువాదం PP. 108, 109). నెల్లూర్ తెలుగుచోళ రాజ్య వ్యవహారాలను చక్కదిద్దిన గణపతిదేవుని కీర్తిప్రతిష్ఠలు మరింత ఇనుమడించాయి.

కళింగ దండయాత్ర (క్రీ.శ.1211-1212)

వెలనాడు, నెల్లూర్ తెలుగుచోళ రాజ్యాలపై విజయాలు సాధించిన గణపతిదేవుడు, గతంలో పృథ్వీశ్వరుని ఆధీనంలో ఉన్న 'కళింగ' భూభాగాన్ని ఆక్రమించడానికి తన సైన్యాలను నడిపాడు. గణపతిదేవుడి సేనాధిపతి ఇందులూరి

సోమయ మంత్రి నేతృత్వంలో కాకతీయ సేనలు విజయం సాధించాయి. ఈ విషయాన్ని సమకాలీన రచన 'శివయోగసారం' తెలియచేస్తుంది (PSR P.153). ఇందులూరి సోమయమంత్రి కొలను రాష్ట్ర పాలకునిగా నియమించబడ్డాడు. కళింగరాజైన మూడవ అనియంకభీముడు కాకతీయ సైన్యాలను ఎదుర్కొన్నాడు. సంపూర్ణ విజయం ఏ పక్షానికీ దక్కలేదని శాసనాలు తెలియచేస్తున్నాయి. కళింగ దండయాత్ర కాకతీయ గణపతిదేవునికి ఆశించినమేరకు ఫలితమివ్వలేదు. ఇదే కాలంలో గణపతిదేవుడు అక్కడి రాజ్యాలతో వైవాహిక సంబంధాలను నెలకొల్పాడు. తన పెద్ద కూతురైన 'గణపాంబ'ను కోటరుద్రుని కుమారుడైన మైనబేతకిచ్చి వివాహం జరిపించాడు. రెండో కూతురైన రుద్రమదేవిని నిడదవోలు చాళుక్యరాజైన వీరభద్రునికిచ్చి వివాహం జరిపించాడు. వేంగీ ప్రాంతాన్ని ఇందులూరి సోమన జయించాడు. చివరికి అనియంకభీముని అనంతరం అతని కొడుకైన మొదటి నరసింహదేవుడి కాలంలో కాకతీయ సైన్యాలు కళింగ, వేంగీ రాజ్యాలపై దండెత్తి పూర్తి విజయం సాధించాయి (క్రీ.శ.1238).

క్రీ.శ.1248 వ సంవత్సరంలో గణపతిదేవుడి మిత్రుడైన చోడతిక్కరాజు మరణించాడు. అతని కుమారుడైన రెండో మనుమసిద్ధి (వీరగండ గోపాలుడు) దాయాదులకు రాజ్యం పోగొట్టుకొన్నాడు. అతడు తన మంత్రి, ఆస్థానకవి అయిన తిక్కనసోమయాజిని గణపతిదేవుని ఆస్థానానికి రాయబారిగా పంపి సహాయం కోరాడు. గణపతిదేవుడు తన సైన్యాన్ని సామంత భోజుని నేతృత్వంలో మనుమసిద్ధికి అండగా పంపాడు. కాకతీయ సైన్యాల దాడిలో మనుమసిద్ధి శత్రువులైన బయ్యన, అక్కనలు హతులయ్యారు. కాకతీయ సైన్యాలు ద్రవిడదేశంలో ప్రవేశించి కులోత్తంగ రాజేంద్రచోళుని (మూడో రాజేంద్రుని) రాజధానియైన కంచిని ఆక్రమించాయి. ఆ తరవాత తంజావూరు జిల్లాలోని పల్లెయారులో సామంత భోజుని సైన్యాలు ద్రావిడ, కర్ణాటక, సంయుక్త సేనలను ఓడించాయి. క్రీ.శ.1250 నాటికి విజయగండ గోపాలుణ్ని (మనుమసిద్ధి శత్రువు) ఓడించాడు. రెండో మనుమసిద్ధిని తిరిగి నెల్లూర్ తెలుగుచోడ రాజ్యంపై ప్రతిష్ఠించాడు. ఆ తరవాత కాకతీయ సేనలు వైదుంబనాయకుడైన రక్కసి గంగడిని యుద్ధంలో ఓడించాయి. ఈ యుద్ధంలో మనుమసిద్ధి సేనాధిపతి కాయస్థగంగయసాహిణి పాల్గొన్నాడు. పోకనాడు తెలుగుచోడ రాజు నుంచి ఆక్రమించిన భూభాగాలను గణపతిదేవుడు తిరిగి వారికే అప్పగించాడు. గంగయసాహిణి శక్తిసామర్థ్యాలను గుర్తించిన గణపతిదేవుడు అతణ్ని తన 'బాహత్తరనియోగాధిపతి'గా (డెబ్బై రెండు నియోగాలపై పర్యవేక్షణాధికారిగా) నియమించాడు. ఈ విషయాన్ని క్రీ.శ.1250 నాటి త్రిపురాంతకం శాసనం తెలియచేస్తుంది.

కాకతీయ - యాదవరాజుల మధ్య సంబంధాలు

గణపతిదేవుడు తన సుదీర్ఘ పరిపాలనా కాలంలో సమకాలీన యాదవరాజైన సింఘనతో, అతని వారసులతో స్నేహపూర్వక సంబంధాలు నెలకొల్పాడు. ఇరు రాజ్యాల మధ్య క్రీ.శ.1199-1262 మధ్య యుద్ధం జరిగినట్లు ఏ ఆధారాల్లో లేదు. యాదవరాజైన సింఘన కుమారుడైన పెర్మాడిదేవుడు గణపతిదేవుడి కొలువులో కొంత కాలం ఉన్నట్లు పండితుల అభిప్రాయం. దీనికి నల్గొండ జిల్లా, పెరూరు గ్రామంలో లభించిన క్రీ.శ.1159 నాటి శాసనంలోని సమాచారం కొంత బలాన్ని చేకూరుస్తుంది. పెర్మాడిదేవుడు, కాకతీయ చక్రవర్తి ఆధీనంలో ఉన్న రాజ్య భూభాగాల్లో నివసిస్తున్న బ్రాహ్మణులకు భూదానాలు చేశాడని పెరూరి శాసనంలో పేర్కొనడమైందని పరబ్రహ్మశాస్త్రి పేర్కొన్నారు. (కాకతీయులు పుట 113). గణపతిదేవుడి సేనలు, పాండ్యరాజుతో యుద్ధానికి వెళ్ళినప్పుడు యాదవరాజు తన సేనలను అండగా పంపాడు.

పాండ్యరాజైన మొదటి జటావర్మన్ సుందరపాండ్యునితో గణపతిదేవుని యుద్ధం క్రీ.శ.1257

గణపతిదేవుడు తన పరిపాలన చివరిదశలో మధుర రాజ్యాధిపతియైన పాండ్యరాజుతో యుద్ధంచేశాడు. క్రీ.శ.1257 నాటికి పాండ్యరాజ్యాన్ని మొదటి జటావర్మన్ సుందరపాండ్యుడు పరిపాలిస్తుండేవాడు. ఇతడు మహాపరాక్రమశాలి. ఇతడు ఇంతకుముందు చోళసామంత రాజ్యంగా ఉన్న నెల్లూర్ తెలుగుచోడ రాజ్యాన్ని తన సామంత రాజ్యంగా చేసుకోవాలన్న లక్ష్యంతో నెల్లూర్ తెలుగుచోడ రాజైన రెండో మనుమసిద్ధిపై భారీసేనలతో దండెత్తాడు. జటావర్మన్ సుందరపాండ్యుని శక్తిని గ్రహించి కంచి రాజైన విజయగండ గోపాలుడు సామంతరికం అంగీకరించాడు. ప్రమాదాన్ని గ్రహించిన రెండోమనుమసిద్ధి, కాకతీయ, యాదవ, బాణరాజుల సైనిక సహాయాన్ని కోరాడు. కాని పాండ్యరాజు ద్విముఖ వ్యూహంపన్ని తన సేనను రెండు భాగాలుగా విభజించాడు. ఒక దళాన్ని కొప్పెర జింగన సేనాధిపత్యంలో కాకతీయ భూభాగాలైన ద్రాక్షారామంపైకి పంపాడు. కాని కాకతీయ సేనల చేతిలో ఓడిన కొప్పెర జింగడు, గణపతిదేవుని సార్వభౌమత్వాన్ని అంగీకరించాడు. కాని ఇదే సమయంలో వ్యూహాత్మకంగా పాండ్యుల రెండో సైనికదళం మనుమసిద్ధి రాజ్యమైన నెల్లూర్‌పై దండెత్తింది. క్రీ.శ.1263 నాటికి పాండ్య సేనలు జటావర్మన్ వీరపాండ్యుడి నేతృత్వంలో నెల్లూరు సమీపంలోని ముత్తుకూర్‌కి చేరాయి. ఇక్కడ జరిగిన భీకరపోరులో కాకతీయ సేనలు, వారి మిత్రుల సేనలు పరాజయంపొందాయి. వీరగండ గోపాలుడు ప్రాణాలు కోల్పోయాడు. మనుమసిద్ధి యుద్ధంలో చనిపోయాడు. అతని మిత్ర సైన్యం తిరోగమించింది. నెల్లూర్ పాండ్యరాజ్యంలో అంతర్భాగమైంది. తన 62 సంవత్సరాల సుదీర్ఘ పాలనలో ఎన్నడూ ఎరుగని పరాజయాన్ని గణపతిదేవుడు ముత్తుకూర్ యుద్ధంలో పొందాడు. గణపతిదేవుని పరాజయం అతణ్ని, క్రియాశీలక రాజ్యనిర్వహణ బాధ్యతల నుంచి విముక్తిణ్ని చేసింది. తన కుమార్తె రుద్రమదేవికి పరిపాలనా బాధ్యతలు అప్పగించాడు.

గణపతిదేవుని ఘనత

గణపతిదేవుడు గొప్ప చక్రవర్తి, రాజనీతిజ్ఞుడు, దూరదృష్టిగల రాజు. ప్రజాసంక్షేమానికి, రాజ్య సుస్థిరతకు కృషిచేశాడు. అంతరంగిక అల్లర్ల నుంచి, తిరుగుబాట్ల నుంచి, పరదేశీ రాజుల దాడుల నుంచి కాకతీయ రాజ్యాన్ని సంరక్షించాడు. వైవాహిక సంబంధాల ద్వారా తన అధికారాన్ని బలోపేతం చేసుకొన్నాడు. తన కాలంలో రాజధాని నగరాన్ని అనుమకొండ నుంచి వరంగల్‌కు మార్చాడు. ఈ రకంగా తన తాత ప్రోలుడు, పెదతండ్రి రుద్రదేవుడు ప్రారంభించిన కొత్తరాజధాని నిర్మాణం పూర్తిచేసి ఓరుగల్లు నగరాన్ని పూర్తిచేశాడు. అతని వారసులు దాన్ని మరింత సుందరంగా, శత్రుదుర్భేద్యంగా తీర్చిదిద్దారు.

ఇతని సామంతులు, సేనాధిపతుల్లో ముఖ్యులు రేచెర్ల, మాల్యాల నాయకులు ఇతని ప్రధాన సామంతులు. రేచర్ల రుద్రసేనాని విశ్వాసానికి, శౌర్యానికి ప్రతిరూపం. కాకతీయ రాజ్యాన్ని అతిక్లిష్ట పరిస్థితుల్లో విచ్ఛిన్నం కాకుండా కాపాడిన వీరుడు రేచెర్ల రుద్రుడు. ఇతని సేనాని రాజానాయకుడు కూడా కాకతీయ రాజ్యానికి విశేషసేవలు చేశాడు. మల్యాల సామంతుల్లో కాకతీయ చక్రవర్తికి అండగా నిలిచిన యోధుడు 'మల్యాలచోడుడు'. ఇతని కుమారుడు 'కాటమ'. వీరు గణపతిదేవుని దివిసీమ, వెలనాడు విజయాల్లో కీలకపాత్రపోషించారు. దివిసీమకు చెందిన జాయప, గణపతిదేవుని కొలువులోచేరి విశిష్టసేవలు చేశాడు. 'గజసాహిణి' పదవిచేపట్టాడు. నెల్లూరుకు చెందిన తెలుగుచోడరాజు మనుమసిద్ధి కూడా గణపతిదేవునికి మంచి స్నేహితులు. ఇందులూరి కుటుంబానికి చెందిన సోమయమంత్రి, గణపతిదేవుని మంత్రుల్లో ప్రముఖుడు. ఇతడు కళింగ దండయాత్ర (క్రీ.శ.1212) లో కీలకపాత్ర నిర్వహించాడు. ప్రోలభీమనాయకుడు, గణపతిదేవుని

మరో గొప్ప మంత్రి. ఇతడు 'ఆరువేల దూషక', 'కంచి చూరకార' బిరుదులు ధరించాడు. కాయస్థవంశానికి చెందిన 'గంగయసాహిణి' గణపతిదేవుని కాలంలో బాహత్తర నియోగాధిపతి పదవి నిర్వహించాడు. గణపతిదేవునికి కుమారులు లేనందు వల్ల అన్ని విద్యల్లో శిక్షణ ఇచ్చిన తన కుమార్తె రుద్రమదేవిని తన వారసురాలిగా ప్రకటించి క్రీ.శ.1262 లో ఆమెకు పాలనాబాధ్యత అప్పగించాడు.

రుద్రమదేవి (క్రీ.శ.1262-1289)

రుద్రమదేవి మధ్యయుగ భారతదేశ చరిత్రలో, ముఖ్యంగా దక్షిణాపథంలో అత్యంత ప్రతిభావంతురాలైన పరిపాలనావేత్తగా, వీరనారిగా పేరుగడించింది. గణపతిదేవుని అనంతరం కాకతీయ రాజ్యాధికారాన్ని చేపట్టింది. ఈమె గణపతిదేవుడు, సోమాంబల కూతురు. రుద్రమదేవి తండ్రి పర్యవేక్షణలోనే రాజ్య నిర్వహణ వ్యవహారాల్లోనూ, సైన్యాలను నడపడంలోను శిక్షణ పొందింది. పాండ్య సేనల చేతిలో ముత్తుకూరు యుద్ధంలో పరాజయం పొందిన గణపతిదేవుడు క్రియాశీలక రాజకీయాల నుంచి విముక్తుడై, తన కుమార్తెకు రాజ్యభారం అప్పగించాడు. ఈమె క్రీ.శ.1289 వరకు రాజ్యపాలన చేసింది. ఈమె పరిపాలనా విశేషాలను తెలుసుకోవడానికి అనేక శాసనాలు, సాహిత్యాలు ఉపకరిస్తున్నాయి. ముఖ్యంగా వెనీస్‌నగర నివాసియైన మార్కోపోలో రుద్రమదేవి పరిపాలిస్తున్న రోజుల్లో మోటుపల్లి ఓడరేవులో దిగాడు. ఆమె శక్తిసామర్థ్యాలను, అక్కడ జరుగుతున్న వ్యాపారాన్ని, ఎగుమతి, దిగుమతులను, రేవు అధికారుల విధులను, రేవు పట్టణంలో విదేశీ వర్తకుల, బాటసారుల సంరక్షణకై రుద్రమదేవి చేయించిన ఏర్పాట్లను ఎంతో ప్రశంసించాడు.

రాజ్యంలో స్థితిగతులు

రుద్రమదేవి రాజ్య పరిపాలన చేపట్టే నాటికి కాకతీయుల అధికారం ప్రమాదంలో పడింది. దీనికి ముఖ్య కారణం సామంత రాజుల, రాష్ట్ర పాలకుల తిరుగుబాట్లు, పాండ్యసేనల చేతిలో కాకతీయ సేనలు ముత్తుకూర్ యుద్ధంలో పరాజయం పొందడం. మరోవైపు యాదవరాజైన మహాదేవుడు (1261-1271) కాకతీయ రాజ్య భూభాగాలను ఆక్రమించడానికి వ్యూహం పన్నాడు. కాకతీయుల అధికారాన్ని ఈ క్లిష్ట పరిస్థితుల్లో రక్షించే భారాన్ని రేచెర్ల ప్రసాదిత్యుడు స్వీకరించాడు. ఇతనికి 'కాకతీయ రాజ్య స్థాపనాచార్య', 'రాయపితామహాంక' మొదలైన బిరుదులు గలవని వెలుగోటివారి వంశావళిలో పేర్కొనబడింది (పి.వి.పరబ్రహ్మశాస్త్రి పుట.118). రుద్రమదేవికి అండగా నిలిచిన అధికారుల్లో కాయస్థజన్నిగదేవుడు, కాయస్థ త్రిపురారి, మల్యాల గుండియనాయకుడు, మాదయనాయకుడు, మహాప్రధాన కందరనాయకుడు మొదలైన వారు ఉన్నారు.

రుద్రమదేవి తన పరిపాలనా కాలంలో అనేక యుద్ధాలు చేసింది. ఏకామ్రనాథుని ప్రతాపచరిత్ర ప్రకారం, రుద్రమదేవి సింహాసనం అధిష్ఠించగానే ఆమె సవతి తమ్ములైన హరిహర, మురారిదేవులు ఆమెకు వ్యతిరేకంగా తిరుగుబాటు చేశారు. దీన్ని రుద్రమ తన సమర్థులైన సేనాధిపతుల అండతో అణచివేసింది. రుద్రమదేవి సింహాసనం అధిష్ఠించే నాటికి ఆమె రాజ్యానికి పొరుగున, తూర్పుగాంగులు, యాదవులు, పాండ్యులు పరిపాలిస్తుండేవారు. వీరిలో తూర్పుగాంగవంశ రాజైన నరసింహదేవుడు వేంగి రాజ్యంపై దండెత్తి ఆక్రమించుకొన్నాడు. కాని క్రీ.శ.1274 లో నరసింహదేవుని కుమారుడైన

మొదటి భానుదేవుడు కాకతీయ రాజ్యంపై దండెత్తాడు. ఈసారి రుద్రమదేవి సేనాధిపతులైన పోతినాయకుడు, ప్రోలినాయకుడు శత్రుసేనలను ఓడించారు. ఈ విషయాన్ని ద్రాక్షారామం గుడిలో లభించిన శాసనాలు సమర్థిస్తున్నాయి. కాకతీయ, గాంగ రాజ్యాల మధ్య గోదావరినది సరిహద్దు అయింది. రుద్రమదేవి అధికారం కోస్తా ఆంధ్ర ప్రాంతాలపై పునరుద్ధరించబడింది.

కాకతీయరాజ్యంపై యాదవ సైన్యాల దండయాత్ర

రుద్రమదేవి అంతరంగిక తిరుగుబాట్లను, గాంగ దాడులను ఎదుర్కొంటున్న కాలంలోనే యాదవరాజైన మహాదేవుడు తన సైన్యంతో కాకతీయ భూభాగాలపై దండెత్తి వచ్చాడు. రుద్రమదేవి తన సైన్యాలతో యాదవరాజును ఎదుర్కొని భీకరపోరాటంలో అఖండ విజయం సాధించింది. శత్రుసేనలను దేవగిరి కోటవరకు తరిమికొట్టింది. ఈ విజయంలో రుద్రమదేవి సేనాధిపతి సింధభైరవుడు ముఖ్యపాత్ర పోషించాడు. బీదర్ కోటలో లభించిన రుద్రమదేవి శాసనం (కాకతీయులు తెలుగు పు. 119) ఈ విజయాన్ని వర్ణిస్తుంది. ఇటీవలి కాలంలో ఆళ్ళపాడులో లభించిన శాసనం (Ibid. P. 120) ప్రకారం యాదవ వంశానికి చెందిన ఎల్లణదేవుడు రుద్రమదేవి కుమార్తెను వివాహమాడాడు. దీన్నిబట్టి హేమాద్రి తన రచన అయిన వ్రతఖండంలో తన యజమాని స్త్రీ చేతిలో పరాజయం పొందాడన్న వాస్తవాన్ని సాహసించి రాయలేదన్నది విదితమవుతుంది. ఈ విధంగా రుద్రమదేవి తాను యాదవరాజుపై సాధించిన చరిత్రాత్మకమైన విజయానికి సూచికగా 'రాయగజకేసరి' అన్న బిరుదును ధరించింది. వరంగల్ కోటలోని స్వయంభూ ఆలయానికి రంగమండపం కట్టించింది. రుద్రమ బీదర్‌కోట శాసనంలో కూడా 'రాయగజకేసరి' బిరుదు కలదు (కాకతీయులు పుట 120).

కాయస్థ అంబదేవుని తిరుగుబాటు

రుద్రమదేవి పరిపాలనా కాలం చివరి దశలో ఆమె అధికారాన్ని ధిక్కరించి కాయస్థ అంబదేవుడు గొప్ప తిరుగుబాటు లేవదీసాడని అతని త్రిపురాంతకం, నందలూరు శాసనాలు తెలియచేస్తున్నాయి. రుద్రమ పరిపాలనా కాలంలో కాయస్థ జన్నిగదేవుడు ఆమెకు అత్యంత విధేయుడు. ఇతడు కడప జిల్లా నందలూరు ప్రాంతాన్ని పాలించేవాడు. రుద్రమదేవి ఆదేశాలమేరకు క్రీ.శ.1264 నాటికే ఇతడు ఈ ప్రాంతంలో కొనసాగిన పాండ్యుల అధికారాన్ని అంతమొందించాడు. జన్నిగదేవుని అనంతరం ఇతని తమ్ముడైన త్రిపురాంతకుడు ఈ రాజ్యానికి అధిపతి అయ్యాడు. ఇతడు క్రీ.శ.1270-1272 మధ్య కాలంలో నందలూరును రుద్రమదేవికి విధేయుడిగా పరిపాలించాడు. త్రిపురాంతకుని తరవాత అతని తమ్ముడు అంబదేవుడు ఆ ప్రాంతానికి పాలకుడయ్యాడు. అతడు రుద్రమదేవి సార్వభౌమాధికారాన్ని అంగీకరించక తిరుగుబాటు చేశాడు. పైగా ఇతడు రుద్రమదేవి సామంతులను ఓడించి తనకు విధేయులుగా చేసుకొన్నాడు. రుద్రమదేవి శత్రువులైన పాండ్య, యాదవరాజులతో స్నేహంచేశాడు. త్రిపురాంతకం శాసనం (క్రీ.శ.1290) (S.I.I. Vol.X, 465) ప్రకారం అంబదేవుడు పాండ్య, యాదవరాజులపై తన ఆధిపత్యాన్ని నెలకొల్పి పాండ్య రాజన్య ప్రియప్రేషిత చందవేదండ తురగస్థార విరాజమాన సంసోషిత సౌహార్ద్ర మరియు దేవగిరి రాజప్రసర్పిత ప్రాభృతమణి కనకభూషణ మొదలైన బిరుదులు ధరించాడు. అంబదేవుడు రుద్రమదేవి ప్రతినిధి (గుంటూరు ప్రాంతం) అయిన శ్రీపతి గణపతిని క్రీ.శ.1273లో ఓడించాడు. రాయసహస్రమల్ల బిరుదు ధరించాడు. పాండ్యుల ఆధీనంలో ఉన్న వల్లూరును ఆక్రమించాడు. క్రీ.శ.1287 నాటికి అంబదేవుడు గండికోట, ములికినాడు, రేనాడు, పెరకల్లు, సకిలినాడు, పొత్తిపినాడు మొదలైన ప్రాంతాలను ఆక్రమించి, వల్లూరు రాజధానిగా పరిపాలిస్తున్నట్లు అత్తిరాల శాసనం తెలియచేస్తుందని పి.వి.పరబ్రహ్మశాస్త్రి

పేర్కొన్నారు (కాకతీయులు పుట. 122). ఈ విధంగా అంబదేవుడు తన రాజ్య భూభాగాలను అన్ని దిశల్లో విస్తరించుకొన్నాడు. రుద్రమదేవి అధికారానికి పెనుప్రమాదం ఏర్పడింది. క్రీ.శ.1286 నాటికి అంబదేవుడు పాండ్యులను ఓడించాడు. పరాజితుడైన పాండ్యరాజు మారవర్మన్ కులశేఖరుడు పారిపోయాడు. అంబదేవుడు ఈ విజయంతో మరింత శక్తిమంతుడయ్యాడు.

రుద్రమదేవి మరణం

అంబదేవుడు వేయించిన త్రిపురాంతకం శాసనం అతని విజయాలను వర్ణిస్తుంది. ఇటీవల కాలంలో నల్గొండ జిల్లా చందుపట్ల గ్రామంలో లభించిన క్రీ.శ.1289 నవంబర్ 27 నాటి శాసన సమాచారం ప్రకారం రుద్రమదేవి ఆమె సేనాని మల్లికార్జున రాయలు అంబదేవుణ్ని అణిచే ప్రయత్నంలో ప్రాణాలు కోల్పోయారనీ, మల్లికార్జునుని సేవకుడు (బంటు) పువ్వులముమ్మడి చందుపట్ల గ్రామంలోని సోమనాథ ఆలయానికి కొంత భూమిని దానమిచ్చాడని తెలుస్తుంది. చందుపట్ల శాసనంలో రుద్రమదేవి ఎక్కడ మరణించింది అన్న విషయంకానీ, ఏ సంవత్సరంలో మరణించిందో అనే పూర్తి వివరాలు పేర్కొనబడలేదు. దీనివల్ల నేటికీ చరిత్రకారులకు రుద్రమదేవి మరణ విషయంలో సంపూర్ణ చారిత్రక ఆధారాలు లభించలేదు. మొత్తం మీద ఆమె నవంబర్ 27, 1289 నాటికి ముందే అంబదేవుని తిరుగుబాటును అణిచే క్రమంలో మరణించి ఉంటుందనీ మెజారిటీ చరిత్రకారుల అభిప్రాయం. ఎందుకంటే నవంబర్ 27, 1289 తరవాత ఆమె శాసనాలు లభించడంలేదు.

రుద్రమదేవి ఘనత

ఓరుగల్లు రాజధానిగా రుద్రమదేవి సమర్ధవంతంగా రాజ్యపాలన చేసింది. స్త్రీ అయినప్పటికీ తండ్రి పర్యవేక్షణలోనే శిక్షణపొందిన ఆమె రాజ్య వ్యవహారాలను చక్కగా నిర్వహించింది. ప్రజాహితాన్ని గుర్తించి పాలనచేసింది. శత్రురాజుల దాడులను సాహసోపేతంగా తిప్పికొట్టింది. ఆమె ఒంటరిగా ఈ విజయాలు సాధించలేదు. ఆమెకు విశ్వాసపాత్రులు, సమర్ధవంతులైన సేనాధిపతులు, సామంతులు అండగా నిలిచారు. కేవలం అంబదేవుని తిరుగుబాటును అణిచివేయడంలో రుద్రమదేవి విఫలమైంది.

రుద్రమదేవి సేనాధిపతుల్లో, సామంతరాజుల్లో ముఖ్యులు మల్యాల, రేచర్ల, గోనకుటుంబం రెడ్డి నాయకులు, వెలమ కుటుంబాలకు చెందినవారు. వెలమల్లో ముఖ్యుడైన రేచర్ల ప్రసాదిత్యుడు రుద్రమదేవి కాలంలో పేరుగడించాడు. అంబదేవునికి ముందున్న కాయస్థ నాయకులు, కాకతీయ రాజ్యంలోని నైరుతి ప్రాంతాన్ని సంరక్షించారు. వీరిలో చాలామంది కాకతీయ రాజ్యాన్ని శత్రువుల దాడుల నుంచి రక్షించారు.

రుద్రమదేవి భర్త చాళుక్య వీరభద్రుడు నిడదవోలు శాఖకు చెందినవాడు. రుద్రమదేవి కొలువులో దేవగిరి రాజైన సింఘన కుమారుడైన సారంగపాణిదేవుడు ముఖ్యుడు. ఆరె జాతీయుల్లో రాణకగోపదేవరాజు కూడా ఈమె కొలువులోని వాడే. రుద్రమదేవికి ముగ్గురు కుమార్తెలు ముమ్మడమ్మ, రుద్రమ, రుయ్యమ్మలు. మగసంతానం లేనందున ఈమె ముమ్మడమ్మ కుమారుడైన రెండో ప్రతారుద్రుణ్ని తన వారసుడిగా ప్రకటించింది. ఈమె భర్త మహాదేవుడనే కాకతీయ రాజ కుమారుడు. (E.C.Vol.XII Tumkur No.14; కాకతీయులు. తెలుగు పుట.126). రెండో కుమార్తె రుద్రమ్మను యాదవరాజ కుమారుడైన ఎల్లణదేవుడికిచ్చి వివాహం జరిపించింది. చిన్న కుమార్తె భర్త ఇందులూరి

నాయకుడు. మధ్యయుగ దక్కన్ చరిత్రలో చాంద్‌బీబీ, హయత్‌బక్ష్ బేగం లకు ముందు పరిపాలించిన రాణి రుద్రమదేవి చరిత్రలో శాశ్వత కీర్తిని గడించింది.

రెండో ప్రతాపరుద్రుడు (క్రీ.శ.1290 - 1323)

కాకతీయవంశ పాలకుల్లో చిట్టచివరి రాజు రెండో ప్రతాపరుద్రుడు. అంబదేవుని తిరుగుబాటుకు ముందే రుద్రమదేవి రెండో ప్రతాప రుద్రుణ్ని తన వారసునిగా ప్రకటించింది. క్రీ.శ.1290 లో కాకతీయ రాజ్యభారాన్ని చేపట్టిన రెండో ప్రతాపరుద్రుడు రెండు ప్రధాన లక్ష్యాలతో పాలన ఆరంభించాడు. అవి 1) అంబదేవుడి తిరుగుబాటు ఫలితంగా కాకతీయ రాజ్యానికి, తన కుటుంబానికి ఏర్పడిన ప్రమాదాన్ని రూపుమాపడం, 2) పర రాజుల దాడుల నుంచి కాకతీయ రాజ్యాన్ని పరిరక్షించడం. ఈ రెండు లక్ష్యాలను సాధించడానికి పటిష్టమైన, క్రమశిక్షణ కలిగిన సైన్యం ఆవశ్యకతను రెండో ప్రతాపరుద్రుడు గుర్తించాడు. ఇందుకోసం సైన్యాన్ని పునర్వ్యవస్థీకరించాడు. సైన్యాన్ని నాయకులకు అప్పగించాడు. మొత్తం 77 మంది నాయకులను నియమించి వారికి ఎంతెంత సైన్యాన్ని పోషించాలో, వారి ఆధ్వర్యంలో ఉన్న భూములేవో, గ్రామాలేవో వివరించాడు. సైనికులకు ప్రత్యేక శిక్షణ ఏర్పాటుచేయించాడు.

అంబదేవుడిని, అతని మిత్రులైన పాండ్య, యాదవ సేనలను ఎదుర్కోడానికి త్రిముఖ వ్యూహాన్ని రూపొందించాడు. క్రీ.శ.1291 వ సంవత్సరంలో కొలని సోమన మంత్రి కుమారుడైన మనుమగన్నయ్య, ఇందులూరి పెద్దగన్నయ మంత్రి కుమారుడైన అన్నయదేవుడి నేతృత్వంలో భారీ సైన్యాన్ని అంబదేవుని కేంద్రస్థానమైన త్రిపురాంతకంపైకి పంపాడు. ఈ యుద్ధంలో కాకతీయ చక్రవర్తి సైన్యాలు అఖండ విజయాన్ని సాధించాయనీ త్రిపురాంతకంలో కాకతీయ సేనాధిపతి ఇందులూరి అన్నయ్య వేయించిన క్రీ.శ.1291 నాటి శాసనం తెలియచేస్తుంది. ఇదే విషయాన్ని పి.వి.పరబ్రహ్మశాస్త్రి అభిప్రాయపడ్డారు. క్రీ.శ. 1291 తరవాత అంబదేవుని శాసనాలు త్రిపురాంతకంలో కనబడవు. అంబదేవుని వారసుడు, కుమారుడైన రెండవ త్రిపురారి ముల్కినాడులో స్వతంత్రంగా పరిపాలన చేశాడు. ఇతణ్ని ఎదుర్కోవడానికై ప్రతాపరుద్రుడు మహారాయపట్టసాహిణి సోమయ, ఇందులూరి అన్నయల నాయకత్వంలో భారీ సైన్యాన్ని రెండో త్రిపురారి పైకి పంపాడు. క్రీ.శ.1304 కు ముందే జరిగిన ఈ యుద్ధంలో కాకతీయ సేనలు ఘనవిజయాన్ని సాధించాయి. కాయస్థ రాజ్యం రెండో ప్రతాపరుద్రుని సామ్రాజ్యంలో విలీనమైంది. ఈ ప్రాంతానికి కాకతీయ చక్రవర్తి సోమనాయకుణ్ని పాలకునిగా నియమించాడు.

ఓరుగల్లు రాజ్యంపై ఢిల్లీ సుల్తాన్ సైన్యాల దండయాత్రలు

రెండో ప్రతాపరుద్రుని పరిపాలనా కాలంలో కాకతీయరాజ్యం, మిగతా సమకాలీన దక్షిణాధిరాజ్యాలైన యాదవ, హొయసాల, పాండ్య రాజ్యాల మాదిరిగానే ఢిల్లీ సుల్తాన్ సైన్యాల దాడులకు గురిఅయింది. ఊహించని రీతిలో ఢిల్లీ సుల్తాన్ జలాలుద్దీన్ ఖిల్జీ తన అల్లుడైన గర్షాస్ప్‌మాలిక్ నేతృత్వంలో భారీ సైన్యాన్ని క్రీ.శ.1295 లో యాదవరాజైన రామచంద్రదేవుని రాజధాని దేవగిరిపైకి పంపాడు. యాదవ సైన్యాలు ఖిల్జీ సేనల చేతిలో ఘోర పరాజయంపొందాయి. సామంతరికాన్ని అంగీకరించి యాదవరామచంద్రుడు అపార ధన, కనకరాసులు సమర్పించి సంధిచేసుకొన్నాడు. యాదవరామచంద్రుని ఓటమి మిగతా హిందూరాజ్యాల ఉనికికే ప్రమాదంగా మారింది. రెండో ప్రతాపరుద్రుడు తన సైన్యాలను పటిష్టంచేసి, రక్షణ వ్యవస్థను, అన్ని కోటలను పటిష్టంచేశాడు. తన కాల్బలాన్ని, అశ్వదళాన్ని, గజబలాన్ని, విలుకాళ్ళను సిద్ధంచేశాడు.

తెలంగాణాపై తొలి ముస్లిం దండయాత్ర (క్రీ.శ.1303)

క్రీ.శ1296 లో ఢిల్లీ సుల్తాన్ జలాలుద్దీన ఖిల్జీని కుట్ర ప్రకారం హత్యచేయించిన గర్షాస్ప్‌మాలిక్, అల్లావుద్దీన్ ఖిల్జీ పేరుతో ఢిల్లీ సింహాసనం అధిష్టించి క్రీ.శ.1316 వరకు పరిపాలించాడు. ఇతడు క్రీ.శ.1303 వ సంవత్సరంలో మొట్టమొదటిసారిగా త్రిలింగ లేదా తిలాంగ్ లేదా ఓరుగల్లురాజ్యంపైకి తన సైన్యాన్ని పంపాడు. ఢిల్లీ సుల్తాన్ సేనాధిపతులైన మాలిక్‌ఫక్రుద్దీన్‌జూనా, కారాకు చెందిన ఝూజులు తెలంగాణాలో తమ సేనలతో ప్రవేశించగా నేటి కరీంనగర్ జిల్లా ఉప్పరపల్లి వద్ద జరిగిన చరిత్రాత్మక యుద్ధంలో కాకతీయ సేనాధిపతులైన పోతుగంటిమైలి, రేచర్ల ప్రసాదిత్యుని కుమారుడైన వెన్న అద్భుత ప్రతిభను, సాహసాన్ని ప్రదర్శించి సుల్తాన్ సేనలను తరిమికొట్టారనీ తెలుగు రచన వెలుగోటివారి వంశావళి పేర్కొంది.

ఓరుగల్లుపై రెండో ఢిల్లీ సుల్తానేత్ దండయాత్ర (క్రీ.శ.1309)

అల్లావుద్దీన్‌ఖిల్జీ అపారమైన సామ్రాజ్యకాంక్ష కలిగిన సుల్తాన్. క్రీ.శ.1303 లో తెలంగాణాపై తన సైన్యం జరిపిన దాడి వైఫల్యం అతనిలో మరింత పట్టుదలను పెంచింది. ప్రతీకారవాంఛతో క్రీ.శ.1309లో భారీ సైన్యాన్ని మాలిక్‌కపూర్, ఖ్వాజాహాజీల నాయకత్వంలో తెలంగాణాపైకి పంపాడు. క్రీ.శ.1309, అక్టోబర్ నెలలో ఢిల్లీ నుంచి బయలుదేరిన సుల్తాన్ దండు దేవగిరి మీదుగా వరంగల్ భూభాగాల్లో ప్రవేశించింది. క్రీ.శ.1310, ఫిబ్రవరి వరకు ఇరుపక్షాల మధ్య భీకరయుద్ధం కొనసాగింది. చివరకు కాకతీయ చక్రవర్తి పరాజయం అంగీకరించి సంధిచేసుకొన్నాడు. అల్లావుద్దీన్ ఖిల్జీ మరణించేవరకు ప్రతాపరుద్రుడు ప్రతి ఏడాది కప్పం చెల్లిస్తూ ఢిల్లీ సుల్తాన్‌కు విశ్వాసపాత్రుడిగా ఉన్నాడు.

ఢిల్లీ సుల్తాన్ సేనల చేతిలో ఓడి సామంతరికాన్ని అంగీకరించిన ప్రతాపరుద్రునికి వ్యతిరేకంగా అతని సామంతులు తిరుగుబాట్లు లేవదీశారు. కాకతీయరాజ్య దక్షిణ ప్రాంతంలో నెల్లూరు తెలుగు తెలుగుచోళ నాయకుడైన రంగనాథుడు కాకతీయ సార్వభౌమత్వాన్ని ధిక్కరించి స్వాతంత్ర్యాన్ని ప్రకటించుకొన్నాడు. వైదుంబనాయకుడు మల్లిదేవుడు కూడా కాకతీయ చక్రవర్తిని ధిక్కరించాడు. గండికోట అతని కేంద్రం. ప్రతాపరుద్రుడు ఈ తిరుగుబాట్లను అణచివేయడానికై జుట్టయలెంక గొంకయరెడ్డి నేతృత్వంలో సైన్యాన్ని పంపాడు. మల్లిదేవుణ్ని ఓడించిన కాకతీయ సేనాధిపతి జుట్టయలెంక గొంకయరెడ్డి చక్రవర్తి అభిమానం పొందాడు. అతణ్నే గండికోట దాని పరిసరప్రాంతాలకు రాజప్రతినిధిగా ప్రతాపరుద్రుడు నియమించాడు. ఢిల్లీ సుల్తాన్, కాకతీయ చక్రవర్తి మధ్య స్నేహం కొనసాగింది. క్రీ.శ.1311 లో పాండ్య రాజ్యంపై ఢిల్లీ సుల్తాన్ సేనలు దండెత్తగా, సుల్తాన్ కోరికమేరకు ప్రతాపరుద్రుడు తన సేనలతో కలిసి యుద్ధంలో పాల్గొన్నాడు. సుల్తాన్ సేనాధిపతి మాలిక్‌కపూర్ సైన్యాలు మధుర వరకు నడిచాయి. పాండ్య రాజ్య రాజకీయ పరిస్థితులు, అంతర్యుద్ధం చాలా ఏండ్లపాటు కొనసాగింది. ఢిల్లీ సుల్తాన్ మిత్రరాజ్యంగా కాకతీయ చక్రవర్తి సేనలు ఈ పోరాటంలో పాల్గొన్నాయి. ప్రతాపరుద్రుని సేనాని ముప్పిడినాయకుడు ఈ దండయాత్రలో కీలకపాత్ర పోషించాడు. క్రీ.శ.1316 లో అల్లావుద్దీన్ ఖిల్జీ మరణించాడు. అతని సైనికులు ఢిల్లీ తిరిగివెళ్ళారు. దీంతో రెండో ప్రతాపరుద్రుని సేనలు నెల్లూర్ పాలకునితో, హొయసాల రాజైన మూడో బల్లాళునితో, పాండ్యరాజైన వీరపాండ్యునితో పోరాడాల్సివచ్చింది.

రెండో ప్రతాపరుద్రుని సేనాధిపతి పెదరుద్రుడు హొయసాలరాజైన మూడో బల్లాలుణ్ని, అతని మిత్రులైన పడైవీడు రాజైన శంబువరాయణ్ని, చంద్రగిరి పాలకుడైన యాదవరాయుణ్ని భీకరపోరులో ఓడించాడు. కాంచీనగరం

కాకతీయుల వశం అయ్యింది. ఈ విషయాన్ని మెకంజీ మాన్యుస్క్రిప్ట్‌ల్లో భద్రపరచిన ద్రాక్షారామ శాసనం పేర్కొన్నదని పి.వి.పరబ్రహ్మశాస్త్రి పేర్కొన్నారు (కాకతీయులు పుట.131). ఈ పరిస్థితుల్లో పాండ్యులు కాకతీయ సైన్యాలను ఎదుర్కొనడానికి రాగా, ప్రతాపరుద్రుడు స్వయంగా కాకతీయ సేనలను యుద్ధరంగంలోకి నడిపాడు. కాకతీయ సేనాధిపతులైన ముప్పిడినాయకుడు, రేచర్ల ఎఱదాచ, మానవీర, దేవరినాయకుడు మొదలైనవారు అండగా నిలిచారు. కాకతీయ సేనలనే చివరికి విజయం వరించింది. సుందరపాండ్యుణ్ని వీరధావల సింహాసనంపై కాకతీయ సేనలు ప్రతిష్ఠించాయి. తన విజయానికి గుర్తుగా దేవరి నాయకుడు క్రీ.శ.1317 కావేరి ద్వీపంలోని 'శలకలవీడు' గ్రామంలోని శ్రీరంగనాథునికి భక్తితో కొన్ని దానాలు సమర్పించినట్లు ఇక్కడ లభించిన అతని శాసనాలు పేర్కొంటున్నాయి. ఈ విధంగా ప్రతాపరుద్రుడు క్రీ.శ.1312-1316 లో దక్షిణాపథంలో తన ఆధిపత్యాన్ని నెలకొల్పాడు.

రెండో ప్రతాపరుద్రుడు - ఢిల్లీ సుల్తాన్‌ల రాజకీయాలు (క్రీ.శ.1316-1317)

క్రీ.శ.1316 వ సంవత్సరంలో అల్లావుద్దీన్ ఖిల్జీ మరణానంతరం అతని సేనాని మాలిక్‌కపూర్, సుల్తాన్ కుమారుడైన షిహాబుద్దీన్‌ని సింహాసనంపై కూర్చోపెట్టి రాజ్యనిర్వహణ కొనసాగించాడు. కాని కొన్ని రోజుల్లోనే మాలిక్‌కపూర్ హత్యకావింపబడ్డాడు. దీన్ని అవకాశంగా తీసుకొన్న రెండో ప్రతాపరుద్రుడు ఢిల్లీ సుల్తాన్ సార్వభౌమత్వాన్ని ధిక్కరించి కప్పంచెల్లించడం మానేశాడు. ఇదే తరహాలో యాదవరాజ్యంలో రామచంద్రదేవుని అల్లుడైన హరపాలదేవుడు ఢిల్లీ సుల్తాన్‌కు వ్యతిరేకంగా తిరుగుబాటు లేవదీశాడు. ఢిల్లీలో మారిన రాజకీయ పరిస్థితుల్లో అల్లావుద్దీన్ ఖిల్జీ మరో కుమారుడైన కుతుబుద్దీన్ ముబారక్‌షా, షిహాబుద్దీన్‌ను పదవీచ్యుతుణ్నిచేసి సింహాసనం అధిష్టించాడు. ఇతడు క్రీ.శ.1318 లో దక్షిణాపథంలో తన తండ్రి కాలంలో సామంతులుగా ఉన్న రాజ్యాధినేతలపైకి సైన్యాని నడిపాడు. దేవగిరి రాజ్యంపై మొదట దండెత్తిన ఢిల్లీ సుల్తాన్ (కుతుబుద్దీన్ ముబారక్‌షా) హరపాలుణ్ని ఓడించి, వధించాడు. దేవగిరి అతని స్వాధీనమైంది. ఆ వెంటనే తన సేనాధిపతియైన ఖుస్రూఖాన్‌ను కాకతీయరాజైన రెండో ప్రతాపరుద్రునిపైకి పంపాడు. ఈ దండయాత్ర ఫలితం గురించి సమకాలీన ముస్లిం చరిత్రకారులైన అమీర్‌ఖుస్రూ, ఇసామీ భిన్నాభిప్రాయాలు వ్యక్తంచేశారు. మొత్తంమీద ఇరువర్గాల మధ్య రాజీ కుదిరింది. ప్రతాపరుద్రుడు ముబారక్‌షా సామంతునిగా ఉండటానికి అంగీకరించాడు. కప్పంచెల్లించాడు.

రెండో ప్రతాపరుద్రుడు క్రీ.శ.1318 తరవాత కంపిలి పాలకుడైన కుమారరామునితో యుద్ధంచేశాడు. దీనికి ప్రధానకారణం కంపిలిపాలకుడు రెండో ప్రతాపరుద్రుణ్ని అవమానపరచడం. హొయసాల మూడో బల్లాలుడికి రెండో ప్రతాపరుద్రుడు సహాయం అందచేయడం ఇష్టంలేని కుమారరాముడు, కాకతీయ చక్రవర్తితో యుద్ధానికి సిద్ధమయ్యాడు. కన్నడ రచన కుమార-రమన చరిత్ర, తెలుగు రచన భీమేశ్వర పురాణం పరస్పర విరుద్ధమైన వివరాలు తెలియచేస్తున్నాయి. ఇరుపక్షాలు ఒక్కో యుద్ధంలో విజయం సాధించి ఉండవచ్చు అని పి.శ్రీరామశర్మ అభిప్రాయం (PSR P.174).

క్రీ.శ.1320 లో ఢిల్లీ సుల్తాన్‌గా ఘియాసుద్దీన్ తుగ్లక్‌షా సింహాసనం అధిష్టించడం

క్రీ.శ.1318-20 మధ్య కాలంలో ఢిల్లీలో ముఠారాజకీయాలు తీవ్రరూపం దాల్చాయి. దీనికి ఖిల్జీ వంశాధికారం బలైంది. అల్లావుద్దీన్ ఖిల్జీ వారసుడైన కుతుబుద్దీన్ సేనాధిపతియైన ఖుస్రూఖాన్‌ను మధురపై దండెత్తవలసిందిగా ఆదేశించాడు. చివరకు ఖుస్రూఖాన్ హత్యకు గురవుతాడు. తుర్కీసర్దారులు ఘియాజుద్దీన్ తుగ్లక్ అనే అతణ్ని ఢిల్లీ సింహాసనంపై నిల్పుతారు. ఇతనితో తుగ్లక్ వంశాధికారం ఆరంభమైంది. ఇతని కుమారుడు ఉలుఘ్‌ఖాన్. ఇతణ్ని తండ్రి క్రీ.శ.1323 లో వరంగల్‌పైకి పంపాడు. క్రీ.శ.1323 లో కాకతీయరాజ్యంపై దండెత్తి వచ్చిన ఉలుఘ్‌ఖాన్ తన మొదటి ప్రయత్నంలో

విఫలమయ్యాడు. కాని, తండ్రి ఆదేశాల ప్రకారం అదే ఏడాది ఓరుగల్లుపై రెండోసారి దండెత్తివచ్చాడు. రెండో ప్రతాపరుద్రుడు అతడి సైన్యాలు వీరోచితంగా పోరాడాయి. కాని ప్రయోజనం శూన్యమైంది. ఉలూఘ్‌ఖాన్ విజయం సాధించాడు. వరంగల్ కోట, దాని సిరిసంపదలు ఢిల్లీ సేనల దాడికి గురయ్యాయి. బందీగా ఢిల్లీకి వెళ్తున్న సమయంలో రెండో ప్రతాపరుద్రుడు తప్పించుకొని నర్మదానదిలో దూకి ఆత్మహత్య చేసుకొన్నాడు. ఈ విషయాన్నే ముసునూరి ప్రోలయనాయకుడు వేయించిన విలాస తామ్ర శాసనంలోని సమాచారం తెలియచేస్తుంది. ఇతనితో కాకతీయవంశం అంతరించింది. తెలంగాణా, ఓరుగల్లు ఢిల్లీ సుల్తాన్ సామ్రాజ్యంలో విలీనమయ్యాయి. ఓరుగల్లు, సుల్తాన్‌పూర్‌గా పేరు మార్చబడింది.

రెండో ప్రతాపరుద్రుడి సామంతులు, సేనాధిపతులు, మంత్రులు

కాయస్థమల్లిదేవుడు, రేచెర్ల ముమ్మడినాయకుడు, రేచర్ల ప్రసాదిత్యుని కుమారుడైన రేచర్ల వెన్న, మనుమలైన ఎఱ్ఱదాచ, నల్లదాచ రెండో ప్రతాపరుద్రుని సమర్థకులు. రెండో ప్రతాపరుద్రుడు సైన్యాన్ని పటిష్టంచేసి శత్రుసేనలను ఎదుర్కొనడానికి వీరోచితంగా పోరాడారు అనేది వాస్తవం.

దక్షిణాపథ్‌పై ఢిల్లీ సుల్తానేత్ సైన్యాల దాడులు - కాకతీయరాజ్య పతనం

కాకతీయుల పాలనలో నేటి తెలంగాణా, ఆంధ్రప్రాంతాలు ఐక్యమయ్యాయి. భాష, సంస్కృతులు పురోగతి సాధించాయి. కాని సమకాలీన దక్కన్ హిందూ రాజ్యాలైన హొయసాల, యాదవ, పాండ్య, కాకతీయులు ఢిల్లీ సుల్తానేత్ దాడులకు గురయి అంతరించాయి. దీంతో దక్షిణాపథంలో ఇస్లాంమత వ్యాప్తికి, తురుష్కుల రాజకీయాధికారానికి పునాదులు వేయబడ్డాయి.

ఉత్తర భారతదేశంపై మహమ్మదీయుల దాడులు ఇంచుమించు క్రీ.శ.950 ప్రాంతంలో ప్రారంభంకాగా, దక్షిణ భారతదేశంపై క్రీ.శ. 1303 నుంచి ప్రారంభమయ్యాయి. ఉత్తర భారతదేశాన్ని 1206-1294 మధ్య పాలించిన బానిస వంశ ప్రభువులు మంగోలుల దండయాత్రల వల్ల ఉత్తర భారతదేశంలో ప్రభువులపై విజయాలను సాధించడంలో నిమగ్నులవడం వల్ల ఆఫ్ఘనిస్తాన్‌తో సంబంధాలు పూర్తిగా తెగనందువల్ల దక్షిణాపథం మీదకి దండెత్తడానికి పూనుకోలేదు. కాని ఖిల్జీ వంశం జలాలుద్దీన్‌తో ప్రారంభమై అతని అల్లుడు అల్లాఉద్దీన్ రాజ్యానికి వచ్చేనాటికి మంగోలుల మీద తీవ్రమైన చర్యలు తీసుకోవడం, ఉత్తరాపథంలోని రాజపుత్ర సమూహాలను జయించడం జరిగింది. కారా ప్రాంతంలో విడిదిచేసిన అల్లాఉద్దీన్ కేవలం సైనిక వ్యయాన్ని పొందడానికి అనువుగా దక్షిణదేశం రాజ్యాలపై దాడిచేయాలని తలచాడు. అప్పటికే దేవగిరిని ఆక్రమించడం జరగడం వల్ల తరవాతి అడుగు అనివార్యంగా ఆంధ్రదేశం మీదనే పడింది. దక్షిణ భారత రాజ్యాలేవీ మహమ్మదీయ దాడుల ప్రాబల్య కాలంలో కలిసికట్టుగా పనిచేసి తురుష్కుల దాడులను ఆపాలి లేదా కనీసం సామూహిక విపత్తుగా భావించి ఎదుర్కోవాలి అనే భావన లేకపోవడం భారతీయ రాజకీయ పరిణామాల దృష్ట్యా శోచనీయమని చెప్పాలి.

ఏకామ్రనాథుని ప్రతాపచరిత్ర, ముసునూరి ప్రోలయ నాయకుని విలాస తామ్ర శాసనం, అనితల్లి కలువ చెరువు తామ్ర శాసనం, ఇతర స్థానిక చరిత్రలు ప్రతాపరుద్రుని కాలంలో ఎనిమిది పర్యాయాలు తురుష్కులు దండయాత్రలు చేసినట్లు పేర్కొన్నాయి. కాని మహమ్మదీయ చరిత్రలు కేవలం ఐదు పర్యాయాలు జరిపిన తురుష్క దండయాత్రలనే

పేర్కొన్నాయి. 1303 లో మాలిక్‌షక్రుద్దీన్ జూనా, జాజు అనే ఇరువురు సేనానులు అల్లాఉద్దీన్ ఖిల్జీ ఆజ్ఞ ప్రకారం మొదటిసారి బెంగాలు మీదుగా వచ్చి తెలంగాణాపై దండెత్తారు. ఈ రెండు సేనలు కరీంనగర్ జిల్లా ఉప్పరపల్లి వద్ద తలపడ్డాయి. రేచెర్లవెన్నడు, పోతుగంటి మైలి కాకతీయ సేనలకు నాయకత్వం వహించారు. ఈ మొదటి దాడిలో ఖిల్జీల సేనలు కాకతీయ సేనల చేతిలో ఓటమిపొందాయి.

ఓరుగల్లుపై రెండవ దాడి క్రీ.శ.1309 లో జరిగింది. సమకాలీన ముస్లిం చరిత్రకారులైన అమీర్‌ఖుస్రూ, బరనీలు ఈ దాడిని వివరించారు. ఖిల్జీ సేనలకు మాలిక్‌నాయిబ్ కపూర్, ఖ్వాజాహాజీ నాయకత్వం వహించారు. ముందుగా ఖిల్జీ సేనలు దేవగిరి చేరాయి. అక్కడి నుంచి బసిర్‌ఘర్, సిర్పూర్, కూనర్బాల్‌లు దాటి అనుమకొండ చేరాయి. అనుమకొండను ఆక్రమించుకొన్న సేనలు నెలరోజులపాటు ఓరుగల్లు కోటను ముట్టడించాయి. మట్టికోట తురుష్కుల ఆక్రమణలోకి వచ్చింది, రాతికోటను ముట్టడిస్తూనే, తురుష్కులు చుట్టుపక్కల గ్రామాలను తగులబెట్టారు. ప్రతాపరుద్రుడు గత్యంతరంలేని పరిస్థితుల్లో అపారధనాన్ని సమర్పించి ఏటా కప్పం చెల్లించడానికి అంగీకరిస్తూ మాలిక్‌కపూర్‌తో సంధి చేసుకొన్నాడు. కాని అల్లాఉద్దీన్ మృతివల్ల కప్పం కట్టడం మానివేశాడు. కాని సుల్తాన్‌గా ఉన్న కుత్బుద్దీన్ ముబారక్ ఓరుగల్లు మీదకు ఖుస్రావ్‌ఖాన్‌ని పంపించాడు. ఈ మూడవ దాడిలో కూడా ఓడిపోయిన ప్రతాపరుద్రుడు కప్పం చెల్లించడానికి అంగీకరించి, సంధిచేసుకొన్నాడు. నాల్గవ దాడి క్రీ.శ.1321-22 లో జరిగింది. ఫెరిస్టా రాసిన తారీఖ్-ఇ-ఫెరిస్టా ప్రకారం 1320 లో ఖిల్జీల పాలన అంతమై తుగ్లక్‌ల పాలన ప్రారంభమైంది. ఘియాజుద్దీన్ తుగ్లక్ తొలి సుల్తాన్. రాజవంశం మారిన ఈ సంక్షోభాన్ని ఆసరగాచేసుకొని ప్రతాపరుద్రుడు కప్పం చెల్లించలేదు. ఘియాజుద్దీన్ తుగ్లక్ దోపిడీ విధానానికి స్వస్తిచెప్పి, దక్షిణాపథంలో మహ్మదీయ రాజ్యాన్ని నిర్మించాలని తలచాడు. అందువల్ల అతని కుమారుడైన జూనాఖాన్, దేవగిరి మీదుగా సైన్యంతో ఓరుగల్లు చేరి ఆరునెలల పాటు ముట్టడించాడు. ఇసామీ రాసిన పుతూ-ఉస్-సలాతిన్, ఫెరిస్టా రాసిన తారీఖ్-ఇ-ఫెరిస్టా, 'వెలుగోటి వారి వంశావళి' అనే ఆధారాల ప్రకారం ఈ ముట్టడిలో తుగ్లక్‌లు విజయంపొందే స్థితిలో ఉండగా ఉబెయిద్ అనే కవి వల్ల ఢిల్లీ సుల్తాన్ మరణించాడని వదంతి ప్రబలి తైమూర్, తిగ్రిన్ అనే ఇద్దరు సేనానులు తిరుగుబాటుచేసి ప్రతాపరుద్రునితో సంప్రదింపులు ప్రారంభించారు. జూనాఖాన్ ముట్టడిని విరమించి వెనుదిరిగిపోతుండగా ఢిల్లీకి చెందిన తుగ్లక్ సైన్యాలకు కాకతీయ సైన్యాలు అపారమైన నష్టాన్ని కలిగించాయి. ఐదవ దాడి 1323 లో జరిగింది. జూనాఖాన్ దేవగిరి చేరాడు. ఢిల్లీ నుంచి అదనపు బలగాలు రావడంతో బీదర్, బోధన్‌లనాక్రమించి జూనాఖాన్ ఓరుగల్లును ముట్టడించాడు. ఐదునెలలపాటు ఈ ముట్టడి కొనసాగింది. తురుష్కుల దాడుల వల్ల ఖజానా ఖాళీఅయ్యింది, వారు గ్రామాలు నాశనంచేయడం వల్ల ప్రజలు భయభ్రాంతులయ్యారు. దీనస్థితిలో నైతికస్థైర్యం కోల్పోయారు. ప్రభువుని, దేవుని నమ్మలేని స్థితిఏర్పడింది. దానికి తోడు వెలమ-రెడ్డి వర్గాల మధ్య పెరిగిన వైషమ్యాలు తీవ్రతరమయ్యాయి. ప్రతాపరుద్రుడు వెలమలపై చూపిన ఆదరణను రెడ్డి సేనానులు ఇష్టపడలేదు. ప్రతాపచరిత్రం ప్రకారం సేనాని బొబ్బారెడ్డి తన సేనలతో యుద్ధభూమి నుంచి వెళ్ళిపోయాడు. కాకతీయుల రాజ్య రక్షణకు ఈ రకమైన కులవివక్ష అఘాతంగా మారింది. ప్రతాపరుద్రుడు జూనాఖాన్ చేతిలో ఓడిపోయి బంది అయిపోయాడు. ఢిల్లీకి బందీగా వెళుతుండగా దారిలో తప్పించుకొని నర్మదానదిలో దూకి ఆత్మహత్య చేసుకొన్నాడు, కాకతీయ రాజ్యం ఢిల్లీ సామ్రాజ్యంలో భాగంగా మారింది. ఆంధ్రనగరిగా పేరొందిన ఓరుగల్లు సుల్తాన్‌పూర్‌గా పేరు మార్చబడింది.

కాకతీయుల పరిపాలనా వ్యవస్థ

క్రీ.శ.1163 నుంచి క్రీ.శ.1323 వరకు ఓరుగల్లు రాజధానిగా పరిపాలించిన కాకతీయుల పరిపాలనా వ్యవస్థ స్వరూప, స్వభావాల విషయంలో చరిత్రకారులు భిన్నాభిప్రాయాలు వ్యక్తంచేశారు.

కాకతీయులు వారికంటే ముందు భారతదేశంలో దక్షిణాపథంలో ఆచరణలో ఉన్న సంప్రదాయబద్ధమైన రాజరిక వ్యవస్థనే ఆచరించారు. అన్ని హిందూరాజ్యాల్లో మాదిరిగానే తండ్రి అనంతరం కుమారుడే సింహాసనంపై వారసత్వపు హక్కు కలిగి ఉన్నాడు. కాకతీయులు శూద్రులయినప్పటికీ రాజధర్మాన్ని ప్రాచీన రాజనీతిజ్ఞులు సూచించిన రాజనీతి సూత్రాలను అనుసరించి పాలించారు. గణపతిదేవుడు మాత్రం కుమారులు లేనందున తన కుమార్తె రుద్రమకు రాజ్యనిర్వహణ వ్యవహారాల్లో శిక్షణిచ్చి తన వారసురాలిగా ప్రకటించి కొత్త సంప్రదాయాన్ని ఆరంభించాడు. మాండలిక వ్యవస్థ కాకతీయుల కేంద్ర ప్రభుత్వ వ్యవస్థలో ఒక నూతన పద్ధతి. బలవంతులైన మాండలికులను కాకతీయులు ప్రోత్సహించారు. వారితో స్నేహంచేశారు. రుద్రమదేవి తన మనుమడైన రెండో ప్రతాపరుద్రుణ్ని తన వారసునిగా ప్రకటించింది. ఆమె మరణానంతరం అతడే సింహాసనం అధిష్టించాడు.

కాకతీయులు వంశపారంపర్య నిరంకుశ రాచరికాన్ని అనుసరించారన్న అభిప్రాయం ఉండగా, కాకతీయులపై సమగ్ర పరిశోధన చేసిన పి.వి.పరబ్రహ్మశాస్త్రి కాకతీయుల కాలం నాటి రాజ్య వ్యవస్థ వికేంద్రీకృత అధికారంపై నిర్మించబడిందని అభిప్రాయపడ్డారు. ఈ రాచరికం వికేంద్రీకృతమవడానికి నిదర్శనం, ఆనాటి సామంత విధానం లేదా భూస్వామ్య విధాన ప్రాబల్యం పెరగడం. ఈ సామంత విధానం లేదా భూస్వామ్య విధానం కాకతీయ రాజ్య వ్యవస్థను పటిష్టపర్చిందా లేదా బలహీన పరిచిందా అన్న విషయంపై అభిప్రాయ భేదాలు ఉన్నాయి. కాకతీయ రాజ్య వ్యవస్థ స్వభావం గురించి అమెరికన్ చరిత్రకారుడు బర్టన్‌స్టీన్ ప్రతిపాదించిన 'సెగ్మెంటరిస్టేట్' విషయంలో సి.వి.రామచంద్రరావు అది సెగ్మెంటరీ స్టేట్‌కి దగ్గరగా ఉన్నట్లు అభిప్రాయపడ్డాడు. కానీ నిజానికి అది యథార్థం కాదు, మౌర్య రాజ్య వ్యవస్థ అయిన మెట్రోపాలిటన్ స్టేట్ లాగా కాకతీయులది మెట్రోపాలిటన్ స్టేట్ అని రోమిలాథాపర్ ప్రతిపాదించారు. ఈ అభిప్రాయాల్లో ఎక్కువమంది ఆమోదాన్ని పొందిన అభిప్రాయం, కాకతీయులది వికేంద్రీకృత రాచరికం.

అదేవిధంగా వికేంద్రీకృత రాచరికం అనడం కేవలం కాకతీయులకు మాత్రమే చెల్లదు. కాని వారు ఏర్పరచిన బృహత్తర నియోగవిధానం పశ్చిమ చాళుక్యుల రాజ్య విధాన అనుసరణను స్పష్టంగా చూడగలం. నాయంకర విధానం విజయనగర రాజుల కాలం నాటి అమర నాయక విధానానికి రూపునిచ్చిన ఒక పూర్వరూపం అని పరబ్రహ్మశాస్త్రి అభిప్రాయం. ఈ భావాల దృష్ట్యా చూసినట్లయితే కాకతీయ రాజ్యవ్యవస్థ స్వభావాన్ని ఇతమిత్థంగా నిర్వచించడానికి అనువుగాలేదని అర్థం అవుతుంది. కాకతీయుల కాలం నాటి రాజ్యవ్యవస్థ, స్వరూపం కింద నుంచి పైకి అంచెలంచెలుగా గ్రామ, జిల్లా, రాష్ట్ర, కేంద్ర ప్రభుత్వాలుగా రూపొందించబడింది. వివిధ స్థాయిల్లో ఉన్న కేంద్ర, రాష్ట్ర, జిల్లా, గ్రామ పాలనా వ్యవస్థలకు అధికారాలు నిర్దేశించబడినా, కేంద్ర ప్రభుత్వానికి అజమాయిషీ ఉండేది. అయితే, ఈ వివిధ స్థాయిల పాలనా వ్యవస్థలతోపాటు సామంతులు పాలనా వ్యవస్థలో కీలకపాత్ర నిర్వహించేవారు.

కాకతీయుల కాలంలో రాజు సర్వాధికారాలు కలిగి ఉండేవాడు. అయినప్పటికీ, కాకతీయ పాలకులు సర్వాధికార చిహ్నాలైన మహారాజాధిరాజు, పరమేశ్వర మొదలైన బిరుదాలను ధరించలేదు. అంతేకాక, సామంత పాలకులు ధరించే సమదిగత పంచమహాశబ్ద, మహామండలేశ్వర అన్న బిరుదాలనే సర్వసాధారణంగా కొనసాగించారు. తాము సార్వభౌములమన్న అహంకారంతో నిరంకుశంగా పాలించలేదు. పి.వి.పరబ్రహ్మశాస్త్రి అభిప్రాయం ప్రకారం, కాకతీయులు ఒక కొత్తరకమైన రాచరికాన్ని అమలుపరచారు. అదేమంటే, సామంత పాలకుల అంతర్గత పాలనా వ్యవహారాల్లో తమ ఆధిపత్యాన్ని కొనసాగించారు. కాకతీయ పాలకులు సామంతుల అధికారం పెరగకుండా చూస్తూ తమచేత నియమించబడిన రాజోద్యోగులను రాజ్యమంతటా వివిధ పదవుల్లో ఉంచారు.

కాకతీయుల కాలంలో సామంత ప్రభువుల తిరుగుబాటు ఒకేసారి, క్రీ.శ. 1290 లో కాయస్థ అంబదేవుని తిరుగుబాటులో కనిపిస్తుంది. దీనికి కారణం, సామంత పాలకులను తమతోపాటుగా సహపాలకులుగా భావించడమే. ఇంకో విషయం ఏమిటంటే, కాకతీయ పాలకులు తాము జయించిన ప్రాంతాల్లో స్థానిక సంప్రదాయాలను గౌరవించి కొనసాగించారు. ఈ విధంగా కాకతీయ పాలకులు రాజకీయ విజ్ఞత, దూరదృష్టిని ప్రదర్శించి తాము సార్వభౌములన్న అహంకారంతో పరిపాలించలేదని చెప్పవచ్చు. ఎందుకంటే తరతరాలుగా కాకతీయుల సామంతులుగా వ్యవహరించిన చెరకు కుటుంబాలవారు సార్వభౌముల పేర్లను పేర్కొనకపోయినా వారిపై చర్యతీసుకోలేదు.

కాకతీయుల కాలంనాటి శాసనాలు, సాహిత్యం వారి కాలంలో మంత్రిమండలి ద్వారా రాజు పరిపాలనా వ్యవహారాలు నిర్వహించినట్లు తెలియచేస్తున్నాయి. రాజ్యం సప్తాంగసమన్వితం అనే సిద్ధాంతాన్ని కాకతీయులు ఆదరించి అమలుచేశారు. మంత్రుల ఎంపికలో అనుభవానికి, విశ్వసనీయతకు ప్రాధాన్యత ఇచ్చారు. మంత్రిమండలి సంఖ్య విషయంలో సరియైన ఆధారాలు లేవు. సమకాలీన రచనలైన నీతిసారం, నీతిశాస్త్ర ముక్తావళి, ప్రతాపరుద్ర యశోభూషణం రాజ్యనిర్వహణ, రాజధర్మం, రాజు-విధులు, అధికారాలు, కోటలు, రక్షణ, మంత్రులు, ఉన్నతాధికారులు మొదలైన విషయాలను మాత్రమే పేర్కొన్నాయి. మంత్రిమండలిలో ప్రధానులు, అమాత్యులు, ప్రెగ్గడులు, సామంతులు, దండనాయకులు మొదలైనవారు సభ్యులుగా ఉన్నారు. వీరి శాఖలు, అధికారాలు స్పష్టంగా తెలియవు. మల్యాల హేమాద్రిరెడ్డి గణపతిదేవుని మహాప్రధానిగా విధులు నిర్వహించగా, రెండో ప్రతాపరుద్రుని కాలంలో ముప్పిడినాయకుడు రాజుగారి మహాప్రధానిగా బాధ్యతలు నిర్వహించారు. గణపతిదేవుని కాలానికి చెందిన శివదేవయ్య రాసిన పురుషార్థసారం అనే రచన రాజుగారు ప్రతిదినం విధిగా మంత్రులతో సమావేశమై వివిధ అంశాలను చర్చించేవాడని పేర్కొంటుంది. రాజ్యవ్యవహారాలు అన్నింటిని (సైనిక, పౌర విభాగాలను) 72 నియోగాలు (తరగతులుగా) విభజించారు. వీటిపై అధికారిని బహాత్తర నియోగాధిపతి అనేవారు. గణపతిదేవుని పాలనాకాలంలో కాయస్థ గంగయసాహిణి, రుద్రమాంబ పాలనాకాలంలో త్రిపురారి, పొంకమల్లయ్య ప్రగడలు ఈ పదవిని నిర్వహించారు. ఈ విధంగా కేంద్ర ప్రభుత్వ నిర్వహణలో కాకతీయుల నాటి కాలంలో రాజు, మంత్రిమండలి, బహాత్తరనియోగాధిపతులు కీలకపాత్ర నిర్వహించారు.

రాష్ట్ర పరిపాలన

పరిపాలనా సౌలభ్యంకోసం కాకతీయులు తమ సువిశాల రాజ్యాన్ని, రాష్ట్రాలుగా విభజించారు. స్థలము, సీమ, నాడు, భూములు మొదలైన విభాగాల పేర్లు శాసనాల్లో కనబడతాయి. రాష్ట్రాల పరిపాలన గురించి, గణపతిదేవుని కాలంలో, ప్రతాపరుద్రుని కాలంలో వేయించిన కొన్ని శాసనాల్లో కొన్ని వివరాలు కనిపిస్తున్నాయి. క్రీ.శ.1313 నాటి రెండో ప్రతాపరుద్రుని శ్రీశైలం శాసనంలో కొన్ని నాడుల పేర్లు పేర్కొనబడ్డాయి. (S.I.I. X. 504). ఉదాహరణకు కన్నాడు, పెడకల్లు, కమ్మనాడు, సబ్బినాడు, నరవాడి, మారటనాడు, మోటవాడి, పాకనాడు, రేనాడు, ములికినాడు, ఆరెభూమి, కందూరునాడు, వేంగినాడు, వెలనాడు, నతవాడి, ఎరువనాడు, సకలినాడు, ప్రోలినాడు మొదలైన పేర్లు పేర్కొనబడ్డాయి. స్థలం ఇరవైనాలుగు గ్రామాల సమూహం. రాజ్యంలో స్థలాల సంఖ్య అధికం. వరంగల్లు శాసనాల్లో అనుమకొండ, మట్యవాడ, ఓరుగల్లు ఒక స్థలంగా పేర్కొనబడ్డాయి (IAP - Wg. P.184; ఆంధ్రదేశ చరిత్ర-సంస్కృతి PSR.P.181) రాష్ట్రాల పాలకుల కదలికపై ఏరకమైన నియంత్రణ కేంద్రం చలాయించిందో తెలిపే ఆధారాలు లేవు.

గ్రామ పరిపాలన

కాకతీయుల కాలంలో కూడా గ్రామమే పరిపాలనా యంత్రాంగంలో చిట్టచివరి స్థాయిది. గ్రామాధికారులు అందరినీ కలిపి ఆయగార్లని వ్యవహరించేవారు. కాకతీయులకు ముందే గ్రామస్థాయిలో ఆయగార్ల వ్యవస్థ ఏర్పడింది. వీరి సంఖ్య పన్నెండు. గ్రామాధికారుల్లో కరణం, రెడ్డి, తలారి, పురోహితుడు, కమ్మరి, కంసాలి, వడ్రంగి, కుమ్మరి, చాకలి, మంగలి, వెట్టి, చర్మకారుడు, నీరుడువాడు మొదలైన పేర్లు శాసనాల్లో కలవు. వీరందరికి గ్రామసేవ చేసేందుకు పన్నులేని భూములు ఇచ్చారు. కరణం, రెడ్డి, తలారి ప్రభుత్వ సేవకులు. వీరికి పంటలో కొంత వాటా కూడా ఇచ్చేవారు.

సైనిక పాలన

కాకతీయులు సుశిక్షితమైన భారీ సైన్యాన్ని పోషించారు. సమకాలీన యాదవ, హొయసాల, పాండ్య, ముస్లిం సుల్తానుల సేనలతో అనేక విజయాలు సాధించడం వారి సైనిక శక్తికి నిదర్శనం.

పరిపాలనా విషయాలలాగానే కాకతీయుల సైనిక వ్యవస్థను తెలుసుకోవడానికి కూడా రాజనీతి గ్రంథాలు కొంతవరకు ఉపయోగపడుతున్నాయి. బద్దెన రచించిన నీతిశాస్త్ర ముక్తావళి, మడికి సింగన రచించిన సకలనీతిసమ్మతం ఇచ్చే సమాచారం ఆయా గ్రంథకర్తలు రాజోద్యోగులైనందు వల్ల సంపూర్ణంగా ఊహాజనితమైనవి కావని స్పష్టమవుతూ ఉంది. దేశీయ విదేశీయ శత్రువుల బారినుంచి రాజ్యాన్ని రక్షించడం కోసమే కాకతీయ రాజులు తమ కాలంలో ఎక్కువ సమయాన్ని వెచ్చించారు. దేశరక్షణలో కోటలు కీలకపాత్ర ధరించాయి. కోటలో పాతుకొనిపోయిన రాజును ఓడించడం చాలా కష్టమైన పని అని నాటి రాజనీతి నిపుణుల అభిప్రాయం. రాజ్యపు భద్రత కోటల సముదాయంపై ఆధారపడిన విషయమని ప్రతాపరుద్రుని నీతిసారం చెప్పింది. నీతిసారంలో చెప్పినట్లే కాకతీయ రాజ్యంలో నాలుగు రకాల- స్థల, జల, వన, గిరి దుర్గాలు ఉన్నట్లు శాసన సాక్ష్యం ఉంది. కాకతీయులు నిర్మించిన ఓరుగల్లు రాయచూరు, గోలకొండ, భువనగిరి, రాచకొండ, దేవరకొండ, నల్లకొండ, పానుగల్లు కోటలు దుర్భేధ్యమైనవి.

నాయంకర పద్ధతి

సైనికావసరాలు దృష్టిలో ఉంచుకొని రాజ్యపరిపాలనా వ్యవస్థను తీర్చారు. కాకతీయుల వారి రాజ్య భూములను నాయకులనే సైనికాధికారులకు పంచిపెట్టారు. నాయకునికి ఇచ్చిన గ్రామం లేదా గ్రామాలను నాయకస్థల లేదా నాయకస్థల వృత్తి అనేవారు. ఈ నాయంకర పద్ధతి విశిష్ట లక్షణాలను గాని, దాని బాధ్యతలుగాని స్పష్టంగా నిర్వచించిన వారులేరు. ఈ విషయంలో ప్రతాపరుద్రుని నీతిసారం సహాయకారిగా ఉంది. చతురంగ బలాలను పోషించడానికి, కోశాగారం నింపడానికి ఆదాయం ఇచ్చే పెద్ద ఊళ్ళను ఉంచి, సామంతులకు రాజు చిన్న ఊళ్ళను మాత్రమే ఇవ్వాలని ప్రతాపరుద్రుడు చెప్పాడు. ఇక్కడ నాయకులు అంటే సామంతులని అర్థం. వారికి ఇచ్చిన ఊళ్ళు రెండు రకాలు. చిన్న గ్రామాలు వారి పోషణార్థం ఇవ్వబడ్డాయి, వేరే వేతనం లేదు. వారికి ఇచ్చిన పెద్ద గ్రామాల నుంచి వచ్చే ఆదాయంలో కొంత భాగం రాజుకు కప్పంగా చెల్లించి మిగిలిన దానితో రాజు సేవకోసం, అతడు నిర్ణయించినంత సైన్యాలను ఆయత్తపరచి సిద్ధంగా ఉంచేవారు. నాయకుల్లో ఏవరైనా నిర్ణయించిన సంఖ్య కంటే ఎక్కువ సైన్యాలను పోషించరాదని బద్దెన సూచించాడు.

కాకతీయరాజులు అశ్వ, గజ, రథ, కాల్బలాను పోషించి క్రమశిక్షణతో నడిపించారు. ఆనాటి రాజనీతి గ్రంథాల్లో రథ, గజ తురగ, పదాతి బలాలను పేర్కొన్నారు. ప్రతాపరుద్రుని సైన్యంలో 100 ఏనుగులు, 20,000 గుర్రాలు, తొమ్మిది లక్షల కాల్బలం ఉన్నట్లు తెలుస్తోంది. ఈ సేనాధిపతులను గజసాహిణి, అశ్వసాహిణి అని పిలిచేవారు. నల్గొండకు చెందిన గణపతిదేవుని శాసనం ప్రకారం, ఉత్తరదేశానికి చెందిన కాయస్థ గంగయ సాహిణిని తన అశ్వదళానికి రక్షణ ఇవ్వడానికి గణపతిదేవుడు తీసుకువచ్చాడని తెలుస్తుంది. ఇందులూరి అన్నయ్య 5 లక్షల కాల్బలానికి అధ్యక్షుడు. గణపతిదేవుని కాలంలో జాయపసేనాని గజసాహిణి, ప్రతాపరుద్రుని కాలంలో బెండపూడి అన్నయ్య గజబలాధ్యక్షుడు.

కాకతీయులు కాలంలో సైనిక వ్యవస్థలో మూల బలం లేదా స్థిరసైన్యం, సామంత సైన్యం అని రెండు రకాలైన సైన్యాలు ఉండేవి. మూలబలం పాలకుని ప్రత్యక్ష పర్యవేక్షణ కింద లేదా పాలకునిచేత నియమింపబడిన వారి ఆధీనంలో, పోషణలో ఉండేది. అటువంటి వారు (గజసాహిణి, అశ్వసాహిణి) పైన పేర్కొన్న సైనికాధికారులు. కాకతీయులు సైనిక శక్తితోపాటు రాజ్య రక్షణలో దుర్గాలకు ఎంతో ప్రాధాన్యం ఇచ్చారు ఆనాడు వన, గిరి, స్థల, జల దుర్గాలు ఉన్నాయి. నీతిసారం దుర్గ రక్షణకి ఉన్న ప్రాధాన్యతను వివరిస్తుంది. పురుషార్థసారం కూడా దుర్గాల ప్రాధాన్యతను తెలుపుతుంది. బహుశ దుర్గాలకు దుర్గాధ్యక్షులను నియమించి ఉంటారు. ఢిల్లీ సుల్తానుల సేనలతో వీరోచితంగా పోరాడిన కాకతీయ సైన్యాల పోరాటపటిమ వారి శక్తికి, ధీరత్వానికి నిదర్శనం అన్నది వాస్తవం.

న్యాయ వ్యవస్థ

కాకతీయ పాలకులు అనాదిగా దక్షిణ భారతదేశంలో ఆచరణలో ఉన్న న్యాయస్మృతినే గౌరవించి అమలుచేశారు. కొన్ని శాసనాలు వివిధ రకాల న్యాయ వివాదాలను వివరిస్తున్నాయి. ఉదాహరణకు, గుంటూరు జిల్లా దుగ్గిరాలలో లభించిన గణపతిదేవుని కాలానికి చెందిన క్రీ.శ.1214 నాటి శాసనం గ్రామహద్దుల వివాదాన్ని వర్ణిస్తుంది (S.I.I.X. P.261, P.V. కాకతీయులు పుట 181). ఈ శాసనంలోని వివరాల ప్రకారం, గణపతిదేవుడు వెలనాడు జయించి ఆ

ప్రాంతంలో విడిదిచేసి ఉండగా పూండి, మొరమపూండి, ఈవని గ్రామాల ప్రజలు తమ మూడు గ్రామాల మధ్య ఏర్పడిన సరిహద్దు తగాదాను పరిష్కరించాల్సిందిగా కోరారు. అప్పుడు గణపతిదేవుడు తన మంత్రులైన మల్లవరాజు, రుద్రరాజులను ఈ వివాదాన్ని పరిష్కరించాల్సిందిగా ఆదేశాలిచ్చాడు. మంత్రులు మూడు గ్రామాల ప్రజల వాదనలు విన్న తరవాత, మహాజనుల అభిప్రాయాన్ని వారు అడిగారు. ఈవని గ్రామానికి చెందిన సూరవరాజును (బహుశ కరణం అయిఉండొచ్చు) ఎంపికచేశారు. అతడు ఈ గ్రామాల సరిహద్దులపై స్పష్టమైన అవగాహన కలిగి ఉన్నవాడు. అందువల్ల అతని అనుభవాన్ని ఉపయోగించుకొని గణపతిదేవుని మంత్రులు సరిహద్దులను నిర్ణయించి సమస్యను పరిష్కరించారు. 'మహాజనులు' కరణాలు ధర్మపరులుగా గుర్తించబడ్డారని ఈ శాసనం తెలియచేస్తుంది. రాజధానికి అవతల ఒక గ్రామంలో మంత్రుల సమక్షంలో జరిగిన ఈ న్యాయసభను అప్రతిష్ఠిత సభగా పేర్కొనవచ్చని పి.వి.పరబ్రహ్మశాస్త్రిగారి అభిప్రాయంలో ఎంతో సత్యం కలదు.

ఇదే విధంగా గణపతిదేవుని కాలానికే చెందిన క్రీ.శ. 1246 నాటి కరీంనగర్ శాసనం (IAPKM Appendix, P.V శాస్త్రి తెలుగు పుట 182) రెండు గ్రామాల మధ్య తలెత్తిన చెరువు వివాదాన్ని పేర్కొంది. 'నేధపూర' అనే గ్రామంలోని 'గౌనుగు కాలువ' హక్కులమీద గ్రామాల మధ్య వివాదం తలెత్తింది. ఇక్కడి స్థానిక అధికారులైన రవిదత్తుడు, నాథదేవుడు, హింగదేవుడు వివాదాన్ని గణపతిదేవునికి వివరించారు. అప్పుడు గణపతిదేవుడు జాయపసేనాని మంత్రియైన మంచిరాజుకు ఈ వివాదం పరిష్కార బాధ్యత అప్పగించాడు. మంచిరాజు స్వయంగా ఆ గ్రామాన్ని సందర్శించాడు. వివాదంతో సంబంధం ఉన్న చామనపల్లి, కుమ్మరికుంట, దేవనపల్లి, కట్లకోలపల్లి గ్రామాలకు చెందిన మహాజనులు, పెద్దలతో వివాద కారణాలను తెలుసుకొని చర్చించాడు. తాను రూపొందించిన నివేదికను రాజుకు సమర్పించాడు. గణపతిదేవుడు ఆ ప్రాంత్ర ప్రతినిధి అయిన అక్షయదేవునితో విషయాన్ని చర్చించాడు. అన్ని కోణాల్లో సమస్యను చర్చించి చివరకు తన తీర్పును ఆ గ్రామాల ప్రజలకు, స్థానికాధికారులకు తెలియచేయమని ఆదేశించాడు. ఈ బాధ్యతను ప్రాడ్వివాకుడైన శ్రీపాతకుని మేనల్లుళ్ళు నారాయణ, మహారూకలకు అప్పగించాడు. చక్రవర్తిగారి తీర్పుతో ఆ గ్రామాల ప్రజలు సంతృప్తిచెందలేదు. వారు మంచిరాజు నివేదికను సరైందిగా నిర్ధారించారు. దీంతో సంతృప్తిచెందిన గణపతిదేవుడు తన తీర్పును తామ్రపత్రాలపై లిఖించి అమలుచేశాడు. ఆ చెరువు కాలువపై సర్వాధికారాలు చామనపల్లి మహాజనులదే అని, ఇతర గ్రామాలవారికి ఆ కాలువ నీటిపై ఎలాంటి హక్కులు, అధికారాలు లేవని తీర్పులో చెప్పాడు. గణపతిదేవుని కాలంనాటి ఈ రెండు తీర్పులు ఆనాటి న్యాయనిర్ణయాలు ఎంత ధర్మబద్ధంగా ఉండేవో తెలియచేస్తున్నాయి. ఇక్కడ చక్రవర్తే అంతిమ తీర్పు ఇచ్చినందువల్ల దీన్ని శాసిత అప్రతిష్టిత సభ అని పేర్కొన్నారు పి.వి.పరబ్రహ్మశాస్త్రి (పి.వి.శాస్త్రి తెలుగు పుట. 183). కాకతీయుల కాలంలో న్యాయనిర్ణయాల్లో గ్రామస్థాయి నుంచి ప్రజల అభిప్రాయాలకు అత్యంత ప్రాధాన్యత ఇచ్చారనీ తెలుస్తుంది.

సామాజిక పరిస్థితులు

తొలి మధ్యయుగానికి చెందిన కాకతీయుల కాలంనాటి సామాజిక వ్యవస్థను గురించి తెలుసుకొనే ముందు ఒక విషయాన్ని స్పష్టంగా గుర్తుంచుకోవాలి. ఆనాటి సమాజంపై మత ప్రభావం ఎక్కువ అన్న విషయం. మత రంగంలో వచ్చిన మార్పులు, సంక్షోభాలు, సమాజాన్ని ఎంతగానో ప్రభావితంచేశాయి. సమాజంలో వివిధ వర్గాల మధ్య ఉన్న

సంబంధ బాంధవ్యాలు వారికిచ్చిన స్థానం, వివిధ వర్గాల మధ్య ఉన్న సాంఘిక దూరం, ఇత్యాది అంశాల ద్వారా సమాజ ఆదర్శాలపై మత ప్రభావం తప్పనిసరిగా కనిపిస్తుంది. మధ్యయుగంలో కనిపించే మరొక లక్షణం, సంప్రదాయక నాలుగు వర్ణాలకు తోడుగా అనేక కులాలు, ఉపకులాలు తలెత్తాయి. వృత్తులను బట్టి ఉపకులాలు తలెత్తాయి. సామాజిక అవసరాలను తీర్చేందుకు అనేక వృత్తులు అవసరమయ్యాయి. వృత్తులు వంశపారంపర్యంగా రావడంవల్ల అవి కులాలయ్యాయి. ప్రతి కులానికి కొన్ని కట్టుబాట్లు, నిబంధనలు ఏర్పడ్డాయి. ఆ నిబంధనలను అమలుపరచడానికి కుల సమయాలు తలెత్తాయి. కుల సమయం ఆ కులంలోని మానవ జీవితాన్ని ఎంతగానో ప్రభావితం చేసింది. ఆనాడు జైన, శైవ, వైష్ణవ మతాల మధ్య తలెత్తిన ఘర్షణలు, సమాజంలోని వివిధ వర్గాల మధ్య ఐకమత్యం లేకుండా, సామాజిక ఐక్యతకు అవరోధంగా మారాయి.

కులవ్యవస్థ

ఆనాటి సామాజిక వ్యవస్థను గురించి పరిశీలించే ముందు, పాలకులైన కాకతీయులు ఏ కులానికి చెందిన వారో నిర్దిష్టంగా చెప్పలేం. కాకతీయులు క్షత్రియులకు చెందాలి కాబట్టి, రాజ్యాధికారాన్ని సాధించిన కాకతీయులు తమ అధికారాన్ని చట్టబద్ధం చేసుకోడానికి క్షత్రియ వర్గంగా చెప్పుకొన్నారు. చోళులు, చాళుక్యులు, సూర్యవంశ, చంద్రవంశ క్షత్రియులుగా చెప్పుకోగా, ఆంధ్రదేశంలో వివిధ ప్రాంతాలను పరిపాలిస్తున్న అనేకమంది చతుర్థ కులజులు తాము చతుర్థకులజులమని సగర్వంగా చెప్పుకొన్నారు తప్ప క్షత్రియులమని చెప్పుకోడానికి, క్షత్రియ వంశాలతో సంబంధ బాంధవ్యాలు ఉన్నాయని చెప్పుకోడానికి ప్రయత్నించలేదు. కాకతీయులు కూడా గణపతిదేవుని కాలం వరకు తాము క్షత్రియులమని చెప్పుకోడానికై ముందుకు రాలేదు. గణపతిదేవుడు విజేత (conqueror) అవ్వడం వల్ల తన సాహసం, ధైర్యంతో అనేక మందిని జయించి, సార్వభౌమాధికారాన్ని సంపాదించిన తరవాత ఆంధ్రదేశమంతటిని రాజకీయంగా ఏకంచేసిన తరవాత క్షత్రియులమని చెప్పుకొన్నాడు. అయితే దక్షిణదేశంలో క్షత్రియవర్గం అనేది లేదని, చరిత్రకారులు, సామాజిక శాస్త్రవేత్తలు ఆమెదించినదే. కాకతీయులు తమ కులం లేదా వర్గం గురించి స్పష్టంగా చెప్పుకోలేదు. గణపతిదేవుని శాసనాల్లో వారు సూర్యవంశ క్షత్రియులమని చెప్పుకోగా, విద్యానాథుడు ప్రతాపరుద్రుని వంశం సూర్య, చంద్ర క్షత్రియులను మించినదని పేర్కొన్నాడు. ఈ విషయాన్ని గురించి చర్చించిన పరబ్రహ్మశాస్త్రిగారు గుణాలనుబట్టి, అంటే వారి ధైర్యసాహసాలను బట్టి వారు క్షత్రియులన్నాడు. అయితే కాకతీయులు కమ్మకులానికి చెందిన వారన్న గాఢమైన అభిప్రాయం ప్రచారంలో ఉంది.

కాకతీయులు కాలంలో సమాజం ఒక సంధియుగంలో ఉంది. ఆనాడు తీవ్రమైన మత సంఘర్షణలు, సామాజిక వర్గవైషమ్యాలు, సామాజిక వ్యవస్థలో చోటుచేసుకొన్నాయి. మతపరమైన, కులసంబంధమైన ఘర్షణ, వైషమ్య మేఘాలు కమ్ముకొంటున్న రోజులవి. ఆనాడు వివిధ వర్గాలు తమ ప్రాబల్యాన్ని రాజకీయ, సాంఘిక, ఆర్థిక, సాంస్కృతిక పరంగా పెంచుకోవడానికి, పాలకుల ఆమోదం పొందడానికి కృషిచేశారు. ఈ విషయాలను ప్రతాపచరిత్ర విపులంగా తెలియచేస్తుంది. ఉదాహరణకు, ప్రతాపరుద్రుడు విద్యాధికులైన కొందరు బ్రాహ్మణులకు బంగారు ఆవులను, ద్రవ్యాన్ని దానంచేయగా, ఆ దానం పొందని కొందరు బ్రాహ్మణులు ఛండాలురను రెచ్చగొట్టి, జీవంలేని ఆ బంగారం గోవులు తమకు దక్కాలని

ఆందోళన చేయించారు. అలాగే, విశ్వబ్రాహ్మణులు, శైవబ్రాహ్మణులు, వైదిక బ్రాహ్మణులు జ్యోతిష్యంపై అధికారం తమ ప్రత్యేకతని చెప్పుకోడానికి రాజు ముందరే ఘర్షణపడి ఎవరికి వారు తాము అధికులమని రుజువుచేయడానికి ప్రయత్నించారు. చతుర్థ కులానికి చెందిన స్త్రీ మొల్ల, రామాయణాన్ని రచింపగా, దాన్ని రాజుకు కృతి ఇవ్వడానికి బ్రాహ్మణులు అడ్డుపడ్డారు. అంతేకాక మొల్ల రామాయణం కంటే, భాస్కర రామాయణాన్ని చెప్పేందుకు ముందుకు వచ్చారు. ప్రతాపరుద్రుడు అశక్తుడై మొల్లను గౌరవించి, ఆ కావ్యాన్ని తనకు కృతి భర్తృత్వం లేకుండా చేసుకొన్నాడు. ఆనాడు భక్తి భావం ఎంత మూర్ఖంగా తయారైందంటే, చక్రపాణి రంగనాథుడు వైష్ణవమత ప్రచారకుడు. త్రిపురాంతకం గోపురాన్ని చూడటం ఇష్టంలేక, తనను గుడ్డివాడిగా చెప్పుకొన్నాడు. వీరశైవమత ప్రచారకుడైన పాల్కురికి సోమనాథుడు వైదిక బ్రాహ్మణులను, కర్మ ఛండాలురని వృత్తభ్రష్టులని, పశుకరులని తిట్టగా, వైష్ణవులను నామాల కుక్కలని, జైన, బౌద్ధమతాలను రూపుమాపాలని పిలుపునిచ్చాడు. ప్రతాపచరిత్రం, సిద్ధేశ్వర చరిత్రం, జైన, బౌద్ధమత పండితులకు, వీరశైవ బ్రాహ్మణ పండితులకు మధ్య ఘర్షణలు జరిగాయని చెపుతాయి. ఈపైన పేర్కొన్న తీవ్రమైన ధోరణికి భిన్నంగా స్వామి దండనాయక, బెక్కల్లు మల్లిరెడ్డి ఎంతో సహనాన్ని ప్రదర్శించి, చతుస్సమయ సముద్ధరణులుగా తమను గురించి చెప్పుకొన్నారు. శైవ, వైష్ణవ తీవ్రధోరణికి భిన్నంగా తిక్కన హరిహరతత్వాన్ని బోధించాడు.

పైన పేరొన్న మతపరమైన, అసహనం, సామాజిక ఏకత్వానికి అవరోధమవడమే కాక, రాజకీయ వ్యవస్థను కూడా ప్రభావితం చేసింది. కాకతీయ పాలకులు అన్ని కులాల వారిని ప్రభుత్వ ఉద్యోగాల్లో నియమించడానికి కృషిచేశారు. మూల బలంలోను, నాయంకర సైన్యంలోను, సాధ్యమైనంతవరకు అందరికి ప్రాతినిధ్యాన్ని కలిగించేందుకు కృషిచేశారు. అయినా, ప్రతాపరుద్రుడు వెలమలకు ఎక్కువ ప్రాధాన్యమివ్వడం వల్ల రెడ్లకు బాధకలిగి తమ ప్రాధాన్యాతను గుర్తింపచేయడానికి ఒక యుద్ధం మధ్యలో ప్రతాపరుద్రుణ్ణి వదిలిపెట్టారు. ఇందుకు బాధ్యుడైన తేరాల భోజరెడ్డి ఉద్దేశం అపాయకరం. ఆ పరిస్థితిల్లో రాజును, రాజ్యాన్ని రక్షించి, తమ ప్రాధాన్యాతను పెంపొందించుకోవాలి. వారి లక్ష్యం నెరవేరలేదు. ఎందుకంటే, రాజు, రాజ్యం రెండూ లేకుండా పోయాయి. ఈ విధంగా ఆనాడు సామాజిక అశాంతి కనిపిస్తుంది. ఈ సామాజిక అశాంతి కొంత వరకు అంతర్గతంగా కాకతీయుల పాలన పతనం కావడానికి దోహదం చేసిందని చెప్పవచ్చు. ఈ సామాజిక అశాంతికి కారణమైన కులాల మధ్య వైషమ్యం, కాకతీయుల పతనానంతరం కొనసాగి, బహమనీ రాజ్య విస్తరణకు దారితీసింది.

కాకతీయ యుగం సామాజిక వ్యవస్థకు ఒక ప్రత్యేక లక్షణం, కుల సంఘాలు. కుల సంఘాలను సమయము లన్నారు. బ్రాహ్మణ సమయానికి 'మహాజనులు' వైశ్య సంఘానికి 'నకర' అని పేర్లు. 'సానిమున్నూరు', 'తెలికివేపురు', 'పంచాణం' వారు మొదలైనవి ఇతర సమయాలు. శాసనాలో ఊరు సమయం, స్థల సమయాలు ఉండటం వల్ల వివిధ స్థాయిల్లో కుల సమయాలు ఉన్నాయనుకోవచ్చు. ఈ సమయాలకు విశేషాధికారాలు ఉన్నాయి. ఇవి ఆ కులం వారిని, లేదా వృత్తి వారిని సంరక్షించడమే కాక, పన్నులు వసూలు చేయడం, న్యాయవిచారణ చేయడం మొదలైన అధికారాలను కలిగి ఉన్నాయి. క్రీ.శ.10, 11 శతాబ్దాల నాటి శాసనాల్లో అష్టాదశ వర్గాలు, 18 సమయాలంటూ సమాజాన్ని పేర్కొన్నాయి. సి.వి.రామచంద్రరావ్ దీనికి 'అందరం' అన్ని కులాలని అర్థం చెప్పారు. బ్రాహ్మణుల్లో వైదిక మతస్థులతో పాటుగా రాజోద్యోగాలు చేస్తున్నారన్నవారు కనిపిస్తారు. ఈ యుగంలో బ్రాహ్మణులకు రాజకీయ ప్రాబల్యం తగ్గింది. చతుర్థ కులజుల ప్రాబల్యం పెరిగింది. ఆర్థికంగా, రాజకీయంగా బలవంతులైన చతుర్థ కులజులు ప్రాబల్యాన్ని పెంచుకొని, సామాజిక గౌరవాన్ని సంపాదించి, సామాజిక అంతస్తులో తమ పలుకుబడిని పెంచుకొన్నారు. వివాహ విషయాల్లో పాలక వర్గాలు పలుకుబడి కలిగిన వర్గాలతో వివాహ సంబంధాలను కలిగి ఉన్నారు. కులవ్యవస్థ కఠినంగా, జటిలంగా ఉండేదని చెప్పలేం. అన్ని వర్గాల్లోను దురాచారాలు ఎక్కువయ్యాయి. బాల్య వివాహాలు, వరశుల్కం, నిర్బంధ వైధవ్యం,

సతీసహగమనం తరచూ కనిపిస్తాయి. సామాన్యులు విద్యకు దూరంగా ఉన్నారు. జూదం, మద్యపానం, కోడి, పొట్టేళ్ళ పందేలు మొదలైనవి సర్వసాధారణం.

ఆర్థిక వ్యవస్థ

కాకతీయుల రాజ్యం వాస్తవంగా దక్కన్ పీఠభూమిలోని నీటివనరులు తక్కువగా ఉండి, భూసారం అంతంగా లేనటువంటి తెలంగాణా కేంద్రంగా నెలకొల్పబడింది. గణపతిదేవుని సైనిక విజయాల ఫలితంగా సారవంతమైన తీరాంధ్రపై వీరి అధికారం నెలకొల్పబడింది. కోశాగారానికి వ్యవసాయ పన్నుల ద్వారా, వర్తకపు పన్నులు, సుంకాల ద్వారా పుష్కలంగా ఆదాయం చేకూరింది. సమకాలీన చరిత్రకారులు, బాటసారులు వీరి రాజ్య సిరిసంపదలను, సహజ వనరులను గురించి కొన్ని వివరాలు తమ తమ రచనల్లో పేర్కొన్నారు. బరనీ, ఇసామీ, ఫెరిస్టా, మార్కోపోలో మొదలైన వారి వివరణలను కాకతీయ రాజులనాటి తెలుగువారి సిరిసంపదలను, ఆర్థిక స్థితిగతులను వర్ణిస్తున్నాయి. కాకతీయ చక్రవర్తులు, వారి సామంతులు వ్యవసాయాభివృద్ధికి ప్రత్యేక శ్రద్ధచూపారు. నీటి వనరులను చెరువులు, కాలువలు మొదలైన వాటి రూపంలో నిర్మింపచేశారు. కొన్ని ప్రాంతాల్లో అడవులను నరికించి వ్యవసాయభూమిగా మార్చారు. వీరి ఆదాయ వ్యయాలను తెలిపే ఆధారాలు లేవు. వ్యవసాయంతోపాటు దేశీయ, విదేశీయ వ్యాపారం, పరిశ్రమలు బాగా అభివృద్ధిచెందాయి.

వ్యవసాయం

వ్యవసాయ భూమిని 'మాగాణి', 'మెట్ట' అని రెండు రకాలుగా విభజించినట్లు సమకాలీన అధారాల వల్ల తెలుస్తుంది. మాగాణిలో నీరు నేల, తోట అని మెట్టలో వర్షాధార పంటలైన మొక్కజొన్న, ఆవాలు, ఆముదాలు, నువ్వులు పండించేవారు. సేద్య భూములను 'అచ్చుకట్టు' భూములనేవారు. వీటి నుంచి పండే పంటలపై ప్రభుత్వ కోశాగారానికి 'అరి' అంటే పన్ను భూమిశిస్తు వచ్చేది. భూమిని కౌలుకు ఇచ్చినప్పుడు భూమి యజమానికి, కౌలుదార్లకు మధ్య ఒప్పందం తాంబూలాలు మార్చుకోవడంతో జరిగేది.

గ్రామాలే కాకతీయుల కాలంలో అధికంగా ఉండేవి. గ్రామంలో వ్యవసాయమే ముఖ్యవృత్తిగా ఉన్న ప్రజలు అధికంగా ఉండేవారు. అనేక శాసనాల్లో కాకతీయులు అడవులను నరకించి వ్యవసాయ భూములుగా అభివృద్ధిచేశారు. కాకతీయ ప్రభువులు, వారి సామంతులు అనేక కొత్త గ్రామాలను నిర్మించారు. వీరి కాలంనాటి శాసనాలు మంథెన, చెన్నూరు, కాళేశ్వరం, నర్సంపేట, అచ్చంపేట, ఖమ్మంమెట్టు, కొత్తగూడెం మొదలైన గ్రామాలను యోగ్యంగా నిర్మించినట్లు పేర్కొంటున్నాయి. కాకతీయులు, వారి సామంతులు కొత్త గ్రామాలను కట్టించడమే కాకుండా కొత్త చెరువులను తవ్వించారు. ఉదా. గణపతిదేవుని కాలంలో 'చెన్నూరు' రాజ్యాన్ని పరిపాలిస్తున్న 'అల్లం ప్రోలరాజు' అనే సామంతుడు ఒక కొత్త గ్రామాన్ని నిర్మించడానికీ, ఒక్క కొత్త చెరువును తవ్వించడానికై అచ్చుకట్టు భూమిలో చేరిన ప్రతి 'మఱ్తురు' భూమికి రూకలో పదహారవ వంతు అంటే ఒక 'వీసు' చొప్పున దేవుని భాగంగా చేసిన దానాన్ని రెండో ప్రతాపరుద్రుని కాలానికి చెందిన క్రీ.శ.1303 నాటి 'కటకూరు' శాసనం తెలుపుతుంది. ఆనాటి వ్యవసాయ పంటలో వరి, పత్తి, ఉలవలు, నూనెగింజలు, జొన్నలు, కూరగాయలు, మిర్చి, మినుములు, పెసలు, చెఱకు, గోధుమలు, ఉల్లిగడ్డ, అల్లం, నీలిమందు ముఖ్యమైనవి. పూలు, పండ్లు ప్రత్యేకంగా తోటలలో పండించేవారు. వ్యవసాయ పన్నులను 'సిద్దాయం' లేదా 'పంగము', 'పన్ను', 'కానిక', 'దరిశనము', వెన్నుపన్ను', 'నీరువిడి', 'అర్థాయం', 'పుల్లరి' (గడ్డి భూములపై వసూలుచేసే పన్ను)

మొదలైన పేర్లు శాసనాల్లో కనిపిస్తాయి. పన్నును ధన లేదా ధాన్య రూపంలో చెల్లించే వారు. దేవాలయాలకు, బ్రాహ్మణులకు, గ్రామ సేవకులకు దానంగా ఇచ్చిన భూములపై ప్రత్యేకంగా పన్ను మినహాయింపు ఉండేది. రాజపురోహితుడైన, బ్రాహ్మణుడైన 'మంచి భట్టుకు' రాజానుమతితో విశాల భూమిని దానం చేశాడనీ మంథెన శాసనంలో పేర్కొనబడింది (IAP KN No.28; కాకతీయులు -తెలుగు పుట 189). ఇదేవిధంగా గణపతిదేవుని కాళేశ్వరం శాసనం రుద్రుని కుమారుడైన బుద్ధదేవ ప్రభువు, బుద్ధాపురంలోని చెరువు పక్కన కాళేశ్వరదేవునికి నాలుగు నివర్తనాల భూమిని దానం చేసినట్లు తెలియచేస్తుంది (IAP, KM No.32). కాకతీయ రాజులు, రాజకుటుంబ స్త్రీల పేర వెలసిన గ్రామాల్లో గణపతిదేవుని పేర 'గణపవరం', ఘన్‌పూర్, మహాదేవుని పేర వెలసిన మహాదేవపురం, రుద్రదేవుని పేర వెలసిన రుద్రవరం, బయ్యలదేవి పేరున వెలసిన బయ్యారం, ముప్పమాంబ పేర వెలసిన ముప్పవరం మొదలైన గ్రామాలు చాలా పేరుగాంచినవి.

కాకతీయుల కాలంలో రాజ్యంలోని భూమిపై వాస్తవ హక్కు రాజుదా? లేదా వ్యక్తులకు వ్యక్తిగత హక్కులు ఉండేవా? అన్న విషయంపై చరిత్రకారుల్లో ఏకాభిప్రాయం లేదు. క్రీ.శ. 1311 సంవత్సరానికి చెందిన నల్గొండ జిల్లా మేళ్ళచెరువు శాసన సమాచారం ప్రకారం 'రాచపొలం', రేగడి లేదా వెలిగడు లేదా ఇసుకనేల ఈ అన్నింటిపై రాజే సర్వాధికారి అని గ్రహించవచ్చు. దీన్ని రాజు తన ఇష్టానుసారం రైతులకుగాని, దేవాలయానికి గాని పంచవచ్చు. పి.వి.పరబ్రహ్మశాస్త్రి మొదలైన చరిత్రకారులు వ్యక్తిగత భూములను కలిగి ఉన్నారనీ, ఒకవేళ రాజు వ్యక్తిగత భూములను ఏ అవసరానికైనా తీసుకుంటే దానికి నష్టపరిహారం చెల్లించేవాడనీ పేర్కొన్నారు. గ్రామాలను నిర్మించడం, చెరువులను నిర్మించి నీటి సౌకర్యం కల్పించడం పుణ్యకార్యంగా ఆ రోజుల్లో సమాజం గుర్తించింది. గణపతిదేవుని సోదరి కుందమాంబ నేటి ఆదిలాబాద్ జిల్లా చెన్నూర్ తాలూకాలోని 'కుందవరం' గ్రామాన్ని నిర్మించి అక్కడ కుందసముద్రం అనే తటాకాన్ని తవ్వించినట్లు అక్కడ లభించిన శాసనం తెలియచేస్తుంది. ఇదేవిధంగా గణపతిదేవుని గురువు 'విశ్వేశ్వరశివాచార్యుడు' 850 గద్యాణాలకు కొంత అడవి ప్రాంతాన్ని కొని, ఆ ప్రాంతంలోని చెట్లను నరికించి తనపేరుమీద విశ్వనాథపురం అనే గ్రామాన్ని, తటాకాన్ని నిర్మించినట్లు పి.వి.పరబ్రహ్మశాస్త్రిగారు పేర్కొన్నారు (కాకతీయులు PP189-190). కొత్తగా నిర్మించిన గ్రామాలకు అనుబంధంగా ఉన్న భూములను సాగుచేసిన రైతాంగానికి కొన్ని ప్రత్యేక పన్నుల నుంచి పాలకులు మినహాయింపు ఇచ్చారు.

కాకతీయులు వారి నాయకులకు, మంత్రులకు, సేనాధిపతులకు, కరణాలకు, గ్రామ సేవకులకు ఆయగాండ్రకు కొన్ని గ్రామాల్లోని భూములను పన్ను మినహాయింపుతో సేవాభృతులుగా ఇచ్చినట్లు శాసనాలు పేర్కొన్నాయి. గణపతిదేవుని కుమార్తె గణపాంబ వేయించిన మొగలుట్ల శాసనం (E.A.Vol.IV. P.97, P.V.P శాస్త్రి కాకతీయులు పుట.191). కమ్మర్లు, కుమ్మర్లు, చాకళ్ళు మొదలైన గ్రామ సేవకులందరికీ వారు సాగుచేస్తున్న భూమిలో వచ్చే ఆదాయంలో సగభాగాన్ని (అర్ధసేరులు) మాత్రమే దానస్వీకర్తకు చెల్లించాలని పేర్కొంది. రాచపొలం లేదా రాచభూముల ప్రస్తావన మేళ్ళచెరువు శాసనంలో పేర్కొనడమైంది. కొత్తగా సాగుచేసిన భూమిని పోడు అనేవారు. ఇలాంటి భూములను సేద్యంచేసిన రైతాంగానికి కొన్ని రాయితీలు కల్పించారని శాసనాలు పేర్కొన్నాయి.

నీటిపారుదల వ్యవస్థ

వ్యవసాయానికి నీరు అందించే విషయంలో కాకతీయ రాజులు ప్రత్యేక శ్రద్ధ వహించారు. కాకతీయుల కాలంలో చెరువుల నిర్మాణం ముమ్మరంగా జరిగింది. పెద్ద చెరువులను సముద్రాలు అనేవారు. ఒక చెరువు నిండిన తరవాత మిగులు నీరు కింది వరుసలో నిర్మించిన చెరువులోకి ప్రవహించేట్లు ఏర్పాట్లు చేశారు. వీటినే గొలుసుకట్టు చెరువులు అనేవారు. కాకతీయుల కాలంనాటి ముఖ్యమైన చెరువులను కింది పట్టికలో చూడవచ్చు. మోటుపల్లి, బయ్యారం శాసనాల నుంచి వీరి కాలంనాటి చెరువుల గురించి వివరాలు లభిస్తున్నాయి.

క్ర.సం.	చెరువు / సముద్రం పేరు	నిర్మించిన వారు	ఉన్న ప్రదేశం	విశిష్టత
1.	కేసముద్రం లేదా కేసరి సముద్రం లేదా కేసరి తటాకం	మొదటి ప్రోలరాజు లేదా ప్రోలరాజు అరిగజకేసరి	వరంగల్ జిల్లా, మహబూబాబాద్ తాలూకా.	ప్రోలరాజు తన బిరుదు మీద ఈ సముద్రాన్ని నిర్మించాడు
2.	సెట్టికెరెయ చెరువు కేసరి సముద్రం	రెండో బేతరాజు	వరంగల్ జిల్లా	వరుణదేవుడు ప్రతిష్ఠించాడని హనుమకొండ శాసనం తెలియచేస్తుంది.
3.	అనుమకొండ చెరువు	రుద్రదేవుడు	హనుమకొండ	–
4.	పాకాల చెరువు పాకాల చెరువు శాసనం	గణపతిదేవుని మంత్రి బయ్యన నాయకుడి కొడుకైన జగదాలు ముమ్మడి	నర్సంపేట తాలూకా మానేరు బేసిన్	చెరువు నాలుగువైపులా అడవి ఉంది. నేటికీ 9,037 ఎకరాల భూమికి నీరు అందిస్తుంది. పాకాలచేరువు నిర్మాణంలో పాటించాల్సిన నియమాలు, స్థలసేకరణ విషయంలో పాటించాల్సిన జాగ్రత్తలు వివరిస్తుంది
5.	రామప్ప చెరువు	నిర్మాణం క్రీ.శ. 1213లో గణపతిదేవుని సేనాధిపతి రేచెర్ల రుద్రుడు.	ములుగు తాలూకా పాలంపేటగ్రామం	పాలంపేట శివాలయంలో ఉన్న శాసనం వివరాలు తెలియచేస్తుంది. ఈ చెరువు కట్టించినప్పుడే ఇక్కడి ప్రసిద్ధ రామప్పగుడిని నిర్మించి ఉండవచ్చని చరిత్రకారుల అభిప్రాయం. నేటికీ దీని కింద 4,350 వేల ఎకరాల భూమి సాగు అవుతోంది.
6.	ఘన్‌పూర్ చెరువు	గణపతిదేవుని కాలం	వరంగల్ జిల్లా	దీని కింద నేటికీ 350 ఎకరాల భూమి సాగు ఘన్‌పూర్ గ్రామం అవుతోంది.
7.	లక్నవరం చెరువు	--	--	--
8.	బయ్యారం చెరువు	గణపతిదేవుని సోదరి, నతవాడి రుద్రుని భార్య మైలాంబ	ఖమ్మం జిల్లా బయ్యారం	--
9.	కుంద సముద్రం	గణపతి దేవుని మరో సోదరి కుందమాంబ	కుందవరం	--
10.	చౌండ సముద్రం	గణపతిదేవుని సేనాని మల్యాల చౌండ సేనాపతి.	కొండపర్తి గ్రామం వరంగల్	--

కాకతీయుల కాలంలో వ్యవసాయానికి నీటిని అందించడంలో చెరువులతోపాటు ఊటకాలువలు ముఖ్యపాత్ర పోషించాయి. ఆనాటి శాసనాల్లో కొన్ని ఊటకాలువల ప్రస్తావన కలదు. ఉదా. 'గొసుగు కాలువ', 'రావిపాటి కాలువ', 'మూసెటి కాలువ', 'ఆలేటి కాలువ', 'కూచినేని కాలువ', 'బొమ్మకంటి కాలువ' (PVP శాస్త్రి తెలుగు కాకతీయులు పుట.195). చెరువులు, కాలువలు, సముద్రం (పెద్ద చెరువు) ద్వారానే కాకుండ, ఏతం, మోట ద్వారా కూడా బావుల నుంచి రాట్నాలతో నీటిని తోడి వ్యవసాయానికి వాడేవారు. క్రీ.శ.1254 నాటి దోసపాడు శాసనం (గణపతిదేవుని కాలం) ఒక రాట్నాన్ని నడపడానికి అవసరమైన కలపతోపాటు ఎద్దులను దానం చేసిన విషయాన్ని తెలియచేస్తుందని పి.వి.పి.శాస్త్రిగారు పేర్కొన్నారు (PVP శాస్త్రి తెలుగు పుట195). ఈ చెరువులు, కాలువల నిర్వహణకు కాకతీయులు ప్రత్యేక ఏర్పాట్లు చేశారు. ప్రతి ఏటా చెరువులకు మరమ్మతులు చేయించేవారు. పూడికలు తీయించేవారు. కాలువలకు, తూములకు మరమ్మతులు చేయించేవారు, ఈ కార్యకలాపాలను, పనులను చేసిన వ్యక్తులకు ప్రత్యేకంగా పండిన పంటలో ప్రతి పుట్టి ధాన్యానికి ఒక కుంచం ధాన్యం చెల్లించాలని శాసించి అమలుచేశారు. దీన్నే దశబంధ లేదా దశవంధమాన్యం అనేవారు. చెరువు కింద ఉన్న భూమిలో కొంత భూమిని దశవంధమాన్యంగా ఈ విధులు నిర్వహించిన వారికి మాన్యంగా ఇచ్చేవారని శాసనాలు పేర్కొంటున్నాయి.

కాకతీయుల కాలంనాటి కృషి, ఆ తరవాత కాలంలో కనబడదు. కాకతీయుల కాలంలో వ్యవసాయదారులు వ్యవసాయ కార్యక్రమాలు ఆరంభించే ముందు వారి ఎడ్లకు, నాగళ్ళకు ఇతర పనిముట్లకు పూజలుచేసి పండుగ జరిపేవారు. ఏరువాక, సంక్రాతి నేటికి గ్రామీణ రైతాంగానికి పెద్ద వ్యవసాయ పండుగలే.

కాకతీయుల కాలంలో గ్రామీణ ఆర్థిక వ్యవస్థ

కాకతీయులు తెలంగాణాలోని అనుమకొండ, వరంగల్ కేంద్రాలుగా సుమారు రెండున్నర శతాబ్దాలు పరిపాలించారు. వీరి కాలంలో కూడా గ్రామమే పరిపాలనా వ్యవస్థకు పునాదిగా ఉంది. సమకాలీన సాహిత్యం, శాసనాలు వీరి కాలంనాటి గ్రామీణ ఆర్థిక వ్యవస్థ గురించి, చేతి, కులవృత్తుల గురించి దేశీయ, విదేశీయ వ్యాపారం గురించి కొన్ని వివరణలు తెలియచేస్తున్నాయి.

వ్యవసాయం చేసే భూములను 'మాగాణి', 'మెట్ట' కింద విభజించారు. మాగాణి భూములను నీరి నేల, తొంటనేల కింద విభజించారు. నీరి నేల అంటే ధాన్యం పండే భూమి. తొంట అంటే తోటలు, మెట్ట భూముల్లో నువ్వులు, ఆవాలు, ఆముదం, నీలిమందు, రాగులను పండించేది. నాగళ్ళతో దున్నిన భూములను అచ్చుకట్టు భూములన్నారు. అచ్చుకట్ట అంటే అరి అనే పన్నువసూలు చేసే భూములు. వరిలో అనేక రకాలు ఉన్నాయి. ఓరుగల్లు ప్రాంతంలో సువాసనలు గల వరి పండించారు. కందిపప్పు వాడకంలోకి వచ్చినట్లు కనిపించిందని బి.ఎస్.ఎల్ హనుమంతరావు అభిప్రాయం. కొబ్బరి, జామ, మామిడి, అరటి, ఆకు కూరల తోటలు సర్వసాధారణం. బెల్లం, పంచదార, నూనెపరిశ్రమ ప్రతి గ్రామంలోను తప్పనిసరిగా ఉండేవి. ఆనాడు దేవాలయాలకు దానంచేసిన పశువుల సంఖ్యను బట్టి పశు సంపద ఎంతో ఉందని తెలుస్తుంది. ఆనాడు పూటకూటిండ్లు ఉండేవి. ఒక రూపాయికి సమృద్ధిగా భోజనం దొరికేది.

పరిశ్రమలు - దేశీయ, విదేశీయ వాణిజ్యం

వ్యవసాయంతోపాటు అనేక పరిశ్రమలు అభివృద్ధిచెందాయి. పాల్కురికి సోమన 'పండితారాధ్య చరిత్ర'లో 20 కి మించిన వస్త్రాల రకాలను పేర్కొన్నాడు. మార్కోపోలో మాటల్లో మైసోలియా లేదా మచిలీపట్నంలో మహారాజులు

సైతం మెచ్చుకొనే వస్త్రాలను తయారుచేశారన్నారు. వరంగల్లులో రత్న కంబళ్ళు, మఖ్మల్ వస్త్రాలను నేసేవారు. పంచలోహాలతో అనేక రకాల వస్తువులను తయారుచేశారు. ఆనాటి శాసనాల్లో, దేవాలయాల్లో తరచూ ఉపయోగించే లోహ దివ్వెలు కంచు కరదీపికలు, పళ్ళాలు, గంటలు, పిడి గంటలు వీటికి తార్కాణం. పల్నాటి వీరచరిత్ర ప్రకారం, బ్రహ్మనాయుడు త్రిపురాంతకంలో పంచలోహ స్తంభాన్ని నెలకొల్పాడు. గుత్తికొండ, పల్నాటి సీమలు ఇనుప పరిశ్రమకు కేంద్రాలు. ఆనాటి యుద్ధాలలో ఉపయోగించిన ఆయుధ సామాగ్రి స్థానికంగా తయారయ్యేది. నిర్మల్‌లో తయారైన కత్తులు విదేశాల్లో కూడా ప్రచారంలోకి వచ్చాయి. గోల్కొండ ప్రాంతంలో వజ్రాల గనులున్నట్లు మార్కోపోలో తెలిపాడు. రాయలసీమలో కూడా వజ్రాల గనులున్నాయి. ఇంకా వడ్రంగులు కర్రతో రంగుల రాట్నాలు, దంతపు పెట్టెలను తయారుచేసేవారు. ఆంధ్రదేశంలోని వివిధ ప్రాంతాల్లో లక్క బొమ్మలు, ఆటవస్తువులను విరివిగా తయారుచేసేవారు. ఆనాడు తోలుబొమ్మలాటకు బొమ్మలను తయారుచేసి రంగులను వేయడం పెద్ద పరిశ్రమ అయ్యింది. కాకతీయుల కాలంలో ప్రముఖ వ్యాపార వర్తక కేంద్రాలు ఓరుగల్లు, పానుగల్లు, జడ్చర్ల, అలంపూర్, మక్తల్, మంథెన, పేరూరు, వేల్పూరు, త్రిపురాంతకం, పెనుగొండ, కొచ్చెర్లకోట, పెదగంజాం, నెల్లూరు, ఘంటసాల, గుడివాడ, దుర్గి, మాచర్ల, తంగెడు, ఎనమదల, లేబాక, నందలూరు, ఉప్పరాపల్లె, మోపూరు, డోర్నాల. గణపతిదేవుని వరంగల్ దుర్గ శాసనం, మార్కెట్‌యార్డ్‌లో వివిధ వర్తకులు చేసే వర్తకం గురించి వివరిస్తుంది. వర్తకులు శ్రేణులుగా రూపొందారు.

శాతవాహనుల కాలంలో రూపుదిద్దుకొన్న 'శ్రేణులు' ఆంధ్రాలో వర్ధిల్లాయి. కాకతీయుల కాలంలో వృత్తిశ్రేణులు, వర్తకశ్రేణులు ఆర్థిక కార్యకలాపాల్లో వర్తక, వ్యాపారంలో కీలకపాత్రను పోషించాయి. క్రీ.శ.1282 నాటి త్రిపురాంతకం శాసనం ప్రకారం నానాదేశి పెక్కండ్రు అనే వర్తకశ్రేణి, వర్తకం చేసుకోవడానికి అనుమతి పత్రం పొందింది. కాకతీయుల కాలంలో వృత్తిశ్రేణులు, వర్తకశ్రేణులు ఐక్యంగా వ్యవహరించేవారు. ప్రతిశ్రేణి ఒక పెద్దను ఎన్నుకొనేవారు. ఇతణ్ని శ్రేష్ఠి లేదా శెట్టి అనేవారు. వారి వారి శ్రేణి సభ్యుల సమస్యలను ఆ శ్రేణి పరిష్కరించేది. ప్రతి శ్రేణికి ఒక అధికారలాంఛనం ఉండేది. ప్రతి శ్రేణితన రక్షణకోసం సేనలను పోషించేది. వర్తకుణ్ని 'బేహారి' అని వ్యాపారాన్ని వ్యవహారమనీ పేర్కొన్నారు. వ్యాపారాలు స్వదేశి, పరదేశి అని రెండు రకాలు, మొదటి వర్గం వారిని 'నకరం' అనీ రెండో రకం వారిని నానాదేశి, పెక్కండ్రు, ఉభయనానాదేశి పెక్కండ్రు అని పిలిచినట్లు శాసనాలు పేర్కొంటున్నాయి. అయ్యావ-500 శ్రేణి కాకతీయుల కాలంలో తెలుగునాట పెద్దగా గుర్తింపుపొందలేదు. శ్రేణులు తమ లాభాల్లో కొంత వాటాను దేవునికి దానంగా ఇచ్చేవి. వైశ్యులే వ్యాపారంలో దిట్టలు. కొన్ని శాసనాల్లో శెట్లతోపాటు రెడ్లు, నాయుళ్ళు, బోయలు, దాసర్లు శ్రేణిసెట్లతో పేర్కొనబడ్డారు. 'వీరబణంజ' సమయం (శ్రేణి) పాకనాడు, వేంగి, అనుమకొండ పట్టణాల్లో వర్తకం చేసుకోవడానికి అనుమతిపొందింది.

ఆనాటి శాసనాల్లో కనిపించే శ్రేణుల పేర్లు స్వదేశీ, పరదేశీ వాడలవారు, సాసర్‌బురు, తగరంబురు, ఉభయనానాదేశి మొదలైనవి. ఆనాడు వర్తకం కోమట్ల చేతిలో కేంద్రీకృతమైంది. ఈ కోమట్లనే, చెట్టిలు లేదా శ్రేష్ఠిలని పిలుస్తారు. నీతిశాస్త్ర ముక్తావళి రచయితైన బద్దెన, ఈ కోమట్లకున్న ప్రాధాన్యతను కింది విధంగా వివరించాడు. కోమటి నగరానికి ఊపిరివంటి వాడు. ధాన్యం పంటకు నీరు ఎలాగో, ఏనుగుకు తొండం ఎలాగో, కోమటి కూడా నగరానికి అలాంటివాడు. రాజ్యం వర్తక వ్యాపార అభివృద్ధికై కోమట్లను ప్రోత్సహించింది. క్రీ.శ.1268 నాటి మహబూబాబాద్ వద్ద గల శాసనం ఒకటి, కాకతి రుద్రమదేవి ప్రెగ్గడైన దారం గోవిందసెట్టిని పేర్కొంటుంది. ద్రాక్షారామ శాసనంలో కులోత్తుంగ గొంకరాజుకు సెట్టి అయిన సూరపసెట్టి ప్రస్తావన ఉంది. ఒక శాసనం అయ్యపరెడ్డి కుమారుడైన రెడ్డినుంకనను పేర్కొంటుంది. దీన్నిబట్టి రెడ్లు కూడా రాజుసెట్టీలుగా నియమించబడ్డారని తెలుస్తుంది. ప్రభుత్వం వద్ద నుంచే లైసెన్సుంటే తప్ప, వర్తకం చేయడానికి వీలులేదు. దేశీయ వ్యాపారంతోపాటు, విదేశీ వ్యాపారం బాగా కొనసాగించబడింది. కాకతీయుల కాలంనాటి వాణిజ్య కేంద్రాలను, రేవు పట్టణాలైన మోటుపల్లి, మచిలీపట్టణాలతో కలుపుతూ రహదారులున్నాయి. ఆంధ్ర, కర్నాటకాలను మోటుపల్లి నుంచి త్రిపురాంతకం మీదగా, బళ్ళారి మార్గం కలిపేది. పలనాడు నుంచి నల్గొండ, నకరికల్లుల మీదుగా

ఓరుగల్లుకి ఉన్న మార్గాన్ని క్రీడాభిరామం పేర్కొంటుంది. శాసనాల్లో కనిపించే రేవు సుంకాన్ని బట్టి, కృష్ణా, గోదావరి నదులు కూడా ప్రయాణ మార్గాలుగా ఉపయోగించారని చెప్పవచ్చు. విదేశీ వాణిజ్యానికి మోటుపల్లి ప్రధాన కేంద్రం కాగా, కృష్ణపట్నం, హంసలదీవి, మచిలీపట్నం రేవులు కూడా విదేశీ వాణిజ్యాన్ని జరుపుతుండేవి. విదేశీ వర్తకులకు అభయమిస్తూ గణపతిదేవుడు మోటుపల్లిలో ఒక శాసనాన్ని వేయించాడు. ఆ శాసనాన్ని బట్టి నాటి ఎగుమతి, దిగుమతులను తెలుసుకోవచ్చు. ఏనుగులు, గుర్రాలు, బంగారం, రత్నాలు, చందనం, జవ్వాజి, కర్పూరం, కర్పూరతైలం, పన్నీరు, దంతం, రాగి, తగరం, సీసం, పాదరసం, పట్టు, పగడాలు, సుగంధ ద్రవ్యాల్లో విదేశీ వాణిజ్యం జరిగేది. చైనా, పర్షియా, అరేబియా దేశాలతోను, సింహళం, తూర్పు ఇండియా దీవులతోను వాణిజ్యంసాగింది. వస్తువు స్వభావాన్నిబట్టి వసూలు చేసే సుంకం ఉండేది. ఉదారణకు 30 ఏనుగులను ఎగుమతి చేస్తున్నట్లయితే, ఒక ఏనుగుకు సుంకంగా చెల్లించాలి. గణపతిదేవుడు మోటుపల్లి శాసనంలో సుంకాలు తక్కువగా ఉంటాయని హామి ఇచ్చాడు.

పైన పేర్కొన్న విధంగా, కాకతీయ పాలకులు ఉదారమైన విధానాన్ని అవలంబించి దేశీయ, విదేశీయ వర్తక వ్యాపారాభివృద్ధికి కృషిచేసి, ఆంధ్రదేశం సిరిసంపదలతో తులతూగేట్లుగా చేశారు. వర్తక వ్యాపారస్థులను ప్రభుత్వాధికార్లు పీడించకుండా కాకతీయ పాలకులు జాగ్రత్తలను తీసుకొన్నారు. అలాగే, వర్తకులు కూడా అవినీతిమయంగా వ్యాపారం చేయడాన్ని కూడా అరికట్టేందుకు వీరు కృషిచేశారు.

కాకతీయుల కాలంనాటి వివిధ రకాల పన్నులు, సుంకాలు

కాకతీయుల కాలంలో అనేక రకాల పన్నులపేర్లు శాసనాల్లో, సాహిత్యంలో పేర్కొనబడ్డాయి. వీటిని మనం నాలుగు రకాలుగా వర్గీకరించవచ్చు. అవి 1) భూమి పన్ను, 2) పారిశ్రామిక పన్ను, 3) వృత్తి పన్ను, 4) వ్యాపార పన్నులు.

కింది పట్టిక వివిధ రకాల పన్నుల పేర్లు, వివరాలు తెలియచేస్తుంది.

	పన్ను పేరు	వసూలుచేసిన వస్తువు/వృత్తి	రేటు	విశేషాలు/ఆధారం
1.	పన్ను, పంగము, కానిక, దరిశనము, సిద్ధాయం (ధన రూపంలో) వసూలుచేసేది.	భూ సంబంధ - అన్నిరకాల భూములపై వసూలు		వరంగల్ జిల్లా మాటేడుశాసనం క్రీ.శ. 1310(IAP Wg.No.86)
2.	అరి, సంకము, పన్ను, కానిక, పుట్టిమానిక, నేతమగ్గాలవారు, నూనెగానుగల వారు	పరిశ్రమలపై పన్నులు రుద్రమదేవి కాలం 1269 నాటి దుర్గిశాసనం	ఉత్పత్తి, అమ్మకం దీని హక్కు దేవవృత్తి పన్ను	S.I.I.Vol.X No.422
3.	శ్రీమంగలి, నేతవారు, గొల్లవారు	వృత్తి పన్నులు మగ్గానికి, ఇంటికి	ప్రదేశానికి 1 చిన్నం 1 చిన్నం, 1 చిన్నం	P.V.P.శాస్త్రి తెలుగు పుట. 214
4.	కుమ్మరి ఆయగాండ్రు కరణాలు సైనికులు	ఇంటికి తలకు తలకు తలకు	1 చిన్నం 2 చిన్నాలు 1 చిన్నం 1 అడ్డుగ	

5.	అడ్డగట్టు లేదా అంగడి సుంకం మడిగ సుంకం కొలగ సుంకం నూనెపై	వర్తక సంబంధ పన్నులు దుకాణాలపై వసూలు చేశారు		 నూనెపై విధించారు.
6.	ముదార	ఉప్పు సంచులపై చెల్లించే పన్ను		
7.	ఇల్లరి (ఇంటిపై)	ఇంటి పన్ను రెండు రూకలు క్రీ.శ.1314 రెండో ప్రతాపరుద్రుడు		S.I.I. Vol.IV, No.311
8.	ఆస్తి పన్ను (పుల్లరి)	పశువులపై 50; ఆవులపై 25 రూకలు	ఏడాదికి 2 గద్యలు 5 రూకలు	S.I.I.Vol.IV, No.329

కాకతీయులు వివిధ రకాల పన్నులను, సుంకాలను వసూలుచేయడానికై ప్రత్యేక అధికారులను, ఉద్యోగులను, అంగడి అధికారులను నియమించారని పి.వి.పరబ్రహ్మశాస్త్రిగారు పేర్కొన్నారు. ముఖ్యంగా అమ్మకం, కొనుగోలు వ్యవహారాలు జరిగే 'అంగడి'లో ఈ ప్రత్యేక అధికారులు ఉండేవారు. సుంకమాన్యగాడు, తీర్పరి, కొలగాడు, కరణం ఈ అంగడి అధికారుల్లో ముఖ్యులు. వీరిలో మొదటి అధికారికి అంగడి లేదా అడ్డ లేదా పెంటలో సుంకం వసూలుచేసే హక్కు కొనుకున్నవాడు. ఇతడు తన పరిధిలోని అంగడి లేదా పెంటపై ప్రభుత్వానికి చెల్లించాల్సిన వాటాను అక్కడికక్కడే కరణానికి చెల్లించాలి. కరణం ప్రభుత్వానికి రావలసిన సుంకాలను క్రమపద్ధతిలో వసూలుచేసి, ఖజానాకు అప్పగించాలి. అంగడిలో అమ్మే, కొనే వస్తువుల ఇతరాత్రా వాటి విలువను దానిమీద వారు చెల్లించాల్సిన సుంకం రేటును, మొత్తాన్ని నిర్ధారించేవాడే తీర్పరి. అంగడిలో విక్రయించే, కొనే సరుకులను కొలిచే అధికారినే 'కొలగాడు' అనేవారు. ఇతడి విధులు మోసంలేకుండా కొలవడం, తూకంవేయడం. పైన పేర్కొన్న నలుగురిలో కరణం, తీర్పరి ప్రభుత్వ ఉద్యోగులు. సుంకలి, కొలగాడు ప్రైవేటు ఉద్యోగులు. క్రీ.శ.1296 నాటి త్రిపురాంతకం శాసనం (S.I.I. X. No.480) పై వివరాలను తెలియచేస్తుంది. రాజుగారితో కలిసి 'అంగడి' అధికారులు కొన్ని సందర్భాల్లో తమవాటాను స్థానిక దేవాలయాలకు దానంచేసినట్లు కొన్ని శాసనాలు పేర్కొంటున్నాయి. కాకతీయుల కాలంనాటి కొన్ని శాసనాల్లో 'బుర్రసుంకం', 'మడిగ సుంకం', 'పెళ్ళి పన్ను', 'గాండి సుంకం' (మోటబావి మీద), 'పుట్టు పేరు' సుంకం (పుట్టిన బిడ్డకు నామకరణం చేసే సందర్భంలో), 'రేవు సుంకం', 'అలము' (కూరగాయల మీద పన్ను), 'అంతరాయం' (పోకతోటల మీద), కిళరము (గొర్రెలమంద మీద) మొదలైన పన్నులు, సుంకాలు పేర్కొనబడ్డాయి.

కాకతీయుల కాలంలో వర్తక-వ్యాపారం చేసుకొనేవారు ప్రభుత్వ అనుమతి పొందేవారనీ శాసనాలు తెలియచేస్తున్నాయి. ఉదాహరణకు క్రీ.శ.1282 నాటి త్రిపురాంతకంలో లభించిన ఒక శాసనం (S.I.I. Vol.IX No.473; P.V.P.శాస్త్రి తెలుగు పుట 226) 'నానాదేశి పెక్కండ్రు' అన్న 'సమయం' వారు వర్తక అనుమతి కోసం స్థానిక అధికారికి (స్థానపతికి) విన్నపం చేసుకొన్నారు. అనుమతి లభించిన తరవాత వ్యాపారం చేసుకొన్నారు. గణపతిదేవుని వరంగల్లు కోట శాసనంలో వివిధ సమయాల వ్యాపారాలను, వారు విక్రయించే వస్తు/సరుకులను, అంగళ్ళను పేర్కొనడమైందని, ఆ వివరాలను పి.వి.పి.శాస్త్రిగారు పేర్కొన్నారు (పి.వి.పి.శాస్త్రి తెలుగు పుట 228). ఆ వివరాలు

క్ర.సం.	అంగడి/సంత/పెంట పేరు	సమయం	విక్రయించిన వస్తువులు/సరుకులు
1.	చీరెమెరేయ	స్వదేశీ - పరదేశి	అన్నిరకాల వస్త్రాలు
2.	పోకమతీయ	స్వదేశీ - పరదేశి	పోకలు
3.	సుగంధ ద్రవ్యాలు	ఉభయ నానాదేశి	గంధం చెక్క, కర్పూరం, కస్తూరి, ఇతర సుగంధ ద్రవ్యాలు
4.	రత్నాలు, దంతం	ఉభయ నానాదేశి	ముత్యాలు, గాజులు, పూసలు
5.	నూలు మళిగ	ఉభయ నానాదేశి	పత్తి, నూలు, ఉన్ని
6.	ఉప్పు పెంట	స్వదేశి, పరదేశి	ఉప్పు
7.	ఆకు పెంట	శాసిర్బరు	తమలపాకులు
8.	లోహం పనిముట్లు	తగరంవారు	తగరం, రాగి, సీసం, ఇతర లోహాలు
9.	నూవుల పెంట	స్వదేశి, పరదేశి	నువ్వులు, గోధుమలు, పప్పులు, జొన్నలు, నూనెలు, ధాన్యం

వర్తక వ్యాపారం చాలామటుకు కోమట్లచేతిలో ఉన్నప్పటికీ ఇతర కులాలవారు కూడా వర్తక రంగాల్లో ఉన్నారు. రాచసేట్ల ప్రస్తావన శాసనాల్లో కలదు. సాలెలు, పెరికెలు, కుమ్మర్లు, వడ్రంగులు, కోమట్లు వర్తకానికి అవసరమైన సేవలు అందించేవారు.

కాకతీయుల కాలంనాటి మతం

కాకతీయులు తెలంగాణాలో తమ అధికారాన్ని నెలకొల్పడానికి ముందే ఈ ప్రాంతంలో ప్రజలు జైన, బౌద్ధ మతాలపట్ల కొంతవరకు అభిమానం కలిగి ఉన్నారు.

జైన మతం

పశ్చిమ చాళుక్యుల కాలంలో తెలంగాణాలో జైనమతానికి విశేష జనాదరణ లభించింది. నిజామాబాద్ (బోధన్), కరీంనగర్ (వేములవాడ), మెదక్ (కొల్చారం, పటాన్‌చెరువు), నల్గొండ (కొల్లిపాక/కొలనుపాక), వరంగల్ (అనుమకొండ) గొప్ప జైన పుణ్యక్షేత్రాలుగా వెలిసాయి. కాకతీయుల్లో మొదటి తరానికి చెందిన చాలామంది పాలకులు జైన మతాన్ని ఆచరించి, ఆదరించారు. వైదిక మతాభిమానులైన తూర్పు చాళుక్యుల రాజ్యంలో నిరాదరణకు గురైన జైనులకు అనుమకొండ ఆశ్రయంగా మారింది. ఓరుగల్లు కైఫియత్ ఋషభనాథుణ్ని, తూర్పు చాళుక్య రాజైన, రాజరాజ నరేంద్రుడు హింసించగా ఆ జైన సన్యాసి అనుమకొండకు వచ్చి ఆశ్రయం పొందాడని తెలియచేస్తుంది. ప్రోలరాజు అనుమకొండ శాసనం జినేంద్ర ప్రార్థనతో ఆరంభమైంది. క్రమంగా జైనం, బౌద్ధం, స్థానిక ప్రజల అభిమానం, రాజాదరణ కోల్పోయి శైవం, వైష్ణవం ప్రజలకు, రాజులకు సన్నిహితమయ్యాయి.

వేములవాడ చాళుక్యులు జైనమతాన్ని ఆదరించారు. వీరి ఆస్థాన కవులైన జైన పండితులు సోమదేవుడు 'యశస్తిలక' రాశాడు. పంప కవి ఆదిపురాణం రాశాడు. యుద్ధమల్ల జినాలయానికి మొదటి బేతరాజు దానాలిచ్చినట్లు

శనిగరం శాసనం పేర్కొంది. కాకతీయ రెండవ బేతరాజు జాల్నా జైనబసదికి దానం చేశాడనీ తెలియచేస్తుంది. క్రీ.శ.1117 నాటి రెండో ప్రోలరాజు వేయించిన వరంగల్ పద్మాక్షి ఆలయ శాసనం కదలరాయ జైనబసది నిర్మాణానికి అతని భార్య మైలమ దానం చేసినట్లు పేర్కొంటుంది. జైనకవి అప్పయార్యుడు ప్రతాపరుద్రదేవుని కాలంలో జినేంద్ర కళ్యాణాభ్యుదయం అనే రచన చేశాడు.

శైవమతం

శైవమతం కాకతీయుల ఆదరణపొందింది. వీరి కాలంలో శైవంలో కాలాముఖ, కాపాలిక, పాశుపతి, ఆరాధ్యశైవ, వీరశైవం మొదలైన ఉపశాఖలు ఉండేవి. తొలి కాకతీయులు కాలముఖశైవ శాఖను ఆచరించి ఆదరించారు. అనుమకొండ శాసనం-రెండవ బేతరాజు, శ్రీశైలంలోని మల్లికార్జున శిలామఠం అధిపతియైన రామేశ్వరపండితుని శిష్యుడని పేర్కొంది. బేతరాజు వైజనపల్లి (శివపురం) గ్రామాన్ని దానం ఇచ్చాడు. రామేశ్వరపండితుడు 'లకులేశ్వర ఆగమ మహాసిద్ధాంతం'లో పండితుడు. ఇతడు బేతరాజు కుమారులైన దుర్గరాజు, రెండో ప్రోలరాజుకు కాలాముఖ శివదీక్ష ఇచ్చాడు. కర్నాటకలోని కాలాముఖశైవ శాఖకు చెందిన శైవులు శ్రీశైలాన్నే తమ కేంద్రంగా, రామేశ్వరపండితుణ్నే తమ గురువుగా గుర్తించడం, శ్రీశైలం ప్రాధాన్యతను తెలియచేస్తుంది. లకులేశ్వరుడు లేదా నకులేశ్వరుడు కాలాముఖశైవ సిద్ధాంత స్థాపకుడు. రామేశ్వర పండితుడే తీరాంధ్రలోని ద్రాక్షారామం ఆలయానికి 'స్థానపతి' అని ఆధారాలు తెలియచేస్తున్నాయి. కాకతీయ రాజులు కాలాముఖశైవ గురువులతో స్నేహపూర్వక సంబంధాలు నెలకొల్పుకొన్నారు. నేటి మహబూబ్‌నగర్ జిల్లాలోని తుంగభద్రానదీ తీరాన గల 'అలంపురం' ఒక ప్రసిద్ధ శైవక్షేత్రం. అక్కడి బ్రహ్మేశ్వరాలయ మహాస్థానాధిపతులు గొప్ప ధార్మిక గురువులు, పండితులు. అలంపూర్ సమీపంలో ఉన్న అగస్త్యేశ్వరం కాలాముఖశైవ సన్యాసుల మరొక ముఖ్య కేంద్రం. అలంపురం బ్రహ్మేశ్వర మఠం మహాస్థానాధిపతులుగా బాధ్యతలు నిర్వహించిన వారిలో లోకాభరణం పండితుడు, సోమేశ్వరభట్టారకుడు, బ్రహ్మరసి భట్టారకుడు, ధరణీంద్రరసి పండితులు గొప్ప విద్వాంసులు. నేటి కరీంనగర్ జిల్లాలోని వేములవాడ కాకతీయుల కాలంలో తెలంగాణా ప్రాంతంలో గొప్ప శైవక్షేత్రం. దీనికి కళ్యాణిచాళుక్యుల కాలం నుంచే రాజాదరణ లభించింది. కాలాముఖ మతానికి చెందిన మహేశ్వరశక్తి పండితునికి రెండవ తైలపుడు దానాలిచ్చాడు. వేములవాడ, మూలవిరాట్టైన రాజరాజేశ్వర స్వామి మఠానికి రాజాదిత్యుడనే మహామండలేశ్వరుడు భూదానం ఇచ్చాడు. కాళేశ్వరం (వరంగల్ జిల్లా)లో రెండో ప్రోలరాజు గురువైన రామేశ్వరపండితుడు స్థిరపడ్డాడు. కాళేశ్వరంలో శివలింగం ప్రతిష్ఠ చేసింది రామేశ్వరపండితుడు. కాకతీయుల కాలంలో తెలంగాణాలో ధర్మపురి (కరీంనగర్), అనుమకొండ (వరంగల్), ఐనవోలు (వరంగల్), పానగల్లు (నల్గొండ), నిజామాబాద్, నందికంది (మెదక్), శనిగరం (కరీంనగర్) గొప్ప కాలముఖశైవ క్షేత్రాలు. రాయలసీమలో కడప సమీపంలో గల పుష్పగిరి గొప్పకాలముఖ శైవక్షేత్రం. తీరాంధ్రలో అమరావతి, సామర్లకోట, భీమవరం, పాలకొల్లు, ద్రాక్షారామ భీమేశ్వరాలయాలు గొప్పకాలముఖ శైవక్షేత్రాలని యం.కృష్ణకుమారి పేర్కొన్నారు (పంచారామాస్-ఇన్-మిడీవల్ ఆంధ్రదేశ పుట 69, 1989, ఢిల్లీ).

కాకతీయుల కాలంనాటి రెండో ప్రముఖ శైవశాఖ పాశుపతులు లేదా శైవసిద్ధాంతులు. 'ఆగమాలు' ఈ శాఖవారికి ఆధారాలు. యోగనిష్ఠలను అనుసరించే ఈ శాఖ అనుచరులకు శివాలయాలకు అనుబంధంగా ఉండేవి. గోళకీమఠ శాఖ అయిన మత్తమయూరశాఖ ఒక సంస్థగా వేద బ్రాహ్మణులతోపాటు రాజపోషణ కోసం ప్రయత్నించింది. మధ్యప్రదేశ్‌లోని జబల్‌పూర్ చుట్టూ విస్తరించిన కాలచురి రాజ్యం శైవసిద్ధాంత సంప్రదాయానికి కేంద్రస్థానంగా వెలుగొందింది. రన్నాడ్, కద్వాహ మఠాలు మొదటి శైవమఠాలు. మఠానికి 'గోళకీమఠం' అనిపేరు. కాలచురి రాజులైన యశకర్మ, గజగర్ణ, నరసింహ, జయసింహ, విజయసింహుడు మొదలైనవారు పాశుపతశైవ యోగులతో సన్నిహిత సంబంధాలు కలిగి ఉన్నారు. సదాశివయోగి, పురంధరయోగి, ప్రభాశివయోగి మొదలైనవారు కాలచురి రాజులకు గురువులుగా వ్యవహరించారు. క్రీ.శ.13వ శతాబ్దంనాటికి కాలచురి రాజ్యంలో ఏర్పడిన రాజకీయ అశాంతి, అస్థిరతల వల్ల, కాలచురి రాజ్యంలోని శైవగురువులు ఆంధ్రదేశానికి వలసవచ్చారు. ధర్మశివుడు, ద్రాక్షారామానికి క్రీ.శ.1234కి ముందే వచ్చి స్థిరపడ్డాడు. ఇతడే గణపతిదేవుని గురువు. క్రీ.శ.1243-1247 మధ్య కాలంలో ధర్మశివుడు త్రిపురాంతకం, వరంగల్లు, ద్రాక్షారామం ఆలయక్షేత్రాలతో సంబంధాలు ఏర్పరచుకొన్నాడని, అతనికి భారీసంఖ్యలో అనుచరులు ఉన్నారనీ అమెరికన్ చరిత్రకారిణి 'సింథియాటాల్‌బోట్' అభిప్రాయపడింది. గణపతిదేవుని కాలంనాటికి కాకతీయుల ఆధీనంలో ఉన్న త్రిపురాంతకం, భట్టిప్రోలు, ఏలేశ్వరం (నల్గొండ), మంథెన, మందడం, కాళేశ్వరం (కరీంనగర్), మల్కాపురం (గుంటూరు), సోమశిల (మహబూబ్‌నగర్) లలో విశ్వేశ్వర శివదేశికుడు (S.I.I. Vol.X, No.400) శైవగోళకీ మఠాలను స్థాపించాడు. రాజగురువు స్థానంపొందాడు. ఇతడే గణపతిదేవునికీ అతని కుమార్తె రుద్రమదేవికి రాజగురువు. రుద్రమదేవి వేయించిన క్రీ.శ.1261 నాటి మల్కాపురం శాసనం ప్రకారం రుద్రమదేవి తండ్రి కోరికమేరకు విశ్వేశ్వరశంభుకు వెలనాటి విషయంలో కృష్ణాతీరాన మందరం అనే గ్రామాన్ని దానంగా ఇచ్చింది. ఈ గ్రామంలో విశ్వేశ్వరశంభు ఒక శుద్ధశైవ మఠాన్ని, అన్నదాన సత్రాన్ని, శివాలయాన్ని నిర్మించాడు. ఇదే ప్రసిద్ధ గోళకీమఠంగా పేరుపొందింది. గోళకీమఠానికి చెందిన ఈ శివాచార్యులను శాసనాలలో గోళకీవంశం వారిగా, భిక్షామఠ సంతానంగా వర్ణించారు. మందరం గ్రామంలో అనేకమంది బ్రాహ్మణులకు నివాసం ఏర్పాటుచేశాడు. దీన్నే విశ్వేశ్వర గోళకీమఠం అంటారు. ఇక్కడ విద్యార్థులకు వేదాలు బోధించడానికి ముగ్గురు గురువులు, తర్కాన్ని, సాహిత్యాన్ని, ఆగమాలను బోధించడానికి ఐదుగురు గురువులుండేవారనీ, ఇక్కడ విద్యార్థులకు, గురువులకు ఉచిత నివాస, భోజన వసతులు కల్పించబడ్డాయని శాసనాలు (S.I.I. Vol.VI No.759, 769, 751, 1036, S.I.I. Vol. V Nos. 1193,1194; మధ్యయుగ ఆంధ్రదేశంలో మఠ సంస్థలు (1300-1600) తెలుగు అనువాదం జి.అంజయ్య పుట.170) పేర్కొన్నాయి. ఈ గోళకీమఠంలో ఒక ప్రసూతి ఆరోగ్యశాల ఉన్నట్లు శాసనాలు తెలియచేస్తున్నాయి. సామాన్య ప్రజలు, రాజకుటుంబీకులు ఈ గోళకీ మఠాధిపతుల బోధనలతో విశేషంగా ప్రభావితులయ్యారు. శ్రీశైలంలో ఈ కాలంలో అభినవగోళకీమఠం ఉండేది. దీని నిర్వహణకై కాయస్థ జన్నిగదేవుడు కొన్ని దానాలు చేశాడు. విశ్వేశ్వరశంభు కరీంనగర్ జిల్లాలో గోదావరీ తీరాన కాళేశ్వరంలో ఒక శివాలయాన్ని, ఉపలమఠాన్ని స్థాపించాడు. కాకతీయుల కాలంలో గోళకీమఠాల శాఖలు పుష్పగిరి, శ్రీపర్వతం, త్రిపురాంతకం, అలంపురం, ద్రాక్షారామం, భట్టిప్రోలు మొదలైన చోట్ల నెలకొల్పబడ్డాయి. వీటి అధిపతులు (స్థానపతులు) అంతా

శైవాచార్యులే. రెండో ప్రతాపరుద్రుని పాలన చివరిదశ వరకు ఈ గోళకీమఠాలు ఉజ్వల దశను అనుభవించాయి. అనంతరం క్షీణించాయి. కాకతీయుల పతనానంతరం గోళకీమఠాల ప్రాబల్యం క్షీణించి శ్రీశైలం, దాని ద్వారక్షేత్రాలు ఉమామహేశ్వరం, అలంపురం, త్రిపురాంతకం, పుష్పగిరి రాజాదరణ, ప్రజాదరణ పొందాయి. ఇక్కడి మహేశ్వరులు అనే ఆలయ పూజారులు శక్తిమంతులయ్యారు. కాకతీయుల పరమతసహన లక్షణం, గుణం ఆరోజుల్లో తెలుగునాట అన్ని మతశాఖల మధ్య పరమతసహన భావనకు బీజంవేసింది. దీనివల్ల సమకాలీన కర్ణాటకలో చెలరేగిన వీరశైవ, శైవమతాల తగాదాలు, అల్లర్లు, ఆంధ్రదేశంలో కానరావు. సమాజంలోని అన్ని వర్గాలవారు, మతాలవారు శాంతియుత సహజీవనం గడపాలనీ కాకతీయులు, వారి రాజగురువులు బోధించారు. దీన్ని ప్రజలు ఆచరించి నేటి తరానికి మార్గదర్శకులయ్యారు.

<u>వైష్ణవం</u>

కాకతీయులు వారి రాజ్యంలోని ప్రజానీకానికి పూర్తి మతస్వేచ్ఛ ఇచ్చారు. వారి ముద్రలమీద, నాణేలమీద వరాహలాంఛనం, వారు నిర్మించిన త్రికూట ఆలయాల్లో వారి విగ్రహాల ప్రతిష్ఠ వారి పరమతసహనాన్ని తెలియచేస్తుంది. రుద్రదేవుడు తాను అనుమకొండలో నిర్మించిన త్రికూట (రుద్రేశ్వర ఆలయం) లో వాసుదేవుని విగ్రహాన్ని నిలిపాడు. అతని మంత్రి వెల్లంకి గంగాధరుడు అనుమకొండలో ప్రసన్నకేశవస్వామిని ప్రతిష్ఠించి పెద్దగుడిని కట్టించాడు. గణపతిదేవుని సోదరి రాణి మైలాంబ ఇనుగుర్తిలో గోపాలకృష్ణుని గుడిని కట్టించి, దాని నిర్వహణకై దానాలు చేసింది. రెండో ప్రతాపరుద్రుని సేనాని దేవరినాయకుడు తన రాజు ఆజ్ఞమేరకు కావేరీ తీరంలో శ్రీరంగనాథస్వామి ఆలయానికి సకలవీడు గ్రామాన్ని దానంచేశాడు.

కాకతీయరాజుల్లో చివరివాడైన రెండో ప్రతాపరుద్రుడు క్రీ.శ.1321 లో చెన్నకేశవస్వామికి కొన్ని దానాలు చేశాడని శాసనాలు పేర్కొంటున్నాయి. ఇతని దేవేరి లక్ష్మీదేవి కరీంనగర్ యెల్గేడులోని రామనాథ దేవుని గుడికి కొన్ని కానుకలు సమర్పించింది. కాకతీయుల కాలంలో తెలుగునాట సింహాచలం, సర్పవరం, మాచెర్ల, అహోబిలం, ధర్మపురి, తిరుపతి, శ్రీకూర్మం, మంగళగిరి, పొన్నూరు, నెల్లూరు, నందలూరు, కొప్పారం, కారెంపూడి, కాల్వకొలకు (మహబూబ్‌నగర్), మునిగడప, గొడలిపర్తి, కొండపాక (మెదక్) మొదలైనచోట్ల అనేక విష్ణుమూర్తి ఆలయాలు నిర్మించబడ్డాయి. ఈ కాలానికే చెందిన వీరగాథ 'పల్నాటివీర చరిత్ర' వాస్తవంగా వీరవైష్ణవశాఖను సమర్థించే బ్రహ్మనాయుడికి, శైవులైన నాయకురాలు పక్షంవారికి మధ్య జరిగిన యుద్ధం. మాచెర్లలోని చెన్నకేశవస్వామి ఆలయం ఆ రోజుల్లో గొప్ప వైష్ణవ తీర్థక్షేత్రం. ఇక్కడే బ్రహ్మనాయుడు కుల, జాతి విభేదాలులేని విశ్వజనీన వైష్ణవమతాన్ని ప్రబోధించి చాపకూడు సహపంక్తి భోజనాలను ప్రోత్సహించాడు.

ఈ విధంగా కాకతీయులు అన్ని మతశాఖలను గౌరవించి వాటిలోని సారాన్ని గ్రహించి తమ ప్రజల మధ్య పరమతసహన భావాన్ని పెంపొందించాడు. వారి అధికారం తెలంగాణా, ఆంధ్ర, రాయలసీమ ప్రాంతాలకు వ్యాపించింది.

కాకతీయుల భాషా సేవ

కాకతీయ రాజులు, వారి మంత్రులు, అధికారులు సంస్కృత, తెలుగు భాషల వికాసానికి కృషిచేశారు. వీరి కాలంలోని శాసనాల్లో విద్యాసంస్థల గురించి, పండితుల గురించిన ప్రస్తావనలు ఉన్నాయి. క్రీ.శ.1261 నాటి మల్కాపురం శాసనం (S.I.I. Vol.X No.395) వీరి కాలంనాటి విద్యామండపాల స్థితిని, కార్యకలాపాలను తెలియచేస్తుంది. గణపతిదేవునికి, రుద్రమదేవికి రాజగురువు విశ్వేశ్వర శివాచార్యులు. ఇతడు రుద్రమదేవి నుంచి మందరం గ్రామాన్ని అగ్రహారంగా పొందాడు. ఆ గ్రామంలో గోళకి అనే కొత్త గ్రామాన్ని నిర్మించాడు. ఒక శైవమఠాన్ని నెలకొల్పి, విద్యామంటపాన్ని ఏర్పాటుచేశాడు. ఇక్కడ ఋగ్వేదం, యజుర్వేదం, సామవేదం, వ్యాకరణం, తర్కం, సాహిత్యం మొదలైన అంశాలను బోధించేవారు. శ్రీశైలం, పుష్పగిరి ఇతర ముఖ్య విద్యామండపాలు. సంస్కృతంలోనే ఎక్కువభాగం బోధన జరిగేది. రెండో ప్రతాపరుద్రుని ఆస్థానకవి అయిన విద్యానాథుడు గొప్ప సంస్కృత పండితుడు. ఇతని ప్రసిద్ధ రచన ప్రతాపరుద్రీయం లేదా ప్రతాపరుద్ర యశోభూషణం. శాలక్యమల్లకవి వీరి కాలానికి చెందిన మరో గొప్ప కవి. ఇతడి రచనలు ఉదాత్తరాఘవం, నిరోష్ఠ్య రామాయణం. రుద్రదేవుని ఉత్తరేశ్వరం శాసనంలో విద్దణాచార్యుని పేరుంది. ఇతని రచన ప్రమేయ చర్చామృతం. ఇది నేడు లభించడంలేదు.

రామప్ప గుడి, పాలంపేట, వరంగల్

విద్యానాథుని రచన అలంకారశాస్త్రంలో తన చక్రవర్తి రెండో ప్రతాపరుద్రుని ప్రస్తుతించాడు. కళింగ, పాండ్య, సేవుణ (యాదవ) రాజులపై సాధించిన విజయాలను పేర్కొన్నాడు. రెండో ప్రతాపరుద్రుని ఆస్థానంలోని మరో ప్రసిద్ధ సంస్కృత పండితుడు గుండయభట్టు. ఇతడు శ్రీహర్షుని ఖండన ఖండఖాద్యమనే అద్వైత గ్రంథానికి వ్యాఖ్య రాశాడు. అయ్యవంశానికి చెందిన దివిసీమను జయించిన గణపతిదేవుడు వారితో వైవాహిక, స్నేహసంబంధాలు ఏర్పాటుచేసుకొన్నాడు. దీనిలో భాగంగా అయ్యవంశ రాజకుమారుడైన జాయపను తన కొలువులో గజసాహిణిగా నియమించాడు. జాయప గొప్ప సంస్కృత పండితుడు. ఇతని రచనే 'నృత్తరత్నావళి'. ఈ రచనలో నాడు ఆంధ్రదేశంలో వాడుకలో ఉన్న నృత్య, నాట్యరీతులను అద్భుతంగా వర్ణించాడు. దీనిలో మొత్తం ఎనిమిది ప్రకరణాలు కలవు. నేడు నృత్తరత్నావళి అనేక భాషల్లోకి అనువదింపబడింది. నృత్య, నాట్య గురువులకు ప్రామాణిక గ్రంథమైంది. పాలంపేట రామప్పగుడి గోడలపై అణువు అణువునా గ్రంథంలోని రీతులు చెక్కబడ్డాయి. జాయపసేనాని సంగీతంపై 'గీత రత్నావళి' వాద్య పరికరాలపై 'వాద్య రత్నావళి' అనే గ్రంథాలను రచించాడని కొందరు పేర్కొన్నారు. కాని ఇవి అందుబాటులో లేవు.

తెలుగు సాహిత్యం

తెలుగుభాషా పరిణామదశ శాతవాహనుల కాలంనాటి 'గాథాసప్తశతి'లో కొన్ని తెలుగు పదాలవాడుకతో ఆరంభమై, తూర్పు చాళుక్యుల కాలంనాటికి పరిపూర్ణతను సంతరించుకొంది. కాకతీయుల కాలంలో తెలుగుభాష మాట్లాడే నేటి తెలంగాణా, ఆంధ్ర, రాయలసీమ ప్రాంతాల్లోని ప్రజలు ఐక్యం చేయబడ్డారు. ప్రజల భాషగా ప్రసిద్ధిగాంచిన జానతెలుగులో శైవ, వైష్ణవ పండితులు రచనలుచేశారు. ఆనాటి శాసనాల్లో కూడా తెలుగువాడబడింది. ఈ కాలానికి చెందిన ప్రసిద్ధ తెలుగు కవుల్లో 'తిక్కన సోమయాజి', 'పాల్కురికి సోమనాథుడు', 'బద్దెన', 'కొలను గణపతిదేవుడు', 'రుద్రదేవుడు', 'ఏకామ్రనాథుడు', 'కాసె సర్వప్ప' ముఖ్యులు. ఈ యుగానికి చెందిన ప్రముఖ తెలుగు రచనల్లో ఆంధ్రమహాభారతం, నిర్వచనోత్తర రామాయణం, ఆంధ్రదశకుమార చరితం, పురుషార్థసారం, జైనేంద్ర కళ్యాణాభ్యుదయం (అప్పయార్యుడు జైనకవి) పండితారాధ్య చరితం, బసవపురాణం, శివయోగసారం, నీతిసారం, నీతిసార ముక్తావళి, ప్రతాపచరిత్ర, సిద్ధేశ్వరచరిత్ర, క్రీడాభిరామం పేర్కొనదగినవి.

కాకతీయులకు ముందు ఉన్న జైన శిల్పకళ

కాకతీయుల విజృంభణకు ముందే తెలంగాణాలో రాష్ట్రకూట, చాళుక్య యుగంలో జైనమతం ప్రజాదరణపొందింది. అనేక జైన బసదులు కట్టించబడ్డాయి. చిల్కూరు, కుల్చారం (మెదక్ జిల్లా), పటాన్‌చెరువు, కొలనుపాక, హనుమకొండ, పొలవాస జైనతీర్థంకరుల శిల్పాలు కలిగి ఉన్నాయి. మెదక్ జిల్లా కుల్చారం గ్రామంలో లభించిన పార్శ్వనాథ విగ్రహం మనోహరమైంది. దీని ఎత్తు తొమ్మిది అడుగులు. ఏడుతలల నాగరాజు నీడలో దీన్ని చెక్కారు. విగ్రహమూర్తి ప్రసన్నవదనంతో, మోకాళ్ళవరకు చేతులున్న ఈ విగ్రహం అతిసున్నితంగా చెక్కబడింది. ఈ విగ్రహపీఠంమీద 'శ్రీచాళుక్య కులతిలకం తైలవరాసన్' అని చెక్కిఉంది. దీన్ని చరిత్రకారులు రెండవ తైలవరాజు (క్రీ.శ.973-995) కాలానికి చెందిందిగా గుర్తించారు. చిల్కూరు, పటాన్‌చెరువుల్లో శిథిలావస్థలో లభించిన తీర్థంకరుల విగ్రహాలు, రాష్ట్ర పురావస్తు మ్యూజియం (హైదరాబాద్)లో ఉన్నాయి.

కాకతీయుల కాలంనాటి వాస్తుశిల్పం - కట్టడాలు

రాష్ట్రకూట, కళ్యాణీ చాళుక్యుల వారసులుగా కాకతీయులు తెలంగాణా, ఆంధ్ర ప్రాంతాల్లో అద్భుత దేవాలయాలను, కోటలను, తోరణాలను కట్టించారు. వారి సామంతులు, మంత్రులు, సేనాధిపతులు, రాష్ట్రాల పాలకులు తమ యజమానులను స్ఫూర్తిగాతీసుకొని అనేక దేవాలయాలు నిర్మింపచేశారు. కాకతీయుల కాలంలో నిర్మించిన కోటల్లో గోల్కొండ, ఓరుగల్లు, దేవరకొండ, రాచకొండ, భువనగిరి పేర్కొనదగినవి. ఓరుగల్లు రక్షణకోసం ఒక బలమైన కోట నిర్మించాడు. ఓరుగల్లు కోటకు మూడు గోడలున్నాయి. మొదటి ప్రహరిగోడ మట్టితో నిర్మించారు. దీని ఎత్తు పది అడుగులు ఉండి కాజీపేట, అనుమకొండలను చుట్టుముట్టి ఉండేది. రెండో ప్రహరిగోడ ఓరుగల్లు వెలుపలి మట్టికోట. నాలుగు ముఖ్యమైన చోట్ల ఈ కోటకు నాలుగు ద్వారాలుండేవి. ప్రస్తుతం మట్టికోట లోపల పాతపట్నం ఉంది. ఈ కోటదాటిన తరవాత పర్లాంగు దూరాన రాతితో కట్టిన పటిష్టమైన కోట ఉంది. దీన్ని కంచుకోట అంటారు. కోటలోపల స్వయంభూనాథ దేవాలయం కలదు. దీని ఎదురుగా నాలుగు అద్భుత తోరణాలు నిర్మించారు. ఇక్కడి శిల్పకళ క్రీ.శ.1323 నాటి తురుష్కుల దాడిలో ధ్వంసమయింది.

కాకతీయుల కాలంనాటి దేవాలయాలు - వాటి ముఖ్య లక్షణాలు

కాకతీయుల వాస్తు-శిల్పకళ ప్రధాన లక్షణాలు 1) ఎత్తైన అధిష్టానం, 2) వివిధ శిల్పాలతో చెక్కిన స్తంభాలు, 3) జాలాలంకృతాలైన పిట్టగోడలున్న మండపాలు, 4) తోరణ స్తంభాలు, 5) ఎత్తైన విమానాలు, 6) రంగమంటపాలు, 7) ముఖమంటపాలు మొదలైనవి.

కాకతీయుల కాలంనాటి ముఖ్య దేవాలయాలు

క్ర.సం.	దేవాలయం పేరు	కేంద్రీకృతమైన ప్రదేశం/నిర్మాణం	ఇతర విశేషాలు
1.	అనుమకొండ వేయిస్తంభాల గుడి లేదా రుద్రేశ్వరాలయం	రుద్రదేవుడు క్రీ.శ.1163లో దీన్ని నిర్మించాడు.	ఇది త్రికూటాలయం. రుద్రుడు, వాసుదేవుడు, సూర్యుడు మూలవిరాట్టులు. కాకతీయుల సార్వభౌమత్వ ప్రకటనను ఈ గుడిలో లభించిన క్రీ.శ.1163 నాటి శాసనం సమర్థిస్తుంది.
2.	రామప్పగుడి లేదా రుద్రేశ్వరాలయం	పాలంపేట గ్రామం ములుగు తాలూకా వరంగల్. దీన్ని క్రీ.శ. 1213 లో గణపతిదేవుని	దీన్ని ఆరున్నర అడుగుల ఎత్తుగల ఉప పీఠంపై నిర్మించాడు. ప్రదక్షిణపథం పది అడుగుల వెడల్పు ఉంది. దీనికి నాలుగు అంతస్తుల
		సుప్రసిద్ధ సేనాని రేచర్ల రుద్రదేవుడు నిర్మించాడు.	విమానం కలదు. మూడువైపులా ప్రవేశ ద్వారాలు కలవు. ఆలయం లోతట్టున నంది శిల్పం కలదు. పాలిపోయిన ఎరుపురంగు గట్టిరాళ్ళతో రామప్పగుడిని నిర్మించారు. ఈ గుడిలో అలంకార ఫలకాలు, శిల్పాలు ప్రస్ఫుటంగాను, తాజాగా కనిపిస్తాయి. ఈ ఆలయంలో సాలంకృతులైన సౌష్ఠవంతో కూడిన మదనికలనబడే స్త్రీ శిల్పాలు చెక్కారు. ఈ స్త్రీల శిల్పాలు త్రిభంగిమలోనూ, కుంచిత పాదంతోనూ, ఆలీఢ పాదంతోను ఉన్నాయి. వీటిని శిల్పులు జాయప నృత్త రత్నావళిలో పేర్కొన్న రీతుల ప్రకారం చెక్కారు. నాగినీ శిల్పాలను మనోహరంగా చెక్కారు. రామప్పగుడి గోడలపై వాద్యగాళ్ళు, గాయకులు భక్తిగీతాలు పాడే రంగమండపంలోని స్తంభాలమీద శిల్పులు చెక్కిన గోపికావస్త్రాపహరణ ఘట్టం, రాసక్రీడ భాగవత దృశ్యాలు నాటి శిల్పుల పనితనానికి మచ్చుతునకలు.

3.	ఘనపురం కోటగుడి,	వరంగల్	ఘనపురం కోటగుడి, రంగమంటపాల్లో మనోహరమైన నాయికా శిల్పాలను శిల్పి అద్భుతంగా చెక్కారు. నాయికలు వివిధ రకాల వాద్యాలను వాయిస్తూ, విభిన్న నృత్య భంగిమల్లో ఆలయస్తంభాలపై చెక్కబడ్డారు. గుడిలోని పూసలహారాలతో నిండుగా అలంకరించిన నంది గంభీరంగా ఉంది, కాకతీయుల శిల్పుల ప్రతిభకు ఇది మచ్చుతునక.
4.	నాగులపాడు త్రికూటాలయం(1234) కామేశ్వరాలయం (క్రీ.శ.1256)	నాగులపాడు	రంగమంటపం, సుందరంగా చెక్కిన స్తంభాలతో, లంకలో రావణసభ దృశ్యాలతో మనోహరంగా ఉంది.
5.	స్వయంభూలింగ దేవాలయం (క్రీ.శ.1254)	వరంగల్ కోట	తురుష్కుల దాడిలో ధ్వంసం అయ్యింది. ప్రస్తుతం వరంగల్ కోటలో శిథిలావస్థలో ఉంది.
6.	పిల్లలమర్రి ఎరకేశ్వరాలయం క్రీ.శ.1208	నల్గొండ	ముక్కంటీశ్వరాలయం (క్రీ.శ.1195) నామేశ్వరాలయం (క్రీ.శ.1203)
7.	సౌమ్యనాథాలయం	నందలూరు	ఇక్కడి విష్వక్సేన శిల్పం ఎంతో అద్భుతంగా చెక్కబడింది.
8.	పచ్చల సోమేశ్వరాలయం	పానగల్లు, నల్గొండ జిల్లా	క్రీ.శ.1015-1042 మధ్య కళ్యాణి చాళుక్యుల కాలం.

రామలింగేశ్వరాలయం - నందికంది, మెదక్ (క్రీ.శ.1015-1042)

మధ్యయుగంలో కాకతీయుల కాలంలో దేవాలయాన్ని లేదా గుడిని, దాని ప్రాముఖ్యతను, హోదాను, పాత్రను, విశిష్టతను గూర్చి ప్రసిద్ధ చరిత్రకారుడైన నీలకంఠశాస్త్రి కింది అభిప్రాయాన్ని వ్యక్తం చేశారు. 'భూస్వామిగా, యజమానిగా, సరుకులు-సేవల వినియోగదారునిగా, బాంకుగా, పాఠశాలగా, వస్తు ప్రదర్శశాలగా, రంగస్థలంగా, ఒక్కమాటలో చెప్పాలంటే అత్యుత్తమమైన కళలూ - నాగరికతలకు సంబంధించి కేంద్రబిందువుగా, ధర్మబద్ధమైన మానవతా విలువలకు ప్రతీకగా, వాటిని నియంత్రించే సాధనంగా మధ్యయుగ భారతదేశ చరిత్రలో దేవాలయం లేదా గుడి నిర్వహించిన పాత్ర, భూమిక మానవ చరిత్రలో ఒక ప్రధాన ఘట్టం (కె.ఎ.ఎన్.శాస్త్రి - ది చోళాస్ పుట 654, 1955).

కాకతీయుల పోషణలో ఆంధ్రదేశంలోని అనేక దేవాలయాలు దేదీప్యమానంగా వర్ధిల్లాయి. వాటి వనరులు, ఆదాయం, ఆస్తులు పుష్కలం. ఉదాహరణకు ఏకామ్రనాథుని ప్రతాపచరిత్ర రెండో ప్రతాపరుద్రుని కాలంలో కాకతీయ

రాజ్యంలో 5,500 శైవ ఆలయాలు, 1,300 వైష్ణవాలయాలు, మల్లారదేవునికి 2,400 గుళ్ళు, భైరవ, దుర్గ, గణపతిదేవుళ్ళకు కలిపి 4,400 గుళ్ళు ఉన్నట్లు పేర్కొంది (మధ్యయుగ ఆంధ్రదేశంలో మత సంస్థలు క్రీ.శ.1300 నుంచి 1600 వరకు తెలుగు అనువాదం 2012, జి.అంజయ్య పుట 18). శ్రీశైలం మల్లికార్జునస్వామి ఆలయానికి క్రీ.శ.1313 (రెండో ప్రతాపరుద్రుని కాలం) యాభైరెండు గ్రామాలు ఉండేవి. వీటి నుంచి వచ్చే ఆదాయం స్వామివారి నిత్యపూజలకు, సేవలకు, ఆలయ ఉద్యోగులు, పూజారులు ఖర్చుచేసేవారు (Ibid. P.No.132). ఈ కాలంలో వివిధ కులాలవారు, వర్తకులు తమ వృత్తులమీద వచ్చిన ఆదాయంలో కొంత వాటాను దేవాలయాలకు దానంగా ఇచ్చేవారు. దేవాలయ భూములకు ప్రత్యేకంగా పన్ను మినహాయింపు ఉండేది. వివిధ దేవాలయాలకు నిత్యావసర పండ్లను, సరుకులను, పూలను తీసుకెళ్లే పెరికఎడ్లపై, పెరికబండ్లపై రాజుగారు, అతని అధికారులు పన్ను మినహాయింపు ఇచ్చినట్లు త్రిపురాంతకం శాసనం తెలియచేస్తుంది.

కాకతీయులు నేటి తెలంగాణాలో తొలి విశాల రాజ్యాన్ని నెలకొల్పిన ఘనత సాధించారు. తెలుగుభాష మాట్లాడే వారిలో ఐక్యతాభావాన్ని పెంపొందించారు. వారిని సమైక్యంచేశారు. రాజకీయపరంగా ఒక పటిష్టమైన, ప్రజానురంజకమైన పరిపాలన అందించారు. సాహిత్యం, వాస్తుశిల్ప, మతరంగాల్లో అద్భుత విజయాలు సాధించారు. వారి కాలంలో సమాజం శాంతితో, ఆర్థికంగా పటిష్టంగా ఉంది. వారి నీటిపారుదలా విధానం, మతవిధానం నేటి తరాలకు మార్గదర్శకం.

10

ముసునూరి నాయకులు

ముసునూరి నాయకులు (క్రీ.శ.1325-1368)

క్రీ.శ.1323 లో కాకతీయ సామ్రాజ్య పతనానంతరం తుగ్లక్ సైన్యాలు కొద్ది కాలంలోనే ఆంధ్రదేశాన్నంతటిని ఆక్రమించాయి. కాకతీయ సామ్రాజ్య శిథిలాల నుంచి నాలుగు స్వతంత్ర రాజ్యాలు ఉద్భవించాయి. కంపిలి (విజయనగరం), వెలమ, రెడ్డి నాయక రాజ్యాలుగా విడిపోవడంతో నాటి ఆంధ్రదేశ జాతీయత విచ్ఛిన్నమైంది. ఒకరితో ఒకరు పోట్లాడుకొంటూ బహమనీ సామ్రాజ్య స్థాపనకు కారకులయ్యారు.

ముసునూరి నాయక రాజ్య చరిత్రను తెలుసుకోవడానికి తగినన్ని ఆధారాలులేవు. ఉన్న ఆధారాల్లో ఎక్కువగా శాసనాలు, సమకాలీన రచనలే ఉన్నాయి. అవి, 1) ముసునూరి ప్రోలయనాయుని విలాసశాసనం, 2) ముసునూరి కాపయనాయుని ప్రోలవరంశాసనం, 3) ముసునూరి అనితల్లి కలువచేరుశాసనం, 4) పద్మనాయకులు లేదా వెలమ నాయకుల శాసనాలు, 5) గురజశాసనం, 6) చోడ భక్తిరాజు పెంటపాడుశాసనం, 7) పిల్లలమర్రిశాసనం, 8) గణపేశ్వరశాసనం మొదలైనవి. అదేవిధంగా వీరిచరిత్ర తెలుసుకోవడానికి శాసనాలేకాకుండా సమకాలీన రచనలు కూడా ఉపయోగపడుతున్నాయి. వెలుగోటివారి వంశావళి, ఫెరిష్టా రచనలు మొదలైనవి ఇతర ఆధారాలు. ఇవన్నీ ముసునూరి వంశీయుల పాలనకాలం నాటి విశేషాలను తెలియచేస్తున్నాయి. ముసునూరి వంశీయులు ముసునూరు అనే గ్రామవాసులు. వారి స్వగ్రామం వల్లనే వారికి ముసునూరు అనే ఇంటిపేరు వచ్చిందని విలాసశాసనం పేర్కొంటుంది. ముసునూరి వారి పుట్టుపూర్వోత్తరాలు స్పష్టంగా తెలియవు. వారి వంశం గురించి కాపయనాయుని ప్రోలవరం శాసనంలో కొద్ది వివరాలు ఉన్నాయి. ఈ శాసనం 14 మంది పేర్లను సూచిస్తుంది. కానీ 14 మందిలో ప్రోలయనాయుడు, కాపయనాయుడు, అనపోతనాయుడులు మాత్రమే రాజ్యంచేశారు.

ముసునూరి ప్రోలయనాయుడు (క్రీ.శ.1325-1335)

ముసునూరి వారు చతుర్థాన్వయులు. ప్రోలయ తండ్రి పోతినాయకుడు. అతనికి దేవ, కామ, రాజనాయకులనే పినతండ్రులున్నారు. ప్రోలయ జీవితంలోని తొలిదశలను గురించి ఆధారాలు లభ్యంకాలేదు. క్రీ.శ.1323 లో ఓరుగల్లు పతనానంతరం తురుష్కరాజుల పాలనలో చెలరేగిన అసంతృప్తిని అవకాశంగా తీసుకొని భద్రాచల ప్రాంత అరణ్య భూముల్లోని గిరివన దుర్గాలను తన స్థావరంగా ఏర్పరచుకొని తురుష్కులతో పోరాడాడు. ఈ పోరాటంలో ప్రోలయకు వేంగి పాలకుడు వేంగభూపాలుడు, తన పినతండ్రి కొడుకు కాపయనాయుడు తోడయ్యారు. తరుష్కులతో యుద్ధాలు చేసి వారిని పారద్రోలి గోదావరి ప్రాంతంలో మాల్యవంత (పర్వత) సమీపంలోని రేకపల్లిని రాజధానిగా చేసుకొని స్వతంత్ర రాజ్యం స్థాపించాడు. ఈ విజయాలను చూసి నెల్లూరు, గుంటూరు ప్రాంతాల్లో ప్రోలయ వేమారెడ్డి, నల్గొండ, మహబూబ్‌నగర్‌లలో రేచర్ల వెలమ సింగమనాయుడు, రాయచూర్, కడప, కర్నూలు ప్రాంతాలను ఆరవీటి సోమదేవరాయలు తురుష్కుల పాలన నుంచి ప్రజలను విముక్తులను చేశారు. ఈ విధంగా ప్రోలయకాలంలో ఒక్క ఓరుగల్లు

(ఉత్తర తెలంగాణ) తప్ప మిగిలిన ఆంధ్రదేశం అంతా తురుష్కుల నుంచి విముక్తి అయ్యింది. తురుష్కుల నుంచి రాజ్యవిముక్తి జరిగిన తరవాత ప్రోలయనాయుడు నష్టపోయిన అగ్రహారాలతోపాటు వైదిక ధర్మాన్ని పునరుద్ధరించాడు. రైతులపై విధించిన పన్నులను రద్దుచేశాడు. ఇతడు పునరుద్ధరించిన కార్యక్రమాలన్నింటిని విలాసశాసనంలో 39 నుంచి 52వ శ్లోకం వరకు వర్ణించడమైంది. ఈ విధానాల్లో భాగంగానే విలాస గ్రామాన్ని భరద్వాజ గోత్రీకుడైన వెన్నమ అనే బ్రాహ్మణునికి అగ్రహారంగా ఇచ్చి ఈ విలాసశాసనాన్ని రాయించాడు. ఇది క్రీ.శ.1330 లో రాసిందిగా భావించడమైంది. ఈయన ఎన్నాళ్లు పాలించింది స్పష్టంగా తెలియదు కానీ క్రీ.శ.1335 వరకు పాలించాడని చరిత్రకారుల అభిప్రాయం. ఉత్తరాంధ్రపై కళింగులు దండెత్తగా వారిని ఎదుర్కొనే సందర్భంలో ప్రోలయనాయుడు యుద్ధభూమిలో మరణించాడని ఆచార్యరంగ గారు తన 'కాకతీయ నాయకులు' అనే గ్రంథంలో రాశారు.

ముసునూరి కాపయనాయుడు (క్రీ.శ.1335-1368)

ప్రోలయనాయుడి మరణానంతరం క్రీ.శ.1335 లో అతని పినతండ్రి కుమారుడు కాపయనాయుడు రేకపల్లి సింహాసనం అధిష్టించి క్రీ.శ.1368 వరకు పాలించాడు. కాపయనాయుడు విశ్వేశ్వర భక్తుడు. కాపయనాయుని చరిత్రకు అతని ప్రోలవరం శాసనం, గురజ, పిల్లలమర్రి, గణపేశ్వర శాసనాలు, వెలుగోటివారి వంశావళి, ఫెరిస్తా మొదలైన ముస్లిం రచనలు ముఖ్యమైన ఆధారాలు. ప్రోలయనాయుని మరణ సమయంలో తాను ప్రారంభించిన ఆంధ్ర స్వాతంత్ర్య సమరాన్ని కొనసాగించి ఓరుగల్లును సాధించవలసిందిగా ఆదేశించాడు. ఆ లక్ష్యసాధనకు కాపయనాయకుడు రాజ్యానికి వచ్చిన నాటి నుంచే ప్రయత్నాలు ప్రారంభించి క్రీ.శ.1336లో ఓరుగల్లుపై దండెత్తి ఇక్కడి ముస్లిం గవర్నర్ మాలిక్‌మక్బుల్‌ను ఓడించి తరిమివేశాడు. ఈ విజయం తరవాత కాపయ విజయదుందుభితో ఓరుగల్లు కోటలోకి ప్రవేశించి 'ఆంధ్రసురత్రాణ', 'ఆంధ్రాదీశ్వర' అనే బిరుదులతో సింహాసనం అధిష్టించాడు. దీంతో ఆంధ్రదేశంపై తుగ్లక్ అధికారం అంతమైంది.

తన ఆధీనంలో ఉన్న ఓరుగల్లు రాజ్యరక్షణకు కాపయనాయుడు కట్టుదిట్టమైన ఏర్పాట్లు చేశాడు. ఓరుగల్లు కోటను పునరుద్ధరించి, రాజ్యాన్ని రాష్ట్రాలుగా విభజించి రాజ బంధువులను, తనకు విశ్వాసపాత్రులైన వారిని రాజ్య పాలకులుగా, ఉన్నత పదవుల్లో నియమించాడు. తన పినతండ్రి రాజనాయకుని కుమారుడు అనపోతనాయకుణ్ని ఉత్తరాంధ్రలో పాలకునిగా నియమించాడు. అనపోతునకు కొంతకాలం తొయ్యేరు తరవాత రాజమహేంద్రవరం రాజధానులు. అందువల్ల ఇతడిని తొయ్యేటి అనపోతనాయుడు అంటారు. తెలంగాణాలోని సబ్బి మండలానికి గురజాల చెలుంగున్నవుని కుమారుడు ముప్పాభూపాలుడు రాజప్రతినిధి. ఇతని రాజధాని రామగిరి (కరీంనగర్). ముప్పాభూపాలుడు మడికి సింగన అనే కవిని పోషించాడు. మడికి సింగన తొయ్యేటి అనపోతన మంత్రియైన అయ్యలామాత్యుని కుమారుడు. కాపయ కోరుకొండ దుర్గాన్ని నిర్మించి కూనపనాయుణ్ని రాజప్రతినిధిగా నియమించాడు. కూనప కొడుకు ముప్పడి నాయునకు కాపయ తన మేనకోడలిని ఇచ్చి వివాహం చేశాడు. క్రమంగా ఉత్తరాంధ్ర రాజకీయాల్లో కోరుకొండ బలమైన కేంద్రమైంది. ఈ విధంగా కాపయ రాజ్యంలో సమర్థులైన సేనాపతులను పాలకులుగా నియమించి రాజ్య రక్షణ పటిష్టం చేసి క్రీ.శ.1347 వరకు నిశ్చింతగా పాలించాడు. ఆ తరవాత కాపయనాయుని వైభవం తిరోగమించింది.

కాపయనాయుడు తన రాజ్యాన్ని పటిష్టపరచుకొనే క్రమంలోనే దక్కన్‌లో మిగిలి ఉన్న తుగ్లక్ సామ్రాజ్యంపై మరొక తిరుగుబాటు జరిగి అల్లాఉద్దీన్ హసన్ బహమన్‌షా నాయకత్వంలో స్వతంత్ర బహమనీ (క్రీ.శ.1341) రాజ్యస్థాపనకు దారితీసింది. కాపయనాయకుడు ఈ రాజ్యస్థాపనకు బహమనీకి సహకరించాడు.అయితే ఈ స్నేహం ఎంతోకాలం నిలవలేదు. బహమనీ సుల్తానులకు దక్షిణాపథంలో ఇస్లాం అధికార విస్తరణే లక్ష్యం అయ్యింది. అందువల్ల క్రీ.శ.1350

లో బహమనీ సుల్తాన్ సికిందర్‌ఖాన్ అనే సేనానిని పెద్ద సైన్యంతో ముసునూరి ఓరుగల్లు రాజ్యంపైకి పంపాడు. కాపయ ఈ యుద్ధంలో ఓడిపోయి కౌలస్ దుర్గాన్ని (నేటి నిజామాబాద్ జిల్లా), అపారమైన ధనరాసులను, కొన్ని ఏనుగులను సమర్పించి సంధిచేసుకొన్నాడు. దీన్ని అదునుగా తీసుకొని వెలమ సింగమనాయుడు కాపయపై తిరుగుబాటు చేశాడు. కాపయ ఈ తిరుగుబాటును అణచి సింగమనాయుని అమనగల్లు ప్రాంతాన్ని జయించి, పిల్లలమర్రి స్థావరంగా ఎర్రపోతలెంకను తన సేనాధిపతిగా నియమించాడు. ఇంచుమించు ఇదే సమయంలో కాపయనాయకుని నాయకత్వంలో ఉన్న ఉత్తరాంధ్ర ప్రాంతాలైన పిఠాపురం, రాజమహేంద్రవరం, కోరుకొండ సేనాపతుల నాయకత్వంలో ఉన్న ఈ ప్రాంతాలపై కళింగ గంగులు దండయాత్ర చేసి ఆక్రమించారు. కళింగ గంగు సైన్యాలు వెనుతిరగగానే మంచికొండ, కొప్పుల వంశాలు స్వతంత్రం ప్రకటించాయి. కాని వీరందరిని కాపయ తన ఆధీనంలోకి తెచ్చుకోలేకపోయాడు. అందుకు కారణం తెలంగాణాలో తిరిగి బహమనీల దండయాత్రలను కాపయ ఎదుర్కోవలసి వచ్చింది.

క్రీ.శ.1356 లో బహమనీ సుల్తాన్ అల్లాఉద్దీన్ హసన్ గంగూ రెండవసారి కాపయరాజ్యంపై దండెత్తాడు. కాపయ్య ఓడిపోయి భువనగిరి దుర్గాన్ని సుల్తాన్‌కిచ్చి సంధి చేసుకొన్నాడు. అనంతరం క్రీ.శ.1360-61 మధ్య కాలంలో బహమనీ సుల్తాన్ హసన్ గంగు మరణించాడు. అతని కుమారుడు మహ్మద్‌షా బహమనీ సుల్తాన్ అయ్యాడు. ఈ సమయంలో తాను కోల్పోయిన ప్రాంతాలను తిరిగి పొందాలనే లక్ష్యంతో విజయనగర రాజు బుక్కరాయల సహకారంతో తన కుమారుడు వినాయకదేవునికి పెద్ద సైన్యం ఇచ్చి బహమనీ రాజ్యంపైకి పంపాడు. కాని క్రీ.శ.1362 లో జరిగిన ఈ యుద్ధంలో వినాయకదేవుడు మరణించడం వల్ల కాపయనాయుని వెన్నెముక విరిగినట్లయింది. తన కుమారుణ్ని చంపిన బహమని రాజ్యాన్ని దెబ్బతీయాలన్న నెపంతో ఢిల్లీ సుల్తాన్ ఫిరోజ్‌షా తుగ్లక్ సహాయం అర్థించాడు. ఢిల్లీ సుల్తాన్ మత ద్వేషి కావడం వల్ల ఇందుకు ఒప్పుకోలేదు. ఈ విషయాన్ని తెలుసుకొన్న బహమనీ సుల్తాన్ మహ్మద్‌షా కోపించి కాపయ రాజ్యాన్ని జయించడానికి పెద్ద సైన్యాన్ని పంపాడు. ఈ యుద్ధంలో ఓడిపోయి క్రీ.శ.1364-65 ల మధ్య కాలంలో వారితో సంధిచేసుకొన్నాడు. సంధి ప్రకారం కాపయ గోల్కొండ దుర్గాన్ని, 400 ఏనుగులను, 250 అశ్వాలను, 33 లక్షల ధనాన్ని నష్టపరిహారంగా ఇచ్చాడు. ఇదే బహమనీ రాజ్యంపై కాపయనాయుని చివరి దండయాత్ర.

మహ్మద్‌షా దండయాత్ర కాపయను నిర్వీర్యం చేసింది. ఉత్తరాంధ్రలో రెడ్ల అధికారం నెలకొన్నది. తీరాంధ్ర కాపయ నుంచి చేజారిపోయే సమయంలోనే తెలంగాణాలో రేచర్ల వెలమ సింగమనాయుడు విజృంభించాడు. అతణ్ని అదుపులో ఉంచడానికి కాపయనాయుడు చేసిన ప్రయత్నాలు ఫలించలేదు. కాపయ యుద్ధాల్లో మునిగి ఉండగా సింగముడు కృష్ణానది పర్యంతం రాజ్యాన్ని విస్తరించేశాడు. కృష్ణా, తుంగభద్ర అంతర్వేదిలోని ప్రాంతాలను సైతం సింగన ఆక్రమించాడు. చివరకు సింగమనాయుడు జల్లిపల్లి రాజులతో జరిగిన యుద్ధంలో హతుడయ్యాడు. అతని కొడుకు అనపోతనాయుడు అమనగల్లు రాజయ్యాడు. సింగమనాయుని మరణంతో కాపయకు జోక్యం ఉన్నదని అనుమానించాడు. అనపోతనాయుడు అమనగల్లు నుంచి రాజధానిని బలిష్ట దుర్గమైన రాచకొండకు మార్చి తదుపరి కాపయనాయునిపై దండెత్తాడు. ఓరుగల్లు సమీపంలో క్రీ.శ.1367-68 మధ్య కాలంలో భయంకరమైన భీమావరం యుద్ధం జరిగింది. కాపయనాయకుడు ఓడిపోయి మరణించాడు. దీంతో తెలంగాణాలో ముసునూరి వారి పాలన ముగిసింది. ముసునూరి రాజ్యం రేచర్ల వెలమ వంశీయుల వశమైంది.

రాచకొండ-దేవరకొండ వెలమలు (క్రీ.శ.1324-1375)

కాకతీయ సామ్రాజ్య పతనానంతరం నేటి నల్గొండ, మహబూబ్‌నగర్ జిల్లాల్లో వెలసిన రాజ్యమే రేచర్ల వెలమ రాజుల రాజ్యం. కాపయనాయుని మరణానంతరం తెలంగాణాలోని ముసునూరు రాజ్యాన్ని ఆక్రమించి మొత్తం తెలంగాణాకు పరిపాలనాధిపతులయ్యారు. సుమారు 150 సంవత్సరాలు రాచకొండ, దేవరకొండలను రాజధానిగా చేసుకొని సుపరిపాలన చేస్తు నాటి తెలుగుదేశ లేదా ఆంధ్రదేశ రాజకీయాలను ప్రభావితం చేశారు. వీరినే వెలమలు లేదా పద్మనాయకులు అని కూడా అంటారు. విష్ణుపాద పద్మాల నుంచి జన్మించడం వల్ల వీరికాపేరు వచ్చిందని ప్రతీతి. పద్మనాయకుల్లో పదిహేడు గోత్రాల వారున్నారు. అందులో రాచకొంఢ-దేవరకొండ రాజధానిగా పాలించిన వెలమ రాజులది రేచర్ల గోత్రం. వీరి పరిపాలన కాలంలో నిరంతర యుద్ధాలు జరిగినప్పటికీ వీరి సమర్ధవంతమైన పరిపాలన ఫలితంగా రాజ్యం ఆర్థిక, సామాజిక రంగాల్లో అభివృద్ధి చెందడమే కాకుండా, సాంస్కృతిక రంగంలో కూడా ముందంజ వేసింది. కళా, సారస్వత పోషణలో వీరు కాకతీయులకు వారసులమనిపించుకొన్నారు.

ఆధారాలు

రేచర్ల వెలమ రాజుల చరిత్ర తెలుసుకోవడానికి అనేక ఆధారాలున్నాయి. అవి వీరి పరిపాలన కాలంలో వేయించిన రాచకొండ, దేవరకొండ, భువనగిరి, ఐనవోలు, గార్ల, దేవులమ్మనాగారం, బెల్లంకొండ, ఉమామహేశ్వరం, ఓరుగల్లు, సింహాచలం, శ్రీకూర్మం మొదలైన ప్రదేశాల్లోని శాసనాలు. వారి కాలంనాటి సాహిత్యం- సంగీత రత్నాకరం, రసార్ణవ సుధాకరం, మదన విలాసబాణం, భోగిని దండకం, హరిశ్చంద్రోపాఖ్యానం, సింహాసన ద్వాత్రింశిక, వెలుగోటి వారి వంశావళి, చాటువులు, దండకవలెలు, సురభీ వంశ చరిత్ర, ఫెరిష్టా వంటి విదేశీ రచనలు. అంతేగాక సమకాలీన రాజవంశాలైన గజపతులు, రెడ్డిరాజులు, విజయనగర రాజుల శాసనాలు, సాహిత్యం మొదలైనవి ఉపయోగపడుతున్నాయి.

రాచకొండ-దేవరకొండ వెలమల రాజకీయ చరిత్ర

రేచర్ల వెలమ రాజులు మొదటి కాకతీయులకు సామంతులుగా పనిచేశారు. ఆనాటి రైతు బృందాల్లో ప్రబలమైన వెలమ కులానికి చెందిన బేతాళనాయుడు అనే వ్యక్తి రేచర్ల వంశస్థాపకుడు. బేతాళనాయుడు నిక్షిప్తనిధిని కనుక్కోవడంతో అతడి ఎదుగుదల ప్రారంభమైందని వెలుగోటివారి వంశావళి చెబుతుంది. ఇతని జన్మస్థలం నేటి నల్గొండ జిల్లా మిర్యాలగూడెం ప్రాంతంలోని ఆమనగల్లు. ఆ కాలంలో రేచర్ల వెలమలు కాకతీయ సామంతులుగా ఆమనగల్లు, పిల్లలమర్రిని పాలించేవారు. క్రీ.శ.1225-1253 ప్రాంతంలో కాకతీయ గణపతిదేవ చక్రవర్తి బేతాళనాయుని ఆమనగల్ ప్రాంతానికి స్థానిక పాలకునిగా నియమించాడు. అతనికి బేతాళనాయకుడు అనే బిరుదు కూడా కాకతీయ గణపతిదేవుడే ఇచ్చాడు. దానికి బదులుగా బేతాళనాయకుడు రాజుకు తన మద్దతును తెలిపాడు. ఈ సంప్రదాయాన్నే పాటిస్తూ రేచర్ల వెలమలు గణపతిదేవుని (క్రీ.శ.1199-1262) పాలనా కాలంలోనూ ఆ తరవాత అతడి కుమార్తె రుద్రమదేవి (క్రీ.శ.1262-1290) పరిపాలనా కాలంలోనూ ప్రముఖమైన స్థానాలను ఆక్రమించారు. గణపతిదేవుని కాలం నుంచి ప్రతాపరుద్రుని వరకు కాకతీయుల పాలనా వ్యవహారాల్లో ప్రముఖ పాత్రను రేచర్ల వెలమరాజులు పోషించారు. తుగ్లక్‌ల చేతిలో కాకతీయ వంశం అంతమయ్యాక స్వతంత్ర శక్తిగా ఎదిగి సమర్ధవంత పరిపాలనను ప్రజలకు అందించారు.

బేతాళనాయుకునికి దామానాయుడు, ప్రసాదిత్యనాయుడు, రుద్రనాయుడు (రుద్రుడు) అనే ముగ్గురు కుమారులు. రేచర్ల వెలమరాజులు లేదా పద్మనాయకుల చరిత్ర వీరితోనే ప్రారంభమైంది. వీరు ముగ్గురూ కాకతీయుల కొలువులో సేనాధిపతులు. కాకతీయ రుద్రదేవుడు, ఆ తరవాత గణపతిదేవుడి పరిపాలనా కాలంలో ప్రముఖపాత్ర పోషించిన మల్యాల, రేచర్ల రెడ్డి నాయకులు రాజ్యకార్య నిర్వహణలో క్రియాశీలంగా పాలుపంచుకోకుండా ఈ సమయానికి కనుమరుగయ్యారు. ఈ ఖాళీని రేచర్ల వెలమ బేతాళనాయకుని ముగ్గురు పుత్రులు పూరించారు. కాకతీయ వంశాన్ని గురించి చర్చించే సందర్భంలో పి.వి.పరబ్రహ్మశాస్త్రిగారు రాజ్య వ్యవహారాల్లో రేచర్ల వెలమల లాంటి సామంతులు పోషించిన విశ్వసనీయ పాత్రను గురించి వివరించారు. 'రేచర్ల కుటుంబపు పెద్ద రుద్రుడు' అని ప్రస్తావిస్తూ, బేతాళ నాయకుడు విశ్వసనీయత అనే ఖడ్గాన్ని తన కొడుకులకు అందించాడని ఆయన వివరించారు.

బేతాళనాయకుడి ముగ్గురు కుమారుల్లో కుటుంబ పెద్ద అయిన రుద్రుడు గణపతిదేవుని పరిపాలనా ప్రారంభ రోజుల్లో రాజ్యసిరిసంపదలను, వైభోగాన్ని తిరిగి స్థాపించడంలో ప్రముఖమైన పాత్రను నిర్వహించాడు. కాకతీయ రాజు రుద్రదేవుడు, అతడి సోదరుడు మహదేవుడు యాదవ రాజులకు వ్యతిరేకంగా జరిగిన యుద్ధంలో మరణించిన తరవాత, గణపతిదేవుణ్ని యాదవరాజులు దేవగిరిలో బంధించడం జరిగింది. ఈ సమయంలో ఓరుగల్లుపై సర్దారులు తిరుగుబాటు చేసినా, రేచర్ల రుద్రుడు విశ్వాసపాత్రంగా విదేశీ దురాక్రమణదారులను పారద్రోలాడు. దేవగిరి కారాగార వాసం నుంచి గణపతిదేవుడు విముక్తమయ్యే వరకు రాజ్యాన్ని పాలించి గణపతిదేవుని మెప్పుపొందాడు. గణపతిదేవుని అనంతరం రుద్రుడు రుద్రమదేవి ఆస్థానంలో ఉన్నత పదవులను పొందాడు. బేతాళనాయుని కుమారుల్లో రెండవ వాడైన ప్రసాదిత్యుడు రుద్రమదేవి కాలంలో ప్రసిద్ధిచెందాడు. రుద్రమదేవి కాలంలో ఆమెపై కొంతమంది రాచకుటుంబ సభ్యులు తిరుగుబాట్లు చేయగా, ఆ తిరుగుబాట్లను అణచడంలో రాణిపక్షం వహించి పోరాడాడు. తన విశ్వసనీయతకు గుర్తింపుగా కాకతీయ 'రాజ్యస్థాపనాచార్య', 'రాయపితామాంక' అనే బిరుదులను రుద్రమదేవి నుంచి పొందాడు. ప్రసాదిత్యుని కుమారుడు సబ్బినాయుడు. రేచర్ల సోదరుల్లో మూడవవాడు దామనాయుడు, రుద్రమదేవి తండ్రి గణపతిదేవుడు తమ తండ్రి బేతాళనాయకునికి ఇచ్చిన అమనగల్లు వ్యవహారాలను చక్కదిద్దడంలో కాలంగడిపాడు. అతడు 'ఖడ్గనారాయణ', 'రాయగాయగోవాళ', 'భుజబలభీమ', 'ప్రతిగండభైరవ' అన్న బిరుదులను పొందినట్లు వెలుగోటివారి వంశావళి పేర్కొంటోంది. అయితే ఈ ఉద్ఘాటనను సమర్థించే మరే ఇతర సాహిత్య శాసనాధారాలు మనకు లభ్యంకాలేదు. దామనాయుని కుమారుడు వెన్నమనాయుడు. అల్లాఉద్దీన్ కాలంలో వచ్చిన ముస్లిం దండయాత్రలను ఎదిరించడంలో ముఖ్యపాత్ర వహించాడు. వెన్నమనాయుని కుమారుడు ఎరదాచనాయుడు ప్రతాపరుద్రుని కాలంలో సేనాధిపతి. క్రీ.శ.1316 లో ప్రతాపరుద్రుడు పాండ్యులపై దండయాత్ర చేసినప్పుడు ఎరదాచనాయుడు కాకతీయ ప్రతాపరుద్రుని పక్షాన వీరోచితంగా పోరాడి కాకతీయ ప్రభువులపై తన విశ్వసనీయత చాటుకొన్నాడు. అందుకు గుర్తింపుగా ప్రతాపరుద్రుడు ఎరదాచయ్యను 'పంచ పాండ్యదళ విభాళ', 'కంచి కవాటాచూరకర', 'పాండ్యగజకేసరి' అనే బిరుదులతో సత్కరించాడు. నాటి నుంచి ఈ బిరుదులు వెలమ వంశస్థులందరూ వారసత్వంగా ధరించారు. ఎరదాచనాయుని పెద్ద కుమారుడు మొదటి సింగమనాయుడు కూడా యుద్ధాల్లో పాల్గొనేవాడు. సింగమనాయుని సోదరుడగు యాచమనీడు మెదక్ మండలం వద్ద ఉన్న పటాన్‌చెరువు వద్ద తురుష్కులతో జరిగిన యుద్ధంలో గొప్ప పరాక్రమాన్ని ప్రదర్శించాడు. ఎరదాచనాయుని పెద్ద కుమారుడగు మొదటి సింగమనాయుడే రేచర్ల వెలమల రాజ్య స్థాపకుడు.

మొదటి సింగమనాయుడు (క్రీ.శ.1325-1361)

మొదటి రేచర్ల వెలమపాలకుడు రేచర్ల మొదటి సింగమనాయుడు. తన తండ్రితోపాటు ఇతడు కూడా కంచి దండయాత్రలో పాల్గొన్నాడు. తరవాత కాకతీయ ప్రతాపరుద్రుని ఆజ్ఞపై క్రీ.శ.1320 లో కంపిలి దండయాత్రలో పాల్గొన్నాడు. క్రీ.శ.1323 వ సంవత్సరంలో కాకతీయులకు జూనాఖాన్‌తో జరిగిన చివరి యుద్ధంలో కూడా పాల్గొన్నాడు. ఈ యుద్ధంలో కొంతమంది కాకతీయ సేనానులు మరణించగా సింగమనాయుడు బతికిబయటపడ్డాడు. తరవాత ముసునూరి ప్రోలయనాయుడు, కాపయనాయునితో కలిసి ఆంధ్ర విమోచన ఉద్యమంలో పాల్గొన్నాడు. ఇతడు స్థాపించుకొన్న రాజ్యానికి రేచర్ల వెలమ రాజ్యమని పేరు. విమోచనోద్యమం తరవాత బహమనీలతో కాపయనాయుడు పోరాడే సమయంలో మొదటి సింగమనాయుడు విజృంభించాడు. ఇతడు కృష్ణా, తుంగభద్ర నదుల ప్రాంతంపై దండెత్తి అక్కడి అంతర్వేది, ఏలేశ్వరం మొదలైన ప్రాంతాలను, కోటలను జయించాడు. ఆ తరవాత నిర్భయంగా రాజ్యవిస్తరణకు పూనుకొన్నాడు. ఆ కాలంలో నల్లగొండ జిల్లాలో కృష్ణానది తీరాన చాళుక్య వంశానికి చెందిన కొన్ని చిన్న రాజ్యాలైన జీలుగపల్లి, జల్లిపల్లి, మగదల మొదలైన వాటిని సోమ కులానికి చెందిన క్షత్రియులు పాలిస్తున్నారు. వీరు ఆరవీటి సోమరాజ చాళుక్య వంశానికి చెందిన కుటుంబాలవారని ప్రతీతి. సింగమనాయుడు ఈ రాజ్యాలను జయించే క్రమంలో తన బావమరిది చింతపల్లి సింగమనాయుడు జల్లపల్లి (ఖమ్మం సమీపంలో ఉన్న ప్రాంతం) కోటలో బందీగా చిక్కాడు. తన బావమరిది చింతపల్లి సింగమనాయుణ్ని విడిపించుకోవడానికి రేచర్ల మొదటి సింగమనాయుడు పెద్దసైన్యంతో జల్లిపల్లి కోటను ముట్టడించాడు. ఈ కోట ఓరుగల్లు మండలంలో ఉంది. సింగమనాయుని రాక చూసి కాపయనాయుడు అద్దంకి రెడ్డిరాజుల సహాయం అర్థించాడు. కాని సింగమనాయుడు సోమవంశస్థులను ఓడించాడు. కోటను తమ ఆధీనంలో ఉంచుకోవడం కష్టమవడంతో సోమవంశస్థులు తంబళజియ్య అనే వ్యక్తిని రాయబారిగా పంపారు. అతనితో సింగమనాయుడు మంతనాలు చేసే సమయంలో తంబళజియ్య సింగమనాయుణ్ని పొడిచి చంపాడు. ప్రాణం పోయేముందు సింగమనాయుడు తన కుమారులను పగతీర్చుకోమని ఆదేశించి మరణించాడు. ఈ సంఘటన క్రీ.శ.1361 లో జరిగింది. ఈ విధంగా మొదటి సింగమనాయుడు మరణించాడు. అతడు మరణించే నాటికి కందూరు చోళులు పాలించిన ప్రాంతం అంతా రేచర్ల వెలమరాజ్య ఆధీనంలోకి వచ్చింది. రేచర్ల రాజ్యం స్థిరపడింది.

మొదటి అనపోతానాయుడు (క్రీ.శ.1361-83) - మొదటి మదానాయుడు (క్రీ.శ.1361-84)

మొదటి సింగమనాయుని మరణానంతరం అతని పెద్ద కుమారుడైన అనపోతానాయుడు సింహాసనం అధిష్టించాడు. తన సోదరుడు మాదానాయకుని సహాయంతో జల్లిపల్లిపై దండెత్తి తన తండ్రి మరణానికి కారకులైన సోమవంశస్థులను, వారికి సహాయంగా వచ్చిన రెడ్డి నాయకులను హతమార్చి 'సోమకుల పరశురామ' అనే బిరుదు పొందాడు. ఈ దండయాత్ర తరవాత తిరిగివచ్చి అనపోతానాయుడు తన కోట రాచకొండను అభేద్యంగా చేయడానికి ఒక రాతికోటను, అనపోత సముద్రం అనే జలాశయాన్ని, బావులను నిర్మించి భవిష్యత్తులో శత్రువుల దాడి నుంచి రక్షించుకొనేందుకు దుర్భేద్యమైన దుర్గంగా మార్చినట్లు క్రీ.శ.1365 లో అతడు రాచకొండలో వేయించిన మూడు శాసనాలు ధృవీకరిస్తున్నాయి. రాజధానిని అమనగల్లు నుంచి రాచకొండకు మార్చాడు. ఇతని కాలంలోనే రెడ్లకు, వెలమలకు సంఘర్షణ ప్రారంభమైంది. వెలమ సోదరులు రెడ్డి రాజ్యంపై దండెత్తి ధరణికోట వద్ద కొండవీటి అనవేమారెడ్డిని జయించి శ్రీశైల ప్రాంతాన్ని

ఆక్రమించారని వెలుగోటి వంశావళి చెబుతోంది. తదుపరి మసునూరు కాపయనాయునిపై దండెత్తి క్రీ.శ.1367-68 మధ్య కాలంలో ఓరుగల్లు సమీపంలో భీమవరం వద్ద జరిగిన యుద్ధంలో కాపయను హతమార్చి ఓరుగల్లును వశం చేసుకొన్నాడు. ఈ యుద్ధాన్నే భీమవర యుద్ధం అంటారు. ఈ భీమవరమే నేటి హన్మకొండలోని భీమారం. ఆ తరవాత అనపోతానాయుడు తెలంగాణాలోని ముఖ్యమైన కోటలు భువనగిరి, శనిగరం (శృంగవరం) మొదలైన కోటలను ఆక్రమించి ఓరుగల్లుకు సమీపంలోని ఐనవోలు పుణ్యక్షేత్రాన్ని దర్శించాడు. అక్కడ తన విజయాలకు చిహ్నంగా శాసనం వేయించాడు. పై దండయాత్రల వివరాలను ఈ ఐనవోలు శాసనం ధృవపరుస్తుంది. ఈ కోటలను జయించిన అనంతరం 'ఆంధ్రదేశాధీశ్వర' అనే బిరుదు పొందాడు. ఈ విజయాల వల్ల రేచర్ల వెలమల రాజ్యం తెలంగాణాలో ఉత్తరాన గోదావరి నుంచి దక్షిణాన శ్రీశైలం వరకు విస్తరించింది. తూర్పున కొండవీటి రాజ్యం, పశ్చిమాన బహమనీ రాజ్యం సరిహద్దులుగా మారాయి. నాటి నుంచి ఒక శతాబ్ద కాలం వెలమరాజుల చరిత్రయే తెలంగాణా చరిత్ర.

ఇతని కాలంలో వెలమలు బహమనీ సుల్తానులతో మైత్రివహించి తమ రాజ్య విస్తరణను కొనసాగించారు. క్రీ.శ.1356, 1358 సంవత్సరాల్లో అనపోతానాయుడు కళింగపై దండెత్తినట్లు అతని సింహాచలశాసనం తెలియచేస్తుంది. శ్రీపర్వతంపైకి యాత్రికులు తేలికగా వెళ్లేందుకు అనపోతానాయుడు మెట్లు కట్టించాడని రసార్ణవ సుధాకరం చెపుతుంది. ఈ విషయానికి మాదానాయుడు శ్రీశైల సమీపంలోని జాతర రేవు వద్ద వేయించిన శాసనం వల్ల సమర్ధన లభిస్తుంది. తెలంగాణా నుంచి వచ్చే యాత్రికుల సౌకర్యార్థం ఆ మెట్లు కట్టించినట్లు కూడా ఆ శాసనం తెలుపుతుంది. పరిపాలనా సౌలభ్యంకోసం రాజ్యపు ఆగ్నేయ సరిహద్దు రక్షణ దృష్ట్యా అనపోతానాయుడు దేవరకొండ రాజ్యాన్ని స్థాపించి తన సోదరుడైన మొదటి మాదానాయుణ్ని దేవరకొండ రాజ్య పాలకునిగా నియమించాడు. ఇలా వెలమరాజ్యం రెండుగా రాచకొండ, దేవరకొండ రాజ్యాలుగా విభజించబడ్డాయి. రాజధానులు వేరైనా వారి వంశీయులుగా వేరు వేరుగా పాలిస్తు ఉభయులు కలిసిమెలిసి పద్మనాయక లేదా వెలమ రాజ్య రక్షణకై పాటుపడ్డారు. దేవరకొండ పరిపాలకులె రాచకొండ పరిపాలకులకు విధేయులుగా ఉండి పరిపాలించారు. మొదటి మాదానాయుడే తన పేర మాధవ నగరాన్ని నిర్మించి అక్కడే నివసించాడు. అనపోతానాయుడికి చిలుమరాజు, అప్పరాజు, మాదానాయుడికి పోతరాజు అనే మంత్రులు ఉండేవారు. 'ద్విపద హరిశ్చంద్రోపాఖ్యాన' కర్త గౌరనకు పోతరాజు పెదతండ్రి.

కుమార (రెండవ) సింగమనాయుడు (క్రీ.శ.1383-99), వేదగిరి (క్రీ.శ.1384-1410)

అనపోతానాయుడి మరణానంతరం అతని పెద్ద కుమారుడు రెండవ సింగమనాయుడు రాచకొండ సింహాసనం అధిష్టించాడు. ఇతనికి 'కుమార సింగమనాయుడు', 'సర్వజ్ఞ సింగమ భూపాలుడు' అనే పేర్లు కూడా ఉన్నాయి. ఇతడు గొప్ప యోధుడు. యువరాజుగా ఉన్నప్పుడే కళ్యాణదుర్గం (గుల్బర్గా జిల్లాలోని కళ్యాణి) జయించి, అక్కడ విజయస్తంభం నాటి 'కళ్యాణ భూపతి' అనే బిరుదు పొందినట్లు ఆయన ఆస్థాన కవి విశ్వేశ్వరుని 'చమత్కార చంద్రిక' అనే గ్రంథంలో వివరించబడింది. కుమార సింగమనాయుని కాలంలో వెలమలకు, విజయనగర రాజులకు మధ్య తీవ్రస్థాయిలో యుద్ధాలు జరిగాయి. విజయనగర రాజైన రెండవ హరిహరరాయలు యువరాజైన బుక్కరాయలను వెలమలపైకి పంపాడు. వెలమలకు సహాయంగా బహమనీ సుల్తానులు విజయనగర సామ్రాజ్యంలోని కొత్తకొండను (నేటి కొత్తకోట,

మహబూబ్‌నగర్ జిల్లా) ముట్టడించి విజయనగర సేనాధిపతియైన సాళువరాయ దేవుణ్ని వధించడంతో వెలమలు విజయం సాధించారు. ఈ యుద్ధాన్నే కొత్తకోట యుద్ధం అంటారు. ఈ యుద్ధంలో సాళువరాయదేవుడు మరణించాడు.

తదనంతరం కుమార సింగమనాయుడు దేవరకొండ పాలకుడైన పెదవేదగిరితో కలిసి కళింగపై దండెత్తి రెడ్డిరాజుల ఆధీనంలో ఉన్న గౌతమీ (గోదావరి) ప్రాంతాన్ని ఆక్రమించినట్లు అతని సింహాచల శాసనం తెలుపుతుంది. బెండపూడి మొదలైన దుర్గాలను పెదవేదగిరి నాయుడు జయించినట్లు వెలుగోటివారి వంశావళి వర్ణిస్తున్నది. మళ్లీ క్రీ.శ.1397 లో విజయనగర రాజు రెండవ హరిహరరాయలు కొత్తకోట పరాజయానికి ప్రతీకారం తీర్చుకొని కృష్ణా తుంగభద్ర అంతర్వేదిని సాధించే ఉద్దేశంతో బహమనీ రాజ్యంపైకి గుండదండనాథుని నాయకత్వంలో సైన్యాన్ని పంపాడు. విజయనగర సైన్యాలు పురోగమిస్తుండగా సుల్తాన్ ఫిరోజ్‌షాకు సహాయంగా వెలమ సైన్యాలు విజయనగర రాజ్యంపై దండెత్తాయి. ఈ సైన్యాలను వేదగిరి నాయకుని కుమారుడైన రామచంద్రుడు నడుపుతూ కందనవోలు (కర్నూలు) రాజ్యంలోకి ప్రవేశించి దేశాన్ని కొల్లగొట్టాడు. దీంతో వెలమలను శిక్షించడానికి రెండవ హరిహరరాయలు తన కుమారుడు బుక్కరాయలను సైన్యసమేతంగా పంపాడు. బుక్కరాయలు రామచంద్రుని ఓడించి ఓరుగల్లు నుంచి మెదక్ వరకు గల ప్రాంతాన్ని జయించినట్లు తెలుస్తుంది. ఈ ఓరుగల్లు దండయాత్రను బుక్కరాయని ఆస్థాన కవి లక్ష్మణాచార్యుని వైద్యరాజ వల్లభం వర్ణిస్తుంది. విజయనగర సేనాని ఎరకృష్ణనాయుడు దేవరకొండపై దాడి జరిపాడు. చివరకు బుక్కరాయలు పానుగల్లు దుర్గం వశపరచుకొన్నాడు. ఫిరోజ్‌షా సహాయంతో కుమార సింగమనాయుడు పానుగల్లు దుర్గం రక్షణకు శక్తి కొద్దీ చేసిన ప్రయత్నాలు ఫలించలేదు. చివరకు పానుగల్లు దుర్గం బుక్కరాయల వశమైనట్లు అక్కడ గల శాసనం (క్రీ.శ.1397) వల్ల తెలుస్తుంది. విజయనగర-బహమనీ, వెలమ-రెడ్డి రాజ్యాల మధ్యగల సంబంధాల్లో పానగల్లు దుర్గం కీలకపాత్రవహించింది. పానగల్లు పతనానంతరం రెండు సంవత్సరాలకే కుమార సింగమనాయుడు మరణించాడు.

కుమార సింగమనాయుడు గొప్ప కవి, పండితుడు, పోషకుడు. ఇతనికి 'సర్వజ్ఞ', 'సర్వజ్ఞ చూడమాణి' అనే బిరుదులున్నాయి. ఇతడే 'రసార్ణవ సుధాకరం' అనే అలంకారశాస్త్ర గ్రంథాన్ని, సర్వజ్ఞ దేవుని సంగీత రత్నాకరానికి, 'సంగీత సుధాకరం' వ్యాఖ్యానం, కుమలయావళి అనే నామాంతరం గల 'రత్నపాంచాలిక' అనే నాటకాన్ని రచించాడు. ఇతని ఆస్థాన పండితులైన విశ్వేశ్వర కవి 'చమత్కార చంద్రిక'ను, బొమ్మకంటి అప్పయామాత్యుడు 'అమరకోశానికి' వ్యాఖ్యానం రాశాడు. ఈ రచనలన్నీ సంస్కృత భాషలో రాయబడ్డాయి.

రెండవ అనపోతానాయుడు (క్రీ.శ.1399-1421)

కుమార సింగమనాయుని తరవాత అతని పెద్ద కుమారుడు రెండవ అనపోతానాయుడు రాచకొండ సింహాసనాన్ని అధిష్టించాడు. ఇతడు గొప్ప పరాక్రమవంతుడు. అనేక యుద్ధాల్లో విజయాలు సాధించిన వీరుడు. ఇతని కాలంలో దక్షిణాధిత్య రాజ్యాల మధ్య సంబంధాల్లో పెద్ద మార్పు జరిగింది. రెండవ అనపోతానాయుడు సింహాసనం అధిష్టించిన సమయంలో బుక్కరాయల నేతృత్వంలో విజయనగర సైన్యాలు వెలమలపై యుద్ధం కొనసాగిస్తున్నాయి. ఈ సమయంలో అనపోతానాయుడు విజయనగర సైన్యాలను ఎదిరించి మెదక్ దుర్గాన్ని రక్షించడమేగాక, వారి ఆధీనంలో ఉన్న పానుగల్లు దుర్గాన్ని సైతం కొల్లగొట్టాడు. కర్నూలు పాలకులైన విజయనగర సామంతులైన నంబెట వారిని నాశనం చేశాడు.

విజయనగర రాజుల ఆధీనంలో ఉన్న బోయ, తిగుళ రాజ్యాలను చావుదెబ్బతీశాడు. అనంతరం రాజమహేంద్రవరంపై దాడి నిర్వహించి రెడ్డి రాజ్యాన్ని కొలగొట్టడమేగాక, గజపతుల సామంతులైన సర్వేపల్లి తిమ్మారెడ్డిపై ఘనవిజయం సాధించాడు. ఈ విజయాలన్నీ వెలుగోటి వారి వంశావళిలో సవివరంగా వివరించబడ్డాయి.

రెడ్లతో సంఘర్షణ

అనపోతానాయుడి సమకాలికులుగా దేవరకొండ రాజ్యాన్ని పెదవేదగిరి కుమారుడైన మాదానాయుడు, రామచంద్రనాయుడు పాలిస్తున్నారు. వీరు రెడ్ల సామంతులైన, దేశబహిష్కృతుడైన అన్నదేవునకు ఆశ్రయం ఇవ్వడం వల్ల వెలమలకు రెడ్లతో తిరిగి సంఘర్షణ ప్రారంభమయింది. వెలమల సహాయంతో అన్నదేవుడు రాజమహేంద్రవరంపై దండెత్తాడు. కాని రెడ్ల సామంతులైన చాళుక్య విశ్వేశ్వరుని చేతిలో ఓడిపోయాడు. రెండవ పర్యాయం అన్నదేవునికి సహాయంగా మాదానాయుడు స్వయంగా యుద్ధరంగ ప్రవేశం చేసినా విజయం సాధించలేకపోయాడు.

బహమనీ సుల్తానులతో ఘర్షణ

రెండవ అనపోతానాయుడి కాలంలో దక్షిణాధిత్య రాజ్యంలో పెనుమార్పులు సంభవించాయి. రెడ్డి రాజ్యం కుమారగిరి కాలంలో కొండవీడు, రాజమహేంద్రవరం రాజ్యాలుగా విడిపోయింది. ఈ రెండు రాజ్యాల మధ్య స్పర్ధలు ఏర్పడటం – కొండవీడు రెడ్లు బహమనీల సహాయంతో రెడ్డి రాజ్యాన్ని సమైక్యం చేయడానికి ప్రయత్నాలు జరిగాయి. చిరకాల శత్రువులైన రెడ్లతో తమ మిత్రులైన బహమనీలు మైత్రివహించడం వెలమలకు గిట్టలేదు. పెదకోమటి వేమారెడ్డి కోరికపై బహమనీ సుల్తాన్ ఫిరోజ్‌షా క్రీ.శ.1417 లో రాజమహేంద్రవరంపై దండెత్తాడు. కాని విజయనగర రాజులతో రాజమహేంద్రవరం రెడ్డిరాజ్య స్థాపకుడైన అల్లాడరెడ్డి ఫిరోజ్‌షా సైన్యాలను ఓడించాడు. దీంతో ఫిరోజ్‌షా, విజయనగర రాజుల ఆధీనంలో ఉన్న పానుగల్లుపై దాడిచేశాడు. విజయనగర రాజు మొదటి దేవరాయలు చొరవతో వెలమలకు, విజయనగర రాజులకు మధ్య మైత్రి కుదిరింది. అంతట ఉభయులు సమైక్యమై ఫిరోజ్‌షా పానుగల్లు ముట్టడిని విచ్ఛిన్నం చేశారు.

రెడ్లతో తీవ్ర సంఘర్షణ

పానుగల్లు యుద్ధంతో వెలమలకు రెడ్లకు మధ్య సంఘర్షణ తీవ్రతరమయింది. దేవరకొండ పాలకుడైన పినవేదనాయుడు పానగల్లు ముట్టడి జరుగుతుండగానే ధరణికోటపై దండెత్తి పెదకోమటి వేముని తమ్ముడైన మచారెడ్డిని చంపాడు. దీనికి ప్రతీకారంగా పెదకోమటి వేముడు దేవరకొండపై దాడిచేసి పినవేదగిరిని వధించాడు. తదుపరి రెండవ అనపోతానాయుడు, పినవేదగిరి సోదరుడైన లింగమనీడుతో కలిసి కొండవీడుపై దండెత్తి పెదకోమటి వేముని వధించి, అతని శిరస్సును తమ్మాపడగలో భూస్థాపితం చేశారు. ఈ యుద్ధం తరవాత కొండవీడు రాజ్యం ఆంధ్రదేశ రాజకీయచరిత్ర నుంచి అదృశ్యమైపోయింది. తదుపరి కొద్ది కాలానికే రెండవ అనపోతానాయుడు మరణించాడు.

రావు మదానాయుడు (క్రీ.శ.1421-1430)

రెండవ అనపోతానాయుడి కుమారులు యుక్తవయస్కులు కానందువల్ల అతని తమ్ముడు మదానాయుడు రాచకొండ సింహాసనం అధిష్టించి పది సంవత్సరాలు పరిపాలించాడు. ఇతనికి మాధవనాయుడు అనే పేరుకూడా ఉంది. ఇతని కాలంలో బహమనీలతో శత్రుత్వం తీవ్రరూపం దాల్చి వెలమ రాజ్యానికి అపారనష్టం సంభవించింది. రెండవ దేవరాయలకు, బహమనీ సుల్తాన్ అహ్మద్‌షాకి క్రీ.శ. 1424 లో జరిగిన యుద్ధంలో మదానాయుడు విజయనగర రాజులకు సహాయం చేశాడు. దేవరాయలతో సంధిచేసుకొన్న తరవాత వెలమ నాయకులను శిక్షించే ఉద్దేశంతో సుల్తాన్ ఓరుగల్లుపై అజిమ్‌ఖాన్ అనే సేనాని నేతృత్వంలో సైన్యాన్ని పంపాడు. అజిమ్‌ఖాన్ ఓరుగల్లునే కాక వెలమల రాజ్యంలోని కొన్ని దుర్గాలను సైతం ఆక్రమించి అనేక హిందూ దేవాలయాలను ధ్వంసంచేసి వెలమలకు అపారనష్టం కలిగించాడు. గత్యంతరం లేక మదానాయుడు అహ్మద్‌షాతో క్రీ.శ.1425 లో సంధిచేసుకొన్నాడు. ఈ సంఘర్షణలో రాచకొండ పద్మనాయక రాజ్యం విచ్ఛిన్నం ప్రారంభమై తెలంగాణాలో అధికభాగం బహమనీ రాజ్యంలో కలిసిపోయింది.

మాదానాయుడు కూడా తన తండ్రి కుమార సింగమనాయుని లాగా గొప్ప పండితుడు. ఇతడు వైష్ణవ భక్తుడు. శ్రీశైల వంశానికి చెందిన రామానుజాచార్యుని కుమారుడైన వెంకటాచార్యుని శిష్యుడు. ఇతడు తాడూరు గ్రామాన్ని శ్రీరంగనాథస్వామికి దానంచేశాడు. మాదానాయుని భార్య నాగాంబిక (రాజగిరిపాదంలో) రాచకొండ సమీపంలో నాగసముద్రం అనే తటాకం (చెరువు) తవ్వించి వేయించిన శాసనం ప్రకారం మాదానాయుడు రామయణానికి 'రాఘవీయం' అనే వ్యాఖ్యానం రచించి శ్రీరామునికే అంకితం చేశాడు.

సర్వజ్ఞరావు సింగమనాయుడు (క్రీ.శ.1430-1475)

మాదానాయుని అనంతరం రెండవ అనపోతానాయుని కుమారుడు మూడవ సింగమనాయుడు రాచకొండ పాలకుడయ్యాడు. ఇతనికే సర్వజ్ఞ బిరుదు ఉండటం వల్ల సర్వజ్ఞరావు సింగమనాయుడని పిలవబడ్డాడు. ఈయన రాచకొండ వంశీయుల్లో చివరివాడు. ఇతనికి సమకాలికంగా దేవరకొండలో పినవేదగిరి తమ్ముడైన లింగమనేడు పాలన చేసేవాడు. దేవరకొండ పాలకుల్లో లింగమనేడు కూడా చివరివాడు. లింగమనేడు గొప్ప ధైర్యశౌర్యాలు ఉన్న వీరుడు. ఇతని విజయాలను గురించి వెలిగోటి వారి వంశావళిలో పెద్ద సీసమాలిక పద్యం ఉంది. లింగమనేడు, సర్వజ్ఞ సింగమనాయుడు ఇద్దరు ధైర్యసాహసాలు కలవారైనా బహమనీ దాడులను ఎదుర్కోవడంలో విఫలమై, తుదకు తమ రాజ్యాన్నే కోల్పోయి గజపతులకు, విజయనగర రాజులకు సామంతులయ్యారు.

బహమనీ సుల్తానులు గుజరాత్, మాళవ ప్రాంతాలపై దాడిచేసినపుడు వెలమలు అజిమ్‌ఖాన్‌ను ఓడించి ఓరుగల్లు సహా తెలంగాణాలోని అన్ని దుర్గాలను వశపరచుకొన్నారు. కాని క్రీ.శ.1433 లో అహ్మద్‌షా ఓరుగల్లు, రామగిరి దుర్గాలను ఆక్రమించి భువనగిరి దుర్గం కేంద్రంగా ఒక జాగీరును ఏర్పాటుచేసి సంజార్‌ఖాన్‌ను పాలకునిగా నియమించాడు. సుల్తాన్ ఆజ్ఞమేరకు సంజార్‌ఖాన్ క్రీ.శ.1435 నాటికి రాచకొండతో సహా తెలంగాణాలోని అధిక భాగాన్ని ఆక్రమించాడు. బహమనీ రాకుమారుల్లో ఒకరైన దాసూర్‌ఖాన్ రాచకొండలో రాజప్రతినిధి అయ్యాడు. దేవరకొండ

మినహా తెలంగాణా అంతా బహమనీల వశమైనట్లు కనిపిస్తుంది. ఇంచుమించు ఇదే సమయంలో కళింగలో గంగవంశాన్ని తొలగించి కపిలేశ్వరుడు సూర్య (గణపతి) వంశం స్థాపించాడు. కపిలేశ్వరుని సహాయంతో రాచకొండను ఆక్రమించడానికి సర్వజ్ఞ సింగమనాయుడు ప్రయత్నించాడు. క్రీ.శ.1444 లో కపిలేశ్వరుడు తెలంగాణాపై దండెత్తాడు. కాని సుల్తాన్ అల్లాఉద్దీన్ షా సేనాని సంజార్‌ఖాన్ అతణ్ని ఓడించి తరిమేశాడు. సుల్తాన్ తమ్ముడైన మహమూద్‌ఖాన్ రాచకొండలో సామంత రాజయ్యాడు. రాజ్యాన్ని కోల్పోయిన సర్వజ్ఞ సింగమనాయుడు గుంటూరు జిల్లాలోని బెల్లంకొండ ప్రాంతంలో స్థిరపడ్డాడని క్రీ.శ.1453 నాటి అతని బెల్లంకొండ శాసనం తెలుపుతుంది. ఈ లోపల అంటే క్రీ.శ.1457 లో బహమనీ సుల్తాన్ అల్లాఉద్దీన్ మరణించి హుమాయూన్ సుల్తాన్ అయ్యాడు. హుమాయూన్ క్రూరత్వం వల్ల రాజ్యంలో అనేక తిరుగుబాట్లు జరిగాయి. ఈ తిరుగుబాటుదారులకు వెలమలు సహాయపడి తాము పోగొట్టుకొన్న తెలంగాణాను తిరిగి జయించాలని ప్రయత్నించారు. హుమాయూన్ ఈ తిరుగుబాటును అణచి వెలమలను శిక్షించడానికి ఖాజా జహన్, నిజాం ఉల్‌ముల్క్ అనే ఇద్దరు సేనానులను పంపాడు. వీరు దేవరకొండపై దండెత్తగా వెలమలు కళింగ కపిలేశ్వర గజపతిని సహాయమర్థించారు. కపిలేశ్వర గణపతి వెలమలకు సహాయంగా తన కుమారుడైన హంవీరదేవుణ్ని పెద్ద సైన్యంతో పంపాడు. హంవీరుడు బహమనీ సైన్యాలను ఓడించాడు. క్రీ.శ.1464 నాటికి రాచకొండ, భువనగిరి, ఓరుగల్లు మొదలైన దుర్గాలు వెలమనాయకుల పరమయ్యాయి. ఓరుగల్లులో క్రీ.శ.1464 నాటి హంవీరదేవుని శాసనం ఉంది. సర్వజ్ఞ సింగమనాయుని తమ్ముడు రామధర్మానాయుడు క్రీ.శ.1464 లో వైశాఖ పూర్ణిమ చంద్రగ్రహణ సందర్భంలో ఓరుగల్లు సీమలోని ముచ్చెర్ల, ముందు పల్లెలను తిరువేంకటేశ్వరునకు, అయ్యంగార్లకు దానంచేసి శాయంపేటలో శాసనం వేయించాడు.

హుమాయూన్ షా మరణానంతరం నిజాంషా కాలంలో తెలంగాణాను ఆక్రమించడానికి బహమనీలు చేసిన ప్రయత్నాలను వెలమలు కపిలేశ్వరుని సహాయంతో ప్రతిఘటించారు. క్రీ.శ.1470 లో కపిలేశ్వర గజపతి మరణించడం, అతని కుమారుడైన పురుషోత్తమ, హంవీరలు సింహాసనం కోసం సంఘర్షణపడటం జరిగింది. హంవీరుడు బహమనీ సుల్తాన్ సహాయం కోరాడు. ఈ పరిణామాలను అవకాశంగా తీసుకొని బహమనీ సుల్తాన్ రెండవ మహ్మద్‌షా తెలంగాణాను జయించడానికి నిజాం-ఉల్-ముల్క్ ఇబ్రహీం అనే సేనానిని నియమించాడు. క్రీ.శ.1475 నాటికి తెలంగాణా మొత్తం బహమనీల వశమయింది. దీంతో రేచర్ల వెలమ రాజ్యం అంతరించింది.

ఓరుగల్లులో అజీంఖాన్ నియమాకం జరిగినట్లు ఫెరిస్టా రచనల వల్ల తెలుస్తుంది. ఆ తరవాత సర్వజ్ఞ సింగమనాయుడు విజయనగర కొలువులో చేరి చివరకు కంఠమ రాజవంశీయుడైన తమ్మభూపాలుని చేతిలో హతుడయ్యాడు. సర్వజ్ఞ సింగమనాయుని మరణంతో పద్మనాయక చరిత్ర పరిసమాప్తం అయిందనవచ్చు. ఈ విధంగా క్రీ.శ. 1475 నాటికి వెలమల రాచకొండ, దేవరకొండ రాజ్యాలు బహమనీ సామ్రాజ్యంలో అంతర్భాగాలయ్యాయి.

సర్వజ్ఞ సింగమనాయుడు గొప్ప విద్వాంసుడు, కవి పోషకుడు. ఈయన కాలంలో తెలంగాణాలో అనేకమంది తెలుగు కవులు ఉన్నారు. వారిలో 'ఆంధ్రమహాభాగవతం' రాసిన బమ్మెర పోతన ముఖ్యుడు. ఆయనేగాక గౌరన, కొరవి,

గోపరాజు, భైరవకవి మొదలైన కవులు ఈయన కాలం వారే. శ్రీనాథుడు వర్ణించిన సర్వజ్ఞ సింగమభూపాలుడు ఇతడే. పద్మనాయకులు లేదా రాచకొండ, దేవరకొండ, రేచర్ల వెలమలు తెలంగాణాలోని హిందూమతాన్ని, సంస్కృతినీ బహమనీ దాడుల నుంచి కాపాడటమేగాక సంస్కృత, తెలుగు భాషాభివృద్ధికి ఎనలేని సేవచేశారు. నిరంతరం యుద్ధాల్లో నిమగ్నమయినా ప్రజా సంక్షేమాన్ని విస్మరించక ప్రజారంజకంగా పరిపాలించారు.

రాచకొండ-దేవరకొండ వెలమల పరిపాలనా విధానం

వెలమ నాయకుల పరిపాలనా విధానం చాలావరకు కాకతీయుల పరిపాలనా విధానాన్ని పోలి ఉంది. వారు వైదిక ధర్మరక్షణ, ప్రజాశ్రేయస్సే తమ లక్ష్యాలుగా పాలించారు. వైదిక ధర్మాన్ని రక్షించడం కోసం, వర్ణ వ్యవస్థను కాపాడటం కోసం హేమాద్రి అనే పండితుడు తన 'వ్రతఖండ కల్పతరువు' అనే గ్రంథంలో వివరించిన పద్ధతుల ప్రకారం రాజ్య పరిపాలనను నడిపారు.

రాజు - మంత్రిమండలి

పరిపాలనా వ్యవహారాల్లో రాజులకు ప్రధానమంత్రులు, పురోహితులు, సేనాధిపతులు సహాయ సలహాలు అందించేవారు. వెలమరాజులు తమ మంత్రివర్గంలో బ్రాహ్మణులను కూడా నియమించుకొన్నారు. పెద్దన, పోతరాజు, బాచన, సింగన, అయ్యలార్యుడు మొదలైన మంత్రుల పేర్లు నాటి శాసనాలు, సాహిత్యం ద్వారా తెలుస్తుంది. మంత్రులు, పురోహితులు, దేవారికులు కూడా తమ ప్రభువులతో పాటు యుద్ధాలకు వెళ్ళేవారు. పరిపాలనలో యువరాజుకు ప్రత్యేక స్థానం ఉండేది. రాజులకు సంతానం లేకపోతే అతని కుమారులు చిన్నవారైనప్పుడు సోదరులు, సమీప బంధువులు రాజ్యభారం నిర్వహించేవారు.

పరిపాలనా వికేంద్రీకరణ

వెలమ నాయకులు పరిపాలనా సౌలభ్యం కోసం రాజ్యాన్ని సీమలుగా విభజించారు. ప్రతి సీమకు ఒక దుర్గం, ఒక పట్టణం ఉండేది. ప్రతిసీమలో నాయంకరాలుండేవి. సీమలను మండలాలుగా కూడా విభజించారు. సీమలకు అధిపతులుగా రాజవంశస్థులను మాత్రమే నియమించేవారు. యువరాజులు కూడ దుర్గాధిపతులుగా నియమించబడ్డారు. దుర్గాధిపతులు, సామంతరాజులు, మండలాధీశులు తమతమ ప్రాంతాల్లో పన్నులు వసూలు చేయడం, సైనిక రక్షణ ఏర్పాటు చేయడం, ప్రజా ఉపయోగ కార్యక్రమాలు చేపట్టడం మొదలైనవి వారి విధులు. పన్నులు వసూలుచేసే వారి కింద పనిచేసే ఉద్యోగులకు వేరే జీతభత్యాలు ఇచ్చేవారు.

గిరి దుర్గాల పరిపాలన

వీరి కాలంలో నిరంతర యుద్ధాలు సాగినందువల్ల వెలమనాయకులు తమ రాజ్యంలో అనేక శత్రుదుర్భేద్య గిరి దుర్గాలను నిర్మించారు. దుర్గాల రక్షణకు అమిత ప్రాధాన్యత ఇచ్చారు. వీరి రాజ్యంలో రాచకొండ, దేవరకొండ, పొడిచేడు, అనంతగిరి, అనుముల, అమనగల్లు, స్తంభగిరి, ఉర్లుకొండ, భువనగిరి, ఉండ్రుకొండ, జల్లిపల్లి, ఓరుగల్లు మొదలైన

అనేక పేరుమోసిన దుర్గాలు ఉండేవి. యుద్ధ సమయంలో దుర్గాల్లో ఆహార ధాన్యాలు నిలువ ఉంచేవారు. అందుకు ప్రత్యేకంగా పాతరలు నిర్మించారు. అదేవిధంగా ఆయుధాగారాలను కూడా నిర్మించారు.

దేవరకొండ కోట ద్వారం

రాచకొండలో వైష్ణవాలయం. తరవాత మసీదుగా మారింది

గ్రామ పరిపాలన

ప్రతి నాయంకరాలో కొన్ని గ్రామాలుండేవి. గ్రామ పరిపాలన కాకతీయుల పాలనను పోలి ఉండేది. గ్రామాల్లో ద్వాదశ వృత్తుల వారు ఉండేవారు. కరణం, తలారి గ్రామ ముఖ్య ఉద్యోగులు. వీరు గ్రామ రక్షణ, పన్నుల వసూలు మొదలైన విధులు నిర్వహించేవారు.

న్యాయ పాలన

రాజ్యంలో తీర్పులు చెప్పడానికి ధర్మాసనాలు ఉండేవి. శిక్షలు కఠినంగా ఉండేవి. దివ్య పరీక్షల ద్వారా నేరారోపణ చేసేవారు. అంగవిచ్ఛేదనం, గానుగలో తల ఆడించడం, గుండెలపై పెద్ద బండలను ఎత్తడం, గడ్డిని శరీరానికి చుట్టి నిప్పు అంటించడం, ఎండలో నిలబెట్టి పొగ దండలు వేయడం, కొరడాతో కొట్టించడం వంటివి శిక్షలుగా ఉండేవి. బ్రాహ్మణులు మరణదండన విధించదగ్గ తప్పుచేస్తే వారిని చంపకుండా వారి ముఖాలపై కుక్క పాదాన్ని ముద్రించి గాడిదపై ఊరేగించేవారు.

ఆదాయ – వ్యయాలు

రాజ్యంలో భూమిశిస్తు ప్రధాన ఆదాయం. పంటలో 1/6వ వంతు వసూలుచేసేవారు. బ్రాహ్మణ అగ్రహారాలకు, దేవమాన్యాలకు పన్ను మినహాయింపు ఉండేది. వ్యాపార సుంకాలు, వృత్తి పన్నులు, ఇతర ఆదాయాలుగా వచ్చేవి. మొత్తంమీద పన్నుల భారం ఎక్కువ. దండయాత్రలు చేసి శత్రురాజ్యాలను దోచుకొనేవారు. అది కూడా రాజ్యానికి ఆదాయంగా ఉండేది.

రణము కూడు

వెలమ నాయకుల కాలంలో 'రణము కూడు' అనే అమానుషకాండాన్ని అమలుచేశారు. అది అత్యంత క్రూరంగా ఉండేది. ఈ క్రూర ఆచారాన్ని వెలమరాజులు పాటించినట్లు వెలుగోటి వారి వంశావళి వివరిస్తుంది. యుద్ధంలో చిక్కిన శత్రువులను చంపి వారి రక్తాన్నిపట్టి భూతప్రేత పిశాచాలకు వెదజల్లేవారు. కొన్నిసార్లు శత్రువులను పట్టుకొని వారి తలలు నరికి వారి పుర్రెల్లోని రక్తంపట్టి అందులో బియ్యంపోసి అన్నం వండేవారు. దీన్నే రణము కూడు అనేవారు.

అర్థరాత్రివేళ దిగంబరులై శరీరమంతా విభూతి పూసుకొని జుట్టు విరబోసుకొని రణము కూడు పాత్రను తలపై పెట్టుకొని బలి భూతప్రేత మంత్రాలు చదువుతూ ఊరి పొలిమేరల చుట్టూ తిరుగుతూ భూతప్రేత, పిశాచ, శాకిని, ఢాకినీలకు ఆ రణము కూడును నైవేద్యంగా వెదజల్లేవారు. ఇది ఆగమహితమైన కర్మకాండ అని, శత్రువులపై విజయం సాధించడానికి రేచర్ల వంశంలోని ప్రతీ ఒక్కరు ఈ కర్మకాండను జరిపారని వెలుగోటి వారి వంశావళి తెలుతుందని మల్లంపల్లి సోమశేఖరశర్మ గారు వ్యాఖ్యానించారు. దీన్నిబట్టి చూడగా వెలమ నాయకులు తమ శత్రువుల పట్ల అమిత క్రూరంగా, కఠినంగా వ్యవహరించారని తెలుస్తుంది.

వెలమ నాయకుల కాలంనాటి సామాజిక పరిస్థితులు

వర్ణ వ్యవస్థ

వెలమ నాయకుల పరిపాలనా కాలంనాటికి సామాజిక పరిస్థితుల్లో కొంత మార్పు వచ్చింది. ముస్లింల దండయాత్రల వల్ల బ్రాహ్మణులు కులవృత్తికి దూరమయ్యారు. రాజాస్థానాల్లో ఉద్యోగుల కోసం ప్రయత్నించారు. ఉద్యోగాలు లభించనివారు వ్యవసాయాన్ని కూడా చేశారు. బ్రాహ్మణుల్లో వైదిక, నియోగి అనే శాఖలు ఏర్పడ్డాయి. కొందరు వేదాధ్యయనం చేసేవారు. వారు తరూ, వ్యాకరణ, జ్యోతిష్య, గణిత, వైద్యశాస్త్రాల్లో పాండిత్యం సంపాదించి రాజాస్థానాల్లో కవులుగా చేరి కావ్యాలు రాశారు. ఈ కాలంలో క్షత్రియ కులం ఉన్నట్లు ఆధారాలు లేవు. చాళుక్య వంశాలు అక్కడక్కడా ఉన్నాయి కాని వారు తమ కుల స్వచ్ఛతను కాపాడుకోలేదు. శూద్రకులాలైన రెడ్డి, వెలమ, కమ్మ కులాల ప్రభావం పెరిగింది. వీరు రాజ్యస్థాపకులై పాలక కుటుంబాలుగా మారారు. అందువల్ల ఈ కులాలు ఒకరిపై ఒకరు ఈర్ష్యాద్వేషాలు పెంచుకొన్నారు. మిగిలిన శూద్ర కులాలు ఎవరి వృత్తిని వారు కొనసాగించారు. వైశ్యులు, బలిజలు సంప్రదాయకమైన వ్యాపారాన్ని కొనసాగించారు.

ఈ కాలంలో వైష్ణవమతం ప్రచారంలో ఉన్నందువల్ల అన్ని కులాలవారు విద్యాభ్యాసం చేసేవారు. ప్రజల్లో మూఢనమ్మకాలు ఉండేవి. శకునాల పట్ల అమిత నమ్మకం ఉండేది. పంచాంగం వాడుకలో ఉండేది. పంచాంగం చూసి ముహూర్తాలు పెట్టించుకొని ప్రతిపని చేసేవారు. రాజులు కూడా ముహూర్తాలు నిర్ణయించుకొని యుద్ధాలు ప్రకటించేవారు. గ్రామాల్లో కోలాటాలు, భజనలు, దేవాలయాల్లో జరిగే ఉత్సవాలు, వినోదాలు, కోళ్ళ పందెం, మేకల, పొటేళ్ళ పందెం, వీధి నాటకాలు, పురాణ శ్రవణం, గచ్చకాయల ఆటలు, పులిజూదాలు నాటి ప్రజలకు వినోదాలు. వివాహాలు 5 రోజుల వైభవంగా జరిగేవి. రాజకుటుంబపు వివాహాలు రాజ్యమంతా వేడుకగా జరుపుకొనేవారు. ప్రజల నిత్య జీవితంలో మార్పులు ఏమిలేవు. వ్యవసాయం, కూలీ పనులు చేసుకొనేవారు. డబ్బు అప్పు ఇచ్చినవారు పత్రాలు రాయించుకొని మాసవడ్డీ, చక్రవడ్డీ వసూలు చేసేవారు. ఈ కాలంలో వడ్డీ వ్యాపారులు చాలా అన్యాయాలు చేసేవారని సాహిత్యంలో ప్రస్తావనలున్నాయి.

ఆచార సంప్రదాయాలు, ప్రజల విలాస జీవితం

ఈ కాలంలో ప్రజలు భోగలాలసులయ్యారు. వేశ్యావృత్తి బాగా పెరిగింది. రాజులు వారి సామంతులు, సామాన్య ప్రజలు, చివరకు బ్రాహ్మణులు కూడా వేశ్యలంపటత్వానికి అర్రులుచాచారు. సింగభూపాలుడు పోతనచేత

'భోగిని దండకం' రాయించాడు. ప్రతాపరుద్రుడు మాచలదేవిని ఆదరించినట్లు సర్వజ్ఞ సింగన కూడా వేశ్యలను పోషించాడు. తిరునాళ్ళలో, జాతరల్లో, ఉత్సవాల్లో స్త్రీ, పురుషులు విచ్చలవిడిగా విహరించేవారు. మొత్తంమీద వెలమ నాయకులు వైదిక ధర్మాన్ని రక్షించారు. హేమాద్రి తన 'వ్రతఖండ కల్పతరువు'లో సూచించిన దానాలు చేసేవారు. వర్ణాశ్రమ ధర్మాలను కాపాడారు.

వస్త్రాలంకరణ

ఈ కాలంలో పురుషులు పంచె, అంగీలు ధరించి తలపాగాలు పెట్టుకొనేవారు. స్త్రీలు రంగు రంగు చీరలను ధరించేవారు. కాశీకట్టు కట్టుకునేవారు. రంగుల అద్దాలు ఉండేవి. 'సింహాసనద్వాత్రింశిక' 49 రకాల సిల్క్ చీరలను 14 రకాల బంగారం, వెండి, రాగి ఆభరణాలను పేర్కొంటుంది. సాధారణంగా ఈ యుగంలో స్త్రీ, పురుషులు అలంకరణకు ఎక్కువ ప్రాధాన్యత ఇచ్చారు. ధనవంతులు పట్టు, సిల్కు వస్త్రాలు ధరిస్తే, పేదవారు మామూలు వస్త్రాలు ధరించేవారు. చెంగావి, నీలం, ఎరుపు, పచ్చ రంగులకు ఎక్కువ ప్రాధాన్యత ఇచ్చారు. కవులు, పండితులు కోకకట్టి, కుళ్ళాయి నెత్తికి చుట్టుకొనేవారు. కట్టు, వేషధారణ కులానికి ఒక రకంగా ఉండేది. చిన్న కులాలకు చెందిన స్త్రీలు ఎడమపైట వేసుకొనేవారు. పెద్ద కులాలకు చెందిన స్త్రీలు కుడిపైట వేసుకొనేవారు. రాజులు, రాణులు ఖరీదైన పాదరక్షలు ధరించేవారు.

స్త్రీల స్థానం

ఈ యుగంలో స్త్రీల స్థానం సమాజంలో దిగజారినట్లు కనిపిస్తుంది. ముస్లిం దండయాత్రల వల్ల స్త్రీలను ఇండ్లు వదలి బయటకు రానివ్వకుండా చేశారు. ధర్మశాస్త్రాల్లో చెప్పిన సూత్రాలు తూ.చ తప్పకుండ పాటించారు. పాతివ్రత్యం ధర్మంగా భావింపబడింది. అందువల్ల ఆమె భర్తకు దాసిగా దిగజారింది. సతీసహగమనం అమలులోకి వచ్చింది. హిందూ సమాజంలోని దురాచారాలన్నీ ఈ యుగంలో ప్రవేశించాయి. బాల్య వివాహాలు ప్రారంభమయ్యాయి. ఇవన్నీ ముస్లిం దండయాత్రల ఫలితంగా సంభవించినవే. స్త్రీలను రక్షించుకోవడానికి, వారి గౌరవాన్ని కాపాడుకోవడానికి వారి శక్తికి మించిన పనైంది. కాబట్టి ఇలాంటి దురాచారాలు స్త్రీలపై రుద్దబడ్డాయి. తత్ఫలితంగా సమాజంలో స్త్రీల పరిస్థితి దయనీయంగా మారింది. రాజవంశ స్త్రీల వివాహాలు ఆడంబరంగా జరిగేవి. కట్నాలు, కానుకలు ఇచ్చుకొనేవారు. కట్నానికి మారుపేరు 'అరణం'.

వెలమ నాయకుల కాలంనాటి ఆర్థిక పరిస్థితులు

వ్యవసాయం

వెలమ రాజుల కాలంలో కాకతీయుల కాలంనాటి ఆర్థిక పరిస్థితులే కొనసాగాయి. వ్యవసాయం నాడు రాజ్యంలోని ప్రజలకు ప్రధానమైన వృత్తి. అదే ఆర్థిక వ్యవస్థకు ప్రధాన ఆదాయం. ఈ కాలంలో కూడా భూ యాజమాన్యం 4 రకాలుగా ఉండేది. 1) రైతుల భూములు, 2) గ్రామ భూమి, 3) దేవాలయాలు, మఠాలు, ధర్మసంస్థలు, వృత్తిమాన్యాలు, అగ్రహార భూములు, 4) రాజులు – వారి సామంతుల భూములు అని 4 తరహాలుగా ఉండేవని ఆధారాలు తెలుపుతున్నాయి. గ్రామాల్లో అనేక రైతు కుటుంబాలు ఉండేవి. రైతులు సాగుచేసుకొనే భూమిపై వారికి సంపూర్ణ హక్కులుండేవి. వారు

భూములు అమ్ముకోవడానికి, ఇతరులకు దానం చేయడానికి అధికారం ఉండేది. గ్రామాల్లో రైతుల, దేవాలయాల భూములు పోను మిగిలిన భూమి అంతా గ్రామానికి చెందుతుంది. అది గ్రామసమితి అధికారం కింద ఉండేది. ఆ భూమిని అమ్మాలన్నా, దేవాలయాలకు దానంగా ఇవ్వాలన్నా గ్రామసమితి ఇష్టంపై ఆధారపడి ఉండేది. ఒకవేళ రాజు ఈ భూమిని ఎవరికైనా దానం ఇవ్వాలన్నా గ్రామసమితి అనుమతి తీసుకోవలసి ఉండేది. ఒక్కొక్కప్పుడు రైతులతో కూడా ఈ భూమిని సాగుచేయించేవారు. సాగువల్ల వచ్చిన ఆదాయం గ్రామ సమితికి చెందుతుంది. ఈ ఆదాయాన్ని గ్రామ సమితి గ్రామాభివృద్ధికి వినియోగించేవారు. అగ్రహార భూములపై పన్నులు ఉండవు. దానిపై వచ్చే ఆదాయం అంతా బ్రాహ్మణులకు పోతుంది. అగ్రహారాల్లో అంతా బ్రాహ్మణులే ఉంటారు. కాబట్టి అగ్రహార భూములు సాగుచేయడానికి అనుబంధంగా శివారు గ్రామాలు ఉండేవి. అందులో రైతులు, ఇతర పనివారు నివసిస్తూ, అగ్రహారాల భూములను సాగుచేసి పంటలు పండించేవారు. అగ్రహారికులు వారికి పంటలో భాగం ఇచ్చేవారు. దేవాలయ భూములకు కూడా పన్నులు ఉండేవి కావు. ఆ భూములను రైతులకు కౌలుకు ఇచ్చేవారు. ఒక్కొక్కప్పుడు వ్యక్తులు తాము దేవాలయానికి భూమిని దానంచేసి, తామే సాగుచేసుకొని ప్రతి సంవత్సరం దేవాలయానికి తామే కౌలు చెల్లించేవారు. ఈ మూడు రకాల భూములు పోను మిగిలినవి రాజుకు చెందుతాయి. అట్టి భూములపై వారికి సంపూర్ణ హక్కులు ఉండేవి. భూములను ఎవరైనా అమ్మవచ్చు, ఎవరైనా కొనవచ్చు. భూమిపై వ్యక్తి హక్కు ఉండేది.

నీటిపారుదల సౌకర్యాలు

భూమి యజమానులు ఏవిధంగా ఉన్నా ప్రజలు, పాలకులు వ్యవసాయాన్ని అభివృద్ధిచేసి పంటలు పండించారు. ఈ వ్యవసాయానికి నీరు అత్యంత ముఖ్యమైంది కాబట్టి వెలమ రాజులు వ్యవసాయాన్ని అభివృద్ధిచేసే క్రమంలో నీటి పారుదల సౌకర్యాలను కూడా అభివృద్ధిచేశారు. మొదటి అనపోతానాయుడు, అనపోత సముద్రాన్ని, రావు మాధవనాయుని భార్య నాగాంబిక నాగ సముద్రాన్ని, రెండవ అనపోతానాయుడు రాయ సముద్రాన్ని నిర్మించారు. ఇవేకాకుండా వేదగిరి తటాకం, పర్వతరావు తటాకం, మాధవరావు చెరువు మొదలైనవి కూడా ఈ కాలంలోనే నిర్మించబడ్డాయి. చెరువులు, తటాకాలే కాకుండా బావులు, కాలువలు కూడా తవ్వించి వ్యవసాయాన్ని ప్రోత్సహించారు. కాకతీయుల కాలంనాటి తటాకాలు, వెలమరాజులు నిర్మించిన నీటిపారుదల సౌకర్యాల వల్ల తెలంగాణాలో వ్యవసాయం అభివృద్ధిచెందింది. నాడు 3 రకాల వ్యవసాయ భూములు ఉండేవి 1) మెట్ట, 2) తరి, 3) తోట భూములు. విస్తీర్ణంలో మెట్ట భూములు ఎక్కువ, ఇవి వర్షాధారమైనవి. తరి, సాగుభూములు, మంచి సారవంతమైనవి. అందువల్ల వరి విస్తారంగా పండించేవారు. నాడు సంవత్సరానికి రెండు పంటలు పండేవి. వైశాఖ మాసంలో ఒక పంట, కార్తీక మాసంలో రెండవ పంటను పండించేవారు. ప్రతి గ్రామంలో శిస్తుగా వసూలుచేసిన ధాన్యాన్ని నిలువచేయడానికి రాచగాదెలు ఉండేవి. వ్యవసాయానికి పనికివచ్చే పనిముట్లు కమ్మరులు, కంసాలులు తయారుచేసేవారు.

పంటలు

ఈ కాలంలో ప్రజలు పలు రకాల పంటలు పండించేవారు. ముఖ్యంగా వరి ప్రధానమైనది. దీన్ని రాజ్యంలో ఎక్కువ విస్తీర్ణంలో పండించేవారు. దీనిలో కలమ, శాలి, శిరాముఖి, పతంగహోయన అనే రకాలు ముఖ్యమైనవి. మెట్ట

పంటలు జొన్నలు, సజ్జలు, రాగులు, పప్పులు పండించేవారు. నువ్వులు, పత్తి, మిరప మొదలైన వ్యాపార పంటలు కూడా పండించేవారు. కొబ్బరి, అరటి, పనస, పోక, చెరకు మొదలైన తోటలను కూడా పండించినట్లు చారిత్రక ఆధారాలు పేర్కొంటున్నాయి. ఈ యుగంలో సాధారణ ప్రజలతో పాటు ఉద్యోగాలు దొరకని బ్రాహ్మణులు కూడా వ్యవసాయాన్ని చేశారు. అట్టివారిలో బమ్మెర పోతన ముఖ్యుడు.

పశు పోషణ

వ్యవసాయం తరవాత ముఖ్యమైన వృత్తి పశు పోషణ. రైతులేగాక, రాజులు, సామంతులు కూడా పశువులను పోషించారు. దేవాలయాలు కూడ పశువులను పోషించాయి. ప్రతి దేవాలయానికి 'కిలారులు' అనే పేరుతో పశుశాలలు ఉండేవి. బ్రాహ్మణులు కూడా పశువులను పోషించారు. ముఖ్యంగా గోవులను వారు ఎక్కువగా పోషించేవారు.

పరిశ్రమలు

వెలమ రాజుల కాలంలో తెలంగాణాలో అనేక రకాలైన పరిశ్రమలు అభివృద్ధిలో ఉండేవి. ప్రధాన పరిశ్రమ వస్త్ర పరిశ్రమ. ఓరుగల్లు, రాచకొండ, దేవరకొండలు వస్త్ర పరిశ్రమకు ఆనాడు ప్రసిద్ధిపొందాయి. దీంతోపాటు కలంకారి, అద్దకపు పరిశ్రమ కూడా అభివృద్ధి చెందింది. చీరలపైన, అంచులపైన రాజహంగులు, చిలువల వరుసలు, లేళ్ళు, గుర్రాలు, ఏనుగులు, నెమలి పింఛాలు, రాజఖడ్గాలు, ఢమరుకాలు మొదలైనవి చిత్రించుకొనేవారు. ముఖ్యంగా ఎర్ర వస్త్రాలపై చందన కవ్వలు, పట్టెడ కవ్వలు, చెంగల్వలు, కదంబకవులు ముద్రించినట్లు తెలుస్తుంది. కొన్ని చీరలను రామసింగారం, వసంత సింగారం, రామవిలాసం, వసంత విలాసం, శ్రీకృష్ణ విలాసం అనే పేర్లతో పిలిచేవారు. హేమపట్టు, వజ్రపట్టు, పులిగోరుపట్టు, ఉదయపట్టు, వెలపట్టు వంటి మొదలైన రకాల పట్టు చీరలు కూడా ఉన్నట్లు 'సింహాసనద్వాత్రింశిక' పేర్కొంటుంది. వస్త్ర పరిశ్రమలకు అనుబంధంగా రంగుల పరిశ్రమలు కూడా వెలుగొందాయి. ముఖ్యంగా నీలి రంగు తయారి ప్రతి ఇంట్లో ఉండేది. రత్నకంబళ్లు, తివాచీలనేత కూడా పేరొందింది. గ్రామాల్లో స్త్రీలు రాట్నాలమీద నూలువడికేవారు. పంచానంవారు గంటలు, స్తంభాలు, చీలికెలు తయారుచేసేవారు. వంటపాత్రలు, పంచలోహాలతో గజగంటలు, జయస్తంభాలు, దీపస్తంభాలు, దేవతా విగ్రహాలు, వ్యవసాయ పరికరాలు, స్త్రీలకు బంగారు, వెండి ఆభరణాలను కూడా పంచానంవారు తయారుచేసేవారు. వీరేగాక గ్రామాల్లో ద్వాదశ వృత్తులవారు ఉండేవారు. ఆనాడు గాజుల, అద్దాల పరిశ్రమలు కూడా ఉండేవి. గాజు రెక్కల ప్రస్తావన సాహిత్యంలో ఉంది. కాగితం వాడుకలోకి వచ్చింది. ఆయుధాల పరిశ్రమలు కూడా అభివృద్ధిలో ఉన్నాయి. నిర్మల్ ఉక్కు కత్తులు గొప్ప పేరొందినవి. దంతపు పరిశ్రమ కూడా అమలులో ఉన్నట్లు 'రుక్మాంగధ చరిత్ర'లో వివరించబడింది.

వర్తక - వ్యాపారం

వీరి కాలంలో బలిజలు, వైశ్యులు విదేశీ వ్యాపారం చేసేవారు. సుగంధ ద్రవ్యాలు, పట్టుబట్టల దిగుమతి చేసుకొనేవారు. కృష్ణాతీరంలోని వాడపల్లి వీరి నౌకా కేంద్రం. వాడపల్లిపై ఆధిపత్యం కోసం వెలమరాజులకు - రెడ్డిరాజులకు తరచు ఘర్షణలు జరుగుతుండేవి. కాకతీయుల కాలంలో ఉన్న నాణేలు, తూకాలు, కొలతలు అమల్లో ఉన్నాయి.

పుణ్యక్షేత్రాల్లో పండుగలకు, జాతరలకు సంతలు జరిగేవి. వారాంతపు సంతలు కూడా ఉండేవి. వ్యాపారులు అనేక ప్రాంతాల నుంచి తెచ్చే సరుకులను ఈ సంతల్లో విక్రయించేవారు. వెలమరాజులకు వ్యాపార సంతల వల్ల కూడా సుంకాల రూపంలో రాజ్యానికి ఆదాయం వచ్చేది. కానీ వీరి ఆదాయంలో ఎక్కువభాగం యుద్ధాలకు ఖర్చు అయ్యేది. మిగిలిన ఆదాయాన్ని ప్రజా ఉపయోగ కార్యక్రమాలకు ఉపయోగించేవారు.

వెలమ నాయకుల కాలంనాటి మత పరిస్థితులు

ముస్లిం అధికార దౌర్జన్యాలపై తిరుగుబాటు ఫలితంగా ఏర్పడిన రాజ్యాల్లో వెలమనాయకుల రాజ్యం ఒకటి. ఇలాంటి రాజ్యం హిందూ మత సంస్కృతుల పరిరక్షణకు పూనుకోవడం సహజం. ముస్లిం దాడుల్లో నష్టపోయిన బ్రాహ్మణ అగ్రహారాల పునరుద్ధరణతో ఇది ప్రారంభమైంది. అందుకే కాకతీయుల కాలంనాటి శైవ, వైష్ణవ మతాలకు ఈ కాలంలో ప్రాధాన్యత పెరిగింది. వెలమలు మొదట శైవమతాభిమానులు. కాని ఈ వంశంలో సింహాసనాన్ని అధిష్టించిన చివరి రాజులు వైష్ణవ మతాన్ని స్వీకరించి ఆదరించారు. అయినా ఇతర మతాలను ద్వేషించలేదు.

శైవం

ఈ కాలంనాటికి శైవమతంలోని తీవ్రవాద శైవానికి ప్రజల్లో ఆదరణ పెరిగింది. ముఖ్యంగా శివుని ఉగ్రరూపాలైన భైరవ, మైలారు దేవుళ్ళను పూజించడం ప్రారంభమైంది. అందువల్ల ప్రజలతోపాటు పాలకులు కూడా భైరవ ఆలయాలను నిర్మించి, భైరవ విగ్రహాలను ప్రతిష్ఠించారు. ఈ భైరవ ఆరాధన ఫలితంగా రణము కూడు అనే ఆచారం ప్రవేశించింది. వామాచార సంబంధమైన తాంత్రిక పూజావిధానం బలంగా ఉంది. సిద్ధులు సాధించిన 'మత్స్యేంద్రనాధాది నవనాథుల చరిత్రను ప్రజలు పురాణాలుగా చెప్పుకొనేవారు. కాళ్ళు, చేతులు, తలలు నరుక్కోవడం, నాలుకలు కత్తిరించుకోవడం, కండలు కోసి అర్పించడం వంటి క్రూర కృత్యాలు ఎక్కువగా సాగాయి. నాటి కావ్యాల్లో చంపుడు గుడుల ప్రసక్తి ఎక్కువగా కనిపిస్తుంది. ఇంకా ఈ కాలంలో కాళికదేవి, దుర్గాదేవి, చండి, భద్రకాళి, మహిషాసురమర్దినిలను కూడా పూజించే ఆచారం అమల్లో ఉంది. ఇదేవిధంగా గ్రామ దేవతలైన కట్టమైసమ్మ, ముత్యాలమ్మ, మారెమ్మ, ఏకవీర దేవతల ఆరాధన కూడా అమల్లో ఉంది. నాగదేవతారాధన కూడా ఉన్నట్లు సాహిత్యాధారాలు తెలుపుతున్నాయి. నాగులపంచమి, నాగుల చవితి రోజుల్లో పాములకు పుట్టలో పాలుపోసి పూజించేవారు. వీరు రాజధాని నగరమైన రాచకొండలో భైరవ ఆలయాన్ని, దుర్గాదేవి ఆలయాన్ని నిర్మించి వీటి పోషణకు భూదానాలు కూడా ఇచ్చారు.

వైష్ణవం

వెలమరాజుల్లో చివరివాడైన సర్వజ్ఞ సింగమనాయుని కోరికపై వేదాంతదేశికుడు 'సుభాషితనీతి', 'తత్వసందేశం', 'రహస్య సందేశం' అనే గ్రంథాలు రాసి రాచకొండకు పంపాడు. వేదాంతదేశికుడు వైదికాచారంతో కూడుకొని ఉన్న వీడగళై శాఖకు చెందినవాడు. తరవాత అతని కుమారుడు వరదాచార్యుడు వైష్ణవమత ప్రచారం చేయడానికి రాచకొండకు వచ్చాడు. ఇతనికి వైనాచార్యుడనే పేరు కూడా ఉంది. ఇతడు సర్వజ్ఞ సింగన ఆస్థానంలో ఉన్న శాకల్యమల్లు భట్టును ఓడించి సర్వజ్ఞ సింగన మనస్సు గెలుచుకొన్నాడు. అందువల్ల సర్వజ్ఞ సింగన వైనచార్యుల వద్ద వైష్ణవదీక్ష పుచ్చుకొన్నాడు.

పరాశరభట్టు కూడా శాకల్యమల్లు భట్టును ఓడించాడు. అందువల్ల వెలమ రాజ్యంలో వైష్ణవమతం త్వరితగతిన అభివృద్ధిచెందింది. అనేక విష్ణు ఆలయాలు ఈ సందర్భంలోనే నిర్మించబడ్డాయి. రాచకొండలో రామాలయం కూడా నిర్మించబడింది.

వెలమ రాజులు బ్రాహ్మణులకు అగ్రహారాలు ఇచ్చారు. ముస్లిం దాడుల వల్ల నాశనమైన దేవాలయాలను పునరుద్ధరించారు. యుద్ధాల్లో విజయం లభించినప్పుడు ప్రసిద్ధ పుణ్యక్షేత్రాలు దర్శించి దేవాలయాలకు దానాలు చేశారు.

వెలమ నాయకుల విద్యా - భాషా, సారస్వత-కళాపోషణ

వెలమ రాజులు కూడా నాటి ఆంధ్రదేశంలోని సమకాలీన రాజ్యాల మాదిరిగానే తెలంగాణా రాజ్యంలో విద్యా-భాషా, సారస్వతాలను పోషించారు. విద్య, భాషా, సారస్వత కళాపోషణలో వెలమలు వీరికి సమకాలీకులైన రెడ్డి రాజులతో పోటీపడ్డారు. వీరు కూడా సంస్కృతాంధ్ర భాషలను పోషించారు. వీరి కాలంలో వేదాలు, వేదాంగాలు, జ్యోతిష్యం, షడ్దర్శనాలు, మీమాంస, రాజనీతి శాస్త్రాలు, శబ్దశాస్త్రాలు, సాహిత్య, సంగీతశాస్త్రాల అధ్యయనం జరిగింది. వీరికాలంలో సంస్కృతాంధ్ర భాషలే కాకుండా అరబ్బీ, పారశీక భాషలు కూడా వాడుకలో ఉన్నాయి. అందుకు కారణం వీరి రాజ్యం పక్కనే ముస్లిం రాజ్యమైన బహమనీ రాజ్యం ఉండటం అయి ఉండవచ్చు. రెండవ సింగమనాయుడు సర్వజ్ఞ బిరుదాన్ని పొందాడు. నాడు విద్యలకు కేంద్రాలైన అగ్రహారాలను, దేవాలయాలను, మఠాలను రాజులు, సమాజంలోని ధనవంతులు పోషించారు. వివిధ విద్యలతోపాటు లలితకళల్లో కూడా ఈ కాలంలో విశేషమైన కృషిజరిగింది. సంగీత నాట్యశాస్త్రాలపై చాలా గ్రంథాలు రచింపబడ్డాయి. సర్వజ్ఞ సింగమ భూపాలుడు వసంతోత్సవాలు జరిపి దూర ప్రాంతాల నుంచి సైతం నటులను, గాయకులను ఆహ్వానించేవారు. వీళ్ళకు ప్రతిభా పరీక్షలు జరిపి అర్హతను బట్టి ఆదరించేవారు. నాట్యంలో కొత్త పద్ధతులు అనేకం బయలుదేరాయి. మార్గరీతియైన భరత నాట్యమే కాకుండా, గొండ్లు, జక్కిణి, ప్రేరిణి, బిందు అనే దేశరీతులు పారషీకమత్తలి అనే విదేశీరీతులు ప్రచారంలో ఉన్నాయి. వాయిద్యాలలో భేరి, జయఘంట, పల్లకి, చక్కి, కాహళము, వంశం దక్క, హుడుక్కి మొదలైన వాటి గురించి నాటి వాఙ్మయం తెలుపుతుంది. నాటక కళ కూడా చాలా అభివృద్ధిచెందింది. వసంతోత్సవాల్లో, రథోత్సవాల్లో, నాటకాలాడేవారు. నాటకాలు ఆడటానికి ప్రత్యేక నాట్యకళాశాలలు ఉండేవి. ప్రమథపురాతన పటు చరిత్రలు, 'అతను గీతలు' నాటక వస్తువులు. నటులు సంఘాలుగా ఏర్పడి దేశ సంచారం చేస్తుండేవారు.

సంస్కృత సాహిత్యం

వెలమ రాజుల ఆస్థానాల్లో సంస్కృత భాషకు విశేష ఆదరణ లభించింది. మొదటి అనపోతానాయుని కాలంలో తన ఆస్థానంలో నాగనాథుడు అనే సంస్కృత కవి ఉండేవాడు. ఇతడు పశుపతి పండితుని కుమారుడు. విశ్వేశ్వరుని శిష్యుడు. ఇతడు సంస్కృత భాషలో మదనవిలాస బాణం అనే నాటకాన్ని రచించాడు. మొదటి అనపోతానాయుడు వేయించిన ఐనవోలు శాసనాన్ని ఇతడే రచించాడు. ఈ శిలాశాసనం క్రీ.శ.1369 లో వేయించబడింది. ఇతడు 'అనపోతానాయకీయం' అనే మరొక నాటకాన్ని కూడా రాశాడు. అది లభ్యం కాలేదు. కాని దీన్ని గురించి కుమార సింగన రసార్ణవ సుధాకరంలో ప్రస్తావించాడు.

వెలమ నాయక రాజుల్లో సర్వజ్ఞ సింగన చాల గొప్పవాడు. ఇతడు స్వయంగా కవి. సాహిత్య సృష్టిలో రెడ్డిరాజైన పెదకోమటి వేమారెడ్డికి దీటైనవాడు. ఇతడు 'రసార్ణవ సుధాకరం' అనే లక్షణ గ్రంథాన్ని, రత్నపాంచాలిక అనే నాటకాన్ని రచించడమేగాక సారంగధరుని సంగీత రత్నాకరంపై సంగీత సుధాకరం అనే వ్యాఖ్యానం సమకూర్చాడు. ఇతడు రచించిన రత్నపాంచాలిక అనే నాటకానికీ కువలయావళి అనే పేరుంది. ఇందులోని ఇతివృత్తం శ్రీకృష్ణునితో కువలయావళికి వివాహం జరగడం. ఈ నాటకంలో కవి తనను తాను 'లలిత కవితా విలాస చతురానామా' అని వర్ణించుకొన్నాడు. ఇంక ఇతనికి 'ప్రతిగండభైరవ', 'ఖడ్గనారాయణ' అనే బిరుదు ఉన్నట్లు కూడా ఈ నాటకం తెలుపుతుంది. ఈ రత్నపాంచాలిక నాటకాన్ని రాచకొండలో ప్రసన్న గోపాలదేవుని ఆలయం వద్ద జరిగే వసంతోత్సవాల సమయంలో ప్రదర్శించేవారు. సింగమ భూపాలునకు 'లక్షలక్షణవ్వేద', 'సర్వజ్ఞ చూడామణి' అనే బిరుదులున్నాయి. సింగమ భూపాలుడు గొప్ప కవే కాకుండా కవులను, పండితుల్లను పోషించాడు. ఇతని ఆస్థానంలో విశ్వేశ్వరుడు, బొమ్మకంటి అప్పయార్యుడు అనే ఇద్దరు కవులు ఉండేవారు. వీరిలో విశ్వేశ్వరుడు 'చమత్కార చంద్రిక' అనే అలంకారశాస్త్ర గ్రంథాన్ని రచించాడు. బొమ్మకంటి అప్పయార్యుడు అమరకోశానికి వ్యాఖ్యానం రాశాడు. విశ్వేశ్వరుడు చమత్కార చంద్రికలో సింగమ భూపాలుణ్ని సాహిత్య శిల్పావధి అని వర్ణించాడు.

సింగమ భూపాలుని కుమారుడైన రావుమాధానాయుడు కూడా గొప్ప విద్వాంసుడు. ఇతడు శ్రీమద్రామాయణం పై 'రాఘవీయ' అనే వ్యాఖ్యానం రాశాడు. మధానాయుడి భార్య వేయించిన నాగారం శాసనంలో ఈ విషయం రాయబడింది. ఈ కాలంలో రకరకాల నాట్యశాస్త్రాలు రాయబడ్డాయి. అదేవిధంగా రేచర్ల వెలమల ఆస్థానాల్లో ప్రసిద్ధిపొందిన మరొక కవి శాకల్యమల్లుభట్టు, శాకల్యమల్లుభట్టు మహాకవి. ఇతడు 'నిరోష్ఠ్య రామాయణం', 'ఉధార రాఘవం' అనే కావ్యాలు, 'అవ్యయ సంగ్రహ నిఘంటువు' రచించాడు. ఈ నిఘంటువు చివర తాను 'చతుర్భాషా కవితా పితామహుడ'ని చెప్పుకొన్నాడు.

తెలుగు సాహిత్యం

సంస్కృతంతోపాటు వెలమ నాయకులు తెలుగు భాషను కూడా పోషించారు. ఈ కాలంలో అనేక తెలుగు కావ్యాలు రచింపబడ్డాయి. అనేకమంది తెలుగు కవులను వీరు పోషించారు. వారిలో పూసపాటి నాగనాథుడు, అయ్యలార్య, కొరవి గోపరాజు, గౌరన, బమ్మెర పోతన మొదలైనవారు ప్రముఖులు.

పూసపాటి నాగనాథుడు తెలుగులో 'విష్ణుపురాణం' రచించాడు. ఈ గ్రంథంలో వెలమ నాయకుల విజయాలు కూడా వర్ణించబడ్డాయి. భైరవ కవి అనేవాడు కూడా ఈ కాలం వాడే. ఇతడు సర్వజ్ఞ సింగభూపాలునకు సమకాలీకుడు. వెలమ నాయకుల ఆస్థానంలో ప్రసిద్ధిపొందిన మరొక కవి గౌరన. ఇతడు తెలంగాణాలోని రామగిరి నివాసి. ఇతని తండ్రి అయ్యలార్య, తల్లి పోచమాంబ. ఇతడు తెలుగులో 'హరిచంద్రోపాఖ్యానం', 'నవనాథ చరిత్ర' అనే రెండు ద్విపద కావ్యాలు, 'లక్షణదీపిక' అనే ఒక గ్రంథాన్ని రచించాడు. గౌరన తన 'నవనాథ చరిత్ర'ను శ్రీశైలంలోని భిక్షవృత్తి మతాధిపతి ముక్తిశాంతరాయనికి అంకితం చేశాడు. ఇతని భక్తుడు ముమ్మడి శాంతయ్యకు శ్రీనాథుడు కూడా తన శివరాత్రి మహత్యాన్ని అంకితం చేశాడు. కాబట్టి గౌరన, శ్రీనాథునికి సమకాలికుడు. తెలుగులో శ్రీగిరికవి కూడా గౌరన కంటే ముందే నవనాథచరిత్రను రాశాడు. కానీ అది పద్యకావ్యం. గౌరన రాసినది ద్విపద కావ్యం. గౌరనకు సరస సాహిత్య లక్షణ చక్రవర్తి అనే బిరుదు ఉంది.

ఈ కాలంలో ప్రసిద్ధిచెందిన మరొక కవి కొరవి గోపరాజు. ఇతని తల్లిదండ్రులు కామాంబిక, కౌశవరాజు. ఇతడు తెలంగాణావాసి. ఇతని వంశంలో ఇతనికి ముందు 7వ తరంవాడైన వెన్నయ మంత్రి వెలనాటి పృథ్వీశ్వరుని వద్ద మంత్రిగా పనిచేశాడు. కొరవి గోపరాజు తెలుగులో 'సింహాసన ద్వాత్రింశిక' అనే కావ్యాన్ని రాశాడు. ఇందులో ఉజ్జయినిని ఏలిన విక్రమార్కుడికి సంబంధించిన 32 కథలు రాయబడ్డాయి. ఇది సంస్కృతంలోని త్రిషష్ఠిసాలాకపురు సచ్చరిత్ర' అనే జైన కావ్యానికి అనువాదం అంటారు. గోపరాజు కూడా తన కావ్యం స్వతంత్ర కావ్యం కాదని చెప్పుకొన్నాడు. కాని ఈ కావ్యంలో గోపరాజు అద్భుతమైన తెలుగు భాషను ఉపయోగించాడు.

వెలమరాజుల రాజ్యంలో ప్రసిద్ధిచెందిన కవులలో మరొక అగ్రగణ్యుడు బమ్మెర పోతన. ఇతనికి పోతరాజు, పోతనామాత్యుడు అనే పేర్లు కూడా ఉన్నాయి. నేటి వరంగల్ జిల్లా పాలకుర్తి మండలంలోని బమ్మెర ఇతని స్వగ్రామం. పోతన తల్లి లక్కమ్మ, తండ్రి కేశన్న. వీరు కౌండిన్యసగోత్రీకులు. పోతన 'భోగిని దండకం', 'ఆంధ్రమహా భారతం', 'వీరభద్ర విజయం' అనే మూడు గ్రంథాలను రచించాడు. వీటిలో మొదటగా భోగిని దండకాన్ని సర్వజ్ఞ సింగమ భూపాలుడి ప్రియురాలిపై రాశాడు. ఇది శృంగార పరమైన గ్రంథం. కాలక్రమేణా రాజాస్థానంలోని పనులను చూసి అతడికి విరక్తి కలిగి రాజ సేవలను వదులుకొని తన స్వగ్రామంచేరి వ్యవసాయదారుడిగా జీవించాడు పోతనకు 'సహజ కవి' అనే పేరుంది. ఇతనికి రాజాస్థానమందు వైరాగ్యం కలిగిన తరవాత తన ఇంటివద్ద కూర్చొని నిష్ఠగా భక్తిపారవశ్యంతో సంస్కృత 'భాగవతాన్ని' తెనుగించాడు. కాని స్వచ్ఛమైన తెలుగు పదాలతో స్వతంత్ర కావ్యంగా దాన్ని మలిచాడు. భగవంతుడే తనపేర భాగవత పలుకులను పలికించాడని స్వయంగా భాగవతంలో చెప్పుకొన్నాడు. ఈ భాగవతం వైష్ణవ గ్రంథం. అంతకు ముందు రచించిన వీరభద్ర విజయం శైవగ్రంథం. దీన్నిబట్టి ఇతడు శైవ, వైష్ణవశాఖా భేదాలకు అతీతుడని తెలుస్తుంది. ఇతడు రచించిన భాగవతాన్ని రాచకొండ ప్రభువు సర్వజ్ఞ సింగన తనకు అంకితం చేయమనగా, ఇవ్వనని నిర్భయంగా ప్రకటించి, శ్రీరామునికి అంకితం ఇచ్చాడు. రెడ్డిరాజుల ఆస్థానకవి శ్రీనాథుడు, బమ్మెర పోతన ఇద్దరూ బావమరుదులని ప్రతీతి. ఈ ఇద్దరూ ఆ కాలంలో తమ కవిత్వాలతో తెలుగుభాషా చరిత్రలో అజరామరమైన కీర్తిని సంపాదించారు.

వెలమ నాయకుల కాలంనాటి దేవాలయాలు

వెలమ నాయకుల రాజ్యస్థాపనకు ముందు ముస్లింలు తెలంగాణాలోని అనేక దేవాలయాలను ధ్వంసంచేశారు. వెలమ రాజుల రాజ్యం స్థిరపడిన తరవాత ఆ దేవాలయాల్లో కొన్నింటిని బాగుచేయించారు. మరికొన్ని కొత్త దేవాలయాలను నిర్మించారు. వారి రాజధాని రాచకొండలో భైరవాలయం, రామాలయాన్ని నిర్మించారు. దీనిలో రామాలయం నేటికీ ఉంది. ఇక్కడ లక్ష్మీదేవి ఆలయాన్ని కూడా నిర్మించారు. దేవరకొండలో శివాలయాలు, రామాలయాలు నిర్మించారు. దేవరకొండ కోటలో వీరు నిర్మించిన దేవలయాలన్నీ నేడు శిథిలాలుగా మిగిలాయి. భువనగిరిలో సోమేశ్వర ఆలయాన్ని నిర్మించారు. ఓరుగల్లులో దేవాలయాలను పునర్నిర్మాణం చేశారు. ఈ కాలంలో పంచ రంగుల్లో చిత్రాలు చిత్రించేవారని పోతన భాగవతంలో వర్ణలేపనాన్ని గురించి వర్ణించాడు.

వెలమ నాయకుల కాలంనాటి కోటలు

వెలమ నాయకులు తమ రాజ్య రక్షణకు అనేక కోటలను శత్రుదుర్భేద్యంగా నిర్మించారు. వీరు కోటల రక్షణకు అమిత ప్రాధాన్యతను ఇచ్చారు. వీరి రాజ్యంలో రాచకొండ, దేవరకొండ, భువనగిరి, ఓరుగల్లు కోటలు ప్రసిద్ధిచెందాయి.

దేవరకొండ కోట నిర్మాణంలో అడుగడుగునా వారి రక్షణ వ్యూహం కనిపిస్తుంది. అది ఆనాటి వాస్తుకు తార్కాణంగా చెప్పవచ్చు. వీరి కాలమంతా యుద్ధాలతో గడిచిపోయింది. కాబట్టి వీరు శిల్పకళకు పెద్దగా ప్రాముఖ్యతను ఇవ్వలేకపోయారని చెప్పవచ్చు.

దాదాపు 150 సంవత్సరాలపాటు తెలంగాణాని రాచకొండ, దేవరకొండలను రాజధానులుగా చేసుకొని పరిపాలించిన రేచర్ల వెలమలు లేదా పద్మనాయక వంశీయుల పాలనలో రాజకీయ అలజడులు జరిగినప్పటికీ వీరి సమర్ధవంతమైన పాలనా ఫలితంగా రాజ్యం ఆర్థిక, సామాజిక, సాంస్కృతిక రంగాల్లో ముందంజవేసి కాకతీయులకు వారసులమనిపించుకున్నారు. దాదాపు 150 సంవత్సరాలు రేచర్ల పద్మనాయకుల పరిపాలన తెలంగాణ ప్రత్యేక అస్తిత్వానికి దారితీసి, తెలంగాణ ప్రజల ప్రత్యేక సంస్కృతి, సంప్రదాయాలను నెలకొల్పడమే కాకుండా ఆ తరవాత పరిపాలించిన కుతుబ్షాహి, అసఫ్జాహీలకు తెలంగాణ వారసత్వాన్ని అందించడం జరిగింది.

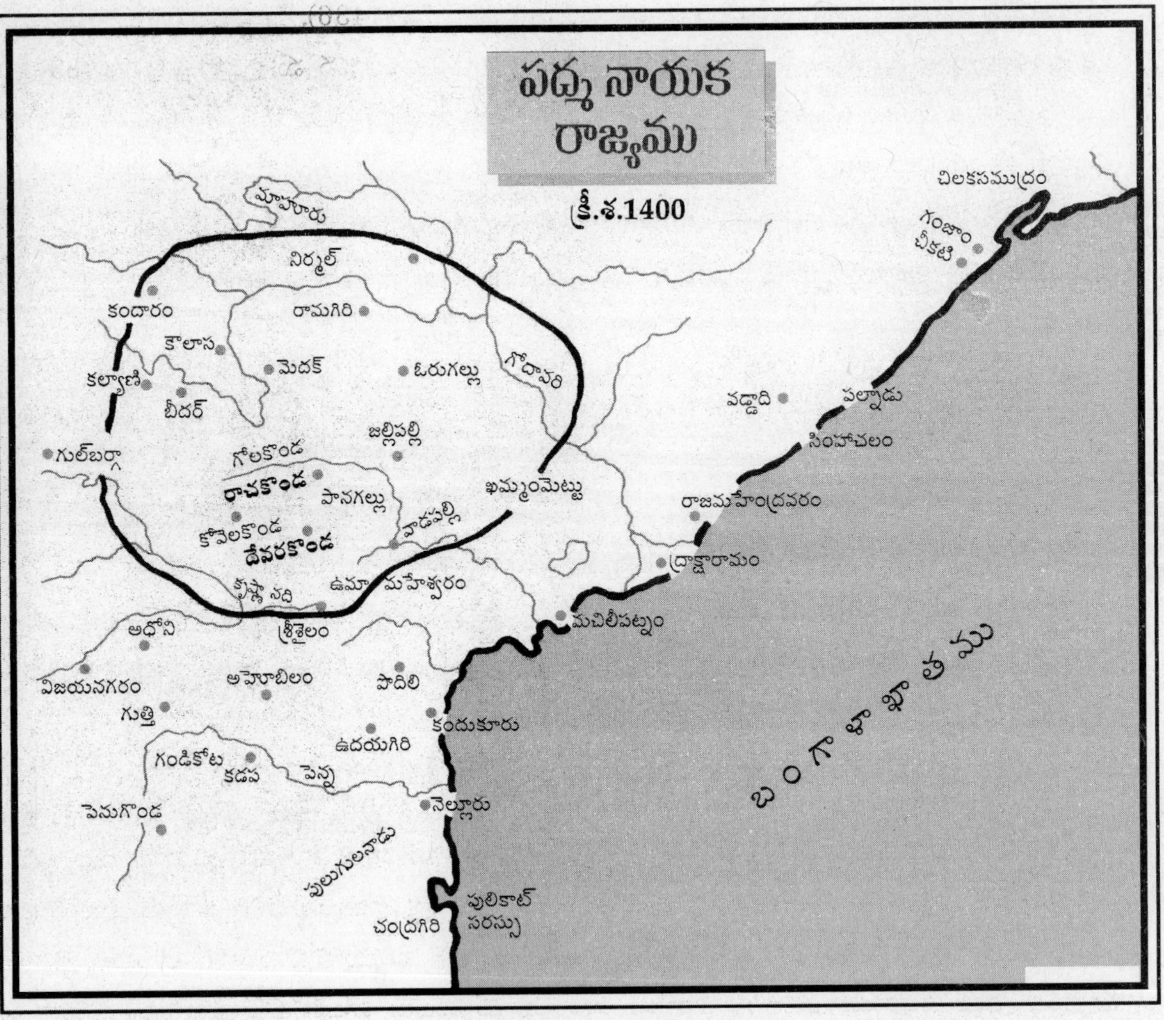

11

బహమనీల పాలన

దక్షిణ భారతదేశంలో క్రీ.శ.1347 వ సంవత్సరం చాలా కీలకమైంది. ఈ సంవత్సరంలో అల్లాఉద్దీన్ హసన్ బహమన్‌షా స్వతంత్ర ముస్లిం రాజ్యాన్ని స్థాపించాడు. నాటి నుంచి దక్కన్ ముస్లీం పాలనలో ప్రగతికి నోచుకుంది. అల్లాఉద్దీన్ హసన్ బహమన్‌షా (క్రీ.శ.1347-1358), మహమ్మద్‌షా బహమనీ (క్రీ.శ.1358-1375), ముజహీద్‌షా బహమనీ (క్రీ.శ.1375-1378), రెండవ మహమ్మద్‌షా బహమనీ (క్రీ.శ.1378-1397), ఫిరోజ్‌షా బహమనీ (క్రీ.శ.1397-1422), అహమ్మద్‌షా వలీ బహమనీ (క్రీ.శ.1422-1436), రెండవ అల్లాఉద్దీన్‌షా బహమనీ (క్రీ.శ.1436-1457), నిజాంషా బహమనీ (క్రీ.శ.1461-1463), మూడవ మహ్మద్‌షా (క్రీ.శ.1463-1482), మహమ్మద్‌షా బహమనీ (క్రీ.శ.1482-1518) లు బహమనీ రాజ్యంలో ముఖ్యమైన పాలకులు. వీరు సామ్రాజ్య విస్తరణ, సుస్థిర పాలనకు, దక్కన్ ప్రగతికి విస్తృతంగా సేవలు అందించారు. వీరి పాలనలో ఎన్నో సంస్కరణలు చేపట్టడమైంది. వీరి పాలన తెలుసుకోడానికి అనేక ఆధారాలు లభ్యం అయ్యాయి.

ఆధారాలు

పర్షియ, సంస్కృత రచనలు నాటి పాలనకు ముఖ్య ఆధారాలు. ఇసామీ రాసిన 'పుతుహుస్ సాలటీన్', ఆదారి రాసిన 'బహమన్‌నామా', గేసుదరాజ్ రాసిన 'ఇష్కనమా', 'హజైరుల్ ఖుద్దూస్'లు నాటి బహమనీ చరిత్రకు ఆధారాలు. నికిటన్, బర్బోస, డామింగోపీస్‌ల రచనలు నాటి బహమనీ చరిత్రకు ప్రధాన విదేశీ ఆధారాలు. మహమ్మద్ గవాన్ ప్రధాని లేఖలు, రచనలు ప్రధాన ఆధారాలు. గుల్బర్గాలోని జమే మస్జీద్, గేసుదరాజ్ దర్గా, బీదర్‌లో కోట, కోట మస్జీద్, రంగిన్ మహల్, తర్కిష్ మహల్, దర్వాజాలు నాటి వారసత్వ నిర్మాణాలకు, చరిత్రకు ప్రధాన ఆధారాలు. ఇబన్‌బతూత 'రేహ్లా' నాటి బహమనీల పాలనను వివరిస్తుంది. పెరిష్టా 'తారిఖ్-ఇ-పెరిష్టా' రచన నాటి సామాజిక, మత, సాంస్కృతిక పరిస్థితులను తెలుపుతుంది. తబతబ రాసిన బుర్హన్-ఐ-మాసిర్ బహమనీల చరిత్రకు మరొక ప్రధాన ఆధారం.

పరిపాలనా విధానం

దక్షిణ భారతదేశంలో స్థాపించిన ప్రథమ ముస్లీం రాజ్యం బహమనీ సామ్రాజ్యం. ఇది చాలా విశాలమైన రాజ్యం. బహమనీ పాలకులు క్రీ.శ.1347 నుంచి 1526 వరకు పరిపాలన కొనసాగించారు. మధ్య యుగంలో ఇటు భారతదేశంలో, అటు యూరప్, ఆసియాలో రాజే ప్రభుత్వం. రాజు దైవహక్కులను కలిగి ఉన్నాడు. ఖురాన్ ప్రకారం కూడా 'ఖలిఫా' ఈ లోకానికి, దైవ సంబంధ విషయాలకు అధిపతి. పర్షియాలోని ససానిద్ పాలకులు దేవాలయం మాదిరిగా తమ పరిపాలన భవంతిని ఏర్పాటు చేసిన దానికి ప్రజలు హాజరై తమ పాలకుడ్ని దైవంగా, వారు బానిసలుగా భావించేవారు. 'రావెందియా' శాఖవారు ఖలిఫాను దేవునిగా ప్రకటించుకోవాలని వత్తిడి చేశారు. కానీ ఖలిఫాలు దీన్ని తీవ్రంగా వ్యతిరేకించి, తాము దైవరాయబారులం (నియాబుతు-ఇ-ఖుదావందీ) అని ప్రకటించారు. ఈ సందర్భంలో 'ఉద్బీ' చక్రవర్తి లేదా ఖలిఫాను భూమి మీద (సుల్తాన్ జిల్ అల్లా ఫిల్ అర్జ్) దేవుని నీడగా రాశాడు.

క్రీ.శ.1206 లో ఏర్పడిన ఢిల్లీ సుల్తాను పాలకుల్లో ముఖ్యంగా ముబారక్‌షా, ఇల్‌టుట్‌మిష్, బాల్బన్‌లు దైవ బానిసలుగా, దేవుని నీడగా, దైవానుగ్రహం (మన్జుర్-ఇ-రబ్బానీ) కలవారుగా ప్రకటించుకొన్నారు. ఈ సిద్ధాంతాన్ని చాలామంది సుల్తానులు అనుసరించారు.

దక్కన్ పాలకులు ముఖ్యంగా బహమనీలు కూడా దైవ బానిసలుగా తమ పరిపాలనను కొనసాగించారు. బహమనీ రాజ్యస్థాపకుడు అల్లాఉద్దీన్ హసన్ బహమన్‌షా 'గుల్బర్గా' రాజధానిగా చక్కని పరిపాలన వ్యవస్థను ఏర్పాటు చేశాడు. పరిపాలనలో సాధారణంగా సుల్తాన్ మాటే శాసనం. సర్వాధికారి, అత్యున్నత అధికారి సుల్తాన్. సర్వసైన్యాధ్యక్షుడు, అత్యున్నత న్యాయాధీశుడు సుల్తానే. అతని ఆస్థానమే అత్యున్నత న్యాయస్థానం. పరిపాలనా సౌలభ్యం కోసం బహమనీ పాలకులు రాజ్యాన్ని 'తరఫ్'లుగా విభజించారు. ఈ తరఫ్‌లు అమీర్ ఆధీనంలో ఉండేవి. రాజ్యంలో భూస్వామ్య వ్యవస్థను పోలిన జాగీరులు ఏర్పాటు చేయబడ్డాయి. బహమ్మనీల మొదటి ప్రధానమంత్రి (వకీల్-ఐ-సుల్తానత్) మాలిక్ సైఫుద్దీన్ ఘోరి. ఇతని పాలన కింద రాజధాని గుల్బర్గా నుంచి పశ్చిమాన దౌలతబాద్, దక్షిణాన రాయచూరు, ముద్గల్ వరకు ఉంది. చౌల్ (సముద్ర తీరం) దౌలతబాద్ మధ్య ప్రాంతం, భీర్, పఠాన్‌లు మహమ్మద్‌ఖాన్ ఆధ్వర్యంలో ఉన్నాయి. ఉత్తరాన మహూర్, రాంగిర్, బీరార్‌లోని కొంత ప్రాంతం సిస్తానీ ఆధీనంలో ఉంది. బీదర్, కౌలాస్, తెలంగాణ జిల్లాలు ఆజం హుమాయున్ ఆధీనంలో ఉండేవి. రాజ్యం మొత్తం మీద సుల్తాన్‌దే సర్వాధికారం. పరిపాలన కోసం అనేక పరిపాలనా వ్యవస్థలను ఏర్పాటు చేశాడు.

అల్లాఉద్దీన్ హసన్ అన్ని పరిపాలనా సంస్థలను సమర్థవంతంగా నిర్వహించాడు. తబతబ 'బుర్హాన్-ఐ-మాసిర్' లో హసన్ ఏర్పాటు చేసిన కార్యాలయాలు ఏడు. అవి

1. సాహిబ్-ఇ-అర్జ్ - సైనిక పర్యవేక్షణ
2. ఖుర్‌బేగి మైసర్హ్ - ఎడమభాగ కమాండర్
3. ఖుర్‌బేగి మైమనత్ - కుడిభాగ కమాండర్
4. దభీర్ - కార్యదర్శి
5. దివాన్ - ఆర్థిక మంత్రి
6. సయ్యద్-ఉల్-ఉజ్జబ్ - దైవ కార్యక్రమాలు నిర్వహించేవాడు
7. హైజిబ్-ఉల్-ఖస్సా - నగర కమీషనర్

హసన్ ఏర్పాటు చేసిన ఈ కార్యాలయాల్లో తదుపరి పాలకులు అవసరమైన మార్పులు, చేర్పులు చేశారు. సుల్తాన్ పాలనలో అత్యున్నత అధికారికి సలహాలు, సూచనలు ఇవ్వడానికి సలహామండలి ఉంది. అందులో ఏడుగురు అధికారులు ఉండేవారు. వారు

1. వకీల్-ఉస్-సల్తనేట్ - ప్రధాన మంత్రి
2. అమీర్-ఐ-జుంలా - ఆర్థిక మంత్రి
3. వజీర్ అష్రఫ్ - విదేశీ వ్యవహారాల సభ్యుడు

4. నజీర్ - ఆర్థిక కార్యదర్శి

5. కొత్వాల్ - పోలీస్ అధికారి

6. వజీర్-ఐ-కుల్ - లెక్కల తనిఖీ అధికారి

7. సదర్ జహన్ - న్యాయశాఖ సభ్యుడు

అధికారులు లేదా మంత్రులు మొదట తమ, తమ కార్యాలయ పనులను చూసి, ముఖ్యాంశాలను సుల్తాన్‌కు వివరించాలి. ముఖ్యాంశాలకు సుల్తాన్ అనుమతి తప్పనిసరి. మండలి అధిపతి వకీల్-ఉస్-సల్తనత్, ఇతనికి ఒక కార్యదర్శి ఉండేవాడు. సుల్తాన్ లేని సమయంలో వకీల్ ఉపసుల్తాన్‌గా లేదా 'నాయిబ్ బాద్‌షా' గా కొనసాగేవాడు. అమీర్-ఐ-జుంలా ప్రభుత్వానికి రావలసిన రెవిన్యూ, భూమిశిస్తు, నీటి వనరుల పన్ను, అటవీ పన్ను, ఎగుమతి, దిగుమతి సుంకాలు, ఇతర ఆదాయ వనరులను పరిశీలించేవాడు. రాబడి, వ్యయం మొదలైన అంశాలను ఎప్పటికప్పుడు రాజుకు వివరించేవాడు. రాజ్యంలో జరిగే విదేశీ వ్యవహారాలను వజీర్ అష్రఫ్ నిర్వహించేవాడు. వివిధ దేశాలకు పంపే రాయబారులు, అధికారుల గురించి సుల్తాన్‌తో చర్చించడం, ఆయా దేశాలతో గల రాజకీయ, సామాజిక, సాంస్కృతిక, మత, సాంకేతిక పరిజ్ఞాన అంశాలను సుల్తాన్‌కు వివరించే వజీర్ అష్రఫ్, శిస్తు, సుంకాలు, ఖర్చులు, రాబడులు మొదలైన అంశాలను ఆర్థిక కార్యదర్శి పుస్తకాల్లో రాసేవాడు. ఆర్థిక అంశాలను అమీర్-ఐ-జుంలాకు వివరించేవాడు. కొత్త పన్నులు, నూతన సాగు భూములపై శిస్తు, వ్యవసాయ ఖర్చులను మంత్రికి వివరించేవాడు. కోత్వాల్ పోలీసు విధులను నిర్వహించేవాడు. రాజ్యంలో శాంతి, సామరస్య బాధ్యత అతనిదే. క్రిమినల్ కేసుల విచారణలో కొన్నిసార్లు ప్రత్యేక న్యాయమూర్తిగా విధులు నిర్వహించేవాడు. జైళ్లశాఖను ఇతడు పర్యవేక్షించేవాడు. సదర్‌జహన్ ఖాజి-ఉల్-ఖాజత్ న్యాయశాఖ సభ్యునిగా కీలక కేసులను విచారించి, శిక్షలు అమలుకు తీర్పులిచ్చేవాడు, మత వ్యవహారాలను పరిశీలించేవాడు. ఈ విధంగా బహమనీ పాలకులు ఏడుగురితో కూడిన మండలి (కౌన్సిల్)ని ఏర్పాటుచేసుకొని దాని ద్వారా సమర్ధవంతమైన పాలనను ప్రజలకు అందించగలిగారు.

మంత్రి పదవుల నియమాకం కోసం సుల్తాన్ చాలా శ్రద్ధవహించి, అందరితో చర్చించి సమర్ధవంతమైన, నిజాయితీపరుణ్ని, ప్రతిభాపాటవం కలవారిని ఎంపికచేసేవారు. రాజ కుటుంబ సభ్యులెవర్నీ కూడా మంత్రులుగా నియమించేవారు కాదు. అన్ని రకాల ప్రభుత్వ వ్యవహారాలు రాజదర్బార్ ద్వారా నిర్వహించబడేవి. దర్బార్‌లో పెద్ద మొత్తంలో సభ్యులు ఆసీనులయ్యేవారు. దర్బార్‌లో ముఖ్యంగా మంత్రులు, శాఖల సభ్యులు, ప్రభువులు, అధికారులు, ఉలేమాలు హాజరయ్యేవారు. సాధారణ సమస్యలు, వివాదాలు దర్బార్‌లో చర్చించి నిర్ణయాలను వెలువరించేవారు. ప్రాంతీయ ప్రభుత్వాల నుంచి వచ్చే ఫిర్యాదులను స్వీకరించి వాటి పరిష్కారం చేసేవారు. రాజు ఆజ్ఞలను, చట్టాలను దర్బార్‌లో చదివి వినిపించేవారు. బహమ్మనీల పాలనలో రాజదర్బార్ నాటి రాజసాన్ని, వైభవాన్ని, సుల్తాన్ ఔన్నత్యాన్ని, అతని స్థాయిని చాటేది. వరంగల్ నుంచి పొందిన 'తక్త్-యూ-ఫిరోజా' దర్బార్‌లో స్థానం ఇచ్చి దర్బార్ విలువను మొదటి మహమ్మద్‌షా పెంచాడు. దర్బార్ అరుదైన కార్పెట్‌లతో, రకరకాల పరదాలతో, ఆకట్టుకొనే రంగులతో ఉండి, అనేకమంది అంగరక్షకులతో, అన్నిరకాల వసతులతో కూడి ఉండేది. దర్బార్ ప్రతి శుక్రవారం ఉదయం ఆరంభమై మధ్యాహ్ననికి ముందు ముగిసేది. మంత్రులు, అధికారులు, ప్రభువులు, ఉలేమాలు దర్బార్‌కు చాలా విలువనిస్తూ, సమయపాలన పాటిస్తూ సుల్తాన్‌తో చర్చల్లో పాల్గొంటూ ఉండేవారు. మొదటి మహమ్మద్‌షా పాలన నుంచి దర్బార్ గౌరవం (ఇనుమడించింది) పెరిగింది. విలువైన సలహాలను, సూచనలను సుల్తాన్ స్వీకరిస్తూ, వివాదాలు లేదా కుట్రలపై

లోతుగా చర్చించి, అందరితో సంప్రదించి కచ్చితమైన నిర్ణయాలను సుల్తానులు వెలువరించేవారు. బహమన్‌షా కాలంలో కొన్ని పరిపాలనా సంస్కరణలను చేశారు. ఢిల్లీ సుల్తానుల మాదిరి రాజమహల్‌కు సంబంధించిన పరిపాలనా వ్యవస్థను ఏర్పాటుచేశారు. 'ఇసామి' ప్రకారం, 'ఉద్యోగాలు రాజ మహల్ కోసం సృష్టించబడ్డాయి'. వాస్తవానికి అవి ఢిల్లీ సుల్తాను పరిపాలనా వ్యవస్థను పోలి ఉన్నాయి. అవి,

1. వకీల్-ఇ-దార్ - రాజమందిరం ముఖ్య పర్యవేక్షకుడు
2. బర్‌బక్ - ఆస్థాన ఉత్సవాల అధ్యాపకుడు
3. హాజీబ్ - దర్బార్‌లోకి అతిథుల ఆహ్వానం, పరిచయకర్త, రాజ సందేశాలను చదివేవాడు
4. సా-జందాజ్ - వ్యక్తిగత అంగరక్షకుల నాయకుడు
5. సర్పదాదర్ - రాజమందిరంలోపల ప్రత్యేక అంగరక్షకుడు
6. ఖుర్బక్ - రాజ ఆయుధాగార పర్యవేక్షకుడు
7. షహనాయి-ఐ-బర్‌గా - దర్బార్ పర్యవేక్షకుడు
8. అకూర్‌బక్ - రాజ అశ్వాల పర్యవేక్షకుడు
9. షహనా-ఐ-ఫిల్ - గజాల పర్యవేక్షకుడు
10. షహనా-ఐ-ఖవాన్ - రాజ వంటగది పర్యవేక్షకుడు
11. సరబ్‌దారు - నీటి పంపిణి పర్యవేక్షకుడు
12. ఖేరతదార్ - పటాల అదనపు బాధ్యత అధికారి
13. సర్-దావత్-దార్ - రాజ స్టేషనరీ అదనపు బాధ్యత అధికారి
14. చస్నీగిర్ - రుచులు చూసే అధికారి

బహమనీల చాలా ఉద్యోగాల గురించి 'ఇబన్‌బతూత' తన రచనలో పేర్కొన్నాడు. ఇసామీ తన రచనలో బహమనీల పాలనలో ఉద్యోగుల వివరాలు, నియమాకం గురించి పేర్కొన్నాడు.

బహమనీ పాలకులు తమ రాజ్యాన్ని తరఫ్ (రాష్ట్రాలు) గా విభజించారు. మొత్తం బహమనీ రాజ్యాన్ని నాలుగు రాష్ట్రాలుగా విభజించారు. ఈ రాష్ట్ర పాలకుడిగా తరఫ్‌దారు వ్యవహరించేవాడు. అల్లాఉద్దీన్ హసన్ కాలంలో నాలుగు తరఫ్‌లు ఉన్నాయి. అవి

1. అహసనాబాద్ - గుల్బర్గా కుడి ప్రాంతం నుంచి దబోల్ వరకు, దీనిలో కృష్ణ-తుంగభద్ర ప్రాంతం కూడా ఉంది.
2. దౌలతబాద్ - దీనిలో జూనార్, పైతాన్‌లు ఉన్నాయి.
3. బీరార్ - దీనిలో మహీర్ ఉంది.
4. బీదర్ - దీనిలో కాందార్, ఇందురు, కౌలాస్, తెలంగాణాలోని ఆక్రమించిన ప్రాంతాలు.

ఈ ప్రావిన్స్‌లను లేదా రాష్ట్రాలను అత్రఫ్‌లు అంటారు. ప్రతిదానిపై ఒక తరఫ్‌దారు 'ఉంటాడు. ఇతని ఆధీనంలో చాలా కోటలు ఉంటాయి. ఇతడు రాష్ట్రంలో శాంతిభద్రతలను కాపాడాలి. ఇతడ్ని సుల్తాన్ స్వయంగా నియమించగా, ఇతని సూచనమేరకు సహాయకులను నియమిస్తాడు. సివిల్, సైనిక విషయాలను సర్-ఇ-లష్కర్ పరిశీలించేవాడు. అల్లాఉద్దీన్ హసన్ వివిధ రకాల బిరుదులను ఆయా తరఫ్‌దారులకు ఇచ్చాడు. దౌలతాబాద్ తరఫ్‌దార్‌ను మస్నదీఅలీ అని, బీరార్ తరఫ్‌దారుడ్ని మజ్లీస్ అలీ అని, తెలంగాణ తరఫ్‌దారుని అజీం హుమాయున్ అని, గుల్బర్గా తరఫ్‌దారుడ్ని వకీల్-ఉస్-సల్తనత్ అని పిలిచేవారు. ప్రతి తరఫ్‌దారు కింద చాలామంది తానేదారులుండేవారు. ఈ తరఫ్‌దారులు అటు తరఫ్‌లను, ఇటు సర్కార్‌లను ప్రభావితం చేసేవారు. నాడు తరఫ్‌లను కొన్ని సర్కార్లుగా విభజించారు. సర్కార్‌లనే నేటి జిల్లాలుగా పేర్కొనవచ్చు. సర్కార్‌లను తిరిగి పరగణాల కింద (తహసీల్స్‌గా) విభజించారు. ఆ తరవాత విభజన గ్రామం, పాలనకు కీలకం, తలమానికం. గ్రామం తానేదారు కోట అధిపతి, ప్రతి కోటకు ఒక తానేదారు ఉండేవాడు. శాంతిభద్రతలను, ఆ ప్రాంతంలో న్యాయ విషయాల నిర్వహణ చూసుకొనేవాడు.

మహమ్మద్ గవాన్ (1466-1481)

బహమనీ ప్రధానులలో గొప్పవాడు మహమ్మద్ గవాన్. ఇతడు 'గవాన్' అనే ప్రాంతానికి చెందినవాడు. ఈ ప్రాంతం ఉత్తర ఇరాన్‌లో 'రెష్త్'కు సమీపంలో ఉంది. ఇతడు ముస్తఫాబాద్ - దాబోల్‌కు 1453 వ సంవత్సరంలో చేరుకున్నాడు. వర్తకునిగా దక్షిణ భారతదేశానికి వచ్చి, షా నియామతుల్లా కిర్మాణి మనుమడైన షా ముహిబుల్లాను కలిసి, ఆ తరువాత బహమనీ సుల్తాన్‌ను కలిసి బీదర్‌లో స్థిరపడ్డాడు. బీదర్ చేరుకున్నప్పుడు నాటి సుల్తాన్ రెండవ అహమ్మద్, సుల్తాన్‌కు క్రమక్రమంగా చేరువై, ఆ తరువాత ఉన్నత స్థానానికి చేరుకున్నాడు. మొదట గవాన్ 1000 మంది సైనికులపై మన్సబ్‌దారుగా నియమింపడ్డాడు. 1466 వ సంవత్సరంలో మూడవ మహమ్మద్‌షా తనతల్లి రాణి 'మఖ్దుమా-ఐ-జహన్' కోరికమేరకు మహమ్మద్ గవాన్‌ను ప్రధానిగా నియమించాడు. ప్రధాని బాధ్యతలు చేపట్టిన అనంతరం గవాన్ పాలనలో అనేక సంస్కరణలను చేపట్టాడు. యూసఫ్ ఆదిల్‌ను దౌల్తాబాద్‌పై సర్ లష్కర్‌గా, తెలంగాణపై మాలిక్ హసన్‌ను సర్ లష్కర్‌గా, ఫాతుల్లాను బీరార్ సర్‌లష్కర్‌గా నియమించాడు. దరియాఖాన్, ఖాసింబేగ్, షాకులీ సుల్తాన్‌లను తన సేవకులుగా నియమించుకున్నాడు. నిర్దిష్టమైన శిస్తు విధానం, భూవర్గీకరణ, భూసారం, పంటల దిగుబడి వంటివి పరిశీలించాడు. న్యాయ, సైనిక సంస్కరణలకు శ్రీకారం చుట్టి విజయవంతమైన పాలనను అందించాడు. విద్య కోసం మహమ్మద్ గవాన్ 1472 లో బీదర్‌లో అతిపెద్ద మదరసను నిర్మించాడు. మౌలాన నూరుద్దీన్ జమీ, గొప్ప పర్షియన్ పరిశోధకుడు జలాలుద్దీన్ దవ్వానీ, షేక్ సద్రుద్దీన్, అబ్దుర్ రహమన్ రవాసీ, ఇతరులు దక్కన్‌కు వచ్చి స్థిరపడ్డారు. వీరు సాహిత్యానికి ఎనలేని సేవలు అందించారు. అంతర్గత కుట్రల వల్ల మహమ్మద్ గవాన్ 1481 లో హత్యకు గురి అయ్యాడు. గవాన్ గొప్ప సైనికుడు, పాలకుడు, పండితుడు, న్యాయవేత్త. ఇతడు 'రియాజుల్ ఇన్షా', 'మనజిరుల్ ఇన్షా' అనే రచనలు చేశాడు. బహమనీ రాజ్యంలో గొప్ప వ్యక్తిగా చిరస్మరణీయమైన స్థానం గవాన్ పొందాడు.

సైనిక వ్యవస్థ

బహమనీ పాలకులు తమ సైనిక వ్యవస్థను సమర్థవంతంగా నిర్వహించారు. నాడు విజయనగర పాలకులతో, మాళ్వ, ఇతర పాలకులతో తరచుగా యుద్ధాలు నిర్వహించడం, ఆ రాజ్యాలతో రాజకీయ సంఘర్షణ అనివార్యం కావడంతో, తమ సైనిక వ్యవస్థను పటిష్టంగా నిర్మించుకొన్నారు.

బహమనీ సైనిక వ్యవస్థ ప్రధానంగా రెండు భాగాలుగా చెప్పవచ్చు. అందులో 1) కేంద్ర సైనిక వ్యవస్థ, 2) రాష్ట్ర సైనిక వ్యవస్థ. కేంద్ర సైనిక వ్యవస్థకు అధిపతి 'అమీర్-ఉల్-ఉమ్రా'. సుల్తాన్ అనంతరం అత్యున్నత అధికారి అతడే. 'అమీర్-ఉల్-ఉమ్రా' 1,500 మంది సైనికులు గల దళాన్ని కలిగి ఉండేవాడు. అతని తరవాత అధికారులు 1000,500,300,100 సైనికులను కలిగి ఉండేవారు. ఈ సైనిక పోషణకై బహమనీ సుల్తానులు అధికారులకు కొంత భూభాగాన్ని లేదా నిర్ధారించిన మేరకు ఆదాయాన్ని ఇచ్చేవారు. 500 సైనికులను పోషించిన అధికారికి, లక్ష రూపాయలు గాని, లేదా ఇక్తా (జాగీర్)ను ఇచ్చేవారు. 1000 మంది సైనికులను పోషించే అధికారికి రెండు లక్షల రూపాయలు లేదా దానికి సమానమైన భూమిని ఇక్తాగా ఇవ్వడం జరిగేది. నాడు కేంద్ర సైనికదళంలో 50,000, అశ్వికదళం, 25,000 పదాతిదళం ఉండేవి. ఇది అల్లాఉద్దీన్ హసన్ కాలంలో ఉన్న సైనికదళ సంఖ్య. ఆ తరవాత మహమ్మద్‌షా, ఇతరుల పరిపాలనా కాలంలో సైనికుల సంఖ్య పెరిగింది. వీరి కాలంలో కేంద్ర సైనికుల సంఖ్య లక్షా తొమ్మిదివేల మంది. మొత్తం మీద కేంద్ర సైనికదళ సంఖ్య పెరగడంతోపాటు, వారి శిక్షణ యుద్ధ వ్యూహాల్లో స్పష్టమైన మార్పులు జరిగాయి.

రాష్ట్ర (ప్రాంతీయ) సైనికదళానికి లేదా సైనిక వ్యవస్థకు తరఫ్‌దారు అధిపతిగా ఉండేవాడు. ఇతడు సివిల్, సైనిక అధికారి. తరఫ్‌దారుడ్నే 'సరేలష్కర్' అంటారు. ఇతని ఆధీనంలో చాలా కోటలు ఉండేవి. ఇతని ఆధీనంలో 1,000 మంది సైనికులు ఉండేవారు. కొన్ని సందర్భాల్లో ఈ సంఖ్య 10,000 వరకు ఉండేది. సుల్తాన్ కోరిక మేరకు ఇతడు సైనిక సేవలు అందించేవాడు.

నాడు బహమనీ సైన్యంలో ముస్లీం, హిందూ సైనికులు ఉన్నారు. సైన్యాన్ని చాలా 'లష్కర్'లుగా విభజించారు. ప్రతి లష్కర్‌లో ఏనుగులు, తుపాకులు ఉండేవి. నాటి ముఖ్యమైన ఆయుధాలు ఈటెలు, బల్లేలు, గదలు, గొడ్డళ్లు, కత్తులు, బాణాలు ఉండేవి. బహమ్మనీలు తుపాకులు వాడినట్లు, వాటిని నిల్వ ఉంచడానికి ఉపయోగించే కార్యాలయం 'అతిష్‌ఖానా' అని ఫెరిష్టా తన రచనలో పేర్కొన్నాడు. ఈ అతిష్‌ఖానా అధిపతిగా 'మీర్-ఐ-అతీష్' వ్యవహరించేవాడు. అతిష్‌ఖానాలో తుపాకులు, ఇతర కాల్పులకు ఉపయోగించే ఆయుధాలను ఉంచేవారు. ఫెరిష్టా రచన ప్రకారం మొదటి మహమ్మద్‌షా విజయనగర రాజును ఓడించడానికి యుద్ధంలో తుపాకులు వినియోగించాడు. బార్బోసా మహమ్మద్‌షా బహమనీ (క్రీ.శ.1482-1518) కాలంలో జరిగిన యుద్ధం, వ్యూహం, దాడుల తీరు, సైనిక పాటవం, ఆయుధాల గురించి స్పష్టంగా వివరించాడు.

మొత్తం మీద బహమనీ పాలకులు తమ సైన్యంలో ఆధునిక ఆయుధాలు, మెరుపు అశ్వికదళాన్ని విరివిగా ఉపయోగించారు. పెద్ద ఎత్తున సైన్యం యుద్ధరంగానికి తరలిపోయింది. గుడారాలను, విడిది శిబిరాలను యుద్ధ రంగానికి సమీపంలో ఏర్పాటు చేసుకొనేవారు. యుద్ధానికి వారి భార్యలను కూడా సైనికులు తీసుకొని వెళ్ళేవారు. బహమనీలు సాధించిన విజయానికి ప్రధాన కారణం వారి అశ్వికదళమే.

న్యాయ వ్యవస్థ

రాజ్యంలో అత్యున్నత న్యాయాధికారి సుల్తాన్, అతని ఆస్థానమే అత్యున్నత న్యాయస్థానం. బహమనీ సుల్తాన్‌లు ప్రధానంగా సున్ని శాఖీయులు. నాడు బహమనీలు, ఇమ్మద్‌షాహీలు (బీరార్), బరీదుషాహీలు (బీదర్), సున్ని ముస్లీం శాఖీయులు. బీజాపూర్, అహమ్మద్‌నగర్, గోల్కొండ పాలకులు షియ ముస్లీం శాఖీయులు. ఈ పాలకులందరూ ఇస్లామిక్ షరియత్ ప్రకారం న్యాయ వ్యవస్థను అమలుపరిచారు. బహమ్మనీ సుల్తాన్ అత్యున్నత న్యాయాధీశుడుగా కొనసాగాడు. సుల్తాన్ ఆజ్ఞే చట్టం, ఇస్లామిక్ చట్టం ప్రకారం ప్రజలు దేవుణ్ని (అల్లా) తరవాత, మహమ్మద్ ప్రవక్త

అనంతరం, సుల్తాన్‌ను గౌరవించాలి. అతని ఆదేశాలు పాటించాలి. మద్యం తాగడం బహిరంగ ప్రదేశాల్లో నిషేధం. అవినీతి, లంచగొండితనం నిషేధం. ఉద్యోగులు సరిగ్గా విధులు నిర్వహించపోతే కఠినంగా శిక్షించేవారు. అల్లాఉద్దీన్ అహమ్మద్‌షా బహమనీ-II, కాలంలో అతని సెక్రటరీ (సర్‌మద్-ఐ-కర్-ఐ-ముల్కి) ముస్తఫాఖాన్ సయ్యద్‌లకు పంపే లేఖలు సుల్తాన్ అనుమతి తీసుకొని పంపలేదు. దీనికిగాను సుల్తాన్ అతడ్ని శిరచ్ఛేదనం చేశాడు. అతని శవాన్ని ప్రజలు వెళ్ళే దారిలో ఉంచి ప్రదర్శించారు.

అల్లాఉద్దీన్ అహ్మద్‌షా బహమ్మనీ-II హజ్రత్ సయ్యద్ గేసుదరాజ్ మనుమడ్ని మద్యం సేవించినందుకు ప్రజాక్షేత్రానికి పిలిపించి, రెండు వందల కొరడా దెబ్బలు కొట్టించాడు. తరవాత మద్యం ముట్టనని శపథం చేయించాడు. దీనిబట్టి ఎంతటి వ్యక్తి అయినా మద్యం తాగితే కఠినంగా శిక్షించేవారు. రాజ్యంలో తిరుగుబాట్లకు ప్రయత్నిస్తే కఠినంగా శిక్షించేవారు. కొన్నిసార్లు శిరచ్ఛేదనం చేసేవారు. సింహాసనం కోసం తిరుగుబాట్లు లేవదీస్తే బహిరంగంగా శిక్షించి, కనుగుడ్లు పీకించేవారు. తిరుగుబాట్లను అణచడంలో అధికారులు విఫలమైతే తీవ్రమైన శిక్షలు అనుభవించేవారు. హుమాయున్‌షా బహమనీ సింహాసనం అధిష్టించడానికి కొంత వ్యతిరేకతను ఎదుర్కొన్నాడు. దీనికి కారణం అయిన సయిఫ్‌ఖాన్‌ను ఏనుగు కాళ్లకు గొలుసులతో కట్టించి ఊరంతా తిప్పించి శిక్షించాడు. సుల్తాన్‌కు వ్యతిరేకంగా తిరుగుబాటు చేసిన రాకుమారుడు హసన్‌ఖాన్ కనుగుడ్లు తీసివేసి, జైల్లో బంధించాడు. మహమ్మద్‌షా బహమనీ-I కాలంలో దొంగతనాలు అరికట్టడానికి తీవ్రంగా శ్రమించాడు. ఆరు నెలల కాలంలో 20,000 మంది దొంగలను పట్టుకొని కఠినంగా శిక్షించాడు. దీంతో దొంగతనాలను అరికట్టగలిగాడు.

సుల్తాన్ అనంతరం సదర్-ఐ-షరియా న్యాయవ్యవస్థకు అధిపతి. న్యాయ విచారణ, శిక్షలు, నేరాల తీవ్రత మొదలైన అంశాలను పర్యవేక్షించేవాడు. నాడు శిక్షలు కఠినంగా ఉన్నాయి. రాజ్యంలో నేరరహిత పరిస్థితులను ఏర్పాటు చేయడానికి ఇతడు తీవ్రంగా కృషిచేశాడు. రాష్ట్రాల్లో న్యాయవిధులకు అధ్యక్షుడు సదర్. రాష్ట్రాలనే తరఫ్‌లనేవారు. రాష్ట్రాల్లో జరిగే నేరాలను విచారించి కఠిన శిక్షలను విధించేవాడు. వ్యభిచారం కూడా నిషేధం. కానీ ఆచరణలో ఇది సాధ్యం కాలేదు. దోపిడీలు, దౌర్జన్యాలు, అక్రమాలు, తిరుగుబాట్లు ఇతర నేరాలను తీవ్రంగా అణచివేయగలిగారు. నగరాల్లో న్యాయాధిపతి ఖాజీ. పెద్ద నగరాలకు ఖాజీతోపాటు, నాయిబ్‌ఖాజీ ఉండేవాడు. ఇతడు ఖాజీకి విధుల్లో సహకరించేవాడు. ప్రతి కోర్టుకు ఒక 'ముఫ్తి'ని నియమించాడు. వీరు న్యాయ విషయాలను వివరించేవారు, తీర్పులను రాసి భద్రపరిచేవారు.

ప్రతి నగరానికి, కోటకు ఒక కోత్వాల్‌ను నియమించడం జరిగింది. ఇతడు ఆయా ప్రాంతాల్లో శాంతిభద్రతలను కాపాడేవాడు. ప్రజలకు రక్షణ కలిపించేవాడు. నేరస్థులను న్యాయస్థానంలో ప్రవేశపెట్టేవాడు. ఇతడు రక్షణ బాధ్యతలను కలిగి ఉన్నాడు. రాజ్యంలో షరియత్ పద్ధతులు పాటిస్తున్నారో లేదో తెలుసుకోవడానికి మహతసీబ్‌లను నియమించారు. మహమ్మదీయులే కాకుండా ఇతరులు కూడా వారి వారి పద్ధతులను, నిబంధనలను పాటించేలా వీరు ప్రజలను చైతన్యం చేసేవారు.

సైనిక వివాదాలను పరిష్కరించడానికి ఒక ప్రత్యేక న్యాయవాదిని నియమించేవారు, అతడు 'ఖాజీ అస్కర్'. అల్లాఉద్దీన్ హసన్ బహమ్మనీషా కాలంలో మునాజీం బదాక్షీ అనే వ్యక్తిని ఖాజీ అస్కర్‌గా నియమించారు. సైనికులు నేరం చేసినట్లైతే, విధులు నిర్లక్ష్యంగా నిర్వహిస్తే, రాజ్య సమాచారం శత్రువులకు అందించినట్లైతే అటువంటి సైనికులను విచారించి శిక్షించేవారు. రాష్ట్రాల్లో లేదా తరఫ్‌ల్లో అత్యున్నత న్యాయాధికారి తరఫ్‌దారు. అతడు రాష్ట్రంలో జరిగే

నేరాలను విచారించి, నేరస్థులను శిక్షించేవాడు. వీరి ఆధీనంలోనే సదర్ అనే న్యాయవాది పనిచేసేవాడు. పరగణాలో న్యాయాధికారి ఖాజీ. అతనితో పాటు హవల్‌దారు, మజ్లీసిలు ఉన్నారు. మజ్లీసి కేవలం సివిల్ వివాదాలను పరిష్కరించేవాడు. పరగణ అధిపతి మాత్రం హవల్‌దారు, అతడ్ని ముఖసదారు అని కూడా పిలిచేవారు. వరంగల్ దండయాత్రల అనంతరం అహమ్మద్‌షా బహమనీ 'తానాలను' ఏర్పాటుచేశాడు. వీటి అధిపతి తానేదారు. ఇతడు తన పరిధిలో న్యాయ విధులను నిర్వహించేవాడు. ఇతనితోపాటు కోత్వాల్ ఉండేవాడు. అతడు శాంతిభద్రతలు, రక్షణ విధులు నిర్వహించేవాడు. గ్రామంలో ముఖద్దం, గోతాలు పరిపాలనను నిర్వహించేవారు. గ్రామంలో వివాదాలను పరిష్కరించడం, న్యాయ విచారణ చేయడం నేరస్థులను శిక్షించడం వీరు చేసేవారు.

న్యాయమూర్తుల ఎంపిక చాలా జాగ్రత్తగా జరిగేది. వారు నీతి నియమాలు కలిగినవారై ఉండాలి. తమ ఆచార సంప్రదాయాలను చదివి ఉండాలి. మత నియమ నిబంధనలను కచ్చితంగా ఆచరించేవారు కావాలి. విద్యలో గొప్ప పండితుడై ఉండాలి. ఇస్లాం, హిందు ధర్మసూత్రాల్లో నిష్ణాతుడై ఉండాలి. అన్ని విషయాలపై అవగాహన ఉండాలి. అటువంటి అర్హతలను కలిగిన వారిని న్యాయమూర్తులుగా బహమ్మనీ పాలకులు నియమించారు.

పోలీసు వ్యవస్థ

బహమ్మనీ సుల్తానులు, బహమ్మనీ అనంతరం రాజ్యాలు క్రమబద్ధమైన, శాశ్వత పోలీసు వ్యవస్థను కలిగి ఉన్నారు. శాంతిభద్రతలు కాపాడటానికి, నేర విచారణ సాగించడానికి ఈ వ్యవస్థ ఉండేది. రాజధాని నగరం, రాజ్యంలో ప్రతి నగరం, కోటకు కోత్వాల్ అనే పోలీసు అధికారి ఉండేవాడు. ఇతడు పోలీస్ కమీషనర్‌గా, పురపాలక కమీషనర్‌గా రెండు బాధ్యతలను నగరంలో నిర్వహించేవాడు. కోటలకు సంబంధించిన కోత్వాల్ పోలీసు, సైనిక విధులను నిర్వహించేవాడు. జిల్లాల్లో వీరు నిర్మాణాత్మకమైన పాత్రను పోషించేవారు. నగరంలో కోత్వాల్‌కు పోలీసు విధుల్లో సహకరించడానికి సర్‌నౌబతన్ ఉండేవారు.

రాజ్యంలో సిలాదార్లు ఉన్నారు. దక్కన్‌లో ఢిల్లీ సుల్తానుల తరవాత సిలాదారు కార్యాలయ స్థాపకుడు మొదటి మహమ్మద్‌షా బహమనీ. రాజ్య రక్షణకు కవచాల ఏర్పాటు, ఆయుధగార కాపలా, ఆయుధాలను తీసుకుపోవడం వంటి కార్యక్రమాలకై ప్రభువులు కొడుకులను సిలాదారులుగా ఎంపికచేసేవారు. ఉన్నత శ్రేణికి చెందిన ప్రభువు ఆధ్వర్యంలో నాలుగువేల సైన్యంతో కూడిన అంగరక్షక దళాన్ని ఏర్పాటు చేశాడు. ఆ ప్రభువునే సర్‌నౌబత్ అంటారు. రాజ్యమందిర విధులకై ఐదుగురు సిలాదార్లు, వెయ్యిమంది అంగరక్షకులు ఉండేవారు. వీరు రోజూ ఆ విధులను సంపూర్ణంగా నిర్వహించాలి. సుల్తాన్ నమ్మకం, అతని మనస్సును చూరగొన్నవారు సర్‌నౌబత్‌గా నియమింపబడేవారు. వీరికి రాజ్యంలో చాలా ముఖ్యపాత్రను కేటాయించేవారు.

సుల్తాన్‌కు ప్రత్యక్ష జవాబుదారుడు కొత్వాల్. ఇతడు నేరాలను నిరోధించడంలో కీలకపాత్రధారి. ఖైదీలకు ఇంచార్జి, జైళ్ళ పర్యవేక్షకుడు. ఏదైనా ఫిర్యాదు అందితే నేరారోపణ ఎదుర్కొంటున్న వ్యక్తిని విచారించి న్యాయమూర్తి ఎదుట హాజరుపర్చుతాడు. నేరం రుజువైతే అతడ్ని కోత్వాల్ ఆధీనంలోకి తీసుకొని న్యాయస్థానం విధించిన శిక్షను అమలుపరుస్తాడు. కొన్ని సందర్భాల్లో పెద్ద నగరాల్లో, నాయిబ్ కోత్వాల్‌లు కోత్వాల్‌కు విధుల్లో సహకరిస్తారు. ఈ విధంగా నాడు నగరాల్లో, కోటల్లో, ముఖ్య ప్రాంతాల్లో, రాజ్యంలో నేరాల అదుపుకు పోలీసు వ్యవస్థ చాలా కఠినంగా వ్యవహరించేది.

సామాజిక పరిస్థితులు

బహమనీ రాజ్య స్థాపన అనంతరం దక్కన్‌లో ఉన్నత వర్గాల వారి పలుకుబడి హిందు సమాజంలో క్రమంగా తగ్గింది. పరిపాలన పరంగా వారి పలుకుబడి తగ్గింది. కారణం క్రీ.శ.1347 లో స్థాపించిన బహమనీ రాజ్యం మహమ్మదీయ రాజ్యం. రాజు కౌన్సిల్‌లో గాని, దర్బార్ వ్యవహారాల్లో వీరి పాత్ర దాదాపు శూన్యం. రమారమి బహమనీ పాలనలో మంత్రులందరూ ముస్లింలే. తుగ్లక్ రాజధాని మార్పిడి, మొదటి సుల్తాన్ అల్లాఉద్దీన్ హసన్ బహమన్‌షా కాలంలో తుగ్లక్ పాలన వల్ల కొంత వరకు ఉన్నత వర్గం దక్కన్‌లో నాటి పాలక వర్గానికి సహాయ సహకారాలు అందించ గలిగింది. ముఖ్యంగా అల్లాఉద్దీన్ హసన్ కాలంలో ముదోల్‌కు చెందిన గోర్పాజీలు, పఠాన్‌కు చెందిన నింబాల్కర్లు, మస్వద్‌కు చెందిన మనేలు, మలవాడికి చెందిన గాడ్జేలు, ఇతర కొన్ని కుటుంబాల వారు కొంత ప్రభావాన్ని రాజ్య పాలనలో చూపించగలిగారు కానీ వీరు మంత్రి వర్గంలో ఎటువంటి స్థానం పొందలేకపోయారు. వారు జాగీరుల్లో సైనికాధికారులుగా మాత్రమే పదవిని అలంకరించగలిగారు. హసన్‌తో ఉన్న సంబంధాలు, అతని వ్యక్తిత్వం వల్ల ఇది నాడు సాధ్యం కాగలిగింది.

నాడు పాలక వర్గాన్ని, ఉన్నత వంశీయులను రెండు రకాలుగా లేదా రెండు తరగతులుగా విభజించవచ్చు. వారు దక్కనీలు, గారిభులు లేదా కొత్తవారు. వీరి మధ్య హోదా, అధికారం కోసం తీవ్రపోటి, ఘర్షణ ఉండేవి. కాని బలవంతులైన సుల్తానులు వీరిని దాదాపు అదపుచేయగలిగారు కానీ నాటి ప్రధాని మహమ్మద్ గవాన్ దీన్ని బాగా అదుపు చేయగలిగినా అతని అనంతరం వీరి మధ్య సంఘర్షణ అదుపుచేయలేక, చివరకు ఇది రాజ్యపతనానికి దారితీసింది. స్థానికులు, స్థానికేతర భావన ఆనాడే ఆరంభమైంది.

బహమ్మనీ సుల్తానులు, ఇతర అధికారులు మహమ్మదీయులు అయినప్పటికీ సమాజంలో నాడు అత్యధికులు హిందువులు. నాడు సమాజ నిర్మాణం దక్కన్‌లో, ఉత్తర భారతంలో ఒకే విధంగా ఉండేది. సమాజాన్ని వృత్తుల బట్టి కులాలుగా వర్గీకరించారు.

సమాజంలో వర్గాలు

దక్కన్‌లో ఉత్తర భారతదేశం మాదిరిగానే సమాజం ప్రధానంగా నాలుగు వర్గాలుగా విభజించడమైంది. 14వ శతాబ్దిలో ఈ నాలుగు వర్గాలుగా విభజితమైన సమాజంలో ఉన్నత వర్గంగా బ్రాహ్మణులు, తరవాత క్షత్రియులు, వైశ్యులు, శూద్రులు ఉన్నారు. క్షత్రియ వర్గానంతరం నాటి సమాజంలో కాయస్థులు ప్రముఖ పాత్ర పోషించారు. వీరు సమాజంలో కీలకస్థానం పొందారు. కానీ హిందూ రాజ్యమైన విజయనగర సామ్రాజ్యంలో బ్రాహ్మణుల తరవాత వర్తకులు, వృత్తిపనివారు, వస్త్ర తయారీదారులు, క్షురకులు ఉండేవారు. దొంబర (దొమ్మర) (సుతసేయర్లు అంటారు), జోగిలు, మర్వరులు తక్కువ కులాలుగా ఉన్నాయి. ఉన్నత వర్గమైన బ్రాహ్మణులు మంత్రులు, సైనికాధిపతులుగా, సైనిక నాయకులుగా, మత సలహాదారులుగా నాడు రాజ్యానికి సేవలు అందించి, సమాజంలో ప్రముఖ స్థానాన్ని పొందారు. పాలనా వ్యవహారాలను క్షత్రియులు పరిశీలించేవారు. వర్తక వ్యాపారులు, ఇతర సేవలను వైశ్యులు అందించేవారు. అన్ని రకాల సేవలను, అన్నిరకాల ఉత్పత్తులను శూద్రులు అందించేవారు.

వివాహ వ్యవస్థ

బ్రాహ్మణులు అదే గోత్రానికి, అంటే ఒకే కులంలో తమ గోత్రానికి చెందిన వారిని వివాహమాడటం నిషేధించబడింది. ఇతర కులాల కంటే ఈ విధానం ఎక్కువగా బ్రాహ్మణుల్లో కనిపిస్తుంది. నాడు లింగాయతులు తమ సోదరి కూతుర్ని వివాహమాడే విధానం పాటించేవారు. రెడ్డి, లింగాయత్, ఇతర కులాల్లో ఒకే కులంలో ఒకే గోత్రానికి చెందిన వారిని వివాహమాడటం సాధారణం. వారు పెద్దగా పట్టించుకొన్న దాఖలాలులేవు.

'పరశారమాధవీయం' రచయిత పేర్కొన్న ప్రకారం, 'సమస్య వివాహంలో కాదు వయస్సులో ఉంది', పెళ్ళి కూతురు, పెళ్ళి కొడుకు వయస్సుల్లో తేడా చాలా ఉండేది. వయసు తేడా 1:3 గా ఉన్నట్లు తెలుస్తుంది. ప్రాచీన కాలంలో భారతదేశంలో పాటిస్తున్న సాధారణ విధానాన్నే దక్కన్‌లో పాటించినట్లు తెలుస్తున్నది. వాల్మీకి ప్రకారం 'రాముడు సీతను వివాహం చేసుకొన్నప్పుడు వారి వయస్సు 27, 18 సంవత్సరాలు', బాల్య వివాహాలు నాడు సర్వసాధారణం. కారణం విదేశీ దాడులు, ముస్లీం దండయాత్రల వల్ల ఈ బాల్య వివాహాలు కొనసాగినట్లు సమాచారం. రెడ్డి కుటుంబాలు, వర్తక కుటుంబాలు, శూద్ర కుటుంబాల్లో ఇవి సాధారణం. శూద్ర కుటుంబాల్లో వృత్తిపని కోసం, వివాహాలు బాల్యంలో జరిపించేవారు.

విడాకులు చాలా కఠినం, భర్త అవిటివాడైతే, కుష్టు వ్యాధిగ్రస్థుడైతే, మానసిక పరిపక్వత లేనివాడైతే, శృంగారానికి పనికిరానివాడైతే, నయం కాని రోగాలు కలిగి ఉంటే స్త్రీ విడాకులు తీసుకోవడానికి అర్హురాలు. అలాగే స్త్రీ సంతానానికి నోచుకోనట్లైతే, భర్తకు శృంగారంలో సహకరించనట్లైతే, కొన్నిసార్లు పురుష సంతానం కలగనట్లైతే పురుషులు విడాకులు ఇచ్చి, రెండవ పెళ్ళి చేసుకొనే అవకాశం ఉంది.

వితంతు, పునర్ వివాహాలు నిబంధనల ప్రకారం విరుద్ధం. బృహస్పతి కాలం నుంచి స్మృతులు 'భర్త మరణించిన వెంటనే భార్య కూడా మరణించాలని (దాన్నే సతి అంటారు)' చెప్పేది. ఈ విధానాన్ని ఉన్నత వర్గాలు బాగా ఆచరించేవి. బహమనీలు కొండవీటి రెడ్డి రాజులను ఓడించినప్పుడు, వారి భార్యలు సతీసహగమనం ఆచరించినట్లు ఫెరిష్టా తన రచనలో పేర్కొన్నాడు. కాని శూద్రుల్లో ఈ ఆచారం లేదు. ఇబన్‌బటూట, నికోలోకాంటి, డొర్టే బర్బోసాలు దక్కన్‌లో సతి నిషేధించినట్లు తెలిపారు. గర్భిణి, చంటి పిల్లలు గల స్త్రీ, శూద్రస్త్రీ సతి ఆచరించడం నిషేధం.

వివాహ సందర్భంలో వరకట్నం తప్పనిసరిగా ఉండేది. 'స్త్రీధన్'గా వ్యవహారంలో ఉండేది. సమాజంలో నాడు ఉన్నత వర్గీయులు ఈ వరకట్నం ఆచారాన్ని పాటించారు. ఇది దక్కన్‌లో సాధారణం. వరకట్నం నుంచి స్త్రీధన్ లేనట్లైతే, భర్త తన ఆస్తితో కుమారులతోపాటు సమానంగా వాటిని భార్యకు ఇవ్వాల్సి ఉంటుంది. రోగాలబారిన పడ్డ భర్తకు మొదటి వారసురాలిగా భార్యను పరిగణించేవారు. ఒకవేళ అతనికి కుమారులుగాని, మనుమలు గాని, ముని మనుమలుగాని లేనట్లయితే భర్త ఆస్తి తనే పూర్తిగా పొందే హక్కు ఉంది.

గృహాలు

సుల్తాన్ రాజ మందిరంలో నివసించేవాడు. చుట్టూ రకరకాల పూల, పండ్ల తోటల మధ్య రాజమందిరం ఉండేది. సుల్తాన్, మంత్రులు, అధికారులు, రాజ బంధువులు, విలాసవంతమైన, విస్తృత అలంకరణతో కూడిన భవంతుల్లో నివసించేవారు. ఇండ్లు రకరకాల గృహోపకరణాలతో, వివిధ రకాల కుర్చీలు, తెరలతో కూడి ఉండేవి. నికిటన్ పేర్కొన్న ప్రకారం 'తమస్థాయిని తెలిపే విధంగా, విలాసవంతమైన జీవితాన్ని బోయర్లు (ప్రభువులు)' గడిపేవారు. సామాన్యుల

ఇండ్లు గట్టి పునాదితో కూడి ఉండేవి. గోడలు మట్టితో నిర్మించబడి, గరుకు రాళ్లను బున్యాదికి వాడినట్లు 'నేవాసా' (అహమ్మద్ నగర్ జిల్లా) తవ్వకాల్లో వెలుగుచూసింది. మూడు లేదా నాలుగు గదులు, దానిలో ఒక వంటగది కలిగి ఉండేవి. పైకప్పు మట్టి, గడ్డితో కూడి ఉండేవి. ధనికుల ఇండ్ల ముందు వరండా, పెద్ద సమావేశ (హాలు) మందిరం, నాలుగు గదులతో కూడి ఉండేవి. అన్ని రకాల ఇండ్ల నిర్మాణంలో మట్టి వాడకం నాడు సాధారణం. నేవాసా తవ్వకాల్లో గ్లాసులు, పెద్ద జారులు, స్నానపు తొట్లు, పెద్ద గోళాలు, కుండలు, గిన్నెలు, పళ్ళాలు, పాత్రలు, ఇతర గృహోపకరణ సామాన్లు లభించాయి.

ఆహారం

నాడు ఆహారంలో వివిధ రకాల బియ్యం వాడేవారు. మంచి నాణ్యత గల బియ్యం ఉన్నత వర్గాలవారు ఆహారానికి వినియోగించేవారు. వండిన ఆహారాన్ని పెరుగు, మజ్జిగ, కాయగూరలతో భుజించేవారు. వివిధ రకాల ఆకు కూరలను తినేవారు. రోగులు వైద్యుల సూచనమేరకు నాడు చక్కెరతో కూడిన పాలు, అన్నం పరిమితంగా తీసుకొనేవారు. వీటితోపాటు నాడు ఆహారంగా జొన్నలు, గోధుమలు, బార్లీని వాడారు. ఆహారంలో ఎక్కువగా పెసరపప్పును వాడారు. జొన్నతో రొట్టె తయారుచేసుకొని తినేవారు. ఇది సామాన్యుల ప్రధాన ఆహారం. గోధుమ రొట్టెను నెయ్యి, పాలుతో ఉన్నత కుటుంబాలవారు తీసుకొనేవారు. పొద్దుతిరుగుడు పువ్వు నూనెను సామాన్యులు విరివిగా వాడేవారు. ప్రత్యేక సందర్భాల్లో బెల్లం, చక్కెరను వినియోగించారు. వివిధ రకాల పచ్చళ్లు వాడారు. ఆహార పదార్థాలతోపాటు లడ్డు, పాన్‌కేకు, ఖద్దు, ఖీర్ వంటి తీపి పదార్థాలను స్వీకరించేవారు.

నికిటన్ తన రచనలో హిందువుల గురించి 'వివిధ రకాల విశ్వాసాలు కలిగి ఉండి, ఒకరితో ఒకరు కలిసి భుజించేవారు కాదు' అని వివరించాడు. ఇది నాటి కులవ్యవస్థను తెలుపుతుంది. 'కొందరు మాంసం, పావురాలు, చేపలు, గుడ్లు' తినేవారు. హిందూ ప్రభువుల్లో మరాఠాలు, రెడ్లు ప్రధానమైనవారు. ఉన్నత వంశ స్త్రీలు తెరచాటునే ఉండేవారు. మతపర కార్యక్రమాల్లో తప్ప ఇతర కార్యక్రమాల్లో వారి ప్రవేశం అరుదు. నికిటన్ 'ఒక ప్రాంతంలో పశు మాంసం, పావురాలు, చేపలు, పంది మాంసం తినేవారు కాదని' రాశాడు. అంటే అక్కడ బ్రాహ్మణులు ఉన్నట్లు తెలుస్తున్నది. లింగాయతులు, ఇతర కొన్ని వర్గాలవారు మాంసాహారం ముట్టనట్లు తెలుస్తుంది. బ్రాహ్మణులు రెండు పూటలే తినేవారని, ఆహారంలో నెయ్యి, పాలు వినియోగించేవారని నికిటన్ రాశాడు. సాధారణ ప్రజలు అన్ని రకాల వంటలను తినేవారని తెలుస్తుంది. సుల్తాన్ మందిరంలో రకరకాల వంటకాలు, వివిధ రకాల మాంసం, కూరగాయలు మొదలైనవి ఉన్నట్లు ఇసామి రచనల ద్వారా తెలుస్తుంది. ఆహారం అనంతరం పాన్ తినేవారని కూడా రాశాడు. రాజ మందిరంలో చైనా నుంచి దిగుమతి చేసుకొన్న 'బల్ల' వాడినట్లు నాటి రచనల ద్వారా తెలుస్తుంది.

దుస్తులు

నాడు సాధారణ ప్రజలు ధోతి, పైశరీర భాగాన్ని కప్పుకోవడానికి పొడవైన వస్త్రాన్ని ఉత్తరీయంగా వాడారు. ప్రజలు తలపాగ వాడారు. శాస్త్రులు, పండితులు తరచుగా రెండు ముక్కల వస్త్రాన్ని వాడారు. చెప్పుల వాడకం సాధారణం. స్త్రీలు చీరలు, చోళిని ధరించేవారు. ఉత్సవాలు, పండుగల సమయంలో సిల్కు, ఖరీదైన వస్త్రాలను ఉన్నత వంశీయులు వాడేవారు. ఉన్నిదుప్పట్లు లేదా కంబళిని వాడారు. చలికాలంలో ఉన్నత వర్గాల ప్రజలు మంచి నాణ్యమైన ఉన్ని కంబళ్లు వాడారు. మహమ్మదీయులు ఢిల్లీలో వాడే వస్త్రాల మాదిరివి ఉపయోగించేవారు. రెండు ముక్కల వస్త్రాన్ని తలపాగగా వాడారు. సిల్కుతో తయారైన వస్త్రాన్ని మోచేతి కింద వరకు, మరొక వస్త్రాన్ని మోకాలి కిందవరకు వాడారు.

ట్రౌసర్, పెట్టికోట్, దుపట్టా వంటివి వాడారు. శరీరమంతా వస్త్రాలతో కప్పి ఉంచుకొనేవారు. నాణ్యమైన సిల్కు వస్త్రాలను వాడారు. రకరకాల ఆభరణాలను మహమ్మదీయులు, హిందువులు వాడారు. కంఠాభరణం ధరించేవారు, విలువైన రంగురాళ్లతో కూడిన వస్తువులను వాడారు. ఎండా కాలంలో సాధారణ ప్రజలు ఉత్తరీయం అంతగా ధరించేవారు కాదు. వ్యవసాయదారులు, వివిధ రకాల వృత్తి పనివారు ఉత్తరీయాన్ని ఎక్కువగా ఉపయోగించేవారు కాదు.

కుటుంబ జీవనం

ఉమ్మడి కుటుంబాలు నాడు సాధారణం. ఇంట్లో పెద్దవారు వ్యవహారాలను నడిపేవారు. కొన్ని సందర్భాల్లో అన్నదమ్ములు విడిగా ఉన్నా, మతపర వ్యవహారాలు, పండుగలు, ఉత్సవాల సమయంలో అంతా కలిసి కార్యక్రమాలు నిర్వహించేవారు. బహు భార్యత్వం లేదా బహు భర్తృత్వం సమ్మతం, కాని ఆచరణలో కష్టసాధ్యం. ఈ విధానం నాడు పాటించలేదు, కానీ మహమ్మదీయులు ఈ ఆచారాన్ని పాటించడానికి తమ మతగ్రంథం అంగీకరించింది, ఆచరణలో అసాధ్యమైంది. బాల్యవివాహాలు సాధారణమని ఫెరిష్టా పేర్కొన్నాడు. జ్ఞానేశ్వరీ, లీలా చరిత్రలు బాల్య వివాహాలను సమర్థించాయి. బ్రాహ్మణుల వివాహంలో అశ్వాన్ని ఉపయోగించేవారు. అంతేగాక, దేశ్‌ముఖ్, కుంభీ, సుతార్, లోహర్, గురవ్, సునార్, దాంగార్, జింగం, మహర్, బీల్ వర్గాలు కూడా అశ్వాన్ని ఉపయోగించేవారని నాటి రచనల వల్ల తెలుస్తున్నది. మహమ్మదీయుల వివాహాల్లో కూడా అశ్వాన్ని నాడు వినియోగించారు. మంగ్ పెళ్లికూతురు దున్నపోతుపై విహరించేది. కయికరిలు, బురుదులు అనే వర్గం వారు ఏ జంతువును ఉపయోగించకుండా నడిపించుకొంటూ పెళ్లికుతుర్ని తీసుకెళ్ళేవారని తెలుస్తుంది. ఇతర కులాల వారు, ముఖ్యంగా వృత్తి కులాల వారు ఎద్దులపై విహరించేవారు. తెలి, చంబార్, నవీ, కుంభార్, గోపాల వంటి వృత్తుల వారు ఈ ఎద్దును తమ పెళ్లికూతురు ఊరేగింపుకు వాడేవారు. పెళ్లి కార్యక్రమాన్ని చాలా రోజులు నిర్వహించేవారు.

ఉన్నత కుటుంబ స్త్రీలు సతిని ఆచరించారు. పిల్లలు ఉన్న స్త్రీలు, గర్భిణిలకు సతి నిషేధం. యాదవ రామదేవ రాణి కమైస సతి ఆచరించింది. 'గురుచరిత్ర' సతి ఆచారాన్ని గొప్పగా పేర్కొంది. దిగువ కులాలు, వర్గాలు సతిని ఆచరించేవారు కాదు. వీరు వితంతు, పునర్ వివాహాలను చేసుకొనేవారు. ఉన్నత వంశీయులకు వితంతు, పునర్ వివాహాలు నిషేధం. దిగువ వర్గాల్లో, కులాల్లో స్త్రీలకు స్వేచ్ఛ ఉంది. వారు భర్తతో పాటు తమ తమ వృత్తుల్లో సమానంగా పాల్గొనేవారు. ఉత్పత్తి, ఉత్సవాలు, పండుగలు, ఇతర కార్యక్రమాల్లో వారికి పురుషులతో పాటు సమానత్వం ఉంది.

ఆర్థిక పరిస్థితులు

బహమనీల పాలనలో ఆర్థిక పరంగా ప్రధానంగా మూడు వర్గాలు ఉండేవి. అవి 1) ఉన్నత వర్గాలు, 2) మధ్యతరగతి, 3) నిమ్న లేదా దిగువ వర్గం. ఉన్నత వర్గంలో ఉన్నతాధికారులు, ఇక్తాదారులు, ఉలేమాలు, ఆస్థాన ఉద్యోగులు ఉన్నారు. రాజ్యం నుంచి వీరు సరిపోయిన ధనాన్ని పొందేవారు. వీరు విలాసవంతమైన జీవనం గడిపారు. వీరికి సేవకులు ఉండేవారు. వీరి కింద పనిచేయడానికి సైనికులు ఉన్నారు. మతాధిపతులు, బ్రాహ్మణులు, మహమ్మదీయులు, చిన్న భూస్వాములు, తరఫ్‌దారుల అనంతర ఉద్యోగులు స్థానిక వర్తకులు మధ్యతరగతి. వీరు కొన్ని అశ్వాలను కలిగి ఉండేవారు. కొంతమంది సేవకులను, సొంత ఇండ్లను కలిగి ఉన్నారు. నిత్య జీవితావసరాలను ఎలాంటి ఇబ్బందులు లేకుండా తీర్చుకొనేవారు. వీరు కొంత వరకు విలాస జీవితం గడిపారు. కాలికట్‌లో వర్తకులు సేవకులను, అశ్వాలను కలిగి ఉన్నారు. మంచి వస్త్రాలను ధరించి, సంతోషకరమైన జీవితం గడిపారని బార్బోస పేర్కొన్నాడు. వీరి మాదిరే దక్కన్‌లో మధ్యతరగతి వర్గంవారు జీవనం గడిపేవారు అని వివరించాడు. వర్తక వ్యాపారాల్లో కొంతమంది ఉన్నత స్థానం పొందారు. ముఖ్యంగా 'మాలిక్-ఉల్-తుజ్జార్' ప్రధానమంత్రిగా నియమించబడ్డాడు.

దిగువ వర్గాలు, రైతులు, వృత్తిపనివారు, కూలీల పరిస్థితి 16వ శతాబ్దానికి పూర్వం దయనీయంగా ఉండేదని మోర్‌లాండ్ రాశాడు. రైతులు వృత్తిలో, జీవితంలో ఒకేరకమైన ఇబ్బందులను ఎదుర్కొన్నారు. నాడు అత్యధికులు వ్యవసాయరంగంపై ఆధారపడి జీవించేవారు. వర్షాభావం, చిన్న కమతాలు, రుణగ్రస్థత, ఇతర అంశాలు రైతులను తీవ్ర ఇబ్బందులపాలు చేశాయి. నికిటన్ ప్రకారం 'వృత్తిపనివారు, కూలీల బతుకులు వ్యవసాయదారుడైన రైతుకంటే మేలు', రైతు తీవ్ర కష్టాల్లో ఉన్నాడని పేర్కొన్నాడు. బహమనీలు, అమీరులు వృత్తిపనివారిని ప్రోత్సహించారు. వివిధ రకాల కుటీర పరిశ్రమలు ప్రోత్సహించబడ్డాయి. వారి ఉత్పత్తులు విదేశాలకు ఎగుమతి చేయబడ్డాయి. బీదర్, గుల్బర్గా, వరంగల్, రాయచూర్, నాందేడ్, భువనగిరి, నిర్మల్‌లు ఈ పరిశ్రమలకు ప్రాధాన్యత చెందాయి. ఈ పరిశ్రమలు ఉపాధి కల్పించాయి. వృత్తిపనివారికి తగిన లాభాలను అందించాయి.

రెవిన్యూ విధానం

ప్రజల ముఖ్య వృత్తి వ్యవసాయం. నాడు వ్యవసాయానికి ఆధారం వర్షం. కృత్రిమ తటాకాల ద్వారా, ఇతర కాల్వల ద్వారా సాగునీటి వసతి కల్పించబడింది. పంట పొలాలు 3 రకాలు- అవి 1) మెట్టభూములు, 2) మాగాణి భూములు, 3) గడ్డి భూములు. సరాసరి ఉత్పత్తిలో 1/6 వంతు శిస్తుగా వసూలు చేసేవారు. మహమ్మద్‌షా పాలనలో క్రమబద్ధమైన సర్వేచేసి 'గవాన్' ఆధ్వర్యంలో భుసారాన్ని బట్టి, నీటి పారుదల సౌకర్యాన్నిబట్టి శిస్తును నిర్ధారించడం జరిగింది. మాగాణి ద్రవ్య (వ్యాపార) పంటలు, తోటలపై ఎక్కువ శిస్తును వసూలు చేశారు. మెట్ట పొలాల నుంచి తక్కువ శిస్తును వసూలు చేయడమైంది. పంటలు పండించే భూములు పన్నులు చెల్లించాలి. పంటలు పండని భూములకు మినహాయింపు ఇవ్వడమైంది. దేవాలయాలకు, మస్జీద్‌లకు కేటాయించిన భూములకు పన్ను మినహాయింపు ఇవ్వబడింది. గ్రామ సేవలకు బదులుగా కొంత భూమిని ఇవ్వడం జరిగింది.

పరిశ్రమలు, చేతివృత్తులు

బహమనీ సుల్తానులు పరిశ్రమలను, చేతివృత్తులను ప్రోత్సహించారు. వీటి ఉత్పత్తులను విదేశాలకు ఎగుమతి చేశారు. పత్తి, సిల్క్ మిల్లులు వివిధ ప్రాంతాల్లో ఏర్పాటు చేయబడ్డాయి. ఇనుము, ఉక్కు పనులు పైతాన్‌లో నిర్వహింబడ్డాయి. దౌలతాబాద్, గుల్బర్గా, ఖిడికి ప్రాంతాలు సిల్కు వస్త్రాలను తయారు చేసేవి. తక్కువ ధరకు ఇవి లభించేవి. మషర్, హింరు, చీరలు, ధోవతులు, దోరియాలు, ములుముల్ వస్త్రాలు వివిధ ప్రాంతాల్లో తయారు చేయబడ్డాయి. వీటిని విదేశాలకు ఎగుమతి చేయడమేగాక స్థానిక అమీరులకు పంపించేవారు. అమీరులు రాయచూరు, నాందేడ్‌లలో తయారైన పగిడీలను కొనేవారు. కుండల తయారీకి బీదర్ ప్రసిద్ధిగాంచింది. బిద్రిపని భారతదేశంలోనే కాకుండా విదేశాల్లో కూడా చాలా ప్రాధాన్యత పొందింది. ఈ రోజుల్లో కూడా ఈ పని వివిధ ప్రాంతాల్లో కొనసాగుతూ ప్రాముఖ్యం పొందుతోంది. కార్పెట్‌లకు వరంగల్ ప్రాధాన్యతను పొందింది. పెద్ద బీంలు దక్కన్‌లో చాలా చక్కగా తయారుచేసేవారని పెర్సిబ్రౌన్ పేర్కొన్నాడు. వీటిని ఇనుముతో తయారుచేసేవారు. యుద్ధ పరికరాలు, కత్తులు, నీటిపాత్రలు, విల్లంబు పాత్రలు, బాకులు, విల్లంబులు దక్కన్‌లో తయారు చేయబడ్డాయి. నల్గొండ, భువనగిరి, ఆదిలాబాద్, నిర్మల్ వీటికి ప్రసిద్ధిగాంచాయి. కాపర్ గనులు దక్కన్‌లో, చోటా నాగపూర్‌లో ఉన్నాయి. వివిధ ప్రాంతాలకు చోటా నాగపూర్ కాపర్‌ను ఎగుమతి చేసేది. మార్కొపోలో వీటి గురించి విశ్లేషించాడు. రాయచూరు వజ్రాల గురించి నికిటన్ పేర్కొన్నాడు. బహమనీ రాజ్యంలో తోలు పరిశ్రమ ముఖ్యమైంది. తాన రేవు నుంచి తోలును అరేబియా, పర్షియన్ గల్ఫ్‌లకు ఎగుమతి

చేశారు. గొర్రెతోలు, తోలు పరిశ్రమకు వరంగల్ ప్రసిద్ధిగాంచింది. రెండవ అల్లాఉద్దీన్ బహమన్ పెద్ద పడవలను కలిగి ఉండేవాడని ప్రతీతి. ఇవి ఇటాలియన్ల కంటే పెద్దవని నికిటన్ పేర్కొన్నాడు. నౌకాపరిశ్రమ నాడు ఉండేదని, చిన్న చిన్న నౌకలను, పడవలను బహమనీలు వినియోగించేవారని నాటి రచయితలు పేర్కొన్నారు. తుంగభద్రానది దాటి విజయనగరాధీశులను రెండుసార్లు ఎదుర్కోడానికి పడవలను వినియోగించారు. బీజాపూర్ వస్త్ర పరిశ్రమకు ప్రసిద్ధి. పర్షియా, అరేబియా, తూర్పు ఆఫ్రికాకు వస్త్రాలు ఎగుమతి చేయబడ్డాయి. క్యాలికో, మస్లీన్‌లు నాటి ముఖ్య వస్త్రాలు. పోర్చుగీసు వర్తకులు వీటిని నిత్యం కొని ఎగుమతి చేసేవారని బార్బోస్ పేర్కొన్నాడు. వెల్‌వెట్, సాటిన్లు, స్కార్‌లెట్, డమకాస్, ఉన్ని వస్త్రాలను గోవా నుంచి దిగుమతి చేసుకొనేవారు. అనేక పరిశ్రమలను అమీరులు, బహమనీలు, జాగీరుదార్లు, ఇజారదార్లు ప్రోత్సహించారు.

వర్తక వ్యాపారం

బహమనీలు పర్షియా, అరేబియా, ఆఫ్రికా, యూరప్, ప్రాచ్య రాజ్యాలతో వర్తక వ్యాపార సంబంధాలను కలిగి ఉన్నారు. ఎగుమతులు ఎక్కువగా గోవ, దాబుల్, మహీం, మచిలీపట్నం నుంచి కొనసాగేవి. ఇవి మొదటి శ్రేణి రేవులు. దాబుల్ చాలా ముఖ్యమైన రేవు అని నికిటన్ పేర్కొన్నాడు. చాలా నౌకలను వ్యాపారానికై ఉపయోగించినట్లు ఫెరిష్టా పేర్కొన్నాడు. వస్త్రాలు, బిద్రి పరికరాలు, వరంగల్ కార్పెట్‌లు మొదలైనవి పై రేవుల నుంచి ఎగుమతి చేయబడేవి. బంగారం, సుగంధ ద్రవ్యాలు, చైనా వస్తువులు, పరిమళ ద్రవ్యాలు, మత్తు పదార్థాలు, అశ్వాలు (మేలు రకం), ముత్యాలు, బానిసలను దిగుమతి చేసుకొనేవారు. బార్బోస్ ప్రకారం చక్కెర పెద్ద ఎత్తున శ్రీలంక, అరేబియా, పర్షియాకు ఎగుమతి చేయబడింది.

సుంకాలు

సుంకాల శాఖను బహమ్మనీలు ఏర్పాటుచేసి వివిధ రకాల వస్తువులపై పన్నులు వసూలు చేశారు. 'మహబూబ్-ఉల్-వతన్' అనే గ్రంథం, వివిధ వస్తువులపై విధించిన సుంకాలను పేర్కొంది. అవి

అశ్వాలపై	-	ఒక దినార్
ఆవు, దున్నపోతులపై	-	ఒక ఫనం
మేకపై	-	ఐదు జిటాల్
ఒంటెపై	-	1/2 జిలూల్
ఏనుగుపై	-	ఒక దినార్

ఇవేగాక సిల్క్, పత్తి వస్త్రాలపై దిగుమతి సుంకం వందరూపాయలకు మూడు రూపాయల 8 అణాలు, వెండి, బంగారు నగలపై వంద రూపాయలకు ఏడు రూపాయల 8 అణాలు, ఉప్పుపై పన్ను వసూలు చేయబడింది. కలప, గడ్డి మీద పన్ను లేదు.

నాణేలు

కరెన్సీ గుల్బర్గా, బీదర్ మింట్‌లలో తయారుచేశారు. కొన్ని బహమనీ నాణేలు ఫతేబాద్‌లో తయారు చేయబడ్డాయి. బహమనీ నాణేలు కాపర్, వెండి, బంగారు లోహాలతో తయారుచేశారు. అల్లాఉద్దీన్ హసన్ బహమన్‌షా కాలంలో మూడు రకాల కొలతలు గల నాణేలు ఉన్నాయి. మొదటి మహమ్మద్‌షా కాలంలో ఒకే కొలత గల నాణేలు వాడారు. రెండవ మహమ్మద్‌షా పెద్ద కొలత గల నాణేలను ప్రవేశపెట్టాడు. నాణాల తయారీపై, మింట్‌లపై ప్రత్యేక శ్రద్ధ సుల్తానులు కనబరిచారు. దొంగ నాణేల చలామణి నిషేధం.

మత విధానం

బహమనీల కంటే ముందే దక్షిణ భారతదేశంలో సంఘ సంస్కరణోద్యమం ఆరంభమైంది. 7వ శతాబ్దంలో బౌద్ధమతం మీద హిందూ మతం ఆధిపత్యం నెలకొల్పింది. పల్లవులు, చాళుక్యులు హిందూమతాన్ని ఆరాధించడం, పోషించడం వల్ల బౌద్ధ, జైన మతాలు బలహీనపడ్డాయి, శైవం, వైష్ణవం మొదలైనవి ఆరంభమయ్యాయి. భక్తి ఉద్యమంతో హిందూమతం పునర్వ్యవస్థీకృతమైంది. తిరుగ్నాన సంబంధార్, తిరునవుక్కరసు, సుందరమూర్తి, మనికవసహార్ వంటి నాయకుల ఆధ్వర్యంలో శైవత్వం కొత్తపుంతలు తొక్కింది. ఆళ్వార్లు వైష్ణవతత్వాన్ని ఉత్తేజపరిచారు. ఆండాళ్, కులశేఖర్, తిరుమాంగై, నమ్మాళ్వార్లు వైష్ణవ నాయకులు. వీరిలో కొందరు నిమ్నకులస్థులున్నారు. ఈ రెండు ఉద్యమాలు దైవ సమానత్వం, విగ్రహారాధన, విహారాలు, కోరికల నివారణ, దైవనిబద్ధత, జంతువుల పట్ల ప్రేమ వంటి వాటిని అందించాయి. శంకరాచార్యుడు మరొక పక్క భక్తి ఉద్యమాన్ని నడిపించాడు. శంకరాచార్యుడు, నాదముని, రామానుజ, నింబార్కుడు ఈ ఉద్యమంలో కీలకమైనవారు. వీటి ధ్యేయం హిందూమత పునరుద్ధరణ, జైన, బౌద్ధ మతాలను బలహీనపర్చడం, నూతన విధానాన్ని అందించడం మొదలైనవి. ఇదే సమయంలో కర్ణాటకలో మత సంస్కరణోద్యమం నడిచింది. అందులో లింగాయత్ ఉద్యమం కీలకమైంది. దీన్ని బసవ, గిన్నబసవలు ఆరంభించారు. లింగాయత్ ఉద్యమం 12వ శతాబ్దంలో పుట్టింది. ఇది బహమ్మనీ కాలంలో బాగా విస్తరించింది. సోదర భావాన్ని నొక్కిచెప్పింది, కుల విభేదాలను ఎండగట్టింది.

హిందూమతంలో నాసిక్, పైతాన్ పవిత్ర కేంద్రాలు. గోదావరిలో చాలామంది తమ పాపాల ప్రాయశ్చిత్తం నిమిత్తం మునిగేవారు. పండరిపురంలో విటోభా ఆలయం ఉన్నది. మరాఠా, కన్నడీగులకు పవిత్ర ప్రాంతం. గంగాపురంలో దత్తాత్రేయుడు ముఖ్య దేవుడు. ఇది పవిత్ర ప్రాంతం. తుల్జాపూర్‌లో భవానీ దేవాలయం ముఖ్యమైంది. క్రీ.శ.1398 సంవత్సర శాసనం ప్రకారం, ఈ ప్రాంతంలో జాతర జరిగేదని, ఇది ఫిరోజ్‌షా కాలంలో ఆరంభమైనట్లు తెలుస్తుంది. తుల్జాపూర్, కొలహాపూర్, మతాపూర్, సప్తశృంగి నాలుగు ప్రాంతాలు భవానీ దేవత స్థానాలు. అకోలా సమీపంలోని సిర్పూర్ జైన ఆరాధన ప్రాంతం. మహానుభావుల ప్రాంతం బుల్ధానా సమీపంలో రిద్దిపూర్.

నాడు హిందుమతంతోపాటు సమాజంలో మహమ్మద్ ప్రవక్త స్థాపించిన ఇస్లాం కీలకపాత్ర పోషించింది. బహమనీల పాలనలో మహమ్మదీయులను నాలుగు వర్గాలుగా చెప్పవచ్చు 1) అధికారులు, సైనిక, సివిల్ ప్రభువులు, 2) వర్తకులు, 3) బానిసలు, 4) కవులు, పండితులు, మత నాయకులు. మహమ్మదీయ సమాజంలో బానిస సాధారణం. బానిసలు సుల్తానులు అయ్యారు. బహమనీలు పెద్ద సంఖ్యలో బానిసలను పోషించారు. వీరు ఉన్నత స్థానం ఆక్రమించారు. బానిసల్లో ముఖ్యంగా యూసఫ్, ఆదిల్‌ఖాన్, మాలిక్‌హసన్, ఖాసీం బరీదాలు ఉన్నత స్థానాన్ని ఆక్రమించారు. నాడు మహమ్మదీయ సమాజంలో ఉలేమాలు, ఖాజీలు, అమీరులు, ముఫ్తిలు, ఖతీభులు, ఇమాంలు మంచి స్థానం పొందారు.

ఉలేమాలు, అమీరులు కవులను, పండితులను పోషించారు. ఇస్లాం ప్రకారం ప్రతి ముస్లీం ప్రతిరోజు ఐదుసార్లు నమాజు చేయాలి. రంజాన్ మాసంలో రోజా పాటించాలి, శుక్రవారం జుమ్మ నమాజ్ మస్జీద్‌లోనే ప్రార్థన చేయాలి. జకాత్ చేయాలి. జీవితంలో ఒక్కసారైన మక్కా సందర్శించాలి. కల్మా పాటించాలనేది కీలకం. అయినప్పటికీ ఇస్లాం మత పతిష్టతకు నాడు సూఫీ ఉద్యమం కొనసాగింది. ఈ సూఫీ ఉద్యమంలో దక్కన్‌లో ఖాజా బాందే నవాజ్ గేసుదరాజ్ (గుల్బర్గా) కీలకమైనవారు. ఇతని దర్బారును హిందువులు, ముస్లీంలు సందర్శించేవారు. హజ్రత్ గేసుదరాజ్ దక్కన్‌లో గొప్ప సూఫీ పండితుడు. ఇతడు 1402-03 లో గుల్బర్గా చేరుకున్నాడు. గేసుదరాజ్ తండ్రి సయ్యద్ యూసుఫ్, మహమ్మద్ బిన్ తుగ్లక్ కాలంలో దౌల్తాబాద్ వచ్చాడు. 1324 నుంచి 1331 వరకు యూసుఫ్ దక్కన్‌లో జీవించాడు. గేసుదరాజ్ ఢిల్లీలో 1321 లో జన్మించాడు. గేసుదరాజ్ తొంభై ఏండ్ల వయస్సులో గుల్బర్గా చేరి సూఫీ సిద్ధాంతాలను ప్రచారం చేశాడు. తన అనుచరుల, భక్తుల సౌకర్యార్థం గుల్బర్గాలో ఒక 'ఖన్కా'ను ఏర్పాటుచేశాడు. గేసుదరాజ్ చివరకు 1422 లో మరణించాడు. గేసుదరాజ్ చిష్టీ సూఫీ ప్రచారం చేశాడు. నేటికి కూడా తెలంగాణ, మహారాష్ట్ర, కర్ణాటక, ఆంధ్ర రాష్ట్రాల నుంచి అనేకమంది గేసుదరాజ్ ఉర్సు ఉత్సవాలకు హాజరవుతున్నారు. బుర్హనుద్దీన్ చిష్టి సిద్ధాంతాలను దౌలతాబాద్‌లో వివరించాడు. ఈ సూఫీ శాఖలో ముఖ్యంగా చిష్టి, సుహ్రవర్ధీ, సత్తారీ, ఖాదిరీలు దక్కన్‌లో విస్తృతంగా పనిచేశాయి. షేక్ అయినుద్దీన్ బిజాపూర్, షేక్ సిరాజుద్దీన్ జునైదీలు అల్లాఉద్దీన్ హసన్ బహమ్మన్‌షా కాలంల నాటి ప్రముఖ సూఫీలు. షా నియామతుల్లా ఖాదిరి దక్కన్‌లో స్థిరపడి, ఖాదిరి శాఖను విస్తృతం చేశాడు. షేక్ బుర్హన్ దక్కన్‌లో సూఫీని ప్రచారం చేశారు. వీరు ప్రేమతో చాలామందిని సూఫీతత్వం పట్ల ఆకర్షితులను చేశారు. ఇస్లాం మతాన్ని సుస్థిరంచేశారు.

విద్యా విధానం

హిందుమత సారస్వత కేంద్రాలుగా నాడు నాసిక్, పైతాన్‌లు కొనసాగాయి. క్రీ.శ.1290 వ సంవత్సరంలో 'జ్ఞానేశ్వరీ'ని నేవాసాలో సంకలనం చేశారు. గంగాపూర్ వేదిక కేంద్రం. విద్యార్థులు సాధారణంగా నాడు అమరకోశం, రూపవళి, సమస్‌చక్ర, పంచతంత్ర, హితోపదేశ వంటి గ్రంథాలతో విద్యను ఆరంభించేవారు. కుమాసికి చెందిన త్రివిక్రమభారతి 14వ శతాబ్ది వేదిక్ పరిశోధకుడు. విద్యార్థులు గురువుదగ్గరకిచేరి చదువుకొనేవారు.

ఇస్లామిక్ కేంద్రాలుగా నాడు గుల్బర్గా, బీదర్, కందహర్, ఎలిచ్‌పూర్, దౌలతాబాద్, జునార్, చౌత్, దాబోల్‌లు కొనసాగాయి. ఖురాన్ గ్రంథస్తం చాలా విస్తృతంగా జరిగేది. హదిస్ పఠనం కూడా ముఖ్యమైంది. క్రీ.శ.1472 లో మహమ్మద్‌గవాన్ గొప్ప కళాశాలను బీదర్‌లో ఏర్పాటుచేశాడు. ఇది ఇస్లామిక్ విద్యలో దక్కన్‌లోనే గొప్ప కేంద్రం. జలాలుద్దీన్ దవ్వానీ, సద్రుద్దీన్ రవ్వాసీలు బీదర్ వచ్చి విద్యాకేంద్రాన్ని తెలుసుకొన్నారు. నాడు గవాన్ మదరస గ్రంథాలయాన్ని గొప్పగా తీర్చిదిద్దాడు. కాలియోగ్రఫి చాలా ప్రాధాన్యత పొందింది. అరబిక్, పర్షియన్‌లో విద్యాభ్యాసం కొనసాగింది. ఎలిచ్‌పూర్‌లో 'దారుల్ ఉలూం' (విద్యా ప్రాంతం) ను ఏర్పాటు చేశారు. ఈ పాఠశాల 3000 దినారులను సంవత్సరానికి ఫీజుగా స్వీకరించేది.

నాడు మదరసలో మతపరమైన విద్యతోపాటు, సారస్వత విద్యాబోధన జరిగేది. విద్యార్థిపట్ల నాటి ఉపాధ్యాయులు ప్రత్యేక శ్రద్ధవహించారు. క్రమశిక్షణ, శీలం నాటి సమాజంలో కీలకంగా ఉన్నాయి. విద్యాభివృద్ధికి బహమనీలు ప్రత్యేక శ్రద్ధ వహించారు.

సారస్వతం

బహమనీ కాలం నాటికి అనేక సారస్వత రచనలు వెలుగులోకి వచ్చాయి. ముఖ్యంగా భక్తి, సూఫీ ఉద్యమ నాయకుల రచనలు సమాజాన్ని చైతన్యంచేశాయి. జ్ఞానదేవుడు 'జ్ఞానేశ్వరీ'ని రచించాడు. ఇతడు మహారాష్ట్ర సన్యాసి. భాగవత శాఖను నామదేవుడు నడిపించాడు. మహానుభావ శాఖను చక్రధర స్థాపించాడు. చక్రధరుడు మరాఠీలో 'లైలా చరిత్ర' ను రాశాడు. దీన్ని ఏకాంక, పూర్వార్ధ, ఉత్తరార్థాలుగా మూడు భాగాలుగా విభజించారు. 'స్మృతిస్థల' అనే గ్రంథాన్ని నరేంద్ర, పరశరాములు రాశారు. విశ్వనాథ జ్ఞాన ప్రబోధ గ్రంథాన్ని క్రీ.శ.1331 లో రాశాడు. ఇతడు బాలపూర్ నివాసి. 'గుహ్యాద్రి వర్ణన'ను రవలో భాస (క్రీ.శ.1333), 'రద్దిపూర్వ వర్ణన'ను (క్రీ.శ.1331) లో నారాయణబాస రాశారు. మేరుస్వామి రెండు గొప్ప రచనలు చేశాడు అవి భీమోపదేశం, రామసోహాలలు. వామన పండితుడు నాడు యధార్థ దీపికను రాశాడు. మాధవాచార్య 'జైమినియ న్యాయమాల విస్తరి' ని సంకలనం చేశాడు. రామానుజాచార్య 'తంత్రరహస్య'ను రాశాడు. విద్యారణ్య రెండు రచనలు చేశాడు అవి 'పంచదాసి, జీవన్ముక్తి వివేక'.

విద్యారణ్యుడు మరొక గొప్ప రచన 'సర్వదర్శన సంగ్రహ'ను రచించాడు. ధర్మరాజద్వారి అనే రచయిత 'వేదాంత పరిభాష' ను రాశాడు. కర్ణాటకకు చెందిన మాధవ సరస్వతి 'సర్వదర్శన కౌముది' ని రచించాడు. శ్రీపతి అనే పండితుడు 'శ్రీకరభాష్య' ను రాశాడు. మధ్వాచార్యులు ద్వైత సిద్ధాంతాన్ని ప్రబోధించాడు. శంకరాచార్యులు అద్వైత సిద్ధాంతాన్ని పేర్కొన్నాడు. జయతీర్థ 'న్యాయసుధ' అనే వ్యాఖ్యానాన్ని రాశాడు. కేశవభట్ట 'తర్కదీపిక'ను రచించాడు. కొండభట్ట అనే రచయిత 'తర్క ప్రదీప', తర్క రత్న, న్యాయపదార్థ దీపికను రాశాడు. వరదరాజ 'వ్యవహార నిర్ణయ' అనే రచన చేశాడు. మహదేవ అనే పండితుడు 'కామధేను' ను రాశాడు. ఈ విధంగా అనేక కావ్యాలు, రచనలు నాడు దక్కన్‌లో వచ్చాయి.

దక్కన్‌లో పర్షియన్ భాషలో కూడా పలు రచనలు వెలువడ్డాయి. గుల్బర్గా, రాయచూర్, అహ్మద్‌నగర్, ఔరంగాబాద్, దౌలతాబాద్, గోల్కొండ వంటి ప్రాంతాల్లో పలువురు పర్షియన్ రచయితలు, కవులు అనేక గ్రంథాలను రచించారు. బహమనీ పాలనలో ఇసామీ గొప్ప రచయిత. ఇతడు 'ఫుతుహస్ సాలాటిన్' అనే రచన చేశాడు. ఇతడు బహమనీ పాలనలో మొదటి గొప్ప కవి. ఖ్వాజా బందా నవాజ్ గేసుదరాజ్ గొప్ప పండితుడు. సూఫీ గురువు, కవి. ఇతడు 'అనిసుల్-ఉషక్' ను రాశాడు. ఇతడు అరబ్బీ, పర్షియన్ భాషలో సంకలనం చేశాడు. ఆధారి పూర్తి పేరు 'నూరుద్దీన్ హంజీ'. ఇతడు అనేక గ్రంథాలను రాశాడు 'జవహీరుల్ అస్రర్', 'మీరాతుల్ అస్రల్' (మత్నావీ), 'సై-ఐ-సఫా', 'దివాన్', 'బహమన్ నామా' ను పూర్తి చేయకుండానే ఆధారి మరణించాడు. దాంతో 'నజీరి', 'సమి' అనే పండితులు దాన్ని పూర్తిచేశారని తెలుస్తుంది. నజీరి అనే పండితుడు రెండవ అల్లాఉద్దీన్ అహమ్మద్ పాలనలో పేరు ప్రతిష్ఠలు పొందాడు. నజీరి ముల్లా సమీతో కలిసి బహమన్ నామాను పూర్తిచేశాడు.

గేసుదరాజ్ అనేక రచనలు చేశాడు. ఇతడు మహమ్మద్ ప్రవక్త కాలం నాటి పద్ధతులు, ఆచారాల మీద 'మషరికుల్ అన్వర్' అనే రచన చేశాడు. ఇతడు షేక్‌షీహబుద్దీన్ సుహ్రా వర్దీ రచించిన 'అవారిఫుల్ మారిఫ్'కు వ్యాఖ్యానాలు రాశాడు. షేక్ అబూబాకర్ మహమ్మద్ బిన్ ఇబ్రహిం బుకారి రాసిన 'త రుఫ్'కు షేక్ నజీబుద్దీన్ అబ్దుల్ బషీర్ సుహ్రావర్ధీ రాసిన అదాబుల్ మురీదిన్‌కు వ్యాఖ్యానాలు రాశాడు. గేసుదరాజ్ హజైరుల్ ఖుద్దూస్, 'ఇష్క్ నామా', 'అసమ్మరుల్ అస్రర్', 'ఖాతీమా' వంటి రచనలు చేశాడు. సోదరభావాన్ని ప్రచారం చేశాడు, మతసామరస్యానికి ఇవి ప్రతీక.

ఫెరిష్టా అస్ర్తబాద్‌లో 1552 లో జన్మించాడు. ఇతన్ని అహమ్మద్‌నగర్ తీసుకవచ్చారు. తరువాత బీజాపూర్‌లో రెండవ ఇబ్రహీం ఆదిల్‌షా ఆస్థానంలో చేరాడు. బీజాపూర్‌లో 1623 లో పెరిష్టా మరణించాడు. ఇతడు గుల్షాన్-ఇ-ఇబ్రహీమి (తారిఖ్-ఇ-పెరిష్టా) ని రాశాడు. ఇది నాటి చరిత్ర, సామాజిక, ఆర్థిక, మత విషయాలను పరిశీలించేందుకు దోహదపడే ముఖ్యమైన గ్రంథం.

ముల్లా మహమ్మద్ లారీ 'సిరాజత్-తావారిక్', ముల్లా దవూద్ బీద్రి తహుపతుస్-సలాటిన్, ముల్లా అబ్దుల్ కరీం హందానీ 'లైఫ్ ఆఫ్ మహమ్మద్ గవాన్', వంటి వారు రాసిన రచనలు నాటి పరిస్థితులను అర్థం చేసుకోవడానికి దోహదపడుతాయి.

వాస్తు నిర్మాణాలు

బహమనీ పాలకులు దక్కన్‌లో అనేక నిర్మాణాలు చేపట్టారు. వీరు తమ మొదటి నిర్మాణాలను గుల్బర్గాలో ప్రారంభించారు. గుల్బర్గాలో మస్జీద్, సమాధులను నిర్మించారు. మహమ్మద్‌షా (క్రీ.శ.1367) కాలంలో గొప్ప మస్జీద్‌ను గుల్బర్గాలో నిర్మించాడు. దీన్ని 'రఫీ-బిన్-షమ్సుబిన్-మన్సూర్ ఖాజ్విని' ఆధ్వర్యంలో పూర్తిచేయడం జరిగింది. తూర్పు నుంచి పడమరకు 216 అడుగులు, ఉత్తరం నుంచి దక్షిణానికి 176 అడుగులు విస్తరించి ఉంది. గేసుదరాజ్ మరణానంతరం రెండు సంవత్సరాలకు అతని దర్గా నిర్మించడం జరిగింది. ఇది ఏడు సంవత్సరాల్లో పూర్తి అయింది. అహమ్మద్‌వలి పాలనా కాలంలో దీని నిర్మాణం జరిగింది. పెద్ద డోమ్‌తో దీని నిర్మాణం జరిగింది. ఫిరోజ్‌షా కాలంలో గుల్బర్గాకు 12 మైళ్ళ దూరంలో ఫిరోజాబాద్ నగరం నిర్మించడం జరిగింది. అహమ్మద్ వలీ కాలంలోనే రాజధానిని గుల్బర్గా నుంచి బీదర్‌కు మార్చడం జరిగింది. ఇతని కాలంలో వాస్తు శిల్పులు, టర్కీ, బాగ్దాద్, ఇరాన్, అరేబియా, రోమ్, ఉత్తర భారతదేశం నుంచి వచ్చి బీదర్‌లో పలు నిర్మాణాలకు సలహాలు, సూచనలు ఇచ్చారు. బీదర్‌లో కోట, రాజమందిరం, సోలాఖంబ్ మస్జీద్, సమాధి, మదర్సాలు నిర్మించబడ్డాయి. బీదర్ కోటలో రంగీన్‌మహల్, చాలా అందంగా నిర్మించబడింది. గగన్‌మహల్, తర్కాష్‌మహల్, చినీమహల్, నగీన్ మహల్, రాజుల స్నానపు గదులు, మహమ్మద్‌షా బహమనీ కాలంలో నిర్మించబడ్డాయి. అషుర్‌లో బహమనీ పాలకుల సమాధులు నిర్మించారు. అందులో అహమ్మద్‌షా వలీ సమాధి చాలా పెద్దది. గవాన్ నిర్మించిన మదర్సా చాలా ప్రాధాన్యత చెందింది. బీదర్ నగర నిర్మాణాన్ని అహ్మద్‌షా వలీ చేశారు. రౌజ-ఇ-షేక్, ఫిరోజ్‌షా సమాధులు హఫ్తగుంబద్ కాంప్లెక్స్‌లో నిర్మించబడ్డాయి. చాలా సమాధులు, మస్జీద్ వివిధ ప్రాంతాల్లో నిర్మించబడ్డాయి.

బహమనీ పాలన క్రీ.శ.1347 లో ఆరంభమై క్రీ.శ.1518 లో ముగిసింది. అల్లాఉద్దీన్ హసన్, అహమ్మద్‌షావలీ, మహమ్మద్‌షా వంటి గొప్ప పాలకులు పరిపాలించారు. దక్కన్ మహమ్మదీయ సంస్కృతి, ప్రగతికి కృషిచేశారు. మహమ్మద్ గవాన్ లాంటి ప్రధాన మంత్రులు పరిపాలనా వ్యవస్థ పటిష్టతకు కృషిచేశారు. వీరి పాలనలో సూఫీతత్వం విస్తృతం అయింది. గేసుదరాజ్ గుల్బర్గాలో స్థిరనివాసం ఏర్పాటుచేసుకొని సూఫీతత్వం విస్తరణకు కృషిచేశాడు. వీరి పాలనలో అరేబియా, పర్షియా, తూర్పు ఆఫ్రికా వంటి దేశాలతో వర్తక వాణిజ్యం పెరిగింది. వీరు ఫీరోజాబాద్ వంటి నగరాలు, బీదర్ వంటి ప్రాంతాల ప్రగతికి కృషి చేశారు. బీదర్, రాయచూర్, గుల్బర్గా, దౌలతాబాద్, ఔరంగాబాద్, అహ్మద్‌నగర్ లాంటి నగరాలు ముస్లీం ప్రగతికి నిలయమయ్యాయి. సమాజంలో వర్గ, కుల విభజన స్పష్టంగా ఉంది. హిందూ సమాజంపై ఇస్లాం ప్రభావం విస్తృతం అయింది. మొత్తం మీద దక్కన్ ఇస్లాం పాలనకు, సంస్కృతికి, వాస్తు నిర్మాణాలకు వేదికయ్యింది.

12

గోల్కొండ కుతుబ్‌షాహీల పాలన - అభివృద్ధి

నేటి తెలంగాణా రాష్ట్ర రాజధాని అయిన హైదరాబాద్ నగరానికి ఘనమైన చారిత్రక వారసత్వం ఉంది. ఈ నగరాన్ని క్రీ.శ.1590-91 లో గోల్కొండ రాజధానిగా స్వాతంత్ర్యాన్ని క్రీ.శ.1518 లో ప్రకటించుకొన్న కులీ-కుతుబ్-ఉల్-ముల్క్ (క్రీ.శ.1518-1543) వారసుల్లో ఐదవ వాడైన మహమ్మద్-కులీ-కుతుబ్‌షా (క్రీ.శ.1580-1612) నిర్మించాడు. కుతుబ్‌షాహీ రాజ్యం వాస్తవంగా బహమనీ రాజ్య శిథిలాలపై అవతరించిన, ఆదిల్‌షాహీ, నైజాంషాహీ, బరీద్‌షాహీ, ఇమాద్‌షాహీ రాజ్యాల్లో ఒకటి. దీని పాలకులు పర్షియా (ఇరాన్) లోని హందం రాజ్యానికి చెందినవారు. అక్కడ రాజ్యాన్ని కోల్పోయిన కులీ-కుతుబ్-ఉల్-ముల్క్ భారతదేశానికి వలసవచ్చాడు. ఇతడు మొదట బహమనీ సుల్తాన్ మూడో మహమ్మద్‌షా (క్రీ.శ.1463-1482) కాలంలో గుల్బర్గా చేరాడు. సుల్తాన్ కొలువులో చేరాడు. బహమనీ సామ్రాజ్యంలో అంతర్భాగమైన తెలంగాణా తరఫ్‌కు పాలకునిగా క్రీ.శ.1492 లో కులీ-కుతుబ్-ఉల్-ముల్క్ నియమించబడ్డాడు. ఇతడు క్రీ.శ.1518 లో స్వాతంత్రాన్ని ప్రకటించుకొన్నాడు. కుతుబ్‌షాహీలు షియాశాఖకు చెందివారు, కాని వీరు స్థానిక తెలంగాణా ప్రజల మాతృభాష అయిన తెలుగును, వారి సంస్కృతిని ఆదరించి, గౌరవించారు. కొందరు సుల్తాన్‌లు తెలుగు నేర్చుకొని, కవితలు రాశారు. హిందూ ముస్లిం సఖ్యతకు కృషిచేసిన కుతుబ్‌షాహీలు హైదరాబాద్ విశిష్ట సంస్కృతికి బీజాలు వేసి, నేటి పాలకులకు, ప్రజలకు మార్గదర్శకులుగా నిలిచారు. సుమారు 175 ఏండ్లపాటు గోల్కొండ, హైదరాబాద్ పట్టణాలు రాజధానిగా తమ పరిపాలన కొనసాగించి ఇక్కడి ప్రజల హృదయాల్లో శాశ్వత ప్రేమను, కీర్తిని గడించారు. నేటికీ తెలంగాణాలో వారు నిర్మించిన కట్టడాలు, ప్రోత్సహించిన పరమతసహనం సజీవంగా దర్శనమిస్తాయి. వీరి రాజ్యంపై మొఘల్ చక్రవర్తుల దాడులు అక్బర్ అనంతరం ప్రారంభమైయ్యాయి. చివరికి ఔరంగజేబ్ రాజ్యవిస్తరణ కాంక్ష గోల్కొండ సుల్తానుల సార్వభౌమత్వాన్ని క్రీ.శ.1687 లో అంతమొందించింది. అత్యంత ప్రజానురంజకంగా తెలుగు వారిని పరిపాలించిన కుతుబ్‌షాహీలు మధ్యయుగ దక్కన్ చరిత్రలో గౌరవప్రదమైన స్థానాన్ని సంపాదించుకొన్నారు.

ఆధారాలు

కుతుబ్‌షాహీల చరిత్రను అధ్యయనం చేయడానికి పర్షియన్, అరబిక్, ఉర్దూ, తెలుగు, ఫ్రెంచి మొదలైన భాషల్లో ఆనాటి పండితులు, చరిత్రకారులు, కవులు, సుల్తానులు, బాటసారులు మొదలైన వారు రాసిన అనేక గ్రంథాలు, రచనలు ఎంతో ఉపకరిస్తున్నాయి. కుతుబ్‌షాహీ సుల్తానులు జారీచేసిన కొన్ని ఫర్మానాలు కూడా ఎంతో విలువైన చారిత్రక సమాచారాన్ని అందిస్తున్నాయి. కొన్ని శాసనాలు కూడా అమూల్యమైన సమాచారాన్ని సమకాలీన పరిస్థితులను అధ్యయనం చేయడానికి అందిస్తున్నాయి. కింది పట్టిక ఈ వివరాలు తెలియచేస్తుంది.

పట్టిక-1 పురావస్తు ఆధారాలు (శాసనాలు)

క్ర.సం	శాసనం వేయించిన వారి పేరు	శాసనం పేరు	శాసనం వేయించిన కాలం	చారిత్రక వివరాలు
1.	షితాబ్‌ఖాన్	వరంగల్	క్రీ.శ.1504-06	
2.	ఇబ్రహీం-కులీ-కుతుబ్‌షా	నల్గొండ జిల్లా ఘాజీనగర్ (పర్షియన్)	క్రీ.శ.1576-77	
3.	మహమ్మద్-కులీ-కుతుబ్‌షా	బాద్‌షాహీ అశుర్‌ఖానా (నేటి మదీనా ప్రాంతం)	క్రీ.శ.1592-96	
4.	మహమ్మద్-కులీ-కుతుబ్‌షా	దారుషిఫా	క్రీ.శ.1595	
5.	అబుల్‌హసన్ తానీషా	మియాన్ మిష్క్	క్రీ.శ.1681	
6.	విలాస తామ్రపత్ర శాసనం (తూర్పు గోదావరి జిల్లా)	ముసునూరి ప్రోలయ నాయకుడు	క్రీ.శ.1323-24	తెలుగు ప్రాంతాల్లో ఢిల్లీ సుల్తాన్, గవర్నర్ల క్రూరపాలనలో తెలుగు ప్రజల బాధలు వర్ణిస్తుంది
7.	పోలవరం శాసనం	ముసునూరి కాపయ నాయకుడు		
8	కలువ చెరువు శాసనం	రెడ్డి రాణి అనితల్లి	క్రీ.శ.1340	

పట్టిక-2 వాఙ్మయ ఆధారాలు (పర్షియన్, అరబిక్ రచనలు)

క్ర.సం.	గ్రంథం / రచన	రచయిత పేరు/కాలం	విశేషాలు
1.	ఖజాయినుల్-ఫుతూనూహ్ సిఫర్	అమీర్ ఖుస్రూ	14 వ శతాబ్దం నాటి దక్కన్ పరిస్థితులను వర్ణిస్తుంది.
2.	తారీఖ్-ఇ-ఫెరిష్టా (లేదా) ఇ-ఇబ్రహీమి (గుల్జార్) (పర్షియన్)	మహమ్మద్-ఖాసీం-ఫెరిష్టా	మధ్యయుగం నాటి దక్కన్ రాజకీయ చరిత్రను వివరించాడు. ఫెరిష్టా తన రచనలో నేటి తెలంగాణా ప్రాంతాన్ని 'తిలాంగ్' అని పేర్కొన్నాడు. ఫెరిష్టా ఇరాన్‌లోని ఆస్ట్రబాద్‌లో క్రీ.శ.1552 లో జన్మించాడు. ఇతడు బీజాపూర్ సుల్తాన్ ఇబ్రహీంఆదిల్‌షా కొలువులో చేరాడు. తన రచనను అతడికి అంకితం ఇచ్చాడు. రచయిత తన రచనల్లో ఐదు పేజీలు కుతుబ్‌షాహీల గురించి వివరించాడు.

కుతుబ్‌షాహీ సుల్తానులు - వారి విజయాలు (క్రీ.శ.1518-1687)

తెలంగాణా, ఆంధ్ర, రాయలసీమ ప్రాంతాలను పరిపాలించిన కుతుబ్‌షాహీలు మధ్యయుగ దక్కన్ చరిత్రలో శాశ్వత కీర్తిని గడించారు. వీరిలో కులీ-కుతుబ్-ఉల్-ముల్క్ మొదటివాడు. ఇతడు క్రీ.శ.1518 లో గోల్కొండ రాజధానిగా స్వతంత్ర రాజ్యాన్ని నెలకొల్పాడు. ఇతని వారసులు సుమారు నూటడెబ్బైఐదు ఏళ్లపాటు తెలుగు భాష మాట్లాడే ప్రజానీకాన్ని పరిపాలించాడు. కింది పట్టిక వీరికి సంబంధించిన కొన్ని చారిత్రక విషయాలు తెలియచేస్తుంది.

క్ర.సం.	సుల్తాన్ పేరు	పరిపాలన ఆరంభం	పరిపాలన ప్రత్యేక విశేషాలు
1.	కులీ-కుతుబ్-ఉల్-ముల్క్	క్రీ.శ.1518	క్రీ.శ.1543 (02.09.1543) ఇతడే స్వతంత్ర గోల్కొండ రాజ్యస్థాపకుడు. శ్రీకృష్ణదేవరాయలకు, అచ్యుతరాయలకు సమకాలీకుడు. బీజాపూర్, అహమ్మద్, సుల్తానులు, మొఘల్ వంశస్థాపకుడైన బాబర్, సూర్‌వంశ స్థాపకుడైన షేర్‌షా ఇతని సమకాలికులు.
2.	జంషీద్-కులీ	క్రీ.శ.1543 (2.9.1543) క్రీ.శ.1550 (27.7.1550)	అధికార దాహంతో, తండ్రినే హత్యచేసి గోల్కొండ సింహాసనాన్ని అధిష్టించాడు, క్షయ వ్యాధితో మరణించాడు.
3.	సుభాన్-కులీ	22.1.1550	కొన్ని నెలల పాలన. ఇతడు అత్యంత తక్కువ కాలం, కేవలం ఆరు నెలలపాటు రాజ్యమేలాడు. ఇతడు జంషీద్ కొడుకు. ఏడేళ్ల పిన్న వయస్సులో గోల్కొండ సుల్తాన్‌గా బాధ్యతలు చేపట్టాడు.
4.	ఇబ్రహీం-కులీ-కుతుబ్‌షా	క్రీ.శ.1550 (27.7.1550) క్రీ.శ.(5.6.1580)	ఇతడు గోల్కొండ రాజ్యస్థాపకుడైన కులీ-కుతుబ్-ఉల్-ముల్క్ ఆరవ కుమారుడు. తండ్రి హత్యానంతరం అన్నగారైన జంషీద్‌తో ప్రాణభయం ఏర్పడినందు వల్ల విజయనగర రాజ్యం పారిపోయాడు. అక్కడే అళియరామరాయల సంరక్షణలో ఏడు ఏళ్లు గడిపాడు. కళాభిమాని, సాహిత్య ప్రియుడు.

క్ర.సం.	సుల్తాన్ పేరు	పరిపాలన ఆరంభం	పరిపాలన ప్రత్యేక విశేషాలు
5.	మహమ్మద్-కులీ-కుతుబ్‌షా	క్రీ.శ.1580-1612	ఇతడు ఇబ్రహీం-కులీ-కుతుబ్‌షా ఆరుగురు కుమారుల్లో మూడోవాడు. 14 ఏళ్ల పిన్న వయసులో సింహాసనానికి వచ్చాడు. ఇతడే హైదరాబాద్ నగర నిర్మాత. అక్బర్‌కు మిత్రుడు. ఇరాన్ పాలకులతో దౌత్య సంబంధాలు నెలకొల్పాడు.
6.	మహమ్మద్-కుతుబ్‌షా	క్రీ.శ.1612-1626	ఇతని కాలంలో గోల్కొండ రాజ్యంపై మొఘల్ దాడులు ఆరంభమయ్యాయి.
7.	అబ్దుల్లా-కుతుబ్‌షా	క్రీ.శ.1626-1676	ఇతని కాలంలో గోల్కొండ రాజ్యంపై మొఘల్ దాడులు తీవ్రమయ్యాయి. ఇతడు జహంగీర్, షాజహాన్‌ల సమకాలికుడు.
8.	అబుల్‌హసన్ తానీషా	క్రీ.శ.1672-1687	ఇతడే కడపటి గోల్కొండ సుల్తాన్. ఇతడి కాలంలో గోల్కొండను ఔరంగజేబ్ ఆక్రమించాడు. ఇతడ్ని ఔరంగజేబ్ బీదర్ కోటలో, ఆ తరవాత దౌలతాబాద్ కోటలో బందీగా ఉంచాడు. క్రీ.శ.1699 లో మరణించాడు. కంచర్ల గోపన్న, అక్కన్న, మాదన్నలు ఇతని ఉద్యోగులు.

కుతుబ్‌షాహీ సుల్తానులు - వారి విజయాలు - ముఖ్య సంఘటనలు

సుల్తాన్ కులీ-కుతుబ్-ఉల్-ముల్క్ (క్రీ.శ.1518-1543)

స్వతంత్ర గోల్కొండ రాజ్యస్థాపకుడు సుల్తాన్ కులీ-కుతుబ్-ఉల్-ముల్క్. ఇతడు మొఘల్ వంశస్థాపకుడైన బాబర్‌కు, చివరి ఢిల్లీ సుల్తాను అయిన ఇబ్రహీంలోడీకి, విజయనగర చక్రవర్తులందరిలోకీ ప్రసిద్ధుడైన శ్రీకృష్ణదేవరాయలకు, బహమనీ సుల్తాన్ అయిన మూడో మహమ్మద్‌షాకు, ఆదిల్‌షాహీ రాజ్య స్థాపకులైన యూసఫ్ ఆదిల్‌షాకి సమకాలికుడు. ఇతడి పూర్వీకులు మధ్య ఆసియాలోని దక్షిణ ఇరాన్‌లోని 'హందం' రాజ్యాధిపతులు. ఇతడు క్రీ.శ.1451 లో హందంలో జన్మించాడు. తల్లి మాలిక్‌స్వాలె, తండ్రి షేక్‌కులీ. వీరిది 'తుర్కమాస్'లోని 'కారాకునీల్' తెగ. మధ్య ఆసియాలో రాజకీయ ప్రాబల్యం కోసం క్రీ.శ.1463 కి ముందే వీరికి మరో తెగ (ఆకునేవ్)తో పోరాటం జరిగింది. ఓటమిపాలైన ఇతని తండ్రి, అతని పినతండ్రి అల్లాకులీతో కలిసి యువకుడైన కులీ-కుతుబ్-ఉల్-ముల్క్ భారతదేశానికి వచ్చారు.

కులీ-కుతుబ్-ఉల్-ముల్క్ అతని పినతండ్రితో కలిసి దక్కన్‌లోని బహమనీ రాజ్య కేంద్రమైన గుల్బర్గాకు మూడో మహమ్మద్‌షా కాలం నాటికి (క్రీ.శ.1463-1482) చేరారు. బహమనీ రాజ్యంలో నెలకొన్న ఆనాటి రాజకీయ పరిస్థితులు కులీ-కుతుబ్-ఉల్-ముల్క్‌ను సుల్తాన్‌కు సన్నిహితుణ్ని చేశాయి. క్రీ.శ.1481 లో ప్రధాని మహమ్మద్ గవాన్‌ను ఉరితీసిన తరవాత బహమనీ రాజ్యంలో రాజకీయ అంతర్యుద్ధం చెలరేగింది. సుల్తాన్‌ను హత్య చేయడానికై అతని శత్రువులు చేసిన కుట్రను కులీ-కుతుబ్-ఉల్-ముల్క్ చాకచక్యంగా భగ్నంచేశాడు. కులీ-కుతుబ్-ఉల్-ముల్క్ తెలంగాణా తరఫ్‌దార్‌గా నియమించబడ్డాడు. ఆ తరవాత స్థానిక పరిస్థితులను చక్కదిద్దాడు. సుల్తాన్ అభిమానం పొందాడు. గోల్కొండ కోటను కూడా క్రీ.శ.1518 కి ముందే ఆక్రమించాడు. బహమనీ సుల్తాన్ మరణానంతరం క్రీ.శ.1518 లో తన 67 వ ఏట స్వాతంత్ర్యాన్ని ప్రకటించుకొన్నాడు. ఈ సంఘటన 'తెలంగాణా' చరిత్రలో ఒక నూతన శకానికి నాంది పలికింది. ఇతడు, ఇతని వారసులు గోల్కొండ కేంద్రంగా సుమారు నూటాడెబ్బై ఐదేళ్ల పాటు తెలుగు ప్రజానీకాన్ని పరిపాలించి, మధ్యయుగ దక్కన్ చరిత్రలో శాశ్వత కీర్తిని గడించారు. సుల్తాన్ కులీ-కుతుబ్-ఉల్-ముల్క్ క్రీ.శ.1518 నుంచి క్రీ.శ.1543 వరకు స్వతంత్ర సుల్తాన్‌గా పరిపాలించాడు. ఇతనికి విజయనగర చక్రవర్తులైన సాళువ నరసింహరాయలు, శ్రీకృష్ణదేవరాయలు సమకాలికులు. విజయనగర, రెడ్డి, గణపతి భూభాగాలపై సుల్తాన్ కులీ దండెత్తాడు. ఖమ్మంమెట్ యుద్ధంలో వరంగల్‌లో గజపతి అధికారి అయిన సీతాపతి లేదా షితాబ్‌ఖాన్‌ను ఓడించాడు.

సుల్తాన్ కులీ గోల్కొండ రాజ్యాన్ని, కోటను సుస్థిరం, బలోపేతం చేయడానికి కృషిచేశాడు. గోల్కొండ కోటలో అనేక రాజప్రసాదాలు, భవనాలు, తోటలు, మసీదులు కట్టించాడు. గోల్కొండ కోట పరిసరాల్లో మహమ్మద్‌నగర్ అనే పేరుతో కొత్త నగరాన్ని నిర్మించాడు. శ్రీకృష్ణదేవరాయల మరణానంతరం (క్రీ.శ.1529) కులీ కుతుబ్‌షా విజయనగర సేనలను ఓడించాడు. క్రీ.శ.1518-1543 మధ్య కాలంలో ఇతడు చేసిన యుద్ధాల వల్ల సాధించిన సైనిక విజయాలతో, గోల్కొండ రాజ్యం తెలంగాణాలోని కోహిర్, వరంగల్, నల్గొండ నుంచి తీరాంధ్రలోని మచిలీపట్నం వరకు విస్తరించింది. సుల్తాన్ కులీ స్థానిక ప్రజల అభిమానాన్ని చూరగొన్నాడు. క్రీ.శ1543 లో 99 వ ఏట నమ్మకద్రోహి, అధికారపిపాసి అయిన సొంత కొడుకైన జంషీద్-కులీ పన్నిన కుట్రలో భాగంగా గోల్కొండ కోట మసీదులో హత్యకు గురయ్యాడు.

జంషీద్-కులీ-కుతుబ్‌షా (క్రీ.శ.1543-1550)

గోల్కొండ రాజ్యస్థాపకుడైన సుల్తాన్ కులీకి ఆరుగురు కుమారులు. వీరు హైదరఅలీ, కుతుబుద్దీన్, జంషీద్‌కులీ, అబ్దుల్ కరీం, దౌలత్‌కులీ, ఇబ్రహీం కులీ కుతుబ్‌షా. సుల్తాన్ కులీ చివరి రోజుల్లో కుమారుల మధ్య సింహాసనానికై పోరాటం ఆరంభమైంది. మూడో కుమారుడైన జంషీద్ తండ్రిని కుట్రపన్ని హత్యచేయించి ఏడేళ్ళపాటు గోల్కొండ రాజ్యాన్ని ఏలాడు. ఇతని పరిపాలనా కాలంలో రాజ్యంలో అంతఃపురంలో అంతరంగిక తగాదాలు చెలరేగాయి. ప్రజలు, సర్దారులు ఇతణ్ని పితృహంతకునిగా, స్వార్ధపరుడిగా భావించారు. గోల్కొండ రాజ్య భూభాగాలపై అహ్మద్‌నగర్, బీజాపూర్ సుల్తానులు, విజయనగర రాజులు దండెత్తారు. కుతుబ్‌షాహీ సేనలు కొన్ని యుద్ధాల్లో పరాజయం పొందాయి. ఇతని స్వల్ప పరిపాలనలో సమర్ధవంతమైన పరిపాలనా వ్యవస్థ ఏర్పాటుకు నాంది పడింది. ఇతని మంత్రుల్లో కమాలుద్దీన్ అర్దిస్థానీ ముఖ్యుడు. ఇతనికే ముస్తఫాఖాన్ అనే మరోపేరు. కేంద్ర ప్రభుత్వానికి సుల్తాన్ అధినేతగా మంత్రి వర్గాన్ని ఏర్పాటు చేశాడు. వీరిలో వకీల్, పీష్వా, మీర్-జుమ్లా ముఖ్యులు. క్రీ.శ.1550 లో జంషీద్ క్షయ వ్యాధిగ్రస్తుడై మరణించాడు.

ఇబ్రహీం-కులీ-కుతుబ్‌షా (క్రీ.శ.1550-1580)

జంషీద్ మరణానంతరం అతని ఏడేళ్ల కుమారుడైన సుభాన్‌కులీని సుల్తాన్‌గా ప్రకటించి, అతని తల్లి,కొందరు సర్దారులు ఏడునెలల పాటు రాజ్యాధికారాన్ని చెలాయించారు. గోల్కొండ రాజ్యంలో రాజకీయ అస్థిరత నెలకొని ఉన్న

ఈ సమయంలో సుల్తాన్ కులీ ఆరో కుమారుడైన ఇబ్రహీం-కులీ-కుతుబ్‌షా, విజయనగర చక్రవర్తి సదాశివరాయల ప్రధాని అయిన అళియరామరాయల మద్దతుతో గోల్కొండ చేరి, శత్రువులను ఓడించి సింహాసనాన్ని అధిష్టించాడు. ప్రముఖ చరిత్రకారుడు హరున్‌ఖాన్ షేర్వాని తన ప్రసిద్ధ రచన 'హిస్టరీ-ఆఫ్-కుతుబ్‌షాహి డైనాస్టీ' (1974) లో ఇబ్రహీం పరిపాలనా కాలాన్ని 'ది కింగ్‌డం ఎట్ ఇట్స్ హైట్' అని అభివర్ణించాడు. పై మాటల్లో ఎంతో సత్యం ఉంది. ఎందుకంటే మూడు దశాబ్దాలు కొనసాగిన ఇబ్రహీం-కులీ-కుతుబ్‌షా పరిపాలనలో గోల్కొండ రాజ్యం సర్వతోముఖాభివృద్ధి సాధించింది. దాని పేరు ప్రతిష్ఠలు ప్రపంచ నలుమూలలా వ్యాపించాయి.

ఇబ్రహీం-కులీ-కుతుబ్‌షా తన తండ్రి హత్యానంతరం జరిగిన క్లిష్ట పరిస్థితుల్లో ప్రాణ భయంతో విజయనగర రాజ్యం పారిపోయి అళియరామరాయల శరణుజొచ్చాడు. అక్కడే సుమారు ఏడేళ్ళపాటు గడిపాడు. జంషీద్ మరణానంతరం మారిన పరిస్థితుల్లో విజయనగర సైన్యాల మద్దతుతో గోల్కొండ సింహాసనం అధిష్టించాడు. ఇతడు సుప్రసిద్ధ మొఘల్ చక్రవర్తి అయిన అక్బర్ సమకాలికుడు.

ఇబ్రహీం-కులీ-కుతుబ్‌షా తన పరిపాలనా కాలంలో గోల్కొండ రాజ్య ప్రజల సర్వతోముఖాభివృద్ధికి కృషి చేశాడు. పొరుగు షియా సుల్తానులైన, ఆదిల్‌షాహీ, నైజాంషాహీలతోనూ, విజయనగర రాజ్యంతోనూ అనేక యుద్ధాలు చేశాడు. క్రీ.శ.1550-1564 మధ్య కాలంలో విజయనగర సేనల చేతిలో అనేక యుద్ధాల్లో పరాజయం పొందాడు. అళియరామరాయల 'విభజించు-పాలించు' దౌత్యనీతికి ఇబ్రహీం కులీ ఎత్తులు-జిత్తులు విఫలమయ్యాయి. చివరికి గతంలో అళియరామరాయలు చేసిన సహాయాన్ని విస్మరించి వైవాహిక సంబంధాల ద్వారా దక్కన్ సుల్తానులందరినీ సమైక్యం చేశాడు. క్రీ.శ.1565 జనవరిలో దక్కన్ సుల్తానుల సేనలకు, విజయనగర సేనలకు మధ్య కృష్ణానది తీరాన గల 'రాక్షసి-తంగడి' అనే గ్రామాల మధ్యగల మైదానంలో జరిగిన యుద్ధంలో ఇబ్రహీం కులీ కుతుబ్‌షా, అతని మిత్రులైన బీజాపూర్, అహ్మద్‌నగర్, బీదర్, బీరార్ సైన్యాలు అఖండ విజయాన్ని సాధించాయి. అళియరామరాయలు మోసంతో ఓడించబడి యుద్ధ భూమిలోనే చంపబడ్డాడు. విజయనగర సేనలు చెల్లాచెదురయ్యాయి. రాజధాని (విజయనగరం) దక్కన్ సుల్తానుల సేనలచేత దోచుకోబడి, ధ్వంసం చేయబడింది. ఈ విజయం దక్కన్ సుల్తానులందరిలోకెల్లా గోల్కొండ సుల్తాన్‌కే ఎక్కువ ఖ్యాతి తెచ్చిపెట్టింది.

ఇబ్రహీంకులీ కుతుబ్‌షా తన పరిపాలనా కాలంలో అనేకమంది అనుభవజ్ఞులు, సమర్థులైన వారిని మంత్రులుగా, ఉన్నతాధికారులుగా నియమించాడు. వీరిలో అతని యుద్ధ వ్యవహారాల మంత్రి ముస్తఫాఖాన్, ఉన్నతాధికారులైన అమిర్‌షా, మహమ్మద్ అంజూ, హుస్సేన్‌బేగ్ ముఖ్యులు. వీరంతా సైనిక వ్యవహారాల్లో ముఖ్యపాత్ర పోషించారు. గోల్కొండ కోటకు ఎత్తైన గోడలు నిర్మించి శత్రువులకు దుర్భేద్యంగా చేశారు. ఇతని కాలంలో అనేక చెరువులు, సరస్సులు నిర్మించారు. వీటిలో హుస్సేన్‌సాగర్ చెరువు, ఇబ్రహీంపట్నం చెరువు ముఖ్యమైనవి. ఆ రోజుల్లో ఇవి మంచినీటి చెరువులు. నేడు హుస్సేన్‌సాగర్ మురికి నీటి కేంద్రం కాగా, ఇబ్రహీంపట్నం చెరువు వందల ఎకరాల వ్యవసాయ భూములకు నీటిని అందిస్తుంది. తెలంగాణాలోని అనేక ప్రాంతాల్లో ఇతని కాలంలో చిన్న, పెద్ద జలాశయాలు నిర్మించబడ్డాయి. గోల్కొండ సుల్తాన్ తన రాజ్యంలో శాంతిభద్రతలను నెలకొల్పి, వ్యవసాయ, వర్తక-వ్యాపారాల వికాసానికి కృషిచేశాడు. పర్షియాను ఏలిన 'సఫావిద్' వంశ సుల్తాన్‌లతో స్నేహ-దౌత్య సంబంధాలను ఇబ్రహీంకులీ నెలకొల్పాడు.

ఇబ్రహీం-కులీ-కుతుబ్‌షా సేనాధిపతుల్లో ముస్తాఫాఖాన్ కడు సమర్థుడు. జగదేవరావ్ అనే గోల్కొండ అధికారి సుల్తాన్‌కు వ్యతిరేకంగా తిరుగుబాటు లేవదీసి, విజయనగర రాజ్యం చేరి అళియరామరాయల శరణుపొందాడు. ఇరు రాజ్యాల మధ్య ఈ సంఘటన శత్రుత్వాన్ని మరింత పెంచింది. ఇబ్రహీం గొప్ప సాహితీ ప్రియుడు, పర్షియన్, ఉర్దూ భాషల్లో మంచి పాండిత్యం కలవాడు. అనేకమంది తెలుగు కవిపండితులను తన ఆస్థానంలో పోషించాడు. 'తపతీ,

సంవరణోపాఖ్యానాన్ని' రచించిన అద్దంకి గంగాధరుడు, 'నిరంకుశోపాఖ్యానాన్ని' రాసిన కందుకూరి రుద్రకవి ఇబ్రహీం కులీ ఆదరణ పొందారు. కవులు ఇతడ్ని 'మల్కిభరాముడు' అని పొగిడారు. ఇబ్రహీం-కులీ-కుతుబ్‌షా కాలంలో దేశీయ, విదేశీయ వ్యాపారం పురోగతి సాధించింది. గోల్కొండ వజ్రాలు, వస్త్రాలు ఐరోపా మార్కెట్లలో విపరీత డిమాండ్ పొందాయి. వర్తకులు అపారమైన లాభాలు గడించారు. ప్రజలు సుఖశాంతులతో, మత సామరస్యంతో జీవించారు. క్రీ.శ.1580 వ సంవత్సరంలో ఇబ్రహీం-కులీ-కుతుబ్‌షా మరణించాడు.

మహమ్మద్-కులీ-కుతుబ్‌షా (క్రీ.శ.1580-1612)

గోల్కొండను ఏలిన కుతుబ్‌షాహీ సుల్తానుల్లో ఇబ్రహీం-కులీ-కుతుబ్‌షా మూడో కుమారుడైన, మహమ్మద్ కులీ-కుతుబ్‌షా గొప్ప కళాభిమాని, నిర్మాత. ఇతడే నేటి హైదరాబాద్ నగర నిర్మాత. తండ్రి మరణించేనాటికి ఇతని వయస్సు పదునాలుగేండ్లు. ఇబ్రహీం కుతుబ్‌షా మరణించడానికి ముందే ఇతణ్ని తన వారసుడిగా ప్రకటించాడని కొందరి పండితుల అభిప్రాయం. గోల్కొండ సింహాసనం అధిష్ఠించేనాటికి యువకుడైన మహమ్మద్-కులీ-కుతుబ్‌షా రాజ్య నిర్వహణ వ్యవహారాల్లోనూ, సైన్యాలను నడపడంలోనూ మంచి శిక్షణ, అనుభవం పొందాడు. గొప్ప సాహిత్యాభిమాని. దక్కనీ, ఉర్దూ భాషల్లో దిట్ట. తెలుగు భాషలో కూడా మంచి పాండిత్యం కలవాడని కొందరు పండితులు పేర్కొన్నారు. ప్రసిద్ధ చరిత్రకారుడైన H.K. షేర్వాణీ తన రచన 'హిస్టరీ ఆఫ్ కుతుబ్‌షాహీ డైనాస్టీ'లో ఇతని కాలాన్ని 'కల్చరల్ ఆఫ్ లిఫ్ట్'గా వర్ణించాడు (హిస్టరీ ఆఫ్ కుతుబ్‌షాహీ డైనాస్టీ', 1974, పుట.257).

పట్టిక - 3 మహమ్మద్-కులీ-కుతుబ్‌షా సమకాలికులు - సంబంధాలు

	సుల్తాన్/రాజు/రాణి పేరు	రాజ్యం / వంశం పేరు
1.	అక్బర్	మొఘల్ (క్రీ.శ.1556-1605) ఇరువురి మధ్య స్నేహపూర్వక, దౌత్య సంబంధాలు నెలకొన్నాయి.
2.	జహంగీర్	మొఘల్ (క్రీ.శ.1605-1626). ఇతని కాలంలో గోల్కొండ-మొఘల్ రాజ్యాల మధ్య యుద్ధాలు జరిగాయి.
3.	రెండో ఇబ్రహీం ఆదిల్‌షా	ఆదిల్‌షా వంశం - బీజాపూర్ (క్రీ.శ.1580-1627)
4.	రెండో వెంకటపతిరాయలు	విజయనగర రాజ్యం/ఆరవీటి వంశం
5.	హుస్సేన్ నిజాంషా-II (క్రీ.శ.1580-89) బహదూర్ నిజాంషా (క్రీ.శ.1595-1600)	అహ్మద్‌నగర్
6.	చాంద్ బీబీ (క్రీ.శ.1595-1600)	అహ్మద్‌నగర్
7.	షాఅబ్బాస్	పర్షియా (ఇరాన్) గోల్కొండ మధ్య దౌత్య సంబంధాలు, సాంస్కృతిక సంబంధాలు.
8.	ఎలిజబెత్ మహారాణి	ఇంగ్లాండ్, ఈమె లండన్ వర్తకులకు తూర్పు ఇండియా వర్తక సంఘ స్థాపనకు క్రీ.శ.1600 సంవత్సరంలో అనుమతి ఇచ్చింది.

మహమ్మద్-కులీ-కుతుబ్‌షా కాలంలో రాజకీయంగా, సాంస్కృతికంగా, నూతనంగా నిర్మించిన హైదరాబాద్ నగరం మధ్యయుగ దక్కన్‌లోనే ఒక ప్రఖ్యాతి నగరంగా విశిష్ట మిశ్రమ సంస్కృతికి (కాంపోజిట్ కల్చర్) కేంద్రంగా రూపుదిద్దుకొంది. ముఖ్యంగా దక్కన్‌లోని సమకాలీన షియా రాజ్యాల్లోకెల్లా గోల్కొండ రాజ్యం, దాని పాలకుడు ప్రజాభిమానాన్ని పొందారు. మొఘల్, పర్షియా పాలకులతో స్నేహపూర్వక, దౌత్య సంబంధాలకు ఇతడు విశేష కృషిచేసి సఫలీకృతుడయ్యాడు.

ఇరాన్ దేశం నుంచి అనేకమంది కవులు, కళాకారులు, వర్తకులు, మేధావులు 'అఫాకీలు'గా (వలసదార్లుగా) దక్కన్‌కు ముఖ్యంగా హైదరాబాద్ వలసవచ్చి స్థిరపడ్డారు. వీరిలో ముఖ్యుడు మీర్-మొమీన్-అస్ట్రాబాదీ. ఇతడు క్రీ.శ.1581 లో మహమ్మద్-కులీ-కుతుబ్‌షా కొలువులో చేరాడు. తన ప్రతిభను, విశ్వసనీయతను ప్రదర్శించి క్రీ.శ.1585 నాటికి గోల్కొండ సుల్తాన్ వద్ద పీష్వా పదవిచేపట్టాడు. ఇతడు బహుముఖ మేధావి. అలీం, ఇంజనీర్, సూఫీ తత్వవేత్త, పరిపాలనావేత్త. హైదారాబాద్ నగర నిర్మాణ ప్రణాళికను, చార్‌మినార్, దాని పరిసరాల కూడళ్ల నిర్మాణ ప్రణాళికను మీర్-మొమీన్-అస్ట్రాబాదీ రూపొందించి సుల్తాన్ ప్రశంసలు పొందాడు.

మహమ్మద్-కులీ-కుతుబ్‌షా సింహాసనం అధిష్టించే నాటికి బీజాపూర్ సైన్యాలు గోల్కొండ రాజ్యంపై దండెత్తాయి. నల్‌దుర్గ్ వద్ద ఇరుపక్షాల మధ్య యుద్ధం జరిగింది. చివరికి క్రీ.శ.1581 లో ఇరు రాజ్యాలు సంధిచేసుకొన్నాయి. ఇదే సమయంలో గోల్కొండ సేనాని ఆలీఖాన్‌లూర్ తిరుగుబాటు చేశాడు. ఇతడు విజయనగర చక్రవర్తి ఆరవీటి రెండో వెంకటపతిరాయల సహాయం పొందాడు. కొండవీడు కోటను ఆక్రమించడానికి ఆలీఖాన్‌లూర్ చేసిన ప్రయత్నాన్ని, గోల్కొండ సామంతునిగా కొండవీడుని ఏలుతున్న రాయ్‌రావ్ తిప్పికొట్టాడు. ఇంతలో సుల్తాన్ సేనలు ఆలీఖాన్ సేనలపై దాడిచేసి ఓడించాయి. ఇరుపక్షాల మధ్య సంధికుదిరింది. ఆ తరవాత గోల్కొండ సుల్తాన్ తన చెల్లెలైన చాంద్ సుల్తానా (మాలిక్-ఇ-జహన్)ను బీజాపూర్ సుల్తాన్ అయిన ఇబ్రహీం-ఆదిల్‌షాకి ఇచ్చి వివాహం జరిపించాడు. దీంతో ఇరు రాజ్యాల మధ్య స్నేహం ఏర్పడింది.

విజయనగర సేనలు, గోల్కొండ సేనలు రెండోసారి తలపడ్డాయి. ఈసారి గోల్కొండ సైన్యాలు అమీన్-ఉల్-ముల్క్ నాయకత్వంలో నడిచాయి. ఆరవీటి రాజైన రెండో వేంకటపతిరాయల నుంచి కర్నూలు, గుత్తి, ఉదయగిరి, గండికోటలను ఆక్రమించాయి. ఆ తరవాత పెనుగొండపై దాడిచేశాయి. ఓటమి అంగీకరించిన వేంకటపతిరాయలు సంధికి అంగీకరించాడు. కాని రహస్యంగా సామంత సైన్యాలను జమకూర్చిన వేంకటపతిరాయలు స్వల్పకాల వ్యవధిలో గోల్కొండ సేనపై దాడిచేశాడు. ఇదే సమయంలో కృష్ణానదికి వరదలు రావడంతో, గోల్కొండ సైన్యాలు రాజధానికి వెనుతిరిగాయి. ఒక్క కొండమీడు తప్ప గతంలో కోల్పోయిన ప్రాంతాలన్నింటిని వేంకటపతిరాయలు పునః ఆక్రమించాడు.

గోల్కొండ రాజ్యాన్ని మహమ్మద్-కులీ-కుతుబ్‌షా ఏలుతున్న కాలంలోనే కొండవీడులో భలేవార్, ఆలంఖాన్‌లు కాశిం కోటలో ముకుందరాజ బహుబలేంద్రుడు తిరుగుబాట్లు లేవదీశారు. ఇదే అదనుగా, ఏలూరు, రాజమహేంద్రవరంలో సర్దారులు తిరుగుబాటు చేశారు. ఈ తిరుగుబాట్లు అన్నింటినీ అమీన్-ఉల్-ముల్క్ అణిచి సుల్తాన్‌కు ప్రమాదం తప్పించాడు. క్రీ.శ.1597 లో దండయాత్ర చేసి చాంద్‌బీబీని ఓడించాడు. ఆమె ఆత్మహత్యచేసుకొంది, అక్బర్‌తో తరవాత గోల్కొండ రాజుస్నేహం చేశాడు.

గోల్కొండ సుల్తాన్ అక్బర్ తన దర్బారుకు పంపిన మసూద్‌బేగ్ ద్వారా స్నేహంకోరుతూ, బహుమానాలు పంపాడు. దీన్ని అంగీకరించిన మహమ్మద్-కులీ-కుతుబ్‌షా అక్బర్ చక్రవర్తికి స్నేహితుడిగా చివరి వరకు కొనసాగాడు.

కాని క్రీ.శ.1605 లో అక్బర్ మరణించగా, అతని కుమారుడైన జహంగీర్ అనుసరించిన దురాక్రమణ విధానానికి గోల్కొండ రాజ్యం తీవ్రంగా నష్టపోయింది. క్రీ.శ.1612 లో మహమ్మద్-కులీ-కుతుబ్‌షా మరణించాడు.

సుల్తాన్-మహమ్మద్-కుతుబ్‌షా (క్రీ.శ.1612-1626)

గోల్కొండ సుల్తానుల్లో విశేష కీర్తి గడించిన మహమ్మద్-కులీ-కుతుబ్‌షా నవంబర్ 11, 1612 లో మరణించాడు. ఇతని అన్నగారైన మీర్జా-మహమ్మద్-అమీన్ (క్రీ.శ.1596 లో మరణించాడు) కుమారుడు, అల్లుడైన సుల్తాన్-మహమ్మద్-కుతుబ్‌షా క్రీ.శ.1612 నవంబర్‌లో సింహాసనం అధిష్ఠించాడు. ఇతడు పద్నాలుగేండ్లు పరిపాలించాడు. ఇతడి కాలంలోనే మొఘల్-కుతుబ్‌షాహీ రాజ్యాల మధ్య గతంలో ఉన్న స్నేహ-దౌత్య సంబంధాలు క్షీణించాయి. జహంగీర్ కాలంలో గోల్కొండ రాజ్యంపై మొఘల్ సేనలు దాడిచేశాయి.

మహమ్మద్-కుతుబ్‌షా తల్లి 'ఖానమ్ ఆఘా' ఈమె షియామత అధినేత ఇమాం ముసాకాజిమ్ వంశస్థుడైన సయ్యద్ అల్లాఉద్దీన్ తబాతబా మనుమరాలు. సుల్తాన్-మహమ్మద్-కుతుబ్‌షాను చిన్నప్పటినుంచే సుల్తాన్ మహమ్మద్-కులీ-కుతుబ్‌షా తనకు మగసంతానం లేనందు వల్ల తమ్ముడి అనుమతితో పెంచుకొన్నాడు. విద్యాబుద్ధులు చెప్పించాడు. సైనిక శిక్షణ ఇప్పించాడు. క్రీ.శ.1607 లో తన కూతురు అయిన 'హయత్-బక్షీ బేగం' నిచ్చి వివాహం జరిపించాడు. మామగారి మరణానంతరం క్రీ.శ.1612 లో అల్లుడైన మహమ్మద్-కుతుబ్‌షా గోల్కొండ సింహాసనం అధిష్ఠించాడు.

సుల్తాన్-మహమ్మద్-కుతుబ్‌షా శాంతి ప్రియుడు. భగవద్భక్తి కలవాడు. యుద్ధాలు, వ్యూహాలు, కుట్రలు, కుతంత్రాలు, దౌత్యనీతిలో అతనికి అనుభవం శూన్యం. అతని ప్రధానమంత్రి 'మీర్-మొమీన్-అస్త్రాబాదీ' (1612-1624). మీర్‌మొమీన్ అస్త్రాబాదీ తరవాత గోల్కొండ ప్రధాని పదవి చేపట్టిన అల్లమా-ఇబన్-ఇ-కాతూన్ అమూలీ' కుతుబ్‌షాహీ రాజ్య పరిరక్షణ బాధ్యతలు నిర్వహించాడు.

సుల్తాన్ మహమ్మద్-కులీ పరిసాలనా కాలంలో బీజాపూర్, అహ్మద్‌నగర్ రాజ్యాల్లో చోటుచేసుకొన్న పరిణామాలు గోల్కొండ రాజ్య శాంతికి భంగం కలిగించాయి. అహ్మద్‌నగర్ ప్రధానమంత్రి అయిన మాలిక్-అంబర్' దక్కన్ రాజకీయాలను ప్రభావితంచేసి మొఘల్ దాడులను ఎదుర్కొన్నాడు. చివరికి క్రీ.శ.1616 లో మాలిక్ అంబర్ సేనలు, మొఘల్ రాకుమారుడైన 'ఖుర్రం' చేతిలో ఓటమిపొందాయి. ఈ పరిణామం గోల్కొండ, బీజాపూర్ సుల్తానులను భయభ్రాంతులను చేసింది. మొఘల్‌రాయబారి మీర్‌మక్కి గోల్కొండ సుల్తాన్ దర్బారును సందర్శించాడు. గోల్కొండ సుల్తాన్ మొఘల్ చక్రవర్తితో స్నేహంకోరి సంధికి అంగీకరించాడు. దీనికి నిదర్శనంగా 15 లక్షల విలువ చేసే బహుమతులు మొఘల్ చక్రవర్తికి సమర్పించాడు.

నూర్జహాన్ ఇతనికి (మహమ్మద్ కుతుబ్‌షా) సమకాలికురాలు. ఆమె ఖుర్రంకి వ్యతిరేకంగా వ్యూహం పన్నగా, ఖుర్రం తిరుగుబాటుచేశాడు. ఈ సందర్భంగా ఖుర్రం గోల్కొండ సుల్తాన్ సహాయం కోరాడు. కాని జహంగీర్ చక్రవర్తి సేనల శక్తికి భయపడి, ఖుర్రంకి ప్రత్యక్షంగా సహాయం నిరాకరించాడు. అతనికి మచిలీపట్నం మీదుగా బెంగాల్ చేరడానికి అనుమతి ఇచ్చాడని సమకాలీన రచన 'ఇక్బాల్-నామా' పేర్కొంటోంది.

సుల్తాన్-మహమ్మద్ కులీ కాలంలో ఇరాన్ నుంచి భారీ సంఖ్యలో కవులు, పండితులు, కళాకారులు, వైద్యులు దక్కన్‌కు వలసవచ్చారు. గోల్కొండ సుల్తానులు వీరిని అన్ని రకాల ఆదరించారు. క్రీ.శ.1585 నుంచి క్రీ.శ.1626

వరకు గోల్కొండ ప్రధానమంత్రిగా బాధ్యతలు నిర్వహించిన అల్లమ-మీర్-మొమీన్-అస్త్రాబాదీ గొప్ప మేధావి, బహుముఖ ప్రజ్ఞాశాలి. సూఫీ తత్వవేత్త, హకీం, రాజనీతిజ్ఞుడు, ఇంజనీరు. ఇతడే హైదరాబాద్, చార్‌మినార్ నిర్మాణాల ప్రణాళిక రూపొందించాడు. మహమ్మద్-కులీ-కుతుబ్‌షాకు తన ప్రధానిపై అపారమైన నమ్మకం, భక్తి. మీర్-మొమీన్-అస్త్రాబాదీ రచన 'రిసాలా-ఇ-మిక్దారియా'. దీన్ని పర్షియన్ భాషలో రాశాడు. ఇది తూనికలు, కొలతల గూర్చి వివరిస్తుంది.

సుల్తాన్-మహమ్మద్-కులీ కాలంలో అనేక భవంతులు, చెరువులు నిర్మించబడ్డాయి. వీటిలో మాసాహిబా తాలాబ్ (చెరువు) పేర్కొనదగింది. ఖైరతాబాద్ మసీద్ కూడా ఈ కాలంలో నిర్మించారు. సుల్తాన్ స్వయంగా పర్షియన్ భాషలో గొప్ప పండితుడు. ఇతడు ఆధ్యాత్మిక, ధార్మిక భావాలతో కవిత్వం 'జిల్లులా' అనే పేరుతో రాశాడు. పర్షియా రాజైన షాఅబ్బాస్‌తో స్నేహ సంబంధాలు కొనసాగించాడు. పర్షియా రాయబారి హసన్-బేగ్-కిఫాకీ గోల్కొండ సుల్తాను ఆస్థానంలో రెండేళ్లు గౌరవ అతిథిగా గడిపాడు. ఇతని కాలంలోనే ఐరోపా వర్తక సంఘాలు, డచ్‌వారు మచిలీపట్నం, నిజాంపట్నం, పులికాట్, ఇంగ్లిష్‌వారు మచిలీపట్నం, పులికాట్, నాగపట్నాలలో వారి వారి వర్తక స్థావరాలు ఏర్పరచుకొన్నారు. సుల్తాన్ మహమ్మద్-కుతుబ్‌షా తన 34వ ఏట వ్యాధిగ్రస్తుడై మరణించాడు.

అబ్దుల్లా కుతుబ్‌షా (క్రీ.శ.1626-1672)

అబ్దుల్లా కుతుబ్‌షా తన తండ్రి మరణానంతరం పన్నేండేళ్ల చిన్న వయస్సులో గోల్కొండ సింహాసనాన్ని అధిష్టించాడు. ఇతని తల్లి హయత్ బక్ష్‌బేగం సంరక్షణలో ఇతడి పరిపాలన కొంత కాలం కొనసాగింది. ఇతని కాలంలోనే గోల్కొండ రాజ్యంపై షాజహాన్, ఔరంగజేబ్‌లు నిరంతర దండయాత్రలు జరిపారు. గోల్కొండ రాజ్యం రాజకీయంగా, సైనికంగా, ఆర్థికంగా ఇతని కాలంలో బలహీనమైంది. ప్రసిద్ధ మరాఠా చరిత్రకారుడైన J.N.సర్కార్ ప్రకారం, అబ్దుల్లా కుతుబ్‌షా అసమర్థుడు, విలాస ప్రియుడు. క్రీ.శ.1636 లో మొఘల్ చక్రవర్తి, షాజహాన్ సేనలకు తలఒగ్గి 'ఇంకియాద్ నామాపై (సామంతరికాన్ని అంగీకరించే పత్రం) సంతకం చేశాడు (Sarkar, J.N., Mughal Administration, 1951, P.No.36). పై అభిప్రాయాన్ని H.K.షేర్వాణీ పండితుడు అంగీకరించలేదు. ఇతని ప్రకారం, క్రీ.శ.1636 తరవాత కూడా కుతుబ్‌షాహీలు స్వతంత్రులుగానే పాలించారు.

అబ్దుల్లా కుతుబ్‌షా తల్లి హయత్‌బక్ష్ బేగం రాజ్య నిర్వహణలో కీలకపాత్ర నిర్వహించిందని, సమకాలీన చరిత్రకారుడైన కాఫీఖాన్ తన రచన ముంతకాబ్-ఉల్-లుబబ్‌లో పేర్కొన్నాడు. ఆమె భర్త మహమ్మద్-కుతుబ్‌షా కాలంలో కూడా రాజ్య నిర్వహణలో క్రియాశీలక పాత్ర నిర్వహించింది. తన కొడుకు పరిపాలనా కాలంలో హయత్‌బక్ష్ బేగం తన గత అనుభవాన్ని ఉపయోగించి, రాజ్య సర్వతోముఖాభివృద్ధికి కృషిచేసింది.

అబ్దుల్లా కుతుబ్‌షా కాలంలో గోల్కొండ రాజ్యంలో అధికారులు ముఠాలుగా విడిపోయారు. స్వార్థబుద్ధితో వ్యవహరించారు. దీని వల్ల రాజ్యం ప్రమాద పరిస్థితికి చేరిందని సిద్ధికీ చరిత్రకారుడు తన రచన 'హిస్టరీ ఆఫ్ గోల్కొండ' (1956) లో వాపోయాడు. సుల్తాన్ అసమర్థతను, వ్యసనాలను వీరు ఆసరగా తీసుకొన్నారు. అబ్దుల్లా కుతుబ్‌షా క్రీ.శ.1634 తరవాత అధికార నిర్వహణ బాధ్యతలను ప్రధానమంత్రి 'అల్లమా-ఇబన్-ఖాతున్'కు అప్పగించి విలాస జీవితానికి అలవాటు పడ్డాడు. సుల్తాన్ పీష్వా (ప్రధాని) ఇబన్‌ఖాతూన్ అంటే గిట్టని దక్కనీ సర్దారులు అతనికి, సుల్తాన్‌కు బద్ధశత్రువులుగా మారారు. పర్షియా నుంచి వచ్చిన అఫాఖీలకే ఉన్నత పదవులు, సముచిత గౌరవం లభించడంతో దక్కనీ సర్దారులకు వారిపై పగ, ఈర్ష్యా పెరిగాయి. అల్లమా-ఇబన్‌ఖాతూన్ స్వార్థబుద్ధితో అంతవరకు గోల్కొండ 'దబీర్' పదవి అలంకరించిన మహమ్మద్ రజాను తొలగించి పర్షియాకు చెందిన మౌలానా బవైను ఆ పదవిలో నియమించాడు.

దీన్ని దక్కన్ సర్దారులు బహిరంగంగా వ్యతిరేకించారు. ఇదే రీతిలో ఇరానీ అఫాఖీలైన మీర్జాకాశిం, హకీం నిజాముద్దీన్ అహమద్, హవేంబుబైయిల్, ఇక్లాస్‌ఖాన్ మొదలైన వారిని పీష్వా స్వార్థబుద్ధితో ఉన్నత పదవుల్లో నియమించి దక్కన్ సర్దారుల ముతా కోపానికి గురయ్యాడు. ఈ పరిణామాలు గోల్కొండ రాజ్య స్థిరత్వాన్ని దెబ్బతీశాయి. చివరికి క్రీ.శ.1632 లో ఇబన్ ఖాతూన్‌ను పీష్వా పదవి నుంచి తొలగించాడు. అబ్దుల్లా కుతుబ్‌షా అసమర్థతను అవకాశంగా తీసుకొని గోల్కొండ రాజకీయాల్లో బలోపేతమైన శక్తిగా ఎదిగిన మరో అధికారి మహమ్మద్-సయ్యద్-అర్థెస్తానీ. ఇతడ్ని సుల్తాన్ కర్ణాటక ప్రాంతంలో సైనికాధికారిగా నియమిస్తే అపారమైన స్వార్థబుద్ధి కలిగిన అర్థెస్థానీ, విశాల సైన్యాన్ని సమకూర్చుకొని, విజయాలు సాధించి మీర్‌జుమ్లా హోదాను పొందాడు. గండికోటను జయించి తన కేంద్రంగా చేసుకొన్నాడు. సుల్తాన్ అధికారాన్ని సవాల్ చేశాడు.

అబుల్‌హసన్ తానీషా (క్రీ.శ.1672-1687)

గోల్కొండ కుతుబ్‌షాహీ పాలకుల్లో అబుల్‌హసన్ తానీషా చివరివాడు. ఇతడు మొఘల్ చక్రవర్తి ఔరంగజేబ్‌కు, మరాఠ యోధుడైన శివాజీకి సమకాలికుడు. ఇతని కాలంలో గోల్కొండ రాజ్యంలో అనేక పరిణామాలు చోటుచేసుకొన్నాయి. ఔరంగజేబ్ దాడులకు గోల్కొండ సుల్తాన్ పరాజితుడై, గోల్కొండ రాజ్యం మొఘల్ సామ్రాజ్యంలో అంతర్భాగమైంది. ఇతని కాలంలోనే స్వరాజ్య స్థాపకుడైన శివాజీ ఔరంగ్‌జేబ్ దాడులను ఎదుర్కొన్నాడు.

అబుల్‌హసన్ తానీషా, అబ్దుల్లా కుతుబ్‌షా మూడో అల్లుడు. తన పదిహేనేళ్ల పరిపాలనా కాలంలో అబుల్‌హసన్ తానీషా సమర్థవంతంగా రాజ్యాధికారాన్ని చెలాయించడానికి కృషిచేశాడు. మొఘల్ చక్రవర్తి ఔరంగజేబ్ జరిపిన దండయాత్రలను చివరి వరకు ధైర్యంగా ఎదిరించాడు. పరమతసహనం కలవాడు. అక్కన్న, మాదన్న, కంచర్ల గోపన్న మొదలైన వారు ఇతని అధికారులుగా పనిచేశారు. తన ప్రజల రక్షణ కోసం చివరివరకు పోరాడాడు. ఇతని కాలంలోనే గోల్కొండ రాజ్య ఆర్థిక వ్యవస్థ క్షీణించింది. మొఘల్ సేనలను సుమారుగా 18 నెలలపాటు ధైర్యంగా ఎదిరించిన ధీశాలి అబుల్‌హసన్ తానీషా. ఇతడు మరాఠ చక్రవర్తి శివాజీకి సమకాలికుడు. వీరి మధ్య స్నేహ సంబంధాలు ఉన్నాయి.

అక్కన్న, మాదన్నలు గోల్కొండ రాజ్య సుస్థిరతకు కృషిచేశారు. క్రీ.శ.1674 లో మాదన్న గోల్కొండ రాజ్య మీర్‌జుమ్లాగా పదవిచేపట్టాడు. క్రీ.శ.1686 లో అక్కన్న, మాదన్నలు హత్యచేయబడ్డారు. అబ్దుల్లాఫణి అనే కుతుబ్‌షాహి అధికారి నమ్మక ద్రోహం చేసి గోల్కొండ దుర్గ ద్వారాన్ని ఔరంగజేబ్ సేనలకు తెరిచాడు. దీంతో కుతుబ్‌షాహీ రాజధాని, గోల్కొండ దుర్గాలను మొఘల్ సేనలు ఆక్రమించాయి. అబుల్‌హసన్ తానీషా బందీ అయ్యాడు. ఔరంగజేబ్ సుల్తాన్‌ను మొదట బీదర్‌లో, అక్కడి నుంచి దౌలతాబాద్‌లో బందీగా ఉంచాడు. 12 ఏళ్లు బందీగా జీవించి చివరికి అబుల్‌హసన్ తానీషా దౌలతాబాద్ కోటలనే క్రీ.శ.1699 లో మరణించాడు. గోల్కొండ ప్రాంతం మొఘల్ సామ్రాజ్యంలో విలీనమైంది. తెలంగాణా ప్రజానీకం మొఘల్ సామ్రాజ్యంలో అంతర్భాగమైంది. ఔరంగజేబ్ తన వైస్రాయిల ద్వారా గోల్కొండను పరిపాలించాడు.

కుతుబ్‌షాహీల పరిపాలన

దక్కన్‌లో గోల్కొండ కేంద్రంగా క్రీ.శ.1518 నుంచి క్రీ.శ.1687 వరకు పరిపాలించిన కుతుబ్‌షాహీలు గతంలో భారతదేశాన్ని ఢిల్లీ కేంద్రంగా పరిపాలించిన ఢిల్లీ సుల్తానుల కంటే, గుల్బర్గా కేంద్రంగా పరిపాలించిన బహమనీ సుల్తానుల కంటే సమర్థవంతమైన, ప్రజానురంజకమైన పరిపాలనా వ్యవస్థను రూపొందించి, ఆచరణలో పెట్టారు. తెలుగు ప్రజల విశ్వాసాన్ని, ప్రేమను గెలిచి నేటి తరానికి చెందిన పాలకులకు మార్గదర్శకంగా నిలిచారు.

ఆధారాలు

కుతుబ్‌షాహీల పరిపాలన, రాజరిక వ్యవస్థ, స్వరూపం, స్వభావం గురించి సమకాలీన రచనలైన మీర్జా-ఇబ్రహీం-జుబేరీ రచన 'బసాతిన్-ఉస్-సలాతిన్' (దస్తూర్-ఉల్-అమల్) ఎంతో విలువైన చారిత్రక సమాచారాన్ని తెలియచేస్తుంది. ఈ రచనలో రచయిత గోల్కొండ రాజ్యంలో కుతుబ్‌షాహీలు అమలు చేసిన పరిపాలనా విధానాన్ని, బీజాపూర్‌ను ఏలిన ఆదిల్‌షాహీ సుల్తానులు అమలుపరిచిన విధానాన్ని వివరించాడు. దస్తూర్-ఇ-అమల్ కేవలం పదమూడు పేజీల వివరణ. రచయిత మీర్జా-ఇబ్రహీ-జుబేరీ, గోల్కొండ సుల్తాన్ అబ్దుల్లా-కుతుబ్‌షా (క్రీ.శ.1626-1672) సమకాలికుడని, ప్రసిద్ధ చరిత్రకారుడైన ఆచార్య H.K.షేర్వాణీ తన ప్రసిద్ధ రచన హిస్టరీ ఆఫ్ ది కుతుబ్‌షాహీ డైనాస్టీ (ఇబిడ్, పుట.502) లో పేర్కొన్నాడు. రాజ్యాధినేత లక్ష్యాలను, విధులను ఈ గ్రంథంలో రచయిత సవివరంగా వర్ణించాడు. దస్తూర్-ఇ-అమల్‌లో రచయిత వర్ణించిన సుల్తాన్ విధులు, లక్ష్యాలకు, క్రీ.శ.1074-1072 మధ్య కాలంలో మధ్య, పశ్చిమ ఆసియాను పరిపాలించిన సుల్తాన్ మాలిక్-షా-సెల్జుకీ కోరికపై నిజాం ఉల్-ముల్క్-తుసీ రచన 'సియాసత్ నామా' లో వివరించిన సుల్తాన్ విధులు, లక్ష్యాలు మొదలైన అంశాల్లో ఏకరూపత ఉందని షేర్వాణీ పండితుని అభిప్రాయం. ఈ రెండు రచనల మధ్య నాలుగు వందల సంవత్సరాల విరామం ఉన్నప్పటికీ 'రాజధర్మం' 'దండనీతి', న్యాయ సూత్రాల అమలు మొదలైన విషయాల్లో వారు వ్యక్తీకరించిన వివరాలు ఒకేవిధంగా ఉన్నాయి.

బసాతిన్-ఉల్-సలాతిన్‌లోని వివరాలు

కుతుబ్‌షాహీ సుల్తానులు ధర్మ ప్రభువులుగా, ప్రజాసేవకే అంకితమైన సుల్తానులుగా, పరమతసహనం కలవారిగా సుమారు నూటడెబ్బైఐదు సంవత్సరాలు పరిపాలించారు. వారిని ఈ మార్గంలో నడిపించిన సూత్రాలు బసాతిన్ రచయిత వివరించినవే. ఈ గ్రంథంలోని మొదటి అంకంలో రచయిత సుల్తాన్‌కు ధర్మాన్ని, న్యాయాన్ని రక్షించాలని, ఎట్టి పరిస్థితుల్లోనూ న్యాయ సూత్రాలను విస్మరించరాదని, అలాంటి పట్టుదల, దక్షత, నిజాయితీ ప్రదర్శిస్తే సుల్తానుకు కీర్తి, రాజ్యానికి రక్ష, ఆదాయం పుష్కలంగా చేకూరుతాయని పేర్కొన్నాడు. ప్రజలందరినీ సమదృష్టితో చూడాలనీ, న్యాయ నిర్వహణకు సరైన ఏర్పాట్లు చేయాలనీ, అబద్ధపు సాక్షులను కఠినంగా శిక్షించాలనీ, ధర్మ గంటను రాజాస్థానంలో ఏర్పాటు చేయాలనీ, ప్రజల ఫిర్యాదులను క్రమబద్ధంగా పరిశీలించి, సత్వర న్యాయాన్ని చేకూర్చాలనీ, ఖాజీలను, ముఫ్తీలను, ప్రధాన న్యాయాధికారిని నియమించి నగదు రూపంలో జీతాలు చెల్లించాలనీ సూచించాడు. లేని సందర్భంలో కొన్ని గ్రామాలను వారికి కేటాయించి వాటి ఆదాయాన్ని వారికి ఇవ్వాలని సూచించాడు.

ఈ రచనలోని మరో అంకంలో రచయిత సుల్తాన్ తన మంత్రులుగా నిజాయితీపరులను, విశ్వాసపాత్రులను, సమర్థులను నియమించుకోవాలనీ సూచించాడు. మంత్రులకు జాగీర్లను మూడు ఏళ్ల కాలవ్యవధి వరకు కేటాయించాలనీ సూచించాడు. రచయిత సుల్తాన్ క్రమశిక్షణతో వ్యవహరించి, తన మంత్రి వర్గ సభ్యులకు మార్గదర్శకంగా ఉండాలనీ సూచించాడు. ఎట్టి పరిస్థితుల్లో సుల్తాన్ తన హుందాతనాన్ని దిగజార్చే విధంగా వ్యవహరించరాదనీ, మంత్రివర్గ

సమావేశాలకు, విధులకు, కార్యాలయాలకు ప్రతి మంత్రి, ఉన్నతాధికారి తప్పనిసరిగా హాజరు కావాలనీ, ప్రతి మంత్రి తన శాఖకు సంబంధించిన అకౌంట్లను, జమా, ఖర్చులను విధిగా సమర్పించాలనీ సూచించాడు. ప్రజల సాధక-బాధకాలను విధిగా సుల్తాన్‌కు వివరించాలనీ, మంత్రివర్గ చర్చల సారాంశాన్ని గుప్తంగా ఉంచాలనీ సూచించాడు.

'బసాతిన్-ఉల్-సలాతిన్' రచయిత సుల్తాన్, అతని మంత్రివర్గం చేయాల్సిన కొన్ని సంక్షేమ కార్యక్రమాలను ఈ విధంగా వివరించాడు. 1) ట్రంక్ రోడ్లను నిర్మించి, మరమ్మతులు చేయించాలి, 2) ఫీడర్ రోడ్లను శుభ్రంగా ఉంచాలి, 3) పండుగలు, ఉత్సవాలు వచ్చిన సమయంలో ప్రజలు స్వేచ్ఛగా వివిధ వస్తువులను కొనుగోలు చేయడానికి వాహనాల రాకపోకలు తాత్కాలికంగా నిలిపి, అక్కడ రక్షణ ఏర్పాట్లు చేయాలి, 4) రహదారులకు ఇరువైపులా నీడనిచ్చే వృక్షాలను నాటడం, పెంచడం, 5) సరాయిల నిర్మాణం చేపట్టాలి. ఇక్కడ ప్రభుత్వ ఖర్చుతో బాటసారులకు, పేదలకు భోజన వసతి సౌకర్యాన్ని ఏర్పాటు చేయాలి, 6) ట్రంకు రోడ్ల పక్కన నీటిని వెదజల్లి ఆహ్లాదాన్నిచ్చే ఫౌంటెన్లను ఏర్పాటు చేయాలి. కుతుబ్‌షాహీల్లో అందరూ ఈ నియమాలను, సూచనలను ఆదరించి, ఆచరించడం వల్లనే నేటి తరాలకు వారు ఆదర్శప్రాయులయ్యారు.

కేంద్ర ప్రభుత్వం

రాజు / సుల్తాన్

కుతుబ్‌షాహీల పరిపాలనా వ్యవస్థలో కేంద్ర ప్రభుత్వానికి రాజు / సుల్తానే కేంద్ర బిందువు. సమకాలీన దక్కన్, ఇస్లామిక్ రాజ్యాలన్నింటిలో మాదిరిగానే కుతుబ్‌షాహీ సుల్తానులు మహా బలవంతులు. విశేష అధికారాలు కలిగిన వారు, అతని మాటే శాసనం, అతడే సర్వసేనాధిపతి. కాని కుతుబ్‌షాహీలు తమను దైవాంశ సంభూతులుగా భావించారు. వారు తమను భగవంతుని ప్రతిరూపంగా 'జల్లుల్లా'గా ప్రకటించుకొన్నారు. ముఖ్యంగా హైదరాబాద్ నగర నిర్మాత మహమ్మద్-కులీ-కుతుబ్‌షా, అతని అల్లుడు, వారసుడైన మహమ్మద్-కుతుబ్‌షాలు ఈ సిద్ధాంతాన్ని విశ్వసించారు. సుల్తాన్ తన జీవనశైలిని అద్భుతంగా, హుందాగా గడిపేవాడు. విశాలమైన రాజప్రసాదాల్లో, విలాసవంతంగా గడిపేవాడు. సుల్తాన్ విదేశీ రాయబారులను ఆహ్వానించే సమయంలోనూ, యుద్ధానికి బయలుదేరే సమయంలోనూ సకల రాజ హంగులతో హుందాగా బయలుదేరేవాడు. సమకాలీన పర్షియా రాజైన షాఅబ్బాస్ రాయబారి గోల్కొండ సుల్తాన్‌ను క్రీ.శ. 1636-37 లో కలిసినప్పుడు సుల్తాన్ వైభవాన్ని, సిరిసంపదలను, భవనాలను, కానుకలను, ధన, కనకరాశులను చూసి ఆశ్చర్యచకితుడయ్యాడు. ఇదే రకంగా తూర్పుతీరంలోని మచిలీపట్నం ఓడరేవును సుల్తాన్ క్రీ.శ. 1639-40 లో రాజ పరివార సమేతంగా సందర్శించాడు. మచిలీపట్నం, దాని పరిసరాల్లోని ఐరోపా వర్తక సంఘాల స్త్రీల వస్త్రాలను, ఆభరణాలను, దాసీల అలంకరణను చూసి ఆశ్చర్యపడ్డారు. సుల్తాన్ జరిపిన ఈ యాత్ర/పర్యటనకే 'బందర్-ఇ-ముబారక్' అని శుభకరమైన రేవుపట్నం అని పేర్కొన్నారు.

సుల్తాన్ ధరించే అమూల్య రతనాలతో, వజ్రాలతో పొదిగిన పొడవైన గౌనులు, శిరస్సుపై ధరించే కిరీటం, అందులో పొదిగిన ధగధగలాడే మేలురకపు వజ్రాలు, రత్నాలు చూసేవారికి భ్రమలో ముంచేవి. అవి సుల్తాన్ వైభవాన్ని ప్రదర్శించేవి. వారి ప్రధాన మంత్రులు, సేనాధిపతులు చాలామంది సమర్థులు, విశ్వాసపాత్రులు. వీరు కూడా పెద్ద భవంతుల్లో, విలాసంగా జీవితం గడిపేవారు. సుల్తాన్ పట్టాభిషేక కార్యక్రమాలు, జన్మదిన వేడుకలు, వివాహాలు, విజయోత్సవాలు అంతఃపురంలో ఘనంగా జరిపేవారు. పొరుగు రాజులకు బహుమతులు పంపేవారు, ఆహ్వానించేవారు.

పాలకమండలి / మంత్రిపరిషత్ / ప్రీవీకౌన్సిల్ / మజ్లిస్-ఇ-దివాన్-దారీ

కుతుబ్‌షాహీల కేంద్ర ప్రభుత్వ యంత్రాంగంలో మజ్లిస్-ఇ-దివాన్-దారీ లేదా మంత్రిపరిషత్ పరిపాలనా వ్యవహారాల్లో క్రియాశీలక పాత్ర నిర్వహించేది. ఇది అత్యంత శక్తిమంతులైన మంత్రుల, అధికారుల సభ. దీన్ని సుల్తాన్ గౌరవించేవాడు. అన్ని సందర్భాల్లో మజ్లిస్ నిర్ణయాలను అమలుచేసేవాడు. దీనిలో వజీర్లు, అమీర్లు కూడా ఉండేవారు. ఇబ్రహీం-కులీ-కుతుబ్‌షా కాలంలో దీన్ని 'మజ్లిసే-కింగాష్' అని వ్యవహరించారు. ఇది అత్యవసర సమావేశాలు జరిపేది.

అబ్దుల్లా కుతుబ్‌షా కాలంలో 'మజ్లిస్-ఇ-దివాన్-దారీ' పరిపూర్ణత సాధించి పనిచేసింది. ప్రతి రోజూ దీని సమావేశం జరిగేది. మజ్లిస్‌లోని కొందరిని సుల్తాన్ రాయబారులుగా నియమించేవాడు. యూసఫ్ షా అనే సభ్యుడు 'ఐయిన్-ఉలని-ముల్క్' సైన్య వ్యవహారాలు నిర్వహించే మంత్రిగా బాధ్యతలు నిర్వహించాడు. ఆ తరవాతి కాలంలో (క్రీ.శ.1630) ఇతడు మొఘల్ చక్రవర్తి జహంగీర్ దర్బార్‌లో కుతుబ్‌షాహీ దూతగా పనిచేశాడు. కేంద్ర ప్రభుత్వంలో పీష్వా, ఐయిన్-ఉల్-ముల్క్ మీర్‌జుమ్లా మొదలైనవారు విశేషాధికారాలు గలవారు.

పీష్వా లేదా వకీల్ లేదా ప్రధానమంత్రి

గోల్కొండ రాజ్యంలో సుల్తాన్ తరవాత శక్తిమంతమైన మంత్రి పీష్వా లేదా దివాన్. ఇతడు సుల్తాన్‌కు అత్యంత విశ్వాసపాత్రుడై ఉండేవాడు. మేధావి, పరిపాలనా వ్యవహారాల్లో పూర్తి అనుభవం ఉన్న వ్యక్తులనే ఈ ఉన్నత పదవిలో సుల్తాన్ నియమించేవాడు. గోల్కొండ రాజ్య పీష్వాలుగా పనిచేసిన వారిలో 'ముస్తాఫాఖాన్ అర్బిస్తానీ' (ఇబ్రహీం-కులీ-కుతుబ్‌షా కాలం) 'షేక్-మహమ్మద్-ఇబ్నేఖాతూన్ (అబ్దుల్లా కుతుబ్‌షా కాలం), పీష్వా పదవులు నిర్వహించి విశేష గౌరవం పొందారు. పీష్వా జీతం 12 వేల హోన్నులు. చివరి గోల్కొండ సుల్తాన్ అబుల్‌హసన్ తానీషా కాలం నాటి పీష్వా పదవి 'దివాన్'గా మారింది. మాదన్న చివరి గోల్కొండ సుల్తాన్ దివాన్‌గా బాధ్యతలు నిర్వహించాడు. పీష్వా తన హోదాకు తగినట్లుగా సువిశాల భవనంలో విలాసవంత జీవితం గడిపేవాడు. అతని కింద అనేకమంది ఉద్యోగులు, అధికారులు, దాసీజనం పనిచేసేవారు. సుల్తాన్ పీష్వా సలహాలను గౌరవించేవాడు.

మీర్‌జుమ్లా (ఆర్థికశాఖ మంత్రి)

కుతుబ్‌షాహీల కాలంలో కేంద్ర పరిపాలనా వ్యవస్థలో పీష్వా తరవాత ముఖ్యమైన హోదా, అధికారం మీర్‌జుమ్లాదే. ఇతడు ముఖ్యంగా రాజ్య ఆర్థిక వ్యవహారాలను పరిశీలించేవాడు. ఇతణ్ని జుమ్లు-తుల్-ముల్క్ అనేవారు. ప్రభుత్వ కోశాగారానికి రావల్సిన పద్దులను క్రమబద్ధంగా వసూలుచేయించడం, వివిధ శాఖల అవసరాలకు సుల్తాన్ అనుమతితో ఖర్చులకై చెల్లించడం ఇతని విధులు. సైనిక వ్యవహారాల శాఖ లెక్కలు కూడా ఇతడు తనిఖీ చేసేవాడు. మీర్‌జుమ్లా పదవి చేపట్టిన వారిలో మీర్జామహమ్మద్ అమీన్, ముల్లాతాకీ, మీర్‌ముహమ్మద్ సయీద్, మహమ్మద్ కులీ. అబ్దుల్లా కుతుబ్‌షాల కాలంలో మీర్‌జుమ్లా పదవులు చేపట్టి, పీష్వా కంటే ఎక్కువ అధికారాలు చెలాయించి, పేరు ప్రఖ్యాతలు సంపాదించారు. అబ్దుల్లా కుతుబ్‌షా కాలంలో మీర్‌జుమ్లా పదవి చేపట్టిన మన్సూర్-అలీ-ఖాన్ హబాషీ తన బాధ్యతలను సరిగ్గా నిర్వహించడంలో విఫలమయ్యాడు. 'ముహమ్మద్-సయ్యద్-అర్థిస్తానీ', 'సర్‌దఫ్తర్‌దార్' వంటి చిన్నస్థాయి

ఉద్యోగం నిర్వహించి స్వయంకృషితో కొండపల్లి-ముస్తఫానగర్‌కు 'హవాల్దారు' అయ్యాడు. ఆ తరవాత 3 వేల హోన్నుల జీతంతో సర్‌కెల్ పదవి చేపట్టాడు. కర్ణాటక ప్రాంతాన్ని జయించిన తరవాత మీర్‌జుమ్లా పదవిచేపట్టి విశేషాధికారాలు చెలాయించాడు.

ఐయిన్-ఉల్-ముల్క్

కేంద్ర ప్రభుత్వ నిర్వహణలో సైన్య వ్యవహారాలను చూసే మంత్రిని 'ఐయిన్-ఉల్-ముల్క్' అనేవారు. సేనల నియమాకం, శిక్షణ, యుద్ధ వ్యూహాల రచన, తరఫ్‌స్థాయి సేనాధిపతుల, దుర్గాధిపతుల నియమాకం ఇతని విధులు. సమకాలీన చరిత్రకారుడైన నిజాముద్దీన్ సైదీ దృష్టిలో కుతుబ్‌షాహీల కేంద్ర మంత్రివర్గంలో ఐయిన్-ఉల్-ముల్క్ ప్రముఖుడు. అతడు సుల్తాన్ నమ్మిన బంటు. సైఫ్‌ఖాన్, మన్సూర్‌ఖాన్-హబ్షీ పేరుగాంచిన ఐయిన్-ఉల్-ముల్క్‌లు.

నజీర్

ఇతడు సామ్రాజ్యంలోని ప్రజల్లో నీతి, నియమాలనూ, సుల్తాన్ పట్ల భక్తిని, గౌరవాన్ని, శాసనాలపట్ల గౌరవాన్ని పెంపొందిచే కార్యక్రమాలు నిర్వహించేవాడు. శాంతిభద్రతలు, చట్టాల అమలు ఇతని విధులు. మహమ్మద్ కులీ కాలంలో అబూతాలీబ్, అబ్దుల్లా కుతుబ్‌షా కాలంలో 'మీర్‌కాసీం' నజీర్ పదవులు సమర్ధవంతంగా నిర్వహించాడు.

మజుందార్

గోల్కొండ రాజ్య ఆదాయ, వ్యయాలన్నింటినీ తనిఖీచేసే మంత్రి మజుందార్. ఇతడి కార్యాలయం ఉద్యోగులు ప్రతి శాఖ జమా, ఖర్చులను లెక్కించేవారు. హిందువులనే ఈ పదవిలో నియమించారు. అబ్దుల్లా కుతుబ్‌షా కాలంలో నారాయణరావు ఈ పదవి నిర్వహించాడు.

దబీర్

దబీర్ కార్యాలయాన్నే దీవానె-ఇన్షా అని వ్యవహరించేవారు. సుల్తాన్ తరపున తరఫ్‌దార్లకు, ఇతర శాఖలకు ఫర్మానాలను పంపడం, అనువాదం చేయించడం ఇతని ముఖ్య విధులు. సుల్తాన్, మంత్రివర్గం అంగీకరించిన ఫర్మానాలకు ముద్ర (అధికారిక ముద్ర) వేయించడం ఇతని కార్యాలయం విధి.

సుల్తాన్ మహమ్మద్ కాలంలో కాజీముజఫర్ అలీ, అబ్దుల్లా-కుతుబ్‌షా కాలంలో మౌలానా ఒవైసీ దబీర్ బాధ్యతలు నిర్వహించారు. దబీర్ కార్యాలయంలో ముఖ్య ఉద్యోగి 'షరుహ్‌నవీస్'. ఇతడు నేటి రికార్డ్‌కీపర్ విధులు నిర్వహించేవాడు.

కొత్వాల్

ఇతడు పోలీస్‌శాఖ పెద్ద. నగరంలో శాంతిభద్రతల పరిరక్షణ ఇతని అతి ప్రధాన విధి. ఫ్రెంచి బాటసారులైన టావెర్నియర్, థీవ్‌నాట్, బెర్నియర్‌లు గోల్కొండ పట్టణంలో పోలీస్‌శాఖ క్రమశిక్షణతో పనిచేసేదని, విదేశీ, స్వదేశీ వ్యాపారులు నిశ్చింతగా వ్యాపారం చేసేవారనీ, నగరంలోకి ప్రవేశించే ప్రతి వ్యక్తిని నిశితంగా తనిఖీచేసేవారనీ, ఆ తరవాత కొత్త వారి కదలికలపై నిఘాఉంచేవారనీ రాశారు. టంకశాలకు ఇతడే అధిపతి. కొన్ని సందర్భాల్లో న్యాయాధీశునిగా విధులు నిర్వహించాడు. దొంగలబెడద చాలా అరుదు.

సర్‌ఖేల్

కేంద్రస్థాయి మంత్రుల్లో సర్‌ఖేల్ ఒకడు. సర్‌ఖేల్ అంటే గ్రూపు నాయకుడు. ఇతడే రాజధానిలో ముఖ్య రెవిన్యూ అధికారి. ఇతడి ఆధీనంలోనే జిల్లాలు, రాష్ట్రాలు ఉండేవి. వీరి కాలంలో సర్‌ఖేల్ పదవిచేపట్టి, ఆ పదవికి గౌరవం చేకూర్చిన వారిలో మహమ్మద్-తకి-షఫీరుల్-ముల్క్, మీర్జా రోజ్‌బిహాన్, సయ్యద్ ముజఫర్ ముఖ్యులు. సర్‌ఖేల్ తూర్పుతీరంలోని విదేశీ వర్తక సంఘాల కార్యకలాపాలపై నిఘా ఉంచి వారిని అదుపులో పెట్టేవాడు. వారి వ్యాపారాన్ని రక్షించేవాడు.

హవాల్దార్‌లు

ప్రభుత్వ భాండారాలను, గుర్రాలు, ఏనుగుశాలలను నిర్వహించే వ్యక్తి హవాల్‌దార్. ఇబ్రహీంముస్తఫాఖాన్, సుల్తాన్ మహమ్మద్ మీర్జా మహమ్మద్ అమీన్ వారి విధులను సక్రమంగా నిర్వహించనందువల్ల పదవులు కోల్పోయారు.

రాష్ట్ర పరిపాలన

కుతుబ్‌షాహీ సుల్తానులు బహమనీ సుల్తానుల మాదిరిగానే పరిపాలనా సౌలభ్యం కోసం రాష్ట్రాన్ని తరఫ్ లేదా సిమ్త్‌లుగా విభజించారు. అబ్దుల్లా కుతుబ్‌షా కాలంలో ఆరు తరఫ్‌లు ఉండేవి. డచ్ కంపెనీ రికార్డుల వల్ల రాష్ట్రాల పాలకులు క్రీ.శ.1630 తరవాత సుల్తాన్ ఆదేశాలను ధిక్కరించారనీ, ఫర్మానాలు సరిగ్గా అమలు చేయలేదనీ, కేంద్ర ఆదేశాలను లెక్కచేయలేదనీ మచిలీపట్నం సిమ్త్ అధికారి సుల్తాన్ పంపిన కానుకలను, వస్త్రాలను తిరిగి సుల్తాన్‌కే పంపి, ఫర్మానాను అమలుచేయలేదనీ, హైదరాబాద్‌కు రావల్సిందిగా సుల్తాన్ ఆదేశించగా, దాన్ని బేఖాతర్ చేశాడనీ పేర్కొన్నాడు. బెల్లంకొండ, వినుకొండ, కొండపల్లి, మచిలీపట్నం, ఏలూరు, రాజమండ్రి, విశాఖపట్నం లాంటి 22 'సిమ్త్' లేదా సీమలు వీరి రాజ్యంలో ఉన్నాయని సమకాలీన చరిత్రకారులు పేర్కొన్నారు.

అబుల్‌హసన్ తానీషా కాలంలో మొత్తం 37 సర్కారులు, 517 పరగణాలు ఉండేవని తెలుస్తుంది. రేవు పట్టణంలో ఉన్నతాధికారిని 'షాబందర్' అనేవారు భూమిశిస్తు వసూలు అధికారాన్ని వేలంపాటలో అందరికంటే ఎక్కువ డబ్బు చెల్లించడానికి సిద్ధపడిన వారికే ఇచ్చేవారు. ఈ రకమైన హక్కులను కొన్నవారిని ముస్తజీర్లు అనేవారు. ముస్తజీర్లుగా హిందువులనే ఎక్కువ సంఖ్యలో నియమించారు. మచిలీపట్నం వార్షిక ఆదాయం (కౌలు రూపంలో) ఒకలక్షా ఎనభైవేల పగోడాలు. దీనిలో సుల్తాన్ ఐదువేల పగోడాలను హవాల్‌దార్ జీతంగా చెల్లించాడు. మూడువేలు, హవాల్‌దార్ తన కింది ఉద్యోగుల చెల్లింపుల కోసం పొందాడు.

స్థానిక పాలన

పరిపాలనా సౌలభ్యంకోసం రాష్ట్రాలను, సర్కార్‌లుగా విభజించారు. వీరి అనేక ఫర్మానాల్లో దేశ్‌పాండే, తానేదార్, దేశ్‌ముఖ్, స్థలకర్ణి మొదలైన రెవిన్యూ అధికారుల, ఉద్యోగుల పేర్లు ప్రస్తావించబడ్డాయి. వీరి కాలంలో గ్రామమే పరిపాలనా వ్యవస్థకు తొలిమెట్టు. గ్రామస్థాయిలో పెద్ద మఖుద్దుమ్. కులకర్ణి గ్రామ అకౌంటెంట్. దేశ్‌పాండే పరగణా స్థాయి అకౌంట్సు అధికారి.

సైనిక వ్యవస్థ

బహమనీ రాజ్య శిథిలాలపై దక్కన్‌లో గోల్కొండ కేంద్రంగా అవతరించిన కుతుబ్‌షాహీలు, బహమనీల సైనిక వ్యవస్థనే కొద్దిపాటి మార్పులతో ఆచరించారు. వీరు భారీ సైన్యాలను పోషించారనీ సమకాలీన చరిత్రకారులు, విదేశీ బాటసారులు పేర్కొన్నారు. సుల్తాన్ ప్రత్యక్ష ఆధీనంలో సిద్ధ సైన్యం రాజధానిలో ఉండేది. రాష్ట్రాల్లో ప్రత్యేక సైనిక దళాలు ఉండేవి. సమకాలీన దక్కన్ సుల్తానులతో, విజయనగర రాజులతో, మొఘల్ చక్రవర్తుల సేనలతో పోరాడి అనేక విజయాలు సాధించిన కుతుబ్‌షాహీ సేనల శక్తి అపారమైనదే. సమర్థులైన సేనాధిపతులు గోల్కొండ రాజ్య సైన్యాన్ని తీర్చిదిద్దారు. తరఫ్‌దార్ల పోషణలో ఉన్న సేనల కోసం సుల్తాన్ జాగీర్లు ఇచ్చాడు. సుల్తాన్ కులీ రాజ్యస్థాపన తొలి రోజుల్లోనే రాజ్య పటిష్టతకు బలోపేతమైన, సువిశాల సైన్యం రూపొందించాడు. యుద్ధకాలంలో సైన్యాధ్యక్షుడు లేదా సిఫఃసలార్ లేదా సర్‌లష్కర్ సేనలను నడిపించేవాడు. కుతుబ్‌షాహీల సేనలో హిందూ-ముస్లిం, ఇరానీలు ఉన్నారు. సైనికశాఖకు అధిపతిని 'ఐయిన్-ఉల్-ముల్క్' అనేవారు. కుతుబ్‌షాహీల ఆదాయంలో ఎక్కువ భాగం సైన్యాల పోషణకు, సైనికుల జీతభత్యాలకే సరిపోయింది. అబుల్‌హసన్ కాలంలో సైనికుల జీతభత్యాలకు ఏడాదికి 8 లక్షల, 84 వేల, 4 వందల డెబ్బైఏడు హోన్నులు ఖర్చు అయ్యేది. ఫ్రెంచి బాటసారి అయిన థీవ్‌నాట్ సైనికుల జీతాల వివరాలను కింది విధంగా పేర్కొన్నాడు. మహమ్మదీయ సైనికుని నెల జీతం పది హోన్నులు. నిర్దిష్టమైన యూనిఫాం, తలపాగాలు, కవచం, శిరాస్త్రాణం, అంగీలు ధరించేవారు. కోటల్లో సైనికులు ఉండేవారు.

భూమిశిస్తు - రెవిన్యూ విధానం

మధ్యయుగంలోని అన్ని రాజ్యాల్లో మాదిరిగానే, కుతుబ్‌షాహీల గోల్కొండ రాజ్యంలో కూడా వ్యవసాయం ప్రధాన జీవనాధారం, సర్కారు ఖజానాకు భూమిశిస్తే ముఖ్య ఆధారం. తెలంగాణా కేంద్రంగా తెలుగు వారిని సుమారు 2 శతాబ్దాలపాటు పరిపాలించిన కుతుబ్‌షాహీలు అనేక విధాలుగా వ్యవసాయాభివృద్ధికి కృషిచేశారు. కాకతీయుల తరవాత తెలంగాణా ప్రాంతంలో వీరి ప్రోత్సాహంతో వ్యవసాయదారులు సుఖశాంతులతో జీవించారు. సమకాలీన రచనల్లో, విదేశీ అకౌంట్లలో గోల్కొండ రాజ్య సిరిసంపదలను గూర్చిన వివరణలు కలవు. ముస్లిం భూమి రికార్డుల్లో భూమిసాగు చేసే వ్యక్తిని రయ్యత్ అని పేర్కొన్నారు. రయ్యత్ నుంచే రైతు అనే పదం ఏర్పడిందని కొందరి పండితుల అభిప్రాయం. ఏ ముస్లిం పాలకులు కూడా రైతు సంపూర్ణ హక్కును భూమిపై గుర్తించలేదు. ఒక మాలిక్ అంబర్ మాత్రమే తన రాజ్యంలో (అహ్మద్‌నగర్) 'మిరాశీ' హక్కును గుర్తించాడు.

క్రీ.శ.1685-86 నాటి కుతుబ్‌షాహీ రాజ్య ఆదాయాన్ని (భూమిశిస్తు, ఇతర పన్నులను, సుంకాలను కలిపి) సమకాలీన రచయిత గిర్ధారీలాల్ తన గ్రంథమైన 'అష్కర్స్-తారీఖ్-ఇ-జఫరహా'లో రాజ్యంలోని 21 సర్కార్‌ల నుంచి వచ్చే ఆదాయన్ని పేర్కొన్నాడు. అతని వివరణ ప్రకారం. మొత్తం 21 సర్కార్‌ల నుంచి సుల్తాన్ ఖజానాకు వచ్చిన ఆదాయం 82,95,196 హోన్నులు. ఒక హోన్ను నేటి 3 రూపాయలకు సమానం. అంటే చిట్టచివరి గోల్కొండ సుల్తాన్ అబ్దుల్లా కుతుబ్‌షా కాలం నాటి మొత్తం రెవిన్యూ 2,47,85,529 రూపాయలు (రెండు కోట్ల, నలభైఏడు లక్షల, ఎనభైఐదు వేల ఐదువందల ఇరవై తొమ్మిది రూపాయలు). ఈ ఆదాయంలో అధిక భాగం నేటి తెలంగాణా ప్రాంతంలో వ్యాపించి ఉన్న 12 సర్కార్‌ల నుంచి వచ్చేది. ఈ కింది పట్టిక వివిధ సర్కార్‌లు, పరగణాల నుంచి సుల్తాన్ కోశాగారానికి వచ్చే ఆదాయాన్ని తెలియచేస్తుంది.

క్ర.సం.	సర్కార్ పేరు	పరగణాల సంఖ్య	మొత్తం ఆదాయం (హొన్నులు-అణాలలో)
1.	మహమ్మద్ నగర్	22	15,37,739.13
2.	మెదక్	16	35,16,089.6
3.	కౌలాస్	05	7,42,480.8
4.	మెలన్‌గూర్	03	67,987.0
5.	ఇల్లందల్	21	7,48,491.08
6.	వరంగల్	16	7,48,491.08
7.	ఖమ్మంమెట్	11	6,29,323.13
8.	దేవరకొండ	13	21,19,616.4
9.	పాన్‌గల్	05	4,55,215,14
10.	భోన్‌గిర్	11	1,47,836,09
11.	అకర్‌కారా	06	5,18,228.12
12.	కోవిల్‌కొండ	13	10,510,517.14
13.	ఘణపురం	08	5,13,484.4
14.	ముర్తుజానగర్	39	17,07,705.04
15.	మచిలీపట్నం	08	2,87,000,0
16.	నిజాంపట్నం మహల్ అద్దె	–	87,000.0
17.	ఎల్లోర్	12	690,448,15
18.	ముస్తఫానగర్	24	12,00,160.15
19.	రాజమండ్రి	24	6,27,853.0
20.	సికాకోల్	115	9,09,2422,11
21.	కనత్ అద్దె	–	2,55,001.76

ఆధారం (హిస్టరీ ఆఫ్ ది కుతుబ్‌షాహీ డైనాస్టీ, హెచ్.కె. షేర్వాణి, న్యూఢిల్లీ,1974, పుట.655).

పైన పేర్కొన్న వివరాల వల్ల రెండు విషయాలు తెలుస్తున్నాయి. ఒకటి కుతుబ్‌షాహీల రాజ్యంలో అత్యధిక పరగణాలు (115) సికాకోల్ సర్కార్‌లో ఉండేవి. ఇదే విధంగా రెండో విషయం అతి తక్కువ పరగణాలు (03) ఉన్న

సర్కార్ మెలన్‌గూర్. దీని ఆదాయం అతి స్వల్పం (67,987.0). అత్యధిక ఆదాయం చేకూర్చిన సర్కార్ కోవిల్ కొండ (10,510,517.14).

పైన పేర్కొన్న ఆదాయానికి తోడు కుతుబ్‌షాహీల ఖజానాకు వారి ఆధీనంలో ఉన్న కర్ణాటక ప్రాంతంలోని 16 సర్కారులు, 162 పరగణాల నుంచి 26,75,498 హోన్నుల ఆదాయం చేరేది. ఈ విధంగా తెలుగు ప్రాంతాల్లోని మొత్తం 21 సర్కారులు, 355 పరగణాల నుంచి 55,26,345 హోన్నులు, కర్ణాటకలోని 16 సర్కారులు, 162 పరగణాల నుంచి 26,75,498 హోన్నుల ఆదాయం వచ్చేది. ఈ ఆదాయంలో 1,03,31,208 రూపాయలు సైన్యాల పోషణకు, 750 రూపాయలు గూఢచారుల పోషణకు ఖర్చు అయ్యేది. ఈ విషయాన్ని గిర్ధారీలాల్ పేర్కొన్నాడు. మధ్యయుగ దక్కన్ షియా రాజ్యాల్లో అత్యంత సంపన్న రాజ్యం గోల్కొండ అని గ్రహించవచ్చు.

గోల్కొండ సుల్తాన్ కోశాగారానికి పైన పట్టికలో పేర్కొన్న ఆదాయమే కాకుండా వజ్రాల గనులను లీజుకు ఇచ్చినందు వల్ల భారీ మొత్తంలో ఆదాయం వచ్చేది. పరిశ్రమల నుంచి వర్తక-వ్యాపారం వల్ల కూడా ఆదాయం చేకూరేది. ఉదాహరణకు, వర్తక-వాణిజ్యం ద్వారా ఏడాదికి కొండపల్లి సర్కార్ నుంచి 40,000 హోన్నులు, మచిలీపట్నం నుంచి 18,000 హోన్నులు, నిజాంపట్నం నుంచి సుమారుగా 5,05,000 హోన్నుల ఆదాయం చేకూరేది. సిద్ధీకీ అనే చరిత్రకారుడు గోల్కొండ సుల్తాన్ సాలుసరి ఆదాయం 5 కోట్లు ఉండేదనీ, ఖర్చులన్నీ పోగా సుమారు కోటి రూపాయలు మిగిలి ఉండేదని పేర్కొన్నాడు.

న్యాయ పాలన

కుతుబ్‌షాహీ సుల్తానులు న్యాయ నిర్వహణలో స్థానిక హిందూ ధర్మ సూత్రాలను, న్యాయకోవిదుల (హిందు పండితుల) సలహాలు, సూచనలు తీసుకొని న్యాయపాలన చేశారు. గ్రామస్థాయి నుంచి సివిల్, క్రిమినల్ వివాదాల పరిష్కారానికి ఏర్పాట్లు చేశారు. ముస్లిం మత పెద్దలు ఖాజీలు, మౌల్వీలు, పండితులు కూడా న్యాయ నిర్వహణలో కీలకపాత్ర నిర్వహించారు. న్యాయస్థానాలను ఏర్పాటు చేశారు. సుల్తాన్ మహమ్మద్ కులీ కుతుబ్‌షా దాడ్‌మహల్‌ను,అబ్దుల్లా-కుతుబ్‌షా 'అమన్ మహల్'ను ఏర్పాటుచేశారు. వారానికి ఒకసారి సుల్తాన్ ప్రత్యేకంగా నిర్మించిన ఈ న్యాయస్థానాల్లో సమావేశమై వివిధ రకాల కేసులు విని, విచారించి తీర్పు చెప్పేవాడని ఫ్రెంచి బాటసారి టావెర్నియర్ పేర్కొన్నాడు. బసాతిన్-సలాతిన్ గ్రంథంలో మీర్జా ఇబ్రహీంజుబేరి న్యాయ నిర్వహణలో సుల్తాన్ పాటించాల్సిన నియమాలను గోల్కొండ సుల్తానులు ఆచరించారు. విదేశీ వర్తకుల- సరుకుల రక్షణకోసం ప్రత్యేక ఏర్పాట్లు చేశారు. థీవ్‌నాట్ అనే ఫ్రెంచి బాటసారి అబ్దుల్లాకుతుబ్‌షా ఎంతో న్యాయవంతుడనీ, న్యాయాధికారులు, రాష్ట్రాల పాలకులు ఎవరివద్ద అయినా బలవంతంగా, అన్యాయంగా ధనాన్ని తీసుకొంటే దాన్ని తిరిగి ఇప్పించాడని పేర్కొన్నాడు.

కుతుబ్‌షాహీల కాలం నాటి సమాజం - మతం

కుతుబ్‌షాహీల కాలంలో కూడా తెలంగాణాలోని జనాభాలో మెజారిటీ హిందువులే. పాలకులు మాత్రం ముస్లింలు, షియాలు. సమకాలీన చరిత్రకారులు, రచయితలు, విదేశీ బాటసారులు ఆనాటి సమాజ స్థితిగతులను, ప్రజల మత విశ్వాసాలను తమ రచనల్లో వర్ణించారు. హిందు-ముస్లిం సఖ్యతకు కుతుబ్‌షాహీలు కృషిచేశారు. స్థానిక ప్రజల సామాజిక వ్యవస్థను, మత ఆచారాలను వారు గౌరవించారు. ఈ అంశమే వారి విజయానికి, ఖ్యాతికి కారణమైందని పండితుల అభిప్రాయం.

కుతుబ్‌షాహీల కాలం నాటి సామాజిక వ్యవస్థను వర్ణించే రచనల్లో 'తారీఖ్-ఇ-ఫెరిష్టా', 'తారీఖ్-ఇ-కుతుబ్‌షాహీ', 'తారీఖ్-ఇ-ఫిరోజ్-షాహీ', 'బుర్హాన్-ఇ-మాసిర్', తెలుగు రచనలైన 'తపతీ సంవరణోపాఖ్యానం', 'యయాతి చరిత్ర', 'వైజయంతీ విలాసం', 'దాశరథీ శతకం', 'శుకసప్తతి', 'హంసవింశతి', విదేశీబాటసారులైన టావెర్నియర్, బెర్నియర్, థీవ్‌నాట్, విలియం మెథోల్డ్‌ల వర్ణనలు పేర్కొనదగినవి.

పాలవేకిరి కదిరీపతి తన రచన శుకసప్తతిలో తెలంగాణ జీవితాన్ని వర్ణించాడని షేర్వాణీ పేర్కొన్నాడు. అతడు సమాజంలోని బ్రాహ్మణ, వైశ్య, శూద్ర, ఇతర ఉపకులాల వారి వేషాలను, భాషను, ఆహారపు అలవాట్లను, ఇళ్లను, వారి వివాహ పద్ధతులను, నిత్యం నిర్వహించే కార్యకలాపాలను, కోమట్ల వ్యాపారాన్ని, కరణం, రెడ్డి మొదలైనవారి కార్యకలాపాలను, వేషాలను వర్ణించాడు. ఉదాహరణకు ఆనాటి బ్రాహ్మణుల్లో కొందరు పౌరోహిత్యం చేసి, విద్యలు బోధించారు. మరికొందరు వ్యవసాయం చేశారు. మర్రి ఆకులతో విస్తళ్ళుకుట్టి, కూరగాయలు పండించి, విక్రయించి పొట్ట గడిపేవారని పేర్కొంటాడు కదిరీపతి. కొందరు చదవడం, లెక్కల వ్రాయడం నేర్చినవారు ముస్లిం కొలువులో చేరారు. బ్రాహ్మణులు -భుజంపై మూడు తరాల నుంచి భద్రంగా వస్తూ వచ్చిన 'ధావళి' (మడి పంచె) అసిమసంచి, ముతక నీర్కాని ధోవతి, తలచుట్టూ ఒక చింపుల బైరవాసం (వస్త్రం), చెమటతో కరిగే బొట్టు, మారేడు బుర్రలో మంత్రాక్షహారం, ఒక చేత పంచాంగం, చూపుడు వేలుకు ఉంగరం, మెడలో మురికి జంధ్యం ధరించి, హరేరామ, హరేకృష్ణ అంటూ విధుల్లో తిరిగేవారని ఆంధ్రుల సాంఘిక చరిత్రలో సురవరం ప్రతాపరెడ్డి వర్ణించాడు. కొందరు బ్రాహ్మణ వితంతువులు పూటకూటి ఇళ్లను నడిపేవారు.

గ్రామస్థాయిలో కరణం పెద్దస్థాయి అధికారి. సుల్తాన్‌కు సరైన సమాచారం అందాలంటే గ్రామ కరణాల రికార్డులు సరిగ్గా ఉండాల్సిన అవసరం ఉండేది. 'కదిరీపతి' తన రచనలో కరణం వేషాన్ని ఇలా వర్ణించాడు.

> ముదుకతల పాగయును, బాహుమూలమందు
> కవిలె చర్మపు టంకలోని కత్తిగంట
> మలతి నీర్మవి ధోవతులమర గ్రామ
> కరణమేతెంచి రెడ్డి చెంగంట వసించే (S.S.2. 417)

గోల్కొండ సుల్తాన్ ఆస్థానంలో, కొలువులో పనిచేసే హిందూ ఉన్నతద్యోగులు పెద్దసైజు సిల్కు పైజమాలు, మెడచుట్టూ జరీబూటా అల్లికలు గల చొక్కాలు, మెడలో రత్నాల దండలు, తలపై పొడుగాటి టోపీ ధరించేవారని శుకసప్తతి పేర్కొంటుంది.

తెలంగాణాలో గోల్కొండ రాజ్యంలోని రెడ్డి స్థానాన్ని, వేషాన్ని కదిరీపతి ఇలా వర్ణించాడు 'అచ్చమై వాకిట రచ్చరాయి మెరంగు పంచ తిన్నెలు, గొప్ప పారిగోడ కంప తెట్టులును, రాకట్టు మంగలి. రెడ్డి స్త్రీలు జొన్నచేలకు మంచెవేసి కావలి కాసేవారని' (S.S2.408). ఇప్ప పువ్వుతో సారా చేసేవారనీ, విలువైన చీరలు, ఆభరణాలు ధరించేవారనీ, పూసబొట్టులం/బలికలి నీళ్ళు, చందనపు మాసికగొల్చిన మాళ్ళు గల్గి, శోభిల్లుదురు రెడ్డి బిడ్డలు కుబేరుని పిల్లలనంగనచ్ఛటన్ (S.S.2.408).

కోమటి వేషాన్ని 'మల్హణ చరిత్ర' రచయిత 'పెదపాటి ఎర్రనార్యుడు' రెండో అశ్వాసంలో కిందివిధంగా వర్ణించాడు.

గందపు బొట్టు, వీడియము, కచ్చులపాగయు, కావిదుప్పటిన్
నందుల పూసలున్, చెవులచాటున నీలపుదంట పోగులున్
కందినయట్టి వెండి మొలకట్టును, నీలపు ఉంగరంబులున్
బొందపు కిర్రుచెప్పులును, బొల్పెసగన్ ధనదత్తుజెంతమున్

వర్తక, వ్యాపారమే కోమటి వృత్తి. వీరి పేర్లు గౌరయ్య గౌరమ్మ ప్రముఖంగా ఉండేవి. కోమట్లను ధనవంతులని సమకాలీన రచనలు తెలియచేస్తున్నాయి. గ్రామాల్లో నేత, చాకలి, మంగలి, వడ్రంగి, కుమ్మరి, కమ్మరి మొదలైన కులాలవారు ఉన్నారు. సమాజంలో వేశ్యవృత్తి కొనసాగింది. సమకాలీన సాహిత్యంలో వేశ్యవాటికల ప్రస్తావన ఉంది. రాజధానిలో వేశ్యలు ఇరవైవేల వరకు ఉండేవారనీ, వారి అందచందాలతో విటులను ఆకర్షించేవారనీ, అబుల్‌హసన్ తానీషా ప్రభుత్వం వేశ్యవాటికల నిర్వహణకై ఖజానా నుంచి మూడు లక్షల ఇరవైనాలుగువేల రూపాయలు ఖర్చు చేసిందనీ గిర్ధారీలాల్ రాశాడు. ట్రావెర్నియర్, మెథోల్డ్‌లు వేశ్యల గూర్చి వర్ణించారు.

కుతుబ్‌షాహీల నాటి హిందూ వివాహ తంతును, తపతీ సంవరణోపాఖ్యానంలో 'గంగాధరుడు', 'వైజయంతీ విలాసం'లో సారంగతమ్మయలు మనోహరంగా వర్ణించారు. శుకసప్తతి, హంసవింశతి నాటి పండుగులను, పిల్లలు, పెద్దలు ఆడుకొనే ఆటలను వర్ణించాయి.

గోల్కొండ రాజ్యంలోని ముస్లింల వేషాలు ఎలా ఉండేవో 17వ శతాబ్దానికి చెందిన గోగులపాటి కూర్మనాథుడు (క్రీ.శ.1700-1750) తన రచన సింహాద్రి నారసింహ శతకంలో వర్ణించాడు.

సంఘంలో శూద్రుల స్థితి దీనంగా ఉండేది. వీరు గ్రామాల్లో వ్యవసాయం చేసేవారు. గ్రామాల్లో రెడ్డి, కరణం, వైశ్య మొదలైనవారికి సేవలు, కూలీ చేసేవారు. నగరాల్లో ప్రభువులకు, ఉన్నతాధికారులకు నౌకర్లుగా పనిచేసేవారు. సైన్యంలో వీరే ఎక్కువగా ఉండేవారు.

ఆనాటి సమాజంలో హిందువుల్లో, ముస్లింల్లోనూ మూఢ విశ్వాసాలు అనేకం ఉండేవి. జాతకాలు చెప్పించుకొనేవారు. స్త్రీలు, వృద్ధులు తిరునాళ్ళు, ఉత్సవాలకు హాజరయ్యేవారు. పూరీజగన్నాథ యాత్రలో రథచక్రాల కింద బలవంతంగా పడి ప్రాణాలు వదిలితే మోక్షం లభిస్తుందని నమ్మేవారని ఫ్రెంచి బాటసారి ఫ్రాంకోయిస్ బెర్నియర్ రాశాడు. దీన్నే 'ప్రేయర్' కూడా పేర్కొన్నాడు. కులవ్యవస్థ, సతీసహగమనం మొదలైన దురాచారాలను విదేశీ బాటసారులు పేర్కొన్నారు. టావెర్నియర్ తను ఒక స్త్రీని సతీసహగమనం చేయకుండా ఒక స్థానిక అధికారి జోక్యం చేసుకోవడాన్ని చూసానని, కాని లంచగొండితనానికి అలవాటుపడిన ఆ అధికారి లంచం తన ఉద్యోగులకు అందగానే ఆమెను సతీసహగమనం చేయడానికి అనుమతిచ్చాడనీ పేర్కొన్నాడు. స్థానిక అధికారులు సతిని ప్రోత్సహించారనీ థామస్ బేరీ తన రచన A Geographical Accounting of the Countries around the Bay of Bengal లో పేర్కొన్నాడు. దీన్నిబట్టి ఆ రోజుల్లో అవినీతి/లంచగొండితనం ఉందని తెలుస్తుంది. కుతుబ్‌షాహీ సుల్తానులు స్థానిక ప్రజల సామాజిక, మత విశ్వాసాల్లో, ఆచారాల్లో జోక్యం చేసుకోలేదు. దసరా, దీపావళి, హోళీ, రంజాన్, బక్రీద్, నవ్‌రోజ్, మొహర్రం (పీర్ల పండుగ) ఈ కాలంనాటి ముఖ్య పండుగలు. హిందూ-ముస్లింలు సఖ్యతతో వీటిని జరుపుకొనేవారు.

స్త్రీల హోదా

గోల్కొండ రాజ్యంలో స్త్రీ హోదా, స్థితి దీనంగానే ఉన్నట్లు సాహిత్యంలో వర్ణించబడింది. 'పొన్నగంటి తెలగనార్యకవి' తన రచన 'యయాతి' ని అత్తగారింటికి పంపే సందర్భంలో ఆమెను ఉద్దేశించి చెప్పిన మాటలు, హితవు స్త్రీకి ఏమాత్రం స్వేచ్ఛ, స్వాతంత్ర్యంలేదని, ఆమె భర్త, అత్త ఆధీనంలో బతికేదని తెలుస్తుంది. ఇదే విషయాన్ని 'ప్రేయర్' అనే బాటసారి వివరిస్తూ హిందూ స్త్రీలు పరదా వాడారనీ, ముస్లిం స్త్రీలు తప్పనిసరిగా పరదాలోనే బయటికి వెళ్ళాలని వారి మగవారు ఆదేశించేవారనీ పేర్కొన్నాడు. స్త్రీని భోగపు వస్తువుగా చూసారనీ విలియం మెథోల్డ్ వాపోయాడు. రాజకీయలబ్ధి కోసం సుల్తాన్‌లు వివాహ సంబంధాలను బలోపేతం చేసుకొన్నారు. బలవంతపు పెండ్లిండ్లు ఆచరణలో ఉండేవి. దేవదాసీ వ్యవస్థ కూడా కొన్ని ప్రాంతాల్లో ఆచరణలో ఉండేది. బహుభార్యత్వం, బాల్య వివాహాలు సాధారణం. వేశ్యలు మద్యం మత్తులో విటులను అన్ని విధాలుగా దోపిడిచేసేవారనీ థామస్ బెరీ రాశాడు. సామాన్య స్త్రీలు వ్యవసాయ పనులు, కూలి, నేత మగ్గాలపై, నిర్మాణాల దగ్గర పనిచేసి జీవితం గడిపేవారు. విద్య సామాన్య స్త్రీలకు అందుబాటులో లేదు. రాజపరివారపు బాలికలు, స్త్రీలు సంగీతం, నృత్యం, చిత్రలేఖనం మొదలైన కళలు నేర్చుకొనేవారు. చాంద్‌బీబీ, హయత్‌బక్ష్ బేగం, గుల్‌బదన్ బేగం, నూర్జహాన్, ముంతాజ్ బేగం, మీరాబాయిలు ఈ యుగానికి చెందిన గొప్ప స్త్రీలు.

కుతుబ్‌షాహీల ఆర్థిక వ్యవస్థ

మధ్యయుగ దక్కన్‌లో వెలసిన ఐదు షియా రాజ్యాల్లో, గోల్కొండ సంపన్న రాజ్యం. దీనికి రెండు అంశాలు దోహదం చేసాయి. ఒకటి గోల్కొండ రాజ్యంలోని సహజసంపద, ముఖ్యంగా అత్యంత విలువైన వజ్రాల గనులు; రెండు తీరాంధ్ర ప్రాంతంలోని సారవంతమైన భూములు-నీటి వసతులు, మచిలీపట్నం కేంద్రంగా మధ్య ఆసియా, ఐరోపా దేశాలతో భారీఎత్తున కొనసాగిన విదేశీ వ్యాపారం. ప్రజలు సొంత భూములు, వ్యాపార కోఠీలు కలిగి ఉన్నారు. సుల్తానులు వారి అధికారులు విలాసవంత జీవితం గడిపారు. వ్యవసాయమే అధిక సంఖ్యాక ప్రజల వృత్తి. ప్రభుత్వ కోశాగారానికి ముఖ్య ఆదాయ మార్గం. జమీందారీ భూములు, హవేలి భూములని రెండు రకాలుగా ఉండేవి. వ్యవసాయ పనులు జూన్ నుంచి అక్టోబర్ వరకు వర్షాలపై ఆధారపడి జరిగేవని మెథోల్డ్ రాశాడు. కోస్తా ప్రాంతంలో నీటి వసతులు పుష్కలంగా ఉన్నందు వల్ల రైతాంగం మంచి లాభాలు గడించేదనీ పేర్కొన్నాడు. ఆహార ధాన్యాలు, పండ్లు, పూలు, వాణిజ్య పంటలు పుష్కలంగా పండించేవారు. హిందువులు వరి ధాన్యాన్ని అధికంగా పండించేవారు. తెలంగాణా ప్రాంతంలో పండ్లు, పూలు పుష్కలంగా పండించే వారని థీవ్‌నాట్ రాశాడు. ద్రాక్ష పండ్లు అన్ని రకాలవి పుష్కలంగా పండిచేవారనీ, వీటిలో కొంత భాగం ద్రాక్షసారాయి తయారికి వాడేవారనీ థీవ్‌నాట్ పేర్కొన్నాడు. చిరు ధాన్యాలు, పప్పులు, తమలపాకులు, పొగాకు, మిర్చి విరివిగా పండేవి. నీలిమందు పంట ఏలూర్‌లో బాగా పండించేవారు.

వ్యవసాయం - నీటి పారుదల సౌకర్యాలు

కుతుబ్‌షాహీ సుల్తానులు, వారి అధికారులు రాజ్యంలోని అన్ని ప్రాంతాల్లో వ్యవసాయాన్ని ప్రోత్సహించారు. ముఖ్యంగా నీటి పారుదల వసతులు తక్కువగా గల తెలంగాణా ప్రాంతంలో అనేక పాత చెరువులకు మరమ్మత్తులు చేయించారు. కొత్త బావులను, చెరువులను నిర్మించి కాకతీయుల కాలం నాటి తెలంగాణా చెరువులకు ఊపిరిపోశారు. రైతు క్షేమమే తమ కోశాగారానికి రక్ష అని గుర్తించారు. ఇబ్రహీం-కులీ-కుతుబ్‌షా కాలంలో అనేక కొత్త జలాశయాలు, చెరువులు నిర్మించబడ్డాయి. వీటిలో హుస్సేన్‌సాగర్, బద్వేల్ చెరువు, ఇబ్రహీంపట్నం చెరువు మొదలైనవి ప్రసిద్ధమైనవి. నేటికీ ఇవి రైతాంగానికి, వ్యవసాయానికి ఉపయోగపడుతున్నాయి. గోల్కొండ కోటలోని అవసరాలకై నీటిని సరఫరా

చేయడానికి, కోటకు 5 కిలోమీటర్ల దూరంలో దుర్గ్ వద్ద ఒక జలాశయాన్ని కట్టించారు. రాజప్రసాదం ఎత్తున ఉన్నందు వల్ల దీనికి నీటి సరఫరా చేయడానికై ఎంతో ప్రతిభను ప్రదర్శించి హైడ్రోలాజికల్ ఇంజనీరింగ్ నైపుణ్యంతో కార్యం పూర్తి చేశారు. సైఫాబాద్ పరిసరాల్లో రాజమాత 'మా సాహెబా' (ఖానంఆఘా) ఒక చెరువును తాగునీటి కోసం కట్టించింది. దీన్నే మా-సాహెబ్ ట్యాంక్ అనేవారు. నేడు ఆనాటి చెరువు ఉన్న చోట భవంతులు, క్రీడామైదానం వెలిసాయి.

కుతుబ్‌షాహీ సుల్తానులు, వారి అధికారులు, ఉద్యోగులు గ్రామస్థాయిలో, సర్కార్ స్థాయిలో, పరగణా స్థాయిలో, తరఫ్ స్థాయిలో చెరువుల పరిరక్షణకై ప్రత్యేక అధికారులను, ఉద్యోగులను నియమించారు. వారికి ప్రత్యేక వసతులు, జీతభత్యాలు చెల్లించారు. ఆంధ్ర ప్రాంతంలో నీటి వసతి పుష్కలంగా ఉన్నందు వల్ల వ్యవసాయం, వ్యవసాయ పంటలు బాగా పురోగతి సాధించాయి. క్రీ.శ.1551 నాటి ఒక శాసనం ప్రకారం ఇబ్రహీం-కులీ-కుతుబ్‌షా పానగల్ చెరువు, ఉదయ సముద్రం చెరువుల మరమ్మతులు చేపట్టాడు. ఈ రెండు జలాశయాల వల్ల సాగు అయ్యే భూమిలో పండే పంటలో రాజుకు 1% నిష్పత్తి, రైతాంగానికి 1 1/2 %, సైనికులకు 1%, బ్రాహ్మణులకు 1% వాటా ఉంటుందని పేర్కొన్నాడు. ఆ తరవాత కాలంలో రహమతుల్లా అనే వ్యక్తి ఈ చెరువుల కట్టలకు మరమ్మతులు చేయించాడు, కాలువలు తవ్వించాడు. దశబంధవు భూముల్లో 1/10 వ వంతు మాత్రమే శిస్తుగా వసూలు చేసేవారు. అంతోజీ అనే ఒక హిందూ హవాల్దార్ అతని సహచరులు ఒక చెరువుకు నెల్లూర్ జిల్లాలో మరమ్మతులు చేపట్టడానికై వడ్డెరలకు ఒక కొర్రు తరి భూమిని దానంగా ఇచ్చారని నెల్లూరు జిల్లా (కందుకూరు) శాసనం తెలియచేస్తుంది. చెరువులు నిర్మించినవారికి, నిర్మాణంలో పాల్గొన్నవారికి, వాటిని పరిరక్షించే వారికి కుతుబ్‌షాహీలు ప్రత్యేక వసతులు, గౌరవం కల్పించారు. నెల్లూర్ జిల్లా శాసనాలు రెండో సంపుటంలోని 44, 48, 80 సంఖ్యగల తెలుగు శాసనాలలోని సమాచారం ప్రకారం చెరువుల నిర్మాణాన్ని ప్రభుత్వం బాగా ప్రోత్సహించిందనీ, ధనవంతులు, ఉన్నతాధికారులు చెరువుల నిర్మాణానికి అండదండలు అందించారనీ, దేవాలయ బోర్డులు, మసీదులు, గ్రామ సభలు కూడా చెరువుల నిర్మాణం, పునరుద్ధరణలో క్రియాశీలక పాత్ర నిర్వహించారనీ, కొత్తగా సాగులోకి వచ్చిన భూములను సాగుచేసేవారికి, కొత్త జలవనరులు కల్పించేవారికి విశేష గౌరవం లభించిందని తెలుస్తుంది. మహమ్మద్-కులీ-కుతుబ్‌షా కాలంలో గుంటూరు జిల్లా సంతరావూరు శాసనం, చిత్తూరు జిల్లా మదనపల్లి మొదలైన చోట్ల లభించిన శాసనాల వల్ల గతంలో ఓబులసాని తవ్వించిన చెరువుకు ఈశాన్యంగా ఉన్న భూమిని సుల్తాన్, ఆ చెరువు మరమ్మతుల కోసం సర్వమాన్యంగా ఇచ్చాడని అక్కడి శాసనం తెలియచేస్తుంది. బ్రాహ్మణులకు, కోమట్లకు, కాపులకు దశబంధ హక్కులతో భూదానాలను ఇచ్చారు. ఈ విధంగా చెరువుల నిర్మాణం, పరిరక్షణకై కుతుబ్‌షాహీలు ప్రత్యేక చర్యలు చేపట్టి నేటి తరానికి చెందిన ప్రభుత్వాలకు స్ఫూర్తిగా నిలిచారు.

వర్తక - వ్యాపారం

కుతుబ్‌షాహీల కాలంలో కూడా కాకతీయ యుగంలో మాదిరిగానే దేశీయ, విదేశీయ వ్యాపారం భారీఎత్తున కొనసాగింది. కోమట్లు దేశీయ, విదేశీయ వ్యాపారంలో కీలకపాత్ర పోషించేవారు. సమకాలీన రచనలైన హంసవింశతి, శుకసప్తతి, విదేశీ బాటసారుల రచనలైన ట్రావెల్ అకౌంట్లు వర్తక-వ్యాపారం గూర్చి ఎంతో విలువైన సమాచారాన్ని ఇస్తున్నాయి. అరబ్ వర్తకులు, పోర్చుగీసు వర్తకులు కుతుబ్‌షాహీలకు మేలురకం గుర్రాలను సరఫరా చేసేవారు. విజయనగర చక్రవర్తులు ఈ గుర్రాలకై అధిక ధరలు చెల్లించి అరబ్, పోర్చుగీసు వర్తకులను తమకు మాత్రమే మేలు రకం అశ్వాలు సరఫరా చేసేట్లు నిర్బంధం చేశారు. ఐరోపా వర్తక సంఘాలు ప్రవేశించిన తరవాత, నరసాపురం, మచిలీపట్నం, మద్రాస్, గోల్కొండ, కొండపల్లి గొప్ప వర్తక కేంద్రాలుగా రూపొందాయి. దేశీయ వ్యాపారంలో ఎడ్లబండ్లు,

గాడిదలు, గుర్రాలబగ్గీలు కీలకపాత్ర నిర్వహించేవి. విదేశీ వ్యాపారం సముద్రంపై ఓడల్లో జరిగేది. దీన్ని ఓడబేరం అనేవారు. ఓడకాడు అనే పదం శుకసప్తతిలో వాడబడింది. మోటుపల్లి, నరసాపురం, మచిలీపట్నం విదేశీ వ్యాపారానికి ముఖ్య కేంద్రాలు. మచిలీపట్నం నుంచి ఐరోపా దేశాలకు మేలురకం వస్త్రాలను ఎగుమతి చేసేవారు. విదేశీ బాటసారుల వర్ణనల్లో ఆనాటి ఓడల సైజు, ఎగుమతి అయ్యే వస్తువుల, వస్త్రాల, పరికరాల వివరాలు ఉన్నాయి. వసుమత, విష్ణుదాస అనే ఇద్దరు సంపన్న వర్తకుల పేర్లు సాహిత్యంలో పేర్కొనబడ్డాయి. పుణ్యక్షేత్రాలైన తిరుపతి, శ్రీశైలం, శ్రీకూర్మం, వరంగల్, శ్రీకాళహస్తి, ఉదయగిరి పెద్ద వర్తక కేంద్రాలుగా ఎదిగాయి. గ్రామాల్లో వారాంతపు సంతలు, అంగళ్ళు జరిగేవి. పెరికలు వస్తు సామాగ్రి రవాణాలో కీలకపాత్ర నిర్వహించేవారు. తెలంగాణా, ఆంధ్ర వర్తకులు కర్ణాటక, తమిళనాడు, గుల్బర్గ, ఔరంగాబాద్, అహ్మద్‌నగర్, బీజాపూర్, మద్రాస్ మొదలైన పట్టణాల వర్తకులతో సంబంధాలు కలిగి ఉండేవారు. చేతివృత్తులవారు ముఖ్యంగా సాలెలు తమ తమ వస్త్రాలను స్థానిక మార్కెట్‌ల్లో స్వయంగా వెళ్ళి విక్రయించి లాభాలు గడించేవారు. కార్మికులు, పనివారు, వృత్తినిపుణులు ఒక ప్రాంతం నుంచి మరో ప్రాంతానికి తరచుగా వలసవెళ్ళేవారు. దీనివల్ల సంస్కృతి మరింత సుసంపన్నమైంది. ఓడల నిర్మాణం నర్సాపూర్, మచిలీపట్నంలలో వర్ధిల్లింది. తెలంగాణాలోని నిర్మల్, ఇందల్‌వాయి ఇనుము, పోత పరిశ్రమకు విశేష ఖ్యాతిగడించాయి. హైదరాబాద్ నుంచి వర్తకులు నల్గొండ, కొండపల్లి, విజయవాడ మీదుగా మచిలీపట్నం చేరేవారు.

కుతుబ్‌షాహీ సుల్తానులు వర్తక వ్యాపారంపై పన్నులను, సుంకాలను నియమిత పద్ధతిలో వసూలుచేసి వ్యాపారాన్ని ప్రోత్సహించారు. వర్తకులకు అన్ని రకాల వసతులు, రక్షణ కల్పించారు. తూకాలు, కొలతలు సరిగ్గా ఉండేట్లు అధికారులు పర్యవేక్షించేవారు. గోల్కొండ రాజ్యంలో ముఖ్య కరెన్సీ హొన్ను అనే బంగారు నాణెం. దీన్నే విదేశీవర్తకులు పగోడ అన్నారు. పణం, తార్, కాసు ఇతర నాణేలు. అంతఃపుర అవసరాలను తీర్చడానికై వివిధ వస్తువులను, వస్త్రాలను తయారుచేయడానికై వీరు ప్రత్యేకంగా కార్ఖానాలను నెలకొల్పారు. ఆనాటి ఎగుమతుల్లో వస్త్రాలు, వజ్రాలు, సూరేకారం, తివాచీలు, నీలిమందు, మేలురకం కత్తులు ముఖ్యమైనవి. దిగుమతుల్లో గుర్రాలు, సుగంధ ద్రవ్యాలు, బంగారం, సీసం, ఖర్జురపండ్లు, కస్తూరి, పింగాణీ పాత్రలు, గవ్వలు మొదలైనవి పేర్కొనదగినవి.

గోల్కొండ రాజ్య పరిశ్రమలు

సమకాలీన తెలుగు రచనలు, కుతుబ్‌షాహీల ఫర్మానాలు, విదేశీ బాటసారుల రచనల్లో గోల్కొండ రాజ్యంలోని వివిధ ప్రాంతాల్లో ఉన్న వజ్రాల, నేత, కలంకారీఅద్దకం, తివాచీల, నౌకా నిర్మాణం, సూరేకారం, ఇనుము-ఉక్కు మొదలైన పరిశ్రమలు పేర్కొనబడ్డాయి. ఈ పరిశ్రమలన్నీ వ్యవసాయరంగంతో పోలిస్తే చాలా తక్కువ మందికే ఉద్యోగావకాశాలు/పని కల్పించేవి. వీటిలో కొంతవరకు పనితనం, శిక్షణ పొందినవారే పనిచేసేవారు. మరికొన్ని పరిశ్రమల్లో వంశపారంపర్యంగా పనిచేసేవారు. కొన్ని పరిశ్రమలకు వ్యవసాయరంగంలోని ఉత్పత్తులు ఆధారమైతే, మరికొన్నింటికి ఖనిజసంపద, సహజవనరుల రూపంలో లభించిన ముడి పదార్థాలు అవసరమయ్యేవి.

గోల్కొండ వజ్రాలు - వజ్రాల పరిశ్రమ

మధ్యయుగ భారతదేశంలోనే కాక, యావత్ ప్రపంచంలోనే గోల్కొండ గనుల్లో తవ్వి, శుద్ధిచేసిన వజ్రాలకు ప్రపంచంలోనే విశేష గుర్తింపు లభించింది. వీరి రాజ్యంలో కృష్ణానది తీరాన గల కొల్లూర్ (గుంటూరు జిల్లా, సత్తెనపల్లి) వజ్రాలగని, కర్నూల్‌లోని రామళ్ళకోట వజ్రాలగని మేలురకపు వజ్రాలకు నిలయాలు. ఈ రెండు గనులు కుతుబ్‌షాహీల

రాజ్యస్థాపనకు ముందే ఉన్నాయి. విజయనగర రాజులు ఆంధ్రదేశాన్ని పరిపాలించే కాలంలో సుమారు క్రీ.శ.1460 ప్రాంతంలో ఈ రెండు గనుల్లో వజ్రాల తవ్వకం జరిగేదని ఫ్రెంచిబాటసారి టావెర్నియర్ వర్ణించాడు. విలియం మేథోల్డ్ కొల్లూర్ గనిని సందర్శించినప్పుడు అక్కడ గని తవ్వేవాడు, మట్టి గంపలు మోసేవారు సుమారుగా ముప్పైవేలమంది పనివారు ఉన్నారని రాయగా క్రీ.శ.1640 ప్రాంతంలో టావెర్నియర్ కొల్లూర్ పర్యటించేనాటికి అక్కడి పనివారి సంఖ్య అరవైవేలని పేర్కొన్నాడు. వీరిలో స్త్రీలు, పురుషులు, పిల్లలు ఉన్నారు. తెలుగు దేశంలోని వజ్రపు గనులు ప్రపంచ ప్రసిద్ధిగాంచిన కోహినూర్ వజ్రం, హోప్ వజ్రాన్ని, పిట్, పిగాట్, నిజాం, షాహ్-తాజ్-యె మొదలైన వజ్రాలకు నిలయాలుగా పేరొందాయని విదేశీ బాటసారులైన ఫ్రాన్సిస్కో పెరీరా (క్రీ.శ.1548), జాక్వేడి కోత్రే (స్పెయిన్) (క్రీ.శ.1611-1614), నికోలో-డి-కోంటీ (ఇటలీ), టావెర్నియార్, బెర్నియర్, థీవ్‌నాట్ (అందరు ఫ్రాన్స్ దేశస్థులు), గార్సియా-డి-ఓర్తా, విలియం మెథోల్డ్ మొదలైనవారు తమ రచనల్లో ప్రస్తావించారు (ఆంధ్రప్రదేశ్ సమగ్ర చరిత్ర - సంస్కృతి, మలి మధ్యయుగ ఆంధ్రప్రదేశ్ క్రీ.శ.1324-1724, Vol.V, పుట.206, 207, 208).

క్రీ.శ.1645 లో హైదరాబాద్ నగరాన్ని సందర్శించిన ఫ్రెంచి బాటసారి టావెర్నియర్ నగరంలోని చార్మినార్‌కు పశ్చిమదిశలో ఉన్న కార్వాన్ అనే ప్రాంతంలో వజ్రాలకు (పాలిష్) సానపట్టె పనివారు, వారి దుకాణాలున్నట్లు పేర్కొన్నాడు. వజ్రాల గనులను 12 మీటర్ల లోతు వరకు తవ్వుతూ వెళ్ళేవారనీ, ఇది కొన్ని సందర్భాల్లో గని పూడ్చుకుపోయే ప్రమాదం ఉండేదనీ విదేశీ రచనల్లో పేర్కొనబడింది.

గోల్కొండ రాజ్యంలో లభించే వజ్రాలసైజు పెద్దగా ఉండేదనీ, మేలురకం వజ్రాలు ఇక్కడే లభించేవని రాశారు. ప్రపంచ ప్రసిద్ధిగాంచిన కోహినూర్ వజ్రం సుల్తాన్ అబ్దుల్లా కుతుబ్‌షా కాలంలో క్రీ.శ.1656 లో కొల్లూరు వజ్రపు గనిలో దొరికిందని అభిప్రాయం. ఫ్రెంచి బాటసారి టావెర్నియర్, ఔరంగజేబ్ కాలంలో కోహినూర్ వజ్రాన్ని తాను క్రీ.శ.1665 లో చూసాననీ, తన అకౌంటులో రాశాడు. కోహినూర్ వజ్రం బరువు 106 క్యారెట్లు. ప్రస్తుతం ఇది ఇంగ్లాండ్ దేశంలోని ఇంపీరియల్ రచెగాలియా మ్యూజియంలో కలదు. క్రీ.శ.1849 లో పంజాబ్‌ను ఇంగ్లిష్‌వారు ఆక్రమించిన తరవాత లార్డ్ లారెన్స్ ఈ వజ్రాన్ని బ్రిటిష్ మహారాణి విక్టోరియాకు బహుమతిగా ఇచ్చాడు.

కుతుబ్‌షాహీ సుల్తానులు వజ్రాల వ్యాపారాన్ని ప్రత్యేక రాయితీలు కల్పించి ప్రోత్సహించారు. వజ్రాల గనులను వేలం పద్ధతిలో అత్యధిక ధర పలికిన కాంట్రాక్టర్లకు నిర్ణీత కాలానికి లీజుకు ఇచ్చేవారు. దేశీయ, విదేశీయ మార్కెట్లలో గోల్కొండ వజ్రాలకు మంచి గిరాకీ ఉండేది. రామళ్ళకోట వజ్రపుగని నుంచి సుల్తాన్ ఖజానాకు ఏడాదికి 3 లక్షల పగోడాల ఆదాయం వచ్చేదని మూర్‌లాండ్ పేర్కొన్నాడు. కాంట్రాక్టర్లు విశేష లాభాలు పొందారు. కొల్లూరు సమీపంలో గనుల నుంచి 60 లక్షల పగోడాల ఆదాయం సుల్తాన్‌కు వచ్చేది.

నేత పరిశ్రమ

గోల్కొండ రాజ్యంలో నేసిన వస్త్రాలు ఐరోపా మార్కెట్లలో మంచి గిరాకీ పొందాయి. ఆనాటి నేత కార్మికులు స్థానిక అవసరాలను తీర్చడమే కాకుండా దేశంలోని వివిధ ప్రాంతాలకు, విదేశాలకు సరఫరా చేసేవారు. నేతపని వారి నుంచి కాంట్రాక్టర్లు వస్త్రాలను ముందుగానే అడ్వాన్సు చెల్లించి నేయించేవారు. వాటిని మార్కెట్‌లో విక్రయించి భారీ లాభాలు గడించేవారు.

నేతగాళ్ళు నేసిన బట్టలు రెండు రకాలు. ఒకటి తానులుగా విక్రయించే తెలుపు, ఎరుపు, నీలం రంగు బట్టలు. ఇవి గుండ్రని చుట్టలుగా చుట్టి అమ్మేవారు. మస్లిను, కాలికో (మందం బట్ట) నేసిన వస్త్రాల రకాలు. వివిధ రకాల రంగులు అద్దిన వస్త్రాలను కూడా నేతపనివారు అతి సున్నితంగా తయారుచేసి ఎగుమతిచేసేవారు. అద్దకపు పనిలో అనేక చెట్ల ఆకుల, పువ్వుల రంగును వాడేవారు. అద్దకపు వస్త్రాన్ని చింట్జ్ అనేవారు. చిత్రాలు ముద్రించిన బట్టలను పింటాడో అనేవారు. మచిలీపట్నం, నిజాంపట్నం, పాలకొల్లు మొదలైన ప్రాంతాల్లో కుతుబ్‌షాహీల రాజ్యంలోనే అత్యంత మేలురకం కలంకారీ వస్త్రాలు నేతపనివారు తయారుచేసేవారు. కుంచెలాంటి కలంతో వివిధ రకాల రంగుల్లో అద్ది, వస్త్రాలపై ప్రత్యేకంగా రూపొందించిన కుంచె మొనతో చిత్రించేవారు. ఈ రంగులను తయారుచేయడానికి కరక్కాయ, గేదెపాలు, బొగ్గుపొడి మొదలైనవి వాడేవారు. మచిలీపట్నంలో కలంకారీ పనివారు అధికం. ఇక్కడి వస్త్రాల ధర కొంత తక్కువ. నరసాపురంలో కాలికో వస్త్రాలు కొంచెం చౌకగా లభించేవి. గోల్కొండ నేతపనివారు తాము నేసిన వస్త్రాలకు, బట్టలకు తానుగుడ్డ, లుంగీ, సాలెంపురీ, పలంపురే మొదలైన పేర్లతో పిలిచేవారు. మధ్యవర్తులు, ఏజంట్లు నేతపనివారి శ్రమను దోచుకొని వారికి తక్కువ ధర చెల్లించి వస్త్రాలు కొని అధిక లాభాలకు ఎగమతి చేసేవారు, విక్రయించేవారు. సామాన్య ప్రజలు ఎక్కువ మందం గల బట్టలే కొనేవారు, ధరించేవారు. శ్రీమంతులే మేలురకం వస్త్రాలు కొనేవారు.

తివాచీ పరిశ్రమ

చిన్నసైజు, పెద్దసైజు తివాచీలకు దక్కన్‌లో మంచి గిరాకీ ఉండేది. వీటి తయారీకి అవసరమైన ముడిసరుకు తెలంగాణాలో పుష్కలంగా లభించేది. ముస్లింలే ఈ తివాచీల పనిలో దిట్టలు. తివాచీలపై సుందరమైన రంగులు, చిత్రాలు వేసేవారు. వరంగల్ తివాచీల ఉత్పత్తికి ప్రసిద్ధిగాంచింది. వరంగల్‌లోని మెట్టవాడ, గిర్మాజీపేట మొదలైన చోట్ల ఈ తివాచీలు అల్లే కుటుంబాలు అధికంగా ఉండేవట. వరంగల్ తివాచీలలో ప్రతి చదరపు అంగుళానికి 400 ముళ్లు ఉండేవట. మొత్తం తివాచీలో 35,00,000 ముళ్ళు ఉండేవని సమకాలీన ఆధారాలు పేర్కొంటున్నాయి. సర్‌జార్జ్‌వాట్ అనే రచయిత 'ఇండియన్ ఆర్ట్ ఎట్ ఢిల్లీ, కలకత్తా' అనే గ్రంథంలో వరంగల్ తివాచీలు నేసేవారి పనితనాన్ని, వారు వాడే రంగులను ఎంతో ప్రశంసించాడు.

నౌకానిర్మాణ పరిశ్రమ

విదేశీ వ్యాపారానికి ప్రాచీన కాలం నుంచే ఆంధ్రదేశం ప్రసిద్ధిగాంచింది. కుతుబ్‌షాహీల కాలంలో ఓడలపై, నౌకలపై సముద్ర వ్యాపారం భారీగా కొనసాగేది. గోదావరి తీరంలోని నర్సాపురం, భీమునిపట్నం, పులికాట్, మచిలీపట్నం నౌకా నిర్మాణకేంద్రాలు. ఇదే విషయాన్ని విదేశీ బాటసారులైన విలియం మెథోల్డ్, షోరర్ మొదలైనవారు తమ వర్ణనల్లో పేర్కొన్నారు. మేలురకం కర్ర, ఇనుము పెద్దసైజు ఓడల నిర్మాణంలో ఎక్కువగా వాడేవారు.

సూరేకారం (Saltpetre) పరిశ్రమ

గోల్కొండ రాజ్యంలోని కొన్ని ముఖ్య పరిశ్రమల్లో మందుగుండు సామాగ్రిని తయారుచేయడంలో ఉపయోగించే సూరేకారం ముఖ్యమైంది. దీన్ని ఎక్కువగా మచిలీపట్నం, నర్సాపురం, పులికాట్ మొదలైన పట్టణాల్లో తయారుచేసేవారనీ, ఫిరంగుల్లో, తుపాకుల్లో దీన్ని వాడేవారనీ సమకాలీన బాటసారులు, రచయితలు పేర్కొన్నారు. ఒక మణుగు సూరేకారం ధర క్రీ.శ.1665 లో 4 1/2 రూపాయలుండేదని తెలుస్తుంది.

కుతుబ్‌షాహీల పోషణలో తెలుగు భాషా వికాసం

గోల్కొండ కేంద్రంగా తెలుగు ప్రజలను సుమారుగా రెండు శతాబ్దాలపాటు పరిపాలించిన కుతుబ్‌షాహీ సుల్తానులు స్థానిక ప్రజల మాతృభాష తెలుగును ఆదరించారు. వీరిలో కొందరు తెలుగు భాషలో పట్టుసాధించారు. వీరి పోషణలో రాజ్య ఆదరణ పర్షియన్, అరబిక్, ఉర్దూ భాషలకు లభించింది. అనేక తెలుగు కవులను, పండితులను వీరు ఆదరించారు. కాకతీయ, విజయనగర రాజుల మాదిరిగా కుతుబ్‌షాహీలు పరమతస్థులైనప్పటికీ తెలుగు భాషా వికాసానికి కృషిచేశారు. మధ్యయుగ దక్కన్ చరిత్రలో ముస్లిం పాలకులు ఈ రకమైన ఔదార్యాన్ని ప్రదర్శించలేదు. ముఖ్యంగా ఇబ్రహీం-కులీ-కుతుబ్‌షా కాలంలో గోల్కొండ సుల్తాన్ దర్బారు తెలుగు భాషా పండితులకు, కవులకు భువన విజయంగా మారింది. అద్దంకి గంగాధర కవి ఈ సుల్తాన్ పోషణ అందుకొన్నాడు. కవి తన రచన 'తపతీ సంవరణోపాఖ్యానాన్ని' సుల్తాన్‌కు అంకితమిచ్చాడు. రుద్రకవి పాండిత్యం వల్ల ప్రభావితుడైన సుల్తాన్ అతనికి 'చింతల పాలెం' గ్రామాన్ని దానంగా ఇచ్చాడు. ఇబ్రహీం-కులీ-కుతుబ్‌షా అధికారులు కూడా సుల్తాన్ సేవల వల్ల ప్రభావితులయ్యారు. 'పఠాన్ చెరువు' ప్రాంతానికి అధికారిగా ఉన్న అమీన్-ఖాన్ పొన్నగంటి తెలగనార్యుణ్ని ఆదరించారు. కవి తన గ్రంథం 'యయాతి చరిత్ర'ను అమీన్‌ఖాన్‌కు అంకితమిచ్చాడు. అచ్చ తెలుగులో రాసిన మొట్టమొదటి తెలుగు గ్రంథం యయాతి చరిత్ర. ఇబ్రహీం-కులీ-కుతుబ్‌షా ఔదార్యాన్ని, పాండిత్యాన్ని పొగుడుతూ అనేకమంది కవులు చాటువులు రాశారు.

ఇబ్రహీం-కులీ-కుతుబ్‌షా వారసుడైన మహమ్మద్-కులీ-కుతుబ్‌షా కాలంలో తెలుగు భాష మరింత వికాసం పొందింది. ఇతని ఆస్థానకవి గణేశ పండితుడు. సారంగతమ్మయ్య మహమ్మద్-కులీ-కుతుబ్‌షా ఆస్థానానికి చెందిన మరో తెలుగు కవి. ఇతని రచన వైజయంతీ విలాసం. సారంగతమ్మయ్య గోల్కొండ రెవిన్యూ అధికారిగా (కరణం) పనిచేశాడు. ఇదే యుగానికి చెందిన క్షేత్రయ్య గొప్ప తెలుగు పదకవిత కర్త. ఇతడు అబ్దుల్లా-కుతుబ్‌షాకు సమకాలికుడు. సుల్తాన్ ఆస్థానాన్ని సందర్శించిన క్షేత్రయ్య అతనిపై వేయికిపైగా పదకీర్తనలు పాడాడు.

కృష్ణా జిల్లాలోని మొవ్వ క్షేత్రయ్య జన్మస్థానం. అతని పదాలు యావత్ ఆంధ్రదేశంలో అపార ప్రజాదరణ పొందాయి. అబుల్‌హసన్ తానీషా కాలంలో జటప్రోలు, గద్వాల సంస్థానాధిపతులు తెలుగు కవులను, పండితులను ఆదరించారు. సుల్తాన్ రెవిన్యూ అధికారిగా (తహసిల్దార్) ఖమ్మం ప్రాంతానికి విధులు నిర్వహించిన కంచర్ల గోపన్న భద్రాచలంలో రామాలయాన్ని నిర్మించాడు. సుల్తాన్ బందిగా ఉన్న గోపన్న శ్రీరాముణ్ని ఉద్దేశించి పాడిన సంకీర్తనలు ప్రజల అభిమానాన్ని పొందాయి. కంచర్ల గోపన్న భక్తరామదాసుగా కీర్తిపొందాడు. భక్తరామదాసు రచన 'దాశరథీ శతకం' తెలుగు సాహిత్యంలో శాశ్వత కీర్తిని పొందింది. ప్రజాకవి వేమన ఈ యుగానికి చెందినవాడని పండితుల అభిప్రాయం. వేమన తన పద్యాల్లో నాటి సమాజంలో ఉన్న సాంఘిక దురాచారాలను, మతపరమైన లోపాలను, అర్థహీనమైన ఆచార, సంప్రదాయాలను ఖండించాడు. గోల్కొండ సుల్తానులు విజయనగర సామ్రాజ్య పతనానంతరం తెలుగు భాషా వికాసానికి విశేషకృషి చేసారన్నది చారిత్రక సత్యం.

కళలు, వాస్తు శిల్పం

కుతుబ్‌షాహీ సుల్తానులు గొప్ప వాస్తు కళాభిమానులు. వీరు సమకాలీన మొఘల్ చక్రవర్తుల లాగా తమ రాజ్యంలోని వివిధ ప్రాంతాల్లో అద్భుతమైన నిర్మాణాలు చేశారు. వీటిలో నగరాలు, సమాధులు, రాజప్రసాదాలు, కోటలు, దవాఖానాలు, ఆశుర్‌ఖానాలు, మసీదులు, సరాయిలు, చెరువులు మొదలైనవి ఉండేవి. వీరి నిర్మాణాల్లో

ప్రధానమైనవి- హైదరాబాద్ నగరం, చార్‌మినార్, మక్కామసీద్, టోలీ మసీద్, తారమతీ బారాదరీ, పురానాపుల్, హుస్సేన్‌సాగర్-నేటి తెలంగాణా రాజధానియైన హైదరాబాద్‌లోనే కేంద్రీకృతమై ఉన్నాయి.

ప్రపంచ ప్రఖ్యాతిగాంచిన చార్‌మినార్ కుతుబ్‌షాహీల కాలం నాటి అద్భుత కట్టడం. దీని నిర్మాణంలో ఆనాటి మేస్త్రీలు చూపిన కళా, నైపుణ్యత, పనితనం, సాంకేతిక పరిపక్వత నేటి తరాలకు మార్గదర్శకం. చతురస్రాకారంలో నాలుగు ఎత్తైన మినార్‌లతో కట్టిన ఈ నిర్మాణం మధ్యయుగ వాస్తు-శిల్పకారుల పనితనానికి మచ్చుతునక. దీని నిర్మాత మహమ్మద్-కులీ-కుతుబ్‌షా. క్రీ.శ.1590-91 లో దీని నిర్మాణం జరిగింది.

హైదరాబాద్ (క్రీ.శ.1590-91)

యావత్ గోల్కొండ సుల్తానుల్లో మహమ్మద్-కులీ-కుతుబ్‌షా (క్రీ.శ.1580-1612) గొప్ప వాస్తు కళాభిమాని. అతని మానసపుత్రిక హైదరాబాద్ నగరాన్ని క్రీ.శ.1590-91 లో నిర్మించడం ఆరంభించాడు. ఈ నగరం మధ్యయుగ దక్కన్ చరిత్రలోనే కాకుండా యావత్ ఆసియా ఖండంలోనే ప్రత్యేక స్థానాన్ని సంతరించుకొంది. గోల్కొండ రాజధానిలో జనాభా విపరీతంగా పెరిగినందువల్ల సుల్తాన్ మూసీనదీ దక్షిణ ప్రాంతాన ఒక కొత్త నగర నిర్మాణానికి పునాదివేశాడు. ఈ నగర, నిర్మాణ విషయంలో చరిత్రకారుల్లో ఏకాభిప్రాయం లేదు. ఈ మహాసుందర నగర నిర్మాణంలో సుల్తాన్‌కు అన్ని విధాల సహకరించిన మహాశక్తి, వ్యక్తి, మీర్-మొమీన్-మహమ్మద్-అస్త్రాబాదీ. ఇతడు క్రీ.శ.1581 లో ఇరాన్ నుంచి దక్కన్ వలసవచ్చాడు. మీర్‌మొమీన్ బహుముఖ ప్రజ్ఞాశాలి. మంచి రచయిత, పాలనావేత్త, ఆధ్యాత్మికవేత్త, సూఫీ సిద్ధాంతాలను జీర్ణించుకొన్న మేధావి, అలీం, అధ్యాపకుడు మరియు గొప్ప వాస్తు ఇంజనీరు. ఇతడు దక్షిణ ఇరాన్‌లోని జిలాలీ రాష్ట్రంలో మూసవీ కుటుంబానికి చెందినవాడు. క్రీ.శ.1581 లో మహమ్మద్ కుతుబ్‌షా ఆస్థానం చేరాడు. తన తెలివితేటలు, విశ్వసనీయత ద్వారా సుల్తాన్ అభిమానం పొందాడు. క్రీ.శ.1585 లో సుల్తాన్ మీర్‌మొమీన్‌ను గోల్కొండ పీష్వాగా నియమించాడు.

హైదరాబాద్ నగర ప్రణాళికను మీర్‌మొమీన్ తన మాతృదేశంలోని (ఇరాన్) 'ఇస్పాన్-ఇ-నౌ' పట్టణం నమూనాలో కట్టాలనీ ప్రణాళిక చేశాడు. దీనికి సుల్తాన్ సమ్మతించగా, దాని నిర్మాణానికి ప్రపంచం నలుమూలల నుంచి వాస్తు నిర్మాణంలో దిట్టలైన మేస్త్రీలను, రాళ్ళు చెక్కేవారిని, పని వారిని హైదరాబాద్ ఆహ్వానించాడు. మీర్‌మొమీన్ హైదరాబాద్ నగర నిర్మాణ ప్రణాళికను రూపొందించేటప్పుడు తన గత అనుభవాన్ని ఉపయోగించాడు. తన ప్రణాళిక త్రిభుజాకారంలో రూపొందించాడు. ప్రధాన భవనాలు చార్‌మినార్ పరిసరాల్లో ఉండేట్లు ప్రణాళిక తయారుచేశాడు. చార్‌మినార్ కేంద్ర బిందువుగా ఇతర మార్కెట్‌లను, భవంతులను, కమాన్‌లను గుర్తించాడు. ఇరాన్‌లోని సఫాయిద్ నగరంలోని మైదాన్-ఇ-నక్షజహాన్ మాదిరిగా చార్‌మినార్‌ను కూడలిగా రూపొందించాడు. నాలుగు దిశలా మార్గాలు కలిసే కూడలిని చార్‌మినార్ నిర్మాణానికి అనువైన ప్రదేశంగా ఎంపికచేశాడు. ఉత్తర దిశ నుంచి మూసీనది వరకు, దక్షిణ దిశ మార్గం కోహీర్ వరకు, తూర్పు మార్గం బంగాళాఖాతం వరకు, పశ్చిమదిశ మార్గం గోల్కొండ దాని అవతల భాగాలకు విస్తరించి ఉండేట్లు ప్రణాళిక చేశాడు. చార్‌కమాన్ లేదా జులూఖానా అనే అద్భుత కట్టడాన్ని మీర్‌మొమీన్ చార్‌మినార్‌కు ఉత్తరం

దిశన 80 గజాల దూరాన కట్టించాడు. హైదరాబాద్ నగరం సరిహద్దు ఉత్తర దిశన కేంద్రీకృతమై ఉన్న నౌబత్‌పహాడ్ దాని పక్కన గల హుస్సేన్‌సాగర్ వరకు వ్యాపించింది. మహమ్మద్-కులీ-కుతుబ్‌షా కాలంలోనే ఈ కొత్త పట్టణంలో అనేక తోటలు పెంచారు. భవనాలు, సరాయిలు, రహదారులు, మసీదులు, అశుర్‌ఖానాలు నిర్మించారు. దీంతో హైదరాబాద్ నగరం జనసమృద్ధితో వర్ధిల్లింది. పర్షియా దేశం నుంచి అనేకమంది కవులు, అలీంలు, కళాకారులు ఈ కొత్త నగరానికి వలసవచ్చి స్థిరపడ్డారు.

హైదరాబాద్ పట్టణం నిర్మాణానికి పునాదివేసే సందర్భంగా సుల్తాన్ భగవంతుడ్ని తన నగరానికి శాంతి, సమృద్ధి ప్రసాదించమనీ, ఇక్కడి ప్రజలందరూ కుల, మత, జాతి, లింగ భేదాలు లేకుండా, ఒక చెరువులోని చేపపిల్లల్లాగా, స్నేహభావంతో, ప్రేమతో ఐక్యంగా ఉండి, సహజీవనం చేయాలనీ ప్రార్థించాడు. హైదరాబాద్ నగరం నిర్మించిన ఇరవైఐదు ఏళ్లకు అంటే, క్రీ.శ.1616 లో అజ్ఞాత రచయిత రాసిన 'తారీఖ్-ఇ-కుతుబ్‌షాహీ' గ్రంథంలో హైదరాబాద్ అందచందాలను, ఆహ్లాదకర వాతావరణాన్ని కింది విధంగా వర్ణించాడు.

ఈ నగరం నిజంగా భూతల స్వర్గం
ఇక్కడ దొరకని వస్తువంటూ లేదు
ముసలితనంలో ఉన్న వృద్ధుడు ఈ పట్టణం వస్తే
అతడు తన యవ్వనం తిరిగి పొందుతాడు.
హైదరాబాద్ నగరంలో మంచితనానికి కొదవేలేదు.
అదృష్టం ఇక్కడే స్థిరపడింది, దుఃఖం, బాధలు ఇక్కడికి చేరలేవు.

ఇదేవిధంగా ఔరంగజేబ్ వెంట క్రీ.శ.1687 లో హైదరాబాద్ వచ్చిన మహమ్మద్-సాఖీ అనే చరిత్రకారుడు హైదరాబాద్ ఆహ్లాదకరమైన ప్రదేశమనీ, ఇక్కడి గాలి, నీరు, వాతావరణం, మానవుల హృదయాన్ని పవిత్రంచేసి, పగను, ద్వేషాన్ని దూరంచేసి, మనుషుల మధ్య ప్రేమను, సోదర భావాన్ని పెంచి దీర్ఘాయువు ప్రసాదిస్తుందని పొగిడాడు. హైదరాబాద్‌ను సందర్శించిన విదేశీ బాటసారులైన టావెర్నియర్, బెర్నియర్ (ఫ్రెంచివారు), విలియం మెథోల్డ్‌లు ఇక్కడి నీరు, గాలి, చెట్లు, పర్వతాలు, నేల స్వర్గతుల్యమనీ, భూమిపై ఇదొక స్వర్గసీమ అని ప్రశంసించారు.

దారుషిఫా (క్రీ.శ.1595 (ది హౌస్ ఆఫ్ క్యూర్))

సుల్తాన్ మహమ్మద్-కులీ-కుతుబ్‌షా కాలంలో రోగులకు వైద్య సౌకర్యం కోసం నేటి సాలార్‌జంగ్ మ్యూజియం సమీపంలో దారుషిఫా వద్ద క్రీ.శ.1595 లో ఒక యునాని ఆసుపత్రిని నిర్మించాడు. ఇక్కడ పేదలకు, శ్రీమంతులకు ఉచితంగా వైద్యం చేసేవారు. ఇది రెండు అంతస్థుల భవనం. ఇక్కడ దేశ, విదేశాల నుంచి వచ్చిన యునానీ వైద్యులు ఉండేవారు. రోగులకు ఉచిత మందులు, ఉచిత భోజనం ఏర్పాటుచేశారు. అనేకమంది హకీంలు ఉండేవారు. గోల్కొండకు నాలుగు లీగుల దూరాన గల ఒక గ్రామంలో డచ్ దేశానికి చెందిన పీటర్ డిలాన్ అల్లోపతి వైద్యం చేసేవాడనీ, అతని ఇంట్లో తాను ఉన్నానని టావెర్నియర్ తన అకౌంటులో రాశాడు. అంతఃపురంలో రాణికి గాని, ఇతరులకు గాని అనారోగ్యం కలిగినప్పుడు పీటర్‌డిలాన్ చికిత్స కోసం అక్కడికి వెళ్ళేవాడు. రాణిగారు తెరవనక నుంచి చెయ్యి బయటకు పెడితే డిలాన్ చికిత్స చేసేవాడు. దీనికి ఫీజు 50 పగోడాలు చెల్లించారని పేర్కొన్నాడు. హిందూ దేవాలయాల్లో కూడా ఆయుర్వేద

వైద్యం చేసేవారు. ఉదాహరణకు నేటి మహబూబ్‌నగర్ జిల్లా అలంపూర్‌లోని సూర్యనారాయణ స్వామి గుడిలోనూ, ద్రాక్షారామం ఆలయంలోనూ రోగులకు ఉచిత ఆయుర్వేద చికిత్స చేసేవారు. 'నవనాథ చరిత్ర'లో రచయిత గౌరన సిద్ధులు మఠాల్లో రోగులకు చేసే సేవలను వర్ణించాడు.

గోల్కొండ కోట

మధ్యయుగంలో వరంగల్ కేంద్రంగా పరిపాలించిన కాకతీయుల కాలంలోనే గోల్కొండ కోట నిర్మాణం జరిగిందని చరిత్రకారుల అభిప్రాయం. కుతుబ్‌షాహీ సుల్తానుల సార్వభౌమాధికారానికీ, రాజసానికీ ఈ కోటలో వారు కట్టించిన, రాజప్రసాదాలు, భవనాలు, మసీదులు నిలువెత్తు అద్దంపడుతున్నాయి. దీన్నే వారు ముహమ్మద్ నగరం అని పిలిచేవారు. కుతుబ్‌షాహీ సుల్తానులు దీన్ని బలోపేతం చేశారు. కోట ప్రహరిగోడలను కొత్తగా రాతితో నిర్మించారు. స్వతంత్ర గోల్కొండ రాజ్యస్థాపకుడైన సుల్తాన్ కులీ-కుతుబ్‌షా పాత మట్టికోట స్థానంలో రాతి కోటను కట్టించాడు. ఇబ్రహీం-కులీ-కుతుబ్‌షా (క్రీ.శ.1580-1612) గోల్కొండ కోటను బలోపేతం చేయడానికి పెద్ద ప్రణాళిక రూపొందించాడు. పాతకోట చుట్టూ 7 కిలోమీటర్ల బలిష్టమైన రాతికోటను నిర్మింపచేశాడు. కోట ప్రహరి గోడ చుట్టూ లోతైన కందకాలు తవ్వించాడు. 87 బురుజులు, 8 ద్వారాలు కట్టించాడు. పెట్లబుర్జ్, మూసాబుర్జ్, కాగజీబుర్జ్ ప్రసిద్ధిగాంచిన గోల్కొండ కోటలోని బుర్జులు. ఫతేదర్వాజ, మక్కాదర్వాజ, బంజారాదర్వాజ, పటాన్‌చెరు దర్వాజ, మోతీదర్వాజ, జమాలీదర్వాజ కొన్ని ముఖ్య దర్వాజాలు. అన్నింటికంటే ముఖ్యమైన ఫతేదర్వాజ ఎత్తు 25 ఫీట్లు, వైశాల్యం 13 ఫీట్లు. ఈ దర్వాజా నిర్మాణంలో మేలురకపు మందపు టేకును, ఇనుపరేకులను, పదునైన ఇనుప మేకులను వాడారు. శత్రువుల, ఏనుగుల ఒత్తిడిని కూడా ఈ దర్వాజ తట్టుకొనేది.

గోల్కొండ కోటలోపలి కట్టడాల్లో దివాన్ మహల్, జామియామసీద్, బాలాహిస్సార్, నగీనాబాగ్, సిల్హాఖానా, అంతఃపుర భవనం, బాలాహిస్సార్ బరాదారీ, అశుర్‌ఖానా, కటోరా హౌస్ మొదలైనవి పేర్కొనదగినవి. మొఘల్ సైన్యాల దాడులను చివరి వరకు నివారించిన కుతుబ్‌షాహీ సైన్యాల శక్తికి, పౌరుషానికి గోల్కొండ కోట సజీవ దర్పణం. క్రీ.శ.1687, సెప్టెంబర్ 21 న ఈ కోట ఔరంగజేబ్ వశమైంది.

పురానాపూల్ (క్రీ.శ.1578)

హైదరాబాద్ నగర నిర్మాణానికి ముందే, ఇబ్రహీం-కులీ-కుతుబ్‌షా కాలంలో మూసీనదిపై వంతెన నిర్మాణం జరిగింది. ఇది పటిష్టమైన కట్టడం. దీని పొడవు ఆరువందల గజాలు, 35 అడుగుల వెడల్పు, నదీ తీరం నుంచి 54 అడుగుల ఎత్తున నిర్మించబడింది. దీనికి 22 కమానులు (ఆర్చులు) స్తంభాలుగా నిలబడి ఉన్నాయి. ప్రసిద్ధ ఫ్రెంచి నగలవ్యాపారి టావెర్నియర్ క్రీ.శ.1676 లో హైదరాబాద్‌ను సందర్శించినప్పుడు ఈ బ్రిడ్జి చూసి దీన్ని 'ప్రేమ వంతెన' (బ్రిడ్జ్ ఆఫ్ లవ్) గా వర్ణించాడు. అతడు పురానాపూల్‌ను పారిస్‌లోని Pont Neuf అందంతో పోల్చాడు.

హుస్సేన్ సాగర్ (క్రీ.శ.1562)

గోల్కొండ రాజ్యాన్ని ఇబ్రహీం-కులీ-కుతుబ్‌షా అల్లుడైన హుస్సేన్-షా-వలీ క్రీ.శ.1562 లో నిర్మించాడు. ఈ నిర్మాణమే నేటి ట్యాంక్‌బండ్, హైదరాబాద్-సికింద్రాబాద్‌లను కలిపే వారధి. దీని పొడవు 1 1/2 మైళ్ళు. విస్తీర్ణం 8 చదరపు మైళ్ళు. హుస్సేన్‌సాగర్‌లోకి నీరు 'బలకపూర్ నది' నుంచి వచ్చిచేరేది.

మక్కా మసీదు (క్రీ.శ.1614-1693)

గోల్కొండ కుతుబ్‌షాహీలు హైదరాబాద్ నగరంలో నిర్మించిన అద్భుత భారీ కట్టడాల్లో చార్మినార్‌కు అతి దగ్గరలో ముస్లింల ప్రార్థన కోసం నిర్మించిన మసీదే మక్కామసీద్. దీని నిర్మాణం మహమ్మద్ కుతుబ్‌షా కాలంలో క్రీ.శ.1614 లో ప్రారంభమైది. వివిధ కారణాల వల్ల చివరికి క్రీ.శ.1693 లో పూర్తి అయింది. దీన్ని మొఘల్ చక్రవర్తి ఔరంగజేబ్ గోల్కొండ రాజ్యాన్ని ఆక్రమించిన తరవాత పూర్తిచేశాడని ఒక అభిప్రాయం కలదు.

మక్కామసీదు దక్కన్‌లోనే అతిపెద్ద మసీదు. భారీ వాస్తు కట్టడం. ప్రధాన ప్రార్థనామందిరం విస్తీర్ణం 225x180x73 కొలతలతో కట్టబడింది. పెద్ద కమాను స్తంభాల మద్దతు మీద 15 నిలువు విభాగాలుగా విభజించడమైంది. దీని నిర్మాణానికి ప్రణాళిక రూపొందించనవారు సుల్తాన్ అధికారి (డరోగా) మీర్‌ఫజీఉల్లాబేగ్, చౌదరీ రాజయ్య. దీని నిర్మాణంలో పర్షియా, అరేబియాల నుంచి వచ్చిన మేస్త్రీలు, రాతి పనివారు పాల్గొన్నారు. మసీద్ ముఖ్య ఆవరణలో 15 ఆర్చ్‌లున్నాయి. 67 మీటర్లు, 54 మీటర్లు, 23 మీటర్లు ఎత్తు, విస్తీర్ణం గల హాలు ఇది. పశ్చిమదిశన ఉన్న భాగాన్ని 'మెహరబ్' నిర్వహణకు కేటాయించారు. ఈ మెహరబ్ ఏకశిలా నిర్మాణం. దీన్ని మూలస్థానం నుంచి తెచ్చి మసీదులో నిలపడానికి ఆరువేలమంది కూలీలు, 1400 ఎడ్లను కట్టిన ప్రత్యేక చక్రాలున్న బండిని వినియోగించారనీ టావెర్నియర్ పేర్కొన్నాడు. దీన్ని పూర్తిచేయడానికి ఎనిమిదివేల మంది తాపీపని మేస్త్రీలు, రెండువేల మంది రాతి పనివారు, నాలుగు వేలమంది కూలీలు పనిచేశారు. పవిత్ర మక్కా నుంచి తెచ్చిన కొన్ని ఇటుకలను దీని నిర్మాణంలో వాడారని ప్రతీతి. దీని పేరు అందువల్లనే మక్కా మసీదుగా ప్రసిద్ధిగాంచిందని పండితుల అభిప్రాయం. క్రీ.శ.1676 లో టావెర్నియర్ మక్కామసీద్‌ను సందర్శించినప్పటికి ఇది ఇంకా పూర్తికాలేదు. కాని అప్పటికే పూర్తైన స్తంభాలు, ఆర్చ్‌ల అందాలను చూసి విశేషంగా ముగ్ధుడయ్యాడు. ఈ మసీదులో ఏక కాలంలో పదివేలమంది సామూహిక ప్రార్థనలు చేసుకోవచ్చు.

కుతుబ్‌షాహీల సమాధులు

గోల్కొండ సుల్తానులు నిర్మించిన సమాధులు గొప్ప వాస్తు కట్టడాలుగా పేరుపొందాయి. ఇవి గోల్కొండ కోటకు ఒక కిలోమీటరు దూరాన బంజారా దర్వాజ వద్ద నిర్మించబడ్డాయి. వీటిలో సుల్తాన్ కులీ-కుతుబ్‌షా సమాధి 30.5 చదరపు మీటర్ల విస్తీర్ణంలో చతురస్రాకార ప్లాట్‌ఫాంపై కట్టారు. జంషీద్ సమాధి తండ్రి సమాధికి దక్షిణం, నైరుతి దిశలో కట్టించారు. ఇబ్రహీం-కులీ-కుతుబ్‌షా సమాధి మరొక భారీ నిర్మాణం. ఇది రెండు అంతస్థుల భవనం. ఇది చతురస్రాకారంలో కలదు. దీనికి ఐదు ఆర్చ్‌లు కలవు. హైదరాబాద్ నగర నిర్మాత అయిన మహమ్మద్-కులీ-కుతుబ్‌షా సమాధి మరో అద్భుత వాస్తు నిర్మాణం. దీని ఎత్తు 42.5 చ.మీటర్లు, డోమ్ విస్తీర్ణం 18.2 మీటర్లు. ఇదే కాంప్లెక్స్‌లో మహమ్మద్-కుతుబ్‌షా, అబ్దుల్లా కుతుబ్‌షాల సమాధులు కట్టించారు. ఇదే సముదాయంలో మహమ్మద్-కులీ-కుతుబ్‌షా కూతురైన హయత్-బక్ష్-బేగం సమాధి కట్టించబడింది. దీని సమీపంలో ఒక చిన్న మసీదు కట్టించబడింది. ఔరంగజేబ్ గోల్కొండ ఆక్రమణ సందర్భంగా ఈ మసీదులో ప్రార్థనలు జరిపాడనీ ప్రతీతి. నేడు తెలంగాణా రాష్ట్రంలోని మధ్యయుగ ఇస్లామిక్ వాస్తు కట్టడాల్లో కుతుబ్‌షాహీ సమాధులు గొప్ప చారిత్రక వారసత్వ సంపదగా మిగిలాయి. నేటికీ ప్రతిరోజు వేలమంది

పర్యాటకులు ఈ సమాధుల అంద,చందాలను, వాస్తు నిర్మాణ వైభవాన్ని చూసి ముగ్ధులవుతున్నారు. వీటి చుట్టు పక్కల జనావాసాల నుంచి ఏర్పడుతున్న కాలుష్యం నుంచి రక్షించడానికి కేంద్ర, రాష్ట్ర ప్రభుత్వాలు ప్రత్యేక శ్రద్ధ వహిస్తున్నాయి. ఫ్రెంచి బాటసారి టావెర్నియర్ ఈ సమాధులను సందర్శించినప్పుడు, ఈ సమాధుల వద్ద ప్రతిరోజూ సాయంకాలం నాలుగు గంటల సమయంలో పేదలకు అన్నదానం నిర్వహించబడేదని పేర్కొన్నాడు.

హయత్‌నగర్ మసీదు (క్రీ.శ.1626)

హయత్-బక్ష్-బేగం మహమ్మద్-కులీ-కుతుబ్‌షా ఏకైక కూతురు. ఈమె యావత్ కుతుబ్‌షాహీ రాజ కుటుంబ స్త్రీలలో విశిష్టస్థానం పొందింది. రాజ్య నిర్వహణా వ్యవహారాల్లో అసాధారణ తెలివితేటలను ప్రదర్శించి ప్రత్యేక గుర్తింపు పొందింది. నేటి సైఫాబాద్ ప్రాంతంలో ప్రజల అవసరాలకై క్రీ.శ.1625 లో ఒక చెరువును నిర్మించింది. దీన్నే ఆ రోజుల్లో మాసబ్‌ట్యాంక్ అనేవారు. హైదరాబాద్‌లోని ఖైరతాబాద్ మసీదును, ఆమె గురువు అకుంద్-ముల్లా-అబ్దుల్‌మాలిక్ జ్ఞాపకార్థం నిర్మించింది. ఇదేవిధంగా హైదరాబాద్‌కు తూర్పు దిశన 16 మైళ్ళ దూరాన ఒక నగరాన్ని కట్టించింది. దీన్నే హయత్‌నగర్ అనేవారు. ఇక్కడ ఒక రాజమహల్, మసీదు నిర్మించింది. బాటసారుల, వర్తకుల సౌకర్యార్థం కార్వాన్ ప్రాంతంలో ఒక సరాయిని నిర్మించి అక్కడ నీటివసతిని ఏర్పాటు చేయించింది.

హయత్-బక్ష్-బేగం తన 76 వ ఏట క్రీ.శ.1666 లో మరణించింది. ఈమె సమాధి గోల్కొండ సుల్తానుల సమాధుల ప్రాంగణంలోనే నిర్మించారు. ఈమె కుమారుడైన అబ్దుల్లా-కుతుబ్‌షా తల్లి జ్ఞాపకార్థం ఒక పెద్ద మసీదు కట్టించాడు. కుతుబ్‌షాహీల సమాధులు అద్భుత వాస్తు కళా ప్రతిబింబాలు.

దక్కన్‌లో గోల్కొండ, హైదరాబాద్ కేంద్రంగా నేటి తెలంగాణా, ఆంధ్ర ప్రాంతాల్లో నివసించే తెలుగు ప్రజానీకాన్ని అత్యంత ప్రేమతో, సమర్థవంతంగా సుమారు రెండు శతాబ్దాలపాటు పరిపాలించిన కుతుబ్‌షాహీలు మధ్యయుగ ముస్లిం పాలకులందరిలోకీ గొప్ప పేరు సంపాదించారు. వారు ప్రదర్శించిన పరమతసహనం, అనుసరించిన ఉదార పరిపాలన, నిర్మించిన భవనాలు, మసీదులు, కోటలు, అశ్రుఖానాలు, చెరువులు, వారి పోషణలో కవులు రాశిన రచనలు/గ్రంథాలు వారికి శాశ్వత కీర్తిని గడించిపెట్టాయి. ఔరంగజేబ్ దాడికి క్రీ.శ.1687 లో గోల్కొండ రాజ్యం రాజకీయంగా అంతరించినప్పటికీ వారి సేవలు, మంచితనం తెలుగు ప్రజల హృదయాల్లో శాశ్వతంగా నిలిచాయి. కుతుబ్‌షాహీలు నేటి తరానికి మార్గదర్శకులుగా నిలిచారన్నది సత్యం.

13

మొఘల్ సంధియుగం - పరిణామాలు

ఔరంగజేబ్ క్రీ.శ.1687 లో గోల్కొండ రాజ్యాన్ని ఆక్రమించాడు. చిట్టచివరి గోల్కొండ సుల్తాన్ అబుల్-హసన్-తానీషా పరాజయం అంగీకరించాడు. అతడు బందీగా దౌలతాబాద్ కోటలో క్రీ.శ.1699 వరకు ఉండి అక్కడే మరణించాడు. అతని పార్థివదేహాన్ని అతని గురువు షారాజుకట్టల్ సమాధి పక్కన 'ఖుర్దాబాద్'లో సమాధిచేశారు. ఈ విధంగా తెలంగాణాలో క్రీ.శ.1518 లో గోల్కొండ రాజధానిగా నెలకొల్పిన కుతుబ్‌షాహీ రాజ్యం నూటాడెబ్బైఐదు సంవత్సరాల తరవాత అంతరించింది. గోల్కొండ మొఘల్ సామ్రాజ్యంలో అంతర్భాగమైంది. తెలుగు ప్రజలు మొఘల్ చక్రవర్తి పరిపాలనలోకి వెళ్ళారు. గోల్కొండ సుల్తానుల అపార ధనరాశులు, వెండి, బంగారు నగలు, వజ్ర, వైఢూర్యాలు మొఘల్ చక్రవర్తి వశమయ్యాయి. గోల్కొండ సుల్తానులు పాలించిన ఈ భూభాగాలు క్రీ.శ.1687 నుంచి క్రీ.శ.1724 వరకు మొఘల్ వైస్రాయిల పాలనలో ఉన్నాయి. ఔరంగజేబ్ మరణానంతరం (క్రీ.శ.1707) అతని వారసుల అసమర్థత, బలహీనత వల్ల ఢిల్లీ నుంచి దక్కన్ సుబాపై మొఘల్ చక్రవర్తులు సమర్థవంతంగా అధికారం చెలాయించలేకపోయారు. దీంతో పాటు ఇక్కడి మొఘల్ వైస్రాయిల్లో స్వార్థగుణం తిరుగుబాట్లను ప్రోత్సహించింది. మొఘల్ వైస్రాయిల క్రూర పాలనకు వ్యతిరేకంగా జరిగిన స్థానిక తిరుగుబాట్లలో 'సర్వాయిపాపన్న' తిరుగుబాటు అందరి దృష్టిని ఆకర్షించింది.

ఆధారాలు

గోల్కొండ రాజ్య పతనం, హైదరాబాద్ రాజ్య స్థాపనకు సంబంధించిన వివరాలను కాఫీఖాన్ రచన ముంతఖాబ్-ఉల్-లుబబ్, ఫెరిష్టా రచన, టావెర్నియల్, బెర్నియార్, థీవ్‌నాట్, మార్టిన్ (ఫ్రెంచి) యాత్రికుల, బాటసారుల వివరాలు కొన్ని తెలియచేస్తున్నాయి.

ఔరంగజేబ్ గోల్కొండ తాత్కాలిక రాజప్రతినిధిగా 'రాహుల్లాఖాన్'ను నియమించి ఢిల్లీకి తిరిగి వెళ్ళిన వెంటనే హైదరాబాద్ నగర పరిసరప్రాంతాలపై మహారాష్ట్రులు దండెత్తి అనేక గ్రామాలను కొల్లగొట్టాయి. సామాన్య ప్రజలకు రక్షణ కరువైంది. మరాఠాలను ఎదిరించలేని రాహుల్లాఖాన్ గోల్కొండ కోటలో తలదాచుకొన్నాడు.

హైదరాబాద్ పరిపాలనా బాధ్యతలను ఔరంగజేబ్ సుబేదార్ 'జాన్‌సిఫర్‌ఖాన్'కు అప్పగించాడు. జాన్‌సిఫర్‌ఖాన్ క్రీ.శ.1687 కు ముందే కొంత కాలం బీజాపూర్ సుబేదార్‌గా పనిచేసి పరిస్థితులను మెరుగుపరిచాడు. అతడు సమర్థవంతుడైన సేనాధిపతి, పరిపాలనా దక్షుడు. తన సైన్యాలను పటిష్టంచేసి మరాఠాల దాడుల నుంచి హైదరాబాద్‌ను రక్షించాడు. జాన్‌సిఫర్‌ఖాన్ భవిష్యత్‌లో హైదారాబాద్‌ను బలోపేతం చేయాలన్న లక్ష్యంతో కొన్ని సంస్కరణలు చేసాడు. ఇందులో భాగంగా హైదరాబాద్ రాజ్యంలోని ముఖ్య దుర్గాలైన కౌలాస్, ఎల్లందల్, కోయిలకొండ, వరంగల్, పానగల్ మొదలైన వాటికి మరమ్మత్తులు చేయించాడు. అక్కడ సైన్యాలను నిలిపాడు. ఈ దుర్గాలకు కుతుబ్‌షాహీల కాలం నుంచి ఉన్న ఫౌజుదార్లను కొనసాగించాడు. వీరిలో చాలామంది దక్కనీ ముసల్మానులే. వీరి ఆధీనంలో 10 మైళ్ళ విస్తీర్ణంలో ఉన్న హవేలీ పరగణాల్లోని భూములపై శిస్తు వసూలు అధికారం ఉండేది. వీరి కార్యక్రమాలను, స్థానిక పితూరీదార్ల తిరుగుబాట్లను

అదుపులో ఉంచడానికి జాన్‌సిఫర్‌ఖాన్ పరగణాల్లో అశ్వదళాలను నియమించి ప్రత్యేక ఠాణాలు ఏర్పాటుచేశాడు. ఇతడి పరిపాలనా వ్యవహారాల్లో సహకరించడానికి హైదరాబాద్ నగర ఫౌజుదారు, కొత్వాలు, బక్షీ మొదలైనవారు ఉండేవారు. క్రీ.శ.1687 తరవాత మొఘల్ వైస్రాయిల పాలనా కాలంలో హైదరాబాద్, కర్ణాటకల్లో తొమ్మిది ఫౌజుదారీలుండేవి అవి 1) కౌలాస్, 2) ఎల్లందల్, 3) నర్సాపూర్, 4) కోహిర్, 5) భోన్‌గిరి, 6) వరంగల్, 7) ఖమ్మం మెట్, 8) చికాకోల్ (శ్రీకాకుళం), 9) నర్సాపూర్ (తూర్పు గోదావరి). ఇదేరకంగా కడప, కర్నూల్, అదోని, నెల్లూర్, రాయలసీమలో నాలుగు ఫౌజుదార్లు ఉన్నాయి. తూర్పుతీర ప్రాంతంలో 'చికాకోల్', 'రాజమండ్రి', 'మచిలీపట్నం', 'నిజాంపట్నం' అనే నాలుగు సర్కారులు ఏర్పడ్డాయి. పరిపాలనా సౌలభ్యం కోసం ప్రతి సర్కారును జిల్లాలుగా విభజించారు. జిల్లా అధికారి 'దేశ్‌ముఖ్'. దేశ్‌ముఖ్‌లతో పాటు వెలమ, కమ్మ, రెడ్డి కులాలకు చెందిన జమీందారీ నాయకులు కూడా క్రీ.శ.1687 కి ముందు పరిపాలనలో కీలకపాత్ర వహించేవారు. దేశ్‌పాండే భూమిశిస్తు, పంట పొలాలకు సంబంధించిన వివరాలు తయారుచేసేవారు. వివిధ రకాల పన్నులను వసూలు చేయడానికై ఫౌజుదార్లు, దేశ్‌ముఖ్‌లు 'హవాల్‌దార్ల'ను నియమించుకొన్నారు. వీరు స్థానిక జమీందార్ల సహాయంతో ప్రజల వద్ద నుంచి పన్నులు వసూలుచేసేవారు.

కుతుబ్‌షాహీల కాలంలో ప్రతి జిల్లాలో ఒకరిద్దరు జమీందార్లు ఉండేవారు. వీరు కుతుబ్‌షాహీల కాలంలో పన్ను వసూలు అధికారాన్ని (ఇజరా) పొందారు. వీరు మన్నె-సుల్తాన్ మొదలైన బిరుదులు, ఇతర గౌరవాలు పొంది స్థానికంగా బలవంతులయ్యారు. క్రీ.శ.1687 తరవాత వీరు దక్కన్‌లో చెలరేగిన అశాంతిని, అరాచకత్వాన్ని, మరాఠాల దాడులను ఆసరగా తీసుకొని స్వతంత్రులుగా వ్యవహరించసాగారు. వీరిలో కొందరు మొఘల్ సార్వభౌమాధికారాన్ని అంగీకరించక ఎదురు తిరిగారు. ఈ విధంగా మొఘల్ వైస్రాయ్‌కు సవాల్ విసిరిన జమీందార్లలో తెలంగాణాకు చెందిన కౌలాస్, పాల్వంచ, జటప్రోలు, నూర్‌కోయల్ జమీందార్లు ప్రముఖులు. ఇదేరకంగా తీరాంధ్రలో విజయనగరం, పెద్దాపురం, మొగల్‌తూర్, నూజివీడు, వినుకొండ, కొండవీడు ప్రధాన జమీందారీ ఎస్టేట్లు/సంస్థానాలు. బొబ్బిలిలో వెలమ జమీందార్లు బలోపేతులయ్యారు. వినుకొండలో (మల్రాజు), కొండవీడులో (మాణిక్యరావు) కుటుంబాల మధ్య శతృత్వం ఉండేది. దీన్ని అవకాశంగా తీసుకొని వాసిరెడ్డివారు చింతపల్లిని ఆక్రమించారు. తరవాత వీరు గుంటూరు సర్కారులోని కొన్ని గ్రామాలు ఆక్రమించారు. వాసిరెడ్డి జమీందార్లలో వెంకటాద్రినాయుడు సుప్రసిద్ధుడు. ఇతని కాలం నుంచే అమరావతి కేంద్రస్థానమైంది. నెల్లూర్‌లో వెంకటగిరి, చుండి, ముత్యాలపాడు జమీందార్లు బలవంతులు. రాయలసీమలో 'పాలెగాళ్లు' మొఘల్ అధికారైన రుస్తుందిక్ ఖాన్‌కు ఎదురుతిరిగారు. ఇతడు భారీ సైన్యంతో తిరగబడిన జమీందార్లను, పాలెగాండ్రను ఓడించాడు. వారు అతనితో శాంతి సంధిచేసుకొన్నారు. ఈ ఒడంబడిక ప్రకారం జమీందార్లు మొఘల్ చక్రవర్తి సార్వభౌమాధికారాన్ని అంగీకరించారు. వీరు సైన్యాలు పోషించడానికి, కోటలు కట్టుకోవడానికి, తమ పరగణలోని వ్యవసాయదారుల నుంచి నిర్ధారించిన రేటులో పన్ను వసూలు అధికారాలు పొందారు. ఈ విధంగా మొఘల్ వైస్రాయికి, జమీందార్లకు, పాలెగాళ్లకు మధ్య ఒక అంగీకారం కుదిరింది. జమీందార్లు మొఘల్ సార్వభౌమాధికారాన్ని అంగీకరించి, పరిపాలనా వ్యవహారాల్లో వారికి (మొఘల్ అధికారులకు) అన్ని రకాలుగా సహకరించారు. దీంతో క్రీ.శ.1701 నాటికి హైదరాబాద్‌లో శాంతియుత వాతావరణం నెలకొల్పబడింది.

ఇదే కాలంలో (క్రీ.శ.1689-1700) మొఘల్ వైస్రాయిలు, చక్రవర్తి ఆదేశాలమేరకు సైన్యాల పోషణకు అవసరమైన ఖర్చులు రాబట్టడానికి, కొత్త ఆదాయ మార్గాలను అన్వేషించారు. ఉదాహరణకు, మహమ్మద్ షఫీ హైదరాబాద్ దివాన్‌గా ఉన్న కాలంలో 'ఇజారా' పద్ధతిని రద్దుచేశాడు. ప్రతి జిల్లా నుంచి ప్రభుత్వానికి రావల్సిన మొత్తం శిస్తును నిర్ణయించి 'జామ్-ఇ-కమీర్' అనే చిట్టా తయారుచేయించాడు. దాని వల్ల రైతులు ప్రభుత్వానికి చెల్లించాల్సిన శిస్తు రేటు

కోస్తా రైతులపై 10 నుంచి 13 శాతం పెరిగింది. వాణిజ్య సుంకాలు, అమ్మకం పన్ను, రహదారి పన్ను, సంతపన్న మొదలైన వాటి రేట్లను పెంచారు. దీన్ని వసూలు చేయడానికి చౌదరీలను నియమించారు. హైదరాబాద్ నుంచి సాలీనా 2.20 కోట్ల ఆదాయం పెరిగింది. క్రీ.శ.1691 ప్రాంతంలో పులివెందుల (కడప జిల్లా)లో మొఘల్ అధికారులు, ఉద్యోగులు ప్రజలను హింసించగా, అక్కడి వర్తకులు పులివెందుల విడిచి వేరే ప్రాంతాలకు వలసపోయారు. వీరికి అన్ని రకాల మినహాయింపులు, ప్రత్యేక వసతులు, రక్షణ కల్పించి తమ గ్రామానికి తిరిగి రావాల్సిందిగా మహమ్మద్-జాఫర్ అనే స్థానిక అధికారి కృషిచేశాడు.

హైదరాబాద్ పరిపాలనా వ్యవహారాలు (క్రీ.శ.1700-1707)

హైదరాబాద్ సుబేదారుగా ఔరంగజేబ్ నియమించిన 'ఖాన్‌సిఫర్‌ఖాన్' క్రీ.శ.1700 లో మరణించాడు. పాదుషా హైదరాబాద్ సుబేదారుగా 'కాంబక్ష్' రాకుమారుడ్ని నియమించాడు. ఇతనికి పరిపాలనా వ్యవహారాల్లో సహకరించడానికి సిఫర్‌ఖాన్ కొడుకైన రుస్తుందిల్ ఖాన్‌ని నియమించాడు. ఔరంగజేబ్ కాంబక్ష్‌ను హైదరాబాద్, బీజాపూర్‌ల పాలకుడిగా చేయాలని తలంచాడు. కాని హైదరాబాద్‌లో క్రీ.శ.1687 నుంచి 1700 వరకు ఉన్నత పదవులు నిర్వహించి, కష్టపడిన రుస్తుందిల్‌ఖాన్ కాంబక్ష్‌తో తగాదాపడ్డాడు. ఇదే సమయంలో ఔరంగజేబ్ ఆరోగ్యం క్షీణించసాగింది. అతనికి దక్కన్ వ్యవహారాలపై పట్టుసడలింది. క్రీ.శ.1702 లో 50 వేల మరాఠాలు తారాబాయి నేతృత్వంలో హైదరాబాద్‌పై దండెత్తి, మూడు రోజులపాటు దోచుకొన్నారు. ప్రజలను నానా బాధలకు గురిచేశారు. స్వార్థపరులైన రుస్తుంఖాన్ మరాఠా సేనలతో రహస్య ఒడంబడిక చేసుకొన్నాడు. వారికి ఖజానా నుంచి ఏడు లక్షలు రహస్యంగా చెల్లించాడు. ఈ రకంగా హైదరాబాద్‌పై జరిగిన మరాఠాల దాడి, స్థానిక ముస్లింలలో ఆందోళన కలిగించింది. మరాఠీలకు స్థానిక హిందూ జమీందార్లు శత్రువులయ్యారు. వీరు మొఘల్ సైనికాధికారులను, మరాఠాలను ఎదుర్కోడంలో సహకరించారు. ఔరంగజేబ్ అస్వస్థత నుంచి కోలుకోగానే హైదరాబాద్, దక్కన్ వ్యవహారాలను చక్కదిద్దడానికి చర్యలు చేపట్టాడు. మొదట 'రిజాఖాన్'ను హైదరాబాద్ నుంచి బీదర్‌లోని 'రామగిరి' ఫౌజ్‌దారుగా బదిలీచేశాడు. రిజాఖాన్ పాద్‌షా ఆదేశాన్ని ధిక్కరించాడు. పదివేల సొంత సేనలతో హైదరాబాద్-మచిలీపట్నం మధ్య ప్రయాణించే బాటసారులు, వర్తకులపై దాడిచేసి అపార ధనాన్ని దోచుకొన్నాడు. అరాచకం సృష్టించాడు. ఒకవైపు మరాఠాల దాడులు, మరోవైపు రిజాఖాన్ దోపిడీలతో హైదరాబాద్ సుబాలో శాంతిభద్రతలు పూర్తిగా క్షీణించాయి. ఆర్థికపరిస్థితులు విషమించాయి. మొఘల్‌చక్రవర్తి సార్వభౌమత్వానికి పెద్ద సవాల్ విసిరాడు రిజాఖాన్. ఇదే కాలంలో క్రీ.శ.1701-1702 లో తీవ్ర అనావృష్టి వల్ల దుర్భిక్ష పరిస్థితులు హైదరాబాద్ సుబాలో ఏర్పడ్డాయి. ప్రజలు నానా కష్టాలపాలయ్యారు. ప్లేగువ్యాధి వ్యాపించింది. ఇరవైలక్షలమంది మరణించారని సమకాలీన ఐరోపా అకౌంట్లు తెలియచేస్తున్నాయి. క్రీ.శ.1704 నాటికి మొఘల్ సార్వభౌముడిపై హైదరాబాద్ ప్రజలు విశ్వాసం కోల్పోయారు. మరోసారి క్రీ.శ.1704 లో మరాఠీలు హైదరాబాద్ శివార్లపై దండెత్తి దోచుకొన్నారు. మరాఠీ సేనలు మచిలీపట్నంవైపు నడిచాయి. పరిస్థితిని సరిదిద్దలేని మచిలీపట్నం మొఘల్ ఫౌజ్‌దార్ పారిపోయాడు. ఇలాంటి ప్రమాదకర స్థితిలో ఈస్ట్ ఇండియా కంపెనీ సైన్యాలు అతిస్వల్ప కాలంలో తమ సైనిక శక్తితో, పక్కా ప్రణాళికతో మరాఠాల దాడి నుంచి మచిలీపట్నం ప్రజానీకాన్ని, స్థానిక వర్తకులను కాపాడింది. దీంతో మొఘల్ చక్రవర్తిపై వారికి పూర్తిగా విశ్వాసం సన్నగిల్లింది.

ఔరంగజేబ్ సేనలు గోల్కొండ రాజ్యాన్ని ఆక్రమించిన తరవాత, తెలుగు ప్రజలు మొఘల్ సామ్రాజ్యంలో అంతర్భాగమయ్యారు. క్రీ.శ.1687 నుంచి 1724 వరకు మొఘల్ వైస్రాయిలు దక్కన్‌లో అధికారం చెలాయించారు.

ఔరంగజేబ్ తన వ్యూహంలో భాగంగా, గోల్కొండ, బీజాపూర్ రాజ్యాలు వాటి గత ఔన్నత్యాన్ని సాధించకుండ ఉంచాలన్న లక్ష్యంతో కొన్ని పరిపాలన యూనిట్లను పునర్వ్యవస్థీకరించాడు. అందువల్ల అతడు తాను జయించిన బీజాపూర్, గోల్కొండ రాజ్య భూభాగాలను రెండు ప్రత్యేక రాజ్యాలను ఏర్పరచాడు. అవి 1) తెలంగాణాలో- కోస్తాంధ్ర భూభాగాలను ప్రజలను కలిగిన హైదరాబాద్-కర్ణాటక రాజ్యం, 2) రాయలసీమ ప్రాంతాలు - మిగతా భూభాగాలతో కూడిన బీజాపూర్-కర్ణాటక రాజ్యం. ఔరంగజేబ్ చేసిన ఈ కొత్త ఏర్పాట్ల వల్ల మొఘల్ ఆధీనంలోని దక్కన్‌లో ఆరు సుబాలు ఏర్పాటయ్యాయి. అవి 1) ఖాన్‌దేశ్, 2) బీరార్, 3) ఔరంగాబాద్, 4) బీదర్, 5) హైదరాబాద్, 6) బీజాపూర్. తరవాత కొంత కాలానికి హైదరాబాద్ సుబాను బాలాఘాట్ లేదా పైన్‌ఘాట్ అని వ్యవహరించారు. బాలాఘాట్ సుబాలో సిద్ధవటం, గండికోట, గుత్తి, కంభం, సర్కారులుండేవి. కొంత కాలానికి సిద్ధవటం, గండికోట, కంభంలను కలిపి 'కడప' రాజ్యం ఏర్పడింది. ఇది పఠాన్ రాజుల ఆధీనంలో ఉండేది. రెండో సుబా గుంటూరు నుంచి కోరమాండల్ తీరంలోని 'కలెమాన్' వరకు విస్తరించి ఉండేది. దీన్నే 'ఆర్కాట్ సుబా' అని పిలిచేవారు. ఆర్కాటు సుబాలోనే వెల్లోర్, జింజి, తిరుచునాపల్లిని చేర్చారు.

ఔరంగజేబ్ క్రీ.శ.1707 లో తన 99వ ఏట మరణించాడు. అతని తరవాత మొఘల్ సామ్రాజ్య సింహాసనం కోసం అతని కుమారుల మధ్య భీకర వారసత్వ యుద్ధం ఆరంభమైంది. ఔరంగజేబ్ కుమారులైన కాంబక్ష్ (దక్కన్ సుబేదార్), ఆజంషా (గుజరాత్ వైస్రాయ్), షాఆలం (కాబూల్) రాజప్రతినిధిగా ఉండేవారు. వీరందరూ సింహాసనం కోసం ఒకరితో ఒకరు తలపడ్డారు. మొదట క్రీ.శ.1708 లో ఆగ్రా సమీపంలోని 'జాజౌ' వద్ద జరిగిన యుద్ధంలో, షాఆలం ఆజంషాను ఓడించి చంపాడు. షాఆలం, బహుదూర్‌షా పేరుతో తరవాత మొఘల్ సింహాసనం అధిష్ఠించాడు. ఇదే సమయంలో హైదరాబాద్‌లో 'కాంబక్ష్' గోల్కొండ సుల్తాన్‌గా ప్రకటించుకొన్నాడు. ఈ విధంగా క్రీ.శ.1708 లో స్వతంత్ర గోల్కొండ రాజ్య పునరుద్ధరణ జరిగింది. గత కుతుబ్‌షాహీ రాజ్య ప్రాంతాలన్నీ తిరిగి ఒక పాలనలోకి వచ్చాయి. స్థానిక ప్రజలు కాంబక్ష్ పాలనలో తమ కష్టాలు తీరుతాయని ఆశపడ్డారు. కాని 'రుస్తుంఖాన్' కాంబక్ష్‌కు శత్రువుగా మారాడు. ఇతడ్ని ఢిల్లీలో మొఘల్ సింహాసనం అధిష్టించిన బహుదూర్‌షా-I ప్రోత్సహించాడు. రుస్తుం విపరీతమైన అధికార కాంక్షతో, కాంబక్ష్‌కు వ్యతిరేకంగా కుట్రలు, కుతంత్రాలు పన్నాడు. బహదూర్‌షా ఫర్మానాలు గోల్కొండలో అమలుచేసే ప్రయత్నం కాంబక్ష్ చేశాడు. చివరికి కాంబక్ష్ రుస్తుంని మోసగించి, హత్యచేస్తాడు. ఆ తరవాత రుస్తుం ఆస్తులను స్వాధీనం చేసుకొంటాడు. మచిలీపట్నంలోని ఖజానాను లూటీచేస్తాడు. హైదరాబాద్ నగర ప్రజలపై అనేక పన్నుల రేట్లను పెంచి, జిజియా పన్ను విధిస్తాడు. హైదరాబాద్ వర్తకులు అతని దుశ్చర్యలతో భీతిల్లిపోతారు. కాంబక్ష్‌పై అన్ని వర్గాలవారికి ఆగ్రహం కలుగుతుంది. మొఘల్ అధికారులు, అంతవరకు మద్దతు పలికిన జమీందార్లు పన్నులు, కప్పాలు చెల్లించడం మానేసి కాంబక్ష్ ఆజ్ఞలను ధిక్కరిస్తారు. ఈ అరాచక పరిస్థితులు దారి దోపిడీ దొంగలను దొంగతనాలకు, అరాచక పరిస్థితులు సృష్టించడానికి పురిగొల్పుతాయి. ఆ దారిదోపిడి ముఠా నాయకుల్లో ఖిలాషాపూర్ (వరంగల్) కు చెందిన సర్వాయిపాపన్న ముఖ్యుడు.

సర్వాయి పాపన్న (క్రీ.శ.1695-1710)

సర్వాయిపాపన్న కుతుబ్‌షాహీల అనంతరం, గోల్కొండ రాజ్యంలోని హైద్రాబాద్‌కు యాభై మైళ్ళ దూరాన ఈశాన్యం (నార్త్-ఈస్ట్)లో ఉన్న ఖిలాషాపూర్ (వరంగల్ జిల్లా) కేంద్రంగా క్రీ.శ. 1695-1710 మధ్య మొఘల్ వైస్రాయిల పాలన నుంచి తెలంగాణ ప్రజానీకాన్ని విముక్తి కలిగించే ప్రయత్నం చేసాడు. ఈయన పోరాటం ఆనాటి ఆధిపత్య అధికార వర్గాలకు వ్యతిరేకంగా జరిగింది. సర్వాయి పాపన్న స్వంత ఊరు 'తారికొండ'. ఈ గ్రామం వరంగల్‌కు నైరుతి దిశన 25 మైళ్ళదూరంలో కలదు. పాపన్న కల్లు గీత లేదా గౌండ్ల కులానికి చెందినవాడు. ఆయనకు కేవలం కులవృత్తిని మాత్రమే చేపట్టాలనే ఆకాంక్షలేదు. తెలుగు జానపద సాహిత్యంలో పేర్కొన్నట్లు ఆయన తల్లిని ఉద్దేశించి ఈ విధంగా అన్నాడు. 'తాటి చెట్లకు కల్లు కుండలు కట్టడం, దించడం, వాటిలో వాటా పొందడం నాకు రుచింపవు. నా హస్తం గోల్కొండ కోట గోడపై పడాలి.' (ఎ సోషల్ హిస్టరీ ఆఫ్ ది దెక్కన్, రిచర్డ్, యం. ఈటన్, కేంబ్రిడ్జి, 2005, పుట - 160). దీన్ని బట్టి సర్వాయి పాపన్నకు చిన్నతనం నుంచే రాజ్యాధికార కాంక్ష ఉందని తెలుస్తుంది. అదే విధంగా 20వ శతాబ్దం ప్రథమార్ధానికి చెందిన మరో తెలుగు చరణం (ఇబిద్, పుట. 160) 'పాపన్న దృష్టిలో కల్లుగీసే వ్యక్తి శ్రమకు ప్రతిరూపమనీ, నాయకత్వ లక్షణాలు, ఉన్న వనరుల వినియోగం ఆయనకు బాగా తెలుసునని, అట్టివాడే గోల్కొండ కోటను ఆక్రమించడానికి, రాజ్యమేలడానికి, వివిధ కులాల నాయకుడిగా ఎదగడానికి అన్ని విధాల అర్హుడని పేర్కొంటుంది. సర్వాయి పాపన్న జీవిత విశేషాలు, ఆయన గోల్కొండ పతనానంతరం మొఘల్ పాలనాకాలంలో చేపట్టిన పోరాటాల విశేషాలు, చారిత్రక, జానపద, మౌఖిక సాహిత్యాల్లో తెలుపబడింది. ఔరంగజేబ్ సమకాలికుడైన 'ఖాఫీఖాన్' రచన 'ముంతకాబ్-ఉల్-లుబబ్' కూడా సర్వాయి పాపన్న గురించి కొంత విలువైన సమాచారాన్ని అందిస్తుంది.

గోల్కొండ రాజ్యాన్ని మొఘల్ సైన్యాలు ఆక్రమించిన కొంతకాలానికి పాపన్న కార్యకలాపాలు ప్రారంభమైనాయి. 'తారికొండ'లో పాపన్న ఒక చిన్న కోటను నిర్మించుకున్నాడు. మొఘల్ చక్రవర్తికి అండగా నిల్చిన ఫౌజుదార్లను, జమీందార్లను ఆయన ఎదిరించాడు. ఈ క్రమంలోనే సర్వాయి పాపన్న కౌలాస్ జమీందారైన వెంకటరావు వద్ద కొంతకాలం తన అనుచరులతో కలిసి సైన్యంలో పనిచేసాడు. తర్వాత మళ్ళీ తన కేంద్రమైన షాపూర్‌కు తిరిగి వచ్చాడు. కౌలాస్ జమీందార్ సైన్యాలు పాపన్నపై దండెత్తి బంధిస్తాయి. కాని ఆ తర్వాత జమీందార్ పాపన్నను, అతని అనుచరులను విడుదల చేస్తాడు. క్రీ.శ. 1701 నాటికి జమీందార్ వెంకటరావ్, ఔరంగజేబ్ చక్రవర్తి సామంతరికాన్ని అంగీకరించి, తన సేనలను అప్పగిస్తాడు. మొఘల్ చక్రవర్తి సైన్యంలో 'మన్సబ్‌దార్' హోదా పొందాడు. మొఘల్ సైన్యంలో చేరిన మొదటి తెలుగు జమీందార్ వెంకటరావ్. ఇలాంటి పరిస్థితుల్లో సర్వాయిపాపన్నను అణచివేయడానికి ఔరంగజేబ్ కొలనుపాక ఫౌజ్‌దారైన 'ఖాసీంఖాన్'ను నియమించాడు. సర్వాయి పాపన్న సైన్యాలకు, ఖాసీంఖాన్ సైన్యాలకు కొలనుపాకలో

జరిగిన పోరాటంలో పాపన్న సైన్యాల చేతిలో మొఘల్ ఫౌజ్‌దార్ ప్రాణాలు కోల్పోయినాడు. ఈ విధంగా తెలంగాణలో పాపన్న మొఘల్ సార్వభౌమాధికారానికి పెద్ద సవాల్‌గా మారినాడు.

క్రీ.శ. 1702లో హైద్రాబాద్ సుబా డిప్యూటి గవర్నర్ 'రుస్తుందిల్ ఖాన్' భారీ సైన్యంతో పాపన్నపై దండెత్తినాడు. పాపన్న, అతని ముఖ్య అనుచరుడైన 'సర్వడు' తప్పించుకున్నారు. రుస్తుందిల్‌ఖాన్ దాడి సందర్భంగా పాపన్న కోట కొంతమేరకు ధ్వంసమైంది. కాని సంపూర్ణ విజయం మొఘల్ అధికారికి దక్కలేదు. రుస్తుందిల్‌ఖాన్ హైద్రాబాద్ వెనుదిరిగిన తరవాత, పాపన్న తన అనుచరులతో ఖిలాషాపూర్ చేరుకొని, పాతకోట స్థానంలో రాతికోటను నిర్మించాడు. పాపన్నకు ఈ కార్యంలో 'సర్వడు', పుర్ధిల్‌ఖాన్‌లు సహకరించారు. కొంతకాలానికి వీరిద్దరి మధ్య శత్రుత్వం ఏర్పడి ఇద్దరూ మరణించారు. దీనితో తెలంగాణ ప్రాంతంలో మొగల్ అధికారాన్ని సవాల్ చేసే ఏకైక వీరునిగా సర్వాయిపాపన్న గుర్తింపు పొందాడు. క్రీ.శ. 1706 ప్రాంతంలో మరోసారి, రుస్తుందిల్‌ఖాన్ సర్వాయి పాపన్నను అణచివేయడానికి ప్రయత్నించి విఫలమైనాడు. ఔరంగజేబ్ మరణానంతరం (1707, ఫిబ్రవరి) అతని కుమారుల మధ్య వారసత్వ యుద్ధం మొదలైంది. దీన్నే సరైన అదనుగా భావించిన సర్వాయి పాపన్న క్రీ.శ. 1708, ఏప్రిల్‌లో వరంగల్ కోటను, జూన్, 1708న భువనగిరి కోటను ఆక్రమించుకున్నాడు. ఈ కాలంలో ఖిలాషాపూర్ పరిసరాల్లో వ్యవసాయాన్ని భారీ ఎత్తున ప్రోత్సహించాడు. దీనివల్ల అతని ఖజానాకు భారీ ఆదాయం చేకూరింది.

క్రీ.శ. 1709 జనవరి నాటికి హైద్రాబాద్ నగరం ఢిల్లీ మొగల్ రాజకీయాలకు కేంద్రమైంది. కాంబక్ష్, మొదటి బహదూర్‌షాకు మధ్య మొగల్ సింహాసనానికై జరిగిన పోరాటంలో, కాంబక్ష్ ఓడి, ప్రాణాలు కోల్పోగా, మొదటి బహదూర్‌షా మొగల్ సింహాసనమధిష్టించాడు. అతడు జనవరి, 1709లో హైద్రాబాద్‌లో ప్రజాదర్బార్ నిర్వహించి, ఈ దర్బారుకు అనేక మంది జమీందార్లతో పాటు, చక్రవర్తి సర్వాయి పాపన్నను కూడా ఆహ్వానించాడు. చక్రవర్తి సర్వాయి పాపన్నను ఒక రాజుగా గౌరవించి 'రోబ్ ఆఫ్ హానర్' బహూకరించాడు. పాపన్న మొగల్ చక్రవర్తికి భారీ మొత్తంలో నగదు బహూకరించాడు.

హైద్రాబాద్‌లో మొగల్ చక్రవర్తి, సర్వాయి పాపన్నను సత్కరించిన తీరు, స్థానిక ఉన్నత శ్రేణికి చెందిన 'షాఇనాయత్' వంటి ముస్లిం ప్రముఖులు జీర్ణించుకోలేక పోయారు. వారు మొగల్ చక్రవర్తికి పాపన్నపై ఫిర్యాదు చేసారు. చివరికి మొదటి బహదూర్‌షా, పాపన్నను శిక్షించాల్సిందిగా హైద్రాబాద్ కొత్త గవర్నరైన 'యూసుఫ్‌ఖాన్'ను ఆదేశించాడు. కాని హైద్రాబాద్ గవర్నర్ ఈ బాధ్యతను తన సేనాధిపతియైన 'దిలావర్‌ఖాన్' కు అప్పగించాడని (రిచర్ట్. యం. ఈటన్, పుట167) సమకాలీన చరిత్రకారుడైన ఖాఫీఖాన్ పేర్కొన్నాడు. క్రీ.శ. 1709 తరవాత సర్వాయి పాపన్న సైన్యాలకు, దిలావర్‌ఖాన్ సైన్యాలకు పోరు జరిగింది. ఈ యుద్ధంలో పాపన్న సైన్యాలు, కోట నష్టపోయాయి. ఇలాంటి పరిస్థితుల్లో సర్వాయి పాపన్న ఖిలాషాపూర్ వదిలి, కొద్ది మంది మిగిలిన అనుచరులతో తన స్వస్థలమైన తారికొండకు చేరుకున్నాడు. చివరికి క్రీ.శ. 1710లో దిలావర్‌ఖాన్ సైన్యంతో వీరోచితంగా పోరాడి సర్వాయి పాపన్న ప్రాణాలు కోల్పోయాడు.

సర్వాయి పాపన్న వీరోచిత పోరాటం, అతడు చేపట్టిన కొన్ని నిర్మాణాత్మక కార్యక్రమాలను మేధావులు విశ్లేషించారు. వారి విశ్లేషణ ప్రకారం పాపన్న కార్యక్రమాలు సమసమాజస్థాపన, కులవ్యవస్థ ధిక్కరణ, రైతాంగ రక్షణ మొదలైన అంశాల చుట్టూ కేంద్రీకృతమైనాయి. అతని సైన్యంలో హిందూ - ముస్లిం, ఆటవిక తెగలవారు ఉన్నారని జానపద సాహిత్యం తెలియచేస్తుంది. వారిలో హసన్, హుస్సేన్, ఇమాం, ఫీర్, కోత్వాల్‌మీర్ సాహెబ్, హనుమంతు సర్వన్న, మానన్న, గోవిందు, వెంకన్న , చిట్టెల, పెరుమల్లు, పాసెల్ మొదలైన అణగారిన, అట్టడుగు వారు ఉన్నారు. వీరితోపాటు వ్యవసాయదారులు, వ్యవసాయ కూలీలు కూడా పాపన్నకు మద్దతు ప్రకటించారు. పాపన్న నిర్మించిన సైన్యంలో బహుజన వర్గాల ప్రాతినిధ్యం ఉందని తెలుస్తుంది. (ఇబిడ్, పుట. 171).

దక్కన్‌లో మొఘల్ అధికారులు, వారి కార్యకలాపాలు-విజయాలు (క్రీ.శ.1713-1724)

ఔరంగజేబ్ మరణానంతరం ఢిల్లీ పాదుషాగా అతని పెద్ద కొడుకైన బహదూర్‌షా అధికారం చేపట్టాడు. అతడు క్రీ.శ.1707 నుంచి క్రీ.శ.1713 వరకు పరిపాలించాడు. ఇతని తరవాత మొఘల్ సింహాసనాన్ని బహదూర్‌షా (ఏడాదికి తక్కువ కాలం), ఆ తరవాత ఫరూక్‌సియర్ (క్రీ.శ. 1713-1719) అధిష్టించి పాలించారు. ముఖ్యంగా ఫరూక్‌సియర్ కాలంలో దక్కన్ సుబా, హైదరాబాద్ పరిపాలన బాధ్యతలను ఇద్దరు సమర్ధవంతులైన సర్దార్లు నిర్వహించారు. వీరే ముబ్రేజ్‌ఖాన్, మీర్‌ఖమురుద్దీన్ - చిన్‌కిలిచ్‌ఖాన్‌లు. వీరిద్దరిలో ఒకడైన ముబ్రేజ్‌ఖాన్‌ను ఫరూక్‌సియర్ హైదరాబాద్ గవర్నర్‌గా జూన్, 1713 లో నియమించాడు. ఇతడికి క్రీ.శ.1713 ముందే ఈ తురానీ జాతికిచెందిన ముబ్రేజ్‌ఖాన్ (ఖ్వాజీ మహమ్మద్) వివిధ చిన్నస్థాయి ఉద్యోగాలు నిర్వహించి ఔరంగజేబ్ కాలంనాటికి ఉన్నత హోదాకు ఎదిగాడు. కాంబక్ష్ ఇతడ్ని తన 'బక్షీ' (పేమాస్టర్, మిలిటరీ ఇన్‌స్పెక్టర్) గా నియమించాడు.

హైదరాబాద్ గవర్నర్‌గా 'ముబ్రేజ్‌ఖాన్' తన గత అనుభవాన్ని, శక్తి సామర్థ్యాలను ఉపయోగించి, వివిధ శత్రువుల దాడుల నుంచి రక్షించి హైదరాబాద్ ప్రజలకు శాంతిభద్రతను ప్రసాదించాడు. ఫరూక్‌సియర్ చక్రవర్తి గతంలో హైదరాబాద్ గవర్నర్‌గా పనిచేసిన వారి కంటే విశేష అధికారాలు, మినహాయింపులు ముబ్రేజ్‌ఖాన్‌కు అప్పగించాడు. ముఖ్యంగా హైదరాబాద్ గవర్నర్ పదవితోపాటు కోస్తా జిల్లాలపై పరిపాలన, పన్ను వసూలు మొదలైన అధికారాలు ముబ్రేజ్‌ఖాన్ పాదుషా నుంచి పొందాడు. ఈ విధంగా మచిలీపట్నం, నిజాం పట్నం, సికాకోల్, ఏలూరు, రాజమండ్రి, కొండపల్లి, ఖమ్మంమెట్, వజ్రాల గనులు మొదలైన ప్రాంతాలపై ముబ్రేజ్‌ఖాన్ అధికారాలు పొందాడు. ఇదే విధంగా కోస్తాంధ్రా మొఘల్ అధికారుల్లో బలపడుతున్న స్వతంత్ర పిపాసను అణచివేయాలన్న లక్ష్యంతో, ఫరూక్‌సియర్ మరో విశేష ఫర్మానా ద్వారా అంతవరకు సికాకోల్ ఫౌజ్‌దార్, అమీన్‌గా పనిచేసిన 'అబీద్‌ఖాన్' అధికారాలు రద్దుచేసి, ఆ బాధ్యతలు కూడా ముబ్రేజ్‌ఖాన్‌కే అప్పగించాడు. మచలీపట్నం, మెదక్ కోట మొదలైనవాటిపై ఇతడే సర్వాధికారి అయ్యాడు. ఈ పరిణామాలు అబీద్‌ఖాన్‌ను చక్రవర్తి ఆజ్ఞలను ధిక్కరించి, ముబ్రేజ్‌కు వ్యతిరేకంగా తిరుగుబాటు చేసేందుకు ప్రోత్సహించాయి. ముబ్రేజ్‌ఖాన్ తన సేనలతో, అనుచరులతో హైదరాబాద్ చేరకముందే 'అబీద్‌ఖాన్' తన కుటుంబాన్ని గండికోటకు పంపించి కాపాడుకొన్నాడు. తాను అపార ధనరాశులతో గండికోటకు వెళ్ళి శరణుపొందాడు.

ఇదే సరైన అవకాశంగా భావించిన ముబ్రేజ్‌ఖాన్ తన అల్లుడైన 'తాలా-ఉల్లా-ఖాన్'ను పంపి గతంలో అబీద్‌ఖాన్ ఆధీనంలో ఉన్న ప్రాంతాలన్నింటిని ఆక్రమించాడు. అబీద్‌ఖాన్‌ను పూర్తిగా అణచివేయడానికి ముబ్రేజ్ సేనలు చేసిన దాడులు పూర్తిగా సఫలీకృతం కాలేదు.

మరాఠాలపై ముబ్రేజ్ తొలి విజయం (క్రీ.శ.1714)

హైదరాబాద్ గవర్నర్‌గా ముబ్రేజ్‌ఖాన్ బాధ్యతలు చేపట్టిన కొంత కాలానికే మరాఠాలు 'కృష్ణమల్‌హర్' నేతృత్వంలో హైదరాబాద్‌పై దాడి చేశారు. ముబ్రేజ్ సేనలు మరాఠా సేనలను హైదరాబాద్ సరిహద్దులో జరిగిన భీకర యుద్ధంలో ఓడించాయి. సుమారుగా 150 మంది మరాఠా సైనికులు మరణించగా మరో 100 మంది సైనికులు గాయాలపాలయ్యారు (మొఘల్ అడ్మినిస్ట్రేషన్ ఇన్ గోల్కొండ, J.F.రిచర్డ్స్, పుట.268,269). మరాఠా సేనాధిపతి కృష్ణమల్‌హర్ ప్రాణాలతో తప్పించుకొన్నాడు. ఈ దాడి కాలంలోనే ముబ్రేజ్ సైన్యాలు ఎల్లందల్ కోటను వెంకటనాయణ్ని ఓడించి ఆక్రమించాయి. చెంగపెట్టా కోటను ఆక్రమించడంలో ముబ్రేజ్, అతని సేనలు చాకచక్యంగా, వీరోచితంగా పోరాడి విజయం సాధించాయి. ఈ కోట పేరును ముబ్రేజ్ మొఘల్ చక్రవర్తి గౌరవార్థం ఫారూఖ్‌నగర్ అని పెట్టాడు. ఇదే తరహాలో పాన్‌గల్ జిల్లాలోని 'గోపాల్ పేటను' వెంకటనాయకుడి సోదరుణ్ని ఓడించి ఆక్రమించాయి. ఈ విజయాలు మొఘల్ సార్వభౌమాధికారాన్ని దక్కన్‌లో బలోపేతం చేశాయి.

ముబ్రేజ్‌ఖాన్ కోస్తాంధ్రలోని తెలుగు రెడ్డి, వెలమ, కమ్మ జమీందార్లను, రాజులను మొఘల్ సార్వభౌమాధికారాన్ని అంగీకరించేలా కృషిచేశాడు. వారి నుంచి పన్ను, కప్పం బకాయిలను వసూలు చేశారు. స్థానిక అధికారులను అదుపులో పెట్టారు. ఈ ప్రయత్నంలో భాగంగా క్రీ.శ.1714 లో నూజివీడు, ఏలూరు జమీందార్లు అయిన 'మకా అప్పారావు', కొలదిండల్ రంగారావులను తన వద్దకు (విజయవాడకు) పిలిపించి చెల్లించాల్సిన అన్ని పాత బకాయిలను వెంటనే చెల్లించాలనీ, మొఘల్ చక్రవర్తి సార్వభౌమాధికారాన్ని అంగీకరించాలని ఆదేశించాడు. చివరికి తన శక్తియుక్తులు ప్రయోగించి, ఈ జమీందార్లపై ముబ్రేజ్‌ఖాన్ తన ఆధిపత్యాన్ని నెలకొల్పాడు. క్రీ.శ.1715 లో దివాన్ ముహమ్మద్‌జాఫర్ జమీందార్లతో కలిసి తన హోదాను, అధికారాలను రక్షించుకోవడానికై హైదరాబాద్ గవర్నర్‌తో పోటీకి దిగాడు. ఈ ప్రయత్నాన్ని కూడా ముబ్రేజ్‌ఖాన్ అణచివేశాడు. జమీందార్ల ఓడలను, వ్యాపారాన్ని నిజాం ఉల్‌ముల్క్ (దక్కన్ సుబేదార్) ఆదేశాల ప్రకారం బంధించి వారిని లొంగదీశాడు. కొండవీడులో తులారామ్ స్వతంత్రుడిగా పాలించడానికి కృషిచేయగా అతడ్ని ఓడించి తన ఆధిపత్యం నెలకొల్పాడు ముబ్రేజ్‌ఖాన్ (సెప్టెంబర్, 1714).

ముబ్రేజ్‌ఖాన్ - హుస్సేన్ అలీఖాన్ మధ్య ఒడంబడిక (క్రీ.శ.1715)

క్రీ.శ.1714-1715 మధ్య కాలంలో ఢిల్లీలో మొఘల్ అంతఃపుర, దర్బారు రాజకీయాల్లో అనేక పరిణామాలు చోటుచేసుకొన్నాయి. బహదూర్‌షా మరణానంతరం హసన్‌అలీ, హుస్సేన్ అలీ అనే సయ్యద్ సోదరులు కింగ్‌మేకర్స్‌గా అవతారం ఎత్తారు. జహందర్‌షా 'సయ్యద్ సోదరు'ల ఒత్తిడితో దావూద్‌ఖాన్ ఫన్నీని దక్కన్ సుబేదార్ పదవి నుంచి

తొలిగించి, అతని స్థానంలో తురానీ నాయకుడైన నిజాం-ఉల్-ముల్క్ (మీర్‌ఖమ్రుద్దీన్)ను దక్కన్‌లోని ఆరు సుబాలపై అధిపతిగా (సుబేదార్‌గా) నియమించాడు (క్రీ.శ.1713). కాని క్రీ.శ.1715 మే నెలలో నిజాం-ఉల్-ముల్క్‌ను మొఘల్ చక్రవర్తి సయ్యద్ సోదరులు బలవంతం చేయగా, అతనిని దక్కన్ సుబేదార్ పదవి నుంచి తొలగించాడు. అతని స్థానంలో 'హుస్సేన్‌అలీఖాన్' (సయ్యద్ సోదరుల్లో ఒకడు, ఫరూక్‌సియర్‌ను సింహాసనంపై అధిష్టింపచేసిన వాడు) ను దక్కన్ సుబేదార్‌గా నియమించాడు. దీంతో దక్కన్, హైదరాబాద్‌లు రాజకీయ కుట్రలకు, యుద్ధాలకు కేంద్రమయింది. ముబ్రేజ్‌ఖాన్-హుస్సేన్-అలీఖాన్‌ల మధ్య ఆధిపత్య పోరు ఏడాదిపాటు కొనసాగింది. చివరికి, ముబ్రేజ్‌ఖాన్ హుస్సేన్ అలీకి భారీగా ధనరాశులు చెల్లించి, తన కుమారునికి గోల్కొండ కోట పాలనాధికారాలు పొందేలా చేశాడు.

ముబ్రేజ్‌ఖాన్ క్రీ.శ.1717-18 లో కోస్తాంధ్రాపై దండెత్తి తన అధికారాన్ని నెలకొల్పాడు. ఇదే విధంగా క్రీ.శ.1718-20 మధ్య కాలంలో మరాఠాలతో పోరాడాడు. క్రీ.శ.1718 లో మరాఠా సేనల చేతిలో ఓడిన ముబ్రేజ్‌ఖాన్ వారికి 'చేత్' పన్ను చెల్లించడానికి అంగీకరించి సంధిచేసుకొన్నాడు. క్రీ.శ.1724 లో నిజాం-ఉల్-ముల్క్ సేనలతో బీరార్‌లోని ఔరంగాబాద్‌కు 80 మైళ్ళ దూరంలో గల షకర్‌ఖేడా వద్ద జరిగిన యుద్ధంలో ముబ్రేజ్, మొఘల్ సేనలు నిజాం-ఉల్-ముల్క్ సేనత చేతిలో పరాజయం పొందాయి, ముబ్రేజ్‌ఖాన్ యుద్ధంలో ప్రాణాలు కోల్పోయాడు.

మీర్‌ఖమ్రుద్దీన్ - దక్కన్ వ్యవహారాల్లో అతని పాత్ర (క్రీ.శ.1713-1724)

భారతదేశ చరిత్రను విశేషంగా ప్రభావితం చేసిన సంఘటనల్లో క్రీ.శ.1724 లో స్వతంత్ర హైదరాబాద్ రాజ్యస్థాపన ఒకటి. ఈ రాజ్యాన్ని స్థాపించింది మీర్‌ఖమ్రుద్దీన్-చిల్-కిలిచ్‌ఖాన్. ఇతడే చరిత్ర పుటల్లో నిజాం-ఉల్-ముల్క్ ఆసఫ్‌జా లేదా మొదటి నిజాంగా ఖ్యాతిగడించాడు. ఇతడు, ఇతని వారసులు క్రీ.శ.1724 నుంచి క్రీ.శ.1948 వరకు నేటి తెలంగాణా ప్రాంతాన్ని, ఆంధ్ర, రాయలసీమ ప్రాంతాల్లో కొన్నింటిని పరిపాలించారు.

నిజాం-ఉల్-ముల్క్ పూర్వీకుల స్వస్థలం మధ్య ఆసియాలోని సమర్‌ఖండ ప్రాంతంలోని బాలాపూర్ గ్రామం. ఇతని పూర్వీకులు తాము మొదటి ఖలీఫా అబుబకర్ వారసులమని చెప్పుకొన్నారు. వీరి కుటుంబంలో మొదటి తరం వ్యక్తి 'ఖ్వాజీ-అబిద్-బుజారో' రాజ్యం నుంచి మొఘల్ చక్రవర్తి పరిపాలనా కాలం చివరి రోజుల్లో భారతదేశానికి వలసవచ్చి షాజహాన్ దర్బార్‌లో చేరాడు. విశ్వాసపాత్రునిగా షాజహాన్ సేవచేసి అభిమానం పొందాడు. వారసత్వ యుద్ధంలో ఔరంగజేబ్ విజయం సాధించిన తరవాత ఖ్వాజా-అబిద్ ఔరంగజేబ్ కొలువులో చేరాడు. ఇతడు క్రీ.శ.1687 లో ఔరంగజేబ్ సైన్యం గోల్కొండ ఆక్రమణ సందర్భంగా ప్రాణాలు కోల్పోయాడు. ఇతని ఐదుగురు కుమారుల్లో ఒకడైన షిహాబుద్దీన్ క్రీ.శ.1669 లో ఔరంగజేబ్ కాలంలో సమర్ఖండ్ నుంచి వచ్చి మొఘల్ చక్రవర్తి కొలువులో చేరాడు. మొఘల్ సేనల తరపున రాజపుత్రులతో జరిగిన యుద్ధాల్లో పాల్గొని, ఔరంగజేబ్ అభిమానం పొందాడు. పాదుషా అతడ్ని ఘాజీ ఉద్దీన్, ఫిరోజ్‌జంగ్ మొదలైన బిరుదులు ఇచ్చి గౌరవించాడు. ఇతడి భార్య సఫియాఖానమ్. ఈమె సాదుల్లాఖాన్ (షాజహాన్ మంత్రిగా పనిచేశాడు) కూతురు. వీరికి క్రీ.శ.1671 లో జన్మించిన ఏకైక కుమారుడే కమ్రుద్దీన్.

ఇతడు తండ్రితో అనేక యుద్ధాల్లో పాల్గొన్నాడు. క్రీ.శ.1691 లో 'ఆదోని' దుర్గాన్ని మొఘల్ సేనలు ఆక్రమించినప్పుడు కమ్రుద్దీన్ ప్రదర్శించిన ధైర్యసాహసాలకు సంతసించిన ఔరంగజేబ్ అతనికి 'చిన్‌కిలిచ్‌ఖాన్' బిరుదిచ్చి గౌరవించాడు. తన శక్తి సామర్థ్యాలతో, తెలివితేటలతో ఔరంగజేబ్ కాలంలో ఢిల్లీలోని మొఘల్ దర్బారులో 'తురానీ' వర్గానికి నాయకుడయ్యాడు. ఇతని ప్రత్యర్థి జులిఫిఖార్ ఖాన్. క్రీ.శ.1700-1707 మధ్య కాలంలో ఔరంగజేబ్ ప్రధానమంత్రిగా పనిచేసిన అసద్‌ఖాన్ జులిఫిఖార్ ఖాన్ తండ్రి. తండ్రి, కొడుకుల ఆధిపత్యం మొఘల్ దర్బారులో చాలా కాలం కొనసాగింది. ఈ కాలం (క్రీ.శ.1700-1707) లో కమ్రుద్దీన్ 'బీజాపూర్' గవర్నర్‌గా పనిచేశాడు. ఔరంగజేబ్ మరణానంతరం చెలరేగిన వారసత్వ యుద్ధంలో కమ్రుద్దీన్ తటస్థవైఖరి అవలంబించాడు. వారసత్వ యుద్ధం తరవాత విజేతగా నిల్చిన మొదటి బహదూర్‌షా క్రీ.శ.1708 లో దక్కన్ సుబేదార్‌గా జులిఫిఖార్‌ఖాన్‌ను నియమించాడు. ఈ పదవిలో క్రీ.శ.1713 లో మొఘల్ చక్రవర్తి ఫరూక్‌సియర్ చేతిలో చంపబడేవరకు కొనసాగాడు.

మొదటి బహదూర్‌షా కమ్రుద్దీన్‌ను క్రీ.శ.1707 డిసెంబర్‌లో అవధ్ రాజప్రతినిధిగాను, గోరఖ్‌పూర్ ఫౌజ్‌దారుగాను నియమించాడు. ఆ తరవాత కమ్రుద్దీన్ జులిఫిఖార్‌ఖాన్ ప్రాబల్యం మొఘల్ దర్బారులో బలపడటం చూసి, కొంత కాలం అన్ని రకాల పదవుల నుంచి దూరంగా ఉన్నాడు. మొఘల్ చక్రవర్తి ఫరూక్‌సియర్ క్రీ.శ.1713, మే నెలలో మీర్‌కమ్రుద్దీన్-చిల్-ఖిలిచ్‌ను దక్కన్ సుబేదార్‌గా నియమించాడు. ఇదే విధంగా మొఘల్ చక్రవర్తి హైదరాబాద్ గవర్నర్‌గా ఖ్వాజామహమ్మద్ (ముబ్రేజ్‌ఖాన్)ను నియమించాడు. కమ్రుద్దీన్, ముబ్రేజ్‌ఖాన్‌లు దక్కన్ చేరేనాటికి ఇక్కడ రాజకీయ అశాంతి, ఆర్థిక అశాంతి, జమీందార్ల తిరుగుబాట్లు, నిర్వీర్య సైన్యం ఉన్నాయి. వీరిద్దరూ ఈ క్లిష్ట పరిస్థితులను చక్కదిద్ది మొఘల్ చక్రవర్తి సార్వభౌమాధికారాన్ని దక్కన్‌పై శాశ్వత ప్రాతిపదికపై నెలకొల్పడానికి కృషిచేసి విజయం సాధించారు.

దక్కన్ సుబేదార్‌గా మరాఠాల ఆగడాల నుంచి ప్రజలకు శాంతిచేకూర్చడానికి కమ్రుద్దీన్ కృషిచేశాడు. మరాఠాలో 'సాహు' (సతారా) తారాబాయి (కొల్హాపూర్) ల మధ్య చెలరేగిన అంతర్యుద్ధం ఆసరగా తీసుకొని, వారికి గతంలో మొఘల్ సుబేదార్ చెల్లించే చౌత్, సర్దేశ్‌ముఖీ పన్నులను చెల్లించడం మానేశారు. దక్కన్ సుబాలోని అన్ని ప్రధాన పట్టణాల్లో తన సైనిక శిబిరాలను ఏర్పాటుచేశాడు. ఈ పనుల్లో దివాన్ రియాసత్‌ఖాన్ కమ్రుద్దీన్‌కు అండగా నిలిచాడు. కేంద్ర ప్రభుత్వ ప్రమేయం లేకుండా తన సొంతగా పరిపాలన చేయాలన్నది ఇతడి లక్ష్యం.

క్రీ.శ.1715-1720 మధ్య కాలంలో కమ్రుద్దీన్ తీవ్రమైన సవాళ్లు ఎదుర్కొన్నాడు. ఢిల్లీలో సయ్యద్ సోదరుల మాటలు విని మొఘల్ చక్రవర్తి క్రీ.శ.1715 లో కమ్రుద్దీన్‌ను దక్కన్ సుబేదార్ పదవి నుంచి తొలగించి, మురాదాబాద్‌కు బదిలీచేశాడు. దక్కన్ సుబేదార్‌గా సయ్యద్ సోదరుల్లో ఒకడైన హుస్సేన్ అలీని నియమించాడు. ఇతడు మరాఠా పీష్వా బాలాజీ విశ్వనాథ్‌తో ఒక ఒడంబడిక చేసుకొని, మరాఠాలకు చౌత్, సర్దేశ్‌ముఖీ పన్నులు వసూలు చేసుకొనే అధికారం ఇచ్చాడు. దీనికి బదులుగా ఛత్రపతిసాహు 15 వేల మరాఠా అశ్వికదళాన్ని సయ్యద్ సోదరులకు అప్పగించాడు. దీంతో మొఘల్ చక్రవర్తికి వ్యతిరేకంగా మరాఠాలు, హుస్సేన్ అలీ పోటీ ప్రభుత్వాన్ని ఏర్పాటుచేశారు. ఈ పరిస్థితులు

హైదరాబాద్ గవర్నర్‌గా పనిచేస్తున్న ముబ్రేజ్‌ఖాన్‌కు తీవ్ర అసంతృప్తిని, అవమానాన్ని మిగిల్చాయి. గత్యంతరంలేక ముబ్రేజ్‌ఖాన్ ప్రతిఘటించినా లాభం లేకుండాపోయింది. క్రీ.శ.1718 లో మరాఠా సేనలు గోల్కొండను ముట్టడించాయి. చౌత్ చెల్లించి ఓటమి అంగీకరించాడు.

ఢిల్లీలో సయ్యద్ సోదరుల నిరంకుశత్వం వల్ల మొఘల్ చక్రవర్తి ఫరూక్‌సియర్ బలహీనుడయ్యాడు. అతడు వారి ఆధిపత్యాన్ని అంతం చేయాలన్న లక్ష్యంతో వ్యూహరచన చేశాడు. దీన్ని పసిగట్టిన హసన్ అలీ, దక్కన్ సుబేదార్‌గా పనిచేస్తున్న తన సోదరుడ్ని వెంటనే ఢిల్లీ రావలసిందిగా కోరాడు. ఈ పరిస్థితిలో హుస్సేన్ అలీ తన కుమారుడైన ఆలం అలీఖాన్‌ను తన ప్రతినిధిగా ఔరంగాబాద్‌లో నియమించి ఢిల్లీ వెళ్లాడు. ఆ తరవాత స్వల్పకాల వ్యవధిలోనే సయ్యద్ సోదరులు ఫరూక్‌సియర్‌ను మొఘల్ చక్రవర్తి పదవి నుంచి బర్తరఫ్‌చేసి, అతని స్థానంలో బలహీనులైన రఫీఉద్‌దరజాను, ఆ తరవాత కొంత కాలానికే రఫీఉద్దౌలాను పాదుషాలుగా నియమించి తమ ఆధిపత్యాన్ని కొనసాగించారు. చివరకు క్రీ.శ.1719 లో మహమ్మద్‌షాను ఢిల్లీ సింహాసనంపై కూర్చోబెట్టారు. ఈ రాజకీయాలను తురానీ నాయకుడైన మీర్‌కమ్రుద్దీన్ జాగ్రత్తగా గమనించాడు. సయ్యద్ సోదరులు అతని సహాయాన్ని కోరగా నిరాకరించాడు. క్రీ.శ.1719 లోనే నిజాం ఉల్-ముల్క్‌ను మాళ్వా సుబేదార్‌గా నియమించేట్లు సయ్యద్ సోదరులు పాదుషాను ప్రభావితంచేశారు. సయ్యద్ సోదరుల అధికార దాహాన్ని, కుట్రలను గ్రహించిన నిజాం-ఉల్-ముల్క్ మాళ్వాలో ఉండగానే ఏ విధంగా అయినా వారిని ఎదిరించాలనీ భావించాడు. దీనిలో భాగంగా సయ్యద్ సోదరుల శత్రువులను, అసమ్మతిదారులను చేరదీశాడు. ఈ పరిణామాలను గ్రహించిన సయ్యద్ సోదరులు పాదుషా మహమ్మద్‌షాను ఒప్పించి క్రీ.శ.1720, మే నెలలో మాళ్వా సుబాదార్ పదవి నుంచి నిజాం-ఉల్-ముల్క్‌ను తొలగింపచేశారు. ఈ చర్య నిజాం-ఉల్-ముల్క్ సయ్యద్ సోదరులపై వారి మద్దతుదారులపై ప్రత్యక్ష తిరుగుబాటుకు ప్రోత్సహించింది. ఆయుధం చేతపట్టి తన భవిష్యత్‌ను, తన మద్దతుదార్ల భవిష్యత్‌ను తీర్చిదిద్దాలనే దృఢ నిశ్చయంతో నిజాం-ఉల్-ముల్క్ దాడికి సిద్ధమయ్యాడు. క్రీ.శ.1720, మే నెలలోనే అసేర్‌గఢ్ దుర్గాన్ని, బుర్హాన్ పూర్‌లను ఆక్రమించి మొఘల్ అధికారాన్ని సవాల్‌చేశాడు. సయ్యద్ సోదరులు తమ మద్దతుదార్లతో నిజాం-ఉల్-ముల్క్‌ను ఎదిరించే సాహసంచేసి విఫలమయ్యారు. క్రీ.శ.1720, అక్టోబర్‌లో హుస్సేన్ అలీ హత్యకు గురయ్యాడు. సయ్యద్ అబ్దుల్లాను నిజాం-ఉల్-ముల్క్ వర్గీయులు యుద్ధంలో ఓడించి చంపారు. ఈ విధంగా సయ్యద్ సోదరులు, మరాఠాలు నిజాం-ఉల్-ముల్క్ సైన్యాల చేతిలో ఓడారు. దీంతో మొఘల్ చక్రవర్తి మహమ్మద్‌షా, నిజాం-ఉల్-ముల్క్‌ను దక్కన్‌లోని 'ఆరు' సుబాలకు అధిపతిగా నియమించాడు.

క్రీ.శ.1722 లో మొఘల్ చక్రవర్తి నిజాం-ఉల్-ముల్క్‌ను తన వజీర్‌గా నియమించాడు. వజీర్ హోదాలో నిజాం-ఉల్-ముల్క్ దక్కన్ సుబాలో పరిపాలనా వ్యవస్థను బలోపేతం చేయాలని భావించాడు. కాని అతనికి స్వార్థపరులైన, అవినీతిపరులైన అధికారులు, రాజస్థాన్ కుట్రదారులు, స్థానిక జమీందార్లు అడ్డుపడ్డారు. మహమ్మద్‌షా కూడా నిజాంకు సంపూర్ణ మద్దతు ఇవ్వలేదు. దీంతో నిరాశచెందిన నిజాం-ఉల్-ముల్క్ ఢిల్లీ నుంచి దక్కన్‌కు ప్రయాణమయ్యాడు. నిజాం-ఉల్-ముల్క్ తన అనుమతి తీసుకోకుండా దక్కన్‌కు పోవడాన్ని పాదుషా మహమ్మద్‌షా అపరాధంగా భావించాడు.

అతడ్ని సజీవంగా లేదా చంపి తలను ఢిల్లీకి తేవాల్సిందిగా హైదరాబాద్ గవర్నరైన ముబ్రేజ్‌ఖాన్‌ను ఆదేశించాడు. కాని ముందే అన్ని విధాలుగా యుద్ధానికి సిద్ధమైన నిజాం-ఉల్-ముల్క్ అక్టోబర్ 1, 1724 లో బీరార్‌లోని షకర్‌ఖేడా వద్ద జరిగిన చరిత్రాత్మకమైన యుద్ధంలో ఢిల్లీ పాదుషా ప్రతినిధియైన ముబ్రేజ్‌ఖాన్‌ను, అతని సేనలను ఓడించి, యుద్ధ భూమిలోనే ముబ్రేజ్‌ను చంపాడు. దీంతో నిజాం-ఉల్-ముల్క్ దక్కన్, హైదరాబాద్‌లకు ఏకైక పాలకుడయ్యాడు. అతడ్ని ఎదిరించే సత్తా మొఘల్ చక్రవర్తికి లేదు. దీంతో అతడ్ని స్వతంత్ర పాలకుడిగా గుర్తించాడు. ఇతడే స్వతంత్ర హైదరాబాద్ రాజ్యస్థాపకుడయ్యాడు. షకర్‌ఖేడా యుద్ధ విజయం, నిజాం-ఉల్-ముల్క్‌కు అపారమైన సంపద కలిగిన దక్కన్, హైదరాబాద్‌లకు పాలకుడిని చేశాయి. ఇతనికి ఆరు సుబాల నుంచి ఏడాదికి 160 మిలియన్ రూపాయల ఆదాయం లభించేది (ఆంధ్రప్రదేశ్ సమగ్ర చరిత్ర - సంస్కృతి, Vol. 5, మలి మధ్యయుగ ఆంధ్రదేశం క్రీ.శ.1324-1724, ఆర్.సోమారెడ్డి, విశాలాంధ్ర, 2015, పుటలు. 111,112).

నిజాం-ఉల్-ముల్క్ క్రీ.శ.1724-1748 మధ్య కాలంలో హైదరాబాద్ రాజ్యాన్ని పాలించాడు. మొఘల్ చక్రవర్తులు అతడ్ని సర్వ స్వతంత్రునిగా గుర్తించారు. ఈ విధంగా క్రీ.శ.1687 లో గోల్కొండ ఆక్రమణతో దక్కన్‌పై నెలకొల్పబడిన మొఘల్ సార్వభౌముని అధికారం క్రీ.శ.1724 లో అంతమైంది. దక్కన్‌లో ఆసఫ్‌జాహీల పాలనకు పునాదిపడింది. క్రీ.శ.1948 వరకు వీరి పాలన కొనసాగింది. తెలంగాణాలో వీరి కాలంలో ఎన్నో రాజకీయ, సామాజిక, ఆర్థిక, సాంస్కృతిక పరిణామాలు చోటు చేసుకొన్నాయి.

14

అసఫ్‌జాహీల వంశ స్థాపన

కుతుబ్‌షాహీల పతనానంతరం 1687 నుంచి 1724 వరకు హైదరాబాద్ మొఘులుల ఆధిపత్యం కింద ఉంది. అనంతరం అసఫ్‌జాహీల పరిపాలన కిందికి వచ్చింది. హైదరాబాద్, దక్కను పీఠభూమిలో కృష్ణా-గోదావరి నదుల మధ్య ఉన్న విశాలమైన ప్రాంతం. దీనిలో కర్నాటక, మరాఠ్వాడ ప్రాంతాలు ఉన్నాయి. ఈ విశాలప్రాంతాన్ని అసఫ్‌జాహీ వంశం 1724 నుంచి 1948 వరకు పరిపాలన చేసింది. వీరి పరిపాలనా కాలంలో హైదరాబాద్ ప్రత్యేక విశిష్టతను సంతరించుకుంది. సంస్కృతి, సాహిత్యాలలో, ఆచార వ్యవహారాలలో భారతదేశంలో ప్రత్యేకస్థానాన్ని ఆక్రమించింది. వీరి పరిపాలనలోనే హైదరాబాద్ ఆధునిక యుగంలోకి ప్రవేశించింది. ఇంతటి గొప్ప వంశాన్ని స్థాపించింది నిజాం-ఉల్-ముల్క్.

నిజాం-ఉల్‌ముల్క్ పూర్వీకులు

నిజాం-ఉల్‌ముల్క్‌కు మొట్టమొదటి పూర్వీకుడు అలాంషేక్. ఇతడు బుఖారా రాజ్యంలోని సమర్‌ఖండ్ ప్రాంతానికి చెందినవాడు. సూఫీ పండితుడు. మొదటి ఖలీఫా అబూబకర్ వంశస్థుడు. అలాంషేక్ జ్ఞాని. సమర్ఖండ్ మొత్తంలోనే గొప్ప విద్యావేత్త. అలుమ్-ఉల్-ఉలుమ్మా బిరుదాంకితుడు. ఇతని భార్య సమర్ఖండ్‌లోని ప్రఖ్యాత మీర్ హందం వంశానికి చెందినది. వీరి కుమారుడే ఖ్వాజా అబిద్. ఈ ఖ్వాజాఅబిద్ తన స్వస్థలం సమర్ఖండ్ వదిలి ఔరంగజేబు కొలువులో మన్సబ్‌దారుగా చేరాడు. 1680లో రాకుమారుడు మొహమ్మద్ అక్బర్ తండ్రి అయిన చక్రవర్తి ఔరంగజేబుకు వ్యతిరేకంగా జరిపిన తిరుగుబాటును అణచడానికి నియమింపబడ్డాడు. తనకు అప్పగించిన బాధ్యతను నెరవేర్చి చక్రవర్తికి సంతోషం కలిగించాడు. ఫలితంగా చక్రవర్తి 'ఖిలిచ్‌ఖాన్' అనే బిరుదును ప్రసాదించాడు. బిరుదుతోపాటు బంగారు ఆభరణాలతో అలంకరించిన గుర్రాన్ని బహుకరించాడు. ఆ విధంగా ఖ్వాజా అబిద్ లేదా ఖిలిచ్‌ఖాన్ అభివృద్ధిలోకి వచ్చాడు.

ఔరంగజేబు తొలిపాలనా దినాలలో అబిద్‌ఖాన్, రాజ్యాన్ని బలోపేతం చేయడంలో, శక్తిని కూడగట్టడంలో, శాంతిని చేకూర్చడంలో చక్రవర్తి నిమగ్నమై ఉన్నకాలంలో అత్యుత్తమ సేవలనందించాడు. 1685-86లో ఔరంగజేబు అబిద్‌ఖాన్‌ను రాచదుస్తులతో గౌరవించి జాఫరాబాద్ (బీదర్) సుబేదార్‌గా నియమించాడు. బీజాపూర్ ముట్టడి సమయంలో చక్రవర్తికి విజయం సాధించిపెట్టాడు. చక్రవర్తి ఇతణ్ని అజ్మీర్, ముల్తాన్‌లపై సుబేదారుగా నియమించాడు. దక్కనుపై జరిగిన దాడి సమయంలో చక్రవర్తి ఆజ్ఞమేరకు ఖిలిచ్‌ఖాన్ ముల్తాన్ నుంచి సైన్యంతో వచ్చి చక్రవర్తిని కలిసాడు. 1687లో జరిగిన గోల్కొండ ముట్టడిలో అత్యుత్తమ సేవలందించాడు. అయితే యుద్ధంలో కుడిచేయి తెగిపోవడంతో యుద్ధభూమి నుంచి శిబిరానికి వెళ్ళిపోయాడు. అతనికి జరిగిన ప్రమాదాన్ని విని ఔరంగజేబు ఎంతో బాధపడ్డాడు. తన ప్రధాని జుందత్-ఉల్-ముల్క్‌ను పంపి అతని ఆరోగ్యస్థితిని తెలుసుకున్నాడు. జుందత్-ఉల్-ముల్క్ పరామర్శకు వచ్చినప్పుడు వైద్యులు అతనికి చికిత్స చేస్తున్నారు. అతను నిబ్బరంగా, మంత్రితో అతి త్వరలో యుద్ధభూమికి తిరిగివచ్చి విధులు నిర్వహిస్తానని తెలిపాడు. కానీ మూడురోజుల అనంతరం 1687 జనవరి, 30 న మరణించాడు. అతన్ని హిమాయత్‌సాగర్‌కు

ఈశాన్యాన ఉన్న అత్తాపూర్‌లో ఖననం చేశారు. ఖననం చేసిన మూడురోజుల అనంతరం యుద్ధభూమిలో అతని చెయ్యి లభించింది. వేలికి ఉన్న రాజముద్ర వల్ల చెయ్యిని గుర్తించగలిగారు. దానిని ప్రత్యేకంగా గోల్కొండ దగ్గర ఉన్న ఖిస్మత్‌పురాలో ఖననం చేశారు. కాలక్రమంలో శిధిలమైపోయిన అతని సమాధిని మీర్‌ఉస్మాన్ అలీఖాన్ ఆసఫ్‌జా నిజాం-VII 1942లో పునరుద్ధరించాడు. మీర్ కమురుద్ధిన్ ఖిలిచ్‌ఖాన్ బహదూర్ ఖ్వాజా అబీద్, నిజాం-ఉల్-ముల్క్ పూర్వికునిగా మొఘలు వంశానికి అత్యుత్తమ సేవలనందించాడు.

ఖ్వాజా అబిద్‌కు అయిదుగురు కుమారులు. వారిలో పెద్దకుమారుడు మీర్ షిహాబుద్దిన్ సిద్దీఖీ బిరుదు ఫర్జుంద్, అర్జుమంద్ నవాబ్ ఘాజీ ఉద్దీన్ సిద్దీఖీ బహదూర్, ఫిరోజ్ జంగ్, సిపహసలార్, 1649లో సమర్ఖండ్‌లో జన్మించాడు. 1668లో ఢిల్లీవెళ్ళి తండ్రిని కలిసాడు. ఔరంగజేబు ఇతన్ని 300/70 లపై మన్సబ్‌దార్‌గా నియమించాడు. ఉదయపూర్ రాణాపై జరిపిన దాడిలో పాల్గొని 'ఖాన్' బిరుదు పొందాడు. శంభాజీకి వ్యతిరేకంగా జరిపిన దాడిలో విజయం పొంది ఫిరోజ్‌జంగ్ బిరుదు పొందాడు. బీజాపూర్ ముట్టడిలో అతని ప్రతాపాన్ని చూసి ఔరంగజేబు. ఫర్జుంద్ అర్జుమంద్ బిరుదులనిచ్చాడు. 1686లో జరిగిన గోల్కొండ ముట్టడిలో ఔరంగజేబు సైన్యాధికారిగా పాల్గొన్న యుద్ధంలో పాల్గొని ఉద్గీర్, ఆదోని కోటలు వశపరుచుకొన్నాడు. మశూచీ సోకడం వల్ల గుడ్డివాడైనాడు. అయినా 1705లో మాళ్వాకు చెందిన సింధియాను ఓడించి సిపహ్‌సలార్ బిరుదు పొంది ఎలిచ్‌పూర్ బీరార్‌లపై సుబేదార్‌గా నియమింపబడ్డాడు. అనంతరం గుజరాత్‌కు సుబేదారుగా నియమింపబడ్డాడు. అక్కడే 1711లో మరణించాడు. ఇతను షాజహాన్ వజీరు సాదుల్లాఖాన్ బహదూర్ కుమార్తె సఫియాఖానమ్‌ను వివాహం చేసుకున్నాడు. వీరి కుమారుడే కమరుద్దిన్. తండ్రిని మించిన తనయుడు ఫిరోజ్‌జంగ్. ఔరంగజేబును వరించిన చాలా విజయాలకు కారకుడు ఇతనే. గొప్ప పరాక్రమ వంతుడు. విజయం సిద్ధించే వరకు అలుపెరుగని వీరుడు. ఔరంగజేబుకు అతి ప్రియుడు. ఇతని పెద్ద కుమారుడు కమురుద్దీన్ నిజాం-ఉల్-ముల్క్ బిరుదుతో దక్కన్‌లో నూతన రాజ్యాన్ని స్థాపించాడు.

నిజాం-ఉల్-ముల్క్

ఆసఫ్‌జా -I, యామినస్ సల్తనత్, రుఖ్న్-ఉస్-సల్తనత్ జమ్లత్-ఉల్-ముల్క్, మదర్-ఉల్-మహం, నిజాం-ఉల్-ముల్క్ ఖాన్-ఇ-దౌరాన్ నవాబ్‌మీర్ ఘాజీ-ఉద్-దీన్ బహదూర్, ఫతేజంగ్, సిపహ్‌సలార్', నవాబ్ సుబేదార్-ఇ-దక్కన్ బిరుదాంకితుడైన కమురుద్దిన్‌ఖాన్, ఘాజీ-ఉద్-దీన్ ఫిరోజ్‌జంగ్, సఫియా ఖానమ్‌లకు 11, ఆగస్టు 1671న ఆగ్రాలో జన్మించాడు. అతని జన్మవృత్తాంతాన్ని వివరించే జోస్యులు అతను 'నేక్‌భక్త్' అదృష్టవంతుడుగా చెప్పారు. కమురుద్దిన్ గొప్ప వ్యక్తిత్వం, సుగుణాలు గలిగినవాడు. అతనికున్న ప్రబలమైన గుణం అందరితో కలిసిపోయి ఉండటం. ఔరంగజేబు ఇతనిని మీర్ కమర్-ఉద్-దీన్ ఖాన్ సిద్ధిఖి అని నామకరణం చేశాడు. కమురుద్దిన్ చిన్నతనంలోనే చక్రవర్తి ఔరంగజేబు అభిమానానికి పాత్రుడైనాడు. ఆరు సంవత్సరాల వయస్సులో తండ్రితోపాటు మొఘలు దర్బారుకుపోయినపుడు, మొదటిసారి చూడగానే ఔరంగజేబు ఇతనిని 450 గుర్రాలపై మన్సబ్‌గా నియమించాడు. ఇతను గొప్పవాడని, భవిష్యత్తు ఉజ్వలంగా ఉంటుందని జోస్యం కూడా చెప్పాడు. ఒక సంవత్సరం తరవాత అతని మన్సబ్ రెట్టింపు చేయబడింది. యుద్ధవిద్యలలో ప్రావీణ్యం సంపాదించి చిన్న వయస్సులోనే తండ్రితో యుద్ధాలకు వెళ్తూ ఉండేవాడు. 1688లో తన 17వ ఏట తండ్రికి తోడుగా ఆదోని దుర్గం ముట్టడిలో, దాన్ని చేపట్టడంలో విజయం సాధించాడు. ఫలితంగా అతను 2000/500 జాత్, సవార్‌లపై మన్సబ్‌దార్‌గా నియమింపబడ్డాడు. దాంతోబాటు ఉత్తమమైన అరేబియా అశ్వం, బంగారు ఆభరణాలు, బుట్టనిండా పండ్లు, సువాసన గలిగిన తినే పదార్థాలను బహుమానంగా పొందాడు. మొదటి ప్రయత్నంలోనే అతను చూపిన శౌర్యానికి, ప్రతాపానికి అతనికి 'ఖాన్' అనే బిరుదునిచ్చాడు చక్రవర్తి.

1693లో పన్హాలను ఆక్రమించిన మరాఠలను శిక్షించడానికి ఫిరోజ్‌జంగ్ నిజాం ఉల్-ముల్క్‌ను పంపించగా వారిపై దాడికి వెళ్ళాడు. నారంతా చెల్లాచెదురై పలాయనం చిత్తగించారు. ఫలితంగా అతనికి 1693లో ఔరంగజేబు "చిన్‌ఖిలిచ్‌ఖాన్", అంటే 'కుర్రకత్తివీరుడు' అనే బిరుదు ఇచ్చాడు.

1698లో ఔరంగజేబు అతన్ని బీజాపూర్ దగ్గర ఉన్న నాగోరిపై దండయాత్ర చేయమని పంపాడు. ఈ దండయాత్రలో తన తండ్రిని తోడుగా తీసుకొని వెళ్ళి సఫలీకృతుడయ్యాడు. దాడి పూర్తిచేసి చక్రవర్తి అనుగ్రహానికి పాత్రుడైనాడు. చక్రవర్తి అతనికి ఒక కటారీని బహుకరించాడు. వెంటనే అతన్ని బీజాపూర్ దగ్గర ఉన్న నాగర్‌కోట్ ఆక్రమించమని చక్రవర్తి ఆదేశించాడు. ఇక్కడ కూడా సఫలీకృతుడయ్యాడు. అతడు చూపిన శౌర్యానికి, తెచ్చిన విజయానికి ప్రసన్నుడైన చక్రవర్తి, అతను తిరిగివస్తున్న సమయంలో ముఖ్లిస్‌ఖాన్, భక్షి-ఉల్-ముల్క్‌కు అతనిని ఇస్లాంపురికోట వరకు వెళ్ళి అతనిని దర్బారువరకు తోడుకొని రావలసిందిగా ఆజ్ఞనిచ్చాడు. అతను దర్బారులో చక్రవర్తి ముందు నిలచినపుడు చక్రవర్తి సంతోషంతో అతని 3000/500 మన్సబ్‌గా హోదాపెంచాడు. అదే సంవత్సరంలో అతని హోదాను 3500/3000, తరవాత 4000/3000 మన్సబ్‌గా పెంచడం జరిగింది. సతారా పడిపోయిన తరవాత మొఘలులు పరలి దుర్గాన్ని ఆక్రమించాలనుకున్నారు. ఫలితంగా 1700 లో దాని ముట్టడికోసమై చుట్టుపక్కల ఉన్న గ్రామాలతో పరలి కోటకున్న సంబంధాన్ని తెగగొట్టమని, ఫలితంగా కోటకు అందే సరుకులు ఆపివేయవచ్చని, అపుడు కోటను వశం చేసుకోవచ్చని చిన్-ఖిలిచ్-ఖాన్‌కు ఆజ్ఞనిచ్చాడు. ఈపని తు.చ. తప్పకుండా నెరవేర్చడంలో చిన్-ఖిలిచ్-ఖాన్ సఫలీకృతుడై చక్రవర్తి సంతోషానికి పాత్రుడైనాడు.

1705లో చిన్-ఖిలిచ్-ఖాన్ ఔరంగజేబుతో కలసి బీరార్‌లోని వాజింజిర కోటపై దాడిచేశాడు. ఈ కోటముట్టడికి బాధ్యత చిన్‌ఖిలిచ్‌ఖాన్, తర్‌బియాత్‌ఖాన్‌కి ఇవ్వబడింది. చాలాకాలంపాటు జరిగిన ఈ ముట్టడిలో చిన్‌ఖిలిచ్‌ఖాన్ ముఖ్యభూమిక పోషించాడు. సైన్యానికి నాయకత్వం వహించాడు. ఈ కోటపై విజయం సాధించినందుకు ఔరంగజేబు అతనికి బంగారు ఆభరణాలతో అలంకరింపబడిన రెండు అరబ్ ఉత్తమాశ్వాలను, సువాసనగల సాంబ్రాణివత్తిని బహుమానంగా పంపాడు.

చిన్‌ఖిల్‌చ్‌ఖాన్ చేసిన సైనికసేవలు అతనికి గుర్తింపుతెచ్చాయి. ఔరంగజేబు అతని హోదా 5000/5000 మన్సబ్‌దారీకి పెంచాడు. ఒక కోటి 50 లక్షల దామ్‌లను, రత్నాలతో పొదిగిన ఒక సాబ్రేను, ఒక ఏనుగును బహుకరించాడు. ఈ విజయాలతో చిన్‌ఖిలిచ్‌ఖాన్ ఔరంగజేబుకు సన్నిహితుడుగా మారాడు. ఔరంగజేబు పరిపాలనకు సంబంధించిన విషయాలను ఇతనితో చర్చించేవాడు.

ఈ దండయాత్ర తరవాత చిన్‌ఖిలిచ్‌ఖాన్ ఔరంగజేబు అనుమతితో శాంతి, శ్రేయస్సు, సంపదకోసం బీజాపూర్‌కి వచ్చాడు. ఇతని రాకను చూసి పారిపోయిన రైతులను మళ్ళీ పిలిచి వారిని వారిపని చేసుకోమని చెప్పాడు. ఈ లోపల చిన్‌ఖిలిచ్‌ఖాన్‌కు చక్రవర్తి విశ్రాంతంగా గడపడానికి ఒక అనువైన ప్రాంతాన్ని చూడమని వర్తమానం అందడంతో, చిన్‌ఖిలిచ్‌ఖాన్ బీజాపూర్ సుబాలో దేవపూర్ బాగుందని చెప్పాడు. ఔరంగజేబుతో బాటు తానుకూడా దేవపూర్‌కు వెళ్ళిపోయాడు. దేవపూర్‌లో ఔరంగజేబు అస్వస్థుడైనాడు. చిన్‌ఖిలిచ్ ఖాన్ ఔరంగజేబుకు అస్వస్థత కాలంలో సేవలు చేసాడు. 1706లో యూసుఫ్‌ఖాన్‌ను, ఖుద్రతుల్లాఖాన్‌ను ఫిరోజ్‌నగరు తళ్ళికోట ఫౌజ్‌దార్ల పదవినుంచి తీసివేసి వారి స్థానంలో చిన్‌ఖిలిచ్ ఖాన్‌ను నియమించారు. ఈ సమయంలో ఔరంగజేబు 'చిన్‌ఖిలిచ్‌ఖాన్ బహదూర్' అని చెక్కిఉన్న బంగారు ఉంగరాన్ని చిన్‌ఖిలిచ్‌ఖాన్‌కు బహుకరించారు. మార్చి 28, 1707లో ఔరంగజేబు మరణించాడు. ఆజం

రాజకుమారుడు అతన్ని అహమదాబాద్‌నుంచి ఖులాదాబాద్‌కు తీసుకొనివెళ్లి అక్కడ ఖననం చేశాడు. అనంతరం తానే చక్రవర్తినని ప్రకటించుకున్నాడు. ఫిరోజ్‌జంగ్ అతనికుమారుడు, చక్రవర్తి కుమారుల మధ్య జరుగుతున్న వారసత్వపోరులో పాల్గొనలేదు. ఆజం వీరిని శాంతింపచేయడానికి, సంతృప్తి పర్చడానికి ప్రయత్నించాడు. ఫలితంగా చిన్‌ఖిలిచ్‌ఖాన్‌కు 'ఖాన్-ఇ-దౌరాన్' అనే బిరుదుతోబాటు 7000/7000లపై మన్సబ్‌దార్‌గా నియమించాడు. బుర్హన్‌పూర్‌లో సుబేదార్‌గా ఉన్న నజాభక్త్‌ఖాన్‌ను తొలగించి అతనిస్థానంలో ఖిలిచ్‌ఖాన్‌నుంచాడు. వారసత్వపోరులో ఆజం మరణించాడు. అతని సోదరుడు మువజ్జం, షాఆలం బహదూర్‌షా I బిరుదుతో సింహాసనాన్ని అధిష్టించాడు. చిన్‌ఖిలిచ్‌ఖాన్‌ను అతను దర్బారుకు పిలిపించాడు. 1707లో అతని బిరుదులు, మన్సబ్‌దారీ హోదాలన్నీ ధృవీకరించి, అవధ్ సుబ పైన సుబేదార్‌గా, లక్నో ఫౌజ్‌దార్‌గా నియమించాడు. 1707 డిసెంబర్ 9న అవధ్ పరిపాలనా బాధ్యతలు స్వీకరించాడు. అయితే ఈ పదవిలో అతను ఎక్కువకాలం ఉండలేదు. రాజధానిలో పరిపాలన విషయాలు, పరిస్థితుల వల్ల తన పదవిని, ప్రజలతో సంబంధాన్ని వదిలి సన్యాసిలా జీవనం గడపడం మొదలుపెట్టాడు. ఈ సమయంలో తన ఆస్థిని ఖజానాను పేదప్రజలకు పంచిపెట్టాడు.

1712లో చక్రవర్తి షాఆలం బహదూర్‌షా I లాహోర్‌లో మరణించాడు. అతని నలుగురు కుమారులు చక్రవర్తి రాజ్యంలోని అధిక పలుకుబడిఉన్న ప్రభువుల సహాయాన్ని అడిగారు. ఈ సమయంలో నలుగురు కుమారులు చిన్‌ఖిలిచ్‌కాన్‌ను రమ్మని పిలిచారు. నలుగురు కుమారులలో ఎవరు చక్రవర్తి అవుతారోనని మొఘలు దర్బారులో సందిగ్ధత నెలకొన్నది. ఈ సందిగ్ధత వీడేవరకు మరణించిన చక్రవర్తిని ఖననం చేయలేదు. ఈ సమయంలో అజముషాన్ రాకుమారుడు గులాం మొహమ్మద్‌ఖాన్‌తో చిన్‌ఖిలిచ్‌ఖాన్‌ను లాహోరుకు రమ్మని వర్తమానం పంపాడు. ఈ సమయంలో చిన్‌ఖిలిచ్‌ఖాన్ అజీముషాన్‌కు సాయం చెయ్యడానికి 3000 మంది తురాకియన్ల సైన్యానికి నాయకత్వం వహించి ఢిల్లీనుంచి బయలుదేరాడు. అతను బయలుదేరిన కొంతకాలానికే అజముషాన్ వారసత్వపోరులో చనిపోయినాడని అతనితోబాటు అతని సోదరులు జహన్‌షా, రఫీఉస్‌షాన్ మరణించినారని, మరొక సోదరుడు జహందర్‌షా రాజ్యాన్ని అధిష్టించినాడని తెలిసింది. దాంతో చిన్‌ఖిలిచ్‌ఖాన్ తన సైన్యాన్ని వెనకకు పంపి తిరిగి తన ఏకాంతవాసానికి వెళ్ళిపోయాడు. దాదాపుగా 5 సంవత్సరాలు అతడు కవిపండితులు, విద్వాంసుల సాంగత్యంలో ఏకాంత జీవితం గడిపాడు. జహందర్‌షా ఇతన్ని ఏకాంతవాసం వీడి విధుల్లోకి చేరమని అడిగాడు. గానీ గజిబిజిగా ఉన్న రాజకీయ పరిణామాలను చూసి అతను అంగీకరించలేదు. 1712లో సింహాసనం అధిష్టించిన జహందర్‌షా చిన్‌ఖిలిచ్‌ఖాన్‌కు 'ఘజి-ఉద్-దిన్ ఖాన్', బహదూర్ ఫిరోజ్ జంగ్', 'ఫతే జంగ్' అని బిరుదులనిచ్చాడు. తన పరిపాలన చివరికాలంలో జహందర్‌షా చిన్‌ఖిలిచ్‌ఖాన్‌ను ఆగ్రా రక్షణ విభాగంలో నియమించాడు. అక్కడ షరియతుల్లాఖాన్, చిన్‌ఖిలిచ్‌ఖాన్ బంధువు మహమ్మద్ అమీన్‌ఖాన్‌తో రహస్య మంతనాలు జరిపి, జహందర్‌షాకు, ఫారుఖ్‌సియర్‌కు మధ్య జరిగే వారసత్వపోరులో యుద్ధం చేయవద్దని చెప్పాడు. దీనికి వీరు అంగీకరించారు. వీరు తటస్థంగా ఉంటే ఫారుఖ్‌సియర్‌కు అవకాశాలు ఎక్కువైతాయని అతని అభిప్రాయం. దానికి వారు అంగీకరించారు. ఫలితంగా ఫారుఖ్‌సియర్ రాజైనాడు. అతను రాజైన తరవాత చిన్‌ఖిలిచ్‌ఖాన్‌ను గౌరవించి 'నిజాం-ఉల్-ముల్క్' అనే బిరుదు ప్రదానం చేశాడు. అంతేగాక దక్కన్‌లో ఆరు సుబాలపై సుబేదార్‌గా, కర్నాటక ఫౌజ్‌దార్‌గా నియమించాడు. ఒక జత రాజదుస్తులను, శిరః ఆభరణాన్ని, అరబ్బుకు చెందిన అలంకరించబడిన ఉత్తమాశ్వాన్ని, రత్న ఖచితమైన ఖడ్గాన్ని బహుకరించాడు. ఈ బహుమానాలన్నీ మంత్రి సంజద్ అబ్దుల్లాఖాన్ ఖుతుబ్ ఉల్‌ముల్క్ స్వయంగా నిజాం-ఉల్-ముల్క్ ఇంటికి తెచ్చి ఇచ్చాడు. ఈ సంఘటన అతని జీవనగమనంలో నూతన శకాన్ని మొదలుపెట్టింది. 43 ఏండ్ల వయస్సులో అతను శ్రేష్ఠమైన స్థానాన్ని పొందాడు. ఈ స్థానాన్ని 35 ఏండ్ల వరకు అంటే, అతను మరణించే వరకు అనుభవించాడు.

మే 1713న అతడు ఢిల్లీ విడిచి సమీపంలోనే ఉన్న సిరోంజ్‌కు వెళ్ళాడు. అక్కడ చక్రవర్తి ఫారుఖ్‌సియర్ నుంచి ఈ ప్రదానాలను పొందాడు. 1713 జూన్ నాటికి బుర్హాన్‌పూర్ వెళ్ళి అక్కడి నుంచి ఔరంగబాద్ వెళ్ళాడు. అతణ్ని సుబేదారుగా దక్కనుపై నియమించినపుడు దక్కను పరిస్థితులు అస్థిరంగా ఉన్నాయి. ఆర్థికంగా కూడా ఏమాత్రం బాగాలేదు. నిజాంముల్‌ముల్క్ ఔరంగాబాదుకు వచ్చిన తరవాత మొదట మొఘలులపై ఉన్న మరాఠుల ఆధిపత్యంపై తన చూపు సారించాడు. మరాఠులు, రాకుమారుడు అజంషాకాలంలో 1707లో ఈ సుబాలపైన చౌత్, సర్దేశ్‌ముఖీ పన్నులను వసూలు చేసుకొనే అధికారాన్ని పొందారు. నిజాం ఉల్‌ముల్క్‌కు ఇది నచ్చలేదు. దాంతో ఔరంగాబాదు చుట్టుప్రక్కల చౌత్ వసూలు నియంత్రించాలని అనుకున్నాడు. దాంతో నిజాంముల్‌ముల్క్ ఫౌజీదారులు, జిలాదారులకు, పన్నులను వసూలు చేస్తున్న రాజాసాహు తహశీదార్లను వారున్న (ఔరంగబాదు) ప్రాంతాలనుంచి వెళ్ళగొట్టమని ఆజ్ఞాపించాడు.

ఔరంగాబాద్ సుబాలో నిజాం-ఉల్-ముల్క్ ఏకరూపమైన రెవెన్యూవిధానాన్ని అమలుపరిచాడు. అనంతరం ఇతర ప్రాంతాలకు వ్యాపింపజేయాలని అనుకున్నాడు. దక్కన్‌లో షేక్‌మహమ్మద్ అజాద్ ఆధీనంలో ఉన్న ప్రాంతాలలో, అనంతరం దివాన్ ఖేమ్‌ఖిరన్ ఆధీనంలో ఉన్న ప్రాంతాలలో కూడా అతను ప్రజల సాధకబాధకాలు కచ్చితంగా వినాలని ఆజ్ఞాపించాడు. దక్కను ప్రాంతాలలో పాలన విషయాలు తెలుసుకునే అన్వేషణలో దావూద్‌ఖాన్ పన్ని, అతని కింది అధికారులు రాజాసాహు యొక్క ఏజెంట్ల ద్వారా రహస్యంగా సంవత్సరానికి 20 లక్షల రూపాయలు తమ సొంతానికి వాడుతున్నారని తెలుసుకున్నాడు. నిజాం-ఉల్‌ముల్క్‌కు ఈ రహస్యం తెలిసిన తరవాత అతను ఖేమ్‌ఖిరన్ (దివానీ-ఇ-సర్కర్), మొహమ్మద్ ఘియాస్‌ఖాన్, (దరోగా-ఇ-తోప్‌ఖానా)లను, షాఘర్, అమర్ద్‌కి వెళ్ళి, అక్కడ దుర్భరస్థితిలో ఉన్న రెవెన్యూ వసూలు విధానాన్ని సరిచేయమని పంపించాడు. దీని అనంతరం నిజాం-ఉల్-ముల్క్ దక్కను సుబాలో ఆదాయాలపై శ్రద్ధవహించాడు. ఏదేమైనా అతను రైతులపైన పన్ను పెంచలేదు. అవినీతిని ప్రోత్సహించిన ఉద్యోగులను శిక్షించాడు. ఉద్యోగులను క్రమశిక్షణలో ఉంచి వారి ద్వారా రైతులకు కష్టాలు లేకుండా, భూమిశిస్తును క్రమబద్ధీకరించాడు. ఈ పనులవల్ల దక్కను సుబాలో ఉత్పాదకత పెరగడమేకాక, ఆదాయం పెరిగింది.

మరాఠులతో సంబంధం

నిజాంఉల్‌ముల్క్ ఆహారధాన్యాల అధిక ధరల గురించి తెలుసుకొని ధరల నియంత్రణ చేశాడు. రాజకీయాలలో కూడా యుక్తిగా ఉన్నాడు. కొల్హాపూర్, సతార రెండు మరాఠా ప్రాంతాల మధ్యన ఉన్న విరోధాన్ని తనకు అనుకూలంగా మలుచుకున్నాడు. కొల్హాపూర్ రాజాసాహు హైబత్‌రావును నిజాంఉల్‌ముల్క్ దగ్గరికి మాట్లాడటానికి పంపాడు. సతార చంద్రసేన్ జాదవ్ తన గవర్నర్ అప్పారావును నిజాం-ఉల్‌ముల్క్ దగ్గర సేవచేయడానికి పంపాడు. నిజాం ఉల్‌ముల్క్ రంభజీరావు నింబాల్కర్, సర్జారావు ఘట్నేలతో కలిసి ఔరంగబాదులో విడిదిచేశారు. సర్జారావు ఘట్నే రాజాసాహులను వదిలి నిజాంతో కలిసాడు. నిజాం-ఉల్-ముల్క్ సర్జారావుకు 'కాగల్' జాగీర్ ఇచ్చాడు. అంతేగాక చంద్రసేన్ జాదవ్‌కు రక్షణనిస్తూ సంవత్సరానికి 25 లక్షల ఆదాయం వచ్చే జాగీర్‌ను అతనికిచ్చాడు. అతని 7000/7000 మన్సబ్‌దారీ హోదా పెంచాడు. అతని జాగీరు భాల్కీ, బహ్మనబాద్, ఇల్లందూర్, చందర్‌ఘడ్‌లలో ఉండేది. చందర్‌ఘడ్‌లో అతను కోట నిర్మించాడు. మరాఠాలకు సంబంధించిన విషయంలో నిజాం-ఉల్-ముల్క్ ఇతణ్ని సలహాలు అడిగేవాడు. కొంతకాలం తరవాత నిజాం-ఉల్-ముల్క్ రాజాసాహుకు వ్యతిరేకంగా గోదావరి వైపుకు ఒక సేనాబలగాన్ని పంపాడు. అప్పుడు సాహు, బాలాజీవిశ్వనాథ్‌తో నిజాం-ఉల్-ముల్క్‌ను ఎదిరించడానికి పెద్దసైన్యాన్ని పంపాడు. ఇద్దరి మధ్యన పురంధర్‌లో జరిగిన యుద్ధంలో నిజాం-ఉల్-ముల్క్ గెలిచాడు. సాహు ఓడిపోయి, ఖాళీచేసిన పూనా జిల్లాను చంద్రసేన్ జాదవ్

చేసిన సేవలకు ప్రతిఫలంగా అతనికిచ్చారు. యుద్ధానంతరం నిజాంఉల్‌ముల్క్ బాలాజీ విశ్వనాథ్‌తో ఒక సంధికి వచ్చాడు.

నిజాం-ఉల్-ముల్క్ దక్కను సుబేదారీని బలవంతంగా పొందడం

నిజాం ఉల్‌ముల్క్, సయ్యద్ సోదరులు రాచకుటుంబాన్ని మొఘలు సామ్రాజ్యం నుంచి తొలగించడానికి ప్రయత్నం చేసారు. అదే సమయంలో నిజాంఉల్‌ముల్క్ దక్కన్ కావాలనుకున్నాడు. 9 మే, 1719 నాటికి నిజాం ఉల్ ముల్క్ దక్కన్‌కు బయలు దేరాడు. అక్కడ అతనికి బీజాఫుర్ ఫౌజ్‌దార్ రుస్తుంఖాన్‌బేగ్ కలిసాడు. బుర్హాన్‌పూర్‌లో రాంభాజీ నింబాల్కర్, రాజారం కుమారుడు శంభాజీ ఇతనిని కలిసారు. వారికి నిజాం ఉల్ ముల్క్, సయ్యద్ సోదరుల కుట్రలను తెలియజేసి వారిని సయ్యద్ సోదరులకు వ్యతిరేకులుగా చేశాడు. ఫలితంగా సయ్యద్ వ్యతిరేక ఉద్యమానికి నిజాంఉల్‌ముల్క్ నాయకత్వం వహించాడు.

నిజాం ఉల్‌ముల్క్ కదలికలు చూసిన సయ్యద్ సోదరులు భయపడ్డారు. అనేక చర్చల అనంతరం నిజాం ఉల్‌ముల్క్‌ను ఎదుర్కోవడానికి తమ సైన్యాలతో 1720లో రెండుసార్లు దాడులు చేయించారు. మొదటిది దిల్వార్‌ఖాన్‌చేత, రెండవది ఆలంఅలీఖాన్‌తో చేయించారు. ఈ రెండు యుద్ధాలలో నిజాం ఉల్‌ముల్క్ గెలిచినాడు. దానితో చక్రవర్తి చేసేదిలేక నిజాంఉల్‌ముల్క్‌ను దక్కన్ సుబేదారుగా నియమిస్తూ ఫర్మాన పంపాడు.

నిజాంఉల్‌ముల్క్ వజీర్ కావడం

ఫిబ్రవరి 1721లో మహమ్మద్ అమీర్‌ఖాన్ చిన్ మరణించాడు. ఇనాయత్-ఉల్లా-ఖాన్‌ను ప్రధానిగా నియమించారు. నిజాం ఉల్‌ముల్క్‌ను ఈ మొఘలు దర్బారుకు రమ్మని దర్బారునుంచి ఉత్తరాలు వెళ్ళాయి. దాంతో నిజాం ఉల్‌ముల్క్ ఇజ్జత్-ఉద్-దౌలాను దక్కనులో తన ప్రతినిధిగా నియమించాడు. 26 జనవరి, 1722లో ఆగ్రావెళ్ళాడు. చక్రవర్తి షంషుద్దౌలా సుబేదార్‌ను నిజాంఉల్‌ముల్క్‌ను దర్బారుకు తోడ్కొని రావడానికి పంపాడు. చక్రవర్తి నిజాం ఉల్‌ముల్క్‌ను వజీర్‌గా నియమిస్తూ, రాచదుస్తులను, డాగర్‌ను పెట్టుకునే కలాందాన్‌ను, వజ్రపు ఉంగరాన్ని ఇచ్చాడు. నిజాం ఉల్‌ముల్క్ వజీర్‌గా పనిచేయడానికి ఎంతో ఉత్సుకత చూపాడు. అయితే ఇతని ఉద్దేశ్యాలు పూర్తికాలేదు. ఎందుకంటే బహిరంగ, అంతర్గత జోక్యాలు ఎక్కువైనాయి. ఫలితంగా వీరంతా నిజాంముల్క్‌కు వ్యతిరేకంగా చక్రవర్తికి చెప్పారు. చక్రవర్తి వారి మాటలు నమ్మాడు. నిజాం ఉల్‌ముల్క్ సయ్యద్ సోదరుల ప్రాభవాన్ని తగ్గించడానికి ప్రయత్నించాడు. ఈ సమయంలో అతని దివాన్‌గా షాజహాన్, ఔరంగజేబు కాలంనాటి పద్ధతులను దర్బారులో ప్రవేశపెట్టడానికి ప్రయత్నం చేశాడు. ఫలితంగా ఇజ్రాపద్ధతి రాజ్యానికి మంచిదికాదని, పేష్‌కష్‌లో ఇచ్చే లంచాలు చక్రవర్తి పేరును పోగొడ్తున్నాయని, ఔరంగజేబు కాలంలోలాగా జిజియాపన్ను వసూలు చేయాలని, ఆఫ్ఘన్లను నిరోధించడానికి పర్షియాషాకు సహాయం చేయాలని చెప్పాడు. అయితే ఇది చక్రవర్తికి నచ్చలేదు. వీటిని చక్రవర్తి పాటిస్తే నిజాం ఉల్‌ముల్క్ పరపతి ఎక్కువవుతుందని దర్బారీయులు భావించారు. దాంతో చక్రవర్తి నిజాంఉల్‌ముల్క్‌ను కాదనలేక ఒప్పుకున్నా వీటిని అమలుపర్చలేదు. ఇదినచ్చని నిజాం ఉల్‌ముల్క్ అసంతృప్తితో పదవికి రాజీనామా చేద్దామనుకున్నాడు. చక్రవర్తికి అతని అసంతృప్తి తెలిసినా అతనిని దూరంగా ఉంచాలనుకున్నాడు. ఫలితంగా నిజాం ఉల్‌ముల్క్ సెలవుపై మురాదాబాద్ వెళ్ళిపోయాడు. ఆయన ఆగ్రా చేరే సమయానికి మాళ్వ, గుజారాత్‌పై మరాఠాల దాడులు జరుగుతున్నాయని తెలిసింది. అవి తన పెద్ద కుమారుడు ఘాజీఉద్దిన్ ఆధీనంలో ఉన్నాయి. దాంతో మరాఠులపై దండయాత్రకు చక్రవర్తి అనుమతి అడిగాడు.

చక్రవర్తి సమ్మతిని తెలియజేస్తూ ఫర్మానాను విడుదల చేశాడు. నిజాంఉల్‌ముల్క్ సైన్యంతో నర్మదను దాటేసరికే మరాఠులు పలాయనం చిత్తగించారు. నిజాంఉల్‌ముల్క్ సిరోంజ్ దగ్గర ఉన్న సిరాహ్ వద్ద విడిది చేశారు. అపుడు దక్కను నుంచి అతనికి ముబారిజ్‌ఖాన్ కుటిల కుట్రల విషయం తెలిసింది. దాంతో నిజాం ఉల్‌ముల్క్ దక్కను బయల్దేరాడు. జూన్, 1724 నాటికి అతను ఔరంగాబాదుకు వచ్చాడు.

చక్రవర్తికి తనపైన ఉన్న వ్యతిరేక భావనలు తొలగించాలని నిజాం ప్రయత్నం చేస్తూ ఉన్నాడు. రాజా గుజారిమల్ సక్సేనా, ఖలీఫాదీవాన్ నిజాంఉల్‌ముల్క్ తరఫున చక్రవర్తి ముహమ్మద్‌షాతో రాయబారాలు కొనసాగిస్తూ ఉండేవాడు. 1723 డిసెంబర్‌లో రాజా గుజారిమల్ మరణించడంతో ఈ రాయబారాలు కూడా నిలిచిపోయాయి.

వజీరాత్‌ను వదిలిపెట్టిన తరవాత దక్కన్‌కు సుబేదార్‌గా వెళ్ళడం మినహా నిజాం ఉల్‌ముల్క్‌కు వేరే దారిలేదు. అతను వజీర్‌గా వెళ్ళక ముందు నిర్వహించిన పదవి తాను మొఘలు కొలువులో వజీరుగా నియమింపబడిన తరవాత తన పదవిలో ఇజ్జత్-ఉద్-దౌల ఇనాజ్‌ఖాన్‌ను నాయిబ్‌గా నియమించి అధికారాన్ని, రాజముద్రను ఇచ్చాడు. వజీర్ పదవిని వదిలిన తరవాత తన పదవిని, అధికారాన్ని తిరిగి పొందడానికి ప్రయత్నం చేశాడు.

1724లో నిజాం ఉల్‌ముల్క్ ఢిల్లీకి దూరంగా ఉన్న సమయంలో అతని శత్రువులు ఊరికే ఉండలేదు. ఫలితంగా ఫిబ్రవరి 3, 1724లో ఒక ఫర్మాన ద్వారా ముబారిజ్‌ఖాన్ కుమారుడు అబ్దుల్ మాబద్‌ఖాన్ పూర్తిదక్కనుపై పసివాడైన షహ్రిమార్ రాకుమారుని తరఫున నియమింపబడ్డాడు. ఆ పసివాడు మరణించిన తరవాత ముబారిజ్‌ఖాన్ తనను దక్కన్ సుబేదార్‌గా ప్రకటించుకుంటూ అయిదు లక్షల గ్రాంటును ఖజానానుంచి, రెవెన్యూ ఆదాయం నుంచి మరింత ధనాన్ని తీసుకొని తగినంత సైనిక బలగాన్ని ఏర్పాటు చేసుకున్నాడు. నిజాంఉల్‌ముల్క్ సిరాహ్‌లో ఉన్నప్పుడు అతనికి ముబారిజ్‌ఖాన్ విషయం తెలిసింది. నిజాంఉల్‌ముల్క్ సిహర్‌లో ఉన్నప్పుడు మొహమ్మద్‌ఇనాయత్‌ఖాన్ ఔరంగాబాదు నుంచి ఒక ఉత్తరం రాశారు. దాంట్లో ముబారిజ్‌ఖాన్ దక్కన్ సుబేదారని ఒప్పుకున్నాడనీ, హైదరాబాద్‌నుంచి సైన్యంతో వస్తున్నాడనీ ఉంది. నిజాంఉల్‌ముల్క్ ఈ కుట్రను ఎదుర్కోడానికి మాళ్వానుంచి ఔరంగాబాదుకు వెళ్ళాడు. చక్రవర్తి మొహమ్మద్‌షాకి పట్టుసడలుతుందేమోనని అతను రెండు వైపులనుంచి దౌత్యవిధానాలు అవలంబించాడు. ఈ సమయంలో చక్రవర్తి ముబారిజ్‌ఖాన్‌ను దక్కన్ సుబేదార్‌గా నిర్ణయించాడు.కానీ నిజాంఉల్‌ముల్క్ దక్కన్ సుబ నుంచి సరిగా ఆదాయం రావడం లేదని చక్రవర్తికి ఫిర్యాదు చేశాడు. దాంతో వజీర్‌పదవి సుబేదారీ అతనికే చెందాలని చక్రవర్తి అన్నాడు. అతను సుబాలో ఇష్టంవచ్చినంతకాలం ఉండి కోరుకున్నప్పుడు మొఘలు కోర్టుకు రావచ్చని చక్రవర్తి అని, అతన్ని దక్కన్‌లో నియమించాడు. ముబారిజ్‌ఖాన్‌కు దక్కను బదులు పాట్నాలోని అజీమాబాద్‌ను ఇస్తానన్నాడు. ఈ నిబంధనలను అమలుపరిచేలోపే అక్కడున్న శత్రు సుబేదార్లు యుద్ధం మొదలుపెట్టారు. ముబారిజ్‌ఖాన్ సైన్యంతో ఔరంగాబాద్‌వైపుకు వచ్చాడు. నిజాం ఉల్‌ముల్క్ కూడా సైన్యంతో సమాయత్తమయ్యాడు. అపుడు కూడా నిజాం ఉల్‌ముల్క్ ముబారిజ్‌ఖాన్‌కు యుద్ధం వద్దని, సామాన్యుల రక్తం చిందించవద్దని ఉత్తరాలు రాశారు. కానీ సమాధానం లేదు. 23 అక్టోబర్, 1724న బేరార్‌లో 'షక్కర్‌खेडा' వద్ద యుద్ధం జరిగింది. యుద్ధంలో ముబారిజ్‌ఖాన్ మరణించాడు. విజయం నిజాముల్ ముల్క్ వశమైంది. దక్కన్‌లో సైన్యం అతన్ని గౌరవించింది. ప్రజలు అతన్ని ఆహ్వానించారు. దాంతో అతను దక్కన్‌లోని ఆరు సుబాలకు సుబేదార్ అయ్యాడు. అవి అహ్మద్‌నగర్ బీదర్, బీరార్, బీజాపూర్, ఖాందేష్, హైదరాబాద్.

చేసేదేమిలేక మొఘలు చక్రవర్తి ఇతని విజయాన్ని గుర్తించాడు. మళ్ళీ అతన్ని తిరిగి రాజాదరణ నీడలోకి రప్పించుకున్నాడు. అతనికి 'అసఫ్‌జా' బిరుదునిచ్చాడు.

దక్కన్ సుబేదారుగా నిజాం ఉల్‌ముల్క్ రాజకీయ స్థితి

ఇతని రాజకీయ స్థితి మామూలు సిపహ్‌సలార్ లేదా సుబేదార్‌కంటే గొప్పగా ఏమిలేదు. చక్రవర్తి ఫర్మానాలో ఇతన్ని నిజాం ఉల్‌ముల్క్ ఫతేజంగ్, సిపహ్‌సలార్‌గా చెప్పబడింది. అతను అంతకుముందు వజీర్‌గా నియమింపబడి గొప్ప స్థానాన్ని పొందాడు. ఆపదవి నుంచి అతన్ని తీసివేయలేదు. కేవలం సెలవులో ఉన్నాడు. మొఘలు నియమాల ప్రకారం వజీరును పదవినుంచి తొలగించరు. అందుకని నిజాంఉల్‌ముల్క్‌ను వకీల్-ఇ-ముత్లక్ గా నియమించారు. గానీ నిజాంఉల్‌ముల్క్ దక్కనులోనే ఉండటానికి ఇష్టపడడంతో అతనికి ఆపదవి అలంకార ప్రాయంగానే ఉంచారు. నిజానికి వకీల్-ఇ-ముత్లక్ అనేది వజీరు కంటే పై పదవి. నిజాం ఉల్‌ముల్క్ దక్కనును మొఘలు రాజ్య పరిధినుంచి వేరుచేస్తానని ఎప్పుడు చెప్పలేదు. చక్రవర్తిపట్ల అతని విధేయత చెక్కుచెదరినిది. అతను ఎప్పుడూ రాజధ్వజాన్ని, ఛత్రాన్ని వాడలేదు. దక్కను నాణేలను మొఘలు చక్రవర్తి పేరుపైన ముద్రించాడు. శుక్రవారపు ప్రార్థనలో కుత్బాలో మొఘలు చక్రవర్తి మొహమ్మద్‌షా పేరు చదువబడేది. అతను జారీచేసిన పత్రాలన్నింటిపైన మొహమ్మద్‌షా సంతకం ఉంది. దక్కను సుబేదారు అయిన తరవాత ఇతని హోదా 9000/9000 దుఅస్ప (du-aspa) కు పెంచబడింది. నిజాంఉల్‌ముల్క్ తనకు తాను మొఘలు సేవకుడనని చెప్పుకున్నాడు. దక్కన్ వైశ్రాయ్‌గా మొఘలుల తరపున పౌర, న్యాయ, శాసన, సైనిక అధికారాలను స్వీకరించాడు. దివానుల సహకారంతో నిజాం స్వతంత్రంగా పరిపాలన చేశాడు. సొంతసైన్యం సమకూర్చుకున్నాడు. సొంతజండా ఎగురవేశాడు. పరిపాలనలో తన అధికారులను తానే నియమించుకున్నాడు. మొఘలులతో సత్సంబంధాలను నెరిపాడు. యుద్ధాలలో వచ్చిన సంపాదన, సుబాలోని ఖనిజాలు, గనులు, వజ్రాలు మొదలైన వనరులన్నీ తానే వాడుకున్నాడు. తన భూభాగాన్ని మూడు భాగాలుగా విభజించాడు. రాజ్యంలోని 1/3 వంతు భూభాగాన్ని తన ఆధీనంలో ఉంచుకున్నాడు. దీన్నే సర్ఫ్-ఇ-ఖాస్ అన్నారు. 2/3 వంతు భూభాగం రాజ్య నిర్వహణ ఖర్చులకోసం ఉంచాడు. దాన్ని దివానీ అన్నారు. మిగిలిన భూభాగాన్ని ప్రభువులకు అధికార్లకు పంచాడు. (జాగీదార్లు, జమీన్‌దార్లు, దేశముఖ్‌లు) ప్రతిగా వారు నజర్లు, బహుమతులు సమర్పించారు. అతని రాజధాని నర్మద నుంచి కావేరివరకు, మచిలీపట్నం నుంచి బీజాపూర్‌వరకు విస్తరించింది. అస్ఫ్‌జా మాళ్వానుంచి వచ్చేటపుడు అతని అనుయాయులు మహమ్మదీయులు, హిందువులను ఎందరినో తీసుకొని వచ్చాడు. వారు ఇతని విజయాలకు కారకులయ్యారు. నిజాం, మహమ్మదీయులను సైనిక అధికారులుగా నియమించాడు. హిందువులను పరిపాలన, రెవెన్యూ విభాగాలలో నియమించుకొని వారికి జాగీర్లు ఇచ్చాడు.

మరాఠులు నిజాం ప్రాంతాలలో చౌత్, సర్దేశ్‌ముఖీ పన్నులను వసూలు చేయడాన్ని నిజాం నిర్మూలించదలచాడు. 1725లో ఈ విషయంలో వారితో విభేదించి, పన్ను చెల్లింపులను వ్యతిరేకించాడు. దాంతో ఇద్దరిమధ్య యుద్ధం 1727లో ఆగస్టులో మొదలై 1728 మార్చిలో ముగిసింది. ఈ యుద్ధంలో నిజాం దౌలతాబాద్ దగ్గర ఉన్న పాల్కడ్‌లో ఓడింపబడ్డాడు. మరాఠా ప్రధాని ముంజి శివగాంతో బలవంతంగా సంధి ఒప్పందం చేసుకున్నాడు. ఈ సంధి షరతుల ప్రకారం ఛత్రపతి సాహు మరాఠా చక్రవర్తిగా గుర్తింపబడ్డాడు. దక్కన్ నుంచి మరాఠులు చౌత్, సర్దేశ్‌ముఖీలను వసూలు చేయడానికి అంగీకరించడమైంది. వెళ్ళగొట్టిన పన్నువసూలు కలెక్టర్లను మళ్ళీ నియమించారు. మిగిలిన సొమ్మును సాలుకు చెల్లించడం జరిగింది.

నాదిర్షా దండయాత్ర - నిజాం-ఉల్-ముల్క్ మధ్యవర్తిత్వం

1738లో హిందూకుష్ పర్వతాలనుంచి నాదిర్షా దండెత్తాడు. మొఘలు సహాయార్థం నిజాం తన సైన్యాన్ని కర్నాల్ పంపించాడు. అక్కడ అది మొఘలు సైన్యాన్ని కలిసి నాదిర్షాను ఎదుర్కొన్నది. అయినా అతని సైన్యం ముందు నిలువలేకపోయింది. నాదిర్షా సైన్యం ఢిల్లీని లూటీ చేసింది. చక్రవర్తి మొహమ్మద్ షా దీనిని ఆపలేకపోయాడు. దాంతో చక్రవర్తి నిజాంకు నాదిర్షాతో రాయబారం నడపడానికి పూర్తి స్వతంత్రతనిచ్చాడు. ఈ రాయబారంలో నిజాం కృతకృత్యుడయ్యాడు. నాదిర్షాతో సంప్రదింపులు జరిపి రక్తపాతాన్ని ఆపాడు. ఈ సమయంలో నిజాం నాదిర్షాతో "నువ్వు నగరంలోని వేలమందిని చంపావు. ఇంకా చంపాలనుకుంటే మృతులను మొదట సజీవులుగా చెయ్యి. అనంతరం మళ్ళీచంపు, ఎందుకంటే నువ్వు చంపడానికి ఎవరూ మిగిలిలేరు" అన్నాడు. దాంతో నాదిర్షా రక్తపాతాన్ని ఆపాడు. నాదిర్షాతో చక్రవర్తి సహా ఎవరూ మాట్లాడటానికి సాహసించని పరిస్థితులలో నిజాం అతనితో మాట్లాడటమేగాక, అతన్ని తన మాట వినేటట్లు చేశాడు. నిజాం శక్తికి యోచనకు మెచ్చిన నాదిర్షా అతనిని చక్రవర్తి పదవి అలంకరించవలసిందిగా ఆహ్వానించాడు. కానీ, నిజాం తాను చక్రవర్తి ఉప్పుతిన్న సేవకుడనని, చక్రవర్తికి వ్యతిరేకంగా ప్రవర్తించనని చెప్పాడు. నిజాంసేవలకు సంతోషించి చక్రవర్తి మొహమ్మద్‌షా అతనికి 'అమీర్-ఉల్-ఉమ్రాబక్షీ ఉల్‌మమాలిక్', 'జమ్లతుల్‌ముల్క్', 'మదరుల్ మహం', 'నిజాం ఉల్‌ముల్క్', 'బహదూర్ ఫతేజంగ్', 'మోమినస్ సల్తనత్', షరుఖ్నుస్ సల్తనత్', 'అసఫ్‌జా' అని బిరుదులు ఇచ్చాడు.

నిజాం ఉల్‌ముల్క్ గొప్ప సైనిక నాయకుడు గొప్ప దౌత్యవేత్త. వివేకవంతుడైన రాజనీతి చతురుడు. ఢిల్లీ సామ్రాజ్యం మొఘలుల శక్తికి కేంద్రంకాదని అంచనా వేస్తూ, తన రాజ్యకాంక్షతో దక్కనును ఎంపికచేసుకున్నాడు. దక్కనుకు మూడుసార్లు గవర్నర్‌గా పనిచేశాడు. 1713-1715, 1720-1722, 1724 నుంచి మరణించేవరకు. అతని రాజకీయపదవి సిపహ్‌సలార్ లేదా సుబేదార్. దక్కనుకు సుబేదార్ అయినా వకీల్-ఇ-ముత్లక్ వజీర్‌వంటి ఉన్నతమైన పదవుల్లో నియమించబడ్డాడు. చక్రవర్తినుంచి ఏ ఫర్మానా వచ్చినా దాన్ని 'ఫర్మాన్‌బాదీ' (నౌబత్‌పహాడ్)కి వెళ్ళి రాజకీయ లాంఛనాలతో స్వీకరించి అమలుపర్చేవాడు. బతికిఉన్నంతకాలం మొఘలు దర్బారులో శక్తిమంతుడు, పరాక్రమమంతుడుగా పేరుగాంచాడు. అతను చేసిన సైనిక సేవలు అతనిని గొప్ప సైనిక అధికారిగా నిలబెట్టాయి. నిజాంముల్‌ముల్క్, ఔరంగజేబు నుంచి మహమ్మద్‌షా వరకు ఎనిమిది మంది మొఘలు చక్రవర్తులపాలన చూశాడు. అందులో నలుగురి వద్ద క్రియాశీలంగా పనిచేశాడు. ఔరంగజేబు పాలనకాలం నాటి సామ్రాజ్య ఘనతను చూశాడు. ఢిల్లీ నుంచి పాలం వరకు కుదించుకొని పోయిన మొహమ్మద్‌షా పాలన చూశాడు. జీవితకాలంలో 87 యుద్ధాలు చేశాడు. స్వతహాగా శాంతికాముకుడు. పరిస్థితుల ప్రభావం వల్ల యుద్ధాలు చేశాడు. అత్యున్నత స్థానాన్ని అధిష్ఠించినా నిరాడంబర జీవితాన్ని గడిపాడు. వివేకి, జ్ఞాని, దూరదృష్టిగలవాడు, గొప్ప మత గౌరవం గలవాడు. అయినా పరమత సహనం కలిగి ఉన్నాడు. దక్కన్ పాలకునిగా దక్కనులో ఆధిపత్యంకోసం పోరుపడుతున్న ఫ్రెంచి, ఇంగ్లీషువారితో స్నేహంగా ఉన్నాడు. దక్కనులో ఉన్న పరిస్థితులను అదుపు చేసి సుస్థిర పాలనను ఏర్పాటుచేసి నూతన శకాన్ని, వంశపాలనను ఏర్పాటుచేశాడు. ఫలితంగా ఇతను స్థాపించిన వంశం దాదాపు 225 సంవత్సరాలకాలంపాటు పరిపాలన సాగించింది.

నిజాం ఉల్‌ముల్క్ 1724 షక్కర్‌ఖేడా యుద్ధం కంటే ముందే దక్కనులో తనస్థానాన్ని, అధికారాన్ని సుస్థిరం చేసుకున్నాడు. దిల్వార్ అలీఖాన్‌లో జూన్ 19, 1720లో పాంధర్ దగ్గర ;10 ఆగస్టు, 1720, బాలాపూర్ దగ్గర ఆలం అలీతో యుద్ధంలో ఓడించినపుడే దక్కన్‌పై అతని అధికారానికి నాంది పడింది. వీటి విజయం వల్ల ఆయన రెండవసారి

దక్కనుపై సుబేదారు అయ్యాడు. ఈ సమయంలో నిజాంఉల్‌ముల్క్ దక్కనుపై సుస్థిరపాలన దిశగా అడుగువేశాడు. అప్పటినుంచి తను ఢిల్లీకి వజీరుగా వెళ్ళేవరకు దక్కనులో పరిపాలనకు ఒక స్పష్టమైన రూపును ఏర్పరచి దాన్ని ఇజ్జత్-ఉద్-దౌలా ఇవాస్‌ఖాన్ చేతుల్లో పెట్టాడు. 1724లో మూడవసారి దక్కను ఉబేదారుగా నియమింపబడిన తరవాత ఈసారి ఎటువంటి ఆటంకాలు లేకుండా దాదాపు 30 సంవత్సరాల పరిపాలన చేశారు.

అసఫ్‌జా మొఘలు దర్బారులోని అమీరులందరి కంటే మిన్నగా ప్రవర్తించేవాడు. కుతంత్రాల జోలికి పోకుండ, ఉన్నతమైన విలువలు, వ్యక్తిత్వం కలిగి ఉండేవాడు. అందుకే ఇతరులు అతని పట్ల భయభక్తులతో మెలిగేవారు. చక్రవర్తికూడా కొన్నిసార్లు అతనిని తన్ను రక్షించేవాడిగా భావించాడు. తనకప్పగించిన బాధ్యతలను, ఎంతో నిబద్ధతతో నిర్వహించేవాడు. అతడు నిస్సందేహంగా 18వ శతాబ్దపు భారతదేశ అసాధారణ నాయకుడు. అందుకే నాదిర్షా అంతటివాడు అతన్ని ఢిల్లీ సింహాసనమధిష్టించమని అడిగాడు.

నిజాం-ఉల్-ముల్క్ పర్షియన్, టర్కీ భాషల్లో నిష్ణాతుడు. మంచి కవి. నిరంతరం బాధ్యతలలో మునిగిఉన్నా కవితా రచనలు చేశాడు. ఫారసీలో 'షాకిర్' (సంతృప్తుడు) అనే కలం పేరుతో కవితలు చెప్పేవాడు. కత్తిని, కలాన్ని పట్టడంలో ప్రవీణుడు. అప్పుడప్పుడు విరామ సమయాలలో తన అనుభవాలను చెప్పేవాడు. అతని ముఖ్య కార్యదర్శి లాలా మన్సారాం అటువంటివి తొంభైనాలుగు కథలు రాశాడు. అవి అతని మానసిక పరిపక్వతను, విశ్లేషణాత్మక మేధను, సౌందర్యదృష్టిని తెలుపుతాయి. 76 సంవత్సరాలు జీవించిన నిజాంఉల్‌ముల్క్ 1748 సంవత్సరంలో మరణించాడు. అతణ్ని ఔరంగాబాద్ దగ్గరలోని ఖులాదాబాద్‌లో షేక్ బుర్హానుద్దీన్ గరీబ్ చిష్తీ యొక్క మజార్‌లో ఖననం చేశారు. ఇక్కడే ఔరంగజేబ్ సమాధికూడా ఉంది.

నిజాం-ఉల్-ముల్క్‌కు 5గురు కుమారులు ఒక కుమార్తె. మీర్‌ఘాజీఉద్దిన్ సిద్దీఖీ బహదూర్ ఫిరోజ్‌జంగ్, మీర్ అహ్మద్ అలీఖాన్ సిద్దీఖీ బహదూర్ నాసర్‌జంగ్, సయ్యద్ మహమ్మద్ ఖాన్ సిద్దీఖీ బహదూర్ సలాబత్ జంగ్, మీర్ నిజాం అలీఖాన్ సిద్దీఖీ బహదూర్ ఫతేజంగ్, మీర్ మహమ్మద్ షరీఫ్‌ఖాన్ సిద్దీఖీ బహదూర్ బసాలత్ జంగ్.

నిజాం-ఉల్‌ముల్క్ మరణించే నాటికి పెద్ద కుమారుడు ఘాజీఉద్దీన్ ఢిల్లీలో మొఘలు కొలువులో ఉన్నాడు. మిగిలిన వారసుల మధ్య అధికారం కోసం వారసత్వ యుద్ధానికి తెరలేచింది. ఈ వారసత్వ యుద్ధాలను తమకు అనుకూలంగా మలచుకొని దక్కనులో తమ ప్రాధాన్యత పెంచుకోవడానికి ఇంగ్లీషు, ఫ్రెంచి శక్తులు శాయశక్తులా కృషి చేశాయి.

15

అసఫ్‌జాహీల పరిపాలనా విధానం

భారతదేశంలో అత్యంత శక్తిమంతమైన, విశాలమైన రాజ్యం నిజాం హైదరాబాద్ రాజ్యం. మీర్ కమ్రుద్దీన్ చిన్ కిలిచ్ ఖాన్ నిజాం-ఉల్-ముల్క్ 1724 అక్టోబర్ 11 న దక్కన్ సుబేదారైన ముబారిజ్ ఖాన్‌ను 'షఖర్‌బేడా' యుద్ధంలో ఓడించి ఈ రాజ్యంలో స్వతంత్రపాలనను ఏర్పాటుచేశాడు. మొఘల్ చక్రవర్తి మహమ్మద్ షా నాటి పరిస్థితులను గమనించి నిజామ్-ఉల్-ముల్క్‌ను దక్కన్‌కు శాశ్వత సుబేదారుగా నియమించాడు. అంతేగాక 'ఆసఫ్ జా' బిరుదునిచ్చి సత్కరించాడు. ఈ విధంగా 1724 లో ఆరంభమైన నిజాం పాలన, మీర్ ఉస్మాన్ అలీఖాన్ (1948) తో ముగిసింది. నిజాం-ఉల్‌ముల్క్ రాజైన అనంతరం 1727 లో ఒకసారి, 1729 లో మరోసారి మహారాష్ట్రులతో తలపడాల్సి వచ్చినిది. చౌత్, సర్దేశ్‌ముఖి పన్నులను చెల్లించడానికి నిరాకరించడంతో మహారాష్ట్రతో తలపడ్డాడు. 1738 లో మరోసారి భోపాల్ యుద్ధంలో తలపడి నిజాం ఓడిపోయాడు. దక్కన్‌లో ఇటు మరాఠ, అటు యూరోపియన్ల వల్ల కొంత కాలం నిజాం ఇబ్బందులు ఎదుర్కొన్నాడు. నిజాం-ఉల్-ముల్క్ మరణానంతరం వారసత్వ తగాదా, యూరోపియన్ల జోక్యం తదితర సంఘటనల వల్ల నిజాం రాజ్యం కొంత ఒడిదొడుకులకు లోనైంది. దీంతో 1748 నుంచి 1857 వరకు జరిగిన సంఘటనలు, రాజ్య పరిస్థితులు, యూరోపియన్లతో సంబంధాల గురించి మనం తెలుసుకొందాం.

వారసత్వ తగాదా

మొదటి నిజాం మీర్ కమ్రుద్దీన్ చిన్‌కిల్చ్ ఖాన్ కాలంలో కర్ణాటక పరిస్థితులు ప్రశాంతంగా లేకుండేవి. నాటి కర్ణాటక నవాబు సాదతుల్లాఖాన్‌కు సంతానం లేదు, దాంతో అతడు తన మేనల్లుడ్లు అయిన దోస్త్ అలీఖాన్, బాకర్ అలీలను దత్తత తీసుకోవడం జరిగింది. కర్ణాటక నాడు దక్కన్ సుబేదారు నిజాం-ఉల్-ముల్క్ ఆధీనంలో ఉండేది. నిజాంతో సంబంధం లేకుండా సాదతుల్లా ఖాన్ మొగల్ చక్రవర్తి నుంచి దోస్త్ అలీఖాన్‌కు రాజకీయ వారసత్వాన్ని మంజూరు చేయించుకొన్నాడు. దోస్త్ అలీఖాన్ కర్ణాటక సింహాసనం అధిష్ఠించిన అనంతరం సుబేదారుకు చెల్లించాల్సిన కప్పం మానేశాడు. ఇది సుబేదారు నిజాంకు ఆగ్రహం తెప్పించింది. దీంతో కర్ణాటక పాలకుడిగా ఉన్న దోస్త్ అలీఖాన్‌కు బుద్ధిచెప్పాలని నిర్ణయించుకొన్నాడు. కాని ఇంతలో మహారాష్ట్ర పాలకులు రఘుజీ భోంస్లే, ఫతేసింగ్‌ల నాయకత్వంలో 1740 లో కర్ణాటక ప్రాంతంలో చౌత్ పన్నులను వసూలు చేయడానికి వెళ్లారు. కర్ణాటక రాజధాని 'ఆర్కాట్'ను ముట్టడించారు. ఆ తరవాత దోస్త్ అలీఖాన్ అల్లుడు, తిరుచురాపల్లి అధిపతిగా ఉన్న చందాసాహెబ్‌ను ఓడించి, బందీగా సతారాకు తీసుకువెళ్లారు. ఆర్కాట్ రాజ్య రక్షణలో భాగంగా దోస్త్ అలీఖాన్ దామెర్ల చెరువు వద్ద ప్రాణాలు కోల్పోయాడు. అప్పుడు మహారాష్ట్రపాలకులు కర్ణాటక నవాబుగా సఫ్దార్ అలీని, తిరుచురాపల్లి పాలకుడిగా మురారీరావు ఘోర్పడేను నియమించారు. సఫ్దార్ అలీ చౌత్, నష్టపరిహారంగా నలభై లక్షల రూపాయలు మహారాష్ట్రులకు చెల్లించాలి. అంతేగాక సఫ్దార్ అలీని బకాయిలు, పన్నులు చెల్లించాల్సిందిగా నిజాం నవాబు ఆదేశించాడు. వీరికి చెల్లించాల్సిన బకాయిలు,

పన్నులకై సఫ్దార్ అలీ కర్ణాటకలో ప్రతి నగరం, కోటలపై చందాల రూపంలో అధిక పన్నులు విధించాడు. దీంతో ప్రజల్లో తీవ్ర అసంతృప్తి, ఆగ్రహావేశాలు పుట్టుకొచ్చాయి.

పాలెగాండ్లపై కూడా సఫ్దార్ అలీ పన్నులు విధించాడు. ఇది నచ్చని తన బావ, నెల్లూరు పాలకుడు ముర్తజా అలీఖాన్ తన భార్య, సఫ్దార్ అలీ సోదరి సహాయంతో సఫ్దార్ అలీని హత్యచేశాడు. సఫ్దార్ అలీ హత్య అనంతరం ముర్తజా అలీఖాన్ కర్ణాటక పాలకుడిగా ప్రకటించుకోవడానికి ప్రయత్నించాడు. కాని మిగత మొఖసాదార్లు, అమీర్లకు కోపం తెప్పించి, సఫ్దార్ అలీ కొడుకు సయిద్ మహమ్మద్ ఖాన్‌ను 1742 లో కర్ణాటక పాలకుడిగా ప్రకటించారు. ఇదే సమయంలో కర్ణాటకలో శాంతిని నెలకొల్పడానికి నిజాం-ఉల్-ముల్క్ కర్ణాటకకు వచ్చి అందరి అభిమానంతో సయిద్ మహమ్మద్ ఖాన్‌ని ఆర్కాట్ నవాబుగా నియమించి, అతని సంరక్షకుడిగా అన్వరుద్దీన్ ఖాన్‌ను నియమించాడు. అంతేగాక మహారాష్ట్రులను తిరుచురాపల్లి వదిలివెళ్లేటట్లు చేశాడు. పరిస్థితులు చక్కబడ్డ తరవాత నిజాం దక్కన్‌కు కర్ణాటక నుంచి 1744 లో తిరిగి వచ్చాడు. ఆ తరవాత తూర్పుతీరంలో ఫ్రెంచి, ఆంగ్లేయులకు మధ్య యుద్ధం ప్రారంభమైంది. ఫ్రెంచివారు ఆంగ్లేయ స్థావరం మద్రాసును చేజిక్కించుకొన్నారు. నాటి ఆర్కాట్ నవాబ్ అన్వరుద్దీన్ ఆంగ్లేయులకు సహాయం అందించడానికి తన కుమారుడు మహఫూజ్ ఖాన్‌ని పంపాడు. జరిగిన యుద్ధంలో ఫ్రెంచి వారి చేతిలో ఓడిపోయి వెళ్లిపోయాడు. ఈ పరిస్థితులను తెలుసుకొన్న నిజాం-ఉల్-ముల్క్ తిరిగి కర్ణాటకలో శాంతి నెలకొల్పడానికి తన కుమారుడైన నాసిర్‌జంగ్‌ను 1747 లో కొండనూరు, కడప, ఆర్కాట్లకు నవాబుగా నియమిస్తూ మైసూర్ నుంచి కప్పం బకాయిని వసూలుచేసే అధికారం కూడా అప్పగించాడు. ఆ తరవాత కొంత కాలానికి 1748 లో నిజాం-ఉల్-ముల్క్ జబ్బుపడ్డాడన్న వార్త తెలుసుకొని నాసిర్‌జంగ్ ఔరంగాబాద్ వెళ్ళిపోయాడు. 1748 జూన్‌లో నిజాం-ఉల్-ముల్క్ మరణించాడు.

మొదటి కర్ణాటక యుద్ధం (క్రీ.శ.1746-1748)

దక్షిణ భారతదేశ రాజకీయాలను సమూలంగా మార్చిన యుద్ధాలు కర్ణాటక యుద్ధాలు. ఇవి ప్రధానంగా మూడు జరిగాయి. అవి మొదటి కర్ణాటక యుద్ధం, రెండవ కర్ణాటక యుద్ధం, మూడవ కర్ణాటక యుద్ధం. ఈ యుద్ధాలకు అనేక కారణాలు దోహదపడ్డాయి. అందులో ముఖ్యమైనవి.

1. ఫ్రెంచ్, ఇంగ్లాండ్ కంపెనీల మధ్య వ్యాపార పోటీ. రెండు కంపెనీలు భారతీయ వ్యాపారంలో గుత్తాధిపత్యం సంపాదించడానికి ప్రయత్నించడం. దీనిలో భాగంగా వారి మధ్య యుద్ధాలు అనివార్యమయ్యాయి.

2. దక్షిణ భారతదేశంలో వ్యాపార ఆధిపత్యం ఏర్పాటుకు ఇరు కంపెనీలు ప్రయత్నించడం ప్రధాన కారణం.

3. ఇంగ్లిషువారిని భారతదేశం నుంచి పంపించాలనే ప్రధాన ధ్యేయం ఫ్రెంచి గవర్నర్ డూప్లెక్స్‌ది. దానికి అతడు తీవ్రంగా ప్రయత్నించడంతో యుద్ధం అనివార్యమయ్యింది.

4. మొదటి కర్ణాటక యుద్ధానికి ప్రధాన కారణం ఆస్ట్రియా వారసత్వ యుద్ధం. ఈ యుద్ధంలో రెండు మాతృదేశాలు అంటే, ఇంగ్లాండ్, ఫ్రెంచ్ చెరోపక్షం చేరి యుద్ధంలో పాల్గొనడం వల్ల మొదటి కర్ణాటక యుద్ధం దక్షిణ భారతదేశంలో ఇరు కంపెనీల మధ్య ఆరంభమైంది. ఈ కారణాలతో యుద్ధం ఆరంభమైంది.

ముఖ్యకారణం

ఫ్రెంచి పాండిచ్చెరి గవర్నర్ డూప్లెక్స్ ఫ్రెంచివారి పరిస్థితి బాగాలేదని అర్థం చేసుకొని కర్ణాటక ప్రాంతంలో శాంతి భద్రతలు కాపాడాలని, ఆంగ్లేయుల నుంచి దాడులు జరగకుండా చూడాలని కర్ణాటకాధిపతి అయిన అన్వరుద్దీన్‌ని కోరాడు. ఇరు పక్షాలను పిలిచి శాంతి స్థాపనకు సహకరించాలని అన్వరుద్దీన్ విజ్ఞప్తిచేశాడు. దీనికి ఇంగ్లిషు కంపెని ఒప్పుకొంది. అలా విజ్ఞప్తిచేయడానికి ప్రధాన కారణం ఐరోపాలో ఆస్ట్రియా, ప్రష్యాల మధ్య ఆస్ట్రియా వారసత్వ యుద్ధం (1740-1748) ప్రారంభమైంది. ఆస్ట్రియా రాణి మెరియా థెరిసా (1740-1780), ప్రష్యా రాజు రెండవ ఫ్రెడరిక్ (1740-1786) ల మధ్య యుద్ధం ఆరంభమైంది. ఈ యుద్ధంలో ఆస్ట్రియాకు ఇంగ్లాండ్, ప్రష్యాకు ఫ్రాన్స్ దేశాలు సహకరించడంతోపాటు ప్రత్యక్షంగా యుద్ధంలో పాల్గొన్నాయి. ఈ యుద్ధ ప్రభావం దక్షిణ భారతదేశంలో ఉన్న ఫ్రెంచి, ఇంగ్లిష్ కంపెనీలపై పడింది. ఈ సందర్భంలోనే అన్వరుద్దీన్ ఇరు కంపెనీలకు విజ్ఞప్తిచేశాడు. ఇంగ్లిష్ వారు యుద్ధాన్ని నిర్వహించడానికి 'కమెడోర్ బార్‌నెట్' ను ఇండియాకు పంపారు. కమెడోర్ బార్‌నెట్ భారత్ చేరుకొని దక్కన్‌లో కర్ణాటకలో ఫ్రెంచివారి నౌకలను బంధించాడు. ఫ్రెంచి పాండిచ్చేరి గవర్నర్ ఫిర్యాదుమేరకు అన్వరుద్దీన్ ఇంగ్లిష్‌వారి నుంచి నౌకలను విడిపించి, కమెడోర్ బార్‌నెట్‌ను ఇంగ్లాండ్ వెళ్ళమని ఆదేశించాడు. దీనికి ఆంగ్లేయులు ఒప్పుకొని బార్‌నెట్‌ను ఇంగ్లాండ్‌కు పంపారు.

మారిషస్ గవర్నర్ (ఫ్రాన్స్‌కు చెందిన) లాబోర్డోనీస్ తన నౌకలతో, సైన్యంతో 1746, జూలైలో, కోరమండల్ తీరం చేరుకొన్నాడు. డూప్లెక్స్, లాబోర్డోనీస్ ఇరువురు కలిసి ఆంగ్లేయుల ప్రముఖ స్థావరం మద్రాసును ఆక్రమించారు. ఈ దాడిలో కేవలం ఆరుగురు మాత్రమే మరణించారు. సెప్టెంబర్ 1746 లో మద్రాసును ఫ్రెంచివారు జయించారు. దీంతో ఆంగ్లేయులు అన్వరుద్దీన్ సహాయం అర్థించారు. అంతేగాక లాబోర్డోనీస్‌తో చర్చించారు. అన్వరుద్దీన్ గట్టిగా ఆదేశించడంతో లాబోర్దనీస్ ఆంగ్లేయులతో 1,00,000 పగోడాలు లంచం తీసుకొని, మద్రాసును తిరిగి ఆంగ్లేయులకు ఇచ్చేశాడు. ఆంగ్లేయులు ఫ్రెంచి కంపెనీకి 40,000 ఇవ్వడానికి వాగ్దానం చేశారు. దీనికి ఒప్పుకొని డూప్లెక్స్ తిరిగి మద్రాసును ఆక్రమించాడు. అన్వరుద్దీన్ ఫ్రెంచి గవర్నర్ డూప్లెక్స్‌ను హెచ్చరించి, మద్రాసును ఆంగ్లేయులకు అప్పగించమన్నాడు. దీనికి ఒప్పుకోకపోవడంతో అన్వరుద్దీన్ ఫ్రెంచ్ వారిని ఓడించడానికి సైన్యాన్ని పంపించాడు. ఫ్రెంచివారికి, నవాబు సైన్యానికి మధ్య 1746 లో శాంథోమ్ యుద్ధం జరిగింది. దీన్నే అడయార్ యుద్ధం అని కూడా పిలుస్తారు. ఈ యుద్ధంలో నవాబు సైన్యం ఓటమిపాలైంది. దీంతో మద్రాసు పూర్తిగా ఫ్రెంచివారి వశం అయింది.

ఐరోపాలో ఆస్ట్రియా వారసత్వ యుద్ధం 'అక్సిల్లా-చాపెల్లా' సంధితో 1748 లో ముగిసింది. ఈ యుద్ధంలో ప్రష్యారాజు విజయం సాధించడంతోపాటు, సైలేషియాను స్వాధీనపర్చుకొన్నాడు. ఈ సంధి ప్రకారం భారతదేశంలో రెండు కంపెనీలు వారి వారి స్థావరాలకు వెళ్లిపోవడానికి అంగీకరించాయి. దీంతో కష్టపడి సాధించిన మద్రాసు స్థావరం ఆంగ్లేయులకు వదులుకోవాల్సి వచ్చింది. కానీ వారికి పెద్ద ఎత్తున అవమానం జరిగింది. ఫ్రెంచి గవర్నర్ డూప్లెక్స్‌కు ఫ్రాన్స్‌లో పేరు ప్రఖ్యాతలు మారుమ్రోగాయి. తమ ఆధీనంలో ఉన్న యుద్ధ ఖైదీలను విడిచిపెట్టేందుకు ఇరు పక్షాలు అంగీకరించాయి. ఆంగ్లేయులు తమ ఓటమిని పునఃసమీక్షించుకొన్నారు.

మొదటి కర్ణాటక యుద్ధం వల్ల అన్వరుద్దీన్ అసమర్థత, నవాబుసైనిక బలం స్పష్టంగా యూరోపియన్ కంపెనీలకు తెలిసిపోయాయి. స్థిర నౌకాదళ సైన్యం లేకపోవడం, ఆధునాతన ఆయుధాలు సమకూర్చుకోలేకపోవడం, వ్యూహాలు లేకపోవడం వంటి కారణాలతో అన్వరుద్దీన్ సైన్యం ఓటమిపాలైంది. ఈ యుద్ధం ద్వారా నిజాం, మొఘల్‌రాజుల చరిష్మా తగ్గిపోయింది. బ్రిటిష్‌వారికి ఈ యుద్ధం ఒక గుణపాఠం నేర్పింది.

రెండవ కర్ణాటక యుద్ధం (1749-54)

రెండవ కర్ణాటక యుద్ధం స్థానిక రాజుల మధ్య ప్రారంభమైన వారసత్వ తగాద. అన్వరుద్దీన్, చందాసాహెబ్‌ల మధ్య వారసత్వ తగాదా (యుద్ధం) తో ఆరంభమైంది. చందాసాహెబ్ దోస్త్ అలీ మనుమడు. దోస్త్ అలీకి వంశపారంపర్య హక్కులు మొఘలాయి చక్రవర్తి నుంచి లభించాయి. మహారాష్ట్రుల దాడులవల్ల దోస్త్ అలీ మరణించగా, చందాసాహెబ్‌ను బంధించి, సతారా జైలులో ఉంచారు. దక్కన్ సుబేదార్ నిజాం-ఉల్-ముల్క్ మరణించడంతో చందాసాహెబ్‌ను మహారాష్ట్రులు వదిలివేశారు. చందాసాహెబ్ కర్ణాటకచేరి, తానే కర్ణాటక నవాబుగా ప్రకటించుకొన్నాడు. ఇతడిని ప్రతిఘటించడానికి నాటి కర్ణాటక నవాబు అన్వరుద్దీన్ ప్రయత్నించాడు.

1748 వ సంవత్సంలో దక్కన్ సుబేదార్ నిజాం-ఉల్-ముల్క్ మరణించడంతో దక్కన్‌లో వారసత్వ తగాద ఆరంభమైంది. నిజాం-ఉల్-ముల్క్ కుమార్తె కుమారుడు ముజఫర్‌జంగ్ దక్కన్‌కు నిజమైన పాలకుడుని నేనే అని ప్రకటించుకొన్నాడు. ఈ వారసత్వ తగాదాల్లో ఫ్రెంచివారు కర్ణాటక నవాబుగా చందాసాహెబ్‌ను, దక్కన్ సుబేదారుగా ముజఫర్‌జంగ్‌ను గుర్తిస్తూ వారికి వారసత్వ తగాదాల్లో సహాయపడాలని నిర్ణయించుకొన్నారు.

1749 లో చందాసాహెబ్, ముజఫర్‌జంగ్, డూప్లెక్స్ సైన్యాలు సంయుక్తంగా యుద్ధం ప్రారంభించాయి. అన్వరుద్దీన్ వీరిని ఓడించడానికి తరలివచ్చాడు. ఇరువురు సైన్యాలు 1749 ఆగస్టు నెలలో పోరాడాయి. ఈ యుద్ధాన్నే 'అంబూర్' యుద్ధం అంటారు. ఇది వేలూరుకు సమీపంలో ఉన్న ప్రాంతం. యుద్ధంలో విజయం కోసం తీవ్రంగా ప్రయత్నించిన అన్వరుద్దీన్‌కు ఫలితం లభించలేదు. పైగా యుద్ధంలో అన్వరుద్దీన్ మరణించాడు. అతని కుమారుడు మహమ్మదాలీ తిరుచురాపల్లి పారిపోయాడు. ఈ విజయంతో, ఫ్రెంచివారి సహకారంతో చందాసాహెబ్ కర్ణాటక నవాబుగా పట్టాభిషిక్తుడయ్యాడు. ఫ్రెంచివారి సహాయానికి ప్రతిఫలంగా కోరమాండల్, పాండిచ్చేరికి మధ్య ఉన్న ప్రాంతాలను, విలువైన కానుకలను చందాసాహెబ్ సమర్పించాడు.

ఇది ఆంగ్లేయులకు సహించరానిది అయ్యింది. దీంతో వారు నాసిర్‌జంగ్‌కు, మహమ్మదాలీకి సహకరించడానికి ముందుకు వచ్చారు. 1750 లో నాసిరిజంగ్ కర్ణాటకకు బయలుదేరాడు. ముజఫర్‌జంగ్, చందాసాహెబ్, డూప్లెక్స్‌లు లొంగిపోవాలని 1750 ఫిబ్రవరి 10 న ఇద్దరు రాయబారులను నాసిర్‌జంగ్ పంపాడు. మోరోపంత్, ఖాజేదాయోంలు నాసిర్‌జంగ్ రాయబారులు. కానీ విరి రాయబారం ఫలించలేదు.

మొఘల్ బలగాలు 1750 మార్చి 18 న జింజి ని ఆక్రమించాయి. చందాసాహెబ్, మహరాష్ట్రుల, మహమ్మదాలీ సైనికుల చేతుల్లో అనేక కష్టనష్టాలకు గురై పాండిచ్చేరి పారిపోయాడు. ముజఫర్‌జంగ్ లొంగిపోయాడు. ముజఫర్‌జంగ్‌ను కఠినంగా శిక్షించకుండా నాటి నిజాం పెష్కార్ రాందాసు పండిట్ కాపాడాడు. కానీ నాసిర్‌జంగ్ శిబిరంలో పఠాను నవాబులు - కడప నవాబు అబ్దుల్ నబీఖాన్, కర్నూల్ నవాబు హిమ్మత్‌ఖాన్ బహదూర్, సవనూరు, బంకాపూర్ నవాబు అబ్దుల్ కరీంఖాన్‌లు సంయుక్తంగా నాసిర్‌జంగ్‌పై దాడి జరిపారు. కర్నూల్ నవాబు హిమ్మత్‌ఖాన్ నాసిర్‌జంగ్‌ను

తుపాకితో కాల్చాడు. దీంతో నాసిర్‌జంగ్ మరణించాడు. కడప నవాబు అబ్దుల్ నబీఖాన్ నాసిర్‌జంగ్ తల నరికి ముజఫర్‌జంగ్ దగ్గరికి వెళ్లాడు. నాసిర్‌జంగ్ మరణవార్త విన్న నవాబ్ మహమ్మదాలీ, షా నవాజ్ ఖాన్‌లు 'చెట్‌పట్‌'కు పారిపోయారు. 1750 డిసెంబర్ 31 న గొప్ప దర్బార్ ఏర్పాటుచేసి, ముజఫర్‌జంగ్ రాజుగా ప్రకటించుకొన్నారు. నాసర్‌జంగ్ మరణానంతరం అతని ఖజానాలో నుంచి 50,000 పౌండ్ల ధనాన్ని ఫ్రెంచి అధికారులకు, సైనికులకు ముజఫర్‌జంగ్ ఇచ్చాడు. ఫ్రెంచివారికి కృతజ్ఞతతో ముజఫర్‌జంగ్ డూప్లెక్స్‌కు 'జఫర్‌జంగ్' అనే బిరుదును ఇచ్చాడు. కృష్ణానది దక్షిణంగా ఉన్న రాజ్య ప్రాంతాలకు నాయబ్‌గా నియమించాడు. కర్ణాటక, మైసూరు నవాబుగా నియమాకం చేశాడు. మచిలీపట్నం, యానాం, కరైకల్‌లను ముజఫర్‌జంగ్ ఫ్రెంచివారికి ఇచ్చాడు. కానీ ముజఫర్‌జంగ్‌కు వ్యతిరేకంగా పఠాన్ నవాబులు కుట్రచేసి 1751 జనవరి నెలలో లక్కిరెడ్డిపల్లి కనుమ దగ్గర, కడపకు దక్షిణంగా 25 మైళ్ల దూరంలో ఉన్న గ్రామం రాయచోటికి సైన్యంతో ముజఫర్‌జంగ్ చేరాడు. ఇక్కడ పఠాన్ నవాబులకు; ముజఫర్‌జంగ్, బుస్సీ ఆధ్వర్యంలోని ఫ్రెంచి సైనికుల మధ్య పోరు జరిగింది. ఈ పోరులో సావనూరు నవాబు అబ్దుల్ కరీంఖాన్ మరణించాడు. కర్నూల్ నవాబు హిమ్మత్ ఖాన్ బహదూర్ తీవ్రంగా గాయపడ్డాడు. ఇతడు ముజఫర్‌జంగ్‌ను చంపాడు. ఫ్రెంచి అధికారి బుస్సీ తెలివితేటలు ఉపయోగించి నిజాం-ఉల్-ముల్క్ మరో కుమారుడు సలాబత్‌జంగ్‌ను హైదరాబాద్ నవాబుగా 1751 లో ప్రతిష్ఠించాడు. దీనికి సంతోషించిన సలాబత్‌జంగ్ ఫ్రెంచివారికి కొండపల్లి, గుంటూరు, ఏలూరు, రాజమండ్రి, చికాకోల్ మొదలైన కోస్తా ప్రాంతాలను ఇచ్చాడు. దక్షిణ కృష్ణా ప్రాంతంపై డూప్లెక్స్‌ను గవర్నర్‌గా నియమించాడు. ఈ విధంగా ఫ్రెంచివారి ప్రతిష్ఠ ఇనుమడించింది.

ఫ్రెంచివారిని కచ్చితంగా దెబ్బతీయాలనే ఉద్దేశంతో ఆంగ్లేయులు తిరుచురాపల్లిలో ఉన్న మహమ్మద్ అలీతో ఒప్పందంచేసుకొని సాండర్స్ సూచనల మేరకు రాబర్ట్‌క్లైవ్, లారెన్స్‌లు కలిసి చందాసాహెబ్‌పై దాడిచేసి వధించారు. మహమ్మద్ అలీని ఆర్కాట్ నవాబుగా నియమించారు. ఫ్రెంచి వారిని ఆర్కాట్, అరణి, కావేరిపాక్ అనే ప్రాంతాల్లో ఓడించి ఆంగ్లేయులు కర్ణాటక ప్రాంతంలో తమ ప్రాబల్యాన్ని స్థాపించారు. కర్ణాటకలో ఫ్రెంచివారి పరాజయ వార్త మాతృదేశం చేరింది. ఫ్రెంచి ప్రభుత్వానికి నాటి గవర్నర్ డూప్లెక్స్‌పై విశ్వాసం పోయింది. దీంతో అతణ్ని మాతృదేశం పిలిపించి, 1759 లో గడేహ్యూ అనే అధికారి ఇండియాకు వచ్చి ఇంగ్లిష్‌వారితో పాండిచ్చేరి (పుదుచ్చేరి) సంధి చేసుకొన్నారు. ఈ సంధిలో ముఖ్యాంశాలు ఏమంటే స్థానిక పాలకుల విషయాల్లో జోక్యంచేసుకోరాదు, మొఘల్‌ల కార్యాలయాలు, వారి హోదాలను గుర్తించారు. ఇంగ్లిష్, ఫ్రెంచివారి పూర్వపు స్థానాలకు వెళ్ళిపోయారు. బుస్సీ దక్కన్‌లోనే ఉండి ఫ్రెంచి వ్యవహారాలను పరిశీలించాడు. ఇంగ్లిష్‌వారు సలాబత్‌జంగ్‌కు మద్దతు ప్రకటించారు. ఈ సంధితో రెండవ కర్ణాటక యుద్ధ ముగిసింది.

బొబ్బిలి యుద్ధం (క్రీ.శ.1757)

దక్కన్‌లో ఫ్రెంచివారి అధికారాన్ని వ్యతిరేకిస్తూ వివిధ ప్రాంతాల్లో జమీందారులు తిరుగుబాట్లు లేవదీశారు. ముఖ్యంగా చికాకుల్ (శీకాకుళం) ఫౌజ్‌దార్ ఇబ్రహీంఖాన్, రాజమండ్రి పాలకుడు షానవాజ్‌ఖాన్‌లు ఇతర జమీందారులు తిరుగుబాటు చేశారు. ఒక్క విజయరామరాజు మాత్రమే ఫ్రెంచివారికి సహాయం చేశాడు. సర్కార్ ప్రాంతంలో పరిస్థితులను చక్కదిద్దడానికి బుస్సీ హైదరాబాద్ నుంచి బెజవాడ, ఏలూరుల గుండా 1756 డిసెంబర్ 19 న రాజమండ్రి చేరాడు.

బుస్సీ రాకను తెలుసుకొన్న ఇబ్రహీంఖాన్ బొబ్బిలి రాజు వద్దకు పారిపోయాడు. ఇదే సమయంలో బొబ్బిలి రాజు మినహా మిగితావారు బుస్సీకి తమ సామంత అభివాదాలు తెలిపారు. బొబ్బిలి రాజు రాకపోవడం అవకాశంగా తీసుకొని విజయరామరాజు బొబ్బిలి రాజుకు వ్యతిరేకంగా ఫ్రెంచివారిని రెచ్చగొట్టాడు. ఎప్పటి నుంచో వస్తున్న బొబ్బిలి సంస్థానాన్ని ఆ రాజు నుంచి ఉపసంహరించి, దానికి బదులుగా మరేదో జమీందారీ ఇవ్వాలని బుస్సీకి, విజయరామరాజు సూచించాడు. బొబ్బిలి రాజు రాజా రంగారావు ఈ ప్రతిపాదన గురించి విని బొబ్బిలి వీడటానికి నిరాకరించాడు. ఈ చర్చలు జరుగుతున్న సందర్భంలోనే బొబ్బిలి రాజు ప్రాంతాల గుండా వెళ్తున్న 30 మంది ఫ్రెంచి సైనికులపై దాడిచేసి చంపేశారు. దీంతో బొబ్బిలిపై 1757 జనవరి 24 న యుద్ధం ప్రకటించాడు.

ఇబ్రహీంఖాన్‌ను కాపాడటం అసాధ్యమని భావించిన రంగారావు అతణ్ని రాజ్యం విడిచి వెళ్ళేలా రక్షణ చర్యలు చేపట్టాడు. ఇబ్రహీంఖాన్ సైనికులతో క్షేమంగా వెళ్ళిన తరవాత రంగారావు ఫ్రెంచివారిపై యుద్ధం ఆరంభించాడు. బుస్సీ, విజయ రామారావు, హైదర్‌జంగ్, పెద్దాపురం లాంటి జమీందార్లు బొబ్బిలి యుద్ధంలో ఫ్రెంచివారితో కలిసి పోరాడారు. విజయం అసాధ్యం అని గమనించిన రంగారావు అంతఃపుర స్త్రీలను వధించమని ఆజ్ఞాపించాడు. కోటలో అన్ని ఇళ్లకు నిప్పుపెట్టారు. సైనికులు చివరి వరకు కోట రక్షణకై పోరాడారు. యుద్ధంలో తుపాకీగుండు తగిలి రంగారావు మరణించాడు. ఫ్రెంచివారు ఈ యుద్ధంలో విజయం సాధించి, రెవిన్యూ, ఇతర ఆదాయాలను పొందడం జరిగింది. కోటలో ప్రవేశించిన ఫ్రెంచి సైనికులు, తీవ్ర దిగ్భ్రాంతికి గురయ్యారు. అదృష్టవశాత్తు దాసీలక్ష్మీ (సేవకురాలు) ప్రభుభక్తి వల్ల రంగారావు కుమారుడిని కాపాడింది. రంగారావు మరణానంతరం బుస్సీ తెలివిని ఉపయోగించి రంగారావు కుమారుడిని సింహాసనం అధిష్టించడానికి ఆహ్వానించి అతణ్ని రక్షణకు బాధ్యత తీసుకొని సకల విధాలుగా సహాయం అందించాడు. బొబ్బిలి యుద్ధం జరిగే సమయానికి తాండ్రపాపయ్య రాజ్యంలో ఉన్నాడు. ఇతడు బొబ్బిలి ప్రతినిధి. బొబ్బిలి యుద్ధం జరుగుతున్న విషయం తెలియగానే తన అనుయాయులు దేవులపల్లి పెద్దన్న, బుద్దరాజు వెంకయ్యలతో కలిసి బొబ్బిలి చేరి జరిగిన పరిణామాలను గమనించి, వెంటనే విజయరామరాజుపై దాడి చేశాడు. బొబ్బిలి యుద్ధం ముగిసిన అనంతరం 3వ రోజు రాత్రి సర్దార్ తాండ్రపాపయ్య మరో ఇద్దరు అనుయాయులు విజయరామరాజుపై యుద్ధం చేసి, నిద్రపోతున్న విజయరామరాజును హతమార్చారు. బొబ్బిలి జమీందారి ఆదాయం నుంచి బుస్సీకి 2,00,000 రూపాయలు వచ్చాయి. గుంపెరు పాలెగాండ్లు మినహా మిగత పాలెగాళ్లందరూ బుస్సీకి కప్పం చెల్లించారు. మొత్తం మీద ఈ యుద్ధం వల్ల నాటి జమీందారులు, ఆంగ్లేయులకు క్రమం తప్పకుండా శిస్తు చెల్లించారు. దీంతో ఫ్రెంచివారి ప్రాధాన్యత పెరిగింది.

మూడవ కర్ణాటక యుద్ధం (క్రీ.శ.1756-63)

మాతృదేశాల మధ్య అంటే ఫ్రెంచ్, ఇంగ్లాండ్‌ల మధ్య మళ్లీ వివాదం ఆరంభమైంది. కారణం ఏమిటంటే, ఈ రెండు దేశాలు సప్తవర్ష సంగ్రామంలో మరోసారి చెరోపక్షం చేరి యుద్ధంలో పాల్గొన్నాయి. సైలిషియా రాష్ట్రం గురించి ఆస్ట్రియా రాణి మెరియా థెరిసా, ప్రష్యారాజు రెండవ ఫ్రెడరిక్‌ల మధ్య 1756 మే 17 న యుద్ధం ఆరంభమైంది. ఈ సప్తవర్ష సంగ్రామంలో ఫ్రాన్స్, ఇంగ్లాండ్ చెరోపక్షం చేరి యుద్ధంలో పాల్గొనడం వల్ల తిరిగి కర్ణాటక ప్రాంతంలో రాజకీయ వాతావరణం వేడెక్కింది. కర్ణాటక ప్రాంతంలో 1758 లో మళ్లి యుద్ధం ప్రారంభమైంది. దీన్నే మూడవ

కర్ణాటక యుద్ధం అంటారు. కర్ణాటకలో ఫ్రెంచివారు యుద్ధాన్ని నిర్వహించడానికి కౌంట్-డి-లాలీని పంపించారు. ఇతడికి భారతదేశ పరిస్థితుల మీద అవగాహనలేదు. దీంతో పరిస్థితి ఆంగ్లేయులకు కొంతమేరకు అనుకూలంగా మారింది. కౌంట్-డి-లాలీ పుదుచ్చేరి చేరుకొని తంజావూర్‌పై 1758 లో దాడి జరిపాడు. కానీ దాడి విఫలం అయింది.

ఇదే సందర్భంలో రాబర్ట్‌క్లైవ్ బెంగాల్‌లో 1757 ప్లాసీ యుద్ధంలో విజయం సాధించి, అక్కడ ఆంగ్లేయుల ఆధిపత్యం నెలకొల్పాడు. ఈ యుద్ధం ముగిసిన వెంటనే ఆంగ్లదళాలు కర్ణాటకకు వచ్చి అక్కడి సైన్యంలో చేరాయి. యుద్ధ వ్యూహాలు సిద్ధంచేసుకొన్నాయి. కౌంటి-డి-లాలీ మద్రాసుపై దాడికి నిశ్చయించుకొని హైదరాబాద్‌లో ఉన్న ఫ్రెంచి అధికారి బుస్సీని తరలిరమ్మని ఆదేశించాడు. బుస్సీ హైదరాబాద్ నుంచి వెళ్ళిపోగానే నిజాం నవాబు ఆంగ్లేయులకు మద్దతు ప్రకటించాడు. దీనికి కారణం దర్బార్‌లో బుస్సీ పెత్తనం నవాబుకు నచ్చకపోవడమే. దీంతో రాబర్ట్‌క్లైవ్ పరిస్థితులను గమనించి ఫ్రెంచివారి అజమాయిషీలో ఉన్న ఉత్తర సర్కార్‌పై దాడిచేసి ఆక్రమించాడు. 1758 డిసెంబర్ 7వ తేదీన చందూర్తి యుద్ధం జరిగింది. ఈ యుద్ధంలో ఆంగ్లేయులు ఆనందగజపతి రాజు సహాయం పొందారు. ఇతడు విజయరామరాజు మేనల్లుడు. విజయనగరం జమీందారీ వారసత్వం లభించినప్పటి నుంచి ఫ్రెంచివారికి దూరమై, మద్రాసులోని ఇంగ్లిష్‌వారితో సత్‌సంబంధాలను ఏర్పాటుచేసుకొన్నాడు. ఉత్తర సర్కారులను ఆక్రమించమని పదే పదే ఆంగ్లేయులను వొత్తిడిచేశారు. దీన్ని గమనించిన ఆంగ్లేయులు రాజు సహాయంతో, విశాఖపట్నంపై దాడిచేసి ఫ్రెంచి కమాండెంట్‌ను బందీచేసి ఆంగ్లేయుల జెండా ఎగురవేశారు. తరవాత చేబ్రోలు గ్రామాన్ని ఆంగ్లేయులు ఆక్రమించారు. ఆ తరవాత చందుర్తి చేరి, కర్నల్ ఫోర్డ్, ఫ్రెంచివారికి మధ్య జరిగిన యుద్ధంలో ఆంగ్లేయులు విజయం సాధించి, ఫ్రెంచివారిని తరిమికొట్టారు. కెప్టెన్ నాక్స్, మెక్లీన్‌ల నాయకత్వంలో ఆంగ్లేయసైన్యం రాజమండ్రిని ఆక్రమించాయి. దీంతో క్రమంగా ఉత్తర సర్కారులను స్వాధీనం చేసుకొని, 1759 మే 14 న సలాబత్‌జంగ్‌తో ఓ సంధి చేసుకొన్నారు. సలాబత్‌జంగ్ ఉదారంగా ఇంగ్లిష్‌వారికి మచిలీపట్నం సర్కారుల ఎనిమిది జిల్లాలను, నిజాంపట్నం సర్కార్, కొండవీడు, ఆకులమన్నాడు జిల్లాను ఇచ్చాడు. ఇది హైదరాబాద్ చరిత్రలో ఒక ముఖ్య ఘట్టం. ఇంగ్లిష్‌వారికి, నిజాంకి మధ్య జరిగిన మొట్టమొదటి రాజకీయ ఒప్పందం అది. ఇది హైదరాబాద్ సంస్థానంలో బ్రిటిష్‌వారి ఆధిపత్యావరోహణకు నాంది పలికింది. ఈ విధంగా చందుర్తి యుద్ధం ఆంగ్లేయులకు ముఖ్య ఫలితాలను అందించింది.

కౌంట్-డి-లాలీ, బుస్సీలు సంయుక్తంగా మద్రాసుపై దాడికి ప్రయత్నించి, విఫలం అయ్యారు. 1760 లో జరిగిన వాందీవాష్ యుద్ధంలో సర్ ఐర్ కూట్ అనే ఆంగ్ల అధికారి ఫ్రెంచివారిని ఓడించి, బుస్సీని యుద్ధ ఖైదీగా పట్టుకొన్నాడు. 1761 జనవరి 16 న లాలీ గత్యంతరం లేక ఆంగ్లేయులకు లొంగిపోయాడు. ఇదే సమయంలో సప్తవర్ష సంగ్రామం 1763 లో పారిస్ శాంతి సంధితో ముగిసింది. ఈ యుద్ధంలో ప్రష్యారాజు ఫ్రెడరిక్ విజయం సాధించడం, ఇతని పక్షాన యుద్ధంలో పాల్గొన్న ఆంగ్లేయులు కూడా విజయం సాధించారు. ఆస్ట్రియా రాణి సైలీషియా ప్రాంతాన్ని పూర్తిగా వదులుకొంది. ఈ శాంతి సంధి ప్రకారం కర్ణాటక ప్రాంతంలో కూడా యుద్ధ విరమణ జరిగింది. కర్ణాటకలో ఫ్రెంచివారు పూర్తిగా ఓడిపోవడంతో వారు కేవలం పాండిచ్చేరికి మాత్రమే పరిమితం అయ్యారు. మిగిలిన స్థావరాలు మొత్తం ధ్వంసం చేయబడ్డాయి. ఫ్రెంచివారి ఓటమితో, ఆంగ్లేయులకు భారతదేశంలో తిరుగులేకుండా పోయింది. ఈ

కర్ణాటక యుద్ధ విజయం వల్ల కర్ణాటక నవాబు ఇంగ్లిష్ వారిచేతిలో కీలుబొమ్మగా మారిపోయాడు. హైదరాబాద్ సంస్థాన పాలకులతో ఆంగ్లేయులు స్నేహ సంబంధాలను పటిష్టం చేసుకొన్నారు.

నిజాం - బ్రిటిష్ సంబంధాలు

సలబత్‌జంగ్ (క్రీ.శ.1751-1762) దక్కన్ సుబేదురుగా ఉన్న కాలంలో హైదరాబాద్‌లో ఫ్రెంచివారి ప్రాబల్యం పెరిగింది. వారికి ఉత్తర సర్కారులు లభించాయి. నిజాం-ఉల్-ముల్క్ ఆరో కుమారుడైన నిజాం అలీఖాన్‌కు ఫ్రెంచివారి పెత్తనం నచ్చలేదు. దీంతో వారు ఫ్రెంచివారి ఆధిపత్యాన్ని నిరసించారు. సలాబతజంగ్ ఫ్రెంచివారి పట్ల వ్యతిరేకతను ప్రదర్శించినందకు తన సోదరులైన నిజాం అలీఖాన్, బసాలత్‌జంగ్‌లను బందీలుగా చేశాడు. వీరిని దౌలతాబాద్ కోటలో బందీలుగా ఉంచాడు. తరవాత మహరాష్ట్రుల దాడులు పెరగడం అహ్మద్‌నగర్ కోటను ఆక్రమించుకోవడం వంటి చర్యలను గమనించిన సలాబత్‌జంగ్ తన తమ్ముడైన నిజాం అలీఖాన్‌తో రాజీ కుదుర్చుకొని, బందీ నుంచి విడిపించి 1757 లో బిరార్ సుబేదారుగా నియమించాడు. బందీ నుంచి వచ్చి మహరాష్ట్రులతో మొదటిసారి డిసెంబర్ 1757 లో, ఆ తరవాత 1759 లో రెండవసారి పోరాడి ఓటమిపాలయ్యాడు. 1757 లో సింధ్‌ఖేడ్ వద్ద నిజాం అలీఖాన్ పీష్వాతో సంధిచేసుకొని మొదటిసారి ధరార్ కోటను, 25 లక్షల రూపాయలను కప్పంగా మహరాష్ట్రులకు సమర్పించాడు. రెండవసారి 1759 లో ఉద్గిర్ వద్ద ఓడిపోయి, అహ్మద్‌నగర్, దౌలతాబాద్, బుర్హాన్‌పూర్, బీజాపూర్‌లను మహరాష్ట్రులకు స్వాధీనపరచాడు. ఉద్గిర్ యుద్ధానంతరం కొంత కాలానికే మహరాష్ట్రులు మూడో పానిపట్టు యుద్ధంలో 1761 లో అహమ్మద్‌షా అబ్దాలీ వల్ల ఓడిపోయారు. పీష్వా బాజీరావు ఈ ఓటమి తట్టుకోలేక 1761 జూన్‌లో మరణించాడు. ఇదే అదనుగా భావించిన నిజాం అలీఖాన్ ఉద్గిర్ ఓటమికి ప్రతీకారంగా మహారాష్ట్ర రాజధాని పూనాపై దండెత్తాడు. ఆ నగరాన్ని ధ్వంసంచేశాడు. పీష్వా మాధవరావు జనవరి, 1762 లో నిజాం అలీకి 27 లక్షల రూపాయలు ఆదాయం వచ్చే ప్రాంతాలను అప్పగించి సంధిచేసుకొన్నాడు. పూనాపై దాడి సందర్భంలోనే నల్‌దుర్గ్‌ను స్వాధీనం చేసుకొన్నాడు. టోకి, ప్రవర సంగంలను ధ్వంసం చేశాడు. భూగర్భంలో దాచిన సంపదకోసం నిజాం అలీఖాన్ శ్రీగొండలోని సింధియా భవంతిని తవ్వించాడు.

పూనా యుద్ధానంతరం బీదర్ చేరుకొన్నాడు. అక్కడ సలాబత్‌జంగ్ తమ్మునికి ఘన స్వాగతం పలికాడు. అన్నదమ్ముల మధ్య ఒప్పందం కుదిరింది. అది ఏమంటే సలాబత్‌జంగ్ దక్కన్ సుబేదారుగా ఉంటాడు. నిజాం అలీఖాన్ రాజ్యపాలన నిర్వహిస్తాడు. తరవాత కొంత కాలానికే అంటే జులై 6, 1762 లో తన అన్న సలాబత్‌జంగ్‌ను బంధించి, తరవాత హత్యచేయించాడు. అతని మరణానంతరం 'హైదరాబాద్ నిజాం' గా ప్రకటించుకొన్నాడు. 'నిజాం' గా ప్రకటించుకొన్న మొదటి పాలకుడు నిజాం అలీఖాన్. నాటి నుంచి నిజాం బిరుదు వంశపారంపర్యంగా రావడం ప్రారంభమైంది. 1762 లోనే ఆంగ్లేయులు నిజాం తమకు మిత్రపక్షంగా ఉపయోగపడతాడని గుర్తించారు.

నిజాం అలీ 1762 పాలన చేపట్టడంతో అనేక సమస్యలను పరిష్కరించాల్సిన పరిస్థితి ఏర్పడింది. ముఖ్యంగా ఉత్తర సర్కారుల్లో పరిస్థితి దిగజారింది. 1760 లో విజయనగరం రాజైన ఆనందగజపతి మరణించడంతో పరిస్థితులు దిగజారాయి. ఉద్గిర్ ఒప్పందం అనంతరం నిజాం అలీఖాన్ ఉత్తర సర్కార్ ప్రాంతాల్లో పర్యటించాడు. సలాబత్‌జంగ్

కల్నల్‌ఫోర్డ్‌కు మంజూరు చేసిన సనద్‌ను నిజాం అలీతో ఆమోదముద్ర వేయించుకోవాలని మచిలీపట్నం అధినేత జేమ్స్ అలెగ్జాండర్ ప్రయత్నించాడు. కానీ అది విఫలం అయింది. ఏలూరు, రాజమండ్రి, ముస్తఫానగర్‌లకు హుస్సేన్ అలీఖాన్‌ను ఫౌజ్‌దారుగా నియమించాడు. చీకాకోల్ (శ్రీకాకుళం) సర్కార్ ఆదాయాలను వసూలు చేసే బాధ్యతను విజయనగరం రాజాకు అప్పగించాడు. ఈ ఏర్పాట్లు ఆంగ్లేయులకు కలవరం పుట్టించింది. దీనికి కారణం మహారాష్ట్రతో యుద్ధంలో ఆంగ్లేయులు సహాయం చేయలేదనే కోపంతో నిజాం అలీఖాన్ కఠినంగా వ్యవహరించడంతో ఆంగ్లేయులకు తీవ్ర ఇబ్బందులు ఏర్పడ్డాయి. దీంతో వారు ఎలాగైన నిజాం అలీతో సనద్‌పై ఆమోదముద్ర వేయించాలని తీవ్రంగా ప్రయత్నించారు.

బెంగాల్‌లో ఆంగ్లేయులు బెంగాల్ (సుబేదారు) నవాబు, మొఘలచక్రవర్తి షా ఆలం, అయోధ్య నవాబులతో జరిగిన 1764 బాక్సర్ యుద్ధంలో విజయం సాధించి 1765 అలహాబాద్ సంధి షరతులకు షాఆలం (మొఘల్ చక్రవర్తి) ని అంగీకరింపచేశారు. అందులో ఉత్తర సర్కారులను ఆంగ్లేయ కంపెనీకి ధారాదత్తం చేస్తు ఫర్మానా జారీచేశాడు. కానీ సమర్థుడైన నిజాం అలీఖాన్ ఈ ఫర్మానాను లెక్కపెట్టక ఆంగ్లేయులను ఇబ్బందులకు గురిచేశాడు. దీంతో ఆంగ్లేయులు నిజాం అలీఖాన్‌ను ప్రసన్నం చేసుకోవడానికి, ఉత్తర సర్కారులను పొందడానికి తీవ్రంగా ప్రయత్నించారు.

ఆంగ్లేయులు ఉత్తర సర్కారులో పేరుమోసిన దుబాసి కాండ్రెగుల జోగిపంతులును నిజాంతో సంప్రదింపులకు పంపారు. ఇతడు హైదరాబాద్‌లో దివాన్ రుక్నుద్దౌలాలతో స్నేహ సంబంధాలు కలిగి ఉన్నాడు. నిజాంతో జోగి పంతులు సంప్రదింపులు జరిపాడు. ఆ సందర్భంలోనే రాజమండ్రి దాని సమీప ప్రాంతాల్లో తిరుగుబాట్లు జరిగాయి. వాటిని అణచడానికి దివాన్ రుక్నుద్దౌలాతో కలిసి, నిజాం అలీఖాన్ రాజమండ్రి వెళ్లాడు. వారిని జోగిపంతులు అనుసరించాడు. ఈ సమయంలోనే గొల్లపూడిలో నిజాం సైన్యం జీతభత్య బకాయిల కోసం తిరుగుబాటు చేసింది. దీన్ని చక్కని అవకాశంగా భావించిన జోగిపంతులు నిజాం అలీఖాన్‌తో సంప్రదించి 9,00,000 రూపాయల గుత్తానికి, ఐదు ఉత్తర సర్కారులను కంపెనీ వశం చేయడానికి నిజాంని ఒప్పించాడు. దీంతో నిజాం, ఆంగ్లేయులు జోగి పంతులును అభినందించాయి.

12 నవంబర్ 1766 లో నిజాం, ఆంగ్లేయులకు మధ్య ఒప్పందం కుదిరింది. దీనిలో ఆంగ్లేయ ప్రతినిధులు జనరల్ కైలాండ్, జనరల్‌స్మిత్‌లు పాల్గొన్నారు. ఈ ఒప్పందం ప్రకారం రాజమండ్రి, ఏలూరు, ముస్తఫానగర్, ముర్తిజానగర్, చీకాకోల్, సర్కారులను కంపెనీకి ఉచిత బహుమతిగా ఇచ్చాడు. ఇందుకు బదులుగా ఏడాదికి 9,00,000 కౌలు కింద కంపెనీ నిజాంకు చెల్లిస్తుంది. రాజమండ్రి, ఏలూరు, ముస్తఫానగర్‌లకు నాలుగు లక్షలు, ముర్తిజానగర్, చీకాకోల్ సర్కార్లకు చెరో రెండు లక్షలు కంపెనీ చెల్లిస్తుంది. అయితే, నిజాం అలీ తమ్ముడు బసాలత్‌జంగ్ ముర్తిజానగర్‌ను 1761 లో జాగీర్‌గా పొందాడు. అందువల్ల బసాలత్‌జంగ్ మరణానంతరం గానీ లేదా నిజాం విశ్వాసం కోల్పోయిన పక్షంలో గానీ కంపెనీ స్వాధీనం చేసుకొని నాటి నుంచి దాని కౌలు చెల్లిస్తుంది.

నిజాం అలీకి బ్రిటిష్ వారికి ఉత్తర సర్కారులు ఇవ్వడం పూర్తిగా ఇష్టంలేదు. కానీ నాటి ఆర్థిక పరిస్థితులు అతణ్ని ఉత్తర సర్కారులు ఇచేటట్లు చేశాయి. దీంతో అతడు ఆంగ్లేయుల పట్ల ఒకింత ఆగ్రహంతో ఉన్నాడు. ఈ

సందర్భంలో అతడు మైసూరు పాలకుడైన హైదరాలితో ఒక అవగాహనకు వచ్చాడు. అది ఏమిటంటే కర్ణాటక నవాబు మహ్మద్అలీ ఆంగ్లేయుల తొత్తుగా మారినందున అతణ్ని తొలగించి, కర్ణాటక నవాబుగా టిప్పుసుల్తాన్‌ను నియమించడం. నిజాం చర్యలను గమనించిన ఆంగ్లేయులు హైదరాలిని ముందు అణచడానికి దృష్టిసారించారు. తిరుచురాపల్లి వద్ద కంపెనీ సైన్యం చేతిలో నిజాం అలీ సైన్యం ఓడిపోయింది. నిజాం అలీ మద్రాస్ కంపెనీతో 23 ఫిబ్రవరి 1768 న కొత్త ఒప్పందం కుదుర్చుకున్నాడు. దీని ప్రకారం ఆర్కాట్ నవాబు మహమ్మద్అలీ కర్ణాటకకు నిజమైన పాలకుడిగా గుర్తింపు పొందాడు. కర్ణాటక బాలాఘాట్‌పై కూడా దీవానీ హక్కులను ఇంగ్లిష్ వారికి దాఖలు చేయడం జరిగింది. అందుకు బదులుగా ఇంగ్లిష్‌వారు నిజాం నవాబుకు సంవత్సరానికి 7,00,000 రూపాయలు ఇవ్వడానికి అంగీకరించారు. ఈ ఒప్పందం కర్ణాటక, ఉత్తర సర్కారులపై నిజాం అధికారం, హక్కులను పూర్తిగా హరించింది.

గుంటూరు సర్కార్ స్వాధీనం

ముర్తిజానగర్ (గుంటూరు) ఆంగ్లేయులతో సంధిచేసుకోక పూర్వమే నిజాం తమ్ముడైన బసాలత్‌జంగ్ ఆధీనంలో ఉంది. 1766 లో ఆంగ్లేయులతో చేసుకొన్న ఒప్పందం ప్రకారం రాజమండ్రి, ఏలూరు, ముస్తఫానగర్, చీకాకోల్ సర్కార్లు కంపెనీకి అప్పగించబడ్డాయి. ముర్తిజానగర్ బసాలత్‌జంగ్ మరణానంతరం గానీ, లేదా నిజాంఅలీ విశ్వాసం తమ్ముడు కోల్పోయినప్పుడు గానీ కంపెనీకి స్వాధీనం చేయబడుతుంది. తరవాత బసాలతజంగ్ ఫ్రెంచివారిని తన సైన్యంలో చేర్చుకోవడం, అన్న నిజాంఅలీకి వ్యతిరేకంగా ఆంగ్లేయులతో సంప్రదింపులు జరపడం లాంటి చర్యలు నిజాంఅలీని కలవరపెట్టాయి. ఆంగ్లేయులు బసాలత్‌జంగ్‌పై అన్ని రకాల ఒత్తిడులను తెచ్చారు. దీంతో బసాలత్‌జంగ్ ఆంగ్లేయులతో ఒప్పందానికి సిద్ధం అయ్యాడు. జనవరి 27, 1779 లో ఇంగ్లిష్ వారితో బసాలత్‌జంగ్ ఒప్పందం చేసుకొన్నాడు. దీని ప్రకారం ఫ్రెంచివారిని తన కొలువు నుంచి తొలగించడం, గుంటూరు సర్కారును ఆంగ్లేయుల కొలువుకు ఇవ్వడం. ఈ ఒప్పందం నిజాంఅలీకి తీవ్ర ఆగ్రహం తెప్పించింది. అతడు తన ఆగ్రహాన్ని ఆంగ్లేయులకు లేఖరూపంలో తెలియపర్చాడు.

నిజాంఅలీ ఆగ్రహాన్ని గ్రహించిన ఆంగ్లేయ అధికారి హాలెండ్ బెంగాల్ ప్రభుత్వానికి తెలియచేశాడు. నిజాం ఆగ్రహాన్ని గ్రహించిన నాటి బ్రిటిష్ గవర్నర్ జనరల్ వారన్‌హేస్టింగ్స్ స్వయంగా నిజాంఅలీకి లేఖరాశాడు. కంపెనీ ప్రభుత్వ స్నేహం ఎప్పుడు మీకే ఉంటుందని. బసాలత్‌జంగ్‌తో కొలుకు తీసుకొన్న గుంటూరు ప్రాంతం తిరిగి ఇచ్చేస్తున్నట్లు లేఖలో వారన్‌హేస్టింగ్స్ పేర్కొన్నాడు. వెంటనే గుంటూరును తిరిగి నిజాంకు అప్పగించడానికి కృషి జరిగింది. నిజాంఅలీ సంతృప్తిచెందాడు. కానీ 1782 లో బసాలత్‌జంగ్ మరణించాడు. తరవాత కారిన్‌వాలీస్ చర్చల అనంతరం గుంటూరు ప్రాంతం 18 సెప్టెంబర్ 1788 న ఆంగ్లేయులకు నిజాంఅలీ అప్పగించాడు. దీంతో గంజాం నుంచి గుంటూరు వరకు తీరాంధ్ర ప్రాంతం ఆంగ్లేయుల ఆధీనంలోకి వచ్చింది.

త్రైపాక్షిక సంధి

దక్కన్‌లో రోజు రోజుకు ఆంగ్లేయుల అజమాయిషి పెరిగిపోసాగింది. మైసూరు పాలకుడు హైదరాలి, ఇటు ఆంగ్లేయులకు, అటు మహారాష్ట్రులకు కొరకరానికొయ్యగా తయారయ్యాడు. మొదటి మైసూరు యుద్ధం (1766-68) లో హైదరాలీ ఆంగ్లేయుల మీద స్పష్టమైన విజయం సాధించాడు. రెండవ మైసూరు యుద్ధం (1780-84) లో హైదరాలీ

ఆంగ్లేయులతో పోరాడుతూ 1782 లో మరణించాడు. అతని కుమారుడు టిప్పుసుల్తాన్ మైసూర్ పాలకుడిగా సింహాసనం అధిష్టించాడు. అతడు 1784 లో ఆంగ్లేయులతో మంగళూరు సంధి చేసుకొన్నాడు. ఈ రెండు యుద్ధాల వల్ల ఆంగ్లేయులు తీవ్రంగా అవమానం పొందారు. దీంతో ఆంగ్లేయులు టిప్పుసుల్తాన్‌ను ఓడించాలంటే నిజాంఅలీ సహాయం అవసరమని భావించి, అతనితో చర్చించి ఒప్పందం చేసుకోవడానికి అంగీకరింపచేశారు. మరొకవైపు మహారాష్ట్రులతో సంప్రదించి వారిని ఒప్పించి, చివరకు ఈ ముగ్గురి మధ్య అంటే ఆంగ్లేయులు, నిజాం, మహారాష్ట్రుల మధ్య జూలై 1790 లో టిప్పుసుల్తాన్‌కు వ్యతిరేకంగా త్రైపాక్షిక ఒప్పందం కుదుర్చుకొన్నారు. ఈ త్రయం కలిసి మైసూరుపై 1790 లో యుద్ధం ఆరంభించాయి. దీన్ని మూడవ మైసూరు (1790-92) యుద్ధం అంటారు. టిప్పు నిజాం, మహారాష్ట్రులతో స్నేహానికి ప్రయత్నించి విఫలమయ్యాడు. టిప్పును ఓడించడం నాటి ఆంగ్ల సర్వసైన్యాధికారి మేజర్ మెడోస్ అసాధ్యమని భావించి, కారన్‌వాలీస్ స్వయంగా రంగంలోకి దిగి శ్రీరంగపట్టణాన్ని ముట్టడించాడు. టిప్పుసుల్తాన్ ఓటమిని అంగీకరించి శ్రీరంగపట్టణం సంధికి ఒప్పుకున్నాడు. తన రాజ్యంలో సగభాగాన్ని త్రయానికి అప్పగించాడు. నిజాంఅలీకి వాటాగా గుర్రంకొండ, కడప, గండికోట, కంభం, బళ్లారి మొదలైన ప్రాంతాలు లభించాయి. నిజాం సైన్యాన్ని మైసూరు యుద్ధంలో రాకుమారుడు సికిందర్‌జా, మంత్రి అజీం-ఉల్-ఉమ్రాలు చాల నెమ్మదిగా నడిపారని ఆంగ్లేయులు నిజాంకు తమ నిరసన తెలిపారు.

ఖార్ధా ఓటమి

మూడవ మైసూరు యుద్ధానంతరం తిరిగి మహారాష్ట్ర, నిజాం రాజ్యాల మధ్య సంబంధాలు మళ్ళీ మొదటికి వచ్చాయి. మహారాష్ట్రులు తమ ప్రాంతాల్లో చౌత్, సర్దేష్‌ముఖి పన్నుల వసూలును నిజాంఅలీ తీవ్రంగా వ్యతిరేకించాడు. 1791 లో పీష్వా మంత్రి నానాఫడ్నావిస్ చౌత్, సర్దేష్‌ముఖి పన్నులు చెల్లించాలని నిజాంకి విజ్ఞప్తిచేశాడు. అవసరం, సమయం వచ్చినప్పుడల్లా నిజాంఅలీ మహారాష్ట్ర విషయంలో పలురకాలుగా జోక్యంచేసుకొంటు దాన్ని బలహీనపరచడం కోసం ఆది నుంచి తీవ్రంగా ప్రయత్నిస్తున్నాడు. నానాఫడ్నావిస్‌కు వ్యతిరేకంగా మహాదాజీసింధియాను ప్రోత్సహించాడు. ఇద్దరూ విభేదాలను పక్కనపెట్టి కలిసిపనిచేయాలని నిశ్చయించుకొన్నారు. దీంతో మహాదాజీసింధియా నిజాంఅలీ ప్రయత్నాలను నానాఫడ్నావిస్‌కు తెలిపాడు. దీంతో ఫడ్నావిస్ నిజాంఅలీని చౌత్, సర్దేష్‌ముఖి పన్నులు, బకాయిలు వెంటనే చెల్లించమని ఆదేశించాడు. 1794 ఫిబ్రవరి 12 న మహాదాజీ సింధియా మరణించాడు. అయినా నానాఫడ్నావిస్ వైఖరిలో మార్పురాలేదు. దీంతో ఇరు రాజ్యాల మధ్య 1795 మార్చి 11 న భీకర పోరు జరిగింది. ఈ యుద్ధాన్నే 'ఖార్ధా యుద్ధం' అంటారు. ఈ యుద్ధంలో సహాయం చేయమని నిజాం అలీ ఆంగ్లేయులను కోరాడు. కాని నాటి ఆంగ్ల అధికారి కెప్టెన్ కిర్క్‌పాట్రిక్స్ తిరస్కరించాడు. యుద్ధంలో భీకరంగా పోరాడిన నిజాంకి విజయం కలగలేదు. 15 మార్చి 1795 న ఓటమి అంగీకరించి, శాంతికోసం అవమానకరమైన ఒప్పందం కుదుర్చుకోవాల్సి వచ్చింది. దౌలతాబాద్, అహ్మద్‌నగర్, షోలాపూర్ కోటలను 34,50,000 రూపాయల వార్షిక ఆదాయం వచ్చే ప్రాంతాలను మరాఠాలకు అప్పగించడమే కాక, మూడు కోట్ల రూపాయలను నష్టపరిహారంగా సమర్పించుకొన్నాడు.

రేమాండ్ సేవలు

1768 ఒప్పందం ప్రకారం నిజాం రాజ్యానికి అవసర సమయాల్లో సైనిక సహాయం అందించడానికి ఆంగ్లేయులు సిద్ధంగా ఉండాలి. కానీ ప్రతిసారి మహారాష్ట్రులతో యుద్ధ సమయంలో ఆంగ్లేయులు నిజాంకి సహకరించడం లేదు.

ఖార్ధా యుద్ధ సమయంలో ఆంగ్లేయ సైనిక సహాయం ఆశించి, భంగపడ్డాడు నిజాం అలీ. దీంతో యుద్ధానంతరం హైదరాబాద్ నుంచి ఆంగ్లదళాలను బ్రిటిష్ ప్రాంతాలకు వెళ్లగొట్టాడు. అంతేగాక హైదరాబాద్‌లోని రెసిడెంట్ కెప్టెన్ కిర్క్‌పాట్రిక్స్‌ను పిలిపించి, నిజాం అలీ 'హైదరాబాద్‌లో ఉంచిన రెండు సాధారణ సైనిక పటాలాలను కూడా వినియోగించుకోరాదని అనడం ఆంగ్లేయులకే చెల్లిందని, ఈ పటాలాలు తమకు సమయానికి ఉపయోగపడని పక్షంలో వారిని, ఇంతకాలం ఇక్కడ ఉంచి మేపడంలో అర్థంలేదు' వారిని వెంటనే ఉపసంహరించుకోండి అని తీవ్రపదజాలంతో దూషించాడు. ఆంగ్లదళాలను వెళ్లగొట్టిన అనంతరం నిజాం తన దృష్టిని ఫ్రెంచి దళాలవైపు సారించాడు. ఆంగ్లేయులపట్ల వ్యతిరేకతను గమనించిన రేమాండ్ నిజాం అలీని సంతృప్తిపరచడానికి ప్రయత్నించాడు. నిజాం వెంట ఖార్ధా యుద్ధానికి వెళ్ళిన రేమాండ్ దళం, 3000 మందిని కోల్పోయింది. తరవాత నిజాం రేమాండ్ ఆధ్వర్యంలో ఫ్రెంచి దళ సంఖ్యను 15,000 కు చేర్చాడు. దళాల నిర్వహణకు రేమాండ్‌కు నెలకు 1,30,000 రూపాయలు సబ్సిడీగా అందించేందుకు ఏర్పాటు చేశాడు. రేమాండ్ తన దళాలకు 'రేమాండ్ ఫ్రెంచి దళాలు'గా పేరుపెట్టాడు. తన దళాల నిర్వహణకు రేమాండ్ కడప జిల్లాను అప్పగించాల్సిందిగా నిజాంని కోరాడు. శాంతిభద్రతల పరిరక్షణ పేరుతో కడపకు పంపాలని రేమాండ్ నిజాంని అడిగాడు. ఈ విషయం మీర్‌ఆలం 1795 లో కిర్క్ పాట్రిక్స్‌కు తెలిపాడు. ఆంగ్లేయులకు నిజాం చర్యలు కలవరపెట్టాయి. ఈ సమయంలోనే నిజాం అలీ పెద్ద కుమారుడు ప్రిన్స్ ఆలీజా తండ్రిపై తిరుగుబాటుచేశాడు. మెదక్ జమీందారు సదాశివరెడ్డితో కలిసి నిజాంకు వ్యతిరేకంగా కుట్రపన్ని ప్రిన్స్ ఆలిజా బీదర్ చేరుకొన్నాడు. ఈ తిరుగుబాటును అణచడానికి ఆంగ్లేయుల సహాయాన్ని నిజాం కోరాడు. ఆంగ్లేయులు ఈ తిరుగుబాటును అణచడానికి, నిజాంకు సహాయం చేయడానికి మేజర్ రాబర్ట్స్ సైన్యాన్ని బీదర్‌వైపు నడిపాడు. పరిస్థితిని గమనించిన ఆలీజా స్వచ్ఛందంగా లొంగిపోయాడు. కొద్ది రోజుల అనంతరం హైదరాబాద్ వస్తూ 22 నవంబర్ 1795 లో మార్గమధ్యలో ఖైర్ వద్ద ఆలీజా ఆత్మహత్యచేసుకొన్నాడు. ఆలీజా తిరుగుబాటును అణచడంలో రేమాండ్ సైన్యం కూడా కృషిచేసింది. అయితే తిరుగుబాటు విఫలమైన అనంతరం 25 మార్చి 1798 లో రేమాండ్ మరణించాడు. రేమాండ్ తరవాత పెర్రాన్ ఫ్రెంచిదళాల సారధ్యం వహించాడు. తరవాత ఫ్రెంచి దళాల ప్రాబల్యం క్రమంగా తగ్గింది.

సైన్యసహకార ఒడంబడిక

సర్‌జాన్ షోర్ అనంతరం గవర్నర్ జనరల్‌గా 17 మే 1798 లో లార్డ్ వెల్లస్లీ నియమితుడయ్యాడు. టిప్పుసుల్తాన్, మరాఠాలను అణచివేయాలంటే నిజాం మద్దతు చాలా అవసరమని నాటి ఆంగ్లేయ గవర్నర్ జనరల్, అధికారులు అభిప్రాయపడ్డారు. ఫ్రెంచివారిని దక్కన్ నుంచి పూర్తిగా పంపించాలంటే నిజాం సహాయం అవసరం. అందుకోసం నిజాంతో ఒప్పందానికి వెల్లస్లీ కిర్క్‌పాట్రిక్స్‌ను ఆదేశించాడు. దీంతో నిజాంతో రక్షణ ఒప్పందం ప్రయోజనాన్ని వివరించడంతో నిజాం సెప్టెంబర్ 1, 1798 లో ఒప్పందం మీద సంతకంచేశాడు. దీన్నే సైన్యసహకార ఒడంబడిక అంటారు. ఒప్పందానికి పూర్వం నిజాం పాలనలో రెండు ఆంగ్ల సైనిక పటాలాలు ఉన్నాయి. దానికి తోడు ఒప్పందం ప్రకారం మరో ఆరు సైనిక పటలాలు సమకూర్చబడతాయి. ఇవి నిజాం రాజ్య రక్షణకు దోహదపడతాయి. ఈ ఆరు సైనిక పటలాలకి అయ్యే ఖర్చు కింద ఏటా 24,17,100 రూపాయలు నిజాం చెల్లించాలి. దీనికి నిజాం అంగీకరించాడు. ఈ ఒప్పందం హైదరాబాద్‌ను బ్రిటిష్ రక్షిత ప్రాంతం స్థాయికి చేర్చింది.

నాల్గవ మైసూరు యుద్ధం

భారతదేశ గవర్నర్ జనరల్‌గా వచ్చిన వెల్లస్లీ టిప్పుసుల్తాన్‌ను అణచివేయడానికి ప్రయత్నించాడు. 1799 లో టిప్పుపై నాల్గవ మైసూరు యుద్ధం ప్రకటించాడు. ఈ యుద్ధంలో నిజాం అలీ బ్రిటిష్‌వారి పక్షాన చేతులు కలిపాడు. నిజాం దళాలకు మీర్‌ఆలం నేతృత్వం వహించాడు. జనరల్ హీరిస్ ఆధ్వర్యంలోని బ్రిటిష్ సేన నిజాం సైన్యం నెల్లూరు వద్ద కలిశాయి. అక్కడి నుంచి శ్రీరంగపట్టణం ముట్టడికి బయలుదేరాయి. టిప్పుసుల్తాన్ తన రాజధానిని కాపాడుకోడానికి చివరి వరకు పోరాడి యుద్ధంలో మరణించాడు. యుద్ధంలో ఆంగ్లేయ, నిజాం సైన్యాలు విజయం సాధించాయి. ఒప్పందం ప్రకారం ఆంగ్లేయులు నిజాంకు గుత్తి, గుర్రంకొండ, చిత్రదుర్గ్‌లోని జెరిముల్ల, నందిదుర్గ్, కోలార్ ప్రాంతాలు లభించాయి. చిన్న ప్రాంతంగా మిగిలిపోయిన మైసూరు రాజ్యాన్ని వడయార్ కుటుంబానికి తిరిగి అప్పచెప్పారు. నిజాంకు కొంత బాధకలిగింది. కీలక ప్రాంతాలు ఆంగ్లేయులు తీసుకొని సాదారణ ప్రాంతాలు నిజాంకి లభించడం దీనికి కారణం.

దత్త మండలాలు

టిప్పుసుల్తాన్ మరణానంతరం వెల్లస్లీ దక్కన్‌లో బలమైన మహారాష్ట్ర రాజ్యం గురించి తీవ్రంగా ఆలోచించాడు. వీరిని తట్టుకోవాలంటే నిజాంతో స్నేహ సంబంధాలు మరింత పటిష్టంగా ఉండాలని భావించాడు. దాంతో 1800 సంవత్సరంలో నిజాంతో మరో కొత్త ఒప్పందానికి ఆంగ్లేయులు శ్రీకారంచుట్టారు. 20 అక్టోబర్ 1800 వ సంవత్సరంలో బ్రిటిష్‌వారు నిజాంతో ఒప్పందం ఖరారుచేసుకొన్నారు. ఈ ఒప్పందం అనంతరం సహకార సైన్యదళాల సంఖ్యను కంపెనీ పెంచింది. ఒక అశ్వికదళాన్ని, చాలినన్ని తుపాకులు నిజాంకి సమకూర్చింది. ఎనిమిది సైనిక పటాలాలు, రెండు అశ్వికదళాలు, ఫిరంగులు, యుద్ధ సామగ్రి, తుపాకులు పెరిగాయి. ఈ బలగాలకు అయ్యే ఖర్చు భరించేందుకు నిజాం 18 మార్చి 1792 లో చేసుకొన్న శ్రీరంగపట్టణం ఒప్పందంలోనూ, 1799 జూన్ 22 న కుదుర్చుకొన్న మైసూరు ఒప్పందంలోను సంపాదించిన ప్రాంతాలన్నింటిని ఆంగ్లేయులకు శాశ్వతంగా అప్పగించాడు. బళ్ళారి, అనంతపురం, కడప, కర్నూల్ జిల్లాలు కంపెనీకి అప్పగించబడ్డాయి. ఈ ప్రాంతాలనే 'దత్త మండలాలని' వ్యవహరిస్తారు. ఈ ఒప్పందం నిజాంను ఇంగ్లిష్ వారికి విధేయంగా ఉండే మిత్రపక్షం స్థాయికి దిగజార్చింది. 1802 లో నిజాంతో ఆంగ్లేయులు ఒక వాణిజ్య ఒప్పందం చేసుకొన్నారు. దీని ప్రకారం రెండు రాజ్యాల్లో తయారైన లేదా ఉత్పత్తి అయిన సరుకు మరో రాజ్యానికి సంబంధించిన ప్రాంతాల్లో ప్రవేశించే ముందు 5 శాతం రుసుం చెల్లించాలి. దీన్ని అనుసరించి బ్రిటిష్ దిగుమతులపై హైదరాబాద్‌లో 5 శాతం పన్ను విధిస్తారు. ఈ ఒప్పందం అనంతరం నిజాం అలీ ఆగస్టు 1803 లో మరణించాడు.

సికిందర్ జా (1803-1829)

నిజాం అలీఖాన్ మరణానంతరం అతని రెండవ కుమారుడు సికిందర్ జా 1803 నుంచి 1829 వరకు పరిపాలించాడు. నిజాం అలీ పెద్ద కుమారుడు అలీజా తన తండ్రిపై తిరుగుబాటుచేసి, 1795 లో ఆత్మహత్య చేసుకొన్నాడు. దీంతో నిజాం అలీ రెండవ కుమారుడు సికిందర్ జా 1803 లో రాజ్యానికి వచ్చాడు. ఇతడి పేరు మీదగానే హైదరాబాద్‌లో సికింద్రాబాద్ నగరం నిర్మితమైంది.

సికిందర్ జా సింహాసనానికి వచ్చిన కొద్ది కాలానికే సింధియా, భోంస్లేల ఆధ్వర్యంలోని మరాఠాలకు, ఆంగ్లేయులకు మధ్య 1803 లో యుద్ధం ఆరంభమైంది. దీన్నే రెండవ మరాఠా యుద్ధం అంటారు. 1800 వ సంవత్సరం ఒప్పందం ప్రకారం నిజాం ఆంగ్లేయులకు సహాయం అందించాలి. కానీ ఆంగ్లేయులకు సహాయం అందించడం ఇష్టంలేని నిజాం పూర్తి సైన్యాలను యుద్ధానికి పంపలేదు. నిజాంకు సన్నిహితుడు, బీరార్ గవర్నర్ మహీపత్‌రాం నేతృత్వంలో కొద్దిపాటి దళాలను యుద్ధానికి పంపాడు. మహీపత్‌రాం, ఇల్లీచ్‌పూర్ నవాబు సలాబత్‌ఖాన్, రాజశుక్రధర్‌లు నిజాం సైన్యాన్ని నడిపే బాధ్యతను తీసుకొన్నారు. కాని వాస్తవంలో వీరు ఆంగ్లేయులకు పూర్తిగా సహకరించలేదు. అయినప్పటికీ ఆంగ్లేయులు 1803 సెప్టెంబర్ 23 న అస్సాయ్ వద్ద మహరాష్ట్రులపై విజయం సాధించారు. ఈ యుద్ధ విజయంతో నిజాంకు కొంత వాటా భూభాగం మహరాష్ట్ర ప్రాంతం నుంచి లభించింది. ఆంగ్లేయులు నిజాం వాటాగా అజంత కొండలు, గోదావరినది మధ్య బాగంలోని భూప్రాంతాలు, సాత్పురా పర్వతాలకు దక్షిణాన, వార్ధనదికి పశ్చిమాన నాగపూర్ రాజా ఆక్రమించిన జిల్లాలను పొందాడు. దీంతో బీరార్ మొత్తం నిజాం హస్తగతమైంది. నిజాం సామ్రాజ్యం బాగా విస్తరించింది. కాని వెల్లస్లీ నిజాం అమీరులు, సైన్యాధ్యక్షులు వ్యవహరించిన తీరును ఎండగడుతూ నిజాంకు ఘాటుగా ఒక లేఖరాశాడు. దీంతో నిజాం సికిందర్ జా బ్రిటిష్‌వారితో రాజీకి వచ్చి 15 డిసెంబర్ 1803 న ఒక అనుపూరణ ఒప్పందం చేసుకొన్నాడు. దీనికి 9 జనవరి 1804 న అదనపు అధికరణాన్ని చేర్చాడు. ఈ అధికరణ ప్రకారం యుద్ధ సమయంలో ఇరుపక్షాలకు చెందిన అన్ని కోటలు, ప్రాంతాలు ఇరుపక్షాల సైన్యాలకు పూర్తి అందుబాటులో ఉండాలి. అలాగే యుద్ధానికి సంబంధించి వివిధ కార్యక్రమాలను ఇరుపక్షాలకు చెందిన పౌర, సైనికాధికారులు ఒకరికొకరు హృదయపూర్వకంగా సహకరించుకుంటూ అమలుచేయాలి. ఈ ఒప్పందం జరిగిన కొద్ది కాలానికే 1804 ఏప్రిల్ 12 న దివాన్ (ప్రధాని) అయిన అజిముల్-ఉమ్రా మరణించాడు. దివాన్ స్థానంలో బ్రిటిష్‌వారికి అనుకూలుడైన మీర్‌ఆలంని నియమించారు.

చందూలాల్

నిజాం తన స్నేహితుడైన మహీపత్‌రాంను మీర్‌ఆలంకు బదులుగా దివాన్ చేయాలనుకొన్నాడు. కాని ఆంగ్లేయులు దీనికి ఇష్టపడకపోవడంతో మీర్‌ఆలంను దివాన్‌గా అంగీకరించాడు. తరవాత కొంత కాలానికి ఖాళీ అయిన పేష్కార్ పదవికి మహీపత్‌రాంను నియమించాలని ఆశించాడు. మహీపత్‌రాంతోపాటు ఈ పేష్కార్ పదవికి మీర్‌ఆలం అల్లుడు మునీర్-ఉల్-ముల్క్, రాజచందులాల్‌లు పోటీపడుతున్నారు. మహీపత్‌రాంను బీరార్‌కు నిజాం పంపాడు. ఆ తరవాత కొద్ది రోజులకే పేష్కార్‌గా మహారాజా చందూలాల్ నియమితుడయ్యాడు. చందులాల్ అంటే నిజాంకు సదాభిప్రాయంలేదు. అయినా ఆంగ్లేయుల ఒత్తిడి, మీర్‌ఆలంల చర్యలు చందూలాల్‌ను పేష్కార్‌గా నియమించేలా చేశాయి. బ్రిటిష్ రెసిడెంట్ సైడెన్‌హామ్ ప్రోద్బలంతో చందూలాల్ పేష్కార్‌గా కొనసాగాడు. కొంత కాలానికి, అంటే 28 ఫిబ్రవరి 1808 లో మీర్‌ఆలం మరణించడంతో దివాన్ స్థానం ఖాళీ అయింది. ఈ పదవికి మునీరు-ఉల్-ముల్క్, షమ్సుల్-ఉమ్రాలు పోటీపడ్డారు. బ్రిటిష్ గవర్నర్ జనరల్ షమ్సుల్-ఉమ్రాను ప్రతిపాదించాడు. దీనికి నిజాం ఒప్పుకోలేదు. చివరకు

మునీర్-ఉల్-ముల్క్‌ను దివాన్‌గా నియమించాడు. పేష్కార్‌గా చందూలాల్ కొనసాగాడు. 1810 లో సైడెనహామ్ హైదరాబాద్ నుంచి బదిలీ అయ్యాడు. కొత్త రెసిడెంట్‌గా రస్సెల్ వచ్చాడు. ఇతడు చందూలాల్ ద్వారా అధికారాన్ని హస్తగతం చేసుకోడం జరిగింది. దీంతో 1811 నుంచి నిజాం సికిందర్ జా పరిపాలనలో ఆసక్తి చూపలేదు.

రస్సెల్ బ్రిగేడ్

1811 లో రెసిడెంట్‌గా రస్సెల్ వచ్చాడు. అధికారంలోకి రాగానే రాజ్యంలో జమీందార్ల దౌర్జన్యాలను బెంగాల్ ప్రభుత్వం దృష్టికి తీసుకుపోయాడు. అంతర్గత కల్లోలాలను అణచడానికి సహకార సైన్యాలను వాడకూడదు కాబట్టి జమీందార్ల దౌర్జన్యాలను అరికట్టడానికి నిజాం సైన్యాలను పనర్వ్యవస్థీకరించాలని రస్సెల్ భావించాడు. నాడు నిజాంకు మూడు రకాల సైన్యం ఉండేది. అందులో మొదటిది నిజాం సొంత సైన్యం. దీన్ని 1800 ఒప్పందం అనంతరం నిజాం పట్టించుకోలేదు. దివాన్ ఆధీనంలో రెండో సైన్యం ఉండేది. దీనిలో రోహిల్లాలు ఎక్కువ సంఖ్యలో ఉన్నారు. వీరు బాధ్యతారాహిత్యంగా ప్రవర్తించేవారు. మూడోది లైన్‌వాలాలు. మహీపత్‌రాం దీన్ని తయారుచేశాడు. ఇది బీరార్‌లో ఉండేది. ఈ మూడు సైన్యాలు నిర్లక్ష్యంగా వ్యవహరించేవి. దీంతో వీటిని పునర్వ్యవస్థీకరించాలని రస్సెల్ కోరిక.

రస్సెల్ రెసిడెంట్‌గా వచ్చిన అనంతరం భారత ప్రభుత్వ అనుమతితో 'రస్సెల్ బ్రిగేడ్' అనే ప్రత్యేక సైన్యదళాన్ని ఏర్పరచాడు. ఈ దళమే కాలక్రమేణా హైదరాబాద్ కంటింజెంట్‌గా రూపొందింది. ఈ దళం 1818 మరాఠా యుద్ధంలో పాల్గొంది. పిండారీలను 1817 లో యుద్ధంలో అణచివేసింది. 1818-20 ల మధ్య సంస్థానంలో జరిగిన తిరుగుబాట్లను అణచివేయగలిగింది. అంతేగాక ఆంగ్లేయులకు వ్యతిరేకంగా ప్రవర్తిస్తున్న ముబారిజుద్దౌలా, షమ్సుద్దౌలాలను రెస్సెల్ గోల్కొండ కోటలో నిజాం సికిందర్ జా చేత బంధింపచేశాడు. వీరిని 23 ఆగస్టు 1815 లో తన భవనానికి నిజాం చేర్చి, తరవాత గోల్కొండకోటకు బందీలుగా పంపారు. వీరిని 1820 లో విడుదలచేశారు.

1818 లో మూడవ మరాఠా యుద్ధంలో మహారాష్ట్రులు ఓడిపోవడంతో వీరి నుంచి నిజాంకు శాశ్వత విముక్తి లభించింది. అంతేగాక నిజాంకు వైజాపూర్, కన్నడ తాలూకాలు, ఎల్లోరా, ఔరంగాబాద్ తాలూకాలు నిజాం రాజ్యంలో కలిసిపోయాయి. చౌత్, సర్దేష్‌ముఖి పన్నుల నుంచి ముక్తి లభించింది. కానీ రస్సెల్ బ్రిగేడ్ దళాల ఖర్చు తలకుమించిన భారం అయింది. వీటిని చెల్లించడం నిజాంకు అసాధ్యం అని భావించిన రస్సెల్ విలియం పామర్ అండ్ పామర్ అనే వ్యాపార సంస్థతో ఒక అంగీకారానికి వచ్చాడు. దళసైనికుల జీతాలకై అతడు ఒప్పందం చేసుకొన్నాడు.

పామర్ అండ్ పామర్ కంపెనీ

పామర్ అండ్ పామర్ కంపెనీ ఒక వ్యాపారసంస్థ. దీని స్థాపకుడు విలియం పామర్. ఇతడు 1719 లో నిజాం సైన్యాంలో ఉద్యోగ జీవితాన్ని ప్రారంభించాడు. నిజాం సైన్యంలో చేరిన తొలి బ్రిటిష్ పౌరుడు విలియం పామర్. ఇతడు సైన్యంలో బ్రిగేడియర్ స్థాయికి చేరుకొన్నాడు. తరవాత వ్యాపార జీవితం ఆరంభించడానికి 1812 లో పదవీవిరమణ చేశాడు. 1814 మార్చి 30 న గవర్నర్ జనరల్ కౌన్సిల్‌కు హైదరాబాద్ రాజ్యంలో బాంకింగ్ సంస్థ తెరవడానికి

అనుమతి కోసం దరఖాస్తు పెట్టుకొన్నాడు. తరవాత ఇది అనుమతిపొందింది. దీని అనుమతి, స్థాపనకు రస్సెల్ ప్రత్యేక ఆసక్తి చూపాడు. దీనిలో విలియం పామర్, హేస్టింగ్స్ పామర్, విలియంకరీ (రెసిడెన్సీ సర్జన్) , బంకటీదాసు, శ్యాముల్ రస్సెల్, సౌత్‌బీ, జార్జిలాంబ్, ఇంజనీర్ రస్సెల్‌లు సభ్యులు.

ఈ వ్యాపార సంస్థ తెరవడం హైదరాబాద్ రాజ్య ఆర్థిక దోపిడికి శ్రీకారం చుట్టింది. ప్రయివేటు వ్యక్తుల నుంచి 12 శాతం వడ్డీకి డబ్బు తీసుకొని 25 శాతం వడ్డీకి అప్పులిచ్చేది. చందూలాల్ 1819 లో 60 లక్షల రూపాయలు అప్పు తీసుకోవడానికి ఆంగ్ల ప్రభుత్వం అనుమతి కోరాడు. 18 శాతం వడ్డీకి ఆరు వార్షిక వాయిదాల్లో పామర్ కంపెనీ 60,00,000 రూపాయలు అప్పు ఇవ్వడానికి ప్రభుత్వం అనుమతినిచ్చింది. నిజాం ప్రభుత్వానికి సంవత్సరానికి 24,00,000 రూపాయల అప్పు ఇచ్చి 30,00,000 ఆదాయం వచ్చే బీరార్ జిల్లాను కౌలుకు తీసుకొంది. ఈ ఒక్క లావాదేవివల్ల 6,00,000 రూపాయల లాభం వచ్చింది. ఇదే కాకుండా పామర్ కుటుంబ సభ్యులకు నెలకు 30 వేల రూపాయలు ప్రభుత్వం ముడుపులుగా చెల్లించేది. ఈ వ్యవహారాల మూలంగానే 'నిజాం నిలువు దోపిడి' అనే నానుడి ప్రచారంలోకి వచ్చింది. నిజానికి పామర్ కంపెనీకి 1816 లో విలియం రంబోల్డ్ కంపెనీలో భాగస్వామిగా చేరడం వల్ల హోదా పెరిగింది. ఇతడు మద్రాసు గవర్నర్ అల్లుడు. జనరల్ హేస్టింగ్స్ గవర్నర్ జనరల్ బంధువు. ఈ దోపిడి 1820 వరకు కొనసాగింది. మెట్కాఫ్, రెసిడెంట్‌గా వచ్చి ఈ దోపిడిని అరికట్టాడు.

మెట్కాఫ్ సంస్కరణలు

1820 డిసెంబర్‌లో హెన్రీ రస్సెల్ స్థానంలో లార్డ్ మెట్కాఫ్ హైదరాబాద్ రెసిడెంట్‌గా నియమితుడయ్యాడు. మెట్కాఫ్ వచ్చిన వెంటనే పామర్ కంపెనీ దోపిడిని గ్రహించాడు. పామర్ కంపెనీ బారి నుంచి తప్పించడానికి 6 శాతం వడ్డీతో భారత ప్రభుత్వం నుంచి నిజాంకు రుణం ఇప్పించి పామర్ కంపెనీ నుంచి విముక్తుడ్ని చేశాడు. పామర్ కంపెనీ తరవాత దివాలా తీసింది. బ్రిటిష్ ప్రభుత్వం పామర్ రుణాన్ని తీర్చడం వల్ల నిజాం ఉత్తర సర్కారులకు చెందిన 7 లక్షల పేష్కస్‌ను బ్రిటిష్ ప్రభుత్వానికి దత్తంచేయాల్సివచ్చింది. 4 నవంబర్ 1823 న ఉత్తర సర్కారుల పేష్కస్ మీద తన హక్కును బ్రిటిష్ వారికి శాశ్వతంగా దత్తం చేశాడు.

మెట్కాఫ్ పరిపాలనా సంస్కరణలను దిగ్విజయంగా పూర్తిచేశాడు. ఖాల్సా, జాగీరు, జాతీదాద్ భూముల వాస్తవిక ఫలసాయాన్ని, వాటి ఆదాయాన్ని బట్టి శిస్తు విధించాలని నిర్దేశించాడు. సైనిక ఖర్చులు, పెన్షన్లు, ఇతర ఖర్చులను తెలుసుకొని, నిజాం ప్రభుత్వ ఆదాయ లోటు 10,00,000 రూపాయలుగా గుర్తించాడు. గ్రామాల్లో రైతులు ప్రభుత్వానికి చెల్లించాల్సిన పన్ను మొత్తాన్ని నిర్ధారించాడు. ప్రతి గ్రామంలో భూమి విలువలను లెక్కగట్టి ప్రభుత్వానికి నివేదించాడు. రైతుల ఫిర్యాదులు స్వీకరించడానికి యూరోపియన్ అధికారులను నియమించాడు. తమ బాధలను నిజాం ప్రభుత్వానికి విన్నవించుకోడానికి రైతులకు అధికారం కల్పించాడు. దోపిడిలను, నేరాలను అణచివేసే అధికారం యూరోపియన్ సూపర్‌వైజర్‌లకు ఇవ్వడం జరిగింది. వంశపారంపర్య పోలీసు అధికారులను మెట్కాఫ్ నియమించాడు. మెట్కాఫ్ 1822 లో నిజాంతో కొత్త ఒప్పందం చేసుకొన్నాడు. దీని వల్ల నిజాం చౌత్ పన్ను మినహాయింపు పొందాడు. ఈ సంస్కరణల వల్ల హైదరాబాద్ రాజ్యం తిరిగి పూర్వవైభవాన్ని సాధించింది. మెట్కాఫ్ 1825 లో హైదరాబాద్‌ను విడిచిపెట్టాడు. నిజాం సికిందర్ జా 21 మే 1829 న మృతిచెందాడు.

నాసిరుద్దౌలా (క్రీ.శ.1829-1857)

సికిందర్ జా మరణానంతరం, అతని కుమారుడయిన నాసిరుద్దౌలాను హైదరాబాద్ నిజాంగా భారత ప్రభుత్వం గుర్తించింది. నాసిరుద్దౌల బాధ్యతలు చేపట్టగానే నిజాం పాలనలో యూరోపియన్ సూపరింటెండెంట్‌లను ఉపసంహరించాడు. వీరు మెట్కాఫ్ సంస్కరణల వల్ల వచ్చినవారు. మూంగల్, అమలాపాలెం, మెన్నూర్, చింతగాని, హింగోళీ జమీందారులు సాగించిన దోపిడీలు మంత్రి చందులాల్ ఆధ్వర్యంలో హైదరాబాద్ దళసైనికులు అణచివేశారు. భీడ్ జమీందారు ధర్మాజీ ప్రతాపరావు, హట్కార్ జమిందార్, నోవా జమీందారు నౌసాజీ నాయక్, కోపల్ జమీందారు వీరప్పనాయక్, అమలాపాలెం జమీందారు వెంకట నరసింహారావు, చింతగాని, మునగాల, సీరంచ, మహదేవపురం మొదలైన జమీందారులు యూరోపియన్ దాడులకు లేదా ఆయా అధికారుల దౌర్జన్యాలకు వ్యతిరేకంగా తిరుగుబాటు చేశారు. ఈ తిరుగుబాట్లను క్రమక్రమంగా అణచివేయడం జరిగింది. 1838 లో జనరల్ ఫ్రేజర్ రెసిడెంట్‌గా నియమితుడయ్యాడు. ఇతడు రావడం, దక్కన్‌లో వహాబీ ఉద్యమం ఆరంభమవ్వడం జరిగింది.

వహాబీ ఉద్యమం

భారతదేశంలో ముస్లీంల కోసం మొదట వహాబి ఉద్యమాన్ని సయ్యద్ అహ్మద్ బ్రియిల్వీ ప్రారంభించాడు. 1820 నాటికి ఈ ఉద్యమం బెంగాల్, వాయువ్య సరిహద్దులు, సంయుక్త రాష్ట్రాల్లో ఉంది. పంజాబ్‌లో సిక్కుల పలుకుబడికి, ప్రాబల్యానికి వ్యతిరేకంగా సయ్యద్ అహమ్మద్, అతని అనుయాయులు ఈ ఉద్యమం ప్రారంభించారు. సయ్యద్ అహమ్మద్ అనుయాయులు ముజాహిద్‌లు. సిక్కులకు మాత్రమే కాక భారతదేశంలో రాజకీయ ఆధిపత్యాన్ని సంపాదించిన యూరోపియన్లకు వ్యతిరేకంగా పోరాడే ముజాహిద్‌లకు ధన సహాయం, సైనిక సహాయం చేయవలసిందిగా సయ్యద్ అహ్మద్ సికిందర్ జాకు లేఖరాశాడు. తరవాత కొంత కాలానికి 1831 లో సయ్యద్ అహమ్మద్ మరణించాడు. అహమ్మద్ అనుచరులు 1838 లో దక్కన్ వచ్చారు. వీరు మౌల్వీ విలాయత్ అలీ, సలీంలు ముబారిజ్ ఉద్దౌలా విశ్వాసం పొందారు. భారతదేశంలో తమ నాయకుడిగా వహబీలు మూబారిజ్ ఉద్దౌలాను అంగీకరించారు. ముబారిజ్ ఉద్దౌలా బ్రిటిష్‌వారికి వ్యతిరేకంగా తిరుగుబాటుకు శ్రీకారం చుట్టాడని, ఇతర ప్రాంత పాలకులతో రహస్య మంతనాలు జరుపుతున్నాడని కెప్టెన్ మాల్కమ్ నాటి రెసిడెంట్ జనరల్ ఫ్రేజర్‌కు తెలిపాడు. దీంతో ఫ్రేజర్ నిజాంతో సంప్రదించి ముబారిజ్ ఉద్దౌలాను అరెస్టుచేసి బంధించాలని వత్తిడిచేశాడు. చివరకు నిజాం నవాబు నాసిరుద్దౌలా తన సోదరుణ్ని గోల్కొండ కోటలో బంధించాడు. టోంకు, రాంపూర్, ఒడియగిరి, కర్నూల్ నవాబులు బ్రిటిష్ వ్యతిరేక కార్యకలాపాల్లో వహబి ఉద్యమానికి మద్దతు తెలిపారు. ఆంగ్లేయులు వారిని అణచివేశారు. ముబారిజ్ ఉద్దౌలా ప్రభుత్వ నిర్బంధంలోనే గోల్కొండ కోటలో 1854 జూన్ 25 న మరణించాడు. ఇతని అనంతరం వహబీ ఉద్యం నిలిచిపోయింది.

బిరార్ దత్తత

1851 జనవరి నాటికి బ్రిటిష్ తూర్పు ఇండియా కంపెనీకి నిజాం బాకీ 70,00,000 కు చేరుకొంది. ఏడాదికి 12,00,000 చొప్పున బాకీ తీరుస్తానని నిజాం వాగ్దానం చేసినా బాకీ తీరేమార్గం కనిపించలేదు. కాని నాటి గవర్నర్ జనరల్ లార్డ్ డల్హౌసి మూర్ఖుడు. కచ్చితంగా నిజాం బాకీ చెల్లించాల్సిందేనని లేఖలు రాశాడు. 1851 జూన్ 29 న

సిరాజ్-ఉల్-ముల్క్ దివానుగా నియమితుడయ్యాడు. ఇతడు తన మాట మీద విశ్వాసం కలిగించడానికి 1851 ఆగస్టు 15 న బ్రిటిష్ వారికి చెల్లించే బాకీలో సగానికిపైగా 34,08,485 రూపాయాలను చెల్లించాడు. మిగిలినవి అక్టోబర్ 31, 1851 నాటికి చెల్లిస్తానని వాగ్దానంచేశాడు. కాని ఆ సంవత్సరాంతానికి 8,73,547 రూపాయలు చెల్లించాడు. 1853 లో కర్నల్ జాన్‌లో నూతన రెసిడెంట్‌గా నియమింపబడ్డాడు.

ఇతడు నెలనెలా అవసరమైన ఖర్చులకోసం ఏదైనా కచ్చితమైన ఏర్పాటుచేయాలని భావించాడు. దీని కోసం జిల్లాల ఆదాయం అప్పగించాలని నిజాంను వత్తిడి చేశాడు. గత్యంతరం లేదని తెలుసుకొన్న నిజాం 1853 మే 21 న బీరార్ ఒప్పందంపై సంతకం చేశాడు. ఈ ఒప్పందం వల్ల బీరార్ రాష్ట్రం, ఉస్మానాబాద్, రాయచూరు జిల్లాలు బ్రిటిష్ వారికి అప్పగించబడ్డాయి. ఈ ఒప్పందం అనంతరం 23 మే 1853 న దివాన్ సిరాజ్-ఉల్-ముల్క్ మరణించాడు. అతని మేనల్లుడు సాలర్‌జంగ్‌ను దివాన్‌గా నియమించడం జరిగింది.

ఆంగ్లేయులు హైదరాబాద్ రాజ్యాన్ని తమ సైనిక, ఆర్థిక అవసరాల కోసం పూర్తిగా వినియోగించుకొన్నారు. 1766 నుంచి 1853 వరకు వివిధ ఒప్పందాల మూలంగా అమూల్యమైన భూములు, ఖనిజ వనరులు గల ప్రాంతాలను స్వాధీనంచేసుకొన్నారు. ఉత్తర సర్కారులు, దత్త మండలాలు, బీరార్ ప్రాంతాన్ని స్వాధీనం చేసుకొని, ఆర్థికంగా బలపడ్డారు. నిజాం చాలా సందర్భాల్లో ఘాటుగా బ్రిటిష్‌వారిని హెచ్చరించినప్పటికీ ఫలితం లేకపోయింది. మీర్ఆలం, చందూలాల్ వంటి ఉద్యోగులవల్ల, ఆంగ్లేయుల కుట్రల వల్ల నిజాం తన ప్రాభావాన్ని కోల్పోవలసి వచ్చింది. రస్సెల్, జాన్‌లాల వల్ల తీవ్ర ఇబ్బందులను హైదరాబాద్ రాజ్యం ఎదుర్కొంది. మహారాష్ట్ర, మైసూరు యుద్ధాల వల్ల నిజాం రాజ్యం నిరంతరం శ్రమించాల్సి వచ్చింది. 1853 నుంచి ఆధునికతవైపుకు హైదరాబాద్ రాజ్యం పయనించింది.

16

సాలార్‌జంగ్ సంస్కరణలు

నిజాం-ఉల్-ముల్క్ 1724 లో స్థాపించిన హైదరాబాద్ రాజ్యం 1948 వరకు కొనసాగింది. మీర్ ఉస్మాన్ అలీఖాన్ (1911-1948) కాలంలో నాటి భారత ప్రభుత్వం తీసుకొన్న సైనికచర్య వల్ల నిజాం ప్రభుత్వం లొంగిపోయి భారత ప్రభుత్వంలో విలీనం కావడంతో హైదరాబాద్ రాజ్యం పతనం అయింది. నిజాం హైదరాబాద్ రాజ్యంలో చాలమంది మంత్రులు, అధికారులు కీలక పాత్రపోషించారు. నాసిరుద్దౌలా (1829-1857) దగ్గర ప్రధానమంత్రిగా పనిచేసిన సిరాజ్-ఉల్-ముల్క్ 1853 లో మరణించడంతో అతని స్థానంలో ఆంగ్లేయుల ప్రోద్బలంమేరకు సాలార్‌జంగ్‌ను ప్రధానిగా నియమించుకోవడం జరిగింది.

సాలార్‌జంగ్ ప్రధానిగా పాలన ఆరంభించడంతో చరిత్రలో హైదరాబాద్ రాజ్యం నూతన శకం ఆరంభమైంది. ఆధునిక హైదరాబాద్ చరిత్ర సాలార్‌జంగ్‌తో ఆరంభమైంది. ఇతడు 31 మే 1853 లో దివాన్‌గా నియమితుడయ్యాడు. అతని అసలుపేరు 'తురాబ్ అలీఖాన్'. ఇతడు దివాన్‌గా నియమితుడైన వెంటనే సాలార్‌జంగ్ అనే బిరుదును ఇవ్వడం జరిగింది. ఇతడు దివాన్‌గా 8 ఫిబ్రవరి 1883 వరకు కొనసాగాడు. ఇతడు ముగ్గురు నిజాం రాజుల పాలనలో దివాన్‌గా కొనసాగాడు. ఇతడు నాసిరుద్దౌల (1829-1857), అఫ్జల్ ఉద్దౌల (1857-1869), మీర్ మహబూబ్ అలీఖాన్‌ల (1869-1911) కాలంలో ప్రధానిగా ఉండి హైదరాబాద్ రాజ్యంలో పలు సంస్కరణలకు శ్రీకారం చుట్టి విజయవంతంగా హైదరాబాద్ రాజ్యాన్ని ముందుకు నడిపించాడు.

ఇతడు దివాన్‌గా పదవి స్వీకరించేనాటికి హైదరాబాద్ రాజ్యం ఆర్థిక ఇబ్బందుల్లో ఉంది. ముఖ్యంగా 1853 లో బీరార్, రాయచూరు, ధారశివం వంటి సారవంతమైన జిల్లాలు ఆంగ్లేయ కంపెనీకి అప్పగించడం, అంతకుముందు 1766 వ సంవత్సరంలో ఉత్తర సర్కార్‌లు, 1800 నాటికి దత్తమండలాలు కోల్పోవడంతో ఆర్థిక ఇబ్బందులు ఎదురయ్యాయి. వీటితోపాటు మహారాష్ట్ర, మైసూర్ యుద్ధాల్లో పాల్గొనడం వల్ల సరైన పరిపాలన వ్యవస్థ ఏర్పాటుకు ప్రయత్నం జరగకపోవడం, పామర్ అండే పామర్ కంపెనీ దోపిడి, మహారాష్ట్రుల (దోపిడి) చౌత్, సర్దేష్‌ముఖ్ పన్నుల వసూలు వంటి కారణాలతో ప్రభుత్వం తీవ్ర ఇబ్బందులను ఎదుర్కొంది. వీటన్నింటిని పరిశీలించి, హైదరాబాద్ ఇబ్బందులను తొలగించి, నూతన వ్యవస్థవైపుకు నడిపించడానికి సాలార్‌జంగ్ తీవ్రంగా ప్రయత్నించి విజయవంతుడయ్యాడు.

పరిపాలనా సంస్కరణలు

సాలార్‌జంగ్ పరిపాలనా యంత్రాంగ వ్యవస్థను సమర్థవంతంగా రూపొందించడం మొదటి దశ, దాన్ని అమలుపరచడం రెండవ దశ. నాడు హైదరాబాద్ రాజ్య విస్తీర్ణం 82,698 చదరపు మైళ్లు. 1881 నాటికి హైదరాబాద్ రాజ్య జనాభా, 98,45,594. హైదరాబాద్ రాజ్యం ప్రధానంగా మూడు ప్రాంతాల కలయిక. అవి 1) మరాఠ్‌వాడ, 2) తెలంగాణా 3) కర్ణాటక ప్రాంతాలు. నిజాం రాజ్యాన్ని పరిపాలనా సౌలభ్యం కోసం సుబాలుగా (ప్రావిన్స్ లేదా

రాష్ట్రం), సర్కార్ (జిల్లా)లుగా, మహల్ (ఉప జిల్లా లేదా ఉపభాగం) లుగా విభజించారు. ఇందులో గ్రామం అనేది పాలనలో తలమానికమైంది.

నిజాం-ఉల్-ముల్క్ పరిపాలనలో ఆరు సుబాలు ఉండేవి. అవి ఔరంగాబాద్, బీరార్, బీజాపూర్, బీదర్, హైదరాబాద్, ఖాందేష్‌లు. తరవాత వివిధ రాజకీయ చర్యలవల్ల, దౌత్య సంబంధాల వల్ల, ఆంగ్లేయ కంపెనీ ఒప్పందాల వల్ల ఆరు సుబాలలో ఒకటి తగ్గి ఐదు సుబాలకు చేరింది. సాలార్‌జంగ్‌కు ముందు నిజాం రాజ్యం ఖాందేష్ తప్ప మిగిలిన ప్రాంతాలతో ఐదు సుబాలుగా ఉండేది.

సాలార్‌జంగ్ ప్రధాని అయిన అనంతరం పరిపాలనలో కీలక సంస్కరణలకు శ్రీకారం చుట్టాడు. 1867 వ సంవత్సరంలో హైదరాబాద్ రాజ్యాన్ని ప్రధానంగా 5 డివిజన్‌లుగా విభజించాడు. అవి 1) పశ్చిమోత్తర డివిజన్, 2) పశ్చిమ డివిజన్, 3) దక్షిణ డివిజన్, 4) ఉత్తర డివిజన్, 5) తూర్పు డివిజన్‌లు. వీటినే 'స్మిత్స్' అంటారు. వీటిని దివానీ ప్రాంతంలో ఏర్పాటుచేశారు. ప్రతి డివిజన్ కింద మూడు లేదా నాలుగు జిల్లాలు ఉండేవి. మొత్తం దివానీ ప్రాంత వైశాల్యం 71,589 చదరపు మైళ్లు. పశ్చిమోత్తర డివిజన్ ముఖ్య కేంద్రం ఔరంగాబాద్, పశ్చిమ డివిజన్ ముఖ్యకేంద్రం బీదర్, దక్షిణ డివిజన్ ముఖ్య కేంద్రం గుల్బర్గా, ఉత్తర డివిజన్ ముఖ్య కేంద్రం పటాన్‌చెరువు, తూర్పు డివిజన్ ముఖ్య కేంద్రం భువనగిరి.

డివిజన్‌ల ముఖ్యాధికారి, సదర్ తాలూకాదారుడు. డివిజన్ కింద ఉన్న జిల్లాలపై ఇతని అజమాయిషీ కొనసాగేది. డివిజన్‌లో వీరు రెవిన్యూ, సివిల్, క్రిమినల్ అధికారం కలిగి ఉండేవారు. ఇతనికి పరిపాలనలో సహకరించడానికి ఇద్దరు సహాయకులు ఉండేవారు. అందులో ఒకరు రెవిన్యూ అంశాలను పరిశీలిస్తే, మరొకరు న్యాయ అంశాలను పరిశీలించేవారు. రెవిన్యూ విషయాల్లో రెవిన్యూ మంత్రి సూచన, సలహాలమేరకు నడుచుకొనేవారు. జిల్లా అధికారి విధించిన శిక్షలను పరిశీలించేవాడు. అయితే న్యాయశాఖ మంత్రి సూచనమేరకు నడిపించేవాడు. ఇతడు డివిజన్‌లో అత్యంత కీలక వ్యక్తి (అధిపతి).

డివిజన్‌ల అనంతరం జిల్లా పాలన చాల ముఖ్యమైంది. సాలారజంగ్ దివానీ ప్రాంతాన్ని 14 జిల్లాలుగా విభజించాడు. అయితే 1877-78 వ సంవత్సరంలో తూర్పు డివిజన్‌లో నాగర్‌కర్నూల్‌ను, 1879-80 లో గుల్బర్గాలను కొత్త జిల్లాలుగా ఏర్పాటుచేశాడు. ఈ జిల్లాల ఏర్పాటులో వాటి ఆదాయాన్ని పరిగణనలోకి తీసుకొని మూడు శ్రేణులుగా వర్గీకరించాడు. సంవత్సరానికి 12,00,000 ఆదాయం కంటే ఎక్కువ ఆదాయం వచ్చే వాటిని ప్రథమ శ్రేణి జిల్లాగా సంవత్సరానికి 10,00,000 రూపాయల వరకు ఆదాయం వచ్చే వాటిని ద్వితీయ శ్రేణి జిల్లాగా, సంవత్సరానికి 8,00,000 వరకు ఆదాయం వచ్చే వాటిని తృతీయ శ్రేణి జిల్లాగా విభజించాడు. నిజాం పాలనలో నాడు దివానీ ప్రాంతంలో ఉన్న జిల్లాలు ఔరంగాబాద్, పర్భనీ, నాందేడ్, ఇందూరు (నిజామాబాద్), భీర్, బీదర్, మెదక్ (దీన్నే మెతుకు సీమ అంటారు), ఎలగందుల (కరీంనగర్), నల్‌దుర్గ్, షోరాపూర్, తూర్పు రాయచూర్, పశ్చిమ రాయచూర్, ఖమ్మం (వరంగల్ నాడు ఖమ్మం జిల్లాలో భాగం), నల్గొండలు. 1880 నాటికి ఈ 14 జిల్లాలకు నాగర్ కర్నూల్, గుల్బర్గా జిల్లాలను కలపడం వల్ల మొత్తం దివానీ జిల్లాలు 16 కు పెరిగాయి. ఈ జిల్లాలపై అధికారులుగా తాలూకాదార్లని నియమించారు. ఈ తాలూకాదార్లని మూడు తరగతులుగా విభజించాడు. వారు మొదటి తాలుకాదారుడు, రెండవ తాలూకాదారుడు, మూడవ తాలూకాదారుడు. ఈ తాలూకాదార్లను తిరిగి మూడు శ్రేణులుగా విభజించాడు. వారు మొదటి తాలూకాదారుడు ప్రథమ శ్రేణి, మొదటి తాలూకాదారుడు ద్వితీయశ్రేణి, మొదటి తాలూకాదారుడు తృతీయ

శ్రేణి. రెండవ తాలూకాదారుడు ప్రథమశ్రేణి, ద్వితీయ శ్రేణి. తృతీయ శ్రేణి అదే విధంగా మూడవ తాలూకాదారుడు ప్రథమ, ద్వితీయ, తృతీయ శ్రేణులుగా విభజించి వారికి జీతభత్యాలను ఇవ్వడం జరిగింది. మొదటి తాలూకాదారుడు. ప్రథమ శ్రేణికి నెలకు 1,000 రూపాయలు, ద్వితీయ శ్రేణికి నెలకు 800 రూపాయలు, తృతీయ శ్రేణి నెల జీతం 600 రూపాయలు, అదే విధంగా రెండవ తాలూకాదారుడు ప్రథమ శ్రేణికి నెలకు 450 రూపాయలు, ద్వితీయ శ్రేణికి నెలకు 400 రూపాయలు, తృతీయ శ్రేణికి నెలకు 300 రూపాయలు. మూడవ తరగతి తాలూకాదారుడు ప్రథమ శ్రేణికి 300 రూపాయలు, ద్వితీయ శ్రేణికి 250 రూపాయలు, తృతీయ శ్రేణికి 200 రూపాయలు. సాలారజంగ్ తాలూకాదార్ల తరగతి, వారి శ్రేణిని బట్టి జీతాలు ఇవ్వడం జరిగింది.

తాలూకాదారుడు జిల్లాల్లో ప్రభుత్వ ఆదాయ, వ్యయాలను, శిస్తు వసూళ్లను, ఎగుమతి, దిగుమతులకు సంబంధించిన ఆదాయాలను పర్యవేక్షించేవాడు. అంతేగాక సివిల్, క్రిమినల్ కేసుల వ్యాజ్యాలను పరిష్కరించేవాడు. ఇతడు పరిపాలనలో తాలూకా అధిపతికి సలహాలు, సూచనలను ఇచ్చేవాడు. జిల్లా అధికారి అయిన తాలూకాదారునికి పరిపాలనలో సహకరించడానికి ఉప తాలూకాదారులు, గుమాస్తాలు, న్యాయ, రెవిన్యూ, కోశాధికారులు ఉండేవారు. ఇతనికి పరిపాలనలో సహకరించడానికి 'ఆమ్లా' అనే క్లర్కులు ఉండేవారు. వీరు జిల్లాల్లో జరిగే కార్యక్రమాలను లిఖించేవారు.

జిల్లాలను అనేక తాలూకాలుగా సాలార్‌జంగ్ వర్గీకరించాడు. దివానీ ప్రాంతంలో నాడు ఉన్న తాలూకాల సంఖ్య 74. అయితే 1880-81 నాటికి ఈ సంఖ్య 107 కి చేరింది. ఔరంగాబాద్ జిల్లాలో 8, భీర్ లో 7, పర్భనీలో 6, బీదర్ లో 5, నాందేడ్ లో 8, నల్‌దుర్గ్‌లో 7, రాయచూర్ 5, లింగసూగూరు 4 (రాయచూర్ పశ్చిమ జిల్లాను లింగసూగూరు జిల్లాగా తరవాత కాలంలో మార్చడం జరిగింది), షోరాపూర్ 4, గుల్బర్గా 6, ఇందూర్ 9, మెదక్ 5, ఎలగందుల 7, ఖమ్మం 9, నల్గొండ 5, నాగర్ కర్నూల్ 8 తాలూకాలు ఉన్నాయి. ఉప జిల్లా సిర్పూరు-తాండూర్‌లో 3, అత్రాఫ్ బల్దాలో 1 తాలూకా ఉంది. తాలూకా అధిపతిగా తహసీల్‌దారులు ఉండేవారు. వీరిని మూడు శ్రేణులుగా వర్గీకరించాడు. తహసీల్‌దారుడు ప్రథమ శ్రేణి, తహసీల్‌దారుడు ద్వితీయ శ్రేణి, తహసీల్‌దారుడు తృతీయ శ్రేణులు ముఖ్యమైనవారు. మొదటి శ్రేణి తహసీల్‌దారుని జీతం నెలకు 150 రూపాయలు, ద్వితీయ శ్రేణి జీతం నెలకు 125 రూపాయలు, తృతీయ శ్రేణి జీతం 100 రూపాయలు. వీరు తాలూకాల్లో రెవిన్యూ, న్యాయ, పోలీసు ఇతర విధులను నిర్వహించేవారు. వీరికి పాలనలో సహకరించడానికి గుమాస్తాలు, రెవిన్యూ అధికారులు, న్యాయాధికారులు ఉండేవారు.

తాలూకాల అనంతరం నగరాలు కీలకమైనవి వీటి పాలనను కొత్వాల్ నిర్వహించేవాడు. ఇతడు పోలీసు, శాంతి భద్రతలను సమీక్షించేవాడు. కొత్వాల్ నగరంలో ముఖ్య పోలీసు అధికారి. నగరాల్లో రెవిన్యూ, ఆదాయ వసూళ్లకు ప్రత్యేకాధికారాలు ఉండేవి. న్యాయవ్యవస్థ సమీక్షలకు అధికారులు ఉండేవారు. పరిపాలనలో నాడు నగరాలు చాలా కీలక స్థానం ఆక్రమించాయి.

పరిపాలనలో చాల ప్రధానమైంది గ్రామం. గ్రామ పాలనను సాలార్‌జంగ్ సంస్కరించాడు. గ్రామంలో నాడు పట్వారీలు, రెవిన్యూ పటేళ్లు, పోలీసు పటేల్, తలారీలు, దేడ్‌లు కీలకపాత్ర పోషించారు. భూమిశిస్తు, ఆదాయ వ్యయాలను గ్రామంలో పట్వారీ సమీక్షించేవాడు. గ్రామ కాపలా, ఇతర సేవలను తలారీలు అందించేవారు. దేడ్ గ్రామ చావిడి దగ్గర సేవలు, ఇతర సాధారణ సేవలను అధికారులకు అందించేవాడు. ఈ విధమైన పరిపాలనా విధానం నాడు గ్రామాల్లో ఉండేది. వార్తాహరుడిగా కూడా దేడ్ కీలక పదవిని పొందాడు.

గ్రామ పట్వారీలకు 2 పైసలు, రెవిన్యూ పటేళ్లకు 2 పైసలు, పోలీసు పటేళ్లకు 2 పైసలు, తలారీలకు 2 పైసలు, దేడ్‌లకు 4 పైసలు వారి సేవలకు అందించేవారు. 'గ్రామసేవ ఫండ్స్' నుంచి వీరికి వేతనాలు చెల్లించేవారు. తెలంగాణ ప్రాంతంలో 'నీరి' అనే వ్యక్తి కీలకమైనవాడు. ఇతడు గ్రామంలో సాగునీటి అవసరాలను పర్యవేక్షించేవాడు. 'సెథుసింధి' గ్రామంలో 50 ఇళ్లకు కాపలాదారుడు. వీరందరూ గ్రామ అభ్యుదయానికి కృషిచేసేవారు.

ప్రభుత్వ పాలన మొత్తం ప్రధాని చేతుల మీదుగా నడిచేది. ప్రధానినే 'దివాన్' లేదా 'రిజెంట్' అని పిలిచేవారు. పరిపాలనలో ప్రధానికి ఉపరిజెంట్ (ఉప ప్రధాని), బ్రిటిష్ రెసిడెంట్, ఆర్థిక మంత్రి, అత్యంత ముఖ్యమైన శాఖాధిపతులు సలహాలు అందించేవారు. బ్రిటిష్ రెసిడెంట్ కేవలం రాజకీయ, ఆర్థిక విషయాల్లో మాత్రమే సలహాలు ఇచ్చేవాడు. సమర్ధవంతమైన, అర్ధవంతమైన పరిపాలనను అందించడానికి నాడు పరిపాలన (1880-81) వ్యవస్థను 14 శాఖల కింద విభజించారు. అవి 1) న్యాయశాఖ, 2) రెవిన్యూశాఖ, 3) పోలీసుశాఖ, 4) ప్రజావనరులశాఖ, 5) విద్యాశాఖ, 6) వైద్యశాఖ, 7) పురపాలకశాఖ, 8) సైనికశాఖ, 9) ఆర్థికశాఖ, 10) తపాలశాఖ, 11) రైల్వే, టెలిగ్రాఫ్‌శాఖ, 12) నిజాం వ్యక్తిగత (సర్ఫేఖాస్) భూముల శాఖ, 13) రాజకీయశాఖ, 14) న్యాయచట్టాలశాఖ. ఈ 14 శాఖల్లో 7 శాఖలు న్యాయ, రెవిన్యూ, పోలీసు, ప్రజాపనులు, విద్యా, వైద్య, పురపాలక శాఖలకు ప్రత్యేక మంత్రులు ఉన్నారు. వీరు ఆయా శాఖలను నిర్వహించేవారు. మంత్రులు అన్ని విషయాలను ప్రధాని కార్యదర్శుల ద్వారా నేరుగా ప్రధానికి వివరించేవారు. మంత్రులను 'సదర్-ఉల్-మిహం' అంటారు. ఈ మంత్రుల్లో నలుగురు ప్రధానమైనవారు. వారు

1) రెవిన్యూశాఖ: దీని మంత్రి నవాబ్ ముఖరం-ఉద్-దౌలా బహద్దూర్.

2) న్యాయ, జైళ్లు: దీని మంత్రి బషీరుద్దౌలా బహద్దూర్

3) పోలీసు శాఖ: షాంషేర్‌జంగ్ బహద్దూర్

4) ప్రజాపనులు, ఇతర శాఖలు: షాహబ్‌జంగ్ బహద్దూర్

వీరికి తోడు నాటి ఉపమంత్రి నవాబ్ 'అఫ్జా-ఉద్-దౌలా' మునీర్‌జంగ్ బహద్దూర్‌లు పరిపాలనలో కీలక సూచనలు, సలహాలను అందించేవారు. వీరి సలహాలను నాడు ప్రధాని స్వీకరించి, సుల్తాన్‌తో చర్చించి నిర్ణయాలు తీసుకొనేవారు. రాజ్యంలో అత్యున్నత అధికారి నిజాం నవాబ్, అతని మాటే శాసనం, అతని ఆస్థానం అత్యున్నత న్యాయస్థానం, అత్యున్నత న్యాయాధీశుడు, సర్వసైన్యాధక్షుడు. అతడే వీరందరి సూచనలు, సలహాలు స్వీకరించవచ్చు లేదా స్వీకరించకపోవచ్చు. మొత్తం మీద సాలార్‌జంగ్ అనేక కీలక సంస్కరణలను చేశాడు.

న్యాయ సంస్కరణలు

సాలార్‌జంగ్ హైదరాబాద్ రాజ్య న్యాయవ్యవస్థను చాలా సమర్ధవంతంగా ఏర్పాటుచేశాడు. న్యాయపరమైన వివాదాలు రెండు రకాలు. అవి 1) సివిల్ వివాదాలు, 2) క్రిమినల్ వివాదాలు. సాలార్‌జంగ్ ప్రధాని అయిన అనంతరం మూడు న్యాయస్థానాలను ఏర్పాటుచేశాడు అవి 1) అదాలత్-ఎ-పాదుషాహీ, దీన్ని 1853 లో ఏర్పాటు చేశాడు. 2) నిజాం సైనికుల, సిక్కు సైనికుల వివాదాల పరిష్కార న్యాయస్థానం. దీన్ని 1855 లో ఏర్పాటు చేశాడు. 3) ఇలాకా పెష్కారి ప్రాంతంలో వచ్చే సివిల్ వివాదాలను పరిష్కరించడానికి 1860 లో గోవిందరావు అనే అధికారి నూతన న్యాయస్థానాన్ని ఏర్పాటు చేశాడు.

ఈ న్యాయస్థానాల స్థానంలో అనేక సంస్కరణలను సాలార్‌జంగ్ తరవాత కాలంలో చేపట్టాడు. దివానీ ప్రాంతంలో న్యాయ వ్యవహారాలను పరిశీలించేందుకు 1869 వ సంవత్సరంలో 'సదర్-ఉల్-మిహం' అదాలత్ అనే కార్యాలయాన్ని స్థాపించాడు. నిజాం రాజ్యంలో మొదటి న్యాయశాఖా మంత్రిగా నవాబ్ బషీరుద్దౌలా బహద్దూర్‌ని నియమించాడు. న్యాయ వ్యవహారాల పరిశీలనలో ఇతనికి సహకరించడానికి ఒక కార్యదర్శిని, అవసరమైన గుమాస్తాలను నియమించాడు. ఈ న్యాయశాఖా మంత్రి నగరాల్లో, ముఫసిల్ ప్రాంతాల్లో సివిల్, క్రిమినల్ తగాదాలను లేదా వివాదాలను పరిష్కరించేవాడు. న్యాయ ధర్మాన్ని కాపాడటానికి ఆజ్ఞలను జారీచేసేవాడు. ఏదైనా కేసులో తీర్పు తప్పుగా వచ్చిందని, న్యాయం జరగలేదని భావించినప్పుడు ఆ కేసులను తిరిగి విచారించేందుకు, తీర్పువెలువరించేందుకు ప్రధానమంత్రి అనుమతి తప్పనిసరి తీసుకోవాలి.

సాలార్‌జంగ్ 1872 లో కొన్ని కీలక మార్పులుచేశాడు. 'కోర్టు ఆఫ్ అప్పీల్' ను 'మహక్మా-ఎ-మురఫా-ఎ-అజ్లా' అనే పేరుతో దీన్ని స్థాపించాడు. దీనిలో ఒక అధ్యక్షుడు, నలుగురు సభ్యులు ఉండేవారు. ఈ కోర్టును 'అపిలేట్ కోర్ట్ ఆఫ్ జ్యూడికేచర్' గా వర్ణించారు. దీనిలో అన్ని రకాల సివిల్, క్రిమినల్ విన్నపాలను, నగరాల నుంచి, జిల్లాల నుంచి వచ్చే విజ్ఞప్తులను విచారించేది. న్యాయస్థానాల వ్యవహారాలను సక్రమంగా నడపడానికి, న్యాయ నిబంధనలను, పద్ధతులను ఈ న్యాయస్థానం తయారుచేసేది. ప్రధాని అనంతరం అన్ని న్యాయ విషయాలకు తుది అధికారిగా ఈ కోర్టును పేర్కొనవచ్చు.

హైదరాబాద్ సివిల్ న్యాయ పరిపాలనలో 'మజ్లిస్-ఆలియా అదాలత్' (హైకోర్టు) కీలక న్యాయస్థానం. కింది కోర్టులో శిక్షపడ్డ వ్యక్తి హైకోర్టులో ఫిర్యాదు దాఖలు చేయవచ్చు. ఇది నగర పరిధిలో సివిల్ తగాదాలను, నిర్ణీత ధన విలువ కలిగిన కేసులను విచారించే అధికారం ఉండేది. హైకోర్టు కింద డివిజన్ అధికారి న్యాయస్థానం, జిల్లా న్యాయస్థానాలు, తాలూకా న్యాయస్థానాలు, నగర న్యాయస్థానాలు, మతపర వివాదాల పరిష్కార న్యాయస్థానాలు ఉండేవి. సరిహద్దు న్యాయస్థానాలు ప్రత్యేకం. తీవ్రమైన శిక్షలను, మరణ శిక్షలను, ఇతర శిక్షలను మార్చే అధికారం హైకోర్టుకు ఉండేది. ఈ శిక్షలను హైకోర్టు ధర్మాసనం రద్దుచేసే అవకాశం ఉండేది. నిజాం రాజ్యంలో ఇది అత్యున్నత న్యాయస్థానం. దీనికి జీవితకాలం జైలు శిక్ష, 39 కొరడా దెబ్బలు కొట్టించే అధికారం ఉండేది.

డివిజన్‌లో సివిల్, క్రిమినల్ కేసులను సదర్ తాలూకాదారుడు విచారించేవాడు. ఇతనికి పది సంవత్సరాలు జైలుశిక్ష విధించే అధికారం కలదు. 4000 రూపాయల వరకు జరిమాన విధించవచ్చు, 39 దెబ్బలు కొట్టించే అధికారం కలిగి ఉన్నాడు. జిల్లాల్లో మొదటి తాలూకాదారుడు నాలుగు సంవత్సరాలు శిక్ష, 1000 జరిమాన, 39 దెబ్బలు కొట్టించే అధికారం, రెండవ తాలూకాదారుడు రెండు సంవత్సరాలు జైలు శిక్ష, 500 జరిమాన, 15 దెబ్బలు కొట్టించే అధికారం, మూడవ తాలూకాదారుడు ఒక సంవత్సరం జైలు శిక్ష, 300 జరిమాన, 15 దెబ్బలు కొట్టించే న్యాయాధికారం కలిగి ఉన్నాడు. తాలూకాల్లో తహసీల్‌దారుడు ఆరు నెలల శిక్ష, 150 రూపాయల జరిమాన విధించడం, 12 దెబ్బలు కొట్టించే న్యాయాధికారం కలిగి ఉన్నాడు. నగర న్యాయాధిపతి 3 సంవత్సరాలు జైలు, 500 రూపాయల జరిమాన, 39 దెబ్బలు కొట్టించే అధికారం; . పోలీస్ పటేల్ 4 రోజుల జైలు శిక్ష, 3 రూపాయల జరిమాన విధించే అధికారం కలిగి ఉన్నారు.

సాలార్‌జంగ్ కాలంలో క్రిమినల్ న్యాయస్థానాలు, డివిజన్ న్యాయస్థానాలు 5, మొదటి తాలూకాదార్ల న్యాయస్థానాలు 17, రెండవ తాలూకాదార్ల న్యాయస్థానాలు 22, మూడవ తాలూకాదార్ల న్యాయస్థానాలు 19, తహసీల్‌దార్ల న్యాయస్థానాలు 103, నగర న్యాయాధిపతి న్యాయస్థానం ఒకటి, హైకోర్టు ఒకటి ఉండేవి. అన్ని క్రిమినల్ న్యాయస్థానాలు

దివానీ ప్రాంతంలో 168 ఉండేవి. ఇవి గాక సివిల్ న్యాయస్థానాల్లో అరబ్బు వివాదాల పరిష్కార న్యాయస్థానం, అపరిష్కృత కేసుల విచారణ న్యాయస్థానం ఒకటి, ఖాజి న్యాయస్థానం ఒకటి, నగర సరిహద్దు న్యాయస్థానం ఒకటి, ఇతర నగరాల న్యాయస్థానాలు 6 ఉన్నాయి. మొత్తం సివిల్ న్యాయస్థానాలు నిజాం పాలనలో 172 (దివానీ ప్రాంతంలో) ఉన్నాయి.

హైకోర్టు ప్రధాన న్యాయమూర్తి వేతనం 1200 రూపాయలు, ఇతర న్యాయమూర్తుల వేతనం 600 రూపాయలు. నగర సరిహద్దు సివిల్ న్యాయమూర్తి వేతనం, హైకోర్టు న్యాయమూర్తి కంటే అధికం. అతని వేతనం 2400 రూపాయలు, ఖాజీ వేతనం 500 రూపాయలు. ఈ విధంగా న్యాయవ్యవస్థను పటిష్టంగా తయారుచేశాడు. ప్రతిభ, సామర్థ్యం, ఎలాంటి మచ్చలేని వ్యక్తులను న్యాయమూర్తులుగా ఎంపికచేసేవాడు. అవినీతి, లంచగొండితనం వంటి ఆరోపణలు కలిగిన వారికి అవకాశం లేకుండేది.

పోలీసు సంస్కరణలు

సాలార్‌జంగ్ పోలీస్ వ్యవస్థలో కీలక సంస్కరణలకు శ్రీకారం చుట్టాడు. రెవిన్యూశాఖ నుంచి పోలీసు వ్యవస్థను వేరుచేశాడు. ప్రతి రెండు తాలూకాలకు ఒక ఇన్స్‌పెక్టర్‌ను నియమించాడు. పెద్ద తాలూకాలకు అదనపు ఇన్స్‌పెక్టర్‌ను నియమించాడు. ప్రతి భాగానికి ఒక అత్యున్నత పోలీసు అధికారిని నియమించాడు. నిజాం రాజ్యంలో నాడు ఐదు భాగాలున్నాయి. వీటిపై ఐదుగురు నాయిబ్‌సదర్ ముహతమీమ్‌లను నియమించాడు. వీరినే డిప్యూటి ఇన్స్‌పెక్టర్ జనరల్ ఆఫ్ పోలీసుగా పిలిచేవారు. ప్రతి జిల్లాపై సూపరింటెండెంట్ (ముహతమీమ్) ఆఫ్ పోలీసును నియమించాడు. ఇతడు జిల్లా పోలీసు వ్యవస్థ మొత్తాన్ని పర్యవేక్షించేవాడు. ఇతని ఆధ్వర్యంలో పనిచేసే ప్రతి తాలూకా ఇన్స్‌పెక్టర్ ప్రవర్తనను గమనించేవాడు. జిల్లాకు అవసరమైన పోలీసులను (కానిస్టేబుల్) నియమించేవాడు. వీరుతోపాటే 'సోవర్స్' అనే పోలీసులను కూడా జిల్లాలకు నియమించాడు. ప్రతి సూపరింటెండెంట్ ఆఫ్ పోలీసు, ఇన్స్‌పెక్టర్ ఆఫ్ పోలీసుకు ప్రత్యేక సహాయకులను (గుమాస్తాలను) వారికి సహాయ సహకారాలు అందించడానికి నియమించాడు. సూపరింటెండెంట్ ఆఫ్ పోలీసులను సాలార్‌జంగ్ మూడు శ్రేణులుగా వర్గీకరించాడు. అదే విధంగా ఇన్స్‌పెక్టర్ ఆఫ్ పోలీసును కూడా మూడు తరగతులుగా వర్గీకరించి వారి జీతభత్యాలను చెల్లించాడు.

ప్రతిభ, సామర్థ్యం, చురుకుదనం, విజ్ఞానం వంటి విషయాల ఆధారంగా నియామకం చేసి, వారిని వివిధ శ్రేణులుగా వర్గీకరించాడు. సూపరింటెండెంట్ మొదటి శ్రేణి జీతం 200 రూపాయలు, రెండవ శ్రేణి జీతం 170 రూపాయలు, మూడవ శ్రేణి జీతం 140 రూపాయలు. ఇన్స్‌పెక్టర్ మొదటి తరగతిలో మొదటి శ్రేణి జీతం 110 రూపాయలు, రెండవ శ్రేణి 100 రూపాయలు, మూడవ శ్రేణి 90 రూపాయలు. 1867 లో పోలీసు దళం పునర్వ్యవస్థీకరించడమైంది. 1869 లో పోలీసు కార్యదర్శిని స్వతంత్రంగా ఏర్పాటుచేయడం జరిగింది. 1880 లో పోలీసుశాఖకు సంబంధించిన మొదటి మంత్రిగా నవాబ్ షంషేర్‌జంగ్ బహదూర్‌ని నియమించాడు.

పోలీసు బలగం రెండు రకాలు, అవి సాధారణ పోలీసు బలగం, గ్రామ పోలీసు బలగం. సాధారణ పోలీసు బలగం కానిస్టేబుల్ జీతం 7 లేదా 8 రూపాయలు. ఇతడు పనిలో ప్రతిభకనబరిచి దఫ్తదారు లేదా జమేదారు (హెడ్ కానిస్టేబుల్) కావచ్చు. అమీన్ (ఇన్స్‌పెక్టర్) కూడా ఉన్నత పదోన్నతి పొందవచ్చు. సాధారణ పోలీసు బలగం సంఖ్య 1879-80 నాటికి 14,055. దీనిలో 3250 మంది నగరంలో విధులు నిర్వర్తించగా, 10,805 మంది జిల్లాల్లో విధులు నిర్వర్తించేవారు. తాలూకా స్థాయిల్లో 'అవుట్ పోస్టు'లను ఏర్పాటు చేశాడు. జమేదారు ఆధ్వర్యంలో ఒక బలగం (జావుక్) ఉండేది. ఇది వారికి కేటాయించిన ప్రాంతంలో విధులను నిర్వర్తించేది.

గ్రామాల్లో నేరాలను అరికట్టడానికి, శాంతిభద్రతలను కాపాడటానికి, సంఘ విద్రోహశక్తులను పట్టుకొని ప్రభుత్వానికి అప్పగించడానికి ఈ గ్రామ పోలీసు కృషిచేసేవాడు. గ్రామంలో పోలీసు అధికారాలను పోలీసు పటేల్ నిర్వహించేవాడు. సేతుసంధి గ్రామంలో 50 ఇళ్ళకు రక్షణాధికారి.

నగరాల్లో కొత్వాల్ పోలీసు అధికారి. ఇతడు శాంతిభద్రతలను కాపాడటమేగాక ప్రజలకు రక్షణ కలిపించేవాడు. నేరస్థులను ప్రభుత్వానికి అప్పగించేవాడు. ఈ విధంగా పోలీసులు డివిజన్‌లో డిప్యూటి ఇన్‌స్పెక్టర్ ఆఫ్ పోలీసు, జిల్లాల్లో సూపరింటెండెంట్ ఆఫ్ పోలీసు, తాలూకాల్లో అమీన్, గ్రామంలో పోలీస్ పటేల్, సేథుసింధి కీలక అధికారాలను నిర్వర్తించేవారు.

సైనిక శాఖ

సాలార్‌జంగ్ సైనికశాఖను పునర్వ్యవస్థీకరించాడు. 1864 లో నిజాం సైన్యాల పర్యవేక్షణకై ఒక అధికారిక భవనాన్ని ఏర్పాటుచేశాడు. ఈ అధికారిక భవనంలో ఒక కార్యదర్శి, ఒక సహాయకుణ్ణి నియమించాడు. సైనికశాఖకు సంబంధించిన ఖర్చులు, నియామకాలు, సైనికుల బదిలీలు, సాధారణ ఉత్తర్వుల జారీ మొదలైన విషయాల్లో కార్యదర్శి పాల్గొనేవాడు. నిజాం శాశ్వత సైనికదళాలను ఇతడు ప్రత్యేక దృష్టితో పరిశీలించేవాడు. కలందాన్-బర్‌దారులు (అధికారులు) తాత్కాలిక సైనికుల విజ్ఞప్తులను, నియామకాలను ప్రధానికి సమర్పించేవాడు. 1876 లో ఒక ప్రత్యేక సైనిక కార్యదర్శిని నియమించి, అతనికి సైనికుల నియామకం, పరిశీలన, ఇతర విషయాలను, తాత్కాలిక సైనికదళాలకు సంబంధించిన అంశాలను అప్పగించారు. మన్సబ్‌దారుల దఫ్తార్‌లను ఈ కార్యదర్శి ఆధ్వర్యంలో ఏర్పాటుచేశారు.

ప్రభుత్వం 1875 లో 'దఫ్తర్-ఎ-నజమ్ జమీయత్' (సైనికదళ కార్యాలయ నిర్వహణ) ను ఏర్పాటు చేసింది. 1869 లో మన్సబ్ చెల్లింపుల కార్యాలయం ఏర్పాటుచేశారు. సైనికులకు యూరోపియన్ అధికారులతో శిక్షణను ఇప్పించడం, ఆంగ్లేయుల అధికారుల ఆధీనంలో పర్యవేక్షణ కొనసాగింది.

రెవిన్యూ సంస్కరణలు

సాలార్‌జంగ్ సంస్కరణల్లో అతి ముఖ్యమైన సంస్కరణ రెవిన్యూ సంస్కరణ. నాడు నిజాం పాలనలో భూమిని నాలుగు భాగాల కింద విభజించారు. ఖాల్సా ప్రాంతం, సర్ఫేఖాస్, పైగా, జాగీరులు ప్రధానమైనవి. వీటిల్లో రకరకాల శిస్తు నిర్ణయ పద్ధతులు ఉండేవి. సాలార్‌జంగ్ ప్రధాని అయిన అనంతరం భూమిశిస్తు పెంపుకు సంస్కరణలను చేపట్టాడు. 1864 వ సంవత్సరంలో రెవిన్యూ బోర్డుని ఏర్పాటుచేశాడు. ఇది దీవానీ ప్రాంతంలో, బ్రిటిష్ వారి నుంచి స్వాధీనం చేసుకొన్న ప్రాంతాల్లో రెవిన్యూ పరిపాలన వ్యవస్థను పర్యవేక్షించేది. దీనిలో ఒక అధ్యక్షుడు, నలుగురు సభ్యులు ఉండేవారు. బోర్డు ఇచ్చే ఉత్తర్వులపై ముఖరం ఉద్దౌలా సంతకం తీసుకొనేవారు. ఇతడు ప్రధాని ఆధ్వర్యంలో రెవిన్యూ పరిపాలనను పర్యవేక్షించేవాడు.

1875 వ సంవత్సరంలో కేంద్ర ఇనాం కార్యాలయం ఏర్పాటుచేసి ఇనాం కమీషనర్‌ను నియమించడం జరిగింది. ఇది అవసరమైన ఇనాంలను కొనసాగించి, అనవసరంగా, నిరుపయోగంగా ఉన్న ఇనాం భూములను స్వాధీనపర్చుకొని ఖాల్సా ప్రాంతంలో కలపడం జరిగింది. సాలార్‌జంగ్ 1857 సిపాయిల తిరుగుబాటులో రెసిడెన్సీపై దాడిని చాకచక్యంగా తప్పించినందుకు, దాడికి ప్రయత్నించిన వారిని బ్రిటిష్‌వారికి అప్పగించినందుకు 1853 లో నిజాంతో బీరార్ ఒప్పందం చేసుకొని తీసుకొన్న బీరార్, రాయచూర్, ధారశివం వంటి ప్రాంతాల్లో ధారశివం, రాయచూరు ప్రాంతాలను తిరిగి

నిజాంకు స్వాధీనపర్చడం జరిగింది. అంతేగాక బ్రిటిష్ వారికి చెల్లించే అప్పు 50,00,000 రూపాయలను మాఫీచేసింది. సాలార్‌జంగ్ తనఖా జాగీరులను, కుదవపెట్టిన (ఖర్చులకై ప్రభుత్వ నిర్వహణకై నిజాం ప్రభువు తన ఆభరణాలను, విలువైన భూములను కూదవపెట్టాడు) జాగీరులు, జాత్ జాగీరులను స్వాధీనం చేసుకొని ఖాల్సా లేదా దివానీ ప్రాంతంలో కలపడం జరిగింది. 1861 కి ముందు ఖాల్సా ప్రాంతం రమారమి 40,000 చదరపు మైళ్లు కాగా, తరవాత 71,598 చదరపు మైళ్లకు పైభూముల స్వాధీనం వల్ల పెరిగింది. దీనికి సాలార్‌జంగ్ కృషి కారణం. నిజాం పరిపాలనలో రెవిన్యూ పరిపాలనను రెవిన్యూ మంత్రి (సదర్-ఉల్-మిహం-ఎ-మాల్ గుజారీ) పర్యవేక్షించేవాడు. ఇతని ఆధ్వర్యంలో సదర్, తాలూకాదార్లు వివిధ తరగతుల తాలూకాదార్లు, తహసిల్‌దార్లు, నాయిబ్ తహసిల్‌దార్లు ఉండేవారు.

ప్రభుత్వం దివానీ ప్రాంతం లేదా ఖాల్సా ప్రాంతంలో జమాబందీ ప్రతి సంవత్సరం తయారుచేసేది. 1855 లో జీతాలు ఇచ్చి తాలూక్‌దార్లను నియమించుకోవడం ఆరంభమైంది. ఆ తరవాత 1865 లో సాలార్‌జంగ్ 'జిలాబందీ' విధానం ప్రవేశపెట్టాడు. రాజ్యాన్ని డివిజన్, జిల్లా, తాలూకా, గ్రామాల కింద విభజించి వాటిపై ఉన్న అధికారులు సదర్ తాలూకాదారుడు, మొదటి, రెండవ, మూడవ తాలూకాదార్లు, తహసీల్‌దార్లు, పట్వారీ, మాలి పటేల్‌లు శిస్తు వసూలులో కీలకపాత్ర పోషించేవారు. భూములను సర్వేచేసి వాటి హద్దులను, సారాన్ని, ఇతర అంశాలను నిర్ధారించడానికి 'సర్వే అండ్ సెటిల్‌మెంట్ డిపార్ట్‌మెంట్' ను ఏర్పాటుచేసింది. దీనికి ఒక ప్రత్యేక 'కమీషనర్'ను నియమించింది. పటాన్‌నందలి ఒక చిన్న ప్రాంతాన్ని తీసుకొని ఈ శాఖ తన పని ప్రారంభించింది. ఈ ప్రయోగం విజయవంతంగా ఔరంగాబాద్ జిల్లా మొత్తానికి విస్తరించింది. సర్వే ప్రయోగాలకు ఒక సూపరింటెండెంట్ ఆఫ్ రెవిన్యూ సర్వేను నియమించింది. నలుగురు లేదా ఐదుగురు సూపరింటెండెంట్‌లను ప్రభుత్వం నియమించింది. వీరికి సహకరించడానికి డిప్యూటి సూపరింటెండెంట్‌లు ఉండేవారు. 1877 లో సర్వే ప్రయోగం నల్‌దుర్గ్‌కు విస్తరించింది. క్రమక్రమంగా మిగిలిన ప్రాంతాల్లో సర్వే ప్రయోగం జరిగింది. భూమి కొలిచేందుకు 10 గజాల చైన్‌ను వినియోగించారు. దీన్ని ఒక నమూనా కింద 'భిగా' గా 6/6 చైన్‌లు లేదా 3600 చదరపు గజాలు కింద పేర్కొనడం జరిగింది. సాధారణంగా తెలంగాణా ప్రాంతంలో 'భిగా' అనేది వాడుకలో నేటికీ ఉంది. 'భిగా' అనేది భూ కొలతల్లో కీలకమైంది. పంటలు పండని భూములను మినహాయించి మిగతా భూములపై శిస్తును విధించేవారు. ప్రభుత్వానికి, రైతుకు మధ్యవర్తి లేకుండా శిస్తు చెల్లించే విధానం అయిన రైత్వారీ విధానాన్ని సాలార్‌జంగ్ ప్రవేశపెట్టాడు. రైతులు ధన రూపంలో లేదా ధాన్య రూపంలో శిస్తు చెల్లించేవారు. 1880-81 నాటికి భూమిశిస్తు 2,09,21,971 రూపాయలు వచ్చేవి. దీనికి ప్రధాన కారణం సాలార్‌జంగ్ సంస్కరణలే.

ఆర్థిక సంస్కరణలు

1853 లో సాలార్‌జంగ్ ప్రధాని బాధ్యతలు చేపట్టే నాటికి రాజ్యంలో చాలా భూభాగంలో సరైన పాలనా వ్యవస్థలేదు. నిజాం ప్రభువు విలువైన భూములు, నగలు కుదవపెట్టి అప్పులు తీసుకొని ప్రభుత్వాన్ని నడిపించేవాడు. అంతేగాక బ్రిటిష్‌వారికి అప్పు కింద 50,00,000 రూపాయలు చెల్లించాలి. సారవంతమైన రాయచూరు, ధారశివం, బీరార్ ప్రాంతాలు బ్రిటిష్‌వారి ఆధీనంలో ఉన్నాయి. ఈ పరిస్థితులను మార్చి రాజ్యంలో ఆర్థిక ప్రగతిని నెలకొల్పడానికి సాలార్‌జంగ్ కృషిచేశాడు.

నిజాం బ్రిటిష్ వారికి అప్పగించిన అమూల్యమైన జాగీరులను, ఇనాం భూములను, ఇతర భూముల స్వాధీనానికి ప్రయత్నించి సాలార్‌జంగ్ విజయం సాధించాడు. 1853 అనంతరం తన పరిపాలన ప్రత్యేకముద్రతో రాజ్యంలో దివానీ విస్తీర్ణం పెంచగలిగాడు సాలార్‌జంగ్. నిజాం పాలకులు 30,60,309 రూపాయల ఆదాయం వచ్చే బీరార్‌లోయ, 5,48,601 రూపాయల ఆదాయం వచ్చే బాలాఘాట్, 2,29,588 రూపాయలు ఆదాయం వచ్చే పశ్చిమ జిల్లాలు

1,51,342 రూపాయ ఆదాయం వచ్చే రాయచూరు జిల్లాలు 1853 ఒప్పందం ప్రకారం ఆంగ్లేయులకు ఇవ్వడం జరిగింది. వీటి స్వాధీనం కోసం 1857 తిరుగుబాటులో భాగంగా నిజాం ప్రభుత్వం, సాలార్‌జంగ్‌లు తిరుగుబాటుకు వ్యతిరేకంగా ఆంగ్లేయులకు సహకరించారు. హైదరాబాద్‌లో రెసిడెన్సీపై దాడికి పాల్పడిన తుర్రేబాజ్ ఖాన్, మౌల్వీ అల్లాఉద్దీన్ లాంటి వారిని బంధించే క్రమంలో హైదరాబాద్ పాలకులు, ప్రధాని సహకరించారు. తిరుగుబాటును అణచడంలో నిజాం సహాయసహకారాలు మరువలేనివని బ్రిటిష్ పాలకులు కొనియాడారు. దీనికి బహుమానంగా తమకు నిజాం ఇవ్వవలసిన బాకీ పైసలు 50,00,000 మాఫీ చేయడం జరిగింది. 1861 లో రాయచూర్ డెల్టా, అహ్మద్‌నగర్, ధారశివం నల్‌దుర్గ్ వంటి ప్రాంతాలను నిజాంకు ఇవ్వడం జరిగింది. 10 వేల పౌండ్లు నిజాంకు, మూడువేల పౌండ్లు సాలార్‌జంగ్‌కు బహుమానంగా బ్రిటిష్ ప్రభుత్వం ఇచ్చింది. వీటితోపాటు 1861 లో నిజాంకు 'స్టార్ ఆఫ్ ఇండియా' బిరుదును కూడా ప్రసాదించింది.

1857 సిపాయిల తిరుగుబాటులో పాల్గొన్న షోరాపూర్ రాజు వెంకటప్ప నాయక్‌ను బంధించడంలో కూడా నిజాం ప్రభుత్వ కృషి మరువలేనిది. ఇతణ్ని వనపర్తి పాలకుడు రాజా రామేశ్వరరావు బంధించి సాలార్‌జంగ్‌కు పంపాడు. సాలార్‌జంగ్ బ్రిటిష్‌వారికి అప్పగించాడు. దీనికి గాను బ్రిటిష్‌వారు నిజాంకు 1861 లో షోరాపూర్ ప్రాంతాన్ని అప్పగించారు. ఇనాం భూములను సర్వేచేసి, చాలా వరకు స్వాధీనం చేసుకొంది. వాటి విలువ 8,37,205 రూపాయలు. 8,86,875 రూపాయల విలువైన జాత్ జాగీర్‌లను, ఇతర ప్రాంతాలను స్వాధీనం చేసుకోవడంతో ఆర్థిక పరిస్థితి మెరుగుపడి, అభివృద్ధి పథంలోకి వచ్చింది. నిజాం తనఖా పెట్టిన భూములను కూడా తిరిగి స్వాధీనం చేసుకొంది.

1860 లో ఎగుమతి-దిగుమతులపై విధించిన పలురకాల పన్నులను సాలార్‌జంగ్ నిషేధించాడు. ఉప్పుపై పన్ను విధించే అధికారం కస్టమ్స్‌శాఖకు అప్పగించాడు. దీంతో క్రమబద్ధమైన పన్నుల విధానం అమల్లోకి వచ్చింది. సాలార్‌జంగ్‌కు ముందు రహదారీ పన్నుల వసూలు నామమాత్రంగా జరిగేది. ప్రధాని అయిన అనంతరం క్రమబద్ధంగా ఈ పన్నుల వసూలు జరిగింది. 1861-62 లో దిగుమతులపై పన్నులరద్దు చేశాడు.

1871 లో హైదరాబాద్ రాజ్యంలో అత్యంత ముఖ్యమైన సంఘటన జరిగింది. అది డబ్ల్యు. కింగ్ సింగరేణి ప్రాంతంలో బొగ్గు నిక్షేపాలు కనుక్కొన్నాడు. ఈ బొగ్గు నిక్షేపాలు బయటపడటంతో బ్రిటిష్‌వారు ఆ ప్రాంతానికి రవాణా సౌకర్యాలు కల్పించడానికి ప్రయత్నించారు.

అటవీ సంపద కాపాడటానికి, అటవీ ఉత్పత్తుల వల్ల వచ్చే ఆదాయం క్రమబద్ధంగా రాబట్టడానికి 1867 లో అటవీశాఖను ఏర్పాటు జరిగింది. దీని నిర్వహణకు ఒక సూపరింటెండెంట్‌ను నియమించారు. అడవుల విస్తీర్ణ పెంపకం, అటవీ ఉత్పత్తుల పెరుగుదల కనిపించింది.

1861 లో స్టాంప్ పేపర్ కార్యాలయం మున్షిఖానా ఆధ్వర్యంలో పనిచేసేది. వీటి విక్రయాల వల్ల ప్రభుత్వానికి ఆదాయం సమకూరింది. నగరాల్లో రాజ్యకోశ కార్యాలయాలను ఏర్పాటుచేసి, ప్రభుత్వానికి, ప్రజలకు సహాయసహకారాలు అందించగలిగింది. 1869 లో ప్రజా గిడ్డంగుల శాఖను స్థాపించడం జరిగింది. వీటన్నింటి కృషిఫలితంగా ప్రభుత్వం ఆర్థికంగా బలపడగలిగింది.

విద్యా సంస్కరణలు

పరిపాలన సమర్థవంతంగా నడవాలంటే విద్యావంతులు, శిక్షణ పొందిన సిబ్బంది చాలా అవసరం. సుశిక్షితులైన ఉద్యోగులను నియమించుకొనేందుకు అనుగుణంగా విద్యా విధానంలో అనేక మార్పులు ప్రవేశపెట్టారు. ప్రధాని బాధ్యత చేపట్టిన అనంతరం సాలార్‌జంగ్ పాశ్చాత్య విద్యాబోధనతో కూడిన దారుల్ ఉల్మ్ అనే పాఠశాలను 1855 లో

స్థాపించాడు. దీనిలో పర్షియా, ఉర్దూ, అరబ్బీ, ఆంగ్లంలో విద్యాభ్యాసం ఆరంభమైంది. 1870 సంవత్సరంలో 'నగర ఉన్నత పాఠశాల' (సిటి హైస్కూల్), 1872 లో చాదర్‌ఘాట్ హైస్కూల్స్ స్థాపించబడ్డాయి. ప్రజా పనుల (పబ్లిక్ వర్క్స్) శాఖలో పనిచేయడానికి కావలసిన సిబ్బందిని తయారుచేసుకొనేందుకు 1870 లో ఇంజనీరింగ్ కళాశాల నెలకొల్పబడింది. రాజ కుటుంబంలోని పిల్లల కోసం 1873 లో మదర్సా-ఇ-ఆలియాను, రాజకుటుంబం కోసం మదర్సా-ఇ-ఐజాను 1878 లో ప్రారంభించాడు. తరవాత పేరుగాంచిన నిజాం కళాశాలను 1887 లో స్థాపించాడు. వీటితోపాటు నిజాం ప్రధాని సర్‌సయ్యద్ అహ్మద్‌కు అలిఘర్ విద్యాసంస్థ స్థాపనకు ఆర్థిక సహాయం అందించారు. ప్రస్తుతం ఇది అలిఘర్ విశ్వవిద్యాలయంగా కొనసాగుతోంది. వకార్-ఉల్-ముల్క్, మొహసిన్-ఉల్-ముల్క్‌లు అలిఘర్ కళాశాల ప్రగతిలో చురుకుగా సేవలు అందించారు. వీరు హైదరాబాద్ రాజ్య అధికారులు. ఇటువంటి విద్యా సంస్కరణల వల్ల హైదరాబాద్ ప్రగతిని సాధించగలిగింది.

సాలార్‌జంగ్ పాలనలో జిల్లాల్లో అనేక పాఠశాలలు స్థాపించబడ్డాయి. అదే విధంగా నగరాల్లో కూడా పాఠశాలలు నెలకొల్పబడ్డాయి. నిజాం రాజ్యంలో నాడు 162 పాఠశాలలు ఉండేవి. అందులో పర్షియన్ పాఠశాలలు 105, మరాఠీ పాఠశాలలు 34, ఆంగ్ల పాఠశాలలు, కళాశాలలు 4, తెలుగు పాఠశాలలు 19 ఉన్నాయి. వీటి ఏర్పాట్ల వల్ల విద్యా ప్రగతికి నాందిపలకడం జరిగింది.

రవాణా సౌకర్యాలు

సాలార్‌జంగ్ తాను ప్రధాని కాగానే రవాణా సౌకర్యాలను మెరుగుపరచడానికి తీవ్రంగా కృషిచేశాడు. హైదరాబాద్‌ను వివిధ ప్రాంతాలతో కలుపుతూ రోడ్డు సౌకర్యం ఏర్పాటుచేశాడు. 1868 వ సంవత్సరంలో హైదరాబాద్ నుంచి షోలాపూర్ వరకు రోడ్డు నిర్మాణం జరిగింది. 1870 వ సంవత్సరంలో భారత ప్రభుత్వం, హైదరాబాద్ ప్రభుత్వం మధ్య ఒక ఒప్పందం కుదిరింది. దీని ప్రకారం, మద్రాసు-బొంబాయి మార్గంలో వాడి నుంచి హైదరాబాద్ వరకు ఒక రైల్వేలైను నిర్మించాలి. ఇదే సందర్భంలో 1871 లో సింగరేణి ప్రాంతంలో శ్రేష్టమైన బొగ్గు నిక్షేపాలను కనుక్కొన్నారు. రైల్వేల విస్తరణతో బొగ్గుకు (గిరాకీ) డిమాండ్ పెరగడంతో ఈ రైల్వేలైన్‌ను బొగ్గు గనులు ఉన్న ప్రాంతాలైన డోర్నకల్లు, ఎల్లందులకే గాక విజయవాడ వరకు విస్తరించడానికి నిర్ణయించారు. ఇదే సందర్భంలో ఉత్తరాన ఉన్న చాందాలో (నేటి మహారాష్ట్రలోని చాందా) బొగ్గు నిక్షేపాలు ఉన్నాయని తెలియడంతో రైల్వేలైను చాందా వరకు పొడిగించడానికి నిర్ణయించారు. ఈ ప్రతిపాదనలు సాలార్‌జంగ్ కాలంలోనే ఆమోదించబడ్డాయి. ఈ రైల్వేలైన్ల నిర్మాణానికి బ్రిటిష్ రైల్వే కంపెనీ 3 లక్షల పౌండ్లు పెట్టుబడి సమకూర్చింది. నైజాం ప్రభుత్వం కూడా పెట్టుబడిని సమకూర్చాలని మొదటే సాలార్‌జంగ్‌పై ఒత్తిడి తెచ్చారు. ఈ రైల్వే నిర్మాణం ప్రజలకు తెలియకుండా గోప్యంగా ఉంచారు. ఈ చాందా రైల్వే స్కీం మొదటి సాలార్‌జంగ్ కాలంలో ఆమోదింపబడగా 'రక్షణ సమితి' కాలంలో అమల్లోకి తీసుకురావడం జరిగింది. ఈ రైల్వే నిర్మాణం లాభదాయకం కాదని, రాష్ట్రానికి తీరని నష్టం కలిగిస్తుందన్న వదంతి రాష్ట్రంలో వ్యాపించింది.

1880 నాటికి చక్కటి వాగ్ధాటి కలిగిన ఒక మేధావి వర్గం హైదరాబాద్ రాజ్యంలో ఏర్పడింది. వీరు ప్రజా సమస్యలను గూర్చి చర్చించేందుకు ఉత్సాహాన్ని చూపేవారు. చాందా రైల్వేస్కీం అమల్లో పెట్టే సమయంలోనే ఈ స్కీం పూర్వాపరాలను క్షుణ్ణంగా పరిశీలించేందుకు ఈ మేధావి వర్గం ఒక కమిటీ ఏర్పాటుచేసింది. హైదరాబాద్ కాలేజి ప్రిన్సిపాల్ డాక్టర్ అఘోరనాథ చటోపాధ్యాయ, ముల్ల అబ్దుల్ ఖయ్యూం అనేవారు ఈ కమిటీలోని ముఖ్య సభ్యులు. ఈ స్కీం కి సంబంధించిన అన్ని వివరాలను ప్రజల ముందు ఉంచుదామని కమిటి కోరింది. ఈ విన్నపాన్ని నిజాం ప్రభుత్వం తీవ్రమైందిగా భావించి తిరస్కరించింది. అంతేగాక అఘోరనాథ చటోపాధ్యాయను ఉద్యోగం నుంచి తొలగించింది.

అంతేగాక అతణ్ని 1883 మే 20 న రాష్ట్రం నుంచి బహిష్కరించింది. ఆ తరవాత చాందా స్కీం వ్యతిరేకులను ప్రభుత్వం మెల్ల మెల్లగా అణచివేసి, స్కీంని ఆచరణలో పెట్టింది. బొంబాయి-మద్రాసు రైలు మార్గాన్ని ఆంగ్లేయులు ప్రారంభించారు. ఇది గుల్బర్గా, వాడీల మీదుగా నిజాం రాజ్యం గుండా వెళుతుంది. వాడి, హైదరాబాద్ రైలు మార్గం 1878 లో పూర్తైంది. ఈ రైల్వేలైను పూర్తి కావడంతో ప్రజలకు రవాణా సౌకర్యాలు మెరుగయ్యాయి.

నిజాం రాజ్యంలో 1856-57 లో హైదరాబాద్‌ను, బొంబాయిని కలుపుతూ కర్నూల్ మీదుగా టెలిగ్రాఫ్ వ్యవస్థను ఏర్పాటుచేశారు. 1862 లో పోస్టల్ వ్యవస్థను హైదరాబాద్‌లో స్థాపించారు. 1871 లో ఒక పోస్ట్ మాస్టర్ జనరల్ ఆధ్వర్యంలో దాన్ని జిల్లాలకు, తాలూకాలకు, పట్టణాలకు విస్తరిస్తూ రెగ్యూలర్ పోస్టల్ వ్యవస్థను ఏర్పాటు చేశారు. అనేక వంతెనలను, కల్వర్టులను ఏర్పాటుచేసి హైదరాబాద్‌కు వచ్చేలా వివిధ జిల్లాల్లో రోడ్డు సౌకర్యాలను ఏర్పాటుచేశాడు. ఈ చర్యలవల్ల హైదరాబాద్ రాజ్యం ఆధునికతవైపు దూసుకుపోయింది. సమర్థవంతమైన పాలన వల్ల రాజ్యం సుస్థిరమై చరిత్రలో ఒక నూతన అధ్యాయానికి నాంది ఏర్పడింది.

పబ్లిక్ సర్వీస్ వ్యవస్థ

ప్రభుత్వ పాలనలో సమర్థతను, ప్రతిభను పెంచడానికి సాలార్‌జంగ్ కృషిచేశాడు. సాలార్‌జంగ్ పాలనలో పబ్లిక్ సర్వీసు కమీషన్‌ను ఏర్పాటుచేయడం జరిగింది. సమర్థవంతమైన, ప్రతిభ కలిగిన, అర్హతలు గల యువకులను ఉద్యోగాలకు ఎంపికచేయడం జరిగింది. ఉత్తర భారతదేశానికి చెందిన మహమ్మదీయ, కాయస్థ యువకులు పెద్ద సంఖ్యలో హైదరాబాద్ రాజ్య ఉద్యోగాలకు ఎన్నికయ్యారు. నాడు ముఖ్యంగా సయ్యద్ హుస్సేన్ బిల్‌గ్రామి, సయ్యద్ అలీ బిల్‌గ్రామి, మహిబ్ హుస్సేన్, సయ్యద్ మెహిది అలీ, మెహిన్ ముల్క్ లాంటి వారు హైదరాబాద్ రాజ్యంలోచేరి ఉన్నత పదవులను అనుభవించి, ప్రాధాన్యతను పొందారు. బెంగాల్ నుంచి వచ్చిన అఘోరనాథ ఛటోపాధ్యాయ హైదరాబాద్ విద్యా వ్యవస్థలో చేరి తరవాత నిజాం కళాశాల ప్రిన్సిపాల్‌గా పనిచేశాడు. ఇతనితోపాటు రామచంద్రారెడ్డి, బారిష్టర్ రుద్ర వంటివారు హైదరాబాద్ రాజ్య సేవలో పనిచేశారు.

హైదరాబాద్ రాజ్యంలో ఉత్తర భారతీయులు, బెంగాలీలు చేరడంతో ఉద్యోగ అవకాశాలు స్థానికులకు అందకపోవడంతో ముల్కి ఉద్యమాన్ని ఆరంభించారు. స్థానికేతరులను ఉద్యోగాల నుంచి తొలగించాలని పెద్ద ఎత్తున ఆందోళనలు నిర్వహించారు. కాని నిజాం సరైన చర్యలు తీసుకోవడంతో ఉద్యమం సద్దుమణిగింది. ఈ విధంగా సాలార్‌జంగ్ అనేక సంస్కరణలు ప్రవేశపెట్టి ఆధునిక హైదరాబాద్ చరిత్రకు మార్గదర్శకుడయ్యాడు.

సాలార్‌జంగ్ వ్యక్తిత్వం

సాలార్‌జంగ్ ఎంతో ప్రతిభ, విజ్ఞానం కలవాడు. తాను హైదరాబాద్ రాజ్య ప్రగతికై ప్రణాళికాబద్ధంగా వ్యవహరించి, పరిపాలన వ్యవస్థను సుస్థిరం చేశాడు. ఆంగ్లేయ అధికారి 'డైటన్' దగ్గర అనేక విషయాలను తెలుసుకొని, వాటిని నిజాం రాజ్యంలో అమలుపర్చాడు. 1857 సిపాయిల తిరుగుబాటులో ఆంగ్లేయులకు సహకరించి, నిజాం అప్పును మాఫీ చేయించాడు. బీరార్ ప్రాంతం మినహా మిగితా ప్రాంతాలను బ్రిటిష్‌వారి నుంచి స్వీకరించి, రాజ్య పాలనను వికేంద్రీకరించాడు. 1859 లో సాలార్‌జంగ్ నిజాం విశ్వాసం కోల్పోవడంతో 1860 లో, 1867 లో ప్రధాని పదవి నుంచి తొలగించడానికి నిజాం ప్రయత్నించాడు. అయితే నాటి బ్రిటిష్ రెసిడెంట్‌లు ఈ ప్రయత్నాన్ని అడ్డుకొన్నారు.

బ్రిటిష్ వారితో ఆయనకు ఉన్న సంబంధాల రీత్య ఈ ప్రయత్నం విఫలం కాగలిగింది. సిపాయిల తిరుగుబాటులో సాలార్‌జంగ్ అందించిన సేవలను బ్రిటిష్ ప్రభుత్వం గుర్తించి మూడువేల పౌండ్లు బహమానంగా అందించింది. 1860 లో బ్రిటిష్ రెసిడెంట్ కల్నల్ డేవిడ్‌సన్ జోక్యం చేసుకోవడంతో సాలార్‌జంగ్ ప్రధాని పదవిలో కొనసాగాడు. ఇదే విధంగా 1867 లో మరొకసారి బ్రిటిష్ రెసిడెంట్ 'యూల్' సహాయంతో ప్రధాని పదవిని నిలబెట్టుకొన్నాడు. 1869లో నిజాం అఫ్జల్ ఉద్దౌలా మరణంతో అతని కుమారుడు 3 సంవత్సరాల బాలుడైన మీర్ మహబూబ్ అలీఖాన్‌ను సుల్తాన్‌గా చేసి, అతని సహరాజ ప్రతినిధులుగా సాలార్‌జంగ్, అమీర్-ఎ-కబీర్ బహుదూర్‌లను బ్రిటిష్ ప్రభుత్వం నియమించింది. ఈ నియమాకం వల్ల సాలార్‌జంగ్‌కు ప్రభుత్వ నిర్వహణలో, సంస్కరణలను విజయవంతం చేయడంలో తగినంత సమయం దొరికింది. ఆచరణలో సాలార్‌జంగ్ నిజమైన పాలకుడిగా రూపొందాడు. ప్రభుత్వ పాలనను సుస్థిరం చేసి, సమర్ధవంతమైన రాజ్యంగా తీర్చిదిద్దాడు.

తమ మామ సిరాజ్-ఉల్-ముల్క్ పాలనలో బీరార్‌ను బ్రిటిష్‌వారికి అప్పగించడంతో ప్రజల్లో సాలార్‌జంగ్ కుటుంబం పట్ల వ్యతిరేకత నెలకొంది. దీన్ని తొలగించడానికి బీరార్ ప్రాంతాన్ని పొందడానికి తీవ్రంగా ప్రయత్నించాడు. సిపాయిల తిరుగుబాటులో సాలార్‌జంగ్ ఆంగ్లేయులకు అందించిన సహకారం వల్ల 1861 లో బీరార్ తప్ప, రాయచూర్, ధారశివం, ఉస్మానబాద్ వంటి ప్రాంతాలతోపాటు, షోలాపూర్‌ను కూడా నిజాం పొందగలిగాడు. దీంతో సాలార్‌జంగ్ కుటుంబం తమ పట్ల ఏర్పడిన మచ్చను కొంతవరకు పోగొట్టుకొంది. బీరార్‌ను పొందడానికి సాలార్‌జంగ్ చివరివరకు ప్రయత్నించి విఫలుడయ్యాడు.

నిజాం రాజ్యంలో అనేక సంస్కరణలను రెవిన్యూ, ఆర్థిక, న్యాయ, పోలీసు, సైనిక, విద్య, రవాణా వ్యవస్థల్లో ప్రవేశపెట్టి హైదరాబాద్ రాజ్య ఆధునికతకు సాలార్‌జంగ్ మూలవాసి. అతని చర్యలవల్ల భారతదేశ చరిత్రలో విశిష్ట స్థానం హైదరాబాద్ రాజ్యం పొందగలిగింది.

ఆర్థిక కష్టాల్లో, అసమర్ధమైన పాలనలో ఉన్నప్పుడు 1853 లో ప్రధానిగా సాలార్‌జంగ్ నియమింపబడి, రాజ్యానికి ఆధునికతకై పునాదులు వేశాడు. బ్రిటిష్‌వారి అప్పును మాఫీచేసి, వారి నుంచి సారవంతమైన ప్రాంతాలను పొంది రాజ్య విస్తీర్ణం పెంచగలిగాడు. తనఖా జాగీరులను స్వాధీనం చేసుకొని, ఇనాంలను కుదించాడు. జాగీరుదారులను తొలగించి దివానీ ప్రాంతంలో నూతన శిస్తు విధానం, రైత్వారీ విధానాన్ని, జిలేబంది (1865) ని ప్రవేశపెట్టాడు. జీతాలు ఇచ్చి ఉద్యోగులను నియమించుకొనే విధానానికి అంకురార్పణ చేశాడు. బోర్డ్ ఆఫ్ రెవిన్యూ, రెవిన్యూ, పోలీసు, న్యాయశాఖ మంత్రులను నియమించాడు. హైకోర్టును ఏర్పాటుచేసి, న్యాయ వ్యవస్థను సంస్కరించాడు. ప్రతిభావంతులైన యువకులను కీలక ఉద్యోగాలకు ఎంపికచేసుకొని, సమర్ధవంతమైన పాలనకు కృషిచేశాడు. రవాణా, రైల్వే, పోస్టల్, టెలిగ్రాఫ్ వ్యవస్థలను సంస్కరించి, హైదరాబాద్ రాజ్యాన్ని ఆధునిక రాజ్యంగా తీర్చిదిద్దాడు. 'ఆక్స్‌ఫర్డ్ విశ్వవిద్యాలయం' వారు అతనికి 'డాక్టర్ ఆఫ్ సివిల్ లా' అనే గౌరవపట్టా ఇచ్చి సత్కరించారు.

నిజాం రాజ్య ప్రగతికి కృషిచేసిన సాలార్‌జంగ్ కలరా వ్యాధి పీడితుడై ఫిబ్రవరి 8, 1883 న మరణించాడు. వహీద్ ఖాన్ సాలార్‌జంగ్‌ను 'రాజనీతిజ్ఞుల్లో సాలార్‌జంగ్ ఒకరని' ప్రశంసించాడు. సాలార్‌జంగ్ 'స్వాప్నికుడే కాని రాజనీతిజ్ఞుడు' కాదని డోరటన్ వ్యాఖ్యానించాడు. 'సాలారజంగ్ నిజాం రాజ్య వ్యవస్థను పునరుజ్జీవింప చేశాడ'ని విలియం డిగ్బీ ప్రశంసించాడు.

17

హైదరాబాద్‌లో 1857 తిరుగుబాటు: కారణాలు, ఫలితాలు

హైదరాబాద్‌లో 1857 తిరుగుబాటు – కారణాలు

అసఫ్‌జాహీ వంశంలో ఐదవ రాజుగా అఫ్జలుద్దౌలా 1857లో రాజ్యానికి వచ్చాడు. అతని మంత్రిగా అసాధారణ పాలకుడు సాలార్జంగ్ వారసత్వంగా లభించాడు. ఐదవ నిజాం హైదరాబాదును కేవలం 12 సంవత్సరాలు మాత్రమే పరిపాలించాడు. ఏ నిజాము ఇంత తక్కువ కాలం పరిపాలన చేయలేదు. అయినా అతనికి సంక్షిప్త పాలనా కాలంలో చాలా ముఖ్య సంఘటనలు జరిగాయి. అతను సింహాసనం అధిష్ఠించిన సంవత్సరంలోనే భారతదేశంలో శక్తిమంతమైన విస్ఫోటనం సంభవించింది. భారతదేశంలో తమ స్థానాన్ని సుస్థిరం చేసుకోవడానికి బ్రిటిష్‌వారికి వంద ఏండ్లకుపైన పట్టింది. వారి అధికార ప్రాబల్యం కింద భారత సంప్రదాయబద్ధ జనాల్లో అసంతృప్తి నివురుగప్పిన నిప్పులా ఉంది. ఈ కాలంలో రైతులు భూములు కోల్పోయి కూలీలైనారు. చేతివృత్తుల వారు వృత్తులకు దూరమయ్యారు. ఉద్యోగస్థులు నిరుద్యోగులయ్యారు. ఇంగ్లిష్‌వారి రెవెన్యూ పాలన భారత గ్రామీణ వ్యవస్థలో తీవ్ర అసంతృప్తిని రగిల్చింది. రెవెన్యూ, పోలీసుల లంచగొండితనం ప్రజలను ఇబ్బందులకు గురిచేసింది. ఇంగ్లిషువారు దాదాపుగా భారతదేశాన్ని తమ ఏలుబడి కిందికి తెచ్చిన తరవాత దేశీరాజులకు దూరంగా ఉండిపోయారు. దేశీ సంస్థానాల రాజులు వీరి పరిపాలనా విధానాల పదునుకు నలిగిపోయారు. ముఖ్యంగా డల్హౌసి ప్రవేశపెట్టిన రాజ్యసంక్రమణ సిద్ధాంతం సంస్థానాలలో బ్రిటిష్‌వారి పట్ల తీవ్ర ద్వేషాన్ని రగిల్చింది. సంస్థానాలను గుంజుకోవడానికి వారు అనుసరించిన కుయుక్తులు వారికి శతృత్వాన్ని తెచ్చిపెట్టాయి. మహా ఘనత వహించిన మొఘలు చక్రవర్తి బహదూర్‌షా జాఫర్‌ను బలవంతంగా ఎర్రకోట నుంచి పంపేసి మెహ్రౌలీలో గడపమని డల్హౌసి తాఖీదు ఇచ్చాడు. అతను చివరి చక్రవర్తి అని, అతని బిరుదుల వారసత్వం అతని వారసులకు వర్తించవని ప్రకటించాడు కానింగ్. దాదాపు 300 ఏండ్లపైబడి భారతదేశాన్ని తిరుగులేకుండా పరిపాలించిన గొప్ప మొఘలు వంశ ఆత్మాభిమానానికి బ్రిటిష్‌వారి అహంకారం గొడ్డలిపెట్టయ్యింది. బ్రిటిష్‌వారి పాలనలో తమ భవిష్యత్తు ఎలా ఉంటుందో అన్న భయాలు సంస్థానాల పాలకులకు కలిగాయి. క్రైస్తవ మిషనరీలు విద్య పేరుతో జరుపుతున్న మతమార్పిడికి హిందువులు ఆందోళనచెందారు. అందరికంటే ఎక్కువ బాధలు, అవమానాలు సహించింది భారతీయ సిపాయిలు. ఉద్యోగంలో పదోన్నతుల్లో, జీతభత్యాల్లో, వ్యవహారంలో బ్రిటిష్ సైనికునికి అతనికి మధ్య ఉన్న అంతరం అతని సహనానికి పరీక్ష అయ్యింది. మొత్తంమీద అన్ని రంగాల్లో, అన్ని రకాలుగా భారతీయుల్లో చెలరేగిన అసంతృప్తి దహనకాండకు సిద్ధంగా ఉంది. ఒక నిప్పురవ్వ చాలు దావానలం చెలరేగడానికి, ఎన్‌ఫీల్డ్ రైఫిల్ దాన్ని అందించింది. మొదటగా తిరుగుబాటు మీరట్‌లో ప్రారంభమైంది. అమాంతంగా వచ్చిన ఈ ఉద్ధృతాన్ని వ్యవస్థీకరించే సమయం కూడా వారికి లేకపోయింది. దాంతో చాలా చోట్ల వారు పారిపోయారు. వెంటనే తేరుకొని తమను తాము రక్షించుకొనే దిశగా పోరాటాలు ప్రారంభించారు. ఇలాంటి సమయంలో వారికి సంస్థానాల పాలకుల సహాయం కూడా లభించింది.

హైదరాబాదులో ఉత్తర భారతంలోలాగా తిరుగుబాటు వెంటనే ప్రారంభం కాలేదు. కొంత ఆలస్యంగా మొదలైనా బ్రిటిష్‌వారి పట్ల తమకున్న తీవ్ర అసంతృప్తిని వెళ్ళగక్కింది. దక్షిణాదిలో ఇంగ్లిషు ప్రభుత్వం అతి సున్నితంగా సమతౌల్య

స్థితిలో ఉంది. బ్రిటీష్ వ్యతిరేక భావాలకు హైదరాబాదులో కొదవలేదు. మొదట అలీజా అతని మిత్రులు సదాశివరెడ్డి, రాజామహీపతిరాంలు వేరువేరు సమయాల్లో సశస్త్ర తిరుగుబాటులేవనెత్త ప్రయత్నించారు. ఈ శతృత్వ భావనల ఫలితంగా ఉద్భవించిన అవతారాలే ముబారిజుద్దౌలా అతని సన్నిహితులు. వారు కొనసాగించిన వహబీ ఉద్యమం, ఇస్లాంకు పూర్వవైభవం సాధించాలన్న పవిత్ర ఆశయంతో సౌదీ నగరానికి చెందిన అబ్దుల్ వాహెబ్ నెజ్దీ ప్రారంభించిన వహబీ ఉద్యమం అఫ్ఘనిస్థాన్‌లోని పెషావర్ కేంద్రంగా 1820లో భారతదేశంలోకి ప్రవేశించింది. ఇక్కడ ఇది అంగ్రేజీ హుకూంకి, కిరస్తానీ కాఫీర్ల ప్రచారాలకు వ్యతిరేకంగా బలంగా రూపుదిద్దుకొంది. భారతదేశంలో ఈ ఉద్యమాన్ని ప్రారంభించిన వాడు సయ్యద్ అహ్మద్ బ్రైల్వీ. హైదరాబాదులో ఈ ఉద్యమం నాసిరుద్దౌలా కుమారుడు ముజారిజుద్దౌలా అతని అనుచరులు, కర్నూలు నవాబు గులాం రసూల్‌ఖాన్ బ్రిటిష్ వ్యతిరేక ఉద్యమంగా నడిపించారు. ముజారిజుద్దౌలాను పట్టుకొని బందీచేశారు. అతని అనుచరులు బందీఅయి1857 కంటే కొన్ని సంవత్సరాల ముందే విడుదల అయ్యారు. వీరు బ్రిటిష్ వ్యతిరేకతను పెంపొందించడంలో కృతకృత్యులయ్యారు. 1853 లో నిజాం రాజ్యంలో అంతర్భాగమైన బీరార్‌ను ఆంగ్లేయులు వశం చేసుకొన్నారు. ఫలితంగా నిజాం ఆర్థిక పరిస్థితి దిగజారింది. ఇంగ్లిషువారి అప్పులు తీర్చలేక నిజాం నిస్సహాయుడైపోయాడు. బీరార్‌లో పండే పత్తి ఇంగ్లాండులోని బట్టల మిల్లులకు అవసరం కాబట్టి ఇంగ్లిషువారు బీరార్‌ను వశం చేసుకొన్నారు. ఈ అవమానాన్ని ప్రజలు సహించలేకపోయారు. కర్నూలు, బీరార్ రెండూ పోవడం వారిని అవమానానికి గురిచేసింది. మైసూర్‌లో టిప్పుసుల్తాన్ మరణం వారు మరచిపోలేదు. వహబీల ప్రేరణతో కేరళలో మొప్లా ముస్లింలు తిరగబడుతున్నారు. మద్రాసీ ముస్లింలు కూడా అదేబాటలో నడవాలని యోచిస్తున్నారు. ఇటువంటి సమయంలోనే తాంతియాతోపే అనుచరులు సాధు, సన్యాసుల వేషంలో హైదరాబాదులో సంచరిస్తూ బ్రిటిష్ వారికి వ్యతిరేకంగా ప్రచారం చేశారు. రాజ్యసైన్య విభాగాలను తొలగించిన కారణంగా సిపాయిలు ఎంతోమంది ఉద్యోగాలు పోగొట్టుకొన్నారు. వారి నిరుద్యోగితకు కారణమైన బ్రిటిష్ వారిపై ద్వేషం పెంచుకొన్నారు. కొంతమంది అమీర్లు కూడా బ్రిటిష్‌వారి పట్ల శత్రుత్వం ప్రదర్శించారు.

ఉత్తర భారతదేశమంతా తిరుగుబాటు దావానంలా దహించుకుపోతుంటే కనీసం దక్షిణ భారతదేశాన్నైనా ఆ జ్వాలల నుంచి రక్షించుకోవాలని తాపత్రయపడ్డారు బ్రిటిష్ వారు. దేశంలోని దాదాపు 500 సంస్థానాల్లో అతి పెద్దది హైదరాబాద్ సంస్థానం. ఇది దక్షిణ భారతదేశానికి గుండెకాయలాంటిది. నైజాం రాజ్యంలో తిరుగుబాటు జరిగితే అది అటు నాగపూర్‌ని ఇటు మద్రాసును నిప్పుల కుంపటిలా మారుస్తుంది. హైదరాబాద్ సంస్థానంలో 15 శాతం జనాభా ముస్లింలు, ఒకవేళ నిజాం వారికి మద్దతు ఇస్తే దక్షిణ భారతదేశంలోని ముస్లింలు అంతా తిరుగుబాటుకు సిద్ధం అవుతారు. హైదరాబాద్‌లో ఎక్కువ సంఖ్యలో తమిళులు, కన్నడిగులు, మరాఠాలు ఉన్నారు. వారు తిరుగుబాటులో పాల్గొంటే మరాఠ్వాడ, మద్రాసు, మైసూరు తిరుగుబాటులో పాల్గొనే అవకాశం ఉంది. ఇటువంటి సున్నిత పరిస్థితుల్లో నిజాం తమ పక్షాన ఉండి అసంతృప్తి వర్గాలను అణచకపోయినట్లయితే తిరుగుబాటుదార్లతో చేతులు కలుపుతాడేమో అని బ్రిటిష్‌వారు భయపడ్డారు. ఒక దశలో రెసిడెంట్ "నిజాం పోతే అంతా పోయినట్లే" అని మథనపడ్డాడు. ఇటువంటి క్లిష్ట పరిస్థితుల్లో కనీసం హైదరాబాద్ సంస్థాన్నానైనా రక్షించుకోవాలని నిర్ణయించుకొన్నారు. వారు నిజాం తీసుకొనే నిర్ణయాలను అతిసన్నిహితంగా గమనిస్తూ అతన్ని కట్టడిచేసే విధంగా ప్రయత్నాలు చేశారు. పథకాలువేసి నిజాంని ఉచ్చులో బిగించారు. తిరుగుబాటును అంతమొందించగానే బీరార్‌ను తిరిగి ఇస్తామని, అప్పులను మాఫీ చేస్తామని చెప్పారు. వారు అనుకొన్నట్లుగానే నిజాం వారిపట్ల ఔదార్యంతో ప్రవర్తించాలని నిశ్చయించి తన విశ్వసనీయతను చాటుకొన్నాడు. అంతేగాక నాసిరుద్దౌలా మరణ సమయంలో కుమారునికి ఇంగ్లిషువారికి కట్టుబడి ఉండమని సలహా

ఇచ్చాడు. ఫలితంగా నిజాం అతని దివాన్ అనుసరించిన యుక్తి, తంత్రం తిరుగుబాట్ల నుంచి హైదరాబాద్‌ను బ్రిటీష్ వారికోసం భద్రంగా రక్షించారు.

1857 నాటికి హైదరాబాద్ సైన్యం బాగా తగ్గిపోయింది. కేవలం 30,000 పటాలం మాత్రం ఉంది. అది అవ్యవస్థీకృతమై శిక్షణలేక దుర్బలంగా ఉంది. సైన్యంలో అధికులు కిరాయి సిపాయిలు. హైదరాబాద్ కంటింజెంట్‌లో 10,000 మంది సైనికులు ఉన్నారు. వీరిపై దాదాపు 80 మంది యూరోపియన్ అధికారులు ఉన్నారు. ఇది సిద్ధసైన్యం. శిక్షణాయుతం, ఆయుధయుతమైంది. అయితే ఇందులో రాజద్రోహులు లేకపోలేదు. అప్పుడో ఇప్పుడో అటువంటి సంఘటనలు పునరావృతం అవుతూనే ఉన్నాయి. వహబీ ఉద్యమ సమయంలో సైనికుల మతభావనలను ప్రేరేపించి సైనికుల విశ్వసనీయతను గెల్చుకొన్న వహబీ ఉద్యమ ఏజెంట్లు దీనికో నిదర్శనం. దీనికి కారణం యురోపియన్ అధికారుల దుర్మార్గపు ప్రవర్తన, సిపాయిలపై వారికి గల చులకన భావం, అమర్యాదపూర్వక ప్రవర్తన, విచక్షణారహితమైన మందలింపులు వారి మనసులను బాధిస్తూనే ఉన్నాయి. మొదటి అశ్వదళానికి చెందిన కాప్టెన్ అబ్బాట్ ముస్లిం సిపాయిలను ప్రార్థన (నమాజు) చేయనిచ్చేవాడుకాదు. బ్రిగేడియర్ మెకంజి మొహర్రం ఊరేగింపులను, బహిరంగ శోకాలను 'మాథమ్'ని నిషేధించాడు. ఇవి ముస్లిం సైనికులకు భరింపరానివైనాయి. వారిని ద్వేషానికి, ఉద్వేగానికి గురిచేశాయి. ఇటువంటి పరిస్థితులను ముల్లాలు, మౌల్వీలు అవకాశంగా తీసుకొని అగ్నికి ఆజ్యంపోశారు. వీరికితోడు అమీర్లు, భూస్వాములు నిజాం, బ్రిటిష్‌వారిపై కోపంతో తిరుగుబాటుదార్లను ప్రోత్సహించారు.

నగరంలోని జనాభాలో రోహిల్లాలు, సిక్కులు, సింధియాలు, ఆఫ్రికన్లు, తురుష్కులు, ఇరానియన్లు, తురానియన్లు, మొఘలులు వారి సంకర సంతతివారు ఉండేవారు. వీరు ఆయుధాలు ధరించి సాహసికులై ఉండేవారు. నగరంలో చెలరేగుతున్న చెదురు మదురు సంఘటనలను అణచివేయడానికి సాలార్‌జంగ్ పటిష్టమైన అరబ్బు సైన్యాన్ని నియమించాడు.

అఫ్జలుద్దౌలా సింహాసనాన్ని అధిష్టించిన నెల లోపల రాజధానిలో చాలాచోట్ల గోడలపై ప్రకటన పత్రాలు కనబడసాగాయి. "ఓ కాఫిర్‌ను చంపాలని నిశ్చయించుకొన్నాక జాప్యంచేస్తే ముస్లిం సమాజం నుంచి బహిష్కరించబడతారు" అనే గోడ ప్రకటన చెప్పింది. మీర్ తహనియాత్ అలీఖాన్ బహదూర్ అఫ్జలుద్దౌలా ముస్లింలందరిని సమీకరించి కాఫిర్లను అణచివేసే కార్యక్రమం చేపట్టి ఢిల్లీ వెళ్లడం తగినదని అతనికి అల్లా సాయం, ప్రవక్త మద్దతు లభిస్తుందని కొన్ని పోస్టర్లు చెప్పాయి. రాజు ప్రవక్త పేరిట కదనరంగంలోకి దూకాలని లేకుంటే గాజులు తొడుగుకొని ఇంట్లో కూర్చోవాలని, ఉద్యమంలో చేరకుంటే రాజు, దీవాన్ ఏడాది సమయంలో రోడ్లపై పనిచేసుకుంటారని పోస్టర్లలో రాసి ఉంది. ఈ పత్రాలు అఫ్జలుద్దౌలా చదవాలని అతనిపై ప్రవక్త ఒట్టు ఉంటుందని ప్రజలందరూ వీటిని చదవాలని లేదంటే వారి ఏడుతరాల సంతతివారు శాపగ్రస్తులవుతారనే ప్రకటన పత్రాలు నగరంలోని అన్ని మసీదుల గోడలపై జనసమ్మర్ధ ప్రాంతాల్లో దర్శమివ్వసాగాయి బ్రిటీష్ వారికి వ్యతిరేకంగా జీహాద్ ప్రకటించాలని ప్రజలను ప్రోత్సహించడం మొదలైంది. ఈ ప్రకటనలు చదివిన అనంతరం దక్కన్‌లో స్థిరత్వం సాధించడానికి ఆంగ్లేయులపై జీహాద్ ప్రకటించడానికి ఇస్లాం యొక్క "మొహమ్మద్ ముస్తఫా సుల్లులా, అల్లా వొసులుల్" పట్ల నమ్మకం ఉంచాలని, జమీందారులు, ఖాజీలు అందరూ ఆంగ్లేయులపై యుద్ధం ప్రకటించాలని మౌల్వీలు ఫత్వా విడుదల చేయాలని లేకపోతే వారి వారసులు శాపగ్రస్తులవుతారని ఈ విషయాలు విన్నవారు దీన్ని రాజుకు, దీవాన్‌కు చేరవేయాలి అని చెప్పసాగారు. పేదవారైనా, ధనికులైనా, మౌల్వీ, ఖాజీ, ముఫ్తీ, కోత్వాల్, సుబేదార్ ఎవరైనా కాఫీరును ఎదిరిస్తే ఘాజీ (వీరుడు) అవుతాడు. ఒకవేళ మరణిస్తే పవిత్రలోకాల్లో స్థానం పొందుతాడు. ముస్లింలు అందరూ 25 షావల్ 1273 శుక్రవారం నాటికి మక్కా మసీదులో జమకావాలని అక్కడి

నుంచి కదలాలని నిర్ణయించారు. ఎవరైనా ఈ జీహాద్‌కు రాకపోతే వారి ఏడుతరాలు వెలివేయబడాయని చెప్పారు. ఈ సమయంలో ఇంగ్లిషువారిపై ఉండే ద్వేషం హిందువులను, ముస్లింలను ఏకంచేసింది. ఈ పరిస్థితులను గమనిస్తున్న ఆంగ్లేయులు భయపడ్డారు. సైన్యాన్ని సమాయత్తం చేయ ప్రయత్నించారు. అప్పటికి హైదరాబాదులో ఉన్న సైన్యాలు రెండు అవి కంటింజెంటు, నిజాం సైన్యం.

ఈ కంటింజెంట్ సైన్యాలు ఎలిచ్‌పూర్, ఔరంగాబాద్, మొమినాబాద్, గుల్బర్గా, హింగోలి, బొల్లారం, వరంగల్, మఖ్తల్, లింగుసుగుర్, బుల్దానాలోని కొండ ప్రాంతాల్లో రక్షణ కోసం నిలిచి ఉండేవి. ఈ ప్రాంతాల నుంచి ఎక్కడ అవసరం అయితే అక్కడికి వెళ్తూ ఉండేవి. నేటివ్ (నిజాం) సైన్యాలు మాత్రం 30,000 కి మించి ఉండేవికావు. అవి జమేదారుల కింద ఉండేవి. ఈ జమేదారులు ఎక్కువగా సిక్కులు, అరబ్బులు, రోహిల్లాలు. ఈ సైన్యాన్ని ఎక్కువగా ఉపయోగించేవారు కాదు.

1857 లో బుషీబీ మరణం వల్ల కల్నల్ డేవిడ్‌సన్ రెసిడెంట్‌గా వచ్చాడు. ఈ సమయంలో హైదరాబాదులో అశాంతి పర్వతం బద్దలవడానికి సిద్ధంగా ఉంది. నాయకులు అవతరించారు. అందులో మౌల్వీ ఇబ్రహీం ఒకడు. ఇతను మసీదుల్లో ప్రసంగాలు చేస్తూ ప్రజలను ఉద్రేకులను చేస్తున్నాడు. అతను మసీదులో ప్రసంగిస్తున్న మౌల్వీతో "ఎందుకలా ఆడదానిలో మాట్లాడుతావు? ధైర్యంలేకపోతే గాజులు తొడుకొని కూర్చో, ధైర్యం ఉంటరీ వతన్‌లో ఫిరంగి జులూంకు వ్యతిరేకంగా నడుస్తున్న జీహాద్ వ్యతిరేకంగా మాట్లాడు, నిజాం సర్కార్, దివాన్ ఇద్దరూ ఆంగ్రేజీ హుకూమత్‌ను మట్టుబెట్టమని చెప్పు" అని అరిచాడు. వెంటనే మసీదులో 'దీన్ దీన్' అనే అరుపులు మొదలయ్యాయి. వెంటనే కోత్వాల్ వారిని అణచడానికి ప్రయత్నం చేశాడు. ఈలోపు అతను తప్పించుకున్నాడు. రాత్రిపూట కూడా అల్లరిమూకలు మసీదుల్లో అల్లర్లు సృష్టిస్తున్నాయి. వారిని అణచడానికి సాలార్‌జంగ్ అరబ్బు దళాలను నియమించాడు. వారు నగరంలోకి వచ్చిపోయే వారిని నిశితంగా పరిశీలించసాగారు. జనాలు 20 మంది కంటే ఎక్కువగా గుమిగూడకుండా చూస్తున్నారు. మరొక నాయకుడు ఖామోష్‌షా ఉన్నత వర్గానికి చెందిన ఫకీరు. ఈయన అనుచర వర్గం మౌల్వీ అబ్దుల్లా. మౌల్వీ అల్లాఉద్దీన్‌లతో కలిసి సాధారణ ప్రజల్లోను 'బోయిన్‌పల్లి ఫౌజ్' అని పిల్చే సహకార సైనికుల్లో రాజద్రోహాన్ని వ్యాపింపచేస్తున్నారు. కల్నల్ డేవిడ్‌సన్ ఈ ముల్లాల కార్యక్రమాలకు భయపడి వారిని శిక్షించమని దివాన్‌కు చెప్పాడు. ఫలితంగా మౌల్వీ ఇబ్రహీంను బంధించి నిజాం ముందు ఉంచారు. నిజాం అతన్ని తీవ్రంగా మందలించడంతో అతను అజ్ఞాతంలోకి వెళ్ళిపోయాడు. అయితే నిజాం నిర్ణయం - మంత్రి వేగం ఎందుకు పనికిరాకపోయాయి. బోయినిపల్లి ఫౌజ్ విశ్వసనీయతలో రంధ్రాలు పడ్డాయి. తను అధికార్ల అనుమతి లేకుండా, పాస్‌పోర్ట్‌లు లేకుండా హైదరాబాద్ వీధుల్లో తిరుగుతూ యురోపియన్లందరికీ వ్యతిరేకంగా ఉద్యమించే సమయం వచ్చిందని బోధించసాగారు.

బ్రిటిష్‌వారి ఓటమికి ఏడో మద్రాసు కావల్రీ నుంచి వచ్చిన రెసిడెంట్ వ్యక్తిగత కాపలా మనుషుల తప్పుడు ప్రవర్తన మరింత అధికం చేసింది. వెంబడి వెళ్ళాల్సిన విద్యుక్తధర్మాన్ని నెరవేరుస్తూ కూడా వాళ్ళు రాజద్రోహకరమైన సంభాషణలు చేసేవారు. ఈ సంఘటన "దేశీయ ప్రభుత్వం దృష్టిలో, ఘనత వహించిన నిజాంవారి దర్బారులో గవర్నర్ జనరల్‌కి ప్రతినిధే, తన స్వీయ అంగరక్షకులను నమ్మే స్థితిలో లేడన్నట్లు కనిపించడం సిగ్గు కల్పిస్తుందని రెసిడెంట్ అన్నాడు. రెసిడెంట్ స్వీయ సహకార సైన్యాన్ని నమ్మే స్థితిలో లేడు. ఒక్క మూడో కావల్రీ తప్ప. మొత్తం మీద నిజాం రాజధాని నగరం విస్ఫోటనానికి అతిచేరువైంది. అయితే ఆ విస్ఫోటనం త్వరలోనే సంభవించింది. హైదరాబాదులో జరిగిన 1857 తిరుగుబాటును మూడు దశల్లో చూడవచ్చు. 1. ఔరంగాబాద్‌లో కంటింజెంట్ దళాల తిరుగుబాటు, 2. రెసిడెన్సీపై దాడి, 3. రాజ్యంలోని వివిధ ప్రాంతాల్లో జరిగిన తిరుగుబాట్లు, కుట్రలు.

ఔరంగాబాద్‌లో కంటింజెంటు దళాల తిరుగుబాటు

ఉత్తరమధ్య భారతంలో వచ్చిన సంకట పరిస్థితుల కారణంగా తామెంత బలగాన్ని సమీకరించగలరో అంతమందిని బ్రిటిష్‌వారు మే నెల నుంచి కొలువులో పెట్టుకుంటున్నారు. హైదరాబాదు సబ్సిడియరీ కంటింజెంట్ సైన్యాన్ని కూడా వినియోగించక తప్పలేదు. నిరంతర బలగాలను పంపించే క్రమంలో హైదరాబాదుకు చెందిన మూడవ కావెల్రీని బొంబాయి ప్రభుత్వం కోరడంతో దాన్ని మాలెగాంవ్‌కి పంపడం జరిగింది. దాని స్థానంలోకి కంటింజెంట్ మొదటి కావెల్రీని మొమినాబాద్ నుంచి ఔరంగాబాద్‌కు కెప్టెన్ H.D. అబ్బాట్ కమాండ్ కింద 11 జూన్ 1857 లో పంపడం జరిగింది. మొదటి కావెల్రీ ఔరంగాబాద్‌కు 14 కి.మీ. దూరంలో ఉన్న ఛోట పింపల్‌గావ్‌కి వచ్చినప్పుడు అశ్వికులు, మిగతా సైన్యం తమను మరెక్కడో సుదూరానికి పంపుతున్నారని ఔరంగాబాద్‌కు వెళ్ళడమనేది కుట్రలో భాగమని నిర్ధారించుకొన్నారు. వారు ఔరంగాబాద్ వెళ్ళి అక్కడ కాలాఛబూత్ర, అశ్వదళాల వరుసల మధ్య విడిదిచేశారు. అక్కడ వారి సందేహాలను పెంచే మరో సంఘటన జరిగింది. కెప్టెన్ అబ్బాట్ గుర్రాలను తనిఖీచేయాలని నిర్ణయించి రెజిమెంట్ రిసాల్‌దార్ మహమూద్ బూరాన్‌కి వర్తమానం పంపాడు. తాము సుదీర్ఘ ప్రయాణం చేయాలని ఔరంగాబాద్ గమ్యం కాదని, సిపాయిలకు నిర్ధారణ అయ్యింది. దాంతో సిపాయిలందరు ఆవేశపూరితులయ్యారు. మొఘలు చక్రవర్తి నామాన్ని జపించసాగారు. 'నిజాంకీ సర్‌హద్‌కే బాహర్ వహీ జాయేంగే! దీన్‌కె ఊపర్ కమర్ నహీబాందేంగే' అని నినాదాలివ్వసాగారు. దాంతో అబ్బాట్ 14 జూన్ నాడు జమేదారులందరినీ సమావేశపర్చి కావెల్రీని అంబాకి తరలించమని ఆజ్ఞాపించాడు. అంబాలో సైన్యాన్ని కౌమ్ నది దగ్గర కావెల్రీని ఇన్‌ఫాంట్రిని విడివిడిగా నిలబెట్టాడు. భద్రత కోసం అధికారులు తమ కుటుంబాలను సురక్షిత జాగాలకు పంపారు. పూనాకు, మగ్గూర్‌కు సహాయం కోసం వర్తమానం పంపాడు. కావెల్రీ ఇన్‌ఫాంట్రీ మధ్య రహస్య సంకేతాలు, సమావేశాలు జరిగాయి. 14 నాడు రాత్రి మూడవ కావెల్రీకి చెందిన బుర్హన్‌బుక్స్ సైనికులు ఆకుపచ్చ జండా ఎగురవేశారని అబ్బాట్‌కు తెలియచేశాడు. ఇంతలో మేజర్ జనరల్ ఉడ్‌బర్న్ నాయకత్వంలో అదనపు బలగాలు 24 జూన్ 1857 నాటికి అహ్మద్‌నగర్ నుంచి వచ్చాయి. అందులో బలశాలురైన మనుషులు, 14 లైట్ డ్రాగూన్లు, యూరోపియన్ ఫిరంగిదళం వెంట ఫిరంగులు, 25 బాంబే ఇన్‌ఫాంట్రీని పట్టుకొని వచ్చాడు. మొదటి ట్రూపులో ఆందోళన చేసిన వారిని నిలబెట్టి వారి పేర్లను చదవడం జరిగింది. మొదటి జమేదార్ అమీర్‌ఖాన్, అతనిపేరు చదవగానే సైనికుల్లో కలకలం చెలరేగింది. ఉడ్‌బర్న్ వారిపై కాల్పులు జరిపాడు. వెంటనే విచారణ చేపట్టారు. మొదటి రెండవ కావెల్రీలకు చెందిన సైనికులను చాలామందిని దోషులుగా తేల్చారు. వారిని నిరాయుధులను చేశారు. అందులో అమీర్‌ఖాన్ తప్పించుకొన్నాడు. దఫేదార్ ఫీదాఅలీ అబ్బాట్‌ను కాల్చాడు కానీ అది గురితప్పింది. దాంతో అతన్ని పట్టుకొని విచారించి ఉరితీశారు. మొత్తం సంఘటనలో ఒక రిసాల్‌దార్, ముగ్గురు జమేదార్లు, తొమ్మిది మంది దఫేదార్లు, 76 మంది ట్రూపర్లు, నలుగురు బాకా ఊదేవారు ఉన్నారు. వీరిలో 21 మందిని కాల్చిచంపారు. ముగ్గుర్ని గన్నులతో కాల్చారు. కొంతమందికి దేశ బహిష్కరణ శిక్ష విధించారు, కొంతమందిని కొరడాలతో కొట్టారు. కొంతమందిని ఉద్యోగం నుంచి తొలగించారు. విద్రోహ రెజిమెంట్ విభాగాలను అస్త్రరహితులను చేసి విడుదలచేసి పంపించారు.

ఈ విషయాలు బుల్దావాకు వెళ్ళిన మూడవ కావెల్రీకి చెందిన సైనికులకు తెలిసి వారు ఉద్రేకపూరితులైనారు. హైదరాబాద్‌కి చెందిన మూడవ కావెల్రీని లెఫ్టినెంట్ లెనొక్స్ నాయకత్వంలో బుల్దావా వెళ్ళింది. అక్కడ అతనికి 25 బాంబే నేటివ్ ఇన్‌ఫాంట్రికి చెందిన కెప్టెన్ గాల్ బలగాలతో వచ్చికలిశాడు. దాంతో మూడవ కావెల్రీలో కలకలమం బయలుదేరింది. అందులో నుంచి 13 మంది తప్పించుకొని జమేదార్ చీదాఖాన్ నాయకత్వంలో బుల్దావా నుంచి

పారిపోయి 20 రోజుల తరవాత జూలైలో హైదరాబాద్ చేరుకొన్నాడు. హైదరాబాద్ ప్రభుత్వం తమను రక్షిస్తుందని ఆశపడ్డారు. అయితే హైదరాబాద్ ప్రభుత్వం చీదాఖాన్‌పై 3000 నజరానా ప్రకటించింది. వారు హైదరాబాద్‌లోకి ప్రవేశించగానే సాలార్జంగ్ వారిని అరెస్ట్‌చేసి విచారణ నిమిత్తం రెసిడెన్సీకి పంపాడు. వారు చీదాఖాన్ అనుచరులను అరెస్ట్‌చేశారు.

రెసిడెన్సీపై దాడి

చీదాఖాన్ అతని అనుచరుల అరెస్టు నగరంలో దావానలంలా వ్యాపించింది. ప్రజలు మసీదుల్లో జమై ఆవేశపూరిత ప్రసంగాలు చేశారు. సాలార్జంగ్ అరబ్బు దళాలను పంపి గుంపులను చెదరగొట్టించాడు. కానీ రెసిడెన్సీపై దాడి జరగవచ్చు అనే విషయం రెసిడెంట్‌కు తెలియచేశారు. సమావేశాలు ఏర్పాటుచేసిన వారు నలుగురు మౌల్వీలను రాజు వద్దకు పంపి చీదాఖాన్, అతని అనుచరుల విడుదలకు రాజును ప్రార్థించాలని. రాజు ఒప్పుకోకపోతే రెసిడెన్సీపై దాడి చేయాలని నిశ్చయించారు. వారి కోరిక తీరకపోవడంతో 1857 జూలై 17న రెసిడెన్సీపై దాడికి సిద్ధమయ్యారు. రెసిడెన్సీపై దాడి జరగవచ్చుననే విషయం అతనికి ముందుగానే తెలిసింది. దాన్ని ఎదుర్కోవడానికి కావలసిన చర్యలు చేపట్టాడు. హైదరాబాద్‌లోని భిన్న స్థావరాల్లో ఉన్న కంటింజెంట్ సైన్యాన్ని భిన్న కోశాలకు సరిపోయే విధంగా ఉంచి మిగిలిన వారిని తొలగించాడు. జూలై 12 న ఆరు ఫిరంగులను, ఒక కావల్రీ స్క్వాడ్‌ను రెసిడెన్సీకి తరలించారు. దాడికి ముందు రోజు అదనంగా మూడు ఫిరంగులను, రెండు మోర్టార్లను (చిన్న ఫిరంగులు), ఒక వివరపు ఫిరంగీ దళాన్ని, కావల్రీ ట్రూప్ ఒకదాన్ని, మద్రాసు లైట్ ఇన్‌ఫాంట్రికి చెందిన 25 మంది ట్రూపర్లను మద్రాసు కాల్బలానికి చెందిన 200 మంది సిపాయిలను తెప్పించుకొన్నాడు. రెసిడెన్సీలోకి ప్రవేశించే ప్రతిమార్గాన్ని బాయ్‌నెట్లతో నింపారు.

వివిధ అధికారులను రెసిడెన్సీకి వివిధ దిక్కుల్లో నిలిపాడు.

- లెఫ్టనెంట్ కల్నల్ S.C. బ్రిగ్స్ - మిలిటరీ సెక్రటరి అందరిమీద ఆధిపత్యం వహించడం.
- కెప్టెన్ జార్జి హోమ్స్ - మద్రాస్ హార్స్ ఆర్టిలరీ మీద నాయకత్వం.
- కెప్టెన్ అల్లాన్ స్కాట్ హైదరాబాద్ కంటింజెంట్ గన్స్‌పై నాయకత్వం.
- కెప్టెన్ బ్రాడ్లీ, 24 వ రెజిమెంట్, మద్రాస్ ట్రూప్‌కి రక్షణగా ఉండటం.
- మేజర్ థోర్న్‌హిల్, కెప్టెన్ కాంప్‌బెల్ వీరు రెసిడెంట్ మొదటి, రెండవ అసిస్టెంట్లు వాలంటీర్లుగా ఉంచారు.

ఈవిధంగా కల్నల్ డేవిడ్‌సన్ రెసిడెన్సీని ఒక దుర్గంగా మార్చివేశాడు. 17 జూలై శుక్రవారం సాలార్జంగ్ కల్నల్ డేవిడ్‌సన్‌కి మధ్యాహ్నం ఒంటిగంట ప్రాంతంలో మక్కామసీదులో గుమిగూడిన జనం అల్లర్లు సృష్టించవచ్చని జీహాద్ ప్రకటిస్తున్నారని తెలియచేశాడు. కానీ ఆ విషయం నిజం కాలేదు. సాయంత్రం ఆరు గంటల ప్రాంతంలో సాలార్జంగ్ ఒక వేగు ద్వారా 500 రోహిల్లాలు, తుర్రేబాజ్ ఖాన్, అల్లాఉద్దీన్‌ల నాయకత్వంలో రెసిడెన్సీవైపుకు వస్తున్నారన్న సమాచారం ఇచ్చాడు. ఫలితంగా డేవిడ్‌సన్ దాడికి సమాయత్తమవుతాడని ఈలోపు నిజాం సైన్యాలను మోహరించవచ్చునని సాలార్జంగ్ అనుకొన్నాడు.

సాయంత్రం ఆరు గంటలకు 600 వందల మంది సశస్త్ర ప్రజలు రెసిడెన్సీవైపుకు దూసుకెళ్ళారు. జమేదార్ తుర్రేబాజ్ ఖాన్ ఈ దళానికి నాయకత్వం వహించాడు. తిరుగుబాటుదార్లతో రెసిడెన్సీ రహదారులు మానవ సముద్రాలలాగా

కనిపించాయి. రెసిడెన్సీ ప్రతిగేటు మూసివేశారు. ప్రతి ప్రవేశద్వారం వద్ద తుపాకులతో పహరా ఏర్పాటు చేశారు. రెసిడెంట్ రక్షణ వైఖరి అవలంబించాడు.

రోహిల్లాలు రెసిడెన్సీకి పక్కనే పశ్చిమాన ఉన్న రెండు భవనాలను, ఒకటి జైగోపాల్‌దాస్‌ది, రెండవది అబ్బిన్ సాహెబ్‌ది, ఆక్రమించుకొన్నారు. వారిద్దరు వర్తకులు. దిల్‌సుఖ్ గార్డెన్ వైపు ఉన్న ప్రాంతాన్ని కూడా ఆక్రమించుకొన్నారు. జమేదార్ చీదాఖాన్ అతని అనుచరులను తమకు అప్పగించాలని రెసిడెన్సీ ద్వారం దగ్గర ఉన్న భారతీయ గార్డులను తాము ఆక్రమించిన ఇళ్ళ నుంచే కోరారు. భారతీయ సైనికులు తమతో కలిసిపోతారని తిరుగుబాటుదార్లు భావించారు. అయితే వీరి దుస్సాహసాన్ని గురించి మాట్లాడటానికి రిసాల్‌దార్ ఇస్మాయిల్ ఖాన్ ముందుకు వచ్చాడు. అతను తన విదేశీ యజమానుల పట్ల విధేయత చూపడం వారికి ఆశ్చర్యం కలిగించింది. దాంతో వారు అతనిపై కాల్పులు జరిపారు, అతను తప్పించుకొన్నాడు. తిరుగుబాటుదార్లపై ఆ రాత్రి దాడిచేయకూడదన్నది రెసిడెన్సీ కమాండర్ S.C.బ్రిగ్స్ వ్యూహం. సాలార్జంగ్ పంపిన అరబ్బు గార్డుల దళం తిరుగుబాటుదార్ల స్వాధీనంలో ఉన్న భవనాలను చుట్టుముట్టింది. తమ స్వాధీనంలో ఉన్న ఆ భవంతులను ఆనుకొని ఉన్న ఇంటి గోడలను కూల్చివేసి రోహిల్లాలు రెసిడెన్సీపై భీకరదాడి జరిపారు. ఈ దాడిలో పుత్లీబౌలీ ద్వారం కుప్పకూలింది. అరగంటపాటు రెసిడెన్సీపై కాల్పులు జరిపారు. ఫిరంగి కాల్పులతో బ్రిగ్స్ ప్రతిస్పందించాడు. తెల్లవారి 4 గంటల వరకు నిరాటకంగా కాల్పులు జరిపాడు. ఊహించని రీతిలో ఇంతపెద్ద ఎత్తున దాడి జరుగుతుంటే రోహిల్లాలు చేసేదిలేక చీకటిలోకి తప్పించుకొన్నారు. వీరికి అరబ్ గార్డులు సహకరించారు. వీరి పక్షంలో 32 మంది మద్రాస్ ఆర్టిలరీ గన్నుల వల్ల చనిపోవడం, క్షతగాత్రులు కావడం జరిగింది. తిరుగుబాటు నాయకులు తుర్రేబాజ్ ఖాన్, మౌల్వీ అల్లాఉద్దిన్‌లను నేరస్థులుగా ప్రకటించారు. వారిపై 5000 నజరాన ప్రకటించారు. 22 జూలైన తుర్రేబాజ్ ఖాన్ పారిపోతుండగా అతన్ని మొగులగుడాలో అరెస్ట్‌చేసి కరమాత్ అలీ మాజిస్ట్రేట్ క్రిమినల్ కోర్టు ముందు హాజరుపర్చారు. ఫజులుల్లా సివిల్ కోర్టు మెజిస్ట్రేట్ అతని వాంగ్మూలాన్ని స్వీకరించారు. అతనికి జీవితఖైదు విధించి అండమాన్ తరలిస్తుండగా అతను మహబూబ్‌నగర్ జిల్లా మొగిలిగిద్ద వద్ద తప్పించుకొన్నాడు. తిరిగి అతన్ని తూప్రాన్ దగ్గర కుర్బాన్‌అలీ సహకారంతో అరెస్ట్‌చేశారు ఆ పెనుగులాటలో అతను మరణించాడు. అతని దేహాన్ని హైదరాబాద్‌కి తెచ్చి కోఠీలో వేలాడదీశారు. మౌల్వీ అల్లాఉద్దీన్ బెంగళూరు పారిపోయాడు. అక్కడ మంగళపల్లిలో అతన్ని పట్టుకొని అరెస్ట్‌చేసి విచారించారు. జీవితఖైదు శిక్షను విధించి 28 జూన్ 1859 న అండమాన్ పంపారు. 1884 లో అక్కడే అతను మరణించాడు. ఈ విధంగా రెసిడెన్సీపై జరిగిన తిరుగుబాటు స్వదేశీయుల సహకారం లేక విఫలమయిందని చెప్పవచ్చు.

రాజ్యంలోని వివిధ ప్రాంతాల్లో జరిగిన తిరుగుబాట్లు

రెసిడెన్సీపై దాడితో ఈ తిరుగుబాటు సమసిపోలేదు. తిరుగుబాటుదార్లు ఇంకా రాజ్యంలోని వివిధ ప్రాంతాల్లో అక్కడో ఇక్కడో 1860 సంవత్సరం వరకు తిరుగుబాటు జరుపుతూనే ఉన్నారు. నానాసాహెబ్, తాంతియాతోపే, రావుసాహెబ్ పీష్వా దూతలు ప్రజల్లోకి వెళ్ళి ప్రచారాలు చేయడం వల్ల సంకట పరిస్థితి ఏర్పడింది. వీరి ప్రచారం ప్రజల్లో ఉన్న బ్రిటిష్ వారిపై ఉన్న తీవ్ర ద్వేషభావం రాజ్యంలోని కొన్ని ప్రాంతాల్లో తిరుగుబాట్లు, కుట్రల రూపంలో బయటపడ్డాయి. అందులో మొదటిది నిజాంకి పన్ను చెల్లించే షోరాపూర్‌కు చెందిన రాజా వెంకటప్ప నాయక్‌ది.

రాజా వెంకటప్ప నాయక్ తిరుగుబాటు

షోరాపూర్, గుల్బర్గా ఆధిపత్యం కింద ఉన్న ప్రాంతం. ఇక్కడ రాజుతో సహా అత్యధికులు బేడర్ వంశీయులు. రాజా వెంకటప్ప నాయక్ చిన్నతనంలోనే పితృవియోగం పొందడం వల్ల ఫిలిప్స్ మేడోస్ టేలర్ అతనికి సంరక్షునిగా షోరాపూర్ రాజకీయ పరిపాలకునిగా నియమించబడ్డాడు. 1853 లో రాజా వెంకటప్ప నాయక్‌కు మైనారిటీ తీరడంతో టేలర్ సంస్థానాన్ని అతనికప్పగించి, హైదరాబాద్ వెళ్ళిపోయాడు. షోరాపూర్ మొదట మరాఠ ప్రాంతం. అనంతరం అది నిజాంల అధీనంలోకి వచ్చింది. 1857 లో తిరుగుబాటు జరిగినప్పుడు రాజా వెంకటప్ప నాయక్ బ్రిటిష్ వారి నుంచి, నిజాం నుంచి స్వతంత్రత పొందాలని ఆశించాడు. దానికితోడు నానాసాహెబ్, రాయచూర్ జమీందార్లు అతనికి సహాయం చేస్తామని షోరాపూర్ నుంచి రామేశ్వరం వరకు రాజును చేస్తామని ప్రలోభపెట్టారు. దాంతో రాజా తిరుగుబాటులో పాల్గొన్నాడు. తన సైన్యంతో పాటు ఆరువందలమంది రోహిల్లా, అరబ్బు సైనికులతో పెద్ద పటాలాన్ని నియమించాడు. సైన్యాన్ని రద్దు చేయమని రెసిడెంటు కల్నల్ డేవిడ్‌సన్ లేఖ రాసినా లెక్కచేయలేదు. దాంతో అతను కాంప్‌బెల్‌ను షోరాపూర్‌కి పంపాడు. కాంప్‌బెల్ సైన్యాన్ని తొలగించమని రాజాను ఆదేశించాడు. రాజా అతని మాట వినలేదు. దాంతో కాంప్‌బెల్ రాజాను అణచడానికి విండ్‌హాం, కల్నల్ మాల్కంలను పంపాడు. వీరితో జరిగిన దాడిలో చెల్లాచెదురైన తన బలగాలను వదిలేసి రాజా టేలర్‌ను కలవడానికి హైదరాబాద్ వెళ్ళాడు. అక్కడే పట్టుబడ్డాడు. కల్నల్ డేవిడ్ సన్ విచారణ జరిపి మరణశిక్షను విధించారు. టేలర్ జోక్యంతో అది జీవిత ఖైదుగా మార్చబడింది. శిక్ష కోసం అతణ్ని మద్రాస్ సమీపంలోని చెంగల్పట్టుకు తరలిస్తుండగా సైనికుల తుపాకితో కాల్చుకొని మరణించాడు.

మాల్కెడ్ కోప్పాల్ తిరుగుబాటు

షోరాపూర్ లాగే వివిధ ప్రాంతాలలో జరిగిన తిరుగుబాట్లలో మరొక ముఖ్యమైన తిరుగుబాటు ధార్వార్ జిల్లాకు చెందిన ముందర్గి జమీందారు భీంరావు, నదగౌండ్, హుమ్మిగి దేశాయి కెంచన్ గౌడలు చేసింది. హుమ్మిగి, ముందర్గి తుంగభద్రకు ఉత్తరాన ఉన్నాయి. దుర్నడత పేరుతో బళ్ళారి తహసిల్దారైన భీమరావు పదవి నుంచి తొలగింపబడ్డాడు. ఇతను, సార్‌తూర్ దేశాయి, దంబల్ దేశాయి శ్రీనివాస్ వెంకటాద్రి. హుమ్మిగి దేశాయి కెంచన్‌గౌడ, గోవింకోస్ దేశాయి సుర్‌వదగౌడలతో కలిసి బ్రిటిష్ వారిపై తిరుగుబాటుకు ప్రయత్నించారు. భీంరావు దంబల్‌లో చెరువు నిర్మించే సాకుతో 400 మందిని జమగూర్చాడు. బ్రిటిష్ వారి పన్ను వసూలును అడ్డగించాడు. బళ్ళారి కలెక్టర్ ఇతణ్ని పరిశోధించగా పెద్ద సంఖ్యలో మందుగుండు సామాను దొరికింది. ఆ మందుగుండు సామానుతో వారు దంబల్ ఖజానాను దోచి, గడక్ వెళ్ళి ప్రభుత్వ ఆస్తులను ధ్వంసం చేశారు. దాంతో బ్రిటిష్ వారు ధార్వార్, రాయచూర్, బళ్ళారిలపైకి సైనిక బలగాలను పంపారు. మేజర్ హ్యూస్ కోప్పాల్ కోటను ముట్టడించాడు. అతనికి హైదరాబాద్ నుంచి మేజర్ పిండార్ బలగాలు, రాయచూర్ నుంచి లెఫ్టనెంట్ టేలర్ వచ్చి కలిశారు. వారు జూన్ 1, 1858 లో జరిగిన కోప్పాల్ కోట ముట్టడించి జరిపిన యుద్ధంలో భీంరావు, కెంచన్‌గౌడ వారి అనుచరులు మరణించారు. 150 మందిని చెరసాలలో వేశారు. ఫలితంగా తిరుగుబాటు సమసిపోయింది.

నర్గుంద్ జమీందార్ తిరుగుబాటు

ఈ సమయంలోనే నర్గుంద్ జమీందార్ భాస్కరరావు భావే తిరుగుబాటు చేశాడు. స్వతంత్రాభిలాషతో చిన్న పటాలాన్ని ఏర్పాటు చేసుకొని బ్రిటిష్ అధికారి మాన్‌సన్‌ను చంపాడు. ఇతను నానాసాహెబ్‌తో సంబంధాలు కలిగి ఉన్నాడు. బొంబాయి, కర్ణాటకలో ఉన్న జమీందారులు, సంస్థానాధీశులందరితో కలిసి 27, మే 1858 నాడు తిరుగుబాటు చేయాలనుకున్నారు. కానీ బ్రిటిష్ వారు తిరుగుబాటును అణచివేశారు. భాస్కరరావును బంధించి అతని జమీందారీని వశపర్చుకొన్నారు.

రంగారావు కుట్ర కేసు

భిల్లుల, గోండుల తిరుగుబాటులే కాక 1858లో నిజాం రాజ్యంలో తీవ్రమైన కుట్ర జరిగింది. ఈ కుట్రలో భాగస్వాములు నానాసాహెబ్ ఏజెంటు రంగారావు, కౌలాస్ జమీందార్ రాజాదీప్ సింగ్, సఫ్దర్‌ఉద్దౌలా. వీరందరు నిజాం కోర్టులో అత్యున్నత వ్యక్తి రావురాంభనింబార్కర్‌తో మంచి సంబంధాలను కలిగి ఉండేవారు. వీరందరు నానాసాహెబ్ పీష్వా పేరున తిరుగుబాటు చేయాలనే యోచనలో ఉన్నారు. కానీ వారికి సరైన ఆర్థిక వనరులు లేవు. బ్రిటిష్‌వారు రోహిల్లాలను అణచివేస్తున్న సమయంలో ఈ కుట్ర విషయం బయటపడింది. వారిని సోదాచేయగా కౌలాస్ రాజా రాసిన ఉత్తరాలు, సఫ్దర్‌ఉద్‌దౌలా ఉత్తరాలు బయటపడ్డాయి. ఆ ఉత్తరాల్లో ఒకటి సోనాజీ పండిట్ నిజాం కోర్టులో పనిచేసే రాయ్‌రాయన్ అనే ప్రముఖ వ్యక్తి దగ్గర ధఫ్తర్‌దార్‌గా పనిచేసే సోనాజీ పండిట్ కాన్పూర్‌లో ఉన్న నానాసాహెబ్‌కి రాసింది. సోనాజీ పండిట్ ఉద్యోగంలో నుంచి తొలగించబడ్డాడు. అతను రంగారావు ఘగే ద్వారా ఉత్తరాలను నానాసాహెబ్‌కి పంపుతున్నాడు. నానాసాహెబ్ కూడా బ్రిటిష్ వారికి వ్యతిరేకంగా వీరిద్దరి ద్వారా జమీందార్లకు, పటేళ్ళకు, కులకర్ణీలకు ఉత్తరాలు పంపుతున్నాడు. ఫిబ్రవరి 26, 1959 న సోనాజీ పండిట్ మరణించడంతో రంగారావు హైదరాబాద్ వరకు వచ్చి ఉత్తరాలు బట్వాడా చేస్తున్నాడు. రాజధానికి వెళ్తూ మధ్యలో కౌలస్‌లో ఆగి కౌలస్ రాజు దీప్ సింగ్‌ని వైద్యుని వేషంలో కలిసి అతని పని గురించి తెలిపి రాజా సానుభూతిని పొందాడు. అక్కడి నుంచి మానిక్ నగర్ వెళ్ళి పటేళ్ళను కలిశాడు. బ్రిటిష్ వారికి ఇతని కార్యకలాపాలపై సందేహం వచ్చి అతన్ని అంకాల్క్కు వద్ద అరెస్ట్ చేశారు. అతను నానా కోసం 10,000 సైన్యాన్ని తయారుచేయాలనుకొన్నాడు. బ్రిటిష్‌వారు అతన్ని అరెస్ట్‌చేశారు. అతనితో పాటు కౌలస్ రాజాను, సఫ్దర్‌ఉద్‌దౌలాను అరెస్ట్ చేసి విచారణ చేపట్టారు. రంగారావును అండమానుకు సఫ్దరుద్దౌలాకు జీవిత ఖైదీగా, రాజదీప్ సింగ్‌కు మూడు సంవత్సరాల కారాగార శిక్ష విధించారు.

రోహిల్లాల తిరుగుబాటు

ఇదే సమయంలో రోహిల్లాలు బాస్మతినగర్, నిర్మల్ ప్రాంతాల్లో మరియు భిల్లులు అజంతా ప్రాంతంలో అలజడులు సృష్టించారు. వాటిని ఉపయోగించుకొని లూటీలు చేయడం, ఆస్తులు తగులబెట్టడం వంటివి చేశారు. హైద్రాబాద్‌లో బ్రిటిష్ వారికి తలనొప్పిగా పరిణమించారు. అజంతాలో అల్లర్లు 1858 - 59 మధ్య విపరీతంగా జరిగాయి. వాటిని హ్యూరోజ్ విచక్షణారహితంగా అణచివేశాడు. అయినా వారు 1860 వరకు వీలుచిక్కినపుడల్లా

ఎదిరిస్తూనే వచ్చారు. వారిని అణచడానికి ఈ కాలమంతా బ్రిటిష్ బలగాలను నియమించవలసి వచ్చింది. చివరికి రోహిల్లా నాయకులను వారి అనుచరులను బంధించి శిక్షించి పరిస్థితులను పూర్వస్థితికి తెచ్చారు. రోహిల్లా నాయకులు తాము నానాసాహెబ్ నాయకత్వంలో అతని స్వాధీనంలోని వారమని చెప్పేవారు. వీరు గ్రామ గ్రామాలు తిరుగుతు ప్రకటన పత్రాలు జనసమ్మర్ధ ప్రాంతంలో అంటించేవారు. వాటి వల్ల ప్రజల సానుభూతి పొందాలని చూసేవారు.

రాంజిగోండు తిరుగుబాటు

రోహిల్లాల మరొక తిరుగుబాటు ఆదిలాబాద్ జిల్లాలోని నిర్మల్ దగ్గర జరిగింది. ఇక్కడి నాయకుడు రాంజి గొండు. ఇతడు ఆదిలాబాద్ చుట్టుపక్కల ప్రాంతాలను విముక్తంచేసి నిర్మల్‌ను రాజధానిగా చేసుకొని పాలించాడు. కలెక్టర్ బలగాలు ఒకవైపు, రోహిల్లాలు, గోండు దళాలు 500 మంది మరొకవైపు ఏప్రిల్ 1860 న నిర్మల్‌లో యుద్ధం జరిగింది. కలెక్టర్ జరిపిన తుపాకుల దాడిలో రోహిల్లా–గోండులు చాలామంది చనిపోయారు. వారి నాయకుడు రాంజీ గోండు తప్పించుకొన్నాడు. అయినా అతన్ని వెతికి పట్టుకొని విచారించి ఉరిశిక్ష విధించారు. అతనితో పాటు అతని వెయ్యిమంది అనుచరులను మర్రిచెట్టుకి ఉరితీశారు. దీంతో ఆ చెట్టు వెయ్యి ఉరుల మర్రిగా పేరుగాంచింది.

భిల్లుల తిరుగుబాటు

1857 లో అజంతా ప్రాంతంలో భిల్లులు భాగోజి నాయక్ నాయకత్వంలో తిరుగుబాటు చేశారు. భిల్లులు దాడులు, దోపిడీలు 1857 వరకు జరిపారు. ఈ దోపిడీలకు వైజాపూర్ దేశ్‌పాండేలు సహకారం అందించారు. వీరి దోపిడీలను కంటింజెంట్ బలగాలు నిరోధించి వీరిని అణచివేశారు.

జహంగీర్‌ఖాన్ ఉదంతం

1857 తిరుగుబాటును విజయవంతంగా అణచివేసిన తరవాత కల్నల్ డేవిడ్‌సన్ 1859 ఫిబ్రవరిలో కలకత్తా వెళ్ళాడు. అక్కడి గవర్నర్ జనరల్ రెసిడెంట్‌కు ఒక ‘ఖరీత’ను నిజాంకు బహుమతిగా పంపాడు. రెసిడెంటు 15, మార్చి, 1859 నాడు నిజాంకు బహుమతినిచ్చి తిరిగివస్తున్న సమయంలో జహంగీర్‌ఖాన్ అనే వ్యక్తి రెసిడెంటుపై తుపాకితో దాడి జరిపాడు. అది గురితప్పింది. వెంటనే అతను ఖడ్గం తీసి రెసిడెంటుపైకి ఉరికాడు. రెసిడెంటు అనుచరులు అతణ్ని బంధించారు. సైనికులు పెట్టిన చిత్రహింసలకు జహంగీర్‌ఖాన్ మరణించాడు.

కూకట్‌పల్లి ఉదంతం

1859 ఏప్రిల్‌లో కూకట్‌పల్లి దగ్గర సైనిక అధికారి కాప్టన్ మాకిన్‌ట్రే పైన దాడి జరిగింది. ఒక సైనికుడు విధి ముగించుకొని వస్తూ మాకిన్‌ట్రేని కత్తితో పొడిచాడు. అతణ్ని పట్టుకొని ఎలాంటి విచారణ లేకుండా ఉరితీశారు. అనంతరం జరిపిన విచారణలో కొంతమంది సైనికులు బ్రిటిష్ వ్యతిరేక భావనతో ఉన్నారని, వారు నిజాంకు, బ్రిటిష్ వారికి వ్యతిరేకంగా తిరుగుబాటు చేయాలని చూస్తున్నారని తెలిసింది. వారిలో అజ్మత్‌జంగ్, మిర్దాచాంద్, బాజ్‌ఖాన్, మౌల్వీ ఇబ్రహీంలు ఉన్నారు. వీరి వివరాలను సేకరించారు. కల్నల్ డేవిడ్ సన్ నిజాంతో వారిని రాజ్యం నుంచి బహిష్కరించమని చెప్పాడు. అజ్మత్‌జంగ్, నిజాం తమ్ముడు రోషనుద్దౌలాతో కలిసి నిజాంను చంపడానికి ప్రయత్నం చేస్తున్నాడని, రెండో వ్యక్తి మిర్దాచాంద్ మతవిరోధి. ఇతను నిజాం పరిపాలనలో చోబ్‌దార్ శాఖకు అధికారి, నిజాం

కదలికలను గమనిస్తూ ఉండేవాడు. 1857 జూలై 17 వ రెసిడెన్సీపై జరిగిన దాడిలో ఇతను పాల్గొన్నాడు. బొల్లారం కంటోన్‌మెంట్‌లో బ్రిగేడియర్ మెకంజిని గాయపర్చిన సైనికులకు ఇతను సహాయం చేశాడు. ఇతను కల్నల్ దేవిడ్‌సన్‌పై దాడి చేసిన జహంగీర్‌ఖాన్ అనుచరుడు. మూడో వ్యక్తి బాజ్‌ఖాన్ తిరుగుబాటుదారులకు తన ఇంట్లో ఆశ్రయం ఇచ్చేవాడు. నాల్గవ వ్యక్తి మౌల్వీ ఇబ్రహీం. ఇంగ్లీషు వారిని అణచడానికి ప్రయత్నం చేస్తున్నాడు. వీరిని విచారించి నిర్బంధించారు.

భీర్ కుట్రకేసు

రావు సాహెబ్ పీష్వా తన అనుచరులతో తిరుగుబాటు చేసే ఉద్దేశంతో దక్కన్ వచ్చాడు. రాజ్యసంక్రమణ సిద్ధాంతం ప్రకారం బ్రిటిష్ రాజ్యంలో కలిసిపోయిన సతారారాజు ప్రతాప్‌సింగ్ బంధువైన బాలాసాహెబ్ కొందరు అనుచరులతో దక్కన్ వచ్చాడు. వీరు దక్కన్‌లో కొల్లగొట్టడం, దుశ్చర్యలు, దుర్మార్గాలకు పాల్పడ్డారు. వీరిలో దేవరావు కిషన్, వామన్‌రావు కిషన్, విఠలరావు అలియాస్ అంబాజి, భీర్‌దేశ్‌ముఖాలు, శ్రీనివాస శంకర్రావు దేశ్‌పాండే. వీరంతా బాలాసాహెబ్ నాయకత్వంలో బ్రిటిష్ వారికి వ్యతిరేకంగా తిరుగుబాటు యత్నం చేశారు. వీరిని అరెస్టు చేసి విచారణ జరిపి కఠిన కారాగార శిక్షను విధించారు.

రావుసాహెబ్ పీష్వా ఉదంతం

ఉత్తరాదిన విప్లవం విఫలం కాగానే రావుసాహెబ్ పీష్వా యుద్ధ వ్యూహంలో భాగంగా 1862 లో హైద్రాబాద్ వచ్చి రహస్యంగా బేగంబజారులో తలదాచుకున్నాడు. స్థానిక ప్రజలు, వ్యాపారులు ఆయన్ను కంటికి రెప్పలా కాపాడుకున్నారు. బేగంబజారులో అప్పటికే కిషన్‌రావు అనే విప్లవకారుడు తలదాచుకున్నాడు. వారిద్దరు కలిసి సైన్యాన్ని సమీకరించేవారు. తమతో చేతులు కలిపిన వారికి శాలువాలు బహుకరించేవారు. నిజామాబాద్‌కు చెందిన ఆర్మూర్ తాలూకాలోని మోర్తాడ్ గ్రామానికి చెందిన భూస్వామి రుక్మారెడ్డి నగరంలోని బాలముకుంద్ ప్రాంతానికి చెందిన పూజారులు లింగయ్య, అంతయ్యలు బ్రిటిష్ సైన్యంలో పనిచేసే బలదేవ్ ప్రసాద్, మదురా ప్రసాద్, గణేష్ సింగ్‌లు మరో అజ్ఞాత మహిళ రావుసాహెబ్‌కు అనుచరులుగా పనిచేశారు. అజ్ఞాత మహిళ గురించి తెలుసుకోవడానికి బ్రిటిష్‌వారు ఎంతో ప్రయత్నించారు. కానీ కనీసం పేరు కూడా తెలుసుకోలేకపోయారు. వీరి విషయం తెలిసి బ్రిటిష్ వారు బేగంబజారులో ప్రతి ఇంటిని సోదాచేశారు. అనేక మందిని అరెస్టు చేశారు. రుక్మారెడ్డి, తుల్జారాం, రతన్‌సింగ్‌లను అరెస్ట్‌చేశారు. రతన్‌సింగ్ తప్పించుకున్నా మళ్ళీ పట్టుకున్నప్పుడు విషముష్టి పలుకులను మింగి ఆత్మహత్య చేసుకున్నాడు. రావుసాహెబ్, కిషన్‌రావులు తప్పించుకున్నారు. సేఠ్‌మోహన్‌లాల్ పిత్తి రావుసాహెబ్‌ను ముస్లింజంగ్ పూల్ కింద ఉన్న గోసాయిల మఠంలో సన్యాసిగా ఉంచాడు. గతంలో ఇతను పూరణ్‌మల్, తుర్రేబాజ్, మౌల్వీ అల్లాఉద్దీన్‌లను కూడా తప్పించారు. బ్రిటిష్‌వారు సేఠ్‌మోహన్‌లాల్‌ను, పూరణ్‌మల్‌ను అరెస్టుచేసి మోహన్‌లాల్‌కు 75 వేలు, పూరణ్‌మల్‌కు 10 వేలు జరిమానా విధించారు. ఈ తిరుగుబాటుకు బేగంబజారు కుట్రకేసు అనిపేరు. రావుసాహెబ్ మెదక్ జిల్లాలోని నార్సింగిలో ఉన్నాడని తెలిసి పోలీసులు అక్కడికి వెళ్ళారు. అక్కడ అతని అనుచరుడు దొరికాడు. నాయకుడు మళ్ళీ తప్పించుకున్నాడు. రావుసాహెబ్‌ను చివరికి కాన్పూరులో పట్టుకొని 1862 ఆగస్టులో ఉరితీశారు.

భాల్కీ కుట్రకేసు

సతారా రాజు కోసం అతని అనుచరుడు రామరావు అలియాస్ జంగ్ బహదూర్ వందలమంది అనుచరులను ఏర్పాటుచేస్తూ వారికి కౌల్‌నామ (నియామక ఉత్తర్వులు) ఇస్తున్నాడు. దాంతో ప్రభుత్వం రామరావు, అతని అనుచరులు భీంరావు, బాలకృష్ణ, వితోబాలను అరెస్ట్ చేసి అండమాన్‌కు పంపారు.

వాసుదేవ బల్వంత్ ఫాడ్కే ఉదంతం

ప్రముఖ మరాఠ తిరుగుబాటుదారు వాసుదేవ బల్వంత్‌ఫాడ్కే 1879 లో గుల్బర్గాలోని సరిహద్దు జిల్లాలను పర్యటించాడు. అక్కడి రోహిల్లాల సహాయం అడిగాడు. ఈ సమయంలో బాంబే గవర్నర్ హైదరాబాద్ రెసిడెంటుకు ఇతని విషయం టెలిగ్రాం పంపాడు. దాంతో రెసిడెంట్ అబ్దుల్‌హక్ అనే స్పెషల్ ఆఫీసర్‌ను నియమించాడు. అతను ఫాడ్కేను అరెస్టుచేసి విచారణ జరిపి ఏడు ఏండ్ల కఠిన కారాగార శిక్ష వేశారు.

రేకపల్లి తిరుగుబాటు

మధ్య జిల్లాల్లో పరిపాలన, పోడు వ్యవసాయంపై నిషేధంలేదు. గొడ్డలిపైన పన్ను కేవలం నాలుగు అణాలుండేది. మద్రాసు ప్రభుత్వం ఈ పన్ను మూడింతలు చేసింది. వ్యవసాయం చేసే కొన్ని పొలాలను వదిలి కొన్ని రకాల చెట్లపైన దారుణమైన పన్ను విధించారు. ఈ కొత్త పన్ను విధానాలు ప్రజలకు తీవ్ర ఇబ్బందులు కల్గించాయి. ఇదే సమయంలో రంపలో తిరుగుబాటు చెలరేగింది. ఈ సమయంలో రంప తిరుగుబాటుదార్లు అంబుల్‌రెడ్డి సహాయంతో వడ్డెగూడెం పోలీసు స్టేషన్‌పై దాడిచేశారు. వీరిని శిక్షించేటందుకు ప్రభుత్వం కొంత బలగాన్ని రాజమండ్రి నుంచి ఒక స్టీమర్‌లో పంపారు. అయితే ఈ స్టీమర్‌లో ఆయుధాలు లేవని తెలిసిన తిరుగుబాటుదార్లు దానిపై దాడిచేశారు. ఇది తెలిసిన ప్రభుత్వం 120 మంది సిపాయిలతో గోదావరి, కావేరి నదుల్లో పోలీసు పెట్రోలింగ్ పెట్టారు. దాంతో తిరుగుబాటుదార్లు తిరుగుబాటు మానేశారు. తిరుగుబాటు అణగిపోయిందని ప్రభుత్వం అక్కడి పరిపాలనను 1880 అక్టోబర్‌లో తమ్మిదొరకి ఇచ్చింది. తమ్మిదొర కూడా కొంతమంది గ్రామస్థులను లూటీ చేశాడు. అతని అరాచకాలు పెరిగిపోయాయి. ఈ సమయంలో రంప నుంచి కొంతమంది తిరుగుబాటుదారులు రేకపల్లికి వచ్చి ఇక్కడి వారిని ప్రభావితం చేశారు. ఫలితంగా వీరు కూడా వారితో కలిసిపోయారు. అందరూ కలిసి కల్వంచ తాలూకా కోశాగారాన్ని లూటీచేశారు. చుట్టుపక్కల తాలూకాల్లో ఉన్న పోలీస్ స్టేషన్లను లూటీచేసి కూల్చేశారు. జరుగుతున్న పరిణామాలు చూసి మద్రాసు ప్రభుత్వం హైదరాబాదు ప్రభుత్వానికి లేఖ రాసింది. రంప తిరుగుబాటుదారులు రేకపల్లిలో అలజడులు సృష్టిస్తున్నారని అక్కడి నుంచి వారు హైదరాబాదు కూడా రావచ్చని, కాబట్టి వారిని పట్టుకోవాల్సిందిగా లేఖలో పేర్కొంది. దీనికి ప్రతిగా ఖమ్మం కలెక్టర్ వారిని అరెస్ట్‌చేయడానికి బందోబస్తు ఏర్పాటు చేశామని బదులిచ్చారు.

ఈ సమయంలో హైదరాబాద్ రెసిడెంట్ ఆజ్ఞ ప్రకారం సాలార్‌జంగ్ 1879 లో ఒక ఫర్మానా విడుదల చేశాడు. దాని ప్రకారం రామారెడ్డి, అంబుల్‌రెడ్డి, కాకూరురెడ్డి, బుందేల్ దొర, తమ్మిదొర వీరిని అరెస్ట్ చేయాలని, అరెస్ట్ చేసినవారికి రూ.200/- నజరాన ప్రకటించాడు. అటు మద్రాసు, ఇటు హైదరాబాద్ పోలీసుల నిఘా ఎక్కువైంది.

దాంతో తిరుగుబాటుదార్లు తప్పించుకొన్నారు. ఎవ్వరూ కూడా పట్టుబడలేదు. పోలీసుల నిఘా, భద్రత ఎక్కువ అవడంతో తిరుగుబాటుదారులు తమ తిరుగుబాటు కార్యక్రమాలు మానేశారు. ఈ విధగా ఒక సంవత్సర కాలం గడిచేసరికి తిరుగుబాటు సద్దుమణిగింది.

1857 తిరుగుబాటు ముగిసిన తరవాత కూడా దాదాపు 20 సంవత్సరాల పాటు తిరుగుబాటు ప్రభావం హైదరాబాద్ రాజ్యంపైన ఉంది. అక్కడో, ఇక్కడో ప్రభుత్వానికి, బ్రిటిష్ వారికి వ్యతిరేకంగా చిన్న, పెద్ద తిరుగుబాట్లు జరుగుతూనే ఉన్నాయి. అయితే వీటన్నింటికి ప్రభుత్వం సరైన సమయంలో అణిచి వాటి ప్రభావం ఎక్కువ కాకుండా చూసింది. ఫలితంగా ప్రజల్లో, మఖ్తేదారుల్లో, అధికారుల్లో, జమిందార్లలో తొక్కివేయబడిన అసంతృప్తి సాయుధ పోరాట రూపంలో, నిజాంకు వ్యతిరేక పోరాట రూపంలో, బ్రిటిష్ ప్రభుత్వానికి వ్యతిరేక ఉద్యమ రూపంలో జాతీయ ఉద్యమ రూపంలో బయటపడ్డాయి.

తిరుగుబాటు విఫలమవ్వడానికి కారణాలు

సమర్థనాయకత్వం, ఐక్యత, సంస్థాగత బలం లేకపోవడంతో తిరుగుబాటు విఫలమైంది. దీనికితోడు నిజాం, సాలార్జంగ్‌లు బ్రిటిష్‌కు తోడుగా నిలిచారు. బ్రిటిష్‌వారు ఈ విషయాన్ని విస్మరించలేదు. తమ కృతజ్ఞతా భావ ప్రకటనలో భాగంగా తొలుత రాయచూర్, అంతర్వేది, నల్‌దుర్గ్ జిల్లాలను నిజాంకి అప్పగించారు. హైదరాబాద్ కంటింజెంటు నిర్వహణ కోసం 1853 లో స్వాధీనంచేసుకున్న ఈ జిల్లాలను తిరిగి అప్పగించారు. ఒక్క బీరార్ మాత్రం తమ ఆధీనంలో ఉంచుకున్నారు. షోరాపూర్ ఎస్టేట్‌ను నిజాంపరం చేశారు. దాంతోపాటు నిజాం బ్రిటిష్‌వారికి చెల్లించాల్సిన 50 లక్షల రుణాన్ని మాఫీచేశారు. మొదటి ఒప్పందంలో అవసరమైన మార్పులు చేస్తూ 1860లో కొత్త ఒడంబడికను చేసుకున్నారు. అంతేగాక నిజాంకి పదివేల స్టెర్లింగ్‌ల కానుకలు, సాలార్జంగ్‌కు 3 వేల స్టెర్లింగ్‌ల విలువైన కానుకలు బహుకరించారు. నిజాం కూడా తన గౌరవానికి తగ్గకుండా 15 వేల స్టెర్లింగుల విలువైన కానుకలు గవర్నర్ జనరల్‌కు పంపాడు. 1861 లో 'ది స్టార్ ఆఫ్ ఇండియా' అనే బిరుదును నిజాంకు ప్రకటించారు. కానీ ప్రజలు దీన్ని వ్యతిరేకించి నిజాం, దీవాన్‌లపై కరపత్రాల ద్వారా నగరమంతటా పోస్టర్ల ద్వారా నిరసన వ్యక్తం చేశారు.

తిరుగుబాటు ఫలితాలు

తిరుగుబాటు అణచివేయడంతో నామమాత్రంగా ఉన్న మొఘలు సామ్రాజ్యం ముగిసిపోయింది. చివరి మొఘలు చక్రవర్తిని బర్మాకు పంపారు. మొఘలు నాణేలను రద్దుచేసి తనపేరిట నాణేలు ముద్రించుకోవాలని గవర్నర్ జనరల్ నిజాంకి సలహా ఇచ్చాడు. నిజాం బహదూర్‌షా బతికి ఉన్నంతకాలం ముద్రించనని చెప్పాడు. కానీ గవర్నర్ జనరల్ పట్టువీడలేదు. ఫలితంగా 'నిజాం ఉల్‌ముల్క్ ఆసఫ్‌జా బహదూర్' అని ఒకవైపు, 'జులుస్ మైమనత్ జర్బ్ ఫర్ఖుందా బున్‌యాద్ హైదరాబాద్' అని మరొకవైపు ముద్రిస్తూ నాణేలు విడుదలచేశారు. వీటినే హాలీ సిక్కాలన్నారు. ఖుత్బాను కూడా మొఘలు చక్రవర్తి పేరుపైన కాక అఫ్జలుద్దౌలా పేరుమీద చదవడం మొదలైంది. అంతేగాక మొఘల్ సుబేదారీ పదవి రద్దయ్యింది. మొఘలు సామ్రాజ్యం ముగిసిపోయిందనే విషయం చెప్పడానికే, సార్వభౌమత్వం ప్రకటించుకోవాలని నిజాంపై ఒత్తిడి తెచ్చారు. అయితే బ్రిటిష్‌వారు మొఘలులకు నామమాత్రంగా విధేయులుగా మెలిగేవారు. కానీ నిజాం విషయంలో మాత్రం అధిపతులుగా వ్యవహరించారు. స్వాతంత్రం ప్రకటించుకోవాలని ఒకటో నిజాం కలలో కూడా

ఊహించలేదు. కానీ ఐదో నిజాంపై ఒత్తిడి తెచ్చి స్వాతంత్ర్య ప్రకటన చేయించారు. 1724 లో స్వాతంత్ర్యానికి చాలా అర్థముంది. 1858 లో స్వాతంత్ర్యానికి ఏ అర్థములేదు. నిజాం స్వతంత్రంగా ఉన్నా అతను స్వేచ్ఛాజీవికాదు. తిరుగుబాటు అనంతరం బ్రిటిష్‌వారు సంస్థానాల పట్ల తమ ధోరణిని మార్చవలసి ఉందని గ్రహించారు. విక్టోరియా మహారాణి భారతీయ సంస్థానాధీశుల హక్కులను, ప్రత్యేక అధికారాలను, పరువు ప్రతిష్ఠలను ఇకపై బ్రిటిష్ ప్రభుత్వ హక్కులు, అధికారాలు, పరువు ప్రతిష్ఠలుగా భావిస్తామని ప్రకటించింది. 1857 లో నమ్మకంగా పనిచేసిన సంస్థానాధీశుల విశిష్ట, విలువైన సేవలను గుర్తిస్తూ బ్రిటిష్ ప్రభుత్వం తిరుగుబాటుదారులకు చెందిన, జప్తుచేసిన బిరుదులు, భూభాగాలు వారికి మంజూరు చేసింది. కప్పాలు మాఫీ చేసింది. గౌరవాలు, కానుకలు, బిరుదులు ప్రదానంచేసింది. దానిలో భాగంగానే నిజాంను 'మా విశ్వసనీయ మిత్రుడు' 'ఫెయిత్ ఫులల్ అలై', 'యారే వఫాదార్' అని సంబోధిస్తూ ఆగస్టు 31, 1861న గ్రాండ్ కమాండర్ స్టార్ ఆఫ్ ఇండియా అనే బిరుదునిచ్చింది దాంతోపాటు 'మోస్ట్ ఎక్సాల్టెడ్ ఆర్డర్' అనే నైట్‌హుడ్‌ను ప్రదానం చేశారు.

తిరుగుబాటు ఫలితంగా కంపెనీ స్థానంలో బ్రిటిష్ ప్రభుత్వం అధికారంలోకి వచ్చినా నిజాం బ్రిటిష్ సంబంధాల్లో మార్పురాలేదు. మీద నుంచి బ్రిటిష్ జోక్యం ఇంకా ఎక్కువైంది. నిజాం సార్వభౌమత్వం పరిమితం చేయబడింది. కనీసం తన మంత్రులను నియమించుకునే, తొలగించే హక్కు కూడా అతనికి లేకపోయింది.

18

అసఫ్‌జాహీల కాలం నాటి సామాజిక పరిస్థితులు

పద్దెనిమిదవ శతాబ్దంలో దక్కన్ మొఘలు సుబా హైదరాబాదు రాజ్యంగా అభివృద్ధి చెందింది. ఈ హైదరాబాద్ రాజ్యంలో తొమ్మిది తెలంగాణ జిల్లాలు (ఆదిలాబాద్, నిజామాబాద్, కరీంనగర్, ఖమ్మం, వరంగల్, మెదక్, హైదరాబాద్, నల్గొండ, మహబూబ్‌నగర్), ఐదు మరాఠ జిల్లాలు (బీడ్, ఔరంగాబాద్, పర్భని, నాందేడ్, ఉస్మానాబాద్) మూడు కర్నాటక జిల్లాలు (గుల్బర్గ, బీదర్, బీజాపూర్) కలిసి ఉండేవి. ఇది మొఘలుల పాలన నుంచి ఏర్పడినా మొఘలుల దేశీయ పాలనను ప్రతిబింబించ లేదు. మొఘలుల పరిపాలనపై గౌరవం ఉన్నప్పటికి నిజాం ఉల్‌ముల్క్ అసఫ్‌జా దక్కనులో నూతన పరిపాలనా విధానాన్ని ప్రవేశ పెట్టాడు. మొఘలు సామ్రాజ్యం నుంచి దక్కనును వేరు చేయడమేగాక, తన వ్యక్తిగత పర్యవేక్షణ కింద కేంద్రీకృత పరిపాలనా వ్యవస్థను ప్రవేశపెట్టాడు. మొఘలు సార్వభౌమత్వం మీద అతని గుర్తింపు రోజురోజుకు తగ్గుతూ వచ్చింది. మొఘలులతో సంబంధం లేకుండా యుద్ధాలు చేశాడు, సంధులు చేసుకున్నాడు, బిరుదులు ప్రదానం చేశాడు, మన్సబ్‌లను నియమించుకున్నాడు. అతను నియమించిన 'మన్సబ్‌దారులు' మొఘలులు పెట్టిన అపేరుతో గాక ప్రత్యేకంగా 'అసఫియా' అనే పేరుతో పిలువబడ్డారు. అనంతరం అతని వారసులు కూడా దక్కను రాజ్యంలో మొఘలుల ఆధీనంలో ఉన్న ఆచారాలకు స్వస్తి పలుకుతూ వచ్చారు.

పద్దెనిమిదవ శతాబ్దంలోని రెండవ అర్ధభాగం హైదరాబాద్ రాజ్యానికి సంబంధించి నిష్పాదక సమయం. ఒక స్వయం ప్రతిపత్తి కలిగిన పరిపాలనా వ్యవస్థ నెమ్మదిగా అభివృద్ధి చెందింది. రాజధాని 1764లో ఔరంగాబాదు నుంచి హైదరాబాదుకు మారింది. 1724 నుంచి 1762 వరకు రాజ్యఏర్పాటు వారసత్వ యుద్ధాలతో గడిచిపోయింది. అనంతరం వచ్చిన నిజాం అలీఖాన్ పరిపాలన చాలాకాలం సాగింది (1762 - 1803). ఇతను అంతర్గత స్థిరత్వాన్ని ఏర్పర్చాడు. ఇతని కాలంలో సైనిక బురుజులు, కోటలు, నివాస భవనాల సముదాయం పునర్నిర్మాణం, హైదరాబాద్ నగర విస్తరణ నూతన స్థలాల, రాజభవనాల నిర్మాణం, అతను అతని ప్రభువుల (ముఖ్యంగా షియా ముస్లిములు) వల్ల సాధ్యపడింది. ఈ శతాబ్దంలోనే ప్రసిద్ధవంశాలవారు ప్రభువులు,సైనిక సంబంధిత పరిపాలన అంటే యుద్ధం, యుద్ధవిధానాల అభివృద్ధి కోసం, సైన్యాన్ని సంగ్రహం చేసి, గొప్ప సైనిక నాయకత్వం గలిగి, పరిపాలనా సంరక్షకత్వం కలిగి, దాదాపుగా నాయకత్వాన్ని, సైనిక పరిపాలనను, తమ శక్తిని రాజుకోసం త్యాగం చేశారు. అయితే రాజధానిని హైదరాబాదుకు మార్చిన తర్వాత వీరు తమ సేవలకై క్రమమైన ఆదాయాన్ని (జీతాలను) వారి జాగీర్ల నుంచి పొందగలిగారు. వీరికి పరిపాలనా వ్యవహారాలు నడిపించే పదవులు ఇస్తూ, దానికి తగిన ఆదాయ ప్రదానాలు చేయబడ్డాయి. పరిపాలనలో పైస్థాయిలో ఉన్న వారు ప్రభువర్గంగా పిలువబడ్డారు.

ప్రభువర్గం

హైదరాబాదులో జాగీర్ అంటే వ్యక్తిగతంగా శాశ్వత ఆదాయాన్ని సమకూర్చి పెట్టే భూసంబంధిత వనరు. ఈ జాగీర్ (మన్సబ్)లు ఎటువంటి తుల్యత లేకుండా ముఖ్యంగా సైనిక కార్యకలాపాలపై ఇచ్చే ఒక గౌరవకరమైన ఆచారంగా

మారింది. వీరు చేసిన ఉపకారానికి, నిజాం వీరికి బిరుదులు, బహుమతులు జాగీర్లను ప్రదానం, చేసేవాడు. రాజ్యంలో మూడోవంతు జాగీర్ల రూపంలో ఉంది. పెద్ద జాగీర్దార్లు తను స్వంత ప్రాంతాల్లో పన్నులు వసూలు చేసేవారు. తమ పాలనా జాగీర్దార్లు తమ స్వంత ప్రాంతాల్లో పన్నులు వసూలు చేసేవారు. తమ పాలనా యంత్రాంగాన్ని తామే వినియోగించుకునే వారు. గణనీయమైన పౌర, న్యాయ అధికారాలు చెలాయించేవారు. ప్రాథమిక జాగీర్ నమూనాకు అనేక రూపాంతరాలున్నాయి ప్రభువర్గంలో పై భాగాన ఒక శ్రేష్ఠ ప్రభువుల సమాహారం ఉండేది. ఉమరా-ఇ-ఆజం అని పిలువబడే గొప్ప పైగాలుండేవారు. ఆ తరువాత కింద వరుసగా సంస్థానాలు,ఇజారాలు, మక్తాలు, ఇనాములు, బంజర్లు, అగ్రహారాలు ఉన్నాయి. వీటిపై దీర్ఘ కాలిక ఒప్పందాలుండేవి. తదేర్-ఇ-షమ్స్-ఒ-కమర్ (ఆచంద్రార్కం) ఇవి వారితోనే ఉండేవి. జాగీర్ (మన్సబ్) ఎటువంటి తుల్యత లేకుండా వీటిని సైనిక కార్యకలాపాలపై ఇచ్చే ఒక గౌరవమైన ఆచారంగా మారింది వీటిని శ్రేణీకరణ చేయడానికి ఒక ఏకీకృత విధానం ఏదీలేదు. ప్రభువుల స్థాయి నిర్ధారించడానికి మన్సబ్ శ్రేణి ఒక్కటే సరిపోయేది కాదు. దానికి రెండు కారణాలున్నాయి. 1. శ్రేణి విధానం ఏకాకృతిలో లేకపోవడం 2. వారికి వారసత్వంగా వచ్చిన ఆస్తులుండటం. అందువల్ల మన్సబ్ శ్రేణికి, ప్రభువుల స్థాయికి సంబంధం లేదు. ఈ ప్రభువర్గంలో ఉన్న భేదం రెండు అంశాలపై ఆధారపడి ఉంది. 1.పరిపాలన, సైనిక సేవలు మరియు నిజాంతో వారికున్న సంబంధం. 2.రాజు దర్బారులో వారికున్న మర్యాద, గౌరవం నిజాం వారికిచ్చిన మన్సబ్ శ్రేణిని బట్టి హైదరాబాదు ప్రభువర్గానికి ప్రత్యేకమైన లక్షణం ఉంది. ఇది మొఘలుల ప్రభు వర్గం లాంటిది కాదు. ఎక్కడెక్కడి నుంచో వచ్చిన ప్రభువులు వారి శక్తి సామర్ధ్యాల ద్వారా ఒక చక్రంలా ఏర్పడి దక్కన్‌లో ఒక నూతన రాజకీయ పరిపాలనా విధానాన్ని ఆవిర్భవింపజేశారు. డా॥ ఏ.ఎం. ఖుస్రో ప్రకారం భూస్వామ్య విధానం హైదరాబాదులో జాగిర్దారీ పద్ధతి రూపంలో ఆవిర్భావమైంది. మహమ్మదీయ పరిపాలనలో జాగీర్ అంటే, ఒక భూస్వామ్య పద్ధతి. సాధారణంగా దీన్ని ఇనాం, అల్తమ్‌షా, మదద్ - ఇ - మాష్ అనేవారు. అందులో వచ్చే ఆదాయం, అతను తన ఖర్చులకు ఉపయోగించుకొని కొంత రాజుకు ఇచ్చేవాడు. ఇవి ఒడంబడికలు కలవిగా, ఒడంబడికలు లేనివిగా ఉండేవి. ఒడంబడిక లోనికి వచ్చిన భూమి అయితే స్వీకర్త ప్రభుత్వ సేవకుడై ఉండాలి. దానికి ప్రతిగా పన్ను వసూలుతో బాటు సైనిక బలగాలను వారు పోషించవలసి వచ్చేది. ఒకవేళ ఒడంబడికలోనికి రానట్లయితే భూమి పూర్తిగా స్వీకర్తకు ఆధీనం చేయబడుతుంది. అది కొంత పరిమిత కాలానికి గానీ, లేదా అతని జీవితాంతం వరకు గాని అతని ఆధీనంలో ఉంచబడుతుంది. చాలాసార్లకు ఇవి, కొన్ని వంశపారంపర్యంగా వచ్చేవి, కొన్ని వారి జీవితకాలం వరకు ఉండేవి. దక్కను స్వాధీనంలో తనకు సహాయం చేసిన హిందువులను, ముస్లింలను అసఫ్‌జా ప్రభువులుగా గుర్తించి, సత్కరించి వారికి ఉన్నత పదవులిచ్చాడు. వారిలో హిందువులను జాగీర్దార్లుగా పరిపాలనలో వారసత్వంగా నియమించాడు. స్థానిక రాజులు, సంస్థానాధీశ్వరులు వారికి ఉన్న సనద్‌లు, ఆస్తులు వారికి వారసత్వంగా ఇచ్చాడు. హైదరాబాదు మొత్తం మూడు భాగాలుగా విభజింపబడి ఉంది. 1. జాగిర్దారీ (అందులో భూస్వామ్య, భూస్వామ్యేతర) 2. సర్ఫేఖాస్ (రాజు (నిజాం) భూములు), 3. దివానీ (ప్రభుత్వ భూములు.)

దీనిలో మొదటి రెండు ప్రభువర్గం వారివి, మూడింటిలో ఒకవంతుభాగం భూమి వీరి ఆదీనంలో ఉండేది. మూడవది దివాని భూమి అంటే ప్రభుత్వ భూమి. ఇది మొత్తం భూమిలో రెండు వంతుల భాగం. ప్రభువర్గం భూములు మరల నాలుగు భాగాలుగా విభజింపబడ్డాయి. అవి 1. సర్ఫేఖాస్ (రాజు భూములు) 2. పైగా (నిజాం సైన్యాన్ని పోషించేవారు). 3. జాగీర్‌లు (సేవలకు బదులుగా వారి పోషణకై కొంత భూభాగం పై అధికారం అప్పచెప్పడం) 4. సంస్థానాలు (ఇవి హిందూ రాజులు, సామంతులు నిజాం కంటే ముందు నుంచి ఉన్నవి.

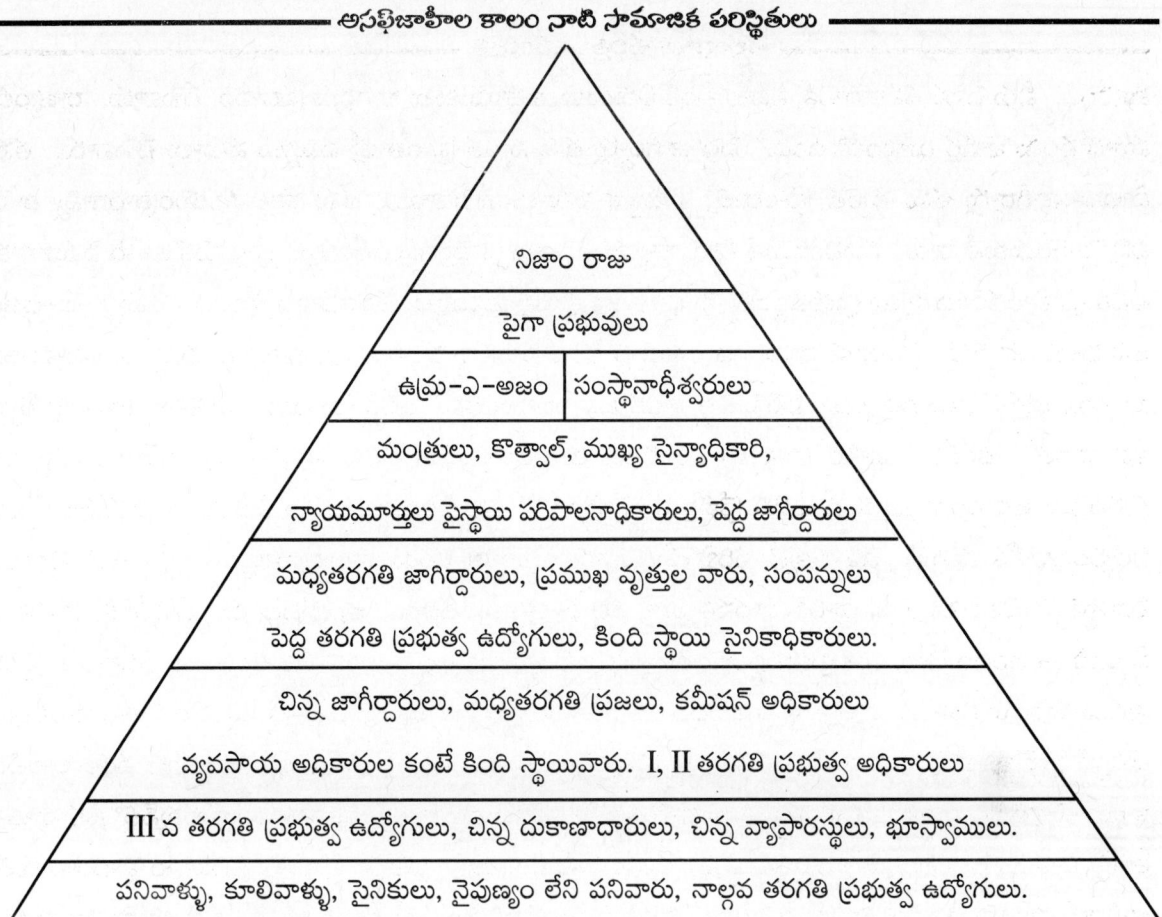

పరిపాలన చక్రంలోని ఉద్యోగిస్వామ్యంలో అందరికంటే అత్యున్నత స్థాయిలో ఉండేవాడు రాజు. ఇతను సర్వాధికారి. అతని కింద పైగా ప్రభువులు ఉండేవారు. వీరు రాజు తరువాత రెండోస్థాయి వారు. ఉమ్రా-ఎ-ఆజం, వీరితో బాటుగా సంస్థానాధీశ్వరులు సమాన స్థాయిని కల్గి ఉండేవారు. వీరిని ప్రభు వర్గం అని పిలిచేవారు. నిజాం సమాజంలో ఈ వర్గానికి పరిపాలనలో ఆధిపత్యం, గౌరవం ఉండేది. వీరి కింది స్థాయిలో జాగీర్దార్లు ఉండేవారు. రాజ్యం నుంచి వివిధ రకాలుగా లభించిన భూమిపై భూస్వాములుగా వీరు వైభవంతో వెలిగి పోయేవారు. జాగీర్దారులలో కూడా వారికి లభించిన భూమిని బట్టి భూస్వామ్య ఒడంబడికలను బట్టి పెద్ద, మధ్య, చిన్న తరగతి జాగీర్దార్లుగా విభజింపబడ్డారు. ఏ రకమైన జాగీర్దార్లయిన గ్రామాలలో అత్యున్నత వ్యక్తిగా గౌరవాన్ని పొందారు. వారి కింద I, II తరగతి ప్రభుత్వ ఉద్యోగులు, వారి కింద IIIవ తరగతి ఉద్యోగులు, చిన్న వ్యాపారస్థులు ఉండేవారు. పరిపాలన చక్రంలోని చివరి స్థాయిలో నాల్గవతరగతి ఉద్యోగులు, కూలీలు ఉండేవారు.

జమీందారులు

భారత ఉపఖండంలో జమీందార్ ఒక కులీనుడు. అతని జమిందారిత్వం వంశపారంపర్యం. భూసంబంధిత విషయాలపై బ్రహ్మాండమైన తెలివితేటలు కలిగి ఉండేవారు. రైతులను తమ ఆధీనంలో ఉంచుకొనేవారు. పన్ను వసూలు బాధ్యత వారికుండేది. ఒక్కోసారి వారు రాజులు ధరించే బిరుదులను కూడా ధరించేవారు. రాజ, మహరాజ, దేశ్‌ముఖ్, సర్దార్, నవాబు, మోర్జ, తాలుక్‌దార్, రెడ్డి, నాయుడు, చౌదరి మొదలగునవి.

జమిందార్లు ప్రభువులతో సమానంగా చూడబడ్డారు. కొన్నిసార్లు, వారు స్వతంత్ర ప్రతిపత్తితో ఉండేవారు. తమ జాగీర్లలో సార్వభౌములై ఉండేవారు.

వతన్‌దారులు

వతన్‌దారీ ప్రాచీన కాలం నుంచి వస్తున్న భూకమత విధానం. ఇది స్థానిక భూస్వాములది. వీరిని వివిధ పేర్లతో పిలిచారు. పటేళ్ళు, పట్వారీలు, దేశ్‌ముఖ్‌లు, దేశ్‌పాండేలు సిరిదేశ్‌ముఖ్, సిరిదేశ్ పాండేలు అనే వారు. వీరికి పెద్ద పెద్ద భూకమతాలుండేవి. వారికింద దాసులు, పనివారు, రకరకాల వృత్తుల వారు ఉండేవారు. ఈ వతన్‌దారీ విధానం దక్షిణ భారతదేశంలో ద్రవిడ రాజవంశాల కాలం నుంచి అమలులో ఉంది. వీరు ప్రభుత్వం చేత ఇవ్వబడిన పన్ను లేని వారసత్వ భూములకు కలిగి ఉండేవారు. సాలార్‌జంగ్ రెవెన్యూ సంస్కరణలు చేసినప్పుడు పటేళ్ళకు, పట్వారీలకు పట్టాలను ఇచ్చాడు. వతన్‌ద్దారీ విధానంలో వారిసేవలకు వారికి నగదు ఇచ్చేవారు. గ్రామాలలోని వృత్తుల వారు, పనివారు వతన్‌దార్‌లకు పన్నులు చెల్లిస్తు ఉండేవారు. దక్కనులో భూమిశిస్తు విషయంలో పరగణా అధికారులు దేశ్‌ముఖ్‌లు, దేశ్‌పాండేలు తమ గ్రామాలను పరిపాలించడమేగాక వీటిపై తిరుగులేని అధికారం గలవారుగా ఉండేవారు. జిలాబంది విధానం ప్రవేశపెట్టిన తర్వాత పరగణా అధికారులు వారి విధుల నుంచి తప్పించబడ్డారు. వారికి చేసిన దానాలను ప్రభుత్వం జప్తు చేసింది. దేశ్‌ముఖ్‌ల భూముల్లో 5శాతం, దేశ్‌పాండేల భూముల్లో రెండున్నర శాతం విధించబడిన పన్నును ఎటువంటి నియమాలు లేకుండా వీరు చేసిన సేవలకు ఇవ్వబడేవి. అటువంటి గ్రాంటులను రుసుం –ఇ– జమిందారీ అనేవారు. కొన్నిసార్లు రుసుం విధింపు, రెవెన్యూ వసూలు వంటి ఏ నియమం లేకుండా కొన్ని భూములలో నిర్దేశిత పన్నును వసూలు చేసేవారు. ఇటువంటి పన్నులను 'ఓమ్లిస్' అనేవారు.

ఈ ఓమ్లిస్ ఎక్కువగా కర్నాటక ప్రాంతాలలో ఉండేవి. దీనిలో 2/3 శాతం ప్రభుత్వానికి వెళ్తుంది. కొన్ని నిర్దేశిత ప్రాంతాలలో ఉచిత గ్రాంటులు ఉండేవి. వీటిని 'సేరలు లేక 'సవరంలు' అనేవారు. వీటికి దేశ్‌ముఖ్‌లు, దేశ్‌పాండేలకు వారు చేసిన సేవలకు ప్రతిగా ఇచ్చేవారు. 'రుసుం –ఇ– సర్‌దేశ్ పాండియగిరి, 'రుసుం – ఇ – కానూన్ గిరి'. అంటే ఒక శాతం భూమిశిస్తు వసూలు చేసేవి. నియమాలకు విరుద్ధంగా విస్తారమైన భూములు కల్గిన వతన్‌దార్ల కోసం సాలార్‌జంగ్ సంస్కరణలు తెచ్చాడు. వాటిలో గ్రామ అధికారులు దివానీ భూముల కింద పట్టాలు, నగదు చెల్లింపులు పొందారు. అదేవిధంగా పై అధికారులు విస్తారమైన గ్రాంటులను వారి సేవలకై ప్రత్యామ్నాయంగా పొందారు.

ముఖ్యంగా జమీందారులు విస్తారమైన భూకమతాలను కలిగి ఉండేవారు. వారు స్థానిక భూములపై అధిపతులు. నిజాంల కంటే ముందు నుంచి ఉన్న భూస్వాములు స్థానిక సంస్థానాలను పాలించిన రెడ్లు. బ్రిటిష్ వారు రెడ్ల అధికారాన్ని తగ్గించారు. బ్రిటిష్ వారు రెడ్లను జమీందారులుగా పన్ను వసూలు దారులుగా నియమించారు. వీరు బ్రిటిష్ వారి సైన్యంగా కూడా భర్తీ చేయబడ్డారు. రెడ్డి అన్నది 'పెద్దమనుషులు', గొప్పవారిని ఉద్దేశించి అన్నమాట. వీరినే దేశ్‌ముఖ్‌లు, దేశ్‌పాండేలు అన్నారు. కొన్నిచోట్ల వీరిని దొరలు, దేశాయిలు అనికూడా అన్నారు. కొందరు జమీందారులు నిజాం కొలువులో చేరారు. అట్టివారిలో రాజబహదూర్ వెంకట రాంరెడ్డి హైదరాబాద్ కోత్వాల్‌గా మీర్ ఉస్మాన్ అలీ కాలంలో 1920లో నియమించ బడ్డాడు. ఇతను నిజాం చరిత్రలో మొదటి హిందూ కోత్వాల్. అతని భూకమతం 14 ఏండ్ల కాలం పాటు ఉంది. అతను సమాజంలో గొప్ప గౌరవం పొందాడు. ఇంకొందరు జమీందారులు నిజాంకు వ్యతిరేకంగా ఉద్యమాలు చేశారు. 1946లో రావి నారాయణ రెడ్డి, లక్ష్మీ నారాయణ రెడ్డి, కోదండ రామిరెడ్డి, బద్దం ఎల్లారెడ్డి, నిజాంకు వ్యతిరేకంగా సాయుధ పోరాటాన్ని నడిపారు.

గ్రామీణ దేవిడీలు జమిందారుల గడీలు

తెలంగాణలో పలుచోట్ల గడీలున్నాయి. గడీలన్నమాట తెలంగాణకే పరిమితమయ్యింది. గడి అంటే మరాఠీ భాషలో కోట అని అర్థం. వీటిని ఇసుక, సున్నాలతో కలిపి కట్టేవారు. అవి గ్రామంలోని మిగతా ఇండ్లకంటే భిన్నంగా కనిపించేది. భూస్వామి జమీందార్ దొరలు కుటుంబ సభ్యులతో గడీలో కొలువు దీరేవారు. ఊరిలోవారెవరైనా సరే గడీ ముందుకు రావలిసిందే, దొరలు మాత్రం ఎవరింటికి వెళ్ళేవారు కాదు. ప్రతి దొరకు గుర్రం ఉండేది. దాన్ని చూడటం కోసం ఒక వ్యక్తి నామమాత్రజీతంతో పనిచేసేవాడు. కొందరు దొరలు కార్లు వాడేవారు. సమిష్టి కుటుంబ జీవనాన్ని పాటించేవారు. కుటుంబసభ్యులు పెద్దవారు కాగానే వేరువేరు గ్రామాలలో మకాం వేసేవారు. అక్కడ తమ పెత్తనం స్థిరపరచుకునేవారు. కొందరు ఉద్యోగాలు చేస్తే, కొందరు వకాలత్ చదివి వకీళ్ళయ్యేవారు. తమ కుటుంబంలోనే వకీలుంటే కేసులు నడపడం సులభమవుతుందని వీరి ఉద్దేశ్యం. వీరు ఉద్యోగాలు చేయడం వల్ల అదనపు లాభాలు దొరికేవి. పై అధికారుల ప్రాపకం, తద్వారా అబ్కారీ కాంట్రాక్టులను పొందేవారు. గ్రామ జమీందారులను జాగీర్దారులు, మఖ్తేదార్లు అని కూడా పిలిచేవారు. నవాబ్ సాలార్‌జంగ్, మహారాజ కిషన్ పర్షాద్, నవాబ్ కమాల్‌జంగ్ గ్రామీణ దొరలకు ఆదర్శ పురుషులు.

సామాజిక చైతన్యానికి, సామాజిక పరివర్తన వేగవంతం కావడానికి అవసరమయ్యే విద్య అప్పుడు తెలంగాణలో లేదు. అందుకే ఇక్కడి సామాజిక పరివర్తనలో మందకొడితనం ఏర్పడింది. ఊరిలో ఎక్కువమందికి చదువు రాకపోవడంతో పటేల్, పట్వారీలకు, తిరుగులేని అధికారం ఉండేది. వారే ఆనాడు పల్లెటూళ్ళలో మేధావులు. వీరిలో కరణాల అధికారం మరింత స్పష్టంగా ఉండేది. వీరిని పట్వారీలనే పేరుతో వ్యవహరించేవారు. గ్రామవాసుల భూవసతుల తాలూకు అన్ని వివరాలు వీరికి తెలిసి ఉండేవి. దీంతో రైతులందరు వారి కనుసన్నల్లో బతకవలసి వచ్చేది. ఇక దేశ్‌ముఖ్‌లు, దేశ్‌పాండేలు పదవులు పోయినా వారి హోదా తగ్గలేదు. ఇండ్లలో ఘోషా పద్ధతి పాటించేవారు. దేశ్‌ముఖ్‌లలో 95% మంది రెడ్లు, దేశ్‌పాండ్యాలలో 95% మంది బ్రాహ్మణులు. అయితే దేశ్‌ముఖ్‌లకు మామూలు రెడ్లకు, దేశ్‌పాండ్యాలకు సాధారణ కరణాలకు వివాహ సంబంధాలకు ఉండేవికావు. రైతులు కరణానికి సంతోషాన్ని కలిగించేందుకు ప్రయత్నించేవారు. పండిన పంటలు, కూరగాయలు ఇచ్చేవారు. మరికొందరు భూస్వామ్య గ్రామాలలో రైతులను పీల్చి పిప్పిచేసేవారు. వెట్టిచాకిరి చేయించుకుంటూ, వారి స్త్రీలను బానిసలుగా ఉంచుకుంటూ దౌర్జన్యాలు చేసేవారు. మొత్తంమీద ఒకరకంగా చూస్తే రాజులకంటే జమీందారులే అధిక అధికారాన్ని చెలాయించగలిగారు.

సామాజిక - కులవ్యవస్థ

భారతదేశంలో ఉన్న సంస్థానాలన్నింటిలోకి హైదరాబాద్ సంస్థానం విశిష్టతను కలిగి ఉంది. అనేక మతాలు, కులాలు ఇక్కడ కలసి మెలసి ఉండేవి. పాలకులు ముస్లింలు, పాలితులు హిందువులు. అయినా పరమత సహనం కలిగిఉండేవారు. ప్రజలు పరస్పర స్నేహ, సోదరభావంతో మెలిగేవారు. 'గంగా జమునా తెహజీబ్' ఇక్కడ కనిపించేది. హిందూ, ముస్లింలతోబాటు ఉత్తర భారతదేశం నుంచి వచ్చి స్థిరపడిన వివిధ కులస్థులు, మరాఠులు కన్నడిగులు, క్రిస్టియనులు ఉండేవారు. 1881 నాటి జనాభానుసరించి మొత్తం జనాభాలో 90.32% హిందువులు, 9.40% ముస్లింలు 0.09% క్రిస్టియనులు, 0.08% జైనులు 0.006% పార్సీలు, 0.0031% సిక్కులు, 47 మంది యూదులు ఉన్నారు. ఈ జనాభా లెక్కల ప్రకారం హిందువులు హైదరాబాదు ఉత్తర, పడమర దిక్కులలో విస్తరించి ఉన్నారు. 1911 జనాభాలెక్కల నాటికి హిందువుల సంఖ్య తగ్గి ముస్లింల సంఖ్య పెరిగింది. గ్రామాలలో మాత్రం అధికశాతం హిందువులే నివసించేవారు.

ఈ కాలంనాటి సాంఘిక వర్గీకరణ చూసినట్లైతే హిందువులలో కుల భేదాలున్నాయి. ముస్లింలో జాతి పరమైన భేదాలున్నాయి. ఈ రెండు మతాల మధ్య పెద్దగా సఖ్యత ఉండేదిగాదు. ఈకాలంలో హిందువులలోని కింది కులాలవారు చాలా అభద్రతాభావానికి లోనై సమాజంలో పైస్థాయికి చేరాలనుకున్నారు. 18వశతాబ్దంలో వచ్చిన యూరోపియన్లు ఇద్దరిని అణగదొక్కి సమాజంలో ఉన్నతస్థాయికి ఎగబాకారు. ఫ్రెంచివారిని ఓడించి ఆధిపత్యం సాధించిన తరవాత హిందూ, ముస్లింలు ఇద్దరిపై ఆధిపత్యం వహించారు. కులం అంటే ఒకే జీవన విధానాన్ని ఏర్పరచుకున్న వ్యక్తుల సమూహం. ఇది తనకుతానుగా ఎన్నుకోవడానికి లేదు. అది పుట్టుకనుంచే సంక్రమిస్తుంది. యూరపులో మనుషులను సంపదతో కొలిస్తే, దక్కన్ సమాజంలో కులంతో కొలిచేవారు. ఈ కులాలనుబట్టి సాంఘిక స్థోమత ఉండేది. సమాజాన్ని బ్రాహ్మణులు, తరవాత వరుసగా క్షత్రియులు, వైశ్యులు, శూద్రులు అనే వర్గాలుగా విభజించారు. మొదట కేవలం ఈ నాలుగు వర్ణాలే ఉండేవి. రానురాను అవి వందల కులాలుగా ఉపవిభజన జరిగింది. కులాలు చాలా క్లిష్టంగా ఉండేవి. ధనం కులాన్ని అధిగమించలేకపోయింది. కాలగమనంలో రాను రాను పరిస్థితులు మారాయి.

బ్రాహ్మణులు

వీరు సమాజంలో అత్యున్నతస్థాయిలో ఉండేవారు. వీరు రెండు శాఖలుగా విభజింపబడ్డారు. 1. ద్రవిడ, 2. గౌడ, ఇంకా వీరు ఆచరించే మత ఆచారాలనుబట్టి వైష్ణవులు, స్మార్తులు అని విభజించారు. వైష్ణవులు విష్ణువును, స్మార్తులు శివున్ని పూజించేవారు. వీరిలో ఇంకా ఉన్న ఉపవిభేధాలు వారి వృత్తినిబట్టి నియోగి, వైదిక బ్రాహ్మలన్నారు. వైదికులు కేవలం మతసంబంధ కార్యక్రమాలు మాత్రమే చేసేవారు. వైదిక మతానికి వీరు వారసులు. యజ్ఞయాగాలు, వ్రతాలు, పూజలు చేసేవారు. సమాజంలో వీరికి దైవంతో సమానమైన స్థాయి గౌరవం ఉండేది. వీరు గుళ్ళలో పూజారులుగా ఉండేవారు. వైదిక బ్రాహ్మణులకు రాయడం, చదవడం బాగా వచ్చేది. వీరిలో జ్యోతిష్యులు ఉండేవారు. ముస్లింలు కూడా ఏపని చేసేముందయినా వీరిని సంప్రదించేవారు. వీరు తమ జ్ఞానాన్ని ఇతరులకు పంచేవారుకాదు. వీరు చాలా పేదలుగా ఉండేవారు. నియోగి బ్రాహ్మలు కులవృత్తిని వదిలి సైన్యంలో, వ్యవసాయంలో, వ్యాపారంలో చేరారు. వీరిలో కొందరు ఈస్టిండియా కంపెనీ నూతన రాజకీయ విధానం ప్రవేశపెట్టినపుడు వీరు లేకుంటే కరణాలుగా పనిచేసి చాలా బలవంతులైనారు. వీరులేకుంటే రాజుకూడా పరిపాలన చేయలేని స్థితి వచ్చింది. యూరోపియన్ల దగ్గరకూడా వీరుపనిచేశారు. పరిపాలన బోర్డులలో సబ్‌కలెక్టర్లుగా, రెవెన్యూ పద్దు రాతగాళ్ళుగా, అనువాదకులుగా, కోశాధికారులుగా, రికార్డు కీపర్లుగా పనిచేశారు.

క్షత్రియులు

సామాజిక (కుల) వ్యవస్థలో వీరు రెండో శ్రేణికి చెందినవారు. వీరు బ్రాహ్మణులలాగా జంధ్యం వేసుకునేవారు. వీరి కుటుంబ స్త్రీలు పరదా పాటించేవారు. ఇతర కులస్తులతో సహభోజనం చేసేవారు కాదు. వీరిలో మూడు శాఖలున్నాయి. 1. సూర్యవంశం 2. చంద్రవంశం 3. మత్స్యవంశం వీరు క్షాత్రప విద్యలను వదిలి వ్యవసాయం చేసేవారు.

వైశ్యులు

సామాజిక (కుల) వ్యవస్థలో వీరిది మూడవ శ్రేణి. వర్తకం, వ్యాపారం వీరి ముఖ్య వృత్తి. ఆంధ్రలో కోమట్లను వైశ్యులన్నారు. వర్తకం చేసే కొందరు శూద్రులు కూడా ఈ కులస్తులమని చెప్పుకున్నారు. ఈకాలంలో వారు అతిగా డబ్బు సంపాదించారు. వైభవంగా ఉండేవారు. తమ పేరు చిరస్థాయిగా ఉండేటందుకు దానాలు చేసేవారు. యూరోపియన్లతో

వర్తకం చేసి ధనవంతులైనారు. వీరు శ్రమజీవులు. తెలంగాణలో వీరిని కోమట్లు అన్నారు. వీరు వర్తక వాణిజ్యాలతో బాటు వడ్డీ వ్యాపారం చేసేవారు. వీరు బ్రాహ్మణుల లాగా శాకాహారులు.

శూద్రులు

వీరు నాల్గవ శ్రేణికి చెందినవారు. తెలుగు ప్రజలలో అత్యధికులు శూద్రులు. వీరు వ్యవసాయం చేసేవారు. వీరి వృత్తిని బట్టి వీరిలో ఉపశాఖలు ఉన్నాయి. వీరు వారిలో వారు ఆధిపత్యం కోసం ఘర్షణ పడుతూ ఉండేవారు.

హిందువులలో అనేక కులాలు ఉండేవి. అనాదిగా వస్తున్న చాతుర్వర్ణ వ్యవస్థతోబాటు కింది తరగతులలో అనేక కులాలు ఏర్పడ్డాయి. ముఖ్యంగా వృత్తులే కులాలుగా మారినాయి. ఆనాటి సమాజంలో వివిధ వృత్తులకు సంబంధించిన కులాలు ఉండేవి.

వ్యవసాయకులాలు	–	కాపు, రెడ్డి, వెలమ, కమ్మ.
పశుపోషక కులాలు	–	గొల్ల, జలగారి, బెస్త, బోయ.
పంచాణనంవారు	–	వడ్రంగి, గాయడ్ల, పింజారి చిత్రకారులు, జోగట, నేతవారు, సాలెవారు, వన్నెగట్లు.
వాణిజ్య కులాలు	–	కోమటి, బలిజ, తెలగ, పెరిగ, గాన్గలవారు.
సేవాకులాలు	–	చాకలి, మంగలి, కటిక, కాటిపాపల, మేదర, ఇడిగ, తలారి, మస్తి, జెట్టి, ఛత్రి, చర్మకారులు.
పూజారి కులాలు	–	బ్రాహ్మలు, జంగాలు, లింగాయతులు, జనగలు, జోగులు, జటాధరులు.
ఆధారపడిన కులాలు	–	పిచ్చకుంట్ల, భావనలు, రుంజులు, పంబలులు, బుడబుక్కలు, భట్టు, ఛండాల, మాతంగులు, కొమ్మూరి దాసులు, తవిరి దాసులు, సుద్దులు.
వినోద కారకులు	–	దొమ్మరి, భోగంవారు, విప్రవినోదులు, ఇంద్రజాలికులు, బొమ్మలాటలవారు.
అవధూతలు	–	పరమ హంసలు, సన్యాసులు, సాతాని, శివసత్తులు, తంబల, యోగులు, జైన, వీరముష్టి, కాళీపరసులు.
అస్పృశ్యులు	–	మాల, మాదిగ, ఆదిహిందూ, మలియర్, మెహతర, చంబార్, మోచి.
గిరిజనులు	–	చెంచు, బోయ, యానాది, గోండు, పవర, కోలి, ఎరుకల, లంబాడి, భిల్, కోయ, కొండరెడ్లు.
విదేశీయులు	–	పరాంగులు (పోర్చుగీసు) ఇంగిలీసులు, పరాసులు, తురక, ఒడ్డె, గుర్జపు, గౌడ, మెస్ర.

కాపులు

కాపులు లేదా రెడ్లు వృత్తిలో భూస్వాములు (వ్యవసాయదారులు). బ్రాహ్మణేతరులలో గొప్పగౌరవం గలవారు. వీరిలో మళ్ళీ ఉపకులాలు ఉన్నాయి. పంతంగి, మొటాటి, గుడాటి, పెదకంటి, ఆరె, కమ్మ, వెలమ, కొండ, ఆది, గోన, కోనిడి. వీరు ఆర్థికంగా బాగా ఉన్నవారు. వీరి స్త్రీలు స్వేచ్ఛగా జీవించేవారు. వ్యవసాయం వీరి ముఖ్య వృత్తి.

వెలమలు

వీరు ఉత్తర భారతదేశం నుంచి వచ్చి ఉండవచ్చు. ఇక్కడకు వలసవచ్చి స్థిరపడి ఇక్కడి సంస్కృతిలో కలసి పోయారు. వారు నాయకులుగా స్థిరపడ్డారు. వెలమ నాయకులు సంస్థానాధీశ్వరులుగా ఉన్నారు. ఉదా: బెల్లంకొండ, జట్రపోలు మొదలైనవి.

కమ్మలు

వ్యవసాయదారులు. వీరు క్షత్రియుల వంశస్థులు అని చెప్పుకుంటారు. వీరు వివిధ శాఖలుగా విభజింపబడ్డారు. వీరి స్త్రీలు ఘోష పద్ధతి పాటిస్తారు.

పంచాణనంవారు

వీరు విశ్వకర్మ కుమారుల సంతతిగా చెప్పుకుంటారు. వీరు దేవాలయాల మరమ్మత్తు, దేవతల నగల, విగ్రహాల, పాత్రల, పల్లకీల తయారీ చేసేవారు. వీరిలో వడ్రంగి, కంసాలి, కంచర అనే శాఖలున్నాయి. అందులో కంసాలి శాఖ ముఖ్యమైనది. వీరు గ్రామ ఆయగార్లలో ఒకరు. కాసేవారు లేదా శిల్పులు. కమ్మరులు - ఇనుప పనిచేసేవారు. కంచర - ఇత్తడి పనిచేసేవారు, వడ్రంగి - చెక్క పని చేసేవారు. ఈ కులంలోని ఇతర శాఖలు.

కుమ్మరి

కుండలు, మట్టి పాత్రలు తయారు చేయడం వీరి వృత్తి. సమాజంలో వీరికి గౌరవం ఉండేది. వారి సేవలు అందరికి ఉపయోగపడేవి. వీరు గ్రామ ఆయగార్లలో ఒకరు.

ఉప్పరివాళ్ళు

బావులు తవ్వడం, ఇండ్లు కట్టడం వీరి వృత్తి.

సాలెవారు - నేత వీరి ముఖ్యవృత్తి. దాంతో బాటు యూరపు దేశాలతో వ్యాపారం చేశారు. దీనిలోని ఇతర శాఖలు దేవాంగ, తొగట, పద్మశాలి, కంచుల, సాలె. వీరిలో ఒక్కొక్కరు ఒక్కొక్కదానిలో ప్రత్యేకత కలిగి ఉంటారు.

పద్మశాలి - నేత

పట్టుసాలె - నాణ్యమైన పట్టునేత

దేవాంగలు - పత్తినేత

తొగట - జరీనేత

పద్మశాలుల ఆది దేవత ఎల్లమ్మ. ఇతర శాఖల ఆది దేవత రేణుకామాత. ఈ శాఖల మధ్య వృత్తి వైరుధ్యాలు ఎక్కువ.

చిప్పి

మేరకులంలో ఇంకోశాఖ. వీరు బట్టలు కుట్టేవారు. యూరోపియన్ల బట్టలు కుట్టడానికి వీరికి చాలా ప్రాముఖ్యత ఉండేది. కొంతమంది యూరోపియన్లు వీరిని తమ కోటలలో ఉద్యోగాలలో నియమించుకునేవారు.

మంగలి

క్షౌరం వీరిని ముఖ్యవృత్తి. పెళ్ళిళ్ళ సమయంలో, దేవాలయాలలో వీరు వాయిద్యాలను కూడా వాయిస్తారు. వీరికి సమాజంలో గౌరవం ఉండేది. వీరు నాయీ బ్రాహ్మలని పిలువబడ్డారు. ఈ కుల స్త్రీలు కాన్పుల సమయంలో మంత్రసానులుగా పనిచేసేవారు. పురుషులు కూడా కొన్ని గ్రామాలలో శస్త్రచికిత్సలు చేసేవారు.

గొల్లలు

వీరిని యాదవులు అని కూడా అంటారు. పశుపోషణ ముఖ్యవృత్తి. వీరిలో కొందరు దేవాలయాలలో పశుబలులు ఇవ్వడానికి నియమింపబడేవారు. వీరి కులంలోని ఇతర శాఖలు – యాకరి గొల్లలు, వడ్రగొల్లలు, పట్టెగొల్లులు, పెదపోటు గొల్లలు.

బీరన్నలు

వీరి ప్రత్యేకత గొల్ల సుద్దులు చెప్పడం. అడవుల్లో పశువులను మేపుకొని రావడం, పాలు, పెరుగు, నెయ్యి అమ్ముకోవడం చేసేవారు. వీరిలో కొందరు అక్షరాస్యులు ఉండేవారు. పాటలు పాడుతూ దప్పులు, తబలాలువాయిస్తూ వినోదం కల్గించేవారు. పశువుల చర్మంతో తబల, కొమ్ములతో దువ్వెనలు, మురళి (ఫ్లూట్) మొదలైనవి చేసేవారు.

బలిజలు

వాణిజ్యం వీరి ముఖ్యవృత్తి. వీరిని సెట్టిలనేవారు. వాణిజ్యంలో వీరిది అందెవేసిన చేయి. ఇందులో ఇతర శాఖలు గాజుల బలిజ, గంధంవారు కానరాయి మొదలైనవి. ఈ కాలంలో వీరు కుంకుమ, చందనం, గాజులు మొదలైనవాటితో వర్తకం చేసేవారు.

చాకలి

వీరు గ్రామాలలో కాపుల బట్టలు ఉతికేవారు. గ్రామ ఆయగర్లలో వీరు ఒకరు. యూరోపియన్లు వీరిని తమ ఫ్యాక్టరీలలో నియమించారు. బ్రిటిషువారు ఉండే చోట వీరిని ఉండనిచ్చారు. వారి కోసం ఇండ్లు కట్టిచ్చారు. వీరి వృత్తికి చాలా ప్రాముఖ్యత ఉండేది.

పెరికలు

వీరు చిన్న వ్యవసాయ దారులు. గోనె సంచులను కుట్టేవారు. సామాజికంగా వీరు కాపులు, కమ్మలతో సమానులు. వీరు ఉప్పు బలిజలలో ఒక శాఖవారు. ఉప్పు తయారు చేసి వాటికి గాడిదలపై వేసి అమ్ముకునే వారు.

తెలికవారు – వీరికి గానిగ లేక గాండ్లోళ్ళు అనేవారు. వీరు నూనెగింజల నుంచి గానుగాడిచ్చి నూనె తీసి అమ్మేవారు.

ఇడిగ

ఇడిగ లేదా గౌండ్ల వారు కల్లు తీసేవారు. సామాజికంగా వీరు కింది స్థాయిలో ఉండేవారు. కల్లుకు చాలా డిమాండు ఉండేది. అత్రఫ్ బల్దా ప్రాంతాలలో వీటిని సేకరించి హైదరాబాదులో అమ్ముతూ ఉండేవారు. యూరోపియన్లు కూడా దీనిని ఇష్టపడేవారు.

గామల్ల

వీరు నిజానికి ఇడిగలే, కాకపోతే వారిని వారు కొద్దిగా అభివృద్ధి పర్చుకొని కొత్త కులంగా ఏర్పడ్డారు. వీరిలో ధనవంతులు దుకాణాలు పెట్టుకున్నారు. కాపులదగ్గర పని చేశారు. వీరిలో బీదలు కల్లు తీసేవారు.

తెలగలు

హిందూ రాజుల కాలంలో గోల్కొండ కుతుబ్‌షాహీ రాజుల కాలంలో సైన్యంలో పనిచేశారు. వారిది సైనిక వృత్తి. బత్రోతులని పిల్చుకునే వారు. రణరంగంలో తమ శూరత్వాన్ని ప్రదర్శించి శత్రుసైన్యాలను ఎదుర్కొనేవారు. 1870 వరకు దేశ్‌ముఖ్‌ల దగ్గర సిబ్బందిలో అధికంగా పనిచేసింది తెలగలే. ఇలాంటి అవకాశాలు పోయిన తరవాత చింత తోపులు, మామిడి తోపులు ఇతర ఫలవృక్షాలు, కూరగాయల తోటలను గుత్తాకు తీసుకుని ఫలాదులు కూరగాయలు అమ్ముకోవడం వీరి వృత్తి. వీరిలో కొందరు వ్యవసాయం చేసేవారు.

అస్పృశ్యులు

వీరు పరహా కులానికి చెందినవారు. వర్గ క్రమంలో ఐదవ స్థాయికి చెందినవారు. వీరిలో అనేక ఉప కులాలు ఉన్నాయి. వీరు సాధారణంగా గ్రామాల బయట ఉండేవారు. ఎవరూ వీరిని ముట్టుకునేవారు కాదు. గ్రామ ప్రజలలో వీరికి సంబంధాలు ఉండేవి కాదు. వీరు జంతుచర్మంతో చెప్పులు తయారు చేసేవారు.

మాల

వీరు వ్యవసాయ కూలీలు. వీరిలో ఉపశాఖలు ఉన్నాయి. అవి - కంటె, బోయ, పైకీలు, మాలదాసరి, జంగమ. వీరిలో మాలదాసరులు ఈ కులానికి పూజారుల వంటివారు. వీరు వైష్ణవులను అనుసరించేవారు. జంగమ వారు శైవారాధన చేసేవారు. పశుమాంసం తినేవారు. హిందూ దేవాలయాలలోకి వెళ్ళేవారుకాదు.

మాదిగ

చర్మ శుద్ధి, చెప్పుల తయారి వీరి ముఖ్యవృత్తి. వీరిలో శాఖలు - మాదిగ దాసరులు పూజారులు, మాదిగ పైకాలు ఊడ్చేవారు, బావనీలు మాదిగ వాయిద్యకారులు. పంబ వాయిద్యం మీద వాయించేవారు.

ఆదివాసీలు

వీరు అడవులలో కొండ కోనలలో నివసించేవారు. వీరి ఆచారాలు, పద్ధతులు ప్రత్యేకంగా ఉండేవి. వీరిలో చెంచులు గ్రామాలలో ఉంటే, కోయలు అడవుల్లో ఉండేవారు. వీరు అరవ వర్గానికి చెందినవారు. వీరి భాష కోయభాష. ఇందులో కొందరు వ్యవసాయం, పట్టుపురుగుల పెంపకం, కంబళ్ళ తయారీ, పచ్చబొట్టు వేయడం, సవరాలు అల్లడం చేస్తూ ఉండేవారు.

కొండరెడ్లు/కొండదొరలు

వీరు కోయవాళ్ళలాగానే ఉండేవారు. మార్పిడి (పోడు) వ్యవసాయం చేసేవారు. అడవుల్లో నివసించేవారు.

చెంచులు

వీరు కొద్దిగా క్రూరంగా ఉండేవారు. అడవి పండ్లు, పుట్టతేనె మొదలైనవి అమ్ముకొని జీవించేవారు. వీరిలో శాఖలు గొల్లచెంచులు, యానాది చెంచులు, దాసరి చెంచులు. వీరి వృత్తి వేట, యాత్రికులను దోచుకోవడం. కొందరు వ్యవసాయం చేసేవారు. హిందూ దేవతలను పూజించేవారు. వీరి మూల దేవుడు చెంచు మల్లన్న.

గోండులు

యుద్ధ వీరుల జాతివారు. వీరు ఆదిలాబాద్‌లోని అడవుల్లో ఉండేవారు. అక్కడ రాజ్యాన్ని ఏర్పాటు చేసుకొని 1240 నుంచి 1750 వరకు పరిపాలన చేశారు.

బోయలు

వీరిని ముదిరాజులని కూడా అనేవారు. వేట వీరి ముఖ్యవృత్తి. పల్లకీలు కూడా మోసేవారు.

ఎరుకల

దోపిడీ ముఖ్యవృత్తి, నేరాలకు వీరు పెట్టింది పేరు. కొందరు చాపలు, బుట్టలు అల్లుకొనేవారు. వీరిని దబ్బలఎరుకల అనే వారు. కుంచెలు చేసేవారిని కుంచుగట్టు ఎరుకలు అనేవారు. ఈ కుల స్త్రీలు, ఎరుకల సానులు, సోది చెప్పేవారు.

లంబాడీలు

వీరు సుగ్గె, బంజారా పేర్లతో పిలువబడేవారు. వీరు రాజస్థాన్ ప్రాంతాల నుంచి తెలంగాణకు వచ్చారు. తీర ప్రాంతాల నుంచి ఉప్పు తెచ్చి అమ్మేవారు. హిందూ దేవతలను పూజించేవారు.

ఆశ్రిత కులాలు

వీరు భిక్షుక వృత్తిగా ఉండేవారు. వీరు ఎవరిదగ్గర అడుక్కుంటారో, వారిని బట్టి వీరిని ఒక్కోపేరుతో పిలిచేవారు.

బ్రాహ్మణుల దగ్గర - విప్ర వినోదులు

రాజుల దగ్గర - భట్రాజులు

కోమట్ల దగ్గర - వీర ముష్టి, మైలారీలు

కమ్మలదగ్గర - పిచ్చకుంట్ల

పద్మశాలుల దగ్గర - సాధన శూరులు

పెరుకల దగ్గర - వరుసభట్టులు

గామల్ల దగ్గర - యానాదులు

మాలల దగ్గర - ముష్టిగ

మాదిగల దగ్గర - డక్కలి, తప్పెటలు, భాగవతులు

బలోతదార్లు

ఈ కాలంలో ప్రతి గ్రామంలో బలోతదార్లు ఉండేవారు. వీరు గ్రామ సేవకులు. జ్యోషి లేదా పురోహితుడు, ముల్లా, వడ్రంగి కమ్మరి, ఔసలి, కుమ్మరి, చాకలి, మంగలి, మాదిగ, మాల వీరంతా గ్రామ ప్రజల సేవ చేయడానికి ఉండేవారు. కరణం, పటేలు కూడా గ్రామ సేవకులే. వీరందరికి ఇనాం భూములుండేవి. ఆ భూములు అనుభవిస్తూ ఊరు పట్టుకొని ఉండేవారు. ఎవరెవరి వృత్తిననుసరించి వారు గ్రామ ప్రజల సేవ చేసేవారు. భూస్వాములు వారి భూములలో పండిన పంటననుసరించి వారు గ్రామ ప్రజల బలోతదార్లందరికి 'బలోత' పేరుతో ధాన్యం పెట్టేవారు. వడ్ల, కమ్మరి, మాదిగ మొదలైన కొందరు పెద్ద బలోతదార్లకు తక్కిన వారి కంటే ఎక్కువ ధాన్యం పెట్టాలి. హరిజనులు, నమ్మదగిన జాతి అనుకునేవారు. హరిజనులను, మంగలి చాకలివాళ్లను బలోత పెట్టుకున్నారు. హరిజనులు ఊరి నుంచి సర్కారీ డబ్బు తీసుకొని వెళ్ళి తహశీలుదారు ఖజానాలో జమచేసేవారు.

ముస్లింలు

వీరు 14వ శతాబ్దంలో వచ్చారు. వీరిలో షియా, సున్నీ అనే రెండు శాఖలు ఉండేవి. నిజాం కొలువులో చేరడానికి ఎక్కడెక్కడి నుంచో వచ్చి స్థిరపడ్డారు. వీరిలో ఇరానియన్లు, తురానీయన్లు, టర్కీలు, పర్షియా, అరబ్ దేశాలకు చెందినవారు, ఉత్తర భారతదేశానికి చెందిన ముస్లింలు, రోహిల్లాలు, పఠాన్లు ఉండేవారు. వీరంతా ఇక్కడి సమాజంలో కలిసిపోయారు. వీరు ఎక్కువగా సైన్యంలో ఉండేవారు. పర్షియన్లకు అందరికంటే గొప్ప అని భావన ఉండేది. ఇండోపర్షియన్ శాఖనే దక్కన్‌శాఖ అన్నారు. వీరు పరిపాలనలలోనూ, వ్యాపారంలోను ఉన్నారు. మాంసాహారులు, మద్యపానం చేసేవారు. వీరిలో కొందరు వడ్డీ వ్యాపారులుగా ఉండేవారు. విదేశాల నుంచి వచ్చి స్థిరపడిన ముస్లింలను అఫాకీలు అనీ, స్థానిక ముస్లింలను దక్కనీలు అని అనేవారు.

దూదేకుల కులం

హిందూ మతం నుంచి ఇస్లాంలోకి మారినవారు. వీరు తెలుగే మాట్లాడేవారు.

యూరోపియన్లు

వీరు వ్యాపారం కోసం వచ్చారు. వారిలో ఇంగ్లీషు, డచ్, పోర్చుగీస్, డెన్మార్క్, ఫ్రెంచి దేశాల నుంచి వచ్చారు. వీరు మచిలీపట్నం, యానాం, గంజాం, నర్సాపురం, కాకినాడ మొదలైన ప్రాంతాలలో వర్తక కేంద్రాలను స్థాపించారు.

లూసో ఇండియన్స్ : పోర్చుగీసు, దక్కన్‌ల సంకరజాతి.

స్త్రీల పరిస్థితి

హైదరాబాదు బ్రిటిష్ ఇండియాలో ఆరవ అతి పెద్ద సంస్థానం. 17 మిలియన్ల జనాభాతో, వివిధ ప్రాంతాల ప్రజలు, వివిధ భాషలు, వివిధ సంస్కృతులు, వివిధ ఆర్థిక విధానాలతో కలగలిసిన ప్రత్యేక సంస్కృతి "గంగా జమున తహజీబ్". ఇది నిజాం కాలంలో అత్యున్నత స్థితికి చేరింది. ప్రపంచంలోని పెద్ద నగరాలలో 23వ స్థానంలో నిలిచింది. సంస్థానాలన్నింటిలో అధిక జనసాంద్రత ఉన్న నగరంగా పేరొందింది.

సమాజంలో స్త్రీ స్థానం ఒకప్పుడున్నంత ఉన్నతంగా లేదు. దక్షిణ భారతదేశ చరిత్రలో ఒకప్పుడున్న మాతృస్వామ్య ఛాయలు వెతికినా కనపడవు. సమాజం పురుషాధిక్యత మీద నడిచేది. ఫలితంగా స్త్రీ స్థానం నానాటికి కుంచించుకుపోయింది.

సాంఘిక, ఆర్థిక, రాజకీయ పరిస్థితుల ఆధారంగా ఈ కాలపు స్త్రీని గురించి తెలుసుకోవాలనుకున్నప్పుడు వారిని మూడు దశలలో చూడవచ్చు. ఒకటవ దశ తొలి నిజాం కాలం నుంచి 19వ శతాబ్దం వరకు స్త్రీలు, రెండవ దశ మధ్యయుగం నుంచి ఆధునిక యుగానికి మార్పుదశ– సంధికాలంలో నిజాం రాజ్యంలోని స్త్రీలు, మూడవ దశ 20వ శతాబ్దంలో స్త్రీలు.

నిజాం–ఉల్–ముల్క్ స్థాపించిన హైదరాబాదు రాజ్యం, అతని తరవాత వారసత్వ తగాదాలకు లోనైంది. అనంతరం వచ్చిన సలాబత్ ఖాన్ పదకొండు ఏండ్లు రాజ్య పాలన చేశాడు. అతని తరవాత వచ్చిన నిజాం అలీఖాన్ పరిపాలన కాలంలో నిజాం రాజ్యం సైన్య సహకార ఒప్పందం కింద బ్రిటిష్ వారి నీడలోకి వచ్చింది. ఈ కాలం నుంచి మొదటి సాలార్జంగ్ ప్రధానిగా నియామకం అయ్యేవరకు స్త్రీల పరిస్థితి అధ్వాన్నంగా ఉంది. ఈ కాలంలో స్త్రీలు కేవలం నాలుగు గోడలకు మాత్రమే పరిమితమైనారు. ఆమె లక్ష్యం గృహాన్ని చూసుకోవడం, పిల్లల్ని పెంచడం మాత్రమే. కొందరు స్త్రీలు పేదరికం వల్ల, ఇంటి పనులతో బాటు వ్యవసాయ పనులు, కూలిపనులు, భర్తకు చేదోడుగా కులవృత్తులలో సహాయం చేసేవారు. అంతకుమించి బయటి ప్రపంచం వారికి తెలియదు. ధనికులైన స్త్రీలు కూడా నాలుగు గోడలకే పరిమితమయ్యేవారు. ఆర్థికంగా కొంత స్వేచ్ఛ ఉన్నా వ్యక్తిగత స్వేచ్ఛలేదు. రాజకుటింబిక స్త్రీలు, నవాబులు, ప్రభువుల ఇండ్లలోని స్త్రీలు గృహ యజమానులుగా ఆధిపత్యం చూపినా అది నాలుగు గోడల మధ్యనే. కొందరు రాజకుటుంబ మాతృమూర్తులు రాజులైన కుమారులపై తమ ప్రభావాన్ని కొంతమేర చూపగలిగారు. కొందరు స్త్రీలు ఈ ఏకాంతమైన స్థితిని, సరిహద్దును దాటుకొని బయటికి వచ్చారు. అయితే సమాజం వారిని గౌరవింపదగిన స్త్రీలుగా గుర్తించలేదు. వారు ఆయాలు, దాయాలు (జనానా సేవకురాళ్ళు), నాట్యగత్తెలు 'తవాయిఫ్' లు, వేశ్యలు. వీరు ఆర్థిక అవసరాలు, జీవిక కోసం ఏకాంతవాసాన్ని వీడి జనసామ్యంలో పనిచేసేవారు. దక్కనులో 'తవాయిఫ్'లు పాటలు పాడుతూ నాట్యం చేసేవారు. గానీ వీరు వేశ్యలు గారు. సంగీతం, నాట్యం అభ్యసించి ఆ విద్యల ద్వారా వినోదాన్ని అందిస్తూ ఉండేవారు. రాజుల, ప్రభువుల, జమీందారుల ఇండ్లలో పెళ్ళిళ్లు, పుత్రసంతానం కలిగినపుడు జరిపే ఉత్సవాల్లో ఆడి, పాడి వినోదాన్ని కల్గించేవారు. వీరిలో చాలామంది ధనవంతులు, విద్యావంతులు. సంగీత, నాట్య శిక్షణ పొందినవారై ఉండేవారు. వీరికి వేశ్యల లాగాగాక సమాజంలో గౌరవం ఉండేది. వీరు అందించే వినోద కార్యక్రమాల్లో పాల్గొనడం, తమ ఇండ్లలో వారి కార్యక్రమాలు ఏర్పాటు చేయడం ఉన్నత వర్గం వారు హోదాగా భావించేవారు. నిజాం 'తవాయిఫ్' లను పోషించి, వారికోసం ఒక కార్యాలయాన్ని స్థాపించాడు. అదే 'దఫ్తర్ – ఇ – అరబ్ నిషాత్'. నిజాం అలీఖాన్ కాలంలో నెలకు పదకొండువేల రూపాయలు "తవాయిఫ్" ల జీతం కోసం వెచ్చించబడేది. వారిని కళాకారులుగా చూసేవారు. హైదరాబాదులో "తవాయిఫ్"లు మర్యాదకు, వినయానికి, విధేయతకు, సంస్కృతికి మారుపేరుగా ఉండేవారు. స్వంత గౌరవం, అస్తిత్వం వారికుండేది. చాలామంది ఉన్నతవర్గాలకు చెందినవారు తమ బిడ్డలను, ముఖ్యంగా కుమారులను, వీరి ఇంటికి సభ్యత, సంస్కృతి నేర్చుకోవడానికి పంపేవారు. వీరు ఇంతటి గౌరవస్థానం కలిగి ఉండటం చూసిన చాలా మంది ఉత్తర భారతదేశానికి చెందిన స్త్రీలు హైదరాబాదుకు వలస వచ్చారు.

వేశ్యలు పడుపు వృత్తి నిర్వహించేవారు. సమాజంలో ఈ వృత్తికి గౌరవం ఉండేది గాదు. కులీనులు, ప్రభువర్గం వారు ధనికులు వీరి వద్దకు వెళ్ళేవారు. వీరి దగ్గరకు వెళ్ళడమనేది హోదాకు తగినది కాదు. సమాజంలో గౌరవప్రదమైనదిగాదు. దానితో అతిరహస్యంగా వీరితో సంబంధాలు కలిగి ఉండేవారు. ఆర్థిక జీవనం కోసం కొందరు స్త్రీలు ఇటువంటి పనులు చేసేవారు. వీరికి సమాజంలో ఏమాత్రం గౌరవం ఉండేదిగాదు.

వ్యవసాయ కుటుంబ ఉత్పాదకతలో కుటుంబ సభ్యులకు సహాయపడేవారు పనివారు. వీరి శ్రమకు విలువ, వేతనం ఉండేవిగావు. వ్యవసాయ భూములలో పరిశ్రమలలో పనిచేసే కూలీలకు వేతనాలు ఇవ్వబడేవి. వీరు సమాజంలో అట్టడుగు వర్గపు స్త్రీలు. వీరి శ్రమకు విలువ, గుర్తింపు ఉండేది కాదు.

ఈ కాలంలో పరదా ఆచారం ప్రబలమై ఉండేది. నిజాంకాలంలో కులీన వంశాలకు చెందిన ఏ స్త్రీలైనా పరదా పద్ధతి కచ్చితంగా పాటించేవారు. సేవకురాళ్ళైనా బయటికి, బజారుకు వెళ్ళినపుడు పరదా ధరించేవారు. ఒక్క నిజాం అవివాహిత కుమార్తెలకు మాత్రం మినహాయింపు ఉండేది. వారు పరదా లేకుండానే విందులకు, రెసిడెన్సీలలో జరిగే పార్టీలకు హాజరయ్యేవారు. జనసామ్యంలో జరిగే ఉత్సవాలకు వారు హాజరయ్యేవారు కాదు.

ఈ కాలానికి చెందిన ప్రముఖ స్త్రీలు

ఖైరున్నిసా బేగం

ఖైరున్నిసా మాతామహుడు బాకర్ అలీఖాన్ ప్రధాని మీర్ఆలంకు దగ్గరి బంధువు. బాకర్ అలీఖాన్ నిజాందర్బారులో బక్షీ. అల్లుడు మహమ్మద్ అలీఖాన్, గోల్కొండ కోటలోని తుపాకుల పర్యవేక్షణాధికారి, కుమార్తె ఖైరున్నిసా. అద్భుతమైన సౌందర్యరాశి. మీర్ ఆలం కుటుంబానికి చెందిన ఛోటే నవాబుతో ఆమె వివాహం నిశ్చయించారు తండ్రి, తాత, ఖైరున్నిసా తల్లి షర్ఫున్నిసాకు, నానమ్మ దుర్దానా బేగంకు ఛోటేనవాబుతో వివాహం ఇష్టం లేదు. ఇటువంటి సమయంలో ఖైరున్నిసా అక్క నజీరున్నిసా పెళ్ళి సమయంలో అచ్లిస్ కిర్క్ పాట్రిక్స్ (రెసిడెంటు) ఖైరున్నిసాను చూసి ఇష్టపడి ప్రేమించాడు. ఆమె పాట్రిక్స్‌ను ఇష్టపడింది. చాటు మాటు అక్రమ సంబంధాలను ఆమోదించే ఛాందస సమాజం సాహసంతో కూడిన వీరి ప్రేమను తీవ్రంగా భావించింది.

నిజాం నవాబు అరుస్తు జా వీరి పెళ్ళిని రాజకీయ దృష్టితో చూసాడు. వారి పెళ్ళి వల్ల ఈస్టిండియా కంపెనీతో సంబంధం బలపర్చుకోవచ్చునుకున్నాడు. ఈలోపున ఆమె తండ్రి కార్యాలయంలో ప్రమాదవశాత్తు తుపాకి పేలడంతో మరణించాడు. తాత, ఛోటే నవాబుతో వివాహం చేయాలనుకుంటున్నప్పుడు రాజకీయ లబ్ధికోసం నిజాం నవాబు పెండ్లి కొడుకు తండ్రిగా, అరుస్తూజా పెండ్లి కుమార్తె తండ్రిగా బాధ్యత వహించి కిర్క్‌పాట్రిక్, ఖైరున్నిసా వివాహం చేశారు.

కిర్క్ పాట్రిక్స్ ఈ వివాహానికి ముస్లిం దుస్తులలో వచ్చి వారి ఆచారాల ప్రకారం 'నిఖా' చేసుకున్నాడు. నిజాం కిర్క్ పాట్రిక్స్‌ను తన కుమారునిలా భావించాడు. అతనికి 'హష్మత్ జంగ్ బహదూర్' అనే బిరుదునిచ్చాడు. అతడు తన దత్త పుత్రుడని దర్బారులో ప్రకటించాడు. అనంతరం సుల్తాన్ బజార్ చర్చిలో క్రైస్తవ మత ఆచారం ప్రకారం వివాహం జరిగింది. వివాహానంతరం నిజాం చౌమహల్లా ప్యాలెస్‌లో గొప్ప విందు ఇచ్చాడు.

కిర్క్‌పాట్రిక్స్, ఖైరున్నిసా కోసం గొప్ప భవనం నిర్మించాడు. ప్రముఖ ఇంజనీరు రాజా ఽకందస్వామితో రెసిడెన్సీని కోఠీలో 60 ఎకరాలలో కట్టించాడు. అందులో భార్య కోసం రంగమహల్‌ను, దాని చుట్టూ చార్ బాగ్‌ను నిర్మించాడు. ఇది (చార్‌బాగ్) కాశ్మీర్‌లోకి మొగలు గార్డెన్‌కు నమూనా. ఈనాడు ఇది మహిళల కళాశాలగా మారింది.

వీరి వివాహం ఇష్టం లేని మీర్ ఆలం చేసిన కుట్రల వల్ల, ప్రేమగా చూసిన నిజాం మరణానంతరం వచ్చిన సికందర్‌జా తమ తండ్రి మీద చేసిన తిరుగుబాటును అణచి వేసాడనే కక్షతో అతనికి వ్యతిరేకంగా గవర్నర్ లార్డ్ డల్హౌసికి ఉత్తరం రాసారు. ఉత్తరానికి సమాధానమివ్వడానికి బెంగాల్‌కి వెళ్తూ మార్గమధ్యంలో కిర్క్ పాట్రిక్స్ మరణించాడు. అప్పటికే జన్మించిన ఇద్దరు బిడ్డలను కిర్క్ పాట్రిక్స్ అన్న లండన్‌కు తీసుకెళ్ళి పోగా, ఖైరున్నిసా ఆవేదనతో జీవించింది.

మహాలఖా చందాబాయి

మహాలఖా చందాబాయి ఆత్మ సౌందర్యం, బాహ్య సౌందర్యం సమపాళ్ళలో మేళవించిన విదుషీమణి. ఆమె కేవలం (నిజాం) ఒక ఆస్థాన నర్తకి మాత్రమే కాదు, నిజాం దర్బారులో అత్యున్నత 'ఉమ్రావ్' పదవిని అలంకరించిన మేధావి, ఆనాటి యావత్ భారతదేశంలోనే తొలి ఉర్దూ కవయిత్రి. చందా అనే 'తఖల్లూస్' కలం పేరుతో దక్కన్‌లో పేరు ప్రఖ్యాతులు సంపాదించిన 'తవాయిఫ్' ఆమె.

మహాలఖాబాయి చందా 1766లో జన్మించింది. ఈమె తల్లిదండ్రులు గుజరాత్‌కు చెందిన వారు. కాల ప్రభావం వల్ల మహాలఖా కుటుంబం అహ్మదాబాదుకు, అక్కడి నుంచి దక్కనుకు వలస వచ్చింది. మహాలఖా నృత్యాన్ని, సంగీతాన్ని నేర్చుకుంది. మంచి విద్యావంతురాలు. ఎన్నో కవితలు రాసేది. దేశంలోని తొలి ఉర్దూ కవయిత్రి. ఆమె కవిత్వం ఢిల్లీ, లాహోర్, లక్నోలలో పండితుల ప్రశంసలు అందుకుంది. నిజాం ఆమె ప్రతిభాపాటవాలకు మెచ్చి 'ఉమ్రావ్' స్థానాన్ని ప్రసాదించి, తన ఆస్థాన నర్తకిగా నియమించాడు. ఆమె కవిత్వాలు 1824లో ఆమె మరణం తరవాత 'గుల్జార్ - ఎ - మహాలఖ' (మహాలఖ ఉద్యానవనపూలు) పేరుతో ప్రచురింపబడ్డాయి. ఉర్దూలో ఆమె రాసిన 125 గజళ్ళు లండన్‌లోని బ్రిటిష్ మ్యూజియంలో ఉన్నాయి. తన తల్లి మరణించినపుడు ఆమె కోసం 1792లో లక్షరూపాయాలు ఖర్చుచేసి తల్లి సమాధిని నిర్మించింది. ఒక అషుర్‌ఖానా, చౌడి, నక్కర్‌ఖానా, దలాన్‌లను నిర్మించింది.

మహాలఖా గ్రంథాలయంలో ఆమె సంగ్రహాలు అరుదైన, అపురూపమైన చేతిరాతతో ఉన్న గ్రంథాలు ఉన్నాయి. ఆమె గ్రంథాలయంలో ఖాదిమ్‌లు పుస్తకాలు రాయడానికి నియమింపబడ్డారు.

మహలఖా మజీద్ - బైతుల్ అలీఫ్‌ను, అవసాన దశలో ఉన్న రోగులను ఉంచే సంస్థ 'మూసాఖాద్రీ', సూఫీ బోధకుడు తారాషా కోసం ఓ బారాదరీని, మౌలా అలీ పవిత్ర స్థలంలో తీర్థయాత్రల కోసం 'దలాన్' ను నిర్మించింది.

అరుస్తూ జా, మహారాజ చందూలాల్ షాదాన్, రాజరావురాంభ, రాహత్ అజ్మీలు ఎంతో శ్రమించి మహాలఖ చందా జీవిత చరిత్రను సంగ్రహించారు. ఈ గొప్ప కవయిత్రి ఉత్తర భారతదేశానికి చెందిన ప్రసిద్ధ కవులైన మీర్‌తాఖీమీర్, సౌదా, దర్ద కవులకు సమకాలీనురాలు. ఈమె నవాబ్ రుక్నుద్దౌలా వద్ద అసఫియా మదరుల్ మహాం ప్రాథమిక పాఠశాలలో విద్యనభ్యసించింది. లలిత కళలతో బాటు గుర్రపు స్వారి, విలువిద్య, యుద్ధ విద్యలను నేర్చుకుంది. 15 సంవత్సరాల వయస్సులో రెండవ అసఫ్‌జాతో యుద్ధంలో పాల్గొన్నది. ధృపద్, ఖయాల్, తస్సాలలో తనకు గల భక్తి వల్ల ఆమె ఎంతో ప్రసిద్ధి పొందింది. ఆమె ఖాసామహల్‌లో నివసించేది. అక్కడ వందల మంది ఖాదిమ్‌లు, ఆమె దగ్గర పనిచేస్తూ పుస్తకాలు రాస్తూ ఉండేవారు. మహాలఖా ఎస్టేటు సమద్‌పల్లి చందర్‌గుడ, చందాపేట్, అలీబాగ్, మౌలాలీ, అడిక్‌మెట్ట, తదితర ప్రాంతాలలో విస్తరించింది. మహాలఖా ఎంతో దాతృత్వం గలది. 'ఖాత్ దర్షన్ మేళ గ్యారవీ షరీఫ్' కోసం ధారాళంగా డబ్బు ఖర్చు పెట్టేది. మొహర్రం, జష్న-ఎ-హైదరీలను ఆరు నెలల తరబడి నిర్వహించేది. హైదరాబాదును దర్శించే కవులు, దార్శనికులు, కళాకారులకు ఆమె పెద్ద పెద్ద విందులు ఏర్పాటు చేసేది.

దక్కన్ చరిత్ర రాయడానికి కొంతమంది చరిత్రకారులతో ఒక బృందాన్ని తయారు చేసింది. కవులకు, రచయితలకు ఆర్థిక సహాయమే గాక ఆశ్రయం కల్పించేది. ఆమె కళావతి మాత్రమే గాదు, విద్యావంతురాలు కూడా సాజీందాలతో (వాయిద్యకారులు) మెహఫిల్‌లో, ముషాయిరలోకి ప్రవేశించగానే సభికులు ఆమె గౌరవార్థం లేచినిలబడే వారు.

1824లో హైదరాబాదులో వచ్చిన కరువు, ఫలితంగా వచ్చిన అంటు వ్యాధికి గురై ఆమె 1824లో మరణించింది. ఆమె సమాధి కూడా తల్లి సమాధి పక్కనే నిర్మించారు. మహాలఖాబాయి ప్రతి వర్ధంతి నాడు అక్కడ సంగీత నృత్య కార్యక్రమాలు జరిగేవి.

రెండవ దశ

1853-1883ల కాలం అసఫ్‌జాహీ చరిత్రలో ప్రాముఖ్యత గలిగింది. ఈ కాలంలో హైదరాబాదు మధ్యయుగం నుంచి ఆధునిక యుగంలోకి ప్రయాణిస్తూ ఉంది. ఇది ఒక సంధికాలం. ఈ కాలంలోనే ప్రజ్ఞావంతుడైన మొదటి సాలార్‌జంగ్ ప్రధానిగా నియమింపబడ్డాడు. ఇతని కాలం హైదరాబాదుకు ఉత్సాహాన్ని, ఆశను కలిగించింది. ఇతని కాలంలో రాజ్య నూతన విద్యా విధానం ఏర్పడింది. అమ్మాయిల కోసం మొదటి పాఠశాల ఏర్పాటు చేయబడింది. అంతకు ముందు సమాజంలో అభివృద్ధి జరుగుతున్నా స్త్రీస్థానం జీవన విధానంలో ఎటువంటి వృద్ధి లేదు. వారు తమ జీవికకు పురుషుల మీద ఆధారపడేవారు. ఈ సమయంలో కొందరు కులీన స్త్రీలు తమ రాజభవనాలలో, దేవిడీలలో విద్య నేర్చుకోవడం మొదలు పెట్టారు. మధ్య తరగతి స్త్రీలు గృహసంబంధ నైపుణ్యాలు. మతపరమైన విద్యను నేర్చుకున్నారు. అంతకుమించి ఆ కాలంలో జరిగిన స్త్రీ జనోద్ధరణ లేదు. ఈ కాలంలో స్త్రీ అభివృద్ధికి విత్తనం నాటబడింది. అది ముందుకాలాల్లో పెరిగి, పెద్దదై ఫలపుష్పాలనందించింది. ఈ కాలం ప్రత్యేకత ఏమంటే, అది తరవాత వచ్చిన అభివృద్ధి యుగానికి నేపథ్యంగా మారింది. ముందుకాలం కంటే బాల్యవివాహాల సంఖ్య తగ్గింది. స్త్రీ విద్యకు ప్రోత్సాహం లభించింది. ఫలితంగా ఉన్నత కుటుంబాల స్త్రీలు విద్యనభ్యసించారు. సామాజిక అభివృద్ధిలో, కుటుంబాల అభివృద్ధిలో వారు పాలుపంచుకున్నారు. స్త్రీలు సంస్కృతికి, వారసత్వానికి వారధులు.

18, 19వ శతాబ్దాలలో స్త్రీల సాంఘిక పరిస్థితులు

ఈ శతాబ్దాలలో స్త్రీల సామాజిక, ఆర్థిక పరిస్థితి అట్టడుగు స్థాయిలో ఉండేది. సమాజంలో స్త్రీకొక స్థానం, గౌరవం ఉండేదిగాదు. గ్రామాలలో స్త్రీలు ఎక్కువగా వ్యవసాయకూలీలుగా ఉండేవారు. భూస్వాముల పొలాలలో పనిచేయడం తలకుమించిన పని. జీతంలేదు. కనీసం సాటిమనిషనే ధ్యాసలేకుండా పనిచేయించుకునే వారు. భూస్వాములు, దేశ్‌ముఖ్‌లు, దేశ్‌పాండేలను ఎదిరించే ధైర్యం ఎవరికి ఉండేదిగాదు. పట్టణాలలో స్త్రీలు ముఖ్యంగా ప్రభువులు, నవాబులు, ప్రభుత్వ అధికారుల ఇండ్లలో పనిచేసేవారు. వీరి పనికి కచ్చితమైన పనిగంటల సమయం లేదు. కచ్చితమైన జీతం ఉండేది గాదు. ప్రభువులు, నవాబుల కుటుంబాలలోని యజమానురాలి దయాదాక్షిణ్యాలపై వారి జీవితం ఆధారపడి ఉండేది. కాబట్టి ఈ సేవకులు భయం, భక్తితో మెలిగేవారు. హరిజనుల కుటుంబాలలో వెట్టి కన్పించేది. బోయలు, బెస్తలు మొదలైనవారు భూస్వాములను పల్లకీలలో మోసుకెళ్తూ ఉండేవారు. విపరీతమైన శ్రమ, శ్రమకు తగ్గ వేతనం లేక దుర్భరమైన దారిద్ర్యంలో కొట్టుకుంటూ ఉండేవారు. విద్య, సౌకర్యాలు వీరికి అందని ఫలాలు. వీరిని ఆదుకొని, ఆదరించే వారుగానీ, సంస్కరించే సంస్కర్తలు గానీ, సంఘాలుగానీ లేవు.

ప్రముఖ స్త్రీలు

సౌగ్ర హుమాయున్ మిర్జ

సౌగ్ర హుమాయున్ మిర్జ 1882 డిసెంబర్‌లో హైదరాబాదులో జన్మించింది. ఈమె తండ్రి టర్కీ జాతీయుడైన డా॥ సఫ్దర్‌అలీ మిర్జా నిజాం సైన్యంలో 'కాప్టెన్-సర్జన్'. ఇతను నిజాం అలీఖాన్ కాలంలో హైదరాబాదుకు వలస వచ్చాడు.

సౌగ్ర హుమాయున్ బేగం తన తొలి విద్యను ఇంటివద్దే అభ్యసించింది. 1900 సంవత్సరంలో సయ్యద్ హుమాయున్ మిర్జ బార్-ఎట్-లా ను వివాహం చేసుకుంది. 1902 నుంచి ఆమె జాతీయ విధానంతో సేవ ఆరంభించింది. 1912లో ఆమె బేగం ఖేదివ్‌జంగ్‌తో కలసి 'అంజుమన్-ఇ-ఖవాతీన్ దక్కన్' అనే సంస్థను స్థాపించింది. ఆమె ఆ సంస్థకు సెక్రెటరీగా మూడు సంవత్సరాలు పనిచేసింది. ఈ సంస్థ కింద ఆమె రెండు పాఠశాలలు బాలికలు కోసం స్థాపించింది. ఈ సంవత్సరంలోనే విద్యావంతులైన హిందూ స్త్రీలు ఒక సమాజాన్ని ఏర్పరచారు. సౌగ్రమిర్జకు ఆ సంఘంలో గౌరవం లభించింది.

ఆమెకు వ్యాస రచనపై అద్భుతమైన పట్టు ఉండేది. ఆ కాలం నాటి వివిధ వార్తా పత్రికలలో, వార, మాస పత్రికలలో ఆమె వ్యాసాలు ప్రచురింపబడేవి. ఇవన్నీ ఎక్కువగా స్త్రీల సంస్కరణకై రాయబడినవే. ఆమె అనేక పుస్తకాలను స్త్రీల విద్యపై రచించింది. సాహిత్యపరంగా ఆమె రచనలకు, ఆమె చేసిన సేవలకు హైదరాబాద్ ప్రభువర్గం ఆమెకు బంగారు పతకం ఇచ్చి సత్కరించింది. 1920లో ఆమె హైదరాబాదు టెక్స్ట్‌బుక్ కమిటీకి గౌరవ సభ్యురాలిగా ఎన్నుకోబడింది, 1923లో International congress moral education (లండన్) భారత శాఖకు గౌరవ సభ్యురాలిగా ఎన్నుకోబడింది. 1908లో ఆమె మూసి వరద బాధితులకు నిధులు సేకరించింది. అదేవిధంగా అలీఘర్ కళాశాలకు నిధులు సేకరించింది. 1908లో పర్షియాలో వచ్చిన భూకంప బాధితులకు విరాళాలు సేకరించింది.

సౌగ్ర హుమాయున్ మిర్జా దేశాల మధ్య మంచి స్నేహం, లావాదేవీల కోసం, తన జ్ఞానాన్ని పెంచుకోవడం కోసం అరేబియా, పర్షియా, యూరప్ తిరిగింది. ఆమె ఉపన్యాసాలు, రచనలు ముఖ్యంగా హిందూ-ముస్లిం ఐక్యతపైన, సాంఘిక దురాచారాలు, ముఖ్యంగా 'పరదా' పద్ధతి పైన, స్వదేశీ వస్తువులను ప్రోత్సహించడం పైన, గోవధ పైన, జాతీయ విద్యాలయాలు, స్థానిక భాషల్లో బోధనపై ఉండేవి. మాసబ్‌టాంక్‌లో పాఠశాల స్థాపనకు ఆమె తన భూమిని విరాళంగా ఇచ్చింది. ఇప్పుడు అది సఫ్దరియా బాలికల పాఠశాలగా 1000 మంది విద్యార్థులతో నడుస్తుంది. నగరంలోని హుమాయున్ నగర్ ఆమె భర్త పేరు మీదుగా ఉంది.

తయ్యబా బేగం సాహిబా బిల్‌గ్రామి

తయ్యబా బేగం సాహిబా బిల్‌గ్రామి సయ్యద్ హుస్సేన్ కుమార్తె. ఈమె 1873లో జన్మించింది. మద్రాసు యూనివర్సిటి నుంచి 1908లో ఎఫ్.ఏ. హానర్స్ పాసయ్యింది. 1910 లో బి.ఏ డిగ్రీ అదే యూనివర్సిటీ నుంచి తీసుకుంది. భారతదేశంలోనే డిగ్రీ తీసుకున్న మొదటి ముస్లిం మహిళ. 1896లో ఆమె నవాబ్ ఖేదివ్ జంగ్ బహదూర్‌గా ప్రసిద్ధి చెందిన డా॥ మిర్జ కరీం ఖాన్‌ను వివాహం చేసుకుంది. వీరికి నల్గురు కుమార్తెలు, ఒక కుమారుడు. పెద్ద కుమార్తె పసితనంలోనే మరణించింది. భార్యగా, తల్లిగా విధులు నిర్వహిస్తూనే ఆమె విపరీతంగా పుస్తకాలు చదివేది. ఇస్లాం మతంపై సంపూర్ణ విశ్వాసం వల్ల ఖురానును పూర్తిగా చదివింది. ఇతర మత గ్రంథాలను కూడా చదివింది. రాజనీతి, సాంఘిక శాస్త్రాలలో ఆమెకు అభిరుచి ఎక్కువ. ఆమె ఉపన్యాసాలు, రచనలు ఇండియన్ ఇస్లాంపైన, విద్యపైన ఉండేవి. సంస్కరణాభిలాషి కావడం వల్ల సంస్కరణలపై ఎక్కువ మక్కువ చూపింది. స్త్రీకి ఆర్థిక సాంస్కృతిక, రాజకీయ మార్పు కేవలం విద్యవల్లనే సాధ్యమవుతుందని నమ్మేది. ఆమె కేవలం మాటల మాంత్రికురాలు కాదు, చేతలు చేసి చూసేది. హైదరాబాద్‌లోని చాలా విద్యాసంస్థలు ఆమె సహకారం వల్ల నడుస్తూ ఉండేవి. ఆమె 1921లో మరణించింది.

తయ్యబా బేగం

తయ్యబా బేగం మేజర్ మొహమ్మద్ అలీ మిర్జా కుమార్తె. మేజర్ అలీ మిర్జ 1914 మొదటి ప్రపంచ యుద్ధ కాలంలో ఈజిప్టులో మరణించాడు. అప్పటికి తయ్యబా బేగం వయస్సు కేవలం ఏడు సంవత్సరాలు మాత్రమే. ఆమెను తల్లే పెంచి విద్యాబుద్ధులు నేర్పించింది. తొలి ప్రాథమిక విద్య ఇంటివద్దనే నేర్చుకొని పై చదువుకై మహబూబియా బాలికల పాఠశాలలో చేరింది. 1930లో ఆమె బాకర్ అలీఖాన్‌ను వివాహం చేసుకుంది. అతను సిటీ కళాశాలలో ఇంగ్లీషు అధ్యాపకుడు. మహారాజ కిషన్ పర్షాద్‌కి గురువు. అనంతరం బాకర్ అలీ విద్యాశాఖలో చేరి జాయింటు సెక్రెటరీగా పదవీ విరమణ చేశాడు. ఈ కాలంలో స్త్రీ విద్య చాలా వెనకబడి ఉంది. ముస్లిం స్త్రీలు పరదా పద్ధతి పాటిస్తూ, ప్రభుత్వం ఉద్యోగాలలో చేరడం నామోషీగా భావించేవారు. అటువంటి సమయంలో తయ్యబాబేగం కోఆపరేటివ్ డిపార్టుమెంట్‌లో చేరి ఉద్యోగం చేస్తూనే మొదటి ఆర్ట్స్ అండ్ క్రాఫ్ట్స్ పాఠశాలను హైదరాబాద్‌లో స్థాపించింది. దీనికి సర్ అక్బర్ హైదరీ ఆమెకు పూర్తి సహాయ సహకారాలనందించాడు. అతి తక్కువ కాలంలోనే ఆ పాఠశాల చాలా ప్రఖ్యాతి గాంచడమే కాక దాని శాఖలు ఔరంగబాద్, వరంగల్, నిజామాబాద్‌లలో స్థాపించబడ్డాయి. తయ్యబా బేగం హైదరాబాదులో స్త్రీ విద్యకు, ముఖ్యంగా ఆర్ట్స్ అండ్ క్రాఫ్ట్‌లో అధ్యాపకురాలిగా పేరుగాంచింది. ఆమె మొదటి 'డొమెస్టిక్ సైన్స్ కాలేజీ' ని స్థాపించి, తనే దానికి మొదటి ప్రిన్సిపాల్ అయ్యింది. 1965లో తయ్యబా బేగం పదవి నుంచి విరమణ పొందింది.

సరోజిని నాయుడు

సరోజిని నాయుడు ఇంగ్లీషు కవితా సాహిత్యంలో రారాణి. బుల్-బుల్-ఎ-హింద్ (భారతకోకిల) గా శ్లాఘించబడింది. ఆమె 13, ఫిబ్రవరి 1879లో బెంగాలీ కుటుంబంలో జన్మించింది. వీరి కుటుంబం 1878లో హైదరాబాదుకు వలస వచ్చింది. ఈమె తండ్రి డా॥ అఘోరనాథ చటోపాధ్యాయ. గొప్ప పండితుడు, జ్ఞాని. అతను ఇడెన్‌బర్గ్ యూనివర్సిటి నుంచి డి.ఎస్సీ డిగ్రీ పొందాడు. దాంతోబాటు భౌతికశాస్త్రంలో 'కోవ్‌టెడ్ బాక్స్‌టెడ్' బహుమతి, రసాయనశాస్త్రంలో 'హోప్ బహుమతి' పొందాడు. ఆయన విద్య ముగించుకొని భారతదేశం వచ్చినప్పుడు నవాబు మహబూబ్ అలీఖాన్ ఆరవ నిజాం హైదరాబాదులో విద్యావ్యవస్థను బాగుపరచడానికి అతణ్ని పిలిపించాడు. ఛటోపాధ్యాయ తనకు అప్పగించిన పనిని సంపూర్తిగా నెరవేర్చాడు.

సరోజిని నాయుడు విలాసవంతమైన జీవన విధానంలో పెరిగింది. ఆమెకు విద్యనేర్పించడానికి తండ్రి ఇంగ్లీషు, ఫ్రెంచి గవర్నర్‌లను నియమించాడు. ఉత్తమ శిక్షణ ఇప్పించాడు. 12 సంవత్సరాల వయస్సులో ఆమె మద్రాసు యూనివర్సిటీ నుంచి మెట్రిక్యులేషన్ పాస్ అయ్యింది. 14 సంవత్సరాల వయస్సు నాటికి ఇంగ్లీషు కవులందరి గురించి చదివింది.

ఇంగ్లీషులో ఆమె రచించిన 'మెహర్ మునీర్' నాటకం నిజాం ఆరవ నవాబ్ మహబూబ్ అలీఖాన్‌కు బాగా నచ్చి, 1895లో, మొదటి తరగతి ప్రయాణంలో విదేశాలకు వెళ్ళడానికి ఆమెకు ఉపకార వేతనం ఇచ్చాడు. ఇంగ్లాండులో భారత విద్యార్థుల గురువైన మిస్‌మానింగ్ శిష్యురాలిగా ఉంది. 18 సంవత్సరాల వయస్సులో ఆమె గిర్‌టన్ కళాశాలలో చేరింది. కాని యూనివర్సిటీ జీవితం ఆమెకు నచ్చలేదు. దాంతో ఆమె ఇటలీ, స్విట్జర్లాండులను దర్శించింది. ఆమె రచనలన్నింటిలోకి గొప్పది 'ద బర్డ్ ఆఫ్ టైమ్'. హైదరాబాదు తిరిగి వస్తూ ఆమె 1898లో డా॥ ముత్యాల గోవిందయ్య నాయుడును వివాహం చేసుకుంది.

రాజకీయాల పట్ల ఆకర్షితురాలై మాతృభూమికి సేవచేయాలనే ఉద్దేశ్యంతో ఆమె స్వదేశానికి తిరిగి వచ్చింది. ఆమె చేసి మొదటి ప్రజాసేవ హిందు –ముస్లింల మధ్య ఐక్యత సాధించడం. 1913లో బాంబే కాంగ్రెస్‌లో ఆమె ముస్లిం సమూహాన్ని ఉద్దేశించి ప్రసంగించింది. 1915లో స్వపరిపాలనపై రెసల్యూషన్‌కు మద్దతుగా ఆమె ప్రసంగించింది. అనంతరం ఆమె భారత స్త్రీలలో రాజకీయ సమానత్వంకోసం పోరాడింది. దానిపై ప్రసంగించడానికి ఆల్–ఇండియా హోం రూల్ లీగ్ ప్రతినిధిగా లండన్ వెళ్ళింది. లండన్‌లో జరిగిన రెండవ రౌండ్‌టేబుల్ సమావేశానికి గాంధీతో బాటుగా హాజరయ్యింది. గాంధీజీతో, నెహ్రూ కుటుంబంతో చాలా చనువుగా ఉండేది. భారత జాతీయోద్యమ కాంగ్రెస్ సమావేశాలలో పాల్గొనేది. పరద, బాల్యవివాహాలకు వ్యతిరేకంగా పోరాడేది. 1908లో హైదరాబాద్‌లో మూసినదికి వరదలు వచ్చినపుడు మహబూబ్‌అలీఖాన్ ప్రజల ఇక్కట్లను చూసి పడిన బాధను ఆమె 'టియర్స్ ఆఫ్ అసఫ్' అనే కవితలో అద్భుతంగా వర్ణించింది.

సరోజినినాయుడు రాష్ట్ర రాజకీయాలలో ఎక్కువగా పాల్గొనలేదు. దేశీయ రాజకీయాలలో పాల్గొని మహాత్మాగాంధీ, జమ్నలాల్ బజాజ్ మొదలగువారితో దేశ రాజకీయాలలో పాల్గొని కాంగ్రెస్ నాయకత్వం వహించింది. సరోజినినాయుడు జాతీయ ఉద్యమంలో పాల్గొన్నది. 1905 బెంగాల్ విభజన సమయంలో ఉద్యమంలో పాల్గొన్నది. 1915-18 కాలంలో దేశంలోని వివిధ ప్రాంతాలలో తిరుగుతూ మహిళా సాధికారత, జాతీయ ఉద్యమం గురించి ప్రచారం చేసింది. 1917లో 'ఉమెన్ ఇండియన్ అసోసియేషన్' ఏర్పాటులో పాలుపంచుకుంది. 1925 భారత జాతీయ కాంగ్రెస్‌కు కాన్పూరు సమావేశానికి అధ్యక్షురాలిగా ఉంది. 1929లో దక్షిణ ఆఫ్రికాలో తూర్పు ఆఫ్రికన్ ఇండియన్ కాంగ్రెస్ సమావేశాలకు అధ్యక్షత వహించింది. బ్రిటిష్‌వారు ఈమెకు కైజర్–ఎ–హింద్ పతకాన్ని బహుకరించారు. ఆమె భారతదేశంలో ప్లేగు వచ్చినపుడు చేసిన సేవలకు ఈ బిరుదు ఇచ్చారు. 1930లో ఉప్పుసత్యాగ్రహంలో పాల్గొంది. 1931లో రౌండ్‌టేబుల్ కాన్ఫరెన్స్‌కి గాంధీ, మదన్‌మోహన్ మాలవ్యలతో కలసి లండన్ వెళ్ళింది. 1905లో ఆమె కవితలు 'ద గోల్డెన్ థ్రెషోల్డ్' పేరుతో ప్రచురించబడ్డాయి.

హైదరాబాదులో ఆమె నివసించిన గృహం ఆమె అనంతరం హిందు ముస్లింల మైత్రికి ఆలయంగా ఉండేది. ఆమె అనంతరం తన గృహాన్ని విశ్వవిద్యాలయానికి ఇచ్చింది. తన జీవితకాలంలో సరోజినీదేవి ఆసియా ఖండంలోనే అగ్రశ్రేణి మహిళగా పేరుగాంచింది. స్వాతంత్ర్యానంతరం ఈమె పశ్చిమబెంగాల్‌కు గవర్నర్‌గా పనిచేశారు. ఈమె కుమార్తె పద్మజానాయుడు, కుమారుడు జయసూర్య. డా॥ జయసూర్య జర్మనీలో వైద్యశాస్త్రం అభ్యసించి యం.డి. డిగ్రీపొందాడు. రాజకీయాలలో కమ్యూనిస్టు భావాలు గలవాడై హిట్లరు నాయకత్వం ఆరంభమవుతున్న కాలంలో భారతదేశానికి తిరిగి వచ్చాడు. తదుపరి రాష్ట్ర రాజకీయాలలో ముఖ్యపాత్ర వహించాడు. పద్మజానాయుడు పది సంవత్సరాలు పశ్చిమబెంగాల్‌కు గవర్నర్‌గా పనిచేసి, తరవాత ఢిల్లీలో సామాజిక కార్యక్రమాల్లో పాలుపంచుకొంది.

20వ శతాబ్దం నాటి స్త్రీలు

హైదరాబాదుపై బ్రిటిష్ వారి ప్రత్యక్ష ఆధిపత్యం లేదు. ఇటువంటి పరిస్థితులలో నిజాంరాజ్యంలో చదువుకొన్న స్త్రీలు కొందరు విద్యావంతులైన పురుషుల ప్రబోధం వల్ల స్త్రీల విద్యపై ఉన్న ఆంక్షలను తొలగించ ప్రయత్నించారు. వారు కలంతో తమ ఆలోచనలను ప్రచారంచేసి వ్యాపింపచేశారు. ఫలితంగా ఈ దశలో స్త్రీ విద్యాభివృద్ధి జరిగింది.

సాలార్‌జంగ్ సాధించిన అభివృద్ధి ఆరవ, ఏడవ నిజాం కాలాలలో కూడా కొనసాగింది. ఫలితంగా పరిపాలనలో ఆర్థిక స్థిరత్వం ఏర్పడింది. 1884-1948 మధ్యకాలంలో హైదరాబాద్ అన్ని రంగాలలో అభివృద్ధి సాధించింది. ఒక దార్శనికతతోబాటు స్త్రీ అభివృద్ధి ఈ కాలంలో చోటు చేసుకుంది. ఫలితంగా స్త్రీల అభివృద్ధి సాధ్యమయ్యింది. విద్య వారికి కొత్త జీవితాన్నందించింది. ఫలితంగా నిజాం కాలం నాటి స్త్రీలు, ముఖ్యంగా ముస్లిం స్త్రీలు, పరదాలు, ఏకాంతవాసాలనే అడ్డంకులను అధిగమించారు. ఆరవ నిజాం కాలంలో 1907లో ముస్లిం అమ్మాయిలకోసం జనానా పాఠశాల స్థాపితమైంది. 1909 నుంచి ఇది పనిచేయడం ప్రారంభించింది. 1930నాటికి 79 పాఠశాలలు ఏర్పడ్డాయి. ఇందులో హిందూ ముస్లిం విద్యార్థినులు చేరారు. ఇందులో చాలామంది నిజాం రాజ్యంలో పనిచేసే అధికారుల పిల్లలే. విద్యా వ్యాప్తి వల్ల సాంఘిక సంస్కరణలు అతి త్వరితంగా ముస్లిం సమాజంలో సాధ్యమైంది. పురుషులు కూడా తమ కుటుంబాలలో స్త్రీలను విద్యావంతులను చేయడంలో ఎంతో కృషిచేశారు. వీరు స్త్రీ అభ్యున్నతికి ఎన్నో పత్రికలు స్థాపించారు. ఉదాహరణకు సయ్యద్ ముంతాజ్ అలీ, ఆయన భార్య మొహమ్మదీ బేగం'తహజీబ్-ఉన్-నిసాన్' (నాగరిక స్త్రీ) అనే పత్రికను 1898లో స్థాపించారు. షేక్ అబ్దుల్లా హదీస్, ఆయన భార్య జహనాబేగం అలీఘర్‌లో ఒక పత్రిక 'ఖాతూన్ (స్త్రీ)ని 1904లో స్థాపించారు. దక్కనులో సొఘ్రు హుమాయున్ మిర్జా స్త్రీ విద్యకోసం ఎంతో కృషి చేసింది. ఎన్నో పత్రికలకు సంపాదకురాలిగా ఉంది. ఈ పత్రికలు స్త్రీలలో ఉత్తమ స్త్రీ అనే ఆలోచనను వ్యాపింపజేయడంలో క్రియాశీలకపాత్ర పోషించాయి.

ఈకాలంలో కులీన స్త్రీలు, వారి భర్తల సహకారంతో అనేక సంస్థలు, ముఖ్యంగా ముస్లిం సంస్థలు స్థాపించబడ్డాయి. ముస్లిం స్త్రీలకోసం సంస్థలు ఏర్పడ్డాయి. పత్రికలు ఈ సంస్థలకు నాలుకల్లాగా పనిచేశాయి. అంజుమన్-ఇ-ఖవాతిన్-ఇ-ఇస్లాం (ముస్లిం స్త్రీల గుంపు) అనే సంస్థ ఈ పత్రికల వల్ల గుర్తింపు పొందింది. తాలిమ్-ఇ-నిస్వాన్ (స్త్రీవిద్య)లో రచయిత్రి నూరానీ బేగం సాయిబా పిల్లల పెంపకం గురించి రాసింది. స్త్రీల విద్యకోసం 1934లో సొఘ్రుహుమాయూన్ మిర్జ సఫ్దరియా పాఠశాల, ఉర్దూ మీడియం బాలికల పాఠశాలలను మాసాబ్‌టాంక్ దగ్గర స్థాపించింది. మరొక ప్రముఖ స్త్రీ మహమూదాబేగం సాహిబా. ఈమె భర్త ఖాదిల్‌నవాజ్, నిజాం సైన్యంలో ఉన్నతోద్యోగి. ఆయన బిరుదం జంగ్‌బహదూర్. వీరందరి కృషి ఫలితంగా ముస్లిం స్త్రీలలో విద్య అభివృద్ధి చెందింది. డా॥ అల్మా లతీఫ్, బాలికల పాఠశాలల్లో తనిఖీ అధికారి పదవిని సృష్టించి బాలికల పాఠశాలలో విద్య సాఫీగా జరిగేటట్లు చూసింది. 19వ శతాబ్దంలో ఉన్న స్త్రీల పరిస్థితులు మార్చడానికి ఆరవ నిజాం మహబూబ్ అలీఖాన్ ప్రయత్నాలు చేశాడు. ఇదేకాలంలో ఇంగ్లీషువారు కూడా స్త్రీ విద్యాభివృద్ధికి ఎంతో కృషిచేశారు. స్త్రీ అభివృద్ధి విద్యతోనే సాధ్యమైంది. తన 25 ఏండ్ల పరిపాలనలో మీర్ ఉస్మాన్ అలీఖాన్ స్త్రీవిద్యపై ఎంతో శ్రద్ధ వహించాడు. ఫలితంగా 1936 నాటికి 677 ప్రాథమిక, 28 మాధ్యమిక 4 ట్రైనింగ్, ప్రత్యేక పాఠశాలలు స్థాపించబడ్డాయి. 1938లో బోర్డ్ ఆఫ్ సెకండరీ ఎడ్యుకేషన్ నూతన సిలబస్‌ను స్త్రీలకోసం పాఠశాలల్లో ప్రవేశపెట్టింది. అవి : పరిశుభ్రత, పౌష్టికాహారం, వంట, కుట్లు, ప్రాథమిక చికిత్స, నర్సింగ్, చైల్డ్ వెల్ఫేర్, లాండ్రీ మొదలైన గృహసంబంధ విద్యలను సిలబస్‌లో డొమెస్టిక్‌సైన్స్ పేరున పెట్టబడ్డాయి. మరాఠ ప్రాంతానికి చెందినవారు వామనరావు, వినాయక్‌రావు కోరట్కర్ మొదలైన వారు స్త్రీవిద్యకు కృషిచేశారు. ఫలితంగా వివేకవర్ధని కన్యాపాఠశాల, సావిత్రి కన్యా పాఠశాల, ఆర్యకన్యా పాఠశాలలు ఏర్పడి మరాఠులకు, హైదరాబాదీయులకు విద్యను అందించాయి. ఈ సాంఘిక విద్యావిధానం ద్వారా విద్యనభ్యసించి సమాజంలో ప్రవేశించిన విద్యావంతులు క్లబ్బులు, సంఘాలు, అసోసియేషన్లు, పాఠశాలలు స్థాపించి సాంఘిక కార్యకలాపాలలో పాలుపంచుకుంటూ సమాజసేవ చేశారు.

సంఘసంస్కర్తల కృషి వల్ల హిందూ స్త్రీలలో కూడా విద్యావ్యాప్తి జరిగి వారి అభివృద్ధికి తోడ్పడింది. రాజబహదూర్ వెంకట రామిరెడ్డి హైదరాబాదులో బాలికల వసతి గృహాన్ని నిర్మించడంతో అనేక మంది అమ్మాయిలు విద్యనభ్యసించగలిగారు. మాడపాటి హనుమంతరావు స్త్రీ విద్యకోసం ఒంటరి పోరాటం చేసి, నారాయణగూడలో బాలికల పాఠశాల ఏర్పాటు చేశాడు. సంగెం లక్ష్మీబాయి గుంటూరుకు వెళ్ళి అక్కడ ఉన్నవ దంపతులు నిర్వహిస్తున్న పాఠశాలలో విద్యనభ్యసించారు.

స్వాతంత్ర్యోద్యమంలో స్త్రీలు

ఆంధ్ర మహాసభ కార్యక్రమాల కారణంగా మహిళలలో నాయకత్వ లక్షణాలు పెరిగాయి. బ్రిటీష్ నిరంకుశ పాలనకు వ్యతిరేకంగా పద్మజానాయుడు స్వదేశీలీగ్‌ను ప్రారంభించారు. ఈ సమయంలో నగరంలో సత్యాగ్రహం చేసిన మొదటి మహిళ జ్ఞాన కుమారి హేడా. హైదరాబాదు సంస్థానంలో ఆమె ఏకైక మహిళా సత్యాగ్రహి. ఆరుట్ల కమలాదేవి స్వాతంత్ర్య పోరాటంలో పాల్గొన్నారు. నాటి ప్రజాసేవ రంగంలో టి. వరలక్ష్మమ్మ ప్రముఖులు. దేవరకొండలో రెండవ ఆంధ్ర మహాసభ మహిళా సంఘానికి అధ్యక్షత వహించారు, ఈమె స్త్రీ వైద్య నిపుణురాలు. స్త్రీల ఆరోగ్య విద్యా పరిషత్తును స్థాపించింది. పరదా పద్ధతి నిషేధించాలని, కళావంతులలో (జోగిని)లలో వివాహ వ్యవస్థ ప్రవేశపెట్టాలని సూచించారు. ఛత్రాతి నర్సమ్మ నిజాం వ్యతిరేక ఆంధ్రోద్యమంలో పాల్గొన్న మరొక స్త్రీ. ఈమె తన గ్రంథాలను అలమారతో పాటు మాడపాటి బాలికల పాఠశాలకు దానం చేశారు. ఎల్లా ప్రెగడ సీతాకుమారి గొప్ప రచయిత్రి. ఎన్నో పుస్తకాలు రాసింది. ఆంధ్ర మహాసభల్లో పనిచేసింది. పురోగమన దృక్పథంలో ఉండే భావనలను వెల్లడించింది. నడింపల్లి సుందరమ్మ స్వస్థలం గోదావరిజిల్లా అయినా హైదరాబాదులో స్థిరపడి సమాజ దురాచారాలకు వ్యతిరేకంగా పోరాడింది. ఈమె 'ఆంధ్ర సోదరీ సమాజాన్ని' స్థాపించింది. ఈ కాలంలో స్త్రీల చైతన్యం తగిన రీతిలో వికసించింది. లేడీ హైదరీ క్లబ్, సోదరి సమాజం, ఆంధ్ర యువతి మండలి, ఆంధ్ర మహాసభలో జరిగిన మహిళా సమావేశాలు స్త్రీలను చైతన్యవంతం చేశాయి. రూప్‌ఖాన్‌పేట రత్నాంబదేశాయి తన సాహిత్యం ద్వారా గాంధీ సిద్ధాంతాలను ప్రచారం చేసింది. వితంతువులకు హాస్టళ్ళను కట్టించింది. సయ్యద్ బిల్‌గ్రామి, మాడపాటి హనుమంతరావు, వడ్డికొండ నరసింహరావు, భాగ్యరెడ్డి వర్మలు స్త్రీల అభివృద్ధికోసం పనిచేశారు. ఎస్. సుందరీబాయి, సందిటి సత్యవతీబాయి. పాపమ్మ, సుశీలాదేవి, మంగళగిరి రాఘవమ్మ, పత్రికల ద్వారా స్త్రీ అభ్యుదయానికి కృషిచేశారు. ఈ కాలంలోనే సరోజినీనాయుడు మాతృమూర్తి బాలికల కోసం ఒక పాఠశాలను స్థాపించింది.

సురవరం ప్రతాపరెడ్డి తన గోల్కొండ పత్రికల్లో స్త్రీవిద్య, స్త్రీఅభివృద్ధిపై రచనలుచేసి వారిని ప్రోత్సహించాడు. అహల్యాబాయి, కుట్టివెల్లోడి అభివృద్ధి కార్యకలాపాలు నిర్వహించారు. సుమిత్రాదేవి, టి.ఎస్. సదాలక్ష్మి, ఈశ్వరీబాయి, సంగెం లక్ష్మీబాయమ్మ సంఘ సంస్కరణకు కృషిచేశారు. 1922లో మార్గరెట్ ఇకజిమ్స్ ప్రోత్సాహంలో 'ది ఉమెన్స్ అసోసియేషన్ ఫర్ ఎడ్యుకేషనల్ అండ్ సోషల్ అడ్వాన్స్‌మెంట్' అనే సంస్థ ఏర్పడింది. 300 మంది సభ్యులతో 'హైదరాబాద్ స్త్రీల సభ' ఏర్పడింది. ఇది పది సదస్సులను నిర్వహించింది. సరోజినినాయుడు, సొఘ్రు హుమాయూన్ మీర్జ, పద్మజానాయుడు, శాంతాబాయి కిర్లోస్కర్, మాసుమాబేగం, జానంపల్లి కుముదిని దేవి, జమాలున్నిసా బాజి, అహల్యాబాయి, సర్జూబాయి, రంగమ్మ ఓబుల్‌రెడ్డి, యోగశీలాదేవి, సుశీల కడ్డీకర్, విమల, జ్ఞాన కుమారి హెడా, బ్రిజ్‌రాణి గౌర్, జీనత్ సాజిదా, భానుతాయిరాసాయిద్, చంద్రమతీదేవి, సంగం వెంకటరామమ్మ, టి. వరలక్ష్మమ్మ, ఆరుట్ల కమలాదేవి, బూర్గుల అనంతలక్ష్మీదేవి, అలివేలు మంగతాయారమ్మ, వి. రుక్మిణమ్మ మొదలైనవారు సంఘంలోని దురాచారాలను పారదోలి

సంఘాన్ని సంస్కరించడం కోసం మహిళా ఉద్యమాలు జరిపారు. ఈ మహిళా సభలు స్త్రీ జనోద్ధరణకు, స్త్రీ విద్యకు పాటుపడ్డాయి.

నిజాం కాలం నాటి మహిళా రచయితలు

19వ శతాబ్దం చివరి దశకం, 20వ శతాబ్దాలలో జరిగిన విద్యాభివృద్ధి వల్ల అనేక మహిళా రచయితలు ఉద్భవించారు. ఆధారాలను బట్టి, పరిగికి చెందిన రూప్‌ఖాన్‌పేట్ రత్నమ్మ ఈ తరం మొదటి రచయిత్రి. ఆమె వెంకట రమణ 'శతకం'. 'శ్రీనివాస శతకం'. 'బాలబోధ, 'శివకుమార విజయం', 'దశావతార వర్ణన' మొదలైన గ్రంథాలను రచించింది. మరొక రచయిత్రి, సంఘసంస్కర్త ఎల్లాప్రగడ సీతాకుమారి. ఆమె రచనలు 'ఉజ్వలనారీ', 'కోడి కుంపటి, తెలివైన ఘటం' నాటికలు 'మంచుకొండల్లో మహిళ', 'నేను మాబాపు' 'కులమా, ప్రేమా'.

ఇల్లందుల సరస్వతీదేవి ఆ కాలపు మరొక గొప్ప రచయిత్రి. ఆమె 'తేజో మూర్తులు' 'స్వర్ణ కమలాలు', జాతి రత్నాలు, నారీజగత్తు మొదలైన గ్రంథాలు రచించింది. హన్మకొండకు చెందిన నందగిరి ఇందిరాదేవి ఘోషా మాత్ర, అదృష్ట శిఖరం. (కథలు) ప్రేమమయి, పేరులు – దారులు (వ్యాసాలు) రచించింది. పర్సజానకీ దేవి 'నిలిండస్త్రీ' ని రచించింది. దీని ముఖ్య ఉద్దేశ్యం స్త్రీల అభివృద్ధి. హనుమకొండకు చెందిన సోమరాజు ఇందిరాదేవి, 'శకుంతల', 'రామాయణ కావ్యాలు' రచించింది. మహబూబ్‌నగర్‌కు చెందిన పాకాల యశోదా రెడ్డి 'చిరుగజ్జెలు', 'ఎఱ్ఱాప్రగడ', 'అమరజీవులు' మొదలైన రచనలు చేసింది.

తెలుగు రచయిత్రులతోపాటు ముస్లిం రచయిత్రులు కూడా ఈ కాలంలో ఆవిర్భవించారు. వారు సౌఘ్రహుమాయూన్ మిర్జా బేగం, కిస్మత్ ఉన్నిస బేగం, సకీనా బేగం, అఫ్జలున్నిస్సా బేగం, తయ్యిబా బేగం, అమీనా ఉన్నీసా బేగం, జమాల్ సల్మా, కైసరీ, బేగం, జబానానక్సీ, డా॥ రఫియ సుల్తాన, డా॥ జీవత్ సాగేరా మొదలైన వారు రచనలు, వ్యాసాలు కవితలు రచించారు. వీరందరు తమ రచనల్లో ఆనాటి స్త్రీల పరిస్థితులను కళ్ళకు కట్టినట్లు వర్ణించారు. సమాజం, స్త్రీ మారవలసిన అవసరం, మారడంవల్ల వచ్చే లాభాలు ఇవన్నీ రాసి స్త్రీలలో మార్పు తీసుకొనిరావడానికి ప్రయత్నం చేశారు.

స్త్రీల సంఘాలు, సంస్థలు

హైదరాబాద్‌లో మొట్టమొదటి స్త్రీ సంఘం, భారత మహిళా సమాజం. ఇది 1907లో స్థాపించబడింది. ప్రముఖ సంఘ సంస్కర్త రావిచెట్టు లక్ష్మీ నరసమ్మ ఇంట్లో ప్రారంభమైంది. ఒక సంవత్సరం కాలంపాటు ఇది స్త్రీల అభివృద్ధి కోసం కృషి చేసింది. 1916లో మార్గరెట్ సోదరీమణులు హైదరాబాద్ వచ్చారు. వారు, అమీనాబేగం హైదరీ, రుస్తుంజి ఫర్దూన్, సరోజినీ నాయుడు కలిసి 'హైదరాబాద్ ఉమెన్స్ సోషల్ డెవలప్‌మెంట్ అసోసియేషన్' ను స్థాపించారు. హైదరాబాదులో స్థాపించబడిన ఈ సంస్థ "అఖిల భారత మహిళా సమాఖ్య' కు అనుబంధంగా పనిచేసింది. 1925లో నడింపల్లి సుందరమ్మ, పండిత వీర రాఘవమ్మ, లోకానంది జానకమ్మ, పురం రుక్మిణమ్మ, ఛత్రతి లక్ష్మీ నర్సమ్మ కలసి హైదరాబాదులో 'ఆంధ్ర సోదరీ సమాజం' ను స్థాపించారు. ఈ సమాజం నుంచి 'సావిత్రి' అనే పత్రిక కూడా వెలువడింది. 1922లో యామిని పూర్ణ తిలకం 'యువతి శరణ్యాలయం' అనే సంస్థను స్థాపించింది. ఇది ముఖ్యంగా సమాజపీడితులు, వేశ్యలకు శరణు ఇచ్చి వారి అభివృద్ధికి దోహదం చేసింది. 1930లో ఏర్పడిన ఆంధ్ర మహాసభలో భాగంగా ఆంధ్ర మహిళాసభ కూడా ఏర్పడి దాదాపు 13 సమావేశాలను ఏర్పాటు చేసింది. ప్రతి సమావేశంలోను స్త్రీల సమస్యలపై విచారించి, చర్చించి నిర్ణయాలు తీసుకుంది.

ఆంధ్ర యువతి మండలి 1935 లో హైదరాబాదులో స్థాపితమైంది. దీనిని ఎల్లా ప్రగడ సీతాకుమారి, ఇల్లిందుల సరస్వతి దేవి స్థాపించారు. అనంతరం బూర్గుల అనంతలక్ష్మి, ఓబుల్ రెడ్డి రంగమ్మ, దీనిని అభివృద్ధి పర్చారు. 1935లో హైదరాబాద్‌లో ఆంధ్ర నవ జీవన మండలి ప్రారంభించబడింది. అనంతరం ఇది ఆంధ్ర యువతి మండలిగా మారింది. మణికుమారి, జాదవ్‌బహెన్, గీతాదేవి, లీలాదేవి ప్రేమలత గుప్త దీనిని స్థాపించారు.

హిందూ సంఘాలతోపాటు ముస్లిం సంఘాలు కూడా ఆవిర్భవించాయి. 'అంజుమన్ - ఇ - కవాతిక్ దక్కన్', 'అంజుమన్ - ఇ - ఇస్లాం', లేడి హైదర క్లబ్ - వినోదంకోసం, లేడి బర్డన్స్ క్లబ్, అంజుమన్ - ఇ - సిరజుల్ కవాతిక్.

ఈ సంఘాలు, సంస్థలు ఆనాటి స్త్రీల సాంఘిక, ఆర్థిక పరిస్థితులను మార్చడానికి, విద్యా అభివృద్ధికి, స్త్రీల అభివృద్ధికి సమాజంలో, ఉన్న దురాచారాలను రూపుమాపడానికి ప్రయత్నించాయి.

ప్రముఖ స్త్రీలు

ప్రిన్సెస్ దుర్రుషెవర్

ప్రిన్సెస్ దుర్రుషెవర్ ఆటోమన్ సామ్రాజ్యానికి చెందిన చివరి వారసుడు రెండవ అబిదుర్ మసిర్ కుమార్తె ఈమె. ఇతరు చివరి ఖలీఫా. ఈమె ఏడవ నిజాం మీర్ ఉస్మాన్ అలీఖాన్ పెద్ద కుమారుడు అజంజాను వివాహం చేసుకుంది. దాంతో ఈమె బీరార్ రాణి అయ్యింది. ఈమె కుమారులు ముకరంజా, ముఫకంజా. 1940లో హైదరాబాద్‌లోని మొదటి ఎయిర్ పోర్టును, ఉస్మానియా ఆస్పత్రిని ప్రారంభించింది. దుర్రుషవర్ చిల్డ్రన్ అండ్ జనరల్ ఆసుపత్రిని స్థాపించింది. ప్రిన్సెస్ దుర్రుషవర్ బాలికల కళాశాలను స్థాపించింది. అలిఘర్ ముస్లిం యూనివర్సిటీని ప్రారంభించింది. 2004లో నిజాం సిల్వర్ జుబ్లీ మ్యూజియంను స్థాపించింది.

నీలోఫర్

నీలోఫర్ - ఫర్‌హాత్ బేగం సాహిబా - ఈమె ఏడవ నిజాం మీర్ మహబూబ్ అలీఖాన్ రెండవ కోడలు. అతని రెండవ కుమారుడిని వివాహం చేసుకుంది. ఈమె ఆటోమన్ సామ్రాజ్య చివరి యువరాణి. వీరి వివాహం 1931 డిసెంబర్ 20న నీస్‌లో జరిగింది. నీలోఫర్ చాలా ఔదార్యం గలది. తన సేవకురాళ్ళలో ఒకరు కాన్పు సమయంలో మరణించడంతో, చలించిపోయి మామ ఏడవ నిజాంను సంప్రదించి రెడ్‌హిల్స్ ప్రాంతంలో నీలోఫర్ ఆస్పత్రిని కట్టించింది. ఆమెకు పిల్లలు లేకపోవడం వెలితిగా ఉండేది. లేడీ హైదరీ క్లబ్‌కు ఎక్కువగా వెళ్తూ ఉండేది. విద్యావంతురాలు. పరదా ధరించేది కాదు. ఆ కాలంలో ప్రపంచంలో ఉన్న పదిమంది అందమైన యువతులలో ఆమె ఒకటి. మంచి క్రీడాకారిణి. ఎప్పుడూ ఆధునిక డిజైనర్ దుస్తులను ధరించి తిరిగేది. ప్రజాసేవ ఎక్కువగా చేసేది. పిల్లల ఆసుపత్రిని, స్కూలును స్థాపించింది.

థెహ్మీనాబాయి ధాగే

ఈమె పార్శీ మధ్య తరగతికి చెందింది. జూన్ 18, 1910లో జన్మించింది. అలీఘర్ విద్యాలయం నుంచి బి.ఎ. డిగ్రీ సాధించింది. వెంకట కృష్ణాజీ ధాగే దగ్గర ఉర్దూ నేర్చుకుంది. అతనిని ప్రేమించింది. వీరి వివాహానికి ఆమె తండ్రి ఒప్పుకోలేదు. అతను సి.ఏ. అయిన తరవాత వివాహం చేసుకుంది.

ధాగే 1950లో హైదరాబాద్ చిల్డ్రన్ సొసైటిని స్థాపించింది. 1955లో తన స్వంత ధనంతో 'రాధాకిషన్ హోం' అనే అనాథాశ్రమం స్థాపించింది. అనంతరం 'రాధాకృష్ణ గర్ల్సహోం' ను అనాథ బాలికల కోసం స్థాపించింది. 1990లో తను మరణించే వరకు ఆ సంస్థలను చూసుకుంది.

మసూమా బేగం

మసూమా బేగం అక్టోబర్ 7, 1901లో బిల్‌గ్రామి డాక్టర్ ఖాదిల్ జంగ్ దంపతులకు హైదరాబాద్‌లో జన్మించింది. తల్లి వ్యక్తిత్వం ఆమె జీవితంపై ప్రగాఢమైన ముద్ర వేసింది. హైదరాబాద్‌లోని మహబూబియా స్కూల్‌లో చదువుకుంది. ఉర్దూ భాషలో అగ్రస్థానంలో నిలిచినందుకు బంగారు పథకం పొందింది. ఆమె స్కౌట్సు, బాలికల గైడ్స్. రెడ్‌క్రాస్ ఆలిండియా ఉమెన్స్ కాన్ఫరెన్స్ వంటి సంస్థల్లో విశేష కృషి చేసింది. 1927లో ఆలిండియా ఉమెన్స్ కాన్ఫరెన్స్ స్థాపించబడింది. ఆమె అనేక హోదాల్లో పాల్గొని 1962-64లో అధ్యక్షురాలయ్యింది. మసూమాబేగం శ్రీలంక, ఇండోనేషియా, జెనీవాలకు భారత బృందం తరపున నాయకురాలిగా వెళ్ళి సందర్శించారు. 1934 నుంచి దాదాపు దశాబ్దంపాటు ఉస్మానియా విశ్వవిద్యాలయ సెనెట్ సభ్యురాలిగా, ఆర్థిక సంఘం సభ్యురాలిగా సేవలందించారు. 1952లో కాంగ్రెస్ పార్టీ అభ్యర్థిగా శాసనసభ ఎన్నికల్లో పోటీచేసి అధిక మెజారిటీతో గెలిచింది. 1960లో రాష్ట్ర మంత్రిగా పనిచేశారు. ఆమెకు లేడీ బెడెన్‌పావెల్ పతకాన్ని ప్రదానం చేశారు. భారతదేశంలో మంత్రి పదవి చేపట్టిన మొట్టమొదటి ముస్లిం మహిళ మసూమా బేగం.

ఎల్లాప్రగడ సీతాకుమారి

సంఘసంస్కర్త, ఆంధ్ర యువతి మండలి స్థాపకుల్లో ఒకరు. కొంతకాలం సికిందరాబాద్‌లోని కీస్ హైస్కూల్లో ఉపాధ్యాయురాలిగా పనిచేసింది. సంఘసంస్కర్తగా పనిచేసింది. ఆమె మంచి వక్త. జాతీయోద్యమంలో పాల్గొనే స్త్రీలకు ఈమె శిక్షణ ఇచ్చేది. 1957లో ఆమె ఆంధ్రప్రదేశ్ శాసనసభకు ఎన్నుకోబడింది. ఈమె మంచి కథలు రాసేది.

నడింపల్లి సుందరమ్మ

సుందరమ్మ హైదరాబాదులో, తన భర్త ఎన్. జానకీరామయ్యతో గోదావరిజిల్లా నుంచి బదిలీ మీద వచ్చి స్థిరపడింది. నిజాం సంస్థానంలో స్త్రీల అభివృద్ధికి కృషిచేసింది. 1915లో ఆంధ్ర సోదరీ సంఘం స్థాపించింది. గ్రంథాలయోద్యమాలలో కూడా ఈమె విరివిగా పాల్గొంది. ఈ ఉద్యమాలలో అందరిని ఆకర్షించే ఉపన్యాసాలిచ్చేది. 'ఆంధ్ర గర్ల్స్ హైస్కూలు' ప్రారంభం నుంచి 12 సంవత్సరాల కాలంపాటు పనిచేసింది. భర్త పదవీ విరమణ చేసిన తరవాత హైదరాబాద్ వదిలి పెట్టింది. 60 సంవత్సరాల వయస్సులో ఆమె స్వస్థలంలో మరణించింది.

ప్రేమలత గుప్త

నిజాం ప్రభుత్వంలో, విద్యాశాఖ కార్యదర్శి అయిన ఎల్.ఎన్.గుప్త భార్య. విద్యావంతురాలు, నాలుగు భాషలు తెలుసు. తన సమయం, ధనం సంఘానికి ఉపయోగించింది. ఆమె ఆంధ్రప్రదేశ్ కుటుంబ నియంత్రణ శాఖకు ప్రెసిడెంటుగా ఉన్నది. అనంతరం అఖిల భారత కుటుంబ నియంత్రణ శాఖకు వైస్ ప్రెసిడెంటుగా పనిచేసింది. ఆమె హైదరాబాదులో ట్రైనింగ్ సోషల్ వెల్ఫేర్ వర్కర్స్ పథకాన్ని ప్రారంభించింది.

ఆరుట్ల కమలాదేవి

ఆరుట్ల కమలాదేవి అసలు పేరు రుక్మిణి. ఈమె స్వస్థలం నల్లగొండ జిల్లా ఆలేరు. తల్లి లక్ష్మీ నర్సమ్మ, తండ్రి పల్లా వెంకట్రామరెడ్డి. 1920 జూన్‌లో జన్మించింది. ఈమె మాడపాటి హనుమంతరావు బాలికల పాఠశాలలో చదువుకుంది. రెడ్డి బాలికల హాస్టల్ చేరిన మొదటి బోర్డర్ ఆమె. కమలాదేవి వంటశాల పేరుతో కొలనుపాకలో వయోజన విద్యాలయాన్ని నడిపారు కమలాదేవి. ఉద్యమంలో పాల్గొంటున్న మహిళలకు ఆత్మరక్షణ అవసరమని 1943లో విజయవాడలో నిర్వహించిన మహిళా ఆత్మ రక్షణ శిబిరంలో పాల్గొని శిక్షణ నేర్చుకుంది. 1952 సార్వత్రిక ఎన్నికల్లో ఆలేరు నుంచి అత్యధిక మెజారిటీతో గెలిచి శాసనసభకు ఎన్నికయ్యింది. 1962లో కమ్యూనిస్టు పార్టీ తరఫున, పుచ్చలపల్లి సుందరయ్య నాయకుడిగా ఆరుట్ల కమలాదేవి ఉపనాయకురాలిగా ఎన్నికయ్యారు. భారతదేశంలోని రాష్ట్రాల్లో మొట్టమొదటి మహిళా ప్రతిపక్ష నాయకురాలిగా కమలాదేవి చరిత్ర సృష్టించారు. 2001 జనవరి 1 న ఆరుట్ల కమలాదేవి మరణించారు.

సంగెం లక్ష్మిబాయమ్మ

తెలంగాణ గ్రామీణ సమాజంలో జన్మించి, జాతీయోద్యమంలో పాల్గొని జైలుకు వెళ్ళిన ఏకైక వనిత సంగెం లక్ష్మీబాయమ్మ. ఈమె రంగారెడ్డి జిల్లాలోని ఘట్‌కేసర్‌లో జన్మించింది. రెండవ ఏట తల్లి మరణించింది. తొమ్మిదవ ఏట వివాహం అయ్యింది. పదవ సంవత్సరంలోనే భర్త మరణించాడు. చదువుకోవాలని, జాతీయ ఉద్యమంలో పాల్గొనాలని ఆమెకు ఉండేది. తండ్రి చదివించడానికి ఒప్పుకోలేదు. ఆమె మేనమామ సీతారామయ్య శ్రీకృష్ణ దేవరాయాంధ్ర భాషా నిలయం వ్యవస్థాపకుల్లో ఒకరు. ఈ సంస్థకు కోశాధికారిగా పనిచేశాడు. అతని సహాయంతో ఇల్లు విడిచి గుంటూరు చేరుకున్నది. అక్కడ ఉన్నవ దంపతులు స్థాపించిన శారదా సదన్‌లో చదువుకున్నది. మద్రాసు వెళ్ళి అక్కడ ఆర్ట్స్ స్కూలులో డిప్లమా, బి.ఏ. ఉత్తీర్ణత పొందింది. తెలంగాణ తొలితరం పట్టభద్రుల్లో ఆమె ఒకరు. 1930-32లో ఉప్పు సత్యాగ్రహంలో పాల్గొని 1933 దాక రాయవెల్లూరు జైల్లో శిక్షననుభవించింది. ఆంధ్రప్రదేశ్ అవతరణ తరవాత ఎన్నికల్లో మెదక్ నుంచి పోటీచేసి లోక్‌సభకు ఎన్నికైంది. బూర్గుల రామకృష్ణ మంత్రివర్గంలో బాధ్యతలు నిర్వర్తించింది. తిరుమల రామచంద్ర రచించిన 'హంపి నుండి హరప్ప' దాక అనే ఆత్మకథలో సంగెం లక్ష్మీ బాయమ్మ మద్రాసు జీవితం, ఆమె మానవతా మూర్తిమత్వ విశేషాలు ఉన్నాయి. హైదరాబాద్‌లోని సంతోష్‌నగర్‌లో 'ఇందిర సేవా సదన్' అనే అనాథాశ్రమాన్ని ఈమె స్థాపించారు. బూర్గుల రామకృష్ణారావు కుమార్తె ఇందిర పేర దీన్ని స్థాపించారు. అక్కడే ఈమె 'నా జైలు జ్ఞాపకాలు, అనుభవాలు' అనే ఆత్మకథను రాసింది.

సాంఘిక దురాచారాలు

హైదరాబాద్ సంస్థానం భారతదేశంలోని అన్ని సంస్థానాల కంటే విశాలమైంది, ఎంతో విశిష్టమైంది. ఉత్తర భారతదేశంలో లాగాకాక ఇక్కడి సంస్కృతి ఇతర, ఏ విదేశీ సంస్కృతుల ప్రభావం లేక కొనసాగుతూ వచ్చింది. అయితే ఇక్కడి అత్యధిక సంఖ్యాక ప్రజల సంస్కృతి, భాష, పాలకులచేత అణచివేయబడుతూ వచ్చాయి. పాలకులు, కులీనులు, ధనవంతుల కోసమే సమాజం ఉండేది. వారి అభీష్టాలకు, అవసరాలకు అనుగుణంగా సమాజాన్ని వారు మార్చుకునేవారు. హైదరాబాద్ సంస్థానం సంపన్నవంతమైనదే, అయితే ఆ సంపద పాలమీగడలాగా కేవలం కొద్దిమందికి మాత్రమే పరిమితమయ్యేది. సమాజంలో చాలామంది బీదరికంలోనే మగ్గిపోయేవారు. విద్య, ఆధునిక విలాసాలు కేవలం

పాలకులకు, కులీనులకు, ధనవంతులకు మాత్రమే పరిమితం. సామాన్య ప్రజానీకం దుర్భర దారిద్ర్యంలో, అవిద్య, అమాయకత్వం, అన్నింటిని మించి భయంతో బతుకులు వెళ్ళదీసేవారు. సమాజంలో అత్యధిక సంఖ్యలో ఉన్న వీరి అమాయకత్వం, భయం, పాలకులకు, కులీనులకు, జమీందార్లకు వరం అయ్యింది. సమాజంలో వీరికి అనుగుణంగా పద్ధతులు, ఆచారాలు ప్రవేశపెట్టబడ్డాయి. అవి సామాన్యుల పాలిట మృత్యుసదృశాలయ్యాయి. కేవలం కొద్దిమంది లబ్ధికోసం మొదలు పెట్టిన కొన్ని అవసరాలు, ఆచారాలు సాంఘిక దురాచారాలుగా మారి ప్రజలను పీల్చి పిప్పిచేశాయి. వాటి ప్రభావం, పీడన ఆధునిక కాలానికి ప్రసరించింది. ఆధునిక కాలంలో వచ్చిన మార్పులు, ముఖ్యంగా సాలార్‌జంగ్ సంస్కరణలు, విద్యాభివృద్ధి, ముఖ్యంగా స్త్రీ విద్యాభివృద్ధి, సంఘ సంస్కర్తల చొరవ, ఆ కాలం నాడు సమాజ సేవ కోసం ఏర్పడిన సంఘాల చొరవ వల్ల, ప్రభుత్వం తీసుకున్న నిర్ణయాల వల్ల ఈ సాంఘిక దురాచారాలు సంఘం నుంచి నెమ్మదిగా కనుమరగయ్యాయి. ఈ సాంఘిక దురాచారాలవల్ల ఎక్కువగా దోపిడీకి గురయింది నిమ్నవర్గాలే.

ఆనాటి సమాజంలోని వెట్టి, బాగాలే, బేగారి, అవిద్య, బాల్య వివాహాలు, బహు భార్యత్వం, వరకట్నం, కన్యాశుల్కం, ఆడపాప, పరదా, జోగిని, పడుపువృత్తి మొదలైన దురాచారాలు సమాజాన్ని చెదపురుగుల లాగా తొలచివేసాయి.

వెట్టి

వెట్టి విధానం ఆటవిక తెగల ప్రాంతానికి, వెనుకబడిన సాంఘిక తెగలకు మాత్రమే పరిమితమయి ఉండేది. కాని తెలంగాణాలో మాత్రం వెట్టి విధానం సమాజమంతా విస్తరించి ఉండేది. ప్రతి హరిజన కుటుంబం వెట్టిచాకిరి చేయడానికి కుటుంబంలో ఒకరిని కేటాయించ వలసి ఉండేది. పటేల్, పట్వారి, మాలీ పటేల్, కరణం, దేశ్‌ముఖ్‌ల ఇండ్లలో పనులు చేయడం, పోలీస్ స్టేషనులకు, తాలూకాఫీసులకు రిపోర్టులను మోసుకొనిపోవడం, గ్రామచావిడికి ఎవరైనా వచ్చినపుడు వారి అవసరాలను తీర్చడం. అడవుల నుంచి కట్టెలు కొట్టి తేవడం, టపా మోసుకొని వెళ్ళడం. చర్మకారులుగా పనిచేసే హరిజనులు తోళ్ళను పదునుచేసి చెప్పులు కుట్టినందుకు, వ్యవసాయ పనులకు, బావుల నుంచి నీరు తోడటానికి అవసరమైన తోలు (పటకాలు) పరికరాలు తయారు చేసినందుకు, అరకలకు పట్టెళ్ళు తయారు చేసినందుకు భూస్వాములు ఏమీ ఇచ్చేవారు కాదు. మిగతా రైతాంగం మాత్రం ధాన్యం, ఇతర పంటల రూపంలోనే నిర్ణీత మొత్తంలో చెల్లించేవారు. బోయలు, బెస్తలు, రజకులు వంటి వెనుకబడిన కులాల వారు భూస్వామి కుటుంబాలకు చెందిన పురుషులను, స్త్రీలను పల్లకీలోనో, మేనాలోనో ఎక్కించుకొని తమ భుజాల మీద మోసుకొని వెళ్ళవలసి వచ్చేది. భూస్వామి కుటుంబాలు వేగంగా నడిచే ఎడ్లబండిలో ప్రయాణం చేసేటపుడు బండి ముందు దారి బాగుచేయడానికి, బండి వెనుక కాపలాదారుగా వెంట పరుగెత్తవలసి వచ్చేది. వారు గుర్రాలపై వెళ్ళేటపుడు కూడా గుర్రాల వద్ద పనిచేసే వ్యక్తులు వాటి వెంట పరుగెత్తవలసి వచ్చేది. కల్లుగీత కార్మికులు గీచిన కల్లును ఉచితంగా భూస్వాముల ఇండ్లకు కేటాయించాలి. వారి కోసం 5 నుంచి 10 చెట్లు కేటాయించాలి. రోజూ దాదాపు ఐదు కుండల కల్లు ఉచితంగా ఇవ్వాలి. పండుగలు, పబ్బాలు, చుట్టాలు వచ్చినపుడు మరింత ఎక్కువ కల్లు ఉచితంగా పోయాలి. చేనేత పని వారు భూస్వాముల ఇండ్లలో పని చేసే నౌకర్లకు ఉచితంగా బట్టల సరఫరా చేయాలి. వడ్రంగులు, కమ్మర్లు భూస్వాములకు గృహసంబంధ, వ్యవసాయ సంబంధ పరికరాలు ఉచితంగా చేసి ఇవ్వాలి. మరమ్మత్తులు ఉచితంగా చేయాలి. రజకులు దేశ్‌ముఖ్‌లు, గ్రామాధికారుల ఇండ్లలో ఉచితంగా బట్టలుతకాలి, అంట్లు తోమాలి, చావిడిలో విడిది చేసిన అధికారుల కొరకు

పరుపులు, మంచాలు మోసుకెళ్ళాలి, అధికారులు, భూస్వాముల ఇండ్లలో పసుపు, కారం కొట్టాలి. కుమ్మరులు వారికి ఉచితంగా కుండలివ్వాలి. ఒకవేళ వారు హైదరాబాదులో ఉంటే అంత దూరం నడచి వెళ్ళి ఇచ్చి రావాలి. గ్రామ చావిడిలో విడిది చేసిన వారికి వంట చేసి పెట్టాలి. మంగలివారు దేశముఖ్‌ల, భూస్వాముల ఇండ్లలో పనిచేయాలి. రాత్రివేళ భూస్వాముల పాదాలొత్తాలి. శరీరం మర్దన చెయ్యాలి. భూస్వాముల ఇండ్లలో పండుగ పబ్బాలకి గొల్లలు పాలు, పెరుగుతో బాటు ఒక మేకనివ్వాలి. గ్రామాలలో వ్యాపారం చేసే వారు పోలీసు పటేల్ చీటి అందగానే గ్రామంలోకి వచ్చిన ఏ అధికారికయినా అవసరమయిన సరుకులు వంతుల వారిగా సరఫరా చెయ్యాలి. వారి వద్ద ఏ సరుకైన లేకపోయిన, ఇవ్వకపోయిన వారు చిత్రహింసలకు గురికావల్సి వచ్చేది. గ్రామ ప్రజలు సరఫరా చేయడానికి ఏమిలేకపోతే కోడిపెట్టలనివ్వాలి. భూస్వాముల ఇండ్లకు ఎవరైన వచ్చినపుడు రైతులు వారిని బండ్లలో ఎక్కించుకెళ్ళాలి. ఏ వేళప్పుడైనా సరే పశువులను మేతకు కూడా ఆపకుండా వారిని గమ్యస్థానం చేర్చాలి. స్వంత భూములు దున్నక ముందే భూస్వామి భూమి దున్నాలి. భూస్వాముల భూములు తడిసే వరకు వీరి పొలాలకు నీళ్ళిచ్చేవారు గాదు. ఈ విధంగా వివిధ రూపాలలో నిర్బంధ ఉచిత చాకిరి చేయించుకున్నది భూస్వాములు మాత్రమే కాదు చిన్న, పెద్ద ఉద్యోగులు, గ్రామ తనిఖీ అధికారులు. పోలీసు అధికారులు. చాకిరీతో బాటు వారికి మామూళ్ళు పంపవలసి వచ్చేది. ఈ విధానంలో అతి దారుణమైనది, వారి బాలికలను భూస్వాముల ఇండ్లకు పనికి పంపించడం. తమ కుమార్తెల పెండ్లి చేసినపుడు బానిసలుగా బాలికలను బహూకరించి పెండ్లి జరిగిన తమ కుమార్తెతో బాటే వారి అత్తవారిండ్లలో పనిచేయడానికి పంపేవారు. భూస్వాములు ఈ బానిస యువతులను ఉంపుడు గత్తెలుగా ఉపయోగించుకునేవారు.

ఈ విధంగా గ్రామాలలో వెట్టిచాకిరి అత్యంత హేయంగా ఉండేది. వెట్టి చాకిరికి మరో నేపథ్యం కూడా ఉంది. నిజాం సర్కారు చాలా కాలం క్రితమే 'బలోతదారు' అనే పేరుతో కొన్ని వర్గాలను గుర్తించింది. బలోత ఇనాములను కూడా ఇచ్చింది. ఫలితంగా వారు గ్రామస్థులకు సేవచేయాలి. కాలక్రమంలో భూస్వాముల దుర్బుద్ధివల్ల వారి భూములు పోయాయి. కానీ సేవ మాత్ర వెట్టిచాకిరిలా మారింది. తెలంగాణ గ్రామీణ సమాజంలో వెట్టివారు అత్యంత దురదృష్టవంతులు. రజకులు, క్షురకులు, కమ్మరి, వడ్రంగి, తంబల, కుమ్మరి, దళిత వర్గాలు వెట్టి చేయాల్సి వచ్చేది. రెవెన్యూ, పోలీసు, అటవీ, మద్యపాన శాఖల అధికారులకు సేవ చేయాల్సి వచ్చేది. ఈ సేవలకు ఎటువంటి ప్రతిఫలం ఉండేదిగాదు. వారు ఆశించడానికి కూడా వీలు లేదు. ముఖ్యంగా పోలీసు, రెవెన్యూ, ఆబ్కరీ అధికారులు గ్రామాల్లో క్యాంపులు పెట్టినపుడు వారికి చాకిరి చేయడమేగాక వారి సుఖాలకోసం తమ కుటుంబ స్త్రీలను పంపవలసి వచ్చింది.

ఈ విధంగా వెట్టి విధానం తెలంగాణ ప్రజల జీవన విధానాన్ని అట్టడుగు స్థాయికి దిగజార్చి బానిసత్వంలోకి నెట్టింది. ఈ జాగీర్దార్లు, జమీందార్లు, పైగాలు, సంస్థానాధీశ్వరులు సాగిస్తున్న దోపిడి ఎంత తీవ్రంగా ఉండేదో, రైతాంగం నుంచి వివిధ పన్నుల రూపంలో, నిర్బంధ వసూళ్ళరూపంలో పదికోట్ల రూపాయలు వసూలు చేయడం బట్టి స్పష్టం కాగలదు.

1940కి పూర్వం హైదరాబాదు సంస్థానపు రెవెన్యూ ఆదాయం 8 కోట్లకు మించలేదు. అయితే చట్ట బద్ధంగానో, అక్రమంగానో వసూలు చేసే మొత్తం నిజానికి ఈ మొత్తానికి మూడు రెట్లుండేది. అక్రమ నిర్బంధ వసూళ్ళకు లంచగొండి అధికార వర్గం నుంచి క్రియాత్మకమైన అండదండలు పొందుతూ జాగీర్దార్లు, దేశ్‌ముఖ్‌లు, పెద్ద భూస్వాములు తమ అక్రమ నిర్బంధ వసూళ్ళు సాగిస్తూనే ఉన్నారు. ఉదాహరణకు, నల్గొండ జిల్లా జనగామ తాలూకాకు చెందిన పేరు

మోసిన దేశ్‌ముఖ్ విసునూరు రామచంద్రారెడ్డి కౌలుదార్ల నుంచి రైతుల నుంచి నిర్బంధంగా భూములు గుంజుకుంటు వచ్చాడు. తన అధీనంలోని దాదాపు 40 గ్రామాల రైతుల చేత వెట్టిచాకిరి చేయించుకున్నాడు. కుటుంబంలో వివాహమైనా, ప్రసవమైనా, మరణించినా అతనికి నజరానాలు అందాల్సిందే. గ్రామంలోకి ప్రతి ఒక్కరు ఆయనకు వెట్టిచాకిరి చెయ్యాల్సిందే. 1946లో ఇతని దురంతాలకు వ్యతిరేకంగానే తెలంగాణ సాయుధపోరాటం ఆరంభమైంది.

వెట్టి గురించి, అప్పటి దుర్భర పరిస్థితుల గురించి ఎం.ఎస్. రాజలింగం తన ఆత్మకథలో విపులీకరించాడు. ఇతనేగాక వట్టికోట ఆళ్వార్‌స్వామి 'ప్రజల మనిషి', 'గంగు' లోను, దాశరథి రంగాచార్య 'చిల్లర దేవుళ్ళు' గ్రంథంలోను, బొల్లిముంత శివరామకృష్ణ 'మృత్యునీడలు' లో గ్రామాలలోని వెట్టిచాకిరి దృష్యాలను కళ్ళకు కట్టినట్లు చెప్పారు. పట్టణాలలో కూడా ఫ్యాక్టరీలలో, దుకాణాలలో, ధనికుల ఇళ్ళలో వెట్టి ఉండేది.

ఈ దుర్భర వెట్టికి కారణం ప్రజల అమాయకత్వం, అవిద్య, పేదరికం. వీటిని రూపుమాపడానికి 20వ శతాబ్దంలో ప్రయత్నాలు జరిగాయి. 1911లో రాజైన ఉస్మాన్ అలీఖాన్ తన పాలన తొలిదినాలలో 'బేగార్' వెట్టిచాకిరిని నిషేధించాడు. నగరం, గ్రామం అన్ని స్థాయిలలో ఈ పద్ధతి అమలులో ఉండేది. పొలాల్లో, ఇళ్ళలో, దుకాణాలలో, ఫాక్టరీలలో శ్రమదోపిడి జరిగేది. శ్రమను చేయించుకొని దానికి ప్రతిఫలంగా డబ్బు చెల్లించక పోవడమే బేగార్ 'వెట్టి' అదే శ్రమదోపిడి. చాలా సందర్భాలలో తక్కువ కులాల వాళ్ళ పనిచేయకుండా తిరస్కరించలేదు. పనికి వేతనాన్ని డిమాండు చేయలేదు. అటువంటి నిస్సహాయ స్థితిలో మగ్గిపోయేవారు. ఉస్మాన్ అలీఖాన్ దీనికి అడ్డుకట్ట వేస్తూ ఓ చట్టాన్ని చేశాడు. 20వ శతాబ్దంలో వచ్చిన అభివృద్ధి, ముఖ్యంగా సామాన్యులకు విద్య అందుబాటులోకే రావడంతో 'వెట్టి' నిర్మూలనకు వీలు కలిగింది. ఆంధ్ర మహాసభ వెట్టి నిర్మూలనకు కృషిచేసింది.

బాగేలా

జాగీర్‌లలోని పరిస్థితులు సర్ఫేఖాస్ భూముల పరిస్థితులకు కంటే చాలా దౌర్జన్యకరంగా ఉండేవి. జాగీర్దార్లు, జమీందారులు మోసంతో, దౌర్జన్యంగా రైతులపై విధించిన పన్నులను వారు తీర్చలేక భూస్వామికి దాసుడు (బాగేలా) గా మారిపోయాడు. 'బాగేలా' పద్ధతి తెలంగాణలోని నల్గొండ, వరంగల్ జిల్లాలో అమలులో ఉంది. బాగేలా భూమిలేక నిస్సహాయుడైన పన్ను చెల్లించలేని దౌర్భాగ్యుడు. పన్ను బకాయిలు చెల్లించలేక దాసునిగా మారి బకాయికి ప్రత్యామ్నాయంగా వెట్టి చాకిరి చేసేవాడు. వీరు భూస్వాముల ఇండ్లలో పశువుల పాకలో పొలాలలో పనిచేసేవారు. వారు ఎంతపని చేసినా వారి అప్పు తీరకపోగా చక్రవడ్డీ పెరుగుతూ వచ్చేది. అప్పులు తీర్చలేని బాగేల వివాహం చేసుకుంటే అతని భార్య కూడా వెట్టి చేయవలసి వచ్చేది. బాగేలాలు సాధారణంగా వ్యవసాయ బానిసలు. అప్పు తీర్చనిదే అతనికి బానిసత్వం నుంచి విముక్తి వచ్చేదికాదు. చిన్న చిన్న అవసరాల కోసం వారు తీసుకున్న చిన్న అప్పు వడ్డీ మీద వడ్డీ పెరిగి తీర్చలేనంతగా తయారై వారిని వెట్టిలోనికి నెట్టేది. అతని సేవలను వారిచ్చే డబ్బు కింద చేయించుకునేవారు. బాగేలా తన జీవితకాలంలో అప్పుతీర్చలేకపోతే అతని కొడుకు, వారసుడు అప్పుతీర్చాలి. వీరి పరిస్థితులు దుర్భరంగా ఉండేవి. 1930లో నిజాం ప్రభుత్వం బాగేలా అగ్రిమెంట్ సొల్యూషన్‌ను, బాగేలా నిర్మూలన కోసం తీర్మానించింది.

బేగారి

బేగారి వ్యవస్థ కూడా అనాదిగా ఇక్కడ అమలులో ఉంది. బేగారీ కూడా బాగేలా వంటిదే. ఇది గ్రామాలతో బాటు పట్టణాలలో, నగరాలలో ఉండేది. బేగారీలు బలవంతంగా ఒక్క పైసా ఆదాయం లేకుండా శ్రమ దోపిడీకి గురి అయ్యేవారు. ప్రభుత్వ అధికారుల తనిఖీ సమయాలలో వీరు విపరీతంగా శ్రమించవలసి వచ్చేది. ప్రభుత్వం నిర్దేశించిన జీతాలు కూడా వారికి ఇచ్చేవారు కాదు. ప్రభుత్వ అధికారి అయిన నవాబు ఇంతియాజ్‌జంగ్ తన రిపోర్టులో బేగారీల దుర్భర జీవితం గురించి చెప్తూ, వారు రెండు సెకన్లు విశ్రాంతి కూడా తీసుకోవడానికి వీలు లేకుండా పనిచేస్తారనీ చెప్పాడు. బేగార్ ఒకవేళ అస్వస్థుడైనా, అతని భార్యకు చాతగాకపోయినా తప్పనిసరిగా పనిచేయవలసి వచ్చేది. వీరి జీవితం దుర్భరంగా ఉండేది.

నిజాం ఉస్మాన్ అలీఖాన్ 1911లో పట్టణాలలో, గ్రామాలలో బేగారీని నిర్మూలిస్తూ ఫర్మానాలు విడుదల చేశాడు. అయినా బేగారీ వ్యవస్థమీద పెద్ద ప్రభావం చూపలేదు. బేగారీకి చెందిన వ్యక్తికి 'బజోత' ఇనాం భూమిని ఇస్తూ ప్రభుత్వ అధికారులు తనిఖీకి వచ్చినపుడు వారి సేవలకు కచ్చితమైన జీతాలివ్వాలని, స్త్రీలతో బలవంతంగా చాకిరి చేయించవద్దని, 12 సేర్ల ధాన్యం పురుషునికి, 8 సేర్లు స్త్రీకి, 6 సేర్లు పిల్లలకు, వారి సేవలకు జీతంగా ఇవ్వాలని, 10 సంవత్సరాల కంటే తక్కువ పిల్లలను బేగారీలుగా ఉంచరాదని హెచ్.ఇ.హెచ్. నిజాం 1922లో ఓ ఫర్మాన జారీ చేశాడు. దుర్భర పరిస్థితులు తట్టుకోలేకనే ప్రజా ఉద్యమాలు, దళిత, సాయుధపోరాటాలు జరిగాయి. 20వ శతాబ్దంలో అభివృద్ధితో పరిస్థితులు కొద్దిగా మారాయి. 1948లో నిజాం ప్రభుత్వం ఇండియన్ యూనియన్‌లో విలీనమడంతో భారత ప్రభుత్వం బేగారిని రద్దుచేసింది.

బాల్య వివాహాలు

బాల్య వివాహాలు ముస్లిం కుటుంబాలలో కంటే ఎక్కువగా హిందూ కుటుంబాలలో జరిగేవి. ముఖ్యంగా బ్రాహ్మణులలో బాల్య వివాహాలు ఎక్కువ. వీరితో బాటు కింది తరగతుల కుటుంబాలలో బాల్య వివాహాలు ఎక్కువ. కొన్ని కుటుంబాలలో పసి పిల్లలకు కూడా వివాహం చేసేవారు. 5 సంవత్సరాలు దాటిన అమ్మాయిలకు వయస్సు ముదిరిందని వివాహానికి ఒప్పుకునేవారు కాదు. జైనులలో బాల్య వివాహాలు, వితంతు వివాహాలు జరిగేవి. గిరిజనులలో కూడా బాల్య వివాహాలు జరిగేవి. క్రిస్టియన్లలో బాల్య వివాహాలు జరిగేవి కావు. బాల్యవివాహాలకు ముఖ్యకారణం అవిద్య, పేదరికం, అధిక సంతానం. హిందూ మతంలో పెద్ద కులాల పిల్లలకు తక్కువ శాతంలో చిన్న కులాలకు ఎక్కువ శాతంలో బాల్య వివాహాలు జరిగేవి. ఆడపిల్లలు సంతానోత్పత్తి స్థాయికి రాకముందే వివాహాలు జరిగేవి. ఫలితంగా చిన్నతనంలోనే పిల్లలను కనడం, ఫలితంగా శారీరక దౌర్బల్యం, చిన్నతంలోనే మరణం సంభవించేది.

19వ శతాబ్దం చివరి భాగం, 20వ శతాబ్దం ప్రథమ భాగంలోను ప్రజలలో రాజకీయ, సామాజిక చైతన్యం వచ్చింది. ఎందరో చదువుకున్న స్త్రీలు, పురుషులు బాల్య వివాహాలకు వ్యతిరేకంగా, వీటిని రూపుమాపడానికి కృషిచేశారు. ఎన్నో సంఘాలు, సంస్థలు బాల్య వివాహాలకు వ్యతిరేకంగా పనిచేశాయి. ఆంధ్ర మహాజనసభ, ఆర్యసమాజ్ వంటి సంస్థలు సాంఘిక దురాచాలకు వ్యతిరేకంగా పోరాటం చేశాయి. వీటితో బాటు క్రిస్టియన్ మిషనరీలు బాల్య వివాహాలకు వ్యతిరేకంగా ప్రచారాలు చేశాయి. ఈ ప్రచారాలను ప్రభుత్వం కూడా ప్రోత్సహించింది. ఫలితంగా 1899లో 'ఏజ్ ఆఫ్ కన్‌స్టెంట్ ఆక్ట్' 'వివాహ వయస్సు సమ్మతి చట్టం' వచ్చింది. 1930లో శారదా చట్టం ద్వారా అధికారికంగా బాల్య

వివాహాలను రద్దుచేయడం జరిగింది. ఈ చట్టాలవల్ల ఆధునిక యుగపు ఆలోచనా విధానాల వల్ల, మిషనరీల కృషివల్ల, విద్యా వ్యాప్తి వల్ల స్త్రీలు విద్యనభ్యసించి సమాజంలో తగిన స్థానం సంపాదించారు. నెమ్మదిగా బాల్య వివాహాల ఆచారం కూడా కనుమరుగైంది.

వితంతు వివాహాలు

హిందూ మతంలోని వర్ణాలలో వితంతువులు ఎక్కువగా ఉండేవారు. చిన్నతనాన వివాహం కావడం, భర్తకి భార్యకి మధ్య అతి ఎక్కువ వయోభేదం ఉండటం వల్ల ఆడపిల్లలు చిన్న వయస్సులోనే వితంతువులయ్యేవారు. కొన్ని కులాలలోనే వితంతు వివాహాలుండేవి. ముఖ్యంగా కింది వర్ణాలలో వితంతు వివాహాలు సులభంగా జరిగేవి. పై వర్ణాలలో వితంతువులు జీవితాంతం అలాగే ఉండేవారు. వారి జీవితం దుర్భరంగా ఉండేది. కుటుంబంలో, సమాజంలో వారికి గౌరవ ప్రదమైన స్థానం ఉండేది కాదు. కానీ 20వ శతాబ్దంలో వీరి పరిస్థితి మారింది. ముఖ్యంగా వితంతువుల సంఖ్య తగ్గింది. బాల్య వివాహాలు జరగకపోవడం దీనికి ముఖ్యకారణం. నిజాం రాజ్యంలో పురుష వితంతువులకంటే స్త్రీ వితంతువుల సంఖ్య నాలుగు రెట్లు ఎక్కువగా ఉండేది. 1856లో వితంతు పునర్వివాహ చట్టం వచ్చినా కూడా, ఆచరణకు ఏమాత్రం నోచుకోలేదు. 20వ శతాబ్దంలో వితంతువుల స్థితిలో కొద్దిమార్పు వచ్చింది. సాలార్‌జంగ్ సంస్కరణలు, సంఘసంస్కర్తల కృషి వల్ల వీరి జీవితాల్లో మార్పుల వచ్చాయి. సాలార్‌జంగ్ వితంతువునే వివాహం చేసుకొని సమాజానికి ఆదర్శప్రాయంగా నిలిచాడు.

బహు భార్యత్వం

నిజాం కాలంలోనే కాదు అసలు భారతదేశ సమాజంలోనే స్త్రీల పట్ల వివక్షత ఉండేది. స్త్రీ వితంతువుకు మళ్ళీ వివాహం జరిగేది కాదు. అది అసంభవం కానీ అదే పురుష వితంతువుకు సులభంగా పెళ్లిజరిగేది. సమాజం పురుష పక్షపాతిగా ఉండేది. సామాజిక న్యాయంలో ఎప్పుడు పురుషునికే న్యాయం దొరికేది. పురుషులు ఒకరికి మించి భార్యలను కల్గి ఉండేవారు. ముఖ్యంగా హైదరాబాదు లాంటి భూస్వామ్య సమాజంలో పాలకులు, ప్రభువులు, నవాబులు, జమీందార్లు, సంస్థానాధీశ్వరులు, ఉన్నత అధికారులు బహు భార్యలను కలిగి ఉండటం తమ హోదాకు చిహ్నంగా భావించేవారు. బహుభార్యత్వం ఈ సమాజంలో చాలా సాధారణమైన విషయం. ముస్లింలకు షరియత్ ప్రకారం నలుగురు భార్యలు కలిగి ఉండటం చట్ట సమ్మతం. వారిని చూసి హిందూ ఉన్నత వర్గాలు బహుభార్యత్వాన్ని పోషించేవారు. దానికి ప్రతిగా బహుభర్తృత్వం ఎక్కడా కన్పించేది కాదు. ఈ దురాచారం కూడా 20వ శతాబ్దంలో సంఘ సంస్కర్తల, సంఘాల కృషి, భారత ప్రభుత్వ కృషి వల్ల తగ్గిపోయింది.

వరకట్నం, కన్యాశుల్కం

హిందూ సమాజంలో స్త్రీలను తమ స్వంతం అనుకునేవారు కాదు. వారిని వివాహం చేసి ఒక వ్యక్తి చేతిలో పెట్టడమే ముఖ్యమనుకునేవారు. అందుకే ఆమెను 'ఆడ' పిల్ల అనేవారు. హిందు న్యాయశాస్త్రాలు స్త్రీకి ఆస్తి హక్కులు ఇవ్వలేదు. ఇట్టి ఆడపిల్ల వివాహ విషయంలో వరశుల్కం, కన్యాశుల్కం ఉండేది. కన్యాశుల్కం అంటే అమ్మాయి తల్లి దండ్రులకు ధనం ఇచ్చి వివాహం చేసుకోవడం. దీనికి విరుద్ధంగా అమ్మాయి తల్లి దండ్రులు అబ్బాయికి ధనం ఇచ్చి, అమ్మాయినిచ్చి వివాహం చేయడమే వరశుల్కం. పాతకాలంలో కన్యాశుల్కం ఉండేది. అయితే తెలంగాణ ప్రాంతంలో

కన్యాశుల్కం కంటే వరకట్నమే ఎక్కువగా అమలులో ఉంది. ఈ కట్నం రెండు రకాలుగా ధనరూపేణ, వస్తు రూపేణ ఇవ్వబడేది. కట్నం ఇవ్వలేకపోతే అమ్మాయిలకు వివాహాలు అయ్యేవి కావు. ముఖ్యంగా తెలంగాణలోని రెడ్డి, వెలమ కులాలలో వరకట్నాలు అధికం. అది మెల్ల మెల్లగా ఇతర కులాలకు వ్యాపించింది. 18, 19 శతాబ్దాలలో ఉన్న ఎన్నో సాంఘిక దురాచారాలు ఆధునిక కాలంలో సమసిపోయినా, ఈ ఆచారం మాత్రం ఎన్ని చట్టాలు వచ్చినా, సంఘ సంస్కర్తలు కృషిచేసినా కూడా సమసిపోలేదు. ఈనాటికి సమాజంలో వరకట్నం ఉంది. అయితే ఈనాడు ఇది సాంఘిక దురాచారంగా గాక సాంఘిక స్థోమతగా పేరు మార్చుకుంది.

దేవదాసి - జోగిని విధానం

ప్రాచీన కాలం నుంచి దేవదాసి విధానం దక్షిణ భారతదేశంలోఉంది. ఈ విధానం దేవాలయాలకు అనుబంధంగా ఉంది. ప్రాచీన కాలంలో ప్రభువులు స్త్రీలను 'దేవదాసీ'లుగా దేవాలయాలకు సమర్పించేవారు. వీరు దేవుని సేవకు జీవితాన్ని అంకితం చేసేవారు. దేవాలయాలను శుభ్రం చేయడం, అలికి ముగ్గులు పెట్టడం, పూజా పాత్రలు, దేవతల విగ్రహాలు శుభ్రం చేయడం. ప్రసాదాలు తయారు చేయడం మొదలైన పనులు చేసేవారు. దేవాలయ మాన్యాలలో వీరికి భాగం ఉండేది. సమాజంలో వీరిపై గౌరవం, భక్తిభావన ఉండేది. అయితే రాను రాను వారి స్థానం దిగజారింది. భూస్వాములు, ఇతరులు తమ కోరికలు తీర్చుకోవడానికి ఆమెను వాడుకున్నారు. ఇదే వ్యవస్థ తెలంగాణలో రూపాంతరం చెంది 'జోగిని' వ్యవస్థగా మారింది. ఈ వ్యవస్థ ముఖ్యంగా ఉత్తర తెలంగాణాలో ఎక్కువ ప్రాచుర్యంలో ఉంది. జోగినిలను దేవునికిచ్చి వివాహం చేసేవారు. అనంతరం ఆమెను గ్రామ పెద్దలు వాడుకునేవారు. వీరి స్థానం పూర్తిగా దిగజారిపోయింది. వీరు వేశ్యల లాగా తయారయినారు. ముసలి వారైన జోగినులు వ్యవసాయ కూలీలుగా జీవనం సాగించేవారు. ఆధునిక యుగంలో వచ్చిన మార్పులవల్ల, సంఘసంస్కర్తల కృషి వల్ల జోగిని విధానం అంతరించి పోయింది. ఆంధ్రప్రాంతంలో రఘుపతి వెంకట రామయ్య దేవదాసి వ్యవస్థ నిర్మూలనకు కృషి చేశాడు. తెలంగాణలో కూడా ఆంధ్ర మహాజనసభ, ఆంధ్ర యువతి మండలి లాంటి సంస్థలు ఈ వ్యవస్థ నిర్మూలనకు కృషి చేశాయి.

ఆడపాప

ప్రభువులు, జమీందారులు తమ ఇండ్లలో ఆడపిల్లలను బానిసలుగా ఉంచుకునే వ్యవస్థనే ఆడపాప అనేవారు. ఆడపాప దురాచారం ఎక్కువగా తక్కువ కులాలలోనే ఉండేది. వీరు రెడ్డి, వెలమ, దేశ్‌ముఖ్, దేశ్‌పాండేల ఇండ్లలో కట్టుబానిసలుగా ఉండేవారు. ప్రభువుల కుటుంబాలలో ఆ అమ్మాయిని ఉంపుడుగత్తెలాగ వాడుకునే వారు. ఆడపాపలకు వివాహం అయ్యేది కాదు. ప్రభువుల కుటుంబాలలోకి స్త్రీలకు వివాహం అయినప్పుడు జీతగాని కుమార్తెను 'ఆడపాప'గా అమ్మాయితో అత్తవారింటికి పంపేవారు. అక్కడ ఈమె కట్టుబానిసగా, ఉంపుడు గత్తెగా జీవించేది. ఆమె బిడ్డలను తిరిగి ఆడపాపగానే పంపేవారు. వీరికి వివాహాలు జరిగేవి కావు.

పడుపువృత్తి

నిజాం రాజ్యంలో ఈ దురాచారం ఎక్కువగా కనిపించేది ఇక్కడ నవాబులు, ప్రభువులు, ఉన్నత వర్గాలవారు సరదాల కోసం ఈ వృత్తికి ప్రోత్సహించారు. వీరు ప్రోత్సహించిన వారిని 'తవాయిఫ్' అంటారు. తవాయిఫ్ అంటే సంగీత నాట్యంతో పురుషులను ఆహ్లాదపరిచేవారు. ధనికులు. ప్రభువులు, కులీన వర్గాల వారు 'తవాయిఫ్'ల దగ్గరికి వెళ్ళడం ఒక హోదాగా భావించేవారు. అసఫ్‌జాహీలు ఈ తవాయిఫ్‌ల నాట్యాల కోసం ధఫ్తర్ - ఇ - నిషాన్ కంచెన్ కచేరి అనే

కార్యాలయాలను నిర్మించారు. ఈ కార్యాలయాల పర్యవేక్షకుడిని మమషరీషా అనేవారు. వీరు నిజాం నుంచి నెలనెల జీతాలు పొందేవారు. రాజును బట్టి వారి సంఖ్య పెరుగుతూ తగ్గుతూ ఉండేది. అనంతర కాలంలో ఈ నాట్యగత్తెలు వేశ్యలుగా మారిపోయారు. ఈ తవాయిఫ్ విధానం ఆంధ్రలో కనిపించదు, ఇది కేవలం తెలంగాణ ప్రత్యేకత.

పరదా

పరదా పద్ధతి చాలా ప్రాచీన పద్ధతి. ఈ పద్ధతి మన దగ్గర పుట్టింది కాదు. ఇది ముస్లింలతో ఉత్తర భారతదేశం ద్వారా మన సమాజంలోకి వ్యాపించింది. ముస్లిం స్త్రీలు, రాజపుత్ర స్త్రీలు బయటవారికి కనపడకుండా పరదా పాటించేవారు. కుతుబ్‌షాహీల కాలంలోనే పరదా పద్ధతి తెలంగాణలో వ్యాపించింది. అసఫ్‌జాహీల కాలంలో కూడా అది కొనసాగింది. పరదాను పాటించడం ముస్లిం స్త్రీలను చూసి హిందువులు కూడా నేర్చుకున్నారు. ముఖ్యంగా హిందూ ప్రభువులు, కులీనుల వారి స్త్రీలు పరదా పాటించేవారు. ఆధునిక కాలంలో ఇది హిందూ కుటుంబాలలో కనిపించకుండా పోయినప్పటికి ముస్లిం కుటుంబాలు ఇంకా దీనికి ఆచరిస్తున్నాయి.

పైన తెలిపిన దురాచారాలన్ని తెలంగాణ సమాజాన్ని పట్టి పీడించాయి. సమాజ అభివృద్ధికి ఆటంకాలుగా నిలిచాయి. 18, 19 శతాబ్దాలలో ఈ సాంఘిక దురాచారాలు సంఘ అభివృద్ధికి ఆటంకాలుగా నిలిచాయి. 19, 20 శతాబ్దాలలో జరిగిన అభివృద్ధి కార్యక్రమాలు స్త్రీ విద్య, సంఘ సంస్కరణ, ఈ సంస్కరణలకోసం ఏర్పడ్డ సంఘాల వల్ల ఈ దురాచారాలు తగ్గిపోయాయి. రానురాను విద్యాభివృద్ధితో ఇవి సమాజం నుంచి దాదాపు పూర్తిగా కనుమరుగయ్యాయి.

19

సంస్థానాలు

హైదరాబాద్ రాజ్యంలో అనేక సంస్థానాలున్నాయి. ఇందులో 14 సంస్థానాలు తెలంగాణలో ఉన్నాయి. వీటిలోని కొన్ని సంస్థానాలు కాకతీయుల కాలంలో, కొన్ని కుతుబ్‌షాహీల కాలంలో మరికొన్ని ఆసఫ్‌జాహీల కాలంలో ఆవిర్భవించాయి. ఈ సంస్థానాల హోదా జాగీర్ల కంటే మించినవి. ఎందుకంటే జాగీర్లు నిజాం నవాబు ఇచ్చినవి. కాని సంస్థానాలు ఆసఫ్‌జాహీ వంశం వారు రాజ్యాధికారానికి రాకపూర్వం నుంచే ఉన్నాయి. అయితే ఆసఫ్‌జాహీలు వారి స్వతంత్ర ప్రతిపత్తిని ఒప్పుకొని తమ రాజ్యంలోనే ఉండమన్నారు. ఆ మేరకు ఆసఫ్‌జాహీలతో ఒడంబడిక జరిగింది.

గద్వాల సంస్థానం

గద్వాల సంస్థానం అతి ప్రాచీనమైంది. ఇది కృష్ణా తుంగభద్రానదుల మధ్య ఉండేది. ఈ సంస్థానం రాయచూరు జిల్లా నుంచి విడిపోయి మహబూబ్‌నగర్ జిల్లాలో కలిసింది. సంస్థానాల రద్దు నాటికి ఈ సంస్థాన పాలనా కాలం 600 సంవత్సరాలు. అనేక రాజవంశాలకు సామంత రాజ్యంగా ఉన్న ఈ సంస్థానం ఆసఫ్‌జాహీల అధికార పరిధిలోకి వచ్చింది. ఈ సంస్థానం క్రీ.శ.1956 లో ఆంధ్రప్రదేశ్ రాష్ట్రంలో విలీనమైంది.

గద్వాల సంస్థానం సముద్రమట్టానికి 1063 అడుగుల ఎత్తున ఉంది. ఈ ప్రాంతంలో చెరువులు, కుంటలు, బావులు ప్రధాన నీటి వనరులుగా ఉండేవి. ఈ సంస్థానంలోని మొత్తం గ్రామాల సంఖ్య 360. గద్వాల సంస్థానానికి తూర్పున అలంపురం తాలూకా, దక్షిణాన తుంగభద్రానది, పడమర రాయచూరు జిల్లా, ఉత్తరాన కృష్ణానది ఎల్లలుగా ఉన్నాయి.

గద్వాల సంస్థాన ఆదాయం సంవత్సరానికి 10 లక్షలు ఉండేది. దీని సంవత్సర ఖర్చు 7,31,308 లక్షలు ఉండేది. ఈ సంస్థానాధీశులకు సివిల్, క్రిమినల్ వ్యాజ్యాలను విచారించి తీర్పునిచ్చే అధికారం ఉండేది. వీరికి పరిపాలనకు సంబంధించిన ఉద్యోగులను నియమించుకొనే అధికారం ఉండేది. వీరికి కాల్బలం, అశ్వికదళం, ఫిరంగిదళం మొదలైన సైనిక దళాలు ఉండేవి. ఈ సంస్థానంలో పూడూరు, వల్లూరు, రాజవోలు, ఐజ, మల్దకల్లు, చాగదొన, బీచుపల్లి, శ్రీరామావధూత అగ్రహారం లాంటి చారిత్రక, ఆధ్యాత్మిక సంబంధిత గ్రామాలున్నాయి.

గద్వాల సంస్థానాధీశులు పాకనాటి రెడ్లు, ముష్టిపల్లి వంశానికి చెందినవారు. వీరు వైష్ణవ మతాన్ని అనుసరించారు. వీరు అనేక దేవాలయాలు నిర్మించారు. గద్వాల కోట, నగర నిర్మాణం క్రీ.శ. 17 వ శతాబ్దం ఉత్తరార్ధం నుంచి 18 వ శతాబ్దం ప్రథమ పాదం వరకు సాగింది. ప్రథమంలో వీరి రాజధాని పూడూరు. అక్కడ ఉన్న చెన్నకేశవస్వామి వీరి కులదైవం. రాజ పత్రాల్లో పూడూరు కేశవ నగరంగా వ్యవహరించబడింది. పూడూరు చాళుక్యుల కాలం నుంచి ప్రసిద్ధిచెందిన పట్టణం. ఇక్కడ చాళుక్య, పల్లవ యుద్ధాలు జరిగాయి. గద, వాలు ఆయుధాలను ఉపయోగించి శత్రురాజులపై విజయం సాధించడం వల్ల వారు నిర్మించిన నగరానికి గదవాలు నగరం అని పేరు వచ్చిందని ప్రతీతి. గదవాల, గద్వాల అయింది.

గద్వాల సంస్థానానికి మూలపురుషుడు పోలనిరెడ్డిగా పిలువబడే బుడ్డారెడ్డి. ఇతడు గొప్ప వీరుడు, యుద్ధ నిపుణుడు, రాజనీతి విశారదుడు. ఇతడు కాకతీయ ప్రతాపరుద్రుని చేత మానవీబెళుదోణి, రాయచూరు, అలంపురం, అదవాని, ఐజ, మోసలకల్లు ప్రాంతాలకు పాలకుడిగా నియమితుడయ్యాడు. ఇతని వంశీయులు క్రీ.శ.1686-87 సంవత్సరాల్లో నంద్యాల, సిరిగుప్ప, సిద్ధాపురం, అహోబిలం, బండాత్మకూరు, శిరివెళ్ళ ప్రాంతాలను జయించి, తమ రాజ్యాన్ని విస్తరింపచేశారు. కందనవోలు నవాబును జయించి, అతని ధ్వజాన్ని, రాజ చిహ్నాలను గ్రహించి గద్వాలలో ఉంచారు. క్రీ.శ.1600 వరకు వీరికి నాడగౌడ, సర్ నాడగౌడ అనే బిరుదులు ఉండేవి.

రాజా శోభనాద్రి

రాజా శోభనాద్రి గద్వాల సంస్థానానికి ఆద్యుడు. కర్నూలు జిల్లాలోని కొంతలపాడు మునసబు వీరారెడ్డి ఇతని తండ్రి. శోభనాద్రి తాను పూడూరు గౌడనాడుకు చెందిన వాడనని ప్రకటించుకొన్నాడు. ఇతడు ఐజ మున్నూటిలోని కొంత భాగాన్ని జయించాడు. తనను పెంచి పెద్ద చేసిన బక్కమ్మ పేర ఐజలో ఒక దిగుడుబావి తవ్వించి, ప్రజలకు మంచినీటి వసతిని ఏర్పరచాడు. ఇతడు క్రీ.శ.1698-1705 మధ్య కాలంలో ఐజ గ్రామంలో ఒక కోటను నిర్మించాడు. క్రీ.శ.1706 లో కాశీయాత్రకు బయలుదేరి, క్రీ.శ.1712 లో అక్కడ రామలింగేశ్వర దేవాలయం నిర్మించాడు. ఇతని పరిపాలన క్రీ.శ.1712 వరకు సాగింది. రాజా శోభనాద్రి తరవాత ఐజ సంస్థానాన్ని పర్యవేక్షించడానికి కల్లా వెంకన్న నియమితుడయ్యాడు. ఇతడు క్రీ.శ.1719 వరకు ఈ పదవిలో ఉన్నాడు.

రాజా శోభనాద్రి రాణులు క్రీ.శ.1719 లో రమణయ్య అనే ఆయనను పాలనా వ్యవహారాల నిర్వహణకు నియమించారు. అతడు క్రీ.శ.1724 వరకు పాలన నిర్వహించాడు. తరవాత శోభనాద్రి పెద్ద భార్య అమ్మక్కమ్మ క్రీ.శ.1725 వరకు పాలించింది. తదనంతరం అతని రెండవ భార్య రాణి లింగమ్మ క్రీ.శ.1725 నుంచి క్రీ.శ.1738 వరకు పాలించింది. ఈమె పాలనా కాలంలో గద్వాల సంస్థానం అభివృద్ధిచెందింది. ఈమె బీచుపల్లి వద్ద కృష్ణానది మధ్యలో ఉన్న ఎత్తైన కొండపై దుర్గ నిర్మాణాన్ని ప్రారంభించింది. ఈమె సంగాల, తాండ్రపాటి చెరువులను, లింగమ్మ బావిని నిర్మించింది. ఈమె ముండ్లదిన్నెలోని నాగన్న అనే వాని కుమారుడైన తిరుమల రాయుని దత్తత తీసుకొంది.

రాజా తిరుమల రావు (క్రీ.శ.1738-1742)

రాజా తిరుమల రావు కాలంలో బీచుపల్లి వద్ద ప్రారంభించిన నిజాం కోట నిర్మాణం పూర్తైంది. ఇతని అనంతరం ఇతని పెద్ద భార్య రాణి మంగమ్మ క్రీ.శ.1742 లో మాత్రమే సంస్థాన పరిపాలన నిర్వహించింది. అనంతరం ఇతని చిన్న భార్య రాణి చొక్కమ్మ క్రీ.శ.1742 నుంచి క్రీ.శ.1747 వరకు గద్వాల సంస్థాన పరిపాలనా బాధ్యతను నిర్వహించింది. ఈమె బీచుపల్లిలోని నిజాం కోటలో ఆంజనేయస్వామి విగ్రహాన్ని ప్రతిష్ఠించింది. బోరవెల్లి గిరెమ్మ దత్తపుత్రుడైన రామారావు చొక్కమ్మకు మరది. తన కుమారులను రక్షిస్తూ సంస్థాన పాలనా బాధ్యతలను నిర్వహించడానికి రాణి చొక్కమ్మ రామారావును గద్వాలకు పిలిపించింది.

రాజా రామారావు రాణి చొక్కమ్మ అనుమతితో ఆమె ఇద్దరు కుమారులైన రాజా చిన్న సోమభూపాలుని, రాజా చిన్న రామభూపాలుని దత్తత తీసుకొని, తన బోరవెల్లి సీమలోని గ్రామాలను గద్వాల సంస్థానంలో చేర్చాడు. ఇతడు

రాజప్రోలు జమీందారులతో యుద్ధంచేసి, వారికి చెందిన 8 గ్రామాలను ఆక్రమించాడు. ఇతడు కర్నూలు పైకి దండెత్తి దాని పాలకుడైన నవాబును ఓడించి నగారా, ఢక్కా, పీత ధ్వజాన్ని స్వాధీనం చేసుకొని ముందుకు సాగి ఔకు తాలూకా వరకు విజయ యాత్రచేసి బెతండ్లలో చెన్నకేశవ స్వామి దేవాలయాన్ని నిర్మించాడు. రాజా రామారావు పాలనా కాలం క్రీ.శ.1746 నుంచి క్రీ.శ.1762.

రాజా చిన్న సోమభూపాలుడు (క్రీ.శ.1762 - 1793)

ఇతనికి భూపాలు అనే బిరుదుండేది. ఇతడు ఉప్పేరు, గంగపల్లె పాలకులను ఓడించి దరూరు పరగణాను గద్వాలలో చేర్చాడు. గద్వాల కోటలోని కేశవాలయశిఖరాన్ని తన భార్య పేరున నిర్మించాడు. క్రీ.శ.1779 లో రామాలయాన్ని నిర్మించి, క్రీ.శ.1788 లో భూదేవి దేవాలయాన్ని నిర్మించాడు.

రాజా చిన్న రామభూపాలుడు (క్రీ.శ.1793-1806)

ఇతడు రాయచూరు హనుమంతరావు దేశాయి, నరసింగరావులతో దోరణాల గ్రామ సరిహద్దు విషయంలో కలహించి నిజాం సహాయంతో సమస్య పరిష్కరించుకొంటాడు. ఇతని అనంతరం ఇతని కుమార్తె భర్త అయిన సీతారాం భూపాలుడు రాజ్య పాలన గావించాడు.

రాణి వెంకట లక్ష్మమ్మ (క్రీ.శ.1844-1865)

ఈమె సీతారాం భూపాలుని మూడవ భార్య. ఈమె గద్వాల్లో క్రీ.శ.1849 లో కేశవాలయ గోపురాన్ని, మహాద్వారాన్ని నిర్మించింది. వెంకటాపురం గోమం కృష్ణారెడ్డి కుమారుడైన రామన్నను నిజాం అనుమతితో దత్తత తీసుకొంది. ఇతనికి రాజా రామభూపాలుడని నామకరణం చేసి పాలకునిగా నియమించింది.

మహారాణి ఆదిలక్ష్మీ దేవమ్మ

ఈమె గద్వాల సంస్థానాన్ని పాలించిన చివరి పాలకురాలు. ఈమె పెద్ద కుమార్తె దోమకొండ సంస్థానాధీశుణ్ని వివాహం చేసుకొంది. ఈమె కాలంలోనే గద్వాల సంస్థానం 1948 సెప్టెంబర్ 17 న హైదరాబాదు రాష్ట్రంలో చేర్చబడింది.

సాహిత్య పోషణ

గద్వాల సంస్థాన పాలకులు కవులను పోషించారు. మాఘ మాసంలో కవిగాయకులను సన్మానం చేసే సంప్రదాయాన్ని పెద సోమభూపాలుడు ప్రారంభించాడు. సోమభూపాలుని ఆస్థానంలో హరిభట్టు, కొటికలపూడి వీరరాఘవ, కాణాదం పెద్దన సోమయాజి మొదలైన కవులు ఉండేవారు.

కాణాదం పెద్దన సోమయాజి: ఇతడు భద్రాపరిణయం అనే నామాంతరం గల ముకుంద విలాసం అనే ఆధ్యాత్మ రామాయణాన్ని, రామాయణంలోని బాలకాండను రాసాడు.

కిరీటి వెంకటాచార్యులు: ఇతడు అలంకార కౌస్తుభం, భావశతకం, ఝంఝూమారుతం, శృంగారలహరి, హయగ్రీవ దండకం మొదలైన సంస్కృత గ్రంథాలు రచించాడు. ఈయన అచలాత్మజాపరిణయం అనే కృతిని రచించాడు

కామ సముద్రం అప్పలాచార్యులు: ఇతనికి విద్వత్కవికుంజర అనే బిరుదుండేది. కృష్ణలీలాతరంగిణి, యథాశ్లోక తాత్పర్య రామాయణంలోని కిష్కింధాకాండ మొదలైన గ్రంథాలను రచించాడు.

కర్నమడకల అనంతాచార్యులు: అనంతాచార్యులు ఆచార్య వింశతి, ఆంధ్రశబ్ద చింతామణి, మదన విజయబాణం మొదలైన రచనలు చేశాడు.

కొత్తపల్లి రామచంద్రాచార్యులు: ఈయనకు విద్వన్మహాకవి అనే బిరుదుండేది. యథాశ్లోక తాత్పర్య రామాయణంలోని అయోధ్యాకాండను రచించాడు.

గార్ల్యపురం సుబ్బశాస్త్రి: వీరికి ఉభయకవితా నిస్సహాయ సాహితీధురీణ బిరుదుండేది. ఈయన యథాశ్లోక తాత్పర్య రామాయణంలోని అరణ్యకాండమును రచించాడు.

హోసదుర్గము వేదాంతాచార్యులు: ఈయన గద్వాల సంస్థాన ధర్మాధికారి. ఆచార్య వైభవం, శ్రీకృష్ణబ్రహ్మ తంత్రార్య వేదపాదస్తవం అనే కృతులను రచించాడు.

పుల్లగుమ్మి వెంకటాచార్యులు: ఈయన రాజాసీతారామ భూపాలరావుకు విద్యా గురువు. అలంకారావళి, ఆదిలక్ష్మీ కర్ణపూరము, ఆంధ్ర వ్యాకరణ సూత్రావళి మొదలైన గ్రంథాలను రచించాడు.

పుల్లగుమ్మి అహోబిలాచార్యులు: ఈయన ప్రముఖ జ్యోతిష్యుడు. ఈయన అభినవతిథివల్లి, దృక్‌సిద్ధ గ్రహగణితం, సూర్య సిద్ధాంతసారం మొదలైనవి రచించాడు.

చేట్లూరి నారాయణాచార్యులు: ఈయన గద్వాల సంస్థాన శాస్త్రపరీక్షాధికారి, ప్రతాప రుద్రీయసారం అనే అలంకార గ్రంథాన్ని రచించాడు.

పురాణం దీక్షాచార్యులు: ఈయన రాంచంపువు, రామనృపకర్ణపూరము, కావ్యోత్కర్ష, కేశవ సుప్రభాతము మొదలైనవి రాశాడు.

పురాణం నరసింహాచార్యులు: గద్వాల సంస్థానంలో ఈయనకు తిరుపతి వెంకట కవులకు హోరాహోరిగా శాస్త్రవాదాలు జరిగాయి. ఈయన జానకీ పరిణయం, శ్రీరామభూప చరిత్ర మొదలైనవి రచించాడు.

గాడేపల్లి వీరరాఘవశాస్త్రి: ఈయన శ్రీ సత్యవరలక్ష్మీ ధ్రువ చరిత్రం, శ్రీరాణి సత్యవరలక్ష్మీ రామాయణం, త్రిపురాంతక స్థలమహత్యం మొదలైన గ్రంథాలు రచించాడు.

ఆదిపూడి ప్రభాకరకవి: ఇతడు పౌండరీకం అనే ప్రబంధాన్ని రచించాడు. ఈ ప్రబంధాన్ని గద్వాల చెన్నకేశవస్వామికి అంకితం ఇచ్చాడు.

పోకూరి కాశీపతి: ఈయన గద్వాల రాణి ఆదిలక్ష్మీదేవమ్మ ఆస్థానకవి. సారంగధరీయ నిరోష్ఠ్య నిర్వచనం, శుద్ధాంధ్ర హరిశ్చంద్రోపాఖ్యానాద్యనేకాంధ్ర అనే గ్రంథాలను రచించాడు.

పెద్దమందడి వేంకటకృష్ణ కవి: ఈయన నిర్వచన భక్తివిజయం, మారుతి విలాసం, గద్వాల సంస్థాన చరిత్రం, రెడ్డికుల నిర్ణయచంద్రిక, కేశవ విలాసం మొదలైన గ్రంథాలను రచించాడు.

శ్రీరామ నరసింహమూర్తి కవులు: ఈ జంట కవులు గద్వాల యువరాజు కృష్ణరాయ భూపాలుని ఆస్థాన కవులు. ఈ సంస్థానాధీశులు ప్రతిఏట కేశవస్వామి ఉత్సవ సందర్భాల్లో, మాఘకార్తిక మాసాల్లో నిర్వచించే కళా పరీక్ష సమావేశంలో కవి పండిత, నర్తక, గాయకులను సన్మానించేవారు. ఈ జంట కవులు నిరుపమానదీక్ష, శ్రీమదాంధ్ర భాగవతం మొదలైన రచనలు చేశారు.

శ్రీధర్మవరం కృష్ణమాచార్యులు: ఈయనకు గద్వాల సంస్థానాధీశులు ఆంధ్రనాటక పితామహ అనే బిరుదును ప్రసాదించారు. ఈయన ఎన్నో గ్రంథాలను రచించాడు.

వనపర్తి సంస్థానం

వనపర్తి సంస్థాన వైశాల్యం 450 చదరపు మైళ్ళు. ఇందులో 124 గ్రామాలుండేవి. ఈ సంస్థానాధీశుల తొలి రాజధాని నూగూరు. తొలుత ఇది నూగూరు సంస్థానంగా వ్యవహరించబడింది. సంస్థానాన్ని పాలించిన మొదటి రామకృష్ణారావు నూగూరు నుంచి తన రాజధానిని వనపర్తికి మార్చడం వల్ల ఈ సంస్థానం వనపర్తి సంస్థానంగా పరిగణింపబడింది.

వనపర్తి సంస్థానాధీశుల గృహనామం జనుంపల్లి వారు. వీరు మొటాటిరెడ్డి వంశీయులు. ఈ వంశానికి మూలపురుషుడు వీరకృష్ణభూపతి. ఇతడ్నే వీరకృష్ణారెడ్డి అంటారు. పెనుబాల గోత్రోద్భవులైన వనపర్తి సంస్థానాధీశుల తొలి నివాసం కర్నూలు మండలం.

వీరకృష్ణా రెడ్డి

వీరకృష్ణా రెడ్డి కర్నూలు జిల్లా నంద్యాల తాలూకాలోని జనుంపల్లి వాసి. విజయనగర రాజుల సామంతునిగా ఇతడు నంద్యాల ప్రాంతంలో కొన్ని భాగాలను ఏలుచుండేవాడు. మహబూబ్‌నగర్ జిల్లాలోని పానుగల్లు దుర్గ పరిధిలో ఉన్న పాతవల్లి గ్రామానికి వలసవచ్చి, అక్కడ స్థిరపడి వర్తకవ్యాపారం చేస్తూ పరిసర గ్రామాలను ఆక్రమించి, నూగూరు పట్టణాన్ని రాజధానిగా చేసుకొని పాలించాడు. ఇతని సంతతి వారు నూగూరు సంస్థానాధీశులుగా వ్యవహరించబడ్డారు.

వేముడి వెంకట రెడ్డి

వీరకృష్ణా రెడ్డికి నాలుగవ తరంవాడైన వేముడి వెంకట రెడ్డి గొప్పవీరుడు. ఇతడు క్రీ.శ.1633లో గోల్కొండ సుల్తానయిన అబ్దుల్లా కుతుబ్‌షా మన్ననలను పొందాడు. గోల్కొండ సైన్యం దక్షిణ ప్రాంతంపై దండెత్తి వెళ్ళే సమయంలో వెంకటరెడ్డి పదివేల సైన్యంతో వెళ్ళి నెల్లూరు, ఉదయగిరి దుర్గాలను సాధించి పెట్టాడు. నూగూరు సంస్థానానికి అనుబంధంగా మరికొన్ని గ్రామాలను కుతుబ్‌షాహీల నుంచి వెంకటరెడ్డి పొందాడు.

గోపాల రాయలు

ఈయన వెంకటరెడ్డి కుమారుడు. వనపర్తి సంస్థానాధీశుల్లో బహిరీ బిరుదును పొందాడు.

వెంకటరెడ్డి

గోపాల రాయలకు పురుష సంతానం లేనందు వల్ల అతడు వెంకటరెడ్డిని దత్తత తీసుకొన్నాడు. వెంకటరెడ్డికి సంస్థాన ఆదాయం సరిపోలేదు. దాంతో అతడు రుణాలను పొంది, సంస్థాన ఆర్థిక స్థితిని దిగజార్చాడు. నిజాం ప్రభువుకు చెల్లించాల్సిన కప్పం చెల్లించలేదు. దాంతో నిజాం సైన్యాన్ని పంపుతాడు, వెంకటరెడ్డి యుద్ధంలో ఓడిపోయి అవమానంతో ఆత్మహత్య చేసుకొంటాడు.

ఢిల్లీ సుల్తాన్ వెంకటరెడ్డికి సవై బిరుదును ఇచ్చి సత్కరించాడు. వెంకటరెడ్డి తనను దత్తత తీసుకొన్న గోపాల రావు పేరున గోపాల్‌పేట గ్రామ్మాన్ని నిర్మించాడు. అతనిపై అభిమానంతో తన కుమారునికి గోపాలరావు అని పేరుపెట్టాడు. కొత్తగా నిర్మించిన గోపాల్‌పేట పరిధిలోకి 12 గ్రామాలను చేర్చి, తన సోదరుడు రంగారెడ్డిని ఆ సంస్థానానికి పాలకుడిగా నియమించాడు.

వనపర్తి సంస్థాన పాలకుల్లో మొదటి రామకృష్ణా రావు ప్రసిద్ధుడు. దాయాదుల కుట్ర వల్ల ఇతడు నిజాం ప్రభువు చెరసాల్లో మూడు సంవత్సరాలున్నాడు. నిజాం వాస్తవ పరిస్థితులను తెలుసుకొని రామకృష్ణా రావును చెరసాల నుంచి విడిపించాడు. క్రీ.శ.1817 లో రామకృష్ణా రావు నిజాం ప్రభువు నుంచి రాజబహద్దూరు బిరుదు ధరించాడు. ఇతడు సంస్థానానికి వచ్చి పాలనా బాధ్యతలను చేపట్టి సంస్థాన రాజధానిని నూగూరు నుంచి వనపర్తికి మార్చాడు.

రామకృష్ణా రావు దత్తపుత్రుడు మొదటి రాజా రామేశ్వర రావు సంస్థాన ప్రజలకు సమస్త సదుపాయాలు కలిగించాడు. నిజాం ప్రభువులతోను, బ్రిటిష్ వారితో సత్సంబంధాలను సాగించి వారు చేసిన యుద్ధాల్లో సహకరించాడు. క్రీ.శ.1861 లో రాజా రామేశ్వర రావు సేవలకు సంతోషించిన నిజాం, బ్రిటిష్‌వారు అతనికి కరవాలం, పిస్టల్, రైఫిల్ వంటి ఆయుధాలను ఇచ్చారు. రామేశ్వర రావు బ్రిటిష్ వారి పాలనా పద్ధతులను ఆకళింపుచేసుకొని సంస్థానంలో శాశ్వత పన్ను విధానాన్ని అమలు పరిచాడు.

రాజా రామేశ్వర రావు దత్తపుత్రుడు రాజా రామకృష్ణ రాయలు అకాల మరణం వల్ల రెండవ రామేశ్వర రావు వనపర్తి సంస్థానానికి దత్తపుత్రుడిగా వచ్చి పాలనా బాధ్యతలను స్వీకరించాడు. రెండవ రామేశ్వర రావు మంచి సమర్థుడు, పరిపాలనా దక్షుడు. ఇతని కాలంలో వనపర్తి సంస్థానం మహోన్నత దశను అనుభవించింది. అనేక ప్రజాహిత కార్యక్రమాలను చేపట్టాడు. వ్యవసాయాభివృద్ధికి చెరువులు, కుంటలు, బావులు తవ్వించాడు. సంస్థానంలో శాంతిభద్రతలను కాపాడటానికి పటిష్టమైన వ్యవస్థను ఏర్పాటు చేశాడు.

రాజా రామేశ్వర రావుకు ఇద్దరు కుమారులు. పెద్ద కుమారుడైన శ్రీకృష్ణ దేవరాయలు మునగాల సంస్థానాధీశుడైన రాజా వెంకటరంగా రావు కుమార్తె అయిన సరళాదేవిని వివాహం చేసుకొన్నాడు. చిన్న కుమారుడైన శ్రీరామదేవరాయలు శ్రీ పింగళి వెంకట్రామారెడ్డి కుమార్తైన కుముదినీ దేవిని వివాహం చేసుకొన్నాడు. రాణి సరళాదేవి పేరున సరళసాగర్ అనే గొప్ప తటాకం నిర్మించబడింది. రాజా కృష్ణదేవరాయల మరణానంతరం రాణి సరళాదేవికి, రాజా రామదేవరాయలకు సంస్థాన పరిపాలనా విషయాల్లో భేదాభిప్రాయాలు వచ్చాయి. వీరి సన్నిహితులు పరిస్థితిని చక్కదిద్దారు.

రాణి సరళాదేవి కుమారుడైన రాజా రామేశ్వర రావు ఉన్నత విద్యావంతుడు. సంస్థానం హైదరాబాద్ రాష్ట్రంలో కలిసిన తరవాత ఆయన పార్లమెంట్ సభ్యుడిగా ఉండేవాడు.

సాహిత్య పోషణ

రాజా బహిరీ గోపాలరాయలు: ఈయనకి అష్టభాషా కవి అనే బిరుదు ఉండేది. ఇతడ్ని అష్టభాషా గోపాలరాయ అని చరిత్రకారులు వ్యవహరించేవారు. రామచంద్రోదయం, శృంగార మంజరీబాణం మొదలైన గ్రంథాలను రచించాడు.

వీర రాఘవాచార్యులు: ఈయన వనపర్తి ఆస్థాన పండితుడు. క్రీ.శ.1770 లో సంస్కృత భాగవతానికి విశిష్టాద్వైతపరమగు వీర రాఘవీయ వ్యాఖ్యను రచించాడు.

అక్షింతల సుబ్బాశాస్త్రి: ఈయన 19వ శతాబ్దం మధ్య భాగంలో రేచెర్ల గ్రామంలో నివసించేవాడు. ఈయన భాష్యార్థ రత్నమాల అనే గ్రంథాన్ని రచించాడు. ఈయన వేదాంత శాస్త్రంలో గొప్పజ్ఞాని.

సింగంపల్లి నరసింహ సిద్ధాంతి: ఈయన జ్యోతిష్యంలో నిష్ణాతుడు. భూభ్రమణ భ్రాంతి నిరసన అనే గ్రంథాన్ని రచించాడు.

అర్చకం అయ్యమాచార్యులు: ఈయన వనపర్తి సమీపంలోని పెద్దమందడి గ్రామానికి చెందినవాడు. ఈయన పెద్దమందడి చెన్నకేశవ విలాసం, రామేశ్వర విజయం మొదలైన రచనలను చేశాడు.

హోసదుర్గం కృష్ణమాచార్యులు: ఈయన వనపర్తి సంస్థాన ధర్మాధికారిగా ఉండేవాడు. ఈయన సంస్థానాధీశ్వరుని గూర్చి రామేశ్వర విజయచంపువు అనే ప్రబంధాన్ని రచించాడు. ఈయన ఇంకా అలంకార మణిహారం, ఉన్మత్త పాండవము, కేశవోత్సవ మాలిక, ప్రసన్నానందలహరి, రఘునాథ విజయం, శ్రీకృష్ణ పంచరత్నమాల, శ్రీనివాస విలాసం, శ్రీరామాయణ వైభవం మొదలైన శతాధిక గ్రంథాలను రచించాడు.

సన్నిధానం సూర్యనారాయణ శాస్త్రి: ఈయన పువ్వులతోట అనే ఖండకావ్యాన్ని వనపర్తి రాజా స్వర్గీయ శ్రీకృష్ణదేవరాయల ఆత్మకు అంకితమిచ్చాడు. వనపర్తి పాలకురాలు శ్రీకృష్ణదేవరాయల సతీమణి సరళాదేవి ఈ గ్రంథ ముద్రణకు సహాయం చేసింది.

అమరచింత (ఆత్మకూరు) సంస్థానం

మహబూబ్‌నగర్ జిల్లాలోని ఆత్మకూరు సంస్థానం అమరచింత సంస్థానంగా వర్ధిల్లింది. ఈ సంస్థాన వైశాల్యం 190 చదరపు మైళ్ళు. పూర్వం ఈ సంస్థానం అమరచింత, వడ్డెమాను (వర్ధమాను) పరగణాలుగా ఉండేది. ఈ సంస్థానాధీశుల తొలి రాజధాని తివుడంపల్లి. తరవాత ఆత్మకూరు కేంద్రంగా వీరు పాలించారు.

పాకనాటి రెడ్డి వంశానికి చెందిన ఈ సంస్థానాధీశులు ముక్కర వారని పిలువబడ్డారు. 'ముక్కర' వీరి ఇంటి పేరు. ఈ సంస్థానానికి మూలపురుషుడు గోపాలరెడ్డి.

గోపాలరెడ్డి

చిత్తూరు జిల్లాలోని సుప్రసిద్ధ క్షేత్రమైన తిరుపతి ప్రాంతంలోని చంద్రగిరి పట్టణం వాస్తవ్యుడు. గోనబుద్ధారెడ్డి తిరుపతి క్షేత్రాన్ని సందర్శించినప్పుడు గోపాలరెడ్డి ఆయనకు అన్ని రకాల సేవలు చేస్తాడు. దీనికి సంతోషించిన గోన బుద్ధారెడ్డి క్రీ.శ.1292 లో గోపాలరెడ్డిని వర్ధమానపురానికి పిలిపించి గౌరవించి ఆ ప్రాంతానికి పాలకుడిగా నియమించాడు.

చిన్న గోపిరెడ్డి

గోపాలరెడ్డి కుమారుడు చిన్న గోపిరెడ్డి, ఆత్మకూరు సంస్థానానికి పాలకుడయ్యాడు. క్రీ.శ.1363 లో పంచమహల్ తాలూకా సర్‌నాడగౌడ వతనును కాటభూపాలుని వల్ల సనదు రూపంలో చిన్న గోపిరెడ్డి పొందాడు. బహమనీ సుల్తాన్‌కు యుద్ధాల్లో సహకరించి అతని వల్ల ఫెరోజ్‌గఢ్‌కు చెందిన సర్కార్ ముజఫర్ నగర్ పరగణాలో కడేచూరు ప్రాంతంలో నాడగౌడ, సర్నాడగౌడ, దేశ్‌ముఖ్, దేశ్‌పాండ్యా, దేశాయిగిరి పదవులను సనదుల ద్వారా పొంది ప్రఖ్యాతిగాంచాడు.

చిన్న గోపిరెడ్డి కుమారుడు చంద్రారెడ్డి గొప్ప దైవభక్తి కలవాడు. ఇతడు కురుమూర్తి దేవాలయాన్ని నిర్మించాడు. చంద్రారెడ్డి మనుమడు అయిన రెండవ గోపిరెడ్డి గోల్కొండ సుల్తానయిన అబ్దుల్లాకుతుబ్‌షా కాలంవాడు. సుల్తాన్ ఆప్త వర్గంలోని వాడు. గుర్రం కొండ దుర్గాన్ని గోపాలరావు అనే అతడు ఆక్రమించగా, రెండవ గోపిరెడ్డి అబ్దుల్లా కుతుబ్‌షా తరపున గోపాలరావుపై దండయాత్ర చేసి అతడ్ని ఓడించి, బంధించి సుల్తాన్‌కు అప్పగించాడు. రెండవ చిన్న గోపిరెడ్డి పట్టుదల, సాహసాలకు సంతోషించిన అబ్దుల్లా కుతుబ్‌షా ఇతనికి అల్లీపురం జాగీరును ప్రసాదించి, 500 మున్‌సబ్‌దారీని, 200 సవారులను కొనడానికి ఆజ్ఞ ఇచ్చాడు. గోపిరెడ్డికి అమరచింత, వర్ధమాన పురాలు లభించాయి. గోపిరెడ్డి సోదరుడు సాహెబ్‌రెడ్డి కడేచూరు, మగతల సీమలను పాలించడానికి సుల్తాన్ చేత నియమించబడ్డాడు.

గోపిరెడ్డి తరవాత సర్వారెడ్డి ఆత్మకూరు సంస్థాన పాలనా బాధ్యతను నిర్వహించాడు. సర్వారెడ్డి మనుమడు రెండవ సర్వారెడ్డి మొఘల్ చక్రవర్తి అయిన ఔరంగజేబు సైన్యాధిపతికి యుద్ధాల్లో సహకరించి, దుప్పల్లి జాగీరును, జెండా, నగారా, 500 సవారులు, రాజ చిహ్నాలు పొందాడు. రెండవ సర్వారెడ్డి కుమారుడు మొదటి తిమ్మారెడ్డి. మహారాష్ట్ర పీష్వాలు నిజాం రాష్ట్రంలో దాడులు నిర్వహించి చౌత్, సర్దేశ్‌ముఖీ వసూలు చేయడానికి నియమించబడిన రాజ చంద్రసేన మొదటి తిమ్మారెడ్డి సహాయ సహకారాలు పొందాడు. దానికి ప్రతిఫలంగా తిమ్మారెడ్డికి అమరచింత, వడ్డెమాను పరగణాలను గుత్తకిచ్చి, సంవత్సరానికి 50,000 చెల్లించేట్లు ఒప్పించాడు. రాజాచంద్రసేన తన పేరున చంద్రగఢాన్ని తన భార్య పేరున ధర్మపురం నిర్మించి ఈ రెండు గ్రామాలకు దేశ్‌ముఖ్‌గా తిమ్మారెడ్డినే నియమించాడు.

తిమ్మారెడ్డి ముని మనుమడు సాహెబ్‌రెడ్డి పాలనా కాలంలో క్రీ.శ.1748 లో ఆసఫ్‌జాహీ రాజ్యం స్థాపించబడింది. సాహెబ్‌రెడ్డి ఆసఫ్‌జాహీ పాలకునికి కర్ణాటక దండయాత్రల్లో సహకరించి, అతని నుంచి సవై రాజా బిరుదును పొందాడు.

రెండవ సాహెబ్‌రెడ్డికి 7 వ తరం వాడు పెద్ద వెంకటరెడ్డి. ఇతడు ఆసఫ్‌జాహీ సింకిందర్‌జా కాలం వాడు. సుల్తాన్‌కు ప్రీతిపాత్రుడైన వెంకటరెడ్డి అమరచింత, వడ్డెమాను పరగణాల పట్టాను రాజా చందూలాల్ దివాన్ సహాయంతో పొందాడు. పెద్ద వెంకటరెడ్డి తన రాజధానిని తిపుడంపల్లి నుంచి ఆత్మకూరు పట్టణానికి మార్చాడు.

పెద్ద వెంకటరెడ్డి తరవాత అతని కుమారుడు బాలకృష్ణారెడ్డి ఆత్మకూరు పాలకుడయ్యాడు. ఇతని తరవాత కుమారుడు సోమభూపాల్ రావు సురాజుద్దౌలా నిజాం రాజ్యమంత్రిగా ఉన్న కాలంలో 52,201 రూపాయలకు అమరచింత, వడ్డెమాను పరగణాలను శాశ్వతంగా బిల్‌మఖ్తాగా పొందాడు. సాలార్‌జంగ్ ప్రధాన మంత్రిగా ఉన్న కాలంలో ఈ పరగణాలపై విధించిన కప్పం 70,000 రూపాయలు అయింది.

సోమభూపాలుని కుమారుడు రాజా సీతారామ భూపాలరావు. ఇతనికి నిజాం రాజులతో చక్కని స్నేహ సంబంధాలుండేవి. ఈయన కుమారుడైన సవై రాజా శ్రీరామ భూపాల్ బల్వంత్ బహద్దూరు ఆత్మకూరు సంస్థానాన్ని అభివృద్ధిపథంలో నడిపించాడు. ఈయన మరణానంతరం భార్య భాగ్యలక్ష్మమ్మ పరిపాలించింది ఈమె చివరి పాలకురాలు. ఈ సంస్థానం హైదరాబాద్ రాష్ట్రంలో చేర్చబడింది.

సాహిత్యం

అమరచింత పాలకులు తెలుగు, సంస్కృతం మొదలైన భాషల్లో సాహిత్యాభివృద్ధికి కృషిచేసారు. సురపురం కేశవయ్య ఆత్మకూరు సంస్థాన కవుల్లో ముఖ్యమైనవాడు. ఇతడు క్రీ.శ.1760 ప్రాంతం వాడు. ఇతని నిరోష్ఠ్య రామాయణం అనే ప్రౌఢకావ్యాన్ని ఆత్మకూరు సంస్థానాధీశుడైన శ్రీరాజా సోమభూపాలుడికి అంకితం ఇచ్చాడు.

తిరుమల బుక్కపట్నం రంగాచార్యులు: ఈయన గుణరత్నాకర, పద్మినీ పరిణయ చంపువు, గీర్వాణ కృతులను రచించాడు.

తిరుమల బుక్కపట్నం శ్రీనివాసాచార్యులు: ఈయనకు తర్కతీర్థ, బాలసరస్వతి మొదలైన బిరుదులు ఉండేవి. ఈయన జాంబవతీ పరిణయం, తత్త్వ మార్తాండ ప్రభామండలం, దుర్మధనిర్మథనము, నంజరాజు చంపువు, రాజశేఖర చరిత్ర, సురపుర వేంకటగురు చరిత్ర మొదలైన కృతులను రచించాడు.

దీక్షితుల నరసింహశాస్త్రి: అమరచింత సంస్థానాధీశులు ఈ కవికి మహాకవి బిరుదును ఇచ్చారు. ఈయన లక్ష్మణ పరిణయం, నిదురాశ్వత్థ మహత్యం, శ్రీరంగ మహోత్సవ వర్ణమాలిక, సత్యనారాయణ వ్రతకల్పం మొదలైన కృతులను రచించాడు.

హరీతి దీక్షాచార్యులు: ఈయన అలంకార మణిమాల, ఆచార్య వింశతి, మహాంతర్లాపమాల మొదలైన గ్రంథాలను రచించాడు.

అరిశాణపాలము వెంకటధ్వరి అనే కవి లక్ష్మీసహస్ర వ్యాఖ్యానం రచించాడు. ఇంకా ఈ సంస్థానంలో తిరుమల వెంకటాచార్యులు, తిరుమల బుక్కపట్నం బుచ్చి వెంకటాచార్యులు, ముదిగొండ నాగలింగశాస్త్రి, తిరుమల బుక్కపట్నం కృష్ణదేశికాచార్యులు మొదలైన కవులు ఉండేవారు. దీక్షితుల పాపశాస్త్రి అనే కవి చెంచునాటక, హనుమచ్ఛతక కావ్యాలను రచించాడు.

ఈ సంస్థానాధీశులు తిరుపతి వెంకట కవులను ఆదరించారు. ఈ కవులు శ్రీనివాస విలాసం అనే కావ్యాన్ని సీతారామ భూపాలునికి అంకితంగా ఇచ్చారు. కార్యమపూడి రాజమన్నారు అనే కవి అమరచింత సంస్థానాధీశ్వరుల కోరిక మేరకు శ్రీసీతారామభూపాల విలాసం అనే కావ్యాన్ని రచించాడు.

సంస్థాన పాలకురాలైన భాగ్యలక్ష్మమ్మ గోల్కొండ కవుల సంచిక ప్రచురణకు సహకరించింది.

జటప్రోలు (కొల్లాపూర్) సంస్థానం

జటప్రోలు సంస్థానం మహబూబ్‌నగర్ జిల్లాలోనిది. దీని విస్తీర్ణం 191 చదరపు మైళ్ళు. ఇందులో 9 గ్రామాలుండేవి. ఈ సంస్థాన ఆదాయం 2 లక్షల రూపాయలు. ఈ వంశీయులు విజయనగర పాలకులకు, గోల్కొండ సుల్తాన్‌లకు, ఆసఫ్‌జాహీలకు సామంతులుగా వ్యవహరించారు. జటప్రోలు నుంచి తమ రాజధానిని ఈ వంశీయులు కొల్లాపూర్‌కు మార్చడం వల్ల ఈ సంస్థానం కొల్లాపూర్ సంస్థానంగా వ్యవహరించబడింది.

జటప్రోలు సంస్థానాధీశులు పద్మనాయక వంశీయులు. రాచకొండ, దేవరకొండ రాజ్యాలను పాలించిన రాజ వంశానికి చెందిన వారు. వీరి ఇంటిపేరు సురభి. వీరిది రేచర్ల గోత్రం. వీరి మూలపురుషుడు చెవ్విరెడ్డి. బేతాళ నాయకునిగా ప్రసిద్ధుడు.

సర్వజ్ఞసింగ భూపాలుడు సురభి వంశ పద్మనాయకులకు మూలపురుషుడు. ఇతని వంశంలో జన్మించినవాడు మహీపతి. ఇతనికి ఐదవ తరం వాడైన సురభి మాధవరాయలు గొప్ప పండితుడు. చంద్రికా పరిణయం అనే ప్రబంధాన్ని రచించాడు. సురభిమాధవ రాయలు విజయనగర రాజైన అళియరామరాయల నుంచి జటప్రోలు సంస్థానాన్ని కానుకగా పొందాడు.

సురభి మాధవరాయల కుమారులు గోల్కొండ పాలకుడైన అబ్దుల్లా కుతుబ్‌షా నుంచి క్రీ.శ.1650 లో సనదు రూపంలో జటప్రోలు సంస్థానాన్ని పొందారు. సురభి లక్ష్మణరాయల పాలనా కాలం వరకు సురభి వంశీయుల రాజధాని జటప్రోలు పట్టణం. లక్ష్మణరాయలు తన రాజధానిని క్రీ.శ. 1840 లో జటప్రోలు నుంచి కొల్లాపూర్‌కు మార్చాడు. నాటి నుంచి ఈ వంశీయులు కొల్లాపూర్ ప్రభువులుగా వ్యవహరింపబడ్డారు.

రాజా లక్ష్మణరావు కుమారుడు రాజా లక్ష్మీజగన్నాధరావు కొల్లాపూర్ సంస్థానాన్ని క్రీ.శ.1851 నుంచి 1854 వరకు పాలించాడు. ఇతనికి నిజాం ప్రభువు రాజబహద్దూర్, నిజాం నవాజ్ వంత్ అనే బిరుదులనిచ్చి సత్కరించాడు. ఈ సంస్థాన చివరి పాలకుడు వెంకట జగన్నాథరావు, ఈయన కాలంలోనే సంస్థానం హైదరాబాదు రాష్ట్రంలో విలీనమైంది.

సాహిత్య పోషణ

సంస్థాన పాలకుడైన మాధవరాయలు, ఆయన కుమారుడైన నరసింగరావు గొప్ప కవులు. ఆయన క్షత్రఖేలనమనే గీర్వాణ కృతికర్త. ఆయన కుమారుడు శూద్రస్మృతి అనే గ్రంథాన్ని రచించాడు. 17వ శతాబ్దానికి చెందిన చింతలపల్లి గోపాలమంత్రి ఆర్యశతకం అనే సంస్కృత గ్రంథాన్ని రచించి జటప్రోలు సంస్థానంలో సన్మానం పొందాడు. వీరరాఘవ కవి మధుర వాణీ విలాసం రచించాడు.

అక్షింతల సుబ్బాశాస్త్రి (క్రీ.శ.1807-1871): ఈయన బ్రహ్మసూత్ర భాష్యానికి ధాష్యార్థ రత్నమాల అనే వివరణను రచించి సంస్థానాధీశులతో సన్మానాన్ని పొందాడు.

అక్షింతల సింగరశాస్త్రి: ఈయన అన్నపూర్ణాష్టకం, ద్వాదశమంజరి, భాస్కరఖండం, శ్రీశైల మల్లికార్జున రత్నపంచకం మొదలైన కృతులను రచించాడు.

యుణయవల్లి కృష్ణమాచార్యులు: ఈయన సంస్కృత భాషలో అష్టప్రాసరామ శతకం, నిరోష్ఠ్య కృష్ణశతకం, జాతక చంద్రిక వ్యాఖ్య, రసజ్ఞానానందం, శ్రీకృష్ణచంపువు మొదలైన గ్రంథాలను రచించాడు.

వెల్లాల సదాశివశాస్త్రి (క్రీ.శ.1861-1926): సంస్థానాధీశుడైన సురభి లక్ష్మారాయ వారి ఆజ్ఞమేరకు సురభి మాధవరాయలు రచించిన చంద్రికా పరిణయ ప్రబంధానికి ఉత్తమ వ్యాఖ్యానం రచించాడు. ఈయన ఇంకా కావ్యాలంకార సంగ్రహ విమర్శనం, ఆంధ్రదశరూపక విమర్శనం, వీరభద్రీయ ఖండనం, వెలుగోటివారి వంశ చరిత్ర, సురభి వంశచరిత్ర, కంఠీరవ చరిత్ర, రామచంద్ర చరిత్ర, నామిరెడ్డి చరిత్ర, యతినిందా నిరాకణం, రామానుజ గోపాల విజయం మొదలైన రచనలు చేశాడు.

శ్రీధర కృష్ణశాస్త్రి: ఈయన శ్రీరామమందహాసం అనే కావ్యాన్ని రచించాడు.

హోసదుర్గం కృష్ణమాచార్యులు: ఈయన లక్ష్మీ విలాసచంపువు, మదనగోపాల మహత్యం అనే కావ్యాలను గీర్వాణంలో రచించాడు.

పాపన్నపేట సంస్థానం

నిజాం రాష్ట్రంలోని ప్రాచీన సంస్థానాల్లో పాపన్నపేట సంస్థానం ఒకటి. ఫిరోజ్‌షా తుగ్లక్ ఢిల్లీ సుల్తాన్‌గా ఉన్న రోజుల్లో ఈ సంస్థానం ఏర్పరచబడింది. మెతుకు సీమ మొత్తం పాపన్నపేట సంస్థానంలో ఉండేది. క్రీ.శ.1707 నాటికి సంస్థాన వైశాల్యం తగ్గలేదు. కాని మొఘలుల పాలనలో, దక్కన్ సుబేదారుల పాలనలో ఈ సంస్థానం కుదించబడింది. ఆసఫ్‌జాహీల కాలంలో ఈ సంస్థానం అతి చిన్న సంస్థానంగా రూపొందింది. పాపన్నపేట సంస్థాన పాలకుల్లో రాయ్ బాగన్ రాణి శంకరమ్మ పాలనా కాలం నుంచి సంస్థాన చరిత్రను తెలుసుకోవడం వీలవుతుంది. రాణి శంకరమ్మ ఈ సంస్థాన పాలకుల్లో 12 వ తరానికి చెందింది. రాజా వెంకట నరసింహారెడ్డి భార్య రాణి శంకరమ్మ. భర్త అనంతరం పాపన్నపేట సంస్థాన పాలనా బాధ్యతను చేపట్టింది.

రాణి శంకరమ్మకు గొప్ప పాలనా అనుభవం ఉంది. ఈమె గొప్ప వీరవనిత. గొప్ప సైన్యాన్ని సమకూర్చుకొని నిజాం రాజ్య భాగాలపై దండెత్తి వచ్చి ప్రజలను పీడించి చౌత్, సర్దేశ్‌ముఖీ వంటి పన్నులను వసూలుచేసుకొని పోతున్న మహారాష్ట్ర సైన్యాన్ని ధైర్యసాహసాలతో ఎదిరించి అనేకసార్లు జయించి నిజాం ప్రభువుచేత మన్నన పొందింది. నిజాం రాణి శంకరమ్మకు రాయ్‌బాగన్ బిరుదు ఇచ్చి సత్కరించి రాజలాంఛనాన్ని ప్రసాదించాడు. రాయ్‌బాగన్ అంటే ఆడ సింహం వంటి రాణి అని అర్థం. క్రమంగా సాయ్‌బాగన్, రాయ్‌బేగంగా మారింది.

రాణి శంకరమ్మ ప్రజలకు అనేక వసతులను ఏర్పరచింది. వ్యవసాయాభివృద్ధికి అనేక చెరువులు, పంట కాల్వలు తవ్వించడమైంది. రాణి శంకరమ్మకు పుత్రసంతానం లేనందువల్ల దోమకొండ సంస్థానానికి చెందిన సదాశివారెడ్డిని దత్తత తీసుకొంది. ఈమె అనంతరం సదాశివారెడ్డి పరిపాలనా బాధ్యతను స్వీకరించాడు.

సదాశివారెడ్డి పాపన్నపేట సంస్థానాధీశుల్లో ప్రముఖుడు, గొప్ప వీరుడు. ఇతని భార్య గద్వాల సంస్థానాధీశుని కుమార్తె అయిన పార్వతి. యుద్ధ విద్యల్లో నిష్ణాతురాలు. భర్తచేసే యుద్ధాల్లో పాల్గొని అతని అంగరక్షకురాలిగా ఉండి అనేకసార్లు అతని ప్రాణాలను కాపాడి సంస్థాన ప్రజల ఆదరాభిమానం పొందింది.

క్రీ.శ.1795 లో ఆసఫ్‌జాహీ పాలకుడైన నిజాం అలీఖాన్ పెద్ద కుమారుడు తండ్రికి వ్యతిరేకంగా తిరుగుబాటు చేసి గాలిబ్‌జంగ్, సదాశివరెడ్డిల సహాయం తీసుకొన్నాడు. దీంతో నిజాం అలీఖాన్ మీరాలం ఆధిపత్యంలో సైన్యాన్ని పంపగా సదాశివరెడ్డి ఆ సైన్యాన్ని ఓడించాడు. దీంతో అవమానంగా భావించిన నిజాం అలీఖాన్ రెండవసారి తన సైన్యాన్ని ఫ్రెంచి పటాలం సహాయంతో పంపించాడు. ఈ సైన్యం సదాశివరెడ్డిని ఓడించి బందీగా చేసింది. సదాశివరెడ్డి అతని భార్య పార్వతీదేవి కారాగారంలో ఉంచబడి అక్కడే వధింపబడ్డారు.

మెదకు సీమ పాలిస్తున్న పాపన్నపేట సంస్థానాధీశులు సంగారెడ్డి, వెలమకన్నె, రామాయమ్మపేట ప్రాంతాల్లో కోటలను నిర్మించారు. సదాశివరెడ్డి సోదరుడు సంగారెడ్డి పొట్లచెరువు సంస్థానాన్ని పాలించాడు. సదాశివరెడ్డి కుమారుడు నరసింహారెడ్డి. ఈ సంస్థానాధీశులకు చార్‌హజార్ అనే బిరుదుండేది.

20 వ శతాబ్దం ఆరంభంలో పాపన్నపేట సంస్థానాన్ని రాజా వెంకట దుర్గారెడ్డి పాలించాడు. ఇతడు అకాల మృత్యువుకు గురికావడం వల్ల సంస్థానం చిక్కులకు లోనయ్యింది. సంస్థానం 1927 లో కోర్ట్ ఆఫ్ వార్డ్స్ స్వాధీనంలో ఉండేది. రాజా వెంకట దుర్గారెడ్డి భార్య రాణి వెంకట లక్ష్మాయమ్మ సర్‌దేశాయి సంస్థాన పాలనా బాధ్యతను స్వీకరించింది. ఈమె తరవాత రాజా రామచంద్రారెడ్డి పాలించాడు. 1948 తరవాత పాపన్నపేట సంస్థానం హైదరాబాద్ రాష్ట్రంలో కలిసిపోయింది.

సాహిత్య పోషణ

శ్రీరాణి వెంకట లక్ష్మాయమ్మ సర్దేశాయ్ గొప్ప కవయిత్రి. ఈమె మానస బోధను లలిత పదకవితా శైలిలో రచించింది. పీల్ఖానా శంకర రాయకవి ఈ సంస్థాన ఆస్థాన కవి. ఈయన సుజ్ఞానదీప అనే గురుగీతలు రచించాడు. చిదిరే లక్ష్మణశాస్త్రి మెదక్ సంస్థానాధీశ్వర చరిత్ర రచించాడు.

దోమకొండ సంస్థానం

దోమకొండ సంస్థానం నిజామాబాద్ జిల్లాలోది. ఈ సంస్థానం తొలుత బిక్కవోలు సంస్థానంగా వ్యవహరించబడింది. బిక్కవోలు నేటి బిక్నూరు. ఈ సంస్థానాధీశులు గోల్కొండ సుల్తాన్‌లకు సామంతులుగా, ఆ తరవాత ఆసఫ్‌జాహీలకు సామంతులుగా ఉన్నారు.

బిక్కవోలు సంస్థానానికి చెందిన రాజన్నచౌదరి బిక్కవోలు నుంచి రాజధానిని కామారెడ్డి పేటకు మార్చాడు. ఇతని తనయుడు రాజేశ్వరరావు కామారెడ్డి పేట నుంచి రాజధానిని దోమకొండకు మార్చుకొన్నాడు. అప్పటి నుంచి ఈ సంస్థానం దోమకొండ సంస్థానంగా పిలువబడింది.

ఈ సంస్థానాధీశులు పాకనాటి రెడ్లు. గద్వాల, ఆత్మకూరు పాలకులకు సమీప బంధువులు. కామినేడు ఈ వంశానికి ఆద్యుడు కావడం వల్ల ఈ వంశం వారు కామినేని వంశీయులనబడ్డారు. వీరిది రాచుళ్ళ గోత్రం. బిక్కవోలులో

వెలసిన సిద్ధరామేశ్వరుడు వీరి కులదైవం. కామినేడు గోల్కొండ సుల్తాన్‌ల మన్ననలకు పాత్రుడై మెదకు సీమలోని బిక్కవోలు రాజ్యాన్ని వారి నుంచి పొంది పాలిస్తు ప్రసిద్ధిగాంచాడు. కామినేని, కామిరెడ్డిగా పిలుబడ్డాడు, ఇతని పేర కామారెడ్డి పట్టణం నిర్మించబడింది. కామిరెడ్డి కుమారుడు మొదటి కాచారెడ్డి. ఇతడు తొలుత రాయదుర్గ పాలకుడు. ఇతని కుమారుడు రెడ్డిభూపతి లేదా భోగిరెడ్డి, రెడ్డిభూపతి రాణి దేచాంబిక. ఈ దంపతులకు రెండవ కాచారెడ్డి, మల్లారెడ్డి, బొమ్మారెడ్డి అనే ముగ్గురు కుమారులున్నారు.

రెండవ కాచారెడ్డి భార్య మాచమాంబ. ఈ దంపతులకు మొదటి ఎల్లారెడ్డి జన్మించాడు. ఈ ఎల్లారెడ్డి మల్లమాంబల కుమారుడు మూడవ కాచారెడ్డి. మూడవ కాచారెడ్డి, తిప్పమాంబలకు నలుగురు కుమారులున్నారు. వారు, జంగమరెడ్డి, కామారెడ్డి, రెండవ ఎల్లారెడ్డి, మల్లారెడ్డి. క్రీ.శ.1636 లో గోల్కొండ పాలకుడైన అబ్దుల్లా కుతుబ్‌షా నుంచి కామారెడ్డి దోమకొండ సంస్థానాన్ని సనదు ద్వారా పొందాడు.

మల్లారెడ్డి దైవ బ్రాహ్మణ గురుభక్తి కలవాడు. గోల్కొండ సుల్తాన్ మల్లారెడ్డికి అనేక బిరుదులు ఇచ్చి సత్కరించాడు ఈ సంస్థానాధీశుల పేర అనేక గ్రామాలు నిర్మించబడ్డాయి. ఇందులో ఎల్లారెడ్డి, మాచారెడ్డి, కామారెడ్డి, జంగంపల్లి, కాచారెడ్డి అనే గ్రామాలు నేటికీ ఉన్నాయి.

ఎల్లారెడ్డి కుమారుడు చినకామిరెడ్డి దేశ్‌ముఖ్ బిరుదున్న వాడు. ఇతని మనుమడు పోతారెడ్డికి దేశాయ్ బిరుదుండేది. ఇతని కుమారుడు రాజన్నచౌదరి అసదృశ్య బలసంపన్నుడు. ఇతడు రాజధానిని బిక్కవోలు నుంచి కామారెడ్డి పేటకు మార్చాడు. రాజన్నచౌదరి అంటే గిట్టనివారు ఆయనపై నిజాంకు చాడీలు చెప్పేవారు. దీంతో నిజాం రాజన్నచౌదరిపైకి సైన్యాన్ని పంపగా, ఆయన యుద్ధంలో ఆ సైన్యాన్ని ఓడించాడు. దాంతో రాజన్నచౌదరి బలపరాక్రమాలకు ఆశ్చర్యపోయిన నిజాం ఆయనతో స్నేహసంబంధాలు సాగించాడు.

రాజన్నచౌదరి అనంతరం ఆయన కుమారుడు మొదటి రాజేశ్వర రావు బిక్కవోలు సంస్థానాధిపతి అయ్యాడు. ఇతడు తన రాజధానిని కామారెడ్డి పేట నుంచి దోమకొండకు మార్చాడు. నిజాం చెన్నురు పాలకునిపై యుద్ధం చేసినప్పుడు నిజాంకు సహాయంగా రాజేశ్వరరావు యుద్ధంలో పాల్గొని నిజాం అభిమానాన్ని పొంది, చెన్నూరు, బిక్కవోలు సీమలను పాలించడానికి నియమించబడ్డాడు. ఈయన కాలంలో దోమకొండ సంస్థానం పెద్ద సంస్థానంగా రూపొందించబడింది. ఇతని తరవాత కుమారుడు పెద్ద రాజేశ్వరుడు సంస్థాన పాలకుడయ్యాడు. నిజాం ప్రధాని చందూలాల్ ఈయనకు ఆప్తమిత్రుడు. పెద్ద రాజేశ్వరునికి సంతానం లేదు. దాంతో తన సోదరుడైన అన్నారెడ్డిని దోమకొండ పాలకునిగా నియమించాడు.

రాజా ఉమాపతి కుమారుడైన రాజారామచంద్ర రావు ఉస్మానలీఖాన్ కాలంలో 1927 లో దోమకొండ పాలకునిగా ఉండేవాడు. ఈ సంస్థానం చివరి పాలకుడు రాజా సోమేశ్వరరావు. గద్వాల సంస్థాన రాకుమార్తెను ఇతడు వివాహం చేసుకొన్నాడు. వీరి కుమారుడు కృష్ణరాం భూపాల్ గద్వాల సంస్థానానికి దత్తత వెళ్ళాడు. రాజ సోమేశ్వర రావు కాలంలో దోమకొండ సంస్థానం హైదరాబాద్ రాష్ట్రంలో విలీనమైంది.

సాహిత్య పోషణ

పట్టమెట్ట సోమనాథ సోమయాజి: ఈయన కామారెడ్డి ఆస్థాన కవి. ఇతడు సూతసంహిత, బ్రహ్మోత్తర ఖండం, విశిష్టాంధ్రోక్తి మొదలైన గ్రంథాలను రచించాడు.

లక్ష్మీపతి: ఈయన శ్రీకృష్ణ విలాసం, ఆచార్య విజయం, శ్రీమధుపాఖ్యానం, నీళావివాహం మొదలైన కృతులు రచించాడు.

ఆదిపూడి ప్రభాకర కవి: ఈయన ఉమాపత్యభ్యుదయం అనే గ్రంథాన్ని దోమకొండ సంస్థానాధిపతి అయిన ఉమాపతి ఆదేశానుసారం రచించాడు. ఇందులో 286 గద్య పద్యాలున్నాయి. ఈ గ్రంథంలో కామినేని వారి వంశ చరిత్ర విపులంగా వర్ణించబడింది.

శేషాద్రి రమణ కవులు, దోమకొండ సంస్థాన కవియైన పెద్దమందడి వెంకటకృష్ణ కవి కలిసి అనేక ఆధారాలు సేకరించి రెడ్లు క్షత్రియులే అని నిరూపిస్తూ రచించిన గ్రంథం 'రెడ్డికుల నిర్ణయచంద్రిక'.

మునగాల సంస్థానం

మునగాల సంస్థానం మునగాల జమీందారీ అని, మునగాల పరగణా అని వ్యవహరించబడేది. ఈ సంస్థానం ప్రాచీనమైంది. కృష్ణా జిల్లా నందిగామ తాలూకాలోనిది. ఆంధ్రప్రదేశ్ అవతరణానంతరం 1959 లో మునగాల సంస్థానాన్ని పరిపాలనా సౌలభ్యం కోసం నల్లగొండ జిల్లాలో చేర్చారు.

ఈ సంస్థానం 100 చదరపు మైళ్ళ విస్తీర్ణం కలిగి ఉండేది. కాకతీయ వంశ చివరి పాలకులైన రుద్రమదేవి, ప్రతాపరుద్రుల కాలంలో ఈ సంస్థానానికి చెందిన ముకుందప్ప, సూరన్న, నరసన్న అనే సేనానులు ప్రసిద్ధిగాంచారు. క్రీ.శ. 18 వ శతాబ్దాంతం వరకు గల పాలకుల సమాచారం లభించలేదు. క్రీ.శ.1790 ప్రాంతంలో ఫ్రెంచి, బ్రిటిష్ ఈస్టిండియా కంపెనీల వారికి సంభవించిన యుద్ధాలలో మునగాల సంస్థానాధీశ్వరురాలగు కీసర లచ్చమ్మా రావు బ్రిటిష్ కంపెనీ వారికి సైనిక సహాయం చేసింది. క్రీ.శ.1802 లో లచ్చమ్మారావు సేవలకు సంతోషించిన బ్రిటిష్ వారు పేష్కస్ ఇచ్చి సన్మానించారు.

20వ శతాబ్ది ప్రథమార్ధంలో ఈ సంస్థాన ఆదాయం లక్షా ఇరవైవేలు మాత్రమే ఉండేది. ఈ సంస్థానాధీశులు జబ్బతులక్రాన్ బిరుదు వహించారు.

మునగాల సంస్థానాధీశులలో గుర్లపాటి అయ్యన్నదేశాయి 17వ శతాబ్ది ఉత్తరార్ధంలో ఉండేవాడు. ఇతని పరిపాలన క్రీ.శ.1652 నుంచి 1693 వరకు సాగింది. ఇతని కుమారుడు ఇతని కాలంలోనే మరణించాడు. దాంతో ఇతని కోడలు ఈయన మరణానంతరం సంస్థానాన్ని పరిపాలించింది. ఆమె కీసర వారింటి ఆడపడుచు. ఈమె సంస్థాన పాలనను సరిగా నిర్వహించలేక సోదరుడైన కీసర ముకుందప్పకు మునగాల సంస్థాన బాధ్యతను అప్పగించింది. కీసర ముకుందప్ప యుద్ధవీరుడు. ఇతడు మొఘలు చక్రవర్తి ఔరంగజేబుకు దక్కన్ దండయాత్రలలో సహకరించి మునగాల సంస్థానాన్ని సనదు ద్వారా పొందాడు.

కీసర ముకుందప్ప కుమారుడు నరసన్న, తండ్రి మరణానంతరం కొద్ది రోజులు మాత్రమే పాలించాడు. నరసన్న భార్య లచ్చాయమ్మ, భర్త మరణానంతరం సంస్థాన పరిపాలన బాధ్యతను నిర్వహించింది. ఈమె గొప్ప రాజనీతిజ్ఞురాలు.

చక్కని పరిపాలనా దక్షత గలది. సంస్థానాన్ని అన్ని రంగాల్లో అభివృద్ధి చేసింది. లచ్చాయమ్మ కుమారుడు వెంకటరామన్న. ఇతని పెద్ద కుమారుడు వెంకటనరసింహరావు తరవాత బ్రిటిష్ వారికి 1802 లో సహకరించి వారి నుంచి సనదె మల్కియత్, ఇస్తెమిరార్‌ను పొందాడు. వెంకట నరసింహారావు తరవాత అతని కుమారుడు కోదండరామయ్య మునగాల పరగణాను ఏలాడు. కాని క్రీ.శ.1814 లో మరణించడం వల్ల నాలుగు సంవత్సరాలు అంటే, 1814 నుంచి 1818 వరకు ఈ సంస్థానం కోర్టు ఆఫ్ వార్డ్స్ ఆధీనంలో ఉంది.

కోదండరామయ్య కుమారుడు వెంకటనరసింహారావు యుక్త వయస్కుడైన తరవాత క్రీ.శ.1818 లో మునగాల సంస్థానాధిపత్యం వహించి 18 సంవత్సరాలు పాలించి క్రీ.శ.1836 లో మరణించాడు. ఇతనికి సంతానం లేదు. కోదండరామయ్య అనే బాలుని దత్తత తీసుకోడం వల్ల, సంస్థానం మళ్లీ కోర్టు ఆఫ్ వార్డ్స్ ఆధీనంలో 14 సంవత్సారాలుంది. కోదండరామయ్య క్రీ.శ.1850 లో సంస్థానాధీశుడై నాలుగేండ్లు మాత్రమే పాలించి క్రీ.శ.1854 లో మరణించాడు. ఇతని భార్య రుక్కమ్మ 1854 లో సంస్థాన పాలకురాలై 14 ఏండ్లు పాలించి క్రీ.శ. 1873 లో మరణించింది.

రాణి రుక్కమ్మ కుమార్తె లచ్చమ్మారావు తల్లి మరణించిన తరవాత క్రీ.శ.1873 లో మునగాల సంస్థాన పాలనా బాధ్యతను నిర్వహించింది. దేశ్‌ముఖ్ నాయని వెంకటరామయ్య లచ్చమ్మారావు భర్త. అప్పటి మునగాల పరగణా మేనేజరు శ్రీకొమర్రాజు వెంకటప్పయ్య. నాయని వెంకటరామయ్య చిన్న వయసులోనే మరణించాడు. రాణి లచ్చాయమ్మ సంస్థానాన్ని అత్యంత సమర్ధవంతంగా 24 సంవత్సరాలు పాలించి క్రీ.శ.1892 లో మరణించింది. ఆమె దత్తపుత్రుడు శ్రీనాయని వెంకటరంగారావు 13 ఏండ్ల ప్రాయం వాడు అవడం వల్ల మునగాల సంస్థానం కోర్ట్ ఆఫ్ వార్డ్స్ వారి ఆధీనంలో ఉంది. లచ్చమ్మారావు పుట్టింటి వారు కీసర వంశీయులు. వారు నాయని వెంకటరంగారావు దత్తత చెల్లదని కేసు వేశారు. కోర్టు తీర్పును అనుసరించి మునగాల పరగణాలోని రత్నవరం, తెల్లబెల్లి గ్రామాలు కీసర వారికి అప్పగించబడ్డాయి. రాజా నాయని వెంకటరంగారావు బహద్దుర్ గారికి మునగాల సంస్థానం లభించింది. క్రీ.శ.1900 లో వెంకటరంగారావు మునగాల రాజాగా పదవిని స్వీకరించారు. వీరి దివానుగా ఉన్న శ్రీకొమర్రాజు వెంకటలక్ష్మణరావు సంస్థానంలో అనేక సంస్కరణలు ప్రవేశపెట్టాడు.

రాజా నాయని వెంకటరంగారావు గొప్ప వ్యక్తి. తెలుగు భాషాభిమాని. మునగాల సంస్థానం బ్రిటిష్ ఇండియాలోని కృష్ణా జిల్లా నందిగామ తాలూకాలో ఉన్నప్పటికీ శ్రీ వెంకటరంగారావు గారి సాహిత్య, సాంస్కృతిక కార్యకలాపాలన్నీ నిజాం రాష్ట్రంలోనే నిర్వహించబడేవి. హైదరాబాదులోని శ్రీకృష్ణదేవరాయాంధ్ర భాషా నిలయం గ్రంథాలయాన్ని స్థాపించడంలో శ్రీ రంగారావు సహకరించారు. వారి సంస్థాన పరిధిలోని తాడువాయి గ్రామంలోని మహాలింగ దేవాలయాన్ని పునరుద్ధరించారు. అక్కడ ఉన్న చెఱకు రెడ్డి వంశీయులకు చెందిన రెండు శాసన శిలా స్తంభాలను, నడిగూడెం కోటలోకి తెచ్చి భద్రపరిచారు.

రాజా వెంకటరంగారావుకు ఇద్దరు కుమారులు. పెద్దవాడు రామకృష్ణారెడ్డి, రెండవ వాడు గోపాల కృష్ణా రెడ్డి. ఈయన ద్వితీయ కుమార్తె సరళాదేవి. ఈమె వనపర్తి రాజా కృష్ణదేవరాయల సతీమణి. ఆమె పేరున వనపర్తి రోడ్ సమీపంలో సరళసాగర్ నిర్మించబడింది. 1947 లో మునగాల సంస్థానం మద్రాసు రాష్ట్రంలో విలీనమైంది. 1958 లో రాజా వెంకటరంగారావు మరణించాడు.

సాహిత్యాభివృద్ధి: మునగాల సంస్థానాధీశులు సాహిత్యాన్ని ప్రోత్సహించి అనేక మంది కవులను పోషించారు.

వరదరాజ నందికేశ్వర కవి: ఈయన 'శివతత్త్వ సుధానిధి' అనే మూడు అశ్వాసముల ప్రబంధాన్ని రచించాడు. ఇతడే 'సేతు మహత్యం' లేదా సేతుఖండం అనే కృతిని, రామేశ్వర క్షేత్రమహత్యం అనే గ్రంథాన్ని రచించాడు.

కొమర్రాజు రామలింగ కవి: ఇతడు వీరభద్ర శతకం, శ్రీగిరి మల్లేశ్వర శతకాలను రచించాడు. ఇంకా ఇతడు వీరభద్ర కారుణ్య నిధీని రచించాడు.

కొమర్రాజు వెంకటశివుడు: ఇతడు రేపాల రాజలింగ శతకాన్ని రచించాడు. ఈ శతకంలో 127 సీస పద్యాలు సంకలనం చేయబడ్డాయి.

కొమర్రాజు వెంకటలక్ష్మణ రావు: ఈయన మునగాల దివాన్‌గా పనిచేశారు. ఇతడు విజ్ఞాన చంద్రికా గ్రంథ మండలి నిర్వాహకుడు. ఉత్తమ పరిశోధకునిగా ప్రప్రథమ ఆంధ్ర విజ్ఞాన సర్వస్వం సంపాదకులుగా ఎనలేని సేవచేశారు.

పాల్వంచ సంస్థానం

నేటి ఖమ్మం జిల్లాలో ఉన్న పాల్వంచ పూర్వం పాల్వంచ లేదా శంకరగిరి సంస్థానంగా ప్రఖ్యాతి గాంచింది. వరంగల్ జిల్లా నుంచి ఖమ్మం జిల్లా విడిపోక పూర్వం ఈ సంస్థానం 6 తాలూకాల పరిధిలో విస్తరించి ఉండేది. ఈ సంస్థాన వైశాల్యం 800 చదరపు మైళ్ళు. కాని అటవీ ప్రాంతమవ్వడం వల్ల జన సంఖ్య తక్కువ. ఆదాయం పరిమితంగా ఉండేది. ఈ సంస్థానాధీశులు నిజాంకు సామంతులుగా వ్యవహరించారు.

పాల్వంచ సంస్థానం ఆధీనంలో రేకపల్లి, భద్రాచలం ప్రాంతాలుండేవి. భద్రాచల ప్రాంతం మొదట్లో నిజాం రాష్ట్రంలో ఉండేది. బ్రిటిష్ వారి స్వాధీనమైన తరవాత క్రీ.శ.1860 లో ఇది మధ్య రాష్ట్రంలో చేర్చబడింది. క్రీ.శ.1874 లో భద్రాచలం తాలూకా మద్రాసులో కలుపబడింది.

ప్రథమంలో నిజాం నుంచి పాల్వంచ సంస్థానానికి ఐదువేల పేష్కస్ లభించేది. కాని క్రీ.శ.1935 లో ఈ సొమ్ము 18 వేలకు పెంచబడింది. సంస్థాన ఆదాయం సంవత్సరానికి ఆరు లక్షల రూపాయలు. నిజాం ప్రభువుకు సాలుసరి 45 వేల కప్పం లభించేది.

గోల్కొండ కుతుబ్‌షాహీ వంశంలో ప్రసిద్ధుడైన మహమ్మద్ కులీకుతుబ్‌షా కాలంలో అతని సేనాని, పద్మనాయక వంశీయుడైన కళమళయంగారి కుమారుడు అశ్వరాయని గారు ప్రసిద్ధిచెందాడు. ఈ అశ్వరాయని వారుసులే పాల్వంచ సంస్థానాధీశులు. ఈ వంశీయులు కొంత కాలం సంస్థానాన్ని కోల్పోవలసి వచ్చింది. ఆ సమయంలో కందిమళ్ళ, తాండ్ర, జలగం, దామెర, ముత్యాల వంశీయులు పాల్వంచ సంస్థానాన్ని పాలించారు.

అశ్వరాయని వంశీయులైన పాల్వంచ సంస్థానాధీశులకు పాల్వంచ, భద్రాచలం, అశ్వారావు పేట పట్టణాలు రాజధానిగా ఉండేవి. 8 వేల పేష్కస్ లభించే రేకపల్లి సంస్థానం మారెడ్డి వంశీయుల స్వాధీనంలోకి పోయింది. వీరి ఆవాస స్థానం వరరామచంద్రాపురం.

పాల్వంచ సంస్థానాధీశుల పూర్వీకులు కాకతీయ ప్రతాపరుద్రుని సేనానులుగాను, అశ్వ సైన్యాధీశులుగాను వ్యవహరించిన పద్మనాయక వంశీయులు. క్రీ.శ.1324 లో అప్పన్న అనే అతడు శంకరగిరి, హసనాబాద్ ప్రాంత

పాలకునిగా ఉన్నాడు. క్రీ.శ. 1698 వరకు ఇతని వంశీయులు ముసునూరి, పద్మనాయక, బహమనీ, గోల్కొండ సుల్తాన్‌లకు సామంతులుగా వ్యవహరించారు. ఈ వంశంలో 18వ తరానికి చెందిన పాలకుడు ఔరంగజేబు చక్రవర్తి మన్ననలకు పాత్రుడై బాదుషాహీ మన్సబ్‌దారిని పొందాడు. జఫరుద్దౌలా మొఘలు సేనాని. అతడు క్రీ.శ.1769 లో పాల్వంచ పాలకుడైన నరసింహ అశ్వారావును చంపి సంస్థాన భాండాగారాన్ని, ప్రజలను కొల్లగొట్టాడు. తరవాత ఈ సంస్థానం అసఫ్‌జాహీ వంశీయుల సామంత రాజ్యంగా మారింది. రాజా నరసింహ అశ్వారావు, రామచంద్ర అశ్వారావులు కొంత కాలం ఈ సంస్థానాన్ని పాలించారు.

క్రీ.శ. 1796 లో వెంకటరామ నరసింహ అప్పారావు నిజామలీఖాన్ నుంచి రాజా బహద్దుర్, సవైమన్సబ్‌దారు బిరుదులను, జెండా, నగారా, నౌబతులను పొంది, రెండువేల అశ్విక దళాన్ని, మూడు వేల కాల్బలాన్ని కలిగి ఉండేందుకు అనుమతి పొందాడు. ఇతని తరవాత నరసింహ అశ్వారావు సంస్థాన పాలకుడయ్యాడు. అయితే సెట్టిపల్లి జమీందారులు పాల్వంచ సంస్థానాన్ని పొందడానికి కోర్టులో కేసు వేశారు. క్రీ.శ.1858 వరకు ఈ తగాదా నడిచింది. ఈ తగాదా వల్ల సంస్థానం ఆర్థికంగా బలహీనపడింది. శ్రీసీతారామచంద్ర సవై అశ్వారావు హైదరాబాదు దివానైన ఒకటో సాలార్‌జంగ్ సహాయ సహకారాలతో పాల్వంచను సాధించి పాలించాడు. ఇతని కాలంలో సంస్థానం ఆర్థికంగా దిగజారి అప్పుల పాలైంది. నిజాం పాల్వంచ సంస్థానంలోని భద్రాచలం, రేకపల్లి ప్రాంతాలను బ్రిటిష్ వారి స్వాధీనం చేశాడు. అప్పుల బాధ భరించలేని సీతారామచంద్ర అశ్వారావు మరణించాడు. అతని తల్లి లక్ష్మీనరసయ్యమ్మా రావు కొంత కాలం సంస్థాన పాలనా బాధ్యతను నిర్వహించింది. ఆరు లక్షల అప్పులిచ్చి సంస్థానాన్ని తనఖా పెట్టుకొన్న రుణదాత 12 సంవత్సరాల శిస్తు వసూలు చేసుకొనే హక్కును న్యాయస్థానం ద్వారా పొంది సంస్థానాన్ని స్వాధీనం చేసుకొన్నాడు. రుణమిచ్చిన వానికి నిజాం మూడు లక్షలు చెల్లించి, మిగిలిన మూడు లక్షలకు మల్లూరు, రామానుజ వరములను అతనికి స్వాధీనం చేశాడు. రాణి లక్ష్మీనరసయ్యమ్మారావు 1875 లో మరణించింది.

రాణి లక్ష్మీనరసయ్యమ్మారావు దత్తత తీసుకొన్న పార్థసారధి అప్పారావు పాల్వంచ సంస్థానాన్ని అత్యంత వైభవంగా పాలించి నిజాం నుంచి అనేక బిరుదులను పొందాడు. ఈ సంస్థానాన్ని పాలించిన చివరి పాలకుడు విజయ అప్పారావు. పోలీసు చర్య తరవాత పాల్వంచ సంస్థానం హైదరాబాద్ రాష్ట్రంలో విలీనమైంది.

సాహిత్య పోషణ

ఈ సంస్థానంలో ఆశ్రయం పొందిన మొట్టమొదటి కవి శ్రీనాథుని వేంకటరామకవి. ఇతడు 'శ్రీరామ పట్టాభిషేకం' లేదా అశ్వారాయ చరిత్ర అనే గ్రంథాన్ని రచించాడు. ఈ సంస్థాన పాలకుడైన రాజా పార్థసారధి అప్పారావు సాహిత్య పోషకుడు. ఇతనికి సాహిత్య విశారద అనే బిరుదుండేది. ఈయన ఆస్థానంలో శ్రీకొత్తపల్లి వేంకటరామలక్ష్మీ నారాయణ శర్మ అనే కవి ఉండేవాడు. వ్యాస మహాభారతంలోని ఆది, సభా పర్వాలను అనువాదం చేసిన కవిరాజు శ్రీపాద కృష్ణమూర్తి శాస్త్రికి శ్రీపార్థసారధి అప్పారావు 1000 రూపాయలను, పచ్చల ఉంగరాన్ని బహూకరించాడు. శ్రీరాజా విజయ అప్పారావు బూర్గంపాడు, పాల్వంచ ప్రాంతాలలో నెలకొల్పిన ఆంధ్ర వాఙ్మయ సమితికి పోషకులుగా ఉన్నారు. పాల్వంచ సంస్థాన విద్యాశాఖాధికారి, ఆంధ్రవాఙ్మయ సమితి కార్యదర్శి అయిన శ్రీ కొత్తపల్లి వెంకటరామలక్ష్మీనారాయణశర్మ పాల్వంచ సంస్థాన చరిత్రను రచించాడు.

బోరవెల్లి సంస్థానం

తెలంగాణాలో ప్రసిద్ధమైన సంస్థానం ఇది. ఈ సంస్థానాధీశ్వరులు పాకనాటి రెడ్లు. వీరిది మిడిమిళ్ళ గోత్రం. వీరి గృహనామం ముష్టిపల్లి. పోలుకంటి సోమేశ్వరుడు వీరి ఇలవేల్పు. ఈ సంస్థానం కొంత కాలం తరవాత గద్వాల సంస్థానంలో కలిసిపోయింది.

బోరవెల్లి సంస్థాన పాలకుల మూలపురుషుడు నాడగౌడు తమ్మారెడ్డి. బోరవెల్లి రాజధానిగా ఐజ సీమను పాలించేవాడు. ఇతని భార్య మాచమ్మ. వీరి కుమారుడు నల్లారెడ్డి. నల్లారెడ్డికి మల్లాంబ, తిమ్మాంబ అనే ఇద్దరు భార్యలుండేవారు. మల్లాంబ వల్ల పెదసోమ, చినసోమ అనే ఇద్దరు కుమారులు, తిమ్మాంబ వల్ల తమ్మారెడ్డి, పాపారెడ్డి అనే ఇద్దరు కుమారులు, మల్లాంబ అనే పుత్రిక కలిగారు. నల్లారెడ్డికి మల్లాంబ వల్ల జన్మించిన పెద సోమభూపాలునికి లచ్చుమాంబ వల్ల వెంకటరెడ్డి అనే కుమారుడు కలిగాడు. ఈ వెంకటరెడ్డి రాఘవాభ్యుదయము అనే కృతిని రచించాడు. ఇతను కొంతకాలం ఈ సంస్థానాన్ని పాలించాడు తరవాత క్రీ.శ.1738 నుంచి 1742 వరకు రాజా తిరుమలరావు పాలించాడు. ఈయన మరణానంతరం ఇతని భార్య చొక్కమ్మ క్రీ.శ.1742 నుంచి 1747 వరకు పాలించింది. బోరవెల్లి సంస్థానానికి దత్తత వచ్చిన రామారావు చొక్కమ్మకు మరిది. తన కుమారులను రక్షిస్తూ సంస్థాన పాలనా బాధ్యతలు వహించడానికి రాణి చొక్కమ్మ రామారావును గద్వాలకు పిలిపించింది. రాజా రామారావు రాణి చొక్కమ్మ అనుమతితో ఆమె ఇద్దరు కుమారులు అయిన రాజా చిన్న సోమభూపాలుని, రాజా చిన్న రామాభూపాలుని దత్తత తీసుకొని, తన బోరవెల్లి సంస్థానంలోని గ్రామాలను గద్వాల సంస్థానంలో చేర్చాడు. ఈ విధంగా బోరవెల్లి సంస్థానం గద్వాల సంస్థానంలో చేరింది.

సాహిత్య పోషణ

గరుడాచల కవి కౌసలేయ చరిత్రము అనే ప్రబంధాన్ని రచించాడు. వీరరాఘవ కవి మధురవాణి గ్రంథాన్ని, సంజీవ కవి చంద్రాంగదోపాఖ్యానం మొదలైన గ్రంథాలను రచించారు.

కాకతీయుల కాలంలో ప్రారంభమైన సంస్థానాలు కుతుబ్‌షాహీ, అసఫ్‌జాహీల కాలం వరకు కొనసాగి భారతదేశంలో విలీనమయ్యాయి. ఈ సంస్థానాలను పాలించిన పాలకులు అనేక ప్రజా సంక్షేమ కార్యక్రమాలు చేపట్టారు. వ్యవసాయాభివృద్ధికి అనేక చెరువులను తవ్వించారు, దేవాలయాలను నిర్మించారు. ఈ సంస్థానాల పాలకులు అచ్చు యంత్రాలను మొదటిసారిగా వ్యాప్తిలోకి తెచ్చారు. వీరు ప్రవేశపెట్టిన అచ్చు యంత్రాల కారణంగా అనేక పత్రికలు తెలంగాణలో స్థాపించబడ్డాయి. ఈ పత్రికలు ప్రజల్లో చైతన్యాన్ని, జాతీయ భావాన్ని కలిగించి వారిని స్వాతంత్ర్యోద్యమం వైపు మళ్ళించాయి. ఈ సంస్థాన పాలకులు అనేక మంది కవి, పండితులను ఆదరించి సాహిత్యాన్ని ప్రోత్సహించారు. తెలుగు, సంస్కృత భాషల్లో గొప్ప సారస్వత అభివృద్ధి జరిగింది. వీరి సారస్వత కృషి తెలంగాణ సంస్కృతికి ఎంతో దోహదపడింది. ఆనాటి కట్టడాలు కొన్ని చరిత్రలో కనుమరుగయితే, కొన్ని ఈనాటికీ విద్యాసంస్థలకు ఆశ్రయమిస్తూ, మరికొన్ని కేవలం దర్శనీయంగా శిథిలావస్థలో ఉన్నాయి.

20

ఆసఫ్‌జాహీల పాలన - భూ యాజమాన్య, భూమిశిస్తు విధానాలు

హైదరాబాద్ రాష్ట్రం ప్రధానంగా వ్యావసాయిక రాష్ట్రంగా ఉండటం వల్ల, ఆర్థిక సంబంధాల్లో భూ విధానం ప్రధమ స్థానాన్ని ఆక్రమించింది. మొత్తం జనాభాలో 68 శాతం తమ జీవనానికై వ్యావసాయిక వృత్తుల మీద ఆధారపడ్డవారు. ఫలితంగా రాష్ట్రంలోని వ్యావసాయిక ఉత్పత్తి పరిస్థితులు చాలా వరకు, భూయాజమానులు, భూమిని దున్నేవారి మధ్య సంబంధాలు, భూమిని స్వయంగా దున్నేవారి హక్కులు, హోదాచేత ప్రభావితమయ్యాయి. ఇంకా, అన్ని భూస్వామ్య వ్యవస్థాయుక్తమైన సమాజాల మాదిరిగా, ఇక్కడ కూడా, భూయాజమాన్యత్వం సామాజిక ఔన్నత్య చిహ్నంగా నెలకొంది. భూయాజమాన్య విధానాలతోపాటు, హైదరాబాద్ రాష్ట్రంలో అమల్లో ఉన్న భూమి శిస్తు పాలనా విధానం, రైతుల పరిస్థితి మీద, వారి ఉత్పత్తి పరిమాణం మీద విశేష ప్రభావాన్ని వేయడం జరిగింది. ప్రభుత్వ ఆదాయాన్ని అనుసరించి, ఉదాహరణకు 1933-34 సంవత్సరంలో భూమి శిస్తు మొత్తం రాష్ట్ర పన్ను ఆదాయంలో 50.29 శాతం ఉంది. కాబట్టి, అంతటి విస్తృత పరిధితో కూడిన భూమి శిస్తు విధింపు, వసూలుకు, భూ సంబంధ పద్ధతులు, గ్రామీణ ప్రాంత జీవిత సామాజిక లక్షణాల గురించి మంచి అవగాహన ఎంతైనా ఆవశ్యకమైంది.

భూ వర్గీకరణ

భూ యాజమాన్య విధానాలను దృష్టిలో ఉంచుకొని, రాష్ట్రంలోని భూములను స్థూలంగా రెండు తరగతులుగా పేర్కొనవచ్చు.

1. ప్రభుత్వాధికారుల ప్రత్యక్ష నిర్వహణలో ఉండి, పన్ను ఆదాయం ప్రభుత్వ ఖజానాలో జమచేయబడి, ప్రభుత్వ ఆస్తిగా ఉన్నవి. అలాంటి భూములు, దివాన్ లేదా రాజ్య ప్రధాన మంత్రి ప్రత్యక్ష పాలనలో ఉండటం వల్ల, వీటిని దివానీ భూములనడం జరిగింది. వీటినే ఖాల్సా భూములని కూడా పిలవడం జరిగింది. ఖాల్సా అంటే, రాష్ట్రం ప్రత్యక్షంగా కలిగి ఉన్న భూములని అర్థం. మొత్తం రాష్ట్ర విస్తీర్ణమైన 82,698 చ.మై.లో, ఈ ప్రభుత్వ భూములు 54.8 శాతం మేరకు ఉన్నాయి.
2. ఏ భూముల ఆదాయం అయితే పూర్తిగా గాని, పాక్షికంగా గాని, ఏదో ఒక ప్రత్యేక పని లేదా ప్రయోజనానికి నియంత్రీకరించబడటం.

పై రెండు తరగతుల్లో ఉదహరించిన భూములు, తిరిగి రెండు భాగాలుగా విభజించడమైంది అవి

ఎ) ఏ భూములైతే హెచ్.ఇ.హెచ్. నిజామ్ ఆస్తిగా పరిగణించబడి, వాటి ఆదాయం ఆయన భరణంగా ఉంటుందో, అలాంటి భూములు సర్ఫేఖాస్ భూములుగా పిలువబడ్డాయి.

బి) ఏ భూములైతే ప్రభుత్వ గ్రాంట్ల ద్వారా ఇవ్వబడతాయో, వేటి నుంచైతే వచ్చే ఆదాయం పూర్తిగా జాగీర్‌గా గాని, ఈనామ్‌గా గాని, ఒక వ్యక్తికి గాని లేదా కొందరు వ్యక్తులకు గాని నియంత్రీకరించడం జరిగిందో అలాంటి ప్రభుత్వేతర భూములు, రాష్ట్ర మొత్తం విస్తీర్ణంలో 45.2 శాతం ఉన్నాయి.

పట్టిక-1 భూ యాజమాన్య విధాన రకాలు

దివాని లేదా ఖాల్సా భూములు	ఖాల్సా భూముల ఇతర యాజమాన్య విధానాలు	ఖాల్సేతర భూములు
రైత్వారీ యాజమాన్య విధానం దున్నేవారి యాజమాన్య విధానాలు 1. పట్టేదారి 2. పోట్ పట్టేదారి 3. షిక్మిదారి 4. అసమి షిక్మి	1. పన్‌మక్త 2. తహుద్ లేదా సర్బస్త 3. ఇజార 4. అగ్రహార్	1. సర్ఫెఖాస్ 2. సమస్తాన్ లేదా పేష్‌కష్ 3. జాగీర్ ఎ) పాయెగా లేదా జమియత్ జాగీర్లు బి) అల్‌తంఘ జాగీర్లు సి) జాట్ జాగీర్లు డి) తన్‌ఖా జాగీర్లు ఇ) మష్‌రూతి జాగీర్లు ఎఫ్) మదద్ మాష్ జాగీర్లు 4. ఈనామ్

పై పట్టికలో సూచించిన విధంగా, వివిధ భూ యాజమాన్య విధానాలు, ఖాల్సా, ఖాల్సేతర ప్రదేశాల్లో అమల్లో ఉన్నాయి. దివాని గ్రామాల్లో, బొంబాయి విధానం మీద ఆధారపడిన రైత్వారీ భూ యాజమాన్య విధానం విస్తృతంగా వాడుకలో ఉంది. రాష్ట్రంలో ఇది అత్యంత ప్రాధాన్య యాజమాన్య విధానంగా నెలకొంది. మొత్తం విస్తీర్ణంలో 50% పైబడి, ఏ భూ యాజమానులైతే ఎటువంటి ప్రత్యేక భూమంజూరీ కాని లేదా ఏ ఇతర ప్రత్యేక హక్కును లేనివారు, దీనికి చెందిన వారుగా ఉన్నారు. 20 మిలియన్ల ఎకరాలకు పైబడిన భూమి, ఈ విధానం కింద నిర్వహించబడింది. ఈ యాజమాన్య విధానం ప్రకారం, నిర్ణయించిన భూమి శిస్తును చెల్లించిన్నంత కాలం, ఒక పట్టేదారుడు స్వేచ్ఛగా తన భూమిని అనుభవించొచ్చు. ప్రజా ప్రయోజనానికి అవసరమైతే తప్ప, అతడిని అతని భూమి నుంచి తొలగించే వీలు లేదు. అలా, అవసరమైతే భూసేకరణ చట్ట అంశాలను అనుసరించి, ఆ పట్టేదారుకి నష్టపరిహారాన్ని చెల్లించి, అతడి భూమిని సేకరించొచ్చు. అయితే, సెటిల్‌మెంట్ కాలపరిమితి పూర్తైన తదుపరి, పట్టేదారు సవరించిన శిస్తు రేట్లను అంగీకరించాలి. అలా ఆమోదించనట్లైతే, అతడు తన భూమిని వదులుకోవాల్సి వస్తుంది.

దున్నేవారి యాజమాన్య విధానాలు, కౌలుదారీలు

సిద్ధాంత రీత్యా, రైత్వారీ భూ యాజమాన్య విధానంలో ప్రభుత్వానికి, భూ యజమానికి మధ్య, మధ్య వ్యక్తిని గుర్తించనప్పటికీ, భూ యజమాని ఎప్పుడూ భూమిని నేరుగా దున్నే వాడు కాకపోవడం వల్ల, ఒప్పందం లేదా ఆచారం ఆధారంగా, భూ యజమాని (పట్టాదారు) కంటే తక్కువ హోదా గల కొన్ని భూ యాజమాన్య విధానాలు రైత్వారీ గ్రామాల్లో నెలకొన్నాయి. ఈ యాజమాన్య విధానాలు ఎటువంటి సమస్యలకు తావీయక, పరిస్థితులను అనుసరించి ప్రతి సమస్యను సులభంగా పరిష్కరించొచ్చు.

రైత్వారీ విధానంలో భూమిని పొంది, సేద్యం చేస్తున్న ప్రక్రియలను కింది విధంగా వర్గీకరించొచ్చు.

1. పట్టేదారిలో భూమిని పొందిన వ్యక్తి లేదా యజమాని, స్వయంగా గాని లేదా వేతనంపై పనిచేసే కార్మికుల ద్వారా గాని, సేద్యం చేయడం జరుగుతుంది.
2. పోట్‌పట్టేదారిలో ఇద్దరు లేదా అంతకంటే ఎక్కువ రైతులు సమాన భాగస్వామ్య సూత్రం ఆధారంగా, కలిసి సేద్యాన్ని నిర్వహిస్తారు.
3. షిక్మీదారిలో యజమాని తన భూమిని కొన్ని షరతులకు లోబడి, నేరుగా దున్నేవారికి ఇవ్వడం జరుగుతుంది. అటువంటి రైతులను షిక్మీదార్లని వ్యవహరించడం జరిగింది. వీరు ఎంతకాలమైతే భూ యజమానితో చేసుకొన్న ఒప్పందం అంశాలను అమలుచేస్తారో, అంతవరకు వీరిని భూమి నుంచి వెళ్లగొట్టడానికి వీల్లేదు.
4. అసమి షిక్మీలు ఎప్పుడైనా భూమి నుంచి వెళ్లగొట్టబడే కౌలుదార్లు.

పట్టేదారి భూ యాజమాన్య విధానంలో, యజమాని, లేదా పట్టేదారు, తానే స్వయంగా సేద్యం చేస్తూ, నిర్ణయించిన భూమి శిస్తును చెల్లిస్తున్నంత కాలం, అతని భూమి హక్కుల్లో ఎటువంటి జోక్యం చేసుకోవడం జరగదు. పోట్‌పట్టేదారి భూ యాజమాన్య విధానంలో ఇద్దరు లేదా అంతకంటే ఎక్కువ మంది రైతులు సమాన భాగస్వామ్య సూత్రం ఆధారంగా, కలిసి పనిచేస్తారు. పోట్‌పట్టేదారును భూమి నుంచి వెళ్లగొట్టడం గాని, లేదా అతడు చెల్లించే భూమి శిస్తును పెంచడం గాని, పట్టేదారు చేయరాదు. వ్యవసాయిక పెట్టుబడులు స్వల్పంగా, లేదా చాలినంతగా లేకపోవడం వల్ల రైతులు ఇలాంటి భూ యాజమాన్య విధానాన్ని ఎంచుకోవడం జరిగింది. అయినప్పటికీ, ఇది ఎక్కువ ప్రాంతాల్లో అమల్లో ఉన్నట్లుగా కనపడదు.

కౌలుదార్లు

రైత్వారీ భూ యాజమాన్య విధానంలో, భూ యజమాని, ప్రభుత్వం మధ్య, మధ్య వ్యక్తిని గుర్తించడం గాని, యజమాని భూమితో ప్రత్యక్ష సంబంధాన్ని కోల్పోవడం గాని, సిద్ధాంత రీత్యా లేనట్లే. అయితే, వార్ధక్యం, అనారోగ్యం, వారసులు లేకపోవడం, రుణగ్రస్తత, భూమి నుంచి దూరంగా వెళ్లిపోవడం, పెద్ద కమతాలు, భూ యజమాని వ్యవసాయానికి భిన్నమైన వృత్తిని చేపట్టడం, ఆదిగా గల అంశాలు, లేదా కారణాలు చాలా మంది భూ యజమానులను తమ భూములను కౌలుకి ఇచ్చేందుకు ప్రోత్సహించాయి. ఇంకా, భూమి ఇచ్చే భద్రత కారణంగా దాని ప్రయోజకత పెరిగి, దాని యజమాని పొందే గౌరవ, హోదాల ఫలితంగా చాలా మంది రైతులు కానివాళ్లు భూములను సంపాదించడం మొదలుపెట్టి, అలాంటి భూములను ఇతరులకు కౌలు కివ్వడం జరిగింది. షిక్మీదార్లు, అసమిషిక్మీలు, వేరే విధంగా, వరసగా రక్షిత కౌలుదార్లు, భద్రతలేని కౌలుదార్లగా పరిగణించబడ్డారు. షిక్మీదార్లు ఎంత కాలమైతే వారు భూ యజమానితో చేసుకొన్న ఒప్పంద షరతులను పాటిస్తారో, అంత కాలం వారు భూమి మీద కొనసాగవచ్చు. అయితే, అసమిషిక్మీలు మాత్రం తాత్కాలిక లేదా సంవత్సర కౌలును మాత్రమే పొందగలిగేవారు. వీరు షిక్మీల హోదా పొందాలంటే, సంబంధిత భూసేద్యంలో ప్రారంభం నుంచి పాలుపంచుకొంటుండాలి. లేదా అట్టి భూ సేద్యంలో అవిచ్ఛిన్నంగా పన్నెండు సంవత్సరాలు ఉండి తీరాలి. అయితే ఒకే కౌలుదారును భూమీద రెండు నుంచి ఐదు సంవత్సరాలకు మించి ఎప్పుడూ ఉండనిచ్చేవారు కాదు. తమ భూమీద కౌలుదార్లను తరచుగా మారుస్తుండేవారు. ఇలా చేయడం వల్ల, భూ యజమానులకు మరో లాభం కూడా చేకూరింది. అదేమంటే, కౌలుదార్లను మార్చినప్పుడల్లా, కౌలు రేట్లను పెంచడం జరిగింది. కౌలు భూమి

కోసం భూమి లేని కౌలుదార్ల మధ్య పోటీ ఏర్పడటంతో, ఇది సుసంపన్నమైంది. కౌలుదార్లకు తమ భూములపై ఎలాంటి హక్కులు సంక్రమించకూడదనే ఉద్దేశంతోనే, భూ యజమానుల కౌలు ఒప్పందాలన్నీ చాలా వరకు మౌఖికంగా మాత్రమే ఉండేవి. వీటిలో 75% తాత్కాలిక కౌలు ఒప్పందాలుగా ఉండి, ఒక సంవత్సరానంతం రద్దయ్యేవి. ఒకవేళ లిఖితపూర్వక ఒప్పందం చేసుకొన్నట్లైతే, దాని షరతులు కౌలుదారును పూర్తిగా భూస్వామి దయాదాక్షిణ్యాలమీద ఆధారపడేట్లుగా ఉన్నాయి. వరంగల్ జిల్లాలో చేసిన ఒక నమూనా లిఖిత ఒప్పందం అనుబంధం-1 లో పొందుపరచడమైంది.

కౌలుదార్ల సమస్యలను దర్యాప్తుచేసేందుకు 1940 లో ఒక సంఘం నియమించబడి, దీని సలహాల మేరకు 1945 లో అసమిషిక్మి చట్టం చేయడమైంది. ఈ చట్ట ఉద్దేశం మంచిదైనప్పటికీ, కౌలుదార్ల పరిస్థితిలో అవగతమయ్యే ఎలాంటి మార్పును కూడా తేవడంలో విఫలమైంది. 1947 లో అమల్లోకి వచ్చిన ఈ చట్టం, అసమిషిక్మిలు ఎవరైతే 1933-43 మధ్య తదేకంగా ఆరు సంవత్సరాలు భూమి సేద్యంలో ఉంటారో, అటువంటివారు శాశ్వత లేదా రక్షిత కౌలుదార్లుగా గుర్తించబడాలనీ, తాత్కాలిక కౌలుదార్లకు కౌలు పది సంవత్సరాలకు తక్కువ కాకుండా ఇవ్వాలని స్పష్టపరచినప్పటికీ, ప్రభుత్వ నిర్లక్ష్యం, భూస్వాముల బద్ధవ్యతిరేకత, కౌలుదార్ల అమాయకత్వం ఫలితంగా, ఇవేవీ అమలు కాలేదు. కౌలుదార్లు ఈ చట్టంలోని ఉపయోగకర అంశాల గురించి తెలుసుకోలేకపోవడంతో పాటు, ఒకవేళ అటువంటి అంశాల వల్ల ప్రయోజనాన్ని పొందాలని ఆశించినా, ధనవంతులైన పట్టాదార్ల దౌర్జన్యకర చర్యల ఫలితంగా, అవకాశాన్ని రానివ్వలేదు.

ఇతర భూ యాజమాన్య విధానాలైన జాగీర్, మక్తా, ఇజార, అగ్రహార్, ఇనామ్‌ల్లో, కౌలుదార్ల పరిస్థితి ఏమాత్రం మెరుగ్గా లేదు. అది ఇంకా దారుణంగా ఉంది. ఎలాగంటే, 90 సంవత్సరాల పర్యంతం భూసేద్యంలో ఉన్న రైతులను కూడా తాత్కాలిక కౌలుదార్లగా పరిగణించి, వారికి భూ అమ్మకం, తనఖా, బదిలీ విషయాల్లో ఎటువంటి స్వతంత్ర హక్కులు లేకుండా చేయడం జరిగింది (మీజాన్, 19-10-1945). ఇంకా, హెచ్చు కౌళ్లను చెల్లించ నిరాకరిస్తే, అటువంటి వారిని భూముల నుంచి గెంటివేయడం జరిగింది (మీజాన్, 04-12-1945). భూమి సర్వే, సెటిల్మెంట్ అయిన జాగీర్లలో కూడా, పట్టాదార్లను షిక్మిదార్లగా పరిగణించగా, షిక్మిదార్లు భూములను కౌలుకు అసమిషిక్మిలకి ఇవ్వడం జరిగింది. మరో విధంగా చెప్పాలంటే, రైత్వారీ విధానంలా కాకుండా, ఈ భూ యాజమాన్య అధినేతలు, లేదా గ్రహీతలు, తమ గ్రామాల ఏకైక పట్టాదార్లగా భావించుకోవడం జరిగింది. ఒక వేళ జాగీర్‌దార్లు భూ అమ్మకం, మార్పిడి, వారసత్వం, పట్టాదారి హక్కుల ప్రదానం, ఇత్యాదులకు అనుమతించినట్లైతే, రైతుల నుంచి నజర్లు, లేదా నజరానాలను (పేరుకి మాత్రం కానుక, కాని బలవంతంగా తీసుకొనేది) ఒకటి, లేదా రెండు సంవత్సరాల భూమి శిస్తులకు సరితూగే విధంగా కోరడం జరిగేది. ఈ అసౌకర్యాలు, ఇబ్బందులు, సర్వే కాని, సెటిల్మెంట్ కాని జాగీర్లలో, ఇంకా అధికంగా, హెచ్చు స్థాయిలో ఉండటం జరిగింది. ఇటువంటి జాగీర్లు 1949 లో మొత్తం రాష్ట్రంలో ఉన్న దివానేతర గ్రామాలు 5,800 ల్లో 1,137 గ్రామాలుగా ఉండటం ఎంతైనా గమనించాల్సిన విషయం. ఎప్పుడైనా ప్రభుత్వం తప్పనిసరిగా ఏదైనా జాగీర్ గ్రామాన్ని సర్వే చేయించేందుకు గట్టిగా నిర్ణయించుకుంటే, సంబంధిత జాగీర్దార్ నిజమైన భూ యజమానులందరినీ కౌలుదార్లుగా చూపించే విధంగా రికార్డులను తయారుచేయించేవాడు. బదలాయించిన గ్రామాల కాగితాలపై ప్రభుత్వాధికారుల పర్యవేక్షణగాని, నిఘా గాని ఉండేది కాదు. అదే విధంగా, ఖాల్సేతర గ్రామాల్లో సర్వే అధికారులు భూ యజమానుల హక్కులకు సంబంధించి ఎటువంటి విచారణ చేసేవారు కాదు. ఆ మాటకొస్తే, ఖాల్సా గ్రామాల్లో పట్టాదారీ హక్కులను ఇచ్చే విషయంలో, ప్రభుత్వ నిబంధనలు జరీదా (గెజెట్ ప్రకటన) నెం.32, 19 మే, 1356 ఫస్లి (1947) లోనే జారీ చేయబడ్డాయి. ఈ చట్టపరమైన అంశాలు కూడా చాలా వరకు కాగితం పైనే

ఉన్నాయి. మరొక ప్రాముఖ్యకర విషయం ఏమంటే, సర్వే, సెటిల్మెంట్‌కు సంబంధించిన హైదరాబాద్ లాండ్ రెవిన్యూ చట్టం సెక్షన్ 169, అధ్యాయం 7, ఖాల్సేతర గ్రామాలకు వాటి అధిపతులు లిఖితపూర్వకంగా కోరితే తప్ప, అమలుకు నోచుకోదు. పైన వివరించిన పరిస్థితుల్లో, అటువంటి అభ్యర్థన వచ్చే అవకాశం ఎంత మాత్రం లేదు. ఖాల్సా, ఖాల్సేతర గ్రామాల్లోని కౌలుదార్ల హక్కులు, పట్టేదార్లు, భూస్వాములతో వారి సంబంధాలు, సరైన మార్గంలో పెడుతూ, వారికి భూమి పైన హక్కులు, కౌలు కొనసాగింపుపై భద్రత, న్యాయమైన కౌలు రేట్లు, 10 జూన్, 1950 నాడు ఆమోదించబడిన హైదరాబాద్ కౌలుదారీ, వ్యావసాయిక భూముల చట్టంతో సమకూరాయి. దీని అమలు మాత్రం 1950 అంతం తదుపరే జరిగింది.

ఇతర ఖాల్సా భూ యాజమాన్య విధానాలు

పైన తెలిపిన రైత్వారీ భూ యాజమాన్య విధానాలతోపాటు పట్టిక-1 లో చూపించిన విధంగా, పన్‌మక్త, తహుద్ లేదా సర్బస్త, ఇజార, అగ్రహార్ అనే నాలుగు ఇతర భూ యాజమాన్య విధానాలున్నాయి. ఈ రైత్వాయేతర భూ యాజమాన్యాధిపతులు భూస్వాములుగా గాని లేదా ధనం, అధికారం ఉన్న అధికారులుగా ఉండటం వల్ల, రైతుల, కౌలుదార్ల, ఇతర గ్రామీణ ప్రజల ఆర్థిక పరిస్థితి, వీరి పనితీరు వల్ల విశేషంగా ప్రభావితమైంది. అనేక గ్రామాల యాజమాన్య హక్కులు ఒక వ్యక్తి చేతిలో ఉండటమనే (మెదక్ సుబాకు చెందిన మహబూబ్‌నగర్ జిల్లాలోని నాగర్ కర్నూల్ తాలూకాలో, రాజా రామేశ్వర్ రావ్, మక్తేదార్, సురభిరావ్ వెంకట లక్ష్మణ్ రావ్, మరొక మక్తేదార్, ఉదాహరణకు, వారి కింద వరసగా 123, 105 గ్రామాలున్నాయి. ఫైల్ నెం.39 ఆఫ్ 1348 ఫస్లి (క్రీ.శ.1939) ఆఫ్ సుబేదారి గుల్షనాబాద్ మెదక్) విషయం, విపరీతమైన భూముల అధికార కేంద్రీకరణకు దారితీస్తుంది. ఇది వారు పలు రకాల వైపరీత్యాలకు దిగేట్లు ప్రోత్సహించడంతో, స్థానిక ప్రజల జీవితం దుర్భర దీనావస్థగా మారింది.

పన్‌మక్త భూ యాజమాన్య విధానం

పన్‌మక్త లేదా మక్త అనే భూ యాజమాన్య విధానంలో, ప్రభుత్వం, వేరుగా ఉన్న భూ ఖండాలను, లేదా మొత్తం గ్రామాన్ని గాని, లేదా గ్రామాల సమూహాన్ని గాని, నిర్ణీత రుసుము, లేదా క్విట్ రెంట్‌ను భవిష్యత్తులో పెంచేది లేకుండా, వ్యక్తులకు మంజూరు చేయడం జరిగింది. ఇవి శాశ్వతంగా, లేదా జీవిత, లేదా జీవితాల పర్యంతం కొనసాగే విధంగా ఇవ్వబడ్డాయి. కొన్ని మక్తాల మీద ఎటువంటి క్విట్ రెంట్ విధించబడలేదు. ఈ విధంగా ఇవి ఇనామ్‌లు లేదా ఎటువంటి పన్ను చెల్లింపులేని మంజూరీలను పోలి ఉన్నాయి. క్విట్‌రెంట్ ఎప్పుడూ సంబంధిత మక్తాల భూముల మీద విధించబడే భూమి శిస్తు కంటే తక్కువగా ఉండేది. ఈ సౌకర్యం మక్తేదారులకు లాభాన్ని చేకూర్చేందుకు ఉద్దేశించబడింది.

ప్రాముఖ్యకర విషయమేమంటే, క్విట్‌రెంట్ విషయంలో లాభాన్ని కలుగచేసినప్పటికీ, దానితో తృప్తిచెందక, మక్తేదార్లు పలు అక్రమచర్యలకు పాల్పడి, తమ రైతులను దీనావస్థ, ఇబ్బందులకు గురిచేయడం జరిగింది. ఆయా ప్రాంతాల వ్యావసాయిక అభివృద్ధికై విశేష ప్రభావాన్ని వేసినటువంటి పరిణామం ఏమిటంటే, ఈ మక్తాలు దివానీ భూముల్లో భాగమైనప్పటికీ (భూ వర్గీకరణ చూడండి), మక్తేదార్లు, జాగీర్దార్ల వలె ప్రవర్తిస్తూ, బీద రైతుల నుంచి పలు చట్ట వ్యతిరేక, అక్రమ రుసుములను, లేదా పట్టీలను (పట్టి, పన్నుకు మరో పేరు) వసూలు చేయడం జరిగింది. వీరి దురాగతాలు ఇంతటితో ఆగలేదు. బలప్రయోగ పద్ధతులను ఉపయోగించి అసలైన భూ యజమానులను భూముల నుంచి తొలగిస్తూ, తమ గ్రామాధికార పదవులైన పటేల్ (శాంతిభద్రతలను పరిరక్షించే గ్రామాధికారి), పట్వారి (భూ రికార్డును తయారుచేసి, దాని నిర్వహణ, భూమి శిస్తు వసూలు బాధ్యతలను నిర్వర్తించే గ్రామాధికారి) దుర్వినియోగ

పరచడం జరిగింది. ఈ పరిణామాలన్నింటినీ దృష్టిలో పెట్టుకొని పన్‌మక్తాలను వాస్తవ రూపంలో ఖాల్సేతర (భూ వర్గీకరణను చూడండి) భూములుగా పరిగణించడం జరిగింది.

తాహుద్ లేదా సర్బస్త లేదా వతన్‌దారీ భూ యాజమాన్య విధానం

హైదరాబాద్ రాష్ట్రంలో ఆధునిక రైత్వారీ విధానాన్ని ప్రవేశపెట్టక ముందు, భూమి శిస్తు, దానితోపాటు ఆబ్కారీ (ఎక్సైజ్), మొహ్‌తర్ఫ (వృత్తి పన్ను) లాంటి ఇతర పన్నుల వసూలును కాంట్రాక్టర్‌లకు ఇవ్వడం జరిగింది. సాధారణంగా, నగరంలో ఉండే ధనికులు, పలుకుబడి, గౌరవ సామాజిక హోదా గల వ్యక్తులకు, ఈ బాధ్యతను అప్పగించడం జరిగింది. ఈ విధంగా పన్ను వసూలు బాధ్యతను ప్రైవేటు వ్యక్తులకు అప్పగించే పద్ధతికే తాహుద్ అని పేరు. ఒకవేళ ఇలాంటి పన్ను వసూలు బాధ్యతను జిల్లాలోని ఒక జమీందారుకు అప్పగించినట్లైతే, (తెలంగాణాలో ఇది తరచుగా జరిగింది), ఇలాంటి వ్యవహారానికి సర్బస్త, లేదా కొన్నిసార్లు బిల్‌మక్త అని పేరివ్వడం జరిగింది.

తాహుద్, లేదా సర్బస్త కౌలు నిర్ణీత సంవత్సరాలకు మాత్రమే ఇవ్వబడేది. కౌలు కాల పరిమితి ముగిసిన తదుపరి, కౌలునామాలో చెప్పబడిన సొమ్మును మార్చవచ్చు. తాహుద్‌దార్ యజమాని కాకుండా కేవలం కాంట్రాక్టర్, లేదా మేనేజర్‌గా ఉండటం జరిగింది. ఈ తాహుద్‌లను మంచి ఉద్దేశంతో ఇచ్చినప్పటికీ, ఆచరణలో నాడు నెలకొన్న సాధారణ అవకతవకల ప్రాపుగా, అటు ప్రభుత్వానికి, ఇటు ప్రజలకు దుష్పరిణామాలు సంప్రాప్తించడం జరిగింది. భవిష్యత్తు పరంగా ఎటువంటి బాధ్యత లేకుండా, కేవలం తన నిర్ణీత కాలంలో సాధ్యమైనంత సొమ్మును పోగుచేసుకొనేందుకు, వీరు రైతుల, ప్రజల రక్తాన్ని పీల్చే జలగల్లాగా ప్రవర్తించడం జరిగింది. ఒక వైపున రైతులు పీల్చిపిప్పి చేయబడగా, మరో వైపున కాంట్రాక్ట్ పునరుద్ధరించబడిన ప్రతిసారి, ప్రభుత్వం పొందే సొమ్ము తగ్గడం జరిగింది. ఇలాంటి దురవస్థకు చరమగీతాన్ని పాడుతూ, ప్రధానమంత్రి మొదటి సర్ సాలార్‌జంగ్ క్రీ.శ.1866 లో తాహుద్ లేదా సర్బస్త భూ యాజమాన్య విధానాన్ని రద్దుచేయడం జరిగింది.

అయితే ఆర్థిక, ప్రత్యేకంగా వ్యావసాయిక రంగాల్లో చోటుచేసుకొన్న ప్రాముఖ్యతా పరిణామం ఏమంటే, దేశ్‌ముఖ్‌లు (వంశపారంపర్య గ్రామాధిపతులు), దేశ్‌పాండ్యాలు (గ్రామాల గణికులు, భూమి శిస్తు వసూల్లో పాలుపంచుకొనేవారు) ఎవరైతే లోగడ పన్ను వసూలుదార్లు లేదా కాంట్రక్టర్లుగా పనిచేశారో, అటువంటి వారి బల, హోదాలు, తాహుద్ లేదా సర్బస్త భూ యాజమాన్య రద్దు ఫలితంగా, అంతగా దెబ్బతినలేదు. మీదు మిక్కిలి, అవి ఇంకా బలపడ్డాయి. ఇది ఎలా జరిగిందంటే, పన్ను వసూలు బాధ్యతను తొలగించిన తరవాత పరిహారంగా వీరు తమకు ఇష్టమైన, విలువైన భూములను చాలినన్నిటిని ఆక్రమించి, తమ వశం చేసుకోవడం జరిగింది. దీనికి తోడు, వీరు స్వయంగా తమ భూముల సేద్యాన్ని చేపట్టకుండా, కౌలుదార్లకు హెచ్చు కౌళ్లకిస్తూ మంచి లాభాలను చేకూర్చిపెట్టే వడ్డీ వ్యాపారం, డబ్బు రూపేణా, ధాన్య రూపేణా, సారా, కల్లు కాంట్రాక్ట్‌లను చేపట్టడం జరిగింది. ఇవి వీరిని విశేష ధనవంతులుగా చేయడమే కాకుండా, దీని కంటే అధిక ప్రాధాన్యతాపరంగా, అన్ని వర్గాల గ్రామీణ ప్రాంత ప్రజలు వీరి చెప్పుచేతల్లోకి రావడం జరిగింది. ఈ అధికార, హోదాలు చాలవన్నట్లుగా, నాటి నిజాం ప్రభుత్వం వతన్‌దార్లకు (వంశపారంపర్య రెవిన్యూ అధికారులైన పటేళ్లు, పట్వారీలు, దేశ్‌ముఖ్‌లు, దేశ్‌పాండ్యాలు, సర్దేశ్‌ముఖ్‌లు, సర్దేశ్‌పాండ్యాలు ఒనరించే సేవలకు సంబంధించిన భూ యాజమాన్య విధానం) సర్వదా విధేయతాగణంగా ఉంచుకొనేందుకు, సాలీనా వంశపారంపర్య ప్రాతిపదికన రుసుమ్-ఇ-జమీందారి అనే భృతిని ఇవ్వడం జరిగింది. ఇది వసూలయ్యే భూమి శిస్తులో

5% దేశ్‌ముఖ్‌లకు 2 1/2% దేశ్‌పాండ్యాలకి ఇవ్వడం జరిగింది. వతన్‌దార్లకు ఈ సాలీనా వంశపారంపర్య చెల్లింపు, వారి నుంచి ఎటువంటి సేవ కోరకుండానే చేయడం జరిగింది.

గ్రామీణ స్థాయిలో, వతన్‌దార్లుగా ప్రధానంగా పటేళ్లు, పట్వారీలు, ఇంకా తలారి, లేదా గ్రామ చప్రాసి (పన్ను వసూలు పనికి), సేత్సింధి, లేదా గ్రామ కాపలాదారు, సేద్యపునీటి ఆధారాలను కనిపెట్టు, పొలాలకు నీటిని అందించే పనులను నిర్వహించే నేరుడు, గ్రామ పాలనలో గ్రామాధికారులకు సహాయపడే ధేర్, లేదా వార్తాహరుడు లాంటి మరికొంతమంది ఇతరులున్నారు. పటేళ్లు, పట్వారీలకు నగదు చెల్లింపు ఉండేది. ఇది భూమి శిస్తు వసూలును అనుసరించి, ఎక్కువ వసూలైతే, తక్కువ రేటు అనే సూత్రం మీద ఆధారపడి నిర్ణయించబడేది. ఈ నిర్ణీత చెల్లింపుతోపాటు, ఈ గ్రామాధికారులు గ్రామ సర్వీస్ ఫండ్, లేదా నిధి నుంచి ఒక అణాకు రెండు పైసల చొప్పున (12 పైసలు కలిస్తే ఒక అణా, 16 అణాలు కలిస్తే ఒక రూపాయి అవుతుంది) ఇవ్వడం జరిగేది. ఇంకా, వీరి జీతాలు 1940 దశకం చివర్లో పెంచబడ్డాయి (గోల్కొండ పత్రిక, 13-09-1949). గ్రామాధికార్లకు సహాయకారులుగా ఉన్న పైన పేర్కొన్న సిబ్బంది కూడా గ్రామ సర్వీస్ ఫండ్, లేదా నిధి నుంచి కొంత నిర్ణీత శాతం లేదా వాటా అందచేయబడేది. ఇది గాక, వీరికి పన్ను లేని ఉచిత భూములను కూడా ఇవ్వడం జరిగింది.

పటేళ్లు, పట్వారీలు, వారి జీతాలు నామమాత్రంగా, స్వల్పంగా ఉన్నప్పటికీ, వారి భూములు, స్థానిక నేపథ్యం కారణంగా, గ్రామీణ పాలనలో విశేషమైన ప్రభావాన్ని కనబర్చడం జరిగింది. మధ్యస్థాయి రైతు నుంచి వృత్తి కళాకారుడి వరకు, ప్రతి గ్రామస్థుడు, భూమి శిస్తు చెల్లింపులోగాని, భూమి హక్కుల నమోదులోగాని, తలఫ్‌మాల్ (అతివృష్టి, లేదా అనావృష్టి, ఇతర ప్రకృతిసిద్ధ నష్టాల కారణంగా, పంటలు దెబ్బతినడంతో భూమి శిస్తు మాఫీని కోరడం) ను కోరడంలో గాని, ఆహార ధాన్యాల లెవీ వసూలు విషయంలో గాని, వీరి ప్రభావాన్ని, పలుకుబడిని, పాత్రను గుర్తించాల్సొచ్చేది. పెద్దస్థాయి వతన్‌దార్లైన దేశ్‌ముఖ్‌లు, దేశ్‌పాండ్యాల మాదిరి, వీరు కూడా తమ భూములను లాభసాటి కౌళ్లకిచ్చి ధనార్జనకు మంచి సాధనాలైన వడ్డీ వ్యాపారం, డబ్బు, ధాన్య రూపేణ, సారా, కల్లు కాంట్రాక్ట్‌లను చేపట్టి, ఫలితంగా ధనార్జనతో పాటు, దాని కంటే హెచ్చు ప్రాధాన్యత కల్గిన, గ్రామీణ జనాభాలో గల అన్ని వర్గాలపైన తమ ఆధిపత్యాన్ని ఏర్పర్చుకోగలిగారు. ఈ వివిధ రకాల అధికార మార్గాలు, ఉన్నత, కింది స్థాయిల వతన్‌దార్లు పలు రకాల అక్రమాలకు పాల్పడేందుకు ప్రోత్సహించాయి. వీటిలో వెట్టి (చాలా వరకు చెల్లింపులేని, లేదా స్వల్ప చెల్లింపులతో బలవంతపు చాకిరిని లేదా సేవను తీసుకోవడం) అనే అసహ్యకరమైన, జుగుప్సాకరమైన విధానం ప్రధానంగా చోటుచేసుకుంది. చట్టరీత్యా ఇది నిషేధించబడినప్పటికీ దీని మీద ప్రభుత్వ చర్య మొసలి కన్నీరు కార్చేవిధంగా ఉంది. వీటికి తోడుగా, ఒక రుసుందార్ లేదా పెద్ద వతన్‌దార్ ఆధిపత్యంలో, ఒక జిల్లాలోని భిన్న తాలూకాల్లోని పలు గ్రామాలను కేంద్రీకరించడం (రాజా ధరమ్‌కరన్ బహదూర్, కానుంగో, లేదా దేశ్‌పాండ్యా మాదిరి జిల్లా స్థాయి వతన్‌దార్, నిజామాబాద్ జిల్లాలోని నిజామాబాద్, ఆర్మూర్, బోధన్, బాన్స్‌వాడ తాలూకాల నుంచి రుసుం చెల్లింపును పొందడం జరిగింది- ఫైల్ నెం.1 ఆఫ్ 1352 ఫస్లి (1943) అండ్ ఆర్.సి.నెం.551 ఆఫ్ 1353 ఫస్లి (1944) ఆఫ్ సుబేదారీ గుల్షనాబాద్ మెదక్), వీరు ప్రజల సమస్యల పట్ల నిర్లక్ష్యాన్ని వహించి, తమ గుమస్తాల (పెద్ద భూస్వాములు లేదా పదవులను అలంకరించినవారు, సొంతంగా వ్యవసాయం చేయక, గ్రామాలకు సంబంధించిన తమ వ్యవహారాలను చూసేందుకు నియమించుకొన్న గుమస్తాలు తాము తక్కువ కాదన్నట్లు స్థానిక ప్రజలను పలు బాధలు, ఇబ్బందులకు గురిచేయడం జరిగింది) ద్వారా,

రైతులు, కౌలుదార్లు, ఇతర వర్గాల స్థానిక ప్రజలకు, కనీవినీ ఎరుగని రీతిలో కష్టాలు, ఇబ్బందులు, అవమానాలను తదేకంగా కల్గించడం జరిగింది.

ఇజారా భూ యాజమాన్య విధానం

ఇజారా భూ యాజమాన్య విధానం ప్రధానంగా భూమి అభివృద్ధికి ఉద్దేశించబడింది. ఇది హైదరాబాదు రాష్ట్రంలో 1878 లో ప్రారంభించబడింది. మొదటి సాలార్‌జంగ్ ప్రధాని కంటే ముందు కాలాల్లోని ప్రభుత్వాల అస్తవ్యస్థ పాలనా ఫలితంగా, శూన్యంగా ఏర్పడ్డ పలు గ్రామాల్లో తిరిగి ప్రజల నివాసాన్ని ఏర్పర్చి, విస్తారమైన భూముల్లో సేద్యాన్ని పునరుద్ధరించేందుకు, ఇది చేపట్టబడింది (ఏ.ఐ.ఖురేషి, ది ఎకనామిక్ డెవలప్‌మెంట్ ఆఫ్ హైదరాబాద్, సంపుటం-1, 1941, పుట.109). ప్రజలు ఈ భూముల అభివృద్ధిని చేపట్టేందుకు, వారిని ఆకర్షించేందుకు ఈ ఇజారా విధానంలో భూమిని కౌలు కివ్వడం, పన్ను రేట్లు మొదట తేలికగా ఉండి, క్రమక్రమంగా పెంచబడుతూ 30, లేదా 40 సంవత్సరాల్లో పూర్తి పన్ను రేటుకు చేరుకోవడం లాంటి లక్షణాలు దీనిలో ప్రధానంగా ఉన్నాయి. కౌలు కాలం ముగిసిన తదుపరి, గ్రామాన్ని సర్వేచేసి, సెటిల్‌మెంట్‌ను చేసి, ఆ భూములను బిల్‌మక్త లేదా సెటిల్‌మెంట్ శిస్తుతో సమానమైన, నిర్ణీత సాలీనా క్విట్‌రెంట్‌పై ఇవ్వడం జరుగుతుంది. అయితే, ఇవి ఎప్పుడు వర్తిస్తాయంటే, కౌలు కాలంలో ఇజారాదారుడు తనకు అప్పగించిన భూముల్లో 1/3 వ వంతు భూములను సేద్యం కిందకి తెచ్చి ఉండాలి. ఇంకా, తనకు అప్పగించిన గ్రామంలో 40 ఇళ్లు, లేదా గుడిసెలు ఉన్నట్లైతే, ఇజారాదారుకు ఆ గ్రామ పటేల్‌గా వ్యవహరించే హక్కును కూడా ఇవ్వడం జరిగేది.

ప్రభుత్వ భూములను కౌలుకిచ్చే ఈ విధానం 1318 ఫస్లి (1909) వరకు అమల్లో ఉంది. తదుపరి, దీని అవసరంలేనట్లుగా, దీన్ని రద్దుపరచడం జరిగింది. భూమికి విలువ, గిరాకి పెరగడంతో, ఇలా చేయడం జరిగింది. అయితే, రద్దు కంటే ముందు ఇచ్చిన కౌళ్లు మాత్రం వాటి ముగింపు వరకు కొనసాగనివ్వడం జరిగింది. వాస్తవంగా, చాలా కౌళ్ల కాలాలు ముగిసి, 1323 ఫస్లి (1914) నుంచి వివిధ కౌలుదార్లకు రావాల్సిన వాటి పరిష్కార నిమిత్తం ఒక ప్రత్యేక అధికారిని నియోగించడం జరిగింది.

అగ్రహార్ భూ యాజమాన్య విధానం

అగ్రహార్ భూ యాజమాన్య పద్ధతిలో, మక్తాల వలె, ఎవరికైతే యాజమాన్య హక్కు ఇవ్వబడుతుందో, అలాంటి వారు నిర్ణీత క్విట్‌రెంట్, లేదా రుసుమును శాశ్వతంగా చెల్లించాలి. ఇవి హిందూ, లేదా ముస్లిం పూజా స్థలాలకు ఇవ్వబడ్డాయి. అయితే, ఆచరణలో, అగ్రహార్‌దార్లు తాము ఏవైతే పవిత్ర మత బాధ్యతలను నిర్వర్తించాలో, వాటి పట్ల శ్రద్ధాసక్తులను, నియమ నిష్టలను కనబరచలేకపోయారు. వీరు భూముల వ్యవసాయాన్ని స్వయంగా చేపట్టక, భూమి శిస్తు వసూలు, ఇంకా ఇతర విషయాలను తమ తరపున నిర్వహించేందుకు ఏజెంట్లను నియమించడం జరిగింది. భూముల బందోబస్తు లేదా సర్వే చేయబడకపోవడంతో, రంగంలో ఉన్న ఏజెంట్లు అధిక రేట్లను విధించి, చెల్లించ నిరాకరించిన రైతులను భూముల నుంచి వెళ్లగొట్టడం జరిగింది. దివాని ప్రాంతంలో తలఫ్‌మాల్‌ను ప్రకటిస్తే, అగ్రహారాల్లో ఆ మినహాయింపును ఇచ్చేవారు కాదు. అగ్రహార్ పాలకులు రెవిన్యూ పాలనలో స్వతంత్రంగా ఉండటం వల్ల, రైతులు తమ కష్టాలను, ఇబ్బందులను అటు రైత్వారీ అధికారులకు తెలిపే వీలులేక, ఇటు అగ్రహారీకుడు వీటిని పట్టించుకోకుండా, కనీసం రైతులు తమ గోడును స్వయంగా వినిపించేందుకు కాలినడకన వెళ్లినప్పటికీ ప్రయోజనం లేకుండా పోయింది (గోల్కొండ పత్రిక (బైవిక్లీ), 04-08-1938).

స్వయంగా వ్యవసాయాన్ని, పన్ను వసూలు, ఇతర వ్యవహారాలను స్వయంగా నిర్వహించకపోవడంతో పాటు, ఒకటి కంటే ఎక్కువ అగ్రహార హక్కుల ప్రదానం ఒకే వ్యక్తిచేతుల్లో పెట్టడం కూడా జరిగింది. ఇది వీరిని తమ రైతులు, సామాన్య ప్రజల విషయంలో అన్ని రకాల అక్రమాలు, అత్యాచారాలకు పాల్పడే విధంగా ప్రోత్సహించడం జరిగింది. ఇంకా, ఇజారాదార్ల మాదిరిగా, వీరు కూడా పొరుగు గ్రామాల భూములను అక్రమంగా, చట్ట వ్యతిరేకంగా ఆక్రమించడానికి, అదే గ్రామంలో అయితే తమకు కేటాయించిన ప్రమాణం కంటే, ప్రభుత్వ భూములతో సహా, అధికమేరకు ఆక్రమించడానికి పూనుకోవడం జరిగింది. ఈ విధంగా, అగ్రహార్ భూ యాజమాన్య హక్కుదారులు, ఉదాత్తమైన మతపరమైన బాధ్యతలను నిర్వహించాల్సి ఉండగా, ఆచరణలో వీరు, మిగిలిన భూ యాజమాన్య హక్కుదారులైన మక్తేదార్లు, ఇజారాదార్లు, వతన్‌దార్ల మాదిరిగా, రైతులను తమ స్వలాభానికై దోపిడికి గురిచేయడం జరిగింది. పేర్లు వేరైనా ప్రధాన పద్ధతులు మాత్రం ఒకటిగానే ఉన్నాయి.

ఖాల్సేతర భూ యాజమాన్య విధానాలు: సర్ఫెఖాస్

ఖాల్సేతర లేదా ప్రభుత్వ ప్రత్యక్ష పాలనలో లేని దివానీ భూములు, స్థూలంగా (భూవర్గీకరణ అంశాన్ని చూడండి) నిజాం లేదా పాలకుని రాజభరణం లేదా వ్యక్తిగత ఆస్తిగా ఉన్న భూములు, ఒక ప్రత్యేక ప్రయోజనానికి కేటాయించిన భూములను (పైగాలు, జాగీర్లు, ఈనామ్‌లు, సంస్థానాలు) కలిగి ఉన్నాయి. వీటిని పొందినవారు, ఎక్కువ శాతం మంది విషయంలో, ఒక నిర్ణీత సాలీనా రెవిన్యూ, లేదా కప్పాన్ని రాష్ట్ర ఖజానాలో జమచేయాలి, లేకపోతే స్పష్టపరచబడ్డ సైనిక లేదా మతపరమైన సేవను అందించాలి. అయితే, కొన్ని భూములు లేదా గ్రామాలు మాత్రం ఎటువంటి చెల్లింపు, సేవా నిబంధన లేకుండా ఆయా వ్యక్తులు యుద్ధంలో పాల్గొనడం, ప్రభుత్వ సేవ, లేదా సారస్వత, సాంస్కృతిక రంగాల్లో గడించిన పాండిత్య ప్రకర్షల గుర్తింపుపై ఇవ్వడం జరిగింది. ఈ భూ యాజమాన్య విధానాలు, ప్రత్యేక లక్షణాలు కలిగి, రైతులు, కళాకారులు, వృత్తిపనివారు, వ్యాపారస్థులు, ఇంకా ఇతర వర్గాల ప్రజలు ఎవరైతే వీటి కింద మనుగడ సాగించారో, అలాంటివారి ప్రయోజనాలు, యోగక్షేమాల మీద గణనీయమైన ప్రభావాన్ని ప్రసరింపచేయడం జరిగింది.

హైదరాబాద్ రాష్ట్ర విస్తీర్ణంలో సర్ఫెఖాస్ భూములు పదో వంతు మేరకున్నాయి (దక్కన్ క్రానికల్, 08-02-1949). ఇవి, వేరు వేరు జిల్లాలకు చెందిన 18 తాలూకాల్లో విస్తరించి ఉన్నాయి. సర్ఫెఖాస్ గ్రామాలు రాష్ట్రంలోని పలు తాలూకాల్లో ఉండటానికి గల కారణం, ఈ గ్రామాలను రాజధాని నగరానికి దగ్గరగా ఉండటం, భూములు సారవంతమైనవిగా ఉండటం, రహదారి లేదా రవాణా సదుపాయాల లభ్యత లాంటి అంశాలను ఆధారంగా చేసుకొని, నిజాం వీటిని ఎంపిక చేసుకోవడం.

ఈ సర్ఫెఖాస్ గ్రామాలు, పరిపాలకునికి చెందినప్పటికీ, దివానీ అధికారుల పాలనలో ఉంచబడ్డాయి. వీరు, సర్ఫెఖాస్ శాఖ తరఫున ఈ గ్రామాల పాలనను చేపట్టేవారు. ముఖ్య విషయమేమంటే, నిజాం ప్రత్యక్ష ఆజ్ఞలతో పనిచేసే, సదర్ ఉల్ మొహమ్ అని పిలవబడే ప్రత్యేకాధికారి, ఈ గ్రామాలపై పరిపాలనాధిపత్యాన్ని కలిగి ఉన్నాడు. ఈ సర్ఫెఖాస్ గ్రామాల నుంచి వచ్చే ఆదాయాన్ని, పాలనా నిర్వహణ ఖర్చుల సొమ్మును దీనిలో నుంచి తీసివేసి, మిగిలిన దాన్నంతా సర్ఫెఖాస్ ఖజానాలో జమచేసేవారు. గమనించాల్సిన విషయమేమంటే, దివానీ అధికారులు ఈ గ్రామాల పాలనను నిర్వహిస్తున్నప్పటికీ, పాలకుణ్ణి అసంతోషానికి గురిచేసినవారం అవుతామేమోననే భయంతో, వీరెప్పుడూ రెవిన్యూ విషయాలకు సంబంధించిన కేసుల విచారణలో తమ వ్యక్తిగత అభిప్రాయాలు, నిర్ణయాలను పక్కనపెట్టి, అటువంటి విషయాలను

సర్ఫేఖాస్ ఉన్నత కార్యదర్శికి నిర్ణయం కోసమై పంపేవారు. మరో వింతైన విషయమేమంటే, నిజాంను వ్యక్తిగతంగా కలిసిన తదుపరి, పలుకుబడి గల వ్యక్తులు ఎవరైతే, అటవీ భూముల ఆక్రమణ లాంటి తీవ్ర నేరాల్లో చిక్కుకున్నవారు, వాటి నుంచి బయటపడటమే గాక, విస్తారమైన భూముల ప్రదానంతో లాభపడటం జరిగింది.

ప్రాముఖ్యతాంశమేమంటే, సర్ఫేఖాస్ గ్రామాల నుంచి మంచి ఆదాయం వస్తున్నప్పటికీ, పన్నులను 1933, 1934 మహామాంద్య సంవత్సరాల్లో నూటికి నూరు శాతం వసూలు చేస్తున్నప్పటికీ, సర్ఫేఖాస్ పాలక వర్గం ఖర్చు విషయంలో రైతుల క్షేమాన్ని పట్టించుకోకుండా ఎంత కఠినవైఖరిని ప్రదర్శించారంటే, 1933 సంవత్సరంలో వర్షాభావ కారణంగా, దివానీ భూములకు భూమి శిస్తులో 1/4 వ వంతుకు మినహాయింపు ఇవ్వగా, ఫస్ట్ తాలూక్‌దార్లు (జిల్లా కలెక్టర్లు) అటువంటి మినహాయింపును సర్ఫేఖాస్ ప్రాంతాలక్కూడా ఇవ్వాలని ప్రతిపాదించగా, సర్ఫేఖాస్ కార్యదర్శి దీన్ని నిర్ద్వందంగా తిరస్కరించగా, సుబేదార్ (సుబా అధిపతి లేదా రెవిన్యూ కమీషనర్) దీని విషయమై పలుసార్లు ప్రస్తావించినప్పటికీ, ఫలితం శూన్యమైంది. వ్యవసాయాభివృద్ధికి ఆయువుపట్టైన సేద్యపు నీటి ఆధారాల నిర్వహణ విషయంలో కూడా, ఖర్చు పెట్టిన సొమ్ము ఎంత అత్యల్పమో, లేదా శూన్యమో, 1933-1948 మధ్యగల 15 సంవత్సరాల కాలంలో, జలాధారాల సంఖ్యలో మార్పులేకపోయినప్పటికీ, మరమ్మతు చేయవలసిన, లేదా నిరుపయోగమైన జలాధారాల సంఖ్య విశేషంగా పెరగడాన్ని బట్టి గ్రహించవచ్చు.

ఈ అసంతోషకర, నిరుత్సాహపూరితమైన అంశాలతో పాటు, సర్ఫేఖాస్ పాలకుల పిసినారితనం ఫలితంగా, వారిచ్చే అత్యంత తక్కువ జీతాలకు పనిచేయడానికి సమర్థులెవ్వరూ ముందుకు వచ్చేవారు కాదు. ఉదాహరణకు, ఒక గుమస్తా నెల జీతం దివానీ ప్రాంతంలో రూ. 30/- ఉండగా, సర్ఫేఖాస్ ప్రాంతంలో అది రూ. 15/- గా మాత్రమే ఉంది.

పైన తెలిపిన విధంగా, ఆదాయంలో స్వల్ప మేరకు మాత్రమే సర్ఫేఖాస్ గ్రామాల్లో రైతుల క్షేమానికి ఖర్చుచేసినప్పటికీ (ది దక్కన్ క్రానికల్, 08-02-1949), సర్వే, సెటిల్‌మెంట్ లాభాలను, ఈ గ్రామాల అగ్రాసనాధిపతి అక్కడ ఉండకపోవడం లాంటి స్వేచ్ఛను ఈ గ్రామాల ప్రజలు, రైతులు అనుభవించడం జరిగింది. ఆ విధంగా, జాగీర్లు, ఈనామ్‌ల్లాంటి బదలాయించబడ్డ గ్రామాలతో పోల్చుకొంటే, ఏవైతే దోపిడీలు, బదలాయింపు పొందిన వ్యక్తి స్థానికంగా ఉండటం, లేదా తరచుగా అతడు గ్రామాలకు వెళ్లి, అక్కడి రైతులు, ప్రజల నుంచి వివిధ రకాల చెల్లింపులను ద్రవ్య, వస్తు, శ్రమ రూపేణ-వసూలు చేసే పద్ధతి నుంచి, సర్ఫేఖాస్ రైతులు, ప్రజలు స్వేచ్ఛను అనుభవించారు. ఈ సర్ఫేఖాస్ గ్రామాలను రద్దుచేసి, నూతన రాష్ట్ర ప్రభుత్వం ఫిబ్రవరి, 1949 లో వాటిని తన ఆధీనంలోకి తీసుకోవడం జరిగింది.

పాయగా భూ యాజమాన్య విధానం - ఉనికి, ప్రభావం

'పాయగా' అనే పారశీక పద అర్థం, అశ్విక దళం. ఇది ఒక రకమైన జాగీర్. ఈ రకం జాగీర్లను జమియత్ జాగీర్లనేవారు. వీటిని మొదటగా, హెచ్. హెచ్. ది నవాబ్ నిజామ్ అలీఖాన్ (1761-1803) మంజూరు చేశాడు. తనకు, తన సైన్యానికి మధ్య సమతూకాన్ని నిలిపే సైనిక దళంగా వీటిని ఏర్పాటు చేయడం జరిగింది (మంత్రి రుక్నుద్దీన్ ఆధిపత్యం నిజాం అలీపై ఉండటం వల్ల, ఆ మంత్రి 1775 లో మృతి చెందిన తదుపరి, భవిష్యత్తులో ఏ మంత్రైన సాయుధ దళాలపై ఆధిపత్యాన్ని సంపాదిస్తే, తనకు సైనిక మద్దతు ఉండేందుకు ఈ చర్యను తీసుకోవడం జరిగింది.) సర్ఫేఖాస్ గ్రామాల మాదిరిగా, హైదరాబాద్ రాష్ట్రంలోని 1,000 పాయగా గ్రామాలు, 2000 చ. మైళ్ల విస్తీర్ణంలో విస్తరించి, 10 జిల్లాలకు చెందిన 237 తాలూకాల్లో వ్యాపించి ఉన్నాయి. సర్ఫేఖాస్ గ్రామాలను నిజామ్‌లు ఎంచుకొన్నట్లుగా,

పాయగా ప్రభువులు కూడా తమ గ్రామాలను, రాజధానీ నగర సామీప్యత, భూముల సారవంతం, రహదారి సౌకర్యాల లభ్యత లాంటి అంశాలను ఆధారంగా, ఎంపిక చేసుకోవడం జరిగింది. ఈ కారణం వల్లనే, నల్గొండ జిల్లాలో సారవంతమైన భూములు కాని, సేద్యపు నీటి వసతులు అంతగా లేకపోవడం వల్ల, ఆ జిల్లాలో పాయగా గ్రామాలు ఏర్పడ లేదు.

20 వ శతాబ్ది ప్రారంభానికంటే చాలా ముందే, సైనిక సేవా నిబంధన అమల్లో లేకపోవడంతో, సైనిక దళాలను ఉంచుకోవడం ఎటువంటి ప్రయోజనం లేక, కేవలం స్మృతి చిహ్నంగా, అలంకారప్రాయంగా మాత్రమే కొనసాగింది. ఈ నిబంధన నుంచి విముక్తి పొందినప్పటికీ, పాయగా ప్రభువులు రెవిన్యూ, న్యాయపాలనపై పూర్తి ఆధిపత్యాన్ని కలిగి, తమ సొంత విద్య, ఆరోగ్య, పబ్లిక్ వర్క్స్, సర్వే సెటిల్‌మెంట్ శాఖలను నడపడం జరిగింది. ప్రభుత్వానికి, ప్రజారోగ్య పాలన, ఆహార నియంత్రణ, అటువంటి ఇతర వ్యవహారాల్లో, పాయగా సంబంధిత శాఖల నుంచి సహకారాన్ని పొందడం, దాదాపు అసాధ్యమైంది. ఇంకా, ఈ పాయగాల పాలన, వారసత్వ విషయాల్లోనే గాక, కుటుంబ విషయాలైన పెండ్లిండ్లు, వ్యక్తిగత ఆస్తి పంపకం లాంటి విషయాల్లో కూడా నిజామ్‌లు జోక్యం చేసుకోవడం జరిగింది. ఈ పాయగా ప్రభువులను ఆసఫ్‌జాహీ కుటుంబశాఖలుగా భావించడమే, ఇటువంటి మిక్కుటమైన జోక్యానికి దారితీసింది.

ఈపాయగాలు ఎటువంటి ప్రయోజనాన్ని చేకూర్చలేకపోవడంతో, 1927 లో రీలీ కమీషన్ వీటిని రద్దుచేసి, వాటి సైన్యాలను రద్దుపర్చి, జాగీర్లను వాటి నుంచి తొలగించాలని సలహా ఇవ్వడం జరిగింది. కాని, నిజామ్ 23, ఏప్రిల్,1929 నాడు జారీచేసిన ఫర్మాన్ (ఆజ్ఞ) లో అట్టి మార్పులకు ఇష్టపడక, నిజామ్‌లు ఈ ప్రభువుల వారసత్వ సేవలను పొందుతున్నారనే విషయాన్ని పేర్కొనడం జరిగింది. ఫలితంగా, చాలా పాయగాలు, ఆసక్తి కలిగిన ప్రభువులకు సంతోషకరమైన వేట ప్రదేశాలుగా కొనసాగగా, రైతుల భూ సంబంధ హక్కులు, వారి పరిస్థితి, ఇతర బదలాయింపైన ప్రదేశాల్లో కంటే ఏమీ బాగా లేవు.

జాగీర్ భూ యాజమాన్య విధానాలు - రకాలు, సంఖ్య, ప్రభావం

ఖాల్సేతర భూ యజమాన్య విధానాల్లో, అటు సంఖ్యాపరంగాను, ఇటు రాష్ట్ర వ్యవసాయాభివృద్ధి, ఆర్థిక వ్యవస్థలోని ఇతర విభాగాల పైన, జాగీర్లు ప్రముఖ స్థానాన్ని ఆక్రమించాయి. ప్రభువులకు భూదానాలిచ్చే మొగల్ విధానాన్ని, కాలం, స్థలాన్ని పురస్కరించుకొని, అవసరమైన మార్పులతో, ఆసఫ్‌జాహీ పాలనా స్థాపకుడు, తొలి నిజామ్ అయిన నిజామ్ ఉల్ ముల్క్ ప్రవేశపెట్టాడు. ముస్లిం, హిందూ ప్రభువుల మద్దతు మీద ఇతడు ఎంతగా ఆధారపడ్డాడంటే, వీరిని తనతోపాటు ఢిల్లీ నుంచి తీసుకొని వచ్చి, ముస్లిం ప్రభువులను సైనిక సేవ కోసం, హిందువులను పరిపాలనా పనికి నియోగిస్తూ, వీరికి తన రాజ్యంలో 1/3వ వంతు భూమిని పంపిణీ చేయడం జరిగింది. ఈ భూదాన గ్రహీతలు పొందిన విస్తృత, స్వతంత్రాధికారాలను దృష్టిలో ఉంచుకొన్నట్లైతే, ఈ భూదానాలన్నింటిలో కెల్లా అతి ముఖ్యమైనవి పాయగా, లేదా జమియత్ జాగీర్లు (వీటి గురించి, దీని కంటె ముందున్న శీర్షికను చూడండి).

పాయగా, లేదా జమియత్ జాగీర్లు కాకుండా, మిగిలిన జాగీర్లను 'మినహాయింపైనవి' లేదా 'మినహాయింపు కానివి', 'షరతులతో కూడినవి' లేదా 'షరతులతో లేనివి', 'రుసుము చెల్లించే అవసరంలేనివి' లేదా 'రుసుము చెల్లించాల్సినవి'గా వర్గీకరించవచ్చు. 'అల్‌తంఘ జాగీర్లు' రుసుము చెల్లించే అవసరంలేనివి (కాని, మొదట్లో రుసుము చెల్లించనవసరం లేని అన్ని జాగీర్ల నుంచి హక్-ఎ-మాలికానా అనే ఒక రకమైన పాలకుని సుంకం వసూలుచేయబడేది.) శాశ్వతంగా, వంశపారంపర్యంగా చేయబడ్డవి. జాట్ జాగీర్లు షరతులు లేనివి. భూగ్రహీతలకు విశాలమైన భూ భాగాలు ఎటువంటి

షరతులు లేకుండా ఇవ్వబడ్డాయి. మష్రూతి జాగీర్లు మాత్రం ఏదో ఒక సేవ- మత సంబంధమైన, లేదా సివిల్ లేదా సైనికపరమైన- చేసే నిమిత్తం ఇవ్వబడేవి. నిర్ణీత సేవలనందించినంత కాలం వరకే ఈ జాగీర్లు కొనసాగించబడేవి. వీటిల్లో ఎక్కువగా మతపరమైన, ధార్మికపరమైన సంస్థల నిర్వహణా నిమిత్తం ఇవ్వబడిన మతపరమైన దానాలు ఉన్నాయి. మదద్‌మాష్ జాగీర్లు, మష్రూతి జాగీర్‌ను పొందిన వ్యక్తి పోషణకు గాని లేదా అతని ఇతర ఆదాయ మార్గాలకు బలం చేకూర్చే నిమిత్తం ఇవ్వబడేవి. ఆ విధంగా, ఒక వ్యక్తి రెండు రకాల జాగీర్లను పొందే అవకాశం కల్పించబడి, అటువంటి వ్యక్తులు అటు భూమిలో, ఇటు ఆదాయ శక్తిలో విశేషంగా బలపడేందుకు భూమిక ఏర్పడింది. తనఖా జాగీర్లు, రాష్ట్రం 1853 కు పూర్వం ఆర్థిక ఇబ్బందుల్లో ఉండటం వల్ల, సైనిక, సివిల్ ఉద్యోగులకు జీతాలకు బదులుగా ఇవ్వబడేవి. అయితే, వీటిని 1853 లో మొదటి సాలార్‌జంగ్ అధికారానికి రావడంతో వెనక్కు తీసుకోవడం, లేదా పరిహారాన్ని ఇవ్వడం జరిగింది. ఈయన, తన తెలివైన, ఉపయోగకరమైన సంస్కరణలతో, రాష్ట్ర ఆర్థికస్థితిని మెరుగైన స్థాయికి తీసుకురావడం జరిగింది. గమనించాల్సిన విషయమేమంటే, ప్రారంభంలో ఒక వ్యక్తి జీవిత కాలం వరకు మాత్రమే కొనసాగే జాగీర్లు, లేదా పదవి ముగియగానే వెనక్కు తీసుకోబడేవి, కాలక్రమేణా శాశ్వతం, లేదా వంశపారంపర్యం కావడమనే పరిణామం, భూస్వామ్య విధాన అభివృద్ధికి దోహదం కావడం జరిగింది. ఇట్టి జాగీర్లను వెనక్కు తీసుకోకపోవడానికి, అలా చేయడం పాలకుని హోదాకు తగింది కాదని, లేదా 1853 కు ముందు గల బలహీన కేంద్ర ప్రభుత్వాన్ని అవకాశంగా తీసుకొని, అట్టి జాగీర్లను బలాన్ని ఉపయోగించి, వశం చేసుకొనేవారు.

మినహాయింపు పొందిన జాగీర్దార్లే పెద్ద జాగీర్దార్లయ్యారు. రాష్ట్రంలో వీరి సంఖ్య తక్కువేమీ కాదనే విషయం ఒక్క మెదక్ సుబాలోనే (మొత్తం నాలుగు సుబాల్లో ఇదొకటి) 222 మంది ఉన్నారనే దాన్నిబట్టి గ్రహించొచ్చు. ఈ సందర్భంలో గమనించాల్సిన మరో ముఖ్య విషయమేమంటే, ఈ పెద్ద జాగీర్ల సంఖ్య పెద్దగా ఉండటమే గాక, ఒక ప్రభువుకే పలు తాలూకాలు, జిల్లాల్లో విస్తరించిన జాగీర్ గ్రామాలను కట్టబెట్టడం జరిగింది. ఉదాహరణకు, రాజా ధరమ్‌కరన్ బహదూర్‌కు చెందిన మినహాయింపు జాగీర్ గ్రామాలు ఇలా ఉన్నాయి- 20 మహబూబ్‌నగర్ తాలూకాలో; 17 పర్గి తాలూకాలో; 5 మఖ్తల్ తాలూకాలో, ఇవన్నీ మహబూబ్‌నగర్ జిల్లాకు చెందినవి; 8 సిద్దిపేట తాలూకాలో; 7 కలబ్‌గుర్ తాలూకాలో; 5 మెదక్ తాలూకాలో; 3 ఆందోల్ తాలూకాలో; ఇవన్నీ మెదక్ జిల్లాకు చెందినవి; 5 భువనగిరి తాలూకాలో; 5 జనగాం తాలూకాలో; ఇవి రెండూ నల్గొండ జిల్లాకు చెందినవి;1 ఆర్మూర్ తాలూకాలో;1 బోధన్ తాలూకాలో; ఇవి రెండూ నిజామాబాద్ జిల్లాకు చెందినవి, అన్నీ కలుపుకొని 77 గ్రామాలున్నాయి. ఇవి మెదక్ సుబాలోని నాల్గు జిల్లాల్లో విస్తరించడంతోపాటు, మొత్తం మెదక్ సుబాలో గల పెద్ద జాగీర్ల సంఖ్యలో 35% మేరకు ఉండటం జరిగింది. ఇంత భారీ కేంద్రీకరణ, దానికి తోడు నలుదిక్కుల విసిరివేయబడటం, గుత్తాధికారానికి, పరిపాలనా అసమర్థత, నిర్లక్ష్యానికి దారితీశాయి. రవాణా, సమాచార సౌకర్యాలు అత్యంత హీన, అనాగరిక స్థితిలో ఉండటం వల్ల, స్థానిక ప్రజలు పరిపాలనా వ్యవస్థ నుంచి తమ అవసరాలు, సమస్యలను తీర్చుకోవడానికి, నివేదించుకోవడానికి కడు ఇబ్బందులు, బాధలను భరించాల్సొచ్చింది.

తమ న్యాయ వ్యవస్థ, పోలీస్ వ్యవస్థపై మాత్రమే దివానీ పరిపాలనా యంత్రాంగపు స్వల్ప అజమాయిషీ మినహాయిస్తే, ఈ పెద్ద జాగీర్దార్లు తమ గ్రామాలపై పూర్తి స్వతంత్ర పాలకులుగా వ్యవహరించేవారు. తమ సొంత న్యాయస్థానాలు, పోలీస్, రెవిన్యూ సిబ్బంది, సర్వే, సెటిల్‌మెంట్ శాఖలతో, వీరు పూర్తి ప్రైవేటు ప్రభుత్వ విధానాన్ని నిర్వహించడం జరిగింది. రెవిన్యూ విభాగంలో, జాగీర్దార్లు వాళ్ల తాహసీల్దార్లను, తాలుక్దార్లను (జిల్లా కలెక్టర్లు) వారే

నియమించడమే గాక, గ్రామ పటేళ్లు, పట్వారీలను దివానీ ప్రభుత్వం మాదిరిగా నియమించడం, కొనసాగించడం, లేదా తొలగించే హక్కును కలిగి ఉన్నారు. ఈ మినహాయింపు జాగీర్దార్ల స్వతంత్రాధికారం, రాజ్యంలో రాజ్యంగా ఏర్పడి, రాష్ట్ర ప్రభుత్వ విధానాలు, అభివృద్ధి చర్యల సంపూర్ణ అమలును తీవ్రంగా దెబ్బతీయడం జరిగింది.

మినహాయింపులేని జాగీర్లు, మినహాయింపు పొందిన వాటికంటే సంఖ్యలో చాలా ఎక్కువగా ఉన్నాయి. ఉదాహరణకు, మెదగ్ సుబాలో 222 మినహాయింపు జాగీర్దార్లుంటే, 531 మినహాయింపు లేని జాగీర్దార్లున్నారు. ఈ జాగీర్దార్లకు సాధారణంగా ఒక గ్రామాధిపత్యమే ఉండేది కాబట్టి, వీరిని చిన్న జాగీర్దార్లుగా పరిగణించొచ్చు. అయితే, అక్కడక్కడ, ఒక వ్యక్తి కింద ఒకటి కంటే ఎక్కువ జాగీర్లు కేంద్రీకృతమై ఉండటం జరిగింది. ఈ చిన్న జాగీర్దార్లు పూర్తి రెవిన్యూ అధికారాలు కలిగి ఉండగా, వారి న్యాయ, పోలీస్ అధికారాలు మాత్రం, వారి హోదా, ఆదాయాన్ని బట్టి మారుతుండేవి. వీరు ప్రభుత్వ అజమాయిషీ నుంచి స్వతంత్రులు కారు. వీరిలో చాలా మంది హక్-ఎ-మాలికానా లేదా రాజసుంకాన్ని చెల్లించేవారు. ఇది మామూలుగా వారి ఆదాయంలో 2 నుంచి 5% వరకుండేది. ప్రత్యేక సందర్భాల్లో 25% వరక్కూడా ఉండేది. ఈ మినహాయింపులేని జాగీర్దార్లు, సంబంధిత దివానీ పరిపాలనా విభాగాల అజమాయిషీలో ఉన్నప్పటికీ, ప్రజల కష్టాలు, అవసరాలపట్ల నిర్లక్ష్యంగా ఉంటూ, వారిని దోపిడీలకు, అన్యాయాలకు గురిచేయడం జరిగింది.

రెవిన్యూ చట్టాల ప్రకారం, అన్ని జాగీర్ భూములపై యాజమాన్య హక్కులు ప్రభుత్వానికి ఉండగా, జాగీర్దార్లకు అలాంటి భూములపై వచ్చే రెవిన్యూలకు మాత్రమే అర్హత ఉండగా, వాటి నుంచి వచ్చే కౌళ్ల మీద మాత్రం అర్హత లేదు. భూముల విలువ పెరుగుతుండటంతో, జాగీర్దార్లు కౌళ్లను, పట్టేదారి హక్కులను కోరసాగారు. వీరిలో చాలా మంది వారి వంశపారంపర్య రైతులను తాత్కాలిక కౌలుదార్లగా చూడసాగారు. ఇది పాత రైతుల విషయంలో కూడా, కౌళ్లు, భూమి శిస్తు రేట్ల పెంపుకు దారితీసింది. సొంతంగా వ్యవసాయం చేయని ఈ భూస్వాములు, ఖాల్సా గ్రామాల కంటే 25 నుంచి 50% అధికంగా భూమి శిస్తు వసూలుచేసేవారు. ఈ అసాధారణ శిస్తు రేట్ల ప్రకారం చెల్లించని చాలా పాత రైతులను కూడా భూముల నుంచి వెళ్లగొట్టేవారు (గోల్కొండ పత్రిక (బైవీక్లి) 29.06.1939). ఇంకా, రైతులపై భారాన్ని పెంచే దిశగా, చాలా జాగీర్దార్లు తమ రైతులకు, భూమిశిస్తు మినహాయింపు రద్దులను, ప్రభుత్వం దివానీ రైతులకిచ్చిన స్కేలు, లేదా మేరకు ఇచ్చేవారు కాదు. కొన్ని జాగీర్లలో ఈ లాభం పూర్తిగా లేకుండా చేయబడింది (గోల్కొండ పత్రిక (బై వీక్లి), 05-04-1934). ఈ లాభాన్ని ఇవ్వకపోవడం వల్ల, రైతులపై అధిక పన్నుల భారం పంటలు దెబ్బతిన్నప్పుడు గాని, ప్రకృతి వైపరీత్యాలు ఏవైతే కొన్నిసార్లు ప్రతి పది సంవత్సరాల్లో ఏడు సంవత్సరాలు సంభవించాయో, ఆ సమయాల్లో మోయలేనంతగా మారడం జరిగేది. సర్వేచేసిన గ్రామాల్లో కూడా, పాత రైతులకు పట్టేదారీ హక్కులను ఇవ్వడానికిగాని, లేదా వారి భూములను అమ్ముకోడానికి గాని, లేదా తనఖా పెట్టేందుకు గాని, వారసులను గుర్తించడానికి గాని, ఒకటి లేదా రెండు సంవత్సరాల శిస్తును నజరానా (బలవంతంగా తీసుకొనే బహుమతి) గా వసూలు చేయబడేది. హెచ్చు శిస్తులు, తలతిరిగే కౌళ్లు, సులభంగా భూముల నుంచి తొలగించడం, నజరానాలను బలవంతంగా వసూలు చేయడం లాంటి దురాగతాలు, సర్వేచేయబడని జాగీర్ గ్రామాల్లో ఇంకా విచ్చలవిడిగా చేపట్టడం జరిగింది. ఇటువంటి గ్రామాలు మొత్తం దివానేతర రాష్ట్ర గ్రామాల్లో, 1949 లో 20% వరకు ఉన్నాయి. సర్వే కాని, సెటిల్‌మెంట్ కాని జాగీర్ గ్రామాలు, రాష్ట్రంలో పెద్ద సంఖ్యలో 1,100 గా ఉండటానికి ప్రధాన కారణం, చట్టంలో ఇటువంటి గ్రామాల తప్పనిసరి సర్వే, సెటిల్‌మెంట్ చేయడానికి అవకాశం లేకపోవడంతో, జాగీర్‌దార్లు తమ వంతుగా సర్వే జరపొద్దని, లేదా వాయిదా పడాలని కోరుకొనేవారు. కారణం, తమ దోపిడీ, అక్రమాలకు ఎటువంటి అడ్డు ఉండకూడదనే ఉద్దేశం.

భూమి శిస్తు వసూలు లేదా కౌళ్ల వసూళ్లే, రైతులు తమ స్వల్ప ఆదాయాలతో భరించలేనివి కాగా, జాగీర్‌దార్లు పలు అక్రమ పన్నులను కూడా విధించారు. వీటి స్వభావం, సంఖ్య, ఒక జాగీర్ నుంచి మరొక జాగీర్‌కు వేరువేరుగా ఉన్నప్పటికీ, మొత్తం మీద 35 రకాలుగా ఇవి ఉన్నట్లు తేలింది. వివాహ పన్ను, ఇంటి పన్ను, మగ్గాలపై పన్ను, పశువుల గడ్డి మేసే దానిపై పన్ను, జాగీర్దార్ భూముల్లో అక్రమంగా జొరబడ్డందుకు రూ. 12/- నుంచి రూ. 50/- వరకు ఒక్కొక్క పశువుపై విధించే జరిమానా, లోకల్ ఫండ్‌పై రూపాయకు అణా చొప్పున అదనంగా వసూలు; జాగీర్దార్ గుర్రాల (గుర్రాలు ఉన్నా, లేకున్నా) ఆహార నిమిత్తం, ప్రతి రైతు నుంచి 100 మొక్కజొన్న కంకులను వసూలు చేయడం; ప్రతి గొర్రెల లేదా మేకల మంద నుంచి ఒక పొట్టేలు (మగ గొర్రె)ను సంవత్సరానికి మామూలు (సంప్రదాయ ఆచారం నుంచి నిత్య పద్ధతిగా మారింది) గా తీసుకోవడం; శవాల దహనానిక్కూడా, ఒక్కొక్క శవానికి రూ. 0-6-6 చొప్పున పన్ను వసూలు చేయడం లాంటివన్నీ వీటిలో భాగమై ఉన్నాయి (గోల్కొండ పత్రిక (బై వీక్లీ) 29.06.1939, 03.07.1939). తమ పట్టణ లేదా నగర జీవన భోగాలు, దర్జాలకుగాను, ఈ జాగీర్‌దార్లు తమ ఇష్టమొచ్చిన రీతిలో (పైన గమనించిన విధంగా), రైతులపైన్నే గాక, నేతపనివారు, గొర్రెల కాపరులు, వడ్రంగులు, కుమ్మరులు, ఔసలవారు, కమ్మరుల్లాంటి అన్ని ఇతర వర్గాల ప్రజలపైన కూడా విధించడం జరిగింది. గస్తీ (నిజాం ఆజ్ఞ) నెం. 53 అమల్లో ఉండటం వల్ల, రైతులు కిమ్మనకుండా ఈ అసహ్యకర పన్నులను చెల్లించే బాధలను భరించాల్సొచ్చింది.

ఈ అక్రమ పన్నుల వసూళ్ల కంటే, జాగీర్దార్లపై తీవ్ర అసహ్యత, ప్రజలకు చెప్పనలవికాని బాధను కలగచేసింది, వెట్టి, లేదా బలవంతపు చాకిరిని స్థానిక ప్రజల్లోని అన్ని వర్గాల నుంచి పొందడం. భూ యజమానులు, కౌలుదార్లు, కార్మికులు, నేతపనివారు, గొర్రెల కాపరులు, చాకలివారు లాంటి వారంతా తమ వృత్తికి సంబంధించిన జాగీర్దార్ అవసరాలను తీర్చాల్సుంది. తమ సొంత పనులను పక్కన పెట్టి, జాగీర్దార్ అడిగిన వెంటనే ఆయన అవసరాలను తీర్చాలి. లేకపోతే అట్టి వారిని శారీరక హింసకు గురిచేయడం, గ్రామ బావుల్లో నీళ్లు తీసుకోవడం, దుకాణాల నుంచి వస్తువులను తీసుకోవడం లాంటి నిత్యావసరాలను నిలిపివేయడం లాంటి చర్యలకు దిగడం జరిగేది (మీజాన్, 04.12.1945). 12 డిసెంబర్, 1926 నాటి నిజామ్ ఆజ్ఞ (ఫర్మాన్) ద్వారా ఇది నిషేధించబడినప్పటికీ, మొండి ఘటాలైన ఈ భూస్వామ్య ప్రభువులపై దీని ప్రభావం ప్రసరించ లేదు.

బాధాకరమైన అసహ్యతను కలిగించే రకరకాల అక్రమ వసూళ్లతో పోల్చినప్పుడు, ప్రజల వ్యవసాయం, సాగునీరు, విద్య, ఆరోగ్యం, నీటి సరఫరాల అభివృద్ధికి జాగీర్ పాలనా వ్యవస్థ ఒనరించిన సేవ శూన్యంగా ఉంది. తమ ఆదాయంలో, ప్రతి వంద రూపాయల్లో నుంచి కనీసం ఒక్క రూపాయను విద్యమీద ఖర్చుపెట్టిన జాగీర్ ఒక్కటి కూడా ఉన్నట్లు కనిపించదు. 75% గ్రామాల్లో కనీసం ప్రాథమిక పాఠశాలలున్నట్లుగా కనపడదు (గోల్కొండ పత్రిక (బై వీక్లీ) 29.06.1939). దివానేతర ప్రాంతాల్లో ప్రజారోగ్యానికి సంబంధించి ఎటువంటి వ్యవస్థ లేకపోవడం, అంటువ్యాధులు ప్రబలిన సమయంలో నివారణా చర్యలను చేపట్టకపోవడం వల్ల, పొరుగున ఉన్న దివానీ ప్రాంతాలకు ఇవి ప్రమాదకరంగా పరిణమించాయి. సంబంధిత జాగీర్దార్లు సహాయాన్నందించుటకై సరైన, సమగ్రమైన చర్యలనేవి చేపట్టలేదు. మీదుమిక్కిలి, దివానీ అధికార్లు ఈ ప్రాంతాలను దర్శించి, సహాయక చర్యలను చేపట్టడం, వీరికి సుతరాము ఇష్టం లేదు (ఇబిడ్). రవాణా సౌకర్యాలు సరిగా లేకపోవడం, జాగీర్ ప్రాంతాల ఆర్థికాభివృద్ధిపై దుష్ప్రభావాన్ని ప్రసరింపచేసింది. ఎలాగంటే, రైతులు తమకు ఇష్టం ఉన్నా లేకపోయినా తమ ఉత్పత్తులను స్థానికంగా తక్కువ ధరలకు అమ్మాలి. అదే సమయంలో తమకు కావాల్సిన వస్తువులను అధిక ధరలకు కొనాల్సిరావడం జరిగింది. జాగీర్ గ్రామాల్లోని పశువుల రోగాల నివారణకు గాని, లేదా

రోగపీడిత పశువుల విషయంలో సహాయక చర్యలను తీసుకోవడానికిగాని, ఎటువంటి ఏర్పాట్లులేవు (ఇబిడ్). అదే విధంగా, జాగీర్ ప్రాంతాల్లో వ్యవసాయాభివృద్ధికి, సేద్యానికి నీటి సరఫరా, మెరుగైన విత్తనాలు, ఎరువులు, చీడమందులు, చౌకగా వ్యవసాయిక రుణం, పంటలు దెబ్బతిన్నప్పుడు భూమి శిస్తు మినహాయింపు ఇవ్వడం, ఇత్యాది చర్యలేవీ చేపట్టలేదు. ఈ సంక్షేమ కార్యక్రమాల విషయంలో జాగీర్ల పైన ప్రభుత్వానికి అజమాయిషీ లేకపోవడం లేదా ఈ విషయంలో దాని నిర్లక్ష్యం కారణంగా, శూన్య స్థితి సంభవించింది.

పాత కాలపు భూస్వామ్య యుగ అలవాట్లలో కూరుకుపోయి, సాధారణంగా ఎటువంటి శ్రమ లేకుండా నజర్లను, నగదు బహుమతులను, ఇతరులను పీడించి సంపాదించే ఇతర ఆదాయాల ఫలితంగా, చాలా మంది జాగీర్దార్లు తమ జాగీర్ విషయాలను అశ్రద్ధ చేస్తూ, చాలా వరకు దర్జాలకు, దర్పాలకు దిగడం జరిగింది. పెద్ద ఆదాయాలు ఉన్నప్పటికీ వీరి రుణగ్రస్తత, కొంత మంది విషయంలో, సంవత్సరానికి లక్ష రూపాయలను దాటడం జరిగింది (గోల్కొండ పత్రిక (బై వీక్లీ) 13.08.1936). తమ వద్ద తగిన సాధనసంపత్తి ఉన్నప్పటికీ, జాగీర్దార్లు, వారి మీద ఆధారపడేవాళ్ళు, ఒక తరగతిగా, విద్యార్హతలను మర్యాద స్థాయికి సరిపోయేట్లుగా సంపాదించలేదు. వారి విజ్ఞాన సముపార్జనలు, సామాజికపరమైన ఆలోచనలు, నాటి కాలానికి సరితూగేలా లేవు. 1946-51 మధ్య, ఈ ప్రాంతంలో నడిచిన రైతాంగ పోరాట సమయంలో, సామాన్య ప్రజా బాహుళ్యం, మధ్య ఉన్న వీరిని తొలగించాలని పెద్దపెట్టున నినదిస్తూ, వీరిమీద తమ బలమైన దాడులను ఎక్కుపెట్టడం ఏమాత్రం ఆశ్చర్యాన్ని గొలిపే విషయం కాదు.

ఈనామ్ భూ యాజమాన్య విధానం

'ఈనామ్' అనే అరబిక్ పద అర్థం, అనుగ్రహం, లేదా బహుమానం. ఈ భూయాజమాన్యంలో ఏ భూమినైతే దానంగా ఇవ్వడం జరుగుతుందో, ఆ భూమికి సంబంధించిన భూమి శిస్తుపై మొత్తానికి గాని, లేదా దానిలో కొంత భాగం పైన కాని, ప్రభుత్వం తన హక్కును వదులుకొంటూ, ఆ హక్కును ఒక వ్యక్తికి గాని, లేదా సంస్థకు గాని, కొన్ని విధులను నిర్వహించడానికి గాని, లేదా ధర్మసంస్థకు దానంగా ఎటువంటి సేవా నిబంధన లేకుండా ఇవ్వడం గాని, లేదా అభిమానులకు బహుమానంగా గాని ఇవ్వడం జరుగుతుంది. ఈ దానాలు మామూలుగా వంశపారంపర్యంగా, శాశ్వతంగా ఉండి, చిన్న, వేరుగా ఉన్న భూముల నుంచి, మొత్తం గ్రామం, లేదా పలు గ్రామాలకు విస్తరించి ఉన్నాయి. మత సంబంధమైన సంస్థ (దేవాలయాలు, మసీదులు) లతో సంబంధం ఉన్న సిబ్బందికి ఇచ్చే ఈనామ్‌లతో పాటు, గ్రామ ప్రజలు, ప్రభుత్వ ఉద్యోగస్థులకు సేవలందించే గ్రామ పనివారలకు బలోతా ఈనామ్‌లనే పేరుతో, భూమి శిస్తులో 1/4వ వంతు మాత్రమే చెల్లించే విధంగా ఇవ్వడం జరిగింది. ఈనామ్ భూయాజమాన్యాలను స్వేచ్ఛగా, పడుపు వృత్తిని అవలంబించే స్త్రీలకు్కూడా ఇవ్వడం జరిగింది.

మొత్తం రాష్ట్రంలో 83,000 ఈనామ్‌దార్లున్నట్లు, వారిలో 57,000 మంది దివానీ ప్రాంతంలో, 26,000 మంది జాగీర్లలో ఉన్నట్లుగా తెలపబడింది. అయితే, ప్రాంతాల వారీ వివరాలు లభ్యం కావడం లేదు. గమనించాల్సిన విషయమేమంటే, దేవాలయ పురోహితులు, సేత్ సింధీలు (గ్రామ జవాను లేదా బంట్రోతు) తమకు ఇచ్చిన భూములను సేద్యం చేయడంలో శ్రద్ధ చూపలేదు. దశాబ్దాలు గడిచినా, భూములను దున్న లేదు. తాము ప్రధానంగా వ్యవసాయేతరులమని, సొంతగా తాము సేద్యం చేయలేమని, భూములకు కౌళ్లు చాలా తక్కువ వస్తాయని, లేదా భూములు దున్నలేదు కాబట్టి, అసలు కౌళ్లే రావని, పలు కారణాలను తెలపడం జరిగింది. అయితే, మరో వైపు, వ్యవసాయంలో శ్రద్ధ ఉన్న ఈనామ్‌దార్లకు, 1298 ఫస్లి (1889) సర్క్యులర్ నెం.4 ప్రకారం, అదనపు పన్నులు లేకుండా తమకు దానమిచ్చిన భూముల కంటే

అదనపు భూములను సేద్యంచేసే అనుమతి ఇవ్వబడింది. ఈ ఏర్పాటు పెద్ద ఈనామ్‌దార్ల చేతుల్లో భూకేంద్రీకరణకు దారితీసింది.

అయితే, ఒక సుగుణమేమంటే, జాగీర్‌దార్లు, మక్తేదార్లు, ఇజారాదార్ల మాదిరిగా ఈనామ్‌దార్లకు, కౌలుదార్ల విషయంలో ఎటువంటి అక్రమాలకు పాల్పడినట్లు సమాచారం లేదు. ఈ కారణంగానే జాగీర్ల రద్దు చట్టంలో వీరి భూములను చేర్చ లేదు. అయినప్పటికీ, పలు గ్రామాలకు విస్తరించిన విశాల భూములు, అత్యల్ప రెవిన్యూ చెల్లింపుతో, పెద్ద ఈనాందార్ల చేతుల్లో ఉండటం, భూ గుత్తాధిపత్యం, దానితో ఉండే దుష్పరిణామాలకు దారితీసింది.

సంస్థానాల భూయాజమాన్య విధానం - స్వభావం, పరిమాణం, ప్రభావం

మహమ్మదీయ విజేతలు సాధారణంగా జయించిన ప్రాంతాల అధినేతల నుంచి నిర్ణీత సాలీనా కప్పాన్ని వసూలు చేస్తూ, ఆ కప్పాన్ని చెల్లిస్తున్నంత కాలం ఆ పాలకులు తమ రాజ్య భాగాలను స్వేచ్ఛగా ఏలుకోవచ్చు. ఈ కప్పానికే 'పేష్‌కష్' అని పేరు. దీన్ని చెల్లించే రాజాలను 'పేష్‌కష్ గుజార్స్' అనేవారు. పేష్‌కష్ నిర్వచనం ప్రకారం, హెచ్. హెచ్. నిజాం రాజ్య భాగాల్లో ముగ్గురు 'పేష్‌కష్ గుజార్లు' మాత్రమే ఉన్నారు. వీరే గద్వాల్, ఆనగుంది, గుర్గుంట రాజాలు. వీరు వరసగా రూ. 86,540/-, రూ. 10,000/-, రూ. 7,050/- ల సాలీనా కప్పాన్ని చెల్లించడం జరిగింది.

స్థానిక ప్రతిష్టాత్మక ధనవంతులు (జమీందార్లు) ఎవరైతే గత ప్రభుత్వాల కాలంలో రెవిన్యూ కలెక్టర్లు, లేదా ఫార్మర్లుగా వ్యవహరించారో, వారి పన్‌మక్తాల నుంచి వసూలుచేసే క్విట్‌రెంట్‌ను కూడా పేష్‌కష్‌గా వ్యవహరించడం జరిగింది. వనపర్తి, గోపాల్‌పేట, జటప్రోల్, భద్రాచలం రాజాలు ఈ కోవకు చెందినవారు. వీరు సంవత్సరానికి చెల్లించే పేష్‌కష్ మొత్తాలు కింద చూపడమైంది.

వనపర్తి రాజా	రూ. 83,862/-
జటప్రోల్ రాజా	రూ. 71,944/-
గోపాల్‌పేట రాజా	రూ. 22,663/-
భద్రాచలం రాజా	రూ. 45,875/-
మొత్తం	రూ. 2,13,844/-

మూలం : హెచ్.ఇ.హెచ్. ది నిజామ్స్ గవర్నమెంట్, రెవిన్యూ అడ్మినిస్ట్రేషన్ రిపోర్ట్,
1324 Fasle (1914-15 A.D.), 1916 పుట. 57

ముఖ్యమైన విషయమేమంటే, జాగీర్ల లాగా తమ గ్రామాలు పలు తాలూకాలు, జిల్లాల్లో విసిరివేయబడకుండా, అన్ని గ్రామాలు ఒక సముదాయంగా, ఒక ప్రదేశంలో విస్తరించి ఉండటం జరిగింది. మొత్తం రాష్ట్రంలో 14 సంస్థానాలు ఉంటే, వీటిలో 5 మాత్రమే దివానీ అధికార పరిధి నుంచి మినహాయించబడినాయి. మళ్లీ ఈ 5 లో మూడు- గద్వాల్, వనపర్తి, జటప్రోల్-మెదక్ సుబాలోని మహబూబ్‌నగర్ జిల్లాలో ఉన్నాయి. ఈ మూడింటికి సొంత పోలీస్, న్యాయ వ్యవస్థలున్నాయి. మరొక ముఖ్య విషయమేమంటే, వీటికి పన్ను వసూలు హక్కు ఉండటం వల్ల, వీరు నిజాం ప్రభుత్వానికి కట్టాల్సిన పేష్‌కష్ చాలా తక్కువగా నిర్ణయించడంతో, వీరు ఎప్పుడూ చాలా పెద్ద రెవిన్యూ మిగులును అనుభవించేవారు. స్పష్టమైన మరో విషయమేమంటే, పేష్‌కష్ నిర్ణయం, నిర్ణీత సూత్రాలు, మార్గదర్శకాల మీద కాక, సంస్థానదారుడు,

నిజాం మధ్య నెలకొన్న సంబంధాన్ని బట్టే, దీని నిర్ణయం జరిగేది. ఫలితంగా, సంస్థానాల లాభం, లేదా మిగులు ఆదాయం, గ్రామాల సంఖ్య లేదా వాటి రెవిన్యూను బట్టి కాక, ఇతరంగా మారుతుండేది.

అయినా, సంఘటిత భాగాలను, సొంత పోలీస్, న్యాయవ్యవస్థలను కలిగి ఉండటం, మిగులు ఆదాయం, లేదా లాభం లాంటి లాభాలు సంస్థానాలకు ఉన్నప్పటికీ, దురదృష్టకర విషయమేమంటే, ఇవి రైతుల మీద సరైనవి కాని, చట్ట విరుద్ధ డిమాండ్లను పెట్టడం జరిగింది. ఇంకా అగ్రహార హక్కులాంటి కింది వరసలోని భూయాజమాన్య విధాన అధినేతలపై కూడా డిమాండ్లు చేయబడ్డాయి. ఇంకా, ఈ సంస్థానదారులు, చాలా వరకు, పరిపాలన పట్ల విముఖత, నిర్లక్ష్యాన్ని ప్రదర్శించగా, ఇది పరిపాలనా శూన్యత, అస్తవ్యస్థ పరిస్థితికి దారితీయగా, దీన్ని వతన్‌దారులైన పటేల్, పట్వారీలు, స్థానిక ప్రజలు, ప్రత్యేకించి రైతులు, కార్మికులపట్ల పలు అక్రమాలను జరపడం జరిగింది.

అయినప్పటికీ, దివానేతర భూయాజమాన్యాధినేతలైన జాగీర్దార్లు, తదితరులతో పోలిస్తే, సంస్థానదారులు తమ ప్రదేశాల్లో ఉంటూ, తమ ప్రజలకెప్పుడూ అందుబాటులో ఉండేవారు. ఒక సముదాయం, లేదా విభాగంగా తీసుకొంటే, ఈ సంస్థానదారులు నిజాం రాజ్యంలో ఎంతో విలువైన, విధేయులైన అధిపతులుగా ఉండేవారు. ఇంకా, రాజరామేశ్వర్‌రావ్, వనపర్తి రాజా (1922 లో మృతిచెందాడు), రాజా వెంకట్‌లచ్‌మన్ రావు బహదూర్, జట్‌పోల్ రాజా (1929 లో చనిపోయాడు) లాంటి కొందరు సంస్థాన్‌దార్లు తమ ప్రజోపయోగ, ప్రజారంజక చర్యలుగా, తమ సంస్థాన ప్రాంతాలను, ప్రజలను అభివృద్ధిపర్చి, సంస్థాన ప్రజలకు ఎంతో దగ్గరగా ఉంటూ, తమ లక్ష్యసాధనలో అటు ప్రజలకు, ఇటు నిజాంకు ప్రేమపాత్రులు కావడం జరిగింది.

భూమి శిస్తు పాలన

రెవిన్యూ పాలనలో భూయాజమాన్య విధానాలు ఆయువుపట్టు కాగా, సర్వే, సెటిల్‌మెంట్, భూమిశిస్తు రేట్లు, వాటి ప్రభావం, కౌళ్లు, శిస్తు మినహాయింపు అంశాలు కూడా దీని మీద, రైతుల పరిస్థితిపై విశేష ప్రభావాన్ని కలిగి ఉన్నాయి. భూమి శిస్తు విధాన జయాపజయాలు, వ్యవసాయ సౌభాగ్యం, ఈ అంశాల నిర్వహణపై ఆధారపడి ఉన్నాయి. కాబట్టి వీటి దగ్గరి పరిశీలన ఎంతైనా అవసరం.

సర్వే సెటిల్‌మెంట్

ప్రతి వ్యక్తిగత భూకమతం యొక్క శిస్తును నిర్ణయించడానికి, ఆ భూమి యొక్క సర్వే, సెటిల్‌మెంట్‌ను నిర్వహించడం ప్రథమ కర్తవ్యం. పన్ను వసూలు వేలం (tax farming) పద్ధతిని మొదటి సాలార్‌జంగ్ రద్దుచేసిన తదుపరి, సర్వే, సెటిల్‌మెంట్ శాఖ 1875 లో స్థాపించబడింది. ఖాల్సా, ఖాల్సేతర గ్రామాల సర్వేలను నిర్వహించడం, నిర్ణీత సెటిల్‌మెంట్ కాల పరిమితులు ముగిసిన పిదప, సవరణలను (revisions) చేపట్టడం, ఈ శాఖ ప్రధాన విధులుగా ఉన్నాయి. హైదరాబాద్‌లోని పరిస్థితులు బొంబాయిలోని పరిస్థితులతో పోలి ఉండటంతో, 30 సంవత్సరాలు విజయవంతంగా సాగిన బొంబాయి విధానం అనుసరించబడింది. అయితే, స్థానిక పంట పరిస్థితుల భిన్నత్వాన్ని ఆధారంగా చేసుకొని, చిన్న, మధ్య స్థాయి రైతుల్లో అధికులకు అనుకూలంగా లేని భిన్న లక్షణాలు, హైదరాబాద్ విధానంలో చోటుచేసుకొన్నాయి.

బొంబాయిలో వరి పండించే భూముల మీద శిస్తు రేటు తక్కువగా ఉండి, పంట పండించినా, లేకున్నా శిస్తు వసూలు చేయడమైంది. తెలంగాణాలో ఏదైతే వరి ఎక్కువగా సేద్యపు నీటి పంటగా ఉండగా, ప్రభుత్వం తరి పంట మీద ఎక్కువ శిస్తు రేటును వసూలు చేస్తూ, ప్రకృతిసిద్ధమైన, లేదా వూహించని పరిస్థితుల కారణంగా, పంట పూర్తిగా కాని, లేదా కొంత మేరకు నష్టమైనప్పుడు, పూర్తిగా కాని, పాక్షికంగా కాని శిస్తు మినహాయింపులను ఇవ్వడం జరిగింది. హైదరాబాద్‌లోని పరిస్థితులు ఎలా ఏర్పడ్డాయంటే, పంట బాగా ఉన్నప్పుడు అన్ని నిబంధనల లాభాలు రైతులకు సమకూరగా, పంటలు నష్టమైన సంవత్సరాల్లో, వీరు కనీసం వారి భూకౌళ్లను కూడా చెల్లించలేకపోవడం జరుగుతుండేది.

ఇంకా, హైదరాబాద్ రాష్ట్రంలో విలువతో కూడిన ప్రతి ఎకరం భూమిని, ఒక జలాధార ఆయకట్టు (సాగయ్యే భూమి)లో చేర్చి, ఏకీకృత మాగాణి రేట్లు విధించబడ్డాయి. గ్రామాధికార్లు, అవినీతి పంథాలో, రైతులకు వ్యతిరేకంగా, వాస్తవంగా సాగునీటి సేద్యం చేయని భూమిని కూడా సాగయ్యే భూమిగా చూపించేందుకు, ఈ అంశం అవకాశమిచ్చింది. ఈ ఇబ్బందికర అంశాన్ని సెప్టెంబర్, 1949 లో మాత్రమే తొలగించి, ఆయకట్టు జలాలను గత పది సంవత్సరాల్లో కనీసం నాలుగు సంవత్సరాలు వాడితేనే, భూములను తరి భూములుగా పరిగణించాలనే మార్పుచేయడమైంది (దక్కన్ క్రానికల్, 13.09.1949). సెటిల్‌మెంట్ శాఖ ప్రతిపాదించిన అతి పెద్ద రేట్లను మంజూరుకై ప్రభుత్వానికి అందచేయగా, ప్రభుత్వం వాటిని మంజూరీ చేసిన తదుపరి, వర్గీకరణ విలువల ప్రకారం, వ్యక్తిగత భూముల శిస్తు రేట్లను పరిగణన చేసి, రైతులకు సమాచారమిచ్చేవారు.

జిల్లాల్లో సర్వే, సెటిల్‌మెంట్ పనులు చాలా నెమ్మదిగా, అసంతృప్తికరంగా సాగాయి. ఇది రైతులను హెచ్చు, దీర్ఘ కాల శిస్తు రేట్లకు గురిచేసి, తద్వారా వ్యవసాయాభివృద్ధికి తీవ్ర దుష్పరిణామంగా ఏర్పడింది. ఉదాహరణకు, ఈ పని మెదక్ సుబాలో, లేదా ఆ మాటకొస్తే తెలంగాణాలో 1298 ఫస్లి (1889) లో మెదక్, నిజామాబాద్ జిల్లాలకు వరసగా చెందిన కాలబ్‌గుర్, బోడెన్ (బోధన్) తాలూకాల్లో ప్రారంభించడమైంది. సవరణ, ప్రథమ సర్వే, సెటిల్‌మెంట్ పని, మహబూబ్‌నగర్ జిల్లాలోని కొన్ని తాలూకాల్లో 1325 ఫస్లి (1915-16) లో చేసినట్లుగా కనపడుతూంది. కాని, భూమి శిస్తు నిర్ణయం ప్రతి 30 సంవత్సరాలకు ఒక సారి చేయడం వల్ల, ఈ దీర్ఘ కాల పరిమితిని అవకాశంగా తీసుకొని, బలవంతులైన భూస్వాములు, తప్పుడు హద్దుల నిర్ణయం ద్వారా, చిన్న రైతుల భూములపై దూరాక్రమణ చేసేందుకు వీలు కలిగించినట్లైంది. ఇంకా, ఖాళీగా ఉన్న భూమిని ఒక సర్వే మరొక సర్వే మధ్య వ్యవసాయ యోగ్యంగా చేసుకొన్నట్లైతే, చాలా కాలం భూమి శిస్తును తప్పించుకోవచ్చు. రైత్వారీ, దివానీ గ్రామాలకు సంబంధించి ఇంతటి ఆలస్యం జరుగుతుంటే, 1946 వరక్కూడ చట్టరీత్యా సర్వే, సెటిల్‌మెంట్ వర్తించని జాగీర్దార్ల విషయంలో పరిస్థితి ఇంకా విషమంగా ఏర్పడిందనడంలో సందేహం లేదు.

ప్రారంభంలో సెటిల్‌మెంట్ కాల పరిమితి 30 సంవత్సరాలు కాగా, తెలంగాణాకు కార్యక్రమాన్ని విస్తరించగానే ఈ కాల పరిమితిని 15 సంవత్సరాలకు తగ్గించడం జరిగింది. ప్రథమ సెటిల్‌మెంట్ పూర్తవగానే, సవరణ సెటిల్‌మెంట్ చేయాలి. నిబంధనల్లో తిరిగి సర్వే, తిరిగి వర్గీకరణ ఉన్నప్పటికీ, ఆచరణలో ఇవి నిర్వహించలేదు. కాని, రేట్లు మాత్రం సవరించడమైంది. మహామాంద్య కాలంలో తప్పితే, ఇవి ఎప్పుడూ శిస్తు రేట్లను పెంచడం జరిగింది. మరొక విషయం ఏమిటంటే, కొన్ని తాలూకాల మొదటి సెటిల్‌మెంట్ కాలపరిమితి పూర్తై చాలా కాలం అయినప్పటికీ, సవరణ సెటిల్‌మెంట్లను ఇవ్వడం జరగలేదు. మొదటి సెటిల్‌మెంట్ తరవాత కొత్త భూములను సేద్యం కిందకి తెచ్చినవారికి, దీని ఫలితంగా, సివాయ్‌జమాబంది (పట్టా కాని భూముల నుంచి వసూలు చేసే భూమి శిస్తు) కింద హెచ్చు శిస్తు రేట్లను చెల్లించాల్సి

రావడం, వారి ప్రయత్నాల మీద నీళ్లు చల్లినట్లైంది. ఇంకా, ఏ రైతు లైతే తరి శిస్తు చెల్లిస్తూ, అప్పుడప్పుడు నీటి కొరతకు గురి కావడం జరుగుతుందో, వీరు ప్రతి సారి శిస్తు మినహాయింపుకై వెళ్లాల్సి రావడం, చిన్న, నిరక్షరాస్యులైన రైతులకు చాలా ఇబ్బంది, కష్టాన్ని కలిగించడం జరిగింది.

గ్రామాల హద్దులను ఏర్పాటు చేయడంలో, పోరంబోకు (సేద్యం కాని, అయితే సేద్యమయ్యే ప్రభుత్వ భూమి), గైరాన్ (గడ్డితో కూడిన పశువులు మేసే బీడు భూమి) భూముల హద్దుల ఏర్పాటు, సెటిల్‌మెంట్ సవరణలో, సెటిల్‌మెంట్, సర్వే సిబ్బంది కొన్నిసార్లు డబ్బు గుంజాలనే ఉద్దేశంతో, తప్పులు, పొరబాట్లు చేస్తున్నట్లుగా, తరచుగా ఫిర్యాదులు రావడం జరిగింది. చాలా సార్లు బీద రైతుల భూములను పోరంబోకు, గైరాన్‌లలో సెటిల్‌మెంట్ సిబ్బంది చేర్చడంతో, ఈ రైతులకు వీటిని సరిచేయించుకోవడం, వారికి నిబంధనలేవైతే ఆచరణలో ఉన్నాయో వాటి గురించి వారికి తెలియకపోవడం వల్ల, తలకు మించిన భారమైంది. ఒక పంట భూమిని రెండు పంటల భూమిగా చూపించడం, మెట్ట భూమిని మాగాణిగా చూపించడం, సేద్యమవుతున్న భూములను బంచెరాయి (ప్రభుత్వ పశువుల మేపే భూమి) లో కలిపి, దాన్ని పట్టా మీద ఇవ్వడం, ఎక్కడైతే వ్యవసాయదారుడు తన సొంత ఖర్చులతో కొత్త బావిని తవ్వి, మోట (బావిలో నుంచి నీటిని పొలానికి ఎద్దులు లాగే బకెట్ల ద్వారా సరఫరా చేయడం) ద్వారా నీటిని సరఫరా చేస్తే, ఆ భూమి మీద తరి శిస్తును వసూలు చేయడం లాంటి పొరపాట్లు, సవరణ సెటిల్‌మెంట్‌లో చేయబడేవి (గోల్కొండ పత్రిక (బై వీక్లీ), 27.03.1939). ఈ తప్పుల సవరణకు చాలా మంది రైతులు దరఖాస్తు చేసుకోగా, ఎవరైతే సెటిల్‌మెంట్ హెడ్‌క్వార్టర్స్‌కు వెళ్లారో, వారి కోరికలనంగీకరించి, మిగతా వారి దరఖాస్తులు రెండు సంవత్సరాల తరవాత కూడా ఆమోదానికి నోచుకోలేదు (గోల్కొండ పత్రిక (బై వీక్లీ), 27.03.1939).

విషయాలను మెరుగుపర్చడానికి, 1936 లో రికార్డ్ ఆఫ్ రైట్స్ సెక్షన్‌ను ప్రవేశపెట్టడమైంది. వివాదాలను తగ్గించడానికి, భూ వ్యవహారాలను సులభతరం చేయడానికి, భూముల మీద హక్కుల వివరాలను తెలిపే రిజిష్టర్లను తయారుచేయడానికి ఇది ఉద్దేశించబడింది. రికార్డ్ ఆఫ్ రైట్స్ చట్టం, భూమ్మీద వాస్తవ అజమాయిషీలో ఉన్నవారి హక్కులను పరిరక్షించలేకపోయింది. కారణం, ఇది పట్టేదార్లను మాత్రమే గుర్తించడం జరిగింది (ది దక్కన్ క్రానికల్, 28.06.1949). భూమ్మీద ఉన్న వాస్తవ హక్కుదార్లను వదిలేసి, పాత పట్టేదార్లను మాత్రమే గుర్తించసాగారు. ఫలితంగా, 1949 లో కొత్త రికార్డ్ ఆఫ్ రైట్స్ చట్టం తయారుచేయబడి, వాస్తవ భూయజమానులకు న్యాయం చేకూరుస్తూ, నామమాత్రపు పట్టేదార్ల నిష్క్రమణకై వాస్తవ భూయజమానులను గుర్తించసాగింది (ది దక్కన్ క్రానికల్, 28.06.1949).

భూమి శిస్తు రేట్లు, వాటి ప్రభావం

హైదరాబాద్ రాష్ట్రానికి భూమి శిస్తు ప్రధాన ఆదాయ మార్గంగా ఉంది. బొంబాయి సర్వే, సెటిల్‌మెంట్ విధానాన్ని స్వీకరించినప్పటికీ, ఇక్కడి రెవిన్యూ సర్వే, శాస్త్రీయ కచ్చితత్వానికి గాని, భూముల ఆకృతిని నిక్కచ్చిగా తెలిపేందుకు గాని పూనుకోలేదు. భూమి శిస్తును విధించడానికి ఒక ప్రాతిపదికను ఏర్పర్చుకోవడమే ప్రధాన లక్ష్యంగా ఉండి, సర్వే పద్ధతులు, కచ్చితత్వాన్ని త్యాగం చేస్తూ కూడా, సాధ్యమైనంత సులువుగా చేయబడ్డాయి.

పట్టిక - 2 మరాట్వాడా, తెలంగాణాల్లో (దివానీ ప్రాంతం) భూమి శిస్తు రేట్లు, 1912-1945

క్ర.సం.	డివిజన్ పేరు	శిస్తు సరాసరి రేట్లు							
		1912 కి పూర్వం		1912 - 1922		1934		1945	
		మెట్ట	మాగాణి	మెట్ట	మాగాణి	మెట్ట	మాగాణి	మెట్ట	మాగాణి
1.	2.	3.	4.	5.	6.	7.	8.	9.	10.
		రూ.అ.పై	రూ.అ.పై	రూ.అ.పై	రూ.అ.పై	రూ.అ.పై	రూ.అ.పై	రూ.అ.పై	రూ.అ.పై
1.	మరాట్వాడ	0.13.10	5.0.9	1.0.1	5.8.4	1.1.11	5.15.5	1.2.2	9.12.3
2.	తెలంగాణా	0.11.11	11.1.3	0.12.5	11.6.7	0.15.6	12.3.6	0.14.2	12.5.3
3.	రాష్ట్ర సరాసరి	0.12.10	8.1.0	0.14.3	8.7.5	1.0.8	9.1.6	1.0.7	11.2.0

సంకలన ఆధారాలు: హెచ్.ఇ.హెచ్. ది నిజామ్స్ గవర్నమెంట్, డిసెన్నియల్ రిపోర్ట్ ఆన్ అడ్మినిస్ట్రేషన్, 1912-1922, పుట.90 అండ్ అగ్రికల్చరల్ స్టాటిస్టిక్స్, హెచ్.ఇ.హెచ్. ది నిజామ్స్ డొమినియన్స్, 1936-1940, 1941-1945 (పటాలు)

పై పట్టిక నుంచి, 1912-1945 వరకు గల 33 సంవత్సరాల్లో, తెలంగాణా, మరట్వాడా ప్రాంతాల్లోని మెట్ట, మాగాణి భూములకు సంబంధించిన శిస్తు రేట్లు, ఒక్క 1945 కు చెందిన తెలంగాణా మెట్ట శిస్తు రేటును మినహాయిస్తే, ఎప్పటికప్పుడు పెరుగుతూనే వచ్చాయి. ఈ పెరుగుదల, 1945 కు చెందిన మరట్వాడా మాగాణి శిస్తు రేటును మినహాయిస్తే, క్రమంగా జరిగిందనే విషయాన్ని గ్రహించొచ్చు. మిగతా వాటి కంటే పైన పేర్కొన్న భిన్నమైన శిస్తు రేట్లు, రాష్ట్ర సరాసరి రేట్లలో కూడా ప్రతిఫలించాయి. (పట్టిక-2 లోని, రాష్ట్ర సరాసరికి చెందిన 9, 10 కాలమ్‌లను చూడండి) ఈ విధమైన భూమి శిస్తు రేట్ల పెరుగుదల లక్షణం, 1950 వరకు గల తరవాతి కాలంలో కూడా ఉంది. గమనించాల్సిన మరొక ముఖ్య విషయమేమంటే, ఆయా ప్రాంతాల్లో గణనీయంగా ఉన్న భూములు, అక్కడ చేపట్టిన సేద్య విధానాన్ని అనుసరించి, మరట్వాడాలో మెట్ట భూములకు సంబంధించిన శిస్తు రేట్లు అధికంగా ఉండగా, తెలంగాణాలో మాగాణి భూములకు సంబంధించిన శిస్తు రేట్లు ఎక్కువగా ఉండటం జరిగింది.

ఇంకా, ఎక్కువ ప్రాధాన్యకర విషయమేమంటే, పొరుగు రాష్ట్రాల్లో ఉన్న శిస్తు రేట్లతో పోల్చుకొంటే, తెలంగాణా, అదే విధంగా, రాష్ట్రంలోని శిస్తురేట్లు చాలా ఎక్కువగా ఉండి, ఫలితంగా తెలంగాణా రైతులకు ఎక్కువ భారంగా ఉండటం జరిగింది. ఉదాహరణకు, పొరుగున ఉన్న మద్రాస్ రాష్ట్రంలో మాగాణి శిస్తు రేటు ఎకరానికి రూ.7.1.6 ఉండగా, హైదరాబాద్ రాష్ట్రంలోని మెదక్ సుబాలో దీనికి మూడు రెట్లు ఎక్కువగా, రూ.23.0.0 గా ఉంది. అంతటి శిస్తు భారం రాష్ట్రంలోని రైతులపై పెను భారంగా మారి, వ్యవసాయాభివృద్ధికై వారు చేసే ప్రయత్నాలకు అశనిపాతంగా ఏర్పడి ఉండొచ్చు.

ఈ హెచ్చు శిస్తు రేట్లు వ్యవసాయోత్పత్తి పైన ప్రతికూల ప్రభావాన్ని చూపడంతోపాటు, ఇదే ప్రభావాన్ని కలిగిన కొన్ని ఇతర సంబంధిత అంశాలు కూడా ఉన్నాయి. మిగతా రాష్ట్రాల్లో, రైతులకు ఎంతో ఉపశమనంగా, భూములకు సేద్యపు నీరు అందినప్పుడే మాగాణి శిస్తురేటును వసూలుచేసి, మిగతా సమయాల్లో మెట్ట శిస్తు రేటును వసూలు చేయడం జరిగింది (గోల్కొండ దినపత్రిక), 12-04-1949). ఇటువంటి ఏర్పాటు హైదరాబాద్ రాష్ట్రంలో లేనందు వల్ల (ఇదే అధ్యాయంలో 'సర్వే, సెటిల్‌మెంట్' అంశాన్ని చూడండి), రైతుల మీద పన్ను భారం అధికమైంది. ఎలాగంటే, సకాలంలో వర్షాలు లేనప్పుడు, సేద్యపు నీటి ఆధారాల మరమ్మత్తు చేపట్టబడనందు వల్ల, వ్యవసాయోపకరణాలు లభ్యం కానందు వల్ల, ఇలాంటి సందర్భాల్లో రైతులు తరి సాగును చేపట్టలేకపోవడం జరిగింది.

మాగాణి రైతులను బాధించి, వ్యవసాయోత్పత్తి పెరుగుదలపై ప్రతికూల ప్రభావాన్ని చూపిన మరొక అంశమేమంటే, 1908 సంవత్సరానికి ముందు నిర్మించిన ఆయకట్టు (నీటి సాగయ్యే ప్రదేశం) ఆవల ఉన్న బావులను ప్రభుత్వ బావులుగా పరిగణించి, ఈ బావుల కింద సాగయ్యే భూముల మీద ఏకీకృత మాగాణి శిస్తు రేటును విధిస్తూ, 1908 తరవాత నిర్మించిన బావుల కింది భూముల మీద మెట్ట శిస్తు రేటును వసూలు చేయడం జరిగింది. 1937 నుంచి ఈ భూమి శిస్తుకు సంబంధించి, రూపాయి ఒక్కింటికి 0-10-8 మినహాయింపును ఇచ్చినప్పటికీ (గోల్కొండ దినపత్రిక, 07.04.1949), ఇది రైతుల పన్ను భారాన్ని పెద్దగా తగ్గించలేకపోయింది. ఫలితంగా, ఈ బావులు ఉపయోగాన్ని కోల్పోయిన తదుపరి, వాటిని మరమ్మతు చేయకుండా వదిలివేయడం జరిగింది. ఈ బాధిత రైతులకు ఉపశమనాన్ని కలిగించే విధంగా, ఈ దోషం (anamoly) 1949 సంవత్సరంలో మాత్రమే తొలగించడమైంది (గోల్కొండ దినపత్రిక, 07.04.1949).

హైదరాబాద్ రాష్ట్రంలో నెలకొన్న భూమి శిస్తుల అధిక భారాన్ని గురించి, ఆ రాష్ట్ర అదనపు రెవిన్యూ కార్యదర్శిగా పనిచేస్తూ, 1936-37 లో వ్యావసాయిక రుణగ్రస్తతపై జరిపిన దర్యాప్తు సందర్భంగా పేర్కొన్న విషయాలు తగినట్లుగా, ప్రాముఖ్యతా పూర్వకంగా ఉన్నాయి. ఒక 16 ఎకరాల వ్యవసాయ క్షేత్ర ఫలసాయం రూ.320/- కాగా, దానిపై విధించిన రూ.30/- శిస్తు, ఫలసాయంలో 9.4% మేరకు ఉన్నట్లు పేర్కొనడం జరిగింది. మిగిలిన రూ.290/- లో ఆ వ్యవసాయదారుడు వ్యవసాయోపకరణాలైన విత్తనాలు, ఎరువులు, చీడమందులు, వ్యవసాయ పనిముట్లు, ఎడ్లపై పెట్టిన పెట్టుబడి, లేదా పొందిన అప్పు, కుటుంబ ఆహారం, దుస్తులు, ఆరోగ్య అవసరాలు, పిల్లల చదువు ఖర్చులు, కుటుంబ వివాహ, శ్రాద్ధ కర్మల ఖర్చులు, ఇవన్నీ కూడా తీర్చుకోవాల్సివచ్చినప్పుడు, భూమి శిస్తు భారం ఎంతటిదో గ్రహించొచ్చు.

మరొక నష్టదాయక విషయమేమంటే, చెరువుల కింద ప్రతి సంవత్సరం రెండు పంటలు పండేందుకు నీటి సరఫరా నమ్మకం లేనప్పటికీ, ఆ భూముల మీద ఒక పంటకు వేసే శిస్తుతోపాటు, 50% అదనపు రేటును విధించడం జరిగింది. రెండో పంటను చేపట్టకుండా ఇది రైతులను నిరుత్సాహపర్చడం జరిగింది. వ్యవసాయోత్పత్తి పెంపుదల ఆవశ్యకత దృష్ట్యా, ఈ 50% అదనపు శిస్తు రేటును ఉపసంహరించుకోవాల్సిందిగా సూచన చేయడం జరిగింది. కాని, ప్రభుత్వం దీన్ని పెడచెవిన పెట్టింది. ఆ విధంగా, మరొక సారి రైతుల న్యాయమైన కోర్కెల పట్ల సానుకూలంగా స్పందించడం జరగలేదు.

హైదరాబాద్ వ్యవసాయదారుల సంఘం, వ్యవసాయ సంస్కరణల సంఘానికి నివేదన చేస్తూ, ప్రభుత్వం విధిస్తున్న భూమి శిస్తు ప్రాతిపదిక హేతుబద్ధంగా, శాస్త్రీయంగా లేదంటూ, దానికి కాలదోషం పట్టినట్లుగా పేర్కొనడం జరిగింది. ఒక నిర్ణీత ఆదాయాన్ని పొందడమే ఆ ప్రాతిపదిక ఏర్పాటు వెనక ఉన్న ఉద్దేశంగా పేర్కొనడం జరిగింది. విపరీతంగా మారుతున్న వ్యావసాయిక ఉత్పత్తుల ధరలను పరిగణనలోకి తీసుకోకుండా శిస్తు రేటును నిర్ణయించడం, శాస్త్రీయంగా, హేతుబద్ధంగా లేదని భావించడం జరిగింది. కేవలం వ్యావసాయిక ఉత్పత్తుల ధరలేకాకుండా, రైతుల నిత్యజీవితావసరాలకు కావలసిన వస్తువుల, వ్యవసాయ పనులకు కావలసిన వస్తువుల ధరలు కూడా మారుతండటంతో, సామాన్య, మధ్యతరహా రైతుల పరిస్థితి మరింత ఇబ్బందికరంగా పరిణమించడం, అదే సమయంలో ధనిక భూస్వాములు తమ ఉత్పత్తులను నిల్వ ఉంచుకొనే సామర్థ్యం, వెసులుబాటు ఉండటంతో, వారు ఆ పరిస్థితుల్లో లాభాన్ని పొందగలగడం, ఈ విషయానికి మరింత ప్రాధాన్యతను ఆపాదించడం జరిగింది. కాని, భూమి శిస్తు రేట్లు నిరంతరంగా పెరుగుతున్నప్పటికీ, సాధారణంగా వస్తువుల ధరలు కూడా పెరుగుతుండటంతో, వ్యావసాయిక ఉత్పత్తుల ధరల్లో జరుగుతున్న విపరీత మార్పులను ప్రభుత్వం ఏ మాత్రం పట్టించుకోలేదు. ఫలితంగా, సామాన్య రైతుల స్థితి ఎటువంటి మార్పు లేకుండా కొనసాగుతూ వచ్చింది.

చివరగా, మెట్ట, మాగాణి భూములపై భూమి శిస్తు రేటు, బ్రిటిష్ ఇండియాలో కంటే అధికంగా ఉండటంతో,

మిస్టర్ ఒకానర్, డైరెక్టర్ జనరల్ ఆఫ్ స్టాటిస్టిక్స్, నిజామ్స్ గవర్నమెంట్, భూమి శిస్తును 25 నుంచి 30% కి తగ్గిస్తే, రైతుల అభివృద్ధికి ఎంతైనా తోడ్పడుతుందని సూచించగా ఆసఫ్‌జాహీల పాలనానంతరం వరకూడా రైతులకు అటువంటి ప్రయోజనం చేకూరలేదు. వారు నిరాశా నిరసనలతో, తమ రోజు కోసం ఎదురుచూడ్డం జరిగింది.

కౌళ్లు - రకాలు, ప్రభావం

భూమి విలువ పెరగడంతో, 20వ శతాబ్ది ప్రథమ దశాబ్దిలో భూమి లేని వారి మధ్య, భూమికై పోటీతో 1901-1911 దశాబ్దిలో కౌళ్లు తీసుకొనేవారి సంఖ్య ఏకంగా 1,748.8% రాష్ట్రంలో పెరగడం జరిగింది. ఇది నూతన పోకడను గొప్పగా సూచిస్తుంది. పెద్ద భూకమతాలు ఉన్న భూస్వాములు తాము సేద్యం చేయడానికంటే, భూములను కౌలు కివ్వడం లాభదాయకంగా గుర్తించారు. ఈ పరిణామాన్ని బలపరుస్తున్నట్లుగా, 1930, 1933 మధ్య కాలంలో పట్టేదార్లు, లేదా యాజమాన్య రైతుల సంఖ్య, ఉదాహరణకు మెదక్ సుబా జిల్లాల్లో తగ్గుదలను సూచించగా, (ఒక్క మహబూబ్‌నగర్ జిల్లా మాత్రం స్వల్ప పెరుగుదలను సూచించింది) ఇదే కాలంలో షిక్మీదార్లు, లేదా కౌలుదార్ల సంఖ్య గణనీయంగా పెరగడం జరిగింది.

వివిధ రకాల కౌలు చెల్లింపులో, నగదు కౌళ్లు విస్తృతంగా వాడుకలో ఉండటం జరిగింది. ఈ నగదు కౌళ్లు ఎక్కువగా మెట్ట భూముల విషయంలో వాడుకలో ఉండేవి. రాష్ట్రంలో ఇవి 40% కౌలు భూములకు విస్తరించాయి. ఈ విధానంలో, మంచి పంట పండుతుందా, లేదా అనే సంకటాన్ని పూర్తిగా కౌలుదారే భరించగా, భూయజమాని మాత్రం, భూమి శిస్తును చెల్లించినట్లైతే, తన నిర్ణీత కౌలు సొమ్ముపై నిశ్చింతగా ఉండొచ్చు. ఈ నగదు కౌళ్లు ఎంత ప్రియంగా, లేదా హెచ్చు స్థాయిలో ఉన్నాయంటే, భూమి శిస్తు రేట్ల కంటే రెండు, మూడు రెట్లు అధికంగా జిల్లా సరాసరి కౌలు రేటు ఉండగా, వీటి కంటే అధికంగా స్థానిక కౌలు రేట్లుండటం జరిగింది. వేరే విధంగా చెప్పాలంటే, కౌలుదార్లు ఈ నగదు కౌళ్లకు సంబంధించి, భూమి శిస్తు రేట్ల కంటే నాలుగు నుంచి ఆరు రెట్లు అధికంగా చెల్లించడం జరిగింది.

నగదు కౌళ్లు ఈ విధంగా భారంగా ఉండటం వల్ల, అదే సమయంలో పంట పండకపోవడమనే విపత్తును కూడా భరించాల్సి రావడంతో, కౌలుదార్లు మామూలుగా, బతాయ్, లేదా పంట ఫలసాయాన్ని పంచుకొనే విధానాన్ని ఎంచుకోవడం, దీన్నుంచి లాభాన్ని పొందే అవకాశం కూడా ఉండటం జరిగింది. దిగుబడి అయిన పంటలో సగం కౌలుదారు, సగం భూయజమాని తీసుకొంటూ, భూమి శిస్తును భూయజమాని చెల్లించగా, మిగిలిన ఎరువు, విత్తనాలు, సేద్య ఖర్చులు వీటిని పంచుకొనే విధానం, ఒక జిల్లా నుంచి మరొక జిల్లాకు వేరువేరుగా ఉండటం జరిగింది. నగదు కౌలు కంటే ఈ విధాన లాభమేమంటే, దీనిలో సేద్యపు ఖర్చులను అటు కౌలుదారు, ఇటు యజమాని ఇద్దరూ భరించాలి. ఈ కౌలు విధానం ఎక్కువగా తరి భూములకు సంబంధించి వాడుకలో ఉండటం జరిగింది.

బీద కౌలుదార్ల ఆదాయంపై కౌలు చెల్లింపులు విపరీత భారంగా పరిణమించాయి. ఇది, చెరువుల కింద సాగయ్యే భూముల విషయంలో, పంట దిగుబడిలో 35 నుంచి 40% మేరకు; బావుల కింద సాగయ్యే భూముల విషయంలో, పంట దిగుబడిలో 25 నుంచి 30% మేరకు; మెట్ట భూములకు సంబంధించి, దిగుబడిలో ఆహార పంటలైతే 15 నుంచి 25% గాను; వాణిజ్య పంటలైతే (వేరుశనగ, ఆముదాలు, పొగాకు, పంచదార చెరకు, ఇత్యాదులు వీటి కిందకొస్తాయి) 25 నుంచి 40% గాను పరిణమించాయి. ఇంతటి భారీ చెల్లింపుచేసి, సేద్య ఖర్చులను భరించిన పిదప, వాస్తవంగా భూమిని సేద్యం చేసిన రైతుకు తన జీవనానికై మిగిలేది బహు స్వల్పంగా తయారయ్యేది. దీనికి తోడు, కౌలు నిర్ణయం, వ్యవసాయోత్పత్తుల ధరల్లో వచ్చే మార్పులతో ఎటువంటి సంబంధం లేకపోవడం, అప్పుడప్పుడు ప్రభుత్వం మంజూరుచేసే భూమి శిస్తు మినహాయింపులను భూయజమాని మాత్రమే పొంది, కౌలుదార్లకు కౌళ్ల విషయంలో అదే నిష్పత్తిలో తగ్గింపులను చేయకపోవడం లాంటి నష్టాలు, లేదా అసౌకర్యాలను కౌలుదార్లు భరించాల్సొచ్చింది.

హెచ్చు కౌళ్లు, కౌలుదార్ల ఆర్థిక పరిస్థితిని దిగజార్చిన విషయాన్ని, 1901 లోనే క్షామాల కమీషన్ కింది విధంగా తెలియపర్చింది.

"సర్వజనామోదాన్ని పొందిన విషయమేమంటే, తన భూమిని కోల్పోయిన యజమాని (ప్రస్తుత కౌలుదారు), ఒక సేద్య బానిసగా మారి, తానొకప్పుడు యజమానిగా అనుభవించిన భూమినే దున్నుతూ, పంటను యజమానికి తరలించడం జరిగింది. పంట బాగా పండిన సంవత్సరాల్లో కేవలం పొట్టకు తుట్టికి మాత్రమే సరిపోయేది. పంట పాడైపోయిన సంవత్సరాల్లో ఇతడు బహిరంగంగా భిక్షమెత్తుకోవాల్సిందే"

శిస్తు మినహాయింపులు - స్వభావం, పరిమాణం

అతివృష్టి, అనావృష్టి, వర్షాలు ఆలస్యంగా రావడం, సేద్యపునీటి ఆధారాలకు గండి పడటం, పంటల మీద చీడల దాడులు, ఇత్యాది అంశాల కారణంగా పంటలకు అనుకూల పరిస్థితులేర్పడినప్పుడు, సాలీనా శిస్తు మినహాయింపులను మంజూరు చేయడం జరిగేది. ఒక ప్రాంత రెవిన్యూ బడ్జెట్‌లో ఇవి ముఖ్యాంశంగా ఉండేవి. 1324 ఫస్లి (1914-15)లో మంజూరు చేసిన మొత్తం శిస్తు మినహాయింపుల్లో, వివిధ ఉప అంశాల్లో (sub-heads), ఏదానికి, ఏమేరకు మినహాయింపు వర్తింపుచేయబడిందో, ఈ మినహాయింపుల్లో తెలంగాణా, మరాట్వాడా వరస నిష్పత్తులు ఎలా ఉన్నది, పట్టిక-3 నుంచి గ్రహించొచ్చు.

పట్టిక-3 నుంచి, హైదరాబాద్ రాష్ట్రంలో 1324 ఫస్లి (1914-15) లో మంజూరు చేసిన శిస్తు మినహాయింపులో, మరట్వాడా ప్రాంతం, లేదా జిల్లాలకు 3.5% మాత్రమే కేటాయించగా, తెలంగాణా ప్రాంతం, లేదా జిల్లాలకు 96.5% కేటాయించడమైనట్లు గ్రహించొచ్చు. దీనికి ముఖ్య కారణమేమంటే, మరట్వాడా ప్రాంతంలో అధిక భాగం

పట్టిక-3: 1324 ఫస్లి (1914-15) లో మరట్వాడా, తెలంగాణాల్లో శిస్తు మినహాయింపు ఉప-అంశాల శాతం

క్ర.సం.	అంశాలు	శాతాలు		
		మరట్వాడా	తెలంగాణా	మొత్తం
1.	2.	3.	4.	5.
1.	వర్షం ఎక్కువ, తక్కువలకుగాను, శిస్తు మినహాయింపులు	0.8	35.5	36.3
2.	సేద్యపు నీటి ఆధారాలకు గండి కారణంగా శిస్తు మినహాయింపులు	1.2	20.2	21.4
3.	సేద్యాని కంటే ముందు భూమి నీటమునిగిన కారణంగా శిస్తు మినహాయింపులు	0.1	5.8	5.9
4.	తలఫ్‌మాల్, లేదా పంట పాడైపోవడం	0.0	0.8	0.8
5.	పంట మార్పిడి, లేదా సేద్యపు నీటి ఆధార మార్పిడి లాంటి కారణంగా శిస్తు మినహాయింపులు	0.2	19.3	19.5
6.	రెండు పంటల సేద్యానికి నగదు మినహాయింపులు	0.5	8.8	9.3
7.	ఇతర శిస్తు మిహాయింపులు	0.7	6.1	6.8
	మొత్తం	3.5	96.5	100.0

ఆధారం: హెచ్.ఇ.హెచ్. ది నిజామ్స్ గవర్నమెంట్, రెవిన్యూ అడ్మినిస్ట్రేషన్ రిపోర్ట్, 1324 ఫస్లి (1914-15), హైదరాబాద్-దక్కన్, 1916, పుట.10.

నల్లరేగడి నేలతో నిండి ఉండి, మెట్ట పంటలనే ప్రధానంగా పండించడం వల్ల, రాష్ట్రంలో అమల్లో ఉన్న శిస్తు మినహాయింపు నిబంధనల ప్రకారం, మెట్ట పంటలకు శిస్తు మిహాయింపు వర్తించే అవకాశాలు అంతగా లేవు. దీనికి భిన్నంగా, తెలంగాణాలో చెల్క నేలలు ఎక్కువగా ఉండి, తరి సేద్యం అధిక సంఖ్యాక చెరువులు, బావులు, నదీ ప్రాజెక్ట్‌ల నీటి సహాయంతో చేపట్టబడటం వల్ల, శిస్తు మినహాయింపులకు విశాల అవకాశాలున్నాయి. శిస్తు మిహాయింపుకు దారితీసే అంశాల్లో, వర్షపు నీరు హెచ్చు తగ్గులుగా లభించడం, సేద్యపు నీటి జలాధారాలకు గండి పడటం, పంట మార్పిడి, లేదా సేద్యపు నీటి ఆధార మార్పిడి, ఇదే వరసలో ముఖ్యమైనవిగా ఉన్నాయి (పట్టిక-3 చూడండి).

ఈ విధంగా భూమి శిస్తు మినహాయింపులు ఏవైతే పైన చూసిన విధంగా, ఎక్కువగా తెలంగాణా జిల్లాలకే పరిమితమయ్యాయో, స్థూలంగా ఇవి భూమి శిస్తు రేట్లలో 25 నుంచి 51 శాతం వరక్కూడా ఉండేవి. అయితే, ఈ సౌకర్యం మామూలుగా, ఎక్కువగా తరి భూములకే ఇవ్వడం జరిగింది. కారణాలేమంటే, శిస్తు రేట్లు భారంగా ఉండటం, పెట్టుబడి మీద తక్కువ ఫలసాయం, లేదా లాభం, సేద్యంలో పంటల మార్పిడికి పరిమితులు ఉండటం. కాని, తరి భూముల్లో ఈర్ష్యాజనక తేడాను అనుసరించడం జరిగింది. ఎలాగంటే, ఏ భూములైతే 1317 ఫస్లి (1908), 1324 ఫస్లి (1915) ల కంటే ముందు నిర్మాణం చేసిన బావుల కింద సేద్యం చేయడమైందో, వాటికి మాత్రమే భూమి శిస్తు మినహాయింపు పొందే అర్హత కల్పించడమైంది. మిగిలిన వాటికి ఈ ప్రయోజనం కల్పించబడలేదు. దీనికి తెల్పిన కారణం ఏమంటే, మొదటి రకం భూముల మీద మాత్రమే ఏకీకృత మాగాణి శిస్తు రేట్లు వసూలు చేయడం జరిగింది. ఈ విధంగా, 1949 వరకు చాలా మంది తెలంగాణా రైతులు ఈ ప్రయోజనాన్ని, పంట పరిస్థితులు, వాతావరణ పరిస్థితులు అందరు రైతులకు ఒకటిగానే ఉన్నప్పటికీ, పొందలేకపోవడం జరిగింది.

ఇకపోతే, ఏ మెట్ట భూములైతే సెటిల్‌మెంట్ కాని గ్రామాలు, లేదా తాలూకాల్లో ఉన్నాయో, ఏవైతే పంట పరిస్థితులు, ఎక్కువ వర్షపాతంతో సహా, సరిగాలేక దెబ్బతిన్నాయో, అటువంటి వాటికి భూమిశిస్తు మినహాయింపులు ఇవ్వడం జరిగింది. దీనికి చెప్పిన కారణమేమంటే, సెటిల్‌మెంట్ అయిన గ్రామాలతో పోల్చుకుంటే, వీటికి శిస్తు రేట్లు ఎక్కువగా ఉండటం. ఖరీఫ్ (జూన్‌లో ప్రారంభమయ్యే మొదటి పంట కాలం), రబీ (రెండో పంటకాలం, సెప్టెంబర్, అక్టోబర్‌లో విత్తడం) పంట కాలాలకు చెందిన మెట్ట భూములకు, ఎప్పుడైతే అవి క్షామానికి దగ్గరలో ఉన్న తీవ్ర అననుకూల పరిస్థితులను ఎదుర్కోవడం జరుగుతుందో, వాటికి భూమిశిస్తు మినహాయింపులు ఇవ్వడం జరిగింది. లేదంటే, ఈ భూములకు ఇచ్చే శిస్తు మినహాయింపులు స్వల్పమైనవి, ప్రాముఖ్యతలేనివీను. తరి భూముల్లో, తాబి (వరి రెండో పంట ఏదైతే జనవరి, ఫిబ్రవరిలో నాటి, ఏప్రిల్, మే నెలల్లో కోయబడుతుంది) సీజన్‌లోని పంట భూములకు భూమిశిస్తు మినహాయింపుల్లో అత్యధిక శాతం ఇవ్వబడేవి. ఎందుకంటే, ఎండా కాలపు పంట కాబట్టి, జలాధారాల్లో సమృద్ధిగా నీరు లేక పంట పొలాలకు కావలసినంత నీరు సరఫరా కావడం సమస్యగా ఉండేది. చెరువుల, కాల్వల అడుగులో ఉన్న పూడికను తీయకపోవడం, దెబ్బతిన్న కట్టలను తిరిగి నెలకొల్పకపోవడం, లేదా కట్టలకు పడిన గండ్లను పూడ్చకపోవడం, ఇత్యాది పరిణామాలు కూడా ఈ పరిస్థితికి దోహదం చేయడం జరిగింది.

అయితే, ముఖ్యంగా గమనించాల్సిన విషయమేమంటే, ఇంత విస్తృత పరిధిలో మంజూరు చేసిన శిస్తు మినహాయింపులు, రైతులకు నిజంగా ఎటువంటి లాభాన్ని చేకూర్చలేదు. తమ శిస్తు మినహాయింపు దరఖాస్తులను మంజూరు చేయించుకోడానికై వీరు తాలూకా ఉద్యోగస్థులకు, గిర్దావర్లకు (రెవిన్యూ ఇన్‌స్పెక్టర్లు), గ్రామాధికారులకు తగినట్లుగా మామూళ్లు సమర్పించుకొని, వారిని సంతృప్తిపర్చాల్సొచ్చేది. తమకొచ్చే కొద్దిపాటి లాభాన్ని ఈ చెల్లింపులు శూన్యం చేయడంతో, చాలా సార్లు రైతులు శిస్తు మినహాయింపులకు ప్రయత్నించే కంటే, నిర్ణయించిన శిస్తు రేటును చెల్లించడానికే సిద్ధపడేవారు (గోల్కొండ (బై వీక్లీ) పత్రిక, 12.12.1936).

పెద్ద దేశ్‌ముఖ్‌లు, భూస్వాములు ఎవరి చేతుల్లో అయితే తరి భూములు కేంద్రీకృతమయ్యాయో, వారే వీటి నుంచి నిజమైన లాభాన్ని పొందగలిగారు. రెవిన్యూ అధికారులతో వీరికున్న పలుకుబడితో, శిస్తు మినహాయింపులను పొందితే, అదే సమయంలో తాము అదే భూములను కౌలుకు ఇవ్వగా, ఆ కౌలుదార్ల నుంచి వసూలు చేసే కౌళ్లలో తాము పొందుతున్న శిస్తు మినహాయింపులను అనుసరించి, ఎటువంటి తగ్గింపులను చేసేవారు కాదు. ఇక సర్ఫెఖాస్, జాగీర్ గ్రామాల్లో అయితే, ప్రభుత్వం శిస్తు మినహాయింపులకు సంబంధించి ఆదేశాలిచ్చినప్పటికీ, వీటిని బేఖాతర్‌చేసి, శిస్తు మినహాయింపులను పూర్తిగా తిరస్కరించడం జరిగింది. సూక్ష్మంగా చెప్పాలంటే, వీరిద్దరూ ఒకే జాతి పక్షుల్లాగా వ్యవహరించారు. వాస్తవం కూడా అదే.

ఒకసారి సింహావలోకనం చేస్తే, హైదరాబాద్ రాష్ట్ర వ్యవసాయాభివృద్ధికి ఆయువుపట్టైన భూయాజమాన్య విధానాలు, భూమి శిస్తు పాలన, నిజాం లేదా పాలకుని అండదండలను సంపాదించిన భూస్వామ్య, వంశపారంపర్య, పెత్తందారీ వర్గాల ఆధిపత్యం, మార్గదర్శకత్వంలో నడవడం జరిగింది. దేశ్‌ముఖ్‌లు, దేశ్‌పాండ్యాలు, పటేళ్లు, పట్వారీలు, మక్తేదార్లు, అగ్రహారదార్లు, సర్ఫెఖాస్, పాయగా, జాగీర్దార్లు, సంస్థానదార్లు, వీరంతా నాటి అధికార వర్గాలుగా ఉన్నారు. దివానీ, దివానేతర భూయాజమాన్య విధానాల మధ్య తేడా, కేవలం ఒక మెట్టే కాని, భిన్న మార్గం, లక్షణం కాదు. రైతులను, కౌలుదార్లను, వృత్తిపనివారిని, కళాకారులను, చిన్న వ్యాపారస్థులను, కార్మికులను దోపిడికి, హింసకు గురిచేయడంలో వీరు అనుసరించిన పద్ధతులు ఒకటిగానే ఉన్నాయి. హెచ్చుగా ఉండి, నిరంతరం పెరుగుతున్న భూమిశిస్తు రేట్లు; ఆకాశాన్నంటే కౌలు రేట్లు; తరచుగా కౌలుదార్లను భూముల నుంచి బేదఖల్ చేయడం; అన్ని వర్గాల స్థానిక ప్రజల నుంచి, వీరెంతో అసహ్యించుకున్న బలవంతపు ఉచిత సేవ, లేక వెట్టిని పొందడం; 35 రకాల చట్ట వ్యతిరేక సుంకాలను వసూలు చేయడం; భూమి శిస్తు మినహాయింపులు పెద్ద భూస్వాములకు మాత్రమే లాభసాటి కావడం, ఈ పరిణామాలన్నీ ఈ అధికార వర్గాల దుశ్చర్యలకు, దురంతాలకు ప్రతీకలు. అదే సమయంలో, ఈ వర్గాలవారు ప్రజా బాహుళ్య కనీస విద్యా, ఆరోగ్య, తాగునీరు, రవాణా, వ్యావసాయిక అవసరాలకు వెచ్చించడం గాని, వాటిపై శ్రద్ధ చూపడం గాని జరగలేదు. పరిపాలనా యంత్రాంగపు ఏ స్థాయిలోనైనా, ప్రజల గోడు వినిపించడానికిగాని, లేదా దాన్ని నివేదించడానికి గాని, ఎటువంటి అవకాశం లేకుండాపోయింది. భూమి యాజమాన్యం, వాడకం, రెవిన్యూ పాలనా పరిస్థితులేవైతే చర్చించబడ్డాయో, ఇవి హైదరాబాద్ రాష్ట్ర వ్యవసాయాభివృద్ధికి దోహదమయ్యేవిగా లేవు.

13.11 ఒక వేళ కౌలు కాలాన్ని నేను పెంచాలనుకొంటే, ఇప్పటి కౌలునామా పూర్తవడానికి మూడు నెలలు ముందుగానే, నేను కొత్త కౌలునామాను ఇవ్వగలను. లేనట్లైతే, నేను నీకు విరమించుకొనేదానికి సంబంధించిన ప్రకటనను ఇచ్చి, నీ నుంచి రశీదును పొందగలను. అలా కాని పక్షంలో, వచ్చే సంవత్సరం కౌలు సొమ్మును చెల్లించి, భూమిని వదలివేయగలను.

17. పైన ఉదహరించిన షరతులకు వ్యతిరేకంగా నేను వెళ్లినట్లైతే, అదే రోజు, కౌలును రద్దుచేసి, నన్ను భూమి నుంచి తొలగించగలరు. అదనంగా, మిగతా కౌలు కాలానికి సంబంధించిన డబ్బు, ధాన్యాన్ని నేను ఇవ్వాల్సొస్తుంది. దాని కారణంగా నీకు అయ్యే ఖర్చులను కాని, జరిమానాను కాని నేను భరిస్తాను.

ఫామ్ నెం. 39: కౌలు ఒప్పందం, అమ్మపాలెం, వరంగల్ జిల్లాలో, 1929-30

మూలం: యస్.కేశవ అయ్యంగార్, రూరల్ ఎకనమిక్ ఎన్క్వైరీస్, 1949-51, పుట. 355

21

ఆసఫ్‌జాహీల పాలన - వ్యావసాయిక పరిస్థితులు

వ్యావసాయిక ఉత్పత్తి చాలా వరకు, భూకమతాల పరిమాణం, భూపంపిణీ విధానం, సేద్యపు నీటి సదుపాయాలు, వ్యవసాయ స్వభావం, అనుసరించిన పద్ధతులు, మేలైన విత్తనాలు, ఎరువులు, చీడల మందుల వాడకం, దాని పరిమాణం, వ్యవసాయదారులకు రుణసదుపాయం అందించిన విధానం, పరిమాణం, రుణవిముక్తి నిర్వహించిన తీరు లాంటి అంశాలతో ప్రభావితమౌతుంది. అయితే, ఈ అంశాల ప్రభావం, సరిపోను వర్షపాతం, దేశంలో ఎటువంటి క్షామం లేదా అంటురోగం, ఆంతరంగిక ఉపద్రవం, రాజకీయ లేదా ఆర్థికపరమైన-లేనప్పుడు మాత్రమే కనపడుతుంది. ఈ చివరి అంశాలు మాత్రం పంటల స్థితి మీద ప్రత్యక్ష, తక్షణ ప్రభావాన్ని కనబరుస్తాయి. ఈ ప్రకృతిసిద్ధమైన, మానవ వ్యవస్థల ప్రభావాన్ని ప్రత్యక్షంగా, వేగంగా చూడొచ్చు.

భూకమతాలు

భూమి విలువ పెరగడం, తగిన ఆర్థిక సదుపాయాన్నిచ్చే అనుబంధ వృత్తుల లేమి కారణంగా, పోను పోను ఎక్కువ శాతం మంది జీవనానికై భూమ్మీద ఆధారపడాల్సొచ్చింది. దీనికి భిన్నంగా, పెద్ద భూస్వామ్య దేశ్‌ముఖ్‌లు గ్రామాలను పూర్తిగా సొంతం చేసుకొని తమ విస్తార భూములను కౌలుకిచ్చి, తాము వ్యవసాయేతర వృత్తులైన ఎక్సైజ్ కాంట్రాక్టులు, వడ్డీ వ్యాపారం, ధాన్యాన్ని అప్పుగా ఇవ్వడం లాంటి వాటిని చేపట్టడం, లాభదాయకంగా భావించడం జరిగింది. ఈ రెండు పరిణామాలు, వారసత్వ హక్కులు, పట్టాదార్లు జరిపే భూ అమ్మకాలు, మార్పిడిలతో కలిసి, భూకమతాలు పరిమాణంలో ఒక సంవత్సరం నుంచి మరొక సంవత్సరానికి చిన్నవిగా మారసాగాయి. పట్టిక-1 లో గణనపద్ధతి (computation), పరిమితి (scope)లో, 1930-1940 మధ్య కాలానికి సంబంధించి, మార్పిడులు (fluctuations) ఉన్నప్పటికీ, (1945-46 అంకెలు దివాని భాగాలకు మాత్రమే సంబంధించినవి కాగా, 1949-50 కి చెందిన అంకెలు ఎంచుకోబడిన గ్రామాల్లో నిర్వహించిన సర్వే మీద ఆధారపడినవి కావడం జరిగింది). 1913 నుంచి 1950 వరకు గల 37 సంవత్సరాల కాలంలో, ప్రత్యేకంగా మెట్ట భూములకు సంబంధించి, భూకమతాలు తమ పరిమాణంలో 30% కంటే తక్కువ కాకుండా, చిన్నవయ్యాయనే విషయం సుస్పష్టమైంది.

పట్టిక-1 భూకమతాల సరాసరి పరిమాణాలు, 1913-50

క్ర.సం.	ప్రదేశం	భూకమతాల సరాసరి పరిమాణాలు ఎకరాల్లో										
		1322 ఫస్లి (1913-14)		1331 ఫస్లి (1922-23)		1343 ఫస్లి (1934-35)		1345 ఫస్లి * (1945-46)		1949-50 **		
		మెట్ట	మాగాణి	మెట్ట	మాగాణి	మెట్ట	మాగాణి	మెట్ట	మాగాణి	మెట్ట	మాగాణి	తోటలు
1.	తెలంగాణా	14.1	1.8	14.8	1.9	12.51	1.58	9.14	1.25	-	-	-
2.	రాష్ట్రం	19.8	1.3	19.4	1.2	17.23	1.04	12.14	0.83	13.17	$1.1\frac{1}{2}$	0.8

* దివాని తాలూకాలు మాత్రమే; ** అంకెలు ప్రతి జిల్లాలో ఎంచుకొన్న గ్రామాల్లో జరిపిన సర్వేకి సంబంధించినవి.

సంకలన ఆధారాలు: 1) డిసెన్నియల్ రిపోర్ట్ ఆన్ అడ్మినిస్ట్రేషన్-1912-22, పుట.89; 2) అగ్రికల్చరల్ స్టాటిస్టిక్స్-1936-40 (పటం, పుట 200 తరవాత); 3) అగ్రికల్చరల్ స్టాటిస్టిక్స్ - 1941-45, పుట 363.; 4) యస్.కేశవ అయ్యంగార్, రూరల్ ఎకనామిక్ ఎన్‌క్వయరీస్-1949-51, పుట.33.

తెలంగాణాలో ఒక రైతు, అతని కుటుంబం మామూలు సంతృప్తికర జీవితాన్ని గడపటానికి, 1929-30 లో 24 గ్రామాల్లో జరిపిన సమగ్ర దర్యాప్తు అనంతరం కేశవ అయ్యంగార్ స్పష్టపర్చిందేమంటే, 15 ఎకరాల మెట్ట భూమి గాని, 5 ఎకరాల తరి భూమి గాని, కనీస లేదా ఆర్థికపరమైన కమతంగా ఉండాలని 1949-50 లో సమగ్ర దర్యాప్తు అనంతరం, వ్యవసాయక సంస్కరణల సంఘం తెలిపిన నిర్ణయమేమంటే, 8 లేదా 10 ఎకరాల తరి భూమి గాని, 50 ఎకరాల మెట్ట భూమి గాని ఆర్థికపరమైన కమతంగా ఉండాలని తెలియపర్చడం జరిగింది. ఈ నిపుణుల అభిప్రాయాలను దృష్టిలో పెట్టుకొన్నట్లయితే, తెలంగాణాలోనైతే పై పట్టిక-1 కి సంబంధించిన మొత్తం 37 సంవత్సరాల్లో కూడా, రాష్ట్రానికి సంబంధించి కూడా, 1913-14, 1922-23 సంవత్సరాల్లోని మెట్ట భూమి కమతాలు మినహా, మరెక్కడా కూడా కనీస లేదా ఆర్థికాయుత కమతాలు ఏవైతే రైతులు, వారి కుటుంబాలు కనీస జీవితాలను గడిపేందుకు అవసరమని భావించబడ్డాయో, అవి కనుచూపుమేరల్లో లేవు.

భూకమతాలు పరిమాణాంలో చాలీచాలకుండా ఉండటంతో పాటు, పలు ఇతర కారణాల ఫలితంగా, ఇవి పరిమాణంలో ఇంకా తగ్గసాగాయి. సమిష్టి కుటుంబ విధాన విచ్ఛిన్నత, బీడు భూములపై అక్రమ సేద్య విస్తరణ, భూ కొనుగోళ్లు, అమ్మకాలు, కుటుంబాల్లో ప్రత్యక్ష వారసులు లేనప్పుడు, ఆ కుటుంబాల ఆస్తి దూర బంధువుల మధ్య పంపిణీ కావడం, ఇత్యాదులన్నీ భూకమతాల పరిమాణం తగ్గేందుకు దోహదమైయ్యాయి. ఈ చిన్న, చీలికైన భూకమతాల ప్రభావం, వ్యవసాయోత్పత్తి మీద, వీటిని దున్నే, రైతు యజమానుల పరిస్థితి పైన కూడా గట్టిగా ప్రసరించింది. చాలీచాలని భూకమతాలు, రైతు మెరుగైన విత్తనాలు, ఎరువులు, వాణిజ్య పంటల మీద లాభసాటిగా పెట్టుబడి పెట్టేందుకు అవకాశాన్ని, శక్తిని పరిమితం చేస్తున్నాయి. పెద్ద క్షేత్రాల కంటే వీటి యొక్క ఎకరా పంట ఉత్పత్తి ఖర్చు ఎక్కువగా ఉంది. ఇంకా, మానవ శక్తి, ఎద్దులు, బండ్లు ఇత్యాది వనరులను, చిన్న కమతాల మూలంగా, పూర్తిగా చాలినంత మేరకు ఉపయోగించుకోలేకపోవడం జరుగుతుంది. దీని ఫలితంగా, చాలా మంది చిన్న రైతులు పంటలేని సమయంలో తమ పొలాలను వదలి, వ్యవసాయ కూలీలుగా పనిచేయాల్సిన పరిస్థితి ఏర్పడింది. అయితే, ఈ లాభసాటి కాని భూకమతాల ఫలితాల్లో అత్యంత దుష్పరిణామం ఏమంటే, ఇవి రుణగ్రస్తతకు ప్రధాన కారణాల్లో ఒకటిగా మారాయి. మిగులు పంట లేని, పొట్ట కూటికి గడిపే చిన్న రైతులు ఎటువంటి నాజూకు అనిశ్చిత పరిస్థితిలో ఉన్నారంటే, వర్షపాతం కాని, సేద్యపు నీటి అందుబాటులో గాని, లేదా ఇతర పంట పరిస్థితుల్లో గాని స్వల్ప అననుకూలత, వీరిని గ్రామ వడ్డీ వ్యాపారస్థుని కబంధ హస్తాల్లోకి నెట్టివేయగా, ఈ వడ్డీ వ్యాపారస్థుడు రైతు భూమిని కాజేసేందుకు సర్వదా ప్రయత్నించగా, నిస్సహాయ రైతు సేద్య బానిస స్థాయికి దిగజారిపోవడం జరిగింది.

భూపంపిణీ ప్రక్రియ

భూపంపిణీ ప్రక్రియ ఆసఫ్‌జాహీల కాలంలో ఏవిధంగా కొనసాగిందంటే, చిన్న లేదా చాలినంతగా లేని కమతాలు (భూకమతాల విభాగాన్ని చూడండి) ఒక వైపున అధికంగా ఉండగా, మరొక వైపున కొద్దిమంది చేతుల్లో విస్తారమైన భూమి కేంద్రీకృతమై ఉండటం జరిగింది. ఉదాహరణకు, వరంగల్, కరీంనగర్, ఆదిలాబాద్ జిల్లాల్లో వరసగా, 100 ఎకరాల పైబడిన భూమిని కలిగిన పెద్ద పట్టేదార్లు, ఈ జిల్లాల్లోని మొత్తం పట్టేదార్లలో 4.15%, 4.45%, 4.81% ఉండగా, ఇదే జిల్లాల్లో 5 ఎకరాల నుంచి 10 ఎకరాల భూమిని కలిగిన పట్టేదార్లు 60.21%, 58.02%, 46.49% ఉండటం జరిగింది (అగ్రికల్చరల్ స్టాటిస్టిక్స్, 1940-41 నుంచి 1944-45; పుటలు 392,393

వీటి నుంచి శాతాన్ని పరిగణన చేయడం జరిగింది). వరంగల్ జిల్లాకు సంబంధించిన భూపంపిణీ ప్రక్రియ పైన, 1929-30 లో, ఆ జిల్లాలోని 12 గ్రామాల్లో చేసిన సర్వే, స్పష్టమైన, ముఖ్యమైన సమాచారాన్నందిస్తూంది. దీని ప్రకారం, మొత్తం మెట్ట భూమిలో 35% కేవలం 1.7% మంది చేతుల్లో కేంద్రీకృతమై ఉండగా, మొత్తం మాగాణి భూమిలో 50% పైబడిన భూమి కేవలం 2.5% భూస్వాముల చేతుల్లో కేంద్రీకృతమైంది. మిగతా జిల్లాల్లోని పరిస్థితి (ఇవి 1929-30 సర్వేలో లేకున్నా 1949-50 లో సర్వే చేయబడ్డాయి), మిగతా ఆసఫ్‌జాహీల పాలనా కాలంలో, పరిమాణంలో మారినా, ప్రధాన లక్షణంలో మాత్రం ఒకటి గానే ఉన్నాయి.

భూపంపిణీలో గల ఈ తీవ్ర అసమానత ఫలితంగా వ్యావసాయిక అభివృద్ధిపై దుష్ప్రభావం ఏర్పడింది. ఒక వైపు చిన్న రైతుల భూకమతాల పరిమాణం ఎంత స్వల్పంగా ఏర్పడిందంటే, వ్యావసాయిక ఉత్పత్తి పెరుగుదలకై అవసరమయ్యే పెట్టుబడి పెట్టేందుకు అవసరమైన ఆర్థిక స్తోమత వీరికి లేకుండాపోయింది (ఈ అధ్యాయంలోని భూకమతాల విభాగాన్ని చూడండి). ఇలాంటి పరిస్థితిని ఇంకా విషమింపచేస్తూ, ఈ చిన్న రైతుల మీద పెద్ద భూస్వాములు, గ్రామాధికార్లు, రెవిన్యూ అధికార్లు విధించే వెట్టి, చట్ట వ్యతిరేక వసూళ్లు వికృత రూపంలో పరిభ్రమించాయి (ముందటి అధ్యాయంలో 'వతన్‌దారీ భూయాజమాన్యం' అనే విభాగాన్ని చూడండి). రెండో వైపున విపరీత భూకేంద్రీకరణ ఫలితంగా భూస్వాములు ప్రత్యక్ష వ్యవసాయాన్ని వదలి భూములకు దూరంగా ఉండటంతో, వ్యావసాయిక ఉత్పత్తి క్షీణతకు లోనైంది. పెద్ద భూస్వాములు తమ భూములను భాగేలాలు లేదా కౌలుదార్ల ద్వారా సేద్యం చేయించుకొనేవారు. కాని, హెచ్చు కౌళ్లు, కౌళ్లు కొనసాగింపుపై అభద్రతా భావం కారణంగా, కౌలుదార్లు దీక్షతో లాభసాటిగా కౌలు భూముల సేద్యాన్ని చేపట్టలేకపోయారు (ముందటి అధ్యాయంలోని 'కౌలుదార్లు', 'కౌళ్లు' అనే విభాగాలను చూడండి). మరొక విషయమేమంటే, భూకమతాలు ఏవైతే 500 నుంచి 5000 ఎకరాలు, ఇంకా పైబడి ఉన్నాయో, వీటి భారీ పరిమాణం గట్టి పర్యవేక్షణ జరిపేందుకు అవకాశమివ్వక, ఫలసాయం ఎకరా ఒక్కింటికి తగ్గడం జరిగింది. ఇలాంటి భూములు కేవలం ఒక గ్రామానికే పరిమితం కాకుండా, పలు గ్రామాలకు విస్తరించడం, పర్యవేక్షణ, ఫలసాయంపై మరింత దుష్ప్రభావాన్ని ప్రసరింపచేస్తుంది.

సాగునీటి సదుపాయాలు

తెలంగాణాలో అధికంగా ఉన్న చల్క, లేదా ఇసుకతో కూడిన నేలలు, తేమను ఎక్కువ సమయం కోల్పోకుండా ఉంచుకోలేకపోవడం, రుతుపవనాల వర్షపాతం హెచ్చు తగ్గులకు లోనుగావడం, వ్యవసాయాభివృద్ధికి సేద్యపునీటి ఆవశ్యకతను తెలియచేస్తున్నాయి. దీని ప్రాముఖ్యతను 13వ శతాబ్దిలోనే వరంగల్లును ఏలిన కాకతీయులు గుర్తించి, పాఖాల, రామప్ప, లక్నవరం లాంటి పెద్ద తటాకాలను నిర్మించి ఈ ప్రాంత వ్యవసాయాభివృద్ధికి పునాదులను వేయడం జరిగింది. ప్రభుత్వానికి కూడా తరి భూములపై విధించే భూమి శిస్తు నుంచి మొత్తం భూమి శిస్తులో 60% పైబడి లభిస్తుంది. రాష్ట్ర ప్రజల ఆహార అవసరాల దృష్ట్యా కూడా, సేద్యపు నీటి వసతుల ప్రాధాన్యత ఎంతైనా ఉంది. ఎలాగంటే ప్రజల ప్రధాన ఆహార ధాన్యాలైన వరి, మొక్కజొన్న, జొన్న, గోధుమ పంటలు సాగునీటితోనే పండుతాయి.

సేద్యపునీటి ఆధారాలు, నిర్మాణం, నిర్వహణ

ఇవి ప్రధానంగా చెరువులు, కుంటలు, బావులు, నదీ ప్రాజెక్టులుగా ఉన్నాయి. ఇవి ప్రభుత్వ, ప్రైవేటు పరంగా ఉన్నాయి. ఈ ఆధారాల్లో సంఖ్యాపరంగా బావులు ప్రథమ స్థానంలో ఉన్నాయి. వీటి నిర్వహణను ఏప్రిల్, 1928 లో నెలకొల్పబడిన బావుల తవ్వక శాఖ చూసేది. మొత్తం రాష్ట్రంలో బావుల సేద్యంలో కరీంనగర్ జిల్లా అగ్రస్థానంలో

ఉంది. చాలా బావులు ప్రైవేటు పరంగా ఉండి, సరిపోను వర్షపాతం ఉన్నప్పుడే, ఇవి సేద్యానికి నీటిని అందించేవి. ఎందుకంటే, సగటు రైతు బీద ఆర్థిక పరిస్థితి దృష్ట్యా, ఇవి భూగర్భజలస్థాయి వరకు తవ్వబడేవి కావు. చెరువులు, కాల్వల మాదిరిగా కాకుండా, బావుల కింద రైతులు తమ అవసరం, గిరాకిని బట్టి పంటల మార్పిడి చేసుకొనే వీలుంటుంది. దురదృష్టమేమంటే, బావుల మీద విధించే శిస్తుకు సంబంధించి, 1908 కి ముందు, వెనక నిర్మాణం చేసిన వాటి మధ్య అన్యాయ, అర్థరహితంగా వ్యత్యాసాన్ని చూపడం, సంబంధిత రైతులకు మనస్తాపాన్ని కలిగించి, అట్టి బావుల మరమ్మతు విషయంలో ఉద్దేశపూర్వకంగా నిర్లక్ష్యాన్ని కనబర్చడం జరిగింది (ముందటి అధ్యాయంలో 'శిస్తు నిర్ణయ రేట్లు, వాటి ప్రభావం' అనే అంశాన్ని చూడండి). 1926 లో వరంగల్ సుబాలో 5,262 బావులు ఉపయోగాన్ని కోల్పోయాయనే విషయం, రాష్ట్రంలో తరచుగా ఆహార ధాన్యాల కొరతను దృష్టిలో ఉంచుకొన్నట్లైతే, ప్రాధాన్యతను సంతరించుకుంది.

కుంటలు

బావుల తరవాత, కుంటలు, చెరువులు పెద్ద సేద్యపు నీటి ఆధారాలుగా ఉన్నాయి. కుంటలు విస్తీర్ణంలో చిన్నవిగా ఉండి, కట్టలు మట్టితో నిర్మితమయ్యేవి. ఇవి చెరువుల కంటే 50% సంఖ్యలో అధికంగా ఉన్నప్పటికీ, రుతుపవన వర్షాల అనిశ్చితి కారణంగా, మాగాణి సేద్యానికి కావల్సిన నీరు, ఐదు లేదా ఆరు సంవత్సరాలకు, ఒక సారి మాత్రమే సమకూరేది. కాని, రైతుల నుంచి మాత్రం, కుంటల్లో నీరు లేని సమయంలో కూడా, తరి పన్ను వసూలు చేయడం జరిగింది. అయితే, పన్నులో మినహాయింపు పొందాలంటే, రైతులు పట్వారీలు, గిర్దావర్ల (రెవిన్యూ ఇన్‌స్పెక్టర్) చుట్టు తిరిగి, పంట పోయినందుకు 'తలఫ్ మాల్' (దీని అర్థం, పన్ను మినహాయింపు) అని, వారితో రాయించుకోవాలి. మట్టి కట్టలు కావడం వల్ల, మామూలు వర్షాలు కురిసిన సంవత్సరాల్లో కూడా ఇవి తెగిపోవడం జరిగేది. మరొక ఇబ్బందికర విషయమేమంటే, ప్రతి సంవత్సరం కుంటల అడుగు భాగంలో ఒండ్రు పేరుకొని, కొన్ని సంవత్సరాలకు ఇవి పూర్తిగా నిరుపయోగంగా మారేవి. ఫలితంగా, పాడైపోయిన కుంటల సంఖ్య, చెరువుల కంటే చాలా అధికంగా ఉండి, మొత్తం కుంటల సంఖ్యలో పాడైపోయిన వాటి శాతం, వరంగల్ సుబాలో (వరంగల్, కరీంనగర్, ఆదిలాబాద్ జిల్లాలు కలిపి) 1910 లో 59.66%, 1926 లో 33.84% గా ఉండటం జరిగింది. అయితే, పి.డబ్ల్యు.డి ద్వారా వీటి మరమ్మతులు ఎంత నత్తనడకన నడిచాయంటే, 1944 లో వరంగల్ జిల్లాలో పర్యటిస్తూ, డైరెక్టర్ జనరల్ ఆఫ్ రెవిన్యూ, ఈ జిల్లాలోని 20 పెద్ద కుంటల మరమ్మతులో నెలకొన్న అలసత్వం పట్ల తన అసంతోషాన్ని వ్యక్తం చేయడం జరిగింది. ప్రభుత్వ నిర్లక్ష్య ఫలితంగా, వరంగల్ సుబా రైతులు 1926 లో 1,611 కుంటల నుంచి సేద్యపు నీటిని పొందే అవకాశాన్ని కోల్పోవడం జరిగింది.

చెరువులు

నిజాంసాగర్, పాలేర్, వైరా, మానేర్, కడెం, డిండి లాంటి కొన్ని నదీ ప్రాజెక్టులను మినహాయిస్తే, భారీ సేద్యపు నీరంతా చెరువుల ద్వారానే జరిగేది. ఇవి ప్రకృతిసిద్ధంగా, కృత్రిమంగా నిర్మాణమయ్యేవి. ఇష్టమున్న, ఆర్థిక సౌష్టవం ఉన్న రైతులు ప్రభుత్వ అనుమతిని పొంది, చెరువులను నిర్మించేవారు. అయితే ఆ చెరువుల మరమ్మతు, నిర్వహణ బాధ్యతలను కూడా వీరికే అప్పగించడం జరిగింది. ప్రభుత్వ చెరువులకు సంబంధించి, చెరువుల గవాక్షాలను (sluices) పర్యవేక్షిస్తూ, పొలాలకు నీరు అందించేందుకు నేట్రి లేదా నీరుడు అని పిలువబడే వారిని నియమించి, ఈ బాధ్యతను నిర్వర్తించేందుకుగాను వారికి బలోతా ఇనామ్ భూమిని మంజూరుచేసి, దానితోపాటు సంవత్సరానికి 36 రూపాయల పన్ను మినహాయింపును కూడా ఇవ్వడం జరిగింది. ప్రైవేట్ చెరువుల నిర్మాణం, మరమ్మతులకు, ప్రభుత్వం దస్త్‌బంద్

(దీని అర్థం 1/10 వ వంతు) కౌళ్లను మంజూరు చేసేది. ఈ కౌళ్ల అగ్రిమెంట్ల ప్రకారం, చెరువు గవాక్షాలు, కట్టలు, అడుగు భాగాన్ని మంచి స్థితిలో ఉంచేందుకు గాను, సంబంధిత చెరువు కింద సేద్యం అయ్యే భూముల మీద ప్రభుత్వానికి వచ్చే పన్నులో పదో వంతును, సంబంధిత రైతు లేదా దస్త్‌బంద్‌దార్‌కు ఇవ్వడం జరిగేది. తన బాధ్యతలను నిర్వహించడంలో విఫలమైనట్లైతే, పదో వంతు చెల్లింపును కోల్పోవడంతోపాటు, కౌలు అగ్రిమెంట్ కూడా రద్దు అవుతుంది. అయితే, వాస్తవంగా జరిగిందేమంటే, పెరుగుతున్న చెరువుల మరమ్మతు, నిర్వహణ ఖర్చులతో పోల్చుకుంటే, కౌలు సొమ్ము అతి తక్కువగా ఉండటం, సంవత్సరాల తరబడి, 37 సంవత్సరాల వరకు కూడా ఇది చెల్లించకపోవడంతో, కౌలుదార్లు లేదా వారి వారసులు అలాంటి కౌళ్లు రద్దు అయేందుకు తమంతట తామే తగు చర్యలను తీసుకోవడం జరిగింది. దస్త్‌బంద్‌దార్ల ఇలాంటి నిరాసక్తత ఫలితంగా, వరంగల్ సుబాలో 1910 లో మొత్తం మరమ్మతు కావలసిన చెరువుల్లో కౌలీ దస్త్‌బంద్‌దార్లు మరమ్మతులు నిర్వహించిన చెరువులు కేవలం 27.52% కాగా, 1926 లో ఆ చెరువుల శాతం శూన్యంగా ఉండటం జరిగింది.

తెలంగాణాలో వ్యవసాయాభివృద్ధి దృష్ట్యా గమనించాల్సిన అతి ముఖ్య విషయమేమంటే, వరంగల్ సుబాలో మొత్తం చెరువులు, కుంటలను కలిపితే, పాడైపోయిన వాటిలో, మరమ్మతు చేసిన వాటి శాతం 1910 లో కేవలం 13.50% గాను, 1926 లో 14.78% గాను ఉండటం జరిగింది. ఈ విషయంలో, జాగీర్లు, సర్ఫెఖాస్ ప్రాంతాల్లో పరిస్థితి ఇంకా దారుణంగా ఉంది. తమ భూమి శిస్తు ఆదాయంలో 1/4 వ వంతు ప్రభుత్వానికి చెల్లించే (చిన్న, లేదా నాన్‌ఎగ్జెంప్టెడ్ జాగీర్‌దార్లు దీన్ని చెల్లించేవారు) జాగీర్‌దార్లు, తమ ఆధీనంలో ఉన్న పలు సేద్యపు నీటి ఆధారాల మరమ్మతును చేపట్టలేదనే విషయాన్ని, ఆదిలాబాద్ జిల్లా ఫస్ట్ తాలుక్దార్ (అంటే కలెక్టర్ లేదా జిల్లా అధిపతి) సుబేదార్ (వరంగల్ సుబా అధిపతి) కి విన్నవించగా, దీన్ని ఏమాత్రం ప్రాముఖ్యత లేని అంశంగా భావించి, పక్కన పడేయటం జరిగింది. ఇదే విధంగా, వరంగల్ జిల్లాలోని జఫర్‌గడ్ అనే సర్ఫెఖాస్ గ్రామంలోని చెరువు 1901 లో కట్ట తెగిపోగా, 1933 నాటికి కూడా అది మరమ్మతు చేయబడలేదు. ఇంకా చెప్పాలంటే, 1934 లో కరీంనగర్ తాలూకాకు చెందిన సర్ఫెఖాస్ ప్రాంతంలో 44 సేద్యపు నీటి ఆధారాలు మరమ్మతు చేయవలసి ఉండగా, ఒక్కటి కూడా మరమ్మతు చేయబడలేదు.

సేద్యపు నీటి వనరుల శక్తి, వాడుకలో వాడిన పరిమాణం

సంఖ్యాపరంగా బావులు మిగతా సేద్యపు నీటి ఆధారాల కంటే చాలా ఎక్కువగా ఉన్నప్పటికీ, వాస్తవ రూపంలో వాడిన సేద్యపు నీటి శాతాన్ని గమనించినట్లైతే, వరంగల్ సుబాలో మొత్తం సేద్యపు నీరు అందిన విస్తీర్ణంలో 78.32% చెరువుల నుంచి సరఫరా కాగా, బావులు మిగిలిన ఇతర సేద్యపు నీటి ఆధారాలు కలిపి కేవలం 9.91% మేరకే సేద్యపు నీటిని అందించగలిగాయి. ప్రభుత్వం ద్వారా నిర్వహించిన కాల్వల ద్వారా సేద్యపు నీరు అందిన ప్రాంత విస్తీర్ణం, వరంగల్ సుబాలో కేవలం 7.13% మాత్రమే ఉంది. గమనించాల్సిన ప్రాముఖ్యతాంశం ఏమిటంటే, చెరువులు, బావుల ద్వారా సేద్యపు భూవిస్తీర్ణంలో, ఇంకా సేద్యపు నీరు అందిన మొత్తం భూవిస్తీర్ణంలో కూడా కరీంనగర్ జిల్లా మిగతా జిల్లాల కంటే ముందుండటమే గాక, మొత్తం రాష్ట్రంలో కూడా ప్రథమ స్థానాన్ని ఆక్రమించింది. మెదక్ సుబా (నిజామాబాద్, మెదక్, మహబూబ్‌నగర్, నల్గొండ జిల్లాలతో కూడింది) లో నిజామాబాద్ జిల్లా, నిజాంసాగర్ ప్రాజెక్ట్ 2,75,000 ఎకరాల సేద్యపు నీటి శక్తిని కలిగి ఉండటంతో, కీలక స్థానాన్ని ఆక్రమించింది. సిద్దిపేట, మెదక్ తాలూకాలు మెదక్ జిల్లాలో, మహబూబ్‌నగర్, మఖ్తల్, నాగర్‌కర్నూల్, కల్వకుర్తి తాలూకాలు మహబూబ్‌నగర్ జిల్లాలో, సూర్యాపేట, భువనగిరి, నల్గొండ తాలూకాలు నల్గొండ జిల్లాలో, ఆర్మూర్, కామారెడ్డి, నిజామాబాద్ తాలూకాలు నిజామాబాద్

జిల్లాలో, మహబూబాబాద్, పాఖాల్, ఖమ్మం తాలూకాలు వరంగల్ జిల్లాలో, సిర్సిల్ల, కరీంనగర్, జగ్తియాల్ తాలూకాలు కరీంనగర్ జిల్లాలో, నిర్మల్, చిన్నూర్ తాలూకాలు ఆదిలాబాద్ జిల్లాలో, ప్రధాన సాగునీటి సేద్యపు ప్రాంతాలుగా ఉన్నాయి.

అయితే, సేద్యం చేసిన భూవిస్తీర్ణంలో సాగునీరు అందిన భూవిస్తీర్ణ నిష్పత్తిని పరిశీలించినట్లైతే, ఇది చాలా స్వల్పంగా, ప్రాధాన్యతారహితమైందిగా కనపడుతుంది.

పట్టిక-2 సేద్యమైన భూమిలో సేద్యపు నీరు అందిన భూమి శాతం, 1911-1949

క్ర.సం.	జిల్లా/ప్రాంతం, రాష్ట్రం పేరు	సేద్యమైన భూమిలో సేద్యపు నీరు అందిన భూమి శాతం				
		1911 లో	1921 లో	1931 లో	1941 లో	1949 లో
1.	వరంగల్ జిల్లా	12.9	14.4	5.1	4.2	-
2.	కరీంనగర్ జిల్లా	16.5	18.6	12.4	6.6	-
3.	ఆదిలాబాద్ జిల్లా	2.7	4.6	2.1	0.8	-
4.	మెదక్ జిల్లా	19.9	22.7	8.1	5.4	-
5.	నిజామాబాద్ జిల్లా	18.2	20.9	18.3	7.8	-
6.	మహబూబ్‌నగర్ జిల్లా	10.3	12.3	8.7	4.0	-
7.	నల్గొండ జిల్లా	9.1	9.7	7.7	4.6	-
8.	తెలంగాణా ప్రాంతం	13.0	14.1	8.6	4.3	-
9.	రాష్ట్రం	6.2	8.2	5.3	2.8	7*

సంకలన మూలాలు: సెన్సెస్ ఆఫ్ ఇండియా, హైదరాబాద్ స్టేట్, 1911, పుట16; 1921, పుట33; 1931, పుట37; 1941, పుట3.

*రిపోర్ట్ ఆఫ్ ది అగ్రేరియన్ రిఫార్మ్స్ కమిటి, 1949, పుట. 177.

పై పట్టిక-2 ను గమనించినట్లైతే, సేద్యమైన భూమిలో సేద్యపు నీరు అందిన భూమి శాతం, 1911 నుంచి 1921 వరకు గల దశాబ్దిలో స్వల్పంగా పెరిగినా, ఆ తరవాత రెండు దశాబ్దాల్లో అంటే 1921 నుంచి 1931 వరకు, ఆ తరవాత 1931 నుంచి 1941 వరకు విపరీతంగా పడిపోయినట్లుగా స్పష్టమౌతోంది. ఉదాహరణకు, మెదక్ సుబా జిల్లాల్లో 1911 నుంచి 1921 వరకు గల సంబంధిత భూమి పెరుగుదల శాతం 20% మించకపోగా, తరవాత రెండు దశాబ్దాల్లో సంబంధిత భూమి శాతం క్షీణత ఎంతగా ఎగసిందంటే, అది మెదక్, నిజామాబాద్ జిల్లాల్లో వరసగా 90%, 60%గా ఉండటం జరిగింది. మిగతా తెలంగాణా జిల్లాల్లో, ఆ మాటకొస్తే, తెలంగాణా ప్రాంతం, హైదరాబాద్ రాష్ట్రంలో కూడా, కుడి ఎడంగా ఇదే పరిణామాన్ని గ్రహించొచ్చు. ఈ సందర్భంలో గమనించాల్సిన మరో ప్రాముఖ్యకర విషయమేమంటే, వర్షపాతం హెచ్చు తగ్గుల ప్రభావం ఒకటి, రెండు సంవత్సరాల్లో ఉండొచ్చు; కాని, మొత్తం దశాబ్దిలో అలా ఉండటానికి అవకాశం లేదు. వాస్తవ విషయమేమంటే, పెద్ద చెరువులు, నదీ ప్రాజెక్టుల వాస్తవ ఆయకట్లు (సాగైన

భూమి), వాటి నీటిపారుదల శక్తితో పోల్చుకొంటే, విపరీతంగా తగ్గుతూ రావడం జరిగింది. ఉదాహరణకు, ప్రసిద్ధ లక్నవరం ప్రాజెక్టుకు సంబంధించి, దీనిలో ఎప్పుడూ నీరు సమృద్ధిగా ఉన్నప్పటికీ, దీని పునరుద్ధరణకై ప్రభుత్వం పెట్టిన ఖర్చులో కేవలం 2% మేరకే దీని నుంచి ఆదాయం రావడంతో, ప్రభుత్వం నష్టాన్ని భరించాల్సిరావడం జరిగింది. (ఇది 1930-32 సంవత్సరాలకు నమోదైంది). మొత్తం రాష్ట్రంలోనే అతి పెద్ద సహజసిద్ధ సరస్సుగా పేరొందిన పాఖాల క్రింద, 1944 లో 3,196 ఎకరాల 8 గుంటల భూమి సేద్యం చేయకుండా వదలివేయబడిందంటే, మొత్తం హైదరాబాద్ రాష్ట్రాన్ని తీసుకున్నా, పరిస్థితి ఏమాత్రం ఆశాజనకంగా లేదు. ఎలాగంటే, గోదావరి, కృష్ణా నదులు, వాటి ఉపనదుల జలాలతో పాటుగా, సంవత్సరానికి రెండు మిలియన్ల ఘనపుటడుగుల వర్షపు నీటిని అందుకొన్నప్పటికీ, వీటిలో కేవలం 10% మాత్రమే సేద్యానికి ఉపయోగించుకోగా, మిగిలిన 90% వృధాగా పోవడం జరిగింది.

సేద్యపు నీటి వనరులను తక్కువగా వాడేందుకు దారితీసిన కారణాలు

సేద్యపు నీటి వనరులను స్వల్పంగా వాడటానికి దోహదమైన కారణాల్లో ప్రధానమైంది, సొంతంగా వ్యవసాయాన్ని చేపట్టని పెద్ద పట్టేదార్ల క్రింద విస్తారమైన సాగునీటి భూములుండటం. వరంగల్ తాలూకాలోని ఘన్‌పూర్ ప్రాజెక్ట్ కింద, ఇనామ్ భూములు పోను, మిగిలిన 3,001 ఎకరాల 39 గుంటల్లో 2,113 ఎకరాల భూమి, రామప్ప ప్రాజెక్ట్ కింద ఇనామ్ భూములు పోను మిగిలిన 4,927 ఎకరాల 32 గుంటల ఆయకట్టులో, 1,899 ఎకరాల, 37 గుంటల భూమి పింగల్ ప్రతాపరెడ్డి కింద ఉండటం జరిగింది. వీటి శాతం వరసగా, 70.38%, 38.58%గా ఉండటం ఎంతైనా గమనించాల్సిన విషయం. ఇదే విధంగా పాఖాల్ ప్రాజెక్ట్ క్రింద, మహబూబ్ రెడ్డి అనే పెద్ద పట్టేదారు క్రింద, పాఖాల్ ప్రాజెక్ట్ క్రింద మొత్తం 10,000 ఎకరాలు ఈయన గుత్తాధిపత్యంలో ఉన్నాయి. (సెటిల్‌మెంట్ అయిన ఆయకట్టు 8,910 ఎకరాలే ఉండగా, ఈయన ఆధిపత్యంలో విశేషమైన సర్వే కాని, లేదా అటవీ భూములుండొచ్చు) తమ భూములతో ప్రత్యక్ష సంబంధం లేని ఈ భూస్వాములు వ్యవసాయం పైన శ్రద్ధను కనబర్చలేదు. వీరి భూములను సాగుచేసేందుకు చుట్టు పక్కల రైతులు తాబి సీజన్ (రెండో పంట కాలం) లో మాత్రమే, తమ గ్రామాల్లో ఈ సీజన్‌లో సాగుకు నీరు లభ్యంకానందువల్ల ముందుకు వచ్చే వారు. కానీ, అదే రైతులు ఆబి (మొదటి పంట కాలం) సీజన్‌లో, తమ ప్రాంతంలోనే ఈ భూస్వాముల కంటే తక్కువ కౌలుకు భూములు లభించేవి కాబట్టి, వీరి భూముల కోసం వచ్చేవారు కాదు. ఫస్ట్ తాలూక్‌దార్ (జిల్లా అధిపతి), వరంగల్ సుబేదార్, ఈ పెద్ద భూస్వాముల భూముల్లో తప్పక రెండు పంటలు పండించాలని, సాగుచేయకుండా ఉన్న వీరి భూములను చిన్న, అవసరమున్న రైతులకు పంపిణీ చేయాలని చేసిన ప్రయత్నాలను పింగల్ ప్రతాపరెడ్డి లాంటి పెద్ద పట్టేదార్లు ప్రభుత్వ ఉన్నత వర్గాల్లో తమ పలుకుబడిని ఉపయోగించి, వమ్ముచేయడం జరిగింది. ఈ విధంగా ప్రాంతంలోని భూస్వామ్యవర్గ స్వార్థ ప్రయోజనాల ఫలితంగా, పుష్కలంగా ఉన్న జలవనరులను కావలసిన మేరకు ఉపయోగించుకోలేకపోవడం జరిగింది.

సాగు భూమి విస్తీర్ణం తగ్గడానికి, చెరువుల పునరుద్ధరణ సమయంలో, పూర్తి చెరువు సామర్థ్యం (ఎఫ్.టి.యల్)ను తగ్గించడం వల్ల చెరువుల్లోకి చాలినంత నీరు సమకూరకపోవడం, పొలాలకు నీటిని తీసుకెళ్లే కాల్వల నిర్మాణంలో విపరీత జాప్యం, చెరువులు, కాల్వల నిర్వహణలో నిర్లక్ష్యం, గణనీయంగా కారణభూతమైనాయి. ఉదాహరణకు, వరంగల్ జిల్లా, మధిర తాలూకాలోని బైత్‌పల్లి చెరువు 1938 లో పునరుద్ధరించబడినా, చెరువు నుంచి పొలాలకు నీరందించే నిమిత్తం పంట కాల్వల నిర్మాణం 1948 వరకు కూడా చేపట్టలేదు. చెరువులు, కుంటల సామర్థ్యం, పనితీరు, వాటి అడుగున జమయ్యే ఒండ్రును తీసెయ్యడం, పంట కాల్వలు, పిల్ల కాల్వల్లో పేరుకొనే పూడికను తీసెయ్యడం, నీరు

విడుదలయ్యే గవాక్షాలు, కట్టల మరమ్మతులను వెంటనే చేపట్టడాలపై విశేషంగా ఆధారపడటం జరిగింది. అయితే, వీటి కోసం 1896 నుంచి ప్రత్యేక సాగునీటి శాఖ ఏర్పాటైనా, ఈ విషయాలను ఏమాత్రం పట్టించుకోక, ఒక సాగునీటి జలాధారం పుర్తిగా ప్రయోజనాన్ని కోల్పోయిన తరవాతే ఈ శాఖ కళ్ళుతెరిచేది.

వ్యవసాయాభివృద్ధికి, తద్వారా రాష్ట్రాభివృద్ధికి ఆయువుపట్టైన సాగునీటిపై నాటి రాష్ట్ర ప్రభుత్వం వెచ్చించిన మొత్తాలను పరిశీలిస్తే, ఈ కీలకాంశంపై దానికి అంతగా శ్రద్ధలేనట్లుగా కనపడుతుంది. సాగునీటిపై రాష్ట్ర ప్రభుత్వం వెచ్చించిన సొమ్ము 1911-12 లో 23.27 లక్షలు ఉండగా, అది 1948-49 నాటికి 30.17 లక్షలకు మాత్రమే పెరిగిందంటే, 37 సంవత్సరాల్లో 6.90 లక్షల మేరకు పెరిగి, మధ్య మధ్యలో, 1934-35 లో 9.36 లక్షలకు, 1935-36 లో 8.01 లక్షలకు పడిపోవడం కూడా జరిగింది. రాష్ట్ర ప్రభుత్వం ఈ విషయంలో కనబర్చిన ఆర్థిక కఠినత్వాన్ని, కరీంనగర్ జిల్లాలో ఒకే ఒక మానేర్ నదీ ప్రాజెక్ట్, సిరిసిల్ల తాలూకాలోని 18 గ్రామాలకు సంబంధించిన 23,000 ఎకరాలకు సాగు నీరు అందించడానికి, 1,076 కి.వా. విద్యుచ్ఛక్తిని ఇచ్చేదిగా, రూ.35,80,000 ఖర్చును అంచనావేసి, ఫస్ట్ తాలూక్‌దార్ 1928 లో ప్రభుత్వ మంజూరుకు పంపగా, పి.డబ్ల్యుయు.డి 1939 లో మాత్రమే అంగీకరించగా, ప్రాజెక్ట్ నిర్మాణం పని 1945 లో మాత్రమే ప్రారంభం కాగా, 1949 అంతానికి ఇది పూర్తి కావడాన్ని బట్టి (ది దక్కన్ క్రానికల్, 15-8-1949) గ్రహించొచ్చు.

సాగు నీటిని ఆలస్యంగా వదలడం, నాట్లకు నారును పెంచేందుకు నీరు అందివ్వకపోవడం, సాగు నీరు వదిలే సమయం అనిశ్చితిగా ఉండటం, సాగు నీరును వదలడంలో అవినీతి, సాగు నీటిని ఏ ప్రదేశం లేదా ప్రాంతం (forecast area) వరకు వదలాలి, కుడి, ఎడమల గవాక్షాల ఎత్తు విషయాల్లో తప్పుడు నిర్ణయాలు, ఆయకట్టు ప్రాంతాల్లో ఉన్న భూముల ఫోడి (సర్వే డిమార్కేషన్) జరిపి, వాటి యజమానులకు పట్టాలను ఇవ్వడంలో జాప్యం, అటవీ, షికార్గా (నిజాం, ఆయన కుటుంబీకులు, ప్రభుత్వ వర్గీయుల వేట నిమిత్తం ప్రత్యేకంగా కేటాయించిన ప్రాంతం) ప్రాంతాలు వ్యవసాయ భూముల మధ్యలో ఉండటం, ప్రాజెక్టుల ప్రాంతాల్లో మలేరియా తీవ్రంగా ప్రబలి ఉండటం, ప్రాజెక్టుల కింద పలు గ్రామాలకు రవాణా, రాకపోకల సౌకర్యాలు అధ్వాన్నంగా ఉండటం, ఇత్యాది అంశాలన్నీ తెలంగాణా ప్రాంతంలో సాగు నీటి సదుపాయాలను సమర్థవంతంగా, ఎక్కువ మేరకు వాడుకోలేకపోవడానికి దోహదమైనాయి. ఈ విధంగా, విభిన్న కారణాలు, ప్రకృతిసిద్ధమైనవాటి కంటే పరిపాలనాత్మకమైనవి, ప్రాంతంలోని సాగు నీటి వనరులను అతి స్వల్పంగా మాత్రమే వాడుకోవడానికి దారితీశాయి. అయితే, చెల్క, లేదా ఇసుక నేలలు అధికంగా ఉన్న తెలంగాణా ప్రాంత వ్యవసాయాభివృద్ధికి సాగునీటి సరఫరా అత్యంతావశ్యకమైన పరిస్థితిలో, పైన పేర్కొన్న సాగునీటి సంబంధిత పరిణామాల ప్రభావం, ఈ ప్రాంత వ్యావసాయిక అభివృద్ధిపై ఎంతైనా ప్రసరిస్తుందనే కీలకాంశాన్ని మనం గ్రహించగలగాలి.

తెలంగాణా ప్రాంత వ్యవసాయ లక్షణం, స్వరూపం

తెలంగాణా ప్రాంతంలో, ఆమాటకొస్తే మొత్తం హైదరాబాద్ రాష్ట్రంలో కూడా, వ్యవసాయం ప్రజల ప్రధాన వృత్తిగా ఉంది. 1911 లో ప్రతి వెయ్యి మంది జనాభాలో వ్యవసాయాన్ని చేసేవారు, వరసగా వరంగల్, కరీంనగర్, ఆదిలాబాద్ జిల్లాల్లో 1921 లో మెదక్, నిజామాబాద్, మహబూబ్‌నగర్, నల్గొండ జిల్లాల్లో, 536, 466, 673, 452, 431, 432, 498 మంది ఉన్నారు. మెట్ట భూమి భూకతమాలు మొత్తం సేద్యమైన విస్తీర్ణంలో 80% పైబడి ఉండటంతో, ఈ ప్రాంతంలోని వ్యవసాయం ప్రధానంగా రుతుపవన వర్షాలు, వాటి ద్వారా సంభవించే వర్షపాత మార్పులమీద

ఆధారపడింది. ఇంకా, సాగు నీటి ఆధారాలేవీ కూడా ఎప్పుడూ ప్రవహించేవి కావు కాబట్టి, అవి కూడా సరిపోను వర్షపాతం ఉన్నప్పుడే ఉపయోగంలోకి వస్తాయి. రైతులు అనుసరించే వ్యావసాయిక పద్ధతులు మొరటుగా, పురాతనంగా, అశాస్త్రీయంగా ఉన్నాయి. సాధారణ రైతు మామూలుగా నిరక్షరాస్యుడిగా, అభివృద్ధి వ్యతిరేకుడిగా, ఎక్కువ అనుమాన స్వభావం కలిగినవాడుగా ఉన్నాడు. కొత్త పద్ధతులు, ప్రయోగాలను ఎప్పుడూ వ్యతిరేకిస్తూ, తన పురాతన, సంప్రదాయక పద్ధతులు అననుకూలంగా, లాభాన్ని కలిగించేవి కాకపోయినా, వాటి నుంచి వేరుగా వెళ్లేందుకు ససేమిరా అంగీకరించేవాడు కాదు. పొలాన్ని దున్నడానికి సంప్రదాయక, ఎద్దులతో లాగే చెక్క నాగళ్లను వాడేవారు. ఇది నెమ్మదిగా, శ్రమతో కూడినదిగా ఉండేది. భూమిని పంటకు తయారుచేసే ప్రక్రియ తొందరపాటుగా, అసంతృప్తిగా, ఎరువు వాడకం అసమగ్రంగా ఉండి, కలుపును ఏరివేయడం కూడా సరైన రీతిలో ఉండేది కాదు. గమనించాల్సిన మరో ముఖ్య విషయమేమంటే, వ్యవసాయ శాఖ వారు అభివృద్ధిచేసిన వంగడాలను, కేవలం మొత్తం సేద్యమైన భూమిలో 5% మేరకే వాడటం జరిగింది. చీడలు, మొక్కల రోగాలు, అటు పొలాల్లో, ఇటు సామాను భద్రపరిచే స్థలాల్లో, సాలీనా విపరీత నష్టాన్ని కలిగించేవి. ఈ ఇబ్బందులు, లక్షణాలకు తోడు, సామాన్య రైతు యొక్క ఆర్థిక స్తోమత చాలా పరిమితంగా ఉండి, అతడు వ్యావసాయిక అవసరాలపై పెట్టుబడి పెట్టేందుకు పెద్దగా అవకాశం ఉండేది కాదు. ఈ అన్ని లక్షణాల ఫలితంగా, దాదాపు అన్ని రకాల పంటలకు సంబంధించి, ఒక ఎకరా సరాసరి ఉత్పత్తి గణనీయంగా తక్కువగా ఉండి, పొరుగున ఉన్న బ్రిటిష్ ఇండియా రాష్ట్రాల సరాసరి ఉత్పత్తులతో పోల్చుకొంటే, తగ్గుదల చాలా ఎక్కువగా ఉంది.

వ్యావసాయిక పరిశోధన, ప్రయోగాలు

1911 వరకు కూడా హైదరాబాద్ రాష్ట్రంలో వ్యవసాయాభివృద్ధికి రాష్ట్ర బడ్జెట్‌లో ప్రత్యేక కేటాయింపు ఉండేది కాదు. వ్యవసాయ శాఖ ఏర్పాటును చేసిన ఘనత ఏడో నిజాం మీర్ ఉస్మాన్ అలీఖాన్‌కు దక్కింది. దీనికి మిస్టర్ కెన్నీ మొదటి డైరెక్టర్‌గా ఉన్నాడు. 1928 వరకు, ఇది స్థానిక గౌరాని ప్రత్తి బలహీనపడిపోకుండా ఉండేందుకు కృషి చేసింది. 1928-29 లో వ్యవసాయ శాఖను పునర్వ్యస్థీకరించడమైంది, రాష్ట్ర వ్యవసాయాభివృద్ధికి పరిశోధన, ప్రయోగాలు, ప్రదర్శన, ప్రచార విభాగాలను ఏర్పాటు చేయడం జరిగింది. ఎక్కువ ఉత్పత్తినిచ్చే వంగడాలను ప్రయోగశాలల్లో రూపొందించినప్పటికీ, వీటి సమాచారం అత్యల్ప రైతులకు మాత్రమే చేరడం జరిగింది. కారణం, చాలీచాలని వ్యవసాయ క్షేత్రాలు, ప్రచార సిబ్బంది. వరంగల్‌లో గల ఒకే ఒక ప్రభుత్వ క్షేత్రం, వరంగల్ సుబాలో మూడు జిల్లాలు, వీటికి తోడు అదనంగా మెదక్ సుబాకు చెందిన నల్గొండ జిల్లా, వెరసి నాలుగు జిల్లాల్లోని వ్యవసాయదారుల అవసరాలను తీర్చ గలగాలి. ఇకపోతే, కామ్‌గర్‌లు, లేదా ప్రచార సిబ్బంది ఎవరైతే రైతులను కలిసి, వారికి నూతన వంగడాలు, పద్ధతుల గురించి తెలియచెప్పాలో, అటువంటి వారి సంఖ్య కూడా ఏమాత్రం సరిపోనులేదు. ఫలితంగా ఈ సిబ్బంది కార్యక్రమాలు, వ్యవసాయక్షేత్రం పరిధిలో ఉన్న నాలుగు జిల్లాల్లో ఒకటైన కరీంనగర్ జిల్లాలో 1936 వరక్కూడా ప్రారంభం కాకపోగా, మరొక జిల్లా అయిన ఆదిలాబాద్‌లో, సిర్పూర్ తాలూకాను మినహాయిస్తే, 1936 తదుపరి కూడా ఈ ప్రచార సిబ్బంది అడుగిడలేదు. మరొక ముఖ్య విషయమేమంటే, ఈ ప్రచార సిబ్బంది, లేదా గ్రామ స్థాయి పనివారిలో అధిక సంఖ్యాకులు తాలూకా కేంద్రాలను దాటి వెళ్లకపోవడం, దీనికి తోడు ఒకవేళ వెళ్లినా, స్థానిక భాషల పరిజ్ఞానం లేక, వ్యవసాయదారులతో వారి భాషలో మాట్లాడలేకపోయేవారు. చివరగా, ప్రచార సిబ్బంది సరిపోను లేకపోవడం, ప్రదర్శన క్షేత్రాలు నామమాత్రంగా ఉండటానికి ముఖ్య కారణం, వ్యవసాయశాఖకు ఎప్పుడూ అతి తక్కువ నిధులను కేటాయించడం. దీనికి కేటాయించిన

నిధులు, మొత్తం రాష్ట్ర వ్యయంలో 1934-35 లో 0.94 శాతం నుంచి 1950-51 లో 1.57 శాతంగా ఉండటం జరిగింది.

విత్తనాలు, వాటి సరఫరా, వినియోగం

పంటల అధికోత్పత్తికి మేలైన విత్తనాల వాడకం ప్రధాన దోహదకారిగా ఉంది. హైదరాబాదు రాష్ట్రంలో మేలైన విత్తనాల వాడకం ద్వారా, సాలీనా లక్ష టన్నుల అధికోత్పత్తిని సాధించి, తద్వారా ఆహార ధాన్యాల దిగుమతులను గణనీయంగా తగ్గించవచ్చని భావించడమైంది. (ది దక్కన్ క్రానికల్, 4-5-1950). రాష్ట్రంలో మామూలుగా 70,000 నుంచి 80,000 టన్నుల బియ్యం, 10,000 టన్నుల గోధుమల కొరత ఉంది (ది దక్కన్ క్రానికల్, 23-12-1948). అయితే స్థానిక రైతుల్లో అధిక సంఖ్యాకులు తమ విత్తనాలను తామే గత పంట నుంచి సమకూర్చుకోవడం, కొంత మంది పొరుగు రైతుల నుంచి అప్పుగా తీసుకోవడం, మిగిలిన వారు వడ్డీ వ్యాపారి, లేదా ధాన్య వ్యాపారి నుంచి 'నాగ్‌పేష్' పేరుతో 25 నుంచి 50% అదనపు చెల్లింపు షరతు మీద తీసుకోవడం జరిగేది. వ్యవసాయశాఖ సరఫరాలు నిర్ణీత ప్రదేశాలకు, పంటలకు మాత్రమే అందించబడేవి. ఆమాటకొస్తే, మేలైన విత్తనాలు, ఎరువులు, ట్రాక్టర్ల లాంటి పనిముట్లను, కేవలం కొద్ది మంది పెద్ద రైతులు మాత్రమే వాడటం జరిగింది. 1929-30 సంవత్సరం వరక్కూడ, తెలంగాణా జిల్లాల్లోని రైతులు, వ్యవసాయశాఖ నుంచి విత్తనాలు, ఎరువులకు సంబంధించి ఎటువంటి సహాయాన్ని పొందలేదు. ఉదాహరణకు పాలేరు ప్రాజెక్ట్ (ఖమ్మం తాలూక) కింద సాగైన 90 ఎకరాలకు గాను, 1356 ఫస్లి (1947) ఆబి (మొదటి కారు వరి) వరి పంటకు మేలైన విత్తనాలు కేవలం ఒక గ్రామంలో ఒకే రైతు 30 బస్తాలను వాడగా, అదే పంటకు వైరా ప్రాజెక్ట్ (ఇది కూడా ఖమ్మం తాలూకాలో ఉంది) క్రింద ఒక్క రైతు కూడా ఈ వంగడాలను వాడలేదు. ఈ విధంగా మేలైన విత్తనాల ఉత్పత్తి, పంపిణీ, అధిక వ్యవసాయోత్పత్తికి ఎంతైనా దోహదకారులైనా, ఇవి నాటి ప్రభుత్వం నుంచి తగినంత మద్దతును, శ్రద్ధను పొందలేకపోయాయి. ఫలితంగా, పంటల ఉత్పత్తి పరిమాణం, ఒక ఎకరా సగటు దిగుబడులు తగ్గుముఖం పట్టడం జరిగింది.

ఎరువులు, వాటి వాడకం

సరైన ఎరువులను తగినంత ప్రమాణంలో వాడకపోవడం వల్ల తెలంగాణా ప్రాంతంలో పంటల దిగుబడులు గణనీయంగా తగ్గడం జరిగింది. మెట్ట భూములకు ఎరువులను వాడేవారు కాదు. ఎందుకంటే, ఒక ఎకరాకు వేసే ఎరువు ఖర్చు, దాని భూమి శిస్తుకు మూడు రెట్లుగా ఉండేది. మాగాణి, తోట భూముల విషయంలో కూడా రైతు చాలా వరకు తన పశువుల పేడ ఏదైతే తాను ప్రతి రోజు పోగుచేస్తాడో, ఆ ఎరువునే వాడటం జరిగింది. మేకల, గొర్రెల మందలను రాత్రి సమయాల్లో తమ పొలాల్లో విశ్రమింపచేయడం ద్వారా, తెలంగాణా జిల్లాల్లోని రైతులు తమ భూములకు ఎరువును సమకూర్చుకొనేవారు. ఇది రైతుకు ఎక్కువ ఖర్చునిచ్చేది కాదు. కారణం, 500 మేకలను ఒక రోజు విశ్రమింపచేస్తే, కేవలం ఒక రూపాయి మాత్రమే చెల్లించాలి; అలా మూడు సార్లు చేస్తే, ఒక ఎకరం మాగాణి భూమిలో 3/4వ వంతు సారవంతమయ్యేది. అయితే, దురదృష్టమేమంటే, సరైన ఎరువులను వేయడం వల్ల పంటల దిగుబడులు 50% పెరిగే సందర్భంలో, రైతులు, వంటచెరకు కొరతతో, పశువుల పేడలో అధిక భాగాన్ని కాల్చి, ఆరిన తదుపరి వంటచెరకుగా వాడేవారు.

వ్యవసాయ శాఖ వారు వివిధ రకాల ఎరువులను సరఫరాచేస్తున్నప్పటికీ, అవి వాడిన విస్తీర్ణం, మొత్తం సేద్యమైన భూమిలో స్వల్పంగా ఉండేది. ఉదాహరణకు, తూర్పు తెలంగాణా డివిజన్‌లో నాలుగు జిల్లాలు ఉండగా, వ్యవసాయ శాఖ వారు 1931-32 నుంచి 1938-39 మధ్య కాలంలో సరఫరాచేసిన ఎరువుల వాడకం, ఒక్కొక్క జిల్లాలో వంద ఎకరాల క్కూడా విస్తరించ లేదు. ఆముదం రొట్టె, అమ్మోనియం సల్ఫేట్, నిసిఫాస్ లాంటి ఎరువులు, వరి,

పంచదార చెరకు, వేరుశనగ మొదలయిన పంటల సాగులో ఎంతో ఉపయోగకరమైనప్పటికీ, ఈ ఎరువుల హెచ్చు ధరలు, వీటి ఉపయోగం గురించి రైతులకు వ్యవసాయశాఖ విస్తరణ సిబ్బంది తెలియచేయకపోవడంతో కలిసి, ప్రధానంగా, ఇటువంటి అత్యల్ప వాడకానికి దారితీశాయి. ఆముదపు, వేరుశనగ రొట్టెలు ఏవైతే స్థానికంగా లభ్యమౌతాయో, వరి, చెరకు పంటలకు ఎంతో ఉపయోగరమైనప్పటికీ, బ్రిటిష్ ఇండియాలో వీటికి గల ఒక టన్నుకి రూ. 100/- హెచ్చు ధర, ఇక్కడి రైతులను వాటి ఎగుమతికి ప్రోత్సహించడం జరిగింది. స్థానిక అవసరాల దృష్ట్యా, కొన్ని సందర్భాల్లో ప్రభుత్వం వీటి ఎగుమతిని నిషేధించడం కూడా జరిగింది (ది దక్కన్ క్రానికల్, 8-7-1949). ఈ విధంగా, రాష్ట్ర ప్రభుత్వం సంవత్సరానికి మూడు నుంచి నాలుగు లక్షల ఎకరాలకు మేలైన ఎరువులను సరఫరాచేయాలని ప్రణాళిక వేసుకొన్నప్పటికీ, గోడౌన్‌ల నుంచి పంపిణీ చేసిన ఎరువుల ప్రమాణం మాత్రం ఆశించిన దానికంటే చాలా తక్కువగా ఉండటం జరిగింది. ఇది సహజంగా తక్కువ ఉత్పత్తికి దారితీసింది.

పంటల రోగాలు, నివారణా చర్యలు

పురుగుల దాడులు, పంటల రోగాలు ప్రతి సంవత్సరంలో భారీ నష్టాన్ని కలిగించేవి. ఇది ప్రత్యేకించి తెలంగాణా జిల్లాల్లో స్పష్టంగా కనపడుతుంది. కారణం, సాగునీటి వ్యవసాయం, రెండు పంటల విధానం ఫలితంగా, చీడ పురుగుల దాడులు వరి సాగులో నిత్య లక్షణంగా మారడం జరిగింది. నల్లపురుగు, మిడత, పాకుడు పురుగు, దుంప రోగం ప్రతి సంవత్సరం వరి పంటకు విపరీత నష్టాన్ని కలిగించేవి. ఇతర ముఖ్య పంటలైన జొన్న, వేరుశనగ, ఆముదాలు కూడా, చీడపురుగుల దాడులకు గురయ్యాయి. ఈ సందర్భంలో గమనించాల్సిన ముఖ్య విషయమేమంటే, ప్రతి సంవత్సరం ఒక్క కాని రోగం కారణంగానే, దాదాపు 1,00,000 టన్నుల జొన్న ధాన్యం నాశనం కావడం జరిగింది. ఇట్టి చీడపురుగుల దాడులు, పంటల రోగాలు ఎంత విస్తృతంగా నష్టాన్ని కలిగించేవంటే, 1931-32 సంవత్సరానికి వ్యవసాయ శాఖ వారు జిల్లాల నుంచి వివిధ పంటలకు చీడపురుగుల దాడులు, వరంగల్, కరీంనగర్ జిల్లాల్లో వరి పంటకు వేరుపురుగు దాడి గురించి 190 రిపోర్ట్‌లను అందుకోవడం జరిగింది.

పంటల రోగాలు అంత విస్తృతంగా, తీవ్రంగా ఉన్నప్పుడు, 1949 సంవత్సరాంతం వరక్కూడా, వ్యవసాయ శాఖ వారు చీడల కారణంగా పంటలకు వాటిల్లే నష్ట పరిమాణం గురించిగాని, లేదా వీటి తొలగింపు గురించిగాని, క్రమానుగత పరిశోధనా కార్యక్రమమేదీ చేపట్టకపోవడం అత్యంత దురదృష్టకరమే గాక, వ్యవసాయోత్పత్తి దృష్ట్యా తీవ్ర నష్టదాయకమైంది. సాధారణ చర్యలైన 15" లోతు ట్రాక్టర్ దున్నకం, వెలుతురు దీపాలను (traps) పెట్టడం, విషంతో ఎలుకల ఉచ్చుల (baits) ను పెట్టడం (పొలాల్లో ఉండే ఎలుకలు కూడా పంటలకు, ప్రత్యేకించి వేర్లతో ఉండే పంటలైన వేరుశనగ, బంగాళాదుంప లాంటి వాటికి నష్టాన్ని కలిగించేవి కాబట్టి, వాటిని చంపడానికి విషపు ఉచ్చులను అమర్చేవారు.) ఇలాంటి చర్యలను చీడలు, రోగాల తొలగింపుకు సిఫారస్ చేయడం జరిగింది. అయితే, ఈ పద్ధతులు ఎక్కువ ఖర్చుతో కూడుకోవడం- ఎలాగంటే ట్రాక్టర్ దున్నకం, ట్రాక్టర్‌ను అద్దెకు తీసుకొని చేయాల్సిఉంటుంది. పోతే, లైట్ ఉచ్చులను ఏర్పాటు చేయడం అంత సులభమైంది కాదు. ఎందుకంటే వాతావరణ పరిస్థితుల ప్రభావం ఉంటుంది. అయితే, బి.హెచ్.సి., దాని వివిధ తయారీలు, 1950 నుంచి ఎదురైన పంటల రోగాలను చాలా వరకు ఎదుర్కొనడంలో విజయవంతమైనప్పటికీ, చివరి నిజామ్ మొత్తం పాలనా కాలంలో విధానపరమైన, శాస్త్రీయమైన పంటల నియంత్రణ చర్యలేవీ చేపట్టకపోవడంతో, ప్రాంతంలోని రైతులు విపరీతమైన పంట నష్టాలను ఎప్పటికప్పుడు భరించాల్సొచ్చింది.

వ్యవసాయ పనిముట్లు

ఇవి ఎక్కువగా సంప్రదాయకంగా మాత్రమే ఉన్నాయి. ఎద్దులతో లాగే చెక్క నాగళ్లు, బండ్లు, వ్యవసాయదారుల ప్రధాన పరికరాలుగా ఉన్నాయి ('తెలంగాణా ప్రాంత వ్యవసాయ లక్షణం, స్వరూపాన్ని' చూడండి). ఇనుప నాగళ్లు, 'పెర్షియన్‌వీల్ వాటర్ లిఫ్ట్', 'పవర్ పంపింగ్ ప్లాంట్స్', ఆయిల్ ఇంజన్, ట్రాక్టర్లు, మొదలైన మెరుగైన పనిముట్లను వ్యవసాయశాఖవారు సరఫరాచేసేవారు. వీటిలో కొన్నిటి పనితనాన్ని వ్యవసాయదారులు మెచ్చుకోవడం జరిగింది. ఇనుప నాగళ్లు, చెక్క నాగళ్ళ కంటే ఎక్కువ భూమిని, లోతుగాను దున్నేవని, పవర్ పంపింగ్ ప్లాంట్స్ నీళ్లను బావుల నుంచి తొందరగా తోడగలవని, ఆ విధంగా బలహీన ఎద్దులు సంప్రదాయ మోట (బావిలో నుంచి నీళ్లు నిండిన బక్కెట్ల వరసను పైకి లాగేందుకు ఎద్దులను పైకి లాగేటప్పుడు ముందుకు, ఖాళీ బక్కెట్లు బావిలోకి తిరిగి వెళ్ళేటప్పుడు వెనక్కు రావాలి. ఇలా రోజులతరబడి చేయడం వల్ల, ఎద్దుల బలం, శక్తి తరిగిపోయేవి) ను లాగుతూ బలహీన పడే అవసరం లేదని గ్రహించారు. కానీ, వీటి ఖరీదు వారిలో చాలా మందికి భరించే వీలు కానిది. హెచ్చు ధరలే కాకుండా, ఆయిల్ ఇంజన్లు, వాటర్ పంపింగ్ సెట్స్ లాంటి పరికరాలను వాడుకునే విధానం కూడా సామాన్య రైతు పరిజ్ఞానానికి మించింది. సంప్రదాయ పరికరాల మరమ్మత్తులు, బదిలీకి ఉన్న సౌకర్యాలు, కొత్త పరికరాల విషయంలో అందుబాటులో లేకపోవడం కూడా వీటిపట్ల రైతుల అయిష్టతకు దారితీసింది. రైతుల్లో స్వతహాగా ఉన్న సంప్రదాయ ప్రియత్వం కూడా వారిని కొత్త పరికరాలపట్ల మొగ్గనివ్వలేదు.

ఫలితంగా, తూర్పు తెలంగాణా డివిజన్‌లో గల మొత్తం రైతుల్లో, అత్యల్ప రైతులు మాత్రమే వ్యవసాయ శాఖ నుంచి కొత్త పరికరాలను కొనేందుకు ముందుకు వచ్చారు. ఉదాహరణకు, ఇనుప నాగళ్ల విషయం తీసుకొంటే, 1931-32 నుంచి 1938-39 వరకు, 2 నుంచి 45 పంపిణీ చేయగా, పవర్ పంపింగ్ ప్లాంట్స్ అయితే 1 నుంచి 4 మాత్రమే ఇవ్వడమైంది. ఈ కొంచెం కూడా ధనిక రైతులచేత కొనబడి ఉండొచ్చు. ఈ మెరుగైన వ్యవసాయ పనిముట్లను రైతులు అత్యల్పంగా వాడటమే కాకుండా, 1944 లో ఇనుముతో సహా పలు వృత్తిపరమైన వస్తువుల అమ్మకంపై కంట్రోల్‌ను విధించడంతో, పనిముట్లకు కావాల్సిన ఇనుమును హెచ్చు ధరకు నల్ల బజారులో కొనాల్సిన పరిస్థితి, రాష్ట్ర రైతుల కేర్పడింది. ఈ బాధాకర పరిస్థితి రైతులకు 1950 లో కూడా ఉన్నట్లు కనపడుతుంది (గోల్కొండ దిన పత్రిక, 12-4-1949, 17-3-1950). ఈ విధంగా, వ్యవసాయ పనిముట్ల విషయంలో సంప్రదాయకత, కొరత నెలకొని, సహజసిద్ధ లక్షణంగా ఉత్పత్తి తగ్గుదలకు దారితీశాయి.

వ్యావసాయిక అనుబంధ వ్యవస్థగా పశుపోషణ

తెలంగాణాలో వ్యవసాయ పనులు ఎద్దుల ద్వారా చేపట్టడం (తెలంగాణాలో వ్యవసాయ లక్షణం, స్వభావం అనే ఈ అధ్యాయంలోని అంశాన్ని చూడండి), పశువుల పేడను భూములకు ప్రధానంగా ఎరువుగా వాడటం (ఎరువులు, వాటి వాడకం అనే అధ్యాయంలోని అంశాన్ని చూడండి). స్పష్టపర్చే విషయమేమంటే, వ్యవసాయ ఉత్పత్తి సమగ్రమైన పశుపోషణ మీద ఆధారపడింది. రైతు విజయం ఆతని కార్యకలాపాల తీవ్రత, పరిమాణం, చాలినన్ని ఎద్దులుండటమే గాక, వాటి బలం, పనిచేయగల శక్తిపై ఆధారపడ్డాయి.

వ్యావసాయిక పశువుల పంపిణీ, సేద్యమైన భూమి పరిమాణం, సేద్యపు నీరు అందుకొనే భూమి పరిమాణం, గ్రామీణ ప్రజల సంఖ్య, భూకమతాల పరిమాణం అనే అంశాలపై ఆధారపడింది. ఎద్లు వ్యవసాయ పనులకు ప్రధానంగా వాడినప్పటికీ, మాగాణి సేద్యంలో దున్నపోతులను కూడా ఉపయోగించడం జరిగింది. ఇవి అలసటను తట్టుకొని రైతుకు

తక్కువ ధరలో లభ్యమై, ఇంకా ఇసుక, కల్లు, ఇతర వాడుకొనే వస్తువులను మోసేవి. వ్యవసాయం దృష్ట్యా, చింతించాల్సిన అంశం ఏమిటంటే, తెలంగాణాలో 1930, 1935 మధ్య కాలంలో ఎద్లు, దున్నపోతుల సంఖ్య వరసగా 8%, 6% తగ్గిపోవడం జరిగింది. 1935, 1940 ల మధ్య కూడా, మొత్తం పశువుల సంఖ్యలో 2.9% తగ్గుదల ఏర్పడింది.

వ్యవసాయ పనుల్లో సహాయపడే పశువుల బలం, కొనసాగింపు, వాటి జాతి, మేసేందుకు సౌకర్యాలు, రోగ నివారణకు వైద్య సహాయం, ముందు జాగ్రత్త చర్యలమీద ఆధారపడ్డాయి. మంచి జాతి పశువులను ఏర్పర్చుకోవాలంటే, ఆవులను గాని, గేదెలను గాని, గొప్ప ఆంబోతులతో కలయికను ఏర్పరచాలి. ఈ విషయంలో, పశువుల మందలున్న వారు తప్పితే, మిగతా వారు పట్టించుకోకపోవడం వల్ల, బలహీన జాతి పశువులను పొందడం జరిగింది. పశుసంవర్ధక శాఖ ఈ ఆంబోతులను ఆయా ప్రదేశాలకు సరఫరా చేయడంలో విఫలమైంది. 1930-35 ఐదు సంవత్సరాల కాలంలో, వరంగల్, కరీంనగర్, ఆదిలాబాద్ జిల్లాల్లో ఒకటి మాత్రమే 1930-31 లో వరంగల్ జిల్లాకు సరఫరా చేయబడి, మిగిలిన నాలుగు సంవత్సరాల కాలంలో సరఫరా శూన్యంగా ఉండటం జరిగింది.

20 వ శతాబ్ది రెండో పాదం నుంచి గ్రామీణ జనాభా పెరగడంతో, నూతన భూముల మంజూరీకి అర్జీలు ఎక్కువ కాసాగాయి. దీంతో పశువుల మేతకై కేటాయించిన గ్రామాల భూముల విస్తీర్ణం తగ్గసాగింది. కారణం, వీటిని వ్యవసాయానికై కేటాయించడం జరిగింది. ఒక గ్రామ విస్తీర్ణంలో పశువుల మేత భూముల శాతం 25% నుంచి 10% నికి, ఇంకా 5% నికి కొన్ని సందర్భాల్లో పడిపోవడం జరిగింది. తూర్పు తెలంగాణా జిల్లాల్లో తరి భూమి సేద్యం ఎక్కువ కావడం వల్ల, మలేరియా వ్యాప్తి చెందడం (ఈ అధ్యాయంలో 'సేద్యపు నీటి సౌకర్యాలు' అనే అంశాన్ని చూడండి), దానితోపాటు తరచుగా పశువులకు రోగాలు ఏర్పడి, హెచ్చు సంఖ్యలో చనిపోవడం జరిగింది. ఈ రోగాలు వర్షా కాలం, చలి కాలంలో ఎక్కువగా రావడం జరిగింది. కొన్ని సంవత్సరాల్లో నష్టం ఎంత తీవ్రంగా ఉందంటే, 1932-33లో వ్యావసాయిక పశువులు, వరంగల్ జిల్లాలో 2,45,934, కరీంనగర్ జిల్లాలో 3,69,944, ఆదిలాబాద్ జిల్లాలో 2,10,900 చనిపోవడం జరిగింది. అయితే, ఈ పశువుల రోగాలు ప్రతి సంవత్సరం ఏదో ఒకచోట వస్తున్నప్పటికీ, పశుసంవర్ధక శాఖ ఎటువంటి ముదు జాగ్రత్త చర్యలను తీసుకోలేదు. అంతేగాక, రోగాలు సోకిన పశువులక్కూడా వెంటనే తగిన వైద్య చర్యలు రైతులు పదే పదే కోరినా, చేపట్టేవారు కాదు (గోల్కొండ వారపత్రిక, 7-9-1933). పశు వైద్యశాలలు, పశువుల జనాభాతో పోలిస్తే, చాలినన్ని లేకపోవడమే కాక, ఉన్నవాటిలో సరైన సామాగ్రి, సరిపోను సిబ్బంది, వారికి సరైన శిక్షణ లేకపోవడం, సమస్యను, రైతుల ఇబ్బందులను మరింత జటిలం చేశాయి.

సరైన మేత భూములు లేక, రోగాల దెబ్బ తీవ్రంగా ఉండటంతో, పశువుల నుంచి ఎరువు కూడా తగ్గిపోయి ఉండాలి. మరొక అసంతోషకర విషయమేమంటే, 1921-1935 మధ్య కాలపు పశువుల ఎగుమతి, దిగుమతుల గణాంకాలను పరిశీలించినట్లైతే, ఎగుమతులు, దిగుమతుల కంటే నాలుగురెట్లు అధికంగా ఉండటం జరిగింది. ఇది ఎరువుల ఉత్పత్తి పైన, ఇతర వ్యావసాయిక అంశాలపై ప్రతికూల ప్రభావాన్నిదాల్చింది. ఇది వ్యవసాయార్థిక వ్యవస్థపై దుష్పరిణామాన్ని ప్రసరింపచేసింది. వేల సంఖ్యలో పనికి ఉపయోగపడని పశువులు అధికంగా ఉండటం కూడా రైతుల నిర్వహణా భారాన్ని పెంచుతూ, పనికి ఉపయోగపడే పశువుల మేత అవకాశాలను తగ్గించే పరిస్థితికి దారితీయడం జరిగింది. ఈ విధంగా పైన విశ్లేషించినట్లుగా, పశుపోషణా పరిస్థితుల మూలంగా, రైతులకు సరిపోను, దృఢమైన పనికి ఉపయోగపడే పశువులు లేకపోవడం, మరొక వైపు పశువుల నుంచి సరిపోను ఎరువు సరఫరా కాకపోవడం సంభవించాయి. ఈ లక్షణాలు తప్పక వ్యావసాయిక అభివృద్ధికి ప్రతికూలంగా ఉన్నాయి.

వ్యావసాయిక రుణ అవసరాలు, అవి తీర్చబడిన ప్రక్రియలు

స్థూలంగా, గ్రామీణ ప్రాంతాల్లోని ప్రజల రుణ అవసరాలను వరుసగా, వడ్డీ వ్యాపారులు, సహకార పరపతి సంఘాలు, బ్యాంకులు, ప్రభుత్వ శాఖలు తీర్చడం జరిగింది. ఇంపీరియల్ బ్యాంక్, సెంట్రల్ బ్యాంక్‌లాంటి జాయింట్ స్టాక్ బ్యాంక్‌లు, తమ లాభాలనే ధ్యేయంగా పెట్టుకొని, వాణిజ్య బ్యాంకుల్లాగా పనిచేయసాగాయి. ఇవి ముఖ్యంగా అప్పులిచ్చే దానికంటే, డిపాజిట్ల సేకరణ, ఎక్చ్సేంజ్‌ల మీద కేంద్రీకరించడం జరిగింది. డొమినియన్ కో ఆపరేటివ్ బ్యాంక్, ప్రుడెన్షియల్ బ్యాంక్‌లాంటి సహకార బ్యాంకులు కూడా లాభాల ఆర్జనలో మునగడం జరిగింది. రైతుల దీర్ఘకాలిక రుణావసరాలైన భూమి కొనుగోలు లాంటి వాటికి రుణ సదుపాయాన్ని అందించేందుకు భూమి తనఖా బ్యాంకులను ఏర్పాటు చేయకపోవడం, మొత్తం రాష్ట్ర వ్యాప్తంగా రైతుల రుణావకాశాలను విశేషంగా దెబ్బతీసింది. ఈ విషయంలో 1939 లో ప్రతిపాదన చేసినప్పటికీ (ది దక్కన్ క్రానికల్, 23-6-1949), వ్యవసాయదారుల సంఘం ఇదే విషయమై నివేదించినప్పటికీ. ఇటువంటి బ్యాంకులు పొరుగున ఉన్న మద్రాస్, మైసూర్‌ల్లో 1930 లోనే స్థాపించి, వరసగా 1949 వరకు అవసరం ఉన్న రైతులకు 7 కోట్ల 71 లక్షల రూపాయల రుణ సహాయాన్ని అందించినప్పటికీ, హైదరాబాద్ ప్రభుత్వం అక్టోబర్, 1950 వరక్కూడా (గోల్కొండ దినపత్రిక, 31-10-1950), రైతుల దీర్ఘకాలిక కోరికను తీర్చేందుకై ముందుకు రావడం జరగలేదు.

పట్టిక - 3 అప్పులు, వీటిని అందించిన సంస్థలు, 1949-51 లో

(సర్వేచేయబడ్డ గ్రామాల్లో)

(రూపాయల్లో)

క్ర.సం.	జిల్లా	వృత్తిపరమైన వడ్డీ వ్యాపారులు	వ్యావసాయిక కుటుంబాలు	వ్యావసాయేతర, వృత్తిపరం కాని వడ్డీ వ్యాపారులు	సహకార సంస్థలు	ప్రభుత్వశాఖలు	మొత్తం
1.	2.	3.	4.	5.	6.	7.	8.
1.	వరంగల్	1,18,893	3,09,550	1,34,415	32,562	18,352	6,13,772
2.	కరీంనగర్	1,21,705	54,323	4,812	..	..	1,80,840
3.	ఆదిలాబాద్	1,68,741	1,67,327	70,786	1,878	230	4,08,962
4.	మహబూబ్‌నగర్	3,56,970	3,38,486	3,28,958	28,708	2,776	10,55,898
5.	మెదక్	1,04,179	89,321	42,701	44,000	2,456	2,82,657
6.	నల్గొండ	2,19,251	1,85,719	1,38,476	72,898	22,263	6,38,607
7.	నిజామాబాద్	1,10,025	2,17,382	97,761	36,219	45,852	5,07,239
	16 జిల్లాల మొత్తం	17,11,628	20,88,392	11,63,423	3,58,985	1,30,235	54,52,663
	కాలం- 8 కి శాతం	31.39	38.30	21.34	6.58	2.39	100.0

మూలం: యస్.కేశవ అయ్యంగార్, రూరల్ ఎకనామిక్ ఎన్‌క్వైరీస్, 1949-51, పుట.412.

పై పట్టిక-3 లో ఇచ్చిన వివరాలు, 1949-51 లో రాష్ట్ర ప్రభుత్వ ఆర్థిక వ్యవహారాల సలహాదారుగా పనిచేసిన శ్రీ కేశవ అయ్యంగార్, ఒక్కొక్క తాలూకా నుంచి ఒక గ్రామాన్ని ఎంపిక చేసుకొని, సర్వే జరిపి, వీటిని అందించడం

జరిగింది. వివరాలను గమనించినట్లైతే, సహకార సంస్థలు, ప్రభుత్వ శాఖలు, ఏవైతే తక్కువ వడ్డీకి రుణ సదుపాయాన్ని అందించగలవో, వాటి నుంచి అత్యల్ప శాతం రుణాలు మాత్రమే అందడం జరిగింది. జిల్లాల వారిగా చూచినట్లైతే, ఆయా జిల్లాల మొత్తం రుణాల్లో (కాలం నెం.8) సహకార సంస్థల నుంచి అందిన రుణాల శాతం, వరసగా వరంగల్, కరీంనగర్, ఆదిలాబాద్, మహబూబ్‌నగర్, మెదక్, నల్గొండ, నిజామాబాద్ జిల్లాల్లో, 2.99, nil, 0.45, 20.71, 15.55, 11.41, 7.14 గా ఉన్నాయి. (శాతాలను పరిగణన చేయడం జరిగింది). మొదటి మూడు వరంగల్ సుబా జిల్లాల్లోని శాతాలు, రాష్ట్ర శాతం కంటే తక్కువగా ఉండగా, తదుపరి నాలుగు మెదక్ సుబా జిల్లాల్లోని శాతాలు, రాష్ట్ర శాతం కంటే ఎక్కువగా ఉండటం జరిగింది. ఒక జిల్లా నుంచి మరొక జిల్లాకు, ఒక సుబా నుంచి మరొక సుబాకు గల ఈ శాతాలకు సంబంధించిన తేడాలు, ఆయా జిల్లాల్లోని సహకార సంస్థల పనితీరులో గల వ్యత్యాసాల ఫలితంగా భావించొచ్చు. అయినప్పటికీ, ఆయా జిల్లాల్లోని సహకార సంఘాల సంఖ్య, వాటి సభ్యుల సంఖ్యను పరిశీలించినట్లైతే, అందచేసిన రుణాలు తప్పక స్వల్పంగా కనిపిస్తాయి. 9% వడ్డీ రేటును విధించడం, రుణాలను పొందడంలో జరుగుతున్న విపరీత జాప్యం, రైతుల నిరక్షరాస్యత, అమాయకత్వం మూలంగా, ఈ సంఘాల్లో అధికారులు పైచేయిగా ఉండటం, అన్నింటికంటే మించి, 1950 మధ్య భాగం వరక్కూడా కొనసాగిన ప్రభుత్వ అప్రజాస్వామికత, ఆదిగా గల పరిణామాలన్నీ సహకార సంఘాల పనితీరు ఏమాత్రం ఆశాజనకంగా లేకపోవడానికి దోహదమైనాయి. ఫలితంగా, తెలంగాణా రైతులకు వీటి నుంచి నామమాత్రపు, లెక్కించదగని రుణ సహాయం మాత్రమే లభించింది.

పట్టిక-3 ప్రకారం, సహకార సంస్థల కంటే, ప్రభుత్వ శాఖల నుంచి అందిన రుణాల పరిమాణం ఇంకా స్వల్పంగా ఉంది. తక్కావి పేరుతో ప్రభుత్వం రైతులకు ఇచ్చే రుణ సహాయం, కట్టలు, బావులు, సాగునీటి కాల్వల నిర్మాణం లాంటి దీర్ఘకాల పనులకు, ఎడ్లు, విత్తనాలు, ఎరువులు, పనిముట్ల కొనుగోలులాంటి స్వల్ప కాల పనులకు ఉద్దేశించింది. దీని మీద 6% వడ్డీ రేటు విధించబడింది. అయితే, ఈ రుణ సహాయాన్ని ప్రభుత్వం క్రమపద్ధతిలో విధానపరంగా ఇవ్వకుండా, విపత్తుల సమయంలో మాత్రమే ఉపశమనంగా ఇచ్చినట్లు కనపడుతుంది (గోల్కొండ దినపత్రిక, 13-10-1949). 1929-33 ఆర్థిక మహామాంద్య సహాయాలను పక్కనపెడితే, వరంగల్ సుబాకు మామూలుగా కేటాయించిన రూ.13,000/-, 3,00,000 పట్టేదార్లు, 5000 లకు పైగా గ్రామాల్లో విస్తరించినవారికి, ఈ సహాయం సముద్రంలో ఒక నీటిబొట్టు లాగా, రుణ సహాయం కోసం తపించే రైతులకు అలా పరిణమించింది. దురదృష్టం ఏమిటంటే, జిల్లా రెవిన్యూ అధికారులు ఈ విషయంలో ఎంత నిర్లక్ష్యంగా వ్యవహరించేవారంటే, స్వల్ప మొత్తాలైన రూ.6000/- వరంగల్ జిల్లాకు, రూ.3000/- చొప్పున కరీంనగర్, ఆదిలాబాద్ జిల్లాలకు ఖర్చు చేయలేక, అట్టి మొత్తాల మీద ప్రభుత్వానికి రూ.2090/- లను పొదుపుగా చూపించడం జరిగింది. దీనికి కారణం ఏమిటంటే, అప్పులిచ్చే ముందు దరఖాస్తుల పరిశీలన, తదుపరి నిర్ణీత కాల పరిమితి, తదుపరి అప్పులను తిరిగి వసూలు చేయడంలో ఉండే శ్రమను భరించేందుకు రెవిన్యూ అధికారులు అయిష్టంగా ఉండేవారు. మరొక ముఖ్య విషయం ఏమిటంటే, తక్కావీ రుణాలను సంపాదించడంలో ఉండే ఆలస్యం, శ్రమ, ఖర్చులను దృష్టిలో పెట్టుకొని, తమకు అత్యవసరం ఉన్నప్పుడు వేరే మార్గాల నుంచి తమకు అప్పు లభ్యంకానప్పుడు మాత్రమే, రైతులు వీటికి దరఖాస్తు చేసుకొనేవారు (గోల్కొండ దినపత్రిక, 23-4-1950). మరో ప్రాముఖ్యతా విషయమేమంటే, రుణ సహాయ జాబితాల్లో నిజమైన, అవసరం ఉన్న, బీద రైతుల కంటే, పలుకుబడిగల పెద్ద భూస్వాములు, పటేళ్లు, పట్వారీలు, దేశ్‌ముఖ్‌లు ఉన్నట్లు కనపడుతుంది (గోల్కొండ దినపత్రిక, 13-10-1949). ఈ పలు అంశాల పర్యవసానంగా, పట్టిక-3 ప్రకారం, వరసగా వరంగల్, కరీంనగర్, ఆదిలాబాద్, మహబూబ్‌నగర్, మెదక్, నల్గొండ, నిజామాబాద్ జిల్లాల్లో, ప్రభుత్వం

అందించిన రుణ సహాయం, ఆయా జిల్లాల మొత్తం రుణంలో కేవలం 2.99%, శూన్యం, 0.05%, 0.24%, 0.86%, 3.48%, 9.03% గా ఉన్నాయి (శాతాలను పరిగణించడం జరిగింది). వరంగల్, నల్గొండ, నిజామాబాద్ జిల్లాల్లో మాత్రమే రుణ శాతం, రాష్ట్ర శాతాని కంటే అధికంగా ఉంది. అయితే, రాష్ట్ర శాతమే అత్యల్పంగా ఉంది కాబట్టి, ఈ హెచ్చు తగ్గులకు ప్రాధాన్యత ఉండే అవకాశం లేదు. పై విధంగా అటు సహకార సంస్థలు, ఇటు ప్రభుత్వ శాఖల నుంచి రైతులకు 5% నుంచి (వరంగల్ సుబాలో) 21% (మెదక్ సుబాలో) మించి పరపతి సౌకర్యం లేకపోవడంతో, వారు తప్పనిసరిగా ఇష్టం లేకున్నా, వడ్డీ వ్యాపారుల కబంధ హస్తాల్లోకి వెళ్లిపోవడం జరిగింది.

వడ్డీ వ్యాపారులు, వ్యావసాయిక రుణాలకు వారి తోడ్పాటు

పట్టిక-3 సూచించిన విధంగా, మూడు రకాల వడ్డీ వ్యాపారులు- వృత్తిగా చేపట్టిన వారు, వ్యవసాయ కుటుంబాల వారు, వృత్తిగా గాని, వ్యవసాయ కుటుంబాల్లోగాని లేనివారు- కలసి, వ్యవసాయదారుల రుణాల్లో రాష్ట్రంలోని జిల్లాలన్నిటినీ కలిపి చూస్తే 91% న్ని; వరంగల్ సుబాను తీసుకొంటే 95% న్ని; మెదక్ సుబాను తీసుకొంటే 83% న్ని అందించడం జరిగింది (శాతాలను పరిగణించడం జరిగింది). ఈ ముగ్గురిలో, ఎవరైతే వ్యావసాయిక కుటుంబాలుగా ఉంటూ, వడ్డీ వ్యాపారాన్ని తమ అనుబంధ వృత్తిగా చేపట్టారో, వీరు, మిగతా వారికంటే అధిక రుణాలను అందివ్వడం జరిగింది. వరంగల్ జిల్లాలో వీరు, మిగతా వడ్డీ వ్యాపారుల కంటే మొత్తం రాష్ట్రంలోనే అత్యధిక రుణాలను అందచేయడం జరిగింది. ఈ జిల్లాలో 50.43% రుణాలను వ్యావసాయిక కుటుంబాలవారు అందచేయగా, మిగిలిన, వృత్తిగా గల వడ్డీ వ్యాపారస్థులు, వృత్తిగా గాని, వ్యావసాయిక కుటుంబాల వారిగా గాని లేని వారు, వరుసగా 19.2%. రుణాలను, 21.89% రుణాలను ఇవ్వడం జరిగింది. మెదక్ సుబా విషయానికొస్తే మహబూబ్‌నగర్, మెదక్, నల్గొండ జిల్లాల్లో, వృత్తిపరమైన వడ్డీ-వ్యాపారులు ప్రధానంగా వ్యావసాయిక రుణాలను అందించగా, నిజామాబాద్ జిల్లాలో మాత్రం వ్యావసాయిక కుటుంబాల వడ్డీ వ్యాపారస్థులు అత్యధిక వ్యావసాయిక రుణాలను అందచేయడం జరిగింది. ఈ జిల్లా వ్యావసాయికంగా, మిగతా వాటితో పోలిస్తే, బలమైంది. సంపన్నమైంది కాబట్టి ఈ భిన్న లక్షణం ఏర్పడింది. వడ్డీ వ్యాపారుల మూడు విభాగాల్లో (పట్టిక-3 చూడండి) వరసగా, మార్వాడీలు, రెడ్లు, తెలంగాణ రైతులు, కోమట్లు (ప్రధానంగా వ్యాపార వర్గం) ముఖ్యులుగా ఉన్నారు. గమనించాల్సిన విషయమేమంటే, 1937 నాటికే, వడ్డీ వ్యాపారం కలిసొచ్చే వ్యాపారంగా తయారై, రాష్ట్రంలో 22,343 మంది వ్యక్తులు, వీరిలో 10% మందిని హైదరాబాద్ నగరం నుంచే, దానిపట్ల ఆకర్షితులవ్వడం జరిగింది. ప్రాముఖ్యతా విషయమేమంటే, ఈ వడ్డీ వ్యాపారులు, గ్రామీణ ప్రాంతాల్లో ఎక్కడైతే నగదుతోపాటు ధాన్యాన్ని కూడా అప్పుగా ఇవ్వడం జరిగేదో, అక్కడ వీరు అధికంగా ఉండటం జరిగింది.

ఈ తెలంగాణా జిల్లాల్లో రైతులకు రుణ సహాయం చేసే వ్యక్తులు, విస్తారమైన భూములను, దేశ్‌ముఖ్, పటేల్, పట్వారీ వతన్‌లను కలిగి ఉండటమనే పరిణామం, పరిస్థితికి కొత్త కోణాలను తెరవడం జరిగింది (ముందటి అధ్యాయంలో 'తాహుద్ లేదా సర్బస్త లేదా వతన్‌దారీ భూ యాజమాన్య విధానం అనే అంశాన్ని చూడండి). వీరు తమ భూములను సొంతంగా సేద్యం చేసుకొనే కంటే, ధాన్యం, నగదు రుణాలను ఇవ్వడం, కౌళ్లను తీసుకోవడం లాభదాయకమని గ్రహించారు (ముందటి అధ్యాయంలో కౌళ్లు-వాటి స్వభావం, రకాలు ప్రభావం' అనే అంశాన్ని చూడండి). వడ్డీ రేట్లు

సాధారణంగా నగదు రూపంలో 12% నుంచి 18% వరకు, ధాన్యం రూపంలో 25% నుంచి 125% వరకు ఉన్నాయి. అప్పు నగదుగా, లేదా ధాన్యంగా ఇచ్చినప్పటికీ, షాహుకార్లు (స్థానికంగా పెద్ద వడ్డీ వ్యాపారస్థులను ఇలా పిలిచేవారు) మాత్రం ధాన్య రూపంలోనే తిరిగి ఇవ్వాలనే నియమాన్ని పెట్టేవారు. ఎందుకంటే, ఈ విధానంలో వ్యాపారస్థులు తమ మామూలు వడ్డీ రేటుతోపాటు, అదనంగా ఒక ఖండి (20 మణుగులు) ధాన్యానికి రూ. 5/- చొప్పున ధాన్యం మార్కెట్ రేటు కంటే తక్కువకు తీసుకొని, ఆ ధాన్యాన్ని మార్కెట్‌లో రేటు ఎక్కువ ఉంటే అమ్ముకొనేవారు, లేదంటే ఆ ధాన్యాన్ని తిరిగి ఎక్కువ వడ్డీకి అప్పుగా ఇచ్చేవారు. ఒక వేళ రైతులు నగదు అప్పులను తీసుకొని, తిరిగి నగదులోనే 12% వడ్డీతో ఇచ్చినట్లైతే, వడ్డీ వ్యాపారులు మాత్రం తమ అదనపు లాభాన్ని కోల్పోకుండా, ఆ రైతులు ఖండి ధాన్యానికి రూ. 5/- చొప్పున, అప్పుడున్న ధాన్యం మార్కెట్ రేట్ల ప్రకారం నగదు అప్పు ఎన్ని ఖండీల ధాన్యపు రేట్లకు సమానమో, అన్ని ఖండీలకు అదనంగా చెల్లించాలి. ఈ మొత్తం వ్యవహారాలు ఎలా పరిణమించాయంటే, ఒక సారి రైతు, వేరే మార్గాల నుంచి తనక్కావలసిన రుణం లభ్యమయ్యే అవకాశం లేక, వడ్డీవ్యాపారి దుర్భర షరతులకు అంగీకరించి అప్పును తీసుకొన్న తదుపరి, తన చిన్న భూకమతం, తరచు పంటలను నష్టపోవడంతో, తీసుకొన్న అప్పును వడ్డీతో సహా తీర్చే దారి కనపడక, తన ఏకైక భూకమతాన్నే కోల్పోయే పరిస్థితిని ఎదుర్కోవడం జరిగేది. ఆ పరిస్థితి ఎంతటి దురదృష్టకరంగా ఉండేదంటే, తన ఏకైక భూకమతాన్ని అప్పు క్రింద వడ్డీ వ్యాపారునికి బదలాయించినట్లైతే, ఆ రైతు తన పూర్వ భూమిని కనీసం కౌలుకృూడా సేద్యం చేసుకొనే వీలుండేది కాదు.

ఇలాంటి పరిస్థితుల్లో వడ్డీ వ్యాపారం ఎంత లాభసాటిగా తయారైందంటే, రైతులు సహకార సంఘాల్లో సభ్యులుగా చేరినట్లైతే, దాన్ని తీవ్రంగా భావించి, సంబంధిత గ్రామాల పటేల్, పట్వారీలు, ఆ రైతులు ఇవ్వాల్సిన బాకీలకు గాను, సివిల్ కోర్టులో వారిమీద కేసులు పెట్టగానే, అమాయకులు, బీదవారైన రైతులు సహకార సంఘాల సభ్యత్వం నుంచి తప్పుకోవడం జరిగేది. వడ్డీ వ్యాపారులు లైసెన్స్‌లను కలిగి ఉండాలని, లెక్కలను సరిగా నిర్వహించాలని, రుణ గ్రహీతలు అప్పును చెల్లించలేకపోయినట్లైతే, వారిని హింసించరాదని, చివరకు వడ్డీ రేట్లను రక్షిత రుణాలకు 6% గాను, అరక్షిత రుణాలకు 9% గాను తగ్గించాలని, 1940 లో చేసిన వడ్డీ వ్యాపారుల చట్టం, ఆ వ్యాపారస్థులను నిర్దేశించినప్పటికీ, దీని అమలు అసమగ్రంగా, బలహీనంగా తయారైంది. 1949-50 లో కూడా, వీరిలో మూడో వంతు మంది లైసెన్స్‌లు లేకుండా, వ్యాపారాన్ని నడిపించారు. మరొక విషయమేమంటే, తమకు అవసరమైన రుణాన్నందిచేవారు వేరే లేకపోవడం వల్ల, ఈ వ్యాపారులు చట్టంలోని అంశాలను ఏమేరకు పక్కన పెట్టినా, రైతులు సహించడం జరిగింది. సరఫరా పరిస్థితి ఎంత చిత్రాతివిచిత్రంగా మారిందంటే, వీరికి చౌకగా రుణాన్నందించే సంస్థలు, వీరిక్కావలసిన దానిలో అత్యల్పాన్ని మాత్రమే ఇస్తుండగా, మరొక వైపున వీరు అడిగినంత మాత్రాన, అడిగిన మేరకు వెంటనే ఇచ్చేందుకు సిద్ధంగా ఉన్నవారు, మెడమీద కత్తిపెట్టినట్లు, పలు ఆంక్షలను పెట్టడం జరిగింది. ఇది వ్యవసాయాభివృద్ధిని అస్థిరత్వానికి, బలహీనతకు గురిచేయడం జరిగింది.

వ్యావసాయిక రుణగ్రస్తత, ఉపశమన చర్యలు

హైదరాబాద్ రాష్ట్రంలో వ్యావసాయిక రుణగ్రస్తతా సమస్య ఎంతటి తీవ్రతను, ప్రాముఖ్యతను సంతరించుకొన్నదంటే, 1940 నాటికి, వ్యావసాయిక భూమిలో దాదాపు మూడో వంతు భూమి యజమానుల చేతుల్లో నుంచి దివానీ ప్రాంతంలో

సాహుకార్ల, వడ్డీ వ్యాపారుల చేతుల్లోకి మారడం జరిగింది. భూములను కోల్పోయిన పాత యజమానులు, తమ పాత భూములను, అప్పటి నుంచి తాత్కాలిక కౌలుదార్లుగా సేద్యాన్ని చేయాల్సొచ్చింది. దీనికి మరో కారణం తోడైంది. అదేమిటంటే, రైతుల రుణాల్లో అధిక శాతం - వరంగల్ జిల్లాలో 50.43%, నిజామాబాద్ జిల్లాలో కూడా హెచ్చు శాతం, రాష్ట్రమంతటికి కలిపి కూడా 38.30% -వ్యావసాయిక కుటుంబాలైన రెడ్లు, కాపుల నుంచి సరఫరా కావడంతో, వీరి ప్రధాన లక్ష్యం అవకాశం దొరికితే, రుణ గ్రహీత రైతుల భూములను వశం చేసుకొని, తాము సొంతంగా భూముల వ్యవసాయాన్ని చేపట్టడానికి బదులుగా, తమ భూములను కౌలుదార్లతో గానీ, లేదా భాగేలాల (యజమానులకు కట్టుబడిన వ్యవసాయ కార్మికులు) తో సేద్యం చేయించుకొనేవారు. భూ మార్పిడి, లేదా కోల్పోవడంతో పాటు, వ్యవసాయదారుల రుణగ్రస్తత వ్యవసాయం దిగజారడానికి కూడా దారితీసింది. ఎలాగంటే, అప్పు భారంతో వీరి దగ్గర విత్తనాలు, ఎరువులు, చీడ మందులు ఇత్యాదుల పైన వెచ్చించేందుకు డబ్బు లేకపోవడమే కారణమైంది. మరొక గమనించాల్సిన విషయమేమంటే, రుణగ్రస్తులైన రైతులు తమ అప్పును పూర్తిగా కాకపోయినా, కొంత మేరకైనా తీర్చాలనే ఉద్దేశంతో, తమ పంట చేతికి రావడంతోనే అప్పుడున్న మార్కెట్ రేట్ల కంటే 20% తక్కువ ధరలకు, తమ ధాన్యాన్ని తమ రుణ దాతలకు అమ్మడంతో, తమ కనీస అవసరాలకు పోను, తమ చేతుల్లో ఏమాత్రం మిగిలేది కాదు. 5 సంవత్సరాల్లో ఒక సంవత్సరం మాత్రమే పంటలకు అనుకూలంగా ఉండటం అనే అంశం, రైతు తన అప్పును పూర్తిగా తీసివేయలేకపోగా, తరచు పంటలకు అననుకూల పరిస్థితులు, వస్తువుల ధరలు, గిరాకీల్లో, యుద్ధాలు, వ్యాపారరంగ మార్పుల కారణంగా, తీవ్రమైన హెచ్చు తగ్గుల ఫలితంగా, అప్పు భారం ఇంకా పెరుగుతూపోవడం జరిగింది. పెరుగుతున్న వ్యావసాయిక రుణగ్రస్తతను, అటు జిల్లాల్లో, ఇటు మొత్తం రాష్ట్రంలో కింది పట్టిక-4 ద్వారా గ్రహించొచ్చు.

పట్టిక-4 1931, 1939, 1950* లో రుణాలు

క్ర.సం.	జిల్లా	1931 రూ.	1939 రూ.	1950 రూ.
1.	వరంగల్	2,50,845	3,06,270	6,13,772
2.	కరీంనగర్	1,04,589	1,32,996	1,80,840
3.	ఆదిలాబాద్	85,095	2,52,137	4,08,962
4.	మెదక్	21,845	67,520	2,82,657
5.	మహబూబ్‌నగర్	1,71,666	3,91,817	10,55,898
6.	నల్గొండ	1,23,952	2,60,542	6,38,607
7.	నిజామాబాద్	1,35,930	2,40,880	5,07,239
	రాష్ట్ర 16 జిల్లాల మొత్తం	18,26,593	29,80,620	54,52,663

మూలం: యస్.కేశవ అయ్యంగార్, రూరల్ ఎకనామిక్ ఎన్‌క్వైరీస్ ఇన్ ది హైదరాబాద్ స్టేట్, 1949-51, పుట.436.

* సర్వే చేసిన గ్రామాలకు మాత్రమే సంబంధించినవి.

రుణగ్రస్తత కారణాలు

చిన్న ముక్కలుగా ఉన్న భూకమతాలు, చక్రవడ్డీ హెచ్చు రేట్ల వృద్ధి, పంట నమ్మకలేమి, పశువుల లోటు, వివాహాలు, ఇతర వేడుకలపై మితిమీరిన ఖర్చు, సారా, వ్యాజ్యాలపై అనుత్పాదక ఖర్చు, ఇత్యాదివన్నీ వివిధ స్థాయిల్లో రైతుల రుణగ్రస్తతకు దోహదమైనాయి. పాత అప్పులు ఏవైతే 10 నుంచి 20 సంవత్సరాలు కొనసాగుతాయో, విపరీతమైన 12% నగదు, 125% ధాన్య వడ్డీ రేట్లు, వీటికి తోడు ప్రతి రెండు, మూడు సంవత్సరాలకు చక్రవడ్డీని అమలు చేయడంతో, రైతుల ఆదాయానికి పెద్ద గండికొట్టినట్లైంది. ప్రమాదకర పరిస్థితి ఎలా పరిణమించుతుందంటే, భూమి తనఖా కాని అప్పు, పలు సంవత్సరాలు కొనసాగితే, అది భూమి తనఖా అప్పుగా మారుతున్నది. చిన్న, ముక్కలుగా ఉన్న భూకమతాలు వడ్డీ వ్యాపారానికి గట్టి నెలవులై, రుణగ్రస్తత ముఖ్య కారణాల్లో ఒకటిగా కావడం జరిగింది. పూట గడవని వారికి వ్యవసాయాభివృద్ధికై ఎటువంటి చర్య తీసుకొనే శక్తి లేకపోగా, ఏ చిన్న ఇబ్బంది ఎదురైనా, వ్యావసాయిక గాని, లేక వేరేగాని, వీరిని బలవంతంగా అప్పుల ఊబిలోకి నెట్టడం జరిగింది. ఈ చాలీచాలని భూకమతాలకు తోడు, ఎప్పుడూ పెరుగుతూ, పొరుగున ఉన్న మద్రాస్ రాష్ట్రంలో కంటే 157 నుంచి 185% అధికంగా ఉన్న భూమి శిస్తు రేట్లు మోయలేని భారంగా తయారై, పంటలు సరిగాలేని సంవత్సరంలో, రైతులు దీని చెల్లింపుకై అప్పులకు దిగాల్సొచ్చేది (ముందటి అధ్యాయంలో 'భూమి శిస్తురేట్లు, వాటి ప్రభావం' అనే అంశాన్ని చూడండి).

అప్పుల పరిమాణం, ప్రభావాలు

పట్టిక-4 లో ఇచ్చిన రుణగ్రస్తతా వివరాలు, కేవలం సర్వేచేసిన కొన్ని గ్రామాలకు సంబంధించినవైనా, మనకు ఈ అంశంపై వేరే సమాచారం లభ్యం కానందున, వీటికి ప్రాధాన్యత చేకూరింది. 1931 తో పోల్చుకొంటే, 1939 లో అప్పులు రాష్ట్రం మొత్తానికి 63%, వరంగల్, కరీంనగర్, ఆదిలాబాద్ జిల్లాల్లో, వరసగా అప్పులు 22.09%, 27.16%, 196.30% పెరిగాయి (శాతాలను పరిగణన చేయడం జరిగింది). ఇవే జిల్లాల అప్పులు, 1949-50 లో ఉన్నవాటిని, 1939 లో ఉన్నవాటితో పోలిస్తే, రాష్ట్రంలో 83% పెరిగితే, ఈ జిల్లాల్లో వరసగా 100.40%, 35.97%, 62.19% పెరిగాయి (శాతాలను పరిగణన చేయడం జరిగింది). అంటే, 1931 నుంచి 1949-50 వరక్కూడా అప్పులు నిరంతరంగా పెరుగుతూనే ఉన్నా, ఒక్క ఆదిలాబాద్ జిల్లా మినహా, మిగతా అన్ని జిల్లాలకు సంబంధించి, 1939 కంటే 1949-50 లో అప్పుల పరిమాణం విశేషంగా పెరిగినట్లుగా గమనించొచ్చు. ఇదే విధంగా 1931 నుంచి 1949-50 వరకు గల అప్పుల పరిమాణాన్ని గమనిస్తే, ఇవి వరసగా, వరంగల్, కరీంనగర్, ఆదిలాబాద్ జిల్లాల్లో 144.67%, 72.95%, 380.59% గాను, రాష్ట్రంలో 199% గాను ఉన్నాయి. రాష్ట్ర శాతం కంటే సుబా జిల్లాల శాతం, ఆదిలాబాద్ జిల్లాను మినహాయిస్తే తక్కువగా ఉన్నట్లుగా గమనించొచ్చు. దీని క్కారణం, ఆయా జిల్లాల రైతుల రుణావసరాలు, దీర్ఘకాలికమా (భూముల కొనుగోలు), లేదా స్వల్పకాలికమా (విత్తనాలు, ఎరువులు, ఇత్యాదులు) అనే వాటిపై, అక్కడి పంటల పరిస్థితిపై ఆధారపడటం జరిగింది. ఆదిలాబాద్ జిల్లా అప్పుల శాతం, రాష్ట్రాని కంటే రెండు రెట్లుగా ఉండటానికి, ఆ జిల్లా, ద్రవ్యోల్బణ కాలంలో కూడా వ్యవసాయోత్పత్తిలో వెనకబడి ఉండటం, ఫలితంగా రైతుల పరపతి అవసరాలు పెరుగుతూ ఉండటం జరిగింది.

భూ బదలాయింపులు

రుణగ్రస్తత ప్రభావాల్లో అత్యంత ప్రాముఖ్యమైంది, భారీ ప్రమాణంలో కొనసాగిన భూ బదలాయింపులు. ఇవి, మహామాంద్యం, మాంద్యం అనంతర కాలం, ద్రవ్యోల్బణ కాలంలో, పెరుగుతూ, తగ్గుతూ, మార్పులకు లోను కావడం జరిగింది. అయితే, ఈ మూడింటిలో అధిక శాతం రెండో ప్రపంచ యుద్ధానంతర కాలంలో సంభవించాయి. 1949-50 నాటి సర్వే గ్రామాలను తీసుకొంటే, ఈ బదలాయింపులు ఆదిలాబాద్, వరంగల్, కరీంనగర్ జిల్లాల్లో 112, 63, 43 గా ఉండగా, మొత్తం రాష్ట్రంలోని 16 జిల్లాల్లో ఆదిలాబాద్, వరంగల్ జిల్లాలు ప్రథమ, ద్వితీయ స్థానాల్లో ఉండగా, కరీంనగర్ నాల్గో స్థానంలో (మూడో స్థానంలో మరట్వాడకు చెందిన గుల్బర్గా జిల్లా ఉంది) ఉండటం, అత్యంత గమనార్హమైన విషయం. ఈ బదలాయింపుల ఫలితంగా, 787.32 ఎకరాలు, 670.16 ఎకరాల మెట్ట భూమి, 65.9 ఎకరాలు, 53.16 ఎకరాల తరి భూమి వరసగా, వరంగల్, ఆదిలాబాద్ జిల్లాల్లో బదలాయింపు కావడం, ఇలాంటి భూ బదలాయింపుల్లో, మెట్టకు సంబంధించి ఆదిలాబాద్, వరంగల్ జిల్లాలు, తరికి సంబంధించి వరంగల్, ఆదిలాబాద్ జిల్లాలు, రాష్ట్రంలోని మొత్తం 16 జిల్లాల్లో ప్రథమ, ద్వితీయ స్థానాలను ఆక్రమించడం, విశేషంగా గమనించాల్సిన పరిణామం. రాష్ట్రంలోని నాల్గు సుబాలను కలిపి తీసుకొన్నా, వరంగల్ సుబాలో జరిగిన భూ బదలాయింపులు- 50% మెట్ట భూమి, 81.25% తరిభూమి, 20% తోటల భూమి- అన్ని సుబాల్లో కంటే అత్యధికంగా ఉండటం జరిగింది.

వ్యవసాయ ఖర్చులు పెరుగుతూ ఉండటం, ఆహారధాన్యాలు, ఇతర నిత్యావసర వస్తువుల కొరత కారణంగా, అధిక సంఖ్యాక రైతులు, కార్మికులు, పెరుగుతున్న వస్తువుల ధరల నుంచి లాభాన్ని పొందలేకపోవడం జరిగింది. ఈ పరిస్థితికి తోడుగా, తరచుగా పంటలు సరిగా పండకపోవడంతో, రుణగ్రస్తులైన రైతులు తమకున్న కొద్దిపాటి భూములను తెగనమ్మి, అప్పుల బాధ నుంచి బయటపడేందుకు పూనుకోవడం జరిగింది. (వరంగల్ సుబేదారికి చెందిన 1350-1358 ఫస్లి (1941-1949) 100 ఫైళ్లు ఈ భూమి అమ్మకాలకు సంబంధించినవి కాగా, సుబా మూడు జిల్లాలైన వరంగల్, కరీంనగర్, ఆదిలాబాద్‌ల్లో ఇవి వ్యాపించి ఉండగా, వీటిలో అధిక శాతం వరంగల్ జిల్లాలో ఉండటం జరిగింది). ఈ పరిస్థితులు ఎంత నిస్సహాయ స్థితిలో రైతులను పడవేయటం జరిగిందంటే, 30 ఎకరాల భూమిని రూ.840/- కు, 29 ఎకరాలను రూ.1,450/- లకు, తమ అప్పులను తీర్చేందుకై, 1944, 1945 సంవత్సరాల్లో, వరంగల్ జిల్లాలోని మహబూబాబాద్, ఖమ్మం తాలూకాల్లోని కొంతమంది రైతులు అమ్మడం జరిగింది. ఇలాంటి అమ్మకాల్లో, మెట్ట భూమి ధర ఎకరాకు రూ.28/- నుంచి రూ.215/- కాగా, తరి భూమి 29 గుంటలు, లేదా 3/4వ వంతు ఎకరాలో, 1945 లో రూ.500/- ధర పలకడం జరిగింది.

వ్యవసాయం, పరిశ్రమలపై ప్రభావం

వ్యవసాయంపై ప్రభావం, విభిన్నంగా ఉంది. ఒక వైపున రుణగ్రస్తులైన రైతులు వ్యవసాయోత్పత్తి సామర్థ్యాన్ని పెంచేందుకు తోడ్పడే వ్యావసాయిక ఉపకరణాలమీద పెట్టుబడి పెట్టేందుకు శక్తి లేకపోగా, మరొక వైపున భూస్వామి, సాహుకార్ పెట్టుబడిదార్లు గ్రామీణ ప్రాంతాల్లో ఉత్పత్తి, పంపిణీ రంగాలపై తమ ఆధిపత్యాన్ని స్థాపించగలిగారు. ఇంకా, వీరు తమ బాకీదారులు భూమిని బదలాయించినప్పటికీ, తమ బాకీని పూర్తిగా తీర్చకూడదనీ, ఎందుకంటే, ఆ

మిగిలిన బాకీని సాకుగా తీసుకొని, వారిపై పెత్తనం చెలాయిస్తూ, తమ వ్యవసాయ కార్యకలాపాల్లో వారి సేవలను ఉచితంగా గాని, లేదా నామమాత్రంగా చెల్లింపును చేసేందుకు పూనుకోవడం జరిగింది. విషయాలు అంతిమంగా ఎలా పరిణమించాయంటే, రైతులు తమ వడ్డీ వ్యాపార భూస్వామి కబంధ హస్తాల్లో నుంచి బయటపడటం అనేది కష్టసాధ్యమైంది.

పారిశ్రామిక కార్మికుల విషయంలో, వారం రోజుల కాల పరిమితికి అప్పులు ఇవ్వడమైంది. అయితే, సంవత్సరానికి 75 నుంచి 380% అత్యంత అధిక వడ్డీ రేట్లపై వీటిని ఇవ్వడం జరిగింది. ఆ కారణం వల్ల, అప్పుల పరిమాణాలు స్వల్పంగా ఉండేవి. సాధారణంగా, ఈ అప్పులను వివాహాలు, దహన సంస్కారాలు, పండుగలు లాంటి అనుత్పాదక అంశాలపై ఖర్చుపెట్టేందుకై తీసుకోవడంతో, ఇవి వారి పరిమిత ఆదాయంపై గుదిబండలాగా తయారుకావడం జరిగింది. అయితే, అత్యంత ప్రమాదకరమైన విషయమేమంటే, వీరి అమాయకత్వం, నిరక్షరాస్యత కారణంగా, తమ అప్పు, దాని చెల్లింపులకు సంబంధించి ఎటువంటి సమాచారాన్ని తమ వద్ద ఉంచుకోకపోవడంతో, వీరు చెల్లింపులు చేస్తున్నప్పటికీ, అప్పులు జీవితపర్యంతం కొనసాగుతూనే ఉండటం జరిగింది. తమ ఇంటి వద్ద గాని, లేదా చిన్న కుటీర పరిశ్రమల్లో గాని పనిచేసే కళాకారులు, పెద్ద సాహుకార్లు, లేదా యజమాని వృత్తి కళాకారుల నుంచి గాని, 12% వడ్డీతో అప్పు తీసుకొని, తమ ఉత్పత్తులను తమ యజమాని వృత్తి కళాకార్లకు, లేదా సాహుకార్లకే తప్పనిసరిగా అమ్మి, వారు మార్కెట్ రేటు కంటే తక్కువ ధర ఇచ్చినా వారికే అమ్మాలి. యుద్ధం, మాంద్యం, బయటి నుంచి పోటీ, ఆదిగా గల పరిణామాల వల్ల తమ వస్తువులకు గిరాకి తగ్గినప్పుడు వీరి అప్పుల భారం ఇంకా పెరిగేది. ఫలితంగా, చాలా కాలం, ఈ ప్రాథమిక పరిశ్రమలు బలహీన స్థితిలో ఉండటం జరిగింది.

అప్పు నియంత్రణ చర్యలు, వాటి ప్రభావం

హైదరాబాద్ రాష్ట్రంలో 1936-37 లో, వ్యావసాయిక రుణగ్రస్తతపై నిర్వహించిన దర్యాప్తు పర్యవసానంగా, కొన్ని చర్యలను చేపట్టాల్సిందిగా సూచించడం జరిగింది. వడ్డీ వ్యాపార క్రమబద్ధీకరణ, ఒప్పందం, మధ్యవర్తిత్వం ద్వారా పేరుకుపోయిన అప్పు పరిష్కారం, భూ బదలాయింపును ఆపడం, భూమి తనఖా బ్యాంకుల స్థాపన, సహకార సంఘాలను విస్తృతంగా వాడుకోవడం, కుటీర పరిశ్రమలు, గ్రామ పంచాయితీల బహుళ పెంపుదల లాంటి చర్యలను, రైతుల ఉపశమనం, సౌభాగ్యానికై, రుణబాధా నివారణాచర్యలుగా పేర్కొవడం జరిగింది. ఈ సూచనలను అనుసరించి, వడ్డీ వ్యాపారుల చట్టం, రుణ రాజీ (conciliation) చట్టం, వ్యావసాయిక భూ బదలాయింపు నిలుపుదల చట్టం, 1940 లో రాష్ట్ర శాసన సభ ద్వారా చేయబడి, పాలకుని ఆమోదాన్ని పొందడం జరిగింది.

వడ్డీ వ్యాపారుల చట్టం ప్రకారం, వడ్డీ వ్యాపారులందరూ లైసెన్స్ పొందాలి; అసలు, వడ్డీ లెక్కలను నిర్వహిస్తూ ఉండాలి. వీటి ప్రతిని బాకీదారుడికి ఇవ్వాలి; వడ్డీ రేట్లు ఏవైతే రక్షిత అప్పులపై 9% గాను, అరక్షిత అప్పులపై 12% గా ఉన్నాయో, ఇవి వరసగా, 6%, 9% గా తగ్గించబడ్డాయి. చక్రవడ్డీ వసూలు నిషేధించబడింది. ఈ చట్టంలోని మరో ముఖ్యాంశమేమంటే, అప్పును తిరిగి రాబట్టుకొనేందుకు, బాకీదారుని హింసకు గురిచేయడం చట్టరీత్యా శిక్షార్హమైన నేరంగా పరిగణించబడింది. ఇంకా, ఏ వ్యవసాయదారుడైనా భూమి ఉండి, రూ.50/- భూమి శిస్తు చెల్లిస్తున్నట్లైతే, అతణ్ణి జైల్లో పెట్టేందుకు వీల్లేదు. అయితే, ఈ చట్టపు అంశాల అమలును ప్రభుత్వం, మొదటి నుంచి కూడా సమగ్రంగా

నిర్వహించలేకపోయింది. రాష్ట్రంలో పేరుమోసిన వడ్డీ వ్యాపారులు 22,343 ఉండగా, వారిలో 1939, 1940 సంవత్సరాల్లో 14,667 మంది మాత్రమే లైసెన్స్ పొందగా, తదుపరి సంవత్సరాల్లో ఈ విషయంపై ప్రభుత్వం దృష్టిని సారించలేకపోయినట్లుగా, పరిపాలనా సంస్కరణల సంఘం పేర్కొనడం జరిగింది. మరొక లోప మేమంటే, ఈ చట్టం దివానేతర ప్రాంతాలకు వర్తింపచేయకపోవడంతో, దివానీ ప్రాంత వడ్డీ వ్యాపారులు దీన్ని అవకాశంగా తీసుకొని, తమ కార్యకలాపాలను యధేచ్ఛగా కొనసాగించడం జరిగింది (గోల్కొండ (బై వీక్లీ) పత్రిక 10-09-1936, 05-09-1936). వేరే పరపతి సౌకర్యాలు తమకు అందుబాటులో లేనందువల్ల (అధ్యాయంలో 'వ్యావసాయిక రుణ అవసరాలు, అవి తీర్చబడిన ప్రక్రియలు' అనే అంశాన్ని చూడండి). తరచుగా పంటలను నష్టపోవడం వల్ల రైతులకు వేరే గత్యంతరం లేక, లోగుట్టుగా వడ్డీ వ్యాపారుల చట్ట విరుద్ధ వడ్డీ, షరతులకు అంగీకరించి, తమ అవసరాలను తీర్చుకోవడం జరిగింది.

దీర్ఘకాలిక, పేరుకుపోయిన అప్పుల పరిష్కారానికై, రుణరాజీ చట్టం క్రింద, ఒప్పందం, లేదా మధ్యవర్తిత్వం ద్వారా ప్రయత్నం చేయడం జరిగింది. ఇద్దరు వ్యవసాయదార్ల ప్రతినిధులు, ఇద్దరు వడ్డీ వ్యాపారుల ప్రతినిధులు, రెవిన్యూ, లేదా న్యాయాధికారి అధ్యక్షుడిగా, 1938 మధ్యలో తాలూకా బోర్డ్‌లు, నాలుగు జిల్లాలకు చెందిన తొమ్మిది తాలూకాల్లో, ఈ వ్యవహార నిర్వహణకై ఏర్పాటు చేయబడ్డాయి. అయితే, ఈ నాలుగు జిల్లాల్లో, తెలంగాణా నుంచి ఒక్క వరంగల్ జిల్లా మాత్రమే ఉంది. ఈ తాలూకా బోర్డ్‌లు ఎంత తక్కువగా సమావేశమయ్యాయంటే, 1949 వరక్కూడా, మెదక్ సుబాలోని నాలుగు జిల్లాల్లో ఏ ఒక్క జిల్లాలో కూడా, ఈ సమావేశాలు జరగలేదు. సమావేశాలు జరిగిన ప్రదేశాల్లో కూడా, పని ఎంత నెమ్మదిగా జరిగిందంటే, ఉదాహరణకు 1938-39 సంవత్సరంలో 2,743 రిజిష్టరైన కేసుల్లో, కేవలం 893 కేసులు మాత్రమే చేపట్టబడగా, వీటిలో 277 కేసులు మాత్రమే పరిష్కరించబడ్డాయి, మిగిలినవి మూసివేయబడటమో, లేదా తిరస్కరించబడటమో జరిగింది. వడ్డీ వ్యాపారుల చట్ట వ్యతిరేకత, రైతులకు తమ పరపతి అవసరాలను తీర్చేందుకు వీరు తప్ప వేరే దారి లేకపోవడం, కనీసం ఈ చట్టం పరిధిలో ఇవ్వబడిన రుణ పరిష్కారాల్లో సూచించిన మొత్తాలను చెల్లించేందుకు రైతుల సహాయార్థం భూమి తనఖా బ్యాంకులను ఏర్పాటుచేయక పోవడం, ఇత్యాది పరిణామాలు ఈ చట్టం నత్త నడకకు కారణభూతాలయ్యాయి. ఫలితంగా, తెలంగాణా ప్రాంతంలో తీవ్ర అప్పుల బాధను అనుభవిస్తున్న రైతులకు, ఈ చట్టం ఎటువంటి స్పష్టమైన, నిజమైన ప్రయోజనాన్ని చేకూర్చలేకపోయింది.

వ్యావసాయిక భూమి బదలాయింపు నిలిపివేత చట్టం ముఖ్య లక్షణాలు ఎలా ఉన్నాయంటే, బదలాయింపు జరిగిన తరవాత ఒక రైతు వద్ద కనీసం రూ.50/- భూమి శిస్తును కలిగినంత భూమి అతని హక్కు భుక్తంలో ఉండి, ఎవరికైతే బదలాయింపుచేయడమైందో ఆ వ్యక్తి వ్యవసాయదారుడిగా ఉండి, సంవత్సరానికి సాలీనా రూ.500/- భూమి శిస్తును కలిగిన భూమికంటే ఎక్కువ భూమి అతని దగ్గర ఉండకూడదు, లేదా బదలాయింపు చేసిన వ్యక్తి తరగతికే చెంది ఉన్నట్లైతే, అటువంటి సందర్భంలో బదలాయింపు అనుమతించబడింది. భూమి తనఖా క్రింద తప్పనిసరి భూ అమ్మకం నిషేధించబడింది. వ్యావసాయిక తరగతికి చెందిన సభ్యుడు తన భూమిని కౌలుకిచ్చేందుకు కాలపరిమితి 20 సంవత్సరాలుగా నిర్ణయించబడింది. ఈ చట్టం క్రింద నిర్ణయించే విషయాలపై, లేదా చలాయించే అధికారాలపై సివిల్ న్యాయస్థానాల

పరిధిని వీటికి వర్తింపచేయకపోవడం, ఈ అంశాలకు ప్రభుత్వం ఇచ్చిన ప్రాధాన్యత వ్యక్తమౌతుంది. పైన చెప్పిన సందర్భాలే కాక, వ్యవసాయాధార తరగతికి చెందిన ఒక వ్యక్తి తన భూమిని శాశ్వతంగా బదలాయించాలంటే, ఫస్ట్ తాలూక్దారు (జిల్లా పరిపాలనాధిపతి) అనుమతి, లేదా మంజూరు తీసుకోవాలి. ఈ చట్టంలో కూడా కొన్ని లోపాలు ఉండటంతో, దీని అమలు దెబ్బతిన్నది. ప్రజలను వ్యావసాయిక, వ్యావసాయికేతర తరగతులుగా విభజించడం, ఫలితంగా కొన్ని కులాలు, లేదా తరగతుల వారిని చట్టం నుంచి ఎటువంటి లాభాలను పొందకుండా చేయడం, చట్ట పరిధులను దాటి భూ బదలాయింపులకు ఫస్ట్‌తాలూక్దార్ అనుమతిని పొందడం, నాటి పరిస్థితుల్లో అసాధ్యం కాకపోవడం లాంటి అంశాలు ప్రతికూల ప్రభావాన్ని చూపాయి. చివరగా, ఉత్పత్తి ఖర్చులు పెరుగుతూ ఉండటం, భూమి విలువ పెరుగుతూ ఉండటం, అత్యవసర వస్తువులు, ఉపకరణాల కొరత, తరచు పంటలు పాడైపోవడం, వీటన్నింటి ప్రభావంగా రైతులు తమ వ్యావసాయిక భూముల బదలాయింపుకు బలవంతంగా సిద్ధమవ్వడం జరిగింది.

రైతులకు దీర్ఘకాలిక రుణాలను అందచేయడానికి అవసరమైన భూమి తనఖా బ్యాంకుల స్థాపనను ప్రభుత్వం నిర్లక్ష్యం చేయడం, గ్రామీణ రైతుల రుణాల పరిష్కారంలో స్థానికంగా విలువైన పాత్రను పోషించగలిగే గ్రామ పంచాయితీల ఏర్పాటును, వాటి ప్రజాస్వామిక ప్రాతిపదికను ఇష్టపడని ప్రభుత్వం, మార్చి, 1950 నాటికి 22,498 పట్టణాలు, గ్రామాలకు గాను కేవలం 1.67% కు సరిపడే 378 పంచాయితీలను ఏర్పాటు చేయడం, అది కూడా దివానీ ప్రాంతంలోనే, ఎన్నిక పద్ధతి కాకుండా, ఫస్ట్‌తాలూక్దారు ఎంపిక చేయడం, ఇక పోతే, వ్యావసాయిక రుణగ్రస్తతా భారాన్ని తగ్గించగలిగే చేనేత, కుట్టు, చెక్కపని, కుండలు చేయడం, పాడి పరిశ్రమ లాంటి కుటీర పరిశ్రమలు అటు పాలకుల ఆదరణ, ఇటు మధ్య, ఉన్నతవర్గాల వాడకం సన్నగిల్లడం, యంత్రాగార ఉత్పత్తుల పోటీ తట్టుకోలేకపోవడం, చేతి వృత్తుల కళాకారులకు పెట్టుబడి ధనం లేక, సాహుకార్లు, మాస్టర్ వీవర్లపై ఆధారపడి, వారికే తమ ఉత్పత్తులను విధిగా మార్కెట్ రేట్ల కంటే తక్కువ రేట్లకే అమ్మాల్సి రావడం. చివరగా 1946 వరక్కూడా రాష్ట్ర వాణిజ్య, పరిశ్రమల శాఖ దృష్టి హైదరాబాద్ నగరం పైనే కేంద్రీకరించబడి, చిన్న, కుటీర పరిశ్రమల అభివృద్ధికి శాశ్వత జిల్లా సంస్థ నేదీ ఏర్పాటుచేయకపోవడం, ఇత్యాది పరిణామాల ఫలితంగా, ఈ మూడు వ్యావసాయిక రుణబాధా నివారణల్లో తోడ్పడగలిగే సంస్థలు, మొదటిది స్థాపించబడక, మిగిలిన రెండింటిపై ప్రభుత్వానికి శ్రద్ధ లేక పోవడంతో, తత్సంబంధిత అవకాశాలు మృగ్యమయ్యాయి.

పంట పరిస్థితులు

1944-45 (1353 ఫస్లి) లో, మెదక్ సుబాలో మొత్తం విత్తన పంట విస్తీర్ణంలో, సేద్యపు నీరు అందిన భూమి శాతం, నిజామాబాద్ జిల్లాలో 37.3 ఉండగా, మహబూబ్‌నగర్ జిల్లాలో 5.1 ఉండి, మిగతా విత్తిన, లేదా సేద్యమైన భూమి 62.7 నుంచి 94.9% వరకు ఉండి, పూర్తిగా వర్షపాతం మీద ఆధారపడింది. ఆ మాటకొస్తే, సేద్యపునీటి ఆధారాలైన నదీ, తటాక ప్రాజెక్టులు, బావులు కూడా తమ పూర్తి సామర్థ్యాన్ని పొంది, రైతులకు ప్రయోజనాన్ని చేకూర్చాలంటే, ఎగువ ప్రాంతాల్లో (catchment areas) సమృద్ధిగా వర్షపాతం ఉండాలి. పంటలే కాకుండా పశువులు మేసేందుకు అడవుల్లో, బంజరు భూముల్లో గడ్డి పెరగాలంటే, ఆ ప్రదేశాల్లో చాలినంత వర్షపాతం ఉండాలి. నైరుతి రుతుపవనాల

నుంచి వర్షాలు జూన్, అక్టోబర్ మాసాల మధ్య రాగా, ఈశాన్య రుతుపవనాలు నవంబర్, ఫిబ్రవరి మాసాల మధ్యలో వర్షాల నిస్తాయి. సంవత్సరానికి నైరుతి రుతుపవనాలు 70 నుంచి 80% వర్షపాతాన్నివ్వగా, ఈశాన్య రుతుపవనాల నుంచి కేవలం 4 నుంచి 7 అంగుళాల వర్షపాతం లభించేది. అయితే, వర్షపాత పరిమాణం ఒక జిల్లా నుంచి మరొక జిల్లాకు, ఒక సంవత్సరం నుంచి మరొక సంవత్సరానికి మారుతుండేది.

1901-1911 దశాబ్దిలో, రెండు సంవత్సరాలు తక్కువ వర్షపాతం, అటు పిమ్మట 1908 లో మూసీ నదిలో వరదలు రావడం జరిగింది. ఈ దశాబ్దిలో చాలా భయంకరంగా ప్లేగు వ్యాధి ప్రబలి 1,20,000 ప్రాణాలను హరించి వేసిన తదుపరి, కలరా, మశూచి లాంటి అంటువ్యాధులు వ్యాపించడం జరిగింది. ఇవి రైతులు, ఇతర వర్గాల ప్రజల ఆర్థిక పరిస్థితిపై తీవ్ర ప్రభావాన్ని వేయడం జరిగింది.

తరవాత 1911-1921 దశాబ్ది పలు రకాలుగా, అత్యంత విషాదకరంగా స్మృతుల్లో నిలిచింది. దీనిలో పంట సమయాల్లో పరిస్థితులు నిరాశాజనకంగా ఉన్నాయి. పది సంవత్సరాల్లో ఏడు సంవత్సరాలు వర్షపాతం తక్కువగా గాని, లేదా ఎగుడుదిగుడుగా ఉండటం జరిగింది. 1320 ఫస్లి (అక్టోబర్ 1910-11) లో వర్షపాతం సమృద్ధిగా లేకపోయినా, వ్యావసాయిక వర్షపాతం సాధారణంగా లోటుగా ఉండటం జరిగింది. దీనికి తోడు, రాష్ట్ర మంతటా ప్లేగు వ్యాధి ప్రబలి, ఫలితంగా ఒక్క హైదరాబాద్ నగరంలోనే 10,000 మంది మృత్యువాత పడ్డారు. ఇక పోతే, 1322 ఫస్లి (1912-13) లో తూర్పు జిల్లాలు తప్పితే, మిగతా చోట్ల తక్కువ వర్షపాతం, 1323 ఫస్లి (1913-14) లో వర్షపాతం మామూలు కంటే అధికంగా ఉండి, ముఖ్యమైన పంటలు మామూలు కంటే అధికంగా ఫలసాయాన్నివ్వగా, 1324 ఫస్లి (1914-15) లో కూడా రుతుపవనాలు అనుకూలంగాఉండి పంటలు బాగా ఉండటం జరిగింది. 1325 ఫస్లి (1916-17) లో వర్షపాతం సమృద్ధిగా ఉండగా, మిగిలిన నాల్గు సంవత్సరాల్లో 1326 ఫస్లి (1916-17), 1327 ఫస్లి (1917-18), 1328 ఫస్లి (1918-19), 1329 ఫస్లి (1919-20)- వర్షపాతం లోటు గానో, లేదా ఎగుడు దిగుడుగానో ఉండి, పంటలు దెబ్బతిని, సరైన దిగుబడులను ఇవ్వలేకపోవడం జరిగింది.

1921-1931 దశాబ్దిలో కూడా కొన్ని సంవత్సరాల్లో లేదా కొన్ని జిల్లాల్లో వర్షపాతం సంతృప్తికరంగా ఉండగా, మరి కొన్నిటిలో తక్కువ వర్షపాతం నమోదు కావడం జరిగింది. 1921 ప్రారంభ సంవత్సరంలోనే, 20వ శతాబ్ది వరకు నమోదైన అతి తక్కువ 15 అంగుళాల వర్షపాతం మాత్రమే రాష్ట్రంలో సరాసరిగా ఏర్పడింది. రాష్ట్రంలో పంటలకు వర్షపాతం సమృద్ధిగా ఉండాలంటే, అది 33 అంగుళాలు ఉండాలి. ఇక పోతే, 1922-23 (1331-1332 ఫస్లి), 1923-24 (1332-1933 ఫస్లి), 1926-27 (1335-36 ఫస్లి), 1929-30 (1338-1339 ఫస్లి), 1930-31 (1339-1340 ఫస్లి)- ఈ ఐదు సంవత్సరాల్లో మెదక్ సుబాలోని మెదక్, నిజామాబాద్ జిల్లాల్లో మామూలుగా తగినంత వర్షపాతం కురవగా, మిగతా రెండు జిల్లాలైన మహబూబ్‌నగర్, నల్గొండ జిల్లాల్లో అరకొర, మామూలు కంటే తక్కువ వర్షపాతం లభించడం జరిగింది. ఈ వర్షపాత ప్రభావాలకు తోడుగా, 1929-34 ఆర్థికమాంద్యం ఫలితంగా, మూడు, నాలుగు సంవత్సరాలకు గాను, ఒక సంవత్సరంలో మాత్రమే పండిన పంటల క్కూడా ధరలు పడిపోతూ ఉండటంతో, రైతుల కొచ్చే ఈ కొద్ది ప్రయోజనం కూడా వారి కందకుండా పోవడం జరిగింది. ప్రభుత్వం ఇచ్చే శిస్తు

మినహాయింపు, తక్కావి (ఇదే అధ్యాయంలో 'వ్యావసాయిక రుణ అవసరాలు, అవి తీర్చబడిన ప్రక్రియలు' అనే అంశాన్ని చూడండి) రైతుల దుస్థితిని తగ్గించే ప్రయత్నంలో, నామమాత్ర ప్రభావాన్ని మాత్రమే వేయగలిగాయి.

తరవాతి 1931-41 దశాబ్దిలో కూడా, అనుకూల, అననుకూల పంట సంవత్సరాలు సరికి సరిగా ఉన్నాయి. 1931-32, 1932-33, 1933-34, 1935-36, 1940-41 సంవత్సరాల్లో అనుకూల వర్షపాతం ఉండగా, 1934-35, 1936-37, 1937-38, 1938-39, 1939-40 సంవత్సరాల్లో అననుకూల పంట పరిస్థితులు ఎదురు కావడం జరిగింది. 1934-35 లో అననుకూల వాతావరణ పరిస్థితులు, నీటి కొరత కారణంగా, ఖరీఫ్, ఆబి (మొదటి కారు వరి పంట) పంటలు దెబ్బతినడమే గాక, కొన్ని జిల్లాల్లో పశువుల మేతక్కూడా కొరత ఏర్పడింది. ఇటువంటి అసంతృప్తికర పంట పరిస్థితుల ఫలితంగా, కరీంనగర్ జిల్లా కొన్ని భాగాల్లో క్షామ పరిస్థితులు నెలకొన్నాయి.

1941-51 దశాబ్దంలో కూడా అనుకూల, అననుకూల పంట పరిస్థితులు అటు, ఇటు మారుతూ ఉండటం జరిగింది. 1941-42 అసంతృప్తికరంగా ఉండగా, 1942-43, 1943-44 లో సరిపోను వర్షపాతం ఉండి, మంచి పంట దిగుబడులు రావడం జరిగింది. 1944-45, 1945-46, 1946-47 ల్లో వర్షపాతం బాగా తక్కువగా ఉండి, పంటలు బాగా దెబ్బతినడం జరిగింది. 1947-48 అనుకూల పంట సంవత్సరంగా ఉన్నప్పటికీ, ఈ సంవత్సరంలో, తరవాతి రెండు సంవత్సరాల్లో కూడా, రాజకీయ, ఆర్థికపరమైన కల్లోల పరిస్థితులు ఏర్పడి, ప్రాంతంలోని పంట పరిస్థితులపై తీవ్ర ప్రభావాన్ని వేయడం జరిగింది. అయితే, గమనించాల్సిన విషయమేమంటే, ఈ దశాబ్దిలో వర్షపాత పరిస్థితులు అటు ఇటు మారుతున్నప్పటికీ, ఇవి 1922-23 కంటే ముందు సంభవించిన ఘోరక్షామ పరిస్థితులతో పోల్చుకొంటే, మెరుగ్గా ఉండటం జరిగింది.

చిన్న, విసిరివేయబడ్డ భూకమతాలు, పెద్ద ఎత్తున సొంత వ్యవసాయం చేపట్టని భూస్వాములు, వారి చేతుల్లో విపరీతంగా భూకేంద్రీకరణ, సేద్యపునీటి సౌకర్యాలను అతి స్వల్పంగా వాడుకోవడం, శతాబ్దాల పురాతనమైన వ్యవసాయ లక్షణం, స్వరూపం; పరిశోధన, ప్రచారం ప్రాముఖ్య రహితంగా, అసమర్థంగా ఉండటం; మెరుగైన విత్తనాలు, ఎరువులు, చీడ మందులు, పనిముట్లు అత్యల్పంగా వాడటం; బలిష్టమైన పశువులు, పశువుల ఎరువు అవసరం మేరకు లభ్యం కాకపోవడం; వడ్డీ వ్యాపారులు ఎవరైతే చిన్న రైతుల భూములను కాజేసేందుకు ప్రయత్నించేవారో, అటువంటి వారి వద్ద నుంచి తమకు కావలసిన రుణాల్లో 90% పైబడి తీసుకోవాల్సిన గత్యంతర పరిస్థితికి చిన్న, మధ్యతరహా రైతులు, కౌలుదార్లు నెట్టివేయబడటం; పెరిగిపోతున్న రుణ భారం, సమర్థవంతం కాని ఉపశమన చర్యలు; తరచుగా వర్షాలు సరైన మోతాదులో కురవకపోవడం, అప్పుడప్పుడు క్షామ పరిస్థితులు నెలకొనడం, వీటికి తోడు 20వ శతాబ్ది మొదటి దశాబ్దిలో ప్లేగు, కలరా, మశూచి లాంటి అంటువ్యాధులు ప్రబలి, విపరీత జన నష్టానికి దారితీయడం; ఈ పరిణామాలు ఆసఫ్‌జాహీల నాటి వ్యావసాయిక పరిస్థితులకు అద్దంపడుతున్నాయి. ఇవి, వ్యావసాయికాభివృద్ధికి దోహదం చేసే వాతావరణాన్ని కల్పించేవి కావు. ముఖ్య విషయమేమంటే, ఈ పరిణామాలను నిశితంగా పరిశీలిస్తే, వీటన్నిటిలో పెద్ద భూస్వాముల ఆర్థిక శక్తి పెరగడానికే తోడ్పడి, చిన్న రైతులు తమ వ్యవసాయాన్ని ముందుకు తీసుకెళ్లి, పెంపుచేయడంలో సహాయపడలేదనే అంతరార్థాన్ని గమనించొచ్చు. భూకేంద్రీకరణతోపాటు, ప్రభుత్వం అందచేసిన మెరుగైన విత్తనాలు,

ఎరువులు, చీడమందులు, పనిముట్లు, చెరువులు, నదీ ప్రాజెక్టుల క్రింద సేద్యపు నీటి సౌకర్యాలు, తక్కావి, వ్యవసాయ రుణాలు, ఇత్యాదులనన్నిటినీ, చిన్న, మధ్య తరహా రైతులు, కౌలుదార్ల కంటే, పెద్ద భూస్వాములు, ఇంకా చెప్పాలంటే దేశ్‌ముఖ్‌లు, దేశ్‌పాండ్యాలు, పటేళ్లు, పట్వారీలు ఉపయోగించుకోవడం జరిగింది. చిన్న రైతుల అమాయకత్వం, బలహీన ఆర్థిక వనరులు, ప్రభుత్వంలో పెద్ద భూస్వాముల్లాగా వీరికి పలుకుబడి, మద్దతు, సహకారం లేకపోవడం, ఈ పరిస్థితికి దారితీశాయి. అయితే, దురదృష్టకర విషయమేమంటే, విస్తారమైన భూములు, అపారమైన సేద్యపు నీటి సౌకర్యాలను, అనంతమైన పెట్టుబడి వనరులను కలిగిన పెద్ద భూస్వాములు వీటిని నిరుపయోగంగా వదిలేసి, సొంత వ్యవసాయాన్ని వదిలేసి, ఉత్పత్తిని పెంచడం కంటే హెచ్చు కౌళ్లను పొంది, వీటితోపాటు వడ్డీ, ధాన్య వ్యాపారం, ఎక్సైజ్ కాంట్రాక్ట్‌లు, బియ్యపు మిల్లులు, నూనె మిల్లులను చేపట్టడంతో ఆనందాన్ని పొందసాగారు. దీనికి భిన్నంగా, కౌలుదార్లకు ఉత్పత్తిని పెంచాలని కోరిక ఉన్నా, దానికావలసిన భూములు కాని, సేద్యపు నీటి వనరులు కాని, పెట్టుబడి సొమ్ముకాని వీరికి లేకపోవడం జరిగింది. అంతిమంగా, నాటి వ్యవసాయ రంగంలో ఎటువంటి వికృత పరిస్థితి ఏర్పడిందంటే, ఏ వ్యవసాయ వర్గాలవారికైతే పెట్టుబడిపెట్టి, ఉత్పత్తిని పెంచే శక్తి ఉన్నదో, వారికి వ్యవసాయంలో ఆసక్తి లేకపోవడం, ఇకపోతే ఏ వర్గాల వారికైతే సొంత వ్యవసాయం, ఉత్పత్తి పెంపుపై అపరిమిత ఆసక్తి ఉందో అటువంటి వారికి పెట్టుబడి, భూమి, సేద్యపు నీటి వనరులు చాలినంతగా లేకపోవడం జరిగింది. ఈ వికృత పరిణామం తప్పక, వ్యావసాయిక ఉత్పత్తి తగ్గుదలను సూచిస్తుంది.

22

అసఫ్‌జాహీల కాలంలో ఆధునీకరణ

తెలంగాణ ప్రాంతం హైదరాబాదు రాజ్యంలో సగానికి పైగా ఆక్రమించబడి ఉన్న ప్రాంతమే కాకుండా, భారతదేశానికి నడిబొడ్డున లేదా నట్టనడుమ ఉండి ఉత్తర, దక్షిణ భారతదేశ ప్రాంతాన్ని కలుపుతూ ఉన్న ప్రాంతం. ఈ ప్రాంతం 1724 నుంచి 1948 వరకు నిజాం రాజుల పాలనలో కొనసాగింది. అంటే దాదాపు 224 సంవత్సరాలు ఈ ప్రాంతం నిజాంరాజుల పాలనలో కొనసాగింది. అయితే 1724 నుంచి 1748 వరకు పరిపాలించిన మొదటి నిజాం ప్రభువు, నిజాం ఉల్ ముల్క్ ఆసఫ్‌జా-I దాదాపు స్వతంత్రంగానే పరిపాలించాడు. కాని అతని తరవాతి రాజులు వారసత్వ తగాదాలలోపడి, అప్పటికే అక్కడ వర్తక స్థావరాలు ఏర్పరచుకుంటూ పోటీపడుతున్న ఇంగ్లీషు , ఫ్రెంచివారి సహాయం కోరారు. ఇదే అదునుగా తీసుకొన్న విదేశీయులు, ముఖ్యంగా ఇంగ్లీషువారు క్రమంగా వారి ఆధిపత్యాన్ని హైదరాబాదు రాజ్యంపై ప్రదర్శించడమే కాకుండా ఆ రాజ్యభూభాగాలైన కోస్తాంధ్ర ప్రాంతం, రాయలసీమ ప్రాంతాలను రెండవ నిజాం, నిజాం అలీఖాన్ (1762-1803) పాలనలో తమ ఆధీనంలోకి తీసుకొన్నారు. అంతేకాకుండా బ్రిటీషువారు 1798లో లార్డ్‌వెల్లస్లీ ప్రభువు ప్రవేశపెట్టిన సైన్య సహకార సంధి పద్ధతిని నిజాం రాజుపై బలవంతంగా అమలు చేశారు. దీని ప్రకారం నిజాంరాజు తన రాజ్యంలో తన సైన్యాలను తొలగిస్తూ బ్రిటీషు సైన్యాన్ని సికింద్రాబాదు (బొల్లారం) ప్రాంతంలో తన స్వంత ఖర్చుతో ఏర్పాటు చేయడమేకాకుండా, ఒక బ్రిటీషు ఏజెంటు లేదా రెసిడెంట్ హైదరాబాదు పరిపాలనకోసం నియమింపబడటం, అతని అనుమతితోనే హైదరాబాదు రాజ్య ప్రధానమంత్రిని నియమించాలని నిర్ణయించారు. ఆ విధంగా నిజాంరాజులు తమ స్వాతంత్ర్యాన్ని, సార్వభౌమత్వాన్ని కోల్పోయి బ్రిటీషు వారి సామంతులయ్యారు.

ఆ విధంగా మూడవ నిజాం, నిజాం సికిందర్‌జా (1803-1829) కాలంలో బ్రిటీషువారికి కీలు బొమ్మగా ఉన్న రాజాచందూలాల్ హైదరాబాదు రాజ్య ప్రధానమంత్రిగా 1806లో నియమితుడై 1843 వరకు ఆ పదవిలో కొనసాగాడు. అంటే దాదాపు 37 సంవత్సరాలు ఆ పదవిలో కొనసాగి హైదరాబాదు రాజ్యాన్ని అన్ని రంగాలలో దివాల తీయించడంతోపాటు, హైదరాబాదు రాజ్య సారవంతమైన మూడు జిల్లాలు బేరార్, రాయచూర్, ఉస్మానాబాదులను హైదరాబాదు కంటిన్‌జెంట్ సైన్యాల ఖర్చు బకాయిల కింద 1853లో బ్రిటీషు వారి బలవంతపు సంధితో వదులుకొనేటట్లు చేయడానికి దారి చూపాడు. ఇలాంటి క్లిష్టపరిస్థితులలో మొదటి సాలార్‌జంగ్ 1853లో హైదరాబాదు రాజ్య ప్రధానమంత్రిగా నియమితుడై ఆ పదవిలో 1883 వరకు కొనసాగాడు. అంటే దాదాపు 30 సంవత్సరాలు పాలించి, అతని దూరదృష్టితో ఎన్నో సంస్కరణలు ప్రవేశపెట్టి హైదరాబాదు రాజ్యాన్ని పునఃనిర్మించడంతోపాటు ఎన్నో రంగాలలో ఆధునీకరించాడు.

సాలార్‌జంగ్-I కాలంలో తెలంగాణ ప్రాంతం ఆధునీకరణ

మొదటి సాలార్‌జంగ్ 1853లో హైదరాబాదు రాజ్యప్రధానిగా నియమింపబడటం కంటే ముందు ఉన్న హైదరాబాదు రాజ్య పరిస్థితులను గురించి హైదరాబాదు రాజ్య ఆర్థికమంత్రిగా 1921లో కొనసాగిన సర్‌అక్బర్ హైదరీ

తన మాటలలో ఈ విధంగా వివరించాడు. మొదటి సాలార్‌జంగ్ హైదరాబాదు రాజ్య ప్రధానిగా నియమితుడయ్యేనాటికి ఆ రాజ్యం అన్ని రంగాలలో క్లిష్టపరిస్థితులలో ఉంది. ఆర్థిక పరిస్థితి క్లిష్టంగా ఉండి, ప్రభుత్వ ఉద్యోగులకు జీతాలు ఇవ్వలేక ఎన్నోరోజుల తరబడి బకాయిలు కూరుకపోయి ప్రభుత్వాన్ని నడపలేని స్థితిలో ఉంది. నిజాం నవాబు కూడా తన స్వంత ఖర్చుల నిమిత్తం తన ఆభరణాలను కుదువబెట్టి ఎక్కువ వడ్డీరేటుతో అప్పుతీసుకొని కుటుంబాన్ని నడపసాగాడు. ప్రభుత్వ కేంద్ర ఖజాన అంటూ లేదు. ప్రైవేటు వ్యక్తులు ముద్రించే నాణేలపై నియంత్రణ లేదు. ప్రభుత్వ ఆదాయ వ్యయాలపై లెక్కలంటూ లేవు. ప్రభుత్వ ఆదాయం ఖర్చులో అయిదవ వంతు మాత్రమే. ప్రతి ప్రభుత్వ ఆఫీసును వేలంలో కొనడం, లంచగొండితనం, ఏ నిబంధనలు లేని ఆరాచక పరిస్థితులు ప్రతిచోట ప్రతిబింబించేవి.

అలాంటి క్లిష్టపరిస్థితులలో పాశ్చాత్య విద్యనభ్యసించిన 24 సంవత్సరాలు వయస్సు కలిగిన యువకుడు మీరు తురాబ్ అలీఖాన్ లేదా మొదటి సర్ సాలార్ జంగ్ అని ప్రాచుర్యంలోకి వచ్చిన వాడు మే 31, 1853లో హైదరాబాదు రాజ్య దివాన్‌గా లేదా ప్రధానమంత్రిగా నియమితుడై, ఫిబ్రవరి 8, 1883 అంటే అతని మరణం వరకు దాదాపు 30 సంవత్సరాలు ముగ్గురు నిజాం రాజుల కాలంలో, నిజాం నాజిర్ ఉద్ దౌల (1829-1857) అఫ్జల్ ఉద్ దౌల (1857 - 1869), మీరు మహబూబ్ అలీ ఖాన్ (1869 - 1911) లకు ప్రధానిగా సేవచేసే భాగ్యం లభించింది. అంతేకాకుండా ఇతడు 1857-58 సిపాయిల తిరుగుబాటు సమయంలో బ్రిటీషు వారికి అండంగా నిలవడం వల్ల, అతని ఆధునీకరణ ప్రయత్నాలు బ్రిటీషువారి సామ్రాజ్య కాంక్షలకు అనుకూలంగా ఉండటం వల్ల వారి పూర్తి మద్దతు ఇతనికి లభించింది. అంతేకాకుండా 1869లో మైనర్ అయిన మూడు సంవత్సరాల బాలుడు మీరు మహబూబ్ అలీ ఖాన్ రాజుకు రిజెంటుగా అయి మొత్తం పరిపాలనపై నియంత్రణ సాధించాడు.

ఆ తరవాత హైదరాబాదు రాజ్య ఆర్థిక పరిస్థితులను మెరుగు పరచడానికి ఆరు అంశాలను ఎన్నుకొన్నాడు. దీనిలో మొదటిది 1855లో జీతంపై పనిచేసే తాలూకాదార్లను లేదా కలెక్టర్లను నియమించి, అంతకుముందున్న కాంట్రాక్టు తాలుకాదార్లను తొలగించడం. రెండవది తక్కువ వడ్డీరేటుపై రుణ సౌకర్యం కల్పించి, ఎక్కువ వడ్డీరేటుపై తాకట్టు పెట్టిన ప్రభుత్వ భూములను విడిపించడం, రుణాలను తీర్చడం. మూడవది ప్రభుత్వ "హాలిసిక్కా" రూపాయిని ప్రవేశపెడుతూ హైదరాబాదు కేంద్రంగా ప్రభుత్వ ముద్రణా కార్యాలయం ఏర్పాటుచేస్తూ ప్రైవేటు ముద్రణా కార్యాలయాలను మూసివేయించడం. నాలుగవది, ఒక అకౌంటింగ్ జనరల్ ఆఫీస్‌ను ఏర్పరచి, ప్రభుత్వ ఆదాయ వ్యయాల గురించి లెక్కలు చేయించడం. అయిదవది, అంతకు ముందు వివిధ పద్ధతుల ద్వారా కాంట్రాక్టర్ల కింద ఉన్న భూములన్నింటిని తొలగించి వాటిని ప్రభుత్వ ఆధీనంలోకి రప్పించడం, తద్వార ప్రభుత్వ ఆదాయాన్ని పెంచడం. ఆరవది, గ్రామం ఒక యూనిట్‌గా పన్ను చెల్లించే పద్ధతిని రద్దు చేస్తు వ్యక్తి లేదా రైతే స్వతంత్రంగా ప్రభుత్వానికి పన్ను చెల్లించే పద్ధతిని ప్రవేశపెట్టాడు. ఈ పన్ను లేదా శిస్తు కూడా భూమి రకాన్ని బట్టి నిర్ణయించాడు. దీన్నే బొంబాయి రైత్వారి పద్ధతి రెవెన్యూ విధానం అంటారు. ఆ తరవాత భూములు సర్వే చేయించే సర్వే సెటిల్‌మెంట్ డిపార్టుమెంట్ ఏర్పాటు చేస్తూ రైతులకు పట్టా ఇస్తూ ప్రభుత్వానికి, రైతుకు మధ్య ఉన్న దళారులను తొలగించడం మొదలైన సంస్కరణల ద్వారా ప్రభుత్వాదాయన్ని పెంచి, రెవెన్యూ పరిపాలనను స్థిరీకరించాడు.

ఇతని రెండో సంస్కరణ, వర్తక వాణిజ్యాన్ని వృద్ధిచేస్తూ ప్రభుత్వ ఆదాయాన్ని పెంచడం. దీనికై జాగీరుదార్ల, జమీందార్ల, కాంట్రాక్టు తాలుకాదార్ల కింద ఉన్న భూములపై ప్రభుత్వ నియంత్రణ సాధించి, వారు అంతకు ముందు సరుకుల రవాణాపై వసూలు చేసే పన్నులు, అంటే రహదారి పన్నులు రద్దు చేయించాడు. రహదారి పన్నులు వసూలు చేయడానికి ప్రత్యేక కస్టమ్స్ అధికారులను నియమిస్తూ, ఆ అధికారులు ఒక రహదారి పన్నును రాజ్య సరిహద్దులలో వసూలు చేసేటట్లు, రెండోది సరుకులు అమ్మే చోట్ల పన్నులు చెల్లించేటట్లు సంస్కరణలు తెచ్చి వర్తక వ్యాపారాన్ని మధ్య దళారుల నుంచి విముక్తి చేస్తూ, దాని అభివృద్ధికి తోడ్పడుతూ ప్రభుత్వ ఆదాయాన్ని గణనీయంగా పెంచాడు.

సాలార్‌జంగ్ మూడో సంస్కరణ, ప్రభుత్వాధీనంలో పబ్లిక్ వర్క్స్ డిపార్ట్‌మెంట్‌ను ఏర్పాటు చేస్తూ, తద్వార రోడ్ల పునరుద్ధరణ, నీటిపారుదల పనులు చేపట్టి వ్యవసాయాభివృద్ధికి కృషి చేసాడు. అంతేగాక ప్రభుత్వపరమైన అటవిశాఖను ఏర్పాటు చేస్తూ అటవి సంపదను ప్రభుత్వపరం చేసాడు.

ఇతని నాల్గవ సంస్కరణ, రాష్ట్రంలో శాంతి భద్రతలను మెరుగు పరచడం. దీనికోసం ఒక పోలీసుశాఖను మహాకామా ఇ కొత్వాల్ అనే పేరుతో హైదరాబాదులో ఏర్పాటు చేసాడు. చౌకీసు అనే పోలీసు శాఖలను జిల్లాలలో స్థాపించాడు. నిజామత్ అనే పోలీసు దళాన్ని ఏర్పరచాడు. జిల్లా పోలీసు అధికారిగా సూపరింటెండెంట్ ఆఫ్ పోలీసు లేదా ముత్తామీన్‌ను, జిల్లాలోని చౌకీసుపై అధికారిగా ఇన్‌స్పెక్టర్లను లేదా అమీనులను నియమించి శాంతి భద్రతలను నియంత్రించాడు. ఇతడు హైదరాబాదులో హైకోర్టు అనే న్యాయవ్యవస్థను, జిల్లాలలో మునిసిఫ్, మీర్ ఆదిల్స్‌ను నియమించడంతో శాంతి భద్రతలను నియంత్రించాడు. ఇతడు 1865 లో మొత్తం రాష్ట్రాన్ని జిల్లాలుగా విభజిస్తూ "జిలాబంది" వ్యవస్థను ప్రవేశపెడుతూ ఆ జిల్లాలపై ప్రభుత్వ జీతంపై పనిచేసే కలెక్టర్లను, సబ్ కలెక్టర్లను తాలూకాలపై, తహశిల్దారులను గ్రామాలపై పన్ను వసూలుకు పట్వారీలను, శాంతిభద్రతలకు పటేల్‌లను నియమించడం ద్వారా పరిపాలన వ్యవస్థను స్థిరీకరించాడు.

సర్ సాలార్‌జంగ్ ఐదవ సంస్కరణ, 1868 లో మొత్తం ప్రభుత్వ పరిపాలనను నాలుగు మంత్రిత్వశాఖల కిందకి తెచ్చాడు. అవి, 1. రెవిన్యూశాఖ, 2. న్యాయశాఖ, 3. పోలీస్‌శాఖ, 4. విద్య, ఆరోగ్యం, స్థానిక సంస్థలు, ప్రజా సంక్షేమం. ఈ మంత్రిమండలిని 'సదర్-ఉల్ మహమ్' అంటారు. ఈ మంత్రిమండలి దివాన్‌కు బాధ్యత వహిస్తుంది. ఇది నేటి ఆధునిక మంత్రిమండలి వ్యవస్థకు దగ్గరగా పోలికలున్న వ్యవస్థ.

సర్ సాలార్‌జంగ్ ఆరవ సంస్కరణ ఆధునిక ఆంగ్ల విద్యను రాష్ట్రంలో ప్రవేశపెట్టడానికి అనేక పాఠశాలలు నెలకొల్పాడు. 1855లో దారుల్ ఉల్ ఉలూమ్ అనే హైస్కూల్‌ను ఏర్పరిచి ఆంగ్లాన్ని ఒక నిర్బంధ సబ్జెక్టుగా ఏర్పాటు చేసాడు. అంతేగాక నగర హైస్కూల్ లేదా సిటి హైస్కూల్, చాదర్‌ఘాటు హైస్కూలును 1870, 1872 ల్లో స్థాపించాడు. 1870లో స్కూల్ ఆఫ్ ఇంజనీరింగ్‌ను ఏర్పాటు చేస్తూ పబ్లిక్ వర్క్సు డిపార్ట్‌మెంటుకు కావలసిన సాంకేతిక సిబ్బందిని తయారుచేసాడు. అంతేగాక ప్రభుత్వ పరిపాలనలో నిష్ణాతులైన బయటివారిని నియమించడం ద్వారా పరిపాలన ఆధునీకరణకు బలమైన పునాది వేశాడు.

నీటిపారుదల సౌకర్యాలు

ఆరవ నిజాం మీర్‌మహబూబ్ అలీఖాన్, ఏడవ నిజాం మీర్ ఉస్మాన్ అలీఖాన్‌లు నీటిపారుదలపై ప్రత్యేక శ్రద్ధవహించారు. ముఖ్యంగా ఏడవ నిజాం మీర్ ఉస్మాన్ అలీఖాన్ బాగా ప్రతిభగల్గిన నవాబు అలీనవాజ్ జంగ్‌ను ఆ

రాజ్య ప్రధాన ఇంజనీరుగా నియమించడం, తద్వారా ఇంతకు ముందున్న చెరువులను, కాలువలను, ప్రాజెక్టులను పెద్ద ఎత్తున మరమ్మత్తులు చేయడంతోపాటు కొన్ని ప్రాజెక్టులను కట్టించారు. వాటిలో ముఖ్యమైనవి

1. **మీర్ఆలం టాంక్ (1810):** మూడవ నిజాం రాజు సికిందర్జా ప్రధానమంత్రి, మీర్ఆలం చేత కట్టించబడింది. ప్రస్తుతం ఈ టాంక్ నెహ్రూ జూపార్క్కు నీటిని అందిస్తుంది.

2. **ఘన్పూర్ ఆనకట్ట (1905):** 1905 లో మెదక్ జిల్లా ఘన్పూర్ దగ్గరలో మంజీరానదిపై నిర్మితమై, 21,625 ఎకరాలకు సాగునీటిని అందచేస్తుంది.

3. **అసఫ్నహర్ ప్రాజెక్ట్ (1905):** దీనిని నెమలి కాల్వ గ్రామం (నల్గొండ) లో మూసినదిపై నిర్మించారు; 15,245 ఎకరాలకు నీరందిస్తుంది.

4. **ఉస్మాన్ సాగర్ / గండిపేట (1919), హిమాయత్సాగర్ (1927):** ఈ రెండు ప్రాజెక్టులను ఏడవ నిజాం మీర్ ఉస్మాన్ అలీఖాన్ కట్టించాడు. 1908 లో మూసినది వరదల వల్ల జరిగిన ప్రాణనష్టం, ప్రమాదం దృష్టిలో పెట్టుకొని ఆ నీటిని హైదరాబాద్ పట్టణవాసుల తాగునీటి అవసరాలు తీర్చడం కోసం, నగరానికి 20 కి.మీ. ఎగువన మూసినదిపై ఉస్మాన్సాగర్ (తన పేరున) ను 1919 లో నిర్మించాడు. మూసి ఉపనదైన ఈసాపై తన కుమారుడైన హిమాయత్ అలీఖాన్ పేరున 1927 లో హిమాయత్సాగర్ను నిర్మించాడు. ప్రస్తుతం ఈ రెండింటిని హైదరాబాద్ పట్టణవాసుల తాగునీటి అవసరాలకు ఉపయోగిస్తున్నారు.

5. **బెలాల్ ప్రాజెక్ట్ (1924 - 1929):** దీనిని నిజామాబాద్ జిల్లాలోని బోధన్ తాలూకాలో రూ.1,28,000 వ్యయంతో 1,265 ఎకరాలకు సాగునీటి కోసం నిర్మించడమైంది.

6. **పోచారం రిజర్వాయర్ (1922):** దీన్ని నిజామాబాద్ జిల్లాలోని పోచారం గ్రామంలో ఆలేరు ఉపనదిపై రూ.34 లక్షలతో 13000 ఎకరాలకు సాగునీటి కోసం నిర్మించారు.

7. **రాయంపల్లి రిజర్వాయర్ (1924):** దీన్ని మెదక్ జిల్లాలో రాయంపల్లిలో 1924 లో రూ.3 లక్షల వ్యయంతో నిర్మించారు.

8. **నిజాంసాగర్ ప్రాజెక్ట్ (1924 - 1931):** ఏడవ నిజాం మీర్ ఉస్మాన్ అలీఖాన్ నిర్మించిన ప్రాజెక్టుల్లో అతిపెద్దది. దీన్ని పూర్తిగా హైదరాబాద్ ఇంజనీర్లతో నిజామాబాద్ జిల్లాలో అచ్చంపేట గ్రామ సమీపాన మంజీర నదిపై నిర్మించారు. దీని వల్ల నిజామాబాద్ జిల్లాలో విస్తారమైన పంటలు పండించడానికి తోడ్పడింది. అంతేకాక చెరకు పంటలకు నీరందించడం వల్ల నిజాం చెక్కర పరిశ్రమను ఇక్కడ నెలకొల్పారు. ఇది 2,75,000 ఎకరాలకు సాగునీరు అందిస్తుంది.

9. **పాలేరు ప్రాజెక్ట్ (1924 - 1929):** దీన్ని ఖమ్మం జిల్లాలో పాలేరు నదిపై నాయికుండ గ్రామంలో నిర్మించారు.

10. **వైరా ప్రాజెక్ట్ (1923 - 1930):** దీన్ని ఖమ్మం జిల్లాలోని మధిర తాలూకాలో వైరా నదిపై నిర్మించారు. 17,000 ఎకరాలకు సాగునీరు అందిస్తుంది.

11. సింగభూపాలం రిజర్వాయర్ (1919 - 1940): ఖమ్మం జిల్లాలోని మధిర తాలూకాలో వైరానదిపై నిర్మించడమైంది, 17000 ఎకరాలకు సాగునీరు అందిస్తుంది.

12. మానేరు రిజర్వాయర్ (1945 - 1949): ఇది కరీంనగర్ జిల్లాలోని సిరిసిల్ల తాలూకాలో 18 గ్రామాల్లోని 23,000 ఎకరాలకు నీరందిస్తుంది. ఇది 1076 కిలోవాట్ల విద్యుత్తు కూడా ఉత్పత్తి చేస్తుంది.

13. డిండి ప్రాజెక్టు (1943): దీన్ని కృష్ణానది ఉపనదైన డిండినదిపై నల్గొండ జిల్లాలోని దేవరకొండ తాలూకాలో నిర్మించారు.

14. నందికొండ - నాగార్జునసాగర్: దీన్ని మొదట కృష్ణానదిపై నందికొండ గ్రామం (నల్గొండ)లో నిర్మించాలని ఏడవ నిజాం నవాబ్ తన ప్రముఖ ఇంజనీరు జాఫర్ అలీ చేత ప్రయత్నాలు సాగించాడు. దీంతో ఎక్కువ భాగం నీటిని తెలంగాణకు వచ్చేట్లు ప్రయత్నాలు జరిగాయి. కాని తదుపరి కె.ఎల్.రావు ఆధ్వర్యంలో నందికొండ ప్రాజెక్ట్‌ను ఇంకా కొంత దిగువకు తీసుకుపోయి ఎక్కువ భాగం అంటే, రెండొంతుల నీళ్లు ఆంధ్ర ప్రాంతానికి పోయేట్లు చేయడమైంది.

పైన పేర్కొన్న నీటిపారుదల సౌకర్యాలు నిజాం నవాబుల దూరదృష్టికి, ఆర్థికాభివృద్ధికి సూచికగా నిలుస్తాయి.

ఆధునిక రవాణా, సమాచార మాధ్యమాల అభివృద్ధి

బ్రిటీషువారి పాలనలో ఆధునిక రవాణా, సమాచార మాధ్యమాలను భారతదేశంలో ప్రవేశపెట్టడం ద్వారా సామాజిక ఆర్థిక రంగాలలో పెను మార్పులు వచ్చాయి. అదేవిధంగా హైదరాబాదు రాజ్యంలో మొదటి సాలార్‌జంగ్ రవాణా, సమాచార మాధ్యమాలు ప్రవేశపెట్టడంతో హైదరాబాదు రాజ్యస్వరూపం సామాజిక - ఆర్థిక రంగాలలో ఎంతోమార్పు చెందింది. తెలంగాణ లేదా హైదరాబాదు రాజ్యం చుట్టూ సరిహద్దులు భూభాగంతో ఉండి నౌకాయాన సముద్ర మార్గాలు దీనికి అనుకూలంగా లేకపోవడంతో రైలు, రోడ్డు రవాణా, విమానయాన సంస్థ, పోస్టల్ టెలిగ్రాఫ్, టెలిఫోను సమాచార సంస్థలనే ముఖ్యమైన ఆధునిక రవాణా సమాచార మాధ్యమాలుగా పరిగణించారు.

రైల్వేలు / రైలు రవాణా వ్యవస్థ

హైదరాబాదు రాజ్యాన్ని ఇతర ప్రాంతాలైన బ్రిటీషు ఇండియా ప్రాంతాలతో కలుపుతూ తమ ప్రాంత సరుకులను, సేవలను ఇతర ప్రాంతాలకు చేరవేర్చే ముఖ్య రవాణా వ్యవస్థలో రైల్వేలు ప్రథమ స్థానాన్ని ఆక్రమించాయి.

హైదరాబాదు రాజ్యంలోని సికింద్రాబాదు (బొల్లారం) ప్రాంతం దక్షిణభారతదేశంలోని బ్రిటీషు సైన్యానికి కేంద్రం. సైనిక పరంగా, ఆర్థిక పరంగా భారతదేశంలోని పశ్చిమ, తూర్పు తీరాలను కలుపుతూ నట్టనడుమ ఉన్న ప్రాంతం హైదరాబాదు పట్టణం. అందువల్ల బొంబాయి ప్రభుత్వం, హైదరాబాద్ ప్రభుత్వం ఉమ్మడిగా హైదరాబాదు పట్టణాన్ని ఇతర ప్రాంతాలకు కలుపుతూ రైలు రవాణ వ్యవస్థ నెలకొల్పాలని నిర్ణయించింది.

దాని ప్రకారం ఫిబ్రవరి 29, 1864లో భారత ప్రభుత్వం బొంబాయి నుంచి మద్రాసుకు వెళ్ళేరైలు మార్గం రాష్ట్రంలోని గుల్బర్గా, వాడి, రాయిచూర్, గుత్తి గుండా మద్రాసుకు పోయే రైలు మార్గాలను గుల్బర్గా నుంచి హైదరాబాదుకు కలపాలని బ్రిటీషు ఇండియా ప్రభుత్వం, హైదరాబాదు రాష్ట్ర దివాన్ లేదా ప్రధానమంత్రి మధ్య ఒప్పందం కుదిరింది. ఆ ఒప్పందం ప్రకారం, హైదరాబాదులోని వాడి, సికింద్రాబాదుల మధ్య గల 110మైళ్ళ దూరాన్ని కలుపుతూ అక్టోబర్ 8న, 1874లో రైలుమార్గం ప్రజల సౌకర్యార్థం తెరిచారు.

ప్రారంభదశలో రైల్వేలపై పెట్టిన పెట్టుబడికి నష్టం రావడం వల్ల ఏ ఇంగ్లీషు కంపెనీ తమ పెట్టుబడులు హైదరాబాదు రాజ్యంలో రైల్వే రవాణా వ్యవస్థపై పెట్టడానికి ముందుకు రాకపోవడంతో, దీన్ని అధిగమించడానికి నిజాం ప్రభుత్వం పెట్టిన పెట్టుబడికి 5 శాతం గ్యారంటి వడ్డీని ఇచ్చేందుకు ముందుకు వచ్చింది. అందువల్ల దీన్ని నిజాం రాజ్య గ్యారంటీడ్ రైల్వే వ్యవస్థగా (NGSR) పిలిచారు. దీని పర్యవసానంగా ఒక ప్రైవేటు బ్రిటీషు సంస్థ, నిజాం ప్రభుత్వం మధ్యలో 1883లో ఒక ఒప్పందం కుదిరింది. దాని ప్రకారం వాడి- సికింద్రాబాద్‌ల రైల్వే లైనును, 1899లో సికింద్రాబాద్‌నుంచి వరంగల్‌కు పెంచారు. అక్కడినుంచి, అంటే వరంగల్ నుంచి ఒక లైనును బెజవాడకు మరొకటి చాందాకు వేసారు. దాదాపు 215 మైళ్ళదూరం ఉన్న సికింద్రాబాదు, బెజవాడలను కలుపుతూ వేసిన రైల్వే లైను వల్ల బ్రిటీషు ఇండియా పశ్చిమ, తూర్పు సముద్ర తీరాలు కలపబడ్డాయి. వరంగల్, చాందాలను కలుపుతూ వేసిన 160 మైళ్ళ రైల్వేలైను తరవాతి కాలంలో సింగరేణి బొగ్గుగనులను కలుపుతూ రైల్వేమార్గం వేయడానికి దారితీసింది. ఈ రెండు రైల్వేలైనుల వల్ల రైలు రవాణా వ్యవస్థలో, ఇతర రంగాలలో సంచలనాత్మక మార్పులు హైద్రాబాదు రాజ్యంలో చోటు చేసుకోవడానికి దారి చూపింది.

1907వ సంవత్సరంలో నిజాం నవాబు నాంపల్లి రైల్వే స్టేషన్ నిర్మించాడు. దీనినే హైదరాబాదు దక్కన్ రైల్వే స్టేషన్ అని కూడా పిలుస్తారు. ఇది తడితడిగా ఉన్న బురద ప్రాంతంలో కట్టడం వల్ల దీనికి నాంపల్లి అని పేరు వచ్చింది. ఉర్దూభాషలో "నామ్" అంటే తడితడిగా ఉన్న భూభాగం. "పల్లి" అంటే ప్రాంతం. ఈ స్టేషన్‌ను బాగే ఇ ఆమ్ లేదా నాంపల్లి పబ్లిక్ గార్డెన్‌ను నిర్మించే సమయంలోనే వేసారు. దీనిని ముఖ్యంగా వస్తువులను రవాణా చేయడానికి మాత్రమే ఉపయోగించారు. మొదటి ప్యాసింజర్ రైలు 1921 సంవత్సరంలో ఈ స్టేషన్ నుంచి ప్రారంభమైంది.

నిజాం రాజులు కట్టించిన ముఖ్యమైన రైల్వే స్టేషన్ కాచిగూడ స్టేషన్. ఇది 1916 లో నిర్మితమై, 1950 వరకు నిజాం రాజ్య గ్యారంటీడ్ రైల్వేస్టేషన్ (NGSR) హెడ్ క్వార్టర్‌గా కొనసాగింది. దీనికంటె ముందు 1916 వరకు సికింద్రాబాదు రైల్వేస్టేషన్ హెడ్ క్వార్టర్స్‌గా ఉండేది. ఈ కాచిగూడ రైల్వే స్టేషన్ సెంట్రల్, సైడ్ డోములతో పాటు మినరేట్లును కలిగివుండి గోథిక్ ఆర్కిటెక్చర్‌తో అందంగా నిర్మితమైంది. ఆ తరవాత 1899 లో హైదరాబాద్ గోదావరి వ్యాలి నుంచి మన్‌మాడ్‌కు కలుపుతూ నిర్మించిన 386 మైళ్ల రైలు మార్గం మన్‌మాడ్, ఔరంగాబాద్, పరభని, నాందేడ్,

సికింద్రాబాద్‌ల గుండా పోతూ నిజాం రాజ్య ఆర్థికాభివృద్ధికి బాగా తోడ్పడింది. అంతేకాక మొదటి ప్రపంచ యుద్ధం అంతమయ్యే నాటికి ముందు ఉన్న బ్రాడ్‌గేజి లైన్లు (352 మైళ్లు), మూడు మీటరు గేజి లైన్లు (620 మైళ్లు) హైదరాబాద్ పట్టణాన్ని కలుపుతూ వేసిన రైల్వే లైన్ల వివరాలను కింది పట్టిక ద్వారా వివరించడమైంది.

లైను	ప్రారంభం	మైలేజీ (మైళ్లలో)	గేజ్
వాడి - సిక్రిందాబాద్	08.10.1874	110	బ్రాడ్
డోర్నకల్ జంక్షన్ - సింగరేణి కాలరీస్	01.01.1888	16	బ్రాడ్
సికింద్రాబాద్ - బెజవాడ	10.02.1889	215	బ్రాడ్
బల్హార్షా - కాజీపేట	01.02.1924	146	బ్రాడ్
కారిపల్లి - కొత్తగూడెం	21.03.1927	24	బ్రాడ్
వికారాబాద్-బీదర్	14.01.1930	56	బ్రాడ్
బీదర్-పర్లీ-వైజినాథ్	01.07.1932	170	బ్రాడ్
పుర్ణా జంక్షన్ - హింగోలి	15.05.1912	50	మీటర్
హైదరాబాద్ గోదావరి వ్యాలి రైలు (మన్మాడ్ వరకు)	21.10.1899	386	మీటర్
పరభని - పుర్లీ	16.10.1929	40	మీటర్
ద్రోణాచలం-సికింద్రాబాద్ బ్రిటిష్ ఫ్రాంటియర్	01.02.1916	188.2(బ్రిటిష్ మైళ్ళు)	మీటర్
డోన్ - కర్నూల్ (మద్రాసు వరకు పొడిగించబడింది)	01.01.1909	58.5 (బ్రిటిష్ మైళ్ళు)	మీటర్
జనకంపేట్ - బోధన్	01.11.1938	12	మీటర్

పై పట్టిక 1874 నుంచి 1938 మధ్య కాలంలో వేసిన నిజాం రాజ్య రైల్వే లైన్ల అభివృద్ధిని గూర్చి తెలియచేస్తుంది.

నిజాం రాజ్యంలో రైల్వే లైన్ల నిర్మాణం 1930 వరకు ప్రైవేటు బ్రిటిష్ కంపెనీల ఆధ్వర్యంలో కొనసాగేది. కాని 1930 లో దీని పరిపాలనా నిర్మాణ బాధ్యతలని నిజాం రాజ్యస్టేట్ రైల్వే (NSR) బోర్డు ఆధ్వర్యంలోకి తెచ్చి మీర్ ఉస్మాన్‌అలీఖాన్ పాలన అంతమయ్యే వరకు అంటే, 1948 వరకు ప్రభుత్వ ఆధీనంలోనే కొనసాగింది.

రోడ్డు రవాణా వ్యవస్థ

రవాణా, సమాచార మాధ్యమాలలో రైల్వేల తరవాత అతి ముఖ్యమైన ప్రధానపాత్ర పోషించేది రోడ్డు రవాణ వ్యవస్థ. 1868 సంవత్సరానికి పూర్వం హైదరాబాదు రాజధానిని కలుపుతూ సోలాపూర్, గుల్బర్గ, కర్నూల్, మచిలీపట్టణం, హనుమకొండ, నాగాపూర్‌లను కలుపుతూ కొన్ని ముఖ్యమైన రోడ్డు రవాణా మార్గాలుండేవి. వీటిలో కొన్ని బ్రిటీషు మిలిటరీ అథారిటీవారు తమ సైనిక అవసరాల నిమిత్తం నిర్మించినవి. 1867లో ఈ రోడ్లన్ని ప్రభుత్వ ఆధీనంలోకి వచ్చాయి. ఆ తరవాత నిజాం ప్రభుత్వం హైదరాబాదు రాజధానికి జిల్లాలను కలుపుతూ రోడ్డు మార్గాలను, రాజధాని నుంచి బ్రిటీషు ఇండియా ప్రాంతాలను కలుపుతూ కొన్ని ముఖ్యమైన రహదారులను నిర్మించింది.

ఎ. ఆ విధంగా 1891 సంవత్సరం వరకు రాష్ట్ర రోడ్డు రవాణా వ్యవస్థ 1,241 మైళ్ళు విస్తరించి మూడు లక్షల ఖర్చుతో ప్రభుత్వం ఆధీనంలో పనిచేయసాగింది.

బి. 1901వ సంవత్సరం వరకు ఇది 1,614 మైళ్లుగా విస్తరించి అయిదు లక్షల యాభైవేల ఖర్చుతో ప్రభుత్వ ఆధీనంలో పనిచేయసాగింది.

20వ శతాబ్ది ప్రారంభంలో అంతర్గత దహన యంత్రం కనుక్కోవడం వల్ల రోడ్డు రవాణా వ్యవస్థ పునరుద్ధరించబడి విప్లవాత్మక మార్పులు చోటు చేసుకొన్నాయి. రోడ్డు రవాణా వ్యవస్థ ప్రాధాన్యత పెరుగుదలతోపాటు అనతి కాలంలోనే రోడ్డు రవాణా వ్యవస్థ రైల్వేలకు సహాయకారిగా కాకుండా ప్రత్యర్థిగా తయారు కావడం జరిగింది.

సి. నిజాం రాజ్యంలో రోడ్డు రవాణా వ్యవస్థ 1940లో 5,911 మైళ్ళకు పెరిగింది. ఇది 1930లో 3,983 మైళ్ల వరకు ఉండేది. అంటే, 1,928 మైళ్ల పెరుగుదల జరిగింది.

గ్రామీణ, పట్టణ ప్రాంతాలకు రోడ్డు రవాణా ప్రయోజనాలు గణనీయంగా ఉంటాయి. నగరాలు, గ్రామాల ప్రాంతీయ వాణిజ్యాభివృద్ధి అనేది మంచి రోడ్లు, రవాణా సౌకర్యాల అభివృద్ధితో ముడిపడి ఉంటుంది. రోడ్డు రవాణా సౌకర్యాల విస్తరణతోపాటు మోటారు వాహనాల సంఖ్య, సర్వీసులు పెరిగాయి. 1932 వరకు రోడ్డు రవాణా వ్యవస్థ ప్రైవేటు వ్యక్తుల, కంపెనీల ఆధీనంలో ఉండేది.

ప్రైవేటు వ్యక్తుల, ఏజెన్సీల ఆధ్వర్యంలో నడిచే రోడ్డు రవాణా వ్యవస్థలోని సర్వీసులు రెగ్యులర్‌గా నడవకపోవడమేగాక దాని చార్జీలను కూడా ఏక పక్షంగా విధించడం ద్వారా ప్రజలకు ఎన్నో విధాల అసౌకర్యం కలిగించసాగింది. అందువల్ల 1932లో నిజాం ప్రభుత్వం రోడ్డు రవాణా వ్యవస్థను ప్రభుత్వ ఆధీనంలో నడిచే రైల్వే బోర్డు పరిపాలనలోకి తీసుకొంది. అప్పటి నుంచి రైలు, రోడ్డు రవాణా వ్యవస్థలు పరస్పర సహకారంతో అభివృద్ధి చెందసాగాయి. ఆ విధంగా 1932 లో స్టేట్ రైల్వేలో భాగంగా మొట్ట మొదటి రోడ్డు రవాణా సంస్థ ఏర్పడింది. దీన్నే నిజాం రాష్ట్ర రైలు & రోడ్డు ట్రాన్స్‌పోర్ట్ డిపార్ట్‌మెంట్ (NSR–RTD అంటారు. ఈ సంస్థ 1932 లో 27 బస్సులతో 166 కార్మికులతో ప్రారంభమైంది. 1936 వరకు తెలంగాణాలోని అన్ని జిల్లా కేంద్రాల్లో బస్ డిపోలను ప్రారంభించారు. అప్పటి నుంచి హైదరాబాద్ నుంచి తెలంగాణాలోని అన్ని జిల్లాలకు బస్సులు నడవడం ప్రారంభమైంది.

విమానయాన రవాణా వ్యవస్థ

హైదరాబాదు రాజ్యం అన్ని రాచరిక రాజ్యాలలో దాని సొంత విమానయాన వ్యవస్థను కలిగి ఉన్న మొదటి స్వదేశీ సంస్థానం. దీని హెడ్‌క్వార్టరు బేగంపేట కేంద్రంగా ఉండేది. 1938లో నిజాం రాజు జారి చేసిన ఫర్మాన ప్రకారం

దక్కన్ విమానయాన సంస్థ నిజాం ప్రభుత్వ ఆధ్వర్యంలో స్థాపించబడి, దీని ఎరోడ్రమ్ ఎయిర్‌పోర్టు బేగంపేటలో ఏర్పాటై, నిజాం రైల్వే ఆధీనంలోకి వచ్చింది. ఆ విధంగా 1930 నుంచి రైల్వేవ్యవస్థ నిజాం గ్యారంటీడ్ రాజ్యరైల్వే బోర్డు (NGSR board) ఆధ్వర్యంలో పని చేయసాగింది. 1932 నుంచి రోడ్డు రవాణా, 1938 నుంచి విమానయాన సర్వీసు రైల్వేబోర్డు ఆధీనంలోకి వచ్చి నిజాం రాజ్యపాలన అంతమయ్యే వరకు, అంటే 1948 వరకు కొనసాగాయి.

తపాల, తంతి సమాచార వ్యవస్థ

మొదటి సర్ సాలార్ జంగ్ ప్రధానిగా ఉన్న 1869 సంవత్సరంలో హైదరాబాదు రాజ్యం 'తపాల శాఖ' ను ఏర్పాటు చేస్తు దాని పరిపాలనను తన ఆధీనంలోకి తీసుకొంది. దీని కంటే ముందు ఈ శాఖ ప్రైవేటు వ్యక్తుల చేతిలో కాంట్రాక్ట్ పద్ధతిలో కొనసాగేది. ఇది ఎప్పుడైతే ప్రభుత్వాధీనంలోకి వచ్చిందో ఆ శాఖను బ్రిటీషు ఇండియాలో మాదిరిగా ఆధునీకరించడం జరిగింది. అన్ని జిల్లా హెడ్ క్వార్టర్స్, ముఖ్యమైన పట్టణాలు వ్యాపార పట్టణాలలో సబ్ పోస్టు ఆఫీసులను ఏర్పాటు చేసారు. ప్రతి అంతస్థులో పోస్టుమాస్టర్‌లను, సబ్ పోస్టుమాస్టర్‌లను, సబార్డినేటు స్టాఫ్‌ను నియమించారు. తపాల శాఖ అధిపతిని నాజిమ్ లేదా 'పోస్టు మాస్టర్ జనరల్' గా పిలిచేవారు. తంతి శాఖ లేదా టెలిగ్రాఫ్ డిపార్టుమెంటు పరిపాలన తపాల శాఖ ఆధ్వర్యంలో కొనసాగింది.

1866 వ సంవత్సరంలో మొదటగా అంటిపెట్టుకొని ఉండే ఒక అణా (ఆరు పైసల) తపాల బిళ్ల / స్టాంప్‌ను ముద్రించారు. 1869లో నవాబు షాసావర్ జంగ్‌ను ప్రథమ హైదరాబాదు తపాల శాఖాధికారిగా లేదా పోస్టుమాస్టర్ జనరల్‌గా నియమించారు. అప్పటి నుంచి వరసగా తపాల స్టాంపుల విడుదల మొదలైంది.

టెలిఫోను సమాచార వ్యవస్థ

1885 లో హైదరాబాదు నగరంలో మొదటి టెలిఫోన్ సౌకర్యాన్ని ప్రవేశపెట్టారు. టెలిఫోను లైన్ల నిర్మాణం బొంబాయి టెలిఫోన్ కంపెనీకి ఇచ్చి, ఆ లైన్ల నిర్మాణం తరవాత ప్రభుత్వాధీనంలోకి తీసుకొని దాని పరిపాలన కొనసాగేది. 1910 సంవత్సరం వరకు స్వతంత్ర సంస్థానాలలో టెలిఫోను నిర్మాణంకోసం బ్రిటీషు ఇండియా ప్రభుత్వ అనుమతిని తప్పనిసరి చేసింది. ఆ తరవాత అనుమతి లేకుండానే టెలిఫోన్‌లను నిర్మించుకొనే అధికారాన్ని సంస్థానాల రాజులకు ఇవ్వడమైంది. మొదట హైదరాబాదు నగరంలో ఒకే ఒక టెలిఫోన్ ఎక్స్ఛేంజ్ ఆఫీసు, 16 లైన్ల సర్వీసు ఉండేది. మొదట్లో ఈ సర్వీసు ప్రభుత్వాధీనంలోనే ఉండేది. క్రమంగా ప్రైవేటు వ్యక్తుల డిమాండ్ మేరకు ఈ సర్వీసును అందరికి ఉపయోగపడేటట్లు విస్తరించారు. దీనితో మరో రెండు టెలిఫోను ఎక్స్ఛేంజ్ ఆఫీసులను ఒకటి నారాయణగూడలో, మరొకటి సికింద్రాబాదులో ఏర్పరచి ప్రజా అవసరాలు తీరేలా చూసారు. 1926, 1927లలో టెలిఫోన్ సౌకర్యాలను హైదరాబాదు నగరం, జిల్లాలను, ముఖ్య పట్టణాలను కలుపుతూ ముఖ్యమైన టెలిఫోన్ సమాచార సౌకర్యాలను ఏర్పాటు చేసారు. దీనితో 1922-1945 మధ్యలో హైదరాబాదు రాజ్యంలో పది టెలిఫోన్ ఎక్స్ఛేంజ్ ఆఫీసులు, 2,004 టెలిఫోన్ కనెక్షన్‌లతో అభివృద్ధి దశలో కొనసాగుతుండేది.

ఈ విధంగా రవాణా, ప్రసార మాధ్యమాలైన రైలు, రోడ్డు, పోస్టల్, టెలిఫోను, వాయు రవాణాలు ప్రభుత్వ, ప్రైవేటు వ్యక్తులతో అభివృద్ధి చెంది ఆ రాజ్య ఆధునీకీకరణకు, ఆర్థికాభివృద్ధికి తోడ్పడ్డాయి.

పారిశ్రామికీకరణ

హైదరాబాదు రాజ్యం నిజాం రాజుల పాలన నుంచి భారత యూనియన్‌లో కలిసే వరకు చూసినట్లయితే ఎన్నో రకాల పారిశ్రామిక వస్తువులను ఈ రాజ్యం ఉత్పత్తి చేసినట్లు తెలుస్తుంది. అంతేగాక హైదరాబాదు రాజ్యం ఆనాటికి భారత యూనియన్ జనాభాలో 4 శాతంగా, పారిశ్రామిక కార్మికులలో 3 శాతంగా, పరిశ్రమలలో 7 శాతంగా, కార్పోరేట్ సెక్టారులలో ఈ రాజ్య పెట్టుబడి 6 శాతంగా ఉండేది. పత్తి, అగ్గిపెట్టెలు, చెక్కర, లిక్కర్, బొగ్గు, సిమెంటు, ఇతర ఉత్పత్తులలో హైదరాబాదు రాజ్య వాటా నాలుగు శాతం లేదా కొంత ఎక్కువే. రాజ్యంలో పారిశ్రామికాభివృద్ధి ఆ రాజ్యం కల్పించిన మౌలిక సదుపాయాలతోనే సాధ్యమయింది.

హైదరాబాదు రాజ్యంలో జరిగిన పారిశ్రామికీకరణను మూడు దశలో వివరించవచ్చు. **మొదటి దశను** మొదటి సాలార్‌జంగ్ దివాను లేదా ప్రధానిగా ఉన్న 1870లో మొదలై మొదటి ప్రపంచ యుద్ధం ఆఖరుకు అంటే 1918 వరకు; **రెండవ దశను** 1919లో మొదలై 1939లో అంటే రెండు ప్రపంచ యుద్ధాల మధ్యకాలంగా ; **మూడవ దశను** రెండవ ప్రపంచ యుద్ధం ప్రారంభం నుంచి (1939 నుంచి) నిజాంరాజుల పాలన అంతమయ్యే వరకు, అంటే 1948 వరకు. ఈ మూడు దశలను హైదరాబాదు రాజ్య పారిశ్రామికీకరణలో ఆ రాజ్యం తన ఇండస్ట్రియల్ ట్రస్టుఫండ్ (ఐటిఎఫ్)తో చేసే ఆర్థిక, మౌలిక సదుపాయాల కల్పనలతో విభజించబడింది. బ్రిటీషు ఇండియాలో పారిశ్రామికీకరణ పూర్తిగా ప్రైవేటు ఆధ్వర్యంలో జరిగింది.

మొదటిదశ (1870-1919)

ఈ దశలో హైదరాబాదు రాజ్య దివానుగా / ప్రధాన మంత్రిగా పని చేసిన మొదటి సాలార్‌జంగ్ (1853-1883) తన దూరదృష్టితో ఎన్నో నిర్మాణాత్మక సంస్కరణలు చేపట్టాడు. హైదరాబాదు రాజ్య ఆర్థిక, సామాజిక, విద్యా, పరిపాలనారంగాలలో ప్రవేశపెట్టిన సంస్కరణల ఫలితంగా, ఆధునిక రవాణా, సమాచార రంగాలలో చేపట్టిన విప్లవాత్మక సంస్కరణల ద్వారా వ్యవసాయిక హైదరాబాదు రాజ్యం వాణిజ్య పంటలు పండించే రాజ్యంగా మారి మరాఠ్వాడ ప్రాంతంలో పత్తి, దానికి సంబంధించిన ఉత్పత్తులు, తెలంగాణ ప్రాంతాలలో నూనె ఉత్పత్తులు మొదలైనాయి. సాలార్‌జంగ్ ఏర్పాటు చేసిన పబ్లిక్ వర్క్స్ డిపార్టుమెంటు ద్వారా నీటిపారుదల సౌకర్యాల కల్పనతో ఈ ప్రాంత అభివృద్ధి ఇంకా వేగంగా సాగింది.

1899లో హైదరాబాదు గోదావరి వ్యాలి రైల్వే లైను మన్‌మాడును కలుపుతూ ఏర్పాటు చేసిన దానివల్ల ఆ ప్రాంతాలలో పత్తి, దానికి సంబంధించిన స్పిన్నింగ్, జిన్నింగ్ పరిశ్రమలు నెలకొల్పడానికి తోడ్పడింది. ఈ దశలో సిల్క్ తీవాచీల పరిశ్రమలు ప్రోత్సహించబడ్డాయి. ఈ దశలో హైదరాబాదు దక్కన్ స్పిన్నింగ్, వీవింగ్ మిల్స్ లిమిటెడ్ (1877), మహబూబ్‌శాయి గుల్‌బర్గా మిల్స్ (1884), ఔరంగాబాదు మిల్స్ (1888) స్థాపించబడ్డాయి. ఈ దశలో డోర్నకల్ జంక్షన్ నుంచి సింగరేణి బొగ్గుగనులకు వేయబడ్డ రైలుమార్గం ద్వారా బొగ్గును రవాణా చేయడం సులువైంది. 1901 వ సంవత్సరం వరకు అన్ని రకాల పరిశ్రమలు కలిసి మొత్తంగా 68 ఉండి, రోజుకు 10 లేదా అంతకు ఎక్కువ మందితో పనిచేయించుకొనేవారు. 1911-1922 మధ్యకాలంలో పరిశ్రమలు 121 నుంచి 200 లకు పెరిగి కార్మికుల సంఖ్య 24,317 నుంచి 32, 857 కు పెరిగింది.

రెండవ దశ (1919-39)

ఈ దశలో నిజాం ప్రభుత్వం పరిశ్రమల అభివృద్ధికి సంస్థాగత సహాయం కల్పించింది. అంటే ఆర్థిక, సాంకేతిక సదుపాయాలను కల్పించాడు. దీనివల్ల దేశీయ చిన్న తరహా పరిశ్రమలు, పెద్ద పరిశ్రమలు అభివృద్ధి చెందాయి. 1917లో ఇండస్ట్రియల్ లేబరేటరినీ ఏర్పరచి పరిశోధనలు చేపట్టింది. 1918లో ఒక ప్రత్యేక కామర్స్ ఇండస్ట్రీస్ డిపార్టుమెంటును రూపొందించారు. 1929 వ సంవత్సరం హైదరాబాదు రాజ్య పారిశ్రామికీకరణలో ఒక మైలురాయి. ఈ సంవత్సరంలో ప్రభుత్వమే ఒక కోటి రూపాయాల నిధిని ఏర్పాటు చేస్తూ పరిశ్రమల అభివృద్ధికి ఇండస్ట్రియల్ ట్రస్టు ఫండ్ (ఐటిఎఫ్) ను ఏర్పాటు చేసింది. తరవాత ఈ ఐటిఎఫ్ నిధిని, కోటి నుంచి మూడు కోట్లకు పెంచి దీన్ని పెద్ద పరిశ్రమలలో వాటాలుగా చిన్న పరిశ్రమలకు అప్పుగా ఇచ్చి వాటిని ప్రోత్సహించడంతోపాటు, అక్కడ నుంచి వచ్చిన లాభాలను చిన్నతరహా పరిశ్రమలను అభివృద్ధి చేయడానికి ఉపయోగించేవారు. అంటే ఈ చిన్న తరహా పరిశ్రమల అభివృద్ధికి కావలసిన శిక్షణా సంస్థలను ఏర్పాటు చేస్తు వాటిలో విద్యార్థులకు ఉపకార వేతనాల ద్వారా, వ్యాపారస్థులకు మేలైన నూతన పద్ధతిలో వస్తువులను ఉత్పత్తి చేసే విధానాల్లో శిక్షణ ఇవ్వడం జరిగేది. రిసెర్చ్ సెంటర్స్, మార్కెటు సెంటర్‌ల ద్వారా చిన్న తరహా పరిశ్రమల అభివృద్ధికి తోడ్పడింది. అంతేకాకుంగా ఐటిఎఫ్ కొన్ని కంపెనీలపై మేనేజింగ్ ఏజెంటుగా కూడా వ్యవహరించేది.

అంతేకాకుండా ఐటిఎఫ్ చిన్న తరహా దేశీయ చేతివృత్తుల ఉత్పత్తులను ప్రోత్సహించడానికి పారిశ్రామిక ప్రదర్శనలు ఏర్పాటు చేసింది. ఇలాంటి పారిశ్రామిక వస్తువుల ప్రదర్శన, హైదరాబాదు రాజ్యంలో 19వ శతాబ్ది మధ్యభాగంలో మొదటి సాలార్‌జంగ్ ప్రధానమంత్రిగా ఉన్నప్పుడు మొట్టమొదట ప్రారంభమైంది. ఆ తరువాత హైదరాబాదు నిజాం ప్రభుత్వం దేశీయ విదేశాలలో జరిగే పారిశ్రామిక వస్తువుల ప్రదర్శనలో పాల్గొనేది. క్రమంగా 1930లో "ఉస్మానియా యూనివర్సిటీ గ్రాడ్యుయేట్సు అసోసియేషన్" అనే సంస్థ ద్వారా శాశ్వత పారిశ్రామిక వస్తువుల ప్రదర్శనలు ప్రతి సంవత్సరం హైదరాబాదులో నిర్వహించడం ప్రారంభమయింది. ఈ సంస్థ చిన్న తరహా పరిశ్రమల ఉత్పత్తుల ప్రోత్సాహానికే "ముల్కీ ఇండస్ట్రీస్" అనే పేరున పత్రికను కూడా నడుపుతోంది. తరవాత చిన్న తరహా పరిశ్రమలు ప్రోత్సాహానికే 'కాటేజ్ ఇండస్ట్రియల్ ఇన్‌స్టిట్యూట్‌ను (సిఐఐ) ఏర్పాటు చేసి, దీనికి అనుబంధంగా చిన్న తరహా వస్తువుల క్రయవిక్రయాల కేంద్రాన్ని స్థాపించి ఇటు ఉత్పత్తిదారులకు, పట్టణ వినియోగదారులకు మధ్యవర్తిత్వం చేస్తూ పరిశ్రమల అభివృద్ధికి దోహదం చేస్తుంది.

ఈ దశలో రైల్వే రవాణా వ్యవస్థ, రోడ్డు, విమానయాన వ్యవస్థలన్ని పూర్తిగా ప్రభుత్వాధీనంలో నడిచే రైల్వేబోర్డు ఆధిపత్యంలోకి వచ్చాయి. ఈ దశలో హైడ్రో ఎలెక్ట్రిక్ పవర్ ఉత్పత్తి నిజాం సాగర్ నుంచి ప్రారంభమయి 1938-39 వరకు 20 మిలియన్ల కిలోవాట్స్‌కు చేరింది. బొగ్గు ఉత్పత్తి 1916-19లో 0.65 మిలియన్ల టన్నుల నుంచి 1936-38 వరకు ఒక మిలియన్ టన్నులకు పెరిగింది. 1921లో ఉన్న 200 భారీ పరిశ్రమలు 1931 లో 387కు పెరిగాయి. నూనె మిల్లులు రైస్ మిల్లులు, పిండిమిల్లులు, మోటారు ఇంజనీరింగ్ వర్క్‌షాప్స్, గుండీలు / బటన్, అగ్గిపెట్టెలు, తోలు

పరిశ్రమలు పెరిగాయి. మూడు బట్టల మిల్లులు, రెండు సిగరేటు ఫ్యాక్టరీలు – చార్మినార్, వజీర్ సుల్తాన్ టుబాకో కంపెనీలు; రెండు గ్లాస్ పరిశ్రమలు; ఒక చక్కెర పరిశ్రమ (నిజాం చక్కెర) ను నిజాం సాగర్ కింద ఏర్పాటు చేసారు.

డి.బి.ఆర్.మిల్లు (1920): దివాన్ బహదూర్ రాంగోపాల్ మిల్లు, దీన్నే డి.బి.ఆర్.మిల్స్ అంటారు. దీన్ని 14, ఫిబ్రవరి 1920 లో హైదరాబాద్ లో లోయర్ టాంక్ బండ్ లో స్థాపించారు. ఇది ప్రైవేటు కంపెనీ. బయటి నుంచి తెచ్చిన మూడి సరుకులతో బట్టలు తయారుచేసే పరిశ్రమ. ప్రస్తుతం ఇది మూతబడింది.

మూడవ దశ (1939–48)

ఈ చివరి దశలో (1939–48), ఏడవ నిజాం మీర్ ఉస్మాన్ అలీ ఖాన్ పారిశ్రామిక విధానంలో పెను మార్పులు చేపట్టాడు. అందువల్ల అతని కాలంలో ఎన్నో పరిశ్రమలు నెలకొల్పబడ్డాయి.

చివరి నిజాం కాలంలో 1920 నుంచి 1948 వరకు స్థాపించిన ముఖ్య పరిశ్రమలు.

కంపెనీ పేరు	స్థాపించిన సంవత్సరం
సింగరేణి కాలరీస్	1921
నిజాం చెక్కర పరిశ్రమ	1937
ఆల్విన్ మెటల్ వర్క్స్	1942
ప్రాగా టూల్స్	1943
సర్ సిల్క్	1946
హైదరాబాదు ఆస్బెస్టస్	1947
చార్మినార్ సిగరేటు పరిశ్రమ	1925
వజీర్ సుల్తాన్ టుబాకో కంపెనీ	1930
కార్ఖానా జిందా తిలస్మాత్	1920
ఆజమ్ జాహిమిల్స్, వరంగల్	1934
దక్కన్ ఎయిర్ వే లిమిటెడ్	1945

చివరి నిజాం కాలంలో స్థాపించిన పలు పరిశ్రమల గురించి సంక్షిప్త వివరణ

సింగరేణి కాలరీస్ (1921): ఇది ఖమ్మం జిల్లాలోని సింగరేణి అనే గ్రామం పేరుతో పిలువబడుతోంది. ఇక్కడే మొదటి బొగ్గుగనులు బయట పడ్డాయి. హైదరాబాదు దక్కన్ మైనింగ్ కంపెనీ అనే ఒక లండన్ కంపెనీ

సింగరేణి నుంచి బొగ్గుగనులు తవ్వడం ప్రారంభించింది. మొదట్లో దీనిపై పర్యవేక్షణాధికారమంతా ప్రభుత్వాధీనంలోనే ఉండేది. 1920 తరవాత సింగరేణి కాలరీస్ కంపెనీ (యస్.సి.సి) అనే కొత్త సంస్థ ప్రభుత్వ ఆర్థిక సాయంతో ముందుకు వచ్చి దీని పరిపాలనా బాధ్యతలు చేపట్టి సస్తి, పయానో అనేచోట్ల తవ్వకాలు ప్రారంభించి కొనసాగుతోంది.

నిజాం చెక్కర పరిశ్రమ (1937): దీన్ని నిజామాబాదు జిల్లాలోని బోధన్ అనే పట్టణంలో స్థాపించారు.

ఆల్విన్ మెటల్ వర్క్స్: ఆల్విన్ లిమిటెడ్‌ను జనవరి, 1942 లో ఆల్విన్ మెటల్ వర్క్స్‌గా నిజాం ప్రభుత్వం ఇండస్ట్రియల్ ట్రస్టు ఫండ్, మెసర్స్ అల్లావుద్దీన్ అనే కంపెనీ ఉమ్మడి వ్యవస్థతో స్థాపించారు.

ప్రాగాటూల్స్: దీన్ని మే, 1943లో ప్రాగా టూల్స్ కార్పొరేషన్ అనే పేరుతో సికింద్రాబాదులోని కవాడిగూడలో యంత్రాల పనిముట్లు తయారు చేసే ఉద్దేశంతో స్థాపించారు. 1963లో దీన్ని ప్రాగాటూల్స్ లిమిటెడ్‌గా పిలుస్తూ డిఫెన్స్ మినిస్టరీకి అప్పగించారు.

సర్‌సిల్క్ (1946): చారిత్రకంగా చూచినట్లయితే కాగజ్‌నగర్ అనేది గోండు రాజ్యంలో భాగంగా ఉండి సిరిపూర్ అనే పట్టణ కేంద్రంగా పరిపాలింపబడేది. కాగజ్‌నగర్ అనే దానినే కొత్తపేట అని కూడా అంటారు. ఈ కొత్తపేట ఏడవ నిజాం కాలంలో కొత్తగా నిర్మించబడింది. ఈ సిరిపూర్ కాగజ్‌నగర్ ప్రాంతంలో సిరిపూర్ పేపరు మిల్లును ఏర్పాటు చేయడంవల్ల దీన్ని సిరిపూర్ పేపర్ మిల్లు (యస్‌పియమ్) గా పిలుస్తారు. ఈ పేపరు మిల్లు భారత దేశంలో స్థాపించిన మొదటి పరిశ్రమలలో ఒకటి. ఇది తెలంగాణ ప్రాంతంలో ఆదిలాబాదు జిల్లాలోని సిరిపూర్ కాగజ్‌నగర్ ప్రాంతంలో ఏర్పాటు చేయబడింది. 1942 నుంచి దీనిలో ఉత్పత్తి ప్రారంభమయింది.

హైదరాబాదు ఆస్‌బెస్టస్: ఇది హైదరాబాదు రాచరిక రాజ్యంలో జూన్ 17, 1946 లో ప్రారంభమై సిమెంట్ రేకులు లేదా షీట్స్ ఉత్పత్తిని ప్రారంభించింది. దీనినే తరవాత కాలంలో హైదరాబాదు పరిశ్రమగా పిలుస్తారు.

చార్మినార్ సిగరెటు పరిశ్రమ (1925), వజీర్ సుల్తాన్ టుబాకో కంపనీ (1930): వజీర్ సుల్తాన్ టుబాకో పరిశ్రమను 1916లో హైదరాబాదు విటల్‌వాడి ప్రాంతంలో లేటు వజీర్ సుల్తాన్‌చేత ప్రారంభించబడింది. ఈ పరిశ్రమను 1930లో మోక్షగుండం విశ్వేశ్వరయ్య సలహామేరకు ప్రస్తుతం ఉన్న వియస్‌టి ప్రాంతానికి అంటే ముషీరాబాదు - అజామాబాద్‌కు మార్చారు. ఈ కంపెనీ చార్మ్స్, చార్‌మినార్, గోల్డ్ మూమెంట్సు అనే సిగరేట్లను ఉత్పత్తి చేస్తు పంపిణీ చేస్తుంది. 200 ఎకరాల విస్తీర్ణం కలిగిన ఈ ముషిరాబాదు - అజామాబాదు ప్రాంతాన్ని 1930లో మోక్షగుండం విశ్వేశ్వరయ్య సలహామేరకు పరిశ్రమల స్థాపనకై కేటాయించారు. నిజాం నవాబు ఈ ప్రాంతంలో పరిశ్రమలు స్థాపించిన వారికి భూమి, నీళ్లు, కరెంటు వసతులలో రాయితీలు కల్పించి ప్రోత్సహించాడు.

కార్‌ఖాన జిందా తిలస్మాత్ (1920): ఈ కంపెనీ ప్రజలు బాగా ఉపయోగించే జిందాతిలస్మాత్, ఫారూకి పళ్ళపొడి, జిందాబామ్ అనే వస్తువులను ఉత్పత్తి చేస్తుంది. దీన్ని 1920లో బాగా ప్రసిద్ధికెక్కిన లేటు హకీం (డాక్టర్) మహ్మద్ మొహినుద్దీన్ ఫారూకి హైదరాబాదు పట్టణంలో స్థాపించాడు.

ఆజమ్‌జాహిమిల్స్, వరంగల్ (1934): ఇది బట్టలు ఉత్పత్తి చేసే పరిశ్రమ. వరంగల్‌లో స్థాపించిన పరిశ్రమలలో అతి ముఖ్యమైంది.

హైదరాబాద్ స్టేట్ బాంక్ (1941): 1941వ సంవత్సరంలో మీర్ ఉస్మాన్ అలీ ఖాన్ ప్రభుత్వ బ్యాంక్‌ను నెలకొల్పాడు. దీనినే ఆ రోజుల్లో , హైదరాబాదు స్టేట్ బ్యాంక్ అనేవారు. ప్రస్తుతం అదేబ్యాంక్ స్టేట్‌బ్యాంక్ ఆఫ్ హైదరాబాదుగా

కొనసాగుతోంది. ఇది స్టేట్స్ సెంట్రల్ బ్యాంక్‌గా ఉస్మానియా సిక్కా కరెన్సీని తన ఆజమాయిషిలో నిర్వహించేది. బ్రిటీషు ఇండియా కింద ఉన్న అందరి రాజులలో నిజాం రాజుకు మాత్రమే తన స్వంత కరెన్సీ చెలామణిలో ఉంచుకొనే హక్కు ఉండేది. అందువల్ల ఉస్మానియా రూపాయి బ్రిటీష్ ఇండియాకు భిన్నంగా ఉంటుంది. అంతేగాక 1918లో నిజాం రాజు తన స్వంత 100 రూపాయలనోటు జారిచేసి చెలామణిలోకి తెచ్చాడు.

దక్కన్ విమానయాన సంస్థ లిమిటెడ్ (1945): ఇది హైదరాబాదు పట్టణంలో బేగంపేట వద్ద నిజాం ప్రభుత్వం, టాటా ఎయిర్‌లైన్సు కంపెనీ ఉమ్మడి ఆధ్వర్యంలో స్థాపించబడ్డ వాణిజ్య విమానయాన సంస్థ. ఇది మూడు విమానయాన సర్వీసులతో ప్రారంభమయింది. 1953లో ఇండియన్ ఎయిర్‌లైన్స్‌లో కలిసిపోయింది.

ఆధునిక విద్యాభివృద్ధి

ఆధునిక, పాశ్చాత్య విద్యావిధానం హైదరాబాదు రాజ్యంలో 19వ శతాబ్ది మధ్యకాలంలో మొదటి సాలార్‌జంగ్ ప్రధానమంత్రి కాలం నుంచి అతని సంస్కరణలు, ప్రైవేటువ్యక్తుల, క్రైస్తవ మిషనరీల కార్యకలాపాల ద్వారా ప్రారంభమయ్యాయి. అలా మొట్టమొదటి క్రైస్తవ మిషనరీ పాఠశాలలో సెయింట్ జార్జి గ్రామర్ పాఠశాల పేర్కొనదగింది. దీన్ని ఇంగ్లీషు మిషనరీ వారు 1834లో స్థాపించారు. ఆ తరువాత దూరదృష్టి కలిగిన మొదటి సాలార్‌జంగ్ ప్రధాని ప్రభుత్వ పరంగా 1854లో దార్-ఉల్-ఉలూమ్ అనే ఓరియంటల్ హైస్కూలు ప్రారంభించి దానిలో పాశ్చాత్య విద్యయైన ఇంగ్లీషును ఒక తప్పనిసరి విషయంగా (సబ్జెక్టు) చేసాడు.

విద్యావ్యాప్తికై నిజాం ప్రభుత్వం 1859లో ప్రభుత్వపరంగా ఒక నోటిఫికేషన్ జారి చేస్తూ రెండు స్కూల్స్‌ను ప్రతి తాలుకా, జిల్లా హెడ్‌క్వార్టర్లలో స్థాపించాలని నిర్ణయించారు. దానిలో ఒకటి పర్షియన్, రెండవది స్థానిక భాషలో ఉండాలని నిర్ణయించారు. కాని దీని పరిపాలన రెవెన్యూ అధికారులైన పటేల్, పట్వారి, తహశిల్దారుల కమిటీలకు ఉండటంవల్ల దానిపై శ్రద్ధలేక అభివృద్ధి జరగలేదు. అందువల్ల క్రమంగా ఒక ప్రత్యేక విద్యాశాఖను ఏర్పాటు చేస్తూ అప్పుడున్న ఇంజనీరింగ్ కాలేజి ప్రిన్సిపాల్ డబ్ల్యూ. హెచ్. విల్‌కిన్‌సన్‌ను విద్యాశాఖ మొట్టమొదటి డైరక్టర్‌గా నియమించారు.

అందువల్ల 1870-80 మధ్యకాలంలో విద్యాభివృద్ధి గణనీయంగా పెరిగింది. 1870 లో సిటి హైస్కూల్, పబ్లిక్ వర్క్స్ డిపార్ట్‌మెంటు అవసరాలు తీర్చడానికి స్కూల్ ఆఫ్ ఇంజనీరింగ్‌ను స్థాపించారు. 1872 లో చాదర్‌ఘాట్ ఇంగ్లిషు హైస్కూల్‌ను స్థాపించారు. 1880 లో స్కూల్ ఆఫ్ ఇంజనీరింగ్‌ను, చాదర్‌ఘాట్ ఇంగ్లిషు హైస్కూల్‌ను కలిపి సెకండ్‌గ్రేడ్ కాలేజిగా ప్రమోటు చేస్తూ హైదరాబాదు కాలేజిగా పిలిచారు. ఇదే తరవాత కాలంలో 1887లో నిజాం కాలేజిగా వాడుకలోకి వచ్చింది.

ఈ కాలేజి మొదటి ప్రిన్స్‌పాల్ డా॥ అఘోరనాథ ఛటోపాధ్యాయ (సరోజిని నాయుడు తండ్రి). ఇది పూర్తి ఇంగ్లీషు మీడియం కాలేజి కావడం వల్ల మద్రాసు విశ్వవిద్యాలయానికి అనుబంధంగా ఉండేది. ఇదే కాలంలో మరో రెండు ముఖ్యమైన స్కూళ్ళను సంపన్న వర్గాలకోసం స్థాపించారు. మొదటిది 1873లో మదరాస ఇ అలియా అనే ప్రైవేటు స్కూల్‌ను సాలార్‌జంగ్ పిల్లలు, వారి బంధువుల కోసం ఇంగ్లీషు టీచర్స్ ఆధ్వర్యంలో ఏర్పరచారు. దీనినే తరవాత కాలంలో సంపన్న వర్గాల పిల్లల కోసం కేటాయించారు. రెండవది మదరస ఇ ఐజా (1878)ను నిజాం రాజుల పిల్లలకై ఏర్పాటు చేసారు. దీనిలో తక్కువ స్కూల్ ఫీజుతో పాటు విద్యార్థులకు ఉపకారవేతనాలు (స్కాలర్‌షిప్స్) ఏర్పాటు చేసారు.

పై స్కూల్స్ కాకుండా 1882 సంవత్సరం వరకు మూడు ఎయిడెడ్ ఇంగ్లీషు స్కూల్స్ ప్రజల వాడుకలోకి వచ్చాయి. అవి సెయింట్ జార్జస్ గ్రామర్ స్కూల్, ఆల్‌సెయింట్సు స్కూల్, మహబూబ్ కాలేజి మొదలైనవి. ఇంకా కొన్ని ఇంగ్లీషు మీడియం స్కూల్స్‌ను బాలికల కోసమే ఏర్పరచారు. అవి ధర్మావంత్ హైస్కూల్ పాతబస్తిలో చార్మినార్ దగ్గర, కీస్ హైస్కూల్ సికింద్రాబాదులలో ఉన్నాయి.

1884 వ సంవత్సరం అనేది విద్యావిధానంలో గొప్ప మైలురాయి. ఈ సంవత్సరంలో ఆరవ నిజాం మీర్ మహబూబ్ అలీఖాన్ సయ్యద్ హుస్సేన్ బిల్‌గ్రామి (నవాబ్ ఇమాద్ ఉల్ ముల్క్) ని విద్యాశాఖాధికారిగా లేదా డైరెక్టర్ ఆఫ్ పబ్లిక్ ఇన్‌స్ట్రక్షన్‌గా నియమించాడు. ఇతని నియామకంతో విద్యాశాఖ ఒక ముఖ్యశాఖగా ఎదగడంతోపాటు, దీనికి రెండు లక్షల యాభైవేల రూపాయల సంవత్సర బడ్జెట్ కేటాయించారు. దీనితో బిల్‌గ్రామి విద్యాశాఖను పునర్‌నిర్మించాడు. ప్రతి సుబా హెడ్‌క్వార్టర్‌లో ఒక హైస్కూల్‌ను, ప్రతి జిల్లా హెడ్‌క్వార్టర్‌లో ఒక హైస్కూలును, ముఖ్యమైన పట్టణాలలో అప్పర్, లోయర్ మిడిల్ స్కూల్స్‌ను, ప్రైమరీ స్కూల్స్‌ను ఏర్పాటు చేసాడు.

విద్యా సంస్కరణలు

1911 లో ఏడవ నిజాం మీర్ ఉస్మాన్ అలీఖాన్ రాజయ్యాడు. అదే సమయంలో అతని విద్యాధికారైన ఎం.టి.ఏ.మ్యేయో అప్పటికే అమల్లో ఉన్న విద్యా విషయాలపై సమగ్ర సర్వే జరిపి రాజ్య విద్యా విధానం ఇంకా పటిష్టంగా అమలు చేయడానికి కొన్ని సూచనలు చేసాడు. అవి

1. ప్రాథమిక విద్యను విస్తరించడం.
2. మాతృభాషలోనే ప్రాథమిక విద్యా బోధన జరగాలనడం.
3. వెనుకబడిన తరగతులవారికి ప్రత్యేక పాఠశాలలు స్థాపించడం.
4. పాఠశాలల తనిఖీ, నిర్వహణ కోసం జిల్లాకి ఒక ఇన్‌స్ట్రక్టర్‌ను, బాలికల పాశాలలపై ఇద్దరు సహాయకులతో కూడిన మహిళా ఇన్‌స్ట్రక్టర్‌ను నియమించడం.
5. దారుల్-ఉల్-ఉలూంతో పాటు ఇతర ఓరియంటల్ పాఠశాలలను పునర్వ్యవస్థీకరించడం.
6. ఇంగ్లిష్ హైస్కూల్లో విద్యా బోధకులను అధికం చేస్తు బలోపేతం చేయడం.
7. ముఖ్యమైన హైస్కూల్స్‌పై ఉత్తీర్ణులైన ఆంగ్లేయులను ప్రధానోపాధ్యాయులుగా నియమించడం.
8. హెడ్‌క్వార్టర్స్‌లో ఉన్న సాధారణ పాఠశాలలను ఆదర్శప్రాయంగా తీర్చిదిద్దడం.
9. జిల్లాల్లో ట్రైనింగ్ పాఠశాలలను స్థాపించడం.
10. మిడిల్, ప్రాథమిక పాఠశాలల, పారిశ్రామిక పాఠశాలల కరిక్యులాలను పునర్వ్యవస్థీకరించడం.
11. విద్యా విషయక కోడ్‌ను, గ్రాంట్-ఇన్-ఎయిడ్ కోడ్‌ను, పాఠ్యపుస్తకాల కమిటీల రూల్స్‌ను తయారుచేయడం.
12. హైదరాబాద్‌లో ప్రత్యేక విశ్వవిద్యాలయం స్థాపనకై అవకాశాల పరిశీలన.

ప్రాథమిక విద్య

మేయో సూచనలను ఏడవ నిజాం, అతని ప్రభుత్వం పరిగణలోకి తీసుకొని ప్రాథమిక విద్యా వ్యాప్తికోసం సెకండరీ విద్యాభివృద్ధి కోసం చర్యలు చేపట్టింది. దానిలో భాగంగానే డా॥ ఎల్మాలతీఫ్‌ను డైరెక్టర్ ఆఫ్ పబ్లిక్ ఇన్‌స్ట్రక్టర్‌గా నియమించింది. ఇతడే తనిఖీ వ్యవస్థను బలోపేతం చేస్తు స్కూల్స్‌పై ఇన్‌స్పెక్టర్లను నియమించాడు. మిడిల్, ప్రైమరీ పరీక్షలకు నూతన విధానాలను, విద్యాశాఖాధికారులకు మాతృ భాషలో ప్రావీణ్యతను గూర్చి, విద్యాశాఖాధికారుల సంఖ్యాపరమైన జాబితాలను తయారుచేయించాడు.

మేయో సూచనల మేరకు ప్రాథమిక విద్యావ్యాప్తి కోసం 1917-18 లో నిజాం ప్రభుత్వం ఒక పథకాన్ని తయారుచేసింది. దాని ప్రకారం

1. ప్రాథమిక పాఠశాలలకు సరిపడేట్లు అధ్యాపకులు, ఇతర సిబ్బందిని నియమించడం, సరైన సామాగ్రి, బిల్డింగ్ వనరులను సమకూర్చడం.
2. కొన్ని పురాతన లోకల్ ఫండ్ స్కూల్స్‌ను అధిక జనాభా ప్రాంతాలకు లేదా వృద్ధి దశలోకి వచ్చే ప్రాంతాలకు మార్చడం.
3. 243 ఎక్సపరిమెంటల్ స్కూల్స్‌ను స్థాపించడం.
4. డెబ్బైఏడు (77) స్కూల్స్‌కు ప్రభుత్వ సహాయం అందించడం. వాటిలో 46 బాలికల పాఠశాలలు, 31 బాలుర పాఠశాలలు.

ఈ చర్యల వల్ల 1921 నాటికి ప్రాథమిక పాఠశాలల సంఖ్య 4,203 కు, విద్యార్థుల సంఖ్య 2,08,332 కు పెరిగింది. దీనికి తోడు 1921 లో నిజాం రాజు ప్రాథమిక విద్య పూర్తి ఉచితం అనే శాసనాన్ని జారీచేశాడు. ఆ మరుసటి దశాబ్దిలో ప్రాథమిక విద్యావ్యాప్తి కోసం ఐదు సంవత్సరాల ప్రణాళికను చేపట్టారు. ఈ పథకం కింద నిజాం ప్రభుత్వం 12.5 లక్షల రూపాయలు జారీచేస్తు లోకల్ ఫండ్ స్కూల్స్‌ను ప్రభుత్వ పాఠశాలలుగా మార్చడమైంది. దీనికి తోడు ఒక లక్ష రూపాయలు ప్రతి ఐదు సంవత్సరాల ఖర్చు కోసం నూతన స్కూళ్ళకు, అంతకుముందే ఉన్నటువంటి స్కూళ్ళకు పునఃనిర్మాణం కోసం జారీచేశాడు. ప్రాథమిక విద్యాభివృద్ధికి అధ్యాపక సిబ్బందిని పెంచుతూ, ప్రాథమిక విద్య కరిక్యులంలో మార్పుల కోసం ఒక కమిటీని ఏర్పాటు చేశారు. ఈ నూతన కరిక్యులంను 1938 లో ప్రభుత్వ అనుమతితో ప్రవేశపెట్టారు. దీనికి తోడు ప్రభుత్వ పాఠశాలలను జాగీరు, సంస్థానాల్లో, పాయిగ ప్రాంతాల్లో కూడా స్థాపించాలని నిర్ణయించారు.

1939 లో నిజాం ప్రభుత్వం ప్రాథమిక విద్య పర్యవేక్షణను తమ ఆధీనంలోకి తీసుకొని తరచుగా వచ్చే ఖర్చులన్నీ ప్రభుత్వమే భరించాలని నిర్ణయించింది. 1948 వరకు విద్యా బోధన హైదరాబాద్ రాజ్యంలో ఉర్దూలోనే జరిగింది. దానితో పాటు ఇంగ్లీష్‌ను కొనసాగించారు. ప్రాథమిక విద్య విద్యార్థుల మాతృభాషలో జరగాలని నిర్ణయించినా కూడ ఎలాంటి ఏర్పాట్లు ఆ దిశలో జరగలేదు.

ప్రాథమిక విద్య, సెంకడరీ విద్యాభివృద్ధి కోసం ప్రభుత్వానికి తగు సలహాలు, సూచనలు ఇవ్వడం కోసం కమిటీల వ్యవస్థ అనేది కేంద్రంలో, జిల్లాల్లో, గ్రామాల్లో ఉండేవి. వీటిలో ప్రభుత్వాధికారులు, వివిధ రంగాల్లో ప్రముఖులైన అనధికారులు సభ్యులుగా ఉండేవారు.

1947 లో నిజాం ప్రభుత్వం ఎంపిక చేసిన పది ప్రాంతాల్లో నిర్బంధ ప్రాథమిక విద్యను ప్రవేశపెట్టింది. దీని కింద 6 నుంచి 8 సంవత్సరాల పిల్లలను పాఠశాలలో చేర్పించడం; ఆ విధంగా 73 శాతం పిల్లలను అదే సంవత్సరంలో ఆ ప్రాంతాల్లో పాఠశాలల్లో చేర్పించగలిగింది. ఇలాంటి చర్యల వల్ల 1947-48 వ సంవత్సరంలో ప్రాథమిక పాఠశాలల సంఖ్య 6,300 లుగా, విద్యార్థుల సంఖ్య 3.98 లక్షలుగా అయి, అధ్యాపకుల సంఖ్య 13,940 కి చేరింది. ప్రాథమిక విద్యలో చేరిన విద్యార్థుల సంఖ్యలో 6 నుంచి 11 సంవత్సరాల వయస్సు కలిగిన బాలుర శాతం 22 గా, బాలికల సంఖ్య 40 శాతంగా నమోదు అయి, దాని ఖర్చు 105 లక్షలకు చేరుకొంది. ఈ విధంగా ఏడవ నిజాం పరిపాలనా బాధ్యతలు చేపట్టిన నాటి నుంచి ముఖ్యంగా ఉస్మానియా విశ్వవిద్యాలయ స్థాపన నుంచి ప్రాథమిక విద్యా విధానంలో ఎంతో అభివృద్ధి సాధించిందని చెప్పొచ్చు.

విశ్వవిద్యాలయ విద్య

హైదరాబాదు రాజ్యంలో భారత భాష (ఉర్దూ)లో ఒక విశ్వవిద్యాలయాన్ని నెలకొల్పాలని 1873లో ఇద్దరు ప్రముఖ విద్యావేత్తలు రఫత్‌యార్ జంగ్, జమీలుద్దీన్ అఫ్ఘనీలు ప్రతిపాదించారు. వారి విన్నపం మేరకు డబ్ల్యూ.యస్.బ్లంట్ అనే ఆంగ్లేయుడు అప్పటి ప్రధానమంత్రి అయిన రెండవ సాలార్‌జంగ్‌తో కలిసి మాట్లాడాడు. యూనివర్సిటీ ఆవశ్యకత గురించి ఒక ప్రతిపాదనను తయారు చేయించి అప్పటి నిజాం రాజు మీరు మహబూబ్ అలీఖాన్‌కు అందజేయడం జరిగింది. ఆ తరవాత ఈ విషయాన్ని ఏడవ నిజాం మీరు ఉస్మాన్ అలీ ఖాన్ విద్యాశాఖ సలహాదారుడు యం.టీ.ఎ. మేహ్యూ విద్యాశాఖ మార్పులను గురించి చెబుతూ విశ్వవిద్యాలయ అవసరాన్ని నొక్కి చెప్పారు. ఈ విషయాన్ని మళ్ళీ లేవనెత్తి ఏడవ నిజాం మీరు ఉస్మాన్ అలీ ఖాన్ శ్రద్ధను మళ్ళించినవారు 1913 లో దారుల్ ఉల్ ఉలూం కాలేజి విద్యార్థులు. వీరు 'ఓల్డ్ బాయిస్ సంఘంగా' ఏర్పడి విశ్వవిద్యాలయ అవసరాన్ని గురించి ఒక ప్రతిపాదనను నిజాం రాజుకు సమర్పించారు. దానితో నిజాం రాజు తన ఆర్థికమంత్రి సర్ అక్బర్ హైదరీతో చర్చించి "ఉస్మానియా యూనివర్సిటీ" అనే నామకరణంతో అనుమతించాడు.

ఈ ఉస్మానియా యూనివర్సిటీని 1400 ఎకరాల్లో స్థాపించడానికి ఏడవ నిజాం మీరు ఉస్మాన్ అలీఖాన్ ఆగష్టు 28, 1918న ఒక రాజ శాసనాన్ని జారి చేసాడు. దీని స్థాపనను కచ్చితంగా నిర్ణయిస్తూ ఆగష్టు 7, 1919 న ఇంకొక

రాజశాసనాన్ని జారీ చేసాడు. దీనికి సంబంధించిన తరగతులు కూడా ఆబిడ్స్‌లోని కిరాయి ఇండ్లలో ప్రారంభమయ్యాయి. ఈ యూనివర్సిటీ ఉర్దూభాషలో బోధన ప్రారంభించినప్పటికి ఇంగ్లీషును ఒక కచ్చితమైన సబ్జెక్టుగా ఆర్ట్స్, సైన్స్‌లలో ఉంచుకోవడం. యూనివర్సిటీకి ఉర్దూమీడియంలో కావలసిన పాఠ్యపుస్తకాల కోసం 1918 లోనే ఒక ట్రాన్స్‌లేషన్, కంపయిలేషన్ బ్యూరోను స్థాపించారు. దీనివల్ల ఐరోపా భాషలోని ఆర్ట్స్, సైన్స్ పుస్తకాల అనువాదం జరిగి విద్యార్థుల అవసరాలను సకాలంలో తీర్చింది.

ఆ తరవాత నిజాం రాజు రెండు సమస్యలు ఎదుర్కొన్నాడు. మొదటిది యూనివర్సిటీ నిర్మించే ప్రాంతం. రెండవది ఎలాంటి డిజైన్‌లో యూనివర్సిటీ కాలేజి నిర్మాణం చేయాలనేది. ప్రొఫెసర్ సర్ ప్యాట్రిక్ జెడెస్ అనే ఆంగ్లేయుడు ఎంతో శ్రద్ధతో సర్వేచేసి ఇప్పటి 1400 ఎకరాల యూనివర్సిటి ప్రాంతాన్ని యూనివర్సిటీ నిర్మాణం కోసం ఎన్నుకొన్నాడు. రెండవది, ఇద్దరు హైదరాబాదు ప్రముఖ శిల్పులు. దానిలో ఒకరు నవాబుజైన్ యార్ జంగ్ రాజ్య శిల్పి, మరొకరు సయ్యద్ అలీరజా ప్రైవేటు శిల్పి. వీరిద్దరు ఐరోపా దేశాలు తిరుగుతూ ఈజిప్టు విశ్వవిద్యాలయ నిర్మాణ పనులలో మునిగిఉన్న బెల్జియన్ శిల్పి జాస్పర్‌ను కలిసి అతని డిజైనుకు ముగ్ధులై 1933లో అతన్ని హైదరాబాదుకు రప్పించారు. అతడు (జాస్పర్) భారతదేశంలోని ప్రధాన పట్టణాలలోనున్న కట్టడాలన్ని తిలకించి ప్రాచీన హిందూ, మధ్యయుగ ముస్లిం, ఆధునిక ఐరోపా కట్టడాలతో మిళితమైన డిజైన్‌ను తయారు చేసి ఉస్మానియా ఆర్ట్స్ కళాశాల నిర్మాణం 1934లో మొదలు పెట్టి 1939లో రూ.36 లక్షల ఖర్చుతో పూర్తిచేసి ఆబిడ్స్‌లో నడుపుతున్న తరగతులను ఇక్కడకు మార్చారు. ఇదే శైలి ఉస్మానియాలో లా కాలేజీ, ఇంజనీరింగ్, సైన్స్ కళాశాలల నిర్మాణాల్లో కూడా కనిపిస్తుంది.

తెలంగాణా ప్రాంతంలో స్థాపించిన ఉస్మానియా యూనివర్సిటితో ఉన్నత విద్యకు ఆదరణ బాగా పెరిగి అనతి కాలంలోనే దీనికి అనుబంధ కళాశాలలు ప్రారంభమయ్యాయి. ఆ విధంగా 1921లో హైదరాబాదు సిటీ కాలేజి, ఆ మరుసటి సంవత్సరంలో నాంపల్లిలో జనానా ఇంటర్మీడియట్ బాలికల కళాశాల, ఆ తరవాత ఏడు సంవత్సరాలలో, అంటే 1929-30లలో ఉస్మానియా మెడికల్ కాలేజి, ఇంజనీరింగ్ కాలేజి, టీచర్స్ ట్రైనింగ్ కాలేజీలు రెండు - ఒకటి బాలురకు రెండవది బాలికలకు, వరంగల్ ఇంటర్మీడియట్ కాలేజీలు వరుసగా స్థాపించబడ్డాయి. 1935 సంవత్సరం వరకు హైదరాబాదు రాజ్యంలో / తెలంగాణలో నిజాం కాలేజి, మహబూబు కాలేజి - సికింద్రాబాదులు రెండూ ఇంగ్లీషు మీడియం ద్వారా మద్రాసు యూనివర్సిటీ కింద నిర్వహించబడుతుండేవి. మిగిలిన తొమ్మిది కాలేజీలు ఉస్మానియా పర్యవేక్షణలో ఉర్దూ మాధ్యమంతో కొనసాగుతుండేవి. ప్రభుత్వ ఉద్యోగం అర్హతకు ఉర్దూ తప్పనిసరి కావడంతో ఉర్దూ మాధ్యమంతో కొనసాగే ఉస్మానియా యూనివర్సిటీకి దాని అనుబంధ కళాశాలలకు గిరాకి పెరిగి క్రమంగా 1948 వరకు హైదరాబాదు రాజ్యంలో కొనసాగే దాదాపు అన్ని కళాశాలలు ఉస్మానియా పర్యవేక్షణలోకి వచ్చాయి. ఆ విధంగా నిజాం పరిపాలన అంతమయ్యేనాటికి ఉస్మానియా యూనివర్సిటి కింద పదకొండు ఆర్ట్స్, సైన్స్ కళాశాలలు, ఏడువృత్తి విద్యాకళాశాలలు మొత్తంగా కలిపి పద్దెనిమిది కళాశాలలో 6,239 మంది విద్యార్థులు ఉన్నత విద్యను కొనసాగించేవారు అని కింది పట్టిక తెలియపరుస్తుంది.

	కళాశాల పేరు	స్థాపించిన సంవత్సరం	1948 లో మొత్తం విద్యార్థుల సంఖ్య
	డిగ్రీ కళాశాలలు		
1.	ఆర్ట్స్ ఫ్యాకల్టీ (ఆర్ట్స్ కాలేజి, ఉస్మానియా విశ్వవిద్యాలయం)	1919	516
2.	సైన్స్ ఫ్యాకల్టీ (ఉస్మానియ విశ్వవిద్యాలయం)	1923	925
3.	నిజాం కాలేజి	1887	844
4.	ఉమెన్స్ కాలేజి	1924	412
	వృత్తివిద్య కళాశాలలు		
1.	ట్రైనింగ్ కాలేజి ఫర్ మెన్	1930	40
2.	ట్రైనింగ్ కాలేజి ఫర్ వుమెన్	1930	18
3.	ఇంజనీరింగ్ కాలేజి	1929	330
4.	లా ఫ్యాకల్టీ	1923	289
5.	మెడికల్ కాలేజి	1846	357
6.	అగ్రికల్చర్ కాలేజి	1927	110
7.	వెటర్నరీ కాలేజి	1948	53
	ఇంటర్మీడియేట్ కళాశాలలు		
1.	సిటి కాలేజి	1921	1022
2.	చాదర్‌ఘాట్ కాలేజి	1880	449
3.	దారుల్-ఉలూమ్-కాలేజి	1866	174
4.	మహబూబ్ కాలేజి	1862	178
5.	ఔరంగాబాద్ కాలేజి	1930	175
6.	గుల్బర్గా కాలేజి	1930	171
7.	వరంగల్ కాలేజి	1930	176
	మొత్తం విద్యార్థులు		**6,239**

పై పట్టిక ఏడవ నిజాం కాలంలోని ఉన్నత విద్యాభివృద్ధిని నిర్ధారిస్తుంది.

సెకండరీ విద్య

విద్యాభివృద్ధికి ఉన్నత విద్యనేగాక సెకండరీ, ప్రైమరి విద్యకూడా ముఖ్యమైంది. 1920-21లో మొత్తం సెకండరీ, ప్రైమరి విద్యను పునర్వ్యవస్థీకరించారు. అన్ని సెకండరీ పాఠశాలలో ఇంగ్లీషును ఒక తప్పనిసరి సబ్జెక్టుగా చేసారు. మొత్తం హైస్కూల్స్‌ను రెండు భాగాలుగా విభజించారు. అవి, ఒకటి ఇంగ్లీషు హైస్కూల్స్, రెండవది ఉస్మానియా హైస్కూల్స్. మొదటిది ఇంగ్లీషు మాధ్యమంగా మద్రాసు యూనివర్సిటీకి సంబంధించిన కోర్సులతో విద్యార్థులను హైస్కూల్ లీవింగ్

సర్టిఫికేటు పరీక్షలు (హెచ్.యస్.యల్.సి) బోర్డు కిందకు తెచ్చారు. రెండవది ఉర్దూ మాధ్యమంగా ఉస్మానియా యూనివర్సిటీ కోర్సులతో విద్యార్థులను ఉస్మానియా మెట్రిక్ పరీక్షలకు (ఓయూ. మెట్రిక్) తయారు చేసేవారు. ప్రభుత్వ ఉద్యోగానికి ఉర్దూ అర్హత కావడం వల్ల ఉర్దూ మాధ్యమంగా గల ఉస్మానియా కోర్సులకు అధిక డిమాండ్ రావడంతో ఉస్మానియా స్కూల్స్ పెరిగాయి. ఈ విధంగా సెకండరీ విద్య పర్యవేక్షణ రెండు బోర్డుల కిందకి రావడంతో కొన్ని ఇబ్బందులు వచ్చాయి. దానితో 1943 లో హైస్కూల్ లీవింగ్ సర్టిఫికేట్ బోర్డును రద్దుచేస్తూ మొత్తం పరీక్షల నిర్వహణ అంతా ఉస్మానియా కింద నడిచే బోర్డు ఆఫ్ సెకండరీ ఎడ్యుకేషన్ కిందకు తీసుకొచ్చారు. అయినప్పటికీ లోకల్ కేంబ్రిడ్జి కోర్సులను, దాని ఇంగ్లీషు మాధ్యమం కింద ఉన్న స్కూల్స్‌ను, కాలేజిల కోర్సులను అలానే ఇంగ్లీషు మీడియంలోనే ఉంచి కొనసాగించారు.

విద్య అనేది మానవుని సాంఘిక, సామాజిక, రాజకీయ జీవన విధానంలో ఎంతో మార్పులు తెస్తుంది. ప్రజలు తమ మూఢ నమ్మకాల, పాత ఆచార సంప్రదాయాల నుంచి బయటపడేటట్లు విద్య దోహదం చేస్తుంది. బయటి ప్రపంచంతో సంబంధాలు ఏర్పాటు చేయడంతో పాటు వారి అభివృద్ధి విధానం మొదలైన అవగాహనలను పెంచుతోంది. విద్యవల్లనే ప్రజలు తమ అభివృద్ధి కోసం సంఘాలు, సమావేశాల నిర్వహణతో తమ తమ అభివృద్ధికి రాజకీయ అవగాహనకు దోహదం చేసుకుంటున్నారు. అందువల్లనే 'విద్యలేని వాడు వింత పశువు' అనే నానుడి కూడా ప్రచారంలో ఉంది. అందువల్లనే యం.యన్. శ్రీనివాసన్ అనే సామాజిక శాస్త్రవేత్త విద్య అనేది సామాజిక మార్పుకు ఒక ఏజెంటుగా పని చేస్తుందన్నాడు. అలాంటి విద్య ఉస్మానియా యూనివర్సిటి స్థాపన, నిజాం రాజుల చొరవ వల్ల హైదరాబాదు రాజ్యంలో తెలంగాణ ప్రాంతంలో అభివృద్ధి చెంది పెను మార్పులకు దారి తీసింది.

స్త్రీ విద్య

స్త్రీ విద్యలో ప్రభుత్వపరంగా మొదటి చర్యలు లేదా ప్రయత్నాలు ఆరవ నిజాం మీర్ మహబూబ్ అలీఖాన్ కాలంలో 1890 లో నాంపల్లిలో జనానా బాలికల పాఠశాల స్థాపనతో ప్రారంభమైంది. దీని కంటే ముందుగానే కొంతమంది ప్రైవేటు వ్యక్తులు, క్రిస్టియన్ మిషనరీల ప్రోత్సాహంతో హైదరాబాద్ రాజ్యంలో బాలికల పాఠశాలలు ప్రారంభమైయ్యాయి. వాటిలో సెయింట్ జార్జ్స్ గ్రామర్ బాలికల పాఠశాల హబిట్స్, వెస్లియన్ మిషన్ బాలికల పాఠశాల – సికింద్రాబాద్‌లు కలవు. స్త్రీ విద్యా వ్యాప్తికి, స్త్రీల ఉన్నతికి కృషిచేసిన వాళ్లలో మొదటి సాలార్‌జంగ్ కూతురు నూరినిసాబేగం ఒకరు. ఈమె ఉన్నత కుటింబీకులైన నోబుల్స్, జాగీరుదార్ల పిల్లలకు బాలికల పాఠశాలలను రాజభవనాల్లో స్థాపించి విద్యనందించింది.

ఏడవ నిజాం మీర్ ఉస్మాన్ అలీఖాన్ 1911 లో రాజ్యపరిపాలన చేపట్టిన నాటి నుంచి స్త్రీ విద్యకు మంచి ప్రోత్సాహం లభించింది. ఇతని కాలంలో అంతకుముందున్న ప్రాథమిక బాలికల పాఠశాలలు హైస్కూల్స్‌గా వృద్ధి చెందాయి. వాటిలో జనానా హైస్కూల్ నాంపల్లి, మహబూబియా హైస్కూల్, స్టాన్లీ బాలికల ఉన్నత పాఠశాల సికింద్రాబాద్‌లు, హుసైనీ మొహల్ల మిడిల్ స్కూల్, శాలిబండ మిడిల్ స్కూల్, మదరసా నిజ్వాన్ హన్మకొండ, బాలికల పాఠశాల సికింద్రాబాద్‌లు మొదలైనవి. వీటిలో సాధారణ విద్యతోపాటు బాలికలకు వంట విధానం, పూల తోటల పెంపకం, ప్రాథమిక చికిత్సతో పాటు నైతిక, ఆరోగ్య సంబంధమైన విద్యను కూడా నేర్పించేవారు.

క్రమంగా నాంపల్లి జనానా హైస్కూల్ (బాలికల పాఠశాల) లో ఇంటర్మీడియట్, బి.ఏ., క్లాసులు మొదలై బాలికల కళాశాలగా మార్పుచెంది తమ విద్యార్థులను ఉస్మానియా యూనివర్సిటీ పరీక్షలకు పంపించేది. ఆ విధంగా ఏడవ నిజాం, స్త్రీ విద్యను ప్రోత్సహించడం వల్ల తన 25 సంవత్సరాల పాలన తరవాత అంటే, 1936 సంవత్సరంలో బాలికల ప్రాథమిక పాఠశాలల సంఖ్య 80 నుంచి 677 కు, సెకండరీ పాఠశాలల సంఖ్య 10 నుంచి 28 కి పెరిగింది. పై పెరుగుదల విషయాన్ని హైదరాబాద్ రాజ్య ప్రధానమంత్రి అయిన సర్ అక్బర్ హైదరీ న్యూఢిల్లీలో మార్చి 10, 1936 లో తన రేడియో ప్రసంగంలో హైదరాబాద్ రాజ్యం స్త్రీ విద్యకు ఇచ్చే ప్రాధాన్యతను వివరిస్తూ తెలియపర్చాడు. అంతే కాకుండా 1936 నాటికి మహిళల కోసం నాలుగు ట్రైనింగ్, నాలుగు ప్రత్యేక పాఠశాలలు ఏర్పాటు అయి, మహిళా కళాశాలలతో పాటు కొనసాగుతుండేవి.

నిజాం ప్రభుత్వం బాలికల విద్యాభివృద్ధిలో భాగంగా ప్రైవేటుగా హెచ్.యస్.సి. పరీక్షలు రాసుకొనే అవకాశం ప్రత్యేకంగా వారికి కల్పించింది. అంతేకాకుండా, రెగ్యులర్ స్కూల్స్‌లో కో-ఎడ్యుకేషన్ పద్ధతిలో విద్యార్థులతోపాటు, విద్యార్థినులకు ప్రత్యేక వసతులు ఏర్పాటు చేయించి విద్యావకాశం బాలికలకు కలిగించారు. బాలికల అభివృద్ధి కోసం, ప్రభుత్వం కొన్ని కంపెనీలను ప్రోత్సహించేది. ఆ కంపెనీలనే గర్ల్‌గైడ్ కంపెనీలు అనేవారు. ఇలాంటి కంపెనీలు 1939 లో 169 స్థాపితమయి, 3,644 గైడ్స్, గైడర్స్, రేంజర్లు మొదలైన సిబ్బందితో కొనసాగుతుండేవి. ఈ విధంగా మహిళా విద్యాభివృద్ధి కోసం నిజాం ప్రభుత్వం ఎంతగానో కృషిచేసింది.

ప్రత్యేక పాఠశాలలు

హైదరాబాద్ రాజ్యంలో 1940 వ సంవత్సరంలో 211 ప్రత్యేక పాఠశాలలు వెనుకబడిన / నిమ్న వర్గాల ప్రజల అభివృద్ధి కోసం స్థాపించబడి కొనసాగుతుండేవి. అవి కింది విధంగా విభజింపబడి కొనసాగేవి. అవి

1. ట్రైనింగ్ ఇనిస్టిట్యూట్స్
2. దళితులు, ట్రైబల్స్ కోసం ఏర్పాటైన పాఠశాలలు
3. వయోజన పాఠశాలలు
4. చెవిటి, మూగ, గుడ్డివాళ్ల కోసం ఏర్పాటు చేసిన పాఠశాలలు
5. పారిశ్రామిక, వృత్తి విద్యా నైపుణ్యతను పెంపొందించే పాఠశాలలు
6. మతపరమైన పాఠశాలలు
7. ప్రత్యేక శిక్షణల కోసం కొన్ని ఇతర పాఠశాలలు.

1. 1940 సంవత్సరంలో 9 ట్రైనింగ్ స్కూల్స్ / పాఠశాలలు 301 మంది టీచర్ ట్రైనర్స్‌తో కొనసాగుతుండేవి.
2. నిజాం రాజ్యంలో దళితుల కోసం ప్రత్యేక పాఠశాలంటూ 1916-17 సంవత్సరం వరకు లేవు. అందువల్ల నిజాం ప్రభుత్వం అంటరాని దళితుల కోసం 1916-17 లో ప్రభుత్వ ప్రత్యేక పాఠశాలలు ఏర్పరచి క్రమంగా అన్ని వసతులు వారికి ఉచితంగా సమకూర్చింది. అంటే, వసతి, వస్త్రాలు, పుస్తకాలు, ఆర్థిక సహాయం, స్కాలర్‌షిప్ వగైరా అన్నీ ప్రభుత్వం ఉచితంగా సమకూర్చింది.

ఈ విషయాన్నే 1931 లో లండన్ రౌండ్ టేబుల్ సమావేశంలో డా॥ బి.ఆర్.అంబేద్కర్ దళితుల విద్య, ఇతర వసతుల గూర్చి ప్రస్తావిస్తూ నిజాం రాజును ఎంతగానో ప్రశంసిస్తూ, ఇలాంటి సౌకర్యాలు ఈ సమావేశానికి హాజరైన రాజులు, ప్రతినిధులు తమతమ ప్రాంతాల్లో ప్రవేశపెట్టి నిజాం రాజు అడుగుజాడల్లో నడవాలని విన్నవించుకొన్నాడు.

సంచార జాతులను విద్యావంతులు చేయడం అనేది చాలా కష్టమైన విషయం. ఎందుకంటే, వారు ఒకచోట నుంచి మరోచోటకి సంచారం చేస్తూ ఒక దగ్గర నిలకడగా ఉండరు. రెండోది సంచార జాతుల భాష నేర్చుకొని వారితో మమేకమై వారికి విద్యను నేర్పించే శిక్షణ పొందిన అధ్యాపకులు లభించకపోవడం. వీటన్నింటిని అధిగమించడానికి 1943 లో నిజాం రాజు గోండుల విద్య కోసం ఒక పథకాన్ని తయారుచేయించి ఉట్నూర్, ఆసిఫాబాద్ జిల్లాల్లో గోండు టీచర్ ట్రైనింగ్ పాఠశాలను స్థాపించాడు. ఈ పాఠశాలల్లో ట్రైనింగ్ పొందే గోండు విద్యార్థులకు ఉపకారవేతనాలు లేదా స్టైఫండ్ ఇస్తూ మొదట గోండు భాషలో తరవాత మరాఠి, ఉర్దూ భాషలో శిక్షణ పొందిన గోండు అధ్యాపకులను ఉత్పత్తి చేయగలిగాడు. ఈ శిక్షణ పొందిన గోండు అధ్యాపకులే గోండు పాఠశాలల్లో పనిచేస్తు గోండ్లలో విద్యాభివృద్ధికి పాటుపడ్డారు. క్రమంగా వారు ప్రభుత్వ ఉద్యోగాల్లో చేరి పరిపాలనలో భాగస్వాములయ్యారు.

3. **వయోజన విద్యా పాఠశాలలు**: ఎవరైతే చిన్నతనంలో సాధారణ విద్యనభ్యసించడానికి అవకాశం లభించలేదో అట్టి వారికి విద్యనందించడంతో పాటు ఆరోగ్య విషయాలు, హక్కులు, విధులు మొదలైన వాటిపై అవగాహన పెంచడం కోసం నిజాం నవాబు వయోజన పాఠశాలతో పాటు, సాహితీ సమితులు, జిల్లా గ్రంథాలయాలు, రేడియో పాఠాలు మొదలైన వాటితో వయోజన విద్యను వ్యాప్తిచేశాడు. ఈ వయోజన పాఠశాలలను నిజాం నవాబు కార్మికులుండే మైనింగ్ కేంద్రాలు, జైళ్ళలో మొదలైన ప్రాంతాల్లో స్థాపించాడు. మొట్ట మొదట వీటి సంఖ్య 3 తో ప్రారంభమై 1949 నాటికి 200 లకు పెరిగింది.

4. హైదరాబాద్ రాజ్యంలో అందరికి విద్య అనే ఉద్దేశంతో వయోజన పాఠశాలలతో పాటు, అంగవైకల్యం కలిగిన చెవిటి, గుడ్డి, మూగ పిల్లలకు నిజాం నవాబు ఉచిత విద్యను అందించడానికి వారికి ఒక పాఠశాలను, దానికి అనుబంధంగా గ్రంథాలయం, ఉచిత వసతిగృహం ఏర్పాటు చేశాడు. దీనిలో ప్రత్యేకంగా తర్ఫీదు పొందిన అధ్యాపకులను అంగవైకల్య విద్యార్థులకు పాఠ్యాంశాలను హిందీ, ఇంగ్లిషు, హిందుస్థాని, తెలుగులో బోధించడానికి నియమించాడు. ఈ విద్యార్థులు వాలిబాల్, బేస్‌బాల్ మొదలైన ఆటల్లో పాల్గొనడానికి వసతులు కూడా ఏర్పాటు చేయబడ్డాయి. 1948 వ సంవత్సరంలో ఈ పాఠశాలలో బాలుర సంఖ్య 65 గా, బాలికల సంఖ్య 4 గా ఉండేది.

5. విక్టోరియా మెమోరియల్ అనాథపాఠశాల, కదీమ్-ఉల్-ముస్లీమీన్ వృత్తి విద్యా పాఠశాల-హైదరాబాద్, దోర్నకల్, కరీంనగర్‌లలో ఉన్న వృత్తి విద్యా పాఠశాలలు డిపార్ట్‌మెంట్ కంట్రోల్ కిందకి తీసుకొచ్చి దీనిలో విద్యార్థులకు దర్జీ పనులను, పంచదార తయారుచేసే విధానం, బుట్టలు అల్లడం లాంటివి నేర్పేవారు.

6. నిజాం రాజ్యంలో మతపరమైన పాఠశాలల సంఖ్య 31 గా ఉంటూ 1,873 విద్యార్థులు ఆ పాఠశాలలో ఉండేవారు.

7. నిజాం రాజ్యంలో శారీరక వ్యాయామ విద్యకు ప్రోత్సాహం 1919-20 నుంచి మొదలైంది. ఇదే సంవత్సరంలో హైదరాబాద్ అథ్లెటిక్ సంఘం ప్రారంభమైంది. దీని ముఖ్యోద్దేశం, పాఠశాలల పిల్లలందరిని బహిరంగ ప్రదేశంలో ఆడే ఆటలు ఆడించి మంచి క్రీడాకారులుగా వారిని తీర్చిదిద్దడం. ఆ విధంగా 1940 లో క్రీడల్లో శిక్షణ ఇచ్చేవారు 12 మంది ఉండేవారు. నిజాం రాజ్యంలో 1928 లో బాయిస్ స్కౌటింగ్, బాలికల గైడింగ్ ఉద్యమం ప్రారంభమైంది.

హైదరాబాద్ రాజ్యంలో విద్యా సంస్థలైన పాఠశాలలకు, కళాశాలలకు ప్రభుత్వం తమ ఆర్థిక సహాయం ప్రకటిస్తూ విద్యాభివృద్ధికి కృషిచేసే విధానాన్నే గ్రాంట్-ఇన్-ఎయిడ్ పద్ధతి అంటారు. ఈ పద్ధతి హైదరాబాద్ రాజ్యంలో 1887 లో ప్రారంభమై ఉస్మాన్ అలీఖాన్ ఏడవ నిజాం కాలంలో కూడా కొనసాగింది.

విద్యాభివృద్ధికి స్కాలర్‌షిప్స్

ఉన్నత విద్యాభివృద్ధి కోసం నిజాం ప్రభుత్వం ఎన్నోరకాలైన ఆర్థిక సహాయం విద్యార్థులకు అందచేసింది. ఈ స్కాలర్‌షిప్‌లను 1930-31 లో జనరల్, స్పెషల్, విదేశీయ, రియాయతి, మెరిట్ వర్గాలవారిగా కింది విధంగా ప్రకటించింది.

1. జనరల్ స్కాలర్‌షిప్‌ను కాలేజి, హైస్కూల్, మిడిల్, ప్రాథమిక పాఠశాలలోని విద్యార్థులకు.
2. ప్రత్యేక స్కాలర్‌షిప్‌ను ట్రైనింగ్‌లో ఉన్న అధ్యాపకులకు, ఇండస్ట్రియల్, ఇంజనీరింగ్, మతపరమైన విద్యా సంస్థల్లో చదువుకొనే విద్యార్థులకు.
3. విదేశి స్కాలర్‌షిప్‌ను విదేశాలకు, ముఖ్యంగా ఐరోపా దేశాలకు చదువుల నిమిత్తం పోయే విద్యార్థులకు.
4. రియాయతి స్కాలర్‌షిప్‌ను పేద విద్యార్థులకు, స్కాలర్‌షిప్‌కు అర్హుడని ప్రభుత్వం ఏర్పాటు చేసిన కమిటీ ద్వారా గుర్తించిన విద్యార్థులకు.
5. మెరిట్ స్కాలర్‌షిప్‌లను పరీక్షల ద్వారా అధిక మార్కులు సాధించిన విద్యార్థులకు, శాఖాధిపతులు, విద్యా సంస్థల అధిపతుల గుర్తింపు పత్రాల ఆధారంగా అందచేస్తారు.

1932 లో ఏడవ నిజాం మీర్ ఉస్మాన్ అలీఖాన్ తన పుట్టిన రోజు పండుగ సందర్భంగా ప్రతి సంవత్సరం వచ్చే ఆదాయాన్ని ఆర్థికశాఖలో జమచేసి, అట్టి నిధి నుంచి చదువుకొనే పేద విద్యార్థులకు స్కాలర్‌షిప్‌లను ఇవ్వాలని నిర్ణయిస్తూ ప్రకటన జారీచేశాడు. ఆ విధంగా నిజాం రాజుల కాలంలో హైదరాబాద్ రాజ్యంలో/ తెలంగాణలో విద్యాభివృద్ధి బాగా జరిగినట్లు పైన వివరించిన విషయాల ద్వారానే కాకుండా అదే సమయంలో బ్రిటిష్ ఇండియా ప్రభుత్వం తమ 33 కోట్ల జనాభాపై విద్యాభివృద్ధికి ప్రతి సంవత్సరం 7 కోట్ల రూపాయాలు ఖర్చు చేస్తుండగా నిజాం ప్రభుత్వం తన 1.5 కోట్ల జనాభాపై ఒక కోటి రూపాయలు ప్రతి సంవత్సరం విద్యాభివృద్ధికి ఖర్చు చేయడాన్ని పోల్చినట్లైతే విద్యకు నిజాం ప్రభువులు ఇచ్చిన ప్రాముఖ్యత విశదమౌతుంది.

వైద్య సదుపాయాలు

1. ఉస్మానియా మెడికల్ హైస్కూల్‌ను 1846 లోనే నిర్మించారు. ఇదే తరవాతి కాలంలో అంటే, 1927 లో మెడికల్ కాలేజిగా మార్పుచెందింది.

2. ఎర్రగడ్డ మెంటల్ హెల్త్ హాస్పిటల్‌ను 1908 లో ప్రస్తుతం ఉన్న అమీర్‌పేటలో విశాలమైన ప్రదేశంలో నిర్మించారు.

3. నిజామియా జనరల్ హాస్పిటల్‌ను అఫ్జల్‌గంజ్‌లో 1938 లో ఏడవ నిజాం నిర్మించాడు. ఇది ఉస్మానియా జనరల్ హాస్పిటల్‌గా పిలువబడుతున్నది. ఆసియాలోనే ఇది అతిపెద్ద హాస్పిటల్.

4. నీలోఫర్ పిల్లల వైద్యశాల, ఇది నిజాం నవాబు కోడలు ప్రిన్స్ నీలోఫర్ జ్ఞాపకార్థమై నిర్మించబడింది.

5. స్త్రీల ప్రసూతి ఆసుపత్రి, ఇది పురానపూల్ బ్రిడ్జి దగ్గరలో సిటీ కాలేజి పక్కన నిర్మించబడింది.

6. నిజాం ఇనిస్టిట్యూట్ ఆఫ్ మెడికల్ సైన్సెస్, ఇది మొదట్లో నిజాం నవాబు ట్రస్టు ఆధ్వర్యంలో నడిచేది. ప్రస్తుతం ఉన్న విశాలమైన భూభాగమంతా నిజాం నవాబుదే. 1961 లో గవర్నమెంట్ ఆఫ్ ఇండియా ఆధ్వర్యంలో ప్రస్తుతమున్న నిర్మాణాలు కట్టించబడి కొనసాగుతుంది.

7. నిజామియా యునాని ఆసుపత్రిని ఏడవ నిజాం మీర్ ఉస్మాన్ అలీఖాన్ నిర్మించాడు.

రాజ్యాంగ, పరిపాలనాపరమైన సంస్కరణలు

బ్రిటిష్ ఇండియాలో జరిగే రాజ్యాంగ, పరిపాలనాపరమైన సంస్కరణల ప్రభావం హైదరాబాద్ సంస్థానంపై కనిపిస్తుంది. దాని ఫలితంగానే ఆరవ నిజాం మీర్ మహబూబ్ అలీఖాన్ 1893 లో ఖానూన్-చా-ఇ-ముబారక్ అనే చట్టాన్ని తీసుకొచ్చాడు. దీంతో పరిపాలనా వ్యవస్థలో పెనుమార్పులు వచ్చాయి. పరిపాలన, శాసన సంబంధమైన రెండు అంశాలను పర్యవేక్షించే కౌన్సిల్ ఆఫ్ స్టేట్ అంటే, ప్రధానమంత్రి, ఇతర మంత్రులు కలిసి ఉమ్మడిగా రాజుకు బాధ్యత వహించే సంస్థ రద్దు అయి, దాని స్థానంలో రెండు సంస్థలు 1) కేబినెట్ కౌన్సిల్, 2) లేజిస్లేటివ్ కౌన్సిల్‌లను రూపొందించాడు. 1) కేబినెట్ కౌన్సిల్ - ఇది ప్రధాని, ఇతర మంత్రులతో కలిసి పరిపాలనా బాధ్యతలు నిర్వహిస్తూ రాజుకు బాధ్యతాయుతంగా పనిచేసే సంస్థ. 2) లేజిస్లేటివ్ కౌన్సిల్ - ఇది రాజ్యానికి కావాల్సిన పరిపాలనా సంబంధమైన శాసనాలు చేసే సంస్థ. దీనిలో ప్రధానమంత్రి ప్రసిడెంట్. ఏ శాఖ అయితే పరిశీలనలోకి వస్తుందో, ఆ శాఖమంత్రి వైస్ ప్రసిడెంట్‌గా, తొమ్మిదిమంది ప్రభుత్వాధికారులు, మరో తొమ్మిదిమంది ప్రజలకు ప్రాతనిధ్యం వహించే వివిధ వర్గాల నుంచి ప్రతినిధులు ఈ సంస్థలో ఉండేవారు. దీని కాలపరిమితి రెండు సంవత్సరాలు. కాని 1919 లో ఏడవ నిజాం మీర్ ఉస్మాన్ అలీఖాన్ ఇంకొక చట్టం చేస్తూ కేబినెట్ కౌన్సిల్‌ను రద్దు చేస్తూ ఎగ్జిక్యూటీవ్ కౌన్సిల్ ను ఏర్పాటు చేస్తూ సర్ అలీఇమామ్‌ను అధ్యక్షునిగా చేసాడు. దీని పని కూడా ఇంతకు ముందున్న కేబినెట్ కౌన్సిల్ లాగ పరిపాలనా బాధ్యతలు నిర్వహించడం, రాజుకు బాధ్యతాయుత సంస్థగా పనిచేయడం. కాని ఈ నూతన సంస్థ ఆధ్వర్యంలో ఒక ముఖ్య పరిపాలనా సంస్కరణను 1921 లో చేపట్టింది. రెవెన్యూ అధికారుల నుంచి న్యాయవ్యవస్థను వేరుపరుస్తూ ప్రత్యేక న్యాయవ్యవస్థను న్యాయాధికారులతో ఏర్పాటు చేసింది. ఇలా న్యాయవ్యవస్థను పటిష్టపరుస్తూ చేపట్టిన చర్యల్లో హైదరాబాద్ సంస్థానం దేశంలోనే ప్రథమమని చెప్పొచ్చు.

బ్రిటిష్ ఇండియాలో 1935 భారత ప్రభుత్వ చట్టం ప్రకారం పాలనా సంస్కరణలు చేయబడి, 1937 లో బ్రిటిష్ ఇండియా ప్రాంతాల్లో ఎన్నికలు నిర్వహించడం మొదలైన మార్పులు హైదరాబాద్ సంస్థానంపై ప్రభావం చూపడం వల్ల నిజాం రాజు కూడా దివాన్ బహదూర్ అరవముడి అయ్యంగార్ అధ్యక్షతన 1937 లో ఒక సంస్కరణల కమిటీని వేసాడు. ఈ కమిటీ రిపోర్టును 1939 లో అమలుచేయాలని నిర్ణయించారు. కాని ఇంతలో రెండో ప్రపంచయుద్ధం మొదలు కావడం, ఈ కమిటీ నిర్ణయాలలో హిందువులకు, ముస్లింలకు సమాన నిష్పత్తిలో శాసన సభలో స్థానం కల్పించడం అనే అంశం; వర్గాల ప్రాతిపదికన ప్రాతినిధ్యమివ్వడం అనే అంశాలు మొదలైన వాటితో 1947 వరకు నూతన శాసనసభ ఏర్పాటు జరగలేదు. కాని 1947 లో 132 సభ్యులతో నూతన శాసనసభ అమల్లోకి వచ్చింది. దీనిలో ఎన్నుకొన్న సభ్యులు 76 మంది అయినప్పటికి వారు వివిధ వర్గాల నుంచి ప్రాతినిధ్యం వహిస్తూ, వర్గ ప్రతినిధులుగా చూడబడ్డారు. మిగిలిన వారంతా ప్రభుత్వం చేత నియమించబడ్డవారు. ఈ విధంగా నిజాం నవాబుల రాజ్యంలో కూడా రాజ్యాంగపరమైన సంస్కరణలు చోటుచేసుకొన్నాయి.

అంతేకాక, స్థానిక సంస్థల పరిపాలనలో కూడ హైదరాబాద్ సంస్థానంలో పెనుమార్పులు వచ్చాయి. 1869 లో సాలార్‌జంగ్ - I హైదరాబాద్ పట్టణ పరిపాలనను పోలీసు కమీషనర్ నుంచి వేరుపర్చి ప్రత్యేక మునిషిపల్ కార్యదర్శి, మునిషిపల్ కమిటీ కిందకు తీసుకురావడంలో స్థానిక సంస్థల పరిపాలనలో మార్పులు ప్రారంభమైయ్యాయి. మునిషిపల్ కమిటీకి అధ్యక్షుడిగా ప్రధానమంత్రి కొనసాగుతూ, దీనిలో ప్రభుత్వ ప్రతినిధులు, ప్రభుత్వేతర సభ్యులు వివిధ వర్గాల నుంచి ఎన్నుకొన్న వారు పరిపాలనలో భాగస్వామ్యం వహించేవారు. వీరి కాలపరిమితి మూడు సంవత్సరాలు మాత్రమే. 1934 లో హైదరాబాద్ పట్టణ పాలన మునిషిపల్ కార్పొరేషన్ కిందకి తీసుకురాబడి వివిధ వర్గాల, వృత్తుల వ్యక్తులు ఈ కార్పొరేషన్‌లో కౌన్సిలర్‌లుగా కొనసాగడం ప్రారంభమైంది. ఈ కౌన్సిలర్‌ల కాలపరిమితి మూడు సంవత్సరాలు.

రూరల్ స్థానిక సంస్థలు

స్థానిక సంస్థలను బ్రిటిష్ ఇండియాలో లార్డ్ రిప్పన్ 1884 లో ప్రవేశపెట్టాడు, ఆ ప్రభావం నిజాం రాజ్యంపై పడటంతో నిజాం రాజు 1888 లో 'దస్తూర్-ఉల్-అమల్' చట్టాన్ని జారిచేయించాడు. దీన్నే లోకల్ ఫండ్ రూల్స్ చట్టం అంటారు. ఇది 1889 లో అమల్లోకి వచ్చింది. దీని ప్రకారం మూడు రకాల బోర్డులు అమల్లోకి వచ్చాయి 1) సెంట్రల్ బోర్డు, 2) జిల్లా బోర్డు, 3) తాలూకా బోర్డులు.

ఈ బోర్డుల్లో అధికారులు దాదాపు అన్ని శాఖలకు సంబంధించిన అధికారులు, నామినేటెడ్ పద్ధతిలో నియమించబడిన అనధికారులు, సెంట్రల్‌లో ప్రసిడెంట్ ఆఫ్ ఎగ్జిక్యూటీవ్ కౌన్సిల్ లేదా రెవిన్యూ మంత్రి, జిల్లాలో తాలూకాదార్ / కలెక్టర్, తాలూకాలో తహసిల్‌దార్ ఆధ్వర్యంలో ప్రతి నెలలో తప్పనిసరిగా ఒకసారి, అవసరమైతే ఎక్కువసార్లు సమీక్షా సమావేశాలు జరిపి వివిధ పద్దుల కింద కేటాయించిన నిధులను సక్రమంగా లోకల్ ఫండ్ రూల్స్ ప్రకారంగా ఖర్చు జరుగుతోందా, పనులు జరుగుతున్నాయా అని సమీక్షలు నిర్వహించి, తదుపరి చర్యలు తీసుకునేవారు. ఈ బోర్డుల కాలపరిమితి మూడు సంవత్సరాలు.

అరవముడి అయ్యంగార్ కమిటీ సూచన మేరకు 1000 నుంచి 5000 ల జనాభా ఉన్న గ్రామాల్లో 1942 చట్టం ప్రకారంగా గ్రామపంచాయితీ వ్యవస్థలు నెలకొల్పబడ్డాయి. పంచాయితి సభ్యులు, సర్పంచ్ కూడ నామినేటెడ్

పద్ధతిలో తహసిల్దార్ సమర్పించిన జాబితాలో ఉన్న సభ్యులను తాలూకాదార్ లేదా కలెక్టర్ (జిల్లా అధికారి) నామినేట్ చేస్తాడు. వీటి పదవీ కాలం మూడు సంవత్సరాలు. ఈ విధంగా నిజాం రాజ్యంలో బ్రిటిష్ ఇండియాలో వస్తున్న మార్పులకు అనుగుణంగా మార్పులు వివిధ సంస్థల్లో రావడం అనేది అభివృద్ధికి, ఆధునీకీకరణకు సూచిగా తెలియపరుస్తుంది.

చారిత్రక కట్టడాలు

మీర్ ఉస్మాన్ అలీఖాన్ వాస్తుపై ప్రత్యేక శ్రద్ధ కనబర్చారు. ఈ కాలంలో నిర్మించిన వాస్తు ఆ కాలం నాటి ప్రజల ఆలోచనలకు, వారి సంస్కృతి, నాగరికతలకు అద్దంపడుతుంది. ఉస్మానియా విశ్వవిద్యాలయం, ఉస్మానియా జనరల్ ఆసుపత్రి, మొఘల్-ఇండోవాస్తు నిర్మాణశైలిలో, హైకోర్టు భవనం ఇండో-సరాసెనిక్ శైలిలో, అసెంబ్లీ భవనం సరాసేనిక్ రాజస్థానీ శైలిలో నిర్మించబడింది. మిగతా భవనాలైన సిటీ కళాశాల, పబ్లిక్ గార్డెన్స్, యునాని ఆసుపత్రి, అసఫియా గ్రంథాలయం, హైదరాబాద్, సికింద్రాబాద్ రైల్వే స్టేషన్లు, టౌన్‌హాల్, ఇడన్‌బాగ్, జూబిలీ హాల్, మొదలైన నిర్మాణాలు హిందూ-ముస్లీం పాశ్చత్య శైలిలో నిర్మించబడ్డాయి. ఉద్యానవనాలు, మార్కెట్లు, విశాలమైన రోడ్లు, భూగర్భ మురుగు నీటి పారుదల వీటన్నింటిని పర్యవేక్షించడానికి నగరాభివృద్ధి సంస్థ ఏర్పాటు అయింది.

నిజాం బహు భాషాకోవిదుడు. ఇతనికి ఉర్దూ, ఇంగ్లిష్, పర్షియన్, టర్కీ, అరబిక్, తెలుగు మొదలైన ఆరు భాషల్లో ప్రావీణ్యం ఉంది. నిజాం ప్రపంచంలోనే అత్యధిక ధనవంతుడిగా ప్రసిద్ధిపొందాడు. అతని కాలంలో జరిగిన సంస్కరణలతో వచ్చిన అనూహ్య మార్పుల వల్ల రాజ్యం విద్య, ప్రజారోగ్యం, నగర అభివృద్ధి, గ్రామీణాభివృద్ధి, వ్యవసాయ, పరిశ్రమలు, వర్తక వాణిజ్యాలు, రవాణా సౌకర్యాలు, ఇలా ప్రతి ఒక్క రంగంలో అభివృద్ధిచెంది రాజ్య స్వరూపాన్నే మార్చివేసి ఆధునీకీకరణకు, అభివృద్ధికి తోడ్పడ్డాయి.

తెలంగాణ ఆధునీకరణ అనేది మొదటి సాలార్‌జంగ్ ప్రధానమంత్రి కాలం (1853-1883) నుంచి ప్రారంభమయింది. ఇతడు హైదరాబాదు రాజ్య పరిపాలన వ్యవస్థలో బాగా నిష్ణాతులైన బయటివారిని పెట్టడంతోపాటు, పరిపాలన వ్యవస్థను బ్రిటీషు ఇండియాలో మాదిరిగా ఆధునీకరించాడు. ఆ విధంగా రెవెన్యూ వ్యవస్థను, విద్యావిధానంలో, రవాణా, సమాచార వ్యవస్థలలో పెనుమార్పులు చేపట్టాడు. అతని తరవాత వచ్చిన ఇద్దరు నిజాం రాజులు, ఆరవ నిజాం మీరు మహబూబు ఆలీ ఖాన్, ఏడవ నిజాం మీర్ ఉస్మాన్ అలీ ఖాన్‌లు చేపట్టిన పలు విధానాల ఫలితంగా తెలంగాణ ప్రాంతంలో ఆధునీకరణ, పారిశ్రామికీకరణ జరిగింది.

23

జానపద విజ్ఞానం - ఆశ్రిత ఉపకులాలు

తెలంగాణ జానపద విజ్ఞానం

జానపద విజ్ఞానాన్ని ఇంగ్లిషులో 'ఫోక్‌లోర్' (folk lore)కు సమానార్థకంగా తెలుగులో మనం వాడుతున్నాం. Folk lore అనే పదాన్ని W.J.Thoms 1846 లో రూపొందించాడు. 'ది అథనీయం' అనే పత్రికకు రాసిన ఒక ఉత్తరంలో 'థాంస్' 'ఫోక్‌లోర్' అనే పదాన్ని సూచిస్తూ దాని అర్థాన్ని కూడా కొంతవరకు వివరించాడు. జానపదులకు చెందిన ఆచారాలు, నమ్మకాలు, కథాగేయాలు, సామెతలు మొదలైన విజ్ఞానమే 'ఫోక్‌లోర్' అని థాంస్ వివరించాడు.

జానపద విజ్ఞానం (folk lore), జానపద సంస్కృతి (folk culture), జానపద జీవనం (folk life) వేరుకాదు. జానపద విజ్ఞానమంటే కేవలం మౌఖికంగా ఒక తరం నుంచి మరొక తరానికి సంక్రమించే వాగ్రూప దృష్టిని పోగొట్టాలనే నేడు జానపద జీవనం అనే పదాన్ని కొందరు విద్వాంసులు వాడుతున్నారు. మానవ జీవితమంతా విస్తృతమైన పరిధి జానపద విజ్ఞానానికి ఉన్నదని చెప్పడమే వారి ఆశయం.

జానపద విజ్ఞానం అత్యంత ప్రాచీనకాలానికి సంబంధించిన సాంప్రదాయిక జ్ఞానమని, మరో విధంగా చెప్పాలంటే అది సజీవ శిలాజం (living fassil) వంటిదని కొందరి అభిప్రాయం. జానపద విజ్ఞానం గతకాలానికి ప్రతిధ్వని మాత్రమే కాదు, వర్తమానంలోని శక్తిమంతమైన గొంతుక అనే విషయాన్ని కూడా మనం గమనించాలి.

తెలంగాణ చరిత్ర ఎంత ప్రాచీనమైందో, తెలంగాణ జానపద విజ్ఞానం కూడా అంతే ప్రాచీనమైంది. ఆది మానవులు నివసించిన గుహల్లో వారు వేసిన బొమ్మలు, వారి సమాధుల్లో లభించిన, నిత్య జీవితంలో వారు వాడిన గృహోపకరణాలు, పనిముట్లు మొదలైనవి ఎన్నో తరతరాల జానపద సంస్కృతిని తెలుపుతున్నాయి. ప్రాచీన వారసత్వంగా ఎన్నెన్నో జానపద కళా రూపాలు ఈనాటికీ మన తెలంగాణ పల్లెపట్టుల్లో నిలిచిపోయాయి. జానపదుల హస్తకళలకు, సంగీతానికి, నృత్యాలకు - ప్రాచీన చారిత్రక అవశేషాల్లో గుళ్ళు, గోపురాలు, శిల్పాలలో, చిత్రాల్లో మరియు సాహిత్యంలో ఆధారాలు లభిస్తాయి. శాతవాహనులు, కాకతీయ రాజుల కాలాల్లో నిర్మించిన కట్టడాల్లోని శిల్పాల్లో, గాథాసప్తశతి వంటి ప్రాకృత కావ్యాల్లో; మధ్యయుగం నాటి శాసనాల్లో, పాల్కురికి సోమనాథుని రచనల్లో తెలంగాణా ప్రాంతంలో ప్రచారంలో ఉన్న రకరకాల జానపద అభినయాలు, ప్రదర్శనలు, నృత్యాలు తెలంగాణ కళా ప్రాభవాన్ని చాటి చెబుతున్నాయి.

19 వ శతాబ్దంలో Folk అనే పదాన్ని నిర్వచించిన విద్వాంసులు జానపదులంటే విద్యావిహీనులైన కర్షకులని, గ్రామీణులని అభిప్రాయపడ్డారు. సంస్కృతిలో మూడు దశలున్నాయని మానవ శాస్త్రవేత్తలు అభిప్రాయపడ్డారు. అరణ్య జీవనస్థితి, అనాగరిక స్థితి, నాగరిక స్థితి అనే మూడు దశల్లో జానపదులు అనాగరిక స్థితికి చెందిన వారని అభిప్రాయపడేవారు. అంటే జానపదులు అటు ఆటవికులు కాదు ఇటు నాగరికులు కారు. పల్లెటూళ్ళలో నివసించేవారని అభిప్రాయపడ్డారు. కాని నేడు Folk అనే పదాన్ని కేవలం గ్రామీణులనే పరిమితార్థంలో ఊహించడం సరికాదనే

అభిప్రాయం ఏర్పడింది. అందువల్ల ప్రసిద్ధ జానపద విద్వాంసుడైన అలన్ డండెస్ ప్రకారం జానపదులంటే ఏదైనా ఒక్క విషయంలోనైనా భావస్వామ్యం కలిగిన జన సముదాయం. వీరు ఒక ప్రదేశంలో నివసిస్తున్నవారు కావచ్చు లేదా ఒక జాతికి, వృత్తికి, మతానికి సంబంధించివారు కావచ్చు, అయితే కొట్టొచ్చినట్లు ఒక ప్రత్యేకమైన, సాధారణమైన, సామూహికమైన గుర్తింపు పొందే కొన్ని సంప్రదాయాలను కలిగి ఉండాలి. అదే జానపదత్వ లక్షణం (Folkishness) అనబడుతుంది. అది కలిగి ఉన్న పట్టణవాసులు కూడా జానపదులే అవుతారు. ఈ జానపదులకు సంబంధించిన విజ్ఞానమే జానపద విజ్ఞానం (Folklore) అంటారు.

జానపద విజ్ఞానంలో ప్రధానంగా రెండు విభాగాలున్నాయి. అందులో ఒకటి శాబ్దిక జానపద విజ్ఞానం (verbal folklore), రెండు శాబ్దికేతర జానపద విజ్ఞానం (Non verbal folklore). మౌఖికంగా శబ్దరూపంలో వెలువడేది శాబ్దిక జానపద విజ్ఞానం. నమ్మకాలు, ఆచారాలు, దుస్తులు, అలంకారాలు, ప్రదర్శన కళలు మొదలైనవి శాబ్దికేతర జానపద విజ్ఞానానికి చెందుతాయి

రిచర్డ్ ఎం.డార్సన్ జానపద విజ్ఞానాన్ని స్థూలంగా నాలుగు శీర్షికల కింద విభజించాడు.

1. **మౌఖిక జానపద విజ్ఞానం (Oral Folklore):** జానపద గేయాలు, కథా గేయాలు, జానపద పురాణాలు, ఐతిహ్యాలు, గద్య కథలు, సామెతలు, పొడుపు కథలు, మాండలికాలు, నుడికారాలు, తిట్లు, ఒట్లు మొదలైనవన్నీ ఈ విభాగంలో చేరుతాయి.

2. **సాంఘిక జానపదాచారాలు (Social folk customs):** పుట్టుక, వివాహం, మరణం మొదలైన వాటికి చెందిన ఆచారాలు, కుటుంబం, సంబంధ-బాంధవ్యాలు, పండుగలు, వినోదాలు, ఆటలు, జానపద వైద్యం, మతం, నమ్మకాలు మొదలైనవి ఈ విభాగంలో చేరుతాయి.

3. **వస్తు సంస్కృతి (Material culture):** భౌతిక జీవితానికి సంబంధించిన అన్ని వస్తువులు ఈ విభాగంలో చేరుతాయి. కళారూపాలు కూడా వస్తు రూపంలో ఉంటే ఈ విభాగంలోనే స్థానం పొందుతాయి. చిత్రకళ, శిల్ప, వాస్తు, వివిధ వృత్తుల పరికరాలు, దుస్తులు, అలంకరణ, ఆభరణాలు, ఆహార సామగ్రి, పూజాసామగ్రి, శిలావిగ్రహాలు, దారువిగ్రహాలు మొదలైన వాటిని ఈ విభాగంలో పరిశీలించడం జరుగుతుంది.

జానపద కళలు (Folk Arts)

సంగీతం, నృత్యం, అభినయం ఉండే ప్రదర్శన కళలన్నీ ఈ విభాగంలో చేరుతాయి. గాత్ర సంగీతం, వాద్య సంగీతం, తొలుబొమ్మలాటలు, యక్షగానం, వీధి భాగోతం, కోలాటం, పగటి వేషాలు, బహురూపులు, బుర్రకథ, ఒగ్గుకథ, జంగం కథలు, గారడి విద్యలు మొదలైనవి ఈ విభాగంలో చేరుతాయి.

తెలంగాణా చరిత్ర, సంస్కృతి అతి ప్రాచీనమైంది. నాటి నుంచి నేటిదాకా శాతవాహనులు, కాకతీయులు, వెలమ రాజులు, మధుర, విజయనగరం రాజులు, తంజావూరు నాయక రాజుల కాలం వరకు ఎంతగానో ఈ కళలు వర్థిల్లాయి. అందుకు సాక్ష్యం తంజావూరు సరస్వతీ మహలులో ఉన్న నాలుగువందల యక్షగానాలే.

పాల్కురికి సోమనాథుని పండితారాధ్య చరిత్రలోను, బసవపురాణంలోను, తిక్కన భారతంలోను శ్రీనాథుని పలనాటి వీరచరిత్రలోను, దశావతార చరిత్రలోను, భీమేశ్వర పురాణంలోను, చంద్రశేఖర శతకంలోను, జాయపసేనాని

నృత్తరత్నావళిలోను, ఇలా ఎన్నో గ్రంథాల్లో నాటి జానపద కళారూపాలను గురించి వర్ణించారు. అంతేకాదు తెలంగాణాలో ఉన్న అనేక దేవాలయాలమీద, జానపద కళలకు సంబంధించిన కళారూపాలు చిత్రించి ఉన్నాయి.

నాటి నుంచి నేటివరకూ జానపద కళలు అవి బతుకుతూ, కళాకారులను బతికిస్తూ ప్రజలకు భక్తినీ, ముక్తినీ ప్రసాదించాయి. శతాబ్దాలుగా రాజ్యాలు పోయినా, రాజులు పోయినా, ఏ విధమైన ఆదరణా లేకపోయినా, ఎన్నో కళారూపాలు కాలగర్భంలో కలిసిపోయినా, ఇంకా కొన్ని మిగిలి ఉన్నాయి.

ఈనాడు చాలామందికి జానపద కళారూపాలంటే అర్థం కాదు. జానపదమంటే పల్లెటూరనీ, జానపదంలో నివశించేవారు జానపదులనీ, వారు పాడుకొనే పాటలుగాని, ఆటలుగాని జానపద కళారూపాలనీ పెద్దలు నిర్వచించారు. అలా జానపద సాహిత్యమనీ, జానపద గేయాలని, జానపద నృత్యమనీ, జానపద సంగీతమనీ, జానపద వీధినాటకమనీ, తోలుబొమ్మలనీ, బుర్రకథలనీ, యక్షగానాలనీ, పిచ్చుగుంటల కథలనీ, పగటి వేషాలనీ ఇలా ఎన్నో వందల కళారూపాలు ఆనాడు పల్లె ప్రజలకు విజ్ఞానాన్ని, వినోదాన్ని కలిగించాయి.

అయితే, జానపద కళారూపాలంటే అవి శాస్త్రీయమైనవి కావనీ, అవి కేవలం పామరుల కళారూపాలని, పనికిమాలినవని, ఏమాత్రం శాస్త్రీయత లేనివనీ కొంతమందిలో దురభిప్రాయం ఉంది. కాని సంగీతానికి, నృత్యానికి ఎలాంటి శాస్త్రీయత ఉందో అలాంటి శాస్త్రీయతే వీటికీ ఉంది. జానపద కళారూపాల ప్రభావంతో వచ్చినవే శాస్త్రీయ కళలు. జానపద కళలు లేకుండా శాస్త్రీయ కళలు లేవు. శాస్త్రీయ కళలకు మాతృకలే జానపద కళారూపాలు. నూటికి పదిమందిని ఆనందింపచేసేవి శాస్త్రీయ కళలైతే, నూటికి తొంభైమందిని ఆనందింపచేసేవి జానపద కళలు.

అయితే, ఈ శాస్త్రీయత పేరు మీద జానపద సంగీతాన్ని శాస్త్రీయ సంగీత వాగ్గేయకారులూ, జానపద నృత్యకళను శాస్త్రీయ నృత్యకారులూ, అలాగే జానపద సాహిత్యాన్ని గేయ సాహిత్యాన్ని గ్రాంథిక భాషావాదులూ, శాస్త్రీయత చాటున దాగిన ఛాందసులూ జానపద విజ్ఞానాన్ని, జానపద కళారూపాలను అణచివేశారు, సర్వనాశనం చేశారు. వాటికి ఆదరణ లేకుండా చేశారు. ఈనాడు ధనిక వర్గాలు బలహీనవర్గాలను ఎలా అణచివేశారో అలాగే జానపద కళలను కూడా భూస్థాపితం చేశారు.

ఆ మాటకొస్తే జానపద కళారూపాల్లో శాస్త్రీయతలేనిదెక్కడ? బుర్రకథ, వీధినాటకం, కోలాటం, చెక్కభజన లాంటి కళారూపాలను ఉదాహరణగా తీసుకోండి. వాటిలో తగిన సాహిత్యం ఉంది, సంగీతం ఉంది, నృత్యముంది, ఆహార్యముంది, అభినయముంది, తాళం ఉంది, తాళగతులున్నాయి, లయ ఉంది, కలయిక ఉంది, క్రమశిక్షణ ఉంది. వీటిలో శాస్త్రీయతలేనివెక్కడ? ఆదరణ మాత్రమే లేదు. అన్నమయ్య పాటలకిచ్చిన ఆదరణ వీటికి ఇచ్చినట్లైతే, అవి శాస్త్రీయ కళారూపాలైపోతాయి.

ఏది ఏమైనా శతాబ్దాలుగా రాజులుపోయినా, రాజ్యాలుపోయినా, జానపద కళలు మాత్రం ప్రజా హృదయాల్లో అలాగే నిలిచి ఉన్నాయి. ఎన్ని ఆటుపోటులు వచ్చినా ప్రజలు వాటిని పోషించారు. కళలనూ, కళాకారులనూ కన్నబిడ్డలుగా చూసుకొన్నారు. తెలుగుజాతి గర్వించదగిన కళారూపాలివి.

జానపద ప్రదర్శన కళలు

కోలాటం

తెలంగాణలో అత్యంత ప్రజాదరణ పొందిన జానపద కళ కోలాటం. కోలలు ప్రధానపాత్ర వహిస్తాయి, కాబట్టి, దీనికి కోలాటం (కోలల ఆట) అనే పేరు సార్థకమైంది. చేతిలోని కోలలు కొట్టినప్పుడు కలిగే లయ, కాలిగజ్జ సవ్వడుల శ్రుతి, పాదాల విన్యాసం వాటికి తగ్గట్టుగా గీతమాధుర్యం ఈ విధంగా నాలిగింటినీ సమన్వయపరచే కళారూపం ఇది. జానపదులు దీన్ని ఒక ఆటగానే భావించినా పరిశోధకుల దృష్టికి ఇది నాట్య, సంగీత, గానాలు కలిసిన ఒక విశిష్టమైన కళారూపం. కోలాటం నృత్యభేదాల్లో ఒకటి.

కోలాటంలోని వస్తు వైవిధ్యాన్ని 'కోపు' అంటారు. కోపుల్లో 'జడకోపు' క్లిష్టమైంది. విశిష్టతను కలిగింది.

కోలాటపు పాటల్లో భక్తి శృంగారానికి సంబంధించిన అంశాలే ఎక్కువ. విఘ్నేశ్వర కోపుతో ప్రదర్శనలు ప్రారంభించే సంప్రదాయాన్ని కళాకారులు పాటిస్తారు. ఉత్సవాలు, ఊరేగింపుల్లోనే కాకుండా తీరికవేళల్లో కూడా ఈ ఆటను ప్రదర్శిస్తారు. ఈ కళారూపం చారిత్రకమైన కట్టడాలపై, గుడి గోడలపై శిల్పాలుగా, చిత్రరూపాలుగా మలచబడింది. కోలాటానికి పురాతన వాస్తు నిర్మాణాల్లో క్రీ.శ. ఏడవ శతాబ్దికి ముందే ఆధారాలు కనిపిస్తున్నాయి. తూర్పు చాళుక్యుల ద్రాక్షారామం, కాకతీయుల రామప్పగుడి మొదలైన కట్టడాలు ఇందుకు నిదర్శనాలు.

ప్రాచీనాంధ్ర కావ్యాల్లో కూడా కోలాటం చిత్రీకరించబడింది. పాల్కురికి సోమనాథుని బసవపురాణంలో, తిక్కన విరాట పర్వంలో, నాచన సోమన ఉత్తర హరివంశంలో కోలాటం గురించి వర్ణించబడింది. ఆటపాటల సమ్మేళనమైన 'కోలాటం' అనే జానపద దృశ్య ప్రక్రియ విభిన్నమైన విన్యాసాలను తనలో విలీనం చేసుకొని అపూర్వమైంది.

దొమ్మరి ఆట

ఊర్లో జనసంచారం ఎక్కువగా ఉండే ప్రాంతాల్లో దొమ్మర్లు తమ ప్రదర్శనను ప్రారంభిస్తారు. ఆట ప్రారంభానికి సూచనగా 'గడ'ను పాతి 'డోలు' వాయిస్తారు. డోలు శబ్దానికి జనం గుమికూడతారు. అప్పుడు ప్రదర్శనలో సూత్రధారునిలాగా ప్రధాన పాత్రను వహించే వ్యక్తి మాటల చమత్కారంతో జనాన్ని ఆకట్టుకొంటాడు. డోలు వాయించే వ్యక్తి అతని మాటలకు వంత పలుకుతుంటాడు.

తాడు మీద నడవడం, గడపై ఆడటం లాంటి అద్భుతమైన పనులు దొమ్మరుల ప్రదర్శనల్లో చోటుచేసుకొంటాయి. ఈ ప్రదర్శనలే వారి వృత్తి జీవనం. ఇందులో ఆడా, మగా, పిల్లా పెద్దా తేడా లేకుండా కుటుంబంలోని సభ్యులంతా వారికి అనువైన విద్యల ద్వారా ఏకాగ్రతతో కూడిన నైపుణ్యాన్ని చూపిస్తూ క్రమశిక్షణ ఉండే ఒక కళా సమూహంగా ప్రదర్శనలిస్తారు. ఈ విశిష్టతలు ఉండబట్టే దొమ్మరి ఆట ప్రాచీనాంధ్ర కావ్యాల్లో చోటుచేసుకొని ఆయా కవులచేత ప్రస్తుతించబడింది.

సామాన్య జనం కోసం ప్రదర్శించే కళారూపాల్లో దొమ్మరి ఆట కూడా ఒకటి. పాల్కురికి సోమనాథుడు పండితారాధ్య చరిత్రలో శివరాత్రి ఉత్సవాల సందర్భంగా ప్రదర్శించే జానపద కళారూపాలను వర్ణిస్తూ 'అమరాంగనలు దివి నాడెడు మాడ్కి సమరంగ గడలపై నాడెడువారు' అని దొమ్మరి ఆటను పేర్కొన్నాడు. ఎత్తయిన గడలపై గాలిలో ఆడే

దొమ్మరి స్త్రీని గురించి పాల్కురికి సోమనాథుడు దివిలో ఆడే దేవతా స్త్రీతో పోల్చి దొమ్మరి కళకు పవిత్రతను చేకూర్చాడు. అలాగే శ్రీనాథుడు పల్నాటి వీరచరిత్రలో, అయ్యలరాజు రామభద్రుడు రామాభ్యుదయంలో దొమ్మరి ఆటను పేర్కొన్నాడు.

బహురూపులు (పగటి వేషాలు)

బహురూపాలవారి కళా విశేషం పగటి వేషాలు. వీరిని 'బేరూపులు', 'బైరూపులు', 'పగటి వేషగాళ్ళు' అనే పేర్లతో పిలుస్తారు. బుడిగె జంగాల తెగకు చెందిన శైవులు పగటి వేషాలను వృత్తిగా స్వీకరించి ఆ వేషాలకు సంబంధించిన బహురూపాలను ప్రదర్శించడం వల్ల వీరికి పగటి వేషగాళ్ళు, బహురూపులు అనే పేర్లు స్థిరపడ్డాయి. అరవై నాలుగు కళల్లోని చిత్రయోగం బహురూపుల కళగా భావించవచ్చు. పౌరాణికం లేదా సాంఘికాంశం పైన ఏదో ఒక ఘట్టాన్ని తీసుకొని ఒకరుగాని అంతకంటే ఎక్కువమంది గాని కళాకారులు ప్రదర్శనలో పాల్గొంటారు. స్త్రీ పాత్రల్ని కూడా పురుషులే ధరిస్తారు. వేషధారణ రంగులతో ఉంటుంది. వచన, పద్యాల మేళవింపుతో వాద్యాల సహకారంతో బహురూపుల వాళ్ళు ఈ రూపాన్ని ప్రదర్శిస్తారు. సాంఘికాంశాల్లో విషయమే కాకుండా భాషోచ్చారణ, నడక తీరు అభినయాలతోపాటు వ్యంగ్యం ఎక్కువగా ఉండి హాస్యాన్ని రేకెత్తింపచేస్తూ జనాకర్షణశక్తిని కలిగి ఉంటాయి. బైరాగులు, బుడబుక్కలవారు, సాతాని వైష్ణవులు, మందులవారు, సోమయాజులు-సోమిదేవమ్మ, అర్ధనారీశ్వర మొదలైనవి వీరి సంప్రదాయ వేషాలు. రోజుకొక వేషం గ్రామాల్లోని ఇళ్ళు, వాకిళ్ళలో, పట్టణాల్లోని వీధుల్లో ఉచితంగా ప్రదర్శిస్తూ చివరి రోజు ధనాన్ని, ధాన్యాన్ని, పాత బట్టల్ని వీరు దానంగా స్వీకరిస్తారు. వీరు ప్రదర్శించే వేషాలన్నిటిలో అర్ధనారీశ్వర వేషానికి ఎక్కువ ఆదరణ, ప్రచారం లభించింది. బహురూపుల పగటివేషాలు పూర్వం రాజదర్బారులో ముప్పైఒక్క రోజులు ప్రదర్శించేవారు. ప్రజల బాగోగులను మారువేషాల ద్వారా తెలుసుకోవాలనే రాజులకు బహురూపుల ప్రదర్శన పరోక్షంగా సహకరించేది. ఇది రాజులు, ప్రజలు మెచ్చిన కళారూపం. నాడు సమాజంలో ఆదరణపొందిన బహురూపుల కళావిశేషాన్ని పాల్కురికి సోమనాథుడు పండితారాధ్య చరిత్రలో, పోతన భాగవతంలో, కొరవి గోపరాజు సింహాసన ద్వాత్రింశికలో పేర్కొన్నారు.

కాటిపాపలు - ఇంద్రజాలం

కాటిపాపలనే కాటికాపరులని కూడా అంటారు. వీరు తాము పురాణ పురుషుల సంతతికి చెందినవారమని చెప్పుకొంటారు. శివుని కంటిమంటకు మన్మథుడు భస్మంగా మారిన తరవాత ఆ బూడిద నుంచి తమ జాతి జన్మించినట్లుగా కొందరు చెబుతారు. కాటికాపరైన హరిశ్చంద్రుని సంతతి వారమని మరికొందరంటారు.

శైవమతస్థులైన వీరికి బుడిగె జంగాలతో దగ్గర సంబంధం ఉంది. వీరు నేడు సాంఘికంగా వెనుకబడిన తరగతికి చెందిన సంచార జాతిగా పేరుపొంది ఉన్నారు. జనాన్ని దీవించే పాటలు పాడుతూ భిక్షమెత్తుకోవడం, శవం వెంట కాటికి వెళ్ళడం, ఇంద్రజాల విద్యల్ని ప్రదర్శించి ప్రజలను సమ్మోహితుల్ని చేయడం వీరి వృత్తిధర్మం. శవం మీద కప్పే తెల్లటి గుడ్డను వీరు తమ హక్కుగా భావించి దాన్ని పొందగలుగుతారు.

ఇంటింటికి తిరిగి భిక్షాటన చేసే సందర్భాల్లో కాటిపాపలు ఇంద్రజాల విద్యను ప్రదర్శిస్తారు. నడుముకు ఉండే చిన్న సంచిలో వీరు ప్రదర్శనకు పనికివచ్చే గచ్చకాయలు, మాయలబొమ్మ, పాములు, తేళ్ళు, కప్ప, తిరిగే రాయిని పెట్టుకొంటారు. ఈ ఇంద్రజాల విద్యనే గారడీ విద్య అనీ, కనికట్టు విద్య అనీ, మహేంద్రజాలం అనీ, మాయాజాలం అనీ అంటారు. జనాన్ని సమ్మోహితుల్నిచేసే ఈ కళలో దుస్తులు, వేషాలంకరణకు కూడా ప్రాధాన్యముంటుంది. వీరి

వేషధారణ ప్రాంతీయ భేదాలను బట్టి కొద్ది మార్పులు కలిగి ఉన్నా గంభీరంగా ఉండి, వింతదనాన్ని కలిగిస్తూ ప్రాచీనమైన ఇంద్రజాల కళను ప్రదర్శించడానికి అనువైన ఆకర్షణతో ఉంటుంది.

యక్షగానం

సాహిత్యం, సంగీతం, నృత్యం, అభినయం, గానం, వాచకం, అలంకరణ, దుస్తులవంటి వేషధారణే కాకుండా ఇంకా ఎన్నో ప్రక్రియలను తనలో విలీనం చేసుకొని సర్వకళల సమాహారంగా పరిపూర్ణతను సాధించిన జానపద దృశ్య ప్రక్రియ యక్షగానం.

ఇది పౌరాణిక లేదా జానపద ఇతివృత్తాల్లోని ఏదో ఒక ఘట్టాన్ని ఆధారంగా చేసుకొని నడిచే కళారూపం. ఇది ప్రాంతాన్నిబట్టి, ప్రదర్శకులబట్టి పేరులోను, రూపంలోను కొద్ది తేడాలు కలిగి ఉంటుంది. వీధి నాటకం, వీధిభాగవతం, తూర్పుభాగవతం, గంటెభాగవతం మొదలైన కళారూపాలతో సామ్యాన్ని కలిగి ఉంటుంది. జక్కులవారు, చిందులవారు, ఎర్రగొల్లలు, జంగాలు, సాతానివైష్ణవులు, మాలదాసరులు, బోడిదాసరులు, బహురూపులు, గంటెభాగవతులు, బ్రాహ్మణ భాగవతులు, శారదకాండ్రు, పిచ్చుకుంట్లు, చెంచులు మొదలైనవారు తెలంగాణలో యక్షగానాలను ప్రదర్శిస్తున్నారు.

గంగిరెద్దులవారు

బసవన్నా! అయ్యగారికి దణ్ణం పెట్టు, అమ్మగారికి దణ్ణం పెట్టు అంటూ ఉదయాన్నే మన ఇంటి ముంగిటకు వస్తారు గంగిరెద్దులవారు. గంగిరెద్దుల వారు యాదవుల్లో ఒక తెగకు చెందినవారు. ప్రాచీన కాలం నుంచి వంశపారంపర్యంగా వస్తున్న జానపద కళారూపాల్లో ఈ గంగిరెద్దులాట ఒకటి. గంగిరెద్దులవారు సంచార జాతులకు చెందినవారు. ఈ గంగిరెద్దులే వీరికి జీవనాధారం, ధనుర్మాసంతో ప్రారంభమయ్యే వీరి సంచారం ఆశ్వీయుజ మాసం నాటికి పూర్తవుతుంది. అంటే సంక్రాంతి నెలతో ప్రారంభమయ్యే వీరి సంచార జీవనం దసరా నాటికి పూర్తిచేసుకొని ఇంటికి చేరుతారు.

గంగిరెద్దులవారు ఉదయాన్నే ఆరుగంటలకల్లా లేచి ఎద్దుల కొమ్ములకు ఇనుప గొట్టాలు తగిలించి వాటికి రంగుల గుడ్డలు చుట్టి చివర కుచ్చులాగా ఏర్పాటుచేస్తారు. కుచ్చులకు అలంకరణగా బాసికాలను కడతారు. మూపురానికి ఎత్తుగా ఉండేందుకు చర్మంతో తయారుచేసిన టోపీ లాంటిది తగిలించి దానిపై రంగు రంగుల చీరలతో అలంకరణ చేస్తారు. మూపురం నుంచి వెనకకు గుండ్రంగా వచ్చేట్లు మువ్వలతో తయారుచేసిన పట్టెడలాంటిది కడతారు. అందమైన మువ్వలతో బొడ్డువారు కడతారు. ముక్కుకు ముగతాడు ఉంటుంది. మెడలో అందెల పట్టెడ, నుదుటన గుడ్డపై బిగించిన ఆంజనేయస్వామి బొమ్మను కడతారు. మూపురానికి అలంకరించిన తరవాత మూపురానికి చుట్టూ వారికి లభించిన బహుమతులను దారంతో కడతారు. ముందరి కాళ్లకు గజ్జెలు కడతారు. ఈ రీతిగా అతి సామాన్యమైన అలంకరణలతో చక్కగా తీర్చిదిద్దుతారు. గంగిరెద్దుల వారిలో ఒకరు డోలు కొడుతూ శృతిని ఊదుతారు. దీన్నే బూర అంటారు. రెండవ వారు సన్నాయి (నాదస్వరం) ఊదుతూ చక్కని పాటలను ఆలాపన చేస్తాడు. దీన్నే గంగిరెద్దుల మేళం అని కూడా అంటారు. వీరు ఇంటింటికి తిరిగి యాచన చేస్తు ఉంటారు. ఒక్కొక్కసారి ఒకే వ్యక్తి డోలు వాయిస్తూ సన్నాయి ఊదుతూ గంగిరెద్దును వెంటబెట్టుకొని ఇంటి ముంగిటకి వస్తాడు.

తోలుబొమ్మలాట

తెలంగాణాలో తోలుబొమ్మలాటలకి ప్రాముఖ్యముంది. ఆబాల గోపాలాన్ని అలరింపచేసే జానపద కళారూపమే తోలుబొమ్మలాట. ఈ కళ ప్రాచీనకాలం నుంచి వర్ధిల్లుతు అనేక కళలకు మూలమైంది. తోలుబొమ్మలాట కళారూపంలో సాహిత్యం, సంగీతం, శిల్ప, చిత్రలేఖనాది కళలు ఇమిడి ఉండటం వల్ల లలిత కళలకు ఈ కళారూపం ఉపాంతంగా చెప్పవచ్చు. నవరసాలు దీనిలో సమ్మిళితం. హాస్యరసం ఎక్కువ పాళ్ళలో కనిపిస్తుంది. ఈ కళా ప్రదర్శన శ్రవణానందకరమే కాక నయనానందకరంగా కూడా ఉంటుంది.

తోలుబొమ్మలాట కళాకారులు సంచార జీవులు కాబట్టి వీరికి ప్రత్యేకమైన రంగస్థలం కాని అనుకూలమైన ప్రదేశాలు గాని ఉండవు. అందువల్ల వీరు గ్రామాల్లో నాలుగు బజార్ల కూడలి వద్ద వెదురు బొంగులతో డేరాను నిర్మిస్తారు. డేరాను నాలుగు వైపులా మూసివేస్తారు. వీరికి కావలసిన సామాగ్రి, అంటే రేకు డబ్బాలు, చెక్కలు, చిన్నబల్ల, హార్మోనియం, తాళాలు, బొమ్మలు మొదలైనవి సిద్ధంచేసుకొంటారు. పందిరికి ముందు భాగంలో తెల్లని వస్త్రాన్ని తెరలాగ కడతారు. ఆ తెరకు లోపల బొమ్మలను నల్లతుమ్మ ముండ్లతో గుచ్చి ఉంచుతారు. ముందుగా వినాయకుని బొమ్మ, సరస్వతీదేవి బొమ్మ, హాస్యపాత్రల చిత్రాలయిన కేతిగాడు, బంగారక్క, జుట్టుపోలిగాడు మొదలైన బొమ్మలను గుచ్చి ఉంచుతారు. తోలుబొమ్మలాట కళాకారులు తాము ప్రదర్శించే ప్రదర్శనల్లో ముఖ్యమైనవి రామాయణంలోని లక్ష్మణమూర్ఛ, లంకాదహనం, మైరావణ యుద్ధం, రామరావణ యుద్ధం, భారతంలోని విరాటపర్వం, అభిమన్యుని యుద్ధం.

ప్రదర్శనకు ముందుగా విఘ్నేశ్వర ప్రార్థన, సరస్వతిదేవి ప్రార్థన, పూర్వ కవిస్తుతి, దేవతా ప్రార్థనలు చేసిన తరవాత కేతిగాడు, బంగారక్కల చేత గ్రామ పెద్దలకు గ్రామంలో ఉన్న కవిపండితులకు, మునసబు, కరణం గార్లకు పేరు పేరున నమస్కారాలు చేయిస్తారు. ఆ తరవాత ఆనాటి ఉభయదాతలకు కృతజ్ఞతలతో కూడిన నమస్కారాలు తెలియచేసుకొంటారు. తరవాత గత రాత్రి జరిగిన కథను సంక్షిప్తంగా వివరించి జరగబోయే కథను వివరిస్తూ బొమ్మలను గూర్చి తెలియచేస్తారు.

తెలంగాణాలో పైన పేర్కొన్న కళలేగాక, బుర్రకథ, ఒగ్గుకథ, జముకుల కథ, బుడబుక్కలవారు మొదలైనవి అత్యంత ప్రాచుర్యం పొందిన ప్రదర్శన కళలు.

నాటకం, సినిమా, రేడియో, టి.వి., వీడియోలాంటి ఆధునిక సాంకేతిక ప్రక్రియలు రావడంతో ఈ కళలపట్ల ఆదరణ తగ్గింది. జానపద కళలను పోషించేవారు తగ్గిపోయారు. కళాకారులు కడుపుకోసం ఆ కళలనే పట్టుకొని దేశ సంచారులుగా తిరుగుతూ కళా ప్రదర్శనలను ప్రదర్శిస్తూ చాలీచాలని ఆదాయాలతో కడుపునింపుకొంటూ జీవిస్తున్నారు.

ఒకనాడు జాతి సంస్కృతిక జీవగర్రలై నిలిచిన జానపద కళాకారులు పూట తిండికోసం ఆకలితో అలమటిస్తున్నారు. చిరిగిపోయిన దుస్తులతో వేషాలు వేసుకొని యాచకులుగా వీధులవెంట తిరుగుతున్నారు. రైళ్ళలో, బస్ స్టాండ్లల్లో నిలబడి జానపద గీతాలు ఆలపిస్తూ అడుక్కుతింటున్నారు.

నిష్ణాతులైన కళాకారులు ఎందరో కీర్తిశేషులయ్యారు. ఎన్నో కళారూపాలు చితికి జీర్ణమై కాలగర్భంలో కలిసిపోయి వాటి స్వరూప స్వభావాలు ఎలా ఉంటాయో కూడా తెలియకుండా శిథిలమైపోయాయి. మరికొన్ని జీర్ణమైతూ శిథిలావస్థలో ఉన్నాయి. సమిష్టి బృందాలు, సమిష్టి ప్రదర్శనలు నాశనమై వ్యక్తిగత పాత్రలుగా, చిల్లర వేషాలుగా మిగిలిపోయాయి. మరికొంత కాలం ఇలాగే సాగితే, కొన ఊపిరితో ఉన్న ఈ కళారూపాలు కూడా దక్కవు.

యాభై సంవత్సరాల నాడు రెండవ ప్రపంచ యుద్ధ కాలంలో ఫాసిస్టుల ప్రళయార్భాటాలను గూర్చి, భయంకర యుద్ధ పరిస్థితులను గురించి వివరించడానికి, ప్రజాపోరాటాల రంగస్థలమైన ప్రజానాట్యమండలి ప్రగతిశీల దృక్పథంతో ప్రాచీన కళారూపాలనన్నింటినీ ఒక మలుపు తిప్పి, నాటి యుద్ధ పరిస్థితులనూ, దేశ రాజకీయ పరిస్థితులనూ, ప్రజల కష్ట సమస్యలనూ ప్రతిబింబిస్తూ, జానపద కళారూపాల ద్వారా మహోద్యమాన్ని నిర్మించారు. మరుగునపడిపోయిన ఎన్నో కళారూపాలను వెలుగులోకి తెచ్చారు. అవే ఈనాటికి ప్రజా నాట్యమండలి ద్వారా జీవించి ఉన్నాయి. ఆ తరవాత ఆ విధానాన్ని ఇతర రాజకీయపక్షాల వారందరూ అనుసరించారు.

తెలంగాణాలో ఉన్న జానపద కళారూపాలేమిటి? వాటిలో జీవించి ఉన్న కళారూపాలెన్ని? అందుకు సంబంధించిన కళాకారులు ఎంతమంది ఉన్నారు? వారి పరిస్థితి ఏమిటి? వారు ప్రదర్శించే కళారూపం, దానికి సంబంధించిన సంగీతం, సాహిత్యం, వేషధారణ మొదలైన వివరాలు సేకరించాలి. కళారూపాలు సాహిత్యాన్ని, పాటలనూ, వాటి బాణీలనూ రికార్డుచేయాలి. వారి వారి కళారూపాలకు సంబంధించిన వస్తు సామగ్రినంతా భద్రపరచాలి. మిగిలి ఉన్న కళారూపాలను, ఫిల్ములుగా తీయాలి, ఉన్న కళాకారులకు గ్రాంటులు, పెన్షన్‌లు ఇచ్చి వారిని పోషించాలి. ఆ అపురూప సంపదను రక్షించుకోవాలి. రాష్ట్రమంతటా బిక్కుబిక్కుమంటున్న కళాకారులను ఆదుకోవాలి. అలా ఆదుకున్న నాడు ఎన్నో కళారూపాలు ఉద్ధరించడమే కాక, ఎందరో కళాకారులకు జీవనాధారం ఏర్పడుతుంది.

తెలంగాణ ఆశ్రిత ఉపకులాలు - సాంప్రదాయిక కళలు - సంస్కృతి

భారతదేశంలో ప్రాచీన కాలంలో ఏర్పడిన వర్ణవ్యవస్థ ఎన్నో మార్పులు చెంది నేటి కులాలుగా సమాజంలో స్థిరపడింది. ఈ కులాలు తమ జీవనోపాధి కోసం వివిధ రకాల వృత్తులను అనుసరిస్తూ వచ్చాయి. ఆ తర్వాతి కాలాల్లో ఆ వృత్తులు ఆయా కులాలకు స్థిరపడి వృత్తి మార్పులకు, కుల మార్పులకు అవకాశం లేకుండా సమాజంలో స్థిరపడిపోయాయి. ఈ విధంగా స్థిరపడ్డ వృత్తులు, కులాలు మనకు చారిత్రక కాలంలో కౌటిల్యుని 'అర్థశాస్త్రం' నుంచి సమాజంలో కనిపిస్తాయి.

మధ్య యుగంలో ఈ కులాలపై ఆధారపడి, కులకీర్తనం, వంశకీర్తనం చేసే ఉపకులాలు ఆవిర్భవించాయి. ఈ జాతులు తాము ఆధారపడే కులాల మూల పురుషుల కథలు, వారు చేసిన యుద్ధాలు లేదా ఘనకార్యాలను మౌఖిక మాధ్యమంలో ప్రచారం చేస్తూ రానున్న తరాలకు అందించే బాధ్యతను చేపట్టాయి. ఈ ఉప కులాలు సమాజంలో ఆవిర్భవించడానికి ఈ యుగంలో విజృంభించిన శైవ, వైష్ణవ మతాలు దోహదపడ్డాయి. ఈ మతాలు తమ మతశాఖల ప్రచారానికి సాహిత్యాన్ని, సంగీతం, లలిత కళలను అభివృద్ధిలోకి తెచ్చాయి. ఇందులో భాగంగా కులకీర్తనం చేసే ఉప

కులాలను సృష్టించాయి. దాదాపుగా అన్ని ఉప కులాలు శైవమత సంప్రదాయాలు పాటిస్తున్నాయి. వారు ప్రచారంచేసే కుల పురాణాలు, శైవమత సంబంధమైనవి. అంతేకాక, ఈ కులాల మూల పురుషులు శివపార్వతుల వివాహ సందర్భంగానో లేదా అవసగనిమిత్తమై శివునిచేత సృష్టించబడ్డవారో అయి ఉంటారు. ఆ కారణంగా ఈ ఉప కులాలు శైవమతం, వైష్ణవమతం విజృంభణ కాలంలో సమాజంలో ఆవిర్భవించారని చెప్పడానికి ఎక్కువ అవకాశముంది.

ఈ రెడ్డి, వెలమ ఉపకులాలు విజయనగర రాజుల కాలంలో గౌరవాన్ని, ప్రోత్సాహాన్ని పొందినట్లు శాసన, సాహిత్య ఆధారాలు ఉన్నాయి. వీరిలో కొద్దిమందికి అగ్రహారాలు దానంగా ఇచ్చినట్లు కూడా శాసనాధారాలు ఉన్నాయి. ఆచార్య బి.రామరాజు ఈ ఉప కులాల పట్టిక గురించి వివరించారు. వీరి ప్రకారం, పూర్వ కాలంలో రాజులు, తమ ఆస్థానంలో ఈ గాయకులను తమకు, తమ సైన్యానికి వీరముద్బోధించడానికి వినియోగించేవారు. రాజులు, రాజాస్థానాలు పోయిన తరవాత ఈ గాయకులు కులాలను ఆశ్రయించి జీవించడం మొదలుపెట్టారు. వీరిని ఆశ్రిత కులాలని, సంచార జాతులని, కుల భిక్షక గాయకులని, అడ్డి బిడ్డలని వివిధ పేర్లతో పిలుస్తున్నారు.

వీరిలో రెండు రకాల కథా పద్ధతులను అనుసరించేవారు ఉన్నారు. కొద్దిమంది బహిరంగ ప్రదేశాల్లో వేదిక నిర్మించి, కుల పురాణాలను గానం చేస్తారు. వీరు ఆయా కథలకు సంబంధించిన వేషధారణల్లో కథలు నడిపిస్తారు. గానం, నృత్యం, అభినయం ఇందులో ప్రధానపాత్ర వహిస్తాయి. ఇక రెండవ వర్గం వారు కుల పురాణ గాథలకు సంబంధించిన చిత్రపటాలను ప్రదర్శిస్తూ కథలు చెప్తారు. ఇందులో మొదటి వారిని వేదిక ఆధార కథకులు (Theatrical art performers) అని, రెండవ వారిని పట ప్రదర్శన కథకులు అని పిలుస్తారు.

విప్రవినోదులు

విప్రవినోదులు బ్రాహ్మణ కులంపై ఆధారపడి, వారిని మాత్రమే యాచించి, జీవించే ఒక తెగవారు. విప్రులు అంటే బ్రాహ్మణులు, వినోది అంటే గారడీ విద్యను ప్రదర్శించి వినోదింపచేసేవారు. విప్రులకు వినోదం కలిగించేవారే విప్రవినోదులు. వీరు బ్రాహ్మణుల్లో ఒక జాతి బ్రాహ్మణులని, దేవతోపాసన, మంత్ర తంత్రాలవల్ల గారడీ విద్య ప్రదర్శిస్తుంటారన్నది పండితుల అభిప్రాయం.

మందులపల్లి గురుబ్రహ్మశర్మ తన 'కొండవీటి సామ్రాజ్యం'లో, విప్రవినోదుల జన్మ వృత్తాంతం గురించి ఒక కథను వివరించారు. విద్యారణ్యుని 'శంకర విజయం'లో కూడా విప్రవినోదుల పుట్టు పూర్వోత్తరాల గురించి వివరించబడింది. విప్రవినోదులు తమ గారడీ విద్యను విప్రుల ఇళ్ళలోనూ, బహిరంగ ప్రదేశాల్లోను ప్రదర్శిస్తారు. బహిరంగ ప్రదేశాల్లో తమ విద్యను ప్రదర్శించినప్పుడు వీరిని 'నరవిద్య వారు' లేదా నరులు మెచ్చే విద్య చేసేవారని అంటారు. చారిత్రకంగా ఈ గారడీ విద్య క్రీ.శ.15-17 శతాబ్దాల మధ్య కాలంలో బహుళవ్యాప్తిలో ఉంది. ముఖ్యంగా సదాశివరాయలనాటి శాసనాలను పరిశీలిస్తే, ఆనాడు విజయనగర సామ్రాజ్యంలో విప్రవినోదులు అధికంగా ఉండేవారని, వారికి అగ్రహారాలు ఉండేవని, వారిలో అనేక గోత్రాలకు చెందినవారు ఉండేవారని స్పష్టంగా తెలుస్తున్నది. గుంటుపల్లి ముత్తురాజు అనే విప్రవినోది, గోల్కొండ నవాబుల చివరి కాలంలో ఉన్నట్లు, ఆయన గురించి ఒక చాటువు ఉన్నట్లు సురవరం ప్రతాపరెడ్డి తన 'ఆంధ్రుల సాంఘిక చరిత్ర'లో చెప్పారు.

జైనులకు, బ్రాహ్మణులకు వచ్చిన వివాదంలో సూర్యదత్త వరప్రసాది అయిన బాలుడొకడు బ్రాహ్మణులకు సహాయపడి జ్యోతిష్య విద్యలో జైనులను ఓడించాడు. అతడే విప్రవినోదులకు మూల పురుషుడు. విప్రవినోదులు తమ గారడీ విద్యను విప్రుల ఇళ్లముందు ఒక విశాలమైన పందిరి కింద ప్రదర్శిస్తారు. తమ ప్రదర్శన పూర్తి అయిన తరవాత బ్రాహ్మణుల ఇంటింటికి తిరిగి యాచించే సమయంలో విగ్రహాలు, కప్పులు, చిలుకలు, విభూతి మొదలైన వాటిని తమ అరచేతిలో సృష్టించి తమ ఇంద్రజాల మహేంద్రజాల విద్యను ప్రదర్శిస్తారు. ప్రస్తుతం ఈ గారడీ విద్యను ఆదరించేవారులేక విప్రవినోదులు తమ కళను ప్రదర్శించడంలేదు. కొంతకాలం వరకు వీరు తెలంగాణలోని కరీంనగర్ జిల్లా మాణిక్యాపురంలో కనిపించేవారని చెబుతారు.

భట్రాజులు

ఆంధ్రదేశంలో భట్రాజులను భట్టుమూర్తి, భట్టువాండ్లు అని కూడా పిలుస్తారు. వీరు రాజాస్థానంలో ఉంటూ వంశకీర్తన, వ్యక్తీకరణ చేసేవారు. రాజాస్థానాల్లోని వందిమాగధులవారే ఈ భట్రాజులు అని పులికొండ సుబ్బాచారి పేర్కొన్నారు. వీరి ప్రసక్తి రామాయణం, మహాభారత కాలం నుంచి కనిపిస్తుంది. రాజులను, వారి పరివారాన్ని పొగడి జీవించేవారే ఈ భట్రాజులని 'ఆంధ్రశబ్ద రత్నాకరం' పేర్కొంది. ఆంధ్రదేశంలోని భట్రాజులు కాకతీయ ప్రతాపరుద్రుని కాలంలో (క్రీ.శ.1295-1323) ఉత్తర భారతదేశం నుంచి వచ్చారని ఆ తరవాత రెడ్డి, వెలమ, విజయనగర రాజుల కాలంలో వంశకీర్తన చేస్తూ వారి ఆస్థానంలో స్థిరపడ్డారని తెలుస్తుంది. భట్రాజులు కేవలం రాజుల వంశకీర్తన చేయడమేకాక, యుద్ధ సమయాల్లో సైనికులకు వీరముద్బోధించడానికి, రాజ్యాల మధ్య రాయబారాలు నడపడానికి కూడా ఉపయోగపడేవారు. వీరి కీర్తనల వల్లనే రాజుల ప్రతాపాలు ప్రజలు తెలుసుకోవడానికి అవకాశం ఉండేది.

సంస్థానాలు పోయిన తరవాత భట్రాజులు వివిధ కులాలకు ముఖ్యంగా రెడ్డి, వెలమలకు వంశకీర్తన చేసేవారు. కాని ఈనాడు వంశకీర్తన చేసే భట్రాజులు కనిపించడంలేదు. ప్రభుత్వ ఉద్యోగాలను, ఇతర వృత్తులను చేపట్టారు. వీరిలో విద్యాధికారులు, కవులు కూడా ఉన్నారు.

వీరముష్టి వారు

ఆంధ్రదేశంలో వీరముష్టివారిని వీరభద్రులు అని కూడా పిలుస్తారు. వీరు కోమటికుల ఆశ్రిత గాయకులు. కోమట్ల కులదైవమైన వాసవీకన్యకాపరమేశ్వరి కథను పాడుతూ, కేవలం కోమట్లను మాత్రమే యాచిస్తారు. కోమట్ల 102 గోత్రాలను వీరు కంఠోపాఠంగా చెప్తారు. నుదుటన విభూతి రేఖలు, చంకలో జోలి, చేతిలో ఒక జేగంట, దీన్ని ఎడమ చేతిలో ఎత్తిపట్టుకొని, కుడిచేతిలోని పిడికర్రతో మోగిస్తూ కోమట్లను యాచిస్తారు. వీరు వీరశైవులు. ప్రతి శివరాత్రికి పశ్చిమగోదావరి జిల్లాలోని పెనుగొండలో జరిగే కన్యకాపరమేశ్వరి ఉత్సవాల్లో వీరు పాల్గొంటారు. అక్కడ వైశ్యకుల పీఠం ఉంది. వారు ఉత్సవంలో పాల్గొన్న వీరముష్టులకు ఒక అనుమతి పత్రం ఇస్తారు. ఇందులో వీరముష్టులకు ఉండే 'మిరాశీ' గ్రామాల వివరాలే కాకుండా, ఆ సంవత్సరంలో అతడు ఉత్సవాల్లో పాల్గొన్నాడని, కాబట్టి అతనికి ఎప్పటిలాగే దానాలు ఇవ్వచ్చు అని రాసి ఉంటుంది. భిక్షాటనకు వచ్చినప్పుడు వీరముష్టులు తమ వద్ద ఉన్న రాగి శాసనాలతోపాటు ఈ హక్కు పత్రాన్ని కూడా తీసుకొనివస్తారు.

తెలంగాణలోని కన్యకాపరమేశ్వరి ఆలయాల్లో 'దసరా' కు జరిగే ఉత్సవాల్లో వీరు పాల్గొని దండకాలు చదవడం, నారసాలు (నాలుకకు సూదులు గుచ్చుకోవడం) వేసుకోవడం చేస్తారు. శివరాత్రి పర్వదినాల్లో విజయప్రభలు కట్టడం, అగ్ని గుండాలు తొక్కుతూ ఆశువుగా దండకాలు చదవడం మొదలైన సంప్రదాయాలని ఇప్పటికి కొనసాగిస్తున్నారు. మగవారు భిక్షాటనచేస్తే. వారి స్త్రీలు చాపలు అల్లడం, పచ్చబొట్టు పొడవడం వంటివి చేస్తారు.

వీరముష్టుల్లో కళాప్రదర్శన చేసే బృందాలు ఇప్పుడు లేవు. ఇప్పుడు పర్యటించే వీరముష్టులు, దాతల ఇండ్లలో, అడిగినచోట్ల వచన రూపంలోనే కన్యకా పురాణకథ చెపుతున్నారు. ఎక్కువ కాలం వీరు పర్యటనల్లోనే గడుపుతారు. ప్రస్తుతం వీరిని దాతలు ఆదరించక అల్యూమినియం పాత్రలు అమ్మడం వంటి ఎన్నో చిల్లర మల్లర వ్యాపారాలు చేస్తున్నారు.

పిచ్చికుంట్ల వారు

తెలంగాణలోని పిచ్చికుంట్లు వారికి పిచ్చికుంట్ల, పిచ్చకుంట్ల అనే పేర్లున్నాయి. వీరు కాపు, కమ్మ, రెడ్డి, వెలమ, గొల్ల కులాలకు గోత్రాలు చెబుతూ, వారిని యాచించి జీవిస్తారు. పిచ్చికుంట్లు అనే పదం 'భిక్షకకుంట్ల' అనే పదం నుంచి వచ్చింది. వీరు తెలంగాణ ప్రాంతంలో ప్రసిద్ధులు. తెలుగు సాహిత్యంలో పిచ్చికుంట్ల ప్రసక్తి ఉంది. పాల్కుర్కి సోమనాథుడు, 'పండితారాధ్య చరిత్ర' లో వీరిని ప్రస్తావించాడు. అయ్యలరాజు నారాయణామాత్యుడు తన 'హంసవింశతి' లో పిచ్చికుంట్లను పేర్కొన్నాడు. కర్ణాటక ప్రాంతంలో కూడా పిచ్చికుంట్లవారు ఉన్నారు. కర్ణాటకలో కాపు వాళ్లను యాచించి, కథలు చెబుతూ గోత్రాలను పఠించేవాళ్ళను 'హేళవులు' అంటారు. వీళ్ళు మన తెలుగుదేశం నుంచి ఆ దేశానికి జీవనాధారం కోసం వెళ్ళినవాళ్ళే.

తెలంగాణలోని పిచ్చికుంట్లు కులంలో చాలా తెగలున్నాయి. అందులో గంట, రెడ్డి, తిత్తి, కత్తి, కమ్మ, పెదకంటి, పాకనాటి, గుడాటి, బుర్రతురగ, కోడిద, చిట్టెపు ముఖ్యమైనవి. ఇందులో కత్తి, తిత్తి, పిచ్చికుంట్లు రెడ్డి కులానికి, గుంటపిచ్చికుంట్లు కమ్మ కులానికి, తురగపిచ్చికుంట్లు గొల్ల కులానికి గోత్రాలు చెబుతారు. రెడ్డి కులాన్ని ఆశ్రయించే పిచ్చికుంట్లు గోత్ర పఠనంతోపాటు కుంటిమల్లారెడ్డి కథ, పల్నాటివీర చరిత్రను గానంచేస్తారు. కుంటి మల్లారెడ్డి కథలో రెడ్లకుల పుట్టు పూర్వోత్తరాలు వివరిస్తారు. వీళ్ళ బృందంలో ముగ్గురు కథకులు ఉంటారు. అందులో ఒకడు ప్రధాన కథకుడు, మిగిలిన ఇద్దరు వంతలు. ప్రధాన కథకుడు ఒక చేతిలో కత్తిని, మరొక చేతిలో డాలును పట్టుకొని కథను చెప్తాడు. వంతలలో ఒకడు 'తిత్తి' ఊదుతూ మరొకడు దక్కి వాయిస్తూ ప్రధాన కథకునికి సహాయం చేస్తారు. ప్రస్తుతం రాష్ట్రవ్యాప్తంగా వీరున్నారు. వీరికి తమ వృత్తికి సంబంధించిన ఒక రాగిశాసనం, తమ దాతల కథకు సంబంధించిన తాళపత్ర గ్రంథాలు ఉంటాయి. ప్రతి బృందానికి తమకంటూ ప్రత్యేకమైన తమ దాతల గ్రామాలుంటాయి. వాటిని 'మిరాశి' గ్రామాలంటారు. ఒక 'మిరాశి' గ్రామాల్లోకి మరొకరు వెళ్ళరు. ఇలా జరిగితే కుల పంచాయితీలో విచారణ జరిపించి జరిమానాలు విధిస్తారు.

మందెచ్చువారు

మందెచ్చువారు యాదవకుల యాచకులు (మంద అంటే గొర్రెలగుంపు, హెచ్చు అంటే పెంపుచేసేవారు. మందెచ్చువారు అంటే గొర్రెలమందను పెంపుచేసేవారు అని అర్థం). రెండు లేదా మూడు సంవత్సరాలకొకసారి వీరు యాదవుల ఇండ్లకు వెళ్ళి వారి గోత్రాలు, 'కాటమరాజు' కథ చెప్తూ వారిని మాత్రమే అడుక్కొని జీవిస్తారు. మందెచ్చువారిని

మందపిచ్చోళ్ళు, మందహెచ్చువారు, బొమ్మలాటవారు, పొడపోతులవారు అనే పేర్లతో పిలుస్తారు. దాదాపుగా తెలంగాణా అంతటా వీరు పర్యటిస్తారు. వీరి ప్రధాన వృత్తి కాటమరాజు కథలను చెప్పి గొల్లలను యాచించడమే. వీరివద్ద కాటమరాజు కథలకు సంబంధించి 100 నుంచి 200 వరకు బొమ్మలుంటాయి. వీటిని చూపిస్తూ వీరు కథలు చెబుతారు. వీటిని ఒక పెట్టెలో పెడతారు. ఈ పెట్టెను 'దేవస్థలం పెట్టె' అంటారు. మందెచ్చుల గురించి సాహిత్యంలోను, జానపద గేయగాథలపై రచించిన గ్రంథాల్లోను సాహితీవేత్తలు పేర్కొన్నారు. మందెచ్చులు 3 సంవత్సరాలకొకసారి యాదవుల ఇండ్లకు భిక్షాటన కోసం వెళ్తారు. మొదట వీరు ఊరిలోని గొల్లపెద్ద ఇంటికి వెళతారు. ఇతడు వీరు ఉండటానికి ఏర్పాటుచేస్తాడు. తదుపరి ఊరి గొల్ల సహాయంతో తమ వాయిద్యాలతో ఊరంతా తిరుగుతారు. తరవాత పెద్ద గొల్ల (గొల్లల కులపెద్ద) నిర్ణయించిన రోజున కాటమరాజు కథను గానంచేస్తారు. చివరిరోజు కథలు చెప్పడం పూర్తయిన తరవాత యాదవులచేత గంగకు బోనాలపండుగ చేయిస్తారు. ఆ మరునాడు ఉదయం 4 గంటలకు 'గావు' అనే బలిసమర్పణ చేస్తారు. వారికి రావలసిన దానాన్ని స్వీకరించి, మరొక గ్రామానికి వెళతారు. ఈ విధంగా ఇప్పటికీ తెలంగాణాలో వీరు పర్యటిస్తున్నారు.

రుంజవారు

రుంజ అనే వాయిద్యాన్ని శ్రావ్యంగా వాయిస్తూ కథలు చెప్పే గాయకులను రుంజవాళ్ళు అంటారు. వీరికి రుద్ర మహేశ్వరులు, రుద్రాంగులని కూడా పేర్లు కలవు. వడ్రంగి, కమ్మరి, కంచరి, కంసాలి, శిల్పి అనే ఐదు వృత్తులను పాటించే విశ్వబ్రాహ్మణులకు కథలు చెబుతూ అడుక్కొనేవారే ఈ రుంజలు. రుంజ అనే వాయిద్యాన్ని తెలుగు నిఘంటువులు 'డంగురము, వీరణము,రౌంజ అని పేర్కొన్నాయి. ఆదిభట్ల వెంకటరమణ 'ఆంధ్రభాషా భూషణం'లో రుంజవాద్య ప్రసక్తి ఉందని; 'అవజము, రుంజ, డంగురము, వీరణము' అనేవి రుంజవాద్యానికి పర్యాయ పదాలని వివరించారు. రుంజ వాయిద్యం పది, పదకొండవ శతాబ్దాల కాలంనాటి సాహిత్యంలో, శాసనాల్లో పేర్కొనడమైంది. ముఖ్యంగా కాకతీయుల కాలంనాటి ఒక శాసనంలో 'అవజకాదు' పేర్కొనడమైంది. అవజకాదు అనే పదానికి బర్మా వాయిద్యమని సూర్యరాయాంధ్ర నిఘంటువు తెలుపగా, 'శబ్దరత్నాకరం' దాన్నే సమర్థించింది. 'ఆంధ్రవాచస్పత్యం' మాత్రం రుంజ అని స్పష్టంగా 'అవజము' అనే పదానికి అర్థం పేర్కొంది.

రుంజలు రెండు లేదా మూడు సంవత్సరాలకొకసారి తమ దాతలైన విశ్వబ్రాహ్మణ ఇళ్లకు వెళ్లి యాచిస్తారు. వీరు పార్వతీ కళ్యాణం, దక్షయజ్ఞం, వీరభద్ర విజయం, విశ్వకర్మ పురాణం అనే కథలను గానం చేస్తారు. వీటితోపాటు పంచబ్రాహ్మణుల గురించి అంటే, విశ్వబ్రాహ్మణుల ఐదు వృత్తుల గురించి వివరిస్తారు. రుంజల బృందంలో సాధారణంగా ఆరుగురు కళాకారులు ఉంటారు. ఇందులో ఇద్దరు రుంజ వాయిస్తుంటారు, ఇద్దరు తాళాలు వాయిస్తూ, మరో ఇద్దరిలో ఒకరు సన్నాయి, మరొకరు కొమ్ముబూర ఊదుతూ ప్రధాన కథకులకు సహాయం చేస్తారు. వీరికి మిరాశి హక్కులు, రాగి శాసనం ఉంటాయి. విశ్వబ్రాహ్మణులను పంచాణం వారు అని కూడా అంటారు.

సాధనాసూరులు

సాధనాసూరులు ఇంద్రజాల ప్రదర్శకులు. ప్రతి రెండు లేదా మూడు సంవత్సరాలకు ఒకసారి పద్మశాలీల ఇండ్లకు వెళ్లి తమ గారడీ విద్యను ప్రదర్శించి, వారిని మాత్రమే యాచిస్తారు. వీరు పద్మశాలీకుల యాచకులు. ప్రస్తుతం వీరి సంఖ్య స్వల్పం. సాధనాసూరుల గురించి Edgar Thurston వివరించారు. వీరి కులపుట్టుక గురించి ఎన్నో కథలు

ప్రచారంలో ఉన్నాయి. సాధనాసూరులు ఒక్కొక్క గ్రామంలో రెండు నుంచి మూడు రోజులు ఉండి తమ విద్యను ప్రదర్శిస్తారు. వారు భిక్షాటనకు బయలుదేరేప్పుడు గ్రామ పొలిమేరల నుంచే 'నగారా' వాయిస్తూ వస్తారు. ముందు తమదాతలైన పద్మశాలి కుల పెద్దమనిషి ఇంటికి వస్తారు. ఆ తరవాత, అతడు కులాన్ని సంప్రదించి ఏ రోజు సాధనాసూరులు తమ గారడీ విద్యను ప్రదర్శించాలో నిర్ణయిస్తాడు. ఆ రోజు పద్మశాలి కులపెద్ద ఇంటి ముందు బహిరంగ ప్రదేశంలో వీరు గారడీ విద్యను ప్రదర్శించి, పద్మశాలీలను వినోదింపచేస్తారు. వీరు ముఖ్యంగా జలస్తంభన, అగ్నిస్తంభన, అదృశ్యస్తంభన, బెండ్ల పల్లకీ, బండను పగులగొట్టడం, నిండుకుండలో పొడి పసుపు వేసి తీయడం లాంటి ఇంద్రజాల విద్యను ప్రదర్శిస్తారు. తదుపరి తమకు రావలసిన 'త్యాగం' (కట్నం) తీసుకొని వెళతారు. ప్రస్తుతం వీరి ప్రదర్శనలు జరగడంలేదు. వీరి కుటుంబాలు కూడా చాలా తక్కువగా ఉన్నాయి. అందులో ఈ కళను ప్రదర్శించే కుటుంబాలు మరీ తక్కువగా కనిపిస్తాయి.

పాండవులవాళ్ళు

పాండవులవాళ్ళు ముత్రాసి లేదా ముదిరాజ్ అని పిలిచే కుల ఆశ్రితులు. వీరు మహాభారతంలోని పాండవులకు సంబంధించిన కథలు గానం చేయడం వల్ల వీరికి పాండవులవారు అనే పేరు వచ్చింది. వీరు దాదాపుగా మహాభారతంలోని 40 కథలను చెప్తారు. వీటన్నింటిలో యయాతి చరిత్ర, పాండవ వనవాసం ముఖ్యమైనవి. ఎందుకంటే, యయాతి చరిత్రలో తమ దాతృకులమైన 'ముదిరాజ్' ల పుట్టుకను గూర్చి తెలుపుతారు. అదేవిధంగా 'పాండవ వనవాసం' లో తమ కులం పుట్టుకను వివరిస్తారు. తెలంగాణా ప్రాంతంలోని అన్ని పాండవుల బృందాలు ఈ రెండు కథలను తప్పక గానం చేస్తారు. దాదాపుగా మహాభారత కథ అంతా మౌఖిక మాధ్యమంలో వీరి ద్వారా ప్రచారమవుతోంది. పాండవుల వారు సాధారణంగా తమ కళా ప్రదర్శన రాత్రి వేళల్లో చేస్తారు. వీరి బృందంలో ముగ్గురు సభ్యులుంటారు. ఇందులో ప్రధాన కథకుడు 'కిన్నెర' అనే వాయిద్యాన్ని వాయిస్తూ కథ చెప్తాడు. మిగిలిన ఇద్దరు ప్రధాన కథకుడికి రెండువైపులా ఉండి సహాయపడతారు. ఇందులో కుడివైపు ఉండే వ్యక్తి 'మద్దెల' వాయిస్తుంటాడు, ఎడమవైపు ఉండే వ్యక్తి తాళాలు వాయిస్తాడు.

వీరికి 'మిరాశి' గ్రామాలున్నాయి. వీరు రంగారెడ్డి, వరంగల్, కరీంనగర్, ఆదిలాబాద్, నల్గొండ జిల్లాల్లో కనిపిస్తారు. రంగారెడ్డి జిల్లాలో మాణిక్యం, లక్ష్మయ్య, ఈశ్వరయ్య, హనుమయ్య, సికింద్రాబాద్ ప్రాంతంలో రాములు, రామస్వామి, నరసింహ, కిష్టయ్య, వరంగల్‌లో యాదగిరి, సత్యనారాయణ, సారయ్య, భిక్షపతి, నారాయణ, మెదక్‌లో ఆగమయ్య, నల్గొండలో యాదగిరి మొదలైనవారు పాండవులవాళ్ళలో పేరుకలిగిన గాయకులు.

పెక్కర్లు

వీరు కుమ్మరి కుల ఆశ్రిత గాయకులు, వీరికి పెక్కర్లు, పెక్కరోళ్లు, కులం బిడ్డలని పేర్లు కలవు. వీరి సంఖ్య అతిస్వల్పం. అందువల్ల వీరు నాలుగు లేదా ఐదు సంవత్సరాలకొకసారి పర్యటిస్తారు. కుమ్మరివాళ్ళ గోత్రాలు పఠిస్తారు. 'కుమ్మరి గుండబ్రహ్మ పురాణం' శాలివాహన చరిత్రలను వీరు గానం చేస్తారు. ఈ కథలకు చెందిన తాళపత్ర గ్రంథాలను తమ వెంటతెస్తారు. విశాఖపట్నం, విజయనగరం, శ్రీకాకుళం, గోదావరి జిల్లాల్లో వీరిని కులబిడ్డలని, మిగిలిన ప్రాంతంలో వీరిని పెక్కరోళ్ళు అని పిలుస్తారు.

పెక్కర్ల బృందంలో ఐదుగురు సభ్యులుంటారు. వీరు యక్షగాన పద్ధతిలో కథలు చెప్తారు. కాని ప్రస్తుతం రాష్ట్రం మొత్తంలో కేవలం పదకొండు కుటుంబాలు మాత్రమే ఉన్నాయి. అందులో కథాగానం చేసేవారు రెండు నుంచి మూడు కుంటుంబాలవారు ఉంటారు. ఈ రోజుల్లో కుమ్మరి ఇళ్ళకు వచ్చే పెక్కర్లు కేవలం వచన రూపంలోనే కథను వివరించి తమకు రావలసిన ధనం స్వీకరించి వెళుతున్నారు.

చిందు బాగోతులవారు

చిందు బాగోతులవారు మాదిగ కుల యాచకులు. వీరికి సిందోళ్లు, చిందు మాదిగలు అని పేర్లు కూడా కలవు. వీరు తమదాతృకులమైన మాదిగలకు 'జాంబవ పురాణం' చెప్పి అడుక్కొంటారు. జాంబవ పురాణంలో మాదిగకుల పుట్టు పూర్వోత్తరాలు వర్ణించడమైంది. ఆ కారణంగా ఈ పురాణాన్ని మాదిగలు ఎక్కువగా ఇష్టపడతారు. జాంబవ పురాణంతోపాటు చిందు మాదిగలు రామాయణం, మహాభారత, భాగవత కథలను కూడా గానం చేస్తారు. వీటిలో మోహినీరుక్మాంగధ కథ, సారంగధర కథ, చెంచులక్ష్మి, వీరాభిమన్యు, మైరావణ, శ్రీకృష్ణార్జున యుద్ధం, సతీసావిత్రి, గయోపాఖ్యానం మొదలైనవి ముఖ్యమైనవి.

కుల గాయకులందరిలోను వీరికి ప్రత్యేకస్థానం ఉంది. వీరు మాదిగకుల పెద్ద ఇంటి ముందు బహిరంగ ప్రదేశంలో వేదిక నిర్మించి ఈ కథలు చెప్తారు. తమతోపాటు వాయిద్యాలు, మేకప్ సామాను వెంటతెచ్చుకొంటారు. వీరు యక్షగాన పద్ధతిలో కథాగానం చేస్తారు. నృత్యం, గానం, అభినయం, వచనం వీరి ప్రదర్శనలో ప్రధానపాత్ర వహిస్తాయి. వీరి బృందంలో అందరికి, వారు చెప్పే కథపై పూర్తిపట్టు ఉంటుంది. దాదాపుగా తెలంగాణా అంతా వీరు పర్యటిస్తుంటారు. ఇందులో నిజామాబాద్, ఆదిలాబాద్, కరీంనగర్, మెదక్ ప్రాంత బృందాలకు మంచి పేరుంది. ఇందులో నిజామాబాద్ జిల్లా ఆర్మూరు ప్రాంత చిందు బృందం జాతీయ, అంతర్జాతీయ ప్రఖ్యాతి గాంచింది. ఈ బృందంవారు 'సారంగధర' కథను చెప్తారు. ఇందులో చిత్రాంగి పాత్ర పోషించే చిందుల ఎల్లమ్మకు మంచి పేరుంది. ఈమె ఈ పాత్ర ద్వారా ఎన్నో అవార్డులు పొందింది. ఇప్పటికీ తెలంగాణా ప్రాంతాల్లో చిందు బాగోతులవారు కథాగానం చేస్తూ మాదిగకులం వారిని యాచించి జీవిస్తున్నారు.

పట ప్రదర్శన కథకులు

కొందరు ఉప కులాలవారు కుల కథాగానంలో పట ప్రదర్శన ఉంటుంది. మామూలు కథాగాన ప్రక్రియకు అదనంగా కథాచిత్ర పటం ఒకటి చేరడంతో, వీరిని పట ప్రదర్శన కథకులు అంటారు. దాదాపు గజం వెడల్పు, ముప్పైగజాల పొడవు ఉన్న ఒక వస్త్రంపై కుల పురాణకథ చిత్రితమై ఉంటుంది. ఇలా చిత్రించిన వస్త్రాన్ని నాలుగు అడుగుల పొడవు ఉన్న గుండ్రని కర్రకు చుట్టిపెడతారు. ఈ బట్టను ఒక పెట్టెలో భద్రపరచి ఉంచుతారు. కథా ప్రదర్శనకు ఒక అడుగు ఎత్తు ఉన్న వేదికను ఎన్నుకొంటారు. వేదికకు వెనుక భాగంలో గజం వెడల్పులో రెండు కర్రలను పాతుతారు. ఈ కర్రల పైభాగం V ఆకారంలో ఉండేటట్లు చూస్తారు. ఈ పటం చుట్టను V ఆకారం గల రెండు కర్రల మధ్యలో ఉంచి కిందకు విడుస్తారు. అప్పుడు ఆ పటం కథలోని మొదటి ఘట్టం ప్రేక్షకులకు కనిపిస్తుంది. ఆ ఘట్టాన్ని

ఒక పొడుగాటి సన్న కర్రతో చూపుతూ, కథను ప్రారంభిస్తారు. ఆ ఘట్టం గురించి చెప్పడం అయిన తరవాత, పటాన్ని సినిమారీలు లాగా కిందికి చుడుతారు. అప్పుడు రెండవ ఘట్టం ప్రేక్షకులకు కనిపిస్తుంది. ఈ విధంగా కథ అయిపోయేవరకు పటం కింద చుట్టలా చుట్టబడుతుంది.

ఈ రకమైన కథాగానంలో కూడా ముగ్గురు కళాకారులుంటారు. ప్రధాన కథకుడు పొడవాటి కర్రతో పటంలోని కథా ఘట్టాలను చూపుతూ, కథను గేయంలో, వచనంలో చెబుతూ ఉంటారు. మిగిలిన ఇద్దరిలో ఒకరు మద్దెల వాయిస్తూ కథాగానంలో సహకరిస్తారు. మరొకరు తాళాలువాయిస్తూ కథాగానంలో సహకరిస్తాడు. ఈ పటాన్ని వీరు చాలా పవిత్రంగా చూస్తారు. కథాగానానికి ముందు, పటాన్ని పెట్టెలో నుంచి బయటకు తీసేటప్పుడు పూజచేసి కొబ్బరికాయ కొడతారు. పటాన్ని దేవుని గదిలోనే దాచి ఉంచుతారు.

కూనపులివారు

కూనపులివారు మూడు సంవత్సరాలకు ఒకసారి పద్మశాలి ఇండ్లకు వెళ్లి, పద్మ పురాణం లేదా భావనాఋషి మహాత్యం గానంచేసి, వారిని అడుక్కొంటారు. వీరికి పడిగె రాజులు, పడిగిద్దె రాజులు, సైనోళ్ళు, పులిజెండావారు అనే పేర్లు కూడా కలవు. వీరు సంచార జీవనులు. వీరి కులపుట్టు పూర్వోత్తరాల గురించి 'భావనాఋషి మహాత్యం'లో వివరిస్తారు. కూనపులివారు పులిజెండాను పట్టుకొని పద్మశాలి ఇండ్లకు కథలు చెప్పడానికి బయలుదేరుతారు. మొదట వారు ఈ పులిజెండాను పద్మశాలి కులపెద్ద ఇంటి ముందు పాతుతారు. దీనివల్ల కూనపులివారు వచ్చారనే విషయం తెలుస్తుంది. ఆ రోజు రాత్రి వీరు పద్మశాలీలకు కథలు చెబుతారు.

వీరు ముఖ్యంగా మార్కండేయ చరిత్ర, భావనాఋషి మహాత్యం గానం చేస్తారు. కథలు చెప్పడం పూర్తయిన తరవాత చివరి రోజు తమ వాయిద్యాలతో గ్రామంలోని ప్రతి పద్మశాలి ఇంటికి వెళ్లి, వారిని ఆశీర్వదిస్తారు. తదుపరి తమకు రావలసిన 'దానం' స్వీకరించి మరొక గ్రామానికి వెళతారు. ఈ విధంగా వీరు సంచార జీవనాన్ని సాగిస్తున్నారు. ప్రస్తుతం ఆదరణ కరువై, వీరు కథా గానంచేయడం లేదు. వీరి కళ నశించిపోతున్నది. ఈనాడు వీరు జగిత్యాల, హుజురాబాద్ (కరీంనగర్) మానుకోట, చింతగట్టు, శాయంపేట (వరంగల్) ప్రాంతాల్లో కనిపిస్తారు.

కాకిపడిగెలవారు

కాకిపడిగెలవారు ప్రతి రెండు లేదా మూడు సంవత్సరాలకొకసారి ముత్రాసి లేదా ముదిరాజ్ కులాన్ని వినోదింపచేసి కేవలం వారినే యాచిస్తారు. వీరు కూడా సంచార జీవనులు. వీరిని కాకిరెక్కల వారు, కాకిపడిగోళ్ళు అని కూడా పిలుస్తారు. వీరికి తెలంగాణ అంతటా 'మిరాశి' గ్రామాలున్నాయి. 'పడిగె' అనే పదానికి పతాకం, టెక్కము, ధ్వజం, చిహ్నం, గుర్తు అనే అర్థాలు ఉన్నాయి. తెలుగు సాహిత్యంలో ముఖ్యంగా ఈదెమ్మకథ, మాతా పురాణంలో ఈ పడిగెపదం ప్రయోగించడమైంది.

కాకిపడిగెల వాళ్ళు కాకిధ్వజాన్ని (జెండా) మోసుకొనివెళ్లి, దాన్ని వేదికముందు పాతి, పటం సహాయంతో కథలు చెప్తారు. వీరు ముఖ్యంగా ముదిరాజ్ కుల పుట్టు పూర్వోత్తరాల గురించి వివరిస్తారు. అంతేకాక పాండవ

వనవాసం, విరాటపర్వం, ద్రౌపదీ వస్త్రాపహరణం మొదలైన కథలు తమ దాతల కోసం గానం చేస్తారు. కథలు చెప్పడం పూర్తి అయిన తరవాత ముదిరాజ్ కులంతో 'పెందోట పెద్దమ్మ' అనే దేవతకు బోనాల పండుగ చేయిస్తారు. తదుపరి తమకు రావలసిన దానం స్వీకరించి మరో గ్రామానికి వెళతారు.

ప్రస్తుతం వీరు ఖమ్మం, కరీంనగర్, మెదక్, వరంగల్ జిల్లాల్లో కనిపిస్తారు. వరంగల్‌లోని నర్మెట్ట, బచ్చన్నపేట, చేర్యాల ప్రాంతాల్లో అధిక సంఖ్యలో ఉన్నారు.

పటంవారు

రజకులను యాచించే ఒక తెగవాళ్ళను పటం వారు అంటారు. వీరు పట ప్రదర్శక గాయకులు. వీరికి పటంచాకళ్లు, ఆరోగ్యబ్రాహ్మణులని కూడా పేర్లున్నాయి. వీరు ముఖ్యంగా 'రజక పురాణం' గానంచేసి రజకులకు వినోదం కలిగిస్తారు. ఈ రజక పురాణాన్ని 'బసవ విజయం' అని కూడా పిలుస్తారు. ఇందులో రజక కుల పుట్టుకను వివరిస్తారు. ఇది రజకుల మూలపురుషుడైన మడివేల మాచయ్య కథ.

పాల్కురికి సోమనాథుని 'బసవ పురాణం'లో రజక కుల మడివేలు మాచయ్య కథ ఉంది. కర్ణాటక ప్రాంతానికి చెందిన జానపద గీతాల్లో కూడా రజక కుల మూలపురుషుడైన మాచయ్య కథ ఉంది. పటంచాకళ్లు రజక పురాణానికి సంబంధించిన పటాన్ని ప్రదర్శించి కథను చెప్తారు. అందుకే వీరికి పటంవారు అని పేరువచ్చింది. కథ ప్రారంభానికి ముందు, కథ పూర్తి అయిన తరవాత వీరు పటానికి పూజచేసి, కొబ్బరికాయ కొడతారు. పటంలో మడివేలు మాచయ్య జననం, రజక వృత్తి పరికరాలు, మాచయ్య-బిజ్జలరాజుతో చేసిన యుద్ధం ఇత్యాది విషయాలు ముద్రితమై ఉంటాయి. ప్రస్తుతం ఈ పటం కథను వినే ఓపిక రజకులకు లేదు. తత్ఫలితంగా ఈ కళారూపం నశిస్తోంది. వీరు ప్రస్తుతం ఖమ్మం జిల్లాలోని సత్తుపల్లి, భేతుపల్లిలో, వరంగల్ జిల్లాలోని గణపురం, ములుగు, వర్ధన్నపేట, బొల్లికుంట, మానుకోట మొదలైన ప్రాంతాల్లో; కరీంనగర్ జిల్లాలోని పెద్దపల్లి, మంథనిలో; నల్గొండ జిల్లాలోని కోదాడ, భువనగిరి, ఆర్మూర్ మొదలైన ప్రాంతాల్లో కనిపిస్తారు.

గౌడజెట్టిలు

గౌడజెట్టిలు తెలంగాణాలోని గౌడకులానికి గాయకులు. వీరు కేవలం గౌడులను మాత్రమే యాచిస్తారు. వీరికి జెట్టోళ్ళు, శ్రేష్ఠులు అనే పేర్లు ఉన్నాయి. గౌడజెట్టిలు 'గౌడ పురాణం' గానం చేస్తారు. ఇందులో గౌడకుల పుట్టుక, అభివృద్ధి వివరిస్తారు. ఈ కుల పురాణగాథకు సంబంధించిన పటాన్ని ప్రదర్శిస్తారు. గౌడపురాణంతోపాటు గౌడజెట్టిలు కంటమ మహేశ్వరుని కథ, సురాభాండేశ్వర కథలను కూడా చెప్తారు. గౌడజెట్టిల్లో రెండు రకాల కథాగాన పద్ధతులున్నాయి. ఒకటి పట ప్రదర్శ కళ, రెండోది భాగవత పద్ధతి, ఏ పద్ధతిలో కథాగానం చేయాలో తమ దాతృకులమైన గౌడులపై ఆధారపడి ఉంటుంది. సాధారణంగా వీరి బృందంలో ఐదుగురు సభ్యులుంటారు. ప్రధాన కథకుడు ఒక సన్నటి కర్రతో పటంలోని చిత్రాలను చూపుతూ కథ నడిపిస్తాడు, మిగిలినవారు వంతలు. వీరు మద్దెల, తాళాలు వాయిస్తూ సహాయం చేస్తారు.

కథాగానం పూర్తి అయిన తరవాత గౌడకులం వారితో గౌడజెట్టిలు 'బోనాల పండుగ' చేయిస్తారు. ఈ సందర్భంగా ఒక మేకపిల్లను బలి ఇస్తారు. బోనంలో వండిన నైవేద్యాన్ని ఈ మేకపిల్ల రక్తంతో తలిపి గౌడకులస్థుల ఇండ్లపైన, వారి వృత్తికి సంబంధించిన పరికరాలపైన చల్లుతారు. ఇలా చేయడం వల్ల గౌడకులం బాగుంటుందని వారి విశ్వాసం. ఈ ఉత్సవం తరవాత గౌడజెట్టిలు తమకు కావలసిన దానం తీసుకొని వెళతారు. ఆ విధంగా వీరు కూడా సంచార జీవనం సాగిస్తున్నారు. ప్రస్తుతం వీరు వరంగల్ జిల్లాలోని గణపురం, ములుగు, వర్ధన్నపేట, తొర్రూరు, మహబూబాబాద్, జనగాం ప్రాంతంలోను; నల్గొండలోని అత్తుపురం, భువనగిరి ప్రాంతాల్లోను కనిపిస్తారు.

దక్కలివారు

దక్కలివారు మాదిగ కులస్తులను మాత్రమే యాచిస్తూ 'జాంబవ పురాణం' అనే కథను గానం చేస్తారు. ఈ పురాణంలో మాదిగ కుల పుట్టు పూర్వోత్తరాలు వివరిస్తారు. ఈ పురాణానికి సంబంధించిన పటాన్ని ప్రదర్శిస్తారు. వీళ్ళు తక్కువ కులం వారని, తమకంటే హీనులని మాదిగవాళ్ళు భావిస్తారు. వీరు జాంబవ పురాణంతోపాటు, మాదిగ కులస్థుల గోత్రాలు పఠిస్తారు. వీరి వద్ద జాంబవ పురాణానికి చెందిన తాళపత్ర గ్రంథాలుంటాయి. మాదిగ కులస్తుల ఇంటిముందు జాంబవ పురాణం గానం చేసే వీరిని మాదిగలు ముట్టుకోరు. వీరికిచ్చే దానం కూడా దూరం నుంచే ఇస్తారు. వీరికి మిరాశి గ్రామాలున్నట్లు థర్స్టన్ వివరించాడు. ఒకరి మిరాశి గ్రామాలకు మరొకరు వెళ్ళరు. ఒకవేళ అలాజరిగితే కులతప్పు పెట్టి జరిమానా విధిస్తారు. వీరు ప్రస్తుతం నల్గొండ, మెదక్, నిజామాబాద్, ఖమ్మం, వరంగల్ జిల్లాల్లో కనిపిస్తారు.

ప్రాచీన కాలంలో భారతదేశంలో ఎంతో విజ్ఞానం అభివృద్ధిచెందింది. ఈ విజ్ఞానం చాలాకాలం వరకు ఒక తరం నుంచి మరొక తరానికి మౌఖిక మాధ్యమంలో అందచేయబడింది. మన ప్రాచీనులు ఈ విజ్ఞానాన్ని భద్రపరచడానికి పలు విధానాలు అభివృద్ధిపరిచారు. సమాజంలోని కింది, ఉన్నత వర్గాలు కూడా ఆ విజ్ఞానాన్ని పొందే అవకాశం కలిగి ఉండాలని భావించారు. ఆయా వర్గాలకు ఈ విజ్ఞానం అందే విధంగా అభివృద్ధిచేశారు. ఈ విధంగా ఉన్నత వర్గాలకోసం 'మార్గ' పద్ధతిని, కింది వర్గాలకోసం 'దేశీ' పద్ధతిని రూపొందించడం జరిగింది. మార్గపద్ధతిలో సంస్కృతభాష, వ్యాకరణం, ఛందస్సు మొదలైనవి రూపొందించబడ్డాయి. దేశీ పద్ధతిలో స్థానిక భాషలు, శైలి, ప్రత్యేకతను సంతరించుకొన్నాయి. ఈ విధానాలు లోపరహితమై, జ్ఞానాన్ని ఒక క్రమపద్ధతిలో అందించడానికి తోడ్పడ్డాయి. ఇవి వ్యక్తుల సమిష్టి జ్ఞానశక్తి, నైపుణ్యంపై ఆధారపడి అభివృద్ధి చేయబడ్డాయి.

కాలక్రమంగా సమాజం సంక్లిష్టమై, విజ్ఞానం విస్తరిస్తూ వచ్చింది. వివిధ తరాల్లో వారి వారి విజ్ఞానం గత విజ్ఞానానికి అనుసంధానం చేయబడి అపరిమితంగా విస్తరించింది. ఈ కారణం వల్ల సమాజంలోని కొన్ని కుటుంబాలకు విజ్ఞానంలోని కొన్ని భాగాలను భద్రపరిచి, వచ్చే తరాలకు అందించే బాధ్యత అప్పగించడమైంది. ఈ కుటుంబాలు వారి వారి కుల పుట్టుకను, గొప్పతనాన్ని కీర్తిస్తూ కుల పురాణాలను రూపొందించారు. వాటిలో ఆ కులాల విశిష్టత, ఘనత, వాటి స్థాపకులుగా ఆది దంపతులైన శివపార్వతుల గూర్చి రాయబడింది. ఇవి కులాల మధ్య సమభావాన్ని ఏర్పరచడమే కాక, ఆయా వ్యక్తుల్లో న్యూనతా భావాన్ని తొలగించడానికి ఉపయోగపడతాయి. ఒక కులవృత్తి అల్పమని, అధికమని కాకుండా సమాన గౌరవం కలిగి ఉండేవి. ఆర్థిక, సామాజిక, మత వ్యవహారాల్లో తగు గౌరవస్థానం కలదని చెప్తాయి.

ఈ సంచార జాతులు వివరించే కుల పురాణాల్లో రెండు ప్రధాన భాగాలు ఉన్నాయి. దానిలో మొదటి భాగంలో ఆయా కులాల పుట్టుక గురించి వివరిస్తూ, అవి సృష్టి ప్రారంభం నుంచి జరిగాయని చెప్తాయి. కొన్ని వృత్తులు సృష్టి ఆరంభంలో ఏర్పడగా, మరికొన్ని వృత్తులు కాలక్రమంగా ఏర్పడ్డ అవసరాలను బట్టి రూపొందాయని చెబుతారు. ఈ క్రమంలో ఆయా వృత్తుల స్థాపకుల పుట్టుక దైవాంశంతో కూడుకొని ఉన్నదని చెప్పబడింది. మరికొంతమంది అతి ప్రాచీన కాలంనాటి గొప్ప ఋషుల వారసులుగా వివరించబడ్డారు. ఫలితంగా వారు ఆయా వృత్తులను నిర్వహించడంలో గౌరవాన్ని పొందే అవకాశం కలిగింది. వారి వృత్తి పరికరాలు కూడా దైవాంశంతో రూపొందించబడ్డాయని చెప్పబడింది.

రెండవ భాగంలో లౌకిక ప్రపంచంలోని ఆయా వృత్తుల వారి గొప్పతనం వివరించబడింది. ఆయా వృత్తుల వారు యుద్ధాలు, వాటిలో సాధించిన విజయాలు వర్ణించబడ్డాయి. ఈ విధంగా ఆశ్రిత జాతులు ప్రధాన కులాలపై ఆధారపడుతూ, కుల పురాణాలను ప్రచారం చేస్తూ, సామాజిక బాధ్యతలను నిర్వహిస్తున్నాయి. ఈ కుల పురాణాల మూలంగానే ఆయా కులాల ప్రత్యేక సంస్కృతి విశాలభారత సంస్కృతిలోని పలు అంశాలుగా కనిపిస్తుంది. భారతదేశంలో ఆంగ్లేయుల పాలన వరకు ఈ ఆశ్రిత జాతులు, నాటి ప్రధాన కులాలపై ఆధారపడి ఒక సామాజిక ఐక్యతను పెంపొందించి సహజీవనం చేశాయని చెప్పవచ్చు.

24

సామాజిక, సాంస్కృతిక చైతన్యం, ఉద్యమాలు

19 వ శతాబ్దంలో ఆధునిక ఆంగ్ల విద్యా వ్యాప్తి, క్రైస్తవ మిషనరీల మత ప్రచారం, ఐరోపాలో ప్రారంభమైన ఉదార, హేతువాద, మానవతావాద ఉద్యమాలు భారతీయులపై ప్రభావం చూపాయి. ఇవన్నీ తమ సామాజిక, మత వ్యవస్థల గురించి భారతీయులు పునరాలోచించేలా చేశాయి. ఈ ప్రభావంతో తలెత్తిన సాంఘిక, మత సంస్కరణ ఉద్యమాలు భారతీయుల జీవన విధానాన్ని మార్చాయి. వారిలో ఐకమత్యం, దేశ భక్తిని పెంపొందించాయి. భారతదేశంలో మత సంస్కరణ ఉద్యమాలు మొదట బెంగాల్, తరవాత పశ్చిమ భారతదేశంలో ప్రారంభమయ్యాయి. కాలక్రమంలో తెలంగాణలో కూడా ఈ మత ఉద్యమాలు ప్రారంభమై తమ ప్రభావాన్ని చూపించాయి.

బ్రహ్మ సమాజం

ఆధునిక భారతదేశ పునరుజ్జీవనానికి నాంది పలికిన వారు రాజా రాంమోహన్‌రాయ్. ఆధునిక భారతదేశంలో సామాజిక, మత, రాజకీయ సంస్కరోణద్యమాల మూలపురుషుడుగా పేర్కొంటారు. భారతదేశ పురోగతికి ఆంగ్ల విద్యా విధానం అవసరమని భావించాడు. ప్రాక్పశ్చిమ సంస్కృతులను నిశిత దృష్టితో పరిశీలించి ఆ రెండింటిలోని గొప్పతనాన్ని జీర్ణించుకొన్న మహనీయుడు. సనాతన ధర్మాలతో, సనాతన ఆచారాలతో మగ్గిన హిందూ మతాన్ని, హిందూ సంఘాన్ని సంస్కరించనిదే భారత జాతి నిర్జీవమవుతుందని భావించి హిందూ మతాన్ని, హిందూ సంఘాలను ఉద్ధరించడానికై కంకణం కట్టుకొన్నాడు. అతడు పర్షియన్ భాషను అభ్యసించడం వల్ల వివిధ ప్రలోభాలకు లోనయ్యాడు. ఈ విద్యే మత సంస్కరణ పట్ల ఆయనకు గల అభిలాషను తీవ్రతరం చేసింది. భారత సమాజానికి ఎక్కువ హానిచేసింది హిందూ మతంలోని విగ్రహారాధన అని అతడు వాదించేవాడు.

1828 లో రాజా రాంమోహన్‌రాయ్ బ్రహ్మసమాజాన్ని ఏర్పాటు చేశాడు. దీని ఆధ్వర్యంలో బాల్య వివాహాలను నిరసించడం, విధిగా పునర్‌వివాహాలు జరిపించడం, బహు భార్యత్వాన్ని వ్యతిరేకించడం మొదలైన సంస్కరణలకు శ్రీకారం చుట్టాడు. భగవతారాధన నిరాడంబరంగా ఉండాలని అతడు భావించాడు. అయితే రాయ్ ఆంగ్ల విద్యను మాత్రం పూర్తిగా సమర్థించేవాడు. హిందూ కళాశాలను స్థాపించడంలో అతను డేవిడ్‌హేర్‌కు పూర్తిగా సహకరించాడు. తిరోగమన చర్యగా భావించి, కలకత్తాలో సంస్కృత కళాశాల ఏర్పాటును అతడు తీవ్రంగా వ్యతిరేకించాడు. భారతీయ సంస్కృతి, సంప్రదాయాల పట్ల చాలా చిన్న చూపు ఉండే 'డఫ్' వంటి బ్రిటిష్ వారికి కూడా అతడు ఈ ఆధునిక విద్య కారణంగానే మద్దతిచ్చాడు. భారతదేశం వైజ్ఞానికంగా కూడా అభివృద్ధి చెందాలని రాయ్ అభిలాషించాడు.

దేవుడు ఒక్కడే అనే ఏకదేవతారాధనను విశ్వసించాడు. విగ్రహారాధనను వ్యతిరేకించాడు. వీటిని ప్రచారం చేయడానికి హిందూమతంలోని దుష్టాచారాలు, ఆచరణకు వ్యతిరేకంగా కలకత్తాలో ఆత్మీయ సభను 1814 లో మొదటగా ఏర్పాటుచేశాడు. మతపరమైన విషయాలన్నింటిలోనూ మానవకారణానికి, హేతుబద్ధతకు ప్రాధాన్యమిచ్చాడు. క్రైస్తవ మతానికి కూడా హేతుబద్ధతను వర్తింపచేశాడు. వేదాల్లో పేర్కొన్నట్లుగా హిందూ మతాన్ని దాని వేదాంత తత్వాన్ని

సంరక్షించాడు. క్రైస్తవ మిషనరీల దాడుల నుంచి వేదాలను, ఉపనిషత్తులను పరిరక్షించాడు. ఈయన నాయకత్వంలో బ్రహ్మసమాజం,హేతువు హిందూమత గ్రంథాలు (వేదాలు, ఉపనిషత్తులు) అనే రెండు స్తంభాల మీద ఆధారపడింది. సతీసహగమనానికి వ్యతిరేకంగా జీవితకాలం పోరాడాడు. వారసత్వపు హక్కు ఆస్తిహక్కు వంటి వివిధ స్త్రీ హక్కులను ప్రచారం చేశాడు. బహు భార్యత్వాన్ని వ్యతిరేకించాడు. వితంతువులను తక్కువగా చూడటాన్ని నిరసించాడు.

భారతదేశంలో జాతీయ చైతన్యాన్ని తీసుకురావడానికి భారత సమాజంలోని విభిన్న వర్గాలను సమైక్యపరచాలని విశ్వసించాడు. సాంఘిక రంగం విషయానికి వస్తే రాంమోహన్‌రాయ్ బ్రిటిష్‌వారి అభిప్రాయాలతో ఏకీభవిస్తుండేవాడు. ఆంగ్ల విద్యను ప్రవేశపెట్టడానికి, సతీసహగమనాన్ని నిషేధించడానికి అతడు అనుకూలంగా ఉండేవాడు. ఈ విషయంపై రాయ్ జరిపిన విస్తృత ప్రచారం చివరికి లార్డ్ బెంటింక్ సతిని నిషేధిస్తూ 1829 డిసెంబర్ 4 న ఒక చట్టాన్ని రూపొందించడానికి దారితీసింది.

వైజ్ఞానికాంశాలపై అతడు అనేక వ్యాసాలు రాశాడు. పత్రికా స్వేచ్ఛను రాయ్ పూర్తిగా సమర్థించాడు. మానవ స్వేచ్ఛా స్వాతంత్ర్యాలను సమర్థిస్తూ రాయ్ నాగరిక సమాజంలో పత్రికా స్వేచ్ఛ తప్పనిసరిగా ఉండాలని, అది ఒక హక్కులాంటిదని భావించాడు. శాశ్వత భూమిశిస్తు విధానం రైతులను పేదవారిని చేస్తుందని భావించిన మొదటి భూస్వామి రాజారాంమోహన్ రాయ్. వలస ప్రభుత్వాలు అనుసరిస్తున్న స్వేచ్ఛా వ్యాపార విధానాలను ఖండించాడు. ఆధునిక పెట్టుబడిదారి విధానాన్ని, పరిశ్రమలనూ ప్రవేశపెట్టిన పక్షంలో భారతదేశంలోని అశేష పేద ప్రజానీకం కష్టాలు తొలగుతాయని అతడు భావించాడు. కుల వ్యవస్థలను వ్యతిరేకించడం, ఉన్నత పదవుల్లో భారతీయులకు స్థానం కల్పించాలని డిమాండ్ చేయడం, చట్టం ముందు భారతీయులకు, యూరోపియన్‌లకు సమానత్వాన్ని కల్పించాలని డిమాండ్ చేయడం ద్వారా రాంమోహన్‌రాయ్ జాతీయ చైతన్యానికి నాంది పలికాడు.

1828 లో రామ్‌మోహన్‌రాయ్ స్థాపించిన బ్రహ్మసభ 1861 లో దేవేంద్రనాథ్ ఠాకూర్ మొదలైన వారి కృషితో బ్రహ్మసమాజంగా ప్రసిద్ధిగాంచింది, హైదరాబాద్ ప్రభుత్వం 1872 లో బ్రహ్మసమాజ ఆచారాల ప్రకారం చేసుకొన్న వివాహాలకు చట్టబద్ధత కల్పించింది. 1899-1904 వరకు సికింద్రాబాద్‌లోని మహబూబియా కళాశాల అధ్యాపకులుగా పనిచేసిన రఘుపతి వెంకటరత్నం నాయుడు హైదరాబాద్‌లో వివిధ సంస్కరణోద్యమాల్లో పాల్గొన్నారు. బ్రహ్మసమాజం మొదటి సమావేశం హైదరాబాద్‌లో 20-09-1914 న రెసిడెన్సీ బజార్‌లో జరిగింది. సరోజినీ నాయుడు సూచన మేరకు 'నారాయణ గోవింద వెల్లింకార్' అధ్యక్షుడయ్యాడు. ఇతడు హైదరాబాద్‌లో బ్రహ్మసమాజ వ్యాప్తికి కృషిచేశాడు. ఈ తొలి సమావేశంలోనే H.S.వెంకట్రామయ్య, B.రామయ్య, J.S.ముత్తయ్య, A.R.ముకుందస్వామి, మల్లాటి శేషయ్య, M. రఘుపతి, G.బాలయ్య, S.దుర్గయ్య, H.S.శివరాం మొదలైన 14 మందికి బ్రహ్మసమాజం దీక్షను ఇప్పించి, ఈ సమావేశ నిర్వహణ భారం మోసిన భాగ్యరెడ్డి వర్మ మాత్రం ఎందుకో దీక్ష తీసుకోలేదు. అయితే తెలంగాణాలో బ్రహ్మసమాజ ప్రభావం కంటే ఆర్యసమాజ ప్రభావమే ఎక్కువ.

ఆర్య సమాజం

భారతదేశ ప్రజలు కేవలం హిందూ మతానికి మాత్రమే పరిమితం కాకుండా బౌద్ధ, జైన, క్రైస్తవ, ఇస్లాం మతాలను ఉన్నత రీతిలో ఆదరించారు. దేశంలో వాటి తాత్త్విక చింతనలు ప్రచారం పొందిన దశలో కూడా భిన్నత్వంలో ఏకత్వాన్ని పాటించారు. కాలక్రమేణా మారిన పరిస్థితులతో పాటు హిందూ మతంలో ఎన్నో దురాచారాలు చోటుచేసుకొన్నాయి. సతీసహగమనం, అంటరానితనం, బాల్య వివాహాలు మొదలైనవి హిందూ మతాన్ని భ్రష్టు పట్టించాయి.

ఇస్లాం మతమార్పిడి ఉద్యమం ప్రారంభమైన తరవాత ఆర్యసమాజం బలం పుంజుకొంది. ఈ సంస్థ ఉత్తర హిందుస్థాన్ నుంచి వచ్చింది. ఆ కాలంలో పంజాబ్ రాష్ట్రంలో ఇది చాలా బలంగా ఉండేది. ఇప్పుడు కూడా పంజాబ్, హర్యానా, ఢిల్లీ ప్రాంతాల్లో పనిచేస్తున్నది. దక్షిణదేశంలో ఈ సంస్థ నామమాత్రంగా ఉంది. ఇతర ప్రాంతాల స్థితి కూడా ఇంతే. సంస్థానంలోని ఆనాటి ప్రత్యేక పరిస్థితుల్లో ఈ సంస్థ బలం పుంజుకొంది.

ఆర్యసమాజం అంటే ఏమిటో ఆ కాలపు ప్రజలకు అంతగా తెలియదు. పట్టణాల్లో నివసించే వారికి హైదరాబాద్ జిల్లా, తాలూకా కేంద్రాల్లో ఒకమేరకు తెలిసింది. ఆర్య సమాజీయులు పట్టుదలతో చేసిన ప్రచారమే దీనికి కారణం.

దీన్ని 'వైదిక మత సంస్కరణోద్యమం' అని చెప్పవచ్చు. ఈ సంస్థ ద్వారా ఒక నిర్మాణ స్వరూపం ఏర్పడింది. వారి నిర్వచనం ప్రకారం 'హిందువు' అనే పదం తప్పు. హిందువులు అనేవారు లేరు, వారంతా ఆర్యులు. హిందువు అనే పదానికి బానిస అని అర్థమనీ, పాశ్చాత్యులు వారిని బానిసలుగా చూపెట్టడానికి రూపొందినదే ఈ పదమని వారు చెపుతారు. ఈ కారణం వల్ల 'మనం హిందువులము కాము, అర్యులము' అని వారు చెప్పేవారు. 'హమ్ కౌన్ హై? క్యాహై?' అంటే మనం ఎవరం? గతంలో మనం ఏవిధంగా ఉన్నాం? ఆర్యసమాజ ప్రచారకుల మొదటి ఉపన్యాసం దానిపైనే ఉంటుంది. దీనిలోనే మనం ఆర్యులమనీ, ఇది వేదాల్లో ఉన్న పదమనీ, హిందువులు అనే పదం వాటిలో లేదనీ చెపుతారు. ఈ అంశాలన్నీ చక్కగా వివరించి, 'మనం పూర్వకాలంలో చాలా గొప్పవారం, ఈ దుస్థితి ముస్లిం రాజులు, బ్రిటిష్ వారి వల్ల వచ్చింది, సంస్థానంలో ముస్లిం రాజు ఉండటం వల్ల బానిసత్వం వచ్చింది. మనం స్వతంత్రులం కావాలంటే వేదకాలానికి వెళ్ళి జీవించాలి' అనేది వారి ఉపన్యాస సారాంశం. మనం హవనం చేయాలి అని కూడా చెబుతారు. కొందరు ఆధునిక విజ్ఞానశాస్త్రమంతా వేదాల్లో, ఇతర సంస్కృత గ్రంథాల్లో పొందుపరచి ఉందని, పాశ్చాత్యులు వాటిని తమ దేశాలకు తీసుకువెళ్ళి నేటి విజ్ఞానశాస్త్రాన్ని అభివృద్ధిచేశారని చెబుతారు. పునరుజ్జీవన వాదానికి ఒక రూపం.

ఆర్య సమాజాన్ని స్వామీ దయానంద సరస్వతి 1875 లో ప్రారంభించాడు. దీన్ని బొంబాయిలో ప్రారంభించినప్పటికీ అనతి కాలంలో అత్యంత శక్తిమంతమైన సమాజంగా రూపొంది తన ప్రభావాన్ని దేశమంతా విస్తరించింది. 'వేదాలకు తరలివెళ్ళండి' అనే నినాదంతో స్వామీ దయానంద సరస్వతి వేదాల ప్రాముఖ్యతను వివరించాడు. తన ప్రసిద్ధ గ్రంథం 'సత్యార్థ ప్రవేశిక' ఆర్యసమాజానికి పవిత్ర గ్రంథం. ఆర్యసమాజ సూత్రాలను 'వైదిక ఆదర్శ' అనే పత్రిక ద్వారా ప్రచారం నిర్వహించారు. 'సత్యార్థ ప్రవేశిక'లో స్వామీ దయానంద సరస్వతి క్రైస్తవ, ఇస్లాం, సిక్కు మతాలను విమర్శించాడు. ఈ సత్యార్థ ప్రవేశిక గ్రంథాన్ని ఆదిపూడి సోమనాధరావు తెలుగులోకి అనువదించాడు. ఉత్తర భారతదేశంలో ఇస్లాం దాడిని తట్టుకోవడానికి వైదిక మతాన్ని కాపాడటంలో భాగంగా ఆర్యసమాజాన్ని స్థాపించాడు.

సత్యార్థ ప్రవేశిక అనే గ్రంథంలో దయానంద సరస్వతి అన్ని మతాలను విమర్శించి వైదిక మతమే అన్నిటి కంటే శ్రేష్ఠమైందని స్థిరపరిచాడు. తన వాదనల్లో ఇతర మతాలను విమర్శించాడు. అయా మత ఛాందసవాదులు ఈ విమర్శను సహించలేదు. వారి అనుయాయులు దాన్ని అర్థం చేసుకోవడం కూడా కష్టమే. దయానంద సరస్వతి వేదాల్లో నిక్షిప్తమైన అంశాలెన్నో ఉన్నాయని చెప్పడమేగాక, వాటన్నింటిని తిరిగిరాసినట్టుగాను, అవే నిజమైన వేదాలని ఆర్యసమాజం వారు చెబుతారు. ఆర్య సమాజీయులంతా 'సంధ్యావందనం' చేయాలంటారు. వారి సంధ్యావందనం సంప్రదాయమైనదానికి భిన్నంగాను, క్లుప్తంగాను ఉంటుంది. పెళ్ళితంతు కూడా ఇదే విధంగా ఉంటుంది.

మనుధర్మశాస్త్రంలోని షోడశ సంస్కారాలను సమర్ధించడమే కాక ఈ కాలంలో కూడా ఆచరించాలంటారు ఆర్య సమాజీయులు. అయితే పుట్టుకతోనే ఏ కులం ఏర్పడదంటారు. నాలుగు వర్ణాలు వృత్తిరీత్యా ఉంటాయని, ఉండాలని వారి అభిప్రాయం. ఎవరైనా బ్రాహ్మణుడు, క్షత్రియుడు, వైశ్యుడు, శూద్రుడు కావచ్చని కచ్చితంగా చెప్పేస్తారు. తమ వాదనా పటిమతో దాన్ని రుజువుచేయడానికి ప్రయత్నిస్తారు. వేదాల్లో కూడా ఈ విధానమే ఉందని వాదిస్తారు.

వేదాలు నిత్యసత్యాలని, అమోఘమైనవి అని భావించాడు. విగ్రహారాధనను, మత సంస్కారాలను, పౌరోహిత్యాన్ని వ్యతిరేకించాడు. పుక్కిట పురాణాల సహాయంతో పురోహితులు హిందూ మతాన్ని పక్కదారి పట్టించారని దయానంద సరస్వతి అభిప్రాయం. బాల్య వివాహాలను, జన్మతః సిద్ధించే కులవ్యవస్థను ఖండించాడు. కులాంతర వివాహాలను, వితంతు వివాహాలను ప్రోత్సహించాడు. పాశ్చాత్య శాస్త్ర విజ్ఞానాల వ్యాప్తిపట్ల మక్కువ చూపాడు. ప్రకృతి వైపరిత్యాలు మొదలైన సందర్భాల్లో సంఘసేవలు నిర్వహించాడు.

ఆర్యసమాజానికి సంబంధించిన అతివిలక్షణమైన 'శుద్ధి' ఉద్యమాన్ని ప్రారంభించాడు. గతంలో బుద్ధిపూర్వకంగా కాని, బలవంతంగా కాని, ఇతర మతాల్లోకి మారినా ప్రస్తుతం హిందూ మతంలోకి తిరిగి రావడానికి ఇష్టపడుతున్న హిందువులను తిరిగి హిందూ మతంలోకి మార్చే ఉద్యమమే శుద్ధి ఉద్యమం. భారతదేశంలో సామాజిక, మత, రాజకీయపరమైన ఐక్యతను సాధించడానికి ఇది సమర్ధమైన సాధనమని ఆర్యసమాజ వాదులు భావించారు.

హిందూమతంలో ఆచరించే మూర్తి పూజ, బహుదేవతారాధన, అనవసరపు ఖర్చుతో కూడిన మత కర్మకాండలు, అంటరానితనం, ఛాందస భావాలను నిర్మూలించి హిందూమతాన్ని అన్ని కులాల ప్రజలకు అందుబాటులోకి తీసుకురావాలనే తాత్విక చింతననే నమ్మేవారు, ఆర్యసమాజ సిద్ధాంతాలను ప్రచారం చేశారు. అంటరానితనానికి వేదాల్లో స్థానం లేదంటారు. వితంతు వివాహాలను ప్రోత్సహిస్తారు. విగ్రహారాధన వేదాల్లో లేదని తరవాత తెచ్చిపెట్టిందని చెబుతారు. ప్రతివారూ విగ్రహం లేకుండానే ప్రార్థన చేయాలని బోధిస్తారు. దేవుని ప్రార్థనతో ఉపన్యాసాన్ని ప్రారంభిస్తారు, దానితోనే ముగిస్తారు. స్వచ్ఛందంగాను, వేతనాలపైనా పనిచేసే ప్రచారకులు ఆ కాలంలో తగిన సంఖ్యలో ఉండేవారు. ఉత్తర హిందుస్థాన్‌లో ఇస్లాం తాకిడి నుంచి తట్టుకోవడానికి పంజాబ్‌లో సిక్కుమతం పెద్ద ఎత్తున వ్యాపిస్తున్న సమయంలో వైదికమతాన్ని కాపాడటానికి ఆర్యసమాజాన్ని దయానంద సరస్వతి స్థాపించాడు.

పండిత నరేంద్రజీ ఆ కాలంలో యువకుడు, హిందీలో మంచి వక్త. ఉత్తేజకరమైన ఆయన ఉపన్యాసాలను వినడానికి పెద్ద సంఖ్యలో యువకులు వచ్చేవారు. ఆయనంటే ప్రభుత్వానికి హడల్. ఒకసారి ప్రభుత్వం ఆయనను 'మున్ననూర్‌లో' నిర్బంధించింది. ఈ ప్రదేశాన్ని సంస్థానంలో 'కాలాపాని' అనేవారు. (బ్రిటిష్ హయాంలో అండమాన్ దీవులను 'కాలాపాని' అనేవారు. దాని అర్థం నల్లనీరు. రాజకీయ ఖైదీలను ఇక్కడి జైళ్ళలో ఉంచేవారు. వీరసావర్కర్ తన జైలు జీవితాన్ని అక్కడ గడిపాడు) మహబూబ్‌నగర్ జిల్లాలోని నల్లమల అడవుల్లో అమరాబాద్ సమీపాన ఉంది ఈ గ్రామం. 1892 లో హైదరాబాద్‌లో ఆర్యసమాజశాఖ స్వామీ నిత్యానందచే ఏర్పాటు చేయబడింది. ఈ సంస్థకు కమలాపర్షాద్ అధ్యక్షులుగా, లక్ష్మణ్‌దేశ్‌జీ కార్యదర్శిగా వ్యవహరించారు. కేశవరావు కోరాట్కర్, వామన్‌రావు నాయక్, దామోదర సత్యలేకార్ మొదలైనవారు ఆర్యసమాజ సభ్యులుగా చేరి వేదాల ప్రాముఖ్యతను ప్రజలకు వివరిస్తూ వారిలో రాజకీయ చైతన్యం కలిగించడానికి కారకులయ్యారు. ఆర్యసమాజ శాఖలు కొన్ని జిల్లాల్లో ఉండేవి. తరవాత కాలంలో కొన్ని తాలూకా కేంద్రాలకు వ్యాపించింది. ప్రభుత్వ మద్దతున్న ముస్లింల ఒత్తిడిని తట్టుకోలేని వర్తకులు కొందరు దీన్ని ఆశ్రయించారు. మార్వాడీలు, ఇతర ఉత్తర హిందుస్థానీయులు వత్తాసుగా ఉండేవారు. ఆర్యసమాజీయులు శాకాహారులు

అయినా మాంసాహారులు కూడా దీనిలో చేరేవారు. అన్ని కులాలవారు, ముఖ్యంగా యువకులు ఆర్యసమాజంలో చేరేవారు. హైదరాబాద్ నగరంలో తప్ప ఇతర ప్రదేశాల్లో దీని బలం స్వల్పం.

ఆర్యసమాజ స్థాపనకు మరొక ముఖ్యమైన కారణం ఉంది. 18వ శతాబ్దంలో ఢిల్లీ చక్రవర్తి ఔరంగజేబు దక్కన్ ప్రాంతంలో జరుగుతున్న తిరుగుబాటును అణచివేయడానికి సైనిక జనరల్‌గా ఉన్న 'ఆసఫ్‌జా ఖమ్రుద్దీన్'ను సుబేదార్‌గా నియమించి నిజాం-ఉల్-ముల్క్ అనే బిరుదిచ్చి ఇక్కడికి పంపించాడు. ఖమ్రుద్దీన్ కొంత కాలం తరవాత తానే స్వాతంత్ర్యం ప్రకటించుకొని దక్కన్‌ను ఆసఫ్‌జాహీల వంశపాలన కిందకి తీసుకొచ్చాడు. ఈ కాలంలోనే మతపరంగా, భాషా పరంగా అన్యమతస్థులను దైన్యస్థితికి గురిచేయడం ప్రారంభమయింది. పాలకులు తమ సొంత మత ప్రాబల్యానికి, అభివృద్ధికి మాత్రమే శ్రద్ధవహిస్తూ, పర మతాలను హీనంగా చూస్తూ, మత మార్పిడిని ప్రోత్సహించేవారు. అందుకు ప్రజలను వేధించేవారు. ఈ మత మార్పిడి కార్యక్రమాల పర్యవేక్షణకై నిజాం ప్రభుత్వం ప్రోత్సాహంతో ఏర్పాటైన మత సంస్థలకు 'తబ్లిగ్ ఇస్లాం' అనిపేరు. దాన్ని అడ్డుకొనేందుకు బలవంతంగా ముస్లింలుగా మార్చబడిన హిందువులను తిరిగి హిందూమతంలో చేర్చుకొనేందుకు ఆర్యసమాజం శుద్ధి అనే కార్యక్రమాన్ని చేపట్టింది. ఆర్యసమాజం వారు కేవలం మతమార్పిడి సమస్యలకే పరిమితం కాకుండా నిజాం సంస్థానంలో సాగుతున్న దౌర్జన్యాలను, వేధింపులను బహిర్గతపరచి ఆందోళన లేవదీశారు. ఇత్తేహదుల్ ముస్లీమీన్ అధ్యక్షుడు బహదూర్ యార్‌జంగ్ రహస్యంగా ఒక సర్క్యులర్‌ను పంపి దళితులను ముస్లిం మతంలోకి మార్చాలని ఆదేశాలు జారీచేశాడు. ఈ రహస్యాన్ని వెంకటస్వామి అనే పోస్టల్ ఉద్యోగి ఆర్యసమాజం వారికి చేరవేశాడు. ఈ సర్క్యులర్‌కు వ్యతిరేకంగా శుద్ధి కార్యక్రమాలను పండిత్ చంద్రపాల్ నిర్వహించాడు. హైదరాబాద్ రాజ్యంలో ఈ శుద్ధి ప్రక్రియను చేపట్టినందుకు 'ఖాజా హసన్ నిజాం' అనే ముస్లిం నాయకుని చేత శ్రద్ధానందుడు అనే ఆర్యసమాజ నాయకుడు హత్యచేయబడ్డాడు. బాలకృష్ణశర్మ, నిత్యానంద అనేవారు శుద్ధి కార్యక్రమాలు చేస్తున్నందుకు నిజాం ప్రభుత్వం 1894 లో దేశ బహిష్కరణ విధించింది.

మతం, భాష, సంస్కృతి, సాహిత్య పరంగా అణచివేయబడుతున్న మతస్థులను ఈ ఉద్యమం ఆకర్షించింది. నిజాం ప్రభుత్వం పట్ల వ్యతిరేకత కలిగిన హైదరాబాద్ సంస్థాన యువకులకు ఆర్యసమాజం కారుచీకట్లలో కాంతిరేఖ లాగా కనిపించింది. వందేమాతర ఉద్యమం నిలిపివేత తరవాత స్టేట్ కాంగ్రెస్ కార్యక్రమాలు వరవడిలేక మందగించాయి. మతదురహంకారాన్ని నిరోధించడం కోసం ఆర్యసమాజం పోరాటం చేయడం, హిందూమత దురాచారాల నిర్మూలన సంస్కరణా రీతులు సంస్థాన ప్రజలను ఆకర్షించాయి. ఆర్యసమాజ కార్యక్రమాలపై నిజాం రాజ్యం అనేక నిర్బంధాలు విధించింది. ఆర్యసమాజ నాయకుల్లో ప్రముఖులైన విశ్వానంద సరస్వతి, విద్యానంద బ్రహ్మచారి మొదలైన వారిని నిర్బంధించింది. వారు స్థానికులు కారని, వారు ముస్లీం వ్యతిరేక ప్రచారం చేస్తున్నారనే ఆరోపణల మీద వారిని శిక్షించారు. అయినా కేశవరావు కోరాట్కర్, అఘోరనాథ చటోపాధ్యాయ, దామోదర సాత్యలేకర్ వంటి ప్రముఖులు ఆర్యసమాజంలో చేరి ఉద్యమాన్ని నడిపేవారు.

1929 లో 'సిద్దిక్ దీన్‌దార్' అనే ముస్లిం తాను చెన్నబసవేశ్వరుని అవతారమని, రాముడు, కృష్ణుడు మొదలైన హిందూ దేవతల్ని కించపరుస్తూ ప్రచారం చేశాడు. ఆర్యసమాజీయులు ఈ ప్రచారాన్ని ఎదుర్కోవడానికి సభలు ఏర్పాటు చేశారు. ఆర్యసమాజం 1930 లో హిందూ సమాజంపై జరుగుతున్న అంతర్బాహిర దండయాత్రలను ఎదుర్కోవడానికి కార్యక్రమాలు మొదలుపెట్టింది. అందులో భాగంగానే వారు సత్యార్థ ప్రవేశికను ఎక్కువగా ప్రచారం చేయడం, హవనకుండ్ (హోమాలు) లను ప్రచారం చేయడం వంటి కార్యక్రమాలను నిర్వహించారు. 1934 లో నిజాం ప్రభుత్వం హోమాలు,

హవనాలు వంటి ఆర్యసమాజ కార్యక్రమాలను ప్రభుత్వ అనుమతి లేకుండా చేయరాదని ప్రకటించి వాటిని సంస్థానంలో నిషేధించింది. అంతేకాకుండా 1934 లోనే ఆర్యసమాజ పత్రిక అయిన 'వైదిక ఆదర్శ'ను హైదరాబాద్ రాజ్యంలో నిషేధించారు. ఆ కాలంలో ఆర్యసమాజ అగ్రనాయకుడైన నరేంద్రజీ రచనలపై, ఉపన్యాసాలపై నిజాం ప్రభుత్వం నిషేధం విధించింది. 'హైదరాబాద్ రాజ్యం ఒక సువిశాల జైలు' అని పేర్కొన్నందుకు పండిత నరేంద్రజీని నిర్బంధించారు. ఈ నినాదాన్ని ఇచ్చినందుకు అతడిపై రాజద్రోహం నేరం కింద కేసు నమోదుచేసి జైల్లో పెట్టారు. ఈ సందర్భంగా చిన్న చిన్న కారణాలకే మతకలహాలు ఆరంభమయ్యేవి. ఈ కలహాలు జరిగినప్పుడల్లా పోలీసులు హిందువులనే నిర్బంధించేవారు. ఈ పక్షపాత ధోరణికి వ్యతిరేకంగా సర్వదేశిక్ ఆర్యసభ సత్యాగ్రహం చేయతలపెట్టి మహాత్మా నారాయణస్వామిని నాయకునిగా నియమించింది. ఈ సభ హైదరాబాద్ దినాన్ని పాటించింది. 1938 డిసెంబర్‌లో శ్యాంలాల్‌జీ అనే ఆర్యసమాజ నాయకుడ్ని బీదర్‌లో విషప్రయోగం చేసి చంపారు. 1939 ఫిబ్రవరి నాటికి ఉద్యమం తీవ్రమైంది. జూలైనాటికి మొత్తం 12,000 మంది సత్యాగ్రహులు నిర్బంధించబడ్డారు. చివరకు జూలైలో ప్రభుత్వం దిగిరావడంతో సత్యాగ్రహం విరమించారు. ఈ సందర్భంలోనే పోలీసులు ఎంత కొట్టినా 17 సంవత్సరాల రామచంద్రరావు 'వందేమాతరం' అంటూనే ఉండటం వల్ల అతడే ఆ తరవాత వందేమాతరం రామచంద్రరావుగా ప్రసిద్ధుడయ్యాడు.

ఆర్యసమాజం స్వదేశీ ఉద్యమ ప్రచారాన్ని విస్తృతంగా చేపట్టింది. స్వదేశీ ఉద్యమ భావ ప్రచారం ప్రముఖుల నివాసగృహాల నుంచి కూడా జరిగేది. ఈ కార్యక్రమాలను కనిపెట్టిన ప్రభుత్వం అనేకమంది ప్రముఖులను రాజ్య బహిష్కరణ చేసింది. కొందరు నాయకులు రాష్ట్రం వదిలిపెట్టి తమ ప్రచారం కొనసాగించారు. ప్రభుత్వం భజనమండళ్ళపై, ప్రార్థనా మందిరాలపై కఠిన ఆంక్షలు విధించింది.

1942 నుంచి 1948 వరకు నిజాం ప్రభుత్వం దృష్టిలో ఆర్యసమాజీకులు అంటరానివారే. హైద్రాబాద్ సంస్థానంలో ఆర్యసమాజీకుల, వారి మిత్రుల దుకాణాలు, ఇళ్లు దోపిడికి, దహనకాండకు తరచు గురి అయ్యేవి. 1942 మార్చిలో వారి ఊరేగింపుపై ముస్లింలు కాల్పులు జరపగా నలుగురు మరణించారు. నాగర్‌కర్నూల్‌లోను ఇలాగే జరిగితే ఆర్యసమాజీకుల్ని శిక్షించారు. నిజామాబాద్‌లో దసరా సందర్భంగా కలహాలు చెలరేగాయి. ఆర్య సమాజీకులు ప్రభుత్వ సహాయం చేయకున్నా వందలాది పాఠశాలలు ఏర్పరచారు. 1947 సెప్టెంబర్ 3న పరకాలలో భారత జాతీయ పతాకాన్ని ఎగురవేసిన సందర్భంలో పోలీసు కాల్పుల్లో 150 మంది మరణించగా 250 మంది గాయపడ్డారు. ఆర్యసమాజ్ పోలీసు చర్యకు ముందు హిందువుల రక్షణకు సరిహద్దుల్లో అనేక శిబిరాలను ఏర్పాటుచేసి సహాయపడింది. హైదరాబాద్ ఆర్యసమాజికుల్లో నారాయణ పవార్, గండయ్య, జగదీష్, వినయ్‌కుమార్, సత్యనారాయణ సిన్హా, మదనమోహన్, పండిట్ వినాయక్‌రావు, వేదాంతం రామచంద్రరావు, అతని సోదరులు వీరభద్రరావు, నరసింహారావు మొదలైనవారు హైదరాబాద్ స్వాతంత్రోద్యమ చరిత్రలో గణనీయమైన పాత్ర వహించారు.

తెలంగాణాలో ఆర్యసమాజం నిర్వహించిన కార్యక్రమాలు

నల్గొండ జిల్లా సూర్యాపేటలో నిజాం నిరంకుశ పాలనకు వ్యతిరేకంగా ఉద్యమిస్తున్న ఆర్యసమాజ్ కార్యక్రమాలనందుకొని ఆ సంస్థ ఆశయాలు నెరవేర్చడానికి అనేకమంది సూర్యాపేట ప్రముఖులు ఆర్యసమాజ మందిరాన్ని నెలకొల్పడానికై ఒక భవనాన్ని కొనుగోలు చేయడానికి నిర్ణయించారు. ఇందుకోసం కృషిచేస్తున్న బొమ్మగాని ధర్మభిక్షంకు సూర్యాపేటలోని యామకన్నయ్య, నకిరెకంటి రామలింగం, ఉప్పల వెంకన్న, గవ్వా అమృతరెడ్డి, కోదాటి వెంకటేశ్వర రావు వంటి ప్రముఖులు తమ వంతు సహాయ సహకారాలు అందించారు. ఈ మందిరం ఆనాడు సూర్యాపేటలోని

ఉత్సాహవంతులైన యువకులకు, విద్యార్థులకు, స్వాతంత్ర్య ప్రియులకు, సంఘసంస్కర్తలకు కేంద్రమైంది. ఉదయం నాలుగు గంటలకు ఆర్యసమాజ మందిరంలో 'జై బోలో సో అభయ్ వై దేవర్‌కీజై' అన్న మాటలు వినిపించేవి.

తెలంగాణాలో దసరా పండగ సందర్భంగా దొరలు, దేశ్‌ముఖ్‌లు, భూస్వాములు తమ గడీల ముందు జంతువులను బలిచ్చే సంప్రదాయం తరతరాలుగా కొనసాగాయి. ఈ దుస్సంప్రదాయాన్ని బద్దలు చేయాలని ఆర్యసమాజ సభ్యులు నిర్ణయించుకొన్నారు. నల్గొండ జిల్లాలో బొమ్మగాని ధర్మభిక్షం నాయకత్వంలో దసరా పండుగ సందర్భంగా జంతుబలి కార్యక్రమాన్ని నిలిపివేయాలని దేశ్‌ముఖ్‌ల, భూస్వాముల గడీలకు వెళ్ళారు. సూర్యాపేట దేశ్‌ముఖ్ కుందూరు లక్ష్మీకాంతరావుకు జంతుబలి నిలిపివేయాలని విజ్ఞాపన పత్రాన్ని అందచేశారు. ఆ పత్రాన్ని దేశ్‌ముఖ్ వారి ముందే ముక్కలు, ముక్కలుగా చింపాడు. అయినా ధర్మభిక్షం నాయకత్వంలోని ఆర్యసమాజ కార్యకర్తలు తీవ్ర నిరసన వ్యక్తంచేశారు. సిరకొండ, వట్టిఖమ్మం పహాడ్, ఏపూర్ దేశ్‌ముఖ్‌లు ఆర్యసమాజీయుల విజ్ఞాపనను సమ్మతించి గుమ్మడి కాయలతో పండుగ జరుపుకొన్నారు.

సూర్యాపేట శివారు గ్రామ ప్రాంతమైన దురాజ్‌పల్లిలో యాదవులు లింగమంతుల స్వామి జాతర ప్రతి మూడు సంవత్సరాలకొకసారి జరుపుకొంటారు. ఈ జాతరలో స్వామికి గొర్రెను ఇచ్చే ఆచారం కొనసాగిస్తున్నారు. ఈ బలిని ఆపాలని, సాధ్యంకాని పక్షంలో కనీసం జీవహింస మానండి అని ప్రచారం చేయాలని ఆర్యసమాజీయులు నిర్ణయం తీసుకొన్నారు. ధర్మభిక్షం గారు హైదరాబాద్ నుంచి 'లాల్‌జీహెగ్‌జీ' గారి జీవహింస నిరోధక ప్రచార భజన దళాన్ని పిలిపించాడు. గుట్టపైన క్యాంపులు ఏర్పాటుచేసి భజనదళం పాటలు వినిపించడం జరిగింది. జీవహింస చేయరాదని, జంతుబలి మానండని అట్టలపై రాసి జాతర జరిగే ప్రదేశమంతా ప్రచారం చేశారు. జాతర రెండో రోజున జూదగాళ్ళు మోసం చేశారని, ముస్లింలు కనిపిస్తే కొట్టండనే పుకారు లేచింది. దాంతో ప్రజలు ముస్లింల వెంటపడ్డారు. ఇది తెలిసి పట్టణంలో ముస్లింలు రెచ్చిపోయి కత్తులు, కటార్లతో గుట్టపైకి బయలుదేరారు. మరోవైపు పట్టణంలో హిందువులు, ముస్లింలు గుట్ట దిగితే వారిని అంతం చేస్తామని రోడ్లపై బారులుగా నిలబడ్డారు. దాంతో పట్టణం అంతా యుద్ధ వాతావరణం నెలకొన్నది. పోలీసులు 144వ సెక్షన్ విధించారు. మూడురోజుల తరవాత ఇరువర్గాల మధ్య ఐక్య సమావేశం జరిగింది.

ధర్మభిక్షం ఆర్య సామాజికుడిగా అతడు నిర్వహించిన కార్యక్రమాల ద్వారా యువకులకు సూర్యనమస్కారాలు, యోగాభ్యాసాలు నేర్పించి, మూఢాచార వ్యతిరేక భావాలను పెంపొందించాడు. యువకుల్లో దేశభక్తి భావాలు పెంపొందించడానికి, నిజాం సంస్థానంలో సాగుతున్న దుష్ట పాలనను అంతమొందించడానికి ప్రేరణ కలిగించాడు. ఆర్యసమాజ కార్యక్రమాల్లో బిజిగా పనిచేయడంతో ఆరోగ్యం క్షీణించగా విషయం తెలుసుకొన్న ఆర్యసమాజ అధ్యక్షుడు వినాయకరావు విద్యాలంకార్ అతణ్ని ఆయుర్వేద చికిత్స కోసం మల్కాజ్‌గిరికి ఆహ్వానించగా, చికిత్సపొంది తిరిగి సూర్యాపేటకు చేరాడు.

అఖిల భారత ఆర్య సమాజీయుల సమ్మేళనం

అఖిలభారత ఆర్యసమాజీయుల సమేళ్ళనం 1938 డిసెంబర్‌లో షోలాపూర్‌లో జరిగింది ఈ సమ్మేళనానికి అధ్యక్షుడు లోక్‌నాయక్ శ్రీ మాధవరావుగారు, వీరసావర్కర్ ముఖ్య అతిధిగా విచ్చేశాడు. హైదరాబాద్ ఉద్యమానికి వీరసావర్కర్ సంపూర్ణ మద్దతు ప్రకటించాడు. హైదారాబాద్ రాజ్యంలో హిందువుల డిమాండ్‌లను అంగీకరించకుంటే ఉద్యమం తప్పదు అని నిజాం ప్రభుత్వాన్ని వీరసావర్కర్ హెచ్చరించాడు.

ఆర్యసమాజీయులు హైదరాబాద్ సమస్యను జాతీయ సమస్యగా మార్చే క్రమంలో దేశమంతటా 'హైదరాబాద్ డే' ను 1939 జనవరిలో మొదటిసారిగా నిర్వహించారు. 1942 నుంచి వరంగల్‌లో ఆర్యసమాజ కార్యక్రమాలు మొదలయ్యాయి. బొలుగొడ్డు ఆచారి అనే ఆర్యసమాజ కార్యకర్త వరంగల్‌లో సాధనగండి అనే వ్యాయామశాలను ఏర్పాటు చేశాడు. బత్తిని మొగిలయ్య అనే ఆర్యసమాజ నాయకుడు ఈ వ్యాయామశాల కార్యక్రమాల పట్ల ప్రత్యేక శ్రద్ధవహించి అభివృద్ధిచేశాడు. నిజాం సంస్థానంలోని ఆర్యసమాజ నాయకుల్లో అగ్రగణ్యుడైన పండిత నరేంద్రజీ ఆర్యసమాజ కార్యక్రమాలను విస్తరించడంలో చేసిన కృషి అసమానమైంది. వరంగల్‌లో నిజాం వ్యతిరేక పోరాటాన్ని ఉధృతం చేయడంలో భాగంగా వరంగల్‌లో నిర్వహించిన సభకు ఇతడు ముఖ్య అతిథిగా హాజరయ్యాడు. నరేంద్రజీ వరంగల్ సందర్శన సమయంలో ఇతనిపై కాళోజి నారాయణరావు 'ధైర్యంలేని దద్దమ్మలకు ధైర్యం చెప్పగా ఈనాడు....' అనే కవితను రాశాడు. హైదరాబాద్ రాజ్యంలోని ప్రజల్లో సామాజిక, సాంస్కృతిక, రాజకీయ రంగాల్లో చైతన్యం రావడంలో ఆర్యసమాజం క్రియాశీలపాత్ర పోషించింది.

ఉద్యమ సంస్థలు

ఇత్తేహద్-ఉల్-ముస్లీమీన్

హైదరాబాద్ సంస్థానంలో హిందువుల్లోని పేదలకు, హరిజనులకు ఆశలు చూపి ఇస్లాం మతంలో చేర్చడం కోసం 'అంజుమన్ తబ్లిగులిస్లాం' అనే సంస్థ ఉండేది. దీనికి నిజాం నవాబు అండ ఉంది. దీనికి వ్యతిరేకంగా ఆర్యసమాజ్ వారు 'శుద్ధిసభ'ను స్థాపించారు, చివరకు నిజాం ప్రభుత్వం ఈ రెండు సంస్థల్ని నిషేధించింది. హైదరాబాద్ రాష్ట్రం ఒక స్వతంత్ర రాజ్యంగా భారతదేశ రాజకీయాలతో ఎలాంటి సంబంధం లేకుండా ఉండసాగింది. హైదరాబాద్ రాష్ట్ర ముస్లీంలలో అధిక సంఖ్యాకులు జాగీర్దార్లు, మన్సబ్‌దార్లుగా, ప్రభుత్వ ఉద్యోగులుగా జీవితం గడిపేవారు. అలాగే రాజకీయాలకు కూడా దూరంగా ఉండేవారు. ఈ నేపథ్యంలో ముస్లీంల అభివృద్ధి, ఆధిపత్యానికై 'ఇత్తేహదుల్-జైనుల్-ముస్లీమీన్'ను ఒక రాజకీయేతర సంస్థగా 1927 నవంబర్ 9 న ఏర్పాటుచేశారు. 1929 లో జైనుల్ అనే పదం తొలగించి మజ్లిస్ ఇత్తేహదుల్ ముస్లీమీన్ (ఎం.ఐ.ఎం)గా ఏర్పడింది. తబ్లి గులిస్లాం సంస్థను నిషేధించగానే బహదూర్‌యార్‌జంగ్ ఈ సంస్థకు అధ్యక్షుడై దీన్ని ఒక రాజకీయ సంస్థగా రూపొందించాడు. ముస్లింల ప్రత్యేక హక్కుల పరిరక్షణ వారి ధ్యేయం. ఇతడు చిన్నప్పుడే ఖురాన్‌ను అవపోసన పట్టాడు. మంచి వక్త. ఇతని వాగ్ధాటికి నెహ్రూ, జిన్నా వంటి వారు ముగ్ధులయ్యారు. ఇతని ఉపన్యాస పటిమకు మెచ్చి ఏడవ నిజాం యార్‌జంగ్ బిరుదునిచ్చాడు.

అసఫ్‌జాహీ వంశం వారు ముస్లీం పాలనకు చిహ్నాలని, దాన్ని సుస్థిరంగా కాపాడటం ప్రతి ముస్లీం ధర్మం అని మతోన్మాదాన్ని బహదూర్ యార్‌జంగ్ నూరిపోశాడు. ప్రతి ముస్లీం స్వయంగా ఒక రాజు అనే 'అనల్‌మాలిక్ (నేనే రాజు) ఉద్యమాన్ని చేపట్టాడు. ఇతర మతాల వారిని ఇస్లాంలోకి మార్చడానికి కూడా పూనుకొన్నాడు. 1938 వరకు వాని కార్యకలాపాలు పెద్దగా ఏమీలేవు. ఆ తరవాత ఆర్యసమాజ్, కాంగ్రెస్, కమ్యూనిస్టు ఉద్యమాలకు ప్రతిగా ఈ సంస్థ ఊపందుకొంది. తక్కువ సంఖ్యలో ఉన్న ముస్లింలను బలవంతులుగా చేయడానికి ఇనాయితుల్లా ముష్రిక్ ముస్లీంల ఆత్మరక్షణ కోసం ఆయుధాలు సరఫరాచేసి 'ఖాక్సర్' (ఆయుధ శిక్షణ) ఇప్పించాడు. దీంతో 1938 లో హైదరాబాద్‌లో మొట్టమొదటగా హిందూ ముస్లీంల మధ్య గొడవలు వచ్చాయి. ఇది భారతదేశం అంతటా వ్యాపించి ధూల్‌పేట కేసుగా ప్రసిద్ధిచెందింది. ఈ గొడవలు రూపుమాపడానికి మందుముల నర్సింగరావు, బహదూర్ యార్‌జంగ్‌ల మధ్య ఐక్యత

చర్చలు జరిగాయి, దీన్నే సింగ్-జంగ్ చర్చలు అంటారు. కాని ఇవి ఫలించలేదు. 1938 లో ఉస్మానియా విశ్వవిద్యాలయం ఇస్లామిక్ థియాలజి అండ్ స్టడీస్ ప్రొఫెసర్ మౌల్వీ అబ్దుల్ ఖాదర్ సిద్ధిఖి ఈ సంస్థకు అధ్యక్షుడయ్యాడు. ఆనాటి నుంచి ఇత్తేహదుల్ ముస్లిమీన్ ప్రజాస్వామ్య ప్రభుత్వం కోసం ఉద్దేశించిన అన్ని సంస్కరణలను వ్యతిరేకించింది. హైదరాబాదు స్వాతంత్ర దినోత్సవం నాడు నిజాం తన రాజ్యాన్ని తన తరఫున ఇత్తెహాదుల్ ముస్లిమీన్ స్వతంత్ర రాజ్యంగా ప్రకటించాడు. బహుదూర్ యార్‌జంగ్ అధ్యక్షుడయ్యాక ఇత్తేహదుల్ ముస్లిమీన్ నైజాం కంటే తానే గొప్ప అని భావించడం మొదలైంది. కాంగ్రెస్‌పై నిషేధం తొలగించడం గురించి చర్చించినప్పుడు జంగ్ వ్యతిరేకించాడు. హైదరాబాద్‌ను ముస్లిం రాజ్యంగా ప్రకటించాలన్నాడు. హరిజనులను ముస్లింలుగా మార్చే ప్రక్రియ మొదలైంది. చావడానికి సిద్ధంకండి కాని నిజాం ప్రభుత్వాన్ని రక్షించండి అని యామిని జుబేరి, అబ్దుల్‌రవూఫ్ అనే ముస్లిం నాయకులు పిలుపునిచ్చారు. 1940 సెప్టెంబర్‌లో సయ్యద్ మహ్మద్ హసన్ ఈ సంస్థకు వాలంటీర్లను తయారుచేయాలనే సూచన, ప్రణాళికను సూచించాడు. ఈ వాలంటీర్లనే రజాకరులని పిలుస్తారు. అంటే ఉర్దూలో స్వచ్ఛంద సేవకులు అని అర్థం.

హైదరాబాద్ సంస్థానంలో వివిధ ప్రాంతాల్లో దిగువస్థాయి నుంచి ఈ రజాకర్ల దళ వ్యవస్థ జరగాలని ఒక ప్రణాళిక తయారుచేశారు. అందులో దిగువస్థాయిలోని ఉద్యోగి 'సలార్', ఇతడు 30 మంది రజాకర్లకు నాయకుడిగా ఉంటాడు. ప్రతి తాలూకాకు సలార్-ఎ-సగీర్, ప్రతి జిల్లాకు సలార్-ఎ-కబీర్ నాయకత్వం వహిస్తారు. హైదరాబాద్‌లోని కేంద్ర సంస్థను 'ఆసఫర్-ఇ-ఆలా'గా పిలుస్తారు. రజాకర్లు ఖాకీ యూనిఫారం, నల్లటోపి ధరించి సైనిక శిక్షణ పొందుతారు. రజాకర్లు వారి అర్హతలను బట్టి ఆయుధాలు ధరించారు. జంగ్ ఇదేవిధంగా భారతదేశంలోని ముస్లింలందరికి ఒక సంస్థవంటిది ఏర్పాటు చేయాలని భావించాడు. భారతీయ ముస్లింలకు ప్రతినిధి హైదరాబాద్ సంస్థానం, ఇత్తేహాదుల్ ముస్లిమీన్ మాత్రమే అని, ముస్లింలీగ్ కంటే తమకే భారతీయ ముస్లింల గురించి చెప్పడానికి హక్కు ఉందని ప్రకటించాడు. ఈ కార్యక్రమం పూర్తిచేయడానికి చందాలు వసూలు చేయాలని, అవసరమైతే ముస్లింల వద్ద నుంచి బలవంతపు పన్నులు వసూలు చేయాలని సూచించాడు. అయితే అదివరకే సంస్థాన అంతర్గత వ్యాపారం మీద 'మాష్' అనే సుంకం వసూలు చేసి 'మిలాత్-ఇ-ఇస్లామియా'కు ముట్టచెప్పడం జరిగేది. ఇదే కాకుండా తన సంస్థ కోసం రకరకాల పన్నులను వసూలు చేయాలని యార్‌జంగ్ సంకల్పించాడు. ఈ విధంగా బహదూర్ యార్‌జంగ్ అధ్యక్షుడిగా ఉన్న కాలంలోనే అంటే 1940 ప్రాంతంలోనే ఇత్తేహాదుల్ ముస్లిమీన్ కోసం సైనిక లక్షణాలున్న ఒక దళాన్ని ఏర్పరచడానికి పునాదులు వేసిన విషయం సుస్పష్టం. 1943 లో వరంగల్‌లో మజ్లిస్ వార్షికోత్సవ సభ జరిగింది. ఈ సభలో 'ఈ రాజ్యం నిజాం సొత్తు కాదు. ముస్లిం ప్రజలందరి ఆస్తి' ఇది నా వ్యక్తిగత అభిప్రాయం కాదు మజ్లిస్ అభిప్రాయంగా అని బహుదూర్ ప్రకటించాడు. దాంతో నిజాం బహదూర్ యార్‌జంగ్ ఉపన్యాసాలపై సంవత్సరం పాటు నిషేధాజ్ఞలు జారీచేశాడు. 1944 లో బహదూర్ యార్‌జంగ్ మరణించాడు.

బహదూర్ జంగ్ ఇంత తీవ్రంగా ఆలోచిస్తే, అతని తరవాత 1946 లో మజ్లీస్-ఎ-ఇత్తేహాద్-ముస్లిమీన్ అధ్యక్షుడైన ఖాసిం రజ్వీ (మహారాష్ట్ర, లాతూర్‌కి చెందినవాడు) రజాకర్లను ఇంకా పూర్తి సైనిక శక్తిగా మార్చడానికి ప్రయత్నాలు జరిగాయి. ఇది ఒక ప్రైవేటు సైన్యంగా పరిణామం చెందింది. క్రమబద్ధమైన రీతిలో వాలంటీర్లకు సైనిక శిక్షణ ఇవ్వాలని 1947 జూలైలో నిర్ణయం జరిగింది. వారికి తుపాకులను, యూనిఫారాలను ఇచ్చి ప్రజలను హడలగొట్టి అణచివేసే సంకల్పంతో వాలంటీర్లతో నగర వీధుల్లో పరేడ్ చేయించేవారు. ప్రభుత్వ సైనికులు కాని వారు ఈ విధంగా నగర వీధుల్లో పరేడ్ చేయడం రక్షణ నియమాల్లోని 57, 58 వ నియమాలకు విరుద్ధం. 1947 నవంబర్ 3, నాటికి

సర్కార్ వారి లెక్కలను అనుసరించి కూడా రజాకర్ల సంఖ్య 50,000 లకు చేరుకొంది. ఇక ఖాసిం రజ్వీ ఆ వాలంటీర్ల సంఖ్యను ఐదు లక్షలకు పెంచనున్నట్లు అతని ప్రకటన స్పష్టం చేసింది. దీని కోసం అచ్చం సైనిక శిక్షణా శిబిరాలు 52 నెలకొల్పి అందులో విద్యార్థులను చేర్చుకోవడం కూడా ఆ కాలంలో జరిగింది. అందువల్ల ప్రతి విద్యార్థి "..... అనే పేరుగల నేను ఏనాడు మా నాయకుడు నన్ను ఆజ్ఞాపించినా, నేను చెందిన పార్టీ శ్రేయస్సు కోసం, హైదరాబాద్ రాజ్య శ్రేయస్సు కోసం నా జీవితాన్ని అంకితం చేయడానికి ఇందు మూలంగా శపథం చేస్తున్నాను. దక్కన్‌లో ముస్లీం ఆధిక్యాన్ని నిలిపేందుకు కడవరకు అల్లాపేర నేను పోరాటం జరుపగలను' అని రాతపూర్వకంగా ప్రమాణం చేయించేవాడు. ఖాసిం రజ్వీకి నవాబ్ దీన్ యార్‌జంగ్ అనే పోలీసు కమీషనర్ పూర్తి సహకారం అందించాడు.

నిజాం ప్రభుత్వం ఈ రజాకర్ల సంస్థ తనకు అండగా ఉండగలదని భావించి దాన్ని ప్రోత్సహించింది. అయితే కాలం గడిచేకొద్దీ తాను పెంచి పోషించిన ఈ సంస్థ పలు పైశాచిక దురాంతాలకు పూనుకొన్నప్పుడు నిస్సహాయ స్థితిలో ఉండాల్సిన గతి ప్రభుత్వానికి ఏర్పడింది. తానొక ముస్లీం మత వర్గ సంస్థ కాదని చూపించే క్రమంలో హిందువుల్లోని నిమ్నజాతుల్లో కొందరిని తమ సభ్యులుగా చేర్చుకోడానికి రజాకర్ల సంస్థ ప్రయత్నించింది. ఈ విధంగా చేరిన నిమ్నజాతుల వారు ఉత్సాహపడి పెడదారి పట్టడం వల్ల వారు బీదర్‌లో ఘోర దురాంతాలకు కారణమయ్యారు. హైదరాబాద్ ఇన్ రెట్రోస్పెక్ట్ అనే గ్రంథంలో 'గ్రామాలు, నగరాల్లోని ధనికుల నుంచి రజాకర్లు ధనం వసూలుచేసేవారు. తమకు రజాకర్లు రక్షణ కల్పిస్తున్నారు కాబట్టి ఆ రజాకర్ల సంస్థలను ఆదరించి పోషించాల్సిందిగా నిజాం ప్రభుత్వాన్ని కోరుతూ పంపే మహజర్లపై హిందువులతో బలవంతంగా సంతకాలు చేయించేవారు. ఆపత్సమయాల్లో హిందువులకు ముస్లీంలు, ముస్లీంలకు హిందువుల రక్షణ కల్పించి దౌర్జన్యం నుంచి కాపాడిన సంఘటనలు ఆనాడు అనేకం జరిగిన మాట యధార్థమే. అయితే దీనికి మూల కారణం మొదటి నుంచి సంప్రదాయంగా వచ్చి, అప్పటికి ఇంకా కొన ఊపిరితో ఉన్న మత సామరస్య భావమేగాని, ప్రభుత్వం చేసిన ఘనకార్యం కాదు. నిజానికి ఆ కాలంలో శాంతిభద్రత మీద ప్రభుత్వ అధికారం కోల్పోవడం మొదలైంది' అని రాశారు.

రజాకర్లు గ్రామాలు, ప్రజా సంఘాలపైనే కాక రైళ్ళ పైనా కూడా దాడులు చేసేవారు, సైనికులు, పోలీసులు అనేక దారుణాలకు పాల్పడేవారు. దోపిడీలు, హత్యలు, దమనకాండ, మానభంగాలు నిత్యకృత్యాలైయ్యాయి. 1948 జనవరి 10 న బీబీనగర్ రైల్వే స్టేషన్ దహనకాండ, మోటకోడూరు, మక్రీ సికిందర్‌నగర్, చందనపల్లి, సోమవరం మొదలైన ప్రదేశాల్లో రజాకర్లు ఇటువంటి దురాంతాలనే సాగించారు. 1948 జనవరి 7 న సోమవరంలో తమ దురాంతాలు సాగిస్తున్నప్పుడు తమ యదార్థ రూపాలను మరుగుపర్చుకోడానికి రజాకర్లు ముఖాలకు రంగులు పూసుకొని, గడ్డాల చుట్టూ గుడ్డలను కట్టుకొన్నారు. చందనపల్లిలో ఆ గ్రామం మొత్తాన్ని రజాకర్లు దహనకాండకు గురిచేశారు. నల్గొండ జిల్లాలోని వర్ధమానకోట, పల్లెపహాడ్, సూర్యాపేట ప్రాంతాల్లోను, ఖమ్మం తాలూకాలోని చిన్నారం మొదలైన గ్రామాల్లోను ఇటువంటి సంఘటనలే జరిగాయి. ఈ సంఘటనలు మధ్యతరగతి కుటుంబాల్లో సహజంగా ఆందోళన కలిగించడంతో వారిలో అధిక సంఖ్యాకులు భారత యూనియన్‌కు వలసవెళ్లేవారు.

ఈ కాలంలో సంస్థానంలో శాంతిభద్రతల పరిస్థితి చాలా సన్నగిల్లింది. రజాకర్లు సాగిస్తున్న దురంతాల వల్ల సంస్థానం మొత్తం ఒక యుద్ధ శిబిరంగా మారిపోయింది. రజాకర్లు నిజాంను కాలుకదపనీయక ఉండాలన్నారు. ఈ పరిస్థితుల్లో తాము మంత్రివర్గంలో ఉండి చేయగల్గింది ఏమీలేదని భావించి జె.వి.జోషి, జి.రామాచార్, మల్లిఖార్జునప్ప ప్రభుతులైన హిందూ మంత్రులు మంత్రిపదవులకు రాజీనామాలిచ్చారు. శాసనసభ సభ్యుల్లో పలువురు తమ సభ్యత్వాలను త్యజించారు. సంస్థాన సరిహద్దుల్లో అనేక సంఘటనలు జరిగాయి. ఈ దుందుడుకు చర్యల్ని చూసి సహకరించలేక అనేకమంది ముస్లిం మేధావులు బకర్‌అలీ మీర్జా, నవాబ్ మన్‌జూర్‌జంగ్, మాజీ చీఫ్ ఇంజనీరైన మహ్మద్‌మీర్జా, మాజీ అకౌంటెంట్ జనరల్ అయిన అఫ్జల్ మునీమ్, మాజీ డైరెక్టర్ ఆఫ్ పబ్లిక్ ఇన్‌స్ట్రక్షన్ అయిన జాఫ్రి మొదలైనవారు ఆగస్ట్

13, 1948 న రజాకర్ వ్యవస్థను, లాయిక్ అలి మంత్రి వర్గాన్ని రద్దు చేయాలని నిజాంని కోరారు. కాని వారిని ద్రోహులుగా ప్రకటించి వారిలో కొందరికి రావాల్సిన పింఛన్ కూడా ఆపుచేస్తామని ప్రకటించారు. అయినా తమకు ఆపద రాగలదని తెలిసి తమ అభిప్రాయాలు వెల్లడించిన ఈ పెద్దలు ధీరపురుషులు అని అలీయార్‌జంగ్ పేర్కొన్నాడు. రజాకర్ల దుశ్చర్యలను ఖండించినందుకు 'ఇమ్రోజ్' పత్రిక సంపాదకుడు షోయబుల్లాఖాన్‌ను ఆగస్ట్ 21, 1948 న రజాకర్లు హత్య చేశారు. 1946-48 సంవత్సరాల మధ్య కాలంలో రజాకర్ల అఘాయిత్యాలు తెలంగాణ గ్రామీణ ప్రాంతాల్లో విపరీతంగా పెరిగినాయి. ఆపరేషన్ పోలో విజయవంతం కావడంతో రజాకర్ల సంస్థ తన కార్యక్రమాలను చేపట్టలేదు. నిజాం సంస్థానం భారత యూనియన్‌లో విలీనమైన తరవాత రజాకర్ల దుశ్చర్యలు నిషేధించబడ్డాయి. యూనియన్ ప్రభుత్వం పోలీస్ చర్యలో భాగంగా రజాకర్లపై దాడిచేసి, కాశిం రజ్వీని అరెస్ట్ చేసి జైల్లో నిర్బంధించడం జరిగింది.

సాహిత్యోద్యమాలు

20 వ శతాబ్ది ఆరంభం నుంచి తెలంగాణా ఆధునిక కవిత్వయుగంగా గుర్తించొచ్చు. తెలంగాణా సామాజిక పరిణామ దశలు భిన్నంగా ఉన్నాయి. నిజాం రాచరిక పరిపాలనలో ప్రజలు అనేక ఇబ్బందులకు లోనయ్యారు. పన్నులు, వెట్టిచాకిరి, నిరక్షరాస్యత, కౌలుపద్ధతి వంటి ఎన్నో సామాజిక సంచలనాలకు కారణమయ్యాయి. గ్రంథాలయోద్యమం, రైతాంగ విమోచనోద్యమం, సాయుధ పోరాటం వంటివి సంభవించాయి. ఈ సామాజిక విప్లవాలు, ఉద్యమాలన్నీ సాహిత్యంలోనూ ప్రతిబింబించాయి. తెలంగాణాలో ప్రత్యేకమైన సాహిత్యం పురుడుపోసుకొంది. సంప్రదాయ రూపమైన పద్యంలో సామాజిక విప్లవ భావాలు పెల్లుబికాయి. పాటల్లో ప్రజల భావోద్వేగాలు ప్రజ్వరిల్లాయి. 354 మంది కవి, పండితుల రచనలతో సురవరం ప్రతాపరెడ్డి రూపొందించిన 'గోల్కొండ కవుల సంచిక' తెలంగాణా ఆత్మగౌరవానికి ప్రతీకగా నిలిచింది. కాళోజి, దాశరథి, సుద్దాల హన్మంతు, యాదగిరి, పొట్లపల్లి రామారావు, గంగుల శాయిరెడ్డి, వానమామలై సోదురులు, బండారు అచ్చమాంబ, మైలవరపు నరసింహశాస్త్రి, వేటూరి రంగధామనాయుడు, బూర్గుల, కోదాటి రామకృష్ణారావు మరెందరో ఉత్తేజభరితమైన రచనలు చేశారు.

చందాల కేశవదాసు 1911 లో 'కనకతార' నాటకం రచించి ఆధునిక నాటక రచనకు పునాదివేశాడు. హితబోధిని (1913) డిసెంబర్ సంచికలో రత్నమాంబదేశాయి స్త్రీలు విద్యలోనూ, కవిత్వంలోనూ రాణించడానికి సమాజం సిద్ధం కావాలని అద్భుతమైన పద్యాలు రాసింది. కోదాటి నారాయణరావు జాతీయోద్యమం, గ్రంథాలయోద్యమం, ఆంధ్రమహాసభ, స్టేట్ కాంగ్రెస్ ఉద్యమం, భూదానోద్యమం, సహకారోద్యమం వీటన్నింటిలో ప్రధానపాత్ర వహించాడు. ఇతను అనేక పత్రికల్లో వందలాది వ్యాసాలు రాశాడు. ప్రగతి, బాలసరస్వతి పత్రికలు నడిపాడు. ఆంధ్రసారస్వత పరిషత్తు స్థాపకుడితడే. తెలంగాణాలో ఆర్యసమాజం ప్రభావంతో పాశం నారాయణరెడ్డి దయానంద సరస్వతి జీవితచరిత్ర (బుర్రకథ), త్యాగమూర్తులు, సదాశివరెడ్డి పద్య కావ్యం రచించాడు. మిత్రధర్మం కోసం నిజాంను ఎదిరించిన పాపన్నపేట సంస్థానాధీశుడు సదాశివరెడ్డి గురించి కావ్యం రాయడం తెలంగాణ జాతీయోద్యమంలో భాగమే.

తెలంగాణా సాంస్కృతికోద్యమంలో భాగంగా అనేక సాహిత్య సంస్థలు స్థాపించబడ్డాయి. ఈ విధంగా ఏర్పడిన మొదటి సాహిత్య సంస్థ 'సాహితిమేఖల'. ఈ సంస్థను 1936 లో అంబటిపూడి వెంకటరత్నశాస్త్రి నల్గొండలో ప్రారంభించారు. ఈ సంస్థ స్థాపనలో ధవళాశ్రీనివాసరావు, పులిజాల హన్మంతరావు, సురవరం ప్రతాపరెడ్డి సహకరించారు. దాశరథి గారు రచించిన 'అగ్నిధార', అంబటిపూడి వెంకటరత్నం రచించిన తర్కభాష, పున్న అంజయ్య రచించిన 'నీలగిరి కవుల సంచిక', పులిజాల గోపాలరావు రచించిన ఖడ్గతిక్కన వంటి గ్రంథాలను ఈ సంస్థ ప్రచురించింది.

1939 లో 'సాధనసమితి' అనే సంస్థ స్థాపించబడింది. ఈ సంస్థ వ్యవస్థాపకుల్లో ముఖ్యులు బూర్గుల రంగనాథరావు, భాస్కరభట్ల కృష్ణారావు, వెల్దుర్తి మాణిక్యరావు. యువ రచయితలను ప్రోత్సహించడం, కథలు, నవలలు, గేయాలు మొదలైన ప్రక్రియలన్నింటిని ప్రోత్సహించడం, ప్రాచీన, నవ్యసాహిత్యాల సమన్వయాత్మక భాషా ప్రపంచం నిర్మించడం వంటి లక్ష్యాలతో ఈ సంస్థ ఏర్పడింది. ఈ సంస్థ బూర్గుల రంగనాథరావు రచించిన 'వాహ్యాళి' (కథలు), దేవులపల్లి రామానుజరావు రచించిన 'నవ్యకవితా నీరాజనం' (వ్యాసాలు), భోగినారాయణ మూర్తి రచించిన 'పరీక్షచదువు' (నాటిక), గాదిరాజు వెంకటరమణయ్య రచించిన 'భోజరాజు' (పద్య కావ్యం) వంటి పుస్తకాలను ప్రచురించింది.

20.11.19141 న సురవరం ప్రతాపరెడ్డి 'విజ్ఞానవర్ధిని పరిషత్తు' అనే ఒక సాహిత్య సంస్థను ప్రారంభించారు. కానీ ఈ సంస్థ ఎటువంటి హంగూ, ఆర్భాటాలు లేకుండా ఉండటం వల్ల 1949 తరవాత వెలుగులోకి వచ్చింది. ఈ సంస్థ సురవరం ప్రతాపరెడ్డి రచించిన 'రామాయణ విశేషాలు' మృత్యు సిద్ధాంతం, ఆంధ్రప్రతాపరుద్ర యశోభూషణం వంటి గ్రంథాలను ముద్రించింది.

ఆంధ్రమహాసభ సాహిత్య విషయాల నుంచి దూరమై పూర్తిగా రాజకీయ సంస్థగా ఎదగడంతో కొంతమంది తెలుగు భాషాభిమానులు తెలుగు భాషా వ్యాప్తి కోసం ఒక సంస్థను ఏర్పాటు చేయాలని నిర్ణయించారు. 1943 మే 26 న రెడ్డి హాస్టల్‌లో నిజాం రాష్ట్రాంధ్ర సారస్వత పరిషత్ అనే సంస్థ ఒక రాజకీయేతర సంస్థగా తెలుగు భాషా వ్యాప్తి కోసం ఆవిర్భవించింది. 1949 నుంచి 'నిజాం రాష్ట్ర' అనే పదం తొలగించి 'ఆంధ్ర సారస్వత పరిషత్'గా మారింది. మాడపాటి హన్మంతరావు, దేవులపల్లి రామానుజరావు, బూర్గుల రంగనాధరావులు వ్యవస్థాపక సభ్యుల్లో ముఖ్యులు. దేవులపల్లి రామానుజరావు, గడియారం రామకృష్ణశర్మలు ఈ సంస్థ కోసం తమ జీవితాంతం కృషిచేశారు.

ఈ సారస్వత సంస్థ పండిత సారస్వతం, ప్రజాసారస్వతం, బాలసారస్వతం అనే మూడు రకాల గ్రంథాలను ప్రచురించింది. లోక్‌నంది శంకరనారాయణరావు అధ్యక్షులుగా, బిరుదు వెంకటరెడ్డి కార్యదర్శిగా పనిచేశారు. ప్రజల్లో మాతృభాషాభిమానం పెంపు, ఉత్తమ రచనలకు బహుమానాలు అందించడం, గ్రామాల్లో రాత్రిపూట బడులు నిర్వహించి అక్షరాస్యత పెంచడం వంటి లక్ష్యాలతో ఏర్పడింది. సూర్యనారాయణశాస్త్రి రచించిన 'కావ్యాలంకార సంగ్రహం' ను బూర్గుల రామకృష్ణారావు రచించిన 'సారస్వత వ్యాసముక్తావళి', రాళ్లపల్లి అనంతకృష్ణశాస్త్రి రచించిన 'శాలివాహన గాథా సప్తశతిసారం', దివాకర్ల వెంకటావధాని రచించిన 'సాహిత్య సోపానాలు' మొదలైన గ్రంథాలను పండిత సారస్వతం లో భాగంగా ప్రచురించారు. 'ప్రజాసారస్వతం' లో భాగంగా సురవరం ప్రతాపరెడ్డి రచించిన 'ఆంధ్రుల సాంఘిక చరిత్ర', నెలటూరి వెంకటయ్య రచించిన 'ఆంధ్రుల చరిత్ర', కృష్ణశాస్త్రి రచించిన 'పల్లెపదాలు', 'స్త్రీల పౌరణిక పాటలు' ప్రచురించారు. దేవులపల్లి రామానుజరావు రచించిన 'మనదేశం', గడియారం రామకృష్ణశర్మ రచించిన 'వీరగాథలు', ఆదిరాజు వీరభద్రరావు రచించిన 'మిఠాయి చెట్టు' వంటి గ్రంథాలను బాలసారస్వతంలో భాగంగా ప్రచురించారు. ఆంధ్రప్రదేశ్ అవతరణానంతరం 'నిజాం రాష్ట్ర సారస్వత పరిషత్' 'ఆంధ్రప్రదేశ్ సాహిత్య అకాడమి'గా మారింది. పైన పేర్కొన్న సాహిత్య సంస్థలతో పాటు రావినారాయణరెడ్డి 'నవ్య సాహితి సమితి', కాళోజి నారాయణరావు 'వైతాళిక సమితి' వంటి అనేక సాహిత్య సంస్థలు తెలంగాణాలో ఏర్పడి తెలుగు భాషాభివృద్ధికి దోహదం చేశాయి.

ఆంధ్రమహాసభల్లో రైతు సమస్యను లేవనెత్తడంతో చాలామంది రైతుల మీద కవిత్వం రాశారు. అలాగే బోయినపల్లి విశ్వనాధరావు రైతులపై పద్యాలు రాశాడు. గాంధీజీ హరిజనోద్ధరణ, భాగ్యరెడ్డివర్మ ఆదిహిందూ ఉద్యమాల ప్రభావంతో జొన్నలగడ్డ హన్మంతరెడ్డి దళితుల మీద పద్యాలు రాశాడు. దళిత నాయకుడు అరిగెరామస్వామి హిందూమత దాష్టికంపై జాషువా కంటే ముందే మండిపడ్డాడు. గంగులశాయిరెడ్డి కవిత్వమే కాక దళితుల కోసం పాఠశాల నడిపాడు. హాస్టల్స్ పెట్టించాడు. 1946 లో వెలువడిన 'తొలిసంజ'లో భావకవిత్వ ప్రభావాలున్న కవితలతో పాటు వాస్తవికవాద కవితలు

కూడా ఉన్నాయి. తెలంగాణ సాయుధ పోరాట కాలంలో ఆంధ్రకు వెళ్లిన తెలంగాణా వాళ్లను ఎలా ఛీత్కరించారో 'ఆదరాభిమానములు' అనే కవితలో కళ్లకు కట్టాడు ధవళా శ్రీనివాసరావు.

'బండెనుకబండి కట్టి పదహారు బండ్లు కట్టి ఏ బండ్లో వస్తావ్ కొడుకో నైజాం సర్కరోడా' అనే పాటను రాసి సాయుధ పోరాటాన్ని ఉగ్రరూతలూగించిన యాదగిరి గురించి తెలంగాణా ప్రజలందరికి సుపరిచితమే. 1944 వరకు హరికథలు చెప్పుకొన్న సుద్దాల హన్మంతు సాయుధ పోరాటం ప్రభావంతో పంథామార్చుకొని సాయుధ పోరాటాన్ని ప్రభావితం చేసిన సంగతి తెలిసిందే. 'పసులగాసే పోరగాడా పాలుమరిసి ఎన్నాల్లయ్యిందో' లాంటి ఆయన పాటలు తెలంగాణా అంతటా మారుమ్రోగిన సంగతీ తెలిసిందే. 'సై సై గోపాలరెడ్డి! నీవు నిలిచావు ప్రాణాలొడ్డి' అంటూ స్మృతి గీతాలు రాశారు తిరునగరి. 'మన కొంపలార్చిన, మన స్త్రీల చెరిచిన, మన పిల్లల చంపి మనల బంధించిన' అంటూ ఉద్యమ సందేశాన్నందించారు కాళోజి.

ఆధునిక సాహిత్యంలో అవతరించిన రచనా ప్రక్రియలు కథ, నవల, వ్యాసం, ఆత్మకథ ఈ ప్రక్రియలన్నీ తెలంగాణాలో విశేషంగా వెలువడ్డాయి. వీటిని నాలుగు దశలుగా చెప్పుకోవచ్చు. రైతాంగ విమోచనోద్యమ నేపథ్యంతోను, ప్రత్యేక రాష్ట్ర ఉద్యమాల నేపథ్యంతోను, విప్లవోద్యమ భూమికగాను, కాల్పనికోద్యమ ప్రభావంగాను వచ్చిన సాహిత్యంగా అధ్యయనం చేయొచ్చు. తెలంగాణాలో తొలి కథ కొమర్రాజు లక్ష్మణరావు 1910 లో రాసిన 'ఏబదివేల బేరము', కొందరు మాడపాటి హన్మంతరావు 1912 లో రచించిన 'హృదయశల్యము' మొదటి కథగా భావిస్తారు. సురవరం ప్రతాపరెడ్డి 'సంఘాల పంతులు', కాళోజి 'తెలియక ప్రేమ, తెలిసి ద్వేషం', నెల్లూరి కేశవస్వామి 'యుగాంతం' మొదలైనవి ప్రసిద్ధమైనవి.

తెలంగాణ సాయుధ పోరాట కాలంలో నాయకుల ఉపన్యాసాలు, పత్రికల వార్తల కంటె ఎక్కువ ప్రభావాన్ని చూపినవి ప్రజా కళారూపాలు. తిరునగరి రామాంజనేయులు తన పాటలతో పాటు హరికథలు, బుర్రకథలు అల్లి ప్రజల్లో చైతన్యం నింపారు. సుద్దాల హన్మంతు గొల్ల సుద్దులు, పిట్టల దొర వేషం, బుర్రకథ తదితర ప్రక్రియలతో ప్రజలను కదిలించారు. సుంకర-వాసిరెడ్డిల 'మా భూమి' నాటకం చాలా ప్రాచుర్యం పొందింది. సుంకర సత్యనారాయణ 'కష్టజీవి' బుర్రకథను వేలాదిగా ప్రదర్శనలు ఇచ్చారు. ఆంధ్రమహాసభ కాఫిర్ల సంఘం ...అందులో చేరకూడదంటూ ప్రచారం చేసేవారిని దెబ్బతీసేందుకు తిరునగరి 'వీరబందగి', పోరాటం తీవ్రమవుతున్న దశలో 'తెలంగాణ వీర యోధులు' బుర్రకథలు రాసి ప్రదర్శించారు. చెర్విరాల బాగయ్య 'షోయబుల్లాఖాన్', చౌడవరపు విశ్వనాథం 'ఆంధ్రమహాసభ' లాంటివి పోరాట కాలంలో ప్రజలను చైతన్యపర్చాయి. ఉద్యమ కాలంలో ప్రజా కళారూపాలకు లభిస్తున్న ఆదరణను సహించలేని నాటి నిజాం ప్రభుత్వం 'కష్టజీవి', 'తెలంగాణ వీరయోధులు' బుర్రకథలను, 'మాభూమి' నాటకాన్ని నిషేధించింది.

తెలుగు సాహిత్యం గర్వించదగిన నవలా సాహిత్యాన్ని తెలంగాణ రైతాంగ పోరాటం సృష్టించింది. వీటిలో పోరాటం కొనసాగుతుండగా 1947 లో బొల్లిముంత శివరామకృష్ణ రాసిన 'మృత్యుంజయులు', లక్ష్మీకాంత మోహన్ రాసిన 'సింహగర్జన' (1950) వెలువడ్డాయి.

తెలంగాణ గోర్కీగా మొత్తం ఆంధ్ర దేశంలో ప్రసిద్ధిగాంచిన వట్టికోట అళ్వారు స్వామి (1915-61) జగమెరిగిన బ్రాహ్మణుడు. 1944 లో 'చిన్నప్పుడే' కథ రాసినా, 1934-38 మధ్య కాలం నాటి తెలంగాణా జీవిత సంఘర్షణను చిత్రించే 'ప్రజల మనిషి' (1955) రాసినా, 1940-45 ల కాలం నాటి తెలంగాణా జీవితాన్ని చిత్రిస్తూ 'గంగు' నవల రాసి జైలుకెళ్లినా తెలంగాణా ఔన్నత్యాన్ని నిలబెట్టడం తెలంగాణాలో అభ్యుదయ భావాలను వ్యాప్తిచేయడం అనే లక్ష్యాలతోనే రచించబడ్డాయి. మరో అభ్యుదయ రచయిత కాంచనపల్లి చిన వెంకటరామారావు అరుణరేఖలు (1955) అనే కవితా

సంకలనాన్ని, 'మనవూళ్లో కూడానా' అనే కథల సంపుటిని వెలువరించాడు. తెలంగాణ సాయుధ పోరాటంలో స్వయంగా పాల్గొని ఎందరికో శిక్షణనిచ్చి గెరిల్లాలుగా మార్చిన సాహసి ఆవుల పిచ్చయ్య 1946-48 మధ్య ఎన్నో కథలు రాశాడు. ఈతగింజ ఇచ్చి తాటిగింజ లాగిన జమీందార్, దొరా, ఊరేగింపులు, వెట్టిచాకిరి, దినచర్య లాంటి ఈయన కథలు వెట్టిచాకిరి, భూస్వాముల ప్రభుత్వాధికారుల దౌర్జన్యాలను, తెలంగాణ సాయుధ పోరాటాన్ని బలంగా చిత్రించాయి. తెలంగాణ సాయుధ పోరాటంలో స్వయంగా పాల్గొన్న మరో కవి రావిళ్ళ వెంకటరామారావు 1954 లో తెలంగాణ 'మాతృగీతం' తో ప్రసిద్ధుడయ్యాడు. తెలంగాణ తల్లి భావనను బి.విశ్వనాథం అనే కవి ఆనాడే ప్రస్తుతించాడు. దాశరథి పెను తుఫానులా రంగప్రవేశం చేశాడు. నా తెలంగాణా తల్లి కంజాతవల్లి నా తెలంగాణ సీమ సౌందర్యసీమ, నా తెలంగాణ కోటి రతనాల వీణ మొదలైనవి-ఈ కవి వాక్యాలు అందరికి తెలిసినవే. భాగి నారాయణమూర్తి కవితలో గాని, వెల్దుర్తి మాణిక్యరావు వేయిస్తంభాల గుడి గురించి రాసిన కవితలో గాని, వానమామలై వరదాచార్యుల కవితలో గాని, కణ్వశ్రీ రాసిన కవితలో గానీ, తెలంగాణ ప్రాంత అభిమానమే వ్యక్తమైంది. పి.వి.నరసింహారావు రాసిన 'గొల్లరామవ్వ' మంచి కథ, దళిత కవి భాగ్యరెడ్డివర్మ రచించిన వ్యక్తి మాదిగ కథ దళిత జీవితాన్ని చిత్రించింది.

తెలంగాణాలో మొదటి నవల తడకమల్ల కృష్ణారావు రచించిన కంబుకందర చరిత్ర. తెలంగాణ సాహిత్యంలో లోకమలహరి రాసిన 'జగ్గనియిద్దె' నవల దళిత జీవితానికి అద్దం పట్టింది. మొదటి చారిత్రక నవల ఒద్దిరాజు రామచంద్రరావు రచించిన రుద్రమదేవి. తెలంగాణ విమోచనోద్యమాన్ని చిత్రించిన నవలలు - వట్టికోట ఆళ్వార్‌స్వామి 'ప్రజల మనిషి', గంగు, దాశరథి రంగాచార్యుల నవలలు - జనపదం (1976), మోదుగు పూలు (1971), చిల్లర దేవుళ్ళు తెలంగాణా జీవితాన్ని ప్రతిబింబించాయి. తెలంగాణ పాత్రోచిత భాషతో వచ్చిన చిల్లర దేవుళ్ళు నవల ఆనాడు చర్చనీయాంశం అయింది. ఈ నవలను కాకతీయ పిక్చర్స్ వారు సినిమాగా తీశారు. అది 1977 లో విడుదలయింది. హిందీ, ఇంగ్లిషు భాషల్లోకి అనువాదమైంది కూడా. 1971 లోనే ఈ నవలకు రాష్ట్ర సాహిత్య అకాడమీ అవార్డు లభించింది. ఈ కాలంలోనే గొల్లపూడి నారాయణరావు 'తెలుగుగడ్డ' నవల తెలంగాణ ప్రజల దయనీయ జీవితాలను కళ్ళకు కట్టింది. ఇటీవల కాలంలో వచ్చిన 'సంగం' (తిరునగరి రామాంజనేయులు), 'బందూక్' (కందిమల్ల ప్రతాపరెడ్డి), 'మలుపు తిరిగిన రథచక్రాలు' (ముదిగంటి సుజాతరెడ్డి) తెలంగాణ ఇతివృత్తంతో వచ్చిన నవలలు.

తెలంగాణాలో గ్రంథాలయోద్యమం

19 వ శతాబ్దంలో సాలార్‌జంగ్ సంస్కరణల ఫలితంగా తెలంగాణాలో ఆధునికతతో పాటు ఆధునిక భావజాలం మొదలైంది. అది సాంస్కృతిక, సామాజిక, రాజకీయ ఉద్యమాలకు వివిధ వర్గాల చైతన్యానికి దారితీసింది. రాజకీయోద్యమం బ్రిటిష్ వ్యతిరేకోద్యమం గాను, నిజాం వ్యతిరేక, భూస్వామ్య వ్యతిరేక ఉద్యమంగాను పరిణమించింది. అయితే ఈ చైతన్యాలు, ఉద్యమాలు ఒకదాని తరవాత ఒకటి రాలేదు. ఒక చలనంలో పరస్పర ప్రభావంతో ముందుకు నడిచాయి.

తెలుగు ప్రజలు ప్రాచీన, మధ్య యుగంలో తమ గొప్పతనాన్ని తెలుసుకోడానికి తెలంగాణ చరిత్రకు సంబంధించిన పుస్తకాలు ప్రజలకు అందుబాటులోకి తీసుకురావడానికి జరిగిన ఉద్యమ ప్రయత్నమే గ్రంథాలయోద్యమం. తెలంగాణ ప్రజల్లో సామాజిక, సాంస్కృతిక, రాజకీయ చైతన్యం తీసుకొచ్చే క్రమంలో గ్రంథాలయోద్యమం కీలక పాత్ర వహించింది. సాంస్కృతిక వికాసోద్యమంలో భాగంగా అనేక క్లబ్బులు, సాహిత్య సంస్థలు, సొసైటీలు ప్రారంభమయ్యాయి. ఈ ఉద్యమం ఆంధ్రోద్యమంలో భాగంగా తెలంగాణాలో ప్రారంభమైంది. నిజాం సంస్థానంలో సాహితీ రంగానికి ఒక విశిష్టత ఉంది. ఇది ప్రజలను చైతన్యవంతులను చేసి నిజాం నిరంకుశ పాలనను కూకటి వేళ్లతో పెకిలించేసేందుకు రంగాన్ని సిద్ధంచేసింది. ఇదే నిజాం ప్రభుత్వ పరిభాషలో చెప్పాలంటే గ్రంథాలయమంటే విప్లవ సంస్థలు. అప్పటి

ప్రభుత్వ ఆలోచనలో రాశికంటే వాసి గల ఒక్క గ్రంథం ఎన్నో ఉద్యమాలతో సమానం. గ్రంథాలు బయటికి రాకుండా కట్టుదిట్టమైన ఏర్పాటు చేసింది. ఒక గ్రంథాలయం తెరవాలన్నా వారి అనుమతి కావాల్సొచ్చేది. ఎక్కడైనా గ్రంథాలయాలు స్థాపిస్తున్నారని తెలిస్తే భయకంపితులై దానిపై అనేక ఆంక్షలను విధించి మూసేయించనిదే పాలకులకు నిద్రపట్టేది కాదు. ఎంత నిర్బంధం, నిఘా ఉన్నప్పటికీ గ్రంథాలయోద్యమ పవనాలు వీయక మానలేదు. వాటి సౌరభాలు వెదజల్లక మానలేదు. రహస్యంగా గ్రంథాలను పంపిణి చేసుకొనే అలవాటు మొదలైంది. గ్రంథాలయాలను స్థాపించిన వారు ఉన్నత వర్గాల నుంచి వచ్చిన ఉదారవాదులు, ప్రజాతంత్ర భావాలు గలవారు. వీరు గ్రంథాలయస్థాపన ద్వారా మాతృ భాషయందు అభిమానం, విజ్ఞాన వ్యాప్తి ఉద్యమారంభంలో ప్రధానాశయంగా ఉన్నట్లు ప్రచారం చేస్తూ అంతర్లీనంగా రాజకీయ లక్షణాలు కలిగి ప్రభుత్వ అధికారులకు అనుమానం రాకుండా జాగ్రత్తపడ్డారు.

తెలంగాణాలో 1872 లో సికింద్రాబాద్‌లో సోమసుందర్ మొదలియార్ గ్రంథాలయాన్ని స్థాపించాడు. ఇది హైదరాబాద్‌లోనే కాకుండా తెలుగు ప్రాంతాల్లోనే మొదటి గ్రంథాలయంగా చెప్పుకోవచ్చు. దీన్ని 1884 సంవత్సరంలో మహబూబియా కళాశాల్లో విలీనం చేశారు. ఇదే సంవత్సరం అంటే, 1872లో ముదిగొండ శంకరాద్యులు సికింద్రాబాద్‌లోని 'శంకర్‌మఠ్'లో 'శంకరానంద గ్రంథాలయం' స్థాపించాడు. 1872 లోనే ముదిగొండ శంకరాద్యులు సికింద్రాబాద్‌లోనే 'సార్వజనీక గ్రంథాలయాన్ని' స్థాపించాడు. 1892 లో 'అసఫియా స్టేట్ సెంట్రల్ లైబ్రరి' స్థాపించబడింది. మొదట్లో ఈ గ్రంథాలయంలో అరబ్బి, పర్షియన్, ఉర్దు, ఇంగ్లిష్, సంస్కృత గ్రంథాలు మాత్రమే లభ్యమయ్యేవి. ఆంధ్రమహాసభ కృషి ఫలితంగా 1940 నుంచి ప్రాంతీయ భాషలైన తెలుగు, కన్నడ, మరాఠి, హిందీ భాషా గ్రంథాలు కూడా ఈ గ్రంథాలయంలో అందుబాటులో ఉంచడం జరిగింది. 1895 లో 'భారత్ గుణవర్ధక్ సంస్థ గ్రంథాలయం' శాలిబండలో ఏర్పాటు చేయబడింది. మరాఠి భాషా సంస్కృతుల అభివృద్ధి కోసం కొంతమంది మరాఠి సంపన్నులు ఈ గ్రంథాలయాన్ని స్థాపించారు. ఈ గ్రంథాలయాన్ని అభివృద్ధిచేసిన వారిలో ముఖ్యులు శ్రీ గోపాల్‌రావు. 1896 లో బొల్లారంలో 'ఆల్బర్ట్ రీడింగ్ రూం' ఏర్పాటు చేయడమైంది.

గ్రంథాలయోద్యమానికి ఆద్యుడు, పితామహుడు అని పిలువబడే కొమర్రాజు లక్ష్మణరావు, మునగాల రాజు శ్రీ నాయని వెంకటరంగారావు గారి సంస్థానంలో దివాన్‌గా పనిచేసేవారు. శ్రీ వెంకటరంగారావు, కొమర్రాజు లక్ష్మణరావు పరిశోధనా కృషికి గాని, భాషా సేవకు గాని అడ్డం రాలేదు. పైగా ఆయనకు అవసరమైన విశ్రాంతి, ఆర్థిక సహాయం చేసి ఆయన కృషికి అండగా నిలిచాడు.

మునగాల శ్రీ నాయని వెంకటరంగారావు, రావిచెట్టు రంగారావులతో కలిసి కొమర్రాజు లక్ష్మణరావు 1901 లో 'శ్రీకృష్ణదేవరాయాంధ్ర భాషా నిలయం' హైదరాబాద్‌లో స్థాపించారు. ఈ గ్రంథాలయం శ్రీ రావిచెట్టు రంగారావు స్వగృహంలో స్థాపించబడింది. ఆదిపూడి సోమనాథరావు, మైలవరపు నరసింహశాస్త్రి, రఘుపతి వెంకటరత్నం నాయుడు అప్పటి సమావేశంలో పాల్గొన్నారు. తెలంగాణాలో తెలుగు భాషా స్థితిని మెరుగుపర్చడమే ఈ గ్రంథాలయ స్థాపన ప్రధాన ఉద్దేశం. ఆదిరాజు వీరభద్రరాజు వంటి ప్రముఖులు ఈ గ్రంథాలయ కార్యకర్తలుగా పనిచేశారు. శ్రీకృష్ణదేవరాయాంధ్ర భాషా నిలయం తెలంగాణా సాంస్కృతిక పునరుజ్జీవనానికి, తెలంగాణ గ్రంథాలయోద్యమానికి ఊపునిచ్చింది. దీని తరవాత తెలంగాణా వ్యాప్తంగా అనేక గ్రంథాలయాలు, సంస్థలు ఏర్పాటు చేయబడ్డాయి. 1904 లో వరంగల్‌లోని

హన్మకొండలో 'రాజరాజ నరేంద్ర ఆంధ్ర భాషా నిలయం' ఏర్పాటు, 1905 లో సికింద్రాబాద్‌లో 'ఆంధ్రసంవర్ధని గ్రంథాలయం', శంషాబాద్‌లో బాలభారతీ నిలయ ఆంధ్రభాషా వర్తక సంఘం మొదలైనవి గ్రంథాలయోద్యమంలో భాగంగా తెలంగాణాలో ఏర్పాటయ్యాయి.

రాజరాజ నరేంద్ర ఆంధ్ర భాషా నిలయం, హన్మకొండ, వరంగల్

ఆధునిక విజ్ఞాన శాస్త్రంలో అభివృద్ధి సాధించనిదే భారతదేశం ప్రగతి పథంలో అడుగుపెట్టలేదని గుర్తించిన కొమర్రాజు లక్ష్మణరావు, రావిచెట్టు రంగారావులు హైదరాబాద్‌లో 1906 లో 'విజ్ఞాన చంద్రికా మండలి' స్థాపించారు. ఈ మండలి కార్యదర్శిగా రావిచెట్టు రంగరావు వ్యవహరించారు. ఈ మండలి తెలంగాణాలో నవలల పోటీలు నిర్వహించింది. తెలుగు ప్రాంతంలో విద్యార్థులకు పరీక్షలు నిర్వహించిన మొదటి సంస్థ ఇది. ఏ సంక్లిష్ట విజ్ఞానశాఖ అయినా మాతృభాషలో బోధించవచ్చని, అలా చెప్పినప్పుడే అది సులువుగా పరివ్యాప్తం కాగలదని ఈ మండలి భావించింది. తెలుగు భాషలో ఈ విజ్ఞాన చంద్రికా మండలి చరిత్ర, సాహిత్యం, విజ్ఞానశాస్త్రాల్లో పుస్తకాలు ప్రచురించి భావవ్యాప్తికి దోహదం చేసింది. అంతేకాకుండా ఆంధ్ర-తెలంగాణా సాంస్కృతిక సంబంధాలు అభివృద్ధి పర్చడంలో కీలకపాత్ర పోషించింది. దేశ చరిత్రలు, పదార్థ విజ్ఞాన, రసాయన, జీవ, వృక్షశాస్త్రాలకు సంబంధించిన అనేక గ్రంథాలు విజ్ఞానచంద్రికా మండలి కృషి ఫలితంగా వెలువడ్డాయి. పాశ్చాత్య విజ్ఞానం ఇక్కడి ప్రజలకు అందుబాటులోకి వచ్చింది. 'అబ్రహం లింకన్' జీవిత చరిత్ర, ఆచంట లక్ష్మీపతి 'జీవశాస్త్రం', 'కలరా', 'మలేరియా' అనే గ్రంథాలు, విశ్వనాథశర్మ 'రసాయనశాస్త్రం', కట్టమంచి రామలింగారెడ్డి 'అర్థశాస్త్రం', పేలాల సుబ్బారావు 'రాణి సంయుక్త', 1910 లో చిలుకూరి వీరభద్రరావు రచించిన 'ఆంధ్రుల చరిత్ర' మొదలైన గ్రంథాలు- ఈ విజ్ఞాన చంద్రికా మండలి ప్రచురించిన గ్రంథాల్లో వైవిధ్యాన్ని తెలియచేస్తున్నాయి. కొమర్రాజు లక్ష్మణరావు 'విజ్ఞాన సర్వస్వం' అనే గ్రంథాన్ని రచించి విజ్ఞానశాస్త్రాలకు సంబంధించి అనేక అంశాలను పేర్కొన్నాడు. రెండువేల పేజీలతో, మూడు భాగాలుగా వెలువడింది. తెలంగాణా గ్రంథాలయోద్యమంలో కీలకపాత్ర పోషించిన కొమర్రాజు లక్ష్మణరావు, సోమనాథరావులతో పాటు మరో ప్రముఖుడు కోదాటి నారాయణరావు. ఇతని స్వీయ చరిత్ర అయిన 'నారాయణత్రయం' అనే పుస్తకం తెలంగాణాలో గ్రంథాలయోద్యమం

గురించి పేర్కొంది. గ్రంథాలయాలపైన, పఠనాలయాలపైన నిరంతర నిఘా కొనసాగింది. నిజాం రాష్ట్ర ప్రజలు చైతన్యులు కాకపోవడానికి ఇక్కడి సభలు, సమావేశాలు నిర్వహించుకొనే స్వాతంత్ర్యం వారికి లేకపోవడమేనని గుర్తించాలి. గ్రంథాలయోద్యమం విజ్ఞానోద్యమంగా కనిపించినప్పటికి ప్రజల కళ్లు తెరిపించి, తెలుగు భాషాభిమానాన్ని కలిగించి నిజాం రాజ్యాన్ని, అధికారాన్ని ప్రశ్నించే స్థాయికి ప్రజల్ని చైతన్యవంతం చేసి కదిలించింది.

తెలంగాణాలో గ్రంథాలయోద్యమంలో భాగంగా తెలంగాణా వ్యాప్తంగా అనేక గ్రంథాలయాలు స్థాపించబడ్డాయి. 1910 లో ఖమ్మంలో 'ఆంధ్ర భాషా నిలయం', 1913 లో వరంగల్ జిల్లా మడికొండలో 'ప్రతాపరుద్ర ఆంధ్ర భాషా నిలయం', 1913 లోనే సికింద్రాబాద్‌లో 'సంస్కృత కళావర్ధిని గ్రంథాలయం' స్థాపించబడ్డాయి. 1918 లో హైదరాబాద్‌లో 'శ్రీ రాజబహుదూర్ వెంకటరామిరెడ్డి' చొరవతో 'రెడ్డి హాస్టల్ గ్రంథాలయం' ఏర్పడింది. ఈ గ్రంథాలయంలో తెలంగాణాలో లభించిన తాళపత్ర గ్రంథాలను భద్రపరిచారు. సురవరం ప్రతాపరెడ్డి ఈ గ్రంథాలయానికి 1924 నుంచి 1932 వరకు కార్యదర్శిగా పనిచేశారు. ఈ గ్రంథాలయంలో నిజాం ప్రభుత్వం నిషేధించిన వీరసావర్కర్ రచించిన గ్రంథం 'వార్ ఆఫ్ ఇండిపెండెంట్స్' ఉండటం వల్ల సురవరం ప్రతాపరెడ్డి తన కార్యదర్శి పదవిని కోల్పోయాడు. గ్రంథాలయ నిర్వహణకు, గ్రంథాలయోద్యమకారుల కోసం సురవపరం ప్రతాపరెడ్డి 'తెలంగాణాంధ్రుల కర్తవ్యం' అనే ప్రసిద్ధ గ్రంథాన్ని రచించాడు. ఇవే కాకుండా వీటితో పాటు 1918 లో నల్గొండలో 'ఆంధ్ర సరస్వతి' గ్రంథాలయం స్థాపించబడింది. షబ్నవీసు వెంకట రామనరసింహారావు ఈ గ్రంథాలయ నిర్వాహకులుగా పనిచేశారు. 1918 లో నల్గొండ జిల్లా సూర్యాపేటలో శ్రీ పువ్వాడ వెంకటప్పయ్య అనే ఉపాధ్యాయుడు ప్రజల సహకారంతో 'ఆంధ్ర విజ్ఞాన ప్రకాశి'ని అనే గ్రంథాలయాన్ని స్థాపించాడు. ఇతనే 'కృషి ప్రచారిణి గ్రంథమాల' అనే సంస్థను స్థాపించి తెలుగు పుస్తకాలను ముద్రించేవారు. దానితో ఇతడ్ని నిజాం ప్రభుత్వం ఉద్యోగం నుంచి తొలగించింది. 1920 లో మాదూరి రాఘవుల 'భాషాకల్పవల్లి' అనే గ్రంథాలయం, సికింద్రాబాద్, 1923 లో హైదరాబాద్‌లోని అఫ్జల్‌గంజ్‌లో 'బాలసరస్వతి గ్రంథాలయం', 1923 లోనే కొండా వెంకట రంగారెడ్డి తన సొంత ఖర్చులతో 'వేమన ఆంధ్రా భాషా నిలయం' స్థాపించారు. 1923 లోనే ఖమ్మంలో 'ఆంధ్ర విద్యార్థి సంఘం గ్రంథాలయం', 1925 లో హైదరాబాద్‌లో 'ఆంధ్ర సోదరీ సమాజ గ్రంథాలయం', 1926 లో బి.ఎస్.వెంకట్రావు 'ఆదిహిందూ లైబ్రరి', 1926 లోనే 'దక్కన్ వైశ్య సంఘ గ్రంథాలయం', 1930 మెదక్ జిల్లాలో జోగిపేట గ్రంథాలయం ఇవన్నీ తెలంగాణాలో సాంస్కృతిక, సామాజిక, రాజకీయ చైతన్యాన్ని తీర్చిదిద్దాయి.

1.4.1923 న మాడపాటి హన్మంతరావు కార్యదర్శిగా, బారిస్టర్ రాజగోపాలరెడ్డి అధ్యక్షుడిగా 'ఆంధ్రజన కేంద్ర సంఘం' స్థాపించబడింది. గ్రంథాలయాలను స్థాపించడం, పాఠశాలలను స్థాపించడం, తాళపత్ర గ్రంథాలను సేకరించి చరిత్ర పరిశోధనలు జరిపి తెలంగాణ వైభవాన్ని వెలుగులోకి తేవడం, తెలుగుకు ప్రాచుర్యం కల్పించడం, కరపత్రాలను, పుస్తకాలను ప్రచురించి ప్రజలను చైతన్యవంతులను చేయడం మొదలైన కార్యక్రమాల్లో ఈ సంఘం తన లక్ష్యాలుగా నిర్ణయించింది. ఆంధ్రమహాసభ (1930) ఏర్పడే వరకు తెలంగాణాలో సాంస్కృతిక, వైజ్ఞానిక వికాసానికి ఈ సంఘం కృషిచేసింది.

ఆంధ్రజన కేంద్ర సంఘానికి అనుబంధంగా ఆదిరాజు వీరభద్రరావు సారథ్యంలో 'ఆంధ్ర పరిశోధక మండలి' స్థాపించబడింది. కొమర్రాజు లక్ష్మణరావు మరణించిన పిదప ఇది 'లక్ష్మణరాయ పరిశోధక మండలి'గా మారింది. ఇది తెలంగాణా చరిత్ర, సంస్కృతులను వెలుగులోకి తేవడానికి అనేక శాసనాలను, తాళపత్ర గ్రంథాలను వెలికితీసింది. ఈ సందర్భంగా శేషాద్రిరమణ కవుల కృషిని గుర్తుకు తెచ్చుకోవడం అవసరం. నాయని వెంకటరంగారావు ఆధ్వర్యంలో

1935 లో ఆదిరాజు ప్రచురించిన తెలంగాణ శాసనాలు, సురవరం ప్రతాపరెడ్డి ప్రచురించిన 'ఆంధ్రుల సాంఘిక చరిత్ర' తెలంగాణా ప్రజలను చైతన్యవంతం చేశాయి. మాడపాటి హన్మంతరావు, ప్రేమ్‌చంద్ కథలను పరిచయం చేశారు. 1935 లో వెలువడిన కాకతీయ సంచిక తెలంగాణా ప్రజల్లో ఆత్మవిశ్వాసాన్ని పెంచింది.

ఆంధ్రజన కేంద్ర సంఘం గ్రంథాలయోద్యమం విస్తరించడానికి కృషిచేసింది. నాలుగువేల తెలుగు మీడియం పాఠశాలలను నెలకొల్పింది. 'సర్‌బారాహి'కి వ్యతిరేకంగా 'వర్తక స్వాతంత్ర్యం', వెట్టిచాకిరికి వ్యతిరేకంగా 'వెట్టిచాకిరి', 'జాగీరులు' మొదలైన పన్నెండు పుస్తకాలను ప్రకటించింది. ఈ రకంగా తెలంగాణా సాంస్కృతిక వికాసానికి ఆంధ్రజన కేంద్ర సంఘం చేసిన కృషి వల్ల అనేక పత్రికలు, సాంస్కృతిక సంఘాలు ఏర్పడ్డాయి. అలాగే 'ఆంధ్రాభ్యుదయం', సురవరం ప్రతాపరెడ్డి సంపాదకత్వంలో 'గోల్కొండ పత్రిక', దేశబంధు, సుజాత మొదలైన పత్రికలు ఆవిర్భవించాయి. సాహితీ సంస్థలు ఏర్పడ్డాయి. ఇవి తెలంగాణాలో చైతన్యం కల్గించడానికి కృషిచేశాయి.

1941 లో నల్గొండ జిల్లా చిలుకూరులో తెలంగాణ సాయుధ పోరాట నాయకుడు రావినారాయణరెడ్డి 'రైతు గ్రంథాలయం' స్థాపించాడు. నిజామాబాద్ జిల్లా ఆర్మూర్ తాలూకాధికారి టి.కె.బాలయ్య తెలంగాణాలో 'తొలి సంచార గ్రంథాలయాన్ని' ఏర్పాటు చేశాడు. ఇతడు ఆర్మూరు తాలూకాలోని మారుమూల గ్రామాలకు ఎడ్లబండ్లపై పుస్తకాలను పంపిణి చేసేవారు.

నల్గొండ జిల్లా సూర్యాపేటలో ధర్మభిక్షం, కన్నయ్య మరికొంత మంది మిత్రుల సహకారంతో రహస్యంగా పుస్తక భండాగార్‌ను స్థాపించి దానికి 'అర్జున పుస్తక భండాగార్' అని పేరుపెట్టి శ్రద్ధగా నిర్వహించాడు. ఈ పుస్తక భండాగార్‌లో ఆర్యసమాజ్ గ్రంథాలు, గోల్కొండ పత్రిక, మీజాన్, దక్కన్ రయ్యత్ పత్రికలతో పాటు ప్రజాశక్తి, కాగడా, వాహిని, గోభూమి వంటి పత్రికలు తెప్పించేవారు. ఇది పట్టణంలో పుస్తక సంస్థగానే కాకుండా ప్రముఖ రాజకీయ, సాహిత్య చర్చలకు కేంద్రమైంది. ఉత్తమ వామపక్ష సాహితీ వేదికగా విలసిల్లింది. దేవులపల్లి వెంకటేశ్వర్‌రావు, టి.సుబ్బారావు, రాఘవేంద్రరావులు తరచుగా కలుసుకునేందుకు ఉపయోగపడింది.

ఆంధ్రజన సంఘం గౌరవ ప్రచారకులు పువ్వాడ వెంకటప్పయ్య, ప్రధాన కార్యదర్శి మాడపాటి హన్మంతరావులు తెలంగాణాలో అనేక ప్రాంతాల్లో పర్యటించి ముఖ్యంగా కొత్తగా ఏర్పడిన గ్రంథాలయాల స్థాపనలో ఉపన్యసించే వారు. అవి – 'శ్రీ వేమన ఆంధ్ర భాషా నిలయం' (1923 మే), సిద్ధిఅంబర్ బజార్, హైదరాబాద్‌లో ఆంధ్ర విద్యార్థి సంఘం స్థాపనా దినోత్సవం గుల్‌బాగ్, హైదరాబాద్ (06.07.1923) లో 'మామునూరు'లో శ్రీ జనార్ధన నిలయం ప్రారంభోత్సవం (30.06.1923) న, 'ఉస్మానియా భాషా నిలయం' ప్రారంభోత్సవంలో, కరీంనగర్‌లో 19.10.1923 న, జగిత్యాలలో జగదీశ్వర గ్రంథాలయం ప్రారంభోత్సవం (21.5.1923) లో, మంథెనలో ఉస్మానియా తెలుగు గ్రంథాలయం (20.7.1923) లో, నల్గొండలో నీలగిరి గ్రంథాలయ స్థాపన (18.03.1923) లో, సంగారెడ్డిలో 'దక్షిణ ఆనంద గ్రంథాలయం' ప్రారంభోత్సవం (26.3.1923).

25

గిరిజన, రైతాంగ సాయుధ పోరాటాలు

భారతదేశంలో వ్యవసాయాధారిత మైదాన ప్రాంత ప్రజల జీవన విధానం మరియు అటవి వనరుల - పోడు వ్యవసాయాధారిత గిరిజన ప్రజల జీవన విధానంలో కొంతమేరకు వైరుధ్యమున్నప్పటికీ, భూస్వాములకు, వడ్డీవ్యాపారులకు, రెవెన్యూ, అటవీ అధికారుల ఆగడాలకు, పోలీసులకు చివరికి ప్రభుత్వానికి వ్యతిరేకంగా పై రెండు వర్గాల ప్రజలు లేవదీసిన తిరుగుబాట్లు మాత్రం చాలా దగ్గర పోలికను కలిగి ఉన్నాయి. ముఖ్యంగా 1778 నుంచీ 1971 వరకు భారతదేశం మొత్తంలో దాదాపుగా 200 గిరిజన, రైతాంగ పోరాటాలు జరిగాయి. ఇందులో గిరిజనుల స్వపరిపాలనకు, జీవన విధానాలకు, అస్తిత్వానికి ఆటంకాలు కల్పించిన బ్రిటిష్ ప్రభుత్వానికి వ్యతిరేకంగా కొన్ని జరిగితే, నిరంకుశ భూస్వామ్య విధానానికి, సంస్థానాధీశుల ఆగడాలకు, వెట్టిచాకిరికి, హద్దు మీరిన దోపిడి అణచివేతలకు వ్యతిరేకంగా మరికొన్ని జరిగాయి. ప్రధానంగా దక్షిణ భారతదేశపు హైదరాబాద్ సంస్థానంలో నిజాం ప్రభుత్వానికి వ్యతిరేకంగా జరిగిన గిరిజన, రైతాంగ సాయుధ పోరాటాలు చెప్పుకోదగినవి. అవి:

- 1857-60 సంవత్సరాల మధ్య ఆదిలాబాద్ జిల్లా నిర్మల్ ప్రాంతంలో రామ్‌జీ గోండు, హాజీరోహిల్లా నాయకత్వంలో దాదాపు 300 మంది గిరిజన గోండు ప్రజలు, 200 మంది రోహిల్లా ముస్లీంలు, మరికొంత మంది మరాఠా, తెలుగు ప్రజలు తమ ప్రాంత విముక్తి కోసం బ్రిటిష్ ప్రభుత్వానికి వ్యతిరేకంగా మహత్తరమైన పోరాటాన్ని లేవనెత్తారు.

- 1879-80 సంవత్సరాల మధ్య భద్రాచలం - రేకపల్లి అటవి ప్రాంతంలో నాయక్‌పోడు - కొలాం, ఇతర గిరిజన ప్రజల ఉమ్మడి నాయకత్వంలో అటవీ చట్టాలకు విరుద్ధంగా పోడు వ్యవసాయంపై మూడురెట్లు అధిక పన్నులు విధించి వసూలు చేస్తున్న ప్రభుత్వానికి, అటవీ అధికారులకు వ్యతిరేకంగా గొప్ప తిరుగుబాటు జరిగింది.

- 1915-16 సంవత్సరంలో భద్రాచలం-పశ్చిమగోదావరి సరిహద్దున గల పాపికొండల అడవి ప్రాంతంలో కొండరెడ్లు అనే గిరిజనులు, గిరిజనేతర షావుకార్ల దోపిడికి అటవీ అధికారులకు, వారికి సహకరించిన పోలీసుకుల, వాళ్ళందరిని పురమాయించిన ప్రభుత్వానికి వ్యతిరేకంగా పెద్ద ఉద్యమం చేశారు.

- 1938-40 సంవత్సరాల మధ్య ఆదిలాబాద్‌జిల్లా - ఆసిఫాబాద్, జోడేఘాట్, బాబేఝరీ అటవీ ప్రాంతంలో దాదాపుగా 1000 మంది గోండు, కొలాం తదితర గిరిజన ప్రజల సహాయ సహకారంతో కుమరంభీమ్ అనే గోండు వీరుడు "జల్-జంగల్-జమీన్" అనే నినాదంతో తమ హక్కుల కోసం 12 గిరిజన గ్రామాల్లో "మావెనాట్-మావెరాజ్" అనే స్వతంత్ర అధికారం కోసం నిజాం ప్రభుత్వానికి వ్యతిరేకంగా మహోజ్వలమైన పోరాటాన్ని సాగించాడు.

- 1946-51 సంవత్సరాల మధ్య హైదరాబాదు నిజాం రాజ్యంలోని తెలంగాణా ప్రాంతంలో కమ్యూనిష్టుల నాయకత్వంలో "భూమి, భుక్తి మరియు విముక్తి" అనే నినాదంతో నిరంకుశమైన నిజాం ప్రభుత్వ భూస్వామ్య, దోపిడి అణచివేత విధానాలకు వ్యతిరేకంగా తెలంగాణా ప్రజల సారథ్యంలో చరిత్రాత్మకమైన "తెలంగాణా రైతాంగ సాయుధపోరాటం" జరిగింది.

పైన తెలిపిన ఉద్యమాలన్నింటిలో అతి ముఖ్యమైనవి ఇలా ఉన్నాయి. అవి

- రామ్‌జీగోండు ఉద్యమం - 1857 - 60
- కుమరం భీమ్ ప్రతిఘటనోద్యమం - 1938 - 40
- తెలంగాణా రైతాంగ సాయుధ పోరాటం - 1946 - 51

గిరిజనులు - అటవి చట్టాలు

గిరిజన ప్రజలు ఎక్కడ జీవించినా తమ అడవులతో అవినాభావ సంబంధాన్ని కలిగి ఉండటమేగాకుండా, చారిత్రక కారణాల వల్ల కూడా వారి మొత్తం మనుగడ అడవితో ముడిపడి ఉంటుంది. అడవులు కూడా తమ పరిసరాలలోని గిరిజనులను కాపాడుతూ, పోషిస్తూ వస్తున్నవి. నిజానికి అడవులకు, గిరిజనులకు మధ్య విడదీయరాని సమరూప సంబంధం నెలకొని ఉండేది. ఆ విధంగా అడవుల ఆర్థిక విధానం అంటే గిరిజనుల ఆర్థిక విధానమనే ఏకాభిప్రాయ దృష్టి ఉండేది. కాని, నిజానికి ఇది భిన్నమైనది. గిరిజన ప్రజల ఆర్థిక జీవనమే కాకుండా మతపరమైన విషయాలు, విశ్వాసాలు కూడా అడవితోనే పెనవేసుకుని ఉండేవి. ప్రధానంగా గిరిజనుల ప్రకృతి ఆరాధనలో భాగంగా వృక్షాలను, జంతువులను, ప్రకృతిని పూజించేవారు. ఆ విధంగా గిరిజన ప్రజలు, గిరిజనేతరులు అసూయపడేంత గొప్పగా తమ మధ్య ఐకమత్యాన్ని, సామరస్యతను సాధించుకోగలిగారు.

అయితే, ప్రభుత్వం 19వ శతాబ్దపు మధ్యకాలంలో జంతుజీవనానికి, వృక్ష సంపదకు మధ్య గల సంబంధపు ప్రాముఖ్యతతోపాటు నేల, తేమ, వర్షపాతం, సాధారణ వాతావరణం తదితర అంశాలను గుర్తించి, అప్పటివరకు నిర్లక్ష్యానికి గురైన రాజ్యభాగాలకు ప్రభుత్వాధికారాలను విస్తరించాలని నిర్ణయించింది. ఈ క్రమవిస్తరణవల్ల భూస్వాములు, ప్రభువులు అవిరామంగా ఎక్కువ వత్తిడికి, అసౌకర్యానికి లోనైనారు. అటవీ విధానం పరిణామ క్రమం గురించి అడవులను సంరక్షించడానికి రాజ్యం ఎంచుకున్న వివిధ పద్ధతులతో పాటు కొన్ని అటవి చట్టాలు కూడా తేబడ్డాయి. కింద పేర్కొనబడిన చట్టాలు బ్రిటిష్ ఇండియాలో ప్రవేశపెట్టబడ్డాయి.

1865 - మొదటి అటవీచట్టం

స్థానిక గిరిజనుల అటవీ ఉత్పత్తులను ఇతరులు సేకరించడాన్ని నియంత్రించే దిశగా ఈ చట్టం మొదటి ప్రయత్నం చేసింది. ఈ పద్ధతిలో సమాజ ఆమోదంతో గిరిజనుల సంపదను దోచుకుంటున్న మైదాన ప్రాంత ప్రజల ఆగడాలకు ఈ చట్టం ద్వారా అడ్డుకట్ట వేయబడింది.

1878 - అటవీ చట్టం

అడవులపై రాజ్యం తన అధికారాన్ని విస్తరింపజేసే దిశగా జరిగిన రెండో ప్రయత్నమే 1870 చట్టం. అడవులలోకి చొరబడటం, పశువులను మేపడం వంటి చర్యలను నిషేధించి అడవులపై ప్రభుత్వ నియంత్రణను మరింత కఠినతరం చేయడంతోపాటు పై రెండు చర్యలను నేరాలుగా ప్రభుత్వం 1878 అటవీ చట్టం ద్వారా ప్రకటించింది. ఈ నేరాలకు పాల్పడితే జైలు శిక్షతోపాటు అపరాధ రుసుము కూడా విధించబడుతుందని ఈ చట్టం తెలియజేస్తుంది.

1894 - మొదటి అటవీ విధానం

మొదటి అటవీ విధానం - 1894 వల్ల మొదటిసారిగా అడవి నుంచి ప్రయోజనాలను పొందేవారి విశేషాధికారాలపై నిబంధనలు విధించడం, అడవిపై హక్కులను నియంత్రించడం లాంటి విషయాలకు ఒక రూపం వచ్చింది. ఈ నియమ నిబంధనలు సాధారణ ప్రజలు అడవుల ద్వారా పొందుతున్న ప్రయోజనాలను నియంత్రించడంలో మాత్రమే చాలా గొప్పగా న్యాయం చేకూర్చాయి. అయితే దీనివల్ల అధిక సంఖ్యాక ప్రజల ప్రయోజనం మేరకు అడవిపై వ్యక్తుల హక్కులు, విశేషాధికారాలు నియంత్రించబడ్డాయని తెలుస్తుంది. కేవలం 1894లోనే అటవీ అధికారులు ప్రత్యక్ష కార్యాచరణలోకి దిగి అప్పటివరకు అడవులపై గిరిజనులకున్న 'సంప్రదాయక హక్కుల' పై పరిమితి విధించే, నియంత్రణ చేసే అధికారాన్ని పొందారు.

1917 - భూమి బదలాయింపు చట్టం

ముఖ్యంగా మద్రాస్ రాష్ట్ర ఆంధ్ర ఏజెన్సీ ప్రాంతాల్లో చెలరేగిన తిరుగుబాట్లకు ప్రతిస్పందనగా బ్రిటిష్ ప్రభుత్వం 1917లో ఏజెన్సీప్రాంత భూమి బదలాయింపు చట్టాన్ని తీసుకువచ్చింది. ప్రధానంగా ప్రభుత్వ ఏజెంటు లేదా నిర్ణీత అధికారి నుంచి ముందస్తు అనుమతి తీసుకోకుండా గిరిజన తెగలకు, గిరిజనేతరులకు మధ్య జరిగే భూబదలాయింపులను ఈ చట్టం నిషేధించింది. అయితే పొరుగున ఉన్న ఆంధ్రాప్రాంతాల్లో మినహా గిరిజనుల భూమి హక్కులకోసం అప్పటి హైదరాబాదు నిజాం ప్రభుత్వం ఎటువంటి రక్షణ కల్పించలేదు. దీన్ని ఆసరాగా చేసుకొని, వలస వచ్చిన గిరిజనేతరులు, గిరిజనులకు చెందిన భూములను ఆక్రమించుకొని వాటికి పట్టాలు కూడా పొందగలిగారు. హద్దులేర్పర్చే సమయానికి బీడుగా పడిఉన్న భూములను, అంతకుముందు వాటిని 'శివాయి జమాబంది' (ఆక్రమణ) పద్ధతిలో గిరిజనులు సాగుచేస్తూ ఉన్నప్పటికీ, రిజర్వ్ ఫారెస్ట్‌లో కలిపేశారు. విశాలమైన అటవీభూభాగాల నుంచి జనవాసాలను, తరతరాలుగా స్థిరపడ్డ గ్రామాలను కూడా తొలగించడం సాయుధపోరాటాలకు దారితీసింది.

1927 - భారత అటవీ చట్టం

అప్పటివరకు ఉన్న అటవీ చట్టాలు ఏర్పర్చిన పద్ధతుల కొనసాగింపులో భాగంగానే ఈ చట్టం కూడా అటవీభూములు, ఉత్పత్తులపైన మిగతాప్రజల హక్కులను నియంత్రించడానికి ప్రయత్నించింది. ఇంకా ఈ చట్టం ఇండియన్ ఫారెస్ట్ రేంజరుల, అటవీ అధికారుల, ఫారెస్ట్‌గార్డుల అధికారాలను బలోపేతం చేసింది. అదే విధంగా ఈ చట్టం అధికారులకు అప్పటికప్పుడు అవసరమయ్యే నిబంధనలు తయారుచేసుకునే అధికారాన్ని కూడా ఇవ్వడంతో, వారు భారత అటవీచట్టంలోని సెక్షన్లు 64-68-74 మరియు 1871 క్యాటిల్ ట్రెస్‌పాస్ యాక్ట్‌ల ప్రకారం గిరిజనులను అరెస్ట్ చేయడం, జైల్లో పెట్టడం, కఠినంగా శిక్షించడం చివరికి గిరిజనుల ఆస్తులను స్వాధీన పరచుకోవడం లాంటివి చేసేవారు.

హైదరాబాద్ రాజ్యంలో మొదటిసారిగా సాలార్‌జంగ్ కాలంలో 1857లో అటవిశాఖ ప్రారంభించబడింది. ఆ తరవాత 1890, 1900లలో అటవీ విధానం ప్రకటించబడింది. దీనివల్ల అటవి సంపదపై ప్రభుత్వాధికారం పెరిగింది. కాని వేలాది సంవత్సరాలుగా అడవిపై ఆధారపడిన గిరిజనుల సాంప్రదాయిక హక్కులు రద్దయినాయి. అటవీ ప్రాంతాలను ప్రభుత్వం రెండు భాగాలుగా విభజించింది- రిజర్వ్‌డ్, అన్‌రిజర్వ్‌డు. రిజర్వ్‌డ్ ఫారెస్ట్‌లో గిరిజనులు పోడు వ్యవసాయం చేసుకోవడం, అటవీ ఉత్పత్తులను సేకరించడం నిషేధింపబడింది. తత్ఫలితంగా గిరిజనుల సామాజిక, ఆర్థిక స్థితుల్లో పెను మార్పులు చోటు చేసుకొన్నాయి.

ముఖ్యంగా పై చట్టాల వల్ల విసిగివేసారిన నిజాం రాజ్యంలోని ఆదిలాబాద్ జిల్లా గోండు గిరిజనులు గిరిజనేతరుల, అటవీ అధికారుల అనవసర ప్రమేయాన్ని ఆధిపత్యాన్ని ప్రభుత్వ దమన నీతిని గట్టిగా వ్యతిరేకిస్తూనే పరిసర ప్రకృతిపై, వారు నివసించే ప్రాంతాలపై తమ స్వయంప్రతిపత్తిని కాపాడుకోవడానికి తమ నాయకులైన రామ్‌జీగోండు, కుమరంభీమ్‌ల నాయకత్వంలో గిరిజన పోరాటాలను సాగించారు. గిరిజన పోరాటాలకు సంబంధించిన విలువైన ఆధారాలను డా॥ పన్నీరు రమేష్, డా॥ ద్యావనపల్లి సత్యనారాయణ సమకూర్చారు. వారు అందించిన సమాచారం చాలా ఉపయోగపడింది.

గోండులు - వారి స్థితిగతులు

ప్రస్తుత ఛత్తీస్‌ఘడ్ రాష్ట్రంలోని పూర్వపు బస్తర్ సంస్థానమే గోండు గిరిజనులకు పుట్టినిల్లు. సంఖ్యాపరంగా గోండులు దేశంలోనే అతిపెద్ద గిరిజనజాతి. సాత్పురా పర్వతాల నుంచి గోదావరి ప్రాంతం, ఉత్తర ప్రదేశ్‌లోని గోండా జిల్లానుంచి ఉత్తర బీహార్, ఆంధ్రప్రదేశ్, మహారాష్ట్ర, ఒడిషారాష్ట్రం వరకు ఈ జాతి వ్యాపించి ఉందని ఆంత్రోపాలాజికల్ సర్వే ఆఫ్ ఇండియా 1994లో ప్రచురించిన "షెడ్యూలు తెగలు" అనే పుస్తకంలో పేర్కొనబడింది. గోండులు చాలామంది ఇప్పుడు మధ్యప్రదేశ్, ఛత్తీస్‌ఘడ్ రాష్ట్రాలతోపాటు తెలంగాణాలోని ఆదిలాబాద్ జిల్లాలో ఎక్కువగా కనిపిస్తారు. వీరినే రాజగోండులని అంటారు. గోండులలో మూడు రకాల గోండులుంటారు. 1. మరియాగోండులు 2. కొండమరియాలు 3. భిషోహార్ మరియాలు. ప్రధానంగా ఆదిలాబాద్ జిల్లాలో గోండుల సామాజిక వ్యవస్థ అంటే గోండు - పరధాన్, కొలాము, తోటీలను కలిపి అర్థం చేసుకోవాలి. గోండుల సామాజిక, ఆర్థిక, రాజకీయ వ్యవస్థ తరతరాలుగా అభివృద్ధి చెందిందనడానికి వారు వాడిన రాజగోండ్, కోయారాజాల్, దొరసట్టం, కోయదొరలు, రాజకోయల్లాంటి పదాలు వారి పూర్వ రాచరిక వైభావాన్ని తెలియజేస్తాయి. అందువల్లనే గోండు గిరిజనుల సామాజిక ఆర్థిక, రాజకీయ వ్యవస్థలు చాలా విశిష్టమైనవి. దీనికి కారణం మహారాష్ట్రలోని "చాందా"ను పరిపాలించిన శక్తిమంతమైన గోండు రాజుల ఆస్థానం ప్రస్తుత తెలంగాణారాష్ట్రంలోని ఆదిలాబాద్ జిల్లావరకు వ్యాపించి ఉండేది. ఛత్తీస్‌ఘడ్‌లోని చాలా ఆస్థానాలల్లో 1947 వరకు కూడా గోండు రాజుల పాలన ఉండేది. ఆస్థానాలల్లో బ్రిటిష్ వాళ్ళు భారతదేశాన్ని వదలివెళ్ళిన తర్వాత గోండు సంస్థానాలన్నీ ఆనాటి మధ్యప్రదేశ్ రాష్ట్రంలో విలీనమయ్యాయి. గోండుల ప్రాచీన చరిత్ర గురించిన చారిత్రక ఆధారాలు చాలా తక్కువయినప్పటికీ మొఘలులు రాక పూర్వం నుంచీ కూడా అప్పటి సమకాలీన చారిత్రక ఉల్లేఖనల్లో గోండురాజుల (గోండ్వానా) ప్రస్తావన ఉంది. అయితే కొన్ని శిథిలమైన కోటలను గోండు రాజులవిగా ప్రస్తావించడం గమనిస్తే ఆ కాలంలో రాజగోండులు ఇతర ఆదివాసీ సమూహాల లాగా కాక ప్రధాన స్రవంతి రాజులతో కూడా దౌత్య సంబంధాలు కలిగి ఉండేవారని తెలుస్తుంది. అంతేగాక రాజగోండులు ఇతర సమీప రాజులతో సత్సంబంధాలు నెలకొల్పుకునే క్రమంలో వారి జీవన విధానాన్ని కూడా అనుకరించేవారు. కొంతకాలం క్రితం వరకు కూడా ఆదిలాబాద్‌జిల్లాలో గోండుల వీరగాథలు, కథలు జనపదుల్లో విరివిగా రాచరికపు ఛాయలు ప్రచారంలో ఉండేవి. ఆనాటి గోండువీరులు,

రాజులు ఏ ప్రభువుకూ, బయటి రాజుకూ జవాబుదారీగానీ, సామంతుడు గానీ కాదని అక్కడి గోండులు చెబుతారు. గోండులు ఆనాటికే స్థిరపడ్డ వ్యవసాయాధార సముదాయంగా నాగలి, ఎద్దులతో వ్యవసాయం చేసేవారు. భూభాగం చాలా విశాలంగా ఉండి, వ్యక్తులు ఒక స్థిరనివాసం నుంచి మరొక స్థిరనివాసానికి సులభంగా, స్వేచ్ఛగా తమకు ఇష్టం వచ్చినప్పుడు వెళ్ళగలిగే వెసులుబాటు గోండులలో ఉండేది. రానురాను ఈ స్వేచ్ఛ, వెసులుబాటు, భూమి తగ్గి పోవడం వల్లే సన్నగిల్లుతూ వచ్చింది. దానితో గోండుల జీవన విధానమే రూపురేఖలు లేకుండా మారిపోయింది.

ఈ క్రమంలోనే గోండులరాజ్యం పతనమై మరాఠాల. మొగలుల పాలనలో అంతర్భాగమై గోండు రాజులు జమీందారులుగా గుర్తించబడ్డప్పటికీ, తర్వాత వచ్చిన నిజాం ప్రభువులు మాత్రం వారి పాలననే కొనసాగించారు. దానితో దేశ్‌ముఖ్ (భూమిశిస్తు) లు దేశ్‌పాండే (భూమిరికార్డులు) లు బలవంతులై ఏదోసాకుతో గోండుల భూములు అన్యాక్రాంతం చేసేవారు. మరోపక్కన అటవీచట్టాల అమలు వల్ల గోండుల భూములు అటవీపాలయ్యాయి. అటవీ అధికారులు, ఆబ్కారి అధికారులు, రెవెన్యూ అధికారులతోపాటు బంజారా, బ్రాహ్మణ, మరాఠ, షావుకార్, వడ్డీ వ్యాపారులు, వకీలు తదితర ఆదివాసీయేతరుల ఆగడాలు మితిమీరిపోవడంతో తప్పనిసరి పరిస్థితుల్లో గిరిజన గోండులు తిరుగుబాటు బావుటా ఎగరవేశారు.

గిరిజన తిరుగుబాట్లు

ప్రధానంగా గిరిజన జాతికున్న చైతన్యం ఎంతో బలైంది. చాలావరకు గిరిజనోద్యమాలు వ్యావసాయికమైనవి మాత్రమే గాకుండా, అడవి ఆధారితమైనవి. కొన్ని తిరుగుబాట్లు స్వాభావికంగా జాతి పోరాటాలు అయినప్పటికీ అవి క్రమంగా స్థానిక జమీందార్ల, వడ్డీవ్యాపారుల దోపిడికి, ప్రాంతేతరులైన కింది స్థాయి ప్రభుత్వాధికారుల ఆగడాలకు వ్యతిరేకంగా నడిపించబడ్డాయి. గిరిజనులు తాము తీసుకున్న అప్పులు చెల్లించలేని సమయంలో వడ్డీవ్యాపారులు, భూస్వాములు వారి భూములను స్వాధీనం చేసుకునేవారు. ఆ విధంగా గిరిజనులు తమ భూములకు తామే కౌలుదార్లుగా మారిపోవడమేగాక, కొన్నిసార్లు నిర్బంధ కూలీలుగా కూడా ఉండవలసి వచ్చేది. అలాంటి సందర్భాల్లో పోలీసులుగానీ, రెవెన్యూ అధికారులు గానీ గిరిజనులకు ఏమాత్రం సహాయపడేవారు కాకపోగా, దానికి విరుద్ధంగా వారు గిరిజనులను తమ స్వంత పనులకు, ప్రభుత్వ పనులకు ఎలాంటి ప్రతిఫలం ఇవ్వకుండా వెట్టిచాకిరి చేయించుకొనేవారు. మరోవైపు ఫారెస్ట్ కాంట్రాక్టర్లు, వారి ఏజెంట్లు, వ్యాపారులు, మైదాన ప్రాంతాల ప్రజలు అతిదురాశతో అటవీ భూములను, ఉత్పత్తులను, గిరిజనుల సంపదను బలవంతంగా ఆక్రమించుకుపోయేవారు. ఇవన్నీ హైదరాబాదు రాజ్యంలో గిరిజనుల తిరుగుబాట్లకు తక్షణ కారణాలయ్యాయి.

గిరిజనుల పోడు వ్యవసాయపద్ధతిపైన, వారి ఆచార వ్యవహారాలపైన, కోర్టులు కూడా నిర్లక్ష్య వైఖరితో ఉంటూ, గిరిజనుల దుస్థితి, దురవస్థలపై ఏమాత్రం అవగాహన కలిగి ఉండేవికావు. ఈ విధంగా గిరిజనులను తమ భూములనుంచి వెళ్ళగొట్టడం, వాటినాక్రమించుకోవడం, నిర్బంధంగా పనిచేయించుకోవడం, తక్కువ కూలీనివ్వడం, క్రూరమైన అటవీచట్టాలు, గిరిజన భూములను కబ్జా చేయడం లాంటి వివిధ కారణాలవల్ల దేశంలోని వివిధ ప్రాంతాల్లోని ముండా, సంతాల్, కోల్, భిల్, వర్లీ, గోండు తదితర గిరిజన జాతులవారు తిరుగుబాటును లేవదీశారు.

రామ్‌జీగోండు తిరుగుబాటు - 1857 - 60

మొగల్ చక్రవర్తి ఔరంగజేబు, ఆనాటి దక్కన్ వైస్రాయికి ఇతర 5 సుబాలతోపాటు 'బెరార్' పరిపాలనాధికారాన్ని కూడా అప్పగించాడు. 1769లో హైదరాబాదు దక్కన్ రాజధాని ఔరంగాబాదు నుంచి హైదరాబాద్‌కు మారిన తర్వాత వారి రాజ్యాన్ని హైదరాబాదు రాష్ట్రమని, దక్కన్ ప్రాంతమని వ్యవహరించడంతోపాటు ఆ రాజులను ఆసఫ్‌జాహీలని, నిజాములని పిలిచేవారు. ఆనాడు బెరార్ సుబాలో ఆదిలాబాద్ జిల్లా ఉండేది. మొదటగా పలురాజకీయ పరిణామాలను ఆసరాగా చేసుకొని గోండులు, "మాణిక్‌ఘర్" కోటను హస్తగతం చేసుకున్నారు. ఇది రాజ్యానికి వ్యతిరేకంగా గోండులు సాధించిన మొదటి విజయం. ఫలితంగా గోండురాజుల పూర్వస్థానమైన సిరిపూర్ ప్రత్యక్షంగా ఆసఫ్‌జాహీ నిజాం పాలకుల చేతుల్లోకి వెళ్ళింది. అయితే 1853లో నిజాంకు మరియు (ఈస్టిండియా కంపెనీ) బ్రిటిష్‌వారికి మధ్య జరిగిన సంధి ఒప్పందం ప్రకారం బెరార్ సుబా బ్రిటిష్‌వారి పాలనలోనికి వచ్చింది. ఈ ఒప్పందం ప్రజలకు, ప్రజాపక్షం వహించిన తాంతియాతోపేలాంటి సిపాయి తిరుగుబాటు నాయకులకు చివరికీ, హైదరాబాద్ రాజ్య ప్రధాని సిరాజ్ ఉల్-ముల్క్‌కు కూడా నచ్చలేదు. ఈ సమయంలోనే, అంటే 1853 నుంచి 1860 సంవత్సరాల మధ్య ఆదిలాబాద్ జిల్లాలోని నిర్మల్ తదితర ప్రాంతాల్లోని గోండులు అనే గిరిజనులు, రోహిల్లాలు అనే ముస్లింలు, రామ్‌జీగోండు - హాజీరోహిల్లాల నాయకత్వంలో తిరుగుబాటును ప్రారంభించారు. ఆనాడు వీరికి తాంతియాతోపే వంటి జాతీయ నాయకుల సలహాలు, సహాయ సహకారాలు కూడా అందేవి. దానితో రామ్‌జీగోండు-హాజీరోహిల్లాలు బ్రిటిష్‌పాలనకు వ్యతిరేకంగా 1857 నాటికి మరాఠా, తెలుగు, రోహిల్లా, గోండు సైన్యాలను తయారుచేసి, వారికి సాయుధ శిక్షణనిచ్చి ఆదిలాబాద్‌తో పాటు దాని చుట్టుపక్కల గల ప్రాంతాలను విముక్తి చేసి నిర్మల్ రాజధానిగా కొద్దికాలంపాటు స్వతంత్రంగా పరిపాలించారు. దానికితోడు 300 మంది గిరిజన గోండు సైనికులు, 200 మంది రోహిల్లా ముస్లీం సైనికులు, 500 మంది తెలుగు, మరాఠా సైనికులతో పటిష్టమైన సైన్యాన్ని కూడా ఏర్పర్చుకున్నారు.

అయితే ఆ వెంటనే బ్రిటిష్‌వారు తమ సైన్యాన్ని, నిజాం సైన్యాన్ని పెద్ద సంఖ్యలో కల్నల్‌రాబర్ట్ అనే సైనికాధికారి నాయకత్వంలో నిర్మల్ ప్రాంతానికి పంపించి, గోండులను, రోహిల్లాలను వేటాడటం, వేధించడం లాంటి హింసాత్మక చర్యలకు పాల్పడ్డారు. కానీ, గెరిల్లా యుద్ధనైపుణ్యం గల రామ్‌జీగోండు సైన్యాలు మొదట కొంతమంది ఇంగ్లీషు సైన్యాలను పలుచోట్ల ఓడించి చంపినప్పటికీ ఇంగ్లీషు, నిజాం సైన్యాల సంఖ్య, ఆయుధ సంపత్తి అధికం కావడంతో గోండుల సైన్యం వీరోచితంగా పోరాడి ఓడిపోవడం జరిగింది. నిజాం, ఇంగ్లీషు సైన్యాలు రామ్‌జీగోండు, హాజీ రోహిల్లాలతోపాటు వారి అనుచరులైన దాదాపు 1000 మంది గెరిల్లా సైనికులను వేటాడి, వెంటాడి బంధించాయి. చేతికి చిక్కిన వారినందరినీ రామ్‌జీ గోండ్‌తో సహా బ్రిటిష్ అధికారులు నిర్మల్‌లోని ఖజానా చెరువుగట్టున దాదాపుగా 1000 ఊడలు గల పెద్ద మర్రిచెట్టుకు - ఊడకొక్కరిచొప్పున 1000 ఊడలకు 1000 మంది గోండు - రోహిల్లా - తెలుగు - మరాఠా గెరిల్లా సైనికులను నిర్దాక్షిణ్యంగా ఉరితీశారు. ఆనాటినుంచి ఆచెట్టును "వెయ్యి ఉరులమర్రి" అని నిర్మల్ ప్రాంత ప్రజలు పిలుస్తుంటారు. ఇంకా, ఆ చెట్టును రామ్‌జీగోండు - హాజీరోహిల్లా, వారి అనుచరుల స్మృతి చిహ్నంగా నేటికి అక్కడి ప్రజలు గౌరవ సూచకంగా పూజిస్తారు.

ఇక్కడ గమనించవలసిన విషయమేమిటంటే, ఒక నిర్దిష్టమైన ఆధారం ప్రకారం రామ్‌జీగోండును ఉరితీసింది 1857, ఏప్రిల్ 9 వ తారీఖున. ఇదే నిజమైతే 1857 నాటి సిపాయి తిరుగుబాటులో ఒక తొలి ఘట్టాన్ని నిర్వహించింది. రామ్‌జీగోండు అని చెప్పాలి. కానీ, సిపాయి తిరుగుబాటు రెండవ ఘట్టంలో

రామ్‌జీగోండు మరణానంతరం అతని అనుచరులు 1860 సంవత్సరం వరకు తమ తిరుగుబాటును విజయవంతంగా నిర్వహించి ఉంటారని కొంతమంది చరిత్రకారుల అభిప్రాయం. ఏదీఏమైన, రామ్‌జీగోండు సాగించిన మహత్తరమైన గోండు తిరుగుబాటు విజయానికి గుర్తుగా నిర్మల్ కోటలో అతని స్మారక చిహ్నాన్ని ప్రస్తుతం మనం చూడవచ్చు.

చివరికీ, రామ్‌జీగోండు – హాజీరోహిల్లాలు సాగించిన వీరోచితమైన తిరుగుబాటు, సిపాయి తిరుగుబాటులో అంతర్భాగంగా నడిపించబడ్డప్పటికీ, స్వాతంత్ర్య ప్రియులైన గోండులు, ఇతర గిరిజనులు, తమపై స్థానికేతరులు చలాయిస్తున్న అధికార ఆధిపత్యాన్ని సహించరని ఈ పోరాటం ప్రపంచానికి తెలియజేసింది. ఇందుకు మరో దృష్టాంతంగా కుమరంభీమ్ లేవనెత్తిన జోడేఘాట్ ఉద్యమాన్ని చెప్పవచ్చు.

కుమ్రంభీమ్ ప్రతిఘటనోద్యమం - 1938-40

గిరిజన గోండు వీరుడైన కుమ్రంభీమ్ నాటి నిజాం హైదరాబాదు రాజ్యంలోని ఆదిలాబాద్ జిల్లా అసిఫాబాద్ (జనగామ) డివిజన్‌లోని జోడేఘాట్ అడవి ప్రాంతంలో సంకెపల్లి అనే గిరిజన గూడెంలో 22 అక్టోబర్, 1901 సంవత్సరంలో కుమ్రం చిన్నూ - సోమ్‌బాయి దంపతులకు జన్మించాడు. మొదట్లో ఇతడు నిరక్షరాస్యుడు, బయటి ప్రపంచానికి తెలియనివాడు.

అసిఫాబాద్ ప్రాంతమంతా హైదరాబాదు రాజ్యంలో భాగంగా నిజాం మీర్ ఉస్మాన్ అలీఖాన్ ఏలుబడిలో ఉండేది. ముఖ్యంగా జోడేఘాట్ ప్రాంతంలోని గోండులు, కొలాములు, పరధాన్‌లు, తోటీలు, నాయక్‌పోళ్ళు అనే గిరిజనులు అడవిలో "పోడువ్యవసాయం" చేసుకుంటూ జీవించేవారు. అయితే, వారు రాజ్యం యొక్క ప్రత్యక్ష నియంత్రణలో లేకపోవడంతో, ఆదివాసుల భూముల పరిరక్షణ పేరుతో నిజాం ప్రభుత్వం 1917లో తెచ్చిన అటవీచట్టం గిరిజనుల జీవితాల్లో అల్లకల్లోలం సృష్టించడమేగాక అనేక పరిమితులు, రకరకాల పన్నులు విధించింది. ఈ చట్టం ప్రకారం గిరిజనులు అడవుల్లో తమ పశువులను మేపుకుంటే బంచెరాయి పన్ను, అడవి నుంచి కలప తెచ్చుకుంటే దుంపపట్టి, ఇంకా ఘర్‌పట్టి, నాగర్‌పట్టి, ఫసల్ పట్టి, చౌబీనా వంటి ఇతర పన్నులను కూడా గిరిజనులు ప్రభుత్వానికి చెల్లించవలసి వచ్చేది. పోడుకొట్టుకొని, పంటలు పండించుకొని, అడవులే ఆదాయ, ఆర్థిక వనరులుగా వాడుకొని జీవించడమే తప్ప పైసలను వాడటం తెలియని గిరిజనులు, నిజాం ప్రభుత్వం అటవీచట్టాన్ని అమలు పరుస్తుండటంతో అయోమయంలో పడి అనేక బాధలు అనుభవించేవారు. దీనికితోడు 1918లో ఉట్నూరులో మొదటి తహిసిల్ ఆఫీస్ ఏర్పడి అటవీ, రెవెన్యూ పరమైన పన్నుల వసూలుకు శ్రీకారం చుట్టింది. అదే విధంగా 1935లో సిర్పూర్ - కాగజ్‌నగర్ ప్రాంతంలో పేపర్‌మిల్లు ఏర్పడగా, విశాలమైన అడవి ప్రాంతాన్ని ప్రభుత్వం దాని అవసరాలకోసం స్వాధీనపరచుకోగా, చేసేదిలేక చాలామంది గోండు గిరిజనులు ఫ్యాక్టరీ కార్మికులుగా మారిపోయారు.

ఇంకా దీనికి తోడుగా గిరిజనేతరులైన మరాఠా, తెలుగు, ముస్లింలు – అధికారుల అండదండలతో, మోసపూరితమైన వడ్డీవ్యాపారులతో, గోండుల, కొలాముల భూములను కబ్జా చేసుకోవడమేగాక, తిరిగి గిరిజనులపైనే కేసులు బనాయించి ఎన్నో రకాల ఇబ్బందులకు గురిచేయడం ప్రారంభించారు. ఇదంతా గమనిస్తున్న గోండు యువకుడైన కుమ్రంభీమ్

పరిష్కార మార్గాలను వెదుకుతున్న సమయంలోనే తన తండ్రి కుమ్రం చిన్ను విషజ్వరం బారిన పడి చనిపోవడంతో భీమ్ కుటుంబం సంకెపల్లి నుంచి సుర్దాపూర్ గ్రామానికి వలసపోయింది. ఈ సమయంలోనే కుమ్రం భీమ్ తన సన్నిహితులైన మడావి మహదు, మోతీరామ్‌ల ద్వారా దోపిడివర్గాలకు ఎదురునిల్చి పోరాడిన గోండు రాజుల వీరత్వాన్ని, బిర్సాముండా తిరుగుబాటును, రామ్‌జీగోండు ధీరత్వాన్ని, అల్లూరిసీతారామరాజు అమరత్వాన్ని తెలుసుకొని తన గోండు ప్రజలకు ఏదైనా మంచి చేయాలనే దృఢనిశ్చయానికి వచ్చాడు. అయితే, సుర్దాపూర్ అడవి ప్రాంతంలో తన అన్నలతో కలసి-పోడు భూమిని సిద్ధం చేసుకొని, వ్యవసాయంచేసి పంటను కోసుకుంటున్న సమయంలోనే పట్వారీ లక్ష్మణరావు, సిద్దిఖీ అనే ముస్లీం పట్టేదారును అక్కడికి తీసుకువచ్చి ఈ భూములు సిద్దిఖీకి సంబంధించినవని చెప్పడంతో కుమ్రంభీమ్ గుండెల్లో రాయి పడ్డట్టు అయింది. చాలాకాలం నుంచి సాగుచేసుకుంటున్న ఆ భూమిపై తమకే హక్కు ఉందని వాదనకు దిగిన భీమ్ చిన్నాయన కుర్దుపై పట్టేదారు సిద్దిఖీ చేయిచేసుకోవడంతో మొదలైన ఆ ఘర్షణలో తమ ఆత్మరక్షణార్థమై కుమ్రంభీమ్ సిద్ధిఖీని చంపడం జరుగుతుంది. ఈ సంఘటన భీమ్ జీవితంలో తీవ్రమైన పరిణామాలకు కారణమైంది. కానీ, అడవి, పోడు వ్యవసాయమే ఏకైక జీవనాధారమై బతుకుతున్న గోండు, కొలాము గిరిజనుల్లో 'చావోరేవో' అనే నిర్ణయానికి, ఐక్యతకు ఈ సంఘటన గట్టి పునాదిని వేసింది.

సిద్దిఖీ మరణంతో ముమ్మందు జరగబోయే పరిణామాలను ఊహించిన కుమ్రం భీమ్ మొదట తన మిత్రుడైన కొండల్‌తో కలసి మహారాష్ట్రలోని బల్లార్షాకు వెళ్ళి అక్కడ నెలరోజులు పనిచేసిన తరవాత అక్కడినుంచి చంద్రాపూర్‌వెళ్ళి అక్కడ సామాజిక స్పృహగల విఠోబా అనే ఒక యజమాని ఆధ్వర్యంలో ప్రింటింగ్‌ప్రెస్‌లో పనిచేశాడు. ఆ కాలంలోనే కొంత చదవడం, రాయడం నేర్చుకోవడమే కాకుండా, విఠోబా ద్వారా చాలా ప్రభావితుడైనాడు. కానీ, ప్రభుత్వ వ్యతిరేక సమాచారాన్ని ప్రచురిస్తున్నాడన్న కారణంతో బ్రిటిష్ అధికారులు విఠోబాను అరెస్ట్ చేయడంతో భీమ్ ఆయన ప్రెస్‌నుంచి తప్పించుకొని అస్సాం (చాయ్‌పత్తాదేశం) కు పారిపోయి టీ, కాఫీ తోటల్లో సుమారు అయిదేండ్లు పనిచేశాడు. అయితే, అక్కడగూడా మేస్త్రీలు, కాఫీ, టీ తోటల యజమానులు, బ్రిటిష్ అధికారులు, సాగించే దుర్మార్గమైన అణచివేతకు వ్యతిరేకంగా, కార్మికుల, కర్షకుల సమస్యల పరిష్కారానికిగాను కూలీలందరికి నాయకత్వం వహించాడు. ఆ సమయంలోనే నిరంకుశుడైన ఒక మేస్త్రీని కూలీలందరు కలసి చంపివేస్తారు. దీనితో కుమ్రంభీమ్ అక్కడినుంచి తప్పించుకొని, తన సొంత ప్రాంతంలోనే తన ప్రజలకోసం పాటుపడాలనే సంకల్పంతో తిరిగి ఆదిలాబాద్ అడవిప్రాంతమైన జోడే ఘాట్‌కు వచ్చాడు. కుమ్రంభీమ్ తిరిగి వచ్చినట్లు అన్ని గోండు గూడేలలో తెలిసిపోయింది. కుమ్రంభీమ్ తన బంధువులైన అన్నలు సోము, బొజ్జు, వదినలు కుకుబాయి, రాధాబాయి, చిన్నాన్నలు కుర్దు, యేసు (యత్వంత్) వారి పిల్లలు సుద్దు, జంగు, రఘు, సోమూ, బాదు, లచ్చు, రాము, రాజులను కలుసుకొన్నాడు. అస్సాం వెళ్ళి వచ్చిన భీమ్ చదువుకున్నట్లు, బాగా తెలివిబారినట్లు గోండులు, కొలాములు భావించారు. ఇంతకుముందులాగే పట్టేదార్లు, పోలీసుల దౌర్జన్యాలు ఇంకా ఆ ప్రాంతంలో కొనసాగుతూనే ఉన్నాయి. గిరిజన ప్రజల్లో అసంతృప్తి రగులుతూనే ఉంది. తెలుగు, మరాఠీ, ఉర్దూ, భాషలు తెలిసిన భీమ్ కాకన్‌ఘాట్ గూడెం పెద్ద లచ్చుపటేల్‌కు చాలా దగ్గరైనాడు. గతంలో 12 ఎకరాల పోడు వ్యవసాయ భూమి విషయంలో జనగామలో అమీన్‌సాబ్ పెట్టిన కేసు నుంచి లచ్చుపటేల్‌ను గెలిపించడంతో గోండు, కొలాము గూడేలలో కుమ్రం భీమ్ పలుకుబడి బాగా పెరిగిపోయింది. ఈ సమయంలోనే లచ్చుపటేల్ చొరవతో దేవడం గూడేనికి చెందిన, అంబతిరావు అనే వ్యక్తి కూతురు సోమ్‌బాయితో కుమ్రంభీమ్‌కు వివాహం జరిగింది.

ఆ రోజుల్లో, సుర్దాపూర్ ప్రాంతంలోనున్న తన చిన్నాన్నలు, అన్నదమ్ములు, బంధుమిత్రులతో సహా క్రమక్రమంగా సమీప గోండు, కొలామ్ గూడేలలోనున్న గిరిజనులకు జల్-జంగల్-జమీన్ (నీళ్ళు-అడవులు- భూములు) అనే నినాదంతో,

తరతరాలుగా ఇవి మనవేకాబట్టి మనమందరం, ఐక్యమై ప్రభుత్వాధికారులను ఎదిరించి పోడు వ్యవసాయం చేసుకొందామని పలుమార్లు నచ్చజెప్పి, చివరికి వారిని సంఘటితం చేసి జోడేఘాట్ చుట్టుపక్కల పోడు భూములను సిద్ధంచేసుకొని ఎక్కడికక్కడే 12 గోండుగూడేలను కుమ్రంభీమ్ ఏర్పాటు చేశాడు. అవి

1.	బాబేఝరీ	2.	జోడెన్‌ఘాట్	3.	చల్‌బరిడి
4.	గోగిన్‌మోవాడం	5.	టోయికన్‌మోవాడం	6.	భీమన్‌గొంది
7.	కల్లేగామ్	8.	మురికిలొంక	9.	అంకుసాపూర్
10.	నర్సాపూర్	11.	దేమ్డీగూడ	12.	పట్నాపూర్

అయితే, ఈ 12 గూడేల పరిధిలో దాదాపుగా 300 ఎకరాల ప్రభుత్వ భూమిన్ని గిరిజనులు కుమ్రంభీమ్ నాయకత్వంలో ఆక్రమించుకొని, ప్రభుత్వ నిబంధనలకు వ్యతిరేకంగా సాగుచేస్తున్నారని రెవెన్యూ అధికారులు, అటవీ అధికారులు ప్రకటించారు. అంతేగాకుండా, గిరిజనులకేమైన అభ్యంతరాలుంటే ప్రభుత్వానికి తెలియజెప్పుకోవడానికి కొంతకాలం గడువిచ్చారు. కానీ, నిరక్షరాస్యులైన గోండు గిరిజనులకు ఇవేమి తెలిసిరాక, ఏం చేయాలో తెలియక ఆ భూములను సాగుచేస్తుండటంతో అధికారులు కేసులు కూడా పెట్టారు. అప్పుడు ఆ గిరిజనులు కుమ్రంభీమ్ మద్దతుతో ప్రభుత్వ కేసులను లెక్కచేయక కొంతమంది అధికారులతో ఘర్షణకు తలపడి గాయపడ్డారు. అప్పుడు కుమ్రంభీమ్‌కు తుపాకి గుండు తగిలి తీవ్రంగా గాయపడగా, పరిస్థితి విషమిస్తున్నదని గ్రహించిన అసిఫాబాద్ తాలూకాదార్ (కలెక్టర్), ఫస్టు తహిసిల్దార్ అబ్దుల్‌సత్తార్‌లు కుమ్రంభీమ్‌తో చర్చలు జరిపారు. అంతకుముందే భీమ్ అనుచరుడు కుమ్రం సూరు, ఇతర అయిదుగురు బంధువులను అంగడికి వెళ్ళినప్పుడు పోలీసులు అరెస్ట్‌చేశారు. ఇంకా, పై అధికారులు కుమ్రంభీమ్‌కు వ్యక్తిగతమైన ఆశలు చూపి ప్రభుత్వంపై పోరాటం ఆపేస్తే గిరిజనులకు భూమి హక్కు పట్టాలు కూడా ఇస్తామన్నారు. కానీ భీమ్ తమకు 12 గూడేలపై స్వతంత్ర అధికారం (మావెనాటె – మావెరాజ్) కావాలని డిమాండ్ చేశాడు. దానితో చర్చలు విఫలమయ్యాయి.

ఇదే విషయంలో, అంటే తమ గిరిజనులకు అటవీ భూములమీద హక్కులు కావాలని, తమప్రాంతం మీద తమకు స్వేచ్ఛాధికారాలుండాలని కుమ్రంభీమ్, జనకపురం పంతులు, ఆసిఫాబాద్‌లోని న్యాయవాది రామచంద్రరావు పైకాజీల సలహామేరకు అనేకసార్లు మహదుద్వారా ఉత్తరాలు రాయించి నిజాంకు పంపాడు. అయినా నిజాం ప్రభువు నుంచి ఎటువంటి జవాబు రాలేదు. ఇలాకాదని స్వయంగా హైదరాబాదుకు వెళ్ళి తమ సమస్యలను చెప్పుకోవాలని ఒక ఉత్తరంతో భీమ్, రఘు, మహదులతోకలసి హైదరాబాదు వెళ్ళగా, అధికారులుగానీ, రాజ్య ప్రధానమంత్రిగాని భీమ్ చెప్పే విషయాన్ని వినకపోగా గట్టిగా మందలించి తిరిగి పంపించారు.

నిజాం దర్శనం కాక నిరాశతో తిరిగివచ్చిన కుమ్రం భీమ్, జోడేఘాట్‌లో అధికారులు, పోలీసులు సృష్టించిన బీభత్సాన్నిచూసి తట్టుకోలేక, యుద్ధమే శరణ్యమని భావించి తన 12 గూడేల గిరిజనులను సమావేశపరచి, అందరూ సంప్రదాయక ఆయుధాలతో సిద్ధంగా ఉండాలని చెప్పి పోరాటానికి పిలుపునివ్వడంతోపాటు, 12 గ్రామాలను విముక్తి చెందినట్లు ప్రకటించి, తన పోరాటకేంద్రంగా జోడెన్‌ఘాట్‌ను ఎంచుకున్నాడు. వెంటనే భీమ్ గోండు, కొలాం, పరధాన్, తోటి, నాయకపోడు గిరిజనులతో సైన్యాన్ని తయారుచేసుకొని యుద్ధానికి సన్నద్ధుడైనాడు.

ఈ సమయంలోనే అమీన్‌సాబ్ (S.I) తన సిబ్బందితో కుమ్రంభీమ్‌ను అరెస్ట్ చేయడానికి రాగా, వచ్చిన పోలీసులను భీమ్ అనుచరులు, సాయుధ గోండు సైనికులు చితకబాదారు. అంతేగాకుండా కుమ్రంభీమ్ నాయకత్వంలో "గోండురాజ్యం" పాలన ప్రారంభమైందని, ఈ విషయాన్ని మీ నిజాం రాజుకు చెప్పాలని, మా రాజ్యంలో కాలుమోపితే తగిన బుద్ధి చెబుతామని గట్టిగా హెచ్చరించి పంపారు. ఈ సంఘటన అక్కడి గిరిజన ప్రజలల్లో మరింత ఉత్సాహాన్ని నింపింది. పోరాటం ఉధృతం కావడంతో ఒక దశలో నిజాం ప్రభుత్వాధికారులు, పోలీసులు, కుమ్రంభీమ్ రాజ్యంలో కాలుమోపడానికి భయపడ్డారు. వెంటనే ఆసిఫాబాద్ డి.యస్.పి. మీర్ హిదాయత్ అలీసాహెబ్ అదనపు బలగాలు కావాలని కలెక్టర్‌కు ఆర్జీపెట్టుకోగా, ఆ కలెక్టర్ ఈ విషయమే వరంగల్ వెళ్ళి సుబేదార్ అజర్‌హసన్‌బేగ్‌కు చెప్పాడు. వెనువెంటనే సుబేదారు నిజాంకు ఈ విషయాన్ని చేరవేశాడు.

విషయాన్ని తెలుసుకున్న నిజాం మీర్ ఉస్మాన్ అలీఖాన్ కుమ్రంభీమ్‌తో చర్చించి సమస్యను పరిష్కరించి రావాలని సబ్‌కలెక్టర్‌ను పంపించాడు. అప్పుడు కలెక్టర్ "మీ పన్నెండు గ్రామాలకు పట్టాలిస్తాం, కానీ, రాజ్యాధికారం ఇవ్వలేమని పోరాట నిర్ణయాన్ని వెనకకు తీసుకోమని కోరగా" భీమ్ మేము బతకడానికి కాసింత భూమి అడిగాము. కానీ, మీ నిజాం ఇవ్వలేదు. సమస్య ఇప్పుడు మా నిర్ణయాధికారంగా మారింది. ఇప్పుడు నిజాం మా సమస్యలను తీరుస్తాడనే నమ్మకం కూడా పోయింది. మా రాజ్యాధికార నిర్ణయం మారదు. మీరు వెళ్ళిపోండి అని అన్నాడు. కలెక్టర్ వెళ్ళిపోయాడు. మరొక్కసారి గోండులకు మరియు ప్రభుత్వానికి మధ్య జరిగిన చర్చలు కూడా విఫలమయ్యాయి.

జోడెన్‌ఘాట్ ప్రాంతంలో పరిస్థితులు చేజారుతున్న సమయంలోనే కుమ్రంభీమ్ దగ్గర పనిచేసిన కుర్దుపటేల్‌ను ప్రభుత్వ అధికారులు సామ, దాన, భేద, దండోపాయాలతో లొంగదీసుకొని (కొనేసి), అతడి సహాయంతో నిజాం ప్రభుత్వ బలగాలు ఆదిలాబాద్ (ఆసిఫాబాద్) జిల్లా పోలీస్ సూపరింటెండెంట్ కెప్టెన్ అలీరజాబ్రాండెన్ నాయకత్వంలోని సైనికులు 90 నుంచి 300 వరకు 800 అడుగుల ఎత్తున్న జోడెన్‌ఘాట్ గుట్టలను ఎక్కారు. అప్పుడు వారితో తలపడిన కుమ్రంభీమ్ దళసభ్యులు 200 నుంచి 500 వరకు ఉంటారు. ఆనాడు భీమ్ అనుచరులుగా కుమ్రంసూర్, మవాదు, జంగు, కొండల్ రఘు, యేసు, కుర్దు, సుద్దులు, పైకూ లాంటి గెరిల్లా వీరులుండేవారు.

జోడేన్‌ఘాట్ స్థానిక ప్రజలు చెప్తున్న వివరాలు, ఆనాటి నిజాం రాష్ట్రాంధ్ర మహాసభ, కమ్యూనిస్టు నాయకుడు బద్దం ఎల్లారెడ్డి స్థల సందర్శనచేసి సేకరించిన వివరాల ప్రకారం 1940 సెప్టెంబర్ 1న జోడెన్‌ఘాట్‌లో ఉన్న గాల్‌గడ (గ్రామపొలిమెర) దేవత గుడి దగ్గర 12 గిరిజనగూడేల ప్రజలు సమావేశమవుతారన్న విషయాన్ని తెలుసుకున్న జిల్లా కలెక్టర్, అబ్దుల్‌సత్తార్, సూపరింటెండెంట్ పోలీసు అలీరజాబ్రాండెన్, అసిస్టెంట్ కలెక్టర్ ఆగా ముహమ్మద్ అలీ, సివిల్ సర్జన్ డాక్టర్ నాయుడులతో దాదాపుగా 300 మంది సాయుధపోలీసులతో, విప్లవ ద్రోహి కుర్దూపటేల్ దారి చూపగా అదేరాత్రి ఆశ్వయుజ శుద్ధ పౌర్ణమి రోజున ఎలాంటి హెచ్చరికలు లేకుండానే మూకుమ్మడిగా పోలీసులు దాడి జరిపారు. పడుకున్న గిరిజనులను, లేచి పరిగెత్తిన గిరిజనులను, జోడెన్‌ఘాట్ లోయలోని నెయ్‌కప్పి జలపాతం, కారియేర్ గుండం దగ్గర అతిదారుణంగా కాల్చి చంపారు. ఈ కాల్పుల్లో భాగంగానే కుమ్రం భీమ్ కూడా నిజాం సైనికులతో హోరా హోరిగా పోరాడుతూ వారి తూటాలకు గురై అమరుడైనాడు. ఈ కాల్పుల్లో దాదాపుగా 140 మంది గిరిజనులు అమరులై ఉంటారు.

నిజాం ప్రభుత్వం 1940 సెప్టెంబర్ 17న విడుదలచేసిన ఒక పత్రికా ప్రకటన ప్రకారం కుమ్రంభీమ్, అతని అనుచరులు 9 మంది చనిపోయారని, గాయపడిన 13 మందిలో మరో 6 గురు మరణించారని ప్రకటించింది. కాని,

బద్దం ఎల్లారెడ్డి మాత్రం ప్రభుత్వ బలగాల కాల్పుల్లో 138 మంది గిరిజనులు చనిపోయారని అంచనా వేశాడు. అదేవిధంగా అసిఫాబాద్‌కు చెందిన న్యాయవాదులు, శ్రీనివాసాచారి, లక్ష్మణ్‌లు జోడేన్‌ఘాట్‌కు వెళ్ళి చూసి వందలాది గిరిజనుల శవాలను నిజాం ప్రభుత్వాధికారులు కుప్పగావేసి దహనం చేయగా వచ్చిన దుర్వాసన కొన్ని కిలో మీటర్ల దూరం వ్యాపించిందని చెప్పిన వార్త 'ముషీరే దక్కన్' తానే ఉర్దూ పత్రికలో ప్రచురితమైంది. ఈ న్యాయవాదులతోపాటు, హైదరాబాద్ హిందూ ప్రజా మండలికి చెందిన మరో ఇద్దరు న్యాయవాదులు, ఆంధ్ర మహాసభనాయకులు - మందుముల నరసింగరావు, సురవరం ప్రతాపరెడ్డి, కాశీనాథ్‌రావు వైద్య, సిరాజుల్లా తిర్మాజీ, జి.రామాచారి మొదలగువారు జోడెన్‌ఘాట్ సంఘటనపై నిష్పక్షపాతంగా సమగ్ర విచారణ జరిపించి వివరాలను ప్రకటించాలని ప్రభుత్వాన్ని డిమాండ్ చేశారు.

ఈ సంఘటన తరవాత నిజాం, మీర్ ఉస్మాన్ అలీఖాన్, ఆస్ట్రియన్ జాతికి చెందిన ప్రొఫెసర్, ప్రఖ్యాత లండన్ యూనివర్సిటీలో మానవశాస్త్రవేత్తగా పనిచేస్తున్న క్రిస్టాఫ్‌వాన్ ఫ్యూరర్ హైమన్‌డార్ఫ్‌ను గోండుల పరిస్థితుల అధ్యయనానికి నియమించాడు. తరవాత ఆయన సలహా, సూచనల ప్రకారం నిజాం, అతని రెవెన్యూమంత్రి సర్‌విల్‌ఫ్రెడ్‌గ్రిగ్‌సన్ 1940లో ప్రభుత్వం తరపున "దస్తుర్ - ఉల్ - అమల్" చట్టాన్ని తీసుకువచ్చారు. ముఖ్యంగా కుమ్రంభీమ్ పోరాట ఫలితంగా డా॥ బాబాసాహెబ్ అంబేద్కర్ ఆదివాసుల భూమి రక్షణకుగాను రాజ్యాంగంలో 5వ, 6వ షెడ్యూల్‌లలో నిబంధనలను పొందుపర్చాడు. దీని ఫలితంగానే దేశంలో 1/70 చట్టం కూడా వచ్చింది. అయితే, కుమ్రంభీమ్ మాత్రం గోండు గిరిజన జాతికి ఆరాధ్యదైవంగా, శాశ్వతనాయకునిగా నిలిచిపోయాడు. దానితో కుమ్రంభీమ్ వారసులు, ఆదిలాబాద్ జిల్లాకు చెందిన గోండు గిరిజనులు అక్టోబర్‌లో వచ్చే దసరా పండుగ తర్వాత ఆశ్వయుజ శుద్ధ పౌర్ణమినాడు భీమ్ వర్ధంతిని జరుపుకొంటారు. ఈ సందర్భంగా తెలంగాణ రాష్ట్ర ప్రభుత్వం కుమ్రంభీమ్ వర్ధంతిని 2014 సంవత్సరం నుంచి రాష్ట్రపండుగగా నిర్వహిస్తున్నది.

19, 20 శతాబ్దాలలో భారతదేశంలోని ఆదివాసీ, గిరిజన ప్రజల జీవితాల్లో వచ్చిన అనూహ్యమైన పరిణామాల్లో భాగంగా, నిర్మల్ ప్రాంతంలో గోండు - రోహిల్లాల తిరుగుబాటు లేవనెత్తబడింది. ఈ తిరుగుబాటు స్వాతంత్ర్య సమరంలో అంతర్భాగంగానే బ్రిటిష్‌వారికి వ్యతిరేకంగా సాగినప్పటికీ, ఇది తదనంతర గిరిజన, గిరిజనేతర ఉద్యమాలకు మంచి స్ఫూర్తినిచ్చింది. ఆ క్రమంలోనే 1935-40 సంవత్సరాల మధ్య ఆదిలాబాద్ జిల్లాలో నిజాం, బ్రిటిష్ ప్రభుత్వాలకు వ్యతిరేకంగా, అటవీ, రెవెన్యూ పోలీస్ అధికారులకు వ్యతిరేకంగా, ఇంకా వడ్డీవ్యాపారులకు, పట్టేదార్లకు వ్యతిరేకంగా గోండు, కొలాం, పరధాన్, తోటి, నాయక్‌పోళ్ళు కుమ్రంభీమ్ నాయకత్వంలో జోడెన్‌ఘాట్ గిరిజన ఉద్యమాన్ని విజయవంతంగా నడిపించారు. దీనితో గిరిజన ప్రజల జీవితాల్లో కొంతమేరకు ప్రగతి కనిపించినప్పటికీ, ఇప్పటి వరకు ఆశించినంత అభివృద్ధి మాత్రం జరగలేదని గట్టిగా చెప్పవచ్చు. అయితే కుమ్రం భీమ్ సాగించిన ఈ గోండు గిరిజన ప్రతిఘటనోద్యమం 1945 తర్వాత తెలంగాణాలో నిజాం ప్రభుత్వ, భూస్వామ్య నిరంకుశ విధానాలకు వ్యతిరేకంగా ఒక బలమైన రైతాంగ ఉద్యమానికి పునాదులను వేసింది. ఆ ఉద్యమమే చరిత్రలో 1946-51 సంవత్సరాల మధ్యసాగిన "తెలంగాణా రైతాంగ సాయుధ పోరాటం"గా పేరుపొందింది.

తెలంగాణా రైతాంగ సాయుధ పోరాటం

ప్రపంచ ప్రజావిముక్తి పోరాటాల చరిత్రలోనే కాక, భారత కమ్యూనిస్టు పార్టీ ఉద్యమ చరిత్రలో మొట్టమొదటి స్వతంత్రప్రతిపత్తిగల ఉద్యమంగా కమ్యూనిస్టుల ద్వారా నడిపించబడ్డ తెలంగాణ రైతాంగ సాయుధ పోరాటం ఎంతో మహోన్నతమైంది. ఎక్కడ అణచివేత ఉంటుందో, అక్కడే ప్రజా తిరుగుబాటు ఉద్భవిస్తుందనే చారిత్రక సత్యాన్ని ఈ పోరాటం రుజువుచేసింది. ప్రధానంగా రెండవ ప్రపంచ యుద్ధ కాలంలో భారత ప్రజలు ఒకవైపు బ్రిటిష్ సామ్రాజ్యవాద వలస పాలనను ఎదిరిస్తూనే, మరోవైపు స్థానిక పరిపాలకుల నిరంకుశ దోపిడి విధానాలకు వ్యతిరేకంగా రెండు స్వతంత్ర పోరాటాలను సాగించి, రాజరిక వ్యవస్థ సమాధులపై నూతన ప్రజాస్వామ్య వ్యవస్థ పునాదులను నిర్మించి ప్రపంచ చరిత్రలో ప్రధానపాత్ర పోషించారు. ముఖ్యంగా ఈ తెలంగాణా రైతాంగ సాయుధ పోరాటం ఆనాటి హైదరాబాద్ నిజాం సంస్థానంలోని తెలంగాణా ప్రాంతంలో క్రీ.శ.1946-51 సంవత్సరాల మధ్య సాగింది. నాటి హైదరాబాద్ రాజ్యం మూడు భాషా ప్రాంతాలతో కూడి ఉండేది. అవి 1) మరాఠ్వాడా - ఐదు జిల్లాలతో (ఔరంగాబాద్, బేరార్, పర్భని, నాందేడ్, ఉస్మానాబాద్, సుమారు 50 లక్షల జనాభాతో); 2) తెలంగాణ - ఎనిమిది జిల్లాలతో (వరంగల్, కరీంనగర్, ఆదిలాబాద్, నిజామాబాద్, మహబూబ్‌నగర్, మెదక్, అత్రఫుబల్దా, నల్గొండ, సుమారు 84 లక్షల జనాభాతో); 3) కన్నడ ప్రాంతం - మూడు జిల్లాలతో (గుల్బర్గా, రాయచూర్, బీదర్, సుమారు 30 లక్షల జనాభాతో). సంస్థానం మొత్తం నాలుగు సుబాలుగా (ఔరంగాబాద్, గుల్బర్గా, మెదక్, వరంగల్) విభజించబడి, మొత్తం 1 కోటి 64 లక్షల జనాభాతో, 42000 చదరపు మైళ్ళ విస్తీర్ణంతో ఉండేది. తెలంగాణ మాత్రం ఎనిమిది జిల్లాలతో రెండు సుబాలు (మెదక్, వరంగల్) గా విభజించబడి ఉండేది. ఈ ప్రాంతం మిగతా ప్రాంతాలకంటే అన్ని రకాలుగా వెనకబడి ఉండేది. ప్రధానంగా ఈ సంస్థానం బ్రిటిష్ పరిపాలనలోని ప్రాంతాలన్నింటికంటే చాలా వెనకబడి ఉండేది.

నిజాం-ఉల్-ముల్క్ - హైదరాబాద్ రాజ్య పరిస్థితి

మొఘల్ సామ్రాజ్య చక్రవర్తుల పరిపాలనా చివరి కాలంలో భారతదేశంలో సుమారుగా 562 స్వదేశీ సంస్థానాలు ఉండేవి. అందులో హైదరాబాద్ పెద్దది. క్రీ.శ.1713 లో దీనికి సుబేదార్‌గా నియమించబడ్డ నిజాం-ఉల్-ముల్క్ అసఫ్‌జా (మీర్‌ఖమ్రుద్దీన్-చిన్-ఖిలిచ్ ఖాన్) బహదూర్ ఫతేజంగ్ క్రీ.శ.1724 లో దాన్ని స్వతంత్ర రాజ్యంగా ప్రకటించుకొన్నాడు. ఆ తరవాత మొఘల్ సామ్రాజ్యం అంతం కావడంతో హైదరాబాద్ సంస్థానం ఆంగ్లేయుల సామంత రాజ్యంగా మారిపోయింది. అయినా నిజాం రాజులు పేరుకు మాత్రమే అధిపతులుగా చలామణి అయ్యేవారు. క్రీ.శ.1800 సంవత్సరంలో రెండవ అసఫ్‌జా నిజాం అలీఖాన్ బ్రిటిష్‌వారితో సైన్య సహకార ఒప్పందం చేసుకొని, తన రాజ్యరక్షణ కోసం బ్రిటిష్ సైన్యానికయ్యే ఖర్చుల కోసం దత్త మండలాలైన కడప, కర్నూలు, అనంతపూర్, బళ్ళారీలను బ్రిటిష్ వారికి ధారాదత్తం చేయడమేకాకుండా, తన రాజ్య ప్రధానమంత్రిని నియమించే అధికారాన్ని కూడా ఇచ్చేశాడు. అంతేకాకుండా సంస్థానపు పోలీసు, ఆర్థిక అధికారాలతోపాటు, సికింద్రాబాద్‌లో బ్రిటిష్‌వారు తమ సైనిక స్థావరాన్ని ఏర్పాటుచేసుకొని, దానికి ప్రతినిధిగా రెసిడెంట్ అనే పేరుతో ఇక్కడి విషయాలను ఎప్పటికప్పుడు ఢిల్లీకి చేరవేసేవారు. చివరికి నిజాం నవాబులు శక్తిహీనులయ్యి, బ్రిటిష్‌వారికి, తమకు వ్యతిరేకంగా జరిగే ప్రజా ఉద్యమాలను అణచడానికి మాత్రమే పనికివచ్చే సైనికాధికారులుగా మిగిలిపోయారు.

దీనికితోడు ఆనాటి హైదరాబాద్ సంస్థానంలో మధ్యయుగాల నాటి ఫ్యూడల్ భూస్వామ్య వ్యవస్థ అమల్లో ఉండేది. సంస్థానంలోని 30 శాతం భూభాగంలో జాగీర్లు, ఇజారీలు, బంజర్లు, పాయిగాలు, సంస్థానాలు, మక్తాలు,

అగ్రహారాలు, ఇనాములు మొదలైన పేర్లతో జాగీర్దారీ వ్యవస్థ అమల్లో ఉండేది. 10 శాతం భూభాగం నిజాం నవాబు ఖర్చులకుగాను సొంత జాగీరు అయిన సర్ఫేఖాస్‌గా ఉండేది. ఇక 60 శాతం భూభాగంలో ప్రభుత్వమే నేరుగా భూమిశిస్తు వసూలు చేసుకొనేట్లు దివానీ లేదా ఖాల్సా పద్ధతి అమల్లో ఉండేది. ఈ క్రమంలోనే 1911 వ సంవత్సరంలో మీర్ ఉస్మాన్ అలీఖాన్ అధికారంలోకి వచ్చాడు. ఇతడు ఎంతటి సమర్థుడో, అంతటి వివాదాస్పదుడు. ఇతని కాలంలో దేశ్‌ముఖ్‌లు, దేశ్‌పాండేలు, జమీందార్లు, జాగీర్దార్లు, గ్రామాధికారులు చివరికి వారి ఏజంట్లు అధికంగా భూములను సంపాదించి, రైతాంగాన్ని నిత్యం పీడించేవారు. దీనికి తోడుగా, సంస్థానం మొత్తంలో వెట్టిచాకిరి, బలవంతపు శ్రమదోపిడీ, లెవీ పన్నుల విధానం, భూతొలగింపులు (బేదఖలీ), మతమార్పిడి, లంచగొండితనం, మామూళ్ళ వసూళ్లు, దౌర్జన్యాలు, దోపిడీలు, అంటువ్యాధులు, అత్యాచారాలు, కరువుకాటకాలు విపరీతంగా పెరిగిపోయినాయి. పరిపాలన అసమర్థంగా తయారయ్యి, రైతాంగ తిరుగుబాట్లు వచ్చే సమయం ఆసన్నమైన 1918 వ సంవత్సరంలోనే నిజాం నవాబు మీర్ ఉస్మాన్ అలీఖాన్ బ్రిటిష్ వారి నుంచి 'హిజ్ ఎగ్జాల్టెడ్ హైనెస్' (His Exalted Highness) అనే బిరుదును స్వీకరించి, పరిపాలనా సంస్కరణలకు బదులుగా, ప్రజా ఉద్యమాలను అణచడానికి ఎంతగానో ప్రయత్నించాడు. అంతేకాకుండా సంస్థానంలో ముస్లీం మత తత్త్వవాదాన్ని పరోక్షంగా పెంచిపోషించాడు.

నిజాం ప్రభువుల అత్యుత్సాహం వల్ల సంస్థానంలోని అల్పసంఖ్యాకుల భాష అయిన ఉర్దూ రాజభాషగా ఎంచబడటం, అధిక సంఖ్యలో ప్రజలు మాట్లాడే తెలుగుభాష రకరకాల అవమానాలకు గురికావడం చూసి భరించలేని తెలంగాణ యువ మేధావి వర్గమైన కొమర్రాజు వేంకటలక్ష్మణరావు, మునగాల రాజా, రావిచెట్టు రంగారావు మొదలైనవారు తెలుగుభాషా వికాసాల ప్రచారం కోసం గ్రంథాలయోద్యమాన్ని 1901 లో ప్రారంభించగా, మాడపాటి హనుమంతరావు, ఆలంపల్లి వేంకటరామారావు, బూర్గుల రామకృష్ణారావు, సురవరం ప్రతాపరెడ్డిలు మహర్షి కార్వే ఆధ్వర్యంలో 1921 లో 'ఆంధ్రజన సంఘా'న్ని హైదరాబాద్‌లో స్థాపించారు. క్రమంగా ఈ సంఘం 1924 లో ఆంధ్రజనకేంద్ర సంఘంగా, 1930 లో నిజాం రాష్ట్ర 'ఆంధ్రమహాసభ'గా పేరు మార్చుకొని మాడపాటి హనుమంతరావు, సురవరం ప్రతాపరెడ్డి నాయకత్వంలో రైతుల సమస్యలు, గ్రామాల పునర్నిర్మాణం అనే అంశాలపై నిబద్ధతతో పనిచేయడం మొదలుపెట్టింది.

భూస్వాముల పీడన

నిజాం రాజ్యానికి ప్రధానమంత్రిగా వచ్చిన మొదటి సాలార్‌జంగ్ భూసంస్కరణల వల్ల రాజ్యానికి భూశిస్తు వసూలు చేసిపెట్టే దేశ్‌ముఖ్‌లు, దేశ్‌పాండేలకు 'వతన్లు' మంజూరు చేయడం వల్ల, వారు సాగులో ఉన్న అతిసారవంతమైన వేలాది ఎకరాల భూములను తమ సొంత ఆస్తులుగా దఖలుపర్చుకొని, ఆ భూములపై ఆధారపడి జీవించే రైతులను తమకు ఇష్టంవచ్చినప్పుడల్లా తొలగించి కౌలుదార్ల స్థాయికి దిగజార్చేవారు. అధికారం చేతుల్లో గల ఈ భూస్వాములు, రైతులకు చెందిన భూములను వారికి తెలియకుండానే తమ పేర్లమీద నమోదు చేయించుకొనేవారు. ఈ విధంగా ఫ్యూడల్ భూస్వాములు హద్దు, అదుపు లేకుండా విస్తారమైన భూములను దఖలుపర్చుకొని వాటిపై చట్టరీత్యా హక్కులు పొందేవారు. ఉదాహరణకు అలాంటి వారు

	భూస్వామి పేరు	సుమారుగా నమోదైన భూమి (ఎకరాల్లో)
1.	జెన్నారెడ్డి ప్రతాపరెడ్డి, ఎర్రబాడు దేశ్‌ముఖ్	1,50,000
2.	కుందూరు లక్ష్మీకాంతారావు, సూర్యాపేట దేశ్‌ముఖ్	20,000
3.	కల్లూరి దొరలు, మధిర ప్రాంతం	1,00,000
4.	లక్సెట్టిపేట దొరలు	50,000
5.	రాపాక వేంకటరామచంద్రా రెడ్డి,విసునూర్ దేశ్‌ముఖ్	40,000
6.	బాబాసాహెబ్ పేట దేశ్‌ముఖ్	20,000
7.	మల్లపురం రంగారెడ్డి దేశ్‌ముఖ్	10,000
8.	చెరుకుపల్లి నరసింహారెడ్డి దేశ్‌ముఖ్	10,000
9.	చందుపట్ల సుదర్శన్‌రావు దేశ్‌ముఖ్	10,000
10.	పూసుకూరు రాఘవరావు మక్తేదార్	10,000

ఇంకా వీరేకాకుండా, 1000 నుంచి 5000 ఎకరాల భూములు గల చిన్న, పెద్ద భూస్వాములు సంస్థానంలో చాలామంది ఉండేవారు.

సామాజిక, ఆర్థిక పరిస్థితులు

క్రీ.శ.1724 వ సంవత్సరం నుంచి హైదరాబాద్ రాజ్యాన్ని పరిపాలిస్తున్న మొదటి నిజాం, నిజాం-ఉల్-ముల్క్ కాలం నుంచే భారతదేశంలోని ఇతర రాష్ట్రాల నుంచి సంస్థానంలోకి వచ్చిన అధికులైన ముస్లింలు, స్థానికంగా మతమార్పిడి చేసుకొన్న దళిత, వెనకబడిన కులాలవారు మొత్తం కలిసి ముస్లిం ప్రజల శాతం 1901 లో 10% ఉండగా అది 1948 వరకు 14% కి పెరిగింది. దీనికితోడు 'అంజుమన్-ఇ-తబ్లిక్-ఉల్-ఇస్లాం' అనే మతసంస్థ మతమార్పిడి కార్యకలాపాలను విస్తృతంగా చేపట్టింది. ప్రధానంగా ఆనాటి తెలంగాణా సమాజంలో ఉన్న కులవ్యవస్థ నిర్మాణం, అధికారానికి మధ్య ఉన్న సంబంధాలను, ఆధిపత్య విధానాన్ని అర్థం చేసుకోవడం ద్వారానే అప్పటి సామాజిక, ఆర్థిక వ్యవస్థ నిర్మాణాన్ని సరిగ్గా అర్థం చేసుకోవడానికి వీలవుతుంది. అయితే ముస్లింలు మొత్తం జనాభాలో నూటికి 14 మందిగా ఉన్నప్పటికీ, ఉన్నతస్థాయి ప్రభుత్వోద్యోగాల్లో మాత్రం 90 కి పైగా ఉండేవారు. ముస్లింలు పాలకవర్గమనీ, వారికి సంస్థానంలోని మిగతా ప్రజలపై ఆధిక్యతగలదు అనే భావాన్ని పెంపొందించడం కోసం కావాలనే నిజాం 'ముల్లాలూ' ప్రయత్నించేవారు. దీనికి వ్యతిరేకంగా మధ్యతరగతి మేధావులు, ఆర్యసమాజీకులు గట్టిగా పోరాడారు. ముఖ్యంగా తెలంగాణా సాయుధ పోరాటం ఆరంభమయ్యే నాటికి తెలంగాణాలో రైతులను అణచివేయడానికి, దోపిడి చేయడానికన్నట్లుగా మూడు రకాల భూమిశిస్తు విధానాలు అమల్లో ఉండేవి. అవి

దివానీ లేదా ఖాల్సా: హైదరాబాద్ సంస్థానంలో వ్యవసాయానికి పనికివచ్చే మొత్తం భూమి 5 కోట్ల 30 లక్షల ఎకరాలు. అందులో 3 కోట్ల ఎకరాలు అంటే మొత్తం వ్యవసాయ భూమిలో 60% ప్రత్యక్షంగా ప్రభుత్వ భూమిశిస్తు విధానంలో ఉండేది. దీన్నే దివానీ లేదా ఖాల్సా ప్రాంతం అంటారు.

జాగీర్లు: సంస్థానంలోని మొత్తం వ్యవసాయ భూమిలో 30% భూమి జాగీర్ల కింద ఉండేది. వీటిలో పైగాలు, సంస్థానాలు, జాగీర్దార్లు, ఇజారాదార్లు, బంజరుదార్లు, మక్తేదార్లు, ఇనాందార్లు, అగ్రహారికులు అనే పేర్లతో వివిధ రకాల ఫ్యూడల్ భూస్వామ్య వర్గాలు ఉండేవి. వీరిలో కొందరికి పన్నులు విధించి, వసూలు చేసేందుకు సొంత రెవిన్యూ-పోలీస్-సివిల్-క్రిమినల్ యంత్రాంగపు అధికారులుండేవారు. ఇక జాగీర్దార్లు లేని ప్రాంతాల్లోని గ్రామాలు స్థానిక భూస్వాముల ఆధీనంలో ఉండేవి. వారినే దేశ్‌ముఖ్‌లు, దేశ్‌పాండేలు అని పిలిచేవారు. వీరందరు గ్రామాల్లోని అధికశాతం భూమిని సొంతం చేసుకొన్న అగ్రకులాలకు చెందినవారే.

సర్ఫేఖాస్: నిజాం తన సొంత ఖర్చులకుగాను ఉంచుకొన్న 10% వ్యవసాయ భూమినే సర్ఫేఖాస్ అంటారు. ఈ పద్ధతి ద్వారా నిజాంకు ఏటా రెండు కోట్ల రూపాయలకుపైగా ఆదాయం వచ్చేది. దీనిలో ఏమాత్రం ప్రజా సంక్షేమం కోసం వినియోగించకపోగా అదనంగా సంస్థానపు ఖజానా నుంచే నిజాం నవాబుకు ఏడాదికి 70 లక్షల రూపాయలు అందించబడేవి.

ముఖ్యంగా 'పైగా' లంటే నిజాంకు యుద్ధాల్లో తోడ్పడటం కోసం సాయుధ బలగాలను ఏర్పాటుచేసి పోషిస్తూ ఉండటం కోసం ముస్లీం భూస్వాములకు, ముఖ్యంగా నిజాం బంధువులకు మంజూరు చేసిన ఎస్టేట్లు. ఇక్కడ కూడా అణచివేత, దోపిడి ఎక్కువగానే ఉండేవి. ఇంకా, నీటిపారుదల సౌకర్యంగల జాగీరు ప్రాంతాల భూమిపై పన్ను, దివానీ ప్రాంతాల్లో ప్రభుత్వం వసూలుచేసే దానికి పదిరెట్లు రూ.150 లేదా ఎకరానికి 10 బస్తాల నుంచి 15 బస్తాల ధాన్యం పన్ను రూపంలో వసూలుచేయబడేది.

వెట్టిచాకిరి విధానం

పేద ప్రజలతో ఉచితంగా, బలవంతంగా, దౌర్జన్యంగా పనిచేయించుకొనే వెట్టిచాకిరి విధానం హైదరాబాద్ సంస్థానంలో, ప్రత్యేకంగా తెలంగాణా ప్రాంతంలో సర్వసాధారణంగా ఉండేది. సంస్థానాధీశులు, పైగాలు, జాగీర్దార్లు, భూస్వాములు, ప్రభుత్వాధికారులు గ్రామీణ ప్రాంతాల్లోని ప్రజలను అనేక రకాలుగా దోపిడిచేసేవారు. భూస్వామ్య విధానం అమల్లో ఉన్న ప్రతి గ్రామంలోని కులవృత్తుల సేవకులైన చాకలి, మంగలి, కమ్మరి, కుమ్మరి, వడ్రంగి కులాలతోపాటు మిగతా కులాలవారిని భూస్వాములు వెట్టిచాకిరికి వినియోగించుకోవడమే కాక బానిసల కంటే హీనంగా చూసేవారు. ఇక అంటరాని కులాలైన మాల, మాదిగలను చాలా హీనంగా చూసేవారు. దీనికి తోడుగా నిర్బంధ, బలవంతపు శ్రమదోపిడి, అక్రమ వసూళ్లు, తీవ్రమైన శిక్షలు, కుల వివక్షత, స్త్రీలపై అకృత్యాలు, బలవంతపు పన్నులు, లెవీ వసూలు, నాగులవడ్డీ (ధాన్యంపై అధిక వడ్డీ) వసూలు మొదలైనవాటిని బలవంతంగా పేద ప్రజలపైమోపి వసూలుచేసేవారు.

నిర్బంధ శ్రమదోపిడి

నిజాం నిరంకుశ భూస్వామ్య వ్యవస్థలో నిర్బంధశ్రమ దోపిడి అనేది ఒక అన్యాయమైన పద్ధతి. ఆనాడు తెలంగాణా ప్రతి పల్లెలో ఇది సర్వసాధారణంగా కనిపిస్తుంది. ఈ విధానాన్ని భూస్వాములు, దేశ్‌ముఖ్‌లు, జమీందారులు, మక్తాదారులు చివరికి గ్రామాధికారులు, వారి ఏజంట్లు కూడా ఎలాంటి హద్దు, అదుపు లేకుండా నిజాం ప్రభువుకు ప్రతినిధులుగా ప్రతి గ్రామంలో అమలు చేసేవారు. ఇదే ఆనాటి నిరంకుశ పరిపాలనకు ఒక ప్రతీక.

శాంతియుత రైతాంగ ఉద్యమాలు (క్రీ.శ.1930-46)

1930 లో ఏర్పాటు చేసిన ఆంధ్రమహాసభ నాయకులైన సురవరం ప్రతాపరెడ్డి, మాడపాటి హనుమంతరావు, బూర్గుల రామకృష్ణారావు, మందుముల నరసింగరావు, మహిళాసభ నాయకురాలు బూర్గుల అనంతలక్ష్మి, మాడపాటి మాణిక్యమ్మ, నడింపల్లి సుందరమ్మ, రంగమ్మ, ఓబుల్‌రెడ్డి, శ్రీమతి విఠోబాయి తదితరులతో ప్రభావితమైన తెలంగాణా ప్రజానీకం, 1934 లో ఏర్పాటుచేసిన ఆంధ్ర కమ్యూనిస్టు పార్టీ ప్రభావం వల్ల, 1938 లో ఏర్పాటైన హైదరాబాద్ స్టేట్ కాంగ్రెస్ నాయకత్వ ప్రభావం వల్ల, 1939 లో ప్రారంభమైన కామ్రేడ్స్ అసోసియేషన్ నాయకులు జవ్వాద్‌రజ్వీ, రాజ బహదూర్ గౌర్, సయ్యద్ ఇబ్రహీం ఆలంకుంద్‌మీర్‌ల ప్రోత్సాహంతో మరియు 1939 లో స్థాపించిన హైదరాబాద్ రాష్ట్ర కమ్యూనిస్టు పార్టీ నాయకులు రావి నారాయణరెడ్డి, దేవులపల్లి వేంకటేశ్వరరావు, బద్దం ఎల్లారెడ్డి, వి.డి.దేశ్‌పాండే, శ్రీనివాసరావు, యస్.వి.కె. ప్రసాద్, పేరవెళ్ళి వేంకటరమణయ్య, చిర్రావూరి లక్ష్మీ నర్సయ్య, మఖ్దూం మొహియుద్దీన్, డి.వి.సుబ్బారావు, బి.ధర్మభిక్షం, భీమ్‌రెడ్డి నరసింహారెడ్డి, డి.రాఘవేంద్రరావు, సి.తిరుమలరావు, సి.యాదగిరి రావు, హఫీజుద్దీన్, ఆరుట్ల రామచంద్రారెడ్డి, లక్ష్మీనరసింహారెడ్డి తదితరుల ప్రభావం వల్ల, ఇంకెందరో మహిళా కమ్యూనిస్టు నాయకురాళ్లు అందించిన సహాయ సహకారాలతో శాంతియుతమైన రైతాంగ ఉద్యమాలను భూస్వాములకు వ్యతిరేకంగా నిర్వహించారు. అందులో కొన్ని ముఖ్యమైనవి.

షేక్‌బందగి సాహెబ్ ప్రతిఘటన

బందగిసాహెబ్, జనగామ తాలూకాలోని విసునూరు దేశ్‌ముఖ్ రాపాక వేంకటరామచంద్రా రెడ్డి అధికార పరిధిలో గల కామారెడ్డి గూడెం గ్రామానికి చెందిన నిజాయితీపరుడైన ఒక పేద ముస్లీం రైతు. అయితే తనకున్న 4 ఎకరాల వ్యవసాయ భూమి విషయంలో పాలివారైన ఫకీర్ అహ్మద్, అబ్బాస్ అలీ, అతని సోదరులతో వివాదం మొదలైంది. అప్పటికే దేవరుప్పుల-కామారెడ్డి గూడెంలకు పోలీస్ పటేల్‌గా అధికారాలు చెలాయిస్తున్న అబ్బాస్‌అలీ దేశ్‌ముఖ్ రామచంద్రా రెడ్డిని ఆశ్రయించగా, న్యాయమైన హక్కుగల బందగిసాహెబ్ దేశ్‌ముఖ్‌కు కూడా లొంగలేదు. చివరికి ఈ భూమి వివాదం కోర్టు కేసుదాకా వెళ్ళడమే కాకుండా, తీర్పు బందగిసాహెబ్ గెలిచినట్లు రావడంతో, భరించలేని పాలివారైన అబ్బాస్‌అలీ సోదరులు, దేశ్‌ముఖ్ మద్దతుతో జూలై 26, 1940 లో బందగిని అతి దారుణంగా నరికి చంపేశారు. ఈ భయంకరమైన సంఘటన అప్పటివరకు నివురుగప్పిన నిప్పులాగా ఉన్న తెలంగాణా ప్రజానీకంలో ఒక ప్రశ్నించే తత్వాన్ని ఎదిరించి పోరాడే ధైర్యాన్ని ఇచ్చింది.

ధర్మాపురం - మొండ్రాయి లంబాడాల తిరుగుబాటు

జనగామ తాలూకాలోని ధర్మాపురం పూసుకూరు రాఘవరావు మక్తేదారు ఆధీనంలో ఉండగా, మొండ్రాయి మాత్రం కతారు నరసింహారావు మక్తేదారు పరిధిలో ఉండేది. ఈ రెండు గ్రామాల పరిధిలోని గిరిజన లంబాడాలు తాము సాగుచేసుకొంటున్న దాదాపుగా 200 ఎకరాల బంజర భూములను దౌర్జన్యంగా పై భూస్వాములు ఆక్రమించుకోవడమే కాకుండా, ఎదురు తిరిగిన లంబాడా నాయకులపై కేసులు కూడా పెట్టించారు. చివరికి ఆంధ్రమహాసభ, కమ్యూనిస్టు పార్టీ సంఘం నాయకుల నాయకత్వంలో తిరుగుబాటు చేసి తిరిగి తమ భూములను దక్కించుకొన్నారు.

ఎర్రబాడు ప్రజా తిరుగుబాటు

నల్గొండ జిల్లా సూర్యాపేట తాలూకాలోని ఎర్రబాడు గ్రామ భూస్వామి జెన్నారెడ్డి ప్రతాపరెడ్డి పేర లక్షన్నర ఎకరాల భూమి ఉండేది. ఆయన తన పరిధిలో గల గ్రామాలైన చిల్పకుంట, ఎడవెల్లి, నూతనకల్లు గ్రామాలకు చెందిన అనేకమంది రైతులను వాళ్ళ వ్యవసాయ భూముల నుంచి వెళ్ళగొట్టి, వాటిని తనపేర చేయించుకోవడమే కాకుండా తన కిరాయి మనుషుల ద్వారా పేద రైతులపై దాడిచేసి, వారి మనోధైర్యాన్ని దెబ్బతీయాలనుకొన్నాడు. కాని ఎడవెల్లి గ్రామ నాయకుడైన గాజుల రామచంద్రయ్య నాయకత్వంలో పై గ్రామాల రైతులు తిరుగుబాటు లేవదీసి తాము కోల్పోయిన భూములను తిరిగి దక్కించుకొన్నారు.

ఈ క్రమంలోనే సూర్యాపేట తాలూకాలోని పాత సూర్యాపేట గ్రామ దేశ్‌ముఖ్ కుందూరు లక్ష్మీకాంతరావు, హుజూర్‌నగర్ తాలూకా బేతవోలు మక్తేదారు తడకమళ్ళ సీతారామచంద్రరావు, బక్కవంతుల గూడెం భూస్వామి భోగాల వీరారెడ్డి, మల్లారెడ్డి గూడెం పోలీస్ పటేల్, మేళ్ళచెరువు బంజారాదారు వీరభద్రరావు, వరంగల్ జిల్లాలోని అల్లీపురం, తిమ్మాపురం జాగీర్దారు అన్వర్‌పాషా, ములకలగూడెం జమీందారు పింగిళి రంగారెడ్డి, నశికల్లు భూస్వామి వెంగల్ నరసింహారెడ్డి లాంటి పెద్ద పెద్ద భూస్వాములపైనే గాకుండా చిన్నా, చితకా 5000 ఎకరాలకు పైగా భూమున్న భూస్వాములపైన కూడా సంఘం మద్దతుతో రైతులు తిరుగుబాటును లేవదీశారు.

చాకలి అయిలమ్మ భూపోరాటం

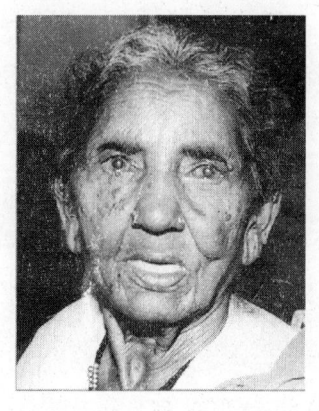

వేల ఎకరాల భూమిని చట్టవిరుద్ధంగా తమ ఆధీనంలో ఉంచుకొన్న భూస్వాములు, చట్టబద్ధంగా బంజరు భూములను కౌలుకు తీసుకొని సాగుచేస్తున్న పేదరైతు కూలీలను మాటి మాటికి బేదఖల్ (Land Alienation) రూపేణా తొలగిస్తూ నానా రకాలుగా బాధించేవారు. ఈ తరహాలోనే మల్లంపెల్లి మక్తేదారు ఉత్తంరాజు రాఘవరావుకు సంబంధించిన పాలకుర్తి పరిధిలోని 10 ఎకరాల తరిభూమిని, 20 ఎకరాల ఖుష్కిని (పుట్టల పంపు) స్థానిక రజక కుటుంబమైన చిట్యాల నర్సయ్య, అయిలమ్మలు కౌలుకు తీసుకొని సాగుచేస్తుండేవారు. అయితే, ఉద్యమ కాలంలో ఈ కుటుంబం దేశ్‌ముఖ్ రామచంద్రా రెడ్డికి, స్థానిక పోలీస్ పటేల్ వీరమనేని శేషగిరిరావుకు వ్యతిరేకంగా ఆంధ్రమహాసభ కమ్యూనిస్టు పార్టీల సంఘానికి సహకరిస్తుందనే కారణంతో, పాలకుర్తి జాతర సందర్భాన జరిగిన దొమ్మీని పాలకుర్తి కుట్ర కేసుగా బనాయించి, అయిలమ్మ భర్త నర్సయ్య, కొడుకులు సోమయ్య, లచ్చయ్యలతోపాటు పార్టీ ముఖ్య నాయకులను జైలుకు పంపించారు. ఈ సమయంలోనే చాలా తెలివిగా విసునూరు దేశ్‌ముఖ్, రామచంద్రారెడ్డి, మల్లంపల్లి మక్తేదారు నుంచి తాను అయిలమ్మ-నర్సయ్యల భూమిని కౌలుకు తీసుకొన్నట్లు ఒక ఒప్పంద పత్రాన్ని రాయించుకొన్నాడు. అంతేకాకుండా, ఎవరూలేని సమయాన్ని ఆసరాగా తీసుకొన్న దేశ్‌ముఖ్ చేతికందివచ్చిన పంటను తన మనుషుల ద్వారా దక్కించుకోవాలని దాడిచేయించాడు. అయితే, అప్పటికే జిల్లా పార్టీ నిర్ణయంమేరకు అయిలమ్మ కుటుంబానికి రక్షణగా ఉన్న స్థానిక నాయకులు భీంరెడ్డి నరసింహారెడ్డి, నల్లు ప్రతాపరెడ్డి, నల్లా నరసింహులు మొదలైనవారు ప్రజల సహాయ సహకారాలతో వారి దాడిని విజయవంతంగా ఎదుర్కొని, ఆ గూండాలకు దేహశుద్ధిచేసి అయిలమ్మ పంటను ఆమె ఇంటికి చేర్చారు.

ఆనాడు ఈ సంఘటనలో అయిలమ్మ చూపించిన ధైర్యానికి, తెగువకు; ఆమె పార్టీకి, నాయకులకు అందించిన సహాయ సహకారాలకు జిల్లా పార్టీ నాయకుడు దేవులపల్లి వేంకటేశ్వరరావు ఎంతగానో ఆశ్చర్యపోయాడు. అందుకే ఈమె చరిత్రలో కమ్యూనిస్టు అయిలమ్మగా పేరుగాంచింది.

ఆంధ్రమహాసభ - కమ్యూనిస్టు పార్టీ కార్యకలాపాలు

హైదరాబాద్ సంస్థానంలో పెల్లుబికిన ప్రజా చైతన్యం అకస్మాత్తుగా జరిగిన అనుకోని సంఘటనల వల్ల 1921 లో ఏర్పాటైన ఆంధ్రజన సంఘం 1924 లో ఆంధ్రజనకేంద్ర సంఘంగా, చివరికి 1930 లో నిజాం రాష్ట్రాంధ్ర మహాసభగా పేరు మార్చుకొని 1940 నాటికి కాంగ్రెస్ మితవాదుల నాయకత్వంలో ఏడవ మహాసభ సమావేశాలను విజయవంతంగా నిర్వహించిన తదనంతర పరిణామాల్లో భాగంగా కమ్యూనిస్టు భావజాలం గల యువతరం నాయకత్వంలోకి అది వెళ్లిపోయింది. అయితే 1941 లో జరిగిన చిలుకూరు ఆంధ్రమహాసభ సమావేశం రావి నారాయరెడ్డి ఆధ్వర్యంలో జరగడంతో పాక్షికంగా ఆంధ్రమహాసభ కార్యకలాపాలు కమ్యూనిస్టుల నాయకత్వంలోకి వెళ్ళిపోయాయి. అనతి కాలంలోనే 1941 జనవరి-జూన్ నెలల మధ్యలో కమ్యూనిస్టులు ఖమ్మం, తునికిపాడు, చందుపట్ల, సూర్యాపేట, జనగామ ప్రాంతాల్లో రహస్యంగా రాజకీయ శిక్షణా తరగతులను నిర్వహించి ఉత్సాహవంతులైన యువకులను తమవైపు ఆకర్షించుకొన్నారు. ఈ శిక్షణా తరగతుల్లో ప్రధానంగా భారత స్వాతంత్ర్యోద్యమ మౌలిక స్వరూప, స్వభావాలు, రాజకీయ-ఆర్థిక విధానాలు, గతితార్కిక భౌతిక వాదం, సామ్యవాదం మొదలైన అంశాల గురించి చండ్ర రాజేశ్వరరావు, దేవులపల్లి వేంకటేశ్వరరావు బోధించారు. ఈ ఆంధ్రమహాసభ అనేది క్రమంగా కమ్యూనిస్టు పార్టీ రూపాన్ని సంతరించుకొని జనగామ, సూర్యాపేట తాలూకాల్లో కౌలుదారు ఆందోళనలను చేపట్టింది. ఈ విధంగా చిలుకూరు ఆంధ్రమహాసభ సమావేశమనేది తెలంగాణ రైతాంగ ఉద్యమానికి ఒక ప్రధానమైన మలుపుగా సహకరించింది.

1935 లోనే కమ్యూనిస్టు పార్టీపై బ్రిటిష్ ఇండియా ప్రభుత్వం నిషేధం విధించింది. అయితే 1939-45 ల మధ్య జరిగిన రెండవ ప్రపంచ యుద్ధకాలంలో జర్మనీకి వ్యతిరేకంగా రష్యాతో కలిసి యుద్ధంలో పాల్గొన్న ఇంగ్లాండ్, అంతర్జాతీయ రాజకీయ పరిణామాల్లో భాగంగా భారత కమ్యూనిస్టులపై 1942 లో నిషేధాన్ని ఎత్తివేసింది. దీంతో స్థానికంగా కమ్యూనిస్టు-ఆంధ్రమహాసభ కార్యకర్తలు నల్గొండ, వరంగల్, మహబూబ్‌నగర్, కరీంనగర్, ఖమ్మం ప్రాంతాల్లోని కొన్ని తాలూకాలతోపాటుగా, ముఖ్యంగా జనగామ, సూర్యాపేట తాలూకా ప్రాంతాల్లో కౌలుదారు సమస్యలు, వెట్టి చాకిరిలపై కార్యాచరణకు పూనుకొన్నారు. ఈ ప్రాంతంలోనే పట్టా హక్కులు కలిగిన చిన్న చిన్న భూస్వాములు చాలామంది కౌలుదార్లతో వ్యవసాయం చేయించుకొనేవారేగాని, ఎలాంటి పరిస్థితుల్లో వారికి 'కౌలుదారు హక్కుల'ను మాత్రం ఇచ్చేవారు కాదు. సర్వత్రా ఈ సమస్యలపై పెల్లుబికిన అసంతృప్తి కారణంగా కొన్ని గ్రామాల్లో సందర్భాన్నిబట్టి తిరుగుబాట్లు ప్రారంభమయ్యేవి. ముఖ్యంగా 1940 నుంచి 1946 సంవత్సరాల మధ్య కాలంలో ఆంధ్రమహాసభ- కమ్యూనిస్టులు ఇటు భూస్వాములను అటు ప్రభుత్వాన్ని కూడా సమాంతరంగా కదిలించే విధంగా పేదరైతు కూలీలు, ప్రజలచేత చాలా బలమైన పోరాట పునాదుల్ని నిర్మించారు. అంతేకాకుండా వారు తీసుకొన్న సమస్యలన్నీ కూడా ప్రభుత్వ నిబంధనలు, ఆంధ్రమహాసభ తీర్మానాల పరిధిలోనే ఉండేవి. దస్తుర్-ఉల్-ఆమల్ రెవిన్యూకోడ్-1907 ప్రకారం ఆసామిశిఖంలు కౌల్దార్ల కోరికమేరకు 12 సంవత్సరాలుగా భూమిని కౌలుచేస్తున్న కౌలుదార్లను శిఖందార్లుగా గుర్తించాలని తెలుపుతూ వారు 'శిఖం' పొందేటట్లు చేశాయి. ఆంధ్రమహాసభలోని వామపక్ష కార్యకర్తలు నిజాం నిరంకుశ, ఫ్యూడల్ భూస్వాములు

సాగిస్తున్న చట్టవ్యతిరేక కార్యకలాపాలు, దురాక్రమణలు, అణచివేతలు, వెట్టి చాకిరీలకు వ్యతిరేకంగా చట్టబద్ధంగానే ఎంతో విలువైన శాంతియుత, సామూహిక ప్రజాపోరాటాలు చేశారు.

1942, 1943 సంవత్సరాల నాటి ఆంధ్రమహాసభ సమావేశాలు మితవాద జాతీయ కాంగ్రెస్ నాయకుల నాయకత్వంలో నామమాత్రంగా నిర్వహించగా, 1944 లో భువనగిరిలో జరిగిన 11 వ ఆంధ్రమహాసభ సమావేశం జాతీయ మితవాదులను వ్యతిరేకించి, వారి అవినీతిని ఎండగట్టి యువతలో గొప్ప స్ఫూర్తిని, అంకిత భావాన్ని కలిగించడంతోపాటు తెలంగాణా చరిత్రను ఒక కొత్త పంథాలోకి మార్చివేసింది. తదనంతరం ఆంధ్రమహాసభ - కమ్యూనిస్టు పార్టీల కార్యకలాపాలు విస్తృత రూపందాల్చాయి. ఈ క్రమంలోనే వారు ప్రజలను ప్రభావితం చేసి తెలంగాణాలోని అనేక గ్రామాల్లో అవినీతికి, నజరానాలు లేదా మామూళ్లు, లంచాలు ఇవ్వడానికి వర్తక, వ్యాపారుల దోపిడికి వ్యతిరేకంగా సంఘటిత పరిచారు. ఇంకా చేనేత కార్మికులు, రైతులు, కూలీలు, స్త్రీలు, చేతివృత్తులవారు, ఇతరత్రా పేద ప్రజానీకం- వడ్డీ వ్యాపారుల, జాగీర్దారుల, భూస్వాముల, దేశ్‌ముఖ్‌ల, వారి కిరాయి మనుషుల దౌర్జన్యాలకు వ్యతిరేకంగా ప్రజలందరిని ఏకంచేసి పోరాట మార్గంలో నడిపించ్చారు. ముఖ్యంగా వెట్టిచాకిరి విధానం వల్ల వరంగల్, నల్గొండ జిల్లాలోని రైతుల స్థితిగతులు మరీ దారుణంగా ఉండేవి. అందువల్ల అనేక గ్రామాల్లో రైతు సంఘాలు ఏర్పడి రావి నారాయణరెడ్డి, బద్దం ఎల్లారెడ్డి, దేవులపల్లి వేంకటేశ్వరరావు, వట్టికోట ఆళ్వారుస్వామి, ఆరుట్ల రామచంద్రారెడ్డి, డి.వి.సుబ్బారావు, సర్వదేవభట్ల రామనాధం, గంగసాని గోపాల్‌రెడ్డి నాయకత్వంలో క్రియాశీలకమైన రైతాంగ పోరాటాలు సమర్ధవంతంగా నడిపించబడ్డాయి.

ఆకునూరు - మాచిరెడ్డిపల్లి సంఘటనలు

జనగామ తాలూకాలోని ఆకునూరు గ్రామ ప్రజలు 1943 లో బలవంతపు లెవీ పన్నుకి వ్యతిరేకంగా గ్రామ పోలీస్ పటేల్ సీతల్‌ప్రసాద్ నాయకత్వలో గొప్ప తిరుగుబాటును లేవదీశారు. దీన్ని పోలీస్ అధికారులు ప్రభుత్వంపై తిరుగుబాటుగా భావించి తీవ్రమైన అణచివేత విధానాలను అవలంబించారు. దీనిలో భాగంగానే సాయుధ పోలీస్ బలగాలు గ్రామంపై విరుచుకుపడి, దొరికినవారిని చితబాదడం, ముఖ్యంగా లైంగిక దాడులకు పాల్పడి కసితీర్చుకొన్నారు. సీతల్‌ప్రసాద్‌తో పాటు 12 మందిపై కేసుపెట్టి జైలుకు పంపించారు. అయినా కూడా ప్రజలు తమ పోరాటాన్ని ఆపలేదు. ప్రభుత్వానికి పన్నులు చెల్లించలేదు. అందుకే ఈ సంఘటనకు చరిత్రలో చాలా ప్రాధాన్యత ఉంది.

ఇక ఇలాంటి ఘోరమైన మరొక సంఘటన మాచిరెడ్డిపల్లిలో జరిగింది. ఈ గ్రామం ఆనాడు బీదర్ తాలూకాలోని తెలుగు మాట్లాడే ప్రాంతం. లెవీపన్ను వసూలుకు సంబంధించిన మాచిరెడ్డిపల్లి సంఘటన కూడా తెలంగాణాలో గ్రామీణ ప్రాంతాల్లోని వివిధ వర్గాల ప్రజలు సందర్భానుసారంగా ఏవిధంగా సంఘటితం కాగలరో, ప్రభుత్వాధికారులను ఎంత తీవ్రంగా ప్రతిఘటించగలరో అని చెప్పడానికి ఇది ఒక మంచి ఉదాహరణ. ఆనాటి బీదర్ తహసిల్దార్ అయిన ఖాజా మొహియుద్దీన్ 1945 సంవత్సరంలో గ్రామంలోని కొందరు రైతులు లెవీ పన్ను చెల్లించలేదని, మరికొందరు తమ వద్ద ఉన్న ధాన్యం నిల్వల లెక్కలు సరిగా చూపలేదనే కారణంతో గ్రామ పోలీస్ పటేల్ హన్మంతరెడ్డిని బాధ్యుడ్నిచేసి ఆయన ధాన్యాన్ని జప్తుచేసుకొన్నాడు. దీన్ని గమనించిన హన్మంతరెడ్డి సహాయకుడు రామ్‌రెడ్డి 100 మంది రైతులతో తమ ధాన్యం తమకివ్వాలని డిమాండ్ చేయడమేగాక, చట్టరీత్యా లెవీ పన్ను ధాన్యపు వసూలును ఎకరానికి ఒక మణుగు (10 కిలోలు) గా కాకుండా, ఎకరానికి అరమణుగు చెల్లించేటట్లుగా ఉత్తర్వులు జారీచేయమని విన్నవించుకొన్నారు. అయినా, మొండి వైఖరి గల తహసిల్దార్ రైతుల విన్నపాన్ని బేఖాతరు చేయడమే కాకుండా, తన సహాయకుడైన గిర్దావర్‌తో కలిసి

ఇది చాలా సమస్యాత్మకమైన గ్రామమని పై అధికారులకు తెలియచేశాడు. తహసిల్దార్ ద్వారా విషయాన్ని తెలుసుకొన్న తాలూకాద్దార్ (కలెక్టర్), డి.ఎస్.పి., అర్ధరాత్రి సమయంలో 30 మంది సాయుధ పోలీసులతో గ్రామాన్ని ముట్టడించి విచక్షణారహితంగా మగవాళ్ళను చిత్రహింసలకు గురిచేయడమే గాక, చాలామంది స్త్రీలపై లైంగిక దాడులకు పాల్పడ్డారు. అయినా గాని, ప్రజలు తమ పోరాటాన్ని ఆపలేదు. లక్ష్యాన్ని మరవలేదు.

ఈ సంఘటన, రైతులు ఇక ఎక్కువ కాలం అణిగిమణిగి ఉండరనే విషయాన్ని రుజువుచేసింది. రైతుల ఉద్దేశంలో లెవీపన్ను వసూలనేది ఒక పాపం, నేరం. అందువల్ల వారు దాన్ని చెల్లించడానికి నిరాకరించేవారు. ఆ సమయంలోనే రాజ్యం ఏమిచేయాలనుకుందో అదే చేసింది. ప్రజలను అతిక్రూరంగా వేధించింది. రైతులు తాము స్వయంగా నేలను దున్ని విత్తనాలు వేసి పైరును పెంచి, తమ రక్తాన్ని చెమటగా మార్చి పంటను పండిస్తున్నందుకు ఆ పంటపై సర్వహక్కులు తమవేనన్న గట్టి నమ్మకంతో ఉండి, క్రూరులైన భూస్వాములు, ప్రభుత్వాధికారులు తమకు కలిగించే హాని గురించి ఎప్పుడూ వీరు పట్టించుకోలేదు. అయితే, ఆకునూరు, మాచిరెడ్డిపల్లెపై జరిగిన సాయుధ దాడులపై, మానభంగాలపై తీవ్రంగా స్పందించిన మహాత్మాగాంధీ లేఖను అందుకొన్న కుమారి పద్మజానాయుడు కమ్యూనిస్టు పార్టీ ఆధ్వర్యంలో, జనగామ తాలూకా పార్టీ ఆర్గనైజర్ సాధినేని ధర్మయ్య సహకారంతో పై రెండు గ్రామాలను సందర్శించి నిజ నిర్ధారణచేసి, నిజాం పోలీసుల, ప్రభుత్వ దమననీతిని నిశితంగా విమర్శించింది.

పై రెండు సంఘటనలతో పాటు మరొక సంఘటనలో కడవెండి గ్రామంలోని ఒక ఆంధ్రమహాసభ కార్యకర్త ద్వారా గ్రామంలో జానమ్మ దొరసాని (విసునూరు రామచంద్రారెడ్డి దేశ్‌ముఖ్ తల్లి) అనే మహిళా భూస్వామి తన గడీలో 100 పుట్లు, అంటే 800 బస్తాల ధాన్యాన్ని (ప్రజల నుంచి లెవీపన్ను రూపంలో వసూలు చేసింది) నిలువ ఉంచిందని ప్రభుత్వానికి తెలిసి కూడా ఆ ధాన్యాన్ని స్వాధీనపర్చుకోవడానికి మూడు రోజుల సమయం తీసుకొన్నారు. ఎందుకంటే భూస్వామి మనుషుల గుంపు ఆ ధాన్యానికి కాపలాకాస్తోంది. కాబట్టి చివరికి, ఆంధ్రమహాసభ కార్యకర్త చెబితే తప్ప ధాన్యం స్వాధీనానికి కదలని అధికారుల తీరునుబట్టి భూస్వాములకు, ప్రభుత్వాధికారులకు మధ్య ఉన్న సంబంధ బాంధవ్యాలెలాంటివో ఈ సంఘటన చాలా స్పష్టంగా తెలియచేస్తుంది. ఈ విధంగా ఆకునూరు, మాచిరెడ్డిపల్లి, కడవెండి, పెద్దపడిశాల, దేవరుప్పుల, పాత సూర్యాపేట, రామన్నపేట, హుజూర్ నగర్, కల్లూరు, మధిర వంటి గ్రామాల్లోని రైతుల్లో కనిపించిన సంఘటిత శక్తి కొత్తస్ఫూర్తిని నింపింది. ఆ క్రమంలోనే 1946 నాటికి ఉద్యమం ఊపందుకొని విస్తృతంగా వ్యాప్తిచెందింది. అదేవిధంగా వివిధ గ్రామాల్లోని క్రూరులైన జమీందారులకు వ్యతిరేకంగా ప్రజలను తిరగబడేలా చేయడంతోపాటు, అప్పటికే రైతు సంఘాలు ఏర్పాటై ఉన్న గ్రామాల్లోని జమీందార్లను గ్రామాల నుంచి వెళ్ళగొట్టేంత స్థాయికి ఉద్యమం ఎదిగింది. శాంతియుత ఆర్థిక ఉద్యమంగా మొదలైన ఈ ప్రజా చైతన్యం క్రమంగా రాజకీయ పోరాటంగా మారి, ప్రజలు భూస్వాముల కబంధహస్తాల నుంచి తమ గ్రామాలను విముక్తం చేసుకొని తమ భూములపై తామే హక్కులు పొందేలా, మిగులు ఉత్పత్తిని తామే సొంతంచేసుకొనేలా గ్రామస్వరాజ్యం స్థాపించుకొనే దశకు చేరుకొంది. 1945-46 సంవత్సరాల కాలంలో ప్రభుత్వం రైతుల స్వేచ్ఛా స్వాతంత్ర్యాలపైన, రైతాంగానికి ఉండే సహజ, సామాజిక, సంప్రదాయక హక్కులపైన తెగబడి, రైతులకు వ్యతిరేకంగా అనేక దుశ్చర్యలు చేయడమనేది గ్రామీణ సమాజంలోని వివిధ ప్రభావిత వర్గాలను సమైక్యపర్చింది.

దొడ్డి కొమరయ్య అమరత్వం (1946 జూలై 4)

దొడ్డి కొమరయ్య ఆనాటి కడవెండి గ్రామ ఆంధ్రమహాసభ కమిటి సభ్యుడైన దొడ్డిమల్లయ్యకు స్వయాన సోదరుడు. ఇతడు సామాన్యమైన కుర్మకులానికి చెందిన గొర్రెల కాపరి. మొదట్లో కొమరయ్యకు సంఘంతో ఎలాంటి సంబంధం లేకపోయినా, తన అన్న దొడ్డిమల్లయ్యను గ్రామ రాక్షసి జానమ్మ దొరసాని ఎన్నోరకాల ఇబ్బందులకు గురిచేస్తుంటే చూస్తూ తట్టుకోలేక, ఏమిచేయలేక, నిస్సహాయుడుగా మనసులో మధనపడేవాడు. కాని ఇదే సమయంలో సంఘం, యువనాయకుల ప్రోత్సాహంవల్ల ముఖ్యంగా తన అన్న ప్రభావం వల్ల, ఆంధ్రమహాసభ సంఘంలో సభ్యుడయ్యాడు. అవకాశం వచ్చినప్పుడల్లా తన అన్నతో కలిసి దేశ్‌ముఖ్‌కు, దొరసానికి, వారి ఏజంట్లకు వ్యతిరేకంగా సాగుతున్న ఊరేగింపుల్లో పాల్గొనేవాడు. కాని, అప్పటికే తన అన్న మల్లయ్య దొరసానికి ప్రధాన శత్రువుగా ముద్రపడ్డాడు. మల్లయ్యతో పాటు గ్రామనాయకులైన ఎర్రంరెడ్డి మోహన్‌రెడ్డి, ఎర్రంరెడ్డి కొండల్‌రెడ్డి, నల్లానరసింహులను, వారి ఆర్గనైజర్ కట్కూరి రామచంద్రారెడ్డిని ఎలాగైనా హత్యచేయాలని నిత్యం విసునూరు దేశ్‌ముఖ్ రామచంద్రారెడ్డి, అతని కిరాయి మనుషులు ప్రయత్నిస్తుండేవారు. ఈ విషయాన్ని పసిగట్టిన గ్రామనాయకులు మిక్కిలి జాగ్రత్తతో ఆత్మరక్షణకు గాను 60 మంది వాలంటీర్లను కర్రలతో సిద్ధం చేసుకొన్నారు. ఆనాటి కడవెండి ఆంధ్రమహాసభ గ్రామ సంఘం ప్రధాన కార్యాలయంగా సంఘ సభ్యుడైన మాశెట్టి రామచంద్రయ్య ఇల్లు ఉండేది. అదే ఆనాటి గ్రామ ప్రజావేదిక.

బందగిసాహెబ్ హత్య నుంచి చాకలి అయిలమ్మ భూపోరాటం వరకు దేశ్‌ముఖ్‌కు వ్యతిరేకంగా ప్రజలను ఏకంచేస్తున్న ఆంధ్రమహాసభ - కమ్యూనిస్టు పార్టీ నాయకులపై ఎలాగైనా దాడిచేయాలన్న కుట్రలో భాగంగానే దేశ్‌ముఖ్ అనుమతి పొందిన మిష్కిన్‌అలీ, గడ్డం నర్సింహారెడ్డి 40 మంది సాయుధులతో కడవెండి గ్రామంలో దొరసాని గడీకి ఎదురుగా ఉన్న పాఠశాలలో మకాంవేశారు. వచ్చిన వారు సాయంకాలం విచక్షణారహితంగా తాగి సంఘం కార్యకర్తలను రెచ్చగొట్టడానికి పక్కనే గల జంపాల లచ్చెమ్మ, ఇంటిపై రాళ్ళురువ్వడమే కాకుండా, బూతులు తిట్టడం మొదలుపెట్టారు. చివరికి భరించలేని జంపాల లచ్చెమ్మ ఆమె కొడుకు లింగయ్యలు ఆంధ్రమహాసభ గ్రామ కమిటి నాయకుడైన ఎర్రంరెడ్డి మోహన్‌రెడ్డికి విన్నవించారు. అప్పటికప్పుడే ఎర్రంరెడ్డి మోహన్‌రెడ్డి నాయకత్వాన 100 మంది కార్యకర్తలు, చాలామంది ప్రజలు కర్రలను చేతబూని గడీ వద్దకు వెళ్ళడానికి ఊరేగింపుగా బయలుదేరారు. ఈ దాడి వార్త అరగంటలో గ్రామం మొత్తంలో దావానలంలా వ్యాపించింది. అదే సమయంలో 23 ఏళ్ల దొడ్డికొమరయ్య గొర్రెలమందను దొడ్డిలో తోలి ఇంటికి వచ్చి అన్నం తింటుండగా, దాడి జరుగుతుంది. వెంటనే అందరూ బయలుదేరి రావాలనే కార్యకర్తల పిలుపుతో బయటకు వచ్చాడు. అప్పటికే తన అన్న దొడ్డిమల్లయ్య కర్రపట్టుకొని జనంలో ముందు నడుస్తున్నాడు. వెంటనే కొమరయ్య అన్న వెనకే ప్రజా ఊరేగింపులో కలిశాడు. గూండాలు ఏకముఖంగా చేస్తున్న దాడి, అంతవరకు నిద్రాణంలో ఉన్న ప్రజలను జాగృతం చేసింది. ఈ దాడిని ఎదుర్కోవడంలో ఏమవుతుందన్న ఆలోచన లేకుండానే ప్రజానీకం ఆవేశంతో బయలుదేరింది. ఈ ఊరేగింపులో దేశ్‌ముఖ్, దొరసాని అనుచరులకు వ్యతిరేకంగా నినాదాలు చేస్తూ 500 మంది ప్రజలు, రైతు కూలీలు గడీవద్దకు చేరుకొనే తరుణంలో ఒక తిరుగుబాటు సైన్యం లాగా విజృంభిస్తూ వస్తున్న ప్రజా ప్రతిఘటనను కళ్ళారా చూస్తున్న గూండాలు కంగారుపడ్డారు. గడీకి ముందున్న పాఠశాల భవనంలోని మిష్కిన్ అలీ నాయకత్వానగల సాయుధ గూండాలు ఐక్యంగా ముందుకు వస్తున్న ప్రజా ఊరేగింపుపై 1946 జూలై 4 న రాత్రి 9.15 నిమిషాలకు ఎలాంటి హెచ్చరికలు చేయకుండానే విచక్షణారహితంగా కాల్పులు మొదలుపెట్టారు. ఆ

కాల్పుల్లో అగ్రభాగాన ఉన్న దొడ్డిమల్లయ్యకు మోకాళ్ళలో, దొడ్డికొమరయ్యకు పొట్టలో తూటాలు దూసుకుపోయాయి. రక్తం చిందిస్తూనే ఆంధ్రమహాసభకు, కమ్యూనిస్టు పార్టీకి జై అంటూ ఆ వీరుడు నేలకొరిగాడు. అయితే దొడ్డిమల్లయ్య మాత్రం 1982 వ సంవత్సరం, అంటే తాను చనిపోయేంత వరకు అవిటివాడిగానే జీవించాడు. ఆ రోజు జరిపిన కాల్పుల్లో రేశపల్లి కొండయ్య, లక్ష్మీనర్సయ్య, కొంగళ్ళసాయిలు, దొడ్డిబయ్యాలులతోపాటు మరికొందరు గాయపడ్డారు. ఇంత జరిగినా భయపడని ప్రజలు పెద్ద ఎత్తున నినాదాలు చేస్తూ గూండాలను అంతమొందించడానికి ముందుకురికారు. కాని పిరికివారైన గూండాలు పక్కనేగల దొరసాని గడిలోకి వెళ్ళి ప్రాణాలు దక్కించుకొన్నారు.

దొడ్డికొమరయ్య మరణవార్త విన్న చుట్టు పక్కల గల దాదాపు 50 గ్రామాలకు చెందిన 1500 మంది ప్రజలు ఒక గంట వ్యవధిలోనే కడవెండికి చేరుకొని ఎన్నో ప్రతీకారచర్యలకు ప్రయత్నాలుచేసి, స్థానిక ఆర్గనైజర్ కట్కూరు రామచంద్రారెడ్డి ఆజ్ఞమేరకు అతిబలవంతంగానే విరమించుకొన్నారు. 1946 జులై 4 రాత్రి జరిగిన దేశ్‌ముఖ్ గూండాల దాడిలో కొమరయ్య వీరమరణం, దేశ్‌ముఖ్ గూండాయిజం గురించి అప్పటి కమ్యూనిస్టు పార్టీ–ఆంధ్రమహాసభ, మీజాన్, ప్రజాశక్తి, రెహనుమాయే–దక్కన్ పత్రికలు విస్తృతంగా వార్తలు రాశాయి. కొమరయ్య మరణంపట్ల ఆంధ్రమహాసభ – కమ్యూనిస్టు పార్టీ అగ్రనాయకత్వంలోని రావి నారాయణరెడ్డితో పాటు వందలమంది రాష్ట్రవ్యాప్తంగా సాగించిన ఆందోళనలు, రాజకీయ ప్రచారం, కవులు, కళాకారులు, గాయకులు, మేధావులు, విద్యావంతులు అందించిన సాహిత్య, సాంస్కృతిక సేవలు ఒక మహోద్యమంగా మారడానికి సహాయపడ్డాయి. చివరికి కొమరయ్య అమరత్వం అనేది అప్పటికే అసహనంతో ఉన్న ప్రజల్లో ముఖ్యంగా రైతు కూలీల్లో కార్చిచ్చును రగిలించింది. ఉద్యమాన్ని ప్రజ్వరిల్లేలా చేసింది. అయితే, అప్పటి వరకు శాంతియుత ప్రజాపోరాటంగా సాగిన ఉద్యమం ఈ సంఘటనతో సాయుధ రైతాంగ పోరాటంగా రూపుదాల్చింది. ఇదే తరవాత తెలంగాణా రైతాంగ సాయుధ పోరాటంగా 1946 నుంచి 1951 వరకు విజయవంతంగా నడిపించబడింది. 1946 జులై ఆఖరునాటికే భూస్వాములకు, దేశ్‌ముఖ్‌లకు, గ్రామాధికారులకు ముఖ్యంగా నిజాం ప్రభుత్వ యంత్రాంగానికి వ్యతిరేకంగా ప్రజా దాడులు ప్రారంభమై, అవి నల్గొండ, వరంగల్, ఖమ్మం, కరీంనగర్, మహబూబ్‌నగర్ జిల్లాల్లోని సుమారు 300 నుంచి 400 కు పైగా గ్రామాలకు వ్యాపించేలా ఉద్యమాన్ని నిర్మించిన ఘనత కమ్యూనిస్టులకే దక్కుతుంది.

తెలంగాణా సాయుధ పోరాటం - ప్రారంభం - వ్యాప్తి

1946 జులై 4 నాటి దొడ్డి కొమరయ్య అమరత్వం అనేది తెలంగాణా రైతాంగ సాయుధ పోరాట ఆరంభానికి తక్షణ కారణమైతే కావచ్చు గానీ, నిశితంగా ప్రపంచ ప్రజాఉద్యమాల చరిత్రను పరిశీలిస్తే 1917 లో కమ్యూనిస్టు విప్లవం రావడానికి ముందు రష్యాలో ఎటువంటి పరిస్థితులు ఉండేవో అంతకంటే దారుణమైన పరిస్థితులు నిరంకుశ నిజాం రాజ్యంలో నెలకొని ఉన్నాయి. అందువల్లనే నిజాం భూస్వామ్య విధానాన్ని కూకటివేళ్ళతో పెకిలించి, ప్రజావిముక్తిని సాధించాలనే లక్ష్యంగా తప్పనిసరి పరిస్థితుల్లో కమ్యూనిస్టులు సాగించిన వీరోచిత పోరాటంగానే మనం అర్థం చేసుకోవాల్సి ఉంటుంది. అయితే, భారతదేశ సామాజిక, ఆర్థిక వ్యవస్థ నిర్మాణంలోని వైరుధ్యాల కారణంగా దేశంలోని వివిధ ప్రాంతాల్లో ఎన్నో రకాల రైతాంగ ఉద్యమాలు పుట్టుకొచ్చాయనేది కూడా చాలా ప్రధానమైన అంశమే. ఆ కోవకు చెందినదే ఈ తెలంగాణ రైతాంగ సాయుధ పోరాటం.

పోరాట లక్ష్యాలు

దొడ్డి కొమరయ్య అమరత్వం తరవాత ప్రజల్లో ఉప్పొంగిన సమరోత్సాహాన్ని గ్రహించిన కమ్యూనిస్టు పార్టీ - ఆంధ్రమహాసభ అగ్రనాయకత్వం ఉద్యమాన్ని మరింత ముందుకు తీసుకుపోయేందుకు కొన్ని లక్ష్యాలను కచ్చితంగా అమలుచేయాలని తీర్మానించింది. అవి

* అన్ని రకాల నిర్బంధ చాకిరి, అక్రమ నిర్బంధ వసూళ్లు వెంటనే నిలిపివేయాలి.

  నిర్బంధ లెవీ పన్ను చెల్లింపు విధానాన్ని నిరాకరించాలి.

* భూస్వాముల నుంచి కౌలుకు తీసుకొని సాగుచేసుకొంటున్న భూములను నిలబెట్టుకోవడమేగాక, భూస్వాములు అక్రమంగా స్వాధీనపర్చుకొన్న భూములన్నింటినీ తిరిగి ఆక్రమించుకోవడానికి కూడా ప్రజలను సంఘటితపరచాలి.

* కౌలు తగ్గింపు, ఆ తరవాత బడా భూస్వాములకు, శత్రువులకు కౌళ్ళు చెల్లించకుండా రైతులను చైతన్యపర్చడం, దాన్ని కచ్చితంగా అమలుచేయడం.

* పెద్ద భూస్వాముల, దేశ్‌ముఖ్‌ల వద్ద గల ధాన్యం నిల్వలను స్వాధీనం చేసుకొని అవసరం ఉన్న గ్రామీణ పేద ప్రజలకు పంపిణీచేయాలి.

* గ్రామాధికారుల, భూస్వాముల, వడ్డీ వ్యాపారస్తుల దగ్గర గల రికార్డులను, వాళ్ళ పేర రాసిన ప్రామిసరీ నోట్లను, బాండ్లను, అప్పుకాగితాలను దగ్ధం చేయడం.

* ఉద్యమాన్ని విస్తృతపరచడానికి గాను గుత్పల స్థానంలో మారణాయుధాలు, తుపాకులను సమకూర్చుకొని దళాలను ఏర్పర్చుకోవడం.

పై లక్ష్యాలను అతిస్వల్ప కాలంలోనే అమలు చేస్తున్న కమ్యూనిస్టు-ఆంధ్రమహాసభ ఉద్యమ విస్తృతిని, రైతాంగ డిమాండ్‌లతోపాటు వారు ఎదుర్కొంటున్న దుర్మార్గమైన అణచివేతలను ఎండగడుతూ చేస్తున్న ప్రచార కార్యక్రమాలను గ్రహించిన నిజాం ప్రభుత్వం, ప్రతిచర్యగా 1946 నవంబర్‌లో కమ్యూనిస్టు పార్టీని నిషేధించడమేకాకుండా, అనేకమంది నాయకులను అరెస్ట్‌చేసింది. అంతేకాకుండా, మజ్లిస్-ఇత్తే-హాదుల్-ముస్లిమీన్ అనుబంధ సంస్థ అయిన రజాకర్లను, పోలీసులను గ్రామాలపైకి పంపి ఉద్యమాన్ని అణిచివేయాలని నిశ్చయించుకొన్న ప్రభుత్వం, దాడులను ముమ్మరం చేసింది. ప్రభుత్వ దాడుల నుంచి తమను తాము కాపాడుకోవడానికి తప్పనిసరి పరిస్థితుల్లో కమ్యూనిస్టులు 'సాయుధ గెరిల్లా' దళాలను ఏర్పరచుకొని ప్రతిఘటనకు సంసిద్ధమయ్యారు. అయినప్పటికీ నిజాం ప్రభుత్వానికి, పెద్ద భూస్వాములకు, రజాకర్లకు వ్యతిరేకంగా సాగుతున్న సాయుధ పోరాటం కొంత కాలం స్తబ్దంగా ఉండిపోయింది.

భారతదేశం స్వాతంత్ర్యం పొందడం - నిజాం రాజ్యం స్వతంత్రంగా ఉండటం

1947 ఆగస్టు 15వ తేదీన దేశం స్వాతంత్ర్యం పొంది, జవహర్‌లాల్ నెహ్రూ ప్రధానమంత్రిగా కేంద్రంలో కాంగ్రెస్ మంత్రివర్గం ఏర్పడింది. చిన్నవి, పెద్దవి అయిన సంస్థానాల్లో నిజాం సంస్థానం తప్ప అన్ని సంస్థానాలు కొన్ని షరతులతో భారత యూనియన్‌లో చేరడానికి భారత ప్రభుత్వంతో ఒప్పందం చేసుకొన్నాయి. కాని, నిజాం మాత్రం ఒప్పుకోక తన సంస్థానాన్ని ఒక స్వతంత్ర రాజ్యంగా ప్రకటించుకొన్నాడు. తన ప్రభుత్వం కూలిపోతే వచ్చేది హిందువుల రాజ్యం కాబట్టి, ముస్లింలకు తగిన స్థానం ఉండదని భ్రమించిన నిజాం, ఖాసీంరజ్వీని పరోక్షంగా ప్రోత్సహించి రజాకర్

సైన్యానికి బాహాటంగా ఆయుధాలను సరఫరా చేయించాడు. దీన్ని ఆసరాగా తీసుకొన్న రజ్వీ, కాంగ్రెస్-కమ్యూనిస్టు పార్టీ నిర్మూలనే తన ధ్యేయంగా తెలంగాణాలోని ప్రతి పల్లెలో రజాకర్ల క్యాంపులను ఏర్పరచి, భయంకరమైన దుర్మార్గాలకు, దురాగతాలకు, అకృత్యాలకు తెరదీశాడు. ఈ రజాకర్ దాడులకు, నిజాం అసమర్థ పాలనకు వ్యతిరేకంగా, భూస్వామ్య వ్యవస్థ నిర్మూలనకు గాను 1947 సెప్టెంబర్ 11 న కమ్యూనిస్టులు మరొకసారి అధికారికంగా తెలంగాణాలో సాయుధ రైతాంగ పోరాటానికి పిలుపునిచ్చారు.

పోరాట ఆశయాలు

* భూస్వాముల, పోలీసుల, రజాకర్ల వద్ద ఉన్న ఆయుధాలను స్వాధీనపర్చుకోవడం.
* భూస్వాముల, ప్రభుత్వ బంజరు భూములను ఆక్రమించి పేద రైతులకు పంచడం.
* ప్రభుత్వ కార్యాలయాలు, కోర్టులు, విద్యాసంస్థలను బహిష్కరించి, కమ్యూనిస్టు సిద్ధాంత శిక్షణలను మెరుగుపరచడం.
* ఎలాంటి పన్నులు చెల్లించకుండా ప్రభుత్వాన్ని పూర్తిగా స్తంభింపచేయడం.
* ప్రజలను రక్షించడానికి జిల్లా, తాలూకా, గ్రామస్థాయిల్లో రక్షణ గెరిల్లా దళాలను ఏర్పాటు చేయడం.
* జాతీయ జెండాను, కమ్యూనిస్టు జెండాను ఎగురవేసి విముక్తిచెందినట్లు ప్రకటించడం.
* చివరికి నిజాం పాలనను, భూస్వామ్య విధానాన్ని పూర్తిగా నిర్మూలించడం.

పై ఆశయాలను సాధించడానికి, నిజాం పోలీసులు, రజాకర్ల దాడుల నుంచి తమను తాము కాపాడుకోవడానికి, ప్రజలను రక్షించడానికి, ప్రజల సహాయ సహకారాలతో వివిధ స్థాయిల్లో సాయుధ గెరిల్లా దళాలను ఏర్పరచుకొన్నారు. అవి

1. **గ్రామరక్షక దళాలు:** ఉత్సాహవంతులైన గ్రామ యువకులు తమ సాధారణ కార్యకలాపాలను సాగిస్తూనే, అందుబాటులో ఉన్న బర్మార్లు, ఈటెలు, సాధారణ ఆయుధాలతో రజాకర్లను, నిజాం పోలీసులను ప్రతిఘటించేవారు. గ్రామంలో శత్రువులు తలెత్తకుండా చూస్తు, ధాన్యం లెవీ పన్నుల వసూలుకు వ్యతిరేకంగా ప్రజల్లో రాజకీయ అవగాహన పెంపొందిస్తూనే ప్రజలను ఉత్తేజపరుస్తు గ్రామ కమిటీల దైనందిన కార్యకలాపాల్లో తోడ్పడేవారు.

2. **నిర్మూలన దళాలు:** ఈ దళాలు తమ తమ వృత్తిసంబంధమైన కార్యకలాపాలు సాగిస్తూనే శత్రు వాహనాలు గ్రామాల్లో ప్రవేశించకుండా నిరోధించడానికి అన్ని రకాల ఆటంకాలను కలిగిస్తూనే, శత్రు శిబిరాలను, పోలీస్ శిబిరాలను, రజాకర్ క్యాంపులను, వాటి ఆస్తులను ధ్వంసంచేయడం, ఎవరు చేశారన్న విషయాన్ని చాలా రహస్యంగా ఉంచడం ఈ దళాల విధి.

3. **గెరిల్లా సాయుధ దళాలు:** పూర్తికాలం ఉద్యమంలో పనిచేయడానికి అంకిత భావం, ధైర్యం, సమయస్ఫూర్తి, క్రమశిక్షణ, ప్రజల విశ్వాసం ముఖ్యంగా పార్టీ విశ్వాసం చూరగొన్న యువకులను మాత్రమే ఈ దళాల్లోకి అనుమతించేవారు. బర్మార్లు, ఈటెలు, సంప్రదాయమైన ఆయుధాలతో పాటు కొన్ని ఆధునాతన ఆయుధాలు, తుపాకులతో రజాకర్, పోలీసుల, భూస్వాముల దాడులను ప్రతిఘటించడం. తప్పనిసరైతేనే శత్రువులను నిర్మూలించడం, కచ్చితంగా ప్రజలను రక్షించడమనేది ఈ దళాల ప్రధాన విధి. ఈ దళాల్లో 10 నుంచి 25 వరకు సభ్యులు ఉండేవారు. ఈ దళాల్లో పనిచేయాలనుకొన్న ప్రతి సభ్యుడు ఒక ప్రమాణం చేయాలి. ఎప్పుడూ దాన్ని గుర్తుంచుకొని పనిచేయాలి. ఆ ప్రమాణం కింది విధంగా ఉండేది.

"నేను గెరిల్లా దళంలో చేరుతున్నాను, దోపిడి, నిరంకుశ పాలనను అంతంచేసి ప్రజారాజ్యాన్ని స్థాపించడానికి నేను దృఢనిశ్చయంతో ప్రతినబూనుతున్నాను. శత్రువుపై పోరాడి నిర్మూలించడం, ప్రజలకు సహాయపడుతూనే వారిని రక్షించడం నా ఏకైక కర్తవ్యం. ఆయుధాలు ప్రాణం కంటే విలువైనవి. వాటిని సంపాదించడంలో, వాటిని కాపాడటంలో ప్రాణాన్నర్పించడానికైనా నేను సంసిద్ధుడనై ఉన్నాను. నేనెప్పుడు పిరికితనాన్ని ప్రదర్శించను, శత్రువుల ముందు తలవంచను అమరవీరుల, ఆదర్శాల సాక్షిగా అరుణ పతాకం ఎదుట నేనీ ప్రమాణం చేస్తున్నాను."

గెరిల్లా దళాల నిర్మాణానంతరం పార్టీ పని రాజకీయ, సైనిక విభాగాలుగా విభజించబడి, సమర్థవంతమైన సమన్వయంతో ఉద్యమాన్ని ముందుకు తీసుకుపోవడానికి గెరిల్లా దళాల నిర్మాణంలో, సాయుధ ప్రతిఘటనోద్యమంలో మంచి మార్పు వచ్చింది. ప్రధానంగా ఈ సాయుధ గెరిల్లా దళాల దాడుల ద్వారా ఒక గ్రామం తరవాత మరొక గ్రామంలో ప్రభుత్వ అధికారాన్ని కూలదోసి తెలంగాణాలో 3000 గ్రామాల్లో ప్రజారాజ్యాన్ని స్థాపించడానికి ప్రజలకవి ఎంతగానో దోహదపడ్డాయి.

అయితే, తెలంగాణా రైతాంగ సాయుధ పోరాటాన్ని సరళంగా అర్థంచేసుకోవడానికి వీలుగా దాన్ని నాలుగు విధాలుగా విభజించడం జరిగింది. అవి

1. 1930 నుంచి 1940 వరకు భూస్వాములకు వ్యతిరేకంగా జరిగిన వ్యక్తిగతమైన ఆందోళనలు.
2. 1940 నుంచి 1946 వరకు భూస్వాములకు, దేశ్‌ముఖ్‌లకు, గ్రామాధికారులకు వ్యతిరేకంగా జరిగిన శాంతియుత రైతాంగ తిరుగుబాట్లు.
3. 1946 నుంచి 1948 వరకు భూస్వాములకు, దేశ్‌ముఖ్‌లకు, రజాకర్లకు, నిజాం ప్రభుత్వానికి వ్యతిరేకంగా కమ్యూనిస్టులు, హైదరాబాద్ స్టేట్ కాంగ్రెస్ వారు జరిపిన రైతాంగ సాయుధ పోరాటాలు.
4. 1948 నుంచి 1951 వరకు భారత ప్రభుత్వానికి వ్యతిరేకంగా కమ్యూనిస్టులు, తెలంగాణా ప్రజానీకం సాగించిన ప్రజా సాయుధ పోరాటాలు.

రజాకర్ల అకృత్యాలు

1927 లో నవాబ్ సదర్ యార్జంగ్ నేతృత్వంలో స్థాపించిన ముస్లీం మతసంస్థ 'మజ్లీస్-ఇత్తేహాదుల్-ముస్లీమీన్' అనేది హైదరాబాద్ సంస్థానంలోని సమస్యలను మరింత జటిలం చేసింది. 1944 లో ఈ సంస్థ నాయకుడు బహదూర్

యార్జంగ్ మరణించిన తరవాత నాయకుడిగా వచ్చిన ఖాసింరజ్వీ ఏర్పాటు చేసిన ప్రైవేటు వలంటీర్ల దళమే ఈ రజాకర్ సైన్యం. ముఖ్యంగా హైదరాబాద్ రాజ్యాన్ని స్వతంత్ర ముస్లీం రాజ్యంగా మార్చాలనే ఉద్దేశంతో రాజ్య అధికారిక వ్యవహారాల్లో మితిమీరిన జోక్యం చేసుకొంటూ, నిజాం పరోక్ష మద్దతుతో హిందువులపైన, కమ్యూనిస్టులపైన లెక్కలేనన్ని దురాగతాలకు, అకృత్యాలకు రజాకర్లు పాల్పడ్డారు. అప్పటి రజాకర్ల - సర్వసేనాధిపతి అయిన ఖాసింరజ్వీ అనేక సమావేశాలు నిర్వహించి తన ఉద్వేగపూరిత ప్రసంగాల ద్వారా ఎంతోమంది ముస్లీంలను, నిమ్నకులాల పేద ప్రజలను ఎక్కువగా ప్రభావితంచేసి, వారంతా రజాకర్ సైన్యంలో చేరేవిధంగా, ముస్లీం మతాన్ని కాపాడుకొంటూనే, స్వతంత్ర ముస్లీం రాజ్యాన్ని ఏర్పాటు చేసుకొనే దిశగా వారిని ప్రేరేపించడమేకాకుండా 'అనల్-మాలిక్-ముస్లీమే పాలకుడు' అనే భావనను తీవ్రంగా ప్రచారం చేశాడు.

రజ్వీ ప్రసంగాల ప్రభావంతో రజాకర్లు గ్రామాల్లో ప్రవేశించి అనేక దుర్మార్గాలకు, దురంతాలకు తెగబడ్డారు. ఇళ్లమీదపడి దోచుకోవడమే కాకుండా, వందలకొద్ది గ్రామాలను తగులపెట్టడం, రైతుల పంటలను, సంపదను సర్వనాశనం చేసేవారు. ఎవరైనా తిరగబడితే సజీవ దహనం చేసేవారు. ముఖ్యంగా రజాకర్లు, స్థానిక భూస్వాములతో, నిజాం పోలీస్ బలగాలతో కలిసి నల్గొండ, వరంగల్, కరీంనగర్, మహబూబ్‌నగర్ జిల్లాల్లోని గ్రామాలతోపాటు హైదరాబాద్‌లో కూడా అనేక దుశ్చర్యలకు పాల్పడేవారు. ఆ విధంగా రజాకర్ల దాడులకు గురైన గ్రామాలు పాత సూర్యాపేట, బాలెంల, పాతర్లపాడు, బైరాన్‌పల్లి, కూటిగల్లు, పాలకుర్తి, దేవరుప్పుల, కడవెండి, ధర్మాపురం, మొండ్రాయి, కోలుకొండ, కొడకండ్ల, రావులపెంట, కోటపాడు, చింతలమ్మ గూడెం, పెదవీడు, రఘునాథపాలెం, కందగట్ల, మామిళ్ళ గూడెం, బిక్కుమళ్ళ, పెద్దనెమిలి, చీటకోడూరు, పసరమట్ల, పులిగిళ్ళ, అడ్డగూడూరు, హన్మంతాపురం, కొండూరు, పడిశాల, ఎలమాయి గూడెం, నసీంపేట, నూతనకల్లు, అమ్మనబోలు, తొర్రూరు, వెలమజాల, కమ్రాయపల్లి, రాపాక, మోత్కూరు, సోలిపేట, ఎర్రబెల్లి, మల్కాపూర్, నారాయణగిరి, ముప్పారం, కొత్తకొండ, లింగంపెల్లి, రేగుల, మహబూబాబాద్, కరీంనగర్, చెట్లముప్పారం, జాజిరెడ్డి గూడెం, వడ్లకొండ, ఆకునూరు, మాచిరెడ్డిపల్లి, ధూలిమిట్ట, లింగాపురం, పరకాల, వర్ధన్నపేట, రాయపర్తి, కొత్తగూడెం, పాల్వంచ, ఖమ్మం, మధిర, బోనకల్లు, నేలకొండపల్లి, కల్లూరు, వైరా, అల్లీనగరం, గార్ల, బయ్యారం, రామన్‌పేట, మీనవోలు, కోదాడ, ములకలపల్లి, ఎర్రబాడు, కాసర్లపాడు, రామన్న గూడెం, హుజూర్‌నగర్, హుజూరాబాద్, చందుపట్ల, కోటమర్తి, ముస్త్యాలపల్లి, రేణిగుంట, గానుగుపాడు, ఎర్రగొల్లపాడు, ఖిలాషాపురం, సోలిపురం, బొల్లేపల్లి, చీమిరేల, చిల్పకుంట్ల లాంటి వందల గ్రామాలను రజాకర్లు, నిజాం పోలీసులు, యూనియన్ మిలిటరీ కలిసి వల్లకాడుగా మార్చాయి.

రజాకర్ల దురంతాలకు బలైన పై గ్రామాల్లో అతి ముఖ్యమైన గ్రామాలు పరకాల, బైరాన్‌పల్లి, కూటిగల్లు, కోలుకొండ, కడవెండి, ధర్మాపురం, కాసర్లపాడు, రామన్నగూడెం, పాతర్లపాడు, బల్లవపల్లి, దేవరుప్పుల, అక్కిరాజుపల్లి, తమ్మడపల్లి మొదలైనవి ఉదాహరణలు మాత్రమే.

పరకాల - మరో జలియన్‌వాలాబాగ్ (1947 సెప్టెంబర్ 2): తెలంగాణా రైతాంగ సాయుధ పోరాట కాలం నాటికి పరకాల కరీంనగర్ జిల్లాలో ఉంది. అప్పటి తాలూకా కాంగ్రెస్ కమిటి అధ్యక్ష కార్యదర్శులైన కట్టంగూరి కేశవరెడ్డి, యస్.మనోహర్‌రావుల నాయకత్వంలో 1947 సెప్టెంబర్ 2 న దాదాపుగా 30 గ్రామాల ప్రజలు త్రివర్ణ పతాకావిష్కరణ కార్యక్రమానికి గాను పరకాల చేరుకొన్నారు. అయితే పరకాల ఊరేగింపులో త్రివర్ణపతాకాన్ని చేతపట్టి, దగ్గు వీరగోపాల్

నాయకత్వంలో ముందుకు నడిచినవాడు జూకల్లు గ్రామానికి చెందిన చిటికేసి శ్రీశైలం. అతని స్ఫూర్తితో ముందుకు సాగుతున్న ప్రజా ఊరేగింపుపై అప్పటికే తిష్టవేసిన నిజాం పోలీసులు, పరకాల తహసిల్దార్ విశ్వేశ్వరరావు, సర్కిల్ ఇన్‌స్పెక్టర్ జియా ఉల్లాల ఆజ్ఞమేరకు ఎలాంటి హెచ్చరికలు లేకుండా కాల్పులు జరిపి మారణహోమం సృష్టించారు. ఈ కాల్పుల్లో 15 మంది ఉద్యమకారులు అక్కడికక్కడే మరణించారు. వారు

1. చిటికేసి శ్రీశైలం, జూకల్లు
2. గజ్జి పర్వతాలు, కనిపర్తి
3. కుంట అయిలయ్య, నాగార్జునపల్లి
4. కత్తుల సమ్మయ్య, రాయప్పల్లె
5. ఆముదాపురం వీరన్న, రాయప్పల్లె
6. మేకల పోషయ్య, రాయప్పల్లె
7. మంత్రికేదారి, దమ్మన్నపేట
8. పోతుగంటిపెద్దులు, దమ్మన్నపేట
9. గుండారపు కొంరయ్య, రేగొండ
10. దాతుపెల్లి రాజయ్య, రేగొండ
11. గెల్లె-కట్టమల్లు, దామరంచెపల్లె
12. జాలిగపు ముసలయ్య, చల్లగరిగె
13. తౌనగర్ పూర్ణాసింగ్, చల్లగరిగె
14. కలువల అంకూస్, గోవిందాపురం
15. కుమ్మరి రాములు, రేగొండ

ఈ మారణహోమం జరిగిన వెంటనే రజాకర్లు, నిజాం పోలీసులు పరకాల గ్రామాన్ని దోచుకోవడమే కాకుండా, చనిపోయిన శవాలపై గల ఆభరణాలను సైతం దోచుకొన్నారు. సెప్టెంబర్ 2, 1947 న పరకాలలో జరిగిన భయంకరమైన ఈ దుర్ఘటన 13 ఏప్రిల్ 1919 లో స్వాతంత్ర్య సమరంలో భాగంగా అమృత్‌సర్‌లో జరిగిన 'జలియన్ వాలాబాగ్'గా చరిత్రకెక్కింది. ఇంకా ఆ సంఘటనలో దాదాపుగా 200 మంది తీవ్రంగా గాయపడ్డట్లు అప్పటి కరీంనగర్ జిల్లా పోలీస్ సూపరింటెండెంట్ మహ్మద్ అబ్దుల్ హాఫీజ్ తన FIR లో పేర్కొనడం, ఆ సంఘటన తీవ్రతను ప్రపంచానికి చాటిచెప్పినట్లైంది.

వీరబైరాన్ పల్లి మారణహోమం - 1948 ఆగస్టు 2: నిజాం నిరంకుశ, దోపిడి, భూస్వామ్య విధానాలకు వ్యతిరేకంగా ఆనాటి జనగామ తాలూకాలోని బైరాన్‌పల్లి ప్రజలు సాగించిన వీరోచిత పోరాటం చరిత్రలో ఎంతో ప్రాధాన్యతను పొందింది. కమ్యూనిస్టుల నిర్మూలనే ప్రధాన ధ్యేయంగా ఎంచుకొన్న నిజాం ప్రభుత్వం, రజాకర్లు, పోలీసులు మూకుమ్మడిగా 1948 మార్చి నుంచి 1948 ఆగస్టు 27 వరకు ఆరుసార్లు గ్రామంపై దాడిచేసి, ఐదుసార్లు ప్రజల చేతుల్లో, కమ్యూనిస్టుల దాడుల్లో ఘోర పరాజయాన్ని చవిచూసిన వాళ్లు చివరికి అప్పటి భువనగిరి తాలూకా డిప్యూటి కలెక్టర్ ఇక్బాల్ హుస్సేన్ నాయకత్వంలో 150 మంది రజాకర్లు, 150 మంది పోలీసులు కలిసి 200 మంది సివిల్ అధికారులతో 1948 ఆగస్టు 27 శుక్రవారం తెల్లవారుజామున 4 గంటల సమయాన గ్రామంపై పడి మారణహోమాన్ని సృష్టించారు. ఆనాటి దాడిలో 84 మంది అమరులయ్యారు. గాయాలతో తప్పించుకొన్నవారు ఎక్కడ మరణించారో, ఎందరు మరణించారో కచ్చితంగా చెప్పలేనటువంటి పరిస్థితి ఏర్పడింది.

చారిత్రక బైరాన్‌పల్లి బురుజు

బైరాన్‌పల్లిపై జరిగిన దాడి రోజే పక్కనే గల కూటిగల్లులో కూడా రజాకర్, పోలీస్ బలగాలు మరొక భయంకరమైన మారణహోమాన్ని సృష్టించి కసితీర్చుకొన్నాయి. ఇది కూడా డిప్యూటి కలెక్టరైన ఇక్బాల్ హుస్సేన్ నాయకత్వంలో 1948 ఆగస్టు 27 న జరిగింది. ఈ దుర్ఘటనలో 31 మంది అమరులైయ్యారు. ఈ రెండు సంఘటనల తరవాత కమ్యూనిస్టు గెరిల్లా దళాలు, బైరాన్‌పల్లి, కూటిగల్లు గ్రామాల సమీపంలో గల రజాకర్ల క్యాంపులకు కేంద్రాలైన లద్నూర్, మద్దూరు, సలాక్‌పూర్, చేర్యాలపై గెరిల్లా దాడులు జరిపి రజాకర్ క్యాంపులను తుదముట్టించాయి.

కొలుకొండ అమరవీరులు: 1948 వ సంవత్సరంలో విసునూర్ దేశ్‌ముఖ్ రామచంద్రారెడ్డి కుమారుడు జగన్‌మోహన్‌రెడ్డి అనే బాబుదొర రజాకర్ల, నిజాం పోలీసుల సహాయంతో కొలుకొండ గ్రామంపై పలుమార్లు దాడిచేసి, రెండుసార్లు ఊరు తగులబెట్టి చివరికి 18 మందిని అతిక్రూరంగా కాల్చిచంపారు. ఇందులో ఇద్దరు స్త్రీలను పోలీసులు చెరచడానికి ప్రయత్నించినప్పుడు తమ మాన రక్షణకోసం బావిలో దూకి ఆత్మహత్యచేసుకొన్నారు. ఇంకా అక్కరాజు పల్లిలో 11 మంది; తమ్మడపల్లిలో 11 మంది అమరులయ్యారు.

దేవరుప్పుల దేశభక్తులు: జనగామ తాలూకాలోని ముఖ్య కేంద్రమైన దేవరుప్పుల గ్రామంపై 1948 మార్చి-ఏప్రిల్ నెలల్లో బాబుదొర నాయకత్వాన రజాకర్లు, నిజాం పోలీసులు దాడులు జరిపి, దొరికిన వారిని దొరికినట్లు గడ్డివాముల్లోకి తోసి దాదాపు 11 మందిని సజీవ దహనం చేశారు.

ధర్మాపురం ధర్మవీరులు: జనగామ తాలూకాలో ఈ గ్రామం లంబాడి ప్రజలు అధికంగా ఉన్న గ్రామం. విసునూరు బాబుదొర, రజాకర్లు, పోలీసులు ఊరిపై దాడిచేసి దోచుకొని చివరికి, 12 ఏళ్ల పసిబాలుడితో సహా ఎనిమిది మందిని పట్టుకొని వారితోనే వారి గుడిసెలను పీకించి, వాటితోనే కాష్టం పేర్చి, ఒకరితో ఒకరి చేతులు కట్టించి సజీవంగా మంటల్లో పడేసి చంపారు. వారు -

1. బానోతు సోమ్లా
2. బానోతు రెడ్యా
3. బానోతు సాంక్రు
4. బోడా గోలియా
5. బోడా ధావుర్యా
6. అజ్మీరాచంద్రూ
7. అజ్మీరా బలరామ్
8. అజ్మీరా రాము
9. ధారావత్ కిషన్
10. జాటోత్ దావులు
11. జాటోత్ ఠాను
12. కుందూరు వెంకులు

కండవెండి అమరులు: తెలంగాణా రైతాంగ సాయుధ పోరాట యజ్ఞవేదికగా నిలిచిన కడవెండి గ్రామంలో దేశ్‌ముఖ్ గూండాలు, పోలీసులు, రజాకర్లు దాడిచేసి ఏడుగురిని బలితీసుకొన్నారు.

1. తొలి అమరుడు కా॥ దొడ్డి కొమరయ్య - 1946, జూలై, 4
2. మందడి సోమిరెడ్డి - 18.11.1946 న నిజాం పోలీసులచేత దేవరుప్పులలో కాల్చి చంపబడ్డాడు.

3. చింతకింది యాదగిరి 4. దొడ్డి ఆగయ్య	1948 లో వీరిని బాబుదొర సజీవంగా రజాకర్ల సహాయంతో మంటల్లో పడేసి చంపించాడు.
5. ఎలుకపెల్లి బాలయ్య 6. కొమురవెళ్ళి పాపయ్య 7. పోతరబోయిన వెంకయ్య	1948 లో వీరిని నిజాం పోలీసులు కాల్చి చంపారు

ఈ విధంగా రజాకర్ల, నిజాం పోలీసుల దాష్టీకానికి బలైన గ్రామాలు తెలంగాణాలో మరెన్నో ఉన్నాయి. అయితే ప్రజలు, రైతు కూలీలు ఎంతమాత్రం భయపడకుండా కమ్యూనిస్టు గెరిల్లా దళాలతో కలిసి రజాకర్ క్యాంపులు, పోలీసు ఔట్‌పోస్టులు, రైల్వేస్టేషన్లు, ప్రభుత్వ అధికారులు, భూస్వాములు, దేశ్‌ముఖ్‌లు, వారి గూండాలపై తీవ్రమైన దాడులు చేసి శత్రు నిర్మూలన గావించారు. ప్రజా విముక్తికి పునాదులు వేశారు.

కమ్యూనిస్టు గెరిల్లా దాడులు

జమీందార్లకు, ప్రభుత్వానికి, రజాకర్లకు వ్యతిరేకంగా కమ్యూనిస్టు గెరిల్లాలు ప్రజల అండదండలతోనే ప్రధానమైన అనేక దాడులను విజయవంతంగా నిర్వహించారు. అందులో కొన్ని

1. సూర్యాపేట నుంచి ఎక్కారం గ్రామానికి వచ్చిన 50 మంది రజాకర్లను బాలెంల, కందగట్ల, తిమ్మాపురం, పాత సూర్యాపేట గ్రామాల ప్రజల అండదండలతో కమ్యూనిస్టు గెరిల్లాలు విజయవంతంగా ఎదుర్కొని గట్టి ప్రతిఘటన ఇచ్చాయి. అదే విధంగా రజాకర్లతో కలిసి వచ్చిన భూమిశిస్తు అధికారులను కొత్తపల్లి, పినవూర గ్రామాల ప్రజలు చుట్టుముట్టి చంపేశారు.
2. మిర్యాలగూడెం తాలూకా పాములపాడు గ్రామ భూస్వామి లక్ష్మారెడ్డిని ఊరు నుంచి ప్రజలు తరిమేశారు.
3. భువనగిరి తాలూకా కొలనుపాకలో గల పెద్ద జాగీర్దారు రజాకర్ క్యాంపుపై దాదాపుగా 6000 మంది ప్రజలు ఏసిరెడ్డి నరసింహారెడ్డి నాయకత్వంలో దాడిచేసి 1947 నవంబర్ 29 న ఎర్రజెండా ఎగురవేశారు.
4. అదేవిధంగా నకిరేకల్లు, నోముల కొడపర్తి, కట్టంగూరు, రజాకర్, పోలీస్ క్యాంపులపై గెరిల్లాలు, ప్రజలు దాడికి అనేకసార్లు ప్రయత్నించారు, చివరికి విజయం సాధించారు.
5. ఆయుధాల కోసం పోలీస్ స్టేషన్ కేంద్రాలపైనా, రైల్వేరక్షణ పోలీస్ బలగాలపైన దాడులు చేసి అనేక ఆయుధాలను స్వాధీనపర్చుకొన్నారు.
6. వంగపల్లి, కొలనుపల్లి, అవుతాపురం, కాపర్తి, పెంబర్తి, మోటమర్రి, హుజూర్‌నగర్, మాధవగూడెం, కరీంనగర్, హుజూరాబాద్, హుస్నాబాద్, ఇల్లంతకుంట, సిద్దిపేట, దుబ్బాక, ఖానాపురం మొదలైన క్యాంపులపై దాడిచేసి మరెన్నో తుపాకులను స్వాధీనపర్చుకొన్నారు.
7. రావులపెంట క్యాంపుపై కమ్యూనిస్టు గెరిల్లాలు దాడి జరిపి కొంత నష్టానికి కూడా గురయ్యారు. ఇద్దరు కామ్రేడ్స్‌ను కోల్పోయారు.
8. కోటపాడులో ఊదరబాంబు పెట్టి ఐదుగురు రజాకర్లు, ఏడుగురు పోలీసులను, వారికి సహాయపడ్డ వంగేటిలింగా రెడ్డి అనే భూస్వామిని ప్రజా గెరిల్లాలు చంపేశాయి. అప్పుడే ప్రత్యేక దళాల సభ్యుల సంఖ్య పది, ఇరవై నుంచి 120 వరకు పెరిగింది. వీటినే కంపెనీ దళాలని అంటారు.

9. హుజూర్‌నగర్ తాలూకాలోని చింతలమ్మ గూడెం, పెదవీడు గ్రామాలు కమ్యూనిస్టు పార్టీ ప్రధాన కేంద్రాలు. ఆయా గ్రామాల ప్రజలను చిత్రహింసలు పెడుతున్న సబ్ ఇన్‌స్పెక్టర్ గురుదయాల్ సింగ్‌కు గట్టిగా బుద్ధిచెప్పారు.

10. ఇదే క్రమంలో జనగామ తాలూకాలో జైత్రయాత్ర ప్రారంభించిన కమ్యూనిస్టు గెరిల్లాలు విసునూరు గూండాలకు బుద్ధిచెప్పడం, దేశ్‌ముఖ్ గడీలో ఉన్న ధాన్యాన్ని పేద ప్రజలకు పంచిపెట్టడం, గ్రామ రాజ్యాల ఏర్పాటుతో పాటు భూస్వాముల భూములను ఆక్రమించి పేద రైతులకు పంచడం, రజాకర్ ఏజెంటును శిక్షించడం, దేశ్‌ముఖ్ ఏజంట్లను కూడా తీవ్రంగా మందలించడం, తప్పని పరిస్థితుల్లోనే శత్రువులను సంహరించడం అనే ఒక కార్యక్రమంగా 1948 వరకు నిరాటంకంగా కొనసాగింది.

11. అదే విధంగా జఫర్‌గడ్ రజాకర్ కేంద్రాన్ని, దాని నాయకుడైన ఖాదర్‌అలీని నిర్మూలించారు. దమ్మన్న పేటలో ఐదుగురు పోలీసులను సంహరించడం, పెంబర్తి రైల్వేస్టేషన్ నుంచి కొన్ని ఆయుధాలను దోచుకెళ్ళడం, కొడకండ్ల రజాకర్ కేంద్రాన్ని లేకుండా చేయడం, మడికొండ, కోమళ్ళపెల్లి రజాకర్ కేంద్రాలను విధ్వంసం చేయడంతో పాటు మచ్చుపహాడ్ భూస్వామి పెద్ద నరసింహారెడ్డిని, కడవెండి పోలీసు పటేల్ ఈటూరు నరసింహారావును గెరిల్లా దళం చంపివేసింది. ఇంకా రామవరం, మొండ్రాయి, ధర్మాపురం దొరల ఆస్తులను స్వాధీనపర్చుకొని పేద రైతులకు పంచడం లాంటి ఎన్నో కార్యక్రమాలను కమ్యూనిస్టులు విజయవంతంగా నిర్వర్తించారు.

భారత యూనియన్‌లో హైదరాబాద్ రాజ్య విలీనోద్యమం

1939 ఆగస్టు 13 నుంచి మొదలుకొని 1947 వరకు హైదరాబాద్ రాజ్యంలో 'మజ్లిస్-ఇత్తేహదుల్-ముస్లీమీన్' సంస్థ ప్రైవేటు సైన్యమైన రజాకర్లు, నిజాం పోలీసుల మూకుమ్మడి దుర్మార్గాలు మితిమీరిపోయాయి. అదే సమయంలో హైదరాబాద్ స్టేట్ కాంగ్రెస్ బాధ్యతాయుత ప్రభుత్వం-హైదరాబాద్ రాజ్యం భారత యూనియన్‌లో విలీనం చేయడం అనే నినాదాన్ని లేవనెత్తింది. 1947, మే నెలలో హైదరాబాద్ స్టేట్ కాంగ్రెస్ బహిరంగ సమావేశం భారత ప్రభుత్వం నిజాంకు వ్యతిరేకంగా హైదరాబాద్ రాజ్యాన్ని ఇండియన్ యూనియన్‌లో విలీనం చేయడానికి చేస్తున్న ఉద్యమంలో స్టేట్ కాంగ్రెస్ చేరాలని తీర్మానించింది. అయితే, ఆ సందర్భంలో కాంగ్రెస్ పార్టీలోని అతివాద వర్గ ప్రముఖులు రామానందతీర్థ, బూర్గుల రామకృష్ణారావులు సత్యాగ్రహం చేసి అరెస్ట్ అయ్యారు.

ఇదే సందర్భంలో అంటే 1947 ఆగస్టు 7 న 'జాయిన్ ఇండియా డే' గా స్టేట్ కాంగ్రెస్ ప్రకటించింది. కానీ, 1947 ఆగస్టు 13 న నిజాం ప్రభువు తన స్వాతంత్ర్యాన్ని ప్రకటించుకొన్నాడు. అయినా, ప్రజలు ప్రభుత్వ నిషేధాజ్ఞలు లెక్కచేయక, 1947 ఆగస్టు 15 నాడు జాతీయ జెండాలను ఎగురవేసి తమ స్వతంత్రాన్ని ప్రకటించుకొన్నారు. ఈ ఉద్యమం అతిస్వల్ప కాలంలోనే ప్రజా ఉద్యమంగా మారినందువల్ల నిజాం చేస్తున్న భారత ప్రభుత్వ వ్యతిరేక విధానాలను గ్రహించిన నెహ్రూ ప్రభుత్వం నిజాంతో సంప్రదింపులు జరిపినప్పటికీ ఫలితం లేకపోవడం వల్ల 1948 సెప్టెంబర్ 13 నుంచి 18 వరకు హైదరాబాద్ రాజ్యంపై పోలీసు చర్య జరిపి, భారత విలీనోద్యమాన్ని విజయవంతం చేయడం జరిగింది.

సాయుధ పోరాటం తీవ్రత - ప్రభుత్వ అణచివేత

కమ్యూనిస్టు పార్టీ తన సిద్ధాంతాన్ని, ఆదర్శాలను దృష్టిలో పెట్టుకొని 'దున్నేవాడిదే భూమి' అనే నినాదాన్ని లేవనెత్తడంతోపాటు, భూస్వాములకు, ప్రభుత్వానికి వ్యతిరేకంగా తీవ్రతరం చేసింది. ముఖ్యంగా కౌలుదార్లను, వారు సేద్యం చేస్తున్న భూములను ఆక్రమించుకోమని చెప్పడంతోపాటు భూములను పేద రైతు కూలీలకు పంచింది. ఇలాంటి పూర్తిస్థాయి సాయుధ విప్లవానికి, జాతీయ, రాష్ట్రస్థాయి కాంగ్రెస్ పార్టీ నాయకత్వాలు మనస్ఫూర్తిగా పూర్తి మద్దతు ఇవ్వలేదు. అప్పటి కాంగ్రెస్ పార్టీ వ్యవసాయ సంస్కరణల విషయంలో అనుకూలంగానే ఉన్నప్పటికీ, ఏ రూపంలో కూడా రైతులకు మేలు చేయలేదు. ఫలితంగా మొదట్లో నిజాంకు వ్యతిరేకంగా కమ్యూనిస్టులతో కలిసి పనిచేసిన కాంగ్రెస్ పార్టీ తదనంతరం అంటే 1947 ఆగస్టు 15 తరవాత కమ్యూనిస్టు ఉద్యమ తీవ్రతను గ్రహించి తన మద్దతును

ఉపసంహరించుకొని, పోరాటంలో కమ్యూనిస్టులను ఒంటరిగా వదిలివేసింది. అయినప్పటికీ, ఈ వేర్పాటువాద విధానాన్ని లక్ష్యపెట్టకుండా కమ్యూనిస్టులు ప్రజల సహాయ సహకారాలతో కాంగ్రెస్ ప్రభుత్వానికి వ్యతిరేకంగా తమ సాయుధ దళాల బలగాన్ని, బలాన్ని మరింత పెంచుకొని నూతనోత్సాహంతో సాయుధ పోరాటాన్ని ముందుకే నడిపించారు.

సాయుధ పోరాటంలో మహిళల పాత్ర

1946–51 సంవత్సరాల నాటి తెలంగాణా సాయుధ రైతాంగ పోరాటంలో స్త్రీలు నిర్వహించిన పాత్ర ఎంతో అమోఘమైంది. ప్రపంచలో జరిగిన ఏ ఉద్యమం కూడా స్త్రీల సహాయసహకారాలు లేకుండా విజయవంతం అవడమనేది అసాధ్యం. అయితే ఈ సాయుధ పోరాటంలో కిందిస్థాయిలోని నిరక్షరాస్యులయిన పేద ప్రజల నుంచి పైస్థాయి వరకు గల ఉన్నత విద్యావంతులైన స్త్రీలు పాల్గొనడం ఒక వర్గ సంస్కృతికి నిదర్శనంగా భావించవచ్చు. ముఖ్యంగా ఉద్యమంలో గిరిజన, కోయ, చెంచు స్త్రీలు తమ అమూల్యమైన మద్దతును సాయుధ గెరిల్లా దళాలకు, ముఖ్యంగా విజ్ఞత గల కమ్యూనిస్టు విప్లవకారులకు ఇవ్వడం అనేది ఒక చారిత్రక అంశం. ఎందరో స్త్రీలు తమ అమూల్యమైన ప్రాణాలను సైతం ఉద్యమం కోసం త్యాగంచేశారు. అందులో ప్రాణాలర్పించిన మొదటి మహిళగా నల్గొండ తాలూకాలో మంగళపల్లి గ్రామానికి చెందిన 11 సంవత్సరాల వయసున్న రాములమ్మ. నిజాం పోలీసులు, రజాకర్లు పెట్టిన చిత్రహింసల్లో భాగంగా ఆమె మరణించింది. ఈ తరహాలోనే స్త్రీలు అనేకమంది ఉద్యమంలో పాల్గొని తమవంతు కర్తవ్యాన్ని విజయవంతంగా నిర్వర్తించి, తెలంగాణా విముక్తిని సాధించారు. పోరాటంలో పాల్గొన్న మహిళలు - ప్రమీలాతాయి, భద్రమ్మ, ఆరుట్ల కమలాదేవి, మల్లుస్వరాజ్యం, కామ్రేడ్ రంగమ్మ, దామ ఎల్లమ్మ, బుచ్చెమ్మ కర్రె, మంగటి అక్కయ్య, గుజ్జారామమ్మ, శాంతెమ్మ కర్రె, బ్రిజ్‌రాణి గౌరమ, రావి సత్యవతి, చిట్యాల అయిలమ్మ, నల్లవజ్రమ్మ, దూడల సాలమ్మ, పుట్నాల రామక్క జాటోత్ మంగ్లీ, ఫూల్‌బాయి, లచ్చెక్క కోయపాపక్క, నాగమ్మ, రామక్క పుల్లక్క, అడివమ్మ, నారాయణమ్మ, కోయవెంకటమ్మ, బూదెమ్మ మొదలగు వారు.

సాయుధ పోరాట కాలంలో అంటే 1947 ఏప్రిల్, 1948 మార్చి మధ్య రజాకర్లు సుమారు 250 గ్రామాలను దోచుకోవడమే కాకుండా, 4000 ఇళ్లను తగులబెట్టి, 500 మందిని బలిగొన్నారు. చాలామందిని తీవ్రంగా గాయపరిచారు. అంతేకాకుండా వందలాదిమంది స్త్రీలను చెరిచారు. దీనికి ప్రతీకారంగా కమ్యూనిస్టులు, ఒక ప్రభుత్వ నివేదిక ప్రకారం, 1946 ఆగస్టు 15 నుంచి 1948 సెప్టెంబర్ 13 వరకు 2000 మందిని కిరాతకంగా హత్యచేశారు. 22 పోలీసు ఔట్‌పోస్టులపై దాడిచేశారు. గ్రామ రెవిన్యూ రికార్డులను దహనంచేయడమేకాకుండా, చాలామంది గ్రామాధికారులపై చేయిచేసుకొన్నారు. చావిడీలను, గడీలను, కస్టమ్స్ ఔట్‌పోస్టులను తగులపెట్టారు. 230 కి పైగా తుపాకులను చేజిక్కించుకొన్నారు. వరిధాన్యాన్ని దోచుకొన్నారు, ఒక మిలియన్ రూపాయలకంటే ఎక్కువ విలువైన నగలను, డబ్బును స్వాధీన పర్చుకోవడమేకాకుండా, కమ్యూనికేషన్ వ్యవస్థకు విఘాతం కలిగించారు. రవాణా లైన్లను, పంపిణీ వ్యవస్థను ధ్వంసంచేశారు. కమ్యూనిస్టులు ఎప్పుడూ నిలకడగా, చాలా పకడ్బందిగా గెరిల్లా యుద్ధపద్ధతుల్లో వ్యూహాలను ఎంచుకొని ఉద్యమానికి బయలుదేరేముందు వారికి అందుబాటులో ఉన్న అన్ని రకాల ఆయుధాలను, వనరులను సమర్థవంతంగా వాడుకొంటూ పై దాడులను విజవంతంగా నిర్వహించారు.

1948 సెప్టెంబర్ 13 న భారత సైన్యం హైదరాబాద్ రాజ్యంపై సైనికచర్యకు పూనుకుంది. ఫలితంగా ఒక వారంలోపే నిజాం సైన్యం, పోలీసులు, రజాకర్లు ఏమాత్రం ప్రతిఘటించకుండానే భారత సైన్యానికి లొంగిపోయారు. ఈ పోలీసు చర్య కేవలం రజాకర్లు, నిజాం ప్రభువుకు వ్యతిరేకతతో పాటు కమ్యూనిస్టుల ఏరివేత, ఉద్యమం అణచివేత చర్యను కూడా చేపట్టింది. తత్ఫలితంగా వేలాదిమంది కమ్యూనిస్టులు చంపబడ్డారు. అనేకమంది అరెస్టవడమే కాకుండా మిలటరీ క్యాంపుల్లో బంధించబడ్డారు. ముఖ్యంగా రైతులపై కమ్యూనిస్టుల ప్రభావాన్ని తగ్గించడానికి గాను 1949 ఆగస్టులో జాగిర్దారీ విధానం రద్దుచట్టం ద్వారా జాగీర్దారీ వ్యవస్థను రద్దుచేశారు. దానితోపాటు భూసంస్కరణల కోసం వ్యవసాయ కూలీల ఎంక్వైరీ కమిటీని నియమించారు.

తెలంగాణా రైతాంగ సాయుధ పోరాట విరమణ

ఉద్యమంపై ప్రభుత్వ అణచివేత, నిర్బంధం పెరగడం వల్ల, ప్రజలు తమ మద్దతును ఉపసంహరించుకోవడం వల్ల, కమ్యూనిస్టు పార్టీకి పోరాటాన్ని కొనసాగించడం అసాధ్యమైపోయింది. ఈ దశలోనే కమ్యూనిస్టు పార్టీ అగ్రనాయకులైన రావినారాయణ రెడ్డి, బద్దం ఎల్లారెడ్డి, చంద్ర రాజేశ్వరరావు, ఆరుట్ల రామచంద్రారెడ్డి లాంటి మొదలైన వారితో పుచ్చలపల్లి సుందరయ్య, మాకినేని బసవపున్నయ్య, దేవులపల్లి వెంకటేశ్వరరావు మొదలైనవారు సాయుధ పోరాటాన్ని కొనసాగించాలనే అంశంపై, సాయుధ పోరాట స్వభావం, అవలంబించిన వ్యూహాలు, ఎత్తుగడలు, తదితర అంశాలపై తీవ్రంగా విభేదించారు. దీనికి తోడు పోలీసు చర్య, తరవాత ధనిక రైతులు చాలామంది సాయుధ పోరాటాన్ని వదలివేయగా, కేవలం పేద రైతులు, వ్యవసాయ కూలీలు, గిరిజన ప్రజలు, మరికొద్దిమంది మధ్యతరగతి ప్రజలతో సాయుధ పోరాటాన్ని కొనసాగించవలసి వచ్చింది. దీనికి తోడుగా తెలంగాణా నాయకుల మధ్య చీలిక ఏర్పడి, ప్రముఖుడైన రావి నారాయణరెడ్డి తనకుతాను విప్లవాత్మకమైన సాయుధ పోరాటం నుంచి పక్కకు తప్పుకొని తెలంగాణా రైతాంగ సాయుధ పోరాటాన్నే విమర్శించాడు. పై కారణాలన్నింటివల్ల 1951 అక్టోబర్ 21 న కమ్యూనిస్టు పార్టీ అయిష్టంగానే తెలంగాణా రైతాంగ సాయుధ పోరాటాన్ని స్వచ్ఛందంగా విరమించి, 1952 మొదటి సాధారణ ఎన్నికల్లో పాల్గొని, ఆంధ్రా, తెలంగాణా రెండింటిలోను అధిక మెజారిటీ స్థానాలు గెలుపొందడమే గాక, రావి నారాయణరెడ్డికి నెహ్రూ కంటే ఎక్కువ ఓట్లు రావడం అనేది కమ్యూనిస్టు పార్టీ సాయుధ పోరాటాల ఘనవిజయంగా భావించవచ్చు.

సాయుధ పోరాట ఫలితాలు

ముఖ్యంగా తెలంగాణా ప్రజలు గుర్తించాల్సిన వాస్తవం ఏమిటంటే, ఇది భారత కమ్యూనిస్టుల మొదటి అతిపెద్ద రైతాంగ సాయుధ విప్లవం. ఇది సుమారుగా 16,000 చదరపు మైళ్ళ విస్తీర్ణంలో సుమారు 3000 గ్రామాలకు విస్తరించింది. దీని ముఖ్య ఫలితాలు

* ఒక అంచనా ప్రకారం నిజాం నిరంకుశ, భూస్వామ్య పాలనను తుదముట్టించి, వ్యావసాయిక కార్యక్రమాలను చేపట్టి లక్షల ఎకరాల భూమిని పునఃపంపిణి చేయడం జరిగింది.
* వెట్టిచాకిరి విధానంతోపాటు చట్ట వ్యతిరేక ముడుపులు, వసూళ్లు, లంచాలు, భూస్వామ్య విధానపు రకరకాల అణచివేతలు అంతం చేయబడ్డాయి.
* తెలంగాణా ప్రతి పల్లెలో కొంతమేరకు సామాజిక సమానత్వం సాధించబడింది.
* ఉచితంగా పనిచేయించుకొని వెళ్ళగొట్టడమనేది నిషేధించబడింది. వ్యవసాయ కూలీలకు కనీస కూలీ రేటు ఖరారు చేయబడింది.
* యువతరంలో ప్రశ్నించే స్థాయిని, పనిచేసే మానసిక స్ఫూర్తిని అందించింది.

ప్రధానంగా, ఈ సాయుధ పోరాటం వ్యావసాయిక విప్లవం అనే ప్రశ్నను ముందుకు తెచ్చింది. భారతదేశంలో ఆ తరవాత జరిగిన రైతాంగ పోరాటాలకు సైద్ధాంతిక పునాదులను నిర్మించింది. ఫలితంగా కాంగ్రెస్ ప్రభుత్వం తప్పనిసరి పరిస్థితుల్లో భూసంస్కరణలు చేపట్టాల్సివచ్చింది.

ప్రజా పోరాటాల చరిత్రలో తెలంగాణా రైతాంగ సాయుధ పోరాటం అనేది అనేక కోణాల నుంచి కూడా చాలా ముఖ్యమైన తిరుగుబాటు. ఇది భారత ప్రజల ప్రజాస్వామిక విప్లవోద్యమాల బలాల, వ్యూహాలకు సంబంధించిన అన్ని ప్రశ్నలను ముందుకు తీసుకొచ్చింది. ముఖ్యంగా దీన్ని భూమికి, భూమిపై హక్కులకు సంబంధించిన అనేక ప్రశ్నలను లేవనెత్తి, భూస్వామ్యపు ఆధిపత్యాన్ని అంతమొందించడానికి ఆవిర్భవించిన వ్యావసాయిక సాయుధ విప్లవోద్యమం అని చెప్పవచ్చు. ఇంకా ఈ పోరాటం సామాన్య వ్యవసాయ కూలీలను, పెద్ద పెద్ద భూస్వాములకు వ్యతిరేకంగా పోరాడేటట్లు సిద్ధం చేసింది.

26

తెలంగాణాలో భూదాన ఉద్యమం

భారతదేశ చరిత్రలో భూమికి చాలా ప్రాధాన్యత ఉంది. ప్రాచీనకాలం నుంచి రాచరికం అంతమయ్యే వరకు రాజులు భూభాగాల కోసమే యుద్ధాలు చేశారు. రాచరిక వ్యవస్థలో ప్రజల ముఖ్యవృత్తి వ్యవసాయం. రాజ్య ఆదాయానికి భూమి శిస్తే ముఖ్య ఆధారంగా ఉండేది. నేటి ఆధునిక కాలంలో కూడా భారతదేశ ఆర్థికవ్యవస్థ వ్యవసాయంపై ఆధారపడి ఉంది. అయితే 20వ శతాబ్దం మధ్య భాగంలో భూస్వామ్య వ్యవస్థకు వ్యతిరేకంగా కమ్యూనిస్టుల ఆధ్వర్యంలో హింసాయుత పోరాటాలు జరిగాయి. ఈ క్రమంలోనే అహింసాపద్ధతిలో భూదానోద్యమం పుట్టింది.

భూదానోద్యమాన్ని మహాత్మాగాంధీ ముఖ్య శిష్యుడైన వినోబాభావే తెలంగాణాలో ప్రారంభించారు. ఆయన తన పాదయాత్ర ద్వారా తెలంగాణ మొత్తం పర్యటించి కొన్నివేల ఎకరాల భూమిని భూస్వాముల దగ్గర నుంచి దానంగా పొంది భూమిలేని పేదలకు పంచాడు.

తెలంగాణ పూర్వపు హైదరాబాద్ రాష్ట్రంలో భాగంగా ఉండేది. హైదరాబాద్ రాష్ట్రం భారతదేశానికి నడ్డిబొడ్డున వింధ్యాపర్వతాలకు దక్షిణాన ఉండేది. ఇది సముద్రమట్టానికి 1250 అడుగుల ఎత్తున దక్కన్ పీఠభూమిలో ఉండేది. భారతదేశంలోని దేశీయ సంస్థానలన్నింటిలో హైదరాబాద్ పెద్దది. ఇది 82,698 చదరపు మైళ్ళ విస్తీర్ణం కలిగి ఉంది, దీనిలోనే తెలుగు, మరాఠి, కన్నడ ప్రాంతాలు ఉండేవి. మొత్తం సంస్థాన విస్తీర్ణంలో సగం తెలంగాణా ప్రాంతం ఉండేది. 1951 జనాభా లెక్కల ప్రకారం తెలుగు మాట్లాడే ప్రజల సంఖ్య 90 లక్షలు, అంటే మొత్తం సంస్థాన జనాభాలో నూరింట యాభై మంది తెలుగు మాట్లాడేవారు. తెలంగాణాలోని మొత్తం గ్రామాల సంఖ్య 10,095. భారత ప్రభుత్వం 1948 లో హైదరాబాద్ సంస్థానంపై పోలీసుచర్య (ఆపరేషన్ పోలో) జరిపింది. దీంతో ఈ సంస్థానం అసఫ్‌జాహీ పాలన నుంచి విముక్తమై భారతదేశంలో విలీనమైంది. హైద్రాబాద్ రాజధానిగా హైదరాబాద్ రాష్ట్రం ఏర్పడింది. తెలంగాణాలో 8 జిల్లాలు ఉండేవి. అవి 1) హైదరాబాద్, 2) నల్లగొండ, 3) వరంగల్, 4) నిజామాబాద్, 5) కరీంనగర్, 6) మెదక్, 7) ఆదిలాబాద్, 8) మహబూబ్‌నగర్ మొదలైనవి. తరవాత కాలంలో వరంగల్ జిల్లా నుంచి ఖమ్మం జిల్లా, హైదరాబాద్ జిల్లా నుంచి రంగారెడ్డి జిల్లాలు ఏర్పడ్డాయి.

హైదరాబాద్ సంస్థానంలో వ్యవసాయంకింద గల భూమి మొత్తం ఐదుకోట్ల ముప్పైలక్షల ఎకరాలు. అందులో మూడుకోట్ల ఎకరాలు ప్రభుత్వ భూమిశిస్తు వ్యవస్థ కింద ఉండేది. దీన్నే దివానీ లేదా ఖల్సా ప్రాంతం అంటారు. దాదాపు ఒక కోటి యాభైలక్షల ఎకరాలు జాగిర్దారీ విధానం కింద, దాదాపు పదిశాతం భూమి నిజాం సొంతభూమి అయిన సర్ఫేఖాస్‌గా ఉండేది. సర్ఫేఖాస్ ప్రాంతం నుంచి ఆదాయం లేదా కొల్లగొట్టిన ధనం ఏటా రెండుకోట్ల రూపాయలు ఉండేది. ఈ ధనం మొత్తం నిజాం కుటుంబానికి, కుటుంబ పరివారానికి అయ్యే ఖర్చుల కిందనే వాడబడేది. ఈ పొలం అంతా అతని సొంత కమతంగానే ఉండేది. ఆ ప్రాంతంలోని ప్రజల సంక్షేమానికి ఖర్చు చేయాల్సి వస్తే సంస్థానం యొక్క సాధారణ వ్యయం నుంచే ఖర్చు చేసేవారు. హైదరాబాద్ రాజ్యంపై భారత ప్రభుత్వం జరిపిన పోలీసు చర్య అనంతరం

సర్ఫేఖాస్, జాగిర్దారీ పద్ధతులు రద్దుచేయబడ్డాయి. ఈ భూములు దివానీలో కలిపివేసి ప్రభుత్వ భూమిశిస్తు విధానం కిందకు తీసుకురాబడ్డాయి. తెలంగాణాలో మొత్తం దివానీ భూములున్న గ్రామాలు 6811 ఉండేవి.

సంస్థానంలో జాగీర్ ప్రాంతాలు మొత్తం 1/30 వంతు ఉండేవి. తెలంగాణాలో జాగీర్ భూములు ఉన్న గ్రామాలు మొత్తం 2638. మొత్తం జాగీర్ల సంఖ్య 1148. తెలంగాణాలో ఇంకా మొత్తం 13 సంస్థానాలు ఉండేవి. వీటి హోదా జాగీర్ల కంటే పెద్దది. వీరికి నిజాంతో జరిగిన ఒప్పందం ప్రకారం స్వతంత్రంగా వ్యవహరించేవారు.

నిజాం రాజబంధువులకు ఇచ్చిన జాగీర్లకు పాయిగాలని పేరు. సైన్యాన్ని సమీకరించి అవసర సమయంలో నిజాంకి సహాయపడాలనే ఉద్దేశంతో ఈ పాయిగాలు రాజబంధువులకు ఇవ్వబడ్డాయి. ఇంకా ఇజారాదార్లు, బంజరుదార్లు, ముక్తేదార్లు, ఈనాందార్లు, అగ్రహారికులు అనే పేర్లతో వివిధ రకాల ఫ్యూడల్ దోపిడిదార్లు ఉండేవారు. వారిలో కొందరికి పన్నులను విధించి వసూలుచేసేందుకు సొంత రెవిన్యూ అధికార్లు ఉండేవారు. వారిలో కొందరు పన్నుల వల్ల తమకు వచ్చే ఆదాయంలో స్వల్పభాగం సంస్థానానికి చెల్లించేవారు. మరికొందరు అసలేమీ చెల్లించేవారు కాదు. ఈ ప్రాంతాల్లో వివిధ రకాలయిన అక్రమ వసూళ్ళు, వెట్టిచాకిరి సర్వసాధారణం. ఇంకా జాగీర్లు, ముక్తాలు, బంజర్లు, అగ్రహారాలు, ఈనాములు వివిధ సేవలు చేయడం కోసం ఇవ్వబడ్డాయి. వాటి సొంతదార్లు రైతులను పీల్చిపిప్పి చేసేవారు. దేశ్‌ముఖ్‌లు, దేశ్‌పాండేలు గతంలో ప్రభుత్వానికి పన్నులు వసూలుచేసి పెట్టేవారు. వీరు వసూలుచేసిన పన్నుల మొత్తం ప్రాతిపదికపై వతన్లు లేదా 'మాష్' (ఉద్యోగ విరామనంతర భృతి) మంజూరు చేయబడ్డాయి. వీరు పన్నులు వసూలుచేసే కాలంలో సాగులో ఉన్న అతిసారవంతమైన వేలాది ఎకరాల భూములను రైతుల నుంచి కబళించారు. భూములను తమ సొంత ఆస్తిగా దఖలుపర్చుకొన్నారు. ఈ భూముల రైతులను కౌలుదార్ల స్థాయికి నెట్టివేశారు.

ఫ్యూడల్ భూస్వాములు వివిధ రకాల తప్పుడు పద్ధతులతో సామాన్య ప్రజల నుంచి ఆ భూములను గుంజుకొన్నారు. రైతులు సాగుచేసుకొంటున్న భూమిలో అధిక భాగాన్ని, మొట్టమొదటి సర్వే సెటిల్‌మెంట్ సందర్భంగా భూస్వాములు సొంతం చేసుకున్నారు. అధికారం చేతుల్లో గల ఈ భూస్వాములు, సాగుచేసుకొంటున్న రైతులకు తెలియకుండానే వారి భూములను తమ పేర్లకింద నమోదు చేయించుకొనేవారు. రైతులకు విషయం తెలిసేటప్పటికి పరిస్థితులు చేయిదాటిపోయేవి.

ఈ భూస్వాములు, దేశ్‌ముఖ్‌లు మాత్రమే కాదు, వంశపారంపర్య హక్కులతో పటేల్, పట్వారీ, మాలిపటేల్ వంటి గ్రామాధికారులు కూడా ఉండేవారు. వీరు ప్రతి ఒక్కరు ఐదు నుంచి పది గ్రామాలు వతన్‌గా పొందుతుండేవారు.

మరో పక్క నిజాం నిరంకుశ పాలనలో ప్రజలు అష్టకష్టాలు పడ్డారు. రజాకర్లు గ్రామాలపైపడి దోచుకోవడం, అత్యాచారాలకు పాల్పడటం నిత్యకృత్యమైంది.

తెలంగాణాలో వెట్టి విధానం సమాజమంతటా ఆవరించి ఉండేది. ప్రజల్లో అన్ని వర్గాల ప్రజలకు తరతమ స్థాయిల్లో అది వర్తించేది. ప్రతి హరిజన కుటుంబం వెట్టిచాకిరి చేయడానికి కుటుంబంలోని వారినొకరిని కేటాయించవలసి ఉండేది. ప్రతి గ్రామంలో ప్రతి ఇంటి నుంచి ఒక మనిషిని పంపించేవారు. పటేల్, పట్వారీ, మాలిపటేల్ లేదా దేశ్‌ముఖ్‌ల ఇండ్లలో, గృహసంబంధమైన పనులు చేయడం, పోలీసు స్టేషన్‌లకు, తాలూకాఫీసులకు, రిపోర్టులు మోసుకుపోవడం, గ్రామచావిడికి, బందెలదొడ్డికి కాపలాకాయడం రోజువారీ పనిలో భాగమే.

భూస్వాములకు, ప్రభుత్వాధికారులకు గ్రామంలోని వివిధ వృత్తులవారు ఉచితంగా వృత్తిపరమైన సేవలు చేసేవారు. కల్లుగీత కార్మికులు భూస్వాములకు ఉచితంగా కల్లును సరఫరాచేయాలి. చర్మకారులు ఉచితంగా చెప్పులు

కుట్టాలి. చేనేత పనివారు భూస్వాముల ఇండ్లలో పనిచేసే నౌకర్లకు బట్టలు సరఫరా చేయాలి. వడ్రంగులు, కమ్మర్లు భూస్వాములకు వ్యవసాయ పరికరాలను ఉచితంగా సరఫరాచేయాలి. రజకులు దేశ్‌ముఖ్‌ల, గ్రామాధికారుల ఇండ్లలో బట్టలుతకాలి, అంట్లు తోమాలి, గ్రామంలో మకాంవేసిన అధికారుల కోసం మంచాలు, పరుపులు మోసుకెళ్ళాలి. వంట చేయడానికి అవసరమైనవన్నీ చేరవేయాలి. వారే అధికారుల ఇండ్లలో పసుపు, కారం కొట్టాలి. బెస్తలు, రజకులు మొదలైన కులాలవారు భూస్వామి కుటుంబాలకు చెందిన పురుషులను, స్త్రీలను పల్లకీలోనో, మేనాలోనో ఎక్కించుకొని తమ భుజాలమీద మోసుకు వెళ్ళవలసి వచ్చేది. భూస్వాముల ఇండ్లలో ఏదైనా వేడుక జరుపుకొన్న ప్రతిసారీ, గ్రామానికంతటికీ పండుగ పబ్బాలొచ్చినప్పుడు గొల్లవారు ప్రతిమంద నుంచి ఒక గొర్రెనిచ్చి తీరాలి. ఏదో ఒక సాకుతో భూస్వాములు ఎప్పుడు కోరితే అప్పుడు గొర్రెనిచ్చి తీరాలి. గ్రామాల్లో వ్యాపారం చేసేవారు పోలీసుపటేల్ చిటీ అందగానే, గ్రామంలోకి వచ్చిన ఏ అధికారికి అయినా మంచి నెయ్యితోసహా అవసరమైన సరుకులన్నీ వంతులవారీగా సరఫరాచేయవలసి వచ్చేది. వాళ్ళ వద్ద ఏదైనా సరుకు లేకపోయినా, ఏదైనా సరుకు ఇవ్వలేకపోయినా, ఇవ్వడానికి వ్యతిరేకించినా నానా విధాలయిన చిత్రహింసలకు, అవమానాలకు గురయ్యేవారు.

కుమ్మరులు అధికారులకు, భూస్వాములకు అవసరమైన కుండలు ఇవ్వాలి. మంగలివారు దేశ్‌ముఖ్‌ల ఇండ్లలో సేవచేయాలి. రాత్రివేళ భూస్వామి పాదాలొత్తాలి, అతనికి వొళ్ళు మర్దనచేయాలి. ఎవరైనా అధికారి వచ్చినప్పుడు రైతులు వారిని ఉచితంగానే తమ బండ్లలో ఎక్కించుకుపోవాలి. తమ సొంత పొలాల్లో పని ప్రారంభించడానికి ముందే, గ్రామాధికారుల, భూస్వాముల పొలాలు దున్నిపెట్టాలి.

ఈ వెట్టిచాకిరి పద్ధతిలో దారుణమైంది భూస్వాముల ఇండ్లలో బానిసలుగా బాలికలను పంపించే పద్ధతి, భూస్వాములు, తమ కుమార్తెల పెళ్ళిళ్లు చేసినప్పుడు, బానిసలుగా బాలికలను బహూకరించి, పెండ్లి జరిగిన తమ కుమార్తెలతో పాటే, వారి అత్తవారిండ్లలో పనిచేయడానికి పంపేవారు. భూస్వాములు ఈ బానిస యువతులను ఉంపుడు గత్తెలుగా కూడా ఉపయోగించుకొనేవారు. ఈ విధమైన వెట్టి పద్ధతి తెలంగాణా ప్రజల జీవన విధానాన్ని అట్టడుగు స్థాయికి దిగజార్చింది.

నిజాం నిరంకుశ పాలనకు, భూస్వాముల ఆగడాలకు, అకృత్యాలకు వ్యతిరేకంగా తెలంగాణా గ్రామాల్లో రైతులు పోరాటాలు ప్రారంభించారు. 1946 నుంచి కమ్యూనిస్టులు భూస్వాముల నుంచి బలవంతంగా భూములు లాక్కొని పేద ప్రజలకు పంచిపెట్టారు. ఇదే సమయంలో రజాకర్లు, నిజాం పోలీసులు గ్రామాలపైపడి ప్రజలను హింసించే వారు. పోలీసు చర్య అనంతరం కూడా ఈ పద్ధతి సాగింది. కమ్యూనిస్టుల భయానికి భూస్వాములు తమ భూములను, గ్రామాలను వదిలిపెట్టి సమీప ఆంధ్ర జిల్లాలకు పారిపోయారు. వీరి ఆస్తులను స్థానిక ముస్లీంలు, రజాకర్ల మద్దతుతో ఆక్రమించారు. మరికొన్నిసార్లు ఈ ఆస్తులను కమ్యూనిస్టులు స్వాధీనం చేసుకొని పేద ప్రజలకు పంచారు. అయితే పోలీసుచర్య అనంతరం అనేకమంది భూస్వాములు తమ గ్రామాలకు తిరిగి వచ్చారు. ఈ విధంగా వచ్చిన భూస్వాములను చంపి వారి భూములను కమ్యూనిస్టులు పేదలకు పంచిపెట్టారు. ఈ విధంగా తెలంగాణా గ్రామాలు కమ్యూనిస్టుల దాడుల వల్ల అల్లకల్లోలంగా మారిపోయాయి. ఇలాంటి హింసాత్మక సంఘటనలు జరుగుతున్న సమయంలో వినోబాభావే తెలంగాణాలో శాంతియాత్ర చేపట్టారు.

1948 లో మహాత్మాగాంధీ మరణానంతరం, అతని అనుచరులైన వినోబాభావే, బాబూ రాజేంద్రప్రసాద్, జవహర్‌లాల్ నెహ్రూ మొదలైనవారు సేవాగ్రామ్ ఆశ్రమంలో సమావేశం నిర్వహించారు. ఈ సమావేశంలో మహాత్మాగాంధీ చేపట్టిన కార్యక్రమాలను కొనసాగించే బాధ్యతను వినోబాభావేకు అప్పగించారు.

సర్వోదయ సిద్ధాంతం

ఆంగ్లతత్వవేత్త సర్ జాన్ రస్కిన్ రచించిన గ్రంథమైన 'అన్‌టూ ది లాస్ట్' ను చదివిన మహాత్మాగాంధీ ఎంతో ప్రభావితుడయ్యాడు. ఈ గ్రంథాన్ని ఆయన గుజరాతీ భాషలోకి 'సర్వోదయ' పేరుతో అనువాదం చేసాడు. సర్వోదయ అంటే సాంఘిక పునర్నిర్మాణం లేదా అందరి సంక్షేమం అని అర్థం. గాంధీజీ నిర్మాణాత్మక విధానాల్లో సర్వోదయ ఒకటి. మహాత్మాగాంధీ స్వరాజ్య, సర్వోదయ అనే లక్ష్యాల కోసం నిరంతరం కృషిచేసాడు. సర్వోదయ సిద్ధాంతం ఆధారంగా భూదానం, గ్రామదానం, సంపత్తి దానం, జీవనదానం, శ్రమదానం అనేవి ఉద్భవించాయి.

సర్వోదయ సమితి ఏర్పడింది. దీనిలో భారతదేశం నుంచే కాక వివిధ దేశాలకు చెందిన సభ్యులుండేవారు. మొదటి సర్వోదయ సమితి సమావేశం 1949 లో ఇండోర్ (మధ్యప్రదేశ్)లో జరిగింది. దీని రెండవ సమావేశం 1950లో అంగుల్ (ఒరిస్సా)లో జరిగింది. సర్వోదయ సమితి మూడవ సమావేశం 1951 ఏప్రిల్ 8, 9, 10, 11 తేదీల్లో హైదరాబాద్ సమీపంలోని శివరాంపల్లిలో జరిగింది. ఈ సమావేశానికి హాజరుకావడానికి వినోబాభావే సేవాగ్రామ్ ఆశ్రమం నుంచి బయలుదేరి పాదయాత్రచేస్తూ శివరాంపల్లికి చేరుకొని సర్వోదయ సమావేశాలకు హాజరయ్యాడు.

తెలంగాణాలో వినోబాభావే పర్యటన - భూదానోద్యమ పుట్టుక

తెలంగాణాలోని నల్లగొండ, వరంగల్ జిల్లాల్లో కమ్యూనిస్టుల హింసాత్మక భూపోరాటాలు, అశాంతి గురించి విన్న వినోబాభావే తాను తెలంగాణాలో ఒక శాంతి సైనికునిగా పర్యటిస్తానని ప్రకటించాడు. సర్వోదయ సమితి సమావేశానంతరం తన తెలంగాణా పర్యటనను ప్రారంభించాడు. ఆయన యాత్ర 1951 ఏప్రిల్ 15న శివరాంపల్లి నుంచి ప్రారంభమైంది. ఆయన వెంట డా|| మెల్కోటే, డా|| మర్రిచెన్నారెడ్డి మొదలైన వారున్నారు. ఏప్రిల్ 16న హయత్‌నగర్‌లోనూ, 17న బాటసింగారంలోను బసచేసారు. ఏప్రిల్ 18న ఉదయం 9 గంటలకు వినోబాభావే బృందం నల్లగొండ జిల్లా భువనగిరి తాలూకా పోచంపల్లికి చేరింది. ఈ గ్రామం కమ్యూనిస్టు కార్యకలాపాలకు ముఖ్య కేంద్రంగా ఉండేది. వినోబాభావే గ్రామంలోకి ప్రవేశించగానే ముందుగా హరిజనవాడను సందర్శించాడు. అక్కడ ఉన్న కొందరు హరిజనులు తమకు కొంత భూమిని ఇప్పించమని కోరారు. దానికి వినోబాభావే వారితో సాయంత్రం జరిగే గ్రామసభకు రమ్మనమని కోరాడు. ఆ గ్రామసభలో వినోబాభావే హరిజనలను మీకు ఎంత భూమి కావాలని అడిగాడు, దానికి వారు మాకు 40 కుటుంబాలు ఉన్నాయి. ఒక్కొక్క కుటుంబానికి 2 ఎకరాల చొప్పున 80 ఎకరాలు కావాలని అడిగారు. ఆ సభలో వినోబాభావే మాట్లాడుతూ వీరి సంగతి ప్రభుత్వానికి ఏమైనా రాయగలమా? అని అడిగారు. దీనికి మార్గాన్ని వెతుకుతూ సభలో ఉన్నవారి వైపు చూశాడు. ఈ హరిజనులు అడిగే భూమి ఎవరైనా భూస్వాములు ఇవ్వగలరా అని గ్రామస్థులను ప్రశ్నించాడు. దీంతో ఆ గ్రామానికి చెందిన వెదిరే రామచంద్రారెడ్డి అనే భూస్వామి లేచి 100 ఎకరాల భూమిని దానంగా ఇస్తున్నట్లు ప్రకటించాడు. ఆశ్చర్యానికి గురయిన వినోబాభావే ఇది కలయా, నిజమా అని అన్నాడు. రామచంద్రారెడ్డి అప్పుడే దానపత్రాన్ని రాసి వినోబాభావేకు ఇచ్చాడు. ఈ విధంగా భూదానోద్యమం పుట్టింది.

దానపత్రంలో కింది విధంగా ఉంది

పరమపదించిన మా తండ్రి ఆదేశానుసారంగా వారి అభీష్టసిద్ధికై, పోచంపల్లి, జూలూరు గ్రామాల్లో మాకు ఉండే ఆస్తిలో నూరు ఎకరాలను హరిజనుల క్షేమం కోసం ఇస్తున్నాను. ఈ విషయాన్ని హరిజనులకు తెలియజేయవలసిందిగా నేను వినోబాజీని కోరుతున్నాను. మా తండ్రి ఆత్మకుశాంతి చేకూరుగాక!

వినోబాభావే ఆనందానికి అవధులు లేకపోయాయి. సంతోషంతో గంతులేశాడు. పరమహంస, అరవిందయోగి, తిలక్, గాంధీ మొదలైన వారు తనకు అపార బలసంపదను ఇచ్చివెళ్ళారు అని పేర్కొన్నాడు. దానం ద్వారా భూములు సమకూర్చి, భూములు లేనివారికి భూమిని ఇప్పించే మార్గాన్ని భగవంతుడు చూపించాడు. కాబట్టి తాను భూమి కోసం భూదాన యాత్రను ప్రారంభిస్తున్నాని ప్రకటించాడు. వినోబా పోచంపల్లిలో లభించిన భూమిని హరిజనులకు పంచాడు.

పోచంపల్లి నుంచి ఏప్రిల్ 19వ తేదీన వినోబాభావే బృందం తంగెళ్ళపల్లికి చేరింది. అక్కడ భూస్వాములయిన ఇద్దరు సోదరులు భూమి కోసం తగాదాపడ్డారు. వినోబాభావే వీరి తగాదాను పరిష్కరించాడు. తగాదాలో ఉన్న 150 ఎకరాల భూమిని భూదానంగా ఇచ్చారు. ఈ భూదానం వినోబాభావే బృందానికి మరింత ఉత్సాహాన్నిచ్చింది. ఏప్రిల్ 20న వినోబా సర్వేల్ గ్రామానికి చేరుకొన్నాడు. అక్కడ ఉన్న సర్వోదయ ఆశ్రమానికి చేరి సర్వోదయ కార్యకర్తల సమావేశంలో మాట్లాడుతూ కింది విధంగా పేర్కొన్నాడు.

"దేశంలో రాజ్యవిధానం మారింది. ప్రతి వ్యక్తికి ఓటుహక్కు వచ్చింది. భవిష్యత్తులో రాజ్యం ప్రతి ఒక్కరిది కాగలదు. రాజ్యమనేది ప్రజల మధ్య పంపకమైపోయింది. అందువల్ల కలిమిగల వారిని చంపనక్కరలేదు. పిస్తోలు లేకుండానే వారిని సంహరించవచ్చు. కమ్యూనిస్టులకు నా విజ్ఞప్తి ఏమనగా బహిరంగంగా పనిచేయండి, ఆ విధంగా చేస్తే నేను వారికి నా సహకారాన్ని అందిస్తాను. కమ్యూనిస్టులు హింసా మార్గాన్ని వీడితే, న్యాయాన్ని మెచ్చే జనమంతా వారికి సహాయపడతారు. నేను కమ్యూనిస్టును, కాని హింసా మార్గాన్ని అనుసరించను అని మహాత్మాగాంధీ చెప్పేవారు'.

సర్వేల్ గ్రామంలో 100 ఎకరాల భూదానం లభించింది. వినోబా భూదాన యాత్రలో భాగంగా ఏప్రిల్ 21న త్రియాలపల్లి, 22న దేవరకొండ తాలూకా శివన్నగూడెం, 23 న తిరుగళ్ళపల్లి, 24న ఎరుగండ్లపల్లి, 25 న వావిళ్ళ పల్లి, 26 న పోలేపల్లి, 27 న నాగిళ్ళ, 28 న అజిరాపురం, 29 న ఇరువెన్ను, 30 న శిరివెళ్ళా, మే 1 న దేవరకొండ, మే 2న చందంపేట, 3 న పెద్ద అడిశర్లపల్లి, 4 న విజయపురి, 5 న అడవిదేవులపల్లి, 6 న వాడపల్లి, 7 న హుజూర్‌నగర్, 8న మేళ్ళచెరువు, 9 న మిర్యాలగూడ, 10 న చిలుకూరు, 11 న వేములపల్లి, 12 న రాగిరిపేట, 13 న తిప్పర్తి, 14 న నల్లగొండ, 15 న పానగల్లు, 16 న కట్టంగూరు, 17 న నక్రేకల్, 18 న శాలిగౌరారం, 19 న జాజిరెడ్డి గూడెం, కాశర్లపాడు, 20 న తుంగతుర్తి, వెలుగుపల్లి, 21 న అన్నారం, సంగెం, 22 న గోరెంట, ఎర్రపాడు, నూతనకల్‌లో, 23న ఆత్మకూరు, సూర్యాపేట, 24 న బేతవోలు, చందుపట్ల, 25 న నడిగూడెం, 26 న ఖమ్మం జిల్లా నాయకుని గూడెం మొదలైన గ్రామాల్లో పర్యటించి కొన్నివేల ఎకరాల భూమిని దానంగా పొందాడు.

తన పర్యటనలో వినోబాభావే మాట్లాడుతూ మనిషికి ప్రకృతి ఇచ్చిన పంచభూతాల్లో గాలి, నీరుతో పాటు భూమి కూడా ముఖ్యమైనది. కాబట్టి ఆ భూమిపై మానవులందరికి సమాన హక్కులు ఆ దేవుడు ప్రసాదించాడని పేర్కొన్నాడు. భూస్వాములకు విజ్ఞప్తి చేస్తూ మీ భూమిలో 1/6వ వంతు భూమిని భూమిలేని వారికి దానం చేయమని పలికాడు. తంగెళ్ళపల్లి గ్రామంలో కొందరు వినోబాకు పువ్వులదండ వేయడానికి ప్రయత్నించారు. దాన్ని ఆయన నివారించి పూవులు దేవునికి వేయండి నాకు కావలసింది పూవులు కాదు భూమి అని తెలిపాడు.

దేవరకొండలో జరిగిన సభలో వినోబాభావే మాట్లాడుతూ శాంతి మార్గాన మనం విశ్వవిజయాన్ని సాధించాలి. దీన్ని ప్రేమ మార్గమని కూడా అనవచ్చు. ఈ మార్గాన్ని అవలంబించిన బాలుడైనా ప్రపంచమంతా ఎదిరించగలడు. భారత స్వాతంత్ర్య సమరంలో స్త్రీలు, బాలికలు ధైర్యసాహసాలను ప్రదర్శించారు. ఈ మార్గాన్ని అవలంబించి దుర్బలుడు కూడా బలవంతుడు కాగలడు. జనాభాలో నూటికి పదిమంది మాత్రమే సేవలో చేరుతారు. శాంతి సేవలో అందరూ చేరవచ్చు. హింసామార్గాన్ని విడనాడాలని కమ్యూనిస్టులకు నా విజ్ఞప్తి. వారు అలాచేస్తే నేను వారి వెంట తిరిగి దేశంలో మూలమూలలకు వెళ్ళి సామ్యవాద ప్రచారం చేస్తాను.

నల్లగొండ జిల్లా దేవరకొండ తాలూకా నాగిళ్ళ గ్రామాన్ని వినోబా బృందం సందర్శించినప్పుడు అక్కడ భూమి దొరికే సూచనలు కనిపించలేదు. ఈ దినమిక ఏకాదశేనా అని వినోబా అన్నాడు. ఇంతలో ఒక పేద కుటుంబీకుడు వచ్చి తనపేర పట్టా ఉన్న నాలుగు ఎకరాల భూమిని దానంగా ఇచ్చాడు.

వినోబాభావే పాదయాత్ర ఖమ్మం, వరంగల్, కరీంనగర్, ఆదిలాబాద్ జిల్లాల్లో జరిగింది. కొన్నివేల ఎకరాల భూమి భూదానంగా లభించింది. 1951, జూన్ 7 న ఆదిలాబాద్ జిల్లా మంచిర్యాల్లోని సర్వోదయాశ్రమంలో హైదరాబాద్ స్టేట్ సర్వోదయ కార్యకర్తల సమ్మేళనం జరిగింది. ఒక లక్ష ఎకరాల భూమిని సేకరించడానికి ఈ సభలో సంకల్పించాడు.

భూదాన యజ్ఞసమితి

దానంగా వచ్చిన భూమిని పంచడానికి, ఆ కార్యకలాపాలను క్రమబద్ధం చేయడానికి 1951 జూన్ 7న వినోబాభావే భూదాన యజ్ఞసమితిని ఏర్పాటుచేశాడు. ఈ భూదాన యజ్ఞ సమితి కన్వీనర్‌గా ఉమ్మెత్తల కేశవరావు, సభ్యులుగా కేతిరెడ్డి కోదండరాం రెడ్డి, సంగం లక్ష్మీబాయిలను నియమించాడు. వీరిని రాజకీయాలకు దూరంగా ఉండాలని కోరాడు. అక్కడ జరిగిన సమావేశానికి హైదరాబాద్ రాష్ట్ర రెవెన్యూ మంత్రి బి.రామకృష్ణారావు హాజరయి భూముల పంపకానికి సంబంధించిన చట్టాలను రూపొందిస్తామని ప్రకటించాడు. తరవాత హైదరాబాద్ రాష్ట్ర ప్రభుత్వం 1951 వ సంవత్సరం భూదానానికి సంబంధించిన చట్టాన్ని ప్రకటించింది. వినోబాభావే తన మొదటి పాదయాత్రలో 51 రోజుల్లో 151 గ్రామాలను దర్శించి 12000 ఎకరాల భూమిని దానంగా పొందాడు. 500 తగాదాలను పరిష్కరించాడు.

1951 జూన్ 14 న రాజూర గ్రామం ద్వారా వినోబా హైదరాబాద్ రాష్ట్రాన్ని వదలివెళ్ళాడు. వినోబాభావే భారతదేశ వ్యాప్తంగా పాదయాత్రచేసి భూమిని దానంగా పొంది భూమిలేని వారికి పంచడానికి కావలసిన ఏర్పాట్లను చేశాడు. భూదానోద్యమం భారతదేశ వ్యాప్తంగా విస్తృతమైంది.

తెలంగాణాలో 1956లో వినోబాభావే రెండవ పర్యటనకు ముందు శంకర్‌రావ్‌దేవ్, జయప్రకాశ్ నారాయణ, శ్రీకృష్ణదాస్ జాజు మొదలైన వారు భూదానం, సంపత్తి దానాల గురించి ప్రబోధిస్తూ ప్రచారం చేశారు. శ్రీశంకరరావుదేవ్ 1952 లో మెదక్ జిల్లాలో పర్యటించాడు. ఈయన 15 రోజుల పాదయాత్రలో 4000 ఎకరాల భూమిని దానంగా పొందాడు. 1954 లో శ్రీకృష్ణదాస్ జాజూ రెండుసార్లు తెలంగాణాలో పర్యటించి సర్వోదయ కార్యకర్తలకు ప్రేరణ కలిగించారు. భూదానోద్యమంపై ప్రసంగించారు.

జయప్రకాశ్ నారాయణ పర్యటన

1952 ఆగస్టులో జయప్రకాశ్ నారాయణ హైదరాబాద్ వచ్చి, అక్కడి నుంచి మహబూబ్‌నగర్ జిల్లాలోని జడ్చర్ల, నాగర్ కర్నూలు, కల్వకుర్తి తాలుకాల్లో పర్యటించి 20 గ్రామ సభల్లో ప్రసంగించారు. ఆయన ఉపన్యాసం కింది విధంగా సాగింది.

"మన మందరం మార్క్స్, లెనిన్ బోధనలచే ప్రభావితులమై లోగడ స్వరాజ్య సమర సమయంలో కృషిచేసాము. ఈ మార్క్స్‌వాదులు భారత స్వాతంత్ర్య సాధనకు మార్గం చూపలేకపోయారు. అందువల్ల స్వాతంత్ర్య ప్రియులమైన మార్క్సిస్టులం అందరం గాంధీజీని అనుసరించవలసి వచ్చింది. మనకు గాంధీ విధానం సరిగా తెలియదు, ఐనప్పటికీ పోరాటం రాగానే అందరం గాంధీ మార్గాన్ని అనుసరించాం. అలాగే ఇప్పుడు కూడా అందరం అనేక మార్గాలను అనుసరిస్తున్నాం. ఇవన్నీ ఒక సంప్రదాయాన్ని అనుసరించి ఉన్నాయి. వీటివల్ల సమస్య పరిష్కారం కానప్పుడు, అపరగాంధీయైన వినోబాభావే మనకు ఇంకో మార్గాన్ని చూపుతున్నారు. బాగా ఆలోచించండి. ఇది సత్యాగ్రహమార్గం. ఇందులో ప్రథమ పాదం భూమిని అడగటం, చివరి పాదం అవసరమైతే సహాయనిరాకరణం. ఇది కూడా పోరాటమే, ఐతే ఈ సమరం యొక్క వరవడి మనకు మునుపు తెలిసిన దానికంటే భిన్నంగా ఉంది. గాంధీజీ తెలిపిన విధానాన్ని చక్కగా అవగాహనచేసుకొన్న వారికి ఇందులో అర్థం కానిదేదిలేదు. ఇదివరకు మనం దాని తత్వాన్ని జీర్ణంచేసుకోలేదు. కాబట్టి మళ్ళీ ఇదంతా కొత్తగా కనిపిస్తుంది. హింసా మార్గంలో అత్యధిక క్రూరత్వం చూపగలవాడు గెలుస్తాడు. హింస, ప్రతి హింసలకు అంతే ఉండదు. తెలంగాణాలో దాని అనుభవం కలిగింది. సంస్కరణ శాసనానుభవం కూడా తెలంగాణాలో కలిగింది. అందువల్లనే ఇక్కడ తృతీయ మార్గం జన్మించింది'.

జయప్రకాశ్ నారాయణ మొదలైన వారి ప్రభావంతో భూదానోద్యమం బాగా సాగింది. 1955 లో తెలంగాణాలో వినోబాభావే రెండో పర్యటన జరిగే నాటికి లభించిన భూవివరాలు కింది విధంగా ఉన్నాయి.

క్ర.సం.	జిల్లా పేరు	భూదానం ద్వారా లభించిన భూమి (ఎకరాల్లో)	దాతల సంఖ్య	పంచబడిన భూమి వివరాలు (ఎకరాల్లో)
1.	నల్లగొండ	17,081	637	5,043
2.	వరంగల్	12,560	376	166
3.	కరీంనగర్	5,853	149	932
4.	ఆదిలాబాద్	9,168	183	3,740
5.	మహబూబ్‌నగర్	7,775	511	--
6.	హైద్రాబాద్	8,385	286	273
7.	మెదక్	3,466	134	--
8.	నిజామాబాద్	1,529	115	--

తెలంగాణాలో వినోబాభావే రెండవ పాదయాత్ర

1955 డిసెంబర్‌లో వినోబాభావే భూదానోద్యమ రెండవ యాత్ర ఖమ్మం జిల్లా ముత్తుగూడెం నుంచి ప్రారంభమైంది. అక్కడ నాటి హైద్రాబాద్ రాష్ట్ర ముఖ్యమంత్రి అయిన బూర్గుల రామకృష్ణారావు, రామానంద తీర్థతోపాటు అనేకమంది సర్వోదయ నాయకులు ఆయనకు స్వాగతం పలికారు. 1956 జనవరి 2న వినోబా ఖమ్మం జిల్లా కల్లూరుకు చేరుకొన్నాడు. అక్కడ ఆయన మాట్లాడుతూ అందరికి భూమి దక్కేవరకు తనకు విశ్రాంతి లేదన్నాడు. జనవరి 4న ఖమ్మం జిల్లా శెట్టిపల్లిలో మాట్లాడుతూ దేవాలయాలు, మసీదులు, చర్చీలు తమ భూములను దానం చేయాలని విజ్ఞప్తిచేశాడు.

వినోబాభావే 1956 జనవరి 5 నుంచి 13 వ తేది మధ్య సిరిపురం, పాల్వంచ, అశ్వరావుపేట, మణుగూరు, ఉల్వనూరు, నెల్లిపాక గ్రామాల్లో పర్యటించాడు. జనవరి 14 న సంక్రాంతి రోజు గార్లకు చేరుకొన్నాడు. సంక్రాంతి పండుగ అనేది సరియైన మార్పుకు నాంది అని పలికాడు. ఆయన ఖమ్మం జిల్లా పర్యటనలో రెండు గ్రామాలు గ్రామ దానంగా లభించాయి. జనవరి 15న వరంగల్ జిల్లాలోకి ప్రవేశించాడు. జనవరి 16 న వరంగల్ జిల్లా మానుకోటలో మాట్లాడుతూ రాచరికం రోజుల్లో రాజులు ప్రజలచేత ఎన్నుకోబడేవారు కాదు కాబట్టి వారికి బాధ్యతలు ఉండేవి కావు. ప్రస్తుతం మనం ఓట్ల ద్వారా ప్రభుత్వాలను ఎన్నుకొంటున్నాం. ప్రజలు మంచి ప్రభుత్వాలను ఎన్నుకోనట్లయితే అధికార దుర్వినియోగం జరిగి ప్రజలు నష్టపోతారు. జనవరి 16 న వినోబా పురుషోత్తమయ్య గ్రామానికి చేరుకొన్నాడు. అక్కడ ఆయన మాట్లాడుతూ మన చేతికి ఐదువేళ్ళున్నట్లే మనం ఐదు మంచి పనులు చేయాలి. 1) గ్రామంలో ప్రతి ఒక్కరికి భూమి ఉండేట్లు చూడాలి, 2) గ్రామంలో కుటీర పరిశ్రమలు ఏర్పాటుచేసుకోవాలి, 3) గ్రామాన్ని పరిశుభ్రంగా ఉంచుకోవాలి, 4) గ్రామంలో తగాదాలుండ కూడదు, 5) అప్పులు తీసుకోరాదు మొదలైనవి. వినోబాభావే 5 రోజుల్లో పెద్దరేమిల్లి, తిరుమలగిరి, గుండాల, మోత్కూరు, ఆత్మకూరు, అమ్మనబోలు, నక్రేకల్, కట్టంగూరు, నార్కట్‌పల్లి, చౌటుప్పల్ మొదలైన గ్రామాల గుండా పాదయాత్ర చేసి, జనవరి 30 న పోచంపల్లికి చేరుకొన్నాడు. అక్కడ సమావేశమైన 5 వేల మంది ప్రజలను ఉద్దేశించి మాట్లాడుతూ మీ గ్రామంలో ప్రారంభమైన భూదానోద్యమం భారతదేశం మొత్తానికి విస్తరించింది. మీ గ్రామం పేరు ప్రపంచ వ్యాప్తంగా మార్మోగుతుందని తెలిపారు.

జనవరి 31 న తిరిగి మొదలైన ఆయన పాదయాత్ర పిల్లాయి పల్లి, జూలురు, కొత్తగూడెం, బాటసింగారం, హయత్‌నగర్, సరూర్ నగర్, గడ్డిఅన్నారం, దిల్‌సుఖ్‌నగర్, మలక్‌పేటల ద్వారా 1956 ఫిబ్రవరి 5 న హైదరాబాద్‌కు చేరుకుంది. అక్కడ ఆయనకు మెల్కోటే, చెన్నారెడ్డి, ఎం.నర్సింగ్ రావు, జి.వి.వాసుదేవ నాయక్, కొండా లక్ష్మణ్ బాపూజీ మొదలైన ప్రముఖులు స్వాగతం పలికారు. సుల్తాన్ బజారులోని ఇండియన్ మెడికల్ అసోసియేషన్‌లో జరిగిన సభను ఉద్దేశించి వినోబాభావే మాట్లాడుతూ భూదానోద్యమం గ్రామీణ ప్రాంతాలకు విస్తరించింది. అది పట్టణ ప్రాంతాలకు వ్యాపించలేదు. శాస్త్ర సాంకేతిక రంగాలు మనిషి ఆధీనంలో ఉండాలే తప్ప వాటికి మనిషి బానిస కారాదు అని అన్నారు.

వినోబాభావే ఇండియన్ మెడికల్ అసోసియేషన్ భవనంలో బసచేశాడు. అప్పుడు ఆయనను అనేకమంది ప్రముఖులు కలుసుకొన్నారు. వారిలో నవాబ్ దీన్‌యార్ జంగ్, తారాపూర్‌వాలా, ప్రిన్స్ ఆఫ్ బెరార్, మెల్కోటే, మర్రి చెన్నారెడ్డి, జె.వి.నర్సింగరావు, పద్మజా నాయుడు, రాజా మహబూబ్ కరన్‌లు ఉన్నారు. హైదరాబాదు చివరి నిజాం, వినోబాభావే మొదటి భూదాన యాత్ర సందర్భంలో 3500 ఎకరాల భూమిని దానంగా ఇచ్చాడు. ప్రస్తుత యాత్రలో ఆయన సంపత్తి దానం చేశాడు. హైదరాబాద్ సాలార్‌జంగ్ ఎస్టేట్ కమిటీ వారు 35 ఎకరాల భూమిని, 25000 రూపాయలను వినోబాభావేకు అందచేశారు. ఫిబ్రవరి 6న పిల్లలు భూదానోద్యమ ర్యాలీని తీశారు. వారి సమావేశం వివేకవర్ధని కాలేజిలో జరిగింది. ఫిబ్రవరి 8న వినోబా పాల్మాకోల్ గ్రామానికి చేరుకొన్నప్పుడు భారత రాష్ట్రపతి బాబు రాజేంద్రప్రసాద్ వచ్చి వినోబాభావేను కలుసుకుని 3 గంటలు యాత్రలో పాల్గొని ప్రజలను ఉద్దేశించి ప్రసంగించాడు.

1956 ఫిబ్రవరి 9 నుంచి మార్చి 5 మధ్య వినోబాభావే ఇబ్రహీంపట్నం, మంచాల, ఆరుట్ల, యాచారం, కందుకూరు, మహేశ్వరం, బద్వేల్, షాబాద్, మహబూబ్‌నగర్, షాద్‌నగర్, మోత్కూరు, కొడంగల్, కోస్గి, నాచెర్ల, నవాబ్‌పేట, జడ్చర్ల, మిడ్జిల్, ఆమనగల్, వెల్దండ, కల్వకుర్తి, తిమ్మాజీపేట, భూత్‌పూర్, ముస్తాపేట, దేవరకొండ, మరికల్లు, ధన్వాడ, నారాయణపేట, ఉట్కూరు, మక్తల్, అమరచింత, పెద్దమందడి, నాగర్‌కర్నూలు, బిజినేపల్లి, రఘుపతి పేట, ఉప్పునూతల, అచ్చంపేట, బలమూర్, పెద్ద కొత్తపల్లి, వనపర్తి, కొత్తపేట, పానుగల్లు మొదలైన ప్రాంతాల్లో భూదాన యాత్ర చేశాడు.

నాటి భారత ప్రధాన మంత్రి జవహర్‌లాల్ నెహ్రూ వినోబాభావేను మార్చి 5 న మాధవరావు పల్లెలో కలుసుకొని 90 నిమిషాలు చర్చలు జరిపాడు. ఆ సందర్భంగా ప్రధాని మాట్లాడుతూ 35 కోట్లమంది భారతీయులకు ప్రధానమైన సమస్య భూమి అని, భూదానోద్యమానికి తన పూర్తి సహకారం ఉంటుందని పేర్కొన్నాడు. తరవాత వినోబా శిరస్వాడ, రఘుపతి పేట, వూడూరు, గద్వాల, మల్దకల్, మర్చాల, ఉప్పల్, రాజవోలు, వద్దేపల్లి, అలంపురం మొదలైన ప్రాంతాల్లో పర్యటించాడు. తరవాత ఆయన కర్నూలు జిల్లాలోకి ప్రవేశించాడు. వినోబాభావే తన రెండో భూదాన యాత్ర ద్వారా 42,000 ఎకరాలను భూదానంగా పొందాడు.

ప్రభుత్వం వినోబాభావే భద్రతపట్ల ఆందోళనచెందింది. ఆయన పాదయాత్ర జరుపుతున్న ప్రాంతాల్లో కమ్యూనిస్టుల కార్యకలాపాలు విస్తృతంగా నడిచేవి. కమ్యూనిస్టులు ఆయనకు వ్యతిరేకంగా అనేకసార్లు కరపత్రాలు పంపిణీచేశారు. కమ్యూనిస్టులు ఆయనను ప్రభుత్వ గూఢచారిగా ప్రచారంచేశారు. కేంద్ర ప్రభుత్వం ఈయన వెంట సి.ఐ.డి.లను రక్షణగా నియమించింది. హైద్రాబాద్ రాష్ట్ర ప్రభుత్వం పోలీసు బందోబస్తును ఏర్పాటుచేసింది. రాష్ట్ర ప్రభుత్వం వినోబాభావే వెంట రెవెన్యూ అధికారులను పంపించింది. వారు దానం చేసిన భూముల వివరాలను పరిశీలించేవారు. మంత్రులు, ఎం.ఎల్.ఎ.లు, అధికారులు వినోబాభావే భూదాన యాత్రలో పాల్గొన్నారు. దానితో వినోబాభావే 'సర్కారు సాధు' అనే విమర్శకు గురయ్యాడు.

1956 నుంచి 1996 వరకు భూదాన వివరాలు

క్ర.సం.	జిల్లా పేరు	దాతల సంఖ్య	భూదానం (ఎకరాల్లో)	పంచిన భూమి (ఎకరాల్లో)
1.	నల్లగొండ	696	11024	14183
2.	వరంగల్	192	18536	10971
3.	మహబూబ్‌నగర్	3872	34026	28994
4.	కరీంనగర్	496	3409	3354
5.	ఆదిలాబాద్	21	2124	7452
6.	ఖమ్మం	494	30702	6702
7.	నిజామాబాద్	80	520	1334
8.	మెదక్	107	2024	1383
9.	హైద్రాబాద్	1410	13639	12243

వినోబాభావే తెలంగాణ యాత్ర తరవాత అనేకమంది భూస్వాములు భూదాన యజ్ఞ బోర్డుకు భూదానాలు చేశారు. భూదానం ద్వారా వచ్చిన భూమిని 1996 వరకు భూదాన యజ్ఞ బోర్డు భూమిలేని వారికి పంపిణీ చేసింది.

తెలంగాణ జిల్లాలోని తాలూకాల వారిగా భూదాన వివరాలు

క్ర.సం.	జిల్లా పేరు	తాలూకా పేరు	భూదానం (ఎకరాల్లో)
1.	నల్లగొండ	భువనగిరి	3836.17
2.	నల్లగొండ	నల్లగొండ	1411.34
3.	నల్లగొండ	దేవరకొండ	942.35
4.	నల్లగొండ	మిర్యాలగూడ	1337.04
5.	నల్లగొండ	సూర్యాపేట	2109.37
6.	నల్లగొండ	హుజూర్ నగర్	922.22
7.	నల్లగొండ	రామన్నపేట	954.34
8.	వరంగల్	జనగాం	2429.11
9.	వరంగల్	మానుకోట	146.34
10.	వరంగల్	ములుగు	3419.57
11.	వరంగల్	మహబూబాబాద్	385.25
12.	వరంగల్	ఏటూరు నాగారం	380.00
13.	వరంగల్	గూడూరు	200.00
14.	వరంగల్	పాకాల	1567.08
15.	వరంగల్	వరంగల్	513.11
16.	వరంగల్	పరకాల	990.23
17.	కరీంనగర్	కరీంనగర్	405.12
18.	కరీంనగర్	సుల్తానాబాద్	559.39
19.	కరీంనగర్	పరకాల	838.39
20.	కరీంనగర్	జగిత్యాల	130.72
21.	కరీంనగర్	సిరిసిల్ల	609.79
22.	కరీంనగర్	హుజూరాబాద్	328.90
23.	కరీంనగర్	మంథని	831.45
24.	ఆదిలాబాద్	చెన్నూరు	1927.17
25.	ఆదిలాబాద్	ఆసిఫాబాద్	1242.12
26.	ఆదిలాబాద్	లఖ్‌సెట్టిపేట	2833.26
27.	ఆదిలాబాద్	సిర్‌పూర్	166.05
28.	ఆదిలాబాద్	ఖనాపూర్	46.32
29.	ఆదిలాబాద్	ఆదిలాబాద్	1032.11
30.	ఆదిలాబాద్	బోథ్	103.28
31.	ఆదిలాబాద్	రేనాడ్	173.12
32.	ఆదిలాబాద్	నిర్మల్	187.27
33.	నిజామాబాద్	ఆర్మూర్	960.07

34.	నిజామాబాద్	నిజామాబాద్	96.07
35.	నిజామాబాద్	బాన్స్‌వాడ	75.42
36.	మెదక్	సిద్ధిపేట	447.10
37.	మెదక్	గజ్వేల్	572.07
38.	మెదక్	ఆంథోల్	344.00
39.	మెదక్	మెదక్	450.00
40.	మెదక్	నర్సాపూర్	276.12
41.	మెదక్	సంగారెడ్డి	297.48
42.	మెదక్	వికారాబాద్	922.33
43.	ఖమ్మం	ఖమ్మం	561.22
44.	ఖమ్మం	ఇల్లెందు	566.29
45.	ఖమ్మం	మథిర	132.32
46.	ఖమ్మం	పాల్వంచ	892.25
47.	ఖమ్మం	బూర్గంపాడు	69.00
48.	ఖమ్మం	భద్రాచలం	1166.00
49.	ఖమ్మం	అశ్వారావుపేట	1191.21
50.	ఖమ్మం	సత్తుపల్లి	433.07
51	హైదరాబాద్	పరిగి	4263.00
52	హైదరాబాద్	గర్భీ	584.02
53	హైదరాబాద్	చేవెళ్ళ	2501.12
54	హైదరాబాద్	షర్కీ	1141.35
55	హైదరాబాద్	మేడ్చల్	235.12
56	హైదరాబాద్	తాండూర్	630.10
57	హైదరాబాద్	ఇబ్రహీంపట్నం	4018.32
58	హైదరాబాద్	వికారాబాద్	632.23
59.	మహబూబ్‌నగర్	వనపర్తి	2841.05
60.	మహబూబ్‌నగర్	షాద్‌నగర్	3141.03
61.	మహబూబ్‌నగర్	మహబూబ్‌నగర్	1893.13
62.	మహబూబ్‌నగర్	మక్తల్	2315.17
63.	మహబూబ్‌నగర్	నాగర్ కర్నూల్	5682.18
64.	మహబూబ్‌నగర్	గద్వాల	1660.39
65.	మహబూబ్‌నగర్	కొల్లాపూర్	1803.05
66.	మహబూబ్‌నగర్	కొడంగల్	2031.05
67.	మహబూబ్‌నగర్	కల్వకుర్తి	6318.38
68.	మహబూబ్‌నగర్	ఆలంపూర్	622.38
69.	మహబూబ్‌నగర్	ఆత్మకూర్	2042.18
70.	మహబూబ్‌నగర్	అచ్చంపేట	2823.04

వినోబాభావే భూదానోద్యమం గూర్చి మాట్లాడుతూ ఈ ఉద్యమాన్ని తాను కనుక్కోలేదని నాడు ఉన్న పరిస్థితుల వల్లనే భూదానోద్యమం దానికి అదే పుట్టిందని అనేకసార్లు పేర్కొన్నాడు. అయితే వినోబాభావే గాంధీజీ శిష్యుడు కావడం, తన జీవితాన్ని దేశసేవకు అంకితం చేయడం, ఆయన ఆధ్యాత్మికత్వం, ఆయన పాదయాత్ర భూదానోద్యమ విజయానికి కలిసి వచ్చిన అంశాలు. భారతదేశ వ్యాప్తంగా వినోబాభావే 13 సంవత్సరాల్లో 36,500 మైళ్ళ పాదయాత్ర చేసి 40.4 మిలియన్ ఎకరాల భూమిని దానంగా పొందాడు. ప్రభుత్వం భూ సంస్కరణల ద్వారా సాధించిన భూమి కంటే భూదానోద్యమం ద్వారా సేకరించిన భూమే ఎక్కువ.

వినోబాభావే సమాజాభివృద్ధికి తన గురువైన మహాత్మాగాంధీ ప్రబోధించిన సత్యనిష్ట, అహింసా మార్గాలను ఎన్నుకొని ఆయన చూపించిన మార్గంలో ముందుకు వెళ్ళాడు. వినోబా నిజమైన కర్మయోగిగా సామ్యయోగ సిద్ధాంతాన్ని అనుసరించి సర్వోదయ ఉద్యమాన్ని రూపొందించాడు.

సామ్యయోగ సిద్ధాంతం ప్రకారం ఈ ప్రపంచం మానవులందరిది. దీనిలోని గాలి, నీరుపై అందరికీ హక్కు ఉంటుంది. వినోబాభావే ప్రజలందరి మధ్య సమానత్వాన్ని సాధించడానికే ఈ సామ్యయోగ సిద్ధాంతాన్ని అనుసరించి సర్వోదయ ఉద్యమాన్ని రూపొందించాడు. ఈ సర్వోదయ సిద్ధాంతం ఆధారంగా నిర్వహించిందే భూదానోద్యమం.

శ్రీమద్ భగవద్గీత ఆరవ అధ్యాయంలోని నాలుగు శ్లోకాల ఆధారంగా వినోబాభావే సమాజాభివృద్ధికై కావలసిన మూడు ముఖ్య లక్షణాలను కింది విధంగా పేర్కొన్నాడు.

1. ఎటువంటి ఆధిపత్యానికి తావు ఇవ్వకుండా మంచి ఆలోచనతో సమాజాభివృద్ధి కావించాలి.
2. ప్రతి ఒక్కరు వారి వారి అన్ని వనరులను సమాజానికి అప్పగించాలి, తద్వారానే సమానావకాశాలు కలిగిన సమాజం అభివృద్ధి అవుతుంది.
3. అన్ని వృత్తులకు సంబంధించి ఒకేరకమైన నైతిక, సాంఘిక, ఆర్థిక విలువలు ఉండాలి.

హైద్రాబాద్ రాష్ట్ర ప్రభుత్వం భూదాన చట్టం చేసింది. భూముల వ్యవహారాలు నిర్వహించడానికి భూదాన యజ్ఞబోర్డ్ ఏర్పడింది. భూదానం ద్వారా వచ్చిన భూమిని భూమిలేని వారికి పంచడం మొదలైన కార్యకలాపాలను ఈ బోర్డు నిర్వహించేది. ఈ బోర్డు భూమిలేని వారికి ఒక ఎకరం మాగాణి, 5 ఎకరాల మెట్ట భూమిని ఇచ్చింది. అయితే ఈ భూమిని పొందినవారు కేవలం సాగుచేసుకోవడం తప్ప అమ్మే అవకాశం ఇవ్వలేదు. ఒకవేళ భూమిని పొందిన సదరు వ్యక్తి వరుసగా రెండు సంవత్సరాలపాటు ఆ భూమిని సాగుచేయకపోతే భూదాన బోర్డు ఆ భూమిని వెనక్కు తీసుకొంటుంది.

భూదానోద్యమం పట్ల కమ్యూనిస్టుల వైఖరి

తెలంగాణాలో భూదానోద్యమం ప్రారంభమైన వెంటనే కమ్యూనిస్టులు దాన్ని వ్యతిరేకించారు. అప్పటికే అనేకమంది కమ్యూనిస్టులు తమ ప్రాణాలను పణంగాపెట్టి భూస్వాములకు వ్యతిరేకంగా పేద ప్రజలకు భూములిప్పించడం కోసం పోరాడుతున్నారు. వరంగల్, నల్లగొండ జిల్లాలు కమ్యూనిస్టులకు ముఖ్యకేంద్రాలుగా ఉండేవి. అయితే ప్రభుత్వం కమ్యూనిస్టుల పోరాటాన్ని బలప్రయోగం ద్వారా అణచడానికి ప్రయత్నంచేసింది. నాటి తెలంగాణ కమ్యూనిస్టు నాయకుల్లో రావి

నారాయణరెడ్డి, దేవులపల్లి వెంకటేశ్వరరావు, ఆరుట్ల రామచంద్రారెడ్డి, ఆరుట్ల కమలమ్మ, బద్దం ఎల్లారెడ్డి, ధర్మభిక్షం, భీమ్‌రెడ్డి నర్సింహా రెడ్డి మొదలైనవారు ముఖ్యులు.

వినోబాభావే పాదయాత్ర మొదలు పెట్టినప్పుడే కమ్యూనిస్టులు వ్యతిరేకించారు. వినోబాభావే భూస్వాముల ఏజెంట్ అని, మోసకారి అని కమ్యూనిస్టులు ప్రజలకు కరపత్రాలు పంచిపెట్టారు. ప్రభుత్వం కాంగ్రెస్ పార్టీతో కుమ్మక్కై ప్రజా ఉద్యమాన్ని అణచివేయడానికి గూండాలను పంపిస్తున్నదని, ఇదే సమయంలో వినోబాభావే కూడా ప్రభుత్వ ఏజెంట్ అని కమ్యూనిస్టులు విమర్శించారు. ప్రభుత్వం వినోబాభావే భూదానోద్యమం ద్వారా వ్యవసాయ యోగ్యంకాని భూములను పంచుతూ ప్రజల నమ్మకాన్ని చూరగొనడానికి ప్రయత్నిస్తుంది అని ఆరోపించారు. కమ్యూనిస్టు నాయకుడు పుచ్చలపల్లి సుందరయ్య రచించిన గ్రంథమైన "వీర తెలంగాణ విప్లవ పోరాటం - గుణపాఠాలు"లో భూదానోద్యమం గూర్చి కింది విధంగా పేర్కొన్నాడు.

"రైతు పోరాటాలు జరుగుతున్న సమయంలో కమ్యూనిస్టులకు వ్యతిరేకంగా కాంగ్రెస్ నాయకత్వం వినోబాభావేను ముందుకు తీసుకువచ్చింది. వినోబాభావే మనస్సులో నుంచి పుట్టుకొచ్చిందే ఈ భూదానోద్యమం. భూస్వాములు, బూర్జువాల హామీలను, తీయటి మాటలను వింటే భూ సమస్యకు ఎప్పటికీ పరిష్కారం లభించదు. ప్రజల ఐకమత్యంతో బలమైన ప్రజాపోరాటాలు చేసినప్పుడే దీనికి పరిష్కారం లభిస్తుంది".

ప్రముఖ కమ్యూనిస్టు నాయకుడు రావి నారాయణరెడ్డి భూదానోద్యమం గూర్చి కింది విధంగా వ్యాఖ్యానించాడు.

"మేము భూదానోద్యమాన్ని వ్యతిరేకించడంలేదు, అదేవిధంగా పేద ప్రజలకు భూములను ఏ పద్ధతిలో పంచినా మేము దాన్ని సమర్ధిస్తాం. అయితే భూదానోద్యమం వెనక ఉన్న సిద్ధాంతాన్ని మేము అంగీకరించం. ఎందుకంటే ఈ ఉద్యమం భూస్వాముల మనస్సు మార్చడం అనే ఆధారంలేని పద్ధతిపై ఆధారపడింది. దీన్ని మేము నమ్మం, ప్రజా ఉద్యమాలు, పోరాటాల ద్వారానే భూస్వాములపై వత్తిడిచేసి వారి మనస్సును మార్చి భూ సమస్యకు పరిష్కారం సాధించగలం."

కొంతమంది వినోబాభావేను "సర్కారి సాధు" అన్నారు. అరుణా అసఫ్అలీ 1951 అక్టోబరు 24న ఆగ్రాలో విలేకరుల సమావేశంలో మాట్లాడుతూ వినోబాభావేను క్యాపిటలిస్టుల ఏజెంట్‌గా అభివర్ణించారు.

వినోబాభావే సికింద్రాబాదు, నల్లగొండ జైళ్ళలో ఉన్న కమ్యూనిస్టు నాయకులను కలుసుకొని వారితో చర్చించాడు. హింస ద్వారా ఏ సమస్యను పరిష్కరించలేం, కేవలం అహింసా పద్ధతుల ద్వారా మాత్రమే అన్ని సమస్యలకు పరిష్కారం లభిస్తుందని వారికి నచ్చచెప్పాడు.

భూదానోద్యమంపై తీవ్ర విమర్శలున్నాయి, వాటిలో కొందరు తమవి కాని భూములను దానం చేశారని, మరికొందరు లేని భూములను దానం చేశారని, కొందరు ముందు భూములను దానంచేసి తరవాత వెనక్కు తీసుకొన్నారని, మరికొందరు వ్యవసాయానికి పనికిరాని కొండలు, గుట్టలు, స్మశాన భూములను దానం చేశారనే విమర్శలున్నాయి. ఈ ఉద్యమం వల్ల భూమి తునకలై వ్యవసాయానికి, పంటకు నష్టం కలుగుతుందనే వాదనలు కూడా కొందరు లేవనెత్తారు.

భూదానోద్యమంలోని విశిష్టత-వర్గ నిరాకరణ. ఇది వర్గ సంఘర్షణ కాదు, వర్గ సమన్వయం కాదు, వర్గీకరణను అంగీకరించక, మనిషిని మనిషిగా ఎంచి, కలిమి గలవారికి తమ ధర్మాన్ని, లేనివారికి తమ హక్కులకై పోరాడవలసిన కర్తవ్యాన్ని ఉద్బోధిస్తుంది. మనం పొందేది గాక మనం సమాజానికి ఇవ్వవలసినదానికి ఈ ఉద్యమం ప్రాధాన్యమిస్తుంది.

సమాజంలో ప్రతి ఒక్కరికి కనీస భూమి ఉండాలనే లక్ష్యంతో ఈ ఉద్యమం నిర్వహించబడింది. ప్రజలంతా ఒక్కతాటిపైకి వచ్చి వారి వారి సమస్యలను సంఘటితంగా చర్చించి పరిష్కారాలు పొందడమే ఈ ఉద్యమం ముఖ్య లక్ష్యం. మనుషులంతా ఐక్యత, సుహృద్భావంతో నిస్వార్థంగా కృషిచేస్తే ఉమ్మడిగా సమాజ శ్రేయస్సును సాధించడం సులభమవుతుంది అనేది సర్వోదయ, భూదానోద్యమాల లక్ష్యం.

దాదాపు అర్ధ శతాబ్దం పాటు సాగిన భూదానోద్యమం దాని లక్ష్యాలను పూర్తిగా సాధించింది అని చెప్పడం కష్టం. భూస్వాములు స్వతహాగా ముందుకు వచ్చి తమ భూములను దానం చేసిన విధానాన్ని బట్టి చూస్తే ఈ ఉద్యమం తన లక్ష్యాన్ని సాధించినట్లుగానే చెప్పవచ్చు.

ఈ ఉద్యమంలో భాగంగా సమాజంలో శాంతిభద్రతలను కాపాడటం, ప్రజల మధ్య సుహృద్భావాన్ని పెంపొందింపచేయడంలో, అహింసా మార్గాన్ని అవలంబింప చేయడంలో సఫలీకృతం కాలేకపోయింది.

27

హైదరాబాద్ రాజ్యంలో స్వాతంత్ర్య సమరం

భారతదేశ స్వాతంత్ర్య ఉద్యమంలో భాగంగానే హైదారాబాద్‌లో కూడా స్వాతంత్ర్య సమరానికి వివిధ పత్రికలు ఎంతో కృషి చేసాయి. 'హైద్రాబాద్ రికార్డ్', 'మొవాలియే-ఇ-షఫిక్' సంపాదకుడు 'మౌల్వీ మొహిత్ హుస్సేన్' స్త్రీలలో విద్యాభివృద్ధికి కృషిచేశాడు. వీటిలో జి.పి.ఎఫ్.గల్లాఘర్ సంపాదకత్వంలో 'దక్కన్ టైమ్స్' వారపత్రిక, మొదలైనవి ముఖ్యంగా చెప్పుకోవచ్చు. సామాజిక సంస్కరణల ప్రభావంతో హైద్రాబాద్‌లో తమ వంతు పాత్రవహించి హైద్రాబాద్‌లో సంస్కరణలకు నాందిపలికిన ఆధునిక భావాలు గల నాయకులు, తొలి కాంగ్రెస్ వాదులైన ముల్లా అబ్దుల్ ఖయ్యుం, అఘోరనాథ్ ఛటోపాధ్యాయ లాంటి వారు హైద్రాబాద్‌లో తొలి ప్రజాబాహుళ్య ఉద్యమానికి నాయకత్వం వహించి స్థానిక ప్రజలలో స్వాతంత్ర్య సమరానికి శ్రీకారం చుట్టారని చెప్పొచ్చు. అదే 'చాందానగర్ రైల్వే సంఘటన'. ఇంకా హైద్రాబాద్‌లో హిందూ-ముస్లిం ఐక్యతకు జాతీయ భావ స్ఫూర్తితో పనిచేసిన ముస్లిం మేధావుల పాత్ర కూడా గణనీయమైనదే. అలాంటి వారిలో మొదట గ్రేట్ ముస్లిం, 'గ్రేట్ ఇండియన్' 'గ్రేట్‌మాన్' గా సరోజిని నాయుడు చేత వర్ణించబడిన 'ముల్లా-అబ్దుల్ ఖయ్యుం' ముఖ్యుడు. అంతేగాక, హాజీసజ్జన్‌లాల్, మహ్మద్ అక్రామ్, రామానుజ మొదలియార్ లాంటి ముఖ్యులు కూడ పాల్గొన్నారు.

1901 నుంచి 1908 వరకు హైద్రాబాద్‌లో 'ఆర్యసమాజ్' అనేక కార్యక్రమాలకు అవిరళ కృషిచేసింది. శ్రీపాద దామోదర్, సత్యలేకర్ తెలంగాణా ప్రాంతమంతా పర్యటించి ప్రజలతో సన్నిహిత సంబంధాలు పెట్టుకొని, స్వదేశీ ఉద్యమంలో పాల్గొనేటట్లు చైతన్యపరిచారు. తెలంగాణాలో గ్రంథాలయాలు స్థాపించి, గ్రంథాలయోద్యమాన్ని నిర్వహించిన కొమర్రాజులక్ష్మణ రావు గారి సేవ చిరస్మరణీయం. ముల్లా అబ్దుల్‌బాసిత్ 'ద రెడ్ క్రిసెంట్ సొసైటీ'ని స్థాపించడం ద్వారా ఖిలాఫత్ ఉద్యమంలో హైద్రాబాద్‌లోని విద్యావంతులైన ముస్లింలు 'టర్కులపట్ల' తమ సానుభూతిని ప్రకటించారు. 1918 లో హైద్రాబాద్ రాష్ట్ర సంస్కరణల సంఘం హైద్రాబాద్‌లో రాజ్యంగ సంస్కరణల నిమిత్తం స్థాపించిన రాజకీయ సంస్థ. ఇది పత్రికల స్వేచ్ఛ, బాధ్యతాయుత ప్రభుత్వం మొదలైన విషయాల గూర్చి అనేక తీర్మానాలు చేసి హైద్రాబాద్ స్వాతంత్ర సమరంలో తమ వంతు పాత్ర పోషించింది. ఇంక చెప్పుకోదగిన మరో సంస్థ ఆంధ్రమహాసభ. గ్రంథాలయ, విద్యాకార్యక్రమాలే కాక, రైతులకు 'తక్కావి' రుణాలను ఇవ్వాలనీ, ఖాదీ, చేనేత పరిశ్రమలకు పన్నుల మినహాయింపు ఇవ్వాలనీ, యునానీ, హకీంలతో సమానంగా 'ఆయుర్వేద' వైద్యులకు సహాయం చేయాలనీ, స్త్రీలపై 'పర్దా' విధానం నిషేధించాలనీ అనేక తీర్మానాలు చేపట్టారు. స్థానిక విద్యార్థులకే ఉద్యోగాలు ఇవ్వాలనీ, ముల్కీల హక్కులు కాపాడటానికి, పౌరహక్కులు సంపాదించడానికి, 1934 లో 'నైజాం ప్రజల సంఘం' స్థాపించబడింది. దీనికి సర్ నిజామత్‌జంగ్ అధ్యక్షుడు. ఇత్తేహాదుల్ ముస్లిమీన్ 'తబ్లిక్' ఉద్యమం వల్ల, ఆర్యసమాజం 'శుద్ధి ఉద్యమం' వల్ల హిందూ-ముస్లింల మధ్య వైషమ్యాలు రాను రాను పెరిగి, అది తరవాత రజాకర్ల దురాగతాలకు దారితీసింది. 1938 లో వచ్చిన వందేమాతరం ఉద్యమం హైదరాబాద్‌లో జరిగిన ప్రముఖ సంఘటనగా చెప్పుకోవచ్చు. ఇలా అనేక సంస్థలు, పత్రికలు, నాయకులు, తమవంతు పాత్ర పోషించి హైదరాబాద్‌లో స్వాతంత్ర్య ఉద్యమానికి నాంది పలికారు.

భారత జాతీయ కాంగ్రెస్ అవతరణ

క్రీ.శ.1885 లో భారత జాతీయ కాంగ్రెస్ ఏర్పాటుకు హైదరాబాద్‌లో అనుకూల, ప్రతికూల స్పందనలను గమనించవచ్చు. హైదరాబాద్ రాష్ట్రంలో సాలార్‌జంగ్ తెచ్చిన పాలనా సంస్కరణల తరవాత ఆంగ్ల విద్యను అభ్యసించిన హైదరాబాదేతర ముస్లింలు ఉన్నతాధికారులుగా నియమించబడ్డారు. వీరు అలీఘర్ ఉద్యమానికి చెందిన సర్ సయ్యద్ అహ్మద్ బోధనల వల్ల ప్రభావితులై భారత జాతీయ కాంగ్రెస్ అవతరణను ఖండించారు. వీరిలో మెహదీ అలీ, మొహసిన్-ఉల్-ముల్క్, ఇమాదుల్ ముల్క్ బిల్‌గ్రామ్, విఖీర్-ఉల్-ముల్క్, మెహదీ హసన్, ఫతే నవాజ్ జంగ్ ప్రధానంగా చెప్పుకోవచ్చు. కాంగ్రెస్ అవతరణకు అనుకూలమైన స్పందనలను హైదరాబాద్‌లో ఉర్దూ ప్రెస్ గర్హించింది. మొహిబ్ హుస్సేన్, మువ్వాలిథ-ఎ-షఫీక్ పత్రికా సంపాదకులు సయ్యద్ హకీల్, హజార్ దాస్తాన్ పత్రిక సంపాదకులు భారతదేశంలోని బ్రిటిష్ విధానాలను తీవ్రంగా విమర్శించారు. ఉద్యోగుల్లో ఆంగ్లేయులకు, ఆంగ్లేయేతరులకు మధ్య చూపే వివక్షను వారు ఎత్తిచూపారు. ఆ కారణంగా జాతీయ కాంగ్రెస్ అవతరణను ఈ వర్గం ఆహ్వానించింది. అఘోరనాథ్ ఛటోపాధ్యాయ కాంగ్రెస్ అవతరణను ఆహ్వానించిన వారిలో ప్రముఖులు.

హైదరాబాద్ ప్రభుత్వంలో కొందరు ఉన్నతోద్యుగులు కాంగ్రెసును ఆహ్వానించారు. ముల్లా అబ్దుల్ ఖయ్యూం, అఘోరనాథ్ ఛటోపాధ్యాయ వల్ల ప్రభావితమై చాందా రైల్వేస్కీమ్ ఉద్యమంలో ప్రముఖ పాత్రవహించారు. సఫీల్-ఎ-దక్కన్ అనే స్థానిక పత్రికలో కాంగ్రెస్‌ను సమర్ధిస్తూ వ్యాసాలు రాసేవారు. కాంగ్రెస్‌కు అనుకూలంగా ముల్లా అబ్దుల్ ఖయ్యూం క్రీ.శ.1906 దాకా ఎన్నో కార్యక్రమాలు చేపట్టాడు. అక్టోబర్, 1882 లో కాంగ్రెస్‌ను ఆహ్వానిస్తూ బహిరంగ సభలు జరిపాడు. ఇంగ్లిష్, ఉర్దూ, తెలుగు భాషల్లో వేరువేరుగా ప్రకటనలు ఇవ్వడమే గాక, ప్రత్యేక కమిటీలు ఏర్పరచాడు.

తొలి కాంగ్రెస్ వాదులు

అఘోరనాథ్ ఛటోపోధ్యాయ గొప్ప శాస్త్రవేత్త, తత్వవేత్త. అంతేకాక సంస్కృతంలో కూడా గొప్ప విద్వాంసుడు. మన దేశం నుంచి ఒక విదేశీ విశ్వవిద్యాలయం ద్వారా డాక్టర్ ఆఫ్ సైన్స్ డిగ్రీ పొందిన మొదటి వ్యక్తి అఘోరనాథ్. ఇతడు ఎడిన్‌బరో, బాన్ విశ్వవిద్యాలయాల్లో విద్యనభ్యసించాడు. ఆయనకు ప్రఖ్యాత అవార్డులు, బిరుదులు లభించాయి. సంస్కృత పాండిత్యంలో ఆయన విద్వత్తును గుర్తించి జగద్గురు శంకరాచార్య అఘోరనాథ్‌ను విద్యారత్న (శివగంగ) డిగ్రీతో ఆశీర్వదించారు.

క్రీ.శ.1877 లో సాలార్‌జంగ్ ఇంగ్లాండ్ వెళ్ళినప్పుడు అఘోరనాథ్‌తో పరిచయమైంది. అఘోరనాథ్ బెంగాల్‌కు తిరిగి వచ్చిన తరవాత రాజారామోహన్‌రాయ్ సిద్ధాంతాలకు ఆకర్షితుడై సాంఘిక సంస్కరణోద్యమాల్లో భాగస్వామి అయ్యాడు. సాలార్‌జంగ్ ఆహ్వానం మేరకు హైదరాబాద్‌లో సంఘ సంస్కరణ ఉద్యమం చేపట్టడానికి ఆయనకు మంచి అవకాశం వచ్చింది. హైదరాబాద్‌లో పెక్కు సాంఘిక సంస్థలతో ఆయన సంబంధం పెట్టుకొన్నాడు. క్రీ.శ.1907 లో నిజాం కాలేజీ నుంచి పదవీ విరమణ చేశాడు. వచ్చిపోయే యువకులతో, విద్యావంతులతో అఘోరనాథ్ ఇల్లు ఎప్పుడూ కళకళలాడేది. ఆ ఇంటిని అఘోరనాథ్ దర్బార్ అని పిలిచేవారు. కులమత వివక్షత లేకుండా అఘోరనాథ్ సతీమణి వరద సుందరీ దేవి అందరికీ అతిథ్యం ఇచ్చేవారు.

ఆయన ప్రమేయం వల్ల కులాంతర వివాహాలకు ప్రభుత్వ ఆమోదం లభించింది. విద్యాభ్యాసం మాతృభాషలో జరగడం చాలామంచిదని ఆయన అభిప్రాయపడేవారు. ఆయన సాంఘిక కార్యకలాపాలు తరవాతి కాలంలో నిజాం ప్రభుత్వానికి నచ్చలేదు. ఆ కారణంగా ఆయనపై ప్రభుత్వ నిఘా ఉండేది.

హైదరాబాద్‌లో హిందూ-ముస్లిం ఐక్యతకు జాతీయ భావస్ఫూర్తితో పనిచేసిన ముస్లిం మేధావుల్లో ముల్లా అబ్దుల్ ఖయ్యూంను ముఖ్యుడిగా పేర్కొనవచ్చు. ఆయనను గ్రేట్ ముస్లిం, గ్రేట్ ఇండియన్, గ్రేట్‌మన్ గా సరోజినీ నాయుడు వర్ణించారు. హైదరాబాద్‌లో చాదర్‌ఘాట్ వద్ద సమావేశాన్ని ఏర్పరచడానికి బ్రిటిష్ రెసిడెంట్ అనుమతి కావాలని కోరారు. సికింద్రాబాద్‌లో పోలీస్ స్టేషన్ ఎదురుగా పెద్ద పెద్ద షామియానాలు వేసి జరిపిన సమావేశం (19 అక్టోబర్, 1883) లో 200 లకు పైగా ప్రజలు సమావేశమయ్యారు. వీరిలో సి.రామచంద్ర పిళ్ళై, ఇ.సోరాబ్జి షెనాయ్, హాజీ సజ్జిన్ లాల్, నబీఖాన్ మొదలైనవారు పాల్గొన్నారు. ఈ సమావేశానికి బి.కృష్ణ అయ్యంగార్ అధ్యక్షత వహించారు.

ఆంగ్ల విద్యనభ్యసించిన వారిలో కొందరు కాంగ్రెస్‌ను వ్యతిరేకించడాన్ని రామచంద్ర పిళ్లై తీవ్రంగా ఖండించాడు. ఈ సమావేశంలో భారత జాతీయ కాంగ్రెస్‌ను సమర్థిస్తూ ఒక తీర్మానం చేశారు. కాంగ్రెస్ కార్యకలాపాలు హైదరాబాద్‌లో కొనసాగించడానికి సభ్యత్వ రుసుము ఒక రూపాయిగా నిర్ణయించారు. అలహాబాదులో జరిగే కాంగ్రెస్ ప్రతినిధుల సభకు హైదరాబాద్ నుంచి హాజీసజ్జన్ లాల్, మహమ్మద్ ఆక్రామ్, షేక్ ఆలమ్, రామానుజ మొదిలియార్, రామచంద్ర పిళ్లై, గంగాభిషేమ్, బెంజోంజీ అదెర్జీ ప్రతిపాదించబడ్డారు. వేదాంత దేశికాచార్య సంస్కృతంలో బ్రిటిష్ రాణి పాలనను శ్లాఘిస్తూ శ్లోకాలు చదివాడు. 23 సెప్టెంబర్ 1889 లో మహబూబ్ కాలేజి (సికింద్రాబాద్) లో భారత జాతీయ కాంగ్రెస్ అవతరణను సమర్థిస్తూ ఎర్డ్‌లీ నార్టాన్ ఉపన్యసించాడు. ఈ విధంగా భారత జాతీయ కాంగ్రెస్ అవతరణ వల్ల హైదరాబాద్ రాష్ట్రంలో విద్యాధిక వర్గంలో జాతీయ అంశాలపై స్పందన, ప్రతిస్పందనలకు దారితీసింది.

హైదరాబాద్‌లో స్వదేశీ ఉద్యమం

బాలగంగాధర్ తిలక్ మహారాష్ట్ర ప్రాంతంలో ప్రారంభించిన స్వదేశీ ఉద్యమం హైదరాబాద్‌లో తన ప్రభావాన్ని చూపింది. ఇందుకు హైదరాబాద్‌లో మరాఠీ ప్రజలు ఎక్కువ ప్రభావితులయ్యారు. కేశవరావు కోరాట్కర్‌కు మహారాష్ట్ర నాయకులతో సన్నిహిత సంబంధాలు ఉండేవి. క్రీ.శ.1906-1907 లో హైదరాబాద్‌లో పలు ప్రాంతాల్లో సమావేశాలు జరిగి స్వదేశీ ఉద్యమ ప్రచారం జరిగింది. విదేశీ వస్తువులను బహిష్కరించవలసిందిగా ఈ సమావేశాల్లో ప్రబోధించారు. స్వదేశీ ఉద్యమానికి ఆర్యసమాజ్, గణేశ ఉత్సవ సంఘాలు, ఇతర సాంస్కృతిక సంస్థలు తోడ్పడ్డాయి. 1908 లో లోకమాన్య బాలగంగాధర్ తిలక్‌ను నిర్బంధించి దేశాంతరవాసం శిక్ష అమలుపరచడంతో ప్రజల్లో తీవ్రమైన స్పందన కలిగింది. హైదరాబాద్ వార్తాపత్రికలు కూడా బ్రిటిష్ ప్రభుత్వ చర్యను ఖండించాయి. 1901 నుంచి ఎనిమిది సంవత్సరాలు హైదరాబాద్ ఆర్యసమాజ్ కార్యక్రమాల్లో అవిరళ కృషిచేసింది. ఒక సంస్కృత పండితుడు శ్రీపాద దామోదర్, సత్యాలేకార్ తెలంగాణా ప్రాంతమంతా పర్యటించి ప్రజలతో సన్నిహిత సంబంధాలు ఏర్పరచుకొన్నారు. మత సంస్కరణలపై చేసే ఉపన్యాసాలకు జనం బాగా వచ్చారు. స్వదేశీ ఉద్యమ ఉద్దేశాలు కూడా ఈ ఉపన్యాసాల్లో చోటుచేసుకొన్నాయి. అందువల్ల సత్యాలేకర్‌ను హైదరాబాద్ రెసిడెంట్ బ్లాక్ లిస్టులో చేర్చారు. చాదర్‌ఘాట్‌లో ఒక వ్యాయామశాల స్థాపించి, విద్యార్థులకు, యువకులకు వ్యాయామశిక్షణ ఇచ్చేవారు. ఈ వ్యాయామశాలలో రహస్య సమావేశాలు జరిగేవి. యువకులను తీవ్రవాదులుగా ఉత్తేజపరచడానికి ఈ వ్యాయామశాలలు ఉపయోగపడేవి.

వ్యాయామశాలల ద్వారా యువకులకు ఆయుధ శిక్షణ, ముఖ్యంగా తుపాకులు కాల్చడంలో శిక్షణ ఇవ్వబడేది. బ్రిటిష్ పాలిత ప్రాంతంలోని తీవ్రవాదులు ఆంగ్ల ప్రభుత్వానికి పట్టుబడక తప్పించుకొని తెలంగాణా ప్రాంతంలో మారుమూల కుగ్రామాల్లోను, వ్యాయామశాలల్లోను తలదాచుకొనేవారు. హైదరాబాద్ సంస్థానాన్ని తీవ్రవాదులకు మాతృభూమిగా సత్యలేకర్ వర్ణించాడు. జర్మనీ, ఇటలీ నుంచి వీరికి ఆయుధాలు చేరేవి. పిస్తోళ్ళు, చిన్న తుపాకులు,

మందుగుండు సామాగ్రి చెక్క పెట్టెల్లో చేరవేసేవారు. తీవ్రవాదులకు కావలసినంత ఆయుధసామాగ్రి హైదరాబాద్‌లో లభించేదని సత్యలేకర్ రాశాడు. మందుగుండు తయారీ విధానాన్ని వివరించే పుస్తకాలు బెంగాల్ నుంచి వారికి లభించేవి. బెంగాల్ తీవ్రవాదులు కూడా హైదరాబాద్ సంస్థానంలోని వివిధ ప్రాంతాల యువకులతో సంబంధాలు కలిగి ఉండేవారు. మారు పేర్లతో బెంగాలీ యువకులు ఈ సంస్థానంలో వివిధ గ్రామాలకు వచ్చేవారు. కనీసం ముప్పై, నలభై మంది బెంగాలీ యువకులు తనను హైదరాబాద్‌లో కలుసుకున్నారని సత్యాలేకర్ తన జ్ఞాపకాల్లో రాసుకొన్నారు. ఈ వ్యాయామశాలల్లో 6 నుంచి 8 సంవత్సరాల పిల్లలు కూడా చేరి, దాని రహస్య కార్యకలాపాల్లో పాల్గొనేవారు. ఒక్క పిల్లవాడు కూడా వ్యాయామశాలకు చెందిన ఎట్టి రహస్యాన్ని కుడా బయటపడనీయలేదని సత్యాలేకర్ రాసుకొన్నాడు. స్వదేశీ ఉద్యమాన్ని అణచివేయవలసిందిగా నిజాంపై బ్రిటిష్ ప్రభుత్వం ఒత్తిడిచేయసాగింది. అయినప్పటికీ స్వదేశీ సిద్ధాంతాన్ని హైదరాబాద్ ప్రజలు సుముఖంగా స్వీకరించారని చెప్పవచ్చు.

1911 లో మహబూబ్ అలీఖాన్ మరణించాడు. ఆ తరవాత మీర్ ఉస్మాన్ అలీఖాన్ పదవి స్వీకరించాడు. ఈయన కాలంలో జాతీయోద్యమం వేగాన్ని అందుకొంది. తిలక్ ప్రారంభించిన స్వదేశీ ఉద్యమం, గణపతి ఉత్సవాలు తెలంగాణాలో జాతీయ ఉద్యమంగా రూపొందాయి. వివిధ ప్రాంతాల్లో భజన మండళ్లు స్థాపించబడి, సాంస్కృతిక మత కార్యక్రమాల ద్వారా హిందువులను సంఘటిత పరచి, వారిని రాజకీయ ఉద్యమంవైపు మరల్చే ప్రయత్నం జరిగింది. ఈ భజన మండళ్లు వారానికి ఒకరి ఇంట్లో భజనలు ఏర్పాటుచేసి, ప్రజాసమీకరణ చేసేవి. భజన మండళ్లు మత కార్యక్రమాల రూపంలో స్వదేశీ ప్రచారానికి పూనుకోవడం ప్రభుత్వ దృష్టిలోకి వచ్చింది. మహబూబ్‌నగర్‌లో భజన మండలిని ప్రభుత్వం మూసివేయించింది. 20 నవంబరు 1910 లో ప్రభుత్వం అధికార్లకు ప్రత్యేక సూచనలిస్తూ ఆజ్ఞలను జారీచేసింది.

జిల్లా, తాలూకాల్లోని అధికారులను వారి ప్రాంతాల్లో తీవ్రవాదులను గుర్తించి శిక్షించమని ఆదేశించింది. హిందూ-ముస్లిం ప్రజల మధ్య స్నేహాన్ని పెంపొందించాలని కోరింది. క్లబ్బులు, గ్రంథాలయాలు, పాఠశాలలు, మత సంబంధ సమావేశాలను చాలా జాగ్రత్తగా పరిశీలించమని కోరింది. తమ ప్రాంతాల్లోని ప్రజలు బ్రిటిష్ వారి పట్ల, నిజాం ప్రభుత్వం పట్ల సద్భావం కలిగి ఉండేలా చూడమని కోరింది. న్యాయవాదుల్లో రాజకీయ భావాలు, స్వతంత్ర భావాలు గుర్తించవలసిందిగా హెచ్చరించింది. విద్యాశాఖాధికారులు, అధ్యాపకులు ప్రభుత్వానికి వ్యతిరేకంగా కుట్రలు పన్నకుండా చూడాలని కోరింది. సాధువులను, మత సంబంధ ప్రచారకులను, కొత్తవారిని చాలా జాగ్రత్తగా గమనించవలసిందిగా పోలీసు శాఖను కోరింది. ఈ ప్రభుత్వ ఆజ్ఞతో అప్పటి స్వదేశీ ఉద్యమం ఒక రాజకీయ ఉద్యమంగా ప్రభుత్వం గుర్తించినట్లు స్పష్టమవుతుంది.

తెలంగాణా ప్రాంతంలో అంతకు పూర్వంలేని భజన కేంద్రాలు ఇప్పుడు కొత్తగా స్థాపించడాన్ని ప్రభుత్వం తీవ్రంగా పరిగణించింది. మహబూబ్‌నగర్‌లో ఆ భజన కేంద్రాన్ని మూసివేయడమే కాక ఇకపై హైదరాబాద్ సంస్థానంలో కొత్తగా ఎక్కడా భజన కేంద్రాలను కాని, దేవుని మందిరాలు కాని నిర్మించకూడదని 1911 లో హైదరాబాద్ ప్రభుత్వం వివరణాత్మక ఆదేశాలిచ్చింది. ఈ నిబంధనలను లెక్కచేయక స్వదేశీ ఉద్యమకారులు తమ కార్యక్రమాలను కొనసాగిస్తూ వచ్చారు. హైదరాబాద్ నగరంలో 'ఫక్త్ ఆఫ్ రూల్స్' అనే సంస్థ స్వదేశీ వస్తువులనే తినవలసిందిగా కరపత్రాలను బహిరంగాగానే విడుదల చేసింది. బ్రిటిష్ పోస్టాఫీసులు ఉన్న ఆంగ్ల పాలిత ప్రాంతాల్లో ప్రచురించే వార్తా పత్రికలను తెప్పించి, తెలంగాణా సరిహద్దు ప్రాంతాల్లోని గ్రంథాలయాల్లో ఉంచేవారు. ఈ గ్రంథాలయాలు సమావేశ కేంద్రాలుగా మారి స్వదేశీ ఉద్యమానికి తోడ్పడేవి. స్వదేశీ ఉద్యమ నాయకులైన తిలక్, బిపిన్‌చంద్రపాల్, లాలా లజపతిరాయ్

మొదలైన జాతీయ నాయకుల పటాలను కూడా ప్రచారంలోకి తెచ్చేవారు. 'వందేమాతరం' లేదా 'స్వదేశీనే వాడండి' అన్న స్టిక్కర్లు ఉన్న వస్తువులను మాత్రమే కొనవలసిందింగా స్వదేశీ ఉద్యమం ప్రచారం చేసింది. స్వదేశీ వస్తువుల తయారీని, అమ్మకాన్ని బ్రిటిష్ ప్రభుత్వం తన ప్రాంతాల్లో నిషేధించలేదు. కాబట్టి నిజాం ప్రభుత్వం అధికారికంగా వీటిపై ఆంక్షలు విధించలేక, అమ్మకాలు నివారించేలా వర్తకులపై ఒత్తిడి తేవాల్సిందని స్థానికాధికారులను ఉత్తర్వుల్లో కోరింది. దేశ నాయకుల జీవిత చరిత్రలు మొదలైనవి గ్రామాల్లో, పట్టణాల్లో చదివించేవారు. హైదరాబాద్‌లో పర్యటించే అన్య ప్రాంతీయులపై కచ్చితమైన చర్య తీసుకోవలసిందిగా ప్రభుత్వం ఫర్మానాలు ఇచ్చింది. నిజాం పోలీసులు కొత్తగా కనబడిన ప్రతివారిని సందేహించి వారిని ముప్పతిప్పలు పెట్టేవారు.

ఖిలాఫత్ ఉద్యమం

మొదటి ప్రపంచ యుద్ధానంతరం 'పారిస్' సమావేశంలో జరిగిన ముఖ్య ఒడంబడికల్లో ఒకటి 'సేవర్స్ సంధి'. దీనిపై బ్రిటిష్ వారు టర్కి సుల్తాన్ ఆరవ మహ్మద్ చేత 'ఖలీఫా పీఠం' రద్దు చేస్తున్నట్లు సంతకం చేయించుకొన్నారు. దీని వల్ల ప్రపంచ ఇస్లాం మత వర్గీయులు, బ్రిటిష్ నిరంకుశ విధానానికి, ఖలీఫాకు అనుకూలంగా ఉద్యమాలు నిర్వహించారు. దీన్నే భారతదేశంలో అలీ బ్రదర్స్‌గా పేర్కొన్న షౌకత్‌అలీ, మహ్మద్‌అలీలు 'ఖలీఫా'కు మద్దతుగా 'ఖిలాఫత్' ఉద్యమం నిర్వహించారు. దీనికి గాంధీని తమ అధ్యక్షునిగా ఎన్నుకొన్నారు. దీనికి అనుకూలంగా హైదరాబాద్‌లో కూడా ఉద్యమాలు నిర్వహించారు.

ఖిలాఫత్ ఉద్యమ ప్రభావం హైదరాబాద్ మీద బాగానే ప్రభావం చూపింది. వివేకవర్ధిని హైస్కూల్‌లో 1920, మార్చి, 16, 20 వ తేదీల్లో జరిగిన సభలో 20 వేలమంది ప్రజలు, హిందువులు, ముస్లింలు ఏకమై మతపట్టింపు లేకుండా హాజరయ్యారు. జనగాం, మెదక్, కరీంనగర్ ప్రాంతాల్లో కూడా సభలు జరగడం ఖిలాఫత్ ఉద్యమ ప్రభావం ఎంతుందో అర్థమౌతుంది. బారిస్టర్ అస్గర్, అస్కరీహసన్, ఖరీఉజ్జమాన్, మహ్మద్ ముర్తుజా, హుమాయున్ ముర్తుజా, పండిత కేశవరావు, రాఘవేంద్రశర్మ మొదలయినవారు ఈ ఉద్యమానికి నాయకత్వం వహించారు.

1912 బాల్కన్ యుద్ధంలో టర్కీల ఓటమి వల్ల భారతదేశంలో ఉన్న ముస్లింలు ఆంగ్లేయులపట్ల వ్యతిరేక వైఖరి ఎంచుకొన్నారు. హైదరాబాద్ ముల్లా అబ్దుల్ బాసిద్ 'ద రెడ్ క్రీసెంట్ సొసైటీ' లో ప్రధానపాత్ర వహించాడు. హైదరాబాద్‌లోని విద్యావంతులైన ముస్లింలు టర్కుల పట్ల తమ సానుభూతిని ప్రకటించారు. మౌలానా ఆజాద్ సంపాదకత్వంలో వెలువడే 'ఆల్ హిలాల్' పత్రిక హైదరాబాద్‌లో బాగా ప్రచారం పొందింది. మసీదుల్లోను, నివాస గృహాల్లోను ముస్లింలు సమావేశాలు జరిపి, తమ బ్రిటిష్ వ్యతిరేకతను చాటేవారు.

'ద రెడ్ క్రీసెంట్ సొసైటీ' లక్ష రూపాయలకు పైగా చందాలు వసూలుచేసి టర్కీ ప్రధానమంత్రికి పంపించింది అంతేకాక అన్సారీ నాయకత్వంలో ఒక వైద్య బృందాన్ని టర్కీకి పంపడానికి కావలసిన ధనాన్ని సమకూర్చింది. 1914 సంవత్సరంలో మొదటి ప్రపంచ యుద్ధం మొదటి దశలో జర్మన్ల చేతుల్లో బ్రిటన్ ఓటమిని చవిచూడటం హైదరాబాద్‌లోని ఆంగ్ల వ్యతిరేక వర్గానికి ఎంతో సంతోషాన్ని కలిగించింది. ఈ యుద్ధ కారణంగా హిందూ ముస్లిం వర్గాల్లో ఆంగ్లేయ వ్యతిరేకత సమానంగా చోటుచేసుకొంది. రెండు వర్గాలకు ప్రత్యేక కారణాల వల్ల ఆంగ్ల వ్యతిరేకత కలిగినా స్వదేశీ ఉద్యమ ప్రచారంలో ప్రభుత్వ ఉద్యోగుల వైఖరిలో కొంత సారళ్యం చోటుచేసుకొంది.

మొదటి ప్రపంచ యుద్ధానంతరం భారతదేశంలోని ముస్లింలు ఆంగ్ల ప్రభుత్వాన్ని తీవ్రంగా విమర్శించారు. ఇంగ్లాండు తన ప్రయోజనాల దృష్ట్యా టర్కీ ఆధిపత్యంలో ఉన్న మధ్యధరా సముద్రం, నల్ల సముద్రాల మధ్య ఉన్న మార్గాన్ని అంతర్జాతీయం చేయమని టర్కీని కోరింది. మొదటి ప్రపంచ యుద్ధానంతరం విశాల టర్కీ సామ్రాజ్య విచ్ఛిన్నాన్ని బ్రిటన్ కోరింది. ఆ కారణంగా భారతీయ ముస్లింలు ఆంగ్లేయులకు వ్యతిరేకం అయ్యారు. దీనికి అనుగుణంగా హైదరాబాద్‌లో ముస్లింలు కూడా ఆంగ్ల వ్యతిరేకతను బాహాటంగా చాటారు. ఖిలాఫత్ సమర్థించే భారతీయ ముస్లింలు భారతదేశంలో పెద్ద సంస్థానాధీశుడైన నిజాంను తమ నాయకుడిగా అంగీకరించి 'మొహి-ఉల్-మిల్లత్-ఎ-వార్దిన్ అనే బిరుదు ఇచ్చి సత్కరించారు. టర్కీ విషయంలో నిజాం ఆంగ్లేయులపై ఒత్తిడి తేగలడని భావించారు. కాని అందుకు భిన్నంగా జరిగింది. 16 మార్చి, 1920 లో టర్కీ పట్ల ఆంగ్ల వైఖరిని అప్పటి వైస్రాయ్ చేమ్స్‌ఫర్డ్ వివరించి, నిజాం భారతీయ ముస్లింల ఖిలాఫత్ ఉద్యమాన్ని సమర్థించకూడదని కోరాడు. ఖిలాఫత్ సమస్య మత సమస్యగా చూడకూడదని నిజాం రాజనీతిజ్ఞతతో వ్యవహరించాలనే హెచ్చరిక ధ్వనించేటట్లు ఉత్తరం రాశాడు. అందుకు నిజాం, ఆయన ప్రధానమంత్రి అలీ ఇమామ్‌తో పరిస్థితిని జాగ్రత్తగా పరిశీలించి బ్రిటిష్‌వారికి తమ సమర్ధన తెలిపాడు. టర్కీ పట్ల ఆంగ్లవైఖరి తెలిసినప్పటికీ నిజాం మొదటి ప్రపంచ యుద్ధంలో ఆంగ్లేయులకు ధన, సైన్య సహాయం చేయడం ముస్లింలకు నచ్చలేదు. తమ నాయకుడిగా గౌరవించి ఆయనకు 'మత సంరక్షకుడు', 'ఇస్లాం జాతి సంరక్షకుడు'గా బిరుదుని ఇవ్వడంలో తప్పుచేసినట్లుగా వారు ప్రకటించారు.

దానికి మీర్ ఉస్మాన్ అలీఖాన్ 'మీరు నాకిచ్చిన బిరుదుకన్నా నాకు తరతరాలుగా వచ్చిన బిరుదులు ఆసఫ్‌జాహీ, నిజాం-ఉల్-ముల్క్ బిరుదులు, బ్రిటిష్‌వారు ఇచ్చిన 'బ్రిటిష్ ప్రభుత్వానికి భక్తి విశ్వాసాలు గల స్నేహితుడు' (Faithful Alloy of British Government) బిరుదులు సాటిలేనివని, వాటినే ఎక్కువగా గౌరవిస్తానని, చిల్లర వారు ఇచ్చిన బిరుదులను ఖాతరు చేయనని ప్రకటించాడు. హైదరాబాద్‌లో ఖిలాఫత్ ఉద్యమ సందర్భంగా ముస్లిం నాయకులతో పాటు మహాత్మాగాంధీ కోరికపై హిందువులు కూడా తెలంగాణాలో పటు ప్రాంతాల్లో సమావేశాలు జరిపారు. పండిట్ కేశవరావు, వామన్ నాయక్, రాఘవేంద్రరావు శర్మ ఈ కార్యక్రమాల్లో చురుకుగా పాల్గొన్నారు. 16 మార్చి, 1920 లో హైదరాబాద్‌లో జరిగిన సమావేశంలో వేల సంఖ్యలో హిందువులు, ముస్లింలు పాల్గొన్నారు. మార్చి-ఏప్రిల్ 1920 లో పలుచోట్ల 'ఖిలాఫత్ దినం' సందర్భంగా సమావేశాలు జరిగాయి. కరీంనగర్‌లో ఈద్గా వద్ద జరిగిన సమావేశంలో ఆ జిల్లా అవ్వల్ తాలూక్‌దార్ (కలెక్టర్) సయ్యద్ మొహియుద్దీన్ అలీఖాన్, జాయింట్ మెజిస్ట్రేట్ రామ్‌రతన్ చంద్ అనే ఉన్నతోద్యోగులతో పాటు హిందువులు, ముస్లింలు అధిక సంఖ్యలో పాల్గొన్నారు. ఆ రోజు కరీంనగర్‌లో బంద్ పాటించారు. మహబూబ్‌నగర్‌లో కూడా ఈ సమావేశాలు జరిగాయి. 23 ఏప్రిల్, 1920 లో వివేకవర్ధని ఆవరణలో 10 నుంచి 12 వేల మంది హిందువులు, ముస్లింలు ఖిలాఫత్ సమర్థనగా సమావేశమయ్యారు. ఖిలాఫత్ సమస్య ముస్లింల జీవన్మరణ సమస్యగా ఖిలాఫత్ నాయకులు వర్ణించారు. కాని సహాయ నిరాకరణోద్యమంతో పాటు సాగిన ఈ ఖిలాఫత్ ఉద్యమం సహాయ నిరాకరణ ఉద్యమం ఉపసంహరించబడటంతో ఖిలాఫత్ ఉద్యమం కూడా విఫలమయింది. మొదటి ప్రపంచ యుద్ధ కాలంలో హిందూ ముస్లిం నాయకుల మధ్య ఏర్పడిన సహాయ సహకారాలు ఈ వైఫల్యంతో వెంటనే కనుమరుగయ్యాయి.

తెలంగాణా స్వాతంత్రోద్యమం

గాంధీజీ ఏకపక్షంగా సహాయ నిరాకరణోద్యమాన్ని విరమించుకోవడం ఖిలాఫత్ ఉద్యమకారులకు, కాంగ్రెస్‌లో అతివాద వర్గానికి నచ్చలేదు. జాతీయోద్యమంలో 'ఇండియన్ ముస్లిం లీగ్' మరెప్పుడూ కలిసి పోరాడదలచుకోలేదు. హైదరాబాద్‌లో ఖిలాఫత్ ఉద్యమాన్ని సమర్ధించిన ముస్లింలు, హిందువులు విడిపోవడంతో తరువాతి రాజకీయాల్లో ఇరువర్గాల మధ్య అభిప్రాయభేదాలు తీవ్రతరమయ్యాయి. దీంతో పాటు హైదరాబాద్‌లోని హిందువుల్లో మరాఠ, కన్నడ, తెలుగు భాషలకు చెందిన జాతీయవాదులు తమ తమ భాషాభిమానాల వల్ల వేరుపడదలచడం హైదరాబాద్ రాజకీయ ఉద్యమంలో ఒక ఆశ్చర్యకరమైన పరిణామం. మరాఠీ, కన్నడ, తెలుగు మాట్లాడే జాతీయవాదులు మతపరంగా హిందువులే అయినప్పటికీ వారి అలవాట్లు, ఆర్థికపరిస్థితి, ఆచార వ్యవహారాల్లో వైవిధ్యం ఉండేది.

హైదరాబాద్ నగరంలో ఈ భాషలు మాట్లాడేవారు వారి వారి వేషధారణ, కట్టుబాట్లతోపాటు ప్రత్యేక గుర్తింపు కొనసాగిస్తూ ఉండేవారు. ఈ మూడు వర్గాల హిందువుల మధ్య ఆధిక్యత, న్యూనతా భావాలు చోటుచేసుకొన్నాయి. గత రెండు దశాబ్దాలుగా వీరు అనేక సాంఘిక కార్యక్రమాల పేరుతో రాజకీయ కార్యక్రమాలు నిర్వహిస్తున్నారు. 19వ శతాబ్ది చివరి రెండు దశకాల్లో బెంగాలీలు, తమిళులు, హైదరాబాదేతర ముస్లిం విద్యావంతులు హైదరాబాద్ నగరంలో చైతన్యవంతమైన వర్గాలుగా గుర్తించబడ్డాయి. వీరిలో తమిళులు, బెంగాలీలు నిజాం ప్రభుత్వ విమర్శకులుగా రూపొందగా, అన్ని ప్రాంతాల్లోని ముస్లిం మేధావి వర్గం నిజాం ప్రభుత్వాన్ని సమర్ధించేది. గత రెండు దశాబ్దాల్లో మరాఠీలు ప్రధాన నాయకత్వం వహించేవారు. తిలక్ ప్రభావంతో మహారాష్ట్ర ప్రాంతీయులు ఇక్కడ మరాఠీలకు సహాయ సహకారాలు అందించేవారు. అందువల్ల స్వదేశీ ఉద్యమంలో భాగంగా గణపతి ఉత్సవాలు, భజన మండళ్లు వీరి ఆధ్వర్యంలో నడిచేవి. సంఘసేవా కార్యక్రమాల్లో వీరు ముగ్గురూ కలిసినప్పుడు మహారాష్ట్ర వర్గాల ఆధిపత్యం ఉండేది.

వివేకవర్ధని ఆవరణలో నవంబరు 1921 లో ఒక సంఘ సంస్కరణసభ ఏర్పాటయింది. అందులో మరాఠి, కన్నడ, తెలుగు మాట్లాడే జాతీయవాద భావం గల సంఘ సంస్కర్తలు సమావేశమయ్యారు. ఈ సమావేశానికి పూణెకు చెందిన కార్వే పండితుడు అధ్యక్షత వహించాడు. రెండవ రోజు సమావేశంలో ఆంధ్ర, కన్నడ, మరాఠీ వ్యక్తులు తమ భాషల్లో ఉపన్యామివ్వడానికి అదివరకే నిర్ణయించబడింది. దాని ప్రకారం ఆ మరుసటి రోజు మాడపాటి హనుమంతరావు తెలుగులో ఉపన్యాసం చేసినప్పుడు మహారాష్ట్ర సభికులు కొంత అల్లరి చేశారు. కాని ఆయన వ్యక్తిత్వ ప్రభావం వల్ల ఎక్కువ గొడవ జరగలేదు. కాని ఆ తరవాత అలంపల్లి వెంకట రామారావు (హైకోర్టు వకీలు) తెలుగులో మాట్లాడటం ఆరంభించగానే మహారాష్ట్ర యువకులు విపరీతంగా అల్లరిచేసి అవమానపరిచారు. దీంతో తెలుగువారు సభ నుంచి నిష్క్రమించి, ఆ సాయంత్రం వివేకవర్ధని వెనుక ఉన్న ట్రూపు బజారులో టేకుమాల రంగారావు ఇంట్లో సమావేశమయ్యారు. ఆ రాత్రి (నవంబరు 12, 1921) అక్కడ సమావేశమయిన మాడపాటి హనుమంతరావు, మందుముల నర్సింగరావు, మందుముల రామచంద్రరావు, మిట్టా లక్ష్మినరసయ్య, టేకుమాల రంగారావు, బూర్గుల రామకృష్ణారావు మొదలైనవారు నిజాం రాష్ట్ర 'ఆంధ్రజన సంఘం' స్థాపనకు తీర్మానించారు. ఈ సంఘం ప్రధాన లక్ష్యం, ఆంధ్రుల అభివృద్ధికి కృషిచేయడం, అవసరమైన కొత్త సంఘాలు స్థాపించడం, సభలు, సమావేశాలు నిర్వహించడం, ఇతర నిర్మాణ కార్యక్రమాలు చేపట్టడం ఈ సంఘంలో చేరడానికి 18 సంవత్సరాలు పైబడిన విద్యావంతులు అర్హులు.

1922 ఫిబ్రవరి 24 న ఈ ఆంధ్ర జనసంఘం మొదటి సభ రెడ్డి హాస్టల్ (హైదరాబాద్) లో జరిగింది. ఆ తరవాత మార్చి, ఏప్రిల్ నెలల్లో కూడా ఈ సభ్యులు సమావేశమై, సంఘ నియమావళిని అంగీకరించి, కార్యనిర్వాహక

వర్గాన్ని ఎన్నుకొన్నారు. ఈ సంఘం కార్యక్షేత్రం తెలంగాణా. ఈ సంఘం నాయకులు తెలంగాణా గ్రామాలకు వెళ్ళి తెలుగు వారిని సంఘటితం చేయడానికి ప్రయత్నించారు. ఆంధ్ర జనసంఘం స్థాపించిన మరుసటి సంవత్సరమే (1922 ఫిబ్రవరి 27) దానికి ఉపసంఘంగా 'ఆంధ్ర పరిశోధక సంఘం' స్థాపించబడింది. తెలుగుజాతి సంస్కృతి, చరిత్ర పరిశోధించి, తెలుగువారికి ఔన్నత్యాన్ని తెలియపరిచి, తెలుగువారిని రాజకీయంగా చైతన్యవంతులుగా తీర్చిదిద్దడానికి ఈ సంఘం ఉద్దేశించబడింది. తెలంగాణా గ్రామాల్లో పర్యటించి దూపాటి వెంకట రమణాచార్యులు పెక్కు తాళపత్ర గ్రంథాలను సేకరించారు. శాసనాల ప్రతులు సేకరించారు. తెలంగాణాలో బయల్పడిన 123 శాసనాలను 'తెలంగాణా శాసనాలు' అనే పెరుతో ప్రకటించారు. ఈ సంఘానికి మొదటి నుంచి మునగాల రాజానాయని వెంకట రంగారావు అధ్యక్షులుగా ఉండి ఆర్థిక సహాయం అందించారు. ఆంధ్రజన సంఘం స్ఫూర్తితో, తెలంగాణా స్ఫూర్తితో తెలంగాణా ప్రాంతంలో పలుచోట్ల ఈ సంఘాలు ఏర్పడ్డాయి. వీటన్నింటినీ కలిపి ఒక సమాఖ్యగా 'ఆంధ్ర జనకేంద్ర సంఘం' స్థాపించవలసిన ఆవశ్యకత ఏర్పడింది.

ఈ జనకేంద్రం మొదటి సమావేశం హనుమకొండలో 1, ఏప్రిల్ 1924 లో జరిగింది ఈ సమావేశంలో హైదరాబాదు, సికింద్రాబాద్, వరంగల్, ఖమ్మం, హుజూరాబాద్‌ల నుంచి సభ్యులు పాల్గొన్నారు. ఈ జనకేంద్ర సంఘానికి నియమావళి రూపొందించడానికి ఒక కమిటీ వేయబడింది. హైదరాబాద్‌లో 27 ఏప్రిల్ 1924 న ఈ కేంద్ర సంఘం సమావేశమై నియమావళిని అంగీకరించింది. ఆంధ్ర జనసంఘం ఆశయాలను కొంత విస్తరించారు. దాని ప్రకారం గ్రంథాలాయాలు, పఠనాలయాలు స్థాపించడం; విద్యార్థులకు సహాయం అందించి ప్రోత్సహించడం; పండిత సత్కారాలు; చరిత్ర పరిశోధన; చారిత్రక ఆధారాలను సేకరించి, కరపత్రాలు, చిన్న పుస్తకాలు ముద్రించడం ద్వారా, బహిరంగ ఉపన్యాసాల ద్వారా ప్రజలను చైతన్యపరచడం; తెలుగుభాష ఔన్నత్యాన్ని చాటడం; కళలు, సంస్కృతిని ప్రోత్సహించడం; బీదలకు సహాయపడటం మొదలైనవి లక్ష్యాలుగా తీర్మానించబడ్డాయి. కాని వీటికి అనుగుణంగా కార్యక్రమాలు చేపట్టడంలో తెలంగాణాలో పలుచోట్ల అధికారుల వల్ల ఆటంకాలు కల్పించబడ్డాయి. అయినప్పటికీ గ్రంథాలయ ఉద్యమాన్ని మాడపాటి హనుమంతరావు ఎంతో పట్టుదలతో కొనసాగించాడు. వివిధ ప్రాంతాల్లో కొత్తగా ఏర్పడిన గ్రంథాలయాల నిర్వాహకులను ఆహ్వానించి, మధిరలో 22 ఫిబ్రవరి 1925 న గ్రంథాలయ నిర్వాహకుల సమావేశం జరిపారు.

గ్రంథాలయ నిర్వహణలో క్రమశిక్షణ ఏర్పరచడానికి, సంస్థ నియమ నిబంధనలు ఏర్పరచడానికి ఈ సమావేశం ఉద్దేశించబడింది. గ్రంథాలయ నిర్వహణలో ప్రభుత్వం నుంచి ఎదురయ్యే సమస్యలు కూడా చర్చించబడ్డాయి. అందువల్ల సూర్యాపేటలో 1926 లో తలపెట్టిన రెండవ గ్రంథాలయ సమావేశానికి ప్రభుత్వం అనుమతి లభించలేదు. కాని నిర్వాహకుల పట్టుదల వల్ల ఆ సమావేశం రెండు సంవత్సరాల తరవాత (1928) వామన్ నాయక్ అధ్యక్షతన నిర్వహించబడింది. 'ఆంధ్ర జనకేంద్ర సంఘం' ధనిక వర్తకులను కూడా సంఘటితపరచి, వారి సమస్యలను చర్చించడానికి సూర్యాపేటలో 1922 డిసెంబర్‌లో ఒక సమావేశం ఏర్పరచింది. ప్రభుత్వ ఉద్యోగుల వల్ల ఈ వర్తకులు ఎదుర్కొనే సమస్యలు చర్చించబడ్డాయి. వర్తకులు ప్రభుత్వ ఉద్యోగుల ఒత్తిడి నుంచి స్వేచ్ఛను కోరుతూ ఉద్యమించడానికి, అందుకు ఎదురైన ఎటువంటి పరిణామాలనైనా ఎదుర్కోవడానికి సిద్ధపడాలని నిర్ణయించుకొన్నారు. ఈ సందర్భంగా వర్తకుల స్వేచ్ఛపై ఒక చిన్న పుస్తకం ప్రచురించి విడుదల చేశారు. సంఘం ప్రధాన కార్యక్రమాలలో గ్రామాల్లో కొనసాగుతున్న 'బేగారి' విధానాన్ని నిర్మూలించడం ఒకటి. నిజాం ప్రభుత్వం 'వెట్టి' చాకిరిని నిషేధిస్తూ ఆజ్ఞలు జారిచేసినా ఈ ఆచారం కొనసాగుతూనే వచ్చింది. నిజాం ఫర్మానాను చిన్న పుస్తక రూపంలో అచ్చువేసి సంఘం ప్రచారం నిమిత్తమై గ్రామంలో పంచింది. ప్రజాదరణకై పనికివచ్చే పుస్తకాలను ప్రచురించి, అతి తక్కువ వెల - అణాకు ఒక పుస్తకంగా నిర్ణయించి,

ప్రజలకు అందుబాటులో ఉండేటట్లు ప్రచార నిమిత్తం అమ్మేవారు. గ్రామాల్లో పాఠశాలల ఏర్పాటుకోసం సంఘం చేసే ప్రయత్నాలకు ప్రభుత్వం నుంచి ఎన్నో ఆటంకాలు ఎదురయ్యాయి. సంఘం చేపట్టిన వివిధ సాంఘిక కార్యక్రమాలు, విద్యా కార్యక్రమాలు, సంఘ కార్యకలాపాలకు ప్రభుత్వం అడ్డు తగులుతూనే ఉండేది. ఆ కాలంలో ప్రభుత్వ విధానాలకు వ్యతిరేకంగా నడుచుకొనే వారిని హైదరాబాద్‌కు దూరంగా మున్ననూర్ (మహబూబ్‌నగర్ జిల్లా) అనే చిన్న గ్రామం - శ్రీశైలం వెళ్ళే దారిలో అడవిలో ఖైదు చేసేవారు. ప్రభుత్వాన్ని వ్యతిరేకించిన వారిని మున్ననూరు ఖైదుకు పంపుతామని నాటి ప్రభుత్వ ఉద్యోగులు బెదిరించేవారు. 1926 లో నిజాం ప్రభుత్వం 'గాస్తినిశాన్ నవంబర్ 53' ద్వారా ప్రజల వాక్ స్వాతంత్ర్యం, సమావేశ స్వాతంత్ర్యం నిషేధించింది. ప్రభుత్వ అనుమతి లేకుండా గ్రంథాలయాలు గాని, ప్రైవేటు పాఠశాలలు గాని స్థాపించడానికి వీలు లేకుండా చేశారు. అయినా నాయకులు తమ ఉత్సాహం కోల్పోక, పట్టుదలతో తమ కార్యక్రమాలు నిర్వహించడానికి ప్రయత్నం చేసేవారు.

ఆంధ్రమహాసభ - పాత్ర

1930 నాటి ఉప్పు సత్యాగ్రహం హైదరాబాద్‌లో జాతీయవాదులను మరింతగా కార్యోన్ముఖులను చేసింది. ఇంతవరకు 'ఆంధ్రజన సంఘం' చేపట్టిన గ్రంథాలయ, విద్యా కార్యక్రమాలే కాక మరింత విస్తృత పరిధిలో కార్యక్రమాలు నడపడానికి తెలంగాణ ఆంధ్రమహాసభ స్థాపించబడింది. ఈ సభ సమావేశాలు జరుపుకోడానికి హైదరాబాద్ ప్రభుత్వం మొదట్లో అంగీకరించలేదు. చివరికి కొన్ని షరతులు విధించి అనుమతిని ఇచ్చింది. తెలంగాణా ప్రాంతం వారు కానివారు ఈ సభకు అధ్యక్షత వహించరాదని, ఇతర మతస్థులకు (ప్రధానంగా ముస్లింలకు) ఎట్టి ఆక్షేపణలేని విధంగానే గాక, రాజకీయ విషయాలను కూడా చర్చించరాదని ప్రభుత్వం ఆంక్షలు విధించింది. మార్చి, 3, 4, 5, 1930 లో మెదక్ జిల్లా జోగిపేటలో మహాసభ మొదటి సమావేశం జరిగింది. దీనికి గోల్కొండ పత్రిక సంపాదకుడైన సురవరం ప్రతాపరెడ్డి అధ్యక్షత వహించారు.

ఈ సమావేశంలో వామన్ నాయక్, మాడపాటి హనుమంతరావు, శ్రీధర్‌నాయక్, స్వామియోగానంద చురుకుగా పాల్గొని ఎన్నో తీర్మానాలు ప్రవేశపెట్టి ఆమోదింపచేశారు. ప్రభుత్వం వ్యవసాయశాఖ ద్వారా రైతులకు తకావి రుణాలు ఇవ్వాలని; వారికి వ్యవసాయ సంబంధమైన సూచనలు, సలహాలు, సరైన పరిజ్ఞానం కలిగించాలని; గ్రామాల్లో మంచినీటి సౌకర్యాలు కల్పించాలని; ఖాదీ, చేనేత పరిశ్రమలకు పన్నుల మినహాయింపు ఇవ్వాలని; యునాని, హకీంలతో సమానంగా ఆయుర్వేద వైద్యులకు, ప్రభుత్వ సహాయం ఇవ్వాలని; పట్టణ పాలక సంస్థల్లో ఎన్నికల ద్వారా ప్రతినిధులను ఎన్నుకొనే పద్ధతిని కల్పించాలని; స్త్రీలపై పరదా విధానాన్ని నిషేధించాలని పెక్కు తీర్మానాలు ఆమోదించబడ్డాయి. ఈ మహాసభ తెలంగాణా చరిత్రను తిరిగి రాయవలసిన ఆవశ్యకతను పునరుద్ఘాటించింది. అందుకు పరిశోధకులకు తగిన ప్రోత్సాహం, సహాయం అందించాలని కోరింది. ఈ మహాసభ పెక్కు ప్రజా సమస్యలను ప్రభుత్వ దృష్టికి తీసుకొచ్చే ప్రయత్నంలో భాగంగా ప్రజలను చైతన్యపరచి, వారిని జాతీయోద్యమం వైపు మళ్ళించే బృహత్ కార్యక్రమాన్ని చేపట్టింది.

రెండవ మహాసభ బూర్గుల రామకృష్ణారావు అధ్యక్షతన 1931 మార్చిలో దేవరకొండలో జరిగింది. ఈ సభలో ప్రభుత్వ విధానాలను విమర్శించినట్లయితే ఆ తరవాత సభలకు అనుమతి ఇవ్వబడదని ప్రభుత్వం హెచ్చరించింది. స్త్రీ సమస్యలను చర్చించడానికి ఆంధ్ర మహాసభతోపాటు 'ఆంధ్రమహిళా సభ' ఏర్పడింది. టి.వరలక్ష్మమ్మ మహిళా సభకు అధ్యక్షత వహించింది. ఈ సభ స్త్రీ విద్యా, ఆరోగ్యం, సాంఘిక దురాచారాల గురించి చర్చించింది. ఈ మహాసభలో మాదరి భాగ్యరెడ్డివర్మ దళితుల సమస్యలైన అస్పృశ్యత, వెట్టిచాకిరి మొదలైనవి తొలగించి నిమ్నజాతులకు సమాన

హక్కులు, గౌరవం ఇచ్చే విధంగా తీర్మానాలు ప్రవేశపెట్టాడు. ఈ తీర్మానం ఏకగ్రీవంగా ఆమోదించబడింది. ఈ సమావేశానికి హైదరాబాద్ రెడ్డి హాస్టల్ విద్యార్థులు కాలినడకన బయలుదేరి వచ్చారు. వారిలో రావి నారాయణరెడ్డి ఒకరు. వీరు దారివెంట గ్రామాల్లో జాతీయోద్యమ స్ఫూర్తి కలిగించడానికి కృషిచేశారు. ఈ సమావేశంలో కూడా 'గస్తీ 53' ని ఉపసంహరించాలని, ప్రైవేటు పాఠశాలలు అనుమతించాలని, వెట్టిచాకిరి మొదలైన ఇబ్బందులు తొలగించాలని, అంతర్జాతీయ ఆర్థిక మాంద్య ప్రభావం నుంచి తెలంగాణ రైతాంగాన్ని రక్షించాలని తీర్మానాలు చేశారు. ఇవన్నీ ప్రభుత్వ విమర్శలుగానే భావించి, నిజాం ప్రభుత్వం ఆ తరవాత మూడు సంవత్సరాల వరకు సమావేశాలకు అనుమతించలేదు.

1934 లో మహాత్మాగాంధీ రాక సందర్భంగా హైదరాబాద్ ప్రభుత్వం ఆందోళన వ్యక్తంచేసింది. గాంధీజీ దళిత ఉద్ధరణ నిమిత్తం వచ్చినప్పటికీ ఆయన రాకవల్ల రాజకీయ పరిణామాలు ఉంటాయని భావించింది. గాంధీజీ దళితులను ఉద్దేశించి హైదరాబాద్ నగరం లింగంపల్లి ప్రాంతంలో ఉపన్యసించడానికి మాత్రమే అనుమతించింది. అది తప్ప ఇతర కార్యక్రమాలేవీ చేయకూడదని షరతులు విధించింది. దానికి అనుగుణంగా మహాత్మాగాంధీ 1934 మార్చిలో సికింద్రాబాద్, హైదరాబాద్ సందర్శించారు.

1857 నుంచి తలెత్తిన ముల్కీ ఉద్యమం 1933 లో సత్ఫలితాన్ని ఇచ్చింది. హైదరాబాద్‌లో స్థాపించబడిన ఉస్మానియా విశ్వవిద్యాలయంలో పట్టభద్రులైన యువకులు ఈ ఉద్యమానికి బలం చేకూర్చారు. రాష్ట్ర ఉద్యోగాల్లో హైదరాబాద్ రాష్ట్రీయులకే (ముల్కీలకే) ఉద్యోగాలివ్వాలని వీరు పట్టుబట్టారు. దీనికి అనుగుణంగా 1933 లో స్థానికులకే ఉద్యోగాల్లో ప్రాధాన్యం ఇవ్వాలని నిజాం ఆజ్ఞాపించాడు. ఇది విద్యావంతులైన యువకులందరికీ నూతన ఉత్సాహాన్ని ఇచ్చింది. ముల్కీల హక్కులు కాపాడటానికి, పౌరహక్కులు సంపాదించడానికి, బాధ్యతాయుత ప్రభుత్వం ఏర్పాటుకు ఉద్యమించే ఉద్దేశంతో 1934 లో నైజాం ప్రజల సంఘం స్థాపించబడింది. దీనికి 1930 లో నిజాం మంత్రిమండలిలో రాజకీయశాఖా మంత్రిగా పనిచేసి విరమించుకొన్న సర్ నిజామత్‌జంగ్ అధ్యక్షుడిగా ఎన్నుకోబడ్డాడు. ఈ సంస్థలో హిందువులు, ముస్లింలు, పారశీలతోపాటు అన్ని కులాల వారు, మతాలవారు సభ్యులుగా ఉండేవారు. కాని ప్రభుత్వం ఈ జాతీయ సంస్థ అభివృద్ధిచెందకుండా దాన్ని విఫలమొందించడానికి ప్రయత్నించింది. ఈ సంస్థ నుంచి అతివాదులైన ముస్లింలను ప్రోత్సహించి, వారు సంఘం విడిచి, 'ఇత్తెహాదుల్-ముస్లిమీన్' అనే అతివాద ముస్లిం సంస్థ స్థాపించుకొనేలాగా ప్రభుత్వం పురికొల్పింది. దళితులను ఇస్లాం మతంలో కలుపుకొనే ఉద్యమాన్ని ఇత్తిహాదుల్-ముస్లిమీన్ తీవ్రతరం చేసింది. వారికి ఉద్యోగ అవకాశాలు, ఇతర ఆర్థిక ప్రయోజనాలు ఆశచూపేవారు. ఆర్యసమాజం చేపట్టిన శుద్ధి కార్యక్రమానికి వీరు అడ్డుపడేవారు. ఈ సంస్థ స్థాపనతో మత వైషమ్యాలు రాను రాను పెరిగాయి. అది తరవాత రజాకర్ల దురాగతాలకు దారితీసింది.

1934 డిసెంబర్‌లో మూడవ సమావేశం ఖమ్మంలో జరుపుకోడానికి ప్రభుత్వం ఎన్నో షరతులు విధించింది. ముఖ్యంగా భూమిశిస్తు తగ్గించాలని; ప్రభుత్వాధికారులకు, గ్రామ సేవకులు పనులు చేయవద్దని తీర్మానించరాదని; ప్రభుత్వంతో కార్యకర్తలు ఘర్షణపడే ఎట్టి సభాచర్యలు జరుగరాదని ఆదేశించింది. ఈ సభతోపాటు మహిళాసభకు పులిజాల వెంకట రంగారావు అధ్యక్షత వహించారు. ఈ సభలో దేవాలయాల్లో జంతుబలి ఉండకూడదని, వివాహానికి యుక్తవయస్సు ఉండాలని తీర్మానించారు. కాని నిమ్నజాతుల ఉద్ధరణకు సంబంధించి విజ్ఞప్తులను కూడా ఉపసంహరించుకోవలసి వచ్చింది. ఈ సభతో సర్దార్ జమలాపురం కేశవరావు, మాడపాటి రామచందర్ రావుల రాజకీయ జీవితం ప్రారంభమైంది.

1935 వ సంవత్సరంలో తీవ్రమైన క్షామపరిస్థితి ఏర్పడింది. పంటలు బాగా దెబ్బతిన్నాయి. దీనికి తోడు ఆర్థిక మాంద్యం వల్ల వ్యవసాయ పంటల ధరలు పడిపోసాగాయి. ఈ విచిత్ర పరిస్థితుల్లో తెలంగాణా రైతాంగం తీవ్ర దుస్థితికి లోనైంది. పరిస్థితులు ప్రభుత్వ దృష్టికి తేవడానికి హైదరాబాద్ రాష్ట్ర సహాయక సంఘం (Hyderabad Relief Association) కుమారి పద్మజానాయుడు అధ్యక్షతన, జనార్ధనరావు దేశాయి. మందుముల నర్సింగరావు సభ్యులుగా ఒక కమిటీని నియమించింది. వీరు గ్రామ పరిస్థితులపై ఒక అవగాహనను ప్రభుత్వం దృష్టికి తెచ్చారు. కాని ప్రభుత్వం క్షామాన్ని అంగీకరించక ఆహారధాన్యాలు లభించని ఒక దుర్లభ స్థితిగా వర్గీకరించింది.

స్థానిక రాజ ప్రతినిధులను స్థానిక రాజులే నియమించేట్లుగా, త్వరలో సంయుక్త భారతదేశం ఏర్పడేట్లుగా 1935 లో భారత ప్రభుత్వం చట్టం ప్రకటించడం వల్ల హైదరాబాద్‌లోని రెండు వర్గాల ప్రజల్లో ఒక నూతన సంచలనం ఉత్పన్నమైంది. అంతవరకు సమాజంలో హిందూ, ముస్లింల మధ్య మతఘర్షణలు చోటుచేసుకోలేదు. ప్రధానమంత్రి పదవిలో మహారాజా కిషన్ పర్షాద్ ఆరో నిజాం కాలంలో ఉండేవాడు. 1920 నుంచి 14 సంవత్సరాలు హైదరాబాద్ నగర్ కొత్వాలుగా రాజబహద్దూర్ వెంకటరామిరెడ్డి పనిచేశాడు. ఈయన 1934 లో పదవీ విరమణచేశారు. నిజాం ప్రభుత్వంలో హైదరాబాద్ నగర కొత్వాల్‌కు ప్రముఖ స్థానం ఇవ్వబడేది. 1935 తరవాత హైదరాబాద్‌లో పరిస్థితులు మతవైషమ్యాలకు దారితీశాయి.

నాల్గవ మహాసభ 1935 డిసెంబర్‌లో సిరిసిల్లలో జరిగింది. ఈ సభకు మాడపాటి హనుమంతరావు అధ్యక్షత వహించారు. మహిళాసభకు వారి సతీమణి మాణిక్యమ్మ అధ్యక్షత వహించింది. ఈ సమావేశానికి కూడా ప్రభుత్వం ఎన్నో ఆటంకాలు కలిగించింది. తెలంగాణాలో వివిధ ప్రాంతాల నుంచి దాదాపు 3000 మంది సభ్యులు పాల్గొన్నారు. ఈ మహాసభలో నిర్బంధ ప్రాథమిక విద్య, మాతృభాషలో విద్యాభ్యాసం, స్థానిక స్వపరిపాలన వంటి అంశాలపై తీర్మానాలతో పాటు మహాసభకు సంబంధించిన నియమావళి ప్రవేశపెట్టారు. ఇంతవరకు మహాసభ ఎన్ని తీర్మానాలు చేసినప్పటికీ ప్రభుత్వ వైఖరిలో ఎలాంటి మార్పు రానందు వల్ల మహాసభ మరింత క్రియాశీలక పాత్ర వహించాలని కొత్తతరం సభ్యులు పట్టుపట్టారు. తరవాతి కాలంలో ప్రముఖ కమ్యూనిస్టు నాయకుడుగా పేరు తెచ్చుకొన్న బద్దం ఎల్లారెడ్డి ప్రజాజీవితం ఈ సిరిసిల్ల సభతో ఆరంభమయింది. హైదరాబాద్ రాష్ట్రంలో ముస్లిమేతరులు జరిపే ఏ ఉద్యమాన్నైనా ప్రభుత్వం అనుమాన దృష్టితో చూడటమేగాక, అలాంటి ఏ ఉద్యమాన్ని అయినా హిందూమత పక్షపాత ఉద్యమంగా ముద్రవేసేవారు.

ఐదవ మహాసభ సమావేశం 1936 డిసెంబర్‌లో కొండా వెంకట రంగారెడ్డి అధ్యక్షతన షాద్‌నగర్‌లో జరిగింది. ఈ సమావేశానికి పదివేలమంది తెలంగాణ ప్రతినిధులు వచ్చారు. ఇక్కడి ఆంధ్ర మహిళాసభ సమావేశం బూర్గుల అనంతలక్ష్మీదేవి అధ్యక్షతన జరిగింది. ఈ సమావేశంలో విద్యా విషయాలు, సాంఘిక దురాచారాలు, రైతుల సమస్యలకు సంబంధించి తీర్మానాలు ఆమోదించారు. ఈ సమావేశ ప్రాంగణానికి దేశభక్తి నగరం అనే పేరుతో మహాసభ మందిరం ప్లాను సిద్ధపరిచి, నిర్మాణ కార్యక్రమాలు పూర్తిచేసిన వల్లూరి బసవరాజు (వి.బి.రాజు) ప్రజా జీవితం ఈ సమావేశంతో ఆరంభమైంది. హైదరాబాద్ రాష్ట్రశాసనసభకు 1936 వ సంవత్సరంలో కొండా వెంకట రంగారెడ్డి, అబ్దుల్లా పాషా ఎన్నుకోబడ్డారు. కొండా వెంకట రంగారెడ్డి శాసనసభ్యుడిగా పెక్కు సంస్కరణలను ప్రవేశపెట్టాడు. కాని అవేవి నిజాం అంగీకారానికి నోచుకోలేదు. 1936 లో కాశీనాధరావు వైద్యా అధ్యక్షతన హైదరాబాద్ ప్రజల విద్యా మహాసభ సమావేశమై పెక్కు విద్యా సంస్కరణలను జాతీయ భావంతో ప్రతిపాదించింది.

ఆంధ్రమహాసభ ఆరవ సమావేశం నిజామాబాద్‌లో 1937 లో మందుముల నర్సింగరావు అధ్యక్షతన జరిగింది. ఇతర సాంఘిక సంస్కరణలతోపాటు రైతులపై వ్యవసాయ రుణభారాన్ని తగ్గించాలని తీర్మానాలు చేశారు. ఈ సమావేశానికి కార్యకర్తల పట్టుదల వల్ల ప్రభుత్వం పెద్దగా షరతులు విధించలేదు తీర్మానాల ప్రతులను జిల్లా కలెక్టర్‌కు ఇస్తే సరిపోతుందని ప్రభుత్వం సూచించింది. ఈ సమావేశం ద్వారా ఆంధ్రమహాసభ మొదటిసారిగా ఒక రాజకీయ సంస్థగా పరిగణించబడింది. ఇంతవరకు మితవాద, అతివాద భావాలు సమావేశాల్లో బహిర్గతం కాలేదు. కాని ఈ సమావేశంలో ఒక ప్రతిపక్షం ఏర్పడింది. ఉర్దూలో మాట్లాడే సభ్యులను ఆక్షేపించారు. మహాసభ నియమావళిలో మార్పులు తేవాలని నందగిరి వెంకటరావు, వల్లూరి బసవరాజు, నరసారెడ్డి తీర్మానం ప్రవేశపెట్టారు. ఈ తీర్మానాన్ని కొండా వెంకట రంగారెడ్డి, రావి నారాయణరెడ్డి, బూర్గుల రామకృష్ణారావు ప్రతిఘటించారు. దీనితో ప్రతాపరెడ్డి అధ్యక్షులుగాను, వల్లూరి బసవరాజు ప్రధాన కార్యదర్శిగాను 'అభివృద్ధి పక్షం' అనే పేరుతో ఆంధ్రమహాసభలో ఒక ప్రతిపక్షం ఏర్పాటు అయింది.

ముస్లిం సార్వభౌమాధికారం అనే వాదనను 1937 లో బహదూర్ యార్‌జంగ్ నాయకత్వంలోని ఇత్తెహాదుల్ ముస్లిం సంస్థ రేపింది. ఈ సంస్థకు అబుల్‌హసన్ సయ్యద్ అలీ కార్యదర్శి. బ్రిటిష్ పరమాధికారం (paramountary) ను ప్రతిఘటించడం, ముస్లింల అధికారంలో హైదరాబాద్‌లో స్వతంత్ర రాజ్యస్థాపన, బాధ్యాతాయుత ప్రభుత్వాన్ని నిరోధించడం ఈ ఉద్యమ ప్రధాన లక్ష్యాలు. హైదరాబాద్ నగరంలో మొదటిసారి 1938 ఏప్రిల్‌లో హిందూ ముస్లిం అల్లర్లు కొన్ని రోజులపాటు జరిగాయి. బహదూర్ యార్‌జంగ్ మేనల్లుళ్ళు ఇద్దరు ఈ అల్లర్లలో చంపబడ్డారు. కాని ఆయన నాయకత్వంలో ముస్లింలు అదుపులో ఉండి, ఊహించినంతగా హిందువులకు ప్రాణనష్టం జరగలేదు.

1938 హరిపురాలో సమావేశమైన భారత జాతీయ కాంగ్రెస్ సమావేశానికి హైదరాబాద్ రాష్ట్రం నుంచి సుమారు 500 మంది సభ్యులు వెళ్ళారు. ఈ కాంగ్రెస్ సమావేశంలో స్థానిక ప్రభువులు తమ రాజ్యాల్లో సంపూర్ణ బాధ్యతాయుత ప్రభుత్వాలను ఏర్పరచాలని, పౌరహక్కులు కల్పించాలని తీర్మానించింది. దేశీయ ప్రభువుల ప్రాంతాల్లో అక్కడి ప్రజలు స్వాతంత్ర్యం కోసం పోరాడాలని పిలుపునిచ్చింది. 1938 వ సంవత్సరం, జూలైలో హైదరాబాద్‌లో హైద్రాబాద్ స్టేట్ కాంగ్రెస్ స్థాపించబడింది. కాని అప్పటి ప్రధాని హైదర్ ఈ చర్యలను పరోక్షంగా ఖండిచడమే గాక సెప్టెంబర్ 7 న హైదరాబాద్ రాష్ట్ర కాంగ్రెస్‌ను చట్టవిరుద్ధమైన సంస్థగా ప్రకటించడం అప్పటి నాయకులను కలవరపరచింది. ప్రభుత్వ నిషేధానికి నిరసనగా హైదరాబాద్ స్టేట్ కాంగ్రెస్ నాయకులు సత్యాగ్రహాన్ని చేశారు. ఈ నిరసన సత్యాగ్రహాల్లో ఆర్యసమాజ్, పౌరహక్కుల సంఘం మొదలైన జాతీయవాద సంస్థలు పాల్గొన్నాయి. ఉస్మానియా విశ్వవిద్యాలయం విద్యార్థులు చేపట్టిన వందేమాతరం ఉద్యమం ఈ సందర్భంగా పేర్కొనదగింది. ఆంధ్రమహాసభ నాయకులు రావి నారాయణరెడ్డి, ఎం.రాంచంద్రరావు ఈ ఉద్యమంలో జైలుకు వెళ్ళారు. జైలు నుంచి విడుదల అయిన తరవాత రావి నారాయనరెడ్డి ఆంధ్ర ప్రాంతానికి చెందిన కమ్యూనిస్ట్ నాయకులతో సంబంధాలు పెంచుకొని తెలంగాణాలో కమ్యూనిస్టు కార్యక్రమాలను ఉధృతం చేశాడు.

1939 డిసెంబర్‌లో హైదరాబాద్ పట్టణంలో కాశీనాధరావు వైద్యా అధ్యక్షతన ప్రారంభమైన 'కామ్రేడ్స్ అసోసియేషన్' హైదరాబాద్‌లో హిందూ, ముస్లింల ఐక్యతకు పిలుపునిచ్చింది. ఈ సభలో ప్రముఖ జాతీయవాది సిరాజిల్ హసన్ తిర్మాజీ హిందూ, ముస్లిం ఐక్యతపై ఉపన్యసించారు. ఈ అసోసియేషన్ సభ్యులు విద్యార్థి, కార్మిక ఉద్యమాలను చేపట్టారు. సయ్యద్ ఆలం-ఖుందూ-మేరీ, ఓంకార్ ప్రసాద్, జవ్వాద్ నజ్వీ విద్యార్థి సంఘంలోను; ముఖ్దూం మొహియుద్దీన్, రాజా

బహదూర్ గౌర్, కార్మిక సంఘంలో పని ప్రారంభించారు. కె.సి.గుప్తా అనే యువకుడు 'అణా గ్రంథమాల'ను స్థాపించాడు. వర్తమాన సమస్యలపైన, సామ్యవాదంపైన ఈ సంస్థ పుస్తకాలను ప్రచురించింది. ప్రతి పుస్తకం అతి తక్కువ వెల - అణాకు అమ్మారు.

ఏడవ మహాసభ వరంగల్ జిల్లా మల్కాపురంలో 1940 ఏప్రిల్‌లో జరిగింది. దీనికి మందుముల రామచంద్రరావు అధ్యక్షులుగా ఎన్నికయ్యారు. ఆయన కాంగ్రెస్ సత్యాగ్రహంలో జైలుకి వెళ్ళినప్పుడు అక్కడ అతివాదులతో సన్నిహిత సంబంధం ఏర్పడింది. అందువల్ల ఆయన మితవాదులకు, అతివాదులకు అనుకూలంగా పరిగణించపబడ్డాడు. మల్కాపురం సభలో అతివాద జాతీయవాదులు అధిక సంఖ్యలో ఉన్నారు. వారిలో చాలామంది అప్పటికే కమ్యూనిస్టు పార్టీ కార్యకర్తలుగా ఉండేవారు. మహాసభలో రాజ్యాంగ సంస్కరణలను పూర్తిగా నిరాకరించాలని అతివాదులు పట్టుబట్టారు. ఈ సభలో ఖమ్మం, మధిర ప్రతినిధులు విప్లవ గీతాలు, జాతీయ గేయాలు, రైతాంగ సమస్యలపై గేయాలు పాడి సభ్యులను ఉత్సాహపరిచారు. అతివాదుల ప్రాబల్యం స్పష్టంగా కనబడింది. ఆంధ్రమహాసభ సమావేశం తరవాత కార్యకర్తలు, కార్యవర్గ సభ్యులు జిల్లాల్లో, గ్రామాల్లో ఉద్యమాన్ని వ్యాప్తి చేయడానికి పర్యటనలు చేయాలని నిర్ణయించబడింది.

మందుముల రామచంద్రరావు అధ్యక్షుడి హోదాలో 'తెలంగాణాలోని 120 గ్రామాలు తిరిగి, 4500 మైళ్ళ పర్యటన జరిగింది' అని ఆంధ్రోద్యమంలో మాడపాటి హనుమంతరావు రాశారు. ఈ సభ తరవాత ఆంధ్రమహాసభ వారు నామమాత్రంగానూ, ఆ సభ పేరుతో కమ్యూనిస్టుల కార్యక్రమాలు విస్తృతంగాను సాగాయి. రెండవ ప్రపంచ యుద్ధాన్ని ప్రజా యుద్ధంగా కమ్యూనిస్టులు పరిగణించడం, రెండవ ప్రపంచ యుద్ధాన్ని వ్యతిరేకించి బ్రిటిష్ ప్రభుత్వానికి తాము సహకరించబోమని జాతీయ కాంగ్రెస్ ప్రకటించడంతో తెలంగాణ ఉద్యమంలో వీరద్దరి మధ్య తీవ్రమైన విభేదాలు పొడసూపాయి.

చిలుకూరులో 1941 జూన్, 3, 4, 5 తేదీల్లో జరిగిన 8 వ మహాసభకు రావి నారాయణరెడ్డి అధ్యక్షులయ్యారు. దీనితో ఆంధ్రమహాసభ పూర్తిగా కమ్యూనిస్టుల పరమైంది. రావి నారాయణరెడ్డి తన అధ్యోక్షోపన్యాసంలో జాతీయ, అంతర్జాతీయ సమస్యలను సమీక్షించాడు. ఈ సభ రాజ్యాంగ సంస్కరణలను తిరస్కరిస్తూ తీర్మానం చేసింది. రావి నారాయణరెడ్డి నాయకత్వంలో కమ్యూనిస్టు పార్టీ గ్రామాల్లో సంఘాలను ఏర్పరచింది. ఇంతవరకు ఆంధ్రమహాసభ అన్ని పక్షాల వారికి ఉమ్మడి వేదికగా పనిచేసినప్పటికీ అధ్యక్షుడు పూర్తిగా కమ్యూనిస్టు పార్టీ కార్యక్రమాలకు ప్రాధాన్యం ఇవ్వడం వల్ల ఇతర పక్షాలకు చెందిన సభ్యులు, మహాసభ పనితీరుపై విమర్శలు కొనసాగించారు.

1942 మే 22, 23, 24 న ధర్మవరంలో జరిగిన తొమ్మిదవ మహాసభకు మితవాద నాయకుడు మాదిరాజు రామకోటేశ్వరరావు అధ్యక్షుడిగా ఎన్నుకోబడినప్పటికీ కమ్యూనిస్టులు సహకరించలేదు. అందువల్ల, మహాసభ కార్యకారిణి సభలో మాత్రమే 'క్విట్ ఇండియా' తీర్మానాన్ని బలపర్చినట్లు మాదిరాజ రామకోటేశ్వరరావు తమ స్వీయ చరిత్రలో తెలిపారు.

పదవ ఆంధ్రమహాసభ హైదరాబాద్‌లో 1943, మే, 23, 24, 25 న జరిగింది. ఇక్కడ మొదటిసారిగా అధ్యక్షపదవికి కమ్యూనిస్టు అభ్యర్థిగా బద్దం ఎల్లారెడ్డి, మితవాద పక్షానికి కొండా వెంకట రంగారెడ్డి పోటీ చేశారు. కొండా వెంకట రంగారెడ్డి అధ్యక్షులుగా ఎన్నుకోబడ్డారు. ఈ మహాసభ హైదరాబాద్‌లో జాతీయ ప్రభుత్వాన్ని త్వరలో ఏర్పాటు చేయాలని తీర్మానించింది. రెండవ ప్రపంచ యుద్ధంలో కమ్యూనిస్టుల వైఖరి కారణంగా 1941 నుంచే

తెలంగాణాలో బహిరంగంగా పనిచేస్తూ తన కార్యక్రమాలను మహాసభ విస్తరించింది. నిజాం ప్రభుత్వం కమ్యూనిస్టులపై ఆంక్షలు విధించలేదు. ముస్లింలకు అనుకూలంగా జాతీయ ప్రభుత్వ ఏర్పాటు తీర్మానంలో సగం స్థానాన్ని ఇత్తెహాదుల్ ముస్లిమీన్‌కు ఇవ్వాలని కమ్యూనిస్టులు సవరణ తీర్మానాలను ఈ పదవ మహాసభలో ప్రవేశపెట్టారు. కాని మహాసభ ఈ సవరణను తోసిపుచ్చింది. 'అయితే ఆనాడు మేము చేసిన ఈ ప్రతిపాదన పొరపాటు, ఇత్తెహాదుల్ ముస్లిమీన్ వారి చరిత్ర వేనోళ్ళ చాటింది' అని రావి నారాయణరెడ్డి తన గ్రంథం వీర తెలంగాణలో ఒప్పుకొన్నారు.

భువనగిరిలో జరిగిన పదకొండవ మహాసభ మే 27, 28 తేదీల్లో పూర్తిగా కమ్యూనిస్ట్ ఆధిపత్యంలో జరిగింది. ఈ ఎన్నికల్లో జాతీయపక్షం తటస్థ విధానం అవలంబించి కమ్యూనిస్టుల గెలుపుకు కారణమైంది.

పన్నెండవ ఆంధ్రమహాసభ 1945, ఏప్రిల్, 26, 27 న వరంగల్ పట్టణ పరిసర గ్రామం 'మడికొండ'లో మితవాదులు, జాతీయవాదులు మాదిరాజు రామకోటేశ్వరరావు నాయకత్వంలో జరుపుకొన్నారు. కమ్యూనిస్టు పక్షం 'నిజాం రాష్ట్ర ఆంధ్రమహాసభ' అనే పేరుతో 1945 వ సంవత్సరం ఏప్రిల్ 26, 27 తేదీల్లో ఖమ్మం రావి నారాయణరెడ్డి అధ్యక్షతన సమావేశమైంది. దీంతో ఆంధ్రమహాసభ ఐక్యవేదికగా ప్రాధాన్యం కోల్పోయింది. తెలంగాణా అటు రజాకర్ల దౌర్జన్యాలతోను, ఇటు సాయుధ రైతాంగ పోరాటాలతోనూ వేడెక్కింది.

ఆంధ్రమహాసభ చిట్టచివరిదైన 13 వ సమావేశం 1946, మే, 10 న జమలాపురం కేశవరావు అధ్యక్షతన మెదక్ జిల్లా కంది గ్రామంలో జరిగింది. కమ్యూనిస్టులు కూడా తమ ఆంధ్రమహాసభ తుది సమావేశం (13వ ది) బద్దం ఎల్లారెడ్డి అధ్యక్షతన కరీంనగర్ జిల్లాలో జరుపుకొన్నారు. ఈ తుది సమావేశాల తరవాత కాంగ్రెస్ వర్గం హైదరాబాద్ స్టేట్ కాంగ్రెస్‌లో విలీనమైంది. అలాగే కమ్యూనిస్టు వర్గానికి చెందిన ఆంధ్రమహాసభ కమ్యూనిస్టు పార్టీపేరు మీదనే జరపబడింది.

హైదరాబాద్‌లో ఆర్యసమాజ్

బ్రిటిష్ పాలనలో ఉత్తర భారతంలో ఆర్యసమాజ్ ఉద్యమం బాగా వ్యాప్తిచెందింది. దీని ప్రభావం హైదరాబాద్‌ను కూడా తీవ్రంగా స్పృశించింది. స్వామిగిరానంద సరస్వతి 1832 లో హైదరాబాద్ దర్శించి ఇక్కడి ప్రజలను తన ఉపన్యాసాలతో చైతన్యవంతం చేశాడు. అంతకు పూర్వమే 1891 లో హైదరాబాద్ పాలనలోని బీడ్ జిల్లాకు చెందిన ధరూర్ గ్రామంలో మొదటి ఆర్యసమాజ్ సంస్థ ప్రారంభించబడింది. 1892 వ సంవత్సరం హైదరాబాదేతర ప్రాంతాల నుంచి ప్రముఖులు హైదరాబాదుకు వచ్చారు. 1905 నాటికి ఆర్యసమాజ్ సొంత భవనాన్ని ఏర్పరచుకొంది. ఆర్యసమాజ్ హిందూ సంఘసంస్కరణను ఉద్దేశించి చేపట్టిన కార్యక్రమాలు కొంతవరకు హిందువుల విమర్శకు కూడా గురయ్యాయి. హిందూ ధర్మరక్షణకై ఆర్యసమాజ్‌కు పోటీగా సనాతన ధర్మ మహామండల్ స్థాపించబడింది. ఆర్యసమాజ్‌కు, ఈ మండలికి మధ్య మత సంబంధమైన తీవ్ర వాదోపవాదాలు జరిగాయి. ఈ వివాదాలు తీవ్రస్థాయికి చేరుకోవడంతో హైదరాబాద్ ప్రభుత్వం ఆర్యసమాజ్ కార్యక్రమాలను నాన్‌ముల్కీ హిందువులు తెచ్చిన ప్రమాదంగా గుర్తించింది. అందువల్ల ఆర్యసమాజ్ ప్రచారకులు పండిత్ బాలకృష్ణశర్మ, నిత్యానంద బ్రహ్మచారిలను బహిష్కరించడమైంది. వీరి బహిష్కరణ తీవ్ర వివాదానికి గురైంది. 1896 లో హైదరాబాద్‌లో న్యాయవాద వృత్తిలో స్థిరపడిన కేశవరావు కోరాట్కర్, నాయకత్వం వహించారు. ఆయన అఘోరనాథ్ చటోపాధ్యాయ, పండిత్ శ్రీపాద దామోదర్ సత్యాలేకర్‌లతో కలిసి హైదరాబాద్‌లో ఆర్యసమాజ్ పక్షాన రాజకీయ, సాంఘిక, విద్యా విషయ సంస్కరణలు చేపట్టారు.

హైదరాబాద్‌లోని మరాఠీ మాట్లాడే ప్రజల ద్వారా గణేశ ఉత్సవాలు, సమితులు ప్రారంభమయ్యాయి. వీటితోపాటు హిందూ ఐక్యతకు, వారిని జాతీయ భావచైతన్యవంతులుగా మేల్కొల్పడానికి గణేశ్ నవరాత్రి ఉత్సవాలను ప్రారంభించారు. పూణెలో బాలగంగాధర్ తిలక్ ప్రారంభించిన జాతీయవాద ప్రక్రియ తెలంగాణాలో బాగా విస్తరించి, తెలుగు ప్రజలను కూడా ప్రభావితం చేసింది.

ఆర్యసమాజ్ ఉద్యమం

1875 లో స్వామీ దయానంద సరస్వతి స్థాపించిన ఆర్యసమాజ్ సంస్థ ప్రాచీన వైదికమతాన్ని పునరుద్ధరించి హిందువులను ఈ సంస్థ ద్వారా ఐక్యం చేయడమే గాక, పరిస్థితుల ప్రాబల్యం వల్ల ఇస్లాం మతంలోకి బలవంతంగా మారిన వారిని తిరిగి ఆర్యులు (వేదమతస్థులు) గా మార్చడానికి తీవ్రమైన కృషిచేసింది. ఆర్యసమాజానికి ఒకవైపు హిందూ సనాతన వర్గం మరొకవైపు అన్యమతస్థులు శత్రువులయ్యారు. బ్రిటిష్ పాలిత భారతదేశంలో ఆర్యసమాజ్ బాగా విస్తరించింది. ఈ సమాజ్ ప్రభావం హైదరాబాద్ రాష్ట్రంపై పడింది. హైదరాబాద్ రాష్ట్రంలోని మహారాష్ట్ర ప్రాంతంలో ఆర్యసమాజ్‌కు ఎక్కువ ప్రోత్సాహం లభించింది. పండిట్ కేశవరావు కోరాట్కర్ – హైదరాబాద్ హైకోర్టు న్యాయవాది హైదరాబాద్ ఆర్యసమాజానికి అధ్యక్షులుగా 1932 దాకా కొనసాగారు. 1921 లోనే తెలుగులోకి 'సత్యార్థప్రకాశ్' అనువదించబడింది. హైదరాబాద్‌లో పాఠశాలలు, గ్రంథాలయాల ద్వారా ఆర్యసమాజ్ విస్తరించింది. 1929 లో సిద్ధిక్‌దీన్‌దార్ తాను లింగాయత మత స్థాపకుడైన చిన్న బసవేశ్వరుని అవతారంగా ప్రకటించుకొని ఆ తత్వాన్ని ఇప్పటి ఇస్లాంగా అభివర్ణించి, హిందువులను ఇస్లాం తీసుకోవలసిందిగా ప్రచారం ప్రారంభించాడు. ఆర్యసమాజ్‌కు చెందిన మంగళదేవ్, పండిత్ రామచంద్ర నెహ్లావీ హైదరాబాద్ వచ్చి దీన్‌దార్ తత్వాన్ని గట్టిగా ఎదుర్కొన్నారు. దీనివల్ల హిందూ, ముస్లింల మధ్య వైషమ్యాలు పొడసూపాయి. పండిత్ కేశవరావు 1930 లో హిందూ వితంతువుల హక్కుల గురించి పోరాడి శాసనసభలో చట్టరూపంలో రావడానికి కృషిచేశాడు.

ఆర్యసమాజ్‌కు చెందిన కేంద్ర ప్రతినిధి సభ 1930 లో మహాత్మా నారాయణస్వామి మార్గదర్శకత్వంలో ఏర్పడింది. దీని శాఖలు జిల్లాలకు విస్తరించాయి. గుల్బర్గ, బీదర్, ఉద్గిర్ జిల్లాల్లో బన్సిలాల్, శ్యామ్‌లాల్ సోదరులు సమాజాన్ని పటిష్టపరిచారు. 21 మే 1932 న పూణెలో పండిత్ కేశవరావు మరణించిన తరవాత ఆయన స్థానంలో పండిత్ వినాయక్ రావు విద్యాలంకార్ అధ్యక్షుడిగా ఆర్యసమాజ్ కార్యక్రమాలను నడిపించాడు. 1934 లో హైదరాబాద్ రాష్ట్రంలో ఆర్యసమాజ్ కార్యక్రమాలను అనుమతించవలసిందిగా హైదరాబాద్ ప్రభుత్వాన్ని ఢిల్లీలోని సార్వదేశిక సభ కోరింది. కాని ప్రభుత్వం ఆర్యసమాజ్ కార్యక్రమాలపై గట్టి నిబంధనల్ని విధించింది. 1934 లో ఆర్యసమాజ్ ప్రారంభించిన ఉర్దూ వార్తాపత్రిక 'వేదిక ఆదర్శ్'ను 1935 లో ప్రభుత్వం నిషేధించింది. 1935 బీదర్‌లో ఆర్యసమాజ్‌కు చెందిన మందిరాలను, హవనకుండలాలను పడగొట్టారు. జిల్లాలో అక్కడక్కడ పోలీసులు ఆర్యసమాజ్ కార్యక్రమాలకు తీవ్రంగా అడ్డుపడ్డారు. ఆర్యసమాజ్ తరపున ఉదయం జరిగే నగరకీర్తన కార్యక్రమాలను పోలీసులు, ముస్లింలు కలిసి ప్రతిఘటించారు. 'సత్యార్థ ప్రకాశ్'ను ఒక దేశద్రోహ పుస్తకంగా పోలీసులు పరిగణించేవారు. 53 నంబర్ సర్క్యులర్‌ను బట్టి ఆర్యసమాజ్ కార్యక్రమాలు, సాహిత్యం నిషేధించబడ్డాయి.

వేదప్రకాశ్ అనే ఆర్యసమాజ్ కార్యకర్తను ఇస్లాం మతం స్వీకరించవల్సిందిగా బలవంతం చేశారు. అతడు అంగీకరించని కారణంగా 'గంజోటి' లో అతను హత్య చేయబడ్డాడు. 1938 లో ప్రభుత్వం ఎక్కడా హవనకుండలాలు

ఏర్పరచరాదని ఆజ్ఞాపించింది. దీనికి నిరసనగా 16 ఏప్రిల్ 1938 లో హైదరాబాద్ నగరంలోని ధూల్‌పేటలో తీవ్రమైన మతఘర్షణలు ఆరంభమయ్యాయి. ఈ సందర్భంగా 21 మంది అరెస్ట్ చేయబడి, ఆ తరవాత జైలుశిక్ష అనుభవించారు. 22 జూన్ 1938 లో ఆర్యసమాజ్ ప్రధాన కార్యకర్త ధర్మప్రకాశ్ హత్య జరిగింది. 1938 లో దసరా సందర్భంగా ఉద్గిర్‌లో మతఘర్షణలు ఏర్పడి, శ్యామ్‌లాల్‌తో సహా 20 మంది అరెస్ట్ చేయబడ్డారు. బీదర్ జైల్లో ఉండగానే 15 డిసెంబర్ 1938 న శ్యామ్‌లాల్ అనుమానాస్పద పరిస్థితిలో మరణించాడు. ఆర్యసమాజ్‌పై జరుగుతున్న పోలీస్ అత్యాచారాలకు నిరసనగా దేవీలాల్ నాయకత్వంలో సత్యాగ్రహాలు ప్రారంభించారు. ఈ సత్యాగ్రహాలకు 3 సంవత్సరాల కఠిన కారాగారశిక్ష ప్రభుత్వం విధించింది. హైదరాబాద్‌లో ఆర్యసమాజ్ కార్యక్రమాల నాయకుడిగా మహాత్మా నారాయణస్వామి బాధ్యత స్వీకరించారు. ఆర్యసమాజ్ సమస్యలను చర్చించడానికి అఖిల ఆర్యసమాజ్ సమావేశాన్ని ఆయన ప్రారంభించాడు.

మహాత్మ నారాయణస్వామి 1939 జనవరి 31 న హైదరాబాద్‌లోకి ప్రవేశించడానికి ప్రభుత్వం అనుమతించలేదు. దీనికి నిరసనగా 21 జూలై 1939 వరకు ఎనిమిది బ్యాచ్‌లలో ఆర్యసమాజ్ కార్యకర్తలు సత్యాగ్రహాలు జరిపి అరెస్ట్‌కు, శిక్షకు గురయ్యారు. ఈ సత్యాగ్రహులను జైళ్ళలో పోలీసులు తీవ్రంగా హింసించేవారు. ఖైదీలను బయటకు తెచ్చినప్పుడు పోలీసులు చూస్తుండగానే ముస్లింలు వారిని తీవ్రంగా అవమానించి, శారీరకంగా బాధపెట్టేవారు. ఈ సత్యాగ్రహుల్లో రామచంద్రరావు అనే యువకుడు వందేమాతరం గీతాన్ని ఆలపిస్తూ పోలీసుల చిత్రహింసలు ఎదుర్కొన్నాడు. ఆయన శోష వచ్చి పడిపోయేదాకా పోలీసులు కొరడాతో కొట్టినప్పుడల్లా ఆయన నోటి నుంచి 'వందేమాతరం' అని వినిపించింది. ఆ తరవాత ఈయనకు 'వందేమాతరం' ఇంటిపేరుగా నిలిచిపోయింది. జైళ్ళలో ఖైదీలను గురిచేస్తున్న చిత్రహింసలపై బ్రిటిష్ కామన్స్ సభలో కూడా ప్రశ్నల రూపంలో చర్చ జరిగేది. లాలా దేశబంధు గుప్తా సార్వదేశిక ఆర్య ప్రతినిధి సభ పక్షాన 7 ఆగస్టు, 1939 న నిజాం ప్రభుత్వ అధికారులతో ఒక ఒప్పందాన్ని కుదుర్చుకొని, ఆర్య సత్యాగ్రహాన్ని ఉపసంహరించుకొన్నాడు. ఆర్యసమాజ్ కార్యకర్తలు ఈ ఉద్యమంలో ఎంతో నిగ్రహాన్ని, క్రమశిక్షణను పాటించారు. నిజామాబాద్‌లో రాధాకృష్ణ అనే ఆర్యసమాజ్ కార్యకర్తను 20 ఆగస్టు 1939 న పోలీస్ స్టేషన్ ముందే ఒక అరబ్బు బాకుతో పొడిచారు. ఈ సంఘటన సందర్భంలో కూడా సమాజ్ కార్యకర్తలు నిగ్రహాన్ని చూపించారు.

1940 నుంచి ఆర్యసమాజ్ హైదరాబాద్‌లో నిర్మాణాత్మక కార్యక్రమాలు చేపట్టింది హైదరాబాద్‌లో 20 జూలై 1940 లో పండిట్ కేశవరావు స్మారక పాఠశాల ఆరంభించబడింది. హిందీ మాధ్యమంగా బోధన జరగాలన్న వారి కోరిక 1948 దాకా తీరలేదు. 1941 లో ఆర్య ప్రతినిధి సభకు పండిట్ నరేందర్‌జీ కార్యదర్శిగా బాధ్యతలు స్వీకరించారు. ఆర్యసమాజ్ కార్యకర్తలపై ముస్లింల దాడులు ఆగలేదు. అంజుమన్-ఎ-ఇత్తెహద్ అనే ముస్లిం అతివాద సంస్థ ప్రభుత్వ సహకారంతో ఆర్యసమాజ్ కార్యక్రమాలను, కార్యకర్తలను హింసాపూరితంగా అడ్డుకొనేది. 1942 నుంచి 1948 వరకు ఆర్యసమాజ్‌ను హైదరాబాద్‌లో ఒక విద్రోహ సంస్థగా ప్రభుత్వం పరిగణించింది. ఉర్దూ పత్రికల్లో ఆర్యసమాజ్‌ను దూషిస్తూ రాసేవారు. 1942 లో ఉద్గిర్‌లో ఆర్యసమాజ్ సమావేశం చేసింది. హిందువులపై ముస్లింల దాడులు తీవ్రమయ్యాయి. బీదర్‌లో హిందువులకు చెందిన దుకాణాలు, ఇళ్ళు (మనుషులు లోపల ఉండగానే) తగులపెట్టబడ్డాయి. 3 మార్చి 1942 లో హుస్నాబాద్‌లో ఊరేగింపుగా వెళుతున్న ఆర్యసమాజ్ కార్యకర్తలను ముస్లింలు అడ్డగించి, శివచంద్రతో పాటు నలుగురిని తుపాకులతో కాల్చివేశారు. నాగర్‌కర్నూల్, హింగోలి, జోగిపేట, అరకేడ, గుల్బర్గాల్లో ముస్లింల

దుశ్చర్యలు జరిగాయి. 1943 నెల ఆర్యసమాజ్ సమావేశంలో గణపతి కాశీనాథ శాస్త్రి అధ్యక్షుడిగా ఎన్నుకోబడ్డాడు. ఈ సమావేశంలో 100 పాఠశాలలను స్థాపించాలని 25,000 మంది కార్యకర్తలతో ఒక సేవాదళాన్ని ఏర్పరచాలని నిర్ణయించింది. ఆక్షేపణకరంగా మాట్లాడినందుకు నరేంద్రజీకి ఒక నెల కఠిన కారాగారశిక్ష విధించారు. ఘట్‌కేసర్‌లో సమాజ్ కార్యకర్తలకు శిక్షణ శిబిరంగా సాధ్యయమండలి స్థాపించబడింది.

ఆర్యసమాజ్ మూడవ సమావేశం రామ్‌శరత్ చంద్‌జీ అధ్యక్షతన నారాయణపేటలో 1944 లో జరిగింది. ఈ సమావేశంలో మహిళా సమ్మేళనం కూడా ఏర్పాటయింది. దసరా సందర్భంగా నిజామాబాద్‌లో మత ఘర్షణలు జరగ్గా, ముస్లింలకు అనుకూలంగా పోలీసులు ప్రేక్షకులుగా ఉండిపోయారు. 1945 లో ఉపదేశిక్ విద్యాలయం నల్గొండలో స్థాపించబడింది. ఆర్యసమాజ్ 4 వ సమావేశం ఏప్రిల్ 22 నుంచి 24 వరకు 1945 లో రాజ్‌నారాయణ్ లాల్ పిత్తి అధ్యక్షతన గుల్బర్గాలో జరిగింది. ఈ సమావేశంలో పండిట్ వినాయక్‌రావు, గణపతిశాస్త్రి, పండిట్ నరేందర్‌జీ, మరో కార్యకర్త హీరాలాల్ పాండే లను పోలీసులు చూస్తుండగానే ముస్లింలు తీవ్రంగా కొట్టారు.

ఐదవ ఆర్యసమాజ్ సమావేశం 1946 లో వరంగల్ పట్టణంలో జరిగింది. ఈ సమావేశానికి పండిట్ వినాయక్‌రావు అధ్యక్షత వహించారు. పండిట్ నరేంద్రజీపై నిషేధం తొలగింది. కొత్తగా ప్రధానమంత్రి పదవికి వచ్చిన మీర్జా ఇస్మాయిల్ ఆర్యసమాజ్ కార్యక్రమాలపై నిషేధం తొలగించి, జైళ్ళలో మగ్గుతున్న కార్యకర్తలను విడుదలచేశాడు. ఆర్యసమాజ్ తరపున ఆర్యభాన్ అనే వార్తాపత్రిక నడపడానికి అనుమతిచ్చాడు. కాని ఈ ఉదార మంత్రిని ప్రభుత్వం సహించలేకపోయింది. పరిస్థితుల ప్రాబల్యానికి లొంగి, ఆయన రాజీనామా చేయవలసి వచ్చింది.

15 ఆగస్టు 1947 లో బ్రిటిష్ పాలిత భారతదేశానికి స్వాతంత్ర్యం వచ్చి, హైదరాబాద్ విషయం ప్రశ్నార్థకంగా మిగిలిపోయింది. రజాకర్ల దుశ్చర్యలు మితిమీరిపోయాయి. 15 ఆగస్టు కంటే పూర్వమే హైదరాబాద్‌లో హిందూ సంస్థ అయిన ఆర్యసమాజ్‌పై తీవ్రమైన ఆంక్షలు విధించబడ్డాయి. 30 జూలై 1947 న పండిట్ నరేంద్రజీ, దత్తాత్రేయ ప్రసాద్ గంగారామ్‌లను ముందుగానే అరెస్ట్‌చేసి జైలుకు పంపించారు. 3 సెప్టెంబర్ 1947 న వరంగల్ జిల్లా పర్కాల గ్రామంలో భారత స్వాతంత్ర్య పతకాన్ని ఎగురవేసే సందర్భంలో అక్కడ సమావేశమైన 1500 మంది ప్రజలపై పోలీసులు విచక్షణారహితంగా కాల్పులు జరిపారు. ఆ కాల్పుల్లో 150 మంది చనిపోయారు, 250 మంది అరెస్ట్ అయ్యారు.

ఆర్యసమాజ్ ఆరవ సమావేశం గోవిందలాల్ పిత్తి (1947) అధ్యక్షతన జాల్నాలో జరిగింది. హైదరాబాద్ రాష్ట్రం భారతదేశంలో విలీనం కావాలని తీర్మానించబడింది. 17 సెప్టెంబర్ 1948 వ తేదీన హైదరాబాద్ విలీనం జరిగే వరకు ఒక సంవత్సర కాలం రజాకర్లు హిందువుల ఇళ్ళను, దుకాణాలను, ఆస్తులను విధ్వంసం చేయడమేగాక, హత్యలు, మానభంగాలు మొదలైన వాటితో హిందూ ప్రజలను భయభ్రాంతులకు గురిచేశారు. తెలంగాణ ప్రాంతం నుంచి చాలామంది హిందువులు ప్రాణరక్షణకై పొరుగు ప్రాంతాలకు కాందశీకులుగా వెళ్ళారు. అట్టివారి కోసం తెలంగాణ చుట్టుపక్కల ఉన్న షోలాపూర్, పందరీపూర్, బార్సి, బీజాపూర్, ఉమర్‌ఖండ్, బుల్‌దానా, అమరావతి, విజయవాడ మొదలైన సరిహద్దు పట్టణాల్లో ఆర్యసమాజ్ శిబిరాలను నిర్మించి కాందశీకులను ఆదుకొంది. హైదరాబాద్ ఆర్యసమాజ్ సంస్థ హైదరాబాద్‌లో కూడా హిందూ రక్షణకై కృషిసల్పింది. నిజాం వెళుతున్న కారుపై నారాయణ్ పవార్, ఆయన సహచరులు గండయ్య, జగదీష్ చేతిగ్రనేడ్ విసిరారు. వీరిని పట్టి బంధించి, వీరికి 20 సంవత్సరాల కఠిన కారాగార శిక్ష విధించారు. రజాకర్ల అత్యాచారాలకు సంబంధించిన రహస్య సమాచారాన్ని పండిట్ వినాయక్‌రావు విద్యాలంకార్‌కు చేరవేసిన కార్యకర్తలు వినాయక్ కుమార్, సత్యనారాయణ సిన్హా, మదన్‌మోహన్‌లు గొప్ప ధైర్యసాహసాలను ప్రదర్శించారు.

ఈ సమాచారాన్ని ఆధారంగా చేసుకొని పండిట్ వినాయక్‌రావు భారత ప్రభుత్వానికి ఒక నివేదిక పంపాడు. ఆ కారణంగా ఆయన కూడా అరెస్టుకు గురయ్యాడు. వందేమాతరం రామచంద్రరావు, ఆయన సోదరుడు వీరభద్రరావు, నరసింహారావు తమ ప్రాణాలకు తెగించి రజాకర్ల వ్యూహాన్ని, ఆయుధ సమీకరణ రహస్యాలను కె.ఎం.మున్షీకి చేరవేశారు. ఇది హైదరాబాద్‌లో జరుగుతున్న విధ్వంసకాండను భారత ప్రభుత్వానికి సవివరంగా తెలియడానికి, ప్రభుత్వం నిజాంపై ఒత్తిడి తెచ్చి విలీనానికి అంగీకరింపచేయడానికి తోడ్పడిందని చెప్పవచ్చు.

దళిత జనోద్ధరణ

కాకతీయరాజ్య పతనానంతరం తెలంగాణ ప్రాంతం కుతుబ్‌షాహీల, ఆసఫ్‌జాహీల పాలనలో కొనసాగింది. కుతుబ్‌షాహీలు చాలావరకు సంప్రదాయ పాలన వర్గాన్ని గ్రామీణ వ్యవస్థలో కొనసాగించారు. చిన్న సంస్థానాధిపతులు, నాయకులు కొనసాగారు. కుతుబ్‌షాహీల కాలంలోనే సుల్తాన్‌కు అత్యంత విశ్వాసపాత్రులైన వారికి, వారి సేవకు గుర్తింపుగా జాగీర్లు, ఇనాముల కింద గ్రామాలు దత్తత చేయబడ్డాయి. ఈ జాగీర్లు, ఇనాములపై కాలక్రమేణ వంశపారంపర్య హక్కులు సంపాదించారు. జాగీర్దారు చనిపోయిన తరవాత జాగీరు అతని పెద్ద కుమారునికి చెందేది. గోల్కొండ చుట్టు పక్కల చాలా గ్రామాలు ఈ విధంగా జాగీర్దార్ల వశమయ్యాయి. జాగీర్దార్లు తమ ఆడంబర ఖర్చులకు తమ గ్రామాల్లో రైతులపై అధికభారం మోపుతూ వచ్చారు. ఆసఫ్‌జాహీల కాలంలో ఈ జాగీర్దారీ వ్యవస్థ తెలంగాణాలో బాగా విస్తరించింది. జాగీర్దార్లే కాక, అమల్‌దార్లు, ఫౌజుదార్లు కూడా నియమింపబడి, వారి ద్వారా జమీందారుల నుంచి అధిక శిస్తును, జాగీర్దార్ల నుంచి నజరానా రూపంలో అధిక మొత్తాలను వసూలు చేయసాగారు. అంతేకాక పంట దిగుబడి తగ్గి రైతులపై భారం పెరగడంతో గ్రామీణ ఆర్థికవ్యవస్థ చిన్నాభిన్నం అయింది. గ్రామీణ పాలక వ్యవస్థలో పటేళ్ళు, పట్వారీలు, కరణాలు సంప్రదాయ వ్యవస్థగా కొనసాగినప్పటికీ వీరిపై అధికారం చెలాయించే గిర్దావరులు, పేష్కార్లు, నాయక్, తహసీల్దార్లు మొదలైన ఉద్యోగవర్గం గ్రామోద్యోగుల నుంచి అనధికార వసూళ్ళు చేసేవారు.

ఉద్యోగ స్వామ్య ప్రధాన దుర్గుణాలైన అలసత్వం, అవినీతి, ఆశ్రితపక్షపాతం వంటివి గ్రామపాలన వ్యవస్థ మొదలైనప్పటి నుంచి వ్యక్తిగత ప్రయోజనాలకు ఉపయోగపడేలా తీర్చిదిద్దబడ్డాయి. ఆ కారణంగా ప్రభుత్వ ఉద్యోగులు, స్థానిక గ్రామ ఉద్యోగులు గ్రామ స్థితిగతులను పట్టించుకోకః స్వప్రయోజన పరులయ్యారు. రైతుల దుస్థితి కారణంగా వ్యవసాయం దెబ్బతింది. ఉత్పత్తులు తగ్గుముఖం పట్టడం వల్ల రైతుల్లో బీదరికం, రుణభారం పెరిగాయి. గ్రామంలో పెద్దరికం వహించే కొన్ని కుటుంబాలు తప్ప ప్రజలందరు దుర్భర దారిద్ర్యంలోకి తోసివేయబడ్డారు. పాలక, పాలిత వర్గాల మధ్య అంతరం పెరిగి వైరుధ్యాలకు దారితీసింది. వ్యవసాయ రంగంపై ఆధారపడిన గ్రామీణ ప్రజల్లో వివిధ స్థాయిలు ఏర్పడ్డాయి. అవి 1) భూస్వాములు లేదా దొరలు, 2) ధనిక రైతులు, 3) మధ్యతరగతి రైతులు, 4) బీదరైతులు, 5) కౌలుదార్లు, 6) వ్యవసాయ కూలీలు, 7) ఆటవిక జాతులు. భూస్వాములు, ధనికరైతులు గ్రామ ప్రజల్లో వేళ్ళపై లెక్కపెట్టగలిగిన సంఖ్యలో ఉండేవారు. మిగిలిన స్థాయి వాళ్ళందరు కాలక్రమేణా మరింత రుణగ్రస్తులయి, దళితులు కావడం వల్ల పెద్ద భూస్వాముల వద్ద 'వెట్టి' (బగేల, బేగారి మొదలైన పేర్లతో చెలామణి అయ్యేది) కి కుదరవలసి వచ్చింది.

తాత, తండ్రులు తీసుకొన్న కొద్దిపాటి రుణానికి తరతరాలుగా కుటుంబాలు దొరల ఇళ్లలో అన్ని రకాల సేవలు చేయవలసి వచ్చేది. ఈ కారణంగా గ్రామాల్లో ప్రధాన వనరులు, సేవలు దొరల ఆధీనంలో ఉండి, ప్రతి దొర తన ఆధీన ప్రాంతంలో నిరంకుశంగా ప్రవర్తించే అవకాశం ఉండేది. కులవ్యవస్థ బలపడి సంఘంలో ఆధిక్య, న్యూనతా

భావాలు చోటుచేసుకొన్నాయి. అస్పృశ్యత, అవిద్యా, అనారోగ్యం, దారిద్ర్యాలతో గ్రామాలు నిర్జీవంగా, నిస్తేజంగా మారాయి. గ్రామాల్లో అట్టడుగున ఉన్న దళితుల పరిస్థితి ఎంతో దుర్భరంగా ఉండేది. ఆకలి, అవమానాలు వారి ఊపిరి. ఈ పరిస్థితుల్లో వీరి సమస్యలకు శబ్దరూపాన్నిచ్చి, వారిపట్ల శ్రద్ధ కనబరిచి, వారి ఉద్ధరణకు అప్పటి సంస్కరణవాదులు నడుం బిగించారు. దళితుల్ని సమీకరించి, వారి సమస్యల్ని వారు గుర్తించేలా వారికి తెలియపరచి, వారి పరిస్థితి మెరుగుపడేలా వారి ఉద్యమానికి ఊతమిచ్చి, కృషిచేసే సంస్థలు ప్రారంభమయ్యాయి.

దళిత జనోద్ధరణకు నడుంకట్టడం ఆనాటి పరిస్థితుల్లో గొప్ప సాహసచర్య. గ్రామాల్లో భూస్వామ్య వర్గం, హిందూ సమాజంలో సవర్ణులు, పురోహిత వర్గం; ప్రధాన ఆటంకాలు. వీరిని ఎదుర్కొని గ్రామంలో సంస్కరణలు తేవడం సులభమయిన విషయం కాదు. ఆంగ్ల ప్రభుత్వాన్ని, నైజాం ప్రభుత్వాన్ని ఎదుర్కోవడం కంటే దళితోద్ధరణ అనేది కష్టమైన పనిగా సంస్కర్తలు గుర్తించారు. అందువల్ల నిజాం వ్యతిరేక ఉద్యమం ద్వారా చైతన్యవంతులైన పాలకవర్గం, ఉన్నత కులాలకు చెందిన కొద్దిపాటి విద్యావర్గం మానవత్వ లక్షణంగా దళిత జనోద్ధరణవైపు తమ దృష్టిని సారించడం ఒక విశేషం. అందువల్ల తెలంగాణలో నిజాం వ్యతిరేక ఉద్యమంతోపాటు దళిత జనోద్ధరణ కూడా ప్రాధాన్యం వహించింది. నిజాం ప్రభుత్వంతోపాటు అప్పటి దొరల సంస్కృతి కూడా గ్రామాల నుంచి తొలగిపోవడం ఏక కాలంలోనే సంభవించింది.

20 వ శతాబ్దపు మొదటి దశాబ్దంలో తెలంగాణాలో గ్రంథాలయ ఉద్యమంతోపాటు సాగిన సంఘ సంస్కరణ ఉద్యమం అస్పృశ్యత మొదలుగా గల దళిత సమస్యలను గుర్తించింది. దళితుల ఉద్ధరణకు అప్పటి సాంఘిక సంస్థల ద్వారా పెక్కు కార్యక్రమాలు చేపట్టబడ్డాయి. ఈ కార్యక్రమంలో ఉన్నత కులాలకు చెందిన సంఘసంస్కర్తలతో పాటు దళిత నాయకులు కూడా చైతన్యవంతులై పాలుపంచుకొన్నారు. వీరిలో భాగ్యరెడ్డి వర్మ 1906 లో ప్రారంభించిన అస్పృశ్యత నివారణోద్యమం పేర్కొనదగింది. 1906 లో భాగ్యరెడ్డి వర్మ 'జగన్మిత్రమండలి' అనే సంస్థను స్థాపించి దళితులను సభల ద్వారాను, హరికథలు, భజనల ద్వారాను వారిని చైతన్యవంతులుగా తీర్చిదిద్దడానికి కృషిచేశారు. భాగ్యరెడ్డి వర్మ ఏర్పాటుచేసిన 'ఆది హిందూ వాలంటీర్ కోర్' యువకులను దళాలుగా ఏర్పరచి సభలు, సమావేశాలు జరిగినప్పుడు వాలంటీర్లుగా పంపేవారు. హైదరాబాద్‌లో అంటురోగాలు వ్యాపించి ప్రజలు అధిక సంఖ్యలో మరణించినప్పుడు, ఆది హిందూ వాలంటీర్లు దిక్కులేని శవాలకు అంత్యక్రియలు చేసేవారు. ఈ కార్యక్రమాలే 1911 లో హిందూ సోషల్ సర్వీస్ లీగ్ కొనసాగించింది. హైదరాబాద్ సోషల్ సర్వీస్ లీగ్ స్థాపించబడి, వివిధ ప్రాంతాల్లో సమావేశాలు జరిపి సంఘసంస్కరణకు కృషిచేసింది. ఒక చక్కని పరిణామంగా ఈ లీగ్ కార్యక్రమాల్లో ఉన్నత కులాలకు చెందినవారు కూడా సభ్యత్వం తీసుకొని ఉత్సాహంగా పనిచేశారు. దళిత జనోద్ధరణ సాధించాలంటే ప్రధానంగా సవర్ణుల వైఖరిలో మార్పులు తేవాలని భాగ్యరెడ్డి వర్మ భావించాడు. దళితుల్లో తాగుడు, జీవహింస వంటి దురాచారాలను మాన్పించడానికి ఆయన కృషిచేశాడు. భాగ్యరెడ్డి వర్మ దక్కన్ హ్యూమానిటేరియన్ లీగ్ (1913) స్థాపక కార్యదర్శిగా కూడా పనిచేశాడు. భాగ్యారెడ్డి నిమ్నకులాల వారిని సంఘటితపరచి వారిలో తగాదాలను, వారి కులపెద్దల ద్వారా పరిష్కరించుకొనేలా న్యాయ పంచాయితీలను ఏర్పాటుచేశాడు.

తమ గ్రామ న్యాయ పంచాయితీల తీర్పు సరిగా లేవని భావిస్తే కేంద్ర న్యాయ పంచాయితీకి అప్పీల్ చేసుకోవచ్చు. ప్రభుత్వ న్యాయ వ్యవస్థల్లో లాగానే ఈ న్యాయవ్యవస్థలో కూడా రుసుములు వసూలు చేసేవారు. కేంద్ర న్యాయ పంచాయితీల్లో అడిగె రామస్వామి, బి.ఎస్.వెంకటరావు న్యాయమూర్తులుగా ఉండేవారు. మాదర భాగ్యరెడ్డి వర్మ ప్రధాన న్యాయమూర్తిగా వ్యవహరించేవాడు. ఈ న్యాయ పంచాయితీలు చాలాకాలం నియమబద్ధంగా సక్రమంగా పనిచేశాయి.

కాని ముస్లిం పక్షపాతవైఖరి గల దక్కన్ న్యూస్ సర్వీస్ విలేకరి ఈ విషయాన్ని ప్రభుత్వ దృష్టికి తీసుకువచ్చారు. హిందువుల్లోని ఒక తెగవారు స్వతంత్రంగా ప్రత్యేక కోర్టులు పెట్టుకోవడం నిజాం ప్రభుత్వానికి సవాలు వంటిదని 'రాహబరే దక్కన్' అనే పత్రిక విమర్శలు గుప్పించింది. వెంటనే నిజాం ప్రభుత్వం ఆది హిందువుల న్యాయ పంచాయితీలను నిషేధించింది. దళితుల సమస్యలను వాటి పరిష్కారాలను ప్రజల దృష్టికి, ప్రభుత్వ దృష్టికి తేవడానికి భాగ్యరెడ్డి వర్మ హైదరాబాద్ అనే తెలుగు వారపత్రికను చాలా రోజులు నడిపారు.

దళితులు కూలీలుగా పనిచేసే స్థలానికి వెళ్లి, వారిలో మద్యపాన అలవాటు తొలగించడానికి 'అణాకు తులం బంగారం' అనే పథకాన్ని విజయవంతంగా నడిపాడు. ఆ రోజుల్లో రోజు కూలి 12 అణాలు. అందులో నుంచి ఒక్క హాలి, అణ తనకు దానంగా ఇవ్వమనేవాడు. నెలరోజులపాటు ప్రతిరోజు సాయంత్రం 16 మంది వద్ద 16 అణాలు సంపాదించగా, అవి 30 రూపాయలు అయ్యేవి. వీటితో ఒక తులం బంగారం కొని, ఆ 16 జంటల్లో చీటివేసి ఒకరికి ఇచ్చేవాడు. ఈ విధంగా వారిలో పొదుపును అలవాటుచేసి, తాగుడును నివారించడానికి కృషిచేశాడు.

ఏప్రిల్ 1, 1925 లో హిందూ ధర్మ పరిషత్ అనే ఒక మత విషయక సమావేశం రాజాప్రతాప గిర్జీ అధ్యక్షతన ఏర్పాటుచేయడమైంది. నిజాం ప్రాంతంలో ఈ సమావేశం నిషేధించబడింది. అందువల్ల హైదరాబాద్‌లో రెసిడెన్సీ ప్రాంతంలో ఈ సమావేశం జరపాల్సి వచ్చింది. హైదరాబాద్ సంస్థానంలో మూడు ప్రాంతాల నుంచి కూడా వందలాది ప్రతినిధులు పాల్గొన్నారు. ఈ సభలో దళిత జనోద్ధరణ తీర్మానం ప్రవేశపెట్టగానే పండితులు, శాస్త్రవేత్తలు తీవ్రంగానే ఖండించారు. ఈ కల్లోల సభలో భాగ్యరెడ్డి వర్మ వేదనాభరితమైన అస్పృశ్యుల జీవితగాథలను వినిపించి, అక్కడి సభికుల హృదయాలను కదిలించేశాడు. ఈ సమావేశంలో జగద్గురు శంకరాచార్యులు అధ్యక్ష పీఠం నుంచి దిగివచ్చి ఆయన్ను సాదరంగా ఆలింగనం చేసుకొన్నాడు. అందువల్ల మొదలు ఆక్షేపణ తెలిపినవారంతా ఆ తీర్మానాన్ని ఏకగ్రీవంగా అంగీకరించారు. ఇది భాగ్యరెడ్డి వర్మ సేవానిరతికి, ప్రజ్ఞాపాటవాలకు ఒక గొప్ప విజయం. భాగ్యరెడ్డి వర్మ తన సంఘ ఉద్ధరణ కార్యక్రమాల్లో సంగీత సాహిత్యాలను చక్కగా వినియోగించుకొన్నాడు. వీరి సత్యహరిశ్చంద్ర నాటకం ఎంతో ప్రసిద్ధిచెందింది. దళితులతోపాటు ఉన్నత కులాల కళాకారులు కలిసి ఒకే వేదిక మీద నృత్యసంగీత కార్యక్రమాలు నిర్వహించేవారు. దళితుల ఉద్ధరణకై ప్రారంభమైన ఈ కార్యక్రమాలు గ్రామాల్లో కొంత మార్పును తెచ్చాయి. ఆది హిందూ లీగ్ స్థాపించబడింది. లీగ్ ప్రథమ సమావేశానికి (1921) దళితనాయకుడు పాపన్న అధ్యక్షత వహించాడు. తరవాత మూడు సంవత్సరాల మహాసభల్లో సవర్ణులైన న్యాయమూర్తి కేశవరావు, వామన్ నాయక్, రాజా ధన్‌రాజ్‌గిరి అధ్యక్షత వహించారు. రాయ్‌బాల్ ముకుంద్, మునగాల రాజా నాయని వెంకట రంగారావు, మాడపాటి హనుమంతరావు, రాజ్ బహదూర్ పద్మారావు, శ్రీకిషన్, ఆచార్య వెలింకర్ మొదలైన సంఘసంస్కర్తలు అస్పృశ్యతా నివారణ ఉద్యమానికి పూనుకొని, సవర్ణుల వైఖరిలో మార్పుకు కారకులయ్యారు. ఆది హిందు లీగ్ ద్వారా దళితుల బస్తీల్లో పాఠశాలలు స్థాపించబడ్డాయి. వయోజనుల కోసం రాత్రి పాఠశాలలు స్థాపించారు. జంతువధ ఆపడానికి 'జీవరక్షాజ్ఞాన ప్రచార మండలి' బాగా కృషిచేసింది.

హైదరాబాద్ రాష్ట్ర కాంగ్రెస్

హైదరాబాద్ రాష్ట్ర కాంగ్రెస్ సంస్థ పుట్టక పూర్వమే నిషిధించబడింది. అయినప్పటికీ కార్యకర్తలు కాంగ్రెస్ పేరిట ఉద్యమాన్ని నిర్వహించడం జరిగింది. నిషేధాజ్ఞను ఉల్లంఘించి, సత్యాగ్రహాన్ని ప్రారంభించారు. కాంగ్రెస్ ఒక రాజకీయ సంస్థ అని, దీనికి మతపరమైన లక్ష్యాలు లేవని కాంగ్రెస్ ప్రకటించినప్పటికీ హైదరాబాద్ ప్రభుత్వం నిషేధాన్ని

సడలించలేదు. భారత జాతీయ కాంగ్రెస్ జాతీయ దృక్పథంతో జాతిని ఐక్యపరచి విదేశీ పాలన నుంచి ముక్తి కోరినట్లే, హైదరాబాద్ రాష్ట్ర కాంగ్రెస్ కూడా తనకు వ్యతిరేకంగా పనిచేస్తుందని నిజాం ప్రభుత్వం భావించింది. కాంగ్రెస్‌కు రాజకీయ లక్ష్యాలు ఉన్నప్పటికీ హైదరాబాద్ రాజ్యంలో అది హిందువులను మాత్రమే సమీకరించి తన ప్రభుత్వాన్ని, ముస్లింల ప్రయోజనాలను వ్యతిరేకిస్తుందని నిజాం ప్రభుత్వం భావించింది. అంతేగాక కాంగ్రెస్‌వారి బాధ్యతాయుత ప్రభుత్వం హైదరాబాద్ జనాభాలో అధికసంఖ్య గల హిందువులకే ప్రభుత్వ అధికారం అప్పగించాల్సి వస్తుందని, ఆ కారణంగా కాంగ్రెస్ ముసుగులో హిందూ అతివాద సంస్థ రూపొందుతుందని నిజాం ప్రభుత్వం శంకించింది. 1937 భారత ప్రభుత్వ చట్టం ముస్లిం వర్గాల్లో మరిన్ని సందేహాల్ని కలిగించింది.

హైదరాబాద్ స్టేట్ కాంగ్రెస్ ఒక తాత్కాలిక కమిటి ఏర్పరచుకొని, తన లక్ష్యాలను ప్రకటించింది. ఈ కమిటి సమావేశకర్త బూర్గుల రామకృష్ణారావు. ప్రజల ప్రాథమిక హక్కులను పరిరక్షించి వాక్‌స్వాతంత్ర్యం, పత్రికా స్వేచ్ఛ, మతస్వేచ్ఛా సంఘాలను స్థాపించుకొనే అధికారాలకు ఇంతవరకు ప్రతిబంధకంగా ఉన్న ఆంక్షలను తొలగించి, హైదరాబాద్‌లో బాధ్యతాయుత ప్రభుత్వాన్ని ఏర్పరచే దిశలో రాజ్యాంగ సంస్కరణలు ప్రవేశపెట్టాలని, ప్రభుత్వ నియమాకాలకు ఒక పబ్లిక్ సర్వీసు కమీషన్‌ను, పది సంవత్సరాలపాటు అల్పసంఖ్యాక వర్గాలకు శాసనసభల్లో కొన్ని రిజర్వేషన్లు (ఆరక్షణలను) ప్రవేశపెట్టాలని ఈ తాత్కాలిక కమిటి కోరింది. ఈ కార్యాచరణ కమిటీకి గోవిందరావు నానల్ అధ్యక్షుడిగా, హెచ్.రామకృష్ణధూత్ ప్రధాన కార్యదర్శిగా, రావి నారాయణరెడ్డి, శ్రీనివాసరావు బోరికర్, జనార్ధన్‌రావు దేశాయ్ సభ్యులుగా నియమించబడ్డారు. 27 అక్టోబర్ 1938 లో సత్యాగ్రహం చేసే మొదటి బ్యాచ్ కార్యకర్తలకు స్వామి రామానందతీర్థను డిక్టేటర్‌గా ఈ కమిటి నియమించింది. కాంగ్రెస్ కార్యకర్తలు 18 బ్యాచ్‌లుగా 24 అక్టోబర్ 1938 నుంచి 24 డిసెంబర్ 1938 దాకా నిరసన ప్రదర్శనలు చేసి అరెస్టు అయ్యారు. ఆ తరవాత మహాత్మగాంధీ సలహా మేరకు ఈ సత్యాగ్రహాలు నిలిపివేయడమైంది.

1938 నవంబర్‌లో ఉస్మానియా విశ్వవిద్యాలయ హాస్టళ్లలో విద్యార్థులు చేపట్టిన వందేమాతరం ఉద్యమాన్ని హైదరాబాద్ స్వాతంత్ర్య పోరాటంలో ఒక ముఖ్య ఘట్టంగా పరిగణించవచ్చు. విశ్వవిద్యాలయం హాస్టళ్లలో ముస్లింలకు, హిందువులకు వేరువేరుగా ప్రార్థన సమావేశ మందిరాలు ఉండేవి. హిందువులకు సంబంధించిన సమావేశ మందిరంలో వందేమాతరం గీతాన్ని ఆలపిస్తున్నారని, ముస్లిం విద్యార్థులు ఆక్షేపణ తెలిపారు. 28 నవంబర్ నుంచి విశ్వవిద్యాలయ ఆవరణలో వందేమాతర గీతం ఆలపించరాదని అధికారులు ఒక నోటీసు ఇచ్చారు. ప్రార్థనా మందిరానికి తాళం వేసినందు వల్ల విద్యార్థులు బయటే సమావేశమై వందేమాతర గీతం పాడారు. చాలామంది విద్యార్థుల అడ్మిషన్లను విశ్వవిద్యాలయం రద్దుపరచింది. 12 డిసెంబర్ 1939 నాటికి ఈ కారణంగా ఉస్మానియా విశ్వవిద్యాలయం నుంచి 350 మంది, హైదరాబాద్ సిటి కాలేజీ నుంచి 70 మంది, గుల్బర్గ కాలేజీ నుచి 310 మంది, మహబూబ్‌నగర్ హైస్కూల్ నుంచి 120 మంది విద్యార్థులు తొలగించబడ్డారు. దీన్నిబట్టి ఈ విద్యార్థుల వందేమాతర ఉద్యమం హైదరాబాద్ రాష్ట్రమంతా విస్తరించినట్లు గుర్తించవచ్చు. ఈ విధంగా తొలగించిన విద్యార్థుల్లో కొందరు నాగపూర్ విశ్వవిద్యాలయంలో చేరినట్లుగా తెలిసి, విశ్వవిద్యాలయ ఛాన్సలర్ అయిన ప్రధానమంత్రి సర్ అక్బర్ హైదరీ బ్రిటిష్ ప్రాంతంలో ఉన్న ఇతర విశ్వవిద్యాలయాలకు ఇలాంటి విద్యార్థులను చేర్చుకోవద్దని కోరాడు. ఈ విద్యార్థులను చేర్చుకొన్న నాగపూర్ విశ్వవిద్యాలయంపై చర్య తీసుకోవలసిందిగా 'ఇంటర్ యూనివర్సిటీ బోర్డ్'ను ఉస్మానియా విశ్వవిద్యాలయం కోరింది. 'మేరీస్' కాలేజీకి చెందిన ఎ.సి. సేన్‌గుప్తా మాత్రం ఉస్మానియా విశ్వవిద్యాలయం విద్యార్థులతో త్వరలో ఒక అవగాహనకు

రావడం మంచిదని సూచించాడు. కాని రెండవ ప్రపంచ యుద్ధం, ఇతర రాజకీయ కారణాల వల్ల ఈ సమస్య రాజీమార్గంలో పయనించలేదు.

28 అక్టోబర్ 1938 లో గౌలిగూడ (హైదరాబాద్) రామ మందిరంలో ఆర్యసమాజ్ కార్యకర్తలు, హిందూ పౌరహక్కుల సంఘం (Hindu civil liberties union), ఇతర హిందువులు కలిసి దాదాపు 4000 మంది సత్యాగ్రహ ఊరేగింపు నిర్వహించారు. వారు మహాత్మాగాంధీకి జై, హిందూ ధర్మానికి జై అని నినాదాలు చేశారు. వివేకవర్ధని, చాదర్‌ఘాట్ పాఠశాల నుంచి విద్యార్థులు పాల్గొన్నారు. వీరిని ఆటంకపరచడానికి ముస్లింలు ఆయుధాలు తీసుకొని గుమికూడారు. ఈ సందర్భంగా వామన్ నాయక్ చిత్రపటానికి పూలదండవేసి ఊరేగించడానికి పూనుకొన్నారు. కర్మయోగి సేవాదళ్ కార్యకర్తలు దిగంబర రావు బిందు, దేవగిరి లక్ష్మయ్య మొదలైనవారు ఈ సత్యాగ్రహాన్ని ఉదయం నుంచి సాయంత్రం వరకు నిర్వహించారు. 16 మంది దాకా ముఖ్యులను పోలీసులు అరెస్ట్ చేశారు. 11 జనవరి, 1939 లో హిందువులు లాఠీలుగాని, ఇతర ఆయుధాలుగానీ కలిగి ఉండరాదని ప్రభుత్వం నిర్దేశించింది.

హైదరాబాద్ స్టేట్ కాంగ్రెస్‌పై నిషేధాన్ని తొలగించే విషయమై సర్ ఆక్టర్ హైదరీతో సర్దార్ వల్లభాయ్ పటేల్, సేఠ్ జమన్‌లాల్ బజాజ్, మహాత్మాగాంధీల మధ్య ఎన్నో ఉత్తర ప్రత్యుత్తరాలు సాగాయి. హైదరాబాద్‌లో కాశీనాథరావు వైద్య ఈ విషయమై అప్పటి హోం కార్యదర్శి హజార్ హుస్సేన్‌తో సంప్రదింపులు జరిపారు. కాని ఎలాంటి ఫలితం లభించలేదు. అందువల్ల స్వామి రామానందతీర్థ 1940 లో మళ్లీ సత్యాగ్రహం నిర్వహించ తలపెట్టాడు. హైదరాబాద్ స్టేట్ కాంగ్రెస్ నిషేధించబడిన కారణంగా ఈ సంస్థకు హైదరాబాద్ నేషనల్ కాన్ఫరెన్స్ అని పేరు పెట్టారు. వెనువెంటనే భారత జాతీయ కాంగ్రెస్ 'క్విట్ ఇండియా' ఉద్యమాన్ని ప్రారంభించడంతో హైదరాబాద్‌లో కాంగ్రెస్‌పై నిషేధం తొలగించబడే అవకాశం పూర్తిగా సన్నగిల్లింది. క్విట్ ఇండియా పేరిట సాగిన వ్యక్తిగత సత్యాగ్రహంలో హైదరాబాద్‌లో 1942 అక్టోబర్ 2 న గాంధీ జయంతిని పురస్కరించుకొని బూర్గుల రామకృష్ణారావు, కాటం లక్ష్మీనారాయణ సత్యాగ్రహం చేయాలని తలపెట్టారు. కుమారి పద్మజానాయుడు, జ్ఞాన్‌కుమారి, హెడా, టి.రామస్వామి, ఆయన సతీమణి భారత జాతీయ పతాకాన్ని ఎగురవేశారు. వీరంతా తరవాత అరెస్ట్ అయి జైలుకు వెళ్ళారు. 8 అక్టోబర్ 1942 న విక్టరీ గ్రౌండ్ మైదానం (హైదరాబాద్) లో జాతీయ పతాకాన్ని ఎగురవేశారు. అక్కడికి వేలకొద్దీ జనం తరలివచ్చారు.

తెలంగాణా జిల్లాల్లో కూడా ఎందరో యువకులు శాసనోల్లంఘన చేసి జైలుకు వెళ్ళారు. పండిట్ నరేంద్రజీ హైదరాబాద్‌లో సత్యాగ్రహాన్ని నిర్వహించిన సందర్భంగా 400 మంది కార్యకర్తలు అరెస్ట్ అయ్యారు. ఖమ్మంలో కొమరగిరి నారాయణరావు, వరంగల్‌లో ఎం.ఎస్.రాజలింగం, బి.రంగనాయకులు, సికింద్రాబాద్‌లో కృష్ణా దూబె, ఎస్.బి.గిరి; హైదరాబాద్‌లో జైచంద్ జైన్; మెదక్‌లో కస్తూరి కృష్ణమాచారి ఈ సత్యాగ్రహంలో చురుకుగా పాల్గొని, వారి కార్యకర్తలతో సహా జైళ్ళకు వెళ్ళారు. నేతాజీ సుభాష్ చంద్రబోస్ స్థాపించిన ఆజాద్ హింద్ ఫౌజ్‌లో హైదరాబాద్ నుంచి సురేశ్‌చంద్ర, ఉస్మానియా విశ్వవిద్యాలయ సాంఘికశాస్త్ర ఆచార్యులు జాఫర్ హుస్సేన్ తమ్ముడు అబీద్‌హుస్సేన్ సఫ్రానీ, హైదరాబాద్ చార్మినార్ సిగరెట్ ఫ్యాక్టరీ యజమాని కొడుకు ఆలీసుల్తాన్ జర్మనీలో నేతాజీతో చాలా సన్నిహితంగా ఉండి పనిచేశారు. బ్రిటిష్ పాలిత భారతదేశంలో జరిగినట్లుగానే క్విట్ ఇండియా ఉద్యమంలో తెలంగాణాలో కూడా ప్రభుత్వ ఆస్తి విధ్వంసం, రైలురోకోలు మొదలైనవి సంభవించాయి.

కాంగ్రెస్‌ను నిషేధించినప్పటికీ జాతీయ కార్యకర్తలు పరిషత్తులు, సభల పేరిట రాజకీయ సమావేశాలు జరిపేవారు. రెండవ ప్రపంచ యుద్ధం ముగిసిన తరవాత 1945 ఏప్రిల్ 11 న హైదరాబాద్ స్టేట్ కాంగ్రెస్ నాయకులు పండిట్‌జీ

రామాచార్ నేతృత్వంలో ప్రభుత్వానికి ఒక విజ్ఞాపన చేశారు. హైదరాబాద్‌లో నేషనల్ కాన్ఫరెన్స్‌కు హైదరాబాద్ బయట ఉన్న ఏ సంస్థతో ఎలాంటి సంబంధంలేదని, అందువల్ల హైదరాబాద్ నేషనల్ కాన్ఫరెన్స్‌ను గుర్తించవలసిందిగా అందులో కోరాడు. కాని ప్రభుత్వం అంగీకరించలేదు. జూన్, 1946 లో కాంగ్రెస్‌పై నిషేధం తొలగించాలని నిజాం ప్రభుత్వంపై ఒత్తిడి ప్రారంభమైంది. ఈ నేషనల్ కాన్ఫరెన్స్‌కు, కాంగ్రెస్‌కు ఎలాంటి భేదం లేదని చెబుతూ, కొత్త సంస్థకు గుర్తింపు ఇవ్వడానికి నిజాం అంగీకరించలేదు. బెంగుళూరులో సర్దార్ పటేల్‌ను అప్పటి హైదరాబాద్ ప్రధానమంత్రి సర్ అక్బర్ హైదరీ కలుసుకొని, కాంగ్రెస్‌పై నిషేధం తొలగించడానికి సుముఖత తెలిపినట్లు; పటేల్‌ను హైదరాబాద్‌కు ఆహ్వానించి తమ ప్రభుత్వం పౌరహక్కులను గౌరవిస్తున్న విషయం ప్రత్యక్షంగా తెలుసుకోమని కోరినట్లు తెలుస్తున్నది. ఆ తరవాత మరొకసారి బొంబాయిలో సర్దార్ పటేల్‌ను కలుసుకోవడానికి అతను చేసిన ప్రయత్నం ఫలించలేదు. సర్దార్ పటేల్, అక్బర్ హైదరీల మధ్య ఈ విషయమై ఉత్తర ప్రత్యుత్తరాలు జరిగాయి. జమన్‌లాల్ బజాజ్, గాంధీజీ, జవహర్‌లాల్ నెహ్రూ తదితరులు కూడా కాంగ్రెస్‌పై నిషేధాన్ని తొలగించవలసిందిగా నిజాం ప్రభుత్వాన్ని కోరారు. హైదరాబాద్‌లో కమ్యూనిస్టు ఉద్యమం తీవ్రతరమైన కారణంగా ఆ ఉద్యమాన్ని ఎదుర్కోడానికి కాంగ్రెస్ తోడ్పడవచ్చు అనే ఉద్దేశంతో అప్పటి హైదరాబాద్ ప్రధాని అహ్మద్ సహీద్ నవాబ్ ఆఫ్ చత్తారీ ఏప్రిల్, 1946 లో సుముఖత వెలిబుచ్చి జూన్, 1946 లో కాంగ్రెస్‌పై నిషేధాన్ని ఎత్తివేశారు. ఈ సంస్థకు స్వామి రామానందతీర్థ అధ్యక్షులుగా ఎన్నికయ్యారు. నిజాం బాధ్యతాయుత ప్రభుత్వాన్ని ఏర్పాటుచేయాలని, హైదరాబాద్‌ను భారతదేశంలో విలీనం చేయాలని హైదరాబాద్ స్టేట్ కాంగ్రెస్ తీర్మానించింది. అప్పటికీ హైదరాబాద్‌లో నిజాం ఫ్యూడల్ ప్రభుత్వానికి వ్యతిరేకంగా రైతాంగ ఉద్యమం, హైదరాబాద్‌ను ముస్లిం స్వతంత్ర రాజ్యంగా తీర్చిదిద్దడానికి ఖాసీంరజ్వీ నాయకత్వంలో రజాకర్ల ఉద్యమం తారాస్థాయికి చేరుకొన్నాయి. నిజాం పోలీసు దాష్టికాన్ని, రజాకర్ల అకృత్యాలను సమర్థవంతంగా ఎదుర్కోవాలంటే బ్రిటిష్ వ్యతిరేక పోరాటంలో భారత జాతీయ కాంగ్రెస్ అవలంబించిన శాంతియుత సత్యాగ్రహ పద్ధతులు ఇక్కడ ఉపకరించవని, అందువల్ల హింసాయుత పద్ధతులను అనుసరించాలని కేంద్ర నాయకత్వాన్ని హైదరాబాద్ కాంగ్రెస్ కోరింది. భారతదేశంలో హైదరాబాద్ విలీనోద్యమం రక్తపాత విప్లవంగా మారింది.

జాయిన్ ఇండియా ఉద్యమం

ఈ ఉద్యమ నాయకులు స్వామి రామానందతీర్థ. వీరి అసలు పేరు వెంకటరావు ఖద్గేకర్. 1932 లో స్వామి నారాయణ అనే గురువు వీరికి సన్యాస దీక్ష ఇచ్చి 'స్వామీ రామానందతీర్థ' అని నామకరణం చేశారు. వీరు గుల్బర్గా జిల్లాలోని ఝూవర్గీ తాలూకా 'సింధి' గ్రామంలో బాపూరావు, యశుబాయి దంపతులకు 1903 వ సంవత్సరంలో జన్మించారు. 1978 లో రాజకీయ రంగంలోకి ప్రవేశించి తన నివాసాన్ని మోమినాబాదు నుంచి హైదరాబాద్‌కు మార్చారు. 1938 సెప్టెంబర్‌లో హైదరాబాద్ రాష్ట్ర కాంగ్రెస్ స్థాపించారు. దీనిని నిజాం ప్రభుత్వం నిషేధించింది. దీనికి నిరసనగా రామానందతీర్థ 1938 అక్టోబర్ 27 న నిరాహారదీక్ష చేసి అరెస్టు అయ్యారు.

1947 వ సంవత్సరంలో భారత స్వాతంత్ర్యోద్యమ సందర్భంలో నిజాం రాజ్యాన్ని భారతదేశ యూనియన్‌లో విలీనం చేయాలని 'జాయిన్ ఇండియా' లేదా విలీనోద్యమం నిర్వహించాడు. నిజాం సంస్థానంలోని మూడు భాషా ప్రాంతాలకు వేర్వేరు కార్యనిర్వాహక సమితులను ఏర్పరచిన తరవాత స్వామి రామానందతీర్థ హైదరాబాద్ చేరుకొని 'జాయిన్ ఇండియా యూనియన్' అనే పేరుతో పిలిచే సత్యాగ్రహాన్ని 1947 ఆగస్ట్ 7 న ఆరంభించారు.

పండిత జవహర్‌లాల్ నెహ్రూ తన చేతులతో స్వామిజీకి అందచేసిన భారతీయ పతాకాన్ని ఆగస్ట్ 15 న ఉదయం 10 గంటలకు 'సుల్తాన్ బజార్'లో మోతీలాల్ మంత్రి ఎగురవేశారు. ఈ సందర్భంలో స్వామిజీతో పాటుగా డా.జి.ఎస్.మేల్కొటే, కృష్ణాచారిజోషి, జమలాపురం కేశవరావు అరెస్టు అయ్యారు.

హైదరాబాద్ స్టేట్ కాంగ్రెస్ ప్రారంభించిన ఈ ఉద్యమం సందర్భంగా అరెస్టయిన సత్యాగ్రహుల్లో ముఖ్యులు హరిశ్చంద్రాహెడా, విమలాబాయి మేల్కొటే, జ్ఞానకుమారి హెడా, కమలమ్మ, అహల్యబాయి, మర్రి చెన్నారెడ్డి, కె.వి.రంగారెడ్డి, మహదేవ్ సింగ్, దాశరథి కృష్ణమాచార్య, హీరాలాల్ మోరియా, అచ్యుత్‌రెడ్డి, జలగం వెంగళరావు, జి.వెంకటస్వామి, బ్రిజ్‌రాణి గౌడ్, కాటం లక్ష్మీనారాయణ, కొండా లక్ష్మణ్ బాపూజీ. ఆర్యసమాజం పక్షాన ఎం.ఆర్.శ్యామ్‌రావు, విద్యార్థి విభాగం పక్షాన బాబురావు మొదలయిన్వారు ఉద్యమంలో పాల్గొన్నారు.

హైదరాబాద్ స్టేట్ కాంగ్రెస్ కార్యవర్గ సభ్యులు, తమ పోరాట ఆదర్శాలకు తగిన ప్రచారాన్ని కల్పించడానికి భారతదేశంలోని వివిధ ప్రాంతాల్లో పర్యటించారు. ఎం.రామచంద్రరావు మద్రాసు వెళ్ళి అక్కడ అయ్యదేవర కాళేశ్వరరావుతోను, ఆచార్య రంగాతోను సంభాషణలను సాగించారు. గోవిందదాస్ షరాఫ్ మహారాష్ట్రలో పర్యటించారు. హైదరాబాద్ – సికింద్రాబాద్‌లలో డా.మేల్కొటే కృషిచేశాడు. కర్ణాటకలో, మధ్య పరగణాలలో, మహారాష్ట్ర బీరార్‌లోను స్వామిరామానందతీర్థ పర్యటించారు. 1947, మే 7 న సోషలిస్ట్ పార్టీ నాయకుడైన జయప్రకాశ్ నారాయణ హైదరాబాద్ భారత యూనియన్‌లో చేరాలని పిలుపును ఇచ్చినప్పటికీ, జాయిన్ ఇండియా ఉద్యమనేత మాత్రం స్వామిరామానందతీర్థనే.

జాయిన్ ఇండియా ఉద్యమ శిబిరాలు

బలార్ష – ఆదిలాబాద్ జిల్లా కాంగ్రెస్ కమిటి కార్యదర్శి అయిన శ్రీ కె.వి.కేశవులు మొదట ఈ శిబిరాన్ని నెలకొల్పారు. స్టేట్ కాంగ్రెస్ వారి ఉద్యమనిర్వాహక మండలి వారి ఆదేశానుసారం హుజురాబాద్‌కు చెందిన వి.రాజేశ్వరరావు గారు ఈ శిబిరాన్ని పునర్వ్యవస్థీకరించారు. చాందానగర్‌లో కె.వి.నర్సింగరావు గారు ఈ శిబిరాన్ని స్థాపించాక 'బలార్ష శిబిరం' దీనిలో విలీనం అయింది.

దాభా శిబిరం – దీనిని బలార్ష శిబిరానికి ఉపశిబిరంగా ఏర్పాటు చేశారు. సి.వామన్‌రావ్ దీనికి ఇంచార్జిగా ఉండేవారు.

సరివంచ శిబిరం – కరీంనగర్ జిల్లాలోని మంథని తాలూకా సరిహద్దులో నెలకొల్పబడింది. జి. శ్రీరాములు పర్యవేక్షకులు.

పైవన్నీ జాయిన్ ఇండియా ఉద్యమ భాగంలో సత్యాగ్రహ కేంద్రాలు ఏర్పాటు చేసి తమవంతు కృషి నిర్వహించాయి. ఇలాంటి సత్యాగ్రహ శిబిరాల్లో పేర్కొన దగింది రేపాల క్యాంపు (శిబిరం). కోదాటి నారాయణరావు దీని నిర్వహణాధికారి. రేపాల శిబిరం ఆధ్వర్యంలోని ప్రాంతాలకు 'సర్వే ఆఫ్ ఇండియా' నుంచి మ్యాపులు తెప్పించి నిపుణుడయిన శ్రీరాఘవయ్య చేత సత్యాగ్రహ కేంద్రాల వివరాలు తెలిపే మ్యాపులు వేయించడం జరిగింది.

గద్వాల – ప్రథమ సత్యాగ్రహిగా వకీలు టి.నాగప్ప భారతీయ పతకాన్ని ఎగురవేయడానికి ప్రయత్నించగా పోలీసులు అరెస్ట్ చేశారు. దీంతో స్వయం సేవక దళం అధిపతి బీచంరాజు జాతీయ పతకాన్ని ఎగురవేశారు.

పరిటాల జాగీరులోని 7 గ్రామాలు, గుల్బర్గాలోని 17 గ్రామాలు, పర్భణీ జిల్లాలోని 24 గ్రామాలు, ఔరంగాబాద్

జిల్లాలోని 19, ఉస్మానాబాద్‌లోని 65 గ్రామాలు, స్టేట్ కాంగ్రెస్ నాయకత్వంలో స్వతంత్ర ప్రభుత్వాలు స్థాపించుకొని నిజాం సర్కార్‌తో తెగ తెంపులు చేసుకున్నారు.

జాయిన్ ఇండియా - సరిహద్దు శిబిరాలు

జాయిన్ ఇండియా ఉద్యమనేత స్వామి రామానందతీర్థ, సోషలిస్ట్ పార్టీ నాయకుడు జయప్రకాశ్ నారాయణ్ హైదరాబాద్ రాజ్యాన్ని భారత యూనియన్‌లో చేరాలని పిలుపునిచ్చారు.

సరిహద్దు శిబిరాలు

ఒకవైపు ప్రచారాన్ని సాగించడానికి, మరోవైపు పోరాటాన్ని వ్యవస్థితం చేయడానికి సరిహద్దుల్లో శిబిరాలను యాక్షన్ కమిటి ఏర్పర్చింది.

విజయవాడ శిబిరం - టి.హయగ్రీవాచారి

షోలాపూర్, మన్మాడ్ - కె.వి.నర్సింగ్‌రావు

చాందానగర్, ఆదిలాబాద్ - పి.వి.నర్సింహారావు, మొదలయినవారు.

తెలంగాణాలోని నల్గొండ, ఖమ్మం తాలూకాలోని కొన్ని ప్రాంతాల్లో కేంద్ర కార్యాలయంగా రేపల్లె ప్రసిద్ధి చెందింది. ముఖ్యంగా వరంగల్, ఖమ్మం మెట్టు ప్రాంతాలలో పోరాట ఉద్దేశాలు, లక్ష్యాల గురించి ప్రచారాన్ని, కరపత్రాల ప్రచురణను నిర్వహించి, స్వాతంత్ర్య పోరాటంలో ప్రజల చిత్త, స్థైర్యం, దిటవుగా ఉంచే బాధ్యత వి.బి.రాజు, హయగ్రీవాచారి, బొమ్మకంటి సత్యనారాయణరావులకు అప్పగించడమైంది.

మరికొన్ని శిబిరాలు

1. మోర్దండి శిబిరం: మధ్యప్రదేశ్‌లోని యావత్ మహల్ జిల్లాలని మోర్దండి గ్రామంలో నెలకొల్పారు. ఎం.గంగారెడ్డి దీనికి నాయకత్వం వహించారు.
2. మురళి శిబిరం: ఇది మోర్దండి శిబిరానికి ఉపశిబిరం. గంగారెడ్డి గారి నేతృత్వంలో నడిచింది.
3. సిరివంచ శిబిరం: కరీంనగర్ జిల్లాలోని మంథని తాలూకా సరిహద్దుల్లో నెలకొల్పబడింది. దీనికి జి.శ్రీరాములు పర్యవేక్షకులుగా ఉండేవారు. కరీంనగర్ జిల్లాకు చెందిన కార్యకలాపాలన్నింటికీ ఈ శిబిరం కేంద్రంగా ఉండేది.
4. రేపాల క్యాంపు: నిర్వహణాధికారి కోదాటి నారాయణరావు. నల్గొండ జిల్లాలో మునగాల, లింగగిరి పరగణాలు ద్వీపాలుగా ఉండేవి. వీటి చుట్టూ నిజాం ప్రాంతానికి చెందిన గ్రామాలు ఉండేవి. కమ్యూనిస్టులు నిజాంతో కలిసి హైదరాబాద్ స్వతంత్రంగా ఉండాలనే నినాదాలు చేయసాగారు. దీంతో కాంగ్రెస్‌వారు రజాకర్లతోను, అటు కమ్యూనిస్టులతోను పోరాడాల్సి వచ్చింది. ఈ విషమ పరిస్థితిని రేపాల శిబిరం వారు ఎదుర్కోవాల్సి వచ్చింది. రేపాల ప్రాంతం ఇటు వరంగల్, అటు నల్గొండ జిల్లాలోని గ్రామాలతో కలిసి ఉండేది. మాజీ సైనికుడు శ్రీ వెంకటరమణ, లక్ష్మారెడ్డి ఈ శిబిరంలో చేరారు. రేపాల కేంద్రం విస్తృతపర్చబడి, నేలమర్రి, సింగవరం, కొక్కిరేణి, సిరిపురం గ్రామాల్లో కూడా శిబిరాలను ఏర్పాటు చేశారు.

నిజాం ఫ్యూడల్ వ్యవస్థలో ముస్లిం ఉద్యోగ వర్గం, హిందూ భూస్వామ్య వర్గం కలిసికట్టుగా ఉర్దూభాషాభివృద్ధి, మత సాంస్కృతిక కార్యకలాపాలలో పాలుపంచుకొన్నారు. హైద్రాబాద్లో కాంగ్రెస్ పార్టీ అవతరణను నిషేధించడం, 1946 లో నిషేధం ఎత్తేవరకు ఎలాంటి రాజకీయ సంస్థ వెలువడలేదు. కమ్యూనిస్టులు ఆంధ్రమహాసభపై తమ ఆధిపత్యాన్ని స్థాపించుకొని, గ్రామాల్లో 'భూ సమస్య' ప్రాతిపదికగా ఉద్యమాన్ని చేపట్టారు. రజాకర్లను ఎదుర్కోడానికి గ్రామాల్లో రక్షణ సంఘాలు ఏర్పడి కాంగ్రెస్, కమ్యూనిస్ట్ నాయకత్వంలో గ్రామ ప్రజలను రక్షించుకోడానికి ఒక అంతర్యుద్ధం ఆరంభమైంది. దీనిలో నిజాంకు వ్యతిరేకంగా అన్ని పక్షాలు తమ తమ పంథాలలో పోరాటం సాగించి 'నిజాం' లొంగుబాటును సాధించాయి. హైద్రాబాద్ స్వాతంత్ర్య పోరాటంలో చివరి ఘట్టమైన 'విలీనోద్యమం' కూడా (1947 ఆగస్ట్ 7 న స్వామిరామానంద తీర్థ ప్రారంభించారు) గ్రామాల్లో సాయుధ ప్రతిఘటనలతోనూ, పట్టణాల్లో 'సత్యాగ్రహాలు', ప్రదర్శనలతోనూ, హైద్రాబాద్ రాజ్యం వెలుపల దౌత్య సంప్రదింపులు, వివిధ జాతీయ పక్షాల ఒత్తిడులతోను, వీటితో పాటు భారతదేశ స్వాతంత్ర్య పోరాటంలో ఉపయోగించిన వివిధ పద్ధతులతోనూ సాగించి ఫలవంతమైందని చెప్పొచ్చు.

28

ఆదిహిందూ, దళితోద్యమాలు

భారతదేశంలో కులవ్యవస్థ ఒక ప్రత్యేకతగా ఆవిర్భవించింది. శతాబ్దాల పాటు అనేక పరిణామాలు చెంది ఇంకా కొనసాగుతూనే ఉంది. హైందవ సంస్కృతిలో భాగమైన ఈ కుల వ్యవస్థ నిచ్చెన మెట్లుపోలి వివిధ కులాల మధ్య అంతరాలేర్పర్చింది. ఈ నిచ్చెన మెట్ల కులవ్యవస్థలో అట్టడుగున ఉన్న దళితులను సమాజం వేల సంవత్సరాలుగా అంటరానివారిగా చూస్తున్నది. వారికి కనీస మానవ హక్కులు లేక కేవలం సమాజానికి సేవ చేసే వర్గంగా మాత్రమే చూస్తుంది. క్రీ.పూర్వం. నుంచి అణగారిన కూలాలు అనేక పోరాటాలు చేసాయి. భారత చరిత్రలో బానిసలుగా, చండాలురుగా, పంచములుగా పిలవబడే దళితులకు, అగ్రకులాల దౌర్జన్యానికి మధ్య జరిగిన అనేక సైద్ధాంతిక పోరాటాలకు ఎన్నో ఉదాహరణలున్నాయి. అమానవీయ అసమానతలకు వ్యతిరేకంగా చార్వాక, లోకాయత, తర్వాత జైన, బౌద్ధతత్వాలు తిరుగులేని పోరాటం చేసాయి.

మధ్యయుగాల్లో కూడా సామాజిక వైరుధ్యాలకు, కుల వైషమ్యాలకు వ్యతిరేకంగా భక్తి ఉద్యమకారులు గళమెత్తారు. 19వ శతాబ్దంలో కూడా వీటి కొనసాగింపుగా అనేక దళిత అస్తిత్వ ఉద్యమాలు వచ్చాయి. మహారాష్ట్ర, ఆంధ్ర, హైదరాబాద్ రాష్ట్రాల్లో అనేక దళిత మేధావులు హిందూ మతంలోని, కుల ఆధిపత్యాన్ని, అణిచి వేతని విమర్శించారు. జ్యోతిరావు పూలే, అచ్యుతానంద, అయోతిదాస్, అయ్యంకాళి, భాగ్యరెడ్డి వర్మ, ఇ.వి. రామస్వామి, నారాయణ, డా.బి.ఆర్. అంబేద్కరులు కుల వ్యతిరేక ఉద్యమాలు చేశారు.

ఆది హిందూ ఉద్యమం భారతదేశంలో పెద్ద సంస్థానాల్లో ఒకటైన హైద్రాబాద్ రాష్ట్రంలో జరిగిన అస్తిత్వ ఉద్యమం. హైద్రాబాద్ రాష్ట్రం నిజాం పాలన కింద ఉండేది. నిజాం రాజ్యంలో జాగీర్దార్లు, జమీందారులు, దేశ్‌ముఖ్‌లు, దేశ్‌పాండేలు తమ ప్రాంతాల్లో విస్తృతమైన అధికారాలు చెలాయించేవారు. సమాజంలో వెట్టి చాకిరి, అస్పృశ్యత, దేవదాసీ వ్యవస్థ, బాల్యవివాహాల వల్ల అనేక సమస్యలుండేవి.

తెలంగాణా ప్రాంతంలో జమీందారులకు ప్రజలు, ముఖ్యంగా అణగారిన కులాలవారు వెట్టిచేసేవారు. కమ్మరి, కుమ్మరి, కోమటి, గొల్ల, కురుమ మాల మాదిగలు ఉచితంగా వీరికి సేవలందించే ఆచారముండేది. దళితులు బేగారీలుగా, నీరడలుగ కట్టెలు కొట్టడం, బండ్లు పట్టణాలకు చేరవేయడం అధికారులకు ఉచితంగా చేయాలి అనేవారు. ఈ విధంగా వెట్టి, బగేలా పద్ధతి దళితుల పరిస్థితిని చాల దుర్భరం చేసింది.

తెలంగాణా పల్లెల్లో దళిత శ్రామిక స్త్రీల పరిస్థితి చాలా దారుణంగా ఉండేది. తరతరాలుగా దళిత స్త్రీలపై అమలు చేస్తున్న జోగినీ వ్యవస్థ, దేవుడి పేరిట స్త్రీల పై జరిగే అగ్రకుల దౌర్జన్యానికి పరాకాష్ట. ఇవేకాక అనేక మూఢాచారాలు పల్లెల్లో ప్రబలంగా ఉండేవి. బాణామతీ, చిల్లంగి, చేతబడి వంటి వాటిని చేస్తున్నారనే నెపంతో దళిత స్త్రీలను చిత్రహింసలకు గురిచేసేవారు. వ్యవసాయ కూలీ స్త్రీలపై లైంగిక దోపిడీ భూస్వామ్య విధానంలో భాగమై ఉండేది.

సమాజంలో దళితుల పట్ల వివక్షతకు వ్యతిరేకంగా ఆర్యసమాజ్, ఆంధ్రమహాసభలు తమ వంతు కృషిచేసాయి. ఆర్యసమాజ్ బలవంతంగా దళితుల్ని ఇస్లాంలోకి మార్పిడిని నిలువరించి శుద్ధి కార్యక్రమాల ద్వారా తిరిగి వారిని హిందూమతంలోకి తీసుకొన్నారు. ఇదేకాక అనేక మంది ఆర్య సమాజీయులు రాయ్ బాల్ ముకుంద్, కేశవరావు కొరాట్కర్, లాల్‌జీ మేఘ్‌జీలు సంఘసంస్కరణలో భాగంగా హరిజనోద్యమం ప్రధానంగా చేపట్టారు.

1930లో మొదలైన ఆంధ్ర మహాసభలు తమ సభల్లో అస్పృశ్యత, వెట్టిచాకిరీకి వ్యతిరేకంగా తీర్మానాలు చేసాయి. ఒక సమావేశంలో 'వెట్టిచాకిరీ' అనే లఘుపుస్తకం ప్రచురించి వెట్టికి వ్యతిరేకంగా ప్రచారం చేసింది. ఏడో నిజాం మీర్ ఉస్మాన్ అలీఖాన్ వెట్టికి వ్యతిరేకంగా ఫర్మానా తీసుకొచ్చారు. దీనిలో వెట్టి పనులు చేయడానికి ఇనాంలు ఇవ్వబడ్డాయని. ప్రతిఫలం లేకుండా పనిచేయించరాదని ఫర్మాన స్పష్టపరిచింది. కానీ ఈ ఫర్మాన కాగితం వరకే పరిమితమైంది. ఈ విధానం చాలాకాలం వరకు కొనసాగింది.

దళితుల విద్య

నిజాం రాష్ట్రంలో దళితుల ప్రగతి కోసం విద్య అత్యంత అవసరమని భాగ్యరెడ్డి వర్మ అనేక ప్రాథమిక పాఠశాలలు తెరిచాడు. 1910లో జగన్మిత్ర మండలి కార్యాలయంలో ప్రాథమిక పాఠశాలను స్థాపించాడు. హైద్రాబాద్‌లోనే లింగంపల్లి, బొగ్గులకుంట, చంచల్‌గూడ, సుల్తాన్ షాహీ, ధూల్‌పేట్, గన్‌ఫౌండ్రీలలో ఆది హిందూ సోషల్ సర్వీస్ లీగ్ ఆధ్వర్యంలో కొన్ని ఆది హిందూ ప్రాథమిక పాఠశాలల్ని స్థాపించాడు. ఈయన కృషి వల్ల ఆది హిందూ స్కూళ్ళ సంఖ్య 26కు, దళిత విద్యార్థుల సంఖ్య 2,500కు పెరిగింది. ఈ పాఠశాలలకు కావలసిన నిధులన్నీ దక్కన్ హూమనిటేరియన్ లీగ్ (జీవన్ రక్ష జ్ఞాన ప్రచారక మండలి) కేటాయించింది. 1934 నుంచి నిజాం ప్రభుత్వం వాటి బాధ్యతను తీసుకొంది.

హైదరాబాద్‌లో చాలా చోట్ల దళిత బాలికల కోసం పాఠశాలలు ఏర్పడ్డాయి. వీటి స్థాపనలో ఆద్యులు కట్ట రామక్క, జంగం సర్వయ్యలు. కట్ట రామక్క సికింద్రాబాద్‌లోని కాల్వబస్తిలో తన ఇంటి ముందు పాఠశాల ప్రారంభించింది. ఈ పాఠశాలలో దళిత బాలబాలికలకోసం ప్రాథమిక విద్య నేర్పించేవారు. రామక్క తన జీవితమంతా అనాథ పిల్లల విద్య కోసం అంకితమిచ్చారు. సికింద్రాబాదులోనే పులి నర్సింహులు తన ఇంటిలోనే పిల్లలకు ట్యూషన్‌లు చెప్పేవాడు. అతని ప్రోత్సాహంతోనే సదాలక్ష్మి ప్రాథమిక విద్య చదివిందని పేర్కొన్నారు.

క్రైస్తవ మిషనరీల పాత్ర

దక్షిణ తెలంగాణాలో మొట్టమొదటి సారిగా అమెరికన్ బాప్టిస్ట్ మిషనరీలు తమ కార్యకలాపాలు సాగించారు. చర్చి మిషన్ సోసైటి తూర్పు ప్రాంతమైన డోర్నకల్, ఖమ్మం, హైదరాబాద్‌లో పనిచేసారు. ప్రొటస్టెంట్ మిషనరీలు 19వ శతాబ్ది చివరి దశకాల్లో తమ కార్యకలాపాల్ని నిజాం రాష్ట్రంకు విస్తరించాయి. వెస్ట్ మెథడిస్ట్ చర్చ్ 1879 నుంచి హైదరాబాద్‌లో తమ కార్యకలాపాలు కొనసాగించింది. వీరు హైద్రాబాద్‌లోనే కాక వరంగల్, కరీంనగర్, మెదక్ నిజామాబాద్, ఆదిలాబాద్ జిల్లాలో తమ సంస్థలను విస్తరించాయి. మిషనరీల ముఖ్యోద్దేశం క్రైస్తవ మత ప్రచారం, మత మార్పిడి అయినా కుడా దళిత వర్గాల్లో విద్యా, పరిశుభ్రతకై వీరు పాటుపడ్డారు. మిషనరీలు ప్రాథమికంగా దళితుల్లో విద్యావ్యాప్తి, ఆరోగ్య విషయాల మీద దృష్టి పెట్టాయి. దళితులకై పాఠశాలల్ని ప్రారంభించాయి. సెమినార్‌లు, శిక్షణా పాఠశాలలు మత బోధ, వృత్తివిద్య, దళిత బాలికల పాఠశాలల్ని ప్రారంభించాయి. వెస్లీయన్ మెథడిస్ట్ మిషనరీలు ఆధునిక విద్యను ప్రోత్సహించాయి. సంప్రదాయ హిందూ వ్యవస్థలో విద్యకు దూరంగా ఉన్న దళితులు మొట్టమొదటి

సారిగా విద్యావకాశాన్ని పొందడమేకాక, పాస్టర్లు, స్కూల్ టీచర్లుగా నియమితులయ్యారు. ఆర్థిక స్థోమత లేని పిల్లలకు బోర్డింగ్ స్కూళ్ళ ద్వారా విద్యనందించాయి. మొదటి తరం దళిత నాయకులకు మిషనరీ విద్య తోడ్పడింది. భాగ్యరెడ్డి వర్మ ఎదుగుదలలో క్రైస్తవ మిషనరీల ప్రోత్సాహముంది.

ఆది హిందూ ఉద్యమం - భాగ్యరెడ్డి వర్మ పాత్ర

హైదరాబాద్ రాజ్యంలో దళితుల పట్ల జరుగుతున్న అన్యాయాలను ప్రశ్నిస్తూ, అంటరానితనానికి, కులవివక్షకు వ్యతిరేకంగా ఆది హిందూ ఉద్యమం ప్రారంభమైంది. ఈ ఉద్యమానికి ఆద్యుడు మాదరి భాగ్యరెడ్డి వర్మ.

భాగ్యరెడ్డి వర్మ రంగమాంబ, మాదరి వెంకయ్య దంపతులకు 1888 మే 22న హైదరాబాద్‌లో జన్మించాడు తల్లిదండ్రులాయనకు భాగయ్య అని పేరు పెడితే, వారి కుటుంబ గురువు భాగ్యరెడ్డిగా ఆరునెలల ప్రాయంలో పేరు మార్చాడు. చిన్న గొడవల వల్ల చిన్నప్పుడు ఇల్లు వదిలి కాథలిక్ చర్చిలో టెన్నిస్ బాల్ బాయిగా చేరాడు. ఆ చర్చి గోవా కాథలిక్ కుటుంబానికి చెందిన సోదరులది. ఆ కుటుంబంలో సేవకుడిగా పనిచేసాడు. తరవాత విద్యుత్ శాఖలో ఎలక్ట్రీషియన్‌గా కొంత కాలం పనిచేసాడు. 1906 లోనే జగన్ మిత్ర మండలి అనే సంస్థను స్థాపించాడు. విద్యకు నోచుకోని దళితులకు విద్యాబుద్ధులు నేర్పడం, క్రమశిక్షణ, వ్యాయామం నేర్పడం, దళితుల్ని సంఘటిత పర్చడం జగన్‌మిత్రమండలి ఆదర్శాలు.

1910వ సంవత్సరంలో దళితుల్లో ధార్మిక నైతిక ప్రబోధకోసం వైదిక ధర్మ ప్రచారిణీ సభను స్థాపించాడు. 1913వ సంవత్సరంలో ఆర్యసమాజికుడు అయిన బాజీ కృష్ణారావు భాగ్యరెడ్డికి ఆర్యసమాజ దీక్ష ఇచ్చి వర్మ బిరుదు ఇచ్చాడు. ఆంగ్ల భాషలో అనర్గళంగా ఉపన్యాసాలు చేయడమేకాక, హిందీ, మరాఠి, కన్నడ, తమిళంలో కూడా ప్రవేశం ఉండేది. దళితుల్లో వివిధ ఉపకులాల మధ్య సఖ్యత కోసం వారికి సామూహిక ప్రీతి భోజన కార్యక్రమాలు నిర్వహించేవాడు. 1912 వ సంవత్సరంలో స్వస్తిక్ వాలంటీర్ల సంఘాన్ని ప్రారంభించి దళితుల సేవకు ఈ దళాన్ని ఉపయోగించాడు.

1911వ సంవత్సరంలో జగన్‌మిత్రమండలి పరిధిని విస్తృతపరచి మాన్య సంఘాన్ని ఏర్పర్చాడు. 1913వ సంవత్సరంలో దీన్ని 'ఆది హిందూ సోషల్ సర్వీస్ లీగ్'గా మార్చాడు. బ్రహ్మసమాజ విధివిధానాల్ని తెలుసుకోడానికి మన్య సంఘం సభ్యుల సమావేశానికి ఆంధ్రప్రాంత బ్రహ్మ సమాజికులైన - పాలపర్తి నర్సింహం, హనుమంత రావులు హాజరైనారు. దీని ఫలితంగానే 1914లో హైద్రాబాద్‌లో బ్రహ్మసమాజం ఆవిర్భవించింది. దానికి ఎన్.డి. వెల్లింకర్ అధ్యక్షత వహించారు. సరోజినీ నాయుడు వెల్లింకర్‌ను వర్మకు పరిచయం చేసింది. సికింద్రాబాద్‌లో జరిగిన సమావేశంలో భాగ్యరెడ్డివర్మ అనేకమంది దళితుల్ని బ్రహ్మసమాజంలో చేర్పించాడు. 1913లో బౌద్ధం వైపు ఆకర్షితుడైన భాగ్యరెడ్డి వర్మ వైశాఖ పౌర్ణమిన మొట్టమొదటిసారిగా బుద్ధ జయంతి నిర్వహించాడు. పద్మజానాయుడు, ఆదిపూడి సోమనాధరావు, చంద్రవర్కులు తదితరులు వీటిలో పాల్గొన్నారు. వీరు బుద్ధ జయంతిని ప్రతి సంవత్సరం నిర్వహించేవారు. చివరి బుద్ధ జయంతి 1937 మే 25న వర్మ నేతృత్వంలో జరిగింది. దీనికి నిజాం ప్రభుత్వ న్యాయశాఖ సభ్యుడు రాజా బహద్దుర్ రాయ్ బిశ్వేశ్వరనాథ్ అధ్యక్షత వహించగా, గౌతమ బుద్ధుని పంచశీలను ఆచరించాల్సిందిగా సభికులను కోరుతూ వర్మ ఉపన్యసించాడు.

భాగ్యరెడ్డి వర్మ హైదరాబాద్ రాష్ట్రంలోనే కాక ఆంధ్రప్రాంతంలో కూడా దళితుల ఆత్మ గౌరవ ఉద్యమానికి ఆద్యుడైనాడు. బెజవాడలో 1917వ సంవత్సరంలో జరిగిన పంచమ సదస్సుకు అధ్యక్షత వహించి తన అధ్యక్ష ఉపన్యాసంలో పంచమ శబ్దాన్ని ఖండించాడు. పంచమ శబ్దం వేదాల్లో, పురాణాల్లో లేదని, అగ్ర కుల హిందూ ప్రయోజనాల కోసమే దాన్ని సృష్టించారనీ చెప్పాడు. పంచమ, పరయాలుగా పిలవబడే దళితుల్ని ఆది ఆంధ్రులుగా పిలవాలని తీర్మానించారు.

దళితులు హిందూ వర్గంలో భాగం కాదని భావించారు. భాగ్యరెడ్డి వర్మ నిరంతర కృషి వల్ల మద్రాసు ప్రభుత్వం స్పందించి 1922 మార్చి 25న జి.వో. 817ను విడుదల చేసింది. 1922, జనవరి 20న మద్రాసు శాసన మండలి తీర్మానం చేస్తూ "దక్షిణ భారతాన నివసించే ప్రాచీన జాతుల్ని పంచమి, పరయలుగా పిలవడం నిలిపేయాలని ఆ పదాల్ని ప్రభుత్వ రికార్డుల్లోంచి తొలగించాలని, తమిళ ప్రాంతాల్లో ఆది ద్రావిడ, తెలుగు ప్రాంతాల్లో ఆది-ఆంధ్రులుగా పిలవాలని స్పష్టం చేసింది. హైద్రాబాద్‌లోను వర్మచేసిన ప్రయత్నం వల్ల నిజాం ప్రభుత్వం 1931 జనాభా లెక్కల్లో అంటరాని వర్గాల (మాల, మాదిగ ఢేర చమార్)లను ఆది హిందువులుగా పేర్కొంది.

1922వ సంవత్సరం హైదరాబాద్ చరిత్రలో కీలకమైంది. భాగ్యరెడ్డివర్మ 1911లో స్థాపించిన, మన్య సంఘాన్ని 'ఆది హిందూ సామాజిక సేవా సమాఖ్య' అని పేరు మార్చారు మొట్టమొదటి సదస్సును ఎ.టి.జె. పాపన్న అధ్యక్షతన హైదరాబాద్‌లో నిర్వహించారు. బొంబాయి, పూణె, కరాచి, అకోలా, అమరావతి, నాగ్‌పూర్, మద్రాసు, కోస్తా ప్రాంతాల నుంచి దళిత ప్రతినిధులు పాల్గొన్నారు. ఈ సమావేశంలో అగ్రవర్ణ సంస్కర్తలైన జస్టిస్ రాయ్. సి. బాలముకుంద్, పండిత్ కేశవ్ రావ్ కొరాట్కర్, ఘోష్, సేఠ్ లాల్జీ, మేఘ్‌జీ, ప్రొఫెసర్ వెల్లింకర్, ఆర్.ఇ. రిపోర్టర్‌లు పాల్గొని ప్రసంగించారు. సమావేశ చర్చలు హిందీ, తెలుగు భాషల్లో కొనసాగాయి. రెండోరోజు అన్ని కులాలకు చెందిన 900 మంది సహపంక్తి భోజన కార్యక్రమంలో పాల్గొన్నారు. కుసుమ ధర్మన్న 'మాకొద్దీ నల్ల దొరతనమని' పాటలు పాడారు.

దళితుల్లో విభేదాల పరిష్కారానికి, పంచాయితీల పునరుద్ధరణ తీర్మానాలు చేసారు. భాగ్యరెడ్డి వర్మకు హైదరాబాద్‌లో ధర్మవీర్ నాయక్ ఆధ్వర్యంలో జరిగిన సభలో 'శివ శ్రేష్టి' బిరుదునిచ్చారు. 1921, మార్చి నెలలో ఆది ఆంధ్ర సమావేశంలో వర్మకు సంఘమాన్య బిరుదును ఇచ్చారు. దళితులతో పాటు బహుజనులను కలుపుకొనే ప్రథమ ప్రయత్నం వర్మ చేసారు. సింగం సీతారాం ఆధ్వర్యంలో యాదవ సంఘం, దుర్గయ్య అధ్యక్షతన శబరి సంఘం, హనుమాన్ సింగ్ అధ్యక్షుడుగా పార్ధీ సంఘం ఏర్పాటు చేసాడు.

భాగ్యరెడ్డి వర్మ అరుంధతీయ నాయకుడుగా పేరుగాంచిన సుబేవారు సాయన్న అధ్యక్షతన 1925లో ఆది హిందూసభను నిర్వహించారు. 1925లోనే గుంటిమల్ల రామప్ప నేతృత్వంలో మాతంగ (మాదిగ) జనసభ ఏర్పర్చారు. దీనికి కొనసాగింపుగా 1927, మార్చిలో మల్లేపల్లిలో భాగ్యరెడ్డి వర్మ అధ్యక్షతన మాతంగి సభ జరిగింది. కల్లు, సారాలకు వ్యతిరేకంగా తీర్మానాలు చేసారు.

మాలలతో పాటు మాదిగల హక్కుల సాధనకై ఎన్. ఆర్. బాబయ్య ఆధ్వర్యంలో సికింద్రాబాద్ కేంద్రంగా ఉత్సవాలు జరిగాయి. బాబయ్య కరీంనగర్, వరంగల్, ఖమ్మం, నిజామాబాద్ పర్యటించి మాదిగల అభ్యున్నతికి పాటుపడ్డారు. ఈ ఉద్యమానికి ముదిగొండ లక్ష్మయ్య అనే పారిశ్రామికవేత్త, నాయకుడు ఆర్థిక సాయం చేశారు. ఎందరో మాదిగ విద్యార్థులకు స్కాలర్‌షిప్పులు అందించారు.

1937వ సంవత్సరంలో అరుంధతీయుల్లో చైతన్యానికి జాంబవర్ణ సేవా సమితి కృషి చేసింది. 1932వ సంవత్సరంలో మాతంగ మహాసభ నాయకుడు, గుంటిమల్ల రామప్ప దళితుల ఐక్యతకై కృషిచేసాడు.

ఆది హిందూ ఉద్యమాలు, వివిధ సంఘాల వల్ల దళితుల్లో పట్టణాలల్లోనేగాక, గ్రామాలలో కూడా చైతన్యం కలిగింది. దీనికి ఒక ఉదాహరణ – 28 ఫిబ్రవరి 1931 గోల్కొండ పత్రిక మధిర తాలుకా జోగిలపాడు గ్రామంలో దళితులైన బులుసుపాటి లూసి, దేవసహాయంలు వెట్టిని నిరాకరించారని పేర్కొంది.

ఈ సందర్భంగా వెట్టికి వ్యతిరేకంగా ఉద్యమించిన నాయకులైన పీసరి వీరన్న పాత్ర గురించి చెప్పుకోవాలి. గ్రామాల్లో వెట్టి చేయొద్దని ప్రజల్ని చైతన్య పర్చటమేకాక, 1937 గాంధీ హైద్రాబాద్ పర్యటనలో ప్రశ్నల్ని సంధించి, హరిజన పదాన్నీ వ్యతిరేకించాడు.

ఆది హిందూ సోషల్ సర్వీస్ లీగ్ కేంద్ర కార్యాలయ భవన నిర్మాణ శంకుస్థాపన ప్రముఖ సంస్కర్త ధన్‌రాజ్‌గిరితో చేయించారు. సనాతనులు ఈ సమావేశాన్ని అడ్డుకోవాలని ప్రయత్నించగా, ఇతర సామాజిక శ్రేణుల హక్కుల్ని అడగటం లేదని, దళితుల హక్కులకై తమ పోరాటమని ప్రసంగంలో స్పష్టంచేయగా వారు నిష్క్రమించారు.

పైన పేర్కొన్న సమావేశాలేకాక 1931, జూలై 10 న జరిగిన ఆది హిందూ ధార్మిక సభలో అంటరాని కులాల మధ్య సయోధ్యకు భాగ్యరెడ్డి పిలుపునిచ్చాడు. 1933, మే నెలలో నాగపూర్‌లో జరిగిన ఆది హిందూ సదస్సుకు వర్మ అధ్యక్షత వహించాడు.

ఆంధ్ర మహాసభ సమావేశాల్లో కూడా భాగ్యరెడ్డి వర్మ పాల్గొన్నారు. ఆంధ్ర మహాసభ సాంఘిక సంస్కరణలకోసం అనేక తీర్మానాలు చేసేది. జోగిపేటలో 1930, మార్చి 3,4,5, తేదీల్లో జరిగిన మొదటి సభకు అధ్యక్షత వహించిన సురవరం ప్రతాపరెడ్డి ఆది హిందువులకు విద్యావకాశాలు, వసతులకోసం నిజాం ప్రభుత్వాన్ని కోరుతూ తీర్మానాలు ప్రతిపాదించగా, అంటరానితనం విడనాడాలని భాగ్యరెడ్డి ప్రతిపాదించాడు. 1931లో హైదరాబాద్‌లో జరిగిన సభలో వర్మ పాల్గొని ప్రసంగించారు. 1934లో ఖమ్మంలో జరిగిన సమావేశాలకు పంపిన సందేశంలో “సర్పాలను, చీమలను, జంతువుల్ని ప్రేమించే అగ్రకులాలు అస్పృశ్యులను దూరంగా తొలగమంటారు, ఇది ఏమి న్యాయమని ప్రశ్నించటమేకాక, పురాణాల్లో, ఇతిహాసాల్లో ఖ్యాతినొందిన దళితుల ప్రస్తావనతో వారి ఔన్నత్యాన్ని చెప్పారు.

ఆది హిందూ యువతను చైతన్య పర్చడానికి 1925లో ప్రేమ్ థియేటర్ మైదానంలో ప్రఖ్యాత మల్లయోధుడు కోడి రామ్మూర్తి నాయుడు అధ్యక్షతన, ఆది హిందూ యూత్ జిమ్నాస్టిక్ పోటీలు నిర్వహించాడు. 1925లోనే ఆది హిందూ వర్గాలకు పెయింటింగ్, స్కెచ్‌లు, శిల్పాల ఒక ఎగ్జిబిషన్ నిర్వహించాడు. గోస్వామి ధన్‌రాజ్ గిర్ నర్సింగ్ జీ ప్రారంభించిన ఈ ఎగ్జిబిషన్ ముఖ్యోద్దేశం దళితుల నైపుణ్యాన్ని సమాజానికి తెలియచేయడం. ఇవే కాక ఆర్య ఆర్యేతర యుద్ధంపేరుతో నాటక ప్రదర్శన జరిపారు.

భాగ్యరెడ్డి వర్మ భారతదేశంలో ఇతర ప్రాంతాల్లో జరిగిన సదస్సులు, సమావేశాలకు హాజరైనాడు. 1917 సంవత్సరం డిసెంబర్ 15వ తేది కలకత్తాలో జరిగిన దివ్యజ్ఞాన సదస్సులో పాల్గొని ప్రాచీన భారతంలో దళితుల దుస్థితిని, వాళ్ళు ఈ విధంగా దిగజారడానికి గల కారణాలను వివరించాడు. గాంధీ కూడా ఈ సమావేశంలో పాల్గొన్నారు. వర్మ కార్యక్రమాల్ని అభినందించిన గాంధీ 1929లో వర్మ స్థాపించిన ఆది హిందూ సోషల్ సర్వీస్ లీగ్‌కు వచ్చి ఆది హిందూ పాఠశాలలను సందర్శించి వర్మ పనితీరును ప్రశంసించారు.

1920 నుంచి ఉత్తర భారతదేశంలో కుల అస్తిత్వ ఉద్యమాలు వచ్చాయి. అఖిల భారత ఆది హిందూ (నిమ్నవర్గాలు) సదస్సులు ఢిల్లీ, అలహాబాద్, లక్నో , నాగపూర్‌ల్లో జరిగినాయి. ఆంధ్ర, హైదరాబాద్ రాష్ట్ర ప్రతినిధిగా వర్మ ఈ

సదస్సుల్లో పాల్గొన్నాడు. ఢిల్లీలో 1928 ఫిబ్రవరిలో ఒక సదస్సు జరిగింది. అలహాబాద్‌లో 1930 నవంబరు 16న జరిగిన సదస్సుకు భాగ్యరెడ్డి వర్మ హాజరైనారు. ఈ సదస్సు కేంద్ర, ప్రాంతీయ శాసన మండలుల్లో ఆది హిందువులకు తగిన ప్రాధాన్యత నివ్వాలని దళితులకు, ప్రత్యేక నియోజకవర్గాల ఏర్పాటుకు ప్రభుత్వాన్ని డిమాండ్ చేసింది.

అంతేకాక దళితులకు నిర్బంధ ఉచిత విద్య, మంత్రి వర్గంలో తగిన భాగస్వామ్యం కోరింది. ముఖ్యంగా రౌండ్ టేబుల్ సమావేశాలకు నిమ్నకులాల ప్రతినిధులుగా డా. బి. ఆర్. అంబేద్కర్, ఆర్ శ్రీనివాసన్‌లను ఎంపిక చేసినందుకు వైశ్రాయ్‌కి కృతజ్ఞత తెల్పింది.

1931 సెప్టెంబర్ 27, 28, తేదీల్లో లక్నోలో జరిగిన ప్రత్యేక సదస్సుకు అధ్యక్షునిగా భాగ్యరెడ్డి ఎన్నికైనారు. దేశ వ్యాప్తంగా ప్రతినిధులు హాజరైన ఈ సమావేశంలో దళితుల ప్రత్యేక నియోజక వర్గాల ఏర్పాటును డిమాండ్ చేసారు. భారతదేశంలో 9 కోట్ల ఆది హిందూ సమాజ ఏకైక ప్రతినిధిగా డా. బి.ఆర్.అంబేద్కర్‌ను ఎన్నుకొంటూ ఏకగ్రీవ తీర్మానం చేసారు. ఈ సదస్సులోనే వర్మ పదం అగ్రకులాన్ని సూచిస్తుందని కొందరు సభ్యులు అభ్యంతరం తెల్పగా, తన పేరు నుంచి వర్మ పదం తొలిగిస్తున్నానని భాగ్యరెడ్డి ప్రకటించాడు.

1926 నుంచి ఆది హిందూ మహాసభల్ని హైదరాబాద్ రాష్ట్రంలో పలుచోట్ల భాగ్యరెడ్డి నిర్వహించి సాంఘిక ఉద్యమాన్ని చేపట్టారు. 1931 నవంబర్ 7వ తేదిన సికింద్రాబాద్‌లోని బొల్లారంలో నిజాం రాష్ట్ర ఆది హిందూ (అంటరాని వర్గాల) రాజకీయ సదస్సుకు భాగ్యరెడ్డి అధ్యక్షత వహించారు. ఆహ్వాన సంఘం చైర్మన్‌గా బందెల చిత్తారయ్య వ్యవహరించారు. ఆంధ్ర రాష్ట్ర స్వతంత్ర ఆదిజన సదస్సు అధ్యక్షుడైన వేముల కూర్మయ్య సదస్సును ప్రారంభించాడు. హైద్రాబాద్‌లో సదస్సు నిర్వహణకు నిజాం ప్రభుత్వం అనుమతి లేనందున బ్రిటీష్ పాలిత ప్రాంతంలో సభ నిర్వహించారు. అంబేద్కర్‌ను, నాయకునిగా తీర్మానం చేస్తూ, వెట్టి చాకిరీ రద్దు, మిలటరీ పోలీసు ఉద్యోగాల్లో ఆది హిందువుల నియామకాన్ని కోరుతూ తీర్మానించారు. అగ్రకులాలకు సూటిగా ప్రశ్నలు సంధించాడు "మమ్ము ఎల్లకాలం బానిసలుగా నుంచి మీరు దొరలుగా" ఉండలేరు. ఇంకా ఎన్నాళ్ళు మమ్మల్ని అణిచిపెట్టెదరు? స్వాతంత్ర్యభానుడుదయించినాడు..... మా సంఖ్య ఏడు కోట్లు సుమా? ఆదిశక్తి మాలో విజృంభించింది త్వరలోనే గమ్యస్థానం ఆక్రమించగలమని విశ్వాసము... మేము మీతో కోరుతున్నది సహపంక్తి భోజనం కాదు - అస్పృశ్యతమను పైశాచిక అలవాటు విడనాడండని" చాలా స్పష్టమైన పదాల్లో దళిత సంఘటిత శక్తి గూర్చి చెప్పాడు.

1935, ఏప్రిల్ 6న జరిగిన సభ సందర్భంగా ఉగాది ఉత్సవాలకు భాగ్యరెడ్డి వర్మ అధ్యక్షత వహించి హైదరాబాద్ మున్సిపల్ కార్యాలయంలో అరిగె రామస్వామిని ప్రతినిధిగా ఎన్నుకున్నందుకు కృతజ్ఞతతోబాటు జంటనగరాల్లో ఇద్దరు ఆది హిందూ ప్రతినిధులకు ప్రాతినిధ్యం ఇవ్వవలసిందని, కార్మిక శాఖ ఏర్పాటు చేయాలని తీర్మానించారు.

1936, విజయనగరం పట్టణంలో, 1938 ఫిబ్రవరిలో కాకినాడలో ఆంధ్రరాష్ట్ర ఆది హిందూ సదస్సులలో భాగ్యరెడ్డి వర్మ పాల్గొని ప్రసంగించాడు. హైదరాబాద్ రాష్ట్రంలో 1937, సెప్టెంబరు 22న నిజాం ప్రభుత్వం సంస్కరణకై ఒక కమిటీ ఏర్పాటు చేసింది. అదే సంవత్సరం డిసెంబర్ 19న భాగ్యరెడ్డి వర్మ సభ ఏర్పాటు చేసి ఆది హిందువులకు 10 సీట్లు కేటాయించాలని కోరారు.

భాగ్యరెడ్డి వర్మ ఆది హిందువుల అభ్యున్నతికై అలుపెరుగని పోరాటం చేసాడు అనారోగ్యాన్ని లెక్క చేయక దేశంలో అనేక చోట్ల ఆది హిందు వాణిని వినిపించాడు. ఆయన తన జీవితంలో 1934 నాటికి దాదాపు 3,348

ఉపన్యాసాలు ఇచ్చినట్టు కృష్ణస్వామి ముదిరాజ్ తన పుస్తకంలో పేర్కొన్నారు. భాగ్యరెడ్డి జీవితం మొత్తం ఆది హిందూ ఉద్యమమే. దళితుల్లో విద్యావ్యాప్తి, జోగిని వంటి దురాచారాల నిర్మూలన, ఆత్మగౌరవ పోరాటాల వ్యాప్తితో ప్రభుత్వంలో ఆది హిందూల ప్రాతినిధ్యం వరకు అనేక ఉద్యమాలు నడిపాడు. ఈ ఆది హిందూ ఉద్యమంలో రైల్వే ఉద్యోగులు, మిలటరీ జవాన్లు, బట్టల వ్యాపారస్తులు, కాంట్రాక్టరులు, కార్మికులు, కూలీలు మొదలగు వారిలో నూతన స్ఫృహను పెంపొందించడానికి కృషి చేసాడు. 1939, ఫిబ్రవరి 18న అనారోగ్యంతో భాగ్యరెడ్డి మరణం ఆది హిందు ఉద్యమానికి, హైద్రాబాద్ దళిత జాతికి తీరని లోటైంది.

హైద్రాబాద్ రాష్ట్రంలో వివిధ దళిత సంస్థలు, వాటిలో అంతర్గత కలహాలు చెలరేగాయి.

అరిగె రామస్వామి

భాగ్యరెడ్డి వర్మ సమకాలీకుడు, హైద్రాబాద్ రాష్ట్రంలో దళితుల చైతన్యానికి, కులవివక్షతలకు వ్యతిరేకంగా కృషి చేసాడు అరిగె రామస్వామి. ఆయన రంగారెడ్డి జిల్లా రామనకోలలో జన్మించాడు ప్రాథమిక విద్య తరవాత ఆఫీస్ బాయిగా, వడ్రంగి పనివానిగా, తరవాత బొల్లారం రైల్ రోడ్డులపై టికెట్ కలెక్టర్‌గా పనిచేసాడు. రామస్వామి సికింద్రాబాదులో కుమ్మరివాడలో సునీత బాల సమాజాన్ని, నాంపల్లిలో మాతంగి మహాసభను ప్రారంభించాడు. మద్యపాన నిషేధం, జోగినీ వ్యవస్థ నిర్ములన కోసం ఉద్యమించాడు.

దళితుల్లో ఉన్న మూఢవిశ్వసాలు, జంతుబలులు, బాల్య వివాహాలకు వ్యతిరేకంగా ప్రచారం చేసాడు. రామస్వామి అచల సిద్ధాంతాన్ని ఆచరించాడు, బ్రహ్మ సమాజ సిద్ధాంతాల్ని నమ్మాడు. అయినా, దళితులు, హిందువులు వేరు అని భావించాడు.

1922లో ఆది హిందూ జాతీయోన్నతి సభను స్థాపించాడు. దానికి రామస్వామి ఉపాధ్యక్షులుగా, కొండా వెంకటస్వామిని అధ్యక్షులుగా, జె. పాపయ్య మరో ఉపాధ్యక్షులుగా ఉన్నారు.

సేవాభావంతో స్థాపించిన ఈ సంస్థ ఆది హిందూ సమాజోద్ధరణకు కృషిచేసింది. అంతేకాక దేవదాసీ నిర్మూలనకు పనిచేసింది.

అరిగె రామస్వామి ఒక మాల బాలికను దేవదాసిగా చేసే ప్రయత్నాన్ని తిప్పికొట్టి మాదిగ అబ్బాయితో వివాహం జరిపించి రెండు కులాల సయోధ్య కాంక్షించాడు. తరవాతి కాలంలో అరుంధతీయ మహాసభ స్థాపించి మాదిగ కులాల్లో చైతన్యాన్ని కలిగించాడు. అరిగె రామస్వామి సంస్కర్తే కాదు కవి కూడా.

బి.ఎస్. వెంకట్రావు

డా. బి.ఆర్. అంబేద్కర్ అడుగుజాడల్లో దళిత వర్గాల విముక్తికై నిజాం సంస్థానంలో మరో ఉద్యమం నడిపిన నేత డా. బి.ఎస్. వెంకట్రావు. నిజాం రాష్ట్రంలో దళితుల విద్య, ఉపాధి, రాజకీయ రంగాల్లో అనేక హక్కుల్ని సాధించారాయన. హైదరాబాద్ అంబేద్కర్‌గా ప్రసిద్ధిపొందిన వెంకట్రావు 1898, డిసెంబర్ 11న హైద్రాబాద్‌లో జన్మించాడు. 1914లో హైద్రాబాద్ విడిచి మహారాష్ట్ర వెళ్లి తిరిగి 1919లో హైదరాబాద్‌కు వచ్చి 1922లో నిజాం ప్రభుత్వ ఇంజనీరింగ్

కళాశాలల్లో పనిచేసి, నిజాం సాగర్ ప్రాజెక్టు రిక్రుట్ ఆఫీసర్‌గా విధులు నిర్వహించి తిరిగి పబ్లిక్ వర్క్సు డిపార్ట్‌మెంటు పదవికి రాజీనామా చేసి ఏ క్లాసు కాంట్రాక్టర్‌గా మారాడు.

దళితుల్లో మూఢనమ్మకాలు జంతుబలులు, మద్యపానం వంటి వాటికి వ్యతిరేకంగా పోరాడి దళితుల్లో విద్యావ్యాప్తికి కృషి చేసాడు. వెంకట్రావు అనేక దళిత సంఘాల్ని స్థాపించాడు. వాటిలో మొదటిది 1922 లో స్థాపించిన ఆది ద్రావిడ సంఘం - ఇది అతని స్నేహితులు మాదరి గోవిందరాజులు, మాదరి వెంకటస్వామి తో కలిసి స్థాపించాడు. 1927లో సి.ఎస్ యతిరాజ్, కె. రామస్వామి, అరిగె రామస్వామితో కలసి ఆది హిందూ మహాసభ స్థాపించాడు. ఈ సంస్థల ద్వారా దేవదాసీ వ్యవస్థ నిర్మూలన, దళితుల ఐక్యతకై శ్రమించాడు. 1926లో సికింద్రాబాద్‌లో ఆది హిందూ మహాసభ స్థాపించి, దానికి అనుబంధంగా లైబ్రరీని ప్రారంభించి విద్యావ్యాప్తికై రాత్రి పాఠశాలల్ని ప్రారంభించాడు.

1936లో 'అంబేద్కర్ యూత్ లీగ్' ఏర్పరచి దళిత యువకుల ప్రగతికి శ్రమించాడు. 1938 లో సికింద్రాబాద్ కంటోన్‌మెంట్ బోర్డ్‌లో సభ్యునిగా 1939లో హైదరాబాద్ మునిసిపల్ కౌన్సిలర్‌గా, 1946లో స్థానిక సంస్థల తరఫున హైద్రాబాద్ శాసన సభకు ఎం. ఎల్. ఎ.గా, 1947లో విద్యాశాఖ మంత్రిగా పదవీ బాధ్యతలు చేపట్టారు. 1936, మే నెలలో పూనాలో మహర్ మహాసభకు అధ్యక్షత వహించాడు. పదివేల మంది ప్రతినిధులు హాజరైన ఈ సభలో ఉత్తేజకర ప్రసంగాన్ని చేసారు. 1938లో హైద్రాబాద్‌లో సిటీ డిప్రెస్డ్ క్లాసెస్ అసోసియేషన్ ఏర్పాటు చేసాడు. 1934లో అప్పటి ప్రధాని అక్బర్ హైదరీని కలిసి దళితులకు చట్టసభల్లో ప్రాతినిధ్యం ఉండాలని, జనాభా ప్రాతిపదికన ప్రత్యేక నియోజక వర్గాలను ఏర్పాటు చేయాలని డిమాండ్ చేశారు. విద్యాశాఖ మంత్రిగా ఉన్నప్పుడు బర్టన్ హైస్కూల్‌ను ఆదయ్య మెమోరియల్ స్కూల్‌గా పేరు మార్చి మిడిల్ స్కూల్‌ను హైస్కూల్‌గా చేసాడు. హెచ్.ఎస్.సి. పాసైన దళిత విద్యార్థులకు కాలేజీ ప్రవేశాన్ని కలిపించాడు. దళిత విద్యార్థుల్లో విద్యకు అర్హులైన విద్యార్థుల జాబితా తయారు చేసి నిజాం ప్రభుత్వానికి, బ్రిటిష్ ఇండియా అధికాకులకు పంపి కొంతమందికి విదేశీ విద్యావకాశాల్ని కల్పించాడు. దేశంలోనే తొలిసారిగా నిజాం రాజును ఒప్పించి కోటి రూపాయలతో షెడ్యుల్డు కులాల ట్రస్ట్ ఫండ్ పేరుతో ళిత సంక్షేమం కోసం ప్రత్యేక నిధిని ఏర్పాటు చేయించాడు. అన్ని చిన్న దళిత సంఘులన్నింటిని కలిపి హైద్రాబాద్ డిప్రెస్డ్ క్లాసెస్ అసోసియేషన్‌గా ఏర్పరచారు. గృహ నిర్బంధంలో ఉండి, 1953 నవంబర్‌లో మరణించాడు.

బత్తుల శ్యాంసుందర్

హైద్రాబాద్ రాష్ట్రంలోని ఔరంగాబాద్ జిల్లా రైల్వే ఉద్యోగి బత్తుల మాణిక్యం రెండో సంతానంగా బి. శ్యాంసుందర్ 1908, డిశంబర్ 18న జన్మించారు. ఔరంగాబాద్ మిషనరీ స్కూల్లో ప్రాథమిక, మాధ్యమిక విద్యను పూర్తి చేసి 1925లో ఉస్మానియా విశ్వవిద్యాలయంలో బి.ఎ,ఎల్.ఎల్.బిలు పూర్తి చేశాడు. విద్యార్థి నాయకునిగా, ట్రేడ్ యూనియన్ నాయకుడిగా ఎదిగాడు. 1942, మే 30న మరాట్వాడా పర్బనీలో జరిగిన డిప్రెస్డ్ క్లాసెస్ మహాసభ (Anjuman - e - Fastukhaum) కు అధ్యక్షత వహించాడు.

అవర్ స్ట్రగుల్ ఫర్ ఎమానిసిపేషన్ పుస్తక రచయిత పి. ఆర్. వెంకటస్వామి శ్యాంసుందర్ దళితోద్యమ ప్రవేశాన్ని రెడ్ లెటర్ డేగా అభివర్ణించారు.

వెంకట్రావుతో కలిసి దళిత జాతుల సమాఖ్య కార్యదర్శిగా పనిచేసాడు. బాబా సాహెబ్ డా. బి.ఆర్. అంబేద్కర్ స్థాపించిన షెడ్యూల్డు కాస్ట్ ఫెడరేషన్‌కు అధ్యక్షునిగా ఉన్నాడు. 1944లో నాగపూర్‌లో జరిగిన అఖిల భారత షెడ్యూల్డు కాస్ట్స్ ఫెడరేషన్ మహాసభకు హైదరాబాద్ నాయకులతో కలిసి హాజరైనారు. 1944లో రీకన్‌స్ట్రక్షన్ కమిటి సభ్యునిగా, ఎడ్యుకేషన్ స్టాండింగ్ కమిటి సభ్యునిగా, ఉస్మానియా యూనివర్సిటీ సెనేట్ సభ్యునిగా, 1945లో ఉస్మానియా యూనివర్సిటి పట్టభద్రుల సంఘం అధ్యక్షునిగా పనిచేసారు. హైదరాబాదు రాష్ట్ర దళిత సమస్యల్ని నిజాం ప్రభుత్వం దృష్టికి తీసుకెళ్ళడంలో శ్యాంసుందర్ ప్రముఖ పాత్ర వహించాడు. నిజాం ఎగ్జిక్యూటివ్ కౌన్సిల్‌లో జనాభా ప్రాతిపదికన ప్రాధాన్యతను కోరాడు.

దళితుల-ముస్లిం ఐక్యతలో ప్రగాఢ విశ్వాసంగల శ్యాంసుందర్ దళితులు హిందువుల్లో ప్రత్యేక వర్గమని, ముస్లింలతో కలిసి రాజకీయ, సామాజిక పోరాటం చెయ్యాలని భావించాడు. ఈ మేరకు వీరి ఐక్యతకై నిజాం ఎగ్జిక్యుటివ్ కౌన్సిల్ మీర్జా ఇస్మాయిల్‌కు మెమోరాండం సమర్పించాడు.

మరాట్వాడా ప్రాంతంలో, ఔరంగాబాద్‌లో దళితుల విద్యకై డా.బి.ఆర్. అంబేద్కర్ ఏర్పరచిన పీపుల్స్ ఎడ్యుకేషన్ ట్రస్ట్‌కు నిజాంను ఒప్పించి అయిదు లక్షలు కేటాయింపచేయడంలో శ్యాంసుందర్ పాత్ర ఉంది. ఈ ప్రాంతాల్లో, దళితులతో పాటు మిగతా వర్గాల్లో విద్యావికాసానికి ఈ విద్యా సంస్థలు ఎంతో తోడ్పడ్డాయి. నిజాం ప్రభుత్వ శాసన సభ సభ్యునిగానే కాక, 1946లో హైదరాబాద్ విధాన సభ ఉపాధ్యక్షునిగా బాధ్యతలు చేపట్టారు.

ప్రత్యేక నిజాం రాష్ట్ర సాధనకై నిజాం ప్రభుత్వ ప్రజాప్రతినిధిగా మొయిన్ నాజిజంగ్, జహిర్ అహ్మద్‌లతో ఫ్రాన్సుకు నిజాం ప్రభుత్వం పంపగా, ఐక్యరాజ్య సమితిలో, అంతర్జాతీయ వేదికలపై దళితుల స్థితిగతుల్ని శ్యాంసుందర్ ప్రస్తావించాడు. 1948-1950 మధ్య పశ్చిమ దేశాల పర్యటన చేసాడు. 1952లో హైద్రాబాద్ నుంచి ఎన్నికల్లో పోటీ చేసాడు.

దళితులు తమ ఆత్మగౌరవ చిహ్నాలుగా అంబేద్కర్ విగ్రహాలను ప్రతిష్ఠించే కార్యక్రమాన్ని బీదర్‌లో ప్రారంభించాడు. 1954లో ఆల్ ఇండియా డిప్రెస్డ్ క్లాసెస్ అసోసియేషన్ అధ్యక్షుడైనాడు. 1968లో భారతీయ భీమసేన వ్యవస్థాపన చేసాడు. నిజాం ప్రభుత్వం అంబేద్కర్ పీపుల్స్ ఎడ్యుకేషన్ ట్రస్టుకు ఇచ్చిన 12 లక్షల రూపాయలు తిరిగి చెల్లించాలని ఆంధ్ర ప్రభుత్వం కోర్టుకెళితే, డబ్బు తిరిగి ఇవ్వవలసింది లేదని స్వయంగా వాదించి గెలిచాడు. 1968లో శ్యాంసుందర్ మరాట్వాడా విశ్వవిద్యాలయానికి అంబేద్కర్ పేరుపెట్టాలని కోరాడు.

1942 జూలై 18-20లో అంబేద్కర్ నాయకత్వంలో నాగపూర్‌లో స్థాపించబడ్డ ఆల్ ఇండియ డిప్రెస్డ్ క్లాసెస్ రాజకీయ మహాసభకు హైదరాబాద్ నుంచి జె. హెచ్. సుబ్బయ్య, బి. ఎస్. వెంకట్రావు, బి. శ్యాంసుందర్, పి. ఆర్. వెంకటస్వామి, ఎతిరాజన్, పి.వి. మనోహర్, అరిగె రామస్వామి తదితరులు హాజరైనారు. తమ మధ్య విభేధాల్ని అంబేద్కర్ దృష్టికి తేగా అందరు కలిసి పనిచేయాలని అంబేద్కర్ చెప్పారు. తరవాత ఆగస్టు నెలలో హైద్రాబాద్ స్టేట్ షెడ్యూల్డ్ కాస్ట్ ఫెడరేషన్ స్థాపించారు. అధ్యక్షులుగా జె.హెచ్. సుబ్బయ్య, కార్యదర్శిగా పి.ఆర్. వెంకటస్వామి. ఉపాధ్యక్షులుగా

ఆర్. లక్ష్మయ్య, ఎతిరాజులు, సభ్యులుగా పి.వి.మనోహర్, అరిగె రామస్వామిలు ఎన్నికైనారు. 1944లో అంబేద్కర్ హైద్రాబాద్ పర్యటన పార్టీలో ఉత్తేజాన్ని నింపింది.

1952 సాధారణ ఎన్నికల్లో షెడ్యూల్డ్ కాస్ట్ ఫెడరేషన్ తరఫున హైద్రాబాద్ రాష్ట్రం నుంచి పోటి చేసిన 54 స్థానాలకు 2 స్థానాలు గెల్చుకొంది. కరీంనగర్ నుంచి యం.ఆర్. కృష్ణ, షోలపూర్ నుంచి పి.ఎస్. రాజ్‌భోజ్ గెలిచారు. పోటీ చేసిన 24 అసెంబ్లీ స్థానాల్లో 5 స్థానాలు గెల్చింది. అరిగె రామస్వామి, సుబ్బయ్యలు కాంగ్రెస్‌లో చేరారు. ఎస్.సి. ఫెడరేషన్ తదనంతరం స్థాపించిన ఆర్.పి.ఐ. ఉమ్మడి ఆంధ్రప్రదేశ్‌లో పోటీచేసినా నామమాత్రపు పార్టీగా కొనసాగింది. ఈశ్వరీబాయి ఆర్.పి.ఐ. నాయకురాలుగా తరవాత కాలంలో రాజకీయాల్లో రాణించారు. 1989లో ఆంధ్రలో బిఎస్‌పి కూడా తగినంత ప్రాచుర్యం పొందలేదు.

దళితోద్యమం పై సాయుధ పోరాట ప్రభావం

గెయిల్ ఆంవెద్ చెప్పినట్లు ఆంధ్రప్రాంతంలోని దళిత పోరాటాలు అస్తిత్వ ఆత్మగౌరవ పోరాటాలుగా కనిపిస్తే, తెలంగాణలో దళితులు విప్లవ పోరాటంలో మమేకమై హక్కులకై పోరాడారు. తెలంగాణా పట్టణ ప్రాంతాల్లో భాగ్యరెడ్డి వర్మ ఇతర నాయకుల ఆధ్వర్యంలో స్వతంత్ర్య దళిత ఉద్యమం బలంగా వ్యాప్తి చెందిన కాలంలో మరో వైపు కమ్యూనిస్టులు ఆంధ్ర మహాసభ ద్వారా తెలుగు ప్రజలందరినీ సమీకరించి దళితులకు దగ్గరైంది. దేశ్‌ముఖ్. దేశ్‌పాండేల కబంధ హస్తాల్లో దళితులు ఏ విధంగా పీడనకు గురైందీ ఇంతకుముందు భాగంలో పరిశీలించాం. గ్రామాల్లో వెట్టి బగేలా, చాకిరీ చేయించడమే కాక దళిత స్త్రీలపై దౌర్జన్యాలు అధికమయ్యాయి. రెండవ ప్రపంచ యుద్ధం తరవాత బలపడ్డ కమ్యూనిస్టు ప్రాబల్యం తెలంగాణాలో కూడా అధికమైంది. రావి నారాయణ రెడ్డి, పుచ్చలపల్లి సుందరయ్య, దేవులపల్లి వెంకటేశ్వర రావు, చండ్ర రాజేశ్వర రావు వంటివారు కమ్యూనిస్ట్ భావజాలాన్ని ప్రజల్లో వ్యాప్తిచేసారు. కమ్యూనిస్టలు గ్రామాల్లో ఏర్పర్చిన దళాల్లో అధికులు దళితులు, పీడితులే. బండెనక బండి పాట పాడిన యాదగిరితోపాటు దళిత కవులెందరో ప్రజల్ని చైతన్యపర్చారు. కమ్యూనిస్ట్ ఆధ్వర్యంలో జరిగిన తెలంగాణా సాయుధ పోరాటంలో దళితులు, ఆదివాసులు పాల్గొన్న వివరాలు సుందరయ్య పుస్తకంలో, స్త్రీ శక్తి సంఘటన పుస్తకంలో తెలుస్తాయి. దళితుల పాత్రను ఈ పుస్తకాల్లో పూర్తిగా చర్చించక పోయినా, జానపదాల్లో వీరి త్యాగాలు నేటికీ సజీవంగా ఉన్నాయి.

తెలంగాణాలో అనేక ప్రాంతాల్లో దళితులు కమ్యూనిస్ట్ పార్టీ సాయంతో జమీందారి నుంచి విముక్తికోసం ఉద్యమంలో పాల్గొన్నారు. 1941, 42 ల్లో నల్గొండ జిల్లా భువనగిరి తాలుకాలోని కొలనుపాక, చిన్న కందుకూరు, రాజంపేట, పులిగళ్ళ, ఇంకుర్తి జాగీరు గ్రామాల్లో వెట్టి, పన్నుల కారణంగా ఉద్యమాలో దళితులు అధిక సంఖ్యలో పాల్గొన్నారు. ఈ ఉద్యమంలో దళిత నాయకుడైన జాన్ పాత్ర చాలా ఉంది. 1944 జూన్‌లో వరంగల్ జిల్లా పమ్మి గ్రామానికి చెందిన దళితులు ఆంధ్రమహాసభ నాయకుల ఆధ్వర్యంలో ఆందోళన చేసి తమ భూముల్ని తిరిగి తీసుకొని వెట్టి నుంచి విముక్తి పొందారు. ఖమ్మం జిల్లా తెల్దారుపల్లికి చెందిన జాగీర్దారు అంజద్ అలీ చేసే అక్రమ వసూళ్ళు. వెట్టిచాకిరి నుంచి దళితులు పోరాడి విముక్తి పొందారు. కరీంనగర్ జిల్లా హుజూరాబాద్ తాలుకా కేశవపురం దేశ్‌ముఖ్ అణచివేతకు వ్యతిరేకంగా 1966లో ప్రజలందరు సంఘటితమై ఎదురు తిరిగారు. మహబూబ్‌నగర్ జిల్లా గద్వాల్ జమీందారు వెట్టి విధానానికి వ్యతిరేకంగా దళితుల తిరగబడి విజయం సాధించారు.

తెలంగాణా సాయుధ పోరాట ఫలితంగా తెలంగాణా ప్రాంతాల్లో అనేక గ్రామాల్లో ప్రజలు వెట్టి నుంచి విముక్తి పొందినా కులవ్యవస్థ అంతరించిపోలేదు. వర్గపోరాట దృక్పథంతో పోరాడిన కమ్యూనిస్ట్ పార్టీ కుల సమస్యకు

పరిష్కారం వెతకలేదు. ప్రజలకు పంచిన పది లక్షల ఎకరాల భూమిలో కూడా దళితుల వాటా అతి స్వల్పమే.

తొలితరం దళిత పత్రికలు

తెలంగాణలో అచ్చు అయిన మొట్టమొదటి దళిత పత్రిక 'పంచమ' అని భాగ్యోదయం పుస్తకంలో ఎం.బి. గౌతమ్ వెల్లడించాడు. ఇది ఆంగ్లమాస పత్రిక. భాగ్యరెడ్డి వర్మ స్థాపించిన మన్య సంఘ సహాయ కార్యదర్శి అయిన జె.ఎస్. ముత్తయ్య దీనికి సంపాదకుడు. ఇది సుమారు 1918-19 ప్రాంతంలో ప్రారంభించబడి ఉండవచ్చు. దీనిలో దళితుల స్థితిగతులను, దళితుల్లో ఉపకులాలను గురించి చర్చించేవారు.

1926 ప్రాంతంలో చాదర్‌ఘాట్ నుంచి వెలువడిన ఆదిశక్తి అనే మరో తెలుగు మాస పత్రిక దళితులదని నిర్ధారించే విషయాలు లభ్యం కాకపోయినా, ఆ పత్రిక ప్రతిలో 'ఆదిహిందూ సాహిత్య ప్రచారక గ్రంథమాల" అనే ఉపశీర్షికను బట్టి అది దళితులకై వెలువడిన మరో పత్రిక అని చెప్పవచ్చు.

నిజాం రాష్ట్రంలో దళితుల ఉద్ధరణకై భాగ్యరెడ్డి వర్మ భాగ్యనగర్ పత్రికను 1931న సంవత్సరంలో ప్రారంభించాడు. దళితులను చైతన్యపరిచే ఉద్దేశంలో భాగ్యరెడ్డి ఈ పత్రికను నిర్వహించారు. భాగ్యరెడ్డి ప్రారంభించిన సాంఘిక ఉద్యమాలకు వాహికగా ఈ పత్రిక పనిచేసింది. గాంధీ 'హరిజనోద్ధరణ'ను, డా.బి.ఆర్. అంబేద్కర్ నిమ్నకులాల హక్కుల పోరాటాన్ని, రౌండ్‌టేబుల్ సమావేశాలు, పూనా ఒడంబడిక విషయాలు పత్రికలో విశదీకరించారు. దళితులపై అసమానతలు, దాడులు ప్రచురించి ప్రభుత్వ దృష్టికి తెచ్చేవారు. అంటరానితనానికి వ్యతిరేకంగా అనేక వ్యాసాలు, కథలు ప్రచురించేవారు. 1937 నుంచి ఈ పత్రిక ఆది హిందూ పత్రికగా మారింది.

1969 తెలంగాణ ఉద్యమంలో దళితులు

కేంద్ర ప్రభుత్వం ఏర్పర్చిన రాష్ట్ర పునర్వ్యవస్థీకరణ సంఘం హైదరాబాదు రాష్ట్రాన్ని విభజించాలని పేర్కొనగా, అయిదు సంవత్సరాల తర్వాత ఆంధ్ర తెలంగాణాలను కలిపి ఒకే రాష్ట్రంగా ఏర్పర్చాలని నిర్ణయించారు. ఈ మేరకు రెండు రాష్ట్రాల నాయకుల మధ్య ఫిబ్రవరి 20, 1956 న పెద్ద మనుషుల ఒప్పందం కుదిరి తెలంగాణకు ప్రత్యేక సదుపాయాలను, తెలంగాణా మిగులు ఆ ప్రాంత అభివృద్ధికే ఉపయోగించాలని తెల్పగా ఆంధ్రప్రదేశ్ అవతరణ తరువాత నాయకులు దీన్ని పట్టించుకోక తెలంగాణ ప్రాంతం వెనుకబడిపోయింది. దాదాపు పన్నెండు సంవత్సరాల తర్వాత 1968లో తెలంగాణ యువత ఈ ప్రాంతానికి అన్యాయం జరిగిందని, ప్రత్యేక రాష్ట్రం తప్ప వేరే మార్గం లేదని నిర్ణయించారు. మదన్‌మోహన్ కన్వీనర్‌గా తెలంగాణ ప్రజాసమితి ఏర్పరచి ఉద్యమాన్ని నడిపారు. ఈ ఉద్యమంలో పాల్గొన్న నాలుగు వేల మంది విద్యార్థులు బలైనారు. వారిలో అత్యధికులు బి.సి., ఎస్.సి., మైనారిటీ వర్గం వారే. దళిత నాయకులెందరో ఉద్యమంలో పాల్గొన్నారు. వారిలో ముఖ్యులు ఈశ్వరీబాయి, సదాలక్ష్మి, సుమిత్రాదేవిలు. సదాలక్ష్మి తెలంగాణ ప్రజాసమితి ఏర్పాటులో ముఖ్యపాత్ర పోషించి అధ్యక్షురాలిగా ప్రభుత్వ వైఖరిని ఎదిరించింది. తెలంగాణ మొత్తం పర్యటించి సత్యాగ్రహాలు నడిపింది. కేశవరావ్ జాదవ్ 1969 ఉద్యమంలో సదాలక్ష్మి నాయకత్వం అత్యంత ప్రభావవంతమైనదని పేర్కొన్నారు. ఈశ్వరీబాయి ఉద్యమంలో క్రియశీల పాత్ర పోషించారు. తెలంగాణ ప్రజాసమితి కార్యవర్గ సభ్యురాలిగా, సభలు, సమావేశాల్లో ప్రసంగించారు. తెలంగాణ నిధుల దుర్వినియోగం, జరిగిన అన్యాయాలను

ప్రజలకు తెలియపరచారు. వరంగల్‌లో జరిగిన సభలో విద్య, వైద్య, ఆర్థిక విషయాల్లో తెలంగాణాకు జరిగిన అన్యాయాన్ని గణాంకాలతో సహా వివరించారు.

తెలంగాణ ఉద్యమాన్ని గురించి శాసనసభలో 5 ఫిబ్రవరి, 1974న ఈశ్వరీబాయి ప్రసంగిస్తూ విద్యార్థులు ఈ ఉద్యమంలో బలైనారని, నాయకులు స్వంత ప్రయోజనాలు పొందారని విమర్శించారు. కేంద్రం జోక్యంతో తెలంగాణ ప్రజా సమితి నడిపిన తెలంగాణ ఉద్యమం నీరు కారిపోగా ప్రజాసమితి నుండి బయటకు వచ్చి సంపూర్ణ తెలంగాణ ప్రజాసమితిలో ప్రముఖ పాత్ర వహించారు.

1969 తెలంగాణ ఉద్యమంలో మహోన్నతమైన పాత్ర వహించిన మరో దళిత నాయకురాలు సుమిత్రాదేవి. హైదరాబాదులో జన్మించిన ఈమె 1942లో జగజ్జీవన్ పాఠశాల నడిపి జాతీయోద్యమంలో చురుకుగా పాల్గొన్నారు. ఖాదీ ప్రచారం, చరఖా, క్విట్ ఇండియా ఉద్యమంలో పాల్గొన్నారు. క్విట్ ఇండియా, జాయిన్ ఇండియా ఉద్యమాల్లో పాల్గొని జైలు శిక్ష అనుభవించారు. ప్రజా ప్రతినిధిగా 1951లో నగర పురపాలక సంఘానికి కాంగ్రెస్ ప్రతినిధిగా, 1954 లో ఉపాధ్యక్షులుగా పని చేసారు. ప్రత్యేక తెలంగాణ ఉద్యమకాలంలో నిరసన ప్రదర్శనలో పాల్గొని పోలీసు లాఠీ దెబ్బలు తిని రక్తసిక్తమైన బట్టలతోనే అసెంబ్లీకి వచ్చి పోలీసుల దౌర్జన్యాలను సభలో విమర్శించారు. పల్లెల్లో, గ్రామాల్లో కూడా ఈ నాయకులేకాక ఎందరో దళిత కార్యకర్తలు, అనిశెట్టి రజితలాంటి ఇంకెందరో దళిత స్త్రీలు ఉద్యమంలో క్రియాశీలక పాత్ర వహించారు.

ఉద్యమ అనంతర కాలంలో కూడా అనేక దళితనాయకులు తెలంగాణా రాష్ట్ర ఆవశ్యకతను చాటిచెప్పారు. బత్తుల శ్యాంసుందర్ ప్రత్యేక తెలంగాణ ఒక చారిత్రక అవసరమని, భాషా ప్రాతిపదికన రాష్ట్రాల పునర్విభజన అశాస్త్రీయమని బహిరంగ లేఖలను 1973లో రాసాడు. మొదటి లేఖలో ఒక రాష్ట్రం చారిత్రక నేపథ్యం కలిగి ఉంటుందని, ఒక్క భాషనే ప్రాతిపదిక చేయరాదని ఉటంకిస్తూ, హైదరాబాదు విషయాన్ని ప్రస్తావించారు. హైదరాబాదులో ఎప్పుడు భాషాపరమైన సమస్య లేదనీ, తెలుగు, మరాఠీ, కన్నడ, హిందీ భాషల సమన్వయముండేవని తేల్చి చెప్పాడు. తెలంగాణలో తమ స్వప్రయోజనం కోసం అగ్రకులాలు దళితుల్లో చీలిక తెస్తున్నారనీ ఈ లేఖలో ప్రస్తావించారు. ఆర్థిక స్వావలంబన ఉంటే చిన్న రాష్ట్రాలు సమర్థవంతంగా పని చేయగలవనీ చెప్పారు.

30 జనవరి, 1973లో ప్రధానమంత్రికి రాసిన బహిరంగ లేఖలో తెలంగాణ ఏర్పడవలసిన అంశాలను, సూత్రాలను వివరించారు. వెనుకబడిన ప్రాంతాలకు అవకాశాల్లో ప్రాధాన్యత అనే సూత్రం చిన్నరాష్ట్రాలతోనే సాధ్యమని, ఏ విధంగా ముల్కీ నిబంధన ఉల్లంఘన జరిగి సమైక్యవాదులు బలవంతపు ఐక్యతకు ప్రయత్నిస్తున్నారో చెప్పారు. 40 సంవత్సరాలు నిమ్నవర్గాల అభివృద్ధికోసం వివిధ ప్రభుత్వాలతో పని చేసిన వ్యక్తిగా, నిమ్నవర్గాలకు చిన్న రాష్ట్రాల్లోనే అభివృద్ధి ఉండగలదనే అంబేద్కర్ వాదనను సమర్థిస్తూ తెలంగాణాకు అంగీకరించవలసిందిగా ప్రధానిని లేఖలో కోరాడు. 15 సంవత్సరాలుగా జరుగుతున్న అసమాన సమైక్యతలో దళితులు నిరాశకు గురవుతున్నారనీ, ప్రత్యేక తెలంగాణా ఒక చారిత్రక అవసరం అని పేర్కొన్నారు.

70, 80 దశకాల్లో దళితోద్యమం

తెలంగాణ సాయుధ పోరాట సమాప్తి తర్వాత కూడా అగ్రకుల భూస్వాముల్లో మార్పు కానరాలేదు. 70వ దశకంలో, ముఖ్యంగా ఉత్తర తెలంగాణ జిల్లాల్లో దొరల పెత్తనం కొనసాగింది. రెడ్డి, వెలమ కులాలకు చెందిన

భూస్వాములు గ్రామాల్లో తమ అధికారం చెలాయించారు. గడీవ్యవస్థ, వెట్టిచాకిరి, తెలంగాణను ప్రభావితం చేసాయి. రాజకీయ అధికారం కూడా రెడ్డి కులాల ఆధిపత్యంలో ఉంది.

ప్రజాస్వామ్యంలో సంక్షేమ రాజ్యం చేపట్టిన సంస్కరణలవల్ల కొంతవరకు దళితుల సామాజిక, ఆర్థిక పరిస్థితులు మెరుగుపడ్డాయి. 1970 దశకంలో జరిగిన విద్యావ్యాప్తి, ఉద్యోగ నియామకాలు దళిత వర్గాల్లో కొంత మార్పును తెచ్చాయి. ప్రభుత్వ విద్యాసంస్థల స్థాపన, స్కాలర్‌షిప్పులు ఉన్నత విద్యను సుగమం చేశాయి. రైల్వేలు, ప్రభుత్వ కార్యాలయాల్లో దళిత సంఘాలు, యూనియన్లు ఏర్పడ్డాయి. ఎస్.సి., ఎస్.టి సంక్షేమ సంఘాలు దళితుల రిజర్వేషన్లు అమలు, ఉద్యోగుల సంక్షేమం కోసమే తొలుత పోరాడాయి. సాంఘిక సంక్షేమ శాఖలు నిర్వహిస్తున్న వసతి గృహాలు విద్యార్థులను సమీకరించడం, అంబేద్కర్ జయంతి, వర్ధంతి నిర్వహణకు పరిమితమైనాయి. 1950 నుంచి చాలాకాలం వరకు ఈ దళిత సంఘాలు కాంగ్రెస్ సారథ్యంలోనే నడిచాయి అని చెప్పవచ్చు. ఉదాహరణకు, ఇందిరాగాంధి ప్రతిపాదించిన 20 సూత్రాల పథకం హరిజనోద్ధరణకనే భావనను కాంగ్రెస్ వర్గాలు ప్రచారం చేసాయి. దళితుల సంక్షేమం కోసం పథకాలు తలపెట్టామని ప్రభుత్వం పేర్కొంది. దానివల్ల కొంత మార్పు కనిపించినా అవి ఆశించిన ఫలితాలనివ్వలేదు.

విప్లవోద్యమం - దళితులు

ఆంధ్రప్రదేశ్ అవతరణ తర్వాత దళితుల జీవితాల్లో చెప్పుకోదగ్గ మార్పురాలేదు. గత ఉద్యమాల స్ఫూర్తితో 1967లో నగ్జల్బరీ ఉద్యమం రూపుదిద్దుకొంది. దీనితోపాటే, (ఎం.ఎల్) మార్క్సిస్ట్ లెనినిస్టు పార్టీలు ఏర్పడ్డాయి. అవి గ్రామాల్లో అగ్రకుల ఆధిపత్యంలో భూస్వామ్య వడ్డీ వ్యాపారుల ఆగడాలకు వ్యతిరేకంగా ఉద్యమించాయి. నక్సలైట్ ప్రభావ ప్రాంతాల్లో దళితుల సమస్యలను కొన్ని తీర్చగలిగాయి. దున్నేవాడికే భూమి అనే నినాదంతో భూస్వాముల భూముల్లో ఎర్రజెండాలు పాతి, ఆ భూములను భూమిలేని పేదలకు పంచడం జరిగింది. ఈ పోరాట ప్రభావం వల్ల ప్రభుత్వం కొన్ని సంస్కరణలు తీసుకొచ్చినా, ఈ పార్టీలు ప్రధానంగా దళితుల జీవనాన్ని పట్టి పీడించే కుల సమస్యకు ఒక సైద్ధాంతిక నిర్మాణం ఇవ్వలేకపోయాయి. 1936లోనే కులనిర్మూలన ప్రతిపాదించిన అంబేద్కర్ ఆశయాలకు కాని, అంబేద్కర్ సిద్ధాంత పోరాటానికి కాని, మార్క్సిస్టులు ప్రాధాన్యత ఇవ్వలేదు. 1980-90 దశాబ్దాల వరకు ఒక్క మార్క్సిస్టు కూడా అంబేద్కర్ లేవనెత్తిన ప్రశ్నలను చర్చలో తీసుకురాలేదు. 1972లో మహారాష్ట్రలో ప్రారంభమైన దళిత పాంథర్ ఉద్యమం, 87-90లో పెల్లుబికిన దళిత బహుజనోద్యమం ఆ ఆవశ్యకతను ముందుకు తెచ్చింది. ఈ పోరాటానికి ఆంధ్రప్రదేశ్‌లో నలుపు, ఎదురీత పత్రికలు వేదికలైనాయి. మార్క్సిస్టుల అగ్రకుల పక్షపాత వైఖరిని, కులప్రస్తావన తేరాదు. వర్గ సమస్య ప్రధానమనే ధోరణిని బొజ్జాతారకం, (ఊ.సా) యు. సాంబశివరావు, కంచె ఐలయ్యలు ప్రశ్నించడం జరిగింది. ఫలితంగా 1988లో నూతన ప్రజాస్వామిక వేదికను స్థాపించి దాని ద్వారా 'కులనిర్మూలన - మార్క్సిస్టు దృక్పథం' అనే పుస్తకం ప్రచురించారు. కె.జి. సత్యమూర్తి, ఊ.సా.ల సారథ్యంలో 1985-86 మధ్య ఈ ప్రశ్నలను జనశక్తి పార్టీలో లేవనెత్తినందుకు ఊ.సా.ను, ఓపిడిఆర్‌లో లేవనెత్తినందుకు కంచె ఐలయ్యను ఆయా సంస్థలనుంచి తొలగించారు.

మార్క్సిస్ట్ లెనినిస్ట్ సెంటర్ 1980లో ఎదురీత పత్రిక ప్రారంభించింది. కత్తి పద్మారావు, బొజ్జాతారకంతో దళితమహాసభ ఏర్పడింది. ఈ చర్చల ప్రభావం సి.పి.ఐ (ఎం.ఎల్), విమోచన, ప్రోగ్రెసివ్ డెమోక్రటిక్ స్టూడెంట్ యూనియన్ (పిడిఎస్‌యు), రైతు కూలీ సంఘంలాంటి ప్రజాసంఘాల మీదా పడింది. కుల ప్రాతిపదికపై రిజర్వేషన్లు బలపర్చాలని మారోజు వీరన్న సారథ్యంలో పిడిఎస్‌యు తీర్మానం చేసింది. ప్రతిభ ఎవని సొత్తురా ! అని గోరటి వెంకన్న

రాసిన పాటను వీరన్న గానం చేస్తూ రిజర్వేషన్ పోరాట నాయకుడుగా ఎదిగి యువతరాన్ని విప్లవోత్తేజంతో ఉరకలెత్తించాడు. అయితే ఈ చర్చల నడుమ విప్లవ పార్టీలు కుల ప్రాతిపదికపై పోరాటాలు తప్పని, వర్గపోరాటాలే ఏకైక మార్గమని తేల్చి చెప్పడంతో దానికి దళితులు తీవ్ర నిరసన తెల్పారు. మార్క్సిస్టు శిబిరం నుంచి దళిత శిబిరంలోకి వచ్చిన నాయకులు మార్క్సువాదాన్ని కూడా వ్యతిరేకించారు. ఈ సమయంలో సి.పి.ఐ (ఎం.ఎల్), విమోచన శిబిరంలో మారోజు వీరన్న మిత్రులు సారథ్యం వహించి, ఫూలే, అంబేద్కర్ విధానాలపై రాష్ట్ర వ్యాప్తంగా శిక్షణా తరగతులు నిర్వహించారు. 1994లో కొందరు విప్లవ ప్రజాస్వామ్య వాదులు దళిత ముస్లిం ప్రజాస్వామ్య కార్యక్రమ వేదిక (Democratic Action Forum Of Dalit and Minorities) DAFODAM స్థాపించారు. డఫోడం స్థాపనతో యుసిసి ఆర్ఐ (ఎం.ఎల్), సిపిఐ(ఎం.ఎల్) జనశక్తి నుంచి తొలగిపోయాయి.

1970వ దశకం నుంచి నక్సలైట్ ఉద్యమాల వ్యాప్తి జరిగిన ప్రాంతాల్లో దళితులు అధిక సంఖ్యలో పాల్గొన్నారు. తెలంగాణ గ్రామీణ ప్రాంతాల్లో రెడ్డి, వెలమ దొరల పెత్తనంపై సాగించిన పోరాటాలు మార్క్సిస్టు భావజాల ప్రాతిపదికన ఏర్పడ్డాయి. వర్గపోరాటం ధ్యేయంగా దళిత కులాల కార్యకర్తలను సమాయత్తం చేసి భూస్వామ్య దోపిడీ విధానాలకు వ్యతిరేకంగా పోరాడింది కానీ కుల సమస్యను సమగ్రంగా విశ్లేషించలేకపోయింది. కులవ్యవస్థకూ, భూస్వామ్య దోపిడీకి ఉన్న సంబంధాన్ని చర్చకు తీసుకురాలేదు. సాంఘిక వివక్షమూలాలను వర్గపోరాట దృక్పథంలోనే చూసింది. తెలంగాణ గ్రామీణ ప్రాంతాల్లో నక్సలైట్ ఉద్యమ వ్యాప్తికి అణగారిన కులాలపై దౌర్జన్యం ముఖ్యకారణం. 1980 దశకంలో ఉత్తర తెలంగాణా ప్రాంతంలో నిర్వహించిన రైతుకూలీ ఉద్యమాలు దళిత చైతన్యాన్ని కలిగించాయి. కరీంనగర్ జిల్లాలో సిరిసిల్ల, జగిత్యాల, పెద్దపల్లిలో రైతుకూలీ సంఘం ఆధ్వర్యంలో గ్రామీణ కూలీలు, పాలేర్లు నక్సలైట్ పార్టీలో చేరారు. వెట్టి నుంచి విముక్తి, కనీస కూలీరేట్ల పెంపు, నిర్ణీత పనిగంటలు లాంటి మౌలిక సమస్యలను ఈ ఉద్యమం చేపట్టింది. ఈ ఉద్యమంలో ప్రధానంగా పాల్గొన్నది కూడా దళితులే. తొలిదశలో సాంఘిక దురాచారాలను, వెట్టిని వ్యతిరేక పోరాటాలు దళితులను ఉద్యమానికి దగ్గర చేసాయి. ఈ ఉద్యమ వ్యాప్తికి గ్రామాల్లో అంబేద్కర్ యువజన సంఘాలు ఎంతగానో తోడ్పడ్డాయి. తెలంగాణ నుంచి బొంబాయి వలసవెళ్ళిన దళిత యువకులు, కార్మికులు అంబేద్కర్ ఆలోచనా విధానాన్ని తెలంగాణా దళిత వాడలకు తెచ్చారు.

స్వాతంత్ర్యానంతరం దళిత పత్రికలు

1960వ దశకంలో అంబేద్కర్ వాద ప్రచారంలో భాగంగా హైదరాబాదులో పత్రికల ద్వారా కృషి చేసిన వాడు యెండ్లూరి చిన్నయ్య. హైదరాబాదు నుంచి మూడు పత్రికలను ఆయన నిర్వహించారు. తెలుగు, ఇంగ్లీషు భాషల్లో ద్విభాషా పత్రికగా 'ది ఆంధ్ర రిపబ్లికన్' అనే తొలి పత్రికను నడిపాడు. ఈ పత్రిక 1961-65 మధ్యకాలంలో షెడ్యూల్డు కులాల సమస్యలు ప్రచురించేది. 1964లో నిర్వహించిన అఖిల భారత బౌద్ధ మహాసభల సందర్భంగా ఆంధ్ర రిపబ్లికన్ పత్రిక ఆదాయంలో అయిదు శాతం సంఘ సేవకనే డా.బి.ఆర్. అంబేద్కర్ నినాదాన్ని ప్రచారం చేస్తూ దళితులను చైతన్యపరచింది. ఈ పత్రిక 1965లో నిలిపివేయబడింది. 1965 నుంచి 75 వరకు 'ది పీపుల్స్ హెరాల్డ్' అనే రెండవ ఆంగ్ల పత్రిక నడిపారు. న్యాయం, స్వేచ్ఛా, సమానత్వం, సోదరత్వం లక్ష్యాలతో జాతీయ పక్ష పత్రికగా తొలుత దీన్ని కలకత్తా కేంద్రంగా జోగేంద్రనాథ్ మండల్ నిర్వహించేవారు. ఆ పత్రిక రిజిస్ట్రేషన్‌ను కలకత్తా నుంచి హైదరాబాదుకు చిన్నయ్య మార్చి ప్రచురించారు. తర్వాత ఈయన నడిపిన మూడో పత్రిక 'ప్రజాబంధు'. ఇది పక్ష పత్రిక. ఇది 1911లో

వెలువడింది. జాతీయ ప్రాధాన్యత కలిగిన అంశాలను ఆంగ్లంలోనూ, ప్రాంతీయ అంశాలను తెలుగులోనూ ఈ పత్రిక ప్రచురించేది.

1970–1980 వ దశకంలో దళిత పత్రికలు కొన్నే కనిపిస్తాయి. దానిలో 1975వ సంవత్సరంలో బి.వి.రమణయ్య హైదరాబాదు నుంచి జయభీమ్ అనే పక్షపత్రిక ప్రచురించాడు. దళితుల రాజకీయ సామాజిక విషయాలు, అంబేద్కర్ ఆలోచనా ధోరణి, రిపబ్లికన్ పార్టీ సిద్ధాంతాల వ్యాప్తికై ఈ పత్రిక కృషి చేసింది. 1980లో ఈ పత్రిక కనుమరుగైంది. 1980 దశకంలో ప్రారంభించిన దళిత్‌వాయిస్ దశాబ్దాల కాలం వరకు దళితుల్ని జాగృత పరిచింది. 1984లో వి.టి. రాజశేఖర్ నేతృత్వంలో బెంగుళూరు నుంచి ఈ పత్రిక ప్రారంభమైంది. తెలుగు భాషలో దళిత్‌వాయిస్ పత్రికను 2005 నుంచి హైదరాబాదు కేంద్రంగా దళిత సాహిత్య కల్చరల్ అకాడమి ప్రచురించింది. తెలుగు ఎడిటర్‌గా ఆల్ ఇండియా సమతా సైనిక్‌దళ్ బౌద్ధిక్ ప్రముఖ్ డా.డి.యాదయ్య వ్యవహరించారు. "మానవ హక్కులు నిరాకరించబడ్డ జాతుల గొంతుక" అనే నినాదాన్ని ఉపశీర్షికగా ఈ పత్రిక పేర్కొంది.

1990 దశకంలో అత్యంత ప్రభావాన్ని కనపరిచిన దళిత పత్రిక 'నలుపు'. 1989 నుంచి 92 మధ్యకాలంలో రిపబ్లికన్ పార్టీనేత బొజ్జాతారకం సంపాదకత్వంలో హైదరాబాదు బుక్‌ట్రస్టు ద్వారా నలుపు పక్ష పత్రిక ప్రారంభమైంది. కె. బాలగోపాల్, డి.నరసింహారెడ్డి, కంచె ఐలయ్య, సిరిల్‌రెడ్డి, పి.ఎల్.విశ్వేశ్వరరావు, ఆర్.అఖిలేశ్వరులు ఈ పత్రిక సంపాదక వర్గంలో ఉండేవారు. మానవ హక్కుల పోరాటంగా నడిచిన ఈ పత్రిక దళితులపై జరిగే అత్యాచారాలు, అన్యాయాలను విశ్లేషిస్తూ, రాష్ట్రీయ, అంతర్జాతీయ అంశాలను ప్రచురించేది. కె.జి.సత్యమూర్తి సంపాదకత్వంలో ఏకలవ్య మాసపత్రిక 1996లో హైదరాబాదు నుంచి వెలువడింది. అంబేద్కర్ మార్క్స్ సిద్ధాంతాల మేళవింపులో ఆధునిక దృక్పథాన్ని ఇది అందించి, దళితులను ప్రగతి పథాన నడిపింది. డి.జె.గౌతమ్ సంపాదకత్వంలో 1998లో హైదరాబాదు కేంద్రంగా బహుజన మహాసభ ప్రారంభమైంది. బౌద్ధం ప్రాధాన్యతను, అంబేద్కర్ బౌద్ధం ద్వారా స్పష్టమైన సందేశం దళిత బహుజనులకిచ్చాడనీ, దీనికి కొనసాగింపు అవసరమని దానికై ఈ పత్రిక కృషిచేస్తుందని తొలి సంపాదకీయంలో ఉద్దేశాలు పేర్కొన్నారు. 2000 దశకంలో అనేక దళిత పత్రికలు వెలువడ్డాయి. 2004లో హైదరాబాదు నుంచి అంబేద్కర్ మిషన్ సభ్యులు అంబేద్కర్ మిషన్ అనే మాస పత్రిక ప్రచురించారు. అంబేద్కర్ ఆలోచనా విధానాన్ని అందించి దళితులను చైతన్య పరచారు. బి.ఎస్.ఎ. స్వామి గౌరవ సంపాదకుడుగా, డా॥ఎం.ఎఫ్.గోపీనాథ్ ప్రధాన సంపాదకులుగా సామాజిక న్యాయం పత్రిక ఖమ్మం నుంచి వెలువడింది. దళిత బహుజన సామాజిక న్యాయానికి ఈ పత్రిక కృషి చేసింది. 2006 సంవత్సరంలో దుడ్డు ప్రభాకర్ సంపాదకుడుగా రంగారెడ్డి జిల్లా నుంచి కులనిర్మూలన పత్రిక కులవివక్షకు వ్యతిరేకంగా పోరాడుతుంది. 2007లో జోగిని వ్యతిరేక పోరాట సమితి ఆధ్వర్యంలో గ్రేస్ నిర్మల దళిత త్రైమాసిక పత్రిక వెలువడింది. జోగినీ వ్యవస్థ నిర్మూలన, ప్రజల్లో ఈ దురాచార అవగాహనకై ఇది కృషి చేస్తుంది.

ప్రస్తుతం కొనసాగుతున్న పత్రికల్లో పైన పేర్కొన్నవేగాక, ఎల్.ఎస్.రావు ఆధ్వర్యంలో నిజామాబాదు నుంచి వెలువడుతున్న అరుంధతి, బొజ్జాతారకం సంపాదకత్వంలో నీలిజెండా పక్ష పత్రిక, వరుణ్‌కుమార్ సంపాదకత్వంలో సమాంతర వాయిస్ ముఖ్యమైనవి. ప్రజల పత్రికగా పేర్కొన్న నీలిజెండా ఎంతోమంది తొలితరం దళిత నాయకులను పరిచయం చేయడమేకాక, తెలంగాణ పోరాట ఉద్యమ అంశాలను, చిన్న రాష్ట్రాల ఆవశ్యతను, దళితులకు సంబంధించిన అనేక అంశాలను ప్రచురించేది. సమాంతర సామాజిక, రాజకీయ, సాంస్కృతిక మాసపత్రిక. డా.బి.ఆర్.అంబేద్కర్ భావజాల వ్యాప్తి చేస్తూనే, దళిత నాయకుల పుట్టిన తేదీల్లో వారి విశేషాలు, రాజకీయ, సాంస్కృతిక అంశాలు,

కులనిర్మూలన, తెలంగాణ ఉద్యమ విషయాలను ప్రచురిస్తున్నది. కాలగర్భాన ఆర్థిక కారణాల వల్ల దళిత పత్రికలు కనుమరుగైనా, సమకాలీన సమాజంలో దళితోద్యమానికి నిర్విరామంగా కృషిచేసాయి.

అగ్రకుల దౌర్జన్యాలకు వ్యతిరేకంగా దళితుల ఆత్మ గౌరవ ఉద్యమాలు

ఆంధ్రప్రాంతాల్లో ఉద్యమ రూపం దాల్చిన దళితుల మీద దౌర్జన్య సంఘటనలైన కారంచేడు, చుండూరు, వేంపేట, సముద్రం, నీరుకొండ, ప్యాపిలి వంటి స్థాయిలో జరగకపోయినా తెలంగాణాలో జరిగిన దొరల దౌర్జన్యాలు రికార్డు చేయబడలేదు. ఉద్యమరూపం దాల్చకపోయినా దళిత సంఘాలు సంఘటితమై ప్రతిఘటించిన ఉదంతాలు ఎన్నో ఉన్నాయి. వాటిలో కొన్నింటిని ప్రస్తావించడమైంది.

ఆంధ్రలో చుండూరు కుల దురహంకారం జరిగిన వారం రోజుల్లోనే 1994వ సంవత్సరంలో నల్గొండ జిల్లా చలకుర్తి గ్రామంలో ముత్తమ్మపై దౌర్జన్యం జరిగింది. రెడ్డి అగ్రకులానికి చెందిన స్త్రీ దళితుడితో వెళ్ళిపోవడానికి సహకరించిందన్న నెపంతో ముత్తమ్మను వివస్త్రచేసి ఊరేగించారు. అగ్రకుల పురుషాధిక్యతను సూచించే ఈ హేయమైన చర్యను అన్ని సంఘాలు, అంబేద్కర్ సంఘాలు తీవ్రంగా నిరసించి దోషులను శిక్షించేలా ప్రభుత్వంపై వత్తిడి తెచ్చాయి. ఈ సంవత్సరంలోనే తెలంగాణాలో కరీంనగర్‌లో జరిగిన మరో సంఘటన వెనుకబడ్డ కులాల్లో కూడా అంటరానితనాన్ని పాటించే విధానాన్ని సమాజం ముందుకు తెచ్చింది. కరీంనగర్, జగిత్యాల తాలూకా పొలాస గ్రామంలో రజకులు దళితుల ఇళ్ళకు కూడా వచ్చి బట్టలు తీసుకెళ్ళాలనే దళితుల కోరికను రజకులు, అగ్రకులాలందరు ఉమ్మడిగా వ్యతిరేకించడం జరిగింది. జిల్లా కలెక్టర్ జోక్యం కూడా ఫలించలేదు ఈ ఉదంతం రాష్ట్రవ్యాప్తంగా వెలుగులోకిరాగా, కె.జి.సత్యమూర్తి 1991 సెప్టెంబర్ 9న కరీంనగర్‌లో చుండూర్ వ్యతిరేక ప్రదర్శనకు వచ్చి రజక సంఘాలతో సంప్రదించి కొన్ని రాజీ ప్రతిపాదనలు చేసినా పరిస్థితులు మారలేదు.

1993వ సంవత్సరం కరీంనగర్ జిల్లాలోని కోరుట్ల మండలం, చిన్నమెట్‌పల్లి గ్రామ దళిత యువకుడైన లక్ష్మయ్యను రెడ్డి కులానికి చెందిన గ్రామ పెత్తందార్లు దొంగగా ముద్రవేసి జూలై 19వ తేది ఊరి ప్రజల సమక్షంలో కొట్టి చంపారు. అంబేద్కర్ యువజన సంఘం ఈ సంఘటనపై నిజ నిర్ధారణ కమిటీవేసి వాస్తవాలను పరిశీలించి హత్యను నిర్ధారించింది. మరో సంఘటనలో కరీంనగర్ కొలనూర్ గ్రామంలో కూడా పల్లె రాజ్‌కుమార్‌ను రెడ్డి కులస్థులు హత్య చేసారు. ఈ హత్యలను నిరసిస్తూ అంబేద్కర్ సంఘాలు, బి.ఎస్.పి హేతువాద సంఘాల ఆధ్వర్యంలో సెప్టెంబర్ 2న మండలకేంద్రంలో వెయ్యి మంది ప్రజలతో ర్యాలీ చేసారు. రాజకీయ జోక్యంతో కేసు నమోదు చేయలేదు. ఇదే జిల్లాలోని కాట్నపల్లిలో కల్వల నాగయ్య అనే దళిత యువకుణ్ని వెలమ భూస్వాములు చంపగా అంబేద్కర్ యువజన సంఘం తీవ్రంగా దీన్ని వ్యతిరేకించింది. ఇంతేకాక, తెలంగాణాలో అనేకచోట్ల దళితులపై జరిగిన దౌర్జన్యాలను సాక్షి, మానవహక్కుల నిఘా సంస్థ ప్రచురించింది.

ప్రపంచీకరణకు వ్యతిరేకంగా దళితోద్యమం

1991లో అప్పటి దేశప్రధాని పి.వి. నరసింహారావు నూతన ఆర్థిక విధానాల పేరిట ప్రపంచ దేశాల మార్కెట్‌కు ద్వారాలు తెరవడంతో ప్రపంచీకరణ జరిగింది. ఈ ప్రపంచీకరణ ప్రైవేటు యాజమాన్యాల ఆధిపత్యానికి దారితీసింది. ఈ ప్రపంచీకరణ, ప్రైవేటీకరణ నేపథ్యంలో దళితోద్యమం మరోరూపు తీసుకొంది. కొత్త కంపెనీలు,

వస్తువులు మనదేశంలోకి పెద్ద ఎత్తున తరలడంతో తెలంగాణ గ్రామజీవనం కూడా తీవ్ర పరిణామాల్లకు లోనైంది. ప్రభుత్వం సంక్షేమం నుంచి క్రమంగా తప్పుకోవడం, ప్రైవేటు యాజమాన్యాల ప్రభావం దళితుల విద్య, ఉపాధి రంగాలపై పడింది. ఈ దశలో ప్రత్యామ్నాయ అభివృద్ధి నమూనా ప్రతినిధులుగా ఎక్కువ సంఖ్యలో ప్రభుత్వేతర సంస్థలు వెలిసాయి. అసంఘటితంగా ఉన్న దళితులు ఎన్జీవోల్లో చేరటమో లేక కొత్త సంస్థలను స్థాపించడమో చేసారు.

సాక్షి, ఎన్‌సిడిహెచ్‌ఆర్ సెంటర్ ఫర్ వరల్డ్ సాలిడారిటీ, నేషనల్ దళిత్ ఫోరం, క్రాస్ సెంటర్ ఫర్ దళిత్, స్టడీస్, దళిత స్త్రీశక్తి, జోగినీ వ్యతిరేక పోరాట సమితి, ఎ.ఎన్.పి సేవా, సిరివంటి సంస్థలు, మానవ హక్కుల ఉల్లంఘన - కులవివక్ష, కులహింస, స్వయం సంఘాలు, స్పెషల్ కాంపొనెంట్ ప్లాన్ వంటి అనేక విషయాలపట్ల దళితులకు అవగాహన కల్పించడమే కాక అంతర్జాతీయ రంగంలో దళిత ఎజెండాను చర్చకు పెట్టారు. దళిత స్త్రీలపై జరిగే దౌర్జన్యాలను, దళితులపై అగ్రవర్ణాల దాడినీ, కులవివక్షను, ఏసియా సోషల్ ఫోరం, వరల్డ్ సోషల్ ఫోరంలలో చర్చకు పెట్టడమేకాక దర్బన్ సదస్సులో, తర్వాత ఐక్యరాజ్య సమితిలో కులసమస్యను ప్రముఖ చర్చనీయాంశంగా చేయగలిగారు.

దండోరా ఉద్యమం

1990 దశాబ్దిలో ఆంధ్రప్రదేశ్‌లో ఆవిర్భవించిన దండోరా ఉద్యమం కుల అస్తిత్వ ఉద్యమాన్ని ముందుకు తెచ్చింది. మాదిగ రిజర్వేషన్ పోరాట సమితి ఆధ్వర్యంలో మొదలైన ఈ ఉద్యమం ఉపకుల ఉద్యమాన్ని చేపట్టింది. ఈ ఉద్యమ కారణాలను పరిశీలించినట్లైతే దీనికి నిర్దిష్ట సామూహిక నేపథ్యం ఉంది. ప్రాంతాలవారీగా చూస్తే తెలంగాణాలో మాదిగల సంఖ్య ఎక్కువ, ఆంధ్ర జిల్లాలలో మాలల సంఖ్య ఎక్కువగా ఉండేది. ఆంధ్రప్రదేశ్ అవతరణ తర్వాత బ్రిటిష్ ఆధిపత్యంలో దళితులకు విద్య, ఉద్యోగ అవకాశాలు లభించాయి. కోస్తాంధ్ర ప్రాంతంలో క్రైస్తవ మిషనరీలు, ప్రైవేట్‌వారు స్కూళ్ళు, చర్చీల స్థాపనతో విద్య నేర్పించారు. విద్యతోపాటు ఉపాధిరంగంలో ఒక ఉపకులమైన మాలలు అభివృద్ధి క్రమంలో లాభపడ్డారు. తెలంగాణాలోని మాదిగలు వృత్తిపని అయిన చర్మకార పనికే గ్రామాల్లో పరిమితమవడం వల్ల చదువుకునే అవకాశాలకు దూరమైనారు. మాలమాదిగలు ఒకే కుల వివక్షకు, దోపిడీకి, అంటరానితనానికి గురైనప్పటికీ రెండు కులాల మధ్య అంతరాలు వచ్చాయి. విద్యావంతులైన మాలలకు పాలనలో, ప్రాతినిధ్య చట్ట సభల్లో అధిక సంఖ్యలో అవకాశాలు వచ్చాయి.

1970-80 దశకంలో తెలంగాణ ప్రాంతం నుంచి విద్యావంతులైన మాదిగ యువకులు రెండు ఉపకులాల మధ్య అంతరాలను గుర్తించి ఉపకుల అస్తిత్వాన్ని నిర్మించే ప్రయత్నం చేసారు. 1993 లో విజయం సాధించిన బహుజన్ సమాజ్ పార్టీ (బిఎస్‌పి)1994లో హైదరాబాదులో భారీ ర్యాలీ నిర్వహించగా లక్షలాది దళితులు హాజరైనారు. దళితమహాసభ పుట్టిన ప్రకాశం జిల్లాలోని ఎదుమూడు గ్రామంలో 1994, జూలై 27న మాదిగ రిజర్వేషన్ పోరాట సమితి ఏర్పడింది. నిష్పత్తికి మించి మాలలు రిజర్వేషన్‌లు అనుభవిస్తున్నారని, పెరుగుతున్న విద్య, ఉపాధి, రాజకీయ, పాలనా రంగాల్లో అవకాశాల్లో మాదిగల నిష్పత్తి ఎక్కువగా ఉండాలని వారు డిమాండ్ చేసారు. వీరు మాదిగ దండోర ర్యాలీలు, సభలు పెట్టి రిజర్వేషన్లలో తమ న్యాయపరమైన వాటా కోరారు. అప్పటి ప్రభుత్వమైన తెలుగుదేశం పార్టీ మద్దతు పొందారు. ఈ మేరకు అప్పటి ముఖ్యమంత్రి 1996, సెప్టెంబర్ 2న శాసనసభలో "షెడ్యూల్డు కులాలలోని ఒక ఉపకులం వారు నిష్పత్తికి మించి రిజర్వేషన్ ప్రయోజనాలు పొందుతున్నారనీ, అందువల్ల షెడ్యూల్డు కులాలను ఎబిసిడి లుగా వర్గీకరించాలని, షెడ్యూల్డు కులాలలోని ఒక వర్గం చాలా కాలం కోరుతుందని" ఒక ప్రకటన చేసారు. దీని తర్వాత రిటైర్డ్ హైకోర్టు జడ్జి అయిన జస్టిస్ పి. రామచంద్రరాజుతో సెప్టెంబర్ 10, 1996లో ఏకసభ్య కమిషన్ నియమించారు. షెడ్యూల్డు కులాల

మధ్య సమాన పంపిణీ జరగడానికి తగు చర్యల సూచన ఈ కమిషన్ విధి. ఉపాధి, విద్యారంగాల్లో రిజర్వేషన్ల గురించి కింద పేర్కొన్న విషయాలను కమిషన్ పరిశీలిస్తుంది.

1. షెడ్యూల్డు కులాల్లో ఒక వర్గానికే నిష్పత్తి ప్రకారం కాకుండా ఫలాలు అందుతున్నాయా అనేది
2. అలా జరిగితే వివిధ ఉపకులాల మధ్య ఏ విధంగా సమనిష్పత్తితో రిజర్వేషన్లు కేటాయించడానికి తగు చర్యలను సూచించడం.

ఈ కమిషన్ వివిధ సంఘాలు, ప్రభుత్వోద్యోగులు, కార్యాలయాల నుంచి నివేదికలను సేకరించారు. 28 మే, 1997లో తమ నివేదిక సమర్పించారు. వారు తమ నివేదికలో షెడ్యూల్డు కులాలలో ఉన్న 59 ఉపకులాలను జనాభా ప్రాతిపదికన ఎబిసిడిలుగా వర్గీకరణ చేయాలని, ఆ వర్గీకరణ ప్రకారం విద్య, ఉపాధి రంగాల్లో రిజర్వేషన్లలో వారి నిష్పత్తి నిర్ణయించాలని పేర్కొంది. వర్గీకరణ 1981 జనాభా లెక్కల ప్రకారం చేయడమైంది. దీని ప్రకారం 'ఎ' గ్రూపులో రెల్లి కులాన్ని, 'బి' గ్రూపులో మాదిగ అనుబంధ కులాల్ని, 'సి' గ్రూపులో మాల అనుబంధ కులాల్ని, 'డి' గ్రూపులో ఆది ఆంధ్రులను చేర్చింది. ఈ నివేదిక అమలుకు ముందు ప్రభుత్వం రామచంద్రరాజు కమిషన్ సిఫారసుల పరిశీలనకై 1997, జూన్ 2న కేబినెట్ సబ్ కమిటీని నియమించింది. అయిదు రోజుల్లోనే ఈ సబ్ కమిటీ వర్గీకరణకు ఆమోదమివ్వగా 1997, జూన్ 7న షెడ్యూల్డు కులాలను ఎబిసిడిలుగా వర్గీకరిస్తూ ప్రభుత్వం జీ.వో విడుదల చేసింది. మాల మహానాడు అనే సంఘం రామచంద్రరాజు కమిషన్ ఇచ్చిన గణాంకాలు సరైనవి కావని, ఆంధ్రలో ఆది ఆంధ్రులు మాలలేనని, అది ప్రత్యేక కులంకాదనీ కమిషన్ సిఫారసులు లోపభూయిష్టమైనవని జాతీయ కమిషన్ అనుమతి పొందలేదని కోర్టులో సవాల్ చేసారు. దీంతో వర్గీకరణ డిమాండు చేసిన మాదిగలకు, వ్యతిరేకించిన మాలలకు మధ్య విభేదాలు తారాస్థాయికి చేరాయి. రెండు ఉపకులాలు శత్రు శిబిరాలుగా మారాయి. వర్గీకరణతో దళిత ఉపకులాల మధ్య ఐక్యత దెబ్బతింటుందని మాలలు భావిస్తే, మాలలు బ్రాహ్మణ వాదాన్ని చూపుతున్నారని మాదిగల ఆరోపణ. హైకోర్టు ప్రభుత్వ జీ.వో.ను 1997, జూలై 21న రద్దు చేయమని ప్రభుత్వాన్ని ఆదేశించింది. ప్రభుత్వం దీనిని అంగీకరించలేదు. దీనికి వ్యతిరేకంగా మాలలు సెక్రటేరియట్ ముట్టడించారు. మాదిగ రిజర్వేషన్ పోరాట సమితి(ఎం.ఆర్.పి.ఎస్) జీవో అమలుకై ప్రభుత్వంపై వత్తిడి పెంచింది. రాష్ట్రమంతటా వారం రోజులు బంద్‌లు, ధర్నాలు నిర్వహించింది. ఎం.ఆర్.పి.ఎస్ నాయకుడైన మందకృష్ణ మాదిగ నాయకుడిగా ఎదిగాడు. ఎన్నికల్లో ఎంఆర్‌పిఎస్ నాయకుడు తెలుగుదేశం పార్టీకి మద్దతు పలుకగా కొంతమంది మాదిగలు మరో సంస్థ అయిన మాదిగ ఆత్మగౌరవ పోరాట సమితి స్థాపించారు. మాలలు కాంగ్రెస్‌కు మద్దతునిచ్చారు. ఎన్నికల తర్వాత తెలుగుదేశం గెలుపొందగా ఎంఆర్‌పిఎస్ తమ డిమాండును ఉధృతం చేసింది. 21 ఏప్రిల్, 1998న స్త్రీల సభ నిర్వహించారు. మేరీ మాదిగ దీనికి నేతృత్వం వహించింది. 27 ఏప్రిల్, 1998న జిల్లా కలెక్టరేట్ల ముట్టడి ; మే 11న మండల రెవెన్యూ ఆఫీసుల ముట్టడి చేసారు. ఇలాంటి కార్యక్రమాలను మాల మహానాడు కూడా చేపట్టింది. మే 18న మాలల మహా ప్రదర్శన నిర్వహించింది. మందకృష్ణ నిరాహార దీక్షకు పూనుకోగా నాటి సాంఘిక సంక్షేమశాఖ మంత్రి కడియం శ్రీహరి జాతీయ కమిషన్ దృష్టికి వర్గీకరణ అంశం తీసుకువెళ్తామని చెప్పారు.

హైకోర్టు ఆదేశాల మేరకు ఈ అంశం జాతీయ షెడ్యూల్డ్ కులాల, తెగల (ఎస్.సి., ఎస్.టి) కమిషన్ దృష్టికి తీసుకెళ్ళడమైంది. ఈ మేరకు ఆంధ్రప్రదేశ్ ప్రభుత్వం 1998, ఏప్రిల్ 13న వర్గీకరణ కోరుతూ జాతీయ కమిషన్‌కు లేఖ రాసింది. ఆంధ్రప్రదేశ్ శాసనసభ వర్గీకరణకు సుముఖంగా తీర్మానం చేసింది. జాతీయ కమిషన్ అన్ని కుల సంఘాలను,

న్యాయ మంత్రిత్వ శాఖను సంప్రదించి ఎస్.సి వర్గీకరణకు నిరాకరించింది. ఆంధ్రప్రదేశ్ ప్రభుత్వానికి 26 ఆగస్టు,1998న లేఖ రాస్తూ ఎస్.సి వర్గీకరణలో ప్రభుత్వానికి న్యాయపరమైన, రాజ్యాంగ పరమైన హక్కులు లేవని తేల్చి చెప్పింది. అంతేకాక రామచంద్రరాజు కమిషన్ శాస్త్ర సమ్మతంగా దళితుల సామాజిక, ఆర్థిక స్థితిగతుల శాస్త్రీయ అధ్యయనం చేపట్టలేదని పేర్కొంది. దీంతో ఎంఆర్‌పిఎస్ వర్గీకరణ ఉద్యమాన్ని మరింత ఉధృతం చేసింది.

రాష్ట్ర ప్రభుత్వం 1998, జూన్‌లో 59 ఎస్.సి కులాలను 4 తరగతులుగా వర్గీకరిస్తూ ఆర్డినెన్స్ జారీ చేసి రాష్ట్ర ప్రభుత్వ సర్వీసుల్లో, విద్యాసంస్థల్లో వర్గీకరణ అమలు చేసింది. ఇది హైకోర్టులో సవాలు చేయబడింది. విషయం కోర్టు పరిధిలో ఉండగా రాష్ట్ర ప్రభుత్వం ఆర్డినెన్సును బిల్లుగా మార్చి ఆంధ్రప్రదేశ్ షెడ్యూల్డు కులాల (రిజర్వేషన్ నియంత్రణ) చట్టం 2000 జారీ చేసింది. ఇ.వి. చిన్నయ్య దీన్ని సుప్రీంకోర్టులో సవాలు చేసారు. 2004, నవంబర్ 5న సుప్రీంకోర్టు ఈ చట్టాన్ని కొట్టివేసింది. రాజ్యాంగ అధికరణ 38 (1) ప్రకారం రాష్ట్రానికి షెడ్యూల్డు కులాల్ని వర్గీకరించే అధికారం లేదనీ, కోటాను మరలా రాష్ట్రం విభజించరాదనీ తేల్చి చెపుతూ సుప్రీంకోర్టు ప్రకటించింది. దీంతో వర్గీకరణ అమలు చేసిన పంజాబ్, హర్యానా రాష్ట్రాలతో సహా ఆంధ్రప్రదేశ్ తమ వర్గీకరణ ఉత్తర్వు ఉపసంహరించుకొంది. ఆంధ్రప్రదేశ్ శాసనసభ రామచంద్రరాజు కమిషన్ తీర్మానం పార్లమెంటులో ప్రవేశపెట్టవలసిందని కోరగా, అటార్నీ జనరల్ అభిప్రాయం కోరారు. అటార్నీ జనరల్ తమ అభిప్రాయంలో రాష్ట్ర ప్రభుత్వం తగిన పరిశోధన చేసి ఆధారాలు సమీకరించాలని సూచించింది.

2006, ఆగస్టు 28న సామాజిక న్యాయ సాధికార శాఖ కేంద్ర మండలి ముందు ఎస్.సి వర్గీకరణను జాతీయ కమిషన్‌కు అప్పజెప్పాలని తెలిపింది. ఈ మేరకు ఒక కమిషన్ నియమించాలని చెప్పింది. ఫలితంగా 2007, మే 19 ఢిల్లీ విశ్రాంత న్యాయమూర్తి ఉషామెహ్రాను కమిషన్ చైర్మన్‌గా నియమించారు. ఆంధ్రప్రదేశ్‌లోని షెడ్యూల్డు కులాల వర్గీకరణ కోసం ఏర్పడ్డ జాతీయ కమిషన్ 2007, మే 21న కేంద్ర సామాజిక న్యాయం సాధికారశాఖ మంత్రి మీరాకుమారి సమావేశమై పరిశీలనాంశాలను రూపొందించారు. అవి

1. ఇ.వి చిన్నయ్య ఆంధ్రప్రదేశ్ ప్రభుత్వం, ఇతరుల్లో (2004 కేసులు సుప్రీంకోర్టు ఇచ్చిన తీర్పు నేపథ్యంలో వర్గీకరణ కోణాల పరిశీలన
2. వర్గీకరణ ద్వారా తలెత్తే రాజ్యాంగ, చట్ట, న్యాయపర చిక్కుల పరిశీలన.
3. భవిష్యత్ కార్యాచరణపై సిఫారసులు

2008, మే 1న ఉషామెహ్రా కమిషన్ నివేదిక సమర్పించింది. ఇది రామచంద్రరాజు కమిషన్ సిఫారసులకు పొడిగింపుగా ఉంది. 11 జిల్లాలు పర్యటించి క్షేత్ర పరిశీలనను వరంగల్, మెదక్, రంగారెడ్డి జిల్లాలకు పరిమితం చేసారు. రాజకీయ విభేదాలను విస్మరించి అన్ని పార్టీలు ఒక మాటపై వచ్చి వర్గీకరణను సమర్థించారు.

ఈ విధంగా 1990 దశాబ్దిలో ప్రారంభమై ఇంకా కొనసాగుతున్న దండోరా ఉద్యమం కుల అస్తిత్వ ఉద్యమాన్ని ముందుకు తీసుకువచ్చింది. దళితుల్లోనే కాక బహుజనుల్లో కూడా వివిధ ఉపకులాల ప్రత్యేక డిమాండ్ల ఉద్యమాన్ని ప్రభావితం చేసింది. సాంస్కృతిక అస్తిత్వం, సాంఘిక హోదా, ఆర్థిక తారతమ్యాల ప్రాతిపదికన సాగిన ఈ ఉద్యమం సమాజానికి ఒక వాస్తవిక అనుభవాన్ని ఇచ్చింది. తర్వాత జరిగిన తెలంగాణా ప్రత్యేక రాష్ట్ర సాధన మలిదశ ఉద్యమంలో ఈ ఉద్యమం కొంత మరుగున పడిందని చెప్పవచ్చు.

దండోరా ఉద్యమ ప్రభావం సాహిత్యంలోను, పాటలోను, కథ నవలా ప్రక్రియల్లోను ప్రతిఫలించింది. గుండెడప్పు కనకయ్య రాసిన మేమిట్లుండం రచన-తెలంగాణా మాండలికంలో మాదిగ సంస్కృతిని, మాదిగ జీవన విధానాన్ని ఆవిష్కరించింది. దండోరా ఉద్యమం శ్రామికుల సంఘాల్లో కొత్త చైతన్యాన్ని తెచ్చింది. బి.ఎస్.రాములు మాదిగ దండోరా ఉద్యమం భారతీయ సామాజిక ఉద్యమాల్లో ఒక మార్పు అని వ్యాఖ్యానించారు.

ప్రత్యేక తెలంగాణా ఉద్యమంలో దళితులు

ప్రత్యేక తెలంగాణా ఉద్యమం 2009 కల్లా వివిధ కుల, వృత్తి, సంఘాల భాగస్వామ్యంతో ప్రజాస్వామ్య ఉద్యమంగా రూపు సంతరించుకొంది. ఇది కేవలం ప్రాంతీయ ఉద్యమంగానే కాక, ప్రజాస్వామిక, సాధికారత కోసం చేసే ఉద్యమంగా పరిణామం చెందింది. శ్రీ కృష్ణ కమిటీ కూడా తన రిపోర్టులో అగ్రకులేతర ప్రజల సామాన్య ఆకాంక్షను గుర్తించింది. రాజకీయ పార్టీలను, పార్టీనాయకుల వైఖరిని ప్రశ్నించే విధంగా వీరి ఉద్యమం మారింది. వివిధ దళిత సంఘాలు, సంస్థలు శ్రీకృష్ణ కమిటీని కలిసి ఆంధ్ర, తెలంగాణ దళితుల విద్య, ఉపాధి నియామకాల్లో వ్యత్యాసాలను, తెలంగాణ దళితులు ఆంధ్రప్రదేశ్ రాష్ట్ర ఏర్పాటువల్ల ఏవిధంగా నష్టపోయిందీ గణాంకాలతో సహా వివరించారు. వరస ఆంధ్రపాలకుల విధానాల వల్ల ఏ వివక్షకు గురయిన విషయాన్ని తెలంగాణా దళితులు తీవ్రంగా పరిగణించి అంబేద్కర్ సూచించిన చిన్న రాష్ట్రాల ఏర్పాటుతోనే తమకు ప్రగతితో అని విశ్వసించారు. దళితులు, ఆదివాసీలు అనేక సంఘాలేర్పరచుకొని తెలంగాణకై పోరాడారు. మాదిగ దండోరా, మాలమహానాడు కాక, 1994లో తెలంగాణ డెమోక్రటిక్ ఫోరం ఫర్ దళిత్స్ అండ్ మైనారిటీస్ (డఫోడం), 1997లో ప్రారంభమైన తెలంగాణా మహాసభ కులాన్ని, మతాన్ని మేళవించే ప్రయత్నం చేసింది. విశ్వవిద్యాలయాల్లో దళిత సంఘాల పాత్ర చాలా మహోన్నతమైంది. ఉద్యోగస్తులు, విద్యార్థులు అందరూ సెమినార్లు, సదస్సులు ఏర్పాటు చేసుకొని కార్యాచరణ ప్రణాళిక రూపొందించుకున్నారు. వివిధ వర్గాల ప్రజల భాగస్వామ్యంతో కూడిన ఉద్యమాలు, సాంస్కృతిక కార్యక్రమాలు, సదస్సులతో కొత్తరూపు సంతరించుకొంది.

ప్రజల భాగస్వామ్యం ధ్యేయంగా తరిమెళ్ళ నాగిరెడ్డి ఖమ్మంలో 1968లో ఏర్పాటు చేసిన ఉద్యమం మొదలుకొని 1978లోని జగిత్యాల జైత్రయాత్ర, 1990 వరంగల్ రైతు కూలీ సంఘం సభ కాలం వరకు పల్లెల్లో అణగారిన కులాల ప్రజల్ని చైతన్యపర్చే ప్రయత్నం జరిగింది. 1969 ఉద్యమ పాఠాలను దృష్టిలో పెట్టుకొని కులవృత్తి పరమైన వివక్ష కేంద్రంగా వివిధ పార్టీలు, సంఘాలు ఉద్యమం నడిపాయి.

ఈ కాలంలోనే తెలంగాణాపై విస్తృతంగా రచనలు, సాంస్కృతిక రూపాలు వచ్చాయి. విప్లవ రచయితల సంఘం కొత్త పంథానెంచుకొంది. వాటి నేపథ్యంలో నుంచి వచ్చిన గద్దర్, అందెశ్రీ, గోరటి వెంకన్న, విమల, దరువు ఎల్లన్న, రసమయి బాలకిషన్, వరంగల్ రవిలు సాంస్కృతిక కళారూపాల ద్వారా తెలంగాణా ప్రజల్లో చైతన్యాన్ని మేల్కొల్పారు. వేలకొద్ది ప్రదర్శనలు, ధూంధాంలు, సిడిలు, కరపత్రాల ద్వారా తెలంగాణా ఉద్యమాన్ని వ్యాప్తి చేసారు.

సామాజిక న్యాయం కోసం తెలంగాణా అనే అంశం ప్రధాన చర్చగా మారింది. 2007లో ఏర్పాటైన తెలంగాణా విద్యావంతుల వేదిక పట్టణాల్లో, జిల్లాల్లో తెలంగాణా ఉద్యమానికి కారణం-89శాతం వెనుకబడ్డ తెలంగాణా ప్రజల దుస్థితి అని చాటిచెప్పింది. కేవలం 11శాతం అగ్రకుల పెత్తందార్లే దీనికి కారణమని చెప్పింది.

2001లో తెలంగాణా సమరయోధుడు కొండా లక్ష్మణ్ బాపూజీ ఇంటిలో కె. చంద్రశేఖర్‌రావు ఆధ్వర్యంలో తెలంగాణ రాష్ట్ర సమితి ఆవిర్భవించగా, తెలంగాణా అంశం ఎలక్టోరల్ అంశమైంది. కె.సి.ఆర్. సారథ్యంలోని అన్ని ఎన్నికల్లో

దళితులు తెలంగాణా అంశానికి కట్టుబడి సమర్థించారు. విశ్వవిద్యాలయాలు, అన్ని కులసంఘాల విద్యార్థి, ఉపాధ్యాయ, ఉపాధ్యాయేతర (జె.ఎ.సీ) జాయింట్ ఆక్షన్ కమిటీలు ఏర్పడ్డాయి. కాటికాపర్ల సంఘాల వంటి సంఘాలు తెలంగాణా ఉద్యమంలో ఉత్సాహంగా పాల్గొన్నాయి. నీళ్ళు, నిధులు, నియామకాల ఎజెండాతో ప్రారంభమైన తెలంగాణా రాష్ట్ర ఉద్యమంలో కుల సంఘాలన్నీ మమేకమై పోరాడాయి. ప్రముఖ పత్రిక ఆంధ్రజ్యోతి తెలంగాణా ఉద్యమాన్ని కులసంఘాల తెలంగాణాగా అభివర్ణించింది. రాస్తారోకోలు, రైలురోకోలు, రిలే నిరాహార దీక్షల్లో దళితులు చురుకుగా పాల్గొన్నారు. తొలి తెలంగాణా ముఖ్యమంత్రిగా దళితుడ్ని చేస్తానన్న కె.సి.ఆర్ ప్రకటన కూడా సామాజిక తెలంగాణా అవసరాన్ని గుర్తుకు తెస్తుంది. బడుగు, బలహీన వర్గాలు కూడా రాష్ట్ర సాధనతో మరల సామాజిక ఆర్థిక స్థితిగతుల్లో మెరుగైన మార్పు వస్తుందన్న సంకల్పంతో ఉద్యమాన్ని ముందుకు నడిపాయి.

తెలంగాణా పోరాటంలో కవులు, కళాకారులు, రచయితల పాత్ర ఎంతో మహత్తరమైనది. ప్రత్యేక తెలంగాణా ఉద్యమానికి అనేక కళారూపాలు, రచనలతో ఉత్తేజపర్చిన వారెందరో ఉన్నారు. వారిలో ముఖ్యులైన గద్దర్, గోరటి వెంకన్న, అందెశ్రీ, రసమయి బాలకిషన్, ఘంటా చక్రపాణిల జీవనం, పోరాట వివరాలను ఇక్కడ పొందుపర్చడమైంది.

గద్దర్‌గా పిలవబడే గుమ్మడి విఠల్‌రావు 1949వ సంవత్సరం తూప్రాన్‌లో లక్ష్మమ్మ, శేషయ్య దంపతులకు జన్మించాడు. వరంగల్ ఆర్.ఇ.సిలో ఇంజనీర్ పట్టా పొందిన గద్దర్ 1969 ఉద్యమంలో బుర్రకథల ద్వారా ప్రజల్లో చైతన్యం కల్గించాడు. కమ్యూనిస్ట్ ఉద్యమానికి ప్రభావితుడై జననాట్య మండలిని 1972లో స్థాపించాడు. 1984లో తన బ్యాంకు ఉద్యోగానికి రాజీనామా చేసి, విప్లవ ఉద్యమంలో మమేకమై దళితుల రక్షణ, భూపోరాటల్లో పాల్గొన్నాడు. విప్లవ భావజాలాన్ని ఒగ్గు కథలు, వీధి బాగోతం, ఎల్లమ్మ కథల ద్వారా వ్యాప్తి చేసాడు. కొంతకాలం రహస్య జీవితాన్నీ గడిపిన గద్దర్ జననాట్యమండలి ద్వారా తన వాణి తెలంగాణా పల్లెపల్లెలో వినిపించాడు. మలిదశ తెలంగాణా ఉద్యమంలో మహత్తరపాత్ర పోషించాడు 2010, అక్టోబర్‌లో తెలంగాణా ప్రజాఫ్రంట్ ఏర్పర్చి గ్రామగ్రామాల్లో, పట్టణాల్లో తెలంగాణా ఆవశ్యకతను చాటిచెప్పాడు ప్రజాయుద్ధనౌకగా పేరుపొందాడు. గద్దర్ పాడిన 'అమ్మా తెలంగాణామా ఆకలికేకల రాజ్యమా' మలిదశ ఉద్యమంలో తెలంగాణావాదుల్లో ఉత్తేజం కలిగించింది.

గోరటి వెంకన్న మహబూబ్‌నగర్ జిల్లా తెలకపల్లిలోని గౌరారంలో పుట్టాడు. ప్రజా కవిగా ప్రసిద్ధిపొందిన ఇతడు ప్రగతిశీల సాహిత్య ఉద్యమంచేత ప్రభావితుడై విప్లవ పాటల్ని పాడి విద్యార్థులను ఉత్తేజపర్చాడు. తెలంగాణ జిల్లాల్లో ప్రపంచీకరణ ప్రభావాన్ని కళ్ళకు కట్టేలా 'పల్లె కన్నీరు పెడుతుందో కనిపించని కుట్రల' పాటతో సామాజిక స్పృహ కల్పించాడు.

సహజ కోకిల అనే బిరుదుతో అందెశ్రీ వరంగల్ జిల్లా మద్దూర్ లోని రేబర్తి గ్రామానికి చెందినవాడు. వ్యవసాయ కూలీగా పనిచేసిన అందెశ్రీ మట్టి మనుషుల జీవితాలకు, సాహిత్యానికి, భాషకు అద్దం పట్టారు. కాకతీయ విశ్వవిద్యాలయంచేత గౌరవ డాక్టరేట్ పొందిన అందెశ్రీ రాసిన 'జయ జయహే తెలంగాణా' గీతం తెలంగాణ వైభవాన్ని తెలుపుతూ, ప్రజల్లో పోరాటస్ఫూర్తిని నింపింది.

రసమయి బాలకిషన్ మెదక్ జిల్లా సిద్దిపేట్‌లో ప్రభుత్వ ఉపాధ్యాయునిగా జీవితం మొదలు పెట్టి తెలుగు విశ్వవిద్యాలయలో జానపద కళల పై పరిశోధన చేసాడు. 1985లో రసమయి జానపద కళాసమితి ఏర్పాటు చేసి వందల పాటలు పాడారు. పాటల ద్వారా తెలంగాణాలో జాగృతికి పూనుకొని విలక్షణమైన ధూంధాంలను ఉద్యమ

రూపంగా మార్చుకున్నాడు. 2002, సెప్టెంబర్ 30 లో మొదటి ధూంధాం నిర్వహించి ఇతర కళాకారులందరినీ ఒకే వేదికపైకి తీసుకొచ్చాడు. ఊరు తెలంగాణా, తెలంగాణావచ్చేదాక, తెలంగాణా గళం వంటి ఆడియో కేసెట్ల ద్వారా తెలంగాణా వాంఛను తెల్పాడు.

మల్లేపల్లి లక్ష్మయ్య జూలై 16, 1961లో కరీంనగర్ జిల్లా రామగుండం వద్ద గల జనగామ గ్రామంలో జన్మించాడు. తెలంగాణా విద్యావంతుల వేదికలో క్రియాశీలంగా వ్యవహరించాడు. 1994లో సెంటర్ ఫర్ దళిత్ స్టడీస్ స్థాపించి తెలంగాణా దళితుల అధ్యయనాల్ని చేపట్టాడు. తెలంగాణా జెఎసిలో వైస్ చైర్మన్‌గా ఉద్యమంలో చురుకైన పాత్ర పోషించాడు. తన వ్యాసాల సంకలనం 'దళిత పక్షం' పుస్తకాన్ని ప్రచురించాడు. తెలంగాణా ప్రాంతానికి జరుగుతున్న అన్యాయాలపై ప్రొఫెసర్ జయశంకర్ చేత 'తెలంగాణ రాష్ట్రం ఒక డిమాండ్'తో పుస్తకాన్ని మల్లెపల్లి రాజం మెమోరియల్ ట్రస్ట్ తరఫున ప్రచురించాడు.

కరీంనగర్, ధూళికట్టలో 1964లో జన్మించిన ఘంటాచక్రపాణి సోషియాలజీ ఆచార్యుడు. 1980 నుంచి ఉదయం, ఆంధ్రజ్యోతి పత్రికలలో పనిచేసి ఘంటాపథం పేరుతో కాలమ్ నిర్వహించాడు. అంబేద్కర్ ఓపెన్ యూనివర్సిటి ప్రొఫెసర్‌గా, రిజిస్ట్రార్‌గా, డైరెక్టర్‌గా బాధ్యతలు నిర్వహించారు. ప్రభుత్వానికి, మావోయిస్టులకు మధ్య 2008 లో చర్చలు జరపడానికి ఏర్పడ్డ శాంతి కమిటీలో సభ్యుడు. బడుగు, బలహీన వర్గాల పక్షాన అనేక ఉద్యమాల్ని నిర్వహించాడు. తెలంగాణా ఉద్యమాల్లో అనేక ఉద్యమ సంస్థలకు, ఉద్యమకారులకు, రాజకీయ పార్టీలకు, వివిధ సంఘాలకు సలహాదారునిగా తెలంగాణా ఉద్యమంలో కీలక పాత్ర పోషించాడు. తెలంగాణా ఉద్యమ సమయంలో ఇతని రచనలు, వ్యాసాలు, చర్చలెంతో ఉపయోగపడ్డాయి.

సకలజనులూ, సబ్బండ కులాల ఆకాంక్షల్ని, ముఖ్యంగా తెలంగాణా రాష్ట్రంలో తరతరాల పలు అసమానతలు అంతమై ప్రగతికి బాటలవుతుందన్న దళితుల ఆకాంక్షల్ని సాకారం చేస్తూ 2014, జూన్ 2న, తెలంగాణా రాష్ట్రం ఆవిర్భవించింది.

దాదాపు వందల సంవత్సరాలుగా తెలంగాణా రాజకీయ, ఆర్థిక వ్యవస్థ దొరలు, జాగీర్దారులు, దేశ్‌ముఖ్‌ల ఆధీనంలో అనేక బాధలకు గురై, హిందూ మత చట్రంలోని కుల అసమానతల వల్ల కుంగిన దళితులు తమ దాస్యశృంఖలాల నుంచి విముక్తికై శతాబ్దం పైగా అనేక ఉద్యమాలు చేపట్టారు. పంతొమ్మిదవ శతాబ్ది ఆరంభంలో భాగ్యరెడ్డి వర్మతో మొదలైన దళిత ఉద్యమం అనేక రూపాల్లో కొనసాగింది. భాగ్యరెడ్డి వర్మ, అరిగె రామస్వామి, బి.ఎస్ వెంకట్రావు వంటి నాయకులు ఆది హిందూ ఉద్యమాన్ని నడిపి దళితుల్లో విద్య, అస్తిత్వ వికాసం కోసం శ్రమించారు. ఉద్యమం ప్రధానంగా పట్టణ ప్రాంతాల్లోనే వ్యాప్తి చెందగా గ్రామీణ ప్రాంతంలో దళితుల్ని ఆంధ్రమహాసభ, కమ్యూనిస్ట్ పార్టీలు చైతన్య పర్చాయి. కమ్యూనిస్ట్‌లు ప్రధానంగా వెట్టి విధానం, భూమి సమస్యను కేంద్రంగా చేసుకొని పనిచేసాయి.

ఆది హిందూ ఉద్యమం దళిత హక్కులపై వారికి అవగాహన కల్పించి ఒక దీర్ఘకాలిక ఉద్యమానికి నాంది పలుకగా స్వాతంత్ర్యానంతరం విప్లవోద్యమం కొన్ని సమస్యలకు పరిష్కారం చూపింది. కుల అజెండాను పూర్తిగా ఆకళింపు చేయటంలో విఫలమైన ఈ విప్లవోద్యమాలు మౌలికాంశమైన కులసమస్యను పరిష్కరించలేకపోయాయి. తరవాత వచ్చిన దండోరా ఉద్యమం దళిత ఉపకులాల అస్తిత్వాన్ని, హక్కుల్ని వెలుగులోకి తెచ్చింది. ప్రత్యేక తెలంగాణా ఉద్యమంలో దళితులు మమేకమై కదిలారు. సమాజాన్ని పట్టిపీడిస్తున్న కుల అసమానతలపై దళితోద్యమం ఇంకా పోరాడుతూనే ఉన్నది.

29

తెలంగాణాలో మహిళా ఉద్యమాలు

శతాబ్దాల చరిత్ర ఉన్నా ప్రధాన స్రవంతి చరిత్ర (Main Stream History) లో మరుగునపడ్డ తెలంగాణ చరిత్ర పునరుద్ధరణ నేపథ్యంలో తెలంగాణ స్త్రీల చరిత్ర అధ్యయనం చాలా ఆవశ్యకం. చరిత్ర రచనలోనే స్త్రీల చరిత్ర చాలా వివక్షకు గురైంది అందులోనూ, ఆంధ్రప్రదేశ్ చరిత్ర విషయానికొస్తే స్త్రీల చరిత్ర కేవలం ఆంధ్ర ప్రాంత స్త్రీల చరిత్రగానే మలచడం జరిగింది. తెలంగాణా ప్రాంతానికి సంబంధించిన రచనలు తక్కువ. తెలంగాణా స్త్రీలకు సంబంధించి సమగ్ర చరిత్ర చాలా వరకు తక్కువేనని చెప్పవచ్చు. ఆంధ్రదేశంలో సాంఘిక సంస్కరణోద్యమాలంటే ఆంధ్ర ప్రాంతపు ఉద్యమాలు, జాతీయోద్యమాలంటే కేవలం ఆంధ్ర ప్రాంతపు ఉద్యమాల్నే చరిత్ర మనకిచ్చింది. స్త్రీ శక్తి సంఘటన ప్రచురించిన మనకు తెలియని మన చరిత్ర బహుశా తెలంగాణా స్త్రీలకు సంబంధించిన మొదటి ప్రయత్నమని చెప్పాలి. తర్వాతి కాలంలో ఈ విషయానికి సంబంధించిన సమగ్ర అధ్యయనాలు అంతగా జరగకపోవడం చరిత్ర రచనలో ఒక వెలితి అని చెప్పొచ్చు.

ఈ అధ్యాయంలో ఆధునిక యుగంలో తెలంగాణా స్త్రీల చరిత్ర, ఉద్యమాలకు సంబంధించిన కొన్ని వివరాలు పొందుపర్చడమైంది. ఆధునిక యుగంలో స్త్రీల జీవన స్థితిగతుల చిత్రణ, వివిధ ఉద్యమాల్లో పాల్గొన్న ప్రముఖ స్త్రీల ప్రస్తావన ఉంటుంది. ముఖ్యంగా 20వ శతాబ్దం ప్రారంభం నుంచి తెలంగాణ రాష్ట్ర సాధన వరకూ తెలంగాణ స్త్రీలు పాల్గొన్న ఉద్యమాల గురించి వివరణ ఉంటుంది. సమైక్యాంధ్రలో వివక్ష, తెలంగాణ ప్రాంత ప్రత్యేక రాష్ట్ర ఉద్యమంలో స్త్రీల పాత్ర, ఆ తర్వాతి కాలంలో వారు పాల్గొన్న సారా వ్యతిరేక ఉద్యమాలు, తెలంగాణ ఉద్యమాల గురించి చర్చించడమైంది.

తెలంగాణప్రాంత చరిత్ర అతి ప్రాచీనమైంది. ఆదిలాబాద్, కరీంనగర్, వరంగల్, మెదక్, మహబూబ్‌నగర్, నల్గొండలో అనేక చోట్ల లభించిన చరిత్ర పూర్వయుగపు ఆధారాలు దీనికి నిదర్శనం. ఇతిహాసాల్లో, బౌద్ధ జాతక కథల్లో తెలంగాణాకు సంబంధించిన గాథలున్నాయి. తెలంగాణా మొదటి నుంచి కూడా ఒక ప్రత్యేక రాజకీయ ప్రతిపత్తిని కల్గి ఉంది. నాగజాతి మూలాలు తెలంగాణాలో కన్పిస్తాయి. మెగస్తనీస్, ఇండికా అనే గ్రంథంలో ముప్పై గణరాజ్యాల్లో అశ్మక (నేటి నిజామాబాద్), సీలుక (కరీంనగర్), మహీశక (నల్గొండ) రాజ్యాలు, బౌద్ధాన్ని ఆదరించి ఆచరించాయని రాసాడు. క్రీ.పూ. 6వ శతాబ్దం నుంచి 14 వ శతాబ్దం వరకు దాదాపు రెండు వేల సంవత్సరాలు బౌద్ధమతం తెలంగాణాలో విస్తరించిందని సాహిత్యాధారాలు, పురావస్తు ఆధారాలు చెప్తున్నాయి.

ఆధునిక యుగంలో తెలంగాణా మహిళల స్థితిగతులు

ఇరవైవ శతాబ్దంలో తెలంగాణలో స్త్రీల పరిస్థితి ఉన్నతంగా లేదు. తెలంగాణ స్త్రీల గురించి 1935 లో ఆంధ్రమహిళా సభ అధ్యక్షురాలు జోగినేపల్లి రాధాబాయమ్మ తన అధ్యక్షోపన్యాసంలో 'తెలంగాణ సమాజంలో అనేక సాంఘిక దురాచారాలు నెలకొని ఉన్నాయి. ఈ దురాచారాలే స్త్రీల ఆర్థిక, మానసిక పెరుగుదలకు అడ్డంకిగా తయారైనాయి. స్త్రీలు ఎక్కడ స్వతంత్రులు అవుతారోనని సమాజం వారికి విద్యను కూడా దూరం చేసింది' అన్నారు. తెలంగాణ అన్ని

ప్రాంతాల్లో బాల్య వివాహ దురాచారం నెలకొని ఉంది. 1911 లో హైదరాబాద్ రాజ్య జనసంఖ్య రెండు లక్షలు. ఇందులో వితంతువులు 6,799. బాల్య వివాహాల వల్ల బాలికలు అనేక సమస్యలు ఎదుర్కొన్నారు. అందులో చిన్నవయస్సులో తల్లులు కావడం, వితంతువులు కావడం, ప్రసవ సమయంలో అనేక కష్టాలు ఎదుర్కొని చనిపోవడం వంటివి ప్రధానమైనవి. దీంతో నాటి తెలంగాణ సమాజంలో స్త్రీ పురుష నిష్పత్తిలో తేడాలు కనిపిస్తున్నాయి. ఈ బాల్యవివాహాల వల్ల వృద్ధులైన భర్తలు అనారోగ్య సమస్యలతో మరణిస్తే బాలికలను నిర్బంధ వైధవ్యం చేసేవారు.

తెలంగాణలో బాల్యవివాహాలతో పాటు బహుభార్యత్వం కూడా ముస్లిం సమాజంలో ఎక్కువగా ఉండేది. దీనివల్ల కూడా ఆనాటి స్త్రీలు అనేక సమస్యలను ఎదుర్కొనేవారు. తరవాత పరదాపద్ధతి ముస్లిం సమాజంతో పాటు దేశ్‌ముఖ్, దేశ్‌పాండే, రెడ్డి, కమ్మ, కాపు, వెలమ ఇతర ఉన్నత కులాల్లోనూ ఉండేది. దీనివల్ల కూడా మహిళలు కనీస స్వేచ్ఛ లేకుండా అనేక బాధలు అనుభవించారు. వీరితోపాటు పేద వర్గాల స్త్రీలు కూడా ఆనాడు అనేక రకాల జబ్బులకు గురైనట్లు 1931 హైదరాబాద్ స్టేట్ రికార్డులు తెలుపుతున్నాయి. మహిళలు ప్లేగు ఇంకా ఇతర రకాల రోగాలకు ఎక్కువగా గురయ్యేవారు. వరకట్న దురాచారం కూడా తెలంగాణ సమాజంలోని ఉన్నత కుటుంబాల్లో ఎక్కువగా ఉండేదని ఆంధ్రమహాసభ ఐదవ అధ్యక్షురాలైన బూర్గుల అనంతలక్ష్మిదేవి ప్రసంగం ద్వారా తెలుస్తోంది.

ఆడపాప లేదా దాసి అనే సాంఘిక దురాచారం తెలంగాణలోని భూస్వామ్య ఇళ్లల్లో ఉండేది. భూస్వాములు వారి చెల్లెళ్లకు, కూతుళ్లకు వివాహం అయి అత్తగారింటికి వెళ్లేప్పుడు వారి ఇళ్లలో పనిచేయడానికి అవివాహిత బాలికలను తోడుగా పంపించేవారు. ఇలా తోడు వచ్చిన బాలికలను భూస్వాములు వారి ఇళ్లల్లో వెట్టిచాకిరి చేయించుకోవడమే కాకుండా వారిని శారీరకంగా కూడా ఉపయోగించుకొనేవారు. దీనివల్ల కిందిస్థాయి మహిళలు అనేక బాధలకు గురయ్యేవారు. జోగినీ దురాచారం తెలంగాణలోని కరీంనగర్, మెదక్, నిజామాబాద్, మహబూబ్‌నగర్ జిల్లాల్లో ఎక్కువగా ఉండేది. దళిత కుటుంబాలకు చెందిన బాలికలను గ్రామదేవతకు అంకితం చేసేవారు. గ్రామంలోని ధనవంతులు, పూజారులు, ఇతర గ్రామ ఉద్యోగులు వారిని శారీరకంగా ఉపయోగించుకొనేవారు. వారికి సామాజిక భద్రత ఉండేది కాదు.

కందుకూరి వీరేశలింగం పంతులు సంఘసంస్కరణోద్యమం ప్రభావం తెలంగాణ సంస్కర్తలపై పడింది. స్త్రీ విద్య సంఘ దురాచారాలను రూపుమాపడం, కులాంతర వివాహాలు వంటి మహిళా సమస్యల గురించి కందుకూరి నిర్భయంగా ప్రకటించిన అభిప్రాయాలు మాడపాటి హన్మంతరావు వంటి ప్రముఖులపై ప్రగాఢమైన ముద్రవేశాయి.

మాడపాటి హన్మంతరావు మొదటి నుంచి ప్రజాహిత కార్యక్రమాల పట్ల అత్యంత ఉత్సాహం చూపేవారు. హైదరాబాద్ నగరంలో క్రీ.శ.1901 లో శ్రీకృష్ణదేవరాయ ఆంధ్రభాషా నిలయం స్థాపనతో తెలంగాణలో గ్రంథాలయోద్యమానికి నాంది ప్రస్థావన జరిగింది. దీన్ని కొమర్రాజు లక్ష్మణ్‌రావు, రావిచెట్టు రంగారావు, మునగాల రాజు, నాయని వెంకటరావు వంటి ప్రముఖులు కలిసి స్థాపించారు. దీని తరవాత 1904 లో హన్మకొండలో శ్రీరాజరాజ నరేంద్ర ఆంధ్రభాషా నిలయం స్థాపించారు. దీని తరవాత తెలంగాణలో అనేక పట్టణాల్లో గ్రంథాలయాలు నెలకొల్పారు. మాడపాటి ఇందులో 1912 లో సభ్యునిగా చేరారు. గ్రంథాలయాల స్థాపనకు స్వర్గీయ కొండా వెంకటరంగారెడ్డి, మాడపాటి హన్మంతరావు, గౌలిగూడ బాలసర్వతి ఎంతో కృషిచేశారు. కొన్ని గ్రంథాలయాలను తరవాత కాలంలో పాఠశాలలుగా మార్చడం జరిగింది. పాఠశాలల్లో పాఠ్యాంశాలే కాక ప్రథమ చికిత్స, కుట్టుపని, సంగీతం వంటి అదనపు అంశాల శిక్షణ కూడా ప్రవేశపెట్టారు. ఇందులో ఒకటి మాడపాటి హన్మంతరావు స్థాపించిన బాలికోన్నత

పాఠశాల. 1907 లో వివేకవర్ధని బాలికల పాఠశాలను స్థాపించబడింది. బాలసరస్వతి పాఠశాల, కన్యా పాఠశాల, భాగ్యరెడ్డి వర్మ స్థాపించిన ఆది ఆంధ్ర బాలికల పాఠశాల వంటి వాటిని బాలికల విద్యకోసం కృషి చేశాయి. ప్రతిభ కలిగిన బాలికలకు నిజాం ప్రభుత్వం ఉపకార వేతనాలను మంజూరు చేసేది.

మహిళా సంఘాలు

తెలంగాణలో మహిళలపై సాంఘిక దురాచారాలు, వారి వెనుకబాటుతనాన్ని నిరోధించడానికి అనేకమంది అనేక సంఘాలు స్థాపించి ఉద్యమాలు నిర్వహించారు. క్రీ.శ.1878 లో అఘోరనాథ చటోపాధ్యాయ 'యంగ్‌మెన్స్ ఇంప్రూవ్‌మెంట్ అసోసియేషన్' స్థాపించారు. ఈ సంఘ కార్యక్రమాలు వివిధ ప్రాంతాల్లో గ్రంథాలయాలు స్థాపించడం, సాంఘిక విషయాలను చర్చించడం, మూఢనమ్మకాలు, మూఢాచారాలకు వ్యతిరేకంగా కృషిచేయడం వంటివి. ఈ కాలంలోనే మరో సంస్కర్త ముల్లా అబ్దుల్ ఖయ్యూం స్త్రీ విద్య కోసం కృషిచేశారు.

మహిళాభ్యుదయం కోసం అనేక సమాజాలు స్థాపించబడ్డాయి. ఇందులో స్త్రీ సమస్యలను తొలగించి వారిని చైతన్యవంతులను చేయడానికి కృషిచేసేవారు. క్రీ.శ.1907 లో సీతాబాయి 'భారత మహిళా సమాజం', 1905 లో నడింపల్లి సుందరమ్మ 'ఆంధ్ర సోదరి సమాజం', 1922 లో యామినీ పూర్ణ తిలకం సికింద్రాబాద్‌లో 'యువతీ శరణాలయాన్ని' స్థాపించింది. ఇవి కేవలం పఠనాలయాలుగానే కాకుండా పాఠశాలలు, వయోజన విద్య ప్రచార కేంద్రాలుగా ఉండేవి. స్త్రీ అభ్యున్నతిలో వీటి పాత్ర ముఖ్యమైంది.

ఆంధ్రమహిళా సభ

అఖిలభారత మహిళా కాన్ఫరెన్స్ 1916 లోనూ, ఆంధ్రమహిళా సభ 1930 లోనూ స్థాపించబడ్డాయి. ఇవి సంస్కరణవాదులవే అయినప్పటికి, స్త్రీలకు ఒక వేదికను కల్పించగలిగాయి. ఫ్యూడల్ సంస్కృతివల్ల ముస్లిం స్త్రీలే కాకుండా మధ్య తరగతి, ధనికవర్గానికి చెందిన హిందూ స్త్రీలు, పరదాలేకుండా బైటికి రాలేకపోయే వాళ్ళు, బహిరంగ వేదిక మీద నుంచి మాట్లాడటమనేది ఊహాకందని విషయంగా ఉండేది.

క్రీ.శ.1930-46 మధ్య ఆంధ్రమహాసభ పదమూడు సమావేశాలు నిర్వహించింది. మొత్తం మీద పది మహిళా సమావేశాలు జరిగాయి. వీటికి నడింపల్లి సుందరమ్మ, టి.వరలక్ష్మిదేవి, యల్లాప్రగడ సీతాకుమారి, మాడపాటి మాణిక్యమ్మ, బూర్గుల అనంతలక్ష్మిదేవి, నందగిరి ఇందిరాదేవి, యోగ్య శీలాదేవి, రంగమ్మ ఓబులరెడ్డి అధ్యక్షత వహించారు. స్త్రీ జనోద్ధరణకు, స్త్రీ విద్యకు పాటుపడుతూ అనేక తీర్మానాలు చేసి నిజాం ప్రభుత్వానికి పంపేవారు.

ఆంధ్రమహాసభలు జరిగే ప్రాంగణంలోనే మహిళలు కూడా తమ మహాసభలను కూడా నిర్వహించుకొని తమ సమస్యలను చర్చించుకొనేవారు. ప్రథమ స్త్రీ మహాసభ జోగిపేటలో జరిగింది. స్త్రీ విద్య, వివాహం, వితంతువుల స్థితి, వ్యభిచారం వంటి సమస్యలపై చర్చించి వాటి పరిష్కారానికి ప్రయత్నించారు. ద్వితీయాంధ్ర మహాసభ సమావేశం సందర్భంగా స్త్రీల మహాసభ దేవరకొండలో జరిగింది. దీనికి టి.వరలక్ష్మమ్మ అధ్యక్షోపన్యాసం చేశారు. ఈమె బ్రాహ్మణ వితంతువు అయినప్పటికీ ధైర్యంగా పునర్వివాహం చేసుకొని వితంతు వివాహాలకు మార్గదర్శిగా నిలిచింది. పరదాపద్ధతిని నిరసించింది. కళావంతుల, స్త్రీలు కూడా వివాహం చేసుకోవాలని హితవు చెప్పింది. 1934 లో ఖమ్మంలో మూడవ ఆంధ్రమహాసభ మహిళా సమావేశం జరిగింది. దీనికి యల్లాప్రగడ సీతాకుమారి అధ్యక్షత వహించారు. స్త్రీల వివాహ వయస్సుపై చర్చలు జరిగాయి. 1935 లో సిరిసిల్ల కేంద్రంగా జరిగిన నాల్గవ సమావేశానికి అధ్యక్షురాలిగా మాడపాటి

హన్మంతరావు సతీమణి మాణిక్యమ్మ వ్యవహరించారు. ఇందులో బాల్యవివాహాలు, నిర్బంధ ప్రాథమిక విద్య వంటి విషయాల గురించి తీర్మానించారు. ఐదవ సమావేశం 1936 లో షాద్‌నగర్‌లో జరిగింది. ఈ మహిళా సమావేశానికి బూర్గుల అనంతలక్ష్మి అధ్యక్షత వహించి హిందూ స్త్రీలకు వారసత్వపు హక్కు, వర్ణాంతర వివాహం చేసుకున్న వారి సంతానానికి హక్కులు, బాల్య వివాహ నిషేధం, అస్పృశ్యత నివారణ, జాగీరు రైతుల హక్కులు వంటి అంశాలను చర్చించి ప్రభుత్వానికి పంపారు. ప్రభుత్వం బాల్యవివాహ నిషేధపు బిల్లును ప్రజాభిప్రాయానికి పంపింది. 1937 లో నిజామాబాద్‌లో ఆంధ్రమహాసభ జరిగింది. ఈ సభ మొదటిసారిగా రాజకీయ తీర్మానాన్ని ఆమోదించింది. రాజ్యాంగ సవరణలను ప్రతిపాదించడానికి కమిటీలను వేశారు. ఈ కమిటీలలో శ్రీమతి కార్నీలియస్, శ్రీమతి నందిని, మహిళా సభ్యులు. మహిళా ఉద్యమంలో భాగంగా మహిళా సమావేశాలు కొంత విజయాన్ని సాధించాయి. వితంతు వివాహాన్ని అనుమతిస్తూ నిజాం సంస్థానం శాసనం చేసింది. నిజాం సంస్థానంలో శాసనంగా రూపొందిన ప్రథమ సాంఘిక సంస్కరణ ఇదే. ఆ తరవాత రంగమ్మ ఓబుల్‌రెడ్డి అధ్యక్షతన ఎనిమిదవ మహిళాసభను 1940 లో చిలుకూరులో జరిపారు. ఈ సభలో రంగమ్మ మహిళలను పరదా వదిలి వెలుపలికి రమ్మని, బాల్యవివాహాలను ఆపమని, విద్యనార్జించమని, శిశువులపై శ్రద్ధ వహించమని విజ్ఞప్తిచేసింది. ఆహ్వానం సంఘాధ్యక్షురాలైన పులిజాల కమలాబాయి మహిళోద్యమాన్ని మహిళలే నిర్వహించాలనే నినాదాన్ని ఇచ్చారు.

ఆంధ్రమహిళా సభలో ఎక్కువ మంది సభ్యులు ఉన్నత, మధ్య తరగతులకు చెందినవాళ్లే. జాతీయ భావనలతో ఉత్తేజితులైన వీళ్ళు, స్త్రీలకు సంబంధించిన అనేక విషయాలు - విద్య, వ్యభిచార నిరోధం, పరదా నిషేధం వితంతు వివాహాలు మొదలైన అనేక విషయాల గురించి ఆందోళన చేసారు. ఇటువంటి సమస్యలపై చర్చను వ్యతిరేకించే వాళ్ళు, బయటే కాకుండా, ఆంధ్రమహిళాసభలోను, ఆంధ్రమహాసభలోను ఉండేవారు. 1932 లో ఖమ్మంలో జరిగిన ఆంధ్రమహిళా సభ మూడవ సమావేశంలో సంస్కరణ వాదులకూ, హిందూ ధర్మరక్షకులమని చెప్పుకొనే సంస్కరణ వ్యతిరేకులకూ ఘర్షణ జరిగింది. ఎల్లాప్రగడ సీతాకుమారి ఈ సభకు అధ్యక్షత వహించి కార్యక్రమాలు జరిపించారు. 1937 లో మహారాష్ట్ర పరిషత్తు, కర్ణాటక పరిషత్తు స్థానాల్లో మహారాష్ట్రులు, కన్నడులు తమ తమ వేదికలను ఏర్పాటు చేసుకొన్నారు. వీటితోపాటు నవజీవన మహిళా మండలి అధ్యక్షురాలు ప్రమీలాతాయి, సర్జుబెన్, యశోదాబెన్ వంటి చురుకైన కార్యకర్తలను వామపక్ష ఉద్యమాలకు అందించింది. దీనిలో హిందీ మాట్లాడే రెండువేల మంది సభ్యులుండేవాళ్ళు. ఈ మహిళా సంఘాలు స్త్రీలకు సాంఘిక జీవితంలో పాల్గొనే అవకాశాన్నిచ్చాయి. తెలంగాణా ఉద్యమంలోకి వచ్చిన స్త్రీలు మిగతా వాళ్ళకంటే విప్లవ భావాలున్నటువంటి వాళ్ళు. మిగిలిన సభ్యుల ఉన్నత, మధ్యతరగతి స్వభావం గురించి వీళ్లకి తెలిసినప్పటికీ స్త్రీలను సంఘటితపరచడం కోసం వాళ్లతో కలిసి పనిచేయడానికి ఇష్టపడ్డారు. 'నవజీవన మండలిలో రాణీలు, బేగంలూ, ఆర్.ఎస్.ఎస్. వాళ్లు కూడా ఉన్నారు. కాంగ్రెసు వాళ్లు, అసలు రాజకీయాలు తెలియని వాళ్లు ఉన్నారు. అందరం స్త్రీలకోసం, జాతీయోద్యమం కోసం పనిచేస్తున్నామనేది అక్కడ ముఖ్యమైన విషయం' అని ప్రమీలాతాయి చెప్పారు. హైదరాబాద్‌లో స్త్రీల సమస్యలను చర్చించడానికి యల్లాప్రగడ సీతాకుమారి, ఇల్లెందుల సరస్వతి 'ఆంధ్రయువతి మండలి'ని స్థాపించారు. దీనికి అనుబంధంగా అనేక పాఠశాలలు, శిశువిహార్‌లు స్థాపించారు. ఇది స్త్రీ విద్యకోసం కూడా పనిచేసింది. సుగ్రాహుమయూన్ అనే మహిళ క్రీ.శ.1895 లో 'అంజుమన్ కవాతీన్ దక్కన్' అనే సంఘాన్ని స్థాపించారు. ఇది ముస్లిం స్త్రీల సమస్యలు, సాంఘిక దురాచారాలు వంటి వాటిని తొలగించడానికి కృషిచేసింది. అదేవిధంగా లేడి హైద్రి 'హైదరాబాద్ లేడీస్ క్లబ్'ను స్థాపించారు. ఇది కూడా స్త్రీల సమస్యల పరిష్కారానికి కృషిచేసింది. నిజాం పాలనలో స్త్రీలకు విద్యావకాశాలు తక్కువ. ఆరవ నిజాం కాలంలో స్త్రీలకు విద్యావకాశాలు కల్పించినా, స్త్రీల అక్షరాస్యత చాలా తక్కువ.

1939 లో అఖిల హైదరాబాద్ విద్యార్థి సంఘం ఏర్పడింది. వివిధ రకాల సంఘాల్లో సభ్యులై జాతీయోద్యమాల్లో పనిచేస్తున్నవారిని చేర్చుకొని, ఒక ప్రజాతంత్ర విద్యార్థి ఉద్యమాన్ని నిర్మించింది. ఉస్మానియా విశ్వవిద్యాలయంలో విద్యార్థినిలు 'చిల్‌మన్' (పరదా) వెనుక కూర్చొని క్లాసులకు హాజరవుతున్న ఆ పరిస్థితుల్లో హైదరాబాదు విద్యార్థి సంఘం కార్యవర్గంలో ముగ్గురు విద్యార్థినిలు ఉండేవాళ్లు. శకుంతల సంయుక్త సెక్రటరీగా, సుశీల కోశాధికారిగా, పద్మ కార్యవర్గ సభ్యురాలిగా పనిచేసేవాళ్లు.

హైదరాబాద్ స్టేట్ కాంగ్రెస్ ఆధ్వర్యంలో సత్యాగ్రహ ఉద్యమంలో మహిళల పాత్ర

నిజాం రాష్ట్రంలో బాధ్యతాయుత ప్రభుత్వ ఏర్పాటుకై ఎన్ని విజ్ఞప్తులు ఇచ్చినా ప్రభుత్వం పట్టించుకోలేదు. ఫలితంగా హైదరాబాద్ ప్రజలు సత్యాగ్రహ ఉద్యమానికి పిలుపునిచ్చారు. సంగం లక్ష్మీబాయి, బద్దం ఎల్లారెడ్డి, నందూరి కృష్ణమాచారి ఈ ఉద్యమాన్ని నడిపారు. సంగం లక్ష్మీబాయి 1930 లోనే దుర్గాబాయి దేశ్‌ముఖ్‌తో కలిసి స్వాతంత్రోద్యమంలో పాల్గొని జైలుశిక్ష అనుభవించింది. 1938 లో విద్య పూర్తిచేసుకొని హైదరాబాద్‌లో టీచర్‌గా చేరారు. జాతీయ నాయకులు 1938 లో హైదరాబాద్‌లో కాంగ్రెస్ స్థాపనకు పూనుకొన్నారు. కానీ కాంగ్రెస్ ఆవిర్భావం కంటే ముందే నిజాం ప్రభుత్వం నిషేధం విధించింది. హైదరాబాద్ స్టేట్ కాంగ్రెస్ ఆధ్వర్యంలో అక్టోబర్ 24, 1938 న సత్యాగ్రహ ఉద్యమాన్ని ప్రారంభించారు. ఎల్లప్రగడ సీతాకుమారి సత్యాగ్రహాన్ని చేయడానికి పూనుకొన్నారు. కానీ గాంధీ అనుమతి ఇవ్వకపోవడంతో ప్రత్యక్షంగా కాకపోయినా ప్రచారం, రహస్య సమావేశాలు చురుకుగా నిర్వహించి జైలుకి వెళ్లారు. మొత్తం మీద 450 మంది ఈ సత్యాగ్రహంలో పాల్గొనగా స్త్రీల సంఖ్య తక్కువైనా వారి పాత్ర ఎక్కువ. మిగతా నాయకులతోపాటు జ్ఞానకుమారి హేడా చాలా చురుకుగా సత్యాగ్రహ ఉద్యమంలో పాల్గొన్నారు. మహిళా నాయకులు చరఖా సంఘాలు పెట్టి ఇతర స్త్రీలను చైతన్యపర్చారు.

జాతీయోద్యమంలో స్త్రీల పాత్ర

ఖాదీ, స్వదేశీ బహిష్కరణోద్యమాల్లో స్త్రీల భాగస్వామ్యం

ఆంధ్రప్రాంతంలో ఉధృతంగా కొనసాగుతున్న జాతీయోద్యమం హైదరాబాద్ సంస్థానంలో ఎన్ని నిర్బంధాలున్నా కూడా తెలంగాణాలో కూడా ప్రబలంగా వ్యాపించింది. 1921 లో గాంధీ హైదరాబాద్ పర్యటించినప్పుడు వివేకవర్ధిని పాఠశాలలో జరిగిన బహిరంగ సభకు పెద్ద సంఖ్యలో స్త్రీలు హాజరయ్యారు. ఈ సభ తరవాతే నిజాం ప్రభువు 1921 లో గస్తీనిషాన్ 53 ప్రవేశపెట్టి, బహిరంగ సమావేశాలపై ఆంక్షలు విధించాడు. ఆర్య సమాజం ఇచ్చిన పిలుపుమేరకు స్వదేశీ ఉద్యమంలో కూడా స్త్రీలు ఉత్సాహంగా పాల్గొన్నారు. డా॥ అఘోరనాథ చటోపాధ్యాయ ఇంట్లో స్వదేశీ ఉద్యమంపై ప్రసంగం నిర్వహించడమైంది. ఆర్య సమాజ నాయకులైన కేశవరావు కొరాట్కర్, పండిట్ దామోదర్ సాత్వల్‌కర్, వామన్ నాయక్, అప్పాజీ తుల్జాపుర్కర్‌లు ఈ ఉద్యమాన్ని నడిపారు.

గాంధీ, కస్తూర్బా పర్యటన సందర్భంగా 1921 లో ప్రేం థియేటర్ వద్ద స్త్రీల కోసం ఒక ప్రత్యేక సమావేశం ఏర్పాటు చేయడమైంది. గాంధీ ప్రసంగం వీరిని ప్రభావితం చేసింది. గాంధీ పర్యటనానంతరం పద్మజా నాయుడు అధ్యక్షతన ఖద్దరు స్వదేశీ ప్రచారానికై ఒక సంఘం స్థాపించబడింది. హైదరాబాద్ స్త్రీలు, కాంగ్రెస్ తలపెట్టిన తిలక్ స్వరాజ్య నిధికి ధారాళంగా విరాళాలిచ్చారు. ప్రతి ఇంటా చరఖాలు పెట్టి నూలు వడికారు.

1946 - 51 తెలంగాణా సాయుధ పోరాటంలో స్త్రీల పాత్ర

తెలంగాణా రైతాంగ పోరాటం భూమి కోసం, భుక్తి కోసం, విముక్తి కోసం జరిగిన పోరాటం. పేదలు, పీడితులు ఈ పోరాటంలో ఎక్కువ సంఖ్యలో పాల్గొన్నారు. తెలంగాణా పోరాటంలో స్త్రీలు ప్రముఖ పాత్ర వహించారనీ, భూమి కోసం, వేతనాల కోసం, ధాన్యాన్ని, పశువులను కాపాడుకోవటం కోసం జరిగిన పోరాటంలో స్త్రీలు, పురుషులకు తీసిపోలేదని పుచ్చలపల్లి సుందరయ్య పేర్కొన్నారు. 1986 లో స్త్రీ శక్తి సంఘటన వారు రైతాంగ పోరాటంలో స్త్రీ సజీవ చరిత్రలను మనకు తెలియని మన చరిత్ర అనే పుస్తకం ద్వారా 16 మంది స్త్రీల ఇంటర్వ్యూలతో ప్రచురించారు.

నిజాం కాలంలో దొరలు, దేశముఖ్‌ల దోపిడీ విధానాలకు వ్యతిరేకంగా, ఆంధ్రమహాసభ, కమ్యూనిస్ట్ పార్టీల నాయకత్వంలో సాగిందీ సాయుధ పోరాటం. నల్గొండ, మహబూబ్‌నగర్, వరంగల్ జిల్లాల్లో విపరీత స్థాయిలో భూకేంద్రీకరణ ఉండేది. కేవలం 55 మంది భూస్వాముల చేతుల్లో 70 శాతం సాగుభూమి ఉండేది. 1940-44 ప్రాంతాల్లో ఆంధ్రమహాసభ, కమ్యూనిస్ట్ పార్టీ ఆధ్వర్యంలో సమాయత్తమైన రైతులు, ఫర్మానాల కోసం నిజాం పాలకునికి విజ్ఞప్తులు చేసారు. కానీ రైతు విజ్ఞప్తులను పట్టించుకోక, దేశముఖ్‌లు పేద రైతుల్ని భూమి నుంచి తొలగించడం, పంటల్ని దౌర్జన్యంగా దోచుకోవడం, దాడుల్ని చేయడం సాగించారు. వెట్టిచాకిరీ విధానంలో కూలీల, దళితుల పరిస్థితి దయనీయంగా ఉండేది. కమ్యూనిస్టు పార్టీ నాయకత్వంలో ప్రజలు సాయుధ పోరాటానికి సమాయత్తమయ్యారు.

భూస్వామ్య వ్యవస్థలో దోపిడీ, పేదరికం, లైంగిక దాడులకు గురైన స్త్రీలు ఉద్యమాల్లో అధిక సంఖ్యలో పాల్గొన్నారు. తమ అన్నదమ్ములతో, భర్తలతో, దళాల్లో చేరి పోరాటంలో పాల్గొన్నారు. నైజాం పోలీసు రాజకీయ అమానుష చర్యలకు బలైంది ఎక్కువగా స్త్రీలే. తమకందిన రోకళ్లు, కారంపొడులతో, బడిసలతో వారిని ఎదుర్కొన్నారు. కొంతమంది కార్యకర్తలుగా, మరికొందరు కొరియర్లుగా, సంఘ నిర్మాణంలో ప్రజల్ని సమీకరిస్తూ ఉద్యమించారు. గ్రామాల్లో, అడవుల్లో ఉండి స్త్రీలు పోరాడారు. వీరే కాక రక్షణ స్థావరాల్లో కూడా స్త్రీలు పని చేశారు. మిలిటరీ శిక్షణశాలలో దాడుల పట్ల అప్రమత్తంగా ఉంటూ రిపోర్టులు, సమీక్షలు, డాక్యుమెంట్లు రాయడం, కాపీలు తీయడం, ఉత్తర ప్రత్యుత్తరాలు పంపే కొరియర్లుగా పని చేసేవారు. మరికొందరు తుపాకీ తయారీ, మందుగుండు తయారీలో పాల్గొనేవారు. నైపుణ్యంతో రజాకర్లు, పోలీసుల నుంచి తప్పించుకొని పోరాడారు. దావానలంలా పెల్లుబికిన రైతాంగ పోరాటంలో ఐలమ్మ పేరు ప్రసిద్ధికెక్కింది. చిట్యాల ఐలమ్మ గ్రామీణ నిరుపేద చాకలి కులంలో పుట్టింది. ఐలమ్మ పోరాటం చుట్టుపక్కల గ్రామాల ప్రజల్ని ఎంతగానో చైతన్య పర్చింది. ఐలమ్మ తన 90 వ ఏట 1995 లో మరణించింది. ఐలమ్మ గురించి రావినారాయణ రెడ్డి, పుచ్చలపల్లి సుందరయ్య వంటి నాయకులు ఈమెను తెలంగాణా రైతుగడ్డ కోసం జరిపిన పోరాటపు తొలిదశకు చిహ్నం అన్నారు.

1946-1951 మధ్య కాలంలో ఆధునిక ఆత్మరక్షణ కోసం ఏమాత్రం తెలియని స్త్రీలు అత్యాచారాలను ధైర్యసాహసాలతో తిప్పికొట్టిన సంఘటనలు ఉన్నాయి. నిజాం, భూస్వాముల దోపిడి, దౌర్జన్యాల నుంచి విముక్తి పొందడానికి శ్రమజీవులు నిర్వహించిన తెలంగాణా ఉద్యమం వారికి స్ఫూర్తి. ఆ స్ఫూర్తితో స్త్రీలు సంఘటిత శక్తిగా మారి తమపై అత్యాచారాలు జరపడానికి పూనుకొన్న రజాకర్లు, పోలీసులు, మిలిటరీ వారిని ఎదుర్కొన్నారు.

తెలంగాణాలోని నెలిజర్ల గ్రామంలో ఒక పోలీసు-స్త్రీల సమూహం ముందు వారిలోని ఒక స్త్రీని బలాత్కరించేలోగా కోపోద్రిక్తురాలైన ఒక ముదుసలి స్త్రీ సమీపాన ఉన్న రోకలిబండను తీసుకొని ఆ పోలీసును తరిమి సాటి స్త్రీని రక్షించింది.

1949 డిసెంబర్ నెలలో ఒక గర్భిణీ స్త్రీ ఒంటరిగానే ఒక సైనికుడిని ఎదుర్కొన్న సంఘటన జలాల్‌పూర్‌లో జరిగింది. తనను మానభంగం చేయడానికి ఇంటిలోకి చొచ్చుకొని వచ్చిన ఆ సైనికుడిని, ఆ గర్భిణీ స్త్రీ చాకచక్యంగా ఒక గదిలోకి పంపి బయట తలుపు గడియవేశి, చుట్టుపక్కల పోగయిన స్త్రీలు ఆ గుడిసెను చుట్టుముట్టారు. ధర్మాపురంలో కొంతమంది స్త్రీలను మూకుమ్మడిగా చెరచడానికి ప్రయత్నించిన క్యాంపు పోలీసులను పుల్లమ్మ నాయకత్వంలోని స్త్రీలు కళ్లలో కారంచల్లి, రోకళ్ళతో బాది తరిమికొట్టారు. మానుకోట తాలూకా చెల్లుముప్పారం గ్రామంలో మానభంగం చేయడానికి లారీల్లో తీసుకుపోతున్న 23 మంది స్త్రీలను, గ్రామ స్త్రీలందరూ సంఘటితమై లారీలను చుట్టుముట్టి తమ వారిని విడిపించుకొన్నారు. తెలంగాణాలోని ప్రొద్దుటూరు గ్రామంలో నలుగురు తెలంగాణా ఉద్యమకారులను కాల్చిచంపిన తరవాత కొంతమంది గ్రామ స్త్రీలను చెరబట్టారు. ఇంతలో ప్రవాహంలా వచ్చి తమను చుట్టుముట్టిన గ్రామ స్త్రీలకు జడిసి పట్టుకొన్న స్త్రీలను విడిచిపెట్టారు. లక్ష్మీనారాయణపురంలో తన వెంటపడ్డ నలుగురు జవాన్లను చాకలి పుల్లమ్మ అనే స్త్రీ ఒంటరిగానే ఎదిరించి ఆత్మరక్షణ చేసుకోగలిగింది.

వీరి అత్యాచారాలు సామాన్య గ్రామీణ స్త్రీలకే పరిమితం కాలేదు. మహిళా సంఘాల నాయకురాళ్ళు కూడా వాటికి గురికావాల్సి వచ్చింది. తన భర్త ఇంట్లో లేని సమయంలో కైకలూరు మహిళా సంఘం కార్యదర్శిని ఇంట్లోకి వెళ్లమని పోలీసులు బలవంతపెడుతుండగా, చుట్టు పక్కల ఉన్న స్త్రీ, పురుషులు కలిసి వారి ప్రయత్నాన్ని వమ్ము చేశారు. స్త్రీలపై అత్యాచారాలను తిప్పికొట్టడంలో నిత్యపోరాటంలో మునిగి ఉండే పురుషులు కూడా తమవంతు ప్రయత్నం చేశారు.

జనగామ తాలూకా నవాబుపేట గ్రామంలోని స్త్రీలపైన తరుచూ అత్యాచారాలకు పూనుకొంటున్న క్యాంపు సైనికుల్లో ముగ్గుర్ని కాపుగాసి పట్టుకొని హతం చేశారు గ్రామ ప్రజలు. హుకుమ్‌నగర్ తాలూకా పెనుగొండ, మిర్యాలగూడెం తాలూకా మధుర గూడెం, ఖమ్మం తాలూకా వమ్మి, మానుకోట తాలూకా మల్లాల, కోయగూడెం, తిరుమలగిరి గ్రామాల్లో అత్యాచారాలకు పాల్పడిన సైనికులను, స్త్రీలకు అండగా పురుషులు నిలబడి ఎదుర్కొని తిప్పికొట్టారు.

భూస్వాములు, రెవెన్యూ అధికారులు, రజాకర్లు, పోలీసులు, సైనికులు 1946-1951 సంవత్సరం మధ్య కాలంలో ఎంతోమంది స్త్రీలను చెరిచారు. మునగాల పరగణాలో 50 మంది, ఆంధ్ర తాలూకాల్లో 25 మంది, నీలాయగూడెంలో 21 మంది, బలపాల గ్రామంలో 15 మంది, సీమలపాడు, ఇల్లెందుల్లో 70 మంది, నర్మెట్ట నంగనారుల్లో 80 మంది స్త్రీలు మానభంగానికి గురయ్యారు. ఉద్యమకారులపై కసి, కామవాంఛలతో కళ్లు మూసుకుపోయిని వారి కబంధ హస్తాల నుంచి మైనర్ బాలికలు, మూడురోజుల బాలింతరాళ్లు కూడా తప్పించుకోలేకపోయారు. 5 నుంచి 10 మంది దాకా ఒకే స్త్రీని మానభంగం చేసిన సంఘటనలు అనేకం. మానభంగాలకు గురైన వేలమంది స్త్రీలలో 100 మందికి పైగా స్త్రీలు విగతులయ్యారు.

ఆకునూరు, మాచిరెడ్డిపల్లి గ్రామాల్లో నిజాం పోలీసుల అఘాయిత్యాలకు వ్యతిరేకంగా ప్రజలు తిరగబడ్డారు. అందుకు ప్రతీకారంగా నిజాం పోలీసులు గ్రామంపై పడి 32 మంది స్త్రీలను వివస్త్రలను చేసి మానభంగాలు చేశారు. మాదిరెడ్డి పెల్లెలోనూ ఇలాంటి అత్యాచారాలే చేశారు. ఇవన్నీ 1946 సంవత్సరానికి ముందు జరిగినవి.

ఈ అత్యాచారాల గురించి పత్రికల్లో చదివిన గాంధీగారు తీవ్రమైన ఆవేదన చెందారు. ఈ సంఘటన గురించి విచారణ జరిపి తగు చర్యలు తీసుకొమని హైదరాబాద్‌లో ఉన్న కుమారి పద్మజా నాయుడుకు (సరోజిని నాయుడు కుమార్తె) లేఖ రాశారు.

జనగాం తాలూకా ఖిలాషాపూర్ గ్రామానికి చెందిన దూడల సాలమ్మ జనగాంలో విసునూరి రామచంద్రా రెడ్డికి వ్యతిరేకంగా రైతాంగ పోరాటం చేస్తున్న కాలంలో కమ్యూనిస్టులకు అన్నంపెట్టి అండనిస్తుందన్న నెపంతో ఒక సంవత్సరంపాటు విసునూరి జైల్లో నిర్బంధించి అనేక రకాలుగా హింసించారు. రజాకర్లు, పోలీసులు కూడా సామాన్య ప్రజల ఇళ్లపై దాడి చేస్తూ కమ్యూనిస్టుల పేర్లు చెప్పమని, వారి రహస్య స్థావరం చెప్పమని భుజాలకు తాళ్లు కట్టి చెట్టుకు వేలాడదీసి కింద పెండ కుదురు కట్టి దానిలో వేడినీరు పోసి కట్టారు. అయినా సాలమ్మ కమ్యూనిస్టుల పేర్లుగానీ వారి రహస్య స్థావరాలు కానీ చెప్పలేదు. తరవాత పరిస్థితుల్లో తీవ్రతను గుర్తించిన సాలమ్మ దళంలో చేరింది. ఈమె చేరిన దళంలో బద్దం ఎల్లారెడ్డి, నల్లా నర్సింహులు, చీట కొండూరు రాంరెడ్డి, పిట్టల నారాయణ, పెరుమాండ్ల యాదగిరి, శీలం నర్సయ్య వంటి పెద్ద నాయకులు ఉండేవారు. అక్కిరాజుపల్లి, బైరాంపల్లి, మద్దూరు, సకలాపురం, గొల్లభామలగట్టు గ్రామాలను రహస్యంగా పర్యటిస్తూ భూస్వాముల దౌర్జన్యాలకు వ్యతిరేకంగా ప్రజలను సమీకరించడంలో భాగం పంచుకొంది.

రాములమ్మది నల్గొండ జిల్లా హుజూర్‌నగర్ తాలూకా చెరుకుపల్లి గ్రామం. భర్తతో పాటు 1946 లో బేతవోలు మక్తేదారయిన తడకమళ్ల సీతారమచంద్రారావుకు వ్యతిరేకంగా జరిగే ప్రజా పోరాటంలో పాల్గొంది. నిజాం వ్యతిరేక పోరాట కాలంలో తమ దళాలతో కలిసి అడవుల్లోకి వెళ్లింది. మిలిటరీ శిక్షణ పొందడమే కాకుండా ఎర్రజెండాలు కూడా పార్టీకి కట్టించింది.

నల్గొండ జిల్లా హుజూర్‌నగర్ తాలూకా పెనుబాడు గ్రామానికి చెందిన సావిత్రమ్మ పెనుబాడు గ్రామంలో ఐదువేల ఎకరాలకుపైన భూమి కలిగిన భూస్వామి సీతారామరావుకు వ్యతిరేకంగా జరిగిన పోరాటంలో పాల్గొని నిజాం సైనికుల చిత్రహింసలకు గురై చివరకు దళంలో చేరింది. పెనుబాడు రైతులు భూస్వామికి వ్యతిరేకంగా లేవదీసిన పోరాటంలో పాల్గొని పార్టీకి సహకరించింది. అందుకుగాను అనేక చిత్రహింసలకు గురైంది. అయినప్పటకి ఉద్యమ అవసరాల రీత్యా కొరియర్‌గా కూడా పనిచేసింది.

నల్గొండ జిల్లా సూర్యాపేట తాలూకాలోని శిల్పకుంటకు చెందిన బాణాల లింగమ్మ భూస్వామి జన్నారెడ్డి ప్రతాపరెడ్డికి వ్యతిరేకంగా జరిగిన పోరాటంలో ముందుంది. తన కుటుంబాన్ని కూడా ప్రోత్సహించి ఉద్యమంలో భాగం చేసింది. పోలీసులకు, రజాకర్లకు దొరకకుండా కమ్యూనిస్టు పార్టీ కార్యకర్తగా చురుకుగా పనిచేసింది.

మాజీ ఎం.పి. భీంరెడ్డి నర్సింహారెడ్డి చెల్లెలు మల్లు స్వరాజ్యం కమ్యూనిస్టు పార్టీ కార్యక్రమాల్లో ఉత్సాహంగా పాల్గొనడమే కాకుండా ప్రజలను సమీకరించడంలో చురుకైన పాత్ర నిర్వహించింది. మంచి వక్త, చొరవ కలిగిన మల్లు స్వరాజ్యం స్త్రీ, పురుషులు అనే తేడా లేకుండా ఉద్యమలో ప్రజలను భాగస్వాములను చేసింది. ఈమె ముందు కమ్యూనిస్టు పార్టీలో జోనల్ కార్యకర్తగా, తరవాత ప్రాంతీయ కమిటీ సభ్యురాలుగా వివిధ స్థాయిల్లో పనిచేసి ప్రజల హృదయాల్లో చెరగని ముద్ర వేసుకొన్నారు. నల్గొండ జిల్లా గుండాల కేంద్రంలో కోయలను ఉత్తేజపరిచి పోరాటంలోకి దింపి వారికి నాయకత్వం వహించింది. మల్లు స్వరాజ్యం భూస్వామ్య కుటుంబంలో జన్మించినప్పటికి వారి పెత్తందారీ విధానాలకు, నిజాం నిరంకుశత్వానికి వ్యతిరేకంగా పోరాడింది.

వరంగల్ జిల్లా మానుకోట తాలూకా గొల్లచెర్ల గ్రామానికి చెందిన అచ్చమాంబ హైదరాబాద్ సంస్థానం భారతదేశంలో కలవాలని జరిగిన నిజాం వ్యతిరేక పోరాటంలో పాల్గొంది. వైద్యవృత్తిలోని ప్రాథమికాంశాలను నేర్చుకొని కార్యకర్తలకు, నాయకులకు వైద్య సేవలందించి డాక్టర్ అచ్చమాంబగా పేరుపొందింది. ఉద్యమంలో కూడా చురుకుగా పాల్గొంది.

వరంగల్ జిల్లా మానుకోట తాలూకా రాంపురం గ్రామానికి చెందిన కమలమ్మ దళంలో చేరి కమ్యూనిస్టు పార్టీలో చురుకుగా పాల్గొంది. కథలు చెప్పుకుంటూ, భూస్వాములకు వ్యతిరేకంగా నిజాం ప్రభుత్వానికి వ్యతిరేకంగా పాటలు పాడుకొంటూ తిరిగింది. ఆ తరవాత ఏరియా కమిటీ సెంటర్‌లలో, ప్రాంతీయ కమిటీ సెంటర్లల్లో సర్క్యులర్స్ రాసుకుంటూ తిరిగింది. మరి కొంత కాలం డాక్టర్లను అడవుల్లోకి పిలిపించుకొని వారిచేత తరగతులు విని ప్రాథమిక చికిత్స చేస్తూ మంథని, మానుకోట, ఖమ్మం, గార్ల జాగీరుల్లో కార్యకర్తలకు ప్రాథమిక చికిత్సచేస్తూ తిరిగారు.

బ్రిజ్‌రాణి గౌడ్ సరోజినీ నాయుడు ప్రభావంతో రజాకర్ వ్యతిరేక కాలంలో మహిళా సభ్యులను కూడగట్టి సముదాయాలుగా ఏర్పాటుచేసి కాపలా కాచింది. ఈ తరుణంలో రజాకర్లకు దొరికి జైల్లో బంధితురాలై హింసలకు గురై ఆరు నెలల తరవాత విడుదలైంది. మళ్లీ అరెస్టు చేసి హింసిస్తారనే భయంతో అజ్ఞాతంలోకి వెళ్లి పోరాటం ఆగిన తరవాత 1952 లో బయటకు వచ్చింది.

నల్గొండ జిల్లా ఆలేరు తాలూకాకు చెందిన ఆరుట్ల కమలాదేవి భర్త రామచంద్రారెడ్డి ప్రోత్సాహంతో ఉద్యమంలో పాల్గొంది. విద్యార్థి దశలోనే కొలనుపాకలో 'వంటశాల' పేరుతో వయోజన విద్యాలయాన్ని నడిపేది. ఆంధ్రమహిళా సభలో నుంచి 1943 లో కమ్యూనిస్టు పార్టీలో శిక్షణ పొంది సాయుధ పోరాటంలో పాల్గొంది. చల్లూరు గుట్టలో జరిపిన ఈమె పోరాటం స్ఫూర్తిదాయకం. స్వాతంత్ర్యానంతరం కమ్యూనిస్టు పార్టీ శాసనసభ సభ్యురాలిగా ఎన్నికయ్యారు.

వీరితోపాటు మరెందరో దళితులు, కోయలు, లంబాడీ కులాల నుంచి పెద్ద సంఖ్యలో ఈ ఉద్యమంలో పాల్గొన్నారు. మిర్యాలగూడా తాలూకా ముకుందపురానికి చెందిన వాడపల్లి, కొండ్రపూలులకు చెందిన లంబాడీ స్త్రీలు భూస్వాముల గూండాలకు ఎదురుతిరిగి తమ భూములను సాధించారు. మొద్దులకుంట, వీరవరంలలో స్త్రీలు, భూస్వాములను ఎదిరించి తమ భూములను సాధించారు. మొద్దులకుంట వీరవరంలలో స్త్రీ పోరాటం చరిత్రకెక్కింది. మల్లారెడ్డి గూడెంలో పరదా స్త్రీలు కూడా లేవీ ధాన్యానికి వ్యతిరేకంగా ప్రతిఘటించారు. ప్రొద్దుటూరులో సైన్యం స్త్రీలను ఎత్తుకుపోవడానికి ప్రయత్నించగా స్త్రీలు పోరాడి తమ మానాలను కాపాడుకొన్నారు. తిరుమలగిరి, కోయగూడెం, నెరిజుల, మానుకోట, చెట్ల ముప్పారం, సమ్మి గ్రామాల్లో స్త్రీలు నిజాం సైన్యాన్ని ఎదిరించి తమ మాన ప్రాణాలను కాపాడుకొన్నారు. రాములమ్మ, సావిత్రమ్మ, పూసలపల్లి తండాకు చెందిన లచ్చక్క, సాయుధ పోరాటంలో కొరియర్‌లుగా పనిచేశారు. కోయలచ్చక్క నిజాం సైన్యంలో నలుగురు పోలీసులను చంపింది. బెండలపూడికి చెందిన బూదెమ్మ గెరిల్లా దళానికి వస్తువులు సరఫరా చేసేది. మేళ్లచెరువుకు చెందిన పడెగపూటి నాగమ్మ నందిగామ తాలూకా చౌప్పకుంట్ల గ్రామానికి చెందిన వెంకమ్మ గెరిల్లా దళాలకు ఆహారం సరఫరా చేసేది. ఈ విధంగా ఎంతోమంది దళిత గిరిజన స్త్రీలు ఉద్యమంలో చురుకుగా పాల్గొన్నారు.

జాయిన్ ఇండియా ఉద్యమం - 1947

బ్రిటిష్ పాలనానంతరం తరవాత నిజాం ప్రభుత్వం స్వాతంత్ర్యాన్ని ప్రకటించ పూనుకొన్నాడు. కాంగ్రెస్ నాయకుడైన రామానంద తీర్థ నిజాం నిర్ణయానికి వ్యతిరేకంగా జాయిన్ ఇండియా యూనియన్ ఉద్యమాన్ని జూలై 7, 1947 న ప్రారంభించాడు. శాంతియుత హక్కులు, స్వచ్ఛందంగా కార్మికులు పని నిలిపివేత, విద్యార్థుల తరగతుల బహిష్కరణలకు పిలుపునిచ్చాడు. కానీ నిజాం అణచివేత చర్యలకు పూనుకొని, జెండా ఎగరవేయడాన్ని నిషేధించాడు. ఆగస్టు 15 న అనేక నిరసనలు పెల్లుబికాయి. నిజాం నిషేధాజ్ఞలను ధిక్కరించి పలుచోట్ల జాతీయ పతాకాన్ని ఎగురవేశారు. వారిపై పోలీసులు లాఠీ ప్రయోగం చేశారు. స్త్రీలు ఈ ఉద్యమంలోనూ ఉత్సాహంగా పాల్గొన్నారు. యశోదా బాయి, బ్రిజ్ రాణి

గౌడ్ జాతీయ జెండా ఎగురవేసి అరెస్టయ్యారు. వీరి తరవాత నాలుగు బ్యాచిలల్లో స్త్రీలు ఉద్యమాన్ని నడిపారు. విమలాబాయి మెల్కొటే, జ్ఞాన కుమారి హీడా, ఉషా పాన్‌గ్రీకల్, అహల్యాబాయిలు కర్ఫ్యూని సైతం లెక్క చేయక లాఠీ దెబ్బలు తిన్నారు. లక్ష్మీ, రాధాబాయి దేశ్‌ముఖ్‌లు ఇటుకల మండిలో పతాకాన్ని ఆవిష్కరించారు. నిజాం రాజు భారత యూనియన్‌తో 30 నవంబరు 1947 న యథాతథ ఒడంబడిక చేసేవరకు ఉద్యమం కొనసాగింది.

1969 నాటి తెలంగాణా ఉద్యమం - స్త్రీల పాత్ర

1948 లో పోలీసు యాక్షన్ జరిగి హైదరాబాదు సంస్థానం భారత యూనియన్‌లో విలీనం అయ్యాక 1952 లో ఎన్నికలు జరిగి ప్రభుత్వం ఏర్పడేలోపు ఈ ప్రాంతం సివిల్ అడ్మినిస్ట్రేటర్ వెల్లోడి పాలనలో ఉండేది. అదే మంచి అదునుగా ఆంధ్రవలస పాలకులు తెల్లంగాణాలోని మారుమూల ప్రాంతాల్లో సహితం చొరబడ్డారు. ఫలితంగా 1952 లో 'నాన్‌ముల్కీ గో బ్యాక్' అంటూ ఆంధ్రుల పెత్తనాన్ని నిరసిస్తూ తెలంగాణా అస్తిత్వానికై పోరాటం ప్రారంభమైంది. పోలీసుల కాల్పుల్లో కొందరు యువకులు ప్రాణాలను పణంగా పెట్టారు. ఈ పరిస్థితుల్లో కేంద్ర ప్రభుత్వం జస్టిస్ ఫజల్ అలీ అధ్యక్షతన స్టేట్ రీ ఆర్గనైజేషన్ కమిటిని నియమించింది. విశాలాంధ్ర ఏర్పడితే ఆంధ్ర ప్రజలు తెలంగాణా ప్రాంతానికి ఇంకా ఇంకా వలస వచ్చే అవకాశముందనీ, తెలంగాణ ప్రాంతపు అభివృద్ధికంటే ఆంధ్ర ప్రాంతాభివృద్ధే జరిగే అవకాశముందని కమిటీ స్పష్టంచేసింది. 1956 నవంబర్ 1 న భాషాప్రయుక్త రాష్ట్రాల పేరిట ఆంధ్రరాష్ట్రం ఏర్పడింది. రాష్ట్రావతరణ తొలి రోజునే ఆ ఒప్పందం ఉల్లంఘన ప్రారంభమైంది. తెలంగాణ ప్రాంతంలోని లక్షలాది ఎకరాల భూమిని ఆంధ్రవలస పాలకులు హస్తగతం చేసుకొన్నారు. చేసుకొన్న ఒప్పందాలను తుంగలో తొక్కి తెలంగాణా ప్రాంతీయులకు రావాల్సిన ఉద్యోగాలను రకరకాల మార్గాల్లో ఆంధ్రులే కొట్టేశారు. తెలంగాణా ప్రాంత నిధులను ఆంధ్ర ప్రాంతాభివృద్ధికి వాడుకొన్నారు. ఫలితంగా 1968 లో ప్రత్యేక తెలంగాణా నినాదం ఆవిర్భవించింది. 1969 లో ఆ నినాదమే ఉద్యమ రూపంగా ఊపిరి పోసుకోవడమే కాక ఉధృతమైంది.

ఆంధ్ర వలస పాలకులు, ఆంధ్ర వలస వాదులు, స్వార్థపర రాజకీయ నాయకులు ఆరోపిస్తున్నట్లు ఇది సంకుచిత వాదం కాదు. ఇది చారిత్రక రాజకీయ ఆర్థిక సాంస్కృతిక, సామాజిక అంశాలతో ముడిపడి ఉన్న వాదం-ఉద్యమం. ఈ ఉద్యమంలో విద్యార్థులు, ఉపాధ్యాయులు, ఇతర ఉద్యోగులు, మేధావులు, ఇంజనీర్లు, న్యాయవాదులు, డాక్టర్లు ఒక్కరేమిటి అన్ని రంగాల వాళ్లు పాల్గొన్నారు. 'నాన్‌ముల్కీ గో బ్యాక్', 'ప్రాణాలైనా అర్పిస్తాం, తెలంగాణా సాధిస్తాం' లేదా 'రహేంగే లేకే రహేంగే తెలంగాణ లేకే రహేంగే', 'చిప్పా పోలీస్ - డౌన్ డౌన్' అంటూ అనేక నినాదాలతో ఉద్యమించారు. విద్యార్థులు స్కూళ్లను, కాలేజీలను వదిలి వీధుల్లోకి వచ్చారు. టీచర్లు, ఇతర ఎన్.జీ.వోలు, తమ తమ విధులను బహిష్కరించి ఉద్యమంలో మమేకమయ్యారు. విద్యార్థులు ప్రతిరోజు రాస్తారోకోలు, పికెటింగ్‌లు, ధర్నాలు, నిరాహార దీక్షలు వంటి అనేక కార్యక్రమాలను ఎంతో దీక్షతో సాగించారు.

విద్యార్థులు, స్త్రీలు అందులో పాల్గొనడం తమవంతు బాధ్యతగా భావించి ఉద్యమంతో కలిసిపోయారు. ఉద్యమం ఊపందుకొని ప్రభుత్వాన్ని స్తంభింపచేసింది. ప్రభుత్వం ఈ ఒత్తిడిని తట్టుకోలేక సి.ఆర్.పి (సెంట్రల్ రిజర్వుడ్ పోలీస్) ని దిగుమతి చేసుకొంది. విద్యార్థులు చేస్తున్న రాస్తారోకోలు, పికెటింగ్‌లు, ధర్నాల వద్ద ఆ పోలీసులను మోహరింపచేసింది. లాఠీ చార్జీలను, బాష్పవాయు ప్రయోగాలను చేసింది. 144 సెక్షన్ లేని రోజంటూ లేదు. కర్ఫ్యూ విధించడం కూడా మామూలైపోయింది. ఈ అన్ని రకాల కార్యక్రమాలలో విద్యార్థినులు, మహిళలు పాల్గొన్నారు. ప్రత్యేక తెలంగాణ పట్ల

ఉన్న ఆత్మీయతా భావంతో వయోభేదాలు లేకుండా హోదాల తారతమ్యాలు మరిచి విద్యార్థినులు, గృహిణులు, ఉద్యోగస్తులు, రాజకీయ నాయకురాళ్ళు మొదలైన అనేక వర్గాలకు చెందినవారు ఎంతో ఉత్సాహంగా, ఉద్రేకంగా ఉద్యమంలో పాల్గొన్నారు. జె.ఈశ్వరీబాయి, టి.సదాలక్ష్మి, సంగం లక్ష్మీబాయి, సి కనకరత్నమ్మ, శాంతాబాయి, మేయర్ కుముద్ నాయక్, సావిత్రీ చెన్నారెడ్డి, సులోచనానరోత్తం రెడ్డి, శర్మిష్టా రెడ్డి, అమృత రెడ్డి, శ్రీమతి వెంకటేశ్వర యాదవ్, ఆరుట్ల కమలాదేవి మొదలైన వారు ఉద్యమంలో పాల్గొన్నారు. వీరిలో జె.ఈశ్వరీబాయి, సదాలక్ష్మి, లక్ష్మీబాయి మొదలైనవారు నగరంలో స్వతహాగా రాజకీయ నాయకురాళ్ళుగా ఎదిగినవారు కాగా, సి.కనకరత్నమ్మ వరంగల్లు నుంచి, శాంతాబాయి కల్వకుర్తి నుంచి, ఆరుట్ల కమలాదేవి జనగామకు చెందిన నాయకురాలుగా చెప్పుకోవచ్చు. ఈ ఉద్యమంలో పాల్గొన్న స్త్రీలు స్వతహాగా రాజకీయ జీవితం కలవారు, రాజకీయమైన కుటుంబ చైతన్యం గలవారు. ఆయా పదవుల్లో ఉండటంవల్ల రాజకీయ చైతన్యం పొందినవారు. స్వతహాగా ఆ ఉద్యమం పట్ల గల ఆత్మీయతా భావంతో చేరిన వారుగా చెప్పుకోవచ్చు. వీరిలో ఈశ్వరీబాయి, సదాలక్ష్మిలను కేంద్ర నాయకురాళ్ళుగా చెప్పుకోవచ్చు. వీరు తెలంగాణాలోని గ్రామ గ్రామాలు తిరిగి అనేక సభల్లో ప్రసంగించారు. ప్రజలను తమ ప్రసంగాలతో ఉత్తేజపరిచారు. ఎంతోమంది ఉద్యమ కార్యకర్తలను తయారుచేశారు. వీరి ప్రసంగం అంటే ప్రజలకెంతో మక్కువ. వీరిరాక ఆలస్యమైనప్పటికీ వేలాదిమంది ఎంతో ఓపిగ్గా ఎదురు చూసేవారు. అనేక ప్రాంతాలు పర్యటించడం వల్ల ఆలస్యం తప్పేది కాదు. ఎంతోమంది గాయనీ గాయకులు తెలంగాణ ఉనికిని, సంస్కృతిని, భాషను ప్రతిబింబించే పాటలు పాడి సభికులను ఉత్తేజపరిచారు. ఈ ఉద్యమంలో జరిగిన కాల్పుల్లో రేణుక అనే అమ్మాయి అమరురాలైంది. అంతేకాకుండా హైదరాబాద్‌లో ఉద్యమంలోని అన్ని రూపాలను వీరు ముందుకు తీసుకెళ్లారు. అయితే ఈ ముగ్గురిలో మొదటి ఇద్దరు ఉద్యమ కార్యక్రమాలకు ప్రాధాన్యం ఇస్తే సంగం లక్ష్మీబాయి కాంగ్రెసు ప్రభుత్వానికి అనుసంధానకర్తగా వ్యవహరించింది.

హైదరాబాద్ తరవాత ఉద్యమం వరంగల్లులోనే పెద్ద ఎత్తున జరిగింది. స్వాతంత్ర్య సమరయోధులు, ఎం.ఎల్.సి. అయిన కనక రత్నమ్మ స్త్రీలకు ప్రాతినిధ్యం వహించారు. పాఠశాల, కళాశాల సంఘాల నాయకులు మొదట ఈ విద్యార్థినీ ఉద్యమానికి ప్రాతినిధ్యం వహించినప్పటికీ ఉద్యమం మరికొంత ముందుకు పోతున్న దశలో వీరి జాడ కనపడలేదు. ఏప్రిల్ 15, 1969 న ఒక ర్యాలీ వేయిస్తంభాల గుడి వరకు వెళ్లి ఒక సభ జరుపుకొంది. ఆ సభలో ఎంతోమంది వక్తలు ఉద్యమ ఆవశ్యకతను గురించి మాట్లాడారు. విద్యార్థినుల నుంచి దేవకి అనే విద్యార్థిని వచ్చి రాణి రుద్రమ పాలించిన గడ్డలో జీవిస్తున్న మనం ఆమె పరాక్రమాన్ని, సామర్థ్యాన్ని గుర్తుకు తెచ్చుకొని ఆ ఉత్తేజంతో ఉద్యమంలో పాల్గొని తెలంగాణా సాధించి తీరాలని ఎంతో ఆవేశంగా మాట్లాడింది. అది మొదలు జరిగిన అనేక కార్యక్రమాలకు దేవకి నాయకురాలిగా పనిచేసింది. ఆమెతోపాటు ఆమె చెల్లెలు కృష్ణకుమారి, అనిసెట్టి రజిత, తార, అరుణ మొదలైనవారు ప్రముఖమైన కార్యకర్తలుగా పనిచేశారు. ప్రతిరోజు పికెటింగ్, ధర్నానో, రాస్తారోకోనో... మొత్తం మీద ఏదో ఒక ఉద్యమ కార్యక్రమాన్ని చేపట్టి ప్రభుత్వ యంత్రాంగానికి ఇబ్బంది కలిగించేవారు. ఈ సందర్భంలో చాలామంది విద్యార్థినులు అనేకసార్లు అరెస్టయ్యారు. ఈ విధంగా అరెస్ట్ అయిన వారిని చాలాసార్లు పోలీస్ స్టేషన్లలోనే సాయంకాలం వరకు ఉంచి అటుపై వదిలివేసేవారు. కొన్నిసార్లు కోర్టు వరకు తీసుకెళ్లి బెయిల్‌పై వదిలేసేవారు.

1969, ఏప్రిల్ 19 న వరంగల్లు పట్టణంలో కర్ఫ్యూ విధించారు. కానీ ఆ రోజు ఊరేగింపుకై పోలీసుల అనుమతి ఉంది. ఆ కారణంగా అంతటి నిర్బంధ పరిస్థితిలోనూ హన్మకొండలో వేయిస్తంభాల గుడి నుంచి ర్యాలీ సాగింది. ఆ ర్యాలీలో విద్యార్థినులే కాక గృహిణులు కూడా పాల్గొన్నారు. ర్యాలీలో ఉన్న జన సంఖ్య కంటే మోహరించిన

పోలీసుల సంఖ్యే ఎక్కువ. ఈ ర్యాలీకి కనకమ్మగారు నాయకత్వం వహించారు. దేవకి ఊరేగింపు ముందుగా నడుస్తూ ఎన్నో నినాదాలనందించింది. ఊరేగింపు చౌరస్తా దాటి పోలీస్ స్టేషన్ సమీపిస్తుండగానే వారినందరినీ అరెస్టు చేసి కోర్టులో హాజరు పరిచారు. కోర్టులో హాజరైన తరవాత పూచీకత్తుపై వారినందరినీ వదిలేసారు.

మరోసారి జరిగిన రాస్తారోకోలో విద్యార్థినులను అరెస్టు చేయడానికి పోలీసులు వచ్చారు. రోడ్డుపై ఉన్న ఏ విద్యార్థినీ ఏ మాత్రం తొణక్కుండా నిశ్చలంగా కూర్చున్నారు. దాంతో పోలీసులు వారిని భౌతికంగా పట్టుకొని వ్యానులో ఎక్కించే ప్రయత్నం చేశారు. ఆ సందర్భంగా పోలీసులపైకి విద్యార్థినుల నుంచి చెప్పుల వర్షం, చుట్టూ గుమిగూడి ఉన్న జనం నుంచి రాళ్ల వర్షం కురిసింది. ఒకవైపు వారంతా మమ్మల్ని అరెస్టు చేయడానికి మహిళా పోలీసునెందుకు నియమించలేదని గగ్గోలు పెడుతున్నా పోలీసులే స్వయంగా వారినంతా ఎత్తుకెళ్లి జీపుల్లో ఎక్కించారు. ఆ సాయంకాలం జీవల్ లాల్ గ్రౌండ్స్‌లో జరిగిన బహిరంగ సభలో దేవకి చాలా ఆవేశంగా మాట్లాడింది. స్త్రీలను అరెస్టు చేసే విషయంలో మహిళా పోలీసులనెందుకు నియమించలేదంటూ ఆ వేదిక నుంచి ప్రభుత్వాన్ని ప్రశ్నించింది.

ప్రతిరోజూ అరెస్టు కావడం విడుదల కావడం అనేది రోజువారీ కార్యక్రమమైంది. దాంతో విసిగిపోయిన విద్యార్థినులు ఒక రోజు మమ్మల్నెందుకు మీరు జైలుకు పంపించడం లేదని జడ్జిని నిలదీసారు. తెలంగాణా పట్ల వారికున్న అభిమానాన్ని చూసి ఆశ్చర్యపోయాడు. 'రాజమండ్రి జైలుకా? వరంగల్లు జైలుకా?' అంటూ ప్రశ్నించాడు. 'ఆంధ్రా జైలుకు మేము పోము, వరంగల్లు జైలుకే' అని మూకుమ్మడిగా వచ్చిన సమాధానం విని ఆ జడ్జిగారు ఆ అమ్మాయిల ధైర్యం, చొరవ చూసి ఆశ్చర్యపోయారు.

తెలంగాణా వాదాన్ని నీరుకార్చే స్వార్థపరుల ప్రోత్సాహంతో, అండతో కొద్దిమంది పరీక్షలు రాసే ప్రయత్నం చేశారు. ఉద్యమకారులు (విద్యార్థినీ విద్యార్థులు) అనేక స్కూళ్లకు వెళ్లి పరీక్ష హాల్లోకి ప్రవేశించి పరీక్షా పత్రాలను చింపివేసి వారి ప్రయత్నాన్ని భగ్నం చేశారు. పబ్లిక్ పరీక్షలు రాయాల్సిన విద్యార్థులు ఒక విద్యా సంవత్సరాన్ని నష్టపోయారు.

1969 మే నెలలో హన్మకొండలో మహిళా సదస్సు జరిగింది. ఆ సదస్సుకు లెక్కకు మిక్కిలిగా చిన్నారుల నుంచి వయోవృద్ధుల వరకు స్త్రీలు హజరుకాగా, వేలాదిమంది పురుషులూ హాజరయ్యారు. ఆ సదస్సుకు ఈశ్వరీబాయి ముఖ్య అతిథిగా విచ్చేయగా దేవకి అధ్యక్షత వహించింది. సులోచనా నరోత్తంరెడ్డి గారిని కూడా ఆహ్వానించే ప్రయత్నం జరిగినప్పటికీ సఫలం కాలేదు. ఉద్యమకారులు జైల్‌భరో కార్యక్రమాన్ని సఫలీకృతం చేసుకుంటుండగా, వారందరికీ జైళ్లలో వసతి కల్పించలేకపోయింది. అందువల్ల చాలామందిని అరెస్టు చేయడంతో పాఠశాలలే జైళ్ళయ్యాయి. రాను రాను ఈ శాంతిభద్రతలు కాపాడటంలో ప్రభుత్వం విఫలమైంది. సి.ఆర్.పి.ఎఫ్. పోలీసులు ఇష్టారాజ్యంగా వ్యవహరించారు. లాఠీచార్జీలు, బాష్పవాయు ప్రయోగాలు చేశారు. 144 సెక్షన్, కర్ఫ్యూలను విధించారు. ప్రజాజీవనం స్తంభించిపోయింది. ఈ పరిస్థితుల్లో సుమారు 400 మంది కుమారి రేణుకతో సహా అమరులయ్యారు. అయినా ఉద్యమకారులు ముందంజ వేశారు. కొందరు స్వార్థపరులైన రాజకీయ నాయకులు ప్రజల ఆకాంక్షలను వమ్ముచేశారు. ప్రత్యేక తెలంగాణా వాదులు ఎన్నికల్లో గెలిచి రాష్ట్రాన్ని సాధించుకోవాలని నిర్ణయం తీసుకొన్నారు. 1971 లో జరిగిన లోక్‌సభ ఎన్నికల్లో ప్రజాసమితి పార్టీ పక్షాన పోటీచేసి 10/14 సీట్లను సంపాదించుకొన్నారు. ఈ ఎన్నికల్లో విద్యార్థులు, విద్యార్థినులు, యువకులు పాల్గొన్నారు. ఊరూరు, ఇల్లిల్లు తిరిగి ప్రచారం చేశారు. సభలు, సమావేశాల్లో పాల్గొని ప్రసంగించి ప్రజలందరూ ఈ పార్టీకే ఓటువేయాలనే అవగాహనను కల్పించారు. అనుకొన్న సీట్లను సాధించారు. కానీ మళ్లీ రాజకీయ నాయకులు ప్రజల అభీష్టాన్ని, ఆకాంక్షలను ఇందిరా గాంధీకి తాకట్టు పెడుతూ కాంగ్రెసులో విలీనం అయ్యారు. ఉద్యమం తాత్కాలికంగా నివురుగప్పిన నిప్పులా అప్పటికి ఆగిపోయింది. ఈ ఉద్యమంలో చురుకుగా పాల్గొన్న కొందరి వివరాలు కింద ఇవ్వడమైంది.

జె. ఈశ్వరీబాయి భారత రాజకీయాల్లో తాత్విక ఆలోచనతో అంబేద్కర్ ప్రత్యేకతను గుర్తించి ఆ ప్రభావంతో రాజకీయాల్లోకి వచ్చింది. అంబేద్కర్ రచనలను శ్రద్ధగా అధ్యయనం చేసి ఆయన రచనలతో దళితుల జీవితాలు బాగుపడతాయని నమ్మి పనిచేసిన తొలితరం మహిళ. 1951 లో పురపాలక సంఘం ఎన్నికల్లో చిలకలగూడ వార్డు నుంచి పోటీచేసి గెలిచింది. ప్రజలకు వీధి దీపాల ఏర్పాటు నీటి పంపులు, మరుగుదొడ్ల సౌకర్యాలు కల్పించడమే కాక ఇళ్ల స్థలాలను ఇప్పించింది. 1960 లో ఆంధ్రప్రదేశ్ షెడ్యూల్ కులాల ఫెడరేషన్‌కు ప్రధాన కార్యదర్శిగా పనిచేసింది. 1967 లో నిజామాబాద్ జిల్లాలోని ఎల్లారెడ్డి నియోజకవర్గం నుంచి రిపబ్లికన్ పార్టీ అభ్యర్థినిగా పోటీచేసి గెలిచింది.

టి.ఎన్.సదాలక్ష్మి : గాంధీ, డా.బి.ఆర్. అంబేద్కర్ ప్రభావం సదాలక్ష్మిగారిపై ఉండేది. సదాలక్ష్మి 1957 ఎన్నికల్లో నిజామాబాదు, కామారెడ్డి నియోజక వర్గం నుంచి పోటీచేసి గెలిచారు. నీలం సంజీవరెడ్డి మంత్రివర్గంలో దేవాదాయ శాఖమంత్రిగా, దామోదరం సంజీవయ్య కాలంలో తొలి మహిళా డిప్యూటీ స్పీకర్‌గా పనిచేశారు. 1968 - 69 తెలంగాణ ఉద్యమంలో ముఖ్యపాత్ర వహించారు. తెలంగాణ ప్రజాసమితి మొట్టమొదటి సమావేశం సదాలక్ష్మి అధ్యక్షతన జరిగింది. ఉత్తేజపరిచే ప్రసంగాలతో ఆమె తోటివారిని ప్రభావితం చేశారు. చెన్నారెడ్డి అరెస్టు తరవాత మొత్తం తెలంగాణా ఉద్యమాన్ని నడిపి అరెస్టు అయి చెంచల్‌గూడా జైలులో శిక్ష అనుభవించారు. కాంగ్రెస్ అధిష్టానానికి ఉద్యమ నాయకులు తలొగ్గడాన్ని తీవ్రంగా విమర్శించారు. కాంగ్రెస్ పార్టీలో కొంతకాలం పనిచేసి, తెలుగుదేశం పార్టీ వ్యవస్థాపనలో పాలుపంచుకొన్నారు. అనేక సంస్థల్ని స్థాపించారు. బంధుసేవా మండలి, అరుంధతీయ మహాసభ, బాబు జగజ్జీవనరామ్ ట్రస్ట్, లిడ్‌కాప్ సంస్థలు ముఖ్యమైనవి. దళితుల అస్తిత్వ ఉద్యమమైన దండోరా ఉద్యమంలో చురుకుగా పాల్గొన్నారు. నాలుగు దశాబ్దాల రాజకీయ ప్రస్థానంలో అలుపెరగని పోరాటం చేశారు.

సుమిత్రాదేవి : సుమిత్రాదేవి రాజకీయ జీవనంలో మొదటిది జాతీయోద్యమమైతే, రెండో భాగం ప్రజాప్రతినిధిగా ఉన్న కాలం. 1938 ఆర్య సత్యాగ్రహం సమితి ఆధ్వర్యంలో శాసనోల్లంఘనోద్యమాలలో పాల్గొని జైలుకు వెళ్లారు. చిక్కడపల్లిలో ఆర్య యువజన పాఠశాలను, 1942లో నారాయణగూడలో జగజ్జీవన పాఠశాలను నడిపారు. జాతీయోద్యమంలో చురుకుగా పాల్గొని, ఖాదీ ప్రచారం చేశారు. 1942 క్విట్ ఇండియా ఉద్యమం, 1947-48లో జాయిన్ ఇండియా ఉద్యమంలో పనిచేసి అరెస్టు అయ్యారు. 1951 హైద్రాబాదు పురపాలక సంఘానికి కాంగ్రెస్ ప్రతినిధిగా ఎన్నికైనారు. 1957లో శాసనసభ సభ్యురాలుగా ప్రజాభివృద్ధికై పాటుపడ్డారు. ప్రత్యేక తెలంగాణా ఉద్యమంలో చాలా ముఖ్యపాత్ర పోషించారు. పలుచోట్ల ఉత్తేజిత ప్రసంగాలు చేశారు. ఉద్యమకాలంలో శాసనసభ సభ్యురాలుగానే ప్రత్యక్ష ఉద్యమంలో పాల్గొని పోలీసుల లాఠీ దెబ్బలు తిన్నారు. అసెంబ్లీలో తెలంగాణ అవసరాన్ని ప్రస్తావించారు.

కనకరత్నమ్మ స్వాతంత్ర్య సమరయోధురాలు, గాంధేయవాది, హన్మకొండ నివాసి. అభాగ్యులైన స్త్రీల అభివృద్ధికై కృషిచేసింది. ఎం.ఎల్.ఏ గా కూడా ఎన్నికైంది. ప్రత్యేక తెలంగాణాకై వరంగల్లులో జరిగిన ఉద్యమంలో చురుకుగా పాల్గొంది.

శాంతాబాయి మహబూబ్‌నగర్ జిల్లాలోని కల్వకుర్తికి చెందిన స్త్రీ. ఉద్యమ కాలంలో ఈమె ఎం.ఎల్.ఏ.గా ఉద్యమానికి ఎంతో ఊపిరి పోసారు.

శ్రీమతి కుముద్ నాయక్ తెలంగాణా ఉద్యమం సాగుతున్నప్పుడు హైదరాబాద్ మేయర్‌గా ఉన్నారు. మేయర్‌గా ఉన్నప్పటికీ ధైర్యంగా ఉద్యమంలో పాల్గొన్నారు. ఉద్యమంలో పాల్గొన్న స్త్రీలకు ఆదర్శంగా నిలిచారు. ఉద్యమంలో

పాల్గొంటున్న స్త్రీలపై రౌడీలు గోడలమీద అసభ్యకరమైన రాతలు రాస్తే ఆమె స్వయంగా ఆ రాతలను చెరిపారు. ఇతరులతో చెరిపించారు.

సావిత్రి చెన్నారెడ్డి ప్రత్యేక తెలంగాణ ఉద్యమంలో ప్రముఖ నాయకుడైన మర్రి చెన్నారెడ్డి గారి సతీమణి. కుటుంబ వాతావరణంలోని రాజకీయ చైతన్యంతో ఈమె ఉద్యమ కార్యక్రమాల్లో పాల్గొంది.

సులోచనా నరోత్తం రెడ్డి 1969 లో ఉస్మానియా విశ్వవిద్యాలయానికి వైస్‌చాన్సలర్‌గా పనిచేస్తున్న నరోత్తంరెడ్డిగారి సతీమణి. తెలంగాణ ఉద్యమంలో పాల్గొన్నారు.

70 వ దశకంలో మహిళా ఉద్యమాలు

హైదరాబాద్‌లోని ఉస్మానియా విశ్వవిద్యాలయం 70 వ దశకంలో మరొకసారి ప్రగతిశీల వామపక్ష రాజకీయాలకు, ఉద్యమాలకు కేంద్రం అయింది. విద్యార్థి ఉద్యమాల్లో భాగంగా 70 వ దశకంలో విద్యార్థినుల గ్రూపు ఒకటి ఏర్పడటం అందులో విశేషం. ప్రపంచ వ్యాప్తంగా 60 లలో చెలరేగిన ఫెమినిస్ట్ ఉద్యమాల ప్రభావం ఒకవైపు, విశ్వవిద్యాలయంలో అభ్యుదయ రాజకీయ వాతావరణం ఇంకొకవైపు ఈ గ్రూపును ప్రభావితం చేశాయి. వరకట్నాలు, స్త్రీలపై జరిగే హింస, మీడియాలో స్త్రీల అసభ్య చిత్రణ బయటి ప్రపంచంలో మసలడానికి వారు ఎదుర్కొనే వేధింపులు, దౌర్జన్యాలు వంటి అంశాలపైన దృష్టి సారించడం జరిగింది. వీటితోపాటు కార్మిక స్త్రీల జీవితాలు, పట్టణాల్లోని, బస్తీల్లో ఏ సౌకర్యాలు లేని వారి పరిస్థితులు, రోజు కూలీ పెంపు వంటి విషయాలను కూడా తీసుకోవడం జరిగింది. ఈ ప్రయత్నం తరవాత అభ్యుదయ స్త్రీల సంఘం రూపు తీసుకుంది. ఇదే సమయంలో మహారాష్ట్రలోని దులియా, షాహదా ప్రాంతాల్లో కూడా పెద్ద ఎత్తున స్త్రీల సమీకరణ జరిగింది. 1975 లో అత్యవసర పరిస్థితి తరవాత హక్కుల ఉద్యమాలు, వామపక్ష ఉద్యమాలే లేకుండా, ప్రభుత్వ వ్యతిరేక వైఖరిని అనుసరించిన వ్యక్తులు, పార్టీల సభ్యులు కూడా నిర్బంధానికి గురయ్యారు.

హైదరాబాద్‌లో స్త్రీ శక్తి సంఘటన (SSS) ను తెలంగాణా ప్రాంతపు సామూహిక చైతన్యానికి ప్రతీకగా చెప్పుకోవచ్చు. ఈ సంస్థలన్నీ అనుసరించిన కొత్త రాజకీయ వ్యూహాలు మొత్తం 'స్త్రీల ఉద్యమం, స్త్రీల ప్రశ్నల' పరిధిని మార్చివేశాయనడంలో అతిశయోక్తి లేదు. స్త్రీ శక్తి సంఘటన సభ్యులు చెప్పిన మాటల్లోనే 'మాది ఒక కార్యకర్తల సంస్థ, వట్టి చర్చావేదికగానే మిగిలి ఉండటం మా ఉద్దేశం కాదు. పాశ్చాత్య ఫాసిస్టు సిద్ధాంతాల వల్ల అత్యవసర పరిస్థితి ఏర్పడిన రాజకీయ వాతావరణం మమ్మల్ని ఎంత ప్రభావితం చేశాయో, అంతే స్థాయిలో ఆంధ్ర రాష్ట్రంలోని వామపక్ష ఉద్యమాలు మమ్మల్ని ప్రభావితం చేశాయి'. తెలంగాణా సాయుధ పోరాటం, ఆ తరవాత తిరిగి 70లలో ఉస్మానియా యూనివర్సిటీలో అభ్యుదయ స్త్రీ ఉద్యమాలకి ఊపిరిపోసే ప్రాతిపదికపై ఈ సంస్థ ఏర్పడింది.

ఇదే సంస్థ తరవాత 'మనకు తెలియని మన చరిత్ర' పేరుతో తెలంగాణ సాయుధ రైతాంగ పోరాటంలో స్త్రీల జీవితాల గురించి అధ్యయనం చేయడం, దాన్ని పుస్తకంగా ప్రచురించడం జరిగింది. ఈ సంస్థ నడిపిన ఉద్యమంలో దేశంలో మొదటిసారి స్త్రీల ఆరోగ్యం గురించి అధ్యయనంతో పాటు ఇప్పటికీ ప్రాముఖ్యంగా అందరూ వాడుకొనే 'సవాలక్ష సందేహాలు' వంటి మార్గదర్శక పుస్తకాలు అందించడం ద్వారానే కాకుండా, స్త్రీలు – ఆరోగ్యం గురించి ఒక నూతన దృక్పథాన్ని తిరుగులేని విషయంగా నిలబెట్టిందనడంలో సందేహం లేదు.

స్త్రీలు – కుటుంబాలలో వారి స్థానం, ఇంటి నాలుగు గోడల మధ్య వారి మీద జరిగే దౌర్జన్యాలను సమస్యలుగా తీసుకొని కేంద్రీకరించి పనిచేయడం ఒకవైపు, ఆ అంశాల మీద వీధి నాటకాలు వేయడం, చర్చలు నిర్వహించడం వంటి కార్యక్రమాలు, వరకట్న హింస, మరొకవైపు వరకట్న మరణాలను వ్యతిరేకిస్తూ 'ధర్నాలు' సమర్థవంతంగా నిర్వహించింది. ఇవన్నీ ఒక ఎత్తయితే, పోలీసులు, డాక్టర్లు, ఫోరెన్సిక్ నిపుణులతో చర్చలు, వాదనలు చేసి, స్త్రీల కేసుల్ని వారు నిర్వహించే పద్ధతుల్ని వ్యతిరేకించి, నిలదీయడం మరొక ఎత్తు. చట్టాలు, కోర్టులు, లాయర్లు కూడా పితృస్వామ్యం లక్షణాల్ని సంతరించుకొన్న సంస్థలుగా అర్థం చేసుకొన్న స్త్రీ శక్తి సంఘటన హింసనెదుర్కొనే స్త్రీకి, ఆమెని హింసించే కుటుంబంలో వ్యక్తుల దగ్గర సాక్ష్యం దొరకడం కష్టమని గ్రహించి 'సాక్ష్యాల చట్టం' (Evidence Act) ప్రాతిపదికనే ప్రశ్నించింది.

80 వ దశకంలో మహిళా ఉద్యమాలు – సారా వ్యతిరేక ఉద్యమాలు

తెలంగాణ చరిత్రలో సారా వ్యతిరేక ఉద్యమం స్త్రీల ఉద్యమంలో మరో మైలురాయి. సాయుధ పోరాటం తరవాత స్త్రీలు ముఖ్యంగా గ్రామీణ స్త్రీలు సంఘటితంగా పాల్గొన్న ఉద్యమమిది. 19వ శతాబ్దంలో మద్యపాన నిషేధ చర్చ సంస్కర్తలు నామమాత్రంగా సృజించారు కానీ తెలంగాణ జిల్లాల్లో ఎం.ఎల్. పార్టీలు మద్యపానానికి వ్యతిరేకంగా అనేక ఉద్యమాలు లేవనెత్తాయి. కానీ ప్రజలను ముఖ్యంగా స్త్రీలను కలుపుకొని సంఘటితం చేయలేకపోవడంతో అది ఉద్యమ దశకు చేరలేదు. నెల్లూరు జిల్లా సోదరీమణుల స్ఫూర్తితో తెలంగాణ స్త్రీలు సారా వ్యతిరేక ఉద్యమాల్లో చురుగ్గా పాల్గొన్నారు. ఈ ఉద్యమం మిగతా ప్రాంతాల కంటే త్వరితగతిన తెలంగాణ జిల్లాల్లో వ్యాపించింది. అంతేకాక తెలంగాణా స్త్రీలు ఈ ఉద్యమానికి కొత్త రూపునిచ్చారు. సారా వ్యతిరేక పోరాటం నుంచి కూలి రేట్లు పెరిగే వరకు పోరాటాన్ని విస్తరించడంలో వారి చైతన్యం కన్పిస్తుంది. గ్రామీణ స్త్రీల నాయకత్వంలో నడిచిన ఉద్యమం ప్రభుత్వాన్ని పడగొట్టేంత ఎదిగి పట్టణ ఫెమినిస్ట్ ఉద్యమాలకు విప్లవ పార్టీలకు కూడా తమ పంథాను పునర్నిర్వచించుకొనేలా చేసి 20 వ శతాబ్దంలో జరిగిన పోరాటాల్లో ముఖ్యమైందిగా నిలిచింది.

గ్రామ సమిష్టి అవసరాల కోసం ఒప్పందం మేరకు కొంత డబ్బు సారా కాంట్రాక్టర్లు తమ లాభాల నుంచి గ్రామానికి ముట్టచెప్పాలని గ్రామస్తులు కట్టడి చేసుకొన్నారు. ఆ మేరకు కరీంనగర్ జిల్లా, మెట్‌పల్లి తాలూకాలో 1981 అక్టోబర్ నుంచి షరాబు పోరాటం మొదలైంది. వసూలు చేసిన డబ్బు ప్రజల ఉమ్మడి అవసరాలకై పాఠశాల భవనాల కోసం, రోడ్లు, బావులు, చెరువులు, కుంటల మరమ్మత్తు కోసం ఖర్చు పెట్టాలనీ, అలా ఖర్చు పెట్టిన డబ్బు లెక్కలు గ్రామస్తులందరి సమక్షంలో చూపాలనీ నిర్ణయించుకొన్నారు. ఈ విధమైన ఉమ్మడి అవసరాల కోసం జరిగిన నిర్ణయాలు దాంతాపూర్, బీర్‌పూర్, తుంగూరర్, మంగెళ, రాన్నూర్ మొదలైన గ్రామాల్లో అమలు జరిగి గ్రామానికి 30,000 నుంచి 50,000 రూపాయలు వసూలు చేసారు. వీటిని గ్రామ అవసరాలకోసం ఖర్చు చేసేవారు. కొద్ది నెలల్లోనే 'సమిష్టి అవసరాలకు వసూలు' పద్ధతి జగిత్యాల తాలూకాకి, వరంగల్ జిల్లాలోని వరంగల్, నర్సంపేట తాలూకాల గ్రామాలకు, నిజామాబాద్ జిల్లాలోని కొన్ని గ్రామాలకు విస్తరించింది.

1983–84 నాటికి తెలంగాణాలోని అన్ని జిల్లాలకు ఈ పోరాటం విస్తరించింది. సారా సీసాలు పగులకొట్టడం, డిపోలు దగ్ధం చేయడం, జీపులు, సారా కొట్లు తగులబెట్టడం, సారా కాంట్రాక్టర్ల హత్యలు వంటి తీవ్ర రూపాలు కూడా అక్కడక్కడ ప్రతిబింబించాయి.

1984 నుంచి అక్కడక్కడా ఈ డిమాండ్ పెడుతూనే వచ్చారు. 1988 లో సారా ధర తగ్గించాలని కరీంనగర్, ఆదిలాబాద్, వరంగల్ మొదలైన జిల్లాల్లో రాడికల్ యువజన సంఘాలు, రైతు కూలీల సంఘాలు కలిసి డిమాండ్ చేసి లీటరు 35 రూపాయల నుంచి 55 రూపాయల దాకా అమ్ముతున్న సారాను 18 నుంచి 27 రూపాయలవరకు తగ్గించి అమ్మారు. అప్పటి నుంచి ప్రతీ సంవత్సరం ధరలు తగ్గించాలనే డిమాండ్, పోరాటం ఒక పక్క నడుస్తూనే ఉన్నాయి. 1989-90 సంవత్సరమంతా పోరాటం ఉధృతంగా సాగించారు. గిరిజన రైతు కూలీ సంఘాలు గిరిజనులను చైతన్యపరచి సారా తయారీకి వాడే ముడి సరుకులను వాళ్ల చేతనే ధ్వంసం చేయించారు.

1992 సెప్టెంబర్‌లో ఆంధ్రదేశమంతటా మహిళలు సారా వ్యతిరేకోద్యమం పట్ల ఆకర్షితులవుతున్న సమయంలో పీపుల్స్ వార్ పార్టీ తను గతంలో చేసిన సారా పోరాటం గురించి ఆత్మవిమర్శ చేసుకొంది. దళ సభ్యులు సారా ఉద్యమంలో ప్రత్యక్షంగా పాల్గొనడం కాకుండా ప్రజల ద్వారా ముఖ్యంగా మహిళల ద్వారా పోరాటాన్ని ముందుకు తీసుకెళ్లాలని వారు మారిన పరిస్థితులలో అనుకొన్నారు.

గ్రామాల్లో మహిళలు తమంత తాముగా చేసిన ఈ ఉద్యమం విప్లవ పార్టీలను కూడా పోరాట రూపాలను గురించి పునరాలోచించుకొనేలా చేసింది. గ్రామీణ పేద దళిత స్త్రీలు చేసిన ఈ సారా వ్యతిరేక పోరాటం నిజానికి ఆర్థిక విధానాల వ్యతిరేక పోరాటం. అందువల్లనే ఇది రాష్ట్రంలో అన్ని ప్రాంతాల్లోను రగులుకుంది. ఈ నూతన ఆర్థిక విధానాల పట్ల తమ వ్యతిరేకతను చాటుతూ ఈ విధానాలపై మొట్ట మొదటి తిరుగుబాటుగా నిలిచింది. ఆర్థిక విధానాలు పరోక్షంగా ప్రేరేపిస్తే, ప్రత్యక్షంగా వారు రోజు అనుభవించే నరకం వారికి మరింత పోరాట శక్తినిచ్చింది. కుటుంబ జీవితంలోను సామాజిక జీవితంలోనూ మితిమీరిన హింస స్త్రీలకు జీవించే హక్కుని లేకుండా చేసింది.

తమ కళ్ల ఎదుట తండ్రులు, భర్తలు, కొడుకులు సారాకు బలవడం చూసిన స్త్రీలు ఎలాగైనా సారాను తరిమి తమ వాళ్లను రక్షించుకోవాలనుకొన్నారు.

రాజధానిలో 1990 సెప్టెంబర్ 28 న రెండు సారా వ్యతిరేక మహిళా ప్రదర్శనలు జరిగాయి. ఒక ప్రదర్శన ప్రగతిశీల మహిళా సంఘం (స్త్రీ విముక్తి) నిర్వహించింది. మరొక ప్రదర్శన ఐదు మహిళా సంఘాల నాయకత్వంలో జరిగింది. ఈ ప్రదర్శనలో సి.పి.ఎం.కి చెందిన మల్లు స్వరాజ్యం, మోటూరి ఉదయం, మానికొండ సూర్యావతి, సి.పి.ఐ.కి చెందిన చంద్ర రాజకుమారి, సుగుణారావు, తెలుగుదేశంకి చెందిన ప్రతిభా భారతి మొదలైన వారు నాయకత్వం వహించారు. ఈ విధంగా రాష్ట్రమంతటా స్త్రీలు చేస్తున్న ఈ ఉద్యమాన్ని మొదటి దశలో ప్రభుత్వం ఏం చేయాలో తెలియని స్థితిలో పడి గట్టిగా అణచడానికి ప్రయత్నించకపోయినా చాలా తొందరలోనే తమ యంత్రాంగాన్ని స్త్రీల మీదకు పంపింది. స్త్రీలను అవమానపరచి, తిట్టి, బెదిరించి, కొట్టి వాళ్లను ఇళ్లలోకి పంపించాలని ప్రభుత్వం గట్టి ప్రయత్నాలు చేసింది. ఈ ప్రయత్నాలేవీ ఫలించలేదు. రంగారెడ్డి జిల్లా వెంకట కిష్టాపురంలో సారాయికి వ్యతిరేకంగా దళిత స్త్రీలందరూ మీటింగు పెట్టుకొన్నారు. పోలీసుల్ని చూసి స్త్రీలు భయపడలేదు. పోలీసుల లాఠీలు లాక్కుని వారితో తలపడ్డారు.

గ్రామీణ స్త్రీలు చేసిన సారా వ్యతిరేకోద్యమం ద్వారా ప్రభుత్వాన్నే పడగొట్ట గలిగినంత శక్తిమంతమైందనీ, ఈ శతాబ్దంలో జరిగిన పోరాటాలలో ముఖ్యమైందనీ అనడంలో సందేహమేమీ లేదు.

అదే విధంగా కుటుంబ నియంత్రణను స్త్రీల ఆరోగ్యం ముసుగులో నిర్బంధ విధానంగా ప్రభుత్వం అమలుచేయడాన్ని ఈ ఉద్యమం నిలదీసింది. నెట్-ఎన్; డెపా-ప్రావేరా అనే ఇంజక్షన్లు కుటుంబ నియంత్రణ సాధనాలుగా పేద రైతాంగ స్త్రీల మీద వారికి తెలియచెప్పకుండా ఉపయోగించే నిర్బంధ పరిస్థితినెదిరించి ఢిల్లీలో సహేలి సంస్థతో కలిసి ప్రభుత్వ

జాతీయ సంస్థ 'ఇండియన్ కౌన్సిల్ ఆఫ్ మెడికల్ రిసెర్చ్' పై కేసు పెట్టింది స్త్రీ శక్తి సంఘటన. పోలీసు నిర్బంధంలో మానభంగాల గురించి, ఒంటరి స్త్రీల గురించి, అధిక ధరల గురించి, కూరగాయల ఎగుమతి వంటి అంశాల మీద కూడా కేంద్రీకరించి పనిచేసింది.

90 వ దశకంలో స్త్రీల ఉద్యమాలు

90 వ దశకంలో స్త్రీల ఉద్యమ స్ఫూర్తితో ఇతర ఉద్యమాలు, సంస్థలు ప్రారంభమయ్యాయి. స్త్రీ సమస్యల మీద పరిశోధనలు, అధ్యయనాలు, ప్రచురణలు ప్రధానంగా చేపట్టే లక్ష్యంతో అన్వేషి, వివిధ రకాల కార్యక్రమాలను నిర్వహించే సాధనాలను సమకూర్చే కేంద్రంగా అస్మిత, అన్వేష సంస్థలు పనిచేయడం 80 ల మధ్యలో ప్రారంభమైంది.

1990 వ దశకంలో వచ్చిన దళిత ఉద్యమ నేపథ్యంలో స్త్రీల ఉద్యమం కూడా బలపడింది. కుల ప్రాతిపదిక మీద రిజర్వేషన్ల గురించి ప్రతిపాదించిన మండల్ కమిషన్‌ను వ్యతిరేకిస్తూ దేశవ్యాప్తంగా ఉద్యమాలు ఊపందుకొన్నాయి. కొంతమంది స్త్రీ వాదులు – ముఖ్యంగా హైదరాబాద్‌లోని సంఘాలు వీటికి మద్దతు పలికాయి. ఇప్పటి వరకూ స్త్రీల ఉద్యమం ప్రధానంగా గుర్తించని, కుల సమస్య, మైనార్టీ మత సమస్యలను కొత్త అవగాహనతో చూడటానికి ఇక్కడి స్త్రీ వాదులకి సివిల్ కోడ్ ప్రతిపాదించిన మత సంబంధ రాజకీయాల గురించి చర్చ 1990 లో ప్రారంభమైంది. దళిత, మైనారిటీ, గిరిజన ప్రాంతీయ ఉద్యమాల ఆవిర్భావంలో స్త్రీల భాగస్వామ్యం అవసరమైంది. దళిత ఉద్యమం దశాబ్దాలుగా పటిష్టమైన రాజకీయ ఉద్యమంగా ఏర్పడటం, దీనిలో మరీ ముఖ్యంగా దళిత స్త్రీల ప్రశ్నను కొత్త కోణాల్లో అధ్యయనం చేసి, దళిత స్త్రీల అస్తిత్వానికి సాహిత్య ప్రక్రియగా మార్గదర్శకంగా నిలిచే పటిష్టమైన ప్రయత్నం కూడా ఈ తెలంగాణా ప్రాంతంలో రావడం చాలా ముఖ్యమైన విషయంగా మనం గుర్తించాలి. గత దశకంలో ఇదే విధమైన ప్రయత్నం ముస్లిం మైనారిటీ స్త్రీల గురించి కూడా ప్రారంభమైంది.

ప్రత్యేక తెలంగాణా మలిదశ ఉద్యమంలో మహిళల పాత్ర

ప్రత్యేక తెలంగాణా రాష్ట్ర సాధన 1969 లో మహిళల పాత్రను ఇంతకుముందే చదివాం. రెండోసారి జరిగిన ఉద్యమంలో మహిళల నాయకత్వం ప్రస్ఫుటంగా లేకపోయినా, పోరాట స్ఫూర్తితో అన్ని ఉద్యమ ఘటనల్లోనూ మహిళలు ముందున్నారు. అనేకమంది మహిళలు, విద్యార్థినులు, ఉద్యోగస్థులు, ఉపాధ్యాయులు, ఎన్.జి.వో సంఘాల వారు, సామాన్య మహిళల వరకు అనేక ప్రాంతీయ, రాష్ట్రస్థాయి నిరసనల్లో పాల్గొన్నారు.

ప్రత్యేక తెలంగాణా ఉద్యమాన్ని తమ సంస్కృతి గుర్తింపు, అస్తిత్వ ఉద్యమంగా భావించి లక్షలాది మహిళలు కులమత ప్రాంతాలకు అతీతంగా ఉద్యమించారు. తెలంగాణా ఉద్యమ కవులు, రచయితలు, గాయకులు క్రియాశీలంగా పాల్గొన్నారు. స్వాతంత్ర్యానంతరం తెలంగాణా తొలితరం కథకుల్లో ఒకరైన యశోదా రెడ్డి, ఉస్మానియా విశ్వవిద్యాలయంలో ఆచార్యులుగా పనిచేసారు. తెలుగు అధికార భాషా సంఘ అధ్యక్షులుగా ఉన్న ఆమె తెలంగాణా యాసలో మాట్లాడుతూ, ఆ యాసలోనే తెలంగాణా గ్రామీణ సంస్కృతీ జీవనాన్ని అక్షరబద్ధం చేశారు. ఆమె రాసిన కథలు 1973 లో రాసిన మావూరి ముచ్చట్లు, 1999 లో ధర్మశాల, 2000 లో ఎచ్చమ్మ కథలు గ్రామీణ నేపథ్యాన్ని, బతకమ్మ, పీర్ల పండుగ లాంటి సాంస్కృతిక జీవనాన్ని చిత్రించాయి.

విప్లవ సామాజిక ఉద్యమకారిణి విమలక్క అరుణోదయ సాంస్కృతిక సమాఖ్య అనే జానపద బృందాన్ని ఏర్పరచారు. తెలంగాణా జాయింట్ యాక్షన్ కమిటీ ఏర్పాటులో ముఖ్యపాత్ర వహించిన ఈమె 1996 నుంచి తెలంగాణా

ఉద్యమాన్ని ఉధృతం చేశారు. జోగినీ వ్యవస్థకు వ్యతిరేకంగా పోరాటాలు, స్త్రీ అభ్యుదయం కోసం పోరాడిన ఈమె తెలంగాణా ధూంధాం, బహుజన బతుకమ్మ పండుగ నిర్వహణలతో పలు ప్రాంతాల్ని పర్యటించి ప్రజల్ని చైతన్యపర్చారు.

మరో తెలంగాణా ఉద్యమకారిణి బెల్లి లలిత. 1997 మార్చి 8, 9 తేదీల్లో తెలంగాణా ప్రాంత ప్రజల బాధల్ని ప్రపంచానికి వెల్లడించే ఉద్దేశంతో భువనగిరిలో దాదాపు 40 వేలమందితో సభ ఏర్పాటైంది. ఈ సభలో తెలంగాణా భాషా, సాహిత్యాలపై, రాజకీయ, ఆర్థిక రంగాల్లో తెలంగాణాకు జరిగే అన్యాయాలపై చర్చించడమైంది. ఈ రెండు రోజుల సమావేశంలో తన ఉద్యమ గీతాలతో, ప్రసంగాలతో తెలంగాణా వాదుల్ని ఉత్సాహపరిచి పోరాట చైతన్యాన్ని రగిలించింది బెల్లి లలిత. తెలంగాణా ఉద్యమంలో క్రియాశీల పాత్ర పోషించిన ఈమెను తరవాత కొందరు అమానుషంగా చంపేశారు.

సినీనటి విజయశాంతి తల్లి తెలంగాణా పార్టీని స్థాపించారు. 2009 జనవరిలో ప్రత్యేక రాష్ట్రమే ధ్యేయంగా తల్లి తెలంగాణా పార్టీని తెలంగాణా రాష్ట్ర సమితిలో విలీనం చేసి క్రియాశీల పాత్ర వహించారు. తరవాత విభేదాల మూలంగా పార్టీ నుంచి వైదొలిగి స్వచ్ఛందంగా ఉద్యమంలో పాల్గొన్నారు.

తెలంగాణా ఉద్యమంలో చురుగ్గా పాల్గొన్న మరో ఉద్యమకారిణి సంధ్య. ప్రోగ్రెసీవ్ ఆర్గనైజేషన్ ఫర్ ఉమెన్ సంస్థ ద్వారా చాలా కాలంగా తెలంగాణా స్త్రీల అభ్యుదయానికి కృషిచేశారు. సారా వ్యతిరేక ఉద్యమంలో ఆమె గణనీయ పాత్ర వహించారు. ప్రత్యేక తెలంగాణా ఉద్యమ ఆరంభం నుంచి అనేక సభలు, సదస్సులు నిర్వహిస్తూ పలు ప్రాంతాలను పర్యటిస్తూ ముఖ్యంగా గ్రామీణ స్త్రీలను ఉద్యమ దిశగా సమీకరించారు.

తెలంగాణా ఉద్యమంలో మరో మహిళ కల్వకుంట్ల కవిత. తెలంగాణా ప్రాంత సంస్కృతి పరిరక్షణకై తెలంగాణా జాగృతి అనే సాంఘిక, సాంస్కృతిక సంస్థను 2008, జూన్ నెలలో ఏర్పాటు చేశారు. ప్రత్యేక రాష్ట్ర ఏర్పాటు దిశగా తెలంగాణా అన్ని జిల్లాల్లో బతుకమ్మ ఉత్సవాలు నిర్వహించి హైదరాబాద్ టాంక్‌బండ్‌పై సామూహిక, సాంస్కృతిక కవాతు నిర్వహించింది. బతుకమ్మ పండుగ రాష్ట్ర పండుగగా అవ్వడంలో ఆమె క్రియాశీల పాత్ర పోషించి దేశ రాజకీయాల్లో ఎం.పి.గా బాధ్యత నిర్వహిస్తున్నారు.

తెలంగాణా ఉద్యమంలో విద్యార్థినుల పాత్ర గణనీయమైంది. ఉస్మానియా, కాకతీయ ఇతర విశ్వవిద్యాలయాలు, కాలేజీల్లో విద్యార్థినులు ఉత్సాహంగా పాల్గొన్నారు. తెలంగాణా మహిళా జె.ఏ.సి.లు, తెలంగాణా ముస్లిం మహిళా జె.ఏ.సి.లు, తెలంగాణా అమ్మల సంఘం, చైతన్య మహిళా సంఘం వంటి అనేక సంఘాలు తమ వంతు పాత్ర పోషించాయి. 2011 లో ప్రత్యేక రాష్ట్రసాధన లక్ష్యంగా సాగిన సకల జనుల సమ్మెలో అన్ని శాఖల ఉద్యోగినులు, ప్రజా సమూహాలు పాల్గొన్న నేపథ్యంలో భాగస్వాములయ్యారు. ఈ సందర్భంగా జరిగిన ర్యాలీలు, మానవహారాలు, దీక్షలు వినూత్న నిరసనలైన వంటా వార్పు, బతుకమ్మల్లో స్త్రీలు అధిక సంఖ్యలో పాల్గొన్నారు. ఖిలా వరంగల్‌లో 200 మంది స్త్రీలు తెలంగాణా బిల్లుకై ర్యాలీ నిర్వహించారు. చైతన్య మహిళా సంఘం జిల్లాల్లో పోరాటం ఉధృతం చేసింది.

ఈ విధంగా తెలంగాణాలో ప్రాచీన కాలం నుంచి బౌద్ధాన్ని స్వీకరించిన స్త్రీలు పోరాట పటిమకు, స్వేచ్ఛా పిపాసకు మార్గదర్శకులు కాగా, తరవాత కాలంలో ఆధునిక యుగంలో భూస్వామ్య విధానాలకు, వ్యతిరేకంగా స్వాతంత్ర్య కాంక్షతో జరిగిన వివిధ పోరాటాల్లో మహిళల హక్కుల సాధనకై ఉద్యమించి, 1969 లో ప్రత్యేక తెలంగాణా ఉద్యమం, సారా వ్యతిరేక పోరాటంలో, తర్వాతి కాలంలో జరిగిన మలిదశ రాష్ట్ర సాధన ఉద్యమంలో స్త్రీల ప్రాతినిధ్యాన్ని పరిశీలించాం. తెలంగాణా ఉద్యమ నేపథ్యంలో స్త్రీల పాత్రపై ఇంకా అధ్యయనాలు జరగాల్సి ఉంది.

30

పత్రికలు

వార్తలు తెలుసుకోవడం అనాదిగా మానవ సంస్కృతిలో భాగం. న్యూస్ అనే ఆంగ్లపదం మనదేశంలో ప్రతివారు, ప్రతిచోట వాడుతూనే ఉంటారు. నార్త్, ఈస్ట్, వెస్ట్, సౌత్‌లలో మొదటి అక్షరాలను కలిపి న్యూస్ అనే పదం ఏర్పడిందని కొందరంటే లేదు 'న్యూ' అనే కొత్త పదానికి 'ఎస్' చేర్చితే న్యూస్ అయిందని మరికొందరంటారు. మధ్యయుగం నాటి 'నోవా' నుంచి ఈ ఆంగ్ల పదం వచ్చిందని కూడా కొందరు భావిస్తారు. 'వార్తలు' పురాతనమైనవే అయినా వార్తా పత్రికలు మాత్రం ఆధునిక యుగంలో ఆవిర్భవించినవే. ఈ రోజు మనం చెప్పుకొంటున్న వార్తా పత్రికలు ఐరోపావారు రాకముందు మన దేశంలో లేవని చెప్పొచ్చు. 'వకియా' అనే వార్తా మాధ్యమం మాత్రం ఉండేది. ఇది నాటి ముఖ్యమైన చారిత్రక విశేషాలను నమోదు చేసేది. వార్తాపత్రికలు కానీ విలేకరులు కానీ లేరు. వార్తలు సామాన్య ప్రజలకు అందుబాటులో లేవు. చరిత్రను పరిశీలిస్తే వార్తలు చేరవేసే మాధ్యమం లేనందువల్ల భిన్న ప్రాంతాల్లో వేరు వేరు సమయాల్లో తిరుగుబాట్లు వచ్చాయి కానీ సంయుక్తంగా ఎలాంటి ప్రతిఘటనా రాలేదు. తెలంగాణా చరిత్రకు కూడా ఇది వర్తిస్తుంది.

పందొమ్మిదో శతాబ్దం మొదట్లోనే హైదరాబాద్ రాజ్యంలో రెసిడెంట్‌గా ఉన్న కెప్టెన్ సీడెన్‌హామ్ నిజాం ప్రభు ఆదరణ పొందేందుకు అప్పటికే యూరప్‌లో నూతన ఆవిష్కరణగా ఉన్న ముద్రణాయంత్రాన్ని రాజుకు బహుకరించాడు. అయితే అది నచ్చని కంపెనీ అధికారులు దేశీయ రాజుల చేతుల్లో ముద్రణా యంత్రాలవంటివి తమ మనుగడకు ముప్పు తెస్తాయని వెంటనే తిరిగి తీసుకోవాలని సీడెన్‌హామ్‌ను ఆదేశించారు. నిజాం ప్రభువుకు కూడా దాని ఉపయోగం తెలియకపోవడంతో దాన్ని గోదాముకు పంపించాడు. అక్కడి నుంచి తెలివిగా సీడెన్‌హామ్ దాన్ని వెనక్కు తీసుకొన్నాడు. ముద్రణా యంత్రాలు స్థానిక రాజులకు అందుబాటులో ఉంటే అవి తమకు వ్యతిరేకంగా పనిచేస్తాయని భావించిన ఈస్టిండియా కంపెనీ అధికారులు వాటిని జాగ్రత్తగా తమ అవసరాలకు మాత్రమే వినియోగించుకొనేవారు. అయితే రెండో సాలార్‌జంగ్ రాజీనామా కారణంగా విఖారుల్ ఉమ్రా ప్రధాని అయ్యారు. అతని హయాంలో ప్రభుత్వ యంత్రాంగంలో కొన్ని సంస్కరణలు జరిగాయి. ఇందులో భాగంగా పందొమ్మిదవ శతాబ్దం ముగిసే సమయానికి దేశ భాషల్లో కొన్ని పత్రికలు ఆరంభమయ్యాయి.

తొలినాటి పత్రికలకు నేటి పత్రికలకు చాలా విషయాల్లో తేడాలున్నాయి. నాటి పత్రికలన్నీ ఏదో ఒక ఆశయం కోసం ప్రారంభించారు. అప్పటి పరిస్థితులకనుగుణంగా పక్ష, వార, ద్వైవార, దిన పత్రికలుగా రూపొంది అభివృద్ధి చెందడమో లేదా ఆర్థిక సమస్యలతో మూతపడటమో జరిగింది. ఇవి కొద్దిపాటి ఆదాయం గల మధ్యతరగతి వారితో నడిచేవి. సామాన్యంగా ఏదో ఒక వ్యక్తి ఉత్సాహ, ఆసక్తులపై ఆధారపడి ఉండేవి. ఆనాటి పత్రికల స్వరూపం కూడా చిన్నగా ఉండేది. హైదరాబాద్ రాష్ట్రంలో ఉర్దూ మాట్లాడేవారు తక్కువగానే ఉన్నప్పటికి ఉర్దూ దినపత్రికలు ఇరవై వరకు ఉండేవి.

నిజాం కాలంలో వార్తా పత్రికలు ప్రారంభించడానికి కఠిన నిబంధనలు ఉండేవి. మొదటి వార్తా పత్రిక ప్రారంభించాలనుకునే వ్యక్తి హోం శాఖ కార్యదర్శికి, పోలీస్ ప్రెస్ కమీషనర్‌కు దరఖాస్తు చేసుకోవాలి. తరవాత ఆ

దరఖాస్తు ప్రభుత్వం దగ్గరకు, ప్రచార విభాగం (అడ్వర్టైజ్ డిపార్ట్‌మెంట్) కు వెళ్తుంది. ఆ తరవాత ఆ పత్రిక పెట్టానుకొంటున్న వ్యక్తులు, ఎడిటర్ వివరాలతో పాటు ఇతర విషయాలను దర్యాప్తు చేస్తుంది. సంపాదకులు స్థానికులా కాదా అనే విషయంపై కూడా విచారణ జరుగుతుంది. ఆ తరవాత ప్రభుత్వానికి ఒక 'ఖరార్‌నామా' (బాండ్) ఇవ్వాల్సి ఉంటుంది. ఆ పత్రికలో రాజకీయాలు, మతవిషయాలు రాయబోమని హామీనివ్వాలి. దీని కోసం గస్తీ నిషాన్ 53 ను నిజాం ప్రభుత్వం అమలు చేసింది. ఇటువంటి పరిస్థితుల్లో కూడా నిజాం రాజుకు అంతగా ఇష్టం లేనప్పటికీ, అనేక ఇబ్బందులను ఎదుర్కొని తెలుగు, హిందీ, ఇంగ్లిష్ భాషల్లో ప్రారంభించిన పలు పత్రికలు తెలంగాణ ప్రజలను జాగృతం చేయడంలో ప్రధానపాత్ర పోషించాయి. హైదరాబాద్ రాష్ట్ర ప్రజలను చైతన్యవంతం చేయడంలో పత్రికల పాత్ర ప్రముఖమైంది. హైదరాబాద్‌కు సంబంధించిన 'జూబ్దుత్-ఉల్-అక్బార్' అనే పత్రిక 1833 లో వచ్చింది. భారతదేశంలోని తొలి పత్రికల్లో ఇది ఒకటి. ఇక్కడే 'రిసాలతబ్బి' పత్రిక 1859 లో ఉర్దూ భాషలో ప్రారంభమైంది. ఇది వైద్య పత్రిక.

నిజాం రాష్ట్రంలో వెలువడిన తొలి పత్రిక పారశీ భాషకు చెందిన 'అక్బారె షఫక్' గా భావిస్తున్నారు. ఇది 1878 లో హైదరాబాద్ నుంచి వచ్చేది. తరవాత ముస్లిం స్త్రీల సంస్కరణల కోసం ప్రారంభించిన 'మౌలిం-ఇ-నిస్వాన్'ను 1892 లో మౌల్వి మొహిబ్ హుసేన్ ప్రారంభించారు. ఇందులో ముస్లిం స్త్రీలకు విద్య కావాలని, మూఢనమ్మకాలను తొలగించుకోవాలని ప్రబోధించేది. అయితే దీన్ని నిషేధించారు.

మొత్తానికి హైదరాబాద్ రాష్ట్రం నుంచి వచ్చిన తొలి పత్రిక మాత్రం తెలుగు భాషలో రాలేదనడం సత్యం. దీనికి ప్రధానంగా పత్రికల అచ్చుకు అవసరమైన తెలుగు అక్షరాల కూర్పు లేకపోవడంతో పాటు నిజాం రాష్ట్రంలో ఉన్న నిర్బంధం కూడా ఒక కారణం. గద్వాల, వనపర్తి వంటి ఒకటి రెండు సంస్థానాల్లో తప్ప మరెక్కడా తెలుగు ముద్రణాలయాలు లేవు. అయినప్పటికి నిజాం రాష్ట్రపు తెలుగు సాంస్కృతిక చైతన్య భవనానికి పునాదులు వేసిన సాధనాలు మాత్రం పత్రికలే అని చెప్పొచ్చు. తెలంగాణాలో ఆంధ్రోద్యమంపై గ్రంథం రాసిన మాడపాటి హనుమంతరావు 'ఆధునిక యుగంలో ఏ ఉద్యమం సాగాలన్నా పత్రిక మాధ్యమమౌతుంది. ఆంధ్రోద్యమ తొలిదశలో నిజాం రాజ్యంలో ప్రచురణ పొందిన మూడు తెలుగు పత్రికలు తెలుగు, నీలగిరి, గోలకొండ ఉత్తమ సేవలందించాయి' అని రాశారు. ఇంకొక పరిశోధకులు బి.శ్రీనివాసులు ప్రకారం తెలంగాణ తెలుగు పత్రికలు ప్రజలకు వారి వారి వాస్తవ స్థితిగతుల్ని గురించి వివరించాయి. గ్రంథాలయోద్యమ విస్తరణకు దోహదం చేశాయి. ఉస్మానియా విశ్వవిద్యాలయం ఉర్దూను అధికార భాషగా రుద్దడాన్ని ఖండించాయి. స్త్రీ విద్య కోసం వాదించాయి. తెలుగు పత్రికలను నిరంతరం విమర్శించే ఉర్దూ పత్రికలకు తగిన జవాబు ఇచ్చాయని రాశారు. అయితే తొలి తెలుగు పత్రిక గురించిన సమాచారం కొంత వివాదాస్పదంగా ఉంది. 'శేద్య చంద్రిక' పేరుతో ఒక పత్రిక వెలువడిందని, అదే తెలంగాణలో ప్రచురణ పొందిన తొలి తెలుగు పత్రిక అని ఇటీవల కాలంలో పరిశోధకులు వాదిస్తున్నారు. 1886 లో 'సేద్య చంద్రిక' పత్రిక ప్రారంభమైందని ప్రముఖ పరిశోధకులు సంగిశెట్టి శ్రీనివాస్ రాశారు. ఇది ఉర్దూ పత్రిక 'పునూన్'కు అనువాదం. దీన్ని మున్షి మహమ్మద్ ముష్తాక్ అహ్మద్ మాలిక్ వెలువరించారు. ఇది వ్యవసాయానికి సంబంధించిన ఆధునిక మార్పులను కొత్తరకపు వంగడాలు, వ్యవసాయ పనిముట్లు, భూమి రకాలు, వాతావరణానికి తగిన పంటల ఎన్నిక, పూలతోటల వంటి సమాచారం అందించేది. దీన్ని తెలుగు మాత్రమే తెలిసిన గ్రామీణ వ్యవసాయదారుల అభివృద్ధిని కాంక్షిస్తూ నెలకొల్పిన పత్రికగా చెప్పొచ్చు.

దీని తరవాత విభిన్న వాదనలున్నప్పటికి తెలంగాణ నుంచి వెలువడ్డ మొదటి తెలుగు దినపత్రిక 'దినవర్తమాన్' అని పరిశోధకులు రాపోలు ఆనందభాస్కర్, వెల్దుర్తి మాణిక్యరావులు రాశారు. 1890-91 ప్రాంతంలో హైదరాబాద్ నుంచి ప్రచురించారని భావిస్తున్న ఈ పత్రిక గురించి తగినంత సమాచారం లేదు. అయితే ఈ పేరుమీద ఉర్దూ-ఇంగ్లిష్ ద్విభాషా పత్రిక మాత్రం వెలువడేది. దీన్ని నారాయణస్వామి మొదలియార్ ఇప్పటి సుల్తాన్‌బజార్ నుంచి నడిపేవారు. అంతకుముందు ఈయన 1878 లో ఆరు పేజీలుండే 'అసఫ్-ఉల్-అక్బార్' అనే వారపత్రికను కూడా నడిపారు.

హైదరాబాద్ రాజ్యంలో ప్రజా చైతన్యానికి పత్రికలు, గ్రంథాలయోద్యమం ఎనలేని కృషిచేశాయి. తెలంగాణాలో వెలుగు చూసిన తొలి తరం పత్రికలు ఒక సాంస్కృతిక సైనిక సమూహంగా పనిచేసాయని పరిశోధకులు డాక్టర్ జి.బాలశ్రీనివాసమూర్తి రాశారు. అయితే పత్రికలు స్థాపించిన వారే చాలామంది గ్రంథాలయోద్యమంలో కూడా చురుకుగా పాల్గొన్నారు. ఈ రంగంలో తెలుగులో మొదటి ప్రయత్నం 1901 లో జరిగింది. హైదరాబాద్‌లో కొమర్రాజు లక్ష్మణ్‌రావు, రావిచెట్టు రంగారావు, రాజానాయని వెంకటరంగారావు తదితరులు శ్రీకృష్ణ దేవరాయ ఆంధ్రభాష నిలయాన్ని ప్రారంభించారు.

హైదరాబాద్‌లో జాతీయ భావాల పుట్టుక అత్యంత క్లిష్ట పరిస్థితుల్లో జరిగింది. ప్రారంభ దశలో 'ము అల్లం షఫీక్' పత్రిక సంపాదకులు మొహిబ్ హుస్సేన్, హజార్ దాస్తాన్ సయ్యద్ అఖీల్ వంటివారు జాతీయభావాల వ్యాప్తికి విరివిగా ప్రచారం చేశారు. వీటితోపాటు 'షౌక తుల్ ఇస్లాం', 'హైదరాబాద్ రికార్డు' వంటి పత్రికలు కూడా జాతీయ భావాలను ప్రచారంచేశాయి.

మరాఠీ పత్రికలు

హైదరాబాద్‌లో స్థిరపడ్డ మరాఠీలు నిజాం రాజ్యంలో ఉన్నత స్థానాల్లో ఉండేవారు. విద్యావంతులు కూడా కావడంతో వీరు మరాఠీ భాషలో పత్రికలు వెలువరించారు. 1905 లో శ్రీపతిరావు వకీల్ 'నిజాం వైభవ్' అనే పత్రికను స్థాపించాడు. అయితే ఇది కేవలం ఆరునెలలు మాత్రమే నడిచి మూతపడింది. తరవాత 1906 లో 'భాగ్యేశవిజయ్' పత్రికను అతనే స్థాపించారు. తరవాత మహారాష్ట్రకు చెందిన లక్ష్మణ్‌రావు పాఠక్ 'ది బోధ' అనే మాసపత్రికను స్థాపించి రెండు సంచికలు తీసుకొచ్చాడు. తరవాత ఆయనే 'నిజాం విజయ్' అనే వారపత్రికను స్థాపించేందుకు నిజాం ప్రభుత్వం నుంచి అనుమతి తీసుకొన్నాడు. నిజాం ప్రభుత్వాన్ని విమర్శించవద్దనే షరతుపై అనుమతి లభించింది. హైదరాబాద్‌పై పోలీసు చర్య తరవాత దీని పేరు మార్చి 'లోకవిజయ్' అనే పేరుతో వెలువరించారు. వీటితోపాటు మరాఠీలో 1930 లో లోకశిక్షణ్, 1932 లో సంజీవిని, రాజహంస పత్రికలు వెలువడ్డాయి. ఇంకా గుల్బర్గా సమాచార్, చంపావతి అనే పత్రికలు కూడా ఇదే కాలంలో వచ్చాయి. గుల్బర్గా సమాచార్ అనే వారపత్రికను గుల్బర్గాకు చెందిన పరుశురామ్ పంత్ బోదాస్ ప్రచురించేవారు. ఇందులో కేశవరావు కోరట్కర్ వంటి ప్రముఖులు నిజాం ప్రభుత్వ విధానాలపై విమర్శనాత్మక వ్యాసాలు రాసేవారు.

ఆంగ్ల పత్రికలు

హైదరాబాద్ రాజ్యంలో మొదటి నుంచి ఆంగ్ల పత్రికలు ప్రజా చైతన్యానికి కృషిచేశాయి. హైదరాబాద్ రెసిడెన్సీ బజార్, సికిందరాబాద్‌లలో కోర్టులు ప్రారంభం కావడంతో పనిచేయడానికి తమిళనాడు, మహారాష్ట్ర, ఉత్తర భారతదేశం నుంచి చాలామంది లాయర్లు వచ్చి స్థిరపడ్డారు. వీరికి తోడు రెసిడెన్సీలో పనిచేసే అధికారులు వారి

కుటుంబాలు ఇంగ్లిషు వారు కావడంతో నగరంలో ఆంగ్ల విద్యా ప్రభావం ఉండేది. వీరంతా ఆంగ్ల పత్రికలకు పాఠకులు కావడంతో అనివార్యంగా హైదరాబాద్ రాష్ట్రంలో ఆంగ్ల పత్రికలు ప్రారంభించబడ్డాయి. అబ్దుల్ ఖదీర్ ఇద్దరు ఆంగ్లేయులు డాక్టర్ సునోస్, ఫోర్బ్స్ సహాయంతో 1864 లో 'దక్కన్ టైమ్స్' పేరుతో మొట్టమొదటి ఆంగ్ల పత్రికను ప్రారంభించారు. ఇది 1885 వరకు కొనసాగింది. సికిందరాబాద్ నుంచి వెలువడిన ఈ పత్రికను మొదటి ఆంగ్ల పత్రికగా పి.వామనరావు రాశారు. ఇందులో రెసిడెన్సీకి సంబంధించిన వార్తలు, అభిప్రాయాలు ఎక్కువగా ప్రచురించేవారు. తరవాత ఈ పత్రికను నిజాం ప్రభుత్వం స్వాధీనం చేసుకొని మూసేసింది. తరవాత 1882 నుంచి హైదరాబాద్‌లో 'హైదరాబాద్ టెలిగ్రఫీ' అనే ఇంగ్లిష్ పత్రిక వెలువడింది. తరవాత 1885 లో 'ది హైదరాబాద్ రికార్డు' అనే ఇంగ్లిష్ పత్రికను హైదరాబాద్ నుంచి ప్రచురించారు. ఇక 1889 లో 'దక్కన్ స్టాండర్డ్' అనే ఇంగ్లిష్ పత్రిక హైదరాబాద్ నుంచి వెలువడింది. తరవాత 1890 నుంచి 'దక్కన్ పంచ్' అనే ఇంగ్లిష్ పత్రికను ప్రారంభించారు. ఇవికాక 'దక్కన్ బడ్జెట్ (1891)', 'ది దక్కన్ మెయిల్ (1898)' హైదరాబాద్ క్రానికల్ వంటి పత్రికలను ఇంగ్లిష్‌లో ప్రచురించారు. ఆనాటి ప్రభుత్వ నిర్బంధాలను ఎదుర్కొంటూ ఈ పత్రికలు కొనసాగాయి.

అయితే, నిజాం ప్రభుత్వ ఆంక్షలు తీవ్రంగా ఉన్నప్పటికి ఆనాటి ఇంగ్లిష్ పాత్రికేయులు ప్రజా చైతన్యం కోసం నిరంతరం ప్రయత్నించారు. నిజాం వ్యతిరేక వార్తలను కూడా ధైర్యంగా ప్రచురించారు. ఈ పరిస్థితుల్లో కూడా 'హైదరాబాద్ బులిటెన్' అనే పత్రిక యాభై ఏళ్ళకు పైగా నిలదొక్కుకోగలిగింది. దీన్ని 1904 లో కామెరూన్ అనే అతను స్థాపించాడు.

ఆ రోజుల్లోనే 'దక్కన్ న్యూస్' అనే వార్తా సంస్థ నిజాంకు అనుకూలంగా వార్తలు ప్రచురిస్తుండేది. ఇందుకు విరుద్ధంగా ముస్లింల నిరంకుశ ధోరణిని గర్హించే ముస్తఫా ఖాదిరి 'వతన్ న్యూస్' అనే వార్తాసంస్థను, మొమిబ్బేవతన్ (దేశభక్తుడు) అనే పత్రికను స్థాపించి నిష్పాక్షిక వార్తలు ప్రచురించేవారు. అదేవిధంగా గణపతిరావు అఖేలికర్ మోడరన్ న్యూస్ అనే వార్తాసంస్థ ద్వారా దక్కన్ న్యూస్ ప్రచురించే ప్రభుత్వ అనుకూల వార్తల బండారాన్ని బయటపెట్టేవాడు. ఆ రోజుల్లో ఇది సాహసచర్యగా భావించారు. దీని తరవాత హైదరాబాద్ నిమ్నజాతుల ఫెడరేషన్ ఉపాధ్యక్షులు ప్రేమకుమార్ 'మసావత్' (సమానత్వం) అనే ఉర్దూ వారపత్రికను ప్రచురించేవారు. ఇందులో కూడా ఘాటైన వ్యాఖ్యలు, వ్యాసాలు ప్రచురించేవారు. ఇదేకాలంలో తరవాత దశలో 1909 నుంచి ఖమ్మం జిల్లా మధిర నుంచి క్రైస్తవ మత ప్రచారం కోసం 'సంయుక్త సంఘ వర్తమాని' అనే పత్రిక వెలువడింది. దీనికి ఎస్.బి.సిమోన్ పశుమలే సంపాదకుడుగా ఉండేవారు.

1912 లో తెలంగాణలో తొలి తెలుగు మాసపత్రిక 'హితబోధిని'ని శ్రీనివాసశర్మ ప్రారంభించారు. ఇది వారపత్రిక. ఈ పత్రిక మహబూబ్‌నగర్ జిల్లాలో ప్రచురితమయ్యేది. ఆత్మకూరు సంస్థానాధీశులు రాజా శ్రీరామభూపాల బహిరీ బలవంత్ బహుద్దూర్ ముద్రణా యంత్రానికి సాయం చేశారు. నిరక్షరాస్యత ప్రబలంగా ఉన్న ఆ రోజుల్లోనే ఈ పత్రికకు దాదాపు ఐదువందలకు పైగా చందాదారులు ఉండేవారు. హితబోధిని సామాజిక, ఆర్థిక, వ్యవసాయ సమస్యలపై పాఠకులకు అవగాహన కల్పిస్తూ అంతర్లీనంగా జాతీయవాదాన్ని ప్రచారం చేసేది. ఇందులో వ్యవసాయం, వైద్యం, పారిశ్రామిక, సంఘసంస్కరణలు అనే నాలుగు విభాగాలుండేవి. ఇది దాదాపు రెండు సంవత్సరాలు నడిచి ఆగిపోయింది. 1912 లో మహబూబ్‌నగర్ నుంచి వచ్చిన 'హితబోధిని' తొలి తెలంగాణ తెలుగు పత్రిక అని చాలా కాలం నుంచి ఉన్న సమాచారం. తిరుమల రామచంద్ర, సురవరం ప్రతాపరెడ్డి వంటి ప్రసిద్ధ పండితులు దీన్ని నిర్ధారించారు. వీరే కాకుండా తెలంగాణ ప్రాంతంలో వెలువడిన తొలి తెలుగు పత్రికగా 'హితబోధిని' మాసపత్రిక అని చాలామంది పరిశోధకులు

రాశాలు. దీని సంపాదకులు శ్రీనివాసశర్మ ఆయుర్వేద వైద్యులు. నిజాం రాష్ట్ర ప్రజలు అన్ని రంగాల్లో అభివృద్ధి చెందకపోవడానికి కారణం ఆధునిక విజ్ఞానం అందుబాటులో లేకపోవడమేనని భావించిన శర్మ పత్రికను దీనికి సాధనంగా భావించారు. నైజాం రాష్ట్ర ప్రజల్లో విజ్ఞానాసక్తిని పెంపొందించి వివిధ విషయాలపై అవగాహన కల్పించడానికి నిరంతరం కృషిచేశారు. ఈయన మహబూబ్‌నగర్ జిల్లా కోయలకొండకు చెందినవాడు. శర్మకు జాతీయ అంతర్జాతీయ విషయాలపై కూడా అవగాహన ఉండేది. కోస్తాంధ్రలోని వ్యవసాయపద్ధతులు, వారు వాడే ఎరువులు, విత్తనాలపై సరైన అవగాహన ఉండటం వల్ల తెలంగాణ ప్రజలకు తన పత్రిక ద్వారా ఈ జ్ఞానాన్ని పంచడానికి శ్రీనివాసశర్మ ప్రయత్నించారు. దీనికి సంబంధించిన అనేక వ్యాసాలు ఈ పత్రికలో కనిపిస్తాయి. నాటి కాలంతో, సాహిత్యంతో పరిచయం ఉండటంతో అతను రాసే వ్యాసాలు చాలా ఆసక్తికరంగా ఉండేవి.

1917 లో సికిందరాబాద్ నుంచి దివ్యజ్ఞాన సమాజం తరపున స్వామి వెంకటరావు 'ఆంధ్రమాత' పత్రికను ప్రచురించేవారు. ఇందులో దివ్యజ్ఞాన సమాజ భావాలు, వార్తలకు అధిక ప్రాధాన్యత లభించేది. ఇది ఎనిమిది నెలలు మాత్రమే నడిచినప్పటికి దివ్యజ్ఞాన సమాజ భావాలను ప్రచారం చేయడంతో పాటు ఆనాటి ప్రభుత్వ విధానాలను ప్రశ్నించేది. 1918 నుంచి మన్యసంఘ కార్యదర్శి జె.ఎస్.ముత్తయ్య ఆంగ్లభాషలో 'ది పంచమ' అనే మాసపత్రికను ప్రారంభించారు. ఇది దళిత చైతన్యం కోసం పనిచేసేది. దీని తరవాత క్రైస్తవ మత ప్రచారం కోసం 1920 లో ఖమ్మం కేంద్రంగా యం.పి.టాక్ సంపాదకత్వంలో 'ములాగ్ వర్తమాని' అనే పత్రిక ప్రారంభమైంది. ఇంకా 1921 లో మహబూబ్‌నగర్ నుంచి క్రైస్తవ మత ప్రచారం కోసం 'సువార్తమణి' అనే పత్రిక వెలువడింది. ఇదే సంవత్సరంలో తెలంగాణ లిటరరీ అసోసియేషన్ ప్రచురించిన 'దేశవాఙ్మయ పత్రిక' పూర్తిగా సాహిత్యాంశాలతో వెలువడేది. తెలుగు, ఇంగ్లిష్, ఉర్దూ భాషల్లో వెలువడిన ఈ పత్రికలో తిరుమల రామచంద్ర, విద్వాన్ విశ్వం వంటివారు పనిచేశారు.

తెలంగాణలో 1920 లో వారపత్రికలు ప్రారంభమయ్యాయి. వరంగల్ జిల్లా మానుకోట తాలూకా ఇనుగుర్తి గ్రామానికి చెందినవి వద్దిరాజు సీతారామచంద్రరావు, ఆయన సోదరుడు రాఘవరంగారావు 1922, ఆగస్టు 27 ఆదివారం నాడు 'తెనుగుపత్రిక' అనే వారపత్రికను ప్రారంభించారు. ఇనుగుర్తి సోదరులుగా పేరుగాంచిన వారిద్దరూ అనేక నవలలు, నాటకాలు రాసి సాహితీ ప్రముఖులుగా ప్రసిద్ధి చెందారు. వారికి మాడపాటి హన్మంతరావు ఖమ్మం జిల్లా నేలకొండపల్లిలోని విరాట్రయాంధ్ర భాషా నిలయం నిర్వాహకులు లక్ష్మణసింగు వర్మ, బొంగులూరు నరసింహశర్మ, హైదరాబాద్‌లోని బాలసరస్వతి గ్రంథాలయ స్థాపకుడు కోదాటి రామకృష్ణరావు వంటివారు సహకరించారు. తెలంగాణ తెలుగు ప్రజల అభివృద్ధి కోసం ఈ పత్రికను నిర్వహించారు. 1927 లో ఈ 'తెనుగుపత్రిక' మూతపడింది. దాని తరవాత ఒద్దిరాజు సోదురుల అదే కాలంలో స్థాపించబడ్డ 'సుజాతపత్రిక'లో తమ రచనలు ప్రచురించారు. తెలంగాణ గ్రంథాలయాలు, పత్రికలపై ఈ సోదరులు రాసిన వ్యాసాలు చాలా విలువైనవి. 1922-27 సంవత్సరాల మధ్య దాదాపు ఆరేళ్ళు నడిచిన ఈ పత్రిక ప్రధానంగా రాజకీయ పత్రిక అయినప్పటికి అందులో సాహిత్యం, ఆరోగ్యశాస్త్రం, భాషా సంబంధ వ్యాసాలను కూడా ప్రచురించేవారు. ఈ 'తెలుగుపత్రిక'కు ఐదువందలకు పైగా చందాదారులు ఉండేవారు.

అదే సమయంలో వెలుగులోకి వచ్చిన 'నీలగిరి' వారపత్రిక ప్రభుత్వ నియంతృత్వ పోకడలను తీవ్రంగా నిరసించింది. ఈ పత్రికకు షబ్నవీస్ వెంకటరామ నరసింహారావు సంపాదకులు. నిజాం రాష్ట్రాంధ్ర కేంద్ర జనసంఘ నాయకులు మాడపాటి హన్మంతరావు, టేకుమాల రంగారావు, అక్కినేపల్లి జానకిరామారావుల సలహాతో 1922 ఆగస్టు

22న షబ్నవీస్ దీన్ని ప్రారంభించారు. ఈ పత్రికలో వృత్తాంతాలను, నిజాం దేశ వార్తలను క్లుప్తంగా ప్రచురించేవారు. సారస్వతం నుంచి సభలు, సమావేశాలు, హత్యలు, అనూహ్య విషయాలు అన్నీ ఇందులో ప్రచురించేవారు. ఈ నీలగిరి పత్రిక మూడవ పేజీలో సంపాదకీయాలుండేవి. ఒకేసారి రెండు మూడు అంశాలపై కూడా వ్యాఖ్యలుండేవి. అయితే ఇప్పటి మాదిరిగా కాకుండా ఆనాడు సమకాలీన పత్రిక 'తెనుగు పత్రిక'తో సహకారపద్ధతిలో సంబంధాలు ఉండేవి. తెలంగాణ జాతీయ పునరుజ్జీవనానికి, భాషా సేవకు పాటుపడిన ప్రముఖుల్లో షబ్నవీస్ ఒకరు. 'సంస్కారిణి' అనే గ్రంథమాలను స్థాపించి కొన్ని పుస్తకాలను కూడా ప్రచురించారు. ప్రభుత్వ నిర్బంధాలను ఎదుర్కొంటూనే దాదాపు ఐదేళ్లపాటు నరసింహారావు ఆ పత్రికను నడిపారు. 1926 లో తెలుగు పత్రికతో పాటు 'నీలగిరి' పత్రిక కూడా మూతపడింది.

హనుమకొండ ఉపాధ్యాయ శిక్షణా కళాశాలలో తెలుగు పండితులుగా ఉన్న గుండు రాఘవదీక్షితులు 1922 లో 'ప్రకటన పత్రిక'ను స్థాపించారు. ఇందులో కేవలం వ్యాపార ప్రకటనలు మాత్రమే ప్రచురించేవారు. తరవాత 1923 జూన్ నెలలో కోకల సీతారామశర్మ హన్మకొండ నుంచి 'సర్వవిషయక మాసపత్రిక', 'ఆంధ్రాభ్యుదయం'ను ప్రారంభించారు. ఇందులో ఆనాటి చారిత్రక పరిస్థితులను వర్ణిస్తూ విలువైన వ్యాసాలు ప్రచురించేవారు. అనుమకొండ స్థానిక చరిత్రపై ఇందులోనే పింగళి వెంకటేశ్వరరావు వివరణాత్మక వ్యాసం రాశారు. ఆంధ్ర, తెలంగాణ ప్రాంతాల్లో ప్రాచుర్యంలో ఉన్న ఈ పత్రికకు ఆంధ్ర ప్రాంతం నుంచి కూడా ప్రకటనలు వచ్చేవి. ఈ పత్రికలో నీతి, మత, సాంఘిక, వైద్య, పారిశ్రామిక, ఆర్థిక వ్యాసాలు, అముద్రిత తాళపత్ర గ్రంథరాజాలు, సంఘాభివృద్ధికర చారిత్రక పరిశోధక, ప్రాచీనాధునిక గాథలు, నాటక వచన రూపంలో సమర్థులగు విద్యావంతులు రాసేవారు అని పత్రిక సంపాదకులు పేర్కొన్నారు. హనుమకొండలోని ఉన్నత పాఠశాలలో తెలుగు పండితులుగా పనిచేసిన కోకల సీతారామశర్మ ఈ పత్రిక నిర్వహణతో పాటు గ్రంథాలయోద్యంలో కూడా చురుకుగా పాల్గొన్నారు.

శైవమత ప్రచారం కోసం 1923 లో కొడిమెల రాజలింగయ్య, ముదిగొండ చినవీరభద్రయ్య ఇంకా మరికొంత మంది సహకారంతో ముదిగొండ వీరేశలింగశాస్త్రి సంపాదకత్వంలో శైవమతప్రచారిణి అనే పత్రిక వరంగల్ నుంచి ప్రారంభమైంది. ఈ పత్రికలో శైవమత సంబంధమైన సాహిత్యం, సమకాలీన వార్తలు, వాటిపై సంపాదకీయాలుండేవి. దీని తరవాత 1924 లో 'శాంతి' పేరుతో ఒక దినపత్రికను నడపడానికి ప్రయత్నాలు జరిగినట్లు ఒద్దిరాజు సీతారామచంద్రరావు 'ఆంధ్రాభ్యుదయం' మాసపత్రికలో రాసిన 'మన ఆధునిక స్థితి' అన్న వ్యాసం ద్వారా తెలుస్తోంది. ఈ పత్రిక గురించి మరెక్కడ ప్రస్తావన లేనందువల్ల ఈ పత్రిక వెలుగు చూసిందనడం సందేహాస్పదమే.

ఇదే సంవత్సరం 'శైవమణి' అనే పత్రికను ముదిగొండ బుచ్చయ్యశాస్త్రి ప్రారంభించారు. ఇందులో మతానికి సంబంధించిన సమాచారమే కాకుండా ఇతర విషయాలు కూడా ప్రచురించేవారు. అయితే కొంతకాలానికే ఇది మూతపడింది. తరవాత 1927 లో అదే పేరుతో శివకుమారనంద పండితులు దీన్ని స్వీయ సంపాదకత్వంలో పునఃప్రారంభించాడు. ఈ పత్రిక ముద్రించిన ప్రాంతంపై భిన్నాభిప్రాయాలు ఉన్నాయి. హైదరాబాద్‌లోని గౌలిగూడా ప్రాంతం నుంచి వెలువడిందని పరిశోధకులు సంగిశెట్టి శ్రీనివాస్ రాశారు.

తరవాత 1924 లో 'కవిమిత్ర' పేరుతో పత్రికను ప్రారంభించడానికి వరంగల్ నుంచి తూము వరదరాజు పంతులు ప్రయత్నించారని కొంతమంది పరిశోధకులు పేర్కొన్నప్పటికి దానికి సంబంధించిన వివరాలు దొరకడంలేదు.

1925 లో 'అహోకాం సుబే వరంగల్' పేరుతో వరంగల్ నుంచి ఒక పక్షపత్రిక వెలువడింది. దీన్ని రెవెన్యూ అధికారులు నడిపేవారు. గ్రామాల్లోని పట్వారీలతో బలవంతంగా కొనిపించేవారు. దీన్ని తెలంగాణా నుంచి వెలువడిన మొదటి పక్షపత్రికగా పరిశోధకులు భావిస్తున్నారు. 1925 లో 'నేడు' అనే పత్రికను సికిందరాబాద్‌లో భాస్కర్ ప్రారంభించారు. వారానికి రెండుసార్లు ఇంగ్లిష్, తెలుగు భాషల్లో వెలువడే 'నేడు' పత్రిక హైదరాబాద్ రాజకీయాలను బాగా ప్రభావితం చేసింది.

ఇంకా 'సుబాహ దక్కన్', నిజాం 'గెజెట్ సయిఫా' పత్రికలు 1924, 25 లలో ప్రారంభమయ్యాయి. ఇవి ముస్లిం అనుకూల వార్తలకు ప్రాధాన్యతనిచ్చేవి. 'రహబరే దక్కన్' పత్రిక నిజాంకు అనుకూలమైన ఉర్దూ పత్రిక. 'ముషీర్‌దక్కన్' పత్రిక ముస్లిమేతరుడు నడిపిన పత్రిక. ఇందులో కొంతవరకు నిష్పాక్షిక వార్తలను ప్రచురించేవారు. ఇక ఆధునిక భావాలు గల ఖాజీ అబ్దుల్ గఫార్ 'పయామ్' పత్రిక సంపాదకుడు. ఇందులో ప్రగతిశీల భావాల ప్రచారం జరిగేది. హైదరాబాద్ రాజ్యంలో సహకార ఉద్యమానికి బాసటగా నిలవడానికి ప్రభుత్వ అధికారుల ఆధ్వర్యంలో 1926 లో 'సహకారి' పత్రికను హైదరాబాద్‌లో స్థాపించారు. హైదరాబాద్ సహకార కేంద్రం వారు ఈ త్రైమాసిక పత్రికను ఉర్దూ, కన్నడ, తెలుగు, మరాఠీ భాషల్లో ప్రచురిస్తున్నారని నవంబర్ 1, 1930 నాటి గోలకొండ పత్రికలో రాశారు.

తరవాత నేటి రంగారెడ్డి జిల్లా మేడ్చెల్ దగ్గర ఉన్న మఖ్తా వడ్డేపల్లి గ్రామం నుంచి బెల్లంకొండ రామానుజాచార్యులు తన సోదరులు నరసింహాచార్యులతో కలిసి తమ స్వీయ సంపాదకత్వంలో 1926 నుంచి 'దేశబంధు పత్రిక'ను వెలువరించారు. ఇందులో రాజకీయార్థిక విషయాలు ప్రచురించినప్పటికి ధార్మిక విషయాలకు, సాహిత్య విషయాలకు అధిక ప్రాధాన్యమిచ్చేది. ఇంకా తెలంగాణకు సబంధించిన చరిత్ర, కవిజీవితాలు, అముద్రిత శాసనాలు ప్రచురించేది. సనాతన ఆచారాలపట్ల మొగ్గు చూపే ఈ పత్రికలో సంస్కృత సాహిత్యాన్ని పెంపొందించేందుకు పరిష్కృత పాఠాలు కూడా వెలువరించేవారు.

తెలంగాణ ప్రజలను అత్యంత తీవ్రంగా ప్రభావితం చేసిన 'గోల్కొండ పత్రిక' సురవరం ప్రతాపరెడ్డి సంపాదకునిగా 1926, మే 10 న ప్రారంభమైంది. పత్రికా నిర్వహణలో అనేక ఇబ్బందులు ఎదుర్కొంటూనే సామాజిక, ఆర్థిక, రాజకీయ సంస్కరణల కోసం 'గోల్కొండ పత్రిక' ద్వారా సురవరం ప్రతాపరెడ్డి తీవ్రంగా కృషిచేశారు. మొదట్లో ఆ పత్రికకు 'ఆంధ్ర' అని పేరు పెట్టాలని ప్రతాపరెడ్డి అనుకొన్నారు కానీ నిజాం రాజు ఆ పేరును తీవ్రంగా వ్యతిరేకించడంతో గోల్కొండగా పేరుపెట్టారు. జాతి, కుల మతాలకు అతీతంగా తెలంగాణ సమాజాభివృద్ధి, సాహిత్య కృషి లక్ష్యాలుగా గోల్కొండ పనిచేసింది. సురవరం ప్రతాపరెడ్డి జోగిపేటలో జరిగిన ప్రథమాంధ్ర మహాసభకు అధ్యక్షులుగా కూడా ఉన్నారు. ఈ పత్రిక ఆనాటి హైదరాబాద్ రాష్ట్రంలోని మారుమూల ప్రాంతాలకు కూడా చేరుతూ ఉండేది. హైదరాబాద్ రాజ్యంలో జరిగే రాజకీయ వ్యవహారాలను, ఆర్థిక, సాంఘిక, సాంస్కృతిక విశేషాలను వార్తలుగా, వ్యాఖ్యలుగా ప్రచురించేది. నిజాం రాష్ట్రంలో వాక్స్వాతంత్ర్యం కానీ సమావేశ స్వాతంత్ర్యం కానీ లేని ఆ రోజుల్లో ఈ పత్రిక నిర్భయంగా తన అభిప్రాయాలను ప్రకటించేది. దీనితో పాటు గ్రామాల నుంచి, తాలూకా, జిల్లా కేంద్రాల నుంచి వార్తలు రాసి పంపాలని చదువుకున్న వారిని ప్రోత్సహిస్తూ తెలంగాణలో మొట్టమొదటి విలేకరులను సృష్టించిన ఘనత కూడా ఈ పత్రికకు దక్కుతుంది. ప్రతాపరెడ్డి ఆంధ్రభాషాభిమాని, సాహితీవేత్త, కథా రచయిత. తెలంగాణలో కవులు లేరన్న అపవాదుపై స్పందించి తెలంగాణకు చెందిన కవులు రాసిన కవితలతో గోలకొండ కవుల సంచికను ప్రచురించిన ప్రజ్ఞాశాలి. తెలంగాణా ప్రజలను జాగృతం చేయడంలో కృషిచేస్తున్న ఆంధ్రమహాసభకు తన పత్రిక ద్వారా విశేష సహకారమందించారు.

ప్రతి ఆంధ్రమహాసభలో జరిగిన విశేషాలను, అధ్యక్షోపన్యాసాలతో సహా తీర్మానాలను తన పత్రికలో ప్రచురించేవారు. దీని ద్వారా తెలంగాణాలో రాజకీయ, సాంఘిక, సాహిత్య, సాంస్కృతిక చైతన్యాన్ని కలిగించారు. ఈ పత్రిక మొదటి నుంచీ ఉద్యమాలకు అండగా ఉండేది. ఇందులో గ్రంథాలయోద్యమానికి, రాత్రి పాఠశాలల ఉద్యమాలకు తగినంత ప్రోత్సాహాన్ని ఇస్తూ వ్యాసాలు, వార్తలు ప్రచురించేవారు. ముఖ్యంగా గ్రంథాలయోద్యమానికి గోలకొండ పత్రిక ఇచ్చిన ప్రోత్సాహం ఎనలేనిది. గోలకొండ పత్రికలో తెలంగాణాలో ఎక్కడ గ్రంథాలయాలు స్థాపించినా, వార్షిక సభలు నిర్వహించినా, నివేదికలు ప్రచురించినా వాటిని తమ పత్రికలో ప్రచురించేవారు. గోలకొండ పత్రికలో పనిచేసే విలేకరులు కూడా చాలామంది గ్రంథాలయ నిర్వాహకులు లేదా కార్యదర్శులుగా పనిచేసిన వారు కావడంతో వారు పంపించిన రిపోర్టులు యధాతథంగా ప్రచురణకు నోచుకొనేవి. ఇంకా అప్పటికే ఆంధ్రజన కేంద్ర సంఘానికి, గ్రంథాలయోద్యమానికి చేయూతనిస్తున్న 'నీలగిరి; తెనుగుపత్రిక'లు ఆర్థిక ఇబ్బందుల వల్ల మూతపడే పరిస్థితి వచ్చినప్పుడు గోలకొండ పత్రిక వాటిని పోటీ పత్రికలుగా భావించకుండా సమస్య పరిష్కారానికి తమ వంతు సాయం అందించింది. గోలకొండ పత్రిక కార్యాలయం కూడా చర్చాగోష్ఠులకు కేంద్రంగా ఉండేది. నిజాం రాష్ట్రాంధ్ర పరిషత్తు సభ్యులు, ఇతర ప్రముఖులు తరచుగా ఈ కార్యాలయానికి వచ్చి సమకాలీన అంశాలపై సుదీర్ఘంగా చర్చించేవారు. ఈ చర్చలో ఉన్న అంశాలపై ఆనాటి సంచికల్లో సంపాదకీయాలు రాసి ప్రజల్లో చర్చకు పెట్టేవారు. ఇందులో మాడపాటి హన్మంతరావు, బూర్గుల రామకృష్ణరావు, ఆచార్య రావాడ సత్యనారాయణ, అనుముల, పెండ్యాల, కప్పగంతుల, పల్లెర్ల, దేవులపల్లి రామానుజరావు, చిదిరెమఠం వీరభద్రశర్మ, చెలమచెర్ల రంగాచార్యులు వంటి ప్రముఖులు పాల్గొనేవారు. ఇందులో రాజకీయాలే కాకుండా ఆయుర్వేదం, సంగీతం, సాహిత్యం, చిత్రకళ, వాస్తుశాస్త్రం వంటి అనేక అంశాలపై ఆసక్తికరమైన చర్చలు సాగేవి.

సురవరం ప్రతాపరెడ్డి గోలకొండ పత్రిక స్థాపనలో ప్రముఖపాత్ర వహించినప్పటికి అందులో ఆయనకు భాగస్వామ్యం లేదు. కేవలం నెల జీతగాడిగానే పనిచేశారు. ఇందులో ప్రూఫ్ రీడర్ నుంచి సంపాదకుడి వరకు అన్నీ తానై నడిపించారు. తెలుగు, కన్నడం, సంస్కృతం, ఉర్దూ, పార్సీ, ఆంగ్లం, హిందీ భాషలు తెలిసిన సురవరం ఆయా భాషల్లో వెలువడిన పుస్తకాలను శోధించి పరిశోధనాత్మకమైన వ్యాసాలను తమ పత్రికలతో పాటు ఇతర పత్రికలకు కూడా పంపించేవారు.

సురవరం ప్రతాపరెడ్డి ప్రచురించిన గోలకొండ కవుల సంచిక ఆధునిక కాలంలో వెలువడిన మొట్టమొదటి తెలుగు కవితా సంకలనం. ఈ పత్రికలో మితవాదుల, జాతీయవాదుల వార్తలకు అధిక ప్రాధాన్యత లభించేది. ఎన్నో నిర్బంధాలను, నిషేధాలను, ఫర్మానాలను విజయవంతంగా ఎదుర్కొని ప్రజాశ్రేయస్సే పరమావధిగా ప్రచురించబడ్డ గోలకొండ పత్రిక చరిత్రలో చిరస్థాయిగా ఉంటుంది. 1966 లో ఇది ప్రచురణను నిలిపేసింది. బహుముఖ ప్రజ్ఞాశాలి అయిన సురవరం ప్రతాపరెడ్డి పత్రికారంగానికి చేసిన సేవ సదా స్మరణీయం.

దాదాపు ఇదే కాలంలోనే 1888-1939 మధ్య జీవించిన భాగ్యరెడ్డివర్మ అనే ప్రముఖ నాయకుడు 'భాగ్యనగర్ పత్రిక' అనే పక్ష పత్రికను ప్రారంభించారు. దీని ఉద్దేశాలను మొదట్లోనే సంపాదకులు ఇలా రాశారు. 'నోరులేని మూగ జీవాల రోదనములను, అణగద్రొక్కబడిన అస్పృశ్యుల దీనాలాపనలను, వెనుకబడిన దీనజనుల విజ్ఞాపనములను, కూలి, నాలి వల్ల జీవించు కార్మిక వారల హక్కులను, ప్రకటించి తత్కష్ట నివారణం చేయుటకు ప్రభుత్వం వారికి, ప్రజలకు వినయపూర్వకంగా విజ్ఞప్తుల మొనర్చుచు, ఆర్థిక, నైతిక విద్యావిషయాది పెక్కు విషయములు చర్చించు

పక్షపత్రిక ఈ నిజాం రాష్ట్రంలోని కెల్ల నిది యొక్కటియే. కావున ప్రతి భారతీయ సోదరుడు ఈ పత్రికకు చందాదారుడై తమ తమ యమూల్యాభిప్రాయములను, సంఘసంస్కరణోద్యమునకు జెందు వ్యాసములను పంపి తగు విధంబున ఈ పత్రికను పోషింపగలందులకు ప్రార్థింపబడుచున్నారు. అయితే రాజద్రోహ, మతద్రోహ, వ్యక్తి దూషణాది వ్యాసములు ప్రకటించబడవు'.

ఈ పత్రిక ముఖచిత్రంపై హైదరాబాద్ రాజ్యంలోని చార్మినార్, మక్కామసీదుతో పాటు అజంతా, ఎల్లోరా చిత్రాలు కూడా ఉండేవి. 1931 లో స్థాపించిన ఈ పత్రిక దళిత వర్గాల అభ్యున్నతికోసం పాటుపడింది. దీన్ని స్థాపించిన సంవత్సరం విషయంలో పరిశోధకులకు భిన్నాభిప్రాయాలున్నాయి. కొందరు 1925 అని పేర్కొంటే, వి.లక్ష్మణరెడ్డి వంటి వారు 1936 లో ఏర్పడిందని రాశారు. అయితే, భాగ్యరెడ్డి వర్మ మాత్రం 1928 లోనే సొంత ముద్రణాలయాన్ని ఏర్పాటు చేసుకొన్నట్లు తెలుస్తోంది. తాడిత, పీడిత వర్గాల జీవన ప్రమాణాల్లో మార్పు కోసం భాగ్యరెడ్డి వర్మ నిరంతరం తపించారు. హరిజన అనే పదం వాడటం ఇష్టపడక వారిని నిమ్నజాతులు, ఆదిహిందువులుగా పిలిచేవారు.

ఈ పత్రిక ద్వారా అంటరానితనం నిర్మూలన, ఆది హిందువుల అభివృద్ధిని, బుద్ధిజం వ్యాప్తిని ప్రోత్సహించాడు. 1937, డిసెంబర్ నుంచి భాగ్యనగర్ పత్రిక పేరును 'ఆదిహిందూ'గా మార్చాడు. తన సంపాదకీయాల ద్వారా ఆనాటి బొంబాయి ప్రభుత్వం తెచ్చిన దేవాలయ ప్రవేశం, నూతులు, చెరువులు అదిహిందువూలందరూ నిరాటంకంగా వాడుకోవచ్చని ఎవరైనా ఆటంకపరిస్తే కఠిన శిక్షలుంటాయన్న శాసనం వంటి వాటిని సమగ్రంగా వివరించేవారు. అదే విధంగా నిజాం ప్రభుత్వం కూడా తమ రాష్ట్రంలోని సర్కారు బావులలో, చెరువులలో అన్ని జాతుల వారు సమానంగా నీళ్ళు తోడుకోవచ్చని చట్టం చేయాలని కోరుతూ విజ్ఞాపనలుండేవి. దీంతో పాటు ఆదిహిందూ సాహిత్య ప్రచారక గ్రంథమాల తరపున 'ఆదిహిందూ గెజెట్' (ఆదిశక్తి) పేరుతో ఒక పత్రిక హైదరాబాద్ నుంచి వెలువడింది. ఇందులో ముఖ్యంగా ఆదిహిందూ సంఘం, పంచాయితీ సంఘం నిర్ణయాలు, ఇతర వ్యాసాలు, వార్తలు ప్రచురించేవారు.

1927 సంవత్సరంలో మందుముల నరసింగరావు సంపాదకత్వంలో 'రయ్యత్' పేరుతో ఉర్దూ వారపత్రిక ప్రారంభమైంది. దీని ద్వారా ఉత్తర భారతీయులకు హైదరాబాద్ రాష్ట్ర విషయాలు తెలిసేవి. దీనికి పింగళి వెంకటరామిరెడ్డి ఐదువందల విరాళమిచ్చారు. ఇది 1929 లో నిజాం ప్రభుత్వ నిషేధానికి గురవడంతో దీన్ని నిలిపేశారు. తిరిగి 1932 లో ప్రారంభించి ఇరవై సంవత్సరాలు నడిచి తిరిగి నిషేధానికి గురైంది.

ఇక నీలగిరి, తెనుగు పత్రికలు మూతపడిన దశలో సాహిత్య పత్రికలు లేని లోటును తీరుస్తూ 1927 జనవరిలో హైదరాబాద్ నుంచి 'సుజాత' అనే మాసపత్రిక ప్రారంభమైంది. పసుమాముల నరసింహశర్మ, మాడపాటి హన్మంతరావు, కొండా వెంకట రెంగారెడ్డి, అక్కినేపల్లి జానకిరామారావు, సురవరం ప్రతాపరెడ్డిల వంటి ప్రముఖుల సహకారంతో ఈ పత్రికను స్థాపించారు. దీనికి సుజాత పేరును సూచించినవారు రాయప్రోలు సుబ్బారావు. ఇందులో చక్కటి వ్యాసాలు, గుడిపాటి వెంకటాచలం వంటి ప్రముఖుల రచనలు ప్రచురించేవారు. ఆదిరాజు వీరభద్రరావు తెలంగాణకు సంబంధించి తాను సేకరించిన అనేక శాసనాల వివరాలు ఇందులో ప్రచురించారు. ఇది గోలకొండ పత్రిక ఆవరణ నుంచే నడిచేది. తెలంగాణా ప్రాంత రచయితలకు తగిన ప్రోత్సాహం ఇందులో లభించేది. 1927 జనవరి నుంచి 1930 జనవరి వరకు నిరాటంకంగా సాగిన ఈ పత్రికలో అన్ని రకాల సాహిత్య ప్రక్రియలకు

స్థానముండేది. ఇందులో త్రివర్ణ చిత్రాలు, చారిత్రక వ్యాసాలు, వాఙ్మయ విషయక విమర్శనం, మహాకవుల జీవిత చిత్రణ, పరిశోధన వ్యాసాలు, ఉర్దూ, పారశీ కవితా విశేషాలు ప్రచురించేవారు. ఆదిరాజు వీరభద్రరావు, రాయప్రోలు సుబ్బారావు, మాడపాటి హన్మంతరావు, బాలకవి చిదిరేమఠం వీరభద్రశర్మ, బొంగులూరు నరసింహశర్మ, కోదాటి వెంకటేశ్వరరావు, సముద్రాల రాఘవచారి, శేషభట్టర్ రామానుజాచార్యులు, గవ్వా అమృతరెడ్డి వంటి ప్రముఖుల రచనలు ఇందులో ప్రచురించేవారు. ఇందులోనే పాఠకుల ఆదరణను చూరగొన్న సురవరం ప్రతాపరెడ్డి రాసిన సాహిత్య, సాంఘిక, చారిత్రక వ్యాసాలు ప్రచురించారు.

దీంతో పాటు ఆంధ్రపరిశోధక సంఘం సేకరించి పరిష్కరించి ఇచ్చిన శాసనాల వివరాలు కూడా సుజాతలో ప్రచురించారు. ఈ పత్రికకు ప్రారంభంలో పి.ఎస్.శర్మ సంపాదకులుగా ఉన్నారు. అయితే, తరవాత కాలంలో ఈ బాధ్యతను కొండా వెంకటరంగారెడ్డి సోదరులు కొండా బాలకృష్ణారెడ్డి చేపట్టారు. అయితే, అప్పటికే గోలకొండ పత్రికలో పనిచేస్తున్న బొంగులూరి నరసింహశర్మ ఈ పత్రిక నిర్వహణలో కీలకపాత్ర వహించారు. ఈయన అంతకుముందు రాసిన వ్యాసాలు సుజాతలో అచ్చయ్యాయి. 1950-53 మధ్య గడియారం రామకృష్ణశర్మ దీన్ని నడిపారు.

తరవాత తెలంగాణ నుంచి వెలువడ్డ తొలి బాలల పత్రికగా భావిస్తున్న 'పూలతోట' పత్రికను 1930-35 మధ్య హనుమకొండ నయీంనగర్ ప్రాంతం నుంచి కంభంపాటి అప్పన్నశాస్త్రి సంపాదకత్వంలో వెలువరించారు. ఈ పత్రిక గురించి గోలకొండ పత్రిక 'ఇందులో బాలబాలికలకుపయోగపడు మంచి వ్యాసాలు, కథలు, పద్యములు రాయబడుచున్నవి. సంపాదకులు ముఖ్యంగా బాలబాలికలకును, విద్యార్థులకును ఉపయోగపడునట్టి పత్రిక యుండవలయుననే ఉద్దేశంతో నీ గ్రంథమాలను (పూలతోట) ను స్థాపించి మాసపత్రిక వలె అన్ని విషయాలను ప్రకటించుచున్నారు. ఈ పూలతోట నిజాం రాష్ట్రమున పూలతోటలను నెలకొల్పుగాక యని కోరుచున్నాము' అని వ్యాఖ్యానించింది.

దాదాపు ఇదే 1930 ప్రాంతంలో సుబ్బరాయసిద్ధాంతి సంపాదకత్వంలో 'ఆరోగ్య ప్రచారములు' అనే పత్రిక ఉండేది. ఇందులో ఎక్కువగా అరోగ్య సంబంధమైన వార్తలుండేవి. దీని తరవాత 1931 లో 'కాష్తుకార్' అనే రైతాంగ పత్రిక హైదరాబాద్‌లోని డబ్లీపురం నుంచి ఉర్దూ, తెలుగు భాషల్లో వచ్చేది. ఈ పత్రికకు మహమ్మద్ అబ్దుల్ రజాక్‌సా బిస్మిల్ సంపాదకుడు. అయితే ఈ ఉర్దూ పత్రికకు అనువాద పత్రిక అనే విషయం గోలకొండ పత్రిక వ్యాసాల ద్వారా తెలుస్తోంది. ఇందులో ప్రధానంగా రైతుల నైతిక, ఆర్థిక, వ్యవసాయాభివృద్ధిపై వ్యాసాలు ప్రచురించేవారు.

తరవాత 1931 లోనే ఎం.అనంతరంగాచార్యులు తన సంపాదకత్వంలోనే 'వైద్యకళ' అనే వైద్య సంబంధమైన పత్రికను వెలువరించారు. హైదరాబాద్ వైద్య సంఘం దీన్ని ప్రచురించేది. ఇందులో ఆరోగ్య సంబంధమైన సమాచారం ప్రచురించేవారు. ముఖ్యంగా వంశపారంపర్యంగా వచ్చే జబ్బుల వివరాలు, చికిత్సా విధానం, ఔషధాలు, పరీక్షలు వంటి వాటిపై వివరణాత్మక వ్యాసాలుండేవి. ఇక 1933 నుంచి మహబూబ్‌నగర్ జిల్లాలోని జటప్రోలు సంస్థానంలోని స్నేహలతా కవితా సంఘం వారు 'వైజయంతి వార్షిక పత్రిక'ను ప్రారంభించారు. అయితే ఈ పత్రిక నిర్వహణ ప్రచురణ మాత్రం నూజివీడు నుంచి జరిగేది. ఇందులో ప్రధానంగా కొల్లాపురం సంస్థానం వార్తలు, విశేషాలు ఎక్కువగా ప్రచురించేవారు.

తరవాత అడుసుమల్లి వెంకట దత్తాత్రేయ శర్మ సంపాదకత్వంలో 'దక్కన్ కేసరి' అనే ఆంగ్లాంధ్ర ద్విభాషా పత్రిక 1934 జనవరి నుంచి సికిందరాబాద్ నుంచి వెలువడింది. ఇందులో కృష్ణస్వామి ముదిరాజ్ లాంటి వారు ఇంగ్లిషులో

రాస్తే ఆదిపూడి సోమనాథరావు, కొడవటిగంటి కుటుంబరావు, సురవరం ప్రతాపరెడ్డి వంటి వారు తమ రచనలను తెలుగులో రాసేవారు. ఈ పత్రిక సాహిత్యానికి ప్రాముఖ్యత ఇచ్చినప్పటికి రాజకీయ అంశాలకు, సంఘ సంస్కరణల కోసం జరిగే ప్రయత్నాలను, ఉద్యమ వార్తలను కూడా ప్రచురించి జాతీయోద్యమానికి కూడా తోడ్పడింది.

విద్యార్థి పత్రికలు లేని లోటును తీరుస్తూ ముప్పైవ దశకంలోనే ఆంధ్రబాలికల ఉన్నత పాఠశాల (మాడపాటి హన్మంతరావు బాలికల పాఠశాల) తరపున 'మాతృభారతి' అనే విద్యార్థి మాసపత్రికను ప్రారంభించారు. 1939 జూలై నాటి భారతి సంచికలో ఈ పత్రిక నాలుగవ సంపుటాన్ని సమీక్షిస్తూ 'పెద్దవారలు వ్రాసినవి ఏవో రెండుమూడు తప్ప తక్కినవన్నీ మూడవ ఫారం మొదలుకొని మెట్రిక్కు వరకు గల బాలికలచే వ్రాయబడినవి. ఇందులో భక్తి, ప్రేమ, మద్యపాన నిషేధం, విద్యా ఇత్యాది విషయాల ప్రధానంగా గల వ్యాసాలు, కథలున్నాయి. ఇందులో రాసినవారందరు మున్ముందు ఆదర్శప్రాయులైన రమణులు కాగలరని భావమేర్పడుతుంది. విద్యార్థినిల నిట్లు కాలానుగుణములైన కర్తవ్యముల నవలబించు లాగు చేయుచున్న తత్ పాఠశాల వ్యవహర్తలు అభినందనీయులు' అని రాసింది.

దీని తరవాత హైదరాబాద్ ప్రభుత్వం సౌజన్యంతో హైదరాబాద్ ఫార్మింగ్ అసోసియేషన్ ఆధ్వర్యంలో హైదరాబాద్ ఫార్మర్ అనే పత్రిక 1935 డిసెంబర్‌లో ప్రారంభమైంది. దీన్ని గోల్కొండ ముద్రాక్షరశాలలోనే ముద్రించేవారు. ఈ త్రైమాసిక పత్రికలో వ్యవసాయాధికారులు, ప్రభుత్వాధికారులు తమ రచనలను ఆంగ్లంలో కూడా ప్రచురించేవారు. ఇందులో నిజాం రాష్ట్రంలో వ్యవసాయ సమస్యలు, ప్లేగు, విపరీతపు చలి వల్ల పంటలకు కలిగే నష్టం, వ్యవసాయ శాఖలో ఉద్యోగ నియామకాలు, ఆనాటి వ్యవసాయశాఖ కార్యకలాపాల సమాచారాన్ని రైతులకు సులభమైన రీతిలో అందించేది.

1935, 36 ప్రాంతాల్లో మద్యపాన నిషేధ ప్రచారం కోసం తెలుగు-ఉర్దూ భాషల్లో 'మద్యపాన నిరోధక పత్రిక'ను ప్రారంభించారు. ఇందులో మౌల్వీలు, ముస్లిం పండితులు, తెలుగు పండితులు, సంఘసంస్కర్తలు, ఉస్మానియా విశ్వవిద్యాలయ లెక్చరర్లు మద్యపాన నిషేధంపై రాసిన రచనలను ప్రచురించేవారు. వీరు రచనలను చేయడమే కాకుండా, 'మద్యపాన నిరోధ సమితి' ని కూడా ఏర్పాటు చేసుకొని మద్యపానానికి వ్యతిరేకంగా ప్రజలను చైతన్యవంతులను చేయడానికి ప్రయత్నించేవారు. హైదరాబాద్ రాజ్యమంతా మార్చి 2, 1938ని మద్యపాన వ్యతిరేక దినంగా పాటించారు. వీరు చేపట్టే కార్యకలాపాలకు తగినంత ప్రచారం కల్పించే ఉద్దేశంతో ఈ పత్రికను ప్రారంభించారు. దీనికి ప్రారంభంలో సంపాదకులు ఎవరైనదానిపై తగినంత సమాచరం లేదు. కానీ 1938-40 నాటికి వెల్దుర్తి మాణిక్యరావు ఈ పత్రికకు సంపాదకుడుగా ఉండేవారు. ఇది కేవలం మద్యపానానికి వ్యతిరేకంగా కాక ఇతర మత్తుపదార్థాలు, సిగరెట్, బీడీ వల్ల కలిగే హానిని వ్యాసాలు, చిన్న కథలు, చిత్రాల ద్వారా తెలియచేస్తూ చైతన్యపర్చేది.

1936 లో '1936' పేరుతో సికిందరాబాద్ నుంచి ఒక మాసపత్రిక ప్రారంభమైంది. మూడు సంచికల తరవాత ఈ విచిత్ర పేరుతో ఉన్న పత్రిక మూతపడింది. ఈ పత్రిక స్థాపకులు, సంపాదకుల వంటి వివరాలు లేనప్పటికి ఇందులో నవ్యాంధ్ర సాహిత్యవీధుల రచయిత కురుగంటి సీతారామ భట్టాచార్యుల కథలు అచ్చయ్యాయి. అందులో 'నా రత్నం' అనే కథ ఒకటి. 1937 ప్రాంతంలో ఎం.ఎస్.రాజలింగం, లక్కినేని నరసయ్య, రంగారెడ్డి తదితరులు 'స్నేహలత' అనే పేరుతో వరంగల్ నుంచి ఒక లిఖిత పత్రికను నడిపారు. తరవాత తన తోటి నిజాం కళాశాల విద్యార్థులతో కలిసి ఎం.ఎస్.రాజలింగం 'ఆంధ్రసారస్వత సంచిక'ను తన బంధువు ముదిగొండ బుచ్చయ్య లింగశాస్త్రి సహకారంతో ప్రచురించారు.

సనాతనవాది అయిన చివుకుల అప్పయ్యశాస్త్రి 1937 లో 'దివ్యవాణి పత్రిక'ను ప్రారంభించారు. సామాజిక, ఆర్థిక వ్యవహారాల్లో అంత ఆధునిక భావనలను ప్రచారం చేయకపోయినా, రాజకీయ వ్యవహారాల్లో మాత్రం పురోగామి భావనలను ఈ పత్రిక ప్రచారం చేసింది. సనాతన ధర్మప్రచారమే ప్రథమ ధ్యేయంగా దాదాపు ముప్పైఏళ్ళు (1937-1967) ఈ వారపత్రిక నిర్విరామంగా వెలువడింది. సికిందరాబాద్‌లో 1890 దశకంలో జన్మించిన అప్పయ్యశాస్త్రి తన పత్రిక ద్వారా తెలంగాణ ఆంధ్ర ప్రాంతాల్లో ప్రజాభిమానాన్ని పొందారు. ఈయన పత్రిక నిర్వహణతో పాటు రచనలు కూడా చేసేవారు. 1914 లో 'బాలనీతి', 1915 లో 'రాజభక్తి', 1926 లో 'గర్గభారతం', 1945 లో వెంకటేశ విన్నపములు, వేదవేదాంగ చంద్రిక వంటి రచనలు చేశారు. దీంతో పాటు సంస్కృతంలో గర్గాచార్యులు రాసిన భాగవతాన్ని తెలుగులోకి అనువదించారు. ఇంకా 'దివ్యవాణి సుకృతప్రాకారం' పేరుతో ఒక గ్రంథమాలను స్థాపించి అనేక పుస్తకాలను ప్రచురించారు.

తరవాత బొంగులూరి నరసింహశర్మ నిర్వహణలో మాడపాటి హన్మంతరావు సహకారంతో విజయవాడ నుంచి 1938 లో 'ఆంధ్రవాణి' పత్రిక ప్రారంభమైంది. ఈ పత్రికను స్టేట్ కాంగ్రెస్ సత్యాగ్రహం కారణంగా ఏర్పడిన నిర్బంధ పరిస్థితుల్లో రాజకీయంగా ఒక పత్రిక అవసరాన్ని గుర్తించి ప్రారంభించారు. ఆనాడు హైదరాబాద్ రాష్ట్రంలో ఉన్న ప్రత్యేక పరిస్థితుల్లో పత్రికను స్వేచ్ఛగా నడపలేమనే ఉద్దేశంతో విజయవాడ నుంచి నిర్వహించారు. అయితే, వార్తలన్నీ కూడా హైదరాబాద్ రాష్ట్రానికే సంబంధించినవే ఉండేవి. కొద్ది రోజుల్లోనే ఈ పత్రిక ప్రజాభిమానాన్ని చూరగొంది. తెలంగాణ ప్రజల పోరాటాలకు బాసటగా నిలిచి నిజాం ప్రభుత్వ విధానాలను తీవ్రంగా విమర్శించేది. ఈ పత్రిక ఐదేళ్ళపాటు నడిచింది. దీని సంపాదకులు బొంగులూరి నరసింహశర్మ (బి.ఎన్.శర్మ) అంతకుముందు గోలకొండ పత్రికతో పాటు సుజాత పత్రికల్లో వివిధ హోదాల్లో పనిచేశారు. 1909 జులై 21 న జన్మించిన శర్మ తెలుగు, ఉర్దూ, ఇంగ్లిష్, సంస్కృత భాషల్లో పండితులు. వీరు నల్లగొండ జిల్లా వలిగొండకు చెందినవారు. రాజకీయ, సామాజిక విషయాలను చాలా తేలికైన భాషలో ప్రజలకర్థమయ్యే విధంగా తన పత్రికల ద్వారా అందించేవారు. తరవాత 1939 లో ప్రస్తుత ఖమ్మం జిల్లా బూర్గులపాడు నుంచి ఆంధ్రవాఙ్మయ సేవా సమితి 'కిన్నెర' పేరుతో కొన్ని సంచికలు వెలువరించారు. 1939 ఉగాది నాడు వెలువడిన సంచికలో శేషాద్రి రమణ కవుల శాసనములలో-ఆంధ్రకవిత్వం అనే విలువైన వ్యాసముంది.

తెలంగాణలో తొలిసారిగా రాచమళ్ళ సత్యవతీదేవి అనే మహిళ సంపాదకత్వంలో 1939 లో 'తెలుగు తల్లి' పేరుతో ఒక మాస పత్రిక వెలువడింది. ఇది ఈ ప్రాంతంలో అభ్యుదయభావాలను ప్రోత్సహించిన పత్రికగా పేరుగాంచింది. ఇందులో మల్లంపల్లి సోమశేఖరశర్మ, పాటిబండ మాధవశర్మ, మద్దుకూరి చంద్రశేఖరంలతో పాటుగా చాలామంది అభ్యుదయ రచయితల రచనలను ప్రచురించారు. ఆర్థిక ఇబ్బందుల వల్ల సక్రమంగా రాలేకపోయినప్పటికి దాదాపు ఆరేళ్ళపాటు సాహిత్యకారులకు అగ్రతాంబూలాలిస్తూ కొనసాగింది. వట్టికోట అళ్వారుస్వామి వంటి సాహితీవేత్తలు ఈ పత్రిక నిర్వహణలోనూ, సంపాదకత్వంలోనూ చురుకుగా పాల్గొనేవారు. స్త్రీల సమస్యలను పరిష్కరించడానికి కంకణం కట్టుకొన్న పత్రికగా తెలుగుతల్లి పత్రికను 'మీజాన్' పత్రిక వర్ణించింది. ఈ పత్రిక ప్రముఖులపై కొన్ని ప్రత్యేక సంచికలను కూడా వెలువరించింది. ఇందులో పోతన, కందుకూరి వీరేశలింగం, కొమర్రాజు లక్ష్మణ్‌రావు, గురజాడ అప్పారావు, ఉన్నవ లక్ష్మీనారాయణ, ఠాగూర్ సంచికలు సాహితీ విలువ గలవి. చివరి దశలో 1944 మే నుంచి 1946 మార్చి వరకు ఈ తెలుగుతల్లి పత్రికను అభ్యుదయ రచయితల సంఘం నిర్వహించిందని ఎస్వీ సత్యనారాయణ రాశారు.

1939 ఫిబ్రవరిలో శైవమత ప్రచారం కోసం చిదిరేమఠం వీరభద్రశర్మ 'విభూతి' అనే ధార్మిక సాహిత్య మాసపత్రికను నెలకొల్పాడు. ఇందులో గడియారం రామకృష్ణశర్మ, సురవరం ప్రతాపరెడ్డి, బులుసు సూర్యనారాయణ శాస్త్రి వంటి ప్రముఖుల వ్యాసాలు ప్రచురించేవారు. ఈ పత్రికలో ధార్మిక విషయాలతో పాటు సాహిత్యరంగానికి కూడా తగిన ప్రాధాన్యత ఇచ్చేవారు. ఈ విభూతి పత్రిక మహిళా రచయితలకు కూడా తగినంత ప్రోత్సాహాన్ని అందించేది. బి.శ్యామలాంబ, సి.కె.వీరభద్రమ్మ, ఎస్.అలివేణమ్మ వంటి వారు వివిధ అంశాలపై రాసిన వ్యాసాలను ఇందులో ప్రచురించేవారు. సురవరం ప్రతాపరెడ్డి రాసిన రామాయణ విశేషాలను ధారావాహికంగా ప్రచురించింది ఈ పత్రికలోనే.

నల్లగొండకు చెందిన వీరభద్రశర్మ స్వయంగా పరిశోధన చేసిన వ్యాసాలతో పాటు ఇతర కవి పండితులు పరిశోధన చేసి రాసిన వ్యాసాలను కూడా ప్రచురించి వారికి తగిన ప్రాధాన్యత కల్పించేవారు. 'భావతరంగాలు' పేరుతో సమకాలీన అంశాలపై కూడా వార్తలుండేవి. ప్రజలు మతస్వేచ్ఛ ఉండాలని వాదిస్తూ కూడా వ్యాసాలుండేవి. ప్రజాభిమానం చూరగొన్న ఈ పత్రిక తెలంగాణ నుంచి వెలువడినప్పటికి విజయవాడలో ముద్రించేవారు. బ్రిటిష్ ఆంధ్ర ప్రాంతంలో ఉన్న వారి రచనలు కూడా అధికంగా ప్రచురించేవారు. దాదాపు నాలుగున్నరేళ్ళపాటు కొనసాగిన ఈ పత్రికలో వీరశైవ సాహిత్యానికి, పరిశోధక వ్యాసాలకు, మత సంబంధమైన వివాదాల వివరణలు విపులంగా ఉండేవి. సంస్కృతం, తెలుగు, ఆంగ్లం, కన్నడ, మరాఠీ భాషల్లో పండితులైన చిదిరేమఠం వీరభద్రశర్మ శివధర్మ గ్రంథమాల తరఫున ఆయా భాషల్లో తాను రాసిన గ్రంథాలను ప్రచురించారు. తాను విద్యాభ్యాసం చేసిన కాశీ పీఠానికి నాయకత్వం స్థానాన్ని ఆక్రమించిన తొలి తెలుగువాడు కూడా చిదిరెమఠం వీరభద్రశర్మనే.

తరవాత 1940 ప్రాంతంలో అడుసుమల్లి వెంకట దత్తాత్రేయశర్మ 'ఆంధ్రశ్రీ' అనే సాహిత్య వార్షిక పత్రికను స్థాపించి సంపాదకులుగా కూడా పనిచేశారు. ఇందులో సాహిత్యాంశాలకు ప్రాధాన్యత ఇచ్చేవారు. అయితే ఇది ఒక్క సంచిక తరవాత ఆగిపోయిందని పరిశోధకులు వి.లక్ష్మణరెడ్డి అభిప్రాయపడ్డారు. తరవాత హైదరాబాద్ కేంద్రంగా నిజాం ప్రభుత్వం చేపట్టే ప్రజాహిత కార్యక్రమాలను ప్రజలకు తెలియచేయాలనే ఉద్దేశంతో 1940-41 లో 'హైదరాబాదు సమాచారం' అనే సచిత్ర మాసపత్రికను స్థాపించారు. నిజాం ప్రభుత్వ ప్రకటనల శాఖ తరఫున ఇది వెలువడేది. ఈ మాసపత్రికను హైదరాబాద్ ప్రభుత్వ సెంట్రల్ ప్రెస్‌లో ప్రచురించేవారు. అభివృద్ధి కార్యక్రమాలతో పాటు ప్రణాళికలు, అవి అమలు జరుగుతున్న తీరు, పరిశ్రమలకు సంబంధించిన అంశాలపై విశ్లేషణాత్మక వ్యాసాలుండేవి. కొంత కాలం కవి పండితులు కప్పగంతుల లక్ష్మణశాస్త్రి సంపాదకులుగా పనిచేశారు.

ఇదే సంవత్సరంలో 'తర్క్-ఎ-ముసాకిరాత్' అనే ఉర్దూ పేరుగల తెలుగు మాసపత్రిక హైదరాబాద్‌లోని ముస్తఫాబజార్ నుంచి వెలువడేది. తరవాత నేటికి ప్రసిద్ధ కళాశాలగా ఉన్న నిజాం కళాశాల తెలుగు విభాగం 'విద్యార్థి' పేరుతో వార్షిక పత్రికను ప్రచురించేవారు. పదిహేనేళ్ళపాటు కొనసాగిన ఈ పత్రిక నిర్వహణలో సరిపల్లె విశ్వనాథశాస్త్రి, కురుగంటి సీతరామభట్టాచార్యులు, రాయప్రోలు సుబ్బారావు వంటివారు పాలుపంచుకొన్నారు. పూర్తిగా సాహితీ పత్రికగా ఉన్న 'విద్యారిథ' పత్రికలో ఆనాడు విద్యార్థులుగా ఉన్న దేవులపల్లి రామానుజరావు, నూకల నరోత్తమరెడ్డి, ఆచార్య ఖండవల్లి లక్ష్మీరంజనం రచనలను ఇందులో ప్రచురించారు.

క్రైస్తవ మత ప్రచారం కోసం మహబూబ్‌నగర్ మిషన్ ప్రెస్ నుంచి 1940 లో 'మెన్నోనైట్ వర్తమాని' అనే మాసపత్రిక వెలువడేది. ఇదే కాలంలో ఖాజీ అబ్దుల్ గఫార్ సంపాదకత్వాన 'పయాం' అనే ఉర్దూ దినపత్రిక వెలువడింది. ఖాజీ అభివృద్ధి భావాలు గల ముస్లిం జాతీయవాది. కమ్యూనిజం అభిమాని. ఈయన ఉత్తర భారతదేశం నుంచి వచ్చి

ఇక్కడ స్థిరపడ్డ ఆధునిక పాత్రికేయులు. హైదరాబాద్‌లోని ప్రత్యామ్నాయ రాజకీయాలకు సంపూర్ణ మద్దతు అందించేవారు. ఆంధ్రమహాసభ కార్యక్రమాలపట్ల సానుభూతి కనబర్చేవాడు. అందుకోసం నిజాం ఆగ్రహాన్ని కూడా చవిచూసాడు. ఇతనే హైదరాబాద్ నుంచి 1941 లో 'సందేశం' అనే పేరుతో తెలుగు దినపత్రికను కూడా స్థాపించాడు. ఈయన అంతకుముందు అభ్యుదయభావాలకు పేరెన్నికగన్న 'పయాం' పత్రికను నిర్వహించేవారు. దీన్ని తెలంగాణ నుంచి వెలువడ్డ తొలి దినపత్రికగా కొంతమంది పరిశోధకులు భావిస్తున్నారు. అయితే రాంభట్ల కృష్ణమూర్తి వంటి ప్రముఖులు ఉర్దూలోని 'పయాం' నే సందేశం అని వాడి ఉంటారని సందేశం పేరుతో అసలు పత్రికే లేదని అభిప్రాయపడ్డారు. ఏది ఏమైనప్పటికి ప్రఖ్యాత సంపాదకుడు ఖ్వాజీ అబ్దుల్ గఫార్ ప్రారంభించిన 'పయాం' ఉర్దూ దినపత్రిక సమగ్ర వార్తలతో దార్శనిక జాతీయవాద పత్రికగా పేరుగాంచింది.

దీని తరవాత ఉర్దూలో వచ్చిన విప్లవాత్మక పత్రికగా 'రయ్యత్'ను చెప్పొచ్చు. 1927 లో నర్సింగ్‌రావు 'రయ్యత్' పత్రికను ప్రారంభించారు. నిజాం ప్రభుత్వాన్నే కాకుండా దాన్ని పొగిడే పత్రికలను కూడా 'రయ్యత్' విమర్శించేది. నిజాం రాజ్యంలో రాజకీయ మార్పు రావాలని, జవాబుదారీ ప్రభుత్వం ఏర్పడాలని ఆకాంక్షించేది. అప్పట్లో హైదరాబాద్ రాజ్యంలో క్లేరియాన్, ఇండియన్ స్టేట్స్ అండ్ జమీందార్స్, రెయిన్‌బో, న్యూఎరా, దక్కన్‌స్టార్ మొదలైన ఆంగ్లపత్రికలు కూడా వెలువడ్డాయి. జాతీయవాదం, మతసామరస్యం తదితర భావనలు పెంపొందేలా ఇందులో రచనలుండేవి. అదే సమయంలో ఆర్యభాను, స్వతంత్ర అనే హిందీ పత్రికలు కూడా వెలువడ్డాయి. వార, పక్ష పత్రికలే కాకుండా హైదరాబాద్ బులెటిన్, దక్కన్ క్రానికల్, డైలీ న్యూస్ వంటి పత్రికలు కూడా ప్రారంభమయ్యాయి. 1937 లో వారపత్రికగా ప్రారంభమైన 'దక్కన్ క్రానికల్' కొంత కాలం తరవాత మూతపడి, అనంతరం మళ్ళీ 'దినపత్రిక'గా రంగంలోకి వచ్చింది. కె.రాజగోపాల్, బి.ఆర్.చారి, ఎమ్.ఎస్.జయసూర్య ప్రారంభించిన ఈ పత్రిక సామాజిక, రాజకీయ అంశాలపై ప్రజాభిప్రాయాలను ప్రతిబింబించేది. ఈ విధంగా 'రయ్యత్' సహా పలు ఉర్దూ, ఆంగ్ల వారపత్రికలు కూడా ఆ కాలంలో ప్రజాభిమానం పొందాయి.

తరవాత జాతీయవాద జర్నలిస్టు షోయబుల్లాఖాన్ ప్రారంభించిన ప్రఖ్యాత పత్రిక 'ఇమ్రోజ్'. ఇందులో ఆయన హైదరాబాద్ రాజ్యం భారతదేశంలో విలీనం కావాలంటూ సంపాదకీయాలు రాసేవారు. 1920 అక్టోబర్ 2 న వరంగల్ జిల్లా మహబూబాబాద్‌లో (శుభ్రవీడు-సుబ్బిలేడు' ఖమ్మం జిల్లా అని వాదన) జన్మించిన షోయెబ్ విద్యాభ్యాసమంతా హైదరాబాద్‌లోనే జరిగింది. ఉస్మానియా విశ్వవిద్యాలయం నుంచి పట్టభద్రుడైన తరవాత నిజాం ప్రభుత్వం ఉన్నత ఉద్యోగం ఇవ్వజూపినా స్వేచ్ఛా, స్వాతంత్ర్యాలతో జీవించాలనే ఉద్దేశంతో అందుకు నిరాకరించాడు. తరవాత జర్నలిజంపై ఆసక్తిని ఎంచుకొని మొదట 'తేజ్' అనే ఉర్దూ వారపత్రికతో తన జర్నలిస్టు జీవితాన్ని ఆరంభించాడు. అందులో అప్పటి ప్రభుత్వానికి వ్యతిరేకంగా షోయబ్ రాసిన వ్యాసాలు మజ్లిస్ ఇత్తెహాదుల్ ముస్లిమీన్ సంస్థ అధ్యక్షుడైన ఖాసిమ్ రజ్వీకి కోపం తెప్పించాయి. మజ్లిస్‌కు నిజాం ప్రభుత్వం అండగా ఉండడాన్ని 'తేజ్' విమర్శించింది. ఈ కారణంగా ఉస్మాన్ అలీఖాన్ ప్రభుత్వం దీన్ని నిషేధించింది. దాంతో ఆ పత్రిక మూతపడింది. తరవాత కాలంలో షోయబ్ 'రయ్యత్' పత్రికలో కొంత కాలం పనిచేశారు. అదికూడా ప్రభుత్వ నిషేధానికి గురైంది. తాను పనిచేస్తున్న పత్రికలు నిషేధానికి గురికావడంతో తానే ఒక పత్రికను స్థాపించాలని నిర్ణయించుకొని 'ఇమ్రోజ్' అనే పత్రికను స్థాపించాడు. దీనికి బూర్గుల రామకృష్ణారావు, మందుముల నరసింగరావు, బూర్గుల నరసింగరావు (ఆల్ హైదరాబాద్ స్టూడెంట్స్ యూనియన్),

జ్ఞానకుమారి హెడ్డా తదితరులు సహాయసహకారాలు అందించారు. ఈ పత్రిక తొలిప్రతి 1947 నవంబర్ 15న మార్కెట్లోకి వచ్చింది. హైదరాబాద్ సంస్థానంలో పత్రికకు పలుకుబడితో పాటుగా పాఠకుల సంఖ్య కూడా పెరిగింది. నిష్పక్షపాత వార్తలతో ఇది వెలువడేది. రజాకర్ల హెచ్చరికలను కూడా ఖాతరు చేయకుండా అత్యంత ధైర్య సాహసాలతో వీటిని ఆయన ప్రచురించేవారు.

1948 ఆగస్టు 20 న హైదరాబాద్‌లోని జమ్రుద్ మహల్‌లో జరిగిన రజాకర్ల బహిరంగసభలో షోయెబ్‌ను విమర్శిస్తూ ఖాసింరజ్వీ రెచ్చగొట్టే ప్రసంగం చేశారు. అదే రోజు తన పత్రిక పనులు ముగించుకొని రాత్రిపూట బర్కత్‌పురా నుంచి కాచిగూడాలోని ఇంటికి వస్తుండగా రజ్వీ రెచ్చగొట్టే ప్రసంగాల వల్ల ప్రభావితులైన కొందరు తల్వార్లతో దాడిచేసి చంపేశారు. స్వేచ్ఛా స్వాతంత్ర్యాల కోసం, ఉన్నతమైన ప్రజాస్వామిక విలువలకోసం షోయబ్ చేసిన త్యాగం సదా స్మరణీయం.

ఇదే కాలంలో వెలువడిన మరో ఉర్దూ దినపత్రిక 'సుబే దక్కన్' మాత్రం నిజాం ప్రభుత్వాన్ని ప్రశంసిస్తూ వార్తలు ప్రచురించడంతో రాజుల అభిమానం చూరగొంది. కమ్యూనిస్టు నాయకుడు గుండవరం హనుమంతరావు సంపాదకత్వంలో 1941 ఫిబ్రవరిలో 'ఆంధ్రకేసరి' అనే మాసపత్రిక వెలువడింది. ఈ పత్రికను స్థాపించడానికి ముందు హన్మంతరావు నాలుగేళ్ళపాటు అణా గ్రంథమాలలో పనిచేశారు. ఆ కాలంలోనే నిజాం ప్రభుత్వం నిషేధించిన ఎం.ఎన్.రాయ్ జీవిత చరిత్రను హనుమంతరావు రాశారు. ఈ 'ఆంధ్రకేసరి' పత్రిక స్థాపన ఉద్దేశాలను ఈ విధంగా రాశారు. 'మేము ఐదారుగురం మిత్రులం ఒక ఇరుకు గదిలో కూర్చుని ఒక మాసపత్రికను ప్రచురించాలని అనుకున్నాము. మా మిత్రమండలిలో ఎంతోమంది కవులు, కథకులు ఉండేవారు. రచనలకు లోపం లేకుండా ఉండేది. ఆరుగురి సంఖ్య నెలరోజుల్లో ఇనుమడించింది. అప్పుడు ఆంధ్రకేసరి సంఘమును స్థాపించి దాని యాజమాన్యమున ఒక లిఖిత మాసపత్రికను ప్రారంభించాము. అయితే ఆంధ్రకేసరి ఏమైనా ప్రత్యేక ఆశయాలు ఉన్నవా అంటే ఉన్నాయి. తెలంగాణ యొక్క ప్రత్యేక ఆర్థిక సాంఘిక పరిస్థితులను దృష్టిలో ఉంచుకుని వారికి బోధమైన శైలిలో ఉపయోగకరములగు విషయములను తెలుపుట మొదటిది. రెండవది రాష్ట్రేతరాంధ్రులతో నేడు కలిగిన వికాసమును, వారి యొక్క ఆర్థిక, వాణిజ్య కళాభివృద్ధులను నిజాం రాష్ట్రాంధ్రులకు సవిమర్శనతో తెలుపును. వారి మధ్య వీరి మధ్య ఒక కలయిక ఏర్పరుచుట'.

ఈ 'ఆంధ్రకేసరిలో సాంఘిక రాజకీయ వార్తలతో పాటు వివిధ రచయితల కథానికలు కూడా ప్రచురించేవారు. రైతు సమస్యలకు, విజ్ఞానదాయకమైన వార్తలకు అధిక ప్రాధాన్యత ఇచ్చేవారు. దీంతో పాటు తెలంగాణ భాషలో రాసిన కథలే కాకుండా వివిధ భాషల నుంచి కూడా కథలను అనువదించి ప్రచురించేవారు. కథలు, కవితలు, పద్యాలు, వ్యాసాలతో పాటు వార్తలు-విశేషాలు శీర్షికన సమకాలీన రాజకీయ, ఆర్థిక, సామాజిక, సాహిత్య వార్తలకు అధిక ప్రాధాన్యత ఉండేది. తెలంగాణాలో వివిధ ప్రాంతాల్లో జరిగే సాహిత్య సమావేశాల వార్తలు, వాటి నిర్ణయాలు ఇందులో వార్తలుగా చోటుచేసుకునేవి. పుస్తక పరిచయం శీర్షికన ఆ కాలంలో అణా గ్రంథమాల, దేశోద్ధారక గ్రంథమాల, ఆంధ్రకేసరి గ్రంథమాల, వైదిక ధర్మ గ్రంథమండలి తదితరులు ప్రచురించే పుస్తకాలను సమీక్షించేవారు.

తరవాత దశలో తెలంగాణలో 1941 సంవత్సరంలో ప్రారంభించిన కమ్యూనిస్టు వారపత్రిక ప్రజాశక్తి 1945 లో దినపత్రికగా రూపొందింది. 1948 తరవాత కొంత కాలం దీనికి అంతరాయమేర్పడి మళ్ళీ 1951 నుంచి మద్దుకూరి

చంద్రశేఖర్‌రావు సంపాదకత్వంలో 'విశాలాంధ్ర' గా నడుపుతున్నారు. విజయవాడ నుంచి వెలువడే ప్రజాశక్తి, జనశక్తి వామపక్షపు పత్రికలే. ప్రజాశక్తి మార్క్సిస్టు పార్టీ పత్రిక.

ఆయుర్వేద వైద్యానికి ప్రచారం కల్పించడం కోసం సుప్రసిద్ధ ఆయుర్వేద వైద్యులు వేదాల తిరుమల వేంకట రామానుజస్వామి సంపాదకులుగా 1941 లో 'ఆయుర్వేద కళ' అనే మాసపత్రిక ప్రారంభమైంది. ఇందులో వైద్యులకు, సామాన్య ప్రజలకు అవసరమైన సమాచారం ప్రచురించేవారు. ఆంధ్రకేసరి పత్రిక దీన్ని సమీక్షిస్తూ 'ఇందులో ప్రసిద్ధులైన ఆయుర్వేద నిపుణులు వ్యాసాలు, కథలు, యోగాలు, చిన్న చిన్న చిట్కాలు అందరికి అర్థమయ్యే విధంగా సరళమైన భాషలో రాసినారు. మూలికలతో రసాయనాల తయారీ, నూతన ఔషధాల తయారీ విధానం గురించి కూడా ఇందులో వ్యాసాలున్నాయి.' అని రాసింది. ఇంకా 1941 ప్రాంతంలోనే దాశరథి వెంకటాచార్యులు 'దాశరథి' అనే ఒక ధార్మిక మాసపత్రికను ప్రచురించారు. వైష్ణవ మతోద్ధరణ ప్రధాన ఉద్దేశంగా ఈ పత్రిక వెలువడింది. దీన్ని తెలుగు, తమిళ భాషల్లో ప్రచురించేవారు. సికిందరాబాద్‌లోని ప్రీమియర్ ప్రెస్‌లో ప్రచురించేవారు. తరవాత కాలంలో సుప్రసిద్ధులైన దాశరథి సోదరులు కృష్ణమాచార్యులు, రంగాచార్య తండ్రే ఈ దాశరథి వెంకటాచార్యులు. దీని తరవాత సంప్రదాయ పరిరక్షణ ఉద్దేశంతో పంచాంగ కర్త చిల్లా సుబ్బరాయ సిద్ధాంతి సంపాదకత్వంలో 1942 లో 'తరణీ' మాసపత్రిక ప్రారంభమైంది. ఇందులో వార్తలు, వ్యంగ్యనాటికలు, గేయాలు, విజ్ఞానశాస్త్ర చర్చలు, సారస్వత వ్యాసాలను ప్రచురించేవారు.

మొట్టమొదటి దినపత్రిక పేరు విషయంలో పరిశోధకులు విభిన్న అభిప్రాయాలను వెలిబుచ్చారు. కొంతమంది పరిశోధకులు 'సందేశం' పత్రికను తెలంగాణాలో వచ్చిన మొదటి దినపత్రిక అని రాస్తున్నప్పటికి తగినన్ని ఆధారాలు లేవు. అయితే తెలంగాణా నుంచి వెలువడ్డ తొలి దినపత్రికగా 1942 లో వెలువడిన 'తెలంగాణ'ను ప్రకటించడానికి కొన్ని ఆధారాలున్నాయి. ఈ 'తెలంగాణ' దినపత్రికను తరవాత కాలంలో ప్రసిద్ధులైన 'దక్కన్ క్రానికల్' యజమాని రాజగోపాల్ మొదలియార్ స్థాపించారు. నిజాం ప్రభుత్వ నిర్బంధాలను తట్టుకొంటూ మూడున్నరేళ్ళపాటు ఈ పత్రిక కొనసాగింది. ఈ పత్రిక 1945 లో ప్రారంభమైందని కొంతమంది అభిప్రాయపడినప్పటికి అందుకు తగిన ఆధారాలు లేవు. తెలుగు, ఇంగ్లీష్ భాషల్లో ప్రావీణ్యం ఉన్న బుక్కపట్టణం రామానుజాచార్యులు ఈ పత్రిక సంపాదకులుగా ఉన్నారు. ఈ పత్రికలో గ్రంథాలయోద్యమం, ఆంధ్రసారస్వత పరిషత్తు కార్యక్రమాలు, వివిధ సాహిత్య వ్యాసాలు ప్రచురించేవారు. అయితే, ఇది దినపత్రిక కావడంతో రోజువారీ కార్యక్రమాలకు తగిన ప్రాధాన్యత ఇచ్చేవారు.

దీని తరవాత 1943-44 లో ఉర్దూ, తెలుగు, మరాఠీ, కన్నడ భాషల్లో నిజాం ప్రభుత్వ గ్రామీణాభివృద్ధి శాఖ 'గ్రామసుధార్' అనే పేరుతో ఒక మాసపత్రికను ప్రారంభించింది. ఇందులో ప్రధానంగా వ్యవసాయం, సహకార ఉద్యమాలకు సంబంధించిన వార్తలను ప్రచురించేవారు. ఇక వరంగల్ నుంచి యువకవులను ప్రోత్సహించాలనే భావనతో పాములపర్తి సదాశివరావు, గార్లపాటి తిరుపతిరెడ్డి, అడవాల సత్యనారాయణ, దేవులపల్లి దామోదర్‌రావు వంటి వారు కలిసి 1944 లో 'కాకతీయ సాహిత్య సంకలనం' అనే పత్రికను ప్రారంభించారు. ఇందులో ప్రధానంగా వరంగల్ ప్రాంత కవుల రచనలు ఉండేవి. ఇది నాలుగు సంచికల తరవాత ఆర్థిక ఇబ్బందులతో మూతపడింది. తరవాత కాలంలో పాములపర్తి సదాశివరావు ఇందులో కొంతపేరు మార్చుచేసి 'కాకతీయ' అనే రాజకీయ పత్రికను నడిపించారు.

తరవాత 'మీజాన్' దినపత్రికను 1944 లో తెలుగు, ఉర్దూ, ఇంగ్లీష్ భాషల్లో కలకత్తాకు చెందిన గులాం అల్లావుద్దీన్ ప్రారంభించారు. దేశంలోనే మొదటిసారిగా మూడు భాషల్లో ప్రారంభించిన ఈ పత్రిక మూడు భాషల్లో

మూడు విధానాలు అవలంబించింది. ఇంగ్లీష్ పత్రిక నిజాంకు అనుకూలంగా ఉండేది. ఉర్దూ పత్రిక మజ్లీస్, ముస్లింలీగ్, బహదూర్‌యార్‌జంగ్, ఖాసింరజ్వీ విధానాలను సమర్థించేది. తెలుగు పత్రిక కమ్యూనిస్టులను, ఇతర అభ్యుదయ వాదులను సమర్థించేది. తెలుగు ఎడిషన్‌కు అడవి బాపిరాజును సంపాదకునిగా నియమించారు. కమ్యూనిస్టు భావజాలంతో ప్రభావితుడైన బాపిరాజు ప్రముఖ రచయిత, కవి. తన సంపాదకీయాలతో ఆయన తెలంగాణ ప్రజలను కమ్యూనిజం వైపు ఆకర్షింపచేశారు. అలాగే తెలుగు 'మీజాన్' పత్రిక ఆంధ్రమహాసభ వార్తలను, రజాకర్ల ఆగడాలను ప్రముఖంగా ప్రచురించేది. ఆకునూరు, మాచిరెడ్డిపల్లి గ్రామాల్లో రజాకర్ల అకృత్యాలను ప్రజల దృష్టికి తేవడంలో 'మీజాన్' ది కీలకపాత్ర పోషించింది. ఉద్యమనాయకులు రావినారాయణరెడ్డి, బద్దం ఎల్లారెడ్డి, వట్టికోట ఆళ్వారుస్వామి అనుసరించే మార్గాలను, వారి కార్యక్రమాలకు విశేష ప్రాధాన్యత కల్పించేది. ఇక్కడ మొదటిసారిగా విధానాల ద్వారా భిన్న ప్రత్యామ్నాయ సంస్కృతులను ప్రోత్సహించిన పత్రికలు కూడా తెలంగాణలో ఈ సందర్భంలో చూడవచ్చు. ప్రసిద్ధ గోలకొండ పత్రిక కాంగ్రెస్ పార్టీకి, జాతీయవాద రాజకీయాలకు అండగా ఉంటూ తన పత్రిక ద్వారా వారి విధానాలను ప్రత్యక్షంగా, పరోక్షంగా ప్రచారం కల్పించేవారు. అదే సమయంలో ఈ మీజాన్ పత్రిక కమ్యూనిస్టులకు వారి కార్యక్రమాలకు మద్దతు ప్రకటించేది. మీజాన్ అంటే అరబిక్ భాషలో తక్రాజు (త్రాసు) అని అర్థం. ఇంగ్లిషు, ఉర్దూ భాషలు మొదట ప్రారంభమయి తరవాత తెలుగు భాషలో మీజాన్ మొదలైంది. జనరల్ ఎడిటర్‌గా పత్రికాధిపతి గులాం అల్లాఉద్దీన్ ఉండేవారు. వ్యాపార మెలకువలు తెలిసిన ఈయన పత్రికల ద్వారా తమ పలుకుబడినే కాకుండా డబ్బు కూడా సంపాదించారు. తరవాత కాలంలో సుప్రసిద్ధులైన అనేకమందిని తయారుచేసిన ఘనతను ఈ మీజాన్ పత్రిక సొంతం చేసుకొంది.

బ్రిటిష్ ఆంధ్రులైన అడవిబాపిరాజు స్వయంగా ఆంధ్రలో జాతీయోద్యమంలో పాల్గొన్న కాంగ్రెస్ వాది. అయినప్పటికి పత్రికా విధానాలకు అనుకూలంగా తనను తాను మలుచుకున్నారు. స్థానిక ప్రజలతో సత్సంబంధాలు కొనసాగిస్తూ తెలంగాణా ప్రజల సమస్యలను, నిజాం వ్యతిరేక వార్తలను ధైర్యంగా ప్రచురించేవారు. ప్రభుత్వం కూడా కొన్ని సందర్భాల్లో ఈ పత్రికపట్ల సానుకూలంగా వ్యవహరించేది. తమ ప్రభుత్వ విధానాలను స్థానిక భాషలో తెలిపితే బాగుంటుందని యోచిస్తున్న దశలో ఈ పత్రిక ప్రారంభం కావడంతో ప్రభుత్వ పెద్దలు కూడా ఈ పత్రికను అందుకు వేదికగా మలుచుకోడానికి ప్రయత్నించారు.

ఇంకా హైదరాబాద్ రాజ్య సమాచారశాఖవారు రాష్ట్రంలో వ్యవసాయాభివృద్ధి లక్ష్యంగా 1944-45 లలో 'పాడిపంటలు' అనే పత్రికను ప్రారంభించారు. వ్యవసాయశాఖ అధికారుల సహకారంతో ఈ పత్రికను ప్రచురించేవారు. వ్యవసాయానికి, పాడిపంటల అభివృద్ధికి సంబంధించిన సమాచారం ఉండటం వల్ల ఆంధ్రమహాసభల్లో కూడా దీన్ని ప్రదర్శనకు పెట్టేవారు. తరవాత సాహిత్య విషయాలకు అధిక ప్రాధాన్యతనిస్తూ హైదరాబాదాంధ్ర సాహిత్య పరిషత్తు వారు 1945 ఏప్రిల్‌లో 'హైదరాబాదాంధ్ర సాహిత్య పరిషత్పత్రిక' అనే త్రైమాసిక పత్రికను ప్రారంభించారు. మిగతా తెలుగు పత్రికల మాదిరిగా నిజాం ప్రభుత్వానికి వ్యతిరేకంగా కాకుండా ఇది నిజాంను కీర్తిస్తూ రాసిన వ్యాసాలను ప్రచురించేది.

ఇక విద్యార్థుల కోసం వారికి తగిన సూచనలు, సలహాలు అందించడానికి 'సంస్థాన విద్యార్థి' అనే మాసపత్రికను 1945 లో భీమాగౌడ్ స్థాపించారు. ఆనాడు కులాభివృద్ధి కోసం ఏర్పడిన పత్రికలు కూడా ఉండేవి. అందులో ప్రధానంగా

'పద్మశాలి' పత్రిక గురించి చెప్పుకోవాలి. పద్మశాలి కులాభివృద్ధే లక్ష్యంగా 1925 ప్రాంతంలో గుంటూరు జిల్లా మంగళగిరి నుంచి శ్రీరాములు శ్రేష్ఠి ప్రారంభించారు. అహోబిలంలో జరిగిన అఖిల భారత పద్మశాలి ఏడవ మహాసభలో పత్రికను మర్తింత సమర్ధవంతంగా నిర్వహించాలని నిర్ణయించారు. అందుకు అనుగుణంగా ప్రచురణ కేంద్రాన్ని షోలాపూర్‌కు మార్చారు. దీనికి సంపాదకులుగా బూర్గుల రామకృష్ణయ్య ఉన్నారు. ఈ పత్రిక తెలుగు, మరాఠీ భాషల్లో ప్రచురితమయ్యేది. అయితే బూర్గుల రామకృష్ణయ్య వ్యాపారరీత్యా తన నివాసాన్ని షోలాపూర్ నుంచి హైదరాబాద్‌కు మార్చడంతో పత్రిక ఎడిటింగ్, ప్రింటింగ్ హైదరాబాద్ నుంచే జరగడం ప్రారంభమైంది. ఈ పత్రికలో పద్మశాలీయుల విజయగాథలను ఆసక్తికరంగా ప్రచురించేవారు. ఇందులో కొండా లక్ష్మణ్ బాపూజీ, ధావతు జనార్ధన్ వంటి వారి రచనలు ప్రచురించారు.

హైదరాబాద్ రాజ్యంలో నిర్బంధాలను ఎదుర్కోలేని కొంతమంది కాంగ్రెస్ నాయకులు ఆంధ్ర ప్రాంతానికి వలస వెళ్ళారు. అక్కడకు వెళ్ళిన తరవాత తెలంగాణలో జరుగుతున్న అన్యాయాలను ప్రజలకు తెలియచేయాలనే ఉద్దేశంతో జాతీయ వారపత్రిక 'హైదరాబాద్'ను విజయవాడలో స్థాపించారు. ఈ పత్రిక స్థాపనలో అనేక సమస్యలు ఎదురైనప్పటికి ధైర్యంగా ముందుండి జమలాపురం కేశవరావు, పర్చా శ్రీనివాసరావు, మందుముల నరసింగరావు, కొండా వెంకట రంగారెడ్డిలు ఈ పత్రికను నడిపించారు. ఇందులో స్టేట్ కాంగ్రెస్ కార్యకలాపాలను, సంస్థాన రాజకీయ పరిస్థితులను వివరిస్తూ వ్యాసాలను ప్రచురించేవారు. హైదరాబాద్ రాజ్యంలోని అరాచకాలపై ఘాటైన వ్యాసాలతో ఉన్న ఈ పత్రికను ప్రజల్లో రహస్యంగా పంపిణీ చేసేవారు. జమలాపురం కేశవరావు, సర్దార్ గౌతులచ్చన్న వంటివారు ఇందులో ఉత్సాహంగా పాల్గొనడమే కాకుండా రచనలు చేసేవారు.

తరవాత వరంగల్ నుంచి పాములపర్తి సదాశివరావు సంపాదకత్వంలో 'కాకతీయ' అనే జాతీయవారపత్రిక 1946 నుంచి 1955 వరకు అప్పుడప్పుడు ఆగుతూ కొనసాగుతూ నడిచేది. తరవాత కాలంలో ప్రసిద్ధులైన పి.వి.నరసింహారావు వంటి వారు తొలి దశలో ఈ పత్రికతో సన్నిహిత సంబంధాలు కొనసాగించారు. పోలీసు చర్య అనంతర పరిస్థితులను నిర్భయంగా ప్రజలకు తెలియచేయడంలో ఈ పత్రిక కృషి ఎనలేనిది. ఇంకా జైలు పరిస్థితులను వివరిస్తూ కె.సత్యనారాయణ సంపాదకత్వంలో చంచల్‌గూడా జైలు నుంచి 'క్రాంతి' అనే జైలు పత్రికను వెలువరించేవారు. ఖైదీల కోసం రహస్యంగా నిర్వహించిన ఈ పత్రికలో కాళోజీ నారాయణరావు, దాశరథి వంటి వారు ఆనాటి అరాచకాలను వివరిస్తూ రచనలు చేసేవారు.

తరవాత బిరుదు వెంకటశేషయ్య విద్యావిజ్ఞాన విషయాలకు ప్రాధాన్యతనిస్తూ 1946 లో 'మేధావి' అనే మాసపత్రికను ప్రారంభించారు. రెండేళ్ళ పాటు కొనసాగిన ఈ పత్రికలో ఆంధ్రసారస్వత పరిషత్ కార్యకలాపాలతో పాటు విద్యార్థులకు కావాల్సిన అంశాలు కూడా ఉండేవి. తరవాత తెలంగాణా రాజకీయ పరిస్థితులను తెలియచేస్తూ కాంగ్రెస్ పార్టీ కార్యకలాపాలను వివరిస్తూ విజయవాడ నుంచి తెలంగాణ ప్రాంతీయులు 'సారధి' అనే పత్రికను నడిపించారు. 1946 ప్రాంతంలో ప్రారంభమైన ఈ పత్రికలో నిజాం ప్రభుత్వ విధానాలను ఎండగడుతూ వ్యాసాలుండేవి. ఈ పత్రికకు తాళ్ళూరి రామానుజరావు సంపాదకులుగా వ్యవహరించారు.

1947 ఆగస్టులో దేవులపల్లి రామానుజరావు సంపాదకత్వంలో వరంగల్ నుంచి 'శోభ' అనే సాహిత్య పత్రిక వెలువడింది. ఇందులో విలువైన సమాచారంతో కూడిన వ్యాసాలు, ఇతర భాషల్లో వచ్చిన ఉత్తమ సాహిత్య అనువాదాలు,

గీతాలు ప్రచురించేవారు. 1947 లో 'స్టేట్ కాంగ్రెస్ వార్తా సంచిక' అనే రహస్య వారపత్రికను కర్నూలు నుంచి నడిపించారు. భాగ్యనగర్ రేడియో ప్రసారం చేసే కథనాలు, వార్తలు, విలేకరులు సేకరించిన సమాచారాన్ని ప్రచురించేవారు. ఇందులో గడియారం, పాగా పుల్లారెడ్డి వంటి వారు చురుకుగా పాల్గొన్నారు. స్టేట్ కాంగ్రెస్ కార్యకలాపాలను ప్రజలకు తెలిపి చైతన్యవంతం చేయడానికి ఇది కృషిచేసింది. ఇదే ఉద్దేశంతో 1948 లో కాంగ్రెస్ సమాచార్ అనే పత్రిక కూడా వచ్చేది.

హైదరాబాద్‌పై పోలీసు చర్య తరవాత 'భాగ్యనగర్' అనే పత్రికను 1949 లో ఆంధ్రసారస్వత పరిషత్తు ఐదవ వార్షికోత్సవ సందర్భంగా అడ్లూరి అయోధ్య రామకవి హైదరాబాద్‌లో స్థాపించారు. కాంగ్రెస్ పార్టీ సానుభూతిపరులైన రామకవి అనేక ఇబ్బందులు ఎదుర్కొంటూ కూడా ఈ పత్రికను నడిపిస్తు విలువైన వ్యాసాలు ప్రచురించారు. వరంగల్ నుంచే మరొక వారపత్రికను కోదాటి నారాయణరావు, భండారు చంద్రమౌళీశ్వర్‌రావు, యం.ఎస్.రాజలింగం తదితరులు 'ప్రగతి' పేరుతో స్థాపించారు. ఇది విశాలాంధ్ర స్థాపనే ప్రధానోద్దేశంగా పనిచేసేది. కమ్యూనిస్టులు సాయుధ పోరాటం పేరుతో చేస్తున్న చర్యలను, ఆనాటి పోలీసుల దమనకాండను తీవ్రంగా ఖండించేది. భండారు చంద్రమౌళీశ్వరరావు సంపాదకుడుగా వ్యవహరించినప్పటికి కోదాటి నారాయణరావు పత్రికకు పేరు నిర్ణయించడంతో పాటు నిర్వహణలో కీలకపాత్ర వహించారు. పోలీసు చర్య అనంతరం హైదరాబాద్ ప్రజల్లో చైతన్యదీప్తి రగలించడంలో ఈ పత్రిక చురుకైన పాత్రను పోషించింది. ఇందులో అధిక భాగం సమకాలీన రాజకీయవార్తలకు, విశాలాంధ్ర స్థాపనకోసం కేటాయించినప్పటికి సారస్వత వార్తలకు కూడా తగిన ప్రాధాన్యత ఉండేది.

తరవాత సూర్యదేవర రాజ్యలక్ష్మి ఆధ్వర్యంలో విజయవాడ నుంచి 1948 జూన్‌లో 'తెలుగుదేశం' అనే పత్రిక ప్రారంభమైంది. ఈ పత్రికకు మాడపాటి హనుమంతరావు, వల్లూరి బసవరాజులు సహకరిస్తామన్నారు. దాంతో ఈ పత్రికను హైదరాబాద్‌కు తరలించారు. కాంగ్రెస్ పార్టీ నిర్వహించిన సరిహద్దు క్యాంపులలో చురుకుగా పాల్గొన్న రాజ్యలక్ష్మిదేవి పత్రికా రంగంపై ఆసక్తితో పొలాలనమ్మి వచ్చిన డబ్బుతో ముద్రణా యంత్రాన్ని కొనుగోలు చేసి నారాయణగూడ ప్రాంతంలో ఏర్పాటు చేశారు. ఈ పత్రిక 1949 సెప్టెంబర్‌లో హైదరాబాద్ నుంచి ప్రచురణ ప్రారంభించింది. రాజకీయ వార్తలకు అధిక ప్రాధాన్యత ఇచ్చినప్పటికి మహిళాలోకం, మనదేశం, ప్రపంచగతి, వార్తావళి, పుస్తక పరిచయం వంటి శీర్షికలను ప్రసిద్ధ రచయితలతో నిర్వహించేవారు. కాంగ్రెస్ నాయకులు బూర్గుల రామకృష్ణారావు, మర్రి చెన్నారెడ్డి, కొండా వెంకట రంగారెడ్డి, వల్లూరి బసవరాజు వంటి వారు దీనికి సహాయసహకారాలు అందించేవారు. కమ్యూనిస్టు పార్టీ కార్యక్రమాలను కూడా ప్రజోపయోగమనుకుంటే తగిన ప్రాధాన్యతనిచ్చి ప్రచురించేవారు. గ్రంథాలయ వార్తలకు కూడా తగినంత చోటు కల్పించేది. పురుషులు మాత్రమే పత్రికారంగాన్ని నడపగలరనే అపవాదును తొలగిస్తూ సూర్యదేవర రాజ్యలక్ష్మి ఉన్నత స్థాయిలో పత్రికను నడిపించారు. జాతీయ, అంతర్జాతీయ వార్తలకు కూడా తగిన ప్రాధాన్యత కల్పిస్తూ నిజమైన గాంధేయవాదిగా చరిత్రలో నిలిచారు.

దీని తరవాత 1950 లో తెలుగు, ఉర్దూ, ఇంగ్లీష్, అరబిక్ భాషల్లో 'ఇంద్వార్' అనే పత్రిక సమకాలీన వార్తలకు అధిక ప్రాధాన్యతనిస్తూ ప్రారంభమైందని హైదరాబాద్ డిస్ట్రిక్ట్ గెజెట్‌లో రాశారు. ఇదే సంవత్సరం 'శ్రీకుసుమ హరనాథ' అనే ఆధ్యాత్మిక మాసపత్రిక ఉత్పల వెంకటరావు సంపాదకత్వంలో వెలువరించారు. ఇదే 1959 లో వరంగల్ నుంచి

టి.లోకాచార్య స్వీయ సంపాదకత్వంలో 'మానవధర్మ' అనే మాసపత్రికను స్థాపించాడని వరంగల్ గెజెట్‌లో పేర్కొన్నారు. తరవాత మంత్రిప్రెగడ వెంకటేశ్వరరావు 1940 వ దశకం చివర్లో 'సత్యార్థి ప్రకాశిక' అనే పత్రికను మొదట సూర్యాపేట నుంచి తర్వాత హైదరాబాద్ నుంచి నడిపించారు. ఆర్యసమాజ బోధనల వ్యాప్తికి ఇది పనిచేసేది. 1947 లో 'శోభ' పేరుతో దేవులపల్లి రామానుజరావు స్థాపించిన సారస్వత మాసపత్రిక 1950-51 లలో ఆర్థిక కారణాల వల్ల నిలిచిపోయింది. అయితే ఇదే పేరుతో 1950 లలో ఉస్మానియా విశ్వవిద్యాలయ విద్యార్థులు అర్ధవార్షిక సంచికగా ప్రారంభించారు. ఇందులో విద్యార్థుల రచనలు ఎక్కువగా ఉండేవి. మొదట్లో లిఖిత ప్రతిగా ఉన్న దీన్ని తరవాత కాలంలో ముద్రించేవారు. ఇదే కాలంలో హైదరాబాద్ నుంచి 'ప్రజాయుగం' అనే పక్షపత్రిక పి.ఎ.చారి సంపాదకత్వంలో వెలువడింది.

1930 లో నిలిచిపోయిన 'సుజాత' పత్రికను గడియారం రామకృష్ణశర్మ 1950 ఆగస్టులో తిరిగి ప్రారంభించారు. హిందీ, ఉర్దూ, తెలుగు, కన్నడ, ఇంగ్లిష్ భాషల్లో ప్రావీణ్యం ఉన్న శర్మ అనేక సమస్యలనెదుర్కొంటూ ఈ పత్రికను కొనసాగించారు. ఈయన ఆంధ్రసారస్వత పరిషత్తు స్థాపకుల్లో ఒకరు.

వరంగల్ జిల్లా డోర్నకల్ నుంచి 1951 లో 'దక్షిణ ఇండియా పత్రిక' ప్రారంభమైంది. రెవరెండ్ ఆల్‌ఫ్రెడ్ బన్సన్ సంపాదకుడిగా ఉన్న ఈ వారపత్రిక క్రైస్తవ మతోద్ధరణ, మత ప్రచారం కోసం పనిచేసేది. ఇంకా గడ్డి లింగయ్య, ఎంపల్లి చిత్తారి, లింగా వెంకటేశం, గుండా రాజేశ్వరరావు తదితరులు కలిసి గుమాస్తా ఉద్యోగులకు వేదికగా ఉండేందుకు 1951 లో 'గుమస్తా' అనే మాసపత్రికను ప్రారంభించారు. ఇది గుమస్తాల సమస్యల పరిష్కారానికి కృషిచేస్తూ వారి ఉద్యమాలకు వెన్నుదన్నుగా ఉండేది. తరవాత సహకార ఉద్యమాలకు బాసటగా నిల్చేందుకు కార్యకర్తలు, నాయకులు ఎం.నరసింగరావు, మాధవరావు అన్వారీ, కె.ఐ.విద్యాసాగర్, డాక్టర్ ఆర్.వి.రావు వంటి వారి ఆధ్వర్యంలో 1951 లో హైదరాబాద్ సహకార పత్రిక ప్రారంభమైంది. ఇందులో కో-ఆపరేటివ్ బాంకులు, ఇన్సూరెన్సు సొసైటీలు, చేనేత సహకార సంఘాలు వంటి అంశాలపై కోదాటి నారాయణరావు వంటి ప్రముఖులు రాసిన వ్యాసాలుండేవి. దీన్ని ఇంగ్లిష్, తెలుగు, కన్నడ, మరాఠీ భాషల్లో ప్రచురించేవారు. దీని తరవాత సోషలిస్టు భావాల ప్రచారం కోసం కరీంనగర్ జిల్లాకు చెందిన జువ్వాది గౌతంరావు, ఎస్.రఘువీరరావుల ఆధ్వర్యంలో 1950-54 ల మధ్య 'జనశక్తి' అనే వారపత్రిక హైదరాబాద్ నుంచి వెలువడింది. తరవాత కాటం లక్ష్మీనారాయణ సంపాదకత్వంలో 1951 ప్రాంతంలో 'జనత' పేరున ఒక దినపత్రిక వెలువడింది. అదే సంవత్సరంలో 'ప్రజాప్రభ' అనే దినపత్రిక కూడా హైదరాబాద్ నుంచి వెలువడింది. తరవాత వ్యవసాయరంగ వార్తలే ప్రధానాంశంగా 'మన వ్యవసాయం' అనే పత్రికను హైదరాబాద్ రాష్ట్ర ప్రభుత్వం 1951 లో ప్రారంభించింది. హైదరాబాద్ రాష్ట్ర ప్రభుత్వ ఆధ్వర్యంలో రాష్ట్రంలో జరుగుతున్న అభివృద్ధి కార్యక్రమాల ప్రచారం కోసం 1951 ఫిబ్రవరిలో ఇంకొక పత్రికను కూడా స్థాపించారు. దాని పేరు 'నేటి హైదరాబాద్' ఇదే పత్రిక 1956 నవంబర్ నుంచి పేరుమార్చుకొని 'ఆంధ్రప్రదేశ్' పేరుతో నేటికి కొనసాగుతుంది. దీంతో పాటు 'హైద్రాబాద్ టుడే' అనే ఆంగ్ల మాసపత్రికను కూడా ప్రచురించేవారు. ఈ రెండు పత్రికల్లోనూ ఒకే వ్యాసాలుండేవి. ఇదే సంవత్సరం మల్యాల దేవీప్రసాద్ స్వీయ సంపాదకత్వంలో 'పల్లెటూరు' పేరుతో గ్రామీణ సాంస్కృతిక వారపత్రిక మెదక్ జిల్లా సంగారెడ్డి నుంచి ప్రారంభమైంది. తరవాత తెలుగు, హిందీ ద్విభాషా మాసపత్రికను 'సుదర్శన్' పేరుతో మహబూబ్‌నగర్ జిల్లా వనపర్తి నుంచి సుదర్శనాదేవి నడిపించేవారు. తెలంగాణ నుంచి మహిళ సంపాదకత్వంలో నడిచిన మూడవ పత్రిక ఇది. అంతకుముందు తెలుగుతల్లి పత్రికను రాచమల్లు సత్యవతీదేవి, తెలుగుదేశం పత్రికను సూర్యదేవర రాజ్యలక్ష్మిదేవి నడిపించారు.

సురవరం ప్రతాపరెడ్డి గోలకొండ పత్రిక నుంచి నిష్క్రమించిన తరవాత తన మిత్రులతో కలిసి 'ప్రజావాణి' పేరుతో ఒక వారపత్రికను 1951 లో ప్రారంభించారు. అయితే ఆర్థిక ఇబ్బందుల వల్ల, ఆంధ్రా నుంచి వస్తున్న ఇతర పత్రికల మూలంగా త్వరలోనే ఇది మూతపడింది. అయితే ఈ పత్రిక కార్యాలయంలో కూడా గడియారం రామకృష్ణశర్మ, దేవులపల్లి రామానుజరావు, పులిజాల హన్మంతరావు తదితర మేధావులు సమకాలీన సమస్యలపై సుదీర్ఘంగా చర్చించేవారు. తరవాత సినిమా రంగంలో హైదరాబాద్ నుంచి 1952 నుంచి 'రంజని' అనే వారపత్రిక వెలువడింది. దీనికి సంపాదకులుగా బి.పి.రాజు ఉండేవారు. తరవాత 'హిందీ సంఘ సమాచారం' పేరుతో 1952 లో హైదరాబాద్ నుంచి హిందీ ప్రచార సంఘం వారు ఒక మాసపత్రికను ప్రచురించారు. ఇంకా 1952 లో పద్మశాలి కులాభ్యున్నతి కోసం 'నేత' అనే పక్షపత్రిక వెలువడింది. చేనేత రంగంపై, కార్మికుల సమస్యలపై వ్యాసాలు ఇందులో ప్రచురించేవారు. వరంగల్ జిల్లాకు చెందిన పి.వి.రామనరసయ్య సంపాదకులుగా పనిచేసేవారు. తరవాత వారపత్రికగా కూడా వచ్చింది. ఈ పత్రిక స్థాపనలకు కొండా లక్ష్మణ బాపూజీ, గుంటక నరసయ్యపంతులు వంటి వారు కృషిచేశారు. పద్మశాలీల అభివృద్ధిని కాంక్షిస్తూ 'పద్మప్రకాశ్' పేరుతో బూర్గుల రామకృష్ణయ్య ఒక మాసపత్రికను స్థాపించారు. 1952, 53 లలో వెలుగు, విద్యాజ్యోతి, చైతన్యం, గౌడపత్రిక లను స్థాపించారు. అందులో వెలుగు వారపత్రికను చౌదవరం విశ్వనాథం వరంగల్ జిల్లా జనగామ నుంచి వెలువరించారు. ఈ పార్టీ కాంగ్రెస్ నిర్మాణానికి తోడ్పడింది. ఈయనకు గ్రంథాలయోద్యమం, స్వాతంత్ర్య ఉద్యమాలతో సన్నిహిత సంబంధాలుండేవి. ఇక 'విద్యజ్యోతి' పత్రికను మహబూబ్‌నగర్ జిల్లా అలంపూర్ మాధ్యమిక పాఠశాల విద్యార్థులు నిర్వహించారు. గడియారం రామకృష్ణశర్మ వంటి ప్రముఖుల ప్రోత్సాహంతో ఈ పత్రికలో అన్ని రచనలు విద్యార్థులే చేసేవారు. ఇంకా 'చైతన్యం' పత్రిక తెలంగాణ రచయితల సంఘం, కరీంనగర్ శాఖ తరఫున ప్రత్యేక సంచికగా వెలువడింది.

దీని తరవాత తెలంగాణాలో అధికంగా ఉన్న గౌడకులస్థుల అభ్యున్నతి కోసం 'గౌడపత్రిక'ను కక్కేర్ల కాశీనాథం తన స్వీయ సంపాదకత్వంలో వరంగల్‌లో స్థాపించారు. తరవాత 'నాదం' అనే ప్రత్యేక సాహితీ సంచికను తెలంగాణ రచయితల సంఘం, సిరిసిల్ల శాఖ వారు 1953 లో కనపర్తి లక్ష్మీనరసింహం సంపాదకత్వంలో వెలువరించారు. ఇక 1953 లోనే 'సేవ' మాసపత్రికను హైదరాబాద్ నుంచి ఎస్.ఆర్.యోగి తన సంపాదకత్వంలోనే స్థాపించారు. ఇందులో ఆరోగ్యం, అభ్యుదయం, కవితలు, దైవచింతన, గీతోపదేశం, యువజన విద్య, దగ్గుదమ్ము వంటి వాటిపై వ్యాసాలుండేవి. తరవాత ఆలియా కళాశాల వారు తమ విద్యార్థి సంఘం తరఫున 'తెలుగువీణ' పేరుతో వార్షిక పత్రికను నిర్వహించేవారు. కరీంనగర్ జిల్లా వేములవాడకు చెందిన ఎస్.బి.క్లబ్ వారు 'విద్యోదయ' పేరుతో ఒక మాసపత్రికను తెచ్చేవారు. అది అభ్యుదయ భావాల ప్రచారం కోసం పనిచేసేది. దీని తరవాత 1953 లో వరంగల్ నుంచి కొమ్మ సుబ్బారావు తన సంపాదకత్వంలోనే 'వివేకానంద పత్రిక'ను ప్రారంభించారు. ఇది వివేకానందుని బోధనలను ప్రచారం చేసేది.

సోషలిస్టు భావాల ప్రచారం కోసం బి.ఎస్.మహదేవ్‌సింగ్ సికింద్రాబాద్ నుంచి 'సమత' అనే మాసపత్రికను స్థాపించారు. దీనికి సంతపురి రఘువీరారావు సంపాదకులుగా ఉండేవారు. ఇందులో కార్మిక ఉద్యమ వార్తలకు అధిక ప్రాధాన్యత ఉండేది. ఈ యాజమాన్యం ఆధ్వర్యంలోనే 'సాథీ' అనే ఉర్దూ పత్రిక కూడా వెలువడేది. ఇంకా తెలంగాణ రచయితల సంఘం తరఫున 1954 లో 'మంజీర' ప్రత్యేక ప్రథమ వార్షిక సంచికను ప్రారంభించారు. తరవాత నవయుగం

పత్రిక 1954 ప్రాంతంలో హైదరాబాద్ నుంచి వెలువడేది. ఇదే సంవత్సరంలో అబ్బూరి ఛాయాదేవి సంపాదకత్వంలో 'కవిత' అనే పత్రిక వెలువడింది. 1954 ఆగస్టులోనే రైతులకు ఉపయోగపడే వ్యవసాయ వార్తల ప్రచారం కోసం 'కిసాన్' పత్రిక ప్రారంభమైంది. హైదరాబాద్ ఫార్మర్స్ యూనియన్ వారు దీన్ని ప్రచురించారు. సంపాదకులుగా నూకల నరోత్తమరెడ్డి వ్యవహరించేవారు. తరవాత 1954 లో 'సహకార సమాచారం' పేరుతో అంతకుముందున్న హైదరాబాద్ సహకార మాసపత్రికను పేరుమార్చి ప్రారంభించారు. దీనికి కేంద్ర సహకార సమితి కార్యదర్శిగా ఉన్న లక్ష్మణరావు నాయోగాంకర్ సంపాదకులుగా ఉండేవారు.

తరవాత 1954 లోనే సాహితీవేత్త, స్వాతంత్ర్య సమరయోధులు బోయినపల్లి వెంకటరామారావు 'సారస్వత జ్యోతి' అనే త్రైమాసిక పత్రికను తన సంపాదకత్వంలో కరీంనగర్ నుంచి ప్రారంభించారు. ఈ పత్రికను స్థాపించడానికి గల కారణాలను చెబుతూ ఉత్తమ రచనలను ప్రచురించడం, సాహిత్యం, కళలకు తగిన ప్రోత్సాహాన్నివ్వడం, రచయితలను సాహితీలోకానికి పరిచయం చేయడం, ప్రాచీనాంధ్ర కవులను పరిచయం చేయడం, చారిత్రక ప్రదేశాలను, స్థానిక చరిత్రలను గూర్చి అవగాహన కల్పించడం ప్రధానమన్నారు.

ఇదే కరీంనగర్ నుంచి 1954 లోనే వైద్య, వ్యవసాయ, వాణిజ్య, సారస్వతాది, జనోద్ధరణ మాసపత్రికగా నిర్వాహకులు పేర్కొన్న 'సరోజిని' అనే మాసపత్రిక ప్రారంభమైంది. లింబాద్రిరెడ్డి దీనికి సంపాదకులు. తరవాత హైదరాబాద్ హిందీభాషా ప్రచారక సంఘం ఆధ్వర్యంలో హిందీ-తెలుగు భాషా సాహిత్యాలను ప్రచారం చేసే ఉద్దేశంతో 1954లో 'స్రవంతి' అనే మాసపత్రికను ప్రారంభించారు. ఇందులో అనువాద సాహిత్యం, తెలుగు సాహిత్యాలకు తగిన ప్రాధాన్యత లభించేది. సాహితీలోకంలో ఈ పత్రికకు ప్రత్యేక స్థానముండేది. ఈ పత్రిక సంపాదకత్వంలో సి.నారాయణరెడ్డి, దాశరథి వంటి ప్రముఖులు ఉండేవారు. స్వతంత్ర రచనలు, వివిధ భాషా సారస్వతం, విశాలాంధ్ర దేశంలోని ముఖ్యమైన వార్తలు అని మూడు భాగాలుగా ఈ పత్రిక వెలువడేది. ఈ పత్రికలో వచ్చిన సమీక్షలకు కూడా మంచి ఆదరణ ఉండేది. పాఠకులు కూడా ఈ సమీక్షల ద్వారానే ఆ పుస్తకాల గురించి తెలుసుకుని కొనుగోలు చేసేవారు. తరవాత వినోబాభావే భావాలకు ప్రచారం కల్పిస్తూ 1954 లో 'భూదానం' పేరుతో పక్షపత్రిక వెలువడింది. హైదరాబాద్‌లోని గాంధీభవన్ కేంద్రంగా పనిచేసిన ఈ పత్రికకు ఆర్.కె.రామలింగారెడ్డి సంపాదకులుగా వ్యవహరించారు. తరవాత కరీంనగర్ జిల్లా మంథని ఉన్నతపాఠశాల విద్యార్థులు 'విజయ' పేరుతో ఒక పత్రికను వెలువరించారు. ఇందులో విద్యార్థుల రచనలే ఎక్కువగా ఉండేవి. తరవాత 1955 ప్రాంతంలో 'ఆంధ్రరత్న' పేరుతో ఒక దినపత్రిక ఏర్పడింది. తరవాత 'ఆంధ్రజనత' పేరుతో 1955 లో కూచిమంచి సత్యసుబ్రమణ్యం సంపాదకులుగా ఒక పత్రిక స్థాపించారు. విశాలాంధ్ర లక్ష్యసాధన కోసం ఈ పత్రిక పనిచేసింది. తరవాత ఆంధ్రప్రదేశ్ స్థాపనకు ఏడాది ముందు 'జ్యోత్స్న' అనే సారస్వత మాసపత్రికను జగిత్యాలలో ఆర్.రాధాకృష్ణ స్థాపించారు. ఇది స్థానికుల రచనలకు అధిక ప్రాధాన్యతనిచ్చేది. తరవాత 1955 లో కరీంనగర్ జిల్లా హుస్నాబాద్ నుంచి 'మనబడి' అనే పత్రికను వెలువరించారు. ఈ సైక్లోస్టైల్ పత్రికలో సాహితీ అంశాలతో పాటు విద్యా, విజ్ఞానదాయకమైన విషయాలను ప్రచురించేవారు. తరవాత హైదరాబాద్ రాష్ట్ర ప్రభుత్వ ఆధ్వర్యంలో సింగరేణి కార్మికుల అభ్యున్నతి కోసం, వారిని చైతన్యవంతులను చేయడం కోసం సింగరేణి కబుర్లు అనే పత్రిక ప్రారంభించారు. ఖమ్మం జిల్లా కొత్తగూడెం నుంచి 1955 ప్రాంతంలో వెలువడ్డ ఈ పత్రికకు అక్కడ లేబర్

ఆఫీసర్‌గా పనిచేస్తున్న ఎస్.సోమరాజు సంపాదకులుగా ఉండేవారు. తరవాత వైశ్యుల అభివృద్ధి కోసం 1955 లోనే 'వైశ్యవాణి' పత్రిక ప్రారంభమైంది. అల్లాడి వీరయ్యగుప్త దీనికి సంపాదకులుగా వ్యవహరించారు.

తరవాత ఆంధ్రదేశంలో ఆయుర్వేద వైద్యాన్ని ప్రచారం చేయడం కోసం 1956 లో 'అనుభవవైద్యం' అనే మాసపత్రికను వి.సదానందం హైదరాబాద్‌లో ప్రారంభించారు. దీనికి పండితులు విట్టల్ ప్రసాద్ సంపాదకులుగా ఉండేవారు. ఇంకా ఇదే సంవత్సరంలో మతం, తత్వశాస్త్రాలకు సంబంధించిన వివరాలతో వెలువడ్డ 'ఆరాధన' పత్రిక తెలుగు, ఇంగ్లిష్, సంస్కృతం భాషల్లో వెలువడేది. క్రైస్తవ మత ప్రచారం కోసం బి.ఎ.ప్రభాకర్ ఆధ్వర్యంలో 1956-57 ప్రాంతంలో 'క్రీస్తు ఆగమనదూత' పేరుతో మాసపత్రిక వెలువడింది. తరవాత వైశ్యుల అభివృద్ధి కోసం 1956 లో కల్వకుంట్ల చంద్రసేన్ గుప్త సంపాదకులుగా 'గుప్త' పేరుతో ఒక మాసపత్రిక వెలువడింది. ఇంకా 'లీడర్' పేరుతో నిజామాబాద్ నుంచి 1956 లో ఒక త్రిభాషా పత్రిక ప్రారంభమైంది. తరవాత కమ్యూనిస్టు ఉద్యమాలకు ఊతం అందిస్తూ 1956 లో 'నవశక్తి' పేరుతో రాజకీయ వారపత్రిక చక్రధర్, రత్నసభాపతి, కొరపాటి పట్టాభిరామయ్యల సంపాదకత్వంలో వెలువడింది. తరవాత 1956-57 ప్రాంతంలో తెలుగు, ఆంగ్ల భాషల్లో ఉపాధ్యాయ మాసపత్రిక 'టీచర్స్ బులిటెన్' వి.పి.రాఘవాచారి సంపాదకత్వంలో వెలువడింది. ఈ దశకంలోనే 'వనిత' అనే మహిళా మాసపత్రికను అబ్బూరి ఛాయాదేవి హైదరాబాద్ నుంచి వెలువరించారు. దీని తరవాత పంచాయితీలకు సంబంధించిన వార్తల ప్రచారం కోసం 'పంచాయిత్' అనే పక్షపత్రిక 1956 లో హైదరాబాద్ నుంచి జె.రఘోత్తమరెడ్డి సంపాదకత్వంలో వెలువడింది. తరవాత మత్స్యకారుల అభివృద్ధి కోసం వారిని చైతన్యవంతులను చేయడం కోసం 'గంగపుత్ర' మాసపత్రిక జి.ఎస్.లక్ష్మణ్ సంపాదకత్వంలో వెలువడింది. తరవాత 1956 లో విజ్ఞానదాయకమైన వార్తలతో వెలువడిన 'జ్ఞానతరంగిణి' మాసపత్రికకు సి.ఎ.రామారావు సంపాదకులు.

ఇలా నైజాం పాలనలో, ఆంధ్రప్రదేశ్ ఏర్పడకముందున్న సంధికాలంలో తెలంగాణ ప్రాంతంలో పలు దిన, వారపత్రికలు ప్రజల్లో జాతీయవాదాన్ని పెంపొందిస్తూ ప్రజా సమస్యలపట్ల, సామాజిక దురాచారాల పట్ల అవగాహన కల్పిస్తూ ప్రజా ఉద్యమాల్లో కీలకపాత్ర పోషిస్తూ చైతన్యదీప్తులై నిలిచాయి. తెలంగాణ సాయుధ పోరాటంలోనూ, అనంతరం ప్రత్యేక తెలంగాణ రాష్ట్ర సాధన తొలి, మలి దశ పోరాటాల్లోనూ ప్రసార మాధ్యమాలు అత్యంత కీలకపాత్ర పోషించాయి. ఈ పత్రికలన్నీ కూడా తెలంగాణా ప్రాంతంలో సాంస్కృతిక పునరుజ్జీవనానికి కృషిచేశాయి. దీంతో పాటు ప్రజల్లో పఠనాసక్తి పెంచడానికి కృషిచేశాయి. గ్రంథాలయోద్యమ స్ఫూర్తితో అనేక లిఖిత పత్రికలు కూడా వచ్చాయి. మొదట్లో లిఖిత పత్రికల ద్వారా తమ రచనా వ్యాసంగాన్ని ప్రారంభించి తరవాత కాలంలో మంచి రచయితలుగా పేరుగాంచిన వారిలో బోయినపల్లి రామారావు, కోదాటి రామకృష్ణారావు, కంఠంనేని సత్యనారాయణనాయుడు, గుండవరము హనుమంతరావు, కోదాటి నారాయణరావు, కోకల సీతారామశర్మ, కంభంపాటి అప్పన్నశాస్త్రి వంటి వారున్నారు. తరవాత కాలంలో పేరుగాంచిన 'ఆంధ్రకేసరి' మొదట్లో లిఖిత పత్రికగా వచ్చేది. హైదరాబాద్ నగరంలోని వివిధ గ్రంథాలయాల్లో ఈ లిఖిత పత్రికలను ప్రజలకు అందుబాటులో ఉంచేవారు. వేమన ఆంధ్ర భాషానిలయం, శ్రీకృష్ణదేవరాయాంధ్ర భాషా నిలయం, అసఫియా లైబ్రరీ తదితర ప్రాంతాల్లో ఈ లిఖిత పత్రికలను పాఠకులకు అందుబాటులో ఉంచేవారు. తెలంగాణ సాయుధపోరాట కాలంలో కూడా ఈ లిఖిత పత్రికలను తమ భావాల, కార్యక్రమాల ప్రచారం కోసం కమ్యూనిస్టు పార్టీ సమర్థవంతంగా వినియోగించుకొంది. ఈ లిఖిత పత్రికలలో 'బాలసరస్వతి', 'ప్రబోధచంద్రిక' (1926), 'మిత్రలేఖలు (1929), 'స్నేహలత', 'సుప్రభాతం', 'మాతృభారతి', 'ప్రత్యూష', 'గ్రామవెలుగు', 'జ్ఞానోదయం', 'దుందుభి',

'గ్రామజ్యోతి', 'జ్యోతి', 'సుకృతి', 'అమరభారతీ', 'విద్యాజ్యోతి', 'విజ్ఞానవర్ధిని', 'తార', 'ఉషస్సు', 'అమృతభారతి' వంటివి పాఠకాదరణ పొందాయి.

అయితే, ఈ పత్రికల నిర్వహణలో పత్రికల యజమానులు, సంపాదకులు నిజాం ప్రభుత్వం నుంచి తీవ్ర నిర్బంధాలను ఎదుర్కొన్నారు. ప్రత్యక్షంగా, పరోక్షంగా వారిపైన నిజాం ప్రభుత్వ అధికారుల జులుం కొనసాగేది. ముఖ్యంగా ఆంగ్ల పత్రికల్లో పనిచేసే విలేకరులు అంతకుముందు బ్రిటిష్ ఆంధ్రలో పనిచేసి ఉండటం వల్ల సాపేక్షంగా కొంత ప్రజాస్వామ్య సంస్కృతి, స్వేచ్ఛ అనుభవించేవారు. సంస్థానానికి వచ్చిన తరవాత ఇక్కడి పరిస్థితులను దేశానికి తెలియచేయాలనే సదుద్దేశంతో ఆనాటి విలేకరులు సాహసంతో పనిచేసేవారు. సంస్థానానికి ఆవల హిందుస్థాన్ టైమ్స్ విలేఖరిగా ఉన్న ఎల్.డి.నటరాజన్ నిజాం వ్యతిరేక వార్తలు రాసినందుకు ప్రభుత్వం అతణ్ని రాష్ట్ర బహిష్కరణ చేసింది. అదేవిధంగా అసోసియేటెడ్ ప్రెస్ ఆఫ్ ఇండియా సహాయ సంపాదకులైన గోపాలకృష్ణన్‌ను నిజాం ప్రభుత్వం నిర్బంధించింది. బైటి పత్రికల హైదరాబాద్ విలేఖరులు కంఠం సత్యనారాయణ (సి.ఎస్.నాయుడు), సుంగు శేషగిరిరావు వంటివారు మతోన్మాదుల దౌర్జన్యాలకు కూడా తట్టుకొని నిలిచి వాస్తవాలను ధైర్యంగా వారి పత్రికలకు పంపేవారు.

'హిందూ-విజయ్' అనే మరాఠీ వారపత్రిక వై.డి.జోషి సంపాదకత్వంలో వెలువడింది. వీరు హిందూ మహాసభ వ్యవస్థాపకులు, స్వాతంత్ర్యయోధులు. ధైర్యంగా వాస్తవాలను ప్రచురించేవారు. అయితే ప్రభుత్వ వ్యతిరేక వార్తలు రాసే విలేఖరులపై పోలీసు నిఘా ఉండేది. బీబీనగర్‌లో ఖాసింరజ్వీ నాయకత్వంలో జరిగిన దురంతాలను బయట ప్రపంచానికి తెలియచేసిన ఘనత ఆనాడు 'దక్కన్ క్రానికల్'కు ప్రత్యేక విలేఖరిగా ఉన్న ఈస్టర్ మైఖేల్ దే. దీంతో పాటు హిందూ విలేకరులు ఎ.బి.కృష్ణస్వామి, పి.వామన్‌రావు, ఆంధ్రప్రభ విలేఖరి నందూరి కృష్ణమాచారి, అసోసియేటెడ్ ప్రెస్ సంపాదకులు నాగరాజారావు, బాబురావు, గులాం ఖాదర్, అర్.జి.జోషి, అంబరీషుడు, హనుమంతరావు, దత్తాత్రేయ, జి.కృష్ణలు హిందుస్థాన్, సంయుక్త కర్ణాటక, ప్రతాప్, తేజ్‌మిలాప్, హిందుస్థాన్ టైమ్స్, హిందుస్థాన్ స్టాండర్డ్, ఆంధ్రపత్రికలకు విలేఖరులుగా పనిచేస్తూ హైదరాబాద్ స్వాతంత్ర్యోద్యమానికి ఎనలేని సేవచేశారు. స్వాతంత్ర్యోద్యమం తీవ్రదశలో ఉన్నప్పుడు తుది పోరాటానికి ప్రజలను సమాయత్తం చేసే బాధ్యతను కొన్ని పత్రికలు నిర్వహించాయి. వాటిలో 'సారథి' వారపత్రిక ఒకటి. ఇది రాష్ట్రం వెలుపలి నుంచి స్వాతంత్ర్యోద్యమం నడుపుతున్న స్టేట్ కాంగ్రెస్ అధికార వారపత్రిక. ఆనాడు ప్రవాసంలో ఉద్యమం నడుపుతున్న కాంగ్రెస్ నాయకులు టి.హయగ్రీవాచారి, బొమ్మకంటి సత్యనారాయణరావు నేతృత్వంలో విజయవాడ నుంచి వెలువడింది. దీనికి సంపాదకులుగా తాళ్ళూరి రామానుజస్వామి, సహాయ సంపాదకులుగా డి.రామలింగం పనిచేశారు. ఈ పత్రిక స్టేట్ కాంగ్రెస్ నాయకుల ప్రకటనలను ప్రచురించేది. ఇంకా నిజాం రాష్ట్రంలో జరుగుతున్న ఉద్యమ విశేషాలను, నిజాం రాష్ట్రం నుంచి యూనియన్ ప్రాంతాలకు వలస వచ్చిన ఉద్యమకారులు, ప్రజల సమస్యలను ప్రతిబింబిస్తూ, పరిష్కారాలకు ప్రయత్నించేది. హైదరాబాద్ రాష్ట్రంలోని విద్యావంతులు వీటిని ఆసక్తిగా చదివేవారు.

తెలంగాణ పత్రికలన్నీ కూడా గ్రంథాలయోద్యమానికి, సాహిత్య సాంస్కృతికోద్యమాలకు సంపూర్ణ సహకారమందించాయి. మాడపాటి హన్మంతరావు, సురవరం ప్రతాపరెడ్డి వంటి ప్రముఖులు ప్రతి సంవత్సరం తెలంగాణలోని వివిధ ప్రాంతాలలో సభలు నిర్వహిస్తూ పత్రికల ఆవశ్యకతను సామాన్య ప్రజలకు తెలియచేశారు. గ్రంథాలయోద్యమంలో

చురుకుగా పాల్గొన్న నిర్వాహకులు, కార్యదర్శులే తరవాత కాలంలో మంచి విలేఖరులుగా గుర్తింపు పొందారు. ఆంధ్రమహాసభ కూడా పరోక్షంగా పత్రికల పెరుగుదలకు దోహదపడింది. పోలీసు చర్య అనంతరం ఆంధ్రప్రాంతం వారు కూడా తెలంగాణలో పత్రికలు స్థాపించడం ప్రారంభించారు. ఆధునిక హంగులతో ఈ పత్రికలు రావడం వల్ల స్థానికంగా వస్తున్న చిన్న పత్రికల భవిష్యత్తు ప్రమాదంలో పడింది. అదే ఒరవడి నేటివరకు కొనసాగుతోంది.

నేటి ఆధునిక పరిస్థితుల్లో పత్రికలు భిన్నంగా ఉన్నాయి. నేటి పత్రికలన్నీ ఏదో ఒక సంస్థ నడిపిస్తుంది. తమ వ్యక్తిగత ఆసక్తులు, ఆకాంక్షలు, ప్రయోజనాల పరిరక్షణకు పత్రికలను, పత్రికా స్వేచ్ఛను వినియోగిస్తున్నారనే అభిప్రాయం ప్రజల్లో పెరిగింది. అయితే ఆధునిక సాంకేతిక పరిజ్ఞానాన్ని ఉపయోగించుకొని పత్రికలు విభిన్న శీర్షికలతో సర్వాంగ సుందరంగా ముస్తాబై తొలికోడి కూయక ముందే ఇంటి గుమ్మాల ముందు ఉంటున్నాయి. పత్రికాధిపతులు కూడా ప్రకటనల కోసం విలువలకు, సంప్రదాయాలకు తిలోదకాలు ఇస్తున్న సందర్భాలు కూడా ఉంటున్నాయి.

స్వాతంత్రోద్యమం తరవాత రాశిరీత్యా పత్రికల సంఖ్య పెరిగింది. పత్రికారంగం కార్యకలాపాలను పర్యవేక్షించడానికి ప్రెస్ కౌన్సిల్ ఏర్పడింది. అది పాత్రికేయులకు, సంస్థలకు కొన్ని మార్గదర్శక సూత్రాలను రూపొందించింది. ప్రజలు, ప్రభుత్వాల ప్రయోజనాలను పరిరక్షించడం, పత్రికల హక్కులను కాపాడటంతో పాటు వాటి బాధ్యతను అవి సక్రమంగా నిర్వర్తించేలా చూడటం ప్రెస్‌కౌన్సిల్ ప్రధాన కర్తవ్యం. ప్రభుత్వ నిర్ణయాలు ప్రజలకు వ్యతిరేకంగా ఉంటే వాటిని సరిదిద్దే విధంగా చూడటం పత్రికల బాధ్యత. అదేవిధంగా పత్రికలు తప్పుచేసినట్లయితే పర్యవేక్షించడం ప్రెస్‌కౌన్సిల్ విధి. అయితే రాజకీయ, అధికార ఒత్తిడి వల్ల క్రమంగా పత్రికలు తమ అస్థిత్వాన్ని, ఉనికిని కోల్పోయే పరిస్థితి వస్తుంది. నైతిక విలువలు, ఆత్మగౌరవం, సామాజిక స్పృహ కలిగిన పాత్రికేయులు ఆయా పరిస్థితులను ధైర్యంగా ఎదుర్కొని ప్రజలు నిష్పాక్షిక వార్తలను అందించడానికే నిరంతరం కృషిచేస్తున్నారు. తమ విశ్లేషణాత్మక వార్తా కథనాల ద్వారా పాఠకులకు సంపూర్ణ సమాచారం అందించడానికి ప్రయత్నిస్తున్నారు. పత్రికా భాష కూడా పరిణామం చెందింది. పూర్వం గ్రాంథిక భాషలో రాసే పాత్రికేయులు నేడు స్థానిక వ్యవహారిక భాషలో వార్తలు పంపిస్తున్నారు. అయితే తెలంగాణ ప్రాంతంలో అరవై దెబ్భైవ దశకంలో ఏర్పడిన పత్రికలన్నీ కూడా ఆంధ్రావారి నిర్వహణలో ఉండటంవల్ల కృష్ణా, గుంటూరు, జిల్లాల వారి భాషే ప్రామాణికమైంది. ఇతర మాండలికాలు అవమానాలకు గురయ్యాయి. ఇదికూడా తరవాత వచ్చిన ప్రత్యేక రాష్ట్ర ఉద్యమానికి ఒక కారణంగా భావిస్తున్నారు. తమ భాషను తమ అస్థిత్వాన్ని తామే కాపాడుకోవాలనే కోరిక బలమైంది. సొంతంగా ఆ లక్ష్యంతోనే కొన్ని పత్రికలు ఏర్పడ్డాయి. స్థూలంగా గమనిస్తే తెలుగు పత్రికా రంగం తన రూపురేఖలను క్రమక్రమంగా మార్చుకుంది. 1969 ప్రత్యేక తెలంగాణ కోసం జరిగిన ఉద్యమాన్ని, ప్రజల ఆకాంక్షలను ప్రతిబింబించడంలో నాటి పత్రికలు చాలావరకు విఫలమయ్యాయి. పత్రికలు స్థాపించి నడిపించే వారి దృక్పథం మారింది. పత్రికా స్వేచ్ఛ అంటే యజమాని స్వేచ్ఛ అనే పరిస్థితులు క్రమంగా వచ్చాయి. సమాజ హితంకోసం సంపాదక మండలి ఏమి రాయాలనుకుంటే అది రాసే స్వేచ్ఛ ఉండడాన్ని పత్రికా స్వేచ్ఛగా భావించొచ్చు. అయితే ఎక్కువమంది చదివేదే ప్రచురించాలని సీరియస్ వార్తల స్థానంలో వారిని అలరించే వార్తలకు ప్రాధాన్యతనివ్వాలనే భావన యాజమాన్యంలో పెరిగింది. వ్యాపార ప్రయోజనాలే లక్ష్యంగా పత్రిక సర్క్యులేషన్ పెంచుకుంటూ ప్రకటనలను సేకరిస్తూ ఆర్థికంగా ఎదగడానికి వారు నిరంతరం ప్రయత్నిస్తున్నారు. సామాజిక బాధ్యతను విస్మరిస్తున్నారు. అయితే కొన్ని సందర్భాల్లో ప్రజల విశాల ప్రయోజనాలకు, పత్రికాధిపతుల స్వప్రయోజనాలకు మధ్య విభజనరేఖ అంత స్పష్టంగా ఉండదు.

రాజకీయ ప్రయోజనాల కోసం పత్రికాధిపతులు ప్రయత్నిస్తున్న సందర్భాలు కూడా ఉంటున్నాయి. ఇందువల్ల పత్రికలు విశ్వసనీయత కోల్పోతున్నాయి. కమ్యూనిస్టు పార్టీలకు మాత్రమే మొదట్లో పత్రికలుండేవి. పత్రికా మాధ్యమంగా వారి భావాల, కార్యక్రమాల ప్రచారం సాగేది. ఈనాడు చాలా రాజకీయ పార్టీలు పరోక్షంగా పత్రికలను నడిపిస్తున్నాయి. కొంతమంది నాయకులు రాజకీయ పలుకుబడితో పాటు వ్యాపార సామ్రాజ్య విస్తరణకు పత్రికలను వేదికగా మలుచుకుంటున్నారు.

తెలుగు దినపత్రికల్లో దేశోద్ధారక కాశీనాథుని నాగేశ్వరరవు ఆధ్వర్యంలో మద్రాస్ (చెన్నై) నుంచి 'ఆంధ్రపత్రిక' పేరుతో దినపత్రిక ప్రారంభమైంది. హైదరాబాద్, విజయవాడ కేంద్రాల నుంచి వెలువడుతుంది. ఎస్.రాధాకృష్ణ సంపాదకుడుగా ఉన్న ఈ పత్రిక హైదరాబాద్ నగరంలో సాయంకాల దినపత్రికగా వెలువడేది. మిగతా ప్రాంతాలకు ఉదయం పంపిణీ అయ్యేది. ఇక 'ఆంధ్రభూమి' దినపత్రిక 1960 లో సికిందరాబాద్ దక్కన్ క్రానికల్ పత్రికల గ్రూపు నుంచి ప్రచురణ ప్రారంభించింది. గజ్జెల మల్లారెడ్డి కొంతకాలం దీనికి సంపాదకుడుగా ఉన్నారు. ఈ పత్రికల గ్రూపు ప్రచురించే 'దక్కన్ క్రానికల్' ఆంగ్ల దినపత్రిక తెలంగాణాలో అత్యధిక సర్క్యులేషన్ గల ఆంగ్ల పత్రికగా ఉంది. ఇక ఖాసా సుబ్బారావు, నార్ల వెంకటేశ్వరరావు వంటి వారు సంపాదకులుగా పనిచేసిన 'ఆంధ్రప్రభ' దినపత్రిక ఇండియన్ ఎక్స్‌ప్రెస్ పత్రికల గ్రూపులో ఒకటి. ఈ పత్రికకు పొత్తూరి వెంకటేశ్వరరావు కొంతకాలం సంపాదకులుగా పనిచేశారు. మొదట్లో కొంతకాలం కర్ణాటక రాజధాని బెంగుళూరులో ప్రచురించేవారు. ఆ కాలంలో అత్యధిక సర్క్యులేషన్ గల దినపత్రికగా ప్రసిద్ధిచెందింది. ఇదే గ్రూపు నుంచి వచ్చే 'ఇండియన్ ఎక్స్‌ప్రెస్' కూడా తెలంగాణా ప్రాంతంలో ప్రాచుర్యంలో ఉన్న ఆంగ్ల దినపత్రిక.

ఈ కాలంలోనే నార్ల వెంకటేశ్వరరావు సంపాదకత్వంలో 1960 నుంచి విజయవాడలో 'ఆంధ్రజ్యోతి' దినపత్రిక ప్రారంభమైంది. తరవాత కాలంలో హైదరాబాద్, తిరుపతిలతో పాటు చాలా కేంద్రాల నుంచి ప్రచురణ ప్రారంభించింది. ఈ ప్రతికలోనే నండూరి రాంమోహన్‌రావు కొంతకాలం సంపాదకులుగా ఉన్నారు. ఈ తెలుగు దినపత్రికకు కూడా హైదరాబాద్, తెలంగాణ ప్రాంతాలలో పాఠకాదరణ ఎక్కువగా ఉండేది. తరవాత దశలో ప్రచురణను నిలిపివేసిన ఆంధ్రజ్యోతి తొంభైవ దశకంలో తిరిగి ప్రారంభమై, నేటికి పాఠకాదరణతో కొనసాగుతోంది.

కమ్యూనిస్టు పార్టీలైన సి.పి.ఐ., సి.పి.ఐ(ఎం)ల ఆధ్వర్యంలో ఉన్న ప్రజాశక్తి, విశాలాంధ్ర దినపత్రికలు కూడా తెలంగాణలో కార్మిక, కర్షక, విద్యార్థుల సమస్యలను ప్రతిబింబించడంలో తమ వంతు కర్తవ్యాన్ని నిర్వర్తిస్తున్నాయి. ప్రత్యామ్నాయ రాజకీయాలను ప్రోత్సహించే వారికి వేదికగా ఉంటున్నాయి. అదేవిధంగా ఇతర వామపక్ష పార్టీలన్నీ కూడా ఈ పత్రికల ద్వారా తమ వాణిని వినిపించడానికి అవకాశం కల్పిస్తున్నాయి.

దీని తరవాత తెలుగు దినపత్రికల్లో అత్యధిక సర్క్యులేషన్‌తో నేటికి విజయవంతంగా కొనసాగుతున్న 'ఈనాడు' దినపత్రిక 1974 లో విశాఖపట్టణం నుంచి ప్రారంభమైంది. తరవాత హైదరాబాద్ కేంద్రంగా ఈ పత్రిక నిర్వహణ సాగుతోంది. దీన్ని స్థాపించిన రామోజీరావు అంతకుముందు మార్గదర్శి చిట్‌ఫండ్ కంపెనీ స్థాపించి నమ్మకమైన సంస్థగా రూపుదిద్దారు. నేటికీ తెలుగు దినపత్రికల్లో అగ్రస్థానంలో ఉన్న 'ఈనాడు' పత్రికారంగంలో అనేక సంచలనాలు నమోదు చేసుకుంది. జాతీయవాద పత్రికలను కూడా మించిపోయి నూతన సాంకేతిక విజ్ఞానాన్ని అందిపుచ్చుకుంది. ఎడిటర్స్ గిల్డ్ అధ్యక్షునిగా కూడా పనిచేసిన రామోజీరావు గ్రామీణ స్థాయిలో కూడా వార్తాసేకరణకు కంట్రిబ్యూటర్ వ్యవస్థను ఏర్పాటు చేయడంతో పాటు అనేక నూతన మార్కెటింగ్ ప్రక్రియలతో తొలివేకువనే తెలుగు వారి లోగిళ్లకు 'ఈనాడు' చేరేవిధంగా చేసారు. 'ఈనాడు' పత్రికకు చీఫ్ ఎడిటర్‌గా రామోజీరావు ఉన్నప్పటికీ పలువురు ప్రఖ్యాత జర్నలిస్టులు

ఇందులో సంపాదకులుగా, ఇంకా ఇతర కీలక పదవుల్లో కొనసాగారు. వారిలో ఎ.బి.కె.ప్రసాద్, టి.వి.కృష్ణ, వి.హన్మంతరావు, రాంభట్ల కృష్ణమూర్తి, పొత్తూరి వెంకటేశ్వరరావు, గజ్జెల మల్లారెడ్డి వంటి వారు సంపాదకులుగా పనిచేశారు. ఈ దినపత్రిక గ్రూపు నుంచే 'న్యూస్ టైం' అనే ఆంగ్ల దినపత్రికను 1984 లో ప్రారంభించారు. కొంతకాలం ప్రచురణ సాగిన తరవాత పత్రిక నిలిచిపోయింది. ఈ గ్రూపు నుంచే 'సితార' సినీపత్రిక, 'అన్నదాత' రైతుల పత్రిక, 'విపుల', 'చతుర' మాసపత్రికలు వెలువడుతున్నాయి. 'ఈనాడు' పత్రిక ఇటీవలే ఇంటర్‌నెట్ ఎడిషన్ ప్రారంభించింది. దేశవిదేశాల్లోని తెలుగు పాఠకుల ఆదరణ పొందుతుంది.

తెలుగు పత్రికారంగంలో 'ఈనాడు' తరవాత 'ఉదయం' దినపత్రిక స్థాపన విప్లవాన్ని సృష్టించింది. ఆరంభంలోనే దాదాపు రెండున్నర లక్షల ప్రతులు అమ్మకానికి సిద్ధమై చరిత్ర సృష్టించింది. దాసరి నారాయణరావు ఛైర్మన్‌గా ఎ.బి.కె.ప్రసాద్ సంపాదకులుగా ఈ పత్రిక 1984 డిసెంబర్ 29న వెలువడింది. తెలుగు పత్రికారంగంలో నూతన ఒరవడి ప్రవేశపెట్టిన 'ఉదయం' తొందర్లోనే విశేషమైన పాఠకాదరణ పొందింది. ఎ.బి.కె.ప్రసాద్ ఆధ్వర్యంలో తెలుగులో నూతన తరం విలేకరులకు ఇది వేదిక అయింది. హైదరాబాద్, విజయవాడ, తిరుపతి కేంద్రాల నుంచి ప్రచురణ కొనసాగించిన 'ఉదయం' కొంత కాలం తరవాత ప్రచురణ నిలిపేసింది.

దీని తరవాత 1996, మార్చి ఒకటిన ఎ.జి.ఎ.పబ్లికేషన్స్ నుంచి ఎ.బి.కె.ప్రసాద్ సంపాదకత్వంలో 'వార్త' దినపత్రిక ప్రారంభమైంది. నూతన సాంకేతిక విజ్ఞానాన్ని మొట్టమొదటిసారిగా సంపూర్ణంగా వినియోగించుకొన్న దినపత్రిక ఇది. అన్ని వర్గాల ప్రజలకు కావాల్సిన సమాచారం ఇస్తూ వివిధ రకాల ప్రత్యేక పేజీలతో వార్తల ప్రచురణలో నూతన ఒరవడికి 'వార్త' దినపత్రిక శ్రీకారం చుట్టింది. తెలంగాణ ప్రాంతంలో స్థిరపడ్డ గుజరాతీ వ్యాపారస్తులు గిరీష్ సంఘీ ఆధ్వర్యంలో ఇది ప్రారంభం కావడం వల్ల కొంతమేరకు తెలంగాణ వార్తలకు ప్రాధాన్యత లభించేది. తొంభైవ దశకంలో పాఠకాదారణను విశేషంగా పొందిన 'వార్త' దినపత్రిక 'ఉదయం' దినపత్రిక తరవాత మరో కొత్తతరం జర్నలిస్టుల ఆవిర్భావానికి దోహదపడింది. తరవాత చాలా చిన్న పత్రికలు రూపుదాల్చినప్పటికీ పెద్దగా పాఠకాదారణను పొందలేకపోయాయి.

2008 మార్చి 24 న జగతి పబ్లికేషన్స్ నుంచి ఇరవైమూడు ప్రచురణ కేంద్రాల ద్వారా కె.ఎస్.వై.పతంజలి సంపాదకత్వంలో 'సాక్షి' దినపత్రిక పెద్ద స్థాయిలో ప్రారంభమైంది. ఆధునిక సాంకేతిక విజ్ఞానాన్ని పూర్తిస్థాయిలో వినియోగించుకుంటూ పెద్ద పెట్టుబడితో అగ్రస్థానంలో ఉన్న పత్రికలకు పోటీగా వెలువడిన 'సాక్షి'ని పాఠకులు ఆదరించారు. అప్పటి ఉమ్మడి ఆంధ్రప్రదేశ్ రాష్ట్ర ముఖ్యమంత్రి వై.ఎస్.రాజశేఖరరెడ్డి కుమారుడు వై.ఎస్.జగన్‌మోహన్‌రెడ్డి ఆధ్వర్యంలో ఈ పత్రికను స్థాపించారు.

అయితే తెలంగాణ ప్రాతం నుంచి వెలువడుతున్న ఈ దినపత్రికలు చాలావరకు ఆంధ్రవ్యక్తుల యాజమాన్యంలో ఉండటం, అందులో ఆంధ్రప్రాంత విలేకరులు, సంపాదకులు కీలక స్థాయిలో ఉండటంవల్ల తమ ఆకాంక్షలను అవి ప్రతిబింబించడం లేదని తెలంగాణ ప్రజలు భావించారు. తమ ప్రత్యేక రాష్ట్రోద్యమాన్ని, అందుకు గల కారణాలను విశ్లేషించడంలో పత్రికలు నిష్పాక్షికంగా ఉండటం లేదని వారనుకున్నారు. తమ యాస, భాష, సంస్కృతిని కించపరుస్తూ పరోక్షంగా తమపై ఆధిపత్య భావజాలాన్ని రుద్దుతున్నారనే అభిప్రాయం బలపడింది. నీళ్ళు, నియామకాలు, విద్యారంగంలో తమపై ఆంధ్రప్రాంతీయులు పెద్దన్న పాత్ర పోషిస్తున్నారని తెలంగాణ ప్రజలు భావించారు. ఇటువంటి కారణాల వల్ల

ఈ పత్రికలపై తెలంగాణ ప్రత్యేక రాష్ట్ర ఉద్యమకారుల్లో వ్యతిరేక భావం నెలకొంది. ప్రజాభిప్రాయాన్ని ప్రతిబింబించడంలో కంటే తమ స్వార్థ ప్రయోజనాలకోసమే ఇవి పనిచేస్తున్నాయనే భావన ఉద్యమకారులతో పాటు విద్యావంతులు, మేధావి వర్గంలో కూడా కలిగింది. ప్రత్యేక తెలంగాణ రాష్ట్రోద్యమం ఉధృతంగా ఉన్న దశలో ఇతర పత్రికలు తెలంగాణ సమస్యలను ఎత్తిచూపడంలో విఫలమవుతున్నాయని భావించారు. ఇటువంటి పరిస్థితుల్లో తెలంగాణ ప్రత్యేక రాష్ట్ర ఉద్యమానికి ఊతమిచ్చే విధంగా ఒక పత్రిక ఏర్పాటు చారిత్రక అవసరమనే భావనతో 'నమస్తే తెలంగాణ' దినపత్రికను ప్రారంభించారు. ఇది 2011 జూన్ 6 న పదకొండు కేంద్రాల నుంచి అల్లంనారాయణ సంపాదకత్వంలో ప్రారంభమైంది. తెలంగాణ భాష, యాస, ప్రాంతీయ అస్థిత్వాలకు పెద్దపీట వేస్తూ తెలంగాణ చరిత్ర, సంస్కృతి, జీవన విధానాలను పాఠకులకందిస్తూ ఆరంభించిన కొద్ది కాలంలోనే తెలంగాణ ప్రాంతంలో పాఠకాదరణను విశేషంగా పొందింది.

ఇక 'దక్కన్ క్రానికల్', 'ది హిందూ', 'టైమ్స్ ఆఫ్ ఇండియా' 'ఇండియన్ ఎక్స్‌ప్రెస్', 'హన్స్ ఇండియా' వంటి ఆంగ్ల దినపత్రికలు హైదరాబాద్ కేంద్రంగా వెలువడుతున్నాయి. వీటితో పాటు హైదరాబాద్ నుంచి 'రహనుమాయే దక్కన్', 'సియాసత్', 'మిలాప్', 'మున్సిఫ్' వంటి ఉర్దూ పత్రికలు వెలువడుతున్నాయి. 'రహనుమాయే దక్కన్'కు సయ్యద్ వికారుద్దీన్, 'సియాసత్'కు అబీద్ అలీఖాన్, 'మిలాప్'కు యుధవీర్, 'మున్సిఫ్'కి మహ్మద్ అన్సారీ సంపాదకులుగా పనిచేశారు.

ఏది ఏమైనప్పటికి నేడు తెలుగు పత్రికారంగం ప్రగతి పథాన నడుస్తుందని చెప్పొచ్చు. తెలుగు దినపత్రిక నేడు నూతన సాంకేతిక విజ్ఞానాన్ని అందిపుచ్చుకుని, అద్భుతమైన యాజమాన్య విధానాలతో, ఆధునిక మార్కెటింగ్ ప్రక్రియలతో పాఠక ప్రపంచాన్ని విస్తరిస్తుంది. తెలంగాణా రాష్ట్ర రాజధాని హైదరాబాద్ నుంచే ప్రధాన దినపత్రికలన్నీ తమ కార్యక్రమాలను నిర్వహిస్తున్నప్పటికి రెండు తెలుగు రాష్ట్రాల్లో కూడా విస్తృత స్థాయిలో ప్రచురణ కేంద్రాలను నెలకొల్పుకొన్నాయి. వేగంగా వార్తలను స్వీకరించి సకాలంలో పాఠకునికి పత్రిక అందించాలనే ఉద్దేశంతో పత్రికా యాజమాన్యాలు ప్రచురణ విధానంలో ఈ వికేంద్రీకరణను చేపట్టాయి. ప్రస్తుతం తెలుగులో వస్తున్న ఈనాడు, సాక్షి, ఆంధ్రజ్యోతి, ఆంధ్రభూమి, వార్త, నమస్తే తెలంగాణ, మన తెలంగాణ, నవతెలంగాణ వంటి పత్రికలన్నీ మంచి సర్క్యులేషన్‌తో నడుస్తున్నాయి. పాఠకుల సంఖ్యను పెంచుకోవడం కోసం జిల్లా అనుబంధాలను ప్రవేశపెట్టింది మొదట తెలుగు పత్రికలలోనే. అంతేకాకుండా రంగుల్లో పత్రికను అందంగా తీర్చిదిద్దడం కూడా ఆరంభించింది తెలుగు పత్రికా రంగంలోనే. దీంతోపాటు సమాజంలోని అన్ని ఆదాయ వర్గాలకు, కుటుంబంలోని సభ్యులందరికి కావాల్సిన సమాచారం అందివ్వడం ద్వారా అందరిని సంతృప్తిపరచాలన్న ధోరణి ఈ పత్రికలన్నింటిలోనూ కన్పిస్తుంది. వాషింగ్టన్ పోస్ట్, న్యూయార్క్ టైమ్స్ వంటి అంతర్జాతీయ పత్రికలు టైమ్స్ ఆఫ్ ఇండియా, హిందుస్థాన్ టైమ్స్, హిందూ వంటి జాతీయ పత్రికలు తెలుపు, నలుపుల్లో వస్తున్న కాలంలోనే తెలుగు పత్రికలు రంగుల్లో రావడం ప్రారంభించాయి. ఎక్కువ పేజీలు, రంగుల వల్ల ఉత్పత్తి వ్యయం పెరిగింది. ప్రకటనలు ఎక్కువగా వచ్చే మొదటి, రెండవ స్థానంలోని పత్రికలను మినహాయిస్తే మిగతావన్నీ కూడా పోటీలో నిలవలేక మూతపడటమో లేక ఏదో ఒక రాజకీయపార్టీకో, వ్యాపారసంస్థకో దాసోహమై తమ అస్థిత్వాన్ని కాపాడుకునే పరిస్థితిలోనే ఉంటున్నాయి.

ఇక పెద్ద పత్రికల జిల్లా అనుబంధాల వల్ల వచ్చిన మరొక పరిణామం స్థానిక స్థాయిలో వెలువడుతున్న చిన్న పత్రికలు సంక్షోభంలో పడటం. దీనికి ప్రధాన కారణం చిన్న పత్రికల్లో వచ్చే వార్తలను కూడా ఈ జిల్లా అనుబంధాలే ప్రచురించడం. ఇంకా చిన్న పత్రికల్లో అంతకుముందు వచ్చే ప్రకటనలను కూడా పెద్ద పత్రికలే నయానో భయానో తీసుకోవడంతో ఆర్థికంగా దివాళా తీసే పరిస్థితిని ఎదుర్కొంటున్నాయి. అయితే పెద్ద పత్రికల్లో వాడే నాణ్యత గల

న్యూస్‌ప్రింట్ వల్ల రంగుల్లో ముద్రించిన చిత్రాలు, విశ్లేషణాత్మక కథనాలు ఆకర్షణీయంగా ఉండటం వల్ల పాఠకాదరణ పొందడం సానుకూల పరిణామం. పోటీ కారణంగా తెలుగు పత్రిక ప్రమాణాలు, ఇతర భాషా పత్రికలతో పోల్చినప్పుడు ఉన్నత స్థాయిలో ఉంటున్నాయి. వార్తా సేకరణకు కూడా తెలుగు పత్రికలకున్నంత విస్తృతమైన విలేకరుల యంత్రాంగం, ప్రత్యేక వార్తా ఏజెన్సీలు మరే ప్రాంతంలోనూ, మరే భాషలోనూ కనిపించదు. వార్తా సేకరణలో, ప్రచురణలో, రవాణాలో, పంపిణీలో తెలుగు పత్రికల్లో కనిపించినంత వృత్తిగత నైపుణ్యాలు ఇతర భాషా పత్రికల్లో కనిపించవు. తాజా వార్తలతో ముద్రణా ప్రమాణాలతో తెలుగు పత్రికలు చూడముచ్చటగా ఉంటున్నాయి. వ్యాపార ధోరణుల వల్ల కొన్ని లాభాలు కూడా ఉంటాయనడానికి ఇదే నిదర్శనం. అయితే ఈ పరిస్థితుల్లో కొత్త పత్రిక స్థాపన సామాన్యులకు, చిన్న పెట్టుబడిదారులకు దాదాపు అసాధ్యంగా మారింది.

సమకాలీన పత్రికల ప్రధాన లక్ష్యం పాఠకుల సంఖ్యను పెంచుకోవడం. తద్వారా ప్రభుత్వ, ప్రభుత్వేతర సంస్థల నుంచి ప్రకటనలు పొందడం. ఇతర రంగాల మాదిరిగానే పత్రికా రంగంలో కూడా విపరీతమైన పోటీ నెలకొని ఉంది. పత్రికా నిర్వహణ కూడా పెద్ద పెట్టుబడితో కూడుకుని ఉంటుంది. చిన్న పత్రికలకు పెద్ద పత్రికలకు మధ్య పూడ్చలేనంత అగాధం నెలకొని ఉంది. ప్రభుత్వ, ప్రైవేట్ సంస్థల ప్రకటనలన్నీ పెద్ద పత్రికలకే ఇవ్వడం వల్ల చిన్న పత్రికలు తమ మనుగడ కోల్పోతున్నాయి. ప్రభుత్వ ప్రకటనల కోసం కొన్ని పెద్ద పత్రికలు కూడా ప్రభుత్వ అనుకూల వార్తలు ప్రచురిస్తున్నాయి. సాంకేతిక పరిజ్ఞానం కూడా పెద్ద పత్రికల యాజమాన్యాలు మాత్రమే ఉపయోగించే స్థాయిలో ధరలు ఉంటున్నాయి. అయితే ఈ పత్రికలన్నీ కూడా స్వాతంత్ర్యోద్యమ కాలంలో పత్రికలు నిర్వహించిన పాత్రను పోషించలేకపోతున్నాయి. ఆనాడు తీవ్ర నిర్బంధాలను ఎదుర్కొంటూ కూడా పత్రికలు ప్రజా చైతన్యానికి కృషిచేసాయి. అప్పటి సంపాదకులు, పాత్రికేయులు మహోన్నత ఆదర్శమార్గాన్ని అనుసరించారు. నిత్యజీవితంలో కూడా నిరాడంబర జీవితాన్ని గడుపుతూ ఉన్నత విలువలు పాటించారు.

అయితే గత రెండు, మూడు దశాబ్దాల్లో తెలుగు పత్రికా రంగంలో చాలా మార్పులొచ్చాయి. సాంకేతిక పరిజ్ఞానం విస్తృత స్థాయిలో అభివృద్ధిచెందింది. సమాచార సేకరణ, ముద్రణ, పత్రికా ప్రచురణ, పంపిణీ, మార్కెటింగ్‌లలో విప్లవాత్మక మార్పులొచ్చాయి. కాలం చెల్లిన అచ్చు యంత్రాల స్థానంలో ఆధునిక ఆఫ్‌సెట్ యంత్రాలు వచ్చాయి. హ్యాండ్ కంపోజింగ్ స్థానంలో కంప్యూటర్లు ప్రవేశించాయి. మోడెం, ఫాక్సిమిలీ సదుపాయాలతో సమాచారం చేరవేయడంలో వేగం పెరిగింది. ఈ సాంకేతిక పరిజ్ఞానం వల్ల పత్రికలన్నీ ప్రచురణను, వార్తాసేకరణను వికేంద్రీకరించాయి. మల్టీ ఎడిషన్ల తరం ప్రారంభమైంది. మొదట్లో తెలుగు పత్రికల్లో చాలావరకు విజయవాడ కేంద్రంగా పనిచేసేవి. ప్రచురణ కేంద్రాలు కూడా పరిమితంగా ఉండేవి. దూర ప్రాంతాలకు తాజా వార్తలను చేరవేయడం ఇబ్బందిగా ఉండేది. ఇప్పుడు ప్రధాన పత్రికలన్నీ కనీసం పదిహేను కేంద్రాల్లో ప్రచురణ ప్రారంభించాయి. ఇక విలేకరుల వ్యవస్థ కూడా మండల కేంద్రాలు ఏర్పడటంతో విస్తృతమైంది. గ్రామీణ వార్తలకోసం జిల్లా అనుబంధాలతో పాటు రెవెన్యూ డివిజన్ అనుబంధాలు, కొన్ని పత్రికలలో నియోజకవర్గ అనుబంధాలు ఆరంభమయ్యాయి. తెలుగు పత్రికలన్నీ మండల కేంద్రాలలో కూడా పార్ట్‌టైమ్ రిపోర్టర్లను, కంట్రిబ్యూటర్లను నియమించుకున్నాయి. అయితే విస్తృత స్థాయిలో విలేకరుల యంత్రాంగం పెరిగినా నాణ్యతలో మాత్రం పెద్దగా అభివృద్ధిలేదు. పత్రికా రచయిత సమాజ విశాల ప్రయోజనాల కోసం పనిచేయాలనే అవగాహన పెద్దగా విద్యావంతులు కాని ఈ విలేఖరులలో లోపించింది. శిక్షణ ఇవ్వడంలో కూడా పెద్ద పత్రికలు చొరవ చూపడంలేదు. అయితే మండల స్థాయిలో విలేకరులకు కొంత ప్రాముఖ్యత పెరిగిన మాట వాస్తవం. అధికార యంత్రాంగం, రాజకీయ నాయకులు వారికిచ్చే గౌరవ మర్యాదల వల్ల ఇతరత్రా స్వార్ధ ప్రయోజనాల వల్ల మండలస్థాయి విలేకరులకు

గ్లామర్ పెరిగిన మాట వాస్తవం. అయితే తెలుగు జర్నలిజం ఇన్నికొత్త పుంతలు తొక్కుతున్నప్పటికి మహిళలకు ప్రాధాన్యత నివ్వడం ఆశించిన స్థాయిలో లేదు. డెస్క్ జర్నలిస్టులుగా స్వల్ప స్థాయిలో పనిచేస్తున్నప్పటికి వృత్తిపరమైన ఒత్తిళ్ళు, షిప్టు విధుల వల్ల ఈ రంగంలోకి రావడానికి మహిళలు ఎక్కువగా ఆసక్తి చూపడంలేదు. కొన్ని తెలుగు పత్రికల్లో మహిళా పేజీలను కూడా మగవారే నిర్వహిస్తున్నారు. సంపాదకుడి పాత్ర కూడా పరిమితమైంది. మల్టీ ఎడిషన్ల కారణంగా, యాజమాన్యం కూడా మార్కెటింగ్ మేనేజర్ మాటకు విలువ ఇవ్వడం వల్ల సంపాదకుడి స్థాయి మసకబారింది. అయితే పత్రికలన్నీ కూడా అన్ని వర్గాల ప్రజలను ఆకట్టుకోడానికి ఉద్యోగార్థులకు, మహిళలకు ప్రత్యేక అనుబంధాలు ప్రచురిస్తున్నారు. ఇవాళ దినపత్రిక అంటే విద్యా, మహిళ, క్రీడ, సినిమా, బిజినెస్, ప్రాంతీయ పత్రికల సమాహారంగా ఉంటుంది.

పత్రికల వ్యాప్తి, ప్రమాణాల్లో నూతన దృక్పథం అలవడింది. అధికార వర్గాల సమాచారమే ప్రధాన ఆధారంగా కాకుండా ప్రజాప్రాముఖ్యం గల అంశాల్లో నిర్భయంగా వార్త ప్రచురణ జరుగుతుంది అయితే పరిశోధనాభిలాష, అవకతవకలపై నిఘా, ఆసక్తి ఇప్పటి పత్రికల్లో క్రమేపి కొంత తగ్గుతుంది. ప్రజాభిమానం కంటే ప్రకటనలు పొందడమే పత్రికా నిర్వాహకులకు ప్రధానమైంది పత్రికా కార్యాలయాల్లో సంపాదకవర్గం స్థానంలో ప్రకటనలు తెచ్చేవారికి ప్రాధాన్యత పెరిగింది. దీని కారణంగా విలేకరులు వార్తలు రాసే క్రమంలో ఒత్తిడికి లోనవుతున్నారు. కొన్ని సందర్భాల్లో 'విశ్వసనీయత' నే పణంగా పెడుతున్నారు.

సమకాలీన ప్రపంచంలో 'సమాచార విప్లవం'తో మీడియా అత్యధిక శాతం ప్రజలకు అందుబాటులోకి మారుతుంది. మీడియా అంటే పత్రికలు, రేడియో, టీ.వి., సినిమాలు, ఇంటర్నెట్‌లు. పత్రికలను ప్రింట్ మీడియా అని మిగతా వాటిని ఎలక్ట్రానిక్ మీడియా అంటున్నారు. రాజకీయ వార్తలతో పాటు స్థానిక వార్తలకు ఎనలేని ప్రాధాన్యత పెరిగింది. ఆర్థిక అంశాలకు పత్రికల్లో అగ్రస్థానమివ్వడం ప్రారంభమైంది. సాహిత్యానికి, విద్యకు, కళలకు, ఆధునిక సాంకేతిక విజ్ఞానానికి, క్రీడలకు, సినిమాలకు, ప్రత్యేక పేజీలను కేటాయించడం మొదలైంది. రక్షణ, అంతరిక్షం వంటి వాటిపై సామాన్య పాఠకుడికి కూడా ఆసక్తి కలిగేలా ఫీచర్స్ ప్రచురించడం జరుగుతుంది. నేడు భూమి చుట్టూ నూటముప్పై పైగా ఉపగ్రహాలు తిరుగుతున్నాయి. ఇందులో రక్షణకు సంబంధించినవి మినహాయిస్తే మిగతావన్నీ కమ్యూనికేషన్ల రంగానికి ఉపయోగపడేవే. ఈ ఉపగ్రహాల వల్ల వందల టి.వి. చానళ్లు పనిచేస్తున్నాయి. ఫైబర్ ఆప్టిక్స్ విజ్ఞానం టెలిఫోన్ సౌకర్యాలను విస్తృత పరిచినందువల్ల ఇంటర్‌నెట్ సౌకర్యం కూడా ప్రజలకు అందుబాటులోకి వచ్చింది. ఇప్పుడు ఇ-మెయిల్, ఇ-కామర్స్ కూడా సర్వసాధారణమైంది. ఇక కేబుల్ టి.వి. సౌకర్యంవల్ల ఇరవైనాలుగు గంటలు స్థానిక, జాతీయ, అంతర్జాతీయ వార్తలను వెంటనే తెలుసుకునే అవకాశం సామాన్య ప్రజలకు కూడా కలిగింది. ఉపగ్రహాలతో అనుసంధానించే 'అప్‌లింకింగ్' సౌకర్యం ఉంటే ఎక్కడినుంచైనా వార్తలను దృశ్యాలతో సహా పంపించొచ్చు. దాదాపు తెలుగులో ఉన్న అన్ని పత్రికలు ఇంటర్‌నెట్ ఎడిషన్లు ప్రారంభించాయి. ఇరవైనాలుగు గంటలు వార్తలు అందిస్తున్నాయి. వీటితోపాటు పోర్టల్ మ్యాగజైన్స్ కూడా విస్తృతంగా వస్తున్నాయి. వార్తా ఛానళ్లు ప్రసారం చేసే వార్తలను విశ్లేషణాత్మకంగా అందచేయాల్సిన బాధ్యత పత్రికలపై పడింది. టి.వి.లో చూపించని భిన్న కోణాల్ని లోతుగా పరామర్శించి ఇవ్వాల్సిన తరుణం వచ్చింది. ఈ దిశగా తెలుగు పత్రికల్లో ప్రయత్నాలు ప్రారంభమయ్యాయి. స్థానిక వార్తలకు ప్రాంతీయ అస్తిత్వాలకు, చరిత్రకు, భాష, యాసలకు ప్రాధాన్యతనివ్వడం సమకాలీన పత్రికల్లో మొదలైంది. ఇది మంచి పరిణామం. ఈ విధంగా తెలంగాణలో పత్రికలు ప్రజలను చైతన్యపరచడంలో తమ వంతు పాత్రను ఆనాటి నుంచి నేటి వరకు నిర్వహిస్తున్నాయి.

31

స్వతంత్ర హైదరాబాద్ రాష్ట్రం - 1948-56

నిజాం-ఉల్-ముల్క్ అసఫ్‌జా బహదూర్ ఫతేజంగ్ 1724 సంవత్సరంలో స్వతంత్ర హైదరాబాద్ రాజ్యాన్ని స్థాపించినప్పటి నుంచి 1948 వరకు జరిగిన అనేక రాజకీయ పరిణామాల్లో భాగంగా, ఈ రాజ్యం ప్రత్యక్షంగానూ, మొఘల్ చక్రవర్తుల సార్వభౌమత్వంలోను, పరోక్షంగా బ్రిటిష్ ఆధిపత్యంలోను నామమాత్రమై; నిరంకుశ, భూస్వామ్య దోపిడి విధాన పారిపాలనా చట్రంలో బిగుసుకుపోయింది. ప్రధానంగా 1857 తిరుగుబాటు తరవాత మొదటి సాలార్జంగ్ సంస్కరణలు నిజాం హైదరాబాద్ రాజ్య పరిపాలనా వ్యవస్థను కొద్దిమేరకు క్రమబద్ధీకరించినప్పటికీ, అది ప్రజల సంక్షేమం కోరే రాజ్యంగా మాత్రం గుర్తించబడలేదు. దీనికి తోడు భారతదేశంలో పెల్లుబికిన జాతీయతా భావ ప్రభావం, 1885 లో అఖిల భారత జాతీయ కాంగ్రెస్ స్థాపన, జాతీయోద్యమ వ్యాప్తి కూడా ఈ హైదరాబాద్ రాజ్యంపై ఒక స్పష్టమైన ప్రభావాన్ని చూపించాయి. అదే క్రమంలో 1883 నాటి చాందా రైల్వే స్కీం ఆందోళన, దానికి వివిధ పత్రికలు కల్పించిన ప్రచారం, హైదరాబాద్ రాజ్యంలో స్వాతంత్ర్య సమరశీల భావాలను, రాజకీయ చైతన్యాన్ని కల్పించడంతో, క్రమంగా వివిధ రకాలైన సంస్థలు, సంఘాలు ఏర్పాటయ్యాయి. అందులో ముఖ్యంగా 1901 నాటికి విజ్ఞానచంద్రికా గ్రంథ మండలి - గ్రంథాలయోద్యమం, 1921 లో ఆంధ్రజన సంఘం, 1924 లో ఆంధ్రజన కేంద్ర సంఘం, ఈ రెండు మరియు ఇతర కొన్ని సంఘాలు కలిసి 1930 లో ఆంధ్రమహాసభగా, ఆ తరవాత 1938 లో హైదరాబాద్ స్టేట్ కాంగ్రెస్, 1939 లో కామ్రేడ్స్ అసోసియేషన్, 1940 లో హైదరాబాద్ కమ్యూనిస్టు పార్టీ, 1942 లో ఆల్ హైదరాబాద్ స్టూడెంట్స్ యూనియన్ లాంటి అనేకమైన రాజకీయ, రాజకీయేతర, స్వచ్ఛంద, సాంస్కృతిక సంస్థలు కలిసి హైదరాబాద్ రాజ్యంలో అమల్లో ఉన్న నిరంకుశ సామాజిక, ఆర్థిక, రాజకీయ, సాంస్కృతిక నిర్బంధ విధానాలన్నింటినీ ముక్త కంఠంతో ఎదిరించి, పోరాడినా చివరకు 1947 ఆగస్ట్ 15 న దేశానికి స్వాతంత్ర్యం వచ్చినా గానీ, హైదరాబాద్ రాజ్యానికి మాత్రం స్వాతంత్ర్యం రాకపోగా చివరి నిజాం మీర్-ఉస్మాన్-అలీఖాన్ తన రాజ్యం భారత్‌లో కలపకుండా స్వతంత్ర రాజ్యంగానే ఉంటుందని ప్రకటించడం వల్ల, తప్పనిసరి పరిస్థితుల్లో హైదరాబాద్ రాజ్యంపై ఇండియన్ యూనియన్ ప్రభుత్వం పోలీసు చర్యను 1948 సెప్టెంబర్ 13 నుంచి సెప్టెంబర్ 18 వరకు జరిపి, హైదరాబాద్ రాజ్యాన్ని భారతదేశంలో కలుపుకోవాల్సి వచ్చింది.

యధాతథ స్థితి ఒప్పందం - ఉల్లంఘన

1947 ఆగస్ట్ 15 న, భారతదేశానికి స్వాతంత్ర్యం సిద్ధించడానికి ముందు బ్రిటిష్ వారి విభజించు-పాలించు విధానంలో భాగంగా ఆనాటి గవర్నర్ జనరల్ లార్డ్ మౌంట్‌బాటెన్ ప్రకారం, స్వదేశీ సంస్థానాలు అనేవి హిందుస్థాన్‌లోనైనా లేదా పాకిస్థాన్‌లోనైనా విలీనం కావచ్చునని లేదా స్వతంత్రంగానైనా ఉండొచ్చని ప్రకటించడం వల్ల హైదరాబాద్ నిజాం మీర్-ఉస్మాన్-అలీఖాన్ ఆగస్ట్ 13 న 1947 సంవత్సరంలో తన స్వతంత్రాన్ని ప్రకటించుకొన్నాడు. దీన్ని తీవ్రంగా పరిగణించిన సర్దార్ వల్లభాయి పటేల్ - నెహ్రూలు హైదరాబాద్ రాజ్య సరిహద్దుల్లో సైన్యాన్ని మోహరించారు. దీన్ని

గమనించిన నిజాం ప్రభుత్వం 1947 నవంబర్ 29 న భారత ప్రభుత్వంతో యధాతథస్థితి ఒప్పందం చేసుకొని హైదరాబాద్ రాజ్య విదేశీ వ్యవహారాలను 1948 నవంబర్ 29 వరకు భారత ప్రభుత్వానికి అప్పగించడం జరిగింది.

అయితే, నిజాం ఒకవైపు భారత ప్రభుత్వంతో ఒప్పందం చేసుకోవడంతో పాటు, ఇంగ్లాండ్, అమెరికా, ఇతర రాజ్యాల సహకారానికి ఉత్తరప్రత్యుత్తరాలు జరపడం మొదలుపెట్టాడు. దీనికి తోడు ఆయుధాలను సమకూర్చుకోవడానికి హైదరాబాద్ మిలిటరీ జనరలైన అహ్మద్ సయ్యద్, ఎల్.ఎద్రూస్‌ను ఇంగ్లాండుకు పంపి, సిడ్నికాటన్, హెన్రీలప్‌విజ్‌ల ద్వారా ఆయుధాల సరఫరాకు ఒప్పందం కూడా కుదుర్చుకొన్నాడు. మందుగుండు సామగ్రికి గాను మాజీ బ్రిటిష్ సైనికాధికారి టి.టి.మూర్‌తో మరొక ఒప్పందం కుదుర్చుకొన్నాడు. అంతేకాకుండా నిజాం తన రాజ్యంలో సాధారణ క్రయ విక్రయాల్లో సైతం భారత రూపాయి వినియోగంపై పరిమితులు విధించాడు. ఇంకా, ఒప్పందంలోని విదేశీ వ్యవహారాల నియమానికి విరుద్ధంగా హైదరాబాద్ నిజాం భారత సెక్యూరిటీల నుంచి 20 కోట్ల రూపాయలను పాకిస్తాన్‌కు రుణంగా ఇచ్చాడు. హైదరాబాద్ రాజ్య ప్రధానమంత్రి మీర్‌లాయక్ అలీ 24, ఆగస్ట్ 1948 నాడు ఐక్యరాజ్య సమితి భద్రతా మండలి సెక్రటరీ జనరల్‌కు భారత ప్రభుత్వంపై సర్‌వాల్టర్ మాంక్టన్ సహాయంతో అధికారికంగా ఫిర్యాదు చేశాడు.

నిజాం రాజ్యంపై భారత ప్రభుత్వ ఆంక్షలు

స్వాతంత్ర్యం మొదలుకొని భారత ప్రభుత్వం ఏదో ఒక రూపంలో నిజాం రాజ్యంపై సాధింపు చర్యలను ప్రారంభించింది. ఇందులో భాగంగా ఆర్థిక దిగ్బంధాలకు తోడు హైదరాబాద్‌కు చెందిన 'దక్కన్ ఎర్‌వేస్'ను భారత భూభాగంపై ఎగరడాన్ని నిషేధించింది. దాంతో హైదరాబాద్‌కు బయటి ప్రపంచంతో గల ప్రయాణ సౌకర్యాలు, సమాచార, ప్రచార, ప్రసార సంబంధాలు తెగిపోయాయి. అదేవిధంగా మద్రాస్, ఢిల్లీ మధ్య నడిచే గ్రాండ్ ట్రంక్ ఎక్స్‌ప్రెస్ రైలును హైదరాబాద్ రాజ్యం ద్వారా కాకుండా ఆ రాజ్య సరిహద్దుల బయటి నుంచి వెళ్లేటట్లు దారి మళ్లించడం, టెలిఫోన్ సంభాషణలు స్పష్టంగా వినబడకుండా అవరోధాలు కల్పించడం, హైదరాబాద్ రాజ్యానికి బదిలీచేయబడే భారత ప్రభుత్వ సెక్యూరిటీలపై పరిమితులు విధించడం, అలాగే హైదరాబాద్ రాజ్యం నుంచి జరిగే బంగారం, వజ్రాభరణాల, నాణేల ఎగుమతులపై నిషేధం విధించడం, ఇంపీరియల్ బ్యాంక్ ఆఫ్ ఇండియాకు, హైదరాబాద్ స్టేట్ బాంకుల మధ్య గల సంబంధాలను తక్షణమే రద్దుచేస్తూ ఆదేశాలు జారీచేసింది. చివరికి, హైదరాబాద్ రాజ్యం ముందు రెండే మార్గాలున్నాయని, అవి భారత యూనియన్‌లో విలీనం కావడమో లేదా యుద్ధాన్ని ఎదుర్కోడమో అని జవహర్‌లాల్ నెహ్రూ అఖిల భారత కాంగ్రెస్ కమిటి సమావేశంలో ప్రకటించడం లాంటి చర్యలు నిజంగా, నిజాంకు హెచ్చరిక లాగా కనిపించాయి. అయితే, బ్రిటిష్ వైశ్రాయ్ ప్రకారం, భారత స్వాతంత్ర్య చట్టం ప్రకారం భారతదేశంలోని వివిధ సంస్థానాలు, రాజ్యాలు తమ సొంత నిర్ణయం తీసుకోవడంలో పూర్తి స్వేచ్ఛను కల్గి ఉండటం వల్ల హైదరాబాద్ నిజాం రాజ్యానికి కూడా సాంకేతికంగా ఈ స్వేచ్ఛ ఉంటుంది. పై అంశాలను బట్టి పరిశీలించినట్లైతే, వాస్తవానికి భారత ప్రభుత్వమే 'యధాతథస్థితి ఒప్పందాన్ని ఉల్లంఘించింది. దీనికి తోడు, హైదరాబాద్ రాజ్యంపై పోలీసు చర్య జరపడానికి సిద్ధమౌతూనే, దేశంలో అంతర్గత అశాంతి చెలరేగకుండా ముందస్తుగానే 'అత్యవసర పరిస్థితిని' భారత ప్రభుత్వం ప్రకటించింది.

హైదరాబాద్ రాజ్యంపై పోలీసు చర్య - 1948

మొదట్లో హైదరాబాద్ రాజ్యంపై పోలీసు చర్య జరపడంపై కాంగ్రెస్ ప్రభుత్వం ఊగిసలాట విధానాన్ని కొనసాగించింది. ప్రధానంగా హైదరాబాద్ రాజ్య పరిస్థితి ఒక కొలిక్కి రావాలని కాంగ్రెస్ నాయకుల్లో ఆదుర్దాతో పాటు ప్రజలకు దూరమౌతామనే భయం, ప్రభుత్వ అండదండలు లభించడం లేదనే బాధ మొదలయింది. ప్రభుత్వం జోక్యం అవసరమని భావించిన కాంగ్రెస్, హైదరాబాద్ రాజ్య నాయకులకు 1948 ఏప్రిల్ నెల ఆఖరులో కె.ఎమ్.మున్షీ - నెహ్రూ గారిని కలిసి హామీనివ్వడంలో సహాయపడ్డాడు. అయితే, 1948 జూన్ 21 న, మౌంట్ బాటెన్ గవర్నర్ జనరల్‌గా పదవీ విరమణచేసి ఇంగ్లాండ్‌కు వెళ్లగానే, రాజగోపాలాచారి గవర్నర్ జనరల్ అయ్యాడు. దీంతో ఆంగ్లేయుల నామమాత్రపు ఆటంకం కూడా తొలిగిపోయినప్పటికీ, నెహ్రూ ఎంతో తాత్సారం చేశాడు. దానికి కారణం, అహింసామార్గాన, దేశ స్వాతంత్ర్యాన్ని పొందినవారు హైదరాబాద్ రాజ్యంపై హింసామార్గం అవలంబిస్తున్నారని, అంతర్జాతీయంగా చెడ్డ పేరు వస్తుందనే అనుమానం, దాని వల్ల హైదరాబాద్‌లోనే కాక దేశంలోని ఇతర ప్రాంతాల్లో కూడా హిందూ-ముస్లీంల మధ్య మతకలహాలు చెలరేగుతాయన్న భయం నెహ్రూను ఆలోచనలో పడేసింది. కానీ, హోం మంత్రి వల్లభాయి పటేల్ మాత్రం తాము అధికారంలో ఉన్న దేశంలో ప్రజలపై ఇంత హింసాకాండ జరుగుతుంటే ప్రేక్షకపాత్ర వహించడం తగదని ఆగ్రహించి ఒక సందర్భంలో నెహ్రూ అధ్యక్షతన జరుగుతున్న 'రక్షణ కమిటి' నుంచి వాకౌట్ చేయడంతో, తప్పనిసరి పరిస్థితిలో రాజగోపాలాచారి కలుగచేసుకొని హైదరాబాద్‌పై పోలీసు చర్య తీసుకోవడానికి నెహ్రూని ఒప్పించి, దానికి పోలీస్ యాక్షన్ అనే పేరును సూచించాడు.

1948 జూన్ చివరి వారం వరకు హైదరాబాద్ రాజ్య విలీనం గురించి భారత ప్రభుత్వానికి, నిజాంకు మధ్య జరిగిన చర్చలు విఫలమవడమే కాకుండా, కాశ్మీర్ సమస్య రగులుతుండటం, రుతుపవన వర్షపాతం అధికంగా ఉండటం వల్ల హైదరాబాద్ రాజ్యంపై సైనిక చర్యను కొంత కాలం వాయిదావేసింది. ఇదే సమయంలో హైదరాబాద్ రాజ్యానికి పెద్ద మద్దతుదారుడైన పాకిస్తాన్ మొగటి గవర్నర్ జనరల్ మహ్మద్ అలీ జిన్నా సెప్టెంబర్ 12 న మరణించడంతో, హైదరాబాద్ రాజ్యంలో సెలవు ప్రకటించి మక్కామసీదులో సామూహిక సంతాప ప్రార్థనలు ఏర్పాటు చేశారు. అయితే, దీనితో 20 కోట్ల రూపాయల రుణం తీసుకొన్న పాకిస్తాన్ నుంచి నిజాంకు ఆ గందరగోళంలో ఏ సహాయం అందదనే విషయం తేలిపోయింది. ఇదే అదనుగా భావించిన భారత ప్రభుత్వం ఐక్యరాజ్య సమితిలో 'హైగరాబాద్ అంశం' చర్చకు రానున్నదని గ్రహించి, యుద్ధప్రాతిపదికన సెప్టెంబర్ 13, 1948 సోమవారం ఉదయం హైదరాబాద్ రాజ్యంపై సైనికచర్యలో భాగంగా సైన్యాలను రాజ్య సరిహద్దుల్లో మొహరించింది. ఇక ఏమాత్రం ఆలస్యం చేయకుండా అవకాశం కోసం ఎదురుచూస్తున్న సర్దార్ వల్లభాయి పటేల్ ఆనాటి భారత సైనిక శాఖామాత్యులైన బలదేవ్‌సింగ్ ప్రమేయం లేకుండానే పోలీసు చర్యకు ఆజ్ఞాపించాడు. దాన్ని మిలిటరీ భాషలో 'ఆపరేషన్ పోలో' అని వ్యవహరిస్తారు.

ఆపరేషన్ పోలో

హైదరాబాద్ రాజ్యంలో కమ్యూనిస్టులు, రజాకర్లు కొనసాగిస్తున్న హింసా-ప్రతిహింసలకు వ్యతిరేకంగా శాంతి స్థాపన కోసం భారత ప్రభుత్వం 'ఆపరేషన్ పోలో' నిర్వహించబోతుందని పాకిస్తాన్ హైకమీషనర్‌కు, అమెరికా ప్రభుత్వానికి తెలియచేసింది. అయితే, హైదరాబాద్ రాజ్యంపై భారత ప్రభుత్వం సైనిక చర్యను చేపట్టినప్పటికీ, దానికి 'పోలీసు చర్య' అని పేరు పెట్టడం ఎందుకంటే, ఒక స్వతంత్ర రాజ్యంపై మరో స్వతంత్ర్య రాజ్యం సైనిక చర్య నిర్వహించడం ఐక్యరాజ్య సమితి ప్రాథమిక సూత్రాలకు విరుద్ధం, కాని దానికి రుజువులు లేకుండా ఉండటానికి సైన్యానికి అయ్యే ఖర్చును ఇటు

పోలీసు చర్య

హోం శాఖలో కాకుండా, అటు రక్షణ శాఖలో కాకుండా విద్యాశాఖ ఖజానాలో జమచేయడం జరిగింది. ఈ పోలీసు చర్య సంపూర్ణంగా సదరన్ కమాండ్‌కు జి.ఓ.సి., అయిన లెఫ్టినెంట్ జనరల్ మహరాజ్ సింగ్ నేతృత్వంలో జరిగింది. అందులో షోలాపూర్ నుంచి మేజర్ జనరల్ జె.ఎన్.చౌదరి, విజయవాడ నుంచి మేజర్ జనరల్ రుద్ర చేసిన దాడులు అతి ప్రధానమైనవి. 1948 సెప్టెంబర్ 13 న భారత సేనలు చౌదరి నాయకత్వన షోలాపూర్, నల్దుర్గ్, తామల్‌వాడి, తుల్జాపూర్‌లను ఆక్రమించాయి. మరోపక్క 'లహ్మీ ప్రాంతం నుంచి కొన్ని బలగాలు ఉస్మానాబాద్‌కు దూసుకొచ్చాయి. అదే క్రమంలో తుల్జాపూర్ లొంగిపోయింది. నిజాం సైనికులు తమ పోస్ట్‌లు వదిలి పారిపోయారు. ఉస్మానాబాద్ జైలు సెంట్రీపై దాడిచేయగా కావలి బలగాలు పారిపోగా, ఖైదీలు బయటపడ్డారు. అదే రోజు మేజర్ రుద్ర నాయకత్వంలో మునగాల గుండా, పురోగమించిన సేనలు బోనకల్లును స్వాధీనపర్చుకొన్నాయి. ఆ రోజే అహ్మద్‌నగర్, మధ్య భారత్, మైసూర్ ప్రాంతాల నుంచి హైదరాబాద్ రాజ్య సరిహద్దులు దాటి భారత సబ్సిడియరీ సేనలు చొచ్చుకొనివచ్చాయి. 1948 సెప్టెంబర్ 14 న దౌలతాబాద్, జాల్నా, పర్భనీ జిల్లాలోని మానిక్‌ఖేడ్, కన్నెగాంవ్‌లు కూడా లొంగిపోయాయి. సెప్టెంబర్ 15 న భారత సేనలు పురోగమిస్తున్నాయనే వార్త వినగానే 'మర్దు'లోని నిజాం సేనలు లాతూర్, ఔరంగాబాద్, షోలాపూర్‌లవైపు చెల్లాచెదురై పారిపోయాయి. కానీ, మార్గ మధ్యంలోనే యూనియన్ సేనలకు పట్టుబడి లొంగిపోయాయి. దీంతోపాటు వరంగల్ జిల్లాలో మకాం వేసిన నిజాం సేనలు కూడా మేజర్ జనరల్ రుద్ర సేనలకు లొంగిపోక తప్పలేదు. అయితే, ఒక్క సూర్యాపేటలో మాత్రం కొంతసేపు నిజాం సేన నిలువరించగలిగింది. కాని నిరాయుధులైన జనం మీద కాల్పులు జరిపిన నిజాం సైన్యాలు శక్తిమంతమైన భారత సైనికుల ముందు ఎంతసేపు నిలువలేకపోయాయి. సూర్యాపేట గ్రామంలోకి ప్రవేశిస్తున్న భారత సేనలకు ప్రజలు స్వాగతం పలికారు. 1948 సెప్టెంబర్ 16 న జహీరాబాద్, హింగోలి, రాయచూర్, పర్భనీ, కొప్పల్, మునిరాబాద్ తదితర పట్టణాలన్నీ భారత సేనల వశమయ్యాయి. రోజు రోజుకు భారత సేనలు పురోగమించడం నిజాం సేనలు తిరోగమించడం, భారత సేనలు విజయఢంకా మోగిస్తూ హైదరాబాద్ భూభాగంలోకి వాయువేగంగా ప్రవేశిస్తున్నాయన్న వార్తలతో నిజాం గుండెల్లో రైళ్ళు పరిగెత్తాయి. చివరికి నిజాంకు భారత ఏజెంట్ జనరల్ కె.ఎమ్.మున్షీని శరణువేడటం, ఒక్కటే మిగిలింది. ఇంతలో మేజర్ జనరల్ చౌదరి నాయకత్వాన భారత సేనలు పటాన్‌చెరువుకు రానే వచ్చాయి.

అయితే, భారత సైన్యానికి ఎప్పటికప్పుడు సమాచారం అందిస్తున్న నిజాం రాజ్య మిలిటరీ కమాండర్ సయ్యద్ అహ్మద్ ఇఎల్.ఎడ్రూస్ భారత సైన్యానికి వ్యతిరేకంగా యుద్ధం చేయకుండా హైదరాబాద్ నగరానికి తిరిగి రావాలని కిందిస్థాయి సైనికాధికారులకు రహస్యంగా ఆదేశాలు పంపించాడు. దీంతో చాలా కొద్ది కాలంలోనే భారత సైన్యం హైదరాబాద్ రాజ్యంలోకి చొచ్చుకొని రావడమే కాకుండా కేవలం నాలుగయిదు రోజుల వ్యవధిలోనే హైదరాబాద్ నగరంలోకి మేజర్ జనరల్ జె.ఎన్.చౌదరి నేతృత్వంలోని సేనలు ప్రవేశించాయి. ఒకవేళ ఎడ్రూస్ అలాంటి పనిచేయక పోతే భారత సైన్యం సెప్టెంబర్ 17 లోగా హైదరాబాద్ నగరంలోకి రాలేకపోయేది. దాంతో సెప్టెంబర్ 17 సాయంకాలం ఐక్యరాజ్య సమితి భద్రతా మండలిలో హైదరాబాద్ అంశం చర్చకు వచ్చి హైదరాబాద్ రాజ్యం స్వతంత్ర రాజ్యంగా లేదా జమ్మూ-కాశ్మీర్‌లాగా స్వతంత్రప్రతిపత్తి కలిగి ఉండేది. ఇదంతా నెహ్రూకు, నిజాం ప్రభుత్వానికి మధ్య జరిగిన లోపాయికారి ఒప్పందంగా భావించాల్సి ఉంటుంది.

అప్పటికే, రాజీనామా చేసిన నిజాంరాజ్య ప్రధాని మీర్‌లాయక్ అలీ సలహా ప్రకారం నిజాం కార్యాలయంలోను, ప్రధాని కార్యాలయంలోను గల రహస్య పత్రాలన్నింటిని ధ్వంసంచేయించారు. పాకిస్తాన్‌లో హైదరాబాద్ ఏజెంట్ జనరల్ ముష్తాఖ్ అహ్మద్ ఖాన్‌కు ఆయన ఆఫీసుకు చెందిన మొత్తం డబ్బును తన అకౌంటులో జమచేసుకోమని, లండన్‌లోని ఏజెంట్ జనరల్ మీర్‌నవాబ్‌జంగ్‌కు 5000 పౌండ్లు తన అకౌంటులో జమ చేసుకోమని టెలిగ్రాం ద్వారా లాయక్ అలీ వర్తమానం పంపించాడు. ఆ తరవాత వారిద్దరి అకౌంట్ల నుంచి ఆ డబ్బును తన (లాయక్ అలీ) పేర జమచేయాలని కూడా అలీ ఆదేశించాడు. ఇంకా, ఆ డబ్బు భవిష్యత్తులో స్వాతంత్ర్య పోరాటానికి అవసరమౌతుందని కూడా తెలిపాడు. అదే సమయంలో లాతూర్‌లోని స్టేట్ బాంకులో గల భారీ మొత్తాన్ని వేరేచోటికి తరలించారు. సెప్టెంబర్ 17, 1948 శుక్రవారం ప్రార్థనా సమయంలో హిందువులను ఊచకోత కోయాలని రజాకర్లను ఆదేశిస్తూ ఖాసీం రజ్వీ వారికి ఆయుధాలు పంచానని, మహ్మద్ హైదర్‌ను బయటకు రావద్దని ఫోన్‌చేసి చెప్పాడు. అంత దారుణానికి పాల్పడవద్దని దాని ఫలితంగా, భారత బలగాలు మొత్తం హైదరాబాద్‌నే సర్వనాశనం చేస్తాయని హెచ్చరించాడు హైదర్. ఈ మాటలు వినే పరిస్థితుల్లో రజ్వీ లేకపోవడాన్ని గమనించిన హైదర్, డైరెక్టర్ జనరల్ ఆఫ్ పోలీస్ నవాబ్ దీన్ యార్‌జంగ్ ద్వారా వచ్చే ప్రమాదాన్ని ఆపగలిగాడు.

నిజాం లొంగుబాటు

సెప్టెంబర్ 17, 1948 న లాయఖ్ అలీ మంత్రి వర్గం రాజీనామాచేసి, ప్రభుత్వ పగ్గాలను నిజాంకు అప్పగించింది. నిజాం అదే రోజు సాయంత్రం 7 గంటలకు దక్కన్ రేడియో నుంచి కింది ప్రకటన చేశాడు.

నిజాం రేడియో ప్రకటన

నా ప్రియమైన ప్రజలారా! భారతదేశపు గవర్నర్ జనరలైన హిజ్‌ఎక్స్‌లెన్సీ రాజగోపాలాచారి గారి పేర ఈ కింది సందేశాన్ని తెలపడానికి సంతోషిస్తున్నాను.

నా ప్రభుత్వం రాజీనామా చేసింది. ఈ చర్య ఇంతకు పూర్వమే తీసుకోనందుకు విచారపడుతున్నాను. ఇప్పుడు చాలా ఆలస్యమైంది, ఈ సున్నితమైన సమయంలో నేనేమి చేయలేకుండా ఉన్నాను. మొత్తానికి నా సైన్యాన్ని యుద్ధ విరమణ చేయాల్సిందిగా ఆదేశించానని గవర్నర్ జనరల్‌గారికి తెలియచేస్తున్నాను. ఇదిగాక, భారత సైన్యాలను బొల్లారం, సికింద్రాబాద్‌లోని సైనిక స్థావరాల్లో ఉండటానికి అనుమతిస్తున్నాను. కొత్త మంత్రి వర్గం ఏర్పడేవరకు, కొత్త ప్రధాన

మంత్రి నియమించబడేంత వరకు దైనందిన పరిపాలనా వ్యవహారాల్లో నాకు సహాయపడటానికి ఒక కమిటీని ఏర్పర్చాను. అందులోగల సభ్యులు-

1. హిజ్ హైనెస్ ప్రిన్స్ అజంజా, బెరార్ యువరాజు- సర్వసేనాని

2. మేజర్ జనరల్ సయ్యద్ అహ్మద్ ఇఎల్.ఎడ్రూస్ - కమాండర్

3. నవాబ్‌దీన్‌యార్జంగ్ - పోలీస్ కమీషనర్

4. శ్రీ జి.రామాచారి - వకీలు

5. శ్రీ అబుల్‌హసన్ సయ్యద్ అలీ - ఇత్తేహాదుల్ ముస్లిమీన్ మాజీ అధ్యక్షుడు

6. శ్రీ పన్నాలాల్ పిత్తి

ఇంకా, నేను - సర్‌మీర్జా ఇస్మాయిల్, నవాబ్ జైన్‌యార్‌జంగ్, దివాన్ అరముదు అయ్యంగారలను కూడా ఆహ్వానిస్తున్నాను. రాకపోకల వ్యవస్థ స్థిరపడగానే కొత్త పరిస్థితిని ఎలా ఎదుర్కోవాలో వారితో సంప్రదింపులు జరుపుతారు. స్టేట్ కాంగ్రెస్ అధ్యక్షులైన స్వామి రామానందతీర్థ గారిని వెంటనే విడుదల చేయాల్సిందిగా ఆజ్ఞాపించడం జరిగింది. ఈ కల్లోల పరిస్థితుల్లో స్వామిజీ హైదరాబాద్‌కు సహాయపడగలరని విశ్వసిస్తున్నాను. అంతేగాక స్టేట్ కాంగ్రెస్ కార్యనిర్వాహక సంఘానికి విరుద్ధంగా జారీచేసిన ఆజ్ఞలు, వారంటులు అన్నింటినీ రద్దు చేయాలని కూడా ఆజ్ఞాపించాను. నేను, నా మిత్రులైన కె.ఎమ్.మున్షీతో సంప్రదించగా, వారు నాకు ఎంతగానో సహాయపడ్డారు. ఇంకా, జాతి, మత వివక్ష లేకుండా శాంతితోను, ఓర్పుతోను మెలగాలనీ నేను నా ప్రియమైన ప్రజలను ప్రార్థిస్తున్నాను. హైదరాబాద్‌లో శాంతియుత పరిస్థితులేర్పడిన పిదప భారత ప్రభుత్వంతో వ్యవహారాలు కుదుర్చుకోవడంలో కష్టమేమీ ఉండదని విశ్వసిస్తున్నాను. నా ప్రజల యోగక్షేమమే నా ఏకైక లక్ష్యం. కాబట్టి, వారు భారత దేశంలోని ఇతర ప్రజలతో కలిసిమెలిసి సుఖశాంతులతో జీవితం గడపగలరు.

1948 సెప్టెంబర్ 18 న నిజాం సైన్యాధిపతి మేజర్ జనరల్ ఇఎల్.ఎడ్రూస్, మేజర్ జనరల్ చౌదరి ముందు లొంగిపోయాడు. మిలిటరీ నియమాల ప్రకారం హైదరాబాద్‌ను మొదట చేరుకొన్న జనరల్ జయంత్‌నాథ్ చౌదరి పాలనా బాధ్యతలు స్వీకరించాడు. చౌదరీ హైదరాబాద్ రాజ్యంపై మిలిటరీ గవర్నర్‌గా నియమించబడినప్పటికీ, చట్టరీత్యా రాజ్యాధినేతగా నిజాం మీర్ ఉస్మాన్ అలీఖాన్ కొనసాగాడు. 1948 సెప్టెంబర్ 22 న భారత్‌పై యూ.ఎన్.ఓ.లో చేసిన ఫిర్యాదును వెనకకు తీసుకొన్నట్లు నిజాం కేబుల్ ద్వారా భద్రతా మండలికి తెలియచేశాడు. అయితే, ఈ పోలీసు చర్య సమయంలో భారత సైన్యాధిపతి జనరల్ బుచర్. 1948 సెప్టెంబర్ 17 న, మహారాష్ట్రలో మరాఠ్వాడా సంగ్రామ్ ముక్తి దివస్ పేరుతో, కర్ణాటకలో హైదరాబాద్-కర్ణాటక విభజన దినం పేరుతో, తెలంగాణాలో విమోచన దినోత్సవం పేరుతో ఆయా ప్రభుత్వాలు అధికారికంగా వివిధ కార్యక్రమాలు నిర్వహించి జాతీయ జెండాను ఎగురవేశాయి. ఈ సందర్భంగా భారతదేశ కడుపులో ఏర్పడ్డ హైదరాబాద్ రాజ్యమనే పుండు తొలిగిపోయిందని సర్దార్ వల్లభాయి పటేల్ భావించాడు. 1948 సెప్టెంబర్ 18 న లాయఖ్ అలీని గృహనిర్బంధంలో ఉంచడం, ఖాశీం రజ్వీని తిరుమలగిరిలోని సైనిక కారాగారంలో నిర్బంధించడం జరిగింది. చివరికి, పోలీసు చర్యానంతరం హైదరాబాద్ సంస్థానానికి వచ్చిన సర్దార్ వల్లభాయ్ పటేల్‌కు బేగంపేట విమానాశ్రయం వద్ద నిజాం మీర్ ఉస్మాన్ అలీఖాన్ స్వయంగా ఘనస్వాగతం పలికాడు.

మేజర్ జనరల్ జె.యన్.చౌదరి మిలిటరీ పాలన

1948 సెప్టెంబర్ 18 న మిలిటరీ గవర్నర్‌గా పరిపాలనా బాధ్యతలు చేపట్టిన జె.యన్.(జయంత్‌నాథ్) చౌదరి ప్రత్యేకతలు- ఇతడు దేశంలోనే అతిపెద్ద మిలిటరీ స్టేషన్ అయిన సికింద్రాబాద్ బైసన్ డివిజన్‌లోని బ్రిటిష్ ఆర్మీలో పనిచేశాడు. దీని వల్ల నిజాం రాజ్య మిలిటరీ వ్యవహారాలపై, బలాబలాలపై క్షుణ్ణమైన అవగాహన ఉండటం వల్ల 1948 ఆపరేషన్ కాటర్‌పిల్లర్ లేదా ఆపరేషన్ పోలోలో ఘనమైన విజయాన్ని సాధించాడు. 1938 లో బ్రిటిష్ ఆర్మీ సికింద్రాబాద్ డివిజన్‌కు, నిజాం ఆర్మీకి మధ్య సంయుక్త సైనిక విన్యాసాలు జరగడం, హైదరాబాద్ రాజ్య భౌగోళిక పరిస్థితులపై పట్టుగలిగి ఉండటం చౌదరికి కలిసొచ్చాయి. చివరికి, ఇతడు హైదరాబాద్ రాజ్యానికి మిలిటరీ గవర్నర్‌గా నియమించబడ్డాడు. అయితే, ఆపరేషన్ పోలో సమయంలో భారత సైన్యానికి ముఖ్యంగా, చౌదరికి నిజాం రాజ్య మేజర్ జనరల్ ఇఎల్.ఎడ్రూస్ ఎంతగానో సహాయపడటం వల్ల, అతడు లొంగిపోయినా, వెంటనే అతణ్ని అరెస్ట్‌చేయక పోగా, తన కార్యనిర్వాహక మండలిలో సభ్యుడిగా చేసుకోడానికి సిద్ధపడగా, సర్దార్ పటేల్ ఆగ్రహం వ్యక్తం చేయడం వల్ల అది జరగలేదు.

మిలిటరీ గవర్నర్ కార్యనిర్వాహక మండలి (సెప్టెంబర్ 24, 1948 నుంచి డిసెంబర్ 31, 1949 వరకు)

1. మిలిటరీ గవర్నర్ - జె.యన్.చౌదరి.
2. చీఫ్ సివిల్ అడ్మినిస్ట్రేటర్ - డి.యస్.బాక్లే
3. అడిషనల్ చీఫ్ సివిల్ అడ్మినిస్ట్రేటర్ - డి.ఆర్.ప్రధాన్ (I.C.S)

ఇతర సభ్యులు

1. నవాబ్‌జైన్ యార్జంగ్ బహదూర్ - ఢిల్లీలో నిజాం మాజీ ఏజెంట్ జనరల్.
2. రాజా దొండేరాజ్ బహదూర్
3. జి.వి.హెచ్.కృష్ణారావు
4. సి.వి.యస్.రావు
5. కాజం యార్జంగ్

కానీ రాజ్యాధినేతగా పరిపాలన మొత్తం హిజ్ - ఎక్జాల్టెట్ హైనెస్ 'నిజాం మీర్ ఉస్మాన్ అలీఖాన్' పేరు మీదనే జరిగేది. అయితే, నిజాం 1950 జనవరి 26 నుంచి మాత్రమే 'రాజ్‌ప్రముఖ్'గా నియమించబడ్డాడు. ఈ సమయంలోనే జె.ఎన్.చౌదరి చేసిన సంస్కరణల్లో మొదటిది, ప్రధానమైంది 1949 ఫిబ్రవరి 6 న విడుదల చేయబడింది. ఆ ఫర్మానా ప్రకారం, నిజాం సొంత ఆస్తిగా పరిగణించే సర్ఫేఖాస్, కరెన్సీ అయిన హాలి సిక్కా రద్దుచేయబడ్డాయి. హైదరాబాద్ రాష్ట్రంలో ప్రభుత్వ కార్యాలయాలకు శుక్రవారానికి బదులుగా ఆదివారం సెలవు దినంగా మార్చబడింది. నిజాంకు చెందిన సర్ఫేఖాస్ భూములను భారత ప్రభుత్వం స్వాధీనపర్చుకొని నష్ట పరిహారంగా 3 కోట్ల రూపాయలు చెల్లించింది. అంతేగాకుండా ప్రభుత్వం హైదరాబాద్ రాజ్యంలో ఉన్న జాగీర్దారీ వ్యవస్థను రద్దు చేయడంతో పెద్ద మొత్తంలో భూములు ప్రభుత్వాధీనంలోకి వచ్చాయి. అందువల్లనే భారతదేశంలో ఎక్కువ ప్రభుత్వ భూములున్న నగరంగా హైదరాబాద్

పేరొందింది. ఇంకా, ఫసలీ తారీఖుల మార్పులో భాగంగా 1946 అక్టోబర్‌లో 1356 ఫసలీ సంవత్సరం ప్రారంభమయింది. ఆనాటి ఫసలీ నెలలు, రోజులు అజూర్ (31), దై(30), బహమన్ (31), ఇస్ఫందార్ (31), ఫర్వర్దీ (28), అర్దిబహష్త్ (31), ఖుర్దాద్(30), తీర్ (31), అమర్దార్ (30), షహరేవర్ (31), మెహర్ (31), ఆబాన్(30) లాంటి ఫసలీ నెలలు రద్దయి వాటి స్థానంలో ఇంగ్లిషు నెలలు వాడుకలోకి తేబడ్డాయి.

విద్యారంగంలోను, పురాతత్త్వ శాస్త్ర రంగంలోను జె.యన్.చౌదరి కొన్ని మంచి పనులు చేశాడు. హైదరాబాద్ పురాతత్త్వ శాఖకు ఎక్కువ నిధులు మంజూరు చేసి ఎల్లోరా, అజంతా శిల్పాల పరిరక్షణకు, బీదర్ కోట మరమ్మత్తు చేయడానికి తోడ్పడ్డాడు. ఇంకా కొన్ని ప్రాచీన స్థలాల పునరుద్ధరణకు ఉదారంగా నిధులను సమకూర్చి పురాతత్త్వ శాఖను అభివృద్ధిపర్చాడు.

అదే విధంగా, ప్రజల వద్దకు పాలన అనే కార్యక్రమంలో భాగంగా చౌదరి వివిధ గ్రామాలకు వెళ్ళి ప్రజల సమస్యలను పరిష్కరించేవాడు. హైదరాబాద్ రాష్ట్రం నుంచి భారత రాజ్యాంగ పరిషత్‌కు ప్రజా ప్రతినిధులను పంపించాడు. అప్పటి వరకు ఉర్దూ భాషలో జరుగుతున్న పరిపాలన భారత ప్రాంతీయ భాషలతో పాటు, ఇంగ్లిషులో మొదలయింది.

ఆ కాలంలో పౌర పరిపాలనా శాఖ 'సివిల్ అడ్మినిస్ట్రేట్' అని మిలటరీ గవర్నర్ కింద నెలకొల్పబడింది. ఆ శాఖను చూసే అత్యున్నతాధికారిని చీఫ్ సివిల్ అడ్మినిస్ట్రేటర్ అని, తాలుక్దార్ (కలెక్టర్) ను సివిల్ అడ్మినిస్ట్రేటర్ అనీ, దువ్వం తాలూక్దార్ (డిప్యూటి కలెక్టర్) ను డిప్యూటి సివిల్ అడ్మినిస్ట్రేటర్ అని, తహసిల్దార్‌ను అసిస్టెంట్ సివిల్ అడ్మినిస్ట్రేటర్ అని పిలిచేవారు. చీఫ్ సివిల్ అడ్మినిస్ట్రేటర్‌కు దాదాపు ముఖ్యమంత్రి హోదా ఉండేది. అయితే, జె.న్.చౌదరి తన 14 నెలల మిలిటరీ పాలనలో పరిస్థితులన్నీ కుదుట పడటానికి గాను కమ్యూనిస్టులను అణచివేసే వ్యూహం కింద రాష్ట్రాన్ని గడగడలాడించాడు.

కమ్యూనిస్టులు, ముస్లింలపై దాడులు

1947 సెప్టెంబర్ 11 న కమ్యూనిస్టులు, పరోక్షంగా కాంగ్రెస్ పరిపాలనకు వ్యతిరేకంగానూ ప్రత్యక్షంగా నిరంకుశ నిజాం ప్రభుత్వ పాలనకు వ్యతిరేకంగా రెండవ దశ పోరాటంగా తెలంగాణా రైతాంగ సాయుధ పోరాటానికి అధికారికంగా పిలుపునివ్వడం జరిగింది. అయితే, ఈ దశలో కమ్యూనిస్టులు తమ సాయుధ పోరాటాన్ని రజాకర్లకు, నిజాంకు వ్యతిరేకంగా కొనసాగించినప్పటికీ, నిజాంకు - భారత ప్రభుత్వానికి మధ్య జరిగిన హైదరాబాద్ రాజ్య విలీనం అనే అంశంపై జరిగిన చర్చలు విఫలంకావడంతో కమ్యూనిస్టుల బలం పెరగడం, రజాకర్ల దురంతాలు విపరీత స్థాయిలో మితిమీరిపోవడం, గ్రామాలను వదిలి పట్టణాలకు పరారైన భూస్వాములు, దేశ్‌ముఖ్‌లు నెమ్మదిగా కాంగ్రెస్, మిలిటరీ పాలకుల సహాయ సహకారాలతో గ్రామాలకు చేరడం లాంటి మొదలైన కారణాల వల్ల హైదరాబాద్ రాజ్యంలో ప్రధానంగా తెలంగాణాలో పరిస్థితులు చేజారే స్థాయికి ఎదిగాయి. ఈ తరుణంలోనే 1948 సెప్టెంబర్ 13 నుంచి 18 వరకు హైదరాబాద్ రాజ్యంపై ఆపరేషన్ పోలో పేరిట పోలీసు చర్యను చేపట్టడం వల్ల నిజాం లొంగిపోయాడు. తదనంతరం ఏర్పడ్డ జె.యన్.చౌదరి మిలిటరీ ప్రభుత్వం ఇంకా చాలదన్నట్లుగా 1948 సెప్టెంబర్ నుంచి 1949 డిసెంబర్ వరకు దాడులను కొనసాగించి ముఖ్యంగా కమ్యూనిస్టులనే వారు ఉండకూడదన్న ఏకైక లక్ష్యంతో ఊచకోతను కొనసాగించింది. ఇది అలాగే 1951 అక్టోబర్ 21 వరకు అంటే, సాయుధ పోరాటం విరమించే వరకు వెల్లోడి ప్రభుత్వంలో కూడా కొనసాగింది. దీని ఫలితంగా దాదాపు 4000 మంది కమ్యూనిస్టులు చంపబడ్డారు. లక్షలమంది

అరెస్టులు కావడం, వేలమంది జైళ్ళలో మగ్గడం జరిగింది. ముఖ్యంగా రైతులపై కమ్యూనిస్టుల ప్రభావాన్ని తగ్గించడానికి గాను 1949 ఆగస్టులో జాగిర్దారీ విధానం రద్దు చట్టం ద్వారా జాగిర్దారీ వ్యవస్థను రద్దు చేయడం జరిగింది. అదే విధంగా భూసంస్కరణల కోసం వ్యవసాయ కూలీల ఎంక్వైరీ కమిటీని కూడా నియమించారు.

ఇదే సమయంలో పోలీసు చర్య వల్ల నిజాంతో పాటు రజాకర్లు, వారి నాయకుడు ఖాసీం రజ్వీలు లొంగిపోయారు. కాని, రజాకర్లు లొంగిపోయే ముందు వారి ఆయుధాలను కమ్యూనిస్టులకు అప్పగించారనే తప్పుడు భావంతో మిలిటరీ గవర్నర్ కేంద్ర ప్రభుత్వ పరోక్షమైన అండదండలతో కమ్యూనిస్టులతో పాటు, ముస్లిం ప్రజలపై దాడులను ముమ్మరం చేయడమే కాకుండా మారణహోమాన్ని సృష్టించాడు. చివరికి ప్రజా తీర్పు మేరకు భారత ప్రభుత్వం ముస్లింలపై జరిగిన దాడులను విచారించడానికి గానూ 1949 అక్టోబర్ నెలలో పండిట్ సుందర్‌లాల్ కమిటిని నియమించింది. ఈ కమిటి సభ్యులు-

కమిటీ ఛైర్మన్ - పండిట్ సుందర్‌లాల్

సభ్యులు - 1. ఖాజీ అబ్దుల్ గఫార్, 2. మౌలానా అబ్దుల్ మిస్త్రి

కార్యదర్శులు - 1. ఫరూఖ్ సియార్, 2. పి.వి.అంబుల్కర్

ఈ కమిటీ 1949 నవంబర్ 29 న హైదరాబాదుతో పాటు 9 జిల్లాలను, 7 జిల్లా కేంద్రాలను, 21 పట్టణాలను, 23 గ్రామాలను సందర్శించి హిందువులను, ముస్లింలను, కాంగ్రెస్ నాయకులను, విద్యార్థులను కలుసుకొని విచారణ జరిపి చివరికి డిసెంబర్ 21, 1949 న ఢిల్లీలో కేంద్ర ప్రభుత్వానికి నివేదికను సమర్పించింది.

నివేదికలోని ముఖ్యాంశాలు

* ఆపరేషన్ పోలో పేరుతో హైదరాబాద్‌పై జరిగిన పోలీసు చర్య సమయంలోను తదనంతరం దాదాపుగా 27,000 నుంచి 40,000 మంది ప్రజలు మరణించారని పేర్కొంది.
* వీరిలో 18,000 మంది వరకు రజాకర్లు బలంగా ఉన్న ఉస్మానాబాద్, గుల్బర్గా, బీదర్, నాందేడ్‌లలో మరణించారు.
* రజాకర్ల నాయకుడైన ఖాసీం రజ్వీ, స్వస్థలం, లాతూర్‌లో దాదాపు 20 రోజుల పాటు దాడులు కొనసాగించి చాలామందిని హతమార్చడం జరిగింది. ఈ దాడుల్లో భాగంగా దోపిడీలు, మానభంగాలు విపరీతంగా జరిగాయి.
* ఈ దాడులు హైదరాబాద్ రాజ్యంలో లేనటువంటి సరిహద్దు ప్రాంతాలైన షోలాపూర్, నాగపూర్ వంటి ప్రదేశాలకు కూడా విస్తరించాయి.
* ఈ సమయంలోనే దాదాపుగా కొన్ని కోట్ల రూపాయల ఆస్తి నష్టం, దోపిడీలు జరిగాయి. ఇంకా ఈ దాడుల నుంచి కొన్ని ముస్లిం కుటుంబాలను పొరుగున ఉన్న హిందూ కుటుంబాలు కాపాడాయని నివేదికలో వెల్లడించడం జరిగింది.

అయితే, ఈ నివేదికను పరిశీలించిన కేంద్ర ప్రభుత్వం వెంటనే డిసెంబర్, 31, 1949 న జె.యన్.చౌదరిని తొలగించి, అతని స్థానంలో కేరళకు చెందిన I.C.S., ఆఫీసర్ ఎం.కె.వెల్లోడి నేతృత్వంలో పౌరపాలనను ఏర్పాటు చేసింది. కాని, ఆ నివేదికలోని పూర్తి అంశాలను ప్రభుత్వం ఇప్పటి వరకు కూడా బహిర్గతం చేయకపోవడమనేది దాడుల తీవ్రత ఎంత స్థాయిలో ఉందనేది అర్థమవుతుంది. ప్రస్తుతం ఈ నివేదికను ఢిల్లీలోని నెహ్రూ మెమోరియల్ మ్యూజియంలోని లైబ్రరీలో భద్రపర్చారు. భారత ప్రభుత్వం సూచనతో నిజాం మీర్ ఉస్మాన్ అలీఖాన్ వెల్లోడిని హైదరాబాద్

ముఖ్యమంత్రిగా నియమించాడు.

వెల్లోడి మంత్రిమండలి - పౌర పాలన (1 జనవరి 1950 నుంచి 31 జనవరి 1952 వరకు)

1. ఎం.కె.వెల్లోడి - ముఖ్యమంత్రి (సివిల్ అడ్మినిస్ట్రేటర్)
2. ఎం.శేషాద్రి - సభ్యులు
3. సి.వి.యస్.రావు - సభ్యులు
4. నవాబ్‌జైన్ యార్జంగ్ - సభ్యులు
5. బూర్గుల రామకృష్ణారావు - సభ్యులు
6. ఫూల్‌చంద్ ప్రేమ్‌చంద్ గాంధీ - సభ్యులు
7. వినాయకరావు కొర్రాట్కర్ - సభ్యులు
8. వి.బి.రాజు - సభ్యులు

పై సభ్యులతో పాటు రామానందతీర్థ, మర్రిచెన్నారెడ్డి, కొండా వెంకటరంగారెడ్డి పార్లమెంట్‌కు నామినేట్ చేయబడ్డారు. అయితే, 1950 జనవరి 26 నుంచి నిజాం మీర్ ఉస్మాన్ అలీఖాన్ మాత్రం హైదరాబాద్ రాష్ట్ర 'రాజ్‌ప్రముఖ్' గా సర్వాధికారాలను చెలాయించాడు. అంతేకాకుండా, భారత ప్రభుత్వం ఆర్డినెన్స్ ప్రకారం నిజాంకు 50 లక్షల రాజ భరణం జీవితాంతం ప్రకటించింది. దానిపై ఎలాంటి ఆదాయపు పన్ను ఉండదు. అతని ఆస్తిపాస్తులన్నీ అతనికే దక్కుతాయని స్పష్టం చేసింది. ఇంతే కాకుండా 1949 ఫిబ్రవరిలో నిజాం నవాబు - భారత ప్రభుత్వం మధ్య జరిగిన ఒప్పందం ప్రకారం నిజాం ప్యాలెస్‌లు, భవనాల నిర్వహణకు 25 లక్షలు, కుటుంబ సభ్యుల పోషణకు 25 లక్షలు, సిబ్బంది ఇతరత్రా ఖర్చుల కోసం 25 లక్షలు, సర్ఫేఖాస్ భూములను స్వాధీన పర్చుకొన్నందుకు గాను వాటి ఆదాయం కింద 25 లక్షలు, మొత్తం 1 కోటి 50 లక్షలు ఇవ్వడానికి భారత ప్రభుత్వం అంగీకరించింది.

వెల్లోడి పాలనలోని ముఖ్యాంశాలు

* సుందర్‌లాల్ నివేదిక ప్రకారం జనరల్ చౌదరి స్థానంలో ముఖ్యమంత్రిగా నియమించబడ్డ యం.కె.వెల్లోడి పౌరపాలనను కొనసాగించాడు.
* యు.యన్.ఓ. (1949) లో భారత ప్రతినిధి అయిన రామస్వామి మొదలియార్ హైదరాబాద్ రాష్ట్రంలో పౌర ప్రభుత్వం ఏర్పడి నిజాం కాన్స్టిట్యూషనల్ నీడ్‌గా ఉన్నాడని ప్రకటించాడు.
* అదే సమయంలో బూర్గుల నరసింగరావు హైదరాబాద్ రాజ్యం అనేది లేదు, అక్కడ పౌర ప్రభుత్వం ఏర్పడింది. కాబట్టి హైదరాబాద్ స్వాతంత్ర్యం అనే విషయాన్ని వదిలిపెట్టాలని యు.యన్.ఓ.కు సూచించాడు.
* అప్పటి వరకు హైదరాబాద్ రాజ్య భాషగా ఉన్న ఉర్దూ స్థానంలో తెలుగు, ఇంగ్లీష్ భాషలను ప్రవేశపెట్టడం వల్ల స్థానిక హైదరాబాద్ రాష్ట్ర ప్రజలకు ఉద్యోగాలు దక్కగపోగా మద్రాసు ప్రావిన్స్‌లోని ఆంధ్రులకు మంచి అవకాశం కల్పించబడింది.
* ఉర్దూ భాషలో ఉన్న భూ రికార్డులను ఇంగ్లీష్ భాషలోకి అనువదించడం వల్ల భూ హక్కుల్లో చాలా మోసం జరిగిపోయింది. అంతే కాకుండా పూర్తిగా రికార్డులను నాశనం చేసి చాలా వరకు హైదరాబాద్ రాష్ట్రంలోని భూములను కొల్లగొట్టడం జరిగింది.

* రాష్ట్ర విద్యా వ్యవస్థలో తెలుగు భాషను ప్రవేశపెట్టి, తెలుగు సంపూర్ణంగా వచ్చిన ఆంధ్రులకు ఉపాధ్యాయ ఉద్యోగాలను కట్టబెట్టడం జరిగింది.

* ముఖ్యంగా యం.కె.వెల్లోడి ప్రభుత్వం హైదరాబాద్ రాష్ట్రంలోని దాదాపుగా అన్ని జిల్లాల కలెక్టర్లను తొలగించి వారి స్థానంలో ఆంధ్రా అధికారులను చీఫ్ అడ్మినిస్ట్రేటర్ల పేరుతో నియమించింది. ఈ క్రమంలోనే క్రిష్ణా జిల్లాలో తహశిల్దారుగా ఉన్న రాంచంద్రరావును తీసుకొచ్చి హైదరాబాద్ జిల్లా చీఫ్ అడ్మినిస్ట్రేటర్‌గా నియమించింది. ఈ విధమైన నియామకాలు పొందిన ఆంధ్ర అధికారులు తమ బంధువులను, తమ ప్రాంతీయులను పెద్ద మొత్తంలో ఉద్యోగాల్లో నియమించుకున్నారు. వీరంతా లంచగొండితనం, ఆశ్రితపక్షపాతాన్ని పెంచి పోషించడాన్ని పార్లమెంట్‌లో ప్రస్తావించిన పద్మజా నాయుడు, సర్దార్ పటేల్ ఆగ్రహానికి గురయ్యారు. ఇది ఆనాటి కాంగ్రెస్ అధిష్టానవర్గ పరిపాలనా విధానం. పై విధంగా ఉద్యోగాలు పొందిన ఆంధ్రులు, తమ ఆధిపత్యధోరణితో తెలంగాణ ప్రజలను చాలా చులకన భావంతో చూడటం, తమను తాము సంఘ సంస్కర్తలుగా భావించుకోవడం వంటి ప్రధానమైన కారణాలు ఆ తరవాత కాలంలో ముల్కీ ఉద్యమం రావడానికి దారితీసాయి. ఈ సమయంలోనే అంటే, ఫిబ్రవరి 1952 వ సంవత్సరంలో సాధారణ ఎన్నికలు జరిగి బూర్గుల రామకృష్ణారావు నేతృత్వంలో ప్రజా ప్రభుత్వం ఏర్పడింది.

మొదటి సార్వత్రిక ఎన్నికలు - 1952

హైదరాబాద్ రాష్ట్రంలో మొదిటి సార్వత్రిక ఎన్నికలు 1952 ఫిబ్రవరిలో ముగిసిన తరవాత శాసన సభకు 175 మంది అభ్యర్థులు, పార్లమెంట్‌కు 25 మంది అభ్యర్థులు ఎన్నుకోబడ్డారు. అప్పటికే రాష్ట్ర రాజకీయాల్లో గోసాయి-దేశాయి వర్గాలుగా రామానందతీర్థ-బూర్గుల రామకృష్ణా రావుల కాంగ్రెస్ పార్టీ వర్గాలుండేవి. అయితే, మహారాష్ట్ర-కర్ణాటక ప్రాంతంలో ఎక్కువ సీట్లను సాధించిన కాంగ్రెస్, తెలంగాణాలో మాత్రం వెనుకబడిపోయింది. ప్రధానంగా తెలంగాణాలో కమ్యూనిస్టులు సాగించిన రైతాంగ సాయుధ పోరాటం వల్ల వారు అధిక సీట్లను భారీ మెజారిటీతో సాధించగలిగారు. అప్పటికీ కమ్యూనిస్టు పార్టీపై నిషేధం ఉండటం వల్ల వారు పీపుల్స్ డెమోక్రటిక్ ఫ్రంట్ పేరు మీద పోటీచేసి ఘనమైన విజయాల్ని సాధించారు.

ఎన్నికల ఫలితాలు:

మొత్తం స్థానాలు - 175 (హైదరాబాద్ రాష్ట్ర స్థాయిలో)

కాంగ్రెస్ పార్టీ	- 93
పీపుల్స్ డెమోక్రటిక్ ఫ్రంట్	- 42
సోషలిస్టు పార్టీ	- 12
ఇండిపెండెంట్లు-ఇతరులు	- 29
మొత్తం సీట్లు	- 175

తెలంగాణా ఫలితాలు:

కాంగ్రెస్ పార్టీ	- 46
పీపుల్స్ డెమోక్రటిక్ ఫ్రంట్	- 35
సోషలిస్టు పార్టీ	- 12
షెడ్యూల్డ్ కాస్ట్స్ ఫెడరేషన్	- 5
ఇండిపెండెంట్లు	- 3
మొత్తం సీట్లు	- 101

ఎన్నికలు జరిగే తుది క్షణం వరకు 'విజయం మాదే'నని ప్రచారం చేసుకొన్న కాంగ్రెస్‌కు చివరి పరిస్థితి ఎదురు తిరిగింది. కమ్యూనిస్టులు తుపాకులతో ప్రజలను భయపెట్టి ఓట్లు వేయించుకొన్నారనే కాంగ్రెస్ వారి విమర్శ వాస్తవానికి చాలా దూరం. నిష్కల్మష ప్రజా నాయకులైన జమలాపురం కేశవరావు, మాడపాటి హన్మంతరావు, కాళోజీ నారాయణ రావు లాంటి వారి ఓటమి కమ్యూనిస్టుల వల్ల జరిగింది కాదు. కమ్యూనిస్టులు బెదిరించి ఓట్లు వేయించుకొన్నరనుకొంటే, కాంగ్రెస్‌కు వ్యతిరేకంగా నిలబడ్డ ఇండిపెండెంట్ అభ్యర్థులకు వేలకొద్ది ఓట్లు పడ్డాయి. ఓడిపోయిన కాంగ్రెస్ నాయకులంతా దాదాపు కొన్ని వేల ఓట్లు సాధించుకొని, మెజార్టీలేక ఓడిపోయారు. అలాంటప్పుడు కమ్యూనిస్టులపై ఇలాంటి ప్రచారం అర్థరహితం, అక్రమం, నమ్మడానికి పనికిరాని వాదన. ప్రభుత్వ నిషేధంతో ప్రజల్లో కొంత ఆందోళనకు గురైన కమ్యూనిస్టులు 'పీపుల్స్ డెమోక్రటిక్ ఫ్రంట్' పేర తెలంగాణాలో సాధించిన విజయాలు అందరికి విస్మయాన్ని కలిగించాయి. అయితే హైదరాబాద్ రాష్ట్రంలోని మరాఠ్వాడా, కర్ణాటక ప్రాంతాల మూలంగా కాంగ్రెస్ పార్టీ అధికారంలోకి వచ్చి, బూర్గుల రామకృష్ణారావు ముఖ్యమంత్రిగా ప్రభుత్వం ఏర్పడింది.

బూర్గుల రామకృష్ణారావు మంత్రి వర్గం (06.03.1950 నుంచి 31.10.1956 వరకు)

గవర్నర్ - సి.యం.త్రివేది

స్పీకర్ - శ్రీకాశీనాధరావు వైద్య

డిప్యూటి స్పీకర్ - శ్రీపంపన్‌గౌడ్

ప్రోటెం స్పీకర్ - శ్రీ యం.నరసింగరావు

ప్రతిపక్ష నాయకుడు - వి.డి.దేశ్‌పాండె (పి.డి.ఎఫ్)

మంత్రి వర్గం

1. బూర్గుల రామకృష్ణారావు - ముఖ్యమంత్రి
2. దిగంబరరావు బిందు - హోం, న్యాయ, రిహాబిలిటేషన్
3. కె.వి.రంగారెడ్డి - ఎక్సైజ్, ఫారెస్ట్, రెవెన్యూ
4. వినాయకరావు విద్యాలంకార్ - ఫైనాన్స్, స్టాటిస్టిక్స్, కస్టమ్స్, కామర్స్, ఇండస్ట్రీస్

5. జి.యస్.మేల్కొటే – పబ్లిక్ వర్క్స్, లేబర్

6. నవాబ్ మెహదీనవాజ్ జంగ్ – పబ్లిక్ హెల్త్, మెడికల్, రూరల్ రీకన్‌స్ట్రక్షన్

7. యం.చెన్నారెడ్డి – అగ్రికల్చర్, సివిల్ సప్లైస్, ప్లానింగ్, డెవలప్‌మెంట్

8. గోపాల్‌రావు ఎక్బొటే – ఎడ్యుకేషన్, లోకల్ గవర్నమెంట్

9. దేవీసింగ్ చౌహాన్ – సమాచారశాఖ

సహాయ మంత్రులు

10. శంకర్‌దేవ్ – సోషల్ సర్వీసు

11. శ్రీనివాసరావు అఖిలేకర్ – హోమ్

12. పి.హనుమంతరావు – రెవెన్యూ, ఎక్సైజ్

13. విరూపాక్షప్ప – కామర్స్, ఇండస్ట్రీస్, కస్టమ్స్

14. ఎం.ఎస్.రాజలింగం – పబ్లిక్ వర్క్స్, లేబర్

15. భగవంతరావు గాథే – రూరల్ రీకన్‌స్ట్రక్షన్

16. అరిగె రామస్వామి – సివిల్ సప్లైస్

17. సంగం లక్ష్మీబాయి – ఎడ్యుకేషన్

18. వి.బి.రాజు – లేబర్, రెవెన్యూ, ప్రణాళిక శాఖ

19. పూల్‌చంద్ గాంధీ – విద్యా, ఆరోగ్యశాఖ

20. అన్నారావు గణముఖి – స్థానిక స్వపరిపాలన

21. జగన్నాధరావు చంద్రకీ – న్యాయశాఖ

వీరితో పాటు బూర్గుల రామకృష్ణారావు మంత్రి వర్గంలో ఇతర మంత్రులు, H.E.H. మీర్ ఉస్మాన్ అలీఖాన్ 'రాజ్ ప్రముఖ్' సార్వభౌమత్వంలో, I.C.S. అధికారి యం.కె.వెల్లోడి ముఖ్య సలహాదారుని పాలనలో పనిచేశారు. అయితే, ఇక్కడ అర్థంకాని విషయమేమంటే, ఏదైనా రాష్ట్రంలో రాష్ట్రపతి పాలన విధించినప్పుడు మాత్రమే గవర్నర్‌కు సలహాదారునిగా I.C.S. అధికారిని నియమిస్తారు కానీ, సాధారణ పరిపాలనా సమయంలో కూడా బూర్గుల రామకృష్ణారావు ప్రభుత్వానికి ఒక I.C.S. ఆఫీసర్‌ను ఏవిధంగా సలహాదారునిగా నియమించారో అర్థంకాని విషయం. కానీ, అంతర్గతంగా ఈ నామమాత్రపు బూర్గుల ప్రభుత్వంపై కేంద్ర ప్రభుత్వపు ఆధిపత్య పాలన కొనసాగిందని మాత్రం చెప్పొచ్చు.

బూర్గుల రామకృష్ణారావు పరిపాలనా సంస్కరణలు

హైదరాబాద్ రాష్ట్ర ముఖ్యమంత్రిగా బూర్గుల రామకృష్ణారావు తన పరిపాలనలో భూ సంస్కరణలకు ప్రధాన స్థానాన్ని కల్పించాడు.

అప్పటికే రాష్ట్రంలో రక్షిత కౌలుదార్ల చట్టం జనవరి 1950 నుంచి అమల్లో ఉంది. ఈ చట్టంలో కౌలుదార్లకు రక్షణ ఉన్నప్పటికీ, భూస్వామ్యం పెద్దగా ఉన్న వారి నుంచి భూములు స్వాధీనపర్చుకొని శ్రామికులకు ఇప్పించే ఏర్పాటు యోచన లేదు. ఆ ఏర్పాటు ఈ సవరణ ద్వారా చేయబడింది. దీని వల్ల భూములను ఆక్రమించి సేద్యం చేయకుండా ఉన్న మధ్యవర్తుల నుంచి స్వాధీన పర్చుకొని సేద్యానికి వీలుగా చేయడం జరిగింది. ఇంకా, కౌలుదార్ల నుంచి భూస్వాములు హెచ్చు పన్నులు తీసుకోకుండా ఈ చట్టం నిరోధించగలిగింది. చివరికి ఆనాటి ప్రభుత్వం పెద్ద భూస్వాములు సేద్యం చేయకుండా ఉన్న భూములను ఆక్రమించి శ్రామికులకు పంచగలమని తీవ్రంగా హెచ్చరించింది. కానీ, అది బూర్గుల రామకృష్ణారావు రాజనీతిజ్ఞతతోనే తన పరిపాలనలో సాధ్యపడింది. మన దేశంలో భూకమతాలపై గరిష్ఠ పరిమితిని విధించిన ప్రథమ శాసకుడిగా బూర్గుల రామకృష్ణారావు పేరు పొందాడు.

1954 ఫిబ్రవరిలో హైదరాబాద్ కౌల్దారీ వ్యవసాయ భూముల చట్టానికి సవరణలు ప్రవేశపెట్టి, ఇక నుంచి భూస్వాములు తమ భూములను సాగుచేసే కౌలుదార్లను ఏ పరిస్థితుల్లోనైనా బేదఖల్ - తొలగింపులు చేయకుండా 1952 లో చట్టంగా ఒక ఆర్డినెన్స్ జారీచేయడం జరిగింది.

ఆనాడు నిజాం రాజ్యానికి సిక్కాలనే ప్రత్యేక కరెన్సీతో పాటు ప్రత్యేకమైన నాణేలు కూడా ఉండేవి. వాటిని 'హాలి' రూపాయనేవారు. బ్రిటిష్ ఇండియా రూపాయలను 'కల్దార్' రూపాయలనేవారు. చివరకు, నిజాం కరెన్సీ - నాణేలు రద్దుచేయబడి, దాని స్థానంలో భారత ప్రామాణిక కరెన్సీ అమల్లోకి తేబడింది.

విద్యా సంస్కరణల్లో భాగంగా ప్రతి 500 జనాభా గల గ్రామానికి విద్యా సంస్థ - పాఠశాల ఏర్పాటు చేయబడింది. మొదటి తరగతి నుంచి మాతృభాషలో బోధన ప్రవేశపెట్టబడింది. దీనికి తోడుగా 5వ తరగతి నుంచి ఇంగ్లిష్ భాష ప్రవేశపెట్టబడింది. మాతృభాషలో విద్యాబోధనను ప్రవేశపెట్టిన మొట్టమొదటి రాష్ట్రం హైదరాబాద్ కాగా, మొదటి ముఖ్యమంత్రిగా బూర్గుల రామకృష్ణారావు చరిత్రలో శాశ్వతంగా నిలవడం జరిగింది. ఇంకా, 1953 అక్టోబర్, 1 న వరంగల్ జిల్లా నుంచి కొన్ని భాగాలను వేరుచేసి ఖమ్మం జిల్లాను ఏర్పాటుచేశారు. 1955 జూలై 1 వ తేదీన అవినీతి నిరోధక శాఖను ఏర్పాటుచేయడంతో రాష్ట్రాభివృద్ధి ముందుకు సాగింది. 1955 డిసెంబర్ 10 న ముఖ్యమంత్రి బూర్గుల రామకృష్ణారావు స్వయంగా, నాగార్జునసాగర్ బహుళార్థసాధక ప్రాజెక్ట్‌కు శంకుస్థాపన చేసి, వ్యవసాయాన్ని అభివృద్ధి పర్చాడు.

ఇదే సమయంలో అంటే, 1951 లో హైదరాబాద్ రాష్ట్రంలో భూదానోద్యమం చాలా ప్రభావాన్ని చూపించగా, పర్యవసానంగా తదనంతర ప్రభుత్వాలైన వెల్లోడి, బూర్గుల వారు భూ సంస్కరణలు చేపట్టారు. కానీ, 1952 లో ప్రారంభమైన ఆంధ్రా గో బ్యాక్ - ఇడ్లీ సాంబార్ గో బ్యాక్ అనే నినాదాలతో ప్రారంభమైన 'ముల్కీ ఉద్యమం' అతి దారుణంగా బూర్గుల రామకృష్ణారావు ప్రభుత్వంచేత అణచివేయబడింది.

భూదానోద్యమం - 1951

స్వాతంత్ర్యానంతరం భారతదేశంలో అతిక్లిష్టమైన భూ సమస్యను పరిష్కరించడానికి గాంధేయవాది ఆచార్య వినోబాభావే ఈ భూదానోద్యమాన్ని 1951 ఏప్రిల్ 18 న హైదరాబాద్ రాష్ట్రంలో తెలంగాణ ప్రాంతపు నల్గొండ జిల్లాలోని పోచంపల్లిలో వెదిరె రామచంద్రారెడ్డి దానం చేసిన 100 ఎకరాల భూమితో ప్రారంభించాడు.

హింస, శాసనం, దానం - అనే ఈ మూడు పద్ధతుల ద్వారా ఏ సమస్యనైనా పరిష్కరించొచ్చు, ఈ క్రమంలోనే ప్రభుత్వం రెండో పద్ధతిని అనుసరించి కొద్ది మేరకు, భూ సంస్కరణల ద్వారా భూ సమస్యను పరిష్కరించింది. కానీ, ఈ సంస్కరణల వల్ల సమస్య పూర్తిగా పరిష్కారం కాదని, అప్పటి వరకు వేల ఎకరాలకు హక్కుదారులైన పెద్ద మనుషులైన భూస్వాములు పెద్ద మనసుతో, ప్రేమతో తమ విద్యుక్తధర్మంగా భూదానం చేయాలని సర్వోదయ ఉద్యమంలో భాగంగా వినోబాభావే ప్రచారంచేశాడు.

ఈ సందర్భంలోనే అంటే, 1951 మార్చి నెలలో హైదరాబాద్ నగరానికి దగ్గరలో శివరాం పల్లిలో జరగనున్న సర్వోదయ సమావేశానికి రావాల్సిందిగా ఆహ్వానాన్ని అందుకొన్న వినోబాభావే 'వార్ధా' నుంచి దాదాపుగా 300 మైళ్ళు కాలినడకతో హైదరాబాద్‌కు వచ్చాడు. ఆ తరవాత వరసగా హయత్‌నగర్, బాటసింగారాల మీదుగా డా॥ జి.యస్.మెల్కోటే, డా॥ మర్రిచెన్నారెడ్డి వంటి ఎందరో ప్రముఖుల సహాయసహకారాలతో చివరికి 1951 ఏప్రిల్ 18 న భూదాన్ - పోచంపల్లి చేరుకొని ఆ గ్రామ దేశ్‌ముఖ్ వెదిరె రామచంద్రారెడ్డి అందించిన 100 ఎకరాల భూదానంతో ఈ మహత్తరమైన ఉద్యమాన్ని ఆరంభించాడు. ఆనాటి నుంచి రోజుకు 200 నుంచి 300 ఎకరాల భూమిని దానంగా స్వీకరించాలనే బృహత్తర లక్ష్యంతో తన ఉద్యమాన్ని తెలంగాణా ప్రాంతానికి విస్తరించాడు. అదే విధంగా వినోబాభావే తన యాత్రను నల్గొండ, దేవరకొండ, మిర్యాలగూడ తాలూకాల నుంచి సూర్యాపేట వరకు సాగించాడు. ఈ యాత్రను కమ్యూనిస్టులు కూడా స్వాగతించారు. మొదటి విడతగా తెలంగాణాలో వినోబాభావే పర్యటన ఫలవంతమయ్యి వేల ఎకరాల భూమి దానంగా స్వీకరించబడి, పేద, బలహీన వర్గాలు, భూమిలేని ప్రజలకు పంచబడిందని, ఇంకా, దాని ఫలితాలు సర్వోదయాన్ని అందిస్తాయని పార్లమెంట్‌లో ఈ ఉద్యమ ప్రస్థానాన్ని ప్రధాని నెహ్రూ ఘనంగా ప్రకటించాడు. తెలంగాణాలో శాంతిభద్రతల పరిరక్షణకు 50,000 సైన్యం చేయని పనిని ఒకే ఒక్క మనిషి - వినోబాభావే చేస్తున్నారని భావించాడు. ఈ ప్రకటనతో ప్రపంచ దృష్టి వినోబాభావే పాదయాత్ర మీద పడింది. హింసావాదులకు వినోబా సందేశాలు ఎంత వరకు ఉపయోగపడ్డాయోగానీ, అవి సాధారణ ప్రజానీకాన్ని మాత్రం బాగా ఆకట్టుకొన్నాయి.

అదే విధంగా 1955 లో రెండోసారి హైదరాబాద్‌ను సందర్శించిన వినోబాభావే, మంత్రి పల్లెర్ల హనుమంతరావు కోరిక మేరకు పాలమూరు జిల్లాలోని, కల్వకుర్తి, వనపర్తి, కొల్లాపూర్, నాగర్‌కర్నూల్, గద్వాల తాలూకాలు పర్యటించి దాదాపుగా 1 లక్ష ఎకరాల భూమిని దానంగా తీసుకొని పేద ప్రజలకు పంచాడు. మొత్తంగా హైదరాబాద్, రంగారెడ్డి, మహబూబ్‌నగర్, నల్గొండ, ఖమ్మం, వరంగల్ జిల్లాల్లోని అనేక తాలూకాల్లో పర్యటించిన వినోబాభావే దాదాపుగా 2 లక్షల ఎకరాల భూమిని దానంగా గ్రహించాడు. ఆ భూమి మొత్తాన్ని పేద ప్రజలకు పంచడంలో ఆనాటి వెల్లోడి, బూర్గుల ప్రభుత్వాలు కొంతమేరకు కృతకృత్యమైనప్పటికీ, అది పూర్తిస్థాయిలో ఫలితాలను ఇవ్వలేదనేది ఒక విమర్శ. ఎందుకంటే, పెద్ద పెద్ద భూస్వాములు పేరు కోసం మాత్రమే దానం చేసినట్టు చేసి, కొంత కాలం తరవాత పట్టా హక్కులు లేని ఆ పేద ప్రజల నుంచి లాక్కోడమో లేదా అమ్ముకోడమో జరిగేది. అయినా ప్రభుత్వాలు భూ సంస్కరణ చట్టాల ద్వారా భూములు క్రమబద్ధీకరణ చేయడం వల్ల పేద ప్రజల, రైతుల భూ హక్కులను కొంతమేరకు కాపాడటంలో ఆచార్య వినోబాభావే నడిపించిన ఈ భూదానోద్యమం మంచి ఫలితాలనిచ్చింది.

ముల్కీ ఉద్యమం - 1952

నిరంకుశమైన, అరాచక నిజాం పాలన నుంచి విముక్తి లభిస్తుందని భావించిన హైదరాబాద్ రాజ్య ప్రజలకు పోలీసు చర్యను స్వాగతించిన తరవాత ఏర్పడిన మిలిటరీ జనరల్ జె.యన్.చౌదరి పాలన, యం.కె.వెల్లోడి పౌర ప్రభుత్వ పాలనలో కూడా పూర్వం నుంచి వారసత్వంగా (నిజాంల నుంచి) వస్తున్న స్థానికేతరులను (నాన్ ముల్కీ) వివిధ ప్రభుత్వ ఉద్యోగాల్లో నియమించడం అనేది పెద్ద సమస్యగా మారింది. దీనికి తోడు పక్క రాష్ట్రాలైన మద్రాస్, బాంబే, ఉత్తరప్రదేశ్, మధ్యప్రదేశ్ రాష్ట్రాల నుంచి గంపగుత్తగా అధికారులను దిగుమతి చేసుకోడం వల్ల హైదరాబాద్ రాష్ట్ర ప్రజల్లో చెలరేగిన అసంతృప్తి, అలజడులు, ఆందోళన రూపంలో బయటపడ్డాయి. అయితే, బాంబే, మధ్యప్రదేశ్, ఉత్తరప్రదేశ్ నుంచి వచ్చిన అధికారులు మాత్రం హైదరాబాద్ రాష్ట్ర ప్రజలతో మంచిగా కలిసిపోయారు కానీ, మద్రాస్ ప్రాంత అధికారులు, ముఖ్యంగా ఆంధ్రులు స్థానిక ప్రజల పట్ల చులకన భావంతో, ఆధిపత్యం చెలాయిస్తూ సమస్యలు సృష్టించారు. నిజాం పాలన పోయి భారత యూనియన్ కాంగ్రెస్ పాలన వస్తే తమ బతుకులు బాగుపడతాయని భావించిన హైదరాబాద్ రాష్ట్ర ప్రజల భ్రమలు తొందరగానే చెదిరిపోయాయి. దీంతో నాన్ ముల్కీల వల్ల స్థానికులైన విద్యావంతులకు ఉద్యోగాలు రావేమోనని ప్రజలు, ముఖ్యంగా విద్యార్థులు ఎక్కువగా ఆందోళనకు గురయ్యారు. ఇలాంటి పరిస్థితుల్లోనే 1952 మార్చి 6 న ప్రజాస్వామ్య పద్ధతిలో ఎన్నికైన ప్రజా ప్రభుత్వం బూర్గుల రామకృష్ణారావు నేతృత్వంలో ఏర్పడింది. అయినప్పటికీ, నాన్ ముల్కీలు నకిలీ ధృవపత్రాలను సృష్టించి ముల్కీలుగా ఉద్యోగాల్లో చేరడం వంటి విషయాలను బూర్గుల ప్రభుత్వం అరికట్టలేక పోవడంతో స్థానికుల్లో అభద్రతా భావం పెరిగిపోయింది. ఆనాడు ప్రజల్లో చెలరేగిన అసంతృప్తి వరంగల్‌లో 1952 జూలై 26 న ఒక ఐక్య కార్యాచరణ కమిటీగా ఏర్పడి వేలాది మంది విద్యార్థులు బ్రహ్మాండమైన ర్యాలీని నిర్వహించారు. అదే క్రమంలో ఈ ఐక్య కార్యాచరణ సమితి 1952 జూలై 26 న ఒక తీర్మానాన్ని కూడా చేసింది.

తీర్మానం ముఖ్యాంశాలు

1. ముల్కీ నిబంధనలను పరిశీలించడానికి, ఒక క్యాబినెట్ సబ్ కమిటీని నియమించి, దాన్ని ముఖ్యమంత్రే స్వయంగా పత్రికా ప్రకటన ద్వారా తెలియచేయాలి.
2. ముల్కీ నిబంధనల ప్రకారమే, వెంటనే ఉద్యోగాలకు ఉత్తర్వులు జారీచేసి, యుద్ధప్రాతిపదికపై వాటిని నింపాలి.
3. హైదరాబాద్ రాష్ట్రంలో స్థానికేతరుల ఆధిపత్యం, అజమాయిషీలను వెంటనే అరికట్టి, స్థానికుల్లో అభద్రతా భావాన్ని తొలగించే ప్రకటన చేయాలి.

ఈ తీర్మానాల పత్రాన్ని 1952 ఆగస్టు 6 న ముఖ్యమంత్రికి పంపగా, కొద్ది రోజుల తరవాత అంటే, 22 ఆగస్టు 1952 న ముఖ్యమంత్రే స్వయంగా వరంగల్‌కు వచ్చి విద్యార్థులతో చర్చించి, హైదరాబాద్ వెళ్ళిన తరవాత ఆ డిమాండ్‌లను తప్పకుండా నెరవేరుస్తానని మాట ఇచ్చిన బూర్గుల రామకృష్ణారావు వివిధ జిల్లాల కలెక్టర్‌ల ద్వారా అధికారిక ప్రకటన కూడా చేయించాడు. అయితే, కాలయాపనతో పాటు, కలెక్టర్‌ల ప్రకటనా సమాచార లోపం వల్ల వరంగల్ విద్యార్థి ఐక్య కార్యాచరణ కమిటి 1952, ఆగస్టు 27 న మరొక బ్రహ్మాండమైన ర్యాలీని విజయవంతంగా నిర్వహించి మరొక లేఖను ముఖ్యమంత్రికి పంపించారు. ఈ క్రమంలోనే 1952 ఆగస్టు 30 న దాదాపుగా 200 మంది విద్యార్థులు తరగతులను

బహిష్కరించి ఆందోళనకు దిగడంతో పోలీసులు లాఠీచార్జి చేయగా చాలామంది విద్యార్థులు తీవ్రంగా గాయపడ్డారు. దీన్ని తీవ్రంగా పరిగణించిన విద్యార్థి లోకం మరుసటి రోజు రాష్ట్రవ్యాప్తంగా అంటే, ముఖ్యంగా వరంగల్‌తో పాటు ఖమ్మం, మహబూబ్‌నగర్, ఇల్లందు, నల్గొండ, మిర్యాలగూడ, భువనగిరి, హైదరాబాద్ లాంటి పట్టణాల్లో పూర్తిస్థాయి ఆందోళనలు-హర్తాళ్లు కొనసాగాయి.

హైదరాబాద్‌లో ముల్కీ ఉద్యమం

వరంగల్‌లో ప్రారంభమైన ముల్కీ ఉద్యమం రాష్ట్ర వ్యాప్తమైనప్పటికీ, అది హైదరాబాద్ నగరంలో ఎక్కువ ప్రభావాన్ని చూపించింది. 1952 ఆగస్టు 30 న హన్మకొండలో విద్యార్థులపై జరిగిన లాఠీచార్జికి నిరసనగా ఆగస్టు 31 న హైదరాబాద్‌లో గొప్ప సమ్మెను నిర్వహించి, అదే రోజు సైఫాబాద్ కాలేజీ నుంచి ఆబిడ్స్ వరకు విద్యార్థులు పెద్ద ప్రదర్శనను నిర్వహించారు. అయితే, 1952 సెప్టెంబర్ 1 న బక్రీద్ పండుగ ఉండటం వల్ల ఆ రోజు ఎలాంటి సమ్మెను విద్యార్థులు నిర్వహించలేదు. అయితే, మరుసటి రోజు సెప్టెంబర్ 2 న హైదరాబాద్ పోలీస్ కమీషనర్ శివకుమార్ లాల్ విద్యార్థుల తల్లిదండ్రులకు హుకూం జారీచేస్తూ, తమ పిల్లలను జాగ్రత్తగా ఉండేలా చూసుకొమ్మని, హింసకు పాల్పడవద్దని, అతిక్రమిస్తే శిక్ష తప్పదని హెచ్చరించాడు. అయినప్పటికీ, అదే రోజు విద్యార్థులంతా మూకుమ్మడిగా కలిసి 'నాన్ ముల్కీ గో బ్యాక్ - ఇడ్లీ సాంబార్ గోబ్యాక్ - స్టూడెంట్స్ యూనియన్ జిందాబాద్' వంటి నినాదాలతో భారీస్థాయిలో ర్యాలీలు నిర్వహించారు. ఈ ర్యాలీలలో సికింద్రాబాద్, హైదరాబాద్‌లోని అన్ని రకాల విద్యాసంస్థలు పాల్గొని ర్యాలీని విజయవంతం చేయడంతో భయపడిన ప్రభుత్వం, శాంతిభద్రతల పేర 1952 సెప్టెంబర్ 3 న ఒక ప్రకటన ద్వారా నిషేధిత ఆజ్ఞలను జారీచేయించింది. ఈ ఆజ్ఞలను ఖాతరు చేయని విద్యార్థులు ప్రభుత్వానికి వ్యతిరేకంగా నినాదాలతో, ముల్కీ ఉద్యమాన్ని తీవ్రతరం చేయడమే గాక, ఒక దశలో ముఖ్యమంత్రి బూర్గుల రామకృష్ణారావు కారును (05.09.1952 న) కూడా తగులబెట్టారు. దీన్ని తీవ్రంగా భావించిన పోలీసులు 1952 సెప్టెంబర్ 3 న ఆందోళన నిర్వహిస్తున్న విద్యార్థులపై సిటీ కాలేజి, పత్తర్‌ఘాట్ ప్రాంతాల్లో విచక్షణారహితంగా కాల్పులు జరపగా, ఇద్దరు అక్కడికక్కడే చనిపోగా, 147 మంది తీవ్రంగా గాయపడ్డారు. ఈ క్రమంలోనే సెప్టెంబర్ 4 న అఫ్జల్‌గంజ్ ప్రాంతంలో ముల్కీ ఉద్యమకారులపై పోలీసులు కాల్పులు జరపగా, మరో నలుగురు చనిపోగా, దాదాపుగా 104 మంది గాయపడ్డారు. అయితే, ఇక్కడ గమనించదగ్గ విషయమేమంటే, చనిపోయిన వారు విద్యార్థులు కాకపోవడం, వారి నాయకత్వంలో జరుగుతున్న ఈ ఉద్యమంలో సాధారణ ప్రజానీకం అధికంగా పాల్గొనడం, చాలా ముఖ్యమైన అంశం. ఈ ఉద్యమంలో విద్యార్థులే మరణిస్తే పరిస్థితి వేరే విధంగా ఉండేది. అయినప్పటికీ, ఈ ఉద్యమంలో మరణించిన అమరుల త్యాగాల పునాదులపైనే విద్యార్థుల భవిష్యత్తు నిర్ణయించబడింది. ఆ అమరులు-

1. మహ్మద్ ఖాసీం - వయస్సు 22 సంవత్సరాలు - ఫాక్టరీ వర్కర్
2. షేక్ మహబూబ్ - వయస్సు 30 సంవత్సరాలు - రిక్షా కార్మికుడు
3. జమాలుద్దీన్ - వయస్సు 40 సంవత్సరాలు - ప్రైవేటు ఉద్యోగి

4. మహ్మద్ ఖాన్ - వయస్సు 35 సంవత్సరాలు - ప్రైవేటు ఉద్యోగి

5. రాములు - వయస్సు 18 సంవత్సరాలు - ప్రైవేటు ఉద్యోగి

6. షేక్ ముక్తార్ - వయస్సు 40 సంవత్సరాలు - ప్రైవేటు ఉద్యోగి

మిగతా అమరవీరుల పేర్లు తెలియరాలేదు. ఇటువంటి సమయంలోనే ముఖ్యమంత్రితో పాటు, రాజకీయ నాయకులైన వి.డి.దేశ్‌పాండే, ఓంకార్ ప్రసాద్, డా॥ జయసూర్య, పద్మజా నాయుడు, శ్రీడాగే, డా॥మెల్కోటే, బాకర్‌అలీ మీర్జా, వెంకటస్వామి, రామాచారి, హయగ్రీవాచారి, కె.వి.రంగారెడ్డి, మర్రిచెన్నారెడ్డి లాంటి హేమాహేమీలు ఆందోళనకారులను శాంతింప చేయడానికి ఎంతో ప్రయత్నించి, చివరికి ఈ ఉద్యమానికే పూర్తి మద్దతును తెలిపారు. పర్యవసానంగా 1952 సెప్టెంబర్ 5 న ప్రభుత్వం కాల్పులపై విచారణకు గాను జస్టిస్ పింగళి జగన్మోహన్ రెడ్డి ఆధ్వర్యంలో ఒక కమిటీతో పాటు, సెప్టెంబర్ 7 న ముల్కీ నిబంధనల అమలుకు ఒక మంత్రివర్గ ఉప సంఘాన్ని కూడా నియమించింది.

మంత్రివర్గ ఉపసంఘంలోని సభ్యులు

1. కొండా వెంకట రంగా రెడ్డి - ఎక్సైజ్‌శాఖా మంత్రి

2. డా॥ జి.యస్.మెల్కోటే - ఆర్థికశాఖా మంత్రి

3. పూల్‌చంద్ ప్రేమ్‌చంద్ గాంధీ - విద్యాశాఖా మంత్రి

4. మెహదీనవాజ్ జంగ్ - పబ్లిక్ వర్క్సశాఖా మంత్రి

ఈ మంత్రివర్గం అప్పటికే అమల్లో ఉన్న ముల్కీ నిబంధనలను పూర్తిగా పరిశీలించి, విద్యార్థులను, ఇతర సంస్థలను, రాజకీయ నాయకులను, ప్రముఖ వ్యక్తులను కలిసి వారి అభిప్రాయాలను సేకరించి నివేదికను సమర్పించింది. అయితే, ఇదే సందర్భంలో సెప్టెంబర్ 13 న ప్రివెంటివ్ డిటెన్షన్ (పి.డి) చట్టం కింద శాసనసభ్యుడు సయ్యద్ అక్తర్ హస్సేన్, మరొక పాత్రికేయురాలు బేగం సాధిక్ జహాన్ అరెస్ట్ చేయబడ్డారు. ఈ ఉద్యమ కాలంలోనే అంటే, 1952 ఆగస్టులో హైదరాబాద్, హితరక్షణ సమితిని స్థాపించిన శాసనసభ్యుడు అయిన పి.రామాచారి నాన్ ముల్కీలకు వ్యతిరేకంగా దీర్ఘకాలికమైన ఉద్యమాన్ని నడిపించి చరిత్రలో నిలిచిపోయాడు.

జగన్మోహన్‌రెడ్డి కమిటీ - నివేదిక

హైదరాబాద్ నగరంలో సెప్టెంబర్ 3, 4 తేదీల్లో ముల్కీ ఉద్యమం సందర్భంగా జరిగిన కాల్పులపై విచారణ చేపట్టడానికి రాష్ట్ర ప్రభుత్వం 1952 సెప్టెంబర్ 5 న జస్టిస్ పింగళి జగన్మోహన్‌రెడ్డి ఛైర్మన్‌గా కమిటీని నియమించింది. ఈ కమిటీ ప్రజల మధ్య, ప్రధానంగా హైకోర్టు, సిటీ కాలేజి, పత్తర్‌ఘాట్, అఫ్జల్‌గంజ్ ప్రాంతాలను పర్యటించి ప్రముఖులైన వ్యక్తులను, ప్రత్యక్ష సాక్షులను దాదాపుగా 100 మందిని, చివరికి ముఖ్యమంత్రి బూర్గుల రామకృష్ణారావుతో పాటు మోహనప్ప (ఐ.జి.పి.), శివకుమార్ లాల్ (కమీషనర్ ఆఫ్ పోలీస్), సుందర పిళ్ళై (డి.సి.పి.), సుబ్బయ్య (బ్రిగేడియర్), రామ్‌లాల్ (సిటీ కాలేజి ప్రిన్సిపాల్), హైదరాబాద్ కలెక్టర్, ఇతర ప్రభుత్వాధికారులను విచారించిన పిదప తన సమగ్రమైన నివేదికను 1952 డిసెంబర్ 28 న ప్రభుత్వానికి సమర్పించింది.

నివేదికలోని ముఖ్యాంశాలు

మొదటిసారిగా 1952 సెప్టెంబర్ 3 న పత్తర్‌ఘాట్, అఫ్జల్‌గంజ్, సిటీ కాలేజి ప్రాంతాల్లో కాల్పులు జరిగినప్పుడు ప్రజా ప్రతినిధులు, నాయకులు, పోలీసు అధికారులు, పోలీసు బలగాల మధ్య సమన్వయ లోపం కొరవడటం వల్ల కాల్పులు జరిగినప్పటికీ ఆందోళన పూర్తిస్థాయిలో అదుపులోకి రాలేకపోయింది.

ఆందోళనకారులు దాదాపుగా 40,000 మంది ఉండటం వల్ల, ర్యాలీ చేయాలనే గట్టి సంకల్పం వల్ల, వైర్‌లెస్ వ్యాన్ తగులబెట్టడం, భారీస్థాయిలో పోలీసులపై రాళ్ళు రువ్వడం, పోలీసు స్టేషన్‌పై దాడి చేసేలా కనిపించడం వల్ల పోలీసులు కాల్పులు జరిపారని నివేదించాడు.

ఆందోళనకారులను శాంతింపచేయడంలో రాజకీయ నాయకులు, ప్రభుత్వాధికారులు ఎంతగానో ప్రయత్నించినప్పటికీ ప్రజల్లో, ముఖ్యంగా విద్యార్థుల్లో గల అభద్రతాభావం, నాన్ ముల్కీల పట్ల గల అపోహలు, భయాలు ఈ ఉద్యమాన్ని ఉధృతంచేయడంతో తప్పనిసరి పరిస్థితుల్లో కాల్పులు జరిగాయని, అయినప్పటికీ, ఆందోళనకారులను అదుపు చేయగలమనే నమ్మకం పోలీసు అధికారుల్లో ఉన్నప్పుడు కాల్పులు జరపాల్సింది కాదు అని నివేదికలో పేర్కొంటూ, పరోక్షంగా కొద్దిమంది రాజకీయ నాయకులు తమ స్వార్థం కోం, ఈ ఉద్యమాన్ని, విద్యార్థులను వాడుకొన్నారని, ఇప్పటికైనా విద్యార్థులు, వారి తల్లిదండ్రులైన ప్రజలు సరైన పద్ధతిలో క్రమశిక్షణతో, రుజు వర్తన కలిగిన పౌరులుగా ఉండాలని, ఉంటారని ఆశిస్తూ.... నివేదిక ప్రభుత్వానికి సమర్పించాడు.

పైన నివేదించిన నివేదికాంశాలను పరిశీలిస్తే, ఆనాటి ఉద్యమ తీవ్రతకు కారకులైన నాన్ ముల్కీల ఆధిపత్యం పరోక్షంగా వారికందుతున్న ప్రభుత్వాల మద్దతు అనేది సహజంగానే హైదరాబాద్ రాష్ట్ర ప్రజల్లో అసంతృప్తికి, ఆందోళనకు కారణాలై తదనంతరం మహత్తరమైన ప్రజా ఉద్యమానికి దారితీసింది.

ప్రత్యేక తెలంగాణ రాష్ట్ర ఆకాంక్ష

1948 సెప్టెంబర్ 18 నాటి పోలీసు చర్య ద్వారా ఇండియన్ యూనియన్‌లో హైదరాబాద్ రాజ్య విలీనం అనే దాని నుంచే మరాఠ్వాడాల, కన్నడిగులతో పాటు మద్రాస్ రాష్ట్ర ఆంధ్రుల ఆధిపత్యం, అజమాయిషీ ధోరణుల వల్ల ముఖ్యంగా తెలంగాణా ప్రాంత ప్రజల్లో హైదరాబాద్ రాజధానిగా ప్రత్యేక తెలంగాణా రాష్ట్ర ఏర్పాటు చేయాలనే భావన చాలా దృఢంగా ఉండేది. ఇది అకస్మాత్తుగా ఏర్పడ్డ ఆలోచనకాదు. 1921 నాటి ఆంధ్రజన సంఘం మొదలుకొని 1930 నాటి ఆంధ్రమహాసభ వరకు హైదరాబాద్ నిజాం రాజ్యంలో తెలుగు భాషకు జరిగిన అవమానాలకు వ్యతిరేకంగా సాగిన అనేక సాంస్కృతిక, సామాజిక, రాజకీయ చైతన్య ఉద్యమాల్లో, నిజాం నిరంకుశ పాలన నుంచి విముక్తిని కోరుకున్న ప్రజలు, తదనంతరం, తెలుగు భాష మాట్లాడే ఆంధ్రులు, తెలంగాణీయులు ఒక్కటి కారని, ఆంధ్రుల ఆధిపత్యం ఏదో ఒక రూపంలో హైదరాబాద్ రాష్ట్రంలోను, విశాలాంధ్ర ప్రదేశ్‌లోను చాలా స్పష్టంగా కనపడుతుండేది. ఈ క్రమంలోనే 1948, 1950 సంవత్సరాల్లో ప్రత్యేక తెలంగాణా రాష్ట్ర ఆకాంక్షతో పాటు 1952 లో పెల్లుబికిన ముల్కీ ఉద్యమ ప్రభావం వల్ల స్థానికుల్లో రాష్ట్ర ఆకాంక్ష బాగా పెరిగిపోయింది. అయితే, మొదటి నుంచి తెలంగాణాలోని తెలుగు ప్రజలు, మద్రాస్ రాష్ట్రంలోని తెలుగు మాట్లాడే ఆంధ్రులతో కలిసి ఒక రాష్ట్రంగా ఏర్పడతామని ఎన్నడూ

ఊహించలేదు. కాని 1950 నుంచి 1956 సంవత్సరాల మధ్య హైదరాబాద్, ఆంధ్రరాష్ట్ర రాజకీయాల్లో వచ్చిన పెను పరిణామాల వల్ల విశాలాంధ్ర అనే భావనతో ఏర్పడిన ఆంధ్రప్రదేశ్ రాష్ట్ర ఏర్పాటు తెలంగాణా ప్రజల అభీష్టానికి పూర్తిగా విరుద్ధం!

మొదటి నుంచి విశాలాంధ్రను సమర్థిస్తున్న కాళోజీ నారాయణరావు, స్వామి రామానందతీర్థతో పాటు కమ్యూనిస్టులను తెలంగాణా ప్రజలు పూర్తిగా వ్యతిరేకించడమే కాకుండా, వివిధ సమావేశాల్లో వాళ్లపై రాళ్లు రువ్విన సందర్భాలు చాలా ఉన్నాయి. అంటే, తెలంగాణా ప్రజల్లో తెలంగాణా రాష్ట్ర ఆకాంక్ష ఎంత బలంగా ఉందో అర్థమౌతుంది. ముఖ్యంగా బూర్గుల రామకృష్ణారావు పాలనా కాలంలోనే హైదరాబాద్ రాష్ట్ర ప్రదేశ్ కాంగ్రెస్‌లోని తెలంగాణా ప్రాంత సభ్యులు, 1954 జూన్ 7, 8 వ తేదీల్లో హైదరాబాద్‌లో సమావేశమై తెలంగాణా ప్రత్యేక రాష్ట్రంగా ఉండాలని ఏకగ్రీవ తీర్మానం చేయగా, అప్పటి హైదరాబాద్ ప్రదేశ్ కాంగ్రెస్ అధ్యక్షుడు మరాఠ్వాడా ప్రాంత నాయకుడైన స్వామి రామానందతీర్థ తీవ్రంగా వ్యతిరేకిస్తూ, విశాలాంధ్రను సమర్థించగా, తెలంగాణా నాయకులైన బూర్గుల రామకృష్ణారావు, కె.వి.రంగారెడ్డి, మర్రి చెన్నారెడ్డి, జె.వి.నర్సింగరావులు విశాలాంధ్రను పూర్తిగా వ్యతిరేకిస్తూ, ప్రత్యేక తెలంగాణా రాష్ట్ర తీర్మానాన్ని గట్టిగా సమర్థిస్తూ నిలబడ్డారు. అయితే, హైదరాబాద్ రాష్ట్రంలో తెలుగు భాష మాట్లాడే తెలంగాణా ప్రజలు, రాష్ట్రాల పునర్విభజన కమిషన్ ప్రకారంగా ఆంధ్రరాష్ట్ర ప్రజలతో కలవాలా? లేదా అనే అంశాన్ని తేల్చుకోవాల్సింది వారేగానీ, మరాఠ్వాడా, కన్నడ, ఆంధ్రరాష్ట్ర శాసనసభ్యులు, రాజకీయ నాయకులు కారనేది ముఖ్యంగా గుర్తించాల్సిన విషయం. అయితే, రాష్ట్రాల పునర్విభజన కమిషన్ (ఎస్.ఆర్.సి.) మాత్రం తెలంగాణా ప్రాంత ప్రజల మనోభావాలను కింది విధంగా ప్రస్తావించింది.

1. ఆంధ్ర ప్రాంత ప్రజలంతా తెలంగాణా తమ రాష్ట్రంలో కలవాలనే ఆత్రుతతో ఉన్నప్పటికీ, తెలంగాణా ప్రజలు మాత్రం చాలా స్పష్టంగా అందుకు వ్యతిరేకంగానే ఉన్నారు.
2. తమకంటే అధిక విద్యావంతులైన, లౌక్యం ఎక్కువగా తెలిసిన ఆంధ్రులు తెలంగాణాలోకి వస్తే మేము అన్ని రకాలుగా నష్టపోతామనే భావనతో పాటు, ముఖ్యంగా విద్యాపరంగా వెనుకబడతామని తెలంగాణా వారు భావిస్తున్నారు.
3. ఇంకా, నాగార్జునసాగర్, పోచంపాడు తదితర ప్రాజెక్టులు నిర్లక్ష్యం చేయబడతాయని, విలీనీకరణ తప్పనిసరైతే, అది తెలంగాణా ప్రజల ఇష్ట ప్రకారం వారి ఆమోదంతో జరిగితే బాగుంటుందని ఎస్.ఆర్.సి. తేల్చిచెప్పింది.

పై విషయాలను నిశితంగా పరిశీలిస్తే తెలంగాణా ప్రజలు ముమ్మాటికి ప్రత్యేక తెలంగాణా రాష్ట్రంగా ఉండాలనే కోరుకోవడం జరిగిందని అర్థమౌతుంది.

రాష్ట్రాల పునర్విభజన సంఘం లేదా ఫజల్ అలీ కమిషన్ ఏర్పాటు - 1953

స్వాతంత్ర్యానంతరం భారతదేశంలో భాషా ప్రయుక్త రాష్ట్రాల ఏర్పాటుకు గాను 1948 లో S.K.థార్ కమిషన్, 1949 లో J.V.P.కమిటి, 1953 లో వాంఛూ కమిటి, 1953 డిసెంబర్‌లో ఫజల్ అలీ కమిషన్లను భారత ప్రభుత్వం నియమించింది. ఈ క్రమంలోనే 1953 అక్టోబర్ 1 న ఆంధ్రరాష్ట్రం ఏర్పాటుతో, దక్షిణ భారతదేశంలో కూడా నూతన రాష్ట్రాల ఏర్పాటు, సమస్యల అధ్యయనం గురించి 1953 డిసెంబర్ 22 న రాష్ట్రాల పునర్విభజన కమిషన్‌ను జస్టిస్

సయ్యద్ ఫజల్ అలీ అధ్యక్షునిగా, హృదయనాథ్ కుంజ్రూ, కవలం మాధవ ఫణిక్కర్‌లు సభ్యులుగా కేంద్ర ప్రభుత్వం ఏర్పాటు చేసింది.

ఈ సంఘం భారతదేశంలోని వివిధ ప్రాంతాల్లో పర్యటించి వ్యక్తుల నుంచి, సంఘాల నుంచి, సంస్థల నుంచి అభిప్రాయాలను సేకరించింది. 1954 జూన్, జూలై నెలల్లో ఈ సంఘం హైదరాబాద్‌ను సందర్శించి వివిధ రకాల సంస్థల నుంచి అభిప్రాయాన్ని తెలుసుకొంది. ఇందులో విశాలాంధ్రకు కొందరు అనుకూలంగాను, మరికొందరు వ్యతిరేకంగాను తమ అభిప్రాయాలను వ్యక్తపరిచారు. విశాలాంధ్రను గట్టిగా వ్యతిరేకించి తెలంగాణాను ఒక ప్రత్యేక రాష్ట్రంగా రూపొందించాలనే వారికి కొండా వెంకట రంగారెడ్డి, డా॥ మర్రిచెన్నారెడ్డి నాయకత్వం వహించారు. ఈ రాష్ట్రాల పునర్నిర్మాణ సంఘం తన నివేదికను 369 పేరా నుంచి 389 పేరాల వరకు క్షుణ్ణంగా వివరిస్తూ 1955 సెప్టెంబర్ 30 న కేంద్ర ప్రభుత్వానికి సమర్పించింది. హైదరాబాద్ రాష్ట్రాన్ని విభజించేందుకు రాష్ట్రంలోనూ, రాష్ట్రం వెలుపలా ప్రజాభిప్రాయం బలంగా ఉన్నందున హైదరాబాద్ రాష్ట్ర విభజనకు రాష్ట్రాల పునర్నిర్మాణ సంఘం సిఫార్సు చేసింది. అంతేగాక, కన్నడ ప్రాంతాలను మైసూర్ రాష్ట్రంలోనూ, మరాఠి ప్రాంతాలను బొంబాయి రాష్ట్రంలో కలపాలని కూడా సిఫారసు చేసింది. కానీ, తెలుగు ప్రాంతమైన తెలంగాణా విషయానికి వచ్చేసరికి కమిషన్ ఈ విధంగా నిర్ద్వంద్వంగా సిఫార్సు చేయలేదు. తెలంగాణాను ఆంధ్ర రాష్ట్రంలో విలీనం చేయడం వల్ల ఉభయ ప్రాంతాలవారికి ఎన్నో ప్రయోజనాలున్నాయని చెప్పిన సంఘం ప్రస్తుతానికి బీదర్ జిల్లాను, మునగాల పరగణా ప్రాంతాన్ని కలుపుతూ ఒక ప్రత్యేక రాష్ట్రంగా ఏర్పాటుచేసి దానికి హైదరాబాద్ రాష్ట్రమని పేరు పెట్టాలని, 1961 లో జరిగే సాధారణ ఎన్నికల తరవాత హైదరాబాద్ రాష్ట్ర అసెంబ్లీలో 2/3వ వంతు సభ్యులు విలీనానికి ఒప్పుకొంటే ఆంధ్ర- తెలంగాణా ప్రాంతాలను కలిపి విశాలాంధ్రగా రూపొందించవచ్చని తేల్చి చెప్పింది. ఈ విషయాన్ని ఆనాడే శ్రీ తెన్నేటి విశ్వనాధంగారు అన్నట్టు 'కమిషన్ వాదనంతా విశాలాంధ్రను బలపరిచేదిగాను, డిక్రీ మాత్రం ప్రత్యేక తెలంగాణాకు అనుకూలంగాను ఉంది' అని అభిప్రాయపడ్డారు. అదే విధంగా కె.వి.రంగారెడ్డి తన వాదనను ఈ విధంగా ప్రకటించారు.

తెలంగాణా రాష్ట్రం ఏర్పడి స్వయం పోషకం కాగానే ఎప్పుడో ఆరేండ్లకు విశాలాంధ్రను కావాలని ఎవరూ కోరరు. ఆంధ్రతో పోలిస్తే తెలంగాణా ఆదాయం 4 కోట్లు ఎక్కువ. విశాలాంధ్ర ఏర్పడితే అది మనకు దక్కదు. ఈ ఆదాయంతో ఎన్నో అభివృద్ధి కార్యక్రమాలు సాధించొచ్చు. కాబట్టి విశాలాంధ్ర వచ్చి ఏదో ఉద్ధరిస్తుందనే భ్రమతో తెలంగాణాను వ్యతిరేకించడం భావ్యంకాదని 1955 అక్టోబర్ 22 న కొత్త ఢిల్లీలో స్పష్టంగా చెప్పారు.

విశాలాంధ్ర వల్ల కలిగే ప్రయోజనాలు - కమిషన్ వాదన

1. ఆంధ్ర- తెలంగాణా రాష్ట్రాల విలీనం వల్ల ఏర్పడిన విశాలాంధ్ర 32 మిలియన్ల (3 కోట్ల 20 లక్షలు) జనాభాతో, విలువైన ముడిసరుకులతో, కావాల్సినంత ఖనిజ సంపదతో ఒక పెద్ద రాష్ట్రంగా రూపొందుతుంది.
2. విశాలాంధ్ర ఏర్పాటు వల్ల ఆంధ్ర రాష్ట్ర రాజధాని సమస్య కూడా తీరడంతో పాటు, జంట నగరాలైన హైదరాబాద్ - సికింద్రాబాద్‌లు విశాలాంధ్రకు రాజధానిగా చక్కగా సరిపోతాయి.

3. విశాలాంధ్ర ఏర్పాటు వల్ల కృష్ణా-గోదావరి నదీజలాల వినియోగం ఒకే అధికారపరిధి కిందకి వస్తుండటంతో, నదీ ముఖద్వారాలలో ఉన్న తూర్పు ప్రాంతాల అభివృద్ధికి ఎంతో అవకాశం ఉంటుంది. విశాలాంధ్రలో భాగంగా తెలంగాణాకు కూడా ఈ అభివృద్ధి వల్ల ప్రయోజనం చేకూరుతుంది.

4. కరువు కాటకాలు ఏర్పడినప్పుడు ముఖ్యంగా తెలంగాణాలో ఆహారకొరత ఏర్పడటం, ఆంధ్ర రాష్ట్రంలో మాత్రం ఎప్పుడూ అధికోత్పత్తి రావడం వల్ల మిగులు ఉత్పత్తిని తెలంగాణా ప్రాంతంలో వాడుకోవచ్చు.

5. ఆంధ్ర రాష్ట్రంలో బొగ్గు నిక్షేపాలు లేవు కాబట్టి తెలంగాణాలో ఉన్న సింగరేణి నుంచి ఈ బొగ్గును ఆంధ్ర ప్రాంతానికి తరలించి అభివృద్ధి చెందవచ్చు.

6. ఆంధ్ర రాష్ట్రంలోను, తెలంగాణాలోను అధిక శాతం ప్రజలు విశాలాంధ్ర ఏర్పాటుకు ఎంతో ఆశతో నిరీక్షిస్తున్నారు కాబట్టి, తద్విరుద్ధమైన, బలమైన కారణాలు లేనప్పుడు విశాలాంధ్ర ఏర్పాటును పరిశీలించవచ్చు.

ప్రత్యేక తెలంగాణా వాదుల వాదన - కమిషన్ నివేదిక

1. ఆంధ్ర రాష్ట్రం పుట్టినప్పుడు ఆర్థికంగా చాలా క్లిష్ట సమస్యలను ఎదుర్కొంది. తెలంగాణాతో పోల్చినప్పుడు ఆంధ్ర రాష్ట్రంలో తలసరి రెవెన్యూ ఆదాయం చాలా తక్కువగా ఉండేది. ఇందుకు కారణం తెలంగాణాలో రెవెన్యూ విధింపు రేటు ఎక్కువగా ఉండటం, మద్యపాన నిషేధం అమలులో లేకపోవడం వల్ల ఆబ్కారీ పాటల ద్వారా ఏటా 5 కోట్ల రూపాయాల ఆదాయం లభించడం. ఆంధ్ర రాష్ట్రంలో చేరడం వల్ల తన అదనపు ఆదాయాన్ని తన అభివృద్ధి కోసం వినియోగించుకొనే మంచి అవకాశాన్ని తెలంగాణా కోల్పోతుంది.

2. విశాలాంధ్రలో తెలంగాణా అభివృద్ధి పట్ల ప్రత్యేకమైన శ్రద్ధ ఉండదు. కృష్ణా, గోదావరి నదీ జలాల్లో తెలంగాణా ప్రాంతం వారికి రావాల్సిన వాటా కోస్తా ప్రాంతాలకు ఉపయోగపడే ప్రమాదముంది.

3. హైదరాబాద్‌లో తప్ప మిగిలిన తెలంగాణా ప్రాంతంలో విద్యా వ్యాప్తి చాలా తక్కువగా ఉన్నందున, అధిక విద్యావ్యాప్తిగల ఆంధ్ర ప్రాంతం వారే విశాలాంధ్రలోని అన్ని ఉద్యోగాలను కైవసం చేసుకొంటారు.

తెలంగాణ ప్రాంత ప్రజల ఈ భయాలే విశాలాంధ్రను వ్యతిరేకించేలా చేసాయి.

చివరికి, విశాలాంధ్రవాదుల, ప్రత్యేక తెలంగాణా వాదుల అభిప్రాయాలను పరిశీలించిన తరవాత విశాలాంధ్ర ఏర్పాటు వల్ల కలిగే ప్రయోజనాలు స్పష్టమైనవి కావడం వల్ల దీన్ని ఏర్పాటుచేసేందుకు ఎటువంటి ఆటంకం కలిగించ కూడదని కమీషన్ అభిప్రాయపడింది.

బూర్గుల రామకృష్ణా రావు నిర్వహించిన పాత్ర

హైదరాబాద్ రాష్ట్ర ముఖ్యమంత్రిగా పదవీ బాధ్యతలు చేపట్టిన తేదీ 06.03.1952 నుంచి 31.10.1956 వరకు బూర్గుల రామకృష్ణారావు అంతర్గతంగా, కాంగ్రెస్ అధిష్టాన వర్గం పరంగా, స్థానికంగా పెల్లుబికిన రకరకాల ఉద్యమాల వల్ల అనేక సమస్యలను విజయవంతంగా ఎదుర్కొని నిల్చిన ఏకైక ముఖ్యమంత్రి. వాస్తవానికి హైదరాబాద్ దక్కన్ చరిత్రలో అక్కన్న-మాదన్నల తరవాత ఒక రాజనీతిజ్ఞుడిగా, ముఖ్యమంత్రిగా, పరిపాలనా దక్షుడిగా పేరు సాధించినవాడు ఇతను మాత్రమే.

అయితే, ఫజల్ అలీ కమిషన్ నివేదిక పట్ల ప్రత్యేక తెలంగాణా వాదులు సంతోషించగా, విశాలాంధ్ర వాదులు తీవ్రమైన అసంతృప్తికి గురై వెంటనే తమ తమ శాసనసభ సభ్యత్వ స్థానాలకు రాజీనామచేసి మళ్లీ పోటీ చేయగలమని ప్రకటించారు. ఈ పరిస్థితిలల్లోనూ తెలంగాణా వాదులు కె.వి.రంగారెడ్డి, మర్రి చెన్నారెడ్డిలు S.R.C. ప్రతిపాదనలను సమర్థించారు. కానీ, తెలంగాణా ప్రాంతంలోని కాంగ్రెస్ అసెంబ్లీ స్థానాల్లో ఉన్న మెజార్టీ సభ్యులు, 10 జిల్లా కాంగ్రెస్ కమిటీల నుంచి ఏడు జిల్లా కమిటీలు విశాలాంధ్రకు మద్దతు పలికారు. ఈ క్లిష్ట పరిస్థితిలోనే హైదరాబాద్ శాసన సభలో 1955 డిసెంబర్ 3 న ఈ సమస్యను లేవనెత్తగా, 174 మంది శాసనసభ్యులున్న సభలో 147 మంది తమ అభిప్రాయాలను వ్యక్తపర్చారు. వీరిలో 103 మంది విశాలాంధ్రకు మద్దతు తెల్పగా కేవలం 29 మంది సభ్యులు మాత్రం ప్రత్యేక తెలంగాణాను కోరుకొన్నారు. మిగిలిన 15 మంది సభ్యులు తటస్థంగా ఉండిపోయారు. అయితే, ఆంధ్ర ప్రాంతంలోని నాయకులంతా విశాలాంధ్రకు మద్దతు తెలిపారు.

చివరికి, కాంగ్రెస్ అధిష్టానం విశాలాంధ్ర ఏర్పాటుకు అంగీకరించడమే కాకుండా ముఖ్యమంత్రి బూర్గుల రామకృష్ణారావు తెలంగాణా వాదనను చాలావరకు బలహీనపర్చి విశాలాంధ్రకు అనుకూలంగా ప్రభావితం చేయడంతో ఆంధ్రుల అభ్యుదయాన్ని, ముఖ్యంగా దేశ సమగ్రతను దృష్టిలో ఉంచుకొని బూర్గుల రామకృష్ణారావు విశాలాంధ్ర నిర్మాణం కోసం ఆంధ్రా-తెలంగాణాల మధ్య ఉన్న అపార్థాలను తొలగించడానికి నెహ్రూతో పాటు కాంగ్రెస్ అధిష్టానంతో చర్చించి, ఢిల్లీలో 1956 ఫిబ్రవరి 20 నాడు ఇరు ప్రాంతాల నాయకులతో ఒక సమేవాశాన్ని ఏర్పాటు చేశాడు. అదే చరిత్రలో పెద్ద మనుషుల ఒప్పందంగా పేరొందింది.

పెద్ద మనుషుల ఒప్పందం - 1956 ఫిబ్రవరి 20

1956 ఫిబ్రవరి 20 న ఢిల్లీలోని హైదరాబాద్ అతిథిగృహంలో ప్రధాని జవహర్‌లాల్ నెహ్రూ రాష్ట్రాల పునర్విభజన కమిషన్ నివేదికను క్షుణ్ణంగా పరిశీలించి, విశాలాంధ్ర ఏర్పాటు విషయంలో తెలంగాణా ప్రజల భయాలను పోగొట్టడానికి, సంశయాలు తీర్చడానికి, వారికి రక్షణ కల్పించే పెద్ద మనుషుల ఒప్పందాన్ని కుదిర్చాడు.

ఈ సమావేశానికి తెలంగాణా, ఆంధ్ర రాష్ట్ర ప్రాంతాల నుంచి నలుగురు చొప్పున మొత్తం ఎనిమిది మంది ప్రతినిధులు హాజరయ్యారు. వారు -

తెలంగాణా ప్రాంత నాయకులు

1. బూర్గుల రామకృష్ణారావు - హైదరాబాద్ రాష్ట్ర ముఖ్యమంత్రి
2. కొండా వెంకట రంగారెడ్డి - రెవెన్యూశాఖా మంత్రి
3. మర్రి చెన్నారెడ్డి - ప్రణాళికశాఖా మంత్రి
4. జె.వి.నరసింగరావు - హైదరాబాద్ కాంగ్రెస్ కమిటి అధ్యక్షులు

ఆంధ్ర ప్రాంత నాయకులు

1. బెజవాడ గోపాల రెడ్డి - ఆంధ్రరాష్ట్ర ముఖ్యమంత్రి
2. నీలం సంజీవ రెడ్డి - ఆంధ్రరాష్ట్ర ఉప ముఖ్యమంత్రి

3. సర్దార్ గౌతు లచ్చన్న - ఆంధ్రరాష్ట్ర మంత్రి

4. అల్లూరి సత్యనారాయణరాజు - ఆంధ్రరాష్ట్ర కాంగ్రెస్ కమిటి అధ్యక్షులు

పై వారందరు పెద్ద మనుషుల ఒప్పంద పత్రంపై సంతకాలు చేశారు. ఈ ఒప్పందంలో తెలంగాణా ప్రాంతానికి సంబంధించి 14 అంశాలు, కొన్ని రక్షణలను కల్పించారు. అయితే, ఈ ఒప్పందంపై సంతకాలు చేసిన వారు కాంగ్రెస్ పార్టీ వారే కావడం, మిగతా పార్టీల ప్రతినిధులకు ఈ సమావేశంలో ప్రాతినిధ్యం లేకపోవడమనేది గమనించాల్సిన విషయం.

ఒప్పంద అంశాలు

1. రాష్ట్రానికి సంబంధించిన కేంద్ర, రాష్ట్ర సాధారణ పరిపాలనా వ్యయం ఆంధ్ర, తెలంగాణా నిష్పత్తి ప్రకారం భరించాలి. ముఖ్యంగా తెలంగాణా మిగులు నిధులు ఆ ప్రాంత అభివృద్ధికే కేటాయించాలి. ఐదు సంవత్సరాల వరకు ఈ ఏర్పాటు ఉండాలి. ఆ తరవాత తెలంగాణా శాసన సభ్యులు కోరిన పక్షంలో ఈ గడువును మరో ఐదు సంవత్సరాలు పొడిగించొచ్చు.

2. రాష్ట్రశాసన సభలో తెలంగాణా సభ్యులు నిర్ణయించిన విధంగానే మద్య నిషేధం అమలు చేయాలి.

3. తెలంగాణాలో ఉన్నత విద్యా సౌకర్యాలు తెలంగాణా వారికే లభించేలా చేయడంతో పాటు ఆ సౌకర్యాలను ఇంకా మెరుగుపర్చాలి, లేకపోతే మొత్తం సాంకేతిక విద్యతో సహా అన్ని విద్యాలయాల్లోను మూడోవంతు తెలంగాణా విద్యార్థులకు కేటాయించాలి.

4. ఏకీకరణ కారణంగా, ఉద్యోగాలు తగ్గించాల్సివస్తే ఆ తగ్గింపు నిష్పత్తి ప్రకారం జరగాలి.

5. మున్ముందు రాబోయే ఉద్యోగాలు రెండు ప్రాంతాల జనాభా ప్రాతిపదికపై ఉండాలి.

6. ఐదేళ్ల పాటు తెలంగాణాలో పరిపాలన, న్యాయశాఖల్లో ఉర్దూ భాషకున్న స్థానం కొనసాగాలి. తరవాత ప్రాంతీయ మండలి ఈ అంశాన్ని చర్చించి, అవసరమైతే సవరించొచ్చు. ఉద్యోగాల్లో చేర్చుకొనే ముందు తెలుగు భాష వచ్చి తీరాలనే నిబంధన విధించరాదు. ఉద్యోగంలో చేరిన రెండేళ్ల లోగా తెలుగు నేర్చుకోవాలనే నియమం ఉండొచ్చు.

7. తెలంగాణాలో నిష్పత్తి ప్రకారం నిర్ణయించిన ఉద్యోగాల్లో చేరడానికి అభ్యర్థులు ఆ ప్రాంతంలో 12 సంవత్సరాలు నివాసం ఉండి ఉండాలి.

8. తెలంగాణా సర్వతోముఖాభివృద్ధి చెందడానికి ఒక ప్రాంతీయ సంఘం ఉండాలి.

9. తెలంగాణా ప్రాంతంలో వ్యవసాయ భూముల అమ్మకం, ప్రాంతీయ సంఘం ఆధీనంలో ఉండాలి.

10. ఈ ప్రాంతీయ సంఘంలో 20 మంది సభ్యులు ఉండాలి. తెలంగాణాలోని తొమ్మిది జిల్లాల ప్రతినిధులుగా తొమ్మిది మంది శాసన సభ్యులను శాసనసభ ఎన్నుకోవాలి. శాసనసభలోని తెలంగాణా సభ్యులు పార్లమెంటు నుంచి గానీ, అసెంబ్లీ నుంచి గానీ, ఆరుగురు సభ్యులను ఎన్నుకొంటారు. ముఖ్యమంత్రి, స్పీకర్ మినహా తెలంగాణా ప్రాంతానికి చెందిన మంత్రులంతా ఈ సంఘంలో సభ్యులుగా ఉంటారు.

11. ప్రాంతీయ సంఘాన్ని రాజ్యాంగంలోని 371 ఆర్టికల్ ప్రకారం రాష్ట్రపతి నియమిస్తారు. అందువల్ల ఇది చట్టబద్ధమైన సంస్థ. ప్రణాళికా రచన, అభివృద్ధి వ్యవహారాలు, నీటిపారుదల, ఇతర వ్యవసాయ పథకాలు, పారిశ్రామికాభివృద్ధి, తెలంగాణలో ఉద్యోగాలు, ప్రజారోగ్యం, మద్యపాన నిషేధం వంటి అంశాలను ప్రాంతీయ సంఘం పరిశీలించి సముచిత నిర్ణయాలు తీసుకొంటుంది. రాష్ట్ర ప్రభుత్వానికి, ప్రాంతీయ సంఘానికి మధ్య అభిప్రాయ భేదం కలిగితే తుది నిర్ణయం కోసం, భారత కేంద్ర ప్రభుత్వానికి నివేదించొచ్చు. ఈ ఏర్పాటు మధ్యలో, మరో ఒప్పందం లేకపోతే సమీక్ష పది సంవత్సరాల తరవాత జరుగుతుంది.

12. మంత్రివర్గ నిర్మాణంలో ఆంధ్ర ప్రాంతం నుంచి 60 శాతం, తెలంగాణా ప్రాంతం నుంచి 40 శాతం ఉండాలి. తెలంగాణా ప్రాంతం నుంచి ఒక ముస్లిం మంత్రి కూడా ఉండాలి.

13. ముఖ్యమంత్రి ఆంధ్ర ప్రాంతం వారైతే, ఉపముఖ్యమంత్రి తెలంగాణా వారై ఉండాలి. తెలంగాణా వ్యక్తి ముఖ్యమంత్రి అయినప్పుడు కూడా ఇదే సూత్రం వర్తిస్తుంది. హోం, ఆర్థిక, రెవెన్యూ, ప్రణాళికాభివృద్ధి, వాణిజ్య, పారిశ్రామిక శాఖల్లో కనీసం రెండైనా తెలంగాణా వారికి ఇవ్వాలి.

14. హైదరాబాద్ ప్రదేశ్ కాంగ్రెస్ అధ్యక్షులు 1962 వరకు తెలంగాణాకు ప్రత్యేక కాంగ్రెస్ కమిటీ ఉండాలని కోరుకొన్నారు. దీనికి ఆంధ్ర కాంగ్రెస్ అధ్యక్షులు అభ్యంతరం తెలుపలేదు.

ఈ ఒప్పందంపై సంతకాలు చేసిన పెద్ద మనుషులు మళ్లీ 1956 ఆగస్టు 14 న సమావేశమై మరికొన్ని అంశాలు చర్చించి ఒక నోటు తయారుచేసుకొన్నారు.

కొత్త రాష్ట్రానికి పేరు ఆంధ్ర- తెలంగాణా అని ఉండాలని తెలంగాణా ప్రతినిధులు కోరారు. ఈ పేరు ముసాయిదా బిల్లులో కూడా ఉంది. అయితే, జాయింట్ సెలెక్ట్ కమిటి కొత్త రాష్ట్రానికి ఆంధ్రప్రదేశ్ అనే పేరును నిర్ణయించింది. ఆంధ్ర ప్రతినిధులు కూడా ఇదే పేరును కోరారు. ఇంకా, హైకోర్టు ప్రధాన బెంచి హైదరాబాదులో ఉండి, దాని ఒక శాఖ గుంటూరులో ఉండాలని తెలంగాణ ప్రతినిధులు కోరారు. అయితే మొత్తం హైకోర్టు హైదరాబాదులోనే ఉండాలని ఆంధ్ర ప్రతినిధులు కోరారు.

దీంతోపాటు, పెద్ద మనుషుల ఒప్పందంలోని కొన్ని అంశాలను తారుమారు చేసి, తెలంగాణాకు రక్షణ పేర, ప్రాంతీయ కమిటీ అని, ఆరు అంశాలతో పాటు తరవాత మరో నాలుగు బి., సి., డి., ఇ., అనే అంశాలను చేర్చారు.

తెలంగాణాకు రక్షణలు

ప్రాంతీయస్థాయి సంఘం

1. ఆంధ్రప్రదేశ్ రాష్ట్రమంతటికీ ఉమ్మడి శాసన సభలు ఉంటాయి. మొత్తం రాష్ట్రానికి ఈ సభలు శాసనాలు తయారుచేస్తాయి. ఒకే గవర్నర్ ఉంటారు. మొత్తం రాష్ట్రానికి, రాష్ట్ర శాసనసభకు బాధ్యత వహించే మంత్రి మండలి ఉండాలి. మంత్రి మండలి సభ్యులు సలహాలిస్తూ సహాయపడతారు.

2. కొన్ని ప్రత్యేక విషయాల్లో ప్రభుత్వ వ్యవహారాలు సులువుగా జరగడానికి వీలుగా తెలంగాణా ఒక ప్రాంతంగా పరిగణింపబడుతుంది.

3. తెలంగాణా ప్రాంతానికి ఒక స్థాయీ సంఘం ఉంటుంది. తెలంగాణా మంత్రులతో సహా, తెలంగాణా శాసన సభ్యులు ఇందులో సభ్యులుగా ఉంటారు. ముఖ్యమంత్రి ఇందులో సభ్యుడు కారు.

4. ప్రత్యేక అంశాలకు సంబంధించిన శాసన విషయాలు ప్రాంతీయ సంఘానికి నివేదించబడతాయి. ఆ విషయాలకు సంబంధించిన శాసన చర్యను ప్రాంతీయ సంఘం ప్రభుత్వానికి సూచించొచ్చు. ఆర్థిక బాధ్యతలకు సంబంధించిన సాధారణ ప్రభుత్వ విషయాలపై కూడా ప్రాంతీయ సంఘం ప్రతిపాదనలు చేయవచ్చు. అయితే, అవి రోజువారీవి గానీ, అవసర వ్యయానికి గానీ సంబంధించినవి కాకూడదు.

5. ప్రాంతీయ సంఘం ఇచ్చిన సలహాలను సాధారణంగా ప్రభుత్వమూ, శాసన సభ ఆమోదించాలి. అభిప్రాయ భేదం వస్తే గవర్నర్‌కు నివేదించాలి, గవర్నర్ నిర్ణయం పాటించాలి. అదే తుది నిర్ణయం.

ప్రాంతీయ సంఘం పరిశీలించే అంశాలు

1. శాసనసభ చేసిన పథకాల పరిధిలో అభివృద్ధి, ఆర్థిక ప్రణాళికలు.
2. స్థానిక పరిపాలనా వ్యవహారాలు అంటే, మున్సిపల్ కార్పొరేషన్లు, రాజ్యాంగ అధికారాలు, అభివృద్ధి ట్రస్టులు, జిల్లా బోర్డు, గ్రామ పరిపాలనకు సంబంధించిన ఇతర అధికారాలు.
3. ప్రజారోగ్యం, పారిశుద్ధ్యం, స్థానిక ఆసుపత్రులు, చికిత్సశాలలు.
4. ప్రాథమిక విద్య, మాధ్యమిక విద్య.
5. తెలంగాణా విద్యా సంస్థలలో ప్రవేశాలు.
6. మద్య నిషేధం
7. వ్యవసాయ భూముల అమ్మకం.
8. కుటీర పరిశ్రమలు, లఘు పరిశ్రమలు
9. వ్యవసాయ సహకార సంఘాలు, అంగళ్ళు, సంతలు.

నివాసానికి సంబంధించిన నిబంధనలు

* తెలంగాణా సబార్డినేట్ ఉద్యోగాలకు రిక్రూట్‌మెంట్ విషయంలో తెలంగాణా ఒక యూనిట్‌గా పరిగణించబడుతుంది.
* ఈ ఉద్యోగాలకు సంబంధించిన పదవులు ప్రస్తుత హైదరాబాద్ నిబంధనలతో నిర్ణయించిన నిష్పత్తిలో నివాసపు షరతులకు అనుగుణంగా ఉన్న వారితో భర్తీ చేయడానికి కేటాయించబడతాయి. రాష్ట్రంలో ప్రస్తుత పరిపాలన, న్యాయ వ్యవస్థల్లో ఉర్దూ భాషకున్న స్థానాన్ని ఐదేళ్ల పాటు కొనసాగించేందుకు తగిన చర్యలు తీసుకోవడానికి భారత ప్రభుత్వం రాష్ట్ర ప్రభుత్వానికి సలహా ఇవ్వాలి.

సవివరమైన ఈ పత్రాన్ని హైదరాబాద్ ముఖ్యమంత్రి బూర్గుల రామకృష్ణారావు సంతకంతో 1956, ఆగస్టు 14 న విడుదల చేశారు.

నోటు

పై ఒప్పంద పత్రంలోని అంశాలు 2, 3, 7, 8, 10, 11 లను ఆంధ్రప్రదేశ్ రీజినల్ కమిటీ ఆర్డర్ 1956 లో చేర్చారు. 9వ అంశాన్ని భారత రాజ్యాంగంలోని 371 వ అధికరణలో చేర్చారు. మిగిలిపోయిన అంశాలను పెద్ద మనుషుల ఒప్పందంగా అంగీకరించారు.

ఈ అంశాలలో ఏది రాజ్యాంగబద్ధమో ఏది కాదో నిర్ణయించడానికి ఒక న్యాయశాస్త్రవేత్తను రెండు ప్రాంతాల నాయకులకు అప్పటి కేంద్ర హోంమంత్రి గోవింద్ వల్లభ్ పంత్ అప్పగించారు. ఆంధ్ర నాయకులు ఆ పనిని తెలంగాణా నాయకులకు అప్పగించి కర్ణాటకకు వెళ్లిపోయారు. అప్పట్లో ఈ బిల్లును ఆంధ్ర-తెలంగాణా ప్రదేశ్ బిల్లుగా పంత్ పార్లమెంట్‌లో ప్రవేశపెట్టారు. అయితే, కొందరు సభ్యుల సూచనపై బిల్లును ఆంధ్రప్రదేశ్ బిల్లుగా పేరు మార్చారు.

ఆంధ్ర, తెలంగాణా ప్రాంతాలకు రెండు కోర్టులు కాకుండా హైదరాబాద్‌లో ఒకే హైకోర్టు ఉండటానికి అప్పటి హైకోర్టు ప్రధాన న్యాయమూర్తి కోకా సుబ్బారావు, కె.వి.రంగారెడ్డిని ఒప్పించారు. అప్పుడు ఆంధ్ర హైకోర్టు, తెలంగాణా హైకోర్టు కలిపి ఒకే హైకోర్టుగా ఏర్పడింది.

1955 ఏప్రిల్‌లో ఈ బిల్లు తీర్మానాన్ని కర్నూలు శాసనసభలో ప్రవేశపెట్టారు. శాసనసభ కొన్ని సవరణలతో తీర్మానాన్ని ఆమోదించింది. ఆ సవరణలు 1. రాజధాని, హైకోర్టు రెండూ హైదరాబాద్‌లోనే ఉండాలి, 2. రాబోయే 1957 అసెంబ్లీ ఎన్నికలు ఒక్క తెలంగాణా ప్రాంతానికే వర్తిస్తాయి, 3. ఆంధ్రప్రదేశ్ అంతటికీ 1962లోనే ఎన్నికలు జరగాలి. 72 మంది సభ్యులతో ఎగువసభ ఉండాలి.

1955, నవంబర్ 25 న ముఖ్యమంత్రి బూర్గుల రామకృష్ణారావు హైదరాబాద్ శాసనసభలో విశాలాంధ్రపై చర్చ ప్రారంభించాడు. అయితే, 1956 ఏప్రిల్ 13 న శాసనసభ ఆమోదం తెల్పగా, 1956 ఆగస్టు 25 న రాజ్యసభ, అటు తరవాత లోకసభల ఆమోదంతో చివరికి 31 ఆగస్టు 1956 న రాష్ట్రపతి ఈ బిల్లును ఆమోదించారు. ఆంధ్రప్రదేశ్ శాసన సభ్యుల సంఖ్య 301 గా నిర్ణయించినప్పటికీ, ఆంధ్రప్రదేశ్ ఏర్పడ్డప్పుడు ఆంధ్ర సభ్యులు 196 మంది, తెలంగాణా సభ్యులు 101 మంది ఉన్నారు. ఆ విధంగా 297 మందితో ఆంధ్రప్రదేశ్ శాసనసభ ప్రారంభమైంది.

ముల్కీ చట్టం

ప్రధానంగా పెద్ద మనుషుల ఒప్పందానికి ముల్కీ చరిత్ర కారణభూతం కాబట్టి ఈ చరిత్ర గురించి కొంత తెల్సుకోవాల్సిన అవసరం కూడా ఉంది. ఇది ఒక ముఖ్యమంత్రి పునాదులను కదలించింది. ఇది ఇద్దరు ముఖ్యమంత్రులను పదవీచ్యుతులను చేసింది.

నిజాం పరిపాలనా కాలంలో ఉస్మానియా విశ్వవిద్యాలయం ఏర్పడక ముందు ఉత్తరాది నుంచి చాలా మంది ముస్లింలు, కాయస్త బ్రాహ్మణులు ఇక్కడికొచ్చి ఉన్నతోద్యోగాలు సంపాదించుకొనేవారు. అందువల్ల స్థానికులకు ఉద్యోగాలు

కరువైపోయాయి. బారిష్టర్ శ్రీకిషన్ 1916 లో ముల్కీ ఉద్యమాన్ని ప్రారంభించగా, సర్ నిజామత్‌జంగ్, బారిష్టర్ అక్బర్ అలీఖాన్‌లు ఎంతో సహాయపడ్డారు. ఈ ప్రాంతంలో ఉద్యోగం చేసేందుకు ఇక్కడ, 15 సంవత్సరాలు నివాసం చేసి ఉండాలనే నియమం స్వాతంత్ర్యానంతరం కూడా అమల్లో ఉంటూ వచ్చింది, కానీ నకిలీ ధృవపత్రాల వల్ల అనేక మంది స్థానికేతరులు ఉద్యోగాలు సంపాదించడం వల్ల స్థానికులైన హైదరాబాద్ ప్రజలు ముఖ్యంగా విద్యార్థులు 'నాన్ ముల్కీ గో బ్యాక్-ఇడ్లీ సాంబార్ గో బ్యాక్' నినాదాలతో 1952-53 సంవత్సరాల్లో బ్రహ్మాండమైన ఉద్యమాన్ని లేవదీశారు. తీవ్రమైన ఈ ఆందోళనలో పోలీసుల కాల్పుల వల్ల కొందరు చనిపోడంతో, తరవాత ప్రభుత్వం కొన్ని చర్యలు తీసుకొంది. బయట నుంచి వచ్చిన అధికారులు దురుసుగా ప్రవర్తించడం, అక్రమ ప్రమోషన్లు పొందడం దీనికి మరొక కారణం. అయితే, ఈ సందర్భంలోనే పండిట్ జవహర్‌లాల్ నెహ్రూ వచ్చి హైదరాబాద్‌లోని ఫతేమైదాన్ సమావేశంలో ప్రజలకు హితవు చెపుతూ 'నేను అలహాబాదులో జన్మించాను, ఇంగ్లాండ్‌లో చదువుకున్నాను. ఇప్పుడు ఢిల్లీలో ఉంటున్నాను. ఇక చెప్పండి నేను ఏ ప్రాంతానికి చెందిన ముల్కీని' అని చాలా తెలివిగా ఒక సమ్మోహనాస్త్రాన్ని వదిలి తాత్కాలికంగా ప్రజల గొంతును నొక్కారు. కానీ, లోలోన ఈ నిప్పు రగులుకుంటూనే మహోద్యమంగా 1969, 1996 ల నుంచి 2014 వరకు సాగి ప్రత్యేక తెలంగాణా రాష్ట్ర ఏర్పాటుకు దారితీసింది.

ఆంధ్రప్రదేశ్ అవతరణ

1953 డిసెంబర్ 22 న జస్టిస్ ఫజల్ అలీ అధ్యక్షుడుగా రాష్ట్రాల పునర్విభజన కమిషన్ ఏర్పాటుతో ప్రారంభమైన విశాలాంధ్ర ఉద్యమం అనేక దశలను దాటి చివరికి రాష్ట్రపతి ఆమోదంతో 1956 నవంబర్ 1 న భారత ప్రధాని జవహర్‌లాల్ నెహ్రూ నూతన రాష్ట్రానికి ప్రారంభోత్సవంతో ముగిసింది. కొత్త రాష్ట్రానికి హైదరాబాద్ రాజధానిగా, నీలం సంజీవరెడ్డి ముఖ్యమంత్రిగా, చందూలాల్ మాధవ త్రివేది గవర్నర్‌గా, అయ్యదేవర కాళేశ్వరరావు తొలి స్పీకర్‌గా, పుచ్చలపల్లి సుందరయ్య ప్రతిపక్ష నాయకుడిగా, మాడపాటి హన్మంతరావు శాసనమండలి ఛైర్మన్‌గా, కల్లూరి సుబ్బారావు డిప్యూటి స్పీకర్‌గా, సంబంధిత మంత్రి మండలితో పరిపాలన ప్రారంభమైంది.

వివరణ

ఆంధ్ర-తెలంగాణా ప్రాంతాలు సమైక్య రాష్ట్రంగా శాశ్వతంగా కొనసాగడంపై జవనహర్‌లాల్ నెహ్రూ ఆనాడే తన సందేహాన్ని వ్యక్తం చేశారు. నూతన రాష్ట్రావతరణ దినోత్సవం సందర్భంగా ఆయన హైదరాబాద్‌లో ప్రసంగిస్తూ, ఆంధ్ర, తెలంగాణా ప్రాంతాల విలీనాన్ని పెళ్లితో పోల్చారు. మనసులు కలిసినంత కాలం పరస్పరం ఒకరినొకరు గౌరవించుకుంటూ కాపురం చేస్తారు. పొగసనప్పుడు విడిపోతారు. ఇదీ నెహ్రూగారి మాటల సారాంశం. అంటే, దార్శనికుడైన నెహ్రూ చెప్పిన మాటే చివరకు నిజమైంది.

ఈ నేపథ్యంలో 1937 లో జరిగిన శ్రీబాగ్ ఒప్పందాన్ని మనం గుర్తుచేసుకోవాలి. ఎందుకంటే, తెలంగాణాను ఆంధ్రలో విలీనం చేస్తున్న సందర్భంగా తెలంగాణా ప్రజలకు పెద్ద మనుషుల ఒప్పందంలో రక్షణలు కల్పించినట్లుగానే, రాయలసీమను ఆంధ్రలో విలీనం చేసేటప్పుడు సీమ వాసులకు అన్యాయం జరగకుండా మద్రాస్‌లోని దేశోద్ధారక కాశీనాధుని నాగేశ్వరరావు భవనమైన 'శ్రీబాగ్'లో ఒక ఒప్పందం జరిగింది. అయితే, ఆంధ్ర రాష్ట్రంలో రాయలసీమ నాయకులకు, ఉద్యోగులకు భారీ ప్రాతినిధ్యం లభించడంతో ఆ శ్రీబాగ్ ఒప్పందం క్రమంగా మరుగున పడిపోయింది. ఇక ఆ ఒప్పందం అమలు కోసం అక్కడ ఎలాంటి ఉద్యమాలు జరగలేదు.

కానీ, పెద్ద మనుషుల ఒప్పందం విషయంలో మాత్రం అలా జరగలేదు. ఈ ఒప్పందానికి సీమాంధ్ర నాయకులు అడుగడుగునా అంతరాయం కలిగిస్తూ తూట్లు పొడిచారు. ఒప్పందం ప్రకారం ఆంధ్ర నాయకుడు, ముఖ్యమంత్రి అయితే, తెలంగాణా నాయకుడికి ఉప ముఖ్యమంత్రి పదవి ఇవ్వాల్సి ఉండగా, ముఖ్యమంత్రి నీలం సంజీవరెడ్డి ఉప ముఖ్యమంత్రి పదవిని ఆరవవేలుగా చిత్రీకరించి, కావాలనే ఆ పదవినే రద్దు చేశారు. ఇక పెద్దమనుషుల ఒప్పందం అమలును పర్యవేక్షించాల్సిన ప్రాంతీయ సంఘం నామమాత్రమైంది.

తెలంగాణాలో భూములు కొనుగోళ్లు, అమ్మకాలు ప్రాంతీయ సంఘం పర్యవేక్షణలో జరగాలి కాని, పూట గడవని తెలంగాణా రైతు తన భూమిని సంపన్నుడైన ఆంధ్రా భూస్వామికి అమ్ముకుంటుంటే, అమ్ముకునే వాడి అవసరం, కొనేవాడి స్తోమత అన్నట్టు ప్రాంతీయ సంఘం మౌనం వహించింది. అంతే తప్ప భూములు అమ్ముకొనే తెలంగాణా రైతులకు లాభసాటి ధరలు ఇప్పించడానికి ప్రయత్నించలేదు.

విద్యా, ఉద్యోగాల్లో తెలంగాణా యువకులు వెనుకబడి ఉండగా, ఈ రెండింటిలో వారిని ఆంధ్రా యువకుల స్థాయికి తీసుకురావడానికి బదులుగా ముఖ్యమంత్రి నీలం సంజీవరెడ్డి భారీస్థాయిలో ఆంధ్రా ఉద్యోగులను తెలంగాణాలోకి వచ్చేలా చేశాడు. ఈ విధంగా విద్యా, ఉద్యోగాల్లో వారి ఆధిపత్యం చాలా కాలం కొనసాగింది. అసలు ప్రారంభంలో పలువురు తెలంగాణా నాయకులు, మేధావులు ఆంధ్రలో తెలంగాణా విలీనాన్ని తీవ్రంగా వ్యతిరేకించారు. ముఖ్యంగా, హైదరాబాద్ రాష్ట్ర ముఖ్యమంత్రి బూర్గుల రామకృష్ణారావు కాంగ్రెస్ పార్టీ అధ్యక్షుడికి ఒక లేఖ రాస్తూ, కమ్యూనిస్టులు తమ రాజకీయ స్వలాభం కోసం విశాలాంధ్రను బలపరుస్తున్నారని ఆరోపించారు. శాసనసభలో మెజారిటీ శాసనసభ్యులు విలీనాన్ని బలపరుస్తున్నప్పటికీ, అధిక సంఖ్యాకులైన తెలంగాణా ప్రజలు మాత్రం విశాలాంధ్ర ప్రతిపాదనను తీవ్రంగా వ్యతిరేకిస్తున్నారని అన్నారు. అందువల్ల విలీనానికి అసెంబ్లీలో తెలంగాణా శాసనసభ్యుల మద్దతును మాత్రమే గీటురాయిగా తీసుకోరాదని కోరారు. 1955 లో ఎన్నికైన కాంగ్రెస్ ప్రతినిధుల్లో 80 శాతం మంది విలీనాన్ని వ్యతిరేకిస్తున్నారని అన్నారు. అయితే, చివరికి బూర్గుల ఢిల్లీకి వెళ్లిన తరవాత పూర్తిగా మెత్తబడిపోయారు.

హైదరాబాద్ రాష్ట్ర అసెంబ్లీలో 1955 డిసెంబర్ 3 న జరిగిన చర్చలో 174 మంది ఎమ్మెల్యేలలో 147 మంది ఎమ్మెల్యేలు తమ అభిప్రాయం వ్యక్తం చేశారు. కన్నడ, మరాఠీ ఎమ్మెల్యేలతో కలుపుకొని మొత్తం 103 మంది ఎమ్మెల్యేలు విలీనానికి మద్దతునిచ్చారు. 15 మంది ఎమ్మెల్యేలు తటస్థ వైఖరిని అవలంబించగా, 29 మంది ఎమ్మెల్యేలు మాత్రం విలీనాన్ని గట్టిగా వ్యతిరేకించారు. 59 మంది తెలంగాణా ఎమ్మెల్యేలు విలీనాన్ని సమర్థించారు. అసెంబ్లీలోని 96 మంది తెలంగాణా ఎమ్మెల్యేలలో 36 మంది కమ్యూనిస్టులు, 40 మంది కాంగ్రెస్ వారు, 11 మంది సోషలిస్టులు, 9 మంది ఇండిపెండెంట్లు. ప్రత్యేక తెలంగాణా కోసం డిమాండ్ చేస్తున్న ఎమ్మెల్యేలు 'ప్రజల అభిమతానుసారం' అన్న మాటను ఓటింగ్‌లో చేర్చాలని పట్టుబట్టడంతో చివరికి ఓటింగ్ జరగలేదు.

ఎట్టకేలకు కాంగ్రెస్ నాయకుల, అధిష్టానపు లాబీయింగ్ మరియు కేంద్ర ప్రభుత్వం ఒత్తిడి వల్ల 1961 ఎన్నికల వరకు నిరీక్షించాలన్న S.R.C. నివేదిక సూచనకు విరుద్ధంగా 1956, నవంబర్ 1 న ఆంధ్రప్రదేశ్ ఏర్పడింది.

స్వతంత్ర హైదరాబాద్ రాజ్యస్థాపన నుంచి విశాలాంధ్ర అనే ఆంధ్రప్రదేశ్ ఏర్పడేంత వరకు దాదాపుగా 230 సంవత్సరాలు సుదీర్ఘ కాలపు రాజకీయ, చారిత్రక పరిణామాల్లో భాగంగా ఈ ప్రాంతం ఎన్నో ఒడిదొడుకులను

ఎదుర్కొంది. ప్రారంభంలో అసమర్థ నిజాం పరిపాలకుల నిరంకుశ విధానాలను, అప్పుడప్పుడు పాలనా సంస్కరణల అభివృద్ధిని, మరొకవైపు బ్రిటిష్ వారి పరోక్షమైన ఆధిపత్యాన్ని చవిచూస్తూనే చివరి నిజాం పాలనా కాలంలో పెల్లుబికిన వివిధ ఉద్యమాల ప్రభావం వల్ల, ముఖ్యంగా తెలంగాణా రైతాంగ సాయుధ పోరాటం, స్వాతంత్ర్యోద్యమాల వల్ల చివరికి 1948 లో స్వతంత్ర హైదరాబాద్ రాజ్యం ఇండియన్ యూనియన్‌లో కలుపబడింది. తదనంతరం, మేజర్ జనరల్ J.N.చౌదరి మిలిటరీ పాలనలో కమ్యూనిస్టులు, ముస్లీములపై దాడులు అనే విధానం వల్ల ఆ ప్రభుత్వ స్థానంలో M.K.వెల్లోడి పౌరపాలన కొద్ది కాలం సాగింది. అయితే, 1952 సాధారణ ఎన్నికల ఫలితంగా హైదరాబాద్ రాష్ట్ర రాజకీయాల్లో బూర్గుల రామకృష్ణారావు ముఖ్యమంత్రిగా కొత్త శకం ఆరంభమైంది. అంటే, 1952 నుంచి ముల్కీ ఉద్యమం మొదలుకొని, వరసగా అంతర్గత సమస్యలతో పాటుగా, భూదానోద్యమ ప్రభావం వల్ల భూసంస్కరణలు చేపట్టడం లాంటి అభివృద్ధి కార్యక్రమాలు జరిగినప్పటికీ, భాషా ప్రయుక్త రాష్ట్రాల ఏర్పాటు అనే అంశం ఆధారంగా హైదరాబాద్ రాష్ట్రంలో మరాఠ్వాడా, కన్నడిగుల ఆధిపత్యానికి వ్యతిరేకంగా, స్థానికేతరులకు వ్యతిరేకంగా రాష్ట్ర ప్రజల్లో తెలంగాణా రాష్ట్ర ఆకాంక్ష మొదలైంది. ఈ క్రమంలోనే రాష్ట్రాల పునర్విభజన కమిషన్ నివేదిక ప్రకారం తెలుగు భాష మాట్లాడే తెలంగాణా ప్రాంతం, ఆంధ్ర రాష్ట్రం రెండు కలిసి పెద్ద మనుషుల ఒప్పందం- తెలంగాణాకు రక్షణలు అనే కార్యక్రమాలు, రాజకీయ విధి విధానాల ఫలితంగా, సమస్త తెలుగు ప్రజల ఆకాంక్షగా 1956 నవంబరు 1 న విశాలాంధ్ర అనే ఆంధ్రప్రదేశ్ నూతన రాష్ట్రం ఏర్పడింది.

అతి స్వల్ప కాలంలోనే 'పెద్ద మనుషుల ఒప్పందం - తెలంగాణాకు రక్షణలు' అనేవి సీమాంధ్ర నాయకుల ఆధిపత్యం వల్ల తుంగలో తొక్కబడి తెలంగాణా ప్రాంతీయులు తీవ్రమైన అణచివేతకు గురయ్యారు. దాని ఫలితమే ప్రత్యేక తెలంగాణా ఉద్యమం.

32

తెలంగాణ ఉద్యమం - మొదటి దశ (1956-70)

తెలంగాణా పెద్దమనుషుల ఒప్పందంలోని హామీల మేరకు ఆంధ్ర రాష్ట్రంతో కలిసి ఆంధ్రప్రదేశ్‌గా 1956 నవంబర్ 1 న ఏర్పాటు చేయబడింది. అయితే, ఆంధ్రప్రదేశ్ రాష్ట్రం ఏర్పడిన మొదటి రోజు నుంచే పెద్దమనుషుల ఒప్పందంలో పేర్కొన్న ఏ ఒక్క హామీ నెరవేరలేదు. పైగా అనుక్షణం అవమానాలు, అవహేళనలతో 15 సంవత్సరాలు గడిచాయి. ఈ కాలంలో తెలంగాణా అన్ని రంగాల్లో బాగా వెనుకబడి పోయింది. ఈ అణచివేత విధానాలకు వ్యతిరేకంగానే 1968-69 లో తెలంగాణ ఉద్యమం ప్రత్యేక తెలంగాణ రాష్ట్ర ఆకాంక్ష కోసం విస్తృతంగా జరిగింది. అందరూ అనుమానించినట్లుగానే రాష్ట్రం అవతరించిన రోజే పెద్ద మనుషుల ఒప్పందాన్ని ఉల్లంఘించారు. పెద్దమనుషుల ఒప్పందం ప్రకారం ముఖ్యమంత్రి ఆంధ్రా ప్రాంతానికి చెందిన వారైతే ఉప ముఖ్యమంత్రి పదవి తెలంగాణా వారికి కేటాయించాలి. ఉపముఖ్యమంత్రి పదవి నిరుపయోగం, అది చేతికి ఆరో వేలు వంటిదని ప్రకటిస్తూ ఆంధ్రప్రదేశ్ తొలి ముఖ్యమంత్రి నీలం సంజీవరెడ్డి ఉప ముఖ్యమంత్రిని తెలంగాణ నుంచి నియమించలేదు. పూర్వపు ఆంధ్ర రాష్ట్రంలో బెజవాడ గోపాల రెడ్డి మంత్రివర్గంలో ఒక రోజు ముందు వరకు తానే స్వయంగా అలంకరించిన ఉప ముఖ్యమంత్రి పదవి తెల్లారేసరికి ఆయనకు అనవసరమనిపించడం ఆశ్చర్యకరం.

అయితే, నీలం సంజీవరెడ్డి హయాం తరవాత 1959 లో దామోదరం సంజీవయ్య (దళితుడు) ముఖ్యమంత్రిగా ఉన్నప్పుడు కొండా వెంకట రంగారెడ్డిని ఉప ముఖ్యమంత్రిగా నియమించారు. ఈయన కూడా 1962 వరకు మూడు సంవత్సరాలు మాత్రమే ఉప ముఖ్యమంత్రిగా కొనసాగారు. 1962 లో ఆయన ఎన్నికల్లో ఓడిపోయిన తరవాత నుంచి 1969 వరకు ఈ పదవి మాయమైపోయింది. చివరికి మళ్లీ 1969 లో తెలంగాణ ఉద్యమ భయం వల్ల రాజీబేరం కోసం, అగ్నిగుండంగా మారిన తెలంగాణాను చల్లబర్చడం కోసం సమైక్యతా వాది అయిన కరీంనగర్‌కు చెందిన జె.వి.నరసింగరావుని ఉప ముఖ్యమంత్రిగా నియమించారు.

అంత్యక్రియల్లో కూడా వివక్షత

తెలంగాణా వారి పట్ల బతికున్నప్పుడే కాదు చివరికి మరణించిన తరవాత కూడా వివక్షత చూపారు. ఆంధ్ర రాష్ట్ర మాజీ ముఖ్యమంత్రి ప్రకాశం పంతులు చనిపోయినప్పుడు ప్రభుత్వ లాంఛనాలతో అంత్యక్రియలు జరిగాయి. కొంత కాలం తరవాత హైదరాబాద్ రాష్ట్ర మాజీ ముఖ్యమంత్రి బూర్గుల రామకృష్ణారావు చనిపోతే ప్రభుత్వ లాంఛనాలతో అంత్యక్రియలు జరగలేదు. ఇటువంటి వివక్షత ఒక మాజీ ముఖ్యమంత్రి, అందులోనూ పెద్దమనుషుల ఒప్పందంపై సంతకం చేసిన వారిపట్లనే జరిగితే ఇక మామూలు తెలంగాణ ప్రజల గతి అధోగతే అయ్యింది.

ఉద్యోగుల్లో అసంతృప్తి

1965-1966 భారత్, పాకిస్తాన్ యుద్ధ కాలంలో రాష్ట్ర ప్రభుత్వం బడ్జెట్‌లో 10% కోత విధించి పొదుపు చర్యలలో భాగంగా తాత్కాలిక ఉద్యోగులందరిని రాష్ట్ర వ్యాప్తంగా తొలగించింది. తెలంగాణాలో చాలామంది ఇంజనీర్లు

నిరుద్యోగులయ్యారు. వారంతా మేధావులు కాబట్టి పరిస్థితిని అధ్యయనం చేసి తెలంగాణలో ఉన్న పర్మినెంట్ పోస్టులన్నీ ఆంధ్రవారు ఆక్రమించారని, తాత్కాలిక సూపర్ న్యూమరి పోస్టులన్నీ తెలంగాణ వారికి కేటాయించారనీ ఫలితంగా తాము ఉద్యోగాలు కోల్పోయామనీ, ఆక్రమించుకొన్న పోస్టులన్నీ ఖాళీ చేసి ఆంధ్రాకు వాపసు వెళ్ళాలని, ఆ పోస్టులలో తిరిగి తమను నియమించాలని పెద్ద ఎత్తున ప్రచారం చేశారు. వాస్తవానికి విలీనం తరవాత పదోన్నతులు, పే స్కేళ్ల విషయంలో తెలంగాణ ఇంజనీర్లకు చాలా అన్యాయం జరిగింది.

ఉపాధ్యాయుల్లో అసంతృప్తి

ఆంధ్రప్రదేశ్ ఏర్పాటు తరవాత పంచాయితిరాజ్ సంస్థల ఆవిర్భావం వల్ల తెలంగాణలో అనేక స్కూళ్లు వచ్చాయి. కాని లెక్కలు, సైన్స్ టీచర్ల కొరత ఏర్పడింది. మిగతా పోస్టులకు తెలంగాణా టీచర్లు అందుబాటులో ఉన్నా అన్ని పోస్టులకు జిల్లాపరిషత్తు ఛైర్మెన్‌లను మంచి చేసుకొని అనేక మంది ఆంధ్రులు తెలంగాణ టీచర్ పోస్టులలో చొరబడ్డారు. 1967 నాటికి వీరి సంఖ్య 4000 కు చేరుకొంది. ఇక టీచర్ ఉద్యోగాల భర్తీలో స్తంభన వచ్చేసరికి తెలంగాణ నిరుద్యోగ టీచర్లు అసంతృప్తికి గురయ్యారు. 1967 లో తెలంగాణలోని మిడిల్ స్కూళ్లలో టీచర్ పోస్టులను మిగులు నిధులను ఉపయోగించి నింపాలనేసరికి మిగులు నిధులు లేవని ఆర్థికశాఖ ప్రకటించి అగ్నికి ఆజ్యం పోసింది.

ఆంధ్ర, తెలంగాణా విలీనం జరగగానే తెలంగాణాలో ఉన్న ఉద్యోగ ఖాళీలలో ఆంధ్ర ప్రాంతం వారిని ఇష్టం వచ్చినట్లు నియమించారు. స్థానికులకే ఉద్యోగాలు ఇవ్వమన్న నిబంధనలను ఉద్దేశపూర్వకంగా ఉల్లంఘించారు. నకిలి ముల్కీ సర్టిఫికెట్లతో ఉద్యోగాల్లో చొరబడ్డారు. ప్రజా ఉద్యోగ చట్టం 1957 (నివాస, నిబంధనలు) ను పూర్తిగా ఉల్లంఘించారు. ఉద్యోగస్తుల ప్రమోషన్ల విషయంలో తెలంగాణ వారికి అన్యాయం జరిగింది. రెండు ప్రాంతాల సివిల్ సర్వీస్ అధికారుల సీనియార్టీలను కలిపేసి కామన్ సీనియారిటీ జాబితాలను రూపొందించి ఆంధ్రా ప్రాంత (పూర్వపు మద్రాసు) నియమ నిబంధనలను అమలుచేయడం వల్ల తెలంగాణ ఉద్యోగులకు ప్రమోషన్లలో తీవ్ర అన్యాయాలు జరిగాయి. హైకోర్టులో పనిచేస్తున్న తెలంగాణకు చెందిన న్యాయమూర్తులకే పదోన్నతులు, పే స్కేళ్ల విషయంలో అన్యాయం జరిగిందంటే, ఇక సామాన్య ఉద్యోగస్తుల సంగతి చెప్పాల్సిన పనేలేదు. అన్ని ప్రభుత్వ శాఖలలో పే స్కేళ్లలో వ్యత్యాసాలు పాటించడమైంది. కోర్టులకు వెళ్లి తెలంగాణ ఉద్యోగులు తమకు అనుకూలంగా తీర్పులు తెచ్చుకొన్నప్పటికీ వాటి అమలు జరగలేదు.

విద్యా సంస్థలలో సీట్లన్నీ తెలంగాణ విద్యార్థులకే కేటాయించినప్పటికీ తప్పుడు ముల్కీ సర్టిఫికెట్ల ద్వారా ముల్కీ నిబంధనలను ఉల్లంఘించి ఆ సీట్లన్నీ ఆంధ్ర విద్యార్థులకే కట్టపెట్టారు. తెలంగాణ ప్రాంతానికి చెందిన మిగులు నిధులను ఆంధ్ర ప్రాంతాభివృద్ధి కోసం కేటాయించారు. ఫలితంగా తెలంగాణాలో అభివృద్ధి కుంటుపడింది.

వలస వెల్లువలో తెలంగాణ

ఆంధ్రా ప్రాంతం నుంచి వచ్చిన వారు తెలంగాణ ప్రజలను సాహిత్య, సాంస్కృతిక, రాజకీయ, భాషా రంగాల్లో అనేక రకాలుగా అవమానించారు. తెలుగురాదని, తెలివిలేని వారనీ, ఇంగ్లిషు రాదనీ, పరిపాలనలో అసమర్థులనీ, సోమరిపోతులనీ, కట్టుబొట్టు, పండుగలు, ఆచారాలు, ఆహార పద్ధతులు, వ్యవహారాలు అనాగరికమైనవని అవహేళన చేశారు. తమ సాంస్కృతిక సామ్రాజ్య వాద తత్వాన్ని, తెలంగాణ ప్రజలపై బలవంతంగా రుద్దారు. పత్రికలు, ప్రచార సాధనాలు, సినిమా రంగంలో తమ ఆధిక్యతను కొనసాగించారు. తెలంగాణ ప్రజలను రెండవ తరగతి పౌరులుగా పరిగణించారు. ఆ వలస వెల్లువ ఉప్పెనలా మారి తెలంగాణ ప్రజలను నిండా ముంచింది. నిట్టనిలువుగా పాతిపెట్టింది.

ఆంధ్ర ప్రాంతం నుంచి వలస వచ్చి తెలంగాణ ప్రాంతంలో ఏ కార్యక్రమాన్ని చేపట్టినా, వారికి కావాల్సిన సిబ్బందిని ఆంధ్ర ప్రాంతం నుంచే దిగుమతి చేసుకొనే వారు.

వలసలు - వ్యవసాయ భూముల దురాక్రమణలు

1950 హైదరాబాద్ కౌల్దారీ, వ్యవసాయ భూముల చట్టాల్లోని ఐదవ అధ్యాయానికి సంబంధించిన 47 నుంచి 50 సెక్షన్ల ప్రకారం వ్యవసాయ భూముల బదిలీలు అంటే, అమ్మకం, కొనుగోలు విషయాలపై ఆంక్షలుండేవి. దాని ప్రకారం తెలంగాణేతరులెవ్వరు తెలంగాణ వ్యవసాయ భూములను కొనడం చట్ట విరుద్ధం. అయినా 1956 విలీనానికి ముందు ఈ చట్టాన్ని ఉల్లంఘించి నిజామాబాద్, వరంగల్ జిల్లాలో ఆంధ్రా వారు భూములను కొన్నారు. ఆ తరవాత వచ్చిన పెద్దమనుషుల ఒప్పందంలోని 8వ అంశం ప్రకారం కూడా తెలంగాణాలోని వ్యవసాయ భూములను అమ్మడం, కొనడం ప్రాంతీయ కమిటి అధికారానికి లోబడి ఉండాలి. దాని అనుమతి లేనిదే తెలంగాణేతరులెవ్వరు వ్యవసాయ భూములను కొనరాదు.

అయినా, తెలంగాణా ప్రాంతంలోని లక్షలాది ఎకరాల భూమిని ఆంధ్రా ప్రాంతం నుంచి వలస వచ్చిన వారు తెలంగాణ ప్రాంతీయ కమిటీ అనుమతి లేకుండానే తక్కువ ధరకు కొనుగోలు చేశారు. నిజామాబాద్, వరంగల్, ఖమ్మం, ఆదిలాబాద్ జిల్లాల్లో ఈ వలసలు విపరీతంగా జరిగి భూములు పోగొట్టుకొన్నవారు వ్యవసాయ కూలీలుగానో, పట్టణ ప్రాంతం హమాలీలుగానో మారిపోయారు. చివరికి 1968 లో 1950 హైదరాబాద్ కౌల్దారీ, వ్యవసాయ భూముల చట్టంలోని 47 నుంచి 50 వరకు గల సెక్షన్లను పూర్తిగా రద్దు చేయడం వల్ల వలసలకు గేట్లు ఎత్తేసినట్లయింది.

వరంగల్, ఖమ్మం జిల్లాలోని గోదావరీ పరివాహక ప్రాంతాలలో 60 నుంచి 80 శాతం మాగాణి భూమి స్థానిక రైతుల నుంచి ఆంధ్రా వలసవాదుల చేతుల్లోకి, భూస్వాముల చేతుల్లోకి వెళ్లిపోయింది. అలాగే నిజాంసాగర్ కింద ఉన్న సారవంతమైన భూమిలో 40 శాతం వరకు వారి ఆధీనంలోకి వెళ్లిపోయింది. ఆదిలాబాదు జిల్లా కడెం ప్రాజెక్టు కింద ఉన్న భూములు, నల్లగొండ జిల్లాలోని నాగార్జునసాగర్ కింద ఉన్న భూములు, మహబూబ్‌నగర్ జిల్లా రాజోలిబండ కాలువ కింద ఉన్న అలంపూర్, గద్వాల ప్రాంతం భూములు వారి స్వాధీనంలోకి పోయాయి. తెలంగాణా బక్క రైతులు మాత్రం బోరుబావులు, ఎండిపోయిన చెరువులు, కుంటల కింద వ్యవసాయం చేసుకొనేవారు. హైదరాబాద్‌కు ఆనుకొని ఉన్న రంగారెడ్డి, మెదక్, నల్లగొండ జిల్లాలోని వ్యవసాయ భూములను కుట్ర ప్రకారం నిర్వీర్యం చేసి రియల్ ఎస్టేట్ వ్యాపారం చేసి, అపార్టుమెంట్లను కట్టి కోట్లకు పడగలెత్తారు.

తెలంగాణాలో వెలసిన ఆంధ్రా కాలనీలు - పల్లెలు

కాలువల కోసం, నీళ్లకోసం, తరి భూముల కోసం వలస వచ్చిన ఆంధ్రా వారు ముందు తమ కుటుంబాలను ఆ తరవాత బంధువులను, స్నేహితులను, చివరికి తమ చుట్టుపక్క గ్రామాల వారిని పిలిపించుకొని తమ వలసలను విస్తరించుకొని గ్రామాలకు గ్రామాలే ఆక్రమించుకొన్నారు. స్థానిక గ్రామాల పేర్లకు బదులు గుంటూరు పల్లె, బందారు పల్లె అని తమ ప్రాంతాల్లోని సొంత గ్రామాల పేర్లను ప్రచారంలోకి తెచ్చారు. హైదరాబాద్‌లో విజయనగర్ కాలనీ, ఆంధ్రా కాలనీ, అశోక్‌నగర్, శాంతి నగర్ మొదలైనవన్నీ ఇలాంటివే. 'కాలనీ' అన్న పదమే వారి వలస మనస్తత్వాన్ని తెలియచేస్తుంది. పైగా వారు ఇక్కడి ప్రజలను ఉద్ధరించడానికి వచ్చిన సంస్కర్తలుగా, విజేతలుగా ప్రవర్తించారు. కొత్త వ్యవసాయ పద్ధతులను, కొత్త విత్తనాలను, వ్యవసాయ పంటలను తెలంగాణాకు పరిచయం చేసినట్లు ఘనత చాటుకొన్నారు.

ఆంధ్రాలో నాలుగు ఎకరాలు ఉన్న వారు తెలంగాణాకు వచ్చి 40 ఎకరాలు కొనుగోలు చేశారు. భూముల కొనుగోలును తెలంగాణ ప్రాంతీయ సంఘం అడ్డుకోలేక పోయింది. ప్రాంతీయ సంఘానికి ఉండాల్సిన చట్టపరమైన అధికారాలు దానికి లేకపోవడం ఒక కారణంగా చెప్పొచ్చు.

తెలంగాణ మిగులు నిధులు ఆంధ్రాకు తరలింపు

తెలంగాణ ప్రాంతానికి చెందిన మిగులు నిధులను తెలంగాణా ప్రాంతపు అభివృద్ధి కోసం ఖర్చు పెట్టాలని నిబంధన ఉన్నప్పటికీ, ఆ నిధులను ఆంధ్ర ప్రాంత అభివృద్ధి కోసం పెద్ద ఎత్తున తరలించారు. దాని వల్ల తెలంగాణ ప్రాంత అభివృద్ధి బాగా కుంటుపడింది.

తెలంగాణ మంత్రులకు ప్రాధాన్యత లేని శాఖలు

కంటి తుడుపుగా, గత్యంతరం లేని పరిస్థితుల్లో తెలంగాణ మంత్రులకు బైటికి కనిపించేట్టు ముఖ్య శాఖలు అప్పగించినా, లోలోపల వారికి ఎలాంటి అధికారాలు ఉండేవి కావు. హోం శాఖ తెలంగాణ వారికి ఇచ్చినప్పుడల్లా లా అండ్ ఆర్డర్ ముఖ్యమంత్రే ఉంచుకొన్నారు. వాణిజ్యం, పరిశ్రమలు కలిపి ఎవరికి ఇవ్వలేదు. పరిశ్రమల శాఖ ఇచ్చినప్పటికీ దాన్ని మధ్య రకం, పెద్ద రకం, చిన్న రకం అని మూడు తునకలు చేసి ఒక తునక తెలంగాణ వారికి ఇచ్చేవారు. నీటి పారుదల శాఖ విషయంలో ఇదే జరిగింది. ఆంధ్ర ముఖ్యమంత్రులు తెలంగాణ వారికి నీటిపారుదల శాఖ అప్పగించిన ప్రతి సందర్భంలోను నాటి నుంచి నేటి వరకు తెలంగాణాకు ద్రోహం చేసేందుకే సదరు తెలంగాణా మంత్రిని వాడుకున్నారు.

ప్రభుత్వంపై కేంద్ర ప్రభుత్వానికి ఫిర్యాదు

ఆంధ్రప్రదేశ్ ఏర్పడిన 17 మాసాలకు, తెలంగాణ మహాసభ, నాటి పాలకులు జరిపిన అన్యాయాలను వేలెత్తి చూపే సాహసాన్ని చేసింది. వారు కేంద్ర విదేశాంగ మంత్రి శ్రీ గోవిందవల్లభ్ పంత్‌కు ఒక విజ్ఞాపన పత్రాన్ని పంపించారు. తనకు ఎదురు చెబితే ముఖ్యమంత్రి నీలం సంజీవరెడ్డి ఎక్కడ సర్వనాశనం చేస్తాడోనని ఆ రోజుల్లో ప్రజలు, తెలంగాణ నాయకులు కూడా హడలెత్తేవారు. అయినప్పటికీ, కొందరు నాయకులు తెలంగాణ వాణిని వినిపించి, నాటి ముఖ్యమంత్రి ఆగ్రహానికి గురై, నష్టపోయారు.

ఈ 17 నెలల ఆంధ్రప్రదేశ్ పరిపాలనలో తెలంగాణ ప్రయోజనాలన్నీ వమ్ము అయ్యాయని అనుభవం రుజువు చేస్తున్నది. ఆరోగ్యదాయకమైన సహజీవనానికి రెండు ప్రాంతాల ప్రజల మధ్య అవసరమైన సమైక్యతను, సమగ్రతను పెంపొందించడంలో ప్రభుత్వం విఫలమైంది. పైగా ఈ పరస్పర అవగాహన ఉంటేనే రాజకీయ సహజీవనం సాధ్యం కాగలదని కూడా ప్రభుత్వం గుర్తించలేకపోయింది. ఆంధ్రప్రదేశ్ రాష్ట్రం ఏర్పడే ముందు ఈ ప్రాంత ప్రజలు వెలిబుచ్చిన అనేక భయాందోళనలు ఇప్పుడు క్రమక్రమంగా నిజమవుతున్నాయి. ఈ పరంపరలో కేంద్ర ప్రభుత్వానికి అనేక ఫిర్యాదులు అందాయి. 'అందువల్లనే, యావత్తు భారతదేశం సమైక్యతను, శ్రేయస్సును దృష్టిలో ఉంచుకొని తెలంగాణ వ్యవహారాలపై కేంద్ర ప్రభుత్వం విచారణ జరిపించి అవసరమైన సర్దుబాట్లు చేసే చర్యలుగైకొనగలదని వేడుకొంటున్నాం'. ఆంధ్రప్రదేశ్ ప్రభుత్వం ప్రాంతీయ తత్వాన్ని సృష్టించి, పోషిస్తున్నదని క్రమంగా ఈ తత్వం వేళ్లు పుంజుకొంటున్నదని బాధ్యత గల పదవుల్లో ఉన్నవారు నోటి దురుసుతో వ్యవహరించి ఈ ప్రాంతీయులను అవమానపరిచేట్టు మాట్లాడాన్ని ప్రభుత్వం ఆమోదించింది. మత సంస్థలు ఆవిర్భవించేందుకు అవకాశాలు కల్పించింది. తెలంగాణ ప్రజల పురోభివృద్ధిని అరికట్టింది. అని మరొక ఫిర్యాదు పేర్కొంది.

ఈ ఫిర్యాదుల అనంతరం వాటిలో వాస్తవాలు గ్రహించి రాష్ట్ర ప్రభుత్వం భవిష్యత్తులో ఇలాంటి ఫిర్యాదులకు అవకాశం ఇవ్వొద్దని కేంద్ర ప్రభుత్వం విజ్ఞాపన చేసింది. ఆ తరవాత ఆ విజ్ఞాపనను బుట్టదాఖలు చేసిన ఆంధ్ర పాలకులు పూర్వవిధంగానే ప్రవర్తించారు.

ఆనాడు ప్రసిద్ధ న్యాయవేత్త, తెలంగాణ నాయకుల్లో ఒకరైన శ్రీ గులాం పంజాతన్ 1959 డిసెంబర్ 12 వ తేదీన 'పరిస్థితి చేయిజారక ముందే మేల్కొనండి' అనే శీర్షిక కింద, ప్రజలకు కేంద్ర, రాష్ట్ర ప్రభుత్వాలకు ఒక బహిరంగ హెచ్చరిక జారీ చేశారు. తెలంగాణ ప్రజలకు, ఉద్యోగులకు జరుగుతున్న అనేక అన్యాయాలు, అక్రమాలపై ఆయన తన విజ్ఞాపన పత్రంలో ఒక పెద్ద చిట్టా ప్రకటించారు.

1960 లో తెలంగాణ మహాసభ, ప్రధాని జవహర్‌లాల్ నెహ్రూకు ఒక విజ్ఞాపన పత్రాన్ని పంపుతూ, తెలంగాణ ప్రజలకు ఉద్యోగాల్లో జరిగిన అన్యాయాలు విచారించి వాటిని అరికట్టేందుకు ఒక ఉన్నతాధికార సంఘాన్ని నియమించాలని కోరింది. కేంద్ర ప్రభుత్వం కలగచేసుకొని వెంటనే అన్ని విషయాలు సర్దుబాటు చేయకపోతే మున్ముందు ఒక మహా ఉపద్రవాన్ని ఎదుర్కోవాల్సి ఉంటుందని 1960 లోనే శ్రీ వి.కె.థగే రాజ్యసభలో మాట్లాడుతూ హెచ్చరిక చేశారు.

పెద్ద మనుషుల ఒప్పందం మౌలిక ఉద్దేశాలనే పాలకులు విస్మరించారని మేము భావిస్తున్నాం. దాన్ని వారు మరిచిపోయారు. ఆ ఒప్పందంలో రాతలు పనికిమాలినవై పోయాయి. తెలంగాణ ప్రాంతానికి చెందిన ఉద్యోగులు ఏ మాత్రం సంతోషంగా లేరు. ప్రజల ఫిర్యాదులకు అంతూపంతూ లేదు అని మరొక సభ్యుడు శ్రీ హరిశ్చంద్ర హెడా ఎంతో బాధతో, 1960 లో పార్లమెంట్ సమావేశంలో అన్నారు.

పదమూడేండ్ల కాలంలో 1956-1968 మధ్య తెలంగాణ ప్రాంతానికి జరుగుతున్న అన్యాయాలను ఎప్పటికప్పుడు కేంద్ర, రాష్ట్ర పాలకులకు చెబుతున్న తెలంగాణ మహాసభ నాయకులు, శ్రీ వరంకాంతం గోపాల రెడ్డి ఆది నుంచి తమ నివాసగృహాన్ని ఇబ్బందులు ఎదుర్కొనే వారికి ప్రాతినిధ్యం వహించే తెలంగాణ మహాసభకు అందుబాటులో ఉంచి, మరొక వృద్ధ నాయకుడు శ్రీ బొజ్జం నరసింహులుతో కలిసి బాధితులకు చేయగలిగిన సహాయం చేశారు.

1960 లోనే, సీనియర్ కాంగ్రెస్ నాయకుడు ప్రాంతీయ సంఘం తొలి అధ్యక్షులుగా ఉన్న శ్రీ కె.అచ్యుత రెడ్డి, తెలంగాణాకు జరిగిన అన్యాయాలను వివరిస్తూ పత్రికా గోష్టిలో ప్రకటన చేశాడు. సాధారణంగా ప్రాంతీయ సంఘానికీ, ప్రభుత్వానికీ మధ్య జరిగే ఉత్తర ప్రత్యుత్తరాలు రహస్యంగా ఉంచడం సంప్రదాయం. తమకు అనుకూలంగా లేని విషయాలు బైట పడకుండా చూసేందుకు, ఆంధ్ర పాలకులే ఈ సంప్రదాయానికి కారకులయ్యారు. దీంతో అచ్యుతరెడ్డి తెలంగాణాకు జరిగిన అన్యాయాలను బట్టబయలు చేశారు. అప్పుడు కేంద్ర ప్రభుత్వం తెలంగాణ ఉద్యోగుల సాధక బాధకాలను గుర్తించి కొంత వరకు సరిదిద్దడానికి ప్రయత్నించింది. తెలంగాణ మిగులు నిధులతో పోచంపాడు ప్రాజెక్టును తక్షణం నిర్మించగలమని, కొత్తగూడెంలో వెంటనే ఎరువుల కర్మాగారం ఏర్పాటు చేయగలమని, ఆంధ్ర ప్రాంతంపై ఖర్చు చేసిన తెలంగాణా నిధులను ఆ తరవాత సర్దుబాటు చేయగలమని చెప్పి రాష్ట్ర ప్రభుత్వం శాసనసభలో ప్రకటించింది.

అప్పుడు ముఖ్యమంత్రిగా ఉన్న శ్రీ దామోదరం సంజీవయ్య తెలంగాణాకు జరిగిన అన్యాయాలను అర్థం చేసుకొని సరిదిద్దాలనే ఉత్సాహాన్ని కనబరిచారు. దాని ఫలితమే 1961 లో ప్రభుత్వం ప్రకటించిన శ్వేతపత్రం, నిజాం సెక్యూరిటీలతో సహా తెలంగాణా మిగులు నిధులను తెలంగాణపై తృతీయ ప్రణాళికలో ఖర్చుపెట్టగలమనే హామీని, అదనంగా మరొక పది, పన్నెండు కోట్ల రూపాయలు తెలంగాణాలో ప్రత్యేక అభివృద్ధి కార్యక్రమాలకు ఖర్చు పెట్టగలమని

ప్రభుత్వం చేసిన వాగ్దానం తరవాత కాలంలో అమలు కాలేదు. 1962 ఎన్నికల తరవాత శ్రీ సంజీవయ్య ప్రభుత్వం పోయి తిరిగి నీలం సంజీవరెడ్డి ప్రభుత్వం రావడంతో కథ మళ్లీ మొదటికొచ్చింది.

అంతవరకు తెలంగాణకు జరిగిన అన్యాయాలను ఎలుగెత్తి చాటిన ఈ ప్రాంత నాయకుల్లో కొందరికి పదవులను కట్టబెట్టి, మరి కొందరిని బెదిరించి, లొంగతీసుకొని తెలంగాణ ఊసెత్తకుండా చేయగలిగారు. దళితుడైన సంజీవయ్య తెలంగాణాపై సానుభూతి చూపిన కారణంగా ఆంధ్ర భూస్వాములు, ఉన్నత వర్గాల వారు ఎన్నికలలో ఆయనను ఓడించారు. తెలంగాణ నాయకులు నూకల నరోత్తమ రెడ్డి, పి.సి.సి. అధ్యక్షులవడానికి శ్రీమతి సదాలక్ష్మి సభాపతి కావడానికి దామోదరం సంజీవయ్య కారకులు. ముల్కీ నిబంధనలు వర్తించకుండా చేసి తెలంగాణ వారికి ప్రమోషన్లు, ఉద్యోగావకాశాలు లేకుండా చేసేందుకు సంజీవరెడ్డి ప్రభుత్వం అనేక శాఖలను క్రమక్రమంగా స్వయం ప్రతిపత్తి గల సంస్థలుగా మార్చేసింది. రోడ్డు రవాణా శాఖ, విద్యుచ్ఛక్తి శాఖ అలాగే మరికొన్ని శాఖలు అదృశ్యమయ్యాయి.

1967 లో నాల్గవ సాధారణ ఎన్నికల వరకు పదవిలో ఉన్న ప్రాంతీయ సంఘం రెండో అధ్యక్షుడు టి.హయగ్రీవాచారి తెలంగాణాకు జరుగుతున్న అన్యాయాలను గురించి ప్రభుత్వానికి ఎన్నో వివరాలు రాసి, అసంతృప్తి పెరిగితే రానున్న పరిణామాలను గురించి కూడా హెచ్చరిక చేశారు. నాటి ఆర్థిక మంత్రిని గురించి కూడా హెచ్చరిక చేశారు. నాటి ఆర్థిక మంత్రి మర్రి చెన్నారెడ్డి మాత్రం తన పరిధికి లోబడి తెలంగాణ మిగులు నిధులు ఆంధ్రలో ఖర్చు కాకుండా నిరోధించగలిగినంత వరకు నిరోధించగలిగామని చెప్పుకొన్నారు.

ప్రాజెక్టులకు బడ్జెట్‌లో ఒక వైపు ఉదారంగా నిధులు కేటాయిస్తూనే, ఆచరణలో నిధులను తొక్కిపెట్టి ప్రాజెక్టు వద్ద పనిచేసే ఉద్యోగుల జీతభత్యాలకు మాత్రమే సరిపడ డబ్బు మంజూరు చేసేందుకు అలవాటు పడిన ప్రభుత్వం పోచంపాడు ప్రాజెక్టుకు నామమాత్ర ఆర్థిక కేటాయింపులు చేయగా, ఆ కేటాయింపును పెంచడానికి అంగీకరించనట్లైతే తాను మంత్రి పదవికి రాజీనామా చేయాల్సి వస్తుందని శ్రీ చెన్నారెడ్డి ఒక నాటి మంత్రివర్గ సమావేశంలో బెదిరించారు. ఫలితంగా ప్రభుత్వం 1967-68, 1968-69 సంవత్సరాలకు పోచంపాడు ప్రాజెక్టుకు అధిక మొత్తం కేటాయింపు జరిగిందని ఆంధ్రా ప్రాంత మంత్రైన టి.వి.రాఘవులు పేర్కొన్నారు.

తెలంగాణ ఆదాయాన్ని ఇక్కడ ఖర్చుపెట్టకుండా మిగిల్చి ఆంధ్రా ప్రాంతంపై ఖర్చుపెట్టడం జరిగిందని, ద్వితీయ ప్రణాళిక కాలంలో ఇలా 22 కోట్ల రూపాయలను మిగిల్చారని నాటి ప్రాంతీయ సంఘ అధ్యక్షులు హయగ్రీవాచారి అన్నారు. తృతీయ పంచవర్ష ప్రణాళికలో తెలంగాణ నిధులు 31 కోట్ల రూపాయలు ఖర్చు పెట్టకుండా మిగిల్చారని పేర్కొన్నారు.

1968-69 లో ప్రాంతీయ సంఘం అధ్యక్షులుగా ఉన్న శ్రీ చొక్కారావు ఆ పదవిలోకి వచ్చిన నాటి నుంచి, అన్యాయాలు నివారించాల్సిందిగా కేంద్ర, రాష్ట్ర ప్రభుత్వాలపై ఎంతో ఒత్తిడి చేశారు. ఉద్యోగుల ఇబ్బందులను, వాటిలోని మెలికలను, చిక్కులను ఎప్పటికప్పుడు ప్రాంతీయ సంఘ అధ్యక్షునికి వివరిస్తూ ఆయన తమ సమస్యల పట్ల ఆసక్తి చూపేందుకు, వాటి పరిష్కారానికి నాటి తెలంగాణా యన్.జి.ఓ.ల నాయకుడు శ్రీ కె.ఆర్.ఆమోస్ ఎంతో దోహదం చేశారు.

మిగులు నిధుల దోపిడి గురించి చర్చలకు 1968 లో తాను ముఖ్యమంత్రి దగ్గరకు వెళ్లినప్పుడల్లా ఒక గుమస్తాగా, చప్రాసీగా ముఖ్యమంత్రి తనను చూసిన సంగతి శ్రీ చొక్కారావు జీవితాంతం మరిచిపోలేదు. 1956-68 సంవత్సరాల కాలంలో 110 కోట్ల రూపాయలు తెలంగాణకు చెందిన ధనం ఆంధ్రా ప్రాంతంలో ఖర్చైంది. ఈ విధంగా తెలంగాణ అభివృద్ధి కుంటుపడింది.

ఆనాడు రాష్ట్రం మొత్తం జనాభాలో తెలంగాణ మొత్తం జనాభా 38 శాతం; ద్వితీయ, తృతీయ పంచవర్ష ప్రణాళికల కాలంలో రాష్ట్ర వనరుల్లో తెలంగాణా చెల్లించిన వాటా 43.76 శాతం. వీటిలో దేన్ని పరిగణలోకి తీసుకోకుండా మొత్తం ప్రణాళిక పెట్టుబడిలో మూడింట ఒక వంతు (33.3 శాతం) తెలంగాణపై ఖర్చు పెట్టదలచిన ప్రభుత్వం ప్రణాళికలు పూర్తైన నాడు చూస్తే ఆ మాత్రం కూడా ఖర్చు చేయలేదు.

1956 లో జరిగిన పెద్ద మనుషుల ఒప్పందం మేరకు తెలంగాణలో నివాసయోగ్యతను విధించే చట్టాన్ని 1957 లో పార్లమెంట్ ఆమోదించింది. అదే Public Employment Requirement as to Residence Act 1957. తరవాత రెండేళ్లకు ఈ చట్టం కింద నియమావళి రూపొందించబడింది. దీని ప్రకారం 1959 మార్చి 21 నుంచి ముల్కీలకే ఇక్కడి ఖాళీలలో కింది స్థాయి ఉద్యోగాలు ఇవ్వాల్సి ఉంది. అయితే ఆచరణలో దానికి భిన్నంగా జరిగింది.

1968 లో తెలంగాణ హక్కుల రక్షణ ఉద్యమం ప్రారంభమైన సందర్భంలో ఈ విషయంపై చర్చించేందుకు 1968-69 నవంబరు నెలలో ముఖ్యమంత్రి ప్రతిపక్ష నాయకులతో సహా పలువురు ప్రజా ప్రతినిధులతో సమావేశం ఏర్పాటు చేసినప్పుడు, ఆంధ్రా ప్రాంతంలో సూపర్ న్యూమరీ ఉద్యోగాలు ఏర్పాటు చేసి తెలంగాణ వారికి ప్రత్యేకించిన ఖాళీలలో పనిచేస్తున్న ఆంధ్రావారిని వారి ప్రాంతానికి పంపించాలని గౌతులచ్చన్న సూచించగా, ముఖ్యమంత్రితో సహా రాజకీయ నాయకులు అందరూ దీన్ని ఆమోదించినప్పటికీ, బహిరంగంగా ప్రతిఘటించిన ఆంధ్ర ప్రాంతీయుడు, ప్రధాన కార్యదర్శి, యం.టి.రాజు ముఖ్యమంత్రి కూడా తనకు వంతపాడేట్లు చేసుకోగలిగారు.

1968, నవంబరు నెలలో కొత్తగూడెం బహిరంగ సభకు తెలంగాణా ప్రాంతీయ సంఘం అధ్యక్షుడు శ్రీ చొక్కారావు హాజరయ్యారు. ఆ సందర్భంగా థర్మల్ స్టేషన్‌లో అన్యాయాలకు గురైన ఉద్యోగులు, తదితరులు అల్లరిచేశారు. అప్పుడు చొక్కారావు మాట్లాడుతూ తెలంగాణ రక్షణలు అమలు జరిపేందుకు కృషి చేస్తానని హామీ ఇవ్వడంతో ఉద్యోగులు విశ్వసించారు. శ్రీ జె.చొక్కారావు ప్రత్యేక రాష్ట్ర వాది కానప్పటికీ ప్రత్యేక రాష్ట్ర వాదులు ఎందరో చేసిన దానికంటే, తెలంగాణకు, తెలంగాణ ప్రజలకు ఎక్కువ మేలే చేశారు. ఉద్యోగుల విషయంలో, అభివృద్ధి కార్యక్రమాల విషయాల్లో జరిగిన అవకతవకలు కొన్ని సరిదిద్దబడ్డాయి. దానికి కారకుడు, సూత్రధారి చొక్కారావే.

1967-68 లో ప్రభుత్వ యాజమాన్య సంస్థలైన పబ్లిక్ సర్వీస్ కమీషన్, ట్రిబ్యునల్ ఆఫ్ డిసిప్లినరీ ప్రోసీడింగ్స్, స్టేట్ ఫైనాన్స్ కార్పొరేషన్, ఆంధ్రప్రదేశ్ విద్యుచ్ఛక్తి బోర్డు, హౌసింగ్ బోర్డ్, ఖాదీ బోర్డు, ఇండస్ట్రియల్ డెవలప్‌మెంట్ కార్పొరేషన్, అగ్రికల్చరల్ యూనివర్సిటీ మేనేజింగ్ కమిటీ, విజిలెన్స్ కమీషన్, శాసనసభ, శాసన మండలి – అధ్యక్షులు అందరూ ఆంధ్ర ప్రాంతానికి చెందిన వారే. 1957 ప్రారంభంలో సచివాలయంలోని ఉన్నతాధికారుల్లో 60 మంది తెలంగాణా వారు ఉండగా 1968 లో ఉన్న అధికారులు 140 మందిలో 30 మంది కూడా తెలంగాణా వారు లేరు. క్రమంగా ఒకరొకరికి అక్కడ నుంచి ఉద్వాసన జరిగింది. కొన్ని ప్రభుత్వ శాఖల అధికారుల్లో ఆంధ్ర ప్రాతం వారి సంఖ్య నూటికి 80 మందికి పెరిగింది. రిటైరైన ఆంధ్ర ప్రాంతం అధికారులు ఎందరికో అనేకసార్లు పదవీ కాలం పొడిగించారు. ఒకవేళ ఇది సాధ్యం కాకపోతే ప్రత్యామ్నాయంగా పెద్ద జీతం ఉండే మరో కొత్త పదవిని సృష్టించి వారికిచ్చిన సంఘటనలు ఎన్నో ఉన్నాయి. ఇదే సమయంలో తెలంగాణా అధికారులు ఎప్పుడు రిటైర్ అవుతారా అని ఆ స్థానాల్ని ఆశించిన ఆంధ్ర ప్రాంతం వారు ఎదురు చూసేవారు.

ఆనాటి ముఖ్యమంత్రి విధానాలు ఆయన నియంతృత్వ ధోరణి, తలబిరుసు తనం, నిర్లక్ష్య స్వభావం అగ్నికి ఆజ్యం పోశాయి. తెలంగాణ ప్రజలకు బాధకలిగించే విధంగా ఆయన అనేకసార్లు వ్యంగ్యమైన వ్యాఖ్యలు చేశారు.

1968 నవంబరులో తెలంగాణ శాసన సభ్యుడు శాసనసభలో 'కోట్ల రూపాయల తెలంగాణ మిగులు నిధుల విషయం చెప్పరేమండీ?' అంటే శ్రీ బ్రహ్మానందరెడ్డి దురహంకారంతో, ఒక నవ్వు నవ్వి 'పాత కోట్లా?' కొత్త కోట్లా అని ఎదురు ప్రశ్నించారు (తొడుక్కొనే కోటు అని అర్థం వచ్చేట్లు).

1968 లో ఉభయ శాసనసభల సంయుక్త సమావేశంలో రాష్ట్ర గవర్నర్ చేసిన ప్రసంగంలోనూ, సభ ముందుకు వచ్చిన తెలంగాణ మిగులు నిధులు ఆంధ్ర ప్రాంతంలో ఖర్చైన విషయాన్ని అంగీకరించారు. కాని ప్రభుత్వం దిద్దుబాటు చర్యలు ఏమీ తీసుకోలేదు. పైగా ఆంధ్ర నాయకుల కుహనా విధానాల వల్ల మిగులు నిధులు లెక్కకట్టడంలో తరవాత అనేక చిక్కులు ఉత్పన్నమయ్యాయి. ఈ సందర్భంలో తమ బాధ్యతను గుర్తించిన పలువురు తెలంగాణా నాయకులు, ఆంధ్ర ప్రాంతంలో ఖర్చైన తెలంగాణా మిగులు నిధులు మొత్తం ఎంతో తేల్చాల్సిందిగా పదే పదే ముఖ్యమంత్రికి విజ్ఞప్తి చేశారు. అయితే ఆయన ఎప్పటికప్పుడు ఏవో కల్లబొల్లి కబుర్లు చెప్పి ఏదో అంకెలు చెప్పి తప్పించుకోడం తప్ప కచ్చితమైన చర్యలు తీసుకోలేక పోయారు.

తెలంగాణాలో మొదటి నుంచి స్కూల్ విద్యార్థుల సంఘాలు, కాలేజి విద్యార్థుల సంఘాల మాదిరిగా బలమైన నిర్మాణం కలిగి ఉండేవి. 1952 ముల్కి ఉద్యమంలో వీరు చురుకుగా పాల్గొని రాజకీయంగా, నిర్మాణపరంగా చైతన్యవంతంగా ఉండేవారు. 1967 లో ప్రభుత్వం పెంచిన స్కూల్ ఫీజులకు వ్యతిరేకంగా తెలంగాణా అంతటా విద్యార్థులు సమ్మెచేసి విజయం సాధించారు. ఆ విజయోత్సాహంతోనే 1967 లో ఉస్మానియా యూనివర్సిటీ వైస్ చాన్సలర్ పదవీ కాలం విషయంలో ప్రభుత్వ జోక్యానికి వ్యతిరేకంగా జరిగిన ఉద్యమంలో కూడా వీరు చురుకుగా పాల్గొన్నారు. ఈ నేపథ్యంతో ఒక సంవత్సరం తరవాత ప్రారంభమైన ప్రత్యేక తెలంగాణా ఉద్యమంలో వీరు పూర్తిస్థాయిలో పాల్గొన్నారు.

రాజకీయంగా నష్టపోయిన మర్రి చెన్నారెడ్డి

ఉత్తరాది దినపత్రికలు మర్రి చెన్నారెడ్డిని 'ఫైర్ యాటర్'గా పేర్కొనేవి. ఆయన 1967 సాధారణ ఎన్నికల్లో అసెంబ్లీకి గెలిచి రాష్ట్ర క్యాబినెట్ మూడవ ర్యాంకు మంత్రిగా చేరిన తరవాత ముఖ్యమంత్రి బ్రహ్మానందరెడ్డి చివరకు మిగిలిన తన ఏకైక ప్రతిద్వంద్వి చెన్నారెడ్డిని కేంద్రంలో ఉక్కు, గనుల శాఖామంత్రిగా పంపి చేతులు దులుపుకొన్నాడు. ముందు కేంద్ర మంత్రిగా చేరిన తరవాత ఆయన రాష్ట్రం నుంచి రాజ్యసభకు ఎన్నికయ్యారు.

తెలంగాణాలో చెన్నారెడ్డికి ప్రధాన ప్రత్యర్థి వందేమాతరం రామచంద్రరావు. 1967 అసెంబ్లీ ఎన్నికల్లో చెన్నారెడ్డి ఈయన్ను ఓడించారు. అయితే, ఆ ఎన్నిక చెల్లనేరదని, చెన్నారెడ్డి ఎన్నికల్లో అక్రమ పద్ధతులకు పాల్పడ్డారని వందేమాతరం రామచంద్రరావు హైకోర్టుకు వెళ్లగా 1968, ఏప్రిల్ 26 న హైకోర్టు చెన్నారెడ్డికి వ్యతిరేకంగా తీర్పు ఇచ్చింది. రాజ్యసభ సభ్యుడిగా ఆయన పదవి స్వీకారం ఏప్రిల్ 26 న చేయాల్సి ఉంది. ఆయన కేంద్ర మంత్రి పదవికి వెంటనే రాజీనామా చేసి హైకోర్టును స్టే కోసం ఆశ్రయించగా ఏప్రిల్ 30 న హైకోర్టు స్టే అప్పీలును తిరస్కరించింది. చెన్నారెడ్డి మళ్లీ సుప్రీం కోర్టుకు పరుగెత్తగా 1968 నవంబరులో అక్కడ కూడా వ్యతిరేకంగానే తీర్పు వచ్చింది. పైగా సుప్రీం కోర్టు అతడిని తీవ్ర పదజాలంతో 'నేరాల్లో కెల్లా హీనమైన నేరం' అని వ్యాఖ్యానించింది. కనీసం ఆ ఆరు సంవత్సరాల శిక్షనైనా తగ్గించమని కేంద్ర ఎన్నికల సంఘానికి అప్పీలు చేసుకోగా అక్కడా చుక్కెదురయ్యింది. తొలిదశ కోర్టు వ్యవహారాల్లో ముఖ్యమంత్రి బ్రహ్మానందరెడ్డి తనకు సహాయం చేసే స్థితిలో ఉండి కూడా కావాలనే తటస్తంగా ఉన్నాడని చెన్నారెడ్డి గాయపడ్డారు. చివరికి రాజకీయ నిరుద్యోగిగా ఉంటూనే అతి త్వరలో కలిసివచ్చిన అదృష్టం లాంటి తెలంగాణా ఉద్యమంలోకి దూకి బ్రహ్మానందరెడ్డిపై తన పగ తీర్చుకొన్నాడు. ఇలా అన్ని రంగాల్లో జరిగిన అన్యాయాలు, వివక్షలు, పెద్ద మనుషుల

ఒప్పంద ఉల్లంఘనలకు విసిగి వేసారి పోయిన తెలంగాణా ప్రజలు 1968-69 లో ఒక బ్రహ్మాండమైన ఉద్యమానికి శ్రీకారం చుట్టారు. అదే 1968-69 లో జరిగిన జై తెలంగాణా ఉద్యమం.

తమ సమస్యలను ప్రభుత్వం దృష్టికి తెచ్చేందుకు తెలంగాణ ప్రజలు నిరసన సమావేశాలను ఏర్పాటు చేయడం ప్రారంభించారు. 1968 జూలై 10 న తెలంగాణా రక్షణల (Telangana Safeguards Day) దినం పాటించారు. హైదరాబాద్‌లో జరిగిన ఒక ఉద్యోగుల సమావేశంలో ప్రముఖ కార్మిక సంఘ నాయకుడైన మహదేవ్ సింగ్ ప్రసంగిస్తూ తెలంగాణా ప్రజల కోరికను మన్నించనట్లైతే ఆంధ్రప్రదేశ్ రాష్ట్రం నుంచి తెలంగాణా విడిపోవాల్సి వస్తుందని ప్రభుత్వాన్ని హెచ్చరించాడు.

తెలంగాణా ఉద్యోగులు ఒక కరపత్రాన్ని ప్రచురించి ఆంధ్రులు ఏ విధంగా అన్యాయం చేసింది, హేళన చేసింది వివరించారు. ఇప్పుడు ఆంధ్రా వారితో తేల్చుకోవాల్సిన సమయం ఆసన్నమైంది అని పేర్కొన్నారు.

ఉద్యమ ప్రారంభం

ఖమ్మం జిల్లా పాల్వంచలోని థర్మల్ పవర్ స్టేషన్‌లో 1969 జనవరి 5 న నిప్పు రాజుకొంది. తెలంగాణ బొగ్గు, గోదావరి జలాల సహాయంతో నిర్మించిన ఆ విద్యుత్ కేంద్రంలో పనిచేసే ఉద్యోగుల్లో మెజార్టీ వర్గం మాత్రం ఆంధ్ర ప్రాంతం వారే. జనవరి పది నుంచి నిరాహార దీక్షలు చేయాలని నిర్ణయం జరిగింది. ఉద్యోగుల్లో తెలంగాణా కాని వారిని వెనకకు పంపించాలని, తెలంగాణా రక్షణలు అమలు చేయాలనేవి వారి డిమాండ్లు. వారు తెలంగాణా ప్రాంతీయ కమిటీ అధ్యక్షుడు చొక్కారావుకు ఒక మెమోరాండం సమర్పించారు.

ఖమ్మం జిల్లా ఇల్లెందు పట్టణానికి చెందిన శ్రీరామదాస్ అనే యువకుడు పాల్వంచ థర్మల్ కేంద్రంలో జరిగిన అన్యాయాలను మొదట వెలుగులోకి తెచ్చి, అక్కడ ఉద్యమ ప్రారంభానికి 1968 వ సంవత్సరంలోనే అంకురార్పణ చేశారు. యన్.జి.ఓ నాయకుడు డి.పురుషోత్తం తదితరులు, రామదాసు తెలంగాణాలో పెక్కు జిల్లాల్లో నిద్రాహారాలు లేకుండా పర్యటించి ఉద్యోగస్తులు, యువకులకు జరిగిన అన్యాయాల గురించి ఎంతో సమాచారం సేకరించి, మొదట రక్షణల అమలు ఉద్యమానికి, తరవాత ప్రత్యేక రాష్ట్ర పోరాటానికి ఎందరినో సమాయాత్తం చేశారు. రామదాసుపై పోలీసులు ఎన్నో కేసులు పెట్టి, దౌర్జన్యం చేసి అనేక హింసలకు గురిచేసినా అతని పట్టుదల సన్నగిల్లలేదు.

రవీంద్రనాథ్

ఖమ్మం జిల్లా పాల్వంచ థర్మల్ పవర్ స్టేషన్‌కు చెందిన దినసరి వేతనం కార్మిక నాయకుడు కృష్ణ నిరాహారదీక్ష ప్రారంభించాడు. 1969, జనవరి 8 న పాల్వంచ పట్టణంలో రవీంద్రనాథ్ అనే బి.ఏ., చదువుకొంటున్న విద్యార్థి, నేషనల్ స్టూడెంట్స్ యూనియన్ నాయకుడు ఖమ్మం పట్టణంలోని గాంధీ చౌక్ వద్ద నిరవధిక నిరాహారదీక్ష ప్రారంభించాడు. అతనితో పాటు ఖమ్మం మున్సిపాలిటీ ఉపాధ్యక్షుడు, కవి అయిన కవిరాజమూర్తి కూడా నిరాహారదీక్షలో పాల్గొన్నారు. ఆంధ్రా నాయకులకు వ్యతిరేకంగా నినాదాలు చేస్తూ తెలంగాణా రక్షణలను అమలు చేయాలని విద్యార్థులు పెద్ద ఊరేగింపు చేశారు. ఆంధ్ర అని కనిపించిన బోర్డులన్నీ పీకేశారు. ఆంధ్రా బాంక్ మీద దాడి చేశారు. బస్సులపై రాళ్లురువ్వారు. 'తెలంగాణా రక్షణ సమితి' అనే సంస్థను స్థాపించి తెలంగాణా అభివృద్ధి కోసం వంద కోట్లు ఖర్చుచేయాలని, పోచంపాడు ప్రాజెక్టు నిర్మాణానికి ప్రాధాన్యత ఇవ్వాలనీ, పారిశ్రామిక అభివృద్ధిలో తెలంగాణాకు ప్రాధాన్యత ఇవ్వాలనీ తెలంగాణేతర ఉద్యోగులను వెనక్కి పంపి ఆ స్థానాల్లో తెలంగాణా నిరుద్యోగులకు

అవకాశాలు కల్పించాలని తీర్మానాలు చేశారు. మరునాడే జనవరి 10 న ఈ ఉద్యమం నిజామాబాదుకు వ్యాపించింది. విద్యార్థి పరిషత్తు అధ్యక్షుడు ఎ.ఎస్.పొశెట్టి నాయకత్వంలో విద్యార్థులు స్కూళ్లు, కాలేజీలు బహిష్కరించి పట్టణంలో ఊరేగింపు తీశారు. నాన్ ముల్కీ గో బ్యాక్ అని నినాదాలు చేస్తూ జిల్లా కలెక్టర్‌కు, ఎస్.పి.కి మెమోరాండం సమర్పించారు. జూన్ 12 న ఖమ్మంలో ఉద్రిక్త వాతావరణం ఏర్పడింది. వార్తలు సరిగా రాయని, రాసినా వక్రీకరించిన దిన పత్రికలను తగులబెట్టారు. విజయవాడ వెళ్లే రైళ్లను ఖమ్మం స్టేషన్‌లో గంటల తరబడి ఆపేశారు. అటు ఖమ్మంలో రవీంద్రనాథ్ నిరాహార దీక్ష కొనసాగుతుంది. అతనితో పాటు అనురాధ అనే 9 సంవత్సరాల విద్యార్థిని కూడా నిరాహారదీక్ష ప్రారంభించింది. వీరితో పాటు మరికొంత మంది నిరాహారదీక్షలో కూర్చున్నారు.

ఉద్యమంలోకి ఉస్మానియా విశ్వవిద్యాలయం

హైదరాబాద్‌లోని ఉస్మానియా విశ్వవిద్యాలయంలో అన్ని కాలేజీల విద్యార్థి సంఘాల సర్వసభ్య సమావేశం జరిగింది. అందులో పెద్ద మనుషుల ఒప్పందాన్ని హాస్యాస్పదం చేసిన ప్రభుత్వ వైఖరిని అంతా నిశితంగా విమర్శించారు. తెలంగాణా రక్షణల అమలు కోసం జనవరి 15 నుంచి నిరసన సమ్మె చేయాలని నిర్ణయించారు. మంత్రివర్గంలోని తొమ్మిది మంది మంత్రులు, తెలంగాణా శాసన సభ్యులు రాజీనామా చేయాలని, తెలంగాణాకు 70 కోట్ల నిధులను విడుదల చేయాలని, తెలంగాణా నిధుల దుర్వినియోగంపై న్యాయవిచారణ జరిపించాలని, పెద్ద మనుషుల ఒప్పందాన్ని తు.చ. తప్పకుండా అమలు జరపాలని, ముల్కీ నిబంధనలను ఉల్లంఘించిన వారిని కఠినంగా శిక్షించాలనీ, నాన్ ముల్కీలను వెంటనే వెనుకకు పంపించాలని తీర్మానాలు చేశారు. ఈ సమావేశానికి ఉస్మానియా విశ్వవిద్యాలయం విద్యార్థి సంఘం అధ్యక్షుడు వెంకట్రామరెడ్డి అధ్యక్షత వహించాడు. ఈ సమావేశం జిల్లాల్లో కొనసాగుతున్న విద్యార్థి ఉద్యమాలకు తన మద్దతును ప్రకటించింది.

ఉస్మానియా విశ్వవిద్యాలయంలో తెలంగాణ ఉద్యమ నేపథ్యం

1967 లో ఎన్నికలు జరిగిన తరవాత కాసు బ్రహ్మానందరెడ్డి బలమైన ముఖ్యమంత్రిగా స్థానం సంపాదించుకొన్నాడు. దీనికి రెండు కారణాలున్నాయి. ఒకటి వామపక్ష పార్టీలైన సి.పి.ఐ, సి.పి.యం లు ఎన్నికల్లో ఒకరినొకరు ఓడించుకొని కాంగ్రెసు పార్టీని సంపూర్ణ మెజార్టీతో గెలిపించాయి. రెండోది, అంతవరకు కాంగ్రెసు పార్టీలో ముఖ్యమంత్రి వర్గానికి వ్యతిరేక గ్రూపు నాయకుడైన ఎ.పి.సుబ్బారెడ్డి మరణించడం, మరో ప్రతిద్వంద్వి చెన్నారెడ్డి రాష్ట్ర రాజకీయాలకు దూరంగా ఢిల్లీలో కేంద్ర మంత్రిగా ఉండటం వల్ల ముఖ్యమంత్రి పార్టీలోనూ, ప్రభుత్వంలోనూ బలమైన నాయకునిగా స్థిరపడ్డారు. రాష్ట్రంలో ఆయనకు ఎదురేలేదు. కాని ఉస్మానియా విశ్వవిద్యాలయంలో మాత్రం ఆయనకు వ్యతిరేకంగా బలమైన ఉద్యమం బయలుదేరింది. అందులో నుంచి వచ్చిందే ప్రత్యేక తెలంగాణా ఉద్యమం.

1967 లో ఉస్మానియా విశ్వవిద్యాలయం వైస్‌చాన్సలర్ డా॥ డి.ఎస్.రెడ్డిని ముఖ్యమంత్రి నీలం సంజీవరెడ్డి నియమించారు. ఇతను ఆంధ్రా ప్రాంతానికి చెందినవారు. అప్పటికే వైస్‌చాన్సలర్‌గా రెండు టర్మ్‌లు పనిచేసి మూడవ టర్మ్‌లోకి ప్రవేశించారు. మొదటిసారి అతని నియామకం 1957 లో జరిగినప్పుడు మెజార్టీ విద్యార్థులు, అధ్యాపక వర్గం ఈ నియామకాన్ని వ్యతిరేకించి తెలంగాణా వారికే ఆ పదవి ఇవ్వాలని ఉద్యమించారు. అయితే 1967 లో ముఖ్యమంత్రికి వైస్‌చాన్సలర్‌తో సరిపడక విశ్వవిద్యాలయానికి గ్రాంట్లు ఇవ్వడంలో ఇబ్బంది పెడుతూ దానికి ఉన్న అధికారాలన్నీ కొన్ని హరించాలని, దాన్ని ప్రభుత్వంలో ఒక శాఖగా మార్చాలని ముఖ్యమంత్రి కాసు బ్రహ్మానందరెడ్డి ప్రయత్నించారు. యూనివర్సిటీల చట్టాన్ని మార్చి వి.సి. పదవీ కాలాన్ని ఐదు సంవత్సరాల నుంచి మూడు సంవత్సరాలకు కుదించి

డి.ఎస్.రెడ్డిని తొలగించి ఆ స్థానంలో డా॥ పిన్నమనేని నరసింహారావు అనే ఒక అనామకుడిని కొత్త వి.సి.గా నియమించారు. విశ్వవిద్యాలయం ప్రత్యేక ప్రతిపత్తిలో ప్రభుత్వ రాజకీయ జోక్యం తగదని మెజార్టీ విద్యార్థులు, అధ్యాపక వర్గం ఉద్యమించింది. జైపాల్ రెడ్డి నాయకత్వంలో విద్యార్థులు ముఖ్యమంత్రికి వ్యతిరేకంగా సమ్మెచేశారు. డి.ఎస్.రెడ్డి కోర్టుకు వెళ్లి తనకు అనుకూలంగా తీర్పు తెచ్చుకొని మళ్లీ పదవిలో కొనసాగారు. 1968 లో జరిగిన యూనివర్సిటీ విద్యార్థి సంఘం ఎన్నికల్లో ముఖ్యమంత్రిని వ్యతిరేకించే విద్యార్థి వర్గం మెజార్టీ స్థానాలను సంపాదించుకొంది. వీరే తరవాత కాలంలో ప్రత్యేక తెలంగాణా ఉద్యమ నిర్మాతలు. జైపాల్ రెడ్డి ముఖ్యమంత్రికి దగ్గరై సమైక్యతా వాదిగా మారిపోయారు.

ఉస్మానియా విద్యార్థుల కార్యాచరణ సమితి

1969 జనవరి 13 న ఉస్మానియా విశ్వవిద్యాలయంలో తెలంగాణా విద్యార్థుల కార్యాచరణ సమితి ఏర్పడింది. ఈ కార్యాచరణ సమితి ప్రధాన కార్యదర్శిగా మెడికల్ విద్యార్థి మల్లికార్జున్ ఎన్నికయ్యారు. విద్యార్థులు ఎలాంటి త్యాగాలకైనా సిద్ధం కావాలని పిలుపునిచ్చాడు. విద్యార్థుల కార్యాచరణ కమిటి ఏర్పాటుతో విద్యార్థులు రెండు వర్గాలుగా చీలిపోయారు.

తెలంగాణ రక్షణలను కోరే వర్గం

ఉస్మానియా విశ్వవిద్యాలయ విద్యార్థి సంఘం అధ్యక్షుడైన వెంకట్రామిరెడ్డి నాయకత్వంలో ఈ గ్రూపు కేవలం తెలంగాణా రక్షణల అమలుకు మాత్రమే పరిమితం. కానీ వారి లక్ష్యం రాష్ట్ర సమైక్యత. ఈ గ్రూపులో త్వరలోనే సి.పి.ఐ.కి చెందిన విద్యార్థి ఫెడరేషన్ వారు చేరి దాన్ని బలంగా నిర్మించి ప్రత్యేక తెలంగాణా ఉద్యమానికి ప్రతి (కౌంటర్) ఉద్యమాన్ని నడిపారు. వీరి కేంద్రస్థానం కోఠిలోని వివేకవర్ధని కాలేజి.

తెలంగాణ ప్రత్యేక రాష్ట్రాన్ని కోరే వర్గం

మల్లికార్జున్ కార్యదర్శిగా తెలంగాణా విద్యార్థుల కార్యాచరణ సమితి ఏర్పడింది. వీరు ప్రత్యేక తెలంగాణా రాష్ట్రం కోసం ఉద్యమించారు. వీరి కేంద్రస్థానం నిజాం కాలేజి.

1969 జనవరి 16 న రెండు వర్గాల విద్యార్థులు నగరంలో వేరు వేరు ఊరేగింపులు జరిపారు. ప్రత్యేక తెలంగాణాను కోరే విద్యార్థుల ర్యాలీ నిజాం కాలేజి నుంచి బయలుదేరి సచివాలయాన్ని దిగ్బంధించి ముఖ్యమంత్రి దిష్టి బొమ్మను తగులబెట్టారు. సచివాలయం గేటు దగ్గర జరిగిన సభలో మల్లికార్జున్ మాట్లాడుతూ ఈ ఉద్యమం ఆంధ్రులకు వ్యక్తిగతంగా వ్యతిరేకం కాదని స్పష్టం చేశారు.

తెలంగాణ రక్షణలను కోరే విద్యార్థుల ఊరేగింపు వివేకవర్ధని కాలేజి నుంచి నిజాం కాలేజికి వెళ్లింది. రక్షణల విషయంలో తెలంగాణ మంత్రుల మౌనంపై ఈ వర్గం ఆగ్రహం ప్రదర్శించి వారి దిష్టి బొమ్మలను తగులబెట్టింది.

తెలంగాణా పరిరక్షణల కమిటీ

1969 జనవరి 13 న నగరంలోని పుర ప్రముఖులందరు ఒక సమావేశం ఏర్పాటు చేసి 'తెలంగాణా పరిరక్షణల కమిటీ' ని స్థాపించారు. దాని ఛైర్మన్ కాటం లక్ష్మీనారాయణ (స్వాతంత్ర్య సమరయోధులు). మిగతా సభ్యులు మహదేవ్ సింగ్ (సోషలిస్టు పార్టీ), సుల్తాన్ సలావుద్దీన్ ఒవైసీ (మజ్లీస్), ఇ.వి.పద్మనాభన్ (కార్పొరేటర్),

సంతపురి రఘువీర రావు (వకీలు), ఎన్. మాధవరావు, జాఫర్ హుస్సేన్ మొదలైన వారు. వీరు విద్యార్థుల ఆందోళనకు తమ సంపూర్ణ మద్దతును తెలిపారు. జనవరి 15 న విద్యార్థుల తరగతుల బహిష్కరణ సమ్మె విజయవంతమైంది.

తెలంగాణా ఉద్యమం సందర్భంగా ఎక్కడా విద్యార్థులు పాఠశాలలకు, కళాశాలలకు వెళ్లలేదు. 1969 తెలంగాణా ఉద్యమం సందర్భంగా విద్యార్థులు ఒక విద్యా సంవత్సరాన్ని కోల్పోయారు.

జనవరి 16 నాటికి పాల్వంచలో ఉద్యమం తీవ్రమైంది. ఆ విద్యుత్ కేంద్రంలో పనిచేసే తెలంగాణా ఉద్యోగులు తెలంగాణా రక్షణల అమలు కోసం హైకోర్టుకు వెళ్లగా, ముల్కీ నిబంధనలు అటానమస్ సంస్థలకు, కార్పొరేషన్లకు వర్తించవని తీర్పు వచ్చింది. దాంతో వారి మనోభావాలు దెబ్బతిన్నాయి. ఇక తెలంగాణా రక్షణలు కాదు, ప్రత్యేక తెలంగాణా కావాలనే నిర్ణయానికి వారు వచ్చారు. ఆంధ్రా ప్రాంతం ఉద్యోగులు నివసించే కాలనీల్లోని ఇళ్లకు నీరు, విద్యుచ్ఛక్తి సరఫరాలను ఆపివేశారు. నాన్ ముల్కీలు గో బ్యాక్ అని ఊరేగింపు చేశారు. బాధితులు తమ కుటుంబాలను భయాందోళనలతో ఆంధ్రాకు తరలించారు.

తొలి లాఠీచార్జీ

జనవరి 18 న నగరంలో మొదటిసారి పోలీసు లాఠీచార్జీ జరిగింది. బాష్పవాయువు ప్రయోగించారు. ప్రత్యేక రాష్ట్రాన్ని కోరే విద్యార్థులు మల్లికార్జున్, శ్రీధర్ రెడ్డి నాయకత్వంలో నిజాం కాలేజి నుంచి పెద్ద ఊరేగింపుగా బయలుదేరి కోఠీ వైపు వెళ్తూ ఉన్నారు. ఊరేగింపు ఆబిడ్స్ చౌరాస్తాలోకి రాగానే దానికి ఎదురుగా రక్షణలను కోరే విద్యార్థుల ఊరేగింపు వచ్చింది. వారు కోఠీ నుంచి బయలుదేరి ఆబిడ్స్‌కు వస్తున్నారు. ఆ ఊరేగింపుకు వెంకట్రామరెడ్డి, విద్యార్థి ఫెడరేషన్ నాయకుడు సదానంద్ నాయకత్వం వహిస్తున్నారు. సదానంద్ తన సహచరులను రెచ్చగొట్టడం వల్ల వాతావరణం ఉద్రిక్తమైంది. ఇరు వర్గాల వారు నినాదాలు చేసుకొంటూ ముందుకు తోసుకు వస్తున్నారు. పోలీసులు ప్రమాదాన్ని పసిగట్టి ఆబిడ్స్ చౌరాస్తాలో రెండు గ్రూపుల మధ్య బారికేడ్లలాగా నిలుచున్నారు. అయితే, రెండు వర్గాలు రాళ్లు విసురుకొన్నారు. ఇరు వర్గాల మధ్య కొట్లాట జరగడంతో పోలీసులు లాఠీచార్జీ చేసి టియర్‌గ్యాస్ వదిలారు. గుంపులు రెడ్డీ హాస్టల్ వైపు, సాగర్ టాకీస్ వైపు పరుగులు తీశాయి. ఈ లాఠీచార్జీలో ఆర్ట్స్ కాలేజి అధ్యక్షుడు రమాకాంత్‌రెడ్డి తీవ్రంగా గాయపడి, తలకు తీవ్ర గాయాలయ్యాయి. పులి వీరన్నకు కూడా తలకు గాయాలయ్యాయి.

తెలంగాణ ఉద్యోగులు హైదరాబాద్ నగరంలో జనవరి 18 న సమావేశం జరిపి తెలంగాణాలో పనిచేస్తున్న ఆరువేల మంది నాన్ ముల్కీలను ఆంధ్రాకు వెనక్కు పంపకపోతే ప్రత్యక్ష కార్యాచరణకు దిగుతామని ప్రభుత్వానికి అల్టిమేటం ఇచ్చారు.

మరోవైపు రాష్ట్ర శాసనసభలోని ఐదు ప్రతిపక్ష పార్టీలైన భారతీయ జనసంఘ్, మజ్లీస్, సంయుక్త సోషలిస్టు పార్టీ, ఉభయ కమ్యూనిస్టు పార్టీలు ఒక ప్రకటన చేస్తూ ఒకవేళ ముఖ్యమంత్రి చొరవ తీసుకోకపోతే తాము కూడా విద్యార్థులతో కలిసి తెలంగాణా రక్షణల అమలు కోసం ఉద్యమిస్తామని హెచ్చరించారు.

అఖిలపక్ష సమావేశం

పరిస్థితి చేయిదాటిపోయిందని గమనించిన ముఖ్యమంత్రి బ్రహ్మానందరెడ్డి 1969 జనవరి 18, 19 న అన్ని రాజకీయ పక్షాల నాయకుల సమావేశం ఏర్పాటుచేశారు. ఇరు ప్రాంతాలకు చెందిన వివిధ పార్టీల నాయకులు 45

మంది ఈ సమావేశానికి హాజరై ఒక అంగీకారానికి వచ్చారు. ఈ అంగీకారాన్నే అఖిలపక్ష ఒప్పందం (ఆల్ పార్టీ అకార్డ్) అంటారు.

ఈ సమావేశంలో తీసుకొన్న నిర్ణయాలు

1. ముల్కీ నిబంధనలకు వ్యతిరేకంగా తెలంగాణా ప్రాంతంలో నియమించిన ఉద్యోగులందరినీ వెనక్కు పంపి వారి స్థానంలో స్థానికులను నియమించాలి. ఈ విధంగా ఉద్యోగాలు కోల్పోయిన ఆంధ్ర ప్రాంతం వారికి వారి ప్రాంతంలో ఉద్యోగవకాశాలు కల్పించాలి.
2. తప్పుడు ముల్కీ సర్టిఫికెట్ల ద్వారా ఉద్యోగాలు సంపాదించిన వారి విషయంలో విచారణ జరిపించాలి.
3. ముల్కీ నిబంధనలను, ప్రభుత్వ విభాగాలకే కాక స్వయం ప్రతిపత్తిగల సంస్థలకు కూడా వర్తింపచేయాలి. ఈ నిబంధనల అమలు మరికొంత కాలం పొడిగించడానికి కావలసిన చర్యలు వెంటనే తీసుకోవాలి.
4. తెలంగాణా మిగులు నిధుల లెక్కలు తేల్చాలి.
5. ఉద్యోగస్థుల సీనియారిటీకి సంబంధించిన విషయాలలో కేంద్ర ప్రభుత్వం, న్యాయస్థానాల నిర్ణయాలను వెంటనే అమలు చేయాలి.
6. ఆంధ్ర ప్రాంతానికి తరలించిన తెలంగాణా మిగులు నిధుల లెక్కలు తీసి ఆ నిధులను తెలంగాణ ప్రాంత అభివృద్ధి కోసం ఉపయోగించాలి.
7. రాజధాని అయిన హైదరాబాద్ నగరంలో విద్యా వసతులను విస్తరింపచేయాలి.

అఖిలపక్ష ఒప్పందం ప్రకారం లెక్కలు తీస్తే 4500 మంది నాన్ ముల్కీ ఉద్యోగులు తెలంగాణాలో పనిచేస్తున్నారని తేలింది. వారిని ఆంధ్రా ప్రాంతానికి తరలించడానికి జి.ఓ.నెం.36 ని తీసుకొచ్చారు.

జి.ఓ.నెం.36

అఖిలపక్ష ఒప్పందాన్ని అమలు చేయడానికి, ప్రభుత్వం 1969 జనవరి 21 న జి.ఓ.36 ను జారీ చేసింది. ఈ జి.ఓ ను ఆంధ్రప్రదేశ్ మాజీ ముఖ్యమంత్రి దామోదరం సంజీవయ్య బహిరంగంగానే వ్యతిరేకించాడు. ఆయన మాట్లాడుతూ ఉద్యోగులను తరలించడం అంటే, కూరగాయల మూటలను పార్సిల్ చేసినంత సులువు కాదని వ్యాఖ్యానించాడు.

కోర్టుల్లో ఫిర్యాదు

ముల్కీ నిబంధనల కోసం జారీ అయిన జి.ఓ.36 తో పాటు, ఆంధ్రప్రదేశ్ రాష్ట్ర అవతరణకు ప్రధాన ప్రాతిపదికగా నిలిచిన ముల్కీ నిబంధనల రాజ్యాంగబద్ధతను కూడా ఆంధ్రా ఉద్యోగులు సవాలు చేశారు. జి.ఓ.36 ను సవాలు చేస్తూ ఆంధ్రా ఉద్యోగులు 1969 జనవరి 29 న హైకోర్టులో రిట్ దాఖలు చేశారు. 1969 జనవరి 31 న ఐదుగురు తెలంగాణా ఉద్యోగినులు తమ భర్తలు ఆంధ్రావారని ఈ జి.ఓ., అమలు చేస్తే తమ కుటుంబాలు దెబ్బతింటాయని హైకోర్టులో రిట్ దాఖలు చేశారు.

1969 ఫిబ్రవరి 3 న హైకోర్టు సింగిల్ జడ్జి జస్టిస్ చిన్నప రెడ్డి ముల్కీ రూల్సు చెల్లవు అని జి.ఓ.36 ని రద్దుచేస్తూ ఉత్తర్వులిచ్చాడు. ఈ సింగిల్ జడ్జి తీర్పును సవాల్ చేస్తూ రాష్ట్ర ప్రభుత్వం హైకోర్టు డివిజనల్ బెంచ్‌కు అప్పీల్ చేసింది. జస్టిస్ ఆవుల సాంబశివరావు, జస్టిస్ జగన్మోహన్ రెడ్డిలతో కూడిన డివిజన్ బెంచ్ ఈ కేసుపై విచారణ చేసి 1969, ఫిబ్రవరి 20 న ముల్కి రూల్స్ సక్రమమేనని అవి చెల్లుతాయని తీర్పునిచ్చింది.

హైకోర్టు తీర్పుపై ఆంధ్రా ఉద్యోగులు సుప్రీం కోర్టుకు అప్పీలు చేశారు. దీనిపై విచారణ జరిపిన సుప్రీం కోర్టు ఐదుగురు జడ్జీల ఫుల్ బెంచ్ తీర్పునిస్తూ ఒక రాష్ట్రంలో ఒక ప్రాంతానికి రిజర్వేషన్ పెట్టడం ఆర్టికల్ 16 కు విరుద్ధం అని, ముల్కీ రూల్స్‌పై పబ్లిక్ ఎంప్లాయిమెంట్‌లో సెక్షన్ 3 చెల్లదు అని పేర్కొంటూ హైకోర్టు జడ్జిమెంట్‌ను కొట్టేశారు.

ప్రభుత్వం తెలంగాణ రక్షణలను అమలు చేయడానికి జి.ఓ.36 ని జారీ చేయడంతో పాటు, తెలంగాణా మిగులు నిధుల పరిశీలన కోసం ఢిల్లీ నుంచి ఒక బృందం వస్తుందని తెలిపింది. ఒక పక్క ప్రభుత్వ హామీలు, మరో పక్క విద్యార్థి నాయకుడు వెంకట్రామరెడ్డి, జలగం వెంగళరావుల చొరవతో ఖమ్మంలో 17 రోజులుగా నిరవధిక నిరాహారదీక్ష చేస్తున్న విద్యార్థి నాయకుడు రవీంద్రనాథ్ తన దీక్షను విరమించాడు.

అఖిలపక్ష ఒప్పందంలోని రెండో అంశం తెలంగాణా మిగులు నిధుల గురించి తెల్పడానికి ప్రభుత్వం వివిధ కమిటీలు వేసింది.

తెలంగాణ మిగులు నిధులపై నియమించిన వివిధ కమిటీలు

1. కుమార్ లలిత్ కమిటీ: 1969 జనవరి 19న జరిగిన అఖిలపక్ష ఒప్పందంలో భాగంగా బ్రహ్మానందరెడ్డి ప్రభుత్వం తెలంగాణ మిగులు నిధుల పరిశీలన కోసం కాగ్ అధికారైన కుమార్ లలిత్ కమిటీని 1969 జనవరిలో నియమించింది. ఈ కమిటీ 1956 నవంబరు 1 నుంచి 1968 మార్చి 31 వరకు జరిగిన కేటాయింపులన్నింటినీ పరిశీలించి నివేదికను సమర్పించింది. ఈ కమిటీ తన నివేదికలో 1956-1968 ల మధ్య ఎక్సైజ్ డ్యూటీతో కలిపి చూస్తే తెలంగాణా రెవెన్యూ ఖాతాలో 102 కోట్లు మిగులు ఉందని, దీనిలో నికర మిగులు 63.92 కోట్లని పేర్కొంది. చివరి రెండు సంవత్సరాల్లో మూలధన ఖాతా నుంచి అదనపు ఖర్చు తీసేస్తే మొత్తంగా తెలంగాణపై ఖర్చు పెట్టాల్సి ఉండి కూడా ఖర్చు పెట్టకుండా మిగిలిపోయిన మిగులు నిధులు 34.10 కోట్లని పేర్కొంది.

తెలంగాణ మిగులు నిధులను గణించడంలో కుమార్ లలిత్ కమిటీ పొరపాట్లు చేసిందని, ఆంధ్రప్రదేశ్ ఏర్పడే నాటికి తెలంగాణ దగ్గర ఉన్న మిగులు నిధులతో సహా అన్ని ఖాతాలను పరిశీలిస్తే మొత్తం మిగులు నిధులు 107.13 కోట్లు అవుతుందని ప్రాంతీయ కమిటీ ఆరోపించింది. ఈ వివాదాన్ని పరిష్కరించడానికి కేంద్ర ప్రభుత్వం తెలంగాణా మిగులు నిధులను లెక్కించడానికి ఒక ఉన్నతాధికార సంఘాన్ని నియమిస్తానని అష్టసూత్ర పథకంలో భాగంగా 1969 ఏప్రిల్ 11 న ప్రకటించింది. దీంతో ప్రభుత్వం తెలంగాణా మిగులు నిధులపై జస్టిస్ భార్గవ కమిటీని వేసింది.

2. జస్టిస్ భార్గవ కమిటీ: 1969 ఏప్రిల్ 22 న ప్రభుత్వం జస్టిస్ వశిష్ట భార్గవ నాయకత్వంలో తెలంగాణా మిగులు నిధులను పరిశీలించడం కోసం ఒక కమిటీని వేసింది. ఈ కమిటీ 123 పేజీల నివేదికను ప్రభుత్వానికి సమర్పించింది. కాని ఈ కమిటీ నివేదికను ప్రభుత్వం అధికారికంగా బయటపెట్టలేదు. భార్గవ కమిటీ తన నివేదికలో 1956-1968 సంవత్సరాల మధ్య కాలంలో తెలంగాణ మిగులు నిధులు 28.34 కోట్లని తెల్పింది. తెలంగాణా ప్రాంత మిగులు నిధులు తెలంగాణాపై ఖర్చు పెట్టలేదని, పెద్ద మనుషుల ఒప్పందాన్ని అమలు చేయడానికి అదనపు చర్యలు తీసుకోవాలని పేర్కొంది.

3. వాంఛూ కమిటీ: ముల్కీ నిబంధనలను కొనసాగించడానికి రాజ్యాంగ సవరణ విషయంలో తగిన సూచనలు చేయమని కేంద్ర ప్రభుత్వం 1969 లో వాంఛూ కమిటీని నియమించింది. ఈ కమిటీ అధ్యక్షుడు కె.ఎన్.వాంఛూ, నిరేన్‌డే, ఎం.పి. సెతల్వాడ్‌లు ఇతర సభ్యులు.

కమిటీ సూచనలు: ఈ కమిటీ 1969 లోనే నివేదిక సమర్పించింది. రాష్ట్ర ఉద్యోగాల్లో ఆ రాష్ట్రానికి ప్రాధాన్యత లభించేట్లు చట్టం చేసే అధికారం పార్లమెంట్‌కు ఉంది. కాని ఒక రాష్ట్రంలో ఒక ప్రాంతం వారికి ప్రాధాన్యత లభించేట్లు చట్టం చేసే అధికారం పార్లమెంట్‌కు లేదు. ఈ కమిటీ ముల్కీ నిబంధనలు కొనసాగించడానికి వీలులేదని పేర్కొంది. రాజ్యాంగ సవరణకు కూడా అవకాశం లేదని పేర్కొంది.

ఉద్యమ కాలంలో తొలి పోలీసు కాల్పులు

1969 జనవరి 20 న శంషాబాదులో పాఠశాల విద్యార్థులపై పోలీసు కాల్పులు జరిగాయి. ప్రత్యేక తెలంగాణా ఉద్యమంలో ఇదే మొదటి పోలీసు కాల్పులు. రైల్వేస్టేషన్‌పై దాడి చేసిన విద్యార్థి గుంపును చెదరగొట్టడానికి కాల్పులు జరిగాయి. ఐదుగురు విద్యార్థులు గాయపడ్డారు. వారి వయస్సు 11-16 సంవత్సరాల మధ్య ఉంటుంది.

నిజాం కాలేజీలో నిరసన సభలు - పోలీసు లాఠీచార్జీ

1969 జనవరి 21 న కోపోద్రిక్తులైన నగర విద్యార్థులు శంషాబాదు కాల్పులను ఖండించడానికి నిజాం కాలేజీలో నిరసన సభ జరిపారు. సుమారు రెండు వేల మంది విద్యార్థులు హాజరైన ఈ సభ కాలేజి మైదానంలో జరిగింది. ఎవరి నోటనైనా 'పోలీసు జులుం బంద్ కరో' అన్న నినాదమే. విద్యార్థి నాయకుడు గోపాల్ ఆవేశపూరితంగా ఉపన్యసిస్తున్నప్పుడు కాల్పుల్లో గాయపడ్డ విద్యార్థి ఒకరు ఉస్మానియా హాస్పిటల్‌లో మరణించాడన్న వార్త వ్యాపించింది. అది కేవలం పుకారు అని తరవాత తెలిసింది. విద్యార్థుల ఆవేశం కట్టలు తెగింది. రోడ్డుమీద ఫతే మైదాన్ ముందు పూర్తిగా పోలీసు బందోబస్తు ఉంది. నాయకులు వారిస్తున్నా వినకుండా విద్యార్థులు పోలీసులపైకి రాళ్లు విసిరారు. దాంతో పోలీసులు బాష్పవాయు గోళాలను కాలేజిలోకి ప్రయోగించారు. అయినప్పటికీ విద్యార్థులు పోలీసులపై రాళ్లు విసురుతూనే ఉన్నారు. దాంతో పోలీసులు కాలేజిలోకి దూసుకొచ్చి విచక్షణారహితంగా లాఠీచార్జి చేశారు. అనేకమంది విద్యార్థులతో పాటు కాలేజిలో పనిచేసే సిబ్బందికి కూడా తీవ్ర గాయాలయ్యాయి. విద్యార్థి నాయకులైన శ్రీధర్ రెడ్డి, పుల్లారెడ్డి, పులి వీరన్న, మధుసూదన్ రెడ్డిలతో సహా మొత్తం 34 మందిని నిర్బంధంలోకి తీసుకొన్నారు.

తొలి అమరవీరుడు శంకర్

1969 జనవరి 24 న మెదక్ జిల్లా సదాశివ పేటలో పోలీసు కాల్పులు జరిగాయి. హైస్కూల్ పిల్లలు, యువకుల ఊరేగింపు సందర్భంగా ఎస్.ఐ.ని ఘెరావ్ చేయడంతో ఆయన కాల్పులకు ఆదేశించారు. దీనిలో 25 మందికి గాయాలయ్యాయి. ఈ కాల్పుల్లో గాయపడి జనవరి 27 న గాంధీ హాస్పిటల్‌లో 19 సంవత్సరాల యువకుడైన శంకర్ మరణించాడు. ఇతడు 1969 తెలంగాణా ఉద్యమంలో తొలి అమరుడు. అదే కాల్పుల్లో గాయపడిన కృష్ణ మరికొద్ది రోజుల్లో మరణించాడు. గాయపడిన వారందిరినీ సికింద్రాబాద్ గాంధీ ఆసుపత్రిలో చేర్చారు. మరునాడు 25 న ఇంజనీరింగ్ కాలేజి వద్ద విద్యార్థుల సభ జరుగుతున్నప్పుడు కాల్పుల్లో గాయపడిన వారు చావు బతుకుల్లో ఉన్నారు. వారికి ఎక్కించడానికి ఆసుపత్రిలో రక్తం లేదు అన్న వార్త అందింది. ఆ వార్త వినగానే విద్యార్థులు అర్థాంతరంగా సభ ముగించి, గుంపులు గుంపులుగా గాంధీ ఆసుపత్రి వరకు పరుగెత్తి రక్తదానాలు చేశారు. విద్యార్థుల మానవత్వాన్ని, త్యాగాన్ని దిన పత్రికలన్నీ ప్రశంసించాయి.

తెలంగాణా అంతటా నిరాహారదీక్షలు, సమ్మెలు కొనసాగుతున్నాయి. జమ్మికుంటలో ఆంధ్ర ఉద్యోగులను విద్యార్థులు ఘెరావ్ చేశారు. తెలంగాణా మంత్రులందరికి గాజులను బహుమతిగా పంపించారు.

జనవరి 27 న సమావేశమైన విద్యార్థి కార్యాచరణ సమితి మార్చి మొదటి వారంలో తెలంగాణ సదస్సు నిర్వహించాలని నిర్ణయించింది. అందుకోసం 35 మంది విద్యార్థి నాయకులు తెలంగాణా జిల్లాల్లో విస్తృత పర్యటనలకు బయలుదేరారు. ఆ రోజు నల్లగొండ పట్టణంలో ఉపసర్వేయరుగా పనిచేస్తున్న రంగాచార్యులు అనే ఆంధ్రా ఉద్యోగిని గుర్తు తెలియని వారు రాత్రిపూట అతని ఇంటికి వెళ్లి పెట్రోలుపోసి తగులబెట్టారు. మరునాడు అతడు చనిపోయాడు. దాంతో ఆంధ్రుల్లో భయాందోళనలు చెలరేగాయి. ఫలితంగా ఆంధ్రాలో ప్రతి ఉద్యమం బయలుదేరింది. రైళ్లపై దాడులు చేశారు. రాజధాని హైదరాబాదు నుంచి ఆంధ్రకు మార్చాలని డిమాండ్ బయలుదేరింది. ఆందోళన శృతిమించి నాగార్జునసాగర్‌లోని విజయపురిలో పోలీసు కాల్పులు జరిగి ఒక విద్యార్థి మృతిచెందగా మరొకరు గాయపడ్డారు.

తెలంగాణా విమోచనోద్యమ సమితి సదస్సు

1969 జనవరి 28 న వరంగల్‌లో కాళోజీ నారాయణరావు అధ్యక్షతన తెలంగాణా విమోచనోద్యమ సమితి సదస్సు జరిగింది. దీనిలో ముఖ్యమంత్రి రాజీనామా చేయాలని, రాష్ట్రపతి పాలన విధించాలని తీర్మానాలు చేశారు. మరునాడు వరంగల్, నిజామాబాదు పట్టణాల్లో పెద్ద ఎత్తున అల్లర్లు జరిగాయి. వరంగల్ పట్టణంలో ఆంధ్ర ప్రాంతం వారి దుకాణాలు, మిల్లులను ఆవేశపూరితంగా ఉన్న ప్రజలు తగులబెట్టారు. మంటలను ఆర్పడానికి ఫైర్ ఇంజన్లు వచ్చాయి. కానీ తాగేనీటికే కొరత ఉన్న వరంగల్‌లో మంటలను ఆర్పడానికి నీళ్లు లభించలేదు. హైదరాబాద్‌తో సహా అనేక జిల్లాల్లో అల్లర్లు వ్యాపించాయి.

తెలంగాణాపై ఆంధ్రా ప్రజల దాడులు

జి.ఓ.36 కి వ్యతిరేకంగా ఆంధ్రాలో ఉద్యమం తీవ్రమైంది. నందిగామ ప్రజలు గుంపులు గుంపులుగా లారీల్లో బయలుదేరి రాళ్లు, కట్టెలతో కోదాడపై దాడి చేశారు. ఆ రెండు గ్రామాల ప్రజలు ముఖాముఖి దాడులు చేసుకొన్నారు. ప్రభుత్వం శాంతి రక్షణ చర్యల కోసం హైదరాబాదు, నల్లగొండ, వరంగల్, కోదాడ, కొత్తగూడెం, విజయవాడ, గుంటూరు, వైజాగ్‌లలో సైన్యాన్ని దింపింది. సైన్యం ఆ పట్టణాల్లో ఫ్లాగ్ మార్చ్‌లను నిర్వహించింది. శ్రీ వేంకటేశ్వర, ఆంధ్రా యూనివర్సిటీ విద్యార్థులు జి.ఓ.36 రద్దు చేయాలని, సమైక్యాంధ్ర కొనసాగాలని ఉద్యమం ప్రారంభించారు. అనేక పట్టణాల్లో బంద్‌లు నిర్వహించారు. జనవరి 30 న గజ్వేల్‌లో పోలీసు కాల్పులు జరిగాయి. నర్సింహులు అనే 12 సంవత్సరాల 7 వ తరగతి విద్యార్థి మరణించాడు. ఉద్యమం శాంతియుతంగా నడపాలని విద్యార్థులను కోరుతూ నగరంలో మల్లికార్జున్ ఒక ప్రకటన చేశారు.

ఉద్యమ విద్యార్థులతో రాజకీయ నాయకుల సంబంధాలు

కొందరు రాజకీయ వాదులు విద్యార్థుల ఉద్యమంతో సంబంధం పెట్టుకొన్నారు. మొట్టమొదట ఉద్యమంతో సంబంధం పెట్టుకొన్న రాజకీయ వాదుల్లో భాలు రామమూర్తి నాయుడు, శ్రీ ఇ.వి.పద్మనాభన్ ముఖ్యులు. వీరు 1969 జనవరి మూడవ వారంలో ఉస్మానియా విశ్వవిద్యాలయ ఆవరణలో జరిగిన ఒక విద్యార్థి బహిరంగసభలో ప్రసంగిస్తూ తాను ఏ త్యాగం చేయడానికైనా సిద్ధంగా ఉన్నట్లు మాజీ మేయర్, వృద్ధ కాంగ్రెస్ నాయకుడైన శ్రీరామమమూర్తి నాయుడు ప్రకటించగా, ఎలా అవసరమనుకొంటే అలా తన సేవలు ఉపయోగించుకోవచ్చని శ్రీ ఇ.వి.పద్మనాభన్ విద్యార్థులను కోరారు.

విద్యార్థులు ప్రారంభించిన న్యాయమైన ధర్మయుద్ధానికి అండను సమకూర్చేందుకు కొందరు బాధ్యత గల పౌరులతో ఒక సంఘమేదైనా రూపొందించేందుకు తాము కృషి చేయగలమనీ పత్రికా రచయితలు శ్రీ ఆదిరాజు

వెంకటేశ్వర రావు, శ్రీ సంతపురి రఘువీర రావులు జనవరి 22 వ తేదిన విద్యార్థి నాయకులకు ఉస్మానియా విశ్వవిద్యాలయ ఆవరణలో స్పష్టం చేశారు. ప్రభుత్వం అనేక మంది విద్యార్థులపై అక్రమ కేసులు బనాయించి జైలు పాలు చేసింది. ఈ కేసుల్లో విద్యార్థుల తరపున వాదించిన సుప్రసిద్ధ న్యాయవాది శ్రీ జి.నారాయణ రావు.

తెలంగాణ రక్షణల ఉద్యమం ఉధృతంగా జరుగుతున్న రోజుల్లో జనవరి 8 వ తేదిన ఒక ప్రతినిధి వర్గం ముఖ్యమంత్రిని కలుసుకొని ఒక విజ్ఞాపన పత్రం సమర్పించారు. అలా కలిసిన వారిలో శ్రీరామమూర్తి నాయుడు, ప్రొఫెసర్ ఖాన్, యస్.రఘువీరరావు, శ్రీ డి.రామస్వామి మొదలైన వారున్నారు. ముఖ్యమంత్రి ఈ ప్రతినిధి వర్గంతో సమావేశానికి తీరిక లేనట్లు నటిస్తూ అర నిమిషం సేపు నిల్చొనే మాట్లాడి పంపించేశారు.

తెలంగాణ పీపుల్స్ కన్వెషన్

ప్రత్యేక రాష్ట్రం ఏర్పడితే తప్ప తమకు న్యాయం జరగదనే అభిప్రాయం తెలంగాణా ప్రజల్లో బాగా ప్రబలిపోయి తెలంగాణా ఉద్యమానికి ఊపునిచ్చింది. తెలంగాణా పీపుల్స్ కన్వెన్షన్ ఏర్పాటు గురించి వార్తలు 1969 ఫిబ్రవరి 27వ తేదీన వెలుగులోకి వచ్చాయి. అంతకు ముందు 45 రోజుల ముందుగానే కొందరు బాధ్యత గల పౌరులు ఛాదర్‌ఘాట్ ప్రాంతంలో స్వర్గీయ భాగ్యరెడ్డి వర్మ స్థాపించిన 'ఆదిహింద్' భవనంలో సమావేశమై 'తెలంగాణ హక్కుల రక్షణ సమితి'ని ఏర్పాటు చేశారు. మాజీ శాసనసభ్యుడు శ్రీ డి.రామస్వామిని కన్వీనర్‌గా ఎన్నుకొన్నారు.

తెలంగాణా ప్రజా సమితి స్థాపన

తెలంగాణ పీపుల్స్ కన్వెన్షన్ తెలంగాణా ప్రజా సమితిగా 1969 మార్చి 25 న ఆవిర్భవించింది. దీనికి ప్రథమ అధ్యక్షుడు శ్రీ మదన్‌మోహన్ (సిద్ధిపేటకి చెందిన లాయరు), శ్రీ వెంకట్రామ రెడ్డి కార్యదర్శిగాను, శ్రీ నాగం కృష్ణ కోశాధికారిగా అడహాక్ కమిటీ ఏర్పాటైంది. ప్రజా సమితిని యువకులు, మేధావులు స్థాపించారు. వీరంతా లాయర్లు, టీచర్లు, జర్నలిస్టులుగా పనిచేస్తున్న వారే. యువకులు, విద్యార్థులు కొనసాగిస్తున్న ప్రత్యేక తెలంగాణ ఉద్యమానికి మద్దతుగా తెలంగాణా ప్రజా సమితిని స్థాపించారు. విద్యార్థులతో, ఉద్యోగులతో కలిసి ఉద్యమాన్ని నిర్మించడమే దాని లక్ష్యం.

తెలంగాణాలో తొలి బంద్

సదాశివ పేట పోలీసు కాల్పులకు నిరసనగా 1969 మార్చి 3 న తెలంగాణా బంద్‌కు మల్లికార్జున్ పిలుపునిచ్చారు. తెలంగాణా కోసం జరిగిన తొలి బంద్ ఇదే. మల్లికార్జున్ సారధ్యంలో విద్యార్థులు అన్ని జిల్లాల్లో తిరిగి మరికొంత మంది విద్యార్థులను సమీకరించారు. తెలంగాణా బంద్ విజయవంతమైంది. అప్పుడు తెలంగాణా శాసనసభలో కదలిక వచ్చింది.

మార్చి 15 లోగా తెలంగాణా రక్షణలను అమలుచేయక పోతే అసెంబ్లీలో సహాయ నిరాకరణ చేయగలమని 52 మంది తెలంగాణా శాసనసభ్యులు ప్రభుత్వాన్ని హెచ్చరించారు. మార్చి 7 న సుప్రీం కోర్టు ముల్కీ నిబంధనల అమలుపై ఇంతకు ముందు తనిచ్చిన స్టే ఉత్తర్వులను ధృవీకరిస్తూ ఆ స్టేను ఎత్తివేయాలన్న రాష్ట్ర ప్రభుత్వ రిట్‌ను తిరస్కరించింది. తదుపరి విచారణను 17 కు వాయిదా వేస్తూ సూపర్ న్యూమరీ పోస్టులను సృష్టించడాన్ని కూడా నిలిపేసింది. తిరిగి పరిస్థితి ఎక్కడేసిన గొంగళి అక్కడే అన్నట్లు తయారైంది.

రెడ్డి హాస్టల్ సమావేశం

1969 మార్చి 8, 9 న రెండు రోజులు హైదరాబాదులోని రెడ్డి హాస్టల్‌లో తెలంగాణ సదస్సు జరిగింది. మొదటి రోజు సదస్సుకు తెలంగాణ గ్రామాల నుంచి 15 వేల మంది హాజరయ్యారు. ఈ సదస్సుకు శ్రీమతి సదాలక్ష్మి అధ్యక్షత వహించగా ఉస్మానియా యూనివర్సిటీ ఫిజిక్స్ ప్రొఫెసర్ డా॥ రావాడ సత్యనారాయణ ప్రారంభోపన్యాసం చేశారు. విద్యార్థి నాయకులే కాక వందేమాతరం రామచంద్రరావు, ఎన్.బి.గిరి మొదలైన రాజకీయ నాయకులు కూడా ప్రసంగించారు. ప్రత్యేక తెలంగాణా ఒక్కటే పరిష్కార మార్గమని అందరూ ముక్త కంఠంతో పలికారు.

రెండో రోజు సదస్సులో ప్రత్యేక తెలంగాణా ఏర్పడే వరకు విద్యార్థులు నిరవధిక సమ్మె చేయాలని తీర్మానించారు. ఆ సాయంత్రం జరిగిన బహిరంగ సభకు 30 వేలమంది ప్రజలు హాజరయ్యారు. మైదానం సరిపోలేదు. జై తెలంగాణా నినాదాలతో హోరెత్తింది. ఈ సదస్సులో మల్లికార్జున్, శ్రీధర్‌రెడ్డి, పుల్లారెడ్డి, మహదేవ్ సింగ్, సదాలక్ష్మి మొదలైన వారు ప్రసంగించారు. సదస్సుకు హాజరైన ప్రజల చేత ప్రత్యేక తెలంగాణాను సాధించి తీరుతామని 'ప్రతిజ్ఞ' చదివించారు.

మార్చి 11 నుంచి విద్యార్థుల నివరధిక సమ్మె ప్రారంభమైంది. ఉద్యమానికి మద్దతుగా ఉద్యోగులు, ఉపాధ్యాయ కార్యాచరణ సమితి ఏర్పడింది. ఉద్యోగుల నాయకుడు కె.ఆర్.అమోస్, ఉపాధ్యాయుల నాయకుడు బాలకృష్ణారెడ్డి. 9 రోజుల నుంచి నిరాహారదీక్షలో ఉన్న 65 సంవత్సరాల కొర్రపాటి పట్టాభి రామయ్య అనే ఆంధ్రా ప్రాంతానికి చెందిన వ్యక్తిని మార్చి 12 న పోలీసులు అరెస్టు చేసి ఉస్మానియా హాస్పిటల్‌లో చేర్పించి బలవంతంగా సెలైన్ ఎక్కించారు. ఇతడు మాజీ కమ్యూనిస్టు, తెలంగాణా ఉద్యమానికి మొదటి నుంచి తన మద్దతును తెలియచేశాడు.

మార్చి 13 న ముఖ్యమంత్రి ఒక ప్రకటన చేస్తూ ప్రతి సంవత్సరం తెలంగాణాకు కేటాయించే బడ్జెట్‌కు అదనంగా తొమ్మిది కోట్ల రూపాయలను, అంటే, ప్రతి జిల్లాకు ఒక కోటి చొప్పున ఇస్తున్నామని ప్రకటించాడు. తెలంగాణా విషయాలు చూసేందుకు అదనంగా ఒక ముఖ్య కార్యదర్శిని నియమించాడు. పోచంపాడు ప్రాజెక్టు నిధులను రెండింతలు పెంచాడు.

మార్చి 14 న జె.చొక్కారావు అధ్యక్షతన గల ప్రాంతీయ సంఘం తన నివేదికలో ఉద్యోగుల పట్ల ప్రభుత్వం పక్షపాతంతో వ్యవహరిస్తున్నట్లు తీవ్రంగా విమర్శించింది. మార్చి 15 న ఉస్మానియా విశ్వవిద్యాలయ స్వర్ణోత్సవాల సందర్భంగా ప్రత్యేక తపాలా బిళ్ల ఆవిష్కరణ కోసం రాష్ట్ర గవర్నర్ ఉస్మానియా విశ్వవిద్యాలయానికి వచ్చారు. ఆ సభలో 200 మంది విద్యార్థులు లేచి నిలబడి గవర్నరు గో బ్యాక్ అని నినాదాలు చేస్తూ వేదికపైకి దూసుకొచ్చారు. పోలీసులు గవర్నర్ ముందే వారిపై లాఠీచార్జి చేసి శ్రీధర్‌రెడ్డితో సహా అనేకమందిని అరెస్టు చేశారు. మరునాడు గవర్నరు ఆబిడ్స్‌లోని నెహ్రూ విగ్రహాన్ని ఆవిష్కరించడానికి వెళ్లగా అక్కడా ఇదే పరిస్థితి ఎదురైంది. అనేకమంది విద్యార్థులను అరెస్టు చేశారు.

ఉద్యమంలోకి ఉపాధ్యాయులు, ఉద్యోగులు

మార్చి 17 న ఉపాధ్యాయులు, ఉద్యోగులు 'పోరాట దినం' పాటించారు. విద్యార్థులు 'ప్రజాస్వామ్య రక్షణ దినాన్ని' పాటిస్తూ ప్రభుత్వ కార్యాలయాల ముందు పికెటింగ్ చేశారు. వంద మందికి పైగా అరెస్టు అయ్యారు. ఇదే రోజు సుప్రీం కోర్టులో ముల్కీ నిబంధనలపై వాద ప్రతివాదనలు ప్రారంభమయ్యాయి. ఫలితంగా ప్రభుత్వం ముల్కీ నిబంధనల విషయంలో స్టేటస్ కో పాటించింది. ఆంధ్రాలో ఎన్.జి.రంగా ప్రత్యేక తెలంగాణాకు తన సంపూర్ణ మద్దతును ప్రకటించాడు.

మార్చి 20 న మాజీ ఉప ముఖ్యమంత్రి కొండా వెంకట రంగారెడ్డి తెలంగాణా రక్షణలను అమలు చేయకపోతే సత్యాగ్రహం చేస్తానని ప్రకటించాడు. మార్చి 21 న ప్రభుత్వ దమన నీతిని ఖండిస్తూ ఎనిమిది మంది తెలంగాణా శాసనసభ్యులు సంయుక్త ప్రకటన విడుదలచేశారు. విద్యార్థులు సాగిస్తున్న ఉద్యమానికి మద్దతు ప్రకటించారు. కొండా వెంకట రంగారెడ్డి మరో అడుగు ముందుకేసి ప్రత్యేక తెలంగాణా తన లక్ష్యంగా ప్రకటించాడు. ఈ రెండు ప్రకటనలు ఉద్యమానికి నూతన చైతన్యం కలిగించాయి.

మార్చి 22 న కొండా లక్ష్మణ్ బాపూజీ, తెలంగాణా ప్రాంతీయ కమిటి అధ్యక్షుడు జె.చొక్కారావులు ఢిల్లీలో ప్రధాన మంత్రిని కలిసి తెలంగాణాకు స్వపరిపాలనా ప్రతిపత్తి గురించి చర్చించారు. కేంద్రం ఇకనైనా చొరవ చూపాలని వాదించారు. మార్చి 24 న ఉద్యమాన్ని తీవ్రతరం చేయాలని నగర పౌరసమితి నిర్ణయించింది. ఆ రోజు నగరంలో మంత్రులు ప్రసంగించిన సభలో రాళ్లు, చెప్పులు, టమాటాలు విసిరారు. మంత్రుల కార్లు ఎక్కడ కనబడినా ఘెరావ్ చేయడం ప్రారంభించారు. మార్చి 26 న నాన్ ముల్కీలను ఉద్యోగాల నుంచి తొలగించాలని సచివాలయం ముందు తెలంగాణా ఉపాధ్యాయ, ఉద్యోగులు నిరాహారదీక్షా శిబిరాన్ని ప్రారంభించారు. కాని ఆ రాత్రే దాంతో పాటు నగరంలో ఉన్న అన్ని నిరాహారదీక్షా శిబిరాలను పోలీసులు కూల్చివేశారు. మార్చి 27 న ప్రత్యేక తెలంగాణా మాత్రమే ఏకైక మార్గమని తెలంగాణా రీజినల్ కమిటీ మాజీ అధ్యక్షుడు అచ్యుతరెడ్డి ప్రకటించాడు.

1969 మార్చి 28 తరవాత తెలంగాణ ఉద్యమం ఉధృతమైంది. ఉస్మానియా విశ్వవిద్యాలయం విద్యార్థులు సమీపంలో ఉన్న జామే ఉస్మానియా రైల్వేస్టేషన్‌పై దాడిచేసి దానికి నిప్పు పెట్టారు. పొరపాటున మంటల్లో చిక్కుకొని ఇద్దరు ఇంజనీరింగ్ విద్యార్థులు మరణించారు. వరంగల్‌లో ప్రదర్శన చేసిన 60 మంది విద్యార్థులను అరెస్టుచేశారు. అక్కడ జరిగిన సదస్సులో ఏప్రిల్ 9 లోగా ప్రత్యేక తెలంగాణ ఏర్పడకపోతే ప్రత్యక్ష కార్యాచరణకు దిగుతామని వరంగల్ విద్యార్థులు ప్రభుత్వానికి హెచ్చరికలు చేశారు.

1969 మార్చి 29 న కొండా లక్ష్మణ్ బాపూజీ తన మంత్రి పదవికి రాజీనామా చేశారు. ఆయన తెలంగాణాకు మేఘాలయ లాగా ప్రాంతీయ ప్రతిపత్తిని కోరడం జరిగింది. దీని ప్రకారం ప్రణాళిక, అభివృద్ధి, బడ్జెట్, ఉద్యోగాలు తెలంగాణ నిర్వహించుకొంటుంది అని సూచనలు చేయగా ప్రధానమంత్రి, ముఖ్యమంత్రి, హైకమాండ్ అంగీకరించనందు వల్ల ఆయన మంత్రి పదవికి రాజీనామా చేశాడు.

తెలంగాణా కాంగ్రెస్ సమితి స్థాపన: 1969 మార్చి 30 న కొండా లక్ష్మణ్ బాపూజీ ప్రత్యేక తెలంగాణా కాంగ్రెసు సమితిని ఏర్పర్చాడు.

కమ్యూనిస్టు పార్టీ బహిరంగ సభ - రక్తసిక్తమైన సికింద్రాబాద్

1969 ఏప్రిల్ 5 న సికింద్రాబాద్ అంజలీ టాకీసు చౌరాస్తాలో ఉన్న బురుగు మహదేవ్ హాలులో కమ్యూనిస్టు పార్టీ బహిరంగసభ జరిపింది. ఆ పార్టీ రాష్ట్ర సమైక్యతను కోరుతూనే తెలంగాణా రక్షణల అమలు కోసం డిమాండు చేసింది. కమ్యూనిస్టు పార్టీ అగ్రనాయకులైన రాజ బహద్దూర్ గౌర్, ముగ్దుం మొయినుద్దీన్, నీలం రాజశేఖరరెడ్డి మొదలైన వారు హాజరయ్యారు. ఆ సభకు నగర కార్మిక నాయకుడు సత్యనారాయణ రెడ్డి అధ్యక్షత వహించి ప్రత్యేక రాష్ట్ర ఉద్యమాన్ని విమర్శిస్తుండగా సభలో గందరగోళం చెలరేగింది. తెలంగాణా వాదుల జై తెలంగాణా నినాదాలతో హాలు దద్దరిల్లింది. కొన్ని వందల మంది తెలంగాణా వాదులు కమ్యూనిస్టులకు వ్యతిరేకంగా నినాదాలు చేశారు. రెండు వర్గాల

వారు కొట్టుకోవడంతో పోలీసులు లాఠీచార్జ్ చేసి రోడ్డు మీద ఉన్న ప్రతి ఒక్కరిని కొట్టారు. ఎదురుగా ఉన్న ఆనంద భవన్ హోటల్‌లోకి ప్రవేశించి దానిలో ఉన్న అందరినీ చితగ్గొట్టారు. పరిస్థితి అదుపు తప్పడంతో పోలీసులు ముందు బాష్ప వాయువును ప్రయోగించి ఆ తరవాత కాల్పులు జరిపారు. ఈ కాల్పుల్లో ముగ్గురు చనిపోగా 27 మంది గాయపడ్డారు.

1969 ఏప్రిల్ 6 న నగరంలోనూ, జిల్లాల్లోనూ మూకుమ్మడి అరెస్టులు జరిగాయి. వారందరిని ప్రివెంటీవ్ డిటెన్షన్ చట్టం (పి.డి) కింద అరెస్టు చేశారు. ఈ ఉద్యమంలో పి.డి. చట్టాన్ని ఉపయోగించడం కూడ ఇదే మొదటిసారి. మల్లికార్జున్, మదన్‌మోహన్‌లను అరెస్టు చేశారు. మదన్‌మోహన్ స్థానంలో ఎన్.బి.గిరి నియమించబడ్డాడు. అరెస్టైన వారిలో కొంతమంది శాసనసభ్యులు, జర్నలిస్టులు, కార్మిక నాయకులు, అడ్వకేట్లు కూడా ఉన్నారు.

ఏప్రిల్ 9 న గద్వాల్లో కాల్పులు జరిగాయి. హైదరాబాద్ నగరంలో శాసనసభ్యులతో సహా వందలాది మంది సత్యాగ్రహంలో పాల్గొని అరెస్టైయ్యారు. ఎన్.బి.గిరి స్థానంలో తెలంగాణా ప్రజా సమితి అధ్యక్షురాలిగా శ్రీమతి సదాలక్ష్మి ఎన్నికయ్యారు.

ఈ సెగలు, పొగలు ఢిల్లీ దాకా వ్యాపించి ఏప్రిల్ 11 న ప్రధానమంత్రి లోక్‌సభలో సమస్య పరిష్కారానికి అష్ట సూత్ర పథకాన్ని సూచించారు.

అష్టసూత్ర పథకం

1. ఆంధ్ర ప్రాంతానికి తరలించిన తెలంగాణా మిగులు నిధుల లెక్కలు తీయడానికి ఒక ఉన్నతాధికార సంఘాన్ని నియమించి, ఒక నెల రోజుల్లో నివేదికను సమర్పించాల్సిందిగా ఆ సంఘాన్ని కోరడం.
2. మిగులు నిధుల తరలింపు వల్ల తెలంగాణాకు జరిగిన నష్టాన్ని పూరించడానికి కావాల్సిన నిధులను సమకూర్చడం.
3. తెలంగాణా ప్రాంత అభివృద్ధికి కావాల్సిన ప్రణాళికలను తయారుచేయడానికి ముఖ్యమంత్రి అధ్యక్షతన ఒక ప్రాంతీయ అభివృద్ధి సంఘాన్ని ఏర్పాటు చేయడం, ఈ సంఘంలో ప్రణాళికా సంఘం ప్రతినిధి, తెలంగాణా ప్రాంతానికి చెందిన మంత్రివర్గ సభ్యులు, తెలంగాణా ప్రాంతీయ సంఘం అధ్యక్షులు సభ్యులుగా ఉండటం.
4. నిర్ణయించిన ప్రణాళికలను అమలుపర్చడానికి ప్రణాళికా సంఘం సలహాదారుని అధ్యక్షతన ఒక అధికారుల కమిటిని ఏర్పాటు చేయడం, ఆ కమిటిలో కేంద్ర హోం, ఆర్థిక మంత్రిత్వ శాఖల ప్రతినిధులు, రాష్ట్ర ప్రభుత్వ ప్రతినిధులు సభ్యులుగా ఉండటం.
5. తెలంగాణా ప్రాంతీయ సంఘానికి, తరవాత ఆ ప్రాంతపు అభివృద్ధి కోసం ఏర్పాటు చేసిన యంత్రాంగానికి, ఇంకా ఎక్కువ అధికారాలను ఇవ్వడం.
6. తెలంగాణా ప్రాంతంలోని ఉద్యోగాలను స్థానికులకే ఇవ్వడానికి కావాల్సిన రాజ్యాంగపరమైన కట్టుదిట్టాలను చేయడం.
7. తెలంగాణా ఉద్యోగస్తుల సర్వీసుకు సంబంధించిన సమస్యలను పరిశీలించి తగు పరిష్కార మార్గాలను సూచించే బాధ్యతను యూనియన్ పబ్లిక్ సర్వీసు ఆధ్వర్యంలో ఏర్పాటు చేయబడే ఒక కమిటీకి అప్పగించడం.
8. తెలంగాణా అభివృద్ధికి సంబంధించిన సమస్యలపై కేంద్ర ప్రభుత్వం నిరంతరం శ్రద్ధ చూపాల్సిన అవసరం ఉన్న

దృష్ట్యా కనీసం ఆరు మాసాలకి ఒకసారి తెలంగాణా అభివృద్ధి కమిటీ సమావేశాలను ప్రధానమంత్రి సమక్షంలో జరపడం.

ప్రధానమంత్రి ప్రకటించిన అష్టసూత్ర పథకం తెలంగాణా ప్రజలను తృప్తిపరచలేక పోయింది. అతి ముఖ్యమైన ముల్కీ నిబంధనల సమస్యకు ఈ పథకం కచ్చితమైన పరిష్కారాన్ని సూచించ లేకపోయింది. దీని వల్ల తెలంగాణా ఉద్యమం మరింత తీవ్రమైంది.

1969 ఏప్రిల్ 15 న ముందు నిర్ణయించిన ప్రకారం తెలంగాణా పోరాట దినం పాటించడమైంది. నిజామాబాద్, మహబూబ్‌నగర్‌లలో కాల్పులు జరిగాయి. తెలంగాణాలో ఉద్యోగుల నిరవధిక సమ్మె కూడా ప్రారంభమైంది. నగరంతో సహా జిల్లాల్లో పోలీసులకు, ప్రజలకు ఘర్షణలు జరిగాయి.

మర్రి చెన్నారెడ్డి ఉద్యమ ప్రవేశం

1969 ఏప్రిల్ 21 న కాంగ్రెస్ నాయకుడు మర్రి చెన్నారెడ్డి ప్రత్యేక తెలంగాణాను సమర్థిస్తూ రంగప్రవేశం చేశారు. ఏప్రిల్ నెల చివరి వరకు ఉద్యమం రాజకీయ నాయకుల ప్రమేయం లేకుండా విద్యార్థులు, యువకుల నాయకత్వంలోనే జరిగింది. అంతవరకు రాజకీయ నాయకులు పరిస్థితిని జాగ్రత్తగా అంచనావేస్తూ తరవాత ఉద్యమంలోకి ప్రవేశించారు. ముందు శ్రీ కొండా లక్ష్మణ్ బాపూజీ తన మంత్రి పదవికి రాజీనామా చేసి మరికొంతమందిని కలుపుకొని తెలంగాణా కాంగ్రెస్ కమిటీని స్థాపించారు. తరవాత కొద్ది రోజులకు ఏప్రిల్ 21 న డా॥ మర్రి చెన్నారెడ్డి రంగప్రవేశం చేశారు. అప్పటికే ఉద్యమం విస్తృతమైన ప్రజా ఉద్యమంగా మారింది. అటు కేంద్ర ప్రభుత్వం ఉద్యమాన్ని కేవలం విద్యార్థులు చేసే ఉద్యమంగా, శాంతిభద్రతల సమస్యగా భావిస్తుంది. ఇలాంటి పరిస్థితిలో కేంద్రంతో, ప్రధానమంత్రితో చర్చలు చేయడానికి రాజకీయ అనుభవం కలిగిన డా॥ మర్రి చెన్నారెడ్డి, కొండాలక్ష్మణ్ బాపూజీ లాంటి వారే తగిన వారు తప్ప విద్యార్థులు, యువకులైన మల్లికార్జున్, మదన్‌మోహన్‌లు కాదని తెలంగాణా ప్రజా సమితి భావించింది.

డా॥ మర్రి చెన్నారెడ్డి నాయకత్వంలో ఉద్యమం రెండో దశలోకి ప్రవేశించింది. మరునాడే శ్రీధర్‌రెడ్డిని ప్రభుత్వం ప్రివెంటివ్ డిటెన్షన్ చట్టం కింద అరెస్టు చేసింది. తిరిగి విడుదల కాగానే అతను అండర్ గ్రౌండ్‌కు వెళ్లి చాలా కాలం పోలీసులకు చిక్కకుండా ఉద్యమాన్ని నిర్వహించాడు.

తెలంగాణా ప్రజా సమితి మే డే నాడు 'డిమాండ్స్ డే' గా తెలంగాణా అంతటా జరపమని పిలుపునిచ్చింది. హైదరాబాదు నగరంలో చార్మినార్ నుంచి రాజ్‌భవన్ వరకు ఒక ఊరేగింపు, సికింద్రాబాదు నుంచి రాజ్‌భవన్‌కు మరో ఊరేగింపు జరిపి సంయుక్తంగా గవర్నర్‌కు మహజరు సమర్పించాలని నిర్ణయించారు. పోలీసు కమీషనర్ ఊరేగింపుకు అనుమతి చార్మినార్ నుంచి కాక నాంపల్లిలోని పబ్లిక్ గార్డెన్స్ నుంచి ఇచ్చాడు. అయినా, ఊరేగింపు చార్మినార్ నుంచి బయలుదేరుతుందని, ప్రజలు పెద్ద సంఖ్యలో హాజరు కావాలని తెలంగాణా ప్రజా సమితి పిలుపునిచ్చింది.

రక్తసిక్తమైన మే డే

మల్లికార్జున్, మదన్‌మోహన్, కేశవ్‌రావు జాదవ్‌లు చార్మినార్ నుంచి ప్రారంభమయ్యే ఊరేగింపుకు నాయకత్వం వహించారు. చార్మినార్ దగ్గర గుమిగూడిన ప్రజా సమూహాన్ని ఉద్దేశించి మాజీ ఉప ముఖ్యమంత్రి కొండా వెంకట రంగారెడ్డి ప్రసంగించారు. తరవాత ఆయన నాయకత్వంలో ఊరేగింపు మొదలైంది. మదీనా బిల్డింగ్ దగ్గరికి వచ్చేసరికి గొడవలు మొదలై పోలీసులు టియర్ గాస్ వదిలారు. దానికి జవాబుగా రాళ్ల వర్షం కురిసింది. పోలీసులు జనాన్ని చెదరగొట్టడానికి అనేకసార్లు లాఠీచార్జీ చేశారు. అనేకమందిని అరెస్టు చేశారు. అయితే వారిని తరలించడానికి పోలీసు వ్యానులు సరిపోలేదు. పోలీసు దెబ్బలు తింటూ చెదిరిపోయిన ప్రజలు వేలాదిగా గుమిగూడుతున్నారు. సిద్దిఅంబర్ బజారు మసీదు దగ్గరకి ఊరేగింపు రాగానే పోలీసు కాల్పులు జరిగాయి. అక్కడికక్కడే ముగ్గురు మరణించారు. పోలీసులపై రాళ్ల వర్షం కురుస్తూనే ఉంది. గాయపడిన వారిసంఖ్య లెక్కేలేదు. గుళ్ల దెబ్బలకు గాయపడిన ప్రజలు రోడ్డుమీదే గంటలతరబడి పడి ఉన్నారు. సమీపంలోనే ఉస్మానియా ఆసుపత్రి ఉన్నా పోలీసులు తీసుకొని వెళ్లలేదు. ఒక ప్రైవేటు జీపులో ప్రజలే వారిని ఉస్మానియా ఆసుపత్రికి తీసుకెళ్లారు.

సిద్దిఅంబర్ బజారు చౌరాస్తా నుంచి మొజంజాహి మార్కెట్ వరకు వీధులన్నీ రణరంగాలయ్యాయి. అదొక యుద్ధ భూమిని తలపించింది. పోలీసులకు, ప్రజలకు మధ్య హోరాహోరీ పోరాటం జరిగింది. ప్రజలు వీరోచితంగా ప్రాణాల్ని తృణప్రాయంగా భావించి తిరగబడ్డారు. మహారాజ్ గంజ్ పోలీసు స్టేషన్‌ను పూర్తిగా తగులబెట్టారు. సెంట్రీ ఆత్మరక్షణ కోసం కాల్పులు జరిపాడు. అందులో కొందరు మరణించారు. మొజంజాహీ మార్కెట్‌లో రెండు గంటల పాటు ప్రజలకు మలాబార్ పోలీసులకు ప్రత్యక్ష యుద్ధం జరిగింది. ఊరేగింపు పబ్లిక్ గార్డెన్స్‌కు చేరుకొంది.

సికింద్రాబాదు నుంచి బయలుదేరిన ఊరేగింపుకు ఎస్.బి.గిరి, నాగం కృష్ణ, గౌతులచ్చన్నలు నాయకత్వం వహించారు. గౌతు లచ్చన్న స్వతంత్ర పార్టీ నాయకుడు. ఈ ఊరేగింపు మున్సిపల్ ఆఫీసు, పరేడ్ గ్రౌండ్ దగ్గరికి రాగానే పోలీసులు ఎస్.బి.గిరిని అరెస్టు చేశారు. లాఠీచార్జీలు వీధి వీధినా జరిగాయి. సికింద్రాబాద్ బోట్స్ క్లబ్ దగ్గరికి రాగానే ఊరేగింపు జన సముద్రమైంది. అక్కడ గౌతులచ్చన్న ప్రసంగించారు. ఈ ఊరేగింపు పబ్లిక్ గార్డెన్స్ చేరుకొని చార్మినార్ నుంచి వచ్చిన ఊరేగింపులో కలిసింది. ఊరేగింపు రాజ్‌భవన్‌కు చేరుకొంది. చివరికి రాజ్‌భవన్‌లో గవర్నర్‌కు మహాజరు సమర్పించడానికి వెళ్లిన బృందంపై కూడా ఆ ప్రాంగణంలోనే లాఠీచార్జీ జరిగింది. ప్రభుత్వాన్ని వెంటనే బర్తరఫ్ చేసి రాష్ట్రపతి పాలన విధించాలన్న ఒకే ఒక్క డిమాండ్‌తో ఆ మహాజరును సమర్పించారు. లోపల గవర్నర్ ఖండూబాయి దేశాయితో డెలిగేషన్ సభ్యులు మాట్లాడుతుండగానే బయట ప్రజలకు, పోలీసులకు యుద్ధం కొనసాగింది. మళ్లీ పోలీసు కాల్పులు జరిగాయి. అక్కడి కాల్పుల్లో సికింద్రాబాద్ సాయం కళాశాల విద్యార్థి సంఘం అధ్యక్షుడు అయిన యం.కె.ఉమేందర్ రావు మరణించాడు. అనధికార లెక్కల ప్రకారం ఆ రోజు పోలీసు కాల్పుల్లో 20 మంది వరకు చనిపోయారు. వందలాది మంది గాయపడ్డారని తెలుస్తుంది. ఆ విధంగా హైదరాబాద్ నగర చరిత్రలో 1969 మే డే (మే - 1) ఒక బ్లాక్ డేగా మిగిలిపోయింది.

1969 మే 2 న జంటనగరాల్లో సంపూర్ణ హర్తాళ్, బంద్ జరిగింది. ఆ రోజున జరిగిన అల్లర్లకు బాధ్యులుగా పేర్కొంటూ ప్రముఖ అడ్వకేటు, కార్పొరేటర్ ఇ.వి.పద్మనాభన్‌ను అరెస్టు చేశారు. ఆ రోజు రాత్రి సికింద్రాబాద్‌లో జేమ్స్ స్ట్రీట్ నుంచి పాత ఘాస్ మండికి వెళుతున్న పోలీసు వ్యాన్‌పై బాంబు విసరగా ఫారుఖ్ అలీ అనే కానిస్టేబుల్ మరణించాడు. ఈ సందర్భంగా సికింద్రాబాద్‌లో ప్రముఖ విద్యార్థి నాయకుడు పి.జె.సూరిని అతని ఇంట్లో బాంబులు తయారు చేసే సామాగ్రి దొరికిందని అరెస్టు చేశారు.

1969 మే 15 న కొండా వెంకట రంగారెడ్డి తన పదవికి రాజీనామా చేసి ప్రత్యేక తెలంగాణాకు తన మద్దతును ప్రకటించాడు. ఈయన ప్రవేశంతో ఉద్యమ స్వరూపం మారిపోయింది.

మే 17 న నగరంలో తెలంగాణా మృతవీరుల దినాన్ని పాటించారు. వీధి వీధినా మృతవీరులకు శ్రద్ధాంజలి ఘటించారు.

తెలంగాణా అంశంపై సెమినార్

తెలంగాణా ప్రాంతంలో పెల్లుబికిన నిరసనలకు, అశాంతికి మౌలిక కారణాలను విశ్లేషించడానికి తెలంగాణాలోని విశ్వవిద్యాలయ, కళాశాల అధ్యాపకులు 1969 మే 20 న ఒక సదస్సును ఏర్పాటు చేశారు. తెలంగాణా ప్రాంతానికి అప్పటి వరకు జరిగిన అన్యాయాల గురించి అనేకమంది విద్యావేత్తలు పరిశోధనాత్మక పత్రాలను సమర్పించిన ఆ గోష్ఠిని ఉస్మానియా యూనివర్సిటికి అప్పుడు వైస్ ఛాన్సలర్‌గా ఉన్న ఆచార్య రావాడ సత్యనారాయణ ప్రారంభించారు. ఈ సభకు ప్రొఫెసర్ మంజూర్ ఆలం అధ్యక్షత వహించారు. శ్రీ జయశంకర్, బషీరొద్దీన్, పెన్నా లక్ష్మీకాంతరావు, శ్రీధరస్వామి, తోట ఆనందరావు మొదలైన వారు తమ సెమినార్ పత్రాలను సమర్పించారు. ఈ సదస్సు ముగింపు ఉత్సవంలో మర్రి చెన్నారెడ్డి ప్రసంగించారు.

తెలంగాణా సమస్యకు సంబంధించిన అన్ని అంశాలను గణాంక వివరాలతో చర్చించి, శాస్త్రీయంగా విశ్లేషించిన ఈ సదస్సు జటిలంగా మారుతున్న తెలంగాణా సమస్యను సత్వరమే పరిష్కరించకపోతే నక్సలైట్లు రంగప్రవేశం చేసే అవకాశం ఉంటుందని కూడా హెచ్చరించింది. (ఆ నాటికి నక్సలైట్ సమస్య అంటూ ఒకటి ఉందనే విషయం కూడా సామాన్య ప్రజలకు తెలియదు) ఆ పరిశోధనా పత్రాలనన్నింటిని కలిపి 'తెలంగాణా మూవ్‌మెంట్ ఇన్ ఇన్వెస్టిగేటివ్ ఫోకస్' అనే శీర్షికతో ఒక గ్రంథం కూడా వెలువడింది. తెలంగాణా సమస్యపై అదే మొదటి పరిశోధనాత్మక గ్రంథం. ఇందులో 'డా॥ కె.ఎల్.రావు, నాగార్జునసాగర్' అని శ్రీ జయశంకర్ రాసిన వ్యాసంపై పార్లమెంట్‌లో చర్చ జరిగింది. తరవాత ఆ విషయంపై ప్రధానమంత్రి శ్రీమతి ఇందిరాగాంధీ శ్రీజయశంకర్, ఇతరులను ఢిల్లీకి పిలిపించి చర్చించడం కూడా జరిగింది.

తెలంగాణా ప్రజా సమితి అధ్యక్షునిగా చెన్నారెడ్డి

1969 మే 23 న తెలంగాణా ప్రజా సమితి మదన్‌మోహన్ స్థానంలో డా॥ మర్రి చెన్నారెడ్డిని అధ్యక్షునిగా ఏకగ్రీవంగా ఎన్నుకొంది. దీంతో జరుగుతున్న ఉద్యమానికి ఆయన ప్రత్యక్ష సారధ్యం వహించాడు. ఉద్యమంలోకి రాజకీయ నాయకుల ప్రవేశాన్ని విద్యార్థులు నిరసించారు. దీంతో తెలంగాణా ఉద్యమం రెండుగా చీలిపోయింది. మరో పోటీ తెలంగాణా ప్రజా సమితి కూడా ఏర్పడింది.

పోటీ తెలంగాణా ప్రజా సమితి

కొత్తగా ఏర్పడిన పోటీ తెలంగాణా ప్రజా సమితికి శ్రీధర్‌రెడ్డి అనే విద్యార్థి నాయకుడు అధ్యక్షుడయ్యాడు. మెజారిటీ విద్యార్థులు ఇతని వెంటే ఉన్నారు. వారిలో ప్రముఖులు పి.జె.సూరి, సంతపురి రఘువీరరావు, జి.యం.అంజయ్య మొదలైన వారు. త్వరలోనే రాజకీయ నాయకులైన వందేమాతరం రామచంద్రరావు, బద్రీ విశాల్ పిత్తి, ఇ.వి.పద్మనాభన్, ఎస్.బి.గిరి మొదలైన వారు ఈ పోటీ సంస్థను పూర్తిగా సమర్ధించారు.

తెలంగాణా ప్రజా సమితి అధ్యక్షుడు కాగానే శ్రీధర్‌రెడ్డి నాయకత్వంలో 30 మంది విద్యార్థులు ఒక ప్రకటన చేస్తూ విద్యార్థుల ఉద్యమంలో రాజకీయ నాయకుల ప్రవేశాన్ని, జోక్యాన్ని తీవ్రంగా ఖండించారు. దాన్ని నట్టేట్లో ముంచుతారని పేర్కొన్నారు. శ్రీధర్‌రెడ్డి నీతి, నిజాయితీలకు ప్రతినిధిగా నిలిచారు. చాలా కాలం శ్రీధర్‌రెడ్డి అండర్ గ్రౌండ్‌లో ఉండి జిల్లాలన్నీ తిరుగుతూ ఉద్యమాన్ని నిర్వహించాడు. చివరికి అనారోగ్యంతో బాధపడుతూ ఒక స్నేహితుడి ఇంట్లో విశ్రాంతి తీసుకొంటున్నప్పుడు అతడ్ని పోలీసులు నగరంలోనే అరెస్టు చేశారు.

ఉద్యోగ సంఘాల నాయకుడు అమోస్ బర్తరఫ్

1969 మే 24 న తెలంగాణా ఎన్.జి.ఓ.ల నాయకుడు కె.ఆర్.ఆమోస్ ఉద్యోగుల సభలో మాట్లాడుతూ జూన్ 1 లోగా ప్రత్యేక తెలంగాణా ఏర్పడకపోతే, రక్తపాతం తప్పదు అని ప్రభుత్వాన్ని హెచ్చరించాడు. దీనికి ప్రభుత్వం వెంటనే స్పందించి 26 వ తేదీన తెలంగాణా ఉపాధ్యాయుల, ఉద్యోగ సంఘాల గుర్తింపులను రద్దు చేసింది. కె.ఆర్.అమోస్ శాంతిభద్రతలకు విఘాతం కలిగించే రీతిలో ఉద్యోగులను రెచ్చగొడుతున్నాడని రాజ్యాంగంలోని ఆర్టికల్ 311 క్లాజ్-2 కింద గవర్నర్ అతడ్ని ఉద్యోగం నుంచి బర్తరఫ్ చేశాడు. ఈ చర్యతో ఉపాధ్యాయ, ఉద్యోగ సంఘాలకు ప్రభుత్వానికి మధ్య ప్రత్యక్ష యుద్ధం ప్రారంభమైంది.

మే 26 న ఆబిడ్స్ చౌరాస్తాలో శ్రీమతి సదాలక్ష్మి నాయకత్వంలో సత్యాగ్రహం చేసిన అనేకమందిని అరెస్టు చేశారు. మే 27 న అమోస్‌ను పి.డి. చట్టం కింద అరెస్టుచేశారు. ప్రభుత్వం సదాలక్ష్మి, రాజారామ్, గోవింద సింగ్‌లను అరెస్టు చేసి గుర్తు తెలియని చోటుకు తరలించారు.

ఆమోస్ బర్తరఫ్‌పై ఉద్యోగ సంఘాలు హైకోర్టులో రిట్ దాఖలు చేయగా, ప్రభుత్వం తెలంగాణకు చెందిన 15 మంది ఉద్యోగులను సస్పెండ్ చేసింది. అందులో బి.స్వామినాథం కూడా ఉన్నాడు. సత్యాగ్రహంలో పాల్గొన్నారనే మిషతో కాంగ్రెసు పార్టీ తెలంగాణా శాసనసభ్యులైన కె.అచ్యుతరెడ్డి, పి.నర్సింగరావు, యం.యం.హాషిం, టి.అంజయ్య, జి.రాజారాం, సి.మాణిక్‌రావు, ఎస్.వెంకట్ రాంరెడ్డిలను పార్టీ నుంచి బహిష్కరించింది.

ఆమోస్ బర్తరఫ్‌కు నిరసనగా మే 30 న విద్యార్థులు నిరవధిక నిరాహారదీక్ష చేశారు. 1969, మే 31 న ఉద్యోగం లేని ఆమోస్‌కు అండగా నిలబడుతూ ప్రజలు పత్రికా కార్యాలయాలకు తమ విరాళాలను పంపారు. 1969 మే 31 న నగరంలో తెలంగాణ మృతవీరుల స్మారక చిహ్నాన్ని నెలకొల్పాలని ప్రజా సమితి నాయకుడు శ్రీధర్ రెడ్డి నిర్ణయించాడు. తరవాత కాలంలో అసెంబ్లీ ఎదురుగా ఉన్న గన్‌రాక్ పార్కులో ప్రముఖ తెలంగాణ కళాకారుడు, అంతర్జాతీయ ఖ్యాతి పొందిన శ్రీ ఎక్కా యాదగిరి రావు ఈ మృతవీరుల స్మారక స్తూపాన్ని రూపొందించాడు. జూన్ 2 నుంచి 4 రోజులు కొనసాగిన అల్లర్లు, మారణకాండలో ప్రభుత్వ లెక్కల ప్రకారం 30 మంది మరణించారు, వందలాది మందికి గాయాలయ్యాయి. భారతీయ క్రాంతిదళ్ అధ్యక్షుడు చౌదరీ చరణ్‌సింగ్ ప్రత్యేక తెలంగాణకు తమ పార్టీ మద్దతును ప్రకటించాడు. స్వతంత్ర పార్టీ, సంయుక్త సోషలిస్టు పార్టీలు అప్పటికే మద్దతును ప్రకటించాయి.

ప్రధానమంత్రి అర్ధరాత్రి ఆకస్మికంగా నగరానికి రాక

1969, జూన్ 4 న ఇంటలిజెన్స్ రిపోర్టులు అందుకొన్న ప్రధానమంత్రి ఇందిరాగాంధీ అర్ధరాత్రి హైదరాబాదు చేరుకొని తెల్లారేవరకు విద్యార్థి నాయకులు, తెలంగాణా ప్రజాసమితితో సహా అన్ని పార్టీలవారిని 45 మందిని కలిసి శాంతంగా ఉండాలని కోరింది. వెంటనే ప్రభుత్వాన్ని బర్తరఫ్‌చేసి రాష్ట్రపతి పాలన విధించాలని తెలంగాణా ప్రజాసమితి విజ్ఞప్తిచేసింది. 1969, జూన్ 6 న హైదరాబాదులో తెలంగాణ రచయితల సదస్సు జరిగి, కాళోజీ నారాయణరావు అధ్యక్షుడిగా ఒక కమిటి ఏర్పడింది. ప్రత్యేక తెలంగాణా కోసం పోరాడతామని రచయితలు ప్రతిజ్ఞ చేశారు.

1969 జూన్ 7 న రాష్ట్రపతి పాలన కోసం జంటనగరాల్లోని రెండు లక్షలమంది కార్మికులు సమ్మెచేశారు. అన్ని జిల్లాల్లోని తెలంగాణా కార్మికులు ఒక కార్యాచరణ సమితిని ఏర్పాటు చేసుకొన్నారు. దానికి అధ్యక్షుడు గోవింద్ సింగ్. 1969 జూన్ 10 నుంచి తెలంగాణాలోని మొత్తం ఉద్యోగులు నిరవధిక సమ్మె ప్రారంభించారు. పాల్వంచ విద్యుత్ ఉద్యోగుల సమ్మె వల్ల రాష్ట్రంలో విద్యుత్ కొరత ఏర్పడింది. పాఠశాలలు ప్రారంభం కాగానే తాము సమ్మెలో పాల్గొంటామని ఉపాధ్యాయులు ప్రకటించారు. 1969 జూన్ 14 న ప్రభుత్వం 29 మంది తెలంగాణా ఉపాధ్యాయ నాయకులను సస్పెండ్ చేసింది. వారిలో పి.రామబ్రహ్మం, బాలకృష్ణారెడ్డి, ఎ.నర్సింహారెడ్డి అనే ప్రముఖ నాయకులున్నారు.

తెలంగాణా ప్రజాసమితి పిలుపుమేరకు జూన్ 16 న తెలంగాణా బంద్ సంపూర్ణంగా విజయవంతమైంది. 1969 జూన్ 20 న ఆబిడ్స్‌లో ప్రజలు సత్యాగ్రహం చేస్తున్న సందర్భంగా ఆంధ్రప్రదేశ్ పటాన్ని రెండు ముక్కలు చేసి తెలంగాణా పటాన్ని కొండా లక్ష్మణ్ బాపూజీకి బహుకరించి, ఆంధ్రా ముక్కను చించేసి, తగులబెట్టారు. 1969 జూన్ 24 న తెలంగాణా నాయకులతో ప్రధాని జరిపిన చర్చలు ఫలితాన్నివ్వలేదు. 1969 జూన్ 25 న ముషీరాబాద్ జైలులో సత్యాగ్రహులపై లోపల ఉన్న ఖైదీలు దాడిచేసి తీవ్రంగా గాయపరిచారు. దీని వెనుక జైలు అధికారుల ప్రోత్సాహం ఉంది. దీంతో ప్రజలు జైలును చుట్టుముట్టి కార్యాలయాన్ని తగులబెట్టారు. ఇదే రోజు రాత్రి ప్రభుత్వం మర్రి చెన్నారెడ్డి, కొండా లక్ష్మణ్ బాపూజీ, బద్రి విశాల పిత్తి, హాషిం, అచ్యుతరెడ్డి, సి.మాణిక్యరావు, ఇ.వి.పద్మనాభన్, సంతపురి రఘువీరరావు, శంకర్‌రావు బిలోలికర్ మొదలైన 16 మంది అగ్రనాయకులను అరెస్టు చేసి రాజమండ్రి జైలుకు తరలించింది. అగ్రనాయకుల అరెస్టులు, జైలులో సత్యాగ్రహులపై దౌర్జన్యానికి నిరసనగా ఎలాంటి పిలుపు లేకుండానే 1969, జూన్ 26 న ప్రజలు స్వచ్ఛందంగా బంద్ పాటించారు. జంటనగరాల్లోని న్యాయవాదులు 400 కార్లలో ఊరేగింపుగా బయలుదేరి రాజ్‌భవన్‌కు చేరుకొని గవర్నర్‌ను కలిసి రాష్ట్ర ప్రభుత్వాన్ని బర్తరఫ్ చేయాలని, రాష్ట్రపతి పాలన విధించాలని వినతిపత్రం సమర్పించారు.

ముఖ్యమంత్రి రాజీనామా నాటకం

1969 జూన్ 27 న రాష్ట్ర ముఖ్యమంత్రి కాసు బ్రహ్మానందరెడ్డి తన పదవికి రాజీనామా చేశారు. తన రాజీనామా లేఖను ఢిల్లీలోని కాంగ్రెసు పార్టీ అధ్యక్షుడైన నిజ లింగప్పకు సమర్పించారు. తదుపరి నిర్ణయం తీసుకునేవరకు పదవిలో కొనసాగాలని ఆదేశించాడు. 1969, జూన్ 27 సాయంత్రం తెలంగాణా మంత్రులు మూకుమ్మడిగా రాజీనామా

లేఖలను గవర్నర్‌కు సమర్పించాలని రహస్య నిర్ణయం తీసుకొన్నారు. అయితే గురుమూర్తి అనే మంత్రి తొందరపాటుతో తన రాజీనామాను ముఖ్యమంత్రికి సమర్పించడంతో వీరి గుట్టురట్టయి వీరి ప్రయత్నం విఫలమైంది. 1969 జూలై 2 న తెలంగాణా ప్రజాసమితి సమావేశమై జూలై 12 న తెలంగాణా లిబరేషన్ డే పాటించాలని ప్రజలకు విజ్ఞప్తి చేసింది.

1969 జూలై 4 న పి.డి. యాక్టు కింద తెలంగాణా ప్రజాసమితి కోశాధికారైన రామకృష్ణ ధూత్, డా॥గోపాల్ కిషన్‌తోపాటు మరో నలుగురిని అరెస్టు చేశారు. డా॥ గోపాల్‌కిషన్ ఉస్మానియా హాస్పిటల్ అసిస్టెంట్ సర్జన్, మొత్తం భారతదేశంలోనే పి.డి. చట్టం కింద అరెస్టు చేయబడిన మొట్టమొదటి గెజిటెడ్ ఆఫీసర్ ఇతడు. తెలంగాణాకు చెందిన మంత్రి వి.బి.రాజును ప్రత్యేక తెలంగాణా డిమాండ్‌కు ఒప్పుకోవాలని కోరుతూ ప్రజలు ఆయన్ను చుట్టుముట్టి గంటల తరబడి ఆయన కార్యాలయంలో సత్యాగ్రహం చేశారు.

1969 జూలై 5 న తెలంగాణా ఉద్యమంలో పాల్గొనని మంత్రులను సంఘ బహిష్కరణకు గురిచేయాలని సదాలక్ష్మి పిలుపునిచ్చింది. 1969 జూలై 6 న కాంగ్రెస్ అధ్యక్షుడు నిజలింగప్ప హైదరాబాదు రాక సందర్భంగా సంపూర్ణ హైదరాబాదు బంద్ జరిగింది. ఆయన రాక సందర్భంగా కాంగ్రెసు లెజిస్లేచర్ పార్టీ సమావేశం జరిగింది. శాసనసభ్యులు ముఖ్యమంత్రి పట్ల విశ్వాసాన్ని వ్యక్తం చేస్తూ సాధారణ పరిస్థితులు ఏర్పడేవరకు ముఖ్యమంత్రి పదవిలో కొనసాగాలని తీర్మానం చేశారు. తెలంగాణా వారికి ముఖ్యమంత్రి పదవి ఇవ్వడానికి తాను సిద్ధమేనని బ్రహ్మానందరెడ్డి ప్రకటించాడు. బొంబాయి, బెంగుళూరు పట్టణాల్లో తెలంగాణాను సమర్థిస్తూ సమావేశాలు, తీర్మానాలు జరిగాయి.

వరంగల్ జైలు ఉద్యమకారులతో నిండిపోయినందు వల్ల కాకతీయ మెడికల్ కాలేజిని జైలుగా మార్చారు. 1969 జూలై 7 న తెలంగాణా ప్రాంతానికి చెందిన ఉప ముఖ్యమంత్రి, సమైక్యవాదైన జె.వి.నర్సింగరావు ఇంటిపై బాంబు విసిరారు. అదే రోజు అనేక హైస్కూళ్లకు చెందిన బాలికలు లేక్‌వ్యూ అతిథి గృహంలో బసచేసిన కాంగ్రెసు కమిటి అధ్యక్షుడు నిజలింగప్పను ఘెరావ్ చేసి ప్రత్యేక తెలంగాణాకు మద్దతు తెలపాలని నినాదాలు చేశారు. 1969 జూలై 11 న హైదరాబాదు నగరంలో తెలంగాణా ఉద్యోగుల కుటుంబాలు, పిల్లలు ఆబిడ్స్‌లో సత్యాగ్రహం చేయగా, వారిపై కూడా లాఠీచార్జీ జరిగి చాలామంది గాయపడ్డారు. 1969 జూలై 11 న బెంగుళూరులో జరిగిన అఖిలభారత కాంగ్రెస్ పార్టీ సభల్లో ప్రత్యేక రాష్ట్ర ప్రస్తావన కాని, చర్చ కాని జరగలేదు.

1969 జూలై 12 న తెలంగాణా అంతటా 'ఫ్లాగ్ డే' నిర్వహించారు. అనేకచోట్ల తెలంగాణా పతాకాలను ఆవిష్కరించారు. చివరికి చార్మినార్‌పై కూడా తెలంగాణా పతాకం ఎగురవేయబడింది. 1969 జూలై 16 న గత 37 రోజులుగా కొనసాగుతున్న తెలంగాణా ఉద్యోగుల సమ్మె విరమించబడింది. ఉద్యోగులు విధుల్లో చేరారు. తాత్కాలిక ఉద్యోగులందరినీ ప్రభుత్వం ఉద్యోగాల నుంచి తీసేసింది. తెలంగాణా ఎన్.జి.ఓ.ల సంఘంలో అభిప్రాయ భేదాలు మొదలయి ఆమెస్ తన పదవికి రాజీనామా చేశాడు. ముఖ్యమైన ఉద్యోగ నాయకులు జైళ్లలో ఉన్న సమయంలో ముఖ్యమంత్రి ఐ.ఎన్.టి.యు.సి. అధ్యక్షుడు జి.సంజీవరెడ్డిని ఉపయోగించి సమ్మె చేస్తున్న ఉద్యోగుల్లో విభేదాలను సృష్టించి సమ్మె విరమణ చేయించాడు. 1969 జూలై 23 న ఉస్మానియా యూనివర్శిటీ ఉద్యోగులు సమ్మె విరమించారు.

1969 ఆగస్టు 3 న చాలా కాలం నుంచి అజ్ఞాతవాసంలో ఉన్న శ్రీధర్‌రెడ్డిని పోలీసులు గోషామహల్‌లో అరెస్టు చేసి రాజమండ్రి జైలుకు తరలించారు.

తెలంగాణా ఉద్యమంలో పాల్గొన్న ముఖ్య మహిళా నాయకురాళ్లు

1) కుముదిని నాయక్ - నగర మేయర్, 2) టి.యస్.సదాలక్ష్మి, 3) జె.ఈశ్వరీబాయి (శాసనసభ్యులు), 4) శాంతాబాయి, 5) సుమిత్రా దేవి, 6) సంగం లక్ష్మీబాయమ్మ (పార్లమెంటు సభ్యురాలు), 7) రొడా మిస్త్రీ మొదలైనవారు. వీరేగాక తెలంగాణా ఉద్యమంలో అనేకమంది మహిళలు పాల్గొన్నారు. 1969 ఆగస్టు 6 న కుమారి గీతాంజలి పిళ్లే నాయకత్వంలో 12 మంది యువతులు సికింద్రాబాదులో సత్యాగ్రహం చేసి అరెస్టు అయ్యారు. ఇసామియా బజారులోని చాదర్‌ఘాట్ వంతెన వద్ద కుమారి హంసవాణి నాయకత్వంలో, ఆబిడ్స్‌లో నర్సమ్మ నాయకత్వంలో యువతులు సత్యాగ్రహం చేశారు.

1969 ఆగస్టు 10 న వరంగల్‌లో సత్యాగ్రహం జరగగా, కాళోజి నారాయణరావు, వరంగల్ వైద్య విద్యార్థి నాయకుడు కొల్లూరి చిరంజీవిని పోలీసులు 151 వ సెక్షన్ కింద అరెస్టు చేశారు. 1969 ఆగస్టు 14 న హైదరాబాద్‌లో జె.ఈశ్వరీబాయి, పాల్వాయి గోవర్ధన్‌రెడ్డి, డి.వి.సుధాకర్ మొదలైన శాసనసభ్యులను పి.డి.చట్టం కింద అరెస్టు చేశారు. పి.డి.చట్టం కింద అరెస్టు చేసిన శాసనసభ్యుల సంఖ్య 15 కు పెరిగింది. 1969 ఆగస్టు 15 న స్వాతంత్ర్య దినోత్సవం సందర్భంగా వివేకవర్ధని కళాశాలలో తెలంగాణా ప్రజాసమితి ఆధ్వర్యంలో ఒక పెద్ద సభను జరిపి జాతీయపతాకంతో పాటు తెలంగాణా జెండాను ఎగురవేశారు.

పార్లమెంట్‌లో దద్దరిల్లిన తెలంగాణా

1969 ఆగస్టు 18 న తెలంగాణా ప్రాంత పార్లమెంట్ సభ్యులైన జి.వెంకటస్వామి, డా॥ మేల్కొటేలు తెలంగాణాపై చర్చలో పాల్గొంటూ కేంద్రం జోక్యం చేసుకొని ప్రభుత్వాన్ని బర్తరఫ్ చేసి రాష్ట్రపతి పాలన విధించాలని కోరారు. డా॥మేల్కొటే మాట్లాడుతూ ఈ వలస పద్ధతి మాకు వద్దు, మేము ఎవరి కింద బానిసలుగా బతకదలుచుకోలేదు అని చెప్తూ ఉద్యమంలో చనిపోయిన వారి ఫోటోలను ప్రదర్శించారు. జి. వెంకటస్వామి మాట్లాడుతూ ఇప్పటి వరకు 250 మంది మరణించారని, తాను కూడా తుపాకి గుండ్లను కొద్దిలో తప్పించుకొని ఈ సభకు వచ్చానని, తెలంగాణా సాధించే వరకు పోరాడుతానని చెప్పి జై తెలంగాణా అని ముగించాడు.

1969 ఆగస్టు 21 న తెలంగాణా ఉద్యమాన్ని చల్లార్చాలనే వ్యూహంతో రామగుండం వద్ద 60 కోట్లతో ఎరువుల కర్మాగారాన్ని స్థాపిస్తామని ముఖ్యమంత్రి ప్రకటించాడు. 1969 ఆగస్టు 23 న ప్రధాని శ్రీమతి ఇందిరాగాంధీని ఉద్యమ నాయకుల భార్యలు శ్రీమతి చెన్నారెడ్డి, శ్రీమతి అచ్యుతరెడ్డి, శ్రీమతి నరోత్తమరెడ్డిల నాయకత్వంలో అనేకమంది కలిసి జోక్యం చేసుకోవాలని కోరారు. ఉద్యమం విరమించనిదే, శాంతి నెలకొననిదే తాను జోక్యం చేసుకోలేనని ప్రధాని చెప్పారు. 1969 ఆగస్టు 28 న సుప్రీం కోర్టు జోక్యంతో చెన్నారెడ్డి, మల్లికార్జున్‌లు జైలు నుంచి విడుదలయ్యారు.

వామపక్ష పార్టీల పాత్ర

1969 మే 29 న నగరంలోని 'సూర్విస్టు ఫోరం' (మేధావుల అధ్యయన సంస్థ) అధ్యక్షుడు వై.శ్రీనివాసరావు, కార్యదర్శి పి.రంగయ్యలు ఒక ప్రకటన చేస్తూ శ్రీధర్‌రెడ్డితో కలిసి ప్రత్యేక తెలంగాణా కోసం పనిచేయాలని నిర్ణయించారు. దీంతో పాటు వివిధ నక్సలైటు గ్రూపు పార్టీలు తెలంగాణా ఉద్యమాన్ని సమర్థించాయి. సి.పి.ఐ.పార్టీ మాత్రం సమాంతర ఉద్యమాన్ని నడిపింది. రాష్ట్ర సమైక్యతను కోరుతూనే తెలంగాణా రక్షణలను పూర్తిగా అమలుచేయాలని, తక్షణమే తెలంగాణా అభివృద్ధికి 100 కోట్లు కేటాయించాలని కోరింది. రాష్ట్రపతి పాలన విధించాలని అనేక ఉద్యమాలు నడిపింది. సి.పి.ఐ. అనుబంధ సంస్థలైన ఎ.ఐ.టి.యు.సి., ఎ.ఐ.ఎస్.ఎఫ్, ఎ.ఐ.వై.ఎఫ్.లు సమ్మెలు చేశాయి. కమ్యూనిస్టు నాయకుడు రాజబహద్దూర్ గౌర్ రాష్ట్ర ప్రభుత్వాన్ని బర్తరఫ్ చేయాలనే డిమాండ్‌తో వారం రోజులు నిరాహారదీక్ష చేయగా, కొండా లక్ష్మణ్ బాపూజీ నిమ్మరసం ఇచ్చి నిరాహార దీక్ష విరమింపచేశాడు. మరో నాయకుడైన మగ్దూం మొహియుద్దీన్ తెలంగాణా ప్రజల మనోభావాలు గ్రహించి పార్టీ అంతర్గత సమావేశాల్లో తెలంగాణా ప్రాంతీయ సంఘానికి చట్టబద్ధత కోసం, తెలంగాణా పబ్లిక్ సర్వీసు కమీషన్ కోసం తమ పార్టీ డిమాండ్ చేయాలని తీర్మానం ప్రవేశపెట్టాడు.

సి.పి.యం. పార్టీ మాత్రం సమైక్యభావంతో ప్రజలకు దూరంగా ఉండిపోయింది. 1969 సెప్టెంబర్ నెల నుంచి ప్రత్యేక తెలంగాణా ఉద్యమం నెమ్మదిగా తగ్గింది. 1969 సెప్టెంబర్ 9 న కేంద్ర ప్రభుత్వం నియమించిన న్యాయకమిటీ (వాంఛూ కమిటీ) ముల్కీ నిబంధనల కొనసాగింపుకు ఏ విధమైన అవకాశం లేదని, రాజ్యాంగాన్ని సవరించేందుకు సైతం వీలుపడదని ప్రకటించింది. 1969 సెప్టెంబర్ 17 న మల్లికార్జున్ మాట్లాడుతూ నెలాఖరులోగా ప్రత్యేక రాష్ట్రం ఏర్పడకపోతే ప్రజా విప్లవం తీసుకొస్తామని, పోటీ ప్రభుత్వాన్ని ఏర్పాటు చేస్తామని ప్రభుత్వాన్ని హెచ్చరించాడు.

1969 సెప్టెంబర్ 23 న విద్యార్థులు తరగతులకు హాజరు కావాలని తెలంగాణా ప్రజాసమితి, విద్యార్థుల కార్యాచరణ సమితి ఒక ప్రకటన చేసింది. ఉద్యమం కొనసాగుతుందని వారి ప్రకటించారు. ఆ ప్రకటనపై చెన్నారెడ్డి, మల్లికార్జున్‌లు సంతకాలు చేశారు. విద్యార్థులు తరగతులకు హాజరుకావాలన్న తమ నిర్ణయాన్ని హైదరాబాదులోని బొల్లారం రాష్ట్రపతి నిలయంలో బసచేసిన రాష్ట్రపతి వి.వి.గిరికి చెన్నారెడ్డి తెల్పగా, ఆయన హర్షం వ్యక్తం చేశారు. రాష్ట్రపతి త్వరలోనే తెలంగాణా సమస్య పరిష్కరిస్తానని హామీ ఇచ్చారు. విద్యార్థుల వ్యతిరేకతను గమనించిన మల్లికార్జున్ విద్యార్థులు వారంలో శనివారం ఉద్యమానికి కేటాయించాలన్నారు.

1969 అక్టోబర్ 10 న తెలంగాణా ఏర్పాటు విషయంలో కేంద్రం చూపుతున్న నిర్లక్ష్యానికి నిరసనగా సికింద్రాబాదులోని గాంధీ విగ్రహం వద్ద మల్లికార్జున్ నిరవధిక నిరాహారదీక్ష ప్రారంభించాడు. 1969 అక్టోబర్ 8 న తెలంగాణా విద్యార్థినుల విభాగం కన్వీనర్ సి.హెచ్.రమాదేవి నారాయణగూడలో నిరాహార దీక్షకు కూర్చున్నది. 1969 అక్టోబర్ 23 న తెలంగాణా విమోచన సమితి అధ్యక్షుడు కె.నర్సింహారెడ్డి వరంగల్ జిల్లాలో పన్నుల నిరాకరణోద్యమానికి పిలుపునిచ్చాడు.

1969 నవంబర్ 27న చెన్నారెడ్డి ఉద్యమాన్ని వాయిదా వేస్తున్నానని ప్రకటించాడు. 1969 డిసెంబర్ 26 న చెన్నారెడ్డి తెలంగాణా ప్రజాసమితి అధ్యక్షుడిగా ఏకగ్రీవంగా ఎన్నికయ్యాడు. 1969 డిసెంబర్ 29 న విద్యార్థి ఐక్యకార్యాచరణ సమితికి మల్లికార్జున్ కూడా ఏకగ్రీవంగా ఎన్నికయ్యాడు. 1969 ప్రత్యేక తెలంగాణా ఉద్యమంలో 370 మంది ప్రాణాలు కోల్పోయారు. ఫ్రాన్స్, పాకిస్తాన్, అర్జెంటీనాల్లో జరిగిన విద్యార్థుల ఉద్యమాలు ఈ తెలంగాణా ఉద్యమం ముందు దిగదుడుపే అని పత్రికలు వ్యాఖ్యానించాయి. స్వాతంత్ర్యం తరవాత భారతదేశ చరిత్రలో ఇటువంటి విద్యార్థి, ప్రజా ఉద్యమాలు జరగలేదని, ఇదే ప్రథమం అని ఫార్వర్డ్ బ్లాక్, భారతీయ క్రాంతిదళ్ లాంటి పార్టీలు ప్రశంసించాయి. విద్యార్థులు ఒక విద్యా సంవత్సరాన్ని కోల్పోయారు.

1971 లో జరిగిన పార్లమెంట్ ఎన్నికల్లో తెలంగాణా ప్రజాసమితి తెలంగాణాలోని 14 స్థానాలకు పోటిచేసి 10 స్థానాల్లో విజయం సాధించింది. ప్రజాసమితి 47.5 శాతం ఓట్లను పొందింది. ఈ విజయం వల్ల కేంద్ర ప్రభుత్వంతో సంప్రదింపులు చేసి తన లక్ష్యం సాధించుకొందామని తెలంగాణా ప్రజాసమితి భావించింది. అయినప్పటికీ కేంద్ర ప్రభుత్వం తెలంగాణాకు అనుకూలంగా లేదు. కారణం, అదే ఎన్నికల్లో ఇందిరాగాంధీ దేశం మొత్తంలో మెజార్టీ పార్లమెంట్ స్థానాలను సాధించడమే. చేసేది ఏమీలేక చెన్నారెడ్డి తెలంగాణా రక్షణల హామీని ఇందిరాగాంధీ నుంచి పొంది తెలంగాణా ప్రజాసమితిని కాంగ్రెసు పార్టీలో కలిపాడు.

ప్రధానమంత్రి ఇందిరాగాంధీ ప్రకటించిన అష్టసూత్రాలతో తెలంగాణా ప్రజలు సంతృప్తి చెందకపోవడంతో పంచసూత్ర పథకాన్ని 1971 లో ప్రకటించింది.

పంచసూత్ర పథకం

1. ముల్కీ నియమాలు తెలంగాణా ప్రాంతంలో నాన్ గెజిటెడ్ ఉద్యోగాలకు, తహసిల్దార్, అసిస్టెంట్ సర్జన్, జూనియర్ ఇంజనీర్ పదవులకు వర్తిస్తాయి. సచివాలయం, శాఖాధిపతుల కార్యాలయాలు, మిగతా ఉమ్మడి కార్యాలయాల్లో ప్రతి మూడు ఉద్యోగాల్లో ఒక ఉద్యోగానికి కూడా వర్తిస్తాయి.

2. ఈ రక్షణలు రాజధాని అయిన హైదరాబాదు నగరంలో 1977 సంవత్సరం చివరి వరకు, మిగతా తెలంగాణా జిల్లాల్లో 1980 సంవత్సరం చివరి వరకు అమలు జరుగుతాయి.

3. ఉభయ ప్రాంతాల్లో ఉద్యోగులకు తగు ప్రమోషన్ అవకాశాలు కల్పించేందుకు వివిధ ఉద్యోగాలను మొదటి లేదా రెండవ గెజిటెడ్ స్థాయి వరకు ప్రాంతీయాకరణ చేయడం జరుగుతుంది. ఈ సూత్రాలు ఏవీ ఆలిండియా సర్వీసెస్‌కు గానీ, ఆ సర్వీసెస్‌కు ప్రమోషన్ దొరికే తక్షణ కింది పదవులకు కానీ వర్తించవు.

4. సాంకేతిక, వృత్తిపరమైన విద్యాలయాలతో సహా నగరంలోని అన్ని విద్యాలయాల్లో ప్రస్తుతం తెలంగాణా ప్రాంత విద్యార్థులకు లభించే స్థానాల కంటే అదనంగా కొన్ని స్థానాలు సృష్టించడం జరుగుతుంది. కొత్తగా సృష్టించిన స్థానాలు బేషరతుగా ఏ ప్రాంతం వారయినా పొందవచ్చు.

5. జంటనగరాల్లో ఆంధ్ర, తెలంగాణా రెండు ప్రాంతాలకు చెందిన ఉమ్మడి పోలీసు బలగాలు ఉంటాయి. దీనికి సంబంధించిన వివరాలు రూపొందించిన తరవాత అందుకు అవసరమైన శాసనం రూపొందుతుంది.

1971 సెప్టెంబర్‌లో కాంగ్రెస్ అధిష్టానం ఆదేశంతో కాసు బ్రహ్మానందరెడ్డి ముఖ్యమంత్రి పదవికి రాజీనామా చేశాడు. తెలంగాణాకు న్యాయం చేయాలనే ఉద్దేశంతో 1971 సెప్టెంబర్ 30 న పి.వి.నరసింహారావును ఆంధ్రప్రదేశ్ ముఖ్యమంత్రిగా నియమించింది. పి.వి.నరసింహారావు ఆంధ్రప్రదేశ్‌కు ముఖ్యమంత్రి అయిన తొలి తెలంగాణా వ్యక్తి. విద్యా, ఉపాధి రంగాల్లో తెలంగాణా వారికి జరుగుతున్న అన్యాయాలను, పెద్ద మనుషుల ఒప్పందం ప్రాతిపదికగా పరిష్కరించడానికి కేంద్ర ప్రభుత్వం అంగీకరించింది.

33

తెలంగాణ ఉద్యమం - రెండో దశ (1971-2014)

ప్రత్యేక తెలంగాణ రాష్ట్ర ఉద్యమం తలెత్తడానికి మూల కారణం భాషా ప్రయుక్త రాష్ట్రాల ఏర్పాటు. ప్రజల ప్రజాస్వామిక ఆకాంక్షల వ్యక్తీకరణకు తోడ్పడగల రాష్ట్రాల రూపకల్పనలో భాష ఏకైక ప్రాతిపదిక కాకూడదని రాష్ట్రాల పునర్వ్యవస్థీకరణ కమిషన్ వ్యాఖ్యానించింది. ఒకే భాష మాట్లాడే ప్రజల మధ్య కూడా సాంఘిక, ఆర్థిక పరిస్థితుల్లో వ్యత్యాసాలుంటాయి. ఆంగ్లేయుల పాలనలో ఆయా ప్రాంతాల సామాజిక, ఆర్థిక పరిణామంలో గణనీయంగానే తారతమ్యాలు తలెత్తాయని రాష్ట్రాల పునర్వ్యవస్థీకరణ కమిషన్ గుర్తించింది. అందుకే రాష్ట్రాలను ఏర్పాటు చేసేటప్పుడు ఆయా ప్రాంతాల నిర్దిష్ట చరిత్రను చూడాలని రాష్ట్రాల పునర్వ్యవస్థీకరణ కమిషన్ సూచించింది. అయితే, ఈ సూచనను అప్పటి పరిస్థితుల్లో కేంద్ర ప్రభుత్వం పాటించడం సాధ్యంకాకపోవడంతో భాషా ప్రాతిపదికన రాష్ట్రాలను ఏర్పాటు చేసింది. దీని వల్ల భిన్న సామాజిక పరిస్థితులు, వైవిధ్యత కలిగిన ప్రాంతాలు ఒకే రాష్ట్రంలో భాగమయ్యాయి. అందువల్ల వలస పాలనలో సాపేక్షంగా అభివృద్ధి చెందిన ప్రాంతాల ప్రజలు ఇతర ప్రాంతాలపై అధికారం చెలాయించడానికి అవకాశం ఏర్పడింది.

ఈ చారిత్రక పరిస్థితుల్లో నూతనంగా ఏర్పడిన ఆంధ్రప్రదేశ్ రాష్ట్రంలో కూడా అప్పటికే అభివృద్ధి చెందిన కోస్తాంధ్ర ప్రజల ఆధిపత్యం నైజాం సంస్థానంలో సరైన విద్యాప్రమాణాలు అందుబాటులో లేని ప్రజలపై కొనసాగింది. ఈ కోస్తాంధ్ర ప్రజల ఆధిపత్యానికి వ్యతిరేకంగానే తెలంగాణా ప్రత్యేక రాష్ట్రోద్యమం తలెత్తింది. సామాజికంగా, రాజకీయంగా, సాంస్కృతికంగా తనదైన ప్రత్యేక అస్తిత్వం కలిగిన ప్రాంతం తెలంగాణ. అన్యాయాన్ని ఎదిరించే, అణచివేతను ధిక్కరించే స్వభావం సహజంగానే తెలంగాణ ప్రజల్లో ఉంది. ప్రత్యేక రాష్ట్ర సాధన కోసం తెలంగాణ ప్రజలు దశాబ్దాలుగా ఐక్యంగా సాగించిన పోరాటం ఆ లక్షణాన్ని ప్రస్ఫుటం చేస్తుంది. స్థానిక పరిస్థితులు, సామాజిక, ఆర్థిక, రాజకీయ అసమానతలు ఇతర ప్రాంతాల ఆధిపత్య ధోరణి వల్ల ఆంధ్రప్రదేశ్‌లో ప్రత్యేక రాష్ట్ర అంశం ఉద్యమ రూపం దాల్చడానికి కారణమయ్యాయి. అయితే, ఆంధ్రప్రదేశ్ ఏర్పడినప్పుడు తెలంగాణా ప్రజల నుంచి వ్యక్తమైన వ్యతిరేకతను దృష్టిలో ఉంచుకొని పాలకులు తెలంగాణాకు అనేక ప్రాధాన్యతలు, ప్రత్యేక సౌకర్యాలు కల్పిస్తామని హామీ ఇచ్చారు. ఒప్పందాలు చేసుకొన్నారు. కానీ రాష్ట్ర ఆవిర్భావం తరవాత ఆ హామీలేవీ అమలు కాలేదు. ఆశించిన మేరకు అభివృద్ధి జరగలేదు. తెలంగాణ పట్ల వివక్ష చూపిస్తున్నారని, దీనికి ప్రత్యేక రాష్ట్రం మాత్రమే పరిష్కారం చూపించగలదని ప్రజలు భావించారు. అందుకోసం ఉద్యమబాట పట్టారు.

భారతదేశానికి స్వాతంత్ర్యం వచ్చిన తరవాత ప్రజా ఉద్యమాలు గెలిచి ప్రజాస్వామిక ఆకాంక్షలు నెరవేరిన సందర్భాలు చాలా తక్కువ. అటువంటి అరుదైన విజయాల్లో తెలంగాణా రాష్ట్ర సాధన ఒకటి. ప్రత్యేక రాష్ట్రం కోసం తెలంగాణా ప్రజలు సాగించిన పోరాటం, సాధించిన విజయం అపూర్వమైంది. తెలంగాణా ప్రజలు ప్రజాస్వామిక పద్ధతుల్లో సాగించిన ఉద్యమ ఫలితంగానే తెలంగాణా రాష్ట్రం ఏర్పడింది. ఇందులో రాజకీయ పార్టీలు, ప్రజాసంఘాలు, పౌరసమాజం ఇలా యావత్ తెలంగాణా ప్రజలు భాగస్వాములై కదిలారు, నిలబడి పోరాడారు. చివరకు విజయం

సాధించారు. తెలంగాణా ఉద్యమం దాదాపు అరవై సంవత్సరాలు అంచెలంచెలుగా ఒక సుదీర్ఘ ప్రస్థానంగా సాగింది. ముఖ్యంగా చివరిదశలో ఒక బలమైన పౌరసమాజ వేదికగా ఐక్యకార్యాచరణ సమితి (జాయింట్ యాక్షన్ కమిటీ) ఏర్పడి ప్రజాఉద్యమాన్ని మూడు సంవత్సరాలపాటు నిలబెట్టి దీన్ని ఒక జైత్రయాత్రగా మలిచింది. తెలంగాణ ఉద్యమాన్ని ప్రధానంగా తొలి, మలిదశ ఉద్యమాలుగా వర్గీకరించారు. అయితే ఈ భాగంలో మనం డెబ్బైవ దశకం నుంచి ప్రత్యేక రాష్ట్రసాధన వరకు జరిగిన పరిణామాలను, ఉద్యమ ప్రస్థానాన్ని కాలక్రమానుగతంగా తెలుసుకొందాం.

1969 ఉద్యమానంతర పరిణామాలు

1956 లో ఆంధ్రప్రదేశ్ ఏర్పడిన తరవాత నుంచి ప్రత్యేక తెలంగాణా కోసం ప్రత్యక్షంగా, పరోక్షంగా పోరాటం కొనసాగుతూనే ఉంది. 1969 లో తెలంగాణ ప్రాంతమంతా చెలరేగిన ఆందోళనలు ప్రశాంతమైన హైదరాబాద్ నగరాన్ని ఒక సైనిక శిబిరంగా మార్చేశాయి. కేవలం రాష్ట్ర రాజధాని విద్యార్థుల ఆందోళనగా ఆరంభమై తొమ్మిది జిల్లాలకు వ్యాపించి విద్యావంతులను, ఉద్యోగులను ఉద్యమబాట పట్టించింది. ఆర్థిక కారణాలు ప్రధానంగా చెప్పుకున్నప్పటికి ఈ ఆందోళనకు అనేక సామాజిక, సాంస్కృతిక కారణాలు కూడా తోడయ్యాయి. ముఖ్యంగా పట్టణ ప్రాంతాల్లో విద్యార్థికుల్లో ఉద్యమచైతన్యం పెల్లుబికింది. పెద్దమనుషుల ఒప్పంద వైఫల్యం, రక్షణలు అమలు చేయలేని ప్రభుత్వాల నిర్లక్ష్యం యువతరాన్ని ఉద్యమబాట పట్టించింది. ప్రభుత్వ నియామకాల్లో ముల్కీ నిబంధనలకు విరుద్ధంగా ఆంధ్ర ప్రాంతం వారిని ఉద్యోగాల్లో నియమించడం తెలంగాణ యువతను నిరాశానిస్పృహలకు గురిచేసింది. దీంతో ఉద్యోగులు, విద్యార్థులు నిరవధిక సమ్మెను ప్రారంభించారు. పాఠశాలలు, కళాశాలలు మూతపడ్డాయి. తెలంగాణ ఎన్జీవోలు సమ్మెలో భాగమయ్యారు. నాయకులపై పి.డి. యాక్ట్, ఇతర అణచివేత చర్యలకు ఆనాటి ప్రభుత్వం పాల్పడింది. అయితే నిర్బంధం ద్వారా ఈ ఉద్యమాన్ని అణచలేమని గ్రహించిన కేంద్ర ప్రభుత్వం పార్లమెంట్‌లో తెలంగాణా సమస్యను పరిష్కరించడానికి అష్టసూత్ర పథకాన్ని ప్రతిపాదించింది. ఇందులో అతిముఖ్యమైన ముల్కీ నిబంధనల సమస్యలకు పరిష్కారం సూచించలేదు. తరవాత ఉద్యమం తీవ్రతరమైంది.

తెలంగాణ యువతలో ఇంత అసంతృప్తి చెలరేగడానికి గల కారణం రాష్ట్ర జనాభాలో, విస్తీర్ణంలో తాము నలభై శాతం పైగా ఉన్నప్పటికీ నిధుల కేటాయింపులో గానీ నియామకాలలో గానీ ఎలాంటి న్యాయం జరగకపోవడం. విద్యారంగంలో కూడా తెలంగాణా ప్రాంతం తీవ్ర వివక్షతకు గురైంది. ప్రాంతీయ అసమానతలు పెరగడానికి ఇదే ప్రధాన కారణం. డా॥ మర్రి చెన్నారెడ్డి, మల్లికార్జున్, కొండా లక్ష్మణ్ బాపూజీ, మదన్‌మోహన్, ఆమోస్ వంటి నాయకుల ఆధ్వర్యంలో ప్రతిరోజు గ్రామాల నుంచి, పట్టణాల నుంచి ఉద్యమకారులు జిల్లా కేంద్రానికి వచ్చి ధర్నాల్లో పాల్గొని అరెస్టు అయ్యేవారు. అయినప్పటికి యువతరం అత్యంత ధైర్యసాహసాలతో ఉద్యమంలో పాల్గొని అనేక త్యాగాలు చేశారు. ఎనిమిది నెలలకు పైగా విద్యార్థులు చేసిన పోరాటం చరిత్రను సృష్టించింది. ఇటువంటి పరిస్థితుల్లో తెలంగాణా ప్రజాసమితి దీనికి పార్లమెంటరీ రూపాన్ని ఇచ్చింది. మార్చి 1971 లో జరిగిన మధ్యంతర ఎన్నికల్లో తెలంగాణ ప్రజాసమితి అత్యధిక సీట్లు గెలుచుకొంది. అయితే పార్లమెంటరీ రూపం తీసుకొన్న ఈ పోరాటాన్ని కేంద్ర ప్రభుత్వం 1971 సెప్టెంబర్‌లో ఆనాటి ప్రధాని శ్రీమతి ఇందిరాగాంధీ ఐదు సూత్రాల పథకం ప్రకటన ద్వారా చల్లబరిచింది. ఈ పథకంలో ముల్కీ నింబంధనల పునరుద్ధరణ గురించి ప్రస్తావన చేర్చారు. దీంతో పాటు ఆనాటి ముఖ్యమంత్రి కాసు బ్రహ్మానందరెడ్డి రాజీనామా చేయడం కూడా జరిగింది. దీంతో తెలంగాణా ప్రజాసమితి కాంగ్రెస్‌లో విలీనమైంది. ఈ విలీనాన్ని విద్యార్థులు, యువత వ్యతిరేకించినప్పటికి అప్పటి పరిస్థితుల్లో 1971 సెప్టెంబర్ 30 న తెలంగాణా ప్రాంతానికి

చెందిన పి.వి.నరసింహారావు ముఖ్యమంత్రి కావడంతో ఉద్యమం చల్లబడింది. పి.వి.నరసింహారావు విశాలాంధ్ర ఉద్యమంలో పాల్గొనడం, బ్రహ్మానందరెడ్డి మంత్రివర్గంలో పనిచేయడం వల్ల ఆంధ్ర ప్రాంతీయుల నుంచి పెద్దగా వ్యతిరేకతను ఎదుర్కోలేదు.

దీని తరవాత 1972 ఫిబ్రవరి 14 న ఐదుగురు న్యాయమూర్తులతో కూడిన ఆంధ్రప్రదేశ్ హైకోర్టు ఫుల్‌బెంచ్ ముల్కీ నియమాలు రాజ్యాంగబద్ధం కాదని తీర్పుచెప్పింది. నిజానికి ముల్కీ నిబంధనలు అంటే స్థానికులకు రిజర్వేషన్లు తెలంగాణాలో స్వాతంత్ర్యానికి పూర్వమే అమల్లోకి వచ్చాయి. 1956 లో విలీన సమయంలో ముల్కీ నిబంధనలను కొనసాగిస్తామని పెద్దమనుషుల ఒప్పందం ద్వారా హామీ ఇచ్చారు. వీటిని సక్రమంగా అమలు చేయలేదు. 1969 ఉద్యమానికి ఇదే ప్రధాన కారణం. ఆ ఉద్యమ సమయంలో ఇక్కడ అక్రమంగా నియమించబడిన 28,000 ఉద్యోగులను వెనక్కు పంపిస్తామని హామీ ఇచ్చింది. దీని కోసం జి.ఓ. 36 ని జారీచేసింది. ఈ జి.ఓ. అమలును, ముల్కీ నిబంధనలను వ్యతిరేకిస్తూ కొందరు హైకోర్టులో కేసు వేశారు. కేసు హైకోర్టులో చాలాకాలం సాగింది. తరవాత హైకోర్టు ఇచ్చిన తీర్పుతో ఆనాటి వరకు సమైక్య రాష్ట్రం కావాలన్న వారు కూడా తమ అభిప్రాయాన్ని మార్చుకొని తెలంగాణాకు ప్రత్యేక రాష్ట్రం కావాలన్న డిమాండ్‌ను ముందుకు తెచ్చారు. 'ముల్కీ నిబంధనలు' రాజ్యాంగ విరుద్ధమని హైకోర్టు తీర్పునివ్వడంతో తమకు ప్రత్యేక రాష్ట్రం కావాలన్న కోరిక అప్పటి వరకు తటస్థంగా ఉన్న తెలంగాణా ప్రముఖుల్లో కూడా అధికమైంది.

ఇది జరిగిన మూడు రోజుల తరవాత ఫిబ్రవరి 17 న వరంగల్‌లోని అజంజాహి మిల్ మైదానంలో జరిగిన బహిరంగసభలో అప్పటి ప్రధాని ఇందిరాగాంధీ తెలంగాణాకు అన్యాయం జరగనీయబోమని ప్రకటించింది. ఇందిరాగాంధీ సూచన మేరకు ముఖ్యమంత్రి పి.వి.నరసింహారావు హైకోర్టు తీర్పును సుప్రీం కోర్టులో సవాల్ చేశారు. ఈ కాలంలోనే పి.వి. కేంద్రప్రభుత్వ భూసంస్కరణల చట్టానికి అనుగుణంగా కొన్ని క్రియాశీలక నిర్ణయాలు తీసుకొన్నారు. ఆంధ్రప్రదేశ్ ప్రభుత్వం 1972 మే 2 న జారీచేసిన ఆర్డినెన్స్ ప్రకారం రాష్ట్రంలో అన్నిరకాల భూలావాదేవీలను నిలిపేసింది. అదే సంవత్సరం సెప్టెంబర్ 15 న భూగరిష్ఠ పరిమితి బిల్లును రాష్ట్ర శాసనసభ ఆమోదించింది. ఈ చట్టం వల్ల భూస్వామ్య వర్గం పి.వి.కి దూరమైంది. అదే సమయంలో 1972 అక్టోబర్ 3న తెలంగాణాలో కొనసాగుతున్న ముల్కీ నిబంధనలు రాజ్యాంగంలోని 35 (బి) కింద చట్టబద్ధమైనవేనని సుప్రీం కోర్టు తీర్పు చెప్పింది. ఈ తీర్పును స్వాగతించిన అప్పటి ముఖ్యమంత్రి పి.వి. 'సుప్రీం కోర్టు నిర్ణయం ఈ సమస్యపట్ల సందేహానికి, వివాదానికి తావులేని వ్యాఖ్యానాన్ని ఇచ్చింది' అని హర్షం వ్యక్తంచేశారు.

సుప్రీం కోర్టు తీర్పుకు వ్యతిరేకంగా ఆంధ్ర ప్రాంతంలో విద్యార్థులు, యువత జై ఆంధ్రా ఉద్యమాన్ని ప్రారంభించారు. అప్పటికే ఆగ్రహంగా ఉన్న అసంతృప్త భూస్వాములు, పి.వి.కి వ్యతిరేకంగా ఉన్న ఇతర రాజకీయ నాయకులు దీన్ని అవకాశంగా మలుచుకున్నారు. వారికి అంగబలం, ఆర్థిక బలం అందించారు. ఆనాటి ఉద్యమకారుల ప్రధాన డిమాండ్ రాష్ట్ర సమైక్యతను కాపాడటానికి ముల్కీ నిబంధనలను వెంటనే రద్దుచేయడం. అయితే, ఇదే సమయంలో తెలంగాణా ప్రాంతంలో విద్యార్థులు ముల్కీ నిబంధనలు పూర్తిస్థాయిలో అమలు చేయాలని డిమాండ్ చేశారు.

ముల్కీ నిబంధనల వల్ల తెలంగాణాలో ఉన్న ఆంధ్ర రైతుల భూములను లాక్కుంటారని, తెలంగాణాలో స్థిరపడ్డ ఆంధ్ర ప్రాంతీయులను తరిమేస్తారనే తప్పుడు ప్రచారాన్ని కొంతమంది రాజకీయ అవకాశవాదులు చేశారు. ఇంకా ముల్కీ నిబంధనల పరిధిలో అసిస్టెంట్ ఇంజనీర్లు, అసిస్టెంట్ సివిల్ సర్జన్ ఉద్యోగాలను చేర్చడం వల్ల దీనికి సంబంధించినవారు ఆందోళనకు గురయ్యారు. దీంతో ఆగ్రహించిన ఆంధ్ర ప్రాంతీయులు తెలంగాణాకు ఏ రక్షణలు

కల్పించడం వల్ల విశాలాంధ్ర ఏర్పడిందో వాటన్నింటిని పూర్తిగా రద్దు చేయాలని పెద్ద ఎత్తున ఉద్యమించారు. ఈ ఉద్యమాన్ని సమర్థిస్తూ పి.వి.నరసింహారావు మంత్రివర్గంలోని తొమ్మిది మంది ఆంధ్ర మంత్రులు రాజీనామా చేశారు. వీరి రాజీనామాకు ఉద్యమ కారణాలతో పాటు వ్యక్తిగత కారణాలు కూడా ఉన్నాయని ప్రచారం జరిగింది. వీరే ఇతర నాయకులతో కలిసి 'ఆంధ్రాసేన' అనే సంఘాన్ని ఏర్పాటు చేశారు. ఈ సమావేశంలోనే ప్రత్యేక ఆంధ్రరాష్ట్రం కోసం తీర్మానం చేశారు.

ఈ కాలంలోనే రాజకీయంగా అప్పటి ముఖ్యమంత్రి పి.వి.నరసింహారావు అనేక సమస్యలను ఎదుర్కొన్నారు. కేంద్ర ప్రభుత్వం విధానాల అమలుకు చేసిన కృషి వల్ల భూస్వామ్య, వ్యాపార వర్గాలు దూరమయ్యాయి. ముల్కీ నిబంధనలు అమలు చేసినందుకు ఆంధ్ర ప్రాంత విద్యార్థులు, ఉద్యోగుల వ్యతిరేకతను ఎదుర్కొన్నారు. ముఠా రాజకీయాలకు వ్యతిరేకంగా చేసిన ప్రయత్నాల వల్ల రాజకీయ శత్రువులు పెరిగారు. దీంతో ముఖ్యమంత్రి పదవి నుంచి ఇతన్ని తప్పించాలని కేంద్ర ప్రభుత్వంపై అన్ని వర్గాల నుంచి ఒత్తిడి పెరిగింది. ఫలితంగా 1973 జనవరి 18 న పి.వి. తన ముఖ్యమంత్రి పదవికి రాజీనామా చేశారు. అదేరోజు కేంద్ర ప్రభుత్వం ఆంధ్రప్రదేశ్‌లో రాష్ట్రపతి పాలన విధించింది. 1973 సెప్టెంబర్ 1 న రాష్ట్రపతి పాలన మరో ఆరు నెలలు పొడిగించారు. ఇటువంటి పరిస్థితుల్లో 1973 సెప్టెంబర్ 21 న ఆరుసూత్రాల పథకాన్ని కేంద్ర ప్రభుత్వం ప్రకటించింది.

ఆరుసూత్రాల పథకం

1. రాష్ట్రంలో వెనుకబడ్డ ప్రాంతాల అభివృద్ధి కోసం అదేవిధంగా రాష్ట్ర రాజధాని ప్రగతి కోసం నిధులను కేటాయించాలి. దీనికోసం ప్రణాళికలను తయారుచేయాలి. ఇందుకోసం వెనుకబడిన ప్రాంతాలకు ప్రాతినిధ్యం వహించే శాసనసభ్యులతో పాటు ఇతర నిపుణులకు భాగస్వామ్యం కల్పిస్తూ రాష్ట్రస్థాయి ప్రణాళికా బోర్డును, వెనుకబడ్డ ప్రాంతాలకు సంబంధించిన ఉపసంఘాలను నియమించాలి.

2. విద్యాసంస్థల్లో స్థానిక అభ్యర్థులకు ప్రాధాన్యతనిచ్చే విషయంలో రాష్ట్రానికంతా ఒకే విధానాన్ని పాటించాలి. రాజధాని ప్రాంతంలో ఉన్నత విద్యావంతులను పెంచడానికి కేంద్రీయ విశ్వవిద్యాలయాన్ని స్థాపించాలి.

3. ఒక నిర్ణీత స్థాయి వరకు ప్రభుత్వ ఉద్యోగ నియామకాల్లో స్థానికులకే ప్రాధాన్యత ఇవ్వాలి. ప్రమోషన్ల విషయంలో కూడా ఒక నిర్ణీత స్థాయి వరకు ఈ నిబంధనలు పాటించాలి.

4. ఉద్యోగ నియామకాలు, సీనియారిటీ, ప్రమోషన్ వంటి విషయాల్లో వచ్చే ఫిర్యాదులను పరిశీలించడానికి ఉన్నతాధికారులు గల ఒక అడ్మినిస్ట్రేటివ్ ట్రిబ్యునల్‌ను నియమించాలి. ఈ ట్రిబ్యునల్ ఇచ్చే తీర్పులను రాష్ట్ర ప్రభుత్వం విధిగా అమలు చేయాలి.

5. పై సూత్రాలను పాటించడంలో ఎదురయ్యే న్యాయమైన చిక్కులను, అనిశ్చిత పరిస్థితులను నివారించడానికి భారత రాజ్యాంగాన్ని సవరించే అధికారాన్ని రాష్ట్రపతికి కలిగించాలి.

6. పైన సూచించిన వాటిని పాటిస్తే ముల్కీ నిబంధనలు, తెలంగాణా ప్రాంతీయ కమిటీ కొనసాగింపు అనవసరమౌతాయి.

1972 లో చెలరేగిన జై ఆంధ్ర ఉద్యమం తరవాత 1956 లో, 1969 లో తెలంగాణా ప్రాంతానికి కల్పించిన రక్షణలన్నింటిని రద్దు చేసి వాటి స్థానంలో ఈ ఆరుసూత్రాల పథకం ప్రవేశపెట్టారు. ఇందులో భాగంగా హైదరాబాద్ ప్రాంతాన్ని ఉమ్మడి జోన్‌గా ప్రకటించారు. ఆరుసూత్రాల పథకం కంటే ముందు హైదరాబాద్ ప్రాంతంలో ఉద్యోగాలు తెలంగాణా వారికి అందుబాటులో ఉండేవి. అయితే, ఈ పథకం అమలుతో తెలంగాణా ప్రజల శ్రమతో కట్టబడిన హైదరాబాద్ నగరంలో తెలంగాణేతరులు విద్యా, ఉద్యోగాల్లో స్థిరపడటానికి అవకాశం ఏర్పడింది. ముల్కీ నిబంధనలను సవరించి, ప్రాంతీయ కమిటీలను రద్దుచేసి, నివాసపరిమితిని పదిహేను నుంచి నాలుగు సంవత్సరాలకు తగ్గించారు. దీనివల్ల ఉద్యోగాల్లో స్థిరపడ్డ ఆంధ్ర ప్రాంతీయుల పిల్లలకు స్థానికత కోటా కింద విశ్వవిద్యాలయాల్లో సీట్లు పొంది తెలంగాణ ప్రాంత విద్యార్థుల అవకాశాలను కొల్లగొట్టారు. ముల్కీ నిబంధనలు రాజ్యాంగబద్ధమే అన్న సుప్రీం కోర్టు తీర్పును కాదని ఆరుసూత్రాల పథకాన్ని ప్రవేశపెట్టడాన్ని తెలంగాణా ప్రజలు హర్షించలేదు. జై ఆంధ్ర ఉద్యమం కూడా తమ లక్ష్యమైన ప్రత్యేక రాష్ట్రం సాధించకుండానే తెలంగాణాకు సంబంధించిన సౌకర్యాలను రద్దు చేయగానే చల్లబడింది. తెలంగాణా ప్రాంత ముఖ్యమంత్రులు ఉన్నప్పుడు కూడా ఈ పరిస్థితులు మెరుగుపడలేదు. అంతేకాకుండా నిజాం కాలంలో ఏర్పడిన నిజాం షుగర్ ఫాక్టరీ, అజాంజాహి మిల్స్, ఆల్విన్ వంటి కంపెనీలను కూడా నష్టాల పేరుతో మూసేసారు. మిగిలిన వాటిని ప్రైవేటైజేషన్ పేరుతో ఆంధ్రప్రాంత పెట్టుబడిదారులకు ధారపోశారు. దీనివల్ల వేలమంది తెలంగాణా ప్రజలు నిరుద్యోగులుగా మారారు. దీంతో పాటు ఉమ్మడి ఆంధ్రప్రదేశ్‌లో నూతన జూనియర్ కళాశాల, డిగ్రీ కళాశాల, విశ్వవిద్యాలయ ఏర్పాటు విషయంలో కూడా తెలంగాణా ప్రాంతం వివక్షకు గురైంది.

1956 తరవాత తెలంగాణలో 1976 లో కాకతీయ విశ్వవిద్యాలయాన్ని స్థాపించారు. అదే విధంగా ఆంధ్ర ప్రాంతం గుంటూరులో 1978 లో నాగార్జున విశ్వవిద్యాలయం, అనంతపురంలో శ్రీకృష్ణదేవరాయ విశ్వవిద్యాలయం, 1983 లో తిరుపతిలో పద్మావతి మహిళా విశ్వవిద్యాలయం, 1985 లో తిరుపతిలో సంస్కృత విశ్వవిద్యాలయం, 1986 లో విజయవాడలో ఎన్టీఆర్ ఆరోగ్య విశ్వవిద్యాలయం, కుప్పంలో ద్రావిడ భాషల విశ్వవిద్యాలయాలు స్థాపించారు. అయితే ఫ్రీజోన్‌గా మారిన తెలంగాణలోని హైదరాబాద్‌లో 1964 లో వ్యవసాయ విశ్వవిద్యాలయం, 1982 లో డాక్టర్ బి.ఆర్.అంబేద్కర్ సార్వత్రిక విశ్వవిద్యాలయం, 1962 లో ఇఫ్లూ, 1974 లో కేంద్రీయ విశ్వవిద్యాలయం, 1985 లో తెలుగు విశ్వవిద్యాలయాలు స్థాపించారు. ఇవి రాష్ట్ర పరిధిలో ఉండటం వల్ల తెలంగాణ ప్రజలకు ఇవి పెద్దగా ఉపయోగపడలేదు. అదే విధంగా తరవాత దశలో అంతకు ముందు ఉస్మానియాకు అనుబంధంగా ఉన్న హైదరాబాద్‌లోని వైద్య కళాశాలలను విజయవాడలోని ఎన్టీఆర్ ఆరోగ్య వైద్యకళాశాలకు అనుబంధంగా మార్చారు. ఆరు సూత్రాల పథకం వల్ల స్థానిక కోటాలో ఇక్కడి సీట్లు కూడా హైదరాబాద్‌లో స్థిరపడ్డ ఆంధ్ర ప్రాంత విద్యార్థులకే రావడం వల్ల తెలంగాణ యువత తీవ్ర నిరాశకు గురైంది.

ఈ ఆరుసూత్రాల పథకం వల్ల తెలంగాణా ప్రాంతం తీవ్ర అన్యాయానికి గురైంది. దీని వల్ల అంతకుముందు కేంద్ర ప్రభుత్వం తెలంగాణాకు ఇచ్చిన హామీలన్నీ రద్దయ్యాయి. ముల్కీ నిబంధనలు, 1958 లో ఏర్పాటైన తెలంగాణా ప్రాంతీయ సంఘం రద్దు అయింది. తెలంగాణ, ఆంధ్రప్రాంత ఆదాయ వ్యయాలు విడివిడిగా చూపాలన్న నియమాన్ని కూడా తీసేశారు. అక్రమంగా చేరిన ఆంధ్ర ఉద్యోగులను క్రమబద్ధీకరించారు. ప్రాంతీయ సంఘం రద్దుతో తెలంగాణా భూములకు రక్షణ కరువైంది. ప్రాంతీయ సంఘం స్థానంలో నిరుపయోగమైన ప్రాంతీయ అభివృద్ధి బోర్డు ఏర్పడింది. 1969 ఉద్యమం కల్పించిన ప్రయోజనాలన్నీ తెలంగాణ ప్రజలకు దీని వల్ల దూరమయ్యాయి. ఈ విధంగా అనేక రంగాల్లో జరిగిన వివక్ష తెలంగాణ ప్రత్యేక రాష్ట్ర సాధనకోసం జరిగిన ఉద్యమంతో ప్రజలను మమేకం చేసింది.

ఇంకా ఈ ఆరుసూత్రాల పథకానికి చట్టబద్ధత కల్పించే ఉద్దేశంతో 32 వ రాజ్యాంగ సవరణకు రాష్ట్రపతికి అధికారాలు ఇచ్చారు. దీని ఆధారంగా భారత రాష్ట్రపతి అక్టోబర్ 18, 1975 న జి.ఎస్.ఆర్.524 (ఇ) రాష్ట్రపతి ఉత్తర్వు (ప్రెసిడెన్షియల్ ఆర్డర్) ఇచ్చారు. ఈ సవరణ ద్వారా అంతకుముందు నిబంధనలనతిక్రమించి జరిగిన నియామకాలన్నీ కూడా క్రమబద్ధీకరిస్తారు. రాష్ట్ర ప్రభుత్వ ఆధీనంలో ఉండే ఉద్యోగాలను వివిధ స్థానిక కాడర్లుగా విభజించారు. ప్రభుత్వ సంస్థల్లో విద్య, ఉద్యోగాల్లో ప్రవేశాల్లో వివిధ ప్రాంతాలను లోకల్ ఏరియాలుగా విభజించారు. దీంతో పాటు సిబ్బంది నియామకాలు, ప్రమోషన్‌ల వంటి విషయాల్లో ఉత్పన్నమయ్యే వివాదాలను పరిష్కరించడానికి ఒక అడ్మినిస్ట్రేటివ్ ట్రిబ్యునల్‌ను ఏర్పాటు చేశారు. అయితే ఆచరణలో ఈ ట్రిబ్యునల్ ఇచ్చిన తీర్పులను సమీక్షించే అధికారం సుప్రీం కోర్ట్‌కు మాత్రమే ఉంది. ట్రిబ్యునల్ ఇచ్చే తీర్పులను సవరించే అధికారమే కాక వాటిని పూర్తిగా తిరస్కరించే అధికారం కూడా రాష్ట్ర ప్రభుత్వానికి ఉండేది. అలా సవరించిన లేదా తిరస్కరించిన వివరాలను ప్రభుత్వం రాష్ట్ర శాసనసభకు తెలపాలి. కానీ దానికి శాసనసభ సమ్మతి అవసరంలేదు. ఇంకా ఈ 'ప్రెసిడెన్షియల్ ఆర్డర్' (రాష్ట్రపతి ఉత్తర్వు) ద్వారా 1976 లో హైదరాబాద్‌లో ఏర్పడిన కేంద్రీయ విశ్వవిద్యాలయ ఏర్పాటు వల్ల తెలంగాణా ప్రాంత యువతకు పెద్దగా లబ్ధిచేకూరలేదు. జాతీయ విశ్వవిద్యాలయంలో ప్రత్యేకంగా తెలంగాణాకు కోటా ఇవ్వలేమని స్పష్టం చేశారు. రాష్ట్ర ప్రభుత్వ ఉద్యోగ నియామకాలకు సంబంధించి పాటించాల్సిన నిబంధనలను నిర్దేశిస్తూ రాష్ట్ర ప్రభుత్వం అక్టోబర్ 20, 1975 న జి.ఓ.నెం.674 జారీచేసింది.

దీని ప్రకారం ఆంధ్రప్రదేశ్‌ను ఆరు జోన్లుగా విభజించారు. ఆంధ్ర, రాయలసీమలతో నాలుగు జోన్లు, తెలంగాణాలో రెండు జోన్లుగా నాలుగు జిల్లాలకు ఒక జోను చొప్పున ఏర్పాటు చేశారు. అదేవిధంగా ఒక జిల్లాలోని ప్రభుత్వ కార్యాలయాలు, సంస్థలలో ఉండే ఎల్.డి.సి.స్థాయి ఉద్యోగాలన్నీ జిల్లాస్థాయి కేడర్లవుతాయి. ఈ స్థాయి నియామకాలకు ప్రతి జిల్లా ఒక లోకల్ ఏరియా అవుతుంది. ఇంకా ఒక జోన్‌లోని ప్రభుత్వ కార్యాలయాలు, సంస్థల్లో ఎల్.డి.సి. స్థాయి కంటే ఎక్కువ స్థాయి నాన్‌గెజిటెడ్ ఉద్యోగాలు, ఒక జోన్‌లోని ప్రభుత్వ కార్యాలయాలు, సంస్థలో ఉండే కొన్ని నిర్ణీత గెజిటెడ్ ఉద్యోగాలన్నీ జోన్ స్థాయి కేడర్లు అవుతాయి. ఈ నియామకాలకు ప్రతి జోన్ ఒక లోకల్ ఏరియా అవుతుంది. అవసరమని ప్రభుత్వం భావిస్తే ఒక జిల్లాస్థాయి కేడర్‌ను ఒకటి కంటే ఎక్కువ జిల్లాలకు విస్తరించొచ్చు. అదే విధంగా ఒక జోన్‌స్థాయి కాడర్‌ను ఒకటి కంటే ఎక్కువ జోన్లకు విస్తరింపచేయొచ్చు. వీటిని మల్టీ జోనల్ కేడర్లు అంటారు. ఒక లోకల్ ఏరియా నుంచి మరో లోకల్ ఏరియాకు ప్రెసిడెన్షియల్ ఆర్డర్ పరిధిలో కొన్ని పరిమితులతో బదిలీలకు అవకాశం ఉంటుంది. స్థానికంగా ఏదైనా ప్రాంతంలో నాలుగు సంవత్సరాలు నివాసం ఉంటే ప్రతివ్యక్తి ఆ ప్రాంతంలో స్థానిక అభ్యర్థి అవుతాడు. అయితే కొన్ని సంస్థలకు, కార్యాలయాలకు ఈ ప్రెసిడెన్షియల్ ఆర్డర్‌ను వర్తించేయలేదు. అవి రాష్ట్ర సచివాలయం, రాష్ట్రస్థాయి ప్రత్యేక కార్యాలయాలు, పోలీసు శాఖలోని కొన్ని ఉద్యోగాలు ఉన్నాయి.

అయితే హైదరాబాద్‌లోని కొన్ని శాఖలను ఫ్రీ జోన్లుగా ప్రకటించడం వల్ల తెలంగాణ యువతలో అసంతృప్తి నెలకొంది. ముల్కీ నిబంధనల స్థానంలో తీసుకొచ్చిన ఈ ఆరుసూత్రాల ప్రత్యామ్నాయ పథకంతో తెలంగాణా యువతకున్న హక్కులు హరించుపోయాయి. ప్రెసిడెన్షియల్ ఆర్డర్ ప్రకారం జిల్లాస్థాయి, జోనల్‌స్థాయి పోస్టుల్లో రిజర్వుచేసిన స్థానాల్లో స్థానిక అభ్యర్థుల నియామకం మాత్రమే జరగాలి. మిగతా ఖాళీలన్నింటినీ ఓపెన్ పోటీ ద్వారా నియామకాలు జరగాలి. కానీ స్థానిక అభ్యర్థులకు కేటాయించిన ఖాళీలు పోగా మిగతా ఖాళీలన్నింటినీ స్థానికేతరులకు కేటాయించి వారినే నియమించారు. దీంతో పాటు కొన్ని జిల్లా స్థాయి కేడర్లను జోనల్ స్థాయి కేడర్లుగా మార్చి వాటిలో స్థానిక అభ్యర్థులకున్న ఎనభైశాతం రిజర్వేషన్ కోటాను డెబ్బై శాతానికి తగ్గించడం జరిగింది. అదేవిధంగా నాన్‌గెజిటెడ్ కేడర్లను జోనల్‌స్థాయి

గెజిటెడ్ కేడర్లుగా మార్చి వాటిలో స్థానిక అభ్యర్థులకున్న డెబ్బైశాతం రిజర్వేషన్ కోటాను అరవైశాతానికి తగ్గించడం జరిగింది. రాష్ట్ర సచివాలయం, రాష్ట్ర పరిధిలోని కార్యాలయ సిబ్బంది నియామకాల్లో సమన్యాయం చేయాలనే నిబంధనలు ఉన్నప్పటికీ తెలంగాణా యువతకు ఉద్యోగ నియామకాల్లో సరైన ప్రాతినిధ్యం లభించలేదు. రాష్ట్రపతి ఉత్తర్వు ద్వారా వచ్చిన అవకాశంతో ఉద్యోగ బదిలీలు కూడా ఎక్కువగా ఆంధ్రప్రాంతం నుంచి తెలంగాణా ప్రాంతానికి జరిగాయి. ఈ విధంగా రాష్ట్రపతి ఉత్తర్వు ద్వారా లభించిన అవకాశాన్ని ఉపయోగించుకొని అనేకమంది స్థానికేతరులు తెలంగాణా ప్రాంతంలో ఉద్యోగాలు పొంది స్థిర నివాసం ఏర్పర్చుకొన్నారు. ఇది తెలంగాణా యువతలో, ప్రజల్లో అసంతృప్తికి కారణమైనప్పటికి వారిలో పెల్లుబికిన ఆగ్రహం ఉద్యమరూపం తీసుకోలేదు.

ఈ రాష్ట్రపతి ఉత్తర్వులోని ఆంధ్రప్రాంత ప్రయోజనాలను రక్షించే అంశాలను అమలుచేసి తెలంగాణాకు అనుకూలమైన వాటిని అమలు చేయకపోడం వల్ల తెలంగాణాలో కిందిస్థాయి ఉద్యోగాల్లో కూడా అన్యాయం జరిగింది. అందువల్ల తెలంగాణా ఎన్.జి.ఓ. ఉద్యోగుల సంఘం రాష్ట్రపతి ఉత్తర్వులోని అన్ని అంశాలను సక్రమంగా అమలు చేయాలనే విజ్ఞప్తితో అప్పటి ముఖ్యమంత్రి ఎన్.టి.రామారావుకు ఒక వినతిపత్రం ఇచ్చారు. దానికి స్పందించిన ముఖ్యమంత్రి ఐ.ఎ.ఎస్. అధికారి జయభారత్‌రెడ్డి ఆధ్వర్యంలో ముగ్గురు ఐ.ఎ.ఎస్. అధికారులతో కూడిన ఒక కమిటీని 1984 లో నియమించారు. ఈ కమిటీ రాష్ట్రపతి ఉత్తర్వులకు వ్యతిరేకంగా 58,962 మంది స్థానికేతరలు తెలంగాణాలో ఉద్యోగాలు పొందారని నివేదిక సమర్పించింది. దీనిపై ప్రభుత్వం ఎలాంటి చర్య తీసుకోలేదు. కొంత కాలం తరవాత మరో ఐ.ఎ.ఎస్. అధికారి సుందరేషన్ నాయకత్వంలో ఇంకొక కమిటీని ప్రభుత్వం నియమించింది. జయభారత్‌రెడ్డి, సుందరేషన్ కమిటీల సూచనల ఆధారంగా 1985 డిసెంబర్ 30 న ఆంధ్రప్రదేశ్ ప్రభుత్వం 610 జి.ఓ.ని విడుదలచేసింది.

జి.ఓ.నెం.610

ఆంధ్రప్రదేశ్ అవతరించిన నాటి నుంచి తలెత్తుతున్న వేర్పాటువాదాన్ని ప్రభుత్వాలు అనేక రకాల పథకాలు, ఒప్పందాలు, జి.ఓలతో చల్లార్చే ప్రయత్నం చేస్తూనే ఉన్నారు. 1983 లో ఆంధ్రప్రదేశ్ ముఖ్యమంత్రి అయిన ఎన్.టి.రామారావు తెలంగాణా ప్రాంత ఉద్యోగాలను ఈ ప్రాంత నిరుద్యోగులకే ఇవ్వాలనే తెలంగాణా ప్రజల డిమాండ్‌పై సానుకూలంగా స్పందించారు. తెలంగాణా ప్రాంతంలోని 60 వేల ఉద్యోగాల్లో ఆంధ్ర ప్రాంత ప్రజలు ఉన్నారని వారిని వెంటనే ఖాళీ చేయించి తెలంగాణా వారిని నియమించాలని ఇచ్చిన కమిటీల సిఫార్సు అమలు చేయడం కోసం ఈ జి.ఓ.ను విడుదలచేశారు. అక్రమంగా తెలంగాణా ప్రాంతంలో ఉద్యోగాల్లో చేరిన వారిని సూపర్ న్యూమరీ పోస్టుల ద్వారా ఆంధ్రప్రాంతానికి పంపిస్తామని కూడా వాగ్దానం చేశారు. ఈ జి.ఓ.లో ప్రధానంగా రాష్ట్రపతి ఉత్తర్వులు అమలులోకి వచ్చినప్పటి నుంచి ఈ జి.ఓ. జారీ అయ్యేవరకు తెలంగాణా ప్రాంతంలోని జిల్లాల్లో, జోన్లలో నిబంధనలకు విరుద్ధంగా నియమించిన స్థానికేతరులను వారి ప్రాంతాలకు మార్చి 31, 1986 వరకు పంపించాలి. వారిని బదిలీ చేయడానికి వీలుగా ఆయా ప్రాంతాల్లో అవసరమైతే అదనపు ఉద్యోగాలను సూపర్ న్యూమరీ కోటా కింద కల్పించాలి. ఇంకా అక్రమ నియామకాలకు, పదోన్నతులకు సంబంధించిన వివాదాలపై తెలంగాణా ఉద్యోగుల విజ్ఞప్తులను మార్చి 31, 1986 లోగా పరిష్కరించాలి. బదిలీలను అవసరమైతే తప్పచేయరాదు. ఇంకా రాష్ట్రపతి ఉత్తర్వులు అమలులోకి వచ్చినప్పటి నుంచి జరిగిన నియామకాలు, పదోన్నతులను పునఃపరిశీలించాలి. దీన్న సచివాలయ విభాగాలు జూన్ 30, 1986 లోగా పూర్తిచేయాలి. జూరాల, శ్రీశైలం ఎడమకాలువ, శ్రీరాంసాగర్ ప్రాజెక్టుల కోసం నాన్‌గెజిటెడ్ కేడర్లలో నియమించిన స్థానికేతరులను వారికి సంబంధించిన జోన్లకు బదిలీ చేయాలి, బోగస్ సర్టిఫికెట్ల ద్వారా ఉద్యోగాల్లో

నియమితులైన స్థానికేతరులపై చర్యలు తీసుకోవాలనే అంశాలపై అనేక ఉల్లంఘనలు జరిగాయి. నాయకత్వంలో చిత్తశుద్ధి లేకపోవడం వల్ల నిబంధనల్లోని లొసుగులను ఆసరాగా చేసుకొని ఈ 610 జి.ఓ. అమలు కాకుండా అన్నిరకాల ప్రయత్నాలు చేసిన ఉద్యోగులపై చర్య తీసుకలేకపోయారు. 1989 వరకు అధికారంలో ఉన్న రామారావు ప్రభుత్వం ఈ జి.ఓ.ను అమలుపర్చలేదు. తరవాత అధికారంలోకి వచ్చిన కాంగ్రెస్, రామారావు, చంద్రబాబు ప్రభుత్వాలు కూడా దీన్ని పట్టించుకోలేదు. దీని కంటే ముందు రాయలసీమలో స్థానిక అభ్యర్థులకు మాత్రమే ఉద్యోగావకాశాలు ఇవ్వాలన్న జి.ఓ.నెం.564 ను మాత్రం ప్రభుత్వం అమలుచేసింది.

మలిదశ ఉద్యమం

1969-70 లలో వచ్చిన ప్రత్యేక తెలంగాణా ఉద్యమాన్ని కొన్ని చట్టపర, రాజకీయ చర్యల ద్వారా నిరోధించగలిగినప్పటికి తమకు జర్యుగుతున్న అన్యాయాలపై తెలంగాణాలోని వివిధ వర్గాల ప్రజల్లో అసంతృప్తి రగులుతూనే ఉంది. అయితే ఈ మలిదశ ఉద్యమం కూడా దానికి కొనసాగింపే అయినప్పటికి దీనికి అదనంగా కొన్ని ప్రత్యేక కారణాలు కూడా ఉన్నాయి. మెట్ట ప్రాంతాల్లో కూడా హరిత విప్లవాన్ని ఏ విధంగానైనా తీసుకురావాలనే ఉద్దేశంతో ప్రభుత్వాలు ప్రవేశపెట్టిన బోరుబావుల వ్యవసాయం, వర్షాధార ప్రాంతాల భిన్న వ్యవసాయ పంటలను, పద్ధతులను దెబ్బతీసిన రెండు రూపాయల బియ్యం పథకం, ప్రజాపంపిణీ వ్యవస్థ, ఉత్తర తెలంగాణాలో ప్రారంభమై తెలంగాణా అంతటికి వ్యాపించిన నక్సలైట్ ఉద్యమం, చిన్న, అతిచిన్న కమతాల అవతరణ, మండల వ్యవస్థ కారణంగా తెలంగాణాలో అధికారవేదికల మీదకు కొత్త సామాజిక వర్గాల ప్రవేశం, తెలంగాణాలోకి ముఖ్యంగా హైదరాబాద్ చుట్టుపక్కల ప్రాంతాలకు పెద్ద ఎత్తున వచ్చిన సీమాంధ్ర పెట్టుబడిదారుల, ప్రజల వలసలు, ఫలితంగా పెరిగిన రియల్ ఎస్టేట్ వ్యాపారం, నూతన ఆర్థిక విధానాల ఆరంభం, తెలంగాణాలో కులవృత్తుల విధ్వంసం, ఇవన్నీ కూడా మలిదశ ఉద్యమానికి ప్రేరకాలుగా పనిచేశాయని చెప్పొచ్చు.

1985 నుంచి తెలంగాణాలో అనేక సంస్థలు, వేదికలు, వ్యక్తులు తెలంగాణ వెనుకబాటు, అభివృద్ధిపై చర్చలు పెడుతూనే ఉన్నారు. 1985 లో తెలంగాణా సమస్యలపై అధ్యయనం చేసేందుకు కరీంనగర్‌లో విద్యావంతుల సదస్సు ఏర్పాటైంది. 1986 లో తెలంగాణ ఇన్ఫర్మేషన్ ట్రస్టు ఏర్పడింది. తరవాత కొంత కాలం 'మా తెలంగాణ' అనే మాసపత్రికను ప్రారంభించి ఏడు నెలలు నడిపారు. ఆర్థిక ఇబ్బందుల వల్ల దీన్ని కొనసాగించలేకపోయారు. 1988 లో తెలంగాణా ప్రాంతానికి జరుగుతున్న అన్యాయాలపై రాష్ట్ర అసెంబ్లీలో పెద్దస్థాయిలో చర్చ జరిగింది. 1989 లో తెలంగాణా అభివృద్ధి ఫోరం వివిధ కార్యక్రమాలు చేపట్టింది. 1991 లో తెలంగాణా స్టూడెంట్స్ ఫ్రంట్, తెలంగాణ లిబరేషన్ ఫ్రంట్ ఆధ్వర్యంలో ఉస్మానియా విశ్వవిద్యాలయంలో అనేక ఆందోళనలు జరిగాయి. తెలంగాణా స్టూడెంట్స్ ఫ్రంట్ కాకతీయ విశ్వవిద్యాలయ శాఖ 1992 లో ఏర్పడింది. 1992 లో కె.వి.శ్రీనివాసరావు ఆధ్వర్యంలో తెలంగాణ ఇంజనీర్ల సంఘం తెలంగాణ సమస్యలపై అప్పటి ప్రధాని పి.వి.నరసింహారావు ప్రభుత్వానికి నివేదికలు సమర్పించింది.

1993 ఆగస్టులో ఉస్మానియా విశ్వవిద్యాలయం లాండ్‌స్కేప్ గార్డెన్, ఠాగూర్ ఆడిటోరియంలో చిన్న రాష్ట్రాలపై జాతీయ సదస్సు జరిగింది. సురేంద్రమోహన్ ప్రారంభించిన ఈ సదస్సులో జస్టిస్ మాధవరెడ్డి ప్రసంగించారు. ముగింపు సమావేశంలో జార్జి ఫెర్నాండెజ్ ప్రసంగించారు. విదర్భ నుంచి విలాస్‌బోన్‌గడే, హైదరాబాద్ రాష్ట్రంలోని కర్ణాటక నుంచి లక్ష్మణ్ దస్తీ ఇంకా దేశంలోని ఇతర ప్రాంతాల నుంచి ప్రతినిధులు హాజరయ్యారు.

1996 లో తెలంగాణా ప్రజాసమితి ఆధ్వర్యంలోని వరంగల్ సదస్సులో తెలంగాణ మహాసభ, తెలంగాణ ప్రజాపార్టీ ఆవిర్భవించాయి. అఖిల భారత ప్రజా ప్రతిఘటన వేదిక ఆధ్వర్యంలో ప్రముఖ స్వాతంత్ర యోధుడు, కవి కాళోజీ నారాయణరావు నేతృత్వంలో ప్రజాస్వామిక తెలంగాణ సదస్సు 1997 డిసెంబర్‌లో జరిగింది. ఆ తరవాత తెలంగాణ జనసభ రూపుదిద్దుకొంది. 1998 లో డా॥ జయశంకర్ ఆధ్వర్యంలో తెలంగాణ సంస్థల విలీనంతో తెలంగాణ ఐక్యవేదిక ఏర్పడింది. అదేవిధంగా మాజీమంత్రి ఇంద్రారెడ్డి అధ్యక్షతన తెలంగాణ ఉద్యమ కమిటీ ఆవిర్భవించింది. ఉద్యమం కేవలం హైదరాబాద్‌కే పరిమితం కాకుండా దేశవిదేశాల్లోని తెలంగాణ ప్రజల్లోకి విస్తరించింది. 1999 లో అమెరికాలోని న్యూయార్క్‌లో తెలంగాణ డెవలప్‌మెంట్ ఫోరమ్ ఏర్పడింది. అమెరికాలోని తెలంగాణా వారితో ప్రొఫెసర్ జయశంకర్, ప్రొఫెసర్ జనార్ధన్‌రావు వంటి మేధావులు సభలు, సమావేశాలు నిర్వహించారు. ఇక్కడి ప్రజలు ప్రత్యేక రాష్ట్రం కోసం ఏదో ఒక రూపంలో నిరంతరం ఉద్యమిస్తూనే ఉన్నారు. వరసగా సదస్సులు, సమావేశాలు గోదావరిఖని, కరీంనగర్, సిద్దిపేట, జనగాం, ఆలేరు, స్టేషన్‌ఘన్‌పూర్, నిజామాబాద్, ఖమ్మం, నల్గొండ, హైదరాబాద్ పాతబస్తీ, భువనగిరి వంటి ప్రాంతాల్లో నిర్వహిస్తూనే ఉన్నారు. అయితే, ఈ ఉద్యమ మహాసభల వరసక్రమాన్ని గమనిస్తే 1997 మార్చిలో భువనగిరిలో, ఆగస్టులో సూర్యాపేటలో, డిసెంబర్‌లో వరంగల్‌లో జరిగిన సభలు మైలురాళ్లుగా నిలిచిపోతాయి. ఈ సభలు, సదస్సులు నిర్వహించడంలో జనసభ వంటి సంస్థలు కీలకపాత్ర పోషించాయి. బెల్లి లలిత, ఆకుల భూమయ్య, కనకాచారి, బియ్యాల జనార్ధన్‌రావు, గాదె ఇన్నయ్య వంటి ఉద్యమకారులు ఆనాడు చేసిన ప్రచార ఆచరణోద్యమాలు తెలంగాణా ప్రత్యేక రాష్ట్ర ఆకాంక్షను ప్రజ్వలింపచేశాయి.

భువనగిరి డిక్లరేషన్

1997 మార్చి 7, 8 తేదీల్లో ప్రత్యేక రాష్ట్ర సాధనకోసం భువనగిరిలో సదస్సు జరిగింది. తెలంగాణా ప్రాంతానికి రావాల్సిన న్యాయమైన వాటా, హక్కుల సాధనకోసం ఈ సభ తీర్మానిస్తూ ప్రత్యేక రాష్ట్ర ఉద్యమానికి నిర్మాణాత్మక కృషి ప్రారంభించింది. మార్చి 8, 9 తేదీల్లోనే సభ జరపడం వెనక రెండు చారిత్రక కారణాలున్నాయి. మొదటిది 1944 లో భువనగిరిలో పదకొండవ ఆంధ్రమహాసభలు మార్చి 8, 9 తేదీల్లోనే జరిగాయి. రెండోది 1969 మార్చి 8వ తేదీన ఖమ్మంలో 1969 ఉద్యమ వీరుడు రవీంద్రనాథ్ ఆమరణ నిరాహారదీక్ష ప్రారంభించారు.

భువనగిరిలోని ఇండియా మిషన్ స్కూల్ ఆవరణలో జరిగిన ఈ మహాసభ ఉద్యమాన్ని మలుపుతిప్పింది. ఇందులో కాళోజీ నారాయణరావు, ప్రొఫెసర్ జయశంకర్, ప్రొఫెసర్ కేశవరావు జాదవ్, ప్రొఫెసర్ పి.ఎల్.విశ్వేశ్వర్‌రావు, డాక్టర్ సింహాద్రి, సిద్ధారెడ్డి, గద్దర్ వంటి అనేకమంది ప్రముఖులు పాల్గొన్నారు. వీరితో పాటు తెలంగాణ పోరాట స్వాతంత్ర్య సమరయోధురాలు కందుకూరి ఐలమ్మ, జైని మల్లయ్య గుప్త, ప్రొఫెసర్ కె.శ్రీనివాస్, డాక్టర్ ఘంటా చక్రపాణి, ప్రొఫెసర్ బియ్యాల జనార్ధనరావు, గాదె ఇన్నారెడ్డి, బెల్లి లలితలు పాల్గొన్నారు. సదస్సులో పాల్గొన్న ప్రముఖులు ఒక్కో అంశంపై ప్రసంగించారు. విద్య, ఉద్యోగ, వ్యవసాయ రంగాల్లో తెలంగాణ ప్రజలకు అన్యాయం జరిగిన తీరును ప్రధాన వక్త కాళోజీ నారాయణరావు వివరించారు. తరవాత సెషన్‌లో ప్రొఫెసర్ జయశంకర్ విద్య, వైద్య రంగాల్లో జరుగుతున్న దగాను సోదాహరణంగా వివరించారు. తరవాత దగాపడ్డ తెలంగాణ రచయిత, సదస్సు బాధ్యుల్లో ఒకరైన ఇన్నయ్య సాగునీరు, విద్యుత్తు వంటి రంగాల్లో జరుగుతున్న అక్రమాలను గణాంకాలతో సహా వివరించారు.

తెలంగాణాలోని వనరులు, పరిశ్రమలు, పారిశ్రామిక కాలుష్యం అంశంపై ప్రొఫెసర్ కేశవరావ్ జాదవ్ ప్రసంగించారు. నిధులను ఆంధ్రకు తరలిస్తూ కాలుష్యాన్ని మాత్రం తెలంగాణాకు పంచుతున్నారని ఆవేదన వెలిబుచ్చారు.

వలసీకరణ, ఉన్నతాధికారుల ఉద్యోగాలు అంశంపై ప్రొఫెసర్ కె.శ్రీనివాస్ మాట్లాడారు. తెలంగాణ ఉద్యమం అవగాహన అంశంపై గద్దర్, సాల్వేరు వెంకటేశ్వర్లు ప్రసంగించారు. కింది స్థాయి నుంచి ఉద్యమాన్ని బలంగా నిర్మిస్తూ హక్కులను సాధించుకోవాలని గద్దర్ అన్నారు. తెలంగాణా ఉద్యమానికి మద్దతుగా సాంస్కృతిక ఉద్యమాన్ని కొనసాగించగలనని ఆయన హామీ ఇచ్చారు. ప్రత్యేక రాష్ట్ర సాధన కోసం శాంతియుతంగా పోరాడాలని, అట్టడుగు స్థాయి నుంచి నాయకత్వాన్ని నిర్మించుకోవాలని నాయకులు సూచించారు. చిన్న రాష్ట్రాల డిమాండ్ ఆర్థిక, సాంస్కృతిక స్వయంప్రతిపత్తి కోసం జరుగుతున్న పోరాటమని నినదించారు.

నదీ జలాలను తగిన సదుపాయలతో వాడుకొన్నట్లైతే తెలంగాణాలో కోటి ఇరవై లక్షల ఎకరాలకు సాగునీరు అందుతుందని ఇచ్చంపల్లి ప్రాజెక్టు నిర్మాణం జరిగితే తప్ప తెలంగాణాకు భవిష్యత్తు లేదని సభలో వక్తలు అభిప్రాయపడ్డారు. అదేవిధంగా భాష, సంస్కృతి, మీడియా అంశంపై రచయిత నందిని సిద్ధారెడ్డి మాట్లాడుతూ తెలంగాణ భాష, యాస మీడియాలో అపహాస్యానికి గురవుతున్నాయన్నారు. తరవాత గృహవసతి, తాగునీరు, విద్యా సౌకర్యాల వంటి సాంఘిక సంక్షేమ రంగాల్లో తెలంగాణ పరిస్థితులపై డాక్టర్ ఘంటా చక్రపాణి మాట్లాడారు. షెడ్యూల్ కులాలను ఉపకులాలుగా పునఃవర్గీకరణ అవసరాన్ని, అందులో ప్రాంతీయ ప్రాతిపదిక ఆవశ్యకతను డాక్టర్ ముత్తయ్య వివరించారు. అదేవిధంగా ఆదివాసుల భూపరాయికరణ, వలసీకరణ, 1/70 చట్టం విషయంలో ప్రభుత్వాల వైఖరిని ప్రొఫెసర్ బియ్యాల జనార్ధన్‌రావు వివరించారు. తెలంగాణాలోని కొన్ని ప్రాంతాల్లో కోస్తాంధ్రా భూస్వాములు స్థిరపడటం, అది స్థానిక ప్రజల జీవితాల్లో శాంతిభద్రతల విషయంలో కలిగిస్తున్న పరిణామాలను, వివిధ రాజకీయ పక్షాల వైఖరిపై ఆయన ప్రసంగించారు. ఈ సెషన్లకు డాక్టర్ దినేష్‌కుమార్, మల్లేపల్లి లక్ష్మయ్య, జె.మురళీధర్‌లు అధ్యక్షత వహించారు. సదస్సులో ఈ అంశాలతో పాటు ఆనాడు ప్రధాన సమస్యగా ఉన్న కరెంటు కోతపై కూడా విపులంగా చర్చించారు. నదీ జలాలను మళ్ళించుకొని, ప్రాజెక్టులన్నీ తమకు అనుకూలంగా నిర్మించుకొని కాలువల సేద్యంతో సుసంపన్నులైన కోస్తా ధనస్వామ్య వర్గాలు ఆ వ్యవసాయ లాభాలతో ఇతర ప్రాంతాల ప్రజలపై ఏవిధంగా పెత్తనం చేస్తున్నారో చర్చించారు. పంపుసెట్లతో సేద్యం చేస్తున్న తెలంగాణకు ఆనాటి ప్రభుత్వాలు కరెంటును అందించడంలో ఏవిధమైన వివక్ష కనబరుస్తున్నారో సోదాహరణంగా వివరించారు. ఆనాడు ప్రభుత్వాలు తీసుకొన్న ఇంటర్‌మీడియట్ మార్కుల్లో వెయిటేజీ వంటి నిర్ణయాలను ఉపసంహరించుకోవాలని ఈ సదస్సు డిమాండ్ చేసింది. అదేవిధంగా తెలంగాణలోని పరిశ్రమల్లో, వ్యాపార సంస్థల్లో, ప్రభుత్వ సంస్థల్లో స్థానికేతరుల ప్రాబల్యం తగ్గించి స్థానికులకు ప్రాధాన్యత కల్పించాలని ఆ సదస్సు కోరింది. దళితుల్లోని ఉపకులాల వర్గీకరణ డిమాండ్ బలపడిన నేపథ్యంలో ప్రాంతాలవారీగా వర్గీకరణ జరగనిదే పూర్తి న్యాయం జరగదని సదస్సు అభిప్రాయపడింది. ఎస్.సి., ఎస్.టి., మైనారిటీ కులాల వర్గీకరణ ప్రాంతీయ ప్రాతిపదికగా జరగాలని సదస్సు తీర్మానించింది.

ఈ సదస్సు చేసిన ఇతర తీర్మానాలు ఈ విధంగా ఉన్నాయి.

- తెలంగాణాలో కరెంటుకోత పూర్తిగా ఎత్తేయాలి.
- మిగులు, బంజరు, మాన్యం, శిఖం భూములను పేదలకు పంపిణీ చేయాలి.
- 1/70 చట్టాన్ని పటిష్టంగా అమలుచేయాలి. ఇప్పటికే స్వాధీనం చేసుకొన్న అటవీ భూములను ఆదివాసులకు తిరిగి ఇవ్వాలి.

- తాగునీటి వసతి కల్పించాలి.
- శ్రీరాంసాగర్, శ్రీశైలం ఎడమ కాలువ పూర్తికావడానికి కావాల్సిన నిధులను వెంటనే విడుదల చేయాలి.
- ఎల్లంపల్లి బ్యారేజి పనులను వెంటనే మొదలు పెట్టాలి.
- చిన్నతరహా, మధ్యతరహా ప్రాజెక్టు పనులను వెంటనే పూర్తిచేయాలి. అదేవిధంగా ఇచ్ఛంపల్లి లిఫ్ట్ ఇరిగేషన్ ప్రాజెక్టు ఏర్పాటుకు నిధులు మంజూరు చేయాలి.
- తెలంగాణా అభివృద్ధి కోసం కృషి చేయని రాజకీయ పార్టీల వైఖరిని ఖండించాలి.
- తెలంగాణా ప్రజలపై అణచివేతను ఆపాలి. సభలు, సమావేశాలు నిర్వహించుకొనే స్వేచ్ఛాపూరిత వాతావరణం ఉండాలి.
- ప్రసార సాధనాల్లో తెలంగాణా భాషను, యాసను అవమానించే ధోరణులను తీవ్రంగా వ్యతిరేకించాలి.
- సామాజిక, ఆర్థిక, రాజకీయ రంగాల్లో మహిళలకు యాభైశాతం రిజర్వేషన్లు కల్పించాలి.
- తెలంగాణాలోని షుగర్ పరిశ్రమలు, ఇతర సంస్థలను ప్రైవేటీకరణ చేసే ప్రతిపాదన మానుకోవాలి.
- స్థానిక సమస్యలను జోడిస్తూ ఈ తీర్మానాలను అంగీకరించే వారందరితో కలిసి కార్యక్రమాలు నిర్వహిస్తూ ఉద్యమాభివృద్ధికి కృషి చేయాలి. డివిజన్, జిల్లాలవారీగా సదస్సులు నిర్వహించాలి. ఆమోదయోగ్యమైన వారందరితో కలిసి కార్యక్రమాలను నిర్వహిస్తూ ఆహ్వాన కమిటీలు ఏర్పాటు చేసుకోవాలి. స్థానిక కళాకారులతో ఈ తీర్మానాలపై, ముఖ్యమైన స్థానిక సమస్యలపై పాటలు, వీధి బాగోతాలు వంటి కళారూపాలతో ప్రచార కార్యక్రమం ఆరంభించాలి.
- తెలంగాణ ప్రజల దోపిడీ, దగా, అన్యాయాలకు కారకులు కానట్టి ఇతర ప్రాంతాల ప్రజల మనోభావాలను కించపర్చ కూడదు.

అదేవిధంగా తెలంగాణా ఉద్యమానికి గతంలో వెన్నుపోటు పొడిచిన నాయకుల తీరును సదస్సు ఖండించింది. ఈ సదస్సులో బహుజన రిపబ్లిక్ పార్టీ అధ్యక్షుడు కె.జి.సత్యమూర్తి పాల్గొని తెలంగాణా ప్రత్యేక రాష్ట్రాన్ని ఏర్పాటు చేయాలని తమ పార్టీ డిమాండ్ చేస్తుందని ప్రకటించారు. సమస్యల ప్రాతిపదికన తెలంగాణ రాష్ట్రాన్ని కోరుతూ సభ తీర్మానించింది. ఈ సభకు స్థానికంగా పులిమామిడి బాలకృష్ణారెడ్డి, నాగారం అంజయ్య, ఎస్.మల్లారెడ్డి, పిట్టల శ్రీశైలం తదితరులు సారధ్యం వహించారు.

తరవాత సూర్యాపేటలో జరిగిన సదస్సులో కూడా ఈ అంశాలపై విస్తృతంగా చర్చించారు. ప్రత్యేక రాష్ట్ర సాధన కోసం ఐక్య ఉద్యమాలను నిర్మించాలని తెలంగాణాకు జరుగుతున్న వివక్షపై వివిధ రూపాల్లో ప్రచార కార్యక్రమాలను నిర్వహించి ప్రజలను చైతన్యవంతులను చేయాలని తీర్మానించారు. దీని తరవాత తెలంగాణ ప్రత్యేక రాష్ట్ర ఉద్యమ క్రమంలో మరో మైలురాయి వరంగల్ డిక్లరేషన్.

వరంగల్ డిక్లరేషన్

1997 లో జరిగిన వరంగల్ సదస్సు తెలంగాణ ప్రత్యేక రాష్ట్ర ఆవశ్యకతతో పాటు ఇతర అంశాలను కూడా చర్చించింది. కేంద్ర, రాష్ట్ర సంబంధాల్లో కూడా మార్పు రావాలని, అధికారాల్లో, నిధుల పంపిణీలో అత్యధిక భాగం

రాష్ట్రాలకు చెందాలని కోరింది. కేంద్ర, రాష్ట్ర సంబంధాలను ఇప్పుడున్నట్లు కాకుండా రాష్ట్రాల ప్రయోజనాలకు అనుకూలంగా మార్చాలని సర్కారియా కమీషన్ చేసిన సూచనలను అమలు చేయాలని డిమాండ్ చేసింది. ప్రపంచ బాంకు విధానాలకు దాసోహం కాకుండా స్థానిక వనరులతో స్వావలంబన విధానాలతో కిందిస్థాయి నుంచి అభివృద్ధి జరగాలని అది డిమాండ్ చేసింది. తెలంగాణాలోని అన్ని జిల్లాల్లోని ప్రజల సమస్యలకు నిర్దిష్టమైన పరిష్కార మార్గాలను చూపించే అభివృద్ధి విధానం ఉండాలని కోరింది. అన్ని ప్రజా సముదాయాలకు అభివృద్ధి ఫలాలు అందాలి. ప్రజల జీవించే హక్కు మీద జరుగుతున్న దాడులను పూర్తిగా నిలువరించే, ప్రజలకు నిజమైన ప్రాతినిధ్యాన్ని కల్పించే రాజకీయ వ్యవస్థ కలిగిన తెలంగాణ రాష్ట్రం కావాలని డిమాండ్ చేసింది. ఈ ప్రజాస్వామ్య తెలంగాణ రాష్ట్రాన్ని లక్ష్యంగా పెట్టుకొని ప్రభుత్వంతో, పాలకవర్గాలతో, అధికార, రాజకీయ వ్యవస్థలతో పోరాటం చేయాలని ఈ సదస్సు పిలుపునిచ్చింది. ఈ సదస్సు చేసిన తీర్మానాలు, డిమాండ్లు ఈ విధంగా ఉన్నాయి.

- ప్రజల ప్రజాస్వామిక ఆకాంక్షలకు అద్దంపట్టే విధంగా ప్రజాస్వామ్య తెలంగాణ రాష్ట్రాన్ని ఏర్పాటు చేయాలి. ప్రజలకు తిండి, బట్ట, ఇల్లు, విద్య, వైద్యం వంటి మౌలిక జీవితావసరాలు, స్వేచ్ఛ, గౌరవం ఉండేవిధంగా ప్రజాస్వామ్య తెలంగాణ ఉండాలి.

- భూసంస్కరణ చట్టాన్ని హేతుబద్ధంగా సవరించి సమగ్ర భూసంస్కరణల విధానాన్ని రూపొందించి అమలు చేయాలి. దున్నేవానికి భూమి హక్కును చెప్పిన కౌల్దారీ చట్టాన్ని అమలు చేయాలి. ప్రభుత్వ బంజరు భూములను, దేవాదాయ, ఈనాం తదితర భూములను భూమిలేని పేద రైతాంగానికి పంచాలి.

- ఏజెన్సీ ప్రాంతాల్లో 1/70 చట్టాన్ని బేషరతుగా అమలుచేయాలి. గిరిజనేతరుల స్వాధీనంలో ఉన్న ఏజెన్సీ భూములను గిరిజనులకు ఇప్పించాలి.

- వ్యవసాయ యోగ్యమైన భూమి అంతటికి సాగునీటి వసతి కల్పించాలి. అయితే ఇందుకోసం భారీ నీటి ప్రాజెక్టులను చేపట్టకూడదు. దీనివల్ల ప్రజలు నిర్వాసితులవుతారు. వ్యవసాయ భూమి, అడవి ముంపుకు గురవుతాయి. పర్యావరణ సమస్యలు వస్తాయి. అందువల్ల చిన్న, మధ్యతరహా నీటిపారుదల ప్రాజెక్టులు, చెక్‌డ్యాములు, ఊట చెరువులు, వాటర్‌షెడ్ పథకాలను అమలుచేయాలి. చెరువులను, కుంటలను బాగుచేయాలి.

- గోదావరి మీద ఇచ్చంపల్లి సాగునీటి ప్రాజెక్టును మాత్రమే నిర్మించాలి. వ్యవసాయ భూములు, అడవి ముంపుకు గురికాని రీతిలో ఇటువంటి ప్రాజెక్టులుండాలి. తెలంగాణాలో నల్గొండ రైతాంగాన్ని, గుంటూరు మెట్ట ప్రాంత రైతాంగాన్ని ముంపునకు గురిచేసే పులిచింతల ప్రాజెక్టును నిలిపివేయాలి. ఇందుకు ప్రత్యామ్నాయంగా చిన్నతరహా నీటి ప్రాజెక్టులను చేపట్టాలి.

- నదీజలాలను వెనుకబడిన ప్రాంతాల అవసరాల ప్రాతిపదిక మీద; జనాభా, భూవిస్తీర్ణం ప్రాతిపదికలపై పంపిణీ చేయాలి.

- వరంగల్ జిల్లాలోని చేర్యాల, ఘన్‌పూర్, జనగాం, కరీంనగర్ జిల్లాల్లోని హుస్నాబాద్, మహాదేవ్‌పూర్, సిరిసిల్ల, నల్గొండ జిల్లాల్లోని ఆలేరు, భువనగిరి ప్రాంతాలకు ఎత్తిపోతల పథకం ద్వారా సాగునీటి వసతిని కల్పించాలి. జిల్లా అంతటా చిన్న నీటి వనరులను ఉద్ధరించి మరమ్మత్తులు చేయాలి.

- కృష్ణ, తుంగభద్ర నదుల నుంచి కరువుపీడిత మహబూబ్‌నగర్ జిల్లాకు సాగునీటిని అందించాలి.

- హైదరాబాద్‌లోని సంపన్న వర్గాల కాలనీలకు నీరందిస్తున్న సింగూరు జలాశయం నుంచి మెదక్ జిల్లాకు సాగునీటి వసతిని కల్పించాలి.

- గోదావరి, పెన్‌గంగ తదితర వనరుల నుంచి ఆదిలాబాద్ జిల్లాకు సాగు, తాగునీటి వసతిని కల్పించాలి. నీటి ఆయకట్టు పరిధిలో కోస్తా పెత్తందార్ల భూమి కొనుగోళ్ళను నిలిపివేయాలి.

- శ్రీశైలం ఎడమగట్టు కాలువ నుంచి సొరంగ మార్గం ద్వారా నల్గొండ జిల్లాకు నీరు అందించాలి. నాగార్జునసాగర్ ఎడమగట్టు కాలువ నుంచి ఎత్తిపోతల పథకాలను విస్తరించి తెలంగాణాకు రావాల్సిన న్యాయమైన నీటివాటాను ఇవ్వాలి.

- శ్రీరాంసాగర్ ప్రాజెక్టును వేగంగా పూర్తిచేసి వరంగల్, ఖమ్మం జిల్లాలకు సాగునీటి వసతిని కల్పించాలి. ఈ ప్రాజెక్టు నుంచి వరద కాలువ నిర్మాణాన్ని చేపట్టాలి.

- తెలంగాణా ప్రాంత భూములను ముంపునకు గురిచేసే పోలవరం ప్రాజెక్టును నిలిపివేసి ప్రత్యామ్నాయంగా చిన్న చిన్న ప్రాజెక్టుల నిర్మాణాలను చేపట్టాలి.

- గోవనూరు ప్రాజెక్టు నిర్మాణం ద్వారా శ్రీరాంసాగర్‌లో ఇసుక మేట వేయడాన్ని నిరోధించాలి. నిజాంసాగర్, సింగూరు ప్రాజెక్టుల్లో కూడా ఇసుకమేటలను తొలగించాలి.

- ఉత్పత్తిలో ప్రజాసేవా రంగాల్లో ప్రైవేటీకరణను నిరోధించాలి. పరిశ్రమలు, విద్యుత్, రవాణా సౌకర్యాలు, కమ్యూనికేషన్లు, విద్య, వైద్యం తదితర కీలక రంగాలు ప్రభుత్వ ఆధీనంలోనే ఉండాలి. ఇప్పటికే ఉన్న ప్రైవేటు సంస్థల్లో దళితులకు, వెనుకబడిన వారికి, మైనారిటీలకు, స్త్రీలకు రిజర్వేషన్లు కల్పించాలి. క్రమంగా ప్రైవేటు రంగాన్ని పబ్లిక్ రంగంగా మార్చేయాలి.

- సరళీకృత ఆర్థిక విధానాల వల్ల ఇప్పటికే వృత్తులు కోల్పోయిన కులాల, కుటుంబాల భద్రతకు అవసరమైన సామాజిక భద్రతా చర్యలను రూపొందించి అమలు చేయాలి.

- విద్యుత్ బోర్డును ప్రైవేటీకరించ కూడదు. తెలంగాణా ప్రాంతానికి జనాభా ప్రాతిపదికన, అవసరాల ప్రాతిపదికన విద్యుత్‌ను కేటాయించాలి. లో ఓల్టేజీ, కరెంటుకోత లేకుండా చూడాలి.

- రక్షిత మంచినీటి పథకాలను అమలుచేసి గ్రామాలకు అందించి ఫ్లోరైడ్ బాధితులను ఆదుకోవాలి.

- ఉత్పత్తిలో స్వదేశీ స్వావలంబన విధానాలను పాటించాలి. ప్రజలకు ఉపయోగపడని హైటెక్నాలజీని, భారీ యంత్రాలను, విదేశీపెట్టుబడిని, విదేశీ సాంకేతిక పరిజ్ఞానాన్ని ఉపయోగించ కూడదు.

- ప్రపంచ బాంకు నుంచి ఇతర అంతర్జాతీయ ద్రవ్య సంస్థల నుంచి అప్పుతెచ్చి అభివృద్ధిచేసే విధానాన్ని విడనాడాలి. ప్రత్యామ్నాయంగా తక్కువ పెట్టుబడితో ఎక్కువ ఉపాధి అవకాశాలతో చిన్న, మధ్యతరహా పరిశ్రమలను స్థాపించాలి.

- సర్‌సిల్క్ మిల్లు, ఆల్విన్ ఆటో యూనిట్, రిపబ్లిక్ ఫోర్జ్ కంపెనీ, మిర్యాలగూడ చక్కెర మిల్లు, అంతర్గాం మిల్లు వంటి పరిశ్రమలను పునరుద్ధరించాలి. మూసివేతకు సిద్ధంగా ఉన్న అజాంజాహి మిల్లు, రామగుండం ఎరువుల కర్మాగారం, బోధన్, ఆదిలాబాద్ స్పిన్నింగ్ మిల్స్, తదితర మిల్లులన్నింటిని ఆదుకొని వాటిని సక్రమంగా నిర్వహించాలి.

- పరిశ్రమలను ప్రభుత్వ రంగాల్లో స్థాపించాలి. పరిశ్రమలను స్థాపించడానికి స్థానిక పారిశ్రామిక వేత్తలకు ప్రోత్సాహాన్ని ఇవ్వాలి. ఇవి వ్యవసాయ సంబంధమైన పరిశ్రమలు, స్థానిక వనరులమీద ఆధారపడిన పరిశ్రమలు అయి ఉండాలి.

- పర్యావరణ కాలుష్యాన్ని నివారించి ప్రజల ఆరోగ్యాన్ని, జీవించే హక్కును కాపాడాలి. పర్యావరణ కాలుష్య నివారణ చర్యలను పాటించని పరిశ్రమలను మూసేసి వాటిలో పనిచేస్తున్న కార్మికులకు ప్రత్యామ్నాయ ఏర్పాట్లు చేయాలి.

- పశు సంపదను హరించే అల్-కబీర్ యాంత్రిక పశువధశాలను మూసివేయాలి. ఇలాంటి పశువధశాలకు మున్ముందు అనుమతి ఇవ్వకూడదు.

- మానవ వనరులను పూర్తిగా సద్వినియోగపర్చుకొనే ఉత్పత్తి విధానాన్ని చేపట్టి పని హక్కును గ్యారంటీ చేయాలి. ప్రజల ఉపాధి అవకాశాలను దెబ్బతీసే హైటెక్ యాంత్రీకరణ విధానాలను విడనాడాలి.

- బాగా వెనుకబడిన ప్రాంతాలకు, బాగా వెనుకబడిన ప్రజలకు మౌలిక అవసరాలు తీర్చే విధంగా అభివృద్ధి ప్రాధాన్యతలుండాలి.

- తెలంగాణా ప్రాంతంలోని అన్ని వనరులను అన్ని జిల్లాలకు హేతుబద్ధంగా పునఃపంపిణీ చేయాలి.

- సింగరేణి బొగ్గు గనుల నుంచి బొగ్గును తెలంగాణా ప్రజల అవసరాలు తీర్చే విధంగా వాడుకోవాలి. అదనపు బొగ్గును మాత్రమే బయట ప్రాంతాలకు ఇవ్వాలి.

- ప్రజల ప్రజాస్వామిక హక్కులకు గ్యారంటీ ఉండాలి. తిండి, బట్ట, ఇల్లు కోసం పోరాడే హక్కు ప్రజలకు ఉండాలి. ప్రజలపై కొనసాగుతున్న రాజ్యహింస నిలిచిపోవాలి. పోలీసు క్యాంపులను ఎత్తివేయాలి. బూటకపు ఎన్‌కౌంటర్లు మానుకోవాలి. బి.ఎస్.ఎఫ్., సి.ఆర్.పి.ఎఫ్ తదితర పారా మిలిటరీ బలగాలను వెనక్కు పంపాలి. రాజకీయ అభిప్రాయాలపై నిషేధం ఉంచకూడదు.

- టాడా, పబ్లిక్ సెక్యూరిటీ యాక్టు వంటి వాటికింద దీర్ఘకాలం జైల్లో ఉన్న రాజకీయ ఖైదీలను బేషరతుగా విడుదల చేయాలి.

- శ్రమకు తగ్గ వేతనం సూత్రం మీద ఆధారపడి కనీస వేతన చట్టాన్ని సవరించి అమలుచేయాలి. స్త్రీ, పురుషులకు సమాన పనికి సమాన వేతనం ఉండాలి. వెట్టిచాకిరిని నిర్మూలించాలి.

- వెనుకబడిన ప్రాంతాల అభివృద్ధికి, బలహీనవర్గాల సమస్యల పరిష్కారానికి బడ్జెట్ నిధులను ఎక్కువగా కేటాయించాలి. ప్రణాళికేతర ఖర్చులను తగ్గించుకొని ప్రణాళికా ఖర్చును పెంచుకోవాలి.

- బాంకులు అప్పులను అధిక భాగం రైతులకు, వ్యవసాయరంగానికి ఇవ్వాలి.

- శ్రీశైలం, డిండి ప్రాజెక్టుల కింద ముంపునకు గురైన భూములకు నష్టపరిహారం ఇవ్వాలి. నిర్వాసితులకు పునరావాసం కల్పించాలి.

- మహబూబ్‌నగర్ జిల్లాలో పెరుగుతున్న వలసలను అరికట్టాలి.

- రంగారెడ్డి, మెదక్, నల్గొండ, మహబూబ్‌నగర్ జిల్లాలతో పాటు జంటనగరాలకు సమీపంలో కోస్తాంధ్ర భూస్వాములు, వ్యాపార వర్గాల చేతిలో ఉన్న రియల్ ఎస్టేట్ భూములను, ఆంధ్రా కాలనీల భూములను స్వాధీనం చేసుకొని ఆయా జిల్లాల్లోని పేదలకు పంచిపెట్టాలి.

- ఖమ్మం జిల్లాలో కోస్తాంధ్ర సంపన్నుల ఆధిపత్యాన్ని తొలగించాలి. ఉపాధి, రవాణా, కాంట్రాక్టు ఇతర వృత్తుల్లో స్థానికులకు, ఆదివాసీలకు అవకాశాలను ఇవ్వాలి.

- జంటనగరాల్లో చుట్టుపక్కల ప్రాంతాల్లో సినీ నిర్మాతలు, తదితరులు ఆక్రమించుకొన్న విలువైన భూములను, సంపదలను స్వాధీనపర్చుకొని ప్రజలకు పంచాలి.

- కరెన్సీ, రక్షణ, కమ్యూనికేషన్లు వంటి వాటి విషయంలో కేంద్రం అధికారాలు కలిగి ఉండి మిగిలిన అధికారాలను రాష్ట్రాలకు ఇవ్వాలి. ఆదాయ వనరుల పంపిణీ కేంద్రానికి 30%, రాష్ట్రాలకు 70% ఉండాలి.

- ఆదివాసీలకు స్వయంపాలనాధికారాన్ని రాజ్యాంగరీత్యా గుర్తించి అమలు చేయాలి. ఏజెన్సీ భూముల మీద, అటవీ సంపద మీద వారికి మినహాయింపులేని హక్కు ఉండాలి. ఆదివాసీల అభివృద్ధి కోసం ఏర్పడిన ఏజెన్సీల్లో నిర్ణయాధికారం వారికే ఉండాలి.

- ఏజెన్సీ ప్రాంతాల్లోకి గిరిజనేతరుల చొరబాటును నిరోధించాలి. ఆ ప్రాంత ఉపాధి అవకాశాలన్నీ వారికే అందించాలి. గిరిజనులకు పరిశ్రమల్లో ప్రాతినిధ్యాన్ని, వాటాను చట్టబద్ధంగా ప్రకటించాలి.

- ఆదిలాబాద్ జిల్లా వెనుకబాటుతనాన్ని ఆసరాగా తీసుకొని ఆ జిల్లాలో స్థానికులకు చెందాల్సిన ఉద్యోగాల్లో ఇతర జిల్లాల వారిని నియమించే పద్ధతిని విడిచిపెట్టాలి. వాటిలో స్థానికులను నియమించాలి.

- గిరిజనుల భాష, సంస్కృతికి రక్షణ కల్పించాలి.

- అగ్రవర్ణ, హిందూ బ్రాహ్మణీయ భావజాలాన్ని నిర్మూలించాలి. కులవివక్షను, అంటరానితనాన్ని రూపుమాపాలి. సాంఘిక అసమానతలు తొలగించాలి. దళితులపై అగ్రవర్ణాల దాడులను నిలువరించాలి.

- పురుషస్వామ్య భావజాలాన్ని నిర్మూలించాలి. స్త్రీలపై జరుగుతున్న అత్యాచారాలను రూపుమాపాలి. వారి విద్యావకాశాలను, ఉపాధి అవకాశాలను మెరుగుపరచాలి.

- తెలంగాణాలో ఉర్దూ రెండో అధికార భాష. ఆ భాష, సాహిత్యాలకు తగిన గౌరవ ప్రతిపత్తిని కల్పించాలి.

- విద్యను ప్రాథమిక హక్కుగా గుర్తించాలి. విద్యారంగంలో ప్రైవేటీకరణను నిర్మూలించి ప్రభుత్వ రంగంలోనే విద్య అందరికి అందుబాటులోకి వచ్చేలా చూడాలి. విద్యా యాజమాన్యాన్ని ఒకే గొడుగు కిందికి తేవాలి. నిరక్షరాస్యతను నిర్మూలించాలి. వ్యవసాయానికి, అనుబంధ పరిశ్రమలకు దోహదపడే విద్యను, శాస్త్రీయ విద్యను అందించాలి. విద్యాసంస్థల్లో విద్యార్థి ఎన్నికలు జరిపించాలి.

- వైద్యాన్ని ప్రభుత్వరంగంలోనే ఉంచాలి. ప్రజల అవసరాలకు తగిన విధంగా ఆధునిక వైద్య పరికరాలతో కూడిన వైద్యశాలను నెలకొల్పాలి, ప్రైవేటు వైద్యశాలలను మూసివేయాలి.

- జనాభా ప్రాతిపదికన అన్ని ప్రజా సముదాయాలకు విద్య ఉద్యోగ అవకాశాల్లో రిజర్వేషన్ల పునఃపంపిణీ జరగాలి. తెలంగాణా ప్రాంతంలో విద్య, ఉద్యోగావకాశాలు స్థానికులకే దక్కాలి. ఎస్.సి., ఎస్.టిలకు ఇచ్చే రిజర్వేషన్లను వివిధ కులాల, తెగల జనాభా ప్రాతిపదికన పునర్వర్గీకరించాలి.
- పెద్దపల్లి - నిజామాబాద్ రైల్వే మార్గాన్ని త్వరగా పూర్తిచేయాలి.
- మహబూబ్‌నగర్ జిల్లాలో టైగర్ ప్రాజెక్టును ఎత్తివేయాలి.
- పరిశ్రమల వ్యర్థ పదార్థాలను మూసీ నదిలో వదలకుండా చూడాలి. వీటివల్ల తలెత్తిన పర్యావరణ కాలుష్యం, తాగునీటి కొరత, వ్యవసాయ భూములు పనికిరాకుండా పోవడం వంటి సమస్యలను పరిష్కరించాలి.
- తెలంగాణా ప్రాంత పరిశ్రమల్లో వచ్చిన లాభాలను ఈ ప్రాంత అభివృద్ధికే ఖర్చుచేయాలి.
- ఆరుసూత్రాల పథకాన్ని ఉల్లంఘించి తెలంగాణా ప్రాంతంవారికి చెందాల్సిన ఉద్యోగాల్లో చేరిన తెలంగాణేతరులను వారి వారి ప్రాంతాల్లో ఉద్యోగాల్లో నియమించి ఏర్పడిన ఖాళీల్లో తెలంగాణా వారిని నింపాలి.
- సంపూర్ణ మద్యపాన నిషేధాన్ని ప్రజల భాగస్వామ్యంతో పటిష్టంగా అమలుచేయాలి.

ప్రజాస్వామ్య తెలంగాణా ప్రత్యేక రాష్ట్ర సాధనవల్లనే ఈ డిమాండ్లు సాకారమౌతాయని అందుకోసం ప్రజలను సమాయత్తం చేయాలని వరంగల్ డిక్లరేషన్ పిలుపునిచ్చింది.

ఈ విధంగా తెలంగాణాకు జరుగుతున్న అన్యాయాలకు, దోపిడీకి చరమగీతం పాడాలనుకొన్న ఆలోచనాపరులు ఎన్నో వేదికలను, సంస్థలను ఏర్పాటు చేసుకొన్నారు. తెలంగాణా ప్రాంతం ఎందుకు వెనకబడిందో, ఏ రాజకీయార్థిక విధానాలు ఈ వెనుకబాటుతనానికి, దోపిడీకి కారణమో వివరించే ప్రయత్నం చేశారు. తెలంగాణా ప్రాంతంలో విస్తారమైన సహజ వనరులున్నాయి, జీవనదులున్నాయి. అయినప్పటికీ వ్యవసాయం అభివృద్ధి చెందలేదు. కరువు కాటకాలు తాండవిస్తున్నాయి. పారిశ్రామిక ప్రగతి జరగలేదు. తిండి, బట్ట, ఇల్లు వంటి కనీస జీవితావసరాలకోసం తెలంగాణా ప్రజలు పోరాడుతున్నారు. ఇటువంటి పరిస్థితులన్నీ తమ సదస్సుల్లో, సమావేశాల్లో చర్చించి ప్రజలను చైతన్యవంతులను చేయడానికి ఉద్యమకారులు ప్రయత్నించారు. జీవనదులైన కృష్ణ, గోదావరి ఇక్కడ ప్రవహిస్తున్నప్పటికి ప్రజలకు మాత్రం నీటికొరత అతిసాధారణం. బొగ్గు, సున్నపురాయి, కలప, గ్రానైట్ వంటి వాటి మిగులు విలువ తెలంగాణ ప్రజలకు దక్కడంలేదు. ఈ ప్రాంతంలో ఎప్పటినుంచో ఉన్న డి.బి.ఆర్.మిల్లు, అంతర్గాం మిల్లు, సిర్పూర్ సర్‌సిల్క్ మిల్లు, సిరిసిల్ల రాజరాజేశ్వరి మిల్లు, ఆల్విన్ ఆటో యూనిట్, రిపబ్లిక్ ఫోర్జ్ కంపెనీ, మిర్యాలగూడ చక్కెర మిల్లు, హైదరాబాద్ థర్మల్ ప్రాజెక్టు ఇప్పటికే మూతపడ్డాయి. బోధన్, మెదక్ చక్కెర మిల్లులు, రామగుండం ఎరువుల కర్మాగారం, అజాంజాహి మిల్లు నిర్వహణ లోపంతో కొట్టుమిట్టాడుతున్నాయి. ఈ కంపెనీల్లో కూడా కిందిస్థాయి ఉద్యోగులు మాత్రమే తెలంగాణ వారు. నిర్ణయాధికారమంతా స్థానికేతరులదే. అదేవిధంగా హైదరాబాద్, నల్గొండ, రంగారెడ్డి, మహబూబ్‌నగర్, మెదక్ జిల్లాల్లో ఉన్న వందలాది ఎకరాల భూమిని రియల్ ఎస్టేట్ వ్యాపారం కోసం, ఇతర వ్యాపార అవసరాలకోసం కోస్తాంధ్ర సంపన్న వర్గాలు ఆక్రమించుకొన్నాయి. ముస్లిం మైనారిటీలు కూడా వివక్షకు గురయ్యారు. తెలంగాణాలో దళితులు, బహుజనులు, మహిళలు సమానత్వం హోదాలేక అన్ని రంగాల్లో వివక్షకు గురయ్యారు. ఇక జీవించే హక్కు కోసం పోరాడుతున్న వారిపై పోలీసుల, పారా మిలిటరీ సిబ్బంది దమనకాండ పెరిగిపోయింది.

తెలంగాణ భాష, మాండలిక వ్యక్తీకరణ, సంస్కృతి అవమానానికి, ఎగతాళికి గురయ్యాయి. వెనుకబడిన ప్రాంతాలను దోపిడీకి గురిచేస్తున్న బహుళజాతి సంస్థలు, ప్రపంచ బాంకు విధానాలను ప్రోత్సహిస్తున్న ప్రభుత్వాల విధానాలతో ప్రజలు తీవ్ర ఇబ్బందులకు లోనయ్యారు. పరిశ్రమలు, విద్య, వైద్యం, విద్యుత్, రవాణా, కమ్యూనికేషన్లు, బాంకింగ్ వంటి అనేక కీలక రంగాలు ప్రైవేటీకరణ చెందడం వల్ల వెనుకబడ్డ ప్రాంతాల యువత ఆ అవకాశాలను అందిపుచ్చుకోవడంలో విఫలమయ్యారు. చిన్న రాష్ట్రాల ఏర్పాటు వల్ల తమ అవకాశాలు మెరుగుపడతాయని యువత భావించారు. ఈ పరిస్థితులను ఉద్యమకారులు ప్రజలకు తెలియచెప్పడానికి ఈ సదస్సులను, సమావేశాలను విజయవంతంగా ఉపయోగించుకొన్నారు.

ఇదే సమయంలో ప్రభుత్వాలు కూడా ఈ సమస్యను పరిష్కరించడంలో చిత్తశుద్ధిని కనబర్చలేదు. కంటితుడుపు చర్యలు తప్ప అసలు ఈ ఉద్యమానికి గల అంతర్గత కారణాలపై ప్రభుత్వపరంగా విశ్లేషణ జరగలేదు. అభివృద్ధి కార్యక్రమాల్లోనూ, నిధుల కేటాయింపుల్లోనూ వివక్ష కొనసాగింది. ముఖ్యంగా నీటిపారుదల రంగంలో, ప్రాజెక్టుల నిర్మాణంలో ఆ వివక్ష స్పష్టంగా కనిపించసాగింది. 1990 అనంతరం వచ్చిన సాంకేతిక విప్లవంతో ఉద్యోగావకాశాలు పెరగడంతో విద్యార్థుల ధోరణిలో కొంతవరకు మార్పు వచ్చింది. అయితే అది కూడా పట్టణ, ఆంగ్లమాధ్యమంలో చదువుకొన్న విద్యార్థులకే ఎక్కువగా లాభించడం, ప్రభుత్వ రంగంలో ఉద్యోగ నియామకాలు దాదాపు నిలిచిపోవడం, విద్యార్థి లోకంలో ముఖ్యంగా గ్రామీణ నేపథ్యంలోని విద్యార్థుల్లో అసంతృప్తికి బీజం వేసింది. తెలంగాణా ప్రాంత వనరుల్ని కొల్లగొడ్తూ, అభివృద్ధిలో మాత్రం తెలంగాణాను దూరం పెడుతున్నారన్న అభిప్రాయం ప్రబలింది. హైదారాబాద్‌లో భారీగా పెరిగిన తెలంగాణేతరుల వలసలు, రాష్ట్రంలో రాజకీయ, వ్యాపార రంగాల్లో ఆంధ్రనేతల ఆధిపత్యం పెరగడం తెలంగాణ ప్రజల్లో అభద్రతను పెంచాయి. మరోవైపు వ్యవసాయరంగంపై ప్రభుత్వాలు చూపిన చిన్న చూపు, వరసగా తరుముకొచ్చిన కరువుకాటకాలు, ప్రకృతి వైపరీత్యాలు, విద్యుత్ సంక్షోభం తెలంగాణా రైతాంగాన్ని కోలుకోలేని దెబ్బతీశాయి. చేతివృత్తులు దెబ్బతిన్నాయి. మొత్తం మీద సమస్త తెలంగాణా గ్రామీణ వ్యవస్థ అతలాకుతలమైంది. చిన్న, సన్నకారు రైతులు, రైతుకూలీలు వలసబాట పట్టి పట్టణాల్లో కార్మికులుగా మారారు. ఆ దుస్థితిని తట్టుకోలేక వందల సంఖ్యలో రైతులు, చేనేత కార్మికులు ఆత్మహత్యలు చేసుకొన్నారు. ఆంధ్ర నాయకుల నేతృత్వంలోని ప్రభుత్వాలు తమకు న్యాయం చేయబోవన్న అభిప్రాయానికి తెలంగాణా రైతాంగం వచ్చింది. 1956-1990 మధ్య వ్యవసాయ కూలీల సంఖ్య ఆంధ్ర ప్రాంతంలో కేవలం ఒక్క శాతం పెరగగా, తెలంగాణా ప్రాంతంలో 30 శాతం నుంచి 47 శాతానికి పెరగడం తెలంగాణా ప్రాంత వ్యవసాయరంగ దుస్థితికి అద్దంపడుతుంది. ఈ పరిస్థితుల్లో 'తెలంగాణా జనసభ' వంటి సంస్థలు, ఇతర ప్రజాసంఘాలు తెలంగాణా ప్రత్యేక రాష్ట్ర ఆవశ్యకతపై విస్తృతంగా ప్రచారం నిర్వహించాయి. మేధావులు, కళాకారులు విభిన్న రూపాల్లో దీనిపై భావజాల వ్యాప్తికోసం కృషిచేశారు.

ప్రత్యేక రాష్ట్ర ఆకాంక్షను గుర్తించిన పలు రాజకీయేతర సంస్థలు, మేధావులు తెలంగాణా కోసం పనిచేయడం ప్రారంభించారు. తెలంగాణాకు జరుగుతున్న అన్యాయాన్ని గణాంకాలతో సహా వివరించారు. ఆ వివరాలు కొన్ని.

- తెలంగాణాలో ఉన్న ప్రభుత్వ కళాశాలల సంఖ్య 159. హైదరాబాదును మినహాయిస్తే ఆ సంఖ్య 116 మాత్రమే. అదే ఆంధ్ర ప్రాంతంలో ఉన్న కాలేజీల సంఖ్య 181.
- కాలేజీ విద్యకు తెలంగాణా ప్రాంతానికి కేటాయించింది 93 కోట్ల రూపాయలు కాగా, ఆంధ్రాకు 224 కోట్ల రూపాయలు కేటాయించారు. ఇవే కాకుండా తెలంగాణ సంస్కృతిని, భాషను, పండుగలను, సంప్రదాయాలను

కించపర్చడాన్ని తెలంగాణా ప్రజలు గుర్తించసాగారు. తెలంగాణా నాయకులకు, తెలంగాణ చరిత్రకు పాఠ్యపుస్తకాల్లో పెద్దగా స్థానం కల్పించకపోవడాన్ని గుర్తించసాగారు. మీడియాలో, సినీ రంగంలో, సాంస్కృతిక రంగంలో ఆంధ్రప్రాంత ఆధిపత్యాన్ని శ్రీకృష్ణ కమిటీ కూడా ప్రస్తావించడం గమనార్హం.

1997 లో జరిగిన తెలంగాణ జనసభ, తెలంగాణ మహాసభ మొదలైన వాటివల్ల ఇతర ప్రజా సంఘాలు కూడా తమ లక్ష్యంతో పాటు, ప్రత్యేక తెలంగాణ కోసం పనిచేయడం ప్రారంభించాయి. తెలంగాణా ఉద్యోగులు కూడా గెజిటెడ్, నాన్‌గెజిటెడ్ సంఘాలుగా ఏర్పడి ప్రజల ఆకాంక్షను సమర్థించాయి. ఇదే సందర్భంలో సార్వజనీన నైతిక విలువల ప్రాతిపదికగా బలపడిన తెలంగాణా వాదాన్ని ప్రజలు ప్రత్యక్షంగా పరోక్షంగా బలపర్చడం ఆరంభించారు. తెలంగాణ ఐక్యకార్యాచరణ సమితి ఛైర్మన్ కోదండరాం అన్నట్లు 'తెలంగాణాకు న్యాయం జరగాలనే ఆకాంక్ష - ఒక చారిత్రక, వర్తమాన అన్యాయాన్ని సరిదిద్దడానికి ఉద్దేశించింది మాత్రమే కాదు. స్థానికులకే స్థానిక వనరుల మీద హక్కు ఉండాలన్న భావనను, తమ జ్ఞానాన్ని, తమ అభివృద్ధిని తామే నిర్వచించుకోవడానికి, అమలుపరచుకోడానికి ప్రజలకు హక్కు ఉండాలని భావనను ముందుకు తెస్తున్నది.'

ఈ విధంగా 1969 ఉద్యమం చల్లారినప్పటికీ తెలంగాణా విద్యావంతుల్లో ప్రత్యేక రాష్ట్ర ఆవశ్యకతను గురించిన భావజాల వ్యాప్తి చాపకింద నీరులా కొనసాగింది. తెలంగాణ చరిత్ర, తెలంగాణ ప్రాంతానికి జరుగుతున్న అన్యాయంపై సాహిత్యం విరివిగా వెలువడటం ప్రారంభమైంది. ప్రత్యేక రాష్ట్ర ఉద్యమ స్ఫూర్తి చల్లారకుండా ప్రొఫెసర్ జయశంకర్ లాంటి మేధావులు భావజాల వ్యాప్తిని కొనసాగించారు. 2001 ఏప్రిల్‌లో కాంగ్రెస్ వర్కింగ్ కమిటీ, ప్రత్యేక తెలంగాణ కోసం రెండో ఎస్సార్సీని ఏర్పాటుచేసే విషయం ఆలోచించాలని తీర్మానం చేసి, ఎన్డిఏ ప్రభుత్వానికి పంపింది. అయితే, చిన్న రాష్ట్రాలు దేశ సమగ్రతకు ఏ విధంగానూ దోహదం చేయవంటూ హోం మంత్రి అద్వానీ కాంగ్రెస్ తీర్మానాన్ని తిరస్కరించారు. 2002 ఏప్రిల్‌లో ఎం.పీ.నరేంద్రకు అద్వానీ లేఖ రాస్తూ ప్రాంతీయ ఆర్థిక అసమానతలను అభివృద్ధి ద్వారా, ప్రాంతీయ వనరుల సక్రమ వినియోగం ద్వారా పరిష్కరించుకోవచ్చని, కాబట్టి ప్రత్యేక తెలంగాణా ప్రతిపాదనను ఎన్డిఏ ప్రభుత్వం తిరస్కరిస్తున్నదని పేర్కొన్నారు.

గిర్‌గ్లాని కమిషన్

ఇటువంటి పరిస్థితుల్లో తెలంగాణ ప్రత్యేక రాష్ట్ర మలిదశ ఉద్యమం ఆరంభంతో పాటు ఈ ప్రాంత శాసనసభ్యులు 610 జి.ఓ.ను అమలు చేయాలని ఒత్తిడి చేయడం వల్ల దీన్ని పరిశీలించడం కోసం చంద్రబాబు ప్రభుత్వం 'గిర్‌గ్లాని' ఏకసభ్య కమిటీని నియమించింది. ఉద్యోగుల్లో పెరుగుతున్న అసంతృప్తులను గమనించిన చంద్రబాబు ప్రభుత్వం 2001 జూన్ 25 న జెటో మంగళ్‌దాస్ గిర్‌గ్లాని నేతృత్వంలో దీన్ని నియమించింది. ఈ కమిటీ తన మధ్యంతర నివేదికను 6 అక్టోబర్ 2001 న తుది నివేదికను 2004 సెప్టెంబర్‌లో ప్రభుత్వానికి సమర్పించింది. అయితే చాలాకాలం వరకు ప్రభుత్వాలు దీన్ని బహిర్గతం చేయలేదు. ప్రధానంగా స్థానిక రిజర్వేషన్లు రాజ్యాంగబద్ధంగా సంక్రమించినవే కాబట్టి వాటిని ఉల్లంఘిస్తే రాజ్యాంగాన్నే ఉల్లంఘించినట్టేనని ఈ కమిషన్ వ్యాఖ్యానించింది. గతంలో తీసుకొన్న నిర్ణయాలు రాష్ట్రపతి ఉత్తర్వులకు, ఆరుసూత్రాల పథకానికి విరుద్ధంగా ఉన్నాయని పేర్కొంది. రిజర్వేషన్ల అమలును పర్యవేక్షించే

సంస్థ లేకపోవడం వల్ల 18 రకాల ఉల్లంఘనలు జరిగాయని ఇందులో వ్యాఖ్యానించారు. వాటిని ఈ కమిషన్ కింది విధంగా వివరించే ప్రయత్నం చేసింది.

శాఖాధిపతుల కార్యాలయాల సంఖ్యను పెంచడం ద్వారా ఆరుసూత్రాల పథకం పరిధిలోకి వచ్చే ఉద్యోగాలను కుదించడంతో స్థానిక రిజర్వేషన్లు అమలు కాలేదు. మొదట్లో రాష్ట్రపతి ఉత్తర్వుల్లో భారీ ప్రాజెక్టుల కార్యాలయాలను మినహాయించారు. 1985 లో రాష్ట్రపతి ఉత్తర్వులను సవరించి భారీ ప్రాజెక్ట్ కార్యాలయాలను కూడా స్థానిక రిజర్వేషన్ల పరిధిలోకి తెచ్చారు అయితే దానిలో స్పెషల్ గెజిటెడ్ పోస్టులయిన అసిస్టెంట్ ఎగ్జిక్యూటివ్ ఇంజనీర్, డిప్యూటీ ఎగ్జిక్యూటివ్ ఇంజనీర్ పోస్టులను మినహాయించారు. దీనివల్ల ఈ పోస్టులకు స్థానిక రిజర్వేషన్లు లేకుండా పోయాయి. తరవాత జి.ఓ.610, 564 లో కూడా ఈ స్పెషల్ గెజిటెడ్ పోస్టులు స్థానిక రిజర్వేషన్ల పరిధిలోకి వస్తాయి కాబట్టి అది న్యాయమైనప్పటికీ ఆ హామీ అమలు కాలేదు. అంతే కాకుండా ఆ ప్రాజెక్టుల నిర్మాణం పూర్తయిన తరవాత ఆ పోస్టులను కొనసాగించి నిర్వహణ కోసం వినియోగించుకోవడం మొదలు పెట్టిన తరవాత వాటిని సాధారణ నీటిపారుదల శాఖ ఉద్యోగాలుగా చూడాలి. అప్పుడు స్థానిక రిజర్వేషన్లు వర్తించేవి. అందుకు బదులుగా ప్రాజెక్టు పోస్టులుగా చూపెట్టడం వల్ల స్థానిక రిజర్వేషన్లు వర్తించకుండా చేశారు. అదేవిధంగా ఉద్యోగుల హోదాను మార్చడం ద్వారా రిజర్వేషన్ల పరిధిని కుదించారు. ఈ కేడరుస్థాయి మార్పులన్నీ చేయడానికి రాష్ట్రపతి అనుమతి తీసుకోవాలి. కానీ ఇది జరగలేదు. ఇంకా వివిధ స్థాయిల్లో ఉండే పోస్టుల్లో 80, 70, 60 శాతం రిజర్వేషన్ పోగా మిగతావి ఓపెన్ కేటగిరిలో భర్తీచేయాలి. దీనికి అందరితో పాటు స్థానికులు కూడా అర్హులు. అయితే ఈ ఉద్యోగాలను స్థానికేతరులకు రిజర్వు చేసిన పోస్టులుగా పరిగణించి వారిని మాత్రమే భర్తీచేసేవారు. ఇది చట్టవిరుద్ధం. ఓపెన్ పోస్టుల్లో పోటీలో ముందున్న మెరిట్ అభ్యర్థులను మాత్రమే నియమించాలి.

ఇంకా జోన్ల సరిహద్దుల్లో కార్యాలయాల పరిధిలో సమన్వయం లేకపోవడం వల్ల స్థానిక రిజర్వేషన్ల అమలుకు ఇబ్బందులు ఎదురయ్యాయి. దీంతోపాటు రాష్ట్రపతి ఉత్తర్వుల ప్రకారం ఒక ప్రాంతం వారిని ఇంకొక ప్రాంతానికి ప్రజావసరాల దృష్ట్యా బదిలీలు చేయవచ్చు. దీనికి పరిమితులేమీ అందులో చెప్పలేదు. అయితే దీన్ని అవకాశంగా తీసుకొని విచ్చలవిడిగా చేసిన బదిలీలను హైకోర్టు కూడా తప్పుపట్టింది. సమర్ధవంతంగా పాలన జరగడానికి మాత్రమే ఈ బదిలీలు ఉపయోగపడాలని హైకోర్టు విస్పష్టంగా పేర్కొంది. ఈ బదిలీలతో పాటు డిప్యూటేషన్లు కూడా ఎక్కువ కావడంతో స్థానికుల అవకాశాలకు గండిపడింది. కారుణ్య నియామకాల్లో కూడా ఇతర జోన్లలో ఉన్న వారికి కూడా హైదాబాద్‌లో ఉద్యోగాలు ఇచ్చి నిబంధనలను అతిక్రమించారు. అక్రమమార్గాల్లో స్థానిక ధృవీకరణ పత్రాలను పొంది ఉద్యోగాల్లో చేరుతున్న వారిపై నిఘాలేదు. ఎంప్లాయిమెంట్ ఎక్స్చేంజ్‌లు అక్రమ నియామకాలకు దోహదపడకుండా చూడాలని కమిషన్ సూచించింది. అదేవిధంగా హైదరాబాద్ ఫ్రీ జోన్ అని రాష్ట్రపతి ఉత్తర్వుల్లో పేర్కొనకపోయినప్పటికీ ఆచరణలో మిగతా ప్రాంతాల వారు కూడా ఇక్కడ అర్హులే అనే విధంగా నిబంధనలు రూపొందించుకొన్నారు. హైదరాబాద్ జిల్లా ప్రాతిపదికన స్థానిక రిజర్వేషన్లు పాటించాలి. జోనల్ పోస్టులకు ఆరవ జోన్‌లో భాగంగా స్థానిక రిజర్వేషన్లు పాటించాలి. కానీ ఆచరణలో ఇది జరగలేదు. ఇక స్థానికులకు కేటాయించిన బ్యాక్‌లాగ్ పోస్టుల్లో కూడా స్థానిక, స్థానికేతర కోటాలుగా వర్గీకరించి నియామకాలు జరపడం వల్ల స్థానికులు తీవ్రంగా నష్టపోయారు.

ఈ విధంగా స్థానిక రిజర్వేషన్ల ప్రాముఖ్యాన్ని గిర్‌గ్లాని కమిషన్ స్పష్టంగా వివరించింది. రాష్ట్రపతి ఉత్తర్వులు రాజ్యాంగ ఆదేశాలని, వాటిని ఉల్లంఘించకూడదని స్పష్టంగా పేర్కొంది. దీనిపై కమిషన్ స్పష్టమైన చర్యలను సూచించింది.

స్థానిక రిజర్వేషన్ల అమలులో లోపాలను సరిదిద్దేవరకు నియామకాలను నిలిపివేయాలంది. వీటి అమలుకు శాశ్వత ప్రాతిపదికన శాసనసభ కమిటీని మానిటరింగ్ అథారిటీని ఏర్పాటు చేయాలని, పక్షపాత ధోరణితో రిజర్వేషన్లను ఉల్లంఘించిన అధికారులపై చర్యలు తీసుకోవాలని పేర్కొంది. అయితే ఈ కమిషన్ నివేదికను కూడా ప్రభుత్వాలు పరిగణనలోకి తీసుకోలేదు. కమిషన్ అడిగిన రిజర్వేషన్లకు సంబంధించిన సమాచారాన్ని కూడా ప్రభుత్వ శాఖలు పూర్తిగా అందించలేదు.

కార్పొరేషన్లకు, రాష్ట్రస్థాయి కార్యాలయాలకు స్థానిక రిజర్వేషన్లను విస్తరించాలి. ఉద్యోగుల సర్వీసు రిజిస్టర్‌లలో నియామక ప్రక్రియను వివరించాలి. అయితే ఈ సూచనలపై ప్రభుత్వం నివేదిక అమలుకు తొందరపడబోమని ప్రకటించింది. హైదరాబాద్‌ను ఫ్రీజోన్‌గా పరిగణించాలని, కార్పొరేషన్‌లకు, రాష్ట్రస్థాయి ఉద్యోగాలకు స్థానిక రిజర్వేషన్లను అమలు చేయవద్దని ప్రభుత్వంపై ఆంధ్ర ప్రాంత నాయకుల ఒత్తిడి పెరిగింది. దీంతో 610 జి.ఓ. మాదిరిగానే ఈ కమిషన్ సూచనలు కూడా ప్రభుత్వాలు పట్టించుకోకపోవడంతో తెలంగాణ ప్రజల్లో ఆగ్రహావేశాలు పెల్లుబికి ఉద్యమరూపం తీసుకొన్నాయి. ఆ తరవాత ప్రకాశ్‌రెడ్డి అధ్యక్షతన ఒక సభాసంఘాన్ని నియమించారు. ఈ సంఘం మధ్యంతర నివేదిక ఇస్తూ ఆంధ్రప్రాంత ఉద్యోగులు తెలంగాణ ప్రాంతంలో కొద్దిమంది మాత్రమే పనిచేస్తున్నారని పేర్కొంది. ఈ నేపథ్యంలో మరోసారి ప్రత్యేక తెలంగాణ నినాదం బలపడింది.

తెలంగాణా రాష్ట్రసమితి ఆవిర్భావం (టి.ఆర్.ఎస్.) ఏప్రిల్ 27, 2001

దీని కంటే ముందు ఆంధ్రప్రదేశ్ రాష్ట్ర రాజకీయాల్లో అనూహ్య పరిణామాలు చోటుచేసుకొన్నాయి. తెలుగు దేశం పార్టీకి రాజీనామా చేసి కల్వకుంట్ల చంద్రశేఖర్‌రావు ఏప్రిల్ 27, 2001 న తెలంగాణా రాష్ట్రసమితి అనే పార్టీ (టి.ఆర్.ఎస్.)ని స్థాపించారు. టి.ఆర్.ఎస్. పార్టీ ఏర్పాటు తెలంగాణా ఉద్యమంలో కీలకమలుపుగా భావించొచ్చు. తెలంగాణ సాధన కోసం పార్టీ కావడంతో టి.ఆర్.ఎస్.ను ప్రజలు ఆదరించారు. ఆ పార్టీ ఎదుర్కొన్న తొలి ఎన్నికల్లోనే ఊహించని విజయాన్ని అందించారు. ఈ పార్టీని ఆరంభించే సమయంలోనే అధినేత కె.సి.ఆర్ ఇది పూర్తిగా ఉద్యమ పార్టీ అని, చేపట్టే అన్ని కార్యక్రమాలు, వ్యూహాలు ప్రత్యేక రాష్ట్రసాధన కోసమేనని ప్రకటించారు. లక్ష్య సాధనకోసం ఎన్నికల వ్యూహాన్ని, వివిధ రూపాల్లో చేపట్టబోయే నిరసనల్లో ప్రజాసమూహాన్ని భాగస్వామ్యం చేయడం వంటివి చేస్తామన్నారు. తెలంగాణ రాష్ట్ర సమితి మొదట తెలంగాణ ప్రత్యేక రాష్ట్ర ఆవశ్యకతపై భావజాల వ్యాప్తిని ఉధృతం చేసింది. అంతకుముందు అనేక ప్రజాసంఘాలు, కవులు, రచయితలు, పాత్రికేయులు, మేధావులు, విద్యావంతులు ప్రజల్లో కలిగించిన చైతన్యాన్ని, తెలంగాణ ప్రజల మనోఫలకాలపై ఉన్న అసంతృప్తిని ఉద్యమరూపంలోకి మార్చడంలో ఆ పార్టీ సఫలీకృతమైంది. వారికి తెలంగాణ పరిస్థితులపై పూర్తి పట్టున్న కాళోజీ నారాయణరావు, కొత్తపల్లి జయశంకర్, కొండా లక్ష్మణ్ బాపూజీ వంటి వారు తోడవడంతో ఈ నినాదం సమాజంలోని అన్ని వర్గాలకు, రాజకీయ పార్టీలకు చేరింది. దీంతో ఇతర రాజకీయ పార్టీలు కూడా తెలంగాణ ప్రత్యేక రాష్ట్రం గురించి మాట్లాడకుండా ఉండలేని పరిస్థితులు ఏర్పడ్డాయి.

తెలంగాణ రాష్ట్ర సమితి ఒకవైపు ఈ భావజాల వ్యాప్తిలో భాగం పంచుకొంటూనే ఎన్నికల వ్యూహంతో రాజకీయంగా కూడా తన స్థానాన్ని సుస్థిరం చేసుకొంది. నదీజలాల పంపకాల్లో జరుగుతున్న అన్యాయాలను, ప్రభుత్వ

కేటాయింపుల్లో జరుగుతున్న దగాను, భాష, యాస, సంస్కృతి పట్ల అవహేళనను, అన్ని రంగాల్లో తెలంగాణపై చూపిస్తున్న వివక్షను ఎండగట్టడంలో తెలంగాణ రాష్ట్ర సమితి తనవంతు పాత్రను పోషించింది. దీనికోసం కళాకారులతో విభిన్న కళారూపాలను రూపొందించి సామాన్యులక్కూడా అర్థమయ్యే విధంగా ప్రచారం చేసింది. గాయకులు, కవులు, వీధి కళాకారులు ఇందులో కీలపాత్ర పోషించారు. ఆంధ్రప్రదేశ్ ఏర్పడినప్పటి నుంచి జరిగిన ఉల్లంఘనలు, స్వార్థంతో తీసుకొన్న రాజకీయ నిర్ణయాలను, గణాంకాలను శాస్త్రీయంగా వెలికితీసి ప్రత్యేక రాష్ట్రం మాత్రమే వీటన్నింటికి పరిష్కారం అందిస్తుందని ప్రజల్లో ప్రత్యేక రాష్ట్ర ఆకాంక్షను రగిలించగలిగారు. ఈ పార్టీకి అనుకూలించిన అంశాలను పరిశీలిస్తే ప్రజల్లో అప్పటివరకు మేధావులు, ఉద్యమకారులు, ప్రజాసంఘాలు కలిగించిన ప్రత్యేక రాష్ట్ర చైతన్యం, చారిత్రకంగా తెలంగాణకున్న అస్థిత్వం, దానిపైన జరుగుతున్న దాడి, సమర్థవంతమైన కె.సి.ఆర్. నాయకత్వం ప్రధానంగా చెప్పొచ్చు. ఇంకా తెలంగాణా రాష్ట్ర సమితి నాయకత్వం ఇందుకోసం విభిన్న వ్యూహాలను రూపొందించుకొని ప్రత్యేక రాష్ట్ర ఆకాంక్షలను ప్రజల్లో సజీవంగా ఉంచగలిగింది. సృజనశీలమైన ఆలోచనలతో వినూత్న నిరసనలను చేపట్టింది. దీంతో పాటు అదే సమయంలో కేంద్రంలోని రాజకీయ పరిస్థితులను తనకనుకూలంగా మార్చుకొని జాతీయస్థాయిలో తెలంగాణపై అన్ని పార్టీల ఏకాభిప్రాయం కోసం కృషిచేసింది. అంతకుముందు ప్రజాసంఘాలు చేయలేని కార్యక్రమాలను రాజకీయ పార్టీగా, ఉద్యమ పార్టీగా పార్లమెంటరీ రూపాలలో తన నిరసన తెలియచేస్తూ ప్రత్యేక రాష్ట్ర ఉద్యమంలో ముందు భాగాన నిలబడింది. తెలంగాణ రాష్ట్ర సమితి ఏర్పాటు తెలంగాణ రాష్ట్ర సాధనకు మైలురాయిగా మారింది. ప్రత్యేక తెలంగాణ రాష్ట్ర నినాదాన్ని జాతీయస్థాయిలో ప్రచారం చేసి మద్దతు కూడగట్టడం కోసం వివిధ రాష్ట్రాల్లో ప్రత్యేక రాష్ట్రాలకోసం ఉద్యమిస్తున్న వారందరితో 'చిన్న రాష్ట్రాల సమాఖ్య' ఏర్పడింది.

మరోవైపు తెలంగాణ రాష్ట్ర డిమాండ్‌ను పరిగణనలోకి తీసుకొని రెండో ఎస్.ఆర్.సి. (స్టేట్ రీ ఆర్గనైజేషన్ కమిషన్) ఏర్పాటు చేయాలంటూ కేంద్రంలో అధికారంలో ఉన్న ఎన్‌డిఏ ప్రభుత్వాన్ని కోరుతూ కాంగ్రెస్ ఒక తీర్మానాన్ని పంపింది. తెలంగాణ శాసనసభ్యులు ప్రతినిధి బృందాలుగా ఏర్పడి ఢిల్లీకి వెళ్ళి తమ ఆకాంక్షలను వెలిబుచ్చారు. కాంగ్రెస్ అధిష్టానం కూడా వారి డిమాండ్ పట్ల సానుకూలంగా స్పందించింది. అంతకుముందు ఎన్‌డిఏ ప్రభుత్వం మూడు ప్రత్యేక రాష్ట్రాలను ప్రకటించడం దీనికి ఊతమిచ్చింది. అయితే ఈ డిమాండ్ పట్ల ఆంధ్రప్రదేశ్‌లో అప్పుడున్న రాజకీయ పరిస్థితుల దృష్ట్యా దాన్ని ఎన్‌డిఏ తిరస్కరించింది. భారతీయ జనతాపార్టీ తెలంగాణ రాష్ట్ర ఏర్పాటుకోసం కాకినాడ తీర్మానం ద్వారా కోరి ఉన్నప్పటికి ఎన్‌డిఏ ప్రభుత్వం దీన్ని పరిగణలోకి తీసుకోలేదు.

కాంగ్రెస్ పార్టీ పాత్ర

తెలంగాణ రాష్ట్ర ఏర్పాటులో భారత జాతీయ కాంగ్రెస్ పార్టీది కీలకపాత్ర. 2004 లో జరిగిన కరీంనగర్ బహిరంగసభలో కాంగ్రెస్ పార్టీ అధ్యక్షురాలు తెలంగాణ ప్రత్యేక రాష్ట్ర ఆకాంక్షను తమ పార్టీ నెరవేరుస్తుందని విస్పష్టంగా ప్రకటించారు. అనంతరం అధికారంలోకి వచ్చిన కాంగ్రెస్ పార్టీ 2004 జూన్ 7 న రాష్ట్రపతి ప్రసంగంలో తెలంగాణ అంశాన్ని చేర్చింది. అయితే మారిన రాజకీయ పరిస్థితులతో తెలంగాణ అంశాన్ని కాంగ్రెస్ పార్టీ సాగదీస్తూ వచ్చింది. తెలంగాణ అంశంపై విస్తృత అంగీకారం కోసం 2005 న ప్రణబ్‌ముఖర్జీ ఆధ్వర్యంలో ఒక ఉపసంఘాన్ని నియమించింది. అన్ని రాజకీయ పార్టీల అభిప్రాయాం తెలుసుకోవడానికి ఈ కమిటీ కృషిచేసింది. తెలంగాణకు అనుకూలంగా దేశంలోని 36 పార్టీలు లేఖలు అందించాయి. అయినప్పటికి అప్పటి పరిస్థితుల్లో కాంగ్రెస్ ఎలాంటి నిర్ణయం తీసుకోలేదు. 2009 లో జరిగిన ఎన్నికల్లో కూడా కాంగ్రెస్ పార్టీ తెలంగాణకు అనుకూలమని ప్రచారం చేసింది. తరవాత కూడా ఈ సాగతీత

కొనసాగుతూనే వచ్చింది. 2009 సెప్టెంబర్ 2 న నల్లమల అడవుల్లోని పావురాల గుట్టవద్ద అప్పటి ముఖ్యమంత్రి రాజశేఖరరెడ్డి ప్రమాదవశాత్తు మరణించడంతో రాష్ట్ర రాజకీయాల్లో అనూహ్య పరిణామాలు చోటుచేసుకొన్నాయి. రోశయ్య ముఖ్యమంత్రి అయ్యారు. ఆయన హయంలోనే హైదరాబాద్ ఫ్రీ జోన్ అని కోర్టు తీర్పునివ్వడంతో ఉద్యమం తిరిగి రాజుకుంది. ఈ తీర్పుకు నిరసనగా ప్రత్యేక రాష్ట్రమే లక్ష్యంగా కె.సి.ఆర్. చేపట్టిన ఆమరణ నిరాహార దీక్షకు ప్రజల నుంచి అనూహ్య స్పందన వచ్చింది. జనజీవనం స్థంభించిపోయింది. అటువంటి పరిస్థితుల్లో 2009 డిసెంబర్ 9 న కేంద్ర హోం మంత్రి చిదంబరం తెలంగాణ ప్రత్యేక రాష్ట్రంపై విస్పష్ట ప్రకటన చేశారు. తరవాత ఆంధ్ర నాయకుల ఒత్తిడితో ఆంధ్ర ప్రాంతంలో జరిగిన సమైక్యాంధ్ర ఉద్యమంతో కాంగ్రెస్ పార్టీ తన నిర్ణయాన్ని తాత్కాలికంగా నిలిపి వేస్తున్నామని ప్రకటించింది. అఖిలపక్ష సమావేశాన్ని నిర్వహించి జస్టిస్ శ్రీకృష్ణ నేతృత్వంలో కమిటీని నియమించింది. ఇది 2010 డిసెంబర్‌లో తన నివేదికను సమర్పించింది. 2011 జనవరి 6 న కేంద్ర ప్రభుత్వం దీన్ని బహిర్గతపర్చింది. 2013 జూలై 30 న హైదరాబాద్‌తో కూడిన పది జిల్లాల తెలంగాణను ప్రత్యేక రాష్ట్రంగా ప్రకటించనున్నట్లు కాంగ్రెస్ వర్కింగ్ కమిటీ ప్రకటించింది. తెలంగాణపై కాంగ్రెస్ పార్టీ వివిధ రాజకీయపార్టీల అభిప్రాయం తెలుసుకోడానికి 2013 అక్టోబర్ 8న రక్షణమంత్రి ఎ.కె.ఆంటోని ఛైర్మన్‌గా గ్రూప్ ఆఫ్ మినిస్టర్స్ (జి.ఓ.ఎం) ఏర్పాటు చేసింది. రాష్ట్ర విభజనపై సూచనలు, సలహాలు ఇవ్వాలని రాష్ట్రంలోని అన్ని రాజకీయ పార్టీలను వీరు కోరారు. 2013 డిసెంబర్ 5న తెలంగాణ ముసాయిదా బిల్లు - 2013 ను కేంద్ర కేబినెట్ ఆమోదించింది. 2014 ఫిబ్రవరి 13 న లోక్‌సభలో యూపిఏ ప్రభుత్వం రాష్ట్ర పునర్వ్యవస్థీకరణ బిల్లును ప్రవేశపెట్టింది. 2014 ఫిబ్రవరి 18 న తెలంగాణ బిల్లును లోక్‌సభ ఆమోదించింది. 2014 ఫిబ్రవరి 20 న ఈ బిల్లు రాజ్యసభలో ప్రవేశపెట్టింది. అదేరోజు తెలంగాణ బిల్లు సభ ఆమోదం పొందింది. 2014 మార్చి 4 న తెలంగాణా రాష్ట్ర ఆవిర్భావ దినంగా జూన్ 2, 2014 ను ప్రకటించింది.

రాష్ట్ర స్థాయిలో కాంగ్రెస్ పార్టీ కృషి

ఆంధ్రప్రదేశ్‌లో తెలంగాణ విలీన సమయం నుంచి ప్రత్యేక రాష్ట్ర ప్రకటన వరకు రాష్ట్రస్థాయిలో కూడా కాంగ్రెస్ పార్టీ కీలకపాత్ర పోషించింది. తొంభైవ దశకం నుంచే ఆ పార్టీ ప్రత్యేక రాష్ట్ర ఆకాంక్షను వివిధ రూపాల్లో తెలియచేస్తూ వచ్చింది. 1990 లో జానారెడ్డి కన్వీనర్‌గా తెలంగాణ ఫోరం ఏర్పాటైంది. అప్పుడు ముఖ్యమంత్రిగా ఉన్న జనార్ధన్‌రెడ్డికి, ప్రధానమంత్రి పి.వి.నరసింహారావుకు తెలంగాణకు జరుగుతున్న అన్యాయాలపై వినతిపత్రం ఇచ్చారు. తరవాత చిన్నారెడ్డి కన్వీనర్‌గా తెలంగాణ లెజిస్లేటివ్ ఫోరం ఏర్పాటైంది. వీరు శాసనసభలో తెలంగాణా అంశాలను లేవనెత్తాలని నిర్ణయించారు. 2000 సంవత్సరంలో చిన్నారెడ్డి నాయకత్వంలోనే తెలంగాణాకు అనుకూలంగా సోనియాగాంధీకి వినతిపత్రం కూడా ఇచ్చారు. అనంతర పరిణామాల్లో కాంగ్రెస్ పార్టీ రాష్ట్రంలో అధికారంలోకి వచ్చింది. ముఖ్యమంత్రి వై.ఎస్.ఆర్ తెలంగాణ ఏర్పాటుపై అభిప్రాయాలు సేకరించడానికి రోశయ్య కమిటీని 2008లో వేశారు. ప్రత్యేక రాష్ట్ర విషయాల్లో రాజశేఖర్‌రెడ్డి వ్యతిరేకంగా పనిచేశాడని విమర్శలు వచ్చాయి. తరవాతి పరిస్థితుల్లో రోశయ్య ముఖ్యమంత్రి అయిన తరవాత అఖిలపక్ష సమావేశాలు ఏర్పాటుచేశారు. వాటిలో అన్ని పార్టీలు తెలంగాణకు అనుకూలమని చెప్పినప్పటికి కాంగ్రెస్ పార్టీ తన అభిప్రాయం బహిరంగంగా చెప్పకపోవడంతో విమర్శలపాలైంది. రోశయ్య తరవాత ముఖ్యమంత్రి అయిన నల్లారి కిరణకుమార్‌రెడ్డి కూడా తెలంగాణ ప్రత్యేక రాష్ట్ర ఆకాంక్షపట్ల సానుకూలంగా ఉండకపోవడంతో ప్రజా ఉద్యమం ఉధృతమైంది. ఏది ఏమైనప్పటికి తెలంగాణ ప్రత్యేక రాష్ట్ర ఏర్పాటులో కాంగ్రెస్ తీసుకొన్న చొరవ, అనుకూల నిర్ణయాలు ప్రజల్లో మిశ్రమ స్పందన కలిగించినప్పటికి ఉద్యమ చరిత్రలో కాంగ్రెస్‌పార్టీది కీలకపాత్రగా ఉంది.

భారతీయ జనతా పార్టీ పాత్ర

ప్రత్యేక రాష్ట్ర ఏర్పాటులో భారతీయ జనతాపార్టీ కూడా మొదటి నుంచి అనుకూల పాత్రనే పోషించింది. 1997 లో పార్లమెంట్ ఎన్నికల ప్రచారంలో తమ పార్టీ తెలంగాణకు అనుకూలమని వాజ్‌పేయి ప్రకటించారు. ఇదే సంవత్సరం కాకినాడలో జరిగిన రాష్ట్ర కార్యవర్గ సమావేశంలో ఆంధ్రప్రదేశ్ రాష్ట్రాన్ని రెండుగా విభజించాలని తెలంగాణ రాష్ట్ర ఏర్పాటుపై తీర్మానం చేసింది. 'ఒక్క ఓటు - రెండు రాష్ట్రాల' నినాదం కాకినాడ తీర్మానంగా ప్రసిద్ధి. అయితే తరవాత అధికారంలోకి వచ్చినప్పటికి ఛత్తీస్‌ఘడ్, జార్ఖండ్, ఉత్తరాంచల్ ప్రత్యేక రాష్ట్రాలుగా ప్రకటించినప్పటికి బి.జె.పి. ఆధ్వర్యంలోని ఎన్‌డిఏ ప్రభుత్వం తెలంగాణను ప్రత్యేక రాష్ట్రంగా ఏర్పాటు చేయలేదు. దీనికి అప్పటి రాష్ట్ర రాజకీయాల్లో చంద్రబాబు ముఖ్యమంత్రిగా ఆంధ్రప్రదేశ్ విభజనను కోరుకోకపోవడంతో ఎన్‌డిఏ ఈ నిర్ణయం తీసుకోలేదు. ఈ నిర్ణయాన్ని వ్యతిరేకిస్తూ పార్టీ నాయకుడు ఆలె నరేంద్ర బి.జె.పి. నుంచి బయటకు వచ్చి తెలంగాణ సాధన సమితిని ఏర్పాటు చేశారు. తరనాత పరిణామాలతో 2002 ఆగస్టు 11 న ఈ పార్టీని తెలంగాణ రాష్ట్ర సమితి పార్టీలో విలీనం చేశాడు.

ప్రభుత్వం నిర్వహించిన అన్ని అఖిలపక్ష సమావేశాల్లో బి.జె.పి. తెలంగాణాకు అనుకూలమని విస్పష్టంగా ప్రకటించింది. 2008 నవంబర్ 13 న సంకల్ప యాత్ర పేరుతో సికింద్రాబాద్‌లో సభను కూడా నిర్వహించింది. బి.జె.పి. నాయకత్వం అన్ని ఎన్నికల్లో ఒక ఓటు-రెండు రాష్ట్రాల నినాదంతోనే పాల్గొంది. ప్రజా ఉద్యమంలో భాగంగా బంద్‌లు, రాస్తారోకోలు, వంటావార్పు, మానవహారం, మిలియన్‌మార్చ్ వంటి అన్ని నిరసన కార్యక్రమాల్లో ఉత్సాహంగా పాల్గొని క్రియాశీల పాత్ర వహించింది. రాష్ట్ర నాయకులు జి.కిషన్‌రెడ్డి నాయకత్వంలో 'పోరుయాత్ర' చేపట్టి 88 నియోజకవర్గాల్లోని మారుమూల పల్లెల్లో కూడా తెలంగాణ ప్రత్యేక రాష్ట్ర ఆకాంక్షను రగిలించారు. అన్ని బహిరంగసభల్లో సుష్మాస్వరాజ్, రాజనాథ్‌సింగ్ వంటి జాతీయ నాయకులు పాల్గొని బి.జె.పి. సంపూర్ణ మెజారిటీతో కేంద్రంలో అధికారంలోకి వస్తే తక్షణమే తెలంగాణ ప్రత్యేక రాష్ట్రాన్ని ప్రకటిస్తామని హామి ఇచ్చాడు. అందుకనుగుణంగానే యూ.పి.ఏ. ప్రభుత్వం ప్రవేశపెట్టిన బిల్లుకు లోకసభలో సుష్మాస్వరాజ్, రాజ్యసభలో అరుణ్‌జైట్లీ సంపూర్ణ మద్దతునందించారు.

2008 అక్టోబర్‌లో తెలుగుదేశం పార్టీ కూడా రాష్ట్ర విభజనకు మద్దతు ప్రకటించింది. మొదట్లో రాష్ట్ర విభజనకు వ్యతిరేకంగా ఉన్న తెలుగుదేశం పార్టీ మారిన రాజకీయ పరిస్థితుల్లో ప్రత్యేక రాష్ట్ర ఏర్పాటుకు తాము వ్యతిరేకం కాదని పేర్కొంది. 2008 లో పార్టీ సీనియర్ నాయకుడు దేవేందర్‌గౌడ్ బయటకు వచ్చి 'నవ తెలంగాణ పార్టీ'ని స్థాపించాడు. తరవాత 2009 మార్చిలో దీన్ని ప్రజారాజ్యం పార్టీలో విలీనం చేశాడు. తరవాత తెలుగుదేశంలో చేరాడు. తెలంగాణ ప్రత్యేక రాష్ట్ర ఏర్పాటుకు తాము అనుకూలంగా ఉన్నట్టు తెలుగుదేశం పార్టీ ప్రణబ్‌ముఖర్జీ కమిటీకి లేఖరాసింది. అయితే ఆంధ్రప్రదేశ్‌లోని తెలుగుదేశం పార్టీ నాయకులు సమైక్యాంధ్ర కోసం, తెలంగాణ నాయకులు ప్రత్యేక తెలంగాణ కోసం పోరాటం చేయడం నాయకత్వ వైఫల్యమని విమర్శలొచ్చాయి. తెలంగాణా తెలుగుదేశం నాయకులు జె.ఎ.సి. ఇచ్చిన అన్ని నిరసన కార్యక్రమాల్లో పాల్గొనడంతో పాటు స్వతంత్రంగా కూడా కొన్ని నిరసన కార్యక్రమాలు చేపట్టారు. అయితే విభజన సమయంలో కేంద్రప్రభుత్వ విధానాలు సరిగా లేవంటూ చంద్రబాబు ఢిల్లీలో నిరసన దీక్ష చేశారు. లోక్‌సభలో తెలంగాణ టి.డి.పి., ఎం.పీ.లు బిల్లుకు మద్దతు తెలపగా ఆంధ్ర ఎం.పీ.లు వ్యతిరేకత తెలిపారు.

తెలంగాణ ప్రజాఫ్రంట్

ప్రజా గాయకుడు గద్దర్ దీన్ని స్థాపించారు. దళితులు, వెనుకబడిన వర్గాలవారు, ఆదివాసీలు, అల్పసంఖ్యాకులు, మహిళలు సామాజిక న్యాయంతో, ఆత్మగౌరవంతో జీవించడానికి అవసరమైన పరిస్థితులు ప్రత్యేక రాష్ట్రంలో మాత్రమే సాధ్యమని, అందుకోసం ప్రజాస్వామిక తెలంగాణ రాష్ట్ర ఏర్పాటు కావాలనే డిమాండ్‌తో తెలంగాణ ప్రజాఫ్రంట్ ఏర్పడింది. సంప్రదాయ రాజకీయ పార్టీలకు భిన్నంగా విమలక్క, వేదకుమార్, ఆకుల భూమయ్య, ప్రభాకర్ వంటి నాయకులతో ప్రత్యామ్నాయ రాజకీయాలను ప్రచారం చేసి ఉద్యమ ఉధృతికి తోడ్పడింది.

వామపక్షాల పాత్ర

సి.పి.ఐ, న్యూడెమొక్రసీ వంటి వామపక్ష పార్టీలు కూడా తెలంగాణ ప్రత్యేక రాష్ట్రవాదనను బలపర్చాయి. మారుతున్న రాజకీయ పరిస్థితులకు అనుగుణంగా పూర్వం సమైక్యాంధ్రప్రదేశ్‌కు మద్దతు తెలిపిన సి.పి.ఐ., మలిదశ ఉద్యమంలో ప్రత్యేక రాష్ట్రానికి జైకొట్టింది. తెలంగాణ ఏర్పాటు డిమాండ్‌తో పార్టీ నాయకుడు కె.నారాయణ పాదయాత్ర పేరుతో జనచైతన్యయాత్ర నిర్వహించారు. ప్రణబ్‌ముఖర్జీ కమిటీకి, శ్రీకృష్ణ కమిటీకి, ఇతర అఖిలపక్ష సమావేశాల్లో తెలంగాణ ప్రత్యేక రాష్ట్ర ఏర్పాటుపై విస్పష్టంగా తన మద్దతును ప్రకటించింది.

తెలంగాణ ప్రత్యేక రాష్ట్రానికి మద్దతు తెలపడంతో పాటు న్యూడెమొక్రసీ పార్టీ శ్రేణులు, నాయకులు అన్ని ప్రజా ఉద్యమాల్లో క్రియాశీలంగా పాల్గొన్నారు. మిలిటెంట్ ఉద్యమాలు చేశారు. కె.సి.ఆర్. అరెస్టు అయి ఖమ్మం ఆస్పత్రిలో ఉన్నప్పుడు స్థానికంగా బలంగా ఉన్న న్యూడెమొక్రసీ, పి.వై.ఎల్., పి.ఓ.డబ్ల్యు, పి.డి.ఎస్.యూ. కార్యకర్తలు, నాయకులు వివిధ రూపాల్లో తమ నిరసనలను వ్యక్తం చేస్తూ ఉద్యమాన్ని ప్రజ్వలింపచేశారు. తరవాత రాజకీయ జె.ఎ.సి.లో భాగంగా కూడా మిలియన్‌మార్చ్ వంటి కార్యక్రమాల్లో ముందుండి ఉద్యమాన్ని నడిపించారు.

మావోయిస్టు పార్టీ తెలంగాణ ప్రత్యేరాష్ట్రమనేది ప్రజల ఆకాంక్ష అని దాన్ని తమ పార్టీ సమర్థిస్తుందని పేర్కొంది. నూతన తెలంగాణ రాష్ట్రంలో వనరులను న్యాయబద్ధంగా పంపిణీ చేయాలని, అభివృద్ధి అవకాశాలను అందరికి సమానంగా పంచాలని, ప్రజలకు సామాజిక న్యాయం అందించాలని డిమాండ్ చేస్తూ ప్రత్యేక తెలంగాణ రాష్ట్రం కోసం అనేక నిరసన కార్యక్రమాలు చేపట్టింది.

సి.పి.ఐ (ఎం) మాత్రం మొదటి నుంచి ఉన్న విశాలాంధ్ర నినాదాన్నే మలిదశ ఉద్యమంలో కూడా చేసింది. ప్రత్యేక రాష్ట్రం తమ పార్టీకి అనుకూలం కాదని భాషాప్రయుక్త రాష్ట్రాలుగా ఏర్పడిన వాటిని విడదీయరాదనే తమ జాతీయస్థాయి నిర్ణయంలో ఎలాంటి మార్పులేదని పేర్కొంది. వివిధ కమిటీల ముందు, అఖిలపక్ష సమావేశాల్లో రాష్ట్ర విభజనకు వ్యతిరేకంగా తన అభిప్రాయాలను తెలిపింది.

అదేవిధంగా ప్రత్యేక రాష్ట్ర ఏర్పాటుకు వ్యతిరేకంగా ఎం.ఐ.ఎం. పార్టీ తమ పార్టీ వైఖరిని వెల్లడించింది. వై.ఎస్.ఆర్. కాంగ్రెస్ పార్టీ తటస్థ వైఖరిని అవలంబించింది. లోక్‌సత్తా పార్టీ మాత్రం సమగ్ర సామరస్యపూర్వక పరిష్కారంలో భాగంగా ప్రత్యేక తెలంగాణ రాష్ట్రానికి స్వాగతిస్తామని ప్రకటించింది.

ఈ నేపథ్యంలో 2004 లో తెలంగాణా రాష్ట్ర ఏర్పాటు హామీతో టి.ఆర్.ఎస్.తో పొత్తుపెట్టుకొన్న కాంగ్రెస్ రాష్ట్రంలో అధికారంలోకి వచ్చింది. కేంద్రంలోనూ కాంగ్రెస్ నేతృత్వంలోని యూ.పి.ఏ. ప్రభుత్వం కొలువుతీరింది. కేంద్రరాష్ట్రాల్లో టి.ఆర్.ఎస్. అధికారంలో భాగస్వామిగా మారింది. కానీ కేంద్ర, రాష్ట్ర ప్రభుత్వాలు తెలంగాణ ఏర్పాటు విషయంలో తమ మాట నిలబెట్టుకోకపోవడంతో 2006 డిసెంబర్‌లో టి.ఆర్.ఎస్. కేంద్రరాష్ట్ర సంకీర్ణ ప్రభుత్వాల నుంచి వైదొలగి తెలంగాణా ఉద్యమాన్ని మరింత తీవ్రం చేసింది.

రాజకీయ పరిస్థితులు ఈ విధంగా ఉంటే ప్రత్యేక రాష్ట్ర ఉద్యమంలో రాజకీయాలతో ప్రత్యక్ష సంబంధంలేని అనేక కుల సంఘాలు, ప్రజాసంఘాలు, ఎన్.జి.ఓ.లు, కార్మిక, కర్షక, విద్యార్థి, మేధావులు స్వచ్ఛందంగా పాల్గొనడం ప్రారంభించారు. పాత్రికేయులు, ఉపాధ్యాయులు తమ ప్రాంతానికి జరిగిన అన్యాయాలపై గణాంకాలతో కూడిన సమాచారాన్ని సామాన్య ప్రజలకు అందించడానికి పత్రికల్లో వ్యాసాలు రాయడం, కరపత్రాలు, చిన్న చిన్న బుక్‌లెట్‌లు ప్రచురించడం చేసేవారు. ప్రభుత్వ నియామకాలు లేనందువల్ల, విశ్వవిద్యాలయాల్లో ఉన్న అస్తవ్యస్త పరిస్థితుల వల్ల వారు ఎదుర్కొంటున్న సమస్యలన్నింటికి పరిష్కారం ప్రత్యేక రాష్ట్రమేనని నమ్మి విద్యార్థులు కూడా పెద్ద ఎత్తున ఉద్యమంలో చేరారు. నిరాశ, నిస్పృహలకు లోనైన అన్ని వర్గాల ప్రజలు ప్రత్యేక రాష్ట్రోద్యమంలో చేరి వివిధ రూపాల్లో తమ నిరసనలను వ్యక్తపర్చారు. 2009 సార్వత్రిక ఎన్నికల్లో టి.డి.పి., టి.ఆర్.ఎస్., వామపక్షాలు మహాకూటమిగా ఏర్పడ్డాయి. సమిష్టిగా పోటీ చేసినప్పటికి కాంగ్రెస్‌ను ఎదుర్కోలేక ఓటమి చెందాయి. కేంద్రంలో కూడా మళ్ళీ యూ.పి.ఏ., అధికారంలోకి వచ్చింది.

కె.సి.ఆర్. ఆమరణ నిరాహారదీక్ష

తెలంగాణ రాష్ట్ర ఏర్పాటు విషయంలో కేంద్ర ప్రభుత్వం అవలంబిస్తున్న దాటవేత ధోరణిని నిరసిస్తూ, తక్షణమే తెలంగాణా రాష్ట్ర ఏర్పాటును ప్రకటించాలని డిమాండ్ చేస్తూ 'తెలంగాణా వచ్చుడో... కె.సి.ఆర్. చచ్చుడో' అంటూ టి.ఆర్.ఎస్. అధినేత కె.చంద్రశేఖరరావు 2009 నవంబర్ 29న మెదక్ జిల్లా సిద్దిపేటలో ఆమరణ నిరాహారదీక్ష ప్రారంభించాలని సంకల్పించాడు. నాటకీయ పరిణామాల మధ్య కె.సి.ఆర్.ను అరెస్టుచేసి మొదట ఖమ్మం, తరవాత హైదరాబాద్‌లోని నిజాం ఆసుపత్రికి (నిమ్స్) తరలించారు. ఆసుపత్రిలోనూ కె.సి.ఆర్. నిరాహారదీక్ష కొనసాగించారు. కె.సి.ఆర్.కు మద్దతుగా తెలంగాణ సమాజం అంతా కదిలింది. కె.సి.ఆర్. ఆరోగ్యం క్షీణించసాగింది. ఉద్యమంలోకి విద్యార్థి లోకం ఉప్పెనలా కదిలింది. ఉస్మానియా, కాకతీయ విశ్వవిద్యాలయాలతో పాటు తెలంగాణాలోని అన్ని విశ్వవిద్యాలయాలు, విద్యాసంస్థలు అట్టుడికాయి. ఉస్మానియా విశ్వవిద్యాలయం నుంచి విద్యార్థులు బయటకు రాకుండా, ఉద్యమంలో పాల్గొనకుండా పోలీసులు అణచివేతను ప్రయోగించారు. నిరసన ప్రదర్శనలు నిర్వహిస్తున్న విద్యార్థులపై విచక్షణారహితంగా లాఠీలతో విరుచుకుపడ్డారు. బాష్పవాయు గోళాలను ప్రయోగించారు. విద్యార్థి నాయకులపై, సామాన్య విద్యార్థినీ విద్యార్థులపై వందలాది కేసులు పెట్టారు. పోలీసుల కళ్ళుకప్పి కె.సి.ఆర్.కు మద్దతుగా నిమ్స్ ఆసుపత్రికి వెళ్ళిన విద్యార్థులు ఆవేశంతో నిమ్స్ సమీపంలోని పంజాగుట్ట రహదారిపై విధ్వంసం సృష్టించారు. దుకాణాలను, మాల్స్‌ను, వాహనాలను ధ్వంసం చేశారు. తరవాత డిసెంబర్ 10 న 'అసెంబ్లీ ముట్టడి'కి విద్యార్థి కార్యాచరణ సమితి పిలుపునిచ్చింది. వేలాదిగా విద్యార్థులు తెలంగాణ నలుమూలల నుంచి రెండు రోజుల ముందే హైదరాబాద్‌కు తరలివచ్చారు.

ఉద్యమకారులపై ప్రభుత్వం తీవ్ర నిర్బంధ చర్యలు చేపట్టింది. ర్యాలీలను, సమావేశాలను జరపరాదని నిషేధాజ్ఞలు జారీచేసింది. అన్ని జిల్లా కేంద్రాల్లో, విశ్వవిద్యాలయాల్లో, కార్యాలయాల్లో విద్యార్థులు, ఉద్యోగులు, యువకులు ఈ నిషేధాజ్ఞలు ధిక్కరించి ఉద్యమంలో భాగస్వాములయ్యారు. ఒక్కరోజులోనే దాదాపు 2,200 మంది ఉద్యమకారులను పోలీసులు అరెస్టు చేశారు. కె.సి.ఆర్. దీక్ష ప్రారంభించిన 29 నవంబర్ 2009 నుంచి 9 డిసెంబర్ 2009 వరకు తెలంగాణ రాష్ట్రం ఒక సైనిక శిబిరాన్ని తలపించింది. అయినప్పటికి రాస్తారోకోలు, రిలే నిరాహారదీక్షలు, ప్రదర్శనలతో ఉద్యమం గ్రామస్థాయి వరకు చేరింది. సమాజంలోని అన్ని వర్గాల ప్రజలు ఇందులో స్వచ్ఛందంగా పాల్గొన్నారు.

ఈ నేపథ్యంలో రాష్ట్ర ప్రభుత్వం నుంచి కేంద్రానికి నివేదికలు వెళ్ళాయి. కె.సి.ఆర్. దీక్ష పట్ల తెలంగాణాలో, ముఖ్యంగా హైదరాబాద్‌లో శాంతిభద్రతల పరిస్థితి ప్రమాదకరంగా మారిందని ముఖ్యమంత్రి రోశయ్య, గవర్నర్ నరసింహన్ కేంద్రానికి నివేదించారు. తెలంగాణపై వెంటనే ఒక నిర్ణయం తీసుకోవాల్సిన సమయం వచ్చిందని పేర్కొన్నారు. ఈ అస్థిర పరిస్థితుల్లో అఖిలపక్ష సమావేశం నిర్వహించి తెలంగాణ ప్రత్యేక రాష్ట్రంపై అన్ని రాజకీయ పార్టీల అభిప్రాయం తెలుసుకోమని కేంద్రం రాష్ట్రాన్ని ఆదేశించింది. రాష్ట్ర ప్రభుత్వం డిసెంబర్ 7, 2009 న నిర్వహించిన అఖిలపక్ష సమావేశంలో అన్ని పార్టీలు ప్రత్యేక రాష్ట్ర ఏర్పాటుకు తమ సానుకూలతను వ్యక్తంచేశాయి. దాంతో డిసెంబర్ 9 న కేంద్ర హోం మంత్రి పి.చిదంబరం తెలంగాణ రాష్ట్ర ఏర్పాటు ప్రక్రియను ప్రారంభిస్తున్నామంటూ ఒక కీలక ప్రకటన చేశారు. దాంతో కె.సి.ఆర్ ఆమరణ నిరాహారదీక్ష విరమించారు.

ఆంధ్రప్రాంతంలో నిరసనలు

రాష్ట్ర విభజనకు ఎలాంటి అభ్యంతరం లేదంటూ కేంద్రానికి లిఖితపూర్వకంగా తెలిపిన అన్ని రాజకీయ పార్టీలకు చెందిన ప్రజా ప్రతినిధుల్లో చాలామంది తమ నిర్ణయాన్ని మార్చుకొని కేంద్ర నిర్ణయానికి వ్యతిరేకంగా తమ పదవులకు రాజీనామా చేశారు. రాష్ట్ర విభజన నిర్ణయాన్ని వెనక్కు తీసుకోవాలంటూ కేంద్రంపై ఒత్తిడి తీసుకొచ్చారు. ఆంధ్ర ప్రాంతంలో పలుచోట్ల సమైక్యాంధ్ర ఉద్యమం ప్రారంభమైంది. ఇందులో విద్యార్థులు, ఉద్యోగులు, క్రియాశీలంగా పాల్గొన్నారు. దాంతో 2009 డిసెంబర్ 23న రాష్ట్ర విభజనకు సంబంధించి మరిన్ని సంప్రదింపులు అవసరమని భావిస్తున్నట్లు కేంద్రం మరో ప్రకటన చేసింది.

తెలంగాణ ప్రజల స్పందన

రాష్ట్ర ఏర్పాటుపై కేంద్రం వెనుకడుగు వేయడంతో తెలంగాణా భగ్గుమంది. తట్టుకోలేని యువకులు, విద్యార్థులు పెద్ద సంఖ్యలో ఆత్మహత్యలకు పాల్పడ్డారు. కేంద్రం తమను మోసం చేసిందనే భావన తెలంగాణ ప్రజల్లో ప్రబలింది. ఉద్యోగులు, న్యాయవాదులు, పాత్రికేయులు, విద్యార్థులు, కులవృత్తి సంఘాలు 'ఐక్య కార్యాచరణ సమితి (జె.ఏ.సి.)గా ఏర్పడి ప్రభుత్వ నిర్ణయానికి వ్యతిరేకంగా నిరసన కార్యక్రమాలను రూపొందించుకొన్నారు. బోనాలు, బతుకమ్మ, వినాయకచవితి వంటి పండుగల ద్వారా కూడా తెలంగాణ ప్రత్యేక రాష్ట్ర వాణిని కేంద్రానికి వినిపించడానికి ఉద్యమకారులు ప్రయత్నించారు. చాకలి, నాయిబ్రాహ్మణ, కల్లుగీత కార్మికులు, కాటికాపర్లు, దళితులు ఇతర కులవృత్తుల వారు వారి వారి ప్రాంతాల్లో జె.ఏ.సి.లుగా ఏర్పడి ప్రత్యేక రాష్ట్రోద్యమాన్ని ఉధృతం చేశారు. నల్గొండ జిల్లా కేతెపల్లి గ్రామంలో

తెలంగాణ వ్యతిరేకుల బొమ్మలను స్మశానంలో బొమ్మలుగా గీసి నిరసన తెలిపారు. ఉత్తర తెలంగాణ జిల్లాల్లో ఉద్యమం పతాకస్థాయికి చేరింది. మెదక్‌లో దాదాపు 83 శాతం కులసంఘాలు రిలే నిరాహారదీక్షలు చేపట్టాయి. సిద్దిపేటలో ముగ్గుల ద్వారా తమ నిరసన తెలిపారు. కొండపాక మండలం సిరిసనగండ్ల గ్రామంలో బస్సు అద్దాలను పగులగొట్టారు. నంగునూర్ మండలం అక్షాపూర్ గ్రామంలో రోడ్లపై వంట చేసి నిరసన తెలిపారు. చేగుంటలో పాదయాత్ర, ఎడ్లబండ్ల ర్యాలీ నిర్వహించారు. నారాయణఖేడ్, జోగిపేట పోలీస్‌స్టేషన్ల ముందు ధర్నా నిర్వహించారు. నిజామాబాద్ స్త్రీలు బోనాల ద్వారా నిరసన తెలిపారు. ఇందులో మేయర్, కార్పొరేటర్లు పాల్గొన్నారు. ఆర్యవైశ్య, యాదవ, పద్మశాలి వంటి కులసంఘాలు నిరసన ప్రదర్శనలు నిర్వహించాయి. ప్రధాన కూడళ్లల్లో ఎడ్లబండ్లు, ట్రాక్టర్లు, బైక్‌లతో ర్యాలీ నిర్వహించారు. తాడ్వాయిలో రాస్తారోకో చేశారు. వడ్డెర వంటి కులసంఘాలు, సంచార జాతులు కూడా ఈ ఉద్యమంలో ఉత్సాహంగా పాల్గొన్నారు.

ఆదిలాబాద్‌లో స్త్రీలు బోనాల ద్వారా, రామకృష్ణాపురంలో చాకలి వారు రోడ్లపై బట్టలు ఉతకడం ద్వారా, బొగ్గు గని కార్మికులు అర్ధనగ్న ప్రదర్శన ద్వారా తమ నిరసన తెలియచేశారు. గంభీర్రావు పేట, హుజూరాబాద్, వీణవంక, సైదాపూర్‌లలో రాస్తారోకో నిర్వహించారు. పెంచికల్‌పేటలో 'ధూం ధాం' ద్వారా నిరసన తెలిపారు. ఖమ్మం జిల్లా ఇల్లందులో ఆర్యవైశ్యులు ర్యాలీ చేయగా బ్రాహ్మణులు యజ్ఞాలు చేశారు. ఆదివాసులు నాట్యం ద్వారా, బెస్తలు తమ వలలు పట్టుకొని కొత్తగూడెంలో ర్యాలీ నిర్వహించారు. 1969 మాదిరిగా కాకుండా ఈసారి అన్ని వెనుకబడ్డ కులాల నుంచి ప్రజలు ఉద్యమంలో భాగస్వాములయ్యారు. తెలంగాణాలో ప్రపంచీకరణ తరవాత కుల వృత్తులు ఎదుర్కొంటున్న సమస్యలకు, సంక్షోభాలకు ప్రత్యేక రాష్ట్రం పరిష్కారం చూపిస్తుందని నమ్మి వృత్తి కళాకారులు ఉద్యమంలో కీలకపాత్ర పోషించారు. తెలంగాణ వ్యాప్తంగా వివిధ రూపాల్లో కేంద్ర ప్రభుత్వ నిర్ణయాలకు వ్యతిరేకంగా ప్రజలు తమ నిరసనలను తెలియచేశారు. విద్యార్థి జె.ఏ.సి., ఆధ్వర్యంలో ఉస్మానియా, కాకతీయ విశ్వవిద్యాలయ విద్యార్థులు 2010 జనవరి 18 నుంచి ఫిబ్రవరి 7 వరకు తెలంగాణలోని అన్ని జిల్లాలను కలుపుతూ ప్రత్యేక రాష్ట్ర ఆవశ్యకతను తెలుపుతూ పాదయాత్ర నిర్వహించారు. అప్పటి పరిస్థితుల్లో అన్ని జె.ఏ.సి.లను సమన్వయం చేస్తూ ఉద్యమాభివృద్ధి కోసం రాజకీయ పార్టీల సహకారంతో పొలిటికల్ జె.ఏ.సి. ఏర్పడింది. అయితే ఇందులో అన్ని ప్రజా సంఘాలకు ప్రాతినిధ్యం లేదని ఉద్యమ స్వరూపం కూడా సరైనవిధంగా లేదని భావించిన కొందరు తెలంగాణ ప్రజాసంఘాల జె.ఏ.సి.ని డిసెంబర్ 31, 2009 న ఏర్పాటు చేసుకొన్నారు.

ఆంధ్రాప్రాంత నాయకుల మోసాలను గుర్తించిన ప్రజలు పార్టీలకు అతీతంగా ఉద్యమోన్ముఖులయ్యారు. ఆందోళనలు, నిరసనలతో నిరంతరం తమ ఆకాంక్షను చాటసాగారు. ఈ నేపథ్యంలో కేంద్ర ప్రభుత్వం రాష్ట్ర విభజన సాధ్యాసాధ్యాలను పరిశీలించి సిఫారసులు చేసేందుకు జస్టిస్ శ్రీకృష్ణ నేతృత్వంలో ఐదుగురు సభ్యులతో 'శ్రీకృష్ణ కమిటీ' ని ఏర్పాటుచేసింది. 2010 డిసెంబర్ 30 న శ్రీకృష్ణ కమిటీ కేంద్రానికి నివేదిక సమర్పించింది.

శ్రీకృష్ణ కమిటీ నివేదిక 2010 - 2011

ఫిబ్రవరి 3, 2010 న ప్రత్యేక తెలంగాణ అంశం పరిశీలించడానికి కేంద్ర ప్రభుత్వం జస్టిస్ శ్రీకృష్ణ ఆధ్వర్యంలో ఐదుగురు సభ్యుల కమిటీని నియమించింది. సుప్రీం కోర్టు న్యాయమూర్తి బి.ఎన్.కృష్ణ ఆధ్వర్యంలో ఐదుగురు సభ్యుల కమిటీని నియమించింది. ఈ కమిటీ రాష్ట్రంలోని అన్ని ప్రాంతాల్లోను విస్తృతంగా పర్యటించి, ప్రత్యేక రాష్ట్రంపై అన్ని వర్గాల అభిప్రాయాలను సేకరించి దాదాపు లక్షకుపైగా దరఖాస్తులను స్వీకరించింది. 2011 జనవరి 6 న కేంద్ర హోం మంత్రిత్వశాఖ శ్రీకృష్ణ కమిటీ 505 పేజీల నివేదికను విడుదల చేసింది. కమిటీ ఆరు పరిష్కారాలను సూచించింది.

1. రాష్ట్రాన్ని యథాతథంగా ఉంచడం.
2. రాష్ట్రాన్ని విభజించి హైదరాబాద్‌ను కేంద్రపాలిత ప్రాంతం చేయడం, రెండు రాష్ట్రాలకు రెండు కొత్త రాజధానులు ఏర్పాటు.
3. రాయలసీమ, తెలంగాణను కలిపి రాయల తెలంగాణాగా ఏర్పాటు చేయడం, కోస్తాను ఒక రాష్ట్రంగా చేయడం, హైదరాబాద్‌ను రాయల తెలంగాణాలో భాగంగా చేయడం.
4. రాష్ట్రాన్ని సీమాంధ్ర, తెలంగాణాలుగా విభజించి గ్రేటర్ హైదరాబాద్ పరిధిని పెంచి దాన్ని కేంద్రపాలిత ప్రాంతంగా చేయడం.
5. రాష్ట్రాన్ని సీమాంధ్ర, తెలంగాణాలుగా విభజించి హైదరాబాద్‌ను తెలంగాణ రాజధానిగా చేయడం, సీమాంధ్రకు కొత్త రాజధాని ఏర్పాటు.
6. రాష్ట్రాన్ని సమైక్యంగా ఉంచి తెలంగాణ ప్రాంత అభివృద్ధికి, రాజకీయ సాధికారతకు చట్టపరమైన చర్యలు తీసుకోవడం, చట్టబద్ధ అధికారాలతో తెలంగాణ ప్రాంతీయ అభివృద్ధి మండలిని ఏర్పాటు చేయడం.

అయితే, ఈ కమిటీ నివేదికపై ప్రజల్లో భిన్న స్పందనలు వ్యక్తమయ్యాయి. తెలంగాణ ప్రజలు ఇది మరో మోసంగా భావించారు. ప్రత్యేక తెలంగాణ ఇవ్వరాదని నచ్చచెప్పడానికి శ్రీకృష్ణ కమిటీ తమ పరిధులు దాటి వ్యవహరించిందని రహస్యంగా ఉంచిన ఎనిమిదవ అధ్యాయంపై దాఖలైన దానిపై హైకోర్టు ప్రధాన న్యాయమూర్తి వ్యాఖ్యానించారు. ఇది కూడా ప్రజల ఆకాంక్షలను నెరవేర్చలేకపోయింది.

తెలంగాణ ఐక్య కార్యాచరణ సమితి (టి.జె.ఏ.సి.)

తెలంగాణ కోసం ఉద్యమిస్తున్న అన్ని వర్గాలు, సంఘాలు ఒకే వేదిక కింద ఉద్యమాన్ని కొనసాగించాలన్న ఉద్దేశంతో తెలంగాణ ఐక్య కార్యాచరణ కమిటీ (తెలంగాణ జాయింట్ యాక్షన్ కమిటీ - టి.జె.ఏ.సి.) ఏర్పడింది. దానికి ఉస్మానియా విశ్వవిద్యాలయానికి చెందిన ప్రొఫెసర్ కోదండరాంను చైర్మన్‌గా ఎన్నుకొన్నారు. తెలంగాణాలోని మెజారిటీ రాజకీయ పార్టీలు ఈ జె.ఏ.సి.లో భాగమయ్యాయి. దీంతో పాటు అన్ని విశ్వవిద్యాలయాల్లో విద్యార్థి జె.ఏ.సి.లు ఏర్పడ్డాయి. అన్ని జిల్లాల్లో ఈ జె.ఏ.సి. శాఖలు ఏర్పడ్డాయి. కులాల వారీగా, వృత్తుల వారీగా చివరకు సమాజంలోని అన్ని వర్గాల ప్రజలు ఆయాస్థాయిల్లో జె.ఏ.సి.లను ఏర్పాటు చేసుకొని ఉద్యమబాట పట్టారు. వినూత్న

నిరసనలతో ఈ జె.ఏ.సి.లు ఉద్యమాన్ని కొనసాగించాయి. అన్ని మండల, గ్రామ స్థాయిల్లో కూడా నిరసన కార్యక్రమాలు నిర్వహించారు. అయితే ఇంత పెద్ద ఉద్యమం కూడా 1969 ఉద్యమం మాదిరిగా హింసాత్మక రూపు తీసుకోకుండా నాయకులు జాగ్రత్తలు తీసుకొన్నారు.

తెలంగాణ ఉద్యమంలో పాటే ఆయుధం

తెలంగాణ ప్రాంతం భౌగోళికంగా బండరాళ్లతో, కొండగుట్టలతో విస్తరించింది. కొండను పిండిచేసి వ్యవసాయ యోగ్యంగా తమ భూములను మార్చుకొన్న రైతుకు శ్రమైక జీవన సౌందర్యం జీవన విలువ. అయితే శ్రమ తెలియకుండా పనిచేసుకోడానికి పాటను సాధనంగా చేసుకొన్నాడు. అందులో ఛందస్సు, రాగ, భావ, లయలకు ప్రాధాన్యతనివ్వలేదు. పాటలన్నీ కూడా జానపదరీతికి దగ్గరగా ఉంటాయి. పాటలకు లయ ఉంటుంది. అది మనస్సును ఉల్లాసపరుస్తుంది. హృదయాన్ని కదిలిస్తుంది. పాటను అనుభవిస్తూ స్వేచ్ఛగా నృత్యం చేస్తాడు శ్రమనే నమ్ముకొన్న కర్షకుడు.

తెలంగాణ ప్రత్యేక రాష్ట్ర ఉద్యమంలో పాట నిర్వహించిన పాత్రకు చాలా చరిత్ర ఉంది. 1930 నుంచి 1950 ల మధ్య కాలంలో ఆంధ్రమహాసభ, ఆర్యసమాజం, కాంగ్రెస్‌పార్టీ, కమ్యూనిస్టు రైతాంగ సాయుధ పోరాటంలో పాట తుపాకీ కంటే విలువైన పాత్ర నిర్వహించింది. అదేవిధంగా ప్రజలకు సుపరిచితమైన 'అల్లో నేరెళ్ళో...' 'గోగులు పూసే గోగులు కాసే ఓ లచ్చ గుమ్మడీ...', 'హోలీ, హోలీల రంగ హోలి.... చెమ్మకేళిల హోలి...' వంటి జానపద పాటలను తెలంగాణ ప్రజా కళాకారులు ఉద్యమగీతాలుగా మలుచుకొని ప్రత్యేక రాష్ట్ర సాధనలో ప్రజాచైతన్యానికి ఉపయోగించుకొన్నారు. తెలంగాణాలో సుప్రసిద్ధమైన యక్షగానాన్ని కూడా వీరు సమర్థవంతంగా వినియోగించుకొన్నారు. వీధి నాటకాలు, నృత్యాలు, కళారూపాలన్నీ కూడా తెలంగాణా ఉద్యమంలో నూతన రూపాన్ని సంతరించుకొని ప్రజాబాహుళ్యాన్ని ఉద్యమ పథాన నడిపించాయి.

కవులు, రచయితలు తమ రచనల్లో, సాహిత్యంలో వస్తువుగా తెలంగాణలో బీడుపడిన భూములు, పాడుపడిన గ్రామాలు, నాశనమైపోతున్న చేతివృత్తులు, చీకటి చిందే గోడలను చేసుకొన్నారు. తెలంగాణ నేలపై ప్రపంచీకరణ వల్ల జరిగిన దుష్పరిణామాలకు విధ్వంసదృశ్యం, గ్లోబలైజేషన్, వేపచెట్టు, హిరణ్యాక్షుడు, క్విట్ ఇండియా వంటి కథల ద్వారా రచయితలు తెలియచేశారు. నూతన పారిశ్రామిక, ఆర్థిక విధానాల వల్ల సామాన్యుని జీవితం ధ్వంసమయ్యే తీరును తమ కవితలు, కథల ద్వారా వారు వివరించారు. తెలంగాణ సాహిత్యం తన విశిష్టతను కాపాడుకుంటూనే నేటి అవసరమైన ప్రాంతీయతను, జాతీయతను, పని తాత్వికతను నిలుపుకుంటూ సాగుతుంది. అదేవిధంగా జాతరలను, పండుగలను ఉద్యమవేదికలుగా చేసుకుని ప్రజలను ఉద్యమోన్ముఖులను చేయడంలో కళాకారులు విజయులయ్యారు.

సాంస్కృతిక దండు 'ధూం ధాం' అంటూ తెలంగాణ ఆటపాటలతో ఊరూరా తెలంగాణ ఆకాంక్షను ప్రజ్వలింపచేశారు. గద్దర్, విమలక్క, అందెశ్రీ, గోరటి వెంకన్న, గూడ అంజయ్య, రసమయి బాలకిషన్, జయరాజ్, దరువు ఎల్లన్న వంటి ఎందరో సుప్రసిద్ధ తెలంగాణ కళాకారులు తమ పాటల ద్వారా ఇతర కళల ద్వారా ప్రజల్లో, ముఖ్యంగా యువతలో తెలంగాణ ప్రత్యేక రాష్ట్ర ఆవశ్యకతను పెంపొందించడానికి కృషిచేశారు. వారు పాల్గొన్న ధూంధాల ద్వారా ప్రజలు ఏకమై ఉద్యమించారు. విమలక్క తన పాటల ద్వారా, ఉపన్యాసాల ద్వారా ప్రజలను ఉత్తేజితులను చేసి

ఉద్యోన్ముఖులను చేస్తూ ప్రముఖ పాత్ర వహించింది. అరుణోదయ సాంస్కృతిక సమాఖ్య ద్వారా ప్రజలకు అర్థమయ్యే భాషలో పాటల రూపంలో తెలంగాణ పరిస్థితులను ప్రజలకు వివరించి ప్రత్యేక రాష్ట్రం మాత్రమే ఈ సమస్యలకు పరిష్కారమని వివరించేది. ప్రజలను సమీకరించడంలో ఉద్యమబాట పట్టించడంలో ముఖ్యంగా మహిళల్లో ప్రత్యేక రాష్ట్ర చైతన్యం కల్గించడంలో విమలక్క పాత్ర కీలకమైంది. బల్లెపల్లి మోహన్, మిట్టపల్లి సురేందర్, వరంగల్ రవి వంటి కళాకారులు తెలంగాణ జానపద సాహిత్యంతో ఉద్యమ పాటలను ఆడియో కాసెట్స్‌గా రూపొందించి ప్రజలను చైతన్యవంతం చేయడానికి కృషిచేశారు. గోరటి వెంకన్న, అందెశ్రీ, సుద్దాల అశోక్‌తేజ, విమలక్క దేశపతి శ్రీనివాస్, శంకర్ వంటి నాయకులు, కళాకారులు తెలంగాణ ప్రజలకు వినోద విజ్ఞానాలను, దృశ్య మాధ్యమం ద్వారా అందిస్తూ ఉద్యమ భాగస్వాములుగా చేశారు.

తెలంగాణ ప్రత్యేక రాష్ట్ర స్ఫూర్తి ప్రదాతలు

ప్రత్యేక తెలంగాణ రాష్ట్రోద్యమంలో భావజాలవ్యాప్తి పాత్ర కీలకమైంది. కాళోజీ నారాయణరావు, సామల సదాశివ, బాలగోపాల్, పెండ్యాల వరవరరావు, యశోదారెడ్డి, నందిని సిద్ధారెడ్డి, అల్లం రాజయ్య, జయధీర్ తిరుమలరావు, చుక్కా రామయ్య, అంపశయ్య నవీన్, పరవస్తు లోకేశ్వర్ వంటివారు తెలంగాణాకున్న ప్రత్యేక సంస్కృతిని తమ రచనల ద్వారా ప్రజాబాహుళ్యంలోకి తీసుకెళ్ళగలిగారు. ప్రొఫెసర్ కేశవరావ్‌జాదవ్, ప్రొఫెసర్ మధుసూదన్‌రెడ్డి, ప్రొఫెసర్ రమామెల్కొటే, ప్రొఫెసర్ హరగోపాల్, ప్రొఫెసర్ ఐ.తిరుమలి, ప్రొఫెసర్ అడపా సత్యనారాయణ, ప్రొఫెసర్ ఘంటా చక్రపాణి, ప్రొఫెసర్ పి.ఎల్.విశ్వేశ్వరరావు, ప్రొఫెసర్ కె.శ్రీనివాసులు, ప్రొఫెసర్ ఎస్.వి.సత్యనారాయణ, ప్రొఫెసర్ సింహాద్రి, ప్రొఫెసర్ కంచె ఐలయ్య, ప్రొఫెసర్ బియ్యాల జనార్ధన్‌రావు, ప్రొఫెసర్ కోదండరాం, బుర్రా రాములు, సి.హెచ్.హన్మంతరావు, ఆర్.విద్యాసాగర్‌రావు, మణికొండ వేదకుమార్, మల్లేపల్లి లక్ష్మయ్య, ఎన్.వేణుగోపాల్, గౌతం పింగ్లె వంటివారు తమ వ్యాసాలు, పుస్తకాల ద్వారా చారిత్రకంగా తెలంగాణకు జరుగుతున్న అన్యాయాలను, ప్రభుత్వాల వివక్షను విశ్లేషించి ప్రజలను చైతన్యవంతులను చేశారు. వీరితో పాటు అల్లం నారాయణ, కె.రామచంద్రమూర్తి, కె.శ్రీనివాస్, టంకశాల అశోక్, పిట్టల రవీందర్, జూలూరి గౌరీశంకర్, సంగిశెట్టి శ్రీనివాస్, పాశం యాదగిరి, కె.శ్రీనివాసరెడ్డి, దేవులపల్లి అమర్ వంటి పాత్రికేయులు నరసింగరావు వంటి ప్రసిద్ధ దర్శకులు తెలంగాణ ప్రత్యేకతలను, రాజకీయంగా, సాంఘికంగా, సాంస్కృతికంగా పెత్తనం చేస్తున్న ఆధిపత్య శక్తుల నిజస్వరూపాలను ప్రజలకు తెలియచేసి ఆలోచనలు రేకెత్తించి ఉద్యమోన్ముఖులను చేయడంలో కీలకపాత్ర పోషించారు. వీరితో పాటు ప్రాథమిక పాఠశాల ఉపాధ్యాయుల నుంచి విశ్వవిద్యాలయాల అధ్యాపకుల వరకు ప్రత్యక్షంగా, పరోక్షంగా ఉద్యమ ప్రస్థానంలో భాగం పంచుకొన్నారు. జె.ఏ.సి.లుగా ఏర్పడి నిరసన రూపాలను, ఉద్యమ కార్యక్రమాలను విజయవంతం చేశారు. ఇంతేగాక తెలంగాణ జిల్లాల్లో ప్రత్యేక రాష్ట్ర సాధన కోసం వివిధ రంగాలకు చెందినవారు ఐచ్ఛికంగా ఉద్యమాలను, సదస్సులను, సభలను ఏర్పాటు చేసి ఉద్యమాన్ని బాగా వ్యాప్తి చేసారు.

వీరితోపాటు కవులు, రచయితలు, చరిత్రకారులు తెలంగాణకున్న ప్రత్యేకతలను ప్రజలకు వివరించడంలో తమ కలాన్ని స్ఫూర్తిదాయకంగా వినియోగించుకొన్నారు. అంతిమంగా ప్రత్యేక రాష్ట్రం మాత్రమే ప్రజల పురోభివృద్ధికి తోడ్పడుతుందనే విశ్వాసంతో తమ రచనలు వెలువరించారు. ఇంకా స్వామిగౌడ్, దేవీప్రసాద్, శ్రీనివాసగౌడ్, విఠల్

వంటి ఉద్యోగ సంఘాల నాయకులు తెలంగాణపై ఆంధ్ర నాయకులు, అధికార యంత్రాంగం చూపిస్తున్న వివక్షను, వివిధ జీ.వో.ల ఉల్లంఘనలను ఉద్యోగులకు వివరించి వారిని పోరుబాట పట్టించడంలో విజయులయ్యారు.

తెలంగాణ జాగృతి

తెలంగాణ ప్రాంతంలోని జానపద కళలు, సంస్కృతి, కళారూపాలు, సాహిత్యం, భాష, యాస, తెలంగాణ ప్రత్యేకతలను కాపాడటానికి 'తెలంగాణ జాగృతి' అనే సాంఘిక, సాంస్కృతిక సంస్థను కల్వకుంట్ల కవిత 2008 జూన్‌లో ఏర్పాటు చేశారు. తెలంగాణాకే ప్రత్యేకమైన బతుకమ్మ పండుగను గ్రామ గ్రామాన పెద్ద ఎత్తున నిర్వహించి తమ అస్తిత్వ ప్రత్యేకతలను ప్రపంచానికి చాటారు. విదేశాల్లోని తెలంగాణ మహిళలు కూడా బతుకమ్మను ఘనంగా నిర్వహిస్తూ, తమ మద్దతును తెలియచేశారు. తెలంగాణ ప్రత్యేక రాష్ట్ర ఉద్యమంలో మహిళలను భాగస్వాములను చేయడంలో ఇది కీలకపాత్ర వహించింది.

మీడియా పాత్ర

తెలంగాణ ప్రత్యేక రాష్ట్రోద్యమంలో కులసంఘాలు, ఉద్యోగులు, విద్యార్థులు, మేధావులు, న్యాయవాదులు, పాత్రికేయులు, మహిళలు, అన్ని వర్గాల ప్రజలు పాల్గొన్నప్పటికి ఉద్యమ సమయంలో దినపత్రికల్లో ఆ వార్తలకు సరైన చోటు లభించలేదు. దీనికి ప్రధాన కారణం తెలంగాణ ప్రాంతం నుంచి వెలువడుతున్న ప్రధాన దినపత్రికలు చాలావరకు ఆంధ్ర వ్యక్తుల యాజమాన్యంలో ఉండటం, అందులో ఆంధ్ర ప్రాంత విలేకరులు, సంపాదకులు కీలకస్థాయిలో ఉండటం. అందువల్ల తమ ప్రత్యేక రాష్ట్రోద్యమాన్ని, అందుకు గల కారణాలను విశ్లేషించడంలో పత్రికలు నిస్పాక్షికంగా ఉండటం లేదని తెలంగాణ ప్రజలు భావించారు. తమ యాస, భాష, సంస్కృతిని కించపరుస్తూ పరోక్షంగా తమపై ఆధిపత్య భావజాలాన్ని రుద్దుతున్నారనే అభిప్రాయం బలపడింది. నీళ్ళు, నిధులు, నియామకాలు, విద్యారంగంలో తమపై ఆంధ్ర ప్రాంతీయులు పెద్దన్న పాత్ర పోషిస్తున్నారని తెలంగాణ ప్రజలు భావించారు. ఇటువంటి కారణాల వల్ల ఈ పత్రికలపై తెలంగాణ ప్రత్యేక రాష్ట్ర ఉద్యమకారుల్లో వ్యతిరేక భావం నెలకొంది. ప్రజాభిప్రాయాన్ని ప్రతిబింబించడంలో కంటే తమ స్వార్ధ ప్రయోజనాలకోసమే ఇవి పనిచేస్తున్నాయనే భావన ఉద్యమకారులతో పాటు విద్యావంతులు, మేధావి వర్గంలో కూడా కలిగింది. ప్రత్యేక తెలంగాణ రాష్ట్రోద్యమం ఉధృతంగా ఉన్న దశలో ఇతర పత్రికలు తెలంగాణ సమస్యలను ఎత్తిచూపడంలో విఫలమౌతున్నాయని భావించారు. ఇటువంటి పరిస్థితుల్లో తెలంగాణ ప్రత్యేక రాష్ట్ర ఉద్యమానికి ఊతమిచ్చే విధంగా ఒక పత్రిక ఏర్పాటు చారిత్రక అవసరమనే భావంతో 'నమస్తే తెలంగాణ' దినపత్రికను ప్రారంభించారు. ఇది 2011 జూన్ 6 న పదకొండు కేంద్రాల నుంచి అల్లం నారాయణ సంపాదకత్వంలో ప్రారంభమైంది. తెలంగాణ భాష, యాస, ప్రాంతీయ అస్థిత్వాలకు పెద్దపీట వేస్తూ తెలంగాణ చరిత్ర, సంస్కృతి, జీవన విధానాలను పాఠకులకందిస్తూ ఆరంభించిన కొద్ది కాలంలోనే తెలంగాణ ప్రాంతంలో పాఠకాదరణను విశేషంగా పొందింది. ఆంధ్రజ్యోతి దినపత్రిక కూడా ప్రత్యేక రాష్ట్రోద్యమాన్ని బహిరంగంగా సమర్థించి ఉద్యమానికి ఊతమిచ్చింది.

నూతన సాంకేతిక విజ్ఞాన సహకారంతో ఆంధ్రా బడా పెట్టుబడిదారులతో ప్రారంభించిన ఇరవైనాలుగు గంటల వార్తాఛానళ్లు కూడా తెలంగాణ ప్రత్యేక రాష్ట్రోద్యమాన్ని, ప్రజల ఆలోచనా సరళిని పసిగట్టడంలో విఫలమయ్యాయి.

తమ స్వార్థ ప్రయోజనాలకే పెద్దపీట వేస్తూ తెలంగాణ ప్రజలకు ముఖ్యంగా విద్యార్థి, మేధావులకు దూరమయ్యాయి. అందుకే ఉద్యమం తీవ్రంగా ఉన్న ఉస్మానియా విశ్వవిద్యాలయ క్యాంపస్‌లో వార్తాఛానెళ్ళ ఓబి వ్యాన్‌లు కూడా విద్యార్థుల ఆగ్రహానికి గురయ్యాయి. ఘంటా చక్రపాణి, కోదండరాం, ఎన్.వేణుగోపాల్, పాశం యాదగిరి, అల్లం నారాయణ, వి.ప్రకాశ్, సంధ్య, విమలక్క, రసమయి బాలకిషన్, పాపిరెడ్డి, ఆర్.విద్యాసాగర్‌రావు వంటి వారు ఈ ఇరవైనాలుగు గంటల వార్తా ఛానళ్లలో తెలంగాణపై జరిగే చర్చల్లో పాల్గొని విలీన సమయం నుంచి జరిగిన వివక్షను ఎత్తిచూపడంలో ప్రజలకు సరైన సమాచారం అందించడంలో ప్రధాన పాత్ర వహించారు.

దళిత ఆదివాసి, మైనారిటి ఉద్యమాలు

అన్ని దళిత, మైనారిటీ, కుల సంఘాలు ఐక్యంగా తెలంగాణ అభివృద్ధికోసం కృషిచేయడం అవసరమని భావించి అందుకోసం 1994 లో 'డెమొక్రటిక్ ఫోరమ్ ఫర్ దళిత్స్ అండ్ మైనారిటీస్ (డి.ఎఫ్.డి.ఎం.)ను స్థాపించారు. తెలంగాణ రాష్ట్రంలో రాజకీయ మార్పులతో పాటు సామాజిక మార్పులు రావాలని దళిత బహుజనుల జీవితాల్లో గుణాత్మక మార్పు రావాలనే కోరికతో ప్రజాస్వామ్య తెలంగాణ ఆకాంక్షతో ప్రత్యామ్నాయ శక్తులు ఉద్యమంలో కీలకపాత్ర పోషించాయి. తుడుందెబ్బ, లంబాడీనాగారా భేరి, ఎరుకల కుర్రు, మాదిక దండోరా, కురుముల గొల్ల డోలు దెబ్బ, మోకు దెబ్బ వంటి ఆదివాసీ, దళిత సంఘాలు వివిధ సంస్థల ఆధ్వర్యంలో తెలంగాణ ప్రత్యేక రాష్ట్ర సాధన కోసం కృషిచేశాయి. కల్లుగీత కార్మికులు, గొర్రెల పెంపకందార్లు, నేత కార్మికులు, మత్స్యకారులు, రజకులతో పాటు అన్ని కుల సంఘాలు, ప్రజలు ప్రత్యేక రాష్ట్రోద్యమంలో ఉత్సాహంగా పాల్గొన్నారు.

విద్యార్థుల పాత్ర

తెలంగాణ మలిదశ ఉద్యమాన్ని సజీవంగా ఉంచడంలో విద్యార్థుల పాత్ర చరిత్రలో చిరస్థాయిగా ఉంటుంది. ఉద్యమాల పురిటిగడ్డ ఉస్మానియా విశ్వవిద్యాలయం ఆర్ట్స్ కాలేజి తెలంగాణ ఉద్యమానికి కీలక కేంద్రంగా పనిచేసింది. విశ్వవిద్యాలయంలోని అన్ని విద్యార్థి సంఘాలు కలిసి విద్యార్థి ఐక్యకార్యాచరణ సమితిగా ఏర్పడి మిలిటెంట్ ఉద్యమాలను రూపొందించుకొని తెలంగాణను ప్రత్యేక రాష్ట్రంగా ప్రకటించక తప్పని పరిస్థితులు కల్పించాయి. ఉస్మానియా విశ్వవిద్యాలయంతో పాటు తెలంగాణలోని కాకతీయ, శాతవాహన, తెలంగాణ, నల్లగొండ, పాలమూరు విశ్వవిద్యాలయ విద్యార్థినీ, విద్యార్థులు కె.సి.ఆర్. ఆమరణ నిరాహారదీక్ష సమయంలో, తరవాత దశలో వివిధ రూపాల్లో తమ నిరసన వ్యక్తం చేశారు. విద్యార్థులపై ఆనాటి ప్రభుత్వాలు వందలాది కేసులు పెట్టాయి. అనేక నిర్బంధ చర్యలు చేపట్టాయి. ఈ ఉద్యమంలో వేణుగోపాల్ రెడ్డి, యాదయ్య, శ్రీకాంతాచారి, యాదిరెడ్డి ఇంకా అనేకమంది విద్యార్థి వీరులు అమరులయ్యారు. తెలంగాణ ఉద్యమ సమయంలో విశ్వవిద్యాలయ ప్రాంగణంలో పోలీసు కాల్పులు, బాష్పవాయు గోళాలు ప్రయోగించడం, లాఠీచార్జి, పోలీసు క్యాంపులు, చుట్టూ ఇనుపకంచెలు పెట్టడం సర్వసాధారణమయ్యాయి. విశ్వవిద్యాలయ విద్యార్థి నాయకులు తీసుకొన్న నిర్ణయాలు, ఆందోళన కార్యక్రమాలను తెలంగాణలోని అన్ని విద్యాలయ విద్యార్థులు తమ తమ ప్రాంతాల్లో నిర్వహించేవారు. పిడమర్తి రవి, దరువు ఎల్లన్న, బాల్క సుమన్, అద్దంకి దయాకర్, కైలాస్ నేత, గాదరి కిషోర్, బాలలక్ష్మి, రాజేశ్, బాలరాజ్, రవి. అంజన్న, రాజు, శంకర్ పద్మ, శరత్, మహేష్ వంటి విద్యార్థి నాయకులు

విద్యార్థినీ విద్యార్థులను సమీకరించి ఉద్యమాన్ని తీవ్రతరం చేశారు. అన్ని నిరసన కార్యక్రమాల్లో విద్యార్థినిలు కూడా కీలకపాత్ర పోషించారు.

న్యాయవాదుల పాత్ర

తెలంగాణ ఉద్యమంలో న్యాయవాదులు భిన్న పాత్రలు పోషించారు. స్వచ్ఛందంగా వివిధ నిరసన రూపాల్లో ప్రత్యేక రాష్ట్ర ఆకాంక్షను ప్రకటిస్తూనే ఇతర ఉద్యమకారులపై పెట్టిన తప్పుడు కేసులకు వ్యతిరేకంగా కోర్టుల్లో వాదించి వారికి నైతిక బలాన్ని, పోరాటంలోని న్యాయబద్ధతను తెలియచేశారు. విద్యార్థులు మహాగర్జనకు హైకోర్టు ద్వారా అనుమతి ఇప్పించడంలో, విశ్వవిద్యాలయాల నుంచి పోలీసు క్యాంపులను ఎత్తివేయించడంలో న్యాయవాదులు క్రియాశీల పాత్ర పోషించారు. న్యాయవాదుల ఐక్యకార్యాచరణ సమితి న్యాయవ్యవస్థలో తెలంగాణకు జరిగిన అన్యాయాలను ఎత్తిచూపడంలో, వివక్షకు వ్యతిరేకంగా పోరాడటంలో మిగతా ఉద్యమకారులకు స్ఫూర్తిదాయకంగా పనిచేసింది. రాజేందర్‌రెడ్డి, నల్లపు ప్రహ్లాద్, ముంగారి రాజేందర్, సహోదర్‌రెడ్డి, మోహన్‌రావు, రంగారావు, గోవర్ధన్‌రెడ్డి, జ్యోతికిరణ్‌లే గాక, ఇంకా అనేకమంది న్యాయవాదులు ఐక్యకార్యాచరణ సమితిగా ఏర్పడి పోరాటంలో భాగం పంచుకొన్నారు.

మహిళల పాత్ర

తెలంగాణ మహిళలు చైతన్యశీలురు. మలిదశ ఉద్యమంలో మహిళల పాత్ర చిరస్మరణీయమైంది. అమ్మల సంఘం, చైతన్య మహిళా సంఘం, ప్రగతిశీల మహిళా సంఘం, మహిళా జె.ఏ.సి.లు తెలంగాణ ఉద్యమంలో కీలకపాత్ర పోషించాయి. మహిళలను సమీకరించి ఉమ్మడి పోరాటాలను నిర్వహించాలనే ఉద్దేశంతో 2009 లో తెలంగాణ మహిళా ఐక్యకార్యాచరణ సమితి ఏర్పడింది. 2010 జనవరి 31 న రాష్ట్రస్థాయి మహిళల సదస్సు హైదరాబాద్‌లో జరిగింది. తెలంగాణ ఉద్యమంలో ఐక్యకార్యాచరణ సమితి తీసుకొన్న అన్ని నిరసన రూపాల్లో మహిళలు ఉత్సాహంగా పాల్గొన్నారు. సంధ్య, ఝాన్సీ, రత్నమాల, అరుణ వంటి వారి నాయకత్వంలో మహిళలు సమీకరించబడి ఉద్యమంలో భాగస్వాములయ్యారు. వీరితోపాటు సూరెపల్లి సుజాత, రమామేల్కొటే, జూపాక సుభద్ర, అనురాధరెడ్డి వంటి వారు తమ రచనల ద్వారా ప్రజాస్వామిక తెలంగాణ ఆవశ్యకతను తెలియచేశారు. ఈవిధంగా ఉద్యోగ, విద్యాధిక సాంస్కృతిక రంగాల ద్వారా ఉద్యమానికి పటిష్టమైన సైద్ధాంతిక భూమిక సమకూరింది.

వీరితోపాటు మైనారిటీలు, మారుమూల ప్రాంతాల్లోని ఆదివాసీలు, కాటికాపరులు, బీడి కార్మికులు, దళిత బహుజనలు జె.ఏ.సి.లుగా ఏర్పడి పోరాటంలో భాగం పంచుకొన్నాయి. వివిధ కులాలవారు తమ సాంస్కృతిక చిహ్నాలతో వీధుల్లో కవాతు నిర్వహించి నిరసన తెలియచేశాయి. దళిత బహుజనులు తుడుమ, తబలాలతో, వెనుకబడిన వర్గాల వారు నాగలి, ఎద్దుల బండ్లతో, గొర్రెల కాపరులు గొర్రెల మందలతో, కల్లుగీత పనివారు తమ మోకుతాడులతో వీధుల్లోకి వచ్చి ప్రత్యేక రాష్ట్ర ఆకాంక్షను బలపర్చారు.

వినూత్న నిరసనలు

వినూత్న తరహా నిరసన ప్రదర్శనలు తెలంగాణ ఉద్యమ ప్రత్యేకత. సాంస్కృతిక ప్రదర్శనలైన 'ధూంధాం' లతో, పాటలతో ఈ నిరసనలు ప్రారంభమయ్యేవి. పాటలు, సాంస్కృతిక ప్రదర్శనలతో పాటు సకలజనులు రహదారిపైనే

వంటలు చేసుకొని భోజనం చేసే 'వంటావార్పు' వంటి వినూత్న కార్యక్రమాలను ఉద్యమకారులు నిర్వహించారు. ప్రధానంగా జె.ఏ.సి. నేతృత్వంలో సహాయనిరాకరణ ఉద్యమం, మిలియన్ మార్చ్, సకలజనుల సమ్మె చరిత్రలో నిలిచిపోయేలా జరిగాయి.

సహాయ నిరాకరణ ఉద్యమం

తెలంగాణ జె.ఏ.సి. ఆధ్వర్యంలో జరిగిన సహాయ నిరాకరణలో దాదాపు మూడు లక్షలమంది ప్రభుత్వ ఉద్యోగులు ఆందోళనల్లో పాల్గొన్నారు. ఇందువల్ల రోజుకు ఎనిమిది బిలియన్లమేరకు రెవెన్యూ లోటు వచ్చింది. ఫిబ్రవరి, మార్చి నెలల్లో వారాల తరబడి అసెంబ్లీ సమావేశాలు బహిష్కరించారు. తెలంగాణ ప్రతినిధులు పార్లమెంట్ సమావేశాలకు కూడా అవరోధాలు కల్పించారు. తెలంగాణ ఏర్పాటు ప్రక్రియను తక్షణమే ప్రారంభించాలనే డిమాండ్‌తో ప్రారంభమైన ఈ ఉద్యమం పాలకులను నిస్సహాయులను చేసింది. శాసనసభ, లోక్‌సభల్లో గవర్నర్, రాష్ట్రపతి ప్రసంగాలను తెలంగాణ సభ్యులు అడ్డుకొన్నారు. ఈ ఉద్యమానికి మద్దతుగా ఫిబ్రవరి 22, 23 తేదీల్లో బంద్ నిర్వహించారు. ఈ కార్యక్రమం 2011 ఫిబ్రవరి 17 నుంచి మార్చి 4 వరకు మొత్తం 16 రోజులపాటు జరిగింది. ఇందులో భాగంగా 2011 మార్చి 1 పల్లె పల్లె పట్టాలపైకి పేరుతో రైళ్ళ బంద్‌ను ఐక్యకార్యాచరణ సమితి విజయవంతంగా నిర్వహించింది.

ఉద్యమం తరవాతి దశలో వంటావార్పు వంటి వినూత్న నిరసన కార్యక్రమాన్ని తెలంగాణ ఐక్యకార్యాచరణ సమితి చేపట్టింది. వంటావార్పు అంటే ప్రజలు స్వచ్ఛందంగా రోడ్లపైకి వచ్చి వంటలు చేసుకొని సామూహికంగా రోడ్లపైనే భోజనం చేస్తూ నిరసన వ్యక్తం చేయడం. ఈ కార్యక్రమంలో అన్ని రాజకీయ పార్టీల కార్యకర్తలు ఉత్సాహంగా పాల్గొన్నారు. అక్కడే నిర్వహించే సమావేశాల్లో కళాకారులు తమ పాటలతో ఇతర కళారూపాలతో ప్రజలను ఉద్యమోన్ముఖులను చేసేవారు.

మిలియన్ మార్చ్ (10, మార్చి 2011)

తెలంగాణ ఏర్పాటుపై కేంద్రం నుంచి సానుకూల ప్రకటన రాకపోవడంతో టి.జె.ఏ.సి. 2011 మార్చి 10 న హైదరాబాద్‌లో 'మిలియన్ మార్చ్' నిర్వహిస్తామని ప్రకటించింది. తెలంగాణ రాష్ట్ర ఏర్పాటులో కేంద్ర ప్రభుత్వ నాన్చుడు ధోరణికి నిరసనగా దీన్ని నిర్వహిస్తున్నట్లు చెప్పింది. మిలియన్ మార్చ్‌లో పాల్గొనేందుకు తెలంగాణ వాదులు హైదరాబాద్ రాకుండా పోలీసులు కట్టుదిట్టమైన చర్యలు చేపట్టారు. అన్ని మార్గాల్లో తనిఖీలు చేపట్టి అనుమానితుల్ని వెనక్కు పంపేయడం లేదా అరెస్టు చేయడం చేశారు. శాంతియుతంగా మార్చ్‌ని నిర్వహిస్తామని జె.ఏ.సి. హామీ ఇవ్వడంతో హుస్సేన్‌సాగర్ చుట్టూ ఉన్న ట్యాంక్‌బండ్, నెక్లెస్ రోడ్డు పరిసర ప్రాంతాల్లో మధ్యాహ్నం మూడు గంటల నుంచి ఏడు గంటల వరకు మార్చ్ నిర్వహణకు ప్రభుత్వం అనుమతినిచ్చింది. బహిరంగంగా మార్చ్‌కి అనుమతి ఇచ్చినప్పటికి దాన్ని అడ్డుకోడానికి పోలీసులు పలురకాలుగా ప్రయత్నించారు. రైళ్లను, లోకల్ రైళ్లను రద్దుచేశారు. అయినప్పటికి తెలంగాణ పది జిల్లాల నుంచి లక్షలాది ప్రజలు మిలియన్‌మార్చ్‌కు తరలివచ్చారు. ఉస్మానియా యూనివర్సిటీ విద్యార్థులు 'మార్చ్'కు హాజరు కాకుండా నిలువరించేందుకు పోలీసులు చేసిన ప్రయత్నాలను వమ్ముచేసి విద్యార్థులు భారీగా నెక్లెస్‌రోడ్డుకు తరలివచ్చారు. సాయంత్రం వరకు రెండులక్షలకు పైగా ఉద్యమకారులు హుస్సేన్‌సాగర్ ప్రాంతానికి చేరుకొన్నారు. వేలాదిగా ప్రజలు

కాలినడకనే ఆ ప్రాంతానికి చేరుకొన్నారు. హైదరాబాద్ జనసంద్రమైంది. తెలంగాణ నినాదాలు, ఆటలు, పాటలు, బోనాలు, బతుకమ్మలు జనజీవన సాంస్కృతిక ప్రదర్శనలతో హైదరాబాద్ నగరం జాతరను తలపించింది. ట్యాంక్‌బండ్ పైకి చేరుకొన్న ఉద్యమకారులకు అక్కడ ఉన్న విగ్రహాల్లో ఆంధ్రుల విగ్రహాలే ఎక్కువగా ఉండటంతో ఇక్కడ కూడా తెలంగాణ పట్ల వివక్ష చూపించారని ఆవేశానికి లోనై విగ్రహాల ధ్వంసానికి పాల్పడ్డారు. నెక్లెస్‌రోడ్డు వద్ద సీమాంధ్రకు చెందిన మీడియా వ్యాన్‌లకు నిప్పుపెట్టడం వంటి స్వల్ప హింసాత్మక సంఘటనలు చోటుచేసుకొన్నాయి. సాయంత్రం తరవాత కూడా వేదికను వీడేందుకు జె.ఏ.సి. నేతలు అంగీకరించలేదు. కేంద్రం నుంచి ప్రకటన వెలువడే వరకు నిరసనలు కొనసాగిస్తామని ప్రకటించారు. దాంతో పోలీసులు వాటర్‌కెనాన్లు, బాష్పవాయు గోళాలతో ఆందోళనకారులను చెదరగొట్టేందుకు ప్రయత్నించారు. అర్ధరాత్రి భారీ వర్షం రావడంతో నాయకులు ఆందోళనను విరమించారు.

తెలంగాణ అసెంబ్లీ సభ్యుల సామూహిక రాజీనామాలు - జూలై 2011

2011, జూలైలో 119 మంది తెలంగాణ ఎమ్మెల్యేల్లో 81 మంది, 15 మంది తెలంగాణ మంత్రుల్లో 12 మంది, లోక్‌సభలోని 17 మంది తెలంగాణ ఎం.పిల్లో 13 మంది, రాజ్యసభలో ఒక కాంగ్రెస్ ఎం.పీ, 20 మంది ఎమ్మెల్సీలు తెలంగాణ ఏర్పాటులో జాప్యంపట్ల నిరసనగా రాజీనామాలు చేశారు. అయితే, అవి ఆవేశంతో చేసిన రాజీనామాలుగా పరిగణిస్తున్నామని అందువల్ల తిరస్కరిస్తున్నామని స్పీకర్ పేర్కొన్నారు.

సకల జనుల సమ్మె - 13 సెప్టెంబర్, 2011

తెలంగాణ ఉద్యమ చరిత్రలో కీలకఘట్టం 'సకల జనుల సమ్మె' 2011 సెప్టెంబర్ 12న కరీంనగర్‌లో జనగర్జనసభ జరిగింది. ఈ సభలోనే తెలంగాణ ఉద్యోగ సంఘాల ఐక్యకార్యాచరణ సమితి సకల జనుల సమ్మెకు పిలుపునిచ్చింది. దీని ద్వారా ప్రధానంగా తెలంగాణ రాజకీయ నాయకత్వాన్ని పూర్తిగా ఉద్యమంలోకి తేవడం, వారిని సీమాంధ్రుల ఆధిపత్య భావజాలం నుంచి విముక్తి చేయడం ప్రధాన లక్ష్యాలుగా ఉన్నాయి. తెలంగాణ ప్రాంతంలోని సబ్బండ వర్గాలు, కుల సంఘాలు ప్రభుత్వ, ప్రైవేటు ఉద్యోగ సంఘాలు, విద్యార్థి సంఘాలు ఏకమై 2011 సెప్టెంబర్ 13న టి.జె.ఏ.సి. నేతృత్వంలో సకల జనుల సమ్మెకు శ్రీకారం చుట్టారు. విద్యాసంస్థలు మూతపడ్డాయి. ఆర్టీసీ బస్సులు రోడ్డపైకి రాలేదు. ప్రభుత్వ కార్యాలయాల్లో పనులు స్తంభించిపోయాయి. న్యాయవాదులు కోర్టుల్లో విధులను బహిష్కరించారు. రైల్ రోకోలతో రైళ్ల రాకపోకలకు అంతరాయం కలిగింది. 2011 అక్టోబర్ 15 న రైల్ రోకోల కారణంగా 110 రైళ్లను రద్దు చేశారు. పలు కార్యాలయాల్లో ఉద్యోగులు స్వచ్ఛందంగా విధులను బహిష్కరించి వివిధ రూపాల్లో నిరసనలు ప్రదర్శించారు. సింగరేణి బొగ్గు కార్మికులు సమ్మెలో ఉత్సాహంగా పాల్గొన్నారు. తెలంగాణ సమాజమంతా స్వచ్ఛందంగా, ఉత్సాహంగా రహదారులపైకి వచ్చి నిరసనలతో తమ ప్రత్యేక రాష్ట్ర ఆకాంక్షను తెలిపారు. రహదారులు, కూడళ్ళు, పల్లెలు, పట్టణాలు అన్నీ 'ధూం ధాం'తో హోరెత్తిపోయాయి. తెలంగాణ వ్యాప్తంగా రహదారుల నిర్బంధం కొనసాగింది. ఒక్క మాటలో చెప్పాలంటే, జనజీవనం స్తంభించిపోయింది. ఈ విధంగా 42 రోజుల పాటు సకల జనుల సమ్మె కొనసాగింది. సమ్మె కాలంలో ప్రజలు ముఖ్యంగా విద్యార్థులు ఎదుర్కొంటున్న ఇబ్బందులను దృష్టిలో ఉంచుకొని టి.జె.ఏ.సి. సమ్మెను విరమించింది. సమ్మెను నిలిపేసినప్పటికి ఇతర రూపాల్లో నిరసనలు, ఉద్యమాలు కొనసాగుతాయని

2011 అక్టోబర్ 24 న జె.ఏ.సి. ఛైర్మన్ ప్రొఫెసర్ కోదండరాం ప్రకటించారు. ఉద్యమంలో పాల్గొన్న నాయకులు, కార్యకర్తలు, విద్యార్థులు, ఉద్యోగులు అనే తేడా లేకుండా పోలీసులు అందరిపై వందలాది కేసులు పెట్టారు.

అనంతరం తెలంగాణ సాధన దిశగా బి.జె.పి. నేత కిషన్‌రెడ్డి 2012 జనవరిలో పాదయాత్ర ప్రారంభించారు. తెలంగాణ వ్యాప్తంగా 22 రోజులపాటు ఆయన యాత్ర కొనసాగింది. స్వాతంత్ర్య సమరయోధుడు కొండా లక్ష్మణ్ బాపూజీ 97 ఏళ్ళ వయస్సులో కూడా ఢిల్లీలోని జంతర్‌మంతర్ వద్ద వారం రోజుల పాటు సత్యాగ్రహం చేశారు. సకల జనుల సమ్మెలో ఉపాధ్యాయులు, ఆర్.టి.సీ కార్మికులు, సెక్రటేరియట్ ఉద్యోగులు, సింగరేణి కార్మికులు, ఇతర ఉద్యోగులు కీలకపాత్ర వహించారు. అక్టోబర్ 2 న కె.సి.ఆర్. నేతృత్వంలో ఉద్యోగ సంఘాల నాయకులు, రాజకీయ జె.ఏ.సి. నాయకులు ఢిల్లీలోని రాజ్‌ఘాట్‌లోని గాంధీ సమాధి దగ్గర మౌనదీక్ష చేశారు. కాంగ్రెస్ పార్టీ తెలంగాణ నాయకులు కూడా ఈ సమ్మెలో పెద్ద ఎత్తున పాల్గొన్నారు. కాంగ్రెస్ ఎం.ఎల్.ఎ. కోమటిరెడ్డి వెంకటరెడ్డి తన శాసనసభ్యత్వానికి రాజీనామా చేసి అక్టోబర్ 2 న నల్గొండ 'ఉద్యమ గర్జన' బహిరంగ సభ నిర్వహించి సకలజనుల సమ్మెకు మరింత బలం చేకూర్చారు. తెలంగాణ నగారా సమితి కన్వీనర్‌గా ఉన్న నాగం జనార్ధన్‌రెడ్డి కూడా స్పీకర్ తన రాజీనామా ఆమోదించాలని డిమాండ్ చేస్తూ అసెంబ్లీ ఆవరణలోని గాంధీ విగ్రహం వద్ద అక్టోబర్ 2న నిరసన చేపట్టారు.

ఈ సకలజనుల సమ్మెకు తెలంగాణ ఫిలింఛాంబర్ అసోసియేషన్, వ్యాపారులు, సంఘటిత, అసంఘటిత రంగాల కార్మికులు తమ పూర్తి సహకారం అందించి విజయవంతం చేశారు. తరవాత 2013 మార్చి 21 న అసెంబ్లి సమావేశాల సందర్భంగా ప్రభుత్వంపై ఒత్తిడి పెంచడం కోసం రాజకీయ ఐక్యకార్యాచరణ సమితి ఇచ్చిన 'సడక్ బంద్'లో కూడా ప్రజలు, ఉద్యోగులు పాల్గొని విజయవంతం చేశారు.

సాగర హారం

ప్రత్యేక రాష్ట్ర సాధన కోసం తెలంగాణ రాజకీయ ఐ.కా.స. సెప్టెంబర్ 30, 2012 నాడు హైదరాబాద్‌లో తెలంగాణ మార్చ్‌కు పిలుపునిచ్చింది. రాజ్యాంగం సూచించిన ప్రకారం కేంద్రం, తెలంగాణ రాష్ట్ర ఏర్పాటు బిల్లును పార్లమెంటులో పెట్టాలనే ఒకే ఒక్క డిమాండ్‌లో తెలంగాణ మార్చ్‌కు పిలుపునిచ్చింది. ఈ తెలంగాణ మార్చ్‌ను 'సాగరహారం'గా పేరు మార్చడమైంది. ఈ తెలంగాణ మార్చ్ ప్రకటనను 7 జూలై, 2012 నాడు తెలంగాణ రాజకీయ ఐకాస ఛైర్మన్ కోదండరామ్ కేంద్ర, రాష్ట్ర ప్రభుత్వాల మెడలు వంచి ప్రత్యేక తెలంగాణ రాష్ట్రం సాధించడానికి 'తెలంగాణ మార్చ్' పేరుతో సెప్టెంబర్ 30, 2012 న ఛలో హైదరాబాద్ నిర్వహిస్తున్నట్లు పేర్కొన్నాడు. ఈ సందర్భంలోనే 'ఇంటికో మనిషి, చేతిలో జెండా - ఛలో హైదరాబాద్' నినాదంతో తెలంగాణ వ్యాప్తంగా మార్చ్‌కు గ్రామ గ్రామాన చైతన్యపరుస్తామని జెఏసి ప్రకటించింది. 24 సెప్టెంబర్ 2012 నాడు తెలంగాణ రాజకీయ జెఏసి తెలంగాణ మార్చ్‌కు 'సాగరహారం' అనే పేరును ఖరారు చేసింది. తెలంగాణ మార్చ్ సందర్భంగా ఎటువంటి హింసాత్మక సంఘటనలు జరగవని తెలంగాణ రాజకీయ జెఏసి లిఖితపూర్వక హామి ఇవ్వడంతో ప్రభుత్వం అనుమతిచ్చింది. తెలంగాణ మార్చ్ వేదికను ట్యాంక్‌బండ్‌కు బదులు నక్లెస్‌రోడ్డుకు మార్చుకోవాలని సూచించింది. సంజీవయ్య పార్క్ నుంచి నక్లెస్‌రోడ్డు వరకు అనుమతి ఇచ్చింది ప్రభుత్వం.

తెలంగాణ మార్చ్ హైదరాబాద్‌లో పలుచోట్ల నుంచి ప్రారంభమయింది. గన్‌పార్క్ స్థూపం, ఇందిరాపార్క్, ఖైరతాబాద్ ఫ్లైఓవర్, సికింద్రాబాద్ క్లాక్‌టవర్ ఇలా అనేక చోట్ల నుంచి ఊరేగింపులు, ర్యాలీలు 11 గంటల నుంచే ప్రారంభం అయినాయి. వివిధ ప్రజాసంఘాలు, విద్యార్థులు, న్యాయవాదులు, జర్నలిస్టులు, మహిళలు ర్యాలీగా సాగరహారానికి వచ్చారు. జెఏసిలు, ఉద్యమ సంస్థలు, ఫ్రంట్‌లు, విద్యార్థులు, కార్మికుల నాయకత్వంలో సాగిన ఈ తెలంగాణ మార్చ్ మొదటిసారి రాజకీయ నాయకుల, పార్టీల ప్రత్యక్ష నాయకత్వాన్ని పక్కన పెట్టింది.

విభిన్న పద్ధతుల్లో వినూత్న నిరసనలు చేపట్టినప్పటికి ప్రభుత్వం నుంచి సానుకూల ప్రకటన వెలువడకపోవడంతో 2013 లో టి.జె.ఏ.సి. ఉద్యమాన్ని ఉధృతం చేసింది. మహబూబ్‌నగర్ ఏడవ నెంబర్ జాతీయ రహదారిని దిగ్బంధం చేశారు. తెలంగాణ రాష్ట్ర సరిహద్దుల్లో రహదారులపై అడ్డంగా గోడ నిర్మించి నిరసన తెలియచేశారు. ఐదుగురు కాంగ్రెస్ ఎం.పీలు పార్లమెంట్ ప్రవేశద్వారం దగ్గర 48 గంటల నిరసన కార్యక్రమం నిర్వహించారు. ఉద్యమ ప్రస్థానంలో తెలంగాణ ప్రాంతం నుంచి ఎన్నికైన కాంగ్రెస్ ఎం.పీ.ల పాత్రను చరిత్ర గుర్తుంచుకుంటుంది. పార్లమెంట్ సమావేశాల్లో తెలంగాణ అంశంపైకి సభ్యుల దృష్టిని మరల్చడంలో వీరు సఫలీకృతులయ్యారు. 2013 జూన్‌లో టి.జె.ఏ.సి. ఛలో అసెంబ్లీ పిలుపునిచ్చింది. దీనికి ప్రభుత్వం అనుమతినివ్వకపోవడంతో పాటు తీవ్ర నిర్బంధ చర్యలు చేపట్టింది. అయినప్పటికి ఉద్యమకారులు, విద్యార్థులు దీన్ని విజయవంతం చేయగలిగారు.

తెలంగాణ రాష్ట్ర ఏర్పాటు - 2 జూన్, 2014

తెలంగాణ ఉద్యమ తీవ్రతను గుర్తించిన కేంద్రం 2012 డిసెంబర్ 28న ఢిల్లీలో అఖిలపక్ష సమావేశాన్ని నిర్వహించింది. రాష్ట్రానికి చెందిన ఎనిమిది ప్రధాన రాజకీయ పార్టీల ప్రతినిధులు భేటీకి హాజరయ్యారు. ఎం.ఐ.ఎం., సి.పి.ఎం. పార్టీ ప్రతినిధులు తెలంగాణ ఏర్పాటును వ్యతిరేకించారు. వై.ఎస్.ఆర్.కాంగ్రెస్ నిర్ణయాన్ని కేంద్రానికి వదిలేస్తూ తటస్థంగా ఉంది. కాంగ్రెస్‌కు చెందిన వారిలో సీమాంధ్ర ప్రాంతానికి చెందిన నాయకులు రాష్ట్రవిభజనను వ్యతిరేకించగా, తెలంగాణ ప్రాంత నాయకులు సమర్థించారు. 2008 లో తెలంగాణ ఏర్పాటుకోసం ఆమోదం తెలుపుతూ ప్రణబ్‌ముఖర్జీకి ఇచ్చిన లేఖకు కట్టుబడి ఉన్నామని తెలుగుదేశం పార్టీ తెలిపింది. భేటీ అనంతరం నెలరోజుల్లోగా నిర్ణయం తీసుకొంటామని కేంద్ర ప్రభుత్వం ప్రకటించింది. అనంతరం కాంగ్రెస్ కోర్ కమిటి చర్చించి రాష్ట్ర విభజనకు నిర్ణయం తీసుకొంది. దీన్ని అడ్డుకొనేందుకు సీమాంధ్ర నాయకులు చివరి వరకు అనేకరకాలుగా విఫలయత్నం చేశారు. తరవాత హైదరాబాద్ రాజధానిగా పది జిల్లాల తెలంగాణ రాష్ట్రాన్ని ఏర్పాటు చేస్తున్నట్టు, పదేళ్ళపాటు ఉమ్మడి రాజధానిగా హైదరాబాద్ ఉండేట్టు బిల్లును రూపొందించి పార్లమెంట్ ఆమోదం పొందారు. యూ.పి.ఏ.తో పాటు ప్రతిపక్షంలోని బి.జె.పి., బి.ఎస్.పి., సి.పి.ఐ., ఇతర పార్టీలు కూడా బిల్లుకు మద్దతునిచ్చాయి. ఫిబ్రవరి 18, 2014 న లోక్‌సభలో, ఫిబ్రవరి 20, 2014 న రాజ్యసభలో ఆమోదం పొందిన బిల్లును మార్చి 1, 2014 న రాష్ట్రపతి ఆమోదించారు.

తెలంగాణ విలీనం సమయంలో అప్పటి ప్రధాని స్వర్గీయ నెహ్రూ 'ఈ విశాలాంధ్ర నినాదం వెనుక దురాక్రమణోద్దేశ ప్రేరిత సామ్రాజ్యవాద తత్వం నిండి ఉంది' అన్నారు. అది నిజం చేస్తూ ఆంధ్రా పాలకులు తెలంగాణాలోని సహజ

వనరులను, అపార ఖనిజసంపదను రాష్ట్ర ప్రయోజనాలకు ఉపయోగించారు. తెలంగాణ ప్రాంతం నుంచి ప్రభుత్వానికి వస్తున్న ఆదాయంలో కొంత భాగం కూడా ఈ ప్రాంత అభివృద్ధికి కేటాయించలేదు. అందుకే ఈ ప్రాంత ప్రజలు తమ తెలంగాణకు రాష్ట్రానికి ఉండాల్సిన అన్ని అర్హతలున్నాయని భావించారు. విశాలమైన భౌగోళిక ప్రాంతం, సాంస్కృతిక, భిన్నత్వం గల తమ స్వరాష్ట్రంలో వనరుల సద్వినియోగం ప్రత్యేక రాష్ట్రం ద్వారా మాత్రమే సాధ్యమని ప్రజలు భావించారు. వారి ఆకాంక్షలకు ప్రతిరూపంగా, ఉద్యమకారుల నిరుపమాన స్ఫూర్తికి నిదర్శనంగా 2014 జూన్ 2న తెలంగాణ ప్రత్యేక రాష్ట్రంగా భారతదేశంలో 29వ రాష్ట్రంగా అవతరించింది. భారత ప్రజాస్వామ్యపు అరవై అయిదవ సంవత్సరంలో పార్లమెంట్ ఆంధ్రప్రదేశ్ పునర్వ్యవస్థీకరణ బిల్లు - 2014 ను శాసనంగా చేసింది. తెలంగాణ ప్రత్యేక రాష్ట్రోద్యమ మూలాలు చరిత్రలో ఉన్నాయి. అరవై ఏళ్ళ సుదీర్ఘ ప్రస్థానంలో ఈ ఉద్యమం ప్రత్యేక రాజకీయోద్యమంగా అభివృద్ధి చెందింది. ఆర్థిక దోపిడీకి రాజకీయ పెత్తనానికి వ్యతిరేకంగా అనేకమంది మేధావులు పాల్గొన్న ప్రజాస్వామ్య ఉద్యమమే ప్రత్యేక రాష్ట్రోద్యమం. యూ.పి.ఏ. ప్రభుత్వం ప్రత్యేక తెలంగాణ రాష్ట్ర ఏర్పాటు బిల్లును పార్లమెంట్లోని ఉభయసభల్లో ప్రవేశపెట్టి బిల్లు ఆమోదానికి విపక్షాల మద్దతును కూడగట్టి చివరకు తెలంగాణ బిల్లుకు రాష్ట్రపతి ఆమోద ముద్ర వేయడంతో తెలంగాణ ప్రజల కల సాకారమైంది.

సంప్రదింపు గ్రంథాలు - Reference Books

- మారేమండ రామారావు, గద్వాల సంస్థానం, కాకతీయ సంచిక; పుటలు 261-272.
- కందుకూరి వీరేశలింగం పంతులు, ఆంధ్ర కవుల చరిత్రము, తృతీయ భాగం; పుటలు 194-196.
- సురవరం ప్రతాపరెడ్డి, గోలకొండ కవుల సంచిక.
- బి.ఎన్.శాస్త్రి, మహబూబ్‌నగర్ మండల సర్వస్వము.
- బి.ఎన్.శాస్త్రి, ఆంధ్రదేశ చరిత్ర - సంస్కృతి (క్రీ.శ.1578-1990 వరకు), మూడవ భాగం, మూసీ పబ్లికేషన్స్, హైదరాబాద్.
- బి.ఎన్.శాస్త్రి, నల్గొండ మండల సర్వస్వము.
- ఆదిరాజు వీరభద్రరావు, తాళపత్ర గ్రంథాలు, తెలంగాణము, మొదటి భాగము, దేశోద్ధారక గ్రంథమాల, సికింద్రాబాద్, 1956.
- తుమాటి దోణప్ప, ఆంధ్ర సంస్థానములు - సాహిత్య పోషణము.
- సురవరం ప్రతాపరెడ్డి, నిజాం రాష్ట్రంలోని ఆంధ్ర సంస్థానముల చరిత్ర.
- రాజేంద్ర ప్రసాద్, నిజాం నవాబులు; ఎమెస్కో బుక్స్, హైదరాబాద్, 2011.
- సరోజినీ రేగాని, నిజాం బ్రిటిష్ సంబంధాలు, మీడియా హౌస్ పబ్లికేషన్స్, హైదరాబాద్, 2002.
- నరేంద్ర లూథర్, హైదరాబాద్ జీవిత చరిత్ర, ఎమెస్కో బుక్స్, హైదరాబాద్, 2012.
- ఎం.వి.ఆర్.శాస్త్రి, 1857 మనం మరచిన మహా యుద్ధం, దుర్గా పబ్లికేషన్స్, హైదరాబాద్, 2007.
- లోకేశ్వర్ పరవస్తు, సలాం హైదరాబాద్, గాంధి ప్రచురణలు, హైదరాబాద్, 2005.
- సరోజిని రేగాని, నిజాం-బ్రిటిష్ సంబంధాలు, మీడియా హౌస్ పబ్లికేషన్స్, హైదరాబాద్, 2002.
- మందుమూల నరసింగరావు, 50 సంవత్సరాల తెలంగాణ, ఎమెస్కో బుక్స్, హైదరాబాద్, 2012.
- గుమ్మన గారి శ్రీనివాసమూర్తి, ఆత్మకథల్లో ఆనాటి తెలంగాణ, ప్రసన్న శివానంద ప్రచురణలు, 2008.
- పి.రఘునాథరావు, ఆధునిక ఆంధ్రప్రదేశ్ చరిత్ర.
- వి.రామారెడ్డి, తెలంగాణా సాయుధ పోరాటం.
- జి.వెంకట రామారావు, తెలంగాణ చరిత్ర.
- వి.కేశవరావు - బూర్గుల రామకృష్ణారావు - జీవిత చరిత్ర.
- దేవులపల్లి వెంకటేశ్వరరావు, తెలంగాణ ప్రజల సాయుధ పోరాట చరిత్ర, 1946-51.
- నల్లా నరసింహులు, తెలంగాణా సాయుధ పోరాటం - నా అనుభవాలు.
- వెల్దుర్తి మాణిక్యరావు, హైదరాబాద్ స్వాతంత్ర్యోద్యమ చరిత్ర.

- కె.లలిత, మనకు తెలియని మన చరిత్ర.
- దేవులపల్లి రామానుజరావు, హైదరాబాద్ స్వాతంత్రోద్యమం.
- బావయ్య చౌదరి కె, కమ్మవారి చరిత్ర, గుంటూరు, 1989.
- బుచ్చి నాయన, పద్మనాయక చరిత్ర, వాల్తేరు, 1979.
- హనుమంతరావు బి.ఎస్.ఎల్., ఆంధ్రుల చరిత్ర, గుంటూరు, 1949.
- ముప్పాల హనుమంతరావు, సమగ్ర ఆంధ్రదేశ చరిత్ర-సంస్కృతి, మూడో భాగం, హైదరాబాద్, 1999.
- బి.ఎన్.శాస్త్రి, నల్గొండ మండల విజ్ఞాన సర్వస్వము, హైదరాబాద్, 1980.
- బి.ఎన్.శాస్త్రి, రేచర్ల పద్మనాయకులు, హైదరాబాద్, 1991.
- మల్లంపల్లి సోమశేఖరశర్మ, ఆంధ్ర సంస్కృతి తరంగిణి, హైదరాబాద్, 1976.
- ఎన్.వెంకటరమణయ్య, వెలుగోటివారి వంశావళి, మద్రాసు, 1939.
- కాకాని చక్రపాణి, హైదరాబాద్ నగర నిర్మాతలు - కుతుబ్‌షాహీలు, ఎమెస్కో పబ్లికేషన్స్, హైదరాబాద్, 2011.
- చరిత్ర - తెలుగు అకాడమీ, 2015.
- ఆర్.సోమారెడ్డి, సంపాదకులు, శ్రీపొట్టి శ్రీరాములు తెలుగు విశ్వవిద్యాలయం, ఆంధ్రప్రదేశ్ సమగ్ర చరిత్ర - సంస్కృతి-V, మలి మధ్యయుగ ఆంధ్రదేశం (క్రీ.శ.1324-1724) ఆంధ్రప్రదేశ్ హిస్టరీ కాంగ్రెస్, విశాలాంధ్ర పబ్లిషర్స్, హైదరాబాద్, 2015.
- పి.వి.పరబ్రహ్మశాస్త్రి, కాకతీయులు (తెలుగు అనువాదం జి.వి.రాజం, కె.చక్రపాణి, పి.చంద్రశేఖర్‌రెడ్డి), 2005.
- పి.శ్రీరామశర్మ - ఆంధ్రుల చరిత్ర, తెలుగు అకాడమీ.
- జి. అంజయ్య (తెలుగు అనువాదం), మధ్యయుగ ఆంధ్రదేశంలో మత సంస్థలు క్రీ.శ.1300 నుంచి 1600 వరకు, సుమతీ పబ్లికేషన్స్, హైదరాబాద్, 2012.
- జె.దుర్గాప్రసాద్, జి.రుద్రయ్య చౌదరి, ఆంధ్రుల చరిత్ర, తెలుగు అకాడమీ, 1999.
- బి.ఎస్.ఎల్.హనుమంతరావు - ఆంధ్రుల చరిత్ర, విశాలాంధ్ర పబ్లికేషన్స్, హైదరాబాద్, 2012.
- సి.సోమసొందరావు, ఆంధ్రప్రదేశ్ సమగ్ర చరిత్ర-సంస్కృతి, వాల్యూమ్-IV; మధ్యయుగం ఆంధ్రదేశం (క్రీ.శ.1000-1324), విశాలాంధ్ర, హైదరాబాద్, 2012.
- దయాకర్ జి, ఆధునిక హైదరాబాద్ చరిత్ర, సాలార్‌జంగ్ సంస్కరణలు, హైదరాబాద్, 2015.
- రావి నారాయణరెడ్డి, వీర తెలంగాణ నా అనుభవాలు, జ్ఞాపకాలు, విజయవాడ, 1953.
- సురవరం ప్రతాపరెడ్డి, ఆంధ్రుల సాంఘిక చరిత్ర, ఓరియంట్ లాంగ్‌మెన్, హైదరాబాద్, 1992.
- లవణం, వినోబా జీవితం, భూదాన సాహిత్య ప్రచార సమితి, హైదరాబాద్, 1956.
- ఉమ్మెత్తల కేశవరావు, భూదానోద్యమం, భూదాన యజ్ఞ సమితి, హైదరాబాద్, 1956.
- భూదాన పత్రిక, నవంబరు 15, 1957.

- మల్లంపల్లి సోమశేఖరశర్మ, వేంగీ చాళుక్యులు, ఆంధ్రదేశ చరిత్ర-సంగ్రహము.
- నేలటూరి వెంకటరమణయ్య, వేంగీ (తూర్పు) చాళుక్యులు.
- కొల్లూరి సూర్యనారాయణ, చాళుక్య వ్యాసమంజరి, విశాఖపట్నం, 1992.
- బి.ఎస్.ఎల్.హనుమంతరావు, ఆంధ్రుల చరిత్ర, గుంటూరు, 1983.
- ముపాళ్ళ హనుమంతరావు, సమగ్ర ఆంధ్రదేశ చరిత్ర, 1997.
- వకులాభరణం రామకృష్ణ, సమగ్ర ఆంధ్రదేశ చరిత్ర-సంస్కృతి.
- వకులాభరణం రామకృష్ణ, బి.రాజేంద్రప్రసాద్, ఆంధ్రప్రదేశ్ సమగ్ర చరిత్ర - సంస్కృతి Vol. III.
- సంగిశెట్టి శ్రీనివాస్, షబ్నవీస్, కవిలె పబ్లికేషన్స్, హైదరాబాద్, 2003.
- డాక్టర్ కె.సదానందం, ప్రింటింగ్ ఇన్ తెలంగాణ, పొట్టి శ్రీరాములు తెలుగు విశ్వవిద్యాలయం, హైదరాబాద్, 2002.
- డాక్టర్ జి.బాలశ్రీనివాసమూర్తి, తెలంగాణ పత్రికలు, రచన, జర్నలిజం కళాశాల, హైదరాబాద్, 2004.
- రాపోలు ఆనందభాస్కర్, జర్నలిజం చరిత్ర, వ్యవస్థ - ఉద్యమ పబ్లికేషన్స్, హైదరాబాద్, 1988.
- రచన జర్నలిజం కళాశాల, తెలుగు పత్రికా రంగం, నిన్న, నేడు, రేపు, హైదరాబాద్, 2001.
- వి.ఆర్.బొమ్మారెడ్డి, కమ్యూనిస్టు పత్రికలు - చరిత్ర వికాసం, విశ్వేశ్వర్‌రావు.
- రచన జర్నలిజం కళాశాల, తెలుగు పత్రికల ఆధునిక ధోరణులు, హైదరాబాద్, 2005.
- పొత్తూరి వెంకటేశ్వరరావు, తెలుగు పత్రికలు, ఆంధ్రప్రదేశ్ ప్రెస్ అకాడమీ, హైదరాబాద్, 2004.
- డాక్టర్ వి.లక్ష్మణ్ రెడ్డి, తెలుగు జర్నలిజం-అవతరణ-వికాసం, రచన జర్నలిజం కళాశాల, 2002.
- ఎస్.సింహాద్రి, పి.ఎల్.విశ్వేశ్వరరావు, తెలంగాణ సెంటర్ ఫర్ తెలంగాణ స్టడీస్, 1997.
- ఎం.బి.గౌతమ్, భాగ్యోదయం - భాగ్యరెడ్డివర్మ జీవితాదర్శం, ఆచరణ; సమాంతర ప్రచురణ, 2009.
- బండారు సుబ్రహ్మణ్యం, తెలుగు నేలపై పురావస్తు పరిశోధనలు, తెలుగు విశ్వవిద్యాలయం, హైదరాబాద్, 2012.
- బి.ఎన్.శాస్త్రి, బ్రాహ్మణరాజ్య సర్వస్వము, మూసీ పబ్లికేషన్స్, హైదరాబాద్.
- నేలటూరి వెంకటరమణయ్య, విష్ణుకుండినులు, ఆంధ్రప్రదేశ్ ప్రభుత్వము, హైదరాబాద్, 1973.
- ద్యావనపల్లి సత్యనారాయణ, తెలంగాణలో కొత్త చారిత్రక స్థలాలు, తెలంగాణ రిసోర్స్ సెంటర్, హైదరాబాద్, 2015.
- డా.కె.ముత్యం (సంపా), ఉత్తర తెలంగాణ చరిత్ర, సంస్కృతి, తెలుగు విభాగం.
- మిసిమి మాసపత్రిక, ప్రత్యేక సంచిక-మే, 2015.
- తెలుగు చరిత్ర, సంస్కృతి, తెలుగు అకాడమి.

- ప్రొ.సి.సోమసుందర్‌రావు (సం), ఆంధ్రుల చరిత్ర, డా.బి.ఆర్.అంబేద్కర్ సార్వత్రిక విశ్వవిద్యాలయం, హైదరాబాద్, 2013.
- ఐ.కె.శర్మ (సం), ఆంధ్రప్రదేశ్ సమగ్ర చరిత్ర-సంస్కృతి-II, ఆంధ్రప్రదేశ్ చరిత్ర కాంగ్రెస్, హైదరాబాద్, 2008.
- వి.సుందర రామశాస్త్రి, దక్షిణ భారత చరిత్ర, తెలుగు అకాడమి, హైదరాబాద్, 1991.
- నరసింహారావు ఎం.ఎల్., తెలంగాణా వైతాళికులు, హైదరాబాద్, 1976; స్వాతంత్ర్య సారధులు, హైదరాబాదు, 1985.
- నరసింగరావు మందుముల, 50 సంవత్సరాల హైదరాబాదు, హైదరాబాదు, 1977.
- రావి నారాయణరెడ్డి, వీర తెలంగాణా-నా అనుభవాలు-జ్ఞాపకాలు, హైదరాబాదు, 1972.
- వెల్దుర్తి మాణిక్యరావు, హైదరాబాదు స్వాతంత్ర్యోద్యమ చరిత్ర, హైదరాబాదు, 1984.
- దేవులపల్లి రామానుజరావు, తెలంగాణ జాతీయోద్యమాలు, సికిందరాబాదు, 1967.
- నదీమ్ హస్‌నైన్, భారతీయ గిరిజనులు, 1995.
- హైమన్ డార్ఫ్, మనుగడకోసం పోరాటం, 2000
- సాహు అల్లం రాజయ్య, కొమరం భీమ్, 2004
- భూపాల్, కొమరం భీమ్, 2002.
- ఎమ్.సూర్యనారాయణ, భారతదేశం-గిరిజన సముదాయాలు, 2005.
- శాస్త్రి, వి.ఎన్.వి.కె., రాష్ట్రంలో గిరిజన సమస్యలు, 2014; కొమరం భీమ్-ముందు, తరవాత, ఇప్పుడు,2015.
- ప్రతాపరెడ్డి కె, కొమరం భీమ్ జీవితం, పోరాటం, 2012.
- వరవరరావు, తెలంగాణ వ్యాసాలు, స్వేచ్ఛా సాహితి ప్రచురణ, 2007.
- కె.శ్రీనివాస్, కొత్తవంతెన-తెలంగాణ వ్యాసాలు, అనేక పబ్లికేషన్స్, 2013.
- కె.శ్రీనివాస్, జూన్ 2 - తెలంగాణ అవతరణ-నవనిర్మాణం నేపథ్య వ్యాసాలు, ఎమెస్కో బుక్స్, 2014.
- ఘంటా చక్రపాణి, తెలంగాణ జైత్రయాత్ర, మలుపు, 2014.
- సంగిశెట్టి శ్రీనివాస్, 'షబ్నవీస్' కవిలె పబ్లికేషన్, 2003.
- డాగ్మార్ బెర్న్ స్టార్ఫ్, హ్యూగ్ గ్రై, హైదరాబాద్ బుక్ ట్రస్ట్, హైదరాబాద్.
- తల్లడిల్లుతున్న తెలంగాణ, సెంటర్ ఫర్ తెలంగాణా స్టడీస్, హైదరాబాద్, 2000.
- ప్రసారిత సంచికలు (1969-1973), హైదరాబాద్.
- ఆదిరాజు వెంకటేశ్వర రావు, తెలంగాణ రాష్ట్రోద్యమాలు, హైదరాబాద్.
- శోభా గాంధీ, ప్రత్యేక తెలంగాణా ఉద్యమాల చరిత్ర, హైదరాబాద్, 2002.

- Dr.M.Nayeem, Mughal Administration of Deccan Under Nizam-ul-Mulk Asaf Jah – 1720–48, Jaico Publishing House, Bombay, 1985.

- Nizam–ul–Mulk Asaf Jah – I, Founder of the Hyderabad State, Dr. Yousuf Hussain Khan – The Basel Missim Press – Mangalore, 1936.

- Razad Ali Khan, 400 Years of Hyderabad .

- Ramesan, Freedom Struggle in Hyderabad.

- The Freedom Struggle in Hydeabad Vol.II, 1857–1885. The Hyderabad State Committee appointed for the compilation of a history of the freedom movement in Hyderabad, 1956.

- Harriet Ronken Lynton and Mohini Ragini, The days of the beloved, Orient Longman, 1974.

- Portrait of an era – Hyderabad in the days of the Nizams, 1828–1896 Sheelaraj, Narahari Pershad Charitable Trust, Hyderabad, 2013.

- Mediaevalism to Modernism – Mir.Mahabub Ali Khan Nizam VI, Socio, Economic and Cultural History of Hyderabad during the region of Nizam VI, 1869–1911, Sheelaraj – Narahari Charitable Trust, Hyderabad, 2013.

- The Profile of Secular and Transparent Hyderabad under Nizam VII, Mir Osman Ali Khan Nizam VII, Sheelaraj – Narahari Charitable Trust, Hyderbad, 2014.

- Imperial Gazetteer of India, Provincial Series, Hyderabad State, Superintendent Government Printing, Calcutta, 1909.

- Sheela Raj, Medivalism to Modernism, Socio Economic and Cultural History of Hyderabad, 1869–1911, Popular Prakashan, Mumbai, 1987.

- Sheela Raj, The Profile of Secular and Transparent Hyderabad under the Nizam VII Mir Osman Ali Khan, Narahari Parishad Charitable Trust, Hyderabad, 2014.

- Bawa V.K., The Nizam between Mughals and British; Hyderabad under Salarjung–I, S.Chand & Co., New Delhi, 1986.

- Subba Rao C.V., Hyderabad, The Social Context of Industrialization (1875 to 1948), Orient Longman, Hyderabad, 2007.

- Narayan B.K., A Survey of Industries in Telangana, Kesav Prakashan, Secunderabad, 1962.

- Rama Krishna Reddy V, Economic History of Hyderabad State, Warangal Suba, 1911–1950, Giani Publishing House, New Delhi, 1987.

- Anjaiah S, The Emergence and Role of Middle Classes in Princely States (A Study of Hyderabad State 1850–1948) Ph.D.Thesis, Submitted to Osmania University, 1987.

- Bilgrami, S.H and C.Willmott, Historical Descriptive Sketch of H.H.The Nizam's Dominions (2 Vols.) Times of Press, Bombay, 1883.

- Fathulla Khan M, A History of Administrative Reforms in Hyderabad State, New Hyderabad Press, Secunderabad, 1935.

- K.M.Munshi, The End of An Era Hyderabad Memories.

- V.K.Bawa, The Last Nizam Life and Times of Mir.Osman Ali Khan.

- A.M.Khusroe, Economic and Social Effects of Jagirdari Abolition and Land Reforms in Hyderabad State.

- A.R.Desai (ed), Peasant Struggles in India.

- I.Thirumali, Telangana – Andhra.

- Gautham Pingle, The Fall and Rise of Telangana.

- Justice P.J.Reddy, Inquiry relating to the Firing in the City of Hyderabad on the 3rd and 4th September 1952 (Report).

- Y.Gopal Reddy, A Comprehensive History of Andhra Pradesh.

- A.R.Desai (ed), Peasant and Struggles in India.

- Barry Pavier, The Telangana Movement.

- D.N.Dhangare, Peasant Movements in India, 1920–50.

- Ravi Narayana Reddy, Heroic Telangana Reminiscences and Experiences.

- P.Sundaraiah, Telangana People's Struggle and its lessons, Calcutta, 1992.

- Briggs John, History of the Rise of the Mohmedan Power in India till the year A.D.1612, Translation of Tarikh-I-Farista by Mahomed Kasim Ferishta, Vol. I, Calcutta, 1909.

- Elliot, H.M. and John Dowson (ed), The History of India as Told by its own Historians, Vol.III (Report), Allahabad, 1970.

- Epigraphica Andhrica, Vol. I.

- Epigraphica Karnataka, Vol. I

- Inscriptions of Andhradesa, Vol. XXVII.

- Parabrahma Sastry P.V., The Kakatiyas of Warangal, Hyderabad, 1978; In Comprehensive History of Culture of Andhra Pradesh, Vol. IV, Medieval Andhradesa A.D.1000–1324 edited by C.Somasundara Rao, New Delhi, 2011.

- Sherwani H.K and Joshi P.M., History of Medieval Deccan, Vol. I & II, Hyderabad, 1974.

- Somasekhara Sarma Mallampalli, Corpus of Telangana Inscriptions, Part–IV, Hyderabad, 1973.

- Sreenivasachar P, A Corpus of Inscription in Telangana Districts of H.E.H.Nizam's Dominions, Part III, Hyderabad, 1945.

- South Indian Inscriptions, Vol. IV, V and VI.

- Venkataramanayya N, Inscriptions of Andhra Pradesh, Warangal District, Hyderabad, 1974.

- Yazdami G, Early History of the Deccan Vol.I.

- Sherwani H.K., History of the Qutubshahi Dynasty (1974), Oxford

- Satyanarayana K, A Study of the History and Culture of the Andhras, Vol.I & II, Delhi, 1975.

- Raza Ali Khan, Hyderabad 400 Years.

- Siddiqui A.M, History of Golconda, Hyderabad, 1956.

- Sherwani H.K & Joshi P.M. (ed), The History of Medieval Deccan, Vol. I & II, Hyderabad, 1974.
- Altekar A.S., The Rastrakutas and Their Times, Poona, 1954.
- Bhandarkar R.G., Early History of the Deccan, Calcutta, 1920.
- Dubreil, Ancient History of the Deccan, Pondichery, Translation by V.S.S.Dikshitar, 1920.
- Rama Rao M, The Kakatiyas of Warangal.
- Sastry K.A.N., A History of South India, London, 1958.
- P.V.Parabrahma Sastry, The Kakatiyas, 1978.
- Yazdami G, The Early History of Deccan, Vol. II, Oxford, 1960.
- Cynthia Talbot, Precolonial India in Practice Society, Region and Indentity in Medieval Andhra, Oxford, 2001.
- Sarkar J.N, Mughal Administration in Golkonda.
- Sherwani H.K and P.M.Joshi (eds) 1979, History of Medieval Deccan (1294–1724), Hyderabad.
- R.Soma Reddy (ed), Comprehensive History and Culture of Andhra Pradesh, Vol. V, Late Medieval Andhra Pradesh, 2014.
- Richards J.F., Mughal Administration in Golkonda, Clarendra Press, Oxford, 1975.
- Richard M Eaton, A Social History of The Deccan 1300–1761, Cambridge University Press, 2005.
- Joshi P.M & Sherwani H.K., History of Medieval Deccan (1295 – 1724), Vol.I, Hyderabad, 1973.
- Joshi P.M. & Sherwani H.K., History of Medieval Deccan (1295–1724), Vol. II, Hyderabad, 1973.
- Sinha S.K., Mediaeval History of the Deccan (Bahmanids), Vol. I, Hyderabad, 1964.
- Sherwani H.K., The Bhamanis of the Deccan, Delhi, 1985.
- Nilkanta Sastri K.A., & Srinivasachari C, An Advanced History of India, New Delhi, 1971.
- Siddiqui, M.S., Sufi State Relationship under the Bahamanis (1348–1538), 1990.
- Nayeem M.A., External Relations of Bijapur Kingdom (1489–1686), Hyderabad, 1974.
- Briggs H.G., The Nizam, His History and His Relations with the British, London, 1861.
- Fraser, Our Faithful Ally, the Nizam, London, 1865.
- Gribble J.D.B., A History of the Deccan, London, 1924.
- Hollingbery W, History of Nizam Ali Khan, Calcutta, 1805.
- Yusuf Hussain Khan, Nizam–ul–Mulk Asaf Jah–I, Mangalore, 1936.
- Nihal Singh, The Nizam and the British Relations, Bombay, 1923.

- Sarojini Regani, The Nizam and the British Relations, Hyderabad, 1988.

- Bawa V.K., The Nizam between Mughals and British Hyderabad under Salarjung–I, New Delhi, 1986.

- Bilgrami & Willmott C, Historical and Descriptive Sketch of the Nizam's Dominion, Bombay, 1886.

- Chiragh Ali Moulvi, Hyderabad (Deccan) Under Sir Salarjung Vol.I, II, III & IV, Bombay, 1884–1886.

- Muttalib M.A., Administration of Justice under the Nizams (1724–1948), Andhra Pradesh.

- Raghunatha Rao P, History of Modern Andhra, New Delhi, 1997.

- Waheed Khan M.A., Brief History of Andhra Pradesh, Hyderabad, 1972.

- B.K.Narayana, Agricultural Development in Hyderabad State, Secunderabad, 1960.

- Khusro A.M., Economic and Social effects of Jagirdari abolition and Land Reforms in Hyderabad, Delhi, 1958.

- Government of Hyderabad, Boodan or Land Through Love, Department of Information and Public Relations, Government Press, Hyderabad, 1954.

- Hellen Tennyson, Saint on the March the Story of Vinoba Bhave, Victor Collany Ltd., London, 1955.

- Narsing Rao B, Telangana the Era of Mass Politics, Ravi Narayana Reddy, Felicitation Committee, 1983.

- Srimannarayana, Vinobha His Life and Work, Popular Prakashan, Bombay, 1970.

- Suresh Ram, Vinobha and His Mission, Akhila Bharata Sarva Seva Sangh, Wardha, 1954.

- Narayan Karan Reddy, Sarvodaya Ideology and Acharya Vinoba Bhave, The Andhra Pradesh Sarvodaya Mandal, Hyderabad, 1963.

- Naneker K.R., Bhoodan and the Landless, Popular Prakashan, Bombay, 1973.

- M.Jithender Reddy, Ph.D. Unpublished Thesis, Osmania University, Hyderabad, 1998.

- Oomen T.K., Charisma, Stability and Change (An analysis of Bhoodan Garmadan Movement in India)

- M.Jithender Reddy, M.Phil Unpublished Thesis, Osmania University, Hyderabad, 1992.

- Ramesh K.V., Chalukyas of Vatapi, Delhi, 1986.

- Suryanarayana K, Feudatories under Eastern Chalukyas, Delhi, 1987; History of the minor Chalukyas Families in Medieval Andhradesa, Delhi, 1986.

- Krishna Rao B.V., History of the Eastern Chalukyas of Vengi, Hyderabad, 1973.

- Venkataramanayya N, The Eastern Chalukyas of Vengi, Madras, 1950.

- Yazdani G (ed), The Early History of the Deccan, Vol.II, Oxford, 1960.

- V.V.Krishna Sastry, The Proto and Early Historical Cultures of Andhra Pradesh, Department of Archaeology, Hyderabad, 1983.

- M.L.K.Murthy, Ed., Pre and Proto History of Andhra Pradesh upto 500 B.C., A.P. History Congress, Guntur, 2005.

- Ajay Mitra Sastry (Ed.), The Age of Vakatakas.

- Majumdar and Altekar, The Vakataka - Gupta Age

- Aiyangar K.K., The Vakatakas in Gupta Age

- Mahajan V.D., Ancient India, S. Chand & Company Pvt Ltd., New Delhi.

- Sailendranath Sen, Ancient Indian History and Civilization (Second Edition), 1999, New Age International Publishers, New Delhi.

- Yazdani G, Early History of the Deccan, Oxford University Press, 1960.

- Gopalachari K., Early History of Andhra Country (Second Edition), Chennai, 1976.

- Hanumantha Rao B.S.L., The Age of Satavahanas, Hyderabad, 1976; The Age of Satavahanas, Hyderabad, 1976; Religion in Andhra, Hyderabad, 1973.

- Krishna Rao B.V., A History of the Early Dynasties of Andhra Pradesh, Chennai, 1942.

- Neelakanta Sastry, K.A, A History of South India, Madras, 1966.

- Rama Rao M., Ikshavakus of Vijayapuri, Tirupati, 1967.

- Kosambi, D.D., An Introduction to the Study of Indian History, Bombay, 1956.

- Sastry P.V.P., Satavahana Epoch; A New Light, Hyderabad, 1994.; Rural Studies in Early Andhra, Hyderabad, 1996.

- Satyanarayana K., A Study of History and Culture of Andhra, Hyderabad, 1999.

- Yazdani G., Early History of the Deccan, Oxford University, Press, 1960.; The Early History of the Deccan, New Delhi, 1982.

- I.K.Sharma, Comparative History Culture of Andhra Pradesh - II, A.P.History Congress, Hyderabad, 2008.

- Kethu Viswanatha Reddy (Ed.), Telugu Charitra, Sanskriti, Telugu Akademi, 1986.

- Irfan Habib, A peoples History of India Vol.6, Post - Mauryan India, Tulika Books, New Delhi, 2014.

- R.S.Sharma, India's Ancient Past, Oxford University Press, New Delhi, 2014.

- Modali Nagabhushana Sarma, Mudigonda Veerbhadra Sastry - History and Culture of the Andhras, Telugu University, Hyderabad, 1995.

- Dr.D.Chandra Sekhar Reddy (Ed.), Dr.V.V.Krishna Sastry Essays on History and Archaeology, Emesco Books, Hyderabad, 2014.

- D.Raja Reddy, Megana Deme - The Study of Satavahana History, The Source Material, DACRI Publication, 2015.

- Kethu Viswanatha Reddy (Ed.), Telugu Charitra, Sanskriti, Telugu Akademi.

- Gopalachary K., Early Histroy of the Andrha Country, Madras, 1976.

- Sharma R.S., Ancient India, NCERT, Delhi.

- Barry Parrier, Telangana Movement, 1944-51, Ph.D Thesis (available in JNU, Delhi).

- D.V.Rao, The Economic Life of Hyderabad Government, Central Press, Hyderabad, Deccan, 1937.

- Parsa Venkateswara Rao, Facts and Figures about Hyderabad, 1951.

- Qurushi, A.I., The Economic Development of Hyderabad, Vol.I, The Orient Longmen's Ltd., Madras, 1941.

- A.M.Khusro, Economic and Social Effects of Jagirdari Abolition and Land Reforms in Hyderabad, 1958.

- H.E.H., The Nizam's Government, Report of the Agrarian Reforms Committee, 1949, Hyderabad, Deccan.

- H.E.H. The Nizam's Government, Report of the Royal Commission on Jagir Administration and Reforms, 1356, Fasli (1947).

- K.Krishnaswamy Mudiraj, Pictorial Hyderabad, Vol. II, 1934.

- Moulvi Chirag Ali, Hyderabad (Dn.) Under Sir Salar Jung Vol.I, 1884.

- Rajendra Prasad, Asifajahs of Hyderabad, their Rise and Decline, 1984.

- Ravi Narayana Reddy, Heroic Telangana, Reminiscences and Experiences, 1973.

- Syed Abid Ali Hasan, Whither Hyderabad, 1935.

- Imperial Gazetteer of India, Provincial Series, Hyderabad State Govt., Printing, Calcutta,1909.

- Bindu D.G., Peoples Struggle in Hyderabad, Hyderabad, 1948.

- Fathullal Khan, A History of Administrative Reforms in Hyderabad State, Secunderabad, 1935.

- Gopalakrishnaiah, Vavilala, Library Movement in Andhra Pradesh, Hyderabad, 1979.

- Jawad Razvi, Political Awakening in Hyderabad, Visalandhra Publishing House, 1958.

- Keshava Iyengar, S, Economic Investigations in the Hyderabad State (1929-30) Vol.I, Hyderabad, 1931.

- Narayana B.K., A Survey of Industries in Telangana, Secunderabad, 1962.

- Haimen Dorf, CVF, The gonds of Andhra Pradesh, 1979.

- Raghavaiah V, Tribal Revolts, 1976.

- Singh K.S., Tribal movements in India, 1982

- Nadim Hasnain, Tribal India, 2011.

- Goutam Pingle, The Fall and Raise of Telangana, Orient Blackswan, 2014.

- Inukonda Tirumali, Telangana-Andhra Castes, Reasons and Politics in Andhrapradesh, Aakar Books, 2013.

- M.Bharath Bhushan, N. Venugopal, Telangana - The State of Affairs, A.D.E.D. Value Venchers, 2009.

- Prof.A.Satyanarayana, Dr.G.Venkatarajam, Dr.M.Venkateswar Rao, Retreating the Past: History and Culture of Telangana, Department of History, Osmania University, 2014.

- Telangana Movement An Investigative Focus, Hyderabad, 1969.

- Sankaranarayanan S, The Vishnukundis and their times, Agam Prakashan, Delhi, 1977.

- Dyavanapalli Satyanarayana, First Inscription of Hyderabad, Telangana Resource Centre, Hyderabad, 2015.

- Altekar, Anant Sadashiv (1934), The Rashtrakutas And Their Times; being a political, administrative, religious, social, economic and literary history of the Deccan during 750 A.D. to 1000 A.D. Poona: Oriental Book Agency.

- Chopra, P.N.; Ravindran, T.K.; Subrahmanian, N (2003). History of South India (Ancient, Medieval and Modern) Part 1. New Delhi: Chand Publications.

- De Bruyne, J.L. (1968); Rudrakavis Great Poem of the Dynasty of Rastraudha. EJ Brill.

- Dalby, Andrew (2004); Dictionary of Languages: The Definitive Reference to More Than 400 Languages. New York: Columbia University Press.

- Hardy, Adam (1995); Indian Temple Architecture: Form and Transformation-The Karnata Dravida Tradition 7th to 13th Centuries. Abhinav Publications.

- Houben, Jan E.M. (1996); Ideology and Status of Sanskrit: Contributions to the History of the Sanskrit language. Brill.

- Jain, K.C. (2001); Bharatiya Digambar Jain Abhilekh. Madhya Pradesh: Digambar Jain Sahitya Samrakshan Samiti.

- Kamath, Suryanath U. (2001); A concise history of Karnataka : from pre-historic times to the present. Bangalore: Jupiter books.

- Kamat, Jyotsna. The Rashtrakutas Dynasties of the Deccan.

- Karmarkar, A.P. (1947); Cultural history of Karnataka : ancient and medieval. Dharwar: Karnataka Vidyavardhaka Sangha.

- Keay, John (2000); India: A History. New York: Grove Publications.

- Lewis, Rice (1985). Nagavarmma's Karnataka Bhasha Bhushana. Asian Educational Services

- Majumdar, R.C. (1966); The Struggle for Empire. Bharatiya Vidya Bhavan.

- Masica, Colin P. (1991); The Indo-Aryan Languages. Cambridge: Cambridge University Press.

- Narasimhacharya, R (1988); History of Kannada Literature. New Delhi, Madras: Asian Educational Services.

♦ Pollock, Sheldon (2006); The Language of the Gods in the World of Men: Sanskrit, Culture, and Power in Premodern India. Berkeley: University of California Press.

♦ Rao, Seshagiri, L.S (1988); "Epic (Kannada)". In Amaresh Datta. Encyclopaedia of Indian literature – vol 2. Sahitya Akademi.

♦ Reu, Pandit Bisheshwar Nath (1997); History of the Rashtrakutas (Rathodas). Jaipur: Publication Scheme.

♦ Rice, E.P. (1982); Kannada Literature. New Delhi: Asian Educational Services.

♦ Rice, B.L. (2001); Mysore Gazetteer Compiled for Government-vol 1. New Delhi, Madras: Asian Educational Services.

♦ Thapar, Romila (2003); The Penguin History of Early India, From Origins to 1300 AD. New Delhi: Penguin.

♦ Sarma, I.K. (1992); Temples of the Gangas of Karnataka. New Delhi: Archaeological Survey of India.

♦ Sastri, Nilakanta K.A. (2002); A history of South India from prehistoric times to the fall of Vijayanagar. New Delhi: Indian Branch, Oxford University Press.

♦ Sastri & Rao, Shama & Lakshminarayan. "South Indian Inscriptions-Miscellaneous Inscriptions in Kannada", Rashtrakutas.

♦ Sen, Sailendra Nath (1999); Ancient Indian History and Civilization. New Age Publishers.

♦ Sircar, D.C. (1996); Indian Epigraphy. New Delhi: Motilal Banarasidass.

♦ Thapar, Romila (2003); Penguin History of Early India: From origins to AD 1300. New Delhi: Penguin.

♦ Vaidya, C.V. (1979); History of Mediaeval Hindu India (Being a History of India from 600 to 1200 A.D.). Poona: Oriental Book Supply Agency.

♦ Warder, A.K. (1988); Indian Kavya Literature. Motilal Banarsidass.

♦ Sastri, Nilakanta K.A. (2002); A history of South India from prehistoric times to the fall of Vijayanagar. New Delhi: Indian Branch, Oxford University Press.